சாமிநாதம்
(உ.வே.சா. முன்னுரைகள்)

சாமிநாதம்
(உ.வே.சா. முன்னுரைகள்)

ப. சரவணன் (1973)

பிரித்தானியக் காலனித்துவ ஆட்சியின் விளைவாக ஏற்பட்ட சமூக மாற்றங்களின் பின்னணியில் உருவான அச்சுச் சாதன வெளிப்பாட்டு வடிவங்களுள் ஒன்று 'புத்தகங்கள்'. தமிழ்ச் சமூகப் பண்பாட்டு வரலாறு குறித்த முழு விவாதத்திற்கு ஆவணமாகத் திகழ்பவை இவை. இந்த அச்சேறிய நூல்களின்வழி அறிவுத் தளத்தைப் பொதுவெளியில் பரப்புவதற்கு முயன்ற ஆளுமைகளுள் குறிப்பிடத்தக்கவர் பழந்தமிழ் நூல் பதிப்பு முன்னோடிகளுள் ஒருவரான மஹாமஹோபாத்தியாய தாக்ஷிணாத்திய கலாநிதி டாக்டர் உ.வே.சாமிநாதையர் (1855-1942). ஆறுமுக நாவலர், சி.வை. தாமோதரம் பிள்ளை, 'மனோன்மணீயம்' சுந்தரம் பிள்ளை என மகத்தான சாதனையாளர்கள் வலம்வந்த சூழலில் உ.வே.சா. என்னும் ஆளுமை உள் நுழைந்தபோது ஆரோக்கியமான அதிர்வுகளும் அடுத்த கட்டப் பாய்ச்சலும் தமிழ்ப் பதிப்புலகில் நிகழ்ந்தன. இவற்றை எல்லாம் அறிந்துகொள்வதற்கு நூல்களில் இடம்பெறும் அவரது முகவுரைகளே துணை. தமிழ் நெடும்பரப்பு முழுவதையும் பெரும் புலமையாளர்களிடமிருந்து கற்று, புதிய பதிப்பு நுட்பங்களை நவீனத்துவ வருகையினால் பெற்று, பண்பாட்டு விழுமியங்களை நுணுகித் தேடித் தமிழுக்கு அணிசேர்த்த நுண்மாண் நுழைபுலத்தை அவரது முகவுரைகள்வழியாகக் கண்டறிய இயலும். 'ஐயர் பதிப்பு' என்னும் அடைமொழியோடு உ.வே.சா.வின் பதிப்பைக் கொண்டாடும் நாம் அந்தப் பதிப்புச் செம்மையை - படிநிலை மாற்றத்தைப் புரிந்துகொண்டு பதிப்புக் கோட்பாட்டை உருவாக்கவும் அதனூடே ஒரு 'மாதிரிப் பதிப்பை' அமைக்கவும் பெரிதும் துணைபுரிவன இம்முன்னுரைகள்.

'அருட்பா x மருட்பா' என்னும் ஆய்வு நூலின் வழியே பரவலாக அறியப்பட்ட டாக்டர் ப. சரவணன் தமிழ்ச் சமூகம் குறித்து ஆவணப்படுத்துதலில் தொடர்ந்து ஆய்வு நிகழ்த்தி வருபவர். சிறந்த நூலுக்கான *திருப்பூர் தமிழ்ச் சங்க விருது,* தொடர்ச்சியான தமிழியல் ஆய்வுக்கான *தமிழ்ப் பரிதி விருது,* இளம் படைப்பாளிகளுக்கான *சுந்தர ராமசாமி விருது* முதலிய விருதுகளைப் பெற்றவர். தற்போது சென்னை மாநகராட்சிப் பள்ளி ஒன்றில் முதுநிலைத் தமிழாசிரியராகப் பணியாற்றி வருகிறார்.

ப. சரவணனின் பிற நூல்கள்

எழுதியவை

- அருட்பா x மருட்பா (2001)
- கானல்வரி ஒரு கேள்விக்குறி (2004)
- வாழையடி வாழையென... (2009)
- நவீனநோக்கில் வள்ளலார் (2010)

பதிப்பித்தவை

- ஔவையார் கவிதைக் களஞ்சியம் (2001)
- மயிலை சீனி. வேங்கடசாமி ஆய்வுக் கட்டுரைகள் (6 தொகுதிகள்) (2001)
- நாலடியார் (1892) (2004)
- மநு முறைகண்ட வாசகம் (1854) (2005)
- வேங்கடம் முதல் குமரி வரை (2009)
- அருட்பா மருட்பா: கண்டனத் திரட்டு (2010)
- கமலாம்பாள் சரித்திரம் (2011)
- உ.வே.சா. கட்டுரைகள் (பொருண்மை அடிப்படையில் 5 தொகுதிகள் (2016)
- தாமோதரம் சி.வை.தா. பதிப்புரைகள் (2017)
- என் சரித்திரம் (2017)

உரையெழுதியவை

- வேமன நீதி வெண்பா (1892) (2008)
- சிலப்பதிகாரம் (2008)
- கலிங்கத்துப் பரணி (2013)
- தமிழ்விடு தூது (2016)

அகராதி

- திருஅருட்பா அகராதி (2017)

சாமிநாதம்

(உ.வே.சா. முன்னுரைகள்)

பதிப்பாசிரியர்
ப. சரவணன்

காலச்சுவடு பதிப்பகம்

அன்பார்ந்த வாசகருக்கு,

வணக்கம்.

காலச்சுவடு நூலை வாங்கியமைக்கு நன்றி.

நூலின் உள்ளடக்கம், உருவாக்கம், அட்டைப்படம் இன்ன பிற அம்சங்கள் பற்றிய உங்கள் கருத்துகளையும் ஆலோசனைகளையும் காலச்சுவடு வரவேற்கிறது. தகவல், எழுத்து, வாக்கியப் பிழைகள் தென்பட்டால் கட்டாயம் தெரிவித்து உதவுங்கள். நூல் தயாரிப்பில் கடும் குறைபாடு இருப்பின் மாற்றுப் பிரதி உங்களுக்குக் கிடைக்கக் காலச்சுவடு ஏற்பாடு செய்யும்.

மின்னஞ்சல்: *publisher@kalachuvadu.com*

காலச்சுவடு நாகர்கோவில் தலைமையகத்துக்கும் கடிதம் அனுப்பலாம்.

தங்கள்
எஸ்.ஆர். சுந்தரம் (கண்ணன்)
பதிப்பாளர் — நிர்வாக இயக்குநர்

சாமிநாதம்: உ.வே.சா. முன்னுரைகள் • பதிப்பாசிரியர்: ப. சரவணன் • © நூலமைப்பு: ப. சரவணன் • முதல் பதிப்பு: டிசம்பர் 2014, நான்காம் (குறும்) பதிப்பு: டிசம்பர் 2022 • வெளியீடு: காலச்சுவடு பப்ளிகேஷன்ஸ் (பி) லிட்., 669, கே. பி. சாலை, நாகர்கோவில் 629001

saaminaatam: u.ve.saa. munnuraikal • Edited by P. Saravanan • © Compilation, editorial format and arrangement: P. Saravanan • Language: Tamil • First Edition: December 2014, Fourth (Short) Edition: December 2022 • Size: Royal • Paper: 18.6 kg maplitho • Pages: 1200

Published by Kalachuvadu Publications Pvt. Ltd., 669 K.P. Road, Nagercoil 629001, India • Phone: 91-4652-278525 • e-mail: publications@kalachuvadu.com • Printed at Clicto Print, Jaleel Towers, 42 KB Dasan Road, Teynampet Chennai 600018.

ISBN: 978-93-82033-65-3

12/2022/S.No. 599, kcp. 4027, 18.6 (4) 1k

மகாவித்துவான் மீனாட்சிசுந்தரம் பிள்ளை
திரிசிரபுரம் தியாகராச செட்டியார்
சேலம் இராமசாமி முதலியார்
ஆகியோருக்கு

உ.வே. சாமிநாதையர் (19.02.1855—28.04.1942)

கண்ணுஞ் சடையாமல் கையுந் தளராமல்
உண்ணப் பசியெழுவ தோராமல் – எண்ணியெண்ணிச்
செந்தமிழ்த் தாய்க்குநீ செய்த திருத்தொண்டுக்
கிந்நிலத் துண்டோ இணை.

— கவிமணி சி. தேசிகவிநாயகம் பிள்ளை

பொருள் அட்டவணை

நன்றி 15

பெரும்வனப் பரப்பும் பயணத்தின் பேரனுபவமும் 21
- பெருமாள்முருகன்

உ.வே.சா.: இறப்பின்றித் துலங்கும் உழைப்புச்சிகரம் 33
- ப. சரவணன்

பதிப்புரை 63

பகுதி - I
பதிப்பித்தவை

க. **சங்க நூல்கள்**

1. பத்துப்பாட்டு மூலமும் நச்சினார்க்கினியருரையும் 73 - 111
2. பத்துப்பாட்டு மூலம் 113 - 117
3. புறநானூறு மூலமும் உரையும் 119 - 150
4. புறநானூறு மூலம் 151 - 154
5. ஐங்குறுநூறும் பழையவுரையும் 155 - 170
6. பதிற்றுப்பத்து மூலமும் பழையவுரையும் 171 - 193
7. பரிபாடல் மூலமும் பரிமேலழகருரையும் 195 - 210
8. குறுந்தொகை 211 - 223

உ. **காப்பியங்கள்**

9. சீவகசிந்தாமணி மூலமும் நச்சினார்க்கினியருரையும் 227 - 244
10. சிலப்பதிகார மூலமும் அடியார்க்குநல்லாருரையும் 245 - 273
11. சிலப்பதிகாரம் அரும்பதவுரை 275 - 278
12. மணிமேகலை 279 - 304
13. பெருங்கதை 305 - 344
14. பெருங்கதை மூலம் 345 - 347

9

15. இலாவாண காண்டம் 349 - 352

16. உதயண குமார காவியம் 353 - 356

௩. இலக்கணம்

17. புறப்பொருள்வெண்பாமாலை மூலமும் உரையும் 359 - 386

18. நன்னூல் மூலமும் மயிலைநாதருரையும் 387 - 393

19. நன்னூல் மூலமும் சங்கர நமச்சிவாயருரையும் 395 - 413

20. தமிழ்நெறி விளக்கம் (பொருளியல்) 415 - 422

௪. தலபுராணங்கள்

21. திருக்குடந்தைப் புராணம் 425 - 426

22. திருப்பெருந்துறைப் புராணம் 427 - 445

23. வீரவனப் புராணம் 447 - 450

24. சூரைமாநகர்ப் புராணம் 451 - 454

25. திருவாரூர்த் தியாகராச லீலை 455 - 466

26. திருவாலவாயுடையார் திருவிளையாடற் புராணம் 467 - 485

27. தனியூர்ப் புராணம் 487 - 490

28. மண்ணிப்படிக்கரைப் புராணம் 491 - 494

29. திருக்காளத்திப் புராணம் 495 - 503

30. விளத்தொட்டிப் புராணம் 505 - 511

31. ஆற்றூர்ப் புராணம் 513 - 522

32. தணிகாசலப் புராணம் 523 - 530

33. வில்லைப் புராணம் 531 - 539

௫. சிற்றிலக்கியங்கள்

கோவை

34. சீகாழிக் கோவை 543 - 547

35. திருவாவடுதுறைக் கோவை 549 - 556

36. மதுரை மும்மணிக் கோவை 557 - 562

37. வலிவல மும்மணிக் கோவை 563 - 569

38. பழமலைக் கோவை 571 - 584

39. கலைசைக் கோவை 585 - 590

40.	சிராமலைக் கோவை	591 - 597
41.	திருவாரூர்க் கோவை	599 - 613

உலா

42.	திருப்பூவணநாதர் உலா	615 - 625
43.	திருக்காளத்திநாதர் உலா	627 - 636
44.	திருவாரூர் உலா	637 - 644
45.	தேவை உலா	645 - 652
46.	மதுரைச் சொக்கநாதர் உலா	653 - 660
47.	கடம்பர் கோயில் உலா	661 - 674
48.	சங்கரலிங்க உலா	675 - 683
49.	திருஇலஞ்சி முருகன் உலா	685 - 691
50.	திருக்கழுக்குன்றத்து உலா	693 - 699

தூது

51.	கச்சி ஆனந்த ருத்திரேசர் வண்டு விடு தூது	701 - 709
52.	தமிழ் விடு தூது	711 - 746
53.	பத்மகிரிநாதர் தென்றல் விடு தூது	747 - 753
54.	மான் விடு தூது	755 - 759
55.	அழகர் கிள்ளை விடு தூது	761 - 768
56.	புகையிலை விடு தூது	769 - 774

பிள்ளைத் தமிழ்

57.	பழனி பிள்ளைத் தமிழ்	775 - 778

அந்தாதி

58.	திருச்சிறம்பல வெண்பா அந்தாதி	779 - 780
59.	திருமயிலைத் திரிபந்தாதி	781 - 793
60.	சங்கரநயினார் கோயில் அந்தாதி	795 - 804
61.	திருமயிலை யமக அந்தாதி	805 - 812

கலம்பகம்

62.	திருப்பாதிரிப்புலியூர்க் கலம்பகம்	813 - 832

குறவஞ்சி

63.	திருமலையாண்டவர் குறவஞ்சி	833 - 836

பரணி

| 64. | தக்கயாகப் பரணி | 837 - 848 |
| 65. | பாசவதைப் பரணி | 849 - 862 |

விருத்தம்

| 66. | இலந்தை நகர் தண்டபாணி விருத்தம் | 863 - 864 |
| 67. | திருத்தணிகைத் திருவிருத்தம் | 865 - 867 |

வெண்பா

68.	திருக்கழுக்குன்றச் சிலேடை வெண்பா	869 - 880
69.	சிவசிவ வெண்பா	881 - 886
70.	திருக்குற்றாலச் சிலேடை வெண்பா	887 - 892

மாலை

71.	களக்காட்டுச் சத்திய வாசகர் இரட்டை மணிமாலை	893 - 895
72.	பழனி இரட்டை மணிமாலை	897 - 899
73.	திருக்காளத்தி இட்டகாமிய மாலை	901 - 904
74.	மகரநெடுங் குழைக்காதர் பாமாலை	905 - 917

பஞ்சரத்தினம்

| 75. | திருமயிலைக் கபாலீசர் பஞ்சரத்தினம் | 919 - 921 |

விலாசம்

| 76. | சுப்பிரமணிய தேசிக விலாசச் சிறப்பும் வேணுவனலிங்க விலாசச் சிறப்பும் | 923 - 927 |

சு. பிரபந்தத் திரட்டு

77.	மீனாட்சிசுந்தரம் பிள்ளையவர்கள் பிரபந்தத் திரட்டு	931 - 940
78.	சிவக்கொழுந்து தேசிகர் பிரபந்தத் திரட்டு	941 - 945
79.	குமரகுருபரசுவாமிகள் பிரபந்தத் திரட்டு	947 - 954

பகுதி - II
எழுதியவை

80.	மத்தியார்ச்சுன மான்மியம்	959 - 960
81.	புத்த சரித்திரம்	961 - 975
82.	மணிமேகலை கதைச் சுருக்கம்	977 - 981
83.	உதயணன் சரித்திரச் சுருக்கம்	983 - 988

84.	சங்கத் தமிழும் பிற்காலத் தமிழும்	989 - 995
85.	ஸ்ரீ மீனாட்சிசுந்தரம் பிள்ளையவர்கள் சரித்திரம் (பாகம் 1, 2)	997 - 1028
86.	நான் கண்டதும் கேட்டதும்	1029 - 1036
87.	புதியதும் பழையதும்	1037 - 1043
88.	திருவள்ளுவரும் திருக்குறளும்	1045 - 1047
89.	கனம் கிருஷ்ணையர்	1049 - 1054
90.	கோபாலகிருஷ்ண பாரதியார்	1055 - 1058
91.	மகா வைத்தியநாதையர்	1059 - 1061
92.	நல்லுரைக் கோவை (பாகம்-1)	1063 - 1069
93.	நல்லுரைக் கோவை (பாகம்-2)	1071 - 1073
94.	நல்லுரைக் கோவை (பாகம்-3)	1075 - 1077
95.	நல்லுரைக் கோவை (பாகம்-4)	1079 - 1081
96.	நினைவு மஞ்சரி (பாகம்-1)	1083 - 1085
97.	திருநீலகண்ட நாயனார் சரித்திரம்	1087 - 1089

பகுதி - III
பின்னிணைப்பு

அ. மறைவுக்குப் பின் வெளிவந்தவை

98.	நினைவு மஞ்சரி (பாகம்-2)	1095 - 1098
99.	வித்துவான் தியாகராச செட்டியார்	1099 - 1102
100.	திருநீலகண்ட நாயனார் சரித்திரமும் இயற்பகை நாயனார் சரித்திரமும்	1103 - 1105
101.	செவ்வைச் சூடுவார் பாகவதம் (பாகம் 1, 2)	1107 - 1117
102.	என் சரித்திரம்	1119 - 1124
103.	கயற்கண்ணி மாலை	1125 - 1134
104.	துறைசை மாசிலாமணி ஈசர் அந்தாதி	1135 - 1141

ஆ. தொகுப்பு நூலில் இடம்பெற்றவை

105.	நீலி இரட்டை மணி மாலை	1143 - 1145
106.	கும்பேசர் வெண்பா அந்தாதி	1146 - 1147

இ. பாட நூலுக்கு எழுதிய முகவுரை

B.A. Examination of 1896 : Silappadhikaram   1149 - 1153

ஈ. பிறர் நூல்களுக்கு எழுதிய முகவுரை   1155 - 1174

பல்வேறு நிலைகளில் உதவியோர்   1175 - 1182

முதல் பதிப்பு வெளியீட்டு விவரம்   1183 - 1186

நூல் பட்டியல்   1187 - 1191

வாழ்க்கைக் குறிப்பு   1193 - 1198

நன்றி

நாகர்கோயிலிலிருந்து செயல்பட்டு வரும் 'நெய்தல்' என்னும் இலக்கிய அமைப்பு சுந்தர ராமசாமியின் பெயரில் அமைத்திருக்கும் 'இளம் படைப்பாளிகளுக்கான விருது' கடந்த ஆண்டு டிசம்பர் 27 அன்று எனக்குக் கிட்டியது (கவிதைக்கான இராஜமார்த்தாண்டன் விருதை அதே நாளில் என்னுடன் பெற்றவர் நண்பர் இர. சாம்ராஜ்). நாவல், சிறுகதை, கவிதை எழுதுபவர்களே படைப்பாளிகள் என்னும் பொதுபுத்தியிலிருந்து விலகி, 'பதிப்பாசிரியர்களும் படைப்பாளிகளே' என்பதை உணர்த்தியது இவ்விருது. இதற்கு வித்திட்ட 'நெய்தல்' கிருஷ்ணன் பாராட்டுக்குரியவர்.

விருது பெறுவதற்காக நாகர்கோயிலுக்குச் சென்றிருந்தபோது, எனக்கும் பெருமாள்முருகன் அவர்களுக்கும் ஒரே அறை ஒதுக்கப்பட்டிருந்தது. விருது பெறுவதற்கு முந்தைய நாள் இரவு முழுக்க, பதிப்பு - பதிப்பாசிரியர்கள் குறித்து விவாதித்துக்கொண்டே வந்த நாங்கள் உ.வே.சா.வில் வந்து நின்றோம். அவரது அசாதாரணப் பணி குறித்துப் பேசிப்பேசி மலைத்தே போனோம். அடுத்த நாள் காலை நடைப்பயிற்சியின்போதும் பல்வேறு பேச்சுகளின் இடைப்பிறவரலாக உ.வே.சா. வந்து போனார். உ.வே.சா. பண்டைத் தமிழிலக்கியங்களை மீட்டுப் பதிப்பித்தவர் என்னும் ஒற்றைப் புரிதலுக்குள் மட்டும் நின்ற எனக்கு அவரது வேறு பல பக்கங்களை உயர்த்திக் காட்டியது பெருமாள் முருகனின் பேச்சு. நவீன எழுத்தாளர் ஒருவர் எப்படி உ.வே.சா.வை இவ்வாறு கொண்டாட முடிகிறது என்ற கேள்வியும் வியப்பும் அப்போது எனக்குள் எழுந்ததைத் தவிர்க்க இயலவில்லை. உ.வே.சா.வின் எழுத்துக்களிலிருந்து பல்வேறு கருவிநூல்களை உருவாக்கும் திட்டத்தைப் பெருமாள்முருகன் மறைத்துவைத்துள்ளார் என்பது மட்டும் எனக்குப் பிடிபட்டது. அதில் ஒன்றுதான் இந்த முன்னுரைகளைத் தொகுக்கும் திட்டம்.

உ.வே.சா.வின் முன்னுரைகள் அனைத்தையும் ஒருசேரத் தொகுத்துப் பார்ப்பதால் விளையும் நன்மைகள் குறித்துப் பெருமாள்முருகன் கட்டுரைகள் சிலவற்றிலும் குறிப்பிட்டுள்ளார். (அவரது, 'பதிப்புகள் மறுபதிப்புகள்' நூலிலும் இதைப் பரக்கக் காணலாம்). அந்தச் செய்திதான் அன்றைய பேச்சின் ஒரு கூறாக எங்களுக்குள் மலர்ந்து விரிந்தது. ஆவணப்படுத்துதலில் எப்போதும் நாட்டமும் வேகமும் கொண்ட எனக்கு, அவரது பேச்சு, பற்றிய தீயாய் என்னுள் பரவியது. என்றாலும் வேகம் குறைந்த அவரது மென்மையான பேச்சு ஒருவிதச் சலிப்பைத் தந்தது. ''பேசிக்கொண்டிருப்பதால் பயனில்லை,

நீங்களே களமிறங்க வேண்டும்'' என்று இடைமறித்தேன். அவர், "நானா... இப்போதா..." என்று மறுகியபோது, 'பின்ன நானா' என்று நான் சற்றுக் குரலை உயர்த்தினேன். அப்போதும் அவர் எந்தவித அலட்டலும் இல்லாமல் வழக்கமான அதே மென்மையான குரலில், 'நீங்கள் செய்வதாக இருந்தால் எனக்குச் சந்தோஷம், உடனடியாகவும் முடித்துவிடுவீர்கள், நான் செய்வதாக இருந்தால் பல வருடம் ஆகலாம். நீங்கள் செய்கிறீர்களா?' என்று என்னைக் கேட்டார். ஏற்கெனவே 'அருட்பா மருட்பா: கண்டனத் திரட்டு' என்னும் பென்னம்பெரிய ஆவண நூலைத் திரட்டி முடித்திருந்த எனக்கு, அந்தச் சலிப்பே தீராதபோது இதுவேறா என்று தோன்றியதால், 'பார்க்கலாம்' என்ற பதிலோடு பேச்சுக்கு முற்றுப்புள்ளி வைத்தேன்.

அதன் பிறகு சென்னையில் மீண்டும் எங்கள் சந்திப்பு நிகழ்ந்தது. முன்னுரைகளைத் தொகுக்கும் பணி பற்றிய பேச்சு மீண்டும் எழுந்தது. வேறு திட்டங்கள் எதுவும் எனக்குப் பெரிதாக இல்லாததால் நானும் முழுமனதோடு சம்மதம் தெரிவித்தேன். அதன் விளைவே இந்த ஆவணம்.

உ.வே.சா. ஏடுதேடி அலைந்தது போலவே நானும் சிலபோது அவரது நூல்களைத் தேடி அலைந்திருக்கிறேன். படைப்பாளி ஒருவரின் படைப்பு முழுவதையும் ஒருசேரப் பார்ப்பதற்கான வாய்ப்பு தமிழ்ச்சூழலில் இதுவரை நிகழவில்லை. அது பற்றிய சிந்தனைகூட இன்னும் எழவில்லை எனும்போது தேடித் திரிவதைத் தவிர வேறு என்னதான் செய்வது? உ.வே.சா.வின் படைப்புகள் பெரும்பாலும் அவரது பெயரில் அமைந்துள்ள நூலகத்தில் உள்ளன என்றாலும், அவரது முதல் பதிப்பான 'சுப்பிரமணிய தேசிக விலாசச் சிறப்பும் வேணுவனலிங்க விலாசச் சிறப்பும்' *(1878)* அங்கு இல்லை. திருவாவடுதுறையோடு தொடர்புடையதும் ஐயர் அங்கிருந்தபோது பதிப்பித்ததுமான அந்த நூல் ஆதீனத்திலும் இல்லை என்னும் அவலத்தை எங்குப்போய்ச் சொல்லுவது? அதேபோலப் பின்னாளில் வெளிவந்த உரைநடை நூல்கள் சிலவற்றின் முதல் பதிப்பு, இரண்டாம் பதிப்புகளையும் ஒருசேரப் பார்க்க முடியவில்லை. இப்படிப்பட்ட சிக்கல்களை எல்லாம் பல்வேறு இடங்களுக்குச் சென்று முயன்றே தீர்க்க வேண்டியிருந்தது. உ.வே.சா. தனது இறுதி நாள்களின் ஓரிரு வருடங்களுக்கு முன் சென்று உரையாற்றிய கொப்பனாப்பட்டி - கலைமகள் கல்லூரி நூலகம் உட்படப் பல இடங்களில் தேடப்பட்டே இந்த நூல் உருவாக்கப்பட்டது என்பதைப் பதிவுசெய்ய விரும்புகிறேன்.

கடையினும் கடையேனாய் நின்று பிறரது உதவிகளைப் பெற்றே இந்த வினையை ஆற்றியிருக்கிறேன். அவர்களுக்கெல்லாம் 'நன்றி' என்னும் இந்த ஒற்றைச்சொல் போதுமா என்பது தெரியவில்லை. எனினும், நன்றி கூறும்போதுதான் மன உணர்வு முழுமைபெறுகிறது.

கண்டனத் திரட்டு நூலை உருவாக்கும்போது சில நூல்கள் என்வசம் இருந்தன; சில, தனிமனிதர்களிடமிருந்து பெறப்பட்டன; சில, நகல் எடுக்கப்பட்டன. ஆனால் இந்த நூலை உருவாக்குவதில் மேற்குறிப்பிட்ட நிலை எதுவும் இல்லை. உ.வே.சா. நூலகத்தில் நகல் எடுக்க அனுமதியில்லை.

புகைப்படம் மட்டும் எடுக்கலாம் (அதுவும் கடந்த சில மாதங்களுக்கு முன் தடை செய்யப்பட்டுவிட்டது). நான் என்னுடைய கைப்பேசியிலேயே பலவற்றைப் படம் பிடித்து வைத்திருந்தேன். கணினி எதுவும் கைவசம் இல்லாத எனக்கு அவற்றை எங்குச் சேமிப்பது என்பதும் புரியவில்லை. நிலைமையை அறிந்த என் தலைமையாசிரியை திருமதி கலைச்செல்வி காசிநாதன் அவர்கள் தம் வசமிருந்த மடிக்கணினி ஒன்றைப் பரிசளித்தார்கள். 'உங்கள் தமிழ்ப் பணிக்கு எங்கள் குடும்பத்தாரின் சிறு உதவி' என்று கூறிய அவர்கள், விரைந்து நூலை வெளியிடுமாறும் என்னை வாழ்த்தினார்கள்.

உ.வே.சா. குறித்து அண்ணாமலைப் பல்கலைக்கழகம் 2011இல் நடத்திய தேசியக் கருத்தரங்கக் கட்டுரைகள் அடங்கிய தொகுப்பு நூலை நான் கேட்டவுடனேயே வழங்கியவர் எனது ஆசிரியர் டாக்டர் பழ. முத்துவீரப்பன் அவர்கள். இந்தக் கருத்தரங்கை முன்னின்று நடத்தியவரும் அவரே. அஞ்சல் வழியில் அவரிடம் நான் பயின்றபோது ஏற்பட்ட உறவைப் புதுப்பித்துக் கொள்வதற்கு இந்தப் பதிப்புப் பணி ஒரு வாய்ப்பாக அமைந்தது. அவரது பரந்துபட்ட அறிவுக்கும் வழிகாட்டலுக்கும் நான் என்றும் கடப்பாடுடையவன்.

கொப்பனாப்பட்டியிலிருந்து உ.வே.சா.வின் 'புத்த சரித்திரம்' 4ஆம் பதிப்பினை எடுத்தனுப்பியவர் எனது நண்பரும் புதுக்கோட்டை மாவட்ட முதன்மைக் கல்வி அலுவலருமான நா. அருள்முருகன்.

உ.வே.சா.வின் நூல்பட்டியலை மேற்பார்த்ததோடு விடுபடல்கள் சிலவற்றையும் என் கவனத்திற்குக் கொண்டுவந்தவர் உ.வே.சா. நூலகத்தில் பணியாற்றும் திரு. எஸ். சாய்ராமன் அவர்கள். நூல் விவரங்கள் ஒவ்வொன்றும் அவர் விரல் நுனியில் என்று கூறுவது மிகையல்ல.

பதிற்றுப்பத்து முதல் இரண்டு பதிப்புகளின் முன்னுரைகளைத் தலைப்பேடுகளுடன் அனுப்பியுதவியவர் டாக்டர் ந. இராஜேந்திரன்.

வழக்கம்போல நூல் ஒப்பீட்டுப்பணியில் தன்னை முழுமையாக ஈடுபடுத்திக் கொண்டு எனது சுமையைப் பெரிதும் குறைத்தவர் எனது தந்தையார் திரு. பழனிசாமி அவர்கள். வயது முதிர்ச்சியையும் பொருட்படுத்தாது இப்பணியில் அவர் காட்டிய அக்கறை அலாதியானது.

பாடல்கள் சிலவற்றைச் சீர்பிரித்து ஒழுங்கமைவோடு ஆக்கித்தந்தவரும், சிலபோது மெய்ப்புத் திருத்தியும் தந்தவர் டாக்டர் கி. ஜெயகுமார் அவர்கள். இதில் மேலும் உதவியவர் அ. அபிராமி.

இப்படியொரு தொகுப்பு நூலை நான் உருவாக்கிக்கொண்டிருக்கிறேன் என்பதை அறிந்தவுடனேயே, அதை 'தி ஹிந்து' ஆங்கில நாளிதழ் மூலமாக - நூல் வெளிவருவதற்கு முன்பாகவே - பொதுவெளிக்குக் கொண்டுபோய்ச் சேர்த்தவர் திரு. ப. கோலப்பன் அவர்கள்.

உ.வே.சா.வுக்குப் பல நிலைகளில் உதவிய பெரியவர்களின் பெயர்ப் பட்டியலை முன்னுரைகளிலிருந்து தொகுத்துத் தந்தவர் எனது ஒருசாலை ஆசிரியை திருமதி த. கவிதா. இந்தச் சள்ளைபிடித்த வேலையை அவர் சலிக்காமல் செய்தார்.

என்னுடைய முகவுரையை மேற்பார்த்துத் தந்தவர் நண்பர் பேராசிரியர் இராமன். தடைவிடை சில எழுப்பி விவாதித்ததோடு கருத்து மயக்கங்களையும் களைந்துதவினார். அவராலேயே இக்கட்டுரை முழுமைபெற்றது.

திருவாவடுதுறை ஆதீனகர்த்தர் ஸ்ரீலஸ்ரீ சுப்பிரமணிய தேசிகரவர்கள் குறித்துக் கருத்துக்களைப் பகிர்ந்துகொண்டவர் தவத்திரு ஊரன்அடிகளார் அவர்கள்.

உ.வே.சா.வின் இந்த முன்னுரைகளில் சில, அச்சுப்பிழைகளாய் இருக்குமோ என மயங்கிச் சீர் செய்ய முயன்றபோது இலக்கண ரீதியாக ஐயர் எழுதியிருக்கிறார் என்பதை மேற்கோள்களுடன் ஒப்பிட்டு எனக்கு விளக்கியதோடு மட்டுமன்றி, ஐயரின் எழுத்துக்களை மாற்றியவன் என்னும் அபவாதம் என்மேல் விழாவண்ணம் காத்தவர் பேரா. கி. சுப்பிரமணியன் (ஐ.கே.எஸ்.) அவர்கள்.

ஆய்வோடு அன்பான உறவையும் இன்றுவரை சாத்தியப்படுத்தி வருபவர் அண்ணன் ஆ.இரா. வேங்கடாசலபதி அவர்கள். புதுமைப்பித்தன் எழுத்துக்களை அவர் பதிப்பித்த காலகட்டங்களில் அவருக்குக் கீழிருந்து பணியாற்றியபோதும் மயிலை சீனியை நான் பதிப்பித்தபோதும் அவர் கற்றுக்கொடுத்த பதிப்பு நுட்பங்களே என் பதிப்புகளுக்கு இன்றுவரை பாலபாடம். இறுதிநிலையில் இந்த நூலைச் சரிபார்த்து ஒழுங்குபடுத்திய அவருக்கு நான் என்ன கைம்மாறு செய்வேன்?

உ.வே.சா.வின் புத்தக வெளியீட்டிற்குப் பெரியாரின் பங்களிப்பும் இருந்தது என்னும் செய்தியை எனக்குக் கவனப்படுத்தியவர் நண்பர் சுந்தரபுத்தன். இதன் தொடர்பில் எனக்கு உதவியவர் அவரது தந்தையார் திரு. சு. ஒளிச்செங்கோ அவர்கள்.

என்னுடைய இலக்கியப்பணியை அருகிருந்து அரவணைப்போராய் இன்றும் தொடர்பவர்கள் அய்யா 'இலக்கியவீதி' இனியவன் அவர்களும், நண்பர் துரை. இலக்குமிபதி அவர்களும் ஆவர்.

தமிழில் அச்சுப்பிரதியில் இருப்பதைப் பார்த்து அச்சுக்கோப்பதே பெரும்பணி என்று உணரப்படும் இந்நாளில் கணினியில் நிழற்படங்களாய் இருந்ததைக் கொண்டே அச்சுக்கோத்தவர் நண்பர் ஆ. அறிவழகன். இடைவெளியின்றிப் புணர்த்தி எழுதப்பட்ட நெடுவாக்கியங்களைக் கண்டறிவது ஒருபுறமிருக்க, தமிழ் எழுத்துக்களையும் கிரந்த எழுத்துக்களையும் அச்சுக்குலையாமல் சீர்ப்படுத்தியவர் அவர். நூல்வெளிவருவதற்குள் நான் அவரைப் படுத்திய பாடு சொல்லி மாளாது. அவருக்கு நன்றி சொல்வதைவிட மன்னிப்புக்கோருவதே பொருத்தம்.

கைப்பேசியிலிருந்த நிழற்படங்களைக் கணினியில் உள்ளீடு செய்ய உற்ற துணையாயிருந்தவர்கள் இரா. தருமபெருமாள், பி. தியாகராஜன் ஆகியோர்.

அச்சுக்கோத்த பக்கங்களை அள்ளிவந்து அவ்வப்போது என்னிடம் சேர்த்தவர் ச. சோமசுந்தரம் அவர்கள்.

முன்னுரைகளில் அமைந்துள்ள தலைப்பேடுகளை அச்சுக்கேற்பச் சரிசெய்ததோடு அட்டைப்படத்தையும் வடிவமைத்தவர் அ.ச.ஜோ. அலாய்சியஸ் தேவதாஸ் அவர்கள். இதை மேலும் மெருகேற்றியதோடு நூல் முழுவதையும் இறுதிநிலை வடிவமைப்பும் செய்தவர் கீழ்வேளூர் பா. இராமநாதன்.

'செயற்கரிய செய்வர் பெரியர்' என்பதற்கேற்ப இந்த அசாதாரணச் செயலை நிகழ்த்திக் காட்டியிருப்பவர் 'காலச்சுவடு' திரு. கண்ணன் அவர்கள்.

நூல் உருவாக்கத்தின்போது விடுப்பு எடுத்த காலங்களில் என் பணியைத் தன் பணியாகக் கருதி ஒத்துழைப்பு நல்கியவர் திருமதி கி. ஹேமமாலினி. இதில் மேலும் துணைநின்றவர் அ. சீனிவாசன்.

உலகத் தமிழாராய்ச்சி நிறுவனம் வெளியிட்ட உ.வே.சா. தொடர்பான சில நூல்களை எனக்காக வாங்கித் தந்ததோடு நூலகத்திலிருந்து சில நூல்களையும் எடுத்துதவியவர் நண்பர் பேராசிரியர் ஆ. மணவழகன். இதற்காகப் பரிந்துரைத்தவர் கவிஞர் பச்சியப்பன்.

பல்வேறு நிலைகளில் இந்நூலாக்கத்திற்கு உதவியவர்கள் பேரா. பா.ரா. சுப்பிரமணியன், பேரா. கி. நாச்சிமுத்து, பேரா. மா.சு. அண்ணாமலை, பேரா. சேஷாத்திரி, பேரா. மு. சுதந்திரமுத்து; டாக்டர் பழ. அதியமான், டாக்டர் இரா. முருகன், டாக்டர் இரா. பன்னிருகைவடிவேலன், டாக்டர் ஜெ. கங்காதரன், கவிஞர் சங்கர ராமசுப்பிரமணியன், ரெங்கையா முருகன், சித்ரா பாலசுப்பிரமணியன் மற்றும் அண்ணாநகர் ஆய்வு வட்ட நண்பர்கள்.

மறைமலையடிகள் நூலகம், உ.வே.சா. நூலகம், ரோஜா முத்தையா ஆய்வு நூலகம், கன்னிமாரா நூலகம், கலைமகள் காரியாலயம், பெரியார் திடல் நூலகம், சென்னை ஆவணக்காப்பகம் ஆகியவற்றிற்கும் அங்குள்ள நூலகர்களுக்கும் என் ஆழ்ந்த நன்றி. இவர்களுள் தனித்துக் குறிப்பிட வேண்டியவர்கள் திருமதி மாலா மற்றும் திருமதி சுப்புலெட்சுமி ஆகியோர்.

இந்நூல் உருவாக்கத்தில் என் தாயார் பிரேமாவதி உள்ளிட்ட குடும்பத்தார் அனைவரும் ஏதேனும் ஒருவகையில் எனக்கு உதவியிருக்கிறார்கள் என்று கூறுவது சம்பிரதாயமல்ல.

என்னுடைய லௌகிக விடயங்களைச் சரிவரப் பார்த்து அனுசரிக்கும் என் மனைவி தேவி, மகன் இரவிவர்மன் ஆகியோர்க்கு என் அன்பு.

தமிழ் நெடும்பரப்பு முழுவதையும் உ.வே.சா.வுக்குக் காட்டியருளியவர் மகாவித்துவான் மீனாட்சிசுந்தரம் பிள்ளை. ஐயரது தமிழ்ப்பணி மடத்தோடு முடங்கிவிடக்கூடாது என நினைத்துக் கும்பகோணம் கல்லூரியில் ஆசிரியப்பணியில் அமர்த்தியவர் வித்துவான் சி. தியாகராச செட்டியார். தலபுராணங்களோடும் சிற்றிலக்கியங்களோடும் உழன்றுகொண்டிருந்த உ.வே.சா.வைப் பண்டைத் தமிழிலக்கியங்கள் பக்கம் மடைமாற்றியவர் சேலம் இராமசாமி முதலியார்.

ஆய்த எழுத்தின் கூட்டுப்புள்ளி போல் அமைந்த இந்த மும்மூர்த்திகளே ஐயரது ஆற்றல் முழுவீச்சில் மலர்வதற்கு வித்தாய் நின்றவர்கள். அந்த நன்றியின் அடையாளமாக அம்மூவருக்கும் இந்நூலைக் காணிக்கையாக்கி மகிழ்கிறேன்.

புத்தகம் இறுதிநிலைக்கு அணியமாகும் இந்தத் தருணத்தில் உண்மையில் என் கண்கள் பனிக்கின்றன. உ.வே.சா.வின் மாணவர்களோ அல்லது அவரது அடிப்பொடிகளோ செய்திருக்க வேண்டிய வேலை இது. என் மூலமாக வெளிப்பட வேண்டுமென்பது திருவேங்கடமுடையான் திருவருள்போலும். இப்பணியை என்மீதுள்ள நம்பிக்கை காரணமாக ஒப்படைத்துத் தமிழிலக்கிய உலகில் எனக்கு மேலும் ஓர் இடமமைத்துக் கொடுத்த பெருமாள் முருகனின் பெருங்கருணைத் திறத்தை என்னென்று சொல்லி என்னென்று துதிப்பேன்?

சரன்
06-11-2014

'கவிப்பொழில்'
*17/33 சி, திரு.வி.க. 4ஆம் தெரு
வில்லிவாக்கம், சென்னை 600049*
பேசி : *99412 78810*
psharanvarma@gmail.com

பெரும்வனப் பரப்பும் பயணத்தின் பேரனுபவமும்

பெருமாள்முருகன்

உ.வே.சாமிநாதையர் தனிமனிதராகச் செயல்பட்ட ஓர் இயக்கம். அவர் இயங்கத் தொடங்கிய ஆண்டு 1878. வேணுவனலிங்க சுவாமிகள் இயற்றிய சுப்பிரமணிய தேசிக விலாசச் சிறப்பு, வேணுவனலிங்க விலாசச் சிறப்பு ஆகியவை 'வேங்கடசுப்ப ஐயரவர்கள் புத்திரராகிய சாமிநாத ஐயரவர்களால்' பார்வையிடப்பட்டுப் பதிப்பிக்கப்பட்ட ஆண்டு அது. அவருடைய ஆசிரியர் மகாவித்வான் மீனாட்சிசுந்தரம் பிள்ளை மறைந்த பின் (1876) திருவாவடுதுறை ஆதீனகர்த்தர் சுப்பிரமணிய தேசிகரின் ஆதரவில் மடத்தில் தங்கியிருந்த காலத்தில் செய்த பதிப்பு. அப்போது அவருக்கு வயது இருபத்திரண்டு. அதன்பின் அறுபது ஆண்டுகளுக்குமேல் அவ்வியக்கம் தொடர்ந்தது. இரண்டு நூற்றாண்டுகளில் பாதிபாதியை அவ்வியக்கம் கடந்திருக்கிறது.

மிக முக்கியமான சமூக நிகழ்வுகள், அரசியல் நிகழ்வுகள் நடந்தேறிய காலகட்டம் அது. அவை எதிலும் உ.வே.சா. நேரடியாகப் பங்கு பெறவில்லை. இன்னும் சொல்லப்போனால் அத்தகைய நிகழ்வுகளில் இருந்து அவர் ஒதுங்கியே இருந்தார். ஆனால் அந்நிகழ்வுகளுக்கெல்லாம் ஆதார அடிப்படைகளை வழங்கும் தொடர் இயக்கமாகச் செயல்பட்டுக்கொண்டிருந்தார். இலக்கிய நோக்கில் சொல்வதென்றால் இருபதாம் நூற்றாண்டு வரலாற்றைப் புறநானூறும் சிலப்பதிகாரமும் தீர்மானித்தன எனச் சொல்ல முடியும். அந்நூல்களைப் பதிப்பித்து வெளிப்படுத்தியதன் மூலம் உ.வே.சாவின் வரலாற்றுப் பங்களிப்பு நிகழ்ந்தது. சமூக அரசியல் இயக்கங்களின் கருத்துக்களோடு அவருக்கு உடன்பாடு இருந்திருக்க வாய்ப்பில்லை. எனினும் அவற்றிற்குக் கருவிகளை அவர்தான் வழங்கினார்.

புறநானூற்றின் முதல் பதிப்பு 1894இல் வெளியாயிற்று. இரண்டாம் பதிப்பு 1923இல் வெளியானபோது அதற்கு எழுதிய முன்னுரையில் 'இந்நூல் முதற்பதிப்பு வெளியான காலத்தின் நிலைமைக்கும் இப்போதைய நிலைமைக்கும் எத்தனையோ மாறுபாடுகள் ஏற்பட்டிருக்கின்றன' என்று குறிப்பிட்டுள்ளார். 1936இல் வெளியான 'புறநானூறு மூலம்' நூலுக்கான முன்னுரையில் 'தமிழ்நாட்டின் வரலாறு குறித்துச் செய்யப்படும் பலவகையான ஆராய்ச்சிக்கு இது துணை செய்துகொண்டு வருகின்றது' என்று எழுதியுள்ளார். புறநானூறு எத்தனை விதமான ஆராய்ச்சிகளுக்கு அன்று பயன்பட்டது என்பதைப் பற்றிய விவரிப்பும் முன்னுரையில் உண்டு. எவ்வாறாயினும் தாம் வெளிப்படுத்தும் நூல்கள் சமூக ஏற்புப் பெறுகின்றன என்னும் உணர்வு அவருக்கு மிகுதி. தமக்கென வகுத்துக்கொண்ட வாழ்க்கைப் பாதையிலிருந்து

சற்றேனும் விலகாமல் சமூக அரசியல் இயக்கங்களுக்குப் பங்களிப்புச் செய்த அவரைத் தனிமனித இயக்கம் என்று குறிப்பிடவே விரும்புகிறேன்.

அக்கால நடைமுறைகளை அனுசரித்துத் தம் வாழ்க்கையையும் பணிகளையும் வகுத்துக்கொண்டவர் அவர். அதனால்தான் இத்தகைய பெரும்பணியை முட்டுப்பாடின்றிச் செய்ய முடிந்திருக்கிறது. கல்வியறிவு பெற்றோர் எண்ணிக்கை மிகக் குறைவான காலம். பழந்தமிழ் இலக்கியங்களைப் போற்றுவோர் குறுங்குழு அளவுதான். அச்சு நூல்களை விற்பனை செய்வது கடினம். ஆகவே மடங்கள், அரசு அதிகாரிகள், ஜமீந்தார்கள், செல்வர்கள் என உதவத் தகுதியும் மனமும் கொண்ட தரப்பினரை நாடி அவர்களின் உதவியுடன் தம் காரியத்தை நிறைவேற்றிக்கொள்ள வேண்டிய நிலைமை. நூலின் கணிசமான பிரதிகளுக்குக் கையொப்பம் (முன்வெளியீட்டுத் திட்டம்) பெற்ற பின்னரே நூலை வெளியிடும் துணிவு பிறந்திருக்கிறது. அவரது இறுதிக்காலம் வரைக்கும் உதவுவோர் துணைகொண்டே நூல்களைப் பதிப்பித்திருக்கிறார்.

*1937*இல் குறுந்தொகைப் பதிப்புக்குச் சென்னைப் பல்கலைக்கழகம் ஆயிரத்தைந்நூறு ரூபாய் வழங்கியது. அதன் முன்னுரையில் ‘இவ்வளவு வருஷங்களாக நான் வெளியிட்டு வரும் நூற்பதிப்புகளுக்கு இதைப் போன்ற பேருதவி கிடைத்ததில்லை யென்பதைத் தமிழ்நாட்டினருக்குத் தெரிவித்துக்கொள்கிறேன்’ என்று நெகிழ்ச்சியோடு எழுதுகிறார். நூல் விற்பனை பற்றிய கவலையின்றியும் பொருளாதாரச் சுணக்கம் இன்றியும் நிறுவன ஆதரவோடு அவர் வெளியிட்ட பதிப்பு இது. அவரது முதுமைக் காலத்தில் பத்திரிகைகளின் ஆதரவும் அவரது செயல்பாடுகளுக்குப் பேருதவியாக அமைந்தன. கிடைத்த வாய்ப்புகள் அனைத்தையும் செவ்வனே பயன்படுத்தித் தம் பதிப்புத் திட்டங்களைச் செயல்படுத்திக்கொள்ளும் திறத்தை அவர் பெற்றிருந்தார்.

அவரது ஆசிரியராகிய மகாவித்வான் மீனாட்சிசுந்தரம் பிள்ளை மூலமாக இளமைக் காலத்தில் பெற்ற நூலின்பம் அவரிடம் பரிமாணம் பெற்றுத் தமிழ் உணர்வாக வளர்ச்சி அடைந்திருக்கிறது. தமிழைச் சுயநலத்திற்கும் வெற்றுப் பேச்சுக்கும் மட்டுமே பயன்படு பொருளாக மாற்றிக்கொண்டிருக்கும் இன்றைய காலத்து உணர்வல்ல அது. தமிழ் உணர்வு என்பது உண்மையாகவே அவரது சுவாசமாக மாறிவிட்டிருக்கிறது. ‘என் பிராய முதிர்ச்சியாலும் சரீரத் தளர்ச்சி முதலியவற்றாலும் முன்போல எந்தக் காரியத்தையும் நான் கருதியபடி தனியே இருந்து நிறைவேற்ற இயலவில்லை. ஆயினும் தமிழ் நூல்களை ஆராய்ந்து பதிப்பித்தலில் உள்ள ஆவல் இன்னும் தணியவில்லை. தமிழ்த் தெய்வமே அவ்வப்பொழுது என் கவலையை நீக்கி வருவதாக எண்ணுகிறேன்’ என்றும், ‘பல வருஷங்களாக முயன்று படித்துப் பலருடைய உதவியைப் பெற்று ஆராய்ந்து ஆராய்ந்து சுவைத்துப் பார்த்த இந்நூல் இப்பொழுது இந்த உருவத்தில் வெளிவருவதைப் பார்க்கையில் எனக்கு உண்டாகும் இன்பம் எழுதி உணர்த்துதற்கரியது. தமிழன்னையின் திருவடித் துணைகளில் இப்பதிப்பும் ஒரு மணமற்ற சிறு மலராகவேனும் கிடந்து நிலவுமென்பது எனது கருத்து’ என்றும் அம்முன்னுரையில் எழுதுகின்றார்.

அவரது இறுதிக் காலத்தில் பதிற்றுப்பத்தின் மூன்றாம் பதிப்பை வெளியிட்டார். அதற்கு எழுதிய முன்னுரை உருக்கமான வரிகளைக் கொண்டது. ஓரிடத்தில் ‘இத்தகைய நூல்களோடு பழகுகையில் எனக்கு ஊக்கமும் உலகத்தை மறந்துவிடும்

நிலையும் உண்டாகின்றன. நூலை விட்டு என் கண்களை எடுத்து நோக்கினால் உலகமும் என் தளர்ச்சியும் புலனாகின்றன. இந்நிலையில் அந்தத் தளர்ச்சியைப் போக்குவதற்குத் தக்க உபகாரிகளை இறைவன் அளித்திருப்பதை நினைந்து நினைந்து மகிழ்கின்றேன்' என்று எழுதுகிறார். உள்ளத்தில் இருந்து வெளியான சத்திய வார்த்தைகள் இவை. தமிழ்த்தெய்வம், தமிழன்னை என்று அவர் குறிப்பிடுவதெல்லாம் பதிப்புப் பணிகளின் வாயிலாகத் தமிழுக்குள் கலந்து பெற்ற உணர்வின் வெளிப்பாடு. தொடக்க காலத்தில் பெயரும் புகழும் பிரபலமும் அங்கீகாரமும் ஆகிய மனித ஆசைகள் அவரை இயக்கியிருக்கலாம். ஆனால் படிப்படியாக அவற்றைக் கடந்து தமிழ் என்னும் உணர்வுக்குள் ஐக்கியமாகிய நிலையை அடைந்திருக்கிறார்.

உ.வே. சாமிநாதையரின் முன்னுரைகள் பெரும் தகவல் களஞ்சியங்களாகவும் ஆவணத் தன்மை கொண்டவையாகவும் விளங்குகின்றன. அவை பலதரப்பட்டவை. நூற்செய்திகள் அனைத்தையும் ஒருசேரக் கொடுத்துவிடும் முன்னுரைகள் உண்டு. தமிழ்விடு தூது நூலுக்கான முன்னுரை அதற்கு பொருத்தமான சான்று. தூது இலக்கணம் தொடங்கி தமிழ் விடு தூதின் பொருளைச் சுருக்கித் தருதல் எனத் தொடர்ந்து பதிப்பு சார்ந்த விஷயங்களைப் பேசி முடிகிறது அது. பல சிறு நூல்களுக்கு இத்தகைய முன்னுரைகள் அமைந்திருக்கின்றன. பெரும்பாலான சிற்றிலக்கியங்கள், புராணங்கள் ஆகியவற்றின் முன்னுரைகள் இத்தன்மையவை. சில பொதுச் செய்திகளையும் பதிப்புத் தகவல்களையும் மட்டும் கொடுக்கும் முன்னுரைகள் இன்னொரு வகை. சங்க இலக்கியம், காப்பியங்கள் உள்ளிட்டவற்றின் முன்னுரைகளை இதற்குச் சான்றாகச் சொல்லலாம். இத்தகையவற்றில் ஆராய்ச்சிக் குறிப்புக்கள் என விரிவான பகுதி தனியே எழுதப்பட்டிருக்கும். அழகர் கிள்ளை விடு தூது சிறு நூல் எனினும் அதன் பொருட்செறிவு கருதி ஆராய்ச்சிக் குறிப்புகளைத் தனியே கொடுத்திருக்கிறார்.

சில நூல்களுக்கு மிகச் சுருக்கமான பதிப்புரை மட்டும் எழுதப்பட்டிருக்கிறது. உரையோடு வெளியான நூலுக்கு மூலம் மட்டும் தனிப் பதிப்பாகும்போது முன்னுரையின் அளவு குறைந்திருக்கிறது. சில நூல்களைத் தேவை கருதி அவசரமாக வெளியிடும்போது பின்னர் விரிவாக எழுதலாம் என்று தீர்மானித்துச் சுருக்கமாக எழுதியிருக்கிறார். மகாவித்வான் மீனாட்சிசுந்தரம் பிள்ளையின் நூல்களுக்கு அமைந்திருக்கும் முன்னுரைகளும் பத்தொன்பதாம் நூற்றாண்டுப் புலவர்களின் நூல்களுக்கான முன்னுரைகளும் இவ்வகையில் அமைந்திருக்கின்றன. சில நூல்களுக்கு முன்னுரையே எழுதப்படவில்லை. எழுதாமல் விடுவது அவரது இயல்பல்ல. ஒரு நூலைப் பதிப்பிக்கும்போது அதைப் பற்றிச் சொல்வதற்கு அவருக்கு நிறைய விஷயங்கள் இருக்கின்றன. சொல்வது அவசியம் என்றும் கருதியிருக்கிறார். இருப்பினும் சிலவற்றுக்கு முன்னுரை அமையாமை ஏமாற்றத்தையே தருகிறது. அவர் எவ்வளவோ எழுதிவைத்திருப்பினும் இன்றைய ஆராய்ச்சியாளர்களுக்கு அது போதவில்லை. இன்னும் இதைச் சொல்லியிருக்கலாம், அதைச் சொல்லியிருக்கலாம் என்று இன்றைய ஆராய்ச்சித் தேவை எதிர்பார்க்கிறது. இந்நிலையில் முன்னுரை இல்லாத நூல்கள் ஏமாற்றம் தருவதைத் தவிர்க்க முடியவில்லை. முன்னுரை தேவையில்லை என்று அவர் கருதியிருக்க வாய்ப்பில்லை. எழுத இயலாத சூழல் அமைந்திருக்க வேண்டும். அதைக் குறித்து இன்னும் கவனமாகப் பார்க்க வேண்டும்.

ஒரு முன்னுரையை அவர் எவ்விதம் அமைத்துக்கொண்டிருக்கிறார் என்பதும் முக்கியம். முன்னுரையின் தொடக்கத்தில் ஒன்றோ இரண்டோ செய்யுள்களை மேற்கோள்களாக்குவது அவரது வழக்கம். அவை தேவாரம், திருவாசகம் ஆகியவற்றிலிருந்து எடுக்கப்பட்டிருப்பது பெரும்பான்மை. மேற்கோள் செய்யுளைக் கொடுப்பதும் அவரது தொடக்க காலப் பதிப்புகளில் இல்லை. சீவக சிந்தாமணி, பத்துப்பாட்டு ஆகியவற்றில் இல்லை. சிலப்பதிகார முன்னுரையில்,

சந்தனப் பொதியத் தடவரைச் செந்தமிழ்ப்
பரமா சாரியன் பதங்கள்
சிரமேற் கொள்ளுதுந் திகழ்தரற் பொருட்டே

என்னும் பாடல் மேற்கோளாகிறது. இப்பாடலே பின்னர் ஐங்குறுநூற்றுப் பதிப்பிலும் பதிற்றுப்பத்து பதிப்பிலும் காணப்படுகின்றது. இடையில் பதிப்பித்த புறநானூறு, மணிமேகலை ஆகியவற்றின் முன்னுரையில் பாடல் மேற்கோள் இல்லை. ஐங்குறுநூற்றுக்குப் பின்னான பதிப்பு முன்னுரைகளில் கட்டாயம் மேற்கோள் பாடல்கள் அமைகின்றன. சிவனைப் போற்றும் பாடல்களையே இவ்விதம் அவர் கையாண்டிருக்கின்றார். சிலவற்றில் தமிழைப் போற்றும் பாடல்கள் அல்லது அத்தகைய அடிகளைக் கொண்டவை அமைந்துள்ளன.

ஒரு நூல் பதிப்பு வெளியான சூழலுக்கு ஏற்ற வகையில், அப்போதைய மனநிலைக்கு உகந்தவாறு அவர் பாடல்களைக் கையாண்டிருக்கலாம். இடம் விளங்கா மேற்கோள் தரும் சிரமம் பற்றி அனுபவப்பூர்வமாக அறிந்தவர் அவர். ஆகவே மேற்கோள் பாடல் பற்றிய விவரத்தைக் கொடுத்திருக்கிறார். கொடுக்கப்படாதவையும் உள்ளன. அவை அவராலேயே இயற்றப்பட்டவையாக இருக்கக்கூடும். அது குறித்துத் தெளிவில்லை. முன்னுரையின் இறுதியிலும் சில சமயங்களில் மேற்கோள் காட்டியிருக்கிறார். உ.வே.சா. முன்னுரைகளின் மேற்கோள் செய்யுள் தொகுப்பு ஒன்றை உருவாக்கி அவற்றை விரிவான ஆய்வுக்கு உட்படுத்துவது அது எழுதப்பட்ட அல்லது அப்போதைய வெளியீட்டுச் சூழல் உள்ளிட்ட புரிதலை விரிவாக்கும்.

நூல் பொருள் தொடர்பாக அறிமுகப்படுத்தும் வகையிலான பொதுச் செய்திகள், அந்நூலின் முக்கியத்துவம் அல்லது இடம், நூலைப் பதிப்பிக்கையில் ஏற்பட்ட சிரமங்கள், பதிப்புக்குப் பொருளுதவியும் புலமை உதவியும் செய்தோருக்கு நன்றி, அவையடக்கம் என முன்னுரைகளின் பொது அமைப்பை ஒருவாறு வரிசைப்படுத்தலாம். ஒருநூலுக்கு ஒன்றுக்கு மேற்பட்ட பதிப்புகள் வரும்போது முந்தைய பதிப்பின் முன்னுரையை அப்படியே கொடுத்துவிட்டு இப்பதிப்புக்கான முன்னுரையைப் புதிதாக எழுதும் முறையை அவர் கையாளவில்லை. முந்தைய பதிப்பு முன்னுரையை நீக்கிவிடுகிறார். அப்பதிப்பு தொடர்பான செய்திகளை அதன் முன்னுரையில் கண்டுகொள்ளுமாறு எழுதியுள்ளார். முந்தைய பதிப்பு முன்னுரையில் உள்ள பொதுப்பகுதியை அப்படியே வைத்துக்கொண்டு பதிப்பு சார்ந்த தகவல் தரும் பகுதியில் மட்டும் மாற்றங்கள் செய்கிறார். ஆகவேதான் கூறியது கூறல் நேர்ந்தபோதும் ஒரு நூலுக்கான எல்லாப் பதிப்பு முன்னுரைகளும் நமக்கு அவசியமாகின்றன. பாட வேறுபாடுகள், கிடைத்த ஏடுகள், பொருளுதவி செய்தோர், பதிப்புதவி செய்தோர் எனக் கூடுதல் தகவல்கள் சேர்ந்து முன்னுரைகளை விரிவுபடுத்தியுள்ளன.

அந்நூல் பதிப்பு தொடர்பான அவரது அனுபவ விவரணை சில முன்னுரைகளில் அமைந்து பெரிதும் சுவை தரும் அரிய தருணங்களும் நேர்கின்றன. பத்துப்பாட்டு

முன்னுரையில் உரையிலிருந்து மூலத்தைக் கண்டுபிடித்து எழுதிய அனுபவம் பற்றி ஒரு பத்தி எழுதியுள்ளார். அவர் பட்ட சிரமத்தைத் துல்லியமாகத் தெரிவிக்கும் எழுத்துமுறை. புறநானூற்று முன்னுரையில் சுப்பிரமணிய தேசிகர் கொடுத்த மூன்று சுவடிகள் பற்றிய விவரணை ஒன்றுள்ளது. சிலப்பதிகார முன்னுரையில் அந்நூலுக்கு ஏடு தேடிய அனுபவம் பதிவாகியுள்ளது. கச்சியப்ப முனிவர் இயற்றிய 'வண்டு விடு தூது' நூலின் முன்னுரையில் அவரது ஆசிரியர் பாடம் சொல்லியதைப் பற்றிய ஒரு பதிவு காணப்படுகின்றது. இவ்வாறு சொல்லப்பட்டிருக்கும் அனுபவங்களில் பல 'என் சரித்திரம்' உள்ளிட்ட அவருடைய நூல்கள் எதிலும் காண இயலாதவை.

இம்முன்னுரைகளில் உள்ள பொதுச்செய்திகள் தமிழ் இலக்கியப் பரப்பைக் கற்க விரும்புவோர்க்கு கையில் உள்ள கருவியெனப் பயன்தரத்தக்கவை. செறிவானதும் எளிமையானதுமான வரையறைகள் பலவற்றை அவர் முன்னுரைகள் கொண்டுள்ளன. 'ஆற்றுப்படை யென்பது ஒருவர் ஒரு கொடையாளியின்பால் தாம் பெற்ற பெருஞ்செல்வத்தை எதிர்வந்த வறியோர்க்கு அறிவுறுத்தி அவரும் அங்கே சென்று தாம் பெற்றவை யெல்லாம் பெறுமாறு வழிப்படுத்தல்' என்று எழுதியுள்ளார். அகம், புறம் ஆகியவற்றுக்கு அவர் எழுதியுள்ள வரையறைகளும் இத்தகையவை. தமிழ் இலக்கண மரபை நன்கு உள்வாங்கிக்கொண்டு சாரத்தை வெளிப்படுத்தும் வகையிலானவை இவை.

அவர் பதிப்பித்த நூல் பட்டியலைக் காணும்போது சங்க இலக்கியங்களையும் காப்பியங்களையும் பதிப்பித்தவர் சாதாரணமான புராணங்களையும் சிற்றிலக்கியங்களையும் பதிப்பிக்க ஏன் முனைந்தார் என்று தோன்றுவதுண்டு. அந்நேரத்தைச் சிறந்த நூல் ஒன்றைப் பதிப்பிக்கச் செலவிட்டிருக்கலாமே என்றும் எண்ணம் வரும். அகநானூற்றைப் பதிப்பிக்க எண்ணியுள்ளார். கம்பராமாயணத்தைப் பதிப்பிக்கும் எண்ணமும் இருந்துள்ளது. இம்முன்னுரைகளை வாசிக்கும்போது சாதாரண நூல்களைப் பதிப்பிக்க அவர் நேரம் செலவிட அவசியம் நேர்ந்துள்ளது எனப் புரிகிறது. அவர் நபர்களையும் மரபான நிறுவனங்களையுமே சார்ந்து தம் பணிகளைச் செய்ய முடிந்தது. அச்செயல்பாட்டில் ஒருவரின் வேண்டுகோளை ஏற்று அதற்காக ஒரு சாதாரண நூலைப் பதிப்பிக்க நேர்ந்திருக்கிறது. அத்தகைய நூல்களிலும் அவரது புலமைத் திறம் வெளிப்பட்டுள்ளது. கற்போருக்கு வெளிச்சம் தரும் புதிய செய்திகள் முன்னுரையில் காணப்படுகின்றன.

சில நூல்கள் அவர் பதிப்பித்தமையால் மதிப்புப் பெறுகின்றன. அவரது முன்னுரையே அந்நூலுக்கான இருப்பை உறுதிசெய்கிறது. கால ஓட்டத்தில் கழன்று விழுந்திருக்க வேண்டிய சருகுகளான நூல்களை முன்னுரையே நிலைக்கச் செய்திருக்கிறது. அவருக்கு நூல்களுக்கு இடையேயான தர வேறுபாட்டுணர்வு இருந்ததெனினும் தமிழில் எழுதப்பட்ட ஒவ்வொரு நூலும் அவருக்கு விருப்பமானதே. எதை எடுத்தாலும் தம் உழைப்பை வழங்கத் தயங்கியதில்லை. கொட்டையூர் சிவக்கொழுந்து தேசிகர் இயற்றிய பிரபந்தங்களைப் பதிப்பித்திருக்கிறார். கோடீச்சுரக் கோவை நூல் முதலில் அமைந்துள்ளது. நூல் பகுதி குறைவான பக்கங்களையே கொண்டது. அவர் எழுதியுள்ள முகவுரையும் நூலாசிரியர் வரலாறும் நூன்முகமும் பொருட்டொடர்பும் ஆராய்ச்சியும் சேர்ந்து பெரும்பகுதி விளங்குகிறது. அவை சாதாரணமாகக் கடந்துவிடக் கூடியவை அல்ல. கற்கும் உள்ளம் இருப்பார்க்குப் பல திறப்புகளை வழங்குபவை.

இம்முன்னுரைகள் பலவகை வரலாற்றுக்கும் பெரிதும் உதவுபவை. தமிழ் நூல்களின் பதிப்பு வரலாறு முறையாக எழுதப்பட இவற்றில் பல தரவுகள் உள்ளன. ஏடுகளின் குடிவழி அறிவதற்கு அவர் ஏடு தேடிய இடங்கள், குடும்பங்கள், புலமை மரபினர் பற்றிய பல்வேறு தகவல்கள் சான்றாகும். பதிப்பை உருவாக்கவும் அதை அடுத்தடுத்து மேம்படுத்தவும் அவர் கையாளும் முறைகள், அவற்றைக் கற்றுக்கொண்ட செயல்கள், நாடிய உதவிகள், பின்னிணைப்புகளின் அருமையை உணர்ந்த பாங்கு, ஆராய்ச்சிக் குறிப்புகளைப் பதிப்பாசிரியர் கொடுப்பதில் உள்ள எல்லை ஆகியவற்றைக் கண்டறியலாம். தமிழ் நூல் பதிப்புகளுக்கென உள்ள தனித்தன்மைகளை விரிவாக இவை கொண்டிருக்கின்றன. ஒரு நூலின் முன்னுரையில் அடுத்து அவர் பதிப்பிக்க உள்ள நூல் பற்றிய விவரத்தை வெளிப்படுத்துவது உண்டு. அதன் தேவையும் அப்படிப்பட்ட பதிப்பு மரபு ஒன்றையே அவர் உருவாக்கியமையும் முக்கியமானவை.

அகநானூற்றைப் பதிப்பிக்க அவர் திட்டமிட்டிருந்தமை போல அங்கங்கே அவர் சொல்லிச் செல்லும் எதிர்காலத் திட்டங்கள் பற்றிய தகவல்களும் பதிப்பு வரலாற்றுக்கு ஆதாரமானவை. பாட வேறுபாடுகள் குறித்த ஆய்வுகளுக்கும் இவை உதவும். தம் முன்னுரைகளில் பாட வேறுபாடுகள் பற்றிக் குறைவாகவே அவர் பேசியுள்ளார். மிகச் சில சான்றுகளையே எடுத்துக் காட்டுகின்றார். பாட வேறுபாட்டு ஆய்வில் அவர் பெரிதும் ஈடுபட்டவர் என்பதை ஒரு நூலைப் பதிப்பிக்கும் முறை பற்றி அவர் எழுதுவதிலிருந்தே அறியலாம். ஆனால் அவை பெரிதாகப் பதிவாகவில்லை. எனினும் கிடைத்திருக்கும் குறிப்புகள் முக்கியமானவை. அவர் எடுத்தாளும் செய்யுள்கள் பாட வேறுபாட்டு ஆய்வு மூலம் திருந்தியமையை அறிய முடிகிறது. 'நற்றிணை நல்ல குறுந்தொகை' என எட்டுத்தொகையைப் பட்டியலிடும் பாடலில் மூன்றாமடியைக் 'கற்றறிந்தார் சொல்லுங் கலி' என்றே தொடக்கத்தில் பாடம் கொண்டுள்ளார். பின்னர் அது 'கற்றறிந்தார் ஏத்துங் கலி' எனத் திருத்தம் பெற்றுள்ளது. புறநானூற்று உரையில் மேற்கோளாக வரும் இரண்டடிகளைப் பின்னர் 'தமிழ் நெறி விளக்க' மேற்கோள் பாடல் அது என்று கண்டறிகிறார். அதன்பின் அது திருத்தமான பாடம் பெற்றுள்ளது. இதுபோல இன்னும் நுட்பமாகக் காண்பது பதிப்பு வரலாற்றைத் துலங்கச் செய்யும்.

இலக்கிய வரலாற்றுத் தெளிவுகளுக்கும் இம்முன்னுரைகள் இடமாகும். இன்றைய இலக்கிய வரலாறுகள் ஒன்றைப் பார்த்து அப்படியே பிரதி செய்து எழுதப்படுபவை. ஒருவர் தவறாக ஒன்றைச் சொல்லியிருந்தால் அதுவே எல்லாவற்றிலும் தொடரும். சிலப்பதிகார ஏடு தேடித் திருநெல்வேலி அம்பாசமுத்திரத்திற்குச் சென்றபோது அங்கு நடந்த ஒரு சம்பவத்தை 'என் சரித்திரம்' கீழ்வருமாறு விவரிக்கும்.

நான் 'சிலப்பதிகாரம் வேண்டும்' என்றேன். 'சிறப்பதிகாரமாய் இருக்கும்' என்று அழுத்தமாகச் சொன்னார். 'சிறப்பதிகாரமல்ல; சிலப்பதிகாரம்' என்று நான் இடைமறித்துச் சொன்னேன். 'சிறப்பதிகார மென்றுதான் சொல்ல வேண்டும்; நீங்கள் சிறுபிள்ளை; உங்களுக்குத் தெரியாது' என்று கவிராயர் கூறியபோது....

சிலப்பதிகாரத்தைச் சிறப்பதிகாரம் என்று தவறாகச் சொல்லிய ஒருவரைப் பற்றிய செய்தி இது. அக்காலத்தில் சிலப்பதிகாரத்தின் பெயர்கூடச் சரிவர

அறியப்படவில்லை என்பதைக் காட்டும் சான்று இது. இந்தச் செய்தி இன்றைய இலக்கிய வரலாறுகளில் இடம்பெறும் விதம் இப்படி: 'டாக்டர் உ.வே.சா. இதனைச் சிலப்பதிகாரம் என்பதைவிடச் சிறப்பதிகாரம் எனச் சாற்றலே ஏற்றது என்கிறார்.' (மது.ச. விமலானந்தன், ப. 90) இந்த இலக்கிய வரலாற்றைப் பின்பற்றி எழுதப்பட்டுள்ள பல இலக்கிய வரலாறுகளில் இப்படித்தான் காணப்படுகின்றது.

குறுந்தொகை முன்னுரையில் சுவடிகளில் 'இத்தொகை முடித்தான் பூரிக்கோ' என்று எழுதப்பட்டிருப்பதைச் சுட்டி இந்நூலைத் தொகுத்தவர் பூரிக்கோ என்பதைக் காட்டும் வகையில் 'இத்தொகையைத் தொகுப்பித்தார் இன்னாரெனத் தெரியவில்லை' என்று எழுதியுள்ளார். ஆனால் இலக்கிய வரலாறுகளில் 'குறுந்தொகையைத் தொகுப்பித்தோன் பூரிக்கோ' என்று காணப்படுகின்றது. கோ என்பதை அரசன் எனக் கருதி அவன் தொகுப்பித்தோனாகத்தான் இருக்க வேண்டும் என்று முடிவு செய்துவிட்டார்கள் போலும். இலக்கிய வரலாறுகளில் குமரகுருபரர் எழுதியனவாக மீனாட்சியம்மை குறம், மீனாட்சியம்மை இரட்டை மணிமாலை, சிவகாமியம்மை இரட்டை மணிமாலை ஆகியவையும் கொடுக்கப்பட்டுள்ளன. குமரகுருபரரின் பிரபந்தத் திரட்டைப் பதிப்பித்த உ.வே.சா. அவற்றைப் பின்னிணைப்பாகக் கொடுத்திருக்கிறார். அத்தோடு அவை குமரகுருபரர் எழுதியவை அல்ல என்பதற்குரிய காரணங்களையும் சொல்லி மறுக்கிறார். ஆனால் இலக்கிய வரலாறுகளுக்கு எந்தச் சந்தேகமும் இல்லை. இவ்விதம் இலக்கிய வரலாறுகளில் காணப்படும் சாதாரணத் தகவல் பிழைகள் முதற்கொண்டு திருந்துவதற்கு இம்முன்னுரைகள் வழி செய்யும்.

அவர் தம் முன்னுரைகளில் பல்வேறு ஆராய்ச்சிக் குறிப்புகளையும் விட்டுச் சென்றிருக்கிறார். ஒரு நூலின் காலம் பற்றிய கருத்து, நூலாசிரியர் பற்றிய செய்திகள், உரையாசிரிர் வரலாறு என அவர் பதிவாக்கியுள்ள கருத்துக்களை இலக்கிய வரலாறு எழுதுவோர் நேரடியாகப் பார்த்தால் இன்னும் எத்தனையோ திருத்தங்கள் நேரும். செறிவுடனும் விரிவாகவும் தகவல்களைத் தரும் பாங்கு உருவாகும். இலக்கிய வரலாறு என்பது தகவல் தரும் விஷயமாகவே கருதப்படுகிறது. அதைத் தாண்டி ஓர் இலக்கியத்திற்கும் சமூக அசைவியக்கத்திற்கும் உள்ள தொடர்பு பற்றியதாக இலக்கிய வரலாற்றை ஒருவர் உருவாக்க முனைவாரேயானால் அவருக்கு வற்றாத சுரபியாக இம்முன்னுரைகள் எவ்வளவோ கொடுக்கும். அந்நிலையில் ஒரு ஆதாரத் தரவுத் தொகுப்பாகும் தன்மை இதற்குள்ளது.

தமிழ்ச் சமூக வரலாற்றிற்கு இவற்றின் பங்களிப்பு முக்கியமானதாக விளங்கும். உ.வே.சா. எழுதியுள்ள உரைநடை நூல்கள் தரும் தகவல்களைச் சமூக வரலாற்றுக்குப் பயன்படுத்திக்கொள்ளும் நிலை ஏற்கெனவே உள்ளது. பத்தொன்பதாம் நூற்றாண்டுச் சமூக வரலாற்றிற்கு அவரது உரைநடை நூல்கள் வழங்கியுள்ள தரவுகளுக்குக் கொஞ்சமும் குறைவில்லாமல் இம்முன்னுரைகளும் கொண்டுள்ளன. இதுவரை இவை தொகுப்பாகாத காரணத்தால் அந்தந்த நூல்களை வாசிப்போர் மட்டும் முன்னுரையைப் படிக்கும் நிலை இருந்தது. ஒருசேரத் தொகுப்பதன் வழி அவற்றிற்கு ஆவணத்தன்மை கிடைக்கிறது. இம்முன்னுரைகளில் மடங்கள் உள்ளிட்ட அன்றைய சமய நிறுவனங்களின் செயல்பாடுகள், விதவிதமான மனிதர்கள், பழக்க வழக்கங்கள், சமூகப் படிநிலைகள், உறவுமுறைகள் எனப் பல்வேறு கூறுகள் அடங்கியிருக்கின்றன.

'என் சரித்திரம்' முழுமை பெறவில்லை. அதன் பிற்பகுதியை இம்முன்னுரைகள் ஓரளவு நிறைவு செய்யும் ஆற்றல் பெற்றிருக்கின்றன. 'பெருங்கதை' முன்னுரையை இதற்கு உதாரணமாகச் சொல்லலாம். பெருங்கதை ஏடு தேடிய வரலாறு அதில் விரிவாகப் பதிவாகியுள்ளது. பெருங்கதையைப் பற்றி நிலவிய எண்ணங்கள், பிரதியைக் கவர்ந்துகொள்ளச் சிலர் செய்த சூழ்ச்சிகள், கையெழுத்துப் பிரதி காணாமல் போன நிலை எனப் பல சம்பவங்கள் இதில் காணப்படுகின்றன. 'இப்படியே இன்னும் இந்நூலின் சம்பந்தமாக நிகழ்ந்த செய்திகளை எடுத்து எழுதுவதென்றால் அதுவும் ஒரு பெருங்கதையாகும்' என்று அப்பகுதியை முடிக்கிறார். இத்தகைய பகுதிகள் பலவாக முன்னுரைகளில் விரவியுள்ளன.

உ.வே.சா. பதிப்பாசிரியர் மட்டுமல்ல. பல்வேறு கட்டுரைகளையும் உரைநடை நூல்களையும் எழுதியவர். நூல்களாகவும் முன்னுரைகளாகவும் ஆராய்ச்சிக் குறிப்புக்களாகவும் அவர் உரைநடையில் எழுதியவை அனைத்தையும் தொகுத்துப் பார்த்தால் கிட்டத்தட்டப் பத்தாயிரம் பக்கங்கள் வரை வரலாம். உரைநடை வரலாற்றிற்கு அவரது எழுத்துக்கள் இன்னும் பயன்படுத்தாத பெருஞ்சான்று. எவ்விஷயத்தையும் வாசிப்போர் நோக்கிலிருந்து கருதி எழுதும் இயல்பை அவர் பெற்றிருந்தார். ஆகவே எளிய தொடர்களையும் சொற்களையும் அவர் கையாண்டார். அவரது சமகால அறிஞர்களின் எழுத்துக்களோடு ஒப்பிட்டால் கிட்டத்தட்டப் புனைவிலக்கியத்தின் அம்சங்கள் நிறைந்த எழுத்தாக அவருடையது இருப்பதை அறியலாம். அதனால்தான் அவர் எழுதிய கட்டுரைகள் சில கதைகள் என்று கொள்ளப்பட்டுள்ளன. உரைநடையின் இயல்பையும் ஆற்றலையும் வெகுவாக உணர்ந்திருந்தவர் அவர். புலமை மரபில் கற்று வந்த அவர், பத்தொன்பதாம் நூற்றாண்டுப் பெரும்புலமையாளர்களோடு நெருங்கிய தொடர்பும் அவர்கள் மீது பற்றும் கொண்டிருந்தவர். குருகுலவாச முறையில் கற்றுத் தேர்ந்து ஆயிரக்கணக்கான செய்யுள்களை மனனம் செய்திருந்தவர். செய்யுளிலேயே பேசவும் எழுதவுமான சூழலில் இயங்கியவர். ஆனால் காலத்தின் இயல்பை அறிந்து உரைநடையின் தேவையையும் பயன்பாட்டையும் உள்வாங்கிச் செயல்பட்டிருக்கிறார்.

செய்யுள் நூல் ஒன்றைத் தாம் பதிப்பித்த போதும் உரைநடையில் புழங்கும் காலத்தவர்க்கு இதைச் செப்பனிட்டு வழங்குகிறோம் என்னும் தெளிவு அவருக்கு இருந்தது. ஆகவே முன்னுரை முதலியவற்றை அந்நோக்கில் உருவாக்கியிருக்கிறார். அவரது உரைநடையின் இயல்பு, அதில் ஏற்பட்ட வளர்ச்சி மாற்றங்கள் ஆகியவற்றையும் இணைத்து ஆராய்வது உரைநடை வரலாற்றிற்குப் பெரிதும் பயன்படும். அவர் முதலில் பதிப்பித்த நூலுக்கு எழுதிய 'வேணுவனலிங்க சுவாமிகள் சரித்திரச் சுருக்கம்' என்னும் பகுதியே அவர் எழுதிய முதல் உரைநடையாக நமக்குக் கிடைக்கின்றது. அதில் வினையெச்சங்களைப் பயன்படுத்தி நீண்ட தொடரை அமைத்து எழுதியிருப்பதால் ஒரு தொடரே ஒரு பத்தியளவு அமைந்திருக்கிறது. ஆனால் பொருளைப் புரிந்துகொள்வதில் எந்தச் சிக்கலும் அற்ற உரைநடை. அதிலேயே சிறிய தொடர்களும் காணப்படுகின்றன. ஒரு விஷயத்தை உள்ளத்தில் கட்டி எழுப்பிய பின் அதைப் படிப்படியாக விவரித்து எழுத்தாக்கும் திறம் அதிலேயே உள்ளது.

செய்யுளுக்குரிய புணர்ச்சி அம்சங்கள் கொஞ்சம் தூக்கலாக இருக்கின்றன. 'ஞானதேசிகரது திருவுருவை நாடோறும் பூசாகாலங்களிற் றுதிசெய்ய',

‘மஹாசந்நிதானத்தின் றிருவுள்ள மகிழ்ச்சி’, ‘திருவருட் குறிப்பின்வழி யொழுகி ஞானதேசிகர் திருவுள்ளத்திற் றோன்றும் யாதானு மொன்றினைக் கட்டளையிட் டருளுமுன்பே தாங் குறிப்பிற் றெரிந்து’ எனப் பல சான்றுகளைக் காட்டலாம். அதே சமயம் ‘அவ்வவர் பெயரும் பாடல்களுந் தனித்தனி இப்புத்தகத்துட் காட்டப்படும்’, ‘அது பற்றியும் மேற்கூறிய வித்வான்கள் அதனைச் சிறப்பித்துத் தனித்தனி பாடல்கள் இயற்றி அரங்கேற்றினார்கள்’ என நெகிழ்புணர்ச்சித் தொடர்களும் உள்ளன. அவரது இறுதிக் காலத்தில் 1941இல் வெளியிட்ட பதிற்றுப்பத்து மூன்றாம் பதிப்பு முன்னுரையை இதனோடு ஒப்பிட்டுக் கண்டால் அவரது உரைநடை பயணப்பட்டு அடைந்திருக்கும் உச்சநிலையை அறியலாம். நீண்ட தொடர்களும் சிறுதொடர்களும் கலந்த நடையே அது எனினும் நவீன மொழியை அவர் கைப்பற்றியமைக்குச் சான்றாகத் திகழ்கிறது. உரைநடைக்கு அவசியமான புணர்ச்சிகளை அன்றி செய்யுள் புணர்ச்சி மரபை அவர் கைவிட்டு இயல்பாகக் கடந்து வந்திருக்கிறார். அவரது பயணம் தனிப்பட்டது மட்டுமல்ல, அக்காலத்தில் வளர்ச்சியடைந்த நவீன இலக்கியங்கள், பத்திரிகைகள் ஆகியவற்றோடு இணைந்த பயணம் அது.

ஓரளவு ஈடுபாடுள்ள நவீன வாசகருக்கும் இம்முன்னுரைகள் உவப்பானவையாகவே விளங்கும். இன்று மிகச் சாதாரணமாகப் புழங்கும் சங்க இலக்கியம், காப்பியங்கள், புராணங்கள் ஆகியவற்றின் பெயர்களுக்குப் பின்னணியாக எவ்வளவு விஷயங்கள் இருக்கின்றன என்பதை அறியும் ஒற்றை ஆர்வம் இதற்குள் நுழையப் போதுமானது. நம் மொழியின் மரபுப் பெருமை பற்றி அறிய இதனை வாசித்தலே போதுமானது. மேற்கொண்டு கற்கவும் இது துணை செய்யும். பழந்தமிழ் இலக்கியம் கற்க எங்கும் செல்ல வேண்டியதில்லை. இம்முன்னுரைகளின் நுனியைப் பற்றிச் சென்றால் அது கொண்டு சேர்க்கும் இடம் பெரும்வனப் பரப்பாக விளங்கும். நம்மை அறியாமல் அதற்குள் பயணப்பட்டுக்கொண்டிருப்போம். தகவல்களாகவும் கதைகளாகவும் ஆராய்ச்சிக் குறிப்புக்களாகவும் மனநிலை வெளிப்பாடுகளாகவும் என விதவிதக் கோலம் காட்டும் தன்மை கொண்ட இதனுள் பயணம் செய்வது பேரனுபவமாக அமையும்.

இத்தொகுப்பு இவ்விதம் பல்நோக்குப் பயன்தரத்தக்கது. ஆகவே இது ஒரு அரிய நிகழ்வாக விளங்குகிறது. இந்நிகழ்வைத் தமிழ்ச் சூழல் மௌனத்தால் கடந்துவிடக் கூடாது. பல்வேறு வகையிலும் இதன் பயனைத் துய்க்க வேண்டும்.

உ.வே.சாமிநாதையரின் எழுத்துக்களை வாசித்தும் பதிப்புகளைப் பயன்படுத்தியும் அவரைத் தொடர்ந்து கற்கும் முறைப்பாட்டில் ஈடுபட்டிருப்பவன் நான். அவரது ‘என் சரித்திரம்’, ‘மீனாட்சிசுந்தரம் பிள்ளையவர்கள் சரித்திரம்’ ஆகியவற்றை வாசித்திருந்தால் போதும் என்பதை முன்னிபந்தனையாகக் கொண்டு ஒருவரை முறையாகத் தமிழ் கற்றவராக ஏற்றுக்கொள்ளலாம் என்னும் எண்ணம் எனக்கு உருவாகிப் பலகாலமாயிற்று. வாசிப்பு உட்பட எதிலாவது எனக்குச் சோர்வு தோன்றுமானால் அதைப் போக்கும் அருமருந்தாக உ.வே.சாவின் எழுத்துக்களையே தேர்ந்தெடுப்பது வழக்கம். பலமுறை வாசித்திருந்தாலும் அத்தகைய சமயங்களில் கைக்குக் கிடைக்கும் அவரது உரைநடை நூல் எதையேனும் எடுத்து எந்தப்

பக்கத்தையாவது பிரித்து வாசிக்க ஆரம்பித்துவிடுவேன். எல்லாவிடத்தும் சுவை நிரம்பிக் கிடக்கும் எழுத்து அது.

பதிப்பியலைக் கற்றுக்கொள்ளும் முறைப்பாட்டில் இன்னும்இன்னும் என்று அவாவிய உள்ளம் உ.வே.சாவின் முன்னுரைகள் அனைத்தும் ஒரே இடத்தில் கிடைத்தால் எப்படி இருக்கும் என்னும் கற்பனைக்குத் தாவிற்று. ஒரு நூலின் மூன்று பதிப்புகளை அவர் காலத்தில் வெளியிட்டிருப்பாரானால் அம்மூன்று பதிப்பு முன்னுரையையும் ஒருசேரப் படிக்க வேண்டும். அவர் பதிப்பித்த எத்தனையோ நூல்கள் இன்று கிடைப்பதற்கரிதாகி விட்டன. அவற்றின் முன்னுரைகளையாவது காண வேண்டும். இவ்விதமாகத் தோன்றிய என் எண்ணங்களுக்கு வடிவம் கொடுக்க நானேதான் செயலில் இறங்க வேண்டும் என்னும் நிலையை உணர்ந்து என் எதிர்காலத் திட்டங்களில் ஒன்றாக 'உ.வே.சா. முன்னுரைகள் தொகுப்பு' என்பதையும் கொண்டு ஒரு மூலையில் போட்டு வைத்திருந்தேன். அது மிகப் பெரிய பணி. பல நூலகங்களுக்குச் செல்லுதல், பல நூல்களைத் தேடுதல், அவற்றைப் படி எடுத்தல், முறைப்படுத்தல், தொகுத்தல், மெய்ப்புப் பார்த்தல் என அதில் எவ்வளவோ வேலைகள் இருக்கின்றன. அப்படி ஒரு தொகுப்பைக் கற்பனை செய்துகொள்வதில் இருக்கும் சுகம், அப்பணியில் உள்ள இடர்ப்பாடுகளை நினைக்கையில் கலைந்து பெருஞ்சோர்வு தோன்றிவிடும்.

இந்நிலையில் ஆ.இரா.வேங்கடாசலபதியிடம் ஒருமுறை பேசிக் கொண்டிருந்தபோது ப. சரவணன் பற்றிப் பேச்சு வந்தது. 'அவருக்கு ஏதாவது வேலை கொடுங்கள். இல்லாவிட்டால் எதற்காவது உரையெழுதப் போய்விடுவார்' என்று சொன்னார் சலபதி. நகைச்சுவையாக மட்டுமல்லாமல் அவர் எண்ணத்தையும் சேர்த்தே சொன்னதாகக் கருதினேன். எனக்கும் அதே அபிப்ராயம்தான். ஏற்கெனவே பல உரைகள் இருக்கின்றன எனினும் இன்றைய நோக்கிலான புத்துரைகளும் தேவைப்படுகின்றன. ஆனால் ப. சரவணன் அதற்கான ஆள் அல்ல. தொகுப்பு, பதிப்பு ஆகியவற்றில் பேரார்வமும் அளவற்ற உழைப்பும் உடையவர் அவர். 'அருட்பா மருட்பா கண்டனத் திரட்டு' என்னும் மதிப்புறு ஆவணத்தைத் தமிழ்ச் சமூகத்திற்கு வழங்கியவர். அந்நூலை அடிப்படையாகக் கொண்டு எத்தனையோ ஆய்வுகளைச் செய்யலாம். தமிழ்ச் சமூகம் விளக்கமுற அதில் பல வெளிச்சங்கள் உள்ளன. சலபதி என்னிடம் சரவணனைப் பற்றிச் சொன்னபோது ரசித்துச் சிரித்தேன். எனினும் என் உள்ளத்தில் அவரை என்ன வேலையில் ஈடுபடுத்தலாம் என்று ஓடிக்கொண்டே இருந்தது.

சரவணனை நினைக்குந்தோறும் நாட்டுப்புறக் கதையில் வரும் வேலை செய்யும் பூதத்தின் சித்திரம் என்னுள் வரும். எந்த வேலையை எடுத்தாலும் ஒரு கணத்தில் முடித்துவிட்டு அடுத்த வேலைக்காகக் காத்து நிற்கும் பூதம். மணலை எண்ணும் வேலையையோ மயிர் பிளக்கும் வேலையையோ சொல்லி அவரது நேரத்தையும் வாழ்நாளையும் வீணடிக்க விரும்பவில்லை. அவருடைய மதிப்புறு உழைப்புக்கு ஏற்றதாகவும் பயன்தரு பணியாகவும் இருக்க வேண்டும். உ.வே.சா. போன்ற பேராளுமைதான் அவருக்குப் பொருத்தம் எனத் தோன்றிற்று. 'கு.ரா. இளம் படைப்பாளிகளுக்கான விரு'தைப் பெற அவர் நாகர்கோவிலுக்கு வந்திருந்தபோது உ.வே.சா. முன்னுரைகள் குறித்த என் எண்ணத்தைச் சொல்லிச் செய்ய முடியுமா என்று கேட்டேன். முதலில் தயக்கம் காட்டிய அவரை சென்னையில்

மீண்டும் சந்தித்தபோது இது குறித்து வற்புறுத்தினேன். அவர் ஆர்வத்துடன் 'செய்கிறேன்' என்றார். முன்னுரைத் தொகுப்பு எப்படி எல்லாம் இருக்க வேண்டும், அது எவ்விதமெல்லாம் பயன்படும் எனப் பேசினோம். அவருக்குள் உ.வே.சா. முன்னுரைகள் நூல் வடிவில் விரிவதைப் பேச்சு உணர்த்தியது. மேலும் மேலும் அதைப் பற்றிப் பேச அவருக்கு ஆர்வம் கூடிக்கொண்டே இருந்ததை அறிந்து மகிழ்ந்தேன். நான் ஊருக்குத் திரும்பிவிட்டேன். ஒரு வாரம் கழித்து அவரிடமிருந்து அழைப்பு. என்னிடம் பேசியதும் அடுத்த நாளே வேலையைத் தொடங்கியிருக்கிறார். எந்த அளவு நடந்திருக்கிறது என்றும் தெரிவித்தார். அவரது வேகம் வியப்பூட்டுவதாக இருந்தாலும் குறைந்தது மூன்று முதல் ஐந்து ஆண்டுகள் இதற்காகச் செலவழிக்க வேண்டியிருக்கும் என்று நினைத்தேன். நான் செய்வதாக இருந்தால் பத்து ஆண்டுகள்கூட ஆகலாம். ஆனால் ஆறே மாதத்தில் பெருமளவு வேலையை முடித்துவிட்டார். இத்தனைக்கும் அவருக்கு என்னால் பெரிய உதவி எதையும் செய்ய முடியவில்லை. கண்ணன் வழியாகப் பொருளாதாரம் சார்ந்த சிற்றுதவிகளே அவருக்குக் கிட்டின. கணியச்சு செய்தல், மெய்ப்புப் பார்த்தல் எனத் தேடலுக்கு இடையே இந்த வேலைகளும் ஒருபக்கம் நடந்தன. ஒரே ஆண்டில் என் கனவைச் சரவணன் சாத்தியமாக்கிக் கண்ணுக்கு முன்னால் பருப்பொருளாக வைத்திருக்கிறார். எந்தவிதத்திலும் மிகைப்படுத்தவில்லை. பற்றிய தீ பரவிவிட்டது. அசுர உழைப்பு.

வெறும் தொகுப்பால் மட்டும் ஒரு நூலின் பதிப்பு நிறைவு பெற்றுவிடுவதில்லை. அதை வாசகருக்கு வழங்கும் முறையே முக்கியமானது. முன்னுரைகளில் அக்காலக் குறியீடுகள் பல வருகின்றன. அவற்றை மெனக்கெட்டு அப்படியே தந்திருக்கிறார். பாடல்களை எல்லாம் சீர் பிரித்துப் பிழையின்றிப் பலமுறை சரிபார்த்திருக்கிறார். பதிப்புகளின் முதல் பக்கத்தை நகல் வடிவிலும் அச்சு வடிவிலுமாக இருமுறை கொடுத்துள்ளார். முன்னுரையின் சுயம் கெடாத வகையில் அமைப்பு முறையைப் பின்பற்றியிருக்கிறார். முன்னுரைகளை இலக்கிய வகைமை அடிப்படையிலும் கால வரிசையிலும் வகைப்படுத்தி வைத்திருக்கிறார். அனேகமாக உ.வே.சாவின் முன்னுரைகள் அனைத்தையும் கண்டுபிடித்திருக்கிறார். எதுவும் விடுபட்டிருக்க வாய்ப்பில்லை. முன்னுரை இல்லாத நூல் எனினும் அதன் விவரத்தைக் கொடுத்திருக்கிறார். ஆய்வாளர்களும் வாசகர்களும் பயன்படுத்தும் வகையில் நூலின் பகுப்பும் வழங்கிய விதமும் அமைந்திருக்கின்றன.

ப. சரவணனை உச்சிமேல் வைத்துக் கொண்டாடத் தோன்றுகிறது. அவர் இப்பதிப்பிலும் இன்னும் அடுத்தடுத்துச் செய்ய வேலையிருக்கிறது. உ.வே.சா. முன்னுரையின் தொடக்கத்திலும் முடிவிலும் அங்கங்கே செய்யுள்களை மேற்கோள் காட்டுவார். அவற்றில் பல இடம் விளங்கா மேற்கோள்கள். இடம் விளங்கச் செய்வது சாதாரணமல்ல. நீண்ட காலம் ஆகும். ஒவ்வொன்றாக இடம் விளங்கச் செய்வார் சரவணன். அவற்றில் பல பாடல்களுக்குப் பொருளும் தேவைப்படுகிறது. இம்முன்னுரைகளில் ஏராளமான நபர்கள் குறிப்பிடப்படுகின்றனர். பிரபலங்களும் புலவர்களும் புரவலர்களும் சாதாரணர்களும் எனப் பலதரப்பட்டோர் பெயர்கள் வருகின்றன. அவர்கள் அனைவரும் தமிழ் இலக்கிய நெடுங்கடலைக் கடக்க விரும்புவோருக்கு உதவியாக ஒரு கை மணலையாவது அள்ளிப்போட்ட பரோபகாரிகள். அவர்களில் பலரைப் பற்றித் தம்மால் முடிந்த அளவு அங்கங்கே தகவல்களைக் கொடுத்துள்ளார் உ.வே.சா. இன்னும் பலரைப் பற்றிய தகவல்களைத் தேடிப்

பிடிக்க வேண்டியிருக்கிறது. அவையும் சரவணன் பொறுப்புத்தான். உடனடியாகச் செய்தாக வேண்டிய வேலையைச் சரவணன் முடித்துவிட்டார். காலம் எடுத்தும் தம் புலமையைப் பயன்படுத்தியும் செய்ய அவருக்கு இன்னும் நிறைய இருக்கின்றன.

எதிர்காலத்தில் இவ்விதம் இந்நூல் தொடர்பாக இயங்குவதற்குப் பல களங்கள் உள்ளன. அவரது உரைநடைகளைத் தொகுப்பதிலும் பதிப்பிப்பதிலும் இன்னும் செயல்படப் பல வேலைகள் உள்ளன. அவரது கட்டுரைகள் கால வரிசைப்படி பிழையற்ற பதிப்பாக வெளிவர வேண்டியுள்ளது. நூலாகாத கட்டுரைகள் சில இதழ்களின் பக்கங்களில் கிடக்கக் கூடும். அவற்றையும் தேடிச் சேர்க்க வேண்டும். பதிப்பித்த நூல்களுக்கு எழுதியுள்ள ஆராய்ச்சிக் குறிப்புக்கள், நூல் வரலாறு, நூலாசிரியர் வரலாறு, உரை வரலாறு உள்ளிட்டவையும் தனியாகத் தொகுக்கப்படல் தேவை. அந்தந்த நூல்களைத் தேடி வாசிப்போரும் ஒருசேர அவரது ஆளுமையை உணர்ந்துகொள்ள அவை உதவும். பல பக்கங்கள் வருவதோடு அது ஒரு பெரும்பணி.

ஆனால் உ.வே.சாவின் பணியை நிலைநிறுத்துதல் என்பது தமிழ்ச் சமூகத்தின் இயங்குமுறைகளை அறிதலை நோக்கிய பயணமாகும். அது தொடர்பயணம். ஒரு நூலின் அடுத்தடுத்த பதிப்புகளை மேம்படுத்த பல வேலைகளைச் செய்வார் உ.வே.சா. பிற பணிகளோடு ஒருபக்கம் இதுவும் நடந்துகொண்டிருக்கும். ஒவ்வொரு பதிப்பிலும் பல பக்கங்கள் கூடும். சீவக சிந்தாமணியின் முதல் பதிப்புக்கும் நான்காம் பதிப்புக்கும் இடையே இருநூறு பக்கங்களுக்கு மேல் கூடுதல் இருக்கிறது. எதையும் முடிவுபெற்றது என்று ஒதுக்கிவிடாத பதிப்புக்குணம் அவருக்கிருந்தது. சாதாரணத் தகவல் ஒன்றுக்கும் பெருமதிப்புக் கொடுக்கும் குணம் அவருடையது. அதை வழங்குபவர் சாதாரணவராக இருப்பினும் அணுகுவதிலோ நயந்து கேட்பதிலோ தயங்கியவரல்லர். ஆகவேதான் அடுத்தடுத்த பதிப்புகள் மேன்மை பெற்றுக்கொண்டே வந்துள்ளன. அவரது முன்னுரைப் பதிப்பும் அடுத்தடுத்து இன்னும் மேன்மை பெறும். மேன்மைப்படுத்த சரவணனைத் தவிர யாரே உளர்?

‘எனக்குள்ள பலவகையான குறைகளால் இப்பதிப்பிற் பல பிழைகள் நேர்ந்திருத்தல் கூடும். அவற்றை அன்பர்கள் பொறுத்துக்கொள்வார்களென்று எண்ணுகின்றேன்’, ‘எனக்கு இயல்பாகவுள்ள அறிவின்மையாலும் மறதியாலும் வேலை மிகுதியா லுண்டாகும் அயர்ச்சியாலும் பிற காரணங்களாலும் இப்புத்தகத்தில் பல பிழைகள் இருத்தல் கூடும். அவற்றைத் திருத்திப் படித்துக்கொள்ளும்படி எல்லோரையும் வேண்டுகிறேன்’ என்பன அவரது அவையடக்க வாசகங்கள். புலமையும் ஆற்றலும் செயல்திறனும் உழைப்பும் ஒருங்கே பெற்ற அவரே இவ்விதம் தம்மைக் கருதிக்கொள்கிறார் என்றால் தமிழ் இலக்கியக் கடலுக்கு முன் நின்று காலைத் தூக்கி நீருக்குள் வைக்கத் தயங்கி வேடிக்கை பார்த்து மகிழ்ந்துகொண்டிருக்கும் நான் இந்த முன்னுரைத் தொகுப்புக்கோர் முன்னுரை எழுத நேர்ந்ததை என்னவென்று சொல்வது? ‘ஒன்றுக்கும் பற்றாத சிறியேனை இம்முயற்சியிற் புகுத்தி நடத்தி நிறைவேற்றியருளிய’ சாமிநாதக் கடவுளாகிய சரவணனின் ‘திருவருளை அனவரதமும் சிந்தித்து வந்திக்கின்றேன்.’

நாமக்கல்
02 நவம்பர் 2014

உ.வே.சா.: இறப்பின்றித் துலங்கும் உழைப்புச்சிகரம்

ப. சரவணன்

அழிந்துபோன ஆலயங்களை மறுபடியும் புதுக்கிக் கட்டிப் பிரதிஷ்டை புரிந்தோர், நெடுங்காலமாக நின்றுபோன அன்னசத்திரங்களுக்கு மறுபடியும் உயிரளிப்போர், வறண்டு மண்ணேறிப்போய்க் கிடக்கும் தடாகங்களை மறுபடியும் வெட்டி நலம்புரிவோர் என்னும் பலவகையாரினும், மங்கி மறைந்துபோய்க் கிடக்கும் புராதனப் பெருங்காவியங்களைப் பெருமுயற்சி செய்து திரும்ப உலகத்திற்கு அளிக்கும் பெரியோர்கள் புண்ணியத்திற் குறைந்தவர்களல்லர். உ.வே.சாமிநாதையர் மேற்கூறிய தருமம் புரிந்தவர்.

- மகாகவி பாரதியார் (சக்கரவர்த்தினி, 1906)

பிரித்தானியக் காலனித்துவ ஆட்சியின் விளைவால் நிகழ்ந்த அறிவுப்புரட்சியையும், சமூகப் பொருளதார அரசியல் மாற்றங்களோடு சமயத் தளத்தில் நிகழ்ந்த மாற்றங்களையும், அதனூடாக மக்களின் மனத்தில் உதித்த எழுச்சியையும் ஒட்டுமொத்தமாகச் சேர்த்து 'மறுமலர்ச்சி' என்னும் ஒற்றைச் சொல்லால் குறிப்பது வழக்கம். இந்தியச் சூழலில் இச்சொல்லை வரையறுக்கும் போது, கி.பி. 15, 16ஆம் நூற்றாண்டுகளில் ஐரோப்பாவில் மலர்ந்து மணம் வீசிய கலை இலக்கிய மீட்டுருவாக்கம்போல இது வரையறுக்கப்படவில்லை. தமிழ், சமஸ்கிருதம் முதலிய செம்மொழிகளின் பழம்பெரும் இலக்கியங்களை மீண்டும் மக்களிடையே கொண்டு செல்வதன் மூலம் புத்துயிர் கொடுக்கும் முயற்சியாகவே 'மறுமலர்ச்சி' என்ற சொல் ஆக்கப்பட்டது. ஆக, பழந்தமிழ் இலக்கியங்களைத் தேடிக் கண்டறிந்து அவற்றை வெளியிட்டமையே தமிழ் மறுமலர்ச்சியின் தொடக்கப் புள்ளி எனலாம். இந்தத் தமிழ் மறுமலர்ச்சி என்பது வெறுமனே தமிழ் மொழிக்கும் இலக்கியத்துக்கும் புத்துயிர் அளிப்பதாக மட்டுமன்றித் தமிழ்ப் பண்பாட்டுக் கூறுகளினூடேயும் பின்னிப் பிணைந்திருந்தது.

ஏட்டுச்சுவடிகளின் மூலம் கையெழுத்துப் படிவத்திலேயே அடுத்தடுத்த தலைமுறைகளுக்கு வழங்கப்பட்டுவந்த பண்டைத் தமிழ் இலக்கியங்களைத் திருத்தமுற அச்சுவாகனம் ஏற்றிய பணியே தமிழ் இலக்கிய மறுமலர்ச்சியின் முதற்படிநிலை. அவ்வாறு அச்சுவாகனம் ஏற்றுவதற்குமுன் பதிப்பாசிரியர் ஒருவர் பல்வேறு இடங்களுக்குச் சென்று அலைந்து திரிந்து ஏட்டுச்சுவடிகளை மீட்டுக் கொணர்ந்திட வேண்டும். ஏடுகளை மீட்டுக்கொணர்தல் என்பது 19ஆம் நூற்றாண்டின் நடுக்கூறில்தான் பெரிதும் சாத்தியமாயிற்று. பிரிட்டிஷ் ஆட்சி நிலைபெற்றபின் ஒருசாராருக்கு அமைந்த அமைதியான சமூக வாழ்க்கை, மேலைத்தேயத்துப்

பண்பாட்டின் செல்வாக்கு, கல்விநிலையில் ஏற்பட்ட முன்னேற்றம், அச்சுத்தொழிலில் ஏற்பட்ட அபாரமான வளர்ச்சி, ஜமீன்தார்கள், குட்டிராஜாக்கள் போன்றோரின் ஆதரவு, பிரிட்டிஷ் அரசின் உதவிகள், மேற்கத்தியக் கல்விப் பண்பாட்டுடன் வளர்ந்துவரும் படித்த நடுத்தர மக்களின் வாழ்வியல் முறை என அக்காலத்துச் சூழ்நிலைகள் தமிழ் மறுமலர்ச்சிக்குப் பெரிதும் துணைநின்றன. இதைத்தான் டாக்டர் கால்டுவெல் *(1814-1891)*, "கன்னி நிலம் முதன்முதலாய் உழப்படுகிறது. மண்ணைப் புரட்டிப்போட்டு, வளியும் ஒளியும் ஊடுருவிட, அறிவார்ந்த தத்துவமும் நீதியும் மிகுதியாய் விளையும்" எனக் கணித்தார்.

கால்டுவெல்லின் அந்த எதிர்பார்ப்பை முகவை இராமாநுசக் கவிராயர் *(-1852)*, ஆறுமுக நாவலர் *(1823-1879)*, திருத்தணிகை விசாகப்பெருமாளையர், சரவணப் பெருமாளையர், களத்தூர் வேதகிரி முதலியார் *(1795-1852)*, ட்ரு துரை, ஹென்றி பவர் *(1812-1885)*, கோமளேசுவரன்பேட்டை ராசகோபாலப் பிள்ளை, எழும்பூர் வேங்கடாசல முதலியார், புரசை அட்டாவதானம் சபாபதி முதலியார் *(-1886)* போன்றோர் இயல்வதாக்கினர். என்றாலும் பண்டைத் தமிழ் இலக்கியங்களை முழுப்பொறுப்புடன் முயன்று மீட்டெடுத்தவர்களில் குறிப்பிடத்தக்கவர்களாய் சி.வை. தாமோதரம் பிள்ளையும் *(1832-1901)*, உ.வே. சாமிநாதையருமே *(1855-1942)* அடையாளம் காணப்படுகின்றனர். இதில், சி.வை.தா.வையும் பார்க்க, உ.வே.சா.வின் பணி சற்றுத் தூக்கலாகவே தெரிகிறது. இவ்வாறு கூறுவது, பிள்ளையைத் தாழ்த்தி ஐயரை உயர்த்துவது என்பதாகாது. பிள்ளையின் மறைவுக்குப்பின் பதிப்புலகில் தமக்கு ஒப்பாரும் மிக்காரும் இல்லாமல் ஏறக்குறைய நாற்பதாண்டுக்காலம் ஐயர் வாழ்ந்துவந்தார் என்பதைக் கவனத்தில் கொள்ள வேண்டும்.

க

தமிழ் பற்றிய ஆராய்ச்சி முறைமைகள் மேலைத்தேயத்தார்வழி நவீனத்துவமாகத் தமிழ்மரபில் வந்து கலந்தபோதும், இலக்கிய ஆராய்ச்சி என்பது தமிழுக்குப் புதியதன்று. "காவியங்கள் எல்லாம் செய்யுள் நடையில் இருப்பதால் அவைகளுக்குப் பதவுரை, பொழிப்புரை செய்வதும், மேற்கோள் சொல்வதும், அவைகளிலுள்ள அணி அலங்காரங்கள், திணைப் பாகுபாடுகள் முதலியவற்றை விளக்குவதும், கதைப்போக்கைத் தழுவிய வேறுகதைகளையும் உபகதைகளையும் கூறுவதும், பாட்டுகளுக்கு விசேட அர்த்தம் சொல்லுவதுமாய் முன்காலத்தில் ஆராய்ச்சிகள் நிகழ்ந்து வந்தன" என்பார் ஏ.வி. சுப்பிரமணிய ஐயர். ஆனால் இத்தகைய வழமையான ஆய்வுகளுக்கும் மேலாகக் காத்திரமான ஆய்வுகளை மேற்கொண்டமைக்காகத்தான், சி.வை. தாமோதரம் பிள்ளையும், உ.வே.சாமிநாத ஐயரும் கொண்டாடப்படுகின்றனர்.

சி.வை.தா., வழமையாக எல்லாரும் செய்துவந்த பழைய தமிழாய்வு முறையை விடுத்துப் புதிய முறைகளைப் பின்பற்றித் தமது ஆய்வினைச் செய்ய முனைந்தார். இயல்பாகவே அவரிடம் அமைந்திருந்த ஆங்கில அறிவும் அதற்கு உதவியது. பழந்தமிழ் நூல்களின் வரலாறு குறித்தும், நூல் பகுப்பு குறித்தும் தெளிவான கருத்துக்களைப் பெறக்கூடிய ஆய்வுக் கட்டுரைகளாகச் சி.வை.தா.வின் பதிப்பு முன்னுரைகள் அமைந்திருக்கும். பதிப்பாசிரியர் ஒருவருக்கு இருக்கக்கூடிய சிறந்த பண்புகளில் ஒன்றான இவ்வாய்வு மனப்பாங்கு அவரது சமகாலப் பதிப்பாசிரியரான உ.வே.சா.விற்கும் இவரால் வாய்த்தது எனலாம். 1887இல்

உ.வே.சா. வெளியிட்ட 'சீவகசிந்தாமணி' முதற்பதிப்பின் முன்னுரையில், "இந்த நூலையும் உரையையும் பின்னும் இரண்டொருமுறை பரிசோதிப்பதற்கு விருப்பமுடையனேனும், இவற்றை விரைவில் பதித்துப் பிரகடனம் செய்யும்படி ம-ா-ா-ஸ்ரீ சி.வை. தாமோதரம் பிள்ளையவர்கள் பலமுறை தூண்டினமையால் விரைந்து அச்சிடுவிக்கத் துணிந்தேன்" என்று எழுதியிருப்பது இவ்விருவருக்கு மிடையேயான பரஸ்பர நிலையைக் காட்டுவன. தொடக்க காலத்தில் குடந்தையிலேயே தங்கியிருந்து நூல்பரிசோதனை செய்து வந்த இவர்கள், அக்காலகட்டத்தில் பதிப்புத் தொடர்பான நுட்பங்களை நிச்சயமாகப் பரிமாறிக் கொண்டிருப்பார்கள் என்றும் நம்பலாம். அதற்காக முற்றிலும் சி.வை.தா.வைப் பின்பற்றியே உ.வே.சா. தமது பதிப்பு முன்னுரைகளை அமைத்தார் என்பது பொருளன்று. சி.வை.தா.வை ஒரு முன்மாதிரியாகக் கொண்டு தமக்கான தனி அடையாளத்தோடு தம் முன்னுரைகளை உ.வே.சா. வரைந்துள்ளார் என்று கருதலாம்.

அந்த அடையாளங்களுள் ஒன்று எளிய உரைநடை. சி.வை.தா. கடுமையான நடையில் முன்னுரை எழுதியிருக்க, இவரோ தனித்தனி வாக்கியங்கள் கொண்ட எளிய நடையைப் பின்பற்றியுள்ளார். இதற்கு, "உங்கள் பணி முழுமையாகவும் செம்மையாகவும் உள்ளது. பழந்தமிழ் நூல்களெல்லாம் இப்போதுள்ள தமிழர்கள் புரிந்துகொள்வதற்கு வகைசெய்யுங்கள். பழந்தமிழுக்கும் புதுத்தமிழுக்கும் ஓர் இணைப்புப்பாலம் அமையுங்கள்" என்று ஜி.யு.போப் *(1820-1908)* உ.வே.சா.வுக்குக் கூறிய கடித அறிவுரையும் ஒரு காரணமாகும். சாதாரண மக்களுக்கு விளங்காத கடுமையான நடையில் எழுதுவதுதான் தமிழ் என்று எழுதிவந்த அந்தக் காலத்தில் ஐயரவர்கள் தம் முகவுரையிலும் பிற உரைநடைகளிலும் எளிமையைப் புகுத்தும் மனநிலையைக் கொண்டிருந்தார் என்பது குறிப்பிடத்தக்கது.

உ

நூல் முகவுரை என்பது, அந்த நூலைப் பற்றிய அனைத்துச் செய்திகளையும் சாரமாக வடித்துத் தரும் சாதனமாகும். 'நூலின் தோரணவாயில்' என முகவுரையைச் சுட்டுவர். நூலின் நோக்கத்தைத் திறந்து காட்டும் சாவியாகவும், ஆசிரியரின் இலக்கியப்பயணத்தைப் புலப்படுத்தும் திசைகாட்டியாகவும் முகவுரைகள் அமைந்துள்ளன. நூற்பொருள் மட்டுமன்றி நூலாசிரியர் வரலாறு, நூல் தோன்றிய காலம், நூற்பெயர்க் காரணம், தலைவர் வரலாறு, உரையாசிரியர் வரலாறு போன்ற குறிப்புகளும் முகவுரையின்கண் அமையும். ஒருவிதத்தில் 'நூல் பற்றிய ஆராய்ச்சிக் குறிப்பு' என இந்த முகவுரைகளை அழைக்கலாம். இப்படி நூல் குறிப்பு எழுதும் மரபு பழங்காலத்திலிருந்தே தொடர்ந்து வரும் ஒன்றுதான். ஏட்டுச்சுவடிகளின் இறுதிப் பக்கத்தில் இருந்த 'சுவடிக்குறிப்பு' என்பதன் நவீன வடிவமே இந்த முன்னுரைகள் என்பது கவனத்தில் கொள்ளத்தக்கது.

மரபார்ந்த தமிழ்ப் புலமை பெற்றவர்களும், மேலைத்தேயக் கல்வியோடு தமிழ்ப் புலமை நிரம்பியவர்களும் உ.வே.சா.விற்கு முன்பே பதிப்புலகில் தடம்பதித்தார்கள் என்றாலும் அவர்களது நூல்களில் பெரும்பாலும் முன்னுரைகளைக் காண முடியாது; அல்லது 'உதவி உரைத்தல்', 'நன்றி கூறல்', 'வரலாறு' என்னும் தலைப்பில் ஓரிரு பக்கங்களில் நூல் குறிப்பு முடிந்துவிடும். பதிப்பாசிரியர்களின் துதிபாடும் சாற்றுக் கவிகளும், சிறப்புப் பாயிரங்களும் முகவுரைகளை எழுதவிடாமல் முட்டுக்கட்டை போட்டுவந்த சூழலில், தமது பதிப்பு விடயங்களை முகவுரை என்னும் ஆடியின் வழியே குவித்தவர் உ.வே.சா.

தான் பதிப்பிக்கத் தொடங்கிய 'சுப்பிரமணிய தேசிக விலாசச் சிறப்பும் வேணுவனலிங்க விலாசச் சிறப்பும்' *(1878)* என்னும் முதல் நூல் தொடங்கி, அந்திமக்காலம் வெளிவந்த நூல்கள்வரை அவரது பதிப்பு முகவுரைகள் சிறியதும் பெரியதுமாக அமைந்திருப்பன கண்கூடு. முகவுரையின்றி வெளிவந்த அவரது ஒருசில நூல்கள் இரண்டாம் பதிப்பாகும்போது கட்டாயம் அதற்கு அவர் முகவுரை எழுதியிருப்பதைக் காணலாம். இம்முன்னுரை பதிப்பிக்கப்படும் நூலின் பொருண்மைக்கேற்ப அமையும். அடுத்தடுத்த பதிப்புகளில் இம்முன்னுரைகள் விரிந்துகொண்டே போகும். சான்றாகப் பத்துப்பாட்டின் முதற்பதிப்பில் *(1894)* பத்துப் பக்கங்களில் அமைந்த முன்னுரை, மூன்றாம் பதிப்பில் *(1937)* இருபத்திரண்டு பக்கங்களாக விரிவடைந்திருக்கிறது. அதேபோல் பாடல்களைப் பற்றிய குறிப்புக்கள் முதற்பதிப்பில் மூன்று பக்க அளவில் அமைய, மூன்றாம் பதிப்பில் பதினைந்து பக்கங்களாக அதிகரித்திருக்கின்றன. நூலின் ஒவ்வொரு பதிப்பின்போதும் ஏற்கெனவே எழுதிய முன்னுரையைச் செப்பம் செய்வது அவரது தனித்தன்மை. செப்பம் செய்யப்படாத முன்னுரைகள் சிலவும் உண்டு. 'தமிழ் விடு தூது' அத்தகையவற்றுள் ஒன்று. பொதுவாகப் பதிப்புக்குப் பதிப்பு அவர் செய்யும் மாற்றங்களை - புற, அக அமைப்புகளில் செய்யும் நல்லதொரு வளர்ச்சியை - இந்த முன்னுரைகளில் காணலாம். தொகுத்துச் சொல்வதானால் தமிழ்ச் சமூக விழுமியங்களை உ.வே.சா.வின் புலமைச் செயல்பாட்டினூடே கண்டறிவதற்கு இம்முன்னுரைகள் பெரிதும் உதவுகின்றன.

௩

சமய நிறுவனங்கள் என்றழைக்கப்படும் ஆதீனங்களே அக்காலத்தில் இலக்கிய வளர்ச்சிக்கு முக்கியமான பங்காற்றி வந்தன. தமிழ்மொழியைப் பொறுத்தமட்டில் திருவாவடுதுறை ஆதீனம், தருமபுர ஆதீனம், திருப்பனந்தாள் காசி மடம் போன்ற சமய நிறுவனங்கள் முக்கிய இடத்தை வகித்தன. உ.வே.சா.வின் 'என் சரித்திரம்', ஊரன் அடிகளாரின் 'சைவ ஆதீனங்கள்' ஆகியவற்றில் இச்செய்திகளைக் காணலாம். இன்னும் சொல்வதானால், மகாவித்துவான் மீனாட்சிசுந்தரம் பிள்ளை *(1815-1876)* அவர்களின் மறைவுக்குப் பின்பு, திருவாவடுதுறை ஆதீனத்தின் பதினாறாம் பட்டமாய் விளங்கிய (மேலகரம்) சுப்பிரமணிய தேசிகர் *(1834-1888)* - இவரது இயற்பெயர் குற்றாலலிங்கம் - அவர்களது செல்லப்பிள்ளையாக உ.வே.சா. இருந்தமையால்தான், பதிப்புலகில் அவரால் இவ்வளவு பெரிய சாதனைகளை நிகழ்த்த முடிந்தது. இதைத்தான், "திருவாவடுதுறை ஆதீனம் தமிழுக்குத் தந்த கொடை உ.வே.சா." என்பர். இலக்கிய இலக்கணச் சுவடிகளைப் பேணிக்காக்கும் முயற்சியாகப் பதிப்புகள் எழுவதற்கு இம்மடங்களும் ஒரு காரணமாயின. மடம் சார்ந்த தொடர்பு உ.வே.சா.விற்கு இயல்பாகவே வாய்த்திருந்தமையால் நூல்களைப் பதிப்பிக்கும் விடயத்தில் அவருக்கு நன்மைகள் பல நிகழ்ந்தன. அவர் பதிப்பித்த முதல் நூலும் ஆதீன நூலே. "சம்பிரதாயத்திற்காக ஆறுமுகத் தம்பிரான் பெயரையும் சேர்த்துப் பதிப்பித்திருந்தாலும் அவர் என்னிடமே ஒப்பித்து விட்டமையால் நான்தான் முற்றும் கவனித்துப் பார்த்தவன்" என்று உ.வே.சா. என் சரித்திரத்தில் எழுதியிருப்பதால் பதிப்பு - வெளியீடு என்பதிலிருந்த நெளிவு சுளிவுகளை அவர் அப்பொழுதே அறிந்திருந்தார் எனலாம். என்றாலும் ஏடு தேடும் விடயத்திலும் அதைப் பதிப்பிக்கும் விடயத்திலும் அவர் பட்ட துன்பம் சொல்லுந்தரமன்று.

மடம் சார்ந்த விலாச நூலையும் தமது ஆசிரியர் மீனாட்சிசுந்தரம் பிள்ளையவர்கள் பாடிய தலபுராணங்களையும் உ.வே.சா. பதிப்பித்திருந்தாலும் பதிப்பாசிரியராக அவர் அடையாளம் காணப்பட்டது சீவகசிந்தாமணி பதிப்பிற்குப் பின்பேயாம். சேலம் இராமசாமி முதலியார் (1852-1892) வாயிலாகக் கிடைத்த சிந்தாமணி ஏட்டுச் சுவடியைப் பிற சுவடிகளுடன் ஒப்பிட்டுப் பார்த்துப் பதிப்பிப்பதற்காகவும், அந்த நூலின் உரையில் நச்சினார்க்கினியர் மேற்கோளாகக் காட்டியிருந்த உருத்தெரியாத பழங்காலத் தமிழ் நூல்களைக் கண்டு பதிப்பிப்பதற்காகவும் ஏடு தேடத் தொடங்கிய படலம் அவர் வாழ்நாளில் ஓயவேயில்லை. இந்தச் சுவடிதான் அவருக்கு ஒரு புதிய தமிழ்ப் பிரபஞ்சத்தைக் காட்டியது. கல்லூரி விடுமுறைக் காலங்களில் ஏனைய ஆசிரியர்கள் ஏதேனும் ஒன்றில் காலங்கழித்துக் கொண்டிருக்க, இவரோ கால்கடுக்கப் பழஞ்சுவடிகளைத் தேடி அலைந்து கொண்டிருந்தார்.

திருநெல்வேலிப் பகுதியில் நெல்லையப்பக் கவிராயர் வீட்டிலும் (தமிழ்க் கோயில் என்றே ஐயர் இவர் வீட்டைச் சுட்டுவார்), மிதிலைப்பட்டியில் அழகிய சிற்றம்பலக் கவிராயர் வீட்டிலும் (இவர் வீட்டைத் தமிழ் மகள் ஆலயம் என்பார் ஐயர்), திருமலைராயன்பட்டினத்திலும், தமிழகத்தின் பிறபகுதிகளிலும், பிரான்ஸ் போன்ற அயலகங்களிலும், பல்வேறு மடங்களிலும், சனாதனிகள் செல்லக்கூடாத இடங்கள் என வரையறுக்கப்பட்ட இடங்களிலும் சென்று அவர் ஏடு தேடியலைந்த செய்திகளைப் பதிப்பு முன்னுரைகளிலும் அவரது பிற எழுத்துக்களிலும் காண முடிகிறது.

ஐயர் அவர்கள் தமிழகத்தின் பல பகுதிகளில் இருந்த தமிழ்ப் புலவர் வீடுகளிலும் மடாலயங்களிலும் ஏடு தேடித் தொகுத்தாராயினும், அவர் ஏடு தேடிச் செல்லாத பல பகுதிகளும் உண்டு. அவை: வடஆர்க்காடு, தென்ஆர்க்காடு முதலிய தொண்டைநாட்டுப் பகுதிகள், கொங்குநாட்டுப் பகுதிகள், பாண்டிநாட்டின் கம்பம் பள்ளத்தாக்குப் பகுதிகள், தமிழகத்தின் மிக நெருங்கிய அண்டைப் பகுதிகளான நாஞ்சில் நாடு, பாலக்காடு பகுதிகள் முதலியன.

தமிழகத்தின் பல்வேறு ஊர்களுக்கு உ.வே.சா. ஏடு தேடிச் சென்றமை இலக்கியக் கோயில்களுக்குச் செல்லும் புனிதப்பயணம் என்றே வருணிக்கப்பட்டது. ஏடு தேடிச் சென்ற அப்பணியில் அவர் அடைந்த அல்லல்கள் பல. நடந்தும் ஊர்திகளில் ஊர்ந்தும் சென்ற தொலைவுக்குக் கணக்கில்லை. விழித்தும், பசித்தும், சிந்தனையோடு தனித்தும் இருந்த நேரங்கள் அளவிட்டு உரைக்க இயலாதன. எங்கேயாவது ஏடு கிடைக்கும் என்ற நம்பிக்கை இருந்தால், "பட்டினியாக ஒரு வாரம் கிட என்றாலும் கிடப்பேன்" என்று உ.வே.சா. கூறுவாராம். அவமரியாதை கிடைக்குமோ என்று அஞ்சிய இடங்களுக்கும் போய்ப் பசி தாகத்தைப் பொருட்படுத்தாது அலைந்ததை உ.வே.சா. 'நல்லுரைக் கோவை'யில் பதிவு செய்துள்ளார். புளியங்கொழுந்தை உருவித் தின்று தண்ணீர் குடித்துப் பசியாறியதை அவரது மாணவர் கி.வா.ஜ. (1906-1988) கலைமகளில் (1942) எழுதியுள்ளார். இதிலிருந்து பழைய ஏடுகளின்மீது அவருக்கு இருந்த ஆர்வம் புலப்படுகிறது.

அனல்வாதத்தாலும் புனல்வாதத்தாலும் ஏடுகள் அழிந்தது பற்றிப் புராணத்தில் படித்திருந்த உ.வே.சா. அதை நேரிலேயே கண்டறிந்தார். கரிவலம்வந்தநல்லூரில் பால்வண்ணநாதர் கோயிலில் வரகுணப்பாண்டியனுடைய சுவடிகளைத் தேடிச்

சென்றபோது அது ஆகுதி செய்யப்பட்டதை அறிந்தார். அதேபோல ஆறுமுகநேரியில் ஊர்க்காட்டு வாத்தியார் சுவடிகளைப் புனலுக்கு இரையாக்கியதைக் கேட்டு வருந்தினார். என்றாலும் சுவடிகளுக்காகப் படும் சிரமங்களெல்லாம் அவற்றைப் பெற்றவுடன் தீர்ந்துவிடுகின்றன என்பது உ.வே.சா.வின் வாக்குமூலம். மிதிலைப்பட்டியில் சிலப்பதிகார உரை, புறநானூறு உரை ஆகியவற்றைக் கண்டறிந்தவுடன் குருடனுக்குக் கண் கிடைத்தது போல மகிழ்ச்சியால் அவர் துள்ளியது அதற்குச் சான்று.

பலகாலம் தொடர்ந்து முனைந்து தேடிப்பெற்ற ஏடுகள் அனைத்தும், காலத்தால் பழையனவாய் உலுத்துப்போய்ச் செல்லரித்தும் எலிகடித்தும் தீ அழித்தும் நீர் எடுத்தும் கிழிந்தும் சிதைந்தும் இராமபாணப் பூச்சிகள் உண்டும் எஞ்சியவையாகக் கிடைத்தன என்கிறார் உ.வே.சா. அவர் காட்டியிருக்கும் சான்றுகளின் வகைமாதிரிகள் சில வருமாறு:

"புறநானூற்று மூல ஏடுகள் எழுத்தும் சொல்லும் மிகுந்தும் குறைந்தும் பிறழ்ந்தும் திரிந்தும் வேறுபட்டிருந்தன. சில செய்யுட்கள் திணை, துறை குறிக்கப் பெறாதிருந்தன. சிலவற்றின் ஈற்றில் பாடினோர் பெயர் பாடப்பட்டோர் பெயர் முதலியன சிதைந்தோ இல்லாமலோ இருந்தன. சில பாடல்கள் இரண்டிடத்து எழுதப்பட்டு இரண்டு எண்களைப் பெற்றிருந்தன. வேறு வேறு இடத்தில் இருத்தற்குரிய இரண்டு பாடல்கள் ஓரிடத்தில் ஓரெண் பெற்றிருந்தன. சில பாடல்கள் முதல் இடை கடை குறைந்தும் சில முற்றுமின்றியும் இருந்தன. சிலவற்றில் அடிகள் மாறிப் பொருள் தெரியாவண்ணம் குழம்பியிருந்தன".

"பதிற்றுப்பத்தில் முதல் பத்தும் பத்தாம் பத்தும் . . . . . கிடைக்காமற் போனதன்றி (மீதியுள்ள) எட்டுப் பத்திலும்கூடச் சிற்சில இடங்களில் மூலங்கள் குறைந்தும் உரைகள் சிதைந்தும் பிறழ்ந்தும் இருந்தன."

"பெருங்கதை ஏட்டுப்பிரதியில் முதலில் எண்பது ஏடுகள் கிடைத்தில. 319ஆம் ஏட்டிற்குப் பிற்பகுதியும் இல்லை."

"திரிகூடராசப்பக் கவிராயர் வீட்டிலிருந்து கிடைத்த திருமலையாண்டவர் குறவஞ்சி ஏட்டில் சிங்கனும் சிங்கியும் உரையாடும் 90ஆம் பாட்டின் முதற்பகுதி வரையில் இந்நூற்பகுதியில் உள்ளன. 90ஆம் பாட்டின் இறுதிப் பகுதியும் அதற்குமேல் சிங்கனும் சிங்கியும் ஒருங்கே திருமலையாண்டவரை வாழ்த்துவதாக உள்ள பகுதியும் கிடைக்கவில்லை."

"திருப்பூவணநாதர் உலாவில் முதல் பகுதி கிடைக்கவில்லை. பெதும்பைப் பருவம் முதலிய பாகமே கிடைத்துள்ளது."

ஏடுகளின் முதலும் முடிவும் இல்லாமல் போகையில் எந்த நூல் எதுவென முடிவெடுத்தல் இயலாது. திருவாவடுதுறை ஆதீனத்துப் பரிபாடல் பிரதியில் 'அஃது அன்னது' எனக் கண்டுகொள்ள அவர் பட்ட சிரமம் பெரிது.

"திருமுருகாற்றுப்படையில் நச்சினார்க்கினியர் உரையில் 'இதனைப் பாயிரும் பனிக்கட லென்னும் பரிபாடற் பாட்டா னுணர்க' என்று இருப்பதைக் கொண்டு கிடைத்த பிரதியினைப் பரிபாடல் எனக் கண்டேன்"

என்று உ.வே.சா. எழுதியிருப்பதைப் படிக்கும்போதுதான் அரைகுறையாகக் கிடைத்த ஏடுகளைக்கொண்டே மேலும் தேடி நூல்களை முழுமையாக்கியிருக்கிறார் என்பது புரிகிறது. அந்த அரைகுறை ஏடுகளும் ஓர் ஒழுங்குநிலையில் இருந்தனவா என்றால் அதுவும் இல்லை.

> "பிரதியில் ஓரிடத்தில் இருக்க வேண்டிய சொற்களும் வாக்கியங்களும் வேறிடத்தில் எழுதப்பட்டும் அறிந்துகொள்ளக்கூடாத நிலையில் மிகப் பிழைபட்டும் பூர்த்தியாக வாக்கியங்கள் எழுதப்படாமலும் சில சொற்களும் வாக்கியங்களும் கிரந்த லிபியில் பிழையாக எழுதப்பட்டும் எழுத்துக்கள் மாறியும் இருந்ததாலும் சுவடியில் உள்ள ஏடுகள் சிலவிடங்களில் தேய்வுற்றும் முறிந்தும் எழுத்துக்களில் உருவங்கள் புலப்படாமலும் இராமபாணங்கள் ஊடுருவிச் செல்லப்பட்டும் இருந்தமையாலும் இந்நூலைப் பரிசோதனை செய்வது மிக்க வருத்தத்தை அளித்தது."

என்று தக்கயாகப் பரணியிலும்,

> "பழம் பிரதிகளில் ஈகார ஏகாரங்களின் பின்னர் யகரவொற்று எழுதப்பட்டிருந்தது. ஆய்தவெழுத்தை எழுதவேண்டிய விடத்தில் குகரம் எழுதப்பட்டிருந்தது; சில விடங்களில் இவ்விரண்டுமே காணப்படும். மகர ழகரங்கள், ழகர ளகரங்கள், ககர சகர தகரங்கள், தந் நகர றன் னகரங்கள், லகர வகரங்கள், ரகர றகரங்கள் என்பவை ஒன்றனுக்கொன்று மாறாக எழுதப்பட்டிருக்கும். டு, ரு, கு என்பனவும் அ, கு, சு என்ற மூன்றும் தமக்குள் வேற்றுமை தெரியாதபடி இருந்தன. 'ற்ற' என வருவிடங்களின் 'த்த' என்ற பாடம் காணப்பட்டது. ஓரிடத்தில் காசினை யென்பதில் கா வென்னுமெழுத்து, தூ வென மாறி அதன் பின் ஒரு சகர வொற்றுத் தோன்றித் தூச்சினை யென்றெழுதப் பட்டிருந்தது. இங்ஙனம் பல பிரதிகளிலும் காணப்பட்ட பாடங்களையும் அவற்றின் மாறுபாட்டின் வரலாற்றையும் விரிக்கின் மிகப் பெருகும்."

என்று குறுந்தொகையிலும் அவர் எழுதியுள்ளார். ஆக, கைக்கு எட்டியது பல நேரங்களில் அவருக்கு வாய்க்கு எட்டாமல் போயிருக்கிறது.

தேடிப்பெற்ற ஏடுகள் குறித்த விவரங்களை முன்னுரைகளில் பதிவுசெய்வதை வழக்கமாகக் கொண்டவர் உ.வே.சா. தமது பதிப்பாளுமையை நிரூபிக்கும் சீவகசிந்தாமணி(1887)யின் முதல் பதிப்பு முன்னுரையிலேயே தாம் பயன்படுத்திய சுவடிகளின் பட்டியலைத் தரும் வழக்கத்தை ஐயர் தொடங்கிவிடுகிறார். உரையுடன் கூடிய பிரதிகள், மூலம் மட்டும் உள்ள பிரதிகள், முழுதும் இல்லாதனவும் விசேட உரையில்லாதனவுமான பிரதிகள் எனச் சுவடிகளை வகைதொகைப்படுத்தித் தரும் மரபை இதில் காணலாம். இதோடு, பிரதியின் சொந்தக்காரர் யார்? அந்தப் பிரதியை இவருக்குக் கிடைக்கும்படி பரிந்துரைத்தவர்கள் யார் என்பன போன்ற கூடுதல் விவரங்களையும் அவரது முன்னுரைகள் தெரிவிக்கின்றன. ஆனால் தமக்கு முன்பே வெளியான பதிப்புகள் பற்றியோ, அந்தச் சுவடிகளை இவர் பயன்படுத்தியது/பயன்படுத்தாதது பற்றியோ குறிப்புகள் ஏதும் இல்லை என்பார் வையாபுரிப் பிள்ளை (1891-1956). இதற்குச் சான்றாகப் பின்வரும் செய்தியைக் குறிப்பிடலாம்.

சீவகசிந்தாமணி - முதல் புத்தகம் நாமகள் இலம்பகத்தை கி.பி. 1868இல் பதிப்பித்த ஹெச். பவர் அந்த நூலின் முன்னுரையில் தாம் சீவகசிந்தாமணி முழுவதையும் அச்சில் பதிப்பிக்க எண்ணிப் பிரதிசெய்து வைத்ததாகவும் பின்னர் அப்பிரதியை அமெரிக்க மிஷினரியைச் சார்ந்த ஸ்கடர் என்ற பாதிரியாரிடம் பதிப்பிக்குமாறு அளித்ததாகவும் அவர் அந்தப் பிரதியுடன் அமெரிக்கா சென்றுவிட்டதாகவும் ஒருவேளை அப்பிரதி அங்குள்ள நூலகங்களில் எங்கேனும் இருக்கலாமென்றும் குறிப்பிட்டுள்ளார். ஐயரின் சீவக சிந்தாமணி ஆய்வில் அகப்படாத சுவடி இது என்பது குறிப்பிடத்தக்கது.

இதே போல வித்துவான் திருமயிலை சண்முகம் பிள்ளை (1858-1905) முதன்முதலில் பதிப்பித்து வெளியிட்ட மணிமேகலை(1894)யைக் குறித்தும், அதற்குப் பின்னால் நான்கு ஆண்டுகள் கழித்து 'மணிமேகலை'யைப் பதிப்பித்த ஐயர், தம் முன்னுரையில் எதுவும் குறிப்பிடவில்லை. ஆனால், இப்பதிப்புக்கும் ஐயர் பதிப்புக்குமான தரவேறுபாடு மிகப்பெரிது.

ஏட்டுச் சுவடிகளைக் கண்டடைந்த பிறகு அவற்றைப் பரிசோதித்து நூதனமாக ஆராய்ந்து பிழைகளைந்து பிரதி செய்ய வேண்டும். சுவடிப் பதிப்புக்கென ஆர்வம், பொறுமை, அடுத்தவரை உசாவுதல், தம் தவறுகளை ஒப்புக்கொள்ளும் குணம் என்னும் தனிப்பட்ட பண்புகள் சிலவும், மொழி வரலாறு, எழுத்து வரலாறு, சுவடி எழுதும் முறை, யாப்பியல், பாட்டியல், மொழியியல், நூலாசிரியனது நடை, தொடரமைப்பு, கல்வெட்டு உள்ளிட்ட வரலாற்றுப் பார்வை போன்ற பரந்துபட்ட அறிவும் வேண்டும். "நூலாசிரியர் உரையாசிரியர், போதகாசிரியரென வகுத்த மூவகை ஆசிரியரோடு யான் பரிசோதனாசிரியரென இன்னுமொன்று கூட்டி, இவர் தொழில் முன் மூவர் தொழிலினும் பார்க்க, மிக்க கடியதென்றும் அவர் அறிவு முழுவதும் இவர்க்கு வேண்டியதென்றும் வற்புறுத்திச் சொல்கின்றேன்" என்று சி.வை.தா. கூறுவது பதிப்பாசிரியன் ஒருவனுக்கு இருக்கவேண்டிய அறிவு நுட்பத்தைப் படம் பிடிக்கிறது.

தியாகராச செட்டியார் (1826-1888) அவர்களது புண்ணியத்தால் கும்பகோணம் கல்லூரியில் கிடைத்த ஆசிரியப்பணியினூடாகக் கிட்டிய 'ஜட்ஜ்' சேலம் ராமசாமி முதலியாரது தொடர்பே உ.வே.சா. பண்டைத் தமிழிலக்கியங்களைப் பதிப்பித்தற்கு மூலகாரணம் என்பது நாம் அறிந்ததே. அவர் தம்மிடமிருந்த சிந்தாமணிச் சுவடியை உ.வே.சா.விடம் கொடுத்துப் பாடம் சொல்லக் கேட்டதனூடாக அதைப் பிற சுவடிகளுடன் ஒப்பிட்டு ஆய்ந்து பதிப்பிக்க முயன்று பெரிதும் துன்புற்றுள்ளார் என்பதை, "எழுத்துஞ் சொல்லும் மிகுந்துங் குறைந்தும் பிறழ்ந்துந் திரிந்தும் பலவாறு வேறுபட்டுக் கிலமுற்றிருந்த இந்நூலுரைப் பழைய பிரதிகள் பலவற்றையும் பலகால் ஒப்புநோக்கி இடையறாது பரிசோதனை செய்துவந்த பொழுது, கவிகளின் சுத்த வடிவத்தையும் உரையின் சுத்த வடிவத்தையுங் கண்டு பிடித்தற்கும், உரையினுள் விசேடவுரை யின்னது பொழிப்புரை யின்னதென்று பிரித்தறிதற்கும், மேற்கோள்களின் முதலிறுதிகளைத் தெரிந்துகோடற்கும், பொழிப்புரையை மூலத்தோடும் இயைத்துப் பார்த்தற்கும், பிழையைப் பிழையென்று நிச்சயித்துப் பரிகரித்தற்கும், பொருள்கோடற்கும் எடுத்துக்கொண்ட முயற்சியும் அடைந்த வருத்தமும் பல"

என்னும் வரிகள் புலப்படுத்துகின்றன. இதைத் தாமோதரம் பிள்ளையின் கூற்று வழியாகவும் அறியமுடிகிறது. அது: "தூக்கினாலன்றோ தெரியும் தலைச்சுமை? பரிசோதனாசிரியர் படுங் கஷ்டமும் ஓர் அரிய பழைய நூலைச் சுத்தமனச்சாட்சியோடு பரிசோதித்து அச்சிட்டார்க்கன்றி விளங்காது.......... ஒன்றற்கொன்று ஒவ்வாத இருபது இருபத்தைந்து பிரதிகளையும் அடுக்கி வைத்துக்கொண்டு என் கண்காணச் சிந்தாமணி பரிசோதனை செய்து பதிப்பித்த கும்பகோணம் வித்தியாசாலைத் தமிழ்ப் பண்டிதர் ஸ்ரீமத் வே. சாமிநாதையரைக் கேட்டால் இந்நால்வகையாசிரியர் பாட்டின் தாரதம்மியம் சற்றே தெரியலாம். எனக்கு அவரும் அவருக்கு நானுமே சாட்சி."

இதேபோலச் சிலப்பதிகாரத்தைப் பதிப்பிப்பதற்கு உ.வே.சா. பட்ட கஷ்டம், அந்நூலுக்கான அவர்தம் முன்னுரையில் சற்றுத் துலக்கமாகவே தெரிகிறது. அடியார்க்கு நல்லார் உரையுடன் கூடிய சுவடிகள் பதினான்கு, அரும்பதவுரையுடன் அமைந்த சுவடி ஒன்று, மூலம் மட்டும் உடைய சுவடிகள் எட்டு, ஆக இருபத்து மூன்று சுவடிகளைக் கொண்டு பரிசோதித்து சிலப்பதிகாரப் பதிப்பை ஐயர் உருவாக்கியுள்ளார். பொதுவாக உரையுடன் கூடிய நூல்களைத் தேர்ந்தெடுத்துப் பதிப்பிக்கும் ஐயருக்கு இந்த நூலின் ஏழாவது காதையான கானல் வரிக்கும் வேறு சில காதைகளுக்கும் அடியார்க்கு நல்லார் எழுதிய உரைப்பிரதி கிடைக்கவில்லை. அவற்றை அரும்பதவுரையைக் கொண்டே நிரப்பியுள்ளார். இயல், இசை, நாடகம் என முத்தமிழின் சங்கமமாகத் திகழும் இந்தச் சுவடிகளை அவர் ஆராய்ந்தபோது அடைந்த துன்பத்தை, "மேற்கூறிய பழைய பிரதிகளுட் பல இனி வழுப்படவேண்டும் என்பதற்கு இடமில்லாமற் பிழைபொதிந்து அநேக வருடங்களாகத் தம்மைப் படிப்போரும் படிப்பிப்போருமில்லை யென்பதையும் நூல்களைப் பெயர்தெழுதித் தொகுத்து வைத்தலையே விரதமாகக் கொண்ட சில புண்ணியசாலிகளாலேயே தாம் உருக்கொண்டிருத்தலையும் நன்கு புலப்படுத்தின. ஒன்றோடொன்று ஒவ்வாது பிறழ்ந்து குறைவுற்றுப் பழுதுபட்டுப் பொருட்டொடர்பு இன்றிக் கிடந்த இப்பிரதிகளைப் பரிசோதித்த துன்பத்தை உள்ளுங்கால் உள்ளம் உருகும்" என்று எழுதியுள்ளார்.

இத்தகு துன்பங்களை இன்னும் வெளிப்படையாக, சுவாரசியமாகச் சி.வை.தா. தமது வீரசோழியப் பதிப்பு (1881) முன்னுரையிலும், கலித்தொகைப் பதிப்பு (1887) முன்னுரையிலும் எழுதியிருப்பதும் இங்குச் சுட்டத்தக்கது.

ச

நூலைப் பதிப்பிக்க விரும்புவோர் கிடைத்த பல சுவடிகளுள் ஏதேனும் ஒன்றை முதன்மைப்பிரதியாகக் கொண்டு மற்றவற்றைத் துணையாகக் கொள்வர். ஏடெழுதுவோரின் கரலிகிதங்களால் இந்தச் சுவடிகள் அனைத்தும் ஒரே மாதிரியான பாடத்தைக் கொண்டிருக்காது. அதனால் பாடல்களின் முன்பின் தொடர்ச்சி கருதியும் செய்யுளின் ஓசைகொண்டும் எது சரியான பாடம் என்பதைக் கண்டும் பதிப்பாசிரியர் பதிப்பிப்பர். பிற பாடங்களைப் 'பாடபேதம்' என அமைப்பர். அனைத்துப் பாடங்களையும் பொருட்படுத்தி ஆராய்ந்து, ஒரு சரியான பாடத்தைத் தக்க காரணத்தால் உறுதிப்படுத்தி 'மூலபாடம் இது' என நிலைநாட்டும் ஆய்வு, 'மூலபாடத் திறனாய்வு' எனப்படும். மேலைநாட்டில் விவிலிய நூல் ஆராய்ச்சியை ஒட்டி, மூலபாடத் திறனாய்வு பெருவளர்ச்சி பெற்றது; பின்பு அறிவியல் கலையாக வளர்ந்தது.

இந்த அறிவியல் அணுகுமுறையை ஒட்டி நமது மூலபாட ஆய்வு இருக்குமா என்பது சற்று ஐயமே. பதிப்பாசிரியர்கள் தங்களுக்குப் பொருத்தமானது/பிடித்தமானது என்று எதைக் கருதினார்களோ அதையே மூலபாடமாகக் கொண்டனர். சி.வை.தாவும், உ.வே.சா.வும்கூட இதற்கு விலக்கல்லர் எனச் சிலர் சுட்டுவர். இது மேலாய்வுக்குரியது. "இதுவரையில் நம் நாட்டில் பாடபேதங்களைப் பொருத்தமாக இருக்கிறதா என்ற கண்கொண்டுதான் தேர்ந்தெடுத்து வந்துள்ளார்கள்... மூலபாட ஆய்வியல் இந்த அகநிலையிலிருந்து ஆராயாமல், ஆசிரியன் எப்படி எழுதியிருக்கக்கூடும் என்பதனைப் புறநிலையில் காண வேண்டும்" என்பர். இது குறித்த பதிவுகளை, இம்முன்னுரைகளில் காணமுடியவில்லை. ஆனால், 'இதுதான் பாடம்' என்று நிச்சயிப்பதற்கு ஒரு பதிப்பாசிரியன் எத்தகு அல்லலுற்றிருப்பான் என்பதைச் சி.வை.தா.வின் வீரசோழியப் பதிப்புரையினால் அறியலாம்.

> "மூன்று விரலைக் காட்டிக் கட்டிலிற் கால் போலப் பஞ்ச பாண்டவரையும் ஆறு கோணத்திலும் நிறுத்துக என்பான் தொகை விபரீதத்தோடு விரலை வாலென்றுங் கட்டிலைக் கடலென்றும் பஞ்சபாண்டவரைப் பிஞ்சுப் பாகற்காயென்றும் மாற்றி எழுதிவைத்தால் அம்மொழியைச் சரிப்படுத்தல் இலேசாகுமா? அதுபோலவே "விலாசம், பரிசர்ப்பம், விதூதம், சமம், நாபம், நமதூதி, பிரகமம், நிரோதம், பரியுபாசனம், வச்சிரம், புட்பம், உபநியாசம், வருணசங்காரம் இவை பயிர் முகத்தில் அங்கம் பதின்மூன்று" என்பது "பிவாசம் விருத்தியபம் விவாசம் தாவனபம் சயதூரகம் மரிசோதம் பரியானம் பாவைச்சிரம் செல்வம் வருணசங்கரம் இவை பிரதி முகத்திலங்கும் பதின்மூன்று" எனக் கிடந்த ஏட்டுப் பிரதிகளோடு பட்ட பிரயாசைக்குப் பிரயாசையென்னுஞ் சொல் போதுமா?"

மேற்சுட்டிய இதே நிலைதான் உ.வே.சா.வுக்கும் நிகழ்ந்தது என்பதைக் கூறத் தேவையில்லை. "இது கொம்பு, இது சுழி என்று வேறு பிரித்து அறிய முடியாது. மெய்யெழுத்துக்களுக்குப் புள்ளியே இராது. 'ர' கரத்துக்கும் 'காலுக்கும்' வேற்றுமை தெரியாது. 'சரபம்' 'சாப'மாகத் தோன்றும். 'சாபம்' 'சரப'மாகத் தோன்றும். ஓரிடத்தில் 'சரடு' என வந்திருந்த வார்த்தையை 'சாடு' என்றே பலகாலம் எண்ணிவந்தேன். 'தர'னென்பதை 'தா'னென்று நினைத்தேன்" என்று 'என் சரித்திர'த்தில் அவர் எழுதியுள்ளார்.

பதிப்பாசிரியனைத் திணற வைக்கும் இந்தப் பாட வேறுபாடுகள் ஏட்டில் நுழைவதற்குக் காரணம், சிதைந்த ஏட்டுப்பகுதிகளில் இழந்தவற்றை இட்டு நிரப்ப எண்ணுவதால், படி எடுப்பவரின் கல்வித் தகுதிக்குறைவால், விருப்புவெறுப்பால், ஊதியத்திற்காக ஏடெழுதுவோரின் துரித ஓட்டத்தால், கையெழுத்துத் தெளிவின்மையால், மொழிக்கொள்கை வேறுபாட்டால், எழுதுவோரின் சலிப்பால் ஏற்படும் எழுத்துப்பிழையால், தனிப்பட்ட அரசியல், சமய ஆர்வத்தால், புரியாத சொற்களுக்கு மாறாகப் பழகிய சொற்களைக் கையாள எண்ணும் மன இயல்பால், கற்றவர்கள் தன் திறனைக் காட்ட எண்ணும் புலமையால், மக்களுக்கு இலக்கியத்தை எளிதாக்கித்தர எண்ணும் நோக்கால், பழைய பிரதியின் வரிவடிவத் தெளிவின்மையால், அதிலுள்ள தவறுகளால், 'தவறு' நீக்கும் முனைப்பால் இன்னும் இவைபோன்ற பிறவற்றால் பாட வேறுபாடுகள் புகுகின்றன என்பது சுவடியியல் வல்லுநர்களின் கருத்து.

எனவே, பாடவேறுபாடு நுழைய முதல் காரணமாக இருப்பவர்கள் ஏட்டினை எழுதுவோரே என்பது புலனாகிறது. உரையாசிரியர்கள் காலத்திலேயே இவ்வேறுபாடுகள் தோன்றிவிட்டன. பரிமேலழகர் தம்முடைய உரையில் 48 இடங்களில் பிறர் காட்டும் பாட வேறுபாடுகளைக் குறித்திருப்பதாக மு. சண்முகம் பிள்ளை 'திருக்குறள் யாப்பு அமைதியும் பாட வேறுபாடும்' (1971) என்னும் நூலில் எடுத்துக்காட்டுகிறார்.

மூலபாடத்தைத் தேர்வு செய்வதற்கு ஐயர் சில வழிமுறைகளைப் பின்பற்றியுள்ளார் என்பது இம்முன்னுரைகளின்வழி தெரிகிறது. அதாவது, மூலப்பிரதிகளைக் கொண்டும், வேறு நூலாசிரியர்கள் மேற்கோளாக எடுத்தாண்ட பகுதிகளைக் கொண்டும் பழைய உரைகளைப் பயன்படுத்தியும் அவர் மூலபாடம் கண்டிருக்கிறார்.

"ஐங்குறுநூற்றினைப் பொறுத்தமட்டில் மூலம் மட்டும் தனியே உள்ள பாடம் வேறாகவும், இந்நூல் பழைய உரையாசிரியர் கொண்ட பாடம் வேறாகவும், மேற்கோளாக எடுத்துக்காட்டியிருக்கும் நச்சினார்க்கினியர் முதலியோர்கள் கொண்ட பாடம் வேறாகவும் என மூன்று நிலையில் பாடபேதம் உள்ளது"

என ஐங்குறுநூற்றின் முன்னுரையிலும்,

"இந்நூலிலிருந்து வேறு நூல்களினுடைய பழைய உரைகளின் இடையே உரையாசிரியர்களில் பூர்ணமாகவும் சிறிதுசிறிதாகவும் எடுத்துக்காட்டப் பட்டிருந்த உதாரணங்களும் சிற்சில பாடல்களிற் குறைந்த பாகங்களை நிரப்பிக்கொள்ளுதற்கும் பிறழ்ந்து கிடக்கும் சில பாடல்களை ஒழுங்குபடுத்தி வரையறை செய்துகொள்ளுதற்கும் பெருந்துணையாக இருந்தன"

எனப் புறநானூற்றின் முன்னுரையிலும் எழுதியுள்ளார்.

பழைய உரைகள் பெரும்பாலும் மூலத்தின் சொற்களை விடாது தழுவிச் செல்வதாலும், உரைகளின் சொல்முடிபுகளும் பொருள் முடிபுகளும் மூலம் போன்றே பெரிதும் இருப்பதாலும் மூலபாடம் காண்பதற்கு உரைகள் பெரிதும் துணைபுரிவனவாய் உள்ளன. எனவேதான், உரையுடன் கூடிய பதிப்புக்கு உ.வே.சா. முன்னுரிமை தந்துள்ளார்.

உரையோடு கூடிய பாடமூலங்களை மட்டும் தனியே எழுதி வைத்துக்கொண்டு, பின் பொருளைக் கொண்டும் வேறு ஆதாரங்களைக் கொண்டும் ஒழுங்குபடுத்திக் கொள்ளலாம் எனத் தேரழுந்தூர் இராசகோபாலாச்சாரியார் உரைத்தபடி செய்து முல்லைப்பாட்டிற்கு மூலம் கண்டதாக 'என் சரித்திர'த்தில் எழுதியுள்ளார்.

உரைகள் கிடைக்காதபோதும் வேறு நூல்களுடன் ஒப்பிட்டுப் பார்க்க முடியாத சூழலிலும் மட்டுமே வழுக் களைந்து திருத்தமான பாடங்களைக் கைக்கொண்டுள்ளார். கொட்டையூர் சிவக்கொழுந்து தேசிகரின் 'கோட்டீச்சுரக் கோவை', 'தஞ்சை பெருவுடையார் உலா' போன்றவற்றில் இம்முறையை அவர் மேற்கொண்டிருப்பதைக் காணலாம்.

அதற்காக அவர் தம் மனம் போனபோக்கில் பாடபேதங்களைப் புதுக்கியும் மாற்றியும் பதிப்பித்தார் என்று அபவாதம் கூறத் தேவையில்லை. உ.வே.சா.வின் பதிப்பிலும் பாடபேதப் பிழைகளை மாற்றுவதற்கு இடமிருக்கிறது என்பது உண்மைதான். வையாபுரிப் பிள்ளை பதிப்பித்த சங்க இலக்கியப் பதிப்பான குறுந்தொகையில் ஐயரிடமிருந்து மாறுபட்ட பாட மாற்றங்களை அறியலாம். அதேபோல் கே.என். சிவராசப் பிள்ளை *(1879-1941)* ஐயரின் புறநானூற்றுப் பதிப்பில் நுழைந்த தவறான பாடங்கள் என எழுபதுக்கும் மேற்பட்ட சொற்களைச் 'சில தமிழ்ச்சொல் ஆராய்ச்சி' *(1968)* என்னும் நூலில் காட்டியுள்ளார். ஆனால், எத்தகு சூழலிலும் உ.வே.சா. பாடத்தைத் தம் விருப்பம் போல் மாற்றியதில்லை என்பதே நிதர்சனமான உண்மை. ஒரு பதிப்பாசிரியனுக்கு இருக்க வேண்டிய நேர்மையும் மனசாட்சியும் அவருக்கு இருந்தே வந்திருக்கிறன்றன என்பதைப் பின்வரும் அவர் கூற்றுகள்வழி அறியலாம்.

> "புராதனமான தமிழ் நூல்களும் உரைகளும் பண்டை வடிவங் குன்றாதிருத்தல் வேண்டுமென்பதே எனது நோக்கமாதலின், பிரதிகளில் இல்லாதவற்றைக் கூட்டியும், உள்ளவற்றை மாற்றியும், குறைத்தும், மனம் போனவாறே அஞ்சாது பதிப்பித்தேனல்லேன். ஒருவகையாகப் பொருள்கொண்டு, பிரதிகளில் இருந்தவாறே பதிப்பித்தேன். யானாக ஒன்றுஞ் செய்திலேன். பிரதிகளிற் சிலவிடத்து வடமொழிப் பதங்கள் கிரந்தயெழுத்தாலே எழுதப்பட்டிருந்தமையின் அவ்வாறே பதிப்பித்தேன்."
>
> (சீவகசிந்தாமணி முகவுரை)

> "ஆயினும் இப்படியே முன்பு விளங்காதிருந்தவைகள் பல இப்பொழுது இந்நூலாலும் இவ்வுரையாலும் ஒருவாறு விளங்கி வருதலால் இதுபோலப் பழைய நூல்களையும் உரைகளையும் ஒழுங்காக ஆராய்ச்சி செய்யச் செய்ய இவைகளும் பின்பு விளங்குமென்பது என் துணிபு. ஆதலாற் பிரதிகளில் இல்லாதவற்றைக் கூட்டியும் உள்ளவற்றை மாற்றியும் குறைத்தும் மனம் போனவாறே இவற்றைப் பதிப்பித்திலேன். உலக வழக்கு, செய்யுள் வழக்கு என்னும் இரண்டையும் கருவியாகக் கொண்டு பலமுறை ஆராய்ச்சி செய்து பிரதிகளிலிருந்தவாறே பதிப்பித்தேன்."
>
> (சிலப்பதிகாரம் முகவுரை)

> "உரையிற் சில வாக்கியங்களும் சில மேற்கோள்களும் சந்தேகத்திற்கு இடமாக இருந்தும் பிரதிகளின் சிதைவு வேறுபாடு முதலியவற்றால் உரையாசிரியருடைய கருத்து விளங்காதது பற்றி அவற்றைத் திருத்திப் பதிப்பித்தற்கு என் மனம் துணியவில்லை."
>
> (நன்னூல் - மயிலைநாதருரை முகவுரை)

புரியாத செய்திகளைக்கூட விளங்கவில்லை என நேர்மையுடன் அவர் ஒப்புக்கொண்டார். பதிற்றுப்பத்தில் இடம்பெறும் குதிரை இலக்கணம், சிலப்பதிகாரம், சீவக சிந்தாமணியில் இடம்பெறும் இசைத்தமிழ் நாடகத்தமிழ்ப் பாகுபாடுகள் முதலியன தமக்கு விளங்கவில்லை என்றெழுதினார். மான்விடு தூதிற்குக் குறிப்புரை எழுதுகையில், 'இதனுள் வந்துள்ள மான்றேயம், புல்வாய்மாது முதலியவற்றைப் பற்றிய செய்திகள் விளங்காமையால் குறிப்புரை எழுதக்கூடவில்லை. நாளடைவில்

விளங்குமென்று எண்ணுகின்றேன்' என்று உண்மையான கல்வியாளருக்குரிய அடக்கத்துடன் அவர் எழுதியுள்ளதைக் கருத வேண்டும்.

உ.வே.சா. பதிப்பித்த பெரும்பாலான நூல்கள் காலத்தால் முந்தியவை. அந்நூல் தோன்றிய காலத்திற்கும் அவற்றிற்கு உரையெழுந்த காலத்திற்கும் இடையேயான பாரதூரம் மிகுதி. மூலமும் உரையும் தோன்றிய காலத்திற்கும் அந்நூல் அச்சேறிய காலத்திற்குமிடையேகூட நீண்ட கால இடைவெளி இருந்தது. இவ்விடைவெளிகளில் எழுத்து மொழியிலும் பேச்சு மொழியிலும் புகுந்த மாற்றங்கள் கணக்கிலடங்கா.

பாடவேறுபாடுகளுள் சரியான பாடத்தைத் தேர்ந்தெடுப்பது எவ்வாறு? ஏட்டில் கண்டவாறே நூலில் பதிப்பிக்க வேண்டுமா? அல்லது பொருள் தெளிவுறத் திருத்திப் பதிப்பிக்கலாமா என்ற ஐயம் எழுவது இயற்கை.

பொதுவாக நூலாசிரியனது நோக்கையும் போக்கையும் உணர்ந்து அவர் இவ்வாறுதான் எழுதியிருக்கக்கூடும் என ஆராய்ந்து, அதனைப் பாடமாக்கிக் கொள்ளுதல் ஒருவகை. பதிப்பாசிரியன் தன் விருப்பு வெறுப்புக்கு ஏற்றவாறு மூலத்தைத் திருத்திப் பதிப்பது மற்றொரு வகை.

உ.வே.சா. முதல் வகையைச் சார்ந்தவர் என்பது மட்டுமன்றித் தாம் பாடங்களை தேர்ந்தெடுக்கும்போது சிறந்தவற்றைக் கொண்டு மற்றவற்றை மூலத்தினடியிலேயே 'பிரதிபாடங்கள்' என்றும் குறித்தார். அவ்வாறு பிரதிபாடமாகக் கொண்ட பாடத்தைப் பிறகு நன்கு ஆராய்ந்து அடுத்த பதிப்புகளில் சரியான பாடமாகவும் கொண்டுள்ளார். ஐங்குறுநூற்றில் இடம்பெறும் 'சிற்றடக்கம் - சிற்றட்டகம்', பரிபாடலில் இடம் பெறும் 'காடுகிழாள் - கார்கோள்' போன்றவற்றை இதற்குச் சான்றுகளாகக் காட்டலாம்.

௫

ஒரு நூலை ஆராயப் புகும்போது முதன்முதலில் அதற்கோர் அகராதி எழுதி வைத்துக்கொள்வது உ.வே.சா.வின் வழக்கம். அதன் பின்னரே சுவடிகளைப் பார்த்து பாடவேறுபாடுகளை எல்லாம் தொகுத்துக்கொள்வார். இதைப் புறநானூற்றுப் பதிப்பிலிருந்து அவர் தொடங்குகிறார். கும்பகோணம் கல்லூரியில் வரலாற்றுப் பேராசிரியராக இருந்த கே.ஆர். துரைசாமி அய்யர் வைத்திருந்த ஒப்புநோக்குப் பகுதிகள் அடங்கிய பைபிள் விசேஷப் பிரதியினூடாகப் பெற்ற அறிவு இது.

தாம் பதிப்பித்த நூல்களுக்கு அரும்பதம் முதலியவற்றின் அகராதி, சிறந்த பாடற்பகுதி அகராதி, விசேடச் செய்திகள் அகராதி, விளங்கா மேற்கோள் அகராதி, ஒப்புநோக்கு அகராதி முதலிய பலவற்றைத் தொகுத்து வைத்திருந்தார். இவற்றால் பதிப்பித்த நூல்கள் மட்டுமன்றிப் பதிப்பிக்காத நூல்களுக்கும் நல்ல பாடங்கள் கிடைத்தன என்கிறார் மு.கோ. ராமன்.

புறம் 41, 78, 151 ஆம் பாடல் உரைகளில் மேற்கோளாக வந்துள்ள "ஏவலிளையர் தாய்வயிறு கரிப்ப" என்பது, வேறுபல உரைகளில் "புலைய னெறிந்த பூசற் றண்ணுமை" என்பதோடு சேர்ந்து காணப்பட்டது. புறநானூற்றை ஆராய்ந்த உ.வே.சா.வுக்கு இது இன்ன நூலில் இன்ன பாடலிலுள்ளதென்று முதலில் புலப்படாமலிருந்தது. பிறகு 'தமிழ் நெறி விளக்கம்' எனும் இலக்கண நூலில் வந்துள்ள மேற்கோளாகிய

"நிரையிற் செல்லுமோ வென... தாய் வயிறு கரிக்கும்..." என்னும் செய்யுளின் மூன்றாமடியின் பாடபேதமென்று தெரியவந்தது. மேற்கோளகராதி அமைத்து வைத்துக்கொண்டதால் "தாய்வயிறு கரிப்ப" என்பது "தாய்வயிறு கரிக்கும்" என்னும் சரியான பாடத்தின் வேறுபாடு என்பதை அறிந்து திருத்தினார் (புறநானூறு முகவுரை).

ஒரு நூலுக்கு எனத் தொகுத்த அகராதிகள் பிற நூற்பாட ஆய்விற்கும் பயன்பட்டன. பெருங்கதைக்கு அவர் தயாரித்த அகராதி மணிமேகலைக்கு எழுதிய அரும்பதவுரைக்கும், சிலப்பதிகாரப் பதிப்பிற்கும் பிற நூலாராய்ச்சிக்கும் பயன்பட்டிருக்கின்றன (பெருங்கதை முகவுரை). ஐயர் இவ்வாறு தொகுத்து, பின் தாம் பதிப்பிக்கும் நூல்களின் பின்னிணைப்பாகத் தரும் சொற்றொகுதிகளைச் சென்னைப் பல்கலைக்கழகம் 1913இல் தொடங்கிய தமிழ்ப் பேரகராதிப் பணிக்குப் பயன்படுத்திக்கொண்டது குறிப்பிடத்தக்கது. 1924 அக்டோபரில் அகராதியின் முதல் தொகுதி - முதல் பகுதி வெளிவந்ததைப் படித்த ஒருவர் அண்மையில் பதிப்பிக்கப்பெற்ற பெருங்கதையிலிருந்துகூட மேற்கோள் காட்டியிருப்பது மகிழ்ச்சியளிக்கிறது என்று 'மெட்ராஸ் மெயில்' (4 டிசம்பர் 1924) பத்திரிகையில் பாராட்டியிருந்ததும் சுட்டத்தக்கது.

சுவையினாலும் நடையினாலும் நூல்களில் ஏற்றத்தாழ்வு பலவாறாக இருக்கும். எல்லா நூல்களும் ஒப்புயர்வற்ற பெருமையுடையனவாக இருத்தல் முடிவதன்று. ஆயினும், தமிழ் இலக்கியச் சரித்திரத்தை உணர விரும்புவோர்க்கு எல்லா நூல்களும் பயன்படும்; 'எந்தத் தமிழ் நூலாயினும் பழையதாயின் அது வெளிவர வேண்டுமென்பதே எனது ஆவல்' என்று தணிகாசல புராணத்தின் முன்னுரையிலே ஐயர் எழுதியிருப்பார். எனவே, சொற்களின் பெருமையோ சிறுமையோ, அரசியலோ ஆன்மிகமோ பார்த்துப் பதிப்பித்தவரல்லர் ஐயர் என்பது இதனால் விளங்கும். 'பழைய நூல்களை வெளிப்படுத்துதல்' என்பது மட்டுமே அவரது நோக்கமாக இருந்ததேயொழியப் பாடங்களை மாற்றுவதோ இடைச்செருகல் செய்வதோ அவரது நோக்கமல்ல. என்றாலும் புறநானூறு 34ஆம் பாடலில் இடம்பெறும் "குரவர்த் தப்பிய கொடுமையோர்க்கும்" என்னும் அடியை, "பார்ப்பார்த் தப்பிய கொடுமை யோர்க்கும்" என மாற்றிப் பதிப்பித்து விட்டார் என்றும், சிலப்பதிகாரம் அழற்படு காதையில் இடம்பெறும் வருணபூதங்கள் பற்றிய செய்திகளை இடைச்செருகல் செய்துவிட்டார் என்றும் உ.வே.சா.மீது குற்றம் சுமத்துபவர்கள் உண்டு. இவை எல்லாம் அப்பட்டமான பொய்க் குற்றச்சாட்டுக்கள் என்பதை அண்மைக்கால ஆய்வுகள் நிரூபிக்கின்றன.

மூல ஏடுகளில் தொடர்ச்சி அறுபட்டிருந்தால், "இதுவரையிலுள்ள கதைக்குரிய மூலம், கிடைத்த பிரதியில் இல்லை" என்று எழுதும் நேர்மை உ.வே.சா.விடம் இருந்துள்ளது. அறுபட்ட தொடர்ச்சியைப் பிற நூல்களின் உதவியோடு தமது உரையில் இட்டு நிரப்பியிருக்கின்றாரே தவிர மூலத்தில் தம் கைவரிசையை அவர் காட்டியதில்லை. இதை,

> "கதைப்போக்கை நன்கு தெரிந்துகொள்வதற்குக் கருவியாகவிருக்குமென்று எண்ணி உதயணனுடைய சரித்திரச் சுருக்கம் வசனநடையில் எழுதப் பெற்று இந்நூலுக்கு அங்கமாகப் பதிப்பிக்கப்பெற்றுள்ளது. சிதைந்து போன 'இந்நூற் பகுதிகளில்' இருத்தற்குரிய வரலாறுகளை ஒருவாறு ஒத்த வேறு நூல்களிலிருந்து அறிந்து எடுத்தெழுதி இதன்பாலுள்ள சரித்திரத்தைப் பூர்த்தி

செய்து இடையிடையே செய்யுட் பகுதிகளையுமமைத்து விரிவாகப் பதிப்பிக்கலாயிற்று"

என்று பெருங்கதையின் முன்னுரையில் அவர் எழுதியதன் மூலம் அறியமுடிகிறது.

பாடபேதம் காண்பதற்கும் பதிப்புக்கும் பெரிதும் துணைபுரிவதான சுத்தப் பிரதிகளையே உ.வே.சா. பெரும்பாலும் மூலப்பிரதிகளாகக் கொண்டுள்ளார். ஆனால், உ.வே.சா. தாம் பதிப்பிக்கும் நூல்களுக்கு எதைச் சிரேஷ்ட பிரதியாக (master copy) கொண்டார் என்பது பற்றியோ ஏன் அவ்வாறு கொண்டார் என்பது பற்றியோ எழுதாதது பதிப்புக்கலையில் ஒரு குறை என்று கா. சிவத்தம்பி எழுதியுள்ளார். இதன் தொடர்பில், சி.வை.தா.வையும் சேர்த்தே அவர் குறை கூறியுள்ளார். இவரது கூற்றிலும் உண்மையிருப்பதாகத் தெரியவில்லை.

சி.வை.தா. அவர்கள், வீரசோழியத்திற்கும் சூளாமணிக்கும் திருவாவடுதுறை ஆதீனத்துப் பிரதியை முதன்மைப்பிரதியாகக் கொண்டு பதிப்பித்ததை அந்தந்த நூலின் முன்னுரையில் எழுதியுள்ளார். உ.வே.சா.வும் மணிமேகலை முகவுரையில், "இவற்றுள் மிகப் பழமையானதும் பரிசோதனைக்கு இன்றியமையாததாக இருந்ததும், மற்றைப் பிரதிகளிற் குறைந்தும் பிறழ்ந்தும் திரிந்தும் போகிய பாகங்களை எல்லாம் ஒழுங்குபடச் செய்ததும், கோப்புச் சிதைந்து அழகு கெட்டு மாசு பொதிந்து கிடந்த செந்தமிழ்ச் செல்வியின் மணிமேகலையை அவள் அணிந்துகொள்ளும் வண்ணம் செப்பம் செய்து கொடுத்ததும் மிதிலைப்பட்டிப் பிரதியே" என்று விவரித்துள்ளார். இதேபோல் சிலப்பதிகாரம் செப்பமுற்றதற்கும் மிதிலைப்பட்டிப் பிரதியே உதவியாய் இருந்தது என்பதை 'என் சரித்திர'த்தில் பதிவு செய்துள்ளார். "குருடனுக்குக் கண் கிடைத்தது போல எனக்கு அளவற்ற ஆனந்தம் உண்டாயிற்று" என்று மிதிலைப்பட்டி அழகிய சிற்றம்பலக் கவிராயர் வீட்டில் ஏடுதேடிக் கண்டதை உ.வே.சா. எழுதியுள்ளார். எனவே, மிதிலைப்பட்டி போன்ற பலவிடங்களில் கிடைத்த சில முக்கியமான பிரதிகளே இவருக்கு முதன்மைப்பிரதிகளாக இருந்திருக்கின்றன என்பதை இம்முன்னுரைகள்வழி அறியலாம்.

பதிப்புகள் தொடர்பான ஆய்வுகள் வளர்ந்துள்ள இன்றைய சூழலில் முதன்மைப் பிரதியின் முக்கியத்துவம் உணரப்படுகிறது. ஆனால் அன்றைய நிலையில் அதைப் பற்றிய பதிவுகளைத் தரவேண்டும் என்னும் உணர்வு இருந்திருக்கும் என எதிர்பார்க்க இயலாது. அதற்காக அவர்கள் முதன்மைச் சுவடி பற்றிய உணர்வற்றவர்களாக இருந்தனர் எனக் கருத முடியாது என்று கூறும் பெருமாள்முருகனின் கருத்து இங்குக் கருதத்தக்கது.

ஏட்டைப் பரிசோதித்து நூலாக்கும் பதிப்பாசிரியனுக்குப் பரந்துபட்ட அறிவும் பன்முகப்பார்வையும் வேண்டும் என்பதை ஏலவே சுட்டினோம். ஆனால் பதிப்பு நுட்பங்கள் அனைத்தும் ஒரு பதிப்பாசிரியனிடம் முற்றிலும் அமைந்திருக்கும் என்று எதிர்பார்க்க இயலாது. எனவேதான் அந்தந்தத் துறையில் பாண்டித்தியம் பெற்ற அறிஞர்களை அணுகி, உண்மையான ஒரு பதிப்பாசிரியன், தனது பணியை எளிதாக்கிக் கொள்கிறான். இந்த உத்தியைத்தான் உ.வே.சா.வும் கைக்கொண்டார்.

சமண நூலான சீவகசிந்தாமணியை முதன்முதலில் பதிப்பிக்கும்போது அதிலுள்ள ஆருக மதக் கோட்பாடுகளைக் கும்பகோணம் கல்லூரி முதல்வரும் நீலகேசியின் பதிப்பாசிரியருமான ராவ்பகதூர் அ. சக்கரவர்த்தி நயினார் *(1880-1960)*, அவர்களின் தந்தையான வீடூர் அப்பாசாமி நயினார், சந்திரநாத செட்டியார், குணபால செட்டியார், அவரது துணைவியார் ஆகியோர் மூலமாகவே தெரிந்துகொண்டு பதிப்பித்தார். (உ.வே.சா.வின் 'பவ்விய ஜீவன்' என்னும் கட்டுரையில், இது குறித்து விரிவாகக் காணலாம்.) ஆனால், பௌத்த நூலான மணிமேகலையைப் பதிப்பிக்கும்போது இத்தகு உதவிகள் மற்றவர்களிடமிருந்து எளிதில் கிட்டவில்லை. புத்த மதக் கோட்பாடுகளை அவ்வளவு நுணுக்கமாகச் சொல்வதற்கு அந்தக் காலகட்டத்தில் அறிஞர்களை தேடிக் கண்டுபிடிப்பது அரிய முயற்சியைக் கோரும் செயலாய் இருந்தது. பௌத்தத்தின் செல்வாக்கு அன்றைய தமிழகத்தில் குறைந்திருந்ததை, இதற்கு முக்கியக் காரணமாகக் கொள்ளலாம்.

மணிமேகலை நூற்கருத்துக்களைத் தெரிந்துகொள்ள வேண்டுமானால் பாலி மொழியறிவு அவசியம். அல்லது ஆங்கிலத்தின் வழியாகவாவது அதை அடையலாம். ஆனால், ஆங்கிலப்பயிற்சி இல்லாத உ.வே.சா.விற்கு மொழிபெயர்ப்பின் வாயிலாகக்கூட அதைத் தெரிந்துகொள்ள வாய்ப்பில்லாமல் போயிற்று. எனவே, பௌத்தம் பற்றி மானியர் வில்லியம்ஸ், மாக்ஸ் முல்லர், ஓல்டன் பர்க், ரைஸ் டேவிஸ் போன்றோர் எழுதிய ஆங்கில நூல்களைத் தமது கைப்பணத்தைக் கொண்டு வாங்கி அதை மஹுர் ரங்காசாரியார் *(1861–1916)* அவர்களிடம் தந்து செய்திகளை அறிந்திருக்கிறார். இதை, "ஹிந்து தேசத்து வித்தைகளிலும் ஆங்கிலேய வித்தைகளிலும் மிகப் பயிற்சியடைந்து விளங்கும் மஹுர் ஸ்ரீமத் உ.வே. அரங்காசாரியாரவர்கள், எம்.ஏ., பௌத்த சமய நூல்களிலும் பாண்டித்தியம் உள்ளவர்கள் என்பதை அறிந்துகொண்டு உரிய காலங்களில் அவர்களிடத்துச் சென்று வினாவிவந்தேன்; வருகையில் ஒவ்வோரமயத்தும் தடையின்றி உடனுடன் அவர்கள் கூறிய விடைகளில் அதற்கு முன்பு எனக்கிருந்த ஐயங்களிற் பெரும்பாலன நீங்கின. நீங்கவே இந்நூலைப் பரிசோதித்தலில் என் மனம் ஊக்கம் பெற்றது. அவர்களுடைய பேருதவி இல்லையாயின் மணிமேகலையில் வந்துள்ள துடிதலோகம், பாரமிதை, அரூபப்பிரமர், உரூபப்பிரமர் முதலிய சொற்களுங்கூட உள்ளவாறே பொருள்கொள்ளுதல் எனக்கு மிகவரிதாகும்" என்று மணிமேகலையின் முன்னுரையில் எழுதியுள்ளார்.

அயலகத்திலிருந்து சுவடிகளைத் தேடிப் பெற்றதைப் போலவே பாடங்களுக்கான அர்த்தங்களையும் உ.வே.சா. தேடிப் பெற்றிருக்கிறார். மணிமேகலைப் பதிப்பிற்கான கூடுதல் கருத்துக்களை இலங்கை – பௌத்த வித்தியோதய பாடசாலைத் தலைவர் ஸ்ரீ ஸுமங்களர் அவர்களிடமிருந்து பெற்றிருப்பது இதற்குச் சான்று.

இதோடு வரலாற்றுச் சான்றாதாரங்களை இலக்கியத்தில் காண்பதற்கு உ.வே.சா. முயன்றுள்ளதையும் இம்முன்னுரைகள் தெரிவிக்கின்றன. "இந்நூலை அச்சிட்டு வருகையில் சிலாசாஸனம் முதலியவற்றால் அறிதற்குரிய சிலவற்றைத் தெரிந்துகொள்ளுதற்பொருட்டு ம-ா-ா-ஸ்ரீ வி. வெங்கையர் அவர்களையும் ம-ா-ா-ஸ்ரீ வீ. கனகசபைப் பிள்ளையவர்களையும் எழுதி வினாவினேன்" என்று புறநானூறு முன்னுரையிலும், "(திருப்பாதிரிப்புலியூர்) தலத்துத் திருக்கோயிற் கருப்பக்கிருகத்தின் மேற்புறச்சுவர் சிலாசாஸனத்துள்ள, 'தழைத்த திருப்பாதிரிப் புலியூர்' என்பது முதலிய இரண்டு செய்யுட்களால் கன்னிவனப் புராணம், புலியூர்

நாடகம் என்னும் இரண்டு நூல்கள் ஒரே புலவரால் இயற்றப்பெற்று இத்தலத்திற்குரியனவாகயிருந்தமை வெளியாகின்றதென்றும், சிலாசாஸனங்களில் ஸ்வாமி திருநாமம் கடைஞாழல் மஹாதேவரென்றே வழங்கப்படுகின்றதென்றும் சிலாசாஸனப் பரிசோதகராகிய நண்பர் ம-ா-ா-ஸ்ரீ து.அ. கோபிநாத ராவ், எம்.ஏ., அவர்கள் சொன்னார்கள்'' என்று திருப்பாதிரிப்புலியூர் கலம்பக முன்னுரையிலும் எழுதியிருப்பதைப் பார்க்கும்போது கல்வெட்டு உதவியுடன் வரலாற்றுப் பின்புலத்தோடு நூல்களைப் பதிப்பிப்பதற்கு உ.வே.சா. மற்றவர்களது அறிவையும் உழைப்பையும் பயன்படுத்திக்கொண்டுள்ளார் என்பதை அறியலாம்.

உ.வே.சா.வுக்கு வடமொழியறிவு உண்டு என்றாலும் அதில் புலமை உடையவரல்லர். ''எனக்குண்டாகும் ஐயங்களை உடனுடன் போக்கிப் பேருதவி செய்தருளிய மகாமகோபாத்தியாய பெருகவாழ்ந்தான் ஸ்ரீமத் உ.வே. அரங்காசாரியார் அவர்களுக்கும், கும்பகோணம் கவர்ன்மென்ட் காலேஜ் ஸம்ஸ்கிருத பண்டிதர்களாகிய திருமலை ஈச்சாம்பாடி ஸ்ரீமத் உ.வே. ஸ்ரீநிவாஸாசாரியா ரவர்களுக்கும் என்னுடைய வந்தனத்தை நன்றியறிவுடன் ஸமர்ப்பிக்கிறேன்'' என்று கூறியிருப்பதால், சமஸ்கிருதம் தொடர்பான பதிப்பு விடயங்களுக்கு இத்தகு அறிஞர்களை அவர் துணை கொண்டிருந்தார் எனத் தெரிகிறது. வடமொழிச் செய்திகளை வெறுமனே வாய்மொழியாகவும், சில குறிப்புகளைப் பெற்றும் நூல்களைப் பதிப்பித்து வந்த அதேசமயத்தில் தொடர்புடைய வடமொழி நூல்களை முழுவதுமாக மொழிபெயர்த்து வாங்கியும் தமது பதிப்புக்கு உ.வே.சா. பயன்படுத்தியுள்ளார். மணிமேகலையோடு தொடர்புடைய உதிதோதய காவியத்தைத் தியாகராசபுரம் நரஸிம்ஹாசாரியா ரிடமிருந்து மொழிபெயர்த்து வாங்கிப் பயன்படுத்தியதை இதற்கு எடுத்துக்காட்டாகக் கூறலாம். (இந்த உதிதோதய காவியத்தைக் கொண்டே பெருங்கதையின் கிடைக்காமலிருந்த உஞ்சைக் காண்டத்தின் முற்பகுதியையும், நரவாணக் காண்டத்தின் பிற்பகுதியையும், துறவுக் காண்டம் முழுவதையும் உ.வே.சா. பெரும்பாலும் பூர்த்திசெய்தார்.)

பண்டிதர்கள் அறிவோடு பாமரர் அறிவையும் தம் பதிப்புக்குப் பயன்படுத்திக்கொண்டார் உ.வே.சா. மணிமேகலையில் வரும் 'கும்மாயம்', சீவக சிந்தாமணியில் வரும் 'இடையன் கொன்ற இன்னாமரம்' போன்ற சொற்கள், தொடர்களின் பேச்சுவழக்கு அர்த்தங்களைப் பின்னாளில் அவர் எழுதிய கட்டுரைகளில் காணலாம். அவர் எழுதிய கட்டுரைகளில் பல, பிறரைக் கேட்டுத் தாம் அறிந்த செய்திகளை விளக்க எழுந்தவை எனலாம். தமக்கு அச்செய்திகளைத் தந்து உதவியோரைத் தவறாது குறிப்பிடுவது அவரது சிறப்பியல்பு.

திருவிடைமருதூர் யானைப்பாகன் மூலம் சீவக சிந்தாமணியில் வரும் யானைப்பேச்சு பற்றி அறிந்த குறிப்பினை அவரது கட்டுரையொன்றில் காணலாம். எந்த ஊருக்குப் போனாலும் அவ்வூரிலிருந்த புலவர்கள், பிரபுக்கள் முதலியவர்கள் பற்றிய வரலாறுகளையும் அவ்வூரில் வழங்கிவந்த புராணச் செய்திகளையும் விசாரித்துத் தொகுப்பது அவரது வழக்கம். இதனால் பலநாளாகத் தெரியாமல் இருந்த பல அரிய செய்திகளைப் பிறகு அறிந்து பதிப்பில் பயன்படுத்தினார் என்பதை, 'என் வழக்கம்' என்னும் கட்டுரை உணர்த்துகிறது. தாம் எடுத்துக்கொண்ட காரியம் மிகப்பெரியது என்பதும், தம் வாழ்நாள் முழுவதையும் செலவிட்டாலும் அதற்குப் போதாது என்பதையும் உ.வே.சா. ஆழ்ந்தறிந்திருந்தார். ஒவ்வொரு

பதிப்பிற்குப் பின்னும் தம் அறிவை அவர் விரிவுபடுத்திக்கொண்டும், இன்னும் செம்மையாகச் செய்ய வேண்டும் என்ற பெருவேட்கையைத் தமக்குத் தாமே தூண்டிக்கொண்டுமிருந்திருக்கிறார்.

ஒரு சொல்லின் தெளிவிற்காகப் பல ஆண்டுகள் காத்திருக்கும் பொறுமை அவரிடம் இருந்தது. எந்த நூலையும் கிடைத்தவுடன் வெளியிட்டுவிட வேண்டும் என்னும் அவசரம் அவரிடம் இருந்ததில்லை. பெருங்கதையை 37 வருடமும், தக்கயாகப் பரணியை 44 வருடமும், தமிழ் விடு தூதினை 30 வருடமும் அவர் ஆராய்ந்தார் என்கிறார் மு.கோ. இராமன்.

ஏடுதேடி, பரிசோதித்து, பாடபேதம் கண்டு, மற்றவர் உழைப்பையும் பயன்படுத்திக்கொண்டு அச்சுக்குச் சித்தமாக வைத்திருக்கக்கூடிய ஒரு பிரதியை திடீரென இழந்தால், உண்மைப் பதிப்பாசிரியர் ஒருவரது மனநிலை எப்படியிருக்கும்? இதுவும் உ.வே.சா.வின் வாழ்க்கையில் நடந்துள்ளது.

கல்வியின் பொருட்டு அமெரிக்க மிஷனரியால் தமிழகத்துக்கு அனுப்பப்பட்டு மொழிபெயர்ப்பாளராகப் பணியாற்றியவரும், 'The Tamils Eighteen Hundred Years Ago' என்னும் நூலை எழுதியவருமான வீ. கனகசபைப் பிள்ளை (1855-1906) உ.வே.சா.விற்குச் சரித்திரத் தொடர்பான ஐயங்களைக் களைந்து பதிப்பில் உதவியவர் என்பது நாம் அறிந்ததே. இவர் மதுரைத் தமிழ்ச் சங்கத்து நான்காம் ஆண்டு விழாவில் தலைமையுரை ஆற்றுவதற்காக - புதிய விடயங்களைக் கூறுவதற்காக - உ.வே.சா. குறிப்புகள் பல எழுதிப் பதிப்பிப்பதற்குத் தயாராக வைத்திருந்த பெருங்கதை கையெழுத்துப் பிரதியை வாங்கிச் சென்றுள்ளார். அதன் பிறகு எதிர்பாராதவிதமாக அவர் இறந்துபோனமையால், அதைக் கடைசிவரை உ.வே.சா.வால் பெறமுடியாமலேயே போய்விட்டது. "பிரதியைப் படித்துவருங் காலங்களிலெல்லாம் நான் அதிற் செய்திருந்த குறிப்புக்கள் எனக்குச் சிறிதும் பின்பு பயன்படாவாயின" என்று உ.வே.சா. எழுதியிருப்பதைக் காணும்போது, அவர் எத்தகு மனத்துயரத்தில் இருந்திருப்பார் என்பதை எழுத வார்த்தைகள் போதா. இதனால்தான் உ.வே.சா. எப்போதும் தமக்குக் கிடைத்த மூலப்பிரதிகளைக் கவனமாகப் பாதுகாத்து வைப்பதிலும், மிக நெருங்கியவராயினும் அவரிடத்தும்கூட மூலப்பிரதிகளைக் கொடுப்பதற்குத் தயங்கும் விழிப்புடையவராகவும் இருந்தார் எனலாம். இதன் விளைவாகவே, 'மூலப்பிரதிகளைப் பிறருக்குக் கொடுக்காதவர் ஐயர்' என்ற நியாயமற்ற பழிச்சொல்லுக்கும், பிற்காலத்தில் அவர் ஆளாக நேர்ந்தது.

பத்துப்பாட்டு இரண்டாம் பதிப்பின் முன்னுரையில் இனி வெளியிட உத்தேசித்துள்ள நூல்களுள் பெருங்கதை பற்றி உ.வே.சா. குறிப்பிட்டிருந்தார். பெருங்கதை என்றவுடனேயே நூற்றுக்கணக்கான கதைகள் வசனநடையாக அதில் உள்ளன போலும் என்றெண்ணிக் கலாசாலைகளில் பாடமாக வைப்பதற்கு நச்சரித்த அதிகாரிகள் ஒருபுறம் என்றால் நூல் முழுவதையும் அபகரிக்க முயன்ற கூட்டம் மற்றொருபுறம்.

பெருங்கதை வெளியீட்டு விளம்பரத்தைப் பார்த்த யாழ்ப்பாணம் - பொன்னம்பல தேசிகர் என்பவர், திரிசிரபுரத்தில் 1902களில் அன்பில் வேங்கடாசாரியார் என்பவரால் பதிப்பிக்கப்பட்டு வந்த 'அமிர்தவர்சனி' என்னும் வரலாற்றுப் பத்திரிகையில்,

“கிடைத்த கையெழுத்துப் பிரதிகளுடன் நச்சினார்க்கினியரது உரையுடன் பெருங்கதையைப் பதிப்பித்து வருகின்றோம். மேற்படி பிரதியுள்ளவர்கள் கொடுத்துதவினால் மிக்க வுபகாரமாக விருக்கும்” என்று ஒரு வேண்டுகோள் விடுத்திருந்தார். இதைக் கண்ணுற்ற ஐயர், நற்றிணைப் பதிப்பாசிரியர் பின்னத்தூர் அ. நாராயணசாமி ஐயர் (1862-1914) அவர்களைக் கொண்டும், யாழ்ப்பாணத்திலிருந்த நண்பர்கள் சிலரைக் கொண்டும் இதன் சூட்சுமத்தைக் கண்டறிந்ததில் இது பொய்யான தகவல் என்பது தெரியவந்தது. “இஃது ஆகாயத்தாமரையாக முடிந்ததன்றி, என்னிடமுள்ள பிரதியைக் கவர்ந்து கொள்வதற்கே ஒருசாரார் செய்த சூழ்ச்சி” என்று உ.வே.சா. இந்நிகழ்ச்சியைக் குறிப்பிடுவார். இவர்களோடு பெருங்கதைப் பிரதி இங்குள்ளது அங்குள்ளது என்று போக்குக்காட்டி நூல் விரைவில் வெளிப்படாமல் பார்த்துக் கொண்டவர்களும் உண்டு. அப்படிச் சொன்னால் மனம் குளிரும் என்று சொல்லித் தங்கள் காரியத்தைச் சாதித்துக்கொண்ட புண்ணியவான்களும் உண்டு.

இப்படிக் கஷ்டப்பட்டுப் பரிசோதித்து வைத்திருந்த பெருங்கதைப் பிரதியைப் பறிகொடுத்தது போல் ‘திருக்குற்றாலச் சிலேடை வெண்பா’வின் சுத்தப் பிரதியை இழந்தது குறித்தும் உ.வே.சா. அந்நூலின் முகவுரையில் எழுதியிருப்பதும் இங்கு நினைக்கத்தக்கது.

எ

நூல்களைப் பதிப்பித்து வெளியிடும்போது அச்சுக்கூலி முதலியவற்றிற்கு ஆகும் செலவுகளைப் பெரும்பாலும் உ.வே.சா. எதிர்கொண்டதாகத் தெரியவில்லை. ‘தியாகராச மாத வெளியிடு’ என்னும் பெயரில் மாதந்தோறும் ஒரு நூல் வெளியிட வேண்டும் எனப் பிரயாசைப்பட்டு, ‘திருவாரூர் கோவை’யை முதல் வெளியீடாகக் கொணர்ந்து பின்பு தொடர முடியாமல் கையைச் சுட்டுக்கொண்டதெல்லாம் **1930**களுக்குப் பிறகுதான். ஆனால் தொடக்ககாலப் பதிப்புகளைப் பிறரது பொருளுதவியைக் கொண்டே உ.வே.சா. வெளியிட்டுள்ளார். இதில் முக்கியப் பங்குவகித்தவர் சேது ஸமஸ்தான அதிபர் ம-ா-ா-ஸ்ரீ இராஜ ராஜேசுவர சேதுபதி மகாராஜா. ஐயரது தொடக்ககாலப் பதிப்புகள் பலவற்றிற்கும் பிற்காலப் பதிப்புகள் சிலவற்றிற்கும் மகாராஜா செய்த உதவிகள் அளப்பரியன. இவரைத் தவிர, சிறுவயல் ஜமீந்தார் முத்துராமலிங்கத் தேவர், கொழும்பு பொ. குமாரசாமி முதலியார், அவரது குமாரர் ஸ்ரீகாந்த முதலியார், பெரும்பன்றியூர் ஸ்ரீமான் ஏ.எம். பெரியசாமி முத்தைய உடையார், திருப்பாதிரிப்புலியூர் சாது-சேஷையர் போன்ற பெரும்புள்ளிகளும், சில ஆதீன கர்த்தர்களும் இவரது பதிப்புப் பணிக்குப் பொருளாதார ரீதியாக உதவியுள்ளனர்.

இவர்களோடு பிராமண எதிர்ப்பையே தலையாய பணியாகக் கொண்டுழைத்த தந்தை பெரியாரும் (1879-1973), உ.வே.சா.வின் பதிப்புப்பணிக்குப் பொருளுதவி செய்திருக்கிறார் என்பது முரணனி உண்மை. இது குறித்துப் பெரியார் கூறிய வாய்மொழிப் பதிவினை அவரது சீடர்கள் பின்வருமாறு தெரிவிக்கின்றனர்:

> “உ.வே.சாமிநாத அய்யர் நான் பிரபுவாயிருக்கும்போது வந்து புலவர் முறைப்படி என்னைப் பார்த்துவிட்டுப்போன சில நாட்களுக்குப்பின் ஒரு நாள் இரயிலில்

பிரயாணத்தில் அவர் இருக்கும் வண்டியில் நான் ஏறி ஒருபுறம் உட்கார்ந்தேன். வண்டியில் இருந்த மக்கள் என்னைக் கவனித்தார்கள். அப்போது அவரிடம் நாயக்கர் வந்து ஏறினார் என்று சொன்னார்கள். அது ஈரோடு ஸ்டேஷன் ஆனதால் இராமசாமி நாயக்கர்தான் என்று கருதி என் பக்கத்தில் வந்து உட்கார்ந்தார், உட்கார்ந்தவுடன் பின் வணக்கம் தெரிவித்தேன். அவர் என்னை உற்றுப்பார்த்தார், பார்த்ததும் பொருளாதாரத்தில் எனது நிலை தாழ்ந்துவிட்டதாகக் கருதிக் கண் கலங்கினார். கலங்கி வியாபாரத் தொழில் அப்படித்தான் - சகடக்கால் போல - என்று கூறிக்கொண்டு சவுரியமா? என்றார். அவர் ஏன் அப்படி நடந்துகொண்டார் என்றால், அவர் என்னிடம் வந்து பேசிய காலம் என்னைப் பிரபு என்று கருதி வந்து பலன் பெற்ற காலம். அடுத்தாற்போல் இரயில் பிரயாணத்தில் என்னை அவர் சந்தித்த காலம் நான் காங்கிரசில் சேர்ந்து கதர் கட்டிக்கொண்டு சட்டைபோடாமல் ஒரு மடிசஞ்சி மூட்டையை வைத்து அதன்மீது உறைந்து கொண்டிருந்த காலம்"

மேற்சுட்டிய இந்தச் செய்தியைப் புலவர் கோ. இமயவரம்பன், "தந்தை பெரியாரின் எளிமைத் தோற்றமும் டாக்டர் உ.வே.சா.வின் தடுமாற்றமும்" என்னும் கட்டுரையில் சற்று விரிவாகவே எழுதியுள்ளார்.

பெரியார், சுயமரியாதை இயக்கத்தைத் தொடங்கிய மூன்று ஆண்டுகளுக்குப் பிறகு 1928இல் 'சுயமரியாதை போதனைக் கூடம்' என்ற அமைப்பைத் திருவாரூர் மாவட்டம் - விடையபுரத்தில் ஏற்படுத்தினார். இந்தப் பயிற்சிப் பட்டறையில்தான் பெரியார் கடவுள் மறுப்பு வாசகங்களை உலகுக்கு அறிவித்தார் என்பது குறிப்பிடத்தக்கது. இந்தப் பயிற்சிப் பட்டறையில் பாடம் கற்ற பதினைந்து மாணவர்களில் ஒருவர் திரு. ஒளிச்செங்கோ. அவரிடம் நான் நேரில் தொடர்பு கொண்டு இதுபற்றிக் கேட்டபோது, 'அவ்வாறு பெரியார் கூறியது உண்மைதான் என்றும், தம்மிடமும் ஒருமுறை இதுபற்றிப் பகிர்ந்து கொண்டதாகவும்' தெரிவித்தார். இதை நான் கேட்டுக்கொண்டதற்கிணங்கத் தம் கைப்பட எழுதியும் அனுப்பி உதவினார். அதைத்தான் நான் இங்கு மேற்கோளாகத் தந்துள்ளேன். இது வெறும் வாய்மொழித் தகவல் மட்டும்தானா அல்லது 'குடியரசு'ச் சான்றுகள் ஏதேனும் இதற்கு உண்டா என்பது பற்றிப் பெரியாரியல் ஆய்வாளர்கள்தாம் முடிவுரைக்க வேண்டும்.

பண உதவியோடு சேர்த்துப் பண்டிதர்கள் உதவியையும் உ.வே.சா. சிலபோது பெற்றுள்ளார். இது குறித்துச் சீவகசிந்தாமணி முன்னுரையில் அவர் இவ்வாறு எழுதுகிறார்:

"சிறுவயல் ஜமீந்தாரவர்களாகிய ம-ா-ா-ஸ்ரீ முத்துராமலிங்கத் தேவரவர்கள் இந்நூலைப் பதிப்பிக்கத் தொடங்கிய காலமுதலாகச் சென்னையிலிருந்து எனக்குச் சகாயம் செய்யும்படி தம்மிடத்திலிருந்த திருமானூர் ம-ா-ா-ஸ்ரீ கிருஷ்ணையரவர்களை நான் விரும்பியவண்ணம் அனுப்பினார்கள்."

இந்தக் கிருஷ்ணையர் உ.வே.சா.வின் பதிப்புப் பணிகள் பலவற்றிற்கும் உடனிருந்து உதவியவர். இவருக்கும் இவரைப் போலவே உடனிருந்து உதவிசெய்த பண்டிதர்கள் சிலருக்கும் கனவான்கள் சிலரிடமிருந்து மாத வேதனம் பெற்று ஐயர் வழங்கியுள்ளார் என்பது குறிப்பிடத்தக்கது.

பொருளுதவி பெற்று நூல் வெளியிடக்கூடிய அதே நேரத்தில் நுகர்வோரிடமிருந்து முன்பணம் பெற்று நூலை வெளியிடும் வழக்கத்தையும் உ.வே.சா. கொண்டிருந்திருக்கிறார். பதிப்பாசிரியராக இவரை அடையாளம் காட்டிய சீவகசிந்தாமணியின் முதற்பதிப்பிலேயே அவர் இவ்வழக்கத்தை கைக்கொண்டார் என்பதை, "இப்புத்தகத்தை அச்சிடுவிக்கும்பொழுது யான் பொருட்கவலை அடைந்து வருந்தாவண்ணம் கும்பகோணம், தஞ்சை, கோட்டூர், திரிசிரபுரம், யாழ்ப்பாணம், சென்னபட்டணம், திருநெல்வேலி, ஊற்றுமலை, சோழன் மாளிகை முதலிய இடங்களிலுள்ள செல்வப்பொருளோடு கல்விப்பொருளும் ஒருங்குடைய கணவான்கள் பலர் கையொப்பஞ் செய்து முற்பணமளித்தார்கள்" என்னும் வரிகள் தெளிவுபடுத்துகின்றன.

நூல் முன்வெளியீட்டுத் திட்டத்திற்குப் பணம் அளிப்பதில் கனவான்கள் மட்டுமன்றி, மடாதிபதிகள், முன்பின் பழக்கமில்லாத பெரியோர்கள், தாமாக வலியவந்து உதவி செய்தவர்கள் என இம்முன்னுரைகளில் பலரைக் காணமுடிகிறது. இது குறித்துப் பின்வருமாறு உ.வே.சா. பதிவு செய்துள்ளார்.

> "இப்பத்துப்பாட்டுரையைப் பரிசோதிக்கத் தொடங்கிய நாள்முதல் எனக்கு மனத்தளர்ச்சியுண்டாகாதபடி அடிக்கடி ஊக்கமளித்து வந்த திருப்பாதிரிப்புலியூர் ம-ா-ா-ஸ்ரீ ஸாது-சேஷையரவர்கள் இவற்றின் அருமை பெருமைகளைப் பலரறியும்படி செய்ததன்றித் தாம் முந்திக் கையொப்பமிட்டுப் பொருளுதவியுஞ் செய்தார்கள். அதன்பின்பு செந்தமிழ்ப் பாஷாபிமானிகளாகிய திருவாவடுதுறை யாதீனத்து ஸ்ரீலஸ்ரீ அம்பலவாண தேசிகரவர்களும், மதுரை டிப்டி கலெக்டர் ம-ா-ா-ஸ்ரீ ம. தில்லைநாயகம் பிள்ளையவர்களும், தஞ்சாவூர் ஜில்லா கோர்ட் வக்கீல் ம-ா-ா-ஸ்ரீ கி.சீ. சீனிவாச பிள்ளையவர்களும், சிவகங்கை ஸப் டிவிஷன் சிறுவயல் ஜமீந்தாரவர்களாகிய ம-ா-ா-ஸ்ரீ முத்துராமலிங்கத் தேவரவர்களும், சோழன் மாளிகை மிராசு ம-ா-ா-ஸ்ரீ இரத்தினம் பிள்ளை யவர்களும் அன்புடன் கையொப்பமிட்டு மிக்க பொருளுதவி செய்தார்கள். இவர்களுள் ம-ா-ா-ஸ்ரீ முத்துராமலிங்கத் தேவரவர்கள் என்னை முன்னம் அறியாதவர்களாயிருந்தும் இவற்றை நன்கு மதித்து நல்ல சமயத்துச் செய்த பேருதவியாலேயே இவை விரைவில் அச்சிடப்பட்டு நிறைவேறின"
>
> (பத்துப்பாட்டு முகவுரை)

> "என்னை ஒருபொழுதும் நேரிற் காணாதவர்களாகவிருந்தும் இந்நூல் இவ்வுரையுடன் நின்றுநிலவுதல் வேண்டி அச்சிடுவித்த லொன்றையே நன்குமதித்து நல்ல சமயத்தில் மிக்க பொருளுதவி செய்த கொழும்பு நகரத்துப் பிரபு சிகாமணியாகிய ம-ா-ா-ஸ்ரீ பொ. குமாரசாமி முதலியா ரவர்களுடைய பெருந்தன்மை எப்பொழுதும் மறக்கற்பால தன்று"
>
> (சிலப்பதிகாரம் முகவுரை)

பழந்தமிழ் நூல் ஒன்று வெளிவந்த பின்பு அடுத்து இன்ன நூலை வெளியிட்டால் அதற்கான முழுச்செலவைத் தாம் ஏற்றுக்கொள்கிறோம் என அறைகூவல் விடுத்த வாசகர்களையும் உ.வே.சா. காலத்தில் காண முடிகிறது. பத்துப்பாட்டைப் பதிப்பித்த பிறகு, தனக்குப் பிடித்தமான வேறு சில பழைய நூல்களைப் பதிப்பிக்க உ.வே.சா. விரும்பினார். எனினும், சீவக சிந்தாமணியை வெளியிட்ட காலந்தொடங்கிச்

சிலப்பதிகாரத்தை அடியார்க்கு நல்லார் உரையுடன் பதிப்பித்து வெளியிட வேண்டும் என்றும், அதற்கான தொகையைத் தாம் கொடுப்பதாகவும் கொழும்பு நகரத்துப் பிரபுசிகாமணி பொ. குமாரசாமி முதலியார் உ.வே.சா.வை அடிக்கடி வற்புறுத்திக் கடிதம் எழுதியிருக்கிறார். அவரது வேண்டுகோளை ஏற்று உ.வே.சா.வும் சிலப்பதிகாரத்தை வெளியிட்டுள்ளார்.

ஆட்சியாளர்களோ மற்றவர்களோ அழிந்துபோகும் பழந்தமிழ் இலக்கியங்களைப் பற்றிக் கவலைப்படாதபோதும், தமக்குப் பிடித்தமான சில நூல்களையேனும் காப்பாற்றிப் புண்ணியந்தேடிக்கொண்ட பிரமுகர்களும் அன்று இருக்கத்தான் செய்தார்கள்!

அ

தமிழ் நெடும்பரப்பு முழுவதையும் ஏறக்குறைய தமது இருபத்தைந்து முப்பது வயதுக்குள் நன்கு கற்றுத் தெளிந்திருந்த உ.வே.சா., நூல்களைத் தேர்ந்தெடுத்துப் பதிப்பிப்பதில் தனக்கென ஒரு தனிப்பாணியைக் கைக்கொண்டிருந்தார். அதாவது மற்றவர்கள் பதிப்பிக்காத நூல்களைத் தேர்ந்தெடுத்துப் பதிப்பிப்பது என்பதே அது. பிறர் பதிப்பிக்கும் நூலைப் போட்டிக்காக அவர் ஒருபோதும் பதிப்பித்ததில்லை. ஆனால், தாம் முன்பே பதிப்பு வேலையைத் தொடங்கிவிட்ட ஒரு நூலை அவர் செய்கிறார், இவர் செய்கிறார் என்பது போலப் பரப்பிவிடப்படும் புரளிகளுக்கு அஞ்சி அவர் பதிப்பிக்காது விட்டதுமில்லை. எல்லா நூல்களையும் தாமே பதிப்பித்து வெளியிட்டுவிட வேண்டும் என்ற பேராசையும் அவரிடம் இருந்ததில்லை. அகநானூற்றை வே. இராஜகோபாலய்யங்காரும் *(1882-1935)*, கலித்தொகையின் திருத்தமான பதிப்பை இ.வை. அநந்தராமையரும் *(1872-1931)*, ஏன், 'கும்பகோணம் பாரதம்' எனப் புகழப்படும் மகாபாரதத் தமிழ் மொழிபெயர்ப்பை ம.வீ. ராமாநுஜாச்சாரியரும் *(1866-1940)* வெளியிடுவதற்கு ஊக்கமளித்தவர் உ.வே.சா. என்பதையும் மனங்கொள்ள வேண்டும். கி.வா.ஜ. போன்றோரின் ஆளுமை உருவாக்கத்திலும் உ.வே.சா. ஆற்றிய பங்கு மறத்தற்குரியதன்று. இதையெல்லாம் கொண்டு பிறப்புச் சூழல் சார்ந்த சாதி வட்டத்திற்குள்ளேயே உ.வே.சா. புழங்கினார் என்ற குற்றச்சாட்டை இன்று அவர்மீது சுமத்துவது எளிது. ஆனால், தனக்கு நன்கு அறிமுகமானவர்கள் மற்றும் அருகிலிருந்தவர்கள்வழி எப்படியாவது சங்க இலக்கியப் பனுவல்கள் செப்பமாக வெளியுலகிற்குக் கொண்டுவரப்படவேண்டும் என்பதே ஐயரின் நல்லெண்ணமாக இருந்தது என்பதைத் 'திறவோர் காட்சியின் தெளிந்தோர்' அறிவர்.

சி.வை.தா.வும் தம் வாழ்நாளில் பிறர் பதிப்பித்த நூல்களைப் பதிப்பித்ததில்லை. ஆனால் அவரை உ.வே.சா.விற்கு எதிர்நிலையில் வைத்துப் பார்ப்பவர்களே அதிகம். எனினும், ஐயருக்கும் அவருக்கும் அத்தியந்தமான நட்புறவே நிலவியது. சீவகசிந்தாமணியைத் தாம் பதிப்பிக்க உத்தேசித்திருந்தபோது அதை உ.வே.சா. பதிப்பிக்க உள்ளார் எனத் தெரிந்தவுடன், சூளாமணியைத் தேர்ந்தெடுத்துப் பதிப்பித்தார். ஆனால், சூளாமணியைச் சி.வை.தா. பதிப்பிக்க முயன்றபோது அதைத் தெரிந்துகொண்ட உ.வே.சா. அப்பதிப்பு முயற்சியைக் கைவிட்டார் என மாற்றிக்கூறுபவர்களும் உண்டு. இக்கருத்து பிழையானது என்பதைத் தெரிந்துகொள்வதற்குச் சூளாமணி முன்னுரையிலேயே சான்று உள்ளது.

"நாலைந்து வருஷத்தின் முன் யான் ஸ்ரீ கைலாசப் பரம்பரைத் திருவாடுவதுறை யாதீனத்துச் சற்குருநாத சுவாமிகள் ஸ்ரீலஸ்ரீ சுப்பிரமணிய தேசிக மூர்த்திகளைத் தரிசிக்கப்போயிருந்தபோது சுவாமிகள் சூளாமணி ஓர் அருமையான நூலென்றும், அஃது இப்பொழுது மரணதசை அடைந்திருப்பதால் அதனை அச்சிட்டுக் காப்பாற்றுதல் தக்கதென்றுந், தமிழ்ப் புராதன நூல்களை என்னால் இயன்றமட்டுந் தேடிப் பரிசோதித்து வெளியாகும் முயற்சியிற் கையிட்டிருப்பதால் யானே அதனைச் செய்தல் வேண்டுமென்றுங் கட்டளையிட்டதுமன்றிச், சென்னை மகாலிங்க ஐயர் பிரதியொன்று தமது ஆதீனத்திலிருந்ததை எடுத்து என்வசம் அனுப்பியு மருளியது."

ஆக, சிந்தாமணியை ஐயருக்கு விடுத்துச் சூளாமணியைப் பிள்ளை அவர்கள் தேர்ந்தெடுத்துக்கொண்டார் எனக் கொள்வதே ஏற்படையதாகும். நிற்க. இவ்விரு பதிப்பாசிரியர்களும் தமது பதிப்புக் காலங்களில் மற்றவர் பதிப்பித்த நூலை - ஒரேயொரு நூலை - தவிர்க்கவியலாத சூழலில் மட்டுமே பதிப்பித்தனர். மழவை மகாலிங்கையர் பதிப்பித்த தொல்காப்பியம், எழுத்ததிகாரம், நச்சினார்க்கினியர் உரையைச் சி.வை.தா.வும், திருக்கண்ணபுரம் - திருமாளிகைச் சௌரிப்பெருமாள் அரங்கன் பதிப்பித்த குறுந்தொகையை உ.வே.சா.வும் பிற்காலத்தில் மீண்டும் பதிப்பித்தனர். அவர்கள் அவ்வாறு செய்ததற்கான நியாயப்பாடுகளை அந்தந்த நூல் முன்னுரைகளின்வழி அறியலாம். எனவே தமிழ்ப் பதிப்புலகின் இருபெரும் ஆளுமைச் சிகரங்களான சி.வை.தாவுக்கும் உ.வே.சாவுக்கும் இடையில் ஏதோ பெரிய சண்டை சச்சரவுகள் இருந்ததுபோல் வரலாற்றைத் திரிபுபடுத்திச் 'சிண்டுமுடிவது' சிறிதும் பொருந்துவதன்று. இருவருக்கும் சிற்சில விடயங்களில் கருத்து வேறுபாடு இருந்திருக்கலாம். ஆனால் அவை நட்புரிமை பற்றியவையேயன்றிப் பகைமை சார்ந்தவையன்று.

ஒரு நூலைப் பதிப்பித்து வெளியிடும்போது, தான் இனிப் பதிப்பிக்க உத்தேசித்துள்ள நூல்கள் இவையிவை என முகவுரைகளில் தெரிவிப்பது உ.வே.சா.வின் வாடிக்கை. தான் ஒரு நூலைப் பரிசோதித்து வெளியிடப்போகிற தருணத்தில் அதேநூலை வேறொருவர் வெளிப்படுத்தித் தன்னுடைய உழைப்பை வீணடித்துவிடக்கூடாது என்னும் அதீத எச்சரிக்கையுணர்வு அவரிடம் தொழிற்பட்டிருக்கிறது. கொழும்பு பொ. குமாரசாமி முதலியாரின் பொருளுதவியோடு சிலப்பதிகாரத்தை அடியார்க்கு நல்லார் உரையுடன் வெளியிடப்போவதாகப் பத்துப்பாட்டு முதற்பதிப்பின் முகவுரையிலும், உதயணன் சரிதமாகிய பெருங்கதையையும் அகநானூற்றையும் பதிப்பிக்க நிச்சயித்திருப்பதாக அதன் இரண்டாம் பதிப்பின் முன்னுரையிலும் உ.வே.சா. எழுதியுள்ளார். எனினும், அகநானூற்றைப் பின்னர் வே. இராஜகோபாலாசாரியாருக்கு விட்டுக்கொடுத்துள்ளார்.

தமிழ் இலக்கிய உலகில் இன்னும் அச்சேற்றப்படாமலிருக்கும் நூல்கள், மறைந்துபோன நூல்கள் முதலியவற்றின் பட்டியலை மறைமுகமாகவும் நேரிடையாகவும் தர உ.வே.சா. மறக்கவில்லை. "வேறு நூல்களிலிருந்து மூலத்துக்கு நேரான ஒப்புமைப்பகுதிகளும் நச்சினார்க்கினியரும் பிறரும் எழுதிய உரைகளிலிருந்து உரைகளை ஒத்த பகுதிகளும் இப்பதிப்பில் முன்னைய பதிப்பினும் அதிகமாகக் காட்டப்பட்டுள்ளன. அவ்வகையில் புதியனவாகக் காட்டப்பட்ட

சில பழைய நூல்கள்: கண்டனலங்காரம், கிளவித் தெளிவு, கிளவி மாலை, கிளவி விளக்கம், தமிழ் நெறி விளக்கம், பல்சந்த மாலை, பாண்டிக்கோவை, பொருளியல், வங்கர்கோவை" என்று உ.வே.சா. பத்துப்பாட்டு மூன்றாம் பதிப்பின் முன்னுரையில் எழுதியிருப்பதைக் காண்க.

அதேபோல் திருவாலவாயுடையார் திருவிளையாடற் புராணத்தில், அந்தப் புத்தக ஆராய்ச்சிக்குப் பயன்பட்ட 62 நூல்களின் பட்டியலை முகவுரையில் தந்திருப்பதைக் காணும்போது பெருமலைப்பாக இருப்பதோடு, சில நூல்கள் இன்னும் அச்சேறாமல் உள்ளதே என்ற ஆதங்கமும் உடன் எழுகிறது. இதோடு சதகண்ட சரித்திரம், தண்டகாரணிய மகிமை, புதுமொழி, யாளி சரித்திரம் ஆகிய நூல்கள் இறந்தொழிந்தன என்பதைச் 'சிவசிவ வெண்பா' என்னும் நூலின் முகவுரையில் ஐயர் எழுதியிருப்பதைப் படிக்கும்போது மறைந்துபோன தமிழ் நூல்களின் பட்டியலைத் தயாரித்த மயிலை சீனி. வேங்கடசாமி (1900-1980)யின் நினைவும் எழாமல் இல்லை.

௬

உழைப்பும் உண்மையும் கோரும் செயல்களைச் செய்து முடிப்பது என்பது எளிதான காரியமன்று. 'காய்க்கும் மரங்கள் அனைத்தும் கல்லடிபட்டே தீரவேண்டும்' என்பது எழுதப்படாத விதி. சி.வை.தா.வும் உ.வே.சா.வும்கூட இதற்கு விலக்கல்லர். பல்வேறு சிரமங்களுக்கு மத்தியில் ஒரு நூலைப் பதிப்பித்து வெளியிட்ட அப்பெரியவர்களிடம் வீணர் சிலர் வெற்றுச் சண்டையிட்டுப் புழுதிவாரித் தூற்றியதைக் காணும்போது புலமைக்காய்ச்சலுடன்கூடிய பொறாமையின் தீவிரத்தை அவதானிக்க முடிகிறது.

கலித்தொகைப் பதிப்பு (1887) வெளிவந்த காலத்தில் அப்பதிப்பைப் பற்றிக் குற்றங்கூறியவர்களைப் பார்த்து, "இந்நூல் பதிப்பில் யாவர்க்காயினுங் குற்றங்கூற இஷ்டமுளதாயின், அன்னோர் இன்னும் அச்சிற் றோற்றாத நற்றிணை, பரிபாடல், அகம் புறமென் றிவற்றி னொன்றைத் தாமாகப் பரிசோதித்து அச்சிடுவித்து அதன்மேல் குறைகூறும்படி வேண்டிக்கொள்கிறேன்" என்று சி.வை.தா. பகிரங்கமாகவே அறைகூவல் விடுத்தார். ஆனால் உ.வே.சா. அத்தகு அறிக்கைகள் ஏதும் விடுத்திலர்.

நூற்பதிப்பில் நாள்பட நாள்படப் பாடங்கள் திருந்துவதும், உண்மைப்பொருள் தெளிவாவதும், புதியபுதிய செய்திகள் புலப்படுவதும் இயல்பு. எடுத்த எடுப்பிலேயே முற்றும் திருந்திய பதிப்பை வெளியிடுவதென்பது இயலாத காரியம். தம் முதல் பதிப்புகள் பலவற்றில் இருந்த பெரும்பாலான பிழைகளைப் பிற்காலத்தில் உ.வே.சா. திருத்திப் பதிப்பித்திருப்பதும் நாம் அறிந்ததே. திருத்தக்கதேவர் மதுரைக்குச் சென்று சங்க வித்துவான்களைக் கண்டதாகச் சிந்தாமணி முதற்பதிப்பில் எழுதிய உ.வே.சா., அது தவறு என்று தெரிந்தபோது அடுத்த பதிப்பில் ஜைன சங்கத்தைச் சார்ந்தவர்களைத் தேவர் சந்தித்ததாக மாற்றி எழுதினார். இதேபோல், 'காக்கை பாடினியார் நச்சென்னையார்' என்று புறநானூறு (1894) முதல் பதிப்பில் குறிப்பிடப்பட்ட புலவரது பெயர் பின்பு 'நச்செள்ளையா'ராகத் திருத்திப் பதிப்பிக்கப்பட்டது. திருத்தமான செய்திகள் கிடைக்கும்போது அவற்றை உடனுக்குடன் மாற்றிப் பதிப்பிக்க அவர் அணியமாக இருந்தார். நூல் அச்சேறிய பிறகுகூட ஒருகால் புதிய செய்தி கிடைப்பின் அதைத் தம் கைப்பட எழுதி அந்நூலில் ஒட்டியதும் உண்டு (காண்க: நன்னூல்

- சங்கர நமச்சிவாயருரை; *50, 58*ஆம் நூற்பாக்களுக்கு இராமாநுசக் கவிராயரின் உரை விளக்கம்).

என்றாலும், பிறர் குற்றம் கண்டு இன்பங்காணும் பொறாமைக்காரர்கள் சிலர் சீவகசிந்தாமணி முதற்பதிப்பு (1887) குறித்துப் பழித்துரைத்துக் கண்டனங்கள் வெளியிட்டனர். "அவர்கள் கூறிய பிழைகளில் உண்மையில் பிழைகளாகக் கருதப்படுவனவும் சில உண்டு. ஆனால் அவர்களுடைய நோக்கம் பிழை திருந்த வேண்டும் என்பதன்று. எப்படியாவது கண்டனம் செய்து என் மதிப்பைக் குறைக்க வேண்டும் என்பதே" என்பது உ.வே.சா.வின் வாக்குமூலம். இதிலிருந்தே கண்டனக்காரர்களின் நோக்கம் என்னவென்பதை நாம் அனுமானிக்கலாம்.

'பொய்யே கட்டி நடத்திய சிந்தாமணி' என்று உமாபதி சிவாசாரியார் கூறியிருக்கும் சமண நூலைச் சைவர் வெளியிட்டது பிழையென்றும், அதற்குச் சைவ மடாதிபதி சகாயம் செய்தது தவறென்றும், சிந்தாமணியில் மலிந்துள்ள பிழைகள் கடல் மணலினும் விண்மீனிலும் பல என்றும் கும்பகோணம் பள்ளிக்கூடத் தமிழாசிரியர் மூவர் - இவர்கள் பெயரை உ.வே.சா. குறிப்பிடவில்லை - முதன்முதலில் கண்டனப் பிரசுரங்களை அடுத்தவர் பெயரிலும் பிறகு தங்கள் பெயரிலும் வெளிப்படுத்தினர்.

கும்பகோணத்து வீதிகள்தோறும் பறந்த அக்கண்டனப் பிரசுரங்கள், பின்பு திருச்சிராப்பள்ளி, தஞ்சாவூர், மதுரை, திருநெல்வேலி, கோயம்புத்தூர், மாயூரம், திருப்பாதிரிப்புலியூர், சென்னை முதலிய இடங்களுக்கும் பறந்து சென்றன. கண்டன அலைகள் இப்படிப் பலப்பலவாய்ப் புறப்பட்டு வந்து தம்மைச் சூழ்ந்து நின்று தூற்றியபோதும் உ.வே.சா. பதறிப்போய்த் தெருச்சண்டையில் இறங்கிடவில்லை. மாறாகப் பத்துப்பாட்டு ஆராய்ச்சியில் தம்மை ஈடுபடுத்திக்கொண்டார்.

பூவை கலியாணசுந்தர முதலியார் *(1854-1918)* - இவர் அருட்பா மருட்பா போரில் வள்ளலார் சார்பாக நின்றவர் - உள்ளிட்ட உ.வே.சா.வின் அன்பர்கள் சிலர் கண்டனக்காரர்களை எதிர்த்துக் கச்சைகட்ட முனைந்தபோதும் ஐயர் அவர்களை அமைதிப்படுத்தினார். 'குடந்தை மித்திர'னில் சிந்தாமணி பதிப்புக் குறித்து ஓர் இதழில் புகழ்ந்தும் மறு இதழில் இகழ்ந்தும் கட்டுரைகள் வந்தபோதும், 'ஓடும் செம்பொன்னும் ஒக்கவே நோக்கினார்'. "நூலை ஆராய்வதில் உண்டாகும் சிரமத்தால் அலைவுபெற்ற என் உள்ளத்துக்கு இக்கண்டனக் கூட்டத்தாருடைய செயல் அதிக வருத்தத்தை உண்டாக்கிற்று. இக்கண்டனத்துக்கு விடைகூற ஆரம்பித்தால் என் ஆராய்ச்சி வேலை நின்றுவிடுமே. நியாயமான கண்டனத்துக்குப் பதில் சொல்லலாம்; அநியாயமான பொறாமைக் கூற்றுக்குப் பரிகாரம் ஏது? என் மனம் முருகக் கடவுளை நினைத்து உருகியது" என்று எழுதும் உ.வே.சா. தமிழ்க் கடவுளின் பாதம் பற்றித் தம் மன உளைச்சலைத் தணித்துக்கொண்டார்.

ஆனாலும் ஆர்த்தெழுந்த கண்டனப் புயல் அவரது உள்ளத்தைச் சற்று அசைத்துவிட்டுத்தான் ஓய்ந்தது. பெருங்கூச்சலிட்ட கண்டனக்காரர்களின் செயல்கள் எல்லாம் குணமலையாய் நின்ற உ.வே.சா.வை ஏதும் செய்யாததைக் கண்ட கண்டனக் கூட்டத்தார், 'சீவகசிந்தாமணிப் பிரகடன வழுப் பிரகரணம்' என்னும் ஒரு கண்டனப் பிரசுரத்தை வெளிப்படுத்தினர். அதேபோல, 'ஸ்ரீமத் வே. சாமிநாதையரவர்கள் பதிப்பித்த சீவகசிந்தாமணியுரைப் பிழைகள்' என்னும் சிறுபிரசுரம் ஒன்றில், 'சீவகசிந்தாமணி முதற்பதிப்பிலிருந்து' சில பகுதிகளின் பிழைகள்

சுட்டிக்காட்டப்பட்டன. ஆசிரியர் பெயரோ ஆண்டோ இல்லாத இப்பிரசுரத்தின் ஆசிரியர் யாழ்ப்பாணம் பொன்னம்பல தேசிகராக இருக்கலாம் என்பார் சொல்விளங்கும் பெருமாள். இதன் தொடர்பில் 'ஞானாமிர்தம்' பத்திரிகையில் வெளிவந்த மதிப்புரை ஒன்றைச் சென்னை - சமாஜப் பதிப்பில் ம. பாலசுப்பிரமணியம் எடுத்துக்காட்டியிருப்பதும் குறிப்பிடத்தக்கது.

இத்தகு சூழலில்தான் மறுப்பெழுதும் மனச்சீற்றத்திற்கு உ.வே.சா. தள்ளப்பட்டார். இதற்கெல்லாம் பதில்கூறும் முகத்தான் நீண்டதொரு மறுப்புரையை எழுதினார். அவரது நல்லூழ் அதைப் பெரியவர் சாது-சேஷையரிடம் காட்டுமாறு ஊக்கியது. இதன் விளைவாகக் கண்டனப் புயலில் சிக்கிக் காணாமல் போயிருக்க வேண்டிய உ.வே.சா., 'இறப்பின்றித் துலங்கும் பதிப்புச் சிகரமாய்' மீண்டுயர்ந்தார்.

"இக்கண்டனம் இன்றைக்கு நிற்கும் நாளைக்குப் போய்விடும். உங்களை எதிர்ப்பவர்கள் மனந்திருந்தி உங்கள்பால் அன்புபூணும் காலமும் வரும். அவர்கள் தங்கள் செயலை நினைந்து தாமே வருந்தினாலும் வருந்துவர். ஆதலால் இந்தக் கண்டனப் போரில் நீங்கள் இறங்க வேண்டாம். நீங்கள் உங்கள் தமிழ்த்தொண்டைச் செய்து கொண்டேயிருங்கள். தெய்வம் உங்களைப் பாதுகாக்கும்" என்னும் சாது-சேஷையரின் உபதேசத்தால் உ.வே.சா. இன்னும் பக்குவமடைந்தார். 'இனிக் கண்டனங்களைக் கவனிப்பதும் இல்லை; அவற்றிற்குச் சமாதானம் எழுதி நேரத்தை வீணடிப்பதும் இல்லை' என்னும் வாக்குறுதியைச் சேஷையருக்கு அளித்த உ.வே.சா. அதன் பிறகு தம் வாழ்நாளில் ஒருமுறைகூட அதை மீறவில்லை.

'உ.வே.சா. அவர்கள் உத்தியோகத்திற்காகத் தெரியாமல் எழுதிய கதை சிலப்பதிகாரம்' என்று சிலப்பதிகாரப் பதிப்பு *(1889)* வெளிவந்தபோது எழுந்த கண்டனமாயினும் சரி, மணிமேகலைப் பதிப்பு வந்தபோது 'திருச்செங்கோட்டு விவேக திவாகரன்' *(1899 மார்ச்சு 7)* இதழில் தி.அ. முத்துசாமிக் கோனார் 'பௌத்த சமயப் பிரபந்த பிரவர்த்தனாசிரியர்' என்று பட்டமளித்து நிந்தாஸ்துதியாய் தாக்கியபோதும் சரி உ.வே.சா. எவ்விதச் சலனமுமின்றி நூல்வெளியீட்டில் அமைதியாகக் காலம் கழித்துவந்தார்.

க0

அந்நிய ஆட்சியின் அடிமைத்தளையிலே நாடு சிக்கித் தவித்தபோது நம்மவர்கள் தமிழ்மொழியின் உயர்தனிச்சிறப்பையும் அம்மொழி பேசுகின்ற மக்களது பண்பாடு, பாரம்பரியம், முதலியவற்றின் தொன்மையையும் எடுத்துக்காட்டும் முயற்சியில் தலைப்பட்டனர். *19* ஆம் நூற்றாண்டின் இறுதியில் இது மேலும் உத்வேகம் பெறத்தொடங்கியது. குறிப்பாக வீ. கனகசபைப் பிள்ளை, 'மனோன்மணீயம்' பெ. சுந்தரம் பிள்ளை *(1855-1897)* போன்றவர்களது ஆய்வுகளால் இம்முயற்சி வலுப்பெற்றது. இக்காலகட்டத்தில் தமிழ்மொழி குறித்து அறிஞர்கள் வெளியிட்ட கருத்துக்களும் இதற்கு ஊக்கமளித்தன. குறிப்பாக அக்காலத்திலே மொழியறிவுடைய மேலைத்தேய அறிஞர்களான எல்லீஸ் *(1777-1819)* போன்றவர்கள் தமிழ், தெலுங்கு முதலிய தென்னிந்திய மொழிகளின் ஒருமைப்பாடு பற்றியும் அவற்றிற்கும் வடஇந்தியாவிலே செல்வாக்குப் பெற்ற இந்தோ-ஐரோப்பிய மொழிகளுக்குமிடையே காணப்பட்ட வேறுபாடுகள் பற்றியும் கூறிய கருத்துக்கள் கால்டுவெல்லின் 'திராவிட

மொழிகளின் ஒப்பிலக்கணம்' என்னும் நூலிலே ஆராயப்பட்டன. (1856இல் வெளிவந்த இந்த ஒப்பிலக்கணம் என்னும் அரிய ஆய்வு நூலுக்கு நாற்பதாண்டுகளுக்கு முன்னரே, 'திராவிட மொழிக் குடும்பம்' என்னும் புலமைக் கருத்தாக்கத்தை உணர்ந்து உலகிற்கு வெளிப்படுத்தியவர் எல்லீஸ். 1816யிலேயே தெலுங்கைத் தமிழின் சகோதரி மொழி என்று நிறுவினார் எல்லீஸ்).

'திராவிட மொழிகளின் ஒப்பிலக்கணம்' என்னும் இந்த நூல், ஆங்கிலம் கற்ற தமிழறிஞர்களைப் பெரிதும் கவர்ந்தது. இதனைச் சி.வை.தா.வின் வீரசோழியம், கலித்தொகை, சூளாமணி பதிப்புரைகளிலே காணலாம். தமிழின் தனித்தன்மையையும் வடமொழி தமிழுக்குத் தாய்மொழியல்ல என்பதையும் நிறுவுவதற்குக் கால்டுவெல் எடுத்துரைத்ததைச் சி.வை.தா. நன்கு பயன்படுத்திக் கொண்டிருப்பது தெரியவருகிறது.

தமிழின் பழமையையும் தனித்துவத்தையும் ஏற்றுக்கொண்ட மேலைத் தேயத்தவர்கள்கூடத் தமிழ் இலக்கியத்தின் பழமையை ஏற்றுக்கொள்ளவில்லை என்பது நகைமுரண். கால்டுவெல் தமது ஒப்பிலக்கண நூலின் முகவுரையில், 'திராவிட இலக்கியத்தின் ஒப்பீட்டுத் தொன்மை - தமிழ் இலக்கியத்தின் காலப் பழமை' (Relative Antiquity of Dravidian Literature - Age of Tamil Literature) என்னும் பகுதியில், தமிழ் இலக்கியத்தின் பரப்பினைப்பற்றிக் குறிப்பிடும்பொழுது, சமணர் காலம் (The Jaina Cycle), தமிழ் ராமாயண காலம் (The Tamil Ramayana Cycle), சைவ மறுமலர்ச்சிக் காலம் (The Saiva Revival Cycle), வைணவக் காலம் (The Vaishnava Cycle), இலக்கிய மறுமலர்ச்சிக் காலம் (The Cycle of the Literary Revival), அ-பிராமணீயக் காலம் (The Anti-Brahmanical Cycle), நவீன எழுத்தாளர்கள் காலம் (The Modern Writers Cycle) என ஏழு காலப் பிரிவுகளாக வகுத்துரைத்தார். அதில் முதல் பிரிவாகிய சமணர் காலம் அல்லது மதுரைச் சங்ககாலம் என்பதை கி.பி. 8/9 ஆம் நூற்றாண்டில் தொடங்குவதாகக் கூறியுள்ளார். இதற்கு முக்கியக் காரணம் கால்டுவெல் காலத்தில் பண்டைத் தமிழ் நூல்கள் வெளிவராமையே.

இந்தத் தருணத்தில்தான் சி.வை.தா., உ.வே.சா. போன்றோரது நூல்பதிப்புகள் முக்கியப் பங்காற்றியுள்ளதை அவதானிக்க முடிகிறது. தமிழிலக்கியத்தின் தொன்மையை நிறுவுவதற்காக, அவற்றைப் பதிப்பித்ததோடு மட்டுமன்றி அந்த நூல்களின் முன்னுரைகளிலே தமிழ் இலக்கியத்தின் தொன்மை பற்றிய கருத்துக்களையும் சி.வை.தா. எழுதினார். வீரசோழியப் பதிப்பு முன்னுரையில், தமிழ்ப் பாஷையின் காலவருத்தமானம் என்னும் வரலாற்றுச் சான்றுகளின்வழி இலக்கியப் பரப்பினை அபோத காலம், அக்ஷர காலம், இலக்கண காலம், சமுதாய காலம், அநாதார காலம், சமண காலம், இதிகாச காலம், ஆதீன காலம் என எட்டுக் காலப் பகுதிகளாகக் கால்டுவெல்லிடமிருந்து வேறுபட்டு வகுத்துரைத்தார்.

சி.வை.தா.வைப் போன்று தமிழிலக்கியத்தின் தொன்மையை நிறுவ நூலின் முன்னுரையில் தரப்படும் நீண்ட நெடிய தகவல்களை உ.வே.சா. தரவில்லை. மாறாக அவர் சுட்டிய அந்தந்தக் காலகட்டத்தில் வெளியான நூல்களைப் பதிப்பித்து வெளியிட்டார். அந்த நூல்களில் ஆங்காங்கே வரலாற்றுத் தகவல்கள் சிலவற்றைத் தூவிச் சென்றார். ஆனால், இதற்குத் தமிழின் தொன்மையை வலியுறுத்த அவர் மறந்தார் என்பது பொருளாகாது. பெரும்பாலும் ஐயர் விவாதங்களைத் தவிர்த்தார். ஆவணங்களைச் செம்மையாகப் பிழையின்றித் தொகுத்து வெளியிட்டால் போதும்,

பிறவற்றை அறிஞர்கள் விவாதித்து அறிந்துகொள்வர், பதிப்பு வேலை தம்முடையதேயன்றிக் கோட்பாட்டுக் கருத்து விளக்கங்களுக்குள் தாம் செல்லக்கூடாது என்பதைக் கொள்கையாகவே அவர் வரித்துக்கொண்டதாகத் தோன்றுகிறது.

சங்க இலக்கியங்கள் என்று அழைக்கப்படும் எட்டுத்தொகையுள் ஐந்து நூல்களையும் (நற்றிணை, அகநானூறு, கலித்தொகை நீங்கலாக), பத்துப்பாட்டு முழுவதையும் உ.வே.சா. வெளியிட்டதன் வாயிலாகத் தமிழின் தொன்மையை நிறுவுவதற்கு ஆதாரமான புதுவெளிச்சம் தென்படலாயிற்று. இதை,

> இந்நூல் முதற்பதிப்பு வெளிவந்த காலத்தில் அதன் முகவுரையில், 'இத் தமிழ்நாட்டின் பழைய சரித்திரங்களைத் தெரிந்துகொள்ளுதலிலும் தெரிவித்தலிலுமே பெரும்பாலும் காலம் கழித்து உழைத்துவரும் உபகாரிகளாகிய விவேகிகள், இந்நூலை நன்கு ஆராய்ச்சி செய்வார்களாயின், பலருடைய வரலாறுகள் முதலியன தெரிந்துகொள்ளுதல் கூடும்' என்றெழுதி யிருந்தேன். அப்பதிப்பு வெளிவந்த பின்னர் இன்றுவரையில் தமிழ் நாட்டின் சரித்திரச் செய்திகளை அறிவதற்கு இந்நூல் இத்தனை வகையாகப் பயன்பட்டிருக்கின்றதென்பதைத் தமிழ்நாட்டினர் நன்கு அறிவர். தமிழ்ப் புலவர் வரலாறுகளையும், தமிழ்ப் பேரரசர், சிற்றரசர், உபகாரிகள் முதலியோர்களுடைய சரித்திரங்களையும், பண்டைத் தமிழருடைய ஒழுக்க வழக்கங்களையும் இதிற் கண்ட ஆராய்ச்சியாளர் பலர் அவற்றைத் தனித்தனியே தொகுத்தும் விரித்தும் விரவுவித்தும் அமைத்துப் பல வகையான சரித்திரங்களையும், ஆராய்ச்சி நூல்களையும், சிறுவர்களுக்குரிய புத்தகங்களையும் வெளியிட்டிருக்கின்றனர்.

என்று புறநானூறு மூன்றாம் பதிப்பு முகவுரையில் எழுதியிருப்பதால் அறியலாம்.

தமிழியல் ஆய்வுக்கு மட்டுமன்றிச் சமூகவியல் ஆய்வுக்கும் இந்தப் பதிப்பு முன்னுரைகள் பயன்பட்டிருக்கின்றன என்பது நிதர்சனம். ஐயரது முன்னுரைகளினூடே பயணித்து மூலநூலைக் கண்டடைந்து அரசியல் வானில் அதன்வழி வலம்வந்த வரலாறுகளும் தமிழகத்தில் நடந்தேறியுள்ளன. இலக்கியப் புத்தெழுச்சிக்கும் சமூக விழிப்புக்குமிடையில் உலகெங்கும் ஒரு பிரிக்க முடியாத தொடர்பு இருக்கிறது. இதற்குத் தமிழ்நாடும் விலக்கன்று.

> இருபதாம் நூற்றாண்டின் முதல் பதிற்றாண்டுகளில் விரிவுபட்டுவந்த சமூக அரசியல் போராட்டங்களில் ஈடுபடுவதற்குரிய அடையாளத்தைப் பார்ப்பன ரல்லாதார்க்குப் பண்டைத் தமிழிலக்கியமே வழங்கியது. இதன் மறுபுடையாகத் தமிழ் இலக்கியமும் பண்பாடும் புதுவதாக வரையறுக்கப்பட்டன. ஆதிசிவன் பெற்றதாகவும், அகத்தியன் இலக்கணம் செய்ததாகவும், பூம்பாவைக்கு உயிர் கொடுத்ததாகவும் எண்ணப்பட்டு வந்த தமிழ், தமிழ் இயக்கத்தின் வினையாற்றலினால், மூவேந்தரோடும் கடையெழு வள்ளல்களோடும் முதலில் தொடர்புபடுத்தப்பட்டு, இறுதியில் காதல், வீரம், கொடை, பொதுமை என மதச்சார்பற்ற முறையிலும் மேலதிகமான மக்களாட்சித் தன்மைகளோடும் வரையறுக்கப்பட்டது. இது தமிழ் மக்களுக்கு ஒரு புதிய அடையாளத்தை வழங்கி அவர்களை அணிதிரட்டுவதற்கு உதவியது. இப்புதிய வரையறுப்பில் தலையாய இடம் புறநானூற்றுக்கே வழங்கப்பெற்றது. சென்ற ஐம்பதறுபது

ஆண்டுக் காலத்தில் மேடையிலும் நாடகத்திலும் திரைப்படத்திலும் ஏடுகளிலும் புறநானூறு மேற்கோள் காட்டப்பட்டதற்குக் கணக்கு வழக்கில்லை

என்கிறார் ஆ.இரா. வேங்கடாசலபதி.

புறநானூறு என்ற இந்த ஒரு நூலே இவ்வளவு பண்பாட்டாய்வுகளுக்கு இடந்தந்திருக்கிறதென்றால், ஐயர் பதிப்பித்த மற்ற நூல்கள், தமிழியல் ஆய்வுக்கு இன்றும் என்றும் எவ்வகையிலெல்லாம் பயன்படும் என்பதைக் கூறத் தேவையில்லை.

எண்பத்தேழு ஆண்டுகள் நிறைவாழ்வு வாழ்ந்து மறைந்தவர் உ.வே.சா. எழுபதாண்டுகளுக்குமேல் பழந்தமிழ் நூல்களோடு அல்லும் பகலும் உறவாடி மகிழ்ந்த சாதனையாளர். 'சருகரித்த நிலை'யிலேயே தம் வாழ்நாளைப் போக்கி 'இறப்பின்றித் துலங்கும்' ஒரு மாபெரும் உழைப்புச்சிகரமாக உயர்ந்தோங்கி நிற்கிறார்.

உ.வே.சா. செய்யத்தவறிய சிலவற்றிற்காக அவரை விமர்சிக்கலாம்; ஆனால் செய்து முடித்த பலவற்றுக்காகப் 'பொதிகைமலைப் பிறந்த தமிழ்மொழி வாழ்வறியும் காலமெல்லாம்' கொண்டாடப்பட வேண்டியவர் அவர். இத்தகைய கொண்டாட்டங்களில் மட்டுமே மூழ்கித் திளைத்து அப்பெரியவர் விட்டுச்சென்ற பதிப்புப்பாதையில் இன்னும் மிச்சமிருக்கும் பல செப்பனிடப்படவேண்டிய பதிப்பாய்வுப் பணிகளைப் பாதியிலேயே நிறுத்திவிடாது தொடர்ந்து பயணித்தாக வேண்டும்.

அப்பயணங்களுக்குப் புதிய ஆய்வாளர்களைத் தூண்டும் நோக்கில்தான் இந்நூல் வெளிவருகிறது. அடியேனின் சிறுமையைத் 'தோலா நாவின் மேலோராகிய' சி.வை.தா., உ.வே.சா. போன்ற பெரியோரின் பெருமை கருதிப் பொறுத்தருளுமாறு பிரார்த்திக்கின்றேன்.

உசாத்துணை

கு. நம்பி ஆரூரன், *தமிழ் மறுமலர்ச்சியும் திராவிடத் தேசியமும்* (தமிழில்: க. திருநாவுக்கரசு - தி.ஆர். முத்துக்கிருஷ்ணன்), ஆரூரன் பதிப்பகம், சென்னை, 2009.

மு.கோ. இராமன், *தமிழ்ச் சுவடிப் பதிப்பு*, சேகர் பதிப்பகம், சென்னை, 2006.

ஏ.வி. சுப்பிரமணிய அய்யர், *தற்காலத் தமிழிலக்கியம்*, திருநெல்வேலி, 1942.

உ.வே.சா., *என் சரித்திரம்*, உ.வே.சா. நூல்நிலைய வெளியீடு, சென்னை, 2013.

'தாமோதரம்' (சி.வை.தா. எழுதிய பதிப்புரைகளின் தொகுப்பு), கூட்டுறவுத் தமிழ் நூல் விற்பனைக் கழகம், யாழ்ப்பாணம், 1971.

எஸ். வையாபுரிப் பிள்ளை, *தமிழ்ச்சுடர் மணிகள்*, வையாபுரிப்பிள்ளை நினைவு மன்றம், சென்னை, 1995.

பூ. சொல்விளங்கும் பெருமாள், *டாக்டர் உ.வே.சா. பதிப்புப் பணி - ஓராய்வு*, வஞ்சிக்கோ பதிப்பகம், மதுரை, 1981.

பெருமாள்முருகன், *பதிப்புகள் மறுபதிப்புகள்*, காலச்சுவடு, சென்னை, 2011.

_____ (தொ.ஆ.), *உ.வே.சா.: பன்முக ஆளுமையின் பேருருவம்*, காலச்சுவடு, சென்னை, 2005.

பழ. முத்துவீரப்பன் (ப.ஆ.), *உ.வே. சாமிநாதையரின் தமிழ்ப் பணிகள்* (தொகுதி 1, 2), அண்ணாமலைப் பல்கலைக்கழகம், 2011

மனோன்மணி சண்முகதாஸ், *சி.வை.தாமோதரம் பிள்ளை - ஓர் ஆய்வுநோக்கு*, முத்தமிழ் வெளியீட்டுக் கழகம், யாழ்ப்பாணம், 1983.

கா. சிவத்தம்பி, *தமிழ்நூற் பதிப்புப் பணியில் உ.வே.சா. (பாட விமர்சனவியல் நோக்கு)*, குமரன் புத்தக இல்லம், கொழும்பு / சென்னை, 2007.

ஆ.இரா. வேங்கடாசலபதி, *அந்தக் காலத்தில் காப்பி இல்லை*, காலச்சுவடு, 2000.

விடுதலை, தந்தை பெரியார் 106ஆவது ஆண்டு பிறந்த நாள் மலர், 1984.

Rt. Rev. Robert Caldwell, *A Comparative Grammar of the Dravidian or South Indian Family of Language* (1875), First Renewed Print 2008, Kavithaasaran Pathippagam, Chennai.

பதிப்புரை

மாடக்குச் சித்திரமு மாநகர்க்குக் கோபுரமும்
ஆடமைத்தோ ணல்லார்க் கணியும்போல் – நாடிமுன்
ஐதுரையா நின்ற வணிந்துரையை யெந்நூற்கும்
பெய்துரையா வைத்தார் பெரிது. (நன்னூல், நூ.55)

படைப்பாளன் ஒருவன் படைப்புகளை வெளியிடும்போது தன்னுடைய கருத்தியலைத் தெரிவிப்பதற்குச் சாதனமாகத் தேர்ந்தெடுத்துக்கொள்வது 'முன்னுரை'. இம்முன்னுரைகள் வழியாகவே படைப்பாளர்களது நோக்கமும் செயலும் தெரியவருகின்றன. முன்னுரை எழுதும் வழக்கம், பிரித்தானியக் காலனித்துவ ஆட்சியின் விளைவாகத் தோன்றிய 'புதிய அறிவொளி இயக்க'த்தினூடே நமக்கு அறிமுகமானது என்னும் அறியாமை இன்றும் நம்மில் பலர்க்கு உண்டு. நம்முடைய பழந்தமிழ் இலக்கியங்களை நுணுகிப்பார்த்தால் இந்த அறியாமை அகலக் காணலாம்.

முகவுரை, முன்னுரை என்னும் பெயர்களில் இன்று நாம் எழுதும் நூல் குறித்த விவரணங்கள் அன்று 'பாயிரம்' என்னும் பெயரில் அமைந்திருந்தன. (பொதுப்பாயிரம், சிறப்புப்பாயிரம் என்றும் வகைப்படுத்தப்பட்டிருந்தன.) பாயிரப் பகுதியைச் சுட்டும் பதிகம் என்ற சொல் 'பதியம்' என்னும் சொல்லின் திரிபு. வேளாண்மை வழக்காற்றில் பதியம் என்ற சொல் தொன்றுதொட்டுப் பயின்றுவரக் காண்கிறோம். பதியம் என்பதற்கு நாற்று, ஊன்றி நடுஞ்செடி, கொடி, கிளை என்னும் பொருள்களுண்டு. செடி, கொடி, மரம் ஆகியவற்றின் ஒரு பகுதியைத் தனியே பிரித்து நட்டுவைத்தலைப் 'பதியம் போடுதல்' என்கிறோம். 'பதி' என்னும் ஏவல் வினைக்குப் 'பதிந்துவை' என்பது பொருள். இந்த அடிப்படையில் நூலின் ஒட்டுமொத்தத்திலிருந்து தேவையான செய்திகளைத் திரட்டித் தொகுத்து நூன்முகத்துப் பதித்து வைப்பதால் பதியம் என்றாகிப் பின் பதிகம் என மாறி வழங்கியிருக்கலாம் என்கின்றனர் இலக்கண ஆய்வாளர்கள். 'பிரதீகமென்பது பதிகமென நின்றது' என்னும் பிரயோக விவேக ஆசிரியரின் கருத்தை உ.வே.சா. அவர்கள் வழிமொழிவதும் இங்குக் குறிப்பிடத்தக்கது.

பாயிரம் என்ற சொல் - அக வழக்காறாக - பழமொழி நானூற்றில் முதன்முதலில் முன்றுறையரையனாரால் பயன்படுத்தப்பட்டுள்ளது. "குடிகளிடத்தில் அன்புடையவனான மன்னனைக் கொல்லக் கருதும் பகைவர்கள் எவ்வளவுதான் முன்னுரை (பாயிரம்) கூறிப் படைதிரட்டினாலும் அவனை என்ன செய்துவிட முடியும்? என்னும் பொருளமைந்த, "செறுமனத்தார் - பாயிரம்கூறி படைத்தொக்கால் என் செய்ய?" (பா. 35) என்ற பாடலைக் காண்க.

பாயிரம் என்ற சொல்லுக்கு முகவுரை, பெருமை, புறவுரை, வரலாறு எனப் பல பொருள் உண்டு. "முகவுரை பதிகம் அணிந்துரை நூன்முகம்/புறவுரை தந்துரை புனைந்துரை பாயிரம்" என்பது நன்னூல்.

பாயிரம் குறித்த தகவல்கள் உரையாசிரியர்கள் காலத்தில்தான் நன்கு துலக்கமுற்றன. அவர்கள்தாம் பாயிரத்தின் இன்றியமையாச் சிறப்புக்களைப் பல்வேறு மேற்கோள்கள், உவமைகள் வாயிலாக உணர்த்துகின்றனர். அவை:

பாயிரங் கூறல் பழங்காலந்தொட்டுத் தமிழ்நிலத்து வழங்கும் மரபு என்பதை, "எந்நூல் உரைப்பினும் அந்நூற்குப் பாயிரம் உரைத்து உரைக்கற் பாற்று" என்னும் களவியல் உரைகாரர் கூற்றால் அறியலாம். இதன் மூலம் களவியல் உரைக்கு முன்பாகவும் பாயிரம் கூறும் மரபு இருந்துள்ளது எனலாம்.

பாயிரம் நூற்பொருளை இனிதே விளங்கவைப்பது என்பதை, "பருப்பொருட் டாகிய பாயிரங் கேட்டாற்கு / நுண்பொருட்டாகிய நூலினிது விளங்கும்" என்பதாலும், "கொழுச் சென்றவழித் துண்ணூசி இனிது செல்லுமது போல" என்னும் உவமையாலும் அறியலாம்.

பாயிரம் மாணாக்கர்க்கு வழிகாட்டியாய் அமைவது என்பதை, "அப் பாயிரந்தான் தலையமைந்த யானைக்கு வினையமைந்த பாகன் போல" (தொல். எழுத்.) என்னும் நச்சினார்க்கினியரது உரையால் தெரியவருகிறது. மேலும், "பாயிரம் கேளாக்காற் குன்றுமுட்டிய குரீஇப் போலவும் குறிச்சி புக்க மான் போலவும் மாணாக்கன் இடர்ப்படும்..." (தொல். எழுத்.) எனப் பாயிரத்தின் பயனை எதிர்மறை நிலையில் நச்சினார்க்கினியர் வலியுறுத்தியுள்ளதும் கவனிக்கத்தக்கது.

பாயிரம் நூலுக்கு வாயிலாகவும் விளக்கமாகவும் அழகுதருவதாகவும் அமைவது என்பதை, "கருவமைந்த மாநகர்க்கு உருவமைந்த வாயில் மாடம் போலவும், அளப்பரிய ஆகாயத்திற்கு விளக்கமாகிய திங்களும் ஞாயிறும் போலவும், தகைமாண்ட நெடுஞ்சுவர்க்கு வகைமாண்ட பாவை போலவும்" எனவரும் களவியல் உரைகாரரது கூற்றால் அறியலாம்.

பாயிரம் நூன்முகத்து இன்றியமையாது விளங்குவது என்பதை, "ஆயிரம் முகத்தான் அகன்ற தாயினும் / பாயிரமில்லது பனுவலன்றே" என்னும் களவியல் உரை நூற்பாவால் அறியலாம். இக்கருத்து, "கற்றுவல்ல கணவர்க்குக் கற்புடையாள் போல", "அணியிழை மகளிர்க்கு அவ்வணியிற் சிறந்த ஆடை போல" (தொல். எழுத்.) என்னும் இளம்பூரணரது உரை உவமையால் மேலும் வலுப்பெறுகிறது.

எனவே நூலுக்கு முகவுரை எழுதும் மரபு நமக்குப் பாரம்பரியமான ஒன்றே தவிர மேலைத்தேய வரவன்று. ஆனால், முகவுரைகள் அனைத்தையும் தொகுத்துக் காணும் ஒருமுறை மேலைத்தேயத்தாருக்கு உரியதெனலாம். ஆங்கில நாடகப் பேராசிரியரான பெர்னாட் ஷாவின் முன்னுரைகள் இதற்கு உதாரணம். ஷாவின் பிரசித்தி பெற்ற முன்னுரைகள் மிக நீண்டவை. நூலின் கணிசமான பகுதியை அம்முன்னுரைகள் அடைத்துக்கொள்ளும்.

தமிழில் முன்னுரைகளைத் தொகுத்துக்காணும் மரபு சென்ற நூற்றாண்டின் இறுதியில்தான் இயல்வதாயிற்று. அதுவும்கூட யாழ்ப்பாணத் தமிழர்களால்தான் சாத்தியமாயிற்று. பதிப்புலகின் தலைமகனான சி.வை. தாமோதரம் பிள்ளையின் பதிப்பு முன்னுரைகளை எல்லாம் தொகுத்து 1971இல் யாழ்ப்பாணம் கூட்டுறவுத்

தமிழ் நூற் பதிப்பு விற்பனைக் கழகம் ‘தாமோதரம்’ என்னும் பெயரில் அதை வெளியிட்டது. (இதன் மறுபதிப்பு குமரன் பதிப்பகத்தாரால் 2004இல் வெளிவந்தது.) ‘தாமோதரம்’, சி.வை.தா.வின் பதிப்பு முன்னுரைகள் அனைத்தையும் கொண்ட முழுத்தொகுப்பு எனக் கூறமுடியாது. ஏனெனில் அவர் வாழ்ந்த காலத்திலேயே மறுபதிப்புகள் கண்ட வீரசோழியம், தொல். சொல்லதிகாரம் போன்ற நூல்களுக்கு அவர் எழுதிய முன்னுரைகள் அல்லது எழுதவில்லையாயின் அது பற்றிய குறிப்பு முதலிய எந்தத் தகவலும் அதில் இல்லை. பதிப்பித்த நூலோடு படைத்த நூலுக்கு உரிய முகவுரைகளோ அது குறித்த செய்திகளோ இல்லை. இந்தச் சூழலில்தான் ‘சாமிநாதம்’ தமிழுக்கு வருகிறது.

உ.வே.சாமிநாதையர் உயிரோடு வாழ்ந்த (87 ஆண்டு) காலம்வரை வெளியிட்ட பதிப்பு முன்னுரைகள், படைப்பு முன்னுரைகள் எல்லாம் - பதிப்பு வாரியாக - அமைந்த முழுத்தொகுப்பு இந்நூல் (அவரது மறைவுக்குப் பின்வந்த நூல்களின் முன்னுரைகளும் பின்னிணைப்பில் உண்டு). ஐயரது நூல்கள் எவைஎவை என்பதைக்கூட ஆராய்ச்சி செய்தே கண்டறிய வேண்டியிருந்தது. எந்தெந்த நூல்கள் எவ்வெவ்வாண்டில் வெளியாயின என்பதைக் கண்டறிவதற்கே ‘தாளம் படுமோ தறிபடுமோ’ என்றாயிற்று. உ.வே.சா.வின் நூலகத்திலேயே முழுமையான பட்டியல் இல்லை. உ.வே.சா.வின் பதிப்புப்பணி குறித்து ஆராய்ச்சி செய்த முனைவர் சொல்விளங்கும் பெருமாளின் நூல்பட்டியலே பின்வந்த எல்லாருக்கும் உதவியிருக்கிறது. ஆனால் அவர் தயாரித்த அந்தப் பட்டியலில் உள்ள நூலின் பெயர், வெளிவந்த ஆண்டு ஆகியன சரியானவையா என்பதைக்கூட ஒருவரும் கண்டறிந்ததாகத் தெரியவில்லை.

உதாரணமாக, 1942இல் சீவக சிந்தாமணியின் நான்காவது பதிப்பு வெளிவந்தது. புறப்பொருள் வெண்பா மாலையின் ஐந்தாவது பதிப்பும் 1942இல் வெளிவந்தது. இவை இரண்டும் ஐயரின் மறைவுக்குப்பின் அவரது மகனார் எஸ். கலியாணசுந்தர ஐயர் பதிப்பித்தவை. 1942 என்றவுடனேயே இதை உ.வே.சா. பதிப்பித்த மற்றுமொரு பதிப்பாகச் சொல்விளங்கும் பெருமாள் குறிப்பிட்டிருக்கிறார். அதையே மற்றவர்களும் திரும்பத் திரும்பச் சொல்லிக்கொண்டிருக்கின்றனர்.

அதேபோல ‘களக்காட்டு சத்திய வாசகர் இரட்டை மணிமாலை’ என்னும் நூல் தலைப்பில் உள்ள ‘வாசகர்’ என்பது ‘வாகீசர்’ என்றே இன்றுவரை தவறாக வெளிவந்துகொண்டிருக்கிறது.

இதைவிட ஒரு சுவாரசியமான செய்தி, ‘இயற்பகை நாயனார் சரித்திர கீர்த்தனை’ என்ற நூலை 1936இல் ஐயர் வெளியிட்டார் என்று உ.வே.சா.வின் நூல் பட்டியலில் காணப்படுகிறது. உ.வே.சா. நூலக வெளியீடான ‘என் சரித்திரம்’ நூலின் பிற்சேர்க்கையாகவும் இது தரப்பட்டுள்ளது. இது பிழை என்பது பட்டியலைத் தயாரிக்கும்போதுதான் தெரியவந்தது. ஐயர் அவர்கள் ‘கலைமகள்’ இதழில் (தொகுதி 20, பகுதி 115) 1941இல் முதன்முதலில் ‘திருநீலகண்ட நாயனார் சரித்திர’த்தைத் தொடராக எழுதிவந்தார். இது பின் சிறுபிரசுரமாகக் கலைமகள் வெளியீடாய் வந்தது. (கலைமகளில் ஐயர் எழுதிய ஒவ்வொரு கட்டுரையும் - சிறியதோ பெரியதோ - முற்றுப்பெற்ற அந்த மாதத்திலேயே *Reprint from Kalaimagal* அல்லது கலைமகள் வெளியீடு என்னும் வாசகத்தோடு கலைமகள் இலச்சினையை அட்டைப்படமாகப் பெற்றோ பெறாமலோ வெளிவந்தது என்பது குறிப்பிடத்தக்கது. இதில் பதிப்பு

விவரங்கள் எதுவும் இருக்காது. இந்நூலில் தரப்பட்டுள்ள பதிப்பு விவரங்கள் ஓர்மை கருதி அமைக்கப்பட்டவை.) ஆனால் இயற்பகை நாயனார் சரித்திரக் கீர்த்தனை செப்டம்பர் 1942இல் ஐயரின் மறைவுக்குப் பின்புதான் கலைமகளில் (தொகுதி 22, பகுதி 129-) தொடராக வெளிவந்தது. 'உ.வே.சா. உதவியது' என்னும் குறிப்போடே இது வெளியாயிற்று. இத்தொடர் முடிவுற்றபின் ஐயரின் மகன் கலியாணசுந்தரையர் கலைமகள் அதிபர் ரா. நாராயணசாமி ஐயரின் அனுமதி பெற்று 1944இல் திருநீலகண்ட நாயனார் சரித்திரத்தையும் இயற்பகை நாயனார் சரித்திரத்தையும் ஒன்றாகச் சேர்த்துத் தனிநூலாக வெளியிட்டார். அப்படியிருக்க, இயற்பகை நாயனார் சரித்திரக் கீர்த்தனை 1936இல் வெளிவந்தது எனக் குறிப்பிட்டிருப்பது புதிராக உள்ளது. இதற்கு எது அடிப்படை என்பதும் தெரியவில்லை.

இப்படிப்பட்ட தகவல் பிழைகள் எல்லாம் களையப்பட்டு முதலில் சரியான நூல் பட்டியல் ஒன்று தயாரிக்கப்பட்டு அதன் அடிப்படையிலேயே இந்த முன்னுரைகள் தொகுக்கப்பட்டு உங்கள் பார்வைக்கு வைக்கப்பட்டுள்ளன.

இந்த முன்னுரைகள் காலவரிசையில் அமைக்கப்படாமல் பொருண்மை அடிப்படையில் அமைக்கப்பட்டுள்ளன. ஐயரின் தொடக்ககாலப் பதிப்புகள் பல சிற்றிலக்கியப் பதிப்புகளாகவும், புராண நூலாகவும் இருந்ததால் அதில் முக்கியமான முகவுரைகள் பெரும்பாலும் இல்லை. அதோடு பல நூல்கள் முன்னுரையின்றியும் அமைந்துள்ளன. ஆனால் சங்க இலக்கியங்கள், காப்பியங்கள், இலக்கணங்கள் போன்றவற்றிற்கு அவர் எழுதிய முன்னுரைகள் கனதியானவை. ஆகவே பொருண்மை அடிப்படையில் இந்த முன்னுரைகள் வகைதொகை செய்யப்பட்டுப் பதிப்பிக்கப்பட்டுள்ளன. ஒவ்வொரு தலைப்பின்கீழும் அமையும் நூல்களுக்குக் காலவரிசை பின்பற்றப்பட்டுள்ளது.

ஐயர் உயிரோடு இருந்த காலகட்டத்தில் வெளியான நூல்களில் பெரும்பாலன அதிகபட்சமாக நான்கு பதிப்புகளைக் கண்டுள்ளன. விதிவிலக்காகப் புத்த சரித்திரம், மணிமேகலைக் கதைச் சுருக்கம் ஆகிய குறுநூல்கள் மட்டும் பல பதிப்புகளைக் கண்டுள்ளன. இந்தப் பதிப்புகளைத் தொடர்ச்சியாகக் காணமுடியவில்லை. பல இடங்களில் தேடியும் கிடைக்கவில்லை. கிடைத்தவரையில் முழுமையாகத் தரப்பட்டுள்ளன (கிடைத்த பதிப்புகளிலும் முன்னுரையில் பெரிய மாற்றம் ஏதும் இல்லை என்பது மனங்கொளத்தக்கது).

ஒவ்வொரு நூலின் முன்னுரைக்கு முன்பாகவும் அந்த நூலின் தலைப்பேடு அச்சுக்குலையாமல் அப்படியே உரித்துத் தரப்பட்டுள்ளது. உ.வே.சா.வின் முதல் பதிப்போடு பிற பதிப்புகளும் புறநிலையில் எப்படி இருந்திருக்கும் எனக் காணத் துடிக்கும் ஒரு வாசகனுக்கு இது மனநிறைவை அளிக்கும். தவிர, இனிவரும் காலகட்டங்களில் இந்த நூல்களில் பெரும்பாலன மறைந்தொழியும் என்பதால் அவை பாதுகாக்கப்படுவதில் குறைந்தபட்ச பங்களிப்பையாவது இவை நிகழ்த்தும். தலைப்பேட்டில் உள்ள விலை விவரங்களில் சில மாறுபாடுகள் உள்ளன. இவை விற்பனையாளர்களின் கைங்கர்யம் என்பதை நினைவூட்ட விரும்புகிறேன். இதில் அச்சுக் கோக்கப்பட்டிருப்பதில் உள்ள விலையே சரியானது.

உ.வே.சா.வின் குறுநூல்களில் பல கலைமகள், செந்தமிழ், சிவநேசன் போன்ற இதழ்களில் அனுபந்தமாக வெளிவந்தவை. அவ்வாறு வெளிவந்த நூல்களை

அந்தந்த நிறுவனங்கள் மறுபிரசுரம் செய்துள்ளன. அவ்வாறு செய்யும்போது பதிப்பு ஆண்டுகளைச் சரியாகக் குறிக்காமலும், பதிப்பு விவரங்களைத் தவறாகக் குறித்தும் வெளியிட்டுள்ளன (காண்க: திருவாரூருலா, தேவையுலா). நிறுவனங்கள் வெளியிட்ட ஒரு நூலை உ.வே.சா.வும் அதே காலகட்டத்தில் வெளியிட்டுள்ளார். இதனால் எது முதல் பதிப்பு எனக் காண்பதில் சிக்கல் நேர்கிறது. உதாரணமாக, 'கனம் கிருஷ்ணையர்' நூலை *1936*இல் உ.வே.சா. வெளியிட்டுள்ளார். இதே நூலைக் கீர்த்தனைகள் இன்றி *1934*இல் கலைமகள் நிறுவனமும் வெளியிட்டது. கலைமகள் வெளியீடாக வந்த வேறு சில நூல்களில் பதிப்பு விவரணங்கள் இல்லாதது போலவே இதிலும் இல்லாததால் உ.வே.சா.வின் பதிப்பே முதற்பதிப்பாகக் கொள்ளப்பட்டது.

நூல் முகவுரைகள் பலவும் அக்கால வழக்கப்படி புணர்த்தி எழுதப்பட்டும், சொற்களுக்கு இடையே இடைவெளியில்லாமலும் அச்சிடப்பட்டுள்ளன. இன்றைய வாசகர்களுக்கு அவை படிப்பதற்குப் பெருத்த இடையூறாக இருக்கும் என்பதில் ஐயமில்லை. எனவே, வசதி கருதி அவை இடம்விட்டுப் பதிப்பிக்கப்பட்டுள்ளன. ஆனால், மூலநூலுக்கு அது எவ்விதத்திலும் ஊறுவிளைவிக்கும்படி அமைக்கப்படவில்லை. இடைவெளியை அமைக்கும்போதும் பொருள் மாறுபடா வண்ணம் மிகுந்த கவனத்துடன் பிரித்துத் தரப்பட்டுள்ளது. எடுத்துக்காட்டாக, தமிழ்விடு தூதில் இடம் பெறும் ஒரு தொடரில், "...உன்னோடுவந்துரைக்கும்" என்று வந்துள்ளது. இது, 'உன்னோடு / உவந்து / உரைக்கும்' என்னும் முச்சொற்களின் கூட்டுவார்த்தை. இந்த வார்த்தையைப் பிரிக்கும்போது 'டு' என்னும் எழுத்துக்கு முன்பாகப் பிரிக்கப்பட்டு அர்த்தம் மாறுபடாதபடி அமைக்கப்பட்டுள்ளது. மூலத்தில் உள்ள கிரந்த எழுத்துக்கள் மாற்றமின்றி அப்படியே ஸ்கேன் செய்து வைக்கப்பட்டுள்ளன.

மூல நூலில் சில சுருக்க விளக்கங்களும், குறியீடுகளும் தரப்பட்டுள்ளன. 'சூத்திரம்' என்பதைக் குறிக்க (சூ) என்றும், 'என்றும்/எனவும்' என்பதைக் குறிக்க (எ-ம்) என்றும், 'உபயவேதாந்தி' என்பதைக் குறிக்க (உ.வே.) என்றும், பேராசிரியர் என்பதைக் குறிக்க (பேர்.) என்றும், அடியார்க்கு நல்லார் என்பதைக் குறிக்க (அ-ந) என்றும் தரப்பட்டுள்ளன. மேலும், 'மகா ராஜ ராஜ ஸ்ரீ' என்பதைக் குறிக்க (ம-ா-ா-ஸ்ரீ) என்றும், 'மேற்படி' என்பதைக் குறிக்க (௸) என்றும், '*1/2*' ரூபாயைக் குறிக்க (௨) என்றும், 'ஆக' என்பதைக் குறிக்க (ஆ) என்றும், ஆயிரத்தைக் குறிக்க (௲) என்றும் குறியீட்டுச் சொற்கள் சில நூலில் பயின்று வந்துள்ளன.

தமிழ் வருடத்திற்கு இணையான ஆங்கில வருடம் நூலில் இல்லையாயின், அது பகர அடைப்பில் தரப்பட்டுள்ளது. அதேபோல முதல் பதிப்பு என்பன போன்ற பதிப்பு விவரங்கள் நூலின் தலைப்பேட்டில் இல்லாமல் இருந்தால் அவையும் பகர அடைப்புக்குள் இட்டு இறுதியில் வைக்கப்பட்டுள்ளன.

ஒரு நூற்றாண்டுக்கு முன்பு வெளியிடப்பட்ட இந்த நூல்களின் முகவுரைகள் சிலவற்றில் இன்றைக்குப் புழக்கத்தில் இல்லாத சில சொற்கள் காணப்படுகின்றன. எ-கா: ஆகரங்கள் (சொற்கள் வருமிடங்கள்), அந்வயித்து (ஒரு சொல் அடுத்து வரும் சொல்லோடு கொள்ளும் தொடர்பு), கதானுகதிகந்நியாயம் (ஒருவர் செய்த செயலின் கருத்துணராமல் மற்றவர்களும் அவ்வாறே செய்தல்), பிந்துமதி உதாரணச் செய்யுள் (சித்திரக்கவிகளுள் ஒன்று), இருவேமுடைய (இருதிறத்தாருடைய),

முகஸ்தம் (மனப்பாடம்), கவலாது (கலங்காது), எவ்வேழு (ஏழுஏழு), எவ்வெட்டாக (எட்டுஎட்டாக), வெறாமல், முனிவரார்கள், மடபதி, தடிந்த, சொன்னனர், விராட்புருடன், சூழ்வந்து. வாசகர்கள் இவற்றைக் கவனத்தில் கொள்ளவேண்டும்.

நூலின் பின்னிணைப்பில். . .

ஐயரின் மறைவுக்குப் பின் வெளிவந்த நூல்களின் முகவுரைகளும், தலைப்பேடுகளுடன் காலவரிசையில் தரப்பட்டுள்ளன. இவை பெரும்பாலும் ஐயரின் குறிப்புகளைக் கொண்டே பிறரால் எழுதப்பட்டவை என்பது குறிப்பிடத்தக்கது.

ஐயர் முதன்முதலில் பாடியது ‘நீலி இரட்டை மணிமாலை’ என்பதை ‘என் சரித்திர’த்தால் அறிகிறோம். கட்டளைக் கலித்துறையாலும் வெண்பாவாலுமான 20 பாடல்கள் கொண்ட இதைக் கி.வா. ஜகந்நாதன் ‘தமிழ்ப்பா மஞ்சரி’ என்னும் நூலில் பதிப்பித்துள்ளார். அதோடு அச்சுக்குச் சித்தமாக இருந்த ‘கும்பேசர் வெண்பா அந்தாதி’யின் சில பாடல்களையும் அவர் இதே நூலில் சேர்த்துள்ளார். அவையும் இந்த நூலில் தரப்பட்டுள்ளன.

தம்முடைய நூலுக்கு மட்டுமன்றிப் பிறரது நூல்களுக்கும் ஐயர் முன்னுரை எழுதியுள்ளார். கிடைத்தவரை அவையும் கண்டறியப்பட்டு இத்தொகுப்பில் பின்னிணைப்பாகச் சேர்க்கப்பட்டுள்ளன. இம்முன்னுரைகளை கனதியானவை என்று கொள்ள இயலவில்லை. என்றாலும், மாதிரிக்காகச் சில மட்டும் சேர்க்கப் பட்டுள்ளன. இவை முழுமையானவை அல்ல.

உ.வே.சா. சீவகசிந்தாமணியைப் பதிப்பித்துக் கையைச் சுட்டுக்கொண்டபோது பூண்டி அரங்கநாத முதலியாரின் பரிந்துரையின்பேரில் சென்னைப் பல்கலைக்கழக மாணவர்களுக்காக - பி.ஏ. மாணவர்களுக்காக - நாமகள் இலம்பகத்தை மட்டும் அச்சிட்டு வெளிப்படுத்த முயன்றார். (ஐயருக்குத் தெரியாமலேயே சோடசாவதானம் சுப்பராய செட்டியார் அதைத் தம் பெயரில் வெளியிட்டுக்கொண்டது தனிக்கதை.) அன்றிலிருந்து மாணவர்களுக்காகப் பாடப்புத்தகம் எழுதும் ஐயர், அவற்றிலும் முன்னுரை வரைந்துள்ளார். 1896இல் வெளிவந்த சிலப்பதிகாரம் நாடுகாண் காதை, 1903இல் வெளிவந்த முல்லைப்பாட்டு, 1905இல் வெளிவந்த புறப்பொருள் வெண்பாமாலை, 1906இல் வெளிவந்த பட்டினப்பாலை, 1908இல் வெளிவந்த குறிஞ்சிப்பாட்டு, 1909இல் வெளிவந்த சிறுபாணாற்றுப்படை, 1912இல் வெளிவந்த மலைபடுகடாம் முதலிய நூல்களில் இம்முன்னுரைகளைக் காணலாம். இந்த முன்னுரைகள், ஏற்கெனவே வெளிவந்த பதிப்புகளில் என்ன எழுதப்பட்டிருந்ததோ அவற்றின் சுருக்கமே தவிர, புதிதாக வேறில்லை. எனவே அம்முன்னுரைகள் இப்பதிப்பில் தவிர்க்கப்பட்டுள்ளன. ஒரேயொரு முன்னுரை மட்டும் மாதிரிக்காகத் தரப்பட்டுள்ளது.

உ.வே.சா.வின் பதிப்புப்பணிக்குப் பல்வேறு நிலைகளில் உதவிய பெரியோர்கள், சான்றோர்கள் முதலியவர்களின் பெயர்ப் பட்டியலோடு, அவரது படைப்புகளின் முதல் பதிப்புகள் எவ்வெவ்வாண்டு, எந்தெந்த அச்சுக்கூடத்திலிருந்து வெளிவந்தது என்னும் விவரங்களும் நூலில் இணைக்கப்பட்டுள்ளன. இவற்றோடு பொருண்மை அடிப்படையில் அமைந்த ஒட்டுமொத்தமான பதிப்பு விவரங்களும், உ.வே.சா.வின் வாழ்க்கைக் குறிப்பும் இறுதியில் தரப்பட்டுள்ளன.

பகுதி - I

பதிப்பித்தவை

அங்ஙனம் வந்த ஏழு கடல்களைக்
கண்டு தடாதகைப் பிராட்டியார்
சுந்தரபாண்டியனைத்
துதித்தனர். தேவியார் நோக்கி அவர்,
"உன் மாதாவின்
ஆசை நிரம்பிட ஏழுகடலில் மூழ்கு
வித்து வருவாயாக" என்றனர். கே
ட்ட தேவியார் மகிழ்ந்து விரைந்து
சென்று தாயையடைந்து, "அன்னே, நின்
கடலாடுதற்கு நினைந்தாய்; என்
மருகனுடைய கட்டளையால் ஏழு
கடல்களும் வந்தன; அவற்றில்
ஆடுவாயாக" என்றனள்; கேட்ட
காஞ்சனமாலை, "கருணைக்கடவா
சிவ
ளிய பெருமானைக் கணவராகப்
பெற்ற செல்வி, கணவனோடாவது
மகனோடாவது, பசுக்கன்றோடா
மகளிர்
வது கடலில் ஆடவேண்டும்;
தனியே சென்று
ஆடுதல் விதியன்றென்பர் பெரி
யோர்; அஃது உனக்குத் தெரி
யாததன்றே" என்றனள். கேட்ட
தடாதகை தாயினவார்த்தை

வே. சாமிநாதையர்

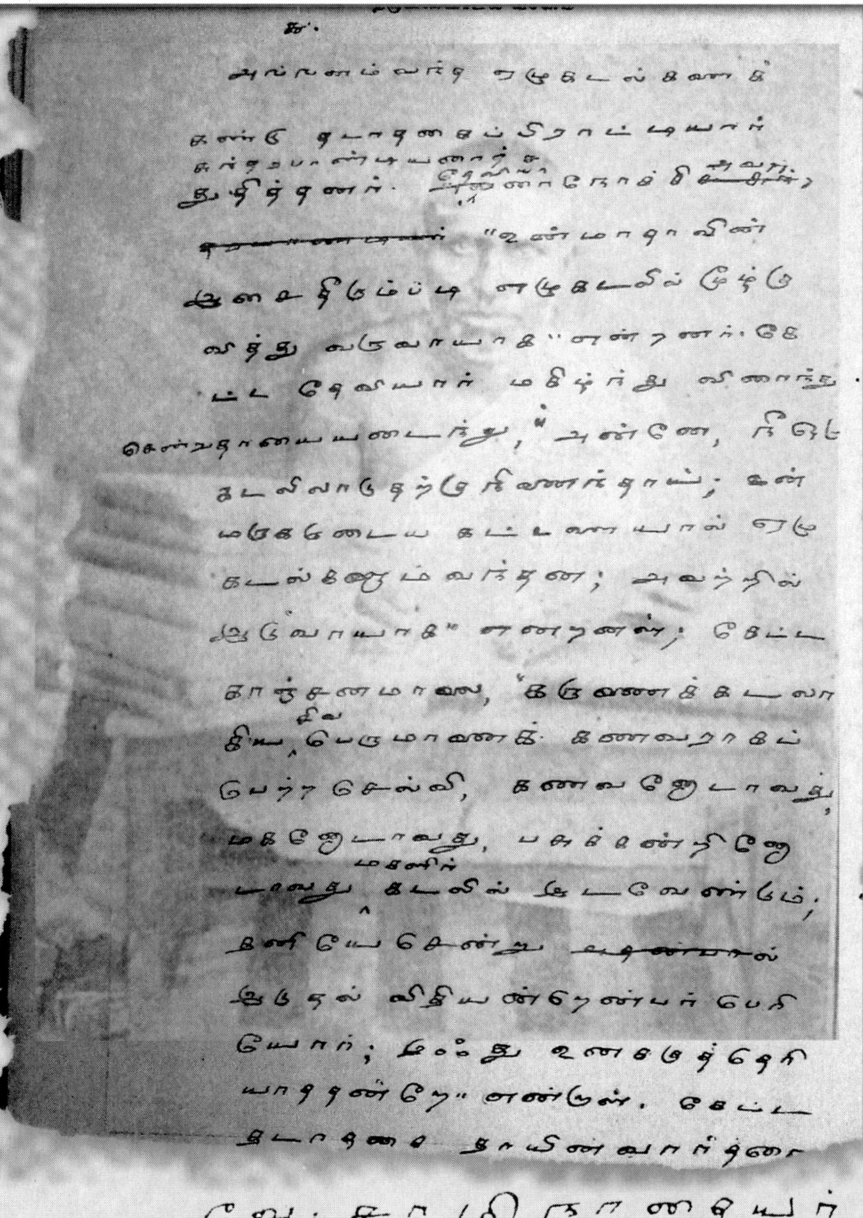

க. சங்க நூல்கள்

1. பத்துப்பாட்டு மூலமும் நச்சினார்க்கினியருரையும் — 73 - 111
2. பத்துப்பாட்டு மூலம் — 113 - 117
3. புறநானூறு மூலமும் உரையும் — 119 - 150
4. புறநானூறு மூலம் — 151 - 154
5. ஐங்குறுநூறும் பழையவுரையும் — 155 - 170
6. பதிற்றுப்பத்து மூலமும் பழையவுரையும் — 171 - 193
7. பரிபாடல் மூலமும் பரிமேலழகருரையும் — 195 - 210
8. குறுந்தொகை — 211 - 223

உ
கணபதி துணை

பத்துப்பாட்டு மூலமும்
மதுரையாசிரியர் பாரத்துவாசி
நச்சினார்க்கினியருரையும்

இவை
கும்பகோணம் காலேஜ் தமிழ்ப் பண்டிதராகிய
உத்தமதானபுரம்
வே. சாமிநாதையரால்
பரிசோதித்து
சிவகங்கை ஸப்டிவிஷன்
சிறுவயல் ஜமீந்தாரவர்களாகிய ம-ரா-ரா-ஸ்ரீ
முத்துராமலிங்கத் தேவரவர்களுடைய பேருதவியால்

சென்னை:
த. கோவிந்த ஆசாரியாரது

திராவிடரத்நாகர அச்சுக்கூடத்திற் பதிப்பிக்கப்பட்டு நிறைவேறின.

1889

[Copyright Registered]

உ
கணபதிதுணை.

பத்துப்பாட்டுமூலமும்

மதுரையாசிரியர் பாரத்துவாசி

நச்சினார்க்கினியருரையும்.

இவை

கும்பகோணம் காலேஜ் தமிழ்ப்பண்டிதராகிய

உத்தமதானபுரம்

வே. சாமிநாதையரால்

பரிசோதித்து

சிவகங்கை ஸ்டீபிவிஷன்

சிறுவயல் ஜமீந்தாரவர்களாகிய ம-ள-ள-ஸ்ரீ

முத்துராமலிங்கத்தேவரவர்களுடைய பேருதவியால்

சென்னை:

த. கோவிந்த ஆசாரியாரது

திராவிடரத்நாகர அச்சுக்கூடத்திற் பதிப்பிக்கப்பட்டு நிறைவேறின.

1889.

[Copyright Registered.]

உ
கணபதி துணை

முகவுரை

அண்டர்க ளூறுகண் விண்டிட முந்நீர்
அலைகடல் குடித்தும் மலைநில மழுத்தியுந்
தென்றிசை யுயர்ந்த நொய்ம்மை போக
அப்பணி சடையாற் கொப்பவீற் றிருந்தும்
பன்னா வலர்புகழ் தென்னா டாண்ட
இராவணன் றனையவ ணிராவணம் போக்கியும்
இலங்குறு பொதியில் விலங்கல்வாழ் பெருந்தவத்
தகத்தியன் புரந்தருண் மகத்துவ மிகுத்த
அமிழ்தினிற் சிறந்த தமிழெனு மடந்தை
கந்தரத் தணிமணிக் கலனர சென்ன
உத்தமர் புகழுமிப் *பத்துப் பாட்டும்

பாண்டிவளநாட்டில் மதுரைப்பதியில் அங்கயற் கணம்மையோடு எழுந்தருளியிருக்கும் சோமசுந்தரக் கடவுளருளிய சங்கப்பலகையில் அக் கடவுளோடு ஒப்ப வீற்றிருந்து தமிழாராய்ந்த மகிமை பொருந்திய நக்கீரனார் முதலிய நல்லிசைப் புலவர்களால் அருளிச் செய்யப்பட்டு அச் சான்றோராலேயே தொகுக்கப்பட்டவை.

முருகு பொருநாறு பாணிரண்டு முல்லை
பெருகு வளமதுரைக் காஞ்சி – மருவினிய
கோலநெடு நல்வாடை கோல்குறிஞ்சி பட்டினப்
பாலை கடாத்தொடும் பத்து

என்னுஞ் செய்யுளாற் பத்துப்பாட்டுக்கள் இவை யென்பதும், (அப் பாட்டுக்க ளுடைய) உரையினீற்றில் எழுதப்பட்டுள்ள தொடர்களால் இவற்றை அருளிச்செய்தோர் நக்கீரனார் முதலியோ ரென்பதும், பத்தாவது மலைபடுகடாத்தில் "தீயி னன்ன வொண்செங் காந்தள்" என்பதற்கு நச்சினார்க்கினிய ரெழுதிய விசேடவுரையால் இவற்றைத் தொகுத்தோர் சங்கப்புலவர்களே யென்பதும் நன்கு விளங்குகின்றன. இவை பழைய இலக்கிய வுரைகளிலும் இலக்கண வுரைகளிலும் உரையாசிரியர்களால் உதாரணமாக எடுத்துக் காட்டப்படும் பிரமாண நூல்கள். தமிழுக்கேயுரிய ஒழுக்க முதலியவற்றை இனிது

---

* பத்துப்பாட்டின் இலக்கண முதலியவற்றை வருஞ் சூத்திரங்களா லுணர்க:
க. நூறடிச் சிறுமை நூற்றுப்பத் தளவே, யேறியவடியி னீரைம் பாட்டுத், தொடுப்பது பத்துப் பாட்டெனப் படுமே. உ அதுவே, அகவலின் வருமென வறைகுநர் புலவர். ங. புரவலன் பரிசு கொண்டு மீண்ட, லிரவலன் வெயிறெறு மிருங்கா னத்திடை, வறுமை யுடன்வருஉம் புலவர் பாணர், பொருநர் விறலியர் கூத்தர்க் கந்தப், புரவல னாடூர் பெயர்கொடை பராஅ, யாங்குநீ செல்கென விடுப்பதாற் றுப்படை. ச. ஓங்கிய வதுதா னகவலின் வருமே. இவை பன்னிருபாட்டியல்.

புலப்படுத்துவதோடு மலை கடல் நாடு நகர் சிறுபொழுது பெரும்பொழுது முதலியவற்றை உள்ளவண்ணமே கூறி இன்பம் பயக்கும் நன்னெறி யுடையவை. இக்காலத்து வேறொருவாற்றானும் விளங்காதனவாகிய அக்காலத்திருந்த தமிழ்நாட்டரசர்களிற் சிலருடைய சரித்திரங்களும் அக்காலத்து மாந்தருடைய நடை முதலியனவும் பிறவும் இவற்றால் நன்கு விளங்கும். பிற்காலத்து அரியபெரிய நூல்களியற்றிய ஆன்றோர் பலரும் "முன்னோர் மொழிபொருளே யன்றி யவர்மொழியும், பொன்னேபோற் போற்றுவம்" என்பதற்கிணங்க, இவற்றின் பொருளை யன்றிச் சொற்றொடர்களையும் தத்தம் நூல்களுள்ளே ஆங்காங்கு இன்சுவைபெருக இயைத்துக் கூறினர். உரைச் சிறப்புப் பாயிரத்துள், "ஆன்றோர் புகழ்ந்த வறிவினிற் றெரிந்து, சான்றோ ருரைத்த தண்டமிழ்த்தெரிய, லொருபது பாட்டும்" என்று சிறப்பித்துப் பாராட்டிக் கூறிய ஆன்றோர் திருவாக்கே இவற்றின் அருமைபெருமைகளை நன்கு புலப்படுத்தும். இவற்றுள்,

க-வது. **திருமுகாற்றுப்படை**: இது ௩௧௭ - அடிகளை யுடையது; வீடுபெறுதற்குச் சமைந்த ஓர் இரவலனை வீடுபெற்றா னொருவன் முருகக் கடவுளிடத்தே ஆற்றுப்படுத்தியதாக அம் முருகக் கடவுளை மதுரைக் கணக்காயனார் மகனார் நக்கீரனார் பாடியது. இப்பாட்டு முருகக்கடவு ளுடைய திருப்பதிகளுட் சிறந்த திருப்பரங்குன்றம் திருச்சீரலைவாய் திருவாவினன்குடி திருவேரகம் குன்றுதோறாடல் பழமுதிர்சோலை யென்னும் ஆறுபடை வீட்டிலும் அவர் எழுந்தருளி யிருத்தலைப் பாராட்டிக் கூறும். ஒரு மலைக்குகையில் முன்னமே அடைக்கப்பட்டிருந்த தொளாயிரத்துத் தொண்ணூற் றொன்பதின்மரோடு சேர்த்துண்ணக் கருதித் தம்மையும் அக் குகையில் அடைத்துவிட்டு உண்ணுதற்கு நீராடப்போன ஒரு கொடிய பூதத்தை வெல்லக் கருதி நக்கீரனார் முருகக் கடவுளைக் குறித்து இத் திருமுருகாற்றுப்படையைப் பாடி அப் பூதத்தினின்றும் விடுதல் பெற்றன ரென்பர். இவ்வரலாற்றின் விரிவு, சீகாளத்தி புராணத்துள்ள நக்கீரச் சருக்கத்தால் விளங்கும். முருகக்கடவுள் நக்கீரனாரைச் சிறைமீட்டருளிய இந்த லீலை, ஒவ்வொரு வருடத்தும் திருப்பரங்குன்றத்திற் பங்குனி மீ்த்து நடக்கும் உற்சவகாலத்து நான்காந் திருநாளில் நடைபெற்று வருகின்றது. முருகக் கடவுளுடைய திருவருளைப் பெற விரும்புவோர் இந்தத் திருமுருகாற்றுப்படையை நியமமாக அன்புடன் பாராயணம் பண்ணுதல் நலமென்று பெரியோர் கூறுவர்.

உ-வது. **பொருநராற்றுப்படை**: இது உ௪அ - அடிகளை யுடையது; பரிசில் பெறக்கருதிய ஓர் பொருநனைப் பரிசில் பெற்றா னொருவன் இளஞ்சேட்சென்னி புதல்வனாகிய சோழன் கரிகாற் பெருவளத்தா னிடத்தே ஆற்றுப்படுத்தியதாக அக் கரிகாற் பெருவளவனை முடத்தாமக் கண்ணியார் பாடியது. [பொருநர் — ஏர்க்களம் பாடுவோர், போர்க்களம் பாடுவோர், பரணி பாடுவோ ரெனப் பலர்; அவருள் இப்பொருநன் போர்க்களம் பாடுவோன்.] இது கரிகாற் பெருவளவன் கொடையையும், அவன் வீரத்தையும், அவனாண்ட சோழநாட்டின் வளத்தையும், காவிரிநதி பயன்படுதலையும் நன்றாகக் கூறும்.

௩-வது. **சிறுபாணாற்றுப்படை**: இது உ௬௯ - அடிகளை யுடையது; பரிசில் பெறக் கருதிய பாண னொருவனைப் பரிசில் பெற்றா னொருவன் ஏறுமாநாட்டு நல்லியக் கோடனிடத்தே ஆற்றுப்படுத்தியதாக அந் நல்லியக் கோடனை இடைக்கழிநாட்டு நல்லூர் நத்தத்தனார் பாடியது. [பாணர் — பாடுவோர்; இவர் இசைப்பாணரும், யாழ்ப்பாணரும், மண்டைப்பாணரு மெனப் பலர்.]

இது நல்லியக் கோடனது வள்ளன்மையையும், அவனுடைய நகரங்களாகிய எயிற்பட்டினம் வேலூர் ஆமூர் முதலியவற்றி னியல்பையும், அவற்றிலுள்ளா ருடைய நற்குண நற்செய்கைகளையும், அவனது அரண்மனையின் சிறப்பையும், பலதிறத்தினரும் ஏத்தும்படி பல குண விசேடத்தோடு அவன் வீற்றிருத்தலையுங் கூறுவதன்றித் தமிழ்நாட்டு மூவேந்தருடைய இராசதானிகளாகிய மதுரை வஞ்சி உறந்தை யென்னும் மூன்று நகரங்களின் நிலைமையையும், பேகன் பாரி காரி ஆய் அதிகன் நள்ளி ஓரி யென்னும் வள்ளல்க ளெழுவரும் இன்ன இன்ன கொடையாற் பெயர் பெற்றார்க ளென்பதையுங் கூறும்.

ச-வது. **பெரும்பாணாற்றுப்படை**: இது ருOO - அடிகளை யுடையது. பரிசில் பெறுதற் கெண்ணிய பாண னொருவனை அது பெற்றா னொருவன் தொண்டைமா னிளந்திரையனிடத்தே ஆற்றுப்படுத்தியதாக அவ் விளந்திரையனைக் கடியலூர் உருத்திரங்கண்ணனார் பாடியது. [இளந்திரைய னென்பான் காஞ்சி நகரத்திருந்த ஓரரசன்; நாகபட்டினத்துச் சோழன் பிலத் துவாரத்தால் நாகலோகத்தே சென்று நாக கன்னியைப் புணர்ந்த காலத்து அவள் யான் பெற்ற புதல்வனை என்செய்வே னென்ற பொழுது தொண்டையை (தொண்டை — ஓர் கொடி) அடையாளமாகக் கட்டிக் கடலிலேவிட அவன் வந்து கரையேறின் அவற்கு யான் அரசவுரிமையை எய்துவித்து நாடாட்சி கொடுப்பலென்று அவன்கூற அவளும் அங்ஙனம் வரவிடத் திரை தருதலின், திரைய னென்பது இவனுக்குப் பெயராயிற்று; இதனை ககக-ம் பக்கத்திற் காண்க.] இப்பாட்டு அவனது நாட்டிலுள்ள குறிஞ்சி முதலிய ஐந்திணைப் பகுதிகளி னியல்பையும், அவற்றில் வாழ்வாருடைய தொழில் ஊண் ஒப்புரவு முதலியவற்றையும், அவன் காஞ்சி நகரத்து மிக்க சிறப்போடு வீற்றிருத்தலையும், அவன் வள்ளன்மையையுங் கூறும். இதிற் காஞ்சி நகரத்துள்ள திருவெஃகா வென்னும் திருப்பதி கூறப்பட்டுள்ளது. மேலைப்பாட்டும் இதுவும் பாணராற்றுப் படையா யிருப்பினும் அடிவரையறையிற் சிறிதும் பெரிதுமா யிருத்தல்பற்றி அது சிறுபாணாற்றுப்படை யெனவும் இது பெரும்பாணாற்றுப்படை யெனவும் பெயர் பெற்றன.

ரு-வது. **முல்லைப்பாட்டு**: இது கOரு - அடிகளை யுடையது. பகைமேற்சென்ற தலைவன் வருமளவும் தலைவி ஆற்றியிருந்தவிடத்து அவன் வந்ததனைக் கண்டு தோழி முதலியோராகிய வாயில்கள் தம்முட் கூறியதாகக் காவிரிப் பூம்பட்டினத்துப் பொன்வாணிகனார் மகனார் நப்பூதனார் பாடியது. இது தலைவனைப் பிரிந்து தனித்திருக்கும் தலைவி யியல்பையும், கார்காலத்தின் நன்மையையும், படைவீட்டிற் பகைவர் துயரத்தோடிருத்தலையும், தலைவனது சௌரியத்தையும் விளங்கக் கூறும்.

சு-வது. **மதுரைக்காஞ்சி**: இது எஅஉ- அடிகளை யுடையது; தலையாலங்கானத்துச் செருவென்ற பாண்டியன் நெடுஞ்செழியனுக்கு வீடுபேறு நிமித்தம் நிலையாமையைச் செவியறிவுறுத்தி மாங்குடி மருதனார் பாடியது. இது அப்பாண்டியனுடைய முன்னோர்களின் பெருமையையும், பாண்டி நாட்டின் ஐந்திணை வளங்களையும், மதுரையின் வனப்பையும், அப்பாண்டியனது வீர முதலியவற்றையும் கூறும். இதிற் சேரனது நாளோலக்கச் சிறப்பும் பல சிற்றரசர்க ளுடைய பெருமைகளும் கூறப்பட்டுள்ளன.

எ-வது. **நெடுநல்வாடை**: இது கஅஅ - அடிகளை யுடையது; பகைமேற் சென்ற பாண்டியன் நெடுஞ்செழியனைப் பிரிந்து வருந்துந் தலைவிக்கு அவ்வருத்தந்

தீரும்படி அவன் பகையை வென்று விரைவில் வருவானாக வென்று கொற்றவையைப் பரவுவாள் கூறியதாக அவனை நக்கீரனார் பாடியது. இஃது ஐப்பசி கார்த்திகை மாதங்களாகிய கூதிர்க் காலத்தி னியல்பையும் தனித்திருக்கும் தலைவியது வருத்த மிகுதியையும் படைவீட்டில் தலைவனிருக்கும் வண்ணத்தையும் விளங்கக் கூறும்.

அ-வது. **குறிஞ்சிப்பாட்டு**: இது உசுக - அடிகளை யுடையது; தலைவியினது வேற்றுமை கண்டு வருந்திய செவிலிக்கு அறத்தொடு நிற்கும் பாங்கி கூற்றாக *ஆரிய வரசன் பிரகத்தனைத் தமிழறிவுறுத்தற்குக் கபிலர் பாடியது. இது மலை வளங்களையும், இல்லற முறைமையையும், தலைவனுந் தலைவியும் தம்முள் வைக்கத்தகும் அன்புடைமையையும், கற்பின் இன்றியமையாமையையுங் கூறும்; இதிற் பல மலர் விசேடங்கள் கூறப்பட்டுள்ளன. இதனைப் பெருங்குறிஞ்சி யென்றும் வழங்குவர்.

கூ-வது. **பட்டினப்பாலை**: இது ௩0க - அடிகளை யுடையது; வேற்று நாட்டுக்குச் செல்லத் தொடங்கிய தலைவன் தனது நெஞ்சை நோக்கித் தலைவியைப் பிரிந்து வாரேனென்று செலவழுங்கிக் கூறியதாகக் காவிரிப் பூம்பட்டினத்தையும், சோழன் கரிகாற் பெருவளத்தானது பராக்கிரமத்தையும், அவனது செங்கோலையும் பேரழகு பயப்பச் சிறப்பித்துக் கடியலூ ருருத்திரங் கண்ணனார் பாடியது. இதிற் சோழநாடும் காவிரி நதியும் மிகச் சிறப்பித்துக் கூறப்பட்டுள்ளன. கடியலூர் உருத்திரங் கண்ணனார்க்குப் பதினாறு நூறாயிரம் பொன் பரிசளித்து இப்பாட்டைக் கரிகாற் பெருவளவன் கொண்டா னென்பர்; இதனை, +"தழுவுசெந்தமிழ்ப் பரிசில் வாணர்பொன், பத்தொ டாறுநூ றாயி ரம்பெறப், பண்டு பட்டினப் பாலை கொண்டதும்" என்பதனானுணர்க.

க0-வது. **மலைபடுகடாம்**: இது ருஅ௩-அடிகளை யுடையது; இதற்குக் கூத்தராற்றுப்படை யெனவும் பெயருண்டு; பரிசில் பெறச் சமைந்த கூத்த னொருவனைப் பரிசில் பெற்றா னொருவன் பல்குன்றக் கோட்டத்துச் செங்கண்மாத்துவேள் நன்னன் சேய் நன்னனிடத்தே ஆற்றுப்படுத்தியதாக அந் நன்னனை இரணியமுட்டத்துப் பெருங்குன்றூர்ப் பெருங்கௌசிகனார் பாடியது. [கூத்தர் — ஆடன்மாக்கள். இவருக்குச் சாதிவரையறை யிலது. இவர்கள் எண்வகைச் சுவையும் மனத்தின்கட் பட்ட குறிப்புக்களும் புறத்துப்போந்து புலப்பட ஆடுவோர்.] இஃது அவனிடத்துச் செல்லும் வழியின் றன்மையையும், ஆங்காங்குள்ள உணவின் வகைகளையும், அவனது மலை சோலை காடுகளின் வளங்களையும், அவனது வள்ளன்மையையும், ஆற்றலையும், அவனது சுற்றத் தொழுக்கங்களையும், அவனது நாளோலக்க இருப்பையும், அவனது நவிர மென்னு மலையிற் காரியுண்டிக் கடவுளென்னுந் திருநாமத்தோடு எழுந்தருளியிருக்கும் சிவபெருமானது மகிமையையும், அவனுடைய முன்னோர் பெருமையையும், அவனூரி னியல்பையும், அவனது சேயாறென்னும் ஆறு முதலியவற்றின் வளங்களையும் விளங்கக் கூறும். மலைக்கு யானையை உவமித்து அதன்கட் பிறந்த ஓசையைக் கடாமெனச் சிறப்பித்தவதனால் இப்பாட்டு மலைபடுகடா மென்று பெயர் பெற்றது. இதனை ௩ருகூ-ம் பக்கத்திற் காண்க.

---

* பிரத்தனென்றும், பிரமதத்தனென்றும் பிரதிவேறுபாடுண்டு.

+ கலிங்கத்துப் பரணி, இராசபாரம்பரியம், உஉ.

இப்பெருஞ் சிறப்பினவாகிய பாட்டுக்கள் பத்தையும் உச்சிமேற் புலவர்கொள் நச்சினார்க்கினிய ருரையுடன் படித்துப் பல பிரதி ரூபங்களைக் கொண்டு நன்றாகப் பரிசோதித்து, எழுதுவோரால் நேர்ந்த வழுக்களை மாற்றிப் பலர்க்கும் எளிதிற் பயன்படும்வண்ணம் அச்சிற் பதிப்பிக்க வெண்ணிச் சென்ற பார்த்திவ ௵ மார்கழி ㅁ முதல் பிரதிகள் பெறுதற்கு முயன்று வருகையில், திருவாவடுதுறை யாதீனத்து மகாவித்துவானும் எனது தமிழாசிரியருமாகிய திரிசிரபுரம் மீனாட்சிசுந்தரம் பிள்ளை யவர்கள் பிரதி யொன்று கிடைத்தது. அதை வைத்துப் படித்து வருங்காலத்து, வேலூர் ம-ா-ா-ஸ்ரீ, குமாரசாமி ஐயர் ஒரு பிரதி கொடுத்தார். அவ்விரண்டும் ஒன்றுக்கொன்று மிக வேறுபாடுற் றிருந்தமையால், பல பிரதிகள் பெறுதற்கெண்ணி இத்தமிழ் நாட்டின் ஆங்காங்குள்ள எனது நண்பர்களாகிய தமிழ் வித்துவான்கள் பலருக்கும் பிரபுக்கள் பலருக்கும் நான் அடிக்கடி கடித மெழுதியும் தக்கவர்களைக் கொண்டு எழுதுவித்தும் எனக்குக் கிடைக்கும் விடுமுறை நாட்களில் பல இடங்களுக்குப் போய்வந்தும் எனது அன்பர்களை ஆங்காங்கு அனுப்பியும் மிக்க முயற்சி செய்துவந்தேன்.

அப்பொழுது திருவாவடுதுறை யாதீனத்து ஸ்ரீலஸ்ரீ அம்பலவாண தேசிகரவர்கள், ஆறுமுகமங்கலத்தில் முன்னமிருந்தவரும் பல பழைய தமிழ்ப் புத்தகங்களை மிகமுயன்று தேடித் தமது கையாலேயே அவற்றை எழுதித் தொகுத்தவருமாகிய குமாரசாமிபிள்ளை யவர்களுடைய பிரதியை வருவித்துக் கொடுத்துப் பேருதவி செய்தார்கள். அப்பால், திருநெல்வேலி ம-ா-ா-ஸ்ரீ *கவிராஜ நெல்லையப்ப பிள்ளை யவர்களும், *கவிராஜ ஈசுவரமூர்த்தி பிள்ளை யவர்களும், தங்கள் வீட்டிலிருந்த பிரதியை உதவியதன்றி வண்ணார் பேட்டையில் முன்னமிருந்த திருப்பாற்கடனாத கவிராய ரவர்கள் பிரதியையும், ஷையார் பேரராகிய ம-ா-ா-ஸ்ரீ திருப்பாற்கடனாத கவிராய ரவர்களிடத்திருந்து வாங்கித் தந்தார்கள். பின்பு ஸ்ரீவைகுண்டத்திருக்கும் (ஸ்கூல் ஸப் அஸிஸ்டண்டு இன்ஸ்பெக்டர்) ம-ா-ா-ஸ்ரீ ஆர். சிவராம ஐயரவர்கள், ஆழ்வார் திருநகரி (ஸப் ரிஜிஸ்ட்ரார்) ம-ா-ா-ஸ்ரீ இராமஸ்வாமி ஐயரவர்கள், ஸ்ரீவைகுண்டம் (வக்கீல்) ம-ா-ா-ஸ்ரீ சுப்பராய முதலியாரவர்கள் முதலியோருடைய சகாயத்தாற் பலவிடத்துஞ் சென்று பார்த்தபொழுது ஆழ்வார் திருநகரியிலுள்ள தீராத வினைதீர்த்த திருமேனி கவிராய ரவர்கள் பரம்பரையோராகிய தேவர்பிரான் கவிராய ரவர்கள் பிரதி யொன்று கிடைத்தது. இந்தப் பிரதிகளைப் பெறுவதற்குத் திருநெல்வேலி முதலிய இடங்களில் யான் சஞ்சாரஞ் செய்தபொழுது திருக்குற்றாலத்தைச் சார்ந்த மேலகரம் ம-ா-ா-ஸ்ரீ திரிகூட ராசப்பக் கவிராய ரவர்கள் கூடவே சில நாளிருந்து எனக்குச் செய்த உதவிகள் பல. அதன் பின்னர், பல இடத்துஞ் சென்று தமது அரும்பொருளைச் செலவுசெய்து பழைய தமிழ்ப் புத்தகங்களைத் தேடித் தொகுத்தவரும் அவற்றைப் படித்துக் காலங்கழித்தலைப் பெரும்பயனாக எண்ணியவருமாகிய பொள்ளாச்சி வித்வான் ம-ா-ா-ஸ்ரீ சிவன் பிள்ளையவர்கள் என் முயற்சிக் கிரங்கித் தமது பிரதியை அனுப்பினார்கள்.

அப்பால், தருமபுர ஆதின மடத்துப் புத்தகசாலையி லிருந்து மிகப் பழமையான பிரதி யொன்று கிடைத்தது. அதற்குமேல், சற்றேறக்குறைய ரு-வருடங்களுக்கு முன்பு சென்னையைச் சார்ந்த திருமயிலையி லிருந்த திருநெல்வேலி வித்துவச்

* இவர்களிருவரும், திருவம்பலத் தின்னமுதம் பிள்ளை யவர்களுக்கும் திருப்பாற்கடனாத கவிராய ரவர்களுக்கும் ஆசிரியராகிய அம்பலவாண கவிராய ரவர்களுடைய வம்சஸ்தர்.

சிரோமணியாகிய *திருவம்பலத் தின்னமுதம் பிள்ளை யவர்களுடைய புத்தகங்கள் யாவும் ஷை திருமயிலை அண்ணசாமி யுபாத்தியாயர் வீட்டில் உள்ளனவென்று தெரிந்து இப்பொழுது திருவல்லிக்கேணியி லிருக்கும் ம-ா-ா-ஸ்ரீ வை. விசுவநாத சாஸ்திரிக ளுடைய சகாயத்தாற் சென்று பார்த்த பொழுது ஒரு பிரதி கிடைத்தது. அதன்பின், பழைய தமிழ் நூலாராய்ச்சியையே இடைவிடாது செய்தொழுகு கின்றவராகிய (தபால் ஸூபரின்டெண்டன்ட்) ம-ா-ா-ஸ்ரீ வி. கனகசபை பிள்ளை யவர்கள் தமது பிரதியை அன்போடு உதவினார்கள்.

இப்பிரதிகளுள் பூர்த்தியாக இல்லாதன சில.

ஆறுமுகமங்கலத்துப் பிரதியில் மட்டும் திருமுருகாற்றுப்படை மூலமும் பொருநராற்றுப்படை மூலமு மிருந்தன; மற்றைச் சிறுபாணாற்றுப்படை முதலிய எட்டிற்கும் மேற்கூறிய பிரதிகளில் ஒன்றிலேனும் மூலம் தனித்துக் கிடையாமையின், உரைக்கு முன்னம் சிறிது சிறிது ஒரு மொழியுந் தொடர் மொழியுமாக எழுதப்பட்டுள்ள மூலபதங்களையே யிணைத்து எனது சிற்றறிவிற்கு எட்டியமட்டும் அடிவரையறை செய்து சிறுபாணாற்றுப்படை முதலிய பாட்டுக்க ளெட்டனையும் தனித்தனியே எழுதிக்கொண்டேன். உரையாசிரியர்களால் இவற்றிலிருந்து பழைய இலக்கிய இலக்கண வுரைகளில் உதாரணமாக எழுதப்பட்டவற்றுள் கிடைத்த சில, இவற்றின் மூலங்களை இணைக்குங் காலத்து எனக்குப் பேருதவியாக இருந்தன.

பின்பு சென்னைச் சருவகலாசாலையைச் சார்ந்த கையெழுத்துப் புத்தகசாலையில் இந்தப் பத்துப்பாட்டுப் பிரதி யிருப்பது தெரிந்து அதனோடு எனது பிரதியை ஒத்திட்டு வருகையில் அப் புத்தகத்திற் பெரும்பாணாற்றுப்படை மூலமும் முல்லைப்பாட்டு மூலமு மிருப்பக் கண்டு அவற்றோடு நான் எழுதிவைத்துக் கொண்டிருந்த ஷை பாட்டுக்களின் மூலங்களை ஒப்புநோக்கிக் கொண்டேன். அந்தப் பிரதியில்,

முருகாறு பொருநாறு சிறுபா ணாறு
  முல்லைபெரும் பாணாறு மதுரைக் காஞ்சி
பரிதாய பொருடமுவா நெடுநல் வாடை
  பட்டினப்பா லைகுறிஞ்சி மலைக டாமு
மருவாரும் பொழில்புடைசூழ் களந்தை மூதூர்
  வருசிவப்ப பூபனருள் வேல பூபன்
உரையோடு மெழுதினனா தலினா லன்னா
  னோங்குபெருஞ் செல்வமிசை யுற்று வாழி

என்னும் பாடலொன்று எழுதப்பட்டிருந்தது.

மேற்கூறிய, பிரதிக ளொவ் வொன்றும் ஆராய்ச்சிக்கு இன்றியமையாதனவா யிருந்தாலும் மீனாட்சிசுந்தரம் பிள்ளை யவர்கள் பிரதியும், வண்ணார்பேட்டைப் பிரதியும் ஆழ்வார் திருநகரிப் பிரதியும், தருமபுரவாதீனத்துப் பிரதியும் மிகப் பயன்பட்டன. இப்பிரதிகள் யாவற்றுள்ளும் சிறிய தொடர்கள் சிலவற்றிற்கு ஒன்றிலேனும் உரை கிடைக்கவில்லை.

*புகழ்தரு மறைக்கு மேலோன் புடார்ச்சுன புரத்தின் மேன்மை
நிகழ்தர நிகழ்த்த வல்லை நீகொலென் றெனது நெஞ்சே

* இவர் மகாவித்துவான் மீனாட்சிசுந்தரம் பிள்ளை யவர்களுடைய ஆசிரியர்.

* திருக்குற்றாலப் புராணம், அவையடக்கம்.

யிகழ்தர வெழுந்த நாணு மிச்சையுந் தினம்போ ராடி
யகழ்தர நாணந் தோற்ற தாசையே வென்ற தம்மா

என ஆன்றோர் கூறியவாறே, வித்துவச் சிரோமணிகளாற் பரிசோதித்தற்குரிய இப்பாட்டுக்களையும் இவ்வுரையையும் பரிசோதித்துப் பதிப்பித்தலில் மிக்க நாணமுடையனேனும் இவற்றை யாவருக்கும் எளிதிற் பயன்படும்படி செய்யவேண்டு மென்று வரம்பு கடந் தெழுந்த ஆசைமேலீட்டால் அந்த நாணத்தை யிழந்து அச்சிற் பதிப்பிக்கத் துணிந்தேன்.

இப்பத்துப்பாட் டுரையைப் பரிசோதிக்கத் தொடங்கிய நாண்முதல் எனக்கு மனத்தளர்ச்சி யுண்டாகாதபடி அடிக்கடி ஊக்கமளித்து வந்த திருப்பாதிரிப்புலியூர் ம-ா-ா-ஸ்ரீ ஸாது — சேஷையரவர்கள் இவற்றின் அருமை பெருமைகளைப் பலருமறியும்படி செய்ததன்றித் தாம் முந்திக் கையொப்பமிட்டுப் பொருளுதவியுஞ் செய்தார்கள்.

அதன்பின்பு, செந்தமிழ்ப் பாஷாபிமானிகளாகிய திருவாவடுதுறை யாதீனத்து ஸ்ரீலஸ்ரீ அம்பலவாண தேசிகரவர்களும், மதுரை (டிப்டி கலெக்டர்) ம-ா-ா-ஸ்ரீ ம. தில்லைநாயகம் பிள்ளை யவர்களும், தஞ்சாவூர் (ஜில்லாகோர்ட்டு வக்கீல்) ம-ா-ா-ஸ்ரீ கீ. சி. சீநிவாச பிள்ளை யவர்களும், சிவகங்கை (ஸப் டிவிஷன் சிறுவயல் ஜமீந்தா ரவர்களாகிய) ம-ா-ா-ஸ்ரீ முத்துராமலிங்கத் தேவரவர்களும், சோழன்மாளிகை (மிராசு) ம-ா-ா-ஸ்ரீ இரத்தினம் பிள்ளை யவர்களும் அன்புடன் கையொப்பமிட்டு மிக்க பொருளுதவி செய்தார்கள். இவர்களுள் ம-ா-ா-ஸ்ரீ முத்துராமலிங்கத் தேவரவர்கள் என்னை முன்னம் அறியாதவர்களா யிருந்தும் இவற்றை நன்கு மதித்து நல்ல சமயத்துச் செய்த பேருதவியாலேயே இவை விரைவில் அச்சிடப்பட்டு நிறைவேறின. மேற்கூறிய இவ்வண்மையாளர்க ளுடைய பெருந்தகைமையையும், இப்பதிப்பின் பொருட்டுத் தத்தமக்கியன்ற வளவு கையொப்பஞ் செய்து முற்பண முதவியவர்களாகிய கும்பகோணம் சென்னை மதுரை இராமநாதபுரம் திருவநந்தபுரம் முதலிய இடங்களிலுள்ள கனவான்களுடைய பெருந்தகைமையையும் நான் மிகப் பாராட்டுகின்றேன்.

இவ்வுரையைப் பதிப்பிக்குங் காலத்து இடம் விளங்கா மேற்கோள்களுள் இடம் விளங்கியவை:

பக்கம்	**வரி**		**நூல்**
கஉ	கங	"மாயோ னன்ன மால்வரைக் கவாஅன்"	நற்றிணை, ஙஉ.
உஎக	ஙங	"சேணோன் மாட்டிய நறும்புகை ஞெகிழி"	குறுந்தொகை, கரு௦.

நச்சினார்க்கினியர் இப் பத்துப்பாட் டுரையில் மேற்கோள்களாக எடுத்துக்காட்டிய நூல்களுள் விளங்கிய நூல்களின் பெயரகராதி:

க. அகநானூறு	கக. நற்றிணை
உ. ஆசாரக்கோவை	கஉ. நாலடியார்
ங. கலித்தொகை	கங. நெடுநல்வாடை*
ச. குறுந்தொகை	கச. பதிற்றுப்பத்து
ரு. சிலப்பதிகாரம்	கரு. பரிபாடல்

௬. சிறுபாணாற்றுப்படை*
௭. சீவகசிந்தாமணி
௮. திருக்குறள்
௯. திருச்சிற்றம்பலக்கோவையார்
௧௦. திருவாசகம்
௧௬. பழமொழி
௧௭. புறநானூறு
௧௮. பெரும்பாணாற்றுப்படை
௧௯. மதுரைக்காஞ்சி*

அடியிற்குறித்த சொற்கள் தத்தம் நேரேயுள்ள வடிவங்களாகப் பழைய ஏட்டுப்பிரதிகளி லிருந்தன. இன்னும் இவ்வாறிருந்த சொற்கள் சில.

௧. அடம்பு—அடும்பு
௨. அணிமை—அணுமை
௩. கண்டசருக்கரை—கண்டுசருக்கரை
௪. கலுழ்தல்—கலிழ்தல்
௫. குரிசில்—குருசில்
௬. குறிஞ்சி—குறுஞ்சி
௭. கொடிஞ்சி—கொடுஞ்சி
௮. சந்தி—சந்து
௯. ஞெமிர்ந்து—ஞெமர்ந்து
௧௦. தொடங்கல்—துடங்கல்
௧௧. பரிதி—பருதி
௧௨. முகூர்த்தம்—முகிழ்த்தம்

இப்பத்துப்பாட்டு நச்சினார்க்கினிய ருரையை எனது சிற்றறிவிற் கெட்டிய மட்டுமே பரிசோதித்துப் பதிப்பித்தே னாதலின், இப்பதிப்பில் ஆங்காங்குக் காணப்படும் பிழைகளையும் அவற்றின் திருத்தங்களையும் தயைசெய்து விவேகிகள் தெரிவிப்பின் அவ்வுதவியை நான் ஒருபொழுதும் மறவேன்.

இவற்றைப் பரிசோதித்துவந்த காலத்தும் அச்சிட்டுவந்த காலத்தும் எனது கூடவேயிருந்து உதவிபுரிந்து வந்த திருமானூர் ம-ள-ள-ஸ்ரீ கிருஷ்ணையருடைய நன்றி ஒருபொழுதும் மறக்கற்பாலதன்று.

இக்காலத்து மிக அருகி வழங்குகின்ற பழைய நூல்கள் ஒவ்வொன்றையும் ஆராய்ந்துப் பதிப்பித்தலில் மிக்க விருப்ப முடையனேனும், சீவகசிந்தாமணி அச்சிடப்பட்டு நிறைவேறிய காலந்தொடங்கி, கொழும்பு நகரத்துப் பிரபுசிகாமணியும் செந்தமிழ்ப் பாஷாபிமானியுமாகிய ம-ள-ள-ஸ்ரீ பொ. குமாரசாமி முதலியா ரவர்கள், ஐந்து காப்பியத்துள் இரண்டாவதாகிய சிலப்பதிகாரத்தை அடியார்க்கு நல்லாருரையுடன் பதிப்பித்துப் பிரகடனஞ் செய்யவேண்டு மென்றும் அந்தச் செலவைத் தாம் கொடுப்பதாகவும் அடிக்கடி அன்போடு எழுதியனுப்புதலால், முந்தி அந்நூலை அவ்வுரையுடன் பதிப்பிக்க நிச்சயித்திருக்கிறேன்.

இப்பத்துப்பாட்டைப் போலவே நான் பதிப்பிக்கக் கருதிய நூல்கள் ஒவ்வொன்றையும் கருதியவண்ணம் நிறைவேற்றுதற் பொருட்டும், இம்முயற்சிக்குப் பொருட்கொடையினாலும் மனம் வாக்குக் காயங்களின் முயற்சிகளினாலும் உதவி செய்துவருவோர் பெருவாழ்வடையும் பொருட்டும் திருவருள் சுரக்கும்படி, சங்கப் புலவர்களின் நடுநாயகமாக வீற்றிருந்து விளங்கிய ஸ்ரீ மீனாட்சிசுந்தரேச ருடைய திருவடிகளைப் பிரார்த்திக்கின்றேன்.

---

* இவ்வடையாள முள்ளவை இப்பத்துப்பாட்டி னுட்பட்டவையே.

தமிழ்த் தெய்வம்

*மறைமுதற் கிளந்த வாயான் மதிமுகிழ் முடித்த வேணி
யிறைவர்தம் பெயரை நாட்டி யிலக்கணஞ் செய்யப் பெற்றே
யறைகடல் வரைப்பிற் பாடை யனைத்தும்வென் றாரி யத்தோ
டுறழ்தரு தமிழ்த்தெய் வத்தை யுண்ணினைந் தேத்தல் செய்வாம்.

சங்கப்புலவர்

*தடவரை முனிவ னீன்ற தமிழ்க்கொழுங் குழவி தன்னைப்
படர்வெயி லுமிழுஞ் சங்கப் பலகையாந் தொட்டி லேற்றி
நடைவர வளர்த்து ஞால நனந்தலை மறுகில் விட்ட
மடனறு புலமை யோரை மனத்தியா நினைத்து மன்றே.

நச்சினார்க்கினியர்

எவனால வாயிடைவந் தமுதவா யுடையனென வியம்பப் பெற்றோன்
எவன்பண்டைப் பனுவல்பல விறவாது நிலவவுரை யெழுதி யீந்தோன்
எவன்பரம வுபகாரி யெவனச்சி னார்க்கினிய னெனும்பே ராளன்
அவன்பாத விருபோது மெப்போது மலர்கவென தகத்து மன்னோ.

இங்ஙனம்,
உத்தமதானபுரம்,
வே. சாமிநாதையன்

கும்பகோணம்
விரோதி ஹு ஆனி மீ

* சீகாளத்திப் புராணம், பாயிரம்.

உ
கணபதி துணை

பத்துப்பாட்டு மூலமும்
மதுரையாசிரியர் பாரத்துவாசி
நச்சினார்க்கினியருரையும்

இவை
சென்னை
பிரஸிடென்ஸி காலேஜ் தமிழ்ப் பண்டிதராகிய
உத்தமதானபுரம்
வே. சாமிநாதையரால்
பரிசோதித்து
பலவகை ஆராய்ச்சிக் குறிப்புக்களுடன்

சென்னை:
கமர்ஷியல் அச்சுக்கூடத்திற்
பதிப்பிக்கப்பெற்றன

1918

(Copy Right Registered)

[இரண்டாம் பதிப்பு] [விலை ரூபா. 4.8.0

உ

கணபதி துணை.

பத்துப்பாட்டு மூலமும்

மதுரை யாசிரியர் பாரத்துவாசி

நச்சினார்க்கினியருரையும்.

இவை

சென்னை,

பிரஸிடென்ஸி காலேஜ் தமிழ்ப் பண்டிதராகிய

உத்தமதானபுரம்

வே. சாமிநாதையரால்

பரிசோதித்து,

பலவகை ஆராய்ச்சிக் குறிப்புக்களுடன்

சென்னை:

கமர்ஷியல் அச்சுக்கூடத்திற்

பதிப்பிக்கப்பெற்றன.

1918.

(*Copy Right Registered.*)

இரண்டாம் பதிப்பு.] [விலை ரூபா. 4-8-0.

உ

கணபதி துணை

இரண்டாம் பதிப்பின்
முகவுரை

பொருப்பிலே பிறந்து தென்னன் புகழிலே கிடந்து சங்கத்
திருப்பிலே யிருந்து வையை யேட்டிலே தவழ்ந்த பேதை
நெருப்பிலே நின்று கற்றோர் நினைவிலே நடந்தோ ரேன
மருப்பிலே பயின்ற பாவை மருங்கிலே வளரு கின்றாள்.

பத்துப்பாட்டு, பாட்டெனவும் வழங்கும்; (தொல்.செய்.சூ. ருO- பேர்.) இவற்றுள், ஆற்றுப்படைகளாக வுள்ளவை ஐந்து; அவற்றுள், திருமுருகாற்றுப்படை யானது திருமுறைகளிற் பதினோராந் திருமுறைப் பிரபந்த வரிசையிற் சேர்க்கப் பெற்றுள்ளது; இது புலவராற்றுப்படை யெனவும் கூறப்படும்.

ஆற்றுப்படை யென்பது, ஒருவர் ஒரு கொடையாளியின்பால் தாம்பெற்ற பெருஞ்செல்வத்தை எதிர்வந்த வறியோர்க்கு அறிவுறுத்தி அவரும் அங்கே சென்று தாம் பெற்றவை யெல்லாம் பெறுமாறு வழிப்படுத்தல்; [ஆறு—வழி; படை—படுத்தல்.] ஒவ்வொருவரும் அங்ஙனங் கூறுதற்கு உரியோராயினும், கூத்தர் முதலியோரே எதிர் வந்த வறியவர்களாகிய கூத்தர் முதலியவர்களுக்குக் கூறி அவர்களை வழிப்படுத்தியதாகச் செய்யுள் செய்தல் மரபு; தொல்காப்பியப் புறத்திணை யியலில், ௩௬-ஆம் சூத்திரத்திலுள்ள, “கூத்தரும் பாணரும் பொருநரும் விறலியும், ஆற்றிடைக் காட்சி யுறழத் தோன்றிப், பெற்ற பெருவளம் பெறாஅர்க் கறிவுறீஇச், சென்றுபய னெதிரச் சொன்ன பக்கமும்” என்பது இதற்கு விதி; ‘ஆடன் மாந்தரும் பாடற் பாணரும் கருவிப் பொருநரும் இவருட் பெண்பாலாராகிய விறலியு மென்னும் நாற்பாலாரும் தாம்பெற்ற பெருஞ் செல்வத்தை எதிர்வந்த வறியோர்க்கு அறிவுறுத்தி அவரும் ஆண்டுச்சென்று தாம் பெற்றவை யெல்லாம் பெறுமாறு கூறிய கூறுபாடும்’ என்பது இதன் பொருள். இங்ஙனம் இயற்றப் பெற்றவைகள் கூத்தராற்றுப்படை, பாணராற்றுப்படை, பொருநராற்றுப்படை, விறலியாற்றுப்படை எனப் பலவுள்ளன. பத்துப்பாட்டி லன்றி, பதிற்றுப்பத்து, புறநானூறு, புறப்பொருள் வெண்பாமாலை முதலியவற்றிலும் பிற்காலத்து நூல்களாகிய கலம்பகங்களிலும் இவ்வாற்றுப்படைச் செய்யுட்கள் காணப்படுகின்றன. இவை தனிச் செய்யுளாகவே ஆக்கப்படும்.

“பெரும்பாணிருக்கையும்” (மதுரை. ௩௪உ; சிலப். ரு : ௩௭) என்பவற்றால், ‘பெரும்பாணரென ஒருவகையின ருளர்; அவரை ஆற்றுப்படுத்தியது பெரும்பாணாற்றுப்படை’ எனவுங் கூறுவதுமுண்டு.

"ஆசிரியப் பாட்டி னளவிற் கெல்லை, ஆயிர மாகு மிழிபுமூன் றடியே" (தொல். செய்.) என்பத னுரையில், "ஆசிரியப் பாட்டின் அளவிற்கு எல்லையாவது சுருங்கினது மூன்றடி; பெருமை ஆயிரமடியாக, இடைப்பட்டன எல்லா அடியானும் வரப்பெறும் எ-று. சுருங்கின பாட்டிற்கு உதாரணம் மேற்காட்டப்பட்டது; பெரிய பாட்டுப் பத்துப்பாட் டுள்ளும் சிலப்பதிகாரத் துள்ளும் மணிமேகலை யுள்ளும் கண்டுகொள்க; 'ஆசிரிய நடைத்தே' என்றதனால் வஞ்சிப்பாவிற்கும் ஆயிரமடி பெருமையாகக் கொள்ளப்படும்" என இளம்பூரணரும், "ஆசிரியப்பாவின் பெருக்கத்திற்கு எல்லை ஆயிரமாகும், சுருக்கத்திற்கு எல்லை மூன்றடியாகும் எ-று. உ-ம்: 'நீலமேனி............முறையே' இது சுருக்கத்திற் கெல்லை; கூத்தராற்றுப்படை தலையளவிற்கு எல்லை; மதுரைக்காஞ்சியும் பட்டினப்பாலையு மொழிந்த பாட்டேழும்.....................இடையளவிற்கு எல்லை; பாட்டி னெல்லை யென்னாது அளவென்றதனால், அதனியற்றாகிய வஞ்சிக்கும் இவ்வாறே கொள்க...... *பட்டினப்பாலை இடையளவிற் கெல்லை; மதுரைக்காஞ்சி தலையளவிற் கெல்லை" என நச்சினார்கினியரும் எழுதி யிருப்பவை இங்கே அறியற்பாலன.

பட்டினப்பாலை வஞ்சிநெடும்பாட் டென்றுங் கூறப்படும்; இப்புத்தகத்தின் ௩அக-ஆம் பக்கம் பார்க்க.

1889ஆம் வருடத்தில், இந்நூலும் உரையும் முதன்முறை பதிப்பிக்கப்பெற்று நிறைவேறின; பின்பு, திருநெல்வேலியைச் சார்ந்த களக்காடென்னும் ஊரிலிருந்த ஸ்ரீமத் சாமிநாத தேசிகரவர்கள் உதவிய கையெழுத்து மூலப் பிரதியாலும், நாளடைவிற் கிடைத்த சில உரைப் பிரதிகளாலும், பலவகையான ஆராய்ச்சிகளாலும் இவை சில சில திருத்தங்களை யடைந்தன; முன்பு விளங்காம லிருந்தவற்றுட் சில சில விளங்கின.

அவற்றுடன், உரையாசிரியர்களால் இப்பாட்டுக்களி லிருந்து மேற்கோள்களாக எடுத்தாளப்பட் டிருக்கும் பகுதிகளையும் இடங்களையும் ஞாபகத்துக்கு வந்த அளவு விளக்கியும், ஒத்த பகுதிகளைச் சங்க நூல்களிலிருந்தும் பிற்காலத்து நூல்களிலிருந்தும் மூல அடியெண்களுடன் ஆங்காங்கு எடுத்துக்காட்டியும், திருமுருகாற்றுப்படைக்கு மட்டும் வேறுரை யொன்று கிடைத்தமையால் அதிற் கண்ட விசேடமான வேறுபாடுள்ள பகுதிகளை அதனுரையில் அங்கங்கே கீழ்க்குறிப்பாகப் புலப்படுத்தியும், மூலத்திற்குரிய அடியெண்களை உரைப்பகுதியில் உரிய இடங்களில் அமைத்தும், உரையிலுள்ள அருஞ்சொற்களுக்குப் பொருளும் விளக்கமும் எழுதியும், சில அன்பர்களுடைய விருப்பத்தின்படி உரையிற் சொற்களின் முதலிறுதிகள் தோன்றப் பிரித்து காட்டியிருப்ப தன்றி மையீற்றுப் பண்புப் பெயர்களுள் நிச்சயமாகத் தெரிந்த முதனிலையைப் புலப்படுத்தியும், பழைய நூல்களைப்போலவே பழைய உரைநடைகளும் சிறந்து பயன்படுவனவாதலின் இவ்வுரையிற்கண்ட சொற்கள் முதலியவற்றைத் தொகுத்து அகராதியாக அமைத்து விளங்காத சொற்களுட் பெரும்பாலனவற்றிற்குப் பொருளெழுதித் தனியே பின்பு சேர்த்தும், பாடினோர் பாடப்பட்டோர் உரையாசிரியர் வரலாறுகளைத் தெரிந்த அளவு எழுதியும் இப்பதிப்பை வெளியிடலானேன்.

அருங்கலை விநோதர்களுக்கு இப்பதிப்பு மிக்க இன்பத்தையும் ஊக்கத்தையும்

* பத்துப்பாட்டினுள், உ,௬,௯-ஆம் பாட்டுக்களில் வஞ்சியடிகள் வந்திருப்பினும் உ-வது பாட்டில் அவ்வடிகள் சிலவாகவே வந்திருத்தல் பற்றி அது கூறப்பட்டிலது போலும்.

உண்டுபண்ணுவதன்றிப் பண்டைக் காலத்தி லிருந்த தமிழ்ப்புலவர்க ளுடைய இயல்பையும் ஆராய்ச்சி வன்மையையும் நன்கு புலப்படுத்தி நல்விருந்தாக இருக்குமென்று எண்ணுகிறேன்.

பத்துப்பாட்டு ஆராய்ச்சி விளக்கமென்று ஒரு பகுதியை இதிற் சேர்க்கக் கருதிப் பல விஷயங்களைக் குறித்து வைத்திருப்பதுண்டு; ஆனாலும் அதனைச் செய்து முடித்தற்குக் காலம் மிகவும் நீட்டிக்குமென்றும் வேறு நூல்களைப் பதிப்பித்து வெளியிடுவதற்கு அஃது இடையூறாக இருக்கு மென்று மெண்ணி அம் முயற்சியை இப்போது நிறுத்திக் கொண்டேன்.

பதிப்பிக்கத் தொடங்கிய காலமுதல் உடனிருந்து சலிப்பின்றி உதவிசெய்து வந்ததன்றித் தாம் சேகரித்துவைத்த அரிய பல விஷயங்களையும் இதற்காகத் தந்துதவிய மயிலாப்பூர், P.S.ஹைஸ்கூல் தமிழ்ப்பண்டிதர் பிரஹ்மஸ்ரீ, இ.வை. அநந்தராமைய ரவர்களிடத்தும், சென்னை இராசாங்கத்துப் புத்தகசாலைத் தமிழ்ப் பண்டிதர் சிரஞ்சீவி, ம.வே. துரைசாமி ஐயர் முதலியவர்களிடத்தும் மிக்க நன்றியறிவுடையேன்.

உடனிருந்து உதவிசெய்பவர்கள் விஷயத்தில் எனக்குச் சிறிதும் கவலையில்லாதபடி அவர்களுக்குப் பொருளுதவி செய்து ஆதரிப்பவர்களும், ஸ்ரீ ஸேது ஸம்ஸ்தானாதிபதிகளும், "பால்வாய்ப் பசுந்தமிழ் வீசியவாசம் பரந்த வையைக், கால்வாய்த்த வீரையர்கோன்" என்றும், "இயலைத் தலைபெற்ற முத்தமிழ் வாணர்க் கெழுமடங்கு, புயலைப் பொருவுகையான்" என்றும் புகழப்பெற்றோர்க ளுடைய வழித்தோன்றலும், மதுரைத் தமிழ்ச்சங்கத் தலைவர்களும், சென்னைச் சட்ட நிரூபணசபை அங்கத்தினர்களுமான கௌரவம் பொருந்திய ம-ா-ா-ஸ்ரீ பா. இராஜ ராஜேசுவர சேதுபதி மகாராஜா அவர்களுடைய பேருதவி ஒருபொழுதும் மறக்கற்பாலதன்று;

> பயன்றூக்கார் செய்த வுதவி நயன்றூக்கின்
> நன்மை கடலிற் பெரிது. (திருக்குறள்)

பலவருடங்களாக ஆராய்ச்சி செய்யப்பெற்றுவந்த பழைய தமிழ்நூல்கள் பல பதிப்பித்து வெளியிடுதற்கு இப்போது ஆயத்தமாக இருந்தும் சில மெய்யன்பர்கள் வற்புறுத்தித் தூண்டுதலால் *"வேலையில் வீழ்த்தகல்லு மென்குடம் புகுத்த வென்புஞ், சாலையிற் கொளுவுந் தீயுந் தரங்கநீர் வையை யாறுஞ், சோலையாண் பனையும் வேதக் கதவமுந் தொழும்பு கொண்ட, வாலையாந் தமிழ்ப்பூஞ் செல்வி"யின் திருவருளைச் சிரமேற்கொண்டு முதலில் உதயணன் சரிதமாகிய பெருங்கதை யையும், அகநானூற்றையும் அப்பால் மற்ற நூல்களையும் பதிப்பிக்க நிச்சயித்திருக்கிறேன்.

தமிழ்ப் புத்தகங்களைத் தேடச்சென்ற காலந்தோறும் அன்பு வைத்து எத்தனையோமுறை அங்கங்கே உடன்வந்து பேருதவி செய்தவர்களாகிய திருநெல்வேலி ஸ்ரீகவிராஜ நெல்லையப்பப் பிள்ளை யவர்களையும், திருக்குற்றாலத்தைச் சார்ந்த மேலகரம் ஸ்ரீ திரிகூட ராஜப்பக் கவிராய ரவர்களையும் சென்ற வருடத்தில் ஒருங்கே இழக்கும்படி நேர்ந்தமை மிக்க வருத்தத்திற்கு இடமாக இருக்கின்றது.

---

* திருக்குற்றாலப் புராணம், அவையடக்கம்.

என்னுடைய ஞாபகக் குறைவாலும் வேறுபல காரணங்களாலும் இப்பதிப்பிற் பிழைகள்பல அங்கங்கே நேர்ந்திருத்தல்கூடும்; அவற்றையும் அவற்றின் திருத்தங்களையும் தயைசெய்து தெரிவிக்கும்படி அன்பர்களைக் கேட்டுக்கொள்ளுகிறேன்.

திருச்சிற்றம்பலம்

(திருமாளிகைத்தேவர் திருவிசைப்பா)

தனதனற் றோழ சங்கரா சூல
 பாணியே தாணுவே சிவனே
கனகநற் றூணே கற்பகக் கொழுந்தே
 கண்கண்மூன் றுடையதோர் கரும்பே
யனகனே குமர விநாய சனக
 வம்பலத் தமரசே கரனே
யுனகழ லிணையென் னெஞ்சினு ளினிதாத்
 தொண்டனே னுகருமா நுகரே.

இங்ஙனம்,

வே. சாமிநாதையன்

"தியாகராஜ விலாஸம்"
திருவேட்டீசுவரன் பேட்டை
சென்னை
1-7-1918

உ
கணபதி துணை

பத்துப்பாட்டு மூலமும்
மதுரையாசிரியர் பாரத்துவாசி
நச்சினார்க்கினியருரையும்

இவை
மகாமகோபாத்தியாய தாக்ஷிணாத்ய கலாநிதி
உத்தமதானபுரம், வே. சாமிநாதையரால்
பரிசோதித்து,
பலவகை ஆராய்ச்சிக் குறிப்புக்களுடன்

சென்னை:
கேசரி அச்சுக்கூடத்திற் பதிப்பிக்கப்பெற்றன.

[மூன்றாம் பதிப்பு]

பிரஜோத்பத்தி ஞூ ஆவணி மீ
1931

Copyright Registered]

 [விலை ரூபா. 6

உ

கணபதி துணை.

பத்துப்பாட்டு மூலமும்

மதுரையாசிரியர் பாரத்துவாசி நச்சினார்க்கினியருரையும்.

இவை

மகாமகோபாத்தியாய தாக்ஷிணாத்ய கலாநிதி

உத்தமதானபுரம், வே. சாமிநாதையரால்

பரிசோதித்து,

பலவகை ஆராய்ச்சிக் குறிப்புக்களுடன்

சென்னை :

கேசரி அச்சுக்கூடத்திற் பதிப்பிக்கப்பெற்றன.

[மூன்றாம் பதிப்பு]

பிரஜோத்பத்தி ௵ ஆவணி ௴.

 1931 [விலை ரூபா. **6**

உ
கணபதி துணை

முகவுரை

திருச்சிற்றம்பலம்
திருநாவுக்கரசு நாயனார் தேவாரம்
திருத்தாண்டகம்

மின்காட்டுங் கொடிமருங்கு லுமையாட் கென்றும்
விருப்பவன்காண் பொருப்புவலிச் சிலைக்கை யோன்காண்
நன்பாட்டுப் புலவனாய்ச் சங்க மேறி
நற்கனகக் கிழிதருமிக் கருளி னோன்காண்
பொன்காட்டக் கடிக்கொன்றை மருங்கே நின்ற
புனக்காந்தள் கைகாட்டக் கண்டு வண்டு
தென்காட்டுஞ் செழும்புறவிற் றிருப்புத் தூரிற்
றிருத்தளியான் காணவனென் சிந்தை யானே.

திருச்சிற்றம்பலம்

———

அண்டர்க ளுறுகண் விண்டிட முந்நீர்
அலைகடல் குடித்தும் மலைநில மழுத்தியுந்
தென்றிசை யுயர்ந்த நொய்ம்மை போக
அப்பணி சடையாற் கொப்பவீற் றிருந்தும்
பன்னா வலர்புகழ் தென்னா டாண்ட
இராவணன் றனையவ ணிராவணம் போக்கியும்
இலங்குறு பொதியில் விலங்கல்வாழ் பெருந்தவத்
தகத்தியன் புரந்தருண் மகத்துவ மிகுத்த
அமிழ்தினிற் சிறந்த தமிழெனு மடந்தை
கந்தரத் தணிமணிக் கலனர சென்ன
உத்தமர் புகழுமிப் பத்துப் பாட்டும்

பாண்டிவள நாட்டில் மதுரையம்பதியில் ஸ்ரீ அங்கயற்கண் அம்மையோடு எழுந்தருளி யிருக்கும் ஸ்ரீ சோமசுந்தரக் கடவுள் அருளிய சங்கப் பலகையில் அக் கடவுளோடு ஒப்ப வீற்றிருந்து தமிழாராய்ந்த நல்லிசைப் புலவர்களாகிய நக்கீரனார் முதலிய எண்மரால் இயற்றப்பெற்ற திருமுருகாற்றுப்படை, பொருநராற்றுப்படை, சிறுபாணாற்றுப்படை, பெரும்பாணாற்றுப்படை, முல்லைப் பாட்டு, மதுரைக்காஞ்சி, நெடுநல்வாடை, குறிஞ்சிப்பாட்டு, பட்டினப்பாலை, மலைபடுகடா மென்னும் *பத்துமாகும்;

* பத்துப்பாட்டின் இலக்கணமாக, இரண்டு சூத்திரங்கள் பன்னிரு பாட்டியலிற் காணப்படுகின்றன. இவ்விலக்கணம் பத்துப்பாட்டைக் கண்டு பிற்காலத்தில் ஓராசிரியராற் கூறப்பட்டதாகத் தோற்றுகிறது. வேறுவகையான பத்துப்பாட்டுக்க ளின்மையும் இதனை வலியுறுத்தும்.

முருகு பொருநாறு பாணிரண்டு முல்லை
பெருகு வளமதுரைக் காஞ்சி – மருவினிய
கோலநெடு நல்வாடை கோல்குறிஞ்சி பட்டினப்
பாலை கடாத்தொடும் பத்து

என்பதனால் இப்பெயர்களும் இவற்றின் முறையும் விளங்கும். இவை, மதுரை ஆசிரியர் பாரத்துவாசி நச்சினார்க்கினியர் இயற்றிய உரையைப் பெற்றுள்ளன. அவ்வுரையினால் அதற்கு முன்பும் இவற்றிற்கு வேறுரை இருந்ததென்று தெரிகிறது.

இவற்றை இயற்றிய நல்லிசைப் புலவர்களின் பெயர்களும் பாட்டுடைத் தலைவர்களின் பெயர்களும் ஒவ்வொரு பாட்டின் இறுதியில் உள்ள பழைய வாக்கியங்களாற் புலப்படும். இவர்களின் வரலாற்றை இம் முகவுரையின் பின்னே காண்க. திருமுருகாற்றுப்படை நெடுநல்வாடை யென்னு மிரண்டையும் இயற்றியவர் ஆசிரியர் நக்கீரர். பெரும்பாணாற்றுப்படை பட்டினப்பாலை யென்னு மிரண்டையும் இயற்றியவர் பெருங் கௌசிகனார். பொருநராற்றுப்படை பட்டினப்பாலை யென்னும் இரண்டும் கரிகாலனையும் மதுரைக்காஞ்சி நெடுநல்வாடை யென்னு மிரண்டும் நெடுஞ்செழியனையும் பாட்டுடைத் தலைவர்களாகக் கொண்டவை. இவற்றைத் தொகுத்தோரும் சங்கப்புலவர்களே; இது மலைபடுகடாத்தில், "தீயி னன்ன வொண்செங் காந்தள்" (145) என்பதன் உரையில் நச்சினார்க்கினியர், "இவர் செய்த செய்யுளை நல்லிசைப் புலவர் செய்த ஏனைச் செய்யுட்களுடன் சங்கத்தார் கோவாமல் நீக்குவர்; அங்ஙனம் நீக்காது கோத்தற்குக் காரணம் ஆனந்தக் குற்றமென்பதொரு குற்றம் இச்செய்யுட்கு உறாமையானென் றுணர்க" என்று எழுதியுள்ள பகுதியால் விளங்கும்.

இவை, "ஆன்றோர் புகழ்ந்த வறிவினிற் றெரிந்து, சான்றோருரைத்த தண்டமிழ்த் தெரியல், ஒருபது பாட்டும்" (நச்சினார்க்கினியர் உரைச் சிறப்புப் பாயிரம்) என்று பாராட்டப் பெற்றுள்ளன. *பாட்டும் தொகையும் கீழ்க்கணக்கு மென்பதில் இவற்றை முன்வைத்து உரையாசிரியர்களும் பிறரும் எண்ணும் முறையே இவற்றின் அருமை பெருமையைப் புலப்படுத்தும்.

இவை +பாட்டெனவும் **பாவெனவும் வழங்கும்.

இவற்றுள், அகத்திணைக்குரியன முல்லை, குறிஞ்சி, பட்டினப்பாலை யென்பன. ஏனையவை புறத்திணைக்குரியன. அவற்றுள் ஆற்றுப்படைகளாக உள்ளவை ஐந்து.

ஆற்றுப்படை யென்பது கூத்தர் முதலியவர்களில் ஒருவர் ஒரு கொடையாளியின்பால் தாம் பெற்ற பெருஞ் செல்வத்தை எதிர்வந்த இரவலர்களுக்கு அறிவுறுத்தி அவரும் அவன்பாற் சென்று தாம் பெற்றவற்றை யெல்லாம் பெறுமாறு வழிப்படுத்தல்; ஆறு — வழி, படை — படுத்தல். ஒவ்வொருவரும் இங்ஙனம் கூறுவதற்கு உரியோ ராயினும் கூத்தர் முதலியோரே எதிர்வந்த கூத்தர் முதலியவர்களுக்குக் கூறி அவர்களை வழிப்படுத்தியதாகச் செய்யுள் செய்தல்

* "பாட்டினுந் தொகையினும் வருமாறு கண்டுகொள்க" (தொல்.செய்.சூ. 50, பேர்.); "மூத்தோர்கள், பாடி யருள்பத்துப் பாட்டுமெட்டுத் தொகையுங், கேடில் பதினெட்டுக் கீழ்க்கணக்கும்" தமிழ்விடு. 55–6.

+ தொல்.செய்.சூ. 50, பேர்.

** சீகாளத்தி. நக்கீரச். 115.

மரபு. தொல்காப்பியப் புறத்திணையியலில் ௩௬-ஆம் சூத்திரத்திலுள்ள, "கூத்தரும் பாணரும் பொருநரும் விறலியும், ஆற்றிடைக் காட்சி யுறழத் தோன்றிப் பெற்ற பெருவளம் பெறாஅர்க் கறிவுறீஇச், சென்றுபய னெதிரச் சொன்ன பக்கமும்" என்பது இதற்கு விதி; 'ஆடன் மாந்தரும் பாடற் பாணரும் கருவிப் பொருநரும் இவருட் பெண்பாலாகிய விறலியு மென்னும் நாற்பாலாரும், தாம் பெற்ற பெருஞ் செல்வத்தை எதிர்வந்த வறியோர்க்கு அறிவுறுத்தி அவரும் ஆண்டுச்சென்று தாம் பெற்றவை யெல்லாம் பெறுமாறு கூறிய கூறுபாடும்' என்பது இதன் பொருள். இங்ஙனம் இயற்றப்பெற்றவைகள் கூத்தராற்றுப்படை, பாணராற்றுப்படை, பொருநராற்றுப்படை, விறலியாற்றுப்படை யென வழங்கும். பத்துப்பாட்டி லன்றி, பதிற்றுப்பத்து, புறநானூறு, புறப்பொருள் வெண்பாமாலை முதலியவற்றிலும் பிற்காலத்து நூல்களாகிய கலம்பகங்களிலும் தனிப்பாடல்களிலும் இவ் வாற்றுப்படைகள் காணப்படுகின்றன. புலவராற்றுப்படை, திருத்தணிகை யாற்றுப்படை, திருப்பாணாற்றுப்படை முதலியன பெருங் கவிஞர்களாற் பிற்காலத்தில் இயற்றப்பெற்ற ஆற்றுப்படை நூல்களாகும்.

இந்தப் பத்துப்பாட்டினுள்:

க. **திருமுருகாற்றுப்படை**: இது புலவராற்றுப்படை யெனவும் முருகெனவும் வழங்கும். இது 317அடிகளுள்ள ஆசிரியப்பாவா லமைந்தது; பதினோராந் திருமுறையில் தொகுக்கப்பட்ட பிரபந்தங்களின் வரிசையிற் சேர்க்கப்பெற்றுள்ளது. முருகக் கடவுளுடைய திருவருளைப் பெற விரும்புவோர் இதனை நியமமாக அன்புடன் *பாராயணம் பண்ணுதல் நலமென்றும் இது கண்கூடென்றும் பெரியோர் கூறுவர்.

> வளவாய்மை சொற்ப்ரபந்த முளகீர னுக்குகந்து மலர்வாயி லக்கணங்க ளியல்போதி
> அடிமோனை சொற்கிணங்க வுலகாமுவப்ப வென்று னருளா லளிக்குகந்த பெரியோனே,
>
> நக்கீர ரோதிய வளமை சேர்தமி ழுக்காக நீடிய கரவோனே,
>
> கீதவிசை கூட்டி வேதமொழி சூட்டு
> கீரரிசை கேட்ட க்ருபை வேளே (திருப்புகழ்),
>
> நக்கீரர் சொற் றித்தித்ததே (கந்தரந்தாதி)

என அருணகிரிநாதராலும்,

> இன்னன... பாவுள்,
> முன்னுற வந்து நிற்கு முருகாற்றுப்படை மொழிந்தான்
> (சீகாளத்திப் புராணம்)

எனச் சிவப்பிரகாச ஸ்வாமிகளாலும்,

> தவிராத வெவ்வினை தவிர்க்குமுரு காறுந்
> தரித்தா றெழுத் தோதலாம் (செய்யூர்ப் பிள்ளைத் தமிழ்)

என அந்தகக்கவி வீரராகவ முதலியாராலும் இந்நூல் பாராட்டப் பெற்றிருத்தல் காண்க.

---

* நக்கீரர் தாமுரைத்த நன்முருகாற் றுப்படையைத்
தற்கோல நாடோறுஞ் சாற்றினால் – முற்கோல
மாமுருகன் வந்து மனக்கவலை தீர்த்தருளித்
தானினைத்த வெல்லாந் தரும்.

ஒரு மலைக்குகையில் முன்னமே அடைக்கப்பட்டிருந்த தொளாயிரத்துத் தொண்ணூற் றொன்பதின்மரோடு சேர்த்துண்ணக் கருதித் தம்மையும் அக் குகையில் அடைத்து விட்டு உண்ணுதற்கு நீராடப்போன ஒரு கொடிய பூதத்தை வெல்லக் கருதிய நக்கீரனார் முருகக் கடவுளைக் குறித்து இந்நூலைப் பாடி அப் பூதத்தினின்றும் விடுதல் பெற்றன ரென்பர். இவ்வரலாற்றைப் பற்றிய செய்திகள் திருவால வாயுடையார் திருவிளையாடற் புராணம், திருப்பரங்குன்றப் புராணம், சீகாளத்திப் புராணம் முதலியவற்றிற் சிலசில வேறுபாடுகளுடன் காணப்படுகின்றன. முருகக் கடவுள் நக்கீரனாரைச் சிறைமீட்டருளிய திருவிளையாடல் ஒவ்வோராண்டும் திருப்பரங்குன்றத்திலே பங்குனி மாதத்தில் நடக்கும் திருவிழாவில் நான்காந் திருநாளில் நடைபெற்று வருகின்றது.

முருகாற்றுப்படை என்னுந் தொடர்மொழிக்கு, "வீடு பெறுதற்குச் சமைந்தானோர் இரவலனை வீடுபெற்றா னொருவன் முருகனிடத்தே ஆற்றுப்படுத்தது" என்று பொருள் கூறுவர் நச்சினார்க்கினியர்.

ஏனை ஆற்றுப்படைகளுக்கும் இதற்கும் வேறுபாடுகள் உண்டு; அவற்றில் சில வருமாறு:

பிற ஆற்றுப்படைகள் ஆற்றுப்படுத்தப் படுபவர்களது பெயரொடு சார்த்தி வழங்கப்படும்; இது பாட்டுடைத் தலைவன் பெயரொடு சார்ந்து வழங்கும், பிறவற்றிற் காணப்படுவனவாகிய, ஆற்றுப்படுத்தப் படுவானை விளித்தலும், அவனது நிலையை விரித்தலும், ஆற்றுப்படுத்துவான் தனது பழையநிலை, பரிசில் பெற்றமுறை யென்பவற்றைக் கூறுதலும் இதில் விளக்கப்படாமல் உய்த்துணர வைக்கப்பெற்றிருக்கின்றன.

இது, முருகக்கடவுள் எழுந்தருளியிருக்கும் திருப்பரங்குன்றம் முதலாகிய ஆறு படைவீடுகளைப் பாராட்டும் ஆறு பகுதிகளாகப் பகுக்கப்பட்டுள்ளது. முதற்பகுதியில், முருகக்கடவுளுடைய திருவுருவச் சிறப்பும், அவர் அணியும் மாலை விசேடங்களும், சூரரமகளிர் செயல்களும், முருகக் கடவுள் சூரனைச் சங்காரஞ் செய்த விறலும், மதுரையின் பெருமையும், திருப்பரங்குன்றத்தின் இயற்கை வளனும் கூறப்பட்டுள்ளன. இரண்டாவது பகுதியில், முருகவேள் அடியார்க்கு அருள்புரிய எழுந்தருளும் யானையினது இயல்பும், அவருடைய ஆறு திருமுகங்களின் செயல்களும், அவற்றிற்கேற்பப் பன்னிரண்டு திருக்கரங்கள் ஆற்றுவனவும், திருச்சீரலைவாயில் அவர் எழுந்தருளுவதும் சொல்லப்பட்டுள்ளன. மூன்றாம் பகுதியில் அவரை வழிபடும் முனிவர்களுடைய ஒழுக்கமும், தேவருடன் அவரைத் தரிசிக்கவரும் மகளிர் இயல்புகளும், திருமால் முதலியவர்களைப் பற்றிய செய்திகளும் அறியலாகும். நான்காவது பகுதியில் அந்தணர் இயல்பும், அவர்கள் அவரை வழிபடும் முறைமையும் கூறப்பட்டுள்ளன. ஐந்தாவது பகுதியில், குன்றக் குரவையின் நிகழ்ச்சி, அவரைச் சேவிக்கும் மகளிர் பாடுமகளிர் ஆடுமகளிர் ஆகிய இவர்களின் இயல்பு, அவருடைய அணி ஆடை செயல் முதலிய சிறப்புக்கள் ஆகிய இச்செய்திகளைக் காணலாம். ஆறாவது பகுதி, அவர் எழுந்தருளியுள்ள இடங்களையும், தேவராட்டி அவரை ஆற்றுப்படுத்தும் முறையையும், அவரைத் துதிக்கும் முறையையும், அவர்பாற் சென்று அருள்பெறும் வழியையும், அவருடைய தொண்டர்களின் நல்லியல்புகளையும், அவர் அருள்புரியும் விதத்தையும், பழமுதிர்சோலையி லுள்ள அருவியின் சிறப்பையும் விரித்துக்கூறும்.

இதனால், முருகக் கடவுளுக்குரிய காந்தள், வெண்கடம்பு, வெட்சி யென்னும் மலர்களும், கோழி மயிலென்னும் கொடிகளும், தகர் மயில் யானை யென்னும் ஊர்திகளும், அவரை அறுவர் வளர்த்தது, குன்றங்கொன்றது, சூர்முதல் தடிந்தது முதலிய திருவிளையாடல்களும் உணரப்படுகின்றன.

உ. **பொருநராற்றுப்படை**: இது 248அடிகளை உடையது; வஞ்சியடிகள் இடையில்லாத ஆசிரியப்பாவா லாகியது; பரிசில் பெறக் கருதிய ஒரு பொருநனைப் பரிசில் பெற்றானொரு பொருநன் இளஞ்சேட்சென்னி புதல்வனாகிய கரிகாற் பெருவளத்தானிடத்தே ஆற்றுப்படுத்தியதாக அக் கரிகாற் பெருவளத்தானை முடத்தாமக் கண்ணியார் பாடியது. பொருநர், ஏர்க்களம் பாடுவோர் போர்க்களம் பாடுவோர் பரணி பாடுவோ ரெனப் பலர். அவருள் *இதிற் கூறப்படுபவன் போர்க்களம் பாடும் பொருநன்; இப்பொருநன் தடாரிப்பறை கொட்டுபவன்; இப்பாட்டில், "கைக்கச டிருந்த வென் கண்ணகன் றடாரி .... ஒன்றியான் பெட்டா வளவையின்" (70—73) என வருதல் காண்க.

இதனுள், பொருநர்கள் விழாவிற்கூடித் தங்கள் இசைத்திறனைக் காட்டி அவ்விழா முடிந்தபின் வேற்றூரை நோக்கிச் செல்லும் இயல்பின ரென்பதும், பாலை யாழின் வருணனையும், பாலைப் பண்ணை வாசிப்பதனால் ஆறலை கள்வர் தங்கள் கொடுஞ்செயலை மறந்து அன்புடையராவா ரென்பதும், விறலியுடைய +கேசாதிபாத வருணனையும், கரிகாற் பெருவளத்தான் எளியாரையும் விரும்பி அவரை உபசரிக்கும் இயல்பும், உணவின் வேறுபாடுகளும், பரிசிலர்க்கு உபகாரிகள் தேர் யானை முதலியவற்றைக் கொடுக்கும் வழக்கமும், பொருநர் பொற்றாமரை பெறுதலும், விறலியர் பொன்னரி மாலைகள் பெறுதலும், கரிகாற் பெருவளத்தான் இளமையில் **வெண்ணிப் பறந்தலையிற் போர்செய்து சேர பாண்டியர்களை வென்றமையும், திணை மயக்கமும், காவிரியின் பெருமையும் கூறப்பட்டுள்ளன.

ந. **சிறுபாணாற்றுப்படை**: இது 269 அடிகளுள்ள ஆசிரியப்பாவா லமைந்தது; பரிசில் பெறக் கருதிய பாண னொருவனைப் பரிசில் பெற்றா னொருவன் ஓய்மானாட்டு நல்லியக்கோட னிடத்தே ஆற்றுப்படுத்தியதாக அந் நல்லியக்கோடனை இடைக்கழிநாட்டு நல்லூர் நத்தத்தனார் பாடியது. பாணர் — பாடுவோர்; இவர் இசைப்பாணரும் யாழ்ப்பாணரும் மண்டைப்பாணரு மெனப் பலராவர். இதிற் கூறப்படுபவன் யாழ்ப்பாணன். யாழ்ப்பாணர் சிறுபாணர் பெரும்பாணரென இருவகைப்படுவர். இவ்விருவரையும் ஆற்றுப்படுத்தின காரணம்பற்றி இப்பாட்டும் இதற்கடுத்த பாட்டும் முறையே சிறுபாணாற்றுப்படை, பெரும்பாணாற்றுப்படை யெனப் பெயர் பெற்றன; பாட்டின் அடி அளவுபற்றி இப்பெயர் பெற்றன என்றுங் கொள்ளலாம்.

இச் சிறுபாணாற்றுப்படையில், "இன்குரற் சீறியா ழிடவயிற் றழீஇ" (35) என்றும், பெரும்பாணாற்றுப்படையில், "இடனுடைப் பேரியாழ் முறையுளிக்

---

* "இவன் போர்க்களம் பாடும் பொருநனாதலாலும், கூத்தரில் இவனிற் சிறந்த கூத்தர் இன்மையானும் இங்ஙனம் கூறினார்" (பொருந. 56–7, ந.) பொருநர் – மற்றொருவர்போல வேடங் கொள்வோர்; நன். சூ. 208, சங்கர.

+ "இங்ஙனம் சீறடியுங் கூட்டி எண்ணாக்கால் தலைமுதல் அடியீ றின்றாகக் கூறிற்றாம்" (பொருந.47, ந.)

** இது தஞ்சாவூர் ஜில்லாவிலுள்ளது; தேவாரம் பெற்ற சிவ ஸ்தலங்களு ளொன்று; இப்பொழுது கோவிலுண்ணி யென்று வழங்கப்பெறும்.

கழிப்பி" (462) என்றும் வரும் அடிகள் இவ்விருவகைப் பாணர்களுக்கும் உள்ள வேறுபாடு யாழால் வந்ததாகக் கருத இடந்தருகின்றன.

இந்நூலை, "சிறப்புடைத்தான சிறுபாணாற்றுப்படை" என்பர் தக்கயாகப் பரணி உரையாசிரியர்.

விறலியின் கேசாதிபாதம் கூறும் முகத்தால் அவள் உறுப்புக்களுக்கேற்ற உவமைகளும், வஞ்சி கொற்கை மதுரை உறந்தை யென்னும் தமிழ்நாட்டு முடிமன்னர்களுடைய இராசதானிகளின் பெருமைகளும், உமணர்களுடைய செயல்களும், ஏழு வள்ளல்களின் அருஞ்செயல்களும், நல்லியக்கோடனது வீரமும், பாணனுடைய வறுமைநிலையும், நெய்தல்நில இயல்பும், அதனைச் சார்ந்த எயிற்பட்டினத்தில் உள்ள நுளையர் வாழ்க்கை முறையும், முல்லைநில இயல்பும், அதைச் சார்ந்த *வேலூரிலுள்ள எயிற்றியர் விருந்து பேணும் தன்மையும், மருதநில இயல்பும், அதனைச் சார்ந்த ஆமூரிலுள்ள உழவர்மகளிர் ஒழுகலாறும், அவர் விருந்தினரைப் பேணும் திறமும், நல்லியக்கோட னுடைய நற்குணங்களும் வீரச்செயல்களும் வள்ளன்மையும், யாழின் வருணனையும், நல்லியக்கோடனைப் புகழும் முறையும், அவன் பாணனை உபசரித்துப் பரிசில் நல்கும் அருமையும் இதிற் காணப்படுகின்றன.

ச. **பெரும்பாணாற்றுப்படை**: இது 500 அடிகளை உடைய ஆசிரியப்பாவா லாகியது; பரிசில் பெறுதற்குரிய பெரும்பாணன் ஒருவனைப் பரிசில்பெற்றா னொருவன் காஞ்சி நகரத்திற் செங்கோல் செலுத்திக்கொண்டிருந்த தொண்டைமான் இளந்திரையனிடத்தே ஆற்றுப்படுத்தியதாக அவ்விளந்திரையனைக் கடியலூர் உருத்திரங்கண்ணனார் பாடியது.

பெரும்பாண ரென்பார் பாணருள் ஒருவகையினர். இப்பாட்டுள், "இடனுடைப் பேரியாழ் முறையுளிக் கழிப்பி" (462) என வருதலால் இப்பாணர்க்குரியது பேரியாழென்று தெரிகிறது. இவ்வகையினர் பண்டைக் காலத்தில் மதுரையிலும் காவிரிப்பூம்பட்டினத்திலும் இருந்தனரென்று, "அழுந்துபட் டிருந்த பெரும்பா ணிருக்கையும்" (மதுரைக்காஞ்சி. 342), "அரும்பெறன் மரபிற் பெரும்பா ணிருக்கையும்" (சிலப். ரு:37), என்பவற்றால் தெரியவருகின்றது; "பெரும்பாண் காவல் பூண்டென" (நற். சഠ:3) என்ற செய்யுளிலும் பெரும்பா ணென்னும் பெயர் வந்துள்ளது; அறுபத்து மூன்று நாயன்மார்களுள் ஒருவராகிய திருநீலகண்ட யாழ்ப்பாண நாயனாரைத் +திருத்தொண்டர் திருவந்தாதியில் நம்பியாண்டார் நம்பியும், பெரியபுராணத்திற் பலவிடங்களில் தொண்டர்சீர்பரவுவாரும் பெரும்பாணரென்று கூறியிருத்தல் அவரும் இவ்வகையின ரெனக் கருத இடந்தருகின்றது. 'பெரும்பாணராவார் குழலர் பாணர் முதலிய பெரிய இசைக்காரர்' என்பர், அடியார்க்கு நல்லார்.

பாணாறு எனவும் இப்பாட்டு வழங்கப்பெறும். யாழின் வருணனை, இளந்திரையன் நாட்டில் அவன் செங்கோன் முறையால் வழிப்போவாருக்கு

* உப்புவேலூர்.

+ "நினையொப் பருந்திரு நீலகண்டப் பெரும் பாணனை" (திருத்தொண்டர் திருவந்.83), "நீடுசீர்த்திரு நீலகண்டப் பெரும்பாணர்", "திருநீல கண்டத்துப் பெரும்பாணர்", "பெரும்பாணர் வரவறிந்து பிள்ளையா ரெதிர்கொள்ள", "பிள்ளையா ரருள்பெற்ற பெரும்பாணர்", "அருட்பெரும் பாணனாரை", "மன்பெரும் பாண னாரு மாமறை பாடவல்லார், முன்பிருந் தியாழிற் கூடன் முதல்வரைப் பாடு கின்றார்", "நல்ல விசையாழ்ப் பெரும்பாணர்க், கானபடியாற் சிறப்பருளி", "பெரும்பாணர் மலர்த்தாள் வணங்கி" (பெரிய. திருநீலநக்க.24, திருஞான.131–2, 138, திருநீலகண்ட. 3–4, 11–2.)

விலங்குகள் முதலியவை துன்பஞ் செய்யாமை, உப்புவாணிகர் இயல்பு, கவர்த்த வழிகளைக் காப்பவர் தன்மை, எயிற்றியர் செயல், கானவர் தொழில், எயின ரரண்களின் நிலை, வீரக்குடிமகள் இயல்பு, மறவர் வீரம், இடையர் குடியிருப்பின் தோற்றம், ஆய்மகள் செயல், இடையர் தன்மை, உழவர் குடியிருப்பின் அமைப்பு, உழுவார் செய்கை, மருதநிலத்தின் நிகழ்ச்சி, வலைஞர் குடியிருப்பின் இயல், அந்தணர் ஒழுக்கமுறை, அந்தணச் சாதிமகள் ஊறுகறி அமைக்கும் முறை, நீர்ப்பெயற் றென்னும் ஊரின் பெருமை, பரதர் தெருவில் நிகழ்வன, *பட்டினத்தின் சிறப்பு, கலங்கரைவிளக்கத்தின் மாண்பு, திருவெஃகாவில் திருமால் பள்ளிகொண் டருளியிருத்தல், காஞ்சிநகரின் சிறப்பு, இளந்திரையனுடைய வீரம் கொடை முதலியவற்றின் பெருமை, பேய்கள் வனதுர்க்கைக்குத் தம் பசிப்பிணியைக் கூறும் மரபு, பாணர் இளந்திரையனாற் பொற்றாமரை பெறுதல், விறலியர் அவனாற் பொன்மாலை பெறுதல், அவன் பரிசிலரை உபசரிக்கும் முறை, அவன் மலையில் யானை குரங்கு முதலியன முனிவர்க்கு ஏவல் புரிதல் முதலியன இப்பாட்டால் அறியப்படும் செய்திகள்.

ஐந்திணைகளைப் பற்றிய வருணனைகளும், அவ்வத் திணையிலுள்ள பலவகைச் சாதியார் இயல்புகளும், அவர்கள் தத்தமக் கேற்றவாறு விருந்தினர்களை ஆதரிக்கும் முறையும், அந்தணர் முதலியோர் அன்போடு விருந்தூட்டும் தன்மையும் இப்பாட்டில் மிக அழகாகக் கூறப்பட்டிருக்கின்றன.

ரு. **முல்லைப்பாட்டு**: இது 103 அடிகளை உடைய ஆசிரியப்பாவா லமைந்தது; தலைமகன் போர் செய்தற்குப் பிரியக் கருதியதனைக் குறிப்பால் உணர்ந்து ஆற்றாளாய தலைவியது வாட்டத்தைக் கண்டு அவன் வற்புறுத்திச் செல்லவும் அவள் உடம்படாததை அறிந்த பெருமுது பெண்டிர், 'அவன் வினைமுடித்து வருதல் உண்மை; நீ வருத்தம் நீங்குக' எனக் கூற, அதுகேட்டு அவள் பின் உளதாம் இல்வாழ்க்கைப் பயனை நினைந்து ஆற்றி யிருந்தவழி, தலைவன் அக்காலத்தே போர்முடித்து வந்ததனைக் கண்டு தோழி முதலியோர் தம்முட் கூறியதாகக் காவிப்பூம்பட்டினத்துப் பொன்வாணிகனார் மகனார் நப்பூதனார் பாடியது. முல்லை யென்பது இல்லறம் நிகழ்த்துதற்குப் பிரிந்துவருந் துணையும் ஆற்றியிரு வென்று கணவன் கூறிய சொல்லைப் பிழையாமல் ஆற்றியிருந்து இல்லறம் நிகழ்த்திய இயற்கை யென்பர் ஆசிரியர் நச்சினார்க்கினியர்.

இந்நூல் +முல்லை யெனவும் வழங்கும். இப்பாட்டினால், பெருமுது பெண்டிர் விரிச்சி பார்க்கும் வழக்கமும், பாசறையின் அமைப்பும், பாகர் யானைப் பேச்சான வடமொழிச் சொற்களைக் கூறி யானைகளுக்குக் கவள மருத்தும் வழக்கமும், பாசறையிலுள்ள பள்ளியறையின் இயல்பும், அங்கே நிகழும் நிகழ்ச்சிகளும், வீரமங்கையர் நாழிகை சொல்வார் மெய்காப்பாளர் என்பவர்களுடைய செயல்களும், தலைவன் பகைவரால் துன்புற்ற தன் படைகளின் வருத்தத்தை நினைந்து வருந்தும் அன்பின் திறனும், தலைவி தலைவனைக் காணாது துயருறுவதும், கார்காலத்திற் காட்டுவழியில் தோன்றும் காட்சிகளும் அறியப்படுகின்றன.

சு. **மதுரைக்காஞ்சி**: இது 782 அடிகளை உடையது; முதலிலும் இடையே சிலசில விடத்தும் வஞ்சியடிகள் வந்த ஆசிரியப்பாவா லாயது; தலையாலங்கானத்துச்

---

* இதனை மகாபலிபுரமென நினைத்தற் கிடமுண்டு.

+ தக்க. 54, உரை.

செருவென்ற பாண்டியன் நெடுஞ்செழியனுக்கு வீடுபேறு நிமித்தம் பலவகை நிலையாமையைச் செவியறிவுறுத்தற்கு மாங்குடி மருதனார் பாடியது.

மதுரைக்காஞ்சி யென்ற தொடரை மதுரையிடத்து அரசற்குக் கூறிய காஞ்சியென விரிப்பர். காஞ்சித் திணை யென்பது வீடுபேறு நிமித்தமாகப் பல்வேறு நிலையாமையைச் சான்றோர் கூறும் குறிப்பினது. இப்பாட்டின்கண், "கொன்னொன்று கிளக்குவலடுபோ ரண்ணல், கேட்டிசின் வாழி கெடுகநின் னவலம்" (207—8) என்பவற்றால் வீடுபேறாகிய நிமித்தத்தையும், "அன்னாய் நின்னொடு முன்னிலை யெவனோ" (206), "திரையிடு மணலினும் பலரே யுரைசெல, மலர்தலை யுலக மாண்டு கழிந்தோரே" (236—7) என்பது முதலியவற்றாற் பல்வேறு நிலையாமையையும் ஆசிரியர் புலப்படுத்தியிருத்தல் காண்க.

பெரும்பான்மை வஞ்சியடிகளால் அமைந்திருத்தலின் இதனை வஞ்சிப்பாவின் தலையளவிற் கெல்லையாகக் காட்டினர் *நச்சினார்க்கினியர். இந்நூலின் பெருமை, "பெருகு வளமதுரைக் காஞ்சி" என்பதனால் அறியப்படும்.

இதன் முற்பகுதியில் செங்கோ லரசருடைய நாட்டிற் கோள்கள் பிறழாது வழங்குதல் முதலிய நன்னிகழ்ச்சிகள் உண்டாகுமென்பது கூறப்பட்டுள்ளது.

நெடுஞ்செழியன் பகைவர்கள்மேற் படையெடுத்துச் சேறலும், அவர்கள் அரணங்களையும் காவன் மரங்களையும் அழித்தமையும், தன் ஏவல் கேட்பார்க்கு அருளிக் கேளாதவரை அழித்து அவர் நாடுகளைப் பாழாக்கிய முறைகளும், தலையாலங்கானத்துப் போர்செய்து சேர சோழர்களையும் ஐந்து குறுநில மன்னர்களையும் வென்ற செய்தியும், சாலியூர் முதுவெள்ளிலை முதலிய ஊர்களைக் கைக்கொண்டதும், பரதவரை அடிப்படுத்தியதும், பகைவரை வென்று கொணர்ந்த பொருள்களை நட்டோருக்கும் புலவர் முதலியோருக்கும் தனக்கெனப் பாதுகாவாமல் வழங்கும் வண்மையும், பிறரைப் பணியாப் பெருவிறலும், முந்தையோர் அடிவழிப் பிழையா மூதறிவும், பொய்தவிர்ந்து வாய்மை மொழியும் பொற்பும், கொடுத்துப் புகழ்கொள்ளும் கொள்கையும், பிற அருங்குணங்களும் இந்நூலில் மிக விரிவாகக் கூறப்பட்டுள்ளன. இப்பகுதிகள் புறப்பொருட் டுறைகளுக்குரிய சிறந்த இலக்கியங்களாக விளங்குகின்றன. இது நச்சினார்க்கினியர் தம் உரையில் அங்கங்கே துறைகளை விளக்கிச் செல்வதனால் அறியப்படும்.

போர்புரிந்து பகைவரை வெல்வதையே கருதித் தன் வாழ்நாளிற் பெரும்பகுதியைக் கழித்த பாண்டியன் நெடுஞ்செழியனுக்குப் பல்வேறு நிலையாமையை அறிவுறுத்தப் புகுந்த ஆசிரியர் முதற்கண்ணே தம் கருத்தைப் புலப்படுத்தாமல் அவன் முன்னோருடைய நல்லியல்புகளையும் அவனுடைய கொடை, வீரம், நற்குணம் முதலியவற்றையும் எடுத்துப் பாராட்டிப் புகழ்ந்து பின்பு தம் கருத்தைக் குறிப்பாகச் சில அடிகளாலே புலப்படுத்திப் பின்னர் மதுரையின் பெருவளத்தைப் பரக்கக் கூறியிருத்தல் அவரது +உலகியலறிவையும் மன்னவர்களிடத்து ஒழுகும் முறையையும் புலப்படுத்துகின்றது.

---

* தொல். செய். சூ. 157, உரை.

+ சிலப்பதிகாரத்தில், செங்குட்டுவனை நோக்கி நன்னெறி யறிவுறுத்தப் புகுந்த மாடலமறையவனார் முதலில் அவனை வாழ்த்தி அவனுடைய முன்னோர் பெருமை முதலியவற்றைக் கூறிப் பின்பு தாம் குறித்த நீதிகளை உலகியல் பறிந்து சொல்லும் முறையைப் புலப்படுத்தும், "மன்னவர் மன்னே" (உஅ : 112) என்பது முதலிய அடிகள் இங்கே கருதற்குரியன.

பாண்டிநாட்டைப் புகழும் முகத்தால் அஃது ஐந்திணை வளங்களையும் உடையதென்பதும், அத்திணைகளில் ஒவ்வொன்றிலும் காணப்படும் காட்சிகளும் நிகழும் நிகழ்ச்சிகளும் மலிந்த ஓசை வகைகளும் முதல் கரு உரிப் பொருள்களின் அமைதிபெற மிகச் செவ்வனே கூறப்பட்டுள்ளன.

மதுரையின் பெருமையைக் கூறுகையில் முதலில் வையையாறு மதில் அகழி முதலியவற்றின் பெருமையும், அந்நகரின் நாளங்காடியின் வருணனையும், பின் அல்லங்காடியின் வருணனையும் காணப்படுகின்றன.

நாளங்காடி வருணனையில் பண்டம் விற்பார், விழாவெடுப்பார், வெற்றியைப் புலப்படுத்துவார் முதலியோர்கள் எடுத்த பலவகைக் கொடிகளும் பிறவும் கூறப்படுகின்றன.

அல்லங்காடி வருணனையில், அந்தணர் இருக்கை முதலியவற்றின் அமைப்பும், காவிதி மாக்கள் அறங்கூ றவையத்தார் முதலியோர் இயல்பும், பல்வகைப் பண்டம் விற்பாரைப்பற்றிய செய்திகளும் விளக்கப்பட்டிருக்கின்றன.

பின்னர், மதுரையிலுள்ளார் மாலைமுதல் நாட்காலை வரையிற் பொழுதுபோக்கும் முறை மிக விரிவாகக் கூறப்படுகின்றது. மாலைக் காலத்தில் மங்கையர் ஒழுக்கமும், பரத்தையர் இயல்பும், கருவுயிர்த்தவர் நீராடுதல் முதலிய செயலும், இராக்காலத்தில் கள்வர் செயலும், காவலர் காக்கும் திறனும், விடியற்காலத்தில் அந்தணர் முதலியோர் வேதமோதுதல் முதலியனவும் கூறப்படுகின்றன.

இப்பாட்டில் இடையிடையே சொல்லப்பட்ட நெடுஞ்செழியன், முன்னோர்களாகிய பாண்டியர் மூவர். அவர்கள், முந்நீர் வடிம்பலம்ப நின்றபாண்டியன், பல்யாகசாலை முதுகுடுமிப் பெருவழுதி, *நிலந்தரு திருவிற் பாண்டியன் என்பார்.

மதுரையிற் கொண்டாடப் படுவனவாகக் கூறும் முறையிலும் உவமை கூறும் முறையிலும் திருப்பரங்குன்ற விழா, மதுரைக் கோயில்களில் நடைபெறும் விழா, அந்தி விழா, ஏழுநாள் நடைபெறும் விழா, திருவோணநாள் விழா, நன்னன் பிறந்தநாள் விழா வென்பன சொல்லப்படுகின்றன.

இதிற் கூறப்பட்ட ஊர்கள்: அழும்பில், மோகூர், மதுரை, சாலியூர், முதுவெள்ளிலை, கொற்கை, தலையாலங்கானம்.

முடிமன்னர் முதலியோர்: சேர சோழர், மானவிறல்வேள், நன்னன், பழையன், மாறன், ஐம்பெருவேளிர், நான்மொழிக் கோசர்.

இறுதியில் நெடுஞ்செழியன் நாட்காலையில் வீரர்களுக்கும் பாணர் முதலியவர்களுக்கும் களிறு முதலியவற்றை வழங்கும் நிகழ்ச்சியைக் கூறும் பகுதியில் வீரர்களாற்றிய பலவகை வீரச் செயல்கள் கூறப்படுகின்றன.

எ. **நெடுநல்வாடை**: இது 188 அடிகளை உடைய ஆசிரியப்பா; பகைமேற் சென்ற பாண்டியன் நெடுஞ்செழியனைப் பிரிந்து வருந்தும் தலைவிக்கு அவ்வருத்தம் தீரும்படி அவன் பகையை வென்று விரைவில் வருவானாகவென்று கொற்றவையைப் பரவுவாள் கூறியதாக அவனை நக்கீரனார் பாடியது.

---

* "நிலந்தரு திருவினெடியோன்" என்பதற்குத் திருமாலெனப் பொருள் கூறுவர் நச்சினார்க்கினியர்.

இப்பெயர் ‘நெடிதாகிய நல்ல வாடை’யென விரிக்கப்படும். தலைவனைப் பிரிந்திருந்து வருந்துந் தலைவிக்கு ஒருபொழுது ஓரூழி போல நெடிதாகிய வாடையாய், அரசன் போகத்தில் மனமற்று வேற்றுப் புலத்துப் போந்திருக்கின்ற இருப்பாகலின் அவனுக்கு நல்லதாகிய வாடை யாயினமையின் நெடு நல் வாடை யெனப்பட்டது. “கூதிர்ப்பானாள்” (12), “கூதிர் நின்றன்றாற் போதே” (72) என்பவற்றால் வாடைக்குரிய கூதிர்க்காலமும், “வடந்தைத் தண்வளி யெறிதொறு நுடங்கி” (173) என்பதனால் வாடையும், “புலம்பொடு வதியு நலங்கிள ரரிவைக், கின்னா வரும்படர் தீர” (166—7) என்பதனால் தலைவியின் நிலையும், “சிலரொடு திரிதரும் வேந்தன், பலரொடு முரணிய பாசறைத் தொழிலே” (187—8) என்பதனால் அரசன் பாசறையில் இருப்பதும், “இன்னே முடிகதில் லம்ம” (168) என்பதனாற் கொற்றவையைப் பரவுதலும் விளங்குகின்றன.

இஃது அகப்பொருட்கேற்ற செய்திகளைத் தன்பாற் கொண்டுள்ளதேனும், “வேம்புதலை யாத்த நோன்கா ழெஃகம்” (176) எனப் பாண்டியனது அடையாளப் பூவாகிய வேம்பைக் கூறினமையின் அகத்திணையின்பாற்படாது புறத்திணை யாயிற்று. இதனை வாகைத் திணையுட் கூறிய கூதிர்ப்பாசறை யென்னும் துறையுள் அடக்குவர் நச்சினார்க்கினியர். வாகைத்திணை வெற்றியைக் குறிப்பது; இங்கே, போகம் நுகர்வார்க்குச் சிறந்த காலமாகிய கூதிர்க்காலத்து அப்போகத்தில் விருப்பின்றிப் பகைப்புலத்துப் போந்திருப்பதனால் பாண்டியன் காமத்திடத்து வெற்றியை யெய்தின காரணம்பற்றி வாகை யாயிற் றென்பர்.

இதில், கூதிர்க்காலத்தில் மக்களும் விலங்கு பறவைகள் முதலியனவும் குளிரால் வருந்தியிருக்கும் நிலை முன்னர்க் கூறப்படுகின்றது. பின்பு தலைவியின் நிலையைக் கூறப்புக்க ஆசிரியர், தலைவி வதியும் அரண்மனையின் அமைப்பையும் அதன் வாயில் முதலியவற்றின் அழகையும், தலைவி பள்ளிகொள்ளும் பாண்டிற் கட்டிலின் கைத்தொழில் நலத்தையும், அதில் இட்டு வைத்துள்ள பாயலின் அமைப்பையும் கூறித் தலைவி அரசன் பிரிவினால் வருந்தும் நிலையை அவனது பண்டைய நிலையொடு மாறுபடச் சுட்டி விரிக்கின்றார். இதனால் தலைவியின் கற்பு நிலையும் அவளுற்ற துயர் மிகுதியும் விளங்குகின்றன. அவளது வருத்தம்தீர மகளிரும் செவிலியரும் ஆற்றும் செயல்கள் பின்பு சொல்லப்படுகின்றன. இறுதிப் பகுதியில், அரசன் புண்பட்ட வீரர்கள்பால் அன்புபூண்டு நடுயாமமென்றும் பாரானாகி மழை பெய்தலையும் கருதாமற் சென்று முகமலர்ந்து அவர்களைக் கண்டு ஆற்றுவிக்கும் செய்தி கூறப்படுகின்றது. இதனால் அரசனுடைய எளிமையும், செய்ந்நன்றி யறிவும், வீரர்களது பெருமையும் புலப்படுகின்றன.

இடையிடையே கூறப்படும் செய்திகளால், பூ மலர்வதனாற் பொழுதை அறியும் வழக்கமும், மகளிர் மாலைக்காலத்தைக் கொண்டாடும் செயலும், மனைவகுக்கும் முறையும், வேலுக்கு அடையாளப் பூவை அணியும் மரபும் அறியப்படுகின்றன.

அ. **குறிஞ்சிப் பாட்டு**: இது 261 அடிகளை உடைய ஆசிரியப்பாவா லமைந்தது. *காப்புக் கைம்மிக்குக் காமம் பெருகித் தலைவன் வரும் வழியிலுள்ள ஊறஞ்சும் காலத்துத் தலைவி பாங்கிக்கு அறத்தொடு நின்றாளாக, பாங்கி +எளித்தல்,

---

* இறை. சூ. 29.

+ தொல். பொருளியல், சூ. 13.

ஏத்தல், வேட்கை யுரைத்தல், ஏதீடு, தலைப்பாடு, உண்மை செப்பும் கிளவி யென்னும் ஆறும் கூறிச் செவிலிக்கு அறத்தொடு நின்றவழிக் கூறும் கூற்றாக ஆரிய அரசன் பிரகத்தனுக்குத் தமிழ்ச்சுவையை அறிவுறுத்தற்பொருட்டுக் கபிலர் பாடியது.

குறிஞ்சி — புணர்தலும் புணர்தல் நிமித்தமுமாகிய ஒழுக்கம். இதன்கண் இயற்கைப் புணர்ச்சியும் பின்னர் நிகழும் புணர்ச்சிகளுக்கு நிமித்தங்களும் கூறப்படுதலின் இஃது இப்பெயர் பெற்றது.

இப்பாட்டு, *பெருங்குறிஞ்சி யெனவும் வழங்கப்பெறும். இதில் பிற திணைக்குரிய முதலுங் கருவும் மயங்கி வந்தனவேனும் உரிப்பொருட் சிறப்புப்பற்றி இது குறிஞ்சி யென்னும் பெயர் பெற்றது.

இதனுள் தலைவி பாங்கிக்கு அறத்தொடு நிற்றற்குக் காரணமாகிய சிறைகாவல், "காவலர் கடுகினும்" *(240)* என்பது முதலிய அடிகளாலும், தலைவனுக்கு வரும் ஊறஞ்சுதல், "அளைச்செறி யுழுவையும்" *(252)* என்பது முதலிய அடிகளாலும், தலைவி பாங்கிக்கு அறத்தொடு நின்றது, "முத்தினு மணியினும்" *(13)* என்பது முதலியவற்றாலும் விளங்கும்.

இப்பாட்டு, களவொழுக்கத்தினைப் புலப்படுத்தி நிற்பது. களவுக்காலத்து நிகழ்வனவற்றிற் பெரும்பான்மையான செய்திகள் இதில் முறையே கூறப்பட்டுள்ளன. இஃது இத்தன்மைய தாதலை, "தேற்ற, மறையோர் மணமெட்டி னைந்தா மணத்திற், குறையாக் குறிஞ்சிக் குணம்" (குறிஞ்சிப்பாட்டு, இறுதி வெண்பா) என்னும் செய்யுள் புலப்படுத்தும். ஐந்தாமணம் — காந்தருவம்; அதனிற் குறையாது ஒப்பதாவது களவு.

இதனுள் தலைவிக்கு விரகத்தால் உண்டாகிய வேறுபாடுகளும் தலைவனுடைய தோற்றத்தின் இயலும், தலைவியின் மேற்சென்று அச்சுறுத்திய தனது நாயைத் தலைவன் காத்தவாறும், களிறுதரு புணர்ச்சி புனறரு புணர்ச்சி முதலிய துறை யமைதிகளும், மாலைக் காலத்திற் பறவைகளும் விலங்கினமும் மக்களும் செய்யும் செயல்களும் கூறப்பட்டுள்ளன.

தலைவி தோழியுடன் நீராடிப் பல பூக்களைப் பறித்துப் பாறையிற் குவித்தாளென்ற செய்தியைக் கூறுகையில் 99 மலர்களின் பெயர்கள் சொல்லப்படுகின்றன.

தலைவி நாய்க்கு அஞ்சுகையில் தலைவன் காத்த செய்தியைக் கூறுமிடத்து, "மாறுபொரு தோட்டிய புகல்வின் வேறுபுலத், தாகாண் விடையி னணிபெற வந்து" எனத் தலைவனுக்கு விடையை உவமையாகச் சொல்லிய ஆசிரியர் அதற்கேற்ப, தலைவியை அவளது ஊரளவும் கொணர்ந்து விட்டதைக் கூறுகையில், "துணைபுண ரேற்றி னெம்மொடு வந்து" என அவ்வுவமையையே பின்னும் சுவைபெறக் கூறியிருத்தல் அறிந்து இன்புறத்தக்கது. இதில், தலைவனது மலைவளங் கூறும் பகுதி உள்ளுறையுவமப் பொருளமைய அமைந்துள்ளது.

தலைவன் தலைவியை வஞ்சினங் கூறித் தேற்றியதாகக் காணப்படும் பகுதியால், வரைந்துகொண்டு விருந்து புறந்தந்து இல்லறம் நிகழ்த்தும் முறையும், தலைவன்

---

* பரி. கஙூ:77, பரிமேல்; தொல்.அகத்.சூ. 19, ந.

மலைமிசைக் கடவுளை வாழ்த்தி வஞ்சினங் கூறும் தன்மையும், நீர் குடித்தலாகிய சூளுறவும் அறியப்படுகின்றன.

இது குறிஞ்சிப்பாட்டாதலின், அத்திணைக்குரிய கடவுளாகிய முருகனைப் பற்றிய செய்திகளை, "சுடர்ப்பூட் சேஎய், ஒன்னார்க் கேந்திய விலங்கிலை யெஃகின், மின்", "நெடுவே ளணங்குறு மகளிர்", "பிறங்குமலை மீமிசைக் கடவுள் வாழ்த்தி" என ஆசிரியர் எடுத்தாண்டுள்ளார்.

ஓரரசனுக்கு இது கூறப்பட்டதாதலின் அவனுக்கேற்ப, தோழியின் நிலையை, "இகன்மீக் கடவு மிருபெரு வேந்தர், வினையிடை நின்ற சான்றோர் போல" என விளக்கியும், நாய்களுக்கு உவமை கூறுகையில், "முனைபாழ் படுக்குந் துன்னருந் துப்பிற், பகைபுறங் கண்ட பல்வே லிளைஞரின்" எனச் சொல்லியும், மாலைக்காலம் பலவகை நிகழ்ச்சிகளை முன்னிட்டுக் கொண்டு வருதலை, "சினைஇய வேந்தன் செல்சமங் கடுப்பத், துனைஇய மாலை துன்னுதல் காணூஉ" என உவமைகொண்டு அறிவித்து அரசர்களையும் வீரர்களையும் பற்றிய செய்திகளை ஆசிரியர் எடுத்தாண்டமை பாராட்டற்பாலதாம்.

கூ. **பட்டினப்பாலை**: இது 301 அடிகளை உடையது; பெரும்பான்மையும் வஞ்சியடிகளா லமைந்து ஆசிரிய வடிகளால் இறுவது; வேற்று நாட்டிற்குச் செல்லத் தொடங்கிய தலைவன் தனது நெஞ்சை நோக்கி, 'தலைவியைப் பிரிந்து வாரேன்' என்று செலவழுங்கிக் கூறும் கூற்றாகச் சோழன் கரிகாற் பெருவளத்தானைக் கடியலூர் உருத்திரங்கண்ணனார் பாடியது.

*வஞ்சி நெடும்பாட் டெனவும் இது வழங்கப்பெறும். இப்பாட்டைப் பாடியதற்காக உருத்திரங்கண்ணனார் பதினாறாயிரம் பொன் கரிகாற் பெருவளவனாற் பரிசு பெற்றன ரென்பது, "தழுவு செந்தமிழ்ப் பரிசில் வாணர்பொன், பத்தொ டாறுநூ றாயிரம் பெறப்பண்டு பட்டினப் பாலைகொண்டதும்" (கலிங்க. இராச. 21) என்பதனா லறியப்படுகின்றது; "பாடிய பாக்கொண்டு பண்டு பதினாறு, கோடி பசும்பொன் கொடுத்தோனும்" (சங்கர சோழனுலா, 10), "பாடியதோர் வஞ்சிநெடும் பாட்டாற் பதினாறு கோடிபொன் கொண்டதுநின் கொற்றமே" (தமிழ்விடு. 193) என்பவற்றால் அத்தொகை பதினாறு கோடி பொன்னெனக் கூறுவாரும் உளரென்று தெரிகின்றது.

இப்பாட்டை வஞ்சிப்பாவின் இடையளவிற்கு எல்லையாகக் காட்டுவர் +நச்சினார்க்கினியர்.

பட்டினத்தைச் சிறப்பித்துக் கூறிய பாலைத்திணை யாகலின் இஃது இப் பெயர் பெற்றது; பாலை — பிரிதலும் பிரிதல் நிமித்தமும். இதில் வேற்று நாட்டிற்குத் தலைவன் பிரியும் காலத்துத் தானுறும் இடும்பை யிடத்து அவன் செலவு தவிர்ந்து நெஞ்சொடு கூறினமை, "முட்டாச் சிறப்பிற் பட்டினம் பெறினும், வாரிருங் கூந்தல் வயங்கிழை யொழிய, வாரேன் வாழிய நெஞ்சே.......... திருமா வளவன் தெவ்வர்க் கோக்கிய, வேலினும் வெய்யகானமவன், கோலினுந் தண்ணிய தடமென் றோளே" என்னும் அடிகளாற் புலப்படும். அவளை ஆற்றுவித்துப் பின்பு பிரிதல் கருதியே வாரேனென்றான். இது, "செலவிடை யழுங்கல் செல்லாமை யன்றே,

* யா. வி.செய்.சூ. 37; யா.கா.ஒழிபு. சூ. 4; இ.வி.சூ. 745, உரை.

+ தொல்.செய்.சூ. 157.

வன்புறை குறித்த றவிர்ச்சி யாகும்" (தொல். கற்பு. சூ. 44) என்னும் இலக்கணத்தாற் பெறப்படும். "முதல்கரு வுரிப்பொரு ளென்ற மூன்றே, நுவலுங் காலை முறை சிறந்தனவே" (தொல். அகத். சூ. 3) என்பதன் உரையில் உள்ள, 'முதலிற் கருவும் கருவில் உரிப்பொருளும் சிறந்து வரும்' என்பதற்கிணங்க இதில் உரிப்பொருளே சிறந்துவந்தது.

இப்பாட்டில் முதலில் சோழநாட்டின் பெருமையும் பின்பு காவிரிப்பூம்பட்டினத்தின் சிறப்பும் அதன்பின் கரிகாற் பெருவளத்தான் வீரச் செயல்களும் உறையூரை அவன் வளப்படுத்தினமையும் கூறப்படுகின்றன.

முதலில், பஞ்சகாலத்தின் காரணங்களும் இயல்புகளும், காவிரியின் சிறப்பும், சோழநாட்டுக் குடிவளமும், *இருகாமத் திணையேரி, அறச்சாலை, தவப்பள்ளி, துர்க்கையின் கோயில் முதலியவற்றின் இயல்புகளும், பின்பு பரதவர்கள் பகலிலும் இரவிலும் பொழுதுபோக்கும் முறையைக் கூறும் பகுதியில் பரதவர் குடில்களின் தோற்றமும், அவர்கள் சுறாக் கொம்பை நட்டு வருணனை வழிபடும் மரபும், உவாக் காலத்தில் மீன் வேட்டைக்குச் செல்லாத வழக்கமும், தீவினை நீங்கக் கடலாடும் இயல்பும், கடலிற் சென்ற பரதவர் கரையிலுள்ள வீடுகளில் ஏற்றிய விளக்குகளை எண்ணும் செயலும் காணப்படுகின்றன.

பரதவர் தெருவைப் பற்றிய செய்திகள் பின்பு கூறப்படுகின்றன. இப்பகுதியால், காவிரிப்பூம்பட்டினத்தில் கடல்வாணிகம் நிகழ்ந்து வந்ததென்பதும், ஏற்றுமதி இறக்குமதியாகும் பண்டங்களில் சோழனுடைய அடையாளமாகிய புலிப்பொறியைப் பொறித்து வந்தன ரென்பதும், அவற்றிற்குச் சுங்கம் வாங்கி வந்தார்க ளென்பதும், அச் சுங்கப் பொருளைத் தொகுப்பார் அரசன் மாட்டு அன்புடையராகித் தம் கடமையைக் குறைவின்றி நிறைவேற்றி வந்தன ரென்பதும் அறியப்படுகின்றன. இவ்வாறு கப்பல் வியாபாரம் நடந்தமையாற் பல நாட்டிற்கும் சோழநாட்டுப் பொருள்கள் சென்றன வென்பதும், ஈழம் காழகம் முதலிய நாடுகளிலிருந்து பல பொருள்கள் சோழநாட்டிற்கு வந்தன வென்பதும் தெரிகின்றன.

அப்பால் காவிரிப்பூம்பட்டினத்து ஆவணத்தின் வளம் கூறப்படுகிறது. இப்பகுதியில், கோயில்களில் எடுத்த கொடியும், பண்டங்களை விற்றற்குத் தூக்கிய கொடியும், கற்றறிந்த ஆசிரியர்கள் வாது கருதிக் கட்டிய கொடியும், கட்கடையில் உள்ள கொடியும் சொல்லப்படுகின்றன.

பிறகு இமயம், குடகு, தென்கடல், மேல்கடல், கங்கை, காவிரி, ஈழம், காழகம் முதலிய இடங்களிலிருந்து வந்த பொருள்கள் கூறப்படுகின்றன. அதன்பின்பு வணிகர் இயல்பு சொல்லப்படுகின்றது. அவர்கள் கொலை களவு முதலிய குற்றங்களைப் பிறரிடமிருந்து நீக்கும் செயலையும், தேவர் பசு அந்தணர் முதலியோரை வழிபட்டு வந்ததையும், அவர்களது நடுவுநிலைமையையும், வாணிக முறையையும் இப்பகுதி விளக்குகின்றது.

பின்னர் கரிகாலன் இளமையில் சிறையில் இருந்தமையும், அச் சிறையினின்றும் நீங்கி அரசுரிமையை எய்தினமையும், பகைவர் நாட்டைப் பாழ்படுத்திய முறையும்,

---

* இவ்வேரிகள் சோமகுண்டம் சூரியகுண்டமென வழங்கப்பெற்று வந்தன; இவ்விரண்டும் திருவெண்காட்டிலுள்ள சோமதீர்த்தமும் சூரிய தீர்த்தமுமா மென்று சில பெரியோர் கூறுவர். முற்காலத்தில் திருவெண்காடு காவிரிப்பூம்பட்டினத்தின் எல்லைக்குள் அடங்கியிருந்ததாகத் தெரிவதால் இது சரியெனவே தோற்றுகின்றது.

ஒளியர் அருவாளர் வடவர் குடவர் பொதுவர் இருங்கோவேள் முதலிய சிற்றரசர்களையும் பாண்டியரையும் வென்றமையும், உறையூரை விரிவுற அமைத்து அதிற் பல குடிகளை நிலைநிறுத்தி மதில் வாயில்கள் முதலியன அமைத்தமையும் சொல்லப் படுகின்றன.

கரிகாலனாற் பாழ்பட்ட பகைவர் நாடுகளைப் பற்றிக் கூறும் பகுதியில் அந்நாட்டின் பழைய நிலை மிக அழகாகவும் பாழாயினபின் அடைந்த நிலை இரக்கத்தை உண்டாக்கும் முறையிலும் விளக்கப் பட்டிருக்கின்றன.

க0. **மலைபடுகடாம்**: இது, 583 அடிகளை உடைய ஆசிரியப்பாவா லாகியது; பரிசில் பெறவரும் கூத்த னொருவனைப் பரிசில் பெற்றா னொருவன் செங்கண்மாத்து வேள் நன்னன்சேய் நன்னனிடத்தே ஆற்றுப்படுத்தியதாக அந்நன்னனை இரணிய முட்டத்துப் பெருங்குன்றூர்ப் பெருங்கௌசிகனார் பாடியது. இது கூத்தராற்றுப்படை யெனவும் வழங்கும்; கூத்தர் — ஆடன் மாக்கள்; இவர்களுக்குச் சாதிவரையறை இலது. இவர்கள் எண்வகைச் சுவையும் மனத்தின்கட் பட்ட குறிப்புக்களும் புறத்துப் புலப்பட ஆடுவோர். "கலம்பெறு கண்ணுள ரொக்கற் றலைவ" (50) என்ற விளியினால் இது கூத்தரை ஆற்றுப்படுத்திய தென்பது அறியப்படும்.

"அலகைத் தவிர்த்த வெண்ணருந் திறந்த, மலைபடு கடாஅ மாதிரத் தியம்ப" (347—8) என்ற அடிகளால் மலைக்கு யானையை உவமித்து அதன்கட் பிறந்த ஓசையைக் கடாமெனச் சிறப்பித்தவதனால் இப்பாட்டு மலைபடுகடாமென்று பெயர் பெற்றது. கடா மென்பது ஆகுபெயராய் அதனாற் பிறந்த ஓசையை உணர்த்திற்று. இவ்வாறு ஒரு பாட்டினிலுள்ள பொருட் சிறப்புடைய தொடரால் அப்பாட்டின் பெயரைக் குறித்தலுண் டென்பது பதிற்றுப்பத்தினாலும் உணரப் படுகின்றது.

பரந்த மொழியால் அடிநிமிர்ந்து வந்த தோலென்னும் வனப்பிற்கு இப்பாட்டு உதாரணமாக இளம்பூரணராலும் ஆசிரியப்பாவின் தலையளவிற்கு எல்லையாக நச்சினார்க்கினியராலும் எடுத்துக் காட்டப் பெற்றிருக்கின்றது.

இதில், பலவகை இசைக் கருவிகளின் பெயர்களும், யாழின் வருணனையும், மலைச்சாரலின் வளமும், அச்சாரலில் வாழும் குறவர்களும் காடுகாக்கும் வேடர்களும் வருவோரை விருந்தூட்டி உபசரிக்கும் இயல்பும், மலைப்பக்கத்தில் நிகழும் பலவகை ஓசைகளைப் பற்றிய செய்திகளும், கோவலரும் நாடுகாக்கும் வேடரும் உழவர்களும் தம்பால் வருவோரை உபசரிக்கும் திறமும், நன்னனது ஊரின் பெருமையும், அவன் அரண்மனை வாயிலில் அவனது காட்சியைக் கருதிநிற்பார் கொண்டுவந்த கையுறை வகைகளும், அவனைப் புகழும் முறையும், அவன் தன்பால் வந்த கூத்தர் விறலியர் முதலியோருக்குப் பரிசில் நல்கி விடுக்கும் வண்மையும் கூறப்படுகின்றன.

இடையிடையே அவ்வவ் விடங்களி லுள்ளார் தத்தமக் கேற்றவாறு உதவும் உணவு வகைகளும், இடைவழியில் வழிச் செல்வார்க்கு நிகழும் இடையூறுகளும், அவற்றை நீக்கிக் கொண்டு செல்லும் உபாயமும் மிக விரிவாக விளக்கப் பட்டிருக்கின்றன.

நன்னனுக்குரிய நவிரமலையில் உள்ள காரியுண்டிக் கடவுளது கோயிலைப் பற்றிய செய்திகளும் சேயாற்றின் பெருமையும் இதிற் காணப்படும். "குன்றுசூ ழிருக்கை நாடுகிழ வோனே" *(583)* என்பதனால் நன்னனுடைய ஊரமைந்துள்ள பல்குன்றக் கோட்டம் சொல்லப்பட் டிருக்கிறது.

வரகின் கவைக்கதிருக்கு வாதியின் கையை உவமை கூறியிருத்தலும், குறமகளிர் தம் கணவர் புண்ணாற்படும் வருத்தத்தைப் பாட்டுப்பாடித் தணித்தலும், யானையைக் கந்திற் பிணிக்கும் பாகர் யானைப் பேச்சான சில வடமொழிகளைப் பயிற்றும் வழக்கமும், வழிக்கு அடையாளமாகக் கவர்த்த வழிகளின் தொடக்கத்தில் புல்லை முடிந்து வைத்தலும், கற்புக்குக் கொடியுண்மையும், பாணருக்குப் பொற்றாமரைப் பூவையும் விறலியருக்கு இழைகளையும் உபகாரிகள் அளித்தலும் பிறவுமாகிய செய்திகள் இதனால் அறிதற்பாலன.

இன்ன இன்ன செய்திகளைக் கூறுவேன் கேளெனத் தொகுத்துச் சுட்டிப் பின்பு விரிக்கும் முறை இவ்வாற்றுப்படையில் மட்டும் காணப்படுகின்றது.

கூத்தனை ஆற்றுப்படுத்துகையில், இன்ன இன்ன இடங்களில் இன்ன இன்ன செயல்களைச் செய்க வெனக் குறிப்பிடுகையில், "நறுங்கா ரடுக்கத்துக் குறிஞ்சி பாடி" *(359)* எனவும், "எருதெறி களம ரோதையொடு நல்யாழ், மருதம் பண்ணி யசையினிர் கழிமின்" *(469—70)* எனவும் அவ்வத் திணைக்கேற்ற பண்களைப் பாடுமாறு சொல்லப்படுதல் அறிந்து மகிழத்தக்கது.

ஆங்காங்கு ஆசிரியர் பலவகை உவமைகளைக் கூறிப் பொருளை விளக்கிச் செல்கின்றார். அவற்றுள், கூத்தருக்குத் தக்கபடி, "விரலூன்று படுக ணாகுளி கடுப்பக், குடிஞை யிரட்டு நெடுமலை யடுக்கம்" *(140—41)* எனவும், "சுரஞ்செல் கோடியர் முழவிற் றூங்கி, முரஞ்சுகொண் டிறைஞ்சின வலங்குசினைப் பலவே" *(143—4)* எனவும், "கானப்பலவின் முழவுமருள் பெரும்பழம்" *(511)* எனவும், "வராஅற் றுடிக்க ணன்ன குறையொடு" *(457—8)* எனவும், ஆகுளி முழவு துடியென்னும் இசைக் கருவிகளையும், "கோளி யாலத்துக், கூடியத் தன்ன குரல் புணர் புள்ளின்" *(268—9)* எனவும், "அருவி நுகரும் வானர மகளிர், வருவிசை தவிராது வாங்குபு குடைதொறுந், தெரியிமிழ் கொண்டநும் மியம்போ லின்னிசை" *(294—6)* எனவும், இசைக் கருவிகளின் ஓசையையும், நுகர்பொருள்கள் ஒன்றையொன் றொவ்வா இனிமையை யுடையன வென்பதைப் புலப்படுத்துவாராய், "நல்லியாழ்ப், பண்ணுப் பெயர்த்தன்ன காவும் பள்ளியும்" *(450—51)* என அவற்றிற்கு ஒன்றை யொன் றொவ்வா இனிமையை யுடையனவாகிய பண்களையும், "கடும்பறைக் கோடியர் மகாஅ ரன்ன, நெடுங்கழைக் கொம்பர்க் கடுவ னுகளினும்" *(236—7)* எனக் கூத்தர் பிள்ளைகளையும் நன்னன் மலையிலுள்ள ஆரவாரத்தையும் பிறவற்றையும் கூறிய பின்பு அம்மலையைச் சிறப்பிப்பாராய், "முழவுத்துயி லறியா வியலு ளாங்கண், விழவி னற்றவன் வியன்கண் வெற்பே" *(350—51)* எனக் கூத்தர்கள் தொக்குத் தம் வன்மையைக் காட்டும் விழாவையும் உவமையாக எடுத்தாண்டிருத்தல் ஆசிரியருடைய பேரறிவாற்றலைப் புலப்படுத்திப் படிப்போரை இன்புறுத்துகின்றது.

சீவகசிந்தாமணியை யான் முதன்முறை பதிப்பித்து வந்தபொழுது நச்சினார்க்கினியர், தம் உரையிற் காட்டும் மேற்கோள்களுக்குப் பின் அவற்றின் இடத்தை உணர்த்தாமல், 'என்றார் பிறரும்' என எழுதிச் செல்லுவதை யறிந்து அவற்றிற்கு ஆகரங்களைத் தெரிந்துகொள்ள நினைந்து பழைய ஏட்டுச் சுவடிகளைப்

படித்துப் பார்த்துவந்தேன். திருவாவடுதுறை யாதீனத்து மகாவித்துவானும் என்னுடைய தமிழாசிரியருமான திரிசிரபுரம் ஸ்ரீ மீனாட்சிசுந்தரம் பிள்ளையவர்கள் ஏட்டுச் சுவடிகளுள் ஒன்றிற் பொருநராற்றுப்படை யென்ற பெயர் இருத்தலை யறிந்து அதனை யெடுத்துப் படித்து வருகையில் சில பகுதிகள் சீவகசிந்தாமணி உரையில் மேற்கோளாகக் காட்டப் பெற்றனவாக இருந்தன. அதனால் ஊக்கம் கொண்டு மேலும் படித்துவருகையில், மதுரைக் காஞ்சி வரையில் அப் பிரதியி லிருந்தமையின் பல மேற்கோட் பகுதிகள் அவற்றிற் காணப்பட்டன; "முருகு பொருநாறு" என்னும் பழைய வெண்பாவிற் கூறப்பெற்ற நூற்பெயர்களிற் சிலவும் அவற்றின் முறையும் அமைந்திருத்தமை கண்டு அவை பத்துப்பாட்டைச் சார்ந்தன வென்றறிந்தேன். நச்சினார்க்கினியர் உரைச் சிறப்புப் பாயிரத்துள்ள, "சான்றோ ருரைத்த தண்டமிழ்த் தெரியல், ஒருபது பாட்டும்" என்னும் பகுதியினால் பத்துப்பாட்டிற்கு நச்சினார்க்கினியருரை யுண்டென்பதை முன்பே அறிந்திருந்தே னாதலின் அப்பிரதியிலுள்ளது அவருரை யென்று தெரிந்து கொண்டேன். அதன் பிறகு, பத்துப்பாட்டுக்களை நச்சினார்க்கினியர் உரையுடன் ஆராய்ந்து வெளியிடவேண்டு மென்னும் எண்ணத்தால் பார்த்திவ ௵ (1883) முதல் ஏட்டுப் பிரதிகளைத் தேடிவந்தேன். இயற்றமிழாசிரியர் திருத்தணிகை ஸ்ரீ விசாகப் பெருமாளைய ரவர்களுடைய மருகர், வேலூர் ஸ்ரீ குமாரசாமி ஐயரென்பவர் ஒரு பிரதி தந்தார். அதில் பொருநராற்றுப்படை முதல் மலைபடுகடா மிறுதியாக உள்ள பாட்டுக்கள் ஒன்பதும் இருந்தன. பிள்ளையவர்கள் பிரதியிலும் அப்பிரதியிலும் உள்ள பாட்டுக்களுள் ஒன்றிற்கேனும் மூலம் கிடைக்கவில்லை. பாராயண நூலாக இருந்தமையால், திருமுருகாற்றுப்படை மட்டும் பல இடங்களிற் காணப்பட்டது. ஆதலின், முற்கூறிய இரண்டு பிரதிகளிலும் உரைக்கு முன்னம் சிறிது சிறிது ஒரு மொழியும் தொடர் மொழியுமாக அமைந்திருந்த மூலபதங்களையே யிணைத்து எனது சிற்றறிவிற்கு எட்டியமட்டும் அடிவரையறை செய்து அவ்வொன்பது பாட்டையும் எழுதிக்கொண்டேன்; உரையாசிரியர்களால் இவற்றிலிருந்து பழைய இலக்கிய இலக்கண உரைகளில் மேற்கோளாக எழுதப்பட்டவற்றுள் கிடைத்த சில பகுதிகள் இவற்றின் மூலங்களை இணைக்குங் காலத்துப் பேருதவியாக இருந்தன. இவ்வாறு உரையிலிருந்து மூலங்களைக் கண்டுபிடித்துத் தொகுத்தது அளவிறந்த துன்பத்தை உண்டாக்கிவிட்டது.

பின்பு கிடைத்த பிரதிகளுள் ஆறுமுக மங்கலத்துப் பிரதியில் திருமுருகாற்றுப்படை மூலமும் பொருநராற்றுப்படை மூலமும் சென்னை இராசாங்கத்துக் கையெழுத்துப் புத்தகசாலைப் பிரதியில் பெரும்பாணாற்றுப்படை மூலமும் முல்லைப்பாட்டு மூலமும் இருப்பக் கண்டு அவற்றோடு நான் எழுதி வைத்திருந்த மூலங்களை ஒப்புநோக்கிக் கொண்டேன். ஷ புத்தகசாலைப் பிரதியில்,

முருகாறு பொருநாறு சிறுபா ணாறு
  முல்லைபெரும் பாணாறு மதுரைக் காஞ்சி
பரிதாய பொருடமுவா நெடுநல் வாடை
  பட்டினப்பா லைகுறிஞ்சி மலைக டாமும்
மருவாரும் பொழில்புடைசூழ் களந்தை மூதூர்
  வருசிவப்ப பூபனருள் வேல பூபன்
உரையோடு மெழுதினனா தலினா லன்னா
  னோங்குபெருஞ் செல்வமிசை யுற்று வாழி

என்னும் பாடலொன்று எழுதப்பட்டிருந்தது. குறிஞ்சிப் பாட்டில் 64ஆம் அடிக்கு மேற் சில அடிகள் விட்டுப்போனது போற் றோற்றியது. தருமபுர மடத்திலிருந்து கிடைத்த ஒற்றை யேடுகளுள் ஒன்றில் அப்பகுதி யிருப்பதைக் கண்டு அதனைச் சேர்த்துக் கொண்டேன். இப்பிரதிகளுள் ஒன்றிலேனும் சிறிய தொடர்கள் சிலவற்றிற்கு உரை கிடைக்கவில்லை.

பத்துப்பாட்டு மூலமும் உரையும் 1889 ஆம் வருடத்தில் முதற் பதிப்பாக வெளியிடப் பெற்றன.

அப்பதிப்பிற்கு உதவியாக இருந்த ஏட்டுப் பிரதிகள்:

1. திருவாவடுதுறை யாதீனத்து மகாவித்துவான் திரிசிரபுரம் ஸ்ரீ மீனாட்சிசுந்தரம் பிள்ளை அவர்கள்	பிரதி	....	க
2. தருமபுர ஆதீனத்துப் புத்தகசாலைப்	”	....	க
3. வேலூர் ஸ்ரீ குமாரசாமி ஐயர்அவர்கள்	”	....	க
4. ஆறுமுகமங்கலம் ஸ்ரீ குமாரசாமி பிள்ளை அவர்கள்	”	....	க
5. திருநெல்வேலி ஸ்ரீ கவிராஜ நெல்லையப்ப பிள்ளை அவர்களும் அவர்களுடைய தம்பி ஸ்ரீ கவிராஜ ஈசுவரமூர்த்திப் பிள்ளை யவர்களும் உதவிய	”	....	க
6. திருநெல்வேலியைச் சார்ந்த வண்ணாரப்பேட்டை ஸ்ரீ திருப்பாற்கடனாத கவிராயர் அவர்கள்	”	....	க
7. ஆழ்வார் திருநகரி ஸ்ரீ தேவர்பிரான் கவிராய ரவர்கள்	”	....	க
8. பொள்ளாச்சி வித்வான் ஸ்ரீ சிவன் பிள்ளை அவர்கள்	”	....	க
9. ஸ்ரீ திருவம்பலத் தின்னமுதம் பிள்ளை அவர்கள்	”	....	க
10. ஸ்ரீ ம.வி. கனகசபைப் பிள்ளை அவர்கள்	”	....	க
11. சென்னை இராசாங்கத்துக் கையெழுத்துப் புத்தகசாலைப்	”	....	க

இவற்றுள் உரைமட்டு மிருந்த பூர்த்தியான பிரதிகள், 3, 4, 6 என்ற எண்களுள்ளவைகளே.

பின்பு, 1918 ஆம் ௵ இரண்டாவது பதிப்பு வெளியிடப்பட்டது. அப்பதிப்பிற்கு உதவியாகக் களக்காடு ஸ்ரீசாமிநாத தேசிக ரவர்களால் ஒரு கையெழுத்து மூலப் பிரதியும், சில உரைப் பிரதிகளும் கிடைத்தன; அவற்றாலும் நாளடைவிற் செய்துவந்த ஆராய்ச்சிகளாலும் பத்துப்பாட்டின் மூலமும் உரையும் சில சில திருத்தங்களை அடைந்தன.

உரையாசிரியர்களால் இப் பாட்டுக்களி லிருந்து மேற்கோள்களாக எடுத்தாளப்பட்டிருக்கும் பகுதிகளையும் இடங்களையும் ஞாபகத்துக்கு வந்த அளவு விளக்கியும், திருமுருகாற்றுப்படைக்கு மட்டும் வேறுரை யொன்று கிடைத்தமையால் அதிற் காணப்பட்ட விசேடமான வேறுபாடுள்ள பகுதிகளையும் பாட பேதங்களையும் அதனுரையில் அங்கங்கே கீழ்க்குறிப்பாகப் புலப்படுத்தியும், மூலத்திற்குரிய அடியெண்களை உரைப்பகுதியில் உரிய இடங்களில் அமைத்தும், உரையிலுள்ள அருஞ்சொற்களுக்குப் பொருளும் விளக்கமும் எழுதியும், உரையிற் சொற்களின் முதலிறுதிகள் தோன்றப் பிரித்துக் காட்டியதன்றி மையீற்றுப் பண்புப்

பெயர்களுள் நிச்சயமாகத் தெரிந்த முதனிலையைப் புலப்படுத்தியும், பழைய நூல்களைப் போலவே பழைய உரைநடைகளும் சிறந்து பயன்படுபவன வாதலின் உரையிற்கண்ட சொற்கள் முதலியவற்றைத் தொகுத்து அகராதியாக அமைத்து விளங்காத சொற்களுட் பெரும்பாலனவற்றிற்குப் பொருளெழுதிச் சேர்த்தும், பாடினோர் பாடப்பட்டோர் உரையாசிரியர் வரலாறுகளைத் தெரிந்த அளவு எழுதியும் அவ்வக் காலங்களில் சென்னைச் சருவகலா சங்கத்தார் பி.ஏ. பரீக்ஷைக்கு இப்பாட்டுக்களில் ஒவ்வொன்றைப் பாடமாக வைத்தபொழுது பதிப்பித்தவற்றிற்கு எழுதிய குறிப்புக்களைச் சேர்த்தும் இரண்டாம் பதிப்பு வெளியிடப் பெற்றது.

முதலிரண்டு பதிப்புக்களைப் பற்றிய பிற செய்திகளை அவ்வப் பதிப்புப் புத்தகங்களின் முகவுரைகளால் அறிந்து கொள்ளலாம்; இங்கே விரிவஞ்சி அவை விடுக்கப்பட்டன.

இப்பொழுது இது மூன்றா முறையாகப் பதிப்பிக்கலாயிற்று. பின்னர்ச் செய்துவந்த ஆராய்ச்சியால் மூலமும் உரையும் அடைந்த திருத்தங்கள் சில.

வேறு நூல்களிலிருந்து மூலத்துக்கு நேரான ஒப்புமைப் பகுதிகளும் நச்சினார்க்கினியரும் பிறரும் எழுதிய உரைகளி லிருந்து உரைகளை ஒத்த பகுதிகளும் இப்பதிப்பில் முன்னைய பதிப்பினிலும் அதிகமாகக் காட்டப்பட்டுள்ளன. அவ்வகையில் புதியனவாகக் காட்டப்பட்ட சில பழைய நூல்கள் : பழைய இலக்கண நூலொன்று, கண்டனலங்காரம், கிளவித் தெளிவு, கிளவி மாலை, கிளவி விளக்கம், தமிழ்நெறி விளக்கம், பல்சந்த மாலை, பாண்டிக் கோவை, பொருளியல், வங்கர் கோவை.

இரண்டாவது பதிப்பில் இருந்த மூன்றுவித அகராதிகளும் சில பயன்கருதி ஒரே அகராதியாகத் தொகுத்து இப்பதிப்பில் வெளியிடப்பட்டிருக்கின்றன. அவ்வகராதியில் இந்நூலிற் காணப்படும் உவமைகள், அருஞ்செய்திகள் முதலியவற்றில் பல நூதனமாகச் சேர்க்கப்பட்டுள்ளன.

இரண்டாவது பதிப்பைக் காட்டிலும் இப்பதிப்பில் ஏறக்குறைய 300 பக்கங்கள் அதிகமாக இருப்பதனாலேயே இதிற் பல புதிய விஷயங்கள் சேர்க்கப் பெற்றுள்ளன வென்பதை அறிஞர்கள் அறிந்து கொள்வார்கள். அவை ஆராய்ச்சியாளர்களுக்கு மிகப் பயன்படு மென்பதை நான் எடுத்துச் சொல்வது மிகையாகும்.

என்னுடைய தமிழ் நூற் பரிசோதனை விஷயத்திலும் பதிப்பு விஷயத்திலும் அவ்வப்போது வேண்டிய பொருளுதவி செய்து ஆதரித்து வரும் திருவாவடுதுறை யாதீனத்துத் தலைவர்களாகிய ஸ்ரீலஸ்ரீ வைத்தியலிங்க தேசிக ரவர்களையும், திருப்பனந்தாள் ஸ்ரீ காசிமடத்துத் தலைவர்களாகிய ஸ்ரீலஸ்ரீ ஸ்வாமிநாத ஸ்வாமிக ளவர்களையும், ஸ்ரீஸேது ஸமஸ்தானாதிபதிகளாகிய கௌரவம் பொருந்திய மகா ராஜ ராஜ ஸ்ரீ ஷண்முக ராஜேசுவர நாகநாத சேதுபதி மகாராஜா அவர்களையும், கொழும்பு நகரத்து ஸ்ரீமான் டாக்டர் கு. ஸ்ரீகாந்த முதலியா ரவர்களையும், பெரும்பன்றியூர் ஸ்ரீமான் A.M.பெரியசாமி முத்தைய உடையா ரவர்களையும் ஒருபொழுதும் மறவேன். அவர்களுடைய உதவிகள் அவ்வப்போது எனக்கு மிக்க ஊக்கத்தை அளித்துவருகின்றன.

என்னுடைய இளைய சகோதரர் சிரஞ்சீவி, வே. சுந்தரேசையர் தாம் பத்துப்பாட்டைப் படித்து வருங்காலத்தில் செய்துவைத்திருந்த சில குறிப்புக்களை இப்பதிப்பிற்கு உபயோகமாகும்படி கொடுத்தனர்.

இப்பதிப்பு ஆராயப்பெற்று வந்த காலத்தும் அச்சிடப்பெற்று வந்த காலத்தும் உடனிருந்து குறிப்பெழுதுதல், ஒப்பு நோக்குதல், பிரதி செய்தல் முதலிய உதவிகளைப் புரிந்து வந்தவர்கள் சிகந்தராபாத் மாபூப் காலேஜ் தமிழ்ப் பண்டிதர் சிரஞ்சீவி, வித்துவான் சு. கோதண்டராமையரும், சென்னை, கிறிஸ்டியன் காலேஜ் தமிழ்ப் பண்டிதர் சிரஞ்சீவி, வித்துவான் வி.மு. சுப்பிரமணிய ஐயரும், மோகனூர்த் தமிழ்ப் பண்டிதர் சிரஞ்சீவி, கி.வா. ஜகந்நாத ஐயரும் ஆவர். இவர்களுள் ஜகந்நாத ஐயர் இதற்காக எடுத்துக்கொண்ட உழைப்பும் செய்த வேலையும் மிக அதிகம். இவர்களுக்கு விசேஷமான பயனை அளிக்கும்படி தமிழ்த் தெய்வத்தைப் பிரார்த்திக்கின்றேன்.

பல தமிழ் அபிமானிகள் விரும்பியபடி இப் பத்துப் பாட்டின் மூலத்தை மட்டும் இன்றியமையாத ஆராய்ச்சிக் குறிப்பு அரும்பத அகராதியுடன் தனிப் புத்தகமாக வெளியிட் டிருக்கிறேன். முன்பு யான் பதிப்பித்துள்ள மற்றப் பழைய நூல்களையும் இங்ஙனமே வெளியிடக் கருதியிருக்கிறேன்.

சில மாதங்களுக்கு முன்னமேயே இப்பதிப்பு வெளி வந்திருக்கவேண்டும். திடீரென்று எனக்கு நேர்ந்த தேக அசௌக்கியத்தால் தாமதித்து வெளியிடலாயிற்று.

இப் புத்தகத்தை அச்சிடும் விஷயத்தில் கேஸரி அச்சுக்கூடத்தார் செய்த உதவி மிகப் பாராட்டத்தக்கது.

குற்றங் களைந்து குறைபெய்து வாசித்தல்
கற்றறிந்த மாந்தர் கடன்.

இதுபோலவே யான் செய்யக்கருதிய பிற நூற் பதிப்புக்களையும் நிறைவேற்றுவிக்கும் வண்ணம் எல்லாம் வல்ல முழுமுதற் கடவுளைச் சிந்திக்கின்றேன்.

பாடுகின்ற பனுவலோர்கள், தேடுகின்ற செல்வமே
நாடுகின்ற ஞானமன்றில், ஆடுகின்ற வழகனே.

சிந்தையன்பு சேரவே, நைந்துநின்னை நாடினேன்
வந்துவந்து ளின்பமே, தந்திரங்கு தாணுவே.

(தாயுமானவர் பாடல்)

சங்கப்புலவர் வணக்கம்.

தடவரை முனிவ னீன்ற தமிழ்க்கொழுங் குழவி தன்னைப்
படர்வெயி லுமிழுஞ் சங்கப் பலகையாந் தொட்டி லேற்றி
நடைவர வளர்த்து ஞால நனந்தலை மறுகில் விட்ட
மடனறு புலமை யோரை மனத்தியா நினைத்து மன்றே.

(சீகாளத்திப் புராணம்)

இங்ஙனம்,

வே. சாமிநாத ஐயர்

"தியாகராஜ விலாஸம்"
திருவேட்டீசுவரன் பேட்டை
19-8-31

உ
கணபதி துணை

பத்துப்பாட்டு மூலம்

இஃது
உத்தமதானபுரம்
மகாமகோபாத்தியாய தாக்ஷிணாத்ய கலாநிதி
வே. சாமிநாதையரால்
பலபிரதிகளைக்கொண்டு பரிசோதித்து
நூதனமாகத் தாம் எழுதிய வரலாறு, பொருட்சுருக்கம்,
அரும்பத வகராதி என்பவற்றோடு

சென்னை:
கேசரி அச்சுக்கூடத்திற்
பதிப்பிக்கப்பெற்றது.

[முதற் பதிப்பு]

பிரஜோத்பத்தி ஹு ஆவணி மீ
1931

Copyright Registered]

 [விலை ரூபா ஒன்று

உ

கணபதி துணை.

பத்துப்பாட்டு மூலம்.

இஃது

உத்தமதானபுரம்

மகாமகோபாத்தியாய தாக்ஷிணாத்ய கலாநிதி

வே. சாமிநாதையரால்

பலபிரதிகளைக்கொண்டு பரிசோதித்து

நூதனமாகத் தாம் எழுதிய வரலாறு, பொருட்சுருக்கம்,

அரும்பத வகராதி என்பவற்றோடு

சென்னை:

கேசரி அச்சுக்கூடத்திற்

பதிப்பிக்கப்பெற்றது.

[முதற் பதிப்பு]

பிரஜோத்பத்தி ௵ ஆவணி ௴

 1931 [விலை ரூபா ஒன்று.

உ

கணபதி துணை

முகவுரை

தேவாரம்

திருத்தாண்டகம்

திருச்சிற்றம்பலம்

பந்தணவு மெல்விரலாள் பாகன் றன்னைப்
பாடலோ டாடல் பயின்றான் றன்னைக்
கொந்தணவு நறுங்கொன்றை மாலை யானைக்
கோலமா நீல மிடற்றான் றன்னைச்
செந்தமிழோ டாரியனைச் சீரி யானைத்
திருமார்பிற் புரிவெண்ணூ றிகழப் பூண்ட
அந்தணனை யாவடுதண் டுறையுண் மேய
அரனடியே யடிநாயே னடைந்துய்ந் தேனே.

திருச்சிற்றம்பலம்

சங்கமருவிய நூற்றொகுதிகள் பத்துப்பாட்டு, எட்டுத்தொகை, பதினெண் கீழ்க்கணக்கு என்பனவாம்; அவற்றுள் பத்துப்பாட்டாவன (1) திருமுருகாற்றுப்படை, (2) பொருநராற்றுப்படை, (3) சிறுபாணாற்றுப்படை, (4) பெரும்பாணாற்றுப் படை, (5) முல்லைப்பாட்டு, (6) மதுரைக்காஞ்சி, (7) நெடுநல்வாடை, (8) குறிஞ்சிப்பாட்டு, (9) பட்டினப்பாலை, (10) மலைபடுகடாம் என்பன. இது,

முருகு பொருநாறு பாணிரண்டு முல்லை
பெருகு வளமதுரைக் காஞ்சி – மருவினிய
கோலநெடு நல்வாடை கோல்குறிஞ்சி பட்டினப்
பாலை கடாத்தொடும் பத்து

என்பதனால் விளங்கும். இவற்றை யியற்றியவர்கள் நக்கீரனார் முதலிய நல்லிசைப்புலவர் எண்மர். அவர்களுடைய பெயர்களும் பாட்டுடைத் தலைவர்களுடைய பெயர்களும் அவ்வப் பாட்டின் இறுதியிலுள்ள வாக்கியத்தால் அறியலாகும். திருமுருகாற்றுப்படை, நெடுநல்வாடை யென்னும் இரண்டையும் இயற்றியவர் ஆசிரியர் நக்கீரர். பெரும்பாணாற்றுப்படை, பட்டினப்பாலை யென்னும் இரண்டையும் இயற்றியவர் உருத்திரங்கண்ணனார். பொருநராற்றுப்படை பட்டினப்பாலை யென்னும் இரண்டும் கரிகால்வளவனையும், மதுரைக்காஞ்சி, நெடுநல்வாடை யென்னும் இரண்டும் பாண்டியன் நெடுஞ்செழியனையும் பாட்டுடைத் தலைவர்களாகக் கொண்டவை. இவற்றைத் தொகுத்தோர் சங்கப் புலவர்களே. இவை பாட்டெனவும் பாவெனவும் வழங்கும்.

இவற்றுள் அகத்திணைக் குரியன முல்லைப்பாட்டு, குறிஞ்சிப்பாட்டு, பட்டினப்பாலை யென்பன; ஏனைய ஏழும் புறத்திணைக் குரியன. இவ்வேழனுள் ஆற்றுப்படைகளாக உள்ளவை ஐந்து. இப்பாட்டுக்கள் பத்தும், மதுரை ஆசிரியர் பாரத்துவாசி நச்சினார்க்கினியரது உரையைப் பெற்றுள்ளன. அவ்வுரையால் அதற்கு முன்பும் இவற்றிற்கு வேறுரை இருந்த தென்று தெரிகிறது. திருமுருகாற்றுப்படைக்கு மட்டும் இவற்றை யல்லாமல் வேறு உரையொன்று இக்காலத்து வழங்குகின்றது.

இவற்றின் மூலமும் நச்சினார்க்கினியர் உரையும் பல ஏட்டுச் சுவடிகளின் உதவியால் ஆராயப்பெற்று முதன் முறையாக 1889ஆம் வருஷம் என்னால் வெளியிடப்பெற்றன. அப்பொழுது முதலிற் கிடைத்த சுவடிகளில் *மூலம் இல்லாமையால் உரையில் உள்ள மூலங்களாகிய ஒருமொழி தொடர் மொழிகளை இணைத்து மூலத்தை எழுதிக் கொண்டேன். ஏட்டுச் சுவடியி லுள்ள ஒரு நூலை ஆராய்ந்து வெளியிடுவதில் உண்டாகும் துன்பம் மிக அதிகம். அச்சுப்பிரதியி லுள்ளவாறு ஏட்டுச்சுவடி அமைந்திராது; சுவடியில் எழுதுவோரால் நேரும் பிழைகள் பல; குறியீடுகள், கொம்பு, கால், புள்ளி முதலியவை இரா; நெடிலுக்கும் குறிலுக்கும் வேறுபாடு தெரியாது; அடிகளின் வரையறைகளும் இரா; இது மூலம், இஃது உரை, இது மேற்கோ ளென்று அறியவும் இயலாது; எல்லாம் ஒன்றாக எழுதப்பட்டிருக்கும். இவ்வளவு கஷ்டங்களோடு மூலமும் இல்லையெனின் அந்நூலைச் செவ்வியுற அமைப்பது இத்துணை மனக்கலக்கத்தையும் தளர்ச்சியையும் உண்டாக்கு மென்பதை அறிஞர்கள் நன்கு அறிவார்கள். எனவே, அவ்வாறு ஆராய்ந்து மூலத்தைத் தொகுப்பதில் எனக்குண்டான துன்பம் அளவிடற்கரியது. சில வாரங்களுக்கு முன்பு இறைவன் திருவருளால் இப் பத்துப்பாட்டின் மூலமும் உரையும் மூன்றாவது முறையாக வெளிவந்துள்ளன.

சில நண்பர்கள் மூலத்தை மட்டும் தனியே பதிப்பித்தல் நலமென்று சொன்னார்கள். எனக்கும் அங்ஙனம் செய்யவேண்டு மென்ற எண்ணம் நெடுநாளாக இருந்தது. அதனால் இப்போது வெளியிடலானேன்.

இப்பதிப்பில் பத்துப் பாட்டுக்களுள் ஒவ்வொன்றைப் பற்றிய வரலாறும், பொருட்சுருக்கமும், அரும்பத அகராதியும் தனித்தனியே எழுதிச் சேர்க்கப்பெற்றுள்ளன; பொருட்சுருக்கம் பெரும்பாலும் நச்சினார்க்கினியரது உரையைத் தழுவியும், சில பயன்கருதிச் சிறுபான்மை வேறுபடுத்தியும், பாட்டின் கருத்து விளங்க வேண்டுமென்று கருதி எச்சங்களை முற்றாக்கிச் சிறிய வாக்கியங்களாக அமைத்தும், இன்னும் சில வேறுபாடுகள் செய்தும் ஒருவாறு எழுதப்பட்டது.

இந்த 42 வருஷங்களாகப் பத்துப்பாட்டு உரையுடன் தமிழ்நாட்டில் உலவி வருகின்றமையின் இவற்றின் பெருமையைப் பெரும்பான்மையோர்கள் தெரிந்து கொண்டிருப்பார்கள். இவற்றிலுள்ள சுவைநிரம்பிய அடிகளை மனனம் செய்யவும் மூலத்தை மட்டும் படித்து இன்புறவும் பலர் விரும்புதல்கூடும்.

மூலபாடத்தைப் பயிலுதல் தமிழ்நாட்டில் தொன்று தொட்டுவந்த பழக்கமாகும். வித்துவான்கள் இலக்கணங்களையும் நிகண்டுகளையும் இலக்கியங்களில் மிக்க சுவையுள்ள பகுதிகளையும் மனனம்செய்து வேண்டிய பொழுது அவற்றைப்

---

* பலராற் பாராயணம் செய்யப்படும் திருமுருகாற்றுப்படையின் மூலம் தமிழ்நாட்டில் முன்பு தனியாகவே வழங்கிவந்தது.

பிறர்க்குச் சொல்லியும் தாமே நினைந்தும் இன்புற்று வந்தார்கள்; "நூல்பயிலியல்பே நுவலின் வழக்கறிதல், பாடம் போற்றல்" (நன்னூல், பாயிரம்) என்பதும், "படியில் கல்வி விரும்பினோன் பாடம் போற்றுமதுபோல" (பிரபுலிங்க லீலை) என்பதும், "சொன்மூல மறந்தவர்க் கென்உரை யேறுமோ" (கோடீச்சுரக் கோவை) என்பதும் இங்கே அறிதற்குரியன. இவற்றால் மூலபாடத்தின் சிறப்பும் அவற்றை மனனம் செய்யும் பழைய வழக்கமும் புலப்படுகின்றன.

பத்துப்பாட்டைப் பற்றிய பிற வரலாறுகளையும், ஆராய்ச்சியையும், பாடினோர், பாடப்பட்டோர்களின் வரலாறு முதலியவற்றையும் உரையோடு கூடிய பதிப்பிற் காணலாம்.

இதனைப் பதிப்பித்து வருங்காலத்தில் உடனிருந்து ஒப்பு நோக்குதல் முதலிய உதவிகளைச் செய்து வந்தவர்கள் சென்னை, கிறிஸ்டியன் காலேஜ் தமிழ்ப் பண்டிதர் சிரஞ்சீவி, வித்துவான் வி.மு. சுப்பிரமணிய ஐயரும், மோகனூர்த் தமிழ்ப் பண்டிதர் சிரஞ்சீவி, கி.வா. ஜகந்நாதையரும் ஆவார்கள்.

இன்னும் நன்றாக ஆராய்ச்சி செய்ய வேண்டு மென்னும் விருப்பம் மிகுதியாக இருந்தும் என்னுடைய முதுமைப் பருவமும் அதற்குத் துணை செய்துவரும் பிணி முதலியனவும் அவ்வாறு செய்ய இடங்கொடாமையால் அன்பர்கள் இதிற் காணப்படும் குற்றங்களைப் பொறுத்துக் கொள்வார்க ளென்று நம்புகிறேன்.

திருச்சிற்றம்பலம்

குற்றநீ குணங்கணீ கூடலால வாயிலாய்
சுற்றநீ பிரானுநீ தொடர்ந்திலங்கு சோதிநீ
கற்றநூற் கருத்துநீ யருத்தமின்ப மென்றிவை
முற்றுநீ புகழ்ந்துமுன் னுரைப்பதென் முகம்மனே!

திருச்சிற்றம்பலம்

இங்ஙனம்,
வே. சாமிநாதையர்

"தியாகராஜ விலாஸம்"
திருவேட்டீசுவரன் பேட்டை
5-9-31

உ
கணபதி துணை

எட்டுத்தொகையுள் ஒன்றாகிய
புறநானூறு மூலமும் உரையும்

இவை
கும்பகோணம் காலேஜ் தமிழ்ப் பண்டிதராகிய
உத்தமதானபுரம்
வே. சாமிநாதையரால்
பல பிரதிரூபங்களைக் கொண்டு
பரிசோதித்து,

சென்னை:
வெ.நா. ஜூபிலி அச்சுக்கூடத்திற் பதிப்பிக்கப்பட்டன.

1894

[Copyright Registered]

விலை - ரூபா சு

உ.

கணபதி துணை

எட்டுத்தொகையுள் ஒன்றாகிய

புறநானூறுமூலமும் உரையும்.

இவை

கும்பகோணம் காலெஜ் தமிழ்ப்பண்டிதராகிய

உத்தமதானபுரம்

வே. சாமிநாதையரால்

பல பிரதிரூபங்களைக்கொண்டு

பரிசோதித்து,

சென்னை:

வே. நா. ஜூபிலி அச்சுக்கூடத்திற் பதிப்பிக்கப்பட்டன.

1894.

Copyright Registered.

விலை—ரூபா ௪.

உ
கணபதி துணை

முகவுரை

புறநானூறென்பது, அமிழ்திற் சிறந்த தமிழ் மொழியதனை ஒன்பான் சுவை புணர்த் தன்பால் வளர்த்தருள் நச்சும் பெருமை *முச்சங்கத்துள் கடைச்சங்கப் புலவர்கள் அருளிச்செய்த எட்டுத் தொகையுள் ஒன்று; எட்டுத் தொகையாவன: நற்றிணை குறுந்தொகை ஐங்குறுநூறு பதிற்றுப்பத்து பரிபாடல் கலித்தொகை அகநானூறு புறநானூறு என்பன. இதனை அடியில்வரும் வெண்பாவா லுணர்க.

நற்றிணை நல்ல குறுந்தொகை யைங்குறுநூ
றொத்த பதிற்றுப்பத் தோங்கு பரிபாடல்
கற்றறிந்தார் சொல்லுங் கலியோ டகம்புறமென்
றித்திறத்த வெட்டுத் தொகை.

இவற்றுள் ஒவ்வொன்றும் பலராற் செய்யப்பட்டுத் தொழில் அளவு பாட்டு பொரு ளென்பனவற்றுள் ஒவ்வொன்றால் தொகுக்கப்பட்டமையின், இவை தொகையென்று பெயர்பெற்றன வென்பர்.

இவற்றுள்,

க. **நற்றிணை:** இது, கடவுள் வாழ்த்துச் செய்யுள் முதலிய ௪௦க-அகவற்பாக்களை யுடையது; இப்பாக்களுள், முதற் செய்யுளாகிய கடவுள் வாழ்த்துப் பாரதம் பாடிய பெருந்தேவனாராலும், மற்றை நானூறு பாக்களும் கபிலர் முதல் ஆலங்குடி வங்கனா ரிறுதியாகவுள்ள புலவர் பலராலும் இயற்றப்பட்டன; பொருளின் பகுதியாகிய அகம் புற மென்னு மிரண்டனுள் அகத்தின் பகுதிகளையே பொருளாக வுடையது. மேற்கூறிய அகவற்பாக்கள், ஒன்பதடிச் சிறுமையும் பன்னிரண்டடிப் பெருமையு முள்ளவைகள். இத்தொகை தொகுப்பித்தோன், பன்னாடுதந்த பாண்டியன் மாறன் வழுதி. இதற்கு உரை கிடைத்திலது.

உ. **குறுந்தொகை:** இது கடவுள் வாழ்த்துச் செய்யுள் முதலிய ௪௦௨-அகவற்பாக்களை யுடையது. இவற்றுள், முதற்பாவாகிய கடவுள் வாழ்த்துப் பாரதம் பாடிய பெருந்தேவனாராலும் மற்றை ௪௦க-பாக்கள் திப்புத்தோளார் முதல் அம்மூவனா ரிறுதியாகவுள்ள புலவர் இருநூற்று நால்வராலும் இயற்றப்பட்டுள்ளன; அகத்தின் பகுதிகளையே பொருளாக வுடையது. மேற்கூறிய அகவற்பாக்கள் நாலடிச் சிற்றெல்லையும் எட்டடிப் பேரெல்லையும் உள்ளவைகள்.

---

* முச்சங்கத்தின் வரலாறுகளை இறையனா ரகப்பொரு ளுரையிலும் சிலப்பதிகார வுரையிலும் காண்க.

இத்தொகை முடித்தான் பூரிக்கோ. இஃது அளவால் தொகுக்கப்பட்ட தென்பர். இத்தொகையின் பாக்களுள் இருபது பாக்களொழிந்த மற்றைப் பாக்களுக்குப் பேராசிரியர் பொருளெழுதினா ரென்றும் அவரெழுதா தொழிந்த இருபது பாக்களுக்கும் நச்சினார்க்கினியர் பொருளெழுதினா ரென்றும் பின்னுள்ள பாடல்கள் உணர்த்துகின்றன: "பாரத்தொல் காப்பியமும் பத்துப்பாட் டுங்கலியு, மாரக் குறுந்தொகையு ளைஞ்ஞான்குஞ் — சாரத், திருத்தகு மாமுனிசெய் சிந்தா மணியும், விருத்திநச்சி னார்க்கினிய மே", "நல்லறி வுடைய தொல்பேராசான், கல்வியுங் காட்சியுங் காசினி யறியப், பொருடெரி குறுந்தொகை யிருபது பாட்டிற், கிதுபொரு ளென்றவ னெழுதா தொழிய, விதுபொருளென்றதற் கேற்ப வுரைத்தும்"; இவை நச்சினார்க்கினிய ருரைச் சிறப்புப் பாயிரம். 'பேராசிரியரும் யானே யீண்டை யோனே என்னுங் குறுந்தொகைச் செய்யுளில் மீனெறி தூண்டி லென்பதனை ஏனையுவம மென்றார்' என்று தொல்காப்பியம், அகத்திணை யியல் ருசூ-ம் சூத்திரவுரையில் நச்சினார்க்கினியர் எழுதியிருத்தலாலும் இத்தொகைக்குப் பேராசிரியர் பொருளெழுதினா ரென்பது ஊகித்தறியப்படுகின்றது. அவ்வுரை கிடைத்திலது.

ரு. **ஐங்குறுநூறு:** இஃது அகத்தின் பகுதியாகிய மருத முதலிய ஐந்திணைகளையும் நூறுநூறு அகவற்பாக்களால் விளக்குவது; கடவுள் வாழ்த்துச் செய்யுள் முதலிய ருoக - அகவற்பாக்களை யுடையது; இப்பாக்களுள் கடவுள் வாழ்த்துப் பாரதம் பாடிய பெருந்தேவனாராலும், மருதத் திணையைக் குறித்த முதல் நூறு ஓரம்போகியாராலும், நெய்தற் றிணையைக் குறித்த இரண்டா நூறு அம்மூவனாராலும், குறிஞ்சித் திணையைக் குறித்த மூன்றா நூறு கபிலராலும், பாலைத் திணையைக் குறித்த நான்கா நூறு ஓதலாந்தையாராலும், முல்லைத் திணையைக் குறித்த ஐந்தா நூறு பேயனாராலும் இயற்றப்பட்டுள்ளன. இதனை அடியில்வரும் வெண்பாவா லுணர்க.

மருதமோ ரம்போகி நெய்தலம் மூவன்
கருதுங் குறிஞ்சி கபிலர் – கருதிய
பாலையோ தல்லாந்தை பன்முல்லை பேயனே
நூலையோ தைங்குறு நூறு.

இதிலுள்ள பாக்களினுடைய அடிகளின் சிறுமை பெருமை தெரியவில்லை. இத்தொகை தொகுத்தார் புலத்துறைமுற்றிய கூடலூர்கிழார்; தொகுப்பித்தான் யானைக்கட்சேய் மாந்தரஞ்சேர லிரும்பொறை. இதற்கு உரை கிடைத்திலது.

சு. **பதிற்றுப்பத்து:** இது சேரர்குலத்தாரையே பாடியது; இத்தொகையால் அக்காலத்திருந்த சேரர் பலருடைய வள்ளன்மையும் வீரமும் பின்னுமுள்ள வரலாறுகள் பலவும் நன்கு புலப்படும். இஃது, ஒவ்வொரு புலவர் பப்பத்தாகச் செய்த நூறு பாட்டுக்களை யுடையது. இதனாலேயே இத்தொகை பத்துப் பகுதியாகப் பகுக்கப்பட்டுள்ளது. அவற்றுள் முதற்பத்தும் பத்தாம் பத்தும் இப்பொழுது பலவிடத்துப் பிரதிகளிலுங் காணப்படாமையால் அவை இறந்தனபோலும். எஞ்சியவற்றுள்,—

இரண்டாம் பத்து, இமயவரம்பன் நெடுஞ்சேரலாதனைக் குமட்டூர்க் கண்ணனார் பாடி உம்பற்காட்டு ஐஞ்ஞூறூர் பிரமதாயம் பெற்று முப்பத்தெட்டி யாண்டு தென்னாட்டுள் வருவதனிற் பாகமும் பெற்றது.

மூன்றாம் பத்து, இமயவரம்பன் றம்பி பல்யானைச் செல்புகழ்க் குட்டுவனைப் பாலைக் கௌதமனார் பாடிச் சுவர்க்கம் பெற்றது.

நாலாம் பத்து, களங்காய்க்கண்ணி நார்முடிச் சேரலைக் காப்பியாற்றுக் காப்பியனார் பாடி நாற்பது நூறாயிரம் பொன் பரிசிலும் அவன் ஆள்வதிற் பாகமும் பெற்றது.

ஐந்தாம் பத்து, கோச் செங்குட்டுவனைப் பரணர் பாடி உம்பற்காட்டு வாரியையும் அவன் மகன் குட்டுவன் சேரலையும் பரிசில் பெற்றது.

ஆறாம் பத்து, நாடுகோட்பாடு சேரலாதனைக் காக்கை பாடினியார் நச்சென்னையார்பாடி ஒன்பதுகாப் பொன்னும் நூறாயிரங்காணமும் பெற்று அவன் பக்கத்து இருத்தல் கொண்டது.

ஏழாம் பத்து, செல்வக்கடுங்கோ வாழியாதனைக் கபிலர் பாடி நூறாயிரங் காணமும் அவன் ஒரு பெரியமலை மீதேறிக் கண்டு கொடுத்த நாடும் பரிசில் பெற்றது.

எட்டாம் பத்து, தகடூரெறிந்த பெருஞ்சேர லிரும்பொறையை அரிசில் கிழார் பாடி ஒன்பது நூறாயிரங் காணம் பரிசில் பெற்றது.

ஒன்பதாம் பத்து, குடக்கோ இளஞ்சேர லிரும்பொறையைப் பெருங்குன்றூர் கிழார் பாடி முப்பத்தீராயிரம் காண முதலியன பெற்றது.

இந்நூலிலுள்ள பாக்களினுடைய அடிகளின் சிறுமை பெருமை புலப்படவில்லை. இத்தொகையைத் தொகுத்தோரும் தொகுப்பித்தோரும் இன்னா ரின்னா ரென்றும் தெரியவில்லை. இதற்கு அரும்பதவுரை ஒன்றுண்டு.

ரு. **பரிபாடல்:** ஒருவகைப் பாவின் பெயராகிய பரிபாட லென்பது அப் பாவாலாகிய நூலுக்காயிற்று. இஃது, எழுபது பாட்டுக்களை யுடையதென்றும், அவ்வெழுபதுள் அ - பாட்டுத் திருமாலுக்கும் ௩க - குமரவேளுக்கும் க - கடலுக்கும் உசு - வையை யாற்றிற்கும் ச - மதுரைக்குமாகப் பகுக்கப்பட்டுள்ளன வென்றும் அடியில்வரும் வெண்பா விளக்குகின்றது.

திருமாற் கிருநான்கு செவ்வேட்கு முப்பத்
தொருபாட்டுக் கார்கோளுக் கொன்று – மருவினிய
வையையிரு பத்தாறு மாமதுரை நான்கென்ப
செய்யபரி பாடற் றிறம்.

அவ்வெழுபது பாடல்களுள் இப்பொழுது கிடைத்தவை இருபதே; மற்றவை பிரதிகளிற் காணப்படவில்லை. இயற்றிய ஆசிரியர்களின் பெயர் அவ்வப் பாட்டுக்களின் பின்னர் எழுதப்பட்டுள்ளன. இந்நூலிலுள்ள பாக்களினுடைய அடிகளின் சிறுமை பெருமை விளங்கவில்லை. இதனைத் தொகுத்தோரும் தொகுப்பித்தோரும் இன்னா ரின்னா ரென்றும் புலப்படவில்லை. இத்தொகை பாட்டாற் றொகுக்கப்பட்டது. இதற்குப் பழையவுரை ஒன்றுள்ளது.

சா. **கலித்தொகை:** இது கடவுள் வாழ்த்துச் செய்யுள் முதலிய நூற்றைம்பது கலிப்பாக்களை யுடையது; அகத்தின் பகுதியாகிய பாலை குறிஞ்சி மருதம் முல்லை நெய்த லென்னும் ஐந்திணைக்குமுரிய முதற்பொருள் கருப்பொருள் உரிப்பொருள்களை இனிது விளக்குவது; சொல்லினிமை பொருளினிமையில்

மிகச் சிறந்தது. இதிலுள்ள செய்யுட்கள் பல புலவராற் செய்யப்பட்டன வென்று பழைய வுரைகளைக் கொண்டு ஊகித் தறியப்படு மாயினும் கிடைத்த பிரதிகளில் அவ்வச் செய்யுளின் பின்னர் இயற்றிய ஆசிரியர்களின் பெயர்கள் மற்றைத் தொகைகளிற்போல் எழுதப்படாமையின் இயற்றியவர் இன்னா ரின்னா ரென்று தெரிந்துகொள்ளக் கூடவில்லை. இந்நூலிலுள்ள பாக்களினுடைய அடிகளின் சிறுமை பெருமையும் விளங்கவில்லை. இதற்கு நச்சினார்க்கினியர் உரை செய்திருக்கின்றனர். இது குறுங்கலித்தொகை யென்றும் கலியென்றும் கூறப்படும். இத்தொகை பாட்டாற் றொகுக்கப்பட்டது.

எ. **அகநானூறு:** இது கடவுள் வாழ்த்துச் செய்யுள் முதலிய ௪௦௧ - அகவற்பாக்களை யுடையது; இவற்றுள், பாரதம் பாடிய பெருந்தேவனாரால் முதற் செய்யுளாகிய கடவுள் வாழ்த்தும் மாமூலனார் முதல் உலோச்சனா ரிறுதியாகவுள்ள புலவர் பலரால் மற்றை நானூறும் இயற்றப்பட்டுள்ளன; அகத்தின் பகுதிகளையே பொருளாக வுடையது. மேற்கூறிய அகவற்பாக்கள் பதின்மூன்றடிச் சிறுமையும் முப்பத்தேழடிப் பெருமையு முள்ளவைகள். இவற்றுள் கடவுள் வாழ்த்தொழிந்த நானூறு பாக்களில் முன்புள்ள ௧௨௦ - பாக்கள் களிற்றியானைநிரை யெனவும் அவற்றின் பின்புள்ள ௧௮௦ -பாக்கள் மணிமிடைபவள மெனவும் மற்றைய நூறு பாக்கள் நித்திலக்கோவை யெனவும் கூறப்படும். இத்தொகை தொகுத்தான், மதுரை உப்பூரிகுடிகிழார் மகனாவான் உருத்திரசன்மன். தொகுப்பித்தான் பாண்டியன் உக்கிரப் பெருவழுதி. இத்தொகை அகமெனவும் அகப்பாட்டெனவும் நெடுந்தொகை யெனவும் கூறப்படும். இது பொருளாற் றொகுக்கப்பட்டது.

புறநானூற்றின் வரலாற்றிற்கு அங்கமாக நற்றிணை முதலிய ஏழு தொகைகளின் வரலாறுகள் இதுவரையிற் கூறப்பட்டன.

அ. **புறநானூறு:** இது கடவுள் வாழ்த்துச் செய்யுள் முதலிய ௪௦௦ - அகவற்பாக்களை யுடையது. அப்பாக்களுள் முதற் செய்யுளாகிய கடவுள் வாழ்த்துப் பாரதம் பாடிய பெருந்தேவனாராலும் மற்றை ௩௯௯ - பாக்களும் முரஞ்சியூர் முடிநாகராயர் முதல் கோவூர்க்கிழா ரிறுதியாகவுள்ள புலவர் பலராலும் இயற்றப்பட்டுள்ளன. இதனைத் தொகுத்தோரும் தொகுப்பித்தோரும் இன்னா ரின்னா ரென்று விளங்கவில்லை. இந் நூலிலுள்ள பாக்களினுடைய அடிகளின் சிறுமை பெருமையும் தெரியவில்லை. இது புறப்பாட்டெனவும் புறமெனவும் வழங்கும். இது பொருளாற் றொகுக்கப்பட்டது. இங்கே பொருளென்றது, அகம் புறமென்னு மிரண்டனுள் புறத்தை.

அகமாவது ஒத்த அன்பினராகிய தலைவனுந் தலைவியும் தம்முட் கூடுகின்ற காலத்து பிறந்து அக்கூட்டத்தின் பின்பு அவ்விருவராலும் ஒருவருக்கொருவர் தத்தமக்குப் புலனாக இவ்வாறிருந்த தெனக் கூறப்படாததாய் எப்பொழுதும் உள்ளத் துணர்வாலேயே அனுபவிக்கப்படும் இன்பம்; இன்பம் பற்றி அகத்தே நிகழும் ஒழுக்கத்தை அகமென்றது ஆகுபெயர்; அகம் — உள். புறமாவது மேற்கூறிய ஒத்த அன்புடையாராலேயே யன்றி எல்லாராலும் அனுபவித் துணரப்பட்டு இஃது இவ்வாறிருந்த தெனப் பிறர்க்குக் கூறப்படும் பொருள்; அஃது அறனும் பொருளும்; அறனும் பொருளும்பற்றிப் புறத்தே நிகழு மொழுக்கத்தைப் புறமென்றது ஆகுபெயர்; புறம் — வெளி. இந்நூல், மேற்கூறிய புறத்தின் பகுதியாகிய வெட்சி முதலிய திணைகளுக்குரிய துறைப்பொரு ளமைந்த ௪௦௦ - பாக்களை யுடைமையின்,

புறநானூ றென்று பெயர் பெற்றது. வெட்சி முதலிய திணைகளாவன: வெட்சி, கரந்தை, வஞ்சி, காஞ்சி, நொச்சி, உழிஞை, தும்பை, வாகை, பாடாண், பொதுவியல், கைக்கிளை, பெருந்திணை யென்பன. திணை — ஒழுக்கம். துறை — மக்களும் விலங்குகள் முதலியனவும் சென்று நீருண்ணும் துறைபோலப் பலவகைப்பட்ட பொருளும் ஒருவகைப்பட்டு இயங்குதற்குரிய வழி. ஈண்டுக் கூறிய திணை துறைகளின் விவரணங்களைப் பின்னர்ச் சேர்க்கப்பட்டுள்ள திணை விளக்கத்திலும் துறை விளக்கத்திலும் முறையே காண்க.

இந்நூலால், பண்டைக் காலத்து இத் தமிழ்நாட்டி லிருந்த சேர சோழ பாண்டியர்க ளாகிய முடியுடை வேந்தர், சிற்றரசர், அமைச்சர், சேனைத் தலைவர், வீரரென்கிற பலருடைய சரித்திரங்களும், கடையெழு வள்ளல்களின் சரித்திரங்களும், கடைச்சங்கப் புலவர் பலருடைய சரித்திரங்களும், அக்காலத் துள்ளாருடைய நடை முதலியனவும் இன்னும் பற்பலவும் நன்கு புலப்படும். இந்நூற் செய்யுட்களாற் பாடப்பட்டவர்கள் ஒரு காலத்தாரல்லர்; ஒரு குலத்தாரல்லர்; ஒரு சாதியாரல்லர்; ஓரிடத்தாருமல்லர். பாடியவர்களும் இத்தன்மையரே. இவர்களில் அந்தணர் சிலர்; அரசர் பலர்; வணிகர் பலர்; வேளாளர் பலர். பாடியவர்களுள் பெண்பாலாரு முளர்.

முன்னா ளிடையே யிந்நா டாண்ட, காவலர் பல்லோர் பாவலர் பல்லோர், மாசரிதத்தை யாசற விளக்கிச், சொற்சுவை பொருட்சுவை துவன்றியெஞ் ஞான்று, மொப்புமை யில்லாத் திப்பிய நடையுடைத், திறப்பா டமைந்தவிப் புறப்பாட் டுக்கள், தெய்வ வணக்கஞ் செய்யுமி னென்பவும், அறத்தின் பகுதியை உறத்தெரிப் பனவும், பாவ வழியை நீவனன் றென்பவும், இம்மைப் பயனொடு மறுமைப் பயனைச், செம்மையின் வகுத்துத் தெரிவிப் பனவும், அந்தண ரியல்பைத் தந்துரைப் பனவும், அரச நீதியை யுரை செய் வனவும், வணிக ரியல்பைத் துணிவுறுப் பனவும், வேளாண் மாக்களின் றாளாண் மையினை, யியம்பு வனவும் வயம்புரி போர்க்கு, முந்துறு மரசரைச் சந்துசெய் வனவும், ஒற்றுமைப் பயனைச் சொற்றிடு வனவும், வீரச் சிறப்பை யாரத்தெரிப்பவும், இல்லற மாகிய நல்லற முரைப்பவுந், துறவற மதனைத் திறவிதிற் றெரிப்பவு, மிடித்துன் பத்தை யெடுத்துரைப் பனவும், வண்மையுந் தண்மையு முண்மையுந் திண்மையு, மென்னு மிவற்றைப் பன்னு வனவும், அளியையு மொளியையுந் தெளிவுறுப் பனவுந், தம்மைப் புரந்தோர் தாமாய்ந் திடவே, புலவர்கள் புலம்பி யலமர றெரிப்பவு, நட்பின் பயனை நன்கியம் புநவுங், கல்விப் பயனைக் கட்டுரைப் பனவும், நீர்நிலை பெருக்கென நிகழ்ந்து வனவு, மானந் தன்னைத் தாநன் குரைப்பவும், இளமையும் யாக்கையும் வளமையு நிலையா, வென்றே யிசைத்து நன்றேய்ப் பனவும், அருளுடை மையினை மருளறத் தெரிப்பவுந், தரமறிந் தொழுகென் றுரனுற விதிப்பவும், அவாவின் கேடே தவாவின் பென்பவும், இனியவை கூற னனிநல னென்பவும், உழவின் பெருமையை யழகுற வுரைப்பவு, நன்றி யறிக வென்றிசைப் பனவுங், கொடுங்கோன் மையினை விடுங்கோ ளென்பவுந், தவத்தின் பெருமையைத் தவப்பகர் வனவு, மடியெனும் பிணியைக் கடிமி னென்பவுங், கொலையெனும் பகையைத் தொலைமி னென்பவு, நல்லோர் புணர்ந்து புல்லோர்த் தணந்து, தாழ்வொன் றின்றி வாழ்மி னென்பவுஞ், சுற்றம் புரக்கு நற்றிற முரைப்பவுங், கற்பின் றிறத்தைக் கற்பிப் பனவு, மக்கட் பேற்றின் மாண்புரைப் பனவுங், கணவனை யிழந்த மணமலி கூந்த, றீப்பாய் செய்தி தெரிவிப் பனவுங், கைம்மை விரத வெம்மை விரிப்பவும், இன்னும் பற்பல பன்னுவனவுமாய்ச், செப்புந ரெவர்க்கு மெய்ப்பிடை வைப்பாய், அரும்பெறன் மரபிற் பெரும்பயன்

றருமே என்று ஒருவாறு பொதுப்படத் தொகுத்துக் கூறுவதன்றி இன்ன பாடல் இத்தன்மையது இன்ன பாடல் இத்தன்மையதென்று தனித்தனியே எடுத்துக்காட்டி இவற்றின் அருமை பெருமைகளைச் சீராட்டிப் பாராட்டுதற்கு ஒருசிறிதும் வல்லேனல்லேன்.

இவை நூலாசிரியர் பலருடைய உள்ளத்தையும் உரையாசிரியர் பலருடைய உள்ளத்தையும் தம் வசமாக்கி அவற்றைத் தமக்கு முழுமணிப் பீடிகையாகக்கொண்டு வீற்றிருந்தன வென்பதை, அவரவ ரருளிச்செய்த நூல்களும் உரைகளும் இவற்றின் சொன்னடை பொருணடைகளை இடையிடையே பெரும்பாலுந் தழுவி யிருத்தலே நன்கு புலப்படுத்தும்.

இந்நூற்குக் கிடைத்த வுரை, பதப்பொருளை இனிது விளக்கி உரிய இடங்களிற் சொற்களை முடித்துக்காட்டி இலக்கணக் குறிப்பையும் திணை துறைகளையும் ஆங்காங்குள்ள பழமொழிகளையும் அணியையும் சொன்னயம் பொருணயங் களையும் நன்கு புலப்படுத்துவது; இதில் இக்காலத்து வழங்காத சொற்கள் பலவுள்ளன. அன்றியும், இதன் இடையிடையே சிற்சில வாக்கியங்கள் அவ்வவ் விடத்திற்குப் பொருத்த மில்லாதனவாகக் காணப்பட்டன. அவற்றைச் செவ்வை செய்து கொள்ளுதற்கு இப்பொழுது தக்க சாதனம் கிடையாமையாலும் இனி நல்ல பிரதிகள் கிடைப்பின் அவற்றைக் கொண்டு செவ்வை செய்துகொள்ளலா மென்றும் அவற்றை மாற்றாது பிரதிகளி லிருந்தவாறே பதிப்பித்தேன். இவ்வுரை, இந்நூலின் முதல் இருநூற் றுறுபத் தாறு பாடல்களுக்கு மட்டுமே கிடைத்தது; மேலுள்ள பாடல்களுக்கு ஒரு பிரதியிலும் கிடைத்திலது; உசஉ - ம் பாடலுக்கு மேற்பட்டுள்ள வற்றினுரை இடையிடையே சிதைந்து மாறியிருக்கிறது. இவ்வுரையாசிரியர் இன்னாரென்று தெரியவில்லை. இவர் சில பாடல்களின் விசேடவுரையில் எழுதும் மறுப்புக்கள், இந்நூற்குப் பழையவுரை ஒன்றிருந்த தென்பதைக் குறிப்பிக்கின்றன. அவ்வுரை இப்பொழுது கிடைக்கவில்லை.

உரையில்லாத மூலங்கள் எழுத்துஞ் சொல்லும் மிகுந்தும் குறைந்தும் பிறழ்ந்தும் திரிந்தும் பலவாறு வேறுபட்டிருந்ததன்றி, இவற்றுள், சில பாடல்களின்பின் திணை யெழுதப்படாமலும் சிலவற்றின்பின் துறை யெழுதப்படாமலும் சிலவற்றின்பின் இரண்டு மெழுதப் படாமலும் சிலவற்றின்பின் பாடினோர் பெயர் சிதைந்தும் சிலவற்றின்பின் பாடப்பட்டோர் பெயர் சிதைந்தும் சிலவற்றின்பின் இருவர் பெயருமே சிதைந்தும் சில பாடல்கள் இரண்டிடத்து எழுதப்பட்டு இரண்டெண்களை யேற்றும் வேறு வேறிடத்தில் இருத்தற்குரிய இரண்டு பாடல்கள் ஒருங்கெழுதப்பட்டு ஒரெண்ணை யேற்றும் சில முதற்பாகங் குறைந்தும் சில இடைப்பாகங் குறைந்தும் சில கடைப்பாகங் குறைந்தும் சில முற்றுமின்றியும் ஒரு பாடலின் அடிகளுள் ஒன்றும் பலவும் வேறு பாடல்களின் அடிகளோடு கலந்தும் ஓரடியே ஒரு பாட்டுட் சிலவிடத்து வரப்பெற்றும் பொருளுண்மை காணாத வண்ணம் இன்னும் பலவகைப்பட மாறியும் கையெழுத்துப் பிரதிகளி லிருந்தன. இவற்றைப் பரிசோதித்து வருகையில், இந்நூலி லிருந்து வேறு நூல்களினுடைய பழைய வுரைகளின் இடையிடையே உரையாசிரியர்களால் பூர்த்தியாகவும் சிறிது சிறிதாகவும் எடுத்துக் காட்டப் பட்டிருந்த உதாரணங்கள், சிற்சில பாடல்களிலுள்ள வழுக்களை நீக்கிச் செவ்வை செய்துகொண்டு பொருளுண்மை காணுதற்கும், சிற்சில பாடல்களிற் குறைந்த பாகங்களை நிரப்பிக் கொள்ளுதற்கும், பிறழ்ந்து கிடக்கும் சில பாடல்களை ஒழுங்குபடுத்தி வரையறை செய்து கொள்ளுதற்கும் பெருந்துணையாக விருந்தன.

தொல்காப்பியப் பொருளதிகாரத்தில், “மாற்றருங் கூற்றம்” என்னும் சூத்திரவுரையில், ‘மீனுண்கொக்கின் என்னும் புறப்பாட்டுமது’ என்று நச்சினார்க்கினிய ரெடுத்துக்காட்டிய முதற்குறிப்புச் செய்யுள் ஒரு பிரதியிலும் கிடைத்திலது.

பாடல்களிலும், அவற்றின் பின்னர்த் திணை துறை களையும் பாடப்பட்டோர் பாடினோர்களையும் தனித்தனியே தெரிவிக்கும் வாக்கியங்களிலும், உரைகளிலும், பிரதிகளிற் சொற்கள் சிதைந்த விடத்தைப் புலப்படுத்தற்கு (..........) இவ் வொற்றைப் புள்ளி நிரைகள் அமைக்கப்பட்டுள்ளன. பாடபேதங்களும் எடுத்துக்காட்டப் பட்டிருக்கின்றன.

உரை கிடையாத விடத்து ஒருவகையாலும் பொருள் காணாதவிதம் சிதைவுற்றிருந்த மூலங்கள் ஏட்டுப் பிரதியி லிருந்தபடியே புள்ளியிடுதல் முதலியன வின்றிப் பதிப்பிக்கப்பட்டன.

இந்நூற்கு இலக்கணம் அகத்தியமும் தொல்காப்பியமுமே யென்பதும் இதில் ஒவ்வொரு பாட்டின் பின்னும் எழுதப்பட்டுள்ள திணையும் துறையும் அவ்வப் பாட்டிற்கு ஏற்றன வல்ல வென்பதும் நச்சினார்க்கினியர் கருத்து; அவர் கருத்து அன்னதாதல், ‘தத்தம் புது நூல் வழிகளால் புறநானூற்றிற்குத் துறை கூறினாரேனும் அகத்தியமும் தொல்காப்பியமுமே தொகைகளுக்கு நூலாகலின் அவர் சூத்திரப் பொருளாகத் துறை கூறவேண்டு மென்றறிக’ என்று தொல்காப்பியப் புறத்திணை யியலில் “கொடுப்போ ரேத்தி” என்னும் சூத்திரவுரையில் அவரெழுதி யிருத்தலாலும் மேற்கூறிய புறத்திணையிய லுரையில் இந்நூற் பாட்டுக்களுட் சிலவற்றை வேறு திணை துறைகளுக்கு உதாரணமாகக் காட்டி அவர் மறுத்தலாலும் துணியப்படும்.

பாடினோரும் பாடப்பட்டோரு மாகிய இருவகையார் பெயர்களுட் சில பெயர், கையெழுத்துப் பிரதிகளில் பலவகைப்பட்ட விசேடணத்தோடு கூடியும் கூடாமலும் வேறுவேறிடத்து வேறுவேறு விதமாக எழுதப்பட்டு மிருந்தன; அவை இன்ன பெயரின் பரியாயங்க ளெனத் தெரிந்தும் அவற்றை ஒரேவிதமாகத் திருத்திவிடாமல் ஏனைத் தொகைகளிலும் மற்றை நூல்களிலும் உரைகளிலும் வழங்கும் பழைய வழக்கத்தைத் தெரிவித்தற்கு அவை பிரதிகளிற் இருந்தவாறே பதிப்பிக்கப்பட்டன. அவற்றுள் ஒன்றற்கு உதாரணம்:

க. மாந்தரஞ்சேர லிரும்பொறை

உ. சேரமான் மாந்தரஞ்சேர லிரும்பொறை

ங. சேரமான் யானைக்கட்சேய் மாந்தரஞ்சேர லிரும்பொறை

ச. கோச் சேரமான் யானைக்கட்சேய் மாந்தரஞ்சேர லிரும்பொறை.

மேற்கூறிய இருவகையோருடைய பெயர்களிற் சில பெயர்களுக்குக் காரணம் புலப்படுகின்றது; பலவற்றிற்குப் புலப்படவில்லை.

இத்தமிழ்நாட்டின் பழைய சரித்திரங்களைத் தெரிந்து கொள்ளுதலிலும் தெரிவித்தலிலுமே பெரும்பாலும் காலங்கழித்து உழைத்துவரும் உபகாரிகளாகிய விவேகிகள், இந்நூலை நன்கு ஆராய்ச்சி செய்வார்களாயின் இதனால் பலர் வரலாறுகள் முதலியன தெரிந்துகொள்ளுதல் கூடும்.

இந்நூ லுரையாசிரியர் மேற்கோளாக எடுத்துக்காட்டிய நூல்கள்:

இலக்கணம் ... ... தொல்காப்பியம்.

இலக்கியம் ... ... க. கலித்தொகை.

உ. சீவகசிந்தாமணி.

ங. பெரும்பாணாற்றுப்படை.

இவ்வுரையைப் பதிப்பிக்குங் காலத்து இடம்விளங்கா மேற்கோள்களுள் பின்பு இடம்விளங்கியது:

புறப்பாட்டின் எண்		நூல்
உஙo.	"அகலிரு விசும்பிற் பாயிருள் பருகிப் பகல்காண் றெழுதரு பல்கதிர்ப் பரிதி"	பெரும்பாணாற்றுப் படை; க—உ.

இடம்விளங்காத மேற்கோள்கள்:

சக.
எஅ. "ஏவ விளையர் தாய்வயிறு கரிப்ப"
கருக.

கஙஅ. "பண்டுகாடுமன்"

கசஎ. "பெண்கொலை புரிந்த நன்னன் போல
வரையா நிரயத்துச் செலியரோ வென்னை"

உரையாசிரிய ரெடுத்துக்காட்டிய வழக்குகள்:

கஙங. 'கொண்டைமேற் காற்றடிக்க'

கஙஅ. 'கிளியீடு வாய்த்தாற் போல்வன்'

இந்நூலிலும் உரையிலுங் கண்ட அரியசொற்கள்:
(எண்கள்: பாட்டினெண்கள்.)

அடார், கக்ூ.
அணுமை, உoகூ, உசூo.
அதற்பட, உகசூ.
அல்லிப்பாவை, ஙங.
ஆன்பொருந்தம், ஙசூ.
இடைகழி, களரு.
ஒருதலை, ருங.
ஒரிபாய்தல், கoகூ.
கட்டிலெய்தினானை, கஎ.
கண்ணுறை, கரு.
கந்தாரம், உருஅ.
காளாம்பி, கசூச.
கூப்பீடு, சச.
கொளுத்துச்செறிந்த, கருo.
சாணாகம், உசகூ.
தலையாட்டம், உ, ச.
தாளியடிக்கப்பட்ட, கஉo.
நெருநற்று, கசங, கசஎ.
அடிக்கீழ், சூஎ.
அதரிதிரித்தல், ஙஎo, ஙஎக, ஙஎங.
அருப்புத்தொழில், ச.
ஆவுதி, உ.
இட்டிய, கஎஎ.
ஒப்பமிட்ட நீலமணி, கசஎ.
ஒருவீர், ருஅ.
ஓரியர், கஎசூ.
கடாவழித்தல், ஙருங.
கதுவாய், கூஎ.
காவிய, கஙகூ.
குறித்துமரறெதிர்ப்பை, ஙங.
கைநீட்டு, கூஅ.
கோசர், கசூகூ, ஙகூசூ.
செண்டுவெளி, கஎச, உஉo.
தறிகை, உoசூ.
துஞ்சிய, ஙச, சசூ, ருக, ருஅ, சூகூ, கஎங, ககூஎ, ஙஎங, ஙஅஎ.

பல்லியாடிய, கஉ0.	பவணழிந்து, க0கூ.
பவரழிந்து, க0கூ.	பனெநுகும்பு, உசுகூ.
பார்ப்பார்ப் படுக்க, ககஙௌ.	பாறுமயிர், உகூ.
பிசிர், உஉரூ.	பெண்டாட்டி, கஉரூ.
பையாப்பு, உஉக.	மட்டையாகியதலை, உசுக.
முகுத்தம், உ0ச.	முட்டுக்கள், கஙகூ.
முதுமக்கட்டாழி, உருசூ.	முழுத்தம், உச.
முழுநெறி, கககூ.	மூரிநிமிர்தல், ரீஉ.
வடக்கிருத்தல், சூசூ.	வண்டற்பாவை, உசஙௌ.
வளையமாலை, எசூ.	வேணாவியோர், சகூ.

இந்நூலை அச்சிட்டுவருகையில், சிலாசாதன முதலியவற்றால் அறிதற்குரிய சிலவற்றைத் தெரிந்து கொள்ளுதற் பொருட்டு ம-ா-ா-ஸ்ரீ வி. வெங்கைய ரவர்களையும், ம-ா-ா-ஸ்ரீ வி. கனகசபைப் பிள்ளை யவர்களையும் எழுதி வினாவினேன். அதற்கு அவர்கள் அன்புடன் எழுதியனுப்பிய விடைகள், பின்பு அவர்கள் பெயருடன் பதிப்பிக்கப்படும்.

இதனைப் பதிப்பிக்குங் காலத்து ஒப்புநோக்குதல் முதலிய பேருதவிகளை மிகுந்த ஊக்கத்துடன் செய்துவந்த திருவல்லிக்கேணி ஸ்ரீமத். வை.மு. சடகோப ராமானுஜாசாரிய ருடைய அன்புடைமை ஒருபொழுதும் மறக்கற்பாலதன்று.

இந்நூற் பரிசோதனைக்கும் எனக்கும் எத்தனையோ தூரமென்பதைச் சொல்ல வேண்டுவதில்லை; ஆதலின், இப்பதிப்பிற் காணப்படும் பிழைகளையும் அவற்றின் திருத்தங்களையும் விவேகிகள் தயைசெய்து தெரிவிப்பார்களாயின், அவற்றை அன்புடன் சிரமேற்கொண்டு அந்நன்றியை எழுமையும் பாராட்டுவேன்.

கிடைத்த கையெழுத்துப்பிரதிகள்
புறநானூற்று மூலப்பிரதிகள்

பிரதிக்குரியவர்கள்	பிரதியை உதவி செய்தவர்கள்	பாடல் வரையறை
திருவாவடுதுறை ஆதீனத்து ஸ்ரீலஸ்ரீ சுப்பிரமணிய தேசிக ரவர்கள்.	பிரதிக்குரியவர்களே.	க-சு00
திருத்தணிகைச் சரவணப்பெருமாளைய ரவர்கள்	யாழ்ப்பாணம், சி.வை. தாமோதரம் பிள்ளை யவர்கள்	க-சு00
யாழ்ப்பாணத்து நல்லூர், சதாசிவப் பிள்ளை திரு. த. கனகசுந்தரம் பிள்ளை யவர்கள்.	சென்னை பா. வாசுதேவ முதலியா ரவர்கள்.	உசுஎ-உசுகூ.
யாழ்ப்பாணம், வி. கனகசபைப் பிள்ளை யவர்கள்	பிரதிக்குரியவர்களே.	க-ஙசுகூ.
திருமயிலை, சண்முகம் பிள்ளை யவர்கள்	திருவனந்தபுரம், பி. சுந்தரம் பிள்ளை யவர்கள்	ங-ஙகௌ.

புறநானூற்று உரைப்பிரதிகள்

திருவாவடுதுறை யாதீனத்து ஸ்ரீலஸ்ரீ சுப்பிரமணிய தேசிக ரவர்கள்	பிரதிக்குரியவர்களே.	க-உசாO.
ஷை ஆதீனத்து ஸ்ரீலஸ்ரீ அம்பலவாண தேசிக ரவர்கள்	பிரதிக்குரியவர்களே.	க-கOஎ.
ஆழ்வார்திருநகரி, தாயவலந்தீர்த்த கவிராய ரவர்கள்	ஸ்ரீவைகுண்டம், ஈ. சுப்பராய முதலியா ரவர்கள்	க-உசாக.
மிதிலைப்பட்டி, அழகிய சிற்றம்பலக் கவிராய ரவர்கள்.	பிரதிக்குரியவர்களது பரம்பரையோராகிய அழகிய சிற்றம்பலக் கவிராய ரவர்கள்.	க-உசாசா.
மிதிலைப்பட்டி, அழகிய சிற்றம்பலக் கவிராய ரவர்கள்.	பிரதிக்குரியவர்களது பரம்பரையோராகிய அழகிய சிற்றம்பலக் கவிராய ரவர்கள்.	க-களக.
திருநெல்வேலியைச் சார்ந்த வண்ணார்பேட்டை, திருப்பாற்கடனாத கவிராய ரவர்கள்	யாழப்பாணம், சி.வை. தாமோதரம் பிள்ளை யவர்கள்	க-உசாO.
தென்காசி, சுப்பையாப் பிள்ளை யவர்கள்	மேலகரம், திரிகூட ராஜப்பக் கவிராய ரவர்கள்	க-சஅ.
" [பதவுரை சிதிலம்]	"	க-ருஎ.
" "	"	எ-சஅ.
தூற்றுக்குடி, குமாரசாமிப் பிள்ளை யவர்கள்.	ஆறுமுகமங்கலம், ஏ. சுந்தரமூர்த்திப் பிள்ளை யவர்கள்.	க-உகசா.
"	"	க-ககூசா.

ஆக மூலப்பிரதிகள் — ரு; உரைப்பிரதிகள் — கக.

இந்நூலை எழுதுங்காலத்தும் ஒப்புநோக்கிப் பரிசோதிக்குங் காலத்தும் பதிப்பிக்குங் காலத்தும் உடனிருந்து அன்புடன் உதவிசெய்தோர்:

திருமானூர், ம-ா-ா-ஸ்ரீ அ. கிருஷ்ணையர்.

மணலூர், " இராமானுஜாசாரியர்.

ஸ்ரீ சொக்கலிங்கத் தம்பிரா னவர்கள்.

திருப்பெருந்துறை, பொன்னுச்சாமி பிள்ளை.

இந்நூலை அச்சிற்பதிப்பித்தற்குப் பொருளுதவி செய்தோர்:

ம-ா-ா-ஸ்ரீ கே. சுந்தரராம ஐயரவர்கள்.

" சிறுவயல் ஜமீந்தா ரவர்களாகிய முத்துராமலிங்கத் தேவரவர்கள்.

" அ. இராமநாத செட்டியார்.

ஒன்றுக்கும் பற்றாத சிறியேனை இம்முயற்சியிற் புகுத்தி நடத்தி நிறைவேற்றியருளிய எல்லாம்வல்ல எம்பிரானது திருவருளை அனவரதமும் சிந்தித்து வந்திக்கின்றேன்.

இங்ஙனம்,

உ.வே. சாமிநாதையன்

உ
கணபதி துணை

எட்டுத்தொகையுள் எட்டாவதாகிய

புறநானூறு மூலமும் உரையும்

இவை
உத்தமதானபுரம்
மகாமகோபாத்தியாய

வே. சாமிநாதையரால்

பல பிரதிரூபங்களைக் கொண்டு பரிசோதித்து
நூதனமாக எழுதிய பலவகை ஆராய்ச்சிக் குறிப்புக்களுடன்

சென்னை
கமர்ஷியல் அச்சுக்கூடத்திற்
பதிப்பிக்கப்பெற்றன.

[இரண்டாம் பதிப்பு]

துந்துபி ஸ்ரீ பங்குனி மீ

1923

Copyright registered]

[விலை ரூ. 5—10—0

உ

கணபதி துணை.

எட்டுத்தொகையுள் எட்டாவதாகிய

புறநானூறு மூலமும் உரையும்.

இவை

உத்தமதானபுரம்

மஹாமஹோபாத்தியாய

வே. சாமிநாதையரால்

பலபிரதிருபங்களைக்கொண்டு பரிசோதித்து

நூதனமாக எழுதிய பலவகை ஆராய்ச்சிக் குறிப்புக்களுடன்

சென்னை

கமர்ஷியல் அச்சுக்கூடத்திற்

பதிப்பிக்கப்பெற்றன.

இரண்டாம் பதிப்பு.

துந்துபி௵ பங்குனி௴

1923.

Copyright registered.]

[விலை ரூ. 5—10—0.

இரண்டாம் பதிப்பின்
முகவுரை

திருச்சிற்றம்பலம்

தேவாரம்

ஆட்டுவித்தா லாரொருவ ராடா தாரே
 யடக்குவித்தா லாரொருவ ரடங்கா தாரே
ஓட்டுவித்தா லாரொருவ ரோடா தாரே
 யுருகுவித்தா லாரொருவ ருருகா தாரே
பாட்டுவித்தா லாரொருவர் பாடா தாரே
 பணிவித்தா லாரொருவர் பணியா தாரே
காட்டுவித்தா லாரொருவர் காணா தாரே
 காண்பாரார் கண்ணுதலாய் காட்டாக் காலே.

இந்நூலின் இயல்பும், உரையின் இயல்பும் பின்னேயுள்ள முகவுரையால் ஒருவாறு விளங்கும். இதன் மூலமும் உரை முதலியனவும் முதன்முறை பதிப்பிக்கப்பெற்று ஏறக்குறைய இப்போது ௩௦-வருஷங்களாகின்றன. அதன்பின் எனக்குக் கிடைத்த கையெழுத்துப் பிரதிகள் வருமாறு:

(க) கோயிற்பட்டிக்குப் பக்கத்துள்ள மந்தித்தோப்பு ஸ்ரீ சங்கரபாரதி சுவாமிகளின் ஆதீன கர்த்தர் மஹந்து ஸ்ரீமத் சங்கர சுப்பிரமணிய தத்த சுவாமிகள் பிரதி—க

(உ) திருநெல்வேலி ம-௱-௱-ஸ்ரீ கவிராஜ ஈசுவர மூர்த்திப் பிள்ளை யவர்கள் பிரதி—க

(௩) அரியூர் ஸ்ரீ எஸ். சாமிநாதைய ரவர்கள் பிரதி—க

(௪) மதுரைத் தமிழ்ச்சங்கத்துப் பிரதி—க

(௫) யாழ்ப்பாணத்து வண்ணைநகர் ம-௱-௱-ஸ்ரீ சுவாமிநாத பண்டிதரவர்கள் பிரதி—க.

இவையெல்லாம் பழைய பிரதிகளே. இவற்றுள் முதன் மூன்று பிரதிகள் மூலமட்டு முள்ளவை; மற்றவை உரையு முள்ளவை. இவற்றுள் ஒரு பிரதியின் தொடக்கத்தில் ‘அறநிலை’ என்று வரையப் பெற்றிருந்தது. அப்படியே பொருள்நிலை, இன்பநிலை என்ற பகுதிகள் எந்த எந்தப் பாடலி லிருந்து தொடங்குமோ வென்று தேடிப்பார்த்ததில் ஒரு பிரதியிலும் கிடைக்கவில்லை. ஆனாலும் இந்நூல் அறநிலை, பொருள்நிலை, இன்பநிலை என்னும் மூன்று பகுதிகளாகப் பகுக்கப் பெற்றிருக்க வேண்டுமென்பது இதனால் ஊகித்தறியப்படுகின்றது.

இந்தப் பிரதிகளாலும் அப்பாற் செய்து வந்த பழைய இலக்கண இலக்கிய ஆராய்ச்சிகளாலும் பழைய உரைகளிற் கண்ட மேற்கோட் காட்சிகளாலும் புறத்திரட் டென்னுந் தொகை நூலாலும் இந்நூல் மூலமும் உரை முதலியனவும், அடைந்த திருத்தங்கள் பல. ஆனாலும், உ௱௪, உ௱அ - ஆம் பாடல்களும், உ௱௬ - ஆம் பாடல் முதலியவற்றிற் குரிய உரையும் ஒரு பிரதியிலுங் கிடைக்கவில்லை. உ௱௬ - ஆம் பாடலுக்கு மேற்பட்டவற்றுள், சில பாடல்களின் முதற் பாகங்களும் சிலவற்றின் இறுதிகளும் இடையிடையே விடப்பட்டிருந்த தொடர்மொழிகள் பலவும், சொற்கள் பலவும் இப்போது தெரியவந்தன. வேறு வேறிடங்களிற் கலந்திருந்த அடிகள் உரியவிடங்களிற் சேர்க்கப் பெற்றும் குழறுபடையாக விருந்த பகுதிகளுட் சில செப்பஞ் செய்யப்பெற்றும் முக்கியமான இடங்களில் அவை விளக்கப்பெற்று முள்ளன. இப்படியே பாடினோர் பாடப்பட்டோர் பெயர்களுட் சிலவும் திணை துறை முதலியவற்றின் பெயர்களுட் சிலவும் திருத்தமுற்றன. இதன் மூலங்களோடு சொல்லாலும் பொருளாலும் ஒத்திருக்கும் இந்நூற் பகுதிகளும் பிறநூற் பகுதிகளும், இந்நூற் செய்யுட்களின் முழுப் பாகமேனும் ஒவ்வொரு பகுதியேனும் மேற்கோளாக வந்துள்ள இடங்களும், பழைய உரையால் விளங்காதவற்றிற்குக் குறிப்புரையும், உரையில்லாத பாடல்க ளெல்லாம் பதவுரை யெழுதுவதற்குரிய திருத்தமுறாம லிருந்தமையின் அவற்றின் அடிகளுட் சிலவற்றிற்கு மட்டும் அறிந்த அளவு குறிப்புரையும், மூலத்திலும் உரையிலும் கண்ட பிரதிபேதங்களும் ஆராய்ச்சி செய்வோர்களுக்கு மிக உபயோகமாக இருக்குமென் றெண்ணி மூலமுள்ள பக்கங்களில் அங்கங்கே அடிக்குறிப்பாகச் சேர்க்கப் பெற்றுள்ளன.

முதற்பதிப்பில் முன்னும் பின்னும் தனித்தனியே பதிப்பிக்கப் பெற்றிருந்த பலவகை அகராதிகளும், ராவ்பகதூர் வி. வெங்கைய ரவர்கள் முதலியோர் எழுதியனுப்பிய விசேடக் குறிப்புக்களும் ஒன்றுபட்டு 'அரும்பத முதலியவற்றின் அகராதி' என்னும் பெயருடன் இப்பதிப்பில் வெளிவந்துள்ளன; அல்லாமல், சில அரும்பதங்கள், தொடர்மொழிகள், புலவர் பெயர்கள், தலைவர் பெயர்கள், அரிய விஷயங்கள் முதலியனவும் நூதனமாக இவ்வகராதியிற் சேர்க்கப்பெற்றுள்ளன. மூலத்திலும் உரையிலுங் கண்ட அளவைப் பெயர்கள் முதலியவற்றுள் தெரிந்தவற்றைத் தொகுத்து வகைப்படுத்திய பகுதியொன்று 'விசேடக் குறிப்பு' என்ற பெயருடன் இதிற் காட்டப்பட்டுள்ளது.

இதிற் கொடுத்துள்ள பிரதிபேதங்களுள்ளே சிலசிலவற்றிற்கு மட்டும் பொருள் புலப்படும்; பலவற்றிற்குப் புலப்படா. அவை பிழைகளாகவே இருத்தலும் கூடும்; ஆனாலும் வேறுபிரதிகள் கிடைப்பின் அவற்றோடு ஒப்பு நோக்கி உண்மையான உருவங்களை அறிந்துகொள்ளுவதற்கு அனுகூலமாக இருக்குமென் றெண்ணியே பிரதிகளிற் காணப்பட்ட பலவகையான பிரதிபேதங்களும் உள்ளபடியே அங்கங்கே காட்டப்பட்டிருக்கின்றன. ஒற்றுப்புள்ளி முதலியவற்றை நீக்கி அவற்றைப் படித்தல் நலம்.

தாம் பாடிய செய்யுட்களிலுள்ள தொடர்மொழிச் சிறப்பாற் சில புலவர்களுக்குப் பெயர் வந்திருத்தல் கூடுமென்று தோற்றினும் இந் நூலிலாவது வேறு நூலிலாவது அப்பாடல்கள் அகப்படாமையின், துணிந்து காரணம் எழுதக்கூடவில்லை.

சில சுவடிகளில் ஈகார ஐகார வுயிரீற்றின்பின் யகரம் வரையப்

பெற்றிருந்தமையின், அம்மொழிகள் அவ்வாறே உரிய இடங்களிற் பதிப்பிக்கப் பெற்றுள்ளன.

இந்நூற்பகுதிகள் சில சிவஞானபாடியத்தில் மேற்கோள்களாக எடுத்துக் காட்டப்பட்டுள்ளன; அவை வருமாறு:

(க) "கறைமிட றணியலு மணிந்தன் றக்கறை" — ஙா-ஆம் சூ. உ-ஆம் அதி.

(உஉ) "தூங்கு கையா னோங்கு நடைய" — ரு-ஆம் சூ. க-ஆம் அதி.

(கஉச) "நாளன்று போகி" — உ-ஆம் சூ. ச-ஆம் அதி.

(ருகூரு) "நீர்க்கோழி கூப்பெயர்க் குந்து" — அ-ஆம் சூ. க-ஆம் அதி.

இந்நூல் சக, எஅ, கருக-ஆம் பாடல்களின் உரைகளில் மேற்கோளாக வந்துள்ள "ஏவ லிளையர் தாய்வயிறு கரிப்ப" என்பது வேறு பல உரைகளில் "புலைய னெறிந்த பூசற் றண்ணுமை" என்பதனோடு சேர்ந்து வழங்கக் காணப்பட்டும், இன்ன நூலில் இன்ன பாடலிலுள்ள தென்று இதுகாறும் புலப்படாம லிருந்தது. ஆனாலும், சமீபத்திற் கிடைத்த ஒரு பழஞ்சுவடிகளில் சிறிது பாடபேதமுற்ற இவ்வடியை யுடைய பாடலொன்று பின்னுள்ளவாறு காணப்பட்டது.

நிரையிர் செல்லு மோவென நோ்ந்து
புலைய னெறிந்த பூசற் றண்ணுமை
ஏவ லிளையர் தாய்வயிறு கரிக்கு
மின்னா வருஞ்சுர மென்ப
வென்னோ தோழியவர் சென்ற வாறே.

இஃது எந்த நூலின் கண்ணதோ தெரியவில்லை.

ஏறக்குறைய சஉ - வருஷங்களுக்கு முன்பு சீவகசிந்தாமணியை யான் ஆராய்ந்து வருகையில் திருவாவடுதுறை யாதீன கர்த்தர்களாக வீற்றிருந்தவர்களும் என்னுடைய தமிழாசிரியருமான ஸ்ரீ சுப்பிரமணிய தேசிகரவர்கள் ஆதீன புத்தகசாலையி லிருந்து அளித்த ஏட்டுப் பிரதிகளுள் மிகப் பழையனவும் பெயரெழுதப் படாதனவுமான மூன்று சுவடிகள் இருந்தன; அவற்றில் முதலுமில்லை; இறுதியுமில்லை; பக்கங்கள் மிகச் சிதைந்தும் தேய்ந்துபோயு மிருந்தன. அந்தக் காலம் பத்துப்பாட்டு இன்னவை எட்டுத்தொகை இன்னவை என்று தெரியாத காலம். சில வருடங்களுக்குப் பின்பு சீவகசிந்தாமணியைப் பதிப்பித்து வருகையில் விளங்காத மேற்கோள்களுக்குரிய இடத்தைத் தேடிவரும்பொழுது அந்தச் சுவடிகளுள் ஒன்றை ஒருநாள் பிரித்துப் பார்த்தேன். அப்போது, "கொற்றுறைக் குற்றில" என்னுந் தொடர்மொழி காணப்பட்டது. சீவகசிந்தாமணி, கனகமாலையா ரிலம்பகம் ருoகூ-ஆம் செய்யுளின் உரையில் இத் தொடர்மொழியை நச்சினார்க்கினியர் மேற்கோளாகக் கொடுத்திருத்தலால், இஃது ஏதோ ஒரு பழைய நூலாக இருக்க வேண்டுமென்று மட்டும் தெரிய வந்தது. பிறகு படித்துப் பார்க்கையிற் பாட்டு முறையுங் காணப்பட்டன. அப்பால் அந்தப் பாடலின் எண்ணைக் கவனிக்கையில் கூரு - என்று தெரிந்தது. நற்றிணை முதலியவற்றின் மூலமட்டும் அடங்கிய கையெழுத்துப் பிரதி வேறு இருந்தமையால் அவற்றுள் ஒவ்வொன்றையும் சோதித்துக்கொண்டு வரும்போது இது புறநானூற்று வுரையென்று தெரிந்தது. அப்போது உண்டான மகிழ்ச்சிக்கு எல்லையில்லை. மற்ற இரண்டு

அபூர்த்தியான சுவடிகளுள் ஒன்று பரிபாடலுரை மற்றொன்று பத்துப்பாட்டுரை என்று பின்பு தெரியவந்தது, இந்த மூன்று நூல்களும் பதிப்பிக்கப்பெற்று நிறைவேறி வெளியானமையால், ஷ சுப்பிரமணிய தேசிக ரவர்களுடைய ஹஸ்த விசேஷமும் பேரன்புடைமையும் அடிக்கடி ஞாபகத்துக்கு வருகின்றன.

இந்நூல் முதற்பதிப்பு வெளியான காலத்தின் நிலைமைக்கும் இப்போதைய நிலைமைக்கும் எத்தனையோ மாறுபாடுகள் ஏற்பட்டிருக்கின்றன. அக்காலத்தில் எனக்கு ஊக்கமளித்துக்கொண்டு வந்த அன்பர்களும் அபிமானிகளும் பலர்; அதனை நினைக்கும் போது,

என்றினி மதுரை காண்பே மெப்பகல் சவுந்தரேசன்
நன்றிருவடிகள் காண்பேந் தாயையெஞ் ஞான்று காண்பேம்
வென்றிவேற் றருமவேந்தர் வேந்தனை யெந்நாட் காண்பே
மொன்றுயிர்த் துணையாஞ் சங்கத் துறவையெப்பொழுது காண்பேம்

'இனித்தமி ழினிமையாவர்க் கெடுத்திசைத் திடுவம்'
(சீகாளத்தி. நக்கீர. எஅ; அ०)

என்பவையும்,

பனியார் சிலசொற் பகர்ந்தே மகிழ்விப்போய்
கனியா ரினிமை கலந்தே சுவைகள்
நனியார் தமிழி னயந்தெரிய வல்லா
ரினியா ருனைப்போ லினியா ரினியாரே

என்பதும் அடிக்கடி ஞாபகத்துக்கு வருகின்றன.

இந்தக் காலத்தில் நூற் பரிசோதனை விஷயத்தில் எனக்குச் சிறிதும் பொருட்கவலை உண்டாகாதபடி பல வருடங்களாக உபகரித்து வரும் ஸ்ரீ ஸேதுஸமஸ்தானத் தலைவர்களும், மதுரைத் தமிழ்ச் சங்கத்து அக்கிராசனாதிபதிகளும், சென்னைச் சட்ட நிரூபணசபை யங்கத்தினர்களுமாகிய இரணிய கர்ப்பயாஜி ரவிகுலதிலக முத்து விஜயரகுநாத ராஜராஜேசுவர ஸேதுபதி மஹாராஜா அவர்களுடைய பேருதவி தமிழகத்தால் மிகப் பாராட்டற்பாலது.

இப்பதிப்பு விஷயத்தில் ஒப்புநோக்குதல், பரிசோதித்தல் முதலிய அரிய உதவிகளைச் செய்துவந்த சென்னை இராசதானிக் கலாசாலைத் தமிழ்ப் பண்டிதர், பிரஹ்மஸ்ரீ இ.வை. அநந்தராமைய ரவர்களுக்கும், மயிலாப்பூர் பி.எஸ். ஹைஸ்கூல் முதல் தமிழ்ப் பண்டிதர், சிரஞ்சீவி ம.வே. துரைசாமி ஐயருக்கும், இராமகிருஷ்ண மிஷன் ஹைஸ்கூல் தமிழ்ப் பண்டிதர், சிரஞ்சீவி கோ. சேஷாத்திரி ஐயருக்கும் எனது நன்றியைச் செலுத்துகிறேன்.

இப்பதிப்பிற் காணப்படும் பிழைகள் என்னுடைய மறதி முதலியவற்றால் நேர்ந்தன வென்றெண்ணி விவேகிகள் பொறுத்துக்கொள்ள வேண்டு மென்பது எனது வேண்டுகோள்.

சொல்லினிமை பொருளினிமைகளில் மிகச் சிறந்ததும் அடியார்க்கு நல்லார் முதலிய உரையாசிரியர்களால் நன்கு பாராட்டப் பெற்றதும் மிக்க வியப்பைத் தருவதும் உதயன னென்னும் தலைவனுடைய சரித்திரத்தை விரித்துக் கூறுவதுமான பெருங்கதை யென்னுந் நூலிற் கிடைத்தவரையில் மூலமும் நூதனமாக எழுதப்பெற்ற குறிப்புரையும் பதிப்பிக்கப் பெற்று சு-வருடங்களுக்கு மேலாகியும் சில இடையீடுகளால் அப்பதிப்புக்கு அங்கமான சில பகுதிகளை எழுதுவதற்கு இதுவரை

இயலவில்லை. இனி, எல்லாம்வல்ல இறைவனுடைய திருவருளை முன்னிட்டு அந்தப் பகுதிகளை யெழுதி நிறைவேற்றி அந்நூலை வெளிப்படுத்த எண்ணியிருக்கிறேன்.

திருச்சிற்றம்பலம்

திருவாசகம்

கூறு நாவே முதலாகக் கூறுங் கரண மெல்லாநீ
தேறும் வகைநீ திகைப்புநீ தீமை நன்மை முழுதுநீ
வேறோர் பரிசிங் கொன்றில்லை மெய்ம்மை யுன்னை விரித்துரைக்கிற்
தேறும் வகையென் சிவலோகா திகைத்தாற் றேற்ற வேண்டாவோ.

இங்ஙனம்,
வே. சாமிநாதையன்

"தியாகராஜ விலாஸம்"
திருவேட்டீசுவரன் பேட்டை
28-3-1923

உ
கணபதி துணை

எட்டுத்தொகையுள் எட்டாவதாகிய

புறநானூறு மூலமும் உரையும்

இவை
மகாமகோபாத்தியாய தாக்ஷிணாத்யகலாநிதி

டாக்டர் உ.வே. சாமிநாதையரால்

பல பிரதிகளைக் கொண்டு பரிசோதித்து
நூதனமாக எழுதிய பலவகை ஆராய்ச்சிக் குறிப்புக்களுடன்

சென்னை
லா ஜர்னல் அச்சுக்கூடத்திற்
பதிப்பிக்கப்பெற்றன.

[மூன்றாம் பதிப்பு]

யுவ ஹு மார்கழி மீ

1935

Copyright Registered]

 [விலை ரூ.5—0—0

உ

கணபதி துணை

எட்டுத்தொகையுள் எட்டாவதாகிய

புறநானூறு மூலமும் உரையும்

இவை
மகாமகோபாத்தியாய தாக்ஷிணாத்யகலாநிதி

டாக்டர் உ. வே. சாமிநாதையரால்

பல பிரதிகளைக்கொண்டு பரிசோதித்து
நூதனமாக எழுதிய பலவகை ஆராய்ச்சிக்குறிப்புக்களுடன்

சென்னை லா ஜர்னல் அச்சுக்கூடத்திற் பதிப்பிக்கப்பெற்றன.

மூன்றாம் பதிப்பு

யுவஹூ மார்கழி மீ

1935

Copyright Registered]

 Rs 15 - 00

உ
கணபதி துணை

முகவுரை

திருச்சிற்றம்பலம்

(தேவாரம்)

ஆட்டுவித்தா லாரொருவ ராடா தாரே
அடக்குவித்தா லாரொருவ ரடங்கா தாரே
ஓட்டுவித்தா லாரொருவ ரோடா தாரே
உருகுவித்தா லாரொருவ ருருகா தாரே
பாட்டுவித்தா லாரொருவர் பாடா தாரே
பணிவித்தா லாரொருவர் பணியா தாரே
காட்டுவித்தா லாரொருவர் காணா தாரே
காண்பாரார் கண்ணுதலாய் காட்டாக் காலே.

அமிழ்திற் சிறந்த தமிழ் மொழியதனை ஒன்பான் சுவை புணர்த் தன்பால் வளர்த்தருள் நச்சும் பெருமை முச்சங்கத்துள் கடைச்சங்கப் புலவர்கள் அருளிச் செய்த *எட்டுத்தொகை நூல்களுள் புறநானூ றென்பது எட்டாவதாகும். மற்ற ஏழு நூல்களாவன: நற்றிணை, குறுந்தொகை, ஐங்குறுநூறு, பதிற்றுப்பத்து, பரிபாடல், கலித்தொகை, அகநானூறு என்பன.

இவற்றுள் ஒவ்வொன்றும் பலராற் செய்யப்பட்டுத் தொழில் அளவு பாட்டு பொரு ளென்பனவற்றுள் ஒவ்வொன்றால் தொகுக்கப்பட்டமையின், இவை தொகையென்று பெயர் பெற்றன வென்பர்.

புறநானூறு என்பது கடவுள் வாழ்த்துச் செய்யுள் முதலிய 400 அகவற்பாக்களை உடையது. அப்பாக்களுள் முதற் செய்யுளாகிய கடவுள் வாழ்த்துப் பாரதம் பாடிய பெருந்தேவனாராலும் மற்ற 399 பாக்களும் முரஞ்சியூர் முடிநாகராயர் முதல் கோவூர்கிழார் இறுதியாக வுள்ள புலவர் பலராலும் இயற்றப்பட்டுள்ளன. இதனைத் தொகுத்தோரும் தொகுப்பித்தோரும் இன்னா ரின்னாரென்று விளங்கவில்லை. இந் நூலிலுள்ள பாக்களினுடைய அடிகளின் சிறுமை பெருமையும் தெரியவில்லை. இது புறப்பாட்டெனவும் புறமெனவும் புறம்பு நானூ றெனவும் வழங்கும். அகம் புற மென்னும் பொருள்கள் இரண்டனுள் புறத்தால் தொகுக்கப் பெற்றது இது.

அகமாவது ஒத்த அன்பினராகிய தலைவனும் தலைவியும் தம்முட் கூடுகின்ற காலத்துப் பிறந்து அக்கூட்டத்தின் பின்பு அவ்விருவராலும் ஒருவருக் கொருவர்

* இவை எட்டும் அச்சிடப்பெற்றுள்ளன.

தத்தமக்குப் புலனாக இவ்வாறிருந்ததெனக் கூறப்படாததாய் எப்பொழுதும் உள்ளத் துணர்வாலேயே அநுபவிக்கப்படும் இன்பம்; இன்பம் பற்றி அகத்தே நிகழும் ஒழுக்கத்தை அகமென்றது ஆகுபெயர்; அகம் — உள்.

புறமாவது மேற்கூறிய ஒத்த அன்புடையா ராலேயே யன்றி எல்லாராலும் அநுபவித்து உணரப்பட்டு இஃது இவ்வாறிருந்த தெனப் பிறர்க்குக் கூறப்படும் பொருள்; அதில் அறனும், பொருளும் அடங்கும்; அறனும் பொருளும் பற்றிப் புறத்தே நிகழு மொழுக்கத்தைப் புறமென்றது ஆகுபெயர்; புறம் — வெளி.

இந்நூல், மேற்கூறிய புறத்தின் பகுதியாகிய வெட்சி முதலிய திணைகளுக்குரிய துறைப்பொரு ளமைந்த 400 பாக்களை யுடைமையின், புறநானூறென்று பெயர் பெற்றது. அத்திணைகளாவன: வெட்சி, கரந்தை, வஞ்சி, காஞ்சி, நொச்சி, உழிஞை, தும்பை, வாகை, பாடாண், பொதுவியல், கைக்கிளை, பெருந்திணை யென்பன. திணை — ஒழுக்கம். துறை — மக்களும் விலங்குகள் முதலியனவும் சென்று நீருண்ணும் துறைபோலப் பலவகைப்பட்ட பொருளும் ஒருவகைப்பட்டு இயங்குதற்குரிய வழி.

பண்டைக் காலத்தே இத்தமிழ் நாட்டிலிருந்த சேர சோழ பாண்டியர்களாகிய முடியுடை வேந்தர், சிற்றரசர், அமைச்சர், சேனைத் தலைவர், வீரர் முதலிய பலருடைய சரித்திரங்களும் கடையெழு வள்ளல்களின் சரித்திரங்களும், கடைச்சங்கப் புலவர் பலருடைய வரலாறுகளும், அக்காலத்துள்ளா ருடைய நடை முதலியனவும், இன்னும் பற்பலவும் இந்நூலால் நன்கு புலப்படும். இந்நூற் செய்யுட்களாற் பாடப்பட்டவர்கள் ஒரு காலத்தாரல்லர்; ஒரு குலத்தாரல்லர்; ஒரு ஜாதியாரல்லர்; ஓரிடத்தாருமல்லர். பாடியவர்களும் இத்தன்மையரே. இவர்களில் அந்தணர் சிலர்; அரசர் பலர்; வணிகர் பலர்; வேளாளர் பலர்; பெண்பாலாரும் உளர்.

முன்னா ளிடையே யிந்நா டாண்ட
காவலர் பல்லோர் பாவலர் பல்லோர்
மாசரி தத்தை யாசற விளக்கிச்
சொற்சுவை பொருட்சுவை துவன்றியெஞ் ஞான்றும்
ஒப்புமை யில்லாத் திப்பிய நடையுடைத்
திறப்பா டமைந்தவிப் புறப்பாட் டுக்கள்
தெய்வ வணக்கஞ் செய்யுமி னென்பவும்
அறத்தின் பகுதியை உறத்தெரிப் பனவும்
பாவ வழியை நீவனன் றென்பவும்
இம்மைப் பயனொடு மறுமைப் பயனைச்
செம்மையின் வகுத்துத் தெரிவிப் பனவும்
அந்தண ரியல்பைத் தந்துரைப் பனவும்
அரச நீதியை யுரைசெய் வனவும்
வணிக ரியல்பைத் துணிவுறுப் பனவும்
வேளாண் மாக்களின் றாளாண் மையினை
இயம்பு வனவும் வயம்புரி போர்க்கு
முந்துறு மரசரைச் சந்துசெய் வனவும்
ஒற்றுமைப் பயனைச் சொற்றிடு வனவும்
வீரச் சிறப்பை யாரத் தெரிப்பவும்
இல்லற மாகிய நல்லற முரைப்பவும்
துறவற மதனைத் திறவிதிற் றெரிப்பவும்
மிடித்துன் பத்தை யெடுத்துரைப் பனவும்

வண்மையுந் தண்மையு முண்மையுந் திண்மையும்
என்னு மிவற்றைப் பன்னுகின் றனவும்
அளியையு மொளியையுந் தெளிவுறுப் பனவும்
தம்மைப் புரந்தோர் தாமாய்ந் திடவே
புலவர்கள் புலம்பி யலமர றெரிப்பவும்
நட்பின் பயனை நன்கியம் புநவும்
கல்விப் பயனைக் கட்டுரைப் பனவும்
நீர்நிலை பெருக்கென நிகழ்த்து கின்றனவும்
மானந் தன்னைத் தாநன் குரைப்பவும்
இளமையும் யாக்கையும் வளமையு நிலையா
என்றே யிசைத்து நன்றேய்ப் பனவும்
அருளுடை மையினை மருளறத் தெரிப்பவும்
தரமறிந் தொழுகென் றுரனுற விதிப்பவும்
அவாவின் கேடே தவாவின் பென்பவும்
இனியவை கூற னனிநல னென்பவும்
உழவின் பெருமையை யழகுற வுரைப்பவும்
நன்றி யறிக வென்றிசைப் பனவும்
கொடுங்கோன் மையினை விடுங்கோ ளென்பவும்
தவத்தின் பெருமையைத் தவப்பகர் வனவும்
மடியெனும் பிணியைக் கடிமி னென்பவும்
கொலையெனும் பகையைத் தொலைமி னென்பவும்
நல்லோர்ப் புணர்ந்து புல்லோர்த் தணந்து
தாழ்வொன் றின்றி வாழ்மி னென்பவும்
சுற்றம் புரக்கு நற்றிற முரைப்பவும்
கற்பின் றிறத்தைக் கற்பிப் பனவும்
மக்கட் பேற்றின் மாண்புரைப் பனவும்
கணவனை யிழந்த மணமலி கூந்தலார்
தீப்பாய் செய்தி தெரிவிப் பனவும்
கைம்மை விரத வெம்மை விரிப்பவும்
இன்னும் பற்பல பன்னு வனவுமாய்ச்
செப்புந ரெவர்க்கு மெய்ப்பிடை வைப்பாய்
அரும்பெறன் மரபிற் பெரும்பயன் றருமே

என்று ஒருவாறு பொதுப்படத் தொகுத்துக் கூறுவதன்றி இன்ன பாடல் இத்தன்மையது இன்ன பாடல் இத்தன்மைய தென்று தனித்தனியே எடுத்துக்காட்டி இவற்றின் அருமை பெருமைகளைச் சீராட்டிப் பாராட்டுதற்கு ஒரு சிறிதும் வல்லே னல்லேன்.

இச்செய்யுட்கள் நூலாசிரியர் பலருடைய உள்ளத்தையும் உரையாசிரியர் பலருடைய உள்ளத்தையும் தம்வயமாக்கி அவற்றைத் தமக்கு முழுமணிப் பீடிகையாகக் கொண்டு வீற்றிருந்தன வென்பதை, அவரவர் அருளிச்செய்த நூல்களும் உரைகளும் இவற்றின் சொன்னடை பொருணடைகளை இடையிடையே பெரும்பாலுந் தழுவியிருத்தலே தெளிவாகப் புலப்படுத்தும்.

எனக்குக் கிடைத்த ஏட்டுச் சுவடிகளுள் ஒரு பிரதியின் தொடக்கத்தில் ‘அறநிலை’ என்று வரையப் பெற்றிருந்தது. அப்படியே பொருள்நிலை, இன்பநிலை என்ற பகுதிகள் எந்த எந்தப் பாடலிலிருந்து தொடங்குமோ வென்று தேடிப் பார்த்ததில் ஒரு பிரதியிலும் கிடைக்கவில்லை. ஆனாலும் இந்நூல் அறநிலை, பொருள்நிலை, இன்பநிலை என்னும் மூன்று பகுதிகளாகப் பகுக்கப் பெற்றிருக்க வேண்டு மென்பது இதனால் ஊகித்தறியப் படுகின்றது.

இந்நூலுக்கு இலக்கணம் அகத்தியமும் தொல்காப்பியமுமே யென்பதும் இதில் ஒவ்வொரு பாட்டின் பின்னும் எழுதப்பட்டுள்ள திணையும் துறையும் அவ்வப் பாட்டிற்கு ஏற்றனவல்ல வென்பதும் நச்சினார்க்கினியர் கருத்து; இது, 'தத்தம் புதுநூல் வழிகளால் புறநானூற்றிற்குத் துறை கூறினாரேனும் அகத்தியமும் தொல்காப்பியமுமே தொகைகளுக்கு நூலாகலின் அவர் சூத்திரப் பொருளாகத் துறை கூறவேண்டு மென்றறிக' என்று தொல்காப்பியப் புறத்திணை யியலில், "கொடுப்போ ரேத்தி" என்னும் சூத்திர வுரையில் அவர் எழுதியிருத்தலாலும் மேற்கூறிய புறத்திணையிய லுரையில் இந்நூற் பாட்டுக்களுட் சிலவற்றை வேறு திணை துறைகளுக்கு உதாரணமாகக் காட்டி அவர் மறுத்தலானும் துணியப்படும்.

கிடைத்த பிரதிகளுள் ஒன்றிலேனும் இந்நூல் உசுஎ, உசுஅ-ஆம் பாடல்களின் மூலமேனும் உரையேனும் காணப்படவில்லை.

இந்நூற்குக் கிடைத்த உரை பதப்பொருளை இனிது விளக்கி உரிய இடங்களிற் சொற்களை முடித்துக்காட்டி இலக்கணக் குறிப்பையும் திணை துறைகளையும் ஆங்காங்குள்ள பழமொழிகளையும் அணியையும் சொன்னயம் பொருணயங்களையும் புலப்படுத்துவது; இவ்வுரையில் இக்காலத்து வழங்காத சொற்கள் பலவுள்ளன. அன்றியும், இதன் இடையிடையே சிற்சில வாக்கியங்கள் அவ்வவ் விடத்திற்குப் பொருத்த மில்லாதனவாகத் தோற்றும். அவற்றைச் செவ்வை செய்துகொள்வதற்கு இப்பொழுது தக்க சாதனம் கிடையாமையாலும் இனி நல்ல பிரதிகள் கிடைப்பின் அவற்றைக்கொண்டு செவ்வை செய்துகொள்ளலா மென்றும் அவற்றை மாற்றாமற் பிரதிகளி லிருந்தவாறே பதிப்பித்தேன். இவ்வுரை, இந்நூலின் முதல் இருநூற் றறுபத் தாறு பாடல்களுக்கு மட்டுமே கிடைத்தது; மேலுள்ள பாடல்களுக்கு ஒரு பிரதியிலும் கிடைத்திலது; 243ஆம் பாடலுக்கு மேற்பட்டுள்ள சிலவற்றின் உரை இடையிடையே சிதைந்து மாறியிருக்கிறது.

இந்நூலுரையாசிரியர் மேற்கோளாக எடுத்துக்காட்டிய நூல்கள், தொல்காப்பியம், கலித்தொகை, குறுந்தொகை, சீவகசிந்தாமணி, பெரும்பாணாற்றுப்படை யென்பன. இவ்வுரையாசிரியர் இன்னா ரென்பது தெரியவில்லை. இவர் சில பாடல்களின் விசேடவுரையி லெழுதும் சில செய்திகள் இந்நூற்குப் பழையவுரை ஒன்று உண்டென்பதைக் குறிப்பிக்கின்றன. அவ்வுரை இப்பொழுது கிடைக்கவில்லை.

கூ-ஆம் பாட்டின் விசேடவுரையில் இவர், 'யாற்று நீரும் ஊற்று நீரும் மழை நீரு முடையமையால், கடற்கு முந்நீர் என்று பெயராயிற்று; அன்றி முன்னீரென் றோதி, நிலத்திற்கு முன்னாகிய நீரென்றுமுரைப்ப' என்று முந்நீர், முன்னீர் என்பவற்றின் பெயர்க் காரணத்தைக் கூறுகின்றார். சிலப்பதிகார உரையில் அடியார்க்கு நல்லார் இவ்விரண்டு காரணங்களையும் மறுத்து, 'முந்நீர் — கடல்; ஆகுபெயர்; ஆற்று நீர் ஊற்றுநீர் மேனீரென இவை யென்பார்க்கு அற்றன்று; ஆற்றுநீர் மேனீராதலானும் இவ்விரண்டு மில்வழி ஊற்றுநீரும் இன்றா மாதலானும் இவற்றை முந்நீரென்றல் பொருந்திய தன்று; முதிய நீரெனின், "நெடுங் கடலுந் தன்னீர்மை குன்றும்" என்பதனால் அதுவும் மேனீரின்றி அமையாமையின் ஆகாது; ஆனால் முந்நீர்ப் பொருள் யாதோவெனின் முச்செய்கையை யுடைய நீர் முந்நீரென்பது; முச்செய்கையாவன, மண்ணைப் படைத்தலும் மண்ணை யழித்தலும் மண்ணைக் காத்தலும்' என்று கூறுவர். இம்மறுப்பு முற்கூறிய உரைப்பகுதியை

மறுத்ததாகக் கொள்ளின் அடியார்க்கு நல்லார்க்கு இவ்வுரையாசிரியர் முற்பட்டவரென்று கொள்ள இடமுண்டு.

ஏறக்குறைய 55 வருஷங்களுக்கு முன்பு சீவகசிந்தாமணியை யான் ஆராய்ந்து வருகையில் திருவாவடுதுறை யாதீன கர்த்தர்களாக விளங்கிய ஸ்ரீ சுப்பிரமணிய தேசிகரவர்கள் ஆதீன புத்தகசாலை யிலிருந்து அளித்த ஏட்டுப் பிரதிகளுள் மிகப் பழையனவும் பெயரெழுதப் படாதனவுமான மூன்று சுவடிகள் இருந்தன; அவற்றில் முதலுமில்லை; இறுதியுமில்லை; பக்கங்கள் மிகச் சிதைந்தும் தேய்ந்துபோயும் இருந்தன. அந்தக் காலம் பத்துப்பாட்டு இன்னவை எட்டுத் தொகை இன்னவை என்று தெரியாத காலம். சில வருடங்களுக்குப் பின்பு சீவகசிந்தாமணியைப் பதிப்பித்து வருகையில் விளங்காத மேற்கோள்களுக்குரிய இடத்தைத் தேடிவரும் பொழுது அந்தச் சுவடிகளுள் ஒன்றை ஒருநாள் பிரித்துப் பார்த்தேன். அப்போது, "கொற்றுறைக் குற்றில" என்னும் தொடர்மொழி காணப்பட்டது. சீவக சிந்தாமணி, கனகமாலையா ரிலம்பகம் 309ஆம் செய்யுளின் உரையில் இத் தொடர்மொழியை நச்சினார்க்கினியர் மேற்கோளாகக் கொடுத்திருத்தலால், இஃது ஏதோ ஒரு பழைய நூலாக இருக்கவேண்டு மென்று மட்டும் தெரியவந்தது. பிறகு படித்துப் பார்க்கையிற் பாட்டும் உரையும் காணப்பட்டன. அப்பால் அந்தப் பாடலின் எண்ணைக் கவனிக்கையில் 'கூரு' என்று தெரிந்தது. நற்றிணை முதலியவற்றின் மூலமட்டும் அடங்கிய கையெழுத்துப் பிரதி வேறு இருந்தமையால் அவற்றுள் ஒவ்வொன்றையும் சோதித்துக்கொண்டு வரும்போது இது புறநானூற்று உரையென்று தெரிந்தது. அப்போது உண்டான மகிழ்ச்சிக்கு எல்லை யில்லை. மற்ற இரண்டு குறைச் சுவடிகளுள் ஒன்று பரிபாடலுரை; மற்றொன்று பத்துப்பாட்டுரை.

அக்காலமுதல் இந்நூலைப்பற்றிய செய்திகளைத் தொகுக்கத் தொடங்கினேன். பல இடங்களில் தேடி அன்பர்களுடைய பேருதவியாற் பல கையெழுத்துப் பிரதிகளைப் பெற்று ஆராய்ந்து வரலானேன். இறைவன் திருவருளால் இந்நூலின் முதற்பதிப்பு 1894ஆம் வருஷத்திலும் இரண்டாம் பதிப்பு 1923ஆம் வருஷத்திலும் வெளியாயின. இந்நூல் முதற்பதிப்பு வெளிவந்த காலத்தில் அதன் முகவுரையில், 'இத் தமிழ்நாட்டின் பழைய சரித்திரங்களைத் தெரிந்து கொள்ளுதலிலும் தெரிவித்தலிலுமே பெரும்பாலும் காலம் கழித்து உழைத்து வரும் உபகாரிகளாகிய விவேகிகள், இந்நூலை நன்கு ஆராய்ச்சி செய்வார்களாயின், பலருடைய வரலாறுகள் முதலியன தெரிந்து கொள்ளுதல் கூடும்' என்றெழுதி யிருந்தேன். அப்பதிப்பு வெளிவந்த பின்னர் இன்றுவரையில் தமிழ் நாட்டின் சரித்திரச் செய்திகளை அறிவதற்கு இந்நூல் இத்தனை வகையாகப் பயன்பட்டிருக்கின்ற தென்பதைத் தமிழ் நாட்டினர் நன்கு அறிவர். தமிழ்ப் புலவர் வரலாறுகளையும், தமிழ்ப் பேரரசர், சிற்றரசர், உபகாரிகள் முதலியோர்களுடைய சரித்திரங்களையும், பண்டைத் தமிழருடைய ஒழுக்க வழக்கங்களையும் இதிற் கண்ட ஆராய்ச்சியாளர் பலர் அவற்றைத் தனித்தனியே தொகுத்தும் விரித்தும் விரவுவித்தும் அமைத்துப் பல வகையான சரித்திரங்களையும், ஆராய்ச்சி நூல்களையும், சிறுவர்களுக்குரிய புத்தகங்களையும் வெளியிட்டிருக்கின்றனர். இவ்வொரு நூல் இத்துணை ஆராய்ச்சிகளுக்கு இடங்கொடுப்பதையும் இதனை வெளியிடும்படி நேர்ந்த திருவருட் டிறத்தையும் எண்ணும்போது தமிழ்ப்பணியை இடையீடின்றிச் செய்துவருங்கால் இடையிடையே பலவகையால் தோன்றும் துன்பங்களை மறந்துவிடற்குரிய பெரிய ஆறுதல் எனக்கு உண்டாகின்றது.

காலஞ் சென்ற ஜி.யு. போப் துரையவர்களுக்குத் தமிழில் அன்பு உண்டாவதற்கு முக்கிய காரணமாக இருந்தவற்றுள் இப்புறநானூறும் ஒன்றாகும். அவர் இப்புத்தகம் வெளிவந்த காலத்தில் இப்புத்தகத்தைப் பாராட்டி அடிக்கடி எனக்கு எழுதுவதுண்டு. இதிலுள்ள சில செய்யுட்களை ஆங்கிலத்தில் மொழிபெயர்த்து வெளியிட்டிருக்கின்றார். ஒவ்வோர் ஆங்கில வருஷப்பிறப்பன்றும் இந்நூற் செய்யுட்களுள் ஒன்றை மொழிபெயர்த்து எனக்குச் சில வருஷங்கள் வரையில் அனுப்பி வந்தார்.

உரையில்லாத மூலங்கள் எழுத்துஞ் சொல்லும் மிகுந்தும் குறைந்தும் பிறழ்ந்தும் திரிந்தும் பலவாறு வேறுபட்டிருந்ததன்றி, இவற்றுள் சில பாடல்களின் பின் திணை யெழுதப்படாமலும் சிலவற்றின் பின் துறை யெழுதப்படாமலும் சிலவற்றின் பின் இரண்டு மெழுதப்படாமலும் சிலவற்றின்பின் பாடினோர் பெயர் சிதைந்தும் சிலவற்றின்பின் பாடப்பட்டோர் பெயர் சிதைந்தும் சிலவற்றின் பின் இருவர் பெயருமே சிதைந்தும் சில பாடல்கள் இரண்டிடத்து எழுதப்பட்டு இரண்டெண்களை யேற்றும் வேறு வேறிடத்தில் இருத்தற்குரிய இரண்டு பாடல்கள் ஒருங்கெழுதப்பட்டு ஓரெண்ணை யேற்றும் சில முதற்பாகங் குறைந்தும் சில இடைப்பாகங் குறைந்தும் சில கடைப்பாகங் குறைந்தும் சில முற்றுமின்றியும் ஒரு பாடலின் அடிகளுள் ஒன்றும் பலவும் வேறு பாடல்களின் அடிகளோடு கலந்து, ஓரடியே ஒரு பாட்டுட் சிலவிடத்து வரப்பெற்றும் பொருளுண்மை காணாதவண்ணம் இன்னும் பலவகைப்பட மாறியும் கையெழுத்துப் பிரதிகளில் இருந்தன. இவற்றைப் பரிசோதித்து வருகையில், இந்நூலிலிருந்து வேறு நூல்களினுடைய பழைய வுரைகளின் இடையிடையே உரையாசிரியர்களால் பூர்ணமாகவும் சிறிது சிறிதாகவும் எடுத்துக் காட்டப்பட்டிருந்த உதாரணங்களும், புறத்திரட் டென்னும் தொகைநூலும் சிற்சில பாடல்களிலுள்ள வழுக்களை நீக்கிச் செவ்வை செய்துகொண்டு பொருளுண்மை காணுதற்கும், சிற்சில பாடல்களிற் குறைந்த பாகங்களை நிரப்பிக்கொள்ளுதற்கும் பிறழ்ந்து கிடக்கும் சில பாடல்களை ஒழுங்குபடுத்தி வரையறை செய்துகொள்ளுதற்கும் பெருந்துணையாக இருந்தன.

இதன் முதற்பதிப்பிற் காணப்படாத சில திருத்தங்களும் செய்திகளும் இரண்டாம் பதிப்பில் அமைந்துள்ளன. முன் இரண்டாம் பதிப்பைக் காட்டிலும் இப்பதிப்பில் பாடினோர் பெயர், அடிக்குறிப்புக்கள் என்பவற்றில் சில சிறு மாறுதல்களும் சில புதிய செய்திகளும் காணப்படும். உரையின் இயல்பென்ற பகுதியொன்று புதியதாக எழுதி இப்பதிப்பிற் சேர்க்கப்பட்டுள்ளது.

முன்னிரண்டு பதிப்பைப் பற்றிய விரிவான வரலாறுகள் அவ்வப் பதிப்புப் புத்தகங்களிலுள்ள முகவுரைகளால் அறியலாம்.

இரண்டாம் பதிப்பைப் போலவே இப்பதிப்பிலும், இதன் மூலங்களோடு சொல்லாலும் பொருளாலும் ஒத்திருக்கும் இந்நூற் பகுதிகளும் பிறநூற் பகுதிகளும், இந்நூற் செய்யுட்களின் முழுப் பாகமேனும் ஒவ்வொரு பகுதியேனும் மேற்கோளாக வந்துள்ள இடங்களும், பழைய உரையால் விளங்காதவற்றிற்குக் குறிப்புரையும், உரையில்லாத பாடல்களெல்லாம் பதவுரை யெழுதுவதற்குரிய திருத்தமுறாம லிருந்தமையின் அவற்றின் அடிகளுட் சிலவற்றிற்கு மட்டும் அறிந்த அளவு குறிப்புரையும் மூலத்திலும் உரையிலும் கண்ட பிரதிபேதங்களும் ஆராய்ச்சி செய்வோர்களுக்கு மிகவும் உபயோகமாக இருக்குமென் றெண்ணி மூலமுள்ள பக்கங்களில் அங்கங்கே அடிக்குறிப்பாகச் சேர்க்கப்பெற்றுள்ளன. மூலத்திலும்

உரையிலும் காணப்படும் அரும்பதங்கள், தொடர்மொழிகள், புலவர் பெயர்கள், தலைவர் பெயர்கள், அரியசெய்திகள், உவமைகள் முதலியன தொகுக்கப் பெற்று 'அரும்பத முதலியவற்றின் அகராதி' என்னும் தலைப்பில் அமைக்கப்பெற்றுள்ளன.

கிடைத்த கையெழுத்துப்பிரதிகள்:

மூலப்பிரதிகள்

பிரதிக்குரியவர்கள்	பிரதியை உதவி செய்தவர்கள்	பாடல் வரையறை
(1) திருவாவடுதுறை ஆதீனத்து ஸ்ரீ சுப்பிர மணிய தேசிகரவர்கள்	பிரதிக்குரியவர்களே	க-சOO
(2) திருத்தணிகைச் சரவணப் பெருமாளைய ரவர்கள்	யாழ்ப்பாணம், ராவ்பகதூர் சி.வை. தாமோதரம் பிள்ளை யவர்கள்	க-சOO
(3) யாழ்ப்பாணத்து நல்லூர், சதாசிவப் பிள்ளை யவர்கள், திரு.த.கனகசுந்தரம் பிள்ளை யவர்கள்	சென்னை, பா. வாசுதேவ முதலியா ரவர்கள்	உசுஎ-ருசுகூ
(4) யாழ்ப்பாணம், வி. கனகசபைப் பிள்ளை யவர்கள்	பிரதிக்குரியவர்களே	க-ருசுகூ
(5) திருமயிலை வித்துவான் சண்முகம் பிள்ளை யவர்கள்	திருவனந்தபுரம், பி. சுந்தரம் பிள்ளை யவர்கள்	ரு-ருகூகூ
(6) மந்தித் தோப்பிலுள்ள ஸ்ரீ சங்கரசுவாமி ஆதீனகர்த்தர் மஹந்து ஸ்ரீமத் சங்கர சுப்பிரமணிய தத்த சுவாமிகள்	பிரதிக்குரியவர்களே	க-சOO
(7) திருநெல்வேலி ஸ்ரீ கவிராஜ ஈசுவர மூர்த்திப் பிள்ளை யவர்கள்	பிரதிக்குரியவர்களே	க-சOO
(8) அரியூர் ஸ்ரீ எஸ். சாமிநாதையரவர்கள்	-	-

உரைப்பிரதிகள்

(1) திருவாவடுதுறை யாதீனத்து, ஸ்ரீ சுப்பிர மணிய தேசிகரவர்கள்	பிரதிக்குரியவர்களே	க-உசுO

(2) ஷை ஆதீனத்து ஸ்ரீ அம்பலவாண தேசிக ரவர்கள்	பிரதிக்குரியவர்களே	க-கOஎ
(3) ஆழ்வார் திருநகரி, தாயவலந் தீர்த்த கவிராய ரவர்கள்	ஸ்ரீ வைகுண்டம், ஈ. சுப்பராய முதலியா ரவர்கள்	க-உசூக
(4) மிதிலைப்பட்டி, அழகியசிற்றம்பலக் கவிராய ரவர்கள்	பிரதிக்குரியவர்களது பரம்பரையோராகிய அழகிய சிற்றம்பலக் கவிராய ரவர்கள்	க-உசூசூ
(5) ”	”	க-களக
(6) திருநெல்வேலியைச் சார்ந்த வண்ணார் பேட்டை, திருப்பாற்கட னாத கவிராய ரவர்கள்	யாழ்ப்பாணம், ராவ்பக தூர், சி.வை. தாமோதரம் பிள்ளை யவர்கள்	க-உசூO
(7) தென்காசி, சுப்பையாப் பிள்ளை யவர்கள்.	மேலகரம், திரிகூட ராசப்பக் கவிராய ரவர்கள்	க-சஅ
(8) ” [பதவுரை சிதிலம்]	”	க-ருஎ
(9) ” ”	”	எ-சஅ
(10) தூத்துக்குடி, குமார சாமிப் பிள்ளை யவர்கள்	ஆறுமுகமங்கலம், ஏ. சுந்தரமூர்த்தியா பிள்ளை யவர்கள்	க-உகசூ
(11) ”	”	க-ககூசு
(12) மதுரைத் தமிழ்ச் சங்கம்	”	-
(13) யாழ்ப்பாணத்து வண்ணைநகர் ஸ்ரீ சுவாமி நாத பண்டிதர்	-	-

மூலத்திலும் உரையிலுங் கண்ட அளவைப் பெயர்கள் முதலியவற்றுள் தெரிந்தவற்றைத் தொகுத்து வகைப்படுத்திய பகுதியொன்று ‘விசேடச் செய்திகள்’ என்ற பெயருடன் இதிற் பதிப்பிக்கப் பட்டுள்ளது.

முதன்முறை இந்நூலை அச்சிட்டு வருகையில் சிலாசாஸனம் முதலியவற்றில் அறிதற்குரிய சிலவற்றைத் தெரிந்து கொள்ளுதற்பொருட்டு நான் வினாவியபோது ராவ்பகதூர் வி. வெங்கைய ரவர்களும், ராவ்பகதூர் வி. கனகசபை பிள்ளை யவர்களும் அனுப்பிய விடைகள் அரும்பத முதலியவற்றின் அகராதியில் உரிய இடங்களில் அடிக்குறிப்பாகச் சேர்க்கப் பெற்றுள்ளன.

பாடல்களிலும், அவற்றின் பின்னர்த் திணை துறைகளையும் பாடப்பட்டோர் பாடினோர்களையும் தனித்தனியே தெரிவிக்கும் வாக்கியங்களிலும், உரைகளிலும் பிரதிகளிற் சொற்கள் சிதைந்தவிடத்தைப் புலப்படுத்தற்கு (......) இவ் வொற்றைப் புள்ளி நிரைகள் அமைக்கப்பட்டுள்ளன. பிரதி பேதங்களும் எடுத்துக் காட்டப்பட் டிருக்கின்றன.

உரை கிடையாதவிடத்து ஒருவகையாலும் பொருள் காணாதவிதம் சிதைவுற்றிருந்த மூலங்கள் ஏட்டுப்பிரதியி லிருந்த படியே புள்ளியிடுதல் முதலியனவின்றிப் பதிப்பிக்கப் பட்டன.

இதிற் கொடுத்துள்ள பிரதிபேதங்களுள்ளே சிலசிலவற்றிற்கு மட்டும் பொருள் புலப்படும்; பலவற்றிற்குப் புலப்படா. அவை பிழைகளாகவே இருத்தலும் கூடும்; ஆனாலும், வேறு பிரதிகள் கிடைப்பின் அவற்றோடு ஒப்புநோக்கி உண்மையான உருவங்களை அறிந்துகொள்ளுவதற்கு அநுகூலமாக இருக்கு மென்றெண்ணியே பிரதிகளிற் காணப்பட்ட பலவகையான பேதங்களும் உள்ளபடியே அங்கங்கே காட்டப்பட்டிருக்கின்றன. ஒற்றுப்புள்ளி முதலியவற்றை நீக்கி அவற்றைப் படித்தல் நலம்.

சில சுவடிகளில் ஈகார ஐகார உயிரீற்றின்பின் யகரம் வரையப் பெற்றிருந்தமையின், அம்மொழிகள் அவ்வாறே உரிய இடங்களிற் பதிப்பிக்கப் பெற்றுள்ளன.

இந் நூற்பகுதிகளுள் சில சிவஞானபாடியத்தில் மேற்கோள்களாக எடுத்துக்காட்டப்பட்டுள்ளன; அவை வருமாறு:

(க) "கறைமிட றணியலு மணிந்தன் றக்கறை" சா-ஆம் சூ. உ-ஆம் அதி.

(உஉ) "தூங்கு கையா னோங்கு நடைய" ரு-ஆம் சூ. க-ஆம் அதி.

(கஉச) "நாளன்று போகி" உ-ஆம் சூ.ச-ஆம் அதி.

(நகூரு) "நீர்க்கோழி கூப்பெயர்க் குந்து" அ-ஆம் சூ. க-ஆம் அதி.

இந்நூல் சக, எஅ, கருக-ஆம் பாடல்களின் உரைகளில் மேற்கோளாக வந்துள்ள "ஏவ லிளையர் தாய்வயிறு கரிப்ப" என்பது வேறு பல உரைகளில் "புலைய னெறிந்த பூசற் றண்ணுமை" என்பதனோடு சேர்ந்து வழங்கக் காணப்பட்டும், இன்ன நூலில் இன்ன பாடலி லுள்ளதென்று புலப்படாம லிருந்தது. பிறகு, தமிழ்நெறி விளக்க மென்னும் பழைய இலக்கண நூலொன்றில் வந்துள்ள மேற்கோளாகிய,

நிரையீர் செல்லு மோவென நேர்ந்து
புலைய னெறிந்த பூசற் றண்மை
ஏவ லிளையர் தாய்வயிறு கரிக்கும்
இன்னா வருஞ்சுர மென்ப
என்னோ தோழியவர் சென்ற வாறே

என்னும் செய்யுளின் 3ஆம் அடியின் பாடபேதமென்று தெரியவந்தது.

இந்நூலிலுள்ள செய்யுட்களைப் பாடிய நல்லிசைப் புலவர்களுடைய வரலாறுகளும், அவர்களால் இந்நூற் செய்யுட்களிற் பாடப்பட்டவர் வரலாறுகளும் தனித்தனியே இதிற் காணப்படும். இவை இரண்டாம் பதிப்பி லுள்ளவாறே

அமைக்கப்பட்டன; செய்திகளில் வேறுபாடு இல்லையேனும் சில செய்யுட் பகுதிகள் மாத்திரம் நீக்கப்பட்டன.

மேற்கூறிய இருவகையார் பெயர்களுட் சில பெயர், கையெழுத்துப் பிரதிகளிற் பலவகைப்பட்ட விசேடணத்தோடு கூடியும் கூடாமலும் வேறுவேறிடத்து வேறுவேறு விதமாக எழுதப்பட்டும் இருந்தன; அவை இன்ன பெயரின் பரியாயங்களெனத் தெரிந்தும் அவற்றை ஒரேவிதமாகத் திருத்திவிடாமல் ஏனைத் தொகைகளிலும் மற்றை நூல்களிலும் உரைகளிலும் வழங்கும் பழைய வழக்கத்தைத் தெரிவித்தற்கு அவை பிரதிகளில் இருந்தவாறே பதிப்பிக்கப்பட்டன. அவற்றுள் ஒன்றற்கு உதாரணம்:

க. மாந்தரஞ்சேர லிரும்பொறை, உ. சேரமான் மாந்தரஞ்சேர லிரும்பொறை, ௩. யானைக்கட்சேய் மாந்தரஞ்சேர லிரும்பொறையார், ச. சேரமான் யானைக்கட்சேய் மாந்தரஞ்சேர லிரும்பொறை, ரு கோச்சேரமான் யானைக்கட்சேய் மாந்தரஞ்சேர லிரும்பொறை.

மேற்கூறிய இருவகையோருடைய பெயர்களிற் சில பெயர்களுக்குக் காரணம் புலப்படுகின்றது; பலவற்றிற்குப் புலப்படவில்லை.

தாம் பாடிய செய்யுட்களிலுள்ள தொடர்மொழிச் சிறப்பாற் சில புலவர்களுக்குப் பெயர் வந்திருத்தல் கூடுமென்று தோற்றினும் இந்நூலிலாவது வேறு நூலிலாவது அப்பாடல்கள் அகப்படாமையின் துணிந்து காரணம் எழுதக்கூடவில்லை.

நாளடைவிற் செய்துவந்த ஆராய்ச்சியின் பயனாக இந்நூலிற் கண்ட நல்லிசைப் புலவர், அரசர்கள், உபகாரிகள் முதலியோர் வரலாறுகளுக்குரிய பல செய்திகள் இப்பொழுது விளங்குகின்றன. அவற்றையும் சேர்த்து விரிவாக எழுத எண்ணியிருந்தும் இப்போது போதிய அவகாசமின்மையால் அங்ஙனம் செய்யக்கூடவில்லை. மேற்கூறிய வரலாறுகளைத் தனித்தனியே விரிவாக எழுதி வெளியிடவேண்டு மென்பது எனது நோக்கமாதலின் அங்ஙனம் வெளியிடுங்கால் அச்செய்திகளைச் சேர்த்துக் கொள்ளக் கருதியிருக்கின்றேன். அம்முயற்சி நிறைவேறும்படி செய்வித்தருளும் வண்ணம் இறைவன் திருவருளைச் சிந்தித்து வந்திக்கின்றேன்.

சிலருடைய விருப்பத்தின்படி புறநானூற்றின் மூலம் மாத்திரம் அதற்குரிய அங்கங்களுடன் தனியே பதிப்பிக்கப் பெற்றுள்ளது.

இப்பதிப்புக்கு உடனிருந்து உதவி செய்தவர்கள் சென்னைக் கிறிஸ்டியன் காலேஜ் தமிழ்ப் பண்டிதர் சிரஞ்சீவி வித்துவான் வி.மு. சுப்பிரமணிய ஐயரும், சிரஞ்சீவி வித்துவான் கி.வா. ஜகந்நாதையரும் வேறு சில அன்பர்களும் ஆவர்.

இங்ஙனம்,
வே. சாமிநாதையர்

"தியாகராஜ விலாஸம்"
திருவேட்டீசுவரன் பேட்டை
20-12-35

உ
கணபதி துணை

புறநானூறு மூலம்

மகாமகோபாத்தியாய தாக்ஷிணாத்யகலாநிதி
டாக்டர் உ.வே. சாமிநாதையரால்

சென்னை, லா ஜர்னல் அச்சுக்கூடத்திற் பதிப்பிக்கப்பெற்றன.

[முதற் பதிப்பு]

யுவ ஷு தை மீ

1936

Copyright Registered]

[விலை ரூ.1—8—0

உ
கணபதி துணை

புறநானூறுமூலம்

மகாமகோபாத்தியாய தாக்ஷிணாத்ய கலாநிதி
டாக்டர் உ. வே. சாமிநாதையரால்

சென்னை லா ஜர்னல் அச்சுக்கூடத்திற் பதிப்பிக்கப்பெற்றன.

முதல் பதிப்பு

யுவஸு தை மீ

Copyright Registered]

 1936 [விலை ரூபா. 1-8-0.

முகவுரை

பண்டைக் காலத்தே வழங்கிவந்த தமிழ் நூற்றொகுதிகளுள் ஒன்றாகிய எட்டுத் தொகையில் எட்டாவதாகச் சொல்லப்படுவது புறநானூறென்பது. நற்றிணை, குறுந்தொகை, ஐங்குறுநூறு, பதிற்றுப்பத்து, பரிபாடல், கலித்தொகை, அகநானூறு என்பன ஏனைய ஏழுமாம். அகம் புறம் என்னும் பொருள்கள் இரண்டனுள் புறத்தால் தொகுக்கப்பெற்றது புறநானூறு. புறமாவது ஒத்த அன்புடையவராகிய தலைவன் தலைவியராலே யன்றி எல்லாராலும் அநுபவித்து உணரப்பட்டு இஃது இவ்வாறிருந்ததெனப் பிறருக்குக் கூறப்படும் பொருள். அதில் அறனும் பொருளும் அடங்கும். அறனும் பொருளும் பற்றிப் புறத்தே நிகழும் ஒழுக்கத்தைப் புறமென்றது ஆகுபெயர்.

மேற்கூறிய புறத்தின் பகுதியாகிய வெட்சி, கரந்தை, வஞ்சி, காஞ்சி, நொச்சி, உழிஞை, தும்பை வாகை, பாடாண், பொதுவியல், கைக்கிளை, பெருந்திணை என்னும் திணைகளுக்குரிய துறைப்பொருள் அமைந்த 400 பாக்களை உடைமையின், இந்நூல் புறநானூறு என்று பெயர் பெற்றது. திணை — ஒழுக்கம். துறை — மக்களும் விலங்குகள் முதலியனவும் சென்று நீருண்ணும் துறைபோலப் பலவகைப்பட்ட பொருளும் ஒருவகைப்பட்டு இயங்குதற்குரிய வழி. இதுபற்றியே புறமென்றும் இதனை வழங்குதலுண்டு. இது புறம், புறப்பாட்டு, புறம்பு நானூறு என்றும் சொல்லப்படும். இந்நூல் பொருளாலும் அளவாலும் தொகுக்கப்பட்டது.

இது கடவுள் வாழ்த்துச் செய்யுள் முதலிய 400 அகவற்பாக்களை யுடையது. அவற்றுள் கவுள் வாழ்த்து, பாரதம்பாடிய பெருந்தேவனாராலும் ஏனையவை முரஞ்சியூர் முடிநாகராயர் முதல் கோவூர்கிழார் இறுதியாக வுள்ள புலவர் பலராலும் இயற்றப்பட்டுள்ளன. இந்நூலைத் தொகுத்தோரும் தொகுப்பித்தோரும் இன்னாரென்று விளங்கவில்லை.

எனக்குக் கிடைத்த ஏட்டுச் சுவடிகளுள் ஒன்றிலேனும் இந்நூலின் ௨௬௭, ௨௬௮-ஆம் பாடல்களும், ௩௨௮, ௩௭௦-இவற்றின் முதலும், சில பாட்டுக்களின் இடைப்பகுதிகளும், ௨௪௪, ௩௫௫, ௩௬௧-இவற்றின் பிற்பகுதிகளும் கிடைக்கவில்லை. ௨௪௪, ௨௫௬, ௨௫௭, ௨௬௩, ௨௬௭, ௨௯௮, ௨௯௭, ௩௦௭, ௩௨௩, ௩௨௭, ௩௨௮, ௩௩௩, ௩௩௯, ௩௪௦, ௩௫௫, ௩௬௧-ஆம் பாட்டுக்களை இயற்றியவர்கள் பெயர் காணப்படவில்லை. இந்நூலுக்கு முதல் ௨௬௬ - பாடல்களுக்கு மட்டும் பழையவுரை யொன்று உண்டு. அந்த உரையும், உரையில்லாத பாடல்களுக்கு நூதனமாக எழுதிய குறிப்புரை, அரும்பதவகராதி முதலியனவும் அடங்கிய புத்தகத்தின் மூன்றாம் பதிப்பு இப்பொழுது தனியே வெளிவந்திருக்கிறது.

முற்காலத்தே இருந்து விளங்கிய தமிழ்மன்னர்கள், வள்ளல்கள், உபகாரிகள், புலவர்கள் முதலியவர்களுடைய வரலாற்றையும் அக்காலத்து நாகரிகம் முதலியவற்றையும் நன்கு தெரிந்து கொள்வதற்கு இந்நூல் கருவியாக உள்ளது. இதன் செய்யுட்களைப் பாடினோரும் அவற்றாற் பாடப்பட்டோரும் ஒரு காலத்தாரல்லர்; ஒரு குலத்தாரல்லர்; ஒரு சாதியாரல்லர்; ஓரிடத்தாரு மல்லர். இவர்களில் அந்தணர் சிலர்; அரசர் பலர்; வணிகர் பலர்; வேளாளர் பலர்; பெண்பாலாரும் உளர். தமிழ் நாட்டின் வரலாறு குறித்துச் செய்யப்படும் பலவகையான ஆராய்ச்சிக்கு இது துணைசெய்து கொண்டு வருகின்றது. இதன் பாலுள்ள பாட்டுக்கள் தமிழ்நயம் உணர்வார் நெஞ்சத்தில் மறவாமற் பதித்தற்குரியன.

இந்நூலின் அருமையை யறிந்த அன்பர்கள் பலர் இதன் மூலமட்டும் அடங்கிய பதிப்பொன்று வெளிவரின் நலமாகு மென்று விரும்பியபடியால் பாடினோர், பாடப்பட்டோர்க ளுடைய பெயரகராதிகள் அரும்பத அகராதி முதலியவற்றுடன் இந்தப் பதிப்பு வெளிவரலாயிற்று. அரும்பத அகராதியில், இந்நூலின் பழைய உரையிற் கண்டவாறு சொற்களுக்குப் பொருள் எழுதப்பட்டுள்ளது.

இந்நூலைப் பற்றிய வேறுபல செய்திகளை மூலமும் உரையும் உள்ள பதிப்பின் முகவுரை முதலியவற்றால் அறியலாகும்.

இங்ஙனம்,
வே. சாமிநாதையர்

“தியாகராஜ விலாஸம்”
திருவேட்டீசுவரன் பேட்டை
12-2-36

உ
கணபதி துணை

எட்டுத்தொகையுள் மூன்றாவதாகிய

ஐங்குறுநூறும்
பழையவுரையும்

இவை
கும்பகோணம் காலேஜ் தமிழ்ப்பண்டிதராகிய
உத்தமதானபுரம்

வே. சாமிநாதையரால்

பல பிரதிரூபங்களைக்கொண்டு பரிசோதித்து,

சென்னபட்டணம்:
வைஜயந்தி அச்சுக்கூடத்திற்
பதிப்பிக்கப்பட்டன.

சோபகிருது ஞு ஆனி மீ

1903.

விலை ரூ. கஉ

Copyright Registered

உ.

கணபதி துணை.

எட்டுத்தொகையுள் மூன்றாவதாகிய

ஐங்குறுநூறும்,

பழையவுரையும்.

இவை,

கும்பகோணம் காலேஜ் தமிழ்ப்பண்டிதராகிய

உத்தமதானபுரம்

வே. சாமிநாதையரால்

பலபிரதிரூபங்களைக்கொண்டு பரிசோதித்து,

சென்னபட்டணம் :

வைஜயந்தி அச்சுக்கூடத்திற்

பதிப்பிக்கப்பட்டன.

சோபகிருது௵ ஆனிமீ

1903.

விலை ரூ. க௨.

Copyright Registered.

உ

கணபதி துணை

முகவுரை

சந்தனப் பொதியத் தடவரைச் செந்தமிழ்ப்
பரமா சாரியன் பதங்கள்
சிரமேற் கொள்ளுதுந் திகழ்தரற் பொருட்டே.

ஐங்குறுநூறென்பது, கடைச்சங்கப் புலவர்கள் அருளிச்செய்த நூல்களாகிய *எட்டுத் தொகைகளில் மூன்றாவது; சொற்சுவை பொருட்சுவைகளிற் சிறந்தது; பொருள்களின் இயற்கை யழகையும் தமிழ்ப் பாஷையின் இனிமையையும் நன்கு தெரிவிப்பது; இத்தமிழ் நாட்டின் பழைய காலத்தின் நிலைமையையும் சில சரித்திரங்களையும் புலப்படுத்துவது; பொருளிலக்கணத்தின் பகுதிகளாகிய அகம் புறமென்னும் இரண்டனுள் அகத்தின் பகுதிகளுக்கு இலக்கியமாக அமைந் துள்ளது. [அகமாவது, ஒத்த அன்பினராகிய தலைவனும் தலைவியும் தம்முட் கூடுகின்ற காலத்துப் பிறந்து அக்கூட்டத்தின் பின்பு அவ்விருவராலும் ஒருவர்க்கொருவர் தத்தமக்குப் புலனாக இவ்வா றிருந்த தெனக் கூறப்படாததாய் எப்பொழுதும் உள்ளத்துணர்வாலேயே அனுபவிக்கப்படும் இன்பம். இன்பம் பற்றி அகத்தே நிகழும் ஒழுக்கத்தை அகமென்றது ஆகுபெயர். அகம்—உள்.]

இந்நூல், சிவபெருமானுடைய துதியாகிய கடவுள் வாழ்த்துச் செய்யு ளொன்றை முதலிற் பெற்றுப் பின்னர் மருதம், நெய்தல், குறிஞ்சி, பாலை, முல்லை யென்னும் ஐந்திணைகளுள் ஒவ்வொன்றற்கு முரிய ஒழுக்கங்களைத் தனித்தனி விளக்கும் நூறு நூறு அகவற்பாக்களைக் கொண்டு முறையே ஐந்து வகையாகப் பகுக்கப் பெற்றுள்ளது.

இதிலுள்ள பாக்கள் - ௫0௧. இப்பாக்கள் ௩ - அடிச் சிற்றெல்லையை யும் ௬ -அடிப் பேரெல்லையையும் உடையவைகள்.

மருத முதலிய ஐந்திணை யொழுக்கங்களை, நற்றிணை முதலியவற்றிலுள்ள பாக்களைக் காட்டிலும் அடிவரையறையிற் குறைந்த நூறு நூறு பாக்களால் தனித்தனியே விளக்குகின்றமையின், இந்நூல் ஐங்குறுநூ றென்று பெயர் பெற்றது.

இதிற் கடவுள் வாழ்த்துப் பாரதம் பாடிய பெருந்தேவனாராலும், முதனூறாகிய மருதம் ஓரம்போகியாராலும், இரண்டா நூறாகிய நெய்தல் அம்மூவனாராலும்,

---

* எட்டுத்தொகைகளாவன: நற்றிணை, குறுந்தொகை, ஐங்குறுநூறு, பதிற்றுப்பத்து, பரிபாடல், கலித்தொகை, அகநானூறு, புறநானூறு என்பன. இவற்றின் வரலாற்றைப் புறநானூற்று அச்சுப்புத்தகத்தின் முகவுரையா லுணர்க.

மூன்றா நூறாகிய குறிஞ்சி கபிலராலும், நான்கா நூறாகிய பாலை ஓதலாந்தையாராலும், ஐந்தா நூறாகிய முல்லை பேயனாராலும் இயற்றப்பட்டன. இதனை,

மருதமோ ரம்போகி நெய்தலம் மூவன்
கருதுங் குறிஞ்சி கபிலன் – கருதிய
பாலையோத லாந்தை பனிமுல்லை பேயனே
நூலையோ தைங்குறு நூறு

என்னும் வெண்பாவா லுணர்க.

இத் தொகையைத் தொகுத்தார் புலத்துறை முற்றிய கூடலூர் கிழார்; தொகுப்பித்தார் யானைக்கட்சேய் மாந்தரஞ் சேரலிரும்பொறையார். இஃது, இந்நூலின் இறுதியி லிருக்கின்ற பழைய வாக்கியத்தால் தெரிகின்றது.

ஓரம்போகியார் முதலிய ஐவரும் முறையே மருத முதலிய ஐந்திணை வளங்களையும் இனிது விளக்கிப் பாடுதலில் மிக்க பயிற்சி யுடையவர்க ளாதலின், மருத முதலிய ஒவ்வொரு பகுதியையும் படிப்பவர்கள் அப்பொழுது அப்பொழுது அந்த அந்த நிலங்களில் உள்ள பொருள்களைக் கண்கூடாக நுகர்பவர்களாகவே யாவார்கள்.

இதிலுள்ள அகவற்பாக்கள் ஒவ்வொன்றன் பின்னும் தனித்தனியே கருத்துரையும் பழையவுரையும் உள்ளன; சிலவற்றிற்கு இரண்டு கருத்துரைகளு முண்டு. அக் கருத்துரைகளை இயற்றியவர்கள் நூலாசிரியர்களோ வேறு யாரோ யாதும் புலப்படவில்லை. தொல்காப்பியப் பொருளதிகார வுரையில் இந்நூலிலிருந்து மேற்கோளாக எடுத்துக்காட்டிய செய்யுட்களுட் சிலவற்றிற்கு நச்சினார்க்கினியர் இக் கருத்துரைகளைத் தழுவாமல் வேறு கருத்துரைகள் எழுதி அவற்றிற்கேற்ப அச் செய்யுட்களுக்குப் பொருளும் விளங்க எழுதிக்கொண்டு போகின்றனர். இஃது இவ்வச்சுப் புத்தகம் கசரு-ம் பக்க முதலியவற்றி லமைந்துள்ள பிரயோக விளக்கக் குறிப்பை உய்த்துணரின், நன்கு விளங்கும்.

ஆசிரியர் தொல்காப்பியனார் தொல்காப்பியம் அகத்திணையியலில், "மாயோன்மேய" என்னும் ரு-ம் சூத்திரத்தில், 'முல்லை குறிஞ்சி மருத நெய்தலெனச், சொல்லிய முறையாற் சொல்லவும் படுமே' என நிலங்களுக்கு முல்லை முதலாக முறை கூறினாரேனும் அதில் 'சொல்லவும் படுமே' என்ற உம்மையால், இங்ஙனம் சொல்லாத முறையாலும் திணைகள் சொல்லப்படுமென்று அவர் அறிவுறுத்தினா ராதலின், புலத்துறை முற்றிய கூடலூர்கிழார் இந்நூலில் திணைகளை மருத முதலாகத் தமக்கு வேண்டிய முறையாற் கோத்தா ரென்றுணர்க. இக்கருத்தை, "உம்மை எதிர்மறை யாகலின், இம்முறையன்றிச் சொல்லவும்படு மென்பது பொருளாயிற்று; தொகைகளிலும் கீழ்க்கணக்குக்களிலும் இம்முறை மயங்கக் கோத்தவாறு காண்க" (தொல்.பொரு. அகத்திணையியல், ரு-ம் சூ. உரை) எனவும் "இனி, 'சொல்லிய முறையாற் சொல்லவும் படுமே' என்றவழிச் சொல்லாத முறையாற் சொல்லவும்படு மென்று பொருள் கொண்டமை பற்றிப் பாலை, குறிஞ்சி, மருதம், முல்லை, நெய்த லெனவும் கோத்தார்; ஐங்குறு நூற்றினும் பிறவற்றினும் வேறுபடக் கோத்தவாறு காண்க" (கலித்தொகை, கடவுள் வாழ்த்துரை.) எனவும் போந்துள்ள ஆசிரியர் நச்சினார்க்கினியர் வாக்கியங்களும், "சொல்லிய முறையாற் சொல்லவும்படும்" என்ற உம்மை, பிறவாற்றானும் சொல்லப்படு மென்பதுபட நிற்றலானும், பத்துப்பாட்டும், கலித்தொகையும், ஐங்குறுநூறும்,

கீழ்க்கணக்கும், *சிற்றடக்கமும் முதலாகிய சான்றோர் செய்யுட்க ளெல்லாம் வேண்டிய முறையான் வைத்தலானும் இவ்வாற்றான் எண்ணப்பட்டன வெனக் கொள்க" (அகத்திணையியல் கூ-ம் சூ. உரை) என்னும் நாற்கவிராய நம்பி அகப்பொருளின் உரையாசிரியர் வாக்கியமும் வலியுறுத்துமா றறிக.

இந்நூலைத் தொகுத்தோரும் தொகுப்பித்தோரும் முறையே மலை நாட்டுப் புலவரும் மலைநாட் டரசரு மாதலால், ஆதனவினி யென்னுஞ் சேரனைத் தலைவனாகப் பெற்ற முதற்பத்தை யுடைய மருதம் முதலிலும், தொண்டிப்பத்தை யுடைய நெய்தல் மருதத்தின் பின்னும், மலைநாட் டரசர்களைப் பாடி மலைநாட்டிற் பெரும்பாலும் வதிந்து மலைவளம் பாடுதலிற் புகழ்பெற்ற கபிலர் பாடிய குறிஞ்சி நெய்தலின் பின்னும் கோக்கப்பெற்றன வென்று இம்மூன்றற்கும் ஒருவாறு முறை கூறலாமாயினும், பாலையும் முல்லையும் இவற்றின் பின்னர் முறையே அமையப் பெற்றதற்குக் காரணம் ஒருவாற்றானும் விளங்கவில்லை. [தொண்டி — சேரநாட்டிற் கடற்கரைக் கண்ணதோர் நகரம்; இதனை, குட்டுவன் றொண்டி (ஐங். களஅ) என்பதனா லுணர்க.]

ஐங்குறுநூறு போலவே ஐந்திணை யொழுக்கங்களை மேற்கூறியவாறு பாகுபாடு செய்து தொகுத்துத் தனித்தனியே கூறும் பழைய நூல்களுள் இப்பொழுது தெரிந்தவை வருமாறு:

எட்டுத் தொகையுள் (இந்நூலேயன்றிக்) கலித்தொகையும், பதினெண் கீழ்க்கணக்கினுள் ஐந்திணை யைம்பது, திணைமாலை நூற்றைம்பது, திணைமொழி யைம்பது, ஐந்திணை யெழுபது, கைந்நிலை யென்பனவும், பத்துப்பாட்டுள் மதுரைக் காஞ்சி முதலியனவும், பழைய உரைகளிற் காணப்படுகின்ற திணைமாலை, சிற்றடக்க மென்பனவுமாம். இவற்றுள் ஈற்றிலுள்ள இரண்டு நூல்களிலிருந்து சிலசில பாக்கள் மட்டும் பழைய வுரைகளிற் காணப்படுகின்றனவே யன்றி நூல் முழுவதும் காணப்படாமையின், அவற்றைப் பற்றி ஒன்றும் இப்பொழுது எழுதக்கூடவில்லை.

மேற்கூறிய இலக்கிய நூல்களிலும் தொல்காப்பிய முதலிய இலக்கண நூல்களிலும் திணைகளைக் கோத்துள்ள முறை ஒருபடியாக இருக்கவில்லை. அவை வருமாறு:

ஐங்குறுநூறு	மரு	நெய்	குறிஞ்	பா	முல்
கலித்தொகை	பா	குறிஞ்	மரு	முல்	நெய்
ஐந்திணை யைம்பது	முல்	குறிஞ்	மரு	பா	நெய்
திணைமாலை நூற்றைம்பது	குறிஞ்	நெய்	பா	முல்	மரு
திமொழி யைம்பது	குறிஞ்	பா	முல்	மரு	நெய்
ஐந்திணை யெழுபது	குறிஞ்	முல்	பா	மரு	நெய்
கைந்நிலை	குறிஞ்	பா	முல்	மரு	நெய்
மதுரைக்காஞ்சி	மரு	முல்	குறிஞ்	பா	நெய்
பெருங்கதை	மரு	முல்	குறிஞ்	பா	-
தொல். பொருளதிகார வுரை	முல்	குறிஞ்	மரு	நெய்	-
இறையனாரகப்பொருளுரை	குறிஞ்	நெய்	பா	முல்	மரு
நாற்கவிராய நம்பியகப் பொருளுரை	குறிஞ்	பா	முல்	மரு	நெய்
வீரசோழியம்	முல்	குறிஞ்	மரு	பா	நெய்
மாறனகப்பொருள்	குறிஞ்	பா	முல்	மரு	நெய்
இலக்கணவிளக்கம்	குறிஞ்	பா	முல்	மரு	நெய்

* சிற்றட்டகமென்றும் பிரதி வேறுபாடுண்டு.

இந்நூலின் பழையவுரை பதவுரையுமன்று; பொழிப்புரையுமன்று; அகத்திணை நூல்களுக்கேயுரிய உள்ளுறை யுவமம் இறைச்சிப் பொருள் முதலியவற்றைப் பெரும்பாலும் நலமுற விளக்கிச் சிலசில இடத்துமட்டும் திரிசொற்களின் பொருளைப் புலப்படுத்திச் சிறுபான்மை இலக்கணக் குறிப்பையும் சொன்முடிபு பொருள் முடிபுகளையும் பெற்றுள்ளது. சசளக-ம் பாடலுக்கு மேலுள்ளவற்றிற்குக் கையெழுத்துப் பிரதியில் இவ்வுரை காணப்படவில்லை. இடையிடையே சிலசில பாடல்களுக்கு மில்லை. ஆனாலும் கிடைத்தவரையிற் பாடல்களின் பொருள்களைத் தெரிந்து கொள்வதற்கு இவ்வுரை மிகச் சிறந்த கருவியாகவுள்ளது. இந்நூல் போலவே நடையாலும் பொருள் நுணுக்கத்தாலும் *இவ்வுரையும் மிகப் பாராட்டற்பாலது. இவ்வுரை இல்லையாயின், இந் நூற்பாக்களிலுள்ள உள்ளுறையுவம முதலியனவும் மற்ற அருமை பெருமைகளும் நன்கு புலப்படா. இவ்வுரையாசிரியர் இன்னாரென்பது ஒருவாற்றானும் விளங்கவில்லை. ஆனாலும் நடையை உற்றுநோக்கின், இவர் பேராசிரியர், நச்சினார்க்கினியர், பரிமேலழகர் முதலியவர்களுள் ஒருவரோ அவர்களைப் போன்ற வேறு யாரோவென்று ஊகிக்கப்படுகிறார்.

இந்நூலின் நயம், தொல்காப்பியப் பொருளதிகாரம், இறையனா ரகப்பொருள், நாற்கவிராய நம்பி அகப்பொருள் முதலிய நூல்களை உரையுடன் பன்முறை ஆராய்ந்தவர்களுக்கு நன்கு புலப்படும்; நடையும் தெற்றென விளங்கும்.

பழைய உரையில்லாத செய்யுட்களுக்கு உள்ளுறையுவம முதலியவற்றைப் புலப்படுத்தி ஏதோ ஒருவகையாக உரையெழுதி இதனுடன் பதிப்பிக்கலா மென்ற விருப்பம் சில அமயம் எனக்கு நிகழ்ந்ததுண்டு; நிகழ்ந்தும் இந்நூலையும் இவ்வுரையையும் உற்று நோக்கும் பொழுது உண்டாகிய அச்சம் அவ்விருப்பத்தை அடியோடே மாற்றிவிட்டது. இந்நூல் முழுமைக்கும் நான் எழுதிவைத்த அரும்பதவுரையை இதனுடன் பதிப்பியாமைக்குக் காரணமும் இதுவே.

சிலசில இடத்து மூலமட்டும் தனியேயுள்ள பிரதிகளின் பாடம் வேறாகவும், இந்நூற் பழைய வுரையாசிரியர் கொண்ட பாடம் வேறாகவும், மேற்கோளாக எடுத்துக்காட்டி யிருக்கும் நச்சினார்க்கினியர் முதலியோர்கள் கொண்ட பாடம் வேறாகவும் அவ்வப் பிரதிகளிற் காணப்பட்டன. அவை ஒருவாறு தொகுத்துப் பிரதிபேதமாக அவ்வப் பாக்களின் கீழே பதிப்பிக்கப்பட்டுள்ளன. பிரதிகளி லுள்ளவாறே பதிப்பித்திருத்தலால், அவற்றுட் சில பாடபேதங்களுக்கு மட்டும் பொருள்கள் புலப்படா.

இந்நூலின் கஉக, கந0-ம் செய்யுட்கள் ஒருபிரதியிலும் காணப்படவில்லை. சகசு, சகூ0 - ம் செய்யுட்களின் இரண்டா மடிகளிற் சீர்கள் குறைந்துள்ளன. அவற்றை ஒரு பிரதியானும் நிரப்பக்கூடவில்லை.

மூலம், கருத்துரை, பழையவுரை என்னும் இம்மூன்றனுள் எழுத்துக்கள் சிதைந்துபோன பாகத்தில் (. . . . .) இவ்வொற்றைப் புள்ளி நிரைகள் அமைக்கப்பெற்றுள்ளன.

சில சொற்கள் பின்னுள்ளவாறு இந்நூற் கையெழுத்துப் பிரதிகளிற் காணப்பட்டன.

---

* இவ்வரிய உரைப்பிரதியைத் தந்த உபகாரி, ஆழ்வார் திருநகரி, தே. லக்ஷ்மண கவிராய ரவர்கள்.

அடும்பு (=அடம்பு)	*துடக்கம் (=தொடக்கம்)*
அணுமை (=அணிமை)	*துடங்கின்று (=தொடங்கின்று)*
அலம்வருதல் (=அலமருதல்)	*நெருனை (=நெருநை)*
அற்சிரம் (=அச்சிரம்)	*பஞ்சாய் (=பைஞ்சாய்)*
இற்றி (=இத்திமரம்)	*பழுநி (=பழுனி)*
கலிழ்தல் (=கலுழ்தல்)	*வல்லினை (=வல்லுனை)*
குருசில் (=குரிசில்)	*வேணும் (=வேண்டும்.)*

கையெழுத்துப் பிரதிகளைத் தேடுதல், எழுதுவித்தல், ஒப்புநோக்குதல், ஆராய்தல் முதலியவைகள் முடிவில் இன்பத்தை விளைவிப்பனவாயினும், எதுவும் தக்க பொருளுதவியின்றி நடைபெறாத இக்காலத்தில், அவைகளே அப்பொழுது அப்பொழுது பலவகையான துன்பத்தை விளைவிக்கின்றன; "அருளில்லார்க் கவ்வுலகமில்லை பொருளில்லார்க், கிவ்வுலக மில்லாகி யாங்கு" என்பது பொய்யாமொழியன்றோ. ஒரு பழைய நூலைப் பதிப்பித்தற்குரிய உழைப்பிலும் பொருட்செலவிலும் காலச்செலவிலும் அதனை ஆராய்தற்குரிய உழைப்பும் பொருட்செலவும் காலச்செலவும் மிக அதிகமென்பதைப் பழகியவர்கள் நன்கு அறிவார்கள்.

திரிசிரபுரம் மகாவித்துவான் ஸ்ரீ மீனாட்சிசுந்தரம் பிள்ளை யவர்களுடைய கண்மணிபோன்ற முதன் மாணாக்கரும் பாடஞ் சொல்லுதல், செய்யுள் செய்தல், நூலாராய்தல் முதலியவற்றில் அவர்களைப் போன்றவரும் முன்பு கும்பகோணம் கவர்ன்மென்ட் காலேஜ் தமிழ்ப்பண்டிதரா யிருந்தவரும் வேறு கவலையின்றி நூலாராய்ச்சியையே செய்து கொண்டு காலங்கழிக்கும்படி வற்புறுத்திக் கூறி அவ்வாறே யான் நடத்தற்குக் கரும்பு தின்னக் கூலி கொடுத்தாற் போலத் தம்முடைய அரிய வேலையை அன்புடன் எனக்கு எளிதிற் கிடைக்கச் செய்தவரும் "இரந்துபுன் மாக்கடமை யென்றுந் துதியா, வரந்தரவென் முன்னின்ற வள்ள" லுமாகிய திரிசிரபுரம் வித்துவான் ஸ்ரீ தியாகராச செட்டியா ரவர்களுடைய அன்புடைமை எழுமையும் மறக்கற்பாலதன்று. அவர்கள் செய்த மேற்கூறிய அரிய வுதவி யில்லையேல் எனக்கும் பழைய தமிழ் நூலாராய்ச்சிக்கும் இக்காலத்தில் யாதோரியைபு மின்றென்பது திண்ணம். ஆதலால், இனியதும் அரியதுமான இந்நூற்பதிப்பை அவர்களிடத்துள்ள நன்றியறிவிற்கு அறிகுறியாக அவர்கள் பெயர்க்கு உரியதாக்குகின்றேன்.

இவ்வரிய பழைய நூலைப் பதிப்பித்தலிற் பெரும்பாலும் எனக்கு மனக்கவலை யுண்டாகாதவண்ணம் கும்பகோணம் காலேஜ், சரித்திர உபந்யாஸகராகிய ம-ா-ா-ஸ்ரீ கே. சுந்தரராமைய ரவர்கள். M.A. வேறொன்றையும் எதிர்பாராமல் தாமே வலிந்து நல்ல அமயத்திற் பொருளுதவி புரிந்தார்கள்; "செய்யாமற் செய்த வுதவிக்கு வையகமும், வானகமு மாற்ற லரிது."

இந்நூலை ஆராயுங் காலத்தும் பதிப்பிக்குங் காலத்தும் சலிப்பின்றி உடனிருந்து ஒப்புநோக்குதல் முதலிய பலவகை உதவிபுரிந்த தமிழ்ப் பாஷாபிமானிகளும் வித்துவான்களுமாகிய பழைய அன்பர்களுள் கும்பகோணம் டவுன் ஹைஸ்கூல்

முதல் தமிழ்ப் பண்டிதராகிய பின்னத்தூர் ம-ா-ா-ஸ்ரீ நாராயணஸாமி ஐயரவர்கள் செய்த பேருதவி மிகச் சிறந்தது.

இந்நூல் பதிப்பிக்கப் பெற்று நிறைவேறி ௬-மாதங்களுக்கு மேற்பட்டும், இடையிடையே நேர்ந்த நோய்த் துன்பங்களாலும் சில முட்டுப்பாடுகளாலும், இதுவரையிற் பூர்த்திசெய்து வெளிப்படுத்தக் கூடவில்லை.

இந்நூலின் பெருமையையும் எனது சிறுமையையும் நன்குணர்ந்த விவேகிகள் இப்பதிப்பிற் காணப்படும் பிழைகளையும் அவற்றின் திருத்தங்களையும் அன்புடன் தெரிவிப்பார்களென்று நம்புகிறேன்.

இப்படியே யான் எண்ணிய ஒவ்வொரு காரியமும் இடையூறின்றி இனிது நிறைவேறும்படி திருவருள் சுரக்கும் வண்ணம் எல்லாம்வல்ல முழுமுதற் கடவுளைச் சிந்தித்து வாழ்த்தி வந்திக்கின்றேன்.

கிடைத்த கையெழுத்துப் பிரதிகள்

மூலமும் கருத்துரையுமுள்ள பிரதிகள்

	திருவாவடுதுறை யாதீனத்துப்	பிரதி	க
ம-ா-ா-ஸ்ரீ	ஜே.எம். வேலுப்பிள்ளை யவர்கள். F.M.U.	”	க
”	திருமயிலை வித்துவான், சண்முகம் பிள்ளை யவர்கள்	”	க

மூலமும் கருத்துரையும்
பழையவுரையுமுள்ள பிரதி

”	ஆழ்வார் திருநகரி, தே. லக்ஷ்மண கவிராய ரவர்கள்	பிரதி	க

இவைகளன்றி ஒப்புநோக்குதற்கு இடையிடையே கிடைத்த அபூர்த்தியான பிரதிகள் சில.

மேற்கூறிய யாவும் மிகப் பழமையான பிரதிகளே.

இங்ஙனம்,
வே. சாமிநாதையன்

உ

கணபதி துணை

எட்டுத்தொகையுள் மூன்றாவதாகிய

ஐங்குறுநூறும் பழையவுரையும்

இவை

உத்தமதானபுரம் மஹாமஹோபாத்தியாய

வே. சாமிநாதையரால்

பல பிரதிரூபங்களைக்கொண்டு பரிசோதித்து

அரும்பதவகராதி முதலியவற்றுடன் திருக்கைலாய
பரம்பரைத் திருவாவடுதுறையாதீன கர்த்தரவர்களாகிய

ஸ்ரீலஸ்ரீ - சுப்பிரமணியதேசிகரவர்களுடைய

பொருளுதவியைக்கொண்டு

சென்னபட்டணம்
கணேச அச்சுக்கூடத்திற்
பதிப்பிக்கப்பெற்றன.

[இரண்டாம் பதிப்பு]

ரௌத்திரி ஹு ஐப்பசி மீ

1920

விலை ரூ. 2-0-0

Copyright Registered

உ

கணபதிதுணை.

எட்டுத்தொகையுள் மூன்றாவதாகிய

ஐங்குறுநூறும்

பழைய உரையும்.

இவை

உத்தமதானபுரம்

மஹாமஹோபாத்தியாய வே. சாமிநாதையரால்,

பல பிரதிரூபங்களைக்கொண்டு பரிசோதித்து அரும்பதவகராதிமுதலியவற்றுடன்
திருக்கைலாய பரம்பரைத் திருவாவடுதுறையாதீன கர்த்தரவர்களாகிய

ஸ்ரீலஸ்ரீ - சுப்பிரமணியதேசிகரவர்களுடைய

பொருளுதவியைக்கொண்டு

சென்னபட்டணம்

கணேச அச்சுக்கூடத்திற்

பதிப்பிக்கப்பெற்றன.

[இரண்டாம் பதிப்பு.]

ரௌத்திரி௵ ஐப்பசிமீ

1920

விலை ரூ. 2-0-0

Copyright Registered.

உ
கணபதி துணை

முகவுரை

சந்தனப் பொதியத் தடவரைச் செந்தமிழ்ப்
பரமா சாரியன் பதங்கள்
சிரமேற் கொள்ளுதுந் திகழ்தரற் பொருட்டே.

ஐங்குறுநூறென்பது, கடைச்சங்கப் புலவர்கள் அருளிச்செய்த நூல்களாகிய *எட்டுத் தொகைகளில் மூன்றாவது; சொற்சுவை பொருட் சுவைகளிற் சிறந்தது; பொருள்களின் இயற்கை யழகையும் தமிழ்ப் பாஷையின் இனிமையையும் நன்கு தெரிவிப்பது; இத்தமிழ் நாட்டின் பழைய காலத்தின் நிலைமையையும் சில சரித்திரங்களையும் புலப்படுத்துவது; பொருளிலக்கணத்தின் பகுதிகளாகிய அகம் புற மென்னும் இரண்டனுள் அகத்தின் பகுதிகளுக்கு இலக்கியமாக அமைந் துள்ளது; [அகமாவது, ஒத்த அன்பினராகிய தலைவனும் தலைவியும் தம்முட் கூடுகின்ற காலத்துப் பிறந்து அக்கூட்டத்தின் பின்பு அவ்விருவராலும் ஒருவர்க் கொருவர் தத்தமக்குப் புலனாக இவ்வா றிருந்ததெனக் கூறப்படாததாய் எப்பொழுதும் உள்ளத் துணர்வாலேயே அனுபவிக்கப்படும் இன்பம். இன்பம் பற்றி அகத்தே நிகழும் ஒழுக்கத்தை அகமென்றது ஆகுபெயர். அகம்—உள்.]

இந்நூல், சிவபெருமானுடைய துதியாகிய கடவுள் வாழ்த்துச் செய்யு ளொன்றை முதலிற் பெற்றுப் பின்னர், மருதம், நெய்தல், குறிஞ்சி, பாலை, முல்லை யென்னும் ஐந்திணைகளுள் ஒவ்வொன்றற்குமுரிய ஒழுக்கங்களைத் தனித்தனி விளக்கும் நூறுநூறு அகவற்பாக்களைக் கொண்டு முறையே ஐந்து வகையாகப் பகுக்கப் பெற்றுள்ளது. ஒவ்வொரு திணையும் பத்துப் பத்துப் பகுதிகளை யுடையது.

இதிலுள்ள பாக்கள் - ருoக. இவை ந-அடிச் சிற்றெல்லையையும் சு-அடிப் பேரெல்லையையும் உடையவை.

நற்றிணை முதலியவற்றிலுள்ள பாக்களைக் காட்டிலும் அடிவரையறையிற் குறைந்த நூறுநூறு பாக்களால் மருத முதலிய ஐந்திணை யொழுக்கங்களைத் தனித்தனியே விளக்குகின்றமையின், இந்நூல் 'ஐங்குறுநூறு' என்று பெயர் பெற்றது.

இதிற் கடவுள் வாழ்த்துப் பாரதம் பாடிய பெருந்தேவனாராலும், முதனூறாகிய மருதம் ஓரம்போகியாராலும், இரண்டா நூறாகிய நெய்தல் அம்மூவனாராலும், மூன்றா நூறாகிய குறிஞ்சி கபிலராலும், நான்கா நூறாகிய பாலை ஓதலாந்தையாராலும், ஐந்தா நூறாகிய முல்லை பேயனாராலும் இயற்றப்பட்டன.

* இவற்றின் வரலாற்றைப் புறநானூற்று முகவுரையா லுணர்க.

இதனை,

மருதமோ ரம்போகி நெய்தலம் மூவன்
கருதுங் குறிஞ்சி கபிலன் – கருதிய
பாலையோத லாந்தை பனிமுல்லை பேயனே
நூலையோ தைங்குறு நூறு

என்னும் வெண்பாவா லுணர்க.

இத்தொகையைத் தொகுத்தார் புலத்துறை முற்றிய கூடலூர் கிழார் என்றும்; தொகுப்பித்தார் யானைக்கட்சேய் மாந்தரஞ் சேரலிரும்பொறையார் என்றும் இந்நூலின் இறுதியில் உள்ள பழைய வாக்கியத்தால் தெரிகின்றன.

ஓரம்போகியார் முதலிய ஐவரும் முறையே மருத முதலிய ஐந்திணை வளங்களையும் இனிது விளக்கிப் பாடுதலில் மிக்க பயிற்சி யுடையவர்க ளாதலின், மருத முதலிய ஒவ்வொரு பகுதியையும் படிப்பவர்கள் அப்பொழுது அப்பொழுது அந்த அந்த நிலங்களில் உள்ள பொருள்களைக் கண்கூடாக நுகர்பவர்களாகவே யாவார்கள்.

இதிலுள்ள அகவற்பா ஒவ்வொன்றன் பின்னும் தனித் தனியே கருத்துரையும் பழையவுரையும் உள்ளன; சில பாக்களுக்கு இரண்டு கருத்துரைகளு முண்டு. அக் கருத்துரைகளை இயற்றியவர்கள் நூலாசிரியர்களோ வேறு யாரோ யாதும் புலப்படவில்லை. தொல்காப்பியப் பொருளதிகார வுரையில் இந் நூலிலிருந்து மேற்கோளாக எடுத்துக் காட்டிய செய்யுட்களுட் சிலவற்றிற்கு நச்சினார்க்கினியர் முதலியோர் இக் கருத்துரைகளைத் தழுவாமல் வேறு கருத்துரைகள் எழுதி அவற்றிற்கேற்ப அச் செய்யுட்களுக்குப் பொருளும் விளங்க எழுதியிருக்கிறார்கள். இஃது இப்புத்தகம் கசரு-ஆம் பக்க முதலியவற்றில் அமைந்துள்ள பிரயோக விளக்கக் குறிப்பால் நன்கு விளங்கும்.

ஆசிரியர் தொல்காப்பியனார் “மாயோன்மேய” (தொல். அகத். ரு) என்னும் சூத்திரத்தில், ‘முல்லை குறிஞ்சி மருத நெய்த லெனச், சொல்லிய முறையாற் சொல்லவும் படுமே’ என நிலங்களுக்கு முல்லை முதலாக முறை கூறினாரேனும் அதில், ‘சொல்லவும் படுமே’ என்ற உம்மையால், இங்ஙனம் சொல்லாத முறையாலும் திணைகள் சொல்லப்படு மென்று அவர் அறிவுறுத்தினா ராதலின், புலத்துறை முற்றிய கூடலூர் கிழார் இந்நூலில் திணைகளை மருத முதலாகத் தமக்கு வேண்டிய முறையாற் கோத்தா ரென்றுணர்க. இக்கருத்தை, “உம்மை எதிர்மறை யாகலின், இம் முறையன்றிச் சொல்லவும் படுமென்பது பொருளாயிற்று; தொகைகளிலும் கீழ்க்கணக்குக்களிலும் இம்முறை மயங்கக் கோத்தவாறு காண்க” (தொல். ஷ ரு-ஆம் சூ. உரை) எனவும் “இனி, ‘சொல்லிய முறையாற் சொல்லவும் படுமே’ என்றவழிச் சொல்லாத முறையாற் சொல்லவும்படு மென்று பொருள் கொண்டமை பற்றிப் பாலை, குறிஞ்சி, மருதம், முல்லை, நெய்த லெனவும் கோத்தார்; ஐங்குறு நூற்றினும் பிறவற்றினும் வேறுபடக் கோத்தவாறு காண்க” (கலித்தொகை, கடவுள் வாழ்த்துரை.) எனவும் போந்துள்ள ஆசிரியர் நச்சினார்க்கினியர் வாக்கியங்களும், “சொல்லிய முறையாற் சொல்லவும்படும்” என்ற உம்மை பிறவாற்றானும் சொல்லப்படு மென்பதுபட நிற்றலானும், பத்துப்பாட்டும், கலித்தொகையும், ஐங்குறுநூறும், கீழ்க்கணக்கும், *சிற்றட்டகமும் முதலாகிய சான்றோர் செய்யுட்களி லெல்லாம் வேண்டிய முறையான் வைத்தலானும் இவ்வாற்றான் எண்ணப்பட்டன

* சிற்றடக்க மென்றும் பிரதி வேறுபாடுண்டு.

வெனக் கொள்க" (அகத். சூ. சு.) என்னும் நாற்கவிராய நம்பி அகப்பொருளின் உரையாசிரியர் வாக்கியமும் வலியுறுத்துமாறறிக.

இந்நூலைத் தொகுத்தோரும் தொகுப்பித்தோரும் முறையே மலைநாட்டுப் புலவரும் மலைநாட் டரசரு மாதலால், ஆதனவினி யென்னுஞ் சேரனைத் தலைவனாகப் பெற்ற முதற்பத்தை யுடைய மருதம் முதலிலும், தொண்டிப் பத்தை யுடைய நெய்தல் மருதத்தின் பின்னும், மலைநாட் டரசர்களைப் பாடி, மலைநாட்டிற் பெரும்பாலும் வதிந்து, மலைவளம் பாடுதலிற் புகழ்பெற்ற கபிலர் பாடிய குறிஞ்சி நெய்தலின் பின்னும் கோக்கப்பெற்றன வென்று இம் மூன்றற்கும் ஒருவாறு முறை கூறலா மாயினும், பாலையும் முல்லையும் இவற்றின் பின்னர் முறையே அமையப் பெற்றதற்குக் காரணம் ஒருவாற்றானும் விளங்கவில்லை. [தொண்டி — சேரநாட்டிற் கடற்கரைக் கண்ணதொரு நகரம்; இதனை, 'குட்டுவன் றொண்டி' (ஐங்குறு. கஎஅ) என்பதனா லுணர்க.]

ஐங்குறுநூறு போலவே ஐந்திணை யொழுக்கங்களை மேற்கூறியவாறு பாகுபாடு செய்து தொகுத்துத் தனித்தனியே கூறும் வேறு பழைய நூல்களுள் இப்பொழுது தெரிந்தவை வருமாறு:

எட்டுத்தொகையுள் கலித்தொகையும், பதினெண் கீழ்க்கணக்கினுள் ஐந்திணை யைம்பது, திணைமாலை நூற்றைம்பது, திணைமொழி யைம்பது, ஐந்திணை யெழுபது, கைந்நிலை யென்பனவும், பத்துப்பாட்டுள் மதுரைக்காஞ்சி முதலியனவும், பழைய உரைகளிற் காணப்படுகின்ற சிற்றட்டக மென்பதுமாம்; சிற்றட்டகத்துள்ள சில பாக்கள் மட்டும் பழைய வுரைகளிற் காணப்படுகின்றனவே யன்றி நூல்முழுவதும் காணப்படாமையின், அதனைப்பற்றி ஒன்றும் இப்பொழுது எழுதக்கூடவில்லை.

மேற்கூறிய இலக்கிய நூல்களிலும் தொல்காப்பிய முதலிய இலக்கண நூல்களிலும் திணைகளைக் கோத்துள்ள முறை ஒருபடியாக இருக்கவில்லை; அவை வருமாறு:

ஐங்குறுநூறு	மரு	நெய்	குறிஞ்	பா	முல்
கலித்தொகை	பா	குறிஞ்	மரு	முல்	நெய்
ஐந்திணை யைம்பது	முல்	குறிஞ்	மரு	பா	நெய்
திணைமாலை நூற்றைம்பது	குறிஞ்	நெய்	பா	முல்	மரு
திணைமொழி யைம்பது	குறிஞ்	பா	முல்	மரு	நெய்
ஐந்திணை யெழுபது	குறிஞ்	முல்	பா	மரு	நெய்
கைந்நிலை	குறிஞ்	பா	முல்	மரு	நெய்
மதுரைக்காஞ்சி	மரு	முல்	குறிஞ்	பா	நெய்
பெருங்கதை	மரு	முல்	குறிஞ்	பா	...
தொல். பொருளதிகாரவுரை	முல்	குறிஞ்	மரு	நெய்	...
இறையனாரகப்பொருளுரை	குறிஞ்	நெய்	பா	முல்	மரு
நாற்கவிராய நம்பியகப் பொருளுரை	குறிஞ்	பா	முல்	மரு	நெய்
வீரசோழியம்	முல்	குறிஞ்	மரு	பா	நெய்
மாறனகப்பொருள்	குறிஞ்	பா	முல்	மரு	நெய்
இலக்கணவிளக்கம்	குறிஞ்	பா	முல்	மரு	நெய்

இந்நூலின் பழையவுரை பதவுரையுமன்று; பொழிப்புரையுமன்று; அகத்திணை நூல்களுக்கேயுரிய உள்ளுறையுவமம், இறைச்சிப் பொருள் முதலியவற்றைப்

பெரும்பாலும் நலமுற விளக்கிச் சிலசில இடத்துமட்டும் திரிசொற்களின் பொருளைப் புலப்படுத்திச் சிறுபான்மை இலக்கணக் குறிப்பையும் சொன்முடிபு பொருண்முடிபு களையும் பெற்றுள்ளது. சசுகூ - ஆம் பாடலுக்கு மேலுள்ளவற்றிற்குக் கையெழுத்துப் பிரதியில் இவ்வுரை காணப்படவில்லை. இடையிடையே சிலசில பாடல்களுக்கு மில்லை. ஆனாலும் கிடைத்தவரையிற் பாடல்களின் பொருள்களைத் தெரிந்து கொள்வதற்கு இவ்வுரை மிகச் சிறந்த கருவியாகவுள்ளது. இந்நூல் போலவே நடையாலும் பொருள் நுணுக்கத்தாலும் *இவ்வுரையும் மிகப் பாராட்டற்பாலது. இவ்வுரை இல்லையாயின், இந்நூற் பாக்களிலுள்ள உள்ளுறையுவம முதலியனவும் மற்ற அருமை பெருமைகளும் நன்கு புலப்படா. இவ்வுரையாசிரியர் இன்னாரென்பது ஒருவாற்றானும் விளங்கவில்லை. ஆனாலும் நடையை உற்றுநோக்கின், இவர் பேராசிரியர், நச்சினார்க்கினியர், பரிமேலழகர் முதலியவர்களுள் ஒருவரோ அல்லது அவர்களைப் போன்ற வேறு ஒருவரோ வென்று ஊகிக்கப்படுகிறார்.

தொல்காப்பியப் பொருளதிகாரம், இறையனாரகப் பொருள், நாற்கவிராய நம்பி அகப்பொருள் முதலிய நூல்களை உரையுடன் பன்முறை ஆராய்ந்தவர்களுக்கு இந்நூலின் நயம் நன்கு புலப்படும்; நடையும் தெற்றென விளங்கும்.

பழைய உரையில்லாத செய்யுட்களுக்கு உள்ளுறையுவம முதலியவற்றைப் புலப்படுத்தி ஏதோ ஒருவகையாக உரையெழுதி இதனுடன் பதிப்பிக்கலா மென்ற விருப்பம் சில சமயம் எனக்கு நிகழ்ந்ததுண்டு; நிகழ்ந்தும் இந்நூலையும் இவ்வுரையையும் உற்று நோக்க அவ்விருப்பம் அடியோடே மாறிவிட்டது. இந்நூல் முழுமைக்கும் நான் எழுதிவைத்த அரும்பதவுரையை இதனுடன் பதிப்பியாமைக்குக் காரணமும் இதுவே.

சிலசில இடத்து மூலமட்டும் தனியேயுள்ள பிரதிகளின் பாடல் வேறாகவும், இந்நூற் பழைய உரையாசிரியர் கொண்ட பாடம் வேறாகவும், மேற்கோளாக எடுத்துக்காட்டியிருக்கும் நச்சினார்க்கினியர் முதலியோர்கள் கொண்ட பாடம் வேறாகவும் அவ்வப் பிரதிகளிற் காணப்பட்டன. அவை ஒருவாறு தொகுத்துப் பிரதிபேதமாக அவ்வப் பக்கங்களின் இறுதியிற் பதிப்பிக்கப்பட்டுள்ளன. பிரதிகளி லுள்ளவாறே பதிப்பித்திருத்தலால், அவற்றுட் சில பாடபேதங்களுக்குப் பொருள்கள் புலப்படா.

இந்நூலின் கஉகூ, கங0-ம் செய்யுட்கள் ஒரு பிரதியிலும் காணப்படவில்லை. சககூ, சகூ0 - ம் செய்யுட்களின் இரண்டாமடிகளிற் சீர்கள் குறைந்துள்ளன. அவற்றை ஒரு பிரதியானும் நிரப்பக்கூடவில்லை.

மூலம், கருத்துரை, பழையவுரை என்னும் இம்மூன்றனுள் எழுத்துக்கள் சிதைந்துபோன பாகத்தை (. . . . .) இவ்வொற்றைப் புள்ளி நிரைகள் காட்டும்.

சில சொற்கள் பின்னுள்ளவாறு இந்நூற் கையெழுத்துப் பிரதிகளிற் காணப்பட்டன.

அடும்பு (=அடம்பு)	துடக்கம் (=தொடக்கம்)
அணுமை (=அணிமை)	துடங்கின்று (=தொடங்கின்று)

* இவ்வரிய உரைப்பிரதியைத் தந்த உபகாரி, ஆழ்வார்திருநகரி, ஸ்ரீ தே. லக்ஷ்மண கவிராய ரவர்கள்.

அலம்வருதல் (=அலமருதல்)	நெருனை (=நெருநை)
அற்சிரம் (=அச்சிரம்)	பஞ்சாய் (=பைஞ்சாய்)
இற்றி (=இத்திமரம்)	பழுநி (=பழுனி)
கவிழ்தல் (=கலுழ்தல்)	வல்லினை (=வல்லுனை)
குருசில் (=குரிசில்)	வேணும் (=வேண்டும்.)

இதன் முதற்பதிப்பு 1903ஆம் வருஷத்திற் பதிப்பிக்கப்பெற்றது. பின்பு கிடைத்த கையெழுத்துப் பிரதிகளால் அறிந்த பிரதிபேதங்களும் அரும்பத வகராதியில் பழைய நூலாராய்ச்சிக்கு இன்றியமையாத சில குறிப்புக்களும் இப்பதிப்பிற் சேர்க்கப்பெற்றுள்ளன.

திருவாவடுதுறை யாதீனத்து மகாவித்துவானும் எனதாசிரியருமாக விளங்கிய திரிசிரபுரம் ஸ்ரீ மீனாட்சிசுந்தரம் பிள்ளை யவர்களுடைய கண்மணிபோன்ற முதன் மாணாக்கரும் பாடஞ் சொல்லுதல், செய்யுள் செய்தல், நூலாராய்தல் முதலியவற்றில் அவர்களைப் போன்றவரும் முன்பு கும்பகோணம் கவர்ன்மென்ட் காலேஜ் தமிழ்ப் பண்டிதரா யிருந்தவரும் வேறு கவலையின்றி நூலாராய்ச்சியையே செய்து கொண்டு காலங்கழிக்கும்படி வற்புறுத்திக்கூறி அவ்வாறே யான் நடத்தற்குக் கரும்பு தின்னக் கூலி கொடுத்தாற் போலத் தம்முடைய அரிய வேலையை அன்புடன் எனக்கு எளிதிற் கிடைக்கச் செய்தவரும் *"இரந்துபுன் மாக்கடமை யென்றுந் துதியா, வரந்தரவென் முன்னின்ற வள்ள"லுமாகிய திரிசிரபுரம் வித்துவான் ஸ்ரீ தியாகராச செட்டியா ரவர்களுடைய பேருதவி எழுமையும் மறக்கற்பாலதன்று. அவர்கள் செய்த மேற்கூறிய அரியவுதவி யில்லையேல் எனக்கும் பழைய தமிழ் நூலாராய்ச்சிக்கும் இக்காலத்தில் யாதோரியைபு மின்றென்பது திண்ணம். ஆதலால், இனியதும் அரியதுமான இந் நூற்பதிப்பை அவர்களிடத்துள்ள நன்றியறிவிற்கு அறிகுறியாக அவர்களுக்கு உரியதாக்குகின்றேன்.

இதனைப் பதிப்பிக்குங் காலத்துச் சலிப்பின்றி உடனிருந்து வழக்கம்போல் ஒப்புநோக்குதல் முதலிய பலவகை உதவிகள் புரிந்த பழைய மெய்யன்பர்கள்பால் மிக்க நன்றி பாராட்டு கின்றேன்.

உடனிருந்து உதவிசெய்பவர்கள் முதலியோர் விஷயத்தில் எனக்குச் சிறிதும் பொருட் கவலை யுண்டாகாதபடி பேரன்புடன் பொருளுதவி செய்து சில வருஷங்களாக ஆதரித்துவரும், ஸ்ரீ ஸேது ஸமஸ்தானாதிபதிகளும், மதுரைத் தமிழ்ச்சங்கத் தலைவர்களும், சென்னைச் சட்ட நிரூபண சபை அங்கத்தினர் களுமான கௌரவம் பொருந்திய ம-ள-ள-ஸ்ரீ பா. இராஜ ராஜேசுவர ஸேதுபதி யவர்களைப் பாதுகாத்தருளும் வண்ணம் தமிழ்த் தெய்வத்தை இறைஞ்சுகின்றேன்.

இந்நூற் பரிசோதனைக்குக் கிடைத்த கையெழுத்துப் பிரதிகள்

மூலமும் கருத்துரையு முள்ளவை

திருவாவடுதுறை யாதீனத்துப்	பிரதி	க
ம-ள-ள-ஸ்ரீ ஜே.எம். வேலுப்பிள்ளை யவர்கள்	”	க
திருமயிலை வித்துவான் ஸ்ரீ சண்முகம் பிள்ளை யவர்கள்	”	க

* வெங்கையுலா, கண்ணி, 68.

மூலமும் கருத்துரையும்
பழையவுரையுமுள்ள பிரதி

ஆழ்வார் திருநகரி,
ஸ்ரீ தே. லக்ஷ்மண கவிராய ரவர்கள் கொடுத்த   ...   ...   பிரதி க

இவைகளன்றி ஒப்புநோக்குதற்கு அவ்வப்பொழுது கிடைத்த வேறு பிரதிகள் சில.

மேற்கூறிய யாவும் மிகப் பழமையானவைகளே.

இந்நூலின் பெருமையையும், எனது சிறுமையையும் நன்குணர்ந்த விவேகிகள் இப்பதிப்பிற் காணப்படும் பிழைகளைப் பொறுத்துக் கொள்வார்க ளென்று நம்புகிறேன்.

இப்படியே யான் எண்ணிய ஒவ்வொரு காரியமும் இடையூறின்றி இனிது நிறைவேறும்படி திருவருள் சுரக்கும் வண்ணம் எல்லாம்வல்ல முழுமுதற் கடவுளைச் சிந்தித்து வாழ்த்தி வந்திக்கின்றேன்.

இங்ஙனம்,
வே. சாமிநாதையன்

"தியாகராஜ விலாஸம்"
திருவேட்டீசுவரன் பேட்டை
15-11-1920

கணபதி துணை

எட்டுத்தொகையுள் நான்காவதாகிய

பதிற்றுப்பத்துமூலமும் பழையவுரையும்

இவை

சென்னைப் பிரஸிடென்ஸி காலேஜ் தமிழ்ப்பண்டிதராகிய

உத்தமதானபுரம்

வே. சாமிநாதையரால்

பலபிரதிரூபங்களைக்கொண்டு பரிசோதித்து

சென்னபட்டணம்:

வைஜயந்தி அச்சுக்கூடத்திற்

பதிப்பிக்கப்பட்டன.

குரோதி ஞூ ஆனி மீ

1904.

விலை ரூ. கஉ

Copyright Registered

கணபதி துணை.

எட்டுத்தொகையுள் நான்காவதாகிய

பதிற்றுப்பத்துமூலமும்,

பழையவுரையும்.

இவை,

சென்னைப் பிரஸிடென்ஸிகாலேஜ் தமிழ்ப்பண்டிதராகிய

உத்தமதானபுரம்

வே. சாமிநாதையரால்

பலபிரதிருபங்களைக்கொண்டு பரிசோதித்து,

சென்னபட்டணம்:

வைஜயந்தி அச்சுக்கூடத்திற்

பதிப்பிக்கப்பட்டன.

குரோதி௵ ஆனி௴

1904.

விலை ரூ. 5·00

உ
கணபதி துணை

முகவுரை

சந்தனப் பொதியத் தடவரைச் செந்தமிழ்ப்
பரமா சாரியன் பதங்கள்
சிரமேற் கொள்ளுதுந் திகழ்தரற் பொருட்டே.

பதிற்றுப்பத் தென்பது, தமிழ்ப் பாஷையிலுள்ள பழைய இலக்கிய நூல்களுள்ளே நல்லிசைப் புலவர்க ளருளிச்செய்த சங்கச் செய்யுட்களாகிய *எட்டுத் தொகைகளில் நான்காவது; புராதன இலக்கண இலக்கிய வுரைகளில் மேற்கோளாக எடுத்துக் காட்டப்பெற்ற பெருமை வாய்ந்தது; முடியுடை வேந்தர்களாகிய சேரர் பதின்மர்கள்மீது சங்கப்புலவர் பதின்மர்கள் இயற்றியது; ஐந்திலக்கணங்க ளுள்ளே பொருளின் பகுதியாகிய புறத்திணைத் துறைகளுக்கு இலக்கியமாக அமைந்துள்ளது.

பப்பத்து அகவற்பாக்க ளுள்ள பத்துப் பகுதிகளால் தொகுக்கப்பட்டமையின், இந்நூல் பதிற்றுப்பத் தென்று பெயர் பெற்றது.

இந்நூலிலே தமிழ்நாட்டின் பண்டைக்கால நிலைமையும், சில சேரர்கள், சில குறுநில மன்னர்கள் முதலியோருடைய வரலாறுகளும் அவர்களுடைய அரசாட்சி, வீரம், கொடை, புலவர்களை அவர்கள் ஆதரித்துவந்த அருமை முதலியனவும், சேரநாட்டின் பழைய வழக்கங்கள் சிலவும் இக்காலத்து வழங்காத சில அரும்பதங்களும் வேறுள்ள சில அரிய விஷயங்களும் காணலாகும்.

கிடைத்த இந்நூற் கையெழுத்துப் பிரதிகளுள் ஒன்றிலேனும் கடவுள் வாழ்த்தும் முதற் பத்தும் பத்தாம் பத்தும் அவற்றின் உரையும் காணப்படவில்லை; உள்ள எட்டுப் பத்திலுங்கூடச் சிலசில விடத்து மூலங்கள் குறைந்தும் உரைகள் சிதைந்தும் பிறழ்ந்தும் காணப்பட்டன. அந்த விஷயத்தில் நான் செய்யக்கூடியது யாதொன்று மில்லாமையால், அவை இருந்தவாறே பதிப்பிக்கப்பெற்றன.

மேற்கூறிய எட்டுப் பத்திலும் இல்லாத இந்நூற் பாடல்கள் சில, தொல்காப்பியப் பொருளதிகார வுரையால் தெரியவந்தன. அவை வருமாறு:

'இருங்கண் யானையொ டருங்கலந் துறுத்துப்
பணிந்து குறைமொழிவ தல்லது பகைவர்
வணங்கா ராதல் யாவதோ மற்றே.

---

* எட்டுத்தொகைகளாவன: நற்றிணை, குறுந்தொகை, ஐங்குறுநூறு, பதிற்றுப்பத்து, பரிபாடல், கலித்தொகை, அகநானூறு, புறநானூ றென்பன. இவற்றின் வரலாற்றைப் புறநானூற்றின் அச்சுப்புத்தக முகவுரையிற் காண்க.

இதுவுமது, இது பதிற்றுப்பத்து.' (தொல்.பொரு. அச். பக். கரு௩.)

இத்திணைக்குப் படையியங்கரவ முதலியனவும் அதிகாரத்தாற் கொள்க. அது,

இலங்குதொடி மருப்பிற் கடாஅம் வார்ந்து
நிலம்புடையூ வெழுதரும் வலம்படு குஞ்சர
மெரியவிழ்ந் தன்ன விரியுளை சூட்டிக்
கால்கிளர்ந் தன்ன கடுஞ்செல விவுளி
கோன்முனைக் கொடியினம் விரவா வல்லோ
டுன்வினை கடுக்குந் தோன்றல பெரிதெழுந்
தருவியி னொலிக்கும் வரிபுனை நெடுந்தேர்
கண்வேட் டனவே முரசங் கண்ணுற்றுத்
தழுவு மாதிரங் கல்லென வொலிப்பக்
கறங்கிசை வயிரொடு வலம்புரி யார்ப்ப
கெடுமதி னிரைஞாயிற்
கடிமிளைக் குண்டு கிடங்கி
னம்புடை யாரர ணகரப் புடைத்தே
நெஞ்சுபுக லழிந்து நிலைதளர் பொரீஇ
யொல்லா மன்னர் நடுங்க
நல்ல மன்றவிவ னீங்கிய செலவே. (தொல். பொரு. அச். பக். கருகூ.)

"இலங்குதொடி மருப்பின்" என்னும் பதிற்றுப்பத்து உள்ளியது முடிக்கும் வேந்தனது சிறப்பாகிய உழிஞை யாயினும் பதின்றுலாம் பொன் பரிசில் பெற்றமையிற் பாடாணாயிற்று.' (தொல். பொரு. அச். பக். கசூ௦.)

"விசயந்தப்பிய" என்னும் பதிற்றுப்பத்து ஈகை கூறிற்று.
(தொல். பொரு. அச். பக். கசூரு.)

'பேணுதகு சிறப்பிற் பெண்ணியல் பாயினு
மென்னொடு புரையுந ளல்ல
டன்னொடு புரையுநர்த் தானறி குநளே.

எனப் பதிற்றுப்பத்தில் வந்தது.' (தொல். பொரு. அச். பக். சஉரு.)

இவை, முதற் பத்து, பத்தாம் பத்தினுள் இன்ன பகுதியைச் சார்ந்தவையென்று விளங்கவில்லை.

ஷ புத்தகம் [தொல். பொரு.] கசூஉ.-ம் பக்கத்துள்ள, "எரியெள்ளுவன" என்னுஞ் செய்யுள் பதிற்றுப்பத்தின் கடவுள் வாழ்த்தாக இருக்கக்கூடுமோ வென்று எண்ணப்படுகிறது; உண்மை விளங்கவில்லை.

கிடைத்த எட்டுப் பத்தினுள்,—

இரண்டாம் பத்து, இமயவரம்பன் நெடுஞ்சேரலாதனைக் குமட்டூர்க் கண்ணனார் பாடியது.

மூன்றாம் பத்து, இமயவரம்பன் தம்பி பல்யானைச் செல்கெழு குட்டுவனைப் பாலைக் கௌதமனார் பாடியது.

நாலாம் பத்து, களங்காய்க்கண்ணி நார்முடிச் சேரலைக் காப்பியாற்றுக் காப்பியனார் பாடியது.

ஐந்தாம் பத்து, கடல்பிறக்கோட்டிய செங்குட்டுவனைப் பரணர் பாடியது.

ஆறாம் பத்து, ஆடுகோட்பாட்டுச் சேரலாதனைக் காக்கைபாடினியார் நச்செள்ளையார் பாடியது.

ஏழாம் பத்து, செல்வக்கடுங்கோ வாழியாதனைக் கபிலர் பாடியது.

எட்டாம் பத்து, தகடூரெறிந்த பெருஞ்சேர லிரும்பொறையை அரிசில்கிழார் பாடியது.

ஒன்பதாம் பத்து, குடக்கோ இளஞ்சேர லிரும்பொறையைப் பெருங்குன்றூர் கிழார் பாடியது.

இவ்வரலாற்றின் விரிவை ஒவ்வொரு பத்திற்கும் இறுதியிலுள்ள பதிகங்களால் அறிந்துகொள்க.

இந்நூலின் உரை இன்றியமையாத இடங்களிற் பதப்பொருளை இனிது விளக்கி ஆங்காங்குச் சொன்னயம் பொருணயங்களையும் சொன்முடிபு பொருண் முடிபுகளையும் உரிய இடங்களில் இலக்கணக் குறிப்புக்களையும் நன்கு புலப்படுத்திப் பழைய செய்திகள் சிலவற்றைத் தெரிவித்து ஒவ்வொரு செய்யுளின் பின்னும் அமைந்துள்ள துறை, வண்ணம், தூக்கு இவற்றை விளக்க வேண்டிய இடங்களில் விளக்கிச் செய்யுட்களுடைய *பெயர்களின் காரணங்களை அங்கங்கே, தெரிவித்து மிகச் செவ்விதாக அமைந்துள்ளது. இவ்வுரை இல்லையாயின், இந் நூற்பொருளை இக்காலத்தில் அறிந்து கொள்ளுதல் மிக அரிது. [வண்ணம் — செய்யுட்களின் சந்தம்; தூக்கு — பாக்களைத் துணித்து நிறுத்தல்.]

இவ்வுரையாசிரியர் இன்னாரென்றும் இன்ன காலத்தவ ரென்றும் தெரியவில்லை; ஆனாலும் இந்நூல் எசூ-ம் பாட்டினுரையில், [பக். கந௦.] ‘சின்மையைச் சின்னூலென்றது போல ஈண்டுச் சிறுமையாகக் கொள்க’ என்று எழுதியிருத்தலால், இவருடைய காலம், நேமிநாத நூலாசிரியராகிய குணவீர பண்டிதருடைய காலத்திற்குப் பிற்காலமென்று தெரிகின்றது. [சின்னூல் — நேமிநாதம்.] இவருடைய உரைநடையை உற்றுநோக்கின், பேராசிரியர் முதலியோர்களுள் ஒருவரோ அல்லது பண்டைக் காலத்து அவர்களைப் போல விளங்கிய வேறு யாரோவென்று இவர் எண்ணப்படுகிறார்.

ஒவ்வொரு செய்யுளின் பின்னும் அமைந்துள்ள துறை, வண்ணம், தூக்கு, பெய ரென்பவைகள் உரையில்லாத மூலப் பிரதிகளி லெல்லா மிருத்தலின், அவை உரையாசிரியரால் எழுதப்பட்டனவல்ல வென்றும் நூலாசிரியர்களாலோ தொகுத்தோராலோ எழுதப்பட்டன வென்றும் பதிகங்கள் உரைப்பிரதிகளில் மட்டும் காணப்படுகின்றமையால் அவற்றை இயற்றினோர் நூலாசிரிய ரல்லரென்றும் தெரிகின்றன.

ஆசிரியர் நச்சினார்க்கினியராலும் அடியார்க்கு நல்லாராலும் தத்தம் உரைகளில் எடுத்தாளப்பெற்றிருத்தலின், இப்பதிகங்கள் அவர்கள் காலத்திற்கு முந்தியவை யென்று தோற்றுகின்றது.

---

* பத்துப்பாட்டினுள் க௦–வதுபாட்டு, தன்பாலுள்ள பொருட் சிறப்பெய்திய [அடி, ௩சஅ] மலைபடுகடா மென்னும் தொடர் மொழியையே தன் பெயராகக்கொண்டு வழங்கிவருகின்றாற் போலப் பதிற்றுப்பத்துப் பாடல்களெல்லாம் தம்மிடத்துள்ள தொடர்மொழிகளுள் அடைமொழிச் சிறப்பாதல் பொருட் பொலிவாதல் பெற்றனவற்றையே தம் பெயர்களாகக் கொண்டு தொன்றுதொட்டு வழங்கிவருகின்றன.

பதிற்றுப்பத்தில் வந்துள்ள துறைகள் முதலியன வருமாறு:

[சிலவற்றின் பின்னுள்ள எண்கள் உரையாசிரியரால் அவற்றிற்குரிய இலக்கண மெழுதப்பெற்ற செய்யுட்களைப் புலப்படுத்துவன.]

துறைகள்: இயன்மொழி வாழ்த்து; உழிஞையரவம், எஎ; ஒள்வாளமலை; களவழி, ௩௬; காட்சிவாழ்த்து, சக; காவன்முல்லை, அகூ; குரவைநிலை, ருஉ; செந்துறைப் பாடாண்பாட்டு, ருஅ, ௬௬; தும்பையரவம், ௩ச; நாடுவாழ்த்து; பரிசிற்றுறைப் பாடாண்பாட்டு, கக; பாணாற்றுப்படை; பெருஞ்சோற்றுநிலை; முல்லை, அக; வஞ்சித்துறைப் பாடாண்பாட்டு, உஉ, உ௩, உரு, உ௬, உகூ, ௩௩, ருo, ருக, அo; வாகை, ௩கூ; வாகைத்துறைப் பாடாண்பாட்டு, ௩ரு; விறலியாற்றுப்படை.

வண்ணங்கள்: ஒழுகுவண்ணம்; ஒழுகுவண்ணமும் சொற்சீர் வண்ணமும் - கச, கக; சொற்சீர் வண்ணம் - கச, கக.

தூக்குக்கள்: செந்தூக்கு; செந்தூக்கும் வஞ்சித்தூக்கும் - க௩, உo, உஉ, உரு, ௩௩, ருக, ௬கூ, அo, கூo; வஞ்சித்தூக்கு - க௩, உo, உஉ, உரு, உ௬, ௩௩, ௩ச, ருக, ௬கூ, அo, கூo.

உரையில் மேற்கோளாக வந்துள்ள நூல்கள்: க. திருக்குறள், உ. பதிற்றுப்பத்து, ௩. புறநானூறு, ச. மதுரைக்காஞ்சி.

இந்நூலில் வந்துள்ள கடவுட் பெயர்கள் முதலியவற்றையும் அவைகள் உள்ள இடங்களையும் இப்புத்தகத்தின் பின்னுள்ள அகராதியிற் காண்க.

இந்நூலை ஒப்புநோக்குதல் முதலிய பேருதவி புரிந்தவர்களுள், கும்பகோணம் டௌன் ஹைஸ்கூல் முதல் தமிழ்ப் பண்டிதராகிய ம-ா-ா-ஸ்ரீ அ. நாராயணஸாமி யையரவர்கள் செய்துவந்த பேருதவி மிகப் பாராட்டற்பாலது.

இந்நூலின் பெருமையை மதியாமற் பரிசோதித்தற்குத் துணிந்த என்னுடைய பெருங்குற்றத்தை விவேகிகள் பொறுத்தருள்வார்க ளென்று நம்புகிறேன்.

கிடைத்த கையெழுத்துப் பிரதிகள்

திருவாவடுதுறை ஆதீனத்துப்		பிரதி	க
சென்னையிலுள்ள இராஜாங்கத்துக் கையெழுத்துப் புஸ்தகசாலைப் (Government Oriental Manuscripts Library, Madras.)		”	க
	ஆழ்வார் திருநகரி,		
ஸ்ரீ.	தே. லக்ஷ்மண கவிராய ரவர்கள் வீட்டுப்	பிரதி	க
ம-ா-ா-ஸ்ரீ	ஜே. எம். வேலுப்பிள்ளை யவர்கள், F.M.U.	”	க
	திருமயிலை வித்துவான்,		
”	சண்முகம் பிள்ளை யவர்கள்	”	க
”	தி.த. கனகசுந்தரம் பிள்ளை யவர்கள், B.A.	”	க
			௬

இன்னும் அப்பொழுது அப்பொழுது ஒப்பிடுதற்குக் கிடைத்த பிரதிகள் சில.

இங்ஙனம்,

வே. சாமிநாதையன்

உ
கணபதி துணை

எட்டுத்தொகையுள் நான்காவதாகிய

பதிற்றுப்பத்துமூலமும் பழையவுரையும்

இவை
உத்தமதானபுரம்
மஹாமஹோபாத்தியாய
வே. சாமிநாதையரால்

பலபிரதிரூபங்களைக்கொண்டு பரிசோதித்து
அரும்பதவகராதி முதலியவற்றுடன்
திருக்கைலாயபரம்பரைத்
திருவாவடுதுறை ஆதீனகர்த்தரவர்களாகிய
ஸ்ரீலஸ்ரீ சுப்பிரமணிய தேசிகரவர்களுடைய
பொருளுதவியைக்கொண்டு

சென்னபட்டணம்
கமர்ஷியல் அச்சுக்கூடத்திற்
பதிப்பிக்கப்பெற்றன.

[இரண்டாம் பதிப்பு]

ரௌத்திரி ௵ ஐப்பசி மீ

1920

விலை ரூ. க-கச-0

Copyright Registered

உ

கணபதி துணை.

எட்டுத்தொகையுள் நான்காவதாகிய

பதிற்றுப்பத்துமூலமும்,

பழையவுரையும்.

இவை,

உத்தமதானபுரம்

மஹாமஹோபாத்தியாய

வே. சாமிநாதையரால்

பலபிரதிருபங்களைக்கொண்டு பரிசோதித்து,

அரும்பதவகராதி முதலியவற்றுடன்

திருக்கைலாயபரம்பரைத்

திருவாவடுதுறை ஆதீனகர்த்தரவர்களாகிய

ஸ்ரீலஸ்ரீ சுப்பிரமணிய தேசிகரவர்களுடைய

பொருளுதவியைக்கொண்டு

சென்னபட்டணம்

கமர்ஷியல் அச்சுக்கூடத்திற்

பதிப்பிக்கப்பெற்றன.

இரண்டாம் பதிப்பு.

ரௌத்திரி௵ ஐப்பசி௴

1920

விலை ரூ. க-கச-0.

Copyrights Reserved.

உ

கணபதி துணை

முகவுரை

சந்தனப் பொதியத் தடவரைச் செந்தமிழ்ப்
பரமா சாரியன் பதங்கள்
சிரமேற் கொள்ளுதுந் திகழ்தரற் பொருட்டே.

பதிற்றுப்பத் தென்பது, தமிழ்ப் பாஷையிலுள்ள பழைய இலக்கிய நூல்களுள்ளே நல்லிசைப் புலவர்க ளருளிச்செய்த சங்கச் செய்யுட்களாகிய *எட்டுத் தொகைகளில் நான்காவது; புராதன இலக்கண இலக்கிய வுரைகளில் மேற்கோளாக எடுத்துக் காட்டப் பெற்ற பெருமை வாய்ந்தது; முடியுடை வேந்தர்க ளாகிய சேரர் பதின்மர்கள் மீது சங்கப்புலவர் பதின்மர்கள் இயற்றியது; ஐந்திலக்கணங்க ளுள்ளே பொருளின் பகுதியாகிய புறத்திணைத் துறைகளுக்கு இலக்கியமாக அமைந்துள்ளது.

பப்பத்து அகவற்பாக்களுள்ள பத்துப் பகுதிகளால் தொகுக்கப் பட்டமையின், இந்நூல் +பதிற்றுப்பத் தென்று பெயர் பெற்றது.

இந்நூலிலே தமிழ்நாட்டின் பண்டைக்கால நிலைமையும், சில சேரர்கள், சில குறுநில மன்னர்கள் முதலியோருடைய வரலாறுகளும், அவர்களுடைய அரசாட்சி, வீரம், கொடை, புலவர்களை அவர்கள் ஆதரித்துவந்த அருமை முதலியனவும், சேரநாட்டின் பழைய வழக்கங்கள் சிலவும், இக்காலத்து வழங்காத சில அரும்பதங்களும், வேறு சில அரிய விஷயங்களும் காணலாகும்.

கிடைத்த இந்நூற் கையெழுத்துப் பிரதிகளுள் ஒன்றிலேனும் கடவுள் வாழ்த்தும் முதற் பத்தும் பத்தாம் பத்தும் அவற்றின் உரையும் காணப்படவில்லை; உள்ள எட்டுப் பத்திலுங்கூடச் சிலசில விடத்து மூலங்கள் குறைந்தும் உரைகள் சிதைந்தும் பிறழ்ந்தும் இருக்கின்றன. அந்த விஷயத்தில் நான் செய்யக் கூடியது யாதொன்று மில்லாமையால், அவை இருந்தவாறே பதிப்பிக்கப்பெற்றன.

முதற் பத்தையோ பத்தாம் பத்தையோ சார்ந்த இந்நூற் பாடல்கள் சில, தொல்காப்பிய உரைகளாலும் புறத்திரட்டாலும் தெரியவந்தன; அவை வருமாறு:

இருங்கண் யானையொ டருங்கலந் துறுத்துப்
பணிந்து வழிமொழித லல்லது பகைவர்
வணங்கா ராதல் யாவதோ மற்றே
யுருமுடன்று சிலைத்தலின் விசும்பதிர்ந் தாங்குக்

* இவற்றின் வரலாற்றைப் புறநானூற்றின் முகவுரையிற் காண்க.

+ "பதிற்றுப்பத் தென்பது இற்றுச் சாரியை வந்தது" (நேமிநாதம், எழுத்து, உஉ-உரை).

கண்ணதிர்பு முழங்குங் கடுங்குரன் முரசமொடு
கால்கிளர்ந் தன்ன வூர்திக் கான்முளை
யெரிநிகழ்ந் தன்ன நிறையருஞ் சீற்றத்து
நளியிரும் பரப்பின் மாக்கடன் முன்னி
நீர்துனைந் தன்ன செலவி
னிலந்திரைப் பன்ன தானையோய் நினக்கே.

[புறத்திரட்டு, பகைவயிற் சேறல், அ; தொல்காப்பியம், புறத்திணையியல், சூ. சுா. இளம்; அ–ந. மேற்கோள்.]

இலங்குதொடி மருப்பிற் கடாஅம் வார்ந்து
நிலம்புடையூ வெழுதரும் வலம்படு குஞ்சர
மெரியவிழ்ந் தன்ன விரியுளை சூட்டிக்
கால்கிளர்ந் தன்ன கடுஞ்செல விவுளி
கோன்முனைக் கொடியினம் விரவா வல்லோ
டூன்வினை கடுக்குந் தோன்றல பெரிதெழுந்
தருவியி னொலிக்கும் வரிபுனை நெடுந்தோ்
கண்வேட் டனவே முரசங் கண்ணுற்றுக்
கதித்தெழு மாதிரங் கல்லென வொலிப்பக்
கறங்கிசை வயிரொடு வலம்புரி யார்ப்ப
நெடுமதி னிரைஞாயிற்
கடிமிளைக் குண்டுகிடங்கின்
மீப்புடை யாரரண் காப்புடைத் தேஎ
நெஞ்சுபுக லழிந்து நிலைதளர் பொரீஇ
யொல்லா மன்னர் நடுங்க
நல்ல மன்றவிவண் வீங்கிய செலவே.

(தொல். புறத்திணை. சூ. கஉ; ஷெ சூ. உரு–ந. மேற்.)

பேணுதகு சிறப்பிற் பெண்ணியல் பாயினு
மென்னொடு புரையுந ளல்ல
டன்னொடு புரையுநர்த் தானறி குநளே.

(தொல்.கற்பு. சூ. ௩கூ–ந. மேற்.)

வந்தனென் பெரும கண்டனென் செலற்கே
களிறு கலிமான் றேரொடு சுரந்து
நன்கல னீயு நகைசா லிருக்கை
மாரி யென்னாய் பனியென மடியாய்
பகைவெம் மையி னசையா வூக்கலை
வேறுபுலத் திறுத்த விறல்வெந் தானையொடு
மாறா மைந்தர் மாறுநிலை தேய
மைந்துமலி யூக்கத்த கந்துகால் கீழ்ந்து
கடாஅ யானை முழங்கு
மிடாஅ வேணிநின் பாசறை யானே.

(புறத்திரட்டு, பாசறை. அ.)

'"விசயந்தப்பிய" என்னும் பதிற்றுப்பத்து ஈகை கூறிற்று.'

(தொல். புறத்திணை. சூ. உ௦–ந.)

இவை, இத்தனையாவது இத்தனையாவது பாடலென்று விளங்கவில்லை.

கிடைத்த எட்டுப் பத்தினுள்,

இரண்டாம் பத்து, இமயவரம்பன் நெடுஞ்சேரலாதனைக் குமட்டூர்க் கண்ணனாரும், மூன்றாம் பத்து, இமயவரம்பன் தம்பி பல்யானைச் *செல்கெழு குட்டுவனைப் பாலைக் கௌதமனாரும், நாலாம் பத்து, களங்காய்க்கண்ணி நார்முடிச் சேரலைக் காப்பியாற்றுக் காப்பியனாரும், ஐந்தாம் பத்து, கடல்பிறக்கோட்டிய செங்குட்டுவனைப் பரணரும், ஆறாம் பத்து, ஆடுகோட்பாட்டுச் சேரலாதனைக் காக்கை பாடினியார் நச்செள்ளையாரும், ஏழாம் பத்து, செல்வக் கடுங்கோ வாழியாதனைக் கபிலரும், எட்டாம் பத்து, தகடூரெறிந்த பெருஞ்சேர லிரும்பொறையை அரிசில்கிழாரும், ஒன்பதாம் பத்து, குடக்கோ இளஞ்சேர லிரும்பொறையைப் பெருங்குன்றூர் கிழாரும் பாடியவை.

இவ்வரலாறு ஒவ்வொரு பத்திற்கும் இறுதியிலுள்ள பதிகங்களாலும் விளங்கும். நாலாம் பத்துச் செய்யுட்கள் அந்தாதியாக உள்ளன.

இந்நூலின் உரை, இன்றியமையாத இடங்களிற் பதப்பொருளை இனிது காட்டிச் சொன்னயம் பொருணயங் களையும் சொன்முடிபு பொருண் முடிபுகளையும் உரிய இடங்களில் இலக்கணக் குறிப்புக்களையும் நன்கு புலப்படுத்திப் பழைய செய்திகள் சிலவற்றைத் தெரிவித்து ஒவ்வொரு செய்யுளின் பின்னும் எழுதப்பெற்றுள்ள துறை, வண்ணம், தூக்கு இவற்றை விளக்கவேண்டிய இடங்களில் விளக்கிச் செய்யுட்களுடைய +பெயர்களின் காரணங்களை அங்கங்கே உணர்த்தி மிகச் செவ்விதாக விளங்குகின்றது. இவ்வுரை இல்லையாயின், இந் நூற்பொருளை இக்காலத்தில் அறிந்து கொள்ளுதல் மிக அரிது, [வண்ணம் — செய்யுட்களின் சந்தம்; தூக்கு — பாக்களைத் துணித்து நிறுத்தல்.]

இவ்வுரையாசிரியர் இன்னாரென்றும் இன்ன காலத்தவரென்றும் தெரியவில்லை; ஆனாலும் இந்நூல் எசு-ஆம் பாட்டினுரையில் 'சின்மையைச் சின்னூ லென்றதுபோல ஈண்டுச் சிறுமையாகக் கொள்க' என்று எழுதியிருத்தலால், இவருடைய காலம் நேமிநாத நூலாசிரியராகிய குணவீர பண்டிதருடைய காலத்திற்குப் பிற்காலமென்று தெரிகின்றது. [சின்னூல் — நேமிநாதம்.] இவருடைய உரைநடையை உற்று நோக்கின், இவர் பேராசிரியர் முதலியோர்களுள் ஒருவராகவோ அல்லது பண்டைக் காலத்தில் அவர்களைப் போல விளங்கிய வேறு ஒருவராகவோ இருக்கவேண்டு மென்று தோற்றுகின்றது.

ஒவ்வொரு செய்யுளின் பின்னும் அமைந்துள்ள துறை, வண்ணம், தூக்கு, பெய ரென்பவைகள் உரையில்லாத மூலப்பிரதிகளி லெல்லா மிருத்தலின், அவை உரையாசிரியரால் எழுதப்பட்டனவல்ல வென்றும் நூலாசிரியர்களாலோ

---

* இப்பெயர் செல்புகழ்க் குட்டுவனென ஒரு பிரதியிற் காணப்பட்டது.

\+ பத்துப்பாட்டினுள் கo—ஆவது பாட்டு, தன்பாலுள்ள பொருட் சிறப்பெய்திய [அடி, ஙசஅ.] மலைபடுகடா மென்னும் தொடர் மொழியையே தன் பெயராகக்கொண்டு வழங்கி வருகின்றாற்போலப் பதிற்றுப்பத்துப் பாடல்க ளெல்லாம், தம்மிடத்துள்ள தொடர் மொழிகளுள் அடைமொழிச் சிறப்பாதல் பொருட் பொலிவாதல் பெற்றனவற்றையே தம் பெயர்களாகக்கொண்டு தொன்றுதொட்டு வழங்கிவருகின்றன; அப்பெயர்கள், இந்நூல் அகராதியில் 'பா' என்னும் குறிப்புடன் பதிப்பிக்கப் பெற்றுள்ளன.

தொகுத்தோராலோ எழுதப்பட்டன வென்றும் பதிகங்கள் உரைப்பிரதிகளில் மட்டும் காணப்படுகின்றமையால் அவற்றை இயற்றினோர் நூலாசிரியரும் தொகுத்தோரும் அல்லரென்றும் தெரிகின்றன.

ஆசிரியர் நச்சினார்க்கினியராலும் அடியார்க்கு நல்லாராலும் தத்தம் உரைகளில் எடுத்தாளப்பெற்றிருத்தலின், இப் பதிகங்கள் அவர்கள் காலத்திற்கு முந்தியவை யென்று தோற்றுகின்றது.

இந்நூலில் வந்துள்ள துறைகள் முதலியன வருமாறு:

[சிலவற்றின் பின்னுள்ள எண்கள் உரையாசிரியரால் அவற்றிற்குரிய இலக்கண மெழுதப்பெற்ற செய்யுட்களைப் புலப்படுத்துவன.]

துறைகள்: இயன்மொழி வாழ்த்து; உழிஞை யரவம், எஎ; ஒள்வாளமலை; களவழி, ௩௬; காட்சிவாழ்த்து, ௪௧; காவன்முல்லை, அகூ; குரவைநிலை, ௫௨; செந்துறைப் பாடாண் பாட்டு, ௫அ, கூ௬; தும்பையரவம், ௩௪; நாடுவாழ்த்து; பரிசிற்றுறைப் பாடாண் பாட்டு, ககூ; பாணாற்றுப்படை; பெருஞ்சோற்றுநிலை; முல்லை, அக; வஞ்சித்துறைப் பாடாண் பாட்டு, உஉ, உ௩, உ௫, உ௬, உகூ, ௩௩, ௫௦, ௫க, அ௦; வாகை, ௩கூ; வாகைத்துறைப் பாடாண் பாட்டு, ௩௫; விறலியாற்றுப் படை.

வண்ணங்கள்: ஒழுகுவண்ணம், ஒழுகுவண்ணமும் சொற்சீர் வண்ணமும் - க௪, ககூ.

தூக்குக்கள்: செந்தூக்கு, செந்தூக்கும் வஞ்சித்தூக்கும் - க௩, உ௦, உஉ, உ௫, ௩௩, ௫க, ௬கூ, அ௦, கூ௦.

உரையில் மேற்கோளாக வந்துள்ள நூல்கள்: க. திருக்குறள், உ. பதிற்றுப்பத்து, ௩. புறநானூறு, ௪. மதுரைக்காஞ்சி.

இந்நூலில் வந்துள்ள கடவுட்பெயர்கள் முதலியவற்றையும் அவைகள் உள்ள இடங்களையும் இப்புத்தகத்தின் அகராதியிற் காண்க.

இதன் முதற்பதிப்பு 1904ஆம் வருஷம் வெளிவந்தது. அதன் பின் செய்த ஆராய்ச்சியினால் இப்பதிப்பு அடைந்த திருத்தங்கள் சில. நூலாராய்ச்சிக்கு உபயோகமான சில குறிப்புக்கள் அகராதியில் இம்முறை சேர்க்கப்பெற்றுள்ளன.

இந்நூலை ஒப்பு நோக்குங்காலத்தில் சென்னை இராசதானிக் கலாசாலைத் தமிழ்ப்பண்டிதர் ம-ா-ா-ஸ்ரீ இ.வை. அநந்தராமைய ரவர்களும், மயிலாப்பூர் பி. எஸ். ஹைஸ்கூல் தமிழ்ப் பண்டிதர் சிரஞ்சீவி, ம.வே. துரைசாமி ஐயரும், இராசாங்கத்துக் கையெழுத்துப் புத்தகசாலைத் தமிழ்ப் பண்டிதர், சிரஞ்சீவி, ஜி. சேஷாத்திரி ஐயரும் உள்ளன்புடன் செய்த உதவிகள் மிகவும் பாராட்டற்பாலன.

உடனிருந்து உதவி செய்பவர் முதலியோர் விஷயத்தில் எனக்குச் சிறிதும் கவலையில்லாதபடி ஸ்ரீ ஸேது ஸம்ஸ்தானதி பதிகளும், மதுரைத் தமிழ்ச் சங்கத் தலைவர்களும், சட்ட நிரூபணசபை அங்கத்தினர்களுமான கௌரவம் பொருந்திய ம-ா-ா-ஸ்ரீ பா. இராஜ ராஜேசுவர ஸேதுபதி மஹாராஜா அவர்கள் பொருளுதவி செய்து ஆதரித்து வருகிறார்கள். இவர்களுக்கு எல்லாப் பயன்களையும் அளித்தருளும்

வண்ணம் தமிழ்த் தெய்வத்தைத் துதித்தலன்றி என்னாற் செய்யக்கூடியது வேறு யாதுளது?

இந்நூற் பரிசோதனைக்குக் கிடைத்த கையெழுத்துப் பிரதிகள்

	திருவாவடுதுறை ஆதீனத்துப்	பிரதி	க
	இராசாங்கத்துக் கையெழுத்துப் புத்தகசாலைப்	”	க
ஸ்ரீ	ஆழ்வார் திருநகரி, தே. லக்ஷ்மண கவிராய ரவர்கள் வீட்டுப்	”	க
ம-ா-ா-ஸ்ரீ	ஜே. எம். வேலுப்பிள்ளை யவர்கள்	”	க
”	தி.த. கனகசுந்தரம் பிள்ளை யவர்கள், B.A.	”	க
ஸ்ரீ	திருமயிலை வித்துவான், சண்முகம் பிள்ளை யவர்கள்	”	க
			சா

இன்னும் அப்பொழுது அப்பொழுது ஒப்பிடுவதற்குக் கிடைத்த பிரதிகள் சில.

இப்பதிப்பிற் காணப்படும் பிழைகள் என் ஞாபகக் குறைவு முதலியவற்றால் நேர்ந்தனவென் றெண்ணி அவற்றைப் பொறுத்துக் கொள்ளுமாறு அன்பர்களைக் கேட்டுக்கொள்ளுகிறேன்.

இங்ஙனம்,
வே. சாமிநாதையன்

“தியாகராஜ விலாஸம்”
திருவேட்டீசுவரன் பேட்டை
25-10-20

உ
கணபதி துணை

எட்டுத்தொகையுள் நான்காவதாகிய

பதிற்றுப்பத்து மூலமும் பழையவுரையும்

இவை

மகாமகோபாத்தியாய தாக்ஷிணாத்ய கலாநிதி

டாக்டர் வே. சாமிநாதையரால்

பலபிரதிகளைக்கொண்டு பரிசோதித்து

நூதனமாக எழுதிய குறிப்புரை முதலியவற்றுடன்

சென்னபட்டணம்:

லிபர்ட்டி அச்சுக்கூடத்திற் பதிப்பிக்கப் பெற்றன.

[மூன்றாம் பதிப்பு]

விஷு ஹூ கார்திகை மீ

1941.

All Rights Reserved]

[விலை ரூ. 2—8—0

உ
கணபதி துணை

எட்டுத்தொகையுள் நான்காவதாகிய

பதிற்றுப்பத்து மூலமும்

பழைய உரையும்

இவை
மகாமகோபாத்தியாய தாக்ஷிணாத்ய கலாநிதி

டாக்டர் உ. வே. சாமிநாதையரால்

பல பிரதிகளைக் கொண்டு பரிசோதித்து
நூதனமாக எழுதிய குறிப்புரை முதலியவற்றுடன்

சென்னப்பட்டணம் :
லிபர்ட்டி அச்சுக்கூடத்திற் பதிப்பிக்கப் பெற்றன.

[மூன்றாம் பதிப்பு]

விஷு கார்த்திகை

1941

All Rights Reserved]

 [விலை ரூ. 2—8—0

உ

கணபதி துணை

முகவுரை

சந்தனப் பொதியிற் றடவரைச் செந்தமிழ்ப்
பரமா சாரியன் பதங்கள்
சிரமேற் கொள்ளுதுந் திகழ்தரற் பொருட்டே.

தமிழில் இப்பொழுது கிடைக்கும் இலக்கிய நூல்களுள்ளே மிகப் பழையன எட்டுத்தொகை நூல்கள். கடைச்சங்க மருவிய நூல்களை, 'பாட்டு', 'தொகை', 'கீழ்க்கணக்கு' என்று மூன்று தொகுதிகளாக வகுத்துரைப்பர் உரையாசிரியர்கள். அவற்றுள் நடுநாயகமான எட்டுத்தொகை நூல்களின் பெயர்களை,

நற்றிணை நல்ல குறுந்தொகை யைங்குறுநூ
றொத்த பதிற்றுப்பத் தோங்கு பரிபாடல்
கற்றறிந்தா ரேத்துங் கலியோ டகம்புறமென்
றித்திறத்த வெட்டுத் தொகை

என்னும் பழைய வெண்பாவால் அறியலாம். அந்த நூல்வரிசையிலே நான்காவதாக உள்ளது பதிற்றுப்பத்து என்னும் இத்தொகை நூல்.

பத்துப்பத்து அகவற்பாக்களுள்ள பத்துப் பகுதிகள் சேர்ந்து அமைந்தமையின் பதிற்றுப்பத்து என்னும் பெயர் இதற்கு வந்தது. 'பதிற்றுப்பத் தென்பது இற்றுச் சாரியை வந்தது' (எழுத்து. 22, உரை) என்று இத்தொடருக்கு இலக்கணம் கூறுவர் நேமிநாத உரையாசிரியர். ஆசிரியப்பாவினால் புறப்பொருள் பற்றிய செய்யுட்கள் நூறு அமைந்தனவாயினும் ஒவ்வொரு பத்தும் தனித்தனியே ஒவ்வொரு புலவராற் பாடப்பெற்று ஒவ்வொரு சேர அரசரைப் பாராட்டுவதனால் இந்நூல் பத்து வேறு பகுதியாகியது. வெவ்வேறாகிய பத்துவகை யாப்பினால் அமைந்த ஒருவகை அந்தாதியைப் பதிற்றுப்பத் தந்தாதி யென்று வழங்கும் பிற்கால வழக்கு இங்கே நினைத்தற்குரியது. இந்நூலைத் தொகுத்தோரும் தொகுப்பித்தோரும் இன்னார் இன்னா ரென்பது இப்போது விளங்கவில்லை.

மற்றத் தொகை நூல்களுள் புறநானூற்றைப் போல இது புறத்துறை யமைதியையும் துறைக் குறிப்பையும் உடையது. ஆயினும் இதற்கென்று தனியே அமைந்த இயல்புகள் சில. அவை வருமாறு:

(1) இந்நூல் முழுவதும் சேர அரசர்களைப் பாராட்டுவது. அவ்வரசர்களிற் சிலரைப் பற்றிய செய்யுட்களும் செய்திகளும் வேறு தொகை நூல்களில் வரினும் குறிப்பிட்ட ஓர் அரசரைக் குறித்துத் தொடர்ச்சியாகப் பத்துச் செய்யுட்கள் இதிலேதான் காணப்படுகின்றன.

(2) இவற்றைப் பாடிய புலவர்கள் பதின்மர்; ஐங்குறுநூற்றில் ஐந்து புலவர்கள் தனித்தனியே ஒவ்வொரு திணைபற்றி நூறு நூறு செய்யுட்களைப் பாடியது போல இதில் ஒவ்வொரு சேரரையும் பற்றிப் பப்பத்துப் பாடல்களைப் பதின்மர் பாடியுள்ளனர்.

(3) ஒவ்வொரு பாட்டின் இறுதியிலும் துறை, வண்ணம், தூக்கு, பெயர் என்பவற்றைப் புலப்படுத்தும் குறிப்புக்கள் அமைந்துள்ளன. துறையின் பெயர் பிற நூல்களிலும் இருப்பினும் மற்றவை பிற தொகை நூல்களிற் காணப்படவில்லை.

(4) ஒவ்வொரு பாட்டிலும் பொருளாற் சிறப்புடைய தொடர் ஒன்றே அவ்வப் பாட்டின் பெயராக இருக்கிறது. பத்துப்பாட்டுள் ஒன்றாகிய மலைபடுகடாம் என்னும் பெயர் இங்ஙனமே வந்தமை காண்க.

(5) இதில் உள்ள நாலாம் பத்துச் செய்யுட்கள் அந்தாதியாக உள்ளன.

(6) ஒவ்வொரு பத்தின் இறுதியிலும் அப்பத்தின் பாட்டுடைத் தலைவனுடைய பெயரும் செயல்களும் அவனைப் பாடினார் பெயரும் பத்துச் செய்யுட்களின் பெயர்களும் பாடிய புலவர் பெற்ற பரிசிலும் சேர அரசர் ஆண்ட கால அளவும் ஒவ்வொரு பதிகத்தாலும் தெரிகின்றன. அப்பதிகங்கள் ஆசிரியப்பாவாகத் தொடங்கிக் கட்டுரை நடையாக முடிகின்றன. சாஸனங்களிற் காணப்படும் மெய்க்கீர்த்திகளைப் போன்றனவாக அவற்றைக் கொள்ளவேண்டும்.

கிடைத்த இந்நூற் கையெழுத்துப் பிரதி ஒன்றிலேனும் கடவுள் வாழ்த்தும் முதற் பத்தும் பத்தாம் பத்தும் அவற்றின் உரையும் காணப்படவில்லை. காணப்பட்ட எட்டுப் பத்துக்களுள் இரண்டாம் பத்து இமயவரம்பன் நெடுஞ்சேரலாதனைக் குமட்டூர்க் கண்ணனாரும், மூன்றாம் பத்து இமயவரம்பன் தம்பி பல்யானைச் செல்கெழுகுட்டுவனைப் பாலைக் கௌதமனாரும், நாலாம் பத்து களங்காய்க் கண்ணி நார்முடிச் சேரலைக் காப்பியாற்றுக் காப்பியனாரும், ஐந்தாம் பத்து கடல்பிறக்கோட்டிய செங்குட்டுவனைப் பரணரும், ஆறாம் பத்து ஆடுகோட்பாட்டுச் சேரலாதனைக் காக்கைபாடினியார் நச்செள்ளையாரும், ஏழாம் பத்து செல்வக்கடுங்கோ வாழியாதனைக் கபிலரும், எட்டாம் பத்து தகடூரெறிந்த பெருஞ்சேர லிரும்பொறையை அரிசில்கிழாரும், ஒன்பதாம் பத்து குடக்கோ இளஞ்சேர லிரும்பொறையைப் பெருங்குன்றூர் கிழாரும் பாடியவை.

முதற் பத்தையோ பத்தாம் பத்தையோ சார்ந்த இந்நூற் பாடல்களிற் சில தொல்காப்பிய உரைகளாலும் புறத்திரட்டாலும் தெரியவந்தன. அவற்றை இம்முகவுரைக்குப் பின்னே காணலாம்.

இந்நூலின் உரை பழமையானதென்றே தோற்றுகின்றது. உரையாசிரியர் இன்னாரென்றோ இன்ன காலத்தவ ரென்றோ தெரிந்து கொள்ள இயலவில்லை. 76ஆம் பாட்டின் உரையில், ‘சின்மையைச் சின்னூலென்றது போல ஈண்டுச் சிறுமையாகக் கொள்க’ என்று இவர் எழுதியுள்ளார். சின்னூலென்பது குணவீர பண்டிதரால் இயற்றப்பெற்ற நேமிநாதத்துக்குப் பெயராக வழங்குகின்றது. அதனால் இவருடைய காலம் குணவீர பண்டிதர் காலத்திற்குப் பிற்பட்டதென்று நினைக்க இடமுண்டு. இவர் திருக்குறளையும் புறநானூற்றையும் மதுரைக் காஞ்சியையும் மேற்கோளாகக் காட்டுகிறார். இவ்வுரை சுருக்கமாக அமைந்துள்ளது. அங்கங்கே பொருளை முடித்துக்காட்டும் இயல்புடையவர் இவ்வுரையாசிரியர். செய்யுளுக்குப் பெயரமைந்ததற்குக் காரணமான நயத்தையும் தூக்கு, வண்ணம், துறை இவற்றின்

பொருத்தங்களையும் இவர் எடுத்துக்காட்டுகிறார். ஒவ்வொரு பாட்டின் இறுதியிலும் 'இதனால் இன்னது பெறப்பட்டது' என்று செய்யுளின் கருத்தை எடுத்துச் சொல்லுகிறார். இவர் சிலவிடங்களில் எழுதும் இலக்கணக் குறிப்புக்கள் பிற உரையாசிரியர்கள் எடுத்துக்காட்டாதன. இந்த உரையைக் கொண்டு பாட்டின் பொருளை ஒருவாறு அறிந்து கொள்ளலாம். புறநானூற்று உரையைப் போலப் பதவுரையாக அமையாமையின் தமிழ் மாணாக்கர்களுக்கு இந்த உரை மாத்திரம் போதியதன்று. இது பதவுரையைப் போன்று விரிவாகவும் குறிப்புரையைப் போன்று சுருக்கமாகவும் இன்றி இடைப்பட்டதாக உள்ளது. ஒவ்வொரு செய்யுட்கும் பின்னே உரை எழுதும் இயல்புடைய இவர் பதிகங்களுக்கு மாத்திரம் முன்னே குறிப்புரை எழுதுகின்றார். சரித்திரச் செய்திகள் நிரம்பிய பதிகங்களுக்கு விளக்கமான உரை எழுதாமையால் அச்செய்திகளைத் தெளிவாக உணரும் வாய்ப்பு இவருக்குக் கிடைத்தில தென்று தோற்றுகின்றது.

ஒவ்வொரு செய்யுளின் பின்னும் அமைந்துள்ள துறை, வண்ணம், தூக்கு, பெயரென்பன உரையில்லாத மூலப்பிரதிகளி லெல்லாம் இருத்தலின், அவை உரையாசிரியரால் எழுதப்பட்டன வல்ல வென்பதும், நூலாசிரியர்களாலோ தொகுத்தாராலோ எழுதப்பட்டன வென்பதும், பதிகங்கள் உரைப்பிரதிகளில் மாத்திரம் காணப்படுதலின் அவற்றை இயற்றினோர் நூலாசிரியரோ தொகுத்தோரோ அல்லரென்பதும் தெரிகின்றன. ஆயினும் பதிகங்களில் உள்ள சரித்திரச் செய்திகளையும் பாடிப் பெற்ற பரிசிலைப்பற்றிய குறிப்பையும் நோக்கும்போது இவற்றை இயற்றினோர் சேர அரசர்களுடைய வரலாற்றையும் பாடினோரைப் பற்றிய செய்திகளையும் நன்கறிந்தவ ரென்று புலப்படுகின்றது. இப்பதிகங்கள் ஆசிரியர் நச்சினார்க்கினியராலும் அடியார்க்கு நல்லாராலும் தத்தம் உரைகளில் எடுத்தாளப்பெறுகின்றன.

இந்நூலில் வந்துள்ள துறைகள் முதலியன வருமாறு:

துறைகள்: இயன்மொழி வாழ்த்து, உழிஞை யரவம், ஒள்வாளமலை, களவழி, காட்சி வாழ்த்து, காவன் முல்லை, குரவைநிலை, செந்துறைப் பாடாண் பாட்டு, தும்பை யரவம், நாடு வாழ்த்து, பரிசிற்றுறைப் பாடாண் பாட்டு, பாணாற்றுப் படை, பெருஞ்சோற்று நிலை, முல்லை, வஞ்சித்துறைப் பாடாண் பாட்டு, வாகை, வாகைத்துறைப் பாடாண் பாட்டு, விறலியாற்றுப்படை.

வண்ணங்கள்: ஒழுகுவண்ணம், ஒழுகு வண்ணமும் சொற்சீர் வண்ணமும்.

தூக்குக்கள்: செந்தூக்கு, செந்தூக்கும் வஞ்சித்தூக்கும்.

சங்கமருவிய நூல்களால் பண்டைக் காலத்தி லிருந்த மக்களின் வாழ்க்கை நிலையும் கொள்கைகளும் வெளிப்படுகின்றன; அவற்றுள் புறத்துறை பற்றிய செய்யுட்களி லிருந்து பல சரித்திரச் செய்திகள் புலனாகின்றன. பதிற்றுப்பத்தி லிருந்து பெறப்படும் சரித்திரச் செய்திகளும் அக்காலத்தில் இருந்த மக்களின் வாழ்க்கைநிலை அரசியல் முதலியவற்றைப் பற்றிய செய்திகளும் மிகப்பல. எல்லாவற்றிலும் சிறப்பாக அறியப்படுவன அரசியற் செய்திகளே. அரசரது ஆட்சி முறையும், கொடைச் சிறப்பும், வீர மிகுதியும் பெரும்பாலும் ஒவ்வொரு பாட்டிலும் சொல்லப்பட்டுள்ளன.

அறிவும் வீரமும் பொருந்திய அரசன் உயர்ந்த உள்ளமும் கலைஞர்களையும் வித்துவான்களையும் பாதுகாக்கும் இயல்பும் உடையவனாக இருந்தான்;

முன்னோர்கள் சென்ற நெறியில் நடந்து குடிகள் நன்மைபெற்று வாழும்பொருட்டு வாழ்ந்தான்; புலவர்களும் பெரியோர்களும் பாராட்டும் வண்ணம் குடிகளைப் பாதுகாத்து வந்தான். பஞ்சகாலத்திலும் பசியும் பிணியுமின்றி ஒருநாடு வாழ்வதற்கு அந்நாட்டு அரசனது செங்கோலே காரணமென்பது அக்காலத்தினர் கொள்கை. ஆதலின் கிரக நிலைகளால் உலக முழுவதும் பருவமாறித் துன்புற்றாலும் தன் நாட்டில் பொருள் நிறைந்திருப்பதால் குடிமக்கள் துன்புறாம லிருப்பது சாத்தியமாகும்படி அரசன் செய்தான்.

அவனுக்கு நல்ல அமைச்சர்களும் சான்றோர்களும் அரசாட்சியில் உதவி புரிந்தனர். புலவர்கள் அவன் புகழைப் பரப்பினர். வீரர்கள் அவனுக்கு வெற்றி தேடித் தந்தனர். பாணரும், பொருநரும், விறலியரும் அவனது அவையை அலங்கரித்து இசையும் கூத்தும் விளங்கச் செய்தனர். அவன் பாணருக்குப் பொற்றாமரையும் களிறும் பாய்மாவும் கொடுத்தான்; விறலியருக்கு அணியிழையும் பிடியும் வழங்கினான்; புலவருக்கு நாடும் நாட்டு வருவாயும் காணமும் அளித்தான். அவன் எதை நினைத்தானோ அதனையே அவனைச் சேர்ந்த உறுதிச் சுற்றத்தார் செய்தனர்.

அரசியல் வாழ்க்கையைச் சிறப்பிப்பதற்குரிய கருவிக ளெல்லாம் அவனுக்கு இருந்தன. அவனது இல்வாழ்க்கையும் அவனுடைய தேவியின் அழகினாலும் கற்பினாலும் பிற சிறப்புக்களாலும் விளங்கியது. அவன் நற்புதல்வர்களைப் பயந்து பிதிரர் கடனை நிறைவேற்றினான்; விருந்தோம்பி இன்புற்றான்; கடவுளை வணங்கி உயர்ந்தான்; அந்தணருக்கும் சான்றோருக்கும் அடங்கித் தலைமை பெற்றான்.

இவ்வளவு சிறந்த இனிய குணங்களும் சிறப்புக்களும் படைத்த அரசன் பகைவர் திறத்தில் மிக்க கொடுமை உள்ளவனானான். தன் கீழ் அடங்கி நில்லாத அரசரைக் கருவறுக்கும் விஷயத்தில் சிறிதும் கண்ணோட்ட மில்லாதவன்; பகைவர் அரணங்களை அழித்தும், காவல் மரத்தை வெட்டி முரசு செய்தும், அவர்கள் நாட்டைப் பாழ்படுத்தியும், பகை வீரர்களைச் சிறைசெய்தும், அவர் மனைவியரைப் பிணித்துக் கொணர்ந்தும், அப்பகைவர் தலையில் எண்ணெயிட்டுக் கையைப் பின்னே கட்டி நிறுத்தியும் பலவேறு வகையில் தன் சினத்தை வெளிப்படுத்தினான்.

பகைவர் நாடுகளின் பழைய நிலையையும் பாழ்பட்ட பின்னர் அவை இருந்த நிலையையும் விரிவாக எடுத்துரைக்கும் செய்யுட்கள் பல இந்நூலில் உள்ளன. அன்பும், அருளும், கல்வியும், மெய்ஞ்ஞானமும், நல்லொழுக்கமும் ஒருங்கே அமைந்து குடிமக்களால் தெய்வமாக எண்ணப்படும் ஓரரசன் பகைவரைப் பொரும் விஷயத்தில் காலனையே போன்று கடுஞ்சினத்தோடு சென்று போரிட்டு அவர் வாழ்வையும் நாட்டையும் நாட்டு மக்களையும் சிதைத்துக் குலைத்து வெற்றி பெற்று அந்த வெற்றிக் களிப்பினால் தான் பெற்ற பொருளை யெல்லாம் யாவருக்கும் வாரி வீசி மகிழ்கிறான். அரசியலில் குடிமக்களைப் பாதுகாக்கும் திறத்தில் அவன் செய்யும் செயல்கள் யாவும் சிந்தைக்கு இனிக்கின்றன. பகைவரைத் துன்புறுத்தும் திறத்தில் அவன் செய்யும் செயல்கள் உள்ளத்தை நடுங்கச் செய்கின்றன. போரினால் உண்டாகும் அழிவை அவ்வரசன் எண்ணி இரங்குவதில்லை. புலவர்கள் மாத்திரம் அதனைக் கூறி இரங்குகின்றனர். அவர்களுடைய இரக்கம் பின்னும் அரசனது பெருமிதத்தை வளர்க்க உதவுகின்றதே யன்றிக் குறைக்கப் பயன்படுவதில்லை. உலகத்து மக்களுக்கு இன்பந்தரும் பொருட்டு ஒரு செங்கோலைப்

பிடிக்கும் கையினால் அம்மக்களை அழிப்பதற்குக் காரணமாகும் மற்றொரு செங்கோலை (சிவந்த அம்பை)ப் பிடிப்பதை அரசன் பெருமையாகக் கொண்டது காலத்தின் இயல்பு; உலகத்தின் இயல்பென்றுகூடச் சொல்லிவிடலாம்.

சேர அரசர்கள் பெற்ற வெற்றிகளும் அவர்கள் மரபிற்கே உரிய தனிப்பெருமைகளும் சேரநாட்டின் இயல்புகளும் அந்நாட்டிலுள்ள ஆறுகள் மலைகள் ஊர்கள் முதலியவற்றைப் பற்றிய செய்திகளும் இந்நூலில் அங்கங்கே வருகின்றன. தமிழ்நாட்டில் 'படைப்புக் காலந் தொடங்கி' இருந்து வருவனவாகச் சொல்லப்பெற்ற சேர சோழ பாண்டிய ரென்னும் முடியுடை மூவேந்தர் குலத்துள் முதல்வைத் தெண்ணப்பட்ட சேரர் குலம் இன்னும் சிறப்புடன் விளங்கி வருகின்றது. திருவனந்தபுரத்தில் இப்போது ஆட்சி புரிந்து விளங்கும் ஸ்ரீ சித்திரைத் திருநாள் மகாராஜாவாகிய ஸ்ரீ பத்மநாபதாஸ வஞ்சிபால பாலராம வர்மா அவர்கள் பண்டைச் சேரர்குலத் தோன்றலாகி அறிவிலும் கொடையிலும் அவர்களைப்போன்ற சிறப்பினர்களாகிப் புகழ்பெற்று அதிமேதாவிகளான சசிவோத்தம ஸர். ஸி.பி. இராமஸ்வாமி ஐயரவர்களை அமைச்சராக அமைத்துக்கொண்டு அவர்களுடைய ஆலோசனையின்படி ராஜ்ய பரிபாலனத்தைச் செவ்வனே நடத்தி வருதல் நம் நாட்டுக்கே பெருமையை அளிப்பதாகும்.

சீவகசிந்தாமணி யிலிருந்து தொடங்கிய எனது பண்டைத் தமிழ்நூல் ஆராய்ச்சியின் பயனாக நான் அறிந்துகொண்ட நூல்களுள் பதிற்றுப்பத்தும் ஒன்று. எட்டுத்தொகை, பத்துப்பாட்டு என்பன இன்னவை என்று தெரியாத காலத்தில் இந்நூலைக் காணும் பேறு எனக்கு வாய்த்தது. முதல் முதலில் திருவாவடுதுறை மடத்திலிருந்து கிடைத்த எட்டுத்தொகைப் பிரதியில் பரிபாடலும் கலித்தொகையும் காணப்படவில்லை. ஏனைய ஆறு தொகை நூல்களும் இருந்தன. சிந்தாமணியில் வரும் மேற்கோள்களைத் தெரிந்துகொள்வதற்காக வழிதுறை தெரியாத சங்கநூற் காட்டுக்குள்ளே புகவேண்டிய அவசியம் நேர்ந்தது. சிந்தாமணியின் ஒளியினால் அதற்கும் முந்திய பழைய நூல்கள் பலவற்றின் அழகை உணரலானேன். எட்டுத்தொகை, பத்துப்பாட்டு என்பவற்றின் பழமைக் கோலத்தையும் 'என்றும் புலராது யாணர்நாட் செல்லுகினும், நின்றலர்ந்து தேன்பிலிற்றும் நீர்மை' யாகிய புதுமைச் சுவையையும் அறிந் தறிந்து இன்புற்றேன். ஒவ்வொன்றாக அந்நூல்களையும் வெளியிடும் பாக்கியம் எனக்குக் கிடைத்தது. புறநானூற்றைப் பதிப்பிக்கையில் தமிழின் புறத் துறைகளைப் பற்றிய ஆராய்ச்சியில் ஈடுபட்டு உரம்பெற்றேன். பதிற்றுப்பத்தைப் பதிப்பிப்பதற்கு அவ்வாராய்ச்சியினாற் பெற்ற அறிவு அஸ்திவாரமாக உதவியது. இறைவன் திருவருளால் இந்நூல் முதல் முதலில் 1904ஆம் வருஷம் ஜூன் மாதத்திலும், இரண்டாம் முறை 1920ஆம் வருஷம் அக்டோபர் மாதத்திலும் வெளிவந்தன. இது மூன்றாம் பதிப்பாகும்.

இந்த நூலைப் பதிப்பிப்பதற்கு எனக்கு முதலில் உதவியாக இருந்த பிரதிகள் ஆறு. அவை வருமாறு :

(1) திருவாவடுதுறை ஆதீனத்துப் பிரதி;

(2) சென்னை இராசாங்கத்துக் கையெழுத்துப் புத்தகசாலைப் பிரதி;

(3) ஆழ்வார்திருநகரி, ஸ்ரீ தே. லக்ஷ்மண கவிராயர் வீட்டுப் பிரதி;

(4) ஸ்ரீ ஜே.எம். வேலுப் பிள்ளை யவர்கள் பிரதி;

(5) ஸ்ரீ தி.த. கனகசுந்தரம் பிள்ளை யவர்கள் பிரதி;

(6) திருமயிலை வித்துவான் ஸ்ரீ சண்முகம் பிள்ளை யவர்கள் பிரதி.

இவற்றுள் இரண்டில் மாத்திரம் உரை இருந்தது. இவற்றையன்றி அவ்வப்பொழுது ஒப்பிடுதற்குக் கிடைத்த பிரதிகள் வேறு சில உண்டு.

முதற் பத்தும் பத்தாம் பத்தும் இவற்றிற் கிடையாமற் போனதன்றி உள்ள எட்டுப் பத்திலுங்கூடச் சில சில விடத்தில் மூலங்கள் குறைந்தும் உரைகள் சிதைந்தும் பிறழ்ந்தும் இருந்தன. அத்தகைய இடங்களில் என்னாற் செய்யத் தக்கது ஒன்றும் இல்லாமையால் அவற்றை இருந்தவாறே பதிப்பித் திருக்கிறேன். முதற் பதிப்பைக் காட்டிலும் இரண்டாம் பதிப்பில் சில திருத்தங்கள் அமைந்தன. நாளடைவில் செய்துவந்த ஆராய்ச்சியினாற் கண்ட சில புதிய திருத்தங்களை இப்பதிப்பிற் காணலாம்.

இந்நூற் பதிப்பைப் பற்றிய பிற செய்திகளை முதற் பதிப்பு இரண்டாம் பதிப்புக்களின் முகவுரைகளிற் காணலாம்.

இக்காலத்தில் தமிழ்க் கல்வி பயிலும் மாணாக்கர்கள் இந்நூலின் பழைய வுரையைத் துணைக்கொண்டு நூற் பொருளை அறிவது எளிதன்றென்று தெரிந்தமையின் இப்பதிப்பில் ஒரு குறிப்புரை எழுதி அடிக்குறிப்பாகச் சேர்க்கப்பட்டிருக்கிறது, அதன் கண் இயன்றவரையில் விஷயங்களை விளக்கியுள்ளேன்; ஆயினும் எனக்கே தெளிவாக விளங்காத சில பகுதிகள் உண்டு. அவ்விடங்களில் ஏதோ ஒரு வகையாகப் பொருள் எழுதி அமைத்திருக்கிறேன். பெரும்பாலும் பழைய உரையை அடியொற்றியே இக்குறிப்புரையை எழுதினேன். ஆயினும், சில இடங்களில் பழைய உரையினும் சிறந்ததாக இருக்குமென்ற எண்ணத்தினால் சில கருத்துக்களைக் குறித்திருக்கிறேன். சொற்பொருளொப்புமைக்கும் கருத்துக்களுக்கும் மேற்கோளாகப் பெரும்பாலும் சங்கநூல்களும் சிந்தாமணி முதலிய பழைய நூல்களுமே எடுத்துக்காட்டப் பெற்றுள்ளன.

இத்தகைய நூல்களோடு பழகுகையில் எனக்கு ஊக்கமும் உலகத்தை மறந்துவிடும் நிலையும் உண்டாகின்றன. நூலை விட்டு என் கண்களை எடுத்து நோக்கினால் உலகமும் என் தளர்ச்சியும் புலனாகின்றன. இந்நிலையில் அந்தத் தளர்ச்சியைப் போக்குவதற்குத் தக்க உபகாரிகளை இறைவன் அளித்திருப்பதை நினைந்து நினைந்து மகிழ்கின்றேன்.

செந்தமிழை வளப்படுத்திச் செந்தமிழ் பயில்வாரை நிரம்பிய வாழ்க்கை யுடையவராகச் செய்தற்குரிய பலவகை முயற்சிகளிலே கண்ணும் கருத்துமுடைய பெருந்தகையும், முத்தமிழ்ப் புலமை பெற்று விளங்கிய கொட்டையூர் ஸ்ரீ சிவக்கொழுந்து தேசிகர் பரம்பரையில் உதித்துத் தமிழ் நலமும் தவநலமும் ஒருங்கு வாய்ந்த ஸ்ரீ குமரகுருபர முனிவர் திருமரபிற் பொருந்தித் திருப்பனந்தாட் காசி மடத்தின் தலைவராக விளங்குபவர்களுமாகிய ஸ்ரீலஸ்ரீ காசிவாசி சாமிநாத ஸ்வாமிக ளவர்கள் என்பாற் பேரன்புகொண்டு புரிந்துவரும் உபகாரங்கள் மிகப் பல. எனது தமிழ்ப் பணிக்கு உதவி செய்பவர்களைத் தனித்தனியே இவர்கள் ஆதரித்து வருவதோடு அவர்களுக்கு மாதந்தோறும் நான் கொடுத்து வருதற் குதவும்படி தக்க பொருளுதவியும் செய்து வருகிறார்கள். எனது தேக ஆரோக்கியத்தில் மிக்க கருத்துடையவர்களாகி இன்னது வேண்டுமென்று தெரிந்து அவ்வப்போது அநுகூலமான பொருள்களை நல்கியும் வருகிறார்கள்.

இவர்களுடைய கொடைத் திறத்தை எண்ணுகையில் என் மனத்தில் பழங்கதைக ளெல்லாம் நினைவுக்கு வருகின்றன. இந்தப் பதிற்றுப் பத்தினாற் பாராட்டப் பெறுகின்ற சேர மரபிற் பிறந்த ஒரு மன்னரை ஔவையார் தம்மைச் சார்ந்த இளமகளிருக்கு உபயோகமாகும் பொருட்டு ஒரு கறவையாடு கேட்க அம் மன்னர், 'இம்மூதாட்டிக்கு வெறும் ஆடா கொடுப்பது?' என்றெண்ணி உடனே ஒரு பொன் ஆட்டைக் கொடுத்தார். அது கண்ட ஔவையார் மகிழ்ச்சியும் வியப்பும் உற்று, "சேரா, உன்னாடு பொன்னாடு" என்றார். 'உன் ஆடு பொன் ஆடு' என்றும், 'உன் நாடு பொன் நாடு' என்றும் இருவகையாகப் பொருள்பட்டு உண்மையும் வாழ்த்தும் ஒருங்கே தோற்றும் வண்ணம் அமைந்தது அவரது இன்னுரை. அன்றியும் அந்தக் கொடைத் திறத்தை,

> சிரப்பான் மணிமவுலிச் சேரமான் றன்னைச்
> சுரப்பாடி யான்கேட்கப் பொன்னாடொன் றீந்தான்
> இரப்பவ ரென்பெறினுங் கொள்வர் கொடுப்பவர்
> தாமறிவர் தங்கொடையின் சீர்

என்ற அருமைச் செய்யுளால் தமிழர் உள்ளத்தே நிலவும்படி பொறித்துவைத்தார்.

கைம்மாறு கருதாமல் உபகரிக்கும் மகோபகாரி களாகிய ஸ்வாமிகளுடைய அருமையும் பெருமையும் மிக விளங்கவும், அவர்கள் அரோக திடகாத்திரத்துடன் பல்லாண்டு வாழ்ந்து தமிழ்ப்பயிர் விளையப் பண்ணவும் திருவருள் புரியும் வண்ணம் எல்லாம் வல்ல இறைவன் திருவடியை இறைஞ்சுகின்றேன்.

இந்தப் பதிப்பு நடைபெறுகையில், என்னிடத்துள்ள குறிப்புக்களையும் தாம் படித்தபோது குறித்து வைத்திருந்தவற்றையும் ஒழுங்குபடுத்தி உபயோகமானவற்றை இணைத்து அமைத்துத் தந்து இப்பதிப்பு நிறைவேறும்படி ஒழிந்த நேரங்களி லெல்லாம் வந்து உதவியவர்கள் சென்னைக் கிறிஸ்டியன் காலேஜ் ஹைஸ்கூல் தமிழ்ப் பண்டிதர் சிரஞ்சீவி வித்துவான் வி.மு. சுப்பிரமணிய ஐயரும், 'கலைமகள்' ஆசிரியர் சிரஞ்சீவி வித்துவான் கி.வா. ஜகந்நாதையரும் ஆவர். என்னுடைய சக்திக்கு இயன்ற அளவு இவர்களுக்கு ஏதோ பொருளுதவி செய்து வருகிறேனே யன்றி இவர்களுடைய பேருழைப்புக்கு எவ்வளவு உதவினாலும் பற்றா தென்பது என் கருத்து. ஆதலின் இவர்கள் நல்ல நிலையைப் பெற்றுத் திடகாத்திரத்துடனும் தீர்க்காயுளுடனும் இருந்து வரும்படி செய்வித்தருளும் வண்ணம் ஸர்வேசுவரனைப் பிரார்த்திக்கின்றேன்.

இங்ஙனம்,
வே. சாமிநாதையர்

"தியாகராஜ விலாஸம்"
திருவேட்டீசுவரன் பேட்டை
20-11-1941

உ

கணபதி துணை

எட்டுத்தொகையுள்

ஐந்தாவதாகிய

பரிபாடல் மூலமும்
ஆசிரியர் பரிமேலழகரியற்றிய உரையும்

இவை

சென்னை

பிரஸிடென்ஸி காலேஜ் தமிழ்ப் பண்டிதராகிய

உத்தமதானபுரம்

வே. சாமிநாதையரால்

கையெழுத்துப் பிரதிகளைக்கொண்டு

பரிசோதித்து

தாம் நூதனமாக எழுதிய

பலவகையான குறிப்புக்களுடன்

சென்னை

கமர்ஷியல் அச்சுக்கூடத்திற்

பதிப்பிக்கப்பெற்றன.

விலை ரூபா. 2-8-0

1918

உ

கணபதி துணை.

எட்டுத்தொகையுள்

ஐந்தாவதாகிய

பரிபாடல் மூலமும்

ஆசிரியர் பரிமேலழகரியற்றிய உரையும்.

இவை

சென்னை,

பிரஸிடென்ஸி காலேஜ் தமிழ்ப் பண்டிதராகிய

உத்தமதானபுரம்

வே. சாமிநாதையரால்

கையெழுத்துப் பிரதிகளைக்கொண்டு

பரிசோதித்து,

தாம் நூதனமாக எழுதிய

பலவகையான குறிப்புக்களுடன்

சென்னை

கமர்ஷியல் அச்சுக்கூடத்திற்

பதிப்பிக்கப்பெற்றன.

விலை ரூபா. 8-0.

1918.

உ
கணபதி துணை

முகவுரை

எண்ணிய வெண்ணியாங் கெய்துப கண்ணுதற்
பவள மால்வரை பயந்த
கவள யானையின் கழல்பணி வோரே.
(திருவாலவாயுடையார் திருவிளையாடற் புராணம்)

ஆவியந் தென்றல் வெற்பி னகத்தியன் விரும்புந் தென்பா
னாவலந் தீவம் போற்றி நாவலந் தீவந் தன்னுண்
மூவர்கட் கரியா னிற்ப முத்தமிழ்ச் சங்கத் தெய்வப்
பாவலர் வீற்றி ருக்கும் பாண்டிநன் னாடு போற்றி.

பரிபாடலென்பது, கடைச்சங்க மிருந்து தமிழாராய்ந்த நல்லிசைப் புலவர்கள் அருளிச் செய்த *எட்டுத் தொகையுள் ஐந்தாவது; சொற்சுவை பொருட் சுவைகளிற் சிறந்து பொருள்களின் இயற்கை யழகுகளை நன்கு தெரிவிப்பது; மதுரை, வையையாறு, திருமருதந்துறை, திருப்பரங்குன்றம், திருமாலிருஞ் சோலை மலை யென்பவற்றின் பண்டைக்கால நிலைமைகளையும் அக்கால நாகரிக முறையையும் வைதிக ஒழுக்கங்களையும் தெய்வ வழிபாட்டு முறையையும் பிற வழக்கங்களையும் தமிழ் நாட்டின் வரலாறுகள் சிலவற்றையும் செவ்வனே தெரிந்துகொள்ளுதற்குக் கருவியாக வுள்ளது; பதினோராம் பாடலின் முதலிற் கூறப்பெற்றுள்ள கோள்களி னிலைமை கடைச் சங்கத்தார் காலத்தை ஒருவகையாகப் புலப்படுத்தும். "நற்றிணை நல்ல" என்னும் வெண்பாவில், 'ஓங்கு பரிபாடல்' எனப் பாராட்டப் பெற்றிருத்தலால் இந்நூலின் உயர்வு நன்கு விளங்கும்.

இந்நூல், பரிபாடலென்னும் பாவால் தொகுக்கப் பெற்றமையின் இப்பெயர் பெற்றது; பரிபாட்டெனவும் வழங்கும்; இஃது, எண்வகை வனப்பினுள் இழைபென்பர் பேராசிரியர் (தொல். செய். சூ. 242.). பரிபாடலாவது +இசைப்பா வென்றும் **பரிந்து வருவதென்றும் கூறப்படும்; பரிந்து வருவது — ஏற்றுவருவது.

---

* எட்டுத்தொகை இன்னவையென்பதை, "நற்றிணை நல்ல குறுந்தொகை யைங்குறுநூ, றொத்த பதிற்றுப்பத் தோங்கு பரிபாடல், கற்றறிந்தார் சொல்லும் கலியோ டகம்புறமென், றித்திறத்த வெட்டுத் தொகை" என்னும் வெண்பாவா லுணர்க; இவை எண்பெருந்தொகை யெனவும், எண்கோவை யெனவும் வழங்கும்.

+ இப்புத்தகம் 5ஆம் பக்கத்துள்ள 'பரிபாட்டாவது இசைப்பாவாதலால்' என்பது முதலியவற்றையும், 'கலியும் பரிபாடலும்போலும் இசைப் பாட்டாகிய செந்துறை மார்க்கத்தன' (தொல். செய். சூ. 242–பேர்) என்பதையும் நோக்குக.

** "பரிந்தபாட்டு பரிபாட்டெனவரும்; அஃதாவது ஒரு வெண்பாவாகி வருதலின்றிப் பல உறுப்புக்களோடு தொடர்ந்து ஒரு பாட்டாகி முற்றுப் பெறுவது" (தொல். செய். சூ. 112–இளம்);
>

அறம் பொருள் இன்பம் வீடென்னும் உறுதிப் பொருள் நான்கனுள் இன்பத்தையே பொருளாகக் கொண்டு கடவுள் வாழ்த்து, மலை விளையாட்டு, புனல் விளையாட்டு முதலியவற்றில் இப்பாடல் வருமென்பர் பேராசிரியர் (தொல். செய். சூ. கஉக); தெய்வ வாழ்த்து உட்படக் காமப்பொருள் குறித்து உலகியலே பற்றிவரு மென்பர் நச்சினார்க்கினியர் (தொல். அகத். சூ. ருஉ); தெய்வமும் காமமும் பொருளாக வருமென்பர் யாப்பருங்கல விருத்தி யுடையார் முதலியோர்.

தொல்காப்பியச் செய்யுளியலிலுள்ள "நெடுவெண் பாட்டே குறு", "பரிபா டல்லே", "கொச்சக மராகம்", "சொற்சீ ரடியும்", "கட்டுரை வகையான்", "உருட் டுவண்ணம்" என்னும் சூத்திரங்கள் முதலியவற்றாலும் அவற்றின் உரைகளாலும் பரிபாடலின் இலக்கணம் நன்கு விளங்கும்; "பரிபாட்டெல்லை" என்னும் சூத்திரம் இப்பாடல்களின் சிற்றெல்லை உரு - அடி யென்றும் பேரெல்லை ச௦௦ - அடியென்றும் தெரிவிக்கின்றது.

"அன்பினைந்திணை" (இறை. சூ. க) என்பத னுரையிலும், "தரவின்றாகி" (தொல். செய். சூ. கசகூ) என்பத னுரையிலும் கரு௦ - கலியும் எ௦ - பரிபாடலும் என வரையறை செய்திருத்தலால் இந்நூல் எழுபது பாடலை யுடைய தென்றும்,

திருமாற் கிருநான்கு செவ்வேட்கு முப்பத்
தொருபாட்டுக் *காடுகாட் கொன்று – மருவினிய
வையையிரு பத்தாறு மாமதுரை நான்கென்ப
செய்யபரி பாடற் றிறம்

என்னும் வெண்பாவால் அப்பாடல்களுள், அ, திருமாலுக்கும், ௩க, முருகக் கடவுளுக்கும், க, காடுகிழாளுக்கும், உசா, வையை யாற்றிற்கும், ச, மதுரைக்கும் உரியனவென்றும் தெரிகின்றன.

இப்பாடல்களுள், முதலி லிருந்து தொடர்ச்சியாகவுள்ள இருபத்திரண்டு பாடல்களும், பழைய உரைகளிற் காட்டப்பட்ட மேற்கோள்களி லிருந்து கிடைத்த இரண்டு முழுப்பாடல்களும், சில உறுப்புக்களும், புறத்திரட்டு முதலியவற்றி லிருந்து கிடைத்த சில உறுப்புக்களுமே இப்புத்தகத்தி லுள்ளன.

இவ் விருபத் திரண்டனுள், திருமாலுக் குரியவை ஆறு (க, உ, ௩, ச, க௩, கரு); முருகக்கடவுளுக் குரியவை எட்டு (ரு, அ, கூ, கச, கஎ, கஅ, ககூ, உக); இப்பதினான்கும் கடவுள் வாழ்த்து; வையைக் குரியவை எட்டு (சா, எ, க௦, கக, கஉ, கசா, உ௦, உஉ); கடவுள் வாழ்த்துள் திருப்பரங்குன்றமும் திருமாலிருஞ்சோலை மலையும் கூறப்பெற்ற பாடல்களில் மலை விளையாட்டும், வையைக்குரிய பாடல்களிற் புனல் விளையாட்டும் வந்துள்ளன.

இவற்றின் பின்னே பதிப்பிக்கப்பெற்ற பகுதிகளுள், திருமாலுக்குரிய முழுப்பாடல் ஒன்று; வையைக்குரிய முழுப்பாடல் ஒன்று; உறுப்பு ஒன்று; மதுரைக்குரிய உறுப்புக்கள் ஏழு; சில உறுப்புக்கள் இன்ன வகையைச் சார்ந்தன வென்று விளங்கவில்லை.

"இருமை வகை தெரிந்து" (குறள், பரி.) என்பதன் விசேட வுரையில் மேற்கோளாகக் காட்டப்பெற்ற "தெரிமாண் டமிழ் மும்மைத் தென்னம் பொருப்பன், பரிமா

"பரிபாடலென்பது பரிந்து வருவது; அஃதாவது கலியுறுப்புப் போலாது பலவடியும் ஏற்றுவருவது" (தொல். செய். சூ. 118–பேர்); "பரிபாடலென்பது பரிந்துவருவது; அது கலியுறுப்புப் போலாது நான்கு பாவானும் வந்து பலவடியும் வருமாறு நிற்குமென்றுணர்க" (தொல். செய். சூ. 118–ந.)

* 'கார்கோளுக்கு' என்றும் பிரதிபேதமுண்டு; கார்கோள்–கடல்.

நிரையிற் பரந்தன்று வையை" என்பது பரிபாடற் பகுதி யென்று நுண்பொருண் மாலையால் பின்பு தெரியவந்தது.

முற்றுமுள்ள கையெழுத்துப் பிரதிகளில் ஒவ்வொரு தொகை நூலின் இறுதியிலும் தொகுத்தோர் பெயரும் தொகுப்பித்தோர் பெயரும் அடிகளின் சிற்றெல்லை பேரெல்லைகளும் பெரும்பாலும் வரையப்பெற்றிருக்கும்; இந்நூல் முற்றுமுள்ள பிரதி அகப்படாமையால் அவற்றுள் ஒன்றும் புலப்படவில்லை.

கிடைத்த பிரதிகளில் இரண்டாவது முதலிய உ0 - பாடல்களுக்கு மட்டுமே ஒவ்வொரு பாடலின் பின்னும் துறையும், இயற்றிய ஆசிரியரது பெயரும், அதற்கு இசைவகுத்தோர் பெயரும், அதற்குரிய பண்ணின் பெயரும் எழுதப் பெற்றிருந்தன; ஆனாலும் கரு-ஆம் பாடலுக்கு இசைவகுத்தோர் பெயர் காணப்படவில்லை.

இரண்டாவது முதலிய பதினொன்றின் பண் பாலை யாழென்றும், கரு - ஆவது முதலிய ஐந்தின் பண் நோதிறமென்றும், கஅ - ஆவது முதலிய நான்கன் பண் காந்தார மென்று மிருத்தலை உற்றுநோக்கும் பொழுது இந்நூற் பாடல்கள் தேவாரங்கள் போலவே பண்டைக் காலத்தில் பண் முறையால் தொகுக்கப்பெற்று உரிய பண்களுடன் பாடப்பெற்று வந்தனவென்று தெரிகின்றது; "எழுத்துரு வொக்கும், பகுதியின் வந்த பாடகர் பிழைப்பும்" (பக்கம், உருஉ) என்னும் உரைச் சிறப்புப் பாயிரப் பகுதியும் இக்கருத்தை வலியுறுத்தும்; பிற்காலத்திற் பண்ணொடு பாடும் வழக்கம் இல்லாமற் போனமையின் அம்முறையை இப்போது சிறிதும் தெரிந்து கொள்ள இயலவில்லை.

திருவாவடுதுறை யாதீனத்துப் பிரதி யொன்றும் ஆழ்வார் திருநகரி ஸ்ரீ.தே.லக்ஷ்மண கவிராய ரவர்கள் வீட்டுப் பிரதிகள் இரண்டும், தருமபுர வாதீனத்தி லிருந்து கிடைத்த "பாயிரும் பனிக்கடல்" என்னும் ரு-ஆம் பாடல் மட்டு மெழுதிய இரண்டு ஒற்றை ஏடுகளுமே இந்நூற் பரிசோதனைக்குக் கருவியாக இருந்தன.

இவற்றுள், முதற்பிரதி முதலும் இறுதியு மின்றி மிகச் சிதைந்து போயிருந்தமையால் பார்த்தவுடன் இன்ன நூலென்று புலப்படவில்லை; பிரித்துப் பார்த்தபோது, "வண்ணவண் டின்குரல் பண்ணை போன் றனலே" என்ற பகுதியைக் கண்டு, இலக்கணக் கொத்தில் மேற்கோளாக வந்திருத்தலை யறிந்து, இது பழைய நூலாக இருக்கவேண்டு மென்று மட்டும் எண்ணினேன்; பிறகு திருமுருகாற்றுப்படையை நச்சினார்க்கினிய ருரையுடன் ஆராய்ச்சி செய்து வருகையில், "அறுவேறு வகையி னஞ்சுவர மண்டி" (அடி, ருஅ) என்பதன் விசேடவுரையில், முருகக்கடவுளின் திருவவதார வரலாற்றைக் கூறி, "இதனைப் பாயிரும் பனிக்கட லென்னும் பரிபாடற் பாட்டானுணர்க" என்றிருந்ததையும், இப்புத்தகத்தில் அம்முதற் குறிப்புள்ள பாடல் அவ்வரலாற்றுடன் ஐந்தாவதாக இருந்ததை யுமறிந்து இந்நூல் பரிபாடலென்றும், "நற்றிணை நல்ல குறுந்தொகை" என்னும் வெண்பாவால் இஃது எட்டுத் தொகையுள் ஐந்தாவ தென்றும் தெளிந்து கொண்டேன்.

இந்தப் பிரதியில் முதற் பாட்டிறுதியின் உரை தொடங்கி கக-ஆம் பாடலின் ௩அ-ஆம் அடியின் உரைவரையி லுள்ள பகுதிகள் மட்டுமே இருந்தன; நெடுநாள் வரையில் முதலி லிருந்த உரைக்குரிய பாடல் கிடைக்கவில்லை; பின்பு, "கட்டுரை வகையின்" (தொல். செய். சூ. ககஎ) என்பதனுரையில் இளம்பூரணவடிகள் மேற்கோளாகக் காட்டிய "ஆயிரம் விரித்த" என்னும் பாடலின் இறுதிக்கு இவ்வுரைப்

பகுதி பொருளா யிருத்தலைக் கொண்டு அதுவே இந்நூலின் முதற்பாட லென்று நிச்சயிக்கப்பெற்றது.

ஆழ்வார் திருநகரிப் பிரதிக ளிரண்டிலும் உ-ஆவது முதல் உஉ-ஆவது இறுதியாகவுள்ள பாடல்கள் உரையுடன் இருந்தன; ஒன்று மற்றொன்றைப் பார்த்து எழுதப் பெற்றதாதலின் அவ்விரண்டற்கும் வேறுபாடு சிறிதும் காணப்படவில்லை; ஆனாலும் ஏட்டின் தேய்வு, ஒடிவு, இராமபாணத் துளை முதலியவற்றால் ஒரு பிரதியிற் சிதைந்துபோன எழுத்துக்களுட் சில சில மற்றொரு பிரதியிற் காணப்பட்டன; உஉ-ஆம் பாடலின் பிற்பகுதியும் அதற்குரிய உரையின் முற்பகுதியும் உள்ள ஓரேடு இரண்டு பிரதிகளிலும் இல்லை; இக்குறையைத் தீர்த்துக் கொள்ளுதற்கு எவ்வளவோ இடங்களுக்குச் சென்று பல வருடங்களாகத் தேடியும் பிரதிகள் கிடைக்கவில்லை.

இந்நூல் உரைப் பிரதிகளில் பாடல்களுக்குத் தரவு முதலிய உறுப்புக்கள் வரையப்படவில்லை; தொல்காப்பிய வுரையில் மேற்கோள்களாக வந்த பாடல்களுள் "ஆயிரம் விரித்த", "வானாரெழிலி" என்பவற்றிற்கு மட்டும் இளம்பூரணவடிகள் முதலியோரால் உரிய இடங்களில் உறுப்புக்கள் வரையப் பெற்றிருந்தமையின் அவ்விரண்டு பாடல்கள் மட்டும் அங்ஙனமே பதிக்கப்பெற்றன.

உரைக்குரிய மூலத்தின் இடங்களை வருத்தமின்றி அறிந்து கொள்ளுதற்காகவே மூலங்களுக்கு அடியெண்கள் ஒருவாறு வரையறை செய்து அமைக்கப்பெற்றன.

ஒப்புமைப் பகுதிகளும், பிற வுரையாசிரியர்கள் மேற்கோள்களாக எடுத்தாண்டிருக்கும் இந்நூற்பகுதிகளும், இவ்வுரையில் விளங்கிய மேற்கோள்களுள்ள இடங்களும், இன்றியமையாக் குறிப்புக்களும் ஆங்காங்குப் பதிப்பிக்கப் பெற்றுள்ளன; உக-ஆம் பாடலின் ரு-ஆம் அடியிலுள்ள, 'தைப்பமை சருமத்து' என்பது சான்றோர் செய்யுட்கண் வடசொற் சிதைந்து இயைந்ததற்கு உதாரணமாகக் காட்டப் பெற்றிருத்தல் (தொல். எச். சூ. சு - ந; இ-வி. சூ. கஎரு) பின்பு தெரியவந்தது.

பின்னுள்ள இரண்டு மேற்கோள்களுக்கு மட்டும் இடம் விளங்கவில்லை.

(i) "நெட்டிலை வஞ்சிக்கோ" (பக். கூசு)

(ii) "அரக்கிறலி........ஐந்து" (பக். கருரு)

இப்புத்தகத்திலுள்ள அகராதியில் இந்நூல் மூலம் உரை இவற்றிலுள்ள சொற்களும் வாக்கியங்களும் விஷயங்களும் உவமைகளும் அடங்கியுள்ளன; விளங்குதற் பொருட்டு அவற்றுட் சிற்சில வெவ்வேறு விதமாகவும் இதில் அமைக்கப் பெற்றுள்ளன.

தலைச் சங்கத்தில் எத்துணையோ பரிபாடல்கள் இருந்தன வென்று இறையனா ரகப்பொருளுரை முதலியவற்றால் தெரிந்தாலும் அவற்றுள் ஒன்றேனும் இப்போது கிடைக்க வில்லை; ஆயினும், பிற்காலத்தில் திருக்குருகைச் சடகோபாழ்வார் சந்நிதிக் கவிராயர் பரம்பரையி லிருந்த சிறந்த கவிஞரொருவரால் இயற்றப் பெற்றதாகத் தெரிகின்ற *பாப்பாவினம்* என்னும் நூலில் அவரியற்றிய நான்கு பரிபாடல்கள் காணப்படுகின்றன; அவற்றின்பின் தனித்தனியே எழுதப் பெற்றிருந்த அடியிலுள்ள குறிப்புக்கள் இந் நூலாராய்ச்சிக்கு மிக உபயோகமாக இருந்தன:

"கருங்கடலுடுத்த" என்னும் பாடலின் குறிப்பு

"தொல்காப்பியனார், 'செப்பிய நான்குந் தனக்குறுப் பாக' என்று கூறவும் இப் பரிபாட லகத்து எருத் தென்பதோ ருறுப்பினையுங் கூட்டி ஐந்தாகக் கூறிய

தென்னை யெனின், அஃதே! நன்று சொன்னாய்; ‘தரவே யெருத்தே யராகங் கொச்சக, மடக்கியல் வாரமொ டைந்துறுப் புடைத்தே’ என்பது அகத்தியமாதலின், எருத்த மென்பதனைத் தரவென் றொருசா ராசிரியர் கூறவும் அகத்திய முணர்ந்த ஒருசா ராசிரியர் பாட்டிற்கு முகம் தரவாதலானும் எருத்த மென்பது கழுத்தின் புறத்திற்குப் பெயராதலானும் அவ்வுறுப்புத் தரவைச் சார்ந்து கிடக்கவேண்டு மென்பதனாலும் எல்லா நூலிற்கும் அகத்தியம் முந்து நூலாகலானும் அகத்தியனார் நோக்கத்தோடும் ஐந்துறுப் பாக்கினா ரென வுணர்க; அஃதாக; இதனுள், எண் விராயதென்னை யெனின், ‘கொச்சக வகையி னெண்ணொடுவிராஅ, யடக்கியலின்றி யடக்கவும் பெறுமே’ என்பதனால் விராயதறிக; ‘காமங் கண்ணிய நிலைமைத் தாகும்’ எனவே அறத்தினும் பொருளினும் வாராதெனக் கூறிய பரிபாடலை இச்செய்யு ளுடையார் வாழ்த்தியலாகக் கூறிய தென்னையோ வெனின், ‘வாழ்த்தியல் வகையே நாற்பாற்கு முரித்தே’ எனச் சிறப்புவிதி ஓதினமையான் நான்கு பாவினுள்ளும் பரிபாடல் வெண்பா யாப்பிற் றாதலாற் கடவுள் வாழ்த்தாகியும் வரப்பெறு மென்னு முதனூலாசிரியர் நோக்கம் பற்றிச் சங்கத்தார் பரிபாடல் கூறியவகையாற் கூறினா ரென வுணர்க; ‘ஆயிரம் விரித்த வணங்குடை யருந்தலை’ என்னும் பரிபாடற் றரவின்பின் ‘எரிமலர் சினைஇய கண்ணை........நாவ லந்தண ரருமறைப் பொருளே’ என்பது எருத்தம்; இதனை ஒருசா ராசிரியர் ஆசிரிய மென்றுங் கூறுவர்;”

“யாஅர் வாழ்வார் யாஅர் வாழ்வார்” என்னும் பாடலின் குறிப்பு

“இது, சங்கப் பாடலாகிய பரிபாடலுள், கடுவனிள வெயினனார் பாட்டாய மூன்றாவதாய்ப் பெட்டனா கனாரிசை பண்ணுப்பாலை யாழாய ‘மாஅயோயே மாஅயோயே’ என்னும் பரிபாடல் போல எருத்தமும் கொச்சகமு மின்றி வந்த பரிபாடல்;”

“வேல்விழி யிணையென” என்னும் பாடலின் குறிப்பு

“இது, சங்கப் பரிபாடலுள், ‘கார்மலி கதழ்பெயல். . . . பூமலர்ந் தனவே’ என்னும் பதினாலாம் பாட்டின் நடையதாய் அமைந்தது;”

“விழுமிய திறத்துறை” என்னும் பாடலின் குறிப்பு

“இது, பரிபாடலுள், ‘தொன்முறை யியற்கையின்’ என்னும் இரண்டாம் பாட்டி னுறுப்புடை நடைத்தாய வந்தது.”

ஏட்டுப் பிரதிகள் தேடுகையிற் கிடைத்த சில குறிப்புக்களா லும், “கண்ணுதற் கடவுள்” (பக். உருஉ) என்னும் உரைச் சிறப்புப் பாயிரத்தாலும், செந்தமிழ், சு, எ, கூ, கO -ஆம் தொகுதிகளிற் பதிப்பிக்கப் பெற்றுள்ள திருக்குறட் பரிமேலழகருரை நுண்பொருண்மாலை யாலும் இந்த உரை பரிமேலழக ரியற்றிய தென்று தெரியவந்தது.

இந்தவுரை, பலவிடத்துப் பொழிப்புரையாயும் சிலவிடத்துப் பதவுரையாயும் சிலவிடத்துக் கருத்துரையாயும், சிறிதும் புலப்படாத சொற்களின் பழைய வடிவங்களைப் புலப்படுத்தியும், உரிய இடங்களில் இலக்கணக் குறிப்புக்களைப் பெற்றும், சிலவிடத்து மிக அழகான பதசாரத்துடன் கூடியும், விளங்காத சிலவற்றைத் தக்க தமிழ்நூல் மேற்கோள்களாலும் வேதம் உபநிடத முதலியவற்றின் கருத்துக்களாலும் விளக்கியும் மிக விரிவாக அமைந்துள்ளது; நுணுகி ஆராயின், திருக்குற ளுரையிலும் இவ்வுரையிலும் ஒத்த கருத்துக்களும் ஆசிரியர் பரிமேலழகருடைய கொள்கைகளும் பல காணலாகும்.

சீவகசிந்தாமணி முதலியவற்றைப் பதிப்பித்த காலங்களில் அவ்வப்பொழுது உபகரித்து எனக்கு ஊக்கமளித்து வந்தவர்களும் கொழும்பு நகரத்துப் பிரபு சிகாமணியுமாகிய கௌரவம் பொருந்திய ஸ்ரீமான், பொ. குமாரசாமி முதலியா ரவர்கள், இந்நூலைப் பதிப்பித்து வெளிப்படுத்தும்படி முன்னம் எழுதி வற்புறுத்தியதுண்டு; அவர்கள் இப்பொழுது இல்லையே யென்ற வருத்தம் எனக்கு மிகுதியாக இருப்பினும் தமிழ்ப் பாஷாபிமானத்திற் சிறந்தவரும் அவர்களுடைய செல்வக் குமாரருமாகிய ஸ்ரீமான், டாக்டர் கு. ஸ்ரீகாந்த முதலியா ரவர்களிடம் இப்புத்தகத்தைச் சேர்ப்பிக்கும்படி நேர்ந்ததில் அஃது ஒருவாறு மாறிற்று.

இந்நூல் ஏட்டுப் பிரதிகளைப் பார்த்துக் கடிதத்தில் முதலில் எழுதியவர், பல வருடங்களுக்கு முன் என்னிடம் படித்து வந்த திருப்பெருந்துறை, அ. பொன்னுசாமி பிள்ளை யென்பவர்; இது போன்ற பல உதவிகளை அன்புடன் பல வருடங்கள் செய்து வந்த அவர் இப்பொழுது இல்லாமை மிக்க வருத்தத்தைத் தருகின்றது.

இதனை ஆராய்ச்சி செய்யுங் காலத்தும் பதிப்பிக்கும் காலத்தும் மயிலாப்பூர் பி.எஸ். ஹைஸ்கூல் தமிழ்ப் பண்டிதர் பிரஹ்மஸ்ரீ, இ.வை. அநந்தராமைய ரவர்கள், சென்னை, இராசாங்கத்துக் கையெழுத்துப் புத்தகசாலைத் தமிழ்ப் பண்டிதர் சிரஞ்சீவி, ம. வே. துரைசாமி ஐயர் முதலியோர் வழக்கம் போலவே உடனிருந்து அன்புடன் செய்த ஒப்பு நோக்குதல் முதலிய பேருதவிகள் தமிழகத்தால் மிகப் பாராட்டற்குரியன.

ஒரு பழைய நூலைப் பதிப்பித்தலைக் காட்டிலும் அதனை ஆராய்ச்சி செய்தல் காலப்போக்கையும் பொருட்செலவையும் மிக உண்டாக்கு மென்பதை அறிந்து,நூற்பரிசோதனை செய்வதற்கு உடனிருந்து உதவி செய்பவர்கள் விஷயத்தில் எனக்குச் சிறிதும் கவலை உண்டாகாதபடி ஸ்ரீ ஸேது ஸம்ஸ்தானாதிபதிகளும் மதுரைத் தமிழ்ச் சங்கத் தலைவர்களும் சென்னைச் சட்டநிரூபணசபை அங்கத்தினர்க ளுமான கௌரவம் பொருந்திய மஹா ராஜ ராஜ ஸ்ரீ பா. இராஜ ராஜேசுவர ஸேதுபதி மஹாராஜாஅவர்கள் பேரன்புடன் பொருளுதவி செய்து ஆதரிக்கின்றார்கள்; "தேவேந்த்ர தாருவொத்தாய் ரகுநாத சயதுங்கனே" என்று பாராட்டப் பெற்ற முன்னோர்களுடைய புகழைத் தங்கள் புகழாக ஆக்கிக் கொண்ட இவர்களைப் பாதுகாத்தருளும் வண்ணம் தமிழ்த் தெய்வத்தைப் பிரார்த்தித்தலன்றி என்னாற் செய்தற்குரியது வேறு யாதுளது?

இப்பதிப்பிற் காணப்படும் பிழைகள் என்னுடைய மறதி, அயர்ச்சி முதலியவற்றால் நேர்ந்தன வென்றெண்ணிப் பொறுத்துக் கொள்ளும்படி அன்பர்களை வேண்டிக் கொள்ளுகிறேன்.

ஒன்றுக்கும் பற்றாத என்னை இம்முயற்சியிற் புகுத்தி இந்த அளவிலாவது இந்நூல் வெளிவரும்படி செய்தருளிய திருவாலவாய்ப் பெருமான் பெருங் கருணையைச் சிந்தித்து வந்திக்கின்றேன்.

இங்ஙனம்,

வே. சாமிநாதையன்

"தியாகராஜ விலாஸம்"
திருவேட்டீசுவரன் பேட்டை
சென்னை, 1-6-18

உ
கணபதி துணை

எட்டுத்தொகையுள் ஐந்தாவதாகிய

பரிபாடல் மூலமும் பரிமேலழகருரையும்

இவை
பொருட்சுருக்கம் விசேடக்குறிப்பு முதலியவற்றுடன்
மகாமகோபாத்தியாய தாக்ஷிணாத்யகலாநிதி

டாக்டர். உ.வே. சாமிநாதையரால்

சென்னை:
கேசரி அச்சுக்கூடத்திற் பதிப்பிக்கப்பெற்றன.

[இரண்டாம் பதிப்பு]

யுவ ஹூ ஆவணி மீ

1935

Copyright Registered]

[விலை ரூபா. 2—0—0

உ
கணபதி துணை

எட்டுத்தொகையுள் ஐந்தாவதாகிய

பரிபாடல் மூலமும்
பரிமேலழகருரையும்.

இவை
பொருட்சுருக்கம் விசேடக்குறிப்பு முதலியவற்றுடன்
மகாமகோபாத்தியாய தாக்ஷிணாத்யகலாநிதி
டாக்டர். உ. வே. சாமிநாதையரால்

சென்னை :
கேசரி அச்சுக்கூடத்திற் பதிப்பிக்கப்பெற்றன.

இரண்டாம் பதிப்பு

யுவஸு ஆவணிமீ

Copyright Registered] 1935. [விலை ரூ. 2—0—0

உ

கணபதி துணை

முகவுரை

எண்ணிய வெண்ணியாங் கெய்துப கண்ணுதற்
பவள மால்வரை பயந்த
கவள யானையின் கழல்பணி வோரே.

(திருவாலவாயுடையார் திருவிளையாடற் புராணம்)

ஆவியந் தென்றல் வெற்பி னகத்தியன் விரும்புந் தென்பால்
நாவலந் தீவம் போற்றி நாவலந் தீவந் தன்னுள்
மூவர்கட் கரியா னிற்ப முத்தமிழ்ச் சங்கத் தெய்வப்
பாவலர் வீற்றி ருக்கும் பாண்டிநன் னாடு போற்றி.

பரிபாடலென்பது கடைச்சங்க மிருந்து தமிழா ராய்ந்த நல்லிசைப் புலவர்கள் அருளிச்செய்த *எட்டுத் தொகையுள் ஐந்தாவது; சொற்சுவை பொருட் சுவைகளிற் சிறந்து பொருள்களின் இயற்கை யழகுகளை நன்கு தெரிவிப்பது; மதுரை, வையையாறு, திருமருதந்துறை, திருப்பரங்குன்றம், திருமாலிருஞ் சோலை மலை யென்பவற்றின் பண்டைக்கால நிலைமைகளையும் அக்கால நாகரிக முறையையும் வைதிக ஒழுக்கங்களையும் தெய்வ வழிபாட்டு முறையையும் பிற வழக்கங்களையும் தமிழ்நாட்டின் வரலாறுகள் சிலவற்றையும் செவ்வனே தெரிந்து கொள்ளுதற்குக் கருவியாக வுள்ளது; பதினோராம் பாடலின் முதலிற் கூறப்பெற்றுள்ள கோள்களின் நிலைமை கடைச்சங்கத்தார் காலத்தை ஒருவகையாகப் புலப்படுத்தும். "நற்றிணை நல்ல" என்னும் வெண்பாவில், 'ஓங்கு பரிபாடல்' எனப் பாராட்டப் பெற்றிருத்தலால் இந்நூலின் உயர்வு நன்கு விளங்கும்.

இந்நூல், பரிபாடலென்னும் பாவால் தொகுக்கப் பெற்றமையின் இப்பெயர் பெற்றது; பரிபாட்டெனவும் வழங்கும்; இதனை, எண்வகை வனப்பினுள் இழை யென்பர் பேராசிரியர் (தொல். செய். சூ.242). பரிபாடலாவது +இசைப்பாவென்றும் **பரிந்து வருவதென்றும் கூறப்படும்; பரிந்து வருவது — ஏற்று வருவது.

* எட்டுத்தொகை இன்னவை யென்பதை, "நற்றிணை நல்ல குறுந்தொகை யைங்குறுநூ றொத்த பதிற்றுப்பத் தோங்கு பரிபாடல், கற்றறிந்தார் சொல்லுங் கலியோ டகம்புறமென், றித்திறத்த வெட்டுத் தொகை" என்னும் வெண்பாவால் உணர்க; இவை எண்பெருந்தொகை யெனவும், எண்கோவை யெனவும் வழங்கும்.

+ இப்புத்தகம் ரு-ஆம் பக்கத்துள்ள 'பரிபாட்டென்பது இசைப்பா வாதலான்' என்பது முதலியவற்றையும், 'கலியும் பரிபாடலும் போலும் இசைப் பாட்டாகிய செந்துறை மார்க்கத்தன' (தொல். செய். சூ. 242, பேர்.) என்பதையும் நோக்குக.

** 'பரிந்தபாட்டு பரிபாட் டெனவரும்; அஃதாவது ஒரு வெண்பாவாகி வருதலின்றிப் பல உறுப்புக்களோடு தொடர்ந்து ஒரு பாட்டாகி முற்றுப்பெறுவது' (தொல். செய். சூ. 112, இளம்.);

›

அறம் பொருள் இன்பம் வீடென்னும் உறுதிப்பொருள் நான்கனுள் இன்பத்தையே பொருளாகக் கொண்டு கடவுள் வாழ்த்து, மலை விளையாட்டு, புனல் விளையாட்டு முதலியவற்றில் இப்பாடல் வருமென்பர் பேராசிரியர் (தொல். செய். சூ. கஉக); தெய்வ வாழ்த்து உட்படக் காமப்பொருள் குறித்து உலகியலே பற்றிவரு மென்பர் நச்சினார்க்கினியர் (தொல். அகத். சூ. ருங); தெய்வமும் காமமும் பொருளாக வருமென்பர் யாப்பருங்கல விருத்தி யுடையார் முதலியோர்.

தொல்காப்பியச் செய்யுளியலி லுள்ள, "நெடுவெண் பாட்டே", "பரிபா டல்லே", "கொச்சக மராகம்", "சொற்சீ ரடியும்", "கட்டுரை வகையான்", "உருட்டு வண்ணம்" என்னும் சூத்திரங்கள் முதலியவற்றாலும் அவற்றின் உரைகளாலும் பரிபாடலின் இலக்கணம் நன்கு விளங்கும்; "பரிபாட் டெல்லை" என்னும் சூத்திரம் இப்பாடல்களின் சிற்றெல்லை 25அடியென்றும் பேரெல்லை 400அடியென்றும் தெரிவிக்கின்றது.

"அன்பினைந்திணை" (இறை. சூ. க) என்பத னுரையிலும், "தரவின்றாகி" (தொல். செய். சூ. கசகூ) என்பத னுரையிலும் கருO-கலியும் எO - பரிபாடலும் என வரையறை செய்திருத்தலால் இந்நூல் எழுபது பாடலை யுடைய தென்றும்,

திருமாற் கிருநான்கு செவ்வேட்கு முப்பத்
தொருபாட்டுக் *காடுகாட் கொன்று – மருவினிய
வையையிரு பத்தாறு மாமதுரை நான்கென்ப
செய்யபரி பாடற் றிறம்

என்னும் வெண்பாவால் அப்பாடல்களுள், எட்டு திருமாலுக்கும், முப்பத்தொன்று முருகக் கடவுளுக்கும் ஒன்று காடுகிழாளுக்கும் இருபத்தாறு வையை யாற்றிற்கும், நான்கு மதுரைக்கும் உரியன வென்றும் தெரிகின்றன.

இப்பாடல்களுள், முதலிலிருந்து தொடர்ச்சியாகவுள்ள இருபத்திரண்டு பாடல்களும், பழைய உரைகளிற் காட்டப்பட்ட மேற்கோள்களிலிருந்து கிடைத்த இரண்டு முழுப் பாடல்களும், சில உறுப்புக்களும், புறத்திரட்டு முதலியவற்றிலிருந்து கிடைத்த சில உறுப்புக்களுமே இப்புத்தகத்தில் உள்ளன.

இவ்விருபத்தி ரண்டனுள், திருமாலுக் குரியவை ஆறு (க, உ, ங, ச, கங, கரு); முருகக் கடவுளுக் குரியவை எட்டு (ரு, அ, கூ, கச, கஎ, கஅ, ககூ, உக); இப்பதினான்கும் கடவுள் வாழ்த்து; வையைக் குரியவை எட்டு (சூ, எ, கO, கக, கஉ, கசூ, உO, உஉ); கடவுள் வாழ்த்துள் திருப்பரங்குன்றமும் திருமாலிருஞ் சோலை மலையும் கூறப்பெற்ற பாடல்களில் மலை விளையாட்டும், வையைக்குரிய பாடல்களிற் புனல் விளையாட்டும் வந்துள்ளன.

இவற்றின்பின்னே பதிப்பிக்கப்பெற்ற பகுதிகளுள், திருமாலுக்குரிய முழுப்பாடல் ஒன்று; வையைக்குரிய முழுப்பாடல் ஒன்று; உறுப்பு ஒன்று; மதுரைக்குரிய உறுப்புக்கள் ஏழு; சில உறுப்புக்கள் இன்ன வகையைச் சார்ந்தன வென்று விளங்கவில்லை.

இந்நூலிலுள்ள, "புலவரையறியா" எனத் தொடங்கும் கரு-ஆம் பாடல்

'பரிபாட லென்பது பரிந்து வருவது; அஃதாவது கலியுறுப்புப் போலாது பல வடியும் ஏற்றுவருவது' (தொல். செய். சூ. 118, பேர்.); 'பரிபாட லென்பது பரிந்துவருவது; அது கலியுறுப்புப் போலாது நான்கு பாவானும் வந்து பல வடியும் வருமாறு நிற்குமென் றுணர்க' (தொல்.செய். சூ. 118, ந.)

* "கார்கோளுக்கு" என்றும் பிரதிபேதமுண்டு; கார்கோள்–கடல்.

திருமாலிருஞ் சோலை மலை ஆலயத்திலுள்ள பழைய சிலாசாஸனங்களுள் ஒன்றிற் காணப்படுகின்றது. "இருமை வகை தெரிந்து" (குறள், உரு, பரி.) என்பதன் விசேட வுரையில் மேற்கோளாகக் காட்டப்பெற்ற "தெரிமாண்டமிழ் மும்மைத் தென்னம் பொருப்பன், பரிமா நிரையிற் பரந்தன்று வையை" என்பது பரிபாடற் பகுதியென்று நுண்பொருண் மாலையால் பின்பு தெரியவந்தது.

முற்றுமுள்ள கையெழுத்துப் பிரதிகளில் ஒவ்வொரு தொகை நூலின் இறுதியிலும் தொகுத்தோர் பெயரும் தொகுப்பித்தோர் பெயரும் அடிகளின் சிற்றெல்லை பேரெல்லைகளும் பெரும்பாலும் வரையப் பெற்றிருக்கும்; இந்நூல் முற்றுமுள்ள பிரதி அகப்படாமையால் அவற்றுள் ஒன்றும் புலப்படவில்லை.

கிடைத்த பிரதிகளில் இரண்டாவது முதலிய உ0 - பாடல்களுக்கு மட்டுமே ஒவ்வொரு பாடலின் பின்னும் துறையும், இயற்றிய ஆசிரியரது பெயரும், அதற்கு இசை வகுத்தோர் பெயரும், அதற்குரிய பண்ணின் பெயரும் எழுதப்பெற்றிருந்தன; ஆனாலும் கரு-ஆம் பாடலுக்கு இசை வகுத்தோர் பெயர் காணப்படவில்லை.

இரண்டாவது முதலிய பதினொன்றின் பண் பாலையா ழென்றும், கரு-ஆவது முதலிய ஐந்தின் பண் நோதிற மென்றும், க அ-ஆவது முதலிய நான்கன் பண் காந்தார மென்றும் இருத்தலை உற்றுநோக்கும் பொழுது இந்நூற் பாடல்கள் தேவாரங்கள் போலவே பண்டைக் காலத்தில் பண் முறையால் தொகுக்கப்பெற்று உரிய பண்களுடன் பாடப்பெற்று வந்தனவென்று தெரிகின்றது; "எழுத்துரு வொக்கும், பகுதியின் வந்த பாடகர் பிழைப்பும்" (அடி.11—2) என்னும் இந்நூல் உரைச் சிறப்புப் பாயிரப் பகுதியும் இக்கருத்தை வலியுறுத்தும்; பிற்காலத்திற் பண்ணொடு பாடும் வழக்கம் இல்லாமற் போனமையின் அம்முறையை இப்போது சிறிதும் தெரிந்து கொள்ள இயலவில்லை.

திருவாவடுதுறை யாதீனத்துப் பிரதி யொன்றும், தருமபுர வாதீனத்தி லிருந்து கிடைத்த "பாயிரும் பனிக்கடல்" என்னும் ரு-ஆம் பாடல் மட்டுமெழுதிய இரண்டு ஒற்றை ஏடுகளும், ஆழ்வார் திருநகரி ஸ்ரீ. தே. லக்ஷ்மண கவிராய ரவர்கள் வீட்டுப் பிரதிகள் இரண்டும், ஸேது ஸமஸ்தான மகாவித்வான் பாஷா கவிசேகர ஸ்ரீமத் ரா. இராகவையங்கா ரவர்கள் அன்புடனுதவிய இரண்டு மூல ஒற்றை யேடுகளுமே இந்நூற் பரிசோதனைக்குக் கருவியாக இருந்தன.

இவற்றுள், முதற்பிரதி முதலும் இறுதியு மின்றி மிகவும் சிதைந்துபோ யிருந்தமையால் பார்த்தவுடன் இன்ன நூலென்று புலப்படவில்லை; பிரித்துப் பார்த்தபோது, "வண்ணவண் டின்குரல் பண்ணைபோன் றனவே" என்ற பகுதியைக் கண்டு, அஃது இலக்கணக் கொத்தில் மேற்கோளாக வந்திருந்தலை யறிந்து, இது பழைய நூலாக இருக்கவேண்டு மென்று மட்டும் எண்ணினேன்; பிறகு திருமுருகாற்றுப்படையை நச்சினார்க்கினிய ருரையுடன் ஆராய்ச்சி செய்து வருகையில், "அறுவேறு வகையி னஞ்சுவர மண்டி" (அடி, 58) என்பதன் விசேட வுரையில், முருகக் கடவுளின் திருவவதார வரலாற்றைக் கூறி, 'இதனைப் பாயிரும் பனிக்கட லென்னும் பரிபாடற் பாட்டானுணர்க' என்றிருந்ததையும், இப்புத்தகத்தில் அம் முதற் குறிப்புள்ள பாடல் அவ் வரலாற்றுடன் ஐந்தாவதாக இருந்ததையும் அறிந்து இச்சுவடி பரிபாட லென்றும், "நற்றிணை நல்ல குறுந்தொகை" என்னும் வெண்பாவால் இஃது எட்டுத் தொகையுள் ஐந்தாவதென்றும் தெளிந்து கொண்டேன். இந்தப் பிரதியில் முதற்பாட் டிறுதியின் உரை தொடங்கி ககூ-ஆம் பாடலின்

38ஆம் அடியின் உரைவரையிலுள்ள பகுதிகள் மட்டுமே இருந்தன; நெடுநாள்வரையில் முதலி லிருந்த உரைக்குரிய பாடல் கிடைக்கவில்லை; பின்பு, "கட்டுரை வகையின்" (தொல். செய். சூ. கசுஎ) என்பதன் உரையில் இளம்பூரணவடிகள் மேற்கோளாகக் காட்டிய "ஆயிரம் விரித்த" என்னும் பாடலின் இறுதிக்கு இவ்வுரைப் பகுதி பொருளா யிருத்தலைக் கொண்டு அதுவே இந்நூலின் முதற் பாடலென்று நிச்சயிக்கப்பெற்றது.

ஆழ்வார்திருநகரிப் பிரதிகள் இரண்டிலும் உ-ஆவது முதல் உஉ-ஆவது இறுதியாகவுள்ள பாடல்கள் உரையுடன் இருந்தன; ஒன்று மற்றொன்றைப் பார்த்து எழுதப்பெற்ற தாதலின் அவ்விரண்டிற்கும் வேறுபாடு சிறிதும் காணப்படவில்லை; ஆனாலும் ஏட்டின் தேய்வு, ஒடிவு, இராமபாணத் துளை முதலியவற்றால் ஒரு பிரதியிற் சிதைந்து போன எழுத்துக்களுட் சில சில மற்றொரு பிரதியால் விளக்கமுற்றன; உஉ-ஆம் பாடலின் பிற்பகுதியும் அதற்குரிய உரையின் முற்பகுதியும் உள்ள ஓரேடு இரண்டு பிரதிகளிலும் இல்லை; இக்குறையைத் தீர்த்துக் கொள்ளுதற்கு எவ்வளவோ இடங்களுக்குச் சென்று பலவருடங்களாகத் தேடியும் பிரதிகள் கிடைக்கவில்லை.

இந்நூல் உரைப் பிரதிகளில் பாடல்களுக்குத் தரவுமுதலிய உறுப்புக்கள் வரையப்படவில்லை; தொல்காப்பிய வுரையில் மேற்கோள்களாக வந்த பாடல்களுள் "ஆயிரம் விரித்த", "வானாரெழிலி" என்பவற்றிற்கு மட்டும் இளம்பூரணவடிகள் முதலியோரால் உரிய இடங்களில் உறுப்புக்கள் வரையப்பெற் றிருந்தமையின் அவ்விரண்டு பாடல்கள் மட்டும் அங்ஙனமே பதிப்பிக்கப்பெற்றன.

உரைக்குரிய மூலத்தின் இடங்களை வருத்தமின்றி அறிந்து கொள்ளுதற்காகவே மூலங்களுக்கு அடியெண்கள் ஒருவாறு வரையறை செய்து அமைக்கப்பெற்றன.

ஒப்புமைப் பகுதிகளும், பிற வுரையாசிரியர்கள் மேற்கோள்களாக எடுத்தாண்டிருக்கும் இந்நூற்பகுதிகளும் இவ்வுரையில் விளங்கிய மேற்கோள்களுள்ள இடங்களும், இன்றியமையாக் குறிப்புக்களும் ஆங்காங்குப் பதிப்பிக்கப் பெற்றுள்ளன; உக-ஆம் பாடலின் 3ஆம் அடியிலுள்ள, 'தைப்பமை சருமத்து' என்பது சான்றோர் செய்யுட்கண் வடசொற் சிதைந்து இயைந்ததற்கு உதாரணமாகக் காட்டப் பெற்றிருத்தல் (தொல். எச்ச. சூ. சா-ந; இ-வி, சூ. களரு) பின்பு தெரியவந்தது.

பின்னுள்ள இரண்டு மேற்கோள்களுக்கு மட்டும் இடம் விளங்கவில்லை.

(i) "நெட்டிலை வஞ்சிக்கோ" (பக். கூசா),

(ii) "அரக்கிறலி.........டைந்து" (பக். கஙங)

இப்புத்தகத்திற் சேர்க்கப்பட்டுள்ள அரும்பத முதலியவற்றின் அகராதியில் இந்நூல் மூலம் உரை இவற்றிலுள்ள சொற்களும் வாக்கியங்களும் விஷயங்களும் உவமைகளும் அடங்கியுள்ளன; விளங்குதற் பொருட்டு அவற்றுட் சிற்சில வெவ்வேறு விதமாகவும் இதில் அமைக்கப்பெற்றுள்ளன.

தலைச்சங்கத்தில் எத்துணையோ பரிபாடல்கள் இருந்தன வென்று இறையனா ரகப்பொரு ளுரை முதலியவற்றால் தெரிந்தாலும் அவற்றுள் ஒன்றேனும் இப்போது கிடைக்கவில்லை; ஆயினும், பிற்காலத்தில் திருக்குருகைச் சடகோபாழ்வார் சந்நிதிக் கவிராயர் பரம்பரையி லிருந்த சிறந்த கவிஞரொருவரால் இயற்றப் பெற்றதாகத் தெரிகின்ற பாப்பாவினம் என்னும் நூலில் அவரியற்றிய நான்கு

பரிபாடல்கள் காணப்படுகின்றன; அவற்றின்பின் தனித்தனியே எழுதப்பெற்றிருந்த அடியிலுள்ள குறிப்புக்கள் இந்நூலாராய்ச்சிக்கு மிக உபயோகமாக இருந்தன. அவை வருமாறு:

"கருங்கடலுடுத்த" என்னும் பாடலின் குறிப்பு

"தொல்காப்பியனார், 'செப்பிய நான்குந் தனக்குறுப் பாக' என்று கூறவும் இப் பரிபாடலகத்து எருத்தென்பதோ ருறுப்பினையும் கூட்டி ஐந்தாகக் கூறியதென்னை யெனின், அஃதே! நன்று சொன்னாய்; 'தரவே யெருத்தே யராகங் கொச்சக, மடக்கியல் வாரமொ டைந்துறுப் புடைத்தே' என்பது அகத்தியமாதலின், எருத்த மென்பதனைத் தரவென் றொருசா ராசிரியர் கூறவும் அகத்திய முணர்ந்த ஒருசா ராசிரியர் பாட்டிற்கு முகம் தரவாதலானும் எருத்த மென்பது கழுத்தின் புறத்திற்குப் பெயராதலானும் அவ்வுறுப்புத் தரவைச் சார்ந்து கிடக்கவேண்டும் என்பதானும் எல்லா நூலிற்கும் அகத்தியம் முந்து நூலாகலானும் அகத்தியனார் நோக்கத்தோடும் ஐந்துறுப்பாக்கினா ரென வுணர்க; அஃதாக; இதனுள், எண் விராயதென்னை யெனின், 'கொச்சக வகையி னெண்ணொடு விராஅ, யடக்கிய லின்றி யடக்கவும் பெறுமே' என்பதனால் விராய தறிக; 'காமங் கண்ணிய நிலைமைத் தாகும்' எனவே அறத்தினும் பொருளினும் வாராதெனக் கூறிய பரிபாடலை இச்செய்யு ளுடையார் வாழ்த்தியலாகக் கூறிய தென்னையோ வெனின், 'வாழ்த்தியல் வகையே நாற்பாற்கு முரித்தே, எனச் சிறப்புவிதி ஓதினமையான் நான்கு பாவினுள்ளும் பரிபாடல் வெண்பா யாப்பிற் றாதலாற் கடவுள் வாழ்த்தாகியும் வரப்பெறு மென்னும் முதனூலாசிரியர் நோக்கம்பற்றிச் சங்கத்தார் பரிபாடல் கூறிய வகையாற் கூறினா ரென வுணர்க; 'ஆயிரம் விரித்த வணங்குடை யருந்தலை' என்னும் பரிபாடற் றரவின்பின், 'எரிமலர் சினைஇய கண்ணை.........நாவ லந்தண ரருமறைப் பொருளே' என்பது எருத்தம்; இதனை ஒருசா ராசிரியர் ஆசிரிய மென்றுங் கூறுவர்."

"யாஅர் வாழ்வார் யாஅர் வாழ்வார்" என்னும் பாடலின் குறிப்பு

"இது, சங்கப்பாடலாகிய பரிபாடலுள், கடுவனிள வெயினனார் பாட்டாய் முதலே மூன்றாவதாய்ப் பெட்ட னாகனா ரிசை பண்ணுப் பாலை யாழாய 'மாஅயோயே' என்னும் பரிபாடல்போல எருத்தமும் கொச்சகமு மின்றி வந்த பரிபாடல்."

"வேல்விழி யிணையென" என்னும் பாடலின் குறிப்பு

"இது, சங்கப் பரிபாடலுள் 'கார்மலி கதழ்பெயல்... பூமலர்ந்தனலே' என்னும் பதினாலாம் பாட்டின் நடையதாய் அமைந்தது."

"விழுமிய திறத்துறை" என்னும் பாடலின் குறிப்பு

"இது, பரிபாடலுள், 'தொன்முறை யியற்கையின்' என்னும் இரண்டாம் பாட்டி னுறுப்புடை நடைத்தாய் வந்தது."

ஏட்டுப் பிரதிகள் தேடுகையிற் கிடைத்த சில குறிப்புக்களாலும், "கண்ணுதற் கடவுள்" என்னும் இந்நூல் உரைச் சிறப்புப் பாயிரத்தாலும், செந்தமிழ், ௬, ௭, ௯, ௧௦-ஆம் தொகுதிகளிற் பதிப்பிக்கப் பெற்றுள்ள திருக்குறட் பரிமேலழக ருரை நுண்பொருண் மாலை யாலும் இந்த உரை பரிமேலழகர் இயற்றிய தென்று தெரியவந்தது.

இந்தவுரை, பலவிடத்துப் பொழிப்புரையாயும் சிலவிடத்துப் பதவுரையாயும் சிலவிடத்துக் கருத்துரையாயும், சிறிதும் புலப்படாத சொற்களின் பழைய வடிவங்களைப் புலப்படுத்தியும், உரிய இடங்களில் இலக்கணக் குறிப்புக்களைப் பெற்றும், சிலவிடத்து மிக அழகான பதசாரத்துடன் கூடியும், விளங்காத சிலவற்றைத் தக்க தமிழ்நூல் மேற்கோள்களாலும் வேதம் உபநிடதம் முதலியவற்றின் கருத்துக்களாலும் விளக்கியும் மிக விரிவாக அமைந்துள்ளது; நுணுகி ஆராயின், திருக்குற ளுரையிலும் இவ்வுரையிலும் ஒத்த கருத்துக்களும் ஆசிரியர் பரிமேலழகருடைய கொள்கைகளும் பல காணலாகும்.

இந்நூல் 1918ஆம் வருஷத்தில் முதன்முறையாகப் பதிப்பிக்கப் பெற்றது. அப்பதிப்பைப் பற்றிய வேறு சில செய்திகளை அதன் முகவுரையிற் காணலாம்.

அதன்பின் வேறு கையெழுத்துப் பிரதிகள் கிடைக்கவில்லை. ஆயினும் பலகாலமாகச் செய்துவந்த ஆராய்ச்சியால் இப்போது இந்நூல் அடைந்த திருத்தங்கள் சில. முதற் பதிப்பு வெளிவந்த பின்பு அவ்வப்பொழுது இந்நூற் செய்யுட் பகுதிகள் சிலவற்றிற்கு எழுதி வைத்திருந்த குறிப்புக்கள் இப்பதிப்பில் நூலுக்குப் பின்பு 'விசேடக் குறிப்பு' என்னும் தலைப்பின்கீழ்ப் பதிப்பிக்கப்பெற்றுள்ளன. படிப்பவர்கள் எளிதில் இந்நூலின் அருமையையும் சுவையையும் அறியும் பொருட்டு இதன் பாலுள்ள செய்யுட்களின் பொருட் சுருக்கம் ஒருவாறு பரிமேலழக ருரையைத் தழுவி வசனமாக எழுதி இப்போது சேர்க்கப்பட் டிருக்கின்றது.

இப்பதிப்பிற்கு உடனிருந்து உதவிசெய்தவர்கள் சென்னைக் கிறிஸ்டியன் காலேஜ் தமிழ்ப் பண்டிதர் சிரஞ்சீவி வித்துவான் வி.மு. சுப்பிரமணிய ஐயரும், வித்துவான் கி.வா. ஜகந்நாதையரும் ஆவர்.

இதிற் காணப்படும் பிழைகள் என்னுடைய மறதி, அயர்ச்சி முதலியவற்றால் நேர்ந்தன வென்று எண்ணிப் பொறுத்துக் கொள்ளும்படி அன்பர்களை வேண்டிக் கொள்ளுகிறேன்.

ஒன்றுக்கும் பற்றாத என்னை இம்முயற்சியிற் புகுத்தி இந்த அளவிலாவது இந்நூல் வெளிவரும்படி செய்தருளிய திருவாலவாய்ப் பெருமான் பெருங் கருணையைச் சிந்தித்து வந்திக்கின்றேன்.

இங்ஙனம்,
வே. சாமிநாதையர்

"தியாகராஜ விலாஸம்"
திருவேட்டீசுவரன் பேட்டை
சென்னை
24-8-1935

உ
கணபதி துணை

குறுந்தொகை

இது
மகாமகோபாத்தியாய தாக்ஷிணாத்ய கலாநிதி
டாக்டர் உ.வே. சாமிநாதையரால்
பல பிரதிகளைக்கொண்டு ஆராய்ந்து
தாம் எழுதிய உரை, ஆராய்ச்சி முதலியவற்றுடன்

சென்னை ஸர்வகலாசாலையாருடைய பொருளுதவியால்

சென்னை:
கேஸரி அச்சுக்கூடத்திற் பதிப்பிக்கப்பெற்றது.

ஈசுவர ஹு ஆவணி மீ

1937

Copyright Registered]

 [விலை ரூ.7—8—0

உ
கணபதி துணை

குறுந்தொகை

இது
மகாமகோபாத்தியாய தாக்ஷிணாத்ய கலாநிதி
டாக்டர் உ. வே. சாமிநாதையரால்
பல பிரதிகளைக்கொண்டு ஆராய்ந்து
தாம் எழுதிய உரை, ஆராய்ச்சி முதலியவற்றுடன்

சென்னை ஸர்வகலாசாலையாருடைய பொருளுதவியால்

சென்னை :
கேஸரி அச்சுக்கூடத்திற் பதிப்பிக்கப்பெற்றது.

ஈசுவர ௵ ஆவணி ௴

Copyright Registered]

 1937 [விலை ரூ. 7-8-0

உ
கணபதி துணை

முகவுரை

திருச்சிற்றம்பலம்

மின்காட்டுங் கொடிமருங்கு லுமையாட் கென்றும்
விருப்பவன்காண் பொருப்புவலிச் சிலைக்கை யோன்காண்
நன்பாட்டுப் புலவனாய்ச் சங்க மேறி
நற்கனகக் கிழிதருமிக் கருளி னோன்காண்
பொன்காட்டக் கடிக்கொன்றை மருங்கே நின்ற
புனக்காந்தள் கைகாட்டக் கண்டு வண்டு
தென்காட்டுஞ் செழும்புறவிற் றிருப்புத் தூரில்
திருத்தளியான் காணவனென் சிந்தை யானே. (திருநாவுக்கரசர் தேவாரம்)

திருச்சிற்றம்பலம்

கடைச்சங்க நூல்கள்

கடைச்சங்க காலத்து நூல்களில் இப்பொழுது கிடைக்கும் இலக்கியங்கள் பாட்டு, தொகை, கீழ்க்கணக்கென மூன்று வகைப்படும். பாட்டென்பது திருமுருகாற்றுப்படை முதல் மலைபடுகடாம் இறுதியாகவுள்ள பத்துப்பாட்டும், தொகை யென்பது பல செய்யுட்களைத் தொகுத் தமைத்தனவாகிய நற்றிணை முதற் புறநானூறு இறுதியாக வுள்ள எட்டு நூல்களும், கீழ்க்கணக் கென்பது நாலடியார் முதற் கைந்நிலை யிறுதியாக வுள்ள பதினெட்டு நூல்களும் ஆகும்.

இவற்றுள், தமிழின் பொருள் வகைகளாகிய அகத்தையும் புறத்தையும் பற்றிய இலக்கணங்களுக்கு ஏனையவற்றினும் மிகச் சிறந்த இலக்கியங்களாக விளங்குவன எட்டுத்தொகை நூல்களேயாம். அவை நற்றிணை, குறுந்தொகை, ஐங்குறுநூறு, பதிற்றுப்பத்து, பரிபாடல், கலித்தொகை, அகநானூறு, புறநானூறு என்பன; பதிற்றுப் பத்தும் புறநானூறும் புறப்பொருள் பற்றியும், கலித்தொகையும் பரிபாடலும் யாப்புப் பற்றியும் தொகுக்கப்பட்டன. ஐங்குறுநூறு அகனைந்திணையுள் ஒவ்வொன்றுக்கும் நூறு நூறு செய்யுட்கள் அமைய ஓரம்போகியார் முதலிய ஐந்து நல்லிசைப் புலவர்களாற் பாடப்பெற்றது; ஏனைய மூன்றும் அகப்பொருள் பற்றிப் பல புலவர்கள் பாடிய செய்யுட்கள் அடியளவு நோக்கித் தொகுக்கப்பட்டன. குறுந்தொகை நாலடிச் சிற்றெல்லையையும் எட்டடிப் பேரெல்லையையு முடைய அகவற்பாக்களையும், நற்றிணை ஒன்பதடிச் சிற்றெல்லையையும் பன்னிரண்டடிப் பேரெல்லையையு முடைய பாக்களையும், அகநானூறு பதின்மூன்றடிச் சிற்றெல்லையையும் முப்பத்தோரடிப் பேரெல்லையையு முடைய செய்யுட்களையும் கொண்டன. இவை மூன்றும் இவ்வடியளவை யன்றிப் பிற திறங்களில் ஓரினமாவன.

இவ்வமைப்பை நோக்குகையில் பல புலவர்கள் தனித்தனியே இயற்றிய அகப்பொருட் செய்யுட்களைத் தொகுத்து அவற்றை அடியளவால் வகைப்படுத்திய பின் அவற்றைத் தொகுத்தவர்கள் ஒவ்வொன்றிலும் நானூறு பாக்கள் இருக்கும்படி தம் காலத்துப் புலவர்கள் இயற்றியவற்றையும் சேர்த்து அமைத்தார்க ளென்று கருத இடமுண்டாகின்றது.

தொல்காப்பிய மென்னும் பழந்தமி ழிலக்கண நூலிற் கண்ட இலக்கணங்களை ஆராயும்போது அதற்குமுன் பலவகையான இலக்கியங்கள் தமிழில் மலிந்து விளங்கின வென்பது பெறப்படும். புலனெறி வழக்கத்தை ஓர் ஒழுங்கான அமைப்பினால் வரையறுத் துரைக்கும் அந்நூலுக்கும் எட்டுத்தொகை நூல்களுக்கும் இடையே பல ஆண்டுகள் சென்றன. தொல்காப்பியத்திற் கண்ட பலவகை இலக்கணங்களுக்கு இலக்கியங்கள் கடைச்சங்க மருவிய நூல்களிற் கிடைத்தில. சங்க நூல்களிற் காணப்படும் பல செய்திகளுக்குரிய இலக்கணங்கள் தொல்காப்பியத்திற் காணப்படவில்லை. இவை தொல்காப்பிய காலத்திற்குப் பிறகும் அளவிறந்த நூல்கள் உண்டாயின வென்றும் நாளடைவிற் புதிய மரபுகள் அமைந்தன வென்றும் நினைக்கக் காரணமாகின்றன.

இவ்வாறு உண்டான பலவகை நூல்களும் செய்யுட்களும் காலநிலையினால் தமிழ்நாட்டாராற் புறக்கணிக்கப்பட்டோ வேறு வகையில் மறைந்தோ அருகினபோலும். பிறகு கி.பி. இரண்டாம் நூற்றாண்டில் இருந்த புலவர்களும் அரசர்களும் தமிழாராய்ச்சியில் ஊக்கங்கொண்டு பழந்தமிழ்ச் செய்யுட்களைத் தொகுக்கத் தொடங்கினர். அங்ஙனம் தொகுத்தனவே முற்கூறிய மூன்றுவகை நூற்றொகுதிகளாதல் வேண்டும். தொல்காப்பிய கால முதல் அவற்றை யன்றிப் பிற செய்யுட்கள் இயற்றப்பட்டில வென் றுரைத்தல் ஏற்புடையதன்று. இராமாயணம், பாரதம், தகடூர்யாத்திரை, ஆசிரியமாலை, சிற்றட்டகம் முதலிய பலநூல்கள் அக்காலத்தில் இருந்தன வென்று தெரிகின்றது. முற்கூறிய மூன்றுவகை நூல்களில் பத்துப்பாட்டும் பதினெண் கீழ்க்கணக்கும் தனித்தனியே ஒவ்வோ ராசிரியரால் இயற்றப்பெற்ற நூற்றொகுதிகள். எட்டுத்தொகை நூல்களோ பலர் இயற்றிய செய்யுட்களின் தொகுதிகள்.

பண்டைக் காலத்தில் மக்கள் மனனப் பயிற்சி மிகவுடையராக இருந்ததனால் இவ்வளவு செய்யுட்களையும் அவற்றை இயற்றிய ஆசிரியர் பெயர்களையும் நினைவில் வைத்திருந்தனர். அவை அங்கங்கே பலராற் சொல்லப்பட்டு வழங்கி வந்தன. சில செய்யுட்களின் ஆசிரியர் பெயர் தெரியவில்லை. அதனால் அவ்வச் செய்யுட்களிற் காணப்படும் அரிய சொற்றொடராலேயே அப்புலவர் பெயரைக் குறித்துக் கொண்டனர். சிறுபான்மை ஆசிரியர் இயற்பெயர் தெரிந்தும் அவர் பெயரை அமைக்காமல் சிறப்புப் பெயரையே அமைத்தனர்.

குறுந்தொகை

இங்ஙனம் அமைந்துள்ள புலவர் பெயர்களைக் கொண்டு ஆராய்ந்தால் எட்டுத்தொகையில் முதலில் தொகுக்கப்பட்ட நூல் குறுந்தொகை யென்பது தெரியவரும். காக்கைபாடினியார் நச்செள்ளையா ரென்பது ஒரு புலவர் பெயர். அவருடைய இயற்பெயர் நச்செள்ளையா ரென்பது. விருந்துவரக் கரைந்த காக்கையைப் பாராட்டினமையின் காக்கைபாடினியா ரென்ற சிறப்புப் பெயர் அவருக்கு உளதாயிற்று. குறுந்தொகையை முதலில் தொகுக்கையில் நச்செள்ளையார்,

காக்கைபாடினியார் நச்செள்ளையா ரெனக் குறிக்கப்பட்டார். அப்பால் தொகுக்கப்பட்ட நூல்களில் அவ்வாறே வழங்கப்பட்டார். கயமனா ரென்பது ஒரு புலவர் பெயர். அப்பெயரை அவரது சிறப்புப் பெயராகவே கருத இடமுண்டு; அவரது இயற்பெயர் தெரியவில்லை. குறுந்தொகையில், கழியில் உள்ள நெய்தல் மலருக்குக் கயத்தில் மூழ்கும் மகளிர் கண்ணை அவர் உவமிக்கின்றனர். கயத்தில் நிகழும் நிகழ்ச்சியைக் கூறுதலின் அப்பெயர் பெற்றாரென்று கொள்ளல் தகும். அவர் இயற்றிய பாடல்கள் பிற தொகை நூல்களிலும் காணப்படுகின்றன. அவ்விடங்களிலும் கயமனா ரென்ற சிறப்புப் பெயரே குறிக்கப் பெற்றிருக்கிறது. அவருடைய இயற்பெயர் தெரிந்த காலத்து குறுந்தொகையி லமைந்த பெயரையே பின்தொகுத்த நூல்களிலும் அமைத்தன ரென்றே தெரியவருகின்றது. இங்ஙனமே கள்ளிலாத்திரையனா ரென்பவரது பெயருக்குரிய காரணம் குறுந்தொகையி லுள்ள செய்யுட் பகுதியாகிய, “கள்ளிற் கேளி ராத்திரை” என்பது; அவர் செய்யுட்கள் புறநானூற்றிலும் வருகின்றன. ஓரே ருழவ ரென்னும் புலவர் இயற்றிய குறுந்தொகைப் பாட்டிலுள்ள, “ஓரே ருழவன் போல” என்னும் தொடர் அவரது பெயர்க் காரணத்தைக் குறிப்பிக்கின்றது. புறநானூற்றிலும் அவர் செய்யுளொன்று காணப்படு கின்றது. இவ்விரு புலவர்களும் குறுந்தொகைச் செய்யுட்பகுதி காரணமாகப் பெற்ற பெயராலேயே பின் தொகுத்த புறநானூற்றிலும் குறிக்கப்பட்டன ரென்றல் ஏற்புடையதே யன்றோ?

இவ்வாறு குறுந்தொகையிலுள்ள சொற்றொடர் காரணமாகப் பெயர் பெற்ற புலவர்கள் அப்பெயராலேயே பிற நூல்களில் வழங்கப்பெறுவது போல அந் நூல்களிலுள்ள செய்யுட்பகுதி காரணமாகப் பெயர் பெற்றாரது பெயர் ஒன்றேனும் குறுந்தொகையில் வரவில்லை. இதனாலும் முதலிற் குறுந்தொகை தொகுக்கப்பட்ட தென்பது தெளிவாகும்.

எட்டுத்தொகை நூல்கள் ஆசிரியப்பா, கலிப்பா, பரிபாட லென்னும் முத்திற யாப்புக்களா லானவை. இவற்றின் முறையே செய்யுட்களைத் தொகுக்கத் தொடங்கினவர்கள் முதலில் ஆசிரியப்பாக்களில் தனியாகவுள்ள அகப்பாட்டுக்களைத் தொகுத்து அடியளவால் மூன்று பிரிவாக்கிக் குறைந்த அளவையுடைய குறுந்தொகையை முதலிற் செப்பஞ் செய்தார்க ளென்று கொள்வது ஒருவகையில் இயைபுடைய தாகவே தோற்றுகின்றது. குறிய அளவையுடைய செய்யுட்களா லாயினமையின் இது குறுந்தொகை யெனப்பட்டது. நெடிய செய்யுட்களாலான அகநானூறு நெடுந்தொகை யெனப்பட்டது.

குறுந்தொகை யென்னும் இத் தொகைநூல் அகப்பொருள் பற்றிய ஆசிரியப்பாக்கள் ௪0௧ - ஐயும் கடவுள் வாழ்த்துச் செய்யுளொன்றையும் உடையது.

> ‘இத்தொகை முடித்தான் பூரிக்கோ, இத்தொகை பாடிய கவிகள் இருநூற்றைவர். இத்தொகை நாலடிச் சிற்றெல்லையாகவும் எட்டடிப் பேரெல்லையாகவும் தொகுக்கப்பட்டது’

என்பன இந் நூலெழுதியுள்ள சுவடிகளிற் காணப்படுகின்றன. இத்தொகையைத் தொகுப்பித்தார் இன்னா ரென்று தெரியவில்லை. இந்நூற் செய்யுட்களைப் பாடிய புலவர் இருநூற்றைவ ரென்று காணப்படினும் பத்துச் செய்யுட்களைப் பாடிய ஆசிரியர் பெயர் ஏடுகளில் இல்லை. இப்பொழுது கிடைத்த அளவிற் பாரதம் பாடிய பெருந்தேவனார் முதல் அம்மூவன் இறுதியாக 206 பெயர்கள்

காணப்படுகின்றன. பத்துச் செய்யுட்களின் ஆசிரியர் பெயர் தெரியாத காலத்தும் ஒருவர் பெயர் மிகுதியாகக் காணப்படுகின்றது. எழுதுவோருடைய பிழையால் ஒரே வகையான பெயர்கள் சில வேறு வேறாகத் தோற்றும்படி சில வேறுபாட்டோடு அமைந்திருத்தலாலும் ஓராசிரியருக்குரிய சிறப்புப் பெயர் மட்டும் ஒரு செய்யுளிலும் இயற்பெயர் மட்டும் மற்றொரு செய்யுளிலும் எழுதப்பட்டிருத்தலாலும் வேறு சில காரணங்களாலும் இத்தொகை வேறுபாடு உண்டாகி யிருத்தல் கூடும். சங்க காலத்துப் புலவர் பெயர்களில் இங்ஙனம் உள்ள பிறழ்ச்சி ஆராய்ச்சியாளர்க்கு மிக்க துன்பத்தை விளைவிக்கின்றது.

அடியளவு

இந்நூற் செய்யுட்கள் நான்கடிச் சிற்றெல்லையும் எட்டடிப் பேரெல்லையு முடையன வென்று மேற்காட்டிய குறிப்பு அறிவிப்பினும் ௩0௭, ௩௯௧-ஆம் செய்யுட்கள் ஒன்பதடியை யுடையனவாகக் காணப்படுகின்றன. இவ்விரண்டினுள்ளும் ௩௯௧-ஆம் செய்யுள் சில பிரதிகளில் எட்டடியை யுடையதாகச் சில பாட பேதங்களுடன் எழுதப்பட்டுள்ளது. அதனை எட்டடிச் செய்யுளாகவே கொள்ளினும் மற்றொன்றாகிய ௩0௭-ஆம் செய்யுள் ஒன்பதடிகளை யுடையதாகவே எல்லாப் பிரதிகளிலும் இருக்கின்றது. அடியளவின்படி தொகுத்த குறுந்தொகை, நற்றிணை, அகநானூறு என்பவற்றுள் பின் இரண்டும் கடவுள் வாழ்த்தொழிய நானூறு செய்யுட்களையே யுடையன. அவ்வினத்திற் சேர்ந்த குறுந்தொகையும் ௪00 - செய்யுட்க ளுடையதாகவே கோடல் பொருத்தமாகும். 9 அடிகளையுடைய ௩0௭-ஆம் செய்யுளைக் குறுந்தொகையிற் சேராததென்று விலக்கின் இந்நூல் மேலே குறித்த வரையறைக்குள் அடங்கிய ௪00 - செய்யுட்களை யுடைய தாகின்றது.

பழைய கருத்து

இவற்றிற்குரிய பழைய கருத்துக்கள் தொகுத்தவராலேனும் பிற்காலத்தாராலேனும் அமைக்கப்பட்டிருத்தல் வேண்டும். ஒரு செய்யுளுக்கே சில இடங்களில் ஒன்றுக்கு மேற்பட்ட கருத்துக்கள் இருக்கின்றன. பிற்காலத்தில் உரையாசிரியர்கள் இச் செய்யுட்களை மேற்கோளாகக் காட்டுமிடங்களிற் சிலவற்றிற்குப் பழைய கருத்தைக் கூறாமல் வேறு கருத்தை யமைக்கின்றனர். தொகை நூல்களுள் ஒன்றாகிய புறநானூற்றுக்கு அமைக்கப்பெற்ற துறைகள் இங்ஙனமே பிற்காலத்தாராற் சேர்க்கப்பெற்றன வென்பதை,

> 'தத்தம் புதுநூல் வழிகளால் புறநானூற்றிற்குத் துறை கூறினாரேனும் அகத்தியமும் தொல்காப்பியமுமே தொகைகளுக்கு நூலாகலின் அவர் சூத்திரப் பொருளாகத் துறை கூற வேண்டு மென்றறிக' (தொல். புறத். 35, உரை.)

என்னும் நச்சினார்க்கினியர் எழுத்து வெளியிடுகின்றது.

முன்பு நிகழ்ந்த சில வரலாறுகளோடு தொடர்புடைய பாட்டுக்களும் இக் குறுந்தொகையிற் சேர்க்கப்பெற்றுத் துறை வகுக்கப்பட்டுள்ளன. இறையனார் தருமியின் பொருட்டு எழுதி யளித்த "கொங்குதேர் வாழ்க்கை" என்னும் செய்யுளும், வெள்ளிவீதியார் தம் காதலனைப் பிரிந்த காலத்திற் பாடியனவாகிய, "கன்று முண்ணாது", "நிலந்தொட்டுப் புகாஅர்" என்பனவும், காதலனை இழந்த

ஆதிமந்தியார் பாடிய “மள்ளர் குழீஇய” என்பதும் இவ்வகையினவாகும். நூலிற் கண்ட துறைகள் சிலவற்றில் இரண்டாவதாக அமைந்ததும், சிலவற்றிற்கு உரையாசிரியர்கள் எழுதுவதும் பிறவற்றைவிடப் பொருத்த முள்ளனவாகத் தோற்றுகின்றன.

மேற்கோளாட்சி

தொல்காப்பியம் முதலிய இலக்கண நூல்களின் உரைகளிலும் சிலப்பதிகாரம் முதலிய இலக்கியங்களின் உரைகளிலும் இளம்பூரணராதிய உரையாசிரியர்கள் எட்டுத்தொகை நூல்களிலிருந்தும் பல செய்யுட்களையும் செய்யுட் பகுதிகளையும் மேற்கோளாக எடுத்துக்காட்டுகின்றனர். அங்ஙனம் காட்டும் நூல்களுள் ஏனைய தொகை நூல்களைக் காட்டிலும் குறுந்தொகையே மிகுதியாக எடுத்தாளப்படுகின்றது. இதனால் இத்தொகை நூற் செய்யுட்களில் உரையாசிரியர்கள் கருத்துக்கள் பெரிதும் ஈடுபட்டிருந்தன வென்று தெரிகின்றது. இந்நூலுள் இப்பொழுது தெரிந்தவரையில் 165 செய்யுட்களே பிற நூலுரைகளில் மேற்கோளாகக் காட்டப்பெறாதவை. இந்நூலை மேற்கோளாக எடுத்தாண்ட உரையாசிரியர்கள்: (1) அகப் பொருள் விளக்கவுரை யாசிரியர், (2) அடியார்க்கு நல்லார், (3) அழகிய மணவாள ஜீயர், (4) இளம்பூரணர், (5) இறையனா ரகப்பொரு ளுரையாசிரியர், (6) கல்லாடர், (7) களவியற் காரிகை உரையாசிரியர், (8) காரிரத்ந கவிராயர், (9) குணசாகரர், (10) சங்கர நமச்சிவாயர், (11) சாமிநாத தேசிகர், (12) சிவஞான முனிவர், (13) சேனாவரையர், (14) சொக்கப்ப நாவலர், (15) தக்கயாகப் பரணி உரையாசிரியர், (16) தண்டியலங்கார வுரையாசிரியர், (17) தமிழ்நெறி விளக்க வுரையாசிரியர், (18) திருமயிலை யமக வந்தாதி யுரையாசிரியர், (19) திவ்யப்பிரபந்த ஈட்டு வியாக்யானக் காரராகிய நம்பிள்ளை, (20) தெய்வச்சிலையார், (21) நச்சினார்க்கினியர், (22) பரிமேலழகர், (23) புறநானூற் றுரையாசிரியர், (24) பெருந்தேவனார், (25) பேராசிரியர், (26) மயிலேறும் பெருமாள் பிள்ளை, (27) மயிலைநாதர், (28) யாப்பருங்கல விருத்தி யுரையாசிரியர், (29) வைத்தியநாத தேசிகர் என்பவர்கள்.

எட்டுத்தொகை நூல்களின் பெயர்களைத் தொகுத்துக் கூறும் வெண்பாவாகிய,

நற்றிணை நல்ல குறுந்தொகை யைங்குறுநூ
றொத்த பதிற்றுப்பத் தோங்கு பரிபாடல்
கற்றறிந்தா ரேத்துங் கலியோ டகம்புறமென்
றித்திறத்த வெட்டுத் தொகை

என்பதில் இந்நூல் ‘நல்ல குறுந்தொகை’ என்று பாராட்டப் பெறுகின்றது.

பழைய உரை

நல்லறி வுடைய தொல்பே ராசான்
கல்வியுங் காட்சியுங் காசினி யறியப்
பொருடெரி குறுந்தொகை யிருபது பாட்டிற்
கிதுபொரு ளென்றவ னெழுதா தொழிய
இதுபொரு ளென்றதற்கேற்ப வுரைத்தும்

என்பது நச்சினார்க்கினியர் உரைச் சிறப்புப் பாயிரச் செய்யு ளொன்றன் பகுதி. இதன்கண், பேராசிரியர் தம்முடைய கல்வித்திறனும் அறிவு வன்மையும் உலகினர் அறியும்படி குறுந்தொகைக்குப் பொருளெழுதின ரென்பதும், இருபது செய்யுட்களுக்கு மட்டும் எழுதவில்லை யென்பதும், அவ்விருபது செய்யுட்களுக்கும்

நச்சினார்க்கினியர் உரையிட்டன ரென்பதும் கூறப்படுகின்றன. நச்சினார்க்கினியர் உரை வகுத்த நூல்களைத் தொகுத்துரைக்கும் செய்யுளாகிய,

பாரத்தொல் காப்பியமும் பத்துப்பாட் டுங்கலியும்
ஆரக் குறுந்தொகையு ளைஞ்ஞான்கும் – சாரத்
திருத்தகு மாமுனிசெய் சிந்தா மணியும்
விருத்திநச்சி னார்க்கினிய மே

என்பதிலும் நச்சினார்க்கினியர் 'குறுந்தொகையுள் ஐஞ்ஞான்'கிற்கு உரைகண்ட செய்தி காணப்படுகின்றது.

தொல்காப்பியம் அகத்திணை யியலில்,

உள்ளுறை யுவம மேனை யுவமமெனத்
தள்ளா தாருந் திணையுணர் வகையே (46)

என்னும் சூத்திரத்தின் உரையில் நச்சினார்க்கினியர் ஏனையுவமம் வந்த செய்யுளுக்கு இந்நூலிலுள்ள, "யானே யீண்டை. யேனே" (ருச) என்பதைக் காட்டி,

பேராசிரியரும் இப்பாட்டில் மீனெறிதூண்டி லென்றதனை
ஏனையுவம மென்றார்

என எழுதியுள்ளார். இதனாலும் பேராசிரியர் குறுந்தொகைக்கு உரை யெழுதியிருத்தல் வலியுறுகின்றது; அவர் அங்கங்கே இலக்கணக் குறிப்புக்கள் எழுதியிருக்க வேண்டு மென்பதும் பெறப்படுகின்றது. அவர் உரையெழுதாது விடுத்த இருபது செய்யுட்கள் பின் இருபது செய்யுட்களாக இருத்தல் கூடும்; இடையிடையே பொருள் தோற்றாமல் விட்ட செய்யுட்களெனக் கொள்ளுதல், 'நல்லறிவுடைய தொல் பேராசா'னாகிய அவரது பெருமைக்கு இழுக்காகும். அவர் தம் முதுமையில் குறுந்தொகைக்கு உரையெழுதத் தொடங்கி 380 செய்யுட்களுக்கு எழுதி முடித்தபின்னர் நோய்வாய்ப் பட்டதாலோ பிற காரணத்தாலோ மேல் எழுத இயலாத நிலையை யடைந்தனரென்றே கொள்ளுதல் ஏற்புடைத்தாகும். பிற்காலத்தில் நச்சினார்க்கினியர் அவ்வரிய உரையைப் பின்பற்றி அதற்கேற்ப எஞ்சிய செய்யுட்களுக்கு உரை எழுதியிருத்தல் கூடும்.

இங்ஙனம் மிகச் சிறந்த இரண்டு உரையாசிரியர்களாலும் எழுதப்பட்ட பழையவுரை இப்பொழுது கிடைக்கவில்லை. இது தமிழர்களுக்கு நேர்ந்ததொரு பெரிய நஷ்டமேயாகும்.

ஆராய்ந்த முறை

சீவகசிந்தாமணியை நான் முதன்முறை பதிப்பிக்கும் பொருட்டு ஆராய்ந்து வருகையில் அந்நூலுரையில் மேற்கோளாக வந்துள்ள செய்யுட்களும் செய்யுட்பகுதிகளும் இன்ன இன்ன நூல்களைச் சார்ந்தவை யென்று முதலில் எனக்கு விளங்கவில்லை. பத்துப்பாட்டு இன்னவை, எட்டுத்தொகை இன்னவை யென்று விளக்கமாக அறிந்துகொள்ள முடியாத காலம் அது. சீவகசிந்தாமணியில் உள்ள மேற்கோள்களுக்குரிய ஆகரங்கள் பெரும்பாலனவற்றைக் கண்டுபிடித்து அப்பதிப்பில் அமைத்தேன். அக்காலத்தில் நான் படித்து அறிந்த நூல்களுள் இக் குறுந்தொகையும் ஒன்று.

திருவாவடுதுறைப் புத்தகசாலை யிலிருந்து எட்டுத்தொகையில் கலித்தொகை, பரிபாடல் என்னும் இரண்டொழிய ஏனைய ஆறு நூல்களும் எழுதப்பெற்ற ஏடொன்று கிடைத்தது. அக்காலத்தில் அவற்றின் உட்பொருளை அறிந்து

இன்புறுவார் அரியராக இருந்தனர். இடையே பலகாலமாகச் சங்க நூல்களைப் படித்தலும் பாடஞ் சொல்லுதலும் அருகிப் போயினமையின் அந்நூல்களைப் பற்றிய உண்மையே தெரியாமல் இருந்தது. ஆதலின் அவ்வேட்டுச் சுவடியில் எழுதுவோர் பொருளறியாக் குறையால் நேர்ந்த பிழைகள் இருந்தன. அதனைப் பிரதி செய்விக்கையில் பிரதி செய்வோர்களால் நேர்ந்த பிழையால் ஒன்றுக்கு மேற்பட்ட பிரதிகள் செய்யப்பெற்றன. அப்பால் நான் ஏட்டுச் சுவடிகள் தேடிய இடங்களில் அடியிற் காட்டியபடி வேறு ஒன்பது பிரதிகள் கிடைத்தன. அவற்றிற் சில பூர்த்தியாக இருந்தன; சில குறையாக இருந்தன.

1. திருநெல்வேலி ஸ்ரீ அம்பலவாண கவிராய ரவர்கள் ஏட்டுப் பிரதி
2. மந்தித் தோப்பு மடத்திற் கிடைத்த ஏட்டுப் பிரதி
3. செங்கோல் மடத்திற் கண்ட குறையான ஏட்டுப் பிரதி
4. திருமயிலை வித்துவான் ஸ்ரீ சண்முகம் பிள்ளை யவர்கள் கடிதப் பிரதி
5. சோடசாவதானம் ஸ்ரீ சுப்பராய செட்டியா ரவர்கள் ஏட்டுப் பிரதி
6. தொழூவூர் ஸ்ரீ வேலாயுத முதலியா ரவர்கள் ஏட்டுப் பிரதி
7. சென்னை இராசாங்கத்துக் கையெழுத்துப் புத்தகசாலை ஏட்டுப் பிரதி
8. புதுக்கோட்டை ஸ்ரீ ராதாகிருஷ்ணைய ரவர்கள் கடிதப் பிரதி
9. திருக்கோணமலை ஸ்ரீ தி. த. கனகசுந்தரம் பிள்ளை யவர்கள் கடிதப் பிரதி.

இவற்றிற் சிலவற்றைப் பார்த்துக்கொண்டு உரியவர்களிடம் கொடுத்துவிட்டேன். இவற்றையன்றிப் பிரயாணங்களிற் கண்ட சில பிரதிகளோடு ஒப்புநோக்கிப் பிரதிபேதங்கள் குறித்துக்கொண்டதும் உண்டு. மேலே குறித்த பிரதிகளுள் 4, 9 என்னும் எண்ணுள்ள கடிதப் பிரதிகள் இரண்டையும் மீண்டும் ஒருமுறை பார்க்கவிரும்பிய காலத்தில், அவற்றை வருவித்து வைத்திருந்த சென்னைச் சர்வகலாசாலைத் தமிழாராய்ச்சிக் கழகத் தலைவர் ஸ்ரீமான் எஸ். வையாபுரிப் பிள்ளை யவர்கள், பி.ஏ., பி.எல்., அன்போடு உதவினார்கள். இப்பிரதிகள் யாவும் பெரும்பாலும் ஒரே மூலச்சுவடியின் பிரதிகளாகவே தோற்றின. எழுதுவோரால் நேர்ந்த பிழைகளும் மாற்றங்களும் ஒவ்வொன்றிலும் காணப்படுகின்றன. குறுந்தொகையின் பழைய உரை எங்கேனும் கிடைக்குமோ வென்று அலைந்து தேடிப்பார்த்தும் கிடைக்கவில்லை. அதன்மேல், கிடைத்த லரிதென்ற கருத்து உண்டாயினமையின் அம்முயற்சியை விட்டுவிட்டேன்.

குறுந்தொகைப் பிரதிகளை ஒப்புநோக்கிய பிறகு தொல்காப்பிய உரை முதலியவற்றைப் படித்து அங்கங்கே மேற்கோளாக ஆளப்பட்ட இந்நூற் செய்யுட்களையும் செய்யுட் பகுதிகளையும் தொகுத்து அவற்றிற் கண்ட பாடபேதங்களையும் குறித்துக்கொண்டேன். இம்முயற்சியால் பல அருமையான திருத்தங்கள் கிடைத்தன; பல ஐயங்கள் நீங்கின.

அப்பால் குறுந்தொகையின் மூலத்திற் காணப்படும் அரும்பதங்கள், சொற்றொடர்கள், உவமைகள், செய்திகள் முதலியவற்றிற்கு ஓரகராதியும் புலவர் பெயர்களுக்கு ஓரகராதியும் எழுதிவைத்துக் கொண்டேன். ஒரே புலவர் பாடிய செய்யுட்களைத் தொகை நூல்களிற் படித்தறிந்த காலத்தில் அவற்றினுட் காணப்படும் ஒப்புமையாலும் சொல்லாட்சியாலும் இந் நூற்பகுதிகள் சில விளங்கின.

இங்ஙனம் பலவகையான குறிப்புக்களும் அகராதிகளும் எழுதி வைத்துக்கொண்டு பொருள்வரையறை செய்யத் தொடங்கினேன். நாளடைவில் பெரும்பாலான செய்யுட்களின் பொருள்கள் விளங்கின; 'இனி இதனை அச்சிட்டு வெளிப்படுத்தலாம்' என எண்ணியிருந்தேன். இடையே, வாணியம்பாடி ஹைஸ்கூலில் தமிழ்ப் பண்டிதராக இருந்த தி.சௌ. அரங்கசாமி ஐயங்கா ரென்பவர் குறுந்தொகைக்கு உரையெழுதி 1915 ஆம் ௵ பதிப்பித்து வெளியிட்டனர். அப்பால் குறுந்தொகை ஆராய்ச்சியில் எனக்கிருந்த ஊக்கம் சிறிது தளர்ந்தது. பிற நூலாராய்ச்சியிற் கருத்தைச் செலுத்தலானேன். பின்பும் சிலர் சில பத்திரிகைகளில் இந்நூலை வெளியிடுவதாகக் கேள்வியுற்றேன். 1933 ஆம் ௵ புரசபாக்கம் ஸர்.எம்.ஸி.டி. ஹைஸ்கூலில் தமிழ்ப் பண்டிதராகவுள்ள ஸ்ரீமான் வித்துவான் சோ. அருணாசல தேசிகரவர்கள் குறுந்தொகை மூலத்தை மட்டும் பதிப்பித்து வெளியிட்டார்கள். பழைய உரை இல்லாமையால் புதிய உரை எழுதி இந்நூலை நான் வெளியிட வேண்டுமென்ற கருத்து, சில தமிழன்பர்களுக்கு இருந்ததை உணர்ந்தேன். பல அன்பர்கள் அடிக்கடி தூண்டி வந்தார்கள். முற்கூறிய ஐயங்காரவர்கள் உரைப்பிரதி இப்பொழுது எங்கும் கிடைக்கவில்லை. பல வருஷங்களாக உழைத்துத் தொகுத்த குறிப்புக்கள் வீணாகாமல் இருக்கும் பொருட்டு இந்நூலை வெளியிட வேண்டுமென்ற எண்ணம் எனக்கு மீண்டும் உண்டாயிற்று. அதனால் இந் நூலாராய்ச்சியைத் தொடர்ந்து நடத்திவரலானேன். குறிப்புக்களும் ஒப்புமைப் பகுதிகளும் உரைப்பகுதிகளும் எழுதித் தொகுக்கப்பட்டன. அவ்வப்போது என்னோடு இருந்து பழகுபவர்கள் பலர் இவ்வாராய்ச்சிக்கு உதவியாக இருந்தனர்.

பேராசிரியரும் நச்சினார்க்கினியரும் உரையெழுதிய இந்நூலுக்கு உரையெழுதும் தகுதி என்பாற் சிறிதுமில்லை யென்பதையும் என் முதுமையாலும் பல்வேறுவகையான முட்டுப்பாடுகளாலும் எனக்குண்டாகியுள்ள தளர்ச்சியையும் நன்குணர்ந்திருப்பினும் இளமை தொடங்கி இவ்வுலகில் யாதினும் சிறந்ததாக எண்ணி வாழ்ந்து வருவதற்குக் காரணமாகிய தமிழிடத்துள்ள அன்பும், எங்ஙனமேனும் இறைவன் இம் முயற்சியை நிறைவேற்றி யருளுவானென்ற துணிவும் இப்பதிப்பில் என்னை ஈடுபடச்செய்தன.

சர்வகலாசாலையார் உதவி

என் கருத்தை அன்பர்கள் சிலரால் அறிந்த ஸ்ரீமான் டி. சிவராம சேதுப்பிள்ளை யவர்கள் 1934 ஆம் வருஷம், தாம் தலைவராகவிருந்த தமிழ்ப்பாட புத்தகசபையின் மூலம் இப்பதிப்புக்குரிய உதவி சென்னைச் சர்வகலாசாலையாராற் கிடைக்கும்படி செய்வித்தார்கள். அவர்களுடைய நன்முயற்சியையும் தமிழ்ப் பாஷாபிமானத்தையும் மிகவும் பாராட்டுகின்றேன். சர்வகலாசாலையார் ஆயிரத்தைந்நூறு ரூபாய் பொருளுதவி செய்வதாகத் தீர்மானித்து ஐந்நூறு ரூபாய் முதலில் கொடுத்துதவினார்கள். அவர்களுடைய ஆதரவின்றேல் இப்பதிப்பு இப்பொழுது வெளிவந்திராது. இவ்வளவு வருஷங்களாக நான் வெளியிட்டுவரும் நூற்பதிப்புக்களுக்கு இதைப் போன்ற பேருதவி கிடைத்ததில்லை யென்பதைத் தமிழ் நாட்டினருக்குத் தெரிவித்துக் கொள்கிறேன்.

பதிப்பு

குறுந்தொகைச் செய்யுட்களுக்கு உரையெழுதுகையில் பிற சங்க நூற் செய்யுட் போக்கையும் இலக்கண இலக்கியங்களில் உரையாசிரியர்கள் புலப்படுத்திச் செல்லும் மரபுகளையும் இயன்றவரையில் உணர்ந்து எழுதலானேன். உரைகளில்

உரையாசிரியர்கள் இந்நூலிலிருந்து மேற்கோள்காட்டும் செய்யுட்களுக்குச் சில இடங்களில் உரையெழுதி யிருக்கிறார்கள். அவை எனக்குப் பெருந் துணையாக இருந்தன.

இப்பதிப்பில் நான் மேற்கொண்ட சில முறைகளை இங்கே தெரிவிக்க விரும்புகிறேன்:

1. கூற்று: ஒவ்வொரு செய்யுளும் இன்னாருடைய கூற்றென்பதைத் தலைப்பில் அமைத்திருக்கிறேன். திணைப் பெயரைத் தலைப்பிலிடுதல் அகநானூற்றிற் கண்டதாயினும் பொருளிற் கருத்துச் செல்வதற்கு இம்முறை தக்கதென்று தோற்றியது. அன்றியும், தொல்காப்பியத்திற் கூற்று வகையாகச் சூத்திரங்கள் வகுக்கப்பட்டிருத்தலும் இங்ஙனம் அமைக்கும் கருத்தை உண்டாக்கியது. சில செய்யுட்களில் இரண்டு பழைய கருத்துக்கள் இருக்கின்றன. அவற்றில் முதற் கருத்தின்படியே கூற்று அமைக்கப்பட்டது.

2. கூற்று விளக்கம்: இது, பழைய கருத்தையும் செய்யுட் பொருளையும் இணைத்துச் சுருக்கமாக வரையப்பட்டது. இரண்டு கருத்துள்ள இடங்களில் முதற் கருத்துக்கே இவ்விளக்கம் எழுதப்பட்டது.

3. மூலம்: ஏட்டுச் சுவடிகளை ஆராய்ந்து பொருட் சிறப்புடைய பாடங்களையே கொடுத்திருக்கிறேன்.

4. பிரதி பேதம்: ஏட்டுச் சுவடிகளாலும், உரையாசிரியர்கள் உரைகளில் காட்டிய மேற்கோட் பகுதிகளாலும் தெரிந்த பாடங்களுள் முக்கியமானவை அடிக்குறிப்பிற் காட்டப்பெற்றன. ஏனையவை தனியே தொகுத்துக் காட்டப்பட்டுள்ளன. இவற்றிற் பல மிகவும் பிழையுள்ளனவாக இருப்பினும் பழைய நூல்களில் நம் நாட்டவர்களுக்கு இடைக்காலத்தே இருந்த புறக்கணிப்பை நன்கு வெளிப்படுத்தும். பொருள் வரையறை செய்யாமல் உள்ளதை உள்ளபடியே பிரதி செய்து வந்தவர்கள் ஓரெழுத்தை மற்றோ ரெழுத்தாகக் கொண்டு எழுதி விட்டதனாலும் தெரியாத இடங்களில் தாமே ஊகித்துப் புதியனவாக எழுதிச் சேர்த்து விட்டமையாலும் உண்டான மாறுபாடுகள் அளவில. பழம் பிரதிகளில் ஈகார ஏகாரங்களின் பின்னர் யகரவொற்று எழுதப்பட்டிருந்தது. ஆய்தவெழுத்தை எழுதவேண்டிய விடத்தில் குகரம் எழுதப்பட்டிருந்தது; சில விடங்களில் இவ்விரண்டுமே காணப்படும். மகர ழகரங்கள், ழகர ளகரங்கள், ககர சகர தகரங்கள், தந் நகர றன் னகரங்கள், லகர வகரங்கள், ரகர றகரங்கள் என்பவை ஒன்றனுக்கொன்று மாறாக எழுதப்பட்டிருக்கும். டு, ரு, கு என்பனவும் அ, கு, சு என்ற மூன்றும் தமக்குள் வேற்றுமை தெரியாதபடி இருந்தன. ‘ற்ற’ என வருவிடங்களின் ‘த்த’ என்ற பாடம் காணப்பட்டது. ஓரிடத்தில் காசினை யென்பதில் கா வென்னுமெழுத்து, தூ வென மாறி அதன் பின் ஒரு சகர வொற்றுத் தோன்றித் தூச்சினை யென்றெழுதப் பட்டிருந்தது. இங்ஙனம் பல பிரதிகளிலும் காணப்பட்ட பாடங்களையும் அவற்றின் மாறுபாட்டின் வரலாற்றையும் விரிக்கின் மிகப் பெருகும்.

5. பழைய கருத்து: கருத்திற் பொருத்தமில்லாத சொற்கள் நகவளைவுக்குள் அமைக்கப்பட்டன. இதிலுள்ள சில கடினமான சொற்களுக்குப் பொருள் இருதலைப் பகரத்துள் அமைக்கப்பட்டிருக்கின்றது. சில செய்யுட்களுக்கு இரண்டு கருத்துக்கள் இருக்கின்றன.

6. ஆசிரியர் பெயர்கள்: சுவடிகளில் இருந்தவாறே இப்பெயர்கள் அமைக்கப்பெற்றன.

7. பதவுரை: அந்வயப்படுத்திப் பொருள் விளங்குதற்குரிய சொற்களைப் பெய்து பதவுரை எழுதப்பட்டுள்ளது; பலவிடங்களில் விளி முன்னத்தால் வருவித் தெழுதப்பட்டது. சில செய்யுட்களுக்கு ஒருவாறு உரை யெழுதினும் முடிபு முதலியன தெளிவாக இன்மையின் என் மனத்திற்குத் திருப்தி உண்டாகவில்லை.

8. முடிபு: வினை முடிபு இத் தலைப்பிற் காட்டப்பட்டது.

9. கருத்து: செய்யுளின் கருத்துச் சுருக்கமாக எழுதப்பட்டது.

10. விசேடவுரை: பதசாரங்களும், இலக்கணச் செய்திகளும், பொருள் விளக்கங்களும், வரலாறுகளும் இப்பகுதியில் எழுதப்பட்டுள்ளன. உள்ளுறை யுவமம், இறைச்சி யென்னும் இரண்டும் குறிப்பெனவே குறிக்கப்பட்டுள்ளன.

11. மேற்கோளாட்சி: இலக்கண இலக்கியங்களின் உரைகளில் உரையாசிரியர்கள் இந்நூற் செய்யுட்களையும் செய்யுட் பகுதிகளையும் காட்டிய இடங்கள் அடிவரிசைப்படி வகுத்துக் காட்டப்பட்டுள்ளன. இவை, தெரிந்தவரையில் உரையாசிரியர்களின் காலமுறையில் வரிசைப் படுத்தப் பட்டுள்ளன. சில இடங்களில் உரையாசிரியர்களுடைய கருத்துக்கள் அடிக்குறிப்பில் விளக்கப்பட்டன.

12. ஒப்புமைப் பகுதி: இந்நூற் செய்யுட்களின் சொற் பொருளோடு ஒப்புமையை யுடைய பிற நூற் செய்யுட்களும் செய்யுட் பகுதிகளும் ஒப்புமைப் பகுதி யென்னும் தலைப்பிற் காட்டப்பட்டன. இதிற் பெரும்பாலும் பத்துப்பாட்டு, எட்டுத் தொகை, பதினெண் கீழ்க்கணக்கு, சிலப்பதிகாரம், மணிமேகலை, பெருங்கதை, சிந்தாமணி யென்னும் நூல்களின் பகுதிகளே காணப்படும். கருத்தை நன்கு விளக்குவனவாகிய பிற்காலத்து நூற்பகுதிகள் சிறுபான்மையாகவே இருக்கும். இவ் வொப்புமைப் பகுதி சங்க நூற்பொருள்களை ஆராய்வாருக்குப் பெரிதும் பயன்படும். பாடங்களை நிச்சயம் செய்வதற்கு இவ்வொப்புமைப் பகுதிகள் சிலவிடங்களில் உதவின. இதிற் காட்டப்பட்ட செய்யுட்பகுதி குறுந்தொகைச் செய்யுளை இயற்றிய புலவராற் பாடப்பெற்றதாக இருப்பின் அங்கே உடுக்குறியிட்டுக் கீழ்க்குறிப்பில் இன்னார் பாட்டென்று காட்டப்பட்டுள்ளது.

நூலின் மூலமும் உரையும் அடங்கிய பகுதிகள் மேலே கண்ட முறையில் வகைப்படுத்திப் பதிப்பிக்கப்பட்டன. நூலிற்கு அங்கமாகச் செய்யுள் முதற் குறிப்பகராதியும், அரும்பத முதலியவற்றின் அகராதியும் நூலின் பின்னே சேர்க்கப்பட்டன.

இம்முகவுரையின் பின்னே நூலாராய்ச்சியும் ஆசிரியர் பெயரகராதியும், பாடபேதங்களும் சேர்க்கப்பட்டுள்ளன. நூலாராய்ச்சியில் இந் நூலாலறிந்த பலவகைச் செய்திகளையும் பண்டைக் காலத்துத் தமிழ் மரபுகளையும் வேறு பலவற்றையும் காணலாம். இந்நூற் செய்யுட்களைப் பாடிய புலவர்களின் சரித்திரத்தைப் புறநானூறு முதலிய பதிப்புக்களில் எழுதியிருப்பது போல எழுத எண்ணியிருந்தேன். அப்பதிப்புக்களில் எழுதிய பிறகு நான் செய்துவந்த ஆராய்ச்சியினால் தெரிந்த செய்திகள் பல. அவற்றையும் அமைத்துப் புலவர் சரித்திரங்களைத் தனியே வெளியிட எண்ணியிருத்தலின் இந்நூலில் ஆசிரியர்

வரலாறுகளை எழுதாமல், அவர்கள் பெயர்களையும் அவர்கள் இயற்றிய செய்யுளெண்களையும் மாத்திரம் காட்டியிருக்கின்றேன்.

முதலில் நான் கருதியபடி யல்லாமற் பல புதிய விஷயங்களைச் சேர்க்க நேர்ந்தமையின் எதிர்பார்த்ததைவிட அதிக காலம் இப்பதிப்புக்கு ஆயிற்று.

உதவிய அன்பர்கள்

இந்நூலை ஆராய்ந்து வந்த காலங்களிலும் பதிப்பித்த காலத்திலும் பல அன்பர்களுடைய உதவியைப் பெற்றிருக்கின்றேன். அவர்களுள் முக்கியமானவர்கள் என்னுடைய இளைய சகோதரர் சிரஞ்சீவி வே. சுந்தரேசையரும், சென்னைக் கிறிஸ்டியன் காலேஜ் ஹைஸ்கூல் தமிழ்ப் பண்டிதர் சிரஞ்சீவி வித்துவான் வி.மு. சுப்பிரமணிய ஐயரும், சிரஞ்சீவி வித்துவான் கி.வா. ஜகந்நாதையரும் ஆவர்.

முன்பு குறிப்பிட்ட என் பிராய முதிர்ச்சியாலும் சரீரத் தளர்ச்சி முதலியவற்றாலும் முன்போல எந்தக் காரியத்தையும் நான் கருதியபடி தனியே இருந்து நிறைவேற்ற இயலவில்லை. ஆயினும் தமிழ் நூல்களை ஆராய்ந்து பதிப்பித்தலில் உள்ள ஆவல் இன்னும் தணியவில்லை. தமிழ்த் தெய்வமே அவ்வப் பொழுது என் கவலையை நீக்கிவருவதாக எண்ணுகின்றேன். கலாநிலையமாகிய சென்னைச் சர்வகலாசாலையா ருடைய பேராதரவால் வெளிவரும் இந்நூற் பதிப்பு, தமிழன்பர்கள் எதிர்பார்க்கிறபடி திருப்திகரமாக அமைய வேண்டுமே யென்ற கவலை எனக்கு உண்டு. இச்சமயத்தில் மேற்கூறிய வித்துவான் சிரஞ்சீவி கி. வா. ஜகந்நாதையர் இந்நூலுக்கு நான் பல வருஷங்களாக எழுதியும் தொகுத்தும் வைத்துள்ள பலவகையான ஆராய்ச்சிக் குறிப்புகளை யெல்லாம் என் கருத்துக் கிணங்க முறைப்படுத்தி நல்ல வடிவத்தில் அழகுபெற அமைப்பதிற் பெரிதும் துணைபுரிந்தார். அவருடைய பேராற்றலையும் எழுதும் வன்மையையும் தமிழன்பையும் என் மனமாரப் பாராட்டுகின்றேன். அவருக்கு எல்லா நன்மைகளையும் அளித்தருளும் வண்ணம் தோன்றாத் துணையாக நிற்கும் முழுமுதற் கடவுளை இறைஞ்சுகின்றேன்.

பல வருஷங்களாக முயன்று படித்துப் பலருடைய உதவியைப் பெற்று ஆராய்ந்து ஆராய்ந்து சுவைத்துப் பார்த்த இந்நூல் இப்பொழுது இந்த உருவத்தில் வெளிவருவதைப் பார்க்கையில் எனக்கு உண்டாகும் இன்பம் எழுதி உணர்த்துதற்கரியது. தமிழன்னையின் திருவடித் துணைகளில் இப்பதிப்பும் ஒரு மணமற்ற சிறு மலராகவேனும் கிடந்து நிலவுமென்பது எனது கருத்து.

எனக்குள்ள பலவகையான குறைகளால் இப்பதிப்பிற் பல பிழைகள் நேர்ந்திருத்தல் கூடும். அவற்றை அன்பர்கள் பொறுத்துக் கொள்வார்களென்று எண்ணுகின்றேன். இம்முயற்சியை நிறைவேற்றிவைத்த திருவருளை வழுத்த வாழ்த்துகின்றேன்.

இங்ஙனம்,
வே. சாமிநாதையர்

"தியாகராஜ விலாஸம்"
திருவேட்டீசுவரன் பேட்டை
12-8-1937

உ. காப்பியங்கள்

1. சீவகசிந்தாமணி மூலமும் நச்சினார்க்கினியருரையும்   227 - 244
2. சிலப்பதிகார மூலமும் அடியார்க்குநல்லாருரையும்   245 - 273
3. சிலப்பதிகாரம் அரும்பதவுரை   275 - 278
4. மணிமேகலை   279 - 304
5. பெருங்கதை   305 - 344
6. பெருங்கதை மூலம்   345 - 347
7. இலாவாண காண்டம்   349 - 352
8. உதயண குமார காவியம்   353 - 356

ஸ்ரீ
திருத்தக்கதேவரியற்றிய
சீவகசிந்தாமணி மூலமும்
மதுரையாசிரியர் - பாரத்துவாசி
நச்சினார்க்கினியருரையும்

இவை

சேலம் ம-ா-ா-ஸ்ரீ
இராமசுவாமி முதலியாரவர்கள் விருப்பத்தின்படி
திருக்கைலாய பரம்பரைத் திருவாவடுதுறையாதீனத்து
ஸ்ரீலஸ்ரீ. சுப்பிரமணிய தேசிகமூர்த்திகள்
ஆதீனத்து மஹாவித்துவான்
மீனாட்சிசுந்தரம்பிள்ளையவர்கள்
ஆகிய இவர்கள் மாணாக்கரும்
கும்பகோணம் கவரன்மென்டு காலேஜ் தமிழ்ப்பண்டிதருமாகிய
உத்தமதானபுரம்
வே. சாமிநாதையரால்
பரிசோதித்து

சென்னை:
த. கோவிந்தஆசாரியாரது
திராவிடரத்நாகர அச்சுக்கூடத்திற் பதிப்பிக்கப்பட்டன.

விலை - ரூபா அ

1887

[Copyright Registered]

ஸ்ரீ

திருத்தக்கதேவரியற்றிய

சீவகசிந்தாமணிமூலமும்

மதுரையாசிரியர் - பாரத்துவாசி

நச்சினார்க்கினியருரையும்.

இவை

சேலம் ம-ள-ள-ஸ்ரீ

இராமசுவாமிமுதலியாரவர்கள் விருப்பத்தின்படி

திருக்கைலாயபரம்பரைத் திருவாவடுதுறையாதீனத்து

ஸ்ரீலஸ்ரீ. சுப்பிரமணியதேசிகமூர்த்திகள்

ஷை ஆதீனத்துமஹாவித்துவான்

மீனாட்சிசுந்தரம்பிள்ளையவர்கள்

ஆகிய இவர்கள் மாணாக்கரும்

கும்பகோணம் கவர்ன்மெண்டு காலேஜ் தமிழ்ப்பண்டிதருமாகிய

உத்தமதானபுரம்

வே. சாமிநாதையரால்

பரிசோதித்து

சென்னை:

த. கோவிந்த ஆசாரியாரது

திராவிடரத்நாகர அச்சுக்கூடத்திற் பதிப்பிக்கப்பட்டன.

விலை - ரூபா ௮

1887.

உ
கணபதி துணை

முகவுரை

செந்தமிழ் மொழியிற் சிறந்து விளங்கும் பழைய *காப்பியமைந்தனுள் முந்தியதாகிய இந்தச் சீவகசிந்தாமணி என்பது திருத்தக்கதேவர் என்னுஞ் சைன முனிவரால் இயற்றப்பட்டது. இது பழைய இலக்கிய வுரைகளிலும் இலக்கண வுரைகளிலும் உரையாசிரியர்களால் மேற்கோளாக எடுத்துக்காட்டப்பட்டுள்ள பிரமாண நூல்களுள் ஒன்று; முற்காலத்து முதல் இடை கடை என்னும் முச்சங்கத்தும் எழுந்தருளியிருந்து தமிழாராய்ந்த தெய்வப் புலவர்கள் அருளிச்செய்த இலக்கியங்கள் போன்று செந்தமிழ் நடையிற் சிறந்துள்ளது; வட மொழியில் வான்மீகம்போல, எல்லா வருணனைகளுந் தன்பால் அமையப் பெற்றிருத்தலின், மகா காவிய மென்று கூறப்பட்டிருத்தலன்றி, பிற்காலத்து அதிமதுரமான காப்பியங்க ளியற்றிய மகாகவிகள் பலர்க்கும் இன்ன இன்னவற்றை இன்ன இன்னவாறு வருணித்துப் பாடுகவென அவ்வான்மீகம்போல வழிகாட்டியதும் இந்நூலே யென்பர்.

இந்நூல் சீவகனென்னும் ஓரரசன் பிறந்தது முதல் வீடு பெற்றது இறுதியாகவுள்ள கதையைக் கூறும்.

இந்நூலில், அரசன் அமைச்சரைப் பலமுறை ஆராய்ந்து தெளியல் வேண்டு மென்பதும், பெண்வழிச் சேரல் பெருந்துயர் விளைக்கு மென்பதும், தன்னாசிரியன் கட்டளைப்படியே எப்பொழுதும் ஒழுகல்வேண்டு மென்பதும், பகையை வெல்லக் கருதினோன் உரிய காலமும் இடமும் வாய்க்குமளவுந் தன்னெண்ணத்தை வெளிப்படுத்தா திருத்தல் வேண்டு மென்பதும், பிறவுயிர்களுக்குத் துன்பம் வரின் உடனே தீர்த்தற்கு முயலல் வேண்டு மென்பதும், வருத்தும்படி நேரினுந் தனக்கு ஒருவாற்றானும் பகைவ ரல்லாதவரைச் சிறிதும் வருத்தலாகா தென்பதும், தந்தை தாயர் சொல்லைத் தலையாகக் கொள்ளல் வேண்டு மென்பதும், அறிவும் அன்புமுள்ள துணைவனிருந்தால் தானெண்ணியவற்றை யெல்லாம் எளிதில் முடித்துக் கொள்ளலா மென்பதும், தனக்கு இன்ப துன்பங்கள் வந்தவிடத்து முறையே மகிழ்தலும் வருந்துதலுமின்றி எல்லாம் ஊழ்வினைப் பயனென்றே எண்ணல் வேண்டு மென்பதும், எல்லா வுயிர்களிடத்தும் எப்பொழுதும் அருளுடையனாதல் வேண்டு மென்பதும், சற்பாத்திர மறிந்து தானஞ் செய்தல் வேண்டு மென்பதும், தீவழிச் செல்வோரைக் காணின் இரங்கி உடனே அவரை நல்வழிப்படுத்த முயலல் வேண்டு மென்பதும், நன்றி மறவாதிருத்தல் வேண்டு மென்பதும், இவை போல்வன பிறவும் நன்கு விளங்குகின்றன.

* காப்பியமைந்தாவன: சீவகசிந்தாமணி, சிலப்பதிகாரம், மணிமேகலை, குண்டலகேசி, வளையாபதி என்பன.

இந்நூலாசிரியர் இச்சரிதத்தை இன்ன நூலிலிருந் தெடுத்து 'யாம் பாடுகின்றேம்' என்று கூறாமையின், இதற்கு முதனூல் இன்னதென்று இந்நூலைக்கொண்டு நிச்சயிக்கக் கூடவில்லை. ஆயினும் வடமொழியில் சத்திர சூளாமணி, கத்திய சிந்தாமணி, சீவந்தர நாடகம், சீவந்தர சம்பு என நான்கு நூல்கள் உள்ளன. அவைகளெல்லாம் இச்சீவகன் சரிதமே கூறுகின்றன. *மகா புராணத்தின் ஓர்பாகத்தும், மணிப்பிரவாளமாகிய ஸ்ரீ புராணத்தின் ஓர்பாகத்தும் இச்சரிதங் கூறப்பட்டுள்ளது. அவற்றிற்கும் இதற்கும் கதையிற் சில வேறுபாடுக ளுண்டு. அந்நூல்களுள் சத்திர சூளாமணி என்பதை இதற்கு முதனூ லென்று சைனர் கூறுகின்றனர். தமிழிற் சிந்தாமணி மாலை யென்று ஒரு நூல் வழங்குகின்றது. அது சுத்தத் தமிழ்நடை யுள்ளதன்று.

இந்நூல் முதலிற் கடவுள் வாழ்த்து முதலியனவும் கதையைத் தொகுத்துக் கூறுவதாகிய பதிகமும் முறையே அமையப்பெற்று, பின்னர் நாமகளிலம்பக முதலிய பதின்மூன்று இலம்பக வுறுப்பாகப் பகுக்கப்பட்டுள்ளது. இதன் செய்யுட் டொகை - ௩கசரு; திருத்தக்கதேவர் இயற்றிய செய்யுள் இரண்டாயிரத் தெழுநூறே யென்று "முந்நீர் வலம்புரி" என்னுஞ் செய்யுளுரையில் நச்சினார்க்கினியர் எழுதியிருத்தலால், மற்றவைகள் பிறராற் செய்யப்பட்டன வென்று தோற்றுகின்றது.

இச்சீவகசிந்தாமணியை உச்சிமேற் புலவர்கொள் நச்சினார்க்கினிய ருரையுடன் பல பிரதிருபங்களைக் கொண்டு நன்றாகப் பரிசோதித்து, எழுதுவோரால் நேர்ந்த வழுக்களை மாற்றி, பலர்க்கும் பயன்படும் வண்ணம் அச்சிடுவிக்க முயலும்படி சில வருடத்திற்குமுன், சேலம் ம-ள-ள-ஸ்ரீ. இராமசுவாமி முதலியா ரவர்கள் பலமுறை வற்புறுத்திக் கூறி, எனக்குத் தம்பாலிருந்த கையெழுத்துப் பிரதியையுங் கொடுத்தார்கள்.

யான் அவ்வாறு செய்தற்கு அநருகனாயினும், உலோகோபகாரிகளாகிய அவர்கள் சொல்லை மறுத்தற்கஞ்சியும், கல்விமான்களுக்குக் கருவூலம்போலும் இந்நூல் உரையுடனே நின்றுநிலவுதல் குறித்தும் ஒருவாறு அவ்வண்ணஞ் செய்யலா மென்று துணிந்து முயன்று வருகையில், இத்தமிழ்நாட்டுள்ள கல்வியறி வொழுக்கங்களான் ஆன்ற விவேகிகள் பலர் இம்முயற்சி இனிது பயன்படும் வண்ணம் தம்பாலுள்ள பழைய கையெழுத்துப் பிரதிகளை அன்போடு கொடுத்தார்கள். அவை யனைத்தையுங் கைக்கொண்டு ஒப்புநோக்கி வந்தேன்.

அப்பொழுது என் வேண்டுகோளுக் கிரங்கித் திருக்கைலாய பரம்பரைத் திருவாவடுதுறை யாதீனத்து ஸ்ரீலஸ்ரீ சுப்பிரமணிய தேசிக மூர்த்திகள் தங்கள் புத்தகசாலையி லிருந்த புத்தகங்களுள் எனக்கு வேண்டுவனவற்றையும், திருநெல்வேலி முதலிய பிறவிடங்களி லிருந்து வருவித்த சில பிரதிகளையுங் கட்டளையிட்டார்கள். இம்முயற்சியில் யான் மனந் தளரா வண்ணம் இடையிடையே அவர்கள் செய்துவந்த பேருதவிகள் பல.

எழுத்துஞ் சொல்லும் மிகுந்துங் குறைந்தும் பிறழ்ந்துந் திரிந்தும் பலவாறு வேறுபட்டுக் கிலமுற்றிருந்த இந்நூலுரைப் பழைய பிரதிகள் பலவற்றையும் பலகால் ஒப்புநோக்கி இடையறாது பரிசோதனை செய்துவந்த பொழுது, கவிகளின் சுத்த வடிவத்தையும் உரையின் சுத்த வடிவத்தையுங் கண்டு பிடித்தற்கும், உரையினுள்

* இம் மகாபுராணமும், ஸ்ரீபுராணமும் சைனசமயத்தா ரியற்றிய பழைய நூல்கள்.

விசேடவுரை யின்னது பொழிப்புரை யின்னதென்று பிரித்தறிதற்கும், மேற்கோள்களின் முதலிறுதிகளைத் தெரிந்துகோடற்கும், பொழிப்புரையை மூலத்தோடும் இயைத்துப் பார்த்தற்கும், பிழையைப் பிழையென்று நிச்சயித்துப் பரிகரித்தற்கும், பொருள்கோடற்கும் எடுத்துக்கொண்ட முயற்சியும் அடைந்த வருத்தமும் பல. அப்படி யடைந்தும் சிலவிடத்துள்ள இசைத் தமிழ் நாடகத் தமிழின் பாகுபாடுகளும், மற்றுஞ் சில பாகமும் நன்றாக விளங்கவில்லை. அதற்குக் காரணம் அவ்விசைத் தமிழ் நாடகத் தமிழ் நூல் முதலியவைகள் இக்காலத்துக் கிடையாமையே.

இந்நூலையும் இவ்வுரையையும் பின்னும் இரண்டொரு முறை பரிசோதித்தற்கு விருப்புடையனேனும், இவற்றை விரைவிற் பதிப்பித்துப் பிரகடனஞ் செய்யும்படி, யாழ்ப்பாணம் ம-ஏ-ஏ-ஸ்ரீ சி.வை. தாமோதரம் பிள்ளை யவர்கள் பலமுறை தூண்டினமையால் விரைந்து அச்சிடுவிக்கத் துணிந்தேன்.

ஆயினும் புராதனமான தமிழ் நூல்களும் உரைகளும் பண்டை வடிவங் குன்றாதிருத்தல் வேண்டு மென்பதே எனது நோக்கமாதலின், பிரதிகளில் இல்லாதவற்றைக் கூட்டியும், உள்ளவற்றை மாற்றியும், குறைத்தும் மனம்போனவாறே அஞ்சாது பதிப்பித்தே னல்லேன். ஒருவகையாகப் பொருள் கொண்டு, பிரதிகளில் இருந்தவாறே பதிப்பித்தேன். யானாக ஒன்றுஞ் செய்திலேன். பிரதிகளிற் சிலவிடத்து வடமொழிப் பதங்கள் கிரந்தவெழுத்தாலே எழுதப்பட் டிருந்தமையின், அவ்வாறே பதிப்பித்தேன்.

இந்நூலில் ஆங்காங்குள்ள ஆருகத சமயக் கோட்பாடுகளை வீடூர் ம-ஏ-ஏ-ஸ்ரீ சந்திரநாத செட்டியா ரவர்கள் எனக்கு விளங்கச் செய்தார்கள். அடிக்கடி யான் பார்த்துக்கொள்ளும்படி சில சைன நூல்களுங் கொடுத்தார்கள்.

புலவர் திலகர்களாற் பரிசோதித்தற்குரிய இந்நூலையும் இவ்வுரையையும் என் சிற்றறிவிற்கு எட்டிய மட்டுமே ஒருவாறு பரிசோதித்து, எழுதுவோரால் நேர்ந்த வழுக்களைக் களைந்து, இயன்றவரை திருத்தமாகப் பதிப்பித்தே னாதலின், இப்பதிப்பிற் காணப்படும் எழுத்துப்பிழை சொற்பிழை வாக்கியப்பிழை முதலியவற்றையும், அவற்றின் திருத்தங்களையுந் தயைசெய்து விவேகிகள் தெரிவிப்பார்களாயின், அவர்கள் பேருதவி செய்ததாக வெண்ணி எழுமையு மறவேனாகி அவற்றைப் பின்பு அச்சிற் பதிப்பித்துப் பலர்க்கும் பயன்படும்படி செய்வேன். விளங்காத மேற்கோள்களுள் ஏதாவது இன்ன நூலின் இன்ன பாகத் துள்ளதென்று காணப்படின், அதனையுந் தெரிவிக்குமாறு அவர்களை வேண்டுகின்றேன்.

இப்புத்தகத்தை அச்சிடுவிக்கும்பொழுது யான் பொருட்கவலை யடைந்து வருந்தாவண்ணம் கும்பகோணம், தஞ்சை, கோட்டூர், திரிசிரபுரம், யாழ்ப்பாணம், சென்னபட்டணம், திருநெல்வேலி, ஊற்றுமலை, சோழன்மாளிகை முதலிய இடங்களிலுள்ள செல்வப் பொருளோடு கல்விப் பொருளும் ஒருங்குடைய கனவான்கள் பலர் கையொப்பஞ் செய்து முற்பண மளித்தார்கள். இக்காலத்தில் அவர்கள் செய்த அவ்வுதவியை யான் எக்காலத்தும் மறவாதிருப்பதன்றி அவர்களுக்கு என்னாற் செய்தற்குரிய பிரதியுபகாரம் யாது?

யான் எழுதியனுப்பும் மேற்பிரதிக்கு அச்சுப்பிரதி வேறுபடா வண்ணம், சென்னைத் திராவிட ரத்நாகர அச்சுக் கூடத்திலிருந்து அவற்றைப் பலமுறை ஒப்புநோக்கிப் பேருதவி செய்துவந்த தேரழுந்தூர் ப்ரஹ்மஸ்ரீ சக்கரவர்த்தி

இராஜகோபா லாசாரியரையும், திருமானூர் ப்ரஹ்மஶ்ரீ கிர்ஷ்ணையரையும் ஒருபொழுதும் மறவேன்.

ஒன்றுக்கும் பற்றாத சிறியேனை இம்முயற்சியிற் புகுத்தி நடாத்தி நிறைவேற்றி யருளிய எம்பெருமானது திருவருளையும் குருவருளையும் எக்காலத்துஞ் சிந்தித்து வந்திக்கின்றேன்.

எனக்குக் கிடைத்த பிரதிகளுள் நச்சினார்க்கினிய ருரையோடு கூடிய சீவகசிந்தாமணிப் பிரதிகளாவன

திருவாவடுதுறை யாதீனத்து

ஶ்ரீலஶ்ரீ	சுப்பிரமணிய தேசிகமூர்த்திகள்	பிரதி	க

ஷ ஆதீனத்து மஹாவித்துவான்

ம-ள-ள-ஶ்ரீ	மீனாட்சிசுந்தரம் பிள்ளை யவர்கள்	”	க

திரிசிரபுரம்

ம-ள-ள-ஶ்ரீ	சி. தியாகராச செட்டியா ரவர்கள்	”	க

யாழ்ப்பாணம்

ம-ள-ள-ஶ்ரீ	சி.வை. தாமோதரம் பிள்ளை யவர்கள்	”	உ

சென்னை

ம-ள-ள-ஶ்ரீ	ம. மகாலிங்கைய ரவர்கள்	பிரதி	க
”	அஷ்டாவதானம், சபாபதி முதலியா ரவர்கள்	”	க
”	திரு. சின்னசாமி பிள்ளை யவர்கள்	”	க
”	சோ. சுப்பராய செட்டியா ரவர்கள்	”	க

சேலம்

ம-ள-ள-ஶ்ரீ	இராமசுவாமி முதலியா ரவர்கள்	”	க

உடையூர்

ம-ள-ள-ஶ்ரீ	சுப்பிரமணிய பிள்ளை யவர்கள்	”	க

திருநெல்வேலி

ம-ள-ள-ஶ்ரீ	சாலிவாடீசுவர வோதுவா ரவர்கள்	”	க
”	ஈசுவரமூர்த்திக் கவிராய ரவர்கள்	”	க

தூத்துக்குடி

ம-ள-ள-ஶ்ரீ	குமாரசாமி பிள்ளை யவர்கள்	”	க

சிதம்பரம்

ம-ள-ள-ஶ்ரீ	தருமலிங்க செட்டியா ரவர்கள்	”	க

தஞ்சை

ம-ா-ா-ஸ்ரீ	மருதமுத்து உபாத்தியாய ரவர்கள்	பிரதி	க
”	விருஷபதாச முதலியா ரவர்கள்	”	க

கூடலூர்

ம-ா-ா-ஸ்ரீ	விசயபால நயினா ரவர்கள்	”	க

வீடூர்

ம-ா-ா-ஸ்ரீ	சந்திரநாத செட்டியா ரவர்கள்	”	க
	ஆக உரைப்பிரதி		கஅ

இவற்றுள் முழுது மில்லாதனவும் விசேடவுரை யில்லாதனவுஞ் சில.

மூலப்பிரதிகள்

இராமநாதபுரம்

ம-ா-ா-ஸ்ரீ	பொன்னுசாமித் தேவரவர்கள்	பிரதி	க

சேலம்

ம-ா-ா-ஸ்ரீ	இராமசுவாமி முதலியா ரவர்கள்	பிரதி	க

வீடூர்

ம-ா-ா-ஸ்ரீ	சந்திரநாத செட்டியா ரவர்கள்	”	உ
	ஆக மூலப்பிரதி		ச

வே. சாமிநாதையன்

உ
திருத்தக்கதேவரியற்றிய

சீவகசிந்தாமணி மூலமும்
மதுரையாசிரியர் - பாரத்துவாசி
நச்சினார்க்கினியருரையும்

இவை
சென்னை, பிரெஸிடென்ஸி காலேஜ் தமிழ்ப் பண்டிதராகிய
உத்தமதானபுரம்
வே. சாமிநாதையரால்
தாம் நூதனமாக எழுதிய
பலவகைக் குறிப்புக்களுடன்

சென்னை:
ப்ரெஸிடென்ஸி அச்சுக்கூடத்திற்
பதிப்பிக்கப்பெற்றன.

[இரண்டாம் பதிப்பு]

பிலவங்க ஸு மார்கழி மீ

1907

விலை - ரூபா சு
[Copyright Registered]

உ

திருத்தக்கதேவரியற்றிய

சீவகசிந்தாமணி மூலமும்

மதுரையாசிரியர் - பாரத்துவாசி

நச்சினார்க்கினியருரையும்.

இவை

சென்னை, ப்ரெஸிடென்ஸிகாலேஜ் தமிழ்ப் பண்டிதராகிய

உத்தமதானபுரம்,

வே. சாமிநாதையரால்

தாம் நூதனமாக எழுதிய

பலவகைக் குறிப்புக்களுடன்

சென்னை:

ப்ரெஸிடென்ஸி அச்சுக்கூடத்திற்

பதிப்பிக்கப்பெற்றன.

இரண்டாம் பதிப்பு.

பிலவங்க௵ மார்கழி௴

1907.

விலை ரூபா ௬. 7-8-0

இரண்டாம் பதிப்பின்
முகவுரை

ஆதியிற் றமிழ்நூ லகத்தியற் குணர்த்திய
மாதொரு பாகனை வாழ்த்துதும்
போதமெய்ஞ் ஞான நலம்பெறற் பொருட்டே.

1887ம் ௵த்தில் இந்நூலும் உரையும் பதிப்பிக்கப்பெற்று நிறைவேறியபின்பு காலக்கிரமத்தில் எனக்குக் கிடைத்த ஏட்டுப் பிரதிகள்- கஎ, அவற்றாலும், செய்துவந்த பழைய நூல்களின் ஆராய்ச்சி முதலியவற்றாலும் இதன் மூலமுதலியன அடைந்த திருத்தங்கள் பல; முன்பு விளங்காமலிருந்த மேற்கோள்களிற் பெரும்பாலன பின்பு விளங்கின; இவையும், ஸ்ரீபுராணத்திலுள்ள சீவக சரித்திரமும், பிற நூல்களிலும் இந் நூலிலுமுள்ள ஒற்றுமைப் பகுதிகளைப் புலப்படுத்துவதாகிய சீவகசிந்தாமணி ஆராய்ச்சி விளக்க மென்பதும் மூலத்திலும் உரையிலும் உள்ள கடினமான பாகங்களின் பொருள்களைப் பெரும்பாலும் புலப்படுத்தும் விசேடக் குறிப்பும், அவ்விரண்டிலு முள்ள அரும்பதங்கள், சிறந்த வாக்கியங்கள், விஷயங்கள், பழமொழிகள், அபிதானங்கள் முதலியவற்றைத் தெரிவிப்பதாகிய அரும்பத அகராதி முதலியன என்னும் பகுதியும், பிறவும் இப்பதிப்பில் நூதனமாகச் சேர்க்கப் பெற்றவை.

தமிழில் நல்ல பயிற்சி யுள்ளவர்களுக்கு மிக்க இன்பத்தையும் படிப்பவர்களுக்கு நல்ல ஊக்கத்தையும் பயிற்சியையு முண்டு பண்ணுவதன்றிப் பண்டைக் காலத்திலிருந்து பெரியோர்களுடைய இயல்பையும் ஆராய்ச்சி வன்மையையும் மேற்கூறிய பகுதிகள் நன்கு புலப்படுத்தும்; தமிழ்ச் சுவையை நுகர்ந்து ஆனந்திப்பவர்களுக்கு இவை நல்விருந்தாக இருக்கு மென்பது வெளிப்படை.

நூலும் உரையும் ஒரு வருடத்திற்கு முன்பே பதிப்பிக்கப் பெற்று நிறைவேறியும், ஆராய்ச்சி விளக்கம் முதலியவற்றைப் பதிப்பித்துச் சேர்த்தே புத்தகத்தை வெளிப்படுத்த வேண்டு மென்று வித்தியா விநோதர்களாகிய பாலைக்காட்டு, ம-ள-ள-ஸ்ரீ ராவ்பகதூர் பா.ஐ. சின்னஸாமி பிள்ளை யவர்களும், சென்னை Senior Veterinary Assistant ஆகிய ம-ள-ள-ஸ்ரீ வெ. ப. சுப்பிரமணிய முதலியா ரவர்களும் இன்னும் சில அன்பர்களும் பலமுறை வற்புறுத்தினார்கள். அடிக்கடி நேர்ந்த தேக அஸௌக்கியத்தாலும் பலவகையான வேலைகளாலும் அவற்றை ஒருவாறு செய்துமுடித்தற்கு இதுகாறும் தாமதமாயிற்று.

சில கையெழுத்துப் பிரதிகளில் அதிகமாகக் காணப்பட்ட பாடல்கள், உரிய இடங்களில் தனித்தனியே சேர்க்கப்பெற்றன. சில பயன்கருதி, முதற்செய்யுள் முதல் எல்லாச் செய்யுட்களுக்கும் ஒன்று முதல் தொடர்ச்சியான எண்கள் போடப்பட்டுள்ளன.

இந்நூலின் முதற்பதிப்புப் புத்தகத்தையும் மேலே குறிப்பிட்ட ஏட்டுப் பிரதிகளுள் ஒவ்வொன்றையும் வைத்துக் கொண்டு அன்பர்களுடன் ஒப்புநோக்கி, பாடபேதங்களை உள்ளபடியே எழுதியும் எழுதுவித்தும் பேருதவி செய்தவர் கும்பகோணம் நேடிவ் ஹைஸ்கூல் தமிழ்ப் பண்டிதராகிய ம-ா-ா-ஸ்ரீ ம.வீ. இராமானுஜாசாரிய ரவர்கள்.

இதனைப் பதிப்பிக்கத் தொடங்கிய காலமுதல் உடனிருந்து மிக்க உதவிசெய்தவர் மயிலாப்பூர் பி.எஸ். ஹைஸ்கூல் தமிழ்ப் பண்டிதராகிய ம-ா-ா-ஸ்ரீ இ.வை. அநந்தராமைய ரவர்கள்.

இதன் முதற்பதிப்பு முதல் ஸகாயஞ் செய்துவரும், சென்னை, நியூயிங்க்டன் ஸ்கூல் மத போதகாசிரிய ராகிய ம-ா-ா-ஸ்ரீ தி.அ. கிருஷ்ணைய ரவர்களுடைய உதவி இதற்கும் உண்டென்பதை நான் சொல்ல வேண்டுவதில்லை.

ஜைனமத ஸம்பிரதாயமான அநேக விஷயங்களை அன்புடன் விளங்கச் செய்தவர், ஜைன சாஸ்திர பண்டிதராகிய வீடூர் ம-ா-ா-ஸ்ரீ அப்பாஸாமி நயினா ரவர்கள்.

இங்ஙனம் உதவி செய்தவர்களையும் கையெழுத்துப் பிரதிகளை ஈந்தவர்களையும் எப்பொழுதும் மறவாதிருத்தலன்றி அவர்களுக்கு யான் செய்தற்குரிய கைம்மாறு யாதுளது?

பிரதிகளிற் காணப்பட்ட பாடபேத முதலியனவும் இந்நூல் ஸம்பந்தமாக எழுதிவைத்திருக்கும் இன்னும் வேறு பல வகையான ஆராய்ச்சிக் குறிப்புக்களும் இதன், பிரயோக விளக்கமும் ஒழுங்குபடுத்தி எழுதப் பெறாமையால், இப்போது பதிப்பிக்கக் கூடவில்லை; காலம் வாய்க்குமாயின், அவற்றைத் தனிப் புத்தகமாகப் பின்பு வெளிப்படுத்தலா மென்பது எனது கருத்து.

இதிற் காணப்படும் தவறுகள் என்னுடைய மறதி முதலியவற்றால் நேர்ந்தன வெண்றெண்ணிப் பொறுத்துக் கொள்ளும்படி பெரியோர்களை வேண்டிக் கொள்கின்றேன்.

தோன்றாத்துணையாய் நின்று இங்ஙனம் நடத்தி யருளுகின்ற ஸ்ரீ மீனாட்சி சுந்தரேசருடைய பெருங் கருணையைச் சிந்திக்கின்றனன்.

இப்பதிப்பிற்குக் கிடைத்த ஏட்டுப்பிரதிகள்

எண்.	செய்யுளளவு		பிரதிக்கு உரியவர்கள்	பிரதி கிடைக்கும்படி செய்தவர்கள்
	முதல்	இறுதி		
க.	1	3145	திருவாவடுதுறை ஆதீனத்து மஹாவித்வான் ஸ்ரீ மீனாட்சி சுந்தரம் பிள்ளை யவர்கள்.	கும்பகோணம் காலேஜ் தமிழ்ப் பண்டிதராயிருந்த ஸ்ரீ. சி. தியாகராஜ செட்டியா ரவர்கள்.
உ.	2907	”	கொழும்புத்துறை, தி. குமாரஸாமி செட்டியா ரவர்கள்.	உரியவர்களே.

எண்.	செய்யுளளவு		பிரதிக்கு உரியவர்கள்	பிரதி கிடைக்கும்படி செய்தவர்கள்
	முதல்	இறுதி		
ங.	2	1220	தருமபுர ஆதீனத்துத் தலைவர்கள்.	ம-ா-ா-ஸ்ரீ ம.வீ. இராமானுஜாசாரிய ரவர்கள்.
ச.	1428	2928	” ”	” ”
ரு.	13	723	அழகிய சிற்றம்பலக் கவிராய ரவர்கள், மிதிலைப்பட்டி.	ம-ா-ா-ஸ்ரீ அப்பாப்பிள்ளை யவர்கள், குன்றக்குடி.
சா.	1412	2598	” ”	” ”
எ.	1963	3125	செங்கோட்டைக் கவிராஜ பண்டார மவர்கள்	ம-ா-ா-ஸ்ரீ திரிகூட ராஜப்பக் கவிராய ரவர்கள், மேலகரம்.
அ.	1342	1986	கடையநல்லூர், முத்துகிருஷ்ண வாத்தியா ரவர்கள்.	” ”
கூ.	1	1556	சென்னை, பச்சையப்ப வாத்தியா ரவர்கள்	ம-ா-ா-ஸ்ரீ முத்துக்குமாரஸாமி முதலியா ரவர்கள், சென்னை.
கO.	1	1554	வானமாமலைத்தாதர், கணக்கு நாங்கூனேரி.	உரியவரே.
கக.	1412	2227	சேலம் அப்பாசாமி பிள்ளை யவர்கள்	ம-ா-ா-ஸ்ரீ குருஸாமி பிள்ளை யவர்கள், சேலம்
கஉ.	1	1412	திருநெல்வேலி, திருவம்பலத் தின்னமுதம் பிள்ளை யவர்கள்.	ம-ா-ா-ஸ்ரீ வி. விசுவநாத சாஸ்திரிகள், திருவல்லிக்கேணி.
கங.	1	1335	திருநெல்வேலி வண்ணார்பேட்டை, திருப்பாற்கடனாதன் கவிராய ரவர்கள்	ம-ா-ா-ஸ்ரீ கவிராஜ நெல்லையப்ப பிள்ளை யவர்கள், திருநெல்வேலி.
கச.	2102	3145	ம-ா-ா-ஸ்ரீ. அப்பாஸாமி நயினா ரவர்கள், வீடூர்.	உரியவர்களே.
கரு.	1	”	சேலம், இராமசாமி முதலியா ரவர்கள்	உரியவர்களே.
கசா.	1	2421	சென்னை, பச்சையப்ப வாத்தியா ரவர்கள்	ம-ா-ா-ஸ்ரீ முத்துக்குமாரஸாமி முதலியா ரவர்கள்.
கஎ.	1	2380	திருநெல்வேலி அம்பலவாண கவிராய ரவர்கள்	ம-ா-ா-ஸ்ரீ கவிராஜ நெல்லையப்ப பிள்ளை யவர்கள்.

இவற்றுள், முதலாவது பிரதியும் பதின்மூன்றாவது பிரதியும் உரியவர்களாலேயே எழுதப்பெற்றுள்ளவை; முதல் இரண்டு பிரதிகளும் மூலமும் பொழிப்புரையும் உள்ளவை. ங-வது முதலிய பன்னிரண்டு பிரதிகளும், மூலமும் பொழிப்புரையும் விசேடவுரையு முள்ளவை; கரு-வதும் கசா-வதும் மூலமட்டும் உள்ளவை; கஎ -வது பிரதியில், முக்கியமான பாடல்கள் மட்டும் எழுதப்பெற்றிருந்தன; அதன் முதற் பக்கத்தில், 'சிந்தாமணித் தெரிவு' என்ற பெயர் வரையப்பட்டிருந்தது.

முதலாவது இரண்டாவது பிரதிகளின் இறுதியில், 'இவ்வுரையாசிரியர் கருத்தறியாது இக்காலத்தார் வேண்டாதனவற்றிற்கு வேண்டுவனவாகக் கருதி எழுதிய இடை வாசகங்கள் முடிக்குஞ் சொல்லோடு முடியாமையான் மிகை

யென்று விதப்புரைகளையும் நாட்டு வளங்களினும் நகர வளங்களினும் கதைகளினும் கூடிப் பாடியிட்ட பாட்டுக்களையும் சொல் வேறுபாட்டானும் பொருள் வேறுபாட்டானும் இலக்கண வழுவானும் வாய்பாட்டின் பேதங்களானும் கண்டு அவற்றைத் தள்ளி எழுதின சிந்தாமணியுரை நச்சினார்க்கினிய முடிந்தது' என்னும் வாக்கியங்களும், ரு-வது பிரதியி னிறுதியில், 'சைவராஜ குருவே துணை' என்பதும், க0-வது பிரதியி னிறுதியில், 'கூஉ0-ம் ஆண்டு குரோதன ஹூ சித்திரை மாஸம் கரு-உ முதல், சிந்தாமணி, திருநெல்வேலி, தம்பாபிள்ளையன் அவர்கள் ஏடுபார்த்து எழுதின, ஸ்ரீவைகுண்டம், சிவங்கரம் பிள்ளை யவர்கள் ஏடுபார்த்து இராமாயணம் — திருவேங்கடம் எழுதுவித்து எழுதின ஏட்டின்படிக்கு முதற்புத்தகம் பிழைபார்த்து முடிந்தது' என்பதும், கஉ-வது பிரதியினிறுதியில், 'அ௮0-ம் ஆண்டு சித்திரை மீ காரிமாறன் எழுதி முடிந்தது' என்பதும், கச-வது பிரதியி னிறுதியில், 'பிரமோதூத நாமஸம்வத்ஸரம் கார்த்திகை மீ உ௩-உ ஸௌமிய வாரம் த்விதியை மிருகசீரிஷ நக்ஷத்ரங் கூடின சுபதினத்தில், செந்நாநல்லூரில், ஆதிதீர்த்தேசுவர ஸ்வாமி ஸன்னிதியில், சிந்தாமணி முத்தியிலம்பலகம் உரையெழுதி ஸம்பூர்ணம்' என்பதும், கரு-வது பிரதியினிறுதியில், 'அர்த்தநாரி பண்டிதர் பாதபத்மந் துணை; ஆங்கீரஸ ஹூ சித்திரை மீ கூ-உ ஸோம வாரம், திருதியை, உரோகிணி எழுத ஆரம்பம்; ஷ வருஷம் வைகாசி மீ உகூ-உ புதவாரமும் தசமியும் இரேவதி நக்ஷத்திரமும் பெற்ற சுபதினத்திலே திருச்சிராப்பள்ளியி லிருக்கும் குமாரஸாமி வாத்தியார் குமாரர் வேலாயுத வாத்தியார் சேலத்திலிருக்கும் அட்டாவதானச் சொக்கநாத முதலியா ரவர்கள் (தஞ்சைவாணன் கோவை யுரையாசிரியர்) மேலேடு பார்த்து எழுதியது' என்பதும், சில பிரதிகளி னிறுதியில்,

ஓரா தெழுதினே னாயினு மொண்பொருளை
யாராய்ந்து கொள்க வறிவுடையார் – சீராய்ந்து
குற்றங் களைந்து குறைபெய்து வாசித்தல்
கற்றறிந்த மாந்தர் கடன்

என்னும் வெண்பாவும் எழுதப்பெற்றிருந்தன.

இங்ஙனம்,
வே. சாமிநாதையன்

சென்னை
25-12-07

உ

திருத்தக்கதேவரியற்றிய

சீவகசிந்தாமணி மூலமும்

மதுரையாசிரியர் - பாரத்துவாசி

நச்சினார்க்கினியருரையும்

இவை

உத்தமதானபுரம்

மஹாமஹோபாத்தியாய

வே. சாமிநாதையரால்

பல பிரதிரூபங்களைக்கொண்டு பரிசோதித்து

நூதனமாகத் தாம் எழுதிய

பலவகை ஆராய்ச்சிக் குறிப்புக்களுடன்

சென்னை

கமர்ஷியல் அச்சுக்கூடத்திற்

பதிப்பிக்கப்பெற்றன

[மூன்றாம் பதிப்பு]

துந்துபி ழு ஆவணி மீ

1922

Copyright Registered]

[விலை ரூபா. ௧0

உ

திருத்தக்கதேவரியற்றிய

சீவகசிந்தாமணி மூலமும்

மதுரையாசிரியர் - பாரத்துவாசி

நச்சினார்க்கினியருரையும்.

இவை

உத்தமதானபுரம்

மஹாமஹோபாத்தியாய

வே. சாமிநாதையரால்

பல பிரதிருபங்களைக்கொண்டு பரிசோதித்து

நூதனமாகத் தாம் எழுதிய

பலவகை ஆராய்ச்சிக் குறிப்புக்களுடன்

சென்னை

கமர்ஷியல் அச்சுக்கூடத்திற்

பதிப்பிக்கப்பெற்றன.

மூன்றாம் பதிப்பு.

துந்துபி௵ ஆவணி௴

1922

 [விலை ரூபா. ௧௦.

உ

மூன்றாம் பதிப்பின்
முகவுரை

ஓங்க லிடைவந் துயர்ந்தோர் தொழவிளங்கி
ஏங்கொலிநீர் ஞாலத் திருளகற்றும் – ஆங்கவற்றுள்
மின்னோர் தனியாழி வெங்கதிரோன் றேனையது
தன்னே ரிலாத தமிழ்.

இந்நூலின் இயல்பும் உரையின் இயல்பும் இதன் பின்புள்ள முகவுரைகள் முதலியவற்றால் நன்கு விளங்கும்.

இராமாயணத்தைக் கம்பர் அரங்கேற்றுகையில், "அள்ளிமீ துலகைவீசும்" (விபீடணன், கஙரு) என்னும் பாடலிலுள்ள 'வெள்ளிவெண்கடலின்' என்ற பகுதியைக் கேட்ட புலவரொருவர், 'இது சிந்தாமணிப் பிரயோகமாக இருக்கிறது' என்று சொல்லியபோது கம்பர், 'சிந்தாமணியி லிருந்து ஒரகப்பை முகந்துகொண்டேன்' என்று விடை பகர்ந்தன ரென்று பழைய பிரதியொன்றில் எழுதிய குறிப்பால் தெரியவருகிறது. நாற்பொருளையுந் தெரிவித்தலின், இந்நூல் முடிபொருட் டொடர்நிலை என்று அடியார்க்கு நல்லார் குறித்திருக்கின்றனர் (சிலப். உ:ரு - கக). பிரயோக விவேக நூலுடையார் வடமொழியிற் பிறந்தவண்ணமே சொற்களைத் தாம் தற்சமமாகக் கூறுவதற்குச் சிந்தாமணியை ஆதாரமாகக் கொண்டிருக்கிறார் (பிர. சூ. உ0, ருஎ — உரையைப் பார்க்க). இவற்றாற் கம்பர் முதலியவர்களுக்கு இந்நூலிலுள்ள மதிப்பு நன்கு வெளியாகின்றது.

ஏட்டுப் புத்தகங்களைச் சோதித்தபொழுது இரண்டு பழம்பிரதிகளில், "தெருளிற் பொருள் வானுலகு" (2872) என்ற செய்யுளின் உரைக்குப்பின் மூன்று செய்யுட்களின் உரைகள் மட்டும் மிகப் பிழைபட்ட வுருவத்துடன் எழுதப்பட்டிருந்தன. ஒரு பிரதியில் தனித்தனியே செய்யுட்களுக்கு இடம்விட்டும் மற்றொன்றில் இடம் விடாமலும் அவ்வுரைகள் இருந்தன. அவ்வுரைகளுக்குரிய ரு - பாடல்கள் வேறு எந்தப் பிரதியிலும் கிடைக்கவில்லை. திருத்தமாக அவைகளும் பாடல்களும் கிடைத்தபின் வெளியிடப்படும்.

1907ஆம் ௵த்தில் இதன் இரண்டாம் பதிப்பு வெளிவந்த பின்பு கிடைத்த சில கையெழுத்துப் பிரதிகளாலும் செய்துவந்த நூல்களின் ஆராய்ச்சிகளாலும் இந்நூலும் இவ்வுரை முதலியனவும் சில சில திருத்தங்களையும் பொருட் பெருக்கத்தையும் விளக்கத்தையும் இப்போது அடைந்துள்ளன.

இரண்டாம் பதிப்பில், சீவகசிந்தாமணி யாராய்ச்சி விளக்கமென்ற பெயருடன் 41 பக்கங்களில் வெளியான பகுதி 'ஒப்புமைப் பகுதிகள்' என்ற பெயருடன் 113 பக்கங்கொண்டு இதில் வெளியிடப் பெற்றுள்ளது. இப்படியே விசேடக் குறிப்பும் அரும்பத முதலியவற்றின் அகராதியும் இதிற் பெருக்கமடைந் திருக்கின்றன.

உரையாசிரியர்கள் அவ்வவ் விடங்களில் இந்நூலிலிருந்து மேற்கோளாக எடுத்துக்காட்டி யிருக்கும் பகுதியைப் புலப்படுத்தும் 'பிரயோக விளக்கம்' என்பது இப்பதிப்பில் நூதனமாகச் சேர்க்கப்பெற்றுள்ளது.

தமிழ்நூற் சுவையை நுகர்வோர்க்கு இவை நல்விருந்தாகு மென்பது வெளிப்படை.

நூலாராய்ச்சி விஷயத்திற் பொருட்கவலை யிராதபடி பல வருடங்களாக உபகரித்து வருபவர்களும் ஸ்ரீ ஸேது ஸம்ஸ்தானாதிபதிகளும், மதுரைத் தமிழ்ச்சங்கத் தலைவர்களும், சென்னைச் சட்ட நிரூபண சபை யங்கத்தினர்களுமான கௌரவம் பொருந்திய மஹா ராஜ ராஜ ஸ்ரீ பா. இராஜ ராஜேசுவர ஸேதுபதி மஹாராஜா அவர்களுடைய வண்மை தமிழகத்தால் ஒருகாலத்தும் மறக்கற்பாலதன்று.

இந்நூல் மூலமும் உரையும் இம்முறை பதிப்பிக்கப்பெறுங் காலத்தில் ஒப்புநோக்குதல் முதலிய அரிய உதவிகளைச் செய்துவந்த சென்னை, இராசதானிக் கலாசாலைத் தமிழ்ப் பண்டிதர் பிரஹ்மஸ்ரீ இ.வை. அநந்தராமைய ரவர்களுக்கும், மயிலாப்பூர் பி.எஸ்.ஹைஸ்கூல் முதல் தமிழ்ப் பண்டிதர் சிரஞ்சீவி, ம.வே. துரைசாமி ஐயருக்கும், சென்னை இராமகிருஷ்ண மிஷன் ஹைஸ்கூல் தமிழ்ப் பண்டிதர் சிரஞ்சீவி, சோ. சேஷாத்திரி ஐயருக்கும் நன்றி செலுத்துகிறேன்.

இந்நூல் சம்பந்தமாகத் தாம் பலநாளாகத் தேடித் தொகுத்து வைத்திருந்த குறிப்புக்கள் பலவற்றை ஷ அநந்தராமைய ரவர்கள் அன்புடன் உதவினார்கள்; இவ்வரிய உதவி மிகவும் கொண்டாடத்தக்கது.

தமிழ் நூலாராய்ச்சியிலேயே பெரும்பாலும் பொழுது போக்கி வரும் நண்பர் ம-ள-ள-ஸ்ரீ வெ.ப. சுப்பிரமணிய முதலியா ரவர்கள் (Retired Superintendent, Veterinary Department) இந்நூலைப் படித்தபோது தாம் எழுதிவைத்திருந்த சில குறிப்புக்களை என் விருப்பத்தின்படி அனுப்பி யுதவினார்கள்.

இப் புஸ்தகத்தைத் திருத்தமாகவும் விரைவாகவும் அச்சிட்டுத் தந்த கமர்ஷியல் அச்சுக்கூடத்தாருடைய உதவி மிகவும் மெச்சத்தக்கது.

இப்பதிப்பிற் காணப்படும் பிழைகளைப் பொறுத்துக்கொள்ளும்படி விவேகிகளை வேண்டுகிறேன்.

தூக்கும் பனுவற் றுறைதோய்ந்த கல்வியுஞ் சொற்சுவைதோய்
வாக்கும் பெருகப் பணித்தருள் வாய்வட நூற்கடலும்
தேக்கும் பசுந்தமிழ்ச் செல்வமுந் தொண்டர்செந் நாவினின்று
காக்குங் கருணைக் கடலே சகலகலா வல்லியே.

இங்ஙனம்,
வே. சாமிநாதையன்

திருவேட்டீசுவரன் பேட்டை
22-8-'22

உ

கணபதி துணை

இளங்கோவடிகளருளிச்செய்த

சிலப்பதிகார மூலமும் அடியார்க்குநல்லாருரையும்

இவை

கும்பகோணம் காலேஜ் தமிழ்ப்பண்டிதராகிய

உத்தமதானபுரம்

வே. சாமிநாதையரால்

பல பிரதிருபங்களைக்கொண்டு

பரிசோதித்து

சென்னை:

வெ. நா. ஜூபிலி அச்சுக்கூடத்திற்

பதிப்பிக்கப்பட்டது.

1892

Copyright Registered

இதன் விலை ரூபா. ரு௰

உ

கணபதி துணை.

இளங்கோவடிகளருளிச்செய்த

சிலப்பதிகாரமூலமும்

அடியார்க்குநல்லாருரையும்.

இவை

கும்பகோணம் காலேஜ் தமிழ்ப்பண்டிதராகிய

உத்தமதானபுரம்

வே. சாமிநாதையரால்

பல பிரதிரூபங்களைக்கொண்டு.

பரிசோதித்து,

சென்னை:

வே. நா. ஜூபிலி அச்சுக்கூடத்திற்

பதிப்பிக்கப்பட்டன

1892.

இதன்விலை ரூபா ௫.

உ
கணபதி துணை

முகவுரை

சந்தனப் பொதியத் தடவரைச் செந்தமிழ்ப்
பரமா சாரியன் பதங்கள்
சிரமேற் கொள்ளுதுந் திகழ்தரற் பொருட்டே.

தமிழ்ப் பாஷையிலுள்ள பழைய காப்பியமைந்தனுள் ஒன்றாகிய சிலப்பதிகார மென்பது சேரமுனியாகிய இளங்கோவடிகளா லியற்றப்பட்டது; களவியற் பொருள்கண்ட கணக்காயனார் மகனார் நக்கீரனார் முதலிய உரையாசிரியர் களால் எடுத்துக்காட்டப்படும் பிரமாண நூல்களுளொன்று; சொற்சுவை பொருட்சுவைகளிற் சிறந்துள்ளது; எவ்வெப் பொருளைச் சொல்லினும் அவ்வப் பொருளை நேரிற் கண்டாற்போல மனத்திற்குத் தோற்றும் வண்ணம் நன்கு புலப்படுத்துந் தெள்ளிய இனிய நன்னடை யுடையது; கணவனும் மனைவியுமாகிய கோவலன் கண்ணகி என்பவருடைய சரித்திரத்தை விரித்துக் கூறுவது; தமிழ்நாட்டரசர் மூவருடைய இராஜதானிகளாகிய புகார் (=காவிரிப்பூம்பட்டினம்) மதுரை வஞ்சி யென்னும் மூன்றன் பெருமைகளையும் விளக்குவது; பண்டைக் காலத்திருந்த பலவகை மாந்தருடைய ஒழுக்க முதலியவற்றை இக்காலத்தார் எளிதிற் றெரிந்துகொள்ளுதற்குச் சிறந்த கருவியாக வுள்ளது; அரசர் நீதியிற் சிறிது பிழைப்பினும் அவரை அறக்கடவுள் கூற்றாய் நின்று கொல்லு மென்பதும், கற்புடை மகளிரை மக்களேயன்றித் தேவரும் முனிவருந் துதித்தல் இயல்பென்பதும், இருவினையும் செய்தமுறையே செய்தோனை நாடிவந்து தம் பயனை நுகர்விக்கு மென்பது மாகிய இம்மூன்றினையும் இவ்வுலகத்தார்க்குத் தெரிவித்தற் பொருட்டே இளங்கோவடிகளாற் செய்யப்பட்டது; மேற்கூறிய மூன்று பகுதியையும் சிலம்பு காரணமாகத் தெரிவித்தலின், இந்நூல் சிலப்பதிகார மென்னும் பெயர் பெற்றது.

இன்னும் இந்நூல், முத்தமிழும் விரவப்பெற்ற தாதலின் இயலிசை நாடகப் பொருட்டொடர் நிலைச் செய்யுளென்றும், நாடக வுறுப்புக்களை உடைத்தலின் நாடகக் காப்பியமென்றும், உரைப்பாட்டும் இசைப்பாட்டும் இடையிடையே விரவப்பெற்ற தாதலின் உரையிடையிட்ட பாட்டுடைச் செய்யு ளென்றும் பெயர்பெறும்.

இக்கதை நடந்த காலமும் இளங்கோவடிகள் காலமும் ஒன்றென்றும் இது முதலில் தமிழிலேதான் அவராற் செய்யப்பட்ட தென்றும் இந்நூற் பதிகச் செய்யுளாலும், வரந்தரு காதையாலும் விளங்குகின்றமையின், இச்சரித்திரம் வேறு பாஷையிலிருந்து வந்ததென்று சொல்வதற் கிடமில்லை.

இச்சிலப்பதிகாரம், இளங்கோவடிகளால் தான் செய்யப்பட்டதற்குக் காரணமும் கதைச் சுருக்கமு மமைந்துள்ள பதிகச் செய்யுளை முதலிற் பெற்று, மங்கல வாழ்த்துப் பாடல் முதலிய பத்துறுப்புக்களை யுடைய புகார்க் காண்டமும், காடுகாண் காதை முதலிய பதின்மூன் றுறுப்புக்களை யுடைய மதுரைக் காண்டமும், குன்றக் குரவை முதலிய ஏழுறுப்புக்களை யுடைய வஞ்சிக் காண்டமுமாகப் பகுக்கப்பட்டுள்ளது. இதில் இயற்றமிழின் பாகுபாடான வெண்பா அகவற்பா கலிப்பா என்பவைகளும், இசைத் தமிழின் பாகுபாடான ஆற்றுவரி முதலிய பாக்களும், நாடகத் தமிழின் பாகுபாடான உரைப்பாட்டுக்களும் வந்துள்ளன. இவற்றுள் மிகுதியாக வுள்ளது அகவற்பாவே.

இந்நூற்கு அரும்பதவுரை யென்றும், அடியார்க்கு நல்லாருரை யென்றும் இரண்டுரைகளுண்டு. இந்திர விழவூரெடுத்த காதையில், [கருஎ-ம் அடி]"ஐம்பெருங் குழுவு மெண்பேராயமும்" என்பதன் விசேடவுரையில், [கசச-ம் பக்கம் கச-ம் வரி]'எனக் காட்டுவர் அரும்பதவுரை யாசிரியர்' என்று அடியார்க்கு நல்லார் எழுதியிருத்தலால், இவ் விரண்டுரையுள், அரும்பதவுரை முந்தியதென்று தெரிகிறது. இப்படியே அரும்பதவுரையி லுள்ள சில குறிப்புக்களால் அவ்வுரைக்கு முன்பு இந்நூற்குப் பழையவுரை யொன் றிருந்ததாகவுந் தெரிகிறது. அவ்வுரை இக்காலத் தகப்படவில்லை. இந்நூலிற் சிலசில இடங்களில் அரும்பதவுரை யாசிரியர் கொண்ட பாடம் வேறாகவும், அடியார்க்கு நல்லார் கொண்ட பாடம் வேறாகவு முள்ளன. அவை அவ்வவ் விடத்துள்ள உரை வேறுபாடுகளால் நன்கு புலப்படும்.

*அரும்பதவுரை, ஆங்காங்குள்ள திரிசொற்களின் பொருளை மட்டுமே ஒருவாறு புலப்படுத்திச் சிற்சிலவிடத்து மேற்கோள்களை யுடையதாய் மிகச் சுருக்கமாக இந்நூல் முழுமைக்கும் எழுதப்பட்டுள்ளது. அவ்வுரையாசிரியர் பெயரும் அவரிருந்த விடமும் அவர்கால முதலியனவும் ஒருவாற்றானுந் தெரிந்துகொள்ளக் கூடவில்லை.

அடியார்க்கு நல்லாருரை அவ்வரும்பத வுரையைப் பெரும்பாலுந் தழுவியும், சிறுபான்மை மறுத்தும், சிலவிடத்துப் பதவுரையாயும், சிலவிடத்துப் பொழிப்புரையாயு மெழுதப்பட்டு, ஆங்காங்குச் சொன்னயம் பொருணயங்களை இனிது புலப்படுத்தி, உரியவிடங்களில் இயற்றமிழ்ப் பகுதியாகிய ஐந்திலக்கணங்களையும், இசைத் தமிழ் நாடகத் தமிழின் பகுதிகளையும் பலநூல் மேற்கோண்முகமாக நன்கு விளக்கும் விசேட வுரையோடுகூடி, இயன்றமட்டில் ஒவ்வொன்றையும் நன்கு தெரிவித்து மிக விரிவாக அமைந்துள்ளது. இவ்வுரை யாசிரியரிடமும் கால முதலியனவும் நன்கு விளங்கவில்லை. ஆயினும் இவ்வுரையாசிரியர்க்கு நிரம்பையர் காவல ரென்று ஒரு பெயருண் டென்பதும், இவ்வுரை அக்காலத்திருந்த பொப்பண்ண காங்கெயர் கோனென்ற ஒரு பிரபுவாற் செய்விக்கப்பட்ட தென்பதும் இவ்வுரைச் சிறப்புப் பாயிரச் செய்யுட்களால் தெரிகின்றன.

அடியார்க்கு நல்லா ருரையில், இக்காலத்து விசேடித்து வழங்குத லொழிந்த இசைத் தமிழ் நாடகத் தமிழிலக்கணங்களும் அவற்றிற்குரிய சூத்திரங்களும் பரிபாஷைகளும் இன்னும் வேறு பலவும் நிறைந்திருக்கின்றன வாதலால், இது படிப்போர்களுக்கு மிகவும் பயன்படும்.

---

* இவ்வரும்பதவுரை, தனியே அச்சிட்டு இப்புத்தகத்தி னிறுதியிற் சேர்க்கப்பட்டிருக்கிறது.

இந்நூலை அடியார்க்கு நல்லா ருரையுடன் பல பிரதி ரூபங்களைக் கொண்டு பரிசோதித்து எழுதுவோரால் நேர்ந்த வழுக்களை இயன்றவரையில் மாற்றி யாவருக்கும் பயன்படும்படி அச்சிடவேண்டு மென்று நெடுநாளைக்கு முன்பே உண்டான விருப்பம் நாள்தோறும் பெருகி என் மனத்தைக் கவர்ந்து கொண்டமையால் முன்பு சிந்தாமணியை அச்சிட்ட காலந்தொடங்கி அநேகம் கையெழுத்துப் பிரதிகள் தேடி அவற்றைக்கொண்டு பரிசோதித்து வந்தேன்; அவற்றுள் ஒரு பிரதியிலேனும் ஏழாவது, கானல் வரிக்கும் இருபதாவது வழக்குரை காதை முதலிய பிற்பாகத்திற்கும் உரை காணப்படவில்லை. சிலவிடத்துள்ள விசேட வுரைக்குறிப்பாற் கானல் வரிக்கு அடியார்க்கு நல்லார் உரையெழுதி யிருந்தா ரென்றும் பின்னுள்ளவற்றிற்கும் எழுத ஆயத்தமாகவிருந்தா ரென்றும் தெரிந்தமையால், அவைகளிருந்தால் எப்படியும் பெறலா மென்றெண்ணித் திருவாவடுதுறை யாதீனம் தருமபுர வாதீனம் திருவண்ணாமலை யாதினம் செங்கோல்மட முதலிய ஆதீன மடங்களிலும், சென்னையிலும் தஞ்சையிலுமுள்ள பழைய கையெழுத்துப் புத்தக சாலைகளிலும், ஆழ்வார்திருநகரி ஸ்ரீவைகுண்டம் வெள்ளூர் திருச்செந்தூர் ஆறுமுகமங்கலம் ஊர்க்காடு ஊற்றுமலை கடையநல்லூர் க்ருஷ்ணாபுரம் பூழியன்குடி கல்லிடைக்குறிச்சி விக்கிரமசிங்கபுரம் களக்காடு மேலகரம் செங்கோட்டை தென்காசி திருநெல்வேலி வண்ணார்பேட்டை பாளையங்கோட்டை கும்பகோணம் கொட்டையூர் சீகாழி சிதம்பரம் சேலம் பாகற்பட்டி தஞ்சை திரிசிரபுரம் திருப்பாதிரிப்புலியூர் துழாவூர் மதுரை மிதிலைப்பட்டி செவ்வூர் சென்னபட்டணம் திருமயிலை முதலிய பற்பல வூர்களிலுள்ள பரம்பரைத் தமிழ் வித்துவான்கள் வீடுகளிலுமுள்ள ஏட்டுப் புத்தகங்களிற் றேடியும் இத்தமிழ் நாட்டில் நான் செல்லக்கூடாத இடங்களிலும் இங்கிலாந்து பாரிஸ்நகரம் இவற்றிலுள்ள தமிழ் கையெழுத்துப் புத்தக சாலைகளிலும் ஆங்காங்குள்ள அன்பர்களைக் கொண்டு தேடுவித்தும் பார்த்தேன். அங்ஙனம் செய்தும் அவை கிடைக்கவில்லை. ஆதலால், இனி இவற்றைத் தேடுவதிற் பயனில்லை யென்றெண்ணிக் கிடைத்த வுரையையும் மூல முழுவதையுமே அச்சிட்டு முடித்தேன்; அடியார்க்கு நல்லா ருரை யில்லாத பகுதிகள் அரும்பதவுரையின் பேருதவியைக் கொண்டே ஒருவாறு பரிசோதிக்கப்பட்டன.

இவற்றிலுள்ள இசை நாடகப் பகுதிகள், இப்பொழுது கிடைத்த சச்சபுட வெண்பா, தாளசமுத்திரம், *சுத்தாநந்தப் பிரகாச முதலிய பழைய தமிழ் நூல்களைக் கொண்டும் இசையிலும் பரதத்திலும் வல்லோரை வினாவியும் ஒருவாறு ஆராய்ச்சி செய்யப்பட்டன. அங்ஙனம் செய்யப்பட்டும் சில பாகமட்டும் சற்றே விளங்கின. இசை நாடகங்களுக்குரிய பரிபாஷைகளிற் பெரும்பாலன வடமொழியிலும் தென் மொழியிலும் வேறுவே றுருவங்களோடு கூடியிருத்தலால் இவற்றிலுள்ள சொற்கள்பல வடநூல்களைக் கொண்டு தெரிந்து கொள்ளக் கூடவில்லை. அன்றியும் ஊர்காண் காதை யிலுள்ள நவமணி யிலக்கணமும் வேறு சிலவும் விசாரித்ததில் இப்பொழுதுள்ள வடநூல்களிற் கூறிய இலக்கணத்தோடு சிற்சில மாறுபாடுள்ளனவாகத் தெரிந்தன. இந்நூலில் அடியார்க்கு நல்லார் ஒவ்வொன்றையும் பழைய தமிழ் நூல் மேற்கோள்களைக் கொண்டு நன்கு புலப்படுத்தி யிருந்தும் அப்பழைய நூல்களும் அவற்றின் கருத்தை ஒருவாறு எடுத்துச் சொல்வோரும் இக்காலத் தில்லாமையால் அவை அறிதற் கரியவா யிருக்கின்றன. அன்றியும் இவற்றில் வந்திருக்கிற இயற்றமிழ்ச் சொற்களுட் சில இக்காலத்து

* இந்நூல் தில்லையம்பூர் ம-ா-ா-ஸ்ரீ வேங்கடராம ஐயங்காரவர்களாற் கிடைத்தது.

வழங்கா தொழிந்தமையால் அவற்றிற்குப் பொருள் ஒருதலையாகப் புலப்படவில்லை; அவற்றி னுருவமும் விளங்கவில்லை. ஆயினும் இப்படியே முன்பு விளங்காதிருந்தவைகள் பல இப்பொழுது இந்நூலாலும் இவ்வுரையாலும் ஒருவாறு விளங்கி வருதலால் இதுபோலப் பழைய நூல்களையும் உரைகளையும் ஒழுங்காக ஆராய்ச்சி செய்யச் செய்ய இவைகளும் பின்பு விளங்கு மென்பது என் துணிபு. ஆதலாற் பிரதிகளி லில்லாதவற்றைக் கூட்டியும் உள்ளவற்றை மாற்றியும் குறைத்தும் மனம்போனவாறே இவற்றைப் பதிப்பித்திலேன். உலக வழக்கு செய்யுள் வழக்கு என்னும் இரண்டையும் கருவியாகக்கொண்டு பலமுறை ஆராய்ச்சி செய்து பிரதிகளி லிருந்தவாறே பதிப்பித்தேன்.

மேற்கூறிய பழைய பிரதிகளுட் பல, இனி வழுப்பட வேண்டு மென்பதற் கிடமில்லாமற் பிழைபொதிந்து, அநேக வருடங்களாகத் தம்மைப் படிப்போரும் படிப்பிப்போரு மில்லை யென்பதையும் நூல்களைப் பெயர்த்தெழுதித் தொகுத்து வைத்தலையே விரதமாகக் கொண்ட சில புண்ணியசாலிக ளாலேயே தாம் உருக்கொண் டிருத்தலையும் நன்கு புலப்படுத்தின. ஒன்றோடொன் றொவ்வாது பிறழ்ந்து குறைவுற்றுப் பழுதுபட்டுப் பொருட் டொடர்பின்றிக் கிடந்த இப் பிரதிகளைப் பரிசோதித்த துன்பத்தை உள்ளுங்கால் உள்ளமுருகும்.

இதுவரையி லகப்படாத அடியார்க்கு நல்லா ருரைப்பகுதி இனி எப்பொழுது கிடைப்பினும் உடனே பரிசோதித்து வெளிப்படுத்த வேண்டு மென்பது எனது கருத்தாதலின் அதனை வைத்திருப்போர் தயைசெய்து அனுப்புவார்களாயின் உடனே அவர்கள் விரும்பியவண்ணம் உதவிபுரிந்து அதனை அச்சிட்டு அவர்கள் பெயரை நாட்டி வெளிப்படுத்தச் சித்தனாக விருக்கிறேன்.

இப் புத்தகத்தைக் கொண்டு வேறு நூல்களையும், அவற்றைக் கொண்டு இதனையும் ஆராய்ந்து உண்மை காண்டற்குக் கருவியாக இவ்வுரையிற் காணப்பட்ட பல விஷயங்கட்கும் தொகையகராதி முதலியன இம்முகவுரையின் பின்னர்ப் பதிப்பிக்கப்பட்டுள்ளன.

இந்நூலின் அருமைபெருமையையும் எனது சிறுமையையும் உய்த்துணரவல்ல விவேகிகள் இப்பதிப்பிற் காணப்படும் பிழைகளையும் அவற்றின் திருத்தங்களையும் தயைசெய்து தெரிவிப்பார்களாயின் அந் நன்றியை ஒருபொழுதும் மறவேன்.

எனக்கு இவற்றைத் தேடிப் பரிசோதித்து அச்சிடுவித்தமையா லுண்டான பொருட்செலவு என்னுடைய அளவை உத்தேசிக்குங்கால் மிகவதிகம். இவ்விஷயத்தில் எனக்குப் பெரும்பாலும் கவலை நீங்கும்படி அவ்வச் சமயத்துத் தங்கள் தங்களால் இயன்றவளவு அன்புடன் பொருளுதவி செய்துவந்த *கனவான்களை நான் எக்காலத்தும் மறவேன். அன்றியும், என்னை ஒருபொழுதும் நேரிற் காணாதவர்களாக விருந்தும் இந்நூல் இவ்வுரையுடன் நின்றுநிலவுதல் வேண்டி அச்சிடுவித்த லொன்றையே நன்குமதித்து நல்ல சமயத்தில் மிக்க பொருளுதவி செய்த கொழும்பு நகரத்துப் பிரபு சிகாமணியாகிய ம-௱-௱-ஸ்ரீ பொ. குமாரசாமி முதலியா ரவர்களுடைய பெருந்தன்மை எப்பொழுதும் மறக்கற்பால தன்று; இந்நூல் முழுமைக்கும் அடியார்க்கு நல்லாருரை அகப்படுமா வென்று இங்கிலாந்திலுள்ள கையெழுத்துப் புத்தகசாலைகளில் தேடிப் பார்த்த கனவானும் இவரே.

* இந்தக் கனவான்களுடைய பெயர்கள் இம் முகவுரையின் பின்னர்ப் பதிப்பிக்கப்பட்டிருக்கின்றன.

பாரிஸ் நகரத்துள்ள கையெழுத்துப் புத்தகசாலையில் தேடிப்பார்த்து உதவிசெய்தவர் புரொபஸர் ஜூலியன் வின்ஸன் என்பவர்.

இவற்றைப் பரிசோதிக்கத் தொடங்கிய காலமுதல் அடிக்கடி வினாவித் தூண்டுதல்செய்து ஊக்கமளித்து வந்த திருப்பாதிரிப்புலியூர் ம-ா-ா-ஸ்ரீ ஸாது சேஷையரவர்கள், சிலநாளைக்கு முன்பு இப்பதிப்பிற்கு வேண்டிய பொருள் வருவாயின்றி மிகுந்த முட்டுப்பாட்டால் யான் கவலையோ டிருத்தலை எனது நண்பர் ம-ா-ா-ஸ்ரீ ஸ். நாராயணஸாமி யையரவர்களா லறிந்து, 'இதன்பொருட்டு இனிச் சிறிதும் பொருட்கவலை யடைய வேண்டாம்' என்று சொல்லிப் பலவகையான பேருதவி புரிந்துவந்தார்கள். இவர்கள் அன்புடன் முன்னின்று உபகரித்தமையி னாலேயே இம்முயற்சி நிறைவேறிற்று. இம் மகோபகாரிக்கு என்னாற் செய்யப்படும் பிரதி யுபகாரம் யாதுளது?

சிறுவயல் ஜமீந்தா ரவர்களாகிய ம-ா-ா-ஸ்ரீ முத்து ராமலிங்கத் தேவரவர்கள், இந்நூலைப் பதிப்பிக்கத் தொடங்கிய காலமுதலாகச் சென்னையிலிருந்து எனக்குச் சகாயஞ் செய்யும்படி தம்மிடத்திலிருந்த திருமானூர் ம-ா-ா-ஸ்ரீ க்ருஷ்ணைய ரவர்களை நான் விரும்பிய வண்ணம் அனுப்பினார்கள்.

மிகவும் சிதைந்துபோன கையெழுத்துப் பிரதிகளை வைத்துக்கொண்டு சிறிதும் மனச்சலிப்பின்றி இரவும்பகலும் உடனிருந்து படித்து ஒப்புநோக்கிப் பலநாள் உதவிபுரிந்துவந்த வித்தியார்த்திக ளிடத்தும் மற்றை அன்பர்களிடத்தும் யான் மிக்க நன்றியறி வுள்ளவனாக விருக்கிறேன்.

இச் சிலப்பதிகாரத்தைப் போலவே நான் பதிப்பிக்க விரும்பிய நூல்கள் ஒவ்வொன்றையும் கருதியவண்ணம் நிறைவேற்றுதற் பொருட்டும் பிரதி யுதவி பொருளுதவி முதலியன புரிந்தோர் பெருவாழ்வடையும் பொருட்டுந் திருவருள் சுரக்கும்படி எல்லாம் வல்ல முழுமுதற் கடவுளாகிய இறைவனுடைய திருவடித் தாமரைகளைப் பிரார்த்திக்கின்றேன்.

இவ்வுரையைப் பதிப்பிக்குங் காலத்து விளங்காத மேற்கோள்களுள் இடம் விளங்கியவை:

பக்கம்	**வரி**	**மேற்கோள்**	**நூல்**
௫௰	க௰	"ஈத்துவக்கும்..."	திருக்குறள், ஈகை, அ.
க௩அ	கக	"மாசற விசித்த... வீங்கிது செயலே"	புறநானூறு, ௫௰.
உ௪உ	உ௬	"வாரிய பெண்ணை வருகுரும்பை வாய்த்தனபோ லேரியவாயினு மென்செய்யுங் — கூரிய கோட்டானைத் தென்னன் குளிர்சாந் தணியகலங் கோட்டுமண் கொள்ளா முலை."	*முத்தொள்ளாயிரம்
௩௪௯	௬	"தெறுகதிர் ஞாயிறு நடுநின்று காய்தலின்"	புறநானூறு, கஎ.

* முத்தொள்ளாயிர மென்னுநூல் இப்பொழுது கிடைக்கவில்லை; ஆயினும் "வாரிய பெண்ணை" என்னும் இவ்வெண்பா, தான் எடுத்துக்காட்டுஞ் செய்யுட்களின் தலைப்பில் அவ்வந் நூற்பெயரை யெழுதி விளக்கும் புறத்திரட் டென்னும் புத்தகத்தி லெழுதப்பட்டிருத்தலால், முத்தொள்ளாயிரத்திலுள்ள தென்றறியப்பட்டது. தொல்காப்பியச் செய்யுளியலில், ௭௪ - க௦௫-ம் சூத்திரவுரையில் இதனை நச்சினார்க்கினியரும் எடுத்துக்காட்டினர்.

சீவகசிந்தாமணி பத்துப்பாட்டு நச்சினார்க்கினிய ருரையில் முன்பு இடம் விளங்காத மேற்கோள்களுள் இப்பொழுது விளங்கியவை இப்புத்தகத்தின் பின்னர்ப் பதிப்பிக்கப் பட்டிருக்கின்றன.

எனக்குக் கிடைத்த சிலப்பதிகாரப் பிரதிகளின் விவரம்:

அடியார்க்கு நல்லா ருரையோடுகூடிய பிதிகள்

திருவாவடுதுறை யாதீனத்துப்		பிரதி	க
	ஷை ஆதீனத்து மஹாவித்துவான்		
ம-ா-ா-ஸ்ரீ	சி. மீனாட்சிசுந்தரம் பிள்ளை யவர்கள்	”	க
	திரிசிரபுரம்		
”	சி. தியாகராஜ செட்டியா ரவர்கள்	”	க
	திருநெல்வேலி		
”	சாலிவாடீசுவர ஓதுவா ரவர்கள்	”	க
	சேலம்		
”	இராமஸாமி முதலியா ரவர்கள்	”	க
	சிதம்பரம்		
”	சாமி ஐயங்கா ரவர்கள்	”	க
	சென்னை		
”	தொ. வேலாயுத முதலியா ரவர்கள்	”	க
”	ரூ. அப்பன் செட்டியா ரவர்கள்	”	க
”	குருஸாமி ஐய ரவர்கள்	”	க
	திருமயிலை		
”	அண்ணாஸாமி உபாத்தியாயர்	”	க
	யாழ்ப்பாணம்		
”	சி.வை. தாமோதரம் பிள்ளை யவர்கள்	”	க
”	தி. குமாரசாமிச் செட்டியா ரவர்கள்	”	உ
”	வி. கனகசபைப் பிள்ளை யவர்கள்	”	க
		ஆக உரைப்பிரதி	கச

மூலப்பிரதிகள்

ம-ா-ா-ஸ்ரீ	சி. மீனாட்சிசுந்தரம் பிள்ளை யவர்கள்	பிரதி	க
	மிதிலைப்பட்டி		
”	அழகிய சிற்றம்பலக் கவிராய ரவர்கள்	”	க
	திருநெல்வேலி		
”	சாலிவாடீசுவர ஓதுவா ரவர்கள்	”	க
	ஆறுமுகமங்கலம்		
”	குமாரசாமி பிள்ளை யவர்கள்	”	க
	திரிசிரபுரம்		
”	அண்ணாஸாமி பிள்ளை யவர்கள்	”	க
	திருமயிலை		
”	அண்ணாஸாமி உபாத்தியாயர்	”	க
	யாழ்ப்பாணம்		
”	தி. குமாரசாமிச் செட்டியா ரவர்கள்	”	க
”	வி. கனகசபைப் பிள்ளை யவர்கள்	”	க
		ஆக மூலப்பிரதி	அ

இந்நூலை அச்சிடுவித்தற்குப்

பொருளுதவி செய்த கனவான்கள் பெயர்

திருவாவடுதுறை யாதீனம்

ஸ்ரீலஸ்ரீ அம்பலவாண தேசிக ரவர்கள்

திருவண்ணாமலை யாதீனம்

" ஆறுமுக தேசிக ரவர்கள்

திருப்பனந்தாட் காசிமடாதிபதி

ஸ்ரீமத் சாமிநாத தம்பிரா னவர்கள்

கொழும்பு

ம-ள-ள-ஸ்ரீ பொ. குமாரசாமி முதலியா ரவர்கள்

தஞ்சை

" கே. கல்யாணசுந்தர ஐய ரவர்கள்

புதுக்கோட்டை

சின்ன அரண்மனைத் துரை யவர்களாகிய
" பாலசுப்பிரமணிய ரகுநாத தொண்டைமா னவர்கள்

பாலைக்காடு

" பா. ஐ. சின்னஸாமி பிள்ளை யவர்கள்

தேவிகோட்டை

" வீர. லெ. இராமநாத செட்டியா ரவர்கள்
" வீர. லெ. சிந்நயச் செட்டியா ரவர்கள்
" அழ. அரு. இராமசாமிச் செட்டியா ரவர்கள்
" அழ. சுப. சு. சுப்பிரமணியச் செட்டியா ரவர்கள்

வீடூர்

" உலோ. சந்திரநாத செட்டியா ரவர்கள்.

இங்ஙனம்,
உத்தமதானபுரம்
வே. சாமிநாதையன்

உ
கணபதி துணை

இளங்கோவடிகளருளிச்செய்த
சிலப்பதிகார மூலமும் அரும்பதவுரையும் அடியார்க்கு நல்லாருரையும்

இவை
உத்தமதானபுரம்
மஹாமஹோபாத்தியாய
வே. சாமிநாதையரால்
பல பிரதிருபங்களைக்கொண்டு
பரிசோதித்து
பலவகை ஆராய்ச்சிக் குறிப்புக்களுடன்
திருக்கைலாய பரம்பரைத்
திருவாவடுதுறை யாதீனகர்த்தரவர்களாகிய
ஸ்ரீலஸ்ரீ
சுப்பிரமணிய தேசிகரவர்களுடைய
உதவியைக்கொண்டு

சென்னை:
கமர்ஷியல் அச்சுக்கூடத்திற்
பதிப்பிக்கப்பெற்றன.

ரௌத்திரி ஹ

1920

(Copyright Registered)

இரண்டாம் பதிப்பு [இதன்விலை ரூபா.8-12-0

உ

கணபதி துணை.

இளங்கோவடிகளருளிச்செய்த

சிலப்பதிகார மூலமும்

அரும்பதவுரையும்

அடியார்க்குநல்லாருரையும்.

இவை

உத்தமதானபுரம்

மஹாமஹோபாத்தியாய

வே. சாமிநாதையரால்

பல பிரதிருபங்களைக்கொண்டு

பரிசோதித்து,

பலவகை ஆராய்ச்சிக் குறிப்புக்களுடன்

திருக்கைலாயபரம்பரைத்

திருவாவடுதுறையாதீனகர்த்தரவர்களாகிய

ஸ்ரீலஸ்ரீ,

சுப்பிரமணிய தேசிகரவர்களுடைய

உதவியைக்கொண்டு

சென்னை:

கமர்ஷியல் அச்சுக்கூடத்திற்

பதிப்பிக்கப்பெற்றன

ரௌத்திரி ௵

1920.

இரண்டாம்பதிப்பு.] [இதன்விலை ரூபா. 8-12-0.

உ
கணபதி துணை

முகவுரை

சந்தனப் பொதியத் தடவரைச் செந்தமிழ்ப்
பரமா சாரியன் பதங்கள்
சிரமேற் கொள்ளுதுந் திகழ்தரற் பொருட்டே.

தமிழ்ப் பாஷையிலுள்ள பழைய காப்பியமைந்தனுள் ஒன்றாகிய சிலப்பதிகார மென்பது சேரமுனியாகிய இளங்கோவடிகளால் இயற்றப்பெற்றது; பழைய உரையாசிரியர்களால் எடுத்துக்காட்டப்படும் பிரமாண நூல்களு ளொன்று; சொற்சுவை பொருட் சுவைகளிற் சிறந்து விளங்குவது; எவ்வெப் பொருளைச் சொல்லினும் அவ்வப் பொருளை நேரிற் கண்டாற்போல மனத்திற்குத் தோற்றும் வண்ணம் நன்கு புலப்படுத்தும் தெள்ளிய இனிய நன்னடையை யுடையது; காவிரிப்பூம்பட்டினத்தி லிருந்த பெருங்குடி வாணிகர் மரபினராகிய கற்பிற்சிறந்த கண்ணகி அவள் கணவன் கோவலன் என்பவருடைய சரித்திரத்தை விரித்துக் கூறுவது; தமிழ் நாட்டரசர் மூவருடைய இராசதானிகளாகிய புகார் (காவிரிப்பூம்பட்டினம்), மதுரை, வஞ்சி யென்னும் மூன்றன் பெருமைகளையும் விளக்குவது; பண்டைக் காலத்திருந்த பலவகை மாந்தருடைய ஒழுக்கம் முதலியவற்றை இக்காலத்தார் எளிதிற் றெரிந்து கொள்ளுதற்குச் சிறந்த கருவியாகவுள்ளது; அரசர் நீதியிற் சிறிது பிழைப்பினும் அவரை அறக்கடவுள் கூற்றாய் நின்று கொல்லு மென்பதும், கற்புடை மகளிரை மக்களே யன்றித் தேவரும் முனிவருந் துதித்தல் இயல்பென்பதும், இருவினையும் செய்த முறையே செய்தோனை நாடிவந்து தம் பயனை நுகர்விக்கு மென்பதுமாகிய இம்மூன்றினையும் முக்கியப் பொருளாகக் கொண்டு இளங்கோவடிகளாற் செய்யப்பட்டது; இவற்றைச் சிலம்பு காரணமாகத் தெரிவித்தலின், இந்நூல் சிலப்பதிகார மென்னும் பெயர் பெற்றது.

இன்னும் முத்தமிழும் விரவப்பெற்ற தாதலின், இந்நூல் இயலிசை நாடகப் பொருட்டொடர் நிலைச் செய்யுளென்றும், நாடக வுறுப்புக்களை உடைத்தாதலின் நாடகக் காப்பிய மென்றும், உரைப்பாட்டும் இசைப்பாட்டும் இடையிடையே விரவப் பெற்றதாதலின் உரையிடையிட்ட பாட்டுடைச் செய்யு ளென்றும் பெயர் பெறும். தொல்காப்பியம் செய்யுளியல், கஎஅ-ஆம் சூத்திரவுரையில் நச்சினார்க்கினியர், "பாட்டிடை வைத்த குறிப்பினானு மென்பது ஒரு பாட்டினை இடையிடைக் கொண்டு நிற்குங் கருத்தினான் வருவனவும் எ—று; அவை தகடூர் யாத்திரையும் சிலப்பதிகாரமும் போல்வன" என்றும், "தொன்மைதானே, உரையொடு

புணர்ந்த பழமை மேற்றே" (ஷை. சூ. உஙள) என்பத னுரையில் "அவை பெருந்தேவனார் செய்த பாரதமும் தகடூர்யாத்திரையும் போல்வன; சிலப்பதிகாரமும் அதன்பாற்படும்" என்றும் எழுதியிருத்தல் இங்கே அறியத்தக்கது.

"சிந்தா மணியாஞ் சிலப்பதிகா ரம்படைத்தான்" (தணிகையுலா, ருஉசூ) எனச் சிலேடையில் இந்நூற்பெயர் அழகுற அமைந்திருத்தலும், வஞ்சின மாலையில் ரு-ஆம் அடி முதலியவற்றிற் கூறப்பெற்றுள்ள கற்புடைமாதர்கள், பட்டினத்துப் பிள்ளையார் புராணத்துப் பூம்புகார்ச் சருக்கத்தும், "பழிமான முந்தம் மனையறங் காத்தலும் பார்த்திபரைத், தொழுமா தரவும் பெறுங்கற்பி னாற்றுதித் தோர்க்குச் செம்பொன், பொழிமான துங்கன் குலோத்துங்க சோழன் புகார்ப்பிறந்தா, ரெழுமாத ரோடிவ ளெண்மாத ராவள்" என்னும் குலோத்துங்க சோழன் கோவை சஉசூ - ஆம் பாடலிலும் பாராட்டப் பெற்றிருத்தலும் அறிந்து இன்புறற்பாலன.

ஊர்காண்காதை கஅ௦-அடி முதலியவற்றிலும் அவற்றின் உரைகளிலும் காணப்படும் நவமணி யிலக்கணங்கள் திருவாலவாயுடையார் திருவிளையாடற் புராணத்தில், மாணிக்கம் விற்ற திருவிளையாடலிலும் காணப்படுகின்றன.

இக்கதை நடந்த காலமும் இளங்கோவடிகள் காலமும் ஒன்றென்றும் இது முதலில் தமிழிலேயே அவராற் செய்யப்பட்டதென்றும் இந்நூற் பதிகச் செய்யுளாலும், வரந்தரு காதையாலும் விளங்குகின்றமையின், இச்சரித்திரம் வேறு பாஷையிலிருந்து வந்ததென்று சொல்வதற் கிடமில்லை. இதனாலேயே இதன் பல பகுதிகள் காதை யென்று பெயர் பெற்றனபோலும்.

இச்சிலப்பதிகாரம், இளங்கோவடிகளாலேயே செய்யப்பட்டதற்குக் காரணமும் கதைச் சுருக்கமு மமைந்துள்ள பதிகச் செய்யுளை முதலிற் பெற்று, மங்கல வாழ்த்துப் பாடல் முதலிய பத்துறுப்புக்களை யுடைய புகார்க் காண்டமும், காடுகாண் காதை முதலிய பதின்மூன்று உறுப்புக்களை யுடைய மதுரைக் காண்டமும், குன்றக்குரவை முதலிய ஏழுறுப்புக்களை யுடைய வஞ்சிக் காண்டமுமாகப் பகுக்கப்பெற்றுள்ளது. இதில் இயற்றமிழின் பாகுபாடான வெண்பா, அகவற்பா, கலிப்பா என்பவைகளும், இசைத் தமிழின் பாகுபாடான ஆற்றுவரி, ஊசல்வரி, கந்துகவரி முதலிய பாக்களும், நாடகத் தமிழின் பாகுபாடான உரைப்பாட்டுக்களும் வந்துள்ளன. இவற்றுள் மிகுதியாக வுள்ளவை அகவற் பாக்களே. இவை, தொல்காப்பியம் செய்யுளியல், கருஎ-ஆம் சூத்திரவுரையில் இளம்பூரணரால் பெரியபாட்டுக்கு உதாரணமாகக் காட்டப்பெற்றுள்ளன.

இந்நூற்கு அரும்பதவுரை யென்றும், அடியார்க்கு நல்லாருரை யென்றும் இரண்டுரைக ளுண்டு. இந்திர விழவூரெடுத்த காதையில், "ஐம்பெருங் குழுவு மெண்பே ராயமும்" [ப. கசுஎ] என்பதன் விசேடவுரையில், "இனி. . . . எனக் காட்டுவர் அரும்பத வுரையாசிரியர்" என்று அடியார்க்கு நல்லார் எழுதியிருத்தலால், இவ்விரண் டுரையுள், அரும்பத வுரையே முந்தியதென்று தெரிகிறது. இப்படியே அரும்பத வுரையிலுள்ள சில குறிப்புக்களால் அவ்வுரைக்கு முன்பும் இந்நூற்கு வேறு பழையவுரை யொன் றிருந்திருக்கலா மென்றும் தோற்றுகிறது. அவ்வுரை இக்காலத்து அகப்படவில்லை. இந்நூலிற் சிலசில இடங்களில் அரும்பத வுரையாசிரியர் கொண்ட பாடம் வேறாகவும், அடியார்க்கு நல்லார் கொண்ட பாடம் வேறாகவுமுள்ளன. அடியார்க்கு நல்லார் உரையுள்ள பகுதி வரையில் அவர் கொண்ட மூலபாடமே இப் புத்தகத்திற் பதிப்பிக்கப் பெற்றிருக்கிறது.

அரும்பதவுரை யாசிரியர் கொண்ட பாடம் வேறாயுள்ள இடங்களில் அப்பாடத்தைப் புலப்படுத்தற்கு ஆங்காங்கு அவ்வுரையின்முன், ‘பா’ (பாடபேதம்) என்னும் குறிப்பு அமைக்கப்பட்டுள்ளது.

அரும்பதவுரை, ஆங்காங்குள்ள திரிசொற்களின் பொருளை மட்டுமே ஒருவாறு புலப்படுத்திச் சிற்சிலவிடத்து மேற்கோள்களை உடையதாய் மிகச் சுருக்கமாக இந்நூல் முழுமைக்கும் அமைந்துள்ளது. அவ்வுரையாசிரியர் பெயரும் அவர் இருந்தவிடமும் அவர் காலம் முதலியனவும் ஒருவாற்றானும் தெரிந்துகொள்ளக் கூடவில்லை.

பல வருடங்களுக்கு முன்பு மிகவும் பழையதாகிய இந்த அரும்பதவுரைப் பிரதி யொன்று எனது நண்பர் தேரழுந்தூர் ஸ்ரீ சக்கரவர்த்தி இராஜகோபாலாசாரிய ரவர்களிட மிருந்து கிடைத்தது. அது மிகவும் பழுதுபட்டு ஏடுகள் குறைந்தும் உள்ள ஏடுகள் தேய்ந்தும் முன்னுள்ளவைகள் பின்னும் பின்னுள்ளவைகள் முன்னுமாக மாறி எழுதப்பட்டும் அதிகமாகப் பிழைகள் விரவியும் இருந்தது. அதனோடு ஒப்பு நோக்கிப் பொருளை ஒழுங்குபடுத்துவதற்கு இன்னும் கையெழுத்துப் பிரதிகள் கிடைத்தால் அனுகூலமாக விருக்குமென்று பலவிடங்களிலே தேடிப்பார்த்தும் வேறு பிரதி அகப்படவில்லை. அந்த ஒரு பிரதியைமட்டும் சோதித்துப் பதிப்பித்தற்கு எனக்குச் சிறிதும் மனமில்லை யாயினும், இவ்வொரு பிரதியும் சில நாளில் இறந்துவிடின் அதனோடு இவ்வுரை இறந்தேவிடு மாகையால் இதனைச் சோதித்துப் பதிப்பிக்கவேண்டு மென்று சில அன்பர்கள் தூண்டினமையால், துணிந்து பரிசோதித்து 1892ஆம் வருஷத்தில் வெளிப்படுத்தலானேன். அப்பதிப்பில் அரும்பதவுரை இறுதியில் தனிப்பகுதியாகப் பதிப்பிக்கப் பெற்றிருந்தது; இந்தப் பதிப்பிற் சில காரணங்களால் மூலமுள்ள பக்கங்களிலேயே கீழே ஷை உரை பதிப்பிக்கப் பெற்றிருக்கின்றது. இதிலுள்ள மேற்கோள்களுள் அடியார்க்கு நல்லார் உரையால் விளங்குவனவற்றின் முதல் இறுதிகளை மட்டும் விளக்கி அவற்றின் இடையில் (. . . . .) இவ்வொற்றைப் புள்ளி நிரைகள் போடுவித்தும், அவ்வுரையிற் காணப்படாத மேற்கோள்களை முற்றுங்காட்டியும், ஏடுகளிற் பழுதுபட்டுப்போன இடங்களைப் புலப்படுத்துவதற்கு அவ்வவ் விடங்களில் மேற்கூறிய ஒற்றைப் புள்ளிநிரையை அமைத்தும் விளங்காத பாகத்தின் முதல் இறுதிகளில் [ ] இவ் விருதலைப் பகரம் சேர்த்தும், படிப்பவர்களுக்குப் பொருள் புலப்படுதற்கு மூலத்தின் வரியெண்களையேனும் முதலையேனும் அவ்வவ் விடங்களில் அமைத்தும் பதிப்பித்திருக்கிறேன்.

அடியார்க்கு நல்லாருரை முதலிலிருந்து வழக்குரை காதை வரையுமே யுள்ளது. மேற்கூறிய அரும்பதவுரையை அது பெரும்பாலுந் தழுவியும், சிறுபான்மை மறுத்தும், சிலவிடத்துப் பதவுரையாயும், சிலவிடத்துப் பொழிப்புரையாயும் எழுதப்பட்டு, சொன்னயம் பொருணயங்களை இனிது புலப்படுத்தி, உரியவிடங்களில் இயற்றமிழ்ப் பகுதியாகிய ஐந்திலக்கணங்களையும், இசைத் தமிழ் நாடகத் தமிழின் பகுதிகளையும் பல நூன் மேற்கோள்முகமாக நன்கு விளக்கும் விசேடவுரையோடு கூடி மிக விரிவாக அமைந்துள்ளது. இவ்வுரையில், இக்காலத்தில் விசேடித்து வழங்காத இசைத் தமிழ் நாடகத் தமிழிலக்கணங்களும் அவற்றிற்குரிய சூத்திரங்களும், பரிபாஷைகளும், இன்னும் வேறு பலவும் நிறைந்திருக்கின்றன வாதலால், இது நூலாராய்ச்சி செய்வோருக்கு மிகவும் பயன்படும். இவ்வுரை யாசிரியர்க்கு நிரம்பையர் காவல ரென்று ஒரு பெயருண் டென்பதும், இவ்வுரை அக்காலத்திருந்த

பொப்பண்ண காங்கெயர் கோன் என்ற ஒரு பிரபுவாற் செய்விக்கப்பட்ட தென்பதும் கக-ஆம் பக்கத்துள்ள உரைச் சிறப்புப் பாயிரச் செய்யுட்களால் தெரிகின்றன.

இந்நூலை அடியார்க்கு நல்லா ருரையுடன் பல பிரதிருபங்களைக் கொண்டு பரிசோதித்து எழுதுவோரால் நேர்ந்த வழுக்களை இயன்றவரையில் மாற்றி யாவருக்கும் பயன்படும்படி அச்சிடவேண்டு மென்று நெடு நாளைக்கு முன்பே உண்டான விருப்பம் நாள்தோறும் பெருகி என் மனத்தைக் கவர்ந்துகொண்டமையால், சீவகசிந்தாமணியை முதலில் அச்சிட்ட காலந்தொடங்கிப் பல கையெழுத்துப் பிரதிகளைத் தேடி அவற்றின் உதவியால் பரிசோதித்து வந்தேன்; அவற்றுள் ஒரு பிரதியிலேனும் ஏழாவது, கானல் வரிக்கும் இருபதாவது வழக்குரை காதை முதலிய பிற்பாகத்திற்கும் உரை காணப்பட வில்லை. சில இடத்துள்ள விசேடவுரைக் குறிப்பாற் கானல் வரிக்கு அடியார்க்கு நல்லார் உரை யெழுதியிருந்தா ரென்றும் பின்னுள்ளவற்றிற்கும் எழுத ஆயத்தமாகவிருந்தா ரென்றும் தெரிந்தமையால், அவைகளிருந்தால் எப்படியும் பெறலாமென் றெண்ணித் திருவாவடுதுறை யாதீனம் தருமபுர வாதீனம் திருவண்ணாமலை யாதீனம் செங்கோல் மடம் முதலிய ஆதீன மடங்களிலும், சென்னையிலும் தஞ்சையிலுமுள்ள பழைய கையெழுத்துப் புத்தகசாலைகளிலும், ஆழ்வார்திருநகரி ஸ்ரீவைகுண்டம் வெள்ளூர் திருச்செந்தூர் ஆறுமுகமங்கலம் ஊர்க்காடு ஊற்றுமலை கடையநல்லூர் கிருஷ்ணாபுரம் பூழியன்குடி கல்லிடைக் குறிச்சி விக்கிரமசிங்கபுரம் களக்காடு மேலகரம் செங்கோட்டை தென்காசி திருநெல்வேலி வண்ணார்பேட்டை பாளையங்கோட்டை கும்பகோணம் கொட்டையூர் சீகாழி சிதம்பரம் சேலம் பாகற்பட்டி தஞ்சை திரிசிரபுரம் திருப்பாதிரிப்புலியூர் துழாவூர் மதுரை மிதிலைப்பட்டி செவ்வூர் சென்னபட்டணம் திருமயிலை முதலிய பற்பல வூர்களிலுள்ள பரம்பரைத் தமிழ் வித்துவான்கள் வீடுகளிலும் சென்றுதேடியும் இத்தமிழ்நாட்டில் நான் செல்லக்கூடாத இடங்களிலும் *இங்கிலாந்து பாரிஸ் நகரம் இவற்றிலிருக்கும் கையெழுத்துப் புத்தகசாலைகளிலும் ஆங்காங்குள்ள அன்பர்களைக் கொண்டு தேடுவித்தும் பார்த்தேன். அங்ஙனம் செய்தும் அவற்றின் உரைப்பகுதி கிடைக்கவில்லை. ஆதலால், தேடுவதிற் பயனில்லை யென்றெண்ணிக் கிடைத்த வுரையையும் மூலமுழுவதையும் மேற்கூறிய 1892ஆம் வருஷத்தில் முதன்முறை அச்சிட்டு முடித்தேன்; அடியார்க்கு நல்லாருரை யில்லாத பகுதிகள் அரும்பதவுரையின் பேருதவியைக் கொண்டே ஒருவாறு பரிசோதிக்கப் பெற்றன.

இவற்றிலுள்ள இசை நாடகப் பகுதிகள், எனக்குக் கிடைத்த சச்சபுடவெண்பா, தாளசமுத்திரம், +சுத்தாநந்தப் பிரகாச முதலிய பழைய தமிழ் நூல்களைக் கொண்டும் இசையிலும் பரதத்திலும் வல்லோரை வினாவியும் ஒருவாறு ஆராய்ச்சி செய்யப் பெற்றன. அங்ஙனம் செய்யப்பட்டும் சில பாகமட்டும் சற்றே விளங்கின. இசை நாடகங்களுக்குரிய பரிபாஷைகளிற் பெரும்பாலன வடமொழியிலும் தென்மொழியிலும் வேறுவே றுருவங்களோடு கூடியிருத்தலால் இவற்றிலுள்ள சொற்கள் பல வடநூல்களினால் தெரிந்துகொள்ளக் கூடவில்லை. அன்றியும்

---

* இங்கிலாந்திலுள்ள கையெழுத்துப் புத்தகசாலைகளில் தேடிப்பார்த்த கனவான் கொழும்பு நகரத்துப் பிரபு சிகாமணியாக விளங்கிய ஸ்ரீ பொ. குமாரசாமி முதலியாரவர்கள்; பாரிஸ் நகரத்துள்ள கையெழுத்துப் புத்தகசாலையில் தேடிப்பார்த்து உதவிசெய்தவர், புரொபெஸர், ஜூலியன் வின்ஸன் என்பவர்.

+ இந்நூல் தில்லையம்பூர் ஸோமயாஜி ஸ்ரீவேங்கடராம ஐயங்கா ரவர்களாற் கிடைத்தது.

ஊர்காண் காதை யிலுள்ள நவமணி யிலக்கணமும் வேறு சிலவும் விசாரித்ததில் இப்பொழுதுள்ள வடநூல்களிற் கூறிய இலக்கணத்தோடு சிற்சில மாறுபாடுள்ளனவாகத் தெரிந்தன. இந்நூலில் அடியார்க்கு நல்லார் ஒவ்வொன்றையும் பழைய தமிழ் நூல் மேற்கோள்களைக் கொண்டு நன்கு புலப்படுத்தியிருந்தும் அப்பழைய நூல்களும் அவற்றின் கருத்தை ஒருவாறு எடுத்துச் சொல்வோரும் இக்காலத் தில்லாமையால் அவை அறிதற்கரியவா யிருக்கின்றன. அன்றியும் இவற்றில் வந்திருக்கிற இயற்றமிழ்ச் சொற்களுட் சில இக்காலத்து வழங்கா தொழிந்தமையால் அவற்றிற்குப் பொருள் ஒருதலையாகப் புலப்படவில்லை; அவற்றி னுருவமும் விளங்கவில்லை. ஆயினும் இப்படியே முன்பு விளங்கா திருந்தவைகள் பல பின்பு இந்நூலாலும் இவ்வுரையாலும் ஒருவாறு விளங்கி வருதலால் இது போலப் பழைய நூல்களையும் உரைகளையும் ஒழுங்காக ஆராய்ச்சி செய்யச் செய்ய அவைகளும் விளங்குமென்பது என் துணிபாதலின் உலக வழக்கு, செய்யுள் வழக்கு என்னும் இரண்டையும் கருவியாகக் கொண்டு பலமுறை ஆராய்ச்சி செய்து பிரதிகளில் இருந்தவாறே பதிப்பித்தேன்.

மேற்கூறிய பழைய பிரதிகளுட் பல, இனி வழுப்பட வேண்டு மென்பதற் கிடமில்லாமற் பிழை பொதிந்து, அநேக வருடங்களாகத் தம்மைப் படிப்போரும் படிப்பிப்போருமில்லை யென்பதையும் நூல்களைப் பெயர்த்தெழுதித் தொகுத்து வைத்தலையே விரதமாகக் கொண்ட சில புண்ணியசாலிகளாலேயே தாம் உருக்கொண் டிருத்தலையும் நன்கு புலப்படுத்தின. ஒன்றோடொன்று ஒவ்வாது பிறழ்ந்து குறைவுற்றுப் பழுதுபட்டுப் பொருட் டொடர்பின்றிக் கிடந்த இப்பிரதிகளைப் பரிசோதித்த துன்பத்தை உள்ளுங்கால் உள்ளம் உருகும்.

இதன் முதற்பதிப்பு வெளியாகி ஏறக்குறைய முப்பது வருஷங்களாகியும் முன் அகப்படாத பகுதிகளின் உரையுள்ள பிரதி இதுவரை கிடைக்கவில்லை. இனி எப்பொழுது கிடைப்பினும் அதனைப் பரிசோதித்து வெளிப்படுத்தலா மென்பது எனது கருத்தாதலின் அதனை வைத்திருப்போர் தயைசெய்து அனுப்புவார்களாயின் உடனே அவர்களுக்கு இயன்ற உதவிபுரிந்து அதனை அச்சிட்டு அவர்கள் பெயருடன் வெளிப்படுத்தச் சித்தனாக இருக்கிறேன்.

இந்நூலைக் கொண்டு வேறு நூல்களையும், அவற்றைக் கொண்டு இதனையும் ஆராய்ந்து உண்மை காண்டற்குக் கருவியாக மூலத்திலும் உரையிலும் காணப்பட்ட பல விஷயங்களும் தொகையகராதி முதலியனவாக முதற் பதிப்பில் அதன் முகவுரையின் பின்னர்ப் பதிப்பிக்கப்பெற் றிருந்தன. இப்பதிப்பில் அவைகளையும், மூலத்திலும் இருவகை உரைகளிலும் காணப்பட்டு முன்பு பதிப்பிக்கப்பெறாம லிருந்த அரும்பதங்களையும், அருந்தொடர்களையும், சில உவமான உவமேயங்க ளையும், பழைய செய்திகளையும், வழக்கங்களையும் ஒருங்குசேர்த்து ஒரே அகராதியாக நூலின்பின் 'அரும்பத முதலியவற்றின் அகராதி' என்னும் பெயருடன் பதிப்பிக்க லானேன். இவ்வகராதியில் சில அரும்பதங்களுக்கு உரையும் எழுதப் பெற்றிருக்கிறது. இந்நூற் பகுதிகளை ஒத்த பிறநூற் பகுதிகளும், இந்நூற் பகுதிகள் மேற்கோளாக வந்துள்ள இடங்களும் மூலமுள்ள பக்கத்தில் அரும்பதவுரைக்குக் கீழே குறிக்கப்பெற்றுள்ளன. முதற்பதிப்பில் 'என' என்று கொண்ட ஆசிரியப்பாக்களின் இறுதியசை இந்தப் பதிப்பில் 'என்' என்று கொள்ளப்பட்டது.

முதற் பதிப்பின் பரிசோதனைக்குக் கிடைத்த கையெழுத்துப் பிரதிகளின் விவரம்:

அடியார்க்கு நல்லாருரையோடு கூடியவை

திருவாவடுதுறை	யாதீனத்துப்		பிரதி	க
	ஷ ஆதீனத்து மஹாவித்துவான்			
	ஸ்ரீ	சி. மீனாட்சிசுந்தரம் பிள்ளை யவர்கள்	”	க
திரிசிரபுரம்	”	சி. தியாகராஜ செட்டியா ரவர்கள்	”	க
திருநெல்வேலி	”	சாலிவாடீசுவர ஓதுவா ரவர்கள்	”	க
சேலம்	”	இராமஸாமி முதலியா ரவர்கள்	”	க
சிதம்பரம்	”	சாமி ஐயங்கா ரவர்கள்	”	க
சென்னை	”	தொ. வேலாயுத முதலியா ரவர்கள்	”	க
”	”	ஸூ. அப்பன் செட்டியா ரவர்கள்	”	க
”	”	குருஸாமி ஐயரவர்கள்	”	க
திருமயிலை	”	அண்ணாஸாமி உபாத்தியாய ரவர்கள்	”	க
யாழ்ப்பாணம்	”	சி.வை. தாமோதரம் பிள்ளை யவர்கள்	”	க
”	”	தி. குமாரசாமிச் செட்டியா ரவர்கள்	”	உ
”	”	வி. கனகசபைப் பிள்ளை யவர்கள்	”	க
			ஆக உரைப்பிரதி	கச

மூலப்பிரதிகள்

	ஸ்ரீ	சி. மீனாட்சிசுந்தரம் பிள்ளை யவர்கள்	பிரதி	க
மிதிலைப்பட்டி	”	அழகிய சிற்றம்பலக் கவிராய ரவர்கள்	”	க
திருநெல்வேலி	”	சாலிவாடீசுவர ஓதுவா ரவர்கள்	”	க
ஆறுமுகமங்கலம்	”	குமாரசாமி பிள்ளை யவர்கள்	”	க
திரிசிரபுரம்	”	அண்ணாஸாமி பிள்ளை யவர்கள்	”	க
திருமயிலை	”	அண்ணாஸாமி உபாத்தியாய ரவர்கள்	”	க
யாழ்ப்பாணம்	”	தி. குமாரசாமிச் செட்டியா ரவர்கள்	”	க
	”	வி. கனகசபைப் பிள்ளை யவர்கள்	”	க
			ஆக மூலப்பிரதி	அ

இந்தப் பதிப்பின் பரிசோதனைக்குக் கிடைத்த கையெழுத்துப் பிரதிகள்

	கொழும்புத்துறை		
ஸ்ரீ	குமாரசாமிச் செட்டியா ரவர்கள் தந்த	பிரதி	க
	ஆழ்வார்திருநகரி		
ம-௱-௱-ஸ்ரீ	பெரியதிருவடிக் கவிராய ரவர்கள் தேடித்தந்த	”	க
	திருத்தணிகை		
”	சரவணப் பெருமாளையர் பேரராகிய குருசாமி ஐயர் தந்த*	”	க

இந்தக் கையெழுத்துப் பிரதிகளை யுதவியர்கள்பால் மிக்க நன்றி பாராட்டுகிறேன்.

* இப்பிரதியில் அரும்பதவுரையின் சில ஏடுகள் இருந்தன.

இவற்றின் பரிசோதனையாலும் வேறுவகையான ஆராய்ச்சியாலும் இந்நூல் மூலமும் இருவகை யுரைகளும் இப்போது அடைந்த திருத்தங்கள் சில.

இதனைப் பதிப்பிக்குங் காலத்து எனக்குச் சிறிதும் கவலை யுண்டாகாதபடி, சென்னை இராசதானிக் கலாசாலைத் தமிழ்ப் பண்டிதர் ம-ள-ள-ஸ்ரீ இ.வை. அனந்தராமைய ரவர்களும், மயிலாப்பூர் பி.எஸ். ஹைஸ்கூல் முதல் தமிழ்ப் பண்டிதர் சிரஞ்சீவி, ம.வே. துரைசாமி ஐயரும், முதற் பதிப்பிற்கு உடனிருந்து உதவிய திருமானூர் ஸ்ரீ கிருஷ்ணைய ரவர்கள் குமாரர் சிரஞ்சீவி, கே. அருணாசல ஐயரும், சென்னை இராசதானிக் கையெழுத்துப் புத்தகசாலைத் தமிழ்ப் பண்டிதர் சிரஞ்சீவி, ஜி. சேஷாத்திரி ஐயரும் ஆராய்தல் ஒப்புநோக்குதல் முதலிய பேருதவிகளை உள்ளன்புடன் செய்து வந்தார்கள்.

உபகாரச் சம்பளம் பெற்றமையை அறிந்து எனக்கு ஒருவிதத்திலும் கவலை யுண்டாகாதபடி ஆதரித்து நூற் பரிசோதனை விஷயத்தில் ஊக்கமளித்துவரும் திருக்கைலாய பரம்பரைத் திருவாவடுதுறை யாதீனகர்த்த ரவர்களாகிய ஸ்ரீலஸ்ரீ சுப்பிரமணிய தேசிக ரவர்களையும், நூற் பரிசோதனைக்கு உடனிருந்து உதவி புரிபவர்கள் விஷயத்தில் நான் கவலையுறாவண்ணம் அவர்களுக்குப் பல வருடங்களாக மாத வேதன மளித்து ஆதரித்துவரும் ஸ்ரீ சேது ஸம்ஸ்தானாதி பதிகளும், மதுரைத் தமிழ்ச் சங்கத் தலைவர்களும், சென்னைச் சட்ட நிரூபண சபை அங்கத்தினர்களுமான கௌரவம் பொருந்திய மகா ராஜ ராஜ ஸ்ரீ பா. இராஜ ராஜேசுவர சேதுபதி மகாராஜா அவர்களையும் ஒருபொழுதும் மறவேன்.

இந்நூல் மூலமும் உரைகளும் கணேச அச்சுக்கூடத்திற் பதிப்பிக்கப்பெற்றன; அதற்குவேண்டிய அனுகூலங்களைச் செய்து கொடுத்த ம-ள-ள-ஸ்ரீ முருகேச முதலியா ரவர்கள்பால் நன்றியறிவுடையேன்.

தொழிலாளிகளுடைய முட்டுப்பாடு மிகுதியாயுள்ள இக்காலத்தில் இப்புத்தகத்தின் ஏனைப் பகுதிகளைத் திருத்தமாக மிக்க விரைவில் நிறைவேறும்படி செய்வித்து உதவிய கமர்ஷியல் அச்சுக்கூடத்தாருடைய அன்புடைமை மிகவும் பாராட்டத்தக்கது.

இப்பதிப்பிற் காணும் பிழைகளைப் பொறுத்துக்கொள்ளும்படி விவேகிகளைக் கேட்டுக்கொள்ளுகிறேன்.

இம்முயற்சியிற் புகுத்தி நடத்தி ஊக்கமளித்து என்னைப் பாதுகாக்கும் தமிழ்த் தெய்வத்தை அனவரதமும் வந்திக்கின்றேன்.

இங்ஙனம்,
வே. சாமிநாதையன்

"தியாகராஜ விலாஸம்"
திருவேட்டீசுவரன் பேட்டை
6-12-1920

உ
கணபதி துணை

இளங்கோவடிகளருளிச்செய்த
சிலப்பதிகார மூலமும் அரும்பதவுரையும் அடியார்க்குநல்லாருரையும்

இவை
சிதம்பரம் ஸ்ரீமீனாகூஷி தமிழ்க் காலேஜ் பிரின்ஸிபாலாகிய
மஹாமஹோபாத்தியாய தாகூஷிணாத்யகலாநிதி
உத்தமதானபுரம்
வே. சாமிநாதையரால்
பல பிரதிருபங்களைக்கொண்டு
பரிசோதித்து
பலவகை ஆராய்ச்சிக் குறிப்புக்களுடன்

சென்னை:
கேஸரீ அச்சுக்கூடத்தில்
பதிப்பிக்கப்பெற்றன.

அகூஷய ஹி தை மீ

1927

(Copyright Registered)

மூன்றாம் பதிப்பு]   [இதன்விலை ரூபா.6-4-0

உ

கணபதி துணை.

இளங்கோவடிகளருளிச்செய்த

சிலப்பதிகார மூலமும்

அரும்பதவுரையும்

அடியார்க்குநல்லாருரையும்.

இவை

சிதம்பரம் ஸ்ரீமீனாக்ஷிதமிழ்க் காலேஜ் பிரின்ஸிபாலாகிய

மஹாமஹோபாத்தியாய தாக்ஷிணாத்யகலாநிதி

உத்தமதானபுரம்

வே. சாமிநாதையரால்

பல பிரதிரூபங்களைக்கொண்டு

பரிசோதித்து,

பலவகை ஆராய்ச்சிக் குறிப்புக்களுடன்

சென்னை :

கேஸரி அச்சுக்கூடத்திற்

பதிப்பிக்கப்பெற்றன.

அக்ஷய௵ தைமீ

1927.

மூன்றாம் பதிப்பு.] [இதன் விலை ரூபா 6-4-0.

உ
கணபதி துணை

முகவுரை

சந்தனப் பொதியத் தடவரைச் செந்தமிழ்ப்
பரமா சாரியன் பதங்கள்
சிரமேற் கொள்ளுதுந் திகழ்தரற் பொருட்டே.

தமிழ்ப் பாஷையிலுள்ள பழைய காப்பியமைந்தனுள் ஒன்றாகிய சிலப்பதிகார மென்பது சேரமுனியாகிய இளங்கோவடிகளால் இயற்றப்பெற்றது; பழைய உரையாசிரியர்களால் எடுத்துக்காட்டப்படும் பிரமாண நூல்களு ளொன்று; சொற்சுவை பொருட்சுவைகளிற் சிறந்து விளங்குவது; எவ்வெப் பொருளைச் சொல்லினும் அவ்வப் பொருளை நேரிற் கண்டாற்போல மனத்திற்குத் தோற்றும் வண்ணம் நன்கு புலப்படுத்தும் தெள்ளிய இனிய நன்னடையை யுடையது; காவிரிப்பூம்பட்டினத்தி லிருந்த பெருங்குடி வாணிகர் மரபினராகிய கற்பிற் சிறந்த கண்ணகி அவள் கணவன் கோவலன் என்பவர்க ளுடைய சரித்திரத்தை விரித்துக் கூறுவது; தமிழ் நாட்டரசர் மூவருடைய இராசதானிகளாகிய புகார் (காவிரிப்பூம்பட்டினம்), மதுரை, வஞ்சி யென்னும் மூன்றன் பெருமைகளையும் விளக்குவது; பண்டைக் காலத்திருந்த பலவகை மாந்தருடைய ஒழுக்கம் முதலியவற்றை இக்காலத்தார் எளிதில் தெரிந்துகொள்ளுதற்குச் சிறந்த கருவியாக வுள்ளது; அரசர் நீதியிற் சிறிது பிழைப்பினும் அவரை அறக்கடவுள் கூற்றாய் நின்று கொல்லுமென்பதும், கற்புடை மகளிரை மக்களே யன்றித் தேவரும் முனிவரும் துதித்தல் இயல்பென்பதும், இரு வினையும் செய்தமுறையே செய்தோனை நாடிவந்து தம் பயனை நுகர்விக்கு மென்பதுமாகிய இம் மூன்றினையும் முக்கியப் பொருளாகக் கொண்டு இளங்கோவடிகளாற் செய்யப்பட்டது; இவற்றைச் சிலம்பு காரணமாகத் தெரிவித்தலின், இந்நூல் சிலப்பதிகார மென்னும் பெயர் பெற்றது.

இன்னும் முத்தமிழும் விரவப்பெற்ற தாதலின், இந்நூல் இயலிசை நாடகப் பொருட்டொடர் நிலைச் செய்யுளென்றும், நாடக வுறுப்புக்களை உடைத்தாதலின் நாடகக் காப்பிய மென்றும், உரைப்பாட்டும் இசைப்பாட்டும் இடையிடையே விரவப்பெற்ற தாதலின் உரையிடையிட்ட பாட்டுடைச் செய்யு ளென்றும் பெயர்பெறும். தொல்காப்பியம், செய்யுளியல், கஎ௩-ஆம் சூத்திரவுரையில் நச்சினார்க்கினியர், “பாட்டிடை வைத்த குறிப்பினானு மென்பது ஒரு பாட்டினை இடையிடைக் கொண்டு நிற்குங் கருத்தினான் வருவனவும் எ-று; அவை தகடூர் யாத்திரையும் சிலப்பதிகாரமும் போல்வன” என்றும், “தொன்மைதானே, உரையொடு புணர்ந்த பழமை மேற்றே” (ஷி. சூ. உ௩௭) என்பதனுரையில் “அவை பெருந்தேவனார்

செய்த பாரதமும் தகடூர்யாத்திரையும் போல்வன; சிலப்பதிகாரமும் அதன்பாற்படும்" என்றும் எழுதியிருத்தல் இங்கே அறியத்தக்கது.

"சிந்தா மணியாஞ் சிலப்பதிகா ரம்படைத்தான்" (தணிகையுலா, ரூஉசூ) எனச் சிலேடையில் இந் நூற்பெயர் அழகுற அமைந்திருத்தலும், வஞ்சின மாலையில் ரு-ஆம் அடி முதலியவற்றிற் கூறப்பெற்றுள்ள கற்புடை மாதர்கள், பட்டினத்துப் பிள்ளையார் புராணத்துப் பூம்புகார்ச் சருக்கத்தும், "பழிமான முந்தன் மனையறங் காத்தலும் பார்த்திபனைத், தொழுமா தரவும் பெறுங்கற்பி னாற்றுதித் தோர்க்குச் செம்பொன், பொழிமான துங்கன் குலோத்துங்க சோழன் புகார்ப்பிறந்தா, ரெழுமாத ரோடிவ ளெண்மாத ராவள்" என்னும் குலோத்துங்க சோழன் கோவை சுஉசூ-ஆம் பாடலிலும் பாராட்டப் பெற்றிருத்தலும் அறிந்து இன்புறற்பாலன.

ஊர்காண் காதை கஅ0 - ஆம் அடிமுதலியவற்றிலும் அவற்றின் உரைகளிலும் காணப்படும் நவமணி யிலக்கணங்கள் திருவாலவாயுடையார் திருவிளையாடற் புராணத்தில், மாணிக்கம் விற்ற திருவிளையாடலிலும் காணப்படுகின்றன.

பின்னும் இக்காலத்தில் வேறொரு வகையாலும் அறிதற்கியலாத இசையிலக்கண வகை, நாடக இலக்கணம், பரத இலக்கணம், அவிநய வகைகள், நகர அமைப்பு முதலியன, கோயிலமைப்பு, ஐவகைத் திணையின் அமைதிகள், இன்ன இன்ன சாதியார் இன்ன இன்ன தொழில் செய்து வந்தன ரென்பது, பலவகை நீதிகள், சமயக் கோட்பாடுகள், இராச பக்தி, ஆச்சிரம அமைதி, ஆரியப் பக்தி, மாணாக்க ரியல்பு, ஆபரண வகை, தானிய வகை, யாகவகை, ஊர்திவகை, கருவி வகை, மந்திரவகை, பூவகை, செடிவகை, கொடிவகை, மரவகை ஆகிய இவைகளும் இவைபோல்வன பிறவும் இந்நூலால் அறியலாகும்.

இக்கதை நடந்த காலமும் இளங்கோவடிகள் காலமும் ஒன்றென்றும் இது முதலில் தமிழிலேயே அவராற் செய்யப் பட்டதென்றும் இந்நூற் பதிகச் செய்யுளாலும், வரந்தரு காதையாலும் விளங்குகின்றமையின், இச் சரித்திரம் வேறு பாஷையி லிருந்து வந்ததென்று சொல்வதற் கிடமில்லை.

இச் சிலப்பதிகாரம், இளங்கோவடிகளாலேயே செய்யப்பட்டதற்குக் காரணமும் கதைச் சுருக்கமு மமைந்துள்ள பதிகச் செய்யுளை முதலிற் பெற்று, மங்கல வாழ்த்துப் பாடல் முதலிய பத்துறுப்புக்களை யுடைய புகார்க் காண்டமும், காடுகாண் காதை முதலிய பதின்மூன்று உறுப்புக்களை யுடைய மதுரைக் காண்டமும், குன்றக் குரவை முதலிய ஏழுறுப்புக்களை யுடைய வஞ்சிக் காண்டமுமாகப் பகுக்கப்பெற்றுள்ளது. இதில் இயற்றமிழின் பாகுபாடான வெண்பா, அகவற்பா, கலிப்பா என்பவைகளும், இசைத் தமிழின் பாகுபாடான ஆற்றுவரி, ஊசல்வரி, கந்துகவரி முதலிய பாக்களும், நாடகத் தமிழின் பாகுபாடான உரைப்பாட்டுக்களும் வந்துள்ளன. இவற்றுள் மிகுதியாக வுள்ளவை அகவற்பாக்களே. இவை, தொல் காப்பியம் செய்யுளியல், கரு௪ - ஆம் சூத்திரவுரையில் இளம்பூரணரால் பெரிய பாட்டுக்கு உதாரணமாகக் காட்டப்பெற்றுள்ளன.

காதை யென்பதற்குப் பாட்டென்பது பொருளென்று நீலகேசித் திரட்டின் உரையாசிரியர் ஷ நூல் குண்டலகேசி வாதச் சருக்கம், உ௪ - ஆம் செய்யுளுரையில், "'முன்றான் பெருமைக் கணின்றான்' என்னுங் காதையை யனுவதித்தவாறு" எனவும், உஅ - ம் செய்யு ளுரையில், " 'பிடகம்' என்னும் காதை சொன்னவாறு" எனவும், மொக்கலவாதச் சருக்கம், உரு - ம் செய்யுளுரையில், " 'தன்புறத்த'

என்னுங் காதை சொல்லப்பட்டது" எனவும், ௬௦-ம் செய்யுளுரையில், " 'எழும்பைத்தி' என்னுங் காதை" எனவும், ௬௧ - ம் செய்யுளுரையில், " 'காவினாற் சுமந்துய்ப்பான்' என்னுங் காதை" எனவும், ௬௨-ம் செய்யுளுரையில், " 'மக்கட் பண்பழியாது' என்னுங் காதை" எனவும் எழுதியிருத்தலால் துணியப்படும். காதை யென்பதை இசையோடு பாடப்படுவதாகிய செய்யுளென்று பொருள்படுகிற 'காதா' என்னும் வடமொழிச் சிதைவென்று கொண்டால் யாதோர் இழுக்கு மின்றென்று வடமொழியாளர் கூறுவர். இதனாலேயே இந்நூலின் பல பகுதிகள் காதை யென்று பெயர் பெற்றன போலும்.

இந்நூற்கு அரும்பதவுரை யென்றும், அடியார்க்கு நல்லாருரை யென்றும் இரண்டுரைக ளுண்டு. இந்திர விழவூரெடுத்த காதையில், "ஐம்பெருங் குழுவு மெண்பே ராயமும்" [ப. கசூஎ] என்பதன் விசேடவுரையில், "இனி..... எனக் காட்டுவர் அரும்பதவுரை யாசிரியர்" என்று அடியார்க்கு நல்லார் எழுதியிருத்தலால், இவ்விரண் டுரையுள், அரும்பத வுரையே முந்தியதென்று தெரிகிறது. இப்படியே அரும்பதவுரையிலுள்ள சில குறிப்புக்களால் அவ்வுரைக்கு முன்பும் இந்நூற்கு வேறு பழையவுரை யொன்றிருந்திருக்கலா மென்றும் தோற்றுகிறது. அவ்வுரை இக்காலத்து அகப்படவில்லை. இந்நூலிற் சிலசில இடங்களில் அரும்பதவுரை யாசிரியர் கொண்ட பாடம் வேறாகவும், அடியார்க்கு நல்லார் கொண்ட பாடம் வேறாகவு முள்ளன. அடியார்க்கு நல்லார் உரையுள்ள பகுதிவரையில் அவர் கொண்ட மூலபாடமே இப்புத்தகத்திற் பதிப்பிக்கப் பெற்றிருக்கிறது. அரும்பதவுரை யாசிரியர் கொண்ட பாடம் வேறாயுள்ள இடங்களில் அப்பாடத்தைப் புலப்படுத்தற்கு ஆங்காங்கு அவ்வுரையின் முன், 'பா' (பாடபேதம்) என்னும் குறிப்பு அமைக்கப்பட்டுள்ளது.

அரும்பதவுரை, ஆங்காங்குள்ள திரிசொற்களின் பொருளை மட்டுமே ஒருவாறு புலப்படுத்திச் சிற்சிலவிடத்து மேற்கோள்களை உடையதாய் மிகவும் சுருக்கமாக இந்நூல் முழுமைக்கும் அமைந்துள்ளது. அவ்வுரையாசிரியர் பெயரும் அவர் இருந்தவிடமும் அவர் காலம் முதலியனவும் ஒருவாற்றானும் தெரிந்துகொள்ளக் கூடவில்லை.

பல வருடங்களுக்கு முன்பு மிகவும் பழையதாகிய இந்த அரும்பதவுரைப் பிரதி யொன்று என் நண்பர் தேரழுந்தூர் ஸ்ரீ சக்கரவர்த்தி இராஜகோபாலாசாரிய ரவர்களிட மிருந்து கிடைத்தது. அது மிகவும் பழுதுபட்டு ஏடுகள் குறைந்தும் உள்ள ஏடுகள் தேய்ந்தும் முன்னுள்ளவைகள் பின்னும் பின்னுள்ளவைகள் முன்னுமாக மாறி எழுதப்பட்டும் அதிகமாகப் பிழைகள் விரவியும் இருந்தது. அதனோடு ஒப்பு நோக்கிப் பொருளை ஒழுங்குபடுத்துவதற்கு இன்னும் கையெழுத்துப் பிரதிகள் கிடைத்தால் அனுகூலமாகவிருக்கு மென்று பலவிடங்களிலே தேடிப்பார்த்தும் வேறு பிரதி அகப்படவில்லை. அந்த ஒரு பிரதியைமட்டும் சோதித்துப் பதிப்பித்தற்கு எனக்குச் சிறிதும் மனமில்லையாயினும், அவ்வொரு பிரதியும் சில நாளில் இறந்துவிடின் அதனோடு இவ்வுரை இறந்தேவிடு மாகையால் இதனைச் சோதித்துப் பதிப்பிக்கவேண்டு மென்று சில அன்பர்கள் தூண்டினமை யால், துணிந்து பரிசோதித்து 1892ஆம் வருஷத்தில் வெளிப்படுத்தலானேன். அப்பதிப்பில் அரும்பதவுரை இறுதியில் தனிப்பகுதியாகப் பதிப்பிக்கப்பெற் றிருந்தது; அப்பால் சில காரணங்களால் மூலமுள்ள பக்கங்களிலேயே கீழே ஷ உரை பதிப்பிக்கப்பெற் றிருக்கின்றது. இதிலுள்ள மேற்கோள்களுள் அடியார்க்கு நல்லார்

உரையால் விளங்குகின்றனவற்றின் முதல் இறுதிகளை மட்டும் விளக்கி அவற்றின் இடையில் (. . . . .) இவ்வொற்றைப் புள்ளி நிரைகள் போடுவித்தும், அவ்வுரையிற் காணப்படாத மேற்கோள்களை முற்றுங்காட்டியும், ஏடுகளிற் பழுதுபட்டுப்போன இடங்களைப் புலப்படுத்துவதற்கு அவ்வவ் விடங்களில் மேற்கூறிய ஒற்றைப் புள்ளி நிரையை அமைத்தும் விளங்காத பாகத்தின் முதல் இறுதிகளில் [ ] இவ்விருதலைப் பகரத்தைச் சேர்த்தும், படிப்பவர்களுக்குப் பொருள் புலப்படுதற்கு மூலத்தின் வரியெண்களையேனும் முதலையேனும் அவ்வவ் விடங்களில் அமைத்தும் பதிப்பித்திருக்கிறேன்.

அடியார்க்கு நல்லாருரை முதலி லிருந்து வழக்குரை காதை வரையுமே யுள்ளது. மேற்கூறிய அரும்பதவுரையை அது பெரும்பாலுந் தழுவியும், சிறுபான்மை மறுத்தும், சிலவிடத்துப் பதவுரையாயும், சிலவிடத்துப் பொழிப்புரையாயும் எழுதப்பட்டு, சொன்னயம் பொருணயங்களை இனிது புலப்படுத்தி, உரியவிடங்களில் இயற்றமிழ்ப் பகுதியாகிய ஐந்திலக்கணங்களையும், இசைத் தமிழ் நாடகத் தமிழின் பகுதிகளையும் பல நூன் மேற்கோள்முகமாக நன்கு விளக்கும் விசேடவுரையோடு கூடி மிக விரிவாக அமைந்துள்ளது. இவ்வுரையில், இக்காலத்தில் விசேடித்து வழங்காத இசைத் தமிழ் நாடகத் தமிழிலக்கணங்களும் அவற்றிற்குரிய சூத்திரங்களும், பரிபாஷைகளும், இன்னும் வேறு பலவும் நிறைந்திருக்கின்றன வாதலால், இது நூலாராய்ச்சி செய்வோருக்கு மிகவும் பயன்படும். இவ்வுரையாசிரியர்க்கு நிரம்பையர் காவல ரென்று ஒரு பெயருண் டென்பதும், இவ்வுரை அக்காலத்திருந்த பொப்பண்ண காங்கெயர் கோன் என்ற ஒரு பிரபுவாற் செய்விக்கப்பட்ட தென்பதும் இந்நூல், கக-ஆம் பக்கத்துள்ள உரைச் சிறப்புப் பாயிரச் செய்யுட்களால் தெரிகின்றன.

இவருக்கு நிரம்பையர் காவல ரென்னும் பெயர் ஊரால் வந்ததென்றும் நிரம்பை யென்னும் ஊர் கொங்கு மண்டலத்தில் குறும்பு நாட்டில், பெருங்கதையின் ஆசிரியராகிய கொங்குவேளிர் பிறந்த விசயமங்கலத்தின் பக்கத்திலுள்ள தென்றும் கொங்கு மண்டல சதகம் தெரிவிக்கின்றது. பெருங்கதையில், நூலாசிரியர் வரலாறு, பக்கம், XXVIII, XXIX பார்க்க.

இந்நூலை அடியார்க்கு நல்லா ருரையுடன் பல பிரதிரூபங்களைக் கொண்டு பரிசோதித்து எழுதுவோரால் நேர்ந்த வழுக்களை இயன்றவரையில் மாற்றி யாவருக்கும் பயன்படும்படி அச்சிடவேண்டு மென்று நெடுநாளைக்கு முன்பே உண்டான விருப்பம் நாள்தோறும் பெருகி என் மனத்தைக் கவர்ந்து கொண்டமையால், சீவகசிந்தாமணியை முதலில் அச்சிட்ட காலந்தொடங்கி பல கையெழுத்துப் பிரதிகளைத் தேடி அவற்றின் உதவியால் பரிசோதித்து வந்தேன்; அவற்றுள் ஒரு பிரதியிலேனும் ஏழாவது, கானல் வரிக்கும் இருபதாவது வழக்குரை காதை முதலிய பிற்பாகத்திற்கும் உரை காணப்படவில்லை. சில இடத்துள்ள விசேடவுரைக் குறிப்பாற் கானல் வரிக்கு அடியார்க்கு நல்லார் உரையெழுதி யிருந்தா ரென்றும் பின்னுள்ளவற்றிற்கும் எழுத ஆயத்தமாக விருந்தா ரென்றும் தெரிந்தமையால், அவைகளிருந்தால் எப்படியும் பெறலாமென் றெண்ணித் திருவாவடுதுறை யாதீனம் தருமபுர வாதீனம் திருவண்ணாமலை யாதீனம் செங்கோல் மடம் முதலிய ஆதீன மடங்களிலும், சென்னையிலும் தஞ்சையிலுமுள்ள பழைய கையெழுத்துப் புத்தகசாலைகளிலும், ஆழ்வார்திருநகரி, ஸ்ரீவைகுண்டம், வெள்ளூர், திருச்செந்தூர், ஆறுமுகமங்கலம், ஊர்க்காடு, ஊற்றுமலை, கடையநல்லூர், கிருஷ்ணாபுரம், பூழியன்குடி, கல்லிடைக்குறிச்சி, விக்கிரமசிங்கபுரம், களக்காடு,

மேலகரம், செங்கோட்டை, தென்காசி, திருநெல்வேலி, வண்ணார்பேட்டை, பாளையங்கோட்டை, கும்பகோணம், கொட்டையூர், சீகாழி, சிதம்பரம், சேலம், பாகற்பட்டி, தஞ்சை, திரிசிரபுரம், திருப்பாதிரிப்புலியூர், துழாவூர், மதுரை, மிதிலைப்பட்டி, செவ்வூர், சென்னபட்டணம், திருமயிலை முதலிய பற்பல வூர்களிலுள்ள பரம்பரைத் தமிழ் வித்துவான்கள் வீடுகளிலும் சென்றுதேடியும் இத்தமிழ்நாட்டில் நான் செல்லக்கூடாத இடங்களிலும் *இங்கிலாந்து, பாரிஸ்நகரம் இவற்றிலிருக்கும் கையெழுத்துப் புத்தகசாலைகளிலும் ஆங்காங்குள்ள அன்பர்களைக் கொண்டு தேடுவித்தும் பார்த்தேன். அங்ஙனம் செய்தும் அவற்றின் உரைப்பகுதி கிடைக்கவில்லை. ஆதலால், தேடுவதிற் பயனில்லை யென்றெண்ணிக் கிடைத்த வுரையையும் மூலமுழுவதையும் மேற்கூறிய 1892ஆம் வருஷத்தில் முதன்முறை அச்சிட்டு முடித்தேன்; அடியார்க்கு நல்லாருரை யில்லாத பகுதிகள் அரும்பத வுரையின் பேருதவியைக் கொண்டே ஒருவாறு பரிசோதிக்கப்பெற்றன.

இவற்றிலுள்ள இசை நாடகப் பகுதிகள், எனக்குக் கிடைத்த சச்சபுட வெண்பா, தாளசமுத்திரம், +சுத்தாநந்தப் பிரகாச முதலிய பழைய தமிழ் நூல்களைக் கொண்டும் இசையிலும் பரதத்திலும் வல்லோரை வினாவியும் ஒருவாறு ஆராய்ச்சி செய்யப்பெற்றன. அங்ஙனம் செய்யப்பட்டும் சில பாகமட்டும் சற்றே விளங்கின. இசை நாடகங்களுக்குரிய பரிபாஷைகளிற் பெரும்பாலன வடமொழியிலும் தென்மொழியிலும் வேறுவே றுருவங்களோடு கூடியிருத்தலால் இவற்றிலுள்ள சொற்கள் பல வடநூல்களினால் தெரிந்துகொள்ளக் கூடவில்லை. அன்றியும் ஊர்காண் காதையிலுள்ள நவமணி யிலக்கணமும் வேறு சிலவும் விசாரித்ததில் இப்பொழுதுள்ள வட நூல்களிற் கூறிய இலக்கணத்தோடு சிற்சில மாறுபாடுள்ளனவாகத் தெரிந்தன. இந்நூலில் அடியார்க்கு நல்லார் ஒவ்வொன்றையும் பழைய தமிழ் நூல் மேற்கோள்களைக் கொண்டு நன்கு புலப்படுத்தி யிருந்தும் அப்பழைய நூல்களும் அவற்றின் கருத்தை ஒருவாறு எடுத்துச் சொல்வோரும் இக்காலத் தில்லாமையால் அவை அறிதற் கரியவா யிருக்கின்றன. அன்றியும் இவற்றில் வந்திருக்கிற இயற்றமிழ்ச் சொற்களுட் சில இக்காலத்து வழங்கா தொழிந்தமையால் அவற்றிற்குப் பொருள் ஒருதலையாகப் புலப்படவில்லை; அவற்றி னுருவமும் விளங்கவில்லை. ஆயினும் இப்படியே முன்பு விளங்கா திருந்தவைகள் பல பின்பு இந்நூலாலும் இவ்வுரையாலும் ஒருவாறு விளங்கி வருதலால் இது போலப் பழைய நூல்களையும் உரைகளையும் ஒழுங்காக ஆராய்ச்சி செய்யச் செய்ய அவைகளும் விளங்குமென்பது எனது துணிபாதலின் உலக வழக்கு, செய்யுள் வழக்கு என்னும் இரண்டையும் கருவியாகக் கொண்டு பலமுறை ஆராய்ச்சி செய்து பிரதிகளில் இருந்தவாறே பதிப்பித்தேன்.

மேற்கூறிய பழைய பிரதிகளுட் பல, இனி வழுப்பட வேண்டு மென்பதற் கிடமில்லாமற் பிழை பொதிந்து, அநேக வருடங்களாகத் தம்மைப் படிப்போரும் படிப்பிப்போரு மில்லை யென்பதையும் நூல்களைப் பெயர்த்தெழுதித் தொகுத்து வைத்தலையே விரதமாகக் கொண்ட சில புண்ணியசாலிகளாலேயே தாம் உருக்கொண் டிருத்தலையும் நன்கு புலப்படுத்தின. ஒன்றோ டொன்று ஒவ்வாது

---

* இங்கிலாந்திலுள்ள கையெழுத்துப் புத்தகசாலைகளில் தேடிப்பார்த்த கனவான், கொழும்பு நகரத்துப் பிரபு சிகாமணியாக விளங்கிய ஸ்ரீமான். பொ. குமாரசாமி முதலியாரவர்கள்; பாரிஸ் நகரத்துள்ள கையெழுத்துப் புத்தகசாலையில் தேடிப்பார்த்து உதவிசெய்தவர், புரொபெஸர் ஜூலியன் வின்ஸன் என்பவர்.

+ இந்நூல் தில்லையம்பூர் ஸோமயாஜி ஸ்ரீ வேங்கடராம ஐயங்கா ரவர்களாற் கிடைத்தது.

பிறழ்ந்து குறைவுற்றுப் பழுதுபட்டுப் பொருட் டொடர்பின்றிக் கிடந்த இப் பிரதிகளைப் பரிசோதித்த துன்பத்தை உள்ளுங்கால் உள்ளம் உருகும்.

இதன் இரண்டாம் பதிப்பு 1920ஆம் வருஷத்தில் வெளியாயிற்று. அதன்பின்பு செய்துவந்த ஆராய்ச்சியால் இதன் மூலமும் உரை முதலியனவும் சில திருத்தங்களைப் பெற்றுள்ளன.

இந்நூலைக்கொண்டு வேறு நூல்களையும், அவற்றைக் கொண்டு இதனையும் ஆராய்ந்து உண்மை காண்டற்குக் கருவியாக மூலத்திலும் உரையிலும் காணப்பட்ட பல விஷயங்களும் தொகையகராதி முதலியனவாக முதற் பதிப்பில் அதன் முகவுரையின் பின்னர்ப் பதிப்பிக்கப்பெற் றிருந்தன. அப்பால் அவைகளையும், மூலத்திலும் இருவகை உரைகளிலும் காணப்பட்டு முன்பு பதிப்பிக்கப்பெறாம லிருந்த அரும்பதங்களையும், அருந்தொடர்களையும், சில உவமான உவமேயங்க ளையும், பழைய செய்திகளையும், வழக்கங்களையும் ஒருங்கு சேர்த்து ஒரே அகராதியாக நூலின் பின் 'அரும்பத முதலியவற்றின் அகராதி' என்னும் பெயருடன் பதிப்பிக்க லானேன். இவ்வகராதியில் சில அரும்பதங்களுக்கு உரையும் எழுதப்பெற் றிருக்கிறது. இந்நூற் பகுதிகளை ஒத்த பிறநூற் பகுதிகளும், இந்நூற் பகுதிகள் மேற்கோளாக வந்துள்ள இடங்களும் அவ்வப் பக்கங்களின் கீழே அடிக்குறிப்பாகப் பதிப்பிக்கப் பெற்றுள்ளன. முதற் பதிப்பில் 'என' என்று கொண்ட ஆசிரியப் பாக்களின் இறுதியசை அப்பால் 'என்' என்று கொள்ளப்பட்டது.

முதற் பதிப்பின் பரிசோதனைக்குக் கிடைத்த கையெழுத்துப் பிரதிகளின் விவரம்:

அடியார்க்கு நல்லாருரையோடு கூடியவை

திருவாவடுதுறை	யாதீனத்துப் ஷ ஆதீனத்து மஹாவித்துவான்		பிரதி	க
திரிசிரபுரம்	ஸ்ரீ	சி. மீனாட்சிசுந்தரம் பிள்ளை யவர்கள்	”	க
திரிசிரபுரம்	”	சி. தியாகராஜ செட்டியா ரவர்கள்	”	க
திருநெல்வேலி	”	சாலிவாடீசுவர ஓதுவா ரவர்கள்	”	க
சேலம்	”	இராமஸாமி முதலியா ரவர்கள்	”	க
சிதம்பரம்	”	சாமி ஐயங்கா ரவர்கள்	”	க
சென்னை	”	தொ. வேலாயுத முதலியா ரவர்கள்	”	க
”	”	சூ. அப்பன் செட்டியா ரவர்கள்	”	க
”	”	குருஸாமி ஐயரவர்கள்	”	க
திருமயிலை	”	அண்ணாஸாமி உபாத்தியாயர்	”	க
யாழ்ப்பாணம்	”	சி.வை. தாமோதரம் பிள்ளை யவர்கள்	”	க
”	”	தி. குமாரசாமிச் செட்டியா ரவர்கள்	”	உ
”	”	வி. கனகசபைப் பிள்ளை யவர்கள்	”	க
			ஆக உரைப்பிரதி	கச

மூலப்பிரதிகள்

	ஸ்ரீ	சி. மீனாட்சிசுந்தரம் பிள்ளை யவர்கள்	பிரதி	க
மிதிலைப்பட்டி	”	அழகிய சிற்றம்பலக் கவிராய ரவர்கள்	”	க
திருநெல்வேலி	”	சாலிவாடீசுவர ஓதுவா ரவர்கள்	”	க
ஆறுமுகமங்கலம்	”	குமாரசாமி பிள்ளை யவர்கள்	”	க

திரிசிரபுரம்	ஸ்ரீ	அண்ணாஸாமி பிள்ளை யவர்கள்	பிரதி	க
திருமயிலை	”	அண்ணாஸாமி உபாத்தியாய ரவர்கள்	”	க
யாழ்ப்பாணம்	”	தி. குமாரசாமிச் செட்டியா ரவர்கள்	”	க
”	”	வி. கனகசபைப் பிள்ளை யவர்கள்	”	க
			ஆக மூலப்பிரதி	அ

2ஆம் பதிப்பின் பரிசோதனைக்குக் கிடைத்த கையெழுத்துப் பிரதிகள்

	கொழும்புத்துறை		
ஸ்ரீ	குமாரசாமிச் செட்டியா ரவர்கள் தந்த	பிரதி	க
	ஆழ்வார்திருநகரி		
ம-ா-ா-ஸ்ரீ	பெரியதிருவடிக் கவிராய ரவர்கள் தேடித்தந்த	”	க
	திருத்தணிகை		
”	சரவணப் பெருமாளையர் பேரராகிய *குருசாமி ஐயர் தந்த	”	க

இந்தக் கையெழுத்துப் பிரதிகளை உதவியர்கள்பால் மிக்க நன்றி பாராட்டுகிறேன்.

நூற் பரிசோதனைக்கு உடனிருந்து உதவிபுரிபவர்கள் விஷயத்தில் நான் கவலையுறா வண்ணம் பல வருடங்களாக மாத வேதன மளித்து ஆதரித்துவரும் ஸ்ரீ சேது ஸம்ஸ்தானாதிபதிகளும், மதுரைத் தமிழ்ச் சங்கத் தலைவர்களும், சென்னைச் சட்ட நிரூபண சபை அங்கத்தினர்களுமான கௌரவம் பொருந்திய மகா ராஜ ராஜ ஸ்ரீ பா. இராஜ ராஜேசுவர சேதுபதி மகாராஜா அவர்களுடைய வள்ளன்மையை ஒருபொழுதும் மறவேன்.

இப்பதிப்பிற் காணும் பிழைகளைப் பொறுத்துக்கொள்ளும்படி விவேகிகளைக் கேட்டுக்கொள்ளுகிறேன்.

இம்முயற்சியிற் புகுத்தி நடத்தி ஊக்கமளித்து அடியேனைப் பாதுகாத்தருளும் தமிழ்த் தெய்வத்தை அனவரதமும் வந்திக்கின்றேன்.

இங்ஙனம்,
வே. சாமிநாதையன்

“தியாகராஜ விலாஸம்”
திருவேட்டீசுவரன் பேட்டை
30-1-27

* இப்பிரதியில் அரும்பதவுரையின் சில ஏடுகள் இருந்தன.

உ
கணபதி துணை

சிலப்பதிகாரம்
அரும்பதவுரை

இது
கும்பகோணம் காலேஜ் தமிழ்ப்பண்டிதராகிய
உத்தமதானபுரம்
வே. சாமிநாதையரால்
பரிசோதித்து

சென்னை:
வெ. நா. ஜூபிலி அச்சுக்கூடத்திற்
பதிப்பிக்கப்பட்டது.

1892

(Copyright Registered)

உ
கணபதி துணை.

சிலப்பதிகார

அரும்பதவுரை.

இது

கும்பகோணம் காலேஜ் தமிழ்ப்பண்டிதராகிய

உத்தமதானபுரம்

வே. சாமிநாதையரால்

பரிசோதித்து,

சென்னை:

வே. நா. ஜூபிலி அச்சுக்கூடத்திற்

பதிப்பிக்கப்பட்டது.

1892.
Copyright Registered.

உ
கணபதி துணை

முகவுரை

சிலப்பதிகாரத்தின் அரும்பதவுரையாகிய இஃது, அடியார்க்கு நல்லாருரைக்கு முந்தியது. இவ்வுரையாசிரியர் பெயர் முதலியன யாதொன்றும் தெரியவில்லை. இவ்வுரையையே பெருங்கருவியாகக் கொண்டு இந்நூலுக்கு அடியார்க்கு நல்லார் உரை செய்தன ரென்பது இவ்விரண் டுரைகளையும் வைத்து ஒப்புநோக்கின் நன்கு விளங்கும். ஆயினும் இந்நூலில் இவ்விரண் டுரையாசிரியர்களும் கொண்ட பாடம் சிலசில விடத்து வேறுபட்டுள்ளன; அவ்வேறுபாடுகள் அவ்வவ் விடத்துள்ள உரைநடைகளால் நன்கு புலப்படும். அடியார்க்கு நல்லாருரையிற் காணப்படாத பல மேற்கோள்களும் சில நூற்பெயரும் இவ்வுரையிற் காணப்படுகின்றன. வாக்கியங்களின் முதலிறுதிகளையேனும், முதலை மட்டுமேனும், சொற்களை யேனும் எழுதிப் பொருளெழுதுவதும், ஒன்றையு மெழுதாது பொருளை மட்டும் எழுதிக் கொண்டு போவதும் இவ்வுரைநடையாக இருக்கின்றன. இதிற் சங்கச் செய்யுட்களுடைய கருத்து முதலியவற்றை இவ்வுரையாசிரியர் ஆங்காங்கு விளக்கிச் செல்வதுடன் சிலசில விடத்து மிகச் செவ்விதாகப் பதசாரமும் எழுதியிருக்கிறார். அடியார்க்கு நல்லாருரையாற் புலப்படாத விஷயங்களும் இவ்வுரையால் விளங்குகின்றன. இவ்வுரையிற் பலவிடங்களில் வாக்கியங்கள் பூர்ணமாக எழுதப்படவில்லை. சில பாகங்களுக்கு ஒருவகையாக உரை யெழுதிப் பின்பு அவற்றிற்கு வேறுவகையாக உரை யெழுதும்போது அதைப் புலப்படுத்தற்குரிய உம்மை முதலியவைகள் கிடையா. இவ்வுரையிலுள்ள முடிவுகளும் பொருளும் இல்லையாயின், அடியார்க்கு நல்லாருடைய உரை கிடையாத பாகங்களுக்குப் பொருள் காண்பது மிக அரிது.

ஐந்தாறு வருடங்களுக்கு முன் மிகப் பழையதாகிய இவ்வுரைப் பிரதி யொன்று, எனது நண்பர் தேரழுந்தூர் ம-ள-ள-ஸ்ரீ சக்கரவர்த்தி இராசகோபாலாசாரிய ரவர்களிட மிருந்து கிடைத்தது. அது, மிகவும் பழுதுபட்டு ஏடுகள் குறைந்தும் உள்ள ஏடுகள் தேய்ந்தும் முன்னுள்ளவைகள் பின்னும் பின்னுள்ளவைகள் முன்னுமாக மாறி எழுதப்பட்டும் அதிகமாகப் பிழைகள் விரவியும் இருந்தது. அதனோடு ஒப்புநோக்கிப் பொருளை ஒழுங்குபடுத்துவதற்கு இன்னும் கையெழுத்துப் பிரதிகள் கிடைத்தால் அனுகூலமாக விருக்கு மென்று பலவிடங்களிலே தேடிப்பார்த்தும் வேறு பிரதி அகப்படவில்லை. இந்த ஒரு பிரதியையே வைத்துக்கொண்டு சோதித்துப் பதிப்பித்தற்கு எனக்குச் சிறிதும் மனமில்லை யாயினும், இவ் வொரு பிரதியுஞ் சில நாளில் இறந்துவிடின் அதனோடு இவ்வுரை

இறந்தேவிடு மாகையால் இதனையும் சோதித்துப் பதிப்பிக்க வேண்டுமென்று சில அன்பர்கள் தூண்டினமையால், துணிந்து பரிசோதித்து வெளிப்படுத்தலானேன். இதிலுள்ள மேற்கோள்களுள் அடியார்க்கு நல்லார் உரையால் விளங்குவனவற்றின் முதலிறுதிகளை மட்டும் விளக்கி அவற்றின் இடையில் (. . . .) இவ் வொற்றைப் புள்ளி நிரைகள் போடுவித்தும், பாடபேத மிருப்பின் அந்தப் பாகத்தை மட்டும் விளக்கியும், அவ் வுரையிற் காணப்படாத மேற்கோள்களை முற்றுங் காட்டியும், ஏடுகளிற் பழுதுபட்டுப்போன இடங்களைப் புலப்படுத்துவற்கு அவ்வவ் விடத்தில் மேற்கூறிய ஒற்றைப் புள்ளி நிரையையேனும் (* * * * *) இவ் வுடுநிரையை யேனும் போடுவித்தும் விளங்காத பாகத்தின் முதலிறுதிகளில் [ ] இவ்விருதலைப் பகரம் சேர்த்தும், படிப்பவர்களுக்குப் பொருள் புலப்படுதற்கு மூலத்தின் வரி யெண்களையேனும் முதலையேனும் அவ்வவ் விடங்களில் அமைத்தும் பிரதியில் இருந்தவாறே பதிப்பித்திருக்கிறேன்.

இவ்வரிய அரும்பதவுரை யேட்டுப் பிரதியை எனக்கு உபகரித்த சக்கரவர்த்தி இராசகோபாலாசாரிய ரவர்களுடைய பேருதவி ஒருபொழுதும் மறக்கற்பாலதன்று.

ஒன்றுக்கும் பற்றாத சிறியேனை இம்முயற்சியிற் புகுத்தி நடத்தி நிறைவேற்றி யருளிய எம்பெருமானது திருவருளை அனவரதமும் சிந்தித்து வந்திக்கின்றேன்.

இங்ஙனம்,
வே. சாமிநாதையன்

உ
கணபதி துணை

கடைச்சங்கப் புலவர்களுள் ஒருவராகிய
மதுரைக்
கூலவாணிகன் சாத்தனார்
அருளிச்செய்த

மணிமேகலை மூலமும்

கும்பகோணம் கவர்ன்மெண்ட் காலேஜ்
தமிழ்ப்பண்டிதராகிய
உத்தமதானபுரம்

வே. சாமிநாதையரெழுதிய

அரும்பதவுரையும்.

இவை
பாலவனத்தம் ஜமீந்தாரவர்களாகிய
இராமநாதபுரம்
ம-ா-ா-ஸ்ரீ

பாண்டித்துரைத்தேவரவர்கள்

உதவியைக்கொண்டு
ஷை சாமிநாதையரால்

சென்னை:
வெ.நா. ஜூபிலி அச்சுகூடத்திற்
பதிப்பிக்கப்பட்டன.

1898

விலை ரூபா - ரு

(Copy-Right Registered)

உ

கணபதி துணை

கடைச்சங்கப்புலவர்களுள் ஒருவராகிய

மதுரைக்

கூலவாணிகன்சாத்தனார்

அருளிச்செய்த

மணிமேகலை மூலமும்,

கும்பகோணம் கவர்ன்மேன்ட் காலேஜ்

தமிழ்ப்பண்டிதராகிய

உத்தமதானபுரம்

வே. சாமிநாதையரெழுதிய

அரும்பதவுரையும்.

இவை

பாலவனத்தம் ஜமீந்தாரவர்களாகிய

இராமநாதபுரம்

ம-ா-ா-ஸ்ரீ

பாண்டித்துரைத்தேவரவர்கள்

உதவியைக்கோண்டு,

ஷை சாமிநாதையரால்

சென்னை:

வே. நா. ஜூபிலி அச்சுக்கூடத்திற்

பதிப்பிக்கப்பட்டன.

1898.

விலை ரூபா ரு.

(*Copy-Right Registered.*)

உ

கணபதி துணை

முகவுரை

தன்றோ ணான்கி னொன்று கைம்மிகூஉங்
களிறுவளர் பெருங்கா டாயினு
மொளிபெரிது சிறந்தன் றளியவென் னெஞ்சே.

உலகமார் பன்னூற் றிலகமா யிலகி
நவையறு மொன்பான் சுவைபுணர்ந் தினிமைத்
திரட்டுறு *மைந்து பொருட்டொடர் நிலைகளு
ளமிழ்திற் சிறந்த தமிழெனு மடந்தை
யணிமே கலையா மணிமே கலைதான்,
நச்சும் பெருமை முச்சங் கத்துட்
கறைமிடற் றிறைவ னிறையனா ரெனப்பெயர்
வாய்ந்தே **புலம்பல வாய்ந்த சங்கத்
தொல்லிசை பலவுறு நல்லிசைப் புலவருட்
சீலமார் மதுரைக் கூலவாணிகன் சாத்தனாரென்னும்

புலவர்பெருமானால் அருளிச்செய்யப்பட்டது; இளம்பூரணர், நச்சினார்க்கினியர், பரிமேலழகர், அடியார்க்கு நல்லார், +சமய திவாகர வாமன முனிவர், இலக்கண விளக்க வுரையாசிரியர், ++திருவொற்றியூர் ஞானப்பிரகாசர், சங்கரநமச்சிவாயர் முதலிய #உரையாசிரியர்களால் எடுத்துக்காட்டப்பட்டுள்ள பிரமாண நூல்களுள் ஒன்று. தன்மை நவிற்சி யணியும் பாவிகவணியும் இன்னோரன்ன பிறவணிகளுமே ஆங்காங்கு அமைந்திருத்தலால், தன்னுட் கூறப்பட்டுள்ள மலை கடல் தீவு வனம் நாடு நகர் ஆறு முதலியவற்றையும் பிறவற்றையும் நேரில் அறிந்துகொண்டாற் போலப் படிப்பவர்களுடைய மனத்திற்கு நன்றாகப் புலப்படச் செய்யும் நலப்பாடுற்றது; இக்காலத்தில் வேறொருவாற்றாலும் விளங்காதனவாகிய சில தெய்வங்களுடைய பெயர்களையும், அத் தெய்வங்களை வழிபடு முறைமையையும், சில சாதியாரையும், அவர்களுடைய நடை முதலியவற்றையும், சில நகரங்கள் தீவுகள் மலைகள் வனங்கள் கோட்டங்கள் அறச்சாலைகள் மன்றங்கள்

* ஐந்து பொருட்டொடர் நிலைகளாவன: சிந்தாமணி, சிலப்பதிகாரம், மணிமேகலை, குண்டலகேசி, வளையாபதி யென்பன.

** புலம் – நூல்; இதனை, "புலந்தொகுத் தோனே" என்னுந் தொல்காப்பியப் பாயிரத்தா லுணர்க.

+ சமய திவாகர வாமன முனிவர் – நீலகேசித் திரட்டி னுரையாசிரியர்.

++ திருவொற்றியூர் ஞானப்பிரகாசர் – சிவஞானசித்தியார், பரபக்கவுரை யாசிரியர்களுள் ஒருவர்.

இவ்வுரையாசிரியர்கள் இந்நூலை இன்ன இன்ன இடத்தில் எடுத்தாண்டன ரென்பதை, இப்புத்தகத்தின் பின்புள்ள பிரயோக விளக்கத்தா லுணர்க. (பக்கம்-சசஉ)

முதலியவற்றையும், அவைகள் இன்ன இன்ன வண்ணமாக இருந்தன வென்பதையும், இன்ன இன்ன சமயங்கள் இன்ன இன்ன இடத்திற் பரவியிருந்தன வென்பதையும், அவற்றின் இலக்கணங்களையும், சில அரசர் சில முனிவர் முதலியோருடைய சரித்திரங்களையும், பிறவற்றையும் இந்நூலில் விளங்க அறிந்துகொள்ளலாம்; இதில் சொல் நுட்பம் பொருள் நுட்பங்கள் நூலளவேயாகிய நுண்ணறிவிற்கேற்ப எவ்விடத்துங் காணப்படு மென்று கூறுவர். இதனை,

மந்தா கினியணி வேணிப்பி ரான்வெங்கை மன்னவநீ
கொந்தார் குழன்மணி மேகலை நூனுட்பங் கொள்வதெங்ஙன்
சிந்தா மணியுந் திருக்கோ வையுமெழு திக்கொளினு
நந்தா வுரையை யெழுதலெவ் வாறு நவின்றருளே

என்று கவிஞர்பெருமானாகிய துறைமங்கலம் ஸ்ரீ சிவப்பிரகாச முனிவர் அருளிச்செய்த வெங்கைக் கோவைச் செய்யுளா லுணர்க.

சிலப்பதிகாரக் கதைத் தலைவனான கோவலனுடைய மகளாகிய மணிமேகலை யென்பவளுடைய சரித்திர மாதலின், இந்நூல், சிலப்பதிகாரத்தோடு கதைத் தொடர்புடையது.

இதில், சோழவள நாட்டுள்ள காவிரிப்பூம்பட்டினத்தில் பெருங்குடி வாணிகர் மரபில் உதித்த கோவலனுக்கு மாதவி யென்னும் நாடகக் கணிகையிடந் தோன்றிய மணிமேகலை யென்பவள், தன்னுடைய தாய், கோவலன் மதுரையில் வெட்டுண் டிறந்தது கேட்டுப் பரத்தைமைத் தொழிலை வெறுத்துப் பௌத்த முனிவராகிய அறவணவடிகளைச் சரணடைந்து வாய்மை நான்கும் சீலமைந்தும் உபதேசிக்கப் பெற்றுப் பௌத்த சங்கத்திருத்தலை யறிந்து, அவளோடு பழகி, சிறுபிராயத்திலே தானே பௌத்த தருமங்களை அறிதற்கேற்ற உணர்ச்சியுற்று, ஒருநாள், தாயின் கட்டளைப்படி சுதமதியுடன் பூக்கொய்தற்கு மலர்வனஞ் சென்று, தன்னை விரும்பி வந்த உதயகுமரனுக்கு அஞ்சி அங்குள்ள பளிக்கறையில் ஒளித்திருந்து, அவன் போன பின்பு வெளியேவந்து, தன் குலதேவதையாகிய மணிமேகலா தெய்வத்தால் மணிபல்லவ தீவிற் கொண்டுபோகப்பட்டு, அத்தீவிலுள்ள புத்த பீடிகைக் காட்சியால் தன்னுடைய பழம் பிறப்பில் நிகழ்ந்த செய்திகளை யறிந்து, அப்பால் அத்தெய்வம் அறிவுறுத்திய மூன்று மந்திரங்களை யுணர்ந்து, முற்பிறப்பிற் கணவனாயிருந்த இராகுல னென்பவனே இப்பிறப்பில் உதயகுமரனாக வந்தா னென்று அத்தெய்வங் கூறக்கேட்டு, அப்பீடிகையின் காவற் றெய்வமாகிய தீவதிலகையி னுதவியாற் கோமுகி யென்னும் பொய்கையை யடைந்து, அதிலிருந்த அமுதசுரபி யென்னும் அக்ஷய பாத்திரம் தன் கையில் வரப்பெற்று, பின்பு காவிரிப்பூம்பட்டினத்தைச் சார்ந்து, அறவணவடிகளை யடைந்து, ஆபுத்திரன் வரலாற்றையும் அவனுக்கு மதுரையிற் சிந்தாதேவி அமுதசுரபியைக் கொடுத்ததையும் பசித்த வுயிர்களுக்கு உணவளித்தலே எல்லாவற்றினும் மேலான தருமமென்பதையும் அவர் கூறக்கேட்டு, அவர் கூறியவாறே உணவளித்தற் பொருட்டு அமுதசுரபியைக் கையிலேந்திக்கொண்டு வீதியிற் சென்று, சிறந்த பத்தினியாகிய ஆதிரை யென்பவள் வந்து முதலிற் பிச்சையிடப் பெற்று, காயசண்டிகை யென்னும் வித்தியாதர மங்கையின் தீராப்பசியை அப்பாத்திரத்தி லிருந் தெடுத் துதவிய ஒருபிடி யமுதாற் போக்கி, அப்பாத்திரத்தில் மேன்மேலும் அமுது வளரப்பெற்று, அந்நகரத்துள்ள உலகவறவி யென்னு மம்பலத்தை யடைந்து, அங்கே வந்த எல்லா வுயிர்களின் பசியையும் போக்கி, அவ்வறஞ் செய்தலையே நித்த நியமமாகப்பூண்டு, தன்னை விரும்பி வந்த உதயகுமரன் அறிந்துகொள்ளா வண்ணம் மேற்கூறிய

காயசண்டிகையின் வடிவங்கொண்டு அந்நகரத்துள்ள சிறைச்சாலையை யடைந்து அங்கே பசித்திருப்பவர்களுக் கெல்லாம் உணவளித்து அதனை அறச்சாலையாக்கி, தன்னை மீட்டும் விடாது தொடர்ந்த உதயகுமரன் காயசண்டிகையின் கணவனால் வெட்டுண்டு வீழ்ந்ததுகண்டு மனங்கலங்கிப் பின்பு கந்திற் பாவைத் தெய்வத்தின் மொழிகளால் தேறுதலுற்று, உதயகுமரனுடைய தந்தையாகிய மாவண் கிள்ளியாற் சிறையில் வைக்கப்பட்டு, இராசமாதேவியின் முயற்சியால் அச்சிறையினின்று நீங்கி, நாகபுரத்தை யடைந்து அதன் றலைவனான புண்ணியராசனோடு மணிபல்லவஞ் சார்ந்து, புத்த பீடிகையைக் காட்டி அதனால் அவனது பழம்பிறப்பை அவனுக் கறிவித்து, காவிரிப்பூம்பட்டினம் கடல் கொள்ளப்பட்ட செய்தியைத் தீவதிலகையா லறிந்துகொண்டு, அப்பாற் சென்று வஞ்சி நகர்ப் புறத்தே யுள்ள பத்தினிக் கடவுளாகிய கண்ணகியின் கோயிலை யடைந்து தரிசித்து, தன்னுடைய எதிர்காலச் செய்திகளைக் கண்ணகி கூற அறிந்து சென்று, ஆங்கிருந்த சமயவாதிகள் பலரையுஞ் சார்ந்து அவரவர்க ளுடைய கொள்கைகளைத் தனித்தனியே வினாவி யுணர்ந்து, அந்நகரில் தவம்புரிந்து கொண்டிருந்த மாசாத்துவானைக் கண்டு அவன் மொழிந்த செய்திகள் பலவற்றையுங் கேட்டு, அவன் கூறியவாறு காஞ்சி நகரம் போய், அந்நகரிற் பசியால் வருந்தி வாடிய எல்லா வுயிர்களுக்கும் உணவளித்து, அங்கே வந்த அறவணவடிகளைத் தரிசித்து, அவர் உபதேசித்த அறமொழிகளைக் கேட்டு, பின் முத்தி பெறுதற் பொருட்டு அந்நகரிலேயே தவஞ்செய்து கொண்டிருந்தா ளென்னுங் கதை விரித்துக் கூறப்படும்.

இந்நூல், பௌத்த சமயச் சார்பினளாகிய மணிமேகலையின் சரித்திரமாதலின், இதில் அச்சமயக் கொள்கைகளைப் பரக்கக் காணலாம்.

பற்பல தருமங்கள் இதிற் சொல்லப்பட்டுள்ளன; அவற்றுள் மிகுதியாகக் காணப்படுவது ஒருவன் மன மொழி மெய்கள் தூயனாகி எல்லா வுயிர்களிடத்தும் எப்பொழுதும் அருளுடையனாதல் வேண்டு மென்பதே.

மணிமேகலை யென்பவளுடைய சரித்திரத்தை விரித்துக் கூறுதலின், இஃது இப்பெயர் பெற்றதென்பர். நீலகேசித் திரட்டில், புத்தவாதச் சருக்கத்தில், "குயலாகுயலம்" என்னுஞ் செய்யுளுரையில், * " 'தீவினை யென்பதி................. பிரமருமாகி' என்பது மணிமேகலை துறவாதலின், இதனால், ஸம்ஸ்கார மறிந்து கொள்க" எனச் சமய திவாகர வாமன முனிவரும், சிவஞானசித்தியார் பரபக்கத்திற் சௌத்திராந்திகன் மதத்துள்ள "ஓங்கிய வுருவம்" என்னுந் திருவிருத்தத் துரையில், * " 'தீவினை யென்பதி.................. பிரமருமாகி' என்பது மணிமேகலை துறவாதலின், இதனால் ஸம்ஸ்கார மறிந்து கொள்க" எனத் திருவொற்றியூர் ஞானப்பிரகாசரும் எழுதியிருத்தலால், இந்நூல், மணிமேகலை துறவென்றும் அக்காலத்தில் வழங்கப்பட்டு வந்ததென்று தெரிகின்றது; "மணிமே கலைதுற, வாறைம் பாட்டினுளறிய வைத்தனன்" என்று பதிகத் திறுதியிற் கூறப்பட்டிருத்தலும் இதற்கு இப்பெயருண் டென்பதை நன்கு புலப்படுத்தும்.

இந்நூல், அம்மை முதலாகிய வனப்பெட்டினுள் இயைபின்பாற்படும்; தொல்காப்பியச் செய்யுளியலின் கண்ணே, 'அம்மை முதலிய வனப்பெட்டும் தொடர்நிலைச் செய்யுட் கிலக்கணம்' என்று கூறுகின்றுழி, + "ஞகாரை முதலா

* மணிமேகலை, உச-ம் காதை, கஉரு-கருகூ; ரு௦-ம் காதை, சூச-அ௦.

+ தொல்காப்பியம், செய்யுளியல், உசச.

னகாரை யீற்றுப், புள்ளி யிறுதி யியைபெனப் படுமே" என்னுஞ் சூத்திரவுரையில், 'ஞ ண ந ம ன ய ர ல வ ழ ள வென்னும் பதினொரு புள்ளியுள் ஒன்றனை ஈறாக வமைத்துச் செய்யுளைப் பொருட் டொடராகவும் சொற்றொடராகவுஞ் செய்வது இயைபெனப்படும்', *'னகாரவீற்றா னிற்றுப் பொருளு மியைந்து சொல்லு மியைந்து வந்தன, சீத்தலைச் சாத்தனாராற் செய்யப்பட்ட மணிமேகலையும், கொங்குவேளிராற் செய்யப் பட்ட உதயணன் கதையும் போல்வன' என்று ஆசிரியர் நச்சினார்க்கினியர் எழுதியிருத்தல் காண்க. இதனால், மணிமேகலைச் செய்யுள் ஒவ்வொன்றும் 'என்' என, னகர வொற்றீறாகவே படிக்கப்பட வேண்டு மென்பது அறியப்படுமாயினும், இக்காலத்தில் வழங்குதற்கேற்ப அச்செய்யுட்கள் னகர அகர வீறாகவே கொள்ளப்பட்டன; வேண்டுமேல் அவற்றை ஒற்றீறாக்கிப் படித்துக் கொள்க. இந்நூலிற் சொல்லியையும் பொருளியையும் அமைந்திருத்தல் காண்க.

இதிற் கூறப்பட்டுள்ள சரித்திரம் நிகழ்ந்த காலமும் இந்நூலாசிரியர் காலமும் ஒன்றென்றும், இஃது அவரால் தமிழிலேதான் முதலிற் பாடப்பட்ட தென்றும், சிலப்பதிகாரத்தாலும் அதன் பதிகத் தொடக்கத்தில் அடியார்க்கு நல்லா ரெழுதிய உரைநடையாலும் இந்நூற் பதிகத்தாலும் நன்கு விளங்குகின்றமையின், இது வேறு மொழியிலிருந்து வந்ததென்று சொல்லுவதற் கிடமில்லை.

இது, கதையைத் தொகுத்து கூறுவதும் பதிகமென்று வழங்கப்படுவதுமாகிய கதைபொதி பாட்டை முதலிற் பெற்று, விழாவறை காதை முதற் பவத்திற மறுகெனப் பாவை நோற்ற காதை யிறுதியாக வுள்ள முப்பது பகுதிகளாகப் பகுக்கப்பட்டுள்ளது; காதை — பாட்டு; நீலகேசித் திரட்டு, குண்டலகேசி வாதச் சருக்கம், உஎ-ம் செய்யுளுரையில், "'முன்றான் பெருமைக் கணின்றான்' என்னுங் காதையை அனுவதித்தவாறு" எனவும், உஅ-ம் செய்யுளுரையில், "'பிடகம்' என்னுங் காதை சொன்னவாறு" எனவும், மொக்கலவாதச் சருக்கம், உரு-ம் செய்யுளுரையில், "'தன்புறத்த' என்னுங் காதை சொல்லப் பட்டது" எனவும், சும - ம் செய்யுளுரையில், "'எழும்பைத்தி' என்னுங் காதை" எனவும், சக - ம் செய்யுளுரையில், "'காவினாற் சுமந்துய்ப்பான்' என்னுங் காதை" எனவும், சஉ- ம் செய்யுளுரையில், "'மக்கட் பண் பழியாது' என்னுங் காதை" எனவும், அந்நூலுரையாசிரியர் எழுதியிருத்தலால், காதை யென்பதற்குப் பாட்டென்று பொருள் கொள்ளுதல் துணியப்படும்; "ஆறைம் பாட்டினு ளறிய வைத்தனன்" எனப் பதிகத் திறுதியிற் கூறப்பட்டிருத்தலும், மிதிலைப்பட்டித் திருச்சிற்றம்பலக் கவிராய ரவர்கள் வீட்டிற் கிடைத்த பிரதியில் இந்நூற்பகுதிகளின் பெயர்கள் யாவும் பாட்டென்றே காணப்பட்டிருத்தலும் இதனை வற்புறுத்தும்; காதை யென்பதை இசையோடு பாடப்படுவதாகிய செய்யுளென்று பொருள்படுகிற 'காதா' (गाथा) என்னும் வடசொற் சிதைவென்று கொண்டால் யாதோ ரிழுக்கு மின்றென்று வடமொழியாளர் கூறுவர்; இது நிற்க.

சில வருடங்களுக்குமுன் பழைய தமிழ்ப் புத்தகங்களைத் தேடும்வண்ணம் இத் தமிழ்நாட்டினுள்ளே செல்லுதற்குரிய பல ஊர்களுக்குச் சென்று அங்கங்குள்ள பரம்பரைத் தமிழ்ப் பண்டிதர்களுடைய வீடுகள்தோறும் உள்ளனவாகிய கையெழுத்துப் பிரதிகளைப் பரிசோதித்துப் பார்த்த காலங்களி லெல்லாம் எனக்கு மணிமேகலை மூலப் பிரதிகள் கிடைத்தனவே யன்றி உரைப் பிரதி யாண்டும் கிடைத்திலது. சென்னை தஞ்சை முதலிய நகரங்களிலுள்ள பழைய

* ஈண்டெழுதியவாறு, தொல்காப்பியப் பொருளதிகார வுரைக் கையெழுத்துப் பிரதிகளிற் காணப்பட்டது.

கையெழுத்துப் புத்தக சாலைகளும் பார்க்கப்பட்டன; அங்கும் கிடைக்கவில்லை. வெளிநாட்டிலுள்ள நண்பர்கள் பலரைப் பத்திரிகை வாயிலாக இதைப்பற்றி வினாவினேன்; அங்ஙனம் வினாவப்பட்டவர்களுள், இப்பொழுது கொழும்பி லிருக்கும் யாழ்ப்பாணத்து நல்லூர் ம-ா-ா-ஸ்ரீ சிற். கைலாச பிள்ளை யவர்கள் தமது கையாலெழுதிய மூலப்பிரதி யொன்றை அன்புடன் அனுப்பினார்கள்; பின்பு பாரிஸ் நகரத்துள்ள (Julien Vinson, Professor of Oriental Languages) ஜூலியன் வின்ஸன் என்பவர், 'இந் நகரத்துக் கையெழுத்துப் புத்தகசாலையில் மணிமேகலை மூலப்பிரதி ஒன்றே யுள்ளது' என்று தெரிவித்து மாதிரிகைக்காக அதிலிருந்து பதிக மட்டும் எழுதி யனுப்பினார். மற்றவர்கள் 'யாதொன்றுங் கிடைக்கவில்லை' என்று விடையளித்து விட்டார்கள். கிடைத்த பிரதிகளை வைத்துக் கொண்டு ஒப்புநோக்கி ஆராய்ந்து வந்தபொழுது பிரதிகளில் எழுதுவோர்கள் இயல்பாகவே செய்வித்திருந்த வேறுபாடுகளாலும், இது பௌத்த சமயக் காப்பியமாதலால் அச்சமயக் கொள்கைகளைக் கூறும் பாகங்களை யெல்லாம் எளிதிற் றெரிந்து கொள்ளல் கூடாமையாலும், அவற்றை ஒழுங்காகப் புலப்படுத்தும் பழைய *தமிழ்ப் பௌத்த நூல்கள் பண்டைக் காலத்தில் இருந்தும் பாதுகாப்போ ரின்மையால் இக்காலத்தில் இறந்தொழிந்தமையாலும், அக்கொள்கைகளை விளங்கச் சொல்லுவோர் அகப்படாமையாலும், பிழைகளைப் பிழைக ளென்று நிச்சயித்துக் களைந்து திருத்தமான பாடங்களைத் தெரிந்து கொள்ளுதற்கு எடுத்துக்கொண்ட முயற்சியும் கழித்த காலமும் அடைந்த வருத்தமும் அளவுபடுவனவல்ல.

திருஞானசம்பந்த மூர்த்தி நாயனார் முதலிய சைவ சமயாசாரியார்கள் அருளிச்செய்த தேவாரங்களிலுள்ள பௌத்த சமய மறுப்புக்களும், பெரியபுராண முதலியவற்றுட் கூறப்பட்டுள்ள அச்சமயக் கொள்கைகளும் மறுப்பும், சிவஞான சித்தியார் பரபக்கத்துள்ள சௌத்திராந்திகன் மத முதலியனவும், அவற்றிற்குத் திருவொற்றியூர் ஞானப்பிரகாசர் எழுதிய வுரையும், அவ்வுரையிலுள்ள சில உதாரணச் செய்யுட்களும், மறுப்புக்களும், நீலகேசித் திரட்டும் அதனுரையும், அவ்வுரையில் மேற்கோள்களாக எடுத்துக்காட்டப்பட்டுள்ள சில கவிகளும், வீரசோழியம் யாப்புப்படல வுரையிலுள்ள சில வுதாரணப் பாடல்களும், இன்னுஞ் சிலவும் பௌத்த சமய மரபுகளிற் சிலவற்றையும் அச்சமயத்தோர் பேசிவந்த சில தமிழ்ப் பரிபாஷைகளையும் பிறவற்றையும் ஒருவாறு விளங்கச் செய்தன; செய்தும் முன்பிருந்த ஐயங்கள் முற்றுந் தீராமையாற் பின்னும் அறிந்தோர்பாற் சென்றும் தூரதேசத்தார்க்குக் கடிதமெழுதியும் விசாரித்தலையே மேற்கொண்டிருந்தேன்.

ஆராய்ச்சி செய்யத் தொடங்கிப் பல வருடங்களாகியும் இந்நூலை முன்னமே வெளிப்படுத்தாமைக்குக் காரணம் இதுவே.

இப்படி இருக்கையில், ஹிந்து தேசத்து வித்தைகளிலும் ஆங்கிலேய வித்தைகளிலும் மிகப் பயிற்சி யடைந்து விளங்கும் மஹாஸ்ரீ, ஸ்ரீமத் உ.வே. அரங்காசாரிய ரவர்கள், M.A. பௌத்த சமய நூல்களிலும் பாண்டித்திய முள்ளவர்க ளென்பதை அறிந்து கொண்டு உரிய காலங்களில் அவர்களிடத்துச் சென்று வினாவி வந்தேன்;

---

* அடியிலுள்ளவை பண்டைக் காலத்துப் பௌத்த நூல்களென்று சில நாளைக்கு முன்னேதான் தெரிந்தது. அவை: குண்டலகேசி, சித்தாந்தத் தொகை, திருப்பதிகம், விம்பசாரகதை யென்பன; அவற்றிலிருந்து இரண்டொரு பாடல்களே நீலகேசித் திரட்டுரை முதலியவற்றில் நூற்பெயர்களோடு எழுதப்பட்டிருந்தன.

வருகையில், ஒவ்வோ ரமயத்தும் தடையின்றி உடனுடன் அவர்கள் கூறிய விடைகளால் அதற்கு முன்பு எனக்கிருந்த ஐயங்களிற் பெரும்பாலன நீங்கின. நீங்கவே இந்நூலைப் பரிசோதித்தலில் என் மனம் ஊக்கம் பெற்றது. அவர்களுடைய பேருதவி இல்லையாயின், மணிமேகலையில் வந்துள்ள துடிதலோகம், பாரமிதை, அருபப் பிரமர், உருபப் பிரமர் முதலிய சொற்களுக்குங்கூட உள்ளவாறே பொருள் கொள்ளுதல் எனக்கு மிகவரிதாகும்; தமக்குரிய அரிய வேலைகள் அநேகமிருந்தும் பழைய இத் தமிழ்நூல் வெளியே வந்து உலாவுதலையே பயனாகக் கருதி, யான் செல்லுங் காலங்கடோறும் சிறிதும் சலிப்பின்றி அவர்கள் செய்துவந்த பேருதவி ஒருபொழுதும் மறக்கற்பாலதன்று; அம் மஹோபகாரி விஷயத்தில் இத்தமிழ் நாட்டினேமாகிய நாமெல்லாம் நன்றி பாராட்டுதற்கு உரியவர்களாக இருக்கிறோம்.

எவ்விடத்தும் இந்நூலுக்கு உரை யகப்படாமையாலும், உரை முன்பு உண்டென்று ஒருவாற்றாலும் விளங்காமையாலும் இனி மூலத்தை மட்டுமாவது வெளிப்படுத்த வேண்டு மென்று நிச்சயித்துப் பதிப்பிக்கத் தொடங்கிய பொழுது, தமிழ்ப் பாஷாபிமானிகளாகிய அன்பர்களிற் சிலர், ‘உரை யெழுதியே இதனை வெளிப்படுத்தவேண்டும்’ என்று வற்புறுத்திக் கூறினமையின், அவர்கள் சொல்லை மறுத்தற்கஞ்சி, இது புலவர் திலகர்கள் செய்தற்குரிய அரிய காரியமென்று கருதாமல், “ஆங்கவன் புகழ்ந்த நாட்டை யன்பெனு நறவமாந்தி, மூங்கையான் பேசலுற்றா னென்னயான் மொழிய லுற்றேன்” என்று பெரியோர் கூறியதற்கு இலக்கியமாகத் தக்க நூலாராய்ச்சியும் எண்ணியவற்றைச் சுவைபயக்கும்படி நல்ல நடையில் விளங்க வெழுதும் வன்மையு மில்லாத யான், “மணிமேகலை நூனுட்பங் கொள்வ தெங்ஙன்” என்று ஆன்றோரால் நன்கு பாராட்டப்பட்டுள்ள இந்நூற்கு அரும்பதவுரை யென்ற ஏதோ வொன்றை எழுதத் தொடங்கினேன்.

மொழிகளுட் பெரும்பாலனவற்றிற்குப் பொருள் விளங்கிக் கிடக்கின்றமையின், அரியவற்றிற்கு மட்டுமே பொருள் செய்தும், ஆங்காங்குள்ள வாக்கியங்களை ஒத்தவைகளாக இந்த நூலிலும் வேறு நூலிலும் காணப்பட்ட வாக்கியங்களை அவ்வவ்விடத்தில் தந்துகாட்டி அவற்றி னிடங்களை உடனுடன் விளங்கச்செய்தும், பொருள் விளங்காத இடங்களில் (?) இக் கேள்விக்குறியை அமைத்தும், கையெழுத்துப் பிரதிகளிற் கண்ட பாடபேதங்களை எடுத்துக்காட்டி அவற்றுள் இன்றியமையாத சிலவற்றிற்கு மட்டுமே பொருளைப் புலப்படுத்தியும், எல்லாருக்கும் எளிதிற் பொருள்விளங்குதற் பொருட்டு வடசொற்களைப் பெரும்பாலும் விரவுவித்தும், சிலவற்றிற்குச் சங்கமருவிய நூல்களி லிருந்து மேற்கோள்கள் இப்பொழுது அகப்படாமையால் அவற்றை விளக்குதற்குப் பிற்காலத்து நூல்களிலிருந்து பிரயோகங்களை எடுத்துக்காட்டியும் ஒருவாறு எழுதி முடித்தேன்.

*“சவியுறத் தெளிந்து தண்ணென் றொழுக்கமும் பயின்று” என்று கம்பநாடரும், +“செல்லாறு தோறும் பொருளாழ்ந்து தெளிந்து” எனப் பரஞ்சோதி முனிவரும் அருளிச் செய்த திருவாக்குகளுக்கு இலக்காக விளங்குங் கவிகளினுடைய வரிசையிலே நிற்குந் தகுதியுள்ள பாட்டுக்களை யுடைய இந்நூலுக்கு யானா அரும்பதவுரை யெழுதுபவன்? இது செய்தற்குத் துணிந்துவந்த எனது தறுகண்மையைப் பொறுத்தருளும்படி இத்தமிழுலகத்தை மிகவும் வேண்டுகிறேன்.

---

* கம்பராமாயணம், ஆரணிய காண்டம், சூர்ப்பநகைப் படலம், க.

\+ திருவிளையாடற் புராணம், அன்னக் குழியும் வையையு மழைத்த படலம், உஉ.

பழைய செந்தமிழ் நூற் பரிபாலகரும் இவ்வாராய்ச்சியால் எனக்கு மனச்சோர் வுண்டாகாத வண்ணம் அடிக்கடி ஊக்கமளித்து வருபவரும் கொழும்பு நகரத்துப் பிரபு சிகாமணியுமாகிய Hon. பொ. குமாரசாமி முதலியாரவர்கள், இந்நூலிற் சிற்சிலவிடங்களில் முன்னம் நிகழ்ந்த ஐயங்களை நீக்கிக்கொள்ளுதற் பொருட்டு யான் கேட்ட வினாக்களுக்கு இலங்கையிலுள்ள பௌத்த வித்தியோதய பாடசாலைத் தலைவராகிய ஸ்ரீஸுமங்கள ரவர்களைக் கொண்டு விடைக ளெழுதுவித்து அனுப்பிப் பேருதவி செய்து வந்தார்கள்.

மணிமேகலையைக் கவலையின்றி ஆராய்ந்து பதிப்பித்து வெளிப்படுத்துதற்குப் பொருளுதவி செய்த பாலவனத்தம் ஜமீந்தா ரவர்களாகிய இராமநாதபுரம் ம-ா-ா-ஸ்ரீ பொ. பாண்டித்துரைத் தேவரவர்க ளுடைய தண்ணளியும் பெருந்தகைமையும் ஒருபொழுதும் மறக்கற்பாலனவல்ல; மிகவும் பாராட்டற்பாலன. இதைப் போன்ற எத்தனையோ பெரிய காரியங்களைத் திருத்தமாகச் செய்து நிறைவேற்றியவர்களின் வழித்தோன்றலாய் மிக்க பாண்டித்திய மடைந்து நூலாராய்ச்சியே இன்பத்து ளின்பமெனக் கொண்டு வாழும் அப்பிரபு அவர்களுக்குப் பழைய நூல்களையும் அவற்றி னுரைகளையும் பதிப்பித்து வெளிப்படச் செய்து அமிழ்தினுமினிய தமிழைப் பரிபாலித்தல் இயல்பாயினும் படிப்பாரும் கேட்பாருமின்றி மூலையிலே மறைந்து கிடக்கும் அரியபெரிய நூல்களைத் தேடித் தொகுத்துப் படித்துக்கொண்டு அநாதரவுற்றிருப்போர்க்கு அஃது அரியதினும் அரியதாகத் தோற்று மென்பது திண்ணம்.

எனக்குண்டாகும் ஐயங்களை உடனுடன் போக்கிப் பேருதவி செய்தருளிய மஹாமஹோபாத்தியாய ரவர்களாகிய பெருகவாழ்ந்தான் ஸ்ரீமத், உ.வே. அரங்காசாரிய ரவர்களுக்கும், கும்பகோணம் கவர்ன்மென்ட் காலெஜ் ஸம்ஸ்கிருத பண்டித ரவர்களாகிய திருமலை ஈச்சம்பாடி ஸ்ரீமத், உ.வே. ஸ்ரீநிவாஸாசாரிய ரவர்களுக்கும் என்னுடைய வந்தனத்தை நன்றியறிவுடன் ஸமர்ப்பிக்கின்றேன்.

சென்னைக்குச் செல்லுந்தோறும் யாதொரு கவலையுமின்றி யிருந்து நூலாராய்ச்சி செய்யும்படி எனக்குத் தமது அழகிய மாளிகையில் இடந்தந்து ஊக்கமளித்து அன்புடன் ஆதரித்து வருகின்றவர்களாகிய ஹைகோர்ட்டு வக்கீல், எழும்பூர், ஸ்ரீமத், உ.வே. K. இராஜகோபாலாசாரிய ரவர்களுடைய பெருந்தகைமை மிகப் பாராட்டற்பாலது.

சிவகங்கையைச் சார்ந்த சிறுவயல் ஜமீந்தா ரவர்களாகிய ம-ா-ா-ஸ்ரீ முத்துராமலிங்கத் தேவரவர்கள், எனது அன்பரும் பழைய தமிழ் நூலாராய்ச்சியிற் கூர்த்த அறிவினரும் தமது வித்துவானுமாகிய திருமானூர் ம-ா-ா-ஸ்ரீ கிருஷ்ணைய ரவர்களுக்கு மாத வேதன மளித்து வேண்டிய காலங்களி லெல்லாம் அனுப்பிப் பேருதவி செய்துவந்தார்கள்; இவ்வகையான உதவி செய்தல் மிகச் சிறந்த தென்பது யாவருக்கும் தெரிந்ததே.

இந்நூலை ஒப்புநோக்கி வந்த பொழுது ஏட்டுப் பிரதிகளை வைத்துக்கொண்டு பலமுறை படித்து முதலில் அன்புடன் உதவி செய்தவர்கள்:

கும்பகோணம், பேட்டைத்தெரு,
ம-ா-ா-ஸ்ரீ தியாகராஜ பண்டாரம்.

திருப்பெருந்துறை, ” பொன்னுசாமிப் பிள்ளை.

தங்களுக்கு அவகாசமுள்ள காலங்களி லெல்லாம் வந்து உடனிருந்து இப்புத்தக விஷயத்தில் எல்லாவுதவியும் அன்புடன் செய்தவர்கள்:

	திருமானூர்	ம-ா-ா-ஸ்ரீ	கிருஷ்ணையர்.
கும்பகோணம் நேட்டிவ் ஹை ஸ்கூல் தமிழ்ப் பண்டிதராகிய	மணலூர்	”	இராமானுஜாசாரியர்.
	பின்னத்தூர்	”	நாராயணஸாமி ஐயர்.
	மணலூர்	”	சந்தானமையங்கார்.

இழுக்க லுடையுழி ஊன்றுகோல் போன்ற இவர்கள் யாதொன்றையும் எதிர்பாராமற் செய்துவந்த பேருதவியை நினைக்குந்தோறும், “பயன்றூக்கார் செய்த வுதவி நயன்றூக்கி, னன்மை கடலிற் பெரிது” என்னும் அருமைத் திருக்குறள் ஞாபகத்திற்கு வந்து மனத்தைக் குளிர்விக்கின்றது.

மணிமேகலை பௌத்த சமயக் காப்பிய மாதலின், படிப்பவர்களுக்கு விளங்கும் வண்ணம், அச்சமயக் கொள்கைகளை விரிவாக எழுதிச் சேர்க்க வேண்டுமென்று சில கனவான்கள் வற்புறுத்திக் கூறினமையால், பௌத்தர்களால் மும்மணிக ளென்று பாராட்டப்படும் புத்த தர்ம சங்கங்களின் விவரணங்களாகப் புத்த சரித்திரமும் பௌத்த தருமமும் பௌத்த சங்கமும் ஆகிய இவை, மேற்கூறிய மஹாூர், ஸ்ரீமத், உ.வே. அரங்காசாரிய ரவர்களுடைய பேருதவியா லியற்றி, இப்புத்தகத்திற்கு அங்கமாகப் பதிப்பிக்கப்பட்டன.

புத்த சரித்திரத்தை ‘இங்கிலிஷ்’ புஸ்தகங்களிலிருந்து தமிழிற் பெயர்த்து உதவிய அன்பர்கள்:

ம-ா-ா-ஸ்ரீ	V.P. சுப்பிரமணிய முதலியார், G.B.,V.C.
”	S. கிருஷ்ணசாமி ஐயர், B.A., B.L.
”	K.P. சோமசுந்தர ஐயர்.
”	V. சுப்பிரமணிய ஐயர், B.A.
”	M.S. நடேச ஐயர், B.A.

நான்போய் எழுதக்கூடாத காலங்களில் ஷெ மஹாூர் அரங்காசாரிய ரவர்களிடஞ் சென்று சென்று பௌத்த தருமத்தையும் பௌத்த சங்கத்தையும் எழுதியளித்த அன்பர்கள்:

ம-ா-ா-ஸ்ரீ ஸ௸. கோபாலசாமி ஐயர், B.A. முதலியவர்கள்.

பௌத்த தருமத்தையும் பௌத்த சங்கத்தையும் மஹாூர், அரங்காசாரிய ரவர்களிடஞ் சென்று படித்துக் காட்டிச் செப்பஞ் செய்துகொள்ளுதற்கு எனக்குக் காலம் வாயாமையால், அவர்கள் முதன்முறை சொல்லி யெழுதுவித்தபடியே அவைகள் பதிப்பிக்கப்பட்டன.

தமக்குப் பற்பல அரிய காரியங்க ளிருக்கவும் யான் விரும்பிய பொழுதெல்லாம் ஒப்புநோக்குதல் முதலிய பற்பல வுதவிகளை ஊக்கத்துடன் செய்துவந்த (Ch. of Scot. Mission College, Madras) தமிழ்ப் பண்டிதராகிய திருவல்லிக்கேணி, ஸ்ரீமத்

உ.வே.வை.மு. சடகோப ராமானுஜாசாரிய ரவர்களுடைய அன்புடைமை ஒருபொழுதும் மறக்கற்பாலதன்று.

எனக்கு இயல்பாகவுள்ள அறிவின்மையாலும், மறதியாலும், வேலை மிகுதியா லுண்டாகும் அயர்ச்சியாலும், பிற காரணங்களாலும் இப்புத்தகத்தில் பல பிழைகள் இருத்தல் கூடும்; அவற்றைத் திருத்திப் படித்துக்கொள்ளும்படி எல்லோரையும் வேண்டுகிறேன்.

தொடங்கிய காரியத்தை நிறைவேறும்படி செய்தருளிய எல்லாம்வல்ல முழுமுதற் கடவுளின் இணையடிகளைச் சிந்தித்து வந்திக்கின்றேன்.

இங்ஙனம்,
உத்தமதானபுரம்
வே. சாமிநாதன்

உ
கணபதி துணை

கடைச்சங்கப் புலவர்களுள் ஒருவராகிய
மதுரைக் கூலவாணிகன் சீத்தலைச் சாத்தனார்
அருளிச்செய்த

மணிமேகலை

இஃது
உத்தமதானபுரம் மஹாமஹோபாத்தியாய
வே. சாமிநாதையரால்
பல பிரதிரூபங்களைக்கொண்டு பரிசோதித்து
நூதனமாகத் தாம் எழுதிய அரும்பதவுரையோடும்
பலவகை ஆராய்ச்சிக் குறிப்புக்களோடும்

ஸ்ரீ ஸேது ஸம்ஸ்தானாதிபதிகளும் மதுரைத்
தமிழ்ச்சங்கத் தலைவர்களும்
சென்னைச் சட்ட நிரூபணசபை அங்கத்தினர்களுமான
கௌரவம்பொருந்திய
மஹாராஜராஜஸ்ரீ
பா. இராஜராஜேசுவர ஸேதுபதி மஹாராஜா
அவர்களுடைய பேருதவியைக்கொண்டு

சென்னை:
கமர்ஷியல் அச்சுக்கூடத்திற்
பதிப்பிக்கப்பெற்றது.

துன்மதி ஸூ வைகாசி மீ

1921

இரண்டாம் பதிப்பு] [விலை ரூ.6-4-0

உ

கணபதி துணை.

கடைச்சங்கப்புலவர்களுள் ஒருவராகிய

மதுரைக்

கூலவாணிகன் சீத்தலைச் சாத்தனார்

அருளிச்செய்த

மணிமேகலை

இஃது

உத்தமதானபுரம்

மஹாமஹோபாத்தியாய

வே. சாமிநாதையரால்

பல பிரதிருபங்களைக்கொண்டு பரிசோதித்து

நூதனமாகத் தாம் எழுதிய அரும்பதவுரையோடும்

பலவகை ஆராய்ச்சிக் குறிப்புக்களோடும்

ஸ்ரீ ஸேது ஸம்ஸ்தானாதிபதிகளும் மதுரைத் தமிழ்ச்சங்கத்தலைவர்களும்

சென்னைச் சட்ட நிருபண சபை அங்கத்தினர்களுமான

கௌரவம்பொருந்திய

மஹாராஜராஜஸ்ரீ

பா. இராஜராஜேசுவர ஸேதுபதி மஹாராஜா

அவர்களுடைய பேருதவியைக்கொண்டு

சென்னை:

கமர்ஷியல் அச்சுக்கூடத்திற்

பதிப்பிக்கப்பெற்றது.

துன்மதி௵ வைகாசி௴

1921.

கஎஅ

இரண்டாம் பதிப்பு.] [விலை ... கஅசூ

உ
கணபதி துணை

இரண்டாம் பதிப்பின்
முகவுரை

ஆதியிற் றமிழ்நூ லகத்தியற் குணர்த்திய
மாதொரு பாகனை வழுத்துதும்
போதமெய்ஞ் ஞான நலம்பெறற் பொருட்டே.

இந்நூலும் அரும்பதவுரை முதலியனவும் 1898ஆம் வருஷத்தில் முதன்முறை பதிப்பிக்கப்பெற்று நிறைவேறின; அப்பால் பல இடங்களில் தேடிப்பார்த்தும் உரையுள்ள பிரதி கிடைக்கவில்லை. மதுரைத் தமிழ்ச் சங்கத்துப் புத்தகசாலைப் பிரதியொன்றும், சென்னை, ராயபேட்டையிலுள்ள ம-ள-ள-ஸ்ரீ பார்சுவநாத நயினா ரவர்கள் பிரதியொன்றும் மூலம் மட்டும் உள்ளனவாகக் கிடைத்தன. அவற்றாலும், இதுகாறும் செய்துவந்த பழைய தமிழ் நூலாராய்ச்சியாலும் இப்போது இதன் மூலம் முதலியன அடைந்த திருத்தங்கள் பல. முன்பு இந்நூலிற் பொருள் விளங்காமலிருந்த இடங்கள் சில விளங்கின.

இப்புத்தகத்துக்கு அங்கமாக முற்பதிப்பில் இதனோடு சேர்த்துப் பதிப்பிக்கப்பெற்ற புத்த சரித்திரம், பௌத்த தருமம், பௌத்த சங்கம் என்னும் பகுதி இப்போது யாவருக்கும் தெரிந்திருக்கு மாதலாலும், தனிப்புத்தகமாக என்னாற் பதிப்பிக்கப்பெற் றிருத்தலாலும் இதிற் சேர்க்கப்படவில்லை.

முற்பதிப்பில் 'என' என்று பதிப்பிக்கப் பெற்றிருந்த ஒவ்வொரு செய்யுளின் இறுதி யசையும் இப்பதிப்பில் 'என்' என்றே பதிப்பிக்கப்பட்டுள்ளது. பிரதி பேதங்கள் அவ்வப் பக்கங்களின் இறுதியில் தனியே காட்டப்பெற்றுள்ளன.

முன்பு தனித்தனியே பதிப்பிக்கப்பெற்றிருந்த அபிதான விளக்கம், அரும்பத வகராதி, அருந்தொட ரகராதி, மூல விஷய சூசிகை, அரும்பத வுரையில் அடங்கியவை, தமிழ் நூற் பெயர்கள் முதலியன என்னும் பகுதிகள் சில அன்பர்கள் விரும்பியபடி ஒருங்கே தொகுக்கப்பெற்று ஒரே அகராதியாக 'அரும்பத முதலியவற்றின் அகராதி' என்னும் பெயருடன் இப்போது பதிப்பிக்கப்பெற்றுள்ளன; மூலம் முதலியவற்றிற் காணப்பட்டு முன்பு பதிப்பிக்கப்படாம லிருந்த அரும்பதங்களும், அருந்தொடர்களும், சிலவற்றின் பொருளும், உவமைகளும், பழைய செய்திகளும், வழக்கங்களும், பிறவும் இவ்வகராதியிற் காணலாகும்.

நூற் பரிசோதனையின் பொருட்டு என்னுடனிருந்து உதவி செய்பவர்கள் விஷயத்தில் நான் கவலையுறா வண்ணம் அவர்களுக்குப் பல வருடங்களாக மாத வேதன மளித்து உபகரித்துவரும் ஸ்ரீ ஸேது ஸம்ஸ்தானாதிபதிகளும், மதுரைத்

தமிழ்ச் சங்கத் தலைவர்களும், சென்னைச் சட்ட நிரூபணசபை அங்கத்தினர்களுமான கௌரவம் பொருந்திய மஹா ராஜ ராஜ ஸ்ரீ பா. இராஜராஜேசுவர ஸேதுபதி மஹாராஜா அவர்களுக்கு யான் செய்யக்கூடியது யாதுளது? ஆயினும் என் நன்றியறிவிற்கு அறிகுறியாக இப்பதிப்பை அவர்கள் பெயரால் வெளியிடலானேன்.

இவ்விரண்டாம் பதிப்பு அச்சில் இருக்குங் காலத்தில் ஒப்பு நோக்குதல் முதலிய அரிய உதவிகளைப் புரிந்து வந்த சென்னை இராசதானிக் கலாசாலைத் தமிழ்ப் பண்டிதர் ம-ா-ா-ஸ்ரீ இ.வை. அநந்தராமைய ரவர்களிடத்தும், மயிலாப்பூர் பி.எஸ். ஹைஸ்கூல் முதல் தமிழ்ப் பண்டிதர் சிரஞ்சீவி, ம.வே. துரைசாமி ஐயரிடத்தும், இராசாங்கத்துக் கையெழுத்துப் புத்தகசாலைத் தமிழ்ப் பண்டிதர் சிரஞ்சீவி, கோ. சேஷாத்திரி ஐயரிடத்தும் நன்றியறி வுடையேன்.

திருக்கைலாய பரம்பரைத் திருவாவடுதுறை ஆதீனகர்த்த ரவர்களாகிய ஸ்ரீலஸ்ரீ சுப்பிரமணிய தேசிக ரவர்களுடைய விருப்பத்தின்படி சென்ற ஒரு வருஷத்துக்கு மேலாக நான் திருவாவடுதுறை முதலிய இடங்களில் அவர்களுடைய ஆதரவில் இருந்து வருதலால் என் புத்தகப் பதிப்பு வேலைகள் என் குமாரன் சிரஞ்சீவி S. கல்யாண சுந்தரத்தால் இப்போது நடத்தப்பெற்று வருகின்றன.

இப்பதிப்பிற் காணப்படும் பிழைகளைப் பொறுத்துக் கொள்ளும்படி விவேகிகளைக் கேட்டுக்கொள்ளுகிறேன்.

தொடங்கிய காரியம் ஒவ்வொன்றையும் இடையூறின்றி இனிது நிறைவேற்றி ஊக்கமளித்துப் பாதுகாத்துவரும் தமிழ்த் தெய்வத்தை அனவரதமும் வந்திக்கின்றேன்.

இங்ஙனம்,
வே. சாமிநாதையன்

திருவிடைமருதூர்
27-5-1921

உ
கணபதி துணை

கடைச் சங்கப்புலவருள் ஒருவராகிய
மதுரைக்
கூலவாணிகன் சீத்தலைச் சாத்தனார்
அருளிச்செய்த

மணிமேகலை

இஃது
உத்தமதானபுரம்
மகாமகோபாத்தியாய தாக்ஷிணாத்ய கலாநிதி
வே. சாமிநாதையரால்
பலபிரதிகளைக்கொண்டு பரிசோதித்து
நூதனமாகத் தாம் எழுதிய அரும்பதவுரையோடும்
பலவகை ஆராய்ச்சிக் குறிப்புக்களோடும்

சென்னை:
கேசரி அச்சுக்கூடத்திற்
பதிப்பிக்கப்பெற்றது.

[மூன்றாம் பதிப்பு]

பிரஜோத்பத்தி ஞு ஆவணி மீ

Copyright Registered]

 1931 [விலை ரூபா ஐந்து

உ

கணபதிதுணை.

கடைச் சங்கப்புலவருள் ஒருவராகிய

மதுரைக்

கூலவாணிகன் சீத்தலைச் சாத்தனார்

அருளிச்செய்த

மணிமேகலை.

இஃது

உத்தமதானபுரம்

மகாமகோபாத்தியாய தாக்ஷிணாத்ய கலாநிதி

வே. சாமிநாதையரால்

பலபிரதிகளைக்கொண்டு பரிசோதித்து

நூதனமாகத் தாம் எழுதிய அரும்பதவுரையோடும்

பலவகை ஆராய்ச்சிக் குறிப்புக்களோடும்

சென்னை:

கேசரி அச்சுக்கூடத்திற்

பதிப்பிக்கப்பெற்றது.

[மூன்றாம்பதிப்பு]

பிரஜோத்பத்தி ௵ ஆவணி மீ

 1931 [விலை ரூபா ஐந்து.

உ
கணபதி துணை

முகவுரை

அகவல்

தன்றோ ணான்கி னொன்றுகைம் மிகூஉம்
களிறுவளர் பெருங்கா டாயினும்
ஒளிபெரிது சிறந்தன் றளியவென் னெஞ்சே.

வெண்பா

காலையு மாலையுங் கைகூப்பிக் காறொழுதால்
மேலை வினையெல்லாங் கீழவாம் – கோலக்
கருமான்றோல் வெண்ணீற்றுச் செம்மேனிப் பைந்தார்ப்
பெருமானைச் சிற்றம் பலத்து.

கட்டுரை

உலகமார் பன்னூற் றிலகமா யிலகி
நவையறு மொன்பான் சுவைபுணர்ந் தினிமைத்
திரட்டுறு *மைந்து பொருட்டொடர் நிலைகளுள்
அமிழ்தினிற் சிறந்த தமிழெனு மடந்தை
அணிமே கலையா மணிமே கலைதான்
நச்சும் பெருமை முச்சங் கத்துட்
கறைமிடற் றிறைவ னிறையனா ரெனும்பெயர்
வாய்ந்தே +புலம்பல வாய்ந்த சங்கத்
தொல்லிசை பலவுறு நல்லிசைப் புலவருட்
சீலமார் மதுரைக் கூலவாணிகன் சீத்தலைச் சாத்தனா ரென்னும்

புலவர் பெருமானால் அருளிச்செய்யப்பட்டது; இளம்பூரணர், பேராசிரியர், தெய்வச்சிலையார், நச்சினார்க்கினியர், பரிமேலழகர், அடியார்க்கு நல்லார், சமய திவாகர வாமன முனிவர், இலக்கண விளக்க வுரையாசிரியர், இலக்கணக் கொத்து உரையாசிரியர், திருவொற்றியூர் ஞானப்பிரகாசர், மயிலைநாதர், சங்கர நமச்சிவாயர் முதலிய உரையாசிரியர்களால் எடுத்துக்காட்டப்பட்டுள்ள பிரமாண நூல்களுள் ஒன்று; தன்மைநவிற்சி யணியும் பாவிகவணியும் இன்னோரன்ன பிறவணிகளுமே ஆங்காங்கு அமைந்திருத்தலால், தன்னுட் கூறப்பட்டுள்ள மலை கடல் தீவு வனம் நாடு நகர் ஆறு முதலியவற்றையும் பிறவற்றையும் நேரில் அறிந்து

---

* ஐந்து பொருட்டொடர் நிலைகளாவன: சீவகசிந்தாமணி, சிலப்பதிகாரம், மணிமேகலை, குண்டலகேசி, வளையாபதி யென்பன.

+ புலம் – நூல்; இதனை, “புலந்தொகுத் தோனே” என்னும் தொல்காப்பியப் பாயிரத்தா லுணர்க.

கொண்டாற் போலப் படிப்பவர்களுடைய மனத்திற்கு நன்றாகப் புலப்படச் செய்யும் நலப்பாடுற்றது; இக்காலத்தில் வேறொரு வகையாலும் விளங்காதனவாகிய சில தெய்வங்களுடைய பெயர்களையும், அத்தெய்வங்களை வழிபடு முறைமையையும், சில சாதியாரையும், அவர்களுடைய நடை முதலியவற்றையும், சில நகரங்கள் தீவுகள் மலைகள் வனங்கள் கோட்டங்கள் அறச்சாலைகள் மன்றங்கள் முதலியவற்றையும், அவைகள் இன்ன இன்ன வண்ணமாக இருந்தன வென்பதையும், இன்ன இன்ன சமயங்கள் இன்ன இன்ன இடத்திற் பரவி யிருந்தன வென்பதையும், அவற்றின் இலக்கணங்களையும், சில அரசர் சில முனிவர் முதலியோருடைய சரித்திரங்களையும், பிறவற்றையும் இந்நூலால் விளங்க அறிந்துகொள்ளலாம்; இதன்பாலுள்ள சொல் நுட்பம் பொருள் நுட்பங்கள் நூலளவே யாகிய நுண்ணறிவிற் கேற்ப எவ்விடத்தும் காணப்படு மென்று கூறுவர்; இதனை,

மந்தா கினியணி வேணிப் பிரான்வெங்கை மன்னவநீ
கொந்தார் குழன்மணி மேகலை நூனுட்பங் கொள்வதெங்ஙன்
சிந்தா மணியுந் திருக்கோ வையுமெமு திக்கொளினும்
நந்தா வுரையை யெழுதலெவ் வாறு நவின்றருளே

என்று கவிஞர்பெருமானாகிய துறைமங்கலம் ஸ்ரீ சிவப்பிரகாச முனிவர் அருளிச்செய்த வெங்கைக் கோவைச் செய்யுளா லுணர்க. பின்னும், "சிந்தா மணியாஞ் சிலப்பதிகாரம் படைத்தான், கந்தா மணிமே கலைபுனைந்தான்" (திருத்தணிகை யுலா) என்று இந்நூற் பெயரையும், "மாதவி பெற்ற மணிமேகலை நம்மை வாழ்விப்பதே" (அம்பிகாபதி கோவை) என இக்காப்பியத் தலைவியாகிய மணிமேகலையின் பெயரையும் தத்தம் நூல்களில் தொனியில் அமைத்து வித்துவான்கள் பாடியிருப்பதும் இதன் பெருமையையும் மணிமேகலையின் பெருமையையும் புலப்படுத்தும்.

சிலப்பதிகாரக் கதைத் தலைவனான கோவலன் மகளாகிய மணிமேகலை யென்பவளுடைய சரித்திர மாதலின், இந்நூல், சிலப்பதிகாரத்தோடு கதைத் தொடர்புடையது.

இதில், சோழ வளநாட்டுள்ள காவிரிப்பூம்பட்டினத்தில் பெருங்குடி வாணிகர் மரபில் உதித்த கோவலனுக்கு மாதவி யென்னும் நாடகக் கணிகையிடந் தோன்றிய மணிமேகலை யென்பவள், தன்னுடைய தாய், கோவலன் மதுரையில் வெட்டுண் டிறந்தது கேட்டுப் பரத்தைமைத் தொழிலை வெறுத்துப் பௌத்த முனிவராகிய அறவணவடிகளைச் சரணடைந்து வாய்மை நான்கும் சீலமைந்தும் உபதேசிக்கப் பெற்றுப் பௌத்த சங்கத்திருத்தலை யறிந்து, அவளோடு பழகி, சிறுபிராயத்திலே தானே பௌத்த தருமங்களை அறிதற்கேற்ற உணர்ச்சியுற்று, ஒருநாள், தாயின் கட்டளைப்படிச் சுதமதியுடன் பூக்கொய்தற்கு மலர்வனஞ் சென்று, தன்னை விரும்பி வந்த உதயகுமரனுக்கு அஞ்சி அங்குள்ள பளிக்கறையில் ஒளித்திருந்து அவன் போனபின்பு வெளியே வந்து தன் குலதேவதையாகிய மணிமேகலா தெய்வத்தால் மணிபல்லவ தீவிற்குக் கொண்டுபோகப்பட்டு அத் தீவிலுள்ள புத்த பீடிகைக் காட்சியால் தன்னுடைய பழம்பிறப்பில் நிகழ்ந்த செய்திகளை யறிந்து அப்பால் அத்தெய்வம் அறிவுறுத்திய மூன்று மந்திரங்களை யுணர்ந்து முற்பிறப்பிற் கணவனாயிருந்த இராகுல னென்பவனே இப்பிறப்பில் உதயகுமரனாக வந்தா னென்று அத்தெய்வம் கூறக்கேட்டு அப்பீடிகையின் காவற் றெய்வமாகிய தீவதிலகையி னுதவியாற் கோமுகி யென்னும் பொய்கையை யடைந்து அதிலிருந்த

அமுதசுரபி யென்னும் அக்ஷயபாத்திரம் தன் கையில் வரப்பெற்று பின்பு காவிரிப் பூம்பட்டினத்தைச் சார்ந்து அறவணவடிகளை யடைந்து, ஆபுத்திரன் வரலாற்றையும் அவனுக்கு மதுரையிற் சிந்தாதேவி அமுதசுரபியைக் கொடுத்ததையும் பசித்த உயிர்களுக்கு உணவளித்தலே எல்லாவற்றினும் மேலான தருமமென்பதையும் அவர் கூறக்கேட்டு அவர் கூறியவாறே உணவளித்தற் பொருட்டு அமுதசுரபியைக் கையிலேந்திக் கொண்டு வீதியிற் சென்று சிறந்த பத்தினியாகிய ஆதிரை யென்பவள் முதலிற் பிச்சை யிடப்பெற்றுக் காயசண்டிகை யென்னும் வித்தியாதர மங்கையின் தீராப்பசியை அப்பாத்திரத்திலிருந் தெடுத்துதவிய ஒருபிடி யமுதாற் போக்கி அப்பாத்திரத்தில் மேன்மேலும் அமுது வளரப்பெற்று அந்நகரத்துள்ள உலகவறவி யென்னும் அம்பலத்தை யடைந்து அங்கே வந்த எல்லாவுயிர்களின் பசியையும் போக்கி அவ்வறஞ் செய்தலையே நித்த நியமமாகப்பூண்டு தன்னை விரும்பி வந்த உதயகுமரன் அறிந்து கொள்ளா வண்ணம் மேற்கூறிய காயசண்டிகையின் வடிவங்கொண்டு அந்நகரத்துள்ள சிறைச்சாலையை யடைந்து அங்கே பசித்திருப்பவர்களுக் கெல்லாம் உணவளித்து அதனை அறச்சாலை யாக்கி, தன்னை மீட்டும் விடாது தொடர்ந்த உதயகுமரன் காயசண்டிகையின் கணவனால் வெட்டுண்டு வீழ்ந்தது கண்டு மனங்கலங்கிப் பின்பு கந்திற் பாவைத் தெய்வத்தின் மொழிகளால் தேறுதலுற்று உதயகுமரனுடைய தந்தையாகிய மாவண் கிள்ளியாற் சிறையில் வைக்கப்பட்டு, இராசமாதேவியின் முயற்சியால் அச்சிறையினின்று நீங்கி நாகபுரத்தை யடைந்து அதன் தலைவனான புண்ணியராசனோடு மணிபல்லவஞ் சார்ந்து, புத்த பீடிகையைக் காட்டி அதனால் அவனது பழம் பிறப்பை அவனுக் கறிவித்து, காவிரிப்பூம்பட்டினம் கடல் கொள்ளப்பட்ட செய்தியைத் தீவதிலகையா லறிந்துகொண்டு அப்பாற்சென்று வஞ்சிநகர்ப் புறத்தேயுள்ள பத்தினிக் கடவுளாகிய கண்ணகியின் கோயிலை யடைந்து தரிசித்து, தன்னுடைய எதிர்காலச் செய்திகளைக் கண்ணகித் தெய்வம் கூற அறிந்து சென்று ஆங்கிருந்த சமயவாதிகள் பலரையுஞ் சார்ந்து அவரவர்க ளுடைய கொள்கைகளைத் தனித்தனியே வினாவி யுணர்ந்து, அந்நகரில் தவம்புரிந்து கொண்டிருந்த மாசாத்துவானைக் கண்டு அவன் மொழிந்த செய்திகள் பலவற்றையுங் கேட்டு அவன் கூறிய்வாறு காஞ்சி நகரம் போய், அந்நகரிற் பசியால் வருந்திவாடிய எல்லா வுயிர்களுக்கும் உணவளித்து, அங்கே வந்த அறவணவடிகளைத் தரிசித்து அவர் உபதேசித்த அறமொழிகளைக் கேட்டு, பின் முத்தி பெறுதற் பொருட்டு அந்நகரிலேயே தவஞ்செய்து கொண்டிருந்தா ளென்னுங் கதை விரித்துக் கூறப்படும்.

இந்நூல், பௌத்த சமயச் சார்பினளாகிய மணிமேகலையின் சரித்திர மாதலின் இதில் அச்சமயக் கொள்கைகளைப் பரக்கக் காணலாம்.

பற்பல தருமங்கள் இதிற் சொல்லப்பட்டுள்ளன; அவற்றுள் மிகுதியாகக் காணப்படுவது ஒருவன் மன மொழி மெய்கள் தூயனாகி எல்லா வுயிர்களிடத்தும் எப்பொழுதும் அருளுடையனாதல் வேண்டு மென்பதே.

மணிமேகலை யென்பவளுடைய சரித்திரத்தை விரித்துக் கூறுதலின், இஃது இப்பெயர் பெற்ற தென்பர். நீலகேசி, புத்தவாதச் சருக்கத்தில், "குயலா குயலம்" என்னுஞ் செய்யு ளுரையில், * " 'தீவினையென்பதி...................... பிரமரு மாகி' என்பது மணிமேகலை துறவாதலின், இதனால் ஸம்ஸ்காரமறிந்து கொள்க" எனச் சமய திவாகர வாமன முனிவரும், சிவஞான சித்தியார் பரபக்கத்திற்

* மணிமேகலை, உச:கஉ௩-க௩௬.

சௌத்திராந்திகன் மதத்துள்ள, "ஓங்கிய வுருவம்" என்னுந் திருவிருத்தத்தின் உரையில் *" 'தீவினை யென்பதி. . . . . பிரமருமாகி' என்பது மணிமேகலை துறவாதலின், இதனால் ஸம்ஸ்கார மறிந்து கொள்க" எனத் திருவொற்றியூர் ஞானப்பிரகாசரும் எழுதியிருத்தலால், இந்நூல் மணிமேகலை துறவென்றும் அக்காலத்தில் வழங்கப்பட்டு வந்ததென்று தெரிகின்றது; "மணிமே கலைதுற, வாறைம் பாட்டினு ளறிய வைத்தனன்" என்று பதிகத் திறுதியிற் கூறப்பட்டிருத்தலும் இதற்கு இப்பெயருண் டென்பதை வலியுறுத்தும்.

இந்நூல், அம்மை முதலாகிய வனப்பெட்டினுள் இயைபின்பாற்படும்; தொல்காப்பியச் செய்யுளியலின் கண்ணே, 'அம்மை முதலிய வனப்பெட்டும் தொடர்நிலைச் செய்யுட் கிலக்கணம்' என்று கூறுகின்றுழி, + "ஞகாரை முதலா ளகார வீற்றுப், புள்ளி யிறுதி யியைபெனப் படுமே" என்னுஞ் சூத்திரவுரையில், 'ஞ ண ந ம ன ய ர ல வ ழ ள வென்னும் பதினொரு புள்ளியுள் ஒன்றனை ஈறாகவமைத்துச் செய்யுளைப் பொருட் டொடராகவும் சொற் றொடராகவுஞ் செய்வது இயைபெனப்படும்; னகார வீற்றா னிற்றுப் பொருளு மியைந்து சொல்லு மியைந்து வந்தன, சீத்தலைச் சாத்தனாராற் செய்யப்பட்ட மணிமேகலையும், கொங்குவேளிராற் செய்யப்பட்ட உதயணன் கதையும் போல்வன' என்று பேராசிரியரும் ஆசிரியர் நச்சினார்க்கினியரும் எழுதியிருத்தல் காண்க; இந்நூலிற் சொல்லியைபும் பொருளியைபும் அமைந்திருத்தல் அறிதற்குரியது.

இதிற் கூறப்பட்டுள்ள சரித்திரம் நிகழ்ந்த காலமும் இந் நூலாசிரியர் காலமும் ஒன்றென்றும், இஃது அவரால் தமிழிலேதான் முதலிற் பாடப்பட்ட தென்றும், சிலப்பதிகாரத்தாலும் அதன் பதிகத் தொடக்கத்தில் அடியார்க்கு நல்லா ரெழுதிய உரைநடையாலும், இந்நூற் பதிகத்தாலும் விளங்குகின்றமையின், இது வேறு மொழியிலிருந்து வந்ததென்று சொல்லுவதற் கிடமில்லை.

கதையைத் தொகுத்துக் கூறுவதும் பதிகமென்று வழங்கப்படுவதுமாகிய கதை பொதி பாட்டை இது முதலிற் பெற்று, விழாவறை காதை முதற் பவத்திறமறு கெனப் பாவை நோற்ற காதை யிறுதியாகவுள்ள முப்பது பகுதிகளாகப் பகுக்கப் பட்டுள்ளது; காதை — பாட்டு; நீலகேசி, குண்டலகேசி வாதச் சருக்கம், உள-ம் செய்யுளுரையில், "முன்றான் பெருமைக் கணின்றான் என்னுங் காதையை அனுவதித்தவாறு" எனவும், உஅ-ஆம் செய்யுளுரையில், "பிடகம் என்னுங் காதை சொன்னவாறு" எனவும், மொக்கலவாதச் சருக்கம், உரு-ஆம் செய்யுளுரையில், "தன்புறத்த என்னுங் காதை சொல்லப் பட்டது" எனவும், சo-ஆம் செய்யுளுரையில், "எழும்பைத்தி' என்னுங் காதை" எனவும், சக-ஆம் செய்யுளுரையில், "காவினாற் சுமந்துய்ப்பான் என்னுங் காதை" எனவும், சஉ-ஆம் செய்யுளுரையில், "மக்கட் பண்பழியாது என்னுங் காதை" எனவும், அந்நூலுரையாசிரியர் எழுதியிருத்தலாலும், 'காதைகரப்பு' என்னும் ஒருவகைச் சித்திரகவிப் பெயராலும் காதை யென்பதற்குப் பாட்டென்று பொருள் கொள்ளுதல் துணியப்படும்; "ஆறைம் பாட்டினு ளறிய வைத்தனன்" எனப் பதிகத் திறுதியிற் கூறப்பட்டிருத்தலும், மிதிலைப்பட்டித் திருச்சிற்றம்பலக் கவிராய ரவர்கள் வீட்டிற் கிடைத்த பிரதியில் இந் நூற்பகுதிகளின் பெயர்கள் யாவும் பாட்டென்றே இருப்பதும் இதனை வற்புறுத்தும்; காதை யென்பதை இசையோடு பாடப்படுவதாகிய செய்யுளென்று பொருள்படுகிற

* மணிமேகலை, ௩௦:௬௪-௮௦.

\+ தொல்காப்பியம், செய்யுளியல், சூ. ௨௪௦.

‘காதா’ (गाथा) என்னும் வடசொற் சிதைவென்று கொண்டால் யாதோரிழுக்கு மின்றென்று வடமொழியாளர் கூறுவர்; இது நிற்க;

பல வருடங்களுக்கு முன் பழைய தமிழ்ப் புத்தகங்களைத் தேடும்வண்ணம் இத் தமிழ்நாட்டினுள்ளே செல்லுதற்குரிய பல ஊர்களுக்குச் சென்று அங்கங்குள்ள பரம்பரைத் தமிழ்ப் பண்டிதர்களுடைய வீடுகளில் இருந்த கையெழுத்துப் பிரதிகளைப் பரிசோதித்துப் பார்த்த காலங்களி லெல்லாம் எனக்கு மணிமேகலை மூலப் பிரதிகள் மட்டும் கிடைத்தனவே யன்றி உரைப் பிரதி யாண்டும் கிடைத்திலது. சென்னை, தஞ்சை முதலிய நகரங்களிலுள்ள பழைய கையெழுத்துப் புத்தக சாலைகளும் பார்க்கப்பட்டன; அங்கும் கிடைக்கவில்லை. வெளிநாட்டிலுள்ள நண்பர்கள் பலரைப் பத்திரிகை வாயிலாக இதைப்பற்றி வினாவினேன்; அங்ஙனம் வினாவப்பட்டவர்களுள், யாழ்ப்பாணத்து நல்லூர் ஸ்ரீ சிற். கைலாச பிள்ளை யவர்கள் தமது கையா லெழுதிய மூலப்பிரதி யொன்றை அன்புடன் அனுப்பினார்கள்; பின்பு பாரிஸ் நகரத்துள்ள புரொபஸர் ஜூலியன் வின்ஸன் என்பவர், ‘இந்நகரத்துக் கையெழுத்துப் புத்தகசாலையில் மணிமேகலை மூலப்பிரதி ஒன்றே யுள்ளது’ என்று தெரிவித்து மாதிரிகைக்காக அதிலிருந்து பதிகத்தை மட்டும் எழுதி யனுப்பினார்; மற்றவர்கள், ‘யாதொன்றுங் கிடைக்கவில்லை’ என்று விடையளித்து விட்டார்கள். கிடைத்த பிரதிகளை வைத்துக் கொண்டு ஒப்புநோக்கி ஆராய்ந்து வந்தபொழுது பிரதிகளில் எழுதுவோர்கள் இயல்பாகவே செய்வித்திருந்த வேறுபாடுகளாலும், இது பௌத்த சமயக் காப்பியமாதலால் அச்சமயக் கொள்கைகளைக் கூறும் பாகங்களை யெல்லாம் எளிதிற் றெரிந்து கொள்ளல் கூடாமையாலும், அவற்றை ஒழுங்காகப் புலப்படுத்தும் பழைய *தமிழ்ப் பௌத்த நூல்கள் பண்டைக் காலத்தில் இருந்தும் பாதுகாப்போ ரின்மையால் பிற்காலத்தில் இறந்தொழிந்தமையாலும், அக்கொள்கைகளை விளங்கச் சொல்லுவோர் அகப்படாமையாலும், பிழைகளைப் பிழைக ளென்று நிச்சயித்துக் களைந்து திருத்தமான பாடங்களைத் தெரிந்து கொள்ளுதற்கு எடுத்துக் கொண்ட முயற்சியும் கழித்த காலமும் அடைந்த வருத்தமும் அளவுபடுவனவல்ல.

திருஞானசம்பந்த மூர்த்தி நாயனார் முதலிய சைவ சமயாசாரியார்கள் அருளிச்செய்த தேவாரங்களிலுள்ள பௌத்த சமய மறுப்புக்களும், பெரியபுராண முதலியவற்றுட் கூறப்பட்டுள்ள அச்சமயக் கொள்கைகளும் மறுப்பும், சிவஞான சித்தியார் பரபக்கத்துள்ள சௌத்திராந்திகன் மத முதலியனவும், அவற்றிற்குத் திருவொற்றியூர் ஞானப்பிரகாசர் எழுதிய வுரையும், அவ்வுரையிலுள்ள சில உதாரணச் செய்யுட்களும், மறுப்புக்களும், நீலகேசியும் அதனுரையும், அவ்வுரையில் மேற்கோள்களாக எடுத்துக்காட்டப்பட்டுள்ள சில கவிகளும், வீரசோழியம் யாப்புப்படல வுரையிலுள்ள சில உதாரணப் பாடல்களும், இன்னுஞ் சிலவும் பௌத்த சமய மரபுகளிற் சிலவற்றையும் அச்சமயத்தோர் பேசிவந்த சில தமிழ்ப் பரிபாஷைகளையும் பிறவற்றையும் ஒருவாறு விளங்கச் செய்தன; செய்தும் முன்பிருந்த ஐயங்கள் முற்றுந் தீராமையாற் பின்னும் அறிந்தோர்பாற் சென்றும் தூர தேசத்தார்க்குக் கடிதமெழுதியும் விசாரித்தலையே மேற்கொண்டிருந்தேன்.

---

* பண்டைக் காலத்துப் பௌத்த நூல்களென்று தெரிந்தவை குண்டலகேசி, சித்தாந்தத் தொகை, திருப்பதிகம், விம்பசார கதை யென்பன; அவற்றிலிருந்து சில பாடல்களே நீலகேசியுரை முதலியவற்றில் நூற் பெயர்களோடு எழுதப்பட்டுள்ளன; தக்கயாகப் பரணியின் உரையால் கவி ராசராச ரென்னும் பெயரினராகிய புலவரொருவர் பௌத்த நூலொன்று செய்துள்ளாரென்று தெரிந்தது.

இப்படி இருக்கையில், ஹிந்து தேசத்து வித்தைகளிலும் ஆங்கிலேய வித்தைகளிலும் மிகப் பயிற்சி யடைந்து விளங்கியவரும் சென்னை இராசதானிக் கலாசாலையில் ஸம்ஸ்கிருத போதகாசிரியராக இருந்தவருமான ராவ்பகதூர் மஹா ஸ்ரீ அரங்காசாரிய ரவர்கள், எம்.ஏ.,பௌத்த சமய நூல்களிலும் பாண்டித்திய முள்ளவர்க ளென்பதை அறிந்துகொண்டு உரிய காலங்களில் அவர்களிடத்துச் சென்று வினாவி வந்தேன்; வருகையில், ஒவ்வோ ரமயத்தும் தடையின்றி உடனுடன் அவர்கள் கூறிய விடைகளால் அதற்கு முன்பு எனக்கிருந்த ஐயங்களிற் பெரும்பாலன நீங்கின; நீங்கவே இந்நூலைப் பரிசோதித்தலில் என் மனம் ஊக்கம் பெற்றது. அவர்களுடைய பேருதவி இல்லையாயின், மணிமேகலையில் வந்துள்ள துடிதலோகம், பாரமிதை, அரூபப் பிரமர், உரூபப் பிரமர் முதலிய சொற்களுக்குங்கூட உள்ளவாறே பொருள் கொள்ளுதல் எனக்கு மிகவரிதாகும்; தமக்குரிய அரிய வேலைகள் அநேகமிருந்தும் இப் பழைய தமிழ்நூல் வெளியே வந்து உலாவுதலையே பயனாகக் கருதி, யான் செல்லுங் காலந்தோறும் சிறிதும் சலிப்பின்றி அவர்கள் செய்துவந்த பேருதவி ஒருபொழுதும் மறக்கற்பாலதன்று; அவர்களுடைய பேருதவியாலேயே பௌத்த மதத்துள் மும்மணி யென்று வழங்கும் புத்த சரித்திரம் பௌத்த தர்மம் பௌத்த சங்கம் என்பவை எழுதப்பெற்றன. அம் மகோபகாரி விஷயத்தில் இத் தமிழ்நாட்டினேமாகிய நாமெல்லாம் நன்றி பாராட்டுதற்கு உரியவர்களாக இருக்கிறோம்.

எவ்விடத்தும் இந்நூலுக்கு உரை அகப்படாமையாலும், உரை முன்பு உண்டென்று ஒருவாற்றாலும் விளங்காமையா லும் இனி மூலத்தை மட்டுமாவது வெளிப்படுத்த வேண்டு மென்று நிச்சயித்துப் பதிப்பிக்கத் தொடங்கிய பொழுது, தமிழ்ப் பாஷாபிமானிகளாகிய அன்பர்களிற் சிலர், ‘உரை யெழுதியே இதனை வெளிப்படுத்த வேண்டும்’ என்று வற்புறுத்திக் கூறினமையின், அவர்கள் சொல்லை மறுத்தற்கு அஞ்சி, இது புலவர் திலகர்கள் செய்தற்குரிய அரிய காரிய மென்று கருதாமல், *“ஆங்கவன் புகழ்ந்த நாட்டை யன்பெனு நறவ மாந்தி, மூங்கையான் பேசலுற்றா னென்னயான் மொழிய லுற்றேன்” என்று பெரியோர் கூறியதற்கு இலக்கியமாகத் தக்க நூலாராய்ச்சியும் எண்ணியவற்றைச் சுவைபயக்கும்படி நல்ல நடையில் விளங்க வெழுதும் வன்மையு மில்லாத யான், +“மணிமேகலை நூனுட்பங் கொள்வ தெங்ஙன்” என்று ஆன்றோராற் பாராட்டப்பட்டுள்ள இந்நூற்கு அரும்பதவுரை யென்ற ஏதோ வொன்றை எழுதத் தொடங்கினேன்.

மொழிகளுட் பெரும்பாலனவற்றிற்குப் பொருள் விளங்கிக் கிடக்கின்றமையின் அரியவற்றிற்கு மட்டுமே பொருள் செய்தும், ஆங்காங்குள்ள வாக்கியங்களை ஒத்தவைகளாக இந்த நூலிலும் வேறு நூலிலும் காணப்பட்ட வாக்கியங்களை அவ்வவ் விடத்தில் தந்து காட்டி அவற்றி னிடங்களை உடனுடன் விளங்கச் செய்தும், பொருள் விளங்காத இடங்களில் (?) இக் கேள்விக்குறியை அமைத்தும், கையெழுத்துப் பிரதிகளிற் கண்ட பாடபேதங்களை எடுத்துக்காட்டி அவற்றுள் இன்றியமையாத சிலவற்றிற்கு மட்டுமே பொருளைப் புலப்படுத்தியும், எல்லாருக்கும் எளிதிற் பொருள் விளங்குதற் பொருட்டு வடசொற்களைப் பெரும்பாலும் விரவுவித்தும், சிலவற்றிற்குச் சங்க மருவிய நூல்களிலிருந்து மேற்கோள்கள் இப்பொழுது அகப்படாமையால் அவற்றை விளக்குதற்குப் பிற்காலத்து

* கம்பராமாயணம், நாட்டுப்படலம், க.

+ திருவெங்கைக் கோவை.

நூல்களிலிருந்து பிரயோகங்களை எடுத்துக்காட்டியும் ஒருவாறு அதனை எழுதி முடித்தேன்.

*"சவியுறத் தெளிந்து தண்ணென் றொழுக்கமும் பயின்று" என்று கம்பநாடரும், +"செல்லாறு தோறும் பொருளாழ்ந்து தெளிந்து" எனப் பரஞ்சோதி முனிவரும் அருளிச்செய்த திருவாக்குகளுக்கு இலக்காக விளங்குங் கவிகளினுடைய வரிசையிலே நிற்குந் தகுதியுள்ள பாட்டுக்களை யுடைய இந்நூலுக்கு யானா அரும்பதவுரை யெழுதுபவன்? இது செய்தற்குத் துணிந்த எனது தறுகண்மையைப் பொறுத்தருளும்படி இத் தமிழுலகத்தை மிகவும் வேண்டுகிறேன்.

பழைய செந்தமிழ் நூற் பரிபாலகரும் இவ்வாராய்ச்சியால் எனக்கு மனச்சோர் வுண்டாகாத வண்ணம் அடிக்கடி ஊக்கமளித்து வந்தவரும் கொழும்பு நகரத்துப் பிரபுசிகாமணியுமாகிய கௌரவம் பொருந்திய ஸ்ரீ பொ. குமாரசாமி முதலியா ரவர்கள், இந்நூலிற் சிற்சில விடங்களில் முன்னம் நிகழ்ந்த ஐயங்களை நீக்கிக் கொள்ளுதற் பொருட்டு யான் கேட்ட வினாக்களுக்கு இலங்கையிலுள்ள பௌத்த வித்தியோதய பாடசாலைத் தலைவராகிய ஸ்ரீ ஸுமங்கள ரவர்களைக் கொண்டு விடைக ளெழுதுவித்து அனுப்பிப் பேருதவி செய்துவந்தார்கள்.

எனக்கு அக்காலத்தில் வடமொழிப் பிரயோகங்களில் உண்டாகிய ஐயங்களை உடனுடன் போக்கியருளிய பெருக வாழ்ந்தான் ஸ்ரீ மஹாமஹோபாத்தியாய அரங்காசாரியா ரவர்கள், திருமலை ஈச்சம்பாடி சதாவதானம் ஸ்ரீ ஸ்ரீனிவாஸாசாரிய ரவர்கள் என்னும் இருவர்களுடைய நினைவும் என் நெஞ்சினின்றும் நீங்கவில்லை.

மணிமேகலையின் முதற்பதிப்பு 1898ஆம் வருஷத்திலும் இரண்டாம் பதிப்பு 1921ஆம் வருஷத்திலும் வெளியிடப்பெற்றன. முதற் பதிப்பிற்கு உதவியாகக் கிடைத்த கையெழுத்துப் பிரதிகள்:

1.	திருவாவடுதுறை யாதீனத்துப்	பிரதி	க
2.	எட்டயபுரம் பெரிய அரண்மனைப்	"	க
3.	மிதிலைப்பட்டி ஸ்ரீ அழகிய சிற்றம்பலக் கவிராய ரவர்கள் வீட்டுப்	"	க
4.	திருநெல்வேலி ஸ்ரீ திருவம்பலத் தின்னமுதம் பிள்ளை யவர்கள்	"	க
5.	சேலம் ஸ்ரீ இராமசாமி முதலியா ரவர்கள்	"	க
6.	யாழ்ப்பாணத்து நல்லூர் ஸ்ரீ சிற். கைலாச பிள்ளை யவர்கள்	"	க
7.	ஆறுமுகமங்கலம் ஸ்ரீ சுந்தரமூர்த்திப் பிள்ளை யவர்கள்	"	க
8.	திருமயிலை ஸ்ரீ சண்முகம் பிள்ளை யவர்கள்	"	க
9.	சென்னை ஸ்ரீ தி. முத்துக்குமாரசாமி முதலியா ரவர்கள்	"	க
10.	சென்னை இராசாங்கத்துக் கையெழுத்துப் புத்தகசாலைப்	"	க

இவற்றுள், மிகப் பழமையானதும் பரிசோதனைக்கு இன்றியமையாததாக இருந்ததும் மற்றைப் பிரதிகளிற் குறைந்தும் பிறழ்ந்தும் திரிந்தும் போகிய பாகங்களை

* கம்பராமாயணம், சூர்ப்பநகைப் படலம், க.

+ திருவிளையாடற் புராணம், அன்னக் குழியும் வையையு மழைத்த படலம், உஉ.

யெல்லாம் ஒழுங்குபடச் செய்ததும் கோப்புச் சிதைந்து அழகு கெட்டு மாசு பொதிந்து கிடந்த செந்தமிழ்ச் செல்வியின் மணிமேகலையை அவளணிந்து கொள்ளும் வண்ணம் செப்பஞ் செய்து கொடுத்ததும் மிதிலைப்பட்டிப் பிரதியே.

இரண்டாம் பதிப்புக்கு உதவியாக மதுரைத் தமிழ்ச் சங்கத்துப் பாண்டியன் புத்தகசாலைப் பிரதி யொன்றும், சென்னை ஸ்ரீ பார்சுவநாத நயினாரவர்கள் பிரதி யொன்றும் கிடைத்தன. முதற் பதிப்பில் தனித்தனியே பதிப்பிக்கப்பெற்றிருந்த அபிதான விளக்கம் அரும்பத வகராதி, அருந்தொட ரகராதி, மூலவிஷய சூசிகை, அரும்பதவுரையில் அடங்கியவை, தமிழ் நூற்பெயர்கள் முதலியன என்னும் பகுதிகள் ஒருங்கே தொகுக்கப்பெற்று ஒரே அகராதியாக 'அரும்பத முதலியவற்றின் அகராதி' என்னும் பெயருடன் பதிப்பிக்கப்பெற்றன; மூலம் முதலியவற்றிற் காணப்பட்டு முன்பு பதிப்பிக்கப்படாமலிருந்த அரும்பதங்களும், அருந்தொடர்களும், சிலவற்றின் பொருளும், உவமைகளும், பழைய செய்திகளும், வழக்கங்களும், பிறவும் இவ்வகராதியிற் சேர்க்கப்பெற்றன.

முதலிரண்டு பதிப்புக்களைப் பற்றிய மற்ற விஷயங்களை அப்பதிப்புப் புத்தகங்களிலுள்ள முகவுரைகளா லறிந்து கொள்ளலாம்.

இப்பொழுது இது மூன்றாவது முறையாக வெளியிடப்படுகிறது. இப்பதிப்பில் விசேஷமான மாற்றம் ஒன்றும் இல்லை. ஆனாலும் இடையிடையே விளங்காமலிருந்த சில பகுதிகளை விளக்கியும் சில மேற்கோள்களைக் காட்டியும் இருத்தலைக் காணலாம். புத்த சரித்திரம், பௌத்த தருமம், பௌத்த சங்க மென்னும் மூன்றும் மணிமேகலையைப் படிப்பவர்களுக்குப் பயன்படுவதற்காகவே முதலில் எழுதப்பட்டன வாதலின் அவையும் இப்பதிப்பிற் சேர்க்கப்பெற்றுள்ளன.

இப்பதிப்பிற்கு உடனிருந்து ஒப்புநோக்குதல் முதலிய உதவிகளைச் செய்து வந்தவர்கள், சென்னை கிறிஸ்டியன் காலேஜ் தமிழ்ப் பண்டிதர் சிரஞ்சீவி, வித்துவான் வி.மு. சுப்பிரமணிய ஐயரும், மோகனூர்த் தமிழ்ப் பண்டிதர் சிரஞ்சீவி, கி.வா. ஜகந்நாத ஐயரும் ஆவார்கள்.

கட்டளைக் கலித்துறை

ஒன்றென் றிருதெய்வ முண்டென் றிருவுயர் செல்வமெல்லாம்
அன்றென் றிருபசித் தோர்முகம் பார்நல் லறமுநட்பும்
நன்றென் றிருநடு நீங்காம லேநமக் கிட்டபடி
என்றென் றிருமன மேயுனக் கேயுப தேசமிதே.

இங்ஙனம்,
வே. சாமிநாதையர்

"தியாகராஜ விலாஸம்"
திருவேட்டீசுவரன் பேட்டை
28-8-31

உ

கணபதி துணை

கொங்குவேளிர் இயற்றிய

பெருங்கதை

இஃது

உத்தமதானபுரம்

மஹாமஹோபாத்தியாய

வே. சாமிநாதையரால்

பரிசோதித்து

நூதனமாக எழுதிய குறிப்புரை முதலியவற்றோடும்

கதைச்சுருக்கத்தோடும்

சென்னை

கமர்ஷியல் அச்சுக்கூடத்திற்

பதிப்பிக்கப்பெற்றது.

ருத்ரோத்காரி ஹூ மாசி மீ

1924

Copyright registered]

[விலை ரூ.7-8-0

உ

கணபதி துணை.

கொங்குவேளிர் இயற்றிய

பெருங்கதை.

இஃது

உத்தமதானபுரம்

மஹாமஹோபாத்தியாய

வே. சாமிநாதையரால்

பரிசோதித்து

நூதனமாக எழுதிய குறிப்புரை முதலியவற்றோடும்

கதைச்சுருக்கத்தோடும்

சென்னை

கமர்ஷியல் அச்சுக்கூடத்திற்

பதிப்பிக்கப்பெற்றது.

ருத்ரோத்காரி௵ மாசிமீ

1924.

Copyright registered.]

உ
கணபதி துணை

முகவுரை

தேவாரம்

திருச்சிற்றம்பலம்

எங்கள் பெருமானை யிமையோர் தொழுதேத்தும்
நங்கள் பெருமானை நல்லூர் பிரிவில்லா
தங்கை தலைக்கேற்றி யாளென் றடிநீழற்
றங்கு மனத்தார்க டடுமாற் றறுப்பாரே.

"ஆரியன் கண்டாய் தமிழன் கண்டாய்."

"கொங்கிற் குறும்பிற் குரக்குத் தளியாய் குழகா குற்றாலா."

திருவாசகம்

நரியைக் குதிரைப் பரியாக்கி ஞால மெல்லா நிகழ்வித்துப்
பெரிய தென்னன் மதுரையெலாம் பிச்ச தேற்றும் பெருந்துறையாய்
அரிய பொருளே யவிநாசி யப்பா பாண்டி வெள்ளமே
தெரிய வரிய பரஞ்சோதீ செய்வ தொன்று மறியேனே.

திருக்கோவையார்

சிறைவான் புனற்றில்லைச் சிற்றம் பலத்துமென் சிந்தையுள்ளும்
உறைவா னுயர்மதிற் கூடலி னாய்ந்தவொண் டீந்தமிழின்
துறைவாய் நுழைந்தனை யோவன்றி யேழிசைச் சூழல்புக்கோ
இறைவா தடவரைத் தோட்கென்கொ லாம்புகுந் தெய்தியதே.

நிலைமண்டில ஆசிரியப்பா

தேமலி கயிலைச் சிலம்பில்வீற் றிருக்கும்
பாமலி யுமையோர் பாகத் தண்ணலும்
குருகு பெயர்க்கிரி கொன்றே தன்னினைந்
துருகு பவர்க்கருண் முருக வேளும்
சகத்தியன் முனைஇத் தலைவனை யறிந்துயர்
அகத்தியன் முதலா மருந்தவப் பெரியரும்
நன்றி யறிவொடு துன்றுபு பல்குணம்
மேவுமுச் சங்க நாவலப் பெரியரும்
விரசு பெருங்கொடை யரசர் பலரும்
அப்பால் விளங்கிய வெப்பா லவரும்
வாய்ந்த வன்புட னாய்ந்த *செழுந்தமிழ்
பொங்குமண் டலத்துட் கொங்குமண் டலத்தில்
உறும்பல வளமார் குறும்புநன் னாட்டில்
எப்பனு வலையுந் தப்புத லின்றி

* செழுந்தமிழ் பொங்குமண்டலம் – தமிழகம்.

அங்கையா மலகமா வறிபெரி யோர்செறி
*மங்கைமா நகரின் மஞ்ஞையம் பரிமீத்
தங்குவே ளெனவாழ் **கொங்கு வேளிர்
மலர்தொறுஞ் சென்று நிலவிய மதுவின்
துளிக்கணந் தொகுக்கு மளிக்கணம் பொருவ
நூல்பல வற்றிற் சால்புறக் குழுமிய
சொன்னயம் பொருணயந் தொடைநய மாதி
எந்நயங் களுமமைந் தினிமை தோன்ற
அற்றைக் காலத் தமைதியைப் பிற்றைக்
காலத் தவர்தாங் கண்கூ டாக
நாடி யுணருமோ ராடி பொருவப்
புலவர் கூட்டுணும் புத்தமு தாக
உதையணன் சரிதை யோதின ரதுபெருங்
கதைகதை யுதயணன் கதைப்பெயர் பெறீஇத் +தான்
பிறந்தமண் டலத்தின் பெயர்ப்பொருட் கேற்பச்
சிறந்தலின் சுவைத்தாய்த் திகழ்ந்தில குறுமே.

பெருங்கதை யென்பது கவிஞர் பெருமானாகிய கொங்குவேளி ரென்பவரால் இயற்றப்பெற்ற ஒரு தொடர்நிலைச் செய்யுள். அவர் பெயர் கொங்குவே ளெனவும் கொங்கவே ளெனவும் வழங்கும். இந்நூல், சொற்சுவை பொருட்சுவைகளிற் சிறந்தது; தெள்ளிய இனிய நன்னடை வாய்ந்தது; குருகுலத்திற் பிறந்தவனும் கௌசாம்பி நகரத் தரசனுமான ++சதானிகனுடைய புதல்வன் உதயணனது சரித்திரத்தை விரித்துக் கூறுவது.

கௌசாம்பி நகரத்தரசனாகிய சதானிகனுடைய மனைவி மிருகாவதி யென்பவள் கருவுற்ற பத்தாந் திங்களில் நிலாமுற்றத்திற் செவ்வாடையைப் போர்த்திக்கொண்டு துயிலுகையில் சிம்புட் பறவை யொன்று தசைத் தொகுதி யென்று நினைத்து மஞ்சத்தோடு அவளை எடுத்துச் சென்று விபுலகிரியின் பக்கத்தே வைத்து உண்ணத் தொடங்கி, விழித்துக்கொண்ட அவளைக் கண்டு பறந்து போய்விட்டதும், பின்பு, சூரியோதய காலத்திற் பிறந்த உதயணன் அங்கே தவம்புரிந்து கொண்டிருந்த மிருகாவதியின் தந்தையது அருளால் வளர்ந்து பிரமசுந்தர முனிவருடைய குமாரனாகிய யூகி யென்பவனோடு பல கலைகளைக் கற்றுத் தேர்ந்ததும், தன் யாழிசையால் வயமுற்ற ஒரு தெய்வ யானை, "யான்உண்ணுமுன் நீ உண்பாயாயின் உன்னை நீங்குவேன்" என்று சொல்ல உடன்பட்டு அதன் அன்பைப் பெற்றுப் பின் மாமனாகிய விக்கிரனுடைய அரசவுரிமையை முதலிலும் தந்தையின் அரச வுரிமையைப் பின்பும் அடைந்து அரசாட்சி புரிந்து வந்ததும், ஒருநாள் மறந்து அவன் முன்னுண்டமையாற் பிரிந்து நீங்கிய அத்தெய்வ யானையைத் தேடிக்கொண்டு யாழுங் கையுமாகக் காட்டில் தனியே திரிகையில் திறை

---

* மங்கைமாநகர் – விசயமங்கலம்.

** கொங்குவேளிர் – எழுவாய்.

+ தான் பிறந்த மண்டலத்தின் பெயர் – கொங்கு; அதன் பொருள் தேன்.

++ குருகுலத்திற் பாண்டவர்களது காலத்தின்பின்பு சதானிக னென்னும் பெயர் வாய்ந்தவர் இருவர்; அவர்களுட் சனமேசயன் புதல்வன் ஒருவன். அவனுடைய பேரன் குமாரனான நிசக்குனு என்பவன் காலத்தில் அத்தினாபுரம் சிதைவுற்றுப் போனமையால், அவன் வத்த நாட்டி லுள்ளதாகிய கௌசாம்பி நகரத்தை இராசதானியாகக் கொண்டு அரசாட்சி செய்துவந்தான். அந்த நிசக்குனுவுக்கு கசூ-ஆம் பிற்றோன்றலாக உதித்தவன் வேறொரு சதானிகன்; அவனுடைய புதல்வனே உதயணன். இவ்வரலாறு ஸ்ரீ விஷ்ணு புராணம் ச-ஆம் அம்சம், உக-ஆம் அத்தியாயத்தால் தெரியவருகிறது.

கொடுக்கவில்லை யென்ற கோபத்தால் உச்சைனி நகரத்துள்ள சக்கரவர்த்தியாகிய பிரச்சோதனன் பல வீரர்களுடன் அனுப்பிய எந்திர யானையைத் தன் தெய்வயானை யென்று நினைந்து தனியே அதனருகிற் சென்று யாழ் வாசித்து, அதன் உள்ளிருந்து வெளிப்போந்த வீரர்களோடு போர்செய்து பின் சாலங்காய னென்னும் மந்திரியாற் பிடியுண்டுசென்று உச்சைனி நகரிற் சிறையில் வைக்கப்பட்டதும், அச்செய்தியைக் கேட்ட யூகி, "என் தலைவனை வஞ்ச யானையைக் காட்டிப் பிடிப்பித்த பகைவன் மகனை அவனறியாமற் பிடித்துவரச் செய்வேன்" என்று சூளுற்றுத் தான் இறந்துபோய்விட்டதாக ஒரு பொய்ச் செய்தியை எங்கும் பரவச்செய்து பல வீரர்களுடன் வேற்றுவடிவங் கொண்டு உச்சைனிக்குப் போய் மறைந்திருந்து நளகிரி யென்னும் பட்டத்து யானையை மதவெறி கொண்டு புறப்பட்டு நகரத்தை யழிக்கும்படி செய்ததும், அதுதெரிந்து மனங்கலங்கிய பிரச்சோதனனது வேண்டுகோளால் உதயணன் சிறையினின்றும் நீங்கிச்சென்று அதனையடக்கி *அவனுடைய முகமனைப் பெற்று அவன் விரும்பியபடி அவன் புதல்வர்களுக்கு வில் வித்தை முதலியவற்றையும் புதல்வி வாசவதத்தைக்கு யாழ் வித்தையையுங் கற்பித்து அவனால் நன்கு மதிக்கப்பெற்றதும், பின் அங்கே நடந்த நீர்விழாவில் வயந்தக னென்னுந் தோழனால் யூகியின் கருத்தை யறிந்து வாசவதத்தையைத் தோழி காஞ்சனை யென்பவளுடன் பத்திராபதி யென்னும் பெண் யானையின்மே லேற்றிக் கொண்டு பிரச்சோதனனது நாட்டைக் கடந்து, சேனையுடன் அங்கே வந்த இடபக னென்னுந் தோழனால் ஆதரிக்கப்பெற்றுச் சயந்தி நகரத்தை அடைந்ததும், அப்பால் வாசவதத்தையை மணந்து காமபரவசனாகி இடைவிடாமல் அவளுடன் இருந்ததும், யூகி உச்சைனியிற் செய்ய வேண்டியவற்றைச் செய்து முடித்துவிட்டுச் சாங்கியத்தா யென்னுந் தவமுதுமகளோடு எந்திர வண்டி யொன்றை ஊர்ந்து விரைந்துபோந்து உதயணனது நிலைமையை யறிந்து சிலகாலம் வாசவதத்தையைப் பிரித்துவையாவிடின் மேலே செய்விக்க வேண்டிய காரியங்களில் அவனுக்குப் புத்தி செல்லா தென்றெண்ணி, "இன்ன இன்ன காரியங்களை நீங்கள் இனி மந்தணமாக நடத்தவேண்டும்" என்று தோழர்க்குச் சொல்லிவிட்டுத் தான் இறந்துவிட்டதாக மீட்டும் பொய்ச் செய்தி யொன்றைப் பரவச்செய்து மறைந்திருந்ததும், அச்செய்தியைக் கேட்டு வருந்திய உதயணனைத் தேற்றித் தோழர் அவனை வாசவதத்தையுடன் அழைத்துச் சென்று இலாவாண நகரத்தின் பக்கத்துள்ள சோலையில் உண்டாடுவித்துப் பின் அந்நகரிலுள்ள அரண்மனையி லிருக்கச் செய்த காலத்தில் ஒருநாள் அவன் வேட்டையாடச் சென்றபொழுது வாசவதத்தையைச் சாங்கியத்தாய் அவ்வரண்மனையி லிருந்து சுருங்கை வழியே அழைத்துவர யூகி அவர்களுடன் வேற்று வடிவங்கொண்டு சென்று சண்பை நகரத்தை யடைந்து அங்கே மறைந்திருந்ததும், மற்றத் தோழர் அரண்மனையை எரித்துவிடும்படிசெய்ய வேட்டையாடி மீண்ட உதயணன் தன் வீடு எரிதலைக் கண்டு வாசவதத்தையும் இறந்துவிட்டா ளென்று சோகித்து, 'யூகியையும் தேவியையும் இழந்த பின்பு யான் வாழேன்' என்று வருந்தி, "இறந்தவர்களைப் பிழைப்பிக்கும் பெரியோ ரொருவர் இராசகிரிய நகரத்துள்ளார்; அங்கே செல்வோம்" என்ற தோழருடன் சென்று அந்நகரத்தைச் சார்ந்த ஒரு சோலையில் மறைந்திருந்ததும், அப்பொழுது அந்நகரத்தில் நிகழ்ந்த வயந்த விழாவிற் காமக் கடவுளைச் சேவித்தற்கு அங்கே வந்த அந்நகரத்தரசன் தங்கையாகிய பதுமாபதி யென்பவளைக் கண்டு மயங்கி அப்படியே தன்பாற் காதல்கூர்ந்த அவளுடன் சென்று அவளது

* இதுவரையிலுள்ள கதைக்குரிய மூலம், கிடைத்த பிரதியில் இல்லை.

கன்னிமாடத்தே சிலநாளிருந்ததும், பின் அந் நகரத் தரசனோடு போர் செய்தற்கு வந்த பகைவரை வென்று அவனுடைய அன்பைப் பெற்றுப் பதுமாபதியை மணஞ்செய்து கொண்டதும், அவனுடைய சேனைத் தலைவர் முதலியவர்களோடும் இடையே வந்து வணங்கிய தன் தம்பிகளோடும் சென்று போர்செய்து பகைவனைவென்று கௌசாம்பியிலிருந்து அரசாட்சி செய்ததும், வாசவதத்தை முதலியவருடன் யூகி வரப்பெற்று மகிழ்ந்து அவளோடும் பதுமாபதியோடும் வாழ்ந்து கொண்டிருந்ததும், தனக்குப் பேருதவி செய்த உரு மண்ணுவா யூகி முதலியோர்க்கு விருத்திகள் வகுத்ததும், அன்புபாராட்டித் தனக்கும் வாசவதத்தைக்குமாகப் பிரச்சோதனன் விடுத்த பொருள்கள் பலவற்றை அங்கீகரித்துத் தானும் அன்புபாராட்டி அவனுக்குப் பல பொருள்களை யூகியுட னனுப்பியதும், வாசவதத்தையும் பதுமாபதியும் தோழிமார்களுடன் கைவகுத்து ஆடிய பந்தாட்டத்தில் மிகவும் மேம்பட்டு விளங்கிய மானனீகை யென்னும் கன்னியையும் அப்பால் ஓர் இராச முனிவருடைய மகளாகிய விரிசிகை யென்பவளையும் மணஞ்செய்து கொண்டதும், கருவுற்ற மயற்கை யடைந்த வாசவதத்தையை அவள் விருப்பத்தின்படி நூதனமாகச் செய்வித்த ஒரு விமானத்தி லேற்றி ஆகாய வழியே சென்று பொதியில் முதல் இமயம் ஈறாகவுள்ள இடங்களைக் காட்டி வந்ததும், வாசவதத்தை நரவாணதத்த னென்னும் புதல்வனைப் பெற்றதும், நரவாணதத்தன் யூகி முதலியவர்களுடைய புதல்வர் நால்வர்களோடும் வளர்ந்து கல்வி கேள்விகளிலும் மந்திர விச்சையிலும் சிறந்தோனாகி மதனமஞ்சிகை யென்பவளை மணஞ்செய்து கொண்டதும், மானசவேக னென்னும் விச்சாதரன் கௌசாம்பியில் நிகழ்ந்த விழாவைக் காணவந்து மதனமஞ்சிகையைக் கைக்கொண்டு தன்னுலகஞ் சென்றதும், *நரவாணதத்தன் தன் மந்திரவலியால் ஆகாயவழியே சென்று அவனுலகை யடைந்து அவ்வுலகத்துள்ள அரசர்களை யெல்லாம் அடக்கி ஆண்டுவருபவனாகித் தன் பிரிவாற்றாமல் விரதத்தோடிருந்த தன் மனைவி மதனமஞ்சிகையைப் பெற்று வித்தியாதர சக்கரவர்த்தியாய் வாழ்ந்ததும், பதுமாபதியின் புதல்வனாகிய கோமுகனுக்குத் தன் அரசாட்சியை அளித்துவிட்டு உதயணன் துறவுபூண்டு தவஞ்செய்யச் சென்றதுமாகிய இச்செய்திகளே இந்நூலில் முறையே காணப்படும்.

இந்நூலால், தெய்வ வழிபாடு சிறந்த தென்பதும், பெரியோர் வணக்கம் பேணற்பால தென்பதும், ஊழ்வினை உருத்து வந்தூட்டு மென்பதும், ஒருவன் சிறந்த கல்விமானாக இருந்தால் அவன் பகைவராலும் நன்கு மதித்து உபசரிக்கப்படுவா னென்பதும், எந்தக் காலத்தும் கல்வியைக் கைவிடலாகா தென்பதும், ஒரு காரியத்தை நிறைவேற்றக் கருதினோன் அதனை முடித்தற்குரிய அன்புடைத் துணைவர்களையும் தக்க கருவிகளையும் பெறுவதற்கு முயலவேண்டு மென்பதும், அன்புள்ள நல்ல துணைவர்களைப் பெற்றாற் சிறிதும் கவலையின்றி வாழலா மென்பதும், எந்தக் காரியத்தையும் மந்தணமாகவே நிறைவேற்றவேண்டு மென்பதும், ஒவ்வொன்றையும் காலமறிந்து இடமறிந்து செய்யவேண்டு மென்பதும், இன்ன செயலால் இன்ன பயன் விளையு மென்பதும், சிறந்த குணங்கள் பகைவர்பா லிருப்பினும் அவற்றைக் கண்டவிடத்து மகிழ்ந்து அவரை ஆதரிக்கவேண்டு மென்பதும், பெண்பாலார் தம்முடைய தேச பாஷையிலும் வேறு தேச பாஷையிலும் நல்ல பயிற்சி யுற்றிருந்தா ரென்பதும், தம்முட் பகைமைகொண்ட அரசர்க்கு இடையே நின்று உசிதமாகப் பேசிச் சந்திசெய்விக்க வல்லார் பெண்பாலாரிலும்

* இதன் பின்புள்ள கதைக்குரிய மூலம் பிரதியிற் கிடைக்கவில்லை.

இருந்தா ரென்பதும், தன்குடி தளர்வுற்ற விடத்து அதனைப் போக்க முயலவேண்டு மென்பதும், தினைத்துணை நன்றி செயினும் பனைத்துணையாக அறிந்து கொண்டு செய்தவர்களைப் பாராட்டவேண்டு மென்பதும், காலத்தைக் கண்ணாக மதித்து நியமத்துடன் அதனை ஒழுங்காகப் போக்கல் வேண்டு மென்பதும், ஒருவரையும் இகழலாகா தென்பதும், யாரிடத்தும் பகைகொள்ளலாகா தென்பதும், அருளுடைமை சிறந்த தென்பதும், தருமத்தையே உயிர்த் துணையாகக் கொண்டு ஒழுகல்வேண்டு மென்பதும், துன்பம் வந்தவிடத்து அதனைத் தன்னுடைய தீவினைப் பயனே யென்றெண்ணி நுகரவேண்டு மென்பதும், பெருஞ் செல்வமுடையோர் தமக்கு முதுமைப் பருவம் வந்தவிடத்துத் தாங்குதற்குரிய புதல்வர் முதலியோர்பால் அதனை ஒப்பித்துவிட்டுப் பற்றற்றுத் துறவுபூண்டு வீடுபெறுதற்கு முயலவேண்டு மென்பதும், மகளிர் விருப்பம் ஆடவர்க்கு யாதொன்றையும் அறியவொண்ணாதபடி மிக்க மயக்கத்தைச் செய்யு மென்பதும், தம்பதிகளின் இயல்பும், இல்வாழ்க்கையும், புதல்வர்களின் கடமையும், ஆசிரியர் மாணாக்கர்களின் இலக்கணங்களும், அரசாட்சி முறையும், குடிகளினியல்பும், வேட்ட முதலியன அரசர்க்குப் பெருந்துயர் விளைவிக்கு மென்பதும், மந்திரிகளி னியல்பும், நட்பின் கடப்பாடும், தரம் அறிந்து ஒழுகவேண்டு மென்பதும், துறந்தோர் பெருமையும், பிறவும் நன்கு அறியலாகும்.

பின்னும், பண்டைக் காலத்துள்ள அம்பலவகை, அமளிவகை, அரண்மனையி னமைப்பு, அரண்வகை, ஆடல்வகை, ஆபரணவகை, ஆயுதவகை, இசைவகை, உடைவகை, உணவுவகை, உலகவகை, ஊசல்வகை, ஊர்திவகை, எந்திரக் கிணறு, *எந்திரப் பொறிகளின் வகை, ஐந்திணை வளங்கள், ஒற்றின்வகை, கட்டில்வகை, கடைகளின் வகை, கணிகைய ரியல்பு, கணிதப் பயிற்சி, கத்தரிக்கோலின் இலக்கணம், கல்விவகை, கற்பிக்குமுறை, கைத்தொழில் வகை, கொடிவகை, கோயில்கள், சாதிவகையும் அவற்றிற்குரிய இயல்பும், சிற்பவகை, சேனைவகை, தருமவகை, தானவகை, தானியவகை, திரைவகை, துவசவகை, தெப்பவகை, தெய்வவகை, தேயங்களி னியற்கை, நகர்கள், நகர்காணேணி, நகர அமைப்பு, நாடுகள் நாணயவகை, நீர்நிலைவகை, நீர்ப்பூக்கள், நீர்விளையாட்டு, நீர்வீசு கருவிகளின் வகை, நுகர் பொருள்களின் வகை, நூல்களின் வகை, பகைவரை வெல்லுவதற்கேற்ற உபாயங்கள், பந்தர்வகை, பந்து விளையாட்டு, பரிசவகை, பருத்திநூல் வகை, பலவகை வழக்கங்கள், பறவை வகை, பாத்திர வகை, பானவகை, பூமாலைகளின் வகை, பொறியொற்றிய திருமுக வகை, போர்செய்யு முறை, மகளிர்க்குரிய கல்விவகை, மகளிர்க்குரிய விளையாட்டுப் பொருள்கள், மகளிர்களின் பருவத்திற்கேற்ற வருணனை, மண்ணாற் புணர்க்கு மெந்திரம், மணத்தின்முறை, மதவகை (சமயம்), மரத்தாற் புணர்க்கு மெந்திரம், மா முதலியவற்றின் வகைகள், மரியாதை, மலைகள், முகவாச வகை, முற்றவகை, யவன முதலிய வேறு தேயத்தோர் இங்கே வந்து தொழில் செய்து வந்தமை, யாழ்வகை, யானைக்குரிய அணிவகை, வாச்சியவகை, விசிறிவகை, விலங்குவகை, விழாக்கள், விளையாட்டுக்கள், வீடுகளி னமைப்பு, வேலை பார்ப்போர் வகை, வேறு பல கதைகள், வையமீர்க்கும் பாண்டிற்குரிய அணிகள் ஆகிய

* அவையாவன: காளைகளின்றி விரைந்து செல்லும் எந்திரவண்டியும், பல வீரர்களை ஆயுதங்களுடன் தன்னுள் அடக்கிக்கொண்டு உயிருள்ளதுபோல் நடந்து சென்று பயக்கும் யானைப் பொறியும், ஏற விரும்பியவர்களைத் தன்னுள் ஏற்றிக்கொண்டு பார்க்கவேண்டிய இடங்களை அவர்கள் பார்க்கும்படி ஆகாய வழியே செல்லும் விமானமும், காலத்தைக் காட்டும் எந்திரமும், கடிகையாரமும், நாண்மீன் முதலியவற்றின் தோற்றத்தையும் அத்தமித்தலையும் புலப்படுத்தும் பொறிமண்டலத்தை உள்ளே பெற்று அரசமங்கையர் ஏறுதற் குரித்தா யிருந்த வண்டியும், இன்னும் பலவகையான விசித்திரப் பொருள்களுமாம்.

இவற்றையும் பிறவற்றையும் நன்கு அறிந்துகொள்ளுதற்குத் தக்க கருவியாகும் இந்நூல்.

சிவகணத்தைச் சார்ந்த மாலியவா னென்பவருடைய அம்சமான குணாட்டியராற் பைசாச பாஷையி லியற்றப்பட்டதும் உதயணனுடைய புதல்வனும் வித்தியாதர அரசனுமாகிய நரவாணதத்தனுடைய சரித்திரமாக வுள்ளதும் வேறு கதைகள் பல இடையிடையே விரவப்பெற்றதுமான *'பிருகத்கதா' என்னும் நூலை ஆதாரமாகக் கொண்டு அதிலுள்ள வேறு கதைகளை யெல்லாம் நீக்கி நரவாணதத்தனுடைய தந்தையாகிய உதயணனுடைய சரித்திரத்தையே முதன்மையாகக் கொண்டு இயற்றப்பட்டதும் சைனசமயக் கோட்பாட்டை யுடையதுமான +ஒரு வடநூலே இதற்கு முதனூலென்று தெரியவருதலின், பெருங்கதை யென்பது இந்நூலுக்கு முதனூலால் வந்த பெயராகும்; மாக்கதை யென்பதும் அதுவே; இப்பெயர், பெருந்தேவனார் பாரதம், கம்பராமாயண மென்பன போல ஆக்கியோர் பெயருடன் சார்ந்து கொங்குவேண் மாக்கதை யெனவும் அடைமொழி யின்றிக் கதை யெனவும் கதாநாயகன் பெயருடன் சார்ந்து உதயணன் கதை யெனவும் பழைய உரைகளில் வழங்கும்.

கொங்குவேளிர் சைனராதலின், இந்நூலின்பாலுள்ள சமயக் கொள்கைகள் சைனமாவே காணப்படும்.

குணாட்டிய ரியற்றிய பிருகத்கதை நரவாணதத்தனுடைய வரலாற்றினைக் கூறும் நோக்கத்தோடே இயற்றப்பெற்ற தென்றும் இதன் முதனூலும் இதுவும் அவன் தந்தை உதயணனது வரலாற்றைக் கூறும் நோக்கத்தோடே இயற்றப்பட்டன வென்றும் தெரிகின்றன.

** 'உதிதோதய காவ்யம்' என ஒரு வடநூலும், 'உதயணகுமார காவியம்' என ஒரு தமிழ் நூலும் சைனமதச் சார்பினவாய்ப் பிற்காலத்துச் செய்யப்பட்டு இரண்டு சிறு காப்பியங்களாகச் சைனர்கள்பால் வழங்குகின்றன; அவற்றுள், உதிதோதய காவ்யம் ஆறு பரிச்சேதங்களையும் உதயணகுமார காவியம் உஞ்சைக் காண்ட முதல் துறவுக் காண்ட மீறாகவுள்ள ஆறு காண்டங்களையு முடையன; பின்னது திருத்தமான நடையை யுடையதன்று. இவ்விரண்டும் சீவக சரித்திரம் போலச் சைன சமயத்தாரால் பாராட்டப்பெற்று வருகின்றன.

வச்சத்தொள்ளாயிர மென்பதொரு நூல், தொள்ளாயிரம் வெண்பாக்களை யுடையதாய் முன்பிருந்ததாகத் தெரியவருகின்றது; இதனை,

"வேட்டொழிவ தல்லால் வினைஞர் விளையலுட்
டோட்ட கடைஞர் சுடுநந்து – மோட்டாமை
வன்புறத்து மீதுடைக்கும் வச்சத் திளங்கோவை
இன்புறுத்த வல்லமோ யாம்;

* கதைகள் பலவற்றிற்கு இடமாக இருப்பதுபற்றி இஃது இப்பெயர் பெற்றது; "கதையுரைக் கெல்லாம் காரணம்" (ப. 225:80) என்பர்.

+ கி.பி. 5 அல்லது 6ஆம் நூற்றாண்டிற் கங்கநாட்டின் இராசதானியாகிய தலைக்காட்டிலிருந்து அரசு புரிந்தவனும் கங்க வம்சத்தினனும் பெரு விறல் வாய்ந்தவனும் சைன மதத்தினனும், சப்தாவதார முதலிய வடநூல்க ளியற்றியவனுமான துர்விநீத னென்னும் அரசன் குணாட்டியர் செய்த பிருகத் கதையை ஸம்ஸ்கிருத பாஷையாற் செய்தா னென்று மைஸூர் ராஜ்யத்து 1916ஆம் வருடத்துச் சிலாசாஸன அறிக்கையினால் தெரியவருதலின், இந்நூலுக்கு முதல் நூல் அந்நூலாகவே யிருக்க வேண்டு மென்று தோற்றுகின்றது; அவ்வரசன் அவிநீத னென்றும் வழங்கப்படுவான்.

** இந்நூலைத் தமிழில் மொழிபெயர்த்து எனக்கு உதவியவர் தியாகராஜபுரம் ஸ்ரீ நரஸிஹ்மாசாரியர்.

இதனுட் சிறப்புடையளாகிய தலைமகளை யிகழ்ந்து, தலைமகன் சிறப்பில்லாத பரத்தையர்மாட்டு நிகழா நின்றமையை அவனாட்டுக் கடைஞருள்ளார் சிறப்பில்லாத நந்தை ஊன் துப்புடைய ஆமையின் புறத்து உடைத்துத் தின்ப ரென்னு மிதனால் தொகுத்து விளங்கச் சொன்னமையால், தொகைமொழியாயிற்று. வச்சத்தொள்ளாயிர முழுவதும் தொகைமொழி யெனக் கொள்க; தொகை மொழி யெனினும் சுருக்க மெனினு மொக்கும். இதனைத் தண்டியார் சமாசமென்பர்" (வீர. அலங்காரம். கக - உரை) என்பதனாலறிக.

*வாடை குளிர மருந்தறிவா ரில்லையோ
கூட லினியொருகாற் கூடாதோ — ஓடை
மதவா ரணத்துதயன் வத்தவர்கோ னாட்டிற்
கதவான தோதமியேன் கண்

எனவும்,

உன்னுயிரு மென்னுயிரு மொன்றென்ப தின்றறிந்தேன்
மன்னுபுகழ் வச்சத்தார் மன்னவா — உன்னுடைய
பொன்னாகத் தெங்கையர்தம் பொற்கைநகச் சின்னங்கண்
டென்னாகத் தேயெரிகை யால்

எனவும் வழங்கும் வெண்பாக்களும் அந்நூலைச் சார்ந்தவை யென்று தெரிய வருகின்றன. அந்நூல் இந்த உதயணன் திறத்ததோ வேறோ தெரியவில்லை. உதயணனுக்கு +வத்தன், வத்தவன், வச்ச னென்றும் பெயர்கள் வழங்குவதுண்டு.

பேராசிரியர், நச்சினார்க்கினியர், அடியார்க்கு நல்லார், மயிலைநாதர், நேமிநாத வுரையாசிரியர், யாப்பருங்கல விருத்தி யுரையாசிரியர், வீரசோழிய வுரையாசிரியர், தக்கயாகப் பரணி யுரையாசிரியர், இலக்கண விளக்க வுரையாசிரியர் முதலியோர்களுடைய உரைகளில் இந்நூல் எடுத்தாளப்பட்டுள்ளது.

இதன்பாலுள்ள பாக்கள் யாவும் நிலைமண்டில ஆசிரியப்பாவே. (வீர. யாப்பு. கூ-உரை.) இதில் எங்கும் அமைந்துள்ளவை தன்மைநவிற்சி, உவமை, உருவகமும் இவைபோன்றவுமாகிய பொருளணிகளே.

னகர வொற்றை இறுதியாகப் பெற்ற ஆசிரியப்பாக்கள் சொற்றொடராகவும் பொருட் டொடராகவும் அமைந்திருத்தலின், இந்நூல் தொடர்நிலைச் செய்யுளின் இலக்கணமாகிய அம்மை முதலிய எட்டு வனப்பினுள் இயைபு என்பதன் பாற்படும் [சொற்றொடர் — அந்தாதித் தொடை; பொருட்டொடர் — கதையின் தொடர்ச்சி. இறுதியை னகர வொற்றென்னாமல் 'என்' என்னும் அசைநிலையாகக் கூறுவாரு முளர்.] இந்நூலில் ஒரு சிற்றுறுருப்பின் இறுதி அடுத்த சிற்றுறுப்பின் முதலாக வருவதல்லாமல், ஒரு காண்டத்தின் இறுதி மறு காண்டத்தின் முதலாக வருதலும் ஈண்டு அறிதற்பாலது. "ஞகாரை முதலா னகாரை யீற்றுப், புள்ளி யிறுதி யியைபெனப் படுமே" (தொல். செய். சூ. உ௪௦) என்பதும், "ஞ ண ந ம ன ய ர ல வ ழ ள வென்னும் பதினொரு புள்ளியுள் ஒன்றனை ஈறாக அமைத்துச் செய்யுளைப் பொருட்டொடராகவும் சொற்றொடராகவுஞ் செய்வது இயை பெனப்படும்; னகரவீற்றா னிற்றுப் பொருளு மியைந்து சொல்லு மியைந்து வந்தன சீத்தலைச் சாத்தனாராற் செய்யப்பட்ட மணிமேகலையும், கொங்குவேளிராற் செய்யப்பட்ட

* இச்செய்யுளை உதவியவர், ஸ்ரீஸேது ஸமஸ்தான வித்துவான் ஸ்ரீமத் உ.வே. ரா. ராகவையங்காரவர்கள்.

+ கொங்குமண்டலத்தின் பல பாகங்களில் வத்தவன், வத்தராயன், வச்சராயன் முதலிய பெயர்கள் இக்காலத்தும் வழங்கப்படுகின்றன.

உதயணன் கதையும் போல்வன" (ஷ-ஷ-ஷ-பேர்.) என்னும் அதனுரையும், "அகவ லிசையன வகவன் மற்றவை, ஏ ஓ ஈ ஆ யென்னை யென் றிறுமே" (யா—வி. சூ. சுகூ) என்பதும், "அகவ லோசையைத் தமக்கு ஓசையாக வுடைய நான்கு ஆசிரியப்பாவும் ஏ யென்றும், ஓ வென்றும், ஈ யென்றும், ஆ யென்றும், என் னென்றும், ஐ யென்றும் இறும்; *அலந்த மஞ்ஞை யாமங் கூவப், புலர்ந்தது மாதோ புரவலற் கிரவென்'. . . . . 'என்' என்றிற்ற ஆசிரிய மெனக் கொள்க" என்னும் அதன் உரை முதலியனவும், "தொடைபல தொடுப்பினுந், தளைபல விரவினு, முதல்வந் ததனான் மொழிந்திசிற் பெயரே" (யா—வி. சூ. ருங) என்பதும், "இறுதி யெழுத்தும் சொல்லும் இடையிட்டுத் தொடுத்த செய்யுளந்தாதி விகற்பம் உதயணன் கதையும் கல்யாணன் கதையும் பன்மணி மாலையும் மும்மணிக் கோவையு மென்னும் அவற்றுட் கண்டு கொள்க" என்னும் அதன் விசேடவுரையும் இங்கே அறியற்பாலன.

இது, தமிழில் முதனூலாகக் கருதப்படினும் வடநூன் மொழிபெயர்ப்பாகத் தெரியவருதலின் வழிநூலின்பாற்பட்டு, சங்க காலத்து வழங்கிய இராமாயணம் பாரத மென்பன போல வழிநூல் வகை நான்கனுள் மொழிபெயர்ப்பாகவும் முதனூலில் மிகவிரிந்த பகுதிகளைத் தொகுத்தும் அங்கே சுருக்கமாக உள்ளவற்றிற் பண்டைத் தமிழ் நூல்களிலும் வடநூல்களிலும் காணப்படும் சொன்னயம் பொருணயங்களைக் கூட்டி விரித்தும் இயற்றப்பெற்றிருத்தலின், தொகை விரியாகவும் கருதப்படுகின்றது; "தொகுத்தல் விரித்த றொகைவிரி மொழி பெயர்த், ததர்ப்பட யாத்தலோ டனைமர பினவே" (தொல். மரபு. சூ. கூஎ) என்பதனா லுணர்க.

பெருங்காப்பியங்களுக்குரிய கடவுள் வாழ்த்து, பதிக முதலியன மற்றை நூல்களிற் போலவே இந்நூலில் முன்பு இருந்திருக்கக்கூடுமாயினும் கிடைத்த கையெழுத்துப் பிரதியில் முதலிறுதிகள் காணப்படாமையால் அவற்றைப் பற்றித் தெரிந்து கொள்ளவும் எழுதவும் முடியவில்லை. இதன்பாலுள்ள ஒவ்வொரு சிற்றுறுப்பும் ஒவ்வோர் அகவற்பாவாலும் பேருறுப்பாகிய காண்டங்கள் பல சிற்றுறுப்புக்களாலும் அமைக்கப்பெற்றுள்ளன. இப்போ துள்ளனவாகத் தெரியவரும் காண்டங்கள் ஐந்தே. அவற்றுள் முதலாவது உஞ்சைக் காண்டம் ருஅ-பகுப்பினையும், இரண்டாவது இலாவாண காண்டம் உ௦-பகுப்பினையும், மூன்றாவது மகத காண்டம் உஎ-பகுப்பினையும், நான்காவது வத்தவ காண்டம் கஎ-பகுப்பினையும், ஐந்தாவது நரவாண காண்டம் கூ-பகுப்பினையு முடையன; உஞ்சைக் காண்டத்தின் முதலில் ௩க-சிற்றுப்புக்களும், ௩உ-ஆவதன் முதற்பகுதியும், மகத காண்டத்தில் கக-ஆவது சிற்றுறுப்பும், கஉ, கஎ-இவற்றின் முற்பகுதிகளும், க௦, கச-இவற்றின் பிற்பகுதிகளும், நரவாண காண்டத்தில் கூ-ஆவது சிற்றுறுப்பின் பிற்பகுதி முதலியனவும் காணப்படவில்லை.

இப்போதுள்ள பிரதியிற் சிற்றுறுப்புக்களாகிய அகவல்களின் மொத்தத் தொகை - க௦௦; இவற்றுள் முதலில்லாதன மூன்று (பக்கம், க, ௩க௦, ௩உகூ); இறுதியில்லாதன மூன்று (ப. ௩க௦, ௩உஅ, ரு௦ச); முற்றுமில்லாத பாட்டொன்று (ப. ௩க௦); கிடைத்த அகவல்களிலும் இடையிடையே ஒரு மொழிகளும் தொடர் மொழிகளும் குறைந்த பகுதிகள் பல; உள்ள அகவல்கள் ௩ரு-அடிச் சிற்றெல்லையையும், ௩கூ௦ - அடிப் பேரெல்லையையு முடையன.

* பெருங். ப. கசரு; இதேபகுதி இந்த இலக்கணத்திற்கே இலக்கண விளக்கம் எ௩உ-ஆம் சூத்திரவுரையில் மேற்கோளாகக் காட்டப்பட்டுள்ளது.

மேலே கூறப்பட்ட உதிதோதய காவ்யத்தின் பகுப்பையும் உதயணகுமார காவியத்தின் பகுப்பையும் நோக்குங்கால், நரவாண காண்டத்தின் பின்பு ஆறாவதாகத் துறவுக் காண்ட மென்று ஒரு காண்டம் இந்நூலில் இருந்திருக்க வேண்டு மென்று தோற்றுகிறது.

பழைய உரைகளில் எடுத்தாளப்பட்ட மேற்கோள்களுள் இந்நூலைச் சார்ந்தனவாகத் தெரியவந்தும் இப்போது இதன்கண் அகப்படாத வாக்கியங்களு முள்ளன; அவை வருமாறு:

க. "உயிர்புரை யூகியோ டெண்ணி" நன். சூ. ௩௬௬. மயிலை. மேற்.

உ. "மரகத மணிக்கயத் தங்க ணாறிய, வழனிறப் பொன்னித ழாயிரம் விரித்தெனக் கதையினுங் கூறினாராகலின்" சிலப். ௪:௭௨-௬; அடியார்க்கு.

௩. "பொதியிலு மிமயமும் புணர் முலையாக வென்றார் கதையிலும்" ஷை ௫: க-௬; ஷை.

௪. "சேனையுள் படுநரை யாணையி னேவியென்றார் கதையிலும்" ஷை அ: அ-க௩; ஷை.

௫. "நீர்வார் நிகர்மலர் கடுப்ப வென்றார் கதையிலும்" ஷை ௯:க-௪; ஷை

௬. "சீப்புப் படியுறி னென்றார் கதையிலும்" ஷை. க௫ : உக௫; ஷை.

௭. "கொங்கை யிணையெழில் கோங்கரும் பாக
அங்கை யணியிதட் டாமரை யாக
மணிநிறக் கண்ணிணை குவளை யாக
எண்ணிய நுண்ணிடை வல்லி யாக
நண்ணிய முறுவன் முல்லை யாக
வீறுமச் செவ்வாய் கொவ்வை யாகச்
சீறடி தளிர்க ளாகச் சிறியேம்
ஆகங் கரந்தவிம் மங்கை தன்னைக்
கரத்து மென்றெனக் கிரக்க மின்றி
யோடரிக் கண்ணியை யொளித்தீ ராயினுங்
காட்டுமி னென்று கைதொழு திறைஞ்சினன்
வாட்டிறற் றடக்கை வத்தவர் கோவென்.

— இஃது எல்லாஅடியும் நாற்சீரடியான் வந்தமையான் நிலைமண்டில ஆசிரியப்பாவாம்; அன்றியும் உதயணன் கதை முதலாயின வெல்லாம் நிலைமண்டில ஆசிரியப்பா வெனக் கொள்க" வீர. யாப்பு. ௯-உரை.

அ. "......................இவ்வயிற் கெட்ட தோர்
பசுங்கதிர்த் திங்க ணாடிய செல்வ
னென்றி யென்குறை யின்றி யிரங்கென
மருளுந் தெருளும் வரம்பில பயிற்றி

— என இதனுள் வத்தவனைக் காணலுற்றார் அவன் மதிக் குலத்தவ னாதலிற் சந்திரனைத் தேடிப் போகின்றே மென்று வேறொரு பரியாயத்தாற் சொன்னமையாற் பரியாயமொழி யாயிற்று" வீர. அலங்காரம். கஉ-உரை.

௯. "ஏகம் — ஒன்று; 'ஏகச் செல்வத் தின்ப மெய்தி' என்பது உதயணன் கதை" தக்க. கண்ணி, கக௬-உரை.

கo. “பள்ளி — கோயில்; பள்ளி மாட்டும் பற்பல பிறாண்டு மென்பது உதயணன் கதை” தக்க. கண்ணி, ௩௬௭-உரை.

இவை, கிடைத்த பகுதிக்கு முன்னுள்ளனவோ பின்னுள்ளனவோ இடையே உள்ளனவோ தெரியவில்லை.

இவற்றால், மயிலைநாதர் முதலியோர்களுடைய காலங்களிற் சிதைவில்லாமல் இந்நூல் முழுவதும் இருந்து வந்ததென்றே தெரியவருகின்றது. இப்படியே இன்னும் இதன்பகுதிகள் பழைய வுரைகளில் வந்திருத்தல் கூடும்; அவற்றைக் காணும்பொழுது இந்நூலும், இதைப் படிக்கும் பொழுது அவைகளும் சில சமயங்களில் ஞாபகத்திற்கு வருவதில்லை; என்செய்க.

விளங்காத சொற்களும் பொருள்களும் இந்நூலில் ஆங்காங்குக் காணப்படுகின்றன; “ஆக்குதல் கேட்டவர்க்கு” (அலங்கார. ௬) என்பதனுரையில், “குண்டலகேசியும் உதயணன் கதையு முதலாக வுடையவற்றில் தெரியாத சொல்லும் பொருளும் வந்தன வெனின், அகலக்கவி செய்வானுக்கு அப்படியல்லது ஆகாதென்பது; அன்றியும் அவை செய்த காலத்து அச்சொற்களும் பொருள்களும் விளங்கியிருக்கு மென்றாலும் அமையுமெனக் கொள்க” என்னும் வீரசோழிய உரையாசிரியருடைய கூற்றாலும் இஃது உணரலாகும்.

இந் நூற்கதை, வடமொழியில் ஸ்ரீ காளிதாஸ மகாகவியாலும், தென்மொழியில் திருமங்கை யாழ்வாராலும், கூலவாணிகன் சீத்தலைச் சாத்தனாராலும் எடுத்தாளப்பட்டுள்ளது. அவை முறையே வருமாறு:

மேகமே! உதயணனது சரிதையைக் கூறுவதில்
ஆற்றல் வாய்ந்த முதியோர்களை யுடையதான
அவந்தி தேயத்தை அடைவாய்.

(மேகசந்தேசம், சுலோ. ௩௦)

கொடிக்கோ சம்பிக் கோமக னாகிய
வடித்தேர்த் தானை வத்தவன் றன்னை
வஞ்சஞ் செய்துழி வான்றளை விடீஇய
உஞ்சையிற் றோன்றிய யூகி யந்தண
னுருவுக் கொவ்வா வுறுநோய் கண்டு
பரிவுறு மாக்களின்... (மணி. கரு: ௬௧-௬)

வாரார் வனமுலை வாசவ தத்தையென்
றாரானுஞ் சொல்லப் படுவா ளவளுந்தன்
பேராய மெல்லா மொழியப் பெருந்தெருவே
தாரார் தடந்தோட் டளைக்காலன் பின்போனாள்
ஊரா ரிகழ்ந்திடப் பட்டாளே.

(இயற்பா, சிறியதிருமடல், கண்ணி, ௬௬-அ)

இன்னும் வடநூல்களிலும் தமிழ் நூல்களிலும் இக்கதையை எடுத்தாண்டோர் மிகப்பலர்.

இற்றைக்கு முப்பத்தேழு வருடங்களுக்கு முன் பத்துப்பாட்டுச் சுவடிகளைத் தேடிக்கொண்டு சஞ்சரித்த பொழுது, திருவாவடுதுறை யாதீனத்து அடியவர்களுள் முதல்வர்களும் ஸ்ரீ அம்பலவாண கவிராய ரவர்களுடைய வழித்தோன்றல்களு மாகிய திருநெல்வேலி, கவிராஜ ஸ்ரீ நெல்லையப்ப பிள்ளை யவர்கள், மகா-ஸ-ஸ-ஸ்ரீ, கவிராஜ ஈசுவரமூர்த்திப் பிள்ளை யவர்கள் ஆகிய இந்த

உபகாரிகளுடைய வீட்டிலிருந்த ஏட்டுப் பிரதிகளை முறையே பார்த்துக்கொண்டு வந்த காலத்திற் பத்துப்பாட்டுட் சில பாட்டி னுரைகள் மட்டுங் கிடைத்தன; மற்றைப் பகுதிகளையும் அங்கே பெறலாமென் றெண்ணிப் பின்பு தேடியபொழுது கொங்குவேண் மாக்கதை யென்று வரைந்திருந்த ஒரு சீட்டை மேலே பெற்றுள்ள பழஞ்சுவடி யொன்று கிடைத்தது; அதைக் கண்டதும் இலக்கணக் கொத்து பாயிரம் எ-ஆம் சூத்திரத்தில், "தொல்காப் பியந்திரு வள்ளுவர் கோவையார், மூன்றினு முழங்கும்" என்பதன் உரையில், "திருவைக் கோவைக்குங் கூட்டுக; மாணிக்கவாசகர் அறிவாற் சிவனே யென்பது திண்ணம் அன்றியும், அழகிய திருச்சிற்றம்பல முடையார் அவர் வாக்கிற்கு அலந்து இரந்து அருமைத் திருக்கையா லெழுதினர். அப்பெருமையை நோக்காது சிந்தாமணி, சிலப்பதிகாரம், மணிமேகலை, சங்கப் பாட்டு, கொங்குவேண் மாக்கதை முதலியவற்றோடு சேர்த்து அச் செய்யுட்களோடு ஒன்றாக்குவர்; . . . . பத்துப்பாட்டு, எட்டுத்தொகை, பதினெண் கீழ்க்கணக்கு, இராமன் கதை, நளன் கதை, அரிச்சந்திரன் கதை முதலிய இலக்கியங்களையும் ஒரு பொருளாக வெண்ணி வாணாள் வீணாள் கழிப்பர்" என்று ஸ்ரீ சாமிநாத தேசிக ரெழுதியுள்ள பகுதியிற் காணப்படும் 'கொங்குவேண் மாக்கதை' என்பது ஞாபகத்திற்கு வந்தது. வரவே, இராமாயண கதை முதலியவற்றைப் போலவே இது கொங்குவே ளென்னு மொருவனுடைய கதையாக இருத்தல் வேண்டுமென்று எண்ணி மேற்கூறிய உபகாரிகளைக் கேட்டு அப்புத்தகத்தை வாங்கி வைத்துக் கொண்டேன்.

ஸ்ரீசாமிநாத தேசிகர் வெறுத்துக் கூறிய வாக்கியப் பகுதி அப்பொழுது ஞாபகத்திற்கு வரவில்லையேல் இந்நூலை வாங்கி வைத்துக் கொள்ளுதற்கு இடமில்லை. அவர் வைதது இந்நூலுக்கு வாழ்த்தாக முடிந்தது. பெரியோர்களாற் செய்யப்படும் அவமதிப்பும் கௌரவ முடையதாகு மென்பது திண்ணம்; "அவமதிப்பு மான்ற மதிப்பு மிரண்டு, மிகை மக்களான் மதிக்கற் பால" என்றாரன்றோ?

பின்பு ஓய்வுள்ள ஒரு சமயத்தில் அதனைப் பிரித்துப் பார்த்தபொழுது முதலில் அ0 - ஏடுகள் காணப்படவில்லை; இறுதியிலும் நககூ - ஆம் ஏட்டிற்கு மேலேயுள்ள ஏடுகளில்லை. இறுதி யேட்டில் முன்புறம் எழுதப்பட்டும் பின்புறம் எழுதப்படாமலு மிருந்தன; மேலே எத்தனை யேடுக ளிருந்தனவோ தெரியவில்லை; கிடைத்த பகுதியுள்ளும் இடையிடையே யுள்ள நிலைகுலைவிற்கும் எழுத்துக்களை விழுங்கிய இராமபாணத் துளைகளுக்கும் பின்னுமுள்ள புரட்சிக்கும் அளவில்லை; அப்பால் ஒரு சமயம் படித்தபொழுது இந்நூல் அகவற்பாவாலாகிய தென்றும் இனிமையான நடையை யுடைய தென்றும் அறிந்து சிறந்ததொரு நூலாக இருத்தல் வேண்டு மென்றும் மதித்துச் சாக்கிரதையாக வைத்துவிட்டு அப்போது செய்துவந்த வேறு நூல்களின் ஆராய்ச்சியிற் பொழுதுபோக்கிக் கொண்டே வந்தேன்.

சில வருடங்களுக்குப் பின், சிலப்பதிகாரத்தைப் பதிப்பித்தற்கு ஆராய்ச்சி செய்கையில், அதன் உரைகளிலுள்ள மேற்கோள்களுக்குரிய இடங்களைத் தேடிவந்த பொழுது அடியார்க்கு நல்லாரெழுதிய அதன் உரைப் பாயிரத்தில், "முந்து நூல்களிற் காப்பிய மென்னும் வடமொழிப் பெயரின் றேனும்... *'கூத்திய ரிருக்கையுஞ் சுற்றிய தாகக், காப்பிய வாசனை கலந்தவை சொல்லி' என இரண்டாம் ஊழியதாகிய கபாடபுரத்தின் இடைச் சங்கத்துத் தொல்காப்பியம் புலப்படுத்திய மாகீர்த்தி யாகிய நிலந்தரு திருவிற் பாண்டிய னவைக்களத்து அகத்தியனாரும்,

* பெருங். நகூசு-எ.

தொல்காப்பியனாரும், இருந்தையூர்க் கருங்கோழி மோசியாரும், வெள்ளூர்க் காப்பியனாரும், சிறுபாண்டரங்கனாரும், மதுரையாசிரியன் மாறனாரும், துவரைக்கோமகனும், கீரந்தையாரு மென்றித் தொடக்கத்தார் ஐம்பத் தொன்பதின்ம ருள்ளிட்ட மூவாயிரத்து எழுநூற்றுவர்தம்மாற் பாடப்பட்ட கலியும் குருகும் வெண்டாளியு முதலிய செய்யுளிலக்கியம் ஆராய்ந்து செய்த உதயணன் கதையுள்ளும், 'கருதுவ தங்கொன் றுண்டோ காப்பியக் கவிகள் காம, வெரியெழ விகற்பித் திட்டார்' எனச் சிந்தாமணியுள்ளும், 'நாடகக் காப்பிய நன்னூ னுனிப்போர்' என மணிமேகலையுள்ளும் பிறவற்றுள்ளுங் கூறினமையானும், சொற்றொடர் நிலை, பொருட்டொடர்நிலை யென்னுந் தொடர்நிலைச் செய்யுட்கும் காப்பியமென்று பெயர் கூறுதலும் ஆசிரியர் கருத்தென வுணர்க" என்ற பகுதியிலுள்ள "கூத்தியர்.....சொல்லி" என்னும் மேற்கோள் அப்புத்தகத்தி லிருக்கக் கண்டு அஃது உதயணன்கதை யென்று தெரியவந்ததில் மிக்க ஆனந்த முண்டாயிற்று; பின்பு ஷ உரையிற் காட்டப்பட்டிருந்த மேற்கோள்களுட் பெருங்கதை யென்றும் கதை யென்றும் வந்தவற்றிற் பல அப்புத்தகத்தின்பா லிருக்கக் கண்டு அந்நூலுக்கு அப்பெயர்க ளெல்லாம் உரியனவென்று அறிந்து கொண்ட தன்றி ஓய்ந்த நேரங்களிற் படித்தும் வந்தேன்.

தாம் எடுத்துக்காட்டும் மேற்கோள்களை நூற்பெயரோடாவது ஆசிரியர் பெயரோடாவது சார்த்தி யெழுதும் அடியார்க்கு நல்லார் முதலியோருடைய பேருதவி இங்கே மிகப் பாராட்டற்பாலது.

அப்பால் திருநெல்வேலியைச் சார்ந்த வண்ணார் பேட்டையிலுள்ள திருப்பாற்கடனாத கவிராய ரவர்களுடைய வீட்டிற் சிலப்பதிகாரப் பிரதிகளைத் தேடிப் பார்த்தபொழுது பெருங்கதைப் பிரதியொன்று மேற்படியாருடைய பேரராகிய ஸ்ரீ திருப்பாற்கடனாத கவிராய ரென்பவராற் கிடைத்தது. அதனைப் பார்த்தபொழுது எல்லாவகையிலும் முன்னதைப் போலவே அது காணப்பட்டது. ஊன்றிப் பார்த்த காலத்தில் முதற் பிரதியில் இராமபாணம் விழுந்த இடங்களுக்குச் சரியான இடங்களிற் சில விடத்து இடம் விட்டும் ஒடிந்த விடங்களுக்குச் சரியான இடங்களுட் சிலவற்றில் இடம் விட்டும் எழுதப்பட்டி ருந்தமையின், அது முதற் பிரதியைப் பார்த்தே எழுதப்பட்டதாகத் தெரியவந்தது. முதற் பிரதியிற் சிதைந்த பாகங்களிற் சில பகுதி அதில் எழுதப்பட் டிருந்தமையின் முதற்பிரதி அதிகமாகப் பழுதுபடுவதற்கு முன்பே பார்த்து அது பிரதிசெய்யப்பட்ட தென்றும் தெரிய வந்தது; அதனால், சில பாடங்களின் உண்மை வடிவமும் சில அடிகளும் கிடைத்தன. முதற் பிரதியிற்போலவே கொங்கு வேண் மாக்கதை யென்றெழுதிய சீட்டொன்று அதன் முதலிலுங் கோக்கப்பட்டிருந்தது.

முதற் காண்டத்தி னிறுதியில், "இந்தக் காவ்ய மெழுதினது அன்பூர் நயினான் அமுதகவி யெழுத்து; நெல்வேலி நாதர், வடிவம்மை, அழகிய மன்னார் முன்னிற்க" என்பவை ஒரு பிரதியிலும், "நெல்லைக் காந்திமதியம்மன் துணை" என்பது மற்றொரு பிரதியிலும், மூன்றாங் காண்டத்தி னிறுதியில், "இந்தக் காவியம் நயினான் அமுதகவி எழுத்து" என்பதும்,

> முன்னாளின் *மூவ ருரைகண்ட சோழன் முறைமையைப்போ
> லிந்நாளி லேகொங்க வேண்மாக் கதைகண் டெழுதுவித்தான்

---

* மூவர் – திருஞான சம்பந்தமூர்த்தி நாயனார் முதலியோர்.

பன்னாளுங் கீர்த்திப் பழைசை யடைஞ்சான்மெய்ப் பாலனியல்
னன்னா வலர்புகழ் சின்னடைஞ் சான்றொண்டை நாட்டவனே

என்னும் கட்டளைக் கலித்துறையும், நான்காவது காண்டத்தி னிறுதியில், "நெல்வேலி நாதஸ்வாமி முன்னிற்க; வடிவம்மை முன்னிற்க; அழகிய மன்னார் முன்னிற்க" என்பவையும் எழுதப்பெற்றிருந்தன (இப்புத்தகத்தின் கசூரு, ருகூo, சசூச-ஆம் பக்கங்களின் அடிக்குறிப்புக்களைப் பார்க்க.) இவற்றால் மூவ ரருளிச் செய்த திருமுறைகளைப் போலவே இந்நூல் பண்டைக் காலத்திலேயே படிப்பாரும் ஆதரிப்பாரும் இன்றி அருகி வழங்குவதாய் முன்பின் கெட்டு இடையிடையே சிதைந்து போயிற் றென்பதும் அத்திருமுறைகளின் அருமையை அறிந்து முயன்றுபெற்றுக் கிடைத்த அளவில் எழுதுவித்த திருமுறை கண்ட ராஜராஜ அபயகுல சேகர சோழ மகாராஜாவைப் போலவே இதன் அருமையை யறிந்து முயன்று பெற்றுக் கிடைத்த அளவில் எழுதுவித்த உபகாரி பழைசை யென்னு மூரிலுள்ள *'அடைஞ்சான்' என்பவருடைய புதல்வராகிய 'சின்னடைஞ்சான்' என்னும் பெயரின ரென்பதும், அவர் தொண்டை நாட்டினர், மெய்ம்மையை யுடையவர், நாவலர் புகழும் பெருமை வாய்ந்தவ ரென்பதும் அவர் விருப்பத்தின்படி பிரதி செய்தவர் 'நயினான் அமுதகவி' என்னும் பெயரின ரென்பதும், அவரது ஊர் அன்பூரென்பதும் வெளியாகின்றன. அமுதகவியாக இருந்தமையாலே தான் அமுதம் போன்ற கவிகளை யுடைய இந்நூல் அறிந்து அவரால் வரையப்பெற்றது போலும்.

அப்பால் இரண்டு ஏட்டுப் பிரதிகளையும் வைத்துக் கொண்டு சிலமுறை படித்துவந்தபோது சிலப்பதிகாரப் பதிப்பிற்கும் மணிமேகலைக் கெழுதிய அரும்பத வுரைக்கும் பிற நூலாராய்ச்சிக்கும் இந்நூல் பெருத்த உதவியாக இருந்தது. இதனை முதலில் அன்புடன் கடிதத்தில் எழுதி உபகரித்தவர் தஞ்சாவூரைச் சார்ந்த அவளிவ ணல்லூர்க் கர்ணம் பிரஹ்மஸ்ரீ. ஏ. ஐயாசாமி ஐயரென்பவர். அப்போது இந்தப் பிரதிகளை ஒப்புநோக்குதற்கு உதவி செய்தவர்கள், சிந்தாமணியின் முதற் பதிப்புக் காலந்தொடங்கி இன்றுகாறும் ஓய்வுள்ள நேரத்தில் வந்து உதவிபுரிந்து வருபவராகிய என்னுடைய தம்பி சிரஞ்சீவி வே. சுந்தரேசையரும், திருப்பெருந்துறையைச் சார்ந்த ஏம்பல், அன்பர் பொன்னுசாமி பிள்ளையும்.

பத்துப்பாட்டுச் சுவடி கிடைக்குமா வென்று தேடப்போன பொழுது அதிற் சிலபகுதிகளும் எதிர்பாராத இந்நூலுங் கிடைத்ததை நினைக்கையில்,

ஒன்றை நினைக்கி னதுவொழிந்திட் டொன்றாகும்
அன்றி யதுவரினும் வந்தெய்தும் – ஒன்றை
நினையாத முன்வந்து நிற்பினு நிற்கும்
எனையாளு மீசன் செயல்

என்னும் அருமைத் திருவாக்கு ஞாபகத்திற்கு வந்து இன்பமளிக்கின்றது.

பின்பு இதன் சொல்லினிமை பொருளினிமைகளை உணர்ந்து இதிலுள்ள பிழைகளைக் களைந்து கொள்ளுதற்கும், குறைவான பாகங்களைப் பூர்த்திசெய்து கொள்ளுதற்கு மெண்ணி அநேக இடங்களுக்குச் சென்று சென்று தேடியும் பல அன்பர்களுக்கு எழுதி யெழுதித் தேடச் செய்தும் பார்த்ததில் எங்கும் பிரதி

* தொண்டை நாட்டிலுள்ள ஆரணி மாகாணத்தில் வடுக்கச்சாத் தென்னு மூரில் 'அடைஞ்சான்' என்ற தலைப்பெயருள்ள பழைய குடும்பமொன்றும், மயிலாப்பூரில் 'அடைஞ்சான் முதலி தெரு' வென்ற ஓரு தெருவும் இருக்கின்றன.

கிடைக்கவில்லை. அடிக்கடி படித்து அடையாளங்கள் செய்து வந்தமையால், மேற்கூறிய கடிதப் பிரதி பலவகையிலும் மிக மெலிவடைந்து போயிற்று. அதுபற்றி வேறு பிரதி எழுதுவிக்க எண்ணியபோது, கும்பகோணத்திற்கு வந்து உடனிருந்து நூலாராய்ச்சி முதலியவற்றில் எனக்கு உதவிபுரிந்து வந்த பின்னத்தூர் *ஸ்ரீ அ. நாராயணசாமி ஐயர் வற்புறுத்தித் தாமே வலிந்துபெற்று இதற்கு வேறு பிரதியை எழுதித்தந்தார். தாம் படித்துவிட்டுத் தருவதாக வாங்கி அவர் அப்பிரதியைச் சிலகாலம் தம்மிடம் வைத்துக்கொண்டிருந்தார்.

திரிசிரபுரத்திற் சற்றேறக்குறைய ௨௨-வருடங்களுக்கு முன்பு, ஸ்ரீமத். உ.வே. அன்பில் வேங்கடாசாரிய ரவர்களாற் பதிப்பிக்கப்பட்டு வந்த அமிர்தவசனி யென்னும் வரலாற்றுப் பத்திரிகை யொன்றில், “கிடைத்த கையெழுத்துப் பிரதிகள் பலவற்றை வைத்துக் கொண்டு நச்சினார்க்கினிய ருரையுடன் ஆராய்ச்சி செய்து பெருங்கதையைப் பதிப்பித்து வருகின்றேம்; ஷை பிரதியுள்ளவர்கள் தயை செய்தனுப்பினால் மிகவும் உபகாரமாக இருக்கும். இங்ஙனம், யாழ்ப்பாணம் பொன்னம்பல தேசிகர்” என்று ஒரு விண்ணப்பம் வெளிவந்தது. அதைப் பார்த்துவிட்டு நான், மேற்கூறிய நாராயணசாமி ஐயரைக் கண்டு இச்செய்தியைக்கூறி, “இதைப்பற்றி ஏதேனும் விசேடச் செய்தி தெரிந்தாற் சொல்லவேண்டும்” என்று கேட்டேன். அவர், இந்நூற் பிரதி தம்பாலுள்ள தென்பதை யறிந்த ஒருவர் இதையாவது இதற்குச் சரியாக வெழுதிய வேறு பிரதியையாவது கொடுத்தால் விசேடமான பொருளுதவி செய்வதாகச் சொல்லியனுப்பினா ரென்றும், தாம் அதற்கு உடன்படவில்லை யென்றும் விடையளித்தார். சிலர் வந்து வந்து அவரை வேறுபடுத்த முயலுவதை அதற்கு முன்னம் ஒருவகையாகச் சிலரால் அறிந்துகொண்டவ னாதலின், அவரிடமிருந்த என் பிரதியை வாங்கி வைத்துக்கொண்டு, “படிக்க வேண்டிய காலங்களில் என் விடுதிக்கு வந்து படித்து விட்டுச் செல்லுங்கள்” என்று சொன்னேன்; அவர் என் பிரதியைக் கொடுத்து விட்டு அங்ஙனமே செய்து வந்தார். பதிப்பின் உண்மையைத் தெரிந்துகொள்வதற்காக யாழ்ப்பாணத்திலுள்ள சில நண்பர்களைக் கொண்டு அங்கே பலவிடத்தும் விசாரிக்கச் செய்ததில், இஃது ஆகாயத் தாமரையாக முடிந்ததன்றி என்னிடமுள்ள பிரதியைக் கவர்ந்து கொள்வதற்கே ஒருசாரார் செய்த சூழ்ச்சி யென்றும் தெரியவந்தது.

சிலப்பதிகாரம், மணிமேகலைப் பதிப்புக்களில் இந்நூற் பெயரைப் பார்த்தவர்களிற் சிலர், பெருங்கதை யென்ற பெயரைக்கொண்டே நூற்றுக்கணக்கான கதைகள் வசனநடையாக இதில் அமைந்திருக்கலா மென்று தாமே நிச்சயித்துக் கொண்டும், கலாசாலைகளிற் பாடமாக வைப்பதற்குச் சில கதைகளைப் பதிப்பிக்கலா மென்று மெண்ணி, பெருங்கதையிலிருந்து நாற்பது கதைகளை எழுதியனுப்ப வேண்டு மென்றும் ஐம்பது கதைகளை எழுதியனுப்ப வேண்டு மென்றும் நேரிற் சொன்னதன்றிக் கடித முகமாகவும் எனக்குத் தெரிவித்தார்கள்; சிலர் பெரிய அதிகாரிகளைக் கொண்டும் எழுதுவித்தார்கள். அவர்களுக்கு விடை யெழுதுவதிலும் சந்தித்தபோ தெல்லாம் சமாதானங் கூறுவதிலும் எனக்குண்டான துன்பமும் காலப்போக்கும் இதில் எழுதி யடங்குவனவல்ல. இதில் ஒரே கதை யுள்ளதென்றும், வசன மன்றென்றும் பலமுறை எழுதியும் சொல்லியும் அவர்கள் நம்பவில்லை.

---

* இந்நூலை அச்சுப்புத்தகமாகப் பார்க்கவேண்டுமென்ற அவாவோடிருந்த இவர் காலஞ்சென்றமை மிக்க வருத்தத்தை உண்டுபண்ணுகின்றது; இவர் உதவி புரிந்து வந்தமை, என்னுடைய முன்பதிப்புக்கள் சிலவற்றிற் காணப்படும்.

மதுரைத் தமிழ்ச் சங்கத்து நான்காம் வருட பூர்த்திவிழாக் காலத்தில் அவைத் தலைமை வகித்த நண்பர் ஸ்ரீமா. வி. கனகசபைப் பிள்ளை யவர்கள் பி.ஏ., பி.எல்., தாம் அவ்வருஷம் அங்கே ஏதேனும் நூதனமான விஷய மொன்றைப் பேச எண்ணியிருப்பதாகவும், பெருங்கதைப் பிரதியைக் கொடுத்தாற் பார்த்து வேண்டியவற்றைக் குறித்துக்கொண்டு கொடுப்பதாகவும் சொல்லிக் கேட்டார்கள். மறுக்க முடியாமையாற் கடிதப் பிரதிகளுள் முதற் பிரதியைக் கொடுத்தேன். அங்ஙனமே அவர்கள் *உபயோகித்துக் கொண்டார்கள். மதுரையிலிருந்து அவர்கள் திரும்பிவந்தபின் பிரதியைக் கேட்டபோது, அவர்கள் தாம் வேறொரு பிரதிசெய்துகொண்டு விரைவிற் கொடுத்து விடுவதாகச் சொன்னார்கள். அவ்வாறே அவர்கள் பிரதி செய்தும் வந்தார்கள். இடையிடையே சென்று சென்று கேட்ட போது இன்னும் எழுதி முடியவில்லை யென்றும் முடிந்தவுடன் தந்துவிடுவதாகவும் விடை பகர்ந்துகொண்டே வந்தார்கள். பின்பு அவர்கள் திடீரென்று காலஞ்சென்று விட்டதாகத் தெரியவந்தது. சில தினங்களுக்குப் பின் அவர்கள் வீட்டிற்குச் சென்று முயன்று பார்த்ததில் அவர்களுடைய புத்தகங்களுள் நான் கொடுத்த பிரதியும் அவர்கள் எழுதிய பிரதியும் காணப்படவில்லை. எந்த வகையாலும் அதனைப் பெறுவதற்கு என்னால் முடியவில்லை. ஷை பிரதியைப் படித்துவருங் காலங்களி லெல்லாம் நான் அதிற் செய்திருந்த குறிப்புக்கள் எனக்குச் சிறிதும் பின்பு பயன்படாவாயின. அதுமுதல், கையெழுத்துப் பிரதிகளைப் பிறருக்குக் கொடுப்பதில் எனக்கு அச்சமுண்டாயிற்று.

அப்பால் எனக்குப் பழக்கமான ஒருவர் ஒருதினம் காலை நேரத்தில் என்னிடம் வந்து நெடுநேரம் பேசிக்கொண்டே யிருந்து, தமக்குச் சிலகாலமாகத் தமிழ்ப் பாஷையில் விசேஷ ருசி ஏற்பட்டிருப்பதாகவும், தம்முடைய தேக அஸௌக்கியத்தைப் போக்குவதற்குத் தமிழ் நூல்களைப் படித்தலே சிறந்த ஔஷதமாகவுள்ள தென்றும், தாம் பல அரிய தமிழ் நூல்களைச் சேகரித்து வைத்திருப்பதாகவும், என்னிடமுள்ள அகநானூற்றுப் பிரதியையும் பெருங்கதைப் பிரதியையும், கொடுத்தால் தம்மிடமுள்ள பிரதிகளோடு ஒப்பிட்டுப் பார்த்துப் படித்துவிட்டுச் சில தினங்களில் திரும்பக் கொடுத்து விடுவதாகவும் மிகவும் நயமாகக் கூறினார். இப்புத்தகங்களைப் படித்தற்குரிய ஆற்றல் அவருக்கு இல்லை யென்பதை யறிந்த யான், "இவற்றைப் படிப்பதென்றால், தமிழில் விசேஷமான பயிற்சி யிருக்கவேண்டுமே; அவ்விதமான பழக்கம் உங்களுக் கிருப்பதாக நான் இதுவரையில் தெரிந்து கொள்ளவில்லை. ஏதேனும் உங்களுக்குத் தெரிந்த ஒரு செய்யுளைச் சொல்லுங்கள்" என்று கேட்டேன். அதற்கு அவர் விடை பகராமல் உடனே எழுந்து கடிகாரத்தைப் பார்த்துவிட்டு மறுநாட் காலை வருவதாக விடைபெற்றுச் சென்றனர்; அப்பால் வரவேயில்லை.

"பெருங்கதைப் பிரதிகள் பல அங்குள்ளன; இங்குள்ளன" என்று சிலர் எழுப்பிவிட்ட செய்திகளைக் கேட்டு அலைந்து முயன்று பார்த்தது முண்டு; பயன்படவில்லை. இப்பதிப்புத் தாமதித்து வெளிப்பட்டதற்கு அதுவுமொரு காரணமே. இப்படியே இன்னும் இந்நூலின் சம்பந்தமாக உண்டான செய்திகளை எடுத்து எழுதுவ தென்றால் அதுவும் ஒரு பெருங்கதையாகும்.

பிறகு பிரதிகள் எங்கும் அகப்படா தென்று நிச்சயித்துக் கொண்டு, "தொழுதே

* அவர்கள் இதன் சம்பந்தமாகப் பேசிய விஷயத்தைச் செந்தமிழ், ரு-ஆம் தொகுதி உசகூ-ஆம் பக்கம் முதலியவற்றிற் காணலாகும்.

னும்மை யெனத்துறந்து” (சீவக. ருக) என்றபடி அதனைத் தேடும் முயற்சியை நிறுத்திவிட்டு இந் நூற்பதிப்பு வேலையைக் கவனித்து வந்தேன்; வந்தும்,

பெருங்கதையெங் கேயுன்றன் பேதையறி வெங்கே
ஒருங்கதை யாராய்ந் துதவ – அருங்கல்வி
வல்லையோ வென்றான் மறுமொழிகூ றற்கொன்றும்
இல்லையே யென்செய்கேன் யான்

என்றெண்ணிக் கவலைக் கடலி லமுந்தி அலமந்த பொழுது,

மூவுலகு மீரடியா லொருங்களந்த நாரணனு முன்னிக் காணாத்
தேவனெனத் திருவானைக் காவானை யிறைஞ்சாமற் றீர்த லாமோ
ஓவின்மறை தமக்குமரி தேனுமவன் பெரும்புகழை யுரைத்தி டாமை
மேவுவது முளதாமோ திறனிலரா யினும்பயனை விரும்பி னோர்க்கே
(திருவானைக்காப் புராணம், அவையடக்கம், 1)

என்னும் அருமைத் திருவாக்கு ஞாபகத்திற்கு வந்தமையின், ஊக்கமுடையோனாகி இயன்றவரையில் முயன்று ஆராய்ந்து ஒருவாறு பதிப்பிக்கலானேன்.

தொல்காப்பிய முதலிய இலக்கண நூல்கள், அவற்றின் உரைகள், எட்டுத் தொகை, பத்துப் பாட்டு, பதினெண் கீழ்க்கணக்கு, ஐம்பெருங் காப்பியங்களுள் முதல் மூன்று, பின்னிரண்டன் செய்யுட்கள், சூளாமணி, நீலகேசி, மேருமந்தர புராணம், சீவசம்போதனை முதலிய சைன நூல்கள், முத்தொள்ளாயிரச்செய்யுட்கள் முதலியனவும் பிற தமிழ் நூல்களும் இந்நூற் பரிசோதனைக்குத் துணையாக இருந்தன.

பழைய நூல்கள் பழைய வடிவத்தினின்றும் வேறுபடாம லிருக்க வேண்டு மென்பதே எனது முழு நோக்கமாதலால் எவ்வளவு உழைக்க வேண்டுவதோ அவ்வளவு தூரமுழைத்து இப்பதிப்பு நிறைவேற்றப் பெற்றது; என்னை யறியாமற் பிழைகள் நேர்ந்திருக்கலாம். அவை நாளடைவில் திருத்த மடைதல் கூடும்.

மூலத்தை மட்டும் பதிப்பித்து முடித்த பின்பு அதற்காக எழுதித் தொகுத்து வைக்கப்பட்டிருந்த குறிப்புக்க ளெல்லாம் வீணே போகாதபடி அவற்றை ஒழுங்குபடுத்திக் குறிப்புரை யென்று ஏதோவொன்றை எழுதலானேன். சிலப்பதிகார வுரையில்,

எழுத்தின் றிறனறிந்தோ வின்சொற் பொருளின்
அழுத்தந் தனிலொன் றறிந்தோ – முழுத்தும்
பழுதற்ற முத்தமிழின் பாடற் குரையின்
றெழுதத் துணிவதே யான்

என்று நிரம்பிய கல்விமானும் முத்தமிழ்ச் சிங்கமுமாகிய அடியார்க்கு நல்லாரே எழுதுவாராயின் ஒன்றுக்கும் பற்றாத யான் யாது கூறவல்லேன்?

இந்தக் குறிப்புரையில், ஒவ்வொரு சிறிய பாகத்தின் முதலிற் கருத்தும், தெரிந்தவற்றுள் இன்றியமையாத இடங்களிற் சொற்களுக்குப் பொருளும் வாக்கியங்களுக்கும் கருத்துக்களுக்கும் இந்த நூலிலிருந்தேனும் பழைய நூல்களி லிருந்தேனும் பிற்காலத்து நூல்களி லிருந்தேனும் ஒத்த பகுதிகளும் பிரயோகங்களும் எழுதப்பட்டுள்ளன. இவ்வுரையில் எடுத்தாளப்படும் இந்நூற்பகுதிகள், இப்புத்தகம் ரு0எ-ஆம் பக்கம் முதலியவற்றில் முறையே காண்ட எண், சிற்றுறுப்பினெண்,

அடியெண்களாலும், ரூநுக-ஆம் பக்கம் முதலியவற்றிற் பக்க எண், அடியெண்களாலும் புலப்படுத்தப்பட்டுள்ளன.

கையெழுத்துப் பிரதியிற் சில இடத்தில், 'க, ச, த' - 'ப, ம, ய, ழ' - 'வ, ல' - 'ள, ன' என்பவை தம்முள் வேற்றுமை தோன்றாதபடி இருந்தன; சொற் றொடர்ச்சியையும் பொருட் டொடர்ச்சியையும் கொண்டு அவற்றின் உண்மை வடிவம் ஒருவாறு ஊகித்தறியப்பட்டது.

எதுகைகளாலும் மோனைகளாலும் பிற நூல்களிற் காணப்படும் ஒப்புமைப் பகுதிகளாலும் இதன்பாலுள்ள அடிகள் வரையறை செய்யப்பட்டன.

பொருள் வரையறை செய்து பார்க்கும்போது, பிரதியில் தொடர்ந்து எழுதப்பட்டிருந்த இடங்களிலேகூடச் சில அடிகளும் சில தொடர்மொழிகளும் சில சொற்களும் விட்டுப் போயிருக்கவேண்டு மென்று தோற்றியது; சிலவிடத்துப் பொருத்தமே யில்லாத அடிகள் காணப்பட்டன. இப்போது கவனிக்கையில் இந்நூலின் இறுதியிலுள்ள அகவல்களும் அடிகளும் முன்பின்னாக மாறியிருக்கலாமோ வென்று நினைக்க இடமுண்டாகிறது. மூலப் பிரதியின் இறுதியேடுகள் சிலவற்றிற்குப் பக்க வெண்ணுள்ள இடம் ஒடிந்தும் மழுங்கியும் போனமையே இதற்கு ஒரு காரணமாகும்.

அடியாவது சீராவது மூலத்தில் விட்டுப் போயிருப்பதாகத் தெரிந்தால் அவ்விடத்தில் (. . . .) இவ்வொற்றைப் புள்ளி நிரைகளும், பல அடிகளாவது ஒரு பகுதியாவது விட்டுப் போயிருந்தால் அவ்விடங்களில் (* * *) இவ் வுடுக்குறி நிரைகளும் அமைக்கப் பெற்றுள்ளன; மொழிகளேயின்றி ஒற்றைப் புள்ளி நிரையாவது உடுக்குறி நிரையாவதுள்ள அடிகள் அடியெண்களிற் சேர்க்கப்படுவனவல்ல.

தன்மை யொருமை வினைமுற்றுக்கள் 'அன்' ஈறாகவே பிரதியிற் பெரும்பாலும் காணப்பட்டமையின், அவை அந்த உருவமாகவும், இருவகை வழக்கிலும் காணப்படும் 'உதயணன்' என்னும் வடிவமே விதிக்கு ஒத்திருந்தும் ஏட்டுப் பிரதியில் முற்றும், 'உதயனன்' என்றே வரையப்பட் டிருந்தமையின் அதனைப் புலப்படுத்துவதற்கு மூலத்தில் மட்டும் அவ்வண்ணமாகவும் காட்டப்பட்டுள்ளன.

இந்நூலிலிருந்து பழைய உரைகளில் மேற்கோளாக எடுத்துக்காட்டப்பட்டுள்ள பகுதிகளும் இடங்களும் மூலமுள்ள அவ்வப் பக்கத்தில் அடிக்குறிப்பாகப் பதிப்பிக்கப் பெற்றுள்ளன.

இதிலுள்ள வாக்கியங்களில் பழைய நூல்களில் தோன்றிய ஐயங்களை விலக்கின.

இதன்கண் எடுத்தாளப்பட்டுள்ள பழைய நூற் கருத்துக்களுள் சிலவற்றிற்கு இடமும் குறிப்பிட்ட கதைகளும் விளங்கவில்லை; அவற்றின் பக்கமும் அடிகளும் வருமாறு:

கங - சு: அஅ - கக	உஉங: கசுஉ-ரூ
ககூ: கஉ - ங	உருள: க0-கச
உங: கருசு - அ	உசுசு: சு - கஅ
கசுசு: உச - சு	உஎக: ரூக - சு0
கசுஎ - அ: ரூஅ - சுசு	உஎசு: எ - கஉ

௨௦௮: ௧௩௭ - ௪௦	௩௧௭: ௩௧ - ௨
௨௧௫: ௧௯௩ - ௫	௩௨௦: ௧௪௧ - ௩
௨௧௬: ௨௧௯ - ௨௫	௩௨௪: ௨௫௨- ௪
௨௨௧: ௧௦௦ - ௧௦௩	௪௭௧: ௨௨௦ - ௨௩

ஆய்தவெழுத்தை யகரமெய் எதுகையில் ஒத்துவருத லுண்டென்பது, "எஃகொழி களிற்றின் வெய்துயிர்த்துப் புலம்பி" (ப. அ : ௧௦௯) என்பதனால் தெரியவந்தது. செய்தெ னெச்சம் செயவெ னெச்சப் பொருளிற் பெரும்பாலும் இதன்கண் வருகின்றது. "வயின்" என்பது மிகுதியாகப் பெயர் வினைகளுடன் சார்ந்து வருதலை இதன்பாற் பரக்கக் காணலாகும்.

இந்நூலில் வந்துள்ள உதயணன் முதலியவர்களின் குண விசேடங்களும், ஆறு, உலகம், ஊர், குளம், கோயில், தெய்வம், நகரம், நாடு, நாணயம், மலை, வனம், விழா முதலியவற்றின் இயல்புகளும் 'அபிதான விளக்க' மென்னும் பகுதியில் மிக விரிவாக விளக்கப்பட்டுள்ளன.

கதைப்போக்கை நன்கு தெரிந்து கொள்வதற்குக் கருவியாக விருக்கு மென்று எண்ணி உதயணனுடைய சரித்திரச் சுருக்கம் வசனநடையில் எழுதப்பெற்று இந்நூலுக்கு அங்கமாகப் பதிப்பிக்கப்பெற்றுள்ளது; சிதைந்துபோன "இந்நூற் பகுதிகளில்" இருத்தற்குரிய வரலாறுகளை ஒருவாறு ஒத்த வேறு நூல்களி லிருந்து அறிந்து எடுத்தெழுதி இதன்பாலுள்ள சரித்திரத்தைப் பூர்த்தி செய்து இடையிடையே செய்யுட் பகுதிகளையு மமைத்து விரிவாகப் பதிப்பிக்கலாயிற்று.

இந்நூலின் கணுள்ள அரும்பதம், பொருள் வகை, தொகைப் பெயர், உவமை, இனிய வாக்கிய முதலியவை 'அரும்பத முதலியவற்றின் அகராதி' யென்னும் பகுதியில் அடங்கியிருக்கின்றன; உயிர் முதலோ மெய்ம் முதலோ வென்று துணியக் கூடாதபடி இருந்த சொற்களின் இரண்டுருவமும், ஊகித்தறிந்த பாட பேதங்களும், எச்சவகை, முற்றுவகை, வினையாலணையும் பெயர் முதலியனவும் சில பயன்கருதி இதன்கண் சேர்க்கப்பட்டுள்ளன. இவ்வகராதி இந்நூலிலுள்ள அரிய விஷயங்களை எளிதில் தெரிந்து கொள்ளுதற்கு ஏற்ற கருவியாகும்.

இந்நூலில், ஆரியச் சிதைவும் பைசாச முதலியனவும் அவற்றின் சிதைவுமாகிய மொழிகள் பல வந்துள்ளன வென்று தெரியவந்தும் நேரக்குறைவால் நன்கு விசாரித்துத் தெரிந்து அவற்றை விளக்க முடியவில்லை.

ஆராய்ச்சி செய்கையில் எடுத்துக் குறித்து வைத்திருக்கும் பல விஷயங்களைப் பெருங்கதை யாராய்ச்சி விளக்கமெனப் பெயரிட்டு இப்புத்தகத்துடன் சேர்த்து வெளிப்படுத்துவதற்கு எண்ணியதுண்டு. ஆனாலும் அவற்றை ஒழுங்குபடுத்துவதற்கு மிகவும் காலநீட்டிக்கு மென்றெண்ணி அம்முயற்சியை இப்போது நிறுத்திக் கொண்டேன்.

ஒரு பழைய நூலைப் பதிப்பிக்குங் காலத்துள்ள உடற்றுன்பம், மனக்கவலை, பொருட்செலவு, காலப்போக்கு முதலியவற்றைக் காட்டிலும் அதனை முதலில் ஆராய்ச்சி செய்யுங் காலத்தில் உண்டாவன மிக அதிகமென்று முன்பு அறிந்ததைவிட இந்நூற் பதிப்பால் மிகத் தெரிந்து கொள்ளலானேன்.

இப்புத்தகத்தின் மூலப் பிரதியையும் வேறு நூல்களையுந் தந்து உதவி இதன் பதிப்பைப் பார்க்கவேண்டு மென்று மிக்க ஆவலோடு எதிர்பார்த்திருந்த திருநெல்வேலி, ஸ்ரீ கவிராஜ நெல்லையப்ப பிள்ளை யவர்கள் இப்போதில்லையே யென்ற வருத்தம் எனக்கு மிகுதியாக இருப்பினும், அவர்களைப் போலவே விசேஷ அன்புள்ள அவர்கள் செல்வத் தம்பியாகிய ம-ா-ா-ஸ்ரீ, கவிராஜ ஈசுவரமூர்த்திப் பிள்ளை யவர்களிடம் இவ்வச்சுப் புத்தகத்தைச் சேர்ப்பிக்கும்படி நேர்ந்ததைக் குறித்து மிக்க ஆறுதலடைகிறேன்.

இப்பதிப்பைப்பற்றி அடிக்கடி விசாரித்தும் இது வெளிவருதலை மிக்க ஆவலோடு எதிர்பார்த்துக் கொண்டு மிருந்த பாலக்காடு, ராவ்பகதூர் பா. ஐ. சின்னசாமி பிள்ளை யவர்கள் சில மாதங்களுக்குமுன் காலஞ்சென்றமை வருத்தத்தைத் தருகின்றது.

வேண்டிய காலங்களில் இதிலுள்ள வடநூற் கருத்துக்களைத் தெரிவித்தும் வேறுள்ள வட நூல்களைப் படித்துப் பொருள்கூறியும் உபகரித்த ஸ்ரீநிவாஸ நல்லூர், பிரஹ்மஸ்ரீ S. ராமசந்திர சாஸ்திரிகள் முதலியோருக்கும், பலவிடத்துஞ் சென்று முயன்று உதிதோதய காவ்யத்தைப் பெற்று உதவிய செஞ்சியைச் சார்ந்த விளாத்தி யென்னுங் கிராமத்திலுள்ள கணிதம் ம-ா-ா-ஸ்ரீ சின்னத்தம்பி சாஸ்திரியாருக்கும் நன்றி செலுத்துகிறேன்.

இந்நூலை ஆராய்ச்சி செய்யுங் காலத்தும் குறிப்புரை யெழுதுங் காலத்தும் பதிப்பிக்குங் காலத்தும் உடனிருந்து அரியபெரிய உதவிகளைச் செய்துவந்த சென்னை இராசதானிக் கலாசாலைத் தமிழ்ப் பண்டிதர் பிரஹ்மஸ்ரீ, இ.வை. அநந்தராம ஐயரவர்களிடத்தும், மயிலாப்பூர், பி.எஸ். ஹைஸ்கூல் முதல் தமிழ்ப் பண்டிதர், சிரஞ்சீவி, ம.வே. துரைசாமி ஐயரிடத்தும், ஒழிந்த நேரங்களில் வந்து அவ்வப்போது தம்மா லியன்றவற்றைச் செய்துதவிய திருமானூர், சிரஞ்சீவி, கே. அருணாசல ஐயரிடத்தும், நான்கு வருடங்களாகத் தமிழ் நூல்களை முறையே கற்றுக்கொண்டு உடனிருந்து செய்ய வேண்டிய செந்தமிழ்ப் பணிகளை யெல்லாஞ் செய்து வருவதன்றி இப்பதிப்பிற்கும் உதவி புரிந்த சுந்தர பாண்டியம், சிரஞ்சீவி, கோதண்டராமைய ரிடத்தும் மிக்க நன்றியறிவுடையேன். இவர்களுள் மேற்கூறிய அநந்தராம ஐயரவர்கள் தம்முடைய நுண்ணறிவையும் ஆராய்ச்சித்திறத்தையும் இப்பதிப்பிற்கு உபயோகித்தமை மிகவும் பாராட்டற்பாலது.

இன்னும், இந்நூல் சம்பந்தமான சில சரித்திர புஸ்தகங்களை எனக்குக் கொடுத்தும், கேட்ட விஷயங்களை அவ்வப்போது சொல்லியும் உதவிய அன்பர்களை யெல்லாம் நான் எக்காலத்தும் மறவேன்.

திருவாவடுதுறை யாதீன கர்த்தர்களும், சிவக்ஷேத்திர குருக்ஷேத்திரங்களைப் பரிபாலனஞ்செய்து கொண்டு வருபவர்களும், வித்வஜ்ஜன பரிபாலகர்களும், சிவபக்தி குருபக்தியிற் சிறந்தவர்களும், ஏடு தேடுதற்குத் திருநெல்வேலி முதலிய இடங்களுக்கு நான் சொல்லுங் காலங்களி லெல்லாம் வேண்டிய அனுகூலங்களை அவ்வவ்விடத்திற் செய்வித்துப் பேருதவி செய்துவந்தவர்களுமாகிய ஸ்ரீலஸ்ரீ வைத்தியலிங்க தேசிகரவர்கள், நான் விரும்பியவண்ணம் இவ்விடத்திலேயே யிருந்து தமிழ் நூல்களைப் பதிப்பிக்கும்படி, அனுமதிசெய்து அன்புடன் ஆதரித்து வருதல் மிகவும் போற்றத்தக்கது. அந்த ஆதீன சம்பந்தமில்லையாயின், எனக்கும் தமிழ் நூலாராய்ச்சிக்கும் என்ன சம்பந்தம்?

திருப்பனந்தா ளாதீன கர்த்தர்களும், அருங்கலை விநோதர்களும், "உயிரொன் றுளமுமொன் றொன்றே சிறப்பு" எனவும், "காகத் திருகண்ணிற் கொன்றே மணிகலந் தாங்கிருவர், ஆகத்தி லோருயிர் கண்டனம் யாம்" எனவும் திருவாதவூரடிகள் அருளிச்செய்த அருமைத் திருவாக்கிற்கு, இலக்கியமாகித் தங்கள் ஆதீனத்தைச் சார்ந்த தருமங்களை யெல்லாம் ஒருமனத்தோடு பரிபாலிப்பவர்களுமாகிய ஸ்ரீலஸ்ரீ காசிவாசி சொக்கலிங்கத் தம்பிரானவர்களும், அவர்களுடைய பிற்றோன்றலாகிய ஸ்ரீலஸ்ரீ காசிவாசி சாமிநாதத் தம்பிரா னவர்களும் பழைய நூல்கள் வெளிப்படும் விஷயத்திற் செய்துவரும் ஆதரவு மிக்க ஊக்கத்தை உண்டு பண்ணுகின்றது.

"பன்னுந் தமிழ்ப்பயிர் வாடாது மாரியிற் பாரின்முத்தும், பொன்னுஞ் சொரியும் ரகுநாதன்" என்ற பெருமைவாய்ந்த அரசர் பெருமானுடைய வழித்தோன்றலும், "ராசராச புனிதனைப்போற், செவியி னுணவு புலவோர்க் களித்தவர் செப்புநறுங், கவியினருமை தெரியுங்கொ லோகொடைக் கற்பகமே" எனவும், "சிமணங்கமழ் மதுரமென்கவி தினமு நன்குசொல் வாயினன்" எனவும் மனங்குளிர்ந்து சிறந்த கவிஞர்களாற் பாராட்டப் பெற்றவர்களும், ஸ்ரீ ஸேது ஸமஸ்தானாதிபதியும், மதுரைத் தமிழ்ச்சங்கத் தலைவர்களும், சென்னைச் சட்டசபை அங்கத்தினர்களுமான கௌரவம் பொருந்திய மஹா ராஜ ராஜ ஸ்ரீ பா. ராஜராஜேசுவர சேதுபதி மஹாராஜா அவர்கள், உடனிருந்து உதவி செய்பவர்கள் திறத்தில் எனக்குச் சிறிதும் கவலை யுண்டாகாதபடி பொருளுதவி புரிந்து வருதல் ஒருபொழுதும் மறக்கற்பாலதன்று.

கொழும்பிலுள்ள ஸ்ரீமான் டாக்டர் கு. ஸ்ரீகாந்த முதலியா ரவர்களும், பெரும்பன்றியூர் ஸ்ரீமான் A.M. பெரியசாமி முத்தைய உடையா ரவர்களும் ஒவ்வொரு பதிப்பும் பூர்த்தியானவுடன் தங்கள் தங்களால் இயன்ற உதவிகளை அன்புடன் செய்து ஊக்கமளித்துப் பாஷாபிமானத்தைக் காட்டி வருகிறார்கள்.

மேற்கூறிய பலவகையான மகோபகாரிகளையும் மறவாமல் அவர்களுடைய க்ஷேமங்களைக் குறித்துத் திருவருளைச் சிந்தித்தலன்றி என்னாற் செய்தற்குரியது யாதுளது?

"குறைகளே செய்வதெங் குணமெனக் கொண்டனம், பொறைகளே செய்வதுன் புகழெனக் கண்டனம்" என்ற பெரியோர் வாக்கிற்கேற்ப, என் விஷயத்தில் இயல்பாகவே மிக்க பொறுமையுட னிருந்துவரும் அறிஞர்களை இப்பதிப்பிற் காணப்படுங் குறைகளையும் பொறுத்து ஆதரிக்க வேண்டுமென்று கேட்டுக் கொள்ளுதல் மிகையென்று எண்ணுகிறேன்.

இந்நூல் பதிப்பிக்கத் தொடங்கி ஐந்து வருஷங்களுக்கு மேலாயின. இடையிடையே பல இடையூறுகள் ஏற்பட்டும் அவற்றை யெல்லாம் நீக்கி நிறைவேற்றுவித்தருளிய தோன்றாத் துணையின் பெருங்கருணையைச் சிந்தித்துத் துதித்து வந்திக்கின்றேன்.

இங்ஙனம்,
வே. சாமிநாதையன்

"தியாகராஜ விலாஸம்"
திருவேட்டீசுவரன் பேட்டை
சென்னை, 19-2-1924

உ
கணபதி துணை

கொங்குவேளிர் இயற்றிய

பெருங்கதை

இஃது
மஹாமஹோபாத்தியாய தாக்ஷிணாத்யகலாநிதி
டாக்டர் உ.வே. சாமிநாதையரால்
பரிசோதித்து
நூதனமாக எழுதிய குறிப்புரை முதலியவற்றோடும்
கதைச்சுருக்கத்தோடும்

சென்னை:
கேசரி அச்சுக்கூடத்திற்
பதிப்பிக்கப்பெற்றது.

[இரண்டாம் பதிப்பு]

யுவ ஹு மார்கழி மீ

1935

Copyright Registered]

 [விலை ரூ.7-0-0

உ
கணபதி துணை

கொங்குவேளிர் இயற்றிய

பெருங்கதை

இது

மகாமகோபாத்தியாய தாக்ஷிணாத்யகலாநிதி

டாக்டர் உ. வே. சாமிநாதையரால்

பரிசோதித்து

நூதனமாக எழுதிய குறிப்புரை முதலியவற்றோடும்
கதைச்சுருக்கத்தோடும்

சென்னை:

கேசரி அச்சுக்கூடத்திற்
பதிப்பிக்கப்பெற்றது.

இரண்டாம் பதிப்பு

யுவ(வரு) மார்கழிமீ
1935

[Copyright Registered]   [விலை ரூ. 7-0-0

உ
கணபதி துணை

முகவுரை

திருச்சிற்றம்பலம்
திருவாசகம்

நரியைக் குதிரைப் பரியாக்கி ஞால மெல்லா நிகழ்வித்துப்
பெரிய தென்னன் மதுரையெலாம் பிச்ச தேற்றும் பெருந்துறையாய்
அரிய பொருளே யவிநாசி யப்பா பாண்டி வெள்ளமே
தெரிய வரிய பரஞ்சோதீ செய்வ தொன்று மறியேனே.

(நிலைமண்டில ஆசிரியப்பா)

தேமலி கயிலைச் சிலம்பில்வீற் றிருக்கும்
பாமலி யுமையோர் பாகத் தண்ணலும்
குருகு பெயர்க்கிரி கொன்றே தன்னினைந்
துருகு பவர்க்கருண் முருக வேளும்
சகத்தியன் முனைஇத் தலைவனை யறிந்துயர்
அகத்தியன் முதலா மருந்தவப் பெரியரும்
நன்றி யறிவொடு துன்றுபு பல்குணம்
மேவுமுச் சங்க நாவலப் பெரியரும்
விரசு பெருங்கொடை யரசர் பலரும்
அப்பால் விளங்கிய வெப்பா லவரும்
வாய்ந்த வன்புட னாய்ந்த *செழுந்தமிழ்
பொங்குமண் டலத்துட் கொங்குமண் டலத்தில்
உறும்பல வளமார் குறும்புநன் னாட்டில்
எப்பனு வலையுந் தப்புத லின்றி
அங்கையா மலகமா வறிபெரி யோர்செறி
**மங்கைமா நகரின் மஞ்ஞையம் பரிமீத்
தங்குவே ளெனவாழ் +கொங்கு வேளிர்
மலர்தொறுஞ் சென்று நிலவிய மதுவின்
துளிக்கணந் தொகுக்கு மளிக்கணம் பொருவ
நூல்பல வற்றிற் சால்புறக் குழுமிய
சொன்னயம் பொருணயந் தொடைநய மாதி
எந்நயங் களுமமைந் தினிமை தோன்ற
அற்றைக் காலத் தமைதியைப் பிற்றைக்
காலத் தவர்தாங் கண்கூ டாக

* செழுந்தமிழ் பொங்குமண்டலம் – தமிழகம்.

** மங்கைமாநகர் – விசயமங்கலம்.

\+ கொங்குவேளிர்: எழுவாய்.

நாடி யுணருமோ ராடி பொருவவும்
காப்பிய வியலெலாம் யாப்புற வமையவும்
பாவிக வணிசுவை மேவிநன் கிலகவும்
புலவர் கூட்டுணும் புத்தமு தாக
உதயணன் சரிதை யோதின ரதுபெருங்
கதைகதை யுதயணன் கதைப்பெயர் பெறீஇத் *தான்
பிறந்தமண் டலத்தின் பெயர்ப்பொருட் கேற்பச்
சிறந்தலின் சுவைத்தாய்த் திகழ்ந்தில குறுமே.

பெருங்கதை யென்பது கவிஞர் பெருமானாகிய கொங்குவேளி ரென்பவரால் இயற்றப்பெற்ற ஒரு தொடர்நிலைச் செய்யுள். இவர் கொங்குவே ளெனவும் கொங்கவே ளெனவும் வழங்கப்பெறுவர். இந்நூல், சொற்சுவை பொருட்சுவைகளிற் சிறந்தது; தெள்ளிய இனிய நன்னடை வாய்ந்தது; குருகுலத்திற் பிறந்தவனும் கௌசாம்பி நகரத் தரசனுமான **சதானிகனுடைய புதல்வன் உதயணனது சரித்திரத்தை விரித்துக் கூறுவது.

தெய்வ வழிபாடு சிறந்த தென்பதும், பெரியோர் வணக்கம் பேணற்பால தென்பதும், ஊழ்வினை உருத்துவந்தூட்டு மென்பதும், சிறந்த கல்விமான் தன் பகைவராலும் நன்கு மதித்து உபசரிக்கப்படுவா னென்பதும், எந்தக் காலத்தும் கல்வியைக் கைவிடலாகா தென்பதும், ஒரு காரியத்தை நிறைவேற்றக் கருதினோன் அதனை முடித்தற்குரிய அன்புடைத் துணைவர்களையும் தக்க கருவிகளையும் அடைய முயலவேண்டு மென்பதும், அன்புள்ள நல்ல துணைவர்களைப் பெற்றாற் சிறிதும் கவலையின்றி வாழலா மென்பதும், எந்தக் காரியத்தையும் மந்தணமாகவே நிறைவேற்ற வேண்டு மென்பதும், ஒவ்வொன்றையும் காலமும் இடமுமறிந்து செய்யவேண்டு மென்பதும், இன்ன செயலால் இன்னபயன் விளையு மென்பதும், சிறந்த குணங்கள் பகைவர்பா லிருப்பினும் அவற்றைக் கண்டவிடத்து மகிழ்ந்து அவரை ஆதரிக்க வேண்டு மென்பதும், பெண்பாலார் தம்முடைய தேச பாஷையிலும் வேறு தேச பாஷையிலும் முற்காலத்தில் நல்ல பயிற்சியுற்றிருந்தா ரென்பதும், தம்முட் பகைமை கொண்ட அரசர்க்கு இடையே நின்று உசிதமாகப் பேசிச் சந்திசெய்விக்க வல்லார் பெண்பாலாரிலும் இருந்தா ரென்பதும், தன்குடி தளர்வுற்ற விடத்து அதனைப் போக்க முயலவேண்டு மென்பதும், ஒருவர் தினைத்துணை நன்றி செயினும் பனைத்துணையாக அறிந்து அவரைப் பாராட்டவேண்டு மென்பதும், காலத்தைக் கண்ணாக மதித்து நியமத்துடன் அதனை ஒழுங்காகப் போக்கல் வேண்டு மென்பதும், ஒருவரையும் இகழலாகா தென்பதும், யாரிடத்தும் பகை கொள்ளலாகா தென்பதும், அருளுடைமை சிறந்ததென்பதும், தருமத்தையே உயிர்த் துணையாகக் கொண்டு ஒழுகல் வேண்டு மென்பதும், துன்பம் வந்தவிடத்து அதனைத் தன் தீவினைப் பயனே யென்றெண்ணி நுகரவேண்டு மென்பதும், பெருஞ் செல்வமுடையோர் தமக்கு முதுமைப் பருவம் வந்தவிடத்துத் தாங்குதற்குரிய புதல்வர் முதலியோர்பால் அதனை ஒப்பித்துவிட்டுப் பற்றற்றுத் துறவுபூண்டு

---

* தான் பிறந்த மண்டலத்தின் பெயர் – கொங்கு; அதன் பொருள் தேன்.

** குருகுலத்திற் பாண்டவர்களது காலத்தின் பின்பு சதானிக னென்னும் பெயர் வாய்ந்தவர் இருவர்; அவர்களுட் சனமேசயன் புதல்வன் ஒருவன். அவனுடைய பேரன் குமாரனான நிசக்குனு என்பவன் காலத்தில் அத்தினாபுரம் சிதைவுற்றுப் போனமையால், அவன் வத்த நாட்டி லுள்ளதாகிய கௌசாம்பி நகரத்தை இராசதானியாகக் கொண்டு அரசாட்சி செய்துவந்தான். அந்த நிசக்குனுவுக்கு 16ஆம் பிற்றோன்றலாக உதித்தவன் வேறொரு சதானிகன்; அவனுடைய புதல்வனே உதயணன். இவ்வரலாறு *ஸ்ரீ விஷ்ணு புராணம்* ச-ஆம் அம்சம், உக-ஆம் அத்தியாயத்தால் தெரியவருகிறது.

வீடுபெறுதற்கு முயலவேண்டு மென்பதும், மகளிர் விருப்பம் ஆடவர்க்கு யாதொன்றையும் அறியவொண்ணாதபடி மிக்க மயக்கத்தைச் செய்யு மென்பதும், தம்பதிகளின் இயல்பும், இல்வாழ்க்கையும், புதல்வர்களின் கடமையும், ஆசிரியர் மாணாக்கர்களின் இலக்கணங்களும், அரசாட்சி முறையும், குடிகளின் கடமையும், வேட்ட முதலியன அரசர்க்குப் பெருந்துயர் விளைவிக்கு மென்பதும், மந்திரிகளி னியல்பும், நட்பின் பெருமையும், தரம் அறிந்து ஒழுகவேண்டு மென்பதும், துறந்தோர் பெருமையும், பிறவும் இந்நூலால் நன்கு அறியலாகும்.

பின்னும், பண்டைக் காலத்துள்ள அம்பலங்கள், அமளிகள், அரண்மனையி னமைப்பு, அரண்கள், ஆடல்கள், ஆபரணங்கள், ஆயுதங்கள், இசைகள், உடைகள், உணவுகள், உலகங்கள், ஊசல்கள், ஊர்திகள், எந்திரக் கிணறு, *எந்திரப் பொறிகள், ஐந்திணை வளங்கள், ஒற்றின்வகை, கட்டில்கள், கடைகள், கணிகையரியல்பு, கணிதப் பயிற்சி, கத்தரிக்கோலின் இலக்கணம், கல்விவகை, கற்பிக்குமுறை, கைத்தொழில்கள், கொடிகள், கோயில்கள், சாதிகள் அவற்றிற்குரிய இயல்பு, சிற்பங்கள், சேனைகள், தருமங்கள், தானங்கள், தானியங்கள், திரைகள், துவசங்கள், தெப்பங்கள், தெய்வங்கள், தேயங்களி னியற்கை, நகர்கள், நகர்காணேணி, நகர அமைப்பு, நாடுகள், நாணயங்கள், நீர்நிலைகள், நீர்ப்பூக்கள், நீர் விளையாட்டு, நீர்வீசு கருவிகள், நுகர் பொருள்கள், நூல்கள், பகைவரை வெல்லுவதற்கேற்ற உபாயங்கள், பந்தர்கள், பந்து விளையாட்டு, பரிசங்கள், பருத்தி நூல்கள், பலவகை வழக்கங்கள், பறவைகள், பாத்திரங்கள், பானங்கள், பூமாலைகள், பொறியொற்றிய திருமுகங்கள், போர்செய்யுமுறை, மகளிர்க்குரிய கலைகள், அவருக்குரிய விளையாட்டுப் பொருள்கள், அவர்களின் பருவத்திற்கேற்ற வருணனை, மண்ணாற் புணர்க்கும் எந்திரம், மணத்தின்முறை, மதங்கள் (சமயங்கள்), மரங்கள் செடிகள் கொடிகள் முதலியன, மரத்தாற் புணர்க்கும் எந்திரம், மரியாதை, மலைகள், முகவாசங்கள், முற்றங்கள், யவன முதலிய வேறு தேயத்தோர் இந்நாட்டில் வந்து தொழில்செய்து வந்தமை, யாழ்வகை, யானைக்குரிய அணிகள், வாச்சிய பேதங்கள், விசிறிகள், விலங்குகள், விழாக்கள், விளையாட்டுக்கள், வீடுகளினமைப்பு, வேலை பார்ப்போர் வகை, வேறு பல கதைகள், வையமீர்க்கும் பாண்டிற்குரிய அணிகள் ஆகிய இவற்றையும் பிறவற்றையும் அறிந்துகொள்ளுதற்கு இந்நூல் தக்க கருவியாகும்.

சிவகணத்தைச் சார்ந்த மாலியவா னென்பவருடைய அம்சமான குணாட்டியராற் பைசாச பாஷையில் இயற்றப்பட்டதும், உதயணனுடைய புதல்வனும் வித்தியாதர அரசனுமாகிய நரவாணதத்தனுடைய சரித்திரமாக வுள்ளதும், வேறு கதைகள் பல இடையிடையே விரவப்பெற்றதுமான +'பிருகத்கதா' என்னும் நூலை ஆதாரமாகக் கொண்டு அதிலுள்ள வேறு கதைகளை யெல்லாம் நீக்கி நரவாணதத்தனுடைய தந்தையாகிய உதயணனுடைய சரித்திரத்தையே முதன்மையாகக் கொண்டு இயற்றப்பட்டதும், சைனசமயக் கோட்பாட்டை

---

* அவையாவன: காளைகளின்றி விரைந்து செல்லும் எந்திர வண்டியும், பல வீரர்களை ஆயுதங்களுடன் தன்னுள் அடக்கிக்கொண்டு உயிருள்ளதுபோல் நடந்துசென்று பயக்கும் யானைப் பொறியும், ஏற விரும்பியவர்களைத் தன்னுள் ஏற்றிக்கொண்டு பார்க்கவேண்டிய இடங்களை அவர்கள் பார்க்கும்படி ஆகாயவழியே செல்லும் விமானமும், காலத்தைக் காட்டும் எந்திரமும், கடிகையாரமும், நாண்மீன் முதலியவற்றின் தோற்றத்தையும் அத்தமித்தலையும் புலப்படுத்தும் பொறி மண்டலத்தை உள்ளே பெற்று அரசமங்கையர் ஏறுதற் குரித்தாயிருந்த வண்டியும், இன்னும் பலவகையான விசித்திரப் பொருள்களுமாம்.

+ கதைகள் பலவற்றிற்கு இடமாக இருப்பதுபற்றி இஃது இப்பெயர் பெற்றது; "கதையுரைக் கெல்லாங் காரணன்" (உ. 11:80.) என்பர்.

யுடையதுமான *ஒரு வடநூலே இதற்கு முதனூலென்று தெரியவருதலின், பெருங்கதை யென்பது இந்நூலுக்கு முதனூலால் வந்த பெயராகும்; மாக்கதை யென்பதும் அதுவே; இப்பெயர், பெருந்தேவனார் பாரதம், கம்பராமாயண மென்பனபோல ஆக்கியோர் பெயருடன் சார்ந்து கொங்குவேண் மாக்கதை எனவும் அடைமொழி யின்றிக் கதையெனவும் கதாநாயகன் பெயருடன் சார்ந்து உதயணன்கதை யெனவும் பழைய உரைகளில் வழங்கும்.

கொங்குவேளிர் சைனராதலின், இந் நூலின்பாலுள்ள சமயக் கொள்கைகள் சைனமாவே காணப்படும்.

குணாட்டியர் இயற்றிய பிருகத்கதை நரவாணதத்தனுடைய வரலாற்றினைக் கூறும் நோக்கத்தோடே இயற்றப்பெற்ற தென்றும் இதன் முதனூலும் இதுவும் அவன் தந்தை உதயணனது வரலாற்றைக் கூறும் நோக்கத்தோடே இயற்றப் பட்டன வென்பதும் தெரியவருகின்றன.

**‘உதிதோதய காவ்யம்’ என ஒரு வடநூலும், +‘உதயணகுமார காவியம்’ என ஒரு தமிழ் நூலும் சைனமதச் சார்பினவாய்ப் பிற்காலத்துச் செய்யப்பட்டு இரண்டு சிறு காப்பியங்களாகச் சைனர்களுள் வழங்குகின்றன; அவற்றுள், உதிதோதய காவ்யம் ஆறு பரிச்சேதங்களையும் உதயணகுமார காவியம் உஞ்சைக் காண்ட முதல் துறவுக் காண்டம் ஈறாகவுள்ள ஆறு காண்டங்களையு முடையன; பின்னது திருத்தமான நடையை யுடையதன்று. இவ்விரண்டும் சீவக சரித்திரம் போலவே சைன சமயத்தாராற் பாராட்டப்பெற்று வருகின்றன.

உதயணனுக்கு ++வத்தன், வத்தவன், வச்சனென்ற பெயர்கள் வழங்குவதுண்டு. வச்சத்தொள்ளாயிர மென்பதொரு நூல், தொள்ளாயிரம் வெண்பாக்களை யுடையதாய் முன்பிருந்ததாகத் தெரியவருகின்றது; இதனை,

> “வேட்டொழிவ தல்லால் விளைஞர் விளையலுட்
> டோட்ட கடைஞர் சுடுநந்து – மோட்டாமை
> வன்புறத்து மீதுடைக்கும் வச்சத் திளங்கோவை
> இன்புறுத்த வல்லமோ யாம்;

இதனுட் சிறப்புடையளாகிய தலைமகளை யிகழ்ந்து, தலைமகன் சிறப்பில்லாத பரத்தையர்மாட்டு நிகழாநின்றமையை அவனாட்டுக் கடைஞருள்ளார் சிறப்பில்லாத நந்தை ஊன் துப்புடைய ஆமையின் புறத்து உடைத்துத் தின்பரென்னு மிதனால் தொகுத்து விளங்கச் சொன்னமையால், தொகைமொழியாயிற்று. வச்சத் தொள்ளாயிர முழுவதும் தொகைமொழியெனக் கொள்க; தொகை மொழி யெனினும் சுருக்கமெனினு மொக்கும். இதனைத் தண்டியார் சமாச மென்பர்” (வீர. அலங்கார. 11, உரை) என்பதனாலறிக.

---

* கி.பி. 5 அல்லது 6ஆம் நூற்றாண்டிற் கங்க நாட்டின் இராசதானியாகிய தழைக்காட்டிலிருந்து அரசு புரிந்தவனும் கங்க வம்சத்தினனும் பெருவிறல் வாய்ந்தவனும் சைன மதத்தினனும், சப்தாவதார முதலிய வடநூல்க ளியற்றிய வனுமான துர்விநீத னென்னும் அரசன் குணாட்டியர் செய்த பிருகத்கதையை ஸம்ஸ்கிருத பாஷையாற் செய்தானென்று மைஸூர் ராஜ்யத்து 1916ஆம் வருடத்துச் சிலாசாஸன அறிக்கையினால் தெரியவருதலின், இந் நூலுக்கு முதல் நூல் அந் நூலாகவே யிருக்க வேண்டு மென்று தோற்றுகிறது.

** இந்நூலைத் தமிழில் மொழிபெயர்த்து எனக்கு உதவியவர் தியாகராஜபுரம் ஸ்ரீ நரஸிஹ்மாசாரியர்.

+ இந்நூல் கலைமகள் வெளியீடாக என்னால் அச்சிடப்பெற்றுள்ளது.

++ கொங்கு மண்டலத்தின் பல பாகங்களில் வத்தவன், வத்தராயன், வச்சராயன் முதலிய பெயர்கள் இக்காலத்தும் வழங்கப்படுகின்றன.

*வாடை குளிர மருந்தறிவா ரில்லையோ
கூட லினியொருகாற் கூடாதோ – ஓடை
மதவா ரணத்துதயன் வத்தவர்கோ னாட்டிற்
கதவான தோதமியேன் கண்

எனவும்,

உன்னுயிரு மென்னுயிரு மொன்றென்ப தின்றறிந்தேன்
மன்னுபுகழ் வச்சத்தார் மன்னவா – உன்னுடைய
பொன்னாகத் தெங்கையர்தம் பொற்கைநகச் சின்னங்கண்
டென்னாகத் தேயெரிகை யால்

எனவும் வழங்கும் வெண்பாக்களும் அந்நூலைச் சார்ந்தவை யென்று தெரிய வருகின்றன. அந்நூல் இந்த உதயணன் திறத்ததோ வேறோ தெரியவில்லை.

பேராசிரியர், நச்சினார்க்கினியர், அடியார்க்கு நல்லார், மயிலைநாதர், நேமிநாத வுரையாசிரியர், யாப்பருங்கல விருத்தி யுரையாசிரியர், வீரசோழிய வுரையாசிரியர், தக்கயாகப் பரணி யுரையாசிரியர், இலக்கண விளக்க வுரையாசிரியர் முதலியோர்களுடைய உரைகளில் இந்நூல் எடுத்தாளப்பட்டுள்ளது.

இதன்பாலுள்ள பாக்கள் யாவும் நிலைமண்டில ஆசிரியப்பாவே. (வீர. யாப்பு. 9, உரையைப் பார்க்க.) இதில் எங்கும் அமைந்துள்ளவை தன்மைநவிற்சி, உவமை, உருவக மென்பனவும் இவைபோன்றவுமாகிய பொருளணிகளே.

னகர வொற்றை இறுதியாகப் பெற்ற ஆசிரியப்பாக்கள் சொற்றொடராகவும் பொருட்டொடராகவும் அமைந்திருத்தலின், இந்நூல் தொடர்நிலைச் செய்யுளின் இலக்கணமாகிய அம்மை முதலிய எட்டு வனப்பினுள் இயைபு என்பதன்பாற்படும். சொற்றொடர் — அந்தாதித் தொடை; பொருட்டொடர் — கதையின் தொடர்ச்சி. இறுதியை னகர வொற் றென்னாமல் 'என்' என்னும் அசைநிலையாகக் கூறுவாரு முளர். இந்நூலில் ஒரு சிற்றுருப்பின் இறுதி அடுத்த சிற்றுறுப்பின் முதலாக வருவதல்லாமல், ஒரு காண்டத்தின் இறுதி மறு காண்டத்தின் முதலாக வருதலும் ஈண்டு அறிதற்பாலது. "ஞகாரை முதலா னகாரை யீற்றுப், புள்ளி யிறுதி யியைபெனப் படுமே" (தொல். செய். சூ. 240) என்பதும், "ஞ ண ந ம ன ய ர ல வ ழ ள வென்னும் பதினொரு புள்ளியுள் ஒன்றனை ஈறாக அமைத்துச் செய்யுளைப் பொருட்டொடராகவும் சொற்றொடராகவுஞ் செய்வது இயை பெனப்படும்; னகர வீற்றானிற்றுப் பொருளு மியைந்து சொல்லு மியைந்து வந்தன....... கொங்குவேளிராற் செய்யப்பட்ட உதயணன் கதையும் போல்வன" (ஷை.ஷை.ஷை. பேர்.) என்னும் அதனுரையும், "அகவ லிசையன வகவன் மற்றவை, ஏ ஓ ஈ ஆ யென்னை யென்றிறுமே" (யா. வி. சூ. 69) என்பதும், "அகவலோசையைத் தமக்கு ஓசையாக வுடைய நான்கு ஆசிரியப்பாவும் ஏ யென்றும், ஓ வென்றும், ஈ யென்றும், ஆ யென்றும், என் னென்றும், ஐ யென்றும் இறும்; +'அலந்த மஞ்ஞை யாமங் கூவப், புலர்ந்ததுமாதோ புரவலற் கிரவென் ....என் என்றிற்ற ஆசிரியமெனக் கொள்க' என்னும் அதன் உரை முதலியனவும், 'தொடைபல தொடுப்பினுந், தளைபல விரவினு, முதல்வந் ததனான் மொழிந்திசிற் பெயரே' (யா—வி. சூ.

---

* இச்செய்யுளை உதவியவர், ஸ்ரீஸேது ஸம்ஸ்தான மகாவித்துவானும் அண்ணாமலைப் பல்கலைக் கழக ஆசிரியருமாகிய பாஷா கவிசேகர ஸ்ரீமத் ரா. ராகவையங்கா ரவர்கள்.

+ பெருங். க. 54:144–5, இதே பகுதி இந்த இலக்கணத்திற்கே இலக்கண விளக்கம், 732ஆம் சூத்திரவுரையில் மேற்கோளாகக் காட்டப்பட்டுள்ளது.

53) என்பதும், 'இறுதி யெழுத்தும் சொல்லும் இடையிட்டுத் தொடுத்த செய்யுளந்தாதி விகற்பம் உதயணன் கதையும் கலியாணன் கதையும் பன்மணி மாலையும் மும்மணிக் கோவையு மென்னும் அவற்றுட் கண்டு கொள்க' என்னும் அதன் விசேடவுரையும் இங்கே அறியற்பாலன.

இதன்பாலுள்ள சிற்றுறுப்புக்கள் *காதை யென்று வழங்கப்பட்டன வென்று தெரிகிறது; இது, 'முகவெழுத்துக் காதை', 'மணம்படு காதை' என இந்நூலிலுள்ள இரண்டு சிற்றுறுப்புகளின் பெயரினாலும், இலாவாண காண்டம் முதலியவற்றின் இறுதியில் ஆகக் காண்டம் இத்தனைக்குக் கூடிய காதை இத்தனை யெனக் காணப்படுவதனாலும் துணியப்படும். சிலப்பதிகாரம் மணிமேகலை யென்பவற்றி லுள்ள சிற்றுறுப்புக்களின் பெயர்களைக் காதை யென்று வழங்குதலும் இங்கே கருதத்தக்கது.

தமிழில் முதனூலாக இது கருதப்படினும் வடநூன் மொழிபெயர்ப்பாகத் தெரியவருதலின் வழிநூலின் பாற்பட்டு, சங்க காலத்து வழங்கிய இராமாயணம் பாரத மென்பனபோல வழிநூல் வகை நான்கனுள் மொழிபெயர்ப்பாகவும் முதனூலில் மிகவிரிந்த பகுதிகளைத் தொகுத்தும் அங்கே சுருக்கமாக உள்ளவற்றிற் பண்டைத் தமிழ் நூல்களிலும் வடநூல்களிலும் காணப்படும் சொன்னயம் பொருணயங்களைக் கூட்டி விரித்தும் இயற்றப்பெற்றிருத்தலின், தொகை விரியாகவும் கருதப்படுகின்றது; "தொகுத்தல் விரித்த றொகைவிரி மொழிபெயர்த், ததர்ப்பட யாத்தலோ டனைமர பினவே" (தொல். மரபு. சூ. 97) என்பதனா லுணர்க.

பெருங்காப்பியங்களுக்குரிய கடவுள் வாழ்த்து, பதிக முதலியன மற்றை நூல்களிற்போலவே இந்நூலில் முன்பு இருந்திருக்கக் கூடுமாயினும் கிடைத்த கையெழுத்துப் பிரதியில் முதலிறுதிகள் காணப்படாமையால் அவற்றைப் பற்றித் தெரிந்துகொள்ளவும் எழுதவும் முடியவில்லை. இதன்பாலுள்ள ஒவ்வொரு சிற்றுறுப்பும் ஒவ்வோர் அகவற்பாவாலும் பேருறுப்பாகிய காண்டங்கள் பல சிற்றுறுப்புக்களாலும் அமைக்கப்பெற்றுள்ளன. இப்போதுள்ளனவாகத் தெரியவரும் காண்டங்கள் ஐந்தே. அவற்றுள் முதலாவது உஞ்சைக் காண்டம் ௫௮-காதையினையும், இரண்டாவது இலாவாண காண்டம் ௨௦-காதையினையும் மூன்றாவது மகத காண்டம் ௨௭-காதையினையும், நான்காவது வத்தவ காண்டம் ௧௭-காதையினையும், ஐந்தாவது நரவாண காண்டம் ௯-காதையினையும் உடையன; உஞ்சைக் காண்டத்தின் முதலில் ௩௧-காதைகளும், ௩௨-ஆவதன் முதற்பகுதியும், மகத காண்டத்தில் ௧௧-ஆவது காதையும், ௧௨, ௧௭-இவற்றின் முற்பகுதிகளும், ௧௦, ௧௬-இவற்றின் பிற்பகுதிகளும், நரவாண காண்டத்தில் ௯-ஆவது காதையின் பிற்பகுதி முதலியனவும் காணப்படவில்லை. அதனால், உதயணன் நளகிரியை அடக்கியபின் பிரச்சோதனனுக்கு முன் நின்றதற்கு முந்திய வரலாறுகளும், மானசவேகன் மதனமஞ்சிகையைக் கொண்டுசென்றபின் நிகழ்ந்த வரலாறுகளும் இந்த நூலால் அறியக்கூடவில்லை.

இப்போது இப்புத்தகத்திலுள்ள காதைகளின் மொத்தத் தொகை - ௯௯. கிடைத்த காதைகளிலும் இடையிடையே ஒரு மொழிகளும் தொடர் மொழிகளும் குறைந்த பகுதிகள் பல; உள்ள அகவல்கள் 35 அடிச் சிற்றெல்லையையும், 390 அடிப் பேரெல்லையையும் உடையன.

* காதை யென்பதன் பொருள் விளக்கத்தை மணிமேகலை முகவுரையால் அறியலாம்.

மேலே கூறப்பட்ட உதிதோதய காவ்யத்தின் பகுப்பையும் உதயணகுமார காவியத்தின் பகுப்பையும் நோக்குங்கால், நரவாண காண்டத்தின் பின்பு ஆறாவதாகத் துறவுக் காண்ட மென்று ஒரு காண்டம் இந்நூலில் இருந்திருக்க வேண்டுமென்று தோற்றுகிறது.

பழைய உரைகளில் எடுத்தாளப்பட்ட மேற்கோள்களுள் இந்நூலைச் சார்ந்தனவாகத் தெரியவந்தும் இப்போது இதன்கண் அகப்படாத வாக்கியங்களும் உள்ளன; அவை வருமாறு:

க. *‘உயிர்புரை யூகியோ டெண்ணி’ (நன். சூ. 366, மயிலை. மேற்.)*

உ. *‘மரகத மணிக்கயத் தங்க ணாறிய, வழனிறப் பொன்னித ழாயிரம் விரித்தெனக் கதையினுங் கூறினாராகலின்’ (சிலப். ச: 72—6, அடியார்க்கு.)*

ங. *‘பொதியிலு மிமயமும் புணர்முலையாக வென்றார் கதையிலும்’ (ஷ. ரு: 1—6, ஷ.)*

ச. *‘சேனையுள் படுநரை யாணையி னேவியென்றார் கதையிலும்’ (ஷ. அ: 8—13, ஷ.)*

ரு. *‘நீர்வார் நிகர்மலர் கடுப்ப வென்றார் கதையிலும்’ (ஷ. கூ: 1—4, ஷ.)*

சூ. *‘சீப்புப்படியுறி னென்றார் கதையிலும்’ (ஷ. கரு: 215, ஷ.)*

எ. ‘கொங்கை யினையெழில் கோங்கரும் பாக
அங்கை யணியிதட் டாமரை யாக
மணிநிறக் கண்ணிணை குவளை யாக
எண்ணிய நுண்ணிடை வல்லி யாக
நண்ணிய முறுவன் முல்லை யாக
வீறுமச் செவ்வாய் கொவ்வை யாகச்
சீறடி தளிர்க ளாகச் சிறியேம்
ஆகங் கரந்தவிம் மங்கை தன்னைக்
கரத்து மென்றெனக் கிரக்க மின்றி
ஓடரிக் கண்ணியை யொளித்தீ ராயினுங்
காட்டுமி னென்று கைதொழு திறைஞ்சினன்
வாட்டிறற் றடக்கை வத்தவர் கோவென்

— இஃது எல்லாஅடியும் நாற்சீரடியான் வந்தமையான் நிலைமண்டில ஆசிரியப்பாவாம்; அன்றியும் உதயணன் கதை முதலாயின வெல்லாம் நிலைமண்டில ஆசிரியப்பா வெனக் கொள்க’ (வீர. யாப்பு. 9, உரை).

அ. ‘......................இவ்வயிற் கெட்ட தோர்
பசுங்கதிர்த் திங்க ணாடிய செல்வன்
என்றி யென்குறை யின்றி யிரங்கென
மருளுந் தெருளும் வரம்பில பயிற்றி

— என இதனுள் வத்தவனைக் காணலுற்றார் அவன் மதிக்குலத்தவ னாதலிற் சந்திரனைத் தேடிப் போகின்றே மென்று வேறொரு பரியாயத்தாற் சொன்னமையாற் பரியாயமொழி யாயிற்று’ (வீர. அலங்கார. 12, உரை).

கூ. *‘கிழவோன், சென்னி மிதித்த பஞ்சி மெல்லடிப், பொன்செய் கிண்கிணி யின்னரி யொடுக்கிப், புலவி பெயர்த்த: இஃது உதயணன் கதை’ (தக்க. தாழிசை. 33, உரை).*

கO. 'பள்ளி — கோயில்; பள்ளி மாட்டும் பற்பல பிறாண்டு மென்பது உதயணன் கதை' (ஷை. *54, 371*, உரை.)

கக. 'கழுது — பேய்; கழுதுகள் காணக் கருமைத் தாகி: இஃது உதயணன் கதை. உடு — நட்சத்திரம். ஊர்கோண மதியை யுடுச்சூழ்ந்தாங்கு: இதுவும் உதயணன் கதை' (ஷை. *55*, உரை.)

கஉ. 'கோயிற்குக் கிடங்குண்மை உதயணன் கதையிற் கண்டுகொள்க' (ஷை. *137*, உரை.)

கங. 'ஏகம் — ஒன்று; ஏகச் செல்வத் தின்ப மெய்தியது: என்பது உதயணன் கதை' (ஷை. *167*. உரை.)

கச. 'பெருநம்பிப் பட்டம் பெறுதல் சிந்தாமணியிலும், உதயணன் கதையிலு முள்ளது' (ஷை. *179*, உரை.)

கரு. 'தேவலோகம் பலவென்க; இப்பொருளை வேதத்திலும் உதயணன் கதையிலும் கண்டுகொள்க' (ஷை. *258*, உரை.)

கசு. 'ஏவ லிளிவெனக் கண்ணிப் பாகன், மனக்க ணியக்கம் பூண்டமா னத்து: இஃது உதயணன் கதை' (ஷை. *263*, உரை.)

கள. 'மட்கலத் துண்ணு மக்கட் பாக்கியம்: இஃது உதயணன் கதை' (ஷை. *395*, உரை.)

கஅ. 'மானம் — கெறுவம்; அளவுமாம்; தத்த மானந் தரத்துறை போகிய, விச்சைக் கொற்ற வினைய ராகி: இஃது உதயணன் கதை' (ஷை. *537*, உரை.)

ககூ. 'பாழி — பெருமையும் வட்டமும் யுத்தமும்; பாழியற்றுச் சாரியை யோட்டி யெனவும், பரந்த பாழி மற்றவன் காட்ட வெனவும் வருவன உதயணன் கதை' (ஷை. *688*, உரை.)

இவை, கிடைத்த பகுதிக்கு முன்னுள்ளனவோ பின்னுள்ளனவோ இடையே உள்ளனவோ தெரியவில்லை. இவற்றால், மயிலைநாதர் முதலியோர்களுடைய காலங்களிற் சிதைவில்லாமல் இந்நூல் முழுவதும் இருந்து வந்ததென்றே தெரிய வருகின்றது. இப்படியே இன்னும் இதன்பகுதிகள் பழையவுரைகளில் வந்திருத்தல் கூடும்; அவற்றைக் காணும்பொழுது இந்நூலும், இதைப் படிக்கும் பொழுது அவைகளும் சில சமயங்களில் ஞாபகத்திற்கு வருவதில்லை.

விளங்காத சொற்களும் பொருள்களும் இந்நூலில் ஆங்காங்குக் காணப்படுகின்றன; "ஆக்குதல் கேட்டவர்க்கு" (அலங்கார. 4) என்பதனுரையில், "குண்டலகேசியும் உதயணன் கதையு முதலாக வுடையவற்றில் தெரியாத சொல்லும் பொருளும் வந்தனவெனின், அகலக்கவி செய்வானுக்கு அப்படியல்லது ஆகாதென்பது; அன்றியும் அவை செய்த காலத்து அச்சொற்களும் பொருள்களும் விளங்கியிருக்கு மென்றாலும் அமையுமெனக் கொள்க" என்னும் வீரசோழிய உரையாசிரியருடைய கூற்றாலும் இஃது உணரலாகும்.

வடமொழியில் ஸ்ரீ காளிதாஸ மகாகவியாலும், தென்மொழியில் கூலவாணிகன் சீத்தலைச் சாத்தனாராலும், திருமங்கை யாழ்வாராலும், இந் நூற்கதை எடுத்தாளப் பட்டுள்ளது. அவை முறையே வருமாறு:

மேகமே! உதயணனது சரிதையைக் கூறுவதில்
ஆற்றல் வாய்ந்த முதியோர்களை யுடையதான
அவந்தி தேயத்தை அடைவாய் (மேகசந்தேசம், சுலோ. 30.)

கொடிக் கோசம்பிக் கோமகனாகிய
வடித்தேர்த் தானை வத்தவன் றன்னை
வஞ்சஞ் செய்துழி வான்றளை விடீஇய
இஞ்சையிற் றோன்றிய யூகி யந்தண
னுருவுக் கொவ்வா வுறுநோய் கண்டு
பரிவுறு மாக்களின் (மணி. கரு: 61–6.)

வாரார் வனமுலை வாசவ தத்தையென்
றாரானுஞ் சொல்லப் படுவா ளவளுந்தன்
பேராய மெல்லா மொழியப் பெருந்தெருவே
தாரார் தடந்தோட் டளைக்காலன் பின்போனாள்
ஊரா ரிகழ்ந்திடப் பட்டாளே
(இயற்பா, சிறியதிருமடல், கண்ணி, 66 – 8.)

இன்னும் வடநூல்களிலும் தமிழ் நூல்களிலும் இக்கதையை எடுத்தாண்டோர் மிகப்பலர்.

இற்றைக்கு நாற்பத்தெட்டு வருடங்களுக்கு முன் பத்துப்பாட்டுச் சுவடிகளை யான் தேடிக்கொண்டு சஞ்சரித்தபொழுது, திருவாவடுதுறை யாதீனத்து அடியவர்களுள் முதல்வர்களும் ஸ்ரீ அம்பலவாண கவிராய ரவர்களுடைய வழித்தோன்றல்களுமாகிய திருநெல்வேலி, கவிராஜ ஸ்ரீ நெல்லையப்ப பிள்ளை யவர்கள், ஸ்ரீ கவிராஜ ஈசுவரமூர்த்திப் பிள்ளை யவர்கள் ஆகிய இந்த உபகாரிகளுடைய வீட்டிலிருந்த ஏட்டுப் பிரதிகளை முறையே பார்த்துக்கொண்டு வந்தகாலத்திற் பத்துப்பாட்டுட் சில பாட்டின் உரைகள் மட்டுங் கிடைத்தன; மற்றைப் பகுதிகளையும் அங்கே பெறலாமென் றெண்ணிப் பின்பு தேடியபொழுது கொங்குவேண் மாக்கதை யென்று வரைந்திருந்த ஒரு சீட்டை மேலே பெற்றுள்ள பழஞ்சுவடி யொன்று கிடைத்தது; அதைக் கண்டதும் இலக்கணக் கொத்துப் பாயிரம் எ-ஆம் சூத்திரத்தில், “தொல்காப் பியந்திரு வள்ளுவர் கோவையார், மூன்றினு முழங்கும்” என்பதன் உரையில், “திருவைக் கோவைக்குங் கூட்டுக; மாணிக்கவாசகர் அறிவாற் சிவனே யென்பது திண்ணம். அன்றியும், அழகிய திருச்சிற்றம்பலமுடையார் அவர் வாக்கிற்கு அலந்து இரந்து அருமைத் திருக்கையால் எழுதினர். அப்பெருமையை நோக்காது சிந்தாமணி, சிலப்பதிகாரம், மணிமேகலை, சங்கப்பாட்டு, கொங்குவேண் மாக்கதை முதலியவற்றோடு சேர்த்து அச் செய்யுட்களோடு ஒன்றாக்குவர்; ...... பத்துப்பாட்டு, எட்டுத்தொகை, பதினெண் கீழ்க்கணக்கு, இராமன் கதை, நளன் கதை, அரிச்சந்திரன் கதை முதலிய இலக்கியங்களையும் ஒரு பொருளாக எண்ணி வாணாள் வீணாள் கழிப்பர்” என்று ஸ்ரீ சாமிநாத தேசிகர் எழுதியுள்ள பகுதியிற் காணப்படும் ‘கொங்குவேண் மாக்கதை’ என்பது ஞாபகத்திற்கு வந்தது. உடனே இராமாயண கதை முதலியவற்றைப் போலவே இது கொங்குவே ளென்னு மொருவனுடைய கதையாக இருத்தல் வேண்டுமென்று எண்ணி மேற்கூறிய உபகாரிகளைக் கேட்டு அப் புத்தகத்தை வாங்கி வைத்துக்கொண்டேன்.

ஸ்ரீ சாமிநாத தேசிகர் வெறுத்துக் கூறிய வாக்கியப்பகுதி அப்பொழுது ஞாபகத்திற்கு வரவில்லையேல் இந்நூலை வாங்கி வைத்துக்கொள்ளுதற்கு

இடமில்லை. அவர் வைதது இந்நூலுக்கு வாழ்த்தாக முடிந்தது. பெரியோர்களாற் செய்யப்படும் அவமதிப்பும் கௌரவ முடையதாகு மென்பது திண்ணம்.

பின்பு ஓய்வுள்ள ஒரு சமயத்தில் அதனைப் பிரித்துப் பார்த்தபொழுது முதலில் அ௦-ஏடுகள் காணப்படவில்லை; இறுதியிலும் ௩௧௧-ஆம் ஏட்டிற்கு மேலேயுள்ள ஏடுகளில்லை. இறுதியேட்டில் முன்புறம் எழுதப்பட்டும் பின்புறம் எழுதப்படாமலும் இருந்தன; மேலே எத்தனை யேடுக ளிருந்தனவோ தெரியவில்லை; கிடைத்த பகுதியுள்ளும் இடையிடையே யுள்ள நிலைகுலைவிற்கும் எழுத்துக்களை விழுங்கிய இராமபாணத் துளைகளுக்கும் பின்னுமுள்ள புரட்சிக்கும் அளவில்லை; அப்பால் ஒருசமயம் படித்தபொழுது இந்நூல் அகவற்பாவாலாகிய தென்றும் இனிமையான நடையை யுடைய தென்றும் அறிந்து சிறந்ததொரு நூலாக இருத்தல் வேண்டு மென்றும் மதித்துச் சாக்கிரதையாக வைத்துவிட்டு அப்போது செய்துவந்த வேறு நூல்களின் ஆராய்ச்சியிற் பொழுதுபோக்கிக் கொண்டே வந்தேன்.

சில வருடங்களுக்குப் பின், சிலப்பதிகாரத்தைப் பதிப்பித்தற்கு ஆராய்ச்சி செய்கையில், அதன் உரைகளிலுள்ள மேற்கோள்களுக்குரிய இடங்களைத் தேடிவந்த பொழுது அடியார்க்கு நல்லா ரெழுதிய அதன் உரைப் பாயிரத்தில், "முந்து நூல்களிற் காப்பிய மென்னும் வடமொழிப் பெயரின் றேனும். . . *'கூத்திய ரிருக்கையுஞ் சுற்றியதாகக், காப்பிய வாசனை கலந்தவை சொல்லி' என இரண்டாம் ஊழியதாகிய கபாடபுரத்தின் இடைச் சங்கத்துத் தொல்காப்பியம் புலப்படுத்திய மாகீர்த்தியாகிய நிலந்தரு திருவிற் பாண்டிய னவைக் களத்து அகத்தியனாரும், தொல்காப்பியனாரும், இருந்தையூர்க் கருங்கோழி மோசியாரும், வெள்ளூர்க் காப்பியனாரும், சிறுபாண்டரங்கனாரும், மதுரையாசிரியன் மாறனாரும், துவரைக் கோமகனும், கீரந்தையாரு மென்றித் தொடக்கத்தார் ஐம்பத் தொன்பதின்ம ருள்ளிட்ட மூவாயிரத்து எழுநூற்றுவர் தம்மாற் பாடப்பட்ட கலியும் குருகும் வெண்டாளியு முதலிய செய்யுளிலக்கியம் ஆராய்ந்து செய்த உதயணன் கதையுள்ளும், 'கருதுவ தங்கொன் றுண்டோ காப்பியக் கவிகள் காம, வெரியெழ விகற்பித் திட்டார்' எனச் சிந்தாமணியுள்ளும், 'நாடகக் காப்பிய நன்னூ லுனிப்போர்' என மணிமேகலையுள்ளும் பிறவற்றுள்ளுங் கூறினமையானும், சொற்றொடர் நிலை, பொருட்டொடர்நிலை யென்னுந் தொடர்நிலைச் செய்யுட்கும் காப்பிய மென்று பெயர் கூறுதலும் ஆசிரியர் கருத்தென வுணர்க" என்ற பகுதியிலுள்ள "கூத்தியர்..... சொல்லி" என்னும் மேற்கோள் அப்புத்தகத்தி லிருக்கக் கண்டு அஃது உதயணன்கதை யென்று தெரியவந்ததில் மிக்க ஆனந்த முண்டாயிற்று; பின்பு அவ்வுரையிற் காட்டப்பட்டிருந்த மேற்கோள்களுட் பெருங்கதை யென்றும் கதை யென்றும் வந்தவற்றிற் பல அப்புத்தகத்தின்பா லிருக்கக் கண்டு அந்நூலுக்கு அப்பெயர்க ளெல்லாம் உரியனவென்று அறிந்து கொண்ட தன்றி ஓய்ந்த நேரங்களிற் படித்தும் வந்தேன். தாம் எடுத்துக்காட்டும் மேற்கோள்களை நூற்பெயரோடாவது ஆசிரியர் பெயரோடாவது சார்த்தி யெழுதும் அடியார்க்கு நல்லார் முதலியோருடைய பேருதவி இங்கே மிகப் பாராட்டற்பாலது.

அப்பால் திருநெல்வேலியைச் சார்ந்த வண்ணார் பேட்டையிலுள்ள ஸ்ரீ திருப்பாற்கடனாத கவிராய ரவர்களுடைய வீட்டிற் பத்துப்பாட்டுப் பிரதிகளைத் தேடிப் பார்த்தபொழுது பெருங்கதைப் பிரதியொன்று அவருடைய பேரராகிய ஸ்ரீ திருப்பாற்கடனாத கவிராய ரென்பவராற் கிடைத்தது. அதனைப் பார்த்தபொழுது

* பெருங். ச. 3:41–2.

எல்லா வகையிலும் முன்னதைப் போலவே அது காணப்பட்டது. ஊன்றிப் பார்த்த காலத்தில் முதற் பிரதியில் இராமபாணம் விழுந்த இடங்களுக்குச் சரியான இடங்களிற் சிலவிடத்து இடம் விட்டும் ஒடிந்த விடங்களுக்குச் சரியான இடங்களுட் சிலவற்றில் இடம் விட்டும் எழுதப்பட் டிருந்தமையின், அது முதற் பிரதியைப் பார்த்தே எழுதப்பட்டதாகத் தெரியவந்தது. முதற் பிரதியிற் சிதைந்த பாகங்களிற் சில பகுதி அதில் எழுதப்பட் டிருந்தமையின், முதற் பிரதி அதிகமாகப் பழுதுபடுவதற்கு முன்பே பார்த்து அது பிரதி செய்யப்பட்ட தென்றும் தெரியவந்தது; அதனால், சில பாடல்களின் உண்மை வடிவமும் சில அடிகளும் கிடைத்தன. முதற் பிரதியிற்போலவே கொங்குவேண் மாக்கதை யென்றெழுதிய சீட்டொன்று அதன் முதலிலும் கோக்கப் பட்டிருந்தது.

முதற் காண்டத்தி னிறுதியில், ‘இந்தக் காவ்ய மெழுதினது அன்பூர் நயினான் அமுதகவி யெழுத்து; நெல்வேலி நாதர், வடிவம்மை, அழகிய மன்னார் முன்னிற்க’ என்பவை ஒரு பிரதியிலும், ‘நெல்லைக் காந்திமதி யம்மன் துணை’ என்பது மற்றொரு பிரதியிலும், மூன்றாங் காண்டத்தி னிறுதியில், ‘இந்தக் காவியம் நயினான் அமுதகவி எழுத்து’ என்பதும்,

> முன்னாளின் *மூவ ருரைகண்ட சோழன் முறைமையைப்போல்
> இந்நாளி லேகொங்க வேண்மாக் கதைகண் டெழுதுவித்தான்
> பன்னாளுங் கீர்த்திப் பழைசை யடைஞ்சான்மெய்ப் பாலனியல்
> நன்னா வலர்புகழ் சின்னடைஞ் சான்றொண்டை நாட்டவனே

என்னும் கட்டளைக் கலித்துறையும், நான்காவது காண்டத்தின் இறுதியில், ‘நெல்வேலி நாதஸ்வாமி முன்னிற்க; வடிவம்மை முன்னிற்க; அழகிய மன்னார் முன்னிற்க’ என்பவையும் எழுதப்பெற்றிருந்தன; இப்புத்தகத்தின் ௩௩௯. ௭௩௮. ௮௯௮-ஆம் பக்கங்களின் அடிக்குறிப்புக்களைப் பார்க்க. இவற்றால் மூவரருளிச்செய்த திருமுறைகளைப் போலவே இந்நூல் பண்டைக் காலத்திலேயே படிப்பாரும் ஆதரிப்பாரும் இன்றி அருகி வழங்குவதாய் முன்பின் கெட்டு இடையிடையே சிதைந்து போயிற்றென்பதும் அத்திருமுறைகளின் அருமையை அறிந்து முயன்று பெற்றுக் கிடைத்த அளவில் எழுதுவித்த திருமுறை கண்ட ராஜராஜ அபயகுலசேகர சோழ மகாராஜாவைப் போலவே இதன் அருமையை யறிந்து முயன்று பெற்றுக் கிடைத்த அளவில் எழுதுவித்த உபகாரி பழைசை யென்னு மூரிலுள்ள +‘அடைஞ்சான்’ என்பவருடைய புதல்வராகிய ‘சின்னடைஞ்சான்’ என்னும் பெயரின ரென்பதும், அவர் தொண்டை நாட்டினர், மெய்ம்மையை யுடையவர், நாவலர் புகழும் பெருமை வாய்ந்தவ ரென்பதும் அவர் விருப்பத்தின்படி பிரதி செய்தவர் ‘நயினான் அமுதகவி’ என்னும் பெயரின ரென்பதும், அவரது ஊர் அன்பூரென்பதும் வெளியாகின்றன. அமுத கவியாக இருந்தமையாலேதான் அமுதம் போன்ற கவிகளையுடைய இந்நூல் அறிந்து அவரால் வரையப் பெற்றது போலும்.

அப்பால் இரண்டு ஏட்டுப் பிரதிகளையும் வைத்துக் கொண்டு சிலமுறை படித்துவந்தபோது சிலப்பதிகாரப் பதிப்பிற்கும் மணிமேகலைக் கெழுதிய அரும்பத

---

* மூவர் – திருஞானசம்பந்தமூர்த்தி நாயனார் முதலியோர்.

* தொண்டை நாட்டிலுள்ள ஆரணி மாகாணத்தில் வடுகச்சாத் தென்னு மூரில் ‘அடைஞ்சான்’ என்ற தலைப் பெயருள்ள பழைய குடும்ப மொன்றும், மயிலாப்பூரில் ‘அடைஞ்சான் முதலித் தெரு’ வென்ற ஒரு தெருவும் இருக்கின்றன.

வுரைக்கும் பிற நூலாராய்ச்சிக்கும் இந்நூல் பெரிய உதவியாக இருந்தது. இதனை முதலில் அன்புடன் கடிதத்தில் எழுதி உபகரித்தவர் தஞ்சாவூரைச் சார்ந்த அவளிவ ணல்லூர்க் கர்ணம் பிரஹ்மஸ்ரீ, ஏ. ஐயாசாமி ஐயரென்பவர். அப்போது இந்தப் பிரதிகளை ஒப்பு நோக்குதற்கு உதவி செய்தவர்கள், சிந்தாமணியின் முதற் பதிப்புக் காலந்தொடங்கி இன்றுகாறும் ஓய்வுள்ள நேரத்தில் வந்து உதவிபுரிந்து வருபவராகிய என்னுடைய தம்பி சிரஞ்சீவி வே. சுந்தரேசையரும், திருப்பெருந்துறையைச் சார்ந்த ஏம்பலில் இருந்த அன்பர் ஸ்ரீ பொன்னுசாமிப் பிள்ளையும்.

பத்துப்பாட்டுச் சுவடி தேடப்போனபொழுது அதிற் சில பகுதிகளும் எதிர்பாராத இந்நூலுங் கிடைத்ததை நினைக்கையில்,

ஒன்றை நினைக்கி னதுவொழிந்திட் டொன்றாகும்
அன்றி யதுவரினும் வந்தெய்தும் – ஒன்றை
நினையாத முன்வந்து நிற்பினு நிற்கும்
எனையாளு மீசன் செயல்

என்னும் அருமைத் திருவாக்கு ஞாபகத்திற்கு வந்து இன்பமளிக்கின்றது.

பின்பு இதன் சொல்லினிமை பொருளினிமைகளை உணர்ந்து இதிலுள்ள பிழைகளைக் களைந்து கொள்ளுதற்கும், குறைவான பாகங்களை நிறைவுறுத்திக் கொள்ளுதற்கு மெண்ணி அநேக இடங்களுக்குச் சென்று சென்று தேடியும் பல அன்பர்களுக்கு எழுதி யெழுதித் தேடச்செய்தும் பார்த்ததில் எங்கும் பிரதி கிடைக்கவில்லை. அடிக்கடி படித்து அடையாளங்கள் செய்து வந்தமையால், மேற்கூறிய கடிதப் பிரதி பலவகையிலும் மிக மெலிவடைந்து போயிற்று. அதுபற்றி வேறு பிரதி எழுதுவிக்க எண்ணியபோது, கும்பகோணத்திற்கு வந்து உடனிருந்து நூலாராய்ச்சி முதலியவற்றில் எனக்கு உதவிபுரிந்து வந்த பின்னத்தூர் ஸ்ரீ அ. நாராயணசாமி ஐயர் வற்புறுத்தித் தாமே வலிந்து பெற்று இதற்கு வேறு பிரதியை எழுதித்தந்தார்.

சிலப்பதிகாரம், மணிமேகலைப் பதிப்புக்களில் இந்நூற் பெயரைப் பார்த்தவர்களிற் சிலர், பெருங்கதை யென்ற பெயரைக் கொண்டே நூற்றுக்கணக்கான கதைகள் வசனநடையாக இதில் அமைந்திருக்கலா மென்று தாமே நிச்சயித்துக் கொண்டும், கலாசாலைகளிற் பாடமாக வைப்பதற்குச் சில கதைகளைப் பதிப்பிக்கலா மென்று எண்ணியும், பெருங்கதையிலிருந்து நாற்பது கதைகளை எழுதியனுப்ப வேண்டு மென்றும் ஐம்பது கதைகளை எழுதியனுப்ப வேண்டு மென்றும் நேரிற் சொன்னதன்றிக் கடிதமுகமாகவும் எனக்குத் தெரிவித்தார்கள்; சிலர் பெரிய அதிகாரிகளைக் கொண்டும் எழுதுவித்தார்கள். அவர்களுக்கு விடை யெழுதுவதிலும் சந்தித்தபோ தெல்லாம் சமாதானங் கூறுவதிலும் எனக்குண்டான துன்பமும் காலப்போக்கும் இதில் எழுதியடங்குவனவல்ல. இதில் ஒரே கதையுள்ள தென்றும், வசனமன்று அகவற்பாவேயென்றும் பலமுறை எழுதியும் சொல்லியும் அவர்கள் நம்பவில்லை.

மதுரைத் தமிழ்ச் சங்கத்து நான்காம் வருட பூர்த்தி விழாக் காலத்தில் அவைத் தலைமை வகித்த நண்பர் ஸ்ரீ ராவ்பகதூர் ம. வி. கனகசபைப் பிள்ளை யவர்கள் பி.ஏ.பி.எல்., தாம் அவ்வருஷம் அங்கே ஏதேனும் நூதனமான விஷயமொன்றைப் பேச எண்ணியிருப்பதாகவும், பெருங்கதைப் பிரதியைக் கொடுத்தாற் பார்த்து வேண்டியவற்றைக் குறித்துக் கொண்டு கொடுப்பதாகவும்

சொல்லிக் கேட்டார்கள். மறுக்க முடியாமையாற் கடிதப் பிரதிகளுள் முதற் பிரதியைக் கொடுத்தேன். அங்ஙனமே அவர்கள்* உபயோகித்துக் கொண்டார்கள். மதுரையிலிருந்து அவர்கள் திரும்பிவந்தபின் பிரதியைக் கேட்டபோது, அவர்கள் தாம் வேறொரு பிரதி செய்துகொண்டு விரைவிற் கொடுத்து விடுவதாகச் சொன்னார்கள். அவ்வாறே அவர்கள் பிரதி செய்தும் வந்தார்கள். இடையிடையே சென்று சென்று கேட்ட போது இன்னும் எழுதி முடியவில்லை யென்றும் முடிந்தவுடன் தந்துவிடுவதாகவும் விடைபகர்ந்துகொண்டே வந்தார்கள். பின்பு அவர்கள் திடீரென்று காலஞ்சென்று விட்டமையால் சில தினங்கள் பொறுத்து அவர்கள் வீட்டிற்குச் சென்று முயன்று பார்த்ததில் அவர்களுடைய புத்தகங்களுள் நான் கொடுத்த பிரதியும் அவர்கள் எழுதிய பிரதியும் காணப்படவில்லை. எந்த வகையாலும் அதனைப் பெறுவதற்கு என்னால் முடியவில்லை. நான் அதிற் செய்து வைத்திருந்த குறிப்புகள் எனக்குச் சிறிதும் பின்பு பயன்படாவாயின. அது முதல் நான் சோதித்துவைத்த கையெழுத்துப் பிரதிகளைப் பிறருக்குக் கொடுப்பதில் எனக்கு அச்சமுண்டாயிற்று.

அப்பால் எனக்குப் பழக்கமான ஒருவர் ஒரு தினம் காலை நேரத்தில் என்னிடம் வந்து நெடுநேரம் பேசிக்கொண்டேயிருந்து, தமக்குச் சிலகாலமாகத் தமிழ்ப் பாஷையில் விசேஷ ருசி ஏற்பட்டிருப்பதாகவும், தம்முடைய தேக அஸௌக்கியத்தைப் போக்குவதற்குத் தமிழ் நூல்களைப் படித்தலே சிறந்த ஔஷதமாகவுள்ள தென்றும், தாம் பல அரிய தமிழ் நூல்களைச் சேகரித்து வைத்திருப்பதாகவும், என்னிடமுள்ள அகநானூற்றுப் பிரதியையும் பெருங்கதைப் பிரதியையும் கொடுத்தால் தம்மிடமுள்ள பிரதிகளோடு ஒப்பிட்டுப் பார்த்துப் படித்துவிட்டுச் சிலதினங்களில் திரும்பக் கொடுத்து விடுவதாகவும் மிகவும் நயமாகக் கூறினர். இப்புத்தகங்களைப் படித்தற்குரிய ஆற்றல் அவருக்கு இல்லை யென்பதை யறிந்த யான், "இவற்றைப் படிப்பதென்றால், தமிழில் நல்ல பயிற்சி யிருக்கவேண்டுமே; சாதாரணமான பழக்கங்கூட உங்களுக்கிருப்பதாக நான் இதுவரையில் தெரிந்து கொள்ளவில்லையே. ஏதேனும் உங்களுக்குத் தெரிந்த ஒரு செய்யுளைச் சொல்லுங்கள்" என்று கேட்டேன். அதற்கு அவர் விடை பகராமல் உடனே எழுந்து கடிகாரத்தைப் பார்த்துவிட்டு மறுநாட் காலை வருவதாக விடைபெற்றுச் சென்றனர்; அப்பால் வரவேயில்லை. அவர் வேறொருவரால் தூண்டப்பட்டு வந்தவரென்று பின்பு தெரிய வந்தது. அவ்விருவரும் இப்பொழுது காலஞ்சென்று விட்டனர்.

'பெருங்கதைப் பிரதிகள் பல அங்குள்ளன; இங்குள்ளன; பெருங்கதை முழுதுமுள்ள பிரதி இங்குள்ளது; மூலமும் உரையும் உள்ள பிரதி இங்கிருக்கிறது' என்று சிலர் எழுப்பிவிட்ட செய்திகளைக் கேட்டு அலைந்து முயன்று பார்த்தது முண்டு; பயன்படவில்லை. இப்படியே இன்னும் இந்நூலின் சம்பந்தமாக நிகழ்ந்த செய்திகளை எடுத்து எழுதுவதென்றால் அதுவும் ஒரு பெருங்கதையாகும்.

பிறகு பிரதிகள் எங்கும் அகப்படாதென்று நிச்சயித்துக் கொண்டு, "தொழுதே னும்மை யெனத் துறந்து" *(சீவக. 351)* என்றபடி அவற்றைத் தேடும் முயற்சியை நிறுத்திவிட்டு இந்நூற் பதிப்பு வேலையைக் கவனித்து வந்தும்,

---

* அவர்கள் இதன் சம்பந்தமாகப் பேசிய விஷயத்தைச் செந்தமிழ் ௩-ஆம் தொகுதி, 249ஆம் பக்கம் முதலியவற்றிற் காணலாகும்.

பெருங்கதையெங் கேயுன்றன் பேதையறி வெங்கே
ஓருங்கதை யாராய்ந் துதவ – அருங்கல்வி
வல்லையோ வென்றான் மறுமொழிகூ றற்கொன்றும்
இல்லையே யென்செய்கேன் யான்

என்றெண்ணிக் கவலைக்கடலில் அழுந்தி அலமந்த பொழுது,

மூவுலகு மீரடியா லொருங்களந்த நாரணனு முன்னிக் காணாத்
தேவனெனத் திருவானைக் காவானை யிறைஞ்சாமற் றீர்த லாமோ
ஓவின்மறை தமக்குமரி தேனுமவன் பெரும்புகழை யுரைத்தி டாமை
மேவுவது முளதாமோ திறனிலரா யினுமபயனை விரும்பி னோர்க்கே
(திருவானைக்காப் புராணம், அவையடக்கம்)

என்னும் அருமைத் திருவாக்கு ஞாபகத்திற்கு வந்தமையின், ஊக்க முடையோனாகி இயன்றவரையில் முயன்று ஆராய்ந்து ஒருவாறு பதிப்பிக்கலானேன்.

தொல்காப்பிய முதலிய இலக்கண நூல்கள், அவற்றின் உரைகள், எட்டுத் தொகை, பத்துப்பாட்டு, பதினெண் கீழ்க்கணக்கு, ஐம்பெருங் காப்பியங்களுள் முதல் மூன்று, பின்னிரண்டன் செய்யுட்கள், சூளாமணி, நீலகேசி, மேருமந்தர புராணம், சீவசம்போதனை முதலிய சைன நூல்கள், முத்தொள்ளாயிரச் செய்யுட்கள் முதலியனவும் பிற தமிழ் நூல்களும் இந்நூற் பரிசோதனைக்குத் துணையாக இருந்தன.

பழைய நூல்கள் பழைய வடிவத்தினின்றும் வேறுபடாம லிருக்க வேண்டு மென்பதே எனது முழு நோக்க மாதலால் உழைக்க வேண்டும் அளவு உழைத்து இப்பதிப்பு நிறைவேற்றப் பெற்றது; என்னை யறியாமற் பிழைகள் நேர்ந்திருக்கலாம். அவை நாளடைவில் திருத்தமடைதல்கூடும். இதன் முதற்பதிப்பு 1924ஆம் வருஷத்தில் வெளிவந்தது.

முதற் பதிப்பில் மூலத்துக்குப்பின் தனியே பதிப்பிக்கப்பட்டிருந்த குறிப்புரை இப்பதிப்பில் அவ்வப் பக்கத்தின் அடிக்குறிப்பாகச் சேர்க்கப்பட்டுள்ளது. அதில், தெரிந்தவற்றுள் இன்றியமையாத இடங்களிற் சொற்களுக்குப் பொருளும் வாக்கியங்களுக்கும் கருத்துக்களுக்கும் இந்நூலிலிருந்தும் பழைய நூல்களிலிருந்தும் பிற்காலத்து நூல்களிலிருந்தும் ஒத்த பகுதிகளும் பிரயோகங்களும் எழுதப் பட்டுள்ளன. இந்நூலிலிருந்து பழைய உரைகளில் மேற்கோளாக எடுத்துக் காட்டப்பட்டுள்ள பகுதிகளும் இடங்களும் அவ்வப் பக்கத்தில் அடிக்குறிப்பாக அமைக்கப்பெற்றுள்ளன.

கையெழுத்துப் பிரதியிற் சில இடத்தில், 'க, ச, த' — 'ப, ம, ய, ழ' — 'வ, ல' — 'ள, ன' என்பவை தம்முள் வேற்றுமை தோன்றாதபடி இருந்தன; சொற்றொடர்ச்சியையும் பொருட்டொடர்ச்சியையும் கொண்டு இவற்றின் உண்மை வடிவம் ஒருவாறு ஊகித்தறியப்பட்டது. எதுகைகளாலும் மோனைகளாலும் பிற நூல்களிற் காணப்படும் ஒப்புமைப் பகுதிகளாலும் இதன்பாலுள்ள அடிகள் வரையறை செய்யப்பட்டன.

பொருள் வரையறை செய்து பார்க்கும்போது, பிரதியில் தொடர்ந்து எழுதப்பட்டிருந்த இடங்களிலேகூடச் சில அடிகளும் சில தொடர்மொழிகளும் சில சொற்களும் விட்டுப் போயிருக்க வேண்டுமென்று தோற்றியது; சிலவிடத்துப் பொருத்தமே யில்லாத அடிகள் காணப்பட்டன. இப்போது கவனிக்கையில் இந்நூலின் இறுதியிலுள்ள அகவல்களும் அடிகளும் முன்பின்னாக

மாறியிருக்கலாமோ வென்று நினைக்க இடமுண்டாகிறது. மூலப் பிரதியின் இறுதியேடுகள் சிலவற்றிற்குப் பக்க வெண்ணுள்ள இடம் ஒடிந்தும் மழுங்கியும் போனமையே இதற்கு ஒரு காரணமாகும்.

அடியாவது சீராவது மூலத்தில் விட்டுப் போயிருப்பதாகத் தெரிந்தால் அவ்விடத்தில் (.....) இவ்வொற்றைப் புள்ளி நிரைகளும், பல அடிகளாவது ஒரு பகுதியாவது விட்டுப்போயிருந்தால் அவ்விடங்களில் (* * *) இவ்வுடுக்குறி நிரைகளும் அமைக்கப் பெற்றுள்ளன; மொழிகளே யின்றி ஒற்றைப் புள்ளி நிரையாவது உடுக்குறி நிரையாவதுள்ள அடிகள் அடியெண்களிற் சேர்க்கப்படுவனவல்ல.

தன்மை யொருமை வினை முற்றுக்கள் 'அன்' ஈறாகவே பிரதியிற் பெரும்பாலும் காணப்பட்டமையின், அவை அந்த உருவமாகவும், முதற் பதிப்பின் மூலத்தில், 'உதயனன்' என்றிருந்தது இப்போது 'உதயணன்' என்றும் அமைக்கப் பட்டன.

இதிலுள்ள வாக்கியங்கள் சில பழைய நூல்களில் தோன்றிய ஐயங்களைப் போக்கின. இதன்கண் எடுத்தாளப்பட்டுள்ள பழைய நூற்கருத்துக்களுள் சிலவற்றிற்கு இடமும் குறிப்பிட்ட கதைகளும் விளங்கவில்லை; அவை வருமாறு:

க. *34:88-91, 35:12-3, 156-8;*

உ. *1:24-6, 58-66, 8:137-40, 9:193-5, 219-25, 10:100-103, 162-5, 19:10-14, 20:6-18;*

ங. *1:51-60, 2:7-12, 14:31-2, 141-3, 252-4;*

ச. *1:220-23.*

ஆய்த வெழுத்தை யகரமெய் எதுகையில் ஒத்து வருதலுண்டென்பது, "எஃகொழி களிற்றின் வெய்துயிர்த் துயங்கி" (க. 33 : 109) என்பதனால் தெரியவந்தது. செய்தெ னெச்சம் செயவெ னெச்சப் பொருளிற் பெரும்பாலும் இதன்கண் வருகின்றது. "வயின்" என்பது மிகுதியாகப் பெயர் வினைகளுடனும் 'முதல்' என்பது பெயர்களுடனும் சார்ந்து வருதலையும் செல்லென்னும் துணை வினையையும் இதன்பாற் பரக்கக் காணலாகும்.

கதைப்போக்கை நன்கு தெரிந்து கொள்வதற்குக் கருவியாக விருக்கு மென்று எண்ணி உதயணனுடைய சரித்திரச் சுருக்கம் வசனநடையில் எழுதப்பெற்று இந்நூலுக்கு அங்கமாகப் பதிப்பிக்கப்பெற்றுள்ளது; சிதைந்துபோன "இந்நூற் பகுதிகளில்" இருத்தற்குரிய வரலாறுகளை ஒருவாறு ஒத்த வேறு நூல்களி லிருந்து அறிந்து எடுத்தெழுதி இதன்பாலுள்ள சரித்திரத்தைப் பூர்த்திசெய்து இடையிடையே செய்யுட் பகுதிகளையு மமைத்து விரிவாகப் பதிப்பிக்கலாயிற்று.

இந்நூலின் கணுள்ள அரும்பதம், பொருள்வகை, தொகைப் பெயர், உவமை, இனிய வாக்கிய முதலியவை, அரும்பத முதலியவற்றின் அகராதி யென்னும் பகுதியில் அடங்கியிருக்கின்றன; உயிர் முதலோ மெய்ம் முதலோ வென்று துணியக்கூடாதபடி இருந்த சொற்களின் இரண்டுருவமும், ஊகித்தறிந்த பாட பேதங்களும், எச்சவகை, முற்றுவகை, வினையாலணையும் பெயர் முதலியனவும் சில பயன் கருதி இதன்கண் சேர்க்கப்பட்டுள்ளன. இவ்வகராதி இந்நூலிலுள்ள அரிய விஷயங்களை எளிதில் தெரிந்துகொள்ளுதற்கு ஏற்ற கருவியாகும். குறிப்புரையில் சொற்களும் தொடர்களும் விளக்கப்பட்டிருத்தலின் இவ்வகராதியிற்

பெரும்பாலனவற்றிற்குப் பொருளெழுதவில்லை. முதற் பதிப்பில் தனியே யிருந்த அபிதான விளக்க மென்னும் பகுதியிலுள்ள செய்திகள் இப்பதிப்பில் 'அரும்பத முதலியவற்றின் அகராதி'யிற் சேர்க்கப்பட்டுள்ளன.

ஆரியச் சிதைவும் பைசாச முதலியனவும் அவற்றின் சிதைவுமாகிய மொழிகள் பல இந்நூலில் வந்துள்ளன வென்று தெரியவந்தும் நேரக்குறைவால் நன்கு விசாரித்துத் தெரிந்து அவற்றை விளக்கமுடியவில்லை.

ஒரு பழையநூலைப் பதிப்பிக்குங் காலத்துள்ள உடற்றுன்பம், மனக்கவலை, பொருட்செலவு, காலப்போக்கு முதலியவற்றைக் காட்டிலும் அதனை முதலில் ஆராய்ச்சி செய்யுங் காலத்தில் உண்டாவன மிக அதிகமென்று முன்பு அறிந்ததைவிட இந்நூற்பதிப்பால் மிகத் தெரிந்து கொள்ளலானேன்.

வேண்டிய காலங்களில் இதிலுள்ள வடநூற் கருத்துக்களைத் தெரிவித்தும் வேறுள்ள வடநூல்களைப் படித்துப் பொருள்கூறியும் உபகரித்த ஸ்ரீநிவாஸ நல்லூர் - பிரஹ்மஸ்ரீ, எஸ். ராமச்சந்திர சாஸ்திரிகள் முதலியோருக்கும், பலவிடத்துஞ் சென்று முயன்று உதிதோதய காவ்யத்தைப் பெற்று உதவிய செஞ்சியைச் சார்ந்த விளாத்தி யென்னுங் கிராமத்திலுள்ள கணிதம் ஸ்ரீ சின்னத்தம்பி சாஸ்திரியாருக்கும் நன்றி செலுத்துகிறேன். இன்னும், இந்நூல் சம்பந்தமான சில சரித்திர புஸ்தகங்களை எனக்குக் கொடுத்தும், கேட்ட விஷயங்களை அவ்வப்போது சொல்லியும் உதவிய அன்பர்களை யெல்லாம் நான் எக்காலத்தும் மறவேன்.

இந்நூலின் சம்பந்தமான வேறு சில செய்திகளை முதற் பதிப்பின் முகவுரையா லறியலாகும்.

முதற் பதிப்பின் பின்பு செய்துவந்த ஆராய்ச்சியினால் இந்நூல் மூலமும் குறிப்புரையும் அடைந்த திருத்தங்கள் சில. குறிப்புரையில் முன்பு விளக்கப்படாம லிருந்த பல பகுதிகள் இதில் விளக்கப்பட்டிருக்கின்றன. மூலத்தைப் படிக்கும்போது படிப்பவர்களுக்குப் பயன்படும் வண்ணம் தலைப்புக்கள் அமைக்கப்பட்டுள்ளன. அரும்பத அகராதி இப்பதிப்பில் முன்னையினும் விரிவடைந்துள்ளது.

பலவகையி லாராய்ந்து கண்ட மூலபாடத்தை அமைத்த இடங்களில் பிரதியிற் கண்ட பாடங்களும், வேறு வகையாக ஊகித்தறிந்த சில பாடங்களும் பாட பேதங்களாகக் கொடுக்கப்பட்டுள்ளன.

பெருங்கதை மூலத்தை மட்டும் படிக்க விரும்புவோர்களுக்குப் பயன்படும் வண்ணம் சில அன்பர்கள் விரும்பியபடி இதன் மூலமட்டும் அதற்குரிய அங்கங்களுடன் தனியே பதிப்பிக்கப்பெற்றுள்ளது.

இதனைப் பதிப்பிக்கும் காலத்து உடனிருந்து ஒப்புநோக்குதல் முதலிய உதவிகள் புரிந்துவந்த சென்னை, கிறிஸ்டியன் காலேஜ் தமிழ்ப் பண்டிதர் வித்துவான் சிரஞ்சீவி, வி.மு. சுப்பிரமணிய ஐயர், வித்துவான் கி.வா. ஜகந்நாதையர் முதலியவர்களுக் கெல்லாம் எல்லா நன்மைகளும் உண்டாகும்படி செய்வித்தருளும் வண்ணம் ஸர்வேசுவரனைப் பிரார்த்திக்கின்றேன்.

இங்ஙனம்,
வே. சாமிநாதையன்

"தியாகராஜ விலாஸம்"
திருவேட்டீசுவரன் பேட்டை
24-12-1935

உ
கணபதி துணை

கொங்குவேளிர் இயற்றிய

பெருங்கதை மூலம்

இது
மகாமகோபாத்தியாய தாக்ஷிணாத்யகலாநிதி

டாக்டர் உ. வே. சாமிநாதையரால்

பரிசோதித்து
நூதனமாக எழுதிய கதைச்சுருக்கம் அபிதானவிளக்கம்
அரும்பதவகராதி என்பவற்றோடு

சென்னை :
கேசரி அச்சுக்கூடத்திற்
பதிப்பிக்கப்பெற்றது.

[முதற் பதிப்பு]

யுவ ஹூ மார்கழி மீ

1935

Copyright Registered]

 [விலை ரூ.3-0-0

உ

கணபதி துணை.

கொங்குவேளிர் இயற்றிய

பெருங்கதை மூலம்

இது

மகாமகோபாத்தியாய தாக்ஷிணாத்யகலாநிதி

டாக்டர் உ. வே. சாமிநாதையரால்

பரிசோதித்து

நூதனமாக எழுதிய கதைச் சுருக்கம் அபிதான விளக்கம்

அரும்பத வகராதி என்பவற்றோடு

சென்னை :

கேசரி அச்சுக்கூடத்திற்

பதிப்பிக்கப்பெற்றது.

முதற் பதிப்பு

யுவஹு மார்கழி மீ

1935

Copyright Registered]

 [விலை ரூ. 3—0—0

முகவுரை

பெருங்கதை யென்பது பெருங்கவிஞராகிய கொங்குவேளி ரென்பவரால் இயற்றப்பெற்ற ஒரு தொடர்நிலைச் செய்யுள்; குரு குலத்திற் பிறந்தவனும் கௌசாம்பி நகரத்தரசனுமான சதானிகனுடைய புதல்வன் உதயணனது சரித்திரத்தை விரித்துக் கூறுவது; சொற்சுவை பொருட்சுவைகளிற் சிறந்தது; அருங்கலை விநோதர்களுக்கு நல்விருந்தாகிப் பலவகையான சுவைகளைப் புலப்படுத்தி அவர்கள் உள்ளத்தைப் பிணிக்கும் தன்மையை யுடையது. பண்டைக் காலத்திய அருமையான பல செய்திகள் இந்நூலால் தெரியவரும்.

இது கொங்குவேண் மாக்கதை யெனவும் கதை யெனவும் உதயணன் கதையெனவும் வழங்கும். இதற்கு முதனூல் கங்க தேசத்தரசனாகிய துர்விநீத னென்பவனால் வடமொழியில் இயற்றப்பெற்ற பிருகத்கதா என்று தெரிய வருகிறது.

உஞ்சைக் காண்டம், இலாவாண காண்டம், மகத காண்டம், வத்தவ காண்டம், நரவாண காண்டம், துறவுக் காண்டம் என்னும் ஆறு பேருறுப்புக்களும் ஒவ்வொரு காண்டத்திற்கும் பல சிற்றுறுப்புக்களும் இதில் உள்ளன. சிற்றுறுப்புக்க ளெல்லாம் காதையென வழங்கப்படும். அவையாவும் நிலைமண்டில ஆசிரியப்பாக்களாகும்.

இந்நூலில் இப்பொழுது கிடைத்துள்ள பகுதிகள் உஞ்சைக் காண்டத்தின் ௩உ-ஆம் காதை முதல் நரவாண காண்டத்தில் ௯-ஆம் காதை வரையில் உள்ளனவே. இவற்றுள்ளும் முதலில்லாதன மூன்று; இறுதியில்லாதன மூன்று; முற்றுமில்லாத தொன்று.

இந்நூலின் மூலம் மட்டும் தனியே பதிப்பிக்கப்பட்டால் அடிக்கடி படித்து இன்புறலாமென்று சில அன்பர்கள் விரும்பியபடி இதனை அபிதான விளக்கம், கதைச் சுருக்கம், அரும்பத அகராதி முதலியவற்றுடன் தனியே வெளியிடலானேன்.

பெருங்கதையைப் பற்றியும், அதன் நூலாசிரியரைப் பற்றியும் உள்ள விரிவான செய்திகள், மூலமும் குறிப்புரை முதலியனவும் அடங்கிய பெரிய புத்தகத்திற் காணலாம்.

இங்ஙனம்,
வே. சாமிநாதையர்

"தியாகராஜ விலாஸம்"
திருவேட்டீசுவரன் பேட்டை
30-12-35

உ
கணபதி துணை

கொங்குவேளிர் இயற்றிய
பெருங்கதையின்
இரண்டாம் பகுதியாகிய

இலாவாண காண்டம்

இது
மகாமகோபாத்தியாய தாக்ஷிணாத்யகலாநிதி
டாக்டர் உ.வே. சாமிநாதையரால்
குறிப்புரை முதலியவற்றோடு

சென்னை :
கேசரி அச்சுக்கூடத்திற்
பதிப்பிக்கப்பெற்றது.

பவ ஞு மாசி மீ

1935.

Copyright Registered.]

 [விலை ரூ.1-8-0

உ.

கணபதி துணை.

கொங்குவேளிர் இயற்றிய

பெருங்கதையின்

இரண்டாம் பகுதியாகிய

இலாவாண காண்டம்.

இது

மஹாமஹோபாத்தியாய தாக்ஷிணாத்யகலாநிதி

டாக்டர் உ. வே. சாமிநாதையரால்,

குறிப்புரை முதலியவற்றோடு

சென்னை :

கேஸரி அச்சுக்கூடத்திற்

பதிப்பிக்கப் பெற்றது.

பவ௵ மாசீ

 1935 [விலை ரூபா 1—8—0

உ

முகவுரை

பெருங்கதை யென்பது கவிஞர் பெருமானாகிய கொங்குவேளி ரென்பவரால் இயற்றப்பெற்ற ஒரு தொடர்நிலைச் செய்யுள்; சொற்சுவை பொருட்சுவைகளிற் சிறந்தது; தெள்ளிய இனிய நன்னடை வாய்ந்தது; குருகுலத்திற் பிறந்தவனும் கௌசாம்பி நகரத் தரசனுமான சதானிக னுடைய புதல்வனான உதயணனது சரித்திரத்தை விரித்துக் கூறுவது. குணாட்டிய ரென்பவராற் பைசாச பாஷையில் இயற்றப்பட்டதும் உதயணனுடைய புதல்வனும் வித்தியாதர அரசனுமாகிய நரவாண தத்தனுடைய சரித்திரமாக வுள்ளதும் வேறு கதைகள் இடையிடையே விரவப்பெற்றதுமான ‘பிருகத்கதா’ என்னும் நூலை ஆதாரமாகக் கொண்டு அதிலுள்ள வேறு கதைகளை யெல்லாம் நீக்கி உதயணனுடைய சரித்திரத்தையே முதன்மையாகக் கொண்டு இயற்றப்பட்டதும் சைன சமயக் கோட்பாட்டை யுடையதுமான ஒரு வட நூலே இதற்கு முதனூ லென்று தெரியவருதலின், பெருங்கதை யென்பது இந்நூலுக்கு முதனூலால் வந்த பெயராகும்; மாக்கதை யென்பதும் அதுவே; இப் பெயர் ஆக்கியோர் பெயருடன் சார்ந்து கொங்குவேண் மாக்கதை யெனவும், அடைமொழி யின்றிக் கதை யெனவும், கதாநாயகன் பெயருடன் சார்ந்து உதயணன் கதை யெனவும் பழைய உரைகளில் வழங்கும். பேராசிரியர், நச்சினார்க்கினியர், அடியார்க்கு நல்லார், மயிலைநாதர், நேமிநாத வுரையாசிரியர், யாப்பருங்கல விருத்தி உரையாசிரியர், வீரசோழிய உரையாசிரியர், தக்கயாகப் பரணி உரையாசிரியர், இலக்கண விளக்க உரையாசிரியர் முதலியோர்களுடைய உரைகளில் இந்நூல் எடுத்தாளப்பட்டுள்ளது.

இதன்பாலுள்ள பாக்கள் யாவும் நிலைமண்டில ஆசிரியப்பாக்களே. அவை, னகரவொற்றை இறுதியாகப் பெற்றுச் சொற்றொடராகவும் பொருட்டொடராகவும் அமைந்திருத்தலின் இந்நூல் தொடர்நிலைச் செய்யுளின் இலக்கணமாகிய அம்மை முதலிய எட்டு வனப்பினுள் இயைபு என்பதன்பாற்படும். இது, தமிழில் முதனூலாகக் கருதப்படினும் வடநூன் மொழிபெயர்ப்பாகத் தெரியவருதலின் வழிநூலின்பாற்பட்டு, அதன் வகையுள் மொழிபெயர்த்து அதர்ப்பட யாத்ததாகக் கருதப்படுகிறது.

இதிலுள்ள பேருறுப்புக்கள் உஞ்சைக் காண்டம், இலாவாண காண்டம், மகத காண்டம், வத்தவ காண்டம், நரவாண காண்டம், துறவுக் காண்டம் என்னும் ஆறு. இலாவாண காண்டத்தின் சிற்றுறுப்புக்களாகிய காதைகள் 20.

பெருங்கதை முழுப்புத்தகத்தின் இரண்டாம் பதிப்பு இப்போது அச்சில் இருப்பதாலும் சென்னைச் சருவகலாசாலையாரால் நடத்தப்பெறும் தமிழ் வித்துவான் பரீட்சைக்கு இலாவாண காண்டம் பாடமாக வைக்கப்பட்டிருப்பதாலும் மாணாக்கர்களுக்குப் பயன்படும் பொருட்டு இக்காண்டம் மட்டும் இப்பொழுது தனியே வெளிப்படுத்தப்படுகிறது.

இதன்கண் உதயணன் சரித்திரச் சுருக்கமும் அரும்பத முதலியவற்றின் அகராதியும் சேர்க்கப்பெற்றுள்ளன. சரித்திரச் சுருக்கத்தின் இலாவாண காண்ட வரலாறு மட்டும் சற்று விரிவாகவும் ஏனையவை கதைத் தொடர்பு அறிந்து கொள்ளுமளவில் சுருக்கமாகவும் எழுதப்பட்டுள்ளன.

பெருங்கதையைப் பற்றிய பிற செய்திகளை முழுப்புத்தகத்திற் காணலாம்.

இங்ஙனம்,
வே. சாமிநாதையர்

"தியாகராஜ விலாஸம்"
திருவேட்டீசுவரன் பேட்டை
1-3-35

உ
கடவுள் துணை

உதயண குமார காவியம்
(குறிப்புரையுடன்)

பதிப்பாசிரியர்
மகாமகோபாத்தியாய தாக்ஷிணாத்யகலாநிதி
டாக்டர் உ.வே. சாமிநாதையர்

சென்னை லாஜர்னல் அச்சுக்கூடம்
மயிலாப்பூர்

யுவ ஸ்ரீ புரட்டாசி மீ

1935

All Rights Reserved] [விலை அணா 6

கலைமகள் வெளியீடு—ரு

உ

கடவுள் துணை

உதயண குமார காவியம்

(குறிப்புரையுடன்)

பதிப்பாசிரியர்

மகாமகோபாத்தியாய தாக்ஷிணாத்யகலாநிதி

டாக்டர் உ. வே. சாமிநாதையர்

௨

முகவுரை

தமிழ்க் காப்பியங்களுள்ளே சிறந்தனவாகிய ஐம்பெருங் காப்பியங்களும் பெருங்கதை, சூளாமணி முதலியனவும் பழந்தமிழ்ப் புலவர்களாற் பொன்னேபோற் போற்றப்பட்டுவந்தன. அவற்றில் பெருங்கதையின் நடையை அறிந்துகொள்ள இயலாத ஒருவர் தம்மைப் போன்றவர்களுக்குப் பயன்படுமென்று கருதி அக்கதையைச் சுருக்கிச் செய்ததே இவ்வுதயண குமார காவிய மாகும். இது காவிய மென்னும் பெயரை யுடையதாயினும் காப்பிய இலக்கணங்களை யுடையதன்று.

இந்நூலில் இலக்கண வழுக்கள் உள்ளன; சந்த நயமும் பொருட் பொலிவும் இல்லை; எனினும் இத்தகைய நூல்களும் இந்நாட்டில் உலவிவந்தன வென்பதை அறியும் பொருட்டே இதனை வெளியிடலானேன். அன்றியும் சுவைப் பிழம்பாகத் திகழும் பெருங்கதையின் முற்பகுதியும் பிற்பகுதியும் அகப்படாமையால் அந்நூலிலுள்ள உதயணன் சரித்திரத்தை முற்றும் அறிவதற்குக் கருவியாக இருந்த நூல்களுள் இதுவும் ஒன்றாகும். நூலின் செய்யுணடை முதலியன சிறப்புடையனவாக இல்லாவிடினும் 'இழுக்க லுடையுழி யூற்றுக்கோல்' போன்று இந்நூல் உதவினமையின் இதன்பால் என்கருத்துச் செல்வதாயிற்று.

சீவகசிந்தாமணியை நான் பதிப்பிக்குங் காலத்திலேயே இதனைப் படித்துக் குறிப்பெடுத்ததுண்டு. அக்காலத்தில் ஜைன சமயக் கருத்துக்களை எனக்கு விளக்கிக்காட்டிய வீடூர் அப்பாசாமி சாஸ்திரியா ரவர்கள், இந்நூலை ஒருவகையாகச் செப்பஞ்செய்வதிற் பேருதவி புரிந்தார்கள்.

ஜைன சமயத்தில் துறவுபூண்ட மாதர்களுள் கந்தியா ரென்ற ஒரு பிரிவின ருண்டென்றும், அவர்களில் ஒருவர், சில சைவ நூல்களின் இடையிடையே வெள்ளி யென்பவர் சிலசில செய்யுட்களை இயற்றிச் செருகிவைத்தது போலவே பரிபாடல், சீவகசிந்தாமணி முதலிய நூல்களினிடையே புதிய செய்யுட்கள் சிலவற்றை நூதனமாக இயற்றிச் சேர்த்ததுண் டென்றும் அவர்களுள் நிரம்பிய புலமை யில்லாத ஒருவரால் இது செய்யப்பட் டிருக்கலா மென்றும் அவர் கூறினர். எனக்கும் அஃது உடம்பாடே.

இதனைத் தமது பத்திரிகையில் வெளியிடச் செய்த கலைமகள் ஆசிரியர் ஸ்ரீமான் ரா. நாராயணசாமி ஐயரவர்களுடைய அன்புடைமை பாராட்டற்குரியது. இதைப் பதிப்பிக்குங் காலத்தில் உடனிருந்து உதவி செய்தவர் சிரஞ்சீவி வித்துவான் ச.கு. கணபதி ஐயர் ஆவார்.

இங்ஙனம்,
வே. சாமிநாதையர்

"தியாகராஜ விலாஸம்"
திருவேட்டீசுவரன் பேட்டை
16-9-1935

ங. இலக்கணம்

1. புறப்பொருள்வெண்பாமாலை மூலமும் உரையும்   359 - 386
2. நன்னூல் மூலமும் மயிலைநாதருரையும்   387 - 393
3. நன்னூல் மூலமும் சங்கர நமச்சிவாயருரையும்   395 - 413
4. தமிழ்நெறி விளக்கம் (பொருளியல்)   415 - 422

உ
கணபதி துணை

சேரர் பரம்பரையினராகிய
ஐயனாரிதனார் அருளிச்செய்த

புறப்பொருள் வெண்பாமாலை
மூலமும் உரையும்

இவை
பாலவநத்தம் ஜமீந்தாரவர்களாகிய
இராமநாதபுரம்
ம-ா-ா-ஸ்ரீ பாண்டித்துரைத் தேவரவர்கள்
விருப்பத்தின்படி
கும்பகோணம் கவர்ன்மெண்ட் காலெஜ்
தமிழ்ப்பண்டிதராகிய உத்தமதானபுரம்

வே. சாமிநாதையரால்

பல பிரதிரூபங்களைக்கொண்டு பரிசோதித்து

சென்னை:
வெ.நா. ஜூபிலி அச்சுக்கூடத்தில்
பதிப்பிக்கப்பட்டன.

விலை ரூபாய் கஉ

Copy-right Registered

[1895]

உ

கணபதி துணை.

சேரர்பரம்பரையினராகிய

ஐயனாரிதனார்

அருளிச்செய்த

புறப்பொருள்வெண்பாமாலை

மூலமும் உரையும்.

இவை

பாலவநத்தம் ஜமீந்தாரவர்களாகிய

இராமநாதபுரம்

ம-ா-ா-ஸ்ரீ

பாண்டித்துரைத்தேவரவர்கள்

விருப்பத்தின்படி

கும்பகோணம் கவர்ன்மெண்ட் காலேஜ்

தமிழ்ப்பண்டிதராகிய

உத்தமதானபுரம்

வே சாமிநாதையரால்

பலபிரதிரூபங்களைக்கொண்டு பரிசோதித்து

சென்னை:

வே. நா. ஜூபிலி அச்சுக்கூடத்தில்

பதிப்பிக்கப்பட்டன.

விலை ரூபாய் க௨.

Copy-right Registered.

உ
கணபதி துணை

முகவுரை

இந்நூலாசிரியர், சேரர் பரம்பரையி லுதித்த ஐயனாரிதனா ரென்பவர்; இதற்கு முதனூல், ஆசிரியர் அகத்தியனார் மாணாக்கர் பன்னிருவராலும் அருளிச்செய்யப்பட்ட பன்னிருபடல மென்பது; இவை, "மன்னிய சிறப்பின்" என்னும் இந்நூற் சிறப்புப் பாயிரத்தாலும், "மெய்யி னார்தமிழ் வெண்பா மாலையு, னைய னாரித னமர்ந்துரைத் தனவே" என்னும் இந்நூலின் இறுதிச் சூத்திரத்தாலும், 'பன்னிருபடல முதனூலாக வழிநூல் செய்த வெண்பாமாலை ஐயனாரிதனாரும் இது கூறினார்' என்று, தொல்காப்பியப் பொருளதிகாரத்து மரபியலி லுள்ள "வினை யினீங்கி" என்னும் சூத்திரத்திற்கு உச்சிமேற் புலவர்கொள் நச்சினார்க்கினிய ரெழுதிய விசேடவுரையாலும் உணரப்படும்.

இந்நூல், எழுத்துச் சொற் பொருள் யாப்பு அணி யென்னும் தமிழிலக்கண மைந்தனுள், பொருளின் பகுதியாகிய அகம் புறமென்னு மிரண்டிற் புறத்தின் இலக்கணமாகிய சூத்திரங்களையும், அவற்றின் இலக்கியமாகிய வெண்பாக்களையும், அவ்வெண்பாக்களின் கருத்தைத் தனித்தனியே புலப்படுத்தி ஒவ்வொன்றன் முன்னும் நிற்பனவாகிய கொளுக்களையு முடையது; பன்னிருபடலத்தின் வழிநூ லென்பதற் கேற்ப வெட்சிப் படல முதற் பெருந்திணைப் படல மிறுதியாகவுள்ள பன்னிரண்டு படல வுறுப்புக்க ளமைந்துள்ளது. [கொளு — கருத்து.]

மேற்கூறிய பொருளின் பகுதியாகிய அகம் புற மென்னு மிரண்டனுள்:

அகமாவது, ஒத்த அன்பினராகிய தலைவனும் தலைவியும் தம்முட் கூடுகின்ற காலத்துப் பிறந்து அக்கூட்டத்தின் பின்னர் அவ்விருவராலும் ஒருவருக் கொருவர் தத்தமக்குப் புலனாக இவ்வாறிருந்ததெனக் கூறப்படாததாய் எப்பொழுதும் உள்ளத்துணர்வாலேயே அனுபவிக்கப்படும் இன்பம்; இன்பம்பற்றி அகத்தே நிகழும் ஒழுக்கத்தை அகமென்றது ஆகுபெயர்; [அகம் — உள்.]

புறமாவது, மேற்கூறிய ஒத்த அன்புடையார் தாமேயன்றி எல்லாராலும் அனுபவித்து உணரப்பட்டு இஃது இவ்வாறிருந்ததெனப் பிறர்க்குக் கூறப்படுவதாய் அறனும் பொருளு மென்னும் இயல்பினை யுடையதாய்ப் புறத்தே நிகழுமொழுக்கம்; அறனும் பொருளும் பற்றிப் புறத்தே நிகழும் ஒழுக்கத்தைப் புறமென்றது ஆகுபெயர்; [புறம் — வெளி.]

புறத்தே அறனும் பொருளும்பற்றி நிகழும் ஒழுக்கமாகிய பொருளைப் புலப்படுத்தும் வெண்பாக்களின் வரிசையை யுடையதாகலின், இந்நூல், புறப்பொருள்

வெண்பாமாலை யென்று பெயர்பெற்றது; [மாலை — வரிசை.] இது, வெண்பாமாலை யெனவும் வழங்கப்படும். இதிலுள்ள வெண்பாக்களுட் பல, பரிமேலழகர் முதலிய பலருரைகளிலும் மேற்கோள்களாக எடுத்துக்காட்டப்பட்டும் உரைநடையாக எழுதப்பட்டுமுள்ளன.

இதனால், பண்டைக் காலத்திருந்த அரசர் பகைவருடைய பசுக்களைக் கவர்தல் முதலிய யுத்தமுறையும், பிறவும் நன்கு புலப்படும். இதிற் கூறப்பட்ட யுத்தமுறை முதலியவற்றிற்கும் தொல்காப்பியப் புறத்திணையியலிற் கூறப்பட்டுள்ளவற்றிற்கும் ஆங்காங்குச் சிற்சில வேறுபாடுகள் காணப்படும். அங்ஙனம் காணப்படினும், 'சொன்முடிபும் பொருண்முடிபும் வேறுபடாமையின், மரபுநிலை திரியாதன' என்று பெரியோர் கூறுவர்.

இந்நூலுறுப்புக்களாகிய பன்னிரண்டு படலத்தும் முறையே அமைந்த வெட்சி முதலிய திணைகளுள்,

க. *வெட்சித் திணையாவது* : பகைவருடைய பசுக்களைக் கவர்தல்; இதற்கு வெட்சிமாலை சூடுதல் உரித்து; இது வெட்சியரவ முதலிய பத்தொன்பது துறைகளை யுடையது. இதனை அகத்திணைகளுள் ஒன்றாகிய குறிஞ்சியின் புறனென்பர் தொல்காப்பியர்.

உ. *கரந்தைத் திணையாவது* : பகைவர் கவர்ந்த பசுக்களை மீட்டல்; இதற்குக் கரந்தைமாலை சூடுதல் உரித்து; இது கரந்தையரவ முதலிய பதின் மூன்று துறைகளை யுடையது; இது வெட்சித் திணைக்கு மறுதலைத் திணை; கரந்தையென்று ஒருதிணை கொள்ளாது நிரை மீட்டலை வெட்சித் திணையுள் அடக்குவர் தொல்காப்பியர்.

ங. *வஞ்சித் திணையாவது* : பகைவருடைய நாட்டைக் கொள்ள நினைந்து போர்செய்தற்கு அவர்மேற் சேறல்; இதற்கு வஞ்சிமாலை சூடுதல் உரித்து. இது வஞ்சியரவ முதலிய இருபது துறைகளை யுடையது; இதனை முல்லைத் திணையின் புறனென்பர் தொல்காப்பியர்.

ச. *வஞ்சித் திணைக்கு மறுதலைத் திணை* : இதனை, "வஞ்சியுங் காஞ்சியுந் தம்முண் மாறே" என்னும் பன்னிருபடலச் சூத்திரத்தா லுணர்க. இத்திணை வீடுபேறு நிமித்தமாகப் பல்வேறு நிலையாமையைச் சான்றோர் சாற்றுங்குறிப் பினதென்றும், பெருந்திணையின் புறனென்றும் கூறுவர் தொல்காப்பியர்.

ரு. *நொச்சித் திணையாவது* : தம் மதிலைக் காத்தல்; இதற்கு நொச்சி மாலை சூடுதல் உரித்து; இது மறனுடைப்பாசி முதலிய எட்டுத் துறைகளை யுடையது; நொச்சியென ஒரு திணை கொள்ளாது, மதில் காத்தலை உழிஞைத் திணையு ளடக்குவர் தொல்காப்பியர்.

சா. *உழிஞைத் திணையாவது* : பகைவருடைய மதிலை வளைத்துக் கொள்ளுதல்; இதற்கு உழிஞைமாலை சூடுதல் உரித்து; இது குடைநாட்கோள் முதலிய இருபத்தெட்டுத் துறைகளை யுடையது. இதுவும் நொச்சித் திணையும் ஒன்றற் கொன்று மறுதலைத் திணை. இதனை மருதத்தின் புறனென்பர் தொல்காப்பியர்.

எ. *தும்பைத் திணையாவது* : பகைவரோடு போர்செய்தல்; இதற்குத் தும்பை மாலை சூடுதல் உரித்து; இது தும்பையரவ முதலிய இருபத்து மூன்று துறைகளை யுடையது. இதனை நெய்தற் றிணையின் புறனென்பர் தொல்காப்பியர்.

௮. *வாகைத் திணையாவது :* பகைவரை வெல்லுதல்; இதற்கு வாகை மாலை சூடுதல் உரித்து; இது வாகையரவ முதலிய முப்பத்திரண்டு துறைகளை யுடையது. அந்தணர் முதலிய நான்கு வருணத்தோரும் அறிவரும் தாபதர் முதலியோரும் தம்முடைய கூறுபாடுகளை மிகுத்தல் வாகைத் திணை யென்றும், அது பாலைத் திணையின் புறனென்றும் கூறுவர் தொல்காப்பியர்.

௯. *பாடாண் டிணையாவது :* ஒருவனுடைய கீர்த்தி வலி கொடை தண்ணளி முதலியவற்றை ஆராய்ந்து சொல்லுதல்; இது வாயினிலை முதலிய நாற்பத்தேழு துறைகளை யுடையது; இதனைக் கைக்கிளைத் திணையின் புறனென்பர் தொல்காப்பியர். பாடாணென்பது, பாடுதல் வினையையும் பாடப்படும் ஆண்மகனையும் நோக்காது அவனது ஒழுகலாறாகிய திணையை யுணர்த்தினமையின், வினைத்தொகைப் புறத்துப்பிறந்த அன்மொழித்தொகை யென்பர் நச்சினார்க்கினியர்.

௧௦. *பொதுவியலாவது :* மேற்கூறிய புறத்திணைகட்கெல்லாம் பொதுவா யுள்ளனவும் அவற்றிற் கூறா தொழிந்தனவுமாகிய இலக்கணங்களைக் கூறுவது.

௧௧. *கைக்கிளைத் திணையாவது :* ஒருமருங்கு பற்றிய கேண்மை; இஃது ஆண்பாற் கூற்று, பெண்பாற் கூற்று என இருவகைப்பட்டு ஒவ்வொன்றிலும் காட்சி முதலிய துறைகளைப் பெற்றுவருவது, பிரம முதலிய எண்வகை மணத்தினுள்ளே ஆசுரம் இராக்கதம் பைசாசம் என்னும் இம்மூன்றும் இதற்குரியன வென்பர் தொல்காப்பியர்.

௧௨. *பெருந்திணையாவது :* பொருந்தாக் காமம்; இது வேட்கை முந்துறுத்தல் முதலிய பல துறைகளை யுடையது. கைக்கிளை முதலிய ஆறு திணைகளும் பிரமமுதலிய எண்வகை மணத்தினுள்ளே ஆசுரம் இராக்கதம் பைசாசம் காந்தருவ மென்னும் நான்கு மணங்களைப் பெறத் தான்ஒன்றுமே பிரமம் பிராசாபத்தியம் ஆரிடம் தெய்வ மென்னும் நான்கு மணம்பெற்று நடத்தலான், எல்லாவற்றினும் பெரிதாகிய திணையென்று பொருட் காரணங் கூறுவர் நச்சினார்க்கினியர்.

மேற்கூறிய பன்னிரண்டு திணைகளுள் வெட்சி முதல் தும்பை யீறாகவுள்ள ஏழும் புறமென்றும், வாகை பாடாண் பொதுவிய லென்னு மூன்றும் புறப்புற மென்றும், கைக்கிளை பெருந்திணை யென்னு மிரண்டும் அகப்புற மென்றுங் கூறப்படும்.

இதற்கு முதனூலாகிய பன்னிருபடலச் சூத்திரங்களுட் சில யாப்பருங்கல விருத்தியுரை, இலக்கண விளக்கவுரை முதலிய பழைய வுரைகளில் ஆங்காங்குக் காணப்படுகின்றனவேயன்றி, அந்நூல் முழுவதும் இக்காலத்து அகப்படாமையால் இதிலுள்ள சில திணைகளின் இலக்கணமும் துறைப் பெயர்கள் பலவற்றின் பொருட்காரணமும் நன்கு புலப்படவில்லை. இந்நூலுரையாலும் அவை விளங்கவில்லை. ஆயினும், தொல்காப்பியப் புறத்திணையியற்குரிய நச்சினார்க்கினிய ரியற்றிய உரைகளால் அவற்றுட் பெரும்பாலன நன்கு புலப்படுகின்றன.

உரை, பதவுரையாக மட்டும் இருப்பதன்றிப் பெரும்பாலும் அந்வயித்து எழுதப்படவில்லை. பதவுரையின்பின் முடிபுகள் பெரும்பாலும் எழுதப்பட்டுள்ளன. இலக்கணக் குறிப்பு முதலியன மிகுதியாகக் காணப்படவில்லை. ஆனாலும், இவ்வுரை யில்லையாயின், இந்நூலின் அருமை பெருமைகளும் பாடல்களின் பொருள்களும் நன்கு புலப்படா.

இந்நூலாசிரியர் இன்னா ரென்பதும் அவர் கால முதலியனவும் ஒருவாற்றானும் விளங்கவில்லை. உற்றுநோக்கின் இவ்வுரை மிகப் பழைய காலத்த தென்று மட்டும் தெரிகின்றது.

உழிஞைப் படலத்தின் பின்னிற்றற்குரிய நொச்சிப் படலம், எல்லாப் பிரதிகளிலும் அதற்குமுன்பே காணப்பட்டமையால், அது அவ்வாறே பதிப்பிக்கப்பட்டது. உரையிலுள்ள சில மொழிகள் யான் அறிந்தமட்டில் இக்காலத்து உலக வழக்கிலும் செய்யுள் வழக்கிலும் காணப்படாமையால் அதனைப் புலப்படுத்தவேண்டி அவற்றின் முதலிறுதிகளில் [ ] இவ்விருதலைப் பகரங்கள் அமைக்கப்பட்டன. பின்னும், இந்நூலிலும் உரையிலும் விளங்காதவைகள் சிலவுள; அவை விளங்கியபின் இவற்றைப் பதிப்பிக்க விருப்பமிருந்தும், கிடைத்த கையெழுத்துப் பிரதிகளை உடையவர்களிடம் விரைவிற் சேர்ப்பிக்க நேர்ந்தமையால், இன்னும் இயன்றவரையில் ஆராய்ந்து மற்றொரு சமயத்துப் பதிப்பிக்கலா மென்றெண்ணி ஒருவாறு பதிப்பித்தேன்.

இந்நூலின் பெருமையையும் எனது சிறுமையையும் நோக்காது இதனைப் பரிசோதித்தற்குப் புகுந்த குற்றத்தைப் பொறுத்தருளும்படி பெரியோர்களைப் பிரார்த்திக்கின்றேன்.

இதனைப் பரிசோதிக்கும் பொழுதும் பதிப்பிக்கும் பொழுதும் உடனிருந்து உதவிபுரிந்துவந்த சிவகங்கை ஸப் டிவிஷன் சிறுவயல் அரண்மனை வித்வானாகிய ம-ா-ா-ஸ்ரீ திரு. கிருஷ்ணைய ரவர்களையும், கும்பகோணம் நேடிவ் ஹைஸ்கூல் தமிழ்ப்பண்டிதராகிய மணலூர் ம-ா-ா-ஸ்ரீ இராமானுஜாசாரிய ரவர்களையும் ஒருபொழுதும் மறவேன்.

தமிழ்நூல்கள் பலவற்றிலும் அமைந்துள்ள புறப்பொருளின் கூறுபாடுகளைத் தெரிந்துகோடற்குச் சிறந்த கருவியாகிய இந்நூலை இவ்வுரையுடன் பதிப்பித்தலில் எனக்குச் சிறிதும் பொருட்கவலை யில்லாதவண்ணம், பாலவநத்தம் ஜமீந்தா ரவர்களாகிய இராமநாதபுரம் ம-ா-ா-ஸ்ரீ பாண்டித்துரைத் தேவரவர்கள் பேருதவி புரிந்தார்கள். அவர்களுடைய பெருந்தகைமையையும் அன்புடைமையையும் எப்பொழுதும் நினைத்திருத்தலையன்றி அவர்களுக்கு என்னாற் செய்யப்படும் கைம்மாறு யாதுளது?

கைம்மாறு வேண்டா கடப்பாடு மாரிமாட்
டென்னாற்றுங் கொல்லோ வுலகு.

இந்நூலைப் போலவே யான் பதிப்பிக்க எண்ணிய நூல்கள் ஒவ்வொன்றையும் எண்ணியவண்ணம் நிறைவேற்றுதற் பொருட்டும், பிரதியுதவி பொருளுதவி முதலியன புரிந்தோர் பெருவாழ்வடையும் பொருட்டும் திருவருள் சுரக்கும்படி, எல்லாம் வல்ல முழுமுதற் கடவுளாகிய இறைவனுடைய திருவடித் தாமரைகளைப் பிரார்த்திக்கின்றேன்.

இந்நூற் பரிசோதனைக்குக் கிடைத்த
கையெழுத்துப் பிரதிகள்

திருக்கைலாய பரம்பரைத்
திருவாவடுதுறை ஆதீனத்துப் பிரதி க

ம-ா-ா-ஸ்ரீ	மேற்படி ஆதீனத்து மஹாவித்வான் மீனாட்சிசுந்தரம் பிள்ளை யவர்கள்	பிரதி	க
”	திருக்குற்றாலத்தைச் சார்ந்த மேலகரம் திரிகூடராசப்பக் கவிராய ரவர்கள்	”	க
”	திருநெல்வேலி திருவம்பலத் தின்னமுதம் பிள்ளை யவர்கள்	”	க
”	ஆழ்வார்திருநகரி தேவர்பிரான் கவிராய ரவர்கள்	”	க
”	திரிசிரபுரம் அண்ணாசாமி பிள்ளை யவர்கள்	”	க
”	திருக்கோணமலை த. கனகசுந்தரம் பிள்ளை யவர்கள்	”	க
		ஆகப் பிரதி	எ

இங்ஙனம்,
வே. சாமிநாதையன்

சேரர் பரம்பரையினராகிய
ஐயனாரிதனார்
அருளிச்செய்த

புறப்பொருள் வெண்பாமாலை
மூலமும் உரையும்

இவை
சென்னை, ப்ரஸிடென்ஸி காலேஜ்
தமிழ்ப்பண்டிதராகிய
உத்தமதானபுரம்
வே. சாமிநாதையரால்
பல பிரதிரூபங்களைக்கொண்டு பரிசோதித்து

சென்னை
வைஜயந்தி அச்சுக்கூடத்திற்
பதிப்பிக்கப்பெற்றன.

[இரண்டாம் பதிப்பு]

ஆனந்த ௵ மாசி ௴

1915

விலை ரூபாய் 1-8-0

Copy-right Registered

சேரர்பரம்பரையினராகிய

ஐயனாரிதனார்

அருளிச்செய்த

புறப்பொருள் வெண்பாமாலை

மூலமும் உரையும்

இவை

சென்னை, ப்ரஸிடென்ஸிகாலேஜ்

தமிழ்ப்பண்டிதராகிய

உத்தமதானபுரம்

வே. சாமிநாதையரால்

பலபிரதிரூபங்களைக்கொண்டு பரிசோதித்து,

சென்னை:

வைஜயந்தி அச்சுக்கூடத்திற்

பதிப்பிக்கப்பெற்றன.

இரண்டாம் பதிப்பு.

ஆனந்த௵ மாசிமீ.

1915.

விலை ரூபாய் 1—8—0.

Copy right Registered.

உ

கணபதி துணை

இரண்டாம் பதிப்பின்
முகவுரை

இந்நூலும் உரையும் 1895ஆம் ஸூத்திற் பதிப்பிக்கப்பெற்றன. அதன்பின் கிடைத்த கையெழுத்துப் பிரதிகளாலும், பல நூல்களின் ஆராய்ச்சி முதலியவற்றாலும் இவை அடைந்த திருத்தங்களும் இந்நூல் சம்பந்தமாக யான் அறிந்த விஷயங்களும் பல.

இப்பதிப்பில், அத்திருத்தங்கள் ஆங்காங்கு அமைக்கப்பெற்றும், முற்பதிப்பின் வேறு வேறாக இருந்த அரும்பத அகராதி முதலியவை ஒருங்கே தொகுக்கப்பெற்றும், முதற் பதிப்பிற் சேர்க்கப் பெறாதனவும் மூலம் உரை இரண்டிலும் உள்ளனவாய்த் தமிழ் நூல்களின் ஆராய்ச்சிக்கு இன்றியமையாதனவுமாகிய பற்பல அரும்பதங்கள், பற்பல விஷயங்கள், இன்பம் விளைவிக்கும் அநேகந் தொடர்மொழிகள், பல உவமைகள் ஆகிய இவைகள் நூதனமாகச் சேர்க்கப்பெற்றும் உள்ளன. மேற்கூறிய அரும்பதங்களுட் பெரும்பாலனவற்றிற்குப் பொருள்கள் எழுதப்பெற்றிருக்கின்றன.

இந்நூலின் உரைக் கையெழுத்துப் பிரதிகளி லெல்லாம் இப்புத்தகத்தின் முதல் இரண்டு படலங்களின் இறுதிகளில் திணைப் பாட்டு ஒன்றும் துறைப் பாட்டுக்கள் இவ்வளவும் முடிந்தன வென்றிருப்பன போன்ற வாக்கியங்கள் மற்றப் படலங்களின் இறுதிகளிற் காணப்படவில்லை. ஆனாலும், சூத்திர இறுதிகளிலுள்ள ஆதாரங்களைக் கொண்டு, வஞ்சிப்படல முதற் பாடாண்படல மிறுதியாகவுள்ள ஒவ்வொன்றன் முதலி லிருக்கும் வெண்பாவைத் திணைப் பாட்டென்றும், பின்னுள்ளவற்றைத் துறைப் பாட்டுக்களென்றும் கொள்ளுதல் முறை யென்று தோற்றுகிறது.

இந்நூலின் ௬-ஆம் படல முதலியவற்றின் முதற் சூத்திரங்களுக்கு ஒரு பிரதியிலும் உரைகள் காணப்படவில்லை [பக். 89, 111, 130, 139].

இன்னும் இங்கே எழுதவேண்டிய சில குறிப்புக்கள், இதன் பின்னுள்ள முதற்பதிப்பின் முகவுரையில் உரிய இடங்களிற் கீழ்க்குறிப்புக்களாக அமைக்கப் பெற்றுள்ளன.

இப்பதிப்பிற்கு உடனிருந்து உதவிபுரிந்தவர்கள், மயிலாப்பூர் பி.எஸ். ஹைஸ்கூல் தமிழ்ப் பண்டிதர் பிரஹ்மஸ்ரீ இ.வை. அநந்தராமையர் முதலியோர்கள்.

இந்நூல் சம்பந்தமாகத் தொகுக்கப்பெற்றிருக்கும் குறிப்புக்கள் பலவற்றை ஒழுங்குபடுத்தி இப்பதிப்பில் வெளியிட எண்ணியிருந்தும் சில இடையூறுகளால் அவ்வெண்ணம் நிறைவேறவில்லை.

வெண்பா

ஒன்றை நினைக்கி னதுவொழிந்திட் டொன்றாகும்
அன்றி யதுவரினும் வந்தெய்தும் – ஒன்றை
நினையாத முன்வந்து நிற்பினு நிற்கும்
எனையாளு மீசன் செயல்.

இங்ஙனம்,
வே. சாமிநாதையன்

சென்னை
25-2-1915

கணபதி துணை

சேரர் பரம்பரையினராகிய
ஐயனாரிதனாரருளிச்செய்த

புறப்பொருள் வெண்பாமாலை
மூலமும் உரையும்

இவை
உத்தமதானபுரம்
மஹாமஹோபாத்தியாய
வே. சாமிநாதையரால்
பல பிரதிரூபங்களைக்கொண்டு பரிசோதித்து

சென்னை
கமர்ஷியல் அச்சுக்கூடத்திற்
பதிப்பிக்கப்பெற்றன

[மூன்றாம் பதிப்பு]

ரக்தாக்ஷி ஹூ வைகாசி மீ

1924

Copyright registered]

[விலை ரூ.1—14—0

கணபதி துணை.

சேரற்பரம்பரையினராகிய
ஐயனாரிதனாரருளிச்செய்த
புறப்பொருள் வெண்பாமாலை
மூலமும் உரையும்.

இவை

உத்தமதானபுரம்
மஹாமஹோபாத்தியாய
வே. சாமிநாதையரால்
பல பிரதிரூபங்களைக்கொண்டு பரிசோதித்து,

சென்னை
கமர்ஷியல் அச்சுக்கூடத்திற்
பதிப்பிக்கப்பெற்றன.

மூன்றம் பதிப்பு.

ரக்தாக்ஷிவருஷ வைகாசிமீ
1924.

Copyright registered.]   [விலை ரூ. 1—14—0.

உ
கணபதி துணை

முகவுரை

திருச்சிற்றம்பலம்

என்னையப் பாவஞ்ச லென்பவ ரின்றிநின் றெய்த்தலைந்தேன்
மின்னையொப் பாய்விட் டிடுதிகண் டாயுவ மிக்கின்மெய்யே
யுன்னையொப் பாய்மன்னு முத்தர கோசமங் கைக்கரசே
அன்னையொப் பாயெனக் கத்தனொப் பாயென் னரும்பொருளே.

இந்நூலாசிரியர், சேரர் பரம்பரையி லுதித்த ஐயனாரிதனா ரென்பவர்; இதற்கு முதனூல், ஆசிரியர் அகத்தியனார் மாணாக்கர் பன்னிருவராலும் அருளிச்செய்யப்பட்ட பன்னிரு படல மென்பது; இவை, "மன்னிய சிறப்பின்" என்னும் இந்நூற் சிறப்புப் பாயிரத்தாலும், "மெய்யி னார்தமிழ் வெண்பா மாலையு, ளைய னாரித னமர்ந்துரைத் தனவே" என்னும் இந்நூலின் கஅ-ஆம் சூத்திரத்தாலும், "பன்னிருபடல முதனூலாக வழிநூல் செய்த வெண்பாமாலை ஐயனாரிதனாரும் இது கூறினார்" (தொல். மர. சூ. கூச-பேர். உரை) என்பதனாலும் உணரப்படும்.

இந்நூல், எழுத்துச் சொற் பொருள் யாப்பு அணி யென்னும் தமிழிலக்கண மைந்தனுள், பொருளின் பகுதியாகிய அகம்புற மென்னு மிரண்டிற் புறத்தின் இலக்கணமாகிய சூத்திரங்களையும், அவற்றின் இலக்கியமாகிய *வெண்பாக்களையும், அவ்வெண்பாக்களின் கருத்தைத் தனித்தனியே புலப்படுத்தி ஒவ்வொன்றன் முன்னும் நிற்பனவாகிய +கொளுக்களையு முடையது; (கொளு — கருத்து.) பன்னிருபடலத்தின் வழிநூ லென்பதற்கேற்ப வெட்சிப் படல முதற் பெருந்திணைப் படல மிறுதியாக வுள்ள பன்னிரண்டு படல உறுப்புக்க ளமைந்துள்ளது.

மேற்கூறிய பொருளின் பகுதியாகிய அகம் புறமென்னு மிரண்டனுள்,

அகமாவது: ஒத்த அன்பினராகிய தலைவனும் தலைவியும் தம்முட் கூடுகின்ற காலத்துப் பிறந்து அக்கூட்டத்தின் பின்னர் அவ்விருவராலும் ஒருவர்க் கொருவர் தத்தமக்குப் புலனாக இவ்வா றிருந்ததெனக் கூறப்படாததாய் எப்பொழுதும் உள்ளத் துணர்வாலேயே அனுபவிக்கப்படும் இன்பம்; இன்பம்பற்றி அகத்தே நிகழும் ஒழுக்கத்தை அகமென்றது ஆகுபெயர்; [அகம் — உள்.]

புறமாவது: மேற்கூறிய ஒத்த அன்புடையார் தாமேயன்றி எல்லாராலும்

---

* வெண்பாக்க ளென்றது பெரும்பான்மைபற்றி; கைக்கிளைப் படலத் துள்ளவை மருட்பாக்களே.
+ ஒழிபிலுள்ள வெண்பாக்களுக்கு முன்பு மட்டும் கொளுக்கள் காணப்படவில்லை.

அனுபவித்து உணரப்பட்டு இஃது இவ்வா றிருந்த தெனப் பிறர்க்குக் கூறப்படுவதாய் அறனும் பொருளு மென்னும் இயல்பினை யுடையதாய்ப் புறத்தே நிகழுமொழுக்கம்; அறனும் பொருளும் பற்றிப் புறத்தே நிகழும் ஒழுக்கத்தைப் புறமென்றது ஆகுபெயர்; [புறம் — வெளி.]

புறத்தே அறனும் பொருளும்பற்றி நிகழும் ஒழுக்கமாகிய பொருளைப் புலப்படுத்தும் வெண்பாக்களின் வரிசையை யுடையதாகலின், இந்நூல், புறப்பொருள் வெண்பாமாலை யென்று பெயர்பெற்றது. [மாலை — வரிசை.] இது, *வெண்பாமாலை யெனவும் வழங்கப்படும். இதிலுள்ள வெண்பாக்களுட் பல, இளம்பூரணர், பரிமேலழகர் முதலிய பலருரைகளிலும் மேற்கோள்களாக எடுத்துக்காட்டப்பட்டும் உரைநடையாக எழுதப்பட்டு முள்ளன. இலக்கண விளக்க வுரையாசிரியர் இந்நூலைப் பெரும்பாலும் எடுத்தாண்டிருக்கின்றனர்.

இதனால், பண்டைக் காலத்திருந்த அரசர் பகைவருடைய பசுக்களைக் கவர்தல் முதலிய யுத்தமுறையும், பிறவும் நன்கு புலப்படும். இதிற் கூறப்பட்ட யுத்தமுறை முதலியவற்றிற்கும் தொல்காப்பியப் புறத்திணையியலிற் கூறப்பட்டுள்ள வற்றிற்கும் ஆங்காங்குச் சிற்சில வேறுபாடுகள் காணப்படும். அங்ஙனம் காணப்படினும், 'சொன்முடியும் பொருண்முடியும் வேறுபடாமையின், மரபுநிலை திரியாதன' என்று பெரியோர் கூறுவர்.

இந்நூலுறுப்புக்களாகிய பன்னிரண்டு படலத்தும் முறையே அமைந்த வெட்சி முதலிய திணைகளுள்,

க. *வெட்சித் திணையாவது* : பகைவருடைய பசுக்களைக் கவர்தல்; இதற்கு +வெட்சி பூவைச் சூடுதல் மரபு; இது வெட்சியரவ முதலிய பத்தொன்பது துறைகளை யுடையது. இதனை அகத்திணைகளுள் ஒன்றாகிய குறிஞ்சியின் புறனென்பர் தொல்காப்பியர்.

உ. *கரந்தைத் திணையாவது* : பகைவர் கவர்ந்த பசுக்களை மீட்டல்; இதற்குக் கரந்தைப் பூவைச் சூடுதல் உரித்து; இது கரந்தையரவ முதலிய பதின்மூன்று துறைகளை யுடையது; இது வெட்சித் திணைக்கு மறுதலைத் திணை; "வெட்சியுங் கரந்தையுந் தம்முண் மாறே" (பன்னிரு); கரைந்தை யென்று ஒருதிணை கொள்ளாது நிரைமீட்டலை வெட்சித் திணையுள் அடக்குவர் தொல்காப்பியர்.

ந. *வஞ்சித் திணையாவது* : பகைவருடைய நாட்டைக் கொள்ள நினைந்து போர்செய்தற்கு மேற்செல்லல்; இதற்கு வஞ்சிப் பூவைச் சூடுதல் உரித்து; இது வஞ்சியரவ முதலிய இருபது துறைகளை யுடையது; இதனை முல்லைத் திணையின் புறனென்பர் தொல்காப்பியர்.

ச. *காஞ்சித் திணையாவது* : அங்ஙனம் போர் செய்தற்கு வந்த பகைவர்க்கு எதிர்சென்று ஊன்றுதல்; இதற்குக் காஞ்சிப் பூவைச் சூடுதல் உரித்து; இது காஞ்சி யெதிர்வு முதலிய இருபத்தொரு துறைகளை யுடையது; இது வஞ்சித்திணைக்கு

* இதனை, "வெண்பாமாலை யெனப் பெயர்நிறீஇ", "மெய்யினார் தமிழ் வெண்பாமாலையுள்" (பக். 2, 156), 'வழிநூல் செய்த வெண்பாமாலை ஐயனாரிதனாரும்' (தொல். மர. சூ. கூசு-பேர். உரை), 'இவையாமாறு பன்னிரு படலத்துள்ளும் வெண்பாமாலையுள்ளும் காண்க' (யா. வி. இறுதிச் சூத்திர உரை) என்பவற்றாலறிக.

+ மாலையைச் சூடுதலும் உரித்தென்பர்.

மறுதலைத் திணை; "வஞ்சியுங் காஞ்சியுந் தம்முண் மாறே" (பன்னிரு); இத் திணை, வீடுபேறு நிமித்தமாகப் பல்வேறு நிலையாமையைச் சான்றோர் சாற்றுங் குறிப்பின தென்றும், பெருந்திணையின் புறனென்றும் கூறுவர் தொல்காப்பியர்.

ரு. *நொச்சித் திணையாவது* : தம் மதிலைக் காத்தல்; இதற்கு நொச்சிப் பூவைச் சூடுதல் உரித்து; இது மறனுடைப்பாசி முதலிய எட்டுத் துறைகளை யுடையது; நொச்சியென ஒரு திணை கொள்ளாமல் அதனை உழிஞைத் திணையுள் அடக்குவர் தொல்காப்பியர்.

சூ. *உழிஞைத் திணையாவது* : பகைவருடைய மதிலை வளைத்துக் கொள்ளுதல்; இதற்கு உழிஞைப் பூவைச் சூடுதல் உரித்து; இது குடைநாட்கோள் முதலிய இருபத்தெட்டுத் துறைகளை யுடையது. இதுவும் நொச்சித் திணையும் மறுதலைத் திணை. "உழிஞையு நொச்சியுந் தம்முண் மாறே" (பன்னிரு); இதனை மருதத்தின் புறனென்பர் தொல்காப்பியர்.

எ. *தும்பைத் திணையாவது* : பகைவரோடு போர்செய்தல்; இதற்குத் தும்பைப் பூவைச் சூடுதல் உரித்து; "பொருத றும்பை புணர்வ தென்பர்" (பன்னிரு); இது தும்பையரவ முதலிய இருபத்து மூன்று துறைகளை யுடையது. இதனை நெய்தற்றிணையின் புறனென்பர் தொல்காப்பியர்.

அ. *வாகைத் திணையாவது* : பகைவரை வெல்லுதல்; இதற்கு வாகைப் பூவைச் சூடுதல் உரித்து; இது வாகையரவ முதலிய முப்பத்திரண்டு துறைகளை யுடையது. அந்தணர் முதலிய நான்கு வருணத்தோரும் அறிஞரும் தாபதர் முதலியோரும் தம்முடைய கூறுபாடுகளை மிகுத்தல் வாகைத் திணை யென்றும், அது பாலைத் திணையின் புறனென்றும் கூறுவர் தொல்காப்பியர்.

கூ. *பாடாண் டிணையாவது* : ஒருவனுடைய கீர்த்தி வலி கொடை தண்ணளி முதலியவற்றை ஆராய்ந்து சொல்லுதல்; இது வாயினிலை முதலிய நாற்பத்தேழு துறைகளை யுடையது; இதனைக் கைக்கிளைத் திணையின் புறனென்பர் தொல்காப்பியர். பாடாணென்பது, பாடுதல் வினையையும் பாடப்படும் ஆண்மகனையும் நோக்காது அவனது ஒழுகலாறாகிய திணையை உணர்த்தினமையின், வினைத்தொகைப் புறத்துப் பிறந்த அன்மொழித்தொகை யென்பர் நச்சினார்க்கினியர்.

க0. *பொதுவியலாவது* : மேற்கூறிய புறத்திணைகட் கெல்லாம் பொதுவா யுள்ளனவும் அவற்றிற் கூறா தொழிந்தனவுமாகிய இலக்கணங்களைக் கூறுவது. இது நான்கு பகுப்பை யுடையது.

கக. *கைக்கிளைத் திணையாவது* : ஒருமருங்கு பற்றிய கேண்மை; இஃது ஆண்பாற் கூற்று, பெண்பாற் கூற்று என இருவகைப்பட்டு ஒவ்வொன்றிலும் காட்சி முதலிய துறைகளைப் பெற்றுவருவது, பிரம முதலிய எண்வகை மணத்தினுள்ளே ஆசுரம் இராக்கதம் பைசாசம் என்னும் இம்மூன்றும் இதற்குரியன வென்பர் தொல்காப்பியர்.

கஉ. *பெருந்திணையாவது* : பொருந்தாக் காமம்; இது வேட்கை முந்துறுத்தல் முதலிய பல துறைகளை யுடையது. கைக்கிளை முதலிய ஆறு திணைகளும் பிரம முதலிய எண்வகை மணத்தினுள்ளே ஆசுரம் இராக்கதம் பைசாசம் காந்தருவ

மென்னும் நான்கு மணங்களைப் பெறத் தான் ஒன்றுமே பிரமம் பிராசாபத்தியம் ஆரிடம் தெய்வ மென்னும் நான்கு மணம் பெற்று நடத்தலான், எல்லாவற்றினும் பெரிதாகிய திணையென்று பொருட் காரணங் கூறுவர் நச்சினார்க்கினியர்.

*ஒழிபு : பாடாண் பகுதியிலும், வாகையிலுங் கூறப்படாதொழிந்த புறத்திணைகளை யுணர்த்துவது; கொடுப்பா ரேத்திக் கொடாஅர்ப் பழித்த லென்னுந் துறை முதல் பிடிவென்றி யீறாகிய பதினெட்டுத் துறைகளை யுடையது.

வெட்சி நிரைகவர்தன் மீட்டல் கரந்தையாம்
வட்கார்மேற் செல்வது வஞ்சியா – முட்கா
தெதிரூன்றல் காஞ்சி யெயில்காத்த னொச்சி
அதுவளைத்த லாகு முழிஞை – அதிரப்
பொருவது தும்பையாம் போர்க்களத்து மிக்கோர்
செருவென் றதுவாகை யாம். (ப. செய்)

மேற்கூறிய பன்னிரண்டு திணைகளுள் வெட்சி முதல் தும்பை யீறாகவுள்ள ஏழும் புறமென்றும், வாகை பாடாண் பொதுவிய லென்னு மூன்றும் புறப்புற மென்றும், கைக்கிளை பெருந்திணை யென்னு மிரண்டும் அகப்புற மென்றுங் கூறப்படும்.

இதற்கு முதனூலாகிய பன்னிருபடலச் சூத்திரங்களுட் சில யாப்பருங்கல விருத்தியுரை, இலக்கண விளக்கவுரை முதலிய பழைய வுரைகளில் ஆங்காங்குக் காணப்படுகின்றனவேயன்றி, அந்நூல் முழுவதும் இக்காலத்து அகப்படாமையால் இதிலுள்ள சில திணைகளின் இலக்கணமும் துறைப் பெயர்கள் பலவற்றின் பொருட்காரணமும் நன்கு புலப்படவில்லை. இந்நூலுரையாலும் அவை விளங்கவில்லை. ஆயினும், தொல்காப்பியப் புறத்திணையியற்குரிய உரைகளால் அவற்றுட் பெரும்பாலன நன்கு புலப்படுகின்றன.

இந்நூலின் உரை, பதவுரையாக மட்டும் இருப்பதன்றிப் பெரும்பாலும் அந்வயித்து எழுதப்படவில்லை. பதவுரையின்பின் முடிபுகள் பெரும்பாலும் எழுதப்பட்டுள்ளன. இலக்கணக் குறிப்பு முதலியன மிகுதியாகக் காணப்படவில்லை. ஆனாலும், இவ்வுரை யில்லையாயின், இந்நூலின் அருமை பெருமைகளும் பாடல்களின் பொருள்களும் நன்கு புலப்படா.

இந்நூலுரையாசிரியர், சாமுண்டி தேவநாயக ரென்றும் அவருடைய நாடு முதலியன இன்னவென்றும் ஸ்ரீ ஸேது ஸம்ஸ்தான வித்வான் ஸ்ரீமத் ரா. ராகவையங்கா ரவர்கள் செந்தமிழ் முதற்றொகுதியில் வெளியிட்டிருக்கிறார்கள்.

உழிஞைப் படலத்தின் பின்னிற்றற்குரிய நொச்சிப் படலம், எல்லாப் பிரதிகளிலும் அதற்கு முன்பே காணப்பட்டமையால், அவ்வாறே பதிப்பிக்கப்பட்டது.

இந்நூலின் முதற்பதிப்பு 1895ஆம் வருஷத்திலும், இரண்டாம் பதிப்பு 1915ஆம் வருஷத்திலும் வெளியாயின.

இப்பதிப்பின் பரிசோதனைக்கு ஆழ்வார் திருநகரி ஸ்ரீ தே. லக்ஷ்மண கவிராய ரவர்கள் வீட்டுப் பிரதியொன்றும், திருநெல்வேலி ஹிந்து காலேஜ் தமிழ்ப் பண்டிதர் ம-ா-ா-ஸ்ரீ சுவர்ணம் பிள்ளை யவர்கள் தந்த பிரதியொன்றும்

* இந்தப் பகுதி, இப்போது கிடைத்த பிரதிகளில் வேறாகப் பிரித்து எழுதப்பட் டிருந்தமையின் அங்ஙனமே பதிப்பிக்கலாயிற்று.

மிக உதவியாக இருந்தன. இவற்றாலும், பல நூல்களின் ஆராய்ச்சி முதலியவற்றாலும் இந்நூல் மூலமும் உரையும் சில சில திருத்தங்களைப் பெற்றன; முன்பு உரையில்லாத பாகத்துக்கு ஷ சுவர்ணம் பிள்ளை யவர்கள் தந்த பிரதியிலிருந்து உரை கிடைத்தது.

பிரதிபேதங்கள் அவ்வப் பக்கத்தின் கீழே காட்டப்பட்டுள்ளன.

சில பயன் கருதி, துறை, கொளு, வெண்பா இம்மூன்றையும் சேர்த்து முற்றும் தொடர்ச்சியாக எண்கள் இப்பதிப்பில் அமைக்கப்பெற்றுள்ளன.

இந்நூல் வெண்பாக்கள் முதலியவை மேற்கோள்களாக எடுத்தாளப்பட்ட இடங்களும் ஒப்புமைப் பகுதிகள் முதலியனவும் உரிய அவ்வப் பக்கத்து அடிக்குறிப்புக்களாக இப்பதிப்பில் விளக்கப்பட்டுள்ளன.

ஷ லக்ஷுமண கவிராய ரவர்கள் வீட்டுப் பிரதியின் இறுதியில் "அ௦ங-ஆம் ஞூ ஆவணி மீ கக-ஆம் உ-வெண்பா மாலை எழுதி முடிந்தது" என்று வரையப்பெற்றிருந்தது.

ஆழ்வார் திருநகரிப் பிரதிகளுள் ஒவ்வொன்றன் முதலிலும்,

தேன நாமகிழ்த் தொடையலு மவுலியுந் திருக்கிளர் குழைக்காதுங்
கான றாமலர்த் திருமுகச் சோதியுங் கயிரவத் துவர்வாயும்
மோன மாகிய வடிவமு மார்பமு முத்திரைத் திருக்கையு
ஞான தேசிகன் சரணதா மரையுமென் னயனம்விட் டகலாவே

என்னும் அருமைச் செய்யுள் வரையப்பட்டுள்ளது.

இந்நூலின் முற்பதிப்புக்களின் சம்பந்தமானவை அப்பதிப்புக்களின் முகவுரைகளால் விளங்கும்.

இப்பதிப்பிற்கு உடனிருந்து ஒப்புநோக்குதல் முதலிய உதவி செய்தவர், சுந்தரபாண்டியம் சிரஞ்சீவி S. கோதண்டராமையர்.

இதிற் காணப்படும் பிழைகளைப் பொறுத்துக்கொள்ளும்படி பெரியோர்களைக் கேட்டுக்கொள்ளுகிறேன்.

ஓரா தெழுதினே னாயினு மொண்பொருளை
யாராய்ந்து கொள்க வறிவுடையார் – சீராகக்
குற்றங் களைந்து குறைபெய்து வாசித்தல்
கற்றறிந்த மாந்தர் கடன்.

இங்ஙனம்,
வே. சாமிநாதையர்

"தியாகராஜ விலாஸம்"
திருவேட்டீசுவரன் பேட்டை
சென்னை, 12-6-1924

உ
கணபதி துணை

சேரர் பரம்பரையினராகிய
ஐயனாரிதனாரருளிச்செய்த

புறப்பொருள் வெண்பாமாலை மூலமும்
சாமுண்டி தேவநாயகரியற்றிய உரையும்

இவை
மஹாமஹோபாத்தியாய தாக்ஷிணாத்ய கலாநிதி
டாக்டர் உ.வே. சாமிநாதையரால்

சென்னை
கேஸரி அச்சுக்கூடத்திற்
பதிப்பிக்கப்பெற்றன

[நான்காம் பதிப்பு]

பவ ஹு மார்கழி மீ

1934

Copyright Registered]

 [விலை ரூ.1-9-0

உ

கணபதி துணை

சேரர்பரம்பரையினராகிய

ஐயனாரிதனாரருளிச்செய்த

புறப்பொருள் வெண்பாமாலை மூலமும்

சாமுண்டி தேவநாயகரியற்றிய உரையும்.

இவை

மகாமகோபாத்தியாய தாக்ஷிணாத்யகலாநிதி

வே. சாமிநாதையரால்

சென்னை

கேஸரி அச்சுக்கூடத்திற்

பதிப்பிக்கப்பெற்றன.

நான்காம் பதிப்பு

பவ௵ மார்கழி ௴

1934

:opyright registered.]

 [விலை ரூ. 1—9—0.

உ

முகவுரை

திருச்சிற்றம்பலம்

என்னையப் பாவஞ்ச லென்பவ ரின்றிநின் றெய்த்தலைந்தேன்
மின்னையொப் பாய்விட் டிடுதிகண் டாயுவ மிக்கின்மெய்யே
உன்னையொப் பாய்மன்னு முத்தர கோசமங் கைக்கரசே
அன்னையொப் பாயெனக் கத்தனொப் பாயென் னரும்பொருளே.

திருச்சிற்றம்பலம்

(திருவாசகம்)

தமிழ் இலக்கணம் ஐந்தனுட் பொருளின் பகுதியாகிய அகம் புறம் என்னும் இரண்டிற் புறப்பொருளுக்கு இலக்கியமாகிய வெண்பாக்களின் வரிசை (மாலை)யை யுடையதாகலின் இந்நூல் புறப்பொருள் வெண்பாமாலை என்று பெயர் பெற்றது.

மேற்கூறிய பொருளின் பகுதியாகிய அகம் புறமென்னு மிரண்டனுள்:

அகமாவது: ஒத்த அன்பினராகிய தலைவனும் தலைவியும் தம்முட்கூடுகின்ற காலத்துப் பிறந்து அக்கூட்டத்தின் பின்னர் அவ்விருவராலும் ஒருவருக் கொருவர் தத்தமக்குப் புலனாக இவ்வா றிருந்ததெனக் கூறப்படாததாய் எப்பொழுதும் உள்ளத் துணர்வாலேயே அனுபவிக்கப்படும் இன்பம்; இன்பம்பற்றி அகத்தே நிகழும் ஒழுக்கத்தை அகமென்றது ஆகுபெயர்; [அகம் — உள்.]

புறமாவது: மேற்கூறிய ஒத்த அன்புடையார் தாமேயன்றி எல்லாராலும் அனுபவித்து உணரப்பட்டு இஃது இவ்வா றிருந்ததெனப் பிறர்க்குக் கூறப்படுவதாய் அறனும் பொருளு மென்னும் இயல்பினை யுடையதாய்ப் புறத்தே நிகழுமொழுக்கம்; அறனும் பொருளும் பற்றிப் புறத்தே நிகழும் ஒழுக்கத்தைப் புறமென்றது ஆகுபெயர்; [புறம் — வெளி.]

இந்நூல் புறத்தின் இலக்கணமாகிய சூத்திரங்களையும், அவற்றின் இலக்கியமாகிய வெண்பாக்களையும், அவ்வெண்பாக்களின் கருத்தைத் தனித்தனியே புலப்படுத்தி ஒவ்வொன்றன் முன்னும் நிற்பனவாகிய *கொளுக்களையும் உடையது. கைக்கிளைப் படலத்தில் உள்ள இலக்கியச் செய்யுட்கள் மருட்பாக்களே. ஒழிபிலுள்ள வெண்பாக்களுக்கு முன்புமட்டும் கொளுக்கள் காணப்படவில்லை. 'யாவை? நிரையென முற்றாக்கிச் சூத்திரத்திற் கேற்பப் பொருளுரைப் பாருமுளர்' (1) என்று இந்நூலுரையாசிரியரும், 'ஒலிகடல் வையகத்து. நலிவுண்டு நயப்பவிந்தன்று என்னும் வெண்பா மாலையுள் வாகைத் திணையுள் இறுதிச் சூத்திரத்தா னுணர்க'

* கொளு – கருத்து.

(சூ. ௬௩, உரை) என்று மாறனலங்கார உரையாசிரியரும் கூறுவனவற்றால் இந்நூலிலுள்ள கொளுக்கள் சூத்திரங்க ளெனவும் வழங்கப்படு மென்று தெரியவருகிறது.

இந்நூலாசிரியராகிய ஐயனாரிதனார் சேரர் பரம்பரையி லுதித்தவ ரென்பதும் இதற்கு முதனூல், ஆசிரியர் அகத்திய னாருடைய மாணாக்கர் பன்னிருவராலும் அருளிச்செய்யப்பட்ட பன்னிரு படலமென்பதும் “மன்னிய சிறப்பின்” என்னும் இந்நூற் சிறப்புப் பாயிரத்தாலும்,“மெய்யி னார்தமிழ் வெண்பா மாலையுள், ஐய னாரித னமர்ந்துரைத் தனலே” என்னும் இந்நூலின் ௧அ-ஆம் சூத்திரத்தாலும், “பன்னிரு படல முதனூலாக வழிநூல் செய்த வெண்பாமாலை ஐயனாரிதனாரும் இது கூறினார்” (தொல். மரபு. சூ. ௯௪, பேர்.) என்பதனாலும் உணரப்படும்; பன்னிருபடலத்தின் வழிநூ லென்பதற்கேற்ப வெட்சிப் படல முதற் பெருந்திணைப் படலம் இறுதியாகப் பன்னிரண்டு படல உறுப்புக்களை இதன்பாற் காணலாம்.

ஐயனாரிதனார் தமிழ் நூல்களிற் சிறந்த அறிவு வாய்ந்தவர். சைவ சமயத்தினர். தாம் சேரர் மரபினராயினும் சோழ பாண்டியர்களையும் ஒப்பச் சிறப்பித்தலும் சைவரேனும் திருமாலைப்பற்றி உரிய இடங்களிற் கூறுதலும் இவருடைய நடுநிலையின் உயர்வைப் புலப்படுத்துகின்றன.

இந்நூல் பெரும்பாலும் வெண்பாமாலை யெனவே வழங்கப்படும். இதிலுள்ள வெண்பாக்களுட் பலவும் கொளுக்களுட் சிலவும் இளம்பூரணர், பரிமேலழகர், அடியார்க்கு நல்லார், நச்சினார்க்கினியர், புறநானூற் றுரையாசிரியர் முதலியவர்களால் மேற்கோளாக எடுத்துக்காட்டப்பட்டும் உரைநடையாக எழுதப்பட்டும் உள்ளன. இலக்கண விளக்க உரையாசிரியர் இந்நூலைப் பெரும்பாலும் எடுத்தாண்டிருக்கின்றனர்.

இதனால், பண்டைக் காலத்திருந்த அரசர் பகைவருடைய பசுக்களைக் கவர்தல் முதலிய போர்முறையும், அரசர் அந்தணர் வணிகர் வேளாளர் முதலியோர் ஒழுகலாறும், பிறவும் புலப்படும். பெரும்பாலும் வீரத்தைப்பற்றிய செய்திகளே இதனுள் அமைந்துள்ளன. இதிற் கூறப்பட்ட யுத்தமுறை முதலியவற்றிற்கும் தொல்காப்பியப் புறத்திணையியலிற் கூறப்பட்டுள்ளவற்றிற்கும் ஆங்காங்குச் சிற்சில வேறுபாடுகள் காணப்படினும், சொன்முடிபும் பொருண்முடிபும் வேறுபடாமையின்,‘மரபு நிலை திரியாதன’ என்று பெரியோர் கூறுவர். புறநானூறு, திருக்குறள், சிலப்பதிகாரம் முதலிய நூல் உரைகளில் புறப்பொருட் செய்திகளுக்கு இலக்கணம் கூறவந்த அந்நூலாசிரியர்கள் இந்நூலிற் கூறப்பட்ட முறையைப் பின்பற்றியே எழுதுகின்றனர்.

இதற்கு முதனூலாகிய பன்னிருபடலச் சூத்திரங்களுட் சில யாப்பருங்கல விருத்தியுரை, இலக்கண விளக்கவுரை முதலிய பழைய வுரைகளில் ஆங்காங்குக் காணப்படுகின்றனவே யன்றி, அந்நூல் முழுவதும் இக்காலத்து அகப்படாமையால் இதிலுள்ள சில திணைகளின் இலக்கணமும் துறைப்பெயர்கள் பலவற்றின் பொருட் காரணமும் புலப்படவில்லை. இந்நூலுரையாலும் அவை விளங்கவில்லை. ஆயினும், தொல்காப்பியப் புறத்திணையியற்குரிய உரைகளால் அவற்றுட் பெரும்பாலன நன்கு விளங்குகின்றன.

இந்நூலுறுப்புக்களாகிய பன்னிரண்டு படலத்தும் முறையே அமைந்த வெட்சி முதலிய திணைகளுள்,

க. *வெட்சித் திணையாவது* : பகைவருடைய பசுக்களைக் கவர்தல்; இதற்கு வெட்சிப் பூவையேனும், மாலையையேனும் சூடுதல் மரபு. வெட்சி யென்பது ஒருவகை மரம்; இதன் மலர் செந்நிற முடையது. இத்திணை வெட்சியரவம் முதலிய பத்தொன்பது துறைகளை யுடையது. இதனை அகத்திணைகளுள் ஒன்றாகிய குறிஞ்சியின் புறனென்பர் தொல்காப்பியர்.

உ. *கரந்தைத் திணையாவது* : பகைவர் கவர்ந்த பசுக்களை மீட்டல்; இதற்குக் கரந்தைப் பூவைச் சூடுதல் உரியது; கரந்தை யென்பது கொட்டைக் கரந்தையென்னும் பூடு; "காகுமுனை யன்ன நறும்பூங் கரந்தை" (புறநா. உசுக) என்பதனால் அதன் பூவின் இயல்பு பெறப்படும். இத்திணை கரந்தையரவ முதலிய பதின்மூன்று துறைகளை யுடையது. இது வெட்சித் திணைக்கு மறுதலைத் திணை; "வெட்சியுங் கரந்தையுந் தம்முண் மாறே" (பன்னிரு.); இது வெட்சிக் கரந்தை யென்றும் கூறப்படுவ துண்டெனத் தெரிகிறது. கரந்தை யென்று ஒரு திணை கொள்ளாது நிரை மீட்டலை வெட்சித் திணையுள் அடக்குவர் தொல்காப்பியர். அவர் கூறும் கரந்தை யென்னும் பகுதி தன்னுறு தொழிலாக வேத்தியலின் வழுவி வந்த பொதுவியலைக் குறிக்கின்றது.

ந. *வஞ்சித் திணையாவது* : பகைவருடைய நாட்டைக் கொள்ள நினைந்து போர் செய்தற்கு மேற்செல்லல்; இதற்கு வஞ்சிப் பூவைச் சூடுதல் உரித்து; வஞ்சி யென்பது ஒருவகைக் கொடி; இப் பெயரினதாகிய மரமொன்றும் உண்டு. இத்திணை வஞ்சியரவ முதலிய இருபது துறைகளை யுடையது; இதனை மண்ணசையால் மேற்சேற லென்றும், முல்லைத் திணையின் புறனென்றும் கூறுவர் தொல்காப்பியர்.

ச. *காஞ்சித் திணையாவது* : போர் செய்தற்கு வந்த பகைவர்க்கு எதிர்சென்று ஊன்றுதல்; இதற்குக் காஞ்சிப் பூவைச் சூடுதல் உரித்து; காஞ்சியென்பது ஒரு மரம். இத்திணை காஞ்சி யெதிர்வு முதலிய இருபத்தொரு துறைகளை யுடையது; இது வஞ்சித் திணைக்கு மறுதலைத் திணை; "வஞ்சியும் காஞ்சியுந் தம்முண் மாறே" (பன்னிரு.); இத்திணை வீடுபேறு நிமித்தமாகப் பல்வேறு நிலையாமையைச் சான்றோர் சாற்றுங் குறிப்பினதென்றும் பெருந்திணையின் புறமென்றும் உரைப்பர் தொல்காப்பியர்.

ரு. *நொச்சித் திணையாவது* : தம்முடைய மதிலைக் காத்தல்; இதற்கு நொச்சிப் பூவைச் சூடுதல் உரித்து. இத்திணை மறனுடைப்பாசி முதலிய எட்டுத் துறைகளை யுடையது; நொச்சியென ஒரு திணை கொள்ளாமல் இதனை உழிஞைத் திணையுள் அடக்குவர் தொல்காப்பியர்.

சா. *உழிஞைத் திணையாவது* : பகைவருடைய மதிலை வளைத்துக் கொள்ளுதல்; இதற்கு உழிஞைப் பூவைச் சூடுதல் உரித்து; உழிஞை யென்பது ஒருவகைக் கொடி. உழிஞையைக் கொற்றா னென்றும் அது குடநாட்டார் வழக்கென்றும் கூறுவர் புறநானூற் றுரையாசிரியர். இத்திணை குடைநாட்கோள் முதலிய இருபத்தெட்டுத் துறைகளை யுடையது. இதுவும் நொச்சித் திணையும் மறுதலைத் திணை; "உழிஞையு நொச்சியுந் தம்முண் மாறே" (பன்னிரு.); இதனை மருதத்தின் புறனென்பர் தொல்காப்பியர்.

எ. *தும்பைத் திணையாவது* : பகைவரோடு போர்செய்தல்; இதற்குத் தும்பைப் பூவைச் சூடுதல் உரித்து; தும்பை ஒரு வகைச் செடி. "பொருதல் தும்பை புணர்வ தென்ப" (பன்னிரு.); இது தும்பையரவ முதலிய இருபத்து மூன்று துறைகளை

யுடையது. தமது வலியினை உலகம் மீக்கூறுதலே தமக்குப் பொருளாகக் கருதிப் பொருவது தும்பை யென்றும் இதனை நெய்தற் றிணையின் புறனென்றும் சொல்வர் தொல்காப்பியர்.

அ. *வாகைத் திணையாவது :* பகைவரை வெல்லுதல். இதற்கு வாகைப் பூவைச் சூடுதல் உரித்து; வாகை யென்பது பாலை நிலத்துக் குரியதொரு மரம். இத்திணை வாகையரவம் முதலிய முப்பத்திரண்டு துறைகளை யுடையது. அந்தணர் முதலிய நான்கு வருணத்தோரும், அறிஞரும், தாபதர் முதலியோரும் தம்முடைய கூறுபாடுகளை மிகுத்தல் வாகைத் திணை யென்றும், இதனைப் பாலைத் திணையின் புறனென்றும் கூறுவர் தொல்காப்பியர்.

கூ. *பாடாண் திணையாவது :* ஒருவனுடைய கீர்த்தி வலி கொடை தண்ணளி முதலியவற்றை ஆராய்ந்து சொல்லுதல். இது வாயினிலை முதலிய நாற்பத்தேழு துறைகளை யுடையது; இதனைக் கைக்கிளைத் திணையின் புறனென்பர் தொல்காப்பியர். பாடாணென்பது, பாடப்படுகின்ற ஆண் மகனுடைய ஒழுகலா றென்னும் பொருளை யுடையது; இதனை வினைத்தொகைப் புறத்துப் பிறந்த அன்மொழித்தொகை யென்பர் நச்சினார்க்கினியர்.

க0. *பொதுவியலாவது :* மேற்கூறிய புறத்திணைகட் கெல்லாம் பொதுவா யுள்ளனவும் அவற்றிற் கூறாதொழிந்தனவுமாகிய இலக்கணங்களைக் கூறுவது. இது நான்கு பகுப்புக்களையும் போந்தை முதலிய முப்பத்தேழு துறைகளையு முடையது.

கக. *கைக்கிளைத் திணையாவது :* ஒரு மருங்கு பற்றிய கேண்மை; இஃது ஆண்பாற் கூற்று பெண்பாற் கூற்று என்னும் இரண்டு பகுப்புக்களையும் காட்சி முதலிய பத்தொன்பது துறைகளையு முடையது. பிரம முதலிய எண்வகை மணத்தினுள்ளே ஆசுரம், இராக்கதம், பைசாசம் என்னும் இம்மூன்றும் இதற்குரியன வென்பர் தொல்காப்பியர்.

கஉ. *பெருந்திணையாவது :* பொருந்தாக் காமம். இஃது ஆண்பாற் கூற்று, இருபாற் பெருந்திணை யென்னும் இரண்டு பகுப்புக்களையும் செலவழுங்கல் முதலிய முப்பத்தாறு துறைகளையும் உடையது. கைக்கிளையும் அகனைந்திணையு மாகிய ஆறு திணைகளும், பிரம முதலிய எண்வகை மணத்தினுள்ளே ஆசுரம் இராக்கதம் பைசாசம் காந்தருவ மென்னும் நான்கு மணங்களைப் பெறத் தான் ஒன்றுமே பிரமம் பிராசாபத்தியம் ஆரிடம் தெய்வ மென்னும் நான்கு மணம்பெற்று நடத்தலான், எல்லாவற்றினும் பெரிதாகிய திணையென்று பொருட் காரணங் கூறுவர் நச்சினார்க்கினியர். இத்திணையிற் கூறப்படும் செய்திகளிற் சிலவற்றிற்கும் நற்காமத்துக்குரிய செய்திகளிற் சிலவற்றிற்கும் உள்ள வேறுபாடு நுணுகி ஆராய்ந்து அறிதற்குரியது.

ஒழிபு : பாடாண் பகுதியிலும் வாகையிலும் கூறப்படாதொழிந்த புறத் துறைகளை யுணர்த்துவது; கொடுப்போ ரேத்திக் கொடாஅர்ப் பழித்த லென்னும் துறை முதலிய பதினெட்டுத் துறைகளை யுடையது.

இந்நூலிலுள்ள கக - ஆம் சூத்திரத்தினாலும், "உழிஞையு நொச்சியுந் தம்முண் மாறே" (பன்னிரு.) என்பது முதலியவற்றாலும் உழிஞைப் படலத்திற்குப்பின் நிற்றற்குரியதாக அறியப்படும் நொச்சிப் படலம் எல்லாப் பிரதிகளிலும் அதற்கு முன்பே காணப்பட்டமையால், அவ்வாறே பதிப்பிக்கப்பட்டது.

வெட்சி நிரைகவர்தன் மீட்டல் கரந்தையாம்
வட்கார்மேற் செல்வது வஞ்சியாம்–உட்கா
தெதிரூன்றல் காஞ்சி யெயில்காத்த னொச்சி
அதுவளைத்த லாகு முழிஞை–அதிரப்
பொருவது தும்பையாம் போர்க்களத்து மிக்கோர்
செருவென் றதுவாகை யாம்

என்னும் பழைய செய்யுளினும், 'இவ்வாறன்றி இவற்றினிடை யிடை கரந்தை நொச்சி என்பவற்றையும் இறுதியிற் பொதுவியல் கைக்கிளை பெருந்திணை என்பவற்றையுங் கூட்டிப் பன்னிரு படலமாக்கி அவற்றிற்கு இருபது, பதினாலு, இருபத்தொன்பது, இருபத்திரண்டு, ஒன்பது, இருபத்தொன்பது, இருபத்துநாலு, முப்பத்துமூன்று, நாற்பத்தெட்டு, முப்பத்தேழு, பத்தொன்பது, முப்பத்தாறு எனத் திணையுந் துறையுமாக விரித்து வெண்பாமாலையாகிய வழிநூலுள் ஐயனாரிதனார் கூறியதூஉம்' (மாறனலங்காரம், சூ. எசு, உரை) என்பதிலும் நொச்சிக்குப்பின் உழிஞையை வைத்த முறையே குறிப்பிடப்பட்டுள்ளது.

இந்நூலின் உரை, பதவுரையாக மட்டும் இருப்பதன்றிப் பெரும்பாலும் அந்வயித்து எழுதப்படவில்லை. பதவுரையின்பின் முடிபுகள் பெரும்பாலும் எழுதப்பட்டுள்ளன. அம்முடிபுகளிற் சில வினாவி விடையிறுக்கு முறையில் அமைந்துள்ளன. இலக்கணக் குறிப்பு முதலியன மிகுதியாகக் காணப்படவில்லை. இது பெரும்பாலும் வடசொற்கள் பயின்றதாக அமைந்துள்ளது. இவ்வுரை இல்லையாயின் இந்நூலின் அருமை பெருமைகளும் பாடல்களின் பொருள்களும் நன்கு புலப்படா.

*இவ்வுரையை எழுதிய ஆசிரியர் +ஐயங்கொண்ட சோழ மண்டலத்து மேற்கானாட்டு மாகறலூர் கிழார் சாமுண்டி தேவநாயக ரென்பவர். அவருடைய பெயரால் அவர் வேளாண் மரபின ரென்பது பெறப்படுகிறது.

இந்நூலின் முதன் மூன்று பதிப்புக்கள் முறையே 1895, 1915, 1924ஆம் வருஷங்களில் வெளியாயின. அவற்றைப் பற்றிய வரலாறுகள் அவ்வப் பதிப்புக்களின் முகவுரைகளால் விளங்கும்.

எனக்குக் கிடைத்த ஏட்டுப் பிரதிகளுள் திருநெல்வேலி ஹிந்து காலேஜ் தமிழ்ப் பண்டிதராகவிருந்த ஸ்ரீ சுவர்ணம் பிள்ளையவர்கள் தந்த பிரதியிலிருந்து வேறு பிரதிகளில் உரை யில்லாமலிருந்த சில பகுதிகட்குரிய உரை கிடைத்தது. ஆழ்வார்திருநகரி ஸ்ரீ தே. லக்ஷ்மண கவிராய ரவர்கள் வீட்டுப் பிரதி யொன்றன் இறுதியில், "அ௱௬-ஆம் ௵ ஆவணி ௴ ௧௧-ஆம் ௨-வெண்பாமாலை எழுதி முடிந்தது" என்பதும், ஆழ்வார் திருநகரிப் பிரதிகளுள் ஒவ்வொன்றன் முதலிலும்,

தேன றாமகிழ்த் தொடையலு மவுலியுந் திருக்கிளர் குழைக்காதும்
கான றாமலர்த் திருமுகச் சோதியுங் கயிரவத் துவர்வாயும்
மோன மாகிய வடிவமு மார்பமு முத்திரைத் திருக்கையும்
ஞான தேசிகன் சரணதா மரையுமென் னயனம்விட் டகலாவே

என்னும் அருமைச் செய்யுளும் வரையப்பட்டுள்ளன.

---

* செந்தமிழ், முதற்றொகுதி, பக்கம் 45–6 பார்க்க.

+ தொண்டைநாடு.

இப்புத்தகத்துள் பிரதிபேதங்கள் அவ்வப் பக்கங்களின் கீழே குறிக்கப்பட்டுள்ளன. இந்நூல் வெண்பாக்கள் முதலியவை மேற்கோளாக எடுத்தாளப்பட்ட இடங்களும் ஒப்புமைப் பகுதிகள் முதலியனவும் அவ்வப் பக்கத்தில் அடிக்குறிப்புக்களாக விளக்கப்பட்டுள்ளன.

இந்நூலுள் ஒவ்வொரு படலத்திலும் கூறப்பட்ட பொருளமைப்புச் சுருக்கி வசனமாக எழுதி, படிப்போர்க்குப் பயனுறும்வண்ணம் இப்பதிப்பிற் சேர்க்கப்பட்டது.

வழக்கம்போல் இப்பதிப்பிற்கும் உடனிருந்து ஒப்புநோக்குதல் முதலிய உதவிகளைச் செய்த அன்பர்களுக்கு எல்லா நன்மைகளும் உண்டாகும்படி செய்வித்தருளும்வண்ணம் ஸர்வேசுவரனைப் பிரார்த்திக்கின்றேன்.

இங்ஙனம்,
வே. சாமிநாதையர்

"தியாகராஜ விலாஸம்"
திருவேட்டீசுவரன் பேட்டை
24-12-34

உ

பவணந்தி முனிவரியற்றிய
நன்னூல் மூலமும்
மயிலைநாதருரையும்

இவை
சென்னை, பிரஸிடென்ஸி காலேஜ் தமிழ்ப் பண்டிதராகிய
உத்தமதானபுரம்
வே. சாமிநாதையரால்
பல பிரதிகளைக்கொண்டு பரிசோதித்து
நூதனமாக எழுதிய பலவகைக் குறிப்புக்களுடன்

சென்னை:
வைஜயந்தி அச்சுக்கூடத்திற்
பதிப்பிக்கப்பெற்றன.

1918

Copyright Registered]   [விலை ரூ.3-2-0

உ

பவணந்தி முனிவரியற்றிய

நன்னூல் மூலமும்
மயிலைநாதருரையும்.

இவை

சென்னை, பிரஸிடென்ஸி காலேஜ் தமிழ்ப் பண்டிதராகிய

உத்தமதானபுரம்

வே. சாமிநாதையரால்

பல பிரதிகளைக்கொண்டு பரிசோதித்து,
நூதனமாக எழுதிய பலவகைக் குறிப்புக்களுடன்

சென்னை:

வைஜயந்தி அச்சுக்கூடத்திற்
பதிப்பிக்கப்பெற்றன.

———

1918

Copyright Registered.] [விலை ரு. 3-2-0.

முகவுரை

ஆதியிற் றமிழ்நூ லகத்தியற் குணர்த்திய
மாதொரு பாகனை வழுத்துதும்
போதமெய்ஞ் ஞான நலம்பெறற் பொருட்டே.

சந்தனப் பொதியத் தடவரைச் செந்தமிழ்ப்
பரமா சாரியன் பதங்கள்
சிரமேற் கொள்ளுதுந் திகழ்தரற் பொருட்டே.

இமிழ்திரை வரைப்பி னமிழ்தமீ தென்னுந்
தமிழெனு மளப்பருஞ் சலதியி னுளவாய்ப்
புலக்கணக் கருவியா மிலக்கணந் தெரிக்கும்
பன்னூ லுட்கிளர் நன்னூ லென்பது
நாவல மிகுத்த பாவலர் யாரும்
அருத்தியிற் கூட்டுணும் விருத்தி யுரையுடன்
ஆரிய மொழியுஞ் சீரிய தமிழும்
சமையத் தொடுநன் கமையத் தழைப்புறு
மடந்தொறும் புலவ ரிடந்தொறு நிலைஇப்
பின்னரவ் வுரையொடும் பேணுகாண் டிகையொடும்
அளவறு புலவரா லச்சிடப் பெறீஇப்
பழக வினிக்குங் கழகந் தோறும்
பல்லாண் டாகப் பயின்றிலங் குறுமே.

ஆயினும், நன்னூலுக்கு முதலிற் செய்யப் பெற்றதும் இலக்கண விளக்கவுரை, மேற்கூறிய விருத்தியுரை முதலியவற்றிற்கு ஆதாரமாக வுள்ளதுமான இந்த மயிலைநாதருரை, சில நூற்றாண்டுகளாகப் படிப்பாரும் படிப்பிப்பாருமின்றிப் பெயர் வழக்கமுமற்றுக் கிடந்தமையாலும், சிலசில பகுதிகள் பிற்காலத்தவர்களால் மறுக்கப்பட்டிருப்பினும் தமிழ்நாட்டின் பழைய நிலைமையையும் அக்காலத்துப் புலவர்களுடைய கோட்பாடுகளையும் இவைபோன்ற அரிய பலவற்றையும் தெரிவித்தலாலும் இதனைப் பதிப்பிக்கத் துணிந்தேன்.

இவ்வுரையைப் பெரும்பாலும் உபயோகித்துக்கொண்டோர் இதன் பெருமையைத் தெரிவியாவிடினும் இதன் கருத்துக்களை மறுக்குமிடங்களுள் ஒன்றிலேனும் இவ்வுரையாசிரியர் பெயரை எழுதியிருப்பின், நன்னூலுக்கு மயிலைநாத ருரையென ஒன்றுண் டென்பதாவது தெரிந்திருக்கும்; ஆயினும், “நன்னூலுக்குச் சைனருரை யென்று ஒன்றுண்டு; அது பயனற்றது” என்ற ஒரு செய்தி மட்டும் கன்னபரம்பரையில் வழங்கிவந்தது; இவ்வுரை ஏட்டுப் பிரதிகளுள் மிகப் பழையவான சிலவற்றின் தலைப்பில், “மயிலைநாதருரை” என்பது

காணப்பட்டது; அங்ஙனம் காணப்படாதிருப்பின், இக்காலத்தில் இஃது இன்னாருடைய உரையென்பது தெரிந்துகொள்ளுதற்கே இடமிராது.

சிவகங்கையைச் சார்ந்த மிதிலைப்பட்டி யென்னும் ஊரில் இருந்த ஸ்ரீ அழகிய சிற்றம்பலக் கவிராயரவர்கள் வீட்டில் 1886ஆம் வருஷத்தில் முதன்முறை இவ்வுரையைப் பெற்றுப் படித்துப்பார்த்தபொழுது, "சனகை" என்பதற்கு, "சனநாதபுரம்" (பக்கம், கஅ) என்று பொருளெழுதி யிருந்ததையும், "முன்னோர் மொழிபொருளே" (பக். ச) என்பது தனிச் சூத்திரமாகக் காட்டப்படாமல் மேற்கோளாகக் காட்டப்பெற் றிருந்ததையும், "தோன்றா தோற்றி" (பக். கரு) என்பது முதலிய இரண்டு சூத்திரங்களும் பனம்பார மென்று தெரிவித்திருந்ததையும், யாப்பருங்கல விருத்தியுரை, காரிகை யுரைகளில் விளங்காமற் கிடந்த "ஓங்கெழின் முதலாக், குன்று கூதிர்" (பக். கருரு - ச) என்பதை முதனினைப்பாகக் காட்டி அதிற் குறிப்பிட்ட செய்யுட்களை முறையாகப் பின்னர்த் தெரிவித்திருந்ததையும், "எப்பொரு ளெச்சொலின்" (பக். உகூஉ) என்னுஞ் சூத்திரவுரையில் மரபுப்பெயர்கள் பலவற்றை மிகச் செவ்வையாக விளங்கச் செய்திருந்ததையும், "விதந்த மொழியினம் வேறுஞ் செப்பும்" (பக். உளச) என்பது பரிமாண மென்றிருந்ததையும், "அறிவருளாசை" (பக். ௩0ச) என்பதில் அறிவு முதலிய ஒவ்வொன்றற்கும் மேற்கோள்காட்டி விளக்கியிருந்ததையும், இன்னும் இவை போன்று பிறவற்றையுங் கண்டு வியப்புற்று, இதனை வாங்கிவந்து படித்துப் பார்க்கையில் இடையிடையே சிலசில ஏடுகள் தவறியிருந்தமை எனக்குத் தெரிந்தது. பின்பு முற்றும் படித்துப்பார்க்கக் கருதிப் பிரதிகளைத் தேடுகையில் திருவாவடுதுறை யாதீனம் முதலிய இடங்களிலிருந்து பழைய ஏட்டுப் பிரதிகள் பல கிடைத்தன. அவற்றால் முதற் பிரதியிலிருந்த குறைகளெல்லாம் ஒருவாறு தீர்ந்தன.

என் வேண்டுகோளுக்கு இரங்கித் தங்கள் புத்தகசாலையிலுள்ள ஏட்டுப் பிரதிகளை வழக்கம் போலவே அன்புடன் உதவியும், பிரதி தேடும் பொருட்டு அயலிடங்களுக்குச் செல்லுந்தோறும் அங்கங்கே எனக்கு வேண்டிய அனுகூலங்களைச் செய்வித்தும், சில சமயங்களில் அயலிடங்களிலிருந்து வேண்டிய நூல்களை வருவித்தளித்தும் பலவருடங்களாக உபகரித்துவரும் திருவாவடுதுறை யாதீனகர்த்த ரவர்களும் அருங்கலை விநோதர்களுமான ஸ்ரீலஸ்ரீ அம்பலவாண தேசிக ரவர்களுடைய அருமைபெருமைகளும் பாஷாபிமானமும் எப்போதும் என் உள்ளத்தே குடிகொண்டிருக்கின்றன.

மூலம், உரை, மேற்கோள் முதலியவற்றிற் காணப்பட்ட பிரதிபேதங்களை உரிய இடங்களில் அமைத்தும், மேற்கோள்களுள் விளங்கியவற்றைப் புலப்படுத்தியும், பத்துப்பாட்டு, சீவகசிந்தாமணி போன்ற உரைபெற்ற நூல்களிலிருந்து இவ்வுரையாசிரியர் எடுத்துக்காட்டிய மேற்கோள்களுட் சிலசில பகுதிகள் அவ்வுரைக் கருத்துக்கு வேறுபட்டிருந்தும் பண்டைக் காலத்து வழங்கிய பாடத்தைத் தெரிவித்தற் பொருட்டு உள்ளவாறே காட்டியும் பதிப்பிக்கலானேன்.

சில சூத்திரங்களின் பாடங்கள் இக்காலத்து வழங்குகிற பாடங்களுக்கு வேறாகத் தோற்றும்; அவை இவ்வுரைக்கு ஏற்பப் பழைய பிரதிகளிற் காணப்பட்டன வென்று கொள்க. அவற்றுட் சில மிகவும் நயமானவை.

உரையிற் சில வாக்கியங்களும் சில மேற்கோள்களும் சந்தேகத்திற்கு இடமாக இருந்தும் பிரதிகளின் சிதைவு வேறுபாடு முதலியவற்றால் உரையாசிரியருடைய

கருத்து விளங்காததுபற்றி அவற்றைத் திருத்திப் பதிப்பித்தற்கு என் மனம் துணியவில்லை; ஆனாலும் நாளடைவில் அவற்றின் உண்மை விளங்கலாம்.

சில சொற்கள் பிரதிகளிற் பலவாறாகக் காணப்பட்டமையாலும் பிழையென்று தோற்றாமையாலும் அவை இருந்தவாறே காட்டப் பெற்றன; அவற்றுட் சில வருமாறு:

அவிநயம், அவினயம், அவினையம்; புறநடை, புறனடை; குருசில், குரிசில்; பருதி, பரிதி.

பழைய பிரதிகள் சிலவற்றில் உயிரும் உயிர்மெய்யுமாகிய ஈகார ஏகார ஐகாரங்களின்பின் யகரம் எழுதப்பெற்றும் இப்போது வழங்குகிற எகரம் மேல்விலங்கு பெற்றும் காணப்பட்டன. இந்நூலில், "எய்து மெகர மொகரமெய் புள்ளி" (சூ. 97) என்றதற்கு ஏற்ப உயிரும் உயிர்மெய்யுமாகிய எகர ஒகரங்கள் புள்ளியுடன் சில பிரதிகளில் வரையப்பெற்றிருந்தன; உயிர் யகர ஒகரங்கள் பண்டைக் காலத்துப் புள்ளி பெற்று வழங்கியதை *"நேரிழையார் கூந்தலினோர் புள்ளிபெற நீண்மரமா, நீர்நிலையோர் புள்ளி பெற நெருப்பாம்", "வாம மணிமே கலையார்" (பக். கருரு) என்னும் வெண்பாக்களும் உயிர்மெய் எகர ஒகரங்கள் புள்ளிபெற்று வழங்கியதை +"நெய்கொண்டெ னெட் கொண்டெ னெற்கொண்டேன் கொட் கொண்டென், செய் கொண்டென் செம்பொன் கொண் டென்" என்னும் பிந்துமதி உதாரணச் செய்யுளும் விளக்கும்.

சில அன்பர்கள் விரும்பியபடி இந்நூற் சூத்திரங்கள் விளங்குதற் பொருட்டுச் சந்திபிரித்தே பதிப்பிக்கப்பெற்றன.

சில மேற்கோள்களை வசன மென்றாவது செய்யு ளென்றாவது இவ்வுரையில் நிச்சயிக்கக்கூடவில்லை; இக்காலத்து வழங்காத சில மொழிகளுக்கும் சில வாக்கியங்களுக்கும் பொருள் புலப்படவில்லை.

"உவர்க்கடலன்ன .... கொள்வோயே" (பக். கருச) என்னும் பகுதி ஒரே பாடலாக வேறிடத்திற் காணப்பெற்றும் இதில் இடையிடையே பிரித்துப் பிரித்துக் குறிப்புரை எழுதப்பட் டிருந்தமையின், அவ்வாறே பதிப்பிக்க நேர்ந்தது; இதுபோல்வன சில.

இப்புத்தகத்தின் பின்னுள்ள அகராதியில் இந்நூல் மூலம், உரை, மேற்கோள் என்பவற்றிற்கண்ட அரிய மொழிகளும் விஷயங்களும் சிறிய வாக்கியங்களும் சேர்க்கப்பட்டுள்ளன. விரிவஞ்சி எல்லாச் சொற்களுக்கும் பொருளெழுதவில்லை; இந்தப் புத்தகத்தைக்கொண்டு வேறு நூல்களையும் அவற்றைக் கொண்டு இதனையும் ஆராய்ந்து உண்மை காணுதற்குக் கருவியாகவே இவ்வகராதி எழுதப்பெற்றது.

இதனை ஆராய்ச்சி செய்யுங் காலத்தும் பதிப்பிக்குங் காலத்தும் உடனிருந்து ஒப்புநோக்குதல் முதலிய உதவிசெய்து வந்த அன்பர்களுள், மயிலாப்பூர் பி.எஸ். ஹை ஸ்கூல் தமிழ்ப்பண்டிதர் பிரஹ்மஸ்ரீ இ.வை. **அநந்தராமைய ரவர்களும்,

---

* தண்டியலங்காரம், மாத்திரைச்சுருக்க மேற்கோள்; கூந்தல் ஓதி, மரம் ஓதி; நீர்நிலை ஏரி, நெருப்பு எரி.

+ யா-வி. ஒழிபியலுரையிற்கண்ட மேற்கோள்.

** இதுவரையில் அகப்படாமலிருந்த பழமொழியின் முதற்செய்யுளைக் கண்டு பிடித்தவர்கள் இவர்களே; உஅரு-ஆம் பக்கம் பார்க்க.

சென்னை இராசாங்கத்துக் கையெழுத்துப் புத்தகசாலைத் தமிழ்ப் பண்டிதர் சிரஞ்சீவி ம.வே. துரைசாமி ஐயரும் தத்தமக்குக் கிடைத்த ஓய்வு நேரங்களி லெல்லாம் சிறிதும் சலிப்பின்றி அன்புடன் செய்த பேருதவிகள் ஒருபொழுதும் மறக்கற்பாலனவல்ல.

ஒரு நூலைப் பதிப்பிக்குங் காலத்தில் உளவாகும் காலப்போக்கு பொருட்செலவு உழைப்பு முதலியவற்றைக் காட்டிலும் அதனைத் தேடுதலிலும் பரிசோதித்தல் முதலியவற்றிலும் உளவாகும் காலப்போக்கு முதலியன எத்தனையோ மடங்கு அதிகமென்பது சொல்லாமலே விளங்கும்.

பழைய தமிழ் நூல்களின் பரிசோதனைக்கு உடனிருந்து உதவி செய்வோர்கள் விஷயத்தில் எனக்குச் சிறிதும் பொருட்கவலை யுண்டாகாதபடி ஸ்ரீ ஸேது ஸம்ஸ்தானாதிபதிகளும் மதுரைத் தமிழ்ச்சங்கத் தலைவர்களும் சென்னைச் சட்ட நிரூபணசபை அங்கத்தினர்களுமான கௌரவம் பொருந்திய ம-ா-ா-ஸ்ரீ பா. இராஜராஜேசுவர ஸேதுபதி மஹாராஜா அவர்கள் கைம்மாறு கருதாமற் சில வருடங்களாகப் பேரன்புடன் பொருளதவிசெய்து ஆதரிக்கின்றார்கள். இவர்களுடைய பெருந்தகைமையும் வண்மையும் வித்தியாபிமானமும் மிகவும் மதிக்கற்பாலன.

இவ்வுரைப் பரிசோதனைக்குக் கருவியாக இருந்த பிரதிகள் 15; முற்றுமுள்ளவை 6; அபூர்த்தியானவை 9. அவை வருமாறு:

திருவாவடுதுறை யாதீனத்துப் புத்தகசாலைப்	...	பிரதி	3
சென்னை இராசாங்கத்துக் கையெழுத்துப் புத்தகசாலைப்	...	”	1
மதுரைத் தமிழ்ச் சங்கத்துப்	...	”	3
மிதிலைப்பட்டி ஸ்ரீ அழகிய சிற்றம்பலக் கவிராய ரவர்கள்	...	”	1
ஆழ்வார் திருநகரி ஸ்ரீ தே. லக்ஷ்மண கவிராய ரவர்கள்		”	1
திருநெல்வேலி ம-ா-ா-ஸ்ரீ கவிராஜ ஈசுவரமூர்த்தியா பிள்ளை யவர்கள்	...	”	1
” இந்து காலேஜ் தமிழ்ப் பண்டிதர் ம-ா-ா-ஸ்ரீ சொர்ணம் பிள்ளை யவர்கள்	...	”*	1
சிதம்பரம் சைவப்பிரகாச வித்தியாசாலைத் தருமபரி பாலகர் ம-ா-ா-ஸ்ரீ பொன்னம்பலம் பிள்ளை யவர்கள்	...	”	1
சென்னைச் சைவ வித்தியானுபாலன யந்திரசாலைத் தலைவர் ம-ா-ா-ஸ்ரீ சாமிநாத பண்டிதரவர்கள்	...	”	1
திரிசிரபுரம் நாஷனல் ஹைஸ்கூல் வித்துவான் ஸ்ரீமத் உ.வே. A.M. அப்பு சடகோப ராமானுஜாசாரிய ரவர்கள்		”	1
காஞ்சீபுரம் ம-ா-ா-ஸ்ரீ ம. தெய்வசிகாமணி முதலியா ரவர்கள்	...	”	1

* இஃது ஆழ்வார் திருநகரி, ஸ்ரீ அரங்கநாத கவிராய ரவர்களால் எழுதப்பெற்றது; இதனை ஸேது ஸம்ஸ்தான வித்துவான் ஸ்ரீமத். உ.வே. ரா. இராகவையங்கா ரவர்கள் வருவித்து உபகரித்தார்கள்.

மேற்கூறிய பலவகையான உதவிபுரிந்தவர்களை மறவாமலிருப்பதுடன் இவர்களுடைய க்ஷேமங்களைக் குறித்துத் திருவருளைச் சிந்தித்தலன்றி என்னாற் செய்தற்குரிய கைம்மாறு யாதுளது?

இப்பதிப்பிற் காணப்படுந் தவறுகள் என்னுடைய மறதி முதலியவற்றால் நேர்ந்தன வென்றெண்ணிப் பொறுத்துக்கொள்ளும்படி அன்பர்களை வேண்டிக் கொள்ளுகின்றேன்.

ஒன்றுக்கும் பற்றாத என்னையும் இதுபோன்ற காரியங்களிற் புகுத்தி இந்த அளவிலாவது நடத்தி நிறைவேற்றியருளும் தோன்றாத் துணையின் பெருங்கருணையைச் சிந்தித்துத் துதித்து வந்திக்கின்றேன்.

இங்ஙனம்,

வே. சாமிநாதையன்

"தியாகராஜ விலாஸம்"
திருவேட்டீசுவரன் பேட்டை
சென்னை, 6-5-18

உ

கணபதி துணை

பவணந்தி முனிவரியற்றிய

நன்னூல் மூலமும் சங்கர நமச்சிவாயருரையும்

இவை

சிதம்பரம் ஸ்ரீமீனாக்ஷி தமிழ்க்காலேஜ் பிரின்ஸிபாலாகிய

உத்தமதானபுரம்

மஹாமஹோபாத்தியாய தாக்ஷிணாத்யகலாநிதி

வே. சாமிநாதையரால்

பரிசோதித்து

நூதனமாக எழுதிய பலவகைக் குறிப்புக்களுடன்

சென்னை:

கமர்ஷியல் அச்சுக்கூடத்திற்

பதிப்பிக்கப்பெற்றன.

குரோதன ஹு புரட்டாசி மீ

1925

Copyright Registered]

 [விலை ரூ.2-0-0

உ

கணபதி துணை.

பவணந்திமுனிவரியற்றிய

நன்னூல்மூலமும்

சங்கரநமச்சிவாயருரையும்.

இவை

சிதம்பரம் ஸ்ரீமீனாக்ஷி தமிழ்க்காலேஜ் பிரின்ஸிபாலாகிய

உத்தமதானபுரம்

மஹாமஹோபாத்தியாய தாக்ஷிணாத்யகலாநிதி

வே. சாமிநாதையரால்

பரிசோதித்து

நூதனமாக எழுதிய பலவகைக் குறிப்புக்களுடன்

சென்னை:

கமர்ஷியல் அச்சுக்கூடத்திற்

பதிப்பிக்கப்பெற்றன.

குரோதன௵ புரட்டாசி௴.

1925

Copyright Registered.]

 [விலை ரூபா 2-0-0.

உ
கணபதி துணை

முகவுரை

திருச்சிற்றம்பலம்

தேவாரம்

நீதியை நிறைவைமறை நான்குடன்
ஓதியை யொருவர்க்கு மறிவொணாச்
சோதியைச்சுடர்ச் செம்பொனி னம்பலத்
தாதியை யடியேன்மறந் துய்வனோ.

கட்டுரை

அறமுத னான்கின் றிறவகை விளக்கி
இமிழ்திரை யுதித்த வமிழ்தினு மினதாந்
தமிழெனு மளப்பருஞ் சலதிசேர் மணிகளாப்
பெரியவர் புகன்ற வரியன வாய
புலக்கணக் கருவியா மிலக்கண நூல்களுட்
கவிநயந் தெரிக்கு மவிநய நூலினும்
ஒல்காப் பெருமைத் தொல்காப் பியத்தினும்
பரந்துள வாகி நிரந்த விதிகளுட்
பழையன கழியப் புதியவாய்ப் புகுந்த
நிதிகளை நிகர்க்கும் விதிகளைப் புலவர்
மிகையெனா வண்ணந் தொகைவகை விரியிற்
சின்னாட் பல்பிணிச் சிற்றறி வினர்தாம்
வருத்த மின்றித் திருத்தமுற் றுணர்ந்தே
பாக்கிய மென்ன வாக்கிய நலத்ததுந்
திடமொழி வில்லா வடமொழி விதிகளுள்
இன்றி யமையா நன்றியல் விதிசில
வாய்ந்தது மழகெலா மேய்ந்தது மிஃதெனப்
பன்னூற் புலவர் பழிச்சுந் திறத்ததாம்
நன்னூற் பெருமையை நவில்வார் யாரே ?

நன்னூலுக்குப் பலவுரைகள் உண்டென்று தக்கோர்கள் சொல்வர். அவற்றுள் இப்போது தெரிந்தவை வருமாறு:

க. மயிலைநாதருரை. இது சில வருடங்களுக்குமுன் அச்சிடப்பெற்றுள்ளது. இதன் முகவுரையால் இவ்வுரையின் இயல்பும் மயிலைநாதரின் ஆற்றலும் விளங்கும்.

உ. சங்கர நமச்சிவாயருரை. இதுகாறும் இது தனியே அச்சிடப்படவில்லை. இது புத்துரை யெனவும் வழங்கும். இதன் வரலாறு பின்னே எழுதப்பட்டுள்ளது.

௩. விருத்தியுரை. இது சங்கர நமச்சிவாய ருரையைப் பெரும்பாலும் தழுவிச் சிலசில பகுதிகளைமாற்றி அரிய வடமொழி தென்மொழி விதிகளை உரிய இடங்களிற் சேர்த்து, திருவாவடுதுறை யாதீனத்து ஸ்ரீ சிவஞான யோகிகளால் விரிவாக இயற்றப்பெற்றது. இவ்வுரையைப் புத்தம்புத்துரை யெனவும் வழங்குவர். இஃது அச்சிடப்பட்டுள்ளது.

௪. ஊற்றங்கால் ஆண்டிப்புலவ ரென்பவரால் இயற்றப்பட்ட ஒருரை யுண்டென்று அவரியற்றிய ஆசிரிய நிகண்டின் பாயிரத்தால் தெரியவருகிறது. அது கிடைக்கவில்லை.

௫. கூழங்கைத் தம்பிரா னுரையென்று ஒருரை யுண்டென்று கேள்வி. அதுவும் கிடைக்கவில்லை.

௬. இராமானுச கவிராயருரை. இஃது இராமநாதபுரம் இராமானுச கவிராய ரென்பவரால் மேற்கூறிய விருத்தியுரையைத் தழுவி விளக்கமாக இயற்றப்பெற்றது. சாலிவாகன சகாப்தம் ௧௭௬௮ - ஆம் ஆண்டில் அவராலேயே அச்சிடப்பெற்று வழங்குகிறது.

௭. திருத்தணிகை விசாகப்பெருமாளையர் முதலிய பலரால் அப்பொழு தப்பொழுது காலத்திற்கேற்ப ஆக்கப்பட்ட காண்டிகை உரைகள் பல இக்காலத்து வழங்குகின்றன.

மேற்கூறிய உரைகளுள், சங்கர நமச்சிவாயருரை தனியே எனக்குக் கிடைத்ததும் பிறவும் வருமாறு:

திருவாவடுதுறை யாதீனத்து மஹா வித்துவானாகிய திரிசிரபுரம் ஸ்ரீ மீனாக்ஷிசுந்தரம் பிள்ளை யவர்கள் பூதவுடலை நீத்தபின்பு அவர்களுடைய மாணாக்கர்கள், அவர்களை ஆதரித்துவந்தவர்களும் ௸ ஆதீனத்து ௧௬-ஆம் பட்டத்து ஞானாசிரியராக விளங்கியவர்களுமான ஸ்ரீமத் சுப்பிரமணிய தேசிகரவர்கள்பால் தத்தம் தகுதிக்கேற்ப நூல்களைப் பாடங்கேட்டு வருவாராயினர். அவர்களுள் மேலகரம் ஸ்ரீ சண்பகக் குற்றாலக் கவிராய ரவர்களும் யானும் நன்னூல் விருத்தியுரையைப் படிக்க விரும்பியபொழுது சுப்பிரமணிய தேசிகரவர்கள், “விருத்தியுரை முதலிற் சங்கர நமச்சிவாயரால் இயற்றப்பட்டிருந்தது; அப்பாற் சிவஞானபோதப் பேருரை (திராவிட மகாபாஷ்யம்) முதலியவற்றில் தம்மால் அமைக்கப்பெற்றுள்ள அரிய வடமொழி தென்மொழிப் பிரயோகங்களை எளிதிற் பிற்காலத்தவர்க்குப் புலப்படுத்த நினைந்து இலக்கணக்கொத்து, தொல்காப்பியச் சூத்திரவிருத்தி, இலக்கணவிளக்கச் சூறாவளி யென்னும் நூல்களிலும் பிறவற்றிலு முள்ள முக்கியமான சிலசிலவற்றை உரிய இடங்களிற் கூட்டியும் குறைத்தும் மாற்றியும் ஸ்ரீ சிவஞான யோகிகளால் இவ்வுரை செப்பம் செய்யப்பெற்று விருத்தி யுரையென வழங்கலாயிற்று; இங்ஙனம் ஒருரைக்குப்பின் கூட்டியும் குறைத்தும் பிற்காலத்தார் விளக்கி எழுதியுள்ள உரைகளை வடமொழியிற் பரக்கக் காணலாம். இலக்கணக்கொத்து முதலிய மூன்றையும் முறையே படித்தபின்பு பாடங்கேட்டால்தான் விருத்தியுரை நன்கு புலப்படும். இங்கு இவ்வுரையைப் பாடங்கேட்கும் முறை இதுவே” என்று அறிவுறுத்தி ஏட்டுப்பிரதி யொன்றை வருவித்து, “இது சங்கர நமச்சிவாய ருரைமட்டுமுள்ள புத்தகம்; இதனையும் வைத்துக்கொண்டு ஒப்புநோக்கி விருத்தியுரை அச்சுப்புத்தகத்தில் இன்ன இன்ன பகுதிகள் சிவஞான யோகிகள் சேர்த்தவை யென்பது புலப்படும்படி அடையாளஞ்

செய்து படியுங்கள்” என்று சொல்லி அப்புத்தகத்தை அளித்தார்கள். பாடங்கேட்டு வருகையில், நாங்கள் அவ்வண்ணமே ஒப்புநோக்கி, சிவஞான யோகிகள் சேர்த்தவற்றின் முன் ‘சி’ என்ற அடையாளமும், ஏனைய இடங்களில் ‘ச’ என்ற அடையாளமும் விருத்தியுரையில் அங்கங்கே செய்துவந்தோம்.

பாடஞ் சொல்லுகையில் அவர்கள் சங்கர நமச்சிவாயருடைய உரை நயங்களையும் சிவஞான யோகிகள் அங்கங்கே சேர்த்திருக்கும் பகுதிகளின் இன்றியமையாமையையும் அப்போதப்போது எங்களுக்கு மட்டுமே யன்றி அங்கேவரும் வடமொழி தென்மொழிப் பண்டிதர்களுக்கும் எடுத்துக்கூறி விளங்கச்செய்து இன்புறுத்துவார்கள். இன்னோரன்ன நிகழ்ச்சிகள் அவர்கள் காலத்தில் ஒய்வின்றி நடைபெற்றதுண்டு. அவற்றுள் இவ்வுரையைப்பற்றிய ஒன்றை மட்டும் இங்கே எடுத்துக்காட்டுவேன்:

*பிள்ளையவர்கள் இயற்றிய திருவிடைமருதூ ருலாவைப்பற்றிப் பொறாமையால் பலவகையான புரளிகளை அங்கங்கே யுண்டாக்கி அவர்களுக்கும் அவர்களுடைய மாணாக்கர்கள் முதலியவர்களுக்கும் மிகுந்த மனவருத்தத்தை உண்டுபண்ணி அதனாற் பலராலும் மிக்க அவமதிப்பை யடைந்த இருவர் எப்படியாவது தம் குறைவைத் தீர்த்துக்கொள்ள வேண்டுமென் றெண்ணி அதற்கு உபாயம் பிள்ளை யவர்களுடைய அன்பைப் பெறுவதுதா னென்றும் அதனைப் பெறுதற்கு உபாயம் பாடங் கேட்பதாக அவர்கள்பாற் செல்வதுதா னென்றும் தம்முள் நிச்சயித்துக் கொண்டு ஒருநாட் காலையிற் கையுறையேந்தி மிகுந்த வணக்கத்தோடு வர, சாந்த சிரோமணியாகிய பிள்ளை யவர்கள் வந்தவர்களுடைய இயல்பை நன்றாக அறிந்திருந்தும் சிறிதும் வருத்தத்தைப் புலப்படுத்தாமல் அங்கீகரித்து மற்ற மாணாக்கர்களோடு சேர்த்து அவர்களுக்குப் பாடஞ் சொல்லி வந்தார்கள்; வருகையில் அவ்விருவர் செய்துள்ள தீங்குகளை யெல்லாம் நினைந்து நினைந்து மனம் பொறாதவர்களாகிய மாணவர்களிற் சிலர் இடையிடையே வலிந்து கேள்விகளைக் கேட்டு அவ்விருவரையும் விழிக்கச் செய்து அடிக்கடி வருத்துவாராயினர்; என்ன சொல்லியும் அவர்கள் கேட்கவில்லை; அதனைக் கண்ட பிள்ளை யவர்கள் ஒருநாள் திடீரென்று தனியே சுப்பிரமணிய தேசிக ரவர்களிடம் சென்று அதனை விண்ணப்பிக்க, அவர்கள் உடனே பழைய மாணாக்கர்களை மட்டும் அழைப்பித்து நன்றாக விசாரித்துப் பல நியாயங்களை எடுத்து மொழிந்ததன்றி, “ஒருவன் தனக்குப் பரம விரோதியாக இருந்தாலும் தன்பால் வருவானாயின் அவனை ஏற்றுக்கொண்டு முன்னையிலும் நன்கு மதித்துப் பாராட்டவேண்டு மென்பது பெரியோருடைய கொள்கை; இதனை அறியாமல் நீங்கள் வழுவி யொழுகுவீர்களாயின் உங்களை மட்டுமன்றி உங்கள் ஆசிரியரையும் உலகம் அவமதிக்கும்; ‘இணரெரி தோய்வன்ன வின்னா செயினும், புணரின் வெகுளாமை நன்று’ என்னும் திருக்குறளை அறியீர்களோ? அதற்குச் சங்கர நமச்சிவாய ரெழுதிய அருமையான உரையை நோக்குங்கள்” என்று கூறி உடனே விருத்தியுரையில் அந்தப் பகுதியை (சூ. ௩௬௦-உரை)ப் படிப்பிக்கச் செய்து இடையிடையே வேண்டியவற்றையுஞ் சொல்லி விளங்கச்செய்தார்கள்; மாணாக்கர்கள் அவர்களுடைய முகமதியினின்றும் தோன்றிய வசனாமுதத்தை அருந்தி மிகுந்த சாந்தமுற்றுச் சென்று அவ்விருவரோடும் நட்புற்று மனங்கலந்து

* ‘பிள்ளையவர்கள்’ என்றது மீனாக்ஷிசுந்தரம் பிள்ளை யவர்களை. இது விருத்தியுரையை நாங்கள் பாடங்கேட்டதற்கு ௫-வருடங்களுக்கு முன்பு நடைபெற்ற செய்தி.

ஒழுகுவாராயினர். இதனைப் பார்த்துக்கொண்டேயிருந்த பிள்ளையவர்கள், ஸ்ரீ சுப்பிரமணிய தேசிக ரவர்களுக்கிருந்த ஒப்புயர்வற்ற கல்விப் பெருமையையும் ஆராய்ச்சி வன்மையையும் ஞாபகசக்தியையும் பிறரை நல்வழிப்படுத்தற்குரிய சொல்லாற்றல் முதலியவற்றையு மெண்ணித் தம்முள் வியந்து மகிழ்ந்து மனமுருகி,

சிந்தா மணியே செழுங்காம தேனுவே
சந்தாபந் தீர்க்குந் தனிச்சுடரே – நந்தா
வரமணியே கோமுத்தி வாழ்வே யருட்சுப்
பிரமணிய தேசிகப்பெம் மானே

(சுப்பிரமணிய தேசிகர் நெஞ்சுவிடு தூது, ௩௦அ-௬)

என்று பாராட்டிப் பணிந்து விடைபெற்றுச் சென்றார்கள். நிற்க,

அச்சிடப்பெற்று வழங்கும் நன்னூல் விருத்தியுரையில் இன்ன பகுதி இன்னார் இன்னா ரியற்றிய தென்று விளங்காமையாலும் ஒருவ ரியற்றியவை மற்றொருவரா லியற்றப்பட்டனவாகத் தடுமாறுதல்களை அடையவுங் கூடுமாதலாலும் முதலாவதாகிய சங்கர நமச்சிவாயருரை தனியே பதிப்பிக்கப்படுமாயின், அவருடைய ஆற்றல் தனியே நன்கு விளங்கு மென்று சுப்பிரமணிய தேசிக ரவர்கள் சொன்னதுமுண்டு. அதனால் இவ்வுரையைத் தனியே பதிப்பிக்கத் துணிந்தேன்.

பல வருடங்களுக்கு முன்னமேயே இப்பணியை நான் செய்ய வேண்டியவனாக விருந்தும் மேற்குறித்த அவ்வேட்டுப் புத்தகத்தில் முதலேடு இல்லாமையாலும், பின்பு கிடைத்த சுவடிகளிலும் அவ்வாறே அவ்வேடு காணப்படாமையாலும் அவ்வேடுள்ள பிரதியைப் பெற்றபின்பே இம்முயற்சியை மேற்கொள்ள வேண்டுமென் றெண்ணித் தாமதித்து வந்தபொழுது, சமீபத்திற் காலஞ்சென்ற திருநெல்வேலிச் சொர்ணம்பிள்ளை யென்பவராற் கிடைத்த ஆழ்வார் திருநகரி, அரங்கநாத கவிராயருடைய ஏட்டுப் பிரதி யொன்றில் அவ்வேடு இருப்பக்கண்டு அதைப் பார்த்துப் பிரதிசெய்துகொண்டும் ஏனைப் பாகங்களை ஒப்பிட்டும் ஒழுங்கு படுத்திக்கொண்டு அச்சிடலானேன்.

பிரதிபேதங்களும் உரையிலுள்ள மேற்கோள்களுள் இடம் விளங்கியவையும் அவ்வப் பக்கத்தில் அடிக்குறிப்பாக இப்பதிப்பிற் காட்டப்பட்டுள்ளன.

அரும்பத முதலியவற்றின் அகராதி, விளங்கா மேற்கோ ளகராதி, குறிப்புரை யென்பவை இப்புத்தகத்தி னிறுதியில் முறையே சேர்க்கப்பட்டிருக்கின்றன. அவற்றுள், அரும்பத முதலியவற்றின் அகராதியில் மூலத்திலும் உரையிலும் காணப்படும் அரும்பதங்களும் அருந்தொடர்களும் அரிய விஷயங்களும் பிறவும் தொகுக்கப் பெற்றுள்ளன, விரிவஞ்சி எல்லாச் சொற்களுக்கும் அதிற் பொருளெழுத வில்லை. இந்தப் புத்தகத்தைக் கொண்டு வேறு நூல்களையும் அவற்றைக் கொண்டு இதனையும் ஆராய்ந்து உண்மை காணுவதற்கு இவ்வகராதி கருவியாயிருக்கு மென்பது என் கருத்து; விளங்கா மேற்கோள்களுள் பின்னர் விளங்கியவை சில.

குறிப்புரையில், இவ்வுரையாசிரியரால் மறுக்கப்பட்டுள்ள பகுதிகள் இன்ன இன்ன ஆசிரியர்களுடைய கொள்கைக ளென்பதை அறிவித்தும் அரியவற்றைப் புலப்படுத்தியும் உதாரணமாகக் காட்டப்பட்டவற்றுள் மேற்கூறிய அகராதியிற் பொருளெழுதப்படாத கடினமான சொற்களுக்குப் பொருளெழுதியும் அரியவற்றிற்குப் பிரயோகங் காட்டியும் ஆங்காங்கு உரையில் எடுத்தாளப்பட்டுள்ள

நன்னூற் சூத்திரங்களின் முற்பகுதிகளாக வந்துள்ளவற்றைச் சூத்திர முதற் குறிப்பகராதியால் தெரிந்துகொள்ளலா மென்று விடுத்துப் பிற்பகுதிகளுக்கு மட்டும் இடத்தைத் தெரிவித்தும் பதிப்பித்துள்ளேன்.

உரையிலும் மேற்கோள்களிலும் சில பகுதிகள் திருத்தப்பட வேண்டிய நிலைமையி லிருந்தும் உரையாசிரியர் காலத்து வழங்கியவண்ணம் புலப்பட வேண்டு மென்பதற்காகவே அவை திருத்தப்படவில்லை.

சில மேற்கோள்களை வசனமென்றாவது செய்யுளென்றாவது நிச்சயிக்கக் கூடவில்லை; அவை நாளடைவில் விளங்கலாமென் றெண்ணுகிறேன்.

இந்நூலின் குறிப்புரை எழுதிய காலத்து உடனிருந்து வேண்டியவற்றை ஆராய்ந்து எழுதி உதவிய சிதம்பரம் ஸ்ரீ மீனாக்ஷி தமிழ்க் காலேஜ் தமிழ்ப் பண்டிதர் சமூகரங்கபுரம், சிரஞ்சீவி, வே. வேங்கடராஜுலு ரெட்டியா ரவர்களுடைய அன்புடைமை மறக்கற்பாலதன்று.

பரம்பரையாகத் தமிழை யாதரித்துவருபவர்களும் ஸ்ரீ சேது ஸம்ஸ்தானாதிபதி களும் மதுரைத் தமிழ்ச்சங்கத்துத் தலைவர்களும் சென்னைச் சட்ட நிரூபண சபையின் அங்கத்தினர்களுமான கௌரவம் பொருந்திய மகா ராஜராஜ ஸ்ரீ. பா. ராஜராஜேஸ்வர சேதுபதி மஹாராஜா அவர்கள் பழைய தமிழ் நூல்களை ஆராய்ந்து பதிப்பிக்கும் விஷயத்தில் எனக்குக் கவலை யுண்டாகாதபடி கைம்மாறு கருதாமற் பல வருடங்களாகப் பேரன்புடன் பொருளுதவி செய்துவருதலை இப்போதும் அன்பர்களுக்குத் தெரிவித்துக் கொள்ளுகிறேன்.

பலநாளாக எனக்கு இருந்து வந்த துன்பங்களை நீக்கற்பொருட்டு எளியேனையும் ஒரு பொருளாக நினைந்து மேற்கூறிய சேதுபதி மஹாராஜா அவர்கள் முதலியோருடைய விருப்பத்தின்படி தாமே உதவியும் மிக முயன்று தமிழ்ப் பாஷாபிமானிகளாகிய பெருந்தகையாளர் பலருடைய உதவிகளைப் பெற்றும் மதுரைத் தமிழ்ச் சங்கத்து உச - ஆம் வருஷோத்ஸவ காலத்திற் சென்னை எக்ஸிக்யுடிவ் கௌன்ஸில் மெம்பர் ஸ்ரீமான் ஸர்.ஸி.பி. ராமஸ்வாமி ஐயர், K.C.I.E. அவர்களுடைய அக்கிராசனத்தில் எனக்கு ஒரு பொற்கிழியை அளிப்பித்த ஷை தமிழ்ச் சங்கத்துக் கௌரவ காரியதரிசியும் மதுரை ஹைகோர்ட்டு வக்கீலும் “தனக்கென வாழாப் பிறர்க்குரியாளன்” என்னும் ஆன்றோர் திருவாக்கிற்கு இலக்காக விளங்குபவருமாகிய ஸ்ரீமத் டி.ஸி. ஸ்ரீநிவாஸையங்கா ரவர்களிடத்தும் அவர்கள் விரும்பியவண்ணம் உதவி ஆதரித்த மற்றப் பேருபகாரிகளிடத்தும் மிக்க நன்றிபாராட்டுங் கடப்பாடுடையேன்.

அநாதையாகிய தருமிக்கும் ஏனையோர்களுக்கும் பொற்கிழி யளித்த கருணைக்கடலாகிய ஸ்ரீ மீனாக்ஷிசுந்தரேச ருடைய திருவருளே இக்காலத்து இவர்கள் முகமாகத் தோன்றி என்னையும் பாதுகாத்தது என்பது என்னுடைய முழுநம்பிக்கை.

தரிசிக்குங் காலங்களி லெல்லாம் பழைய தமிழ் நூல்களை ஆராய்ந்து பதிப்பதிற் சிறிதும் தளர்ச்சியடையாமல் மேன்மேலும் உழைத்து வரவேண்டு மென்று பெருங்கருணையுடன் கட்டளையிட்டருளிய தன்றி மேற்கூறிய தமிழ்ச் சங்க வருஷோத்ஸவ காலத்தில் அடியேனுக்குத் திவ்ய ப்ரஸாதங்களையும்

ஸ்ரீமுகத்தையும் ஸன்மானங்களையும் அனுப்பி அனுக்கிரஹித்த ஸ்ரீகாஞ்சி காமகோடி பீடாதிபதிகளான கும்பகோணம் ஜகத்குரு ஸ்ரீமத் சங்கராசார்ய ஸ்வாமிகளுடைய பரிபூரண கிருபையைச் சிந்தித்து, "தாயுநற் றந்தையுந் தவமுமன் பினான், மேயவான் கடவுளும் பிறவும் வேறுநீ" (கம்ப. திருவவதார.) என்பதையே சொல்லித் துதித்துத் திசைநோக்கி அவர்களை வந்திக்கின்றேன்.

காரணி கற்பகங் கற்றவர் நற்றுணை பாணரொக்கல்
சீரணி சிந்தா மணியணி தில்லைச் சிவனடிக்குத்
தாரணி கொன்றையன் றக்கோர்தஞ் சங்க நிதிவிதிசே
ரூருணி யுற்றவர்க் கூரன்மற் றியாவர்க்கு மூதியமே.
(திருச்சிற்றம்பலக் கோவையார், ௪00)

பெயற்பான் மழைபெய்யாக் கண்ணு முலகஞ்
செயற்பால செய்யா விடினுங் – கயற்புலால்
புன்னை கடியும் பொருகடற் றண்சேர்ப்ப
என்னை யுலகுய்யு மாறு. (நாலடியார், ௬ரு)

ஆரிய னவனை நோக்கி யாருயி ருதவி யாதுங்
காரிய மில்லான் போனான் கருணையோர் கடமை யீதாற்
பேரிய லாளர் செய்கை யூதியம் பிடித்து மென்னார்
மாரியை நோக்கிக் கைம்மா றியற்றுமோ வையமென்றான்.
(கம்ப. நாகபாசப். ௨௪௧)

மேற்கூறிய பலவகையான உதவி புரிந்தவர்களை மறவாதிருத்தலையும் அவர்களுடைய க்ஷேமங்களைக் குறித்து ஸ்ரீ ஆனந்த நடராஜ மூர்த்தியின் திருவருளைச் சிந்தித்தலையுமன்றி எளியோனாற் செய்தற்குரியது யாது?

என்னுடைய முதுமை முதலியவற்றால் இப்பதிப்பிற் பலவகையான தவறுகள் நேர்ந்திருத்தல்கூடும். அவற்றை விடுத்து உண்மையை யுணர்ந்து அறிஞர்கள் அபிமானிப்பார்க ளென்று நம்புகின்றேன்.

குற்றங் களைந்து குணம்பெய்து வாசித்தல்
கற்றறிந்த மாந்தர் கடன்

என்றாரன்றோ.

சீராருஞ் சதுர்மறையுந் தில்லைவா ழந்தணரும்
பாராரும் புலிமுனியும் பதஞ்சலியுந் தொழுதேத்த
வாராருங் கடல்புடைசூழ் வையமெலா மீடேற
ஏராரு மணிமன்று ளெடுத்ததிரு வடிபோற்றி.
(சேக்கிழார் புராணம், பாயிரம், ௨)

இங்ஙனம்,
வே. சாமிநாதையன்

சிதம்பரம்
28-9-25

முகவுரையில் தெரிவித்தபடி மதுரையில் எனக்கு 8—6—25ல் பொற்கிழியளித்தற்கு உதவிய மகோபகாரிகளின் பெயர்கள் முதலியன வருமாறு:

ஸ்ரீ காஞ்சி காமகோடி பீடாதிபதிகளான ஜகத்குரு
        ஸ்ரீமத் சங்கராசார்ய ஸ்வாமிக ளவர்கள்.
திருவாவடுதுறை ஆதீனகர்த்த ரவர்கள்.
குன்றக்குடியிலுள்ள திருவண்ணாமலை யாதீனகர்த்த ரவர்கள்.
திருப்பனந்தாளிலுள்ள காசிமடத்துத் தலைவரவர்கள்.
இராமநாதபுரம் கௌரவம் பொருந்திய சேதுபதி மஹாராஜா அவர்கள்.

சென்னை,

ஸ்ரீமான் ஸர்.கே. ஸ்ரீநிவாஸையங்கா ரவர்கள்.
   " ஸர்.ஸி.பி. ராமஸ்வாமி ஐயர் அவர்கள், K.C.I.E. எக்ஸிக்யூடிவ் கௌன்ஸில் மெம்பர்.
   " ஸர். எம்.ஸி.டி. முத்தைய செட்டியாரவர்கள்.
   " கனம் வி.வி. ஸ்ரீநிவாஸையங்காரவர்கள், ஹைகோர்ட் ஜட்ஜ்.
   " எஸ். கஸ்தூரிரங்க ஐயங்காரவர்கள், ஹிந்து பத்திராதிபர்.
   " ஏ. ரங்கசாமி ஐயங்காரவர்கள், சுதேசமித்திரன் பத்திராதிபர்.
   " கே. பாலசுப்பிரமணிய ஐயரவர்கள், ஹைகோர்ட் வக்கீல்.
   " டாக்டர் எஸ். கிருஷ்ணசாமி ஐயங்காரவர்கள்.

கோயம்புத்தூர்,

ஸ்ரீமான் ராவ்பகதூர் டி.ஏ. ராமலிங்க செட்டியாரவர்கள் M.L.C.

மதுரை,

ஸ்ரீமான் டி.ஸி. ஸ்ரீநிவாஸையங்காரவர்கள், ஹைகோர்ட் வக்கீல்.
   " கே.வி. ராமஸ்வாமி ஐயரவர்கள், ஹைகோர்ட் வக்கீல்.
   " கே.ஆர். வேங்கடராமையரவர்கள், ஹைகோர்ட் வக்கீல்.
   " ஏ. வைத்தியநாதையரவர்கள், வக்கீல்.

சிவகங்கை,

ஸ்ரீமான் முகுந்தராஜ ஐயங்காரவர்கள், வக்கீல்.

திருநெல்வேலி, வெள்ளக்கால்,

ஸ்ரீமான் வெ. ப. சுப்பிரமணிய முதலியாரவர்கள்.

குமாரமங்கலம்,

ஜமீன்தார் ஸ்ரீமான் டாக்டர் சுப்பராய னவர்கள்

தேவகோட்டை,

ஜமீன்தார், ஸ்ரீமான் அள. அரு.ராம. அருணாசலஞ் செட்டியாரவர்கள்.
ஸ்ரீமான் அரு.அரு.சோம. சோமசுந்தரஞ் செட்டியாரவர்கள்.
" ராம.அரு.அரு.ராம. அருணாசலஞ் ரெட்டியாரவர்கள்.
" ராம.மெ.சித. வைரவன் செட்டியாரவர்கள்.
" மெ.அரு.நா. இராமநாதன் செட்டியாரவர்கள்.
" மெ.அரு.அரு. அருணாசலஞ் செட்டியாரவர்கள்.
" உ.ராம.உ.மு. லக்ஷ்மணன் செட்டியாரவர்கள்.
" தி.ராம.தி. சுப்பிரமணியன் செட்டியாரவர்கள்.
" நாகு.அ.ராம. கிருஷ்ணன் செட்டியாரவர்கள்.

காரைக்குடி,

ஸ்ரீமான் ராவ்பகதூர் ஆவி.பள. சிதம்பரஞ் செட்டியாரவர்கள்.
" மெ.செ.மெ.மெ. சொக்கலிங்கஞ் செட்டியாரவர்கள்.

கோட்டையூர்,

ஸ்ரீமான் பெ.மு.அ. வெள்ளையப்ப செட்டியாரவர்கள்.
" அ.க.ராம.மெ.கி. மெய்யப்ப செட்டியாரவர்கள்.

கண்டனூர்,

ஸ்ரீமான் தெ.அரு.சித. அருணாசலஞ் செட்டியாரவர்களும், ஸ்ரீமான் ராமநாதன் செட்டியாரவர்களும்.
" வயி.அ.ராம. அண்ணாமலை செட்டியாரவர்கள்.

புதுவயல்,

ஸ்ரீமான் அள.கு.சித. குமரப்ப செட்டியாரவர்கள்.

பட்டமங்கலம்,

ஸ்ரீமான் அ.வீர.அ. அடைக்கப்ப செட்டியாரவர்கள்.

ராமசந்திரபுரம்,

ஸ்ரீமான் பி.கு.நா. குமரப்ப செட்டியாரவர்கள்.

நாட்டரசன்கோட்டை,

ஸ்ரீமான் சுப.ராம.ராம. ராமசாமி செட்டியாரவர்கள்.

கீழைச்செவ்வற்பட்டி,

ஸ்ரீமான் அள.அ.அரு. அண்ணாமலை செட்டியாரவர்கள்.
" ஏ.நா. காசிவிசுவநாதன் செட்டியாரவர்கள்.
மேலைச்சிவபுரி சன்மார்க்க சபையார்.

கொத்தமங்கலம்,

ஸ்ரீமான் சி.ராம.மு. அண்ணாமலை செட்டியாரவர்கள்.

கோனார்பட்டு,
ஸ்ரீமான் ஷண்முகஞ் செட்டியாரவர்கள்.

கண்டரமாணிக்கம்,
ஸ்ரீமான் பள.சு.பள. கருப்பன் செட்டியாரவர்கள்.

ஆத்திக்காடு தெற்கூர்,
ஸ்ரீமான் கரு.முத்து. தியாகராஜ செட்டியாரவர்கள்.

பலவான்குடி,
ஸ்ரீமான் வெ.சு. முத்துவள்ளியப்ப செட்டியாரவர்கள்.
     "   ராம.கு.ராம. ராமசாமி செட்டியாரவர்கள்.
     "   ராம.கும.சு. குமரப்ப செட்டியாரவர்கள்.

நடராஜபுரம்,
ஸ்ரீமான் வீரப்ப செட்டியாரவர்கள்.

ஷண்முகநாதபுரம்,
ஸ்ரீமான் செ.ராம.சித. சிதம்பரஞ் செட்டியாரவர்கள்.

திருப்புத்தூர்,
ஸ்ரீமான் சுப்பையா பிள்ளையவர்கள்.

சாயல்குடி,
ஜமீன்தார் ஸ்ரீமான் ஷண்முக கருத்துடையார் சேர்வைகார ரவர்கள்.

———

உ

கணபதி துணை

பவணந்தி முனிவர் இயற்றிய

நன்னூல் மூலமும்
சங்கர நமச்சிவாயர் உரையும்

இவை

மஹாமஹோபாத்தியாய தாக்ஷிணாத்யகலாநிதி

டாக்டர் உ.வே. சாமிநாதையரால்

பரிசோதித்து

நூதனமாக எழுதிய பலவகைக் குறிப்புக்களுடன்

சென்னை:

லா ஜர்னல் அச்சுக்கூடத்திற்

பதிப்பிக்கப் பெற்றன.

[இரண்டாம் பதிப்பு]

பவ ஹு பங்குனி மீ

1935

Copyright Registered]

[விலை ரூபா. 3-0-0

உ

கணபதி துணை

பவணந்திமுனிவர் இயற்றிய

நன்னூல் மூலமும்

சங்கர நமச்சிவாயர் உரையும்

இவை

மகாமகோபாத்தியாய தாக்ஷிணாத்ய கலாநிதி

டாக்டர் உ. வே. சாமிநாதையரால்

பரிசோதித்து நூதனமாக எழுதிய பலவகைக் குறிப்புக்களுடன்

சென்னை:

லா ஜர்னல் அச்சுக்கூடத்திற் பதிப்பிக்கப் பெற்றன.

இரண்டாம் பதிப்பு

பவ ஹு பங்குனி மீ

Copyright Registered]

 1935 [விலை ரூபா. 3 0 0

உ

கணபதிதுணை

முகவுரை

தேவாரம்

திருச்சிற்றம்பலம்

நீதியை நிறைவைமறை நான்குடன்
ஓதியை யொருவர்க்கு மறிவொணாச்
சோதியைச்சுடர்ச் செம்பொனி னம்பலத்
தாதியை யடியேன்மறந் துய்வனோ.

திருச்சிற்றம்பலம்

கட்டுரை

அறமுத னான்கின் றிறவகை விளக்கி
இமிழ்திரை யுதித்த வமிழ்தினு மினதாந்
தமிழெனு மளப்பருஞ் சலதிசேர் மணிகளாப்
பெரியவர் புகன்ற வரியன வாய
புலக்கணக் கருவியா மிலக்கண நூல்களுட்
கவிநயந் தெரிக்கு மவிநய நூலினும்
ஒல்காப் பெருமைத் தொல்காப் பியத்தினும்
பரந்துள வாகி நிரந்த விதிகளுட்
பழையன கழியப் புதியவாய்ப் புகுந்த
நிதிகளை நிகர்க்கும் விதிகளைப் புலவர்
மிகையெனா வண்ணந் தொகைவகை விரியிற்
சின்னாட் பல்பிணிச் சிற்றறி வினர்தாம்
வருத்த மின்றித் திருத்தமுற் றுணர்ந்தே
பாக்கிய மென்ன வாக்கிய நலத்ததுந்
திடமொழி வில்லா வடமொழி விதிகளுள்
இன்றி யமையா நன்றியல் விதிசில
வாய்ந்தது மழகெலா மேய்ந்தது மிஃதெனப்
பன்னூற் புலவர் பழிச்சுந் திறத்ததாம்
நன்னூற் பெருமையை நவில்வார் யாரே ?

***ந**ன்னூலுக்குப் பலவுரைகள் உண்டென்று தக்கோர்கள் சொல்வர். அவற்றுள் இப்போது தெரிந்தவை வருமாறு:*

க. மயிலைநாதருரை. இது 1918ஆம் வருஷத்தில் என்னால் அச்சிடப் பெற்றுள்ளது. இதன் முகவுரையால் இவ்வுரையின் இயல்பும் மயிலைநாதரின் ஆற்றலும் தெரியவரும்.

உ. சங்கர நமச்சிவாயருரை. இது தனியே முதன்முறையாக என்னால் 1925ஆம் வருஷத்தில் அச்சிடப்பெற்றது. இது புத்துரையெனவும் வழங்கும்.

ரு. விருத்தியுரை. இது சங்கர நமச்சிவாய ருரையைப் பெரும்பாலும் தழுவிச் சிலசில பகுதிகளைமாற்றி அரிய வடமொழி தென்மொழி விதிகளை உரியஇடங்களிற் சேர்த்து, திருவாவடுதுறை யாதீனத்து ஸ்ரீசிவஞானயோகிகளால் விரிவாக இயற்றப்பெற்றது. இவ்வுரையைப் புத்தம்புத்துரை யெனவும் வழங்குவர். இஃது அச்சிடப்பட்டுள்ளது.

சு. ஊற்றங்கால் ஆண்டிப்புலவ ரென்பவரால் இயற்றப்பட்ட ஒருரை யுண்டென்று அவரியற்றிய ஆசிரிய நிகண்டின் பாயிரத்தால் தெரியவருகிறது. அது கிடைக்கவில்லை.

ரு. கூழங்கைத் தம்பிரானுரை யென்று ஒருரை யுண்டென்று கேள்வி. அதுவும் கிடைக்கவில்லை.

சா. இராமானுச கவிராயருரை. இது சிவஞான முனிவருடைய மாணாக்கருள் ஒருவராகிய இராமநாதபுரம் சோமசுந்தரம் பிள்ளை யென்பவரிடம் பாடங்கேட்ட இராமநாதபுரம் இராமானுச கவிராய ரென்பவரால் மேற்கூறிய விருத்தியுரையைத் தழுவி விளக்கமாக இயற்றப்பெற்றது. 1845 ஆம் ஆண்டில் அவராலேயே அச்சிடப்பெற்று வழங்குகின்றது.

எ. திருத்தணிகை விசாகப்பெருமாளையர் முதலிய பலரால் அப்பொழுதப்பொழுது காலத்திற்கேற்ப ஆக்கப்பட்ட காண்டிகை உரைகள் பல இக்காலத்து வழங்குகின்றன.

மேற்கூறிய உரைகளுள், சங்கர நமச்சிவாயருரை தனியே எனக்குக் கிடைத்ததும் பிறவும் வருமாறு:

திருவாவடுதுறை யாதீனத்து மஹா வித்துவானும் என்னுடைய ஆசிரியருமாகிய திரிசிரபுரம் ஸ்ரீ மீனாக்ஷிசுந்தரம் பிள்ளை யவர்கள் பூதவுடலை நீத்தபின்பு அவர்களுடைய மாணாக்கர்கள் ஷை ஆதீனத்து கசா-ஆம் பட்டத்து ஞானாசிரியராக விளங்கிய ஸ்ரீ சுப்பிரமணிய தேசிக ரவர்கள்பால் தத்தம் தகுதிக்கேற்ப நூல்களைப் பாடங்கேட்டு வருவாராயினர். அவர்களுள் மேலகரம் ஸ்ரீ சண்பகக் குற்றாலக் கவிராயரவர்களும் யானும் நன்னூல் விருத்தியுரையைப் படிக்க விரும்பியபொழுது ஷை தேசிகரவர்கள், “விருத்தியுரை முதலிற் சங்கர நமச்சிவாயரால் இயற்றப்பட்டிருந்தது; அப்பாற் சிவஞானபோதப் பேருரை (திராவிட மகாபாஷ்யம்) முதலியவற்றில் தம்மால் அமைக்கப்பெற்றுள்ள அரிய வடமொழி தென்மொழிப் பிரயோகங்களை எளிதிற் பிற்காலத்தவர்க்குப் புலப்படுத்த நினைந்து இலக்கணக் கொத்து, தொல்காப்பியச் சூத்திரவிருத்தி, இலக்கணவிளக்கச் சூறாவளி யென்னும் நூல்களிலும் பிறவற்றிலுமுள்ள முக்கியமான சிலவற்றை உரிய இடங்களிற் கூட்டியும் குறைத்தும் மாற்றியும் ஸ்ரீ சிவஞானயோகிகளால் இவ்வுரை செய்யப்பெற்று விருத்தியுரையென வழங்கலாயிற்று; இங்ஙனம் ஒருரைக்குப்பின் கூட்டியும் குறைத்தும் பிற்காலத்தார் விளக்கி எழுதியுள்ள உரைகளை வடமொழியிற் பரக்கக் காணலாம். இலக்கணக்கொத்து முதலிய மூன்றையும் முறையே படித்த பின்பு பாடங்கேட்டால்தான் விருத்தியுரை நன்கு புலப்படும். இங்கே இவ்வுரையைப் பாடங்கேட்கும் முறை இதுவே” என்று அறிவுறுத்தி ஏட்டுப்பிரதி யொன்றை

வருவித்து, "இது சங்கர நமச்சிவாயருரை மட்டுமுள்ள புத்தகம்; இதனையும் வைத்துக்கொண்டு ஒப்புநோக்கி விருத்தியுரை அச்சுப்புத்தகத்தில் இன்ன இன்ன பகுதிகள் சிவஞான யோகிகள் சேர்த்தவையென்று புலப்படும்படி அடையாளஞ் செய்து படியுங்கள்" என்று சொல்லி அப்புத்தகத்தை அளித்தார்கள். பாடங்கேட்டு வருகையில், நாங்கள் அவ்வண்ணமே ஒப்புநோக்கி வந்து, சிவஞானயோகிகள் சேர்த்தவற்றின் முன் 'சி' என்ற அடையாளத்தையும், ஏனைய இடங்களில் 'ச' என்ற அடையாளத்தையும் விருத்தியுரையில் அங்கங்கே செய்தோம்.

பாடஞ்சொல்லுகையில் அவர்கள் சங்கர நமச்சிவாயருடைய உரை நயங்களையும் சிவஞானயோகிகள் அங்கங்கே சேர்த்திருக்கும் பகுதிகளின் இன்றியமையாமையையும் அப்போதப்போது எங்களுக்கு மட்டுமேயன்றி அங்கேவரும் வடமொழி தென்மொழிப் பண்டிதர்களுக்கும் எடுத்துக்கூறி விளங்கச்செய்து இன்புறுத்துவார்கள்.

*ஸ்ரீ மீனாட்சிசுந்தரம் பிள்ளை யவர்கள் இயற்றிய திருவிடைமருதூ ருலாவைப் பற்றிப் பொறாமையால் பல வகையான புரளிகளை அங்கங்கே யுண்டாக்கி அவர்களுக்கும் அவர்களுடைய மாணாக்கர்கள் முதலியவர்களுக்கும் மிகுந்த மனவருத்தத்தை உண்டுபண்ணி அதனாற் பலராலும் அவமதிப்பை யடைந்த இருவர் எப்படியாவது தம் குறைவைத் தீர்த்துக்கொள்ள வேண்டுமென்றெண்ணி அதற்கு உபாயம் பிள்ளை யவர்களுடைய அன்பைப் பெறுவதுதானென்றும் அதனைப் பெறுதற்கு உபாயம் பாடங் கேட்பதாக அவர்களிடம் செல்வதுதா னென்றும் தம்முள் நிச்சயித்துக் கொண்டனர். பிறகு ஒருநாட் காலையிற் கையுறையேந்தி அவர்கள் மிகுந்த வணக்கத்தோடு வர, சாந்த சிரோமணியாகிய பிள்ளையவர்கள் வந்தவர்களுடைய இயல்பை நன்றாக அறிந்திருந்தும் சிறிதும் வருத்தத்தைப் புலப்படுத்தாமல் அங்கீகரித்து மற்ற மாணாக்கர்களோடு சேர்த்து அவர்களுக்குப் பாடஞ்சொல்லி வந்தார்கள். அவ்விருவரும் செய்துள்ள தீங்குகளை யெல்லாம் அப்போது நினைந்து மனம்பொறாதவர்களாகிய மாணவர்களிற் சிலர் இடையிடையே வலிந்து கேள்விகளைக் கேட்டு அவ்விருவரையும் விழிக்கச் செய்து அடிக்கடி வருத்துவாராயினர்; பிள்ளையவர்கள் என்ன சொல்லியும் அவர்கள் கேட்கவில்லை; அதனைக் கவனித்த பிள்ளையவர்கள் ஒருநாள் திடீரென்று தனியே சுப்பிரமணிய தேசிகரவர்களிடம் சென்று அதனை விண்ணப்பித்தார்கள். உடனே தேசிகரவர்கள் பழைய மாணக்கர்களைமட்டும் அழைப்பித்து நன்றாக விசாரித்துப் பல நியாயங்களை எடுத்து மொழிந்ததன்றி, "ஒருவன் தனக்குப் பரம விரோதியாக இருந்தாலும் தன்பால் வருவானாயின் அவனை ஏற்றுக்கொண்டு முன்னையிலும் நன்கு மதித்துப் பாராட்டவேண்டு மென்பது பெரியோருடைய கொள்கை; இதனை அறியாமல் நீங்கள் வழூவி யொழுகுவீர்களாயின் உங்களை மட்டுமன்றி உங்கள் ஆசிரியரையும் உலகம் அவமதிக்கும்; 'இணரெரி தோய்வன்ன வின்னா செயினும், புணரின் வெகுளாமை நன்று' என்னும் திருக்குறளை அறியீர்களோ? அதற்குச் சங்கர நமச்சிவாய ரெழுதிய அருமையான உரையை நோக்குங்கள்" என்று கூறி உடனே விருத்தியுரையில் அந்தப் பகுதியை (சூ. ௩௬௦ - உரை) வாசிக்கச் செய்து இடையிடையே வேண்டியவற்றையுஞ் சொல்லி விளங்கச் செய்தார்கள்; மாணாக்கர்கள் அவர்களுடைய முகமதியி னின்றும் தோன்றிய வசனாமுதத்தை அருந்தி மிகுந்த சாந்தமுற்றுச் சென்று அவ்விருவரோடும்

* ஸ்ரீ மீனாக்ஷிசுந்தரம் பிள்ளை யவர்கள் சரித்திரம், இரண்டாம் பாகம் பக். 129–30 பார்க்க.

நட்புற்று மனங்கலந்து ஒழுகுவாராயினர். இதனைப் பார்த்துக்கொண்டேயிருந்த பிள்ளையவர்கள், ஸ்ரீ சுப்பிரமணிய தேசிகரவர்களுக்கிருந்த ஒப்புயர்வற்ற கல்விப்பெருமை முதலியவற்றை எண்ணி வியந்து மகிழ்ந்து மனமுருகினார்கள்.

அச்சிடப்பெற்று வழங்கும் நன்னூல் விருத்தியுரையில் இன்ன இன்ன பகுதி இன்னார் இன்னா ரியற்றியதென்று விளங்காமையாலும் ஒருவரியற்றியவை மற்றொருவரா லியற்றப்பட்டனவாகத் தடுமாறுதல்களை அடையவுங்கூடு மாதலாலும் முதலாவதாகிய சங்கர நமச்சிவாயருரை தனியே பதிப்பிக்கப்படுமாயின், அவருடைய ஆற்றல் தனியே நன்கு விளங்கு மென்று அக்காலத்தில் சுப்பிரமணிய தேசிகரவர்கள் சொன்னதுண்டு. அதனால் இவ்வுரையைத் தனியே பதிப்பிக்கத் துணிந்தேன். இந்நூற் பதிப்புக்கு மேற்கூறிய ஏட்டுப்பிரதியும் பின்பு கிடைத்த சுவடிகளும் திருநெல்வேலி ஹிந்து காலேஜில் தமிழ்ப் பண்டிதராக இருந்து காலஞ்சென்ற ஸ்ரீ சுவர்ணம் பிள்ளை யவர்களாற் கிடைத்த ஆழ்வார் திருநகரி, அரங்கநாத கவிராயருடைய ஏட்டுப் பிரதியும் உதவியாக இருந்தன. மற்றப் பிரதிகளில் முதல் ஏடு இல்லை; ஆழ்வார் திருநகரி பிரதியில் மட்டும் இருந்தது. இதைப்பற்றிய மற்றச் செய்திகள் முதற் பதிப்பின் முகவுரையால் விளங்கும்.

விளங்கா மேற்கோளாகராதி, அரும்பத முதலியவற்றின் அகராதி என்பவை இப் புத்தகத்தி னிறுதியில் முறையே சேர்க்கப்பட்டிருக்கின்றன. முதற் பதிப்பில் காட்டப்பட்ட விளங்கா மேற்கோள்களிற் சில பின்பு நாளடைவில் விளங்கின. இப்பதிப்பிலும் அப்பால் விளங்கிய சிலவற்றிற்கு இடமும் வேறு சிலவற்றிற்குப் பிற உரையாசிரியர்களால் எடுத்தாளப்பட்ட இடமும் ஷ அகராதியில் காட்டப் பட்டுள்ளன. அரும்பத முதலியவற்றின் அகராதியில் மூலத்திலும் உரையிலும் காணப்படும் அரும்பதங்களும் அருந்தொடர் மொழிகளும் அரியவிஷயங்களும் பிறவும் தொகுக்கப்பெற்றுள்ளன, விரிவஞ்சி எல்லாச் சொற்களுக்கும் அதிற் பொருளெழுதவில்லை. இந்தப் புத்தகத்தைக் கொண்டு வேறு நூல்களையும் அவற்றைக் கொண்டு இதனையும் ஆராய்ந்து உண்மை காணுவதற்கு இவ்வகராதி கருவியாயிருக்கு மென்பது என்கருத்து; உரையிலும் மேற்கோள்களிலும் சிலபகுதிகள் திருத்தப்பட வேண்டிய நிலைமையி லிருந்தும் உரையாசிரியர் காலத்து வழங்கிய வண்ணம் புலப்பட வேண்டு மென்பதற்காகவே அவை திருத்தப்படவில்லை. சில மேற்கோள்களை வசனமென்றாவது செய்யுளென்றாவது நிச்சயிக்கக் கூடவில்லை; அவை நாளடைவில் விளங்கலாமென் றெண்ணுகிறேன்.

முதற் பதிப்பைக் காட்டிலும் இப்பதிப்பில் அமைந்த திருத்தங்களும் சேர்த்த விஷயங்களும் பல. பிரதி பேதங்களும் உரையிலுள்ள மேற்கோள்களுள் இடம் விளங்கியவையும் முதற் பதிப்பில் தனியே பதிப்பிக்கப்பெற்ற குறிப்புரைகளும் இப்பதிப்பின் அவ்வப் பக்கங்களில் உரிய இடங்களில் அடிக்குறிப்புக்களாகவே சேர்க்கப்பட்டுள்ளன. அக்குறிப்புகளில் இவ்வுரையாசிரியரால் மறுக்கப்பட்டுள்ள பகுதிகள் இன்ன இன்ன ஆசிரியர்களுடைய கொள்கைகள் என்பதை அறிவித்தும், உதாரணமாகக் காட்டப்பட்டுள்ளவற்றுள் மேற்கூறிய அகராதியில் பொரு ளெழுதப்படாத கடினமான சொற்களுக்குப் பொருளெழுதியும் அரியவற்றிற்குப் பிரயோகங் காட்டியும் உள்ளேன். படிப்பவர்களுடைய அனுகூலத்தை எண்ணி இப்பதிப்பின் மூலமும் உரையும் பெரிய எழுத்திற் பதிப்பிக்கப்பெற்றன.

இந்நூலின் முதற்பதிப்பு நிறைவேறுதற்கு முன்பு மதுரைத் தமிழ்ச் சங்கத்தின் ஆதரவில் பல அன்பர்கள் ஒரு மகாஸபை கூட்டி எனக்கு ஒரு கிழி அளித்ததும்,

இப்பதிப்பு வெளியாவதற்கு முன்பு தமிழ் வழங்கும் பல இடங்களிலும் சென்னையிலும் உள்ள அன்பர்கள் எனது எண்பதாம் பிராய நிறைவைக் கருதிப் பலவகையிற் பாராட்டி நிதியளித்ததும் சங்கர நமச்சிவாயரின் பெருமையையும் தமிழ்த் தாயின் திருவருளையும் எனக்கு நினைப்பூட்டி மகிழ்வுறச் செய்து ஊக்கத்தை யளிக்கின்றன.

வழக்கம்போலவே இப்பதிப்பிற்கும் உடனிருந்து ஆராய்தல் முதலிய உதவிகள் புரிந்த மெய்யன்பர்களுக் கெல்லாம் என் மனமார்ந்த நன்றியைச் செலுத்துகின்றேன்.

என்னுடைய தளர்ச்சி முதலிய காரணங்களால் இப்பதிப்பிற் தவறுகள் நேர்ந்திருத்தல்கூடும்; அவற்றைப் பொறுத்துக்கொள்ளும்படி அறிஞர்களை வேண்டுகிறேன்.

இங்ஙனம்,
வே. சாமிநாதையர்

"தியாகராஜ விலாஸம்"
திருவேட்டீசுவரன் பேட்டை
4-4-35

உ
கணபதி துணை

தமிழ்நெறி விளக்கம்
பொருளியல்
(பழைய உரையுடன்)

பதிப்பாசிரியர்:
மகாமகோபாத்தியாய தாக்ஷிணாத்யகலாநிதி
டாக்டர் உ.வே. சாமிநாதையர்

சென்னை லா ஜர்னல் அச்சுக்கூடம்
மயிலாப்பூர்.

தாது ஞு பங்குனி மீ

1937

All Rights Reserved]

 [விலை எட்டு அணா

கணபதி துணை

தமிழ்நெறி விளக்கம்

பொருளியல்

(பழைய உரையுடன்)

பதிப்பாசிரியர்:

மகாமகோபாத்தியாய தாக்ஷிணாத்யகலாநிதி

டாக்டர் உ. வே. சாமிநாதையர்

சென்னை லா ஜர்னல் அச்சுக்கூடம், மயிலாப்பூர்.

தாது ௵ பங்குனி மீ

1937

All Rights Reserved]

 [விலை எட்டு அணா

முகவுரை

தமிழ்நெறி விளக்க மென்பது, தமிழினது ஒழுகலாற்றை விளக்கும் விளக்குப்போன்ற நூலென்னும் பொருளுடையது. இஃது அகப்பொருள் விளக்கம், இலக்கண விளக்கம், தொன்னூல் விளக்க மென்னும் இலக்கண நூற்பெயர்களையும், உண்மை விளக்கம், நீதிநெறி விளக்க மென்னும் இலக்கிய நூற்பெயர்களையும் போன்றது. தமிழென்றது பல பகுதியாகிய தமிழ்நூற் பரப்பை. நெறியென்றது புலநெறி வழக்கினை. அலங்காரத்தில் நெறியென்பது செய்யுளின் நடையைக் குறித்து நிற்றல் காண்க. இலக்கியங் கண்டதற்கு இலக்கணம் இயம்புவது மரபாதலின் நல்லிசைப் புலவரும் பிறரும் இலக்கியங்களில் அமைத்துக்காட்டியவற்றையும், இலக்கணங்களில் விதித்துக்காட்டியவற்றையும் ஆராய்ந்து அவர்களுடைய தமிழ் நூல்களின் நெறி இத்தகைய தென்பதை விளக்குவது இந்நூல்.

இறையனா ரகப்பொரு ளுரையாசிரியர் அந்நூல் நுதலியது இன்னதெனக் கூறுமிடத்து,

> இந்நூல் எண்ணுதலிற்றோ வெனின் தமிழ்நுதலிய தென்பது

என்றும், பிறிதோரிடத்தில்,

> தமிழ்தான் நான்கு வகைப்படும்,
> எழுத்தும் சொல்லும் பொருளும் யாப்புமென

என்றும் அமைக்கின்றார். இவ்விடங்களில் தமிழென்பதற்கு அவர் தமிழிலக்கண மென்ற பொருள் கொண்டாரென்று தோற்றுதலின், தமிழ் இலக்கண நெறியை விளக்குவ தென்னும் பொருளும் இந்நூற்பெயருக்குப் பொருத்தமுடையதாகும்.

> *தமிழியல் வழக்கமெனத் தன்னன்பு மிகைபெருகிய
> களவெனப் படுவது கந்தருவ மணமே

என்னும் அவிநயச் சூத்திரமும்,

> தமிழ்நெறி வழக்க மன்ன தனிச்சிலை வழக்கு (களங்காண். 61)

என்னும் கம்பர் வாக்கும் தமிழ் இலக்கண வழக்கைச் சிறப்பிக்கின்றன. 'தமிழியல் வழக்கம்', 'தமிழ்நெறி வழக்கம்' என்ற தொடர்மொழிகளுக்கும் இந்நூற் பெயருக்கும் பொருளொப்புமை யிருத்தல் காண்க.

இந்நூல் தமிழிலக்கணப் பகுதி யனைத்தையும் உடையதாகத் தோற்றுகின்றது. இதன் முதற்சூத்திர உரையில்,

---

* யா. வி. சூ. 96, மேற்.

நிறுத்த முறையானே பொருளிலக்கணம் ஆமாறு
உணர்த்துதல் நுதலிற்று

என்று காணப்படும் வாக்கியமும், தமிழ்நெறி விளக்கம் பொருளிய லென்ற அதிகாரப் பெயரும் இதற்குமுன் எழுத்தியலும் மொழியியலுமாகிய இரண்டு பிரிவுகள் உண்டென்பதைப் புலப்படுத்துகின்றன. பொருளியலிற்குப் பின்பு யாப்பிய லொன்றும் இருந்ததென்று கருத இடமுண்டு.

இப்பொருளியலும் அகம், புறம், அகப்புற மென்னும் மூன்று பிரிவாக இருத்தல் வேண்டும். இக்கருத்தை முதற் சூத்திரம் தோற்றச் செய்கின்றது. பொருளிய லென்ற பொதுப்பெயரே இதன்கண் அகப்பொருள், புறப்பொரு ளென்னும் இரண்டு பகுதியேனும் இருக்கவேண்டுமென்று நினைக்க ஆதாரமாகின்றது. இப்பொழுது இந்நூலிற் கிடைப்பவை அகப்பொருளைப் பற்றிக் கூறும் பகுதியாகிய 25 சூத்திரங்களே. அவற்றுள்ளும், 25ஆது சூத்திர உரையின் பிற்பகுதி கிடைக்க வில்லை. இவ்விருபத்தைந்து சூத்திரங்களில் இந்நூலாசிரியர் வகுத்துக் கொண்ட அகப்பொரு ளிலக்கணம் முடிவுறுகின்றது.

தமிழிலக்கணங்களில் தொல்காப்பியம், அவிநயம், வீரசோழியம், இலக்கண விளக்கம், தொன்னூல் விளக்க மென்பன எழுத்து முதலிய இலக்கணப் பகுதிக ளனைத்தையும் பற்றிக் கூறுவன. அவற்றின் வரிசையிலே ஒன்றாக இந்நூலும் சேர்த்து எண்ணத் தகுவது. இந்நூலை இயற்றிய ஆசிரியரின் பெயரும் வரலாறும் அறியக்கூடவில்லை.

தமிழிலக்கணத்தின் ஒவ்வொரு பகுதியும் நாளடைவில் விரிவடையவே ஒவ்வொரு பகுதியிலும் பல நூல்கள் உண்டாயின. இப்பொழுது அறியப்படும் இலக்கண நூல்களுள் மிகப் பழையதாகிய அகத்தியம் முத்தமிழுக்கும் இலக்கணம் வகுத்தது. அவற்றில் ஒன்றாகிய இயற்றமிழுக்குத் தொல்காப்பியம் முதலியன இலக்கணம் வகுத்தன. தொல்காப்பியத்திலுள்ள எழுத்து, சொல் என்னும் இரண்டையும் தனியே விரித்துக் கூறும் நூல்கள் சில பிற்காலத்தில் உண்டாயின. பொருளதிகாரத்திற் கண்ட இலக்கணங்கள் அகப்பொருள், புறப்பொருள், யாப்பு, அணி, பாட்டிய லெனத் தனித்தனியாக விரிந்து பல நூல்களிற் சொல்லப்பட்டன. யாப்பிலக்கண நூல்கள் எவ்வளவோ இருந்தன வென்பதை யாப்பருங்கல விருத்தி யுரையால் உணரலாம். அகப்பொரு ளிலக்கண நூல்களும் பல இருந்தன. இப்பொழுது இறையனா ரகப்பொருள், நாற்கவிராச நம்பி இயற்றிய அகப்பொருள் விளக்கம், களவியற் காரிகை யென்னும் புனைபெயரை யுடையதொரு நூல், மாறனகப்பொரு ளென்பன நமக்குக் கிடைப்பவை. தொல்காப்பிய உரைகள், இறையனா ரகப்பொருளுரை, யாப்பருங்கல விருத்தியுரை, வீரசோழிய உரை முதலியவற்றில் மேற்கோளாக எடுத்தாளப்படும் சில சூத்திரங்களும் வெண்பாக்களும் வேறு பல அகப்பொருளிலக்கண நூல்களின் பகுதிகளென்றே நினைக்கத்தகும்.

திருச்சிற்றம்பலக் கோவையா ருரையில், பேராசிரியர் அந்நூலுக்கேற்பக் காட்டும் சூத்திரங்கள் ஓர் அகப்பொரு ளிலக்கண நூலிலுள்ளனவோ, அன்றி அவராக அமைத்துக்கொண்ட உரைச் சூத்திரங்களோ இன்னவென்று துணிய முடியவில்லை.

இங்ஙனம் அமைந்த நூல்கள் ஒன்றற்கொன்று பலவகை வேறுபாடுகள் உடையனவாக இருக்கும். இத் தமிழ்நெறி விளக்கத்தின் அகப்பொருட் பகுதிக்கும்

வேறு அகப்பொரு ளிலக்கண நூல்களுக்கும் வேறுபாடுகள் பல உண்டு. இந்நூல் களவுக்குமுன் கைக்கிளையைக் கூறவில்லை. களவின் பகுதியாகப் பெரும்பாலோரால் அமைக்கப்படும் அறத்தொடுநிலை, உடன்போக்கு என்னும் இரண்டையும் இந்நூல் கற்பினுள் அமைக்கின்றது. தொல்காப்பியத்தில் கூற்றிற்குரியவருள் ஒருவராகச் சொல்லப்படாத, தலைவனுடைய நற்றாயின் கூற்றொன்று இதிற் காணப்படுகிறது. அங்கங்கே அருகிக் காணப்படும் சில துறைகளுக்கு இதில் இலக்கணமும் இலக்கியமும் உள்ளன (மேற். 41, 96, 108).

இந்நூலாசிரியர் பொருளியலை அகம், புறம், அகப்புற மென மூன்றாகப் பகுத்துக் கூறி, பின் அகப்பொருளின் வகையாகிய முதல் கரு உரி யென்னும் மூன்றை உணர்த்துகின்றார். கருப்பொருளின் வகையாகச் சூத்திரத்திற் கூறப்படுவன தெய்வம், மானிடம், தொழில், உணவு, இசை, விலங்கு என்பன. ஏனையவை 'பிறவும்' என்பதனாற் கொள்ளக்கிடக்கின்றன. தெய்வக் கருப்பொருள் கூறும்பொழுது பாலைக்கு இரவியை அமைக்கின்றார்;

> ஞாயிற்றைத் தெய்வமாக்கி அவனிற் றோன்றிய
> மழையினையும் காற்றினையும் அத்தெய்வப் பகுதியாக்கிக் கூறுப
> (தொல். அகத். 5, ந.)

என நச்சினார்க்கினியர் சுட்டும் ஆசிரியருள் இவரும் ஒருவரென்றே கொள்ளத்தகும். இறையனா ரகப்பொருள் உரையாசிரியரும், தக்கயாகப் பரணி யுரையாசிரியரும் இத்தகைய ஒருசாரார் கொள்கையை எடுத்துக் கூறுவர்.

களவைப்பற்றிக் கூறப்புகுந்த ஆசிரியர் அது கந்தருவ மணத்தோ டொப்ப தென்பர். இயற்கைப் புணர்ச்சி, பாங்கற் கூட்டம், தோழியற் கூட்டத்துப் பகற்குறி, இரவுக்குறி, வரைவு கடாதல், உடன்போக்கு வலித்த லென்னும் *ஆறு பிரிவாகக் களவொழுக்கம் பகுக்கப்படுகின்றது. அவற்றுள் இயற்கைப் புணர்ச்சி தன்னய முணர்த்தல் முதல் ஆற்றினன் பெயர்த லீறாகிய ஏழு துறைகளையும், பாங்கற் கூட்டம் வினாதல் முதல் பழவரை விடுத்த லீறாகிய பன்னிரண்டு துறைகளையும், பகற்குறி பாங்குணர்வு முதல் பாங்கி கொண்டிகத்த லீறாகிய முப்பத்திரண்டு துறைகளையும், இரவுக்குறி காதன்மிகவின் வாய்விடுகிளவி முதல் நோத லீறாகிய பதினைந்து துறைகளையும், வரைவுகடாதல் வருநெறி நினைதல் முதல் அறிந்தேனென்ற லீறாகிய எட்டும் பிறவுமாகிய துறைகளையும், உடன்போக்கு வலித்தல் அலர் பெரிதென்றல் முதல் விரும்பினன் நேர்ந்த பாவக்கிளவி யீறாகிய ஏழு துறைகளையும் உடையன.

கற்பொழுக்கம் அறத்தொடுநிலை, உடன் செலவு, சேயிடைப் பிரிவு, ஆயிடைப் பிரிவென்னும் நான்கு பிரிவுகளை உடையது. அவற்றுள் அறத்தொடுநிலை தலைவி தோழிக்கு அறத்தொடுநிற்றல் முதல் இளையோற் கெதிர்த லீறாகிய பதினேழு துறைகளையும், உடன்செலவு கையடை முதல் தலைமகன் மொழி யீறாகிய பதினைந்தும் பிறவுமாகிய துறைகளையும், சேயிடைப் பிரிவு, பிரிவுவகை யுணர்த்தல் முதல் வருவோன் கூற்றீறாகிய பதினான்கு துறைகளையும், ஆயிடைப் பிரிவு வாயின்மறுத்தல் முதல் செவிலி கூற்றீறாகிய எட்டும் பிறவுமாகிய துறைகளையும் உடையன.

---

* களவியற்காரிகை யாசிரியரும் இந்நூலைப் பின்பற்றிக் களவை ஆறாகப் பிரித்தார்; "தெய்வப் புணர்ச்சி[யும் பாங்கனிற் கூட்டஞ்] செவிலிதருந், தையற் புணர்ச்சி பகற்குறி தானு மிரவினிற்சார்ந், துய்தற் குறியும் வரைவுகடாவுடன் போக்குணர்வு,.... [களவொ] முக் காமென்பரே" (22).

இத்துறைகளிற் சில, உரையில் இரண்டு முதற் பல துறைகளாக விரிக்கப் படுகின்றன. ஒவ்வொரு துறைக்கும் காட்டப்பட்டுள்ள உதாரணங்களுள் குறுந்தொகை, ஐங்குறுநூறு, சிற்றட்டகம் என்னும் நூல்களிலுள்ள செய்யுட்களும் வேறு பல செய்யுட்களும் காணப்படுகின்றன.

இந்நூலையும் உரையையும் பார்க்கையில் இரண்டும் ஓராசிரியராலேயே இயற்றப்பட்டன வென்று தோற்றுகின்றது. களவியற் காரிகை யுரையாசிரியர்,

> "தமிழ்நெறி விளக்கத்திற் பொருளிய லுடையாரும் களவொழுக்கம் ஆறு வகைப்படு மென்றார். அவை யறிவித்தலைக் கருதிற்று . . . . . . தெய்வப் புணர்ச்சியும் பாங்கற் கூட்டமும் தோழியாலாகிய கூட்டத்துப் பகற்குறியும் இரவுக்குறியும் வரைவுகடாதலும் உடன்போக்கு வலித்தலுமென. . . . ."

என்று இந்நூலை மேற்கோள் காட்டுகின்றனர். இங்ஙனமே "முக்கட்கூட்டம்" (உக) என்ற சூத்திரத்தின் மூலமும் உரையும் இதிலுள்ளபடியே மேற்கோளாக அவராற் காட்டப்பட்டுள்ளன. குறள், கற்பியல், அவதாரிகையில் பரிமேழகர்,

> "வரைந்தெய்திய பின் தலைமகன் அறம் பொரு ளின்பங்களின் பொருட்டுச் சேயிடையினும் ஆயிடையினும் தலைமகளைப் பிரிந்து செல்லும்"

என்றெழுதும் பகுதியில் சேயிடைப் பிரிவு, ஆயிடைப் பிரிவு என இந்நூலுட் குறிக்கப்பெறுவன காணப்படுகின்றன. இவற்றால் இவ்விரண்டு உரை யாசிரியர்களுக்கும் முற்பட்ட காலத்தினர் இந்நூலாசிரிய ரென்று கொள்ளலாகும்.

இலக்கண நூல்களில் தொல்லாசிரியர் கருத்துக்களைத் தாம் மேற்கொண்டதைப் புலப்படுத்தும் பொருட்டு அந்நூல்களின் ஆசிரியர்கள், 'என்ப', 'என்மனார்' என்பன போன்ற சொற்களை அமைப்பது மரபு. என்மனா ரென்பதைச் சூத்திரத்தின் இறுதியில் அமைக்கும் வழக்கம் இந்நூலி லன்றிப் பிற நூல்களிற் காணப்படவில்லை (சூ. 13, 19, 22). குறிஞ்சியைக் குறுஞ்சி யென்றும் (சூ. 3), மகிணனை மகுணனென்றும் (சூ. 8) இந்நூல் குறிக்கின்றது. குரிசில் குருசிலென்றும், பரிதி பருதி யென்றும் வழங்குதல் இங்கே நினைத்தற்குரியது.

கற்பொழுக்கத்தைப் பற்றிக் கூறும் சூத்திரத்திலுள்ள "முக்கட்கூட்டம்" என்பது இன்னதென்று இப்பொழுது விளங்கவில்லை; அதன் உரையில், 'முக்கட் கூட்டமுடைய கற்பு' என்ற பகுதி காணப்படுகின்றது.

> . . . . .கூட்டக் கூடல்
> எவ்விடத் தானும் களவிற் கில்லை (இறை. 4)

என்ற சூத்திரமும்,

> "அல்லதூஉம், பிறரும் மக்கட்கூட்டம் களவிற்கில்லை யென்றமையான் மக்கட்கூட்டம் கற்பிற்குண்டென்பது பெறப்பட்டதென்று விரித்துரைத்தா ராகலானு மென்க" (யா. வி. 22, உரை.)

என்பதும் அப்பகுதி மக்கட்கூட்டம் என்று இருத்தல் கூடுமென்று ஊகிக்கச் செய்கின்றன. ஆயினும், இச்சூத்திரத்தையும் உரையையும் அப்படியே எடுத்து மேற்கோள் காட்டும் களவியற் காரிகை யுரையில் முக்கட் கூட்டமென்ற தொடரே இருக்கின்றது. சூத்திரத்தை மட்டும் நோக்குகையில் முக்கட்கூட்ட மென்பதற்கு அறத்தொடு நிலை யென்னும் பொருள் கொள்ளக் கிடக்கின்றது. அங்ஙனமாயின்

யாப்பருங்கல விருத்தி யாசிரியர் காட்டும் மேற்கோளில் முக்கட்கூட்ட மென்பதே ஏற்ற பாடமாதல் வேண்டும். இந்த ஐயமும் வேறு பிறவும் நாளடைவில் தெளிவாகு மென்று எண்ணுகிறேன்.

இந் நூலுரையி லுள்ள உதாரணச் செய்யுட்களில் இடம் விளங்காத 172 செய்யுட்களுக்குத் தனியெண்கள் கொடுக்கப்பட்டுள்ளன. அவற்றிற் பல செய்யுட்கள் *களவியற் காரிகை யுரையில் 'பொருளியல்' என்னும் பெயருடன் காட்டப்பட் டுள்ளன. அவ்வுரையாசிரியர் இந்நூற் சூத்திரத்தையும், உரையையும், மேற்கோளையும் பொருளிய லென்றே குறித்தலை நோக்கும் பொழுது இம்மூன்றையும் ஒருவரே இயற்றியிருத்தல் கூடுமென்ற கருத்து உண்டாகின்றது. உதாரணச் செய்யுளிற் சில தொல்காப்பிய உரை, நம்பியகப்பொருளுரை, யாப்பருங்கல விருத்தியுரை முதலியவற்றில் வந்துள்ளன. பல உரைகளில் மேற்கோளாகக் காட்டப்பெறும் "பூத்தவேங்கை" என்னும் செய்யுளும், "ஏவலிளையர் தாய் வயிறு கரிப்ப" என்பதும் இதில் உதாரணங்களாக வந்துள்ளன.

இவ்வுதாரணச் செய்யுட்கள் இலக்கண அமைதியைக் காட்டுதற் கெனவே இயற்றப்பட்டன போலச் சில அடிகளால் இயன்றுள்ளன. பல வடிகளால் இயன்ற அகநானூறு முதலிய நூற் செய்யுட்களை இவ்வுரையாசிரியர் உதாரணமாகக் காட்டவில்லை. அகப்பொரு ளிலக்கண வமைதியைத் தெரிவிக்கச் சில அடிகளையுடைய செய்யுட்களே போதியன வென்பது இவர் கருத்துப் போலும். சங்கமருவிய நூல்களிலுள்ள சொல்லும் பொருளும் உதாரணச் செய்யுட்களிற் பலவிடங்களில் எடுத்தாளப்பட்டுள்ளன.

இச் செய்யுட்களில் வழுத்தூ ரென்பதோர் ஊரின் பெயரும், அதிலிருந்த **மதிதர** ரென்பவர் சிறப்பும் காணப்படுகின்றன.

உடையை வாழி நெஞ்சே யிடைகொண்
டமுங்க லோம்புமதி தழங்கொலி மிகுநீர்
வழுத்தூர் காக்கும் புணையின்
விழுத்துணை சான்ற மிகுபெருங் கிளையே. (6)

தூய்மை சான்ற தொல்குடித் தோன்றிய
வாய்மை நாவின் மதிதரன் போல
உயர்தவ முனிவர் சாரப்
பெயரா நிலையதிப் பிறங்குபெரு மலையே. (32)

தந்துநீ யளித்த தண்டழை காண்டலும்
வந்தன ளெதிர்ந்த மடந்தை நெஞ்சம்
மண்மிசை விளங்கிய வழுத்தூர் மதிதரன்
நுண்ணியற் பனுவ னுழைபொரு ணுனித்த
வாய்மொழி யமிர்த மடுத்தவர் மனமென
ஆனிலை பெற்றன்றி யானறிந் திலனே. (52)

வழுத்தூ ரென்னும் பெயருடைய ஊரொன்று தஞ்சை ஜில்லாவில் ஐயம்பேட்டைக்கு வடக்கே குடமுருட்டி யாற்றின் தென்கரையில் உள்ளது. இவ்வழுத்தூர் அதுவே

---

* களவியற் காரிகை யுரையில், பொருளிய லென்னும் பெயரோடு காணப்படும், "நிலவென", "பேதை வாழிய", "நல்லோண் மெல்லடி" என்னும் முதற்குறிப்பை யுடைய செய்யுட்கள் இதிற் காணப்படவில்லை. இந்நூன் மேற்கோட் செய்யுட்களில் 51, 53, 99, 112ஆம் எண்ணுள்ளவைகளும் ஷ நூலில் மேற்கோளாக வந்துள்ளன.

போலும். 'வழுத்தூர் காக்கும் புணையின்' என்றது வெள்ளம் பெருகிய காலத்தில் அவ்வூரினர் ஓடத்திலேறிக் கரைசேர்ந்தனரென நினைக்க இடந்தருகின்றது. அன்றிப் புணை யென்பது பிறருக்குப் பற்றுக்கோடாகிய ஒரு தலைவனைக் குறிப்பாற் சுட்டியதாகக் கொள்ளலும் ஆம்; "கள்வனுங் கடவனும் புணைவனுந் தானே" (குறுந். ௩௧அ). வழுத்தூரில் 'அரண்மனை மேடு' என்றதோரிடம் இருக்கிற தென்பர். அங்கே ஓர் அரண்மனை யிருந்ததென்றும் அவ்வரண்மனையில் ஓரதிகாரியோ சிற்றரசனோ வாழ்ந்திருந்தன னென்றும் கூறுவர்.

வழுத்தூரில் வாழ்ந்திருந்த மதிதர ரென்பார் நற்குடியிற் றோன்றியவர்; வாய்மை தவறா மாண்பினர்; தவவொழுக்கினர்; பல நூலாராய்ச்சி யுடையவர்; நல்லுபதேசம் புரிபவர். இவை மேற்கண்ட செய்யுட்களால் அறியப்படுவன. இச் செய்யுட்களை இயற்றிய ஆசிரியருக்கு அவர் ஆசிரியராக இருத்தலுங் கூடும். 'நுண் இயற் பனுவல் நுழைபொருள் நுனித்த' என்பது நுண்ணிய இலக்கண நூல்களின் அரிய பொருள்களை ஆராய்ந்தவென்று பொருள்பட்டு, அம் மதிதரர், இலக்கண நூல்களிற் சிறந்த ஆராய்ச்சி யுடையவ ரென்பதைப் புலப்படுத்தும். மதிதர ரென்பது சிவபெருமான் திருநாமங்களில் ஒன்றாதலின் அவரும் அவரைச் சார்ந்து பயின்ற இவ்வுதாரணச் செய்யுட்களை இயற்றியவரும் சிவபக்திச் செல்வர்க ளென்று கொள்ளலாம்.

இந்நூலின் ஏட்டுப் பிரதியொன்று பல வருஷங்களுக்கு முன், பவானி போர்டு ஹைஸ்கூல் தமிழ்ப் பண்டிதர் ம-ா-ா-ஸ்ரீ குமாரசாமிப் பிள்ளை யவர்களிடமிருந்து கிடைத்தது. இதன் முற்பகுதியும் பிற்பகுதியும் கிடைக்குமோ வென்று பல இடங்களுக்குச் சென்று தேடியும் கிடைக்கவில்லை. இருக்கும் பகுதியும் பயன்படாமற் போகுமே யென்றஞ்சி இந்த அளவிலேயே இதனை வெளியிட எண்ணிச் சென்ற ஆவணியில் பதிப்பிக்கத் தொடங்கினேன். "தள்ளாப் பொருளியல்பிற் றண்டமிழ்" (பரிபாடல்) என்று நல்லிசைப் புலவரால் தள்ளத் தகாததாகச் சிறப்பிக்கப்பெறும் அகப்பொருட் பகுதியேனும் தமிழ்நாட்டில் அழியாது இருந்தது குறித்துத் திருவருளைச் சிந்திக்கின்றேன்.

இதனைத் தம் பத்திரிகையில் வெளியிட்ட கலைமகள் அதிபர் ம-ா-ா-ஸ்ரீ ரா. நாராயணசாமி ஐயரவர்களுடைய பேரன்பை என்றும் மறவேன்.

இந்நூலை ஆராயும்போதும் பதிப்பிக்கும்போதும் உடனிருந்து உதவி செய்தவர்கள், சென்னைக் கிறிஸ்டியன் காலேஜ் தமிழ்ப் பண்டிதர் சிரஞ்சீவி வித்துவான் வி.மு. சுப்பிரமணிய ஐயரும், சிரஞ்சீவி வித்துவான் கி.வா. ஜகந்நாதையரும் ஆவர்.

இங்ஙனம்,
வே. சாமிநாதையர்

"தியாகராஜ விலாஸம்"
திருவேட்டீசுவரன் பேட்டை
13-3-37

சு. தலபுராணங்கள்

1.	திருக்குடந்தைப் புராணம்	425 - 426
2.	திருப்பெருந்துறைப் புராணம்	427 - 445
3.	வீரவனப் புராணம்	447 - 450
4.	சூரைமாநகர்ப் புராணம்	451 - 454
5.	திருவாரூர்த் தியாகராச லீலை	455 - 466
6.	திருவாலவாயுடையார் திருவிளையாடற் புராணம்	467 - 485
7.	தனியூர்ப் புராணம்	487 - 490
8.	மண்ணிப்படிக்கரைப் புராணம்	491 - 494
9.	திருக்காளத்திப் புராணம்	495 - 503
10.	விளத்தொட்டிப் புராணம்	505 - 511
11.	ஆற்றூர்ப் புராணம்	513 - 522
12.	தணிகாசலப் புராணம்	523 - 530
13.	வில்லைப் புராணம்	531 - 539

உ
சிவமயம்
திருச்சிற்றம்பலம்

திருக்குடந்தைப் புராணம்*

திருக்கைலாசபரம்பரை
நிகமாகம சித்தாந்த சைவசமயச்சாரிய பீடமாய் விளங்காநின்ற
திருவாவடுதுறை ஆதீனவித்வான்
திரிசிரபுரம்
மீனாட்சிசுந்தரம்பிள்ளையவர்களாற்
செய்யப்பட்டது.
இஃது ஷை ஆதீனத்து
ஸ்ரீலஸ்ரீ. சுப்பிரமணியதேசிககவாமிகள்
கட்டளையிட்டருளியபடி
கும்பகோணம் பேட்டைத்தெருவிலும்
மகாதளம்பேட்டைத் தெருவிலும் வசிக்கும்
சைவர்கள் பொருளுதவியால்
ஷை கும்பகோணம்காலேஜ்
தமிழ்ப்பண்டிதர்
சாமிநாத ஐயராலும்
திரிசிரபுரம்
சி. தியாகராஜசெட்டியாராலும்
சென்னை
மிமோரியல் அச்சுக்கூடத்திற்
பதிப்பிக்கப்பட்டது.
ஷை கும்பகோணம் இராமலிங்கதேசிகரால்
நிறைவேறினது.

சுபாநு ௵ ஆனி மீ

[1883]

* முகவுரை இல்லை

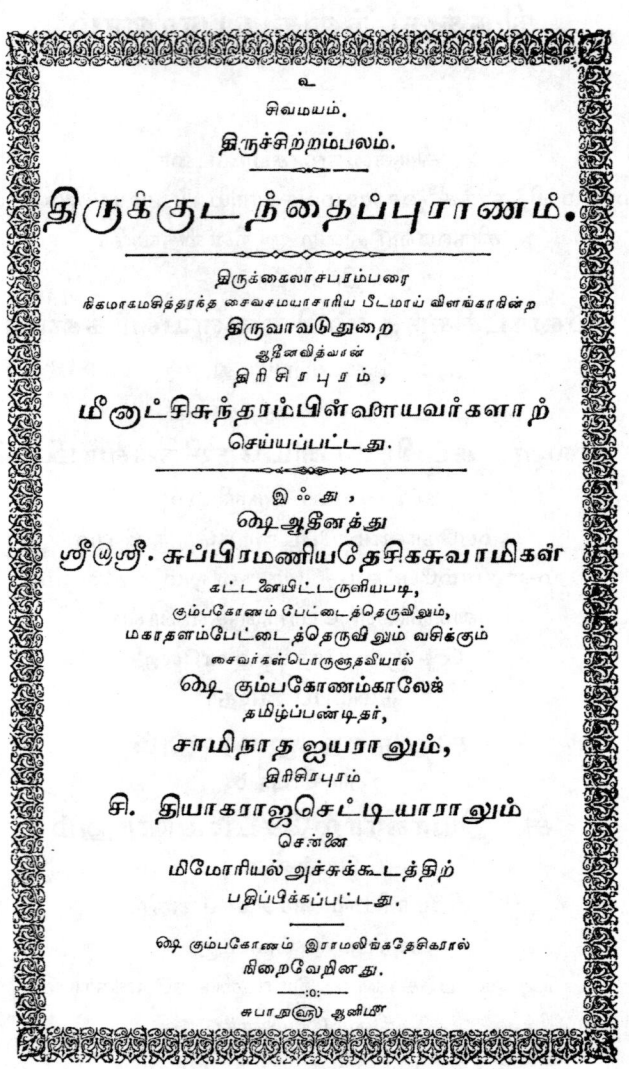

உ

சிவமயம்.

திருச்சிற்றம்பலம்.

திருக்குடந்தைப்புராணம்.

திருக்கைலாசபரம்பரை

நிகமாகமசித்தாந்த சைவசமயாசாரிய பீடமாய் விளங்காநின்ற

திருவாவடுதுறை

ஆதீனவித்வான்

திரிசிரபுரம்,

மீனாட்சிசுந்தரம்பிள்ளையவர்களாற்

செய்யப்பட்டது.

இஃது,

ஷை ஆதீனத்து

ஸ்ரீலஸ்ரீ. சுப்பிரமணியதேசிகசுவாமிகள்

கட்டளையிட்டருளியபடி,

கும்பகோணம் பேட்டைத்தெருவிலும்,

மகாதளம்பேட்டைத்தெருவிலும் வசிக்கும்

சைவர்கள்பொருளுதவியால்

ஷை கும்பகோணம்காலேஜ்

தமிழ்ப்பண்டிதர்,

சாமிநாத ஐயராலும்,

திரிசிரபுரம்

சி. தியாகராஜசெட்டியாராலும்

சென்னை

மிமோரியல் அச்சுக்கூடத்திற்

பதிப்பிக்கப்பட்டது.

ஷை கும்பகோணம் இராமலிங்கதேசிகரால்

நிறைவேறினது.

—:o:—

சுபாநு௵ ஆனிமீ

உ
கணபதி துணை

திருப்பெருந்துறைப் புராணம்*

திருக்கைலாய பரம்பரைத்
திருவாவடுதுறை யாதீனத்து
மஹாவித்துவானாகிய
திரிசிரபுரம்
ஸ்ரீ மீனாட்சிசுந்தரம் பிள்ளையவர்கள்
இயற்றியது.

இது
மேற்படி ஆதீனத்து
ஸ்ரீலஸ்ரீ
அம்பலவாண தேசிகரவர்கள்
ஆஜ்ஞையின்படி
திருவிடைமருதூர்க்கட்டளை
ஸ்ரீ காசிநாத தம்பிரானவர்கள் செய்த
பொருளுதவியைக் கொண்டு
இந்நூலாசிரியர் மாணாக்கரும்
கும்பகோணம் காலேஜ் தமிழ்ப்பண்டிதருமாகிய
உத்தமதானபுரம்
வே. சாமிநாதையரால்
பரிசோதித்து
சென்னை:
வெ.நா. ஜூபிலி அச்சுக்கூடத்திற் பதிப்பிக்கப்பட்டது.

1892
Copyright

---
* முகவுரை இல்லை

உ

கணபதி துணை.

திருப்பெருந்துறைப்புராணம்.

திருக்கைலாயபரம்பரைத்

திருவாவடுதுறையாதீனத்து

மஹாவித்துவானாகிய

திரிசிரபுரம்

ஸ்ரீ மீனாட்சிசுந்தரம்பிள்ளையவர்கள்

இயற்றியது.

இது

மேற்படி ஆதீனத்து

ஸ்ரீலஸ்ரீ

அம்பலவாணதேசிகரவர்கள்

ஆஜ்ஞையின்படி

திருவிடைமருதூர்க்கட்டளை

ஸ்ரீ காசிநாததம்பிரானவர்கள்செய்த

பொருளுதவியைக்கொண்டு

இந்நூலாசிரியர் மாணாக்கரும்

கும்பகோணம் காலேஜ் தமிழ்ப்பண்டிதருமாகிய

உத்தமதானபுரம்

வே. சாமிநாதையரால்

பரிசோதித்து,

சென்னை:

வெ. நா. ஜூபிலி அச்சுக்கூடத்திற்பதிப்பிக்கப்பட்டது.

1892.

Copy Right.

உ
கணபதி துணை

திருப்பெருந்துறைப் புராணம்

திருக்கைலாய பரம்பரைத்
திருவாவடுதுறை யாதீனத்து மஹாவித்துவான்
திரிசிரபுரம்

ஸ்ரீ மீனாட்சிசுந்தரம் பிள்ளையவர்கள்

இயற்றியது.

இது
மேற்படி ஆதீனத்துத் தலைவர்களாகிய
ஸ்ரீலஸ்ரீ **அம்பலவாண தேசிகரவர்கள்**
செய்த பேருதவியைக்கொண்டு
ஷை பிள்ளையவர்கள் மாணாக்கரும்
சென்னைப் பிரஸிடென்ஸி காலேஜ் தமிழ்ப்பண்டிதருமாகிய
உத்தமதானபுரம்

வே. சாமிநாதையரால்

தாம் நூதனமாக எழுதிய அரும்பதவுரையுடன்

சென்னை:
பிரஸிடென்ஸி அச்சுக்கூடத்திற்
பதிப்பிக்கப்பெற்றது.

பிரமாதீச ஖ு ஆனி மீ

1913

[இரண்டாம் பதிப்பு]

விலை ரூ.1-0-0

(Copy-right Registered)

உ

கணபதி துணை.

திருப்பெருந்துறைப் புராணம்.

திருக்கைலாய பாம்பரைத்
திருவாவடுதுறை யாதீனத்து மஹாவித்துவான்
திரிசிரபுரம்

ஸ்ரீ மீனாட்சிசுந்தரம் பிள்ளையவர்கள்

இயற்றியது.

இது

மேற்படி ஆதீனத்துத் தலைவர்களாகிய

ஸ்ரீலஸ்ரீ - அம்பலவாண தேசிகரவர்கள்

செய்த

பேருதவியைக்கொண்டு

ஷை பிள்ளையவர்கள் மாணாக்கரும்
சென்னைப் பிரஸிடென்ஸிகாலேஜ் தமிழ்ப்பண்டிதருமாகிய

உத்தமதானபுரம்

வே. சாமிநாதையரால்

தாம் நூதனமாக எழுதிய அரும்பதவுரையுடன்

சென்னை:

பிரஸிடென்ஸி அச்சுக்கூடத்திற்
பதிப்பிக்கப்பெற்றது.

பிரமாதீச ஞு ஆனிமீ
1913.

இரண்டாம்பதிப்பு.

விலை ரூ.17.0.0

(Copy-right Registered.)

உ

கணபதி துணை

முகவுரை

திருச்சிற்றம்பலம்

இன்பம் பெருக்கி யிருளகற்றி யெஞ்ஞான்றுந்
துன்பந் தொடர்வறுத்துச் சோதியா – யன்பமைத்துச்
சீரார் பெருந்துறையா னென்னுடைய சிந்தையே
யூரா கக்கொண்டா னுவந்து. (திருவாசகம், திருவெண்பா, கக)

நிறைபெருந் தவத்தோர் வேள்வி நீங்கரும் பெருமை மிக்கோர்
மறுவிலா மூன்று நூறு மறையவர் விளங்கு மூதூ
ரிறையினின் மருங்க ணைந்தோ ரியாவரா யினும்பி றங்கப்
பிறிவிலா வமர ராக்கும் பெருந்துறை முந்தைப் பேரூர்.

வேறு

அருந்தவர் சிந்தை செலுந்துறை வந்தணை யந்தணர் முந்தைமகம்
புரிந்துசெ யுந்துறை சந்தைப டுந்துறை புந்திக டந்தபதம்
தருந்துறை யிந்திரை வந்துறை யுந்துறை தொந்திகொ டந்திபடும்
பெருந்துறை யெந்தை பரிந்துகு ருந்திலி ருந்தபெருந் துறையே.
(திருவால. உள, ஞானோப. ருரு-ருசு)

கருணைவெள் ளப்பெருங் கடனிறைந் துறைபெருந்துறை
(திருவிளை. வாதவூ. ருச)

நோயடையார் மிடியடையார் நுண்ணியர்மே வியசபையில்
வாயடையார் தீயகுண மனையடையார் மாண்பில்லாச்
சேயடையா ரினும்பலவாந் தீங்கடையார் செறிதளிர்பூக்
காயடையார் குருந்தவனப் புராணமது கற்போரே. (பக்கம், உகரு, பாட்டு, ருரு)

*திருப்பெருந்துறை யென்பது, பாண்டிவள நாட்டில் +மிழலைக் கூற்றத்தில் வெள்ளாற்றின் தென்கரையில் உள்ளதும் பழைய கிரந்தங்களாற் பாராட்டப்பெற்று

* இதன் வடமொழிப் பெயர் ப்ருஹத்தீர்த்த மென்பது; இதன் காரணத்தை இந்நூற் பெருந்துறைப் படலத்தா லுணர்க. இது திருப்பெருந் துறைசை, துறைசை, பெருந்தை, எனத் தமிழ் நூல்களில் மருவி வழங்கும்.

+ இது மிழலை நாடெனவும் வழங்கும். புறநானூறு 24ஆம் செய்யுளிலும் மற்ற நூல்களிலும் கூறப்படும் மிழலைக் கூற்ற மென்பதும், பெருமிழலைக் குறும்பநாயனார் அவதரித்த பெருமிழலை யென்பதோ ரூரைத் தன்பாற் பெற்று விளங்குவதாகிய மிழலைநாடும் "மிழலைநாட்டுப் பெருமிழலை" [பெரிய. பெருமிழலைக். 1], ஸ்ரீ சுந்தரமூர்த்தி நாயனா ரருளிச்செய்த, "மிழலைநாட்டு மிழலை வெண்ணிநாட்டு மிழலையே" என்னும் தேவாரத்துச் சுட்டப்பெற்ற மிழலைநாடும் இதுவே. "ஒழுக்கந் தருமந் தவந்தான முறவு வாய்மை பொறை மற்றும், விழுப்பமுள்ள சூத்திரர்வாழ் மிழலைநாடு" எனத் திருவால வாயுடையார் திருவிளையாடற் புராணத்திலும் இந்நாடு பாராட்டப் பெற்றுள்ளது. திருப்பெருந்துறைக் கோயில் சம்பந்தமான தமிழ்நூல்களிலும் பழைய பட்டயங்களிலும் பிறவற்றிலும் இந்தப் பெயர்கள் மிகுதியாகக் காணப்படும். இதன் சம்பந்தமாக மிழலைச் சதக மென்பதொரு நூலுண்டு.

*மிகப் புராதனமாக விளங்குவதுமாகிய ஒரு சிவஸ்தலம். இதற்கு, அநாதி மூர்த்த ஸ்தலம், ஆதிகைலாஸம் *ஆளுடையார் கோயில், ஆவுடையார் கோயில், உபதேசஸ்தலம், குந்தவனம் அல்லது குருந்தவனம், சதுர்வேதபுரம், +சிவபுரம், ஞானபுரம், திரிமூர்த்திபுரம், தென்கைலை, தேசுவனம், பராசக்திபுரம், பவித்திர மாணிக்கம், பூலோக கைலாசம் அல்லது பூகைலாசம், யோகபீடபுரம், யோகவனம் முதலிய வேறு காரணத்திருநாமங்களும் உண்டு. இவற்றின் காரணங்களை இப்புத்தகத்தின் 73ஆம் பக்க முதலியவற்றா லுணர்க. இவற்றுள் பெருந்துறை, ஆதிகைலாஸ மென்னும் பெயர்களால் தேவார முதலியவற்றில் இத்தலம் விதந்து கூறப்பெறும். ஸ்காந்த முதலிய மஹாபுராணங்கள், மஹேதி ஹாஸமாகிய சிவரஹஸ்யம், மணிவாக்கிய சரித்திரம் அல்லது மணிவசன மாஹாத்மியம், ஸ்ரீ ஹாலாஸ்ய மாகாத்மியம் ஆகிய இவற்றுள்ளும், வேறு ஸ்தலபுராணங்க ளுள்ளும் உரிய இடங்களில் இத்தலத்தின் பெருமைகள் பெரிதும் பாராட்டப்படுகின்றன.*

உருவம், அருவம், அருவுருவ மென்னும் மூவகைத் திருமேனிகளுள்ளே சிவபெருமான், அம்பிகையும் தாமும் அருவத் திருமேனிகொண்டு எழுந்தருளி விளங்குவது இந்தத் திருப்பதியிலேயே. [பக். 1, பா. 5; பக். 42, பா. 36—8; பக். 48, பா. 6]

பிரஹ்மா முதலியவர்களுக்கும் திருவாதவூரடிகளுக்கும் பரமசிவன் குருமூர்த்தியாய்க் காட்சிகொடுத்து உபதேசித் தருளினமையாலும் திருவாதவூரடிகளைப் பாதுகாத்தற் பொருட்டுப் பாண்டியன் முன்னிலையில் கருணைக்கடலாகிய எம்பெருமான் வேதமாகிய குதிரையின்மீது எழுந்தருளினமையாலும் அறுபத்து நான்கு மூர்த்தங்களுள், குருமூர்த்தத்திற்கும் அசுவாரூட மூர்த்தத்திற்கும் மூலமாகிய ஸ்தலம் இஃதென்று பெரியோர் கூறுவர்; தக்ஷனுடைய யாகத்தை அழித்த வீரபத்திரக் கடவுள், அந்தத் திருக்கோலத் துடன் அம்பிகையின் யோகத்தைப் பாதுகாப்பவராய் அம்பிகையின் ஸந்நிதியில் சிவாஞ்ஞையால் எழுந்தருளி, வழிபடுவோர்க்கு இஷ்ட சித்திகளை அளித்துக் கொண்டிருக்கின்றமையின், தக்ஷாத்து வாஸம் ஹாரமூர்த்தி ஸ்தல மென்றும் இதனைச் சொல்லுவதுண்டு.

இன்னும் ஷோடசாந்த ஸ்தலமென்றும் உலகமாகிய புருஷனுக்குத் துரியாதீத ஸ்தான மென்றும் காரண ஸ்தல மென்றும் இதனைக் கூறுவர். [பக். எஉ, பா. அ. கூ]

இத்தலத்தைக் கூறும் தேவார முதலியவைகள் வருமாறு:

தேவாரம்

பெருந்துறை

திருச்சிற்றம்பலம்

கயிலாய மலையெடுத் தான்கரங்க ளோடு
  சிரங்களுர நெரியக் கால்விரலாற் செற்றோன்
பயில்வாய பராய்த்துறை தென்பா லைத்துறை
  பண்டெழு வர்தவத்துறை வெண்டுறை பைம்பொழிற்

* ஆளுடையார் கோயில் முதலிய இரண்டு பெயர்களும் பழைய தாம்பிரப் பட்டயங்களிற் காணப்படுகின்றன. சின்ன ஆளுடையார் கோயில் என ஒரு ஸ்தலம் இதற்கு வடக்கே (இராசா மடத்திற்கு அருகு) இருத்தலின், இது பெரிய ஆளுடையார் கோயிலெனவும் வழங்கும்.

\+ சிவபுரமென்னும் பெயரைத் திருவாசகத்திற் பரக்கக் காணலாம்.

குயிலாலந் துறைசோற் றுத்துறை பூந்துறை
   பெருந்துறையுங் குரங்காடு துறையி னோடு
மயிலாடு துறைகடம் பந்துறை யாவடு
   துறைமற்றுந் துறையனைத் தும்வணங்கு வோமே.

(அடைவு திருத்தாண்டகம், கக)

ஆரூர் மூலட்டான மானைக் காவு
   மாக்கூரிற் றான்றோன்றி மாட மாவூர்
பேரூர் பிரமபுரம் பேரா வூரும்
   பெருந்துறை காம்பீலி பிடவூர் பேணுங்
கூரார் குறுக்கை வீரட் டானமுங்
   கோட்டூர் குடமூக் குக்கோ ழம்பமுங்
காரார்கழுக் குன்றுங் கானப் பேருங்
   கயிலாய நாதனையே காண லாமே.

(க்ஷேத்திரக் கோவைத் திருத்தாண்டகம், உ)

ஆதிகைலாஸம்

திருச்சிற்றம்பலம்

ஆர்த்த வெனக்கன்ப னீயே யென்று
   மாதிக்கயிலாய னீயே யென்றுங்
கூர்த்த நடமாடி நீயே யென்றுங்
   கோடிகா மேய குழகா வென்றும்
பார்த்தற் கருள்செய் தாய்நீயே யென்றும்
   பழையனூர் மேவிய பண்பா வென்றுந்
தீர்த்தன் சிவலோக னீயே யென்று
   நின்ற நெய்த்தானா வென்னெஞ்சு ளாயே.

அல்லாய்ப் பகலானாய் நீயே யென்று
   மாதிக் கயிலாய னீயே யென்றுங்
கல்லா லமர்ந்தாயு நீயே யென்றுங்
   காளத்திக் கற்பகமு நீயே யென்றுஞ்
சொல்லாய்ப் பொருளானாய் நீயே யென்றுஞ்
   சோற்றுத்துறை யுறைவாய் நீயே யென்றுஞ்
செல்வாய்த் திருவானாய் நீயே யென்று
   நின்ற நெய்த்தானா வென்னெஞ்சு ளாயே.

(திருநெய்த்தானம், உ. ௩)

திருவாசகம்

திருவார்பெருந்துறைச்செல்வனாகிக்
கருவார்சோதியிற்கரந்தகள்ளமும் (கீர்த்தி. ௫௪-௫)

திருச்சிற்றம்பலக்கோவையார், கΟ௪

உருகு தலைச்சென்ற வுள்ளத்து மம்பலத் தும்மொளியே
பெருகு தலைச்சென்று நின்றோன் பெருந்துறை

திருப்புகழ்

செருக்குமம்பல மிசைதனி லசைவுற
நடித்தசங்கரர் வழிவழி யடியவர்
திருக்குருந்தடி யருள்பெற வருளியகுருநாதர்

(திருப்பரங்குன்றம், ௩)

திருவாசகத்தில் இந்த ஸ்தலமும் குருந்த விருக்ஷமும் அங்கங்கே மிகப் பாராட்டப்பெற்றுள்ளன வென்பதும் சிவபுராணம், திருச்சதகம், திருப்பள்ளி யெழுச்சி, செத்திலாப் பத்து, அடைக்கலப் பத்து, ஆசைப் பத்து, அதிசயப் பத்து,

புணர்ச்சிப் பத்து, வாழாப் பத்து, அருட் பத்து, பிரார்த்தனைப் பத்து, குழைத்த பத்து, உயிருண்ணிப் பத்து, திருப்பாண்டிப் பதிகம், திருவேசறவு, அற்புதப் பத்து, சென்னிப் பத்து, திருவார்த்தை, திருவெண்பா, பண்டாய நான்மறை யென்னும் திருவாசகப் பகுதிகள் இந்த ஸ்தலத்திலிருந்தே அருளிச்செய்யப்பெற்றன வென்பதும் யாவருக்குந் தெரிந்தனவேயாம்.

இதன் பழைய வரலாற்றைத் தெரிவிக்கும் புராணங்கள் வடமொழியில் ஸ்ரீ ஆதிகைலாஸ மாஹாத்மியம் பிருஹத்தீர்த்த மாஹாத்மியம், அஷ்டாத்தியாயி என மூன்று உள்ளன என்பர்.

தமிழில் இப்புராணத்தை யன்றி இந்த ஸ்தல ஸம்பந்தமாக வேறே பழையனவாக மூன்று புராணங்களும், திருப்பெருந்துறை யமகவந்தாதி, சிவயோக நாயகி பிள்ளைத் தமிழ் என இரண்டு பிரபந்தங்களும் உள்ளன. அவற்றுள்:

முதலாவது திருப்பெருந்துறைப் புராணம்: இது திருக்கைலாய பரம்பரைத் திருவாவடுதுறை ஆதீனத்துப் பத்தாம் பட்டத்தில் எழுந்தருளியிருந்த ஸ்ரீ முன்வேலப்ப தேசிகருடைய சிஷ்யராகிய ஸ்ரீ சாஸ்திரம் சாமிநாத முனிவ ரென்பவரால் இயற்றப்பெற்றது. இதிலுள்ள சருக்கங்கள், ௩௩; செய்யுட்களின் தொகை, ௧௨௭௦. இந்நூல், தஞ்சாவூரில் முன்பு அரசுசெலுத்திவந்த துளஜேந்திர மஹாராஜா அவர்கள் விருப்பத்தின்படி செய்யப் பெற்ற தென்பதும் ஷை சாமிநாத முனிவரால் திருப்பெருந்துறைக் கலம்பகமென ஒரு பிரபந்தம் இப்புராணம் இயற்றுமுன் இயற்றப்பெற்ற தென்பதும் இதன் பாயிரத்தால் தெரிகின்றன. இக்கலம்பகம் இப்பொழுது கிடைக்கவில்லை. ௨௬௦௦ - பாடலுள்ள திருவாவடுதுறைப் புராண மொன்றும் இவராற் செய்யப்பெற்றுள்ளது. அந்நூல் செய்தது, இதற்கு முந்தியோ பிந்தியோ யாதும் தெரிந்திலது.

இரண்டாவது ஆதிகைலாய மான்மியம்: இது, ஷை ஆதீனத்தில் ௧௨-ஆம் பட்டத்தில் எழுந்தருளியிருந்த திருச்சிற்றம்பல தேசிகருடைய சிஷ்யராகிய ஸ்ரீ சுந்தரலிங்க முனிவரால் இயற்றப்பெற்றது. இது, "திருவளரும் பெருந்துறைசை மான்மியத்தைச் செந்தமிழாற் றிசைகள் போற்ற, வருளுதவு துறைசையில்வாழ் திருச்சிற்றம்பலக் குருவின் அடிமை மேலாய், மருவியஞா னப்பொருள்சொற் கல்வியின்ற னெல்லையுணர் மதுர வாக்கி, இருநிலத்தோர்க் கமுதெனச்சுந்தரலிங்க முனிவரன்றா னியம்பி னானே" என்னும் ஷை நூற் சிறப்புப் பாயிரத்தால் விளங்கும். இதிலுள்ள சருக்கங்கள் ௫௬ - செய்யுட்களின் தொகை, ௨௦அ௦.

மூன்றாவது திருப்பெருந்துறைப் புராணம்: இஃது எட்டு அத்தியாயங்களை யுடையது. இதிலுள்ள செய்யுட்கள் - அ௫௦. இது செய்யப்பட்ட காலம் சகாப்தம் ௧௫௫௦-என்பது மட்டும் இதன் பாயிரத்தால் தெரிகின்றதே யன்றி வேறொன்றும் தெரிந்திலது.

இந்தத் திருப்பெருந்துறைப் புராணம் ஷை ஆதீனத்து மஹாவித்துவானாகிய திரிசிரபுரம் ஸ்ரீ மீனாட்சிசுந்தரம் பிள்ளை யவர்களால் இயற்றப்பெற்றது. *[பக். ௬]*

இப்புராணத்தில், முதலில் ௨௭-செய்யுட்க ளடங்கிய கடவுள் வாழ்த்தும் அவையடக்கமும் சிறப்புப் பாயிரமும் பின்னர், திருநாட்டுப் படலம் முதலிய ௩௨-படல உறுப்புக்களும் அமைந்துள்ளன. இதன் செய்யுட்டொகை, ௧௬௫௬.

இந்நூலை ஆக்குவித்தவர் ஷெ ஆதீனத்துச் சிஷ்யரும் அக்காலத்துத் திருப்பெருந்துறைக் கட்டளைப்பணி புரிந்துவந்தவருமாகிய ஸ்ரீசுப்பிரமணிய முனிவ ரென்பவர். இவருடைய பெருமை முதலியன இந்நூல் அவையடக்கத்தின் முதலிலுள்ள இரண்டு செய்யுட்களாலும் இப்புத்தகம் உகசூ-ஆம் பக்கத்திலுள்ள "வாதவூரடிகளுக்கு" என்னும் பாடலாலும் நன்கு விளங்கும்.

நூலாசிரியர் பெயரைக் கேட்கவே இப்புராணத்தின் அருமைபெருமைகள் யாவருக்கும் சொல்லாமலே விளங்கும். ஆயினும் முக்கியமாகத் தெரிவிக்கவேண்டியவை சில உள. அவையாவன: ஆக்குவித்தோர், "நாட்டுச் சிறப்பு முதலியவற்றை வளம்பெற நீங்கள் அமைத்து, சாஸ்திரம் சாமிநாத முனிவர் இயற்றிய புராணத்தின் சொன்னடை பொருணடைகள் முதலியவற்றைப் பெரும்பாலும் தழுவியே இதனை இயற்றுக" என்றமையின், இந்நூல் அங்ஙனமே இயற்றப்பெற்ற தென்பதும் பல புராணங்களை இயற்றியபின்பே பிள்ளை யவர்கள் இந்நூலை இயற்றினார்க ளாதலின், இதிலுள்ள பலவகையான சுவைகளும் அறிஞர்கள் அறிந்து இன்புறற்பாலன வென்பதுமே. முன்னொரு காலத்தில் இதிலுள்ள திருவாதவூரடிகளின் சரித்திரப் பகுதிகளுள் ஒன்றை யான் படித்துக் கொண்டிருக்கையில் உடனிருந்த தமிழ்க் கவிஞர் ஒருவர் இதன் செய்யுட்களைப் பெரியபுராணச் செய்யுட்க ளென்றே எண்ணிப் பாராட்டிப் பின்பு தெரிந்து வியந்தனர்.

இப்புராண ஸம்பந்தமாக மற்றும் தெரிவிக்க வேண்டியவற்றை யெல்லாம் திருப்பெருந்துறைப் புராண ஆராய்ச்சியென ஒன்று எழுதி அதனைத் தனியே பின்னர் வெளியிடக் கருதியிருக்கிறேன்.

ஸ்தல விநாயகர்களும் மற்ற விநாயகர்களும்

(க) ***ஆதபகணபதி அல்லது வெயிலுவந்த விநாயகர்:*** இவர் கனகசபைக்கு மேற்கே அக்கினி தீர்த்தத்தின் தென்கரையில் எழுந்தருளியுள்ளார்; திருமேனியில் வெயில்படுவதே இவர் திருவுள்ளத்திற்கு உவப்பு; அதனால் இவருக்குக் கோயில் முதலியவற்றுள் யாதொன்று மில்லை. ஆதவப் பிரியர் எனவும் நிழலுவவாக் குஞ்சர மெனவும் இவர் பெயர் வழங்கும். *[ப. க, பா. உ; ப. சஅ, பா. ச; ப. எஅ, பா. உங; பா. கூஅ, பா. சஉ; ப. க00, பா. ருகூ; ப. க0ச, பா. கரு, ப. கககா, பா. கூ; ப. கசரு, பா. ருங; ப. உகங, பா. நரு.]*

(உ) ***சொக்க விநாயகர் :*** கோயிலின் உட்பிராகாரத்தில் தென்மேற்கு மூலையில் இவர் திருவுருவ முள்ளது; ப. க, பா. ங; ப. உக, பா. ஙஎ.

(ங) ***ஸம்ஸர்க்க விநாயகர்:*** இறைவனை மணஞ்செய்து கொள்ளுதற் பொருட்டு யோகஞ் செய்யவந்த அம்பிகையாற் பூசிக்கப்பெற்றவ ராதலின், இவர் இப்பெயர் பெற்றார். சேர்க்கை விநாயகரெனவும் இவர் பெயர் வழங்கும்; இவர் நிருதிமூலையி லுள்ளார், சொக்க விநாயகரையும் இவரையும் ஒருவரே யென்று கூறுவது முண்டு.

(ச) ***பள்ளிக்கூடப் பிள்ளையார்:*** அந்தணர் முந்நூற்றுவருடைய பிள்ளைகளுக்கு வேதாத்தி யயனம் செய்வித்தற்கு வயோதிகப் பிராமண வடிவங் கொண்டு வந்த ஆளுடைய நாயகராற் பூசிக்கப்பெற்றவர் இவர்.

(ரு) ***சக்தி கணபதி = வல்லப கணபதி:*** இவர், தேவ தீர்த்தத்தின் வடகரையிற் கோயில்கொண் டெழுந்தருளியிருப்பவர்.

(சு) **முக்திவிநாயகர்**: தியாகராஜ மண்டபத்தில் ஸ்ரீ மஹாலிங்க மூர்த்திக்கு எதிரே எழுந்தருளியிருப்பவர் இவர்.

(எ) **ஆகண்டல விநாயகர்** : இந்திர தீர்த்தத்தின் மேல்கரையி லுள்ளவர் இவர். (மடத்து முகப்பின் கீழ்ப்பக்கம்.)

ஸ்வாமியின் திருநாமங்கள்: அச்வநாதர், ஆதிகைலாஸநாதர், ஆத்மநாதர், உபதேச ஸ்தலநாயகர், உபாத்தியாயர், குருந்தவனேசர், ஜகத்குரு, சதுர்வேத புரேசர், சிவபுரேசர், ஞானக்ஷேத்திரேசர், தக்ஷிண கைலாஸநாதர், திரிமூர்த்தி தேசிகர், திரிமூத்தி புரவாஸர், தேசுவனேசர், பரமஸ்வாமி, பராசக்தி புரவாஸர், பவித்திர மாணிக்க புரவாஸர், பெருந்துறை நாதர், முந்நூற்றொருவர், (முந்நூற்றுவரில் ஒருவர்), யோகபீடப் பதியினர், யோகவனேசர், ஆவுடையார், ஆளுடையார், விப்பிரநாத ரென்பன; ஆளுடைய பரமஸ்வாமி யென்னும் பெயர், இத்தலத்திற்குரிய தாம்பிரப் பட்டயம் முதலியவற்றிற் காணப்படும்.

அம்பிகையின் திருநாமங்கள்: சிவயோகாம்பிகை, சிவயோக நாயகி, சிவயோகம் பிரியாள், யோகம் பிரியாள், யோகநாயகி, ஆளுடைநாயகி, ஆளுடையாள் என்பன; இவற்றை இந்நூல் யோகபீடச் சிறப்புரைத்த படல முதலியவற்றாலும் சிவயோக நாயகி பிள்ளைத் தமிழாலு முணர்க.

பீடங்கள் உ

(க) **பிரணவ பீடம்**: இது ஸ்வாமியின் பீடம். பக்.எக, பா. உ.

(உ) **யோக பீடம்**: உலகத்திலுள்ள சக்தி பீடங்கள், ருo; அவற்றுள் சகூ-காரிய பீடங்கள்; இஃது ஒன்றே காரண பீடம். பக். எக, பா. ந; பக். எசு, பா. ரு-எ.

ஸ்தல விருக்ஷம்: குருந்து; பரமாசாரியராகிய குருமூர்த்தி இதனடியில் தென்முகமாக எழுந்தருளியிருக்கின்றனர்; பிரமதேவர் முதலியோரும் திருவாதவூரடிகளும் உபதேசம் பெற்றது இவ்விடத்தேதான். இந்த விருக்ஷம் சிவரூப மென்று நூல்களிற் பாராட்டப் பெறும். "குருந்தவன் காண்" என்னும் தேவாரமும் இதனை வலியுறுத்தும்.

ஆறு: இந்த ஸ்தலத்திற்குரிய நதி, வெள்ளாறு. இது சுவேத நதியென்று வடநூல்களுள் வழங்கும். இந்நூலுள் வெண்குடிஞை, வெள்ளைநதி, சிதநதி எனக் கூறப்பெறும், [ப. எ, பா. ச; ப. உந, பா. எ; ப. உச, பா. கரு.] இதற்கு ஆனந்த வெள்ளாறென்று ஒரு பெயருண் டென்றும் திருவாசகத்துள்ள தசாங்கத்தில், "ஆனந்தங் காணுடையா னாறு" எனச் சுட்டியது இந்நதியையே என்றும் இத் தலத் தமிழ்ப்புராண முடையா ரொருவர் வெளியிட்டிருக்கின்றனர். "வெள்ளாற்றை, ஈனந்தம் பானீப் பார்தோய்ந் தானந்த மெய்தலாலே, ஆனந்த வெள்ளா றென்று மறைகுவ ரறிந்து ளோரே" என்றார், இந்நூலுடையாரும்; பக். எo, பா. உரு.

நவதீர்த்தங்கள்

மற்றத் தீர்த்தங்கள்: இறைவன் அருளால் இந்த ஸ்தலத்தில் முன்னொரு காலத்தில் சூசூ-கோடி தீர்த்தங்கள் உண்டாயின வாதலின், பிருகத் தீர்த்த மென வடமொழியிலும் பெருந்துறை யெனத் தமிழிலும் இத்தலம் பெயர்பெற்றதென நூல்கள் கூறினும் இந்தப் புராணத்திற் கூறப்படும் தீர்த்தங்கள் ஒன்பதே. இவை

ஸ்ரீ ஆத்மநாதப் பெருமானுடைய நவந்தரு பேதங்களாகப் பாராட்டப்பெற்றுள்ளன; [பக். அச, பா. உ] அவையாவன: பிரம தீர்த்தம் பிரஹ்மா, நாராயண தீர்த்தம் திருமால், உருத்திர தீர்த்தம் உருத்திரர், வாயு தீர்த்தம் மகேசுவரர், அசுர தீர்த்தம் சதாசிவம், தேவ தீர்த்தம் நாதம், முனிவர் தீர்த்தம் விந்து, அக்கினி தீர்த்தம் சக்தி, ஆத்மகூபம் சிவம் என்பன. அவற்றுள்,

(க) பிரம தீர்த்தம், அக்கினி தீர்த்தத்திற்கு மேற்கேயுள்ளது; இதன் கரையில் பிரஹ்ம பீட மிருக்கின்றது; முதலியப்பர் என்னும் ஒரு தெய்வத்தின் சந்நிதி இதன் கரையிலுள்ளது. இது, வேததீர்த்த மெனவும் வழங்கும்.

(உ) நாராயண தீர்த்தம், திருமாலா லுண்டாக்கப் பெற்றது; பள்ளிக்கூடப் பிள்ளையார் கோயிலுக்கு மேல்பா லுள்ளது; இதன் வடகரையில் ஸ்ரீ ஆதிகேசவப் பெருமாள் எழுந்தருளியிருக்கின்றனர்; இது தொண்டர்குழி யென வழங்கும். [பக். ககங, பா. கரு]

(ங) உருத்திர தீர்த்தம், காலாக்கினி ருத்திரரால் உண்டாக்கப்பெற்றது; இது காலாக்கினி ருத்திர தீர்த்த மெனவும் சிவகங்கை யெனவும் வழங்கும்; இது வடக்கூரில் (வடக்குளூர்) ஆதிகைலாஸநாத ஸ்வாமி கோயிலின் வடக்கே யுள்ளது. [பக். ககரு, பா. உங]

(ச) வாயு தீர்த்தம், திருக்கோயிலுக்கு வாயுமூலையி லுள்ளது; வாயுதேவனா லுண்டாக்கப்பெற்றது. [பக். அகூ, பா. சஎ]

(ரு) அசுர தீர்த்தம், ஸ்ரீ ஆத்மநாதர் உபாத்தியாயராக எழுந்தருளிய பள்ளிக்கூடத்திற்கு மேற்கே யுள்ளது; அசுரர்களால் உண்டாக்கப் பெற்றது. [பக். அகூ]

(சூ) தேவ தீர்த்தம், ஸ்வாமி ஸந்நிதியி லுள்ளது; தேவர்கள் இடைவிடாமல் ஆடி இஷ்ட சித்திகளைப் பெற்றுச் செல்லுதலின், இஃது இப்பெயர் பெற்றது. இதற்குரிய விருக்ஷம் கருநெல்லி; இத்தீர்த்தம் நெல்லியடி யென வழங்கும். [பக். அஎ]

(எ) முனிவர் தீர்த்தம், வடக்கு வீதிக்குச் சமீபமாக உள்ளது; அகத்தியரால் உண்டாக்கப்பெற்றது. [பக். அஅ]

(அ) அக்கினி தீர்த்தம், திருக்கோயிலினுள் வெளிப் பிராகாரத்தில் தென்கிழக்கில் உள்ளது. [பக். அச]

(கூ) ஆத்மகூபம், முதற் பிராகாரத்தில் குருந்த மூலத்தின் கிழக்கே யுள்ளது. ஸ்ரீ ஆத்மநாதருக்கு அபிஷேகஞ் செய்தற் பொருட்டுச் சிவயோகாம்பிகையால் இது நிருமிக்கப்பெற்றது. [பக். அச]

இவற்றுள், ஆத்மகூபமும் அக்கினி தீர்த்தமும் திருக்கோயிலின் அகத்தும் மற்ற ஏழும் புறத்தும் உள்ளன; [பக். களகூ, பா.ங] ஆத்ம கூபமல்லாதவை தடாக வடிவங்களாக வுள்ளன.

இவற்றை யன்றி, இத்தலத்தில், மானவ தீர்த்தம், காந்தர்வ தீர்த்தம், இந்திர தீர்த்தம், பராசர தீர்த்தம், சூரிய தீர்த்தம், சந்திர தீர்த்தம், லக்ஷ்மி தீர்த்தம், ஸரஸ்வதி தீர்த்தம், பாண்டவ தீர்த்தம், கௌதம தீர்த்தம், பக்த தீர்த்தம், வேத

தீர்த்தம் எனப் பல தீர்த்தங்கள், வாபீகூப தடாக வடிங்களாக உள்ளன வென்று ஸ்ரீ ஆதிகைலாஸ மாஹாத்மியம் விளங்கத் தெரிவிக்கின்றது. மொய்யார்தடம் பொய்கையென இத்தலத்தில் ஒரு விசேட தீர்த்தம் உண்டென்றும் தெரிகின்றது; "மொய்யார் தடம் பொய்கை புக்கு முகேரென்னக் கையாற்குடைந்து" (திருவாச. திருவெம். கக), "திரைபொரு மொய்யார் பொய்கைத்திருப் பெருந்துறையைச் சேர்ந்தார்" [திருவால (உஎ) ருரு], "மொய்யார் தடம்புக்கு" (சிவயோக. அம்புலி. 4) என்பவற்றால் இஃது அறியலாகும்.

தெய்வங்கள்

ஸ்ரீ ஆதிகைலாஸநாதர்: இவர் காலாக்கினி ருத்திரராற் பூசிக்கப்பெற்றவர். இவர் திருக்கோயில், வடக்கூரிலுள்ளது. தீர்த்தம் சிவ கங்கை. விருக்ஷம் மகிழ.

ஸ்ரீ அசுவாரூடர்: இவர் கனகஸபையில் தென்முகமாக எழுந்தருளியுள்ளார்.

ஸ்ரீ மாணிக்கவாசகர் திருவுருவங்கள்

மாணிக்கவாசகருடைய திருவுருவங்கள் இத்திருக்கோயிலின் அகத்தும் புறத்தும் பல அமைக்கப்பெற்றுள்ளன; அவற்றுள், குருந்த மூலத்துள்ள திருவுருவம் அருண் மூலஸ்தான மென்றும், ஸ்ரீ மாணிக்கவாசகர் மண்டபத்துள்ளது திருமூலஸ்தான மென்றும் வழங்கப்பெறும்.

மஹாலிங்கம்: இவர் பெரிய பிராகாரத்தில் தியாகராஜ மண்டபத்தின் மேற்கே திருமதிலில் ஆகாய வடிவமாக இருந்து, வழிபடப்பெற்று விளங்குகிறார்; கணநாத ரென்றும் இவர்க்குப் பெயருண்டு. இவரை முனீசுவர ரென்றும் முதலியப்ப ரென்றும் கூறுவது உண்டு. அடியிற்குறிப்பிட்ட ஒன்பது இடங்களில் கூ-கூறாகத் தங்கி இத்தலத்தைப் பாதுகாக்கின்றன ரென்பர்:

க. இத்தலத்தின் மேற்குக் கம்வாய்க்கரை. (முதலியப்பர்)

உ. திருவீதியில் தென்மேற்கு மூலை.

ரு. மாரியம்மை கோயில்.

ச. பனைவயல் (கிராமக்) கம்வாய்க்கரை.

ரு. புண்ணியவயல் (கிராமக்) கம்வாய்க்கரை.

சூ. காரவயல் (கிராமக்) கம்வாய்க்கரை.

எ. பழந்தாமரைக் (கிராமக்) கம்வாய்க்கரை.

அ. கருங்காட்டில் (ஒரு கிராமம்) ஐயனார் கோயில்.

கூ. ... ...

ஸ்ரீ ஆதிகேசவப் பெருமாள்: இவர் நாராயண தீர்த்தத்தின் வடகரையி லுள்ளார்.

முந்நூற்றுவர்: இவர்கள் ஸ்ரீ ஆத்மநாதரைப் பூசிக்கும் பெருமை வாய்ந்தவர்கள்; தில்லைவா ழந்தணர்களைப் போன்று சிவபெருமானைத் தம்முள் ஒருவராகப் பெற்று, நூல்களில் துதிக்கப்படும் மேன்மை பெற்றவர்கள். [பக். ச] இவர்களுடைய பிள்ளைகளுக்கு வேதாத்தியயனம் செய்வித்தற் பொருட்டே ஸ்ரீ ஆத்மநாதர்

விருத்தப் பிராமண வடிவங்கொண்டு எழுந்தருளிப் பாடசாலை வைத்துக் கற்பித்தருளினர். ஷை பாடசாலையிருந்த மண்டப மொன்று (பள்ளிக்கூடம்) இன்றும் காணப்படுகின்றது.

ஸபைகள்

இத்திருக்கோயிலிலுள்ள ஸபைகள் 6; அவை வருமாறு:

(க) **ஆனந்த ஸபை**: இது கர்ப்பக்கிருகம்.

(உ) **சித்ஸபை**: இது அர்த்த மண்டபம்.

(ந) **ஸத்ஸபை**: இது, நிவேதன மண்டபம்; அமுது மண்டப மெனவும் வழங்கும்.

(ச) **தேவ ஸபை**: இது யாவரும் நின்று தரிசனம் பண்ணுகிற இடம்; ஸ்ரீ மாணிக்கவாசகரைத் திருவிழாக் காலத்தில் எழுந்தருளச்செய்யும் ஸ்தானம் இதுவே. சுந்தரபாண்டிய ரென்பவரால் திருப்பணி செய்யப்பெற்றமையின், இது சுந்தரபாண்டிய மண்டப மென்றும் பெயர்பெறும். இதனை, "மேயவங் குரமாம்" [பக். கஅசூ, பா. ருஅ] என்னும் செய்யுளாலு முணர்க.

(ரு) **நிருத்த ஸபை**: இது உ-ஆம் பிராகாரத்திலுள்ள சந்நிதி மண்டபம். தில்லைமண்டப மென்றும் இது கூறப்படும். முன்னொரு காலத்தில் ஸ்வாமி சோழ பாண்டியர்களுக்குச் சபாபதியாகக் காட்சி கொடுத்தமையின், இஃது இப்பெயர் பெற்றது. இதில் பதஞ்சலி வியாக்கிரபாதர்களின் திருவுருவங்களும் சங்கநிதி பத்மநிதிகளின் வடிவங்களுமுண்டு.

(சூ) **கனக ஸபை**: இது ந-ஆம் பிராகாரத்துள்ள சந்நிதி மண்டபம். இதில் அசுவாரூட மூர்த்தி எழுந்தருளியிருக்கின்றமையின், இது குதிரை ஸ்வாமி மண்டப மெனவும் வழங்கும். ஜபிப்பவர்களுக்கும் பஞ்சாக்ஷர ஜப ஸித்தியைத் தருதல் பற்றி, இது பஞ்சாக்ஷர மண்டப மென்றும் கூறப்படும். இம்மண்டபத்தில் பாக்கற்களில் ஆறு அத்துவாக்கள் முறையாகச் செவ்வனே செய்விக்கப்பெற்றுள்ளன. ஷை மண்டபம், கலி. நஎOO-ல் இயற்றப் பெற்றதென இதிலுள்ள சாஸன மொன்று தெரிவிக்கின்றது.

மண்டபங்கள்

க. **மாணிக்கவாசகர் மண்டபம்**: இது கோபுரத்திற்கு வெளியே யுள்ளது.

உ. **சுந்தரபாண்டிய மண்டபம்**: இது முதற் பிராகாரத்துள்ள ஸந்நிதி மண்டபம்; இப் புஸ்தகம் கஅசூ-ஆம் பக்கத்துள்ள ருஅ-ஆம் பாட்டைப் பார்க்க. இது தேவஸபை யென்றும் வழங்கப்பெறும்.

ந. **தில்லை மண்டபம்**: இது நிருத்த சபை.

ச. **தியாகராஜ மண்டபம்**: இது மூன்றாம் பிராகாரத்தில் மேல்பக்கத் துள்ளது.

தீபங்கள்

இந்தத் திருக்கோயிலில் இடப்படும் தீபவகைகள் விசேடப் பெயர்பெற்று விளங்குகின்றன. அவற்றுள்,

க. **நக்ஷத்திர மாலை**: இதிலுள்ள தீபங்கள் இருபத்தேழு; சக்கரத்தில் -

உச, மேலே - ங. இஃது, ஆனந்த ஸபையில் மூலஸ்தானத்திற்குப் பின்னே யுள்ளது.

உ. **கலாதீபம்**: இதிலுள்ள தீபங்கள்-ரு; இது சித்ஸபையி லுள்ளது. (கலை, ரு).

ங. **வர்ணதீபம்**: இதில் உள்ள தீபங்கள்-ருக; இது ஸத்ஸபையி லுள்ளது. *[வர்ணம்—அக்ஷரம்]*

ச. **தத்துவதீபம்**: இதிலுள்ள தீபங்கள்-ஙசு; இது தேவஸபையி லுள்ளது. *(தத்துவம், ஙசு)*

ரு. **புவனதீபம்**: இதிலுள்ள தீபங்கள்-உஉச. இது தேவஸபையில் தத்துவ தீபத்திற்கு முன்னே யுள்ளது. இதனைத் தீபமாலை யென்றும் கூறுவர். (புவனம், உஉச.)

சு. **பததீபம்**: இதிலுள்ள தீபங்கள்-அக; இது குதிரைச் சேவகர்க்குப் பின் உள்ளது. (பதம், அக)

ஸ்ரீ ஆத்மநாதருடைய திவ்ய லீலைகளையும் ஸ்ரீவாதபுரீசர் உபதேசம் பெற்றமையையும் புலப்படுத்துவனவான ஊர்களும் இடங்களும் வேறு ஆதாரங்களும் பலவுள்ளன. அவற்றுள்,

ஊர்கள்

ஆளுடையார் பட்டினம்: இது கீழ்கடற்கரையில் உள்ளதோர் ஊர். பண்டைக் காலத்தில் இது பெரிதான ஒரு துறைமுகமாக இருந்ததாம்.

பரிவீர மங்கலம்: ஸ்ரீ ஆளுடைநாதர் முதலில் குதிரை வீரராகத் தோன்றி யருளிய இடம். இது, திருப்பெருந்துறைக்குத் தென்கிழக்கே உள்ளது.

நரிக்குடி: இப்பெயர் உள்ள ஊர்கள் மூன்று. ஒன்று இவ்வூர்க்குத் தெற்கே உ- நாழிகை வழித் தூரத்திலும் மற்றொன்று மேற்கே ங- நாழிகை வழித் தூரத்திலும், வேறொன்று மிழலை நாட்டிலு முள்ளன. இவை, ஸ்ரீ ஆளுடைநாயகர் நரிகளைக் குதிரைகளாக்கிய இடங்க ளென்பர். ஈற்றிலுள்ள நரிக்குடி, "மிழலைநாட்டு நரியெல்லா, மழைத்துத் தெருட்டி விளையாட வவனிமீது நனிவிளங்கத், தழைத்த தலத்தை நரிக்குடியென் றின்னுஞ் சொல்வர் சான்றோரே" எனத் திருவால வாயுடையார் திருவிளையாடற் புராணத்துக் கூறப்பெற்றுள்ளது. [பக். அக, பா. கக]

எழுநூற்று மங்கலம்: இவ்வூர் இத்தலத்திற்குத் தெற்கே உ- நாழிகை வழித்தூரத்தி லுள்ளது; இஃது, எOO-நரிகளை ஸ்ரீ ஆத்மநாதர் குதிரைகளாகச் செய்வித்த இடமென்பர்.

பாண்டி பாத்திரம்: இது, கோயிலுக்குரிய கிராமங்களுள் ஒன்று.

சிறுமருதூர்: இஃது இத்தலத்திற்குக் கிழக்கே உ- நாழிகை வழித்தூரத்தி லுள்ளது; ஆத்மநாதரை வழிபட்ட ஸ்ரீ அகத்திய முனிவர் பிரதிஷ்டித்துப் பூசித்த சிவஸ்தல மொன்று இவ்வூரிலிருக்கின்றது; வெள்ளாற்றின் வடகரையி லுள்ளது. இதில் அகஸ்திய தீர்த்தமென ஒரு தீர்த்தமுண்டு.

ஆத்மநாதபுரம்: இத்தலத்திற்குத் தெற்கே ஒன்றரை நாழிகை வழித் தூரத்தி லுள்ளது.

திருச்சிற்றம்பலம்: இஃது இத்தலத்தின் வடக்கே யுள்ளதொரு சிவஸ்தலம்; ஒட்டங்காட்டிற்கு அருகிலுள்ளது.

சின்னஆளுடையார் கோயில்: இஃது இத்தலத்திற்கு வடக்கே ராஜா மடத்திற்குத் தென்புறத்தில் உள்ளதொரு சிவஸ்தலம்; ஸ்வாமி திருநாமம் ஸ்ரீ ஆளுடையார் அல்லது ஆவுடையார். அம்பிகை திருநாமம் சிவயோகாம்பிகை. இதற்கு வடக்கே அக்கினியாறென்று பெயருள்ள ஒரு நதியுண்டு.

இடங்கள்

முந்நூற்றொருவர் நந்தவனம்: இது வெள்ளாற்றின் தென்கரையில் உருத்திர தீர்த்தத்தின் வடகரையில் உள்ளதொரு நந்தவனம்; மிகப் பழமையானது. அந்தணர் முந்நூற்றுவர்க்குப் பண்டைக் காலத்திற் கொடுக்கப்பெற்றிருந்த நிலங்களுள், இது ஸ்ரீ ஆத்மநாத ஸ்வாமியின் பாகநில மென்று சொல்லப்படும்.

மாவிடுதளை: இஃது ஒரு வயல்; இவ்வூரிற் கிழக்கே யுள்ளது.

சேணம்பரிமா: இஃது ஒரு வயல்; ஊருக்குக் கிழக்கே யுள்ளது.

மாணிக்கவாசகர் தோப்பு: இது, முதலில் மாணிக்கவாசகர் தங்கியவிட மெனக் கூறப்படும்.

கீழ்நீர் காட்டி: இது கைலாஸநாத ஸ்வாமி கோயிலுக்குக் கிழக்கே யுள்ளதோ ரிடம். முந்நூற்றுவ ருடைய நிலங்களைத் தன்னுடைய தென்றும் எவ்வளவு ஆழம் வெட்டினாலும் தண்ணீர் ஊறாதென்றும் வல்வழக்குப் பேசிய ஒருவன் கொள்கையை மறுத்து, முந்நூற்றுவருள் ஒருவராக எழுந்தருளிய ஸ்ரீ ஆத்மநாதர், "இந்த நிலங்களுள் எங்கே வெட்டினாலும் உடனே தண்ணீர் ஊறும்" என்று சொல்லிப் பாண்டியனுக்கு முன்னே வெட்டுவிக்க, உடனே நீரைக் காட்டிய இடம்; இவ்வரலாற்றை, இந்நூற் பெருந்துறைப் படலத்தா லுணர்க. இது, "பொருந்து தில்லை வனங்கடந்து போந்து வேந்தற் சேர்ந்த ருளின், வருந்த வுடலந் தனிவிருத்த மறையோ னாகி மறையோர்கட், கிரங்கியருங்கீழ் நீர்காட்டி யிரங்கன் மீட்ட பெருமானே, குருந்த வரம்பிற் கரந்தமறைக் கொழுந்தே செழும்பொற் றாள்போற்றி" (திருவால. ஞானோப. கசூ) என்னும் பாடலாலும் விளங்குகின்றது.

இன்னும் இந்த ஸ்தலத்திலும் இதைச் சூழ்ந்துள்ள ஊர்களிலும் உள்ள வயல்களிற் பின்னே வரையப்பெற்ற பெயர்களுள்ளவை மிக அதிகமாக இருக்கின்றன.

க. ஆவுடையான்.	சு. பாண்டிப் பெரியான்.
உ. குருந்தடி.	எ. பெருந்துறை.
ந. சிற்றம்பலவன்.	அ. மாணிக்கவாசகன்.
ச. சுந்தரபாண்டியன்.	கூ. முந்நூற்றொருவன்.
ரு. சொக்கன்.	க0. யோக நாயகி.

பள்ளிக்கூடம்: இது திருப்பெருந்துறையி லிருந்து வடக்கூருக்குப் போகும் மார்க்கத்திற்குக் கிழக்கேயுள்ள ஒரு மண்டபம். முந்நூற்றுவர்களுடைய

பிள்ளைகளுக்கு ஸ்ரீ ஆத்மநாதர் உபாத்தியாயராகத் தோன்றி வேதம் ஓதுவித்த இடம் இது. இதில் ஸ்ரீ உபாத்தியாய வடிவமும் பிள்ளைகளின் வடிவங்களும் சிலாரூபமாக அமைந்துள்ளன. "அங்கண ருபாத்தி யாய ராயர் கழக மாகத் தங்கியவாங் கோர்தானம்" என்பர் இந்நூலுடையாரும். [பக். அகூ, பா. சரு] 'ஆளுடைய பரம ஸ்வாமியார் பள்ளிக்கூடம்' எனத் தாம்பிரப் பட்டயங்களிலும் இது சுட்டப்படுகின்றது.

இத்தலத்திற்குரிய மஹாராஷ்ட்ர சிகாக்கள்தோறும் முதலில்,

"ஆஜோஜாதுஹஸ்ரீமுரவுஷ்தகர்ஸ்ரீவேடாமஹோஸாவநீ
பொமாயிஷ்திகவாடுதீஷுகரணீ கூராடெவவஸரகூணீ ।
ஸம்ஜிஜாவநிநிமுயாநுபவதயெவாஜிவுடாதீஹிஜெஜு
ஸாகம் கீஉநடுரகூதீமகிகுரணீ வாடெஸலீஹுமதிதி ॥"

என்னும் சுலோகம் வரையப்பெற்றுள்ளது. இதனாலும் ஸ்ரீ ஆத்மநாதப் பெருமானுடைய திவ்ய லீலைகள் புலனாகின்றன.

வழக்கங்கள்

குருந்தமரத்தின் அடிமண்: கருங்குட்ட நோயுள்ளவர்கள் இம்மண்ணைப் பூசிக்கொண்டால் அந்நோய் தீரும்; இது "முதுகுருந்தடியின் மண்பூசிக் கருங்குட்ட முற்றுந் துடைத்து விடலாம்" (அம்புலி. ச) என்னும் சிவயோக நாயகி பிள்ளைத் தமிழாலும் அறியலாம்.

அம்பிகையின் அபிஷேக தீர்த்தம்: தரிசிப்பவர்களுக்கு அம்பிகை சந்நிதியில் இத்தீர்த்தம் கொடுத்தல் மரபு; உட்கொள்பவர்களுக்கு இது சிவஞானத்தை அளிக்கும்; இது, "கையார வபிடேக மாட்டுங்குங்கும மஞ்சள் கமழ்மஞ்சனம் பருகிமேற், கருமும் மலக்கறைகள் கழுவியே சிவஞான கலையெலா நீவாரலாம்" (சிவயோக. அம்புலி. ச) என்பதனாலும் அறியலாகும்.

நிவேதனம்

அன்ன நிவேதனம்: சமைத்த பாத்திரங்களுடன் கொணர்ந்து ஸத்ஸபையி லுள்ள படைகல்லிற் கொட்டி மிகுதியாகப் புகையை யெழுப்பும் அன்னத்தை ஸ்வாமிக்கு நிவேதனம் செய்வது இத்தல வழக்கம். இதனால் இது அமுது மண்டபம் என்று வழங்கும். [பக். நஎ, பா. ககக]

புழுங்கலரிசி யன்னம், பாகற்காய்ப் புளிங்கறி, அரைக்கிரை சுண்டல் இவைகளின் நிவேதனம்:

முந்நூற்றுவர்களுக்குரிய நிலங்களை வேறொருவன் அபகரித்துக் கொண்ட பொழுது அவை அவர்களுக்கே யுரியனவென்று ஸ்தாபித்தற் பொருட்டு அவர்களுடன் பாண்டியனுடைய ஸபைக்கு வழக்காட ஒரந்தணர் வடிவங்கொண்டு சென்ற ஸ்ரீ ஆத்மநாதர், தத்தம் வீடுகளிலிருந்து மேற்கூறிய வியஞ்சனங்களோடு அவர்கள் கொணர்ந்த கட்முதை வழியில் உவப்புடன் அமுதுசெய்தருளினமையின், இவைகள் நிவேதிக்கப்படுகின்றன வென்று சொல்வர். இது வீரவனப் புராணத்துள்ள பொதிசோறு நிவேதனம் செய்த படலத்தாலும் தெரிகின்றது.

இத்தலத்தில், திருந்தி தேவரும் ஸ்ரீ சண்டேசரும் இல்லையாதலால், ஸ்வாமி தரிசனம் செய்ய விரும்பியவர்கள், உள்ளே செல்லும்போது ஸ்ரீ மாணிக்கவாசகர் திருமுன் நின்று,

"வாதூர மேசமாவது சிவஜ்ஞாந தாஜீ |
ஆதாரபஸ்விவஸாத நூதநஜ ரஷாகமீஹைபி |"

என்னும் சுலோகத்தையும், தரிசித்துவிட்டு மீளும்போது அவர்முன் வந்து,

"ஆதாரபடிமமெளநி வசிமொளிக ராஜ |
ஸம்மொஸ்வா வமடெஷி வஜெவாகவாரீஜா |"

என்பதையும் விண்ணப்பித்தல் மரபு.

இந்நூலிலுள்ள துதிவகைகள்

க. மாணிக்கவாசகர் துதிகள்: கடவுள் வாழ்த்திலன்றி ஒவ்வொரு படலத்தின் முதலிலும் உள்ளன.

சிவஸ்துதி

உ. அஷ்டகம்: இது பிரமதேவர் செய்த துதிகளாகவுள்ள எட்டுச் செய்யுட்களை யுடையது. [பக். கஙசூ-ஏ, பா. உக-உஅ]

ங. திருமால் செய்த துதி: [பக். ககஎ, பா. கசூ-உ0]

சு. காலாக்கினி யுருத்திரர் செய்த துதி: [பக். ககஎ, பா. கஉ-கசூ]

ரூ. ஸ்ரீ மாணிக்கவாசகர் செய்தனவாக உள்ள துதி. [பக். கருசூ-ஏ, பா. எ0-எகூ]

சூ. ஸ்ரீ மாணிக்கவாசகர் முறையீடு. [பக். கசூக-உ, பா. கஙட-எ]

எ. சோழராஜன் செய்த துதி. [பக். களசூ-ஏ, பா. ரு0-ருகூ]

அ. அதர்மனும் இலக்குமியும் செய்த துதி. [பக். உஙு, பா. சு0-சஉ]

கூ. ஒரு வேடன் செய்த துதி. [பக். உஎ, பா. ககூ-ஏ]

திருவாதவூரர் உபதேசம்பெற்ற திருப்பெருந்துறை வேறொன்று இந்தத் தலமே.

திருவாசகம்

தெங்கு திரள்சோலைத் தென்னன் பெருந்துறையான்
அங்கண னந்தணனா யறைகூவி

தீட்டார் மதில்புடைதூழ் தென்னன் பெருந்துறையான்
காட்டா தனவெல்லாங் காட்டிச் சிவங்காட்டி
                            (திருவம்மானை, க. சூ)

தென்னன் பெருந்துறை யாளியன்று
காதல் பெருகக் கருணைகாட்டித் தன்கழல் காட்டி
                            (திருவார்த்தை, கூ)

தென்னன், பெருந்துறையின் மேயபெருங் கருணை யாளன்
வருந்துயரந் தீர்க்கு மருந்து

(திருவெண்பா, ச)

தென்பாலைத் திருப்பெருந் துறையுறையுஞ்
சிவபெருமான்

(திருவேசறவு, எ)

இங்கே காட்டிய அருமைத் திருவாக்குக்களிலுள்ள ‘தென்னன் பெருந்துறை’ என்ற பகுதிகள், பாண்டி நாட்டிலுள்ள இந்தப் பெருந்துறையே திருவாதவூரர் உபதேசம் பெற்ற ஸ்தலமென்பதைத் தெரிவித்தல் காண்க.

‘திருப்பெருந்துறை கடற்கரையிலுள்ள ஊரன்று; ஆதலால் திருவாதவூரர் உபதேசம் பெற்ற ஸ்தலம் வேறொன்றாக இருத்தல் வேண்டும்’ என்பது ஒருசாரார் கொள்கை; இத்தலம் மிழலைக் கூற்றத்தி லுள்ளதென்று முன்பு (முகவுரையின் முதற் பக்கம்) காட்டிய தக்க ஆதாரங்களால் தெரிதலாலும் மிழலைக் கூற்றம் நெய்த னிலத்தைச் சார்ந்ததே யென்பது அடியிற் குறித்த செய்யுளின் பகுதியால் வெள்ளிடைமலைபோல் விளங்குதலாலும் இனி அவர்கள் அங்ஙனம் எண்ணார்க ளென்று எண்ணுகிறேன்:

நெல்லரியு மிருந்தொழுவர்
செஞ்ஞாயிற்று வெயின்முனையிற்
றெண்கடற்றிரை மிசைப்பாயுந்து
திண்டிமில் வன்பரதவர்
வெப்புடைய மட்டுண்டு
தண்குரவைச் சீர்தூங்குந்து
தூவற்கலித்த தேம்பாய் புன்னை
மெல்லினார்க் கண்ணி மிலைந்த மைந்த
ரெல்வளை மகளிர் தலைக்கை தரூஉந்து
வண்டுபட மலர்ந்த தண்ணறுங் கானன்
முண்டகக் கோதை யொண்டொடி மகளி
ரிரும்பனையின் குரும்பநீரும்
பூங்கரும்பின் றீஞ்சாறு
மோங்குமணற் குவவுத் தாழைத்
தீநீரோ டுடன்விராஅய்
முந்நீ ருண்டு முந்நீர்ப் பாயுந்
தாங்கா வுறையு ணல்லூர் கெழீஇய
வோம்பா வீகை மாவே ளெவ்வி
புனலம் புதவின் மிழலை. (புறநானூறு, உச)

இந்த ஸ்தலத்தின் ஸம்பந்தமான அரிய விஷயங்களை எனக்குப் பரமகிருபையோடு தெரிவித்தருளியவர்களும் சிவபக்தி அடியார் பக்திகளிலும் சிவஸ்தலங்களின் சரித்திர ஆராய்ச்சிகளிலும் ஒப்புயர்வற்று விளங்குபவர்களும், திருவாவடுதுறை யாதீனத்தில் இப்பொழுது எழுந்தருளியிருக்கும் பெருவள்ளலாகிய ஸ்ரீலஸ்ரீ அம்பலவாண தேசிக ரவர்களால் பாதுகாக்கப்பெற்று வருபவர்களுள் ஒருவருமான தேதியூர் பிருஹ்மஸ்ரீ மஹாதேவசிவ னவர்களுடைய திருவடித் தாமரைகளுக்கு அநேக வந்தனங்களை ஸமர்ப்பிக்கின்றேன்.

தம்முடைய ஆசிரியர்களாகிய மேற்கூறிய ஸ்ரீலஸ்ரீ அம்பலவாண தேசிகரவர்களுடைய கட்டளைப்படியே திருப்பெருந்துறைக் கட்டளையை மேற்கொண்டு சிவதரும பரிபாலனத்தைப் பண்டைக்கால முறைப்படியே மிகவும்

செவ்வனே நடத்தி அவர்களுக்கும் மற்றவர்களுக்கும் பெருமகிழ்ச்சியை விளைவித்துவரும் ஸ்ரீமத் சுந்தரலிங்க ஸ்வாமிகள், இப்புராணத்தை நான் ஆராய்ச்சிசெய்யுங் காலத்திலும் நான் சென்றிருந்தபொழுதும் எனக்கு அப்பொழுது அப்பொழுது வேண்டிய விஷயங்களை, முந்நூற்றுவர் பரம்பரையினருள் ஒருவராகிய பிரஹ்மஸ்ரீ ஆத்மநாத நம்பியாரவர்கள் முதலியவர்களைக்கொண்டு தெரிவித்தும், பல இடங்களுக்குச் சென்று அரிய செய்திகளை எளிதில் அறிந்துகொள்ளும்படி செய்வித்து ஆதரித்தும் இதனை விரைவில் வெளியிடும்படி என்னை அடிக்கடி தூண்டிக் கொண்டும் வந்தார்கள். இவர்களுடைய திறமையும் அன்புடைமையும் மிகப் பாராட்டற்பாலன.

இந்நூலைப் போலவே இந்த ஸ்தல ஸம்பந்தமாகவுள்ள மற்ற நூல்களையும் வெளியிடும்படி இவர்கள் செய்வார்களாயின், தமிழ் நாட்டிற்குப் பேருபகாரமாக இருக்கும்.

இப்பதிப்பிற் காணப்படும் பிழைகளைப் பொறுத்துக் கொள்ளும் வண்ணம் விவேகிகளை வேண்டுகிறேன்.

வெண்பா

குருந்துறையுஞ் செல்வக் குருமணியே தெய்வப்
பெருந்துறையா யெங்கடவப் பேறே – மருந்தனைய
பேரா யிரமுடைய பெம்மானே யன்பர்களுக்
காரா வமுதே யருள்.

இங்ஙனம்,
வே. சாமிநாதையன்

சென்னை
6-7-1913

உ
கணபதி துணை

வீரவனப்புராணம்

திரிசிரபுரம் மஹாவித்துவான்
ஸ்ரீ மீனாக்ஷிசுந்தரம் பிள்ளையவர்கள்
வடமொழி முதல் நூலிலிருந்து மொழிபெயர்த்தியற்றியது.

இது
ஸ்ரீ உமாம்பிகாஸமேத ஸ்ரீ வீரசேகரநாத
பக்தஜன ஸபையாருடைய பொருளுதவியைக் கொண்டு
இந்நூலாசிரியர் மாணாக்கரும்
கும்பகோணம் காலேஜ் தமிழ்ப்பண்டிதருமாகிய
உத்தமதானபுரம்
வே. சாமிநாதையரால்

சென்னபட்டணம்:
வைஜயந்தி அச்சுக்கூடத்திற்
பதிப்பிக்கப்பட்டது.

சோபகிருது ஸூ வைகாசி மீ

1903

Copyright Registered

உ

கணபதிதுணை.

வீரவனப்புராணம்.

திரிசிரபுரம் மஹாவித்துவான்

ஸ்ரீ மீனாக்ஷிசுந்தரம் பிள்ளையவர்கள்

வடமொழி முதல்நூலிலிருந்து மொழிபெயர்த்தியற்றியது.

இது,

ஸ்ரீ உமாம்பிகாஸமேத ஸ்ரீவீரசேகரநாத

பக்தஜனஸபையாருடைய பொருளுதவியைக்கொண்டு,

இந்நூலாசிரியர் மாணாக்கரும்

கும்பகோணம் காலேஜ் தமிழ்ப்பண்டிதருமாகிய

உத்தமதானபுரம்

வே. சாமிநாதையரால்

சென்னபட்டணம் :

வைஜயந்தி அச்சுக்கூடத்திற்

பதிப்பிக்கப்பட்டது.

சோபகிருதுஸு வைகாசிமீ

1903

Copyright Registered.

உ
கணபதி துணை

முகவுரை

வீரவன மென்பது, திருப்பெருந்துறைக்கு மேற்றிசையில் 10 நாழிகை வழித் தூரத்தில் உள்ளதொரு சிவஸ்தலம்; வில்வாரணியம், வீராரணியம், வீரை, வீரையூர், அளகை, சாக்கைக் கோட்டை, சாக்களூர், சாக்கை யென்றும் வழங்கும்.

விநாயகர் திருநாமங்கள்: சுந்தர விநாயகர், அழகு விநாயகர் என்பன.

ஸ்வாமியின் திருநாமங்கள்: வீரசேகர நாதர், திருமுடித் தழும்ப ரென்பன.

அம்பிகையின் திருநாமங்கள்: உமை, உமையம்பிகை, உமாம்பிகை, உமையாண்டா ளென்பன.

தீர்த்தத்தின் திருநாமங்கள்: சிவகங்கை, சோழதீர்த்தம், சத்தியதீர்த்த மென்பன.

ஸ்தல விருக்ஷம்: வீரவிருஷம், இந்த மரத்தின் பெயர் தென்மொழியில் வீரையென வழங்கும். இது முன்னொரு காலத்திற் சுகுணபாண்டிய னென்னும் அரசனுக் குண்டாகிய ஐயத்தை நீக்கும்பொருட்டு ஸ்ரீ வீரசேகரநாத ருடைய திருவருளால் பலாமரமாகிப் பின்பு தன்னுருவம் பெற்ற மகிமையை யுடையது.

வழிபட்டுப் பேறுபெற்றோர்கள்: வீரனென்னும் வேடர் பெருமான், அவன் மனைவியாகிய சுமதி, காவிரிப்பூம்பட்டினத் தரசனாகிய கண்ட னென்னும் சோழன், அவன் தேவியாகிய சுசீலை, அவன் புதல்வனாகிய வீரசேகரச் சோழன், சுகுண பாண்டியன், குபேரன், அந்தண னொருவன், ஆய னொருவன், திருமால், இராமன், திருப்பெருந்துறை அந்தணர்களாகிய முந்நூற்றுவர் முதலியோர்கள்.

மேற்கூறிய விசேடங்களை யுடையதும், மிகப் பழமையானதும், புகழ்பெற்றது மாகிய இந்த வீரவனத்தின் புராணத்தை வடமொழி முதல் நூலிலிருந்து பெயர்த்து, இனிய செய்யுள்நடையாக இயற்றியவர், கவிஞர் பெருமானும் மஹாவித்துவானும் என்னுடைய தமிழாசிரியருமாகிய திரிசிரபுரம் ஸ்ரீ மீனாக்ஷிசுந்தரம் பிள்ளை யவர்கள்.

இப்புராணம், முதலில் அழகு விநாயகக் கடவுளின் துதி முதலிய பல துதிகளடங்கிய கடவுள் வாழ்த்தும், அவையடக்கமும், சிறப்புப் பாயிரமும் முறையே அமையப்பெற்றுப் பின்னர், திருநாட்டுப் படல முதலிய பதினான்கு படல வுறுப்புக்களாகப் பகுக்கப்பெற்றுள்ளது. இதன் செய்யுள் தொகை, ஏ௦ச.

இப்புராணத்தின் இனிய செய்யுள்நடையும், பொருளமைதியும், நூலாசிரியர் சரித்திரங்களைச் சொல்லிக்கொண்டு போகு மழகும், இடையிடையே பலவகையாகப் புலப்படுத்தியிருக்கும் சிவோத்கருஷங்களும், சிவஸ்துதிகளும், உண்மை நாயன்மார்க ளுடைய சரித்திரங்களை அங்கங்கே உபமானங்களாக எடுத்துக்காட்டி யிருக்கும் பகுதிகளும், இடையிடையே அமைந்திருக்கும் பத்திச் சுவையும், வினா விடைகளும், வேறு ஸ்தலபுராண கதைகளுள் அரியனவற்றை எடுத்துகூறியிருக்கும் பாகங்களும், பிறவும் மிகப் பாராட்டற்பாலன.

இங்ஙனம் பெருமை வாய்ந்த வீரவனப் புராணத்தை அரும்பதவுரையுடன் பதிப்பித்தலில் எனக்குப் பொருட்கவலை இல்லாம லிருக்கும்படி செய்த, ஸ்ரீ உமாம்பிகா ஸமேத ஸ்ரீ வீரசேகரநாத பக்தஜன ஸபையாருடைய பெருந்தகைமை மிக மதித்தற்பாலது.

இங்ஙனம் தூண்டி ஆதரிப்போர் சிலரேனு மிருப்பின் மஹோபகாரிகளாகிய இந்நூலாசிரிய ரியற்றிய அரிய பெரிய இனிய நூல்கள் பலவற்றுள் இதுவரையில் அச்சிடப்படாம லிருப்பவைகளைப் பதிப்பித்து யாவரும் எளிதிற் பெற்றுப் படித்துப் பயனடையும்படி செய்தற்கு அனுகூலமாக இருக்கும். திருவருள் துணைசெய்ய வேண்டும்.

இவ்வரிய நூலைப் பதிப்பிக்கும்படி செய்த நல்வினையின்பால் மிக்க நன்றியறி வுடையேன்.

வெண்பா

துன்றுபலத் தோளான் சுகுணவழு திக்குமரம்
ஒன்றுபல வாம்வீரை யூர்முறையொன் – றின்றுபல
ஆயதிறும் பூதோ வளகைப் பரன்கருணை
ஏயதெனின் முற்றாத தென்.

இங்ஙனம்,

வே. சாமிநாதையன்

உ
கணபதி துணை

சூரைமாநகர்ப் புராணம்

திருவாவடுதுறை ஆதீனத்து மஹாவித்துவான்
திரிசிரபுரம்
ஸ்ரீ மீனாக்ஷிசுந்தரம் பிள்ளையவர்கள்
இயற்றியது.

இது
காரைக்குடி
முரு.லெ. இலக்குமணச் செட்டியா ரவர்களுடைய
குடும்பஸ்தர்களின் பொருளுதவியைக்கொண்டு
இந்நூலாசிரியர் மாணாக்கரும்
சென்னை பிரஸிடென்ஸி காலேஜ் தமிழ்ப்பண்டிதருமாகிய
உத்தமதானபுரம்
வே. சாமிநாதையரால்
நூதனமாக எழுதிய அரும்பதவுரையுடன்

சென்னை:
பிரஸிடென்ஸி அச்சுக்கூடத்திற்
பதிப்பிக்கப்பெற்றது.

குரோதி ௵ ஆனி ௴

1904

Copyright Registered

உ

கணபதிதுணை.

சூரைமாநகர்ப் புராணம்.

திருவாவடுதுறை

ஆதீனத்து மஹாவித்துவான்

திரிசிரபுரம்

ஸ்ரீ மீனாக்ஷிசுந்தரம் பிள்ளையவர்கள்

இயற்றியது.

இது,

காரைக்குடி,

முரு. லெ. இலக்குமணச்செட்டியாரவர்களுடைய

குடும்பஸ்தர்களின் பொருளுதவியைக்கொண்டு,

இந்நூலாசிரியர் மாணாக்கரும்

சென்னைப பிரஸிடென்ஸி காலேஜ் தமிழ்ப்பண்டிதருமாகிய

உத்தமதானபுரம்

வே. சாமிநாதையரால்

நூதனமாக எழுதிய அரும்பதவுரையுடன்

சென்னை:

பிரஸிடென்ஸி அச்சுக்கூடத்திற்

பதிப்பிக்கப்பெற்றது.

குரோதி௵ ஆனி௴

1904

Copyright Registered.

உ
கணபதி துணை

முகவுரை

சூரைமாநக ரென்பது, பாண்டிவள நாட்டில், கிழக்கே வீரவனத்தையும், தெற்கே கோயிலூரையும், மேற்கே மயூரகிரியையும், வடக்கே திருமெய்யத்தையும் ஐவைந்து நாழிகை வழித்தூரத்தில் எல்லைகளாகப் பெற்று இவற்றினிடையே விளங்குவதொரு புராதன சிவஸ்தலம்; இது சூரைக்குடி, சூரை, விசயாலயபுர மெனவும் வழங்கும்.

ஸ்தல விநாயக மூர்த்திகள் இருவர்: (க) காட்சி விநாயகர், (உ) சங்கர விநாயகர்.

ஸ்வாமியின் திருநாமங்கள்: சங்கரநாதர், சுந்தரேச ரென்பன.

அம்பிகையின் திருநாமங்கள்: பார்வதி = பார்ப்பதி, மீனாக்ஷி = கயற்கணம்மை யென்பன.

தீர்த்தங்கள் மூன்று: (க) சூரிய தீர்த்தம், (உ) பொற்றாமரை, (ங) விஷ்ணு தீர்த்தம்.

ஸ்தலவிருக்ஷம் இரண்டு: (க) இலந்தை, (உ) கடம்பு.

வழிபட்டுப் பேறுபெற்றோர்கள்: சூரியன், சூரன், பொன்னான விசயாலய தேவன், சங்கப் புலவர்கள், திருமா லென்பவர்கள்.

இதைச்சார்ந்துள்ள சுப்பிரமணிய ஸ்தலங்கள் நான்கு: (க) திருவேலன்குடி, (உ) பலவானவர்குடி, (ங) ஆலத்திப்பட்டி, (ச) மாலையிட்டான்.

மேற்கூறிய விசேடங்களை யுடையதும், மிகப் பழமையானதுமாகிய இந்தச் சூரைமாநகரின் புராணத்தை வடமொழி முதனூலிலிருந்து பெயர்த்துத் தமிழில் இனிய செய்யுள் நடையாக இயற்றியவர்கள், கவிஞர் பெருமானும் திருவாவடுதுறை ஆதீனத்து மஹாவித்துவானுமாகிய திரிசிரபுரம் ஸ்ரீ மீனாக்ஷிசுந்தரம் பிள்ளை யவர்கள்.

இந்நூலை அக்காலத்தில் ஆக்குவித்த பிரபு, காரைக்குடி முருலெ. இலக்குமணச் செட்டியா ரவர்களுடைய புத்திரரும் பெருங்கொடையாளி யென்று மிக்க புகழ்பெற்று விளங்கியவருமான கிருஷ்ண செட்டியா ரவர்கள்; இவர்கள் பெருமையும் இவர்கள் இந்நூல் செய்வித்தமையும் இந்நூற் கடவுள் வாழ்த்தின் பின்புள்ள செய்யுட்கள் மூன்றனால் நன்கு புலப்படும்.

இப்புராணம், முதலில் காட்சி விநாயகர் துதி முதலியன அடங்கிய கடவுள் வாழ்த்தும், அவையடக்க முதலியனவும் அமையப்பெற்றுப் பின்னர்த் திருநாட்டுப் படல முதலிய பத்துப் படல வுறுப்புக்களாகப் பகுக்கப்பெற்றுள்ளது. இதன் செய்யுட்டொகை - ருநுகூ.

நூலாசிரியர் பெயரைக் கேட்கவே செய்யுள் நடையும், பொருளமைதியும், சிவோத்கருஷங்களும் சிவஸ்துதிகளும், கற்பனை முதலியனவும், மிகச் செவ்வையாக அமைந்திருக்கு மென்பது, இக்காலத்தில் தமிழ் நாட்டிலுள்ள விவேகிகள் யாவருக்கும் நன்கு புலப்பட்ட விஷய மாதலால், யான் அவற்றைப் பற்றி யாதொன்றும் எழுதத் துணிந்தே னில்லை.

இந்நூலைப் பதிப்பித்தலில் எனக்குப் பொருட்கவலை யில்லாதிருக்கும்படி முயன்றவர்களும் கல்வி யறி வொழுக்கங்களாற் சிறந்து விளங்குபவர்களுமாகிய காரைக்குடி அறுபத்து மூவர் மடம் ம-ள-ள-ஸ்ரீ ராம.சொ. சொக்கலிங்கச் செட்டியா ரவர்களுடைய பெருந்தகைமை மிகப் பாராட்டற்பாலது.

இங்ஙனம் ஆதரிப்போர் சிலரேனு மிருப்பின் மகோபகாரிகளாகிய பிள்ளை யவர்க ளியற்றிய இனிய நூல்கள் பலவற்றுள் இதுவரையில் அச்சிடப்படாம லிருப்பனவற்றைப் பதிப்பித்து யாவரும் எளிதிற் பெறும்படி வெளிப்படுத்துதற்கு மிக அனுகூலமாக இருக்கும். திருவருள் துணைசெய்ய வேண்டும்.

இங்ஙனம்,

வே. சாமிநாதையன்

உ
கணபதி துணை

திருவாரூர்த் தியாகராச லீலை

திருவாவடுதுறையாதீனத்து மஹாவித்துவான்
திரிசிரபுரம்

ஸ்ரீ மீனாக்ஷிசுந்தரம் பிள்ளையவர்கள்

இயற்றியது.

இது
தேவிகோட்டை
ம-ா-ா-ஸ்ரீ ராம.மெ.சித.சிதம்பர செட்டியாரவர்களுடைய
விருப்பத்தின்படி
இந்நூலாசிரியர் மாணாக்கரும்
சென்னை பிரஸிடென்ஸி காலேஜ் தமிழ்ப்பண்டிதருமாகிய
உத்தமதானபுரம்

வே. சாமிநாதையரால்

நூதனமாக எழுதிய அரும்பதவுரை முதலியவற்றுடன்

சென்னை:
பிரஸிடென்ஸி அச்சுக்கூடத்திற்
பதிப்பிக்கப்பெற்றது.

விலை. அணா கஉ

விசுவாவசு ௵ ஆவணி ᛗ

1905

Copyright Registered

உ

கணபதிதுணை.

திருவாரூர்த்
தியாகராசலீலை.

திருவாவடுதுறையாதீனத்து மஹாவித்துவான்
திரிசிரபுரம்
ஸ்ரீ மீனாட்சிசுந்தரம்பிள்ளையவர்கள்
இயற்றியது.

இது
தேவிகோட்டை,
ம-ா-ா-ஸ்ரீ ராம.மெ.சித.சிதம்பரசெட்டியாரவர்களுடைய
விருப்பத்தின்படி
இந்நூலாசிரியர் மாணாக்கரும்
சென்னைப் பிரஸிடென்ஸி காலேஜ் தமிழ்ப்பண்டிதருமாகிய
உத்தமதானபுரம்
வே. சாமிநாதையரால்
நூதனமாக எழுதிய அரும்பதவுரை முதலியவற்றுடன்

சென்னை:
பிரஸிடென்ஸி அச்சுக்கூடத்திற்
பதிப்பிக்கப்பெற்றது.

விலை. அணா ௧௨.

விசுவாவசு௵ ஆவணி௴

1905.

Copyright Registered.

உ
கணபதி துணை

முகவுரை

தேவாரம்
திருஞானசம்பந்தமூர்த்தி நாயனார்
திருச்சிற்றம்பலம்

சித்தந்தெளிவீர்கா, ளத்தனாரூரைப்
பத்திமலர்தூவ, முத்தியாகுமே.

திருவாரூருக்குரிய பழைய சரித்திரங்களைத் தெரிவிக்கும் நூல்கள் வடமொழியில் அஜபார ஹஸ்யம், ஆடகேச்வர மாஹாத்மியம், கமலாலய மாஹாத்மியம், சமத்காரபுர மாஹாத்மியம், தியாகராஜ மஹாத்மியம், தியாகராஜ லீலை, தேவயாகபுர மஹாத்மியம், தேவாச்ரய மாஹாத்மியம், நாகரகண்டம், முசுகுந்தபுர மாஹாத்மியம், ராமகயா மாஹாத்மியம், ஸ்ரீபுர மாஹாத்மியம், ஸ்கந்தபுர மாஹாத்மியம், க்ஷேத்திரவர மாஹாத்மியம் எனப் பல உள்ளன வென்று சொல்லுகின்றனர்.

அவற்றுள், கமலாலய மாஹாத்மியம், நாகரகண்டம், தியாகராஜ லீலை என்னும் இம்மூன்றும் தமிழிற் செய்யுள் நடையாகச் செய்யப்பெற்றுள்ளன.

கமலாலய மாஹாத்மிய மென்பது, சிதம்பரம் ஸ்ரீ மறைஞான சம்பந்த ரென்பவரால், இயற்றப்பெற்றுக் கமலாலயச் சிறப்பென்னும் பெயரால் வழங்குகின்றது; அதன் திருவிருத்தத் தொகை - கoசூரு. அதனை அவர் செய்யத் தொடங்கிய காலம், கலியப்தம் சசூசஎ-ம் ஷூத்தின் பின்னதாகிய பராபவ வருஷமென்று (சாலி - கசசூகூ; கி.பி.1547) ஷ நூலின் பாயிரச் சருக்கத்துள்ள உரு-ம் செய்யுள் தெரிவிக்கின்றது. அவரியற்றிய பதி பசு பாசப் பனுவலென்னும் நூலின் சிறப்புப் பாயிரத்தி லுள்ளதாகிய, “ஆதி கமலா லயமுதற் புராண, மோது மதியாற் சூதனை யொப்போன்” என்னும் பகுதியும் அந்நூல் அவரியற்றினா ரென்பதை வலியுறுத்தும். அந்நூல் இன்னும் அச்சிடப்படவில்லை.

நாகரகண்ட மென்பது அளகைச் சம்பந்த முனிவ ரென்னும் வணிகர் பெருமானால் இயற்றப்பெற்று, நாகரகண்ட மெனவும், திருவாரூர்ப் புராண மெனவும் வழங்குகின்றது. அதன் திருவிருத்தத் தொகை - உகூகரு. அதனை அவர் இயற்றி அரங்கேற்றிய காலம், சாலிவாகன சகாப்தம் - கருகச (கி.பி. 1592) பங்குனி மீமென்று அந்நூலின் பாயிரத்துள்ள ருரு-ம் செய்யுளால் தெரிகின்றது. அஃது, அச்சிடப்பட்டுள்ளது.

தியாகராச லீலை யென்பது, ஸ்ரீ வீதிவிடங்கத் தியாகராஜ மூர்த்தியின் முந்நூற்றறுபது லீலைகளை யுணர்த்துவது. அவற்றுள், முதலிலுள்ள பதின்மூன்று லீலைகளும் கச-ம் லீலையின் முதற் பாகமும், திருவாவடுதுறை யாதீனத்து மஹாவித்துவானும் கவிஞர் பெருமானுமாகிய திரிசிரபுரம் ஸ்ரீ மீனாட்சிசுந்தரம் பிள்ளை யவர்களால் இயற்றப்பெற்று, தியாகராச லீலை யெனவும் திருவாரூர்த் திருவிளையாட லெனவும் வழங்கும். இதன் திருவிருத்தத் தொகை-சூகூகூ. இந்நூலைப் பிள்ளையவர்கள் செய்யத் தொடங்கிய காலம், சென்ற விசுவாவசு வருட மென்று *(கி.பி. 1845)* தெரிகிறது.

இதனைச் செய்தற்குக் காரணம், இப்புத்தகம், எ-ம் பக்கத்துள்ள, "காரெலாந் தவழும்" என்னும் செய்யுள் முதலியவற்றால் விளங்கும்.

இதன் மேற்பாகமான வடநூலைப் பெறுவதற்கு எத்தனையோ முறை முயன்றும் அது கைக்கு வாராமையாலேதான், அந்தப் பாகம் இவர்களாற் செய்யப்பெற வில்லை. அந்தக் குறை இவர்களுக்கு வாழ்நாளளவும் இருந்தே வந்தது.

லீலைகள் முந்நூற்றறுப தாதலால், அவற்றிற்குத் தக்கபடி இருக்கவேண்டு மென்று நினைந்தே கடவுள் வாழ்த்து, திருநாட்டுப் படல முதலியவை மிக்க விரிவாக இதிற் செய்யப்பெற்றன.

இந்தப் பாகம் முழுவதையும் ஏட்டுப் பிரதியில் அப்பொழு தப்பொழுது தாமே எழுதிவந்தவரும் கும்பகோணம் காலேஜ் தமிழ்ப் பண்டிதராக இருந்தவருமாகிய, ஸ்ரீ. சித. தியாகராச செட்டியா ரவர்களுக்கு இந்நூற் செய்யுட்கள் யாவும் முகஸ்த மாதலால், அவர்கள், தம்பால் வந்தவர்களுக்கு இதிலுள்ள அருமையான பாடல்களை எடுத்துச் சொல்லிப் பரவசத்தோடு பிரஸங்கித்தலை எத்தனையோமுறை கண்டிருக்கிறேன். இன்ன இன்ன அமயத்தில் இன்ன இன்ன பாடல்கள் செய்யப்பட்டன வென்றும் அவர்கள் சொல்லக் கேள்வியுண்டு. விரிவஞ்சி அவ்வரலாறுகள், இப்பொழுது விடுக்கப்பெற்றன.

திருவாவடுதுறை ஆதீனத்தில் கசூ-ம் பட்டத்தில் எழுந்தருளியிருந்த ஸ்ரீமத் சுப்பிரமணிய தேசிக ரவர்களுக்கு இந்த நூலில் மிக்க பிரீதியுண்டு; அவர்கள், தம்பால் தமிழ்ச் சுவை யறிந்தோர்கள் வந்த காலங்களில், பிள்ளை யவர்களைக் கொண்டேனும் மேற்கூறிய செட்டியா ரவர்களைக் கொண்டேனும் ஆச்சாரிய ஸங்கீத வித்துவானாக இருந்த ஸ்ரீ மகாவைத்தியநாதைய ரவர்களைக் கொண்டேனும் அடியிற் குறிப்பிட்டுள்ள பாகங்களுள் ஏதாவது ஒரு பாகத்தைச் சொல்லுவித்து மகிழ்விப்பார்கள்.

நைமிசப் படலம், ரு-கo.

முதலாவது லீலை, க-கo.

மூன்றாவது லீலை, முற்றும்.

பிள்ளை யவர்களுடைய தமிழ் நூற் புலமையையும் கவி வன்மையையும் இத்தமிழுலகம் மிகச் செவ்வையாக அறிந்திருத்தலால், இதில் அவ்வவ்விடங்களில் அமைந்திருக்கும் பழைய தமிழ் நூற் பிரயோகங்களையும் சொல்லணி பொருளணிகளையும் செய்யுட்களின் நடைச் சிறப்பையும் சைவசித்தாந்த நூற் கருத்துக்களையும் சிவோத் கர்ஷங்களையும் பிற விசேடங்களையும் எடுத்துக் காட்டுதல் மிகையென்று இம்மட்டோடு நிறுத்தலானேன்.

தொடங்கிய ஒவ்வொரு புஸ்தக வேலையினிடத்தும் அன்பு பாராட்டி என்னை ஆதரித்துவரும், திருவாவடுதுறை ஆதீனத்துத் தலைவர்களாகிய ஸ்ரீமத் அம்பலவாண தேசிகரவர்கள் இந்நூற் கையெழுத்துப் பிரதியை உதவி செய்த விஷயத்தில் நிரம்ப நன்றி யறிவுள்ளவனாக இருக்கிறேன்.

இந்நூலைப் பதிப்பித்தற்குரிய அச்சுக் கூலி முதலியவற்றில் யாதொரு கவலை யுமில்லாம லிருக்கும்படி பொருளுதவி செய்த தேவிகோட்டை ம-ா-ா-ஸ்ரீ ராம. மெ. சித. சிதம்பர செட்டியா ரவர்களுடைய பெருந்தகைமை இக்காலத்தில் மிகப் பாராட்டற்பாலது.

இதனைப் பதிப்பிக்குங் காலத்தில் உடனிருந்து அன்புடன் உதவிபுரிந்தவர்கள்: சென்னை, ந்யூஇங்டன் ஸ்கூல் மத போதகாசிரியராகிய, தமிழ் வித்துவான் ம-ா-ா-ஸ்ரீ தி. கிருஷ்ணைய ரவர்கள்; திருமயிலை பி. சுப்பிரமணியம் ஹைஸ்கூல் தமிழ்ப் பண்டிதர் ம-ா-ா-ஸ்ரீ இ.வை. அநந்தராமைய ரவர்கள்.

திருவாரூர், போர்டு ஹைஸ்கூல் தமிழ்ப் பண்டிதர் ம-ா-ா-ஸ்ரீ சந்தானமையங்கா ரவர்கள், இதில் வந்துள்ள பழைய சரித்திரங்கள் சிலவற்றை விசாரித்து விளங்க எழுதியனுப்பினார்கள்.

விருத்தம்

எண்ணிய பலவு மாணவர்க் கன்பி னீந்திடு நிதிதமிழ் விளங்க
நண்ணிய புகழ்மீ னாட்சிசுந் தரநன் னாவல னன்கினி தாய்ந்து
பண்ணிய வீதி விடங்கர்த மாடற் பனுவலைப் பதிப்பிக்க வியைந்த
புண்ணிய மதனை நினைதொறு மெனது புந்திமிக் கின்புறு மாலோ.

கட்டளைக் கலித்துறை

தேனாட்சி செய்கவி யானின் செயன்முற்றுஞ் செப்புமுன்னே
மீனாட்சி சுந்தர வள்ளலை யெங்கள் விழுப்பொருளை
வானாட்சி செய்யப் புரிந்ததென் னோமன் வடிவுகொடு
தானாட்சி செய்திரு வாரூர்த் தியாகசிந் தாமணியே.

இங்ஙனம்,
வே. சாமிநாதையன்

உ
கணபதி துணை

திருவாரூர்த் தியாகராச லீலை

திருவாவடுதுறையாதீனத்து மஹாவித்துவான்
திரிசிரபுரம்
ஸ்ரீ மீனாட்சிசுந்தரம் பிள்ளையவர்கள்
இயற்றியது.

இஃது
இந்நூலாசிரியர் மாணாக்கராகிய மஹாமஹோபாத்தியாய
தாக்ஷிணாத்ய கலாநிதி
உத்தமதானபுரம் வே. சாமிநாதையரால்
நூதனமாக எழுதிய
குறிப்புரை முதலியவற்றுடன்

சென்னை
கேசரி அச்சுக்கூடத்திற்
பதிப்பிக்கப் பெற்றது.

[இரண்டாம் பதிப்பு]

பிரபவ வூ மாசி மீ

1928

Copyright Registered]

 [விலை அணா 12

உ

கணபதி துணை.

திருவாரூர்த்

தியாகராசலீலை.

திருவாவடுதுறையாதீனத்து மஹாவித்துவான்

திரிசிரபுரம்

ஸ்ரீ மீனாட்சிசுந்தரம் பிள்ளையவர்கள்

இயற்றியது.

இஃது

இந்நூலாசிரியர் மாணாக்கராகிய மஹாமஹோபாத்தியாய

தாக்ஷிணாத்ய கலாநிதி

உத்தமதானபுரம் வே. சாமிநாதையரால்

நூதனமாக எழுதிய

குறிப்புரை முதலியவற்றுடன்

சென்னை

கேசரி அச்சுக்கூடத்திற்

பதிப்பிக்கப் பெற்றது.

இரண்டாம் பதிப்பு.

பிரபவஞு மாசிமீ

1928 புதிய விலை ரூ. 1-00

Copyright Registered] [~~விலை அணா 12~~

உ
கணபதி துணை

முகவுரை

தேவாரம்
திருஞானசம்பந்தமூர்த்தி நாயனார்
திருச்சிற்றம்பலம்

சித்தந் தெளிவீர்காள், அத்த னாரூரைப்
பத்தி மலர்தூவ, முத்தி யாகுமே.

சோழவளநாட்டிற் காவிரி நதியின் தென்பா லுள்ளதும், விராட் புருஷனுடைய மூலாதார மெனவும் பூமிதேவியின் ஹ்ருதய கமல மெனவும் பஞ்சபூத ஸ்தலங்களுள் பிருதிவி ஸ்தல மெனவும் இந்திரன் முதலிய தேவர்கள் கறையான் வடிவு கொண் டியற்றிய புற்றை இடமாகக் கொண்டு பரமசிவன் சிவலிங்கப் பெருமானாகத் தோற்றினமையின் வன்மீகபுர மெனவும் தன்பாற் பிறந்தவர்களுக்கு முத்தி கொடுத்தலால் பிறக்க முத்தி தரும் ஸ்தல மெனவும் தன்னிடமுள்ள உயிர்க ளெல்லாம் சிவகணங்க ளாதலின் ஸ்பரிச தோஷ முதலியன இல்லாத பெருமை வாய்ந்த தெனவும் எல்லாப் பாவங்களிலும் மிகக் கொடியதாகிய நன்றி கொன்ற பாவத்தையும் தீர்க்கும் மகிமை வாய்ந்த தெனவும் ஸ்ரீ காசிக்கும் தில்லைக்கும் மேலான தெனவும் ஸப்த விடங்க ஸ்தலங்களுள் முதலாவ தெனவும் ஆதிபராசக்தி தவஞ் செய்தமையின் பராசக்தி ஸ்தல மெனவும் திருமகள் வழிபட்டுப் பேறு பெற்றமையாற் கமலாலய மெனவும் வீதிவிடங்கராகிய ஸ்ரீ தியாகேசர் எழுந்தருளி யிருத்தலின் வீதிவிடங்க மெனவும் பாராட்டப்பெற்று விளங்குவதுமான நிறைசெல்வத் திருவாரூரை அறியாதவர் யாவர்?

அஜபார ஹஸ்யம், ஆடகேச்வர மாஹாத்மியம், கமலாலய மாஹாத்மியம், நாகரகண்டம், தியாகராச லீலை, சமத்காரபுர மாஹாத்மியம், தியாகராஜ மாஹாத்மியம், தேவயாகவுர மாஹாத்மியம், தேவாச்ரய மாஹாத்மியம், முசுகுந்தபுர மாஹாத்மியம், ராமகயா மாஹாத்மியம், ஸ்ரீபுர மாஹாத்மியம், ஸ்கந்தபுர மாஹாத்மியம், க்ஷேத்திரவர மாஹாத்மிய மென்னும் வடமொழி நூல்களையும், திருஞானசம்பந்த மூர்த்தி நாயனார் அருளிச்செய்த திருப்பதிகம் ஐந்தையும், திருநாவுக்கரசு நாயனார் அருளிச்செய்த திருப்பதிகம் இருபத்தொன்றையும், சுந்தரமூர்த்தி நாயனார் அருளிச்செய்த திருப்பதிகம் எட்டையும், திருவாசக முதலிய திருமுறைகளிலுள்ள அருமைப் பாடல்கள் பலவற்றையும், சேரமான் பெருமாள் நாயனார் அருளிச்செய்த மும்மணிக் கோவை முதலிய அருமைப் பிரபந்தங்கள் பலவற்றையும், மிக இனியனவாய் வடமொழியிலும் தென்மொழி முதலியவற்றிலும் பற்பல பெரியோர்களாற் செய்யப்பெற்றுள்ள

ஸ்தோத்திரங்களையும், இனிய கீர்த்தனங்களையும், மிகப் பலவாகிய தனிப்பாடல் களையும் பெற்று விளங்குவதும் இத்தலமே.

கழற்சிங்க நாயனார், செருத்துணை நாயனார், சோமாசிமாற நாயனார், தண்டியடிகள் நாயனார், திருநீலகண்ட யாழ்ப்பாணர், நமிநந்தியடிகள், விறன்மிண்ட நாயனார் என்பவர்கள் வழிபட்டுப் பேறுபெற்றதும், சோழவரசர்கள் முடிகவித்தற்குரிய நகரங்கள் ஐந்தனுள் ஒன்றாக இருந்ததன்றி அவர்களுடைய இராசதானியாக வுள்ளதும், மனுநீதிச் சோழர் ஒரு பசுவின் குறையைத் தீர்த்தற் பொருட்டுத் தம் செல்வப் புதல்வன்மீது தேரைச் செலுத்தித் திருவருளை வெளிப்படுத்தியதும், ஸ்ரீ தியாகேசர் பாதஞ் சிவக்கப் பசுந்தமிழ் வேண்டிப் பரவை தன்பால் தூதன்று சென்ற பெருமை வாய்ந்ததும், ஸ்ரீ சுந்தரமூர்த்தி நாயனார் திருத்தொண்டத் தொகையை அருளிச் செய்தற்கும் தெய்வத் திருமுறைகளை வெளிப்படுத்திய ஸ்ரீ அபயகுலசேகர மகாராசா முதலியோர் அரசாட்சி செய்தற்கும் இடமாக இருந்ததும் இதுவே.

கலிசெலா நகரம், பராசத்திபுரம், சமற்காரபுரம், தேவாசிரயம், முசுகுந்தபுரம், மூலாதார நகரம், ஸ்ரீ நகரம் என்பன முதலிய காரணப் பெயர்கள் வாய்ந்ததும், அறுபத்து நான்கு புண்ணிய கட்டங்களாற் சூழப்பெற்று ஒரு யாகம் நடந்த பொழுது மகரிஷிகளால் பிரதிஷ்டிக்கப்பெற்ற நடுவநாயனா ரென்னும் மூர்த்தி பரிவாரங்களுடன் எழுந்தருளியிருக்கும் திருக்கோயிலைத் தன்னிடையே பெற்று விளங்குந் தேவ தீர்த்தம், உருத்திர கோடி, கயை, சங்க தீர்த்தம், சர்வ தீர்த்தம், சூரிய புட்கரணி, தேவ தீர்த்தம், வாயு தீர்த்தம், விசுவாமித்திர தீர்த்தம் முதலிய புண்ணிய தீர்த்தங்களாற் சூழப்பெற்றதும், அகத்தியர், அசன், அரிச்சந்திரன், இடைய னொருவன், இந்திரன், இராமன், கருணாகரத் தொண்டைமான், குலிசராசன், கேமசருமன், கோகரணர், கோடிமுனிவர், சங்கமுனிவர், சண்ட தருமன், சமற்கார வரசன், சனகாதியர் நால்வர், சித்த ரொருவர், சித்தீச னென்னு மரசன், தசரதர், தசார்ணவ தேசத் தரசன், திரிசங்கு, திருட னொருவன், திருமகள், திருமால், துருவாசர், நளன், பசுவொன்று, பட்டினசாமி என்னும் வணிகன், பதஞ்சலி, பிரமர், மனுநீதிச் சோழர், முசுகுந்த சக்கரவர்த்தி, மூன்றரைக் கோடி புண்ணிய தீர்த்தங்கள், மன்மதன், மேனகை, வாணாசுரன், விசுவாமித்திரர் முதலியவர்கள் வழிபட்டுப் பேறுபெற்றுய்ந்ததும், அடிமுடி தேடிய திருவீதி, செந்தாமரை நாறிய திருவீதி, பொன் பரப்பிய திருவீதி, புகழாபரணத் திருவீதி முதலிய திருவீதிகளாற் சூழப்பெற்றதும், கோயில் குளம் செங்கழு நீரோடை என்பனவற்றுள் ஒவ்வொன்றையும் ஐவைந்து வேலிகளாகக் கொண்டதும், பூங்கோயி லென்று பாராட்டப்பெற்ற திருமூலட்டான விசேடமுடையதும், தரிசனத்திற்கு வரும் தேவர்கள் முதலியோர் சமயம் பார்த்துக்கொண்டு தங்கி யிருத்தற்கு இடமாக இருப்பது பற்றித் தேவாசிரயம் என்று சிறப்புப் பெயர் வாய்ந்த ஆயிரக்கால் மண்டபத்தை யுடையதும், திருவந்திக் காப்பு விசேட முடையதும், "முத்து விதானம்" என்னும் திருப்பதிகத்தாலும் "ஆராய்ந் தடித் தொண்டர்" என்னும் தேவாரத்தாலும் முறையே திருநாவுக்கரசு நாயனார் மிகப் பாராட்டியருளிய மார்கழித் திருவாதிரைத் திருவிழாச் சிறப்பும் பங்குனி யுத்திரத் திருவிழாச் சிறப்பும் வாய்க்கப்பெற்றதும், திருவரனெறி, பரவையுண் மண்டளி யென்னும் தேவாரம் பெற்ற இரண்டு ஸ்தலங்களைத் தன்பாலுடையதும் இத்தலமே யென்பர்.

ஸ்ரீ தியாகராஜ மூர்த்திக்கு ஸ்ரீமுசுகுந்த சக்கரவர்த்தியால் வைவஸ்வத மனுவந்தரத்திற் செய்விக்கப்பெற்று அக்காலந் தொடங்கி இன்றுவரையில் சோழ

அரசர்கள் முதலியவர்களாற் பரிபாலனஞ் செய்யப்பெற்றுவந்ததும், "ஆழித்தேர் வித்தகனை யான்கண்ட தாரூரே" எனத் தேவாரத்தாற் சிறப்பித்துப் பாராட்டப் பெற்றதுமாகிய திருத்தேர் வாய்ந்ததும் இதுவே யாகும்.

"ஒருவனா யுலகேத்த நின்ற நாளோ" என்னுந் தேவாரப் பதிகத்தால் இத் தலத்தின் பழமை யாவருக்கும் நன்கு புலப்படும்.

இத்தலத்திற் குரியனவாக வுள்ள மேற்கூறிய வடமொழி மாஹாத்மியங்களுள் கமலாலய மாஹாத்மியம், நாகரகண்டம், தியாகராச லீலை என்னும் இம்மூன்றுமே தமிழிற் செய்யுள் நடையாகச் செய்யப்பெற்றுள்ளன.

அவற்றுள் கமலாலய மாஹாத்மிய மென்பது, சிதம்பரம் ஸ்ரீ மறைஞான சம்பந்த ரென்பவரால், இயற்றப்பெற்றுக் கமலாலயச் சிறப்பென்னும் பெயரால் வழங்குகின்றது; அதன் திருவிருத்தத் தொகை-க௦சூரு. அதனை அவர் செய்யத் தொடங்கிய காலம், கலியப்தம் சசூசஎ-ம் ஹூ த்தின் பின்னதாகிய பராபவ வருஷம் (சாலி-கசசூகூ; கி.பி. 1547) என்று ஷை நூலின் பாயிரச் சருக்கத்துள்ள உரு-ம் செய்யுள் தெரிவிக்கின்றது. அவரியற்றிய பதி பசு பாசப் பனுவலென்னும் நூலின் சிறப்புப் பாயிரத்தி லுள்ளதாகிய, "ஆதி கமலா லயமுதற் புராண, மோது மதியாற் சூதனை யொப்போன்" என்னும் பகுதியும் அந்நூல் அவரியற்றினா ரென்பதை வலியுறுத்தும். அந்நூல் இன்னும் அச்சிடப்படவில்லை.

நாகரகண்ட மென்பது அளகைச் சம்பந்த ரென்னும் வணிகர் பெருமானால் இயற்றப்பெற்று, நாகரகண்ட மெனவும், திருவாரூர்ப் புராண மெனவும் வழங்குகின்றது. அதன் திருவிருத்தத் தொகை-உகூகரு. அதனை அவர் இயற்றி அரங்கேற்றிய காலம், சாலிவாகன சகாப்தம்-கருகச (கி.பி. 1592) பங்குனி மீ மென்று அந்நூலின் பாயிரத்துள்ள ஙரு-ம் செய்யுளால் தெரிகின்றது. அஃது, அச்சிடப்பட்டுள்ளது. சொல்லினிமை, பொருளினிமைகளில் மிகச் சிறந்தது.

தியாகராச லீலை யென்பது, சங்கரசேவக னென்னும் சோழராசனது வேண்டுகோளைத் திருவுளம் பற்றி ஸ்ரீ தியாகராச மூர்த்தி அரச வடிவங் கொண்டருளிப் பல வருடம் அரசாட்சி செய்த திவ்விய சரித்திரங்களாகிய முந்நூற்றறுபது லீலைகளை யுணர்த்துவது. அவற்றுள், முதலிலுள்ள பதின்மூன்று லீலைகளும் கச-ம் லீலையின் முதற் பாகமும், திருவாவடுதுறை யாதீனத்து மஹாவித்துவானும் என்னுடைய தமிழாசிரியரும் கவிஞர் பெருமானுமாகிய திரிசிரபுரம் ஸ்ரீ மீனாட்சிசுந்தரம் பிள்ளை யவர்களால் இயற்றப்பெற்று, தியாகராச லீலை யெனவும் திருவாரூர்த் திருவிளையாட லெனவும் வழங்கும். இதன் திருவிருத்தத் தொகை-சூகூகூ. அவர்க ளியற்றிய புராண காப்பியங்களுள் முதலாவது இதுவே யென்பர். இந்நூல் இயற்றப்பெற்ற காலம் சென்ற விசுவாவசு வருட மென்று (கி.பி. 1845) தெரிகிறது.

இதனைச் செய்தற்குக் காரணம், இப்புத்தகம், கக-ம் பக்கத்துள்ள, "காரெலாந் தவழும்" என்னும் செய்யுள் முதலியவற்றால் விளங்கும். இதன் மேற்பாகமான வடநூலைப் பெறுவதற்கு எத்தனையோமுறை முயன்றும் அது கைக்கு வாராமையாலேதான், அந்தப் பாகம் அவர்களாற் செய்யப்பெறவில்லை. அந்தக் குறை இவர்களுக்கு வாழ்நாளளவும் இருந்தே வந்தது.

லீலைகள் முந்நூற்றறுப தாதலால், அவற்றிற்குத் தக்கபடி இருக்கவேண்டு மென்று நினைந்தே கடவுள் வாழ்த்து, திருநாட்டுப் படல முதலியவை மிக்க விரிவாக இதிற் செய்யப்பெற்றன.

இந்நூலாசிரியர் மாணாக்கராகிய ஸ்ரீ. சித. தியாகராச செட்டியா ரவர்களுக்கு இந்நூற் செய்யுட்கள் யாவும் மனப்பாட மாதலால், தம்மிடம் வந்தவர்களுக்கு அவர்கள் இதன்பாலுள்ள அருமையான பாடல்களை எடுத்துச் சொல்லிப் பரவசத்தோடு பிரசங்கித்தலை எத்தனையோமுறை கண்டிருக்கிறேன். இன்ன இன்ன அமயத்தில் இன்ன இன்ன பாடல்கள் இயற்றப்பெற்றன வென்றும் அவர்கள் சொல்லக் கேள்வியுண்டு; விரிவஞ்சி அவ்வரலாறுகள், இப்பொழுது விடுக்கப்பெற்றன.

திருவாவடுதுறை ஆதீனத்தில் கசூ-ம் பட்டத்தில் எழுந்தருளியிருந்த ஸ்ரீமத் சுப்பிரமணிய தேசிகரவர்களுக்கு இந்நூலில் மிக்க பிரீதியுண்டு; தம்பால் தமிழ்ச் சுவை யறிந்தோர்கள் வந்த காலங்களில், பிள்ளை யவர்களைக் கொண்டேனும் ஸ்ரீ. சித. தியாகராச செட்டியா ரவர்களைக் கொண்டேனும் ஆச்சாரிய ஸங்கீத வித்துவானாக விளங்கிய ஸ்ரீ மஹாவைத்தியநாதசிவ னவர்களைக் கொண்டேனும் அடியிற் குறிப்பிட்டுள்ள பாகங்களுள் ஏதாவது ஒரு பாகத்தைச் சொல்லுவித்து மகிழ்விப்பார்கள்.

நைமிசப் படலம், ரு-கO; முதலாவது லீலை, க-கO; மூன்றாவது லீலை, முற்றும்.

பிள்ளை யவர்களுடைய தமிழ்நூற் புலமையையும் கவிப்பெருமையையும் இத்தமிழுலகம் மிகச் செவ்வையாக அறிந்திருத்தலால், இதில் அவ்வவ்விடங்களில் அமைந்திருக்கும் பழைய தமிழ் நூற் பிரயோகங்களையும் பலவகைப்பட்ட சொல்லணி பொருளணிகளையும் செய்யுட்களின் நடைச் சிறப்பையும் சைவசித்தாந்த நூற் கருத்துக்களையும் சிவோத் கர்ஷங்களையும் பிற விசேடங்களையும் எடுத்துக்காட்டுதல் மிகையென்று இம்மட்டோடு நிறுத்தலானேன். அவர்களுடைய தொன்னூற் பயிற்சி குறிப்புரையால் விளங்கும்.

இதன் முதற்பதிப்பு 1905ஆம் வருஷத்திற் பதிப்பிக்கப்பெற்றது. அதன்பின்பு செய்துவந்த ஆராய்ச்சியால் இந்நூற் குறிப்புரை முதலியன அடைந்த திருத்தங்கள் பல, முதற் பதிப்பில் மூலத்தின்பின் தனியே பதிப்பிக்கப்பெற்றிருந்த குறிப்புரை இப்போது சில பயன் கருதி மூலமுள்ள பக்கங்களிலேயே அடிக்குறிப்பாகப் பதிப்பிக்கப்பெற்றுள்ளது.

விருத்தம்

எண்ணிய பலவு மாணவர்க் கன்பி னீந்திடு நிதிதமிழ் விளங்க
நண்ணிய புகழ்மீ னாட்சிசுந் தரநன் னாவல னன்கினி தாய்ந்து
பண்ணிய வீதி விடங்கர்த மாடற் பனுவலைப் பதிப்பிக்க வியைந்த
புண்ணிய மதனை நினைதொறு மெனது புந்திமிக் கின்புறு மாலோ.

கட்டளைக் கலித்துறை

தேனாட்சி செய்கவி யானின் செயன்முற்றுஞ் செப்புமுன்னே
மீனாட்சி சுந்தர வள்ளலை யெங்கள் விழுப்பொருளை
வானாட்சி செய்யப் புரிந்ததென் னோமன் வடிவுகொடு
தானாட்சி செய்திரு வாரூர்த் தியாகசிந் தாமணியே.

இங்ஙனம்,

வே. சாமிநாதையன்

"தியாகராஜ விலாஸம்"
திருவேட்டீசுவரன் பேட்டை
சென்னை, 8-3-28

உ
கணபதி துணை

திருவாலவாயுடையார் திருவிளையாடற் புராணம்

செல்லிநகர்ப்
பெரும்பற்றப்புலியூர் நம்பி
இயற்றியது.

இது
பாலவனத்தம் ஜமீந்தாரும் மதுரைத் தமிழ்ச்சங்கத்து
அக்கிராஸனாதிபதியுமாகிய இராமநாதபுரம்
ம-ா-ா-ஸ்ரீ
பொ. பாண்டித்துரைஸாமித்தேவ
ரவர்கள் விருப்பத்தின்படி
சென்னைப் பிரஸிடென்ஸி காலேஜ் தமிழ்ப்பண்டிதராகிய
உத்தமதானபுரம்

வே. சாமிநாதையரால்

பல கையெழுத்துப்பிரதிகளைக்கொண்டு
ஆராய்ந்து
நூதனமாக எழுதிய குறிப்புரை முதலியவற்றுடன்

சென்னை:
பிரஸிடென்ஸி அச்சுக்கூடத்திற்
பதிப்பிக்கப்பெற்றது.

விலை ரூபா-2

பராபவ ஹு ஆவணி மீ

1906

Copyright Registered

உ

கணபதிதுணை.

திருவாலவாயுடையார்

திருவிளையாடற்புராணம்.

சேல்லிநகர்ப்

பெரும்பற்றப்புலியூர்நம்பி

இயற்றியது.

இது,

பாலவனத்தம் ஜமீந்தாரும்

மதுரைத்தமிழ்ச்சங்கத்து அக்கிராஸனாதிபதியுமாகிய

இராமநாதபுரம்

ம-ா-ா-ஸ்ரீ

பொ. பாண்டித்துரைஸாமித்தேவ

ரவர்கள் விருப்பத்தின்படி

சென்னைப் பிரஸிடென்ஸிகாலேஜ் தமிழ்ப்பண்டிதராகிய

உத்தமதானபுரம்

வே. சாமிநாதையரால்,

பல கையெழுத்துப்பிரதிகளைக்கொண்டு

ஆராய்ந்து

நூதனமாக எழுதிய குறிப்புரைமுதலியவற்றுடன்

சென்னை:

பிரஸிடென்ஸி அச்சுக்கூடத்திற்

பதிப்பிக்கப்பெற்றது.

விலை ரூபா—2–8–0

பராபவ ஞு ஆவணி மீ.

1906.

உ
கணபதி துணை

முகவுரை

தேவாரம்
திருச்சிற்றம்பலம்

வேதியா வேத கீதா விண்ணவ ரண்ணா வென்றென்
றோதியே மலர்க டூவி யொருங்கிநின் கழல்கள் காணப்
பாதியோர் பெண்ணை வைத்தாய் படர்சடை மதியஞ் சூடு
மாதியே யால வாயி லப்பனே யருள்செய் யாயே.

திருவாலவா யென்பது, பாண்டிவளநாட்டிலுள்ள தேவாரம் பெற்ற பதினான்கு ஸ்தலங்களில் முதலாயது;

பதினான்கு ஸ்தலங்களாவன

கூடல் புனவாயில் குற்றால மாப்பனூ
ரேடகநெல் வேலி யிராமேச – மாடானை
தென்பரங்குன் றஞ்சுழிய றென்றிருப்புத் தூர்கானை
வன்கொடுங்குன் றம்பூ வணம்

என்பன.

இத்தலம், கருணைக்கடலாகிய ஸ்ரீ சோமசுந்தரக் கடவுள் ஆன்மாக்களை உய்வித்தருள வெண்ணி, சூச - திருவிளையாடல்கள் செய்தருளிய ஒப்புயர்வற்ற பெருமை வாய்ந்தது. இதற்குரிய தேவாரப் பதிகங்களாவன:

திருஞானசம்பந்த மூர்த்தி நாயனார்

நீலமாமிடற்று	...	...	...	குறிஞ்சி
மந்திரமாவது	...	...	...	காந்தாரம்
மானினேர்விழி	...	...	...	கொல்லி
காட்டுமாவது	...	...	...	கௌசிகம்
செய்யனே	...	...	...	”
வீடலாலவாயிலாய்	...	...	...	திருவிராகம்
வேதவேள்வியை	...	...	...	நாலடிமேல்வைப்பு
ஆலநீழல்	...	...	...	திருவியமகம்
மங்கையர்க்கரசி	...	...	...	புறநீர்மை

திருநாவுக்கரசு நாயனார்

வேதியர்	... ...	திருநேரிசை
முளைத்தானை	... ...	திருத்தாண்டகம்

இத்தலத்திற்குரிய பழைய வரலாறுகளைப் புலப்படுத்தும் தனித்தமிழ் நூல்களும் தனிப்பாடல்களும் பல உள்ளன வென்பது யாவருக்கும் தெரிந்ததே. வடமொழியிலிருந்து மொழிபெயர்த்துச் செய்யப்பெற்றனவாய் மூர்த்தி விசேட முதலியவற்றை விளங்கத் தெரிவிக்கும் நூல்கள் சில. அவை: திருவாலவாயுடையார் திருவிளையாடற் புராணம், கடம்பவன புராணம், சுந்தரபாண்டியம், திருவிளையாடற் புராண மென்பனவாம்; அவற்றுள்:

க. திருவாலவாயுடையார் திருவிளையாடற் புராண மென்னும் இந்நூல், *உத்தர மகாபுராண மென்னும் வடநூலின் ஒரு பகுதியாகிய சாரசமுச்சய மென்பதி லிருந்து மொழிபெயர்த்து, செல்லிநகர்ப் பெரும்பற்றப்புலியூர் நம்பி யென்பவரால், செய்யுள்நடையாக இயற்றப்பெற்றது. இஃது, "ஓதரிய" என்னும் செய்யுளாலும், "அம்பதுமத்தார்" என்னும் செய்யுள் முதலியவற்றாலும் விளங்குகின்றது. இந்நூலின் செய்யுட் டொகை, ளஉ௩ . இது, பழைய திருவிளையாடல், வேம்பத்தூரரார் திருவிளையாடல், திருவிளையாட லெனவும் வழங்காநிற்கும். இதனுடைய மற்ற விசேடங்கள், பின்னர் அவ்வவ்விடத்து எடுத்துக்காட்டப்படும்.

உ. கடம்பவன புராண மென்பது, தொண்டை நாட்டிலுள்ள இலம்பூரிலிருந்த வீமநாத பண்டித ரென்பவரால் நீபாரண்ய மாஹாத்மியம் அல்லது கதம்பவன புராண மென்னும் வட நூலிலிருந்து மொழிபெயர்த்துச் செய்யுள்நடையாக இயற்றப்பெற்றது. இதன் செய்யுட்டொகை, கoகூo. இதில் இலீலாசங்கிரக அத்தியாயத்தின் முதலிலுள்ள, கூச-செய்யுட்களாற் கூறப்பெற்ற, கூச-திருவிளை யாடல்களும் மேற்கூறிய திருவாலவாயுடையார் திருவிளையாடற் புராணத்திலுள்ள முறைப்படியே அமைந்துள்ளன. இந்நூல் அச்சிடப்பட்டுள்ளது.

௩. +சுந்தரபாண்டிய மென்பது, தொண்டை நாட்டிலுள்ள வாயற்பதியி லிருந்த அனதாரி யென்னும் புலவர் பெருமானாற் சுந்தரபாண்டிய மென்னும் வடநூலிலிருந்து மொழிபெயர்த்துச் செய்யுள்நடையாக இயற்றப்பெற்றுள்ளது; "மிண்டரை வெல்லும் வளைச்சிங்க ராயன் விலைகொடுப்பத், தண்டமிழ் மேக முரத்தூரில் வேதியன் றானும்விற்பக், கொண்டவன் பின்சென்று மண்டலத் தேபுகழ் கொண்டபிரான், வண்டமிழ்க் கும்ப னனதாரி யுந்தொண்டை மண்டலமே" என்னுந் தொண்டை மண்டல சதகத்தாலும், "கம்பனென்றுந் தாதனென்றுங் காளியொட்டக் கூத்தனென்றுங், கும்பமுனி யென்றும்பேர் கொள்வரோ — அம்புவியின், மன்னா வலர்புகழும் வாயலன தாரியப்ப, னந்நாளி லேயிருந்தக் கால்" என்னும் பழைய வெண்பாவாலும் பாராட்டப்பெற்றவர் இந்த அனதாரி யென்றே தெரிகின்றது. இந்நூல் செய்யப்பெற்ற காலம், சாலி. கசஅகூ; கி.பி. 1563. இஃது இன்னும் அச்சிடப்படவில்லை.

ச. திருவிளையாடற் புராண மென்பது, பரஞ்சோதி முனிவ ரென்பவரால்,

---

* உத்தர மகாபுராண மென்னும் வடநூல் இப்பொழுது கிடைக்கவில்லை.

\+ இந்த நூல், மதுரைத் தமிழ்ச் சங்கத்துப் பாண்டியன் புத்தகசாலையிற் கிடைத்தது.

ஸ்ரீஹாலாஸ்ய மாகாத்மிய மென்னும் வடநூலிலிருந்து மொழிபெயர்த்துச் செய்யுள்நடையாக இயற்றப்பெற்றது. இதன் செய்யுட்டொகை, ௩௩௬௩. இக்காலத்து எல்லாராலும், மிகுதியாகப் பாராட்டிப் படிக்கப்பெற்றுவருவது இந்நூலே. இஃது அச்சிடப்பட்டுள்ளது.

இந்த நூல்கள் நான்கனுள், முதலாவதும் நான்காவதுமாகிய நூல்கள் ஸ்ரீ சோமசுந்தரக் கடவுளுடைய அற்புதத் திருவிளையாடல்கள் அறுபத்து நான்கையும் மிகச் செவ்வையாக விரித்துப் பாராட்டித் தெரிவிப்பனவாம். இவ்விரண்டனுள், ஒன்றனோடு மற்றொன்றற்குள்ள வேறுபாடுகள் பல.

இந்நூலிலுள்ள, (௫க) மூர்த்தியார்க் கரசளித்த திருவிளையாடல் முதலிய மூன்று கதைகளும் அந்நூலிற் காணப்படவில்லை; அதிலுள்ள வருணன்விட்ட கடலை வற்றச்செய்த திருவிளையாடற் கதை, இதிலுள்ள (கஉ) நான்மாடக் கூடலான திருவிளையாடலிலும், அதிலுள்ள நாகமெய்த திருவிளையாடல், மாயப்பசுவை வதைத்த திருவிளையாடற் கதைகள் இதிலுள்ள, (௩௬) மதுரையான திருவிளையாடலிலும் அதிலுள்ள திருநகரங்கண்ட திருவிளையாடற் கதை இதிலுள்ள, (௫௩) புலிமுலை புல்வாய்க்கருத்திய திருவிளையாடலிலும் அமைந்துள்ளன. திருவிளையாடல்கள் இதிலமைந்துள்ள முறை வேறு; அதிலமைந்துள்ள முறை வேறு. அது கதையை விரித்துக் கூறுவது; இது சுருக்கமாகக் கூறுவது. அன்றியும், சங்கச் செய்யுட்கள் முதலிய பண்டைத் தமிழ் நூல்களிலுள்ள, இந்நகர வரலாறுகளை விடாமல் தழுவிச் செல்வது இஃது; அஃது அன்னதன்று.

சில நூற்றாண்டுகளுக்குமுன் இந்நூலே எல்லாராலும் படிக்கப்பெற்று வந்ததன்றி, இந்நூலிலுள்ள, திருவிளையாடல்களின் முறையையும் இதன் சொன்னடை பொருணடைகளையுமே தழுவிப் பலர் இத்தல சம்பந்தமான நூல்களைச் செய்துவந்தார்க ளென்று தெரிகின்றது. இது, *திருவிளையாடற் பயகர மாலை, கடம்பவன புராணத்துள்ள இலீலாசங்கிரக அத்தியாயம், +திருவு சாத்தான நான்மணி மாலையின், உஎ-ம் செய்யுள் முதலியவற்றால் நன்கு விளங்கும்.

இதுவே திருவிளையாட லென்று முற்காலத்திற் பாராட்டப்பட்டு வந்ததென்பதையும் இதன் செய்யுட்கள் பழைய உரைகளில் மேற்கோள்களாக எடுத்துக்காட்டப்பட்டு வந்தன வென்பதையும் கொலை மறுத்தற்குத் திருப்போரூர்ச் சிதம்பர சுவாமிக ளெழுதியவுரை நன்கு விளக்குகின்றது; ஷை நூல் எ, கக-ம் செய்யுட்களின் உரையைப் பார்க்க.

மேற்கூறிய உண்மை யாவருக்கும் விளங்கும் பொருட்டே, பழைய வுரையுடன் மிதிலைப்பட்டியிற் கிடைத்ததான ஷை திருவிளையாடற் பயகர மாலை மூலத்தையும் ஏனையவற்றையும் வேறுசில பழைய பிரதிகளோடு ஒப்பிட்டு ஆராய்ச்சி செய்து பதிப்பித்து இப்புத்தகத்தின் பின்னர்ச் சேர்த்திருக்கிறேன்.

---

* இந்நூலாசிரியர் பெயர் தெரியவில்லை; பயகர னென்பது பயஹர னென்னும் வடமொழிச் சிதைவு; பயத்தைப் போக்குபவனென்று பொருள்.

+ இந்நூலை இயற்றியவர், நொச்சியூர்ப் பழனியப்பஞ் சேர்வைகாரர்; இவரும் திருவுசாத்தானத்தின் பழைய தமிழ்ப் புராண மியற்றிய அம்பலவாண முனிவரென்பாரும் ஒரே காலத்தினர். ஷை முனிவருடைய காலம், இற்றைக்கு ௩௦கூ - வருடங்களுக்கு முந்திய தென்றும் இதனை, அம்முனிவர் தமது கரத்தால் எழுதிய சதாசிவ வியாக்கியான மென்னும் புத்தகத்தில் எழுதப்பட்டுள்ள சகாத்தம் தெரிவிக்கின்ற தென்றும் ஆண்டுள்ளார் சொல்லுகின்றன ரென்றுஞ் சொல்லி, ஷை நான்மணி மாலையை எனக்கு வாங்கித் தந்தவர், பின்னத்தூர், ம-ா-ா-ஸ்ரீ அ. நாராயணஸாமி ஐயரவர்கள்.

பயகர மாலை யென்னும் பெயரைப் பயங்கர மாலை யெனத் திருத்திவிட்ட தல்லாமல், இத் திருவிளையாடலையே மேற்கோளாகக் கொண்டு அது செய்யப்பெற்ற தென்பதை யறியாமற் சில பாடல்களை மாற்றியும் சில பாடல்களைக் குறைத்தும் சில பாடல்களை நூதனமாக இயற்றிச் சேர்த்தும் சற்றேறக்குறைய ௩௦ - வருடங்களுக்கு முன் யாரோ ஒருவர் அதைப் பதிப்பித்துவிட்டனர்.

இப்புத்தகத்தில், எகூ, அகூ, கூகூ, கநக, கசூ௦-ம் பக்கங்களின் கீழே 'இது வெள்ளிபாட்டு' என்றும், 'சில பிரதிகளிற் காணப்படவில்லை' என்றும் குறிப்பிட்ட செய்யுட்கள் யாவும் வெள்ளிபாடல்க ளென்றே ஓர் ஏட்டுப் பிரதியில் வரையப்பட்டிருந்தன; *[வெள்ளி — வெள்ளியம்பலவாண முனிவர்.]*

இதுகாறும் கூறியவாற்றால், வெள்ளி யம்பலவாண முனிவர், திருப்போரூர்ச் சிதம்பர ஸ்வாமிகள், திருவிளையாடற் பயகர மாலை நூலாசிரியர், இலம்பூர் வீமநாத பண்டிதர், நொச்சியூர்ப் பழனியப்பஞ் சேர்வைகாரர் ஆகிய இவர்களுடைய காலத்திற்கு இந்நூலாசிரியருடைய காலம் முற்பட்ட தென்பது வெளியாகின்றது.

இந்நூலால், சங்க நூல்கள் சம்பந்தமான சிற்சில பழைய செய்திகளும், சில நாடுகள், சில மலைகள், சில ஊர்கள், சில புண்ணிய தீர்த்தங்களும், சில சிவஸ்தல விசேடங்களும், திருவிளையாடல் சம்பந்தமான சில பழமொழிகளும், சில திருவிளையாடல்கள் முதலியன நடந்தமைக்கு அறிகுறியான இடப்பெயர் முதலியனவும், சில புலவர்களுடைய சரித்திரங்களும், அவர்களுள் இன்னாரின்னார் இன்ன இன்ன அமயத்து இன்ன இன்ன பாடல்கள் இன்ன இன்ன நூல்கள் செய்தனர்க ளென்பதும், சில நூற்பெயர்களும், திருவாசகத்துள்ள பதிகங்களுள் இன்ன இன்ன பதிகங்கள் இன்ன அமயத்துப் பாடப்பட்டன வென்பதும், சில அரச பரம்பரைகளும், பற்பல பழைய வழக்கங்களும், இந்நாளிற் பெரும்பாலும் வழங்காத சிற்சில அரிய சொற்களும் வாக்கியங்களும், இக்காலத்துப் புலப்படாதனவாகிய இசை, குதிரை, நவமணி முதலியவற்றின் இலக்கணங்களும், ஒருவகையான யுத்த பரிபாஷைகளும், சில சாதிவகையும், சில குலவகையும், இன்னும் எத்தனையோ அரிய விஷயங்களும் அறியலாகும்.

ஸ்ரீ சோமசுந்தரக் கடவுள் இந்நூலுள்ளே பெரும்பாலும் சொக்க னென்றே வழங்கப் பெறுவர். 'சொக்கன்' என்பதற்கு அழகன் என்பது பொருள்; சொக்கு — அழகு; பேரழகென்றும் பொருள் கூறுவதுண்டு. இதனை, இந்நூல் இந்திரன் பழிதீர்த்த திருவிளையாடல், உசூ-ம் செய்யுளா லுணர்க. பண்டைக் காலத்து இப்பெயரே பெரும்பாலும் வழங்கப் பெற்றுவந்தமையின், இந்நூலாசிரியரால் இத்திருநாமம் மிக எடுத்தாளப்பட்ட தென்று தெரிகின்றது. அங்ஙனம் வழங்கி வந்தமையை, சொக்கலிங்கம், சொக்கர் தீபாராதனை, சொக்கத் தாண்டவம், சொக்குப் பாட்டு, சொக்கரப்பம், சொக்கர் தலைக்கீடு (=சொக்கர்லேஞ்சு); பழைய சொக்கநாதர் கோயி லென்னும் உலக வழக்காலும், தேவாரம், கடம்பவன புராணம், சுந்தர பாண்டியம், மதுரை மும்மணிக் கோவை, மதுரைப் பதிற்றுப் பத்தந்தாதி, மதுரைத் திருப்பணி மாலை, மீனாட்சியம்மை பிள்ளைத் தமிழ், மதுரைக் கலம்பகம், திருவாதவூரர் புராணம், பழைய திருப்பெருந்துறைப் புராணம் முதலிய நூல்களாலு முணர்க. அன்றி, வடமொழிப் பெயராகிய 'சுந்தரர்' என்பதை எடுத்தாளுதலினும் தென்மொழிப் பெயராகிய 'சொக்கர்' என்பதைத் தமிழ் நூலில் எடுத்தாளுதல் அழகென்று இவர் எண்ணியிருக்கலா மென்றும் தோற்றுகிறது; சுந்தர ரென்ற திருநாமம் இதிற் சிறுபான்மையாக வழங்கும்.

மிகப் பழமையானதும் பற்பல சிறப்புக்கள் வாய்ந்ததுமான மாணிக்கம் போன்ற இந்நூல் பல வருடங்களாக ஒளிமழுங்கிப் போனமைக்குக் காரணம் இன்னதென்று விளங்கவில்லை. இஃது எல்லா ஆச்சரியத்திலும் பெரியதோர் ஆச்சரியத்திற்கு இடமாக இருக்கின்றது.

தாமியற்றிய திருவிளையாடற் புராணச் செய்யுட்களைப் படித்துக்காட்ட நினைந்து, ஒருநாள், அந்திப்பொழுதில் வேம்பத்தூர்க்கு வந்த பரஞ்சோதி முனிவரை அவ்வூர்க் கவிஞர்களுள்ளே தண்டிகை பெற்று விளங்கிய புலவர் அறுபத்து நால்வர் மறுநாட் காலையில் வரச்சொல்லிவிட்டு, இன்ன இன்ன பகுதியை இன்னார் இன்னார் இயற்றுதற்குரிய ரென்று அன்றிரவில் யோசித்துத் தமக்குள் நிச்சயித்துக்கொண்டு ஒவ்வொருவர் ஒவ்வொன்றாக அறுபத்து நான்கு திருவிளையாடல்களையும் விடியற்காலத்துள் தனித்தனியே செய்துமுடித்து அவற்றை ஒருங்குசேர்த்து வைத்துகொண்டிருந்து, காலையில் வந்த பரஞ்சோதி முனிவரை நோக்கி, இதைக் கேளுமென்று தாமியற்றிய நூலைப் படித்துக்காட்டி, திருவிளையாடற் புராணம் தமிழில் முன்னமே யிருக்கையில் நீர்செய்தது எதன் பொருட்டென்று வினாவ, அம்முனிவர் மனநொந்து சபித்து விட்டுப்போயினர்; அதனால், இந்நூல் வழங்காது போயிற்றென்று கூறுவாரும், வடநூல் *ஆதார மில்லாமையால் இந்நூலை ஒருவரும் அங்கீகரிக்கவில்லை யென்று சொல்லுவாரும், சோமசுந்தரக் கடவுளை அருமையாகச் சொல்லாமற் பத்தியின்றி, 'சொக்கன் சொக்கன்' என்று பலவிடத்துங் கூறியிருத்தலால் இதை ஒருவரும் கையால் தொடவில்லை யென்பாரும், பரஞ்சோதி முனிவ ரியற்றிய திருவிளையாடல் வழங்கத் தொடங்கிய பின்பு இது வழங்குதலற்ற தென்பாரும், இன்னும் தத்தமக்குத் தோற்றியவண்ணம் பற்பல கூறுவாருமாக அங்கங்கே பற்பலர் உளராயினார்; இவைகள் யாவும் கதானுகதிகந்நியாய மென்பது இந்நூலை ஆராய்ந்து பார்ப்பவர்களுக்கு இனிது விளங்கும்.

இப்புத்தக ஆராய்ச்சிக்குக் கருவிகளாக இருந்த தமிழ் நூல்கள்: அட்டமிப் பிரதக்ஷிண மான்மியம், அருணகிரி புராணம், இரகுவம்மிசம், கடம்பவன புராணம், கல்லாடமும் திருநெல்வேலி மயிலேறும்பெருமாள் பிள்ளை யுரையும், காளையார் கோயிற் புராணம், ஷ வசனம், கூடலழகர் புராண வசனம், சிதம்பர புராணம், சுந்தரபாண்டியம், தக்கயாகப் பரணி, திருக்காளத்திப் புராணம், திருக்கானப்பேர்ப் புராணம், திருப்பரங்கிரிப் புராணம், திருப்பூவணப் புராணம், திருப்பெருந்துறைப் புராணங்கள் (பழையது, புதியது), திருவாசகம், திருவாதவூரர் புராணம், திருவிளையாடற் பயகர மாலையும் அதனுரையும், திருவிளையாடற் புராணம் (பரஞ்சோதி முனிவர் செய்தது), திருவிளையாடற் போற்றிக்கலிவெண்பா, திருவுத்தரகோச மங்கைப் புராணம், திருவேடகப் புராணம், தேவாரம், பரிபாடல், புறநானூறு, பெரியபுராணம், மதுரைச் சொக்கநாதர் மும்மணிக் கோவை, மதுரைத் திருப்பணி மாலை, மதுரைப் பதிற்றுப்பத் தந்தாதி, மருதவனப் புராண மென்பன; வடநூல்கள்: ஸ்ரீ வாதபுர மாஹாத்மிய முதலியன.

பயகர மாலை முதலியவைகளும் மேற்கோள்களாக இப்புத்தகத்தில் அங்கங்கே எடுத்துக்காட்டப்பட்டுள்ள பாடல்களும் சிலசிலவிடத்து. அச்சுப்புத்தகப் பாடங்களுக்கு வேறுபட்டுத் தோன்றும்; அங்ஙனம் தோன்றுபவைகள் ஏட்டுப் பிரதிகளிற் காணப்பட்டவை யென்று கொள்க.

---

* இந்நூல் வடநூ லாதாரங்கொண்டே இயற்றப்பெற்ற தென்பதை, **"குறைவற", "அவைநடு", "ஓதரிய", "வியாதன் வான்மீகி"** என்னு முதற்குறிப்பையுடைய இந்நூற் செய்யுட்களா லுணர்க.

முதனூல்கள் அகப்படாமையின், இதிலுள்ள குதிரை யிலக்கண முதலிய பகுதிகளுட் சிலவற்றிற்குப் பொருள் விளங்கவில்லை; இதன் குறிப்புரையில் மேற்கோள்களாக எடுத்துக்காட்டிய இசைமரபுச் செய்யுள் முதலியன, பழைய உரைகளிற் கண்டவை.

படிப்போரும் தேடுவோரு மற்று மூலையிற் கிடந்த இந்நூற் கையெழுத்துப் பிரதிகளிலிருந்த பாடவேறுபாடுகளும் பிழைகளும் அளவுபடுவனவல்ல. ஆதலால், இதைப் பதிப்பித்த காலத்தில் நேர்ந்த உழைப்பிலும் பொருட்செலவிலும் இதனை ஆராய்ச்சி செய்தகாலத்து நேர்ந்த உழைப்பும் பொருட்செலவும் மிக அதிகம்.

இந்நூலைப் பின்னும் சிலமுறை ஆராய்ச்சிசெய்ய வேண்டுமென்கிற விருப்பமிருந்தும் இதனை விரைவிற் பதிப்பித்து வெளிப்படுத்துக வென்று, மதுரைத் தமிழ்ச் சங்க ஸ்தாபகரும் பாலவனத்தம் ஜமீந்தாருமாகிய, இராமநாதபுரம், ம-ாா-ாா-ஸ்ரீ பொ. பாண்டித்துரை ஸாமித் தேவரவர்கள் வற்புறுத்திச் சொன்னமையால், அவர்கள் சொல்லை மறுத்தற்கஞ்சி விரைந்து பதிப்பிக்கத் துணிந்தேன்.

இதனை ஆராய்ச்சி செய்து பதிப்பிக்குங் காலத்து உடனிருந்து உதவிபுரிந்துவந்த பழைய அன்பர்களுள், திருமயிலை, பி. சுப்பிரமணியம் ஹைஸ்கூல் தமிழ்ப் பண்டிதராகிய ம-ாா-ாா-ஸ்ரீ இ.வை. அநந்தராமையர், சலிப்பின்றி இரவும் பகலும் உடனிருந்து செய்துவந்த அரிய உதவி மிகச் சிறந்தது; மறக்கற்பாலதன்று.

கிடைத்த இந்நூற் கையெழுத்துப் பிரதிகள்

திருக்கைலாய பரம்பரைத்
திருவாவடுதுறை யாதீனத்துப் ... ... பிரதி க

சென்னை
இராசாங்கத்துக் கையெழுத்துப் புத்தகசாலைப் ... ” க

மதுரைத் தமிழ்ச்சங்கத்துப் ... ... ” க

களக்காடு
ம-ாா-ாா-ஸ்ரீ சாமிநாத தேசிகரவர்கள் வீட்டுப் ... ... ” க

திருநெல்வேலி மேலரதவீதி
” கவிராச நெல்லையப்பப் பிள்ளை யவர்கள் வீட்டுப் ” க

வேம்பத்தூர்
” பிச்சுவைய ரவர்கள் வீட்டுப் ... ... ” க

ஷெ ஊர்
” சாமாவைய ரென்கின்ற ஆண்டி
ஐயரவர்கள் வீட்டுப் ... ... ” க
[சாலி. கசூஎசூ. கி.பி. 1753]

கும்பகோணம்
டவுன் ஹைஸ்கூல் முதல் தமிழ்ப்பண்டிதர்
” அ. நாராயணசாமி ஐயரவர்கள் தந்த ... ” க

மதுரை
விவேகபானு பத்திராதிபர்
ம-௱-௱-ஸ்ரீ மு.ரா. கந்தசாமிக் கவிராய ரவர்கள் தந்த ... பிரதி க

கும்பகோணம்
மகாதளம் பேட்டை
" இராமலிங்க தேசிகர் வீட்டுப் ... ... " க

பட்டுக்கோட்டையைச் சார்ந்த
சிதம்பரவிடுதி
" கோவிந்த ஐயர் வீட்டுப் ... ... " க

இந் நூலாராய்ச்சிக்காக ஸ்ரீ வாதபுர மாஹாத்மியமாகிய வடநூலை வருவித்துதவியவர், மதுரை ஹைகோர்ட்டு வக்கீல் ம-௱-௱-ஸ்ரீ மு. வேங்கடராம ஐயரவர்கள் குமாரர் சிரஞ்சீவி முத்துராமலிங்க ஐயர்.

இந்நூலுள்ளே அங்கங்குள்ள அரிய விஷயங்களைப் பலவகையாகத் தெரிவிக்க வேண்டு மென்கிற அவா எனக்கு மிகுதியாக இருந்தும் உள்ள அவகாசக் குறைவால் அங்ஙனம் செய்யக்கூடவில்லை.

இப்பதிப்பிற் காணப்படுங் குற்றங்கள் என்னுடையன வென்றெண்ணிப் பொறுக்கும்படி பெரியோர்களை மிக வேண்டுகின்றேன்.

இந்நூலைப்போலவே, இனிப் பதிப்பிக்கக் கருதிய நூல்கள் ஒவ்வொன்றையும் கருதியவண்ணம் பதிப்பித்து நிறைவேற்றுதற்பொருட்டும் பிரதியுதவி பொருளுதவி ஒப்புநோக்குதல் முதலிய உதவிகளை அன்புடன் செய்தவர்கள் பெருவாழ்வடைந்து மகிழ்வெய்தும்பொருட்டும் திருவருள் சுரக்கும்படி சங்கப்புலவர் நடுவில், மதுரைப் பேராலவாயா ரென்னும் திருநாமம்பூண்டு வீற்றிருந்து அவர்களுடன் தமிழாராய்ந் தருளிய ஸ்ரீ மீனாட்சி சுந்தரேசருடைய திருவடித் தாமரைகளைச் சிந்திக்கின்றனன்.

இங்ஙனம்,
வே. சாமிநாதையன்

சென்னை
12-7-06

உ
கணபதி துணை

திருவாலவாயுடையார் திருவிளையாடற் புராணம்

செல்லிநகர்ப்
பெரும்பற்றப்புலியூர் நம்பி
இயற்றியது.

இது
மஹாமஹோபாத்தியாய தாக்ஷிணாத்ய கலாநிதி
உத்தமதானபுரம்
வே. சாமிநாதையரால்

பல கையெழுத்துப் பிரதிகளைக்கொண்டு
ஆராய்ந்து
நூதனமாக எழுதிய குறிப்புரை முதலியவற்றுடன்
சென்னை
கேசரி அச்சுக்கூடத்திற்
பதிப்பிக்கப்பெற்றது.

[இரண்டாம் பதிப்பு]

விலை ரூபா 2-8-0

பிரபவ ஞு சித்திரை மீ

1927

Copyright Registered

[Forms 1 to 47 Printed at the Commercial Press, Triplicane
and the remaining portion at the Kesari Press]

உ
கணபதிதுணை.
திருவாலவாயுடையார்

திருவிளையாடற்புராணம்.

செல்லிநகர்ப்
பெரும்பற்றப்புலியூர் நம்பி
இயற்றியது.

இதை,
மஹாமஹோபாத்தியாய தாக்ஷிணாத்ய கலாநிதி
உத்தமதானபுரம்
வே. சாமிநாதையரால்
பல கையெழுத்துப்பிரதிகளைக்கொண்டு
ஆராய்ந்து
நூதனமாக எழுதிய குறிப்புரை முதலியவற்றுடன்

சென்னை:
கேசரி அச்சுக்கூடத்திற்
பதிப்பிக்கப்பெற்றது.

(இரண்டாம் பதிப்பு)

விலை ரூபா 2—8—0.

பிரபவஹ சித்திரைமீ.
1927
Copyright Registered.

Formes 1 to 47 Printed at the Commercial Press, Triplicane
and the remaining portion at the Kesari Press.

உ

கணபதி துணை

முகவுரை

தேவாரம்

திருச்சிற்றம்பலம்

வேதியா வேத கீதா விண்ணவ ரண்ணா வென்றென்
றோதியே மலர்க டூவி யொருங்கிநின் கழல்கள் காணப்
பாதியோர் பெண்ணை வைத்தாய் படர்சடை மதியஞ் சூடு
மாதியே யால வாயி லப்பனே யருள்செய் யாயே.

திருவாலவா யென்பது, பாண்டிவள நாட்டிலுள்ள தேவாரம் பெற்ற பதினான்கு ஸ்தலங்களில் முதலாயது;

பதினான்கு ஸ்தலங்களாவன

கூடல் புனவாயில் குற்றால மாப்பனூ
ரேடகநெல் வேலி யிராமேச – மாடானை
தென்பரங்குன் றஞ்சுழிய றென்றிருப்புத் தூர்கானை
வன்கொடுங்குன் றம்பூ வணம்

என்பன.

இத்தலம், கருணைக் கடலாகிய ஸ்ரீ சோமசுந்தரக் கடவுள் ஆன்மாக்களை உய்வித்தருள வெண்ணி, கூசு - திருவிளையாடல்கள் செய்தருளிய ஒப்புயர்வற்ற பெருமை வாய்ந்தது. இதற்குரிய தேவாரப் பதிகங்களாவன:

திருஞானசம்பந்த மூர்த்தி நாயனார்

தேவாரத்தின் முதல்				பண்
நீலமாமிடற்று	...	...	...	குறிஞ்சி
மந்திரமாவது	...	...	...	காந்தாரம்
மானினேர்விழி	...	...	...	கொல்லி
காட்டுமாவது	...	...	...	கௌசிகம்
செய்யனே	...	...	...	”
வீடலாலவாயிலாய்	...	...	...	”
வேதவேள்வியை	...	...	...	நாலடி மேல்வைப்பு
ஆலநீழல்	...	...	...	திருவியமகம்
மங்கையர்க்கரசி	...	...	...	புறநீர்மை

திருநாவுக்கரசு நாயனார்

வேதியர் ... ... திருநேரிசை

முளைத்தானை ... ... திருத்தாண்டகம்

இத்தலத்திற்குரிய பழைய வரலாறுகளைப் புலப்படுத்தும் வடநூல்களும், வடமொழித் துதிகளும் தனித்தமிழ் நூல்களும் தனிப்பாடல்களும் பல உள்ளன வென்பது யாவருக்கும் தெரிந்ததே. வடமொழியிலிருந்து மொழிபெயர்த்துச் செய்யப்பெற்றனவாய் மூர்த்தி விசேட முதலியவற்றை விளங்கத் தெரிவிக்கும் நூல்கள் சில. அவை: திருவாலவாயுடையார் திருவிளையாடற் புராணம், கடம்பவன புராணம், சுந்தரபாண்டியம், திருவிளையாடற் புராணம், அட்டமிப் பிரதக்ஷிணமான்மிய மென்பனவாம்; அவற்றுள்:

௧. திருவாலவாயுடையார் திருவிளையாடற் புராண மென்னும் இந்நூல், *உத்தர மகாபுராண மென்னும் வடநூலின் ஒரு பகுதியாகிய சாரசமுச்சய மென்பதி லிருந்து மொழிபெயர்த்து, செல்லிநகர்ப் பெரும்பற்றப்புலியூர் நம்பி யென்பவரால், செய்யுள்நடையாக இயற்றப்பெற்றது. இஃது, "ஓதரிய" (பக். ௨௬) என்னும் செய்யுளாலும், "அம்பதுமத்தார்" (பக். ௩௧௬) என்னும் செய்யுள் முதலியவற்றாலும் விளங்குகின்றது. இந்நூலின் செய்யுட் டொகை, ௧௭௫௩. இது, பழைய திருவிளையாடல், வேம்பத்தூரார் திருவிளையாடல், திருவிளையாட லெனவும் வழங்காநிற்கும். இதனுடைய மற்ற விசேடங்கள், பின்னர் அவ்வவ் விடத்து எடுத்துக்காட்டப்படும்.

௨. கடம்பவன புராணமென்பது, தொண்டை நாட்டிலுள்ள இலம்பூரி லிருந்த வீமநாத பண்டித ரென்பவரால் நீபாரண்ய மாஹாத்மியம் அல்லது கதம்பவன புராண மென்னும் வடநூலிலிருந்து மொழிபெயர்த்துச் செய்யுள் நடையாக இயற்றப்பெற்றது. இதன் செய்யுட் டொகை, ௧௦௬௦. இதில் இலீலா சங்கிரக அத்தியாயத்தின் முதலிலுள்ள, ௬௪-செய்யுட்களாற் கூறப்பெற்ற, ௬௪ - திருவிளையாடல்களும் மேற்கூறிய திருவாலவாயுடையார் திருவிளையாற் புராணத்திலுள்ள முறைப்படியே அமைந்துள்ளன. இந்நூல் அச்சிடப்பட்டுள்ளது.

௩. +சுந்தரபாண்டிய மென்பது, தொண்டை நாட்டிலுள்ள வாயற்பதி யிலிருந்த அனதாரி யென்னும் புலவர் பெருமானாற் சுந்தரபாண்டிய மென்னும் வடநூலிலிருந்து மொழிபெயர்த்துச் செய்யுள்நடையாக இயற்றப்பெற்றுள்ளது; "மிண்டரை வெல்லும் வளைச்சிங்க ராயன் விலைகொடுப்பத், தண்டமிழ் மேக முரத்தூரில் வேதியன் றானும்விற்பக், கொண்டவன் பின்சென்று மண்டலத் தேபுகழ் கொண்டபிரான், வண்டமிழ்க் கும்ப னனதாரி யுந்தொண்டை மண்டலமே" என்னுந் தொண்டை மண்டல சதகத்தாலும், "கம்பனென்றுந் தாதனென்றுங் **காழியொட்டக் கூத்தனென்றுங், கும்பமுனி யென்றும்பேர் கொள்வரோ — அம்புவியின், மன்னா வலர்புகழும் வாயலன தாரியப்ப, னந்நாளி லேயிருந்தக் கால்" என்னும் பழைய வெண்பாவாலும் பாராட்டப் பெற்றவர் இந்த அனதாரி யென்றே தெரிகின்றது. இந்நூல் செய்யப்பெற்ற காலம், சாலி. ௧௪௮௬; கி.பி. *1563*. இஃது இன்னும் அச்சிடப்படவில்லை; முற்றும் கிடைக்கவுமில்லை.

---

* உத்தர மகாபுராண மென்னும் வடநூல் இப்பொழுது கிடைக்கவில்லை.

\+ இந்தநூல், மதுரைத் தமிழ்ச்சங்கத்துப் பாண்டியன் புத்தகசாலையிற் கிடைத்தது.

** காளியொட்டக் கூத்தனென்றும் வழங்குவதுண்டு.

௪. திருவிளையாடற் புராண மென்பது, பரஞ்சோதி முனிவ ரென்பவரால், ஸ்ரீஹாலாஸ்ய மாகாத்மிய மென்னும் வடநூலிலிருந்து மொழிபெயர்த்துச் செய்யுள் நடையாக இயற்றப்பெற்றது. இதன் செய்யுட்டொகை, ௩௩௬௩. இக்காலத்து எல்லாராலும், மிகுதியாகப் பாராட்டிப் படிக்கப்பெற்றுவருவது இந்நூலே. இஃது அச்சிடப்பட்டுள்ளது.

௫. அட்டமிப் பிரதக்ஷிண மான்மிய மென்பது தேவாரத் தலமுறையை முதலிற் பதிப்பித்தவரும் மதுராபுரி வாஸியுமாக இருந்த ஸ்ரீ இ. இராமஸாமிப் பிள்ளை யவர்களால் வட நூலிலிருந்து வசனநடையாக முன்பு இயற்றிப் பதிப்பிக்கப்பெற்று வழங்குகின்றது.

இந்த நூல்கள் ஐந்தனுள், முதலாவதும் நான்காவதுமாகிய நூல்கள் ஸ்ரீ சோமசுந்தரக் கடவுளுடைய அற்புதத் திருவிளையாடல்கள் அறுபத்து நான்கையும் மிகச் செவ்வையாக விரித்துப் பாராட்டித் தெரிவிப்பனவாம். இவ்விரண்டனுள், ஒன்றனோடு மற்றொன்றற்குள்ள வேறுபாடுகள் பல.

இந்நூலிலுள்ள, மூர்த்தியார்க் கரசளித்த திருவிளையாடல் (௫௧) முதலிய மூன்று கதைகளும் அந்நூலிற் காணப்படவில்லை; அதிலுள்ள வருணன் விட்ட கடலை வற்றச் செய்த திருவிளையாடற் கதை, இதிலுள்ள (௧௨) நான்மாடக் கூடலான திருவிளையாடலிலும், அதிலுள்ள நாகமெய்த திருவிளையாடல், மாயப்பசுவை வதைத்த திருவிளையாடற் கதைகள் இதிலுள்ள, (௩௪) மதுரையான திருவிளையாடலிலும் அதிலுள்ள திருநகரங்கண்ட திருவிளையாடற் கதை இதிலுள்ள, (௫௩) புலி முலை புல்வாய்க்கருத்திய திருவிளையாடலிலும் அமைந்துள்ளன. திருவிளையாடல்கள் இதிலமைந்துள்ள முறைவேறு; அதிலமைந்துள்ள முறைவேறு. அது கதையை விரித்துக் கூறுவது; இது சுருக்கமாகக் கூறுவது. அன்றியும், சங்கச் செய்யுட்கள் முதலிய பண்டைத் தமிழ் நூல்களிலுள்ள, இந்நகர வரலாறுகளை விடாமல் தழுவிச் செல்வது இஃது; அஃது அன்னதன்று.

சில நூற்றாண்டுகளுக்கு முன் இந்நூலே எல்லாராலும் படிக்கப்பெற்று வந்ததன்றி, இந்நூலிலுள்ள, திருவிளையாடல்களின் முறையையும் இதன் சொன்னடை பொருணடைகளையுமே தழுவிப் பலர் இத்தல சம்பந்தமான நூல்களைச் செய்துவந்தார்க ளென்று தெரிகின்றது. இது, *திருவிளையாடற் பயகர மாலை, கடம்பவன புராணத்துள்ள இலீலாசங்கிரக அத்தியாயம், +திருவு சாத்தான நான்மணி மாலையின், ௨௭-ம் செய்யுள் முதலியவற்றால் நன்கு விளங்கும்.

இதுவே திருவிளையாட லென்று முற்காலத்திற் பாராட்டப்பட்டு வந்த தென்பதையும் இதன் செய்யுட்கள் பழைய உரைகளில் மேற்கோள்களாக எடுத்துக் காட்டப்பட்டு வந்தன வென்பதையும் கொலை மறுத்தற்குத் திருப்போரூர்ச் சிதம்பர சுவாமிக ளெழுதியவுரை நன்கு விளக்குகின்றது; ஷை நூல் ௭, ௧௬-ம் செய்யுட்களின் உரையைப் பார்க்க.

* இந்நூலாசிரியரின் பெயர் வீரபத்திரக்கம்பர் என்று ஓர் ஏட்டுப் பிரதியால் தெரியவந்தது.

+ இந்நூலை இயற்றியவர், நொச்சியூர்ப் பழனியப்பஞ் சேர்வைகாரர்; இவரும் திருவுசாத்தானத்தின் பழைய தமிழ்ப் புராண மியற்றிய அம்பலவாண முனிவரென்பாரும் ஓரே காலத்தினர். ஷை முனிவருடைய காலம், இற்றைக்கு ௩௦௬ - வருடங்களுக்கு முந்திய தென்றும் இதனை, அம்முனிவர் தமது கரத்தால் எழுதிய சதாசிவ வியாக்கியான மென்னும் புத்தகத்தில் எழுதப்பட்டுள்ள சகாத்தம் தெரிவிக்கின்ற தென்றும் ஆண்டுள்ளார் சொல்லுகின்றன ரென்றுஞ் சொல்லி, ஷை நான்மணி மாலையை எனக்கு வாங்கித் தந்தவர், பின்னத்தூர், ஸ்ரீ அ. நாராயணஸாமி ஐயரவர்கள்.

மேற்கூறிய உண்மை யாவருக்கும் விளங்கும் பொருட்டே, பழைய வுரையுடன் மிதிலைப்பட்டியிற் கிடைத்ததான ஷை திருவிளையாடற் பயகர மாலை மூலத்தையும், இலீலாசங்கிரக வத்தியாய முதலியவற்றையும் வேறு சில பழைய பிரதிகளோடு ஒப்பிட்டு ஆராய்ச்சி செய்து பதிப்பித்து இப்புத்தகத்தின் பின்னர்ச் சேர்த்திருக்கிறேன்.

பயகர மாலை யென்னும் பெயரைப் பயங்கர மாலை யெனத் திருத்திவிட்ட தல்லாமல், இத் திருவிளையாடலையே மேற்கோளாகக் கொண்டு அது செய்யப்பெற்ற தென்பதை யறியாமற் சில பாடல்களை மாற்றியும் சில பாடல்களைக் குறைத்தும் சில பாடல்களை நூதனமாக இயற்றிச் சேர்த்தும் சற்றேறக்குறைய ரு௰ - வருடங்களுக்கு முன் யாரோ ஒருவர் அதைப் பதிப்பித்துவிட்டனர்.

இப்புத்தகத்தில், க௨௧, க௩௪, க௪௭, க௯௰, ௨௨௭-அ- ஆம் பக்கங்களின் கீழே 'இது வெள்ளிபாட்டு' என்றும், 'சில பிரதிகளிற் காணப்படவில்லை' என்றும் குறிப்பிட்ட செய்யுட்கள் யாவும் வெள்ளி பாடல் களென்றே ஓர் ஏட்டுப் பிரதியில் வரையப்பட்டிருந்தன; [வெள்ளி — வெள்ளியம்பலவாண முனிவர்.]

இதுகாறும் கூறியவாற்றால், வெள்ளியம்பலவாண முனிவர், திருப்போரூர்ச் சிதம்பர ஸ்வாமிகள், திருவிளையாடற் பயகர மாலை நூலாசிரியரான வீரபத்திரக்கம்பர், இலம்பூர் வீமநாத பண்டிதர், நொச்சியூர்ப் பழனியப்பஞ் சேர்வைகாரர் ஆகிய இவர்களுடைய காலத்திற்கு இந் நூலாசிரியருடைய காலம் முற்பட்டதென்பது வெளியாகின்றது.

இந்நூலால், சங்க நூல்கள் சம்பந்தமான சிற்சில பழைய செய்திகளும், சில நாடுகள், சில மலைகள், சில ஊர்கள், சில புண்ணிய தீர்த்தங்களும், சில சிவஸ்தல விசேடங்களும், திருவிளையாடல் சம்பந்தமான சில பழமொழிகளும், சில திருவிளையாடல்கள் முதலியன நடந்தமைக்கு அறிகுறியான இடப்பெயர் முதலியனவும், சில புலவர்களுடைய சரித்திரங்களும், அவர்களுள் இன்னா ரின்னார் இன்ன இன்ன அமயத்து இன்ன இன்ன பாடல்கள் இன்ன இன்ன நூல்கள் செய்தனர்க ளென்பதும், சில நூற்பெயர்களும், திருவாசகத்துள்ள பதிகங்களுள் இன்ன இன்ன பதிகங்கள் இன்ன அமயத்துப் பாடப்பட்டன வென்பதும், சில அரச பரம்பரைகளும், பற்பல பழைய வழக்கங்களும், இந்நாளிற் பெரும்பாலும் வழங்காத சிற்சில அரிய சொற்களும் வாக்கியங்களும், இக்காலத்துப் புலப்படாதனவாகிய இசை, குதிரை, நவமணி முதலியவற்றின் இலக்கணங்களும், ஒருவகையான யுத்த பரிபாஷைகளும், சில சாதி வகையும், சில குலவகையும், இன்னும் எத்தனையோ அரிய விஷயங்களும் அறியலாகும்.

ஸ்ரீ சோமசுந்தரக் கடவுள் இந்நூலுள்ளே பெரும்பாலும் சொக்க னென்றே வழங்கப் பெறுவர். 'சொக்கன்' என்பதற்கு அழகன் என்பதுபொருள்; சொக்கு — அழகு; பேரழ கென்றும் பொருள் கூறுவதுண்டு. இதனை, இந்நூல் இந்திரன் பழிதீர்த்த திருவிளையாடல், ௨௬-ம் செய்யுளா லுணர்க. பண்டைக் காலத்து இப்பெயரே பெரும்பாலும் வழங்கப்பெற்று வந்தமையின், இந்நூலாசிரியரால் இத்திருநாமம் மிக எடுத்தாளப்பட்ட தென்று தெரிகின்றது. அங்ஙனம் வழங்கி வந்தமையை, சொக்கலிங்கம், சொக்கர் தீபாராதனை, சொக்கத் தாண்டவம், சொக்குப் பாட்டு, சொக்கரப்பம், சொக்கர் தலைக்கீடு (=சொக்கர் லேஞ்சு); பழைய சொக்கநாதர் கோயிலென்னும் உலக வழக்காலும், தேவாரம், கடம்பவன புராணம், சுந்தரபாண்டியம், மதுரை மும்மணிக் கோவை, மதுரைச் சொக்கநாதருலா,

மதுரைப் பதிற்றுப் பத்தந்தாதி, மதுரைத் திருப்பணி மாலை, மீனாட்சியம்மை பிள்ளைத் தமிழ், மதுரைக் கலம்பகம், திருவாதவூரர் புராணம், பழைய திருப்பெருந்துறைப் புராணங்கள் முதலிய நூல்களாலு முணர்க. அன்றி, வடமொழிப் பெயராகிய 'சுந்தரர்' என்பதை எடுத்தாளுதலிலும் தென்மொழிப் பெயராகிய 'சொக்கர்' என்பதைத் தமிழ் நூலில் எடுத்தாளுதல் அழகென்று இவர் எண்ணி யிருக்கலா மென்றும் தோற்றுகிறது; சுந்தர ரென்ற திருநாமம் இதிற் சிறுபான்மையாக வழங்கும்.

தாமியற்றிய திருவிளையாடற் புராணச் செய்யுட்களைப் படித்துக் காட்ட நினைந்து, ஒருநாள், அந்திப்பொழுதில் வேம்பத்தூர்க்கு வந்த பரஞ்சோதி முனிவரை அவ்வூர்க் கவிஞர்களுள்ளே தண்டிகை பெற்று விளங்கிய பெரியார் புலவர் அறுபத்து நால்வர் மறுநாட் காலையில் வரச்சொல்லிவிட்டு, இன்ன இன்ன பகுதியை இன்னார் இன்னார் இயற்றுதற்குரிய ரென்று அன்றிரவில் யோசித்துத் தமக்குள் நிச்சயித்துக் கொண்டு ஒவ்வொருவர் ஒவ்வொன்றாக அறுபத்து நான்கு திருவிளையாடல்களையும் விடியற்காலத்துள் தனித்தனியே செய்து முடித்து அவற்றை ஒருங்குசேர்த்து வைத்துகொண்டிருந்து, காலையில் வந்த பரஞ்சோதி முனிவரை நோக்கி, இதைக் கேளுமென்று தாமியற்றிய நூலைப் படித்துக் காட்டி, திருவிளையாடற் புராணம் தமிழில் முன்னமே யிருக்கையில் நீர்செய்தது எதன் பொருட்டென்று வினாவ, அம்முனிவர் மனநொந்து சபித்து விட்டுப்போயினர்; அதனால், இந்நூல் வழங்காது போயிற்றென்று ஒரு கட்டுக்கதை கூறுவாரும், வடநூல் *ஆதார மில்லாமையால் இந்நூலை ஒருவரும் அங்கீகரிக்கவில்லை யென்று சொல்லுவாரும், சோமசுந்தரக் கடவுளை அருமையாகச் சொல்லாமற் பத்தியின்றி, 'சொக்கன் சொக்கன்' என்று பலவிடத்துங் கூறியிருத்தலால் இதை ஒருவரும் கையால் தொடவில்லை யென்பாரும், பரஞ்சோதி முனிவ ரியற்றிய திருவிளையாடல் வழங்கத் தொடங்கிய பின்பு இது வழங்குதலற்ற தென்பாரும், இன்னும் தத்தமக்குத் தோற்றிய வண்ணம் பற்பல கூறுவாருமாக அங்கங்கே பற்பலர் உளராயினார்; இவைகள் யாவும் கதானுகதிகந்நியாய மென்பது இந்நூலை ஆராய்ந்து பார்ப்பவர்களுக்கு இனிது விளங்கும்.

இப்புத்தக ஆராய்ச்சிக்குக் கருவிகளாக இருந்த தமிழ் நூல்கள்: அட்டமிப் பிரதக்ஷிண மான்மியம், அருணகிரி புராணம், அழகர் கலம்பகம், இரகுவம்மிசம், இலக்கணக்கொத்து, ஐங்குறுநூறு, கடம்பவன புராணம், கந்தபுராணம், கம்பராமாயணம், கல்லாடமும் திருநெல்வேலி மயிலேறும்பெருமாள் பிள்ளையுரையும், கலிங்கத்துப் பரணி, கலித்தொகை, காளையார் கோயிற் புராணம், ஷை வசனம், குறுந்தொகை, கூடலழகர் புராண வசனம், கோயிற் புராணம், சிதம்பர புராணம், சிலப்பதிகாரம், சீவகசிந்தாமணி, சுந்தரபாண்டியம், சூளாமணி, ஞானவாசிட்டம், தக்கயாகப் பரணி, தத்துவராயர் பிரபந்தங்கள், தாயுமானவர் பாடல், திருக்காளத்திப் புராணம், திருக்கானப்பேர்ப் புராணம், திருச்சிற்றம்பலக் கோவையார், திருநாகைக்காரோணப் புராணம், திருப்பரங்கிரிப் புராணம், திருப்பூவணப் புராணம், திருப்பெருந்துறைப் புராணங்கள் (பழையன, புதியது), திருவாசகம், திருவாதவூரர் புராணம், திருவிளையாடற் பயகர மாலையும் அதனுரையும், திருவிளையாடற் புராணம் (பரஞ்சோதி முனிவர் செய்தது), திருவிளையாடற் போற்றிக்கலிவெண்பா, திருவுத்தரகோச மங்கைப் புராணம்,

* இந்நூல் வடநூ லாதாரங்கொண்டே இயற்றப்பெற்ற தென்பதை, "குறைவற", "அவைநடு", "ஓதரிய", "வியாதன் வான்மீகி" என்னு முதற் குறிப்பையுடைய இந்நூற் செய்யுட்களா லுணர்க.

திருவேடகப் புராணம், திவ்ய ப்ரபந்தம், தேவாரம், தொல்காப்பியம், நளவெண்பா, நாலடியார், பத்துப்பாட்டு, பதிற்றுப்பத்து, பரிபாடல், பிரபுலிங்கலீலை, புறநானூறு, புறப்பொருள் வெண்பாமாலை, பெரியபுராணம், மணிமேகலை, மதுரைக் கலம்பகம், மதுரைச் சொக்கநாதர் உலா, மதுரைச் சொக்கநாதர் மும்மணிக்கோவை, மதுரைத் திருப்பணி மாலை, மதுரைப் பதிற்றுப்பத்தந்தாதி, மருதவனப் புராணம், யாப்பருங்கல விருத்தி, வில்லிபாரத மென்பன; வடநூல்கள்: ஸ்ரீ வாதபுர மாஹாத்மிய முதலியன.

பயகர மாலை முதலியவைகளும் மேற்கோள்களாக இப் புத்தகத்தில் அங்கங்கே எடுத்துக்காட்டப்பட்டுள்ள பாடல்களும் சிலசிலவிடத்து. அச்சுப்புத்தகப் பாடல்களுக்கு வேறுபட்டுத் தோன்றும்; அங்ஙனம் தோன்றுபவைகள் ஏட்டுப் பிரதிகளிற் காணப்பட்டவை யென்று கொள்க.

முதனூல்கள் அகப்படாமையின், இதிலுள்ள குதிரை யிலக்கண முதலிய பகுதிகளுட் சிலவற்றிற்குப் பொருள் விளங்கவில்லை; இதன் குறிப்புரையில் மேற்கோள்களாக எடுத்துக்காட்டிய இசைமரபுச் செய்யுள் முதலியன, பழைய உரைகளிற் கண்டவை.

படிப்போரும் தேடுவோருமற்று மூலையிற் கிடந்த இந்நூற் கையெழுத்துப் பிரதிகளிலிருந்த பாடவேறுபாடுகளும் பிழைகளும் அளவுபடுவனவல்ல. ஆதலால், இதைப் பதிப்பித்த காலத்தில் நேர்ந்த உழைப்பிலும் பொருட் செலவிலும் இதனை ஆராய்ச்சி செய்தகாலத்து நேர்ந்த உழைப்பும் பொருட் செலவும் மிக அதிகம்.

பரிசோதனைக்குக் கருவியாகக் கொண்ட இந்நூற் கையெழுத்துப் பிரதிகள்

திருக்கைலாய பரம்பரைத் திருவாவடுதுறையாதீனத்துப்	... ...	பிரதி	க
திருப்பெருந்துறை ஆலயத்துப் புத்தகசாலைப்	... ...	”	க
சென்னை இராசாங்கத்துக் கையெழுத்துப் புத்தகசாலை	... ...	”	க
மதுரைத் தமிழ்ச்சங்கத்துப்	... ...	”	க
களக்காடு ஸ்ரீ சாமிநாத தேசிகரவர்கள் வீட்டுப்	... ...	”	க
திருநெல்வேலி ஸ்ரீ கவிராச நெல்லையப்பப் பிள்ளையவர்கள் வீட்டுப்		”	க
வேம்பத்தூர்ப் ஸ்ரீ பிச்சுவையரவர்கள் வீட்டுப்	... ...	”	க
ஷை ஊர் சாமாவைய ரென்கின்ற ஆண்டி ஐயரவர்கள் வீட்டு [சாலி. கசூஎசூ. கி.பி. 1753]	... ...	”	க
பின்னத்தூர் ஸ்ரீ அ. நாராயணசாமி ஐயரவர்கள் தந்த	... ...	”	க
மதுரை ஸ்ரீ மு.ரா. கந்தசாமிக்கவிராய ரவர்கள் தந்த	... ...	”	க
கும்பகோணம் மகாதளம் பேட்டை இராமலிங்கதேசிகர் வீட்டுப்	...	”	க
பட்டுக்கோட்டையைச் சார்ந்த சிதம்பரவிடுதி கோவிந்த ஐயர் வீட்டுப்		”	க

இந்நூலாராய்ச்சிக்காக ஸ்ரீ வாதபுர மாஹாத்மியமாகிய வடநூலை வருவித்துதவியவர், மதுரை ஹைகோர்ட் வக்கீல் ம-ள-ள-ஸ்ரீ வே. முத்துராமலிங்க ஐயரவர்கள்.

மதுரையின் சம்பந்தமான சில விஷயங்களைச் சொன்னவர்கள் மதுரை ஸ்ரீமத் பரமேசுவர பட்டரவர்கள் முதலியோர்.

இதன் முதற் பதிப்பு 1906ஆம் வருஷம் வெளியாயிற்று. அதன் பின்பு செய்து வந்த ஆராய்ச்சியால் இந்நூலும் குறிப்புரை முதலியனவும் அடைந்த திருத்தங்கள் பல.

முதற் பதிப்பில் மூலத்துக்குப் பின்னே தனியே பதிப்பிக்கப்பெற்றிருந்த பாடபேதங்களையும் குறிப்புரையையும் சில பயன்கருதி மூலங்கள் உள்ள பக்கங்களில் அடிக்குறிப்பாக அமைத்தும், அதில் தனித்தனியே காட்டப்பெற்றிருந்த பழைய தமிழ் நூற் பிரயோகங்களையும் 64 திருவிளையாடல்களைத் தனித்தனி முறையே பாராட்டியுள்ள தேவாரம் முதலிய மேற்கோள்களையும் பிறவற்றையும் உரிய பக்கங்களில் குறிப்புரையோடு சேர்த்தும் படிப்பவர்களுக்கு அனுகூலமாக இருக்கும்படி இது பதிப்பிக்கலாயிற்று.

இந்நூலால் தெரிந்த ஊர்கள் முதலியவற்றின் பெயர்களும், இந்நூலாராய்ச்சியால் தெரிந்த பல அரிய விஷயங்களும், இந்நூலிற் காணப்பட்ட அரும்பதங்களும், திருவிளையாடற் பயகர மாலை, இலீலாசங்கிரக வத்தியாயம், திருவுசாத்தான நான்மணி மாலை உஅ ஆம் செய்யுள், திருவிளையாடற் கருணைத் திருவிருத்தம், கக ஆம் பாடல் இவற்றிலுள்ள அரும்பதங்களும் இப்புத்தகத்தில் ‘அரும்பத முதலியவற்றின் அகராதி’ என்னும் பகுதியில் அமைந்துள்ளன.

நூற் பரிசோதனைக்கு உடனிருந்து உதவி புரிபவர்கள் விஷயத்தில் நான் கவலையுறாவண்ணம் பல வருடங்களாக மாத வேதன மளித்து ஆதரித்துவரும் ஸ்ரீ சேது ஸமஸ்தானாதிபதிகளும், மதுரைத் தமிழ்ச் சங்கத்துத் தலைவர்களும், சென்னைச் சட்ட நிரூபணசபை யங்கத்தினர்களும், தமிழ் யூனிவர்ஸிடிக் கமிட்டியின் தலைவர்களுமான கௌரவம் பொருந்திய மகா ராஜராஜ ஸ்ரீ பா. இராஜ ராஜேசுவர சேதுபதி மகாராஜா அவர்களுடைய பேருதவியை இப்போதும் தமிழகத்துக்குத் தெரிவிக்கிறேன்.

இந்நூலைப்போலவே, இனிப் பதிப்பிக்கக் கருதிய நூல்களுள் ஒவ்வொன்றையும் கருதியவண்ணம் பதிப்பித்து நிறைவேற்றுதற்பொருட்டும் பிரதியுதவி ஒப்புநோக்குதல் முதலிய உதவிகளை அன்புடன் செய்தவர்கள் பெருவாழ்வடைந்து மகிழ்வெய்தும் பொருட்டும் திருவருள் சுரக்கும்படி சங்கப்புலவர் நடுவில், மதுரைப் பேராலவாயா ரென்னும் திருநாமம்பூண்டு வீற்றிருந்து அவர்களுடன் தமிழாராய்ந் தருளிய ஸ்ரீமீனாட்சி சுந்தரேச ருடைய திருவடித் தாமரைகளைச் சிந்திக்கின்றனன்.

இங்ஙனம்,
வே. சாமிநாதையன்

“தியாகராஜ விலாஸம்”
திருவேட்டீசுவரன் பேட்டை
சென்னை, 15-04-1927

உ
கணபதி துணை

திருவாவடுதுறை ஆதீனத்து மஹாவித்வான்
திரிசிரபுரம்
ஸ்ரீ மீனாட்சிசுந்தரம் பிள்ளையவர்கள்
இயற்றிய

தனியூர்ப் புராணம்

இஃது
இந்நூலாசிரியர் மாணாக்கரும்
சென்னை, பிரஸிடென்ஸி காலேஜ் தமிழ்ப்பண்டிதருமாகிய
உத்தமதானபுரம்
வே. சாமிநாதையரால்
நூதனமாக எழுதிய
அரும்பதவுரையுடன்

சென்னை:
பிரஸிடென்ஸி அச்சுக்கூடத்தில்
பதிப்பிக்கப்பெற்றது.

பராபவ ஹு மாசி மீ

1907

விலை அணா-உ

Registered Copyright

உ

கணபதி துணை.

திருவாவடுதுறை ஆதீனத்து மஹாவித்வான்

திரிசிரபுரம்

ஸ்ரீ மீனாட்சிசுந்தரம் பிள்ளையவர்கள்

இயற்றிய

தனியூர்ப்புராணம்.

இஃது,

இந்நூலாசிரியர் மாணாக்கரும்,

சென்னை, பிரஸிடென்ஸி காலேஜ் தமிழ்ப்பண்டிதருமாகிய

உத்தமதானபுரம்

வே. சாமிநாதையரால்

நூதனமாக எழுதிய

அரும்பதவுரையுடன்

சென்னை:

பிரஸிடென்ஸி அச்சுக்கூடத்திற்

பதிப்பிக்கப்பெற்றது.

பராபவஞூ மாசிமீ

1907

விலை அணா - உ.

முகவுரை

தனியூரென்பது, சோழவள நாட்டில் மாயூரத்திற்கு மேற்கே ஒருநாழிகை வழித்தூரத்தி லுள்ளதாகிய ஒரு சிவஸ்தலம். இது, பாரிசாத வனமெனவும் புழுகீச மெனவும் வழங்கப்பெறும். மிகப் பெரிதாகிய ஊரைத் தனியூ ரென்றல் மரபு; அது பழைய சிலாசாதனங்களாலும் விளங்கும்.

நெய்தற் றொழிலிற் புகழ்பெற்றவர்களும் சிவநேசச் செல்வர்களுமான சாலியர்கள் பரம்பரையாக வாழ்தற் கிடமாகிய கூறை நாடென்பது இவ்வூரின் ஒருபக்கத்தே யுள்ளது.

ஸ்தல விநாயகர் திருநாமம் வரத விநாயக ரென்பது.

ஸ்வாமியின் திருநாமம் புழுகீச ரென்பது; இங்கே பூர்வஜன்ம புண்ணிய விசேஷத்தாற் புழுகு பூனை யொன்று சிவபெருமானை வழிபட்டுப் பேறுபெற்றமையின், இவர் இத்திருநாமம் பெற்றார்.

அம்பிகையின் திருநாமம் சாந்த நாயகி யென்பது; சாந்தம்மை, சாந்து எனவும் வழங்கும்.

ஸ்தல விருக்ஷம், பாரிசாதம் (=பவளமல்லிகை).

இத்தலபுராணத்தை இயற்றியவர்கள், கவிஞர் பெருமானும் திருவாவடுதுறை ஆதீனத்து மஹாவித்துவானுமாகிய திரிசிரபுரம் ஸ்ரீ மீனாட்சிசுந்தரம் பிள்ளை யவர்கள்.

கூறை நாட்டுத் தமிழ் வித்துவானும், ஷை பிள்ளை யவர்களுடைய நண்பரும் வீரசைவருமாகிய சாமிநாதைய ரென்பவர், பிள்ளையவர்கள் இந்நூலை இயற்றும் வண்ணம் அக்காலத்தில் அடிக்கடி முயன்றுவந்தனர்.

ஷையூர்ச் சாலியகுல திலகராகிய கொ. முத்துச் செட்டியா ரென்பவர் மிக்க உபசரிப்புடன் அரங்கேற்றுவித்துப் பின்னர் இந்நூலைச் சென்ற விபவ வருஷம் கார்த்திகை மாதத்தில் அச்சிற்பதிப்பித்து வெளிப்படுத்தினர். இதனை, மேற்கூறிய சாமிநாதைய ரியற்றிய,

பொலங்குலவு வான்பொருவு கூறை நாட்டிற்
  பொருந்திவளர் சாலியர்தங் குலத்துண் மேலோன்
வலங்குலவு மிராமசந் திரவேண் மைந்தன்
  வயங்குமுக்க ணுடையதன்பேர் வைத்து வாழ்வோன்

துலங்குநய சுகுணமுத்து மான்மீ னாட்சி
சுந்தரநா வலன்செய்தனி யூர்ப்பு ராணம்
நலங்குலவு புவனிமிசைப் பரவும் வண்ணம்
நாடியச்சிற் பதிப்பித்து நயம்பெற் றானே
(முக்கணுடையது – கொட்டாங்கச்சி)

என்னும் பாடல் நன்கு விளக்கும்.

இதிலுள்ள பாடல்க ளெல்லாம் ஒவ்வொரு நயத்தாற் சிறப்புற்றனவாயினும் திருநாட்டுப் படலத்திற் சோழநாட்டைச் சிறப்பித்துக் கூறிய ௨-ம் பாடல் முதலியனவும், திருநகரப் படலத்திற் சாலியர்களைச் சிலேடை முதலியவற்றாற் பாராட்டிக் கூறியிருக்கும் பகுதிகளும் புழுகீசப் படலத்தில் யானை முதலிய அஃறிணைகள் சிவபெருமானை வழிபட்டுப் பேறுபெற்றன வென்று பூனை கருதுவதாகக் கூறியிருக்கும் பாகமும் பிறவும் பெரிதும் இன்பத்தை விளைவிப்பனவாகும்.

திருவாவடுதுறை யாதீனத்தில், கசு-ம் பட்டத்திலிருந்த ஸ்ரீமத் சுப்பிரமணிய தேசிகரவர்கள், சில சமயத்தில் இந்நூற் செய்யுட்களுட் சிலவற்றைக் கேட்பித்து, வந்தோர்களை மகிழ்விப்பதுண்டு; 'தனியூர்ப் புராணம், செய்யுளளவிற் குறைந்ததாக விருந்தாலும் கற்பனையில் நிறைந்தது' என்றும் அவர்கள் சொல்லக் கேட்டிருக்கிறேன்.

இந்நூல் அச்சுப்பிரதி எங்கும் அகப்படாமையாலும், சிலர் விரும்பினமையாலும் இப்போது பதிப்பிக்கலாயிற்று.

வெண்பா

போற்று தனியூர்ப் புராணமுத லாகவுள
சாற்று பலநூல்க டாமிலையேல் – ஏற்றமெலாம்
துன்னுபுகழ் மீனாட்சி சுந்தரமா னீங்குதுயர்
என்னவகை நீங்கு மெமக்கு.

இங்ஙனம்,
வே. சாமிநாதன்

சென்னை
23-2-07

உ
கணபதி துணை

மண்ணிப்படிக்கரைப் புராணம்

திருவாவடுதுறை ஆதீனத்து மஹாவித்துவான்
திரிசிரபுரம் ஸ்ரீ மீனாட்சிசுந்தரம் பிள்ளையவர்கள்
இயற்றியது.

இது
ஷை ஆதீனத்தலைவர்களாகிய
ஸ்ரீமத்
அம்பலவாண தேசிகரவர்கள்
விருப்பத்தின்படி
இந்நூலாசிரியர் மாணாக்கரும்
சென்னை, பிரஸிடென்ஸி காலேஜ் தமிழ்ப்பண்டிதருமாகிய
உத்தமதானபுரம்
வே. சாமிநாதையரால்
நூதனமாக எழுதிய
அரும்பதவுரையுடன்

சென்னை:
பிரஸிடென்ஸி அச்சுக்கூடத்திற்
பதிப்பிக்கப்பெற்றது.

பிலவங்க ஹூ சித்திரை மீ

1907

விலை அணா-அ

Copyright Registered

உ

கணபதி துணை

மண்ணிப்படிக்கரைப் புராணம்

திருவாவடுதுறை ஆதீனத்து மஹாவித்துவான்

திரிசிரபுரம்

ஸ்ரீ மீனாட்சிசுந்தரம் பிள்ளையவர்கள்

இயற்றியது

இது,

ஷை ஆதீனத்தலைவர்களாகிய

ஸ்ரீமத்

அம்பலவாணதேசிகரவர்கள்

விருப்பத்தின்படி

இந்நூலாசிரியர் மாணாக்கரும்

சென்னை, பிரஸிடென்ஸி காலேஜ் தமிழ்ப்பண்டிதருமாகிய

உத்தமதானபுரம்

வே. சாமிநாதையரால்,

நூதனமாக எழுதிய

அரும்பதவுரையுடன்

சென்னை:

பிரஸிடென்ஸி அச்சுக்கூடத்திற்

பதிப்பிக்கப்பெற்றது.

பிலவங்கஞு சித்திரைமீ

1907.

விலை அணா - அ.

Copyright Registered.

முகவுரை

மண்ணிப்படிக்கரை யென்பது, சோழவள நாட்டிற் காவிரி மாநதியின் வடக்கேயுள்ள பாடல் பெற்ற சிவஸ்தலங்களுள் ஒன்று; பண்டைக் காலத்தில் மண்ணி யாற்றின் படிக்கரையி லிருந்தமையின், இஃது இத்திருநாமம் பெற்றது. மிக்க அருகே யோடிய மண்ணியாறு இத்திருக்கோயிலைச் சிதையாதபடி பல நூற்றாண்டுகளுக்கு முன்பு ஒதுக்கி வெட்டிவிடப் பட்டதெனவும் அதுகாரணத்தால் இத்தலம் பழமண்ணிப் படிக்கரை யென்று வழங்கு மெனவும் சொல்லுவர்; தேவாரத்தில், இத்தலம், "பழமண்ணிப் படிக்கரை" என்று கூறப்பெற்றிருத்தலும் இவ்வுண்மையை விளக்கும். இதனால், ஸ்ரீசுந்தரமூர்த்தி நாயனார் காலத்திற்கு முன்னமேயே மண்ணி நதி ஒதுக்கப்பெற்றதென்று தெரிகின்றது. இருப்பைப் பட்டு அல்லது இலுப்பைப் பட்டு, மதூகவன மெனவும் இதன் பெயர் வழங்கும். [பட்டு — ஊர்; மதூகம் — இருப்பை மரம்]

இத்தலத்திற்குரிய விநாயக மூர்த்திகள் இருவர்:

க. வலம்புரி விநாயகர் உ. நடன விநாயகர்.

ஸ்வாமி, ஐந்து மூர்த்திகளாக எழுந்தருளியிருக்கின்றனர்; அவர்கள் திருநாமங்கள்:

க. படிக்கரைநாயகர்
உ. நீலகண்டேசர்
ந. முத்தீசர்.
ச. பரமேசர்
ரு. மகதீசர்

அம்பிகைகள் இருவருளர்; அவர்கள் திருநாமங்கள்:

க. மங்கலநாயகி உ. அமுதகரவல்லி.

தீர்த்தங்கள் மூன்று

க. பிரமதீர்த்தம்
உ. மண்ணியாறு
ந. கொள்ளிடம்.

ஸ்தல விருக்ஷம், தெய்வவிருப்பை.

வழிபட்டுப் பேறுபெற்றோர்: பிரமதேவர், பஞ்சபாண்டவர் முதலியோர்கள்.

இத்தலத்தைச் சார்ந்த ஸ்தலம், நாகபுரமென்பது, அவ்வூர், இக்காலத்து மணல்மேடென்று வழங்கப்படுகின்றது. அதில்,

ஸ்வாமியின் திருநாமம்.. நாகலிங்கம்

அம்பிகையின் திருநாமம்.. சுந்தரவல்லி

தீர்த்தம்.. நாகதீர்த்தம்

விருக்ஷம்.. புன்னை

வழிபட்டுப் பேறுபெற்றோர்: ஆதிசேடன், தௌமிய முனிவர் முதலியோர்.

இதனை வடமொழி முதனூலிலிருந்து பெயர்த்து இனிய செய்யுள் நடையாக இயற்றியவர், திருவாவடுதுறை ஆதீனத்து மஹாவித்துவா னாகிய திரிசிரபுரம், ஸ்ரீ மீனாட்சிசுந்தரம் பிள்ளை யவர்கள். இந்நூலை இயற்றுவித்தோர், ஷை ஆதீனத்து வித்துவானும் அதனைச் சார்ந்த சிவக்ஷேத்திர குருக்ஷேத்திர பரிபாலக நிர்வாககர்களில் தலைமை பூண்டொழுகி விளங்கியவருமான ஸ்ரீ கனகசபாபதி முனிவ ரென்பவர். செய்வித்த காலம், இற்றைக்குச் சற்றேறக் குறைய ௬௦-வருடங்களுக்கு முந்தியது.

நூலாசிரியர் பெயரைக் கேட்கவே யாவருக்கும் இந்நூலின் பெருமை நன்கு விளங்குமாதலின், அதனை விரித்தெழுதுதல் மிகையென்று இங்கே நிறுத்துகின்றேன். ஆனாலும் அனுபவ சித்தமாதலின், ஒன்றை மட்டும் எழுதும்படி என் மனம் தூண்டுகின்றது; அஃதாவது, படித்துக் கொண்டிருக்கும் பொழுது வேறொன்றில், படிப்போருடைய ஞாபகத்தைச் செலுத்த வொட்டாமற் செய்து மற்ற நூல்களிலும் இந்நூல் நயம்படத் தோன்று மென்பதே.

தம்முடைய ஆதீன வித்துவானா லியற்றப் பெற்றதும் செவ்வியதுமான இவ்வரிய நூலைப் பலர்க்கும் பயன்படும்படி அச்சிற் பதிப்பித்து வெளிப்படுத்தும் வண்ணம் செய்வித்த, திருவாவடுதுறை யாதீனத் தலைவர்களும் வித்வஜ் ஜன பரிபாலகர்களுமாகிய ஸ்ரீமத் அம்பலவாண தேசிக ரவர்களுடைய பெருந்தகைமையும் அன்புடைமையும் ஒருபொழுதும் மறக்கற் பாலனவல்ல.

வெண்பா

எண்ணிப் படித்திடவே யின்றமிழிற் றொல்கதைதான்
மண்ணிப் படிக்கரைக்கு வாய்த்ததே – நண்ணுதமிழ்க்
கந்தரமோ வென்னக் கவிமழைபெய் மீனாட்சி
சுந்தரநா வல்லோன் சொல்.

இங்ஙனம்,
வே. சாமிநாதையன்

சென்னபட்டணம்
28-4-07

உ
கணபதி துணை

திருக்காளத்திப் புராணம்

வீரைநகர்
ஆனந்தக்கூத்தர் இயற்றியது.

இது
தேவிகோட்டை
ஸ்ரீமான்
மெ.அரு. நா. இராமநாதன் செட்டியாரவர்களும்
ஸ்ரீமான்
மெ.அரு. அரு. அருணாசலஞ் செட்டியாரவர்களும்
விரும்பியபடி
சென்னை, பிரஸிடென்ஸி காலேஜ் தமிழ்ப்பண்டிதராகிய
உத்தமதானபுரம்
வே. சாமிநாதையரால்
கையெழுத்துப் பிரதிகளைக்கொண்டு ஆராய்ந்து
நூதனமாக எழுதிய அரும்பதவுரை முதலிய
பலவகை ஆராய்ச்சிக் குறிப்புக்களுடன்

சென்னை
வைஜயந்தி அச்சுக்கூடத்திற்
பதிப்பிக்கப்பெற்றது.

பரீதாபி ஷு சித்திரை மீ

1912

Copyright Registered

கணபதி துணை.

திருக்காளத்திப்புராணம்.

விரைநகர்

ஆனந்தக்கூத்தர் இயற்றியது.

இஃது

தேவகோட்டை

ஸ்ரீமான்

மெ. அரு. நா. இராமநாதன்செட்டியாரவர்களும்

ஸ்ரீமான்

மெ. அரு. அரு. அருணாசலஞ்செட்டியாரவர்களும்

விரும்பியபடி

சென்னைப் பிரஸிடென்ஸிகாலேஜ் தமிழ்ப்பண்டிதராகிய

உத்தமதானபுரம்

வே. சாமிநாதையரால்

கையெழுத்துப்பிரதிகளைக்கொண்டு ஆராய்ந்து,

நூதனமாகஎழுதிய அரும்பதவுரைமுதலிய

பலவகை ஆராய்ச்சிக்குறிப்புக்களுடன்

சென்னை

வைஜயந்தி அச்சுக்கூடத்திற்

பதிப்பிக்கப்பெற்றது.

பரிதாபி௵ சித்திரை௴.

1912.

Copyright Registered

உ

கணபதி துணை

முகவுரை

காளத்தி காணப் பெற்ற கண்களே கண்க ளென்றுங்
காளத்தி நகருக் கேகுங் கால்களே கால்க ளென்றுங்
காளத்தி புகுங்க ருத்தே கருத்தென்றுங் கைலை நாமக்
காளத்தி புகமு நாவே நாவென்றுங் கற்றோர் சொல்வர்.

*திருக்காளத்தி யென்பது தொண்டை நாட்டில் தேவாரம் பெற்ற சிவஸ்தலங்களுள் ஒன்று. இந்த ஸ்தலத்துக்குத் தக்ஷிண கைலாஸம் அல்லது தென் கயிலாயம், தென் கயிலை, திருக்காளத்தி, ஸ்ரீ காளஹஸ்தி அல்லது சீகாளத்தி, காளத்தி, சிவாநந்தகிரி, சிவாநந்தைக நிலயம், விஞ்ஞான க்ஷேத்திரம், கண்ணப்பபுரம், மும்மடிச் சோழபுரம் முதலிய வேறு காரணப் பெயர்களுமுண்டு.

தக்ஷிண கைலாஸ மென்னும் பெயரின் காரணம், இப்புராணம், ௩௨-ம் பக்கம், ௨௭-ம் செய்யுள் முதலியவற்றாலும், திருக்காளத்தி யென்னும் பெயரின் காரணம், ௪௮-ம் பக்கம், ௬௧-ம் செய்யுள் முதலியவற்றாலும் விளங்கும். இப்படியே பிற பெயர்களின் காரணம் இந்நூலாலும் பிற நூலாலும் நன்கு உணரலாகும். இஃது ஐந்து யோசனை அகலமும், பத்து யோசனை நீளமுமுள்ளது. +(ப. ௧௫0; பா. ௨௭.) “மண்டு யோசனையைந் தகலமுமிரட்டி நீளமும் வயங்குதென் கயிலை” (க. எ. ௪௧) என்னும் சூதசங்கிதையாலும் இது விளங்கும்.

மஹா புராணங்களுள்ளும், உப புராணங்களுள்ளும், மற்ற ஸ்தல புராணங்களுள்ளும் இத் தலமகிமையைச் சொல்லாதவை பெரும்பாலும் இல.

மெய்யன்பையே திருவுருவமாகக் கொண்ட ஸ்ரீ கண்ணப்ப நாயனார் இடையீடின்றி வழிபட்டு ஆறு நாட்களில் முத்திபெற்ற பெரும்புகழ் வாய்ந்தது இது. இன்னும் விராட் புருஷனுடைய விசுத்திஸ்தான மென்றும், பிரமதேவருடைய அநாகத ஸ்தான மென்றும், பஞ்ச பூத ஸ்தலங்களுள் வாயு ஸ்தல மென்றும், பஞ்சாக்ஷர ஜபஸித்தியை விரைவில் தந்தருளுவ தென்றும், சிவஞானத்தை அளிக்கவல்ல ஸ்தலங்கள் **நான்கனுள் ஒன்றென்றும் ஒருநாளேனும் நியமத்துடன் வசிப்பவர்களுக்குக் கலியின் பீடையை மாற்றிப் பிறவித்துயரை நீக்கவல்ல ஸ்தலங்கள்

* தொண்டைநாட்டில், ௨௪-கோட்டங்களுள் ஒன்றாகிய வேங்கடக் கோட்டத்துத் தொண்டைமான் பேராற்றூர் நாட்டு மும்முடிச் சோழபுர மென்றும், ஆற்றூர் வளநாட்டு மும்முடிச் சோழபுர மென்றும் சிலாசாசனங்களில் இதன் பெயர் காணப்பெறுகின்றது.

+ ப. பக்கம்; பா. பாட்டு.

** காசி, சிதம்பரம், விருத்தாசலம், காளத்தி என்பன.

*இரண்டனுள் ஒன்றென்றும் நூல்களிற் பாராட்டப்பெற்றது இத்தலமே. இத் தலமகிமையும், தீர்த்த விசேடமும், வழிபட்டுப் பேறுபெற்றோருடைய மேம்பாடுகளும் இந்நூலாலன்றி இதன்பின் காட்டப்பெற்றுள்ள தேவார முதலிய திருமுறைகளாலும் வேறு நூல்களிலிருந்து எடுத்துக்காட்டிய செய்யுட்களாலும் புலப்படும். இத்தலம் சிவ ஸாரூப்பியம் தருமென்பதை,

புலிபுலி யதளு டுக்கும் பொருகரி கரித்தோல் போர்க்கும்
வலியவா னானே றேறும் வாளரா வரவம் பூணு
மெலியியன் மான்மா னேந்தும் வெந்திறற் சீயஞ் சீயத்
தலைபுனை தருந்தென் வெள்ளிச் சயிலத்தி லிறக்கின் மன்னோ
(சீகாளத்திப் புராணம், தென்கயி. ௬அ)

என்னுஞ் செய்யுளால் ஒரு புலவர்பெருமான் தெரிவித்திருக்கும் அழகு பாராட்டற்பாலது.

ஸ்தலவிநாயகர் இருவர்: (க) பஞ்சசந்தி விநாயகர் [ஐஞ்சந்தி விநாயகரெனவும், அஞ்சந்தி விநாயகரெனவும் இவர் கூறப்பெறுவர்], (உ) பாதாள கணபதி.

ஸ்வாமியின் திருநாமங்கள்: தென்கைலைநாதர், திருக்காளத்தி நாதர், ஐங்குடுமித் தேவர், ஐந்து கொழுந்து, குடுமித் தேவர், ஆராவமுது, கணநாதர், கல்லாலடியார், கல்லாலடியிற் கரும்பு, மருந்து, மலைமேல் மருந்து, காபாலி (காவாலி), காளத்தி, காளத்திக் கற்பகம், சோதிவிடங்கர், பொன்முகரித் துறைவர் என்பவை முதலியன.

அம்பிகையின் திருநாமங்கள்: ஞானப் பிரஸூனாம்பிகை, ஞானப் பூங்கோதை, ஞானக் கொழுந்து, ஞானசுந்தரி, ஞானப் பேரொளி, சிற்புட்பகேசி, வண்டார் குழலாள் என்பவை முதலியன.

ஸ்தலவிருஷங்கள் இரண்டு: (க) அகண்ட வில்வம், (உ) கல்லால்.

இத்தலத்திற்குரிய நதி, பொன்முகரி. இது சந்நிதியில் உத்தர வாகினியாய்ச் செல்லுதலின் மிகச் சிறந்ததாகக் கூறப்பெறுகின்றது. இதன் மகிமை, இந்நூலுள் அங்கங்கே பரக்கக் காணப்படுவதன்றி, வேறு நூல்களிலும் காணப்படும்.

தத்து வங்கடந் தொளிர்கின்ற முக்கணான் றன்னோ
டொத்த செந்தமிழ் முனிவரன் பல்பக லுழந்த
மெய்த்த வந்தர வந்தவிவ் வாறறொடோர் வேந்த
னுற்ற நோன்பிவட் டந்ததோர் கங்கையோ வொக்கும்.

குடதி சைக்கட லுடைந்தொரு வழிக்கொடு குணாது
கடல்வ யிற்புக வெழுந்தென வெழுந்தவிக் கடுநீ
ருடனொ ருத்தனுண் டஞ்செவி யொழுக்கிய நீருங்
கொடிக விழ்த்தசெந் நீருமோ நிகர்ப்பன கூறின்.

இடன கன்றவிவ் வாறுதன் கட்படா விறந்த
முடிவில் வெஞ்சினக் குஞ்சர முதலிய வற்றி
னுடலை வெண்டிரைக் கருங்கட லுய்த்துமன் னுயிரைக்
கடவுள் வெள்ளியங் குன்றின்மே லேற்றிடுங் கடிது.

உலகி லெங்கணு மில்லதோ ரதிசய மொன்றித்
தலைமை கொண்டபொன் முகரியுட் டாழ்ந்தவர் யாருந்

+ காசி, காளத்தி.

தொலைவி றுன்பங்கள் பலதருஞ் சூழ்வினைப் பிறப்பா
மலைநெ டுங்கடற் கரைமிசை யேறுவ ரன்றே
(சீகாளத்திப் புராணம், பொன்முகரி. அஅ-கூக.)

என்பவற்றாலும் விளங்கும்.

மற்றத் தீர்த்தங்கள்: பிரம தீர்த்தம், ஸரஸ்வதி தீர்த்தம், இந்திர தீர்த்தம் அல்லது வச்சிரதாரை, மாயூர தீர்த்தம், உருத்திர தீர்த்தம், மார்க்கண்ட தீர்த்தம், அரகர தீர்த்தம், மகாமோகினி தீர்த்தம், மணிகன்னி அல்லது மணிகர்ணிகை, பகவதி தீர்த்தம், பைரவ தீர்த்தம், மாகாள தீர்த்தம், மாகாளி தீர்த்தம், மூக தீர்த்தம் முதலியன. இவற்றுள் இந்திர தீர்த்தம் முதலியவற்றின் பெருமைகள்,

இருவினை மலைதொ லைக்கு மிந்திர தீர்த்தம் பாவ
வரவடா் மயூர தீர்த்த மாரஞர்ப் பிறவி யென்னு
முருகெழு புரந்தீ யூட்டு முருத்திர தீர்த்தம் பேழ்வாய்
வெருவரு தழற்கட் கூற்றம் வெல்லுமார்க் கண்ட தீர்த்தம்

அரகர தீர்த்தம் யாரு மவாவுமோ கினிதீர்த் தம்வெண்
டிரையெறி தருமா காள தீர்த்தமென் றிவைமுன் னாய
பரமபுண் ணியதீர்த் தங்கள் பலபடிந் தவரை விண்ணோர்
நிரைதொழ விருத்தல் செய்து நிலவுமாற் புலவு வேலோய்
(சீகாளத்திப் புராணம், பொன்முகரி, கூங. கூச.)

என்னுஞ் செய்யுட்களாலும் விளங்கும்.

இதனைச் சூழ்ந்துள்ள மலைகள், கனக துர்க்கை மலை, குமாரகிரி, இந்திரகிரி, நீலகிரி, ஸித்தகிரி என்பன.

பீடங்கள் இரண்டு: (க) ஆகம பீடம், (உ) வைதிக பீடம். இவற்றுள் முதலாவது திருக்காளத்திநாதருக் குரியது. இரண்டாவது தக்ஷிணாமூர்த்திக் குரியது. வைதிக பீடம் தென்பீடமெனவும் வழங்கும்.

இத்தலத்திலுள்ள வேறு கோயில்கள்: பகவதி கோயில், இந்திரநாதர் கோயில், மணிகர்ணிகேசர் கோயில், காலபைரவர் கோயில், ஆயிரவிலிங்கப் (ஸஹஸ்ர லிங்கம்) பெருமான் கோயில், மூகேசர் கோயில், மகிஷாசுரமர்த்தனி கோயில், மார்க்கண்டேசர் கோயில், யக்ஷேசுவரர் கோயில் முதலியன.

வழிபட்டுப் பேறுபெற்றோர்: திருமால், திருமகள், பிரமதேவர், ஸரஸ்வதி, சிலந்தி, காளனென்னும் பாம்பு, யானை, பிரம ரிஷிகளாகிய ஸனகாதிகள், சுவேதாசுவதரர் இறுதியாகவுள்ள நூற்றுப்பன்னிரண்டு தேவ ரிஷிகள், உரோமசர், அகஸ்தியர், வஸிஷ்டர் முதலிய மகரிஷிகள், அஷ்டதிக்பாலகர், யோகினியாகிய நீலை முதலியோர், அக்னிப் பிரபன் முதலிய அசுரர்கள், மணிமான் முதலிய யக்ஷர்கள், ஆதிசேஷன் முதலிய நாகர்கள், முசுகுந்தன் முதலிய அரசர்கள், சங்கப் புலவராகிய நக்கீரர், மதுரைக் கன்னியரிருவர், யாதவ வேந்தன் முதலியோர்.

இதன் பழைய வரலாறுகளைத் தெரிவிக்கும் நூல்கள், வடமொழியில் ஷடத்தியாயி, ஸ்ரீ காளஹஸ்தி மாஹாத்மியம் [இது கூசா - அத்தியாயம் உள்ளது], தக்ஷிணகைலாஸ மாஹாத்மியம், ஸ்வர்ணமுகரீ மாஹாத்மியம், ஸூதஸம்ஹிதையி லுள்ள ங-அத்தியாயங்கள் அடங்கிய புஸ்தக மொன்று, வாஸிஷ்டலைங்கத்தி லுள்ள கஉ-அத்தியாயங்க ளடங்கிய புஸ்தக மொன்று ஆகிய இவைகளும், தெலுங்கில்

வழங்குகிற தூர்ச்சடிகவி செய்த புராண மொன்றும் ஆகிய இவைகளாம். இவை இப்போது கிடைக்கின்றன.

இவற்றையன்றி வடமொழியிற் பர்வத மாஹாத்மியமென ஒன்றுண்டென்று சொல்லுகின்றனர். அது கிடைக்கவில்லை.

ஸ்வர்ணமுகரீ மாஹாத்மியத்தில் கஅ-அத்தியாயங்கள், ஸூதஸம்ஹிதையில் ௩-அத்தியாயங்கள், வாஸிஷ்டலைங்கத்தில் பன்னிரண்டு அத்தியாயங்கள் ஆகிய இவற்றின் மொழிபெயர்ப்பே இத்திருக்காளத்திப் புராணம். இஃது இப் புராணத்துள்ள நூல் வரலாற்றால் அறியலாகும்.

"தலத்து மான்மியம் வேறினிக் காணினும்" என்னும் நூல் வரலாற்றுச் செய்யுளால், இவருக்கு மேற்கூறிய மூன்று நூல்களே கிடைத்திருந்தன வென்றும், இக்காலத்திற் காணப்படும் இத்தல சம்பந்தமான வேறு வடமொழி நூல்கள் கிடைக்கவில்லை யென்றும் தெரிகிறது.

இப்புராணத்தால், பொன்முகரி நதியின் மகிமையும், இத்தலத்துள்ள மற்றத் தீர்த்தங்களின் பெருமைகளும் இதனைச் சூழ்ந்துள்ள மலைகளின் வரலாறுகளும், இதனை யடைந்து பேறுபெற்ற தேவர்களாலும் முனிவர்கள் முதலியோர்களாலும் பிரதிஷ்டித்துப் பூசிக்கப்பெற்ற தைவிகம், ஆர்ஷம் முதலிய மஹாலிங்கங்களின் பெருமைகளும், வழிபட் டுய்ந்தோர்களுடைய அரும்பெறற் சரிதங்களும், உத்தர கைலாசம் முதலிய ஸ்தலங்களுள்ளும் புஷ்கர முதலிய தீர்த்தங்களுள்ளும் முக்கியமானவற்றின் அரிய வரலாறுகளும், சிவோத்கர்ஷமும், குணமூர்த்திகளின் அருளிச்செயல்களும், ஸ்ரீ பஞ்சாக்ஷரம், விபூதி, ருத்திராக்ஷம் இவற்றின் மகிமைகளும், ஸ்ரீ பஞ்சாக்ஷர ஜபத்தாலும், ருத்திராக்ஷ தாரணத்தாலும் மேம்பாடுற்றவர் இன்னா ரின்னா ரென்பதும், தர்மாதர்மங்களின் வகைகளும், அவற்றின் பயன்களும், வர்ணாஸ்ரம தர்மங்களும், பொது வொழுக்கங்களும், தானங்களும், அவற்றின் பயன்களும், பலசமயக் கோட்பாடுகளும், தாருகாவனத்து முனிவர் நாற்பத் தெண்ணாயிரவரை இறைவன் ஆட்கொண்டருளிய அருமையும், கர்ம காரணங்களும், ஞான யோகமும், முத்தி சாதனமும், திருக்காளத்திநாதருடைய கருணையைப் பெறவிரும்புவோர் மாதங்கள், திதிகள், வாரங்கள், நக்ஷத்திரங்கள் இவற்றில் அனுஷ்டிக்க வேண்டிய விரதங்களின் வகையும், யுகதர்மங்களும், ஸ்ரீ காளஹஸ்தி வாஸத்தால் கலிபீடை நீங்கு மென்பதும், சிவஞானமும் முத்தியும் வாய்க்கு மென்பதும், இவை போல்வன பிறவும் அறியலாகும்.

இவற்றை இப்புராணத்திலிருந்து அறிந்து கொள்ளுவதற்கு இந்நூல் அரும்பத முதலியவற்றின் அகராதி சிறந்த கருவியாக இருக்கும்.

நூலாசிரியர்

இந்நூலாசிரியராகிய ஆனந்தக்கூத்த ரென்பவர் பாண்டி நாட்டில் (திருநெல்வேலி ஜில்லா) தாம்பிரபரணி நதிக்கரையிலுள்ள வீரவநல்லூரிற் பிறந்தவர் (ப. உ௩ஃ.); நல்லாசிரியரிடத்தே சிறந்த இலக்கியங்களையும் தொல்காப்பிய முதலிய இலக்கணங்களையும் முறையே கற்றுச் சிந்தித்துத் தெளிந்தவராகி அவராலும் மற்றையோராலும் பயிற்சி செய்விக்கப்பெற்றுச் செய்யுள் செய்தலிலும் வல்லுநராயவர் (ப. ரு.); சைவ நூல்களிலும் நல்ல பாண்டித்திய முடையவர். இவருடைய ஞானாசிரியரது பெயர் சத்தியஞானி அல்லது சத்தியஞான தேசிக ரென்பது. பாபநாச க்ஷேத்திரத்தின் தமிழ்ப் புராண நூலாசிரியருடைய ஞானாசிரியர்

பெயரும் சத்தியஞானி யென்று காணப்படுகின்றது; அவரும் இவரும் ஒருவரோ வேறோ விளங்கவில்லை.

இவர் ஸ்தல யாத்திரை செய்துகொண்டு திருக்காளத்தியை யடைந்து பொன்முகரியில் நீராடிக் காலந்தோறும் ஸ்வாமி தரிசனம் செய்பவராய்ச் சில நாள் தங்கி, அங்கே செந்தமிழ்ப் பயிற்சியும் சிவநேசச் செல்வமும் வாய்ந்த பெரியோர்களோடு அளவளாவி வருங்காலத்தில், இவருடைய கல்வித் திறத்தையும் இனிய செய்யுள் இயற்றும் வன்மையையும் அறிந்த அவர்கள், "இத்தலபுராணத்தைத் தமிழில் செய்யுள் நடையாக இயற்றுக" என்று கூற, அவர்கள் சொல்லைச் சிரமேற் கொண்டு இவர் அங்ஙனமே இயற்றி அவர்களை மகிழ்வித்தனர் (ப. சு).

இவருக்கு வடநூலை மொழிபெயர்த் தளித்தவர், மேற்கூறிய வீரவநல்லூரி லிருந்த பௌராணிகராகிய சங்கர நாராயண ரென்னும் ஒரு வேதியர் (ப. ரு).

இவருடைய செய்யுளி னினிமையை யறிந்த அக்காலத்துப் பெரியோர்களால் இவரடைந்த சிறப்புப் பெயர் பரிமள கவிராயர் என்பது (ப. உ௩சு).

இப்புராணத்துள்ள கதைகளை அங்கங்கே எடுத்தாண்டிருப்பதும், பழைய நூல்களின் சிறந்த கருத்துக்களை உரிய இடங்களில் அழகாக அமைத்திருப்பதும், வேறு ஸ்தலபுராண கதைகளை அங்கங்கே எடுத்தாளுவதும் திருக்காளத்தி நாதருடைய மகிமையையும், ஸ்தல மகிமையையும், பேறுபெற்றோருடைய அருஞ் செயல்களையும், மனமுருகிப் பாடிக்கொண்டு செல்லுதலும், பிறவும் ஆகிய இவற்றை உற்று நோக்குகையில் இவருடைய இயற்பெயரும், சிறப்புப் பெயரும் இவருக்குத் தகுமென்றே தோற்றுகிறது.

ஸ்ரீ காசியிலேனும் திருக்காளத்தியிலேனும் ஒருநாள் நியமத்துடன் வசித்து ஸ்வாமி தரிசனம் செய்பவர்களுக்குக் கலியின் பீடை நீங்குமென்றும் அவர்களுக்குப் பிறவிப் பிணி தீருமென்றும் இப்புராணம் தெரிவித்தலை அறிந்த இவர் இதில் வசித்தது போலவே ஸ்ரீ காசியிலும் வசிக்கவேண்டு மென்று எண்ணி அங்கே சென்று சில நாள் நியமத்தோடிருந்து சிவபத மடைந்தார் (ப. உ௦சு, உ௩சு).

இவரைப் பற்றிய மற்ற வரலாறு யாதும் புலப்படவில்லை.

இப்புராணம், பாயிரமும், கடவுள் வாழ்த்தும் நூலியற்றுதற்குக் காரணமும், அவையடக்கமும், நூல் வரலாறும், பதிகமும், முறையே அமையப்பெற்று, அருச்சுனன் தீர்த்த யாத்திரை உரைத்த அத்தியாயம் முதலிய ௩௩-அத்தியாயங்களாகப் பகுக்கப்பெற்றுள்ளது. இதன் செய்யுட் டொகை, கஎஉசு.

"ஆதரித்தகா ளத்திமான் மியமென வறைந்தேன்" (ப. எ, பா. உ) என்று நூலாசிரியர் கூறியதைக் கொண்டு இந்நூற் பெயர் காளத்தி மான்மிய மென வழங்குதற் குரியதாயினும் ஏட்டுப் பிரதிகளில் திருக்காளத்திப் புராண மென்றே வரையப்பட்டிருந்தமையின், அப்பெயரையே இதற்கு வைக்கும்படி நேர்ந்தது.*

---

* இப்புராணத்தையன்றி இத்தலத்திற்குரிய தமிழ் நூல்கள் கக-ஆம் திருமுறையில் உள்ளனவாகிய நக்கீர தேவரருளிச் செய்த கைலைபாதி காளத்திபாதித் திருவந்தாதியும், போற்றிக்கலிவெண்பாவும், கண்ணப்ப தேவர் திருமறமும், கல்லாட தேவரருளிச்செய்த கண்ணப்ப தேவர் திருமறமும், கருணைப் பிரகாசர் முதலிய மூவரியற்றிய சீகாளத்திப் புராணமும், திருக்காளத்தி நாதருலாவும், திருக்காளத்தி நாதர் இட்டகாமிய மாலை யொன்றும், திருக்காளத்தி நாதர் கட்டளைக் கலிப்பாவும், திருக்காளத்தி நாதர் பதிகமும், திருக்காளத்திக் கோவையும் ஆகிய இவைகளாம். கோவையிற் காப்புச் செய்யுள் மட்டுமே இப்போது காணப்படுகின்றது. தனிப்பாடல்கள் பல.

கிடைத்த தமிழ்ப் புராணக் கையெழுத்துப் பிரதிகள்

க. திருக்கைலாய பரம்பரைத் திருவாவடுதுறை யாதீனத்துப் பிரதி ... க

உ. செப்பறையைச் சார்ந்த இராஜவல்லிபுரம் ஸ்ரீ பொன்னம்பல
தேசிகர் மடாலயத்துள்ள ஸ்ரீ கனகசபாபதி தேசிக ரவர்கள் பிரதி ... க

ங. தொழூவூர், ஸ்ரீ வேலாயுத முதலியா ரவர்கள் பிரதி ... ... க

ச. ம-ள-ள-ஸ்ரீ, காஞ்சி—நாகலிங்க முதலியா ரவர்கள் பிரதி ... ... க

இவற்றுள், "கண்ணப்பர் சிகோசரியார் முத்தியடைந்த அத்தியாயம்" என ஓர் அத்தியாயம் அதிகமாக இருந்த பிரதியில் (ப. உஙஎ) பதிகத்தின் ங-ஆம் செய்யுளின் நான்காம் அடி, "கண்ணிய சிலம்பியு மிபமுங் காளனும்" எனவும், ச-ஆம் செய்யுள் "நற்சிவ தோசர நாம வேதனும், பொற்சிலைத் திண்ணனும் பூசை செய்ததுஞ், சிற்பர னுண்மையுஞ் சிவனுக் குத்தமப், பற்பல தலங்களா வுள்ள பான்மையும்" எனவும், முதல் இரண்டு அத்தியாயங்களும் ஒன்றுபடுத்தப்பட்டு, அதன் பெயர், "அர்ச்சுனன் தீர்த்த யாத்திரை பரத்துவாச தரிசனம் உரைத்த அத்தியாயம்" எனவும், நான்காம் அத்தியாயத்தின் இறுதிச் செய்யுள், "என்று கூறு முனிவனை யேந்தலு, நன்றிசேர் சிவகோசர நம்பியும், வென்றி வெஞ்சிலை வீரனும் பூசைசெய், தொன்று மின்பமுணர்த்தென வோதினான்" எனவும் காணப்பட்டன.

இந்நூலாராய்ச்சிக்குக் கிடைத்த
வடமொழிப் புராணக் கையெழுத்துப் பிரதிகள்

க. ஸ்ரீகாளஹஸ்தி, ஸ்ரீமத் குமார காளஹஸ்தி சிவாசாரிய
ரவர்கள் அளித்த ஸ்வர்ணமுகரீ மாஹாத்மியமும்
வாசிஷ்டலைங்கமும் அடங்கிய பிரதி ... ... க

உ. ஷியூர் ஸ்ரீமத் முத்துகுமார காளஹஸ்தி சிவாசாரிய ரவர்கள்
அளித்த தக்ஷிண கைலாஸ மாஹாத்மியப் பிரதி ... ... க

ங. ஷியூர் பிரஹ்மஸ்ரீ சாமிவாத்தியா ரவர்கள் அளித்த
ஷடத்தியாயீ பிரதி ... ... க

இவற்றுள் முதலாவது பிரதியே இந் நூலாராய்ச்சிக்கு மிகவும் இன்றியமையாததாக இருந்தது.

தேவிகோட்டை ஸ்ரீமான். மெ.அரு.நா. இராமநாதன் செட்டியா ரவர்களும், ஸ்ரீமான் மெ. அரு. அரு. அருணாசலஞ் செட்டியா ரவர்களும் இந்நூலைப் பதிப்பித்தலில் எனக்குப் பொருட்கவலை யுண்டாகாவண்ணம் செய்வித்த பெருந்தகைமை மிகப் பாராட்டத்தக்கது. சிவஸ்தல சம்பந்தமான கற்பணி முதலியவற்றிற் போலவே சொற்பணியிலும் இவர்கள் அன்பு வைத்திருத்தல் இதனால் நன்கு புலப்படுகின்றது.

இதனை ஆராய்ச்சி செய்து பதிப்பிக்குங் காலத்தில், திருமயிலை, பி.எஸ். ஹைஸ்கூல் தமிழ்ப்பண்டிதராகிய ம-ள-ள-ஸ்ரீ, இ.வை. அநந்தராமைய ரவர்கள் வழக்கம் போலவே உடனிருந்து உதவிபுரிந்து வந்தார்கள்.

இப்பதிப்பிற் காணப்படும் வழுக்களை விவேகிகள் பொறுத்திடுவார்க ளென்று நம்புகிறேன்.

விருத்தம்

மருப்படிக்கொண் டெழுமுலையா ரெண்ணிறந்தார்
வயிற்புக்கு வருந்து நெஞ்சே
கருப்படிக்கா லருந்தியெனக் களித்தெழுபே
ரன்பினொடுங் கவின் காளத்திப்
பொருப்படிக்கீழ்க் கண்ணப்ப ருருள்வேட்டம்
புரிகாற்பொன் னடியிற் பூண்ட
செருப்படிக்கீழ்ச் சிறுமணலாய்க் கிடவாத
தீவினைக் கென்செய்கு வோமே. (சு)

வெண்பா

சிலந்தியொடு காளனத்தி திண்ணர்தமை யாண்ட
நலந்திகழுங் காளத்தி நாதா – அலந்துஞ்
சகமயக்கந் தீரேனுன் றாண்மலரை யுன்னி
அகமயக்கந் தீர அருள்.

இங்ஙனம்,

வே. சாமிநாதையன்

சென்னை
17-4-1912

உ

கணபதி துணை

விளத்தொட்டிப் புராணம்

திருவாவடுதுறை யாதீனத்து மகாவித்துவான்

திரிசிரபுரம்

ஸ்ரீ மீனாட்சிசுந்தரம் பிள்ளையவர்கள்

இயற்றியது.

இது

ஷை பிள்ளையவர்கள் மாணாக்கருள் ஒருவரான

மகாமகோபாத்தியாய தாட்சிணாத்யகலாநிதி

டாக்டர் உ.வே. சாமிநாதையரால்

தாம் நூதனமாக எழுதிய குறிப்புரை, கதைச்சுருக்கம்

முதலியவற்றோடு

சென்னை:

கேசரி அச்சுக்கூடத்திற் பதிப்பிக்கப்பெற்றது.

பவ ழு சித்திரை மீ

1934

Copyright Registered]

 [விலை 0-6-0

உ
கணபதி துணை

விளத்தொட்டிப்புராணம்.

திருவாவடுதுறையாதீனத்து மகாவித்துவான்

திரிசிரபுரம் - ஸ்ரீ மீனாட்சிசுந்தரம்பிள்ளையவர்கள்

இயற்றியது.

இது
ஷை பிள்ளையவர்கள் மாணாக்கருள் ஒருவரான
மகாமகோபாத்தியாய தாக்ஷிணாத்யகலாநிதி

டாக்டர் - உ. வே. சாமிநாதையரால்

தாம் நூதனமாக எழுதிய குறிப்புரை, கதைச்சுருக்கம்
முதலியவற்றோடு

சென்னை :
கேசரி அச்சுக்கூடத்திற் பதிப்பிக்கப்பெற்றது.
பவ ௵ சித்திரை ௴

 1934 [விலை **0—6—0**

உ

முகவுரை

க்ஷேத்திரக் கோவைத் திருத்தாண்டகம்

திருச்சிற்றம்பலம்

மண்ணிப் படிக்கரை வாள்கொளி புத்தூர்
வக்கரை மந்தாரம் வாரணாசி
வெண்ணி விளத்தொட்டி வேள்விக்குடி
விளமர் விராடபுரம் வேட்களத்தும்
பெண்ணை யருட்டுறைதண் பெண்ணாகடம்
பிரம்பில் பெரும்புலியூர் பெருவேளூரும்
கண்ணை களர்காறை கழிப்பாலையும்
கயிலாய நாதனையே காணலாமே.

திருச்சிற்றம்பலம்

புராணம் என்பது பழைய வரலாறு என்னும் பொருளை உடையதென்பர். திருவாசகத்தின் முதலில் உள்ள ‘சிவபுராணம்’ என்பதற்கு, ‘சிவனது அநாதி முறைமையான பழமை’ என்று காணப்படும் விளக்கக் குறிப்பானது புராணம் என்பதன் பொருளைப் புலப்படுத்துகின்றது; “பல்லார்க்கு மினிதிந்தப் பழங்கதைகற் போர் படிப்போர்” (விளத்தொட்டிப். எ : ௫௨) என்ற அடியில் உள்ள ‘பழங்கதை’ என்பதும் இக்கருத்தை வலியுறுத்தும். புராணங்கள் பலவகைப்படும். தலங்களின் பழைய வரலாறுகளைக் கூறுவன தலபுராண மெனப்படும். இவ்வகைப் புராணங்கள் வடமொழியில் அளவிறந்தனவாக உள்ளன.

தமிழ் நாட்டில் உள்ள சிவதலங்கள் பலவற்றிற்கு உரிய வடமொழிப் புராணங்கள் பல தமிழில் மொழிபெயர்க்கப்பட்டிருக்கின்றன. பழைய காலத்தில் தமிழிற் செய்யப்பெற்ற புராணங்களோ வரலாறுகளை மட்டும் கூறிச் செல்வனவாகும். பின்பு சில புலவர்பெருமக்கள் காப்பிய இலக்கணங்கள் அமையும்படி புராணங்களைத் தமிழில் மொழிபெயர்க்கத் தொடங்கினர். அங்ஙனம் இயற்றப்பெற்ற நூல்கள் திருக்குற்றாலத் தலபுராணம், திருக்கழுக்குன்றத் தலபுராணம், சீகாளத்திப் புராணம், காஞ்சிப் புராணம் முதலியனவாகும். இத்துறையில் நூலியற்றலை மேற்கொண்டு பிறரினும் அதிகமான நூல்களை இயற்றியவர் சென்ற நூற்றாண்டில் இருந்து விளங்கியவரும் திருவாவடுதுறை யாதீனத்து மகாவித்துவானும் என்னுடைய ஆசிரியருமாகிய திரிசிரபுரம் ஸ்ரீ மீனாட்சிசுந்தரம் பிள்ளை யவர்களாவர். இப்புலவர்பிரான் இயற்றிய தலபுராணங்களுள் இவ் விளத்தொட்டிப் புராணம் ஒன்றாகும்.

*விளத்தொட்டி யென்பது சோழநாட்டில் மண்ணி யாற்றின் கரையில் உள்ள ஒரு சிவஸ்தலம். இது திருநாவுக்கரசு நாயனாரால் க்ஷேத்திரக் கோவைத் திருத்தாண்டகத்தில் குறிக்கப்பட்ட வைப்பு ஸ்தலங்களுள் ஒன்று. இங்கே தல விருட்சம் வில்வமாதலின் வில்வாரணியம், வில்வவனம், வில்வக்கானம், வில்வாடவி, கூவிளக்கானம், கூவிளவனம் என்றும், பிரமன் பூசித்துப் பேறுபெற்றதனால் பிரமபுரி என்றும், கூவிளம் தொட்டி என்னும் இரண்டன் பெயரும் இணைந்து விளத்தொட்டி யென்றும், முருகக் கடவுள் தொட்டியில் கண்வளர்தலால் வளர்தொட்டி யென்றும் இத்தலத்தின் திருநாமங்கள் வழங்கும்.

இங்கேயுள்ள தல விநாயகர் திருநாமம் ஆபத்துக் காத்த விநாயக ரென்பது. இவர் இத்தலத்தில் தெற்கு வீதியின் மேல்பால் எழுந்தருளியிருக்கின்றார். சிவபெருமான் திருநாமங்கள் பிரமபுரீசர், வில்வ மூலநாதர், வில்வநாயக ரென்பன. அம்பிகையின் திருநாமம் வடமொழியில் இட்சுரஸ நாயகி என்றும், தமிழில் கரும்பிரத நாயகி என்றும் வழங்கும். இக்காலத்து இத்தலத்திலுள்ள பெண்களுக்குக் கருப்பாயி என்னும் பெயர் வைக்கப்பெற்று வழங்குகின்றது. இங்கே முருகக் கடவுள் அம்பிகையின் விருப்பப்படி பாலசுப்பிரமணியராக அவதரித்து எழுந்தருளி யிருக்கின்றனர். அவர் தொட்டியில் (தொட்டிலில்) என்றும் இளங்குழந்தையாகவே எழுந்தருளியுள்ள காரணம் பற்றி இத்தலத்தில் உள்ளார் தம் குழந்தைகளுக்குத் தொட்டில் இடுவது வழக்கமில்லை. இத்தலத்தில் பூசித்துப் பேறுபெற்ற வேணுகோபாலர் இக்கோயிலில் எழுந்தருளி யுள்ளனர். அகத்தியராற் பூசிக்கப்பெற்ற இலிங்க மொன்றும், பிரமதேவராற் பூசிக்கப்பெற்ற இலிங்க மொன்றும் இருந்தன வென்று இப்புராணத்தால் தெரியவருகின்றது. வில்வ விருட்சத்தி னடியில் சிவலிங்கப் பெருமானைப் பூசிக்கும் தோற்றத்தோடு உள்ள பிரமதேவரது உருவம் ஒரு சிலையில் அமைக்கப்பட்டுள்ளது. சிவபிரான் கட்டளைப்படி வைரவக் கடவுள் பூசித்துப் பேறுபெற்று இத்தலத்தைப் பாதுகாத்து வருகின்றதாக இப்புராணம் கூறும். அம்மூர்த்தியின் திருக்கோயில் அம்பிகையின் திருக்கோயிலுக்கு எதிரே உள்ளது.

இத்தலத்தில் உள்ள தீர்த்தங்கள் வைரவ தீர்த்தம், மண்ணி நதி, பிரமகூபம், இந்திர தீர்த்தம், அக்கினி தீர்த்தம், யமதீர்த்தம், நிருதி தீர்த்தம், வருண தீர்த்தம், வாயு தீர்த்தம், சோம தீர்த்தம், ஈசான தீர்த்தம் என்பன. இவற்றுள் வைரவ தீர்த்த மென்பது கொள்ளிடத்தில் உள்ள ஒரு துறையாகும். பிரமகூப மென்பது பிரமதேவரால் அமைக்கப்பட்டது. இது ஸ்வாமி திருக்கோயிலுக்கும் அம்பிகை திருக்கோயிலுக்கும் இடையே உள்ளது.

அக்கினி, அகத்திய முனிவர், அகலிகை, இந்திரன், ஈசானன், சந்திரன், நிருதி, பிரமதேவர், யமன், வருணன், வாயு, வேணுகோபாலர், வைரவக் கடவுள் என்பார் இத்தலத்திற் பூசித்துப் பேறுபெற்றோராவர்.

பண்டைக் காலத்தில் தை மாதத்தில் திருத்தேர் விழாவும், ஆவணி மாதத்தில் திருக்கல்யாண உத்ஸவமும், இங்கே நடந்து வந்தன வென்பதும் ரதோத்ஸவத்தின் மறுநாள் இந்திர தீர்த்தத்தில் தீர்த்தங் கொடுக்கப்பட்ட தென்பதும் இப்புராணத்தால் புலப்படுகின்றன. இப்போது வைசாக சுத்த பௌர்ணமியில் உத்ஸவம் நடைபெறுகிற

* தென் இந்தியா ரெயில்வேயில் உள்ள 'குத்தாலம்' என்னும் ஸ்டேஷனில் இறங்கி வடக்கே சென்றால் இத்தலத்தை அடையலாம்.

தென்றும் அக்காலத்தில் கொள்ளிடத்திலுள்ள வைரவ தீர்த்தத்தில் தீர்த்தம் கொடுக்கப்படுகிற தென்றும் தெரியவருகின்றது.

இந்தத் தலத்திற்குரிய வடமொழிப் புராணம் இப்பொழுது கிடைக்கவில்லை. இதற்கருகிலுள்ள *திருச்சிற்றம்பல மென்னும் தலத்திற்குரிய வடமொழிப் புராணத்தில் இத்தலத்தைப் பற்றிய செய்திகள் கூறப்படுகின்றன. சந்திரன் தனக்குவந்த க்ஷயரோகத்தை நீக்கிக்கொள்ளும் பொருட்டு விளத்தொட்டிக்கு வந்தபொழுது தனது ஆத்மார்த்த இலிங்கத்தைத் திருச்சிற்றம்பலத்தில் வைத்து வந்தா னென்பதும் விளத்தொட்டியிற் பூசைபுரிந்து சாபத் துயர்நீங்கி மீட்டும் திருச்சிற்றம்பலம் சென்று அவ்விலிங்கத்தை எடுக்க, அது பெயராமல் இருப்பது கண்டு வருந்தின னென்பதும் பிறகு சிவபெருமானால் வேறு இலிங்கமொன்று பெற்றுச் சென்றன னென்பதும் சந்திரனால் வைக்கப்பட்ட காரணத்தால் சந்திரேசுவர ரென்பது அம்மூர்த்தியின் திருநாமமாயிற் றென்பதும் அப்புராணத்தால் அறியப்படுகின்றன.

விளத்தொட்டிப் புராணம் பிள்ளை யவர்களால் பாடப்பெற்ற காலம் ரௌத்திரி (1860) வருஷமாகும். இதனை இயற்றி அரங்கேற்றுவதற்கு வேண்டிய உதவிகளைப் புரிந்தவர் அக்காலத்தில் கோயில் தருமகர்த்தாவாக இருந்தவரும் தஞ்சை மன்னர்களுக்கு முடிசூட்டும் உரிமையை யுடைய அணைக்குடி யென்னும் ஊரிலிருந்த வேளாளச் செல்வர்களுக்கு உறவினருமாகிய ஸ்ரீ சிதம்பரம் பிள்ளை யென்பவர்.

இந்த நூல் எளிய நடையில் சுருக்கமாக இயற்றப்பட்டுள்ளது. இதில் கடவுள் வாழ்த்தும், நூல் இயற்றுவதற்குக் காரண முதலியனவும், திருநாட்டுச் சிறப்பும், நகர சிறப்பும், கைமிசப் படலம் முதலிய பதினைந்து படலங்களும் உள்ளன. இந்நூற் செய்யுட்டொகை 353. இவற்றுள் அரங்கேற்றிய காலத்தில் இருந்த ஒருவரால் இயற்றப்பெற்ற சிறப்புப் பாயிரமும் ஒன்று.

இந்நூலாசிரிய ருடைய கவித்திறமும் புராண அமைப்பும் இங்கே எழுதி அடங்குவனவல்ல. தனியே வெளியிடப் பெற்றுள்ள அவர்களுடைய சரித்திரத்தின் இரண்டு பாகங்களாலும் அவை விளங்கும். ஆயினும், இப்புராணத்தி லுள்ளவற்றிற் சில செய்திகள் மட்டும் இங்கே சுருக்கமாக எடுத்துக்காட்டப்படுகின்றன.

தலச் செய்திகள் அங்கங்கே அமைவுற எடுத்துக்கூறப்பட்டுள்ளன. அன்றியும் பிற தலங்களைப் பற்றிய செய்திகளும் ஏற்ற இடங்களில் அமைந்துள்ளன. பிரமன் பூசைப் படலத்தில் பிரமதேவர் விளத்தொட்டியை நோக்கி வரும்பொழுது இடையே உள்ள பல சிவஸ்தலங்களைத் தரிசித்துப் போற்றினா ரென்று கூறும் பகுதியில் சிதம்பரம் முதலிய இருபத்தைந்து தலங்கள் சொல்லப்பட்டுள்ளன. அவற்றுள் சிலவற்றின் சிறப்புக்கள் சுருக்கமாகக் காணப்படுகின்றன: "அருமணந் தழையு முல்லை வாயில்", "கற்பமெத் தனையோ கண்ட காழி", "பொற்பமண் ணிட்டு நோயைப் போக்குவார் பதி", "வேத, குலமலி பூசை யாற்றிக் குலவிய

---

* கோசிக முனிவர் மரபில் தோன்றியவரும் நாடோறும் சிதம்பர நடன தரிசனம்செய்யும் நியம முடையவருமாகிய ஞானசிந்து என்பவர் ஒருநாள் பெருமழையால் சிதம்பரம் போவது தடையுற்று அத்தலத்தில் தங்கி, நடன தரிசனம் செய்யாததுபற்றி வருந்தி மறுநாட் காலையில் அக்கினிப் பிரவேசம் செய்யத் தொடங்குகையில் சிவபிரான் எழுந்தருளி நடன தரிசனம் அளித்தருளினார். தில்லைத் திருச்சிற்றம்பலத்தில் தரிசித்தற்குரிய நடனத்தை ஞானசிந்து தரிசித்தமையின் அது திருச்சிற்றம்பல மென்று தமிழில் வழங்கலாயிற்று. வடமொழித் திருநாமம் நடனபுரி என்பது. நடனபுரீசுவரர் என்பது சிவபிரானுக்குரிய திருநாமம்.

மறைக்காடு", "புற்றிடங் கொண்ட பெம்மான், வலமலியாரூர்", "கரியுரி மேனி போர்த்த கண்ணுதல் வழுவூர்", "படர் திருவரசின்கீழம், பரியுரி யவர்வாழ் தெய்வ வாவடு துறை", "சண்பக வனஞ்சூழ் நாகீச்சரம்" என்பவற்றால் இதனை உணரலாகும்.

அம்பிகையை ஆசிரியர், "அருமைசான்ற கரும்பு" (உ:கரு), "காக்குஞானக் கரும்பு" (கச:கூ), "உருகுமுள் ளகலா ஞான வொரு கரும் பிரதக்கொம்பு" (சுூசா:ச) என்றும், பாலசுப்பிரமணியக் கடவுளை, "பாலசுப்பிரமணியச் செம்பொற்கட்டி" (கூ:உஉ) என்றும், நடராசப் பெருமானை, "ஆட்டுவாரின்றி யாடும் அண்ணல்" (கடவுள்.ச) என்றும் கூறுவர். சிவபெருமானை, "புத்திரனாகாத் தந்தை" (ரு:கக), "சேவித்தல் சுமக்கு நாயகன்" (ச:கo) என்று கூறுமுகத்தால் அவருடைய அநாதித் தன்மையையும், அவர் யாவராலும் வணங்கற்குரியவ ரென்பதையும் சுவைபடக் குறிப்பிக்கின்றனர். அன்றியும் வயிரவ பூசைப் படலத்தில் வேதம், பிரணவம் என்பவற்றின் கூற்றுக்களாக உள்ள பகுதிகளில் சிவபிரானுடைய பரத்துவம் நன்கு விளக்கப்பட்டிருக்கின்றது. வயிரவர் (ச:உஅ-கூ), திருமால் (ரு:ரு-எ, எ:ரு-எ), பிரமதேவர் (சுூ:உ, கசுூ-எ) என்பவர்கள் செய்தனவாக உள்ள துதிகள் எளிய நடையில் அமைந்து சிவபிரானது கருணைத் திறத்தையும், தலைமையையும் புலப்படுத்திக் கொண்டு படிப்பார் நெஞ்சத்தை உருக்கும்வண்ணம் விளங்குகின்றன.

வேளாளர் சிறப்பைக் கூறும்பொழுது, "பூதிசாதனம் போற்றிப் பொலிபவர்" (உ:கo) என்றும், நைமிசாரணிய முனிவரை, "பலர்புகழ் தெய்வ நீற்றுச் சாதனப் படிமம் வாய்ந்தார்", "புண்ணிய முனிவராய பூதிசா தனத்தர்" (ரு:சுூ,அ) என்றும், வயிரவர் பூசித்ததைக் கூறும்பொழுது, "கருவட முளைத்த தெய்வக் கண்மணி நீறணிந்து" (ச:உசுூ) என்றும், பிரமதேவர் பூசித்ததைச் சொல்லும் பொழுது, "வெள்ளிய நீறுபூசி விளங்குகண் மணியும் பூண்டு" (சுூ:கச) என்றும் இவ்வாசிரியர் எடுத்துக் கூறுதலின் இவருக்குத் திருநீற்றிலும் கண்மணியிலும் உள்ள பேரன்பு விளங்கும். "ஆதிநாயக னஞ்செழுத் துன்னுவார்" (உ:கo), "தெள்ளிய வஞ்செழுத்துஞ் சிந்தையிற் கணித் தெழுந்து" (சுூ:கச) என்பவற்றிற் பஞ்சாட்சரத்தைப் பற்றிக் கூறுகிறார். தாம் ஆதீன வித்துவானாக அமர்ந்திருந்த திருவாவடுதுறையை, "பூரிய ரென்றுஞ் சாராப் புகழ்மிகு துறைசை", "தெய்வவாவடுதுறை" என்று சிறப்பிப்பர். அவ் வாதீனத்தின் ஸ்தாபகராகிய ஸ்ரீ பஞ்சாக்கர தேசிகரையும் தம்முடைய ஞானாசிரியராகிய ஸ்ரீ அம்பலவாண தேசிகரையும் ஒவ்வொரு செய்யுளால் துதித்துள்ளார். இந்நூலாசிரியர் அகத்திய முனிவர்பால் அன்பு மிக்கவர். அவருடைய துதியாக ஒரு செய்யுள் கடவுள் வாழ்த்திற் காணப்படுகின்றது. அவரை, "தமிழ் முனி" (கடவுள். எ) என்று அத்துதியிலும், "புண்ணிய வண்டமிழ் மணக்குஞ் செய்யவாய்க் குறுமுனிவன்" (ரு:கஅ), "செந்தமிழ் முனிவன்" (ச:ககூ) என்று பிற இடங்களிலும் வழங்குவர்.

திருவாசகம், திருவிளையாடற் புராணம் முதலிய நூல்களிலுள்ள சொல்லும் பொருளும் இதனுள் அங்கங்கே காணப்படும். திருநாட்டுச் சிறப்பிலுள்ள பல செய்யுட்கள் பெரியபுராணச் செய்யுளமைப்பைத் தழுவியன.

தட்சிணாமூர்த்தி துதியில், "கற்றகல் வியினாற் பந்தங் கடந்திட லரிதே" (கடவுள். சுூ) என்றும், வைரவ மூர்த்தி துதியில், "இருட்பெரு நிரயமேவற் கேதுவாஞ் செருக்கு மேவின்" (கடவுள். எ) என்றும், சோம தீர்த்தப் படலத்தில், "கடவுளா யிருந்தா னேனுங் கலைபல கற்றா னேனும், மடைமையோ னாகி னென்னாம்" (க), "யாரே யூழ்வலி யொழிக்க வல்லார்" (உ) என்றும் நீதிகள் சில கூறப்பட்டுள்ளன. பிறவியை ஓரிடத்தில், "எந்திர நேர்பிறவி" (கo:நரு) என்று கூறுகிறார். ஓயாது

வருவது பிறவி என்னும் கருத்தை அவ்வுவமை புலப்படுத்துகின்றது. அக்கினி தம்முடைய உணவையும் உட்கொண்டா னென்று தேவர்கள் சிவபிரானிடம் விண்ணப்பம் செய்வதாக உள்ள பகுதியில் வரும், "எங்கடம் பங்குஞ் சேர்த்தே யேழுநா வுடையோ னுண்டான்" (கக:எ) என்னும் செய்யுளடியில் அக்கினியை ஏழு நாவுடையோன் என்று கூறியிருத்தல் நயம்பெற விளங்குகின்றது. பிறர் பங்கையும் உண்ணுதற்கு ஏற்பப் பலநாவை உடையவ னென்னும் குறிப்பு அதனாற் புலப்படுகின்றது.

"நந்தன வனங்க ளெங்கும் நகுந்தன வனங்க ளெங்கும், சுந்தர மடங்க ளெங்குந் தொகுங்கொடை மடங்க ளெங்கும், மந்திர யாக மெங்கும் வளமலி தியாக மெங்கும், இந்திர திருவரெங்கு மியற்றுகந் திருவ ரெங்கும்" (க:ரு), "காமாரி விடையுகைத்தான் கவுமாரி மணங்குறித்தே", "நந்திரவி யெனப்பொலிந்தா னந்திரவி யம்போல்வான்" (எ:சுக-உ) என்பன முதலியவற்றில் மடக்கு வகைகள் அமைந்திருக் கின்றன.

பழமொழிகள், உலகவழக்கச் சொற்கள் முதலியன உரிய இடங்களில் அமைந்து இன்புறுத்துகின்றன. நூல்களில் அருகி வழங்கும் அஞ்சிக்கும், அந்தை, உரிது முதலிய சில அரும்பதங்களை இதனுட் காணலாம். பழைய நூல்களிற் பயிலும் முட்காற் கோழி முரசுபடு கடைத் தலையான் என்பன போன்ற பல இனிய அரிய சொற்றொடர்கள் பல இடங்களில் அமைந்து செய்யுட்களை அழகுபடுத்துகின்றன.

இந்த நூலை வெளியிட வேண்டுமென்று முயன்றவரும் விளத்தொட்டி ஸ்தல சம்பந்தமான பல செய்திகளைத் தெரிவித்தவரும் திருச்சிற்றம்பலம் ஸ்ரீ நடனபுரீசுவரர் கோயில் தருமகர்த்தாவும் ஆகிய தமிழ்ப் பண்டிதர் ம-ா-ா-ஸ்ரீ சி. பொன்னுசாமி பிள்ளை யவர்களுடைய பேரன்பும், இதனை வெளியிடும் விஷயத்தில் பொருளுதவி செய்தவராகிய விளத்தொட்டிப் பிரமபுரீசுவரர் கோயில் தருமகர்த்தா ம-ா-ா-ஸ்ரீ இராமலிங்கம் பிள்ளை யவர்களுடைய பேரன்பும் மறக்கற்பாலனவல்ல.

இதனை ஆராயும் பொழுதும் பதிப்பிக்கும் பொழுதும் உடனிருந்து உதவி செய்தவர்கள் சென்னைக் கிறிஸ்டியன் காலேஜ் தமிழ்ப் பண்டிதர் சிரஞ்சீவி வித்துவான் வி.மு. சுப்பிரமணிய ஐயரும் 'கலைமகள்' துணையாசிரியர் சிரஞ்சீவி வித்துவான் கி.வா. ஜகந்நாதையரும் ஆவார்கள்.

ஸ்ரீ மீனாட்சிசுந்தரம் பிள்ளை யவர்களுடைய சரித்திரத்தின் இரண்டாம் பாகத்து முகவுரையில் அக்கவிஞர் பெருமானுடைய நூல்களில் வெளிவராதன வற்றையும் கிடைத்தற்கரியவற்றையும் தமிழ் மக்கள் வெளிவரச் செய்தல் வேண்டுமென்ற எனது வேணவாவைப் புலப்படுத்தியுள்ளேன். அதனை எழுதிய சில மாதங்களுக்குள் அப்புலவர் பிரானுடைய நூல்களில் வெளியிடப்படாதவற்றுள் ஒன்றாகிய இதனை வெளியிடும்படி செய்வித்த ஸ்ரீ பிரமபுரீசர் திருவருளைச் சிந்தித்து வந்திக்கின்றேன்.

இங்ஙனம்,
வே. சாமிநாதையர்

"தியாகராஜ விலாஸம்"
திருவேட்டீசுவரன் பேட்டை
சென்னை, 2-5-34

உ
கணபதி துணை

ஆற்றூர்ப் புராணம்

திருவாவடுதுறை யாதீனத்து மகாவித்துவான்
திரிசிரபுரம்
ஸ்ரீ மீனாட்சிசுந்தரம் பிள்ளையவர்கள்
இயற்றியது.

இது
ஷை பிள்ளையவர்கள் மாணாக்கருள் ஒருவராகிய
மகாமகோபாத்தியாய தாக்ஷிணாத்யகலாநிதி
டாக்டர் உ.வே. சாமிநாதையரால்
தாம் நூதனமாக எழுதிய குறிப்புரை, கதைச்சுருக்கம்
முதலியவற்றோடு

ஆற்றூர்
ம-ா-ா-ஸ்ரீ ச. இரத்தினசபாபதி பிள்ளையவர்கள்
விருப்பத்தின்படி

சென்னை:
கேசரி அச்சுக்கூடத்திற் பதிப்பிக்கப்பெற்றது.

யுவ ஞு ஆவணி மீ

1935

Copyright Registered]

 [விலை ரூ. 0-10-0

உ
கணபதி துணை

ஆற்றூர்ப் புராணம்.

திருவாவடுதுறையாதீனத்து மகாவித்துவான்
திரிசிரபுரம் ஸ்ரீ. மீனாட்சிசுந்தரம்பிள்ளையவர்கள்
இயற்றியது.

இது
ஷை பிள்ளையவர்கள் மாணாக்கருள் ஒருவராகிய
மகாமகோபாத்தியாய தாக்ஷிணாத்யகலாநிதி
டாக்டர் உ. வே. சாமிநாதையரால்
தாம் நூதனமாக எழுதிய குறிப்புரை, கதைச்சுருக்கம்
முதலியவற்றோடு

ஆற்றூர்
ம-ா-ா-ஸ்ரீ ச. இரத்தினசபாபதி பிள்ளையவர்கள்
விருப்பத்தின்படி

சென்னை:
கேசரி அச்சுக்கூடத்திற் பதிப்பிக்கப்பெற்றது.
யுவஸு ஆவணிமீ
 1935 [விலை ரு. 0—10—0

உ
சிவமயம்

முகவுரை

வானத்தா னென்பாரு மென்கமற் றும்பர்கோன்
தானத்தா னென்பாருந் தாமென்க – ஞானத்தான்
முன்னஞ்சத் தாலிருண்ட மொய்யொளிசேர் கண்டத்தான்
என்னெஞ்சத் தானென்பன் யான்.

(அற்புதத் திருவந்தாதி)

மக்கள் தாம் பெற்ற பிறவிப்பயனை யடைவதற்குத் திருவருளைத் துணையாக வேண்டுவராதலின் அதற்காக அன்பு பூணலும், அவ்வன்பு உண்டாகி வளர்வதற்கு இறைவன் பெருமைகளை அறிந்து ஈடுபடுதலும் இன்றியமையாதன. இறைவனது பெருமையை அறிவதற்குரியனவாக ஆன்றோர் அமைத்துவைத்த சாதனங்கள் பலவற்றுள் புராணங்கள் ஒருவகை. அவற்றுள் மகாபுராணங்கள் பதினெட்டு; உபபுராணங்கள் பதினெட்டு. இவற்றையன்றி ஸ்தலங்களுக்குரிய புராணங்கள் பல. தமிழ்நாட்டிலுள்ள சிவஸ்தலங்களிற் பெரும்பாலனவற்றிற்குப் புராணங்கள் உள்ளன. சிலவற்றிற்கு ஒன்றிற்குமேற்பட்ட புராணங்களும் உண்டு.

புராணங்க ளெல்லாம் பெரும்பாலும் வடமொழியில் உள்ளவை. பண்டைக் காலத்தில் தமிழிற் புராணங்கள் இல்லை; இடைக்காலந் தொடங்கிப் பல புராணங்கள் தமிழிற் பேருபகாரிகளாகிய புலவர்களால் வடமொழிகளிலிருந்து மொழிபெயர்த்து இயற்றப்பட்டன. அவற்றுள் தலங்களின் வரலாற்றை மாத்திரம் கூறும் புராணங்கள் சில உண்டு; காப்பிய இலக்கணங்கள் அமையும்படி புராணங்களைச் சில புலவர் பெருமக்கள் இயற்றத்தொடங்கினர். அவை சொற்பொருட் சுவையும் பக்திச் சுவையும் மலிந்தனவாக விளங்குகின்றன. சேது புராணம், திருவிளையாடற் புராணம், திருக்குற்றாலப் புராணம், சீகாளத்திப் புராணம், அருணாசல புராணம், திருக்கழுக்குன்றப் புராணம், காஞ்சிப் புராணம், தணிகைப் புராணம் முதலியன அம்முறையில் அமைந்தவை.

சில தலங்கட்குப் பழைய புராணங்கள் இருப்பினும் காப்பிய இலக்கண அமைதியோடு அவை விளங்கவேண்டு மென்னும் விருப்பத்தினால் தமிழ் வித்துவான்கள் இயற்றிய புராணங்களும் உண்டு. சேது புராணம் முதலியவற்றை இவ்வகைக்கு உதாரணமாகக் கூறலாம். இத்துறையில், "இரவியென்பான், தன்புகழ்க் கற்றை மற்றையொளிகளைத் தவிர்க்கு மாபோல், மன்புகழ் பெருமை துங்கள் மரபினோ புகழ்க ளெல்லாம், உன்புக ழாக்கிக் கொண்டா யுயர்குணத் துரவுத்

தோளாய்" (கம்ப. குகப். 36) என்பதுபோலத் தமக்கு முன்பிருந்த பலருடைய ஆற்றலையும் அறிவையும் ஒருங்கே கொண்டு பல புராணங்களை இயற்றிப் புகழ்பெற்ற கவிசிகாமணி திருவாவடுதுறை யாதீனத்து மகாவித்துவான் திரிசிரபுரம் ஸ்ரீ மீனாட்சிசுந்தரம் பிள்ளை யவர்கள்; "புராணம் பாடும் புலவன்" என்று ஓரன்பர் அவர்களுடைய சிறப்பியல்பைச் சுருக்கமாகக் கூறியதுண்டு. அவர்கள் இயற்றிய புராணங்களுள் இவ்வாற்றூர்ப் புராணமும் ஒன்றாகும்.

புராண மென்பது பழமை யென்னும் பொருளை யுடையது. "காதல் கொண்டு கடல்வணன் புராணம், ஓதினன்" (மணி. உஎ : 98—9) என்பதில் இச்சொல் பழமையையே குறிக்கின்றது. பழைய வரலாற்றைக் கூறுவதுபற்றி இவ்வகை நூல்களுக்கு இப்பெயர் வந்தது. "தொல்கதை" என்று சேது புராணக்காரர் கூறுதலும், "பழங்கதை" (விளத்தொட்டிப் புராணம்) என்று இந்நூலாசிரியர் கூறுதலும் இவற்றை வலியுறுத்தும். தமிழிலுள்ள இவ்வகை நூல்கள் பொருட்டொடர் நிலைச் செய்யுட்களாகக் கருதப்படுவன. அவற்றுள் இழுமென் மொழியான் விழுமியது நுவலும் தோலென்னும் வனப்புக்கு இலக்கியமாதற்குரியன; 'தொன்மொழி என்றார் பழைய கதையைச் செய்தல்பற்றி' (தொல். செய். சூ. 238) என்ற பேராசிரியர் உரை இங்ஙனம் கொள்ளுதற்கு உபகாரமாகின்றது. இவ்வாறு பழைய வரலாற்றைச் சொல்வனவாக உள்ளவற்றிற்குப் புராண மென்னும் பெயர் வழங்குதல் மேருமந்தர புராணம், ஸ்ரீ புராணம், திருத்தொண்டர் புராணம் என்பவற்றாலு முணரலாம்.

புராணங்களிலுள்ள செய்திகளின் உண்மையைக் குறித்து வேறுபட்ட அபிப்பிராயங்கள் சிலருக்கு இருப்பினும், செய்யுள் நடை முதலியவற்றின் அழகை அறிந்து மகிழ்வதற்கு அவை யாவருக்கும் பயன்படும். அன்பர்களுக்குப் பக்தியை மிகுவிக்கும்.

ஆற்றூரென்பது சோழநாட்டில் மாயூரத்திற்கு வடக்கே மண்ணியாற்றின் தென்கரையில் உள்ள ஒரு சிவஸ்தலம். க்ஷேத்திரக் கோவைத் திருத்தாண்டகத்தி லுள்ள,

மண்ணிப் படிக்கரை வாள்கொளி புத்தூர்
வக்கரை மந்தாரம் வார ணாசி
வெண்ணி விளத்தொட்டி வேள்விக்குடி
விளமர் விராடபுரம் வேட்களத்தும்

எனவரும் பகுதியில் கூறப்பட்ட மந்தார மென்பது இத்தலமென்றே கருதப்படுகின்றது. இது முதன்முதலில் மந்தாரவன மென்னும் பெயரை யுடையதாதலினாலும் இப்பகுதியில் இதற்கருகிலுள்ள மண்ணிப் படிக்கரை, வாள்கொளி புத்தூர், விளத்தொட்டி முதலியன உடன் கூறப்படுதலினாலும் இங்ஙனம் கொள்வது பொருத்தமுடைய தாகின்றது. இந்நூலாசிரியரும், "மட்டுவிரி மந்தார மன்னுபெருங் கோயிலமர், எட்டுருவ முடையான்" (கூ: 61) என்பதில் மந்தார மென்றே இத்தலத்தைக் கூறியுள்ளார். எனவே தேவார வைப்பு ஸ்தலங்களுள் இவ்வாற்றூர் ஒன்றாகு மென்பது பெறப்படும்.

மந்தார வனம், சொன்னயான நிரோதபுரம், நடனபுரம், நதிபுரம் என்னும் திருநாமங்களும் இத்தலத்துக்கு உண்டு. இவற்றிற்குரிய காரணங்கள் இந்நூலா லுணரப்படும்.

இங்கேயுள்ள ஸ்தல விநாயகர் திருநாமம் மந்தார விநாயக ரென்பது. சிவபெருமான் திருநாமங்கள் சொன்னயான நிரோதர், மந்தாரவனேசர் என்பன. அம்பிகையின் திருநாமம் அஞ்சனாட்சி யென்பது. ஸ்தல விருட்சம் : மந்தாரம். தீர்த்தங்கள் : மண்ணிநதி, பழவாறு சிவதீர்த்தம் என்பன. இத்தீர்த்தங்கள் மூன்றும் சிவபெருமானின் முக்கண்களுக்கு ஒப்பானவை யென்று சொல்லப்பட் டிருக்கின்றன; ரு:38. சிவதீர்த்த மென்பது கைலாசகங்கை யெனவும் பெயர் பெறும். அது திருக்கோயிலுக்கு எதிரே உள்ளது.

இத்தலத்தில் சிவபெருமான் வாதூல கோத்திரத்தினரான ஒரு பிராமணருடைய குமாரியாகிய கயற்கண்ணியா ரென்பவரைத் திருமணம் செய்து கொண்டனர். அவ்வம்மையாருடைய ஸந்நிதி மகாமண்டபத்தில் இருக்கிறது. அந்தத் தேவியின் திருநாமத்தை மீனாட்சி யென்றும் வழங்குவதுண்டு. கயற்கண்ணியார் அவதரித்த இடம் இத்தலத்தில் தெற்கு வீதியில் உள்ள ஒரு வீடென்று சொல்லுகிறார்கள். மார்கழித் திருவாதிரை யன்று ஸ்ரீ நடராசமூர்த்தி திருவுலாப் போதுகையில் அவ்வீட்டி லெழுந்தருளுவதும் மணமகனுக்குரிய சிறப்புக்கள் செய்யப் பெறுவதும் வழக்கமாக உள்ளன. சோழேந்திர னென்னும் அரசனுக்காக ஒருமுறையும் சங்கர னென்னும் அந்தணனுக்காக ஒரு முறையும் சிவபிரான் இங்கே திருநடனஞ் செய்தருளினார். சங்கர மறையோன் ஸ்ரீ நடராச மூர்த்தியின் திருவுரு வொன்றை பிரதிஷ்டை செய்ததாக இப்புராணம் கூறுகின்றது. இப்பொழுது ஆலயத்தில் நடராச மூர்த்தியின் விக்கிரகங்கள் இரண்டு உள்ளன.

இத்தலத்திற் பூசித்துப் பேறுபெற்றோர்: இடபதேவர், இந்திரன், ஒரு மண்டூகம் (தவளை), சங்கரமறையோன், சாத்தனார், சில முனிவர்கள், சோழேந்திரன், திருமால், துர்க்கை, நந்திதேவர், பிரமதேவர், முருகக் கடவுள் முதலியோர். நந்தி தேவரும் மண்டூகமும் பூசிப்பதைக் காட்டும் இரண்டு சிற்பங்கள் இவ்வாலயத்தின் அர்த்த மண்டபத்தில் உள்ளன. இப்புராணத்திற் கூறப்படும் சுகாசீன நாராயணப் பெருமாளது திருக்கோயில் இப்பொழுதும் இத்தலத்தில் இருந்துவருகின்றது. பெருமாள் நின்றதிருக்கோலமாக எழுந்தருளியிருக்கின்றார். நாச்சியார் திருநாமம் கோமளவல்லி யென்பது. பெருமாள் திருநாமம் சுகவாசி நாராயணப் பெருமா ளென்று வழங்குகின்றது.

இதில் மரணமடைவோர்களுக்கு மரண சமயத்தில் அம்பிகை ஐந்தெழுத்தை உபதேசிக்கிறதாக ஓர் ஐதிஹ்யம் இந்நூலுட் கூறப்பட்டுள்ளது; சூ:12.

பண்டைக் காலத்தில் இங்கே மாசி மாதத்தில் மக நட்சத்திரத்தில் பிரம்மோத்ஸவமும் தை மாதம் வெள்ளிக் கிழமையில் கயற்கண்ணியார் திருக்கல்யாண உத்ஸவமும் நடைபெற்றுவந்தன.

ஸ்ரீ ஸ்காந்த புராணத்திலும் பிரம்மாண்ட புராணத்திலும் இந்த ஸ்தலத்தின் வரலாறு சொல்லப்பட் டுள்ளதென்று இந்நூலால் தெரியவருகின்றது.

ஆற்றூர்ப் புராண மென்னும் இந்த நூல் பிள்ளை யவர்களாற் பாடப்பெற்ற காலம் ரௌத்திரி (1860) வருஷமாகும். இதனை இயற்றும்படி அப்புலவர் பெருமானைக் கேட்டுக்கொண்டு இயற்றச்செய்து அரங்கேற்றுவித்து அவர்களைப் பாராட்டிச் சம்மானம் செய்தவர் கலியாண சோழபுரம் கணபதிப் பிள்ளையின் குமாரராகிய சிதம்பரம் பிள்ளை யென்பவர். அவரும் அவருடைய சகோதரர்களாகிய ஐயாறப்ப பிள்ளை, அருணாசலம் பிள்ளை என்னும் இருவரும்

பிள்ளை யவர்கள்பால் அன்புபூண்டு அவர்களை ஆதரித்து வந்தவர்கள். *இம்மூவரோடும் நான் பழகி இருக்கிறேன். ஸ்ரீ சிதம்பரம் பிள்ளை யவர்களுடைய பெருமை நூலியற்றுதற்குக் காரண மென்னும் பகுதியாலும் இந்நூற் சிறப்புப் பாயிரத்தாலும் விளங்கும்.

இந்நூல் கடவுள் வாழ்த்து, நூலியற்றுதற்குக் காரணம், அவையடக்கம், சிறப்புப் பாயிரம் என்பவற்றை முதலிற் பெற்றுத் திருநாட்டுப் படலம் முதலிய கசு-படலங்களை உடையது. இதன் செய்யுட்டொகை - ரூஉரு.

அவையடக்கத்துக்குப் பின்புள்ள சிறப்புப் பாயிரச் செய்யுள் அரங்கேற்றுங் காலத்திற் கேட்டு மகிழ்ந்த ஒருவராற் செய்யப்பட்டது; அதனை இயற்றியவ ரின்னா ரென்று தெரியவில்லை. பிள்ளை யவர்களின் மாணாக்கராகிய திரிசிரபுரம் தியாகராச செட்டியா ரவர்களால் இயற்றப்பெற்ற சிறப்புப் பாயிரச் செய்யுட்கள் ஆறு இம்முகவுரையின் பின்னே சேர்க்கப்பட் டிருக்கின்றன.

இந்நூல் இயற்றப்பட்ட காலத்தில் உடனிருந்து இதனை ஏட்டில் எழுதிவந்தவர் பிள்ளை யவர்களுடைய மாணாக்கரும் தேவாரம் (ஸ்தல முறை) பதிப்பித்தவரும் திருஞானசம்பந்தப் பிள்ளை யென்னும் தீக்ஷாநாம முடையவருமாகிய மதுரை இ. இராமசாமிப் பிள்ளை யவர்கள்.

சிவபெருமான் பெருமைகளும், சைவசாஸ்திரக் கருத்துக்களும், ஸ்தல வரலாறுகளும், சொல்லணி பொருளணிகளும் பிறவும் மலிந்து, இந்நூலைச் சிறப்பித்துப் பிள்ளை யவர்களுடைய புலமைத் திறனைக் காட்டுகின்றன.

கடவுள் வாழ்த்திலும் (5) நடனப் படலத்திலும் ஸ்ரீ நடராச மூர்த்தியின் பெருமைகளும், சோமேந்திரன் ஸ்ரீமந்தாரவனேசரைத் தரிசித்துத் துதிக்கும் பகுதியில் (எ:26-8) ஆன்ம தத்துவம் முதலியவற்றின் அமைப்பு முறையும், கயற் கண்ணியாருடைய தந்தையார் சிவபெருமானுடைய இயல்பைக் கூறும் பகுதியில் (கூ :31-6) அப்பெருமானுடைய பரத்துவமும், திருமால் செய்த துதியில் (கக:16-7) அவருடைய இயல்பும் வெளியாகின்றன. அவை சைவ நூல்களிற் கண்ட பல உண்மைகளை விளக்குகின்றன.

இவற்றையன்றிக் குருவின் திருவருள் மும்மலத்தினையும் நீக்கு மென்பது (கடவுள். 20), யாவரும் செய்யும் வணக்கம் முடிவிற் சிவபெருமானையே சார்தல் (க :9), மாயையின் இயல்பு (க :12), அத்துவித நிலை (உ :31), மும்மூர்த்திகளின் குணங்கள் (அ :5) முதலியன அங்கங்கே பலவகையாக அமைக்கப்பட்டுள்ளன.

திருநீறு, உருத்திராக்கம், ஐந்தெழுத்து என்பவற்றின்பால் அளவற்ற அன்புடைய இவ்வாசிரியர் அவற்றை இடந்தோறும் கூறிக்கொண்டே செல்லுகின்றார். அவை வருமாறு:

வெண்ணீறுங் கண்மணியு மைந்தெழுத்து மேவிக்கொண்டு
தூவாத சுகத்தழுந்து நாயன்மார் (கடவுள். 21),

போதுசாலப் பொலிந்த தருவெலாம்... ...
தாது வென்னுந் தவாப்பொடி பூசியே
மீது வண்டெனுங் கண்மணி மேவுமே (ங:8),

* இவர்களைப் பற்றிய வரலாறுகள் சிலவற்றை ஸ்ரீ மீனாட்சிசுந்தரம் பிள்ளை யவர்கள் சரித்திரத்தால் உணரலாகும்.

பூதி கண்மணி போற்றி யெழுத்தைந்தும்
ஓதி நிற்கு மொழுக்கச் சிறப்பினர் (ரு:14),

மறை புகல்வி பூதிபூசி, நண்ணியகண் மணிபூண்டு
மனத்துற வைந் தெழுத்தழுத்தி (அ:2),

ஊனமிலா வெண்ணீற்றி னுருத்திராக் கத்தினபி
மானமிகு வைதிகமா மறையவர் (கூ:1),

பூதிநிறை தரப்பூசிப் பொலிதருகண் மணியும்பூண்
டாதிமுதல் வடிவாய வஞ்செழுத்து முச்சரிப்பான் (கரு:4),

காதன்மிக வெண்ணீறுங் கண்மணியுந் தரித்தெழுந்து (கரு:19).

சிவபக்திச் செல்வராகிய இந்நூலாசிரியர் அன்பின் திறத்தை நன்கறிந்தவராதலின் இந்நூலின்கண் சோழேந்திரனுடைய பேரன்பை,

என்றுபன் முறையுங் கூறு மெதிர்சென்று தழுவிக் கொள்ளும்
நன்றுநெட் டுயிர்க்குந் தெய்வ நறுமணங் கவர்வான் மோக்கும்
துன்றுமா னந்தந் தேங்கச் சூழ்ந்திமை யாது நோக்கும்
என்றுந்தான் கொண்ட வன்புக் கெல்லையி லாத சோழன் (எ:29)

என்னும் அவன் செயலாலும்,

நின்னடிக்கன் பில்லாதா ரென்குலத்துப்
  பிறவாது நீங்க நீங்கா
தன்னவர்வந் துதித்தனரே லப்பொழுதே
  யிறந்தொழிக வதான்று நாயேன்
என்னபிறப் புற்றிடினு நின்னடிக்கன்
  பொழியாமை இயல்பே யாகப்
பொன்னசலங் குழைத்தாயிவ் வரம்பெறுவா
  னுனைத்தொழுதேன் போற்றி போற்றி (அ:14)

என்னும் அவன் வேண்டுகோளாலும், பிறவற்றாலும் உணர்த்தி யிருக்கின்றார்.

இப்புராணத்திற்குத் திருமுகம்போல விளங்குவது கயற்கண்ணியார் திருமணப் படலமாகும். அதில் கயற்கண்ணியாருடைய இளமைப் பருவத்தைப் பற்றிச் சொல்லுகையில் காப்பு முதலிய பத்துப் பருவங்களையும் ஒரு பருவத்துக்கு ஒன்றாகப் பத்துச் செய்யுட்களில் ஆசிரியர் வருணிக்கின்றார். அவ்வம்மையாரை நோக்கி அவர் தந்தையார் கூறுவனவற்றுள் வேத முதலியவற்றிற் காணப்படும் சிவபிரான் இயல்புகள் அமைந்துள்ளன. சிவபெருமானை விரும்ப வேண்டாமென்று சொல்லும் தாயின் கூற்று அவருடைய திருக்கோலத்தை இழிவுக் குறிப்புடன் எடுத்துக்காட்டுவதாக உள்ளது. கயற்கண்ணியார் சிவபிரானை வேண்டுவதாக உள்ள செய்யுட்கள் மனஉருக்கத்தை யாவருக்கும் உண்டாக்கும். அவர் சிவபிரான் பாலுள்ள அன்பின் மிகுதியால் கிளி, அன்னம், நாரை என்பவற்றை நோக்கிக் கூறும் பகுதிகள் காமமிக்க கழிபடர் கிளவி யென்னும் அகப்பொருட் டுறையையும் தூதுப் பிரபந்தங்களையும் ஞாபகப்படுத்துகின்றன. தேவாரத்திற் காணப்படும் இருவகைச் சந்தங்கள் இப்படலத்தில் இரண்டிடங்களில் (ப. 67, 72) அமைக்கப்பட்டுள்ளன. அவை முறையே காந்தாரப் பண்ணி லமைந்த ‘சுண்ணவெண் சந்தனச் சாந்தும்’ என்னும் பதிகச் சந்தத்தையும், நட்டபாடைப் பண்ணி லமைந்த ‘மைம்மரு பூங்குழல்’ என்னும் பதிகச் சந்தத்தையும் பின்பற்றியவை.

அம்பிகை, சோழேந்திரன், திருமால், நந்திதேவர், சங்கர மறையோன் என்பவர்கள் செய்தனவாக அமைந்துள்ள துதிகள் சிவபெருமானுடைய பெருமைகளை விளக்கிக் கொண்டு படிப்போர்களுடைய உள்ளத்தில் அன்பை உண்டாக்குகின்றன.

சிவதீர்த்தத்தில் இருந்த ஒரு மண்டூகம் ஒரு பாம்பினா லுண்ணப்பட்டுப் பிறகு சாரூப பதவியைப் பெற்றதை இவ்வாசிரியர்,

செயிரக லஃதப் போதே சிவபிரா னுருவம் வாய்ந்து
பயிலணி யாக வந்தப் பாம்பையே யணிந்த தம்மா

என்று சமற்காரமாகக் கூறுகின்றார்.

தல விசேடம் தேவிக்குணர்த்திய படலத்தில் தேவாரப் பதிகம் பெற்றனவும் வைப்புமாகிய 219 ஸ்தலங்கள் சொல்லப் படுகின்றன; ஊர், குடி, வாயில், பள்ளி, ஈச்சரம், காடு, துறை, குன்றம், மலை, புரம், கா, கரை, தானம் என்னும் ஈறுடைய வற்றை முறையே தொகுத்து அமைத்திருக்கின்றார். இவற்றை யன்றி வாட்போக்கி வச்சிரவனம் (அவை), திருவாரூர் (க:2, ச:2), திருவாவடுதுறை (க:3), திருவாலவாய் (உ:32), பந்தனை நல்லூர் (ச:2), நமச்சிவாயபுரம் (ச:2), கருப்பறியலூர் (ச:2), திருத்துருத்தி (ச:2), சிதம்பரம் (ச:8), காசி (ச:8), அருணாசலம் (ச:8), திருக்காளத்தி (ச:8), திருநல்லம் (கூ:40), சீகாழி (கO:11), புள்ளிருக்குவேளூர் (கO:11), திருவெண்காடு (கO:11), திருச்செங்காடு (கO:11), திருக்குறுக்கை (கO:11) என்பவை அங்கங்கே சொல்லப் படுகின்றன.

இந்நூலாசிரியர் தம் குருபீடமாகிய திருவாவடுதுறை யாதீனத்தில் மிக்க பக்தியுடையவர். அவ்வாதீன ஸ்தாபகராகிய ஸ்ரீ நமச்சிவாய தேசிகரையும் இந்நூல் செய்யப்பெற்ற காலத்தில் அவ்வாதீனத் தலைவராக இருந்த ஸ்ரீ அம்பலவாண தேசிகரையும் கடவுள் வாழ்த்தில் துதித்திருக்கின்றார். அவ்வாதீனத்தின் முதல்வராகிய நந்திதேவரை "முறைமையி னெங்கள் முதற்குரு வாய, கறைதபு நந்தி" (கஉ:19) என்று பாராட்டுகின்றார். திருவாவடுதுறையை, "எங்களாவடு தண்டுறை" (க:3) என்றும், "எந்நாளு நீதி, கோணுதவி லாத்திருவா வடுதுறை" (ௐ:27) என்றும் சிறப்பிக்கின்றார்.

கன்னலும் பாகுந் தேனுங் கனியுங்கற் கண்டும் பாலும்
இன்னமிழ் தமுமுட் கைப்பத் தமிழென வினிக்குஞ் சொல்லாய் (ௐ:31)

என்பதனால் இவ்வாசிரியருடைய தமிழன்பு விளங்குகின்றது.

இடையற முதலு மீறு மியைந்தொரு பொருள்கொள் பாக்கு
நடைகெழு நூற்பா வென்ன நலங்கெழு பாய்த்துச் செய்யும் (சூ:3)

என்பதில் தவளைப் பாய்த் தென்னும் சூத்திர நிலையும், "சென்ற வாற்றுமீட் டெய்தலாற் செந்தமிழ்ப் புலவர், ஒன்ற வாற்றிய மாலைமாற் றொத்தன மொருநீ, என்று மற்றைய செய்யுள்போல் வாயென வினன்றேர், கன்ற வெள்ளுவ கடுவிசைத் தேர்பல கவினும்" (உ:19) என்பதில் மாலைமாற் றென்னும் சித்திர கவியும் எடுத்தாளப்படுகின்றன.

பொருளணிகளில் உவமை, உருவகம், தற்குறிப்பேற்றம், சிலேடை, சொற் பின்வருநிலை, முரண் முதலியன அங்கங்கே விரவி வந்துள்ளன. உழவர் உழுது பயிரிடுதலுக்கு ஆசிரியர் மாணாக்கரைப் பயிற்றுவிக்கும் செயலும், சோலைக்குக் கடலும் உவமை கூறப்படுகையில் சில செய்யுட்களில் தொடர்ந்து அவ்வுவமைகள் விரிக்கப்பட்டிருக்கின்றன.

தற்குறிப்பேற்றம் : க:14; உ:16—7, 34 முதலியன.

சிலேடை : உ:21—3; சா:2; கூ:7, 98.

முரண் :

அரசன் பார்ப்பானா யுற்ற வன்னபோது (எ:7),

படுபிறவா னவருருவம் பாரார‌ப் பார்ப்பாரே (கூ:9),

வலங்கொண்டு நெடிய மாயோ னிடங்கொண்டு வாழ்தல் சொல்வாம் (கக:1)

சொற் பின்வருநிலை : கூ:8.

எண்ணணி :

வழுவிலொரு பிறப்பகத்தே யிருபிறப்பின் மாண்படைந்து
செழுவியமுத் தழல்வளர்த்துத் திருந்துநான் மறையுணர்ந்து
பழுதமையைம் பொறியவித்துப் பகருமறு பகையுமொழிந்
தெழுபிறப்பு மிலராகி யெண்குணச்செல் வனையடைவார் (கூ:10).

சொல்லணிகளுள் யமகம், மடக்கு, திரிபு என்பவற்றையும் எதுகை நயங்களையும் அங்கங்கே காணலாம்.

யமகம் : கட. 3; கூ:20.

மடக்கு : கூ :76.

திரிபு : கட. 9, 19; அவை. 1; அ :27; கூ :12.

எதுகைநயம் : கட. 2, 10; க:35; எ:3—4; கூ :56—8; கக:10.

தனியே அச்சிடப்பெற்று வெளியாகியிருக்கும் மகாவித்துவான் பிள்ளை யவர்களுடைய சரித்திரத்தால் அவர்களுடைய குண விசேஷங்களும் தெய்வ பக்தியும் நூலாராய்ச்சி வன்மையும் பிறவும் நன்கு விளங்கும்.

இந்நூல் ஸ்ரீ சொன்னயான நிரோத மூர்த்தியின் திருவருளால் இப்பொழுது வெளிவரலாயிற்று. எளிய நடையில் அமைந்திருத்தலின் சுருக்கமாகக் குறிப்புரை எழுதப்பட்டுள்ளது. படிப்பவர்களுக்கு உபயோகமாகும் பொருட்டு ஒவ்வொரு படலத்தின் முன்னும் அதன் அதன் சுருக்கம் எழுதிச் சேர்க்கப்பட்டிருக்கிறது.

இதனை ஆக்குவித்தோராகிய கலியாண சோழபுரம் சிதம்பரம் பிள்ளை யவர்களுடைய பௌத்திரரும் ஸ்ரீ சபாபதியா பிள்ளை யவர்களுடைய புத்திரருமாகிய ஸ்ரீமான் இரத்தினசபாபதி பிள்ளை யவர்கள் இதனை வெளியிடும் விஷயத்தில் பொருளுதவி செய்தார்கள். தம் முன்னோர்களால் வெளிவந்த இந்நூலைப் பதிப்பிக்க உதவிசெய்தது இவர்களுடைய பரம்பரைப் பெருமையையும் சிவபக்தியையும் தமிழன்பையும் புலப்படுத்துகின்றது.

ஆற்றூர் ஸ்தல சம்பந்தமான சில செய்திகளைத் திருச்சிற்றம்பலம் செல்வச் சிரஞ்சீவி மு. அருணாசலம் பிள்ளைமுகமாக நான் வினாவியபொழுது அவற்றிற்குரிய விடைகளை எழுதி உதவியவர் திருச்சிற்றம்பலம் ஸ்ரீ நடனபுரீசுவரர் கோயில் தருமகர்த்தாவும் தமிழ்ப் பண்டிதரும் ஆகிய ம-ள-ள-ஸ்ரீ சி. பொன்னுசாமி பிள்ளை யவர்கள்.

இதனை ஆராயும்பொழுதும் பதிப்பிக்கும்பொழுதும் உடனிருந்து உதவியவர்கள், சென்னைக் கிறிஸ்டியன் காலேஜ் தமிழ்ப் பண்டிதர் சிரஞ்சீவி வித்துவான் வி.மு. சுப்பிரமணிய ஐயரும், சிரஞ்சீவி வித்துவான் கி.வா. ஜகந்நாதையரும் ஆவர்.

பிள்ளையவர்கள் சரித்திரத்தின் முகவுரையில் அவர்களுடைய புராணங்களுள் வெளியிடப் படாதனவற்றை வெளிவரச் செய்ய வேண்டுமென்ற என் விருப்பத்தைத் தெரிவித்திருந்தேன். இறைவன் திருவருளால் அதன்பிறகு விளத்தொட்டிப் புராணமும், இப்புராணமும் வெளிவந்ததை யெண்ணி மகிழ்கின்றேன். அவர்களுடைய நூல்களுள் கிடைத்தற்கரிய சில நூல்களையும் வெளிவரச் செய்து தமிழ்நாட்டினர் அவற்றின் சுவையை அறிந்து நுகரவேண்டு மென்பதே எனது வேணவாவாகும்.

இங்ஙனம்,
வே. சாமிநாதையர்

"தியாகராஜ விலாஸம்"
திருவேட்டீசுவரன் பேட்டை
15-9-1935

உ
கணபதி துணை

திருத்தணிகைக் கந்தப்பையர்
இயற்றிய

தணிகாசல புராணம்

மகாமகோபாத்தியாய தாக்ஷிணாத்ய கலாநிதி
டாக்டர் உ.வே. சாமிநாதையரால்
தாம் எழுதிய குறிப்புரை முதலியவற்றுடன்

ஸ்ரீமான் ராவ்பகதூர்
வடக்குப்பட்டு சு. செங்கல்வராய பிள்ளையவர்கள்
பொருளுதவியால்

சென்னை
'லிபர்ட்டி' அச்சுக்கூடத்திற்
பதிப்பிக்கப்பெற்றது.

பிரமாதி ஞு சித்திரை மீ

1939

Copyright Registered]

 [விலை அணா பத்து

உ

கணபதி துணை

திருத்தணிகைக் கந்தப்பையர்

இயற்றிய

தணிகாசல புராணம்

மகாமகோபாத்தியாய தாக்ஷிணாத்ய கலாநிதி

டாக்டர் உ. வே. சாமிநாதையரால்

தாம் எழுதிய குறிப்புரை முதலியவற்றுடன்

ஸ்ரீமான் ராவ்பகதூர்

வடக்குப்பட்டு சு. செங்கல்வராய பிள்ளையவர்கள்

பொருளுதவியால்

சென்னை

'லிபர்ட்டி' அச்சுக்கூடத்திற்

பதிப்பிக்கப்பெற்றது.

பிரமாதி௵ சித்திரை௴

 1939 [விலை அணா பத்து

உ

கணபதி துணை

முகவுரை

நாளென் செயும்வினை தானென் செயுமெனை நாடிவந்த
கோளென் செயுங்கொடுங் கூற்றென் செயுங்கும ரேசரிரு
தாளுஞ் சிலம்புஞ் சதங்கையுந் தண்டையுஞ் சண்முகமும்
தோளுங் கடம்பு மெனக்குமுன் னேவந்து தோன்றிடினே.

– கந்தரலங்காரம்

தணிகாசல மென்பது தொண்டை நாட்டிலுள்ள சுப்பிரமணிய ஸ்தலங்களுள் ஒன்று; செங்கல்வகிரி யெனவும், திருத்தணிகை யெனவும் வழங்கும். இங்கே உள்ள ஒரு குன்றின்மீது முருகக்கடவுள் ஞானசத்திதரர் என்னும் திருநாமத்தோடு எழுந்தருளியிருக்கின்றனர். இப்பெருமான் விஷயமாகத் திருத்தணிகைப் புராணம், திருத்தணிகைத் திருவிருத்தம், திருத்தணிகைச் சந்நிதிமுறை முதலிய நூல்களும், வசன நூல்கள் சிலவும் அச்சிற் பதிப்பிக்கப்பெற்று வழங்கிவருகின்றன. வடமொழியில் ஸ்தலபுராணம் முதலியன உண்டு.

தணிகாசல புராண மென்னும் இந்நூல் இதுகாறும் ஏட்டுச் சுவடியில் இருந்ததேயன்றி அச்சிற் பதிப்பிக்கப்பெற்று வெளிவரவில்லை. இதைத் திருத்தணிகைப் புராணச் சுருக்கமென்றும் கூறுவதுண்டு. இது திருத்தணிகைக் கந்தப்பைய ரென்னும் வீரசைவ வித்துவானால் இயற்றப்பெற்றது. கடவுள் வாழ்த்து முதல் சேடன் சற்சரம் நீங்கின அத்தியாயம் வரையில் 426 செய்யுட்க ளடங்கிய 14 உறுப்புக்களை உடையது.

கந்தப்பைய ரென்பவர் 18ஆம் நூற்றாண்டின் இறுதிப்பகுதியில் திருத்தணிகையில் வாழ்ந்திருந்தவர். திருவாவடுதுறை யாதீன வித்துவானாகிய ஸ்ரீ சிவஞான முனிவருடைய மாணாக்கரும் 'கவிராக்ஷஸர்' என்ற சிறப்புப் பெயர் பெற்றவருமாகிய ஸ்ரீ கச்சியப்ப முனிவருடைய மாணாக்கர்களுள் ஒருவர். பரம்பரையாகத் தமிழறிவிற் சிறந்திருந்த வீரசைவ குடும்பத்தில் உதித்தவர். இவருடைய பெயர் கந்தப்ப தேசிக ரெனவும் வழங்கும்; இந்நூற் சிறப்புப் பாயிரம் "கந்தப்ப முனி" என்று கூறும்.

இவ்வாசிரியருடைய முன்னோர்கள் கல்வியறிவிற் சிறந்திருந்தவாறே இவருடைய பின்னோரும் சிறந்திருந்தனர். இவருக்கு விசாகப் பெருமாளையர், சரவணப் பெருமாளையர் என்னும் இரண்டு புதல்வர்கள் இருந்தார்கள். இருவரும் தம் தந்தையாரிடம் கல்வி பயின்றதோடு இராமாநுச கவிராய ரென்னும் சிறந்த வித்துவானிடத்திலும் தமிழ் பயின்றனர். இருவரும் தமிழில் பல நூல்களுக்கு

உரையெழுதி வெளியிட்டிருக்கின்றனர். பஞ்சலட்சண வசனம், பஞ்சலட்சண வினா விடை என்பவற்றைத் தாமே எழுதியும் சில பழைய நூல்களைப் பதிப்பித்து முள்ளனர். இவர்களுள் விசாகப் பெருமாளைய ரென்பர் அப்போது சென்னை மாகாணப் பள்ளிக்கூடம் (Provincial School) என்று வழங்கிய இராசதானிக் கல்லூரியில் தமிழ்ப் பண்டிதராக இருந்து புகழ்பெற்றார்.

கந்தப்பையர் திருத்தணிகையில் இப்போது 'சீர்கருணீகர் மடம்' என்று வழங்கும் இடத்தில் வாழ்ந்து வந்தார். இவர் இந்நூலைத் தம்முடைய இளமைக் காலத்தில் இயற்றியிருத்தல்கூடும். கச்சியப்ப முனிவரால் இயற்றப்பெற்ற திருத்தணிகைப் புராணம் அவருடைய பன்னூலறிவையும் கம்பீரத்தையும் வெளிப்படுத்துகின்றது. இந்நூல் கந்தப்பையருடைய சுப்பிரமணிய பக்தியையும் இளமைக் காலத்துத் தமிழ்ப் பயிற்சியையும் விளக்குகின்றது. இவர் பாடிய திருத்தணிகைச் சந்நிதிமுறை இப்புராணத்திற்குப் பல வருஷங்களுக்குப் பிறகு இயற்றியிருத்தல் கூடுமென்று தோற்றுகின்றது.

இந்த நூலுக்கு முதல்நூல் ஒரு வட நூலென்று,

.... வடமொழிக் கெதிரே யானும்
தீதிலாத் தமிழி னாலே செப்புறுந் தன்மை (அவை. 2)

வரமான வடமொழியில் விளங்கியிடுந் தணிகைவரை
மான்மி யத்தைத்
... ...
திரமான செந்தமிழாற் பத்தியிற்கந் தப்பமுனி
செப்பி னானே (சிறப்புப்.)

என்னும் செய்யுட் பகுதிகள் அறிவிக்கின்றன. ஆயினும் அவ்வடநூல் இப்போது கிடைக்கவில்லை.

கச்சியப்ப முனிவர் இயற்றிய திருத்தணிகைப் புராணத்திலுள்ள வரலாறுகளுக்கும் இதிற் கண்ட வரலாறுகளுக்கும் பல வகையில் வேறுபாடுண்டு. இந்நூலிற் கண்ட செய்திகள் சில அதில் இல்லை; அப்புராணத்திற் கண்ட வரலாறுகள் சில இதில் இல்லை. அன்றியும் இந்நூலின் போக்கை ஆராய்கையில் ஆசிரியர் பின்னும் சில பகுதிகள் இயற்றிவிருக்கக் கூடுமென்றும், இன்றேல் இயற்ற எண்ணியிருக்கக் கூடுமென்றும் தோற்றுகின்றது.

இப்புராணத்தின் நடை மிக எளியதாகவும் வடமொழிச் சொற்களும் தொடர்களும் விரவியதாகவும் உள்ளது. ஆசிரியர் தம்முடைய புலமையைக் காட்டுவதைக் காட்டிலும் பொருளை யுரைப்பதே பெரிதெனக் கருதி இதனை இயற்றினர் போலும். தலபுராணங்களிற் பெரும்பாலும் காணப்படும் அமைப்புக்கள் இதன் கண்ணும் அமைந்துள்ளன. மூர்த்தி, தலம், தீர்த்தம் இவற்றின் சிறப்புக்களையும், பூசித்தோர் செய்திகளையும், முருகக் கடவுளுடைய பெருமையையும் இந்நூலிலே பரக்கக் காணலாம்.

ஆசிரியர் தல சம்பந்தமாக இதன்கண் வெளிப்படுத்தியுள்ள செய்திகள் வருமாறு:

தல விநாயகர்: (1) ஆவச் சகாய (ஆபத் ஸஹாய) விநாயகர், 1, 407; (2) செங்கழுநீர் விநாயகர், 5, 339.

முருகக் கடவுள் திருநாமம்: ஞானசத்திதரர், *6.*

சிவபெருமான் திருநாமம்: குமாரலிங்கம், *407;* வீரேசர், *180, 211, 217, 395.*

தலத்தின் திருநாமங்கள்: கணிக வெற்பு, *267;* கந்தாசலம், *206, 219, 266;* கல்லார வெற்பு, *109, 180;* காவியங் கிரி, *375;* குருகிரி, *380;* சீபரிபூரணம், *179, 218, 400;* செருத் தணிகாசலம், *369;* நீலகிரி, *108.*

தீர்த்தங்கள்: இந்திர சுனை, *151, 338, 341;* எழு முனிவர் சுனை, *151;* குமார தீர்த்தம், *230, 401;* சரவண தீர்த்தம், *126;* நந்தி நதி, *151, 209;* நாக சுனை (அனந்தன் சுனை), *151, 409, 426;* பிரம சுனை, *151, 202;* விஷ்ணு தீர்த்தம், *134, 151, 352, 374, 377—8.*

இவற்றுள் இந்திர சுனையில் காலை, உச்சி, மாலை யென்னும் மூன்று வேளைகளிலும் ஒவ்வொரு கருங்குவளை மலர் மலருமென்று கந்த புராணம் முதலிய நூல்களும் இந்நூலும் கூறும். பல வருஷங்களுக்கு முன் வரையில் அச்சுனையில் அம்மலர் மலர்ந்து வந்ததாம். இப்பொழுது காணப்படவில்லை.

இடையிடையே வேறு சிவ தலச் செய்திகளும், வேறு தீர்த்தச் செய்திகளும் இதில் வருகின்றன. அவை வருமாறு:

தலங்கள்: ஆலங்காடு, *87;* இடைச்சுரம், *49;* கடம் பாடவி, *87;* கழுக்குன்றம், *49;* காசி, *178;* காஞ்சி, *55, 178;* காளத்தி, *49, 55, 209;* சம்புவனம், *87;* பதரிகாச்சிரமம், *87;* பருப்பதம், *208;* பனங்காடு, *87;* மறைக்காடு, *87;* மாங்காடு, *87;* விரிஞ்சை, *56;* வேங்கடம், *49;* வேய்வனம், *87;* வேற்காடு, *87.*

தீர்த்தங்கள்: கம்பை, குசலை, சேயாறு, பொன்முகலி, மஞ்சணீர், வேகவதி.

இவ்வாசிரியர் முருகக் கடவுள்பால் உள்ள அன்போடு சிவபக்தியும் உடையவராதலின் சிவபெருமானே தேவர்களிற் சிறந்தோ ரென்றும் (111), அவரே மும்மூர்த்திகளாக இருந்து முத்தொழிலையும் இயற்றுகின்றன ரென்றும் (38), நந்தியம் பெருமானுக்கு ஆகமம் உபதேசித்தருளின ரென்றும் (18), சிவபெருமானே பக்குவான்மாக்களுக்கு உபதேசம் செய்யும்பொருட்டுக் குருமூர்த்தியாக எழுந்தருளுவா ரென்றும் (21) கூறினர். நைமிசாரணிய முனிவரைப் பற்றிச் சொல்லுமிடத்தில், அவர்கள் இறைவனது ஸ்ரீ பஞ்சாட்சர முதலியவற்றை ஜபம் செய்பவர்க ளென்று உரைத்தனர் (94). சைவ சமய ஆசிரியர்களாகிய தமிழ் வேந்தர் நால்வரையும் (13) ஏத்தினர். ஓரிடத்தில் 'சண்டேச நாயனார் தம் தந்தையைத் தண்டித்துச் சிவபெருமான் திருவடியிற் சேர்த்தியதுபோல வெள்ளம் தன்னைப் பிறப்பித்ததாகிய தீயை அழித்துத் திரும்பவும் அதை மழைக்குக் காரணமாகிய வேள்விச் சாலையிலே சேர்த்தியது' (23) என்று சண்டேச நாயனார் செயலை உவமையாக எடுத்தாண்டனர்.

அத்தணிகைச் சண்முகவர் சந்நிதியி லதிதிகட்கு மந்த ணர்க்கும்
பத்தியுடன் சங்கமர்க்கு மன்னதா னங்கொடுத்தால் (130)

என்பதில் உள்ள சங்கம ரென்பதும், அகத்தியர் தென்னாடு நோக்கி வருகையில் சீபருப்பதத்தைத் தரிசித்து அதன் 'மிசை வாழ் நாயகி பிரமராம்பிகையோ, டுகைத்திடு விடையான் மல்லிகார்ச் சுனனை'ப் பணிந்து போற்றியதாகக் கூறியதும் இவ்வாசிரியரது வீரசைவா பிமானத்தை நினைப்பூட்டுகின்றன. சங்கம ரென்பது

வீரசைவ அடியார்களைத் தனியே குறிக்கும் சொல். சீபருப்பதம் வீரசைவர்களுக்கு முக்கியமான சிவஸ்தலங்களுள் ஒன்று.

முருகக் கடவுளிடத்தே முறுகிய பக்தியுடைய இவ்வாசிரியர் அப்பெருமானுடைய பெருமைகளைப் பலபடப் பாராட்டியுள்ளார். பலவகைத் துதிகள் இடையிடையே அமைத்தனர். அன்றியும் அப்பெருமானுடைய ஷடாக்ஷர மந்திரத்தையும் *(131, 353, 410)* சிறப்பித்தனர். அப்பெருமானது திருவருள் பெற்றவர் முத்தி பெறுவ ரென்று பொதுவாகக் கூறாது, அவருலகமாகிய கந்த சாயுச்சியம் பெறுவர் *(128)*, கவுமார வுலகடைவர் *(150)* என்று கூறினர். முருகப்பெருமான் அடியார்களாகிய நக்கீரரையும் அருணகிரிநாதரையும் *(13)* வணங்கினர்.

தொண்டை நாட்டினராகிய இவர் அந்நாட்டையும் அதன் கண்ணுள்ள காஞ்சி முதலிய தலங்களையும் மிகச் சிறப்பித்தனர். திருநாட்டுச் சிறப்பில் உழவர்கள் வருணனை வரும் பகுதியில் தொண்டை நாட்டில் வழங்கும் சட்டக மென்னும் கருவியைப் பற்றிய செய்தியை அமைத்தனர்.

இந்நூலினிடையே அமைந்த துதி வகைகள் வருமாறு:

அகத்தியர் செய்த வீரேசர் துதி	212–6,
பிரமதேவர் செய்த முருகக் கடவுள் துதி	193–5,
அகத்தியர் செய்த துதி	237–45,
திருமால் செய்த துதி	362,
ஆதிசேடன் செய்த துதி	416–21.

இத்துதிகளில், போற்றி யெனவும் சரண மெனவும் மங்கள மெனவும் அடுத்தடுத்து வரும் செய்யுட்களைக் காணலாம்.

தெய்வயானை யம்மை, வள்ளி நாயகி யென்னும் இருவரையும், வேற்படை, மயில், கோழிக் கொடி என்பவற்றையும் தனித்தனியே ஒவ்வொரு செய்யுளால் இவ்வாசிரியர் துதித்தனர். இங்ஙனம் தனித்தனியே துதி கூறினோர் அரியர். தாரகனைக் கொன்ற அத்தியாயத்திலுள்ள செய்திகள் பல பிறநூற் செய்திகளின்றும் வேறுபட்டுள்ளன.

ஓரினப்பட்ட பொருள்களைத் தொகுத்துக் கூறுவதில் இவருக்குத் தனி ஊக்கம் உண்டு. அங்ஙனம் கூறும் இடங்களிற் பெரும்பாலும் அடைமொழி யின்றியே அவற்றைப் புலப்படுத்தும் இயல்பினர் இவர். கட்டிட வகைகளைக் கூறவந்தவர், மாடம், மாளிகை, மண்டபம், அம்பலம், தெற்றி, கூடம், கோபுரம், கொடிமதில், கழகம், செய்குன்றம், ஆடரங்கு, பாடரங்கு, அறச்சாலை என்பவற்றை வரிசையாகத் தொகுத்துரைத்தார் *(66)*; நைமிசாரணியத்திலுள்ள மரவகைகளைக் கூறவந்தவர் விருட்சத்தாற் சிறப்புற்ற தலங்களைத் தொகுத்துரைப்பாராகி, ஆலங்காடு, வேற்காடு, மாங்காடு, பனங்காடு, கடம்பாடவி, பதரிகாச்சிரமம், வேய்வனம், சம்புவனம், மறைக்காடு என்பனவற்றை உணர்த்தினர் *(87)*; நைமிசாரணிய வனத்திலுள்ள மரங்களைப் புலப்படுத்துவாராய் *(91)*க் கோங்கு முதலிய பதினைந்தையும், தணிகாசலத்திலுள்ள மரங்களின் சிறப்பைக் கூறுவாராய் அரசு முதலிய ஐம்பத்தொரு மரங்களையும் *(223—5)* ஒருங்கே தொகுத்துரைத்தார்.

சடையர், முண்டிதர், சீரையர், வெற்றரையர், வெண் பொடி புனைந்தவர், கண்மணித் தொடையர், தண்டினர், கமண்டலம் தாங்கியவர், விடயவாதனை தணந்தவர் (99) எனத் துறவியரின் வகையை ஓரிடத்தும், பிருகு முதல் சத்திய னிறுதியாகவுள்ள 65 முனிவர் திருநாமங்களை ஓரிடத்தும் (101—103) தொகுத்தியம்பினர்.

முருகக் கடவுளுடைய ஆறு திருமுகங்களிலிருந்து ஆறாக உள்ள பொருள்கள் பல உதித்தன வென்று உணர்த்துவாராய், ஆறாகவுள்ள அங்கம், மாயை, குணம், சத்திகள், சுவை, ஆகமங்கள், பதார்த்தம் என்பவற்றைத் தொகுத்துரைத்தனர். பிறிதோரிடத்தில் பேரி, கொக்கரை, பிறைமுகி, சச்சரி, தடாரி, பூரி, கைச்சதி, சல்லரி, முரசு, உடுக்கை, மத்தளி (404) என்னும் இசைக் கருவிகளை ஒருங்குரைத்தனர். வேறோரிடத்தில் இன்ன இன்ன பொருள்களில் இன்னது இன்னது சிறந்ததென்று இரண்டு செய்யுட்களில் (110—11) சேர்த்துக்கூறினர்.

சொற்பொருளணிகளை அங்கங்கே இந்நூலிற் காணலாகும். இவருடைய வாக்கில் பல வட சொற்களும் வட சொற்றொடர்களும் விரவி வந்தன. கதாரசவமுது, கதாமுதபானம், முகாரவிந்தம், கந்தர்ப்பகோடி சுந்தர, சோணிதாக்கிய நகர் என்னும் தொடர்களைக் காண்க. முருகக் கடவுளுக்குரியனவும் பிற நூல்களிற் காணப்படாதனவுமாகிய வடமொழிப் பெயர்கள் பல இந்நூலிலுள்ள துதி வகைகளிற் காணப்படும். இவற்றையன்றி அடா, அடிக்கடி, ஒஞ்சரித்தல், சக்களத்தியர், முடா, மொக்கு முதலிய வழக்குச் சொற்களையும் இதிற் காணலாம்.

நைமிசாரணியத்தி லுள்ள முனிவர்களுக்கு விலங்கினங்கள் ஏவல் புரிந்தொழுகுவதாக இவர் அமைத்துள்ள பகுதி இனிமையுடையது.

இந்நூலின் ஏட்டுச் சுவடியொன்று பல வருஷங்களுக்கு முன் சரவணப் பெருமாளையர் பேரராகிய குருசாமி ஐயரென்பவர் வீட்டிலிருந்து எனக்குக் கிடைத்தது. வேறு பிரதி கிடைக்குமோ வென்று பலவிடங்களில் தேடியும் கிடைக்கவில்லை. திருத்தணிகை யாண்டவன் திருவடியிலே இணையற்ற அன்புடையவரும், தமிழன்பிற் சிறந்தவரும், சென்னை ரிஜிஸ்ட்ரார் ஜெனரல் ஆபீஸில் 'பர்ஸனல் அஸிஸ்டண்டு' உத்தியோகம் வகித்து உபகாரச் சம்பளம் பெற்று விளங்குபவரும் ஆகிய ஸ்ரீமான் ராவ்பகதூர் வ.சு. செங்கல்வராய பிள்ளை யவர்கள், எம்.ஏ., இந்நூல் என்பால் இருப்பது தெரிந்து இதனை வெளியிட வேண்டுமென்று தாமே வலிந்து கூறி இப்பதிப்பு விஷயத்தில் எனக்குச் சிறிதும் பொருட்கவலை நேராதவாறு உதவி செய்தார்கள். தம்முடைய பொருளைத் தணிகையாண்டவன் சம்பந்தமான தமிழ்நூல் வெளியீட்டிலே செலவிடுதலைப் பெரும்பேறாகக் கருதும் இவ்வன்பருடைய இயல்பு மிகவும் பாராட்டுதற்குரியது.

எந்தத் தமிழ் நூலாயினும் பழையதாயின் அது வெளிவர வேண்டு மென்பதே எனது ஆவல். சுவையினாலும் நடையினாலும் நூல்களில் ஏற்றத்தாழ்வு பலவாறாக இருக்கும். எல்லா நூல்களும் ஒப்புயர்வற்ற பெருமை யுடையனவாக இருத்தல் முடிவதன்று. ஆயினும் தமிழ் இலக்கியச் சரித்திரத்தை உணர விரும்புபவர்களுக்கு எல்லா நூல்களும் பயன்படும். இந்நூல் புராண காப்பியங்களுக்கு அக்காலத்தில் இருந்த மதிப்பை வெளிப்படுத்துவதற்கு ஓரடையாளமாகும்.

இந்நூல் எளிய நடையில் இருத்தலின் குறிப்புரை சுருக்கமாக எழுதப்பெற்றது. முதலிலிருந்து இறுதி வரையில் செய்யுட்களின் எண்கள் தொடர்ச்சியாக அமைக்கப்

பெற்றுள்ளன. ஒவ்வோர் அத்தியாயத்தின் முன்னும் அதனதன் வரலாற்றின் சுருக்கம் வசனநடையில் எழுதிச் சேர்த்திருப்பது படிப்பவர்களுக்கு மிக்க உபயோகமாக இருக்கும்.

இந்நூல் சம்பந்தமான சில அரிய வடமொழிச் செய்திகளை எனக்குப் புலப்படுத்தியவர்கள் தேதியூர் பிரும்மஸ்ரீ சாஸ்திர ரத்னம் சுப்பிரமணிய சாஸ்திரிக ளவர்களும், மயிலாப்பூர் ஆயுர்வேத கலாசாலை ஆசிரியராகிய பிரும்மஸ்ரீ வைத்திய விசாரத நடேச சாஸ்திரிக ளவர்களும் ஆவார்கள். இவ்விரு பெரியார்கள்பாலும் மிக்க நன்றியறிவுடையேன்.

இந்நூலை ஆராயும் காலத்தும் பதிப்பிக்கும் காலத்தும் உடனிருந்து உதவி செய்தவர்கள் என் இளைய சகோதரர் சிரஞ்சீவி வே. சுந்தரேசையரும், சென்னைக் கிறிஸ்டியன் காலேஜ் ஹைஸ்கூல் தலைமைத் தமிழ்ப் பண்டிதர் சிரஞ்சீவி வித்துவான் வி.மு. சுப்பிரமணிய ஐயரும், 'கலைமகள்' துணையாசிரியர் சிரஞ்சீவி வித்துவான் கி.வா. ஜகந்நாதையரும் ஆவர்.

இங்ஙனம்,
வே. சாமிநாதையர்

"தியாகராஜ விலாஸம்"
திருவேட்டீசுவரன் பேட்டை
24-4-39

உ
கணபதி துணை

வில்லைப் புராணம்

வீரராகவ கவி இயற்றியது

இது
மகாமகோபாத்தியாய தாக்ஷிணாத்ய கலாநிதி
டாக்டர் உ.வே. சாமிநாதையரால்
தாம் எழுதிய குறிப்புரை முதலியவற்றுடன்

வடக்குப்பட்டு ஸ்ரீமான் ராவ்பகதூர்
சு. செங்கல்வராய பிள்ளையவர்கள்
பொருளுதவியால்

சென்னை:
கேஸரி அச்சுக்கூடத்திற்
பதிப்பிக்கப்பெற்றது.

1940

பிரமாதி ஹூ தை மீ

Copyright Registered]

[விலை ரூ.1-0-0

உ

கணபதி துணை

வில்லைப் புராணம்

வீரராகவ கவி இயற்றியது

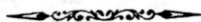

இஃது

மகாமகோபாத்தியாய தாக்ஷிணாத்ய கலாநிதி

டாக்டர் உ. வே. சாமிநாதையரால்

தாம் எழுதிய குறிப்புரை முதலியவற்றுடன்

வடக்குப்பட்டு ஸ்ரீமான் ராவ்பகதூர்

சு. செங்கல்வராய பிள்ளையவர்கள்

பொருளுதவியால்

சென்னை:

கேஸரி அச்சுக்கூடத்திற் பதிப்பிக்கப்பெற்றது.

1940

 பிரமாதி௵ தைமீ [விலை ரூ. 1—0—0

முகவுரை

தமிழ்நாட்டில் உள்ள பெரும்பான்மையான ஊர்களில் ஆலயங்கள் உள்ளன. அவை சம்பந்தமான வரலாறுகளை விளக்கும் வடமொழி, தென்மொழி நூல்களும் உண்டு. அவ்வவ்வூரினர் அவற்றைப் பாதுகாத்தும் புலவர்களைக் கொண்டு பாடுவித்தும் இன்புறுவர். அதனால் தமிழ்நாட்டில் நூற்றுக்கணக்கான தல புராணங்கள் செய்யு ளுருவத்தில் எழுந்தன. அவை ஆசிரியருடைய தகுதிக்கேற்பத் தமிழ்ச் சுவைகள் மிக்கும் குறைந்தும் இருக்கும். எனினும் தலவரலாறுகளைக் கூறுவதிலும் ஒவ்வொரு தலமும் பிறவற்றினும் சிறந்த தென்று பாராட்டுவதிலும் ஒன்றற்கொன்று குறைவுபடாது.

முதல் முதலில் தமிழ்ப் புராணங்கள் தல வரலாறுகளை மாத்திரம் செய்யுள் நடையில் அமைத்து இயற்றப்பட்டன. நாளடைவில் சில புலவர்கள் காப்பிய இலக்கணங்கள் நன்கு அமையும்படி புராணங்களை இயற்ற முன்வந்தனர். திருவிளையாடற் புராணம், திருக்குற்றாலத் தலபுராணம், சீகாளத்திப் புராணம் போன்ற புராணங்கள் அவ்வகையைச் சார்ந்தனவே யாகும்.

இங்ஙனம் எழுந்த புராண காப்பியங்களுள் ஒன்று வில்லைப் புராணம். இது புதுச்சேரிக்கு அருகிலுள்ள வில்வநல்லூ ரென்னும் சிவஸ்தலத்தின் வரலாற்றை உரைப்பது; வீரராகவ கவி யென்பவரால் இயற்றப்பட்டது. இதிலுள்ள செய்யுட்டொகை 495.

வில்வ நல்லூ ரென்பது தொண்டை நாட்டைச் சார்ந்தது. இங்கே முத்தா றென்னும் நதியினிடையில் பிரமதேவர் ஒரு வில்வ வனம் உண்டாக்கிச் சிவலிங்கப் பிரதிஷ்டை செய்தமையின் இதற்கு முதலில் வில்வவன மென்னும் திருநாமம் உண்டாயிற்று. அப்பால் தருமபால னென்னும் சோழன் ஆலயமும் நகரமும் நிர்மாணம் செய்ய இவ்வூர் வில்வ நல்லூ ரென்னும் பெயரால் வழங்கலாயிற்று. வில்வ மென்பது வில்ல மெனவும் வழங்கும். வில்வ வனமென்பது வில்ல வனமாகி அது மருவி வில்லை யாயிற்று. இது தேவாரத்தில் வரும் வில்வேச்சுர மென்னும் வைப்புத் தலமாகும். பல ஊர்களின் பெயர்கள் இக்காலத்தில் மருவி வழங்குதல் போல இத்தலத்தின் பெயரும் வில்லியனூ ரென்று வழங்குகிறது. இத்தலத்திற்குக் காமீசம் (41), வில்லபுரி (390, 391, 433), வில்லமா நகரம் (434) என்பனவும் பெயர்களாக இப்புராணத்திற் காணப்படுகின்றன.

இங்கே எழுந்தருளியுள்ள விநாயகர் திருநாமம் வலம்புரி விநாயக ரென்பது (6) சிவபெருமான் திருநாமம் ஸ்ரீகாமேசுவர ரென்பது; இந்நூலுள் காமீசரென

வரும். காமன் இங்கே பூசித்துப் பேறுபெற்றமையின் இத்திருநாமம் உளதாயிற்று. இங்ஙனமே நரசிங்க மூர்த்தி பூசித்தமையின் நரசிங்கநாதர் (288) என்பதும், ஆதிசேடனது நோயை நீக்கியருளினமையின் வைத்திய நாயக ரென்பதும் (394), இந்திர பதவியை விரும்பித் தவம்புரிந்த நிருப முனிவனுக்குக் கணநாதர் பதவியளித்து இந்திரனது துயர் தவிர்த்து இருவருக்கும் நடுவாக நின்றமையின் நடுவறிவா ரென்னும் திருநாமமும் (441) உண்டாயின. தலத்தின் தொடர்பால் வில்வ வனேச ரென்னும் திருநாமமும் அமைந்தது. ஸ்வாமியின் ஸந்நிதி கிழக்கு நோக்கியது. அம்பிகையின் திருநாமம் கோகிலாம்பிகை யென்பது; அது தமிழில் குயிலம்மை யென வழங்கும் (4) அம்பிகையின் திருக்கோயில் தெற்கு நோக்கியது. இத்தலத்து முருகக் கடவுளுக்கு முத்துக்குமார ரென்பது திருநாமம்.

பெண்ணை, புஷ்டிமதி, வேகவதி, பம்பை, முத்தாறு என்னும் ஐந்து நதிகள் இத்தலத்தில் சேர்கின்றன வென்று இப்புராணம் கூறும். முத்தாறென்பது வடமொழியில் மௌக்திக நதியென்று சொல்லப்பெறும். இத்தலத்திற்குரிய நதி அம்முத்தாறே யாகும். சிவாலயத்தில் வடக்கு மதிலுக்குள்ளே உள்ள தீர்த்தம் ஹ்ருத்தாப நாசமெனப் பெறும்; இது ஹ்ருத்தாப சமனம், ஹ்ருத்தாப நாசனி யெனவும் வழங்கும். பிரமதேவரால் உண்டாக்கப்பட்ட தாதலின் பிரமதீர்த்த மென்னும் பெயரும் இதற்கு உண்டு (131). இந்தத் தலத்துக்குரிய விருட்சம் வில்வம்.

இங்கே பூசித்துப் பேறுபெற்றோர்: ஆதிசேடன், இந்திரன், காமன், கோவிந்த னென்னும் பிராமணன், சகலாங்க சௌந்தரி யென்னும் தாசி, தருமபால னென்னும் சோழன், நரசிங்க மூர்த்தி, பிரமதேவன் முதலியோர். இவர்கள் பூசித்தற்கு அடையாளங்கள் சில உண்டென்பர்.

இந்திரன் பூசித்தபோது இவ்வூருக்கு வடக்கே ஒரு நாழிகை வழித்தூரத்தில் ஓர் இடத்தில் தங்கின னென்றும் அவ்விடம் தேவர்க்கரசனாகிய அவன் தங்கினமையின் அரசூ ரென்னும் பெயர் பெற்றதென்றும் ஒரு செய்தி வழங்குகின்றது. மன்மதன் தங்கிய இடம் இத்தலத்திற்கு மேற்கே இரண்டு மைலிலுள்ள தென்றலென்னும் கிராம மென்பர். நரசிங்க மூர்த்தி இங்கே பூசித்த பின்பு சிவபெருமான் கட்டளையின்படி கடற்கரையில் கோயில் கொண்டு மேற்கு முகமாக எழுந்தருளின ரென்றும், அவ்விடம் அவர் பெயரால் ஓர் ஊராயிற் றென்றும் (285—289) இப்புராணம் கூறும். அவ்விடம் இப்போது சிங்கர் கோயிலென்று வழங்கும். பிரமதேவர் இத்தலத்துக்கருகில் ஓர் இலிங்கத்தைப் பிரதிஷ்டை செய்து பூசித்தா ரென்பதும் அவ்விலங்கத்தின் திருநாமம் பிரமீச்சுர ரென்பதும் (153) இந்நூலிற் கண்ட செய்திகள். அவ்விடம் பஞ்சநதி சங்கமத்திற்கு வடகரையில் ப்ரம்மேசுவர மென்னும் திருநாம முடையதாகுமென்று வடமொழிப் புராணம் கூறும்.

இந்தத் தலத்தில் சந்திரன் பூசித்தா னென்றும் அவன் வந்து தங்கிய இடம் இவ்வூருக்கு வடமேற்கே இரண்டு மைல் தூரத்திலுள்ள பிறையூ ரென்றும், சூரியனும் ஸ்ரீ காமீசரைப் பூசித்தா னென்றும் அவன் தங்கிய இடம் உதயம்பட்டென்றும், இப்போது அப்பெயர் ஒதியம்பட்டென வழங்கு மென்றும் அவ்வூர் இத்தலத்திற்குத் தென் கிழக்கிலுள்ள தென்றும், சில செய்திகள் கர்ணபரம்பரையாக இவ்வூரிலும் இதைச் சார்ந்த இடங்களிலும் வழங்கிவருகின்றன.

இங்கே தருமபாலச் சோழன் வைகாசி மாதத்தில் பௌர்ணமியில் விசாக நட்சத்திரம் கூடிய தினத்தில் திருவிழா நடத்தினானென்று (359) இந்நூல் அறிவிக்கும். இப்பொழுதும் வைகாசி மாதத்தில் திருவிழா நடைபெறுகின்றது.

உதயம்பட்டுக்குப் போகும் வீதியில் கல்வி மடம் என்னும் சைவ மடமும், அம்பிகையின் ஸந்நிதி வீதியில் கீழ்சிறகின் தென்கோடியில் திருவக்கரை யாதீனம் ஏகாம்பர ஸ்வாமி மடமும் உள்ளன. இவற்றையன்றி அவ்வச் சாதியாருக்குரிய மடங்களும் சில உள. முற்காலத்தில் இம்மடங்கள் மிகவும் சிறப்பாக இருந்தன வென்பது இந்நூலிலுள்ள 125ஆம் செய்யுளாற் புலப்படும்.

இந்தத் தமிழ்ப் புராணம் வடமொழியிலுள்ள புராணத்திலிருந்து மொழிபெயர்க்கப்பெற்றது (13). இது காந்த புராணத்திலே நாகர கண்டத்துள் சொல்லப்பட்ட தென்று இந்நூல் கூறும் (12—3, 309). அக்கண்டத்துள் 33 முதல் 38 முடியவுள்ள ஆறு அத்தியாயங்களுள் உரைக்கப்பட்ட தென்று வடமொழிப் புராணம் சொல்லும். இவ்வடமொழிப் புராணம் 1877ஆம் வருஷம் ஆடி மாதம் இந்த ஸ்தலத்திலிருந்த அ. குருசாமி குருக்கள், சுப்பு. அருணாசல குருக்கள், கொ. வரதாசாரியார் என்பவர்களால் தமிழில் மொழிபெயர்க்கப்பட்டு வெளியிடப் பெற்றது.

தமிழ்ப் புராணத்தின் ஆசிரியர் இன்னா ரென்பது இந்நூற் சுவடிகளிலேனும் இந்நூற் செய்யுட்களிலேனும் காணப்படவில்லை. ஆயினும், இத்தலத்து முருகக்கடவுள் விஷயமாக அருணாசலகவி யென்பவர் பாடிய வில்லை முத்துக்குமாரர் பிள்ளைத் தமிழென்னும் பிரபந்தத்தில் அம்புலிப் பருவத்தி லுள்ள எட்டாம் செய்யுளால் இப்புராணத்தின் ஆசிரியர் வீரராகவ ரென்னும் பெயருடையா ரென்று தெரியவருகிறது. அச்செய்யுள் வருமாறு:

கந்தமுறு கடிகையெனு முத்தநதி வளமெலாங் கண்டுசந் தோஷிக்கலாம்
  கயமா மிருத்தாப நாசத்தி னான்முயற் கறைக்குறை யகற்றியிடலாம்
சந்தமுறு வீரரா கவனுரைபு ராணமொடு தலமகத் துவமுமருணா
  சலனுரைசெய் வரகவிதை யானபிள்ளைத்தமிழ் தனைக்கேட்டு மனமகிழலாம்
வந்தொருத ருமபால கன்செய்சி வாலயம் வளமையொடு தெரிசிக்கலாம்
  மாங்கானம் வரும்பெரிய தம்பிசெய் திடுசித்ர மண்டபத் திடையுலவலாம்
அந்தமுட னடுவறியும் நாதரைப் பணியலா மம்புலீ யாடவாவே
  அழகுபெறு வில்லைமுத் துக்குமர னுடன்மகிழ்ந் தம்புலீ யாடவாவே.

வீரராகவ ரென்னும் பெயருடைமையின் இவ்வாசிரியர் மிகச் சிறந்த தமிழ்ப் புலவராகிய அந்தகக்கவி வீரராகவ முதலியாருடைய பரம்பரையின ரென்று கருதவும் இடமுண்டு. இப்புராணத்திலுள்ள 16ஆம் செய்யுளால் இதனை ஆக்குவித்தோர் விசயராய ரென்னும் பெயரையுடைய கார்காத்த வேளாளரென்ற செய்திமாத்திரம் தெரிகின்றது.

வடமொழிப் புராணத்துக்கும் இத்தமிழ்ப் புராணத்துக்கும் சில சில வேறுபாடுகள் உண்டு. வடமொழிப் புராணம் ஆறு அத்தியாயங்களை யுடையது. இப்புராணத்தில் ஒன்பது சருக்கங்கள் உள்ளன. பாயிரச் சருக்கம், நைமிசாரணியச் சருக்கம், தருமபாலர் சருக்க மென்பன இதில் அதிகம்.

நைமிசாரணியச் சருக்கத்துள்ள வரலாறு வடமொழியில் முதல் அத்தியாயத்தின் தொடக்கத்தில் அமைந்துள்ளது. நைமிசாரணியத்திலுள்ள

முனிவர் பெயர்கள் அதில் தனியே கூறப்பட்டுள்ளன. அவை வருமாறு: அசிதர், தேவலர், ஜாபாலி, காசிபர், பிருகு, சுமதி, வாமதேவர், சுதீக்ஷ்ணர், அகஸ்தியர், பர்வதர், சரபங்கர், சுமந்து, பைலர், ஆபஸ்தம்பர், மாண்டவ்யர், கபிலர், ரைப்பியர், ராதந்தரர், அங்கிரசு, சத்தியர், காத்தியாயனர், முற்கலர், கௌதமர், கண்வர், காணவர், அத்திரி, தூம்ரர், ஹரிதகர், சங்கு, பிருதுசக்தி, சங்கிருதி, கௌண்டின்யர், தத்துருவர், கணாதர், கர்க்கர், கௌசிகர், காலவர், பப்புரு, சுகர், சக்தி, பராசரர், சனினி, மாண்டுகர், பங்கு, புதர், போதாயனர், வசு, ஜமதக்னி, பரத்வாசர், தூமபர், மௌனர், பார்க்கவர், சௌனகர், நாரதர், சதானந்தர், சாதாதபர், விஷ்ணு, சித்தர், விசாலாக்ஷர், ஜர்ச்சரர், ஜங்கமர், ஜயர், பக்குவர், பாசவரர், பாரரர், பாவகர், விருதர், ஏகபாதர், ஊர்த்துவ பாதர், ஊர்த்துவ பாகு, ஜலாசயர், உக்ரசீலர், மகாசீலர், பிசங்கர், மந்த்ரவித், படு, சாண்டில்யர், காரணர், காலர், கைவல்யர், கலாதரர், கற்பாந்தர், கங்கணர், கண்டு, கலர், காலாக்னி ருத்திரர், சுவேதபாகு, சுவேதாசுவதரர் என்பன.

இந்தத் தலசரித்திரம் சிவபிரான் முருகக் கடவுளுக்கும் அக்கடவுள் வியாச முனிவருக்கும் அவர் சூத முனிவருக்கும் கூறியதாகத் தமிழ்ப் புராணம் உரைக்கும். வடமொழிப் புராணம், சிவபெருமான் உமாதேவியாருக்குச் சொல்ல அப்போது முருகக் கடவுள் கேட்டு அகத்திய முனிவருக்குக்கூற அவர் வியாசருக்கும் வியாசர் சூத முனிவருக்கும் உரைத்ததாகச் சொல்லும். அன்றியும் இத்தல வரலாறு உருத்திர ஸம்ஹிதையில் விரிவாகச் சொல்லப்பட்டுள்ளதென்று அப்புராணம் உரைக்கும்.

சகலாங்க சௌந்தரியின் பெயர் சர்வாங்க சுந்தரி யென்றும், தெய்விக னென்னும் அந்தணனது பெயர் (72) தெய்வஞ்ஞ னென்றும் அப்புராணத்திற் சொல்லப்பட்டன. பஞ்சநதி சங்கமத்தில் அந்நதிகள் மேலெழுந்து அழிக்காமலிருக்கும் பொருட்டுப் பிரமதேவன் வில்வ வனத்தை உண்டாக்கினா னென்பது அதிற் கண்டதொரு செய்தி. திருமால் ஆதிசேடனுக்குத் தருமபாலச் சோழனது சரித்திரத்தைக் கூறியதாக இரண்டு புராணங்களும் கூறும். இத் தமிழ்ப் புராண ஆசிரியர் அவ்வரலாற்றை விரித்துத் தருமபாலச் சருக்கமென ஒன்று தனியே இயற்றி அதில் தருமபாலன் திரேதா யுகத்தின் முற்பகுதியிற் பூசித்துச் சிவாலயமும் நகரமும் நிர்மாணம் செய்தானென்று அமைத்தார். வடமொழிப் புராணம் ஆதிசேடன் திரேதா யுகமுழுதும் பூசித்ததாக உரைக்கும். ஆதிசேடன் சிவபிரான் திருக்கழுத்திலுள்ள நஞ்சின் தன்மையை அறிய அதனைத் தீண்டினா னென்றும் அதனால் நோயுற்றா னென்றும் இப்புராணங்கூற, வடமொழிப் புராணமோ, ‘அந்த விஷத்தில் ஏகதேசத்தை ஸர்ப்பங்களோடு ஆதிசேஷன் உண்டான். அதனால் சர்மதோஷம் உண்டாயிற்று’ என்று குறிக்கும்.

இந்திரச் சருக்கத்தில் நிருபமுனி, தவமுனி, சரமுனி யென்றுள்ள மூன்று முனிவரின் பெயர்கள் ராஜரிஷி, தபரிஷி, ஜனரிஷி என்று வடமொழியில் உள்ளன. மன்மதனை ஏவிய இந்திரன் அவனுக்கு மணியிழைத்த கங்கண மொன்றை அளித்தானென்ற செய்தியும், சிவபெருமான் ‘அவரவரிடங்களைக் கொடுக்கும் ஈசுவரன்’ என்னும் திருநாமம் பெற்றாரென்ற செய்தியும் அப்புராணம் கூறுவனவாகும். கோவிந்த னென்னும் (459) அந்தணன் வரலாறு வடமொழியிற் சிறிது விரிவாகக் காணப்படுகின்றது.

வடமொழிப் புராணத்தையும் இப்புராணத்தையும் பார்க்கும்போது இந்நூலாசிரியர் அதிலிருந்து செய்திகளை அறிந்து தமது கற்பனைத் திறத்தினால் அழகுபடுத்தித் தமிழ்ச்சுவைபெற அமைத்திருக்கிறா ரென்பது புலப்படும். இதன்கண் தனியே நாட்டுச்சிறப்பு நகரச்சிறப்பு என்பன அமையவில்லையாயினும் சகலாங்க சௌந்தரி வழிபடு சருக்கத்தில் உள்ள கலிங்கநாட்டு வருணனையும், தொண்டை நாட்டு வருணனையும், தருமபாலச் சருக்கத்தில் உள்ள சோழ நாட்டு வருணனையும், கடகநகரச் சிறப்பு (55—58), காமீசச் சிறப்பு (110—29) என்பவையும் அக்குறை தோற்றாமற் செய்கின்றன.

சகலாங்க சௌந்தரியின் வருணனை (59—70), வில்வவனக் காட்சிகள் (236—41), இருத்தாப நாசதீர்த்த வருணனை (242—49), சிவபெருமான் திருக்கோல வருணனை (254—69), தருமபாலச் சோழன் தீர்த்தத்தில் மூழ்கி நோய்தீர்ந்த செய்தியின் விரிவு (319—31), கோயில் நிர்மாணம், பிரதிஷ்டை முதலியன (335—60), தெய்வமகளிர் செயல் (408—23) என்பவை இவருடைய விரிவான மனோபாவத்தையும் கற்பனைத் திறனையும் கவித்துவ சக்தியையும் வெளிப்படுத்தும்.

இதில் பிரமன் (158—60, 172—85), நரசிங்க மூர்த்தி (270—81), இந்திரன் (438—40), மன்மதன் (487—9) என்போர் செய்த துதிகள் தமிழ்நயமும் பக்திச் சுவையும் பொருந்தி விளங்குகின்றன.

இவர் பல இடங்களிற் சிவசிவ (158, 169), ஹரஹர (158, 169, 235, 250, 393, 418, 437) என்னும் தொடர்களை அமைத்துள்ளனர். சைவத்தின் ஏற்றத்தையும் (145, 225), திருநீறு (155, 165, 167, 234, 392, 486), ருத்திராட்சம் (155), ஸ்ரீ பஞ்சாட்சரம் (9, 167, 201, 334, 392, 486) என்பவற்றின் சிறப்பையும், நாயன்மார்களின் பெருமையையும் (8, 9, 10, 11), திருவண்ணாமலை (36) திருவாரூர் (36, 303, 361) திருவாலக்காடு (99) திருவொற்றியூர் (10) திருக்கழுக்குன்றம் (11, 109) காசி (36) காஞ்சீபுரம் (75, 99) திருக்காளத்தி (86—97) தில்லை (36, 316) திருவேங்கடம் (85—6) என்னும் தலங்களின் மேன்மையையும் எடுத்தியம்புகின்றார்.

பலவகையான யாப்பு அணி நயங்களும் சொற்பொருள் நயங்களும் இந்நூலுள் அங்கங்கே உள்ளன. பெரியபுராணத்தையும் கம்பராமாயணத்தையும் பின்பற்றிச் சில செய்யுட்களை இந்நூலாசிரியர் இதில் அமைத்துள்ளார். நரசிங்கப் படலத்திலுள்ள சில செய்யுட்கள் கம்பராமாயணம் இரணியன் வதைப் படலத்திலுள்ள செய்யுட்களைத் தழுவி அமைந்துள்ளன. இச்செய்திகள் அங்கங்கே யுள்ள குறிப்புரையினால் விளங்கும்.

பிரான்சின் தலைநகரமாகிய பாரிஸிலுள்ள சர்வகலாசாலையில் தமிழாசிரியராக விளங்கியவரும் என் அரியநண்பருமான ஸ்ரீமான் ஜூலியன் வின்ஸோ னென்பவர் அந்த நகரத்துப் பெரிய புத்தகசாலையில் (Bibliothique Nationale) ஓராயிரந் தமிழ்க் கையெழுத்துப் புத்தகங்கள் உள்ளனவென்று 1891ஆம் வருஷம் மே மாதம் எனக்கு எழுதினார். அங்குள்ள நூல்கள் சிவற்றின் பெயர்களையும் என் விருப்பத்தின்படி அப்பால் எழுதியனுப்பினார். அந்தப் பெயர் வரிசையில் வில்லைப் புராணம் என்ற பெயரைக் கண்டு அந்த நூலைப் பற்றிய செய்திகளைத் தெரிவிக்கும்படி எழுதினேன். அவர் அதில் 494 செய்யுட்கள் உண்டென்றும் இன்ன இன்ன சருக்கங்க ளுள்ளனவென்றும் பதில் விடுத்தனர். பிறகு அந்நூல் முழுவதையும் நான் கேட்டுக்கொண்டபடி தம் கைப்படவே 1902ஆம் ௵ பிரதி

செய்தும் அனுப்பினார். அதன் தலைப்பில் சிவலிங்கத்தின் உருவமும் நந்தியுருவமும் வரைந்திருந்தார். கடல் கடந்துவந்த அப்புராணத்தைப் போற்றிப் பாதுகாத்து ஒரு பிரதி செய்வித்துக்கொண்டு மீட்டும் அவருக்கே அவருடைய பிரதியை அனுப்பிவிட்டேன்.

இப்புராணத்தை அதுகாறும் நான் படித்ததில்லை; கேட்டதுமில்லை. இப்புராண ஏடுகளும் என்னுடைய ஆராய்ச்சியில் அகப்படவில்லை. இதைச் சிறிது படித்துப் பார்த்தேன். வில்வவன மென்ற ஒரு தலத்தின் புராணம் என்று தெரியவந்தது. ஆயினும் வில்வவன மென்பது எந்தத் தலம் என்று ஆலோசித்தேன். தமிழ்நாட்டில் எவ்வளவோ வில்வ வனங்கள் உள்ளன. இதிற் கூறப்பட்ட வில்வ வனம் யாது என்று துணியமுடியவில்லை. இதைப்பற்றி விசாரித்துக் கொண்டே யிருந்தேன்.

கடவுள் வாழ்த்துச் செய்யுட்களிலிருந்து இத்தலத்தின் சிவபெருமான் திருநாமம் காமீச ரென்றும் அம்பிகையின் திருநாமம் குயிலம்மை யென்றும் தெரியவந்தன. வில்வ வனம், காமீசர், குயிலம்மை என்னும் திருநாமங்களைப் பலமுறை நினைத்தும் சொல்லியும் அவற்றைப் பற்றிப் பல அன்பரை விசாரித்தும் வந்தேன். ஒருசமயம்,

பக்குவ மாகக் கவிநூறு செய்து பரிசுபெற
முக்கர ணம்மெதிர் பல்காலும் போட்டு முயன்றிடினும்
அக்கட போவெனும் லோபரைப் பாடி யலுத்துவந்த
குக்கலை யாண்டருள் வில்வ வனத்துக் குயிலம்மையே

என்ற தனிப்பாடல் ஞாபகத்துக்கு வந்தது. அதில் வில்வ வனமும் குயிலம்மையும் ஒருங்கே காணப்பட்டபோது ஒரு புதிய உலகத்தைக் கண்டுபிடித்தவனைப் போன்ற மகிழ்ச்சியை யடைந்தேன். ஆனால் அந்த மகிழ்ச்சி நெடுநேரம் நிற்கவில்லை. அந்தப் பாட்டினாலும் வில்வ வனம் எங்குள்ளதென்ற விஷயம் விளங்கவில்லை. மறுபடியும் பழைய மயக்கத்தில் ஆழ்ந்தேன்.

நெடுநாட்களுக்குப் பிறகு வில்வ வனத்தைக் கண்டுபிடித்தேன். புதுச்சேரிக்கு அருகிலுள்ள வில்வ நல்லூர் அம்பிகையின் பெயர் கோகிலாம்பிகை யென்று தெரிந்தது. கோகிலாம்பிகையே குயிலம்மை யென்றும் வில்வ நல்லூரே வில்வ வனமென்றும் ஊகித்தேன்; பின்பு புராண முழுவதும் நன்றாக ஆராய்ந்து படித்தேன். வில்வ நல்லூருக்குச் சென்று தரிசனம் செய்து விஷயங்களை விசாரித்து அறிந்தேன். இப்புராணப் பிரதிகள் வேறு கிடைக்குமா வென்று தேடச் செய்தேன். வில்வ நல்லூரிலுள்ள ஸ்ரீ லக்ஷ்மிநாராயணைய ரென்னும் அன்பர் இரண்டு பிரதிகளைத் தம்முடைய மருகரும், சிலகாலம் தமிழ் லெக்ஸிகன் பதிப்பாசிரியராக இருந்தவரு மாகிய ஸ்ரீ ஸி.பி. வேங்கடராமையர் மூலமாக அனுப்பினார். 1910ஆம் வருஷம் அவற்றை வைத்துக்கொண்டு ஒரு முறை முதற்பிரதியைச் செப்பஞ்செய்து கொண்டேன். பிறகு வடமொழிப் புராண வசனமும், வில்லை முத்துக்குமாரர் பிள்ளைத் தமிழ்க் கையெழுத்துப் பிரதியும் கிடைத்தன. வில்வ நல்லூரிலிருந்து கிடைத்த புராணப் பிரதி ஒன்றில் 422ஆம் செய்யுள் அதிகமாகக் காணப்பட்டது.

பாரிஸ் நகரத்துப் பிரதியின் இறுதியில் 'சுவஸ்தி ஸ்ரீ விஜயாற்புத சாலிவாகன சகாப்த்த ௵ களசசு-கலியுகாப்த்த ௵ம் சகூஉரு-பிறபவாதி கெதாப்த்த ௵ம் கள-க்கு மேல் செல்லா நின்ற தாரண ௵ம் உத்திராயணம் பூர்வ பக்ஷம் தை மீ 13௳ பஞ்சமி சோமவாரம் நாழிகை நூO௨ உத்திரட்டாதி நக்ஷத்திரம் நாழிகை

சஎஓ சிவனாமயோகம் நாழிகை ஙகஓ பவகறணம் னாழிகை ஙOஓ திவ்விய நா. எஓ க்குமேல் அமுற்த கடிகை அகஸ் நா. உஅ. இந்த சுபதினத்தில் உதிச்ச னாழிகை கங-க்கு மேல் கச-க்குள்ளாக மேஷ லக்கினத்தில் நிஷ்பஞ்சகத்தில் வில்லைப் புராணம் ஆரம்பிச்சு யெழுதி ஷ ஹூ ம் கஅஉரு-ம் ஹூ பிப்ரவரி மீ உஎ-ம் வ க்கு சரியான தாரண ஹூ ம் மாசி மீ கஎ-ம் வ பூர்வபக்ஷம் அஷ்டமி சனிக்கிழமை நாழிகை உOதூ ரோகணி நக்ஷத்திரம் உசதூ விஷ்கம்பனாம யோகம் — நா-ஙOகூதை பவகறணம் நா. உOஓ திவ்விய நாழிகை ஙஓ றாத்திரி நா. அஓக்குமேல் அமுற்த கெடிகை யிந்த சுபதினத்தில் உதிச்ச நா. கச-க்கு மேல் கரு-க்குள்ளாக ரிஷப லக்கினத்தில் சாரம் தம்பியாண்டி முதலியார் குமாரன் அருணாசலம் கையினால் ஷ புராணம் கவி-சகூங, காப்பு-க முழுதலும் யெழுதி நிறைவேறித்துது. முற்றும். வாணி நமஸ்து' என்னும் வாக்கியங்கள் எழுதப்பட்டுள்ளன.

சில மாதங்களுக்கு முன்பு நான் கலைமகளில் எழுதிய 'கடல் கடந்த தமிழ்' என்னும் வரலாற்றில் இப்புராணம் எனக்குக் கிடைத்த செய்தியையும் ஜூலியன் வின்ஸோனது அன்பையும் வெளிப்படுத்தியிருந்தேன்.

திருத்தணிகை யாண்டவன் திருவடியிலே இணையற்ற அன்புடையவரும், தமிழன்பு மிக்கவரும், சென்னை ரிஜிஸ்டிரார் ஜெனரல் ஆபீஸில் 'பர்ஸனல் அஸிஸ்டண்டு' உத்தியோகம் வகித்து உபகாரச் சம்பளம் பெற்று விளங்குபவரு மாகிய ஸ்ரீமான் ராவ்பகதூர் வ.சு. செங்கல்வராய பிள்ளை யவர்கள் எம்.ஏ., அக்கட்டுரையைப் படித்துப்பார்த்து இப்புராணத்தை வெளியிட வேண்டுமென்று கூறி இப்பதிப்பு விஷயத்தில் எனக்குச் சிறிதும் பொருட்கவலை நேராதவாறு உதவி செய்தார்கள். இவர்களும் இவர்களுடைய தமையனாராகிய ஸ்ரீமான் வ.சு. சண்முகம் பிள்ளையவர்களும் செய்த உதவியினால் இதற்கு முன்பு தணிகாசல புராணம், திருக்கழுக்குன்றத்துலா என்னும் நூல்கள் என்னாற் பதிப்பிக்கப் பெற்றன. இவ்விருவருடைய பக்தியையும் உபகார சிந்தையையும் தமிழ்நயந் தேரும் திறத்தையும் யான் மிகவும் பாராட்டுகின்றேன்.

இறைவன் திருவருளால் இப்போது குறிப்புரை, கதைச் சுருக்கம் முதலிய அங்கங்களுடன் இது வெளிவருகின்றது. என்னுடைய பழைய நண்பராகிய ஜூலியன் வின்ஸோன் துரை இப்பதிப்பைக் கண்டால் அடையும் சந்தோஷத்திற்கு அளவே இராது. அவர் இப்போது இல்லை. அவருடைய அன்பின் ஞாபகக் குறியாகவே இப்புராணத்தை நான் கருதியிருக்கிறேன்.

வழக்கம்போலவே, என்னுடைய இளைய சகோதரராகிய சிரஞ்சீவி வே. சுந்தரேசையரும், சென்னைக் கிறிஸ்டியன் காலேஜ் ஹைஸ்கூல் தலைமைத் தமிழ்ப் பண்டிதராகிய சிரஞ்சீவி வித்துவான் வி.மு. சுப்பிரமணிய ஐயரும், 'கலைமகள்' துணையாசிரியராகிய சிரஞ்சீவி வித்துவான் கி.வா. ஜகந்நாதையரும் இந்நூலை ஆராயும்போதும் பதிப்பிக்கும்போதும் உதவி செய்தார்கள்.

இங்ஙனம்,
வே. சாமிநாதையர்

"தியாகராஜ விலாஸம்"
திருவேட்டீசுவரன் பேட்டை
18-1-40

ரு. சிற்றிலக்கியங்கள்

கோவை

1.	சீகாழிக் கோவை	543 - 547
2.	திருவாவடுதுறைக் கோவை	549 - 556
3.	மதுரை மும்மணிக் கோவை	557 - 562
4.	வலிவல மும்மணிக் கோவை	563 - 569
5.	பழமலைக் கோவை	571 - 584
6.	கலைசைக் கோவை	585 - 590
7.	சிராமலைக் கோவை	591 - 597
8.	திருவாரூர்க் கோவை	599 - 613

உலா

9.	திருப்பூவணநாதர் உலா	615 - 625
10.	திருக்காளத்திநாதர் உலா	627 - 636
11.	திருவாரூர் உலா	637 - 644
12.	தேவை உலா	645 - 652
13.	மதுரைச் சொக்கநாதர் உலா	653 - 660
14.	கடம்பர் கோயில் உலா	661 - 674
15.	சங்கரலிங்க உலா	675 - 683
16.	திருஇலஞ்சி முருகன் உலா	685 - 691
17.	திருக்கழுக்குன்றத்து உலா	693 - 699

தூது

18.	கச்சி ஆனந்த ருத்திரேசர் வண்டு விடு தூது	701 - 709
19.	தமிழ் விடு தூது	711 - 746
20.	பத்மகிரிநாதர் தென்றல் விடு தூது	747 - 753
21.	மான் விடு தூது	755 - 759
22.	அழகர் கிள்ளை விடு தூது	761 - 768
23.	புகையிலை விடு தூது	769 - 774

பிள்ளைத் தமிழ்

24.	பழனி பிள்ளைத் தமிழ்	775 - 778

அந்தாதி

25.	திருச்சிறம்பல வெண்பா அந்தாதி	779 - 780
26.	திருமயிலைத் திரிபந்தாதி	781 - 793
27.	சங்கரநயினார் கோயில் அந்தாதி	795 - 804
28.	திருமயிலை யமக அந்தாதி	805 - 812

கலம்பகம்

29.	திருப்பாதிரிப்புலியூர்க் கலம்பகம்	813 - 832

குறவஞ்சி

30.	திருமலையாண்டவர் குறவஞ்சி	833 - 836

பரணி

31.	தக்கயாகப் பரணி	837 - 848
32.	பாசவதைப் பரணி	849 - 862

விருத்தம்

33.	இலந்தை நகர் தண்டபாணி விருத்தம்	863 - 864
34.	திருத்தணிகைத் திருவிருத்தம்	865 - 867

வெண்பா

35.	திருக்கழுக்குன்றச் சிலேடை வெண்பா	869 - 880
36.	சிவசிவ வெண்பா	881 - 886
37.	திருக்குற்றாலச் சிலேடை வெண்பா	887 - 892

மாலை

38.	களக்காட்டுச் சத்திய வாசகர் இரட்டை மணிமாலை	893 - 895
39.	பழனி இரட்டை மணிமாலை	897 - 899
40.	திருக்காளத்தி இட்டகாமிய மாலை	901 - 904
41.	மகரநெடுங் குழைக்காதர் பாமாலை	905 - 917

பஞ்சரத்தினம்

42.	திருமயிலைக் கபாலீசர் பஞ்சரத்தினம்	919 - 921

விலாசம்

43.	சுப்பிரமணிய தேசிக விலாசச் சிறப்பும் வேணுவனலிங்க விலாசச் சிறப்பும்	923 - 927

உ
கணபதி துணை

திரிசிரபுரம் மஹாவித்துவான்
ஸ்ரீ மீனாக்ஷிசுந்தரம் பிள்ளையவர்கள்
இயற்றிய

சீகாழிக் கோவையும்

நூதனமாக எழுதிய

அரும்பதவுரையும்

இவை
இடமணல்
ம-ள-ள-ஸ்ரீ M.R. விஜயராகவலு நாயடு அவர்கள்
உதவியைக்கொண்டு
இந்நூலாசிரியர் மாணாக்கரும்
கும்பகோணம் காலேஜ் தமிழ்ப்பண்டிதருமாகிய
உத்தமதானபுரம்

வே. சாமிநாதையரால்

சென்னபட்டணம்:
வைஜயந்தி அச்சுக்கூடத்திற்
பதிப்பிக்கப்பட்டன.

சோபகிருது ஹு சித்திரை மீ

1903

விலை அணா-அ

Copyright Registered

உ

கணபதி துணை.

திரிசிரபுரம் மஹாவித்துவான்

ஸ்ரீ மீனாக்ஷிசுந்தரம் பிள்ளையவர்கள்

இயற்றிய

சீகாழிக் கோவையும்,

நூதனமாக எழுதிய

அரும்பதவுரையும்.

இவை,

இடமணல்

ம-ள-ள-ஸ்ரீ

M R. விஜயராகவலுநாயடு அவர்கள்

உதவியைக்கொண்டு,

இந்நூலாசிரியர் மாணாக்கரும்

கும்பகோணம் காலேஜ் தமிழ்ப்பண்டிதருமாகிய

உத்தமதானபுரம்

வே. சாமிநாதையரால்

சென்னபட்டணம்:

வைஜயந்தி அச்சுக்கூடத்திற்

பதிப்பிக்கப்பட்டன.

சோபகிருது௵ சித்திரை௴

1903.

விலை அணா - அ.

Copyright Registered.

உ
கணபதி துணை

முகவுரை

சீகாழிக் கோவை யென்பது, சீகாழியிற் கோயில்கொண்டெழுந்தருளியிருக்கும் ஸ்ரீ பிரமபுரேசர்மீது திரிசிரபுரம் மஹாவித்துவான் ஸ்ரீ மீனாக்ஷிசுந்தரம் பிள்ளையவர்கள் இயற்றியது. இதில் ருஙக-செய்யுட்களுள்ளன. இன்றியமையாத ஓசையினிமை முதலியவைகளும், உள்ளுறையுவம முதலானவைகளும், சங்கச் செய்யுட் பிரயோகங்களும், சைவசாஸ்திரக் கருத்துக்களும் இந்நூலிற் பரக்கக் காணலாம். பல சிவபுராண கதைகளையும், உண்மை நாயன்மார்களுடைய திவ்ய சரித்திரங்களையும் இந்நூலுள் உரியவிடங்களில் நூலாசிரியர் உவமையாக எடுத்துக்காட்டியிருக்கும் அருமை மிகப் பாரட்டற்பாலது. இந்த அழகு எந்த நூலிலும் காணப்படுவதன்று. மற்றக் கோவைகளில் அருகி வழங்குந் துறைகளை இக்கோவையில் ஒருங்கே காணலாம். எவ்வளவு நயங்கள் அமைந்திருக்க வேண்டுமோ அவ்வளவும் இதிற் பூர்ணமாக அமைந்துள்ளன.

சீகாழி யென்பது சோழவள நாட்டிற் காவிரிநதியின் வடகரையிலுள்ள சிவக்ஷேத்திரங்களுள் ஒன்று; திருஞானசம்பந்த மூர்த்தி நாயனார் அவதரித்தருளிய பெரும்பேறுடையது; எக-தேவாரத் திருப்பதிகங்கள் பெற்றது. இதற்குச் சீகாழி யென்பதனோடு பிரமபுரம், வேணுபுரம், புகலி, வெங்குரு, தோணிபுரம், பூந்தராய், சிரபுரம், புறவம், சண்பை, கொச்சைவயம் அல்லது கொச்சை, கழுமலம் என்கிற கஉ-காரணத் திருநாமங்கள் உண்டு. இதுபற்றிப் பன்னிரு நாமப் பதியெனவும் குருலிங்க சங்கமங்களின் விசேடமுண்மையின், குருலிங்க சங்கமப் பதி யெனவும் திருஞானசம்பந்த மூர்த்தி நாயனார் அருளிச்செய்த திருவெழுகூற்றிருக்கை, திருமாலைமாற்று என்பனவற்றைப் பெற்றிருத்தலின், திருவெழுகூற்றிருக்கைப் பதி, திருமாலை மாற்றுப் பதி யெனவும் இத்தலம் பெயர்பெற்று வழங்கும்.

சுவாமி திருநாமம் — பிரமபுரேசர்.

அம்பிகை திருநாமம் — திருநிலைநாயகி.

இத்தலத்தில் சிவபெருமான் பெரியநாயக ரென்னும் திருநாமம் பூண்டு பெரியநாயகியரோடு திருத்தோணிமேல் எழுந்தருளியிருக்கும் மலை ஒன்றுண்டு. அது திருத்தோணிமலை யென்று பெயர்பெற்று வழங்கும். அம்மலையின்மேல் ஒருபாகத்தில் ஸ்ரீ சட்டைநாதப் பெருமானுடைய திருக்கோயி லொன்றும் இருக்கின்றது.

தீர்த்தம் — பிரமதீர்த்தம்.

இத்தலத்தின் மற்ற விசேடங்களை இத் தலபுராணம், பெரியபுராணம் முதலியவற்றா லுணர்க. இது நிற்க.

இந்நூலாசிரியரும், கவிஞர்பெருமா னென்று உலக முழுவதும் புகழ் விளங்கியவரும், குணக்கடலும், திருவாவடுதுறை யாதீனத்து வித்துவானும், என்னுடைய கண்ணையும் கருத்தையும் விட்டு நீங்காத அருமைத் தமிழாசிரியருமாகிய பிள்ளை யவர்களை அறியாதார் யாவர்? அவர்களுடைய அருமையான செய்யுட்களைக் கேட்டு மகிழாதார் யாவர்? கேட்பதற்கு விரும்பாதார் யாவர்? அந்த மஹானுடைய இனிய சரித்திரத்தைத் தனிப்புத்தகமாக்கி வெளிப்படுத்த நினைந்து வசனரூபமாக இப்பொழுது நான் எழுதிவருதலால், இங்கே அதனை எழுதவில்லை.

இவர்கள், இற்றைக்கு சஉ - ௵ த்திற்கு முன்னதாகிய சித்தார்த்தி ௵ முதலில் இந்நூலைப் பாடி ஷை ௵ புரட்டாசி ீ த்தில் சீகாழியில் ஸ்ரீ பிரமபுரேசருடைய திருக்கோயிலில் வலம்புரி மண்டபத்தில் வடமொழி தென்மொழிகளில் மிக்க பயிற்சியுள்ள பல வித்துவான்களும் பல பிரபுக்களும் கூடிய மஹாஸபையில் அரங்கேற்றினார்கள் [சாலீவாகன சகாப்தம் கஎஅஉ; கி.பி.1859-1860]. இவர்களுடைய அருமை நண்பரும் இந் நூலைச் செய்வித்தவர்களுள் ஒருவரும் அக்காலத்துச் சீகாழியில் நீதிபதியாக விருந்தவரும் (Late District Munsiff of Shyali) இதனை அரங்கேற்றுகையிற் சபாநாயகராக வீற்றிருந்து கேட்டு ஆனந்தித்தவருமாகிய குளத்தூர் ச. வேதநாயகம் பிள்ளை யவர்கள் அப்பொழுதப்பொழுது மகிழ்ந்து மனமுருகிப் பாடிய செய்யுட்களுள், "தேமாரி பொழி பொதும்பர்" என்னும் செய்யுளால் இஃது இனிது விளங்கும். அக்காலத்து இந் நூலைக் குறித்து மற்றவர்கள் செய்த செய்யுட்கள் இப்பொழுது கிடைக்கவில்லை.

இந்நூற் செய்யுட்களுள் ஒவ்வொன்றனுடைய நுட்பங்களையும் பிறவற்றையும் தனித்தனியே விளக்கி யெழுதப்புகின் மிக விரியுமென் றஞ்சியே சுருக்கமாக இந்நூற்கு அரும்பதவுரை எழுதியிருக்கிறேன்.

இந்நூலின் அருமை பெருமையை அறிந்து அச்சிடுவிக்க விரும்பிப் பொருளுதவி செய்த இடமணல் ம-ா-ா-ஸ்ரீ விஜயராகவலு நாயடு அவர்களுடைய அருமைக் குணம் மிகப் பாராட்டற்பாலது. இப்படியே அங்கங்கேயுள்ள தமிழ்ப் பாஷாபிமானிகளாகிய தனவான்கள் தத்தமக்கு இயன்ற அளவு பொருளுதவி செய்வார்களாயின், இந்நூலாசிரியராகிய பிள்ளை யவர்க ளியற்றிய அருமையான நூல்களுள், அச்சிடப்படாம லிருக்கும் ஸ்தல புராணங்களையும் பிரபந்தங்களையும் அரும்பதவுரையுடன் ஒழுங்காகப் பதிப்பித்து வெளிப்படுத்துதற்கு நிரம்ப அனுகூலமாக இருக்கும். அங்ஙனம் செய்யும் பொருளுதவிக்கு யாதொரு பிரதி யுபகாரமு மில்லை யென்பது உண்மையானாலும், அவர்களுதவிய பொருளுக்கு ஏற்ற அளவு, பதிப்பிக்கும் பிரதிகளை உடனுடன் அவர்கள்பாற் சேர்ப்பிக்க ஸித்தனாக இருக்கிறேன். பிள்ளை யவர்க ளியற்றிய நூல்களுள் இப்பொழுது தெரிந்தவை எ0; அவற்றுள் இன்னும் அச்சிடப்படாதவை - ௩௪.

இந்தக் கோவையை ஆராயுங் காலத்தும் பதிப்பிக்குங் காலத்தும் சலிப்பின்றிப் பேருதவிபுரிந்துவந்த அன்பர்கள், சென்னை ந்யூஇங்டன் ஸ்கூல் மத போதகாசிரியராகிய (Religious Instructor to the Tamil Speaking Wards at Newington)

தமிழ் வித்துவான் பிரஹ்மஸ்ரீ தி. கிருஷ்ணைய ரவர்களும், கும்பகோணம் டவுன் ஹைஸ்கூல் தமிழ்ப் பண்டிதர் பிரஹ்மஸ்ரீ இ.வை. அநந்தராம ஐயரவர்களும்.

மகோபகாரிகளாகிய பிள்ளை யவர்களியற்றிய நூலைப் பதிப்பிக்கும்படி செய்த எனது நல்வினையின்பால் மிக்க நன்றியறிவுடையேன்.

இங்ஙனம்,
வே. சாமிநாதையன்

உ
கணபதி துணை

திருவாவடுதுறையாதீனத்துத்
தொட்டிக்கலைச்
சுப்பிரமணிய முனிவர்
இயற்றிய

திருவாவடுதுறைக்கோவை

ஷ ஆதீனத்து
ஸ்ரீமத்
அம்பலவாணதேசிகரவர்கள்
விருப்பத்தின்படி
கும்பகோணம் காலேஜ் தமிழ்ப்பண்டிதராகிய
உத்தமதானபுரம்
வே. சாமிநாதையரால்
பல பிரதிரூபங்களைக்கொண்டு பரிசோதித்து

சென்னபட்டணம்:
வைஜயந்தி அச்சுக்கூடத்திற்
பதிப்பிக்கப்பட்டது.

சுபகிருது ஸூ தை மீ

1903

விலை அணா-அ

Copyright Registered

உ

கணபதி துணை.

திருவாவடுதுறையாதீனத்துத்

தொட்டிக்கலைச்

சுப்பிரமணியமுனிவர்

இயற்றிய

திருவாவடுதுறைக்கோவை.

ஷை ஆதீனத்து

ஸ்ரீமத்

அம்பலவாணதேசிகரவர்கள்

விருப்பத்தின்படி,

கும்பகோணம் காலேஜ் தமிழ்ப்பண்டிதராகிய

உத்தமதானபுரம்

வே. சாமிநாதையரால்

பலபிரதிருபங்களைக்கொண்டு பரிசோதித்து.

சென்னபட்டணம்:

வைஜயந்தி அச்சுக்கூடத்திற்

பதிப்பிக்கப்பட்டது.

சுபகிருது௵ தைமீ

1903.

விலை அணா - அ.

உ

கணபதி துணை

முகவுரை

கோவை யென்பது, தமிழ்ப் பாஷைக்குரிய தொண்ணூற்றாறு வகைப் பிரபந்தங்களுள் ஒன்று; காட்சி முதலிய துறைகள் முறையே கோக்கப்பட்ட நூலென்பது இம்மொழியின் பொருள்; இஃது ஐந்திலக்கணங்களுட் பொருளின் பகுதியாகிய அகப்பொரு ளிலக்கணத்திற்கு இலக்கியமாக அமைந்துள்ளது; குறிஞ்சித்திணை முதலிய ஐந்திற்கும் உரியனவாக முன்னோர்கள் விதித்த முதற் பொருள் கருப்பொருள் உரிப்பொருள்கள் முகமாகத் தலைவன் தலைவிகளுடைய ஒழுக்கங்களை, உலக வழக்கம் செய்யுள்வழக்கமென்னு மிரண்டிற்கும் ஒப்ப நன்கு தெரிவிப்பது; இதனால் இந்நூல் ஐந்திணைக் கோவை யென்றும் பெயர்பெறும். பன்னிருபாட்டியல் முதலிய பாட்டியல்களில் இப்பிரபந்த இலக்கணமும், தொல்காப்பியம், இறையனாரகப்பொருள் முதலிய நூல்களில் இதிலுள்ள அகப்பொரு ளமைதிகளும் கூறப்பட்டுள்ளன. கட்டளைக்கலித்துறைச் செய்யுளாற் செய்யப்பட வேண்டுமென்பதும், அச்செய்யுள் நானூற்றிற்குக் குறையாம லிருக்கவேண்டு மென்பதும், இன்னுஞ் சிலவும் இந்நூலுக்குரிய விதிகள். தாம் வழிபடுதற்குரிய தேவர்கள் மீதும் தம்மை ஆதரிக்கும் பிரபுக்கள் மீதும் பண்டைக் காலந் தொடங்கிப் பல பெரியோர்களாற் செய்யப்பட்டுப் பற்பல நூல்கள் இப்பிரபந்த வகையில் வழங்கி வருகின்றன. திருச்சிற்றம்பலக் கோவையார், தஞ்சைவாணன் கோவை முதலிய கோவைகளில் இவ்விரு பகுதிகளும் மற்றை அமைதிகளும் அறியற்பாலன. அவற்றுள்:

திருவாவடுதுறைக் கோவை யென்பது, திருவாவடுதுறையிற் கோயில்கொண் டெழுந்தருளியிருக்கும் ஸ்ரீ மாசிலாமணியீசர் மீது திருவாவடுதுறை யாதீனத்துச் சுப்பிரமணிய முனிவ ரியற்றியது; இது துறைசைக் கோவை யெனவும் வழங்கும் [துறைசை யென்பது, திருவாவடுதுறை யென்னும் பெயரின் மரூஉ]. இதில் ச஭ருகூ-செய்யுட்களுள்ளன; இன்றியமையாத ஓசையினிமை, எதுகை நயம், மோனை நயம், வழியெதுகை, வழிமோனை, முரண், மடக்கு, யமகம், திரிபு, சிலேடை முதலியனவும் உள்ளுறையுவம முதலியனவும், தொனியும், இந்நூலிற் பரக்கக் காணலாம்.

அன்றியும் இத்தலத்தின் விசேட முதலியவற்றையும் இத்தலத்தில் வழிபட்டோர்கள் அடைந்த பெரும்பேறுகளையும் சைவசாஸ்திரக் கருத்துக்கள் முதலியவற்றையும் இந்நூலில் ஆங்காங்கு நூலாசிரியர் விளக்கிக்காட்டியிருத்தல் மிக வியக்கற்பாலது. இது நிற்க.

இப்பொழுது திருவாவடுதுறை யாதீனத்தில் தலைமை வாய்ந்து வீற்றிருக்கின்றவர்களும், வேண்டிய புஸ்தகங்களைத் தந்தும் பிற இடங்களிலிருந்து வருவித்துக் கொடுத்தும் எனக்குப் பேருதவி புரிந்துவருபவர்களுமாகிய ஸ்ரீமத் அம்பலவாண தேசிகரவர்கள் தமது ஆதீன மெய்யன்பர்கள் பலருடைய விருப்பத்தை யறிந்து இக்கோவையைப் பதிப்பித்து வெளிப்படுத்த அனுமதி செய்ததன்றி, பதிப்பித்த பின்பு, சில பிரதிகள் எடுத்துக்கொள்வதாகவும் வாக்களித்தார்கள். அவர்களுடைய பெருந்தகைமை மிகப் பாராட்டத்தக்கது.

இந்நூலிலுள்ள செய்யுட்களுள் ஒவ்வொன்றன் சுவையையும் புலப்படுத்தி உரையெழுதுதல் இயலாதென்பதை யறிந்தேனாதலின், சில அரும்பதங்களுக்கு மட்டும் உரையெழுதியிருக்கிறேன்.

சில நண்பர்களுடைய விருப்பத்திபடி, நூலாசிரியர் வரலாறும், இந்நூலு ளமைந்த தல விசேடப் பகுதிகள் முதலியனவும் தொகுத்தெழுதி இப்புத்தகத்திற் பதிப்பிக்கலாயின.

இந்தக் கோவையை ஆராயுக் காலத்தும் பதிப்பிக்குங் காலத்தும் சலிப்பின்றி உடனிருந்து உபகரித்த பழைய மெய்யன்பர்களுடைய பேருதவி ஒருபொழுதும் மறக்கற்பாலதன்று.

இந்த ஆதீன சம்பந்தமான நூலைப் பதிப்பிக்கும்படி செய்த நல்வினையின்பால் மிக்க நன்றியறிவுடையேன்.

இங்ஙனம்,

வே. சாமிநாதையன்

உ
கணபதி துணை

திருவாவடுதுறையாதீனத்துத்
தொட்டிக்கலைச்
சுப்பிரமணிய முனிவர்
இயற்றிய

திருவாவடுதுறைக்கோவை

இது
சிதம்பரம்
ஸ்ரீ மீனாக்ஷி தமிழ்க் காலேஜ் பிரின்ஸிபாலாகிய
மஹாமஹோபாத்தியாய தாக்ஷிணாத்யகலாநிதி
உ. வே. சாமிநாதையரால்
அரும்பதவுரை முதலியவற்றுடன்

சென்னபட்டணம்:
கமர்ஷியல் அச்சுக்கூடத்திற்
பதிப்பிக்கப்பட்டது

அக்ஷய ஹூ ஆனி மீ

1926

[இரண்டாம் பதிப்பு]

விலை அணா-கo

Copyright Registered

உ

கணபதி துணை.

திருவாவடுதுறையாதீனத்துத்

தொட்டிக்கலைச்

சுப்பிரமணியமுனிவர்

இயற்றிய

திருவாவடுதுறைக்கோவை.

இது

சிதம்பரம்

ஸ்ரீமீனாக்ஷி தமிழ்க் காலேஜ் பிரின்ஸிபாலாகிய

மஹாமஹோபாத்தியாய தாக்ஷிணாத்யகலாநிதி

உ. வே. சாமிநாதையரால்

அரும்பதவுரை முதலியவற்றுடன்

சென்னபட்டணம்

கமர்ஷியல் அச்சுக்கூடத்திற்

பதிப்பிக்கப்பட்டது.

அக்ஷய ஹு ஆனிமீ

1926

இரண்டாம்பதிப்பு.

விலை அணா - ௧௦.

உ
கணபதி துணை

முகவுரை

கோவை யென்பது, தமிழ்ப் பாஷைக்குரிய தொண்ணூற்றாறு வகைப் பிரபந்தங்களுள் ஒன்று; காட்சி முதலிய துறைகள் முறையே கோக்கப்பட்ட நூலென்பது இம்மொழியின் பொருள்; இஃது ஐந்திலக்கணங்களுட் பொருளின் பகுதியாகிய அகப்பொரு ளிலக்கணத்திற்கு இலக்கியமாக அமைந்துள்ளது; குறிஞ்சித்திணை முதலிய ஐந்திற்கும் உரியனவாக முன்னோர்கள் விதித்த முதற் பொருள் கருப்பொருள் உரிப்பொருள்கள் முகமாகத் தலைவன் தலைவிகளுடைய ஒழுக்கங்களை, உலக வழக்கம் செய்யுள்வழக்கமென்னு மிரண்டிற்கும் ஒப்ப நன்கு தெரிவிப்பது; இதனால் இந்நூல் ஐந்திணைக் கோவை யென்றும் பெயர்பெறும். பன்னிருபாட்டியல் முதலிய பாட்டியல்களில் இப்பிரபந்த இலக்கணமும், தொல்காப்பியம், இறையனாரகப்பொருள் முதலிய நூல்களில் இதிலுள்ள அகப்பொரு ளமைதிகளும் கூறப்பட்டுள்ளன. கட்டளைக்கலித்துறைச் செய்யுளாற் செய்யப்பட வேண்டுமென்பதும், அச்செய்யுள் நானூற்றிற்குக் குறையாம லிருக்கவேண்டு மென்பதும், இன்னுஞ் சிலவும் இந்நூலுக்குரிய விதிகள். தாம் வழிபடுதற்குரிய தேவர்கள் மீதும் தம்மை ஆதரிக்கும் பிரபுக்கள் மீதும் பண்டைக் காலந் தொடங்கிப் பல பெரியோர்களாற் செய்யப்பட்டுப் பற்பல நூல்கள் இப்பிரபந்த வகையில் வழங்கிவருகின்றன. திருச்சிற்றம்பலக் கோவையார், தஞ்சைவாணன் கோவை முதலிய கோவைகளில் இவ்விரு பகுதிகளும் மற்றை அமைதிகளும் அறியற்பாலன. அவற்றுள்:

திருவாவடுதுறைக் கோவை யென்பது, திருவாவடுதுறையிற் கோயில்கொண் டெழுந்தருளியிருக்கும் ஸ்ரீ மாசிலாமணியீசர் மீது திருவாவடுதுறை யாதீனத்துச் சுப்பிரமணிய முனிவ ரியற்றியது; இது துறைசைக் கோவை யெனவும் வழங்கும் [துறைசை யென்பது, திருவாவடுதுறை யென்னும் பெயரின் மரூஉ]. இதில் சருகூ-செய்யுட்களுள்ளன; இன்றியமையாத ஓசையினிமை, எதுகை நயம், மோனை நயம், வழியெதுகை, வழிமோனை, முரண், மடக்கு, யமகம், திரிபு, சிலேடை முதலியனவும் உள்ளுறையுவம முதலியனவும், தொனியும், இந்நூலிற் பரக்கக் காணலாம்.

அன்றியும் இத்தலத்தின் விசேட முதலியவற்றையும் இத்தலத்தில் வழிபட்டோர்கள் அடைந்த பெரும்பேறுகளையும் சைவசாஸ்திரக் கருத்துக்கள் முதலியவற்றையும் இந்நூலில் ஆங்காங்கு நூலாசிரியர் விளக்கிக்காட்டியிருத்தல் மிக வியக்கற்பாலது. இது நிற்க.

இந்நூல் அரும்பதவுரை முதலியவற்றுடன் 1903ஆம் ஹூ முதன் முறை பதிப்பிக்கப்பெற்றது. இப்பதிப்பில், அரும்பதவுரையும், பிரதிபேதமும் அவ்வப் பக்கத்தில் அடிக்குறிப்பாகச் சேர்க்கப்பெற்றுள்ளன. நூலும் உரையும் முடிந்தபின், வேறு சில குறிப்புக்களிருந்தால் படிப்பவர்களுக்கு உபயோகமாக இருக்குமென்று தோற்றினமையால் அவை எழுதப்பெற்று 'அரும்பதவுரையின் அநுபந்தம்' என்ற பெயருடன் பின்னே சேர்க்கப்பட்டுள்ளன.

இந்த ஆதீன சம்பந்தமான நூலைப் பதிப்பிக்கும்படி செய்த நல்வினையின்பால் மிக்க நன்றியறிவுடையேன்.

திருசிற்றம்பலம்

தேவாரம்

கங்கை வார்சடை யாய்கண நாதா கால காலனே காமனுக் கனலே
பொங்கு மாகடல் விடமிடற் றானே பூத நாதனே புண்ணிய புனிதா
செங்கண் மால்விடை யாய்தெளி தேனே தீர்த்த னேதிரு வாவடுதுறையு
ளங்க ணாவெனை யஞ்சலென் றருளா யாரெ னக்குற வமரர்க ளேறே.

இங்ஙனம்,

வே. சாமிநாதையன்

சென்னை
19-6-26

உ
கணபதி துணை

பலபட்டடைச் சொக்கநாதபிள்ளை
இயற்றிய

மதுரை
மும்மணிக்கோவை

இது
மஹாமஹோபாத்தியாய தாக்ஷிணாத்யகலாநிதி
உ.வே. சாமிநாதையரவர்களால்
பரிசோதித்து
நூதனமாக எழுதிய குறிப்புரையுடன்
பதிப்பிக்கப்பெற்றது.

செந்தமிழ்ப் பிரசுரம்-ருஎ
மதுரைத் தமிழ்ச்சங்க முத்திராசாலை
மதுரை

1932

விலை அணா 5

கணபதிதுணை.

பலபட்டடைச் சொக்கநாதபிள்ளை

இயற்றிய

மதுரை
மும்மணிக்கோவை.

இது

மஹாமஹோபாத்யாய – தாக்ஷிணாத்யகலாநிதி

உ. வே. சாமிநாதையரவர்களால்

பரிசோதித்து

நூதனமாக எழுதிய குறிப்புரையுடன்

பதிப்பிக்கப்பெற்றது.

செந்தமிழ்ப்பிரசுரம்—ருள.

மதுரைத் தமிழ்ச்சங்க முத்திராசாலை,
மதுரை.

1932.

விலை அணா 5.

உ
கணபதி துணை

முகவுரை

திருஞானசம்பந்த மூர்த்தி நாயனார்
தேவாரம்

திருச்சிற்றம்பலம்

அம்பொ னாலவாய் நம்ப னார்கழல்
நம்பி வாழ்பவர் துன்பம் வீடுமே.

திருச்சிற்றம்பலம்

மும்மணிக் கோவை யென்பது தமிழ்ப் பிரபந்த வகைகளுள் ஒன்று. இஃது ஆசிரியப்பா, வெண்பா, கட்டளைக்கலித்துறை என்பன முறையே அந்தாதியாக மண்டலித்துவர முப்பது செய்யுட்களால் இயற்றப்படுவது; *மூன்று மணிகளாற் கோக்கப்பெற்ற கோவை போல இருத்தலின் இப்பெயர் பெற்றது. மூன்று மணிகளாவன புருடராகம், வைடூரியம், கோமேதகம் என்பனவாம்; "மும்ணியா வனசொன்ன புருடராகம், உறுவயிடூ ரியங்கோமே தகமே யென்றாங் கோதுவர்" (திருவால. உரு : உஉ).

இது சொற்றொடர்நிலைச் செய்யு ளென்னும் நூல் வகையின்பாற்படும். மும்மணிமாலை யென்னும் பிரபந்தம் வேறு; இது வேறு. இந்த வகையில் தொல்லாசிரியர்கள் இயற்றியவை பல உள்ளனவென்று தெரிகின்றது. பதினோராந் திருமுறையில் மும்மணிக் கோவைகள் பல உள்ளன. அவையாவன: (1) திருவாரூர் மும்மணிக் கோவை, (2) திருவலஞ்சுழி மும்மணிக் கோவை, (3) சிவபெருமான் திருமும்மணிக் கோவை, (4) மூத்த பிள்ளையார் திருமும்மணிக் கோவை, (5) திருக்கழுமல மும்மணிக் கோவை, (6) திருவிடைமருதூர் மும்மணிக் கோவை, (7) திருஞான சம்பந்தர் மும்மணிக் கோவை என்பனவாம்.

மதுரை மும்மணிக் கோவை யென்பது மதுரையில் கோயில்கொண்டெழுந் தருளியுள்ள ஸ்ரீ சொக்கநாதக் கடவுள் விஷயமாகப் பலபட்டடைச் சொக்கநாத பிள்ளை யென்னும் கவிஞர் பெருமான் இயற்றியது; விநாயகர் காப்புச் செய்யுளோடு முப்பத்தொரு செய்யுளடங்கியது.

* "முத்தின ருத்தியர் மும்மணிக் காசினர்", "மூத்த வள்ளியொடு மும்மணி சுடர்", "மும்மணிக் காசும் பன்மணித் தாலியும்" (பெருங்கதை) என்பவற்றில் மும்மணி யென்பது வழங்கப்பட்டிருத்தல் காண்க.

இத்தகைய பிரபந்தங்கள் பெரும்பாலும் பாட்டுடைத் தலைவர்களுடைய பெருமைகளைப் புலப்படுத்திப் பலவகைச் சொல்லணி பொருளணிகளையும் வருணனைகளையும் பெற்றுவிளங்கும். அவ்வாறே இந்நூலும் அமைந்துள்ளது.

இப்பிரபந்தத்தில் மதுரையிலுள்ள மூர்த்தி தலம் தீர்த்தம் என்பன பலபடியாகப் பாராட்டப் பெற்றுள்ளன. ஆசிரியர், சொக்கலிங்கப் பெருமானை மணிக்கோ, மாணிக்கக் குன்று, கூடற் பிராட்டிக்கு வாய்த்தவர், மதுரேசர், மதுரைப்பிரான், நிறைபெறக் கொடுத்துங் குறைபடாச் செல்வர், மன்னுயிரருந்த வற்றாவருட்கடல், அறப்பயிர் காக்குந் திறப்போரேறு, மும்முலைக் கொடிபடர் ஐம்முகக் குன்றம், அறுசுவை யழிக்கும் நான்மறைக் கிழங்கு, மறிகடலழைத்த மாறா பொன்மழை, காய்விடங் குடித்துக் கனிந்த தெள்ளமுதம், கயல்விழிக் கொம்பிற் றுயல்வரு தீங்கனி, சொக்கநாதர், சொக்கர், ஆலவாயமுதம், காலன்கூற்று, வில்வேண் மறலி, கல்விச் சொன்மலை, வெள்ளி மன்றாடிய கோ எனப் பாராட்டுவர்.

அம்பிகையை மும்முலைக் கொடி, கூடற் பிராட்டி, கயற்கட் பிராட்டி எனவும், மதுரையைத் தமிழ்க் கூடல், முத்தமிழ்க் கூடல், செந்தமிழ்த் தேர்கூடல், நான்மாடக் கூடல், கதம்பகானனம், கடம்பாடவி, துவாதசாந்தத் தலம், சீவன்முத்தித் தலம் எனவும் கூறுவர். இத்தலத்திலுள்ள இந்திரவிமானம், *கபாலிமதில், தமிழ்ச் சங்கம், வெள்ளிமன்றம் என்பன இடையிடையே இந்நூலிற் கூறப்பட்டுள்ளன. பொற்றாமரைத் தீர்த்தம், வையை என்பவற்றைப் பற்றிய செய்திகளும் சொல்லப்படுகின்றன. வையையைத் தமிழறி வையை என்பர் ஆசிரியர்.

இந்நூலில் ஸ்ரீ சொக்கநாதக் கடவுள் இயற்றியருளிய திருவிளையாடல்கள் பலவற்றை ஆசிரியர் எடுத்தாளுகிறார். அவை: பாண்டியன் கூன் நீக்கியது, இந்திரன் பழிதீர்த்தது, வெள்ளை யானை சாபந்தீர்த்தது, யானை யெய்தது, கரிக்குருவிக்கு உபதேசம் செய்தது, மண்சுமந்தது, எழுகட லழைத்தது, சுந்தரபாண்டியராகி வந்தது, கால்மாறி யாடியது, பன்றிக்குட்டிக்கு அருள்செய்தது, நாரைக்கு முத்தி கொடுத்தது, நான்மாடக் கூடலானது, கடல் சுவற வேல்விட்டது, சமணர்விட்ட பசுவை மாய்த்தது, மதுரையாக்கியது, புலிமுலை புல்வாய்க் குதவியது, கல்லானைக்குக் கரும்பருத்தியது என்பன. கரிக்குருவிக்கு அருள்செய்ததைக் கூறுகையில், "வலியான் பகையும் எளியேன் பிறவியும், தொலைந்திட நோக்கி" என முரண்தொடைபடக் கூறுகின்றார். பிட்டுக்கு மண்சுமந்ததைக் கூறுகையில், "வந்தியிடும் பேறுடைய, பிட்டுக்காட் டானாம் பெருமையான்" என்று இறைவன் அடியார்க்கு எளியனாம் பெருமையைத் தெரிவிக்கின்றார்.

சிவபிரான் தம் பழைய பொது இயல்பை நீத்துச் சிறப்பியல்பை மேற்கொண்டு சுந்தரபாண்டியராகி வந்தருளிய செய்தியை மிக விரிவாகக் கூறுகின்றார் *(13)*; சிவபெருமான் அமுதநாடு இருக்க ஆலவாய் உகந்து மட்டவிழ் கொன்றையை விட்டு வேம்பணிந்து நான்மறைக்கு ஒளித்து முத்தமிழ்க்கு இரங்கி வந்ததாகக் கூறும் பகுதியில் இன்சுவை ததும்புகின்றது. பன்றிக் குட்டிகளுக்கு அருளியதையும் நாரைக்கு முத்தி கொடுத்ததையும்பற்றிக் கூறும் பகுதிகள் அவற்றின் சாதி இயல்புகளை விளக்கித் தன்மைநவிற்சி யணியமைதியோடு விளங்குகின்றன.

---

* மதுரைத் திருக்கோயிலிளுள்ள ஒரு மதிலின் பெயர் கபாலி மதிலென்பது, தேவாரத்தாலும் சில பெரியோர்களாலும் இந்நூலாலுமே தெரியவந்தது.

இந்நூலாசிரியர் அடியார்களிடத்து மிக்க பக்திபூண்டவர்; அவர்களுக்குத் தொண்டு செய்யவேண்டு மென்னும் நோக்கம் உடையவர்; "நின், குடிவழித் தொண்டரடியிணை விளக்கித், துவர்க்கலை தோய்த்துப் புலர்த்திக் கொடுத்துப், புகுந்துபைம் புனலை முகந்துவந் தளித்துச், செம்மலர் கொணர்ந்து கைம்மலர்க் குதவி, அம்மலர் சொரிவார் சொன்முறை கேட்டுத், திருமுறை சுமந்து செய்முறை வழுவா தேவல் புரிந் தொழுகி . . . . .நின்னை வேண்ட வென்னையாண் டருளே" (4) என்று வேண்டும் இவ்வாசிரியர், "வருத்த நோக்கித் திருத்தாண் மாறி, ஆடெனச் சொன்ன வருளுடைக் கோ" எனப் பாண்டியனையும், " திருப்பெய ரொன்றாற் சேயிழை தடுப்ப, இளமை நீத்த வளமைத் தொண்டன்" எனத் திருநீலகண்ட நாயனாரையும் பாராட்டுகின்றார். சிறுத்தொண்டரை, கொள்ளைத் துயர்தீர் பிள்ளையைச் சமைத்துச், சுவையமு தூட்டு நவையறு மன்பன்" என்று சொல்லுகின்றார். "கொள்ளைத் துயர்தீர் பிள்ளை" என்ற தொடர் பிள்ளையின் அருமையையும் அத்தகைய அரிய பிள்ளையின்பாலுள்ள அன்பினும் சிவபிரானிடத்திருந்த சிறுத்தொண்டரது அன்பின் மிகுதியையும் புலப்படுத்துகின்றது. "கண்ணிடந் தப்பு மண்ணல்" எனக் கண்ணப்ப நாயனாரைப் பாராட்டுகின்றார். இங்ஙனம் அடியார்கள்பால் ஈடுபட்ட இவர் ஓரிடத்து அவர்களுட் சிலர் செயலைப் பழிப்பது போலப் புகழ்ந்தெடுத்துக் காட்டுகின்றார்; "தந்தையைக் கொன்ற பிள்ளையு மல்லேன், பிள்ளையைக் கொன்ற தந்தையு மல்லேன், கல்லா லெறிந்திலன், வில்லாலடித்திலன், வதைத்திடு மூன்கொடுத் துதைத்திலேன்" (28) என்ற அடிகளில் முறையே சண்டீசர், சிறுத்தொண்டர், சாக்கியநாயனார், அருச்சுனன், கண்ணப்பர் என்னும் அடியார்களுடைய செயலைக் குறிப்பிட்டுள்ளார்.

இந்நூலுள் அர்த்தநாரீசர் திருமேனி வருணனையும் (1), சொக்கநாதர் திருவுருவ வருணனையும் (7) அமைந்துள்ள பகுதிகள் சிவபெருமானுடைய பலவகைப் பெருமைகளையும் ஆற்றல்களையும் விளக்குகின்றன. அர்த்தநாரீசுவர உருவத்திற்குப் பசுங்கொடி படர்ந்த பவளக் கொம்பையும், மரகதத்தோடு கூடிய பளிங்கு மலையையும், புகையோடு சேர்ந்த கனற்கொழுந்தையும், இரண்டு நிறங்கொண்ட இந்திரவில்லையும் கார்க்கடலோடு சேர்ந்த பாற்கடலையும் உவமை கூறுகின்றார்.

மருத நிலத்தை மன்னாகவும் மதுரையையும் வையையையும் பெண்களாகவும் உருவகம் செய்து அவ்வவற்றிற்கு ஏற்றவாறு செய்திகளைக் கூறி முடித்திருத்தல் (10,28) அறிந்து இன்புறற்பாலது.

4ஆம் செய்யுளில் ஸ்ரீ அங்கயற்க ணம்மையையும் ஸ்ரீ சொக்கநாதக் கடவுளையும் தரிசனஞ் செய்யும் முறை சொல்லப்படுகின்றது. மனிதர்கள் தம் பசிப்பிணியைப் போக்குவதற்காகச் செய்யும் பலவகைச் செயல்களும், போலித் துறவிகளது தீயொழுக்கமும், அருமை யறியாதாரிடம் சென்று புலவர்கள் துன்புறுதலும் அச்செய்யுளிற் கூறப்படுகின்றன. 7ஆம் பாடலிற் சொக்கநாதரை வழிபடுவோர் பெறும் பேறும் வழிபடாதோர் படும் துன்பங்களும் சொல்லப்பட்டுள்ளன. தம்பால் வந்து புலவர்கள் செய்யுட்களை கூறுமளவும் கேட்டு இன்புற்று, பின் பொருளுதவியை அவர்கள் விரும்பினால் "முன்பு ஏன் நாம் சந்தோஷித்தோம்?" என்று நினைந்து முகத்திற் கோபக்குறிப்பைக் காட்டிக்கொண்டு அருகி லுள்ளார்களை, "ஏன் இவரை உள்ளே விட்டீர்?" எனச் சீறி எழும் உலோபிகள் இயல்பை ஆசிரியர் இச்செய்யுளிற் சொல்லியிருக்கின்றார். 19ஆம் பாட்டில்

மனிதவாழ்வின் இயல்பும், நரகவேதனையும், சுவர்க்க இன்பமும் சொல்லப்படுகின்றன. இப்பகுதிகளில் வயிற்றை, "தூராச் சலதி தூரினுந் தூராப், படுகுழி" என்றும், முதுமையை, "காலூங் கோலாக் கண்களூங் கையா, அம்மியுங் கறையுந் தம்மெயி றாக்கும், மூப்பு" என்றுங் குறிப்பிடுகின்றார். திருவருளாலன்றி மனிதர்கள் முயற்சியினால் ஆவது ஒன்றுமில்லை யென்பதைப் பலவகை உதாரணங்களால் 22ஆம் பாட்டில் விளக்குகின்றார்.

பின்னும் அவர் இடையிடையே பழமொழிகளையும் வழக்குச் சொற்களையும் எடுத்துக்கூறிச் சொல்ல வேண்டிய செய்திகளைப் புலப்படுத்துகின்றார். இதனை, "ஆனையுண்ட கனி" (6), "பொற்கொழுவால் வரகுக்குழு துழுதே" (9), "உழுந்துருள் போழ்து" (19), "கைத்தல நெல்லி" (22), "பொய்யுங் கதையுமாய்ப்போம்" (26) என்பனவற்றிற் காண்க.

சொக்கநாதரைக் கிளவித் தலைவராகக் கொண்டு பாடப்பட்ட செய்யுட்கள் சில; தலைவிக் கூற்று (15), பாங்கி மேகத்தைத் தூது விடுதல் (16), பூவையைத் தூது விடுதல் (20).

பொருளென்னும் பொருளில் பொருட்டு என்பதையும் (2), வளர்த லென்னும் தொழிற்பெயர் வாய்பாடாக வளர்வான் என்பதையும் (5), மிகத் துன்புறுத்தினீர் என்னும் பொருள்பட உறந்தீர் என்பதையும் (9) இவர் ஆளுகின்றார்.

இந்தப் பிரபந்தம் எழுதியிருந்த ஏட்டுப் பிரதி யொன்று கும்பகோணம் காலேஜில் எனக்கு முன் தமிழ்ப் பண்டிதராக இருந்துவிளங்கிய திரிசிரபுரம் வித்துவான் ஸ்ரீ சி. தியாகராச செட்டியா ரவர்களிட மிருந்து கிடைத்தது. சற்றேறக் குறைய 200 வருடங்களுக்கு முன்பு எழுதப்பட்டிருக்க வேண்டு மென்பதை அதன் பழமை புலப்படுத்தியது. அப்பிரதியின் இறுதியில்,

படைத்தாரை வேற்கண்ணி கண்ணீர்ப்ர வாகப் பாவைபொங்கி
உடைத்தா லடைக்க வுபாயமுண டோநறை யூறுகொன்றைத்
தொடைத்தாம வேணியிற் சும்மாடு கட்டிச் சுமந்துசுமந்
தடைத்தா லடைபடச் சொக்கே யிதுவையை யாறல்லவே

என்ற இனிய செய்யுள் எழுதப்பட்டிருந்தது. அதன் பின்பு திருநெல்வேலித் தெற்குப் புதுத்தெரு வக்கீல் ஸ்ரீ சுப்பையா பிள்ளை யவர்கள் வீட்டிலிருந்து ஊர்க்காட்டுச் சாமிநாத வாத்தியார் என்பவருடைய பிரதி யொன்று கிடைத்தது. இவற்றைக் கொண்டு, படிப்பவர்களுக்குப் பயன்படுமாறு நூதனமாக எழுதிய குறிப்புரையோடு இப்பிரபந்தம் இப்பொழுது பதிப்பிக்கப்பட்டது. இதனைச் செந்தமிழில் வெளியிட்டுதவிய பத்திராதிபர்களுடைய அன்பைப் பாராட்டுகின்றேன். இனித் தொடர்ச்சியாகப் பிரபந்தங்களையும், காப்பியங்களையும், இப்பத்திரிகை வாயிலாக வெளியிட்டு வரலாமென்பது எனது நோக்கம். திருவாலவாயுடையார் திருவருள் நிறைவேற்ற வேண்டும்.

இங்ஙனம்,
வே. சாமிநாதையர்

சென்னை
11-7-32

கலைமகள் வெளியீடு-கூ

உ
கணபதி துணை

வலிவல மும்மணிக் கோவை

(குறிப்புரையுடன்)

பதிப்பாசிரியர்:
மகாமகோபாத்தியாய தாக்ஷிணாத்ய கலாநிதி
டாக்டர் உ.வே. சாமிநாதையர்

சென்னை லா ஜர்னல் அச்சுக்கூடம்
மயிலாப்பூர்

பவ ஹூ ஆனி மீ

1934

All rights reserved

கலைமகள் வெளியீடு—௬

உ

கணபதி துணை

வலிவலமும்மணிக்கோவை

(குறிப்புரையுடன்)

பதிப்பாசிரியர்:
மகாமகோபாத்தியாய தாக்ஷிணாத்ய கலாநிதி
டாக்டர் உ. வே. சாமிநாதையர்

சென்னை லா ஜர்னல் அச்சுக்கூடம்
மயிலாப்பூர்.
பவ ௵ ஆனி ௴
1934

(All rights reserved)

உ
கணபதி துணை

முகவுரை

திருச்சிற்றம்பலம்

பிடியத னுருவுமை கொளமிகு கரியது
வடிவொடு தனதடி வழிபடு மவரிடர்
கடிகண பதிவர வருளினன் மிகுகொடை
வடிவினர் பயில்வலி வலமுறை யிறையே.

திருச்சிற்றம்பலம்

(திருஞான. தேவாரம்)

தமிழ் மொழியின் நயங்களைப் புலப்படுத்தி விளங்கும் பலவகைப் பிரபந்தங்களுள் மும்முணிக் கோவை யென்பது ஒன்று. நவமணிகளுள் நிறங்கள் வேறுபட்ட புருடராகம், வைடூரியம், கோமேதகம் என்னும் *மூவகை மணிகளாற் கோக்கப்பெற்ற கோவையைப் போலவே தம்முள் வேறுபட்ட ஆசிரியப்பா, வெண்பா, கட்டளைக்கலித்துறை என்னும் மூவகைச் செய்யுட்கள் முப்பதால் அமைக்கப்படுவது அப்பிரபந்தம்; இந்த மூன்று வகைச் செய்யுளும் அந்தாதியாகியும் ஈற்றுச் செய்யுளின் இறுதியும் முதற்செய்யுளின் முதலும் ஒன்றுபட்டு மண்டலித்தும் அமைந்து வரும். வேறுவகையான அமைப்புடைய மும்மணி மாலை யென்னும் பிரபந்தம் ஒன்று உண்டு.

'கற்றதனால் ஆயபயன் வாலறிவன் நற்றாள் தொழூதலே' என்னும் உண்மையை உணர்ந்த தமிழ்ப் புலவர்கள் பலர் தம்மை அலங்கரித்துத் தம்மழகைப் பாராட்டாமல் வழிபடு கடவுளர் முதலியோரை அலங்கரித்து அவர் விசேடங்களை யறிந்து இன்புறும் கருத்துடையவர்கள்; அங்ஙனம் அலங்கரிக்கப் புக்கவர்கள், "துலங்காரங் கண்டசரந் தோள்வளைமற் றெல்லாம், அலங்கார மேயுனைப்போ லாமே" (தமிழ் விடு தூது) என்பதை யறிந்து தமிழால் அலங்கரிக்கத் தொடங்கிப் பலவகைப் பிரபந்தங்களை இயற்றினர். பதினோராந் திருமுறையில் ஏழு மும்மணிக் கோவைகள் இருக்கின்றன. ஆதி குமரகுருபர முனிவர் இரண்டு மும்மணிக் கோவை இயற்றியுள்ளனர். வேறு பல புலவர்கள் இயற்றிய மும்மணிக் கோவைகளும் பல உண்டு. இங்ஙனம் பல புலவர்களால் தம் கருத்தை அமைக்கும் இடமாக அமைந்த மும்மணிக் கோவை சொற்றொடர்நிலைச் செய்யுளின்பாற்படும். "இறுதி யெழுத்தும்

* "மும்ணியா வனசொன்ன புருடராகம், உறுவயிடூ ரியங்கோமே தகமே யென்றாங் கோதுவர்" (திருவால. 25:22)

சொல்லும் இடையிட்டுத் தொடுத்த செய்யுளந்தாதி விகற்பம், உதயணன் கதையும் கலியாணன் கதையும் பன்மணிமாலையும் மும்மணிக் கோவையும் என்னும் அவற்றுட் கண்டுகொள்க" (யா. வி. சூ. 53, உரை) என்பதில் செய்யுளந்தாதிக்கு மும்மணிக் கோவை உதாரணமாகக் காட்டப்பெற்றிருத்தல் காண்க.

இத்தகைய சிறு பிரபந்தங்கள் படிப்பவர்களுக்கு எளிதிற் பல கருத்துக்களையும் சொற்பொருட் சுவைகளையும் அன்பையும் புலப்படுத்தி ஆசிரியருடைய ஆற்றலை விளக்குகின்றன. தொடர்ந்து பயிலும் ஆற்றல் இல்லாத இளம் பருவத்தினருக்கு உரிய பாடப் புத்தகங்களாக இவ்வகைப் பிரபந்தங்கள் பண்டைக் காலத்துத் தமிழ்ப் பள்ளிக்கூடங்களில் பயிற்றப்பட்டன. அதனால் இவை தமிழறிவு பெற்றார்க்கும் பெற விரும்புவார்க்கும் ஒருங்கே இன்பந் தருவன ஆகும்.

வலிவல மும்மணிக் கோவை யென்பது, சோழ நாட்டின்கண் மூவர் தேவாரத் திருப்பதிகங்களையும் பெற்ற சிறப்புடைய 'வலிவலம்' என்னும் திருத்தலத்திற் கோயில்கொண் டெழுந்தருளியுள்ள ஸ்ரீ மனத்துணை நாதர்மீது இயற்றப்பெற்றது; விநாயகர் காப்புச் செய்யுளோடு முப்பத்தொரு செய்யுட்கள் அடங்கியது. இதனை இயற்றிய ஆசிரியர் இன்னாரென்று தெரியவில்லை.

தேவாரத்தை ஓதத் தொடங்குவோர் யாவரும் முதலில் ஓதும் "பிடியத னுருவுமை" என வரும் திருப்பாட்டு இத்தலத் தேவாரப் பதிகத்துள்ளதே. இத்தலத்தின் வேறு திருநாமங்கள் ஏகசக்கரபுரம், கொன்றைவனம், வில்வவனம், முதலியன. இங்கே கோயில்கொண் டெழுந்தருளிய திருமாலுக்குரிய திருநாமமாகிய ஏகசக்கர நாராயணப் பெருமாளென்பது இத்திருப்பதியின் பெயரால் வந்ததென்று தோற்று கின்றது. இவை இந்நூலுள் "ஏக சக்கர வெழினகர்க் கதிப" *(4)* எனவும், "கொன்றை வனத்தார்", "மன்றலங் கொன்றை வனத்துறை நாயக", "கானம ரிதழிக் கானகத் திறைவ", *(6, 7, 13)* எனவும், பல்லவம் பொதுளிய வில்லவன நாதன்" *(4)* எனவும் வந்துள்ளன. இங்கே எழுந்தருளியுள்ள சிவபெருமான் திருநாமமாகிய மனத்துணை நாதரென்பது இந்நூலிற் பலவிடங்களிற் பலவகையாக எடுத்துப் பாரட்டப் பெற்றுள்ளது. அம்பிகையின் திருநாமம் மாழை யுண்கண்ணி, மாழை யொண்கண்ணி யென்பன; இவை, "மாழையுண் கண்ணி கேள்வநீ கேண்மோ", நீளயின் மருட்டு மாழையுண் கண்ணி", "மாழையுண் கண்ணி மாதுமை", மாழையொண் கண்ணி கேள்வன்" *(1,4,7,10)* என்று இந்நூலுள்ளும் "மாழையொண் கண்ணுமையை மணந்தானை வலிவலந்தனில் வந்துகண்டேனே" *(சுந்தர. தே.)* என்று தேவாரத்திலும் வந்துள்ளன.

முற்காலத்தில் இத்தலத்தில் மதிலும் அகழியும் இருந்தன வென்றும் அவற்றின் சின்னங்கள் இப்பொழுதும் காணப்படுகின்றன வென்றும் கூறுவர்; "வரை திகழ்மதில் வலிவலம்", "வானனை மதில் வலிவலம்" "மலைமலி மதில் வலிவலம்" என்று திருஞானசம்பந்த மூர்த்தி நாயனாரும், "நெடுங்கொடி நுடங்கும், செம்பொற் புரிசையும்" *(22)* என்று இந் நூலாசிரியரும் கூறியது அம்மதிலையே போலும். "நிலஞ்சூழ் பரவை நிரைமல ரேந்தி, வலஞ்சூழ் வரூஉம் வண்ண மேய்ப்பப், பொய்கைசூழ் வலிவலப் புகழ்நக ரமைந்தோய்" *(25)* என்பதில் அகழி கூறப்பட்டிருக்கிறது.

இந்நூலாசிரியர் பல பழந்தமிழ் நூல்களைக் கற்றுணர்ந்து அதனாற் பெற்ற அறிவினைச் சிவபிரானது புகழைப் பாடுதலிலேயே பயன்படுத்தும் தன்மையினர்;

சங்கநூற் சொற்றொடற்களையும் கருத்துக்களையும் பழைய நூலுரைகளையும் மனங்கொண்டு அவற்றை உரிய இடங்களில் அமைத்துள்ளார்; சிவபிரான் திருவடி யன்பும் அடியார்பால் ஒடியா நேயமும் உள்ளவர்; நன்மை தீமையாகிய இயல்புடையாரின் வாழ்க்கை நிகழ்ச்சிகளையும் நல்வினை தீவினைகளின் இயல்பையும் அவற்றால் விளையும் இன்ப துன்பங்களையும் நன்கறிந்தவர்; செல்வர்களுடைய இறுமாப்பை அறிந்து வருந்துபவர்; வறிய நிலையால் வாடி அறத்தாறீட்டும் செல்வ வாழ்வை விரும்புபவர்; மேன்மேலும் கற்றுச் சிறந்து சிவபிரான் திருவருட் புகழையே பாடவேண்டு மென்னும் பேராவலுடையவர்; திருநீறு, கண்டிகை, அஞ்செழுத்து, சைவநூல்கள் ஆகிய இவற்றிற் குறைவிலா அன்புடையவர்; அடியார் யாவராயினும் அவரைத் தேவரென்றே சேவடி தொழும் அன்பு வேண்டுபவர்; சிவபிரான் அருளே துணையென இருப்பவர்; பாசத்தின் நீங்கும் ஆசையுடையவர்; சிவபிரானது முழுமுதற் றன்மையை உணர்ந்தவர்; தம்மை இழிந்தவராகக் கருதி இரங்கும் சீலமுடையவர்; மனம் ஒரு நிலையுற்று நிற்றலையும் அவாவுபவர். வேந்தர் வாழ்வு (10, 13) தூராக் குழியாகிய வயிற்றுப் பிழைப்பின் பொருட்டுப் பலவகை இழிதொழில் புரிபவர் செயல்கள் (10), செல்வர் வாழ்வு, வறியோர் துன்பநிலை, அறிஞர் இலக்கணம், கல்லா மாக்கள் இயல்பு, போகபூமி வாழ்க்கை, தேவர் வாழ்க்கை, மனிதர் வாழ்க்கை, நரகவேதனை (13) முதலியவற்றைப் பற்றிய செய்திகளை இவர் விரிவாகக் கூறியிருக்கின்றார். சிவபிரானது திருமணம் (1), திருவுருவம் (4, 19), திருநடனம் (16), அம்பிகையின் திருவுருவம் (7) ஆகியவற்றை இவர் வருணிக்கும் பகுதிகள் அழகானவை. ஓயாப்பிறவி யொழிவதற்குப் பற்றுக்கோடாவன வலிவலப் பெருமான் திருவடிகளே (26) யென்றுணர்ந்த ஆசிரியர் அத்திருவடிகளை, 'தெளியாத யாவற்றையும் தெளிவிக்கும் தேற்றாங் கொட்டை' (9), 'குறையாத பிறவிக் கோடைதீர இன்பங்கூரும் நீழல்' (19), 'பெரிய திருக்கை மாற்றும் மருந்து' (29), 'பிறவிப்பிணிக்கு மருந்து, கூற்றுவனுக்குக் கூற்று, வேதமாகிய வண்டினுக்கு விரிந்த மலர்' (30) என்று சிறப்பித்திருக்கிறார்.

மனத்துணை நாதரென்னும் திருநாமத்தை உட்கொண்டு இவ்வாசிரியர் 'நீ மனத்துணை நாதனாதலின் என் விருப்பத்தைச் சொல்வேன்' (1) என்றும் தீயசெயல்கள் பல அடியேன் செய்தேன்; யான் செய்யும் இச்செயலுக்குக் காரணம் எளியேன் மனமே; ஆயினும் அதற்கும் ஆதி நீ ஆதலின், இனிப் பொறுக்கமாட்டேன். 'என் செயலெல்லாம் நின் செயலென்றே சபையில் நின்று அலர் தூற்றுவேன்' (16) என்றும் கூறும் பகுதிகள் அறிந்து மகிழ்தற்குரியன. 'வேதத்திற்கும் பிறபொருள்கள் யாவற்றிற்கும் சேய்மையி லுள்ளவராக இருந்தும் என் மனத்தில் வந்து எழுந்தருளியவர்' (5) என்றும், "சிந்தையுஞ் செல்லா தாயினும் வந்தென, துள்ளத் துள்ளே யுள்ளூறி விளைந்த, துன்னரு ளமிழ்தே பின்னெவ னுளதோ, ஆதலின் மனத்துணை யாபவ னீயே" (22) என்றும் உள்ள பகுதிகளும் அத்திருநாமத்தின் பொருள் பற்றி எழுந்தனவே யாகும்; இக்கருத்தையே உளங்கொண்டு திருநாவுக்கரசு நாயனாரும் இத்தலத் திருத்தாண்டகத்தில் ஒவ்வொரு திருப்பாட்டிலும் சிவபிரான் பெருமையைப் பலபடப் பாராட்டி ஈற்றடியில், "வலிவலத்தான் காணவனென் மனத்துளானே" என்று திருவாய்மலர்ந்தருளி னாரென்று தோற்றுகின்றது. இந்நூலுள் தலைவி கூற்றாகவும் (6), தோழி கூற்றாகவும் (14), நிந்தாத்துதியாகவும் (8) ஒவ்வொரு செய்யுள் உள்ளது. தலைவி கூற்றில் உள்ள, "கொன்றை வனத்தார் அத்தார் நல்க நோக்க மொன்றும் தந்திலர்" (6) என்பதில் தோன்றும், 'சரக் கொன்றை மலர் மிக்குள்ள இடத்திலிருப்பவர் ஒரு தாரைத் தரவில்லை' என்னும் குறிப்பும்,

‘என் விருப்பம் இன்னதென்று தெரிந்திருந்தும் அருளவில்லை; இவரை மனத்துணையா ரென்று சொல்லுதல் ஏன்?’ என்று அத்தலைவி கூறுவதாக உள்ள குறிப்பும் நயம்பெற அமைந்துள்ளன. நல்வினை தீவினை யென்னும் இரண்டையும் இரண்டு களிறாகவும் உயிரைக் கட்டுத்தறியாகவும் உருவகம் செய்து அக்களிற்றின் பிணிப்பிலிருந்து தம்மை விடுவிக்க வேண்டுமென்று இறைவர்பால் முறையிடுபவராகிய ஆசிரியர், “வாரண படர்த்த தாரணன் நீயே, ஆதலின் இதுமற் றம்ம நமக்கோ, அடாஅ தென்னப் படாஅ தன்றே” (13) என்றும் தம் மனத்தை அன்பினாற் குழையச் செய்ய வேண்டுமென்று வேண்டுபவர், “வடவரை குழைத்தோய்க், கயலா யென்மனம் குழைப்ப, தியலா தென்பதிறும்பூ துடைத்தே” (7) என்றும் சிவபிரானுடைய பராக்கிரமச் செயல்களை எடுத்துக்காட்டிப் பிராத்திக்கின்றார். தம் பிழைகளைப் பொறுத்து ஆட்கொள்ளவேண்டுமென்று விரும்புபவர், “கல்லா லெறிந்த பொல்லாப் புத்தனும், செருப்பதைப் பணித்த பொருப்பிடைப் புளிஞனும், ஒருநா ளன்றி யூடல்தீர, இருகா லிரவி லேவிய வொருவனும், பிழைத்தன பொறுத்தல் போல நாயேன், இழைத்த தீவினை யாவையும் பொறுத்து” (4) என்று சாக்கிய நாயனார் முதலியோர் செய்த பிழைகளைச் சிவபிரான் பொறுத்தாண்டதை யெடுத்துக் காட்டுகின்றார். “உள்ளன போல வில்லன விசைப்பினும், நல்லன போலத் தீயன நவிற்றினும், புகழ்ந்தன போல விகழ்ந்தன வடியேன், உரைத்தன னாயினும் பொறுத்தி” (25) என்று வேண்டுதல் மனத்தை உருக்குகின்றது. சிவபிரான், “தினைத்துணை யன்பு செய்யினு மதனைப், பனைத்துணை யாக்கிப் பயன் கொடுத் தருள்வோன்” (10) என்பதை உணர்த்த இவ்வாசிரியர் “ மாசற மேற்கதி வழங்குதல் வேண்டும், அன்னது வழங்கா யாயினு நின்னடித், தாமரை தொழூஉந் தாவா நேயம், இன்னு மின்னு மதுவே யெய்தத், தருவது வேண்டும்” (28) என்று குறையிரத்தல் முத்திச் செல்வத்தினும் அன்பையே பெரிதாக நினைப்பவ ரென்பதைப் புலப்படுத்துகின்றது. இப்பகுதி, “தெண்ணிலா மலர்ந்த வேணியா யுன்றன் றிருநடங் கும்பிடப் பெற்று, மண்ணிலே வந்த பிறவியே யெனக்கு வாலிதா மின்பமாம்”, “கூடு மன்பினிற் கும்பிட லேயன்றி, வீடும் வேண்டா விறலின் விளங்கினார்” (பெரியபுராணம்), “ஆனபய பத்திவழி பாடுபெறு முத்தியது வாகநிகழ் பத்தசன வாரத் தாரனும்” (திருவகுப்பு), என்னும் அருமைத் திருவாக்குக்களை நினைவுறுத்தி இன்புறுத்துகின்றது.

உறுதியான இத்தகைய சிவபக்திச் செல்வமும் சிறந்த கல்வியும் இனிய செய்யுளியற்றும் ஆற்றலும் வாய்ந்த இந்நூலாசிரியருடைய வரலாறு ஒன்றும் தெரியவில்லையே என்னும் குறை மனத்தை வருத்துகிறது; எனினும் இந்நூலேனும் கிடைத்ததே யென்று எண்ணி ஆறுதலடைகிறேன்.

இநூலின் ஏட்டுச் சுவடி யொன்று, கும்பகோணம் காலேஜில் தமிழ்ப் பண்டிதராக இருந்த சி. தியாகராச செட்டியா ரவர்களிடமிருந்து எனக்குக் கிடைத்தது. அது 150 வருடங்களுக்கு முன் எழுதப்பட்டதாகத் தோற்றுகிறது. பின்பு பின்னத்தூர் அ. நாராயணசாமி ஐயரவர்க ளிடமிருந்து வேறொரு பிரதி கிடைத்தது. இரண்டிலும் 13ஆவது செய்யுளின் இடையில் 72ஆம் அடிக்கு மேற்பட்ட சில அடிகள் காணப்படவில்லை. அப்பகுதிக்குரிய இடம் விடப்பட்டிருந்தது. ஆதலின் அப்பிரதிகளின் மூலப்பிரதி சிதைந்திருக்கலா மென்று தோற்றியது. இதனை ஏட்டிலிருந்து எழுதி யுதவியவர் என் இளைய சகோதரர் சிரஞ்சீவி வே. சுந்தரேசையர்.

இதனை ஆராயுங் காலத்தும் பதிப்பிக்குங் காலத்தும் உடனிருந்து உதவி செய்தவர்கள், சென்னைக் கிறிஸ்டியன் காலேஜ் தமிழ்ப் பண்டிதர் சிரஞ்சீவி வித்துவான் வி. மு. சுப்பிரமணிய ஐயரும், கலைமகள் துணையாசிரியர் சிரஞ்சீவி வித்துவான் கி. வா. ஜகந்நாதையரும் ஆவார்கள். இவர்களுக்கு நல்வாழ்வு உண்டாகும்படி செய்வித்தருளும் வண்ணம் மனத்துணைநாதர் திருவருளைச் சிந்திக்கின்றேன்.

ஸ்ரீ வலிவல சம்பந்தமான சில செய்திகளை அத்தலத்திலுள்ள ஸ்ரீமான் மனத்துணைநாத தேசிகரவர்கள் விசாரித்து எனக்கு அன்புடன் உதவினார்கள்.

கலைமகள் வெளியீடாக இப்புத்தகம் வெளிவருவதற்குக் காரணராக இருந்த அப்பத்திரிகையின் அதிபர் ஸ்ரீமான் ரா. நாராயணசாமி ஐயரவர்களுக்கும், பத்திரிகாசிரியர்களுக்கும் என்னுடைய நன்றி உரியதாகும். இதுபோன்ற வேறு பிரபந்தங்கள் வெளியிடும்படிக்கும் இவ்வுதவி என்னைத் தூண்டுகின்றது.

இங்ஙனம்,
வே. சாமிநாதையர்

"தியாகராஜ விலாஸம்"
திருவேட்டீசுவரன் பேட்டை
12-6-34

உ
கணபதி துணை

பழமலைக் கோவை

இது
துறைமங்கலம்
சாமிநாதைய தேசிகரென்னும்
வீரசைவக் கவிஞரால் இயற்றப்பெற்றது

சென்னை
மகாமஹோபாத்தியாய தாக்ஷிணாத்யகலாநிதி
டாக்டர் உ.வே. சாமிநாதையரவர்களால்
பரிசோதித்துத்
தாம் நூதனமாக எழுதிய குறிப்புரை முதலியவற்றுடன்

பலவான்குடி
'சிவநேசன்' அச்சியந்திரசாலையிற்
பதிப்பிக்கப்பெற்றது.

பவ ஹு தை மீ

1935

விலை அணா 10

உ

கணபதி துணை.

பழமலைக்கோவை

இது

துறைமங்கலம்
சாமிநாதைய தேசிகரென்னும்
வீரசைவக் கவிஞரால் இயற்றப்பெற்றது.

சென்னை

மகாமகோபாத்தியாய–தாக்ஷிணாத்யகலாநிதி

டாக்டர் உ. வே. சாமிநாதையரால்

பரிசோதித்துத்

தாம் நூதனமாக எழுதிய குறிப்புரை முதலியவற்றுடன்

பலவான்குடி
'சிவநேசன்' அச்சியந்திரசாலையிற்
பதிப்பிக்கப்பெற்றது.

பவ௵ தைமீ

1935

விலை அணா 10

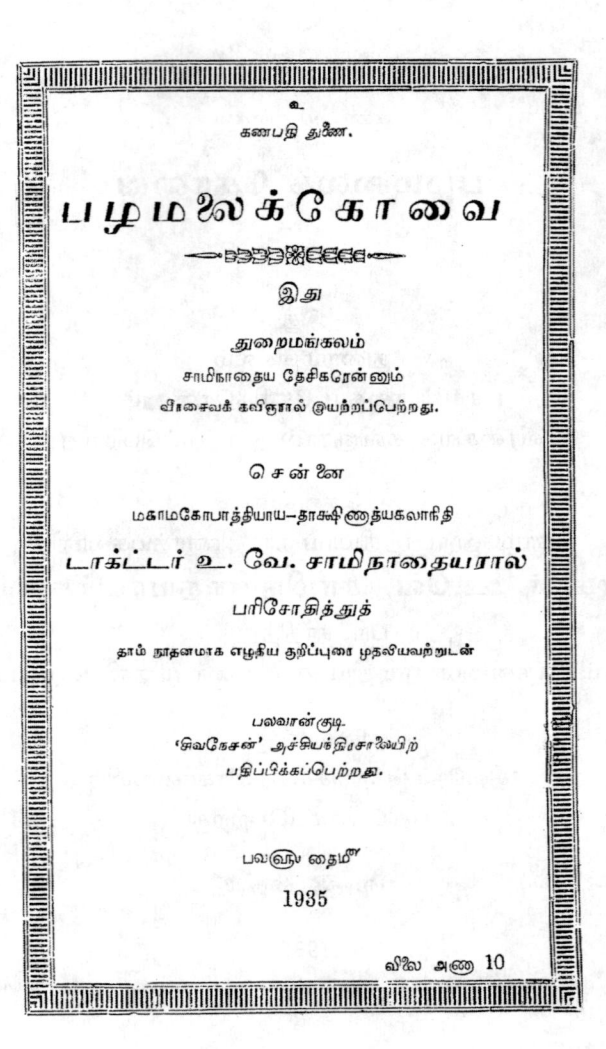

உ

கணபதி துணை

முகவுரை

திருச்சிற்றம்பலம்

கருமணியை கனகத்தின் குன்றொப் பானைக்
  கருதுவார்க் காற்ற வெளியான் றன்னைக்
குருமணியைக் கோளரவ மாட்டு வானைக்
  கொல்வேங்கை யதளானைக் கோவணவன் றன்னை
அருமணியை யடைந்தவர்கட் கமுதொப் பானை
  ஆனஞ்சு மாடியைநா னபயம் புக்க
திருமணியைத் திருமுதுகுன் றுடையான் றன்னைத்
  தீவினையே னறியாதே திகைத்த வாறே.

(திருநாவுக்கரசு நாயனார் தேவாரம்)

திருச்சிற்றம்பலம்

1. கோவைகளின் இயல்பு

கோவை யென்பது அகத்திணைக்குரிய துறைகளுக்கு இலக்கியமாகிய ஒரு வரலாற்று முறை அமைய நானூற்றின் மிக்க கலித்துறைகள் கோக்கப்பெற்ற தமிழ்ப் பிரபந்தமாகும்; ஐந்திணைக் கோவை யெனவும் இது வழங்கப்படும். திருவாதவூரடிகளால் இயற்றப்பெற்ற திருச்சிற்றம்பலக் கோவையாரும் இறையனா ரகப்பொருளில் மேற்கோளாகக் காட்டப்பெற்ற பாண்டிக் கோவையும் பழைய கோவைகளாகும். யாப்பருங்கல விருத்தியுரை யாசிரியராற் கூறப்படும் குமர சேனாசிரியர் கோவையும், தண்டியலங்கார வுரையாசிரியரால் சுட்டப்படும் தமிழ் முத்தரையர் கோவையும், ஒட்டக்கூத்தர் இயற்றிய காங்கேயன் நாலாயிரக் கோவையும், அம்பிகாபதிக் கோவையும் பழமையுடையன வென்றே தெரிகின்றன. பிற்காலத்துக் கோவைகள் பெரும்பாலும் தஞ்சைவாணன் கோவையைப் பின்பற்றி இயற்றப்பட்டவைக ளாகும்.

கோவைகள், வழிபடு தெய்வத்தையேனும் ஆதரித்தவர்களையேனும் பாட்டுடைத் தலைவர்களாக அமைத்துப் புலவர்களாற் பாடப்பெறுவன. "யாவையும் பாடி கோவை பாடு" என்றுள்ள பழமொழியினால் ஏனைப் பிரபந்தங்களை இயற்றி நாப்பழக்கம் தேர்ந்த புலவர்களே இவற்றைப் பாடும் தகுதியுடையவர்க ளென்பது பெறப்படும். இவற்றைச் சிறுகாப்பியங்களோடுச் சேர்த்துக் கூறுவர் தண்டியலங்கார வுரையாசிரியர். எழுத்துச் சொற் பொருள் யாப்பு அணி என்னும் ஐவகை இலக்கணங்களும் நன்கு அமைவதற் கேற்றவண்ணம் இப்பிரபந்தங்கள்

விளங்குகின்றன. சிவஞானச் செல்வராகவும் அழு தடியடைந்த அன்பராகவும் விளங்கிய மணிவாசகப் பெருமானே அழகிய திருச்சிற்றம்பல முடையாரது புகழ்வகையை அமைத்தற்கு இடமாக இத்தகைய பிரபந்தத்தைக் கைக்கொண்டா ரென்பதும் சிவபிரானே அதனைத் தம் திருக்கரத்தால் எழுதினா ரென்பது இந்தப் பிரபந்தங்களின் பெருமையை விளக்கும்.

நூல்

பழமலைக் கோவை யென்னும் இந்நூலானது, பழமலையிற் கோயில்கொண் டெழுந்தருளியுள்ள பழமலை நாதரைப் பாட்டுடைத் தலைவராகக் கொண்டு பாடப்பெற்றது; துறைமங்கலத்தில் இருந்த சாமிநாதைய தேசிக ரென்னும் வீரசைவக் கவிஞ ரொருவரா லியற்றப்பெற்றது; 427 செய்யுட்களை உடையது.

2. பழமலையின் பெருமை

பழமலை யென்பது நடுநாட்டில் ஸ்ரீ மணிமுத்தா நதிக்கரையில் உள்ளதொரு சிவஸ்தலமாகும். சிவஸ்தலங்கள் ஆயிரத்தெட்டில் தலைமையான நான்கினுள் இத்தலம்* ஒன்றாகும். இது விருத்தாசலம், விருத்தகாசி, சிரகிரி, முதுகுன்று, குன்றை முதலிய திருநாமங்களால் வழங்கப்பெறும். இது பல புராணங்களாலும், இதிகாசங்களாலும், வேறு பல நூல்களாலும் பலபடியாகப் பாராட்டப்பெற்றுள்ளது. இம்மலை சிவபெருமான் திருவுரு வென்றும், திருமணிமுத்தாறு சக்தி யுருவென்றும் இத்தலபுராணம் கூறும். +சிதம்பரம் சிவபிரான் திருநடனத்துகுரிய தலமென்றும் இது குலாவி வீற்றிருத்தற் குரியதென்றும் கூறப்படும்.

இந்த ஸ்தலத்தில் மறிக்கும் உயிர்களை மரண சமயத்தில் உமாதேவியார் தம் மடியில் வைத்து முந்தானையால் விசிறுவா ரென்பதும் சிவபெருமான் அவ்வுயிர்களின் வலக்காதில் பஞ்சாட்சர உபதேசம் செய்தருளுவா ரென்பதும் பல நூல்களிற் காணப்படுகின்றன.

தூசினா லம்மை வீசத் துடையின்மேற் கிடத்தித் துஞ்சும்
ஆசிலா உயிர்கட் கெல்லா மஞ்செழுத் தியல்பு கூறி
ஈசனே தனது கோல மீந்திடு மியல்பா லந்தக்
காசியின் விழுமி தான முதுகுன்ற வரையும் கண்டான்

என்பது கந்தபுராணம்.

மகாப்பிரளய காலத்திலும் இந்தத் தலம் அழியாமல் மேலோங்கி நிற்பது;

பாடு வாருக் கருளு மெந்தை பனிமுது பௌவமுந்நீர்
நீடு பாரு முழுது மோடி யண்டர் நிலைகெடலும்
நாடு தானு மூடு மோடி ஞாலமு நான்முகனும்
ஊடு காண மூடும் வெள்ளத் துயர்ந்தது முதுகுன்றே.

.... செழுநிலத்தை மூடவந்த மூவாத முழங்கொலிநீர்
கீழ்தாழ மேலுயர்ந்த முதுகுன்றமே.

ஓவா வுவரி கொள்ள வுயர்ந்தா யென்றேத்தி
மூவா முனிவர் வணங்கும் கோயில் முதுகுன்றே. (திருஞா. தே.)

என்னும் திருவாக்குக்களாலும்,

* ஏனை மூன்று தலங்கள் காசி, சிதம்பரம், காளத்தி யென்பன.

+ சீகாளத்தியுலா, 47–50.

பழமலை பகரிற் பாய்புனல் யாண்டும் பரந்தொரு பற்றிலா துலகம்
முழுவதும் காக்கப் பெறுபிர ளயத்தின முகட்டினின் முடிவிலா திருக்கும்
(திருக்காளத்திப் புராணம், தலவிசிட்ட முணர்த்திய, 47)

என்பதனாலும் இது விளங்கும்.

இங்கே அகத்தியர் முதலிய முனிவர்களும், பிரமன் திருமால் முதலியவர்களும், வேறுபலரும் பூசித்துப் பேறுபெற்றனர்.

மணிமுத்தா நதி

மணிமுத்தா நதி இத்தலதை வழிபடுங்குறிப்பாக வலஞ்செய்து ஓடுகின்ற தென்பர்.

முழங்கொலிநீர் முத்தாறு வலஞ் செய்யு முதுகுன்றத் திறையை
(திருஞா. தே.)

முத்தி முத்தாறு வலஞ்செயு முதுகுன்றரை (சுந்தர. தே.)

என்பவற்றில் இது குறிக்கப்பட்டிருத்தல் காண்க. அந்நதி கங்கையிற் சிறந்ததாகக் கருதப்பட்டு இறந்தா ரென்பு இடப்படுதலின் அத்தி முத்தாறென்றும், தன்பால் மூழ்கினவருக்கு முத்தியை வழங்குதலின் முத்தி முத்தாறென்றும் வழங்கப்பெறும்.

மூர்த்தி விசேடம் முதலியன

இங்கே எழுந்தருளியுள்ள விநாயகரது திருநாமம் பாதாள விநாயக ரென்பது; அது தமிழில் ஆழத்துப் பிள்ளையாரென வழங்கும். சிவபிரான் திருநாமம் விருத்தாசலேசர், பழமலைநாதர் முதலியன; அம்பிகையின் திருநாமம் விருத்தாம்பிகை, பெரியநாயகி முதலியனவாம்.

இந்த ஸ்தலத்துக்குரிய விருட்சம் வன்னி.

இதனைச் சார்ந்ததாகக் கோபருப்பதம் என்னும் ஒரு சிறந்த சிவஸ்தல முண்டு. அத்தலமும் இந்த ஸ்தலபுராணத்தாலும் வேறுபல நூல்களாலும் இத்தலத்துடன் சேர்த்தே சிறப்பிக்கப்படுவது. மகா நந்திபாராயண முனிவ ரென்னும் ஸித்த ரொருவர் இருந்து சசிவர்ண னென்னும் மாபாவி யொருவனைத் தடுத்தாட்கொண்டு ஞானோபதேசம் செய்தற்கு இடமாகிப் பெருமைபெற்றது அது.

பழமலையைத் திருஞானசம்பந்த மூர்த்தி நாயனார் முதலிய மூவரும் பாடியுள்ளார்கள். ஸ்ரீ ஞானக்கூத்த ரென்னும் பெரியாரால் தமிழில் இயற்றப்பட்ட புராணம் ஒன்று இதற்கு உண்டு. கவிஞர் பெருமானாகிய துறைமங்கலம் சிவப்பிரகாச ஸ்வாமிகளால் இயற்றப்பெற்ற பழமலையந்தாதி, பிக்ஷாடன நவமணிமாலை, பெரிய நாயகியம்மை விருத்தம், பெரியநாயகியம்மை கலித்துறை யென்பனவும், குமாரதேவரால் இயற்றப்பெற்ற பெரியநாயகியம்மை பதிகம் என்பதும், குருநமச்சிவாயரா லியற்றப்பெற்ற சில வெண்பாக்களும் வேறு ஒரு கவிஞரால் இயற்றப்பட்ட பழமலை வெண்பா வென்னுமொரு நூலும், பிறவும் இத்தல சம்பந்தமானவை. கந்தபுராணம், சூதசங்கிதை, சிதம்பர புராணம், திருக்காளத்திப் புராணம், திருக்காளத்திநாத ருலா முதலிய பல தமிழ் நூல்களில் இத்தலத்தின் பெருமை கூறப்படுகின்றது. இத்தலத்து முருகக் கடவுள் விஷயமாக அருணகிரிநாதரால் இயற்றப்பெற்ற திருப்புகழ்கள் சில உண்டு.

3. நூலாசிரியர்

இப்பழமலைக் கோவையின் ஆசிரியராகிய சாமிநாதைய தேசிக ரென்பவர் துறைமங்கலம் கருணைச் சிவப்பிரகாச ரென்பவருடைய குமாரர். இந்த நூல் அவரால் இயற்றப்பெற்று அரங்கேற்றிய காலம் சாலிவாகன சகாப்தம் - கசூஅஉ (கி. பி. 1759) என்று இந்நூல் எழுதிய ஏட்டுச் சுவடியிலுள்ள குறிப்பொன்றினால் தெரிகின்றது. எனவே இந்நூலாசிரியருடைய காலம் இற்றைக்கு ஏறக்குறைய 180 வருஷங்களுக்கு முன்பென்று புலப்படுகின்றது.

இந்நூலின் நடை முதலியவற்றைப் பார்க்கையில் இதனைத் தம் இளமையில் இவர் இயற்றியிருக்க வேண்டுமெனத் தோற்றுகிறது; ஆயினும் தல சம்பந்தமான வரலாறுகளையும், தாம் கற்றும் கேட்டும் அறிந்த பல செய்திகளையும் அங்கங்கே அமைத்திருக்கின்றார்.

4. நூலாராய்ச்சி

க. மூர்த்தி

இவர் முதலில் 'பாதளத்தைங்கரனை' வாழ்த்தி இந்நூலைத் தொடங்குகின்றார். சிவபெருமான் பெருமைகளையும் பழமலையின் சிறப்பையும் அமைத்துச் செல்கின்றார். பழமலைவாணர், முதுகுன்றர், விருத்தாசலத்தர் (67) முதலிய சிவபெருமான் திருநாமங்களும் பெரியநாயகி யம்மையின் திருநாமமும் (1, 36, 151, 254) இடையிடையே எடுத்தாளப்படுகின்றன. அவ்வம்மையைப் பெண்ணுக் கருங்கலமாம் பெரியம்மை, பெண்ணுக்கரசி யென்பர்.

உ. தலம்

திருமுதுகுன்றம் மிகப் பழமையான தலமென்பதை, "முன்னமே லெழுந்து முதுகிரி" (82), "வேதன் படைத்த மலைகட் கிறையென வீழ்சடைநம், நாதன் படைத்த முதுகிரி" (86) என்பவற்றாலும், பல புலவர்களாற் பாராட்டப்படுவ தென்பதை, "இசையார் பெருவளஞ் சூழ்முது குன்றர்" (55), "கற்றோர் பரவு முதுகுன்றர்" (96, 334), "சொன்மாலை வேய்ந்த திருமுது குன்றர்" (142), "பாடிப் புலவர் தொழுமுது குன்றர்" (145) என்பவற்றாலும், இத்தலத்தில் இறத்தலால் நற்கதி கிடைக்கு மென்பதை, "செத்தார் பிறவாத் திருமுது குன்றர்" (70), *"மரியாதிருந்திட வேண்டிய பேர்கண் மரித்தனரேற், பரியா துடலருள் சீர்முது குன்றர்" (381) என்பவற்றாலும், கைலையினும் சிறந்த தென்பதை, "வெள்ளிக்கிரியை வெறுத்த முதுகுன்றர்" (403) என்பதனாலும், மாசிமகத்தில் விழாவுண் டென்பதை, "முதுகுன்றுறு கண்ணுதலோன் மாசிமகம்" (402) என்பதனாலும் புலப்படுத்தி யிருக்கின்றார்.

"காசி சுடலை யெனமுது குன்றுறு கண்ணுதலோன்" (402) என இது காசியினும் மிக்க தென்பதைக் குறிப்பிக்கிறார். ஸ்ரீ சிவப்பிரகாச சுவாமிகள் பழமலை யந்தாதியில் இக்கருத்தை,

மாசி யதிகந் துறந்தார் மகிழ்குன்றை மாநகரோ
காசி யதிகங் கொலோவென்பி ராயினக் காசியெனப்

* "பழவெற்பினயல், சூழமரிக்கு மியல்பையெஞ் ஞான்றுந் துணிந்திலையே" (பழமலையந்தாதி, 17) என்றார் சிவப்பிரகாசரும்.

பேசி யதிகந் தகன்றிருந் தான்பரன் பேரடலை
பூசி யதிகம் பரனீங்கி லானிப் புரியினையே

என விளக்கியுள்ளார்.

இத்தலத்தில் தேவர்களின் பொருட்டு இறைவர் ஒருமுறை திருநடனம் செய்தருளியதை, "பொதுவினடம்புரி நம்முது குன்றர்" (393) என உய்த்துணர வைத்துள்ளார். விருத்தாசலப் புராணம்,

வித்தக மாகிய சித்தர்கண் மெத்திய மெய்யென்னச்
சித்திர மான திருப்பத மெண்டிசை யுந்தோன்றச்
சத்தி முகத்தும் பத்தர் முகத்துந் தன்கண்ணா
முத்த நதிக்கணி ருத்த மளித்தான் முதுகுன்றன்

(திருத்தச் சருக்கம்,12)

என்று கூறும்.

பின்னும் இங்குள்ள திருக்கோயிற் கோபுரம், "வான்றொட்ட கோபுரம்" (240) என்றும், திருமதில், "சேணைப் பொருந்து மதில்" (255), "மாகத் தளவு மதில்" (374), "புங்கம் பொருந்து மதில்" (380), "கதை யுற்றெழுந்த மதில்" (391), என்றும், மாடவீதி, "காரும் மதியுந் தவழ்மாட வீதி" (61) என்றும் சிறப்பிக்கப் படுகின்றன. இவை,

மாட மதிலணி கோபுரமணி மண்டபம்
மூடி முகிறவழ் சோலை சூழ்முது குன்றரே (சுந்தர. தே.)

என்னும் திருவாக்கை நினைப்பிக்கின்றன.

௩. தீர்த்தம்

இத்தலத்திலுள்ள தீர்த்தங்களுள் திருமணிமுத்தா நதியை இவ்வாசிரியர், "முத்தாறு சூழுமுதுகிரி" (14), "கொழிக்குந் தரள முத்தாறுடையார்" (32), "மணிமுத்த மாநதி சூழ்முது குன்றர்" (98), "மணிமுத்த வாறும்" (157), "திருமுதுகுன்றீற் பரவுறுநன் மணிமுத்த மாநதி" (337), என்னும் இடங்களிற் பாராட்டியுள்ளார். இவற்றுள் 'கொழிக்குந் தரள முத்தாறு' என்பது,

முத்தாறு வெதிருதிரு நித்திலம்வா ரிக்கொழிக்கு முதுகுன்றமே

(திருநா. தே.)

என்னுந் திருவாக்கை உட்கொண்டு அமைக்கப்பட்டதென்று தோற்றுகிறது. அந்நதியிலுள்ள புண்ணிய மடுவென்னுந் துறை, "கராமடுச் சூழுந் திருமுது குன்றர்" (390) என்பதிலும், பிற தடாகங்கள், "பங்கே ருகத்தடஞ் சூழ்முது குன்றர்" (34), "பைங் குவளைத் தடஞ் சூழ்முது குன்றர்" (64), "சங்காழ் புனற்றடஞ் சூழ்முது குன்றர்" (112), "தடமார் முதுகுன்றர்" (243), "வாளைக் குதிக்குந் தடமுது குன்றர்" (262), "அன்னஞ் செறிதடஞ் சூழ்முது குன்றர்" (263), "அனம் பூங்கமலந் துன்னேர்த் தடமுது குன்றர்" (263), "வாளைத் தடஞ்சீர் பெறுமுது குன்றர்" (301), "குருகின் விளங்கிய பூந்தடஞ் சூழ்முது குன்றர்" (342), "செங்காவி நீர்த்தடஞ் சூழ்முது குன்றர்" (369), "பூமேவிய தடஞ் சூழ்முது குன்றர்" (419) என்பவற்றிலுங் கூறப்படுகின்றன.

௪. வழிபட்டுப் பேறுபெற்றோர்

இத்தலத்தில் வழிபட்டுப் பேறுபெற்றோர்களுள் அகத்தியர், "முன்னீர் குடிக்குமுனிதாழ் பழமலை முத்தர்" (17), "விந்தமடக்கு முனிதாழ் முதுகுன்றர்"

(191), “பண்டார் குறுமுனி தாழ்முது குன்றர்” *(278)*, “ கடலைக் குடித்த முனிதாழ் முதுகுன்றர்” *(404)*, என்பவற்றிலும், திருமால், “விண்டுவந் தேத்தும் பழமலை வாணர்” *(43)*, “அலையி லிருந்தவன் தாழ்முது குன்றர்” *(197)*, “கண்ணன் பரவுந் திருமுது குன்றர்” *(400)*, என்பவற்றிலும், பிரமதேவர், “விரைசேர் மலரவன் போற்றும் பழமலை மெய்யர்” *(48)*, “விதியும் பணியுந் திருமுது குன்றர்” *(93)*, “முன்ன மயற்கருள் செய்முது குன்றர்” *(147)*, “நச்சிப் பணியும் விதிமுது குன்றர்” *(200)*, “அனத்தற் கருள் சிவனார் முதுகுன்று” *(264)*, “அஞ்சத்தவன் பணி மாமுது குன்றர்” *(327)* என்பவற்றிலும், இருவரும் (அயனரி), “இருவர் வழுத்துமுது குன்றர்” *(52)*, “இருவர்க்கருளூ மொருமுது குன்றர்” *(297)* என்பவற்றிலும், இந்திரன், “பன்னாட் டத்திந்திரன் சூழ்முது குன்றர்” *(166)* என்பதிலும், சூரியன், “இனன்றாழ் முதுகுன்று” *(302)* என்பதிலும், வாணாசுரன், “வாணற் கருள்புரி முதுகுன்றர்” *(158)*, என்பதிலும், சசிவன்னன், “முன்னோர் சசிவன்னன் றாழ்முது குன்றர்” *(216)* என்பதிலும், பதஞ்சலி, “அரவு பணிமுது குன்றம்” *(322)* என்பதிலும் சொல்லப்பட்டுள்ளார்கள். இந்தத் தலத்திற்குரிய புராணத்தால் இவருட் சிலர் வழிபட்ட வரலாறுகளே பெறப்படுகின்றன; ஆயினும்,

> நெடியா னான்முகனு மிரவியொடு மிந்திரனும்
> முடியால் வந்திறைஞ்ச முதுகுன்ற மமர்ந்தவனே (சுந்தர. தே)

என்னும் தேவாரத்தாலும் பிறவற்றாலும் பலர் வழிபட்ட செய்திகளை அறியலாம். உமாதேவியாருக்கு ஒருசமயம் பழமலைநாதர் அருள்கூர்ந்த செய்தி, “தேவிக்கருளுந் திருமுது குன்றர்” *(301)* என்பதனாற் பெறப்படுகிறது. சுந்தரமூர்த்தி நாயனார் தாம் பெற்ற பொன்னை மணிமுத்தா நதியில் இட்டுத் திருவாரூர்க் கமலாலயத்திலே பெறும்படி சிவபெருமான் அருள்செய்த அரிய வரலாறு, ஆற்றில் விடுத்த பொருள் குளத்தேயுற வன்று நம்பி, வீற்றிலிருக்க வருண் முதுகுன்றர்” *(35)* என்று பாராட்டப் பெறுகிறது. இத்தலம் பலவகைச் சிறப்புடையதாக விளங்குதலின் இங்கே முனிவர் பலர் இடையறாது தவம்புரிந்தும் பழமலைநாதரை வழிபட்டும் வாழ்த்தியும் வந்தன ரென்பது,

> நரரானபன் முனிவர்தொழ விருந்தானிடம்
>
> முறையான் மிகு முனிவர்தொழு முதுகுன்று
>
> மூவாதபன் முனிவர் தொழு முதுகுன்று
>
> ஞானிகளா யுள்ளார்க ணான்மறையை முழுதுணர்ந்தைம் புலன்கள் செற்றும்
>
> மோனிகளாய் முனிச்செல்வர் தனித்திருந்து தவம்புரியும் முதுகுன்றமே
>
> முறையான் முனிவர் வணங்குங் கோயின் முதுகுன்று

என்னும் திருஞானசம்பந்த மூர்த்தி நாயனார் திருவாக்குக்களாலும்,

> கிளக்குறு தவத்தோர் தரித்துறை விருத்த கிரியமர் பெரியநா யகியே
>
> கேதமி றவத்தோர் சூழ்தரும் விருத்த கிரியமர் பெரியநா யகியே
> (பெரியநாயகி யம்மை பதிகம்)

என்னும் குமாரதேவர் திருவாக்குக்களாலும்,

> வழுவிந்து வினைப்பகை சாய்தரவும் மாயைக்கலை யாவழி யெய்திடவும்
> தழுவுங்கரு மாமல மற்றிடவும் தற்போதமறச் சிற்போதமிருந்

தொழுகும்படி யும்பெறி னிங்கிதுபோல் உளதோவிலை யென்றுயர் மாமறைநூல்
முழுதுந்தெரி மாதவர் தாமகலா முதுகுன்றமு நம்பதி யென்றுணரே

(திருச்சிற்றம்பலச் சருக்கம், 79)

என்னும் சிதம்பர புராணச் செய்யுளாலும் புலப்படுகின்றது. இவற்றை நினைந்த இந்நூலாசிரியரும், "அறவர் வழுத்துந் திருமுது குன்றர்" (83) என்றும், "செறிமா தவர்வாழ் திருமுது குன்றர்" (91) என்றும், முனிவோர் பரவுந் திருமுது குன்றீனர்" (144) என்றும், "துறவிக் குலங்க டொழுமுது குன்றர்" (172) என்றும் பாராட்டுகின்றார்.

பழமலைநாதரை, "புலனவியாத துரிசினர்க்கும், பிறவி யொழிக்குந் திருமுது குன்றர்" (161), "கலர்கண்டு முத்தி பெறுமுது குன்றர்" (193), "கலர்கூறினுஞ் சுத்த மாக்கு முதுகுன்றர்" (326) என்று கூறுவதால் அவருடைய பெருங்கருணைத் திறத்தைப் புலப்படுத்துகிறார்.

உவமைகளாகவும் பிறவாறாகவும் இந்நூலாசிரியர் அங்கங்கே அமைத்துள்ள மக்கள் இயல்புகளும், பொருள்களின் இயல்புகளும், உலக வழக்கங்களும், நீதிகளும், பழைய வரலாறுகளும் பல.

ரு. பெரியோர் முதலியவர்கள் இயல்பு

'பெரியோர் மொழிகள் வழுவிலர்' (27), 'அறிவிற் பெரியர் மொழிபிறழார்' (290), 'ஏரார் பெரியரைக் காணின் இகத்தினும் இன்பமுண்டு' (398), 'பெரியோர் சிறியோரிடம் வருகுவரோ' (406) என்பவற்றாற் பெரியோர் இயல்புகளையும் 'மன்னர்கள் அருளும் துயரும் ஆக்குதல்போல்' (5), 'வெங்கோ லரசன் கொடுமையை வேறொரு செங்கோ லரசனழிக்குந் திறம்போல்' (318) என்பவற்றில் மன்னர் செயல்களையும், 'சிறியார் சிறுபொருள் கண்டால் மகிழ்வினைச் சேர்ந்திடல் போல்' (268) எனச் சிறியோர் தன்மையினையும், 'உண்டுடுத் தீயார் பொருள்போன்ற தென்றனுட லழகே' (215) 'உண்ணார் இறுகும்படிக்கு முடிந்திடும் பொன்னென' (291) என உலோபிகள் இயல்பையும் எடுத்துக்கூறுகின்றார்.

'ஊழும் விலக்கப்படுமே முயற்சி யுறுபவர்க்கே' (19) என முயற்சியின் பெருமையையும், 'ஊழ்விதி வசம் புத்தி' (34), நிதி மழை பெய்யிலும் நல்வினை யில்லார்க்கு நீங்குதல்போல்' (99), 'தம்மைத் தொடர்ந்த வினைப் பயன்' (213), என ஊழின் வன்மையையும், 'ஊழ் பொருத்தும் தடம்புயன்' (302), என அவ்வூழ்த் தலைவனையுந் தலைவியையும் ஒன்றுபடச் செய்த தென்பதையும் புலப்படுத்துகிறார். 'நெஞ்சுக்குரிய மெய்க்கல்வி' (42) எனக் கல்வியைப்பற்றி இவர் கூறுதல் 'வைத்ததொரு கல்வி மனப்பழக்கம்' (ஔவையார்) என்பதன் கருத்தை விளக்குகின்றது. 'பிறவிப்பயன் பெறக் கற்றிட' (410) என்பதனாற் கல்வியின் இன்றியமையாமையையும், 'கற்றார் பயன் பிறர் தீமையை நீக்கல்' (412) என்பதனாற் கல்விப்பயனையும், 'பொறுத்தே யிருந்திடுநாம் புகழ் பெற்றனம்' (407) என்பது முதலியவற்றால் பொறுமையாற் புகழுண்டாதலையும் உணர்த்துகின்றார்.

சா. பறவை தாவரங்களின் இயல்புகள்

பறவைகள் சிறகிற் பெடையை அணைத்து இன்புறுதல் (172), அசுணப் பறவை பறை யொலியினால் வருந்துதல் (224), காகத்தின் இரு விழிக்கும் ஒரு மணி அமைந்திருத்தல் (244, 374), சகோரம் நிலவை யுண்ணுதல் (295) முதலிய பறவைகளின் இயல்புகளையும், தாமரை நீர்இன்றிப் படராமை (24), பயிர்கள் சந்திரனால்

வளம்பெறுதல் (64), தாழை மின்னலைக் கண்டு பூத்தல் (114, 386), நள்ளிருளில் நொச்சிமலர் உதித்தல் (200), மலர்க்கொடி தென்றலால் அலர்தல் (228), நெல்லுங் கரும்பும் நிலவளத்தைப் புலப்படுத்தல் (239), பலாச மரம் பங்குனி மாதத்தில் மலர்தல் (384) முதலிய தாவரங்களின் இயல்புகளையும் இந்நூலில் அங்கங்கே காணலாம்.

எ. உலகவழக்கச் செயல்கள்

தாம்புக்கயிற்றின் உதவியால் கூவல் நீரைக் கொள்ளுதல் (69), பத்திரங் கொண்டு அருச்சித்தல் (286), மணியைப் பொன்னிற் பதித்தல் (305), தேனிறாலைத் தீக்கொளுத்தி யெடுத்தல் (366), கிணற்றில் விழுந்த பொருளை எடுப்பவர் முதலில் நீர்நிலைப் பார்த்தல் முதலிய உலகவழக்கச் செயல்களை இந்நூலாசிரியர் உவமை முதலியவைகளாகச் சார்த்தி அறிவிக்கின்றார்.

அ. பழமொழிகளும் உலகவழக்குக்களும்

இலவுகாத்த கிளி (89), இலைமறைகாய் (197), பாவிற் சுழலுஞ் சூழல் (250), காற்றைப் பிடித்துக் காகத் தடைத்த கதை (258), ஊர்வாயை மூட உலைமூடி யுண்டோ (313), என்னும் பழமொழிகளை எடுத்தாள்கின்றார். உலகவழக்குத் தொடர்மொழிகளை யமைத்து, வருந்துபவர்கள் 'நான் செய்த தீவினை' (198) என்று நொந்துகொள்ளுதலையும், ஒருவருக்காக ஒரு காரியம் செய்பவர்கள் 'நின் முகத்துக்காகச் செய்தேன்' (366) என்று சொல்லுதலையும், ஒருத்தி புகழுடன் வாழ்தல் 'யாருடைய மனைவி' (375) என்று யாரும் கூறுவதாற் புலப்படுதலையும், இரக்கமுள்ளவ ரென்பதைக் குறிப்பிக்க 'பெண்ணோடு பிறந்தவர்' (418) என்று சொல்லுதலையும் இதன்கட் காணலாம்.

கூ. உவமைகள்

தலைவன் முதலியோர் தங்கள் கருத்தை உவமை வாயிலாக உணர்த்தும் முறையில் பலவகை உவமைகள் காட்டப்படுகின்றன. அவற்றுட் சில வருமாறு:

தலைவன் தான் தலைவியினாற் பெற்ற இன்பத்தைப் பிறர் அறியா ரென்பதை 'உண்டவர்க்கன்றி உணவின்பம் தெரியாது' என்னும் உவமையாற் புலப்படுத்துகிறான் (43); பாங்கன் தன்னை இடித்துக் கூறியதைக் கேட்டு வருந்திய தலைவன் பாங்கன் செயலை, 'பிணியுற்ற நீள்துய ருற்றோர்க்கு வேறோர் பிணி தருத' லுடன் ஒப்பிடுகின்றான் (45); அவன் பாங்கி நகைத்துத் தன்னைப் புறக்கணித்தபோது அவள் செயலை, 'நோயுற்ற மெய்யினர்க்கு அந்நோய் மிகவுற நொக்குதலைப்' போன்ற தென்கின்றான் (113); தலைவியின் மெலிவுகண்ட தாய் வெறியாட்டுத் தொடங்கியதைத் தோழி, 'இச்செயல் கையில் ஒரு நோய் இருக்க அதனை அறியாமல் நன்றாக இருக்கின்ற காலை முடமென்று சொல்லிக் கட்டுக்கட்டுதல் போல இருக்கிறது' என்று சொல்லுகின்றாள் (230); தன்னோடு இன்புற்றிருக்கும் தலைவியைப் பிரிந்து பொருளுக்காகச் செல்லும் தலைவனைப் பார்த்துத் தோழி, 'நின் செயல்சீர் மலிசெல்வத்திடை கலிசேர்ந்திடு செய்தியைப் போன்றது' எனக் கூறுகின்றாள் (210); தலைவி தன்னைப் பிரிய அதனால் வருந்திய தாய் சிந்தாமணி பெற்று இழந்தவரைத் தனக்கு உவமை கூறிக்கொள்கின்றாள் (331).

௧௦. **பழைய வரலாறுகள்**

இதிகாச புராண வரலாறுகள் சில இதில் வந்துள்ளன. இராமர் பொன் மானைத் தொடர்ந்து சென்றது (78), அருச்சுனன் பிடித்த வில் புகழ்பெற்ற தென்பது (367), தமயந்தி நளனுக்கு மாலையிட்டது (377), அவள் அவனுடன் காட்டிற்குச் சென்றது (328), வள்ளிநாயகியாருக்கு நீழல்செய்ய முருகக் கடவுள் வேங்கை மரமாக நின்றது (231), வள்ளிநாயகியார் முருகக் கடவுளோடு சென்றது (330), அவரைத் தெய்வயானை யம்மையார் வெறாமல் மகிழ்ந்தேற்றுக் கொண்டது (403) முதலியவற்றை இதனுட் காணலாம்.

பெரியபுராணத்திலுள்ள வரலாறுகளுள், "அறவர் வழுத்துந் திருமுது குன்றி னமரிறைவர், குறவர் குடித்த புனலமுதாகக் குளிர்சடைமேற், றுறவர் வழுத்த அடைத்தனர்" (83) எனக் கண்ணப்ப நாயனார் இறைவரது திருமுடியில் தம் வாயிற் கொணர்ந்த நீரால் அபிடேகம் செய்ததும், "வனத்தன்பில் வேடரைப்போற் சுந்தரனை வழிமறித்துத் தனத்தன்பி னாற்கொள் பழமலையார்" (146) எனச் சிவபிரான் சுந்தரமூர்த்தி நாயனாரை வழிமறித்துப் பொன்பறித்ததும், "முறிச்சிக்கை நம்பிகட்செய் முதுகுன்றர்" (314) என ஆவண வோலைகாட்டி அவரை ஆட்கொண்டதும், "பாட்டிற்குரிய வெழிற்சுந்தரற்குப் பரவையினைக், கூட்டியருளுந் திருமுது குன்றர்" (314) என அவருக்குப் பரவைநாச்சியாரை மணஞ்செய்வித்ததும், "பரவைக்குச் சந்து செலுமுதுகுன்றர்" (416) என அவருக்காகப் பரவையிடந் தூது சென்றதுமாகிய செய்திகள் இதில் ஆட்சிபெற்றுள்ளன.

௧௧. **ஒப்புமை**

இந்நூலாசிரியர் பல பழைய நூல்களிற் கண்ட சொற்றொடர்களையும் அரிய கருத்துக்களையும் அங்கங்கே எடுத்து அமைத்திருக்கின்றனர்.

ஊழையு முப்பகங் காண்ப ருலைவின்றித்
தாழா துஞற்று பவர்

என்னுந் திருக்குறளைச் சுட்டி, 'ஊழைப் புறந்தருந் தாளென வள்ளுவ ரோதியதால்' (115) என்றும்,

ஒருத்தார்க் கொருநாளை யின்பம் பொறுத்தார்க்குப்
பொன்றுந் துணையும் புகழ்

என்பதை நினைந்து, 'பொறுப்பார் தமக்குப் புகழலவோ சொலும்' (387) என்றும்,

அகழ்வாரைத் தாங்கு நிலம்போலத் தம்மை
இகழ்வாரைப் பொறுத்தற் றலை

என்பதைக் குறித்து, 'அகழ்வாரைத் தாங்கு நிலம்போலத் தம்மை யடைதலில்லா, திகழ்வாரைத் தாங்க னலந் தமிழ் வேதமிசைத்ததுவே' (399) என்றும்,

நிலத்திற் கிடந்தமை கால்காட்டுங் காட்டும்
குலத்திற் பிறந்தார்வாய்ச் சொல்

என்பதைக் கருதி, 'நிலத்திற் கிடந்தமை கால்காட்டு மென்னு நிகழ்மொழிபோல்' (409) என்றும்,

கண்டுகேட் டுண்டுயிர்த் துற்றறியு மைம்புலனும்
ஒண்டொடி கண்ணே யுள

என்பதை உட்கொண்டு, 'சுருங்கிடையாள் அமையாகு மென்றோட் புலன் களைந்தாலு மருந்தினம்' (37) என்றும் அமைத்துள்ள பகுதிகள் இவருக்குத் திருக்குறளின்பாலுள்ள அன்பை விளக்கும்.

இவர் தம் முன்னோராகிய சிவப்பிரகாசச் சுவாமிகள் வாக்கிலிருந்து பல கருத்துக்களை இந்நூலில் எடுத்தாண்டிருக்கின்றார். கண்ணளத்தற்கரும் பேரெழி லாள்தனுக் காட்டிலனேற், பண்ணளக்கும் மொழி பாய்தூ ரிகையென்றும் பற்றிலனே' (105) என இவர் கூறுவது,

எழுதா வியற்புகழ் வேண்டிய யான்
கையா லெடுத்தது தூரிகை யேயல்ல காரிகையே

என்னும் வெங்கைக் கோவைச் செய்யுளையும், 'இளங்கதி ரென்ன வெழுமுது குன்றர்' (133) என்பது,

உதயா திபனென நின்றார்தம் வெங்கையில்

என்பதையும், 'உண்டுடுத்தீயார் பொருள்போன்ற தென்ற னுடலழகே (215) என்பது,

ஈவார் பொருளு மிறையாக் கிணறுமென
. . . . . .நலமிழந் தேன்

என்பதையும், 'கரத்திற் படுபிணிக் கின்கான் முடமெனக் கட்டுதல் போல். . . . . .வெறியாட்டை மதித்தனளே' (230) என்பது,

தலைமேற் படுமெறிக் கோர்கான் முடக்குந் தகைமையென்னக்
கொலைமேற் பயிலு மெமர்வெறி யாடல் குறித்தனரே

என்பதையும், 'நீலக் கருங்குழல் போலிருள் சேர்ந்து நிகழிரவில் (236) என்பது,

கொன்காட்டி லுன்குழல் போலே யிருண்டவிக் கூரிருவாய்

என்பதையும், 'ஒருவர் சொல்லாது முக்காலமுமறி நெஞ்சத் தொடர்பினரே' (356) என்பது,

வெங்கையி லேநற் கடவுடர முக்கா லமுமுணர்ந் தீர்

என்பதையும் பின்பற்றி அமைந்திருத்தல் காண்க.

இந்திரன் பல மலைகளையும் சிறையரிந்தவனாயினும் இம்மலையைக் கண்டு அஞ்சுவானென்னும் பொருள்பட,

புரந்தர னஞ்சு பழமலை வாணன்

எனப் பழமலை யந்தாதியில் அவர் கூறியதன் கருத்தை, பிறமலைகள் இந்திரன் தம் சிறைகளை யரிந்து விடுவானென அஞ்சினும் இம்மலை அஞ்சாதென்னும் பொருள்பட,

இந்திரற் கஞ்சாத் திருமுதுகுன்றர் (401)

என இந்நூலாசிரியர் வேறுருவத்தில் அமைத்திருக்கின்றார்.

கஉ. சொற்களும் தொடர்களும்

இவர் முல்லைப் பூவைக் கற்பின் றுணையெனுமோர் போது (12) என்றும், அக்கினியை வளியாக்குவோன் (94) என்றும், புகலில்லை யென்னும் பொருள்பட,

‘திக்கில்லை’ (247) என்றும், திரித லென்னும் பொருள்பட, ‘நடமாடுதல்’ என்றும் கூறுவர். மறிச்சு (223), சந்திச்சு (319), தெரிஞ்சு (305), நஞ்சு (நைந்து) என்னும் மரூஉ மொழிகளும்; இன்றிய (12, 87), சொற்பனம் (214), வெய்யில் (266), தளம் (தலம், 292), வாறு (339), அம்மனல் (அழகிய அனல், 361), தேயர் (தேசத்தினர், 397) முதலிய சிலவகைப் பிரயோகங்களும்; நங்குதல் (பழித்தல், 34), சனங்கள் (218, 353, 355), களை (களைப்பு,219), வரி (புலி, 262), தூறு (இழிவு, 347), தொலை (நெடுந்தூரம், 348) முதலிய அரும்பதங்களும் இதில் வந்துள்ளன.

பின்னும், இதன்பால் தற்குறிப்பேற்றம், சிலேடை, விரோதம் முதலிய அணிகளும் அகப்பொருளுக்குரிய இறைச்சி உள்ளுறை யுவமம் முதலியனவும் அங்கங்கே காணப்படும்.

இக்கோவை யெழுதியுள்ள ஏட்டுப்பிரதி ஒன்று 40 வருஷங்களுக்கு முன்பு திருமழிசைச் *சிவப்பிரகாசைய ரென்பவரிடமிருந்து கிடைத்தது. அதன் பின்பு காஞ்சீபுரம் ஸ்ரீகங்காதர முதலியா ரென்பவரிடமிருந்த வேறோர் ஏட்டுச் சுவடியைப் பார்த்துச் சில பாடபேதங்கள் குறிக்கப்பட்டன.

முதலிற் கூறப்பட்ட ஏட்டுச் சுவடியின் முதலில்,

> “ஆழத்துப் பிள்ளையார் துணை, குருபாதந் துணை, துறைமங்கலம் கருணைச் சிவப்பிரகாசச் சுவாமியார் குமாரர் சுவாமிநாத சுவாமியா ரருளிச் செய்த பழமலைவாணர் கோவை ரத்தாட்சி ஞு ஆவணி மீ 18 வ பூருவபட்சம் சஷ்டியும் சோமவாரநாள் அனுஷ நட்செத்திரமும் கூடின சுபதினம் தனுசு லக்கினத்தில், விருத்தாசலம் தெய்வ சிகாமணி அய்யர் பேரப்பிள்ளை சுவாமிநாத அய்யருக்குப் பழமலைக் கோவை எழுதத் துடங்கினது, சிவகடாட்சம்”

என்பனவும், இறுதியில்,

> “ஸ்ரீ குருவசவ லிங்காய நம: சிவனே கதி, திருமூல தேவன்றிருவடி வாழ்க. சாலிவாகன சகாத்தம் ௲௬௮௨ ஞு இத்தினமேற் செல்லாநின்ற விக்கிரம ஞு கும்ப மீ கக வ சுக்கில பட்சம் சதுர்த்தெசியும் ஆயிலிய நட்செத்திரமும் கூடின. . . . . . .பழமலையாரும் பெரியநாயகி யம்மனும் மகாரத உச்சப சமையத்திற் பழமலையார் கோவை அரங்கேற்றி நிறைவேறினது. பழமலைநாத சுவாமியார் துணை. பெரியநாயகி யம்மன் துணை. சிவகடாட்சம். தேவி சகாயம்”

என்பனவும் எழுதப்பட்டிருந்தன. இவற்றால் இந்நூலாசிரியர் துறைமங்கலம் சிவப்பிரகாசச் சுவாமிகளுடைய இளவலாகிய ஸ்ரீ கருணைப் பிரகாசருடைய பரம்பரையினராக இருக்கலாமென்று ஊகிக்கப்படுகிறது.

ஸ்ரீ விருத்தாசலேசர் திருவருளால் இப்பொழுது இக்கோவை குறிப்புரையுடன் வெளியிடலாயிற்று. இந்நூல் எளிய நடையில் அமைந்திருத்தலின் குறிப்புரை சுருக்கமாகவே எழுதப்பட்டது. இதனைத் தமது ‘சிவநேசன்’ பத்திரிகை வாயிலாக வெளியிடுவித்த அப்பத்திரிகையின் ஆசிரியர் ஸ்ரீமான் ராம. கு. ராம. இராமசாமி செட்டியா ரவர்களுடைய சிவநேசமும் தமிழன்பும் பாராட்டற்பாலன; இவ்வாறு

* இவர் பிற்காலத்தில் திருப்பேரூர் மடத்தில் மடாதிபதியாக வீற்றிருந்தவர்.

இவர்கள் செய்வித்தலானது, இதுவரை வெளிவராத வேறு நூல்களைப் பிரசுரித்தற்கு எனக்குப் பேரூக்கத்தை அளிக்கின்றது.

வழக்கம்போல இதனை ஆராயும்பொழுதும் பதிப்பிக்கும் பொழுதும் உடனிருந்து தம்மால் இயன்ற உதவிகளை அப்பொழுதப்பொழுது புரிந்துவந்த அன்பர்களுக்கு ஸ்ரீ விருத்தாசலேசர் திருவருளால் எல்லா நலங்களும் அமைய வேண்டுமென்று அப்பெருமானைப் பிரார்த்திக்கின்றேன்

(குறள் வெண்பா)

எண்ணலேய் நூற்பணியீ டேற விருத்தகிரி
அண்ணலே என்றும் அருள்.

இங்ஙனம்,

வே. சாமிநாதையர்

"தியாகராஜ விலாஸம்"
திருவேட்டீசுவரன் பேட்டை
சென்னை, 14-1-35

உ

கடவுள் துணை

தொட்டிக்கலை

ஸ்ரீ சுப்பிரமணிய முனிவர் இயற்றிய

கலைசைக் கோவை

இது

மஹாமஹோபாத்யாய - திராவிடவித்யாபூஷண - தாக்ஷிணாத்யகலாநிதி
டாக்டர் உ.வே. சாமிநாதையரவர்களால்

பரிசோதித்து

தாம் நூதனமாக எழுதிய குறிப்புரை முதலியவற்றுடன்

பதிப்பிக்கப்பெற்றது.

செந்தமிழ்ப் பிரசுரம்-சூக

மதுரைத் தமிழ்ச்சங்க முத்திராசாலை

மதுரை

1935

விலை அணா பன்னிரண்டு

உ

கடவுள் துணை

தொட்டிக்கலை

ஸ்ரீ சுப்பிரமணியமுனிவர் இயற்றிய

கலைசைக்கோவை.

இது

மஹாமஹோபாத்யாய - திராவிடவித்யாபூஷண

தாக்ஷிணாத்யகலாநிதி - டாக்டர்

உ. வே. சாமிநாதையரவர்களால்

பரிசோதித்துத்

தாம் நூதனமாக எழுதிய குறிப்புரை முதலியவற்றுடன்

பதிப்பிக்கப்பெற்றது.

செந்தமிழ்ப் பிரசுரம்—௯௩.

மதுரைத் தமிழ்ச்சங்க முத்திராசாலை,

மதுரை

1935

—

விலை அணா பன்னிரண்டு.

உ
சிவமயம்

முகவுரை

தேவாரம்
திருநாவுக்கரசுநாயனார்
திருச்சிற்றம்பலம்

சிவனெனு நாமந் தனக்கே யுடையசெம் மேனியெம்மான்
அவனெனை யாட்கொண் டளித்திடு மாகி லவன்றனையான்
பவனெனு நாமம் பிடித்துத் திரிந்துபன் னாளழைத்தால்
இவனெனைப் பன்னா ளழைப்பொழி யானென் றெதிர்ப்படுமே.

திருச்சிற்றம்பலம்

கோவை யென்பது தமிழ்ப் பிரபந்தங்களுள் அகப்பொருளுக்கு இலக்கியமாக அமைந்தது; அகப்பொருட் டுறைகளை ஒரு வரலாற்று முறையில் தொடர்புபெறக் கோத்து அமைத்து இயற்றப்பெற்ற நானூற்றின் மிக்க கலித்துறைகளை யுடையது. பொதுவாகக் கோவையெனக் கூறப்பெறினும் அகப்பொருளமைதி உடைமையாலும், அப்பொருள் நிகழ்ச்சிக்குரிய ஐந்திணை நெறி யமைதலாலும், நானூறு செய்யுட்களுக்குக் குறையாமல் இருத்தலாலும் இவ்வகைப் பிரபந்தம் முறையே *அகப்பொருட் கோவை, †ஐந்திணைக் கோவை, **நானூற்றுக் கோவையென வழங்கப்பெறும். மொழிக்கு முதலாகும் உயிரெழுத்துக்களும் உயிர்மெய் யெழுத்துக்களும் தனித்தனியே முதலில் அமைய இயற்றப்படும் வருக்கக் கோவை யென்பதும், ஏதேனும் ஒரு துறையில் நூறு கலித்துறைகளாலேனும் அவற்றின் மிக்க கலித்துறைகளாலேனும் இயற்றப்படும் ஒருதுறைக் கோவை யென்பதும் கோவை விகற்பங்களாம்.

மும்மணிக் கோவை யென்பது யாப்புப்பற்றிக் கோக்கப்பெற்றதனாற் பெயர் பெற்றதுபோலப் பொருள்பற்றிக் கோக்கப் பெறுதலின் இப்பிரபந்தம் கோவை யென்னும் பெயர் பெற்றது. அடைமொழியின்றிக் கோவை யென்னும் பெயரால் இது வழங்கப்பெறுதல் இதன் சிறப்பைப் புலப்படுத்தும். இது பொருட்டொடர் நிலைச் செய்யுளின்பாற்படும்; சிறு காப்பிய வகையுள் இதுவும் ஒன்றாகும்.

---

* சிதம்பரப் பாட்டியல், 30.
† "குலோத்துங்க சோழனைச் சொல்லிய வைந் திணைக்கோவை பாட", குலோத்துங்கசோழன் கோவை.
** "மஞ்சார் நானூற்றுக் கோவை" பிரபந்தத் திரட்டு.

எல்லா வகையாலும் சிறந்த தலைவன் ஒருவன் அங்ஙனமே சிறந்த தலைவி ஒருத்தியை ஊழின் வலியாற் கண்டு அன்புபூண்டு இன்புற்று மணந்து இல்லறம் நடத்தும் *வாழ்க்கையை முறையே கூறும் அகப்பொருள் நிகழ்ச்சித் துறைகள் பலவற்றையும், அத்துறைகளைத் தம்பாற் கொண்ட கிளவிகளையும், அவற்றை உள்ளடக்கிய களவு கற்பு என்னும் கைகோள்களையும் சிற்றுறுப்புக்களாகவும் பேருறுப்புக்களாகவும் கொண்டது இவ்வகைப் பிரபந்தம். இதிற் கூறப்படும் நிகழ்ச்சிமுறை சில கோவைகளில் விரிந்தும் சிலவற்றிற் குறைந்தும் சிலவற்றில் வேறுபட்டும் காணப்படும். ஒரு துறைக்கு ஒன்றுக்கு மேற்பட்ட செய்யுட்கள் இருத்தலும் உண்டு. திருவாதவூரடிகள் இயற்றிய திருக்கோவையாரும், அம்பிகாபதிக் கோவையும், மதுரைக் கோவையும், திருப்பதிக் கோவையும், திருவாவடுதுறை யாதீனத்து மகாவித்துவான் திரிசிரபுரம் ஸ்ரீ மீனாட்சிசுந்தரம் பிள்ளை யவர்கள் இயற்றிய சீகாழிக் கோவையும் ஏனைய கோவைகளினின்றும் சிலசில வேறுபாடுகளை உடையன. இறையனாரகப்பொருளுரையில் மேற்கோளாகக் காட்டப்பட்டுள்ள பாண்டிக் கோவை மிக விரிந்த அமைப்பை யுடையதென்று தோற்றுகின்றது. மற்றக் கோவைக ளெல்லாம் பெரும்பாலும் தஞ்சைவாணன் கோவையை ஒத்து அமைந்துள்ளன.

பழைய நூலுரைகளிலிருந்து அறியப்படும் குமரசேனாசிரியர் கோவை, தமிழ் முத்தரையர் கோவை, காங்கேயன் நாலாயிரக் கோவை என்பனவும் இவ்வகைப் பிரபந்தங்களென்றே கருதப்படுகின்றன. அவற்றுள் காங்கேயன் நாலாயிரக் கோவை ஒவ்வொரு துறைக்கும் பப்பத்துச் செய்யுட்களாக அமைந்ததென்று ஊகிக்கப்படுகின்றது.

கோவைகளில் பாட்டுடைத் தலைவன், கிளவித் தலைவன் என்னும் இருவர் கூறப்படுதல் மரபு. பாட்டுடைத் தலைவனின்றிப் பாடப்பட்டது அம்பிகாபதி கோவை ஒன்றே.

கோவைகளில் தமிழுக்குரிய ஐந்திலக்கணங்களும் நன்கு அமைவதற்குரிய வாய்ப்பு இருத்தலின் பெருங்கவிஞர்கள் இவற்றை இயற்றும் வாயிலாகத் தம் ஆற்றலை வெளிப்படுத்தினர். "யாவையும் பாடிக் கோவை பாடு" என்னும் பழமொழி இப்பிரபந்தம் நிறைந்த புலமை யுடையாராலே பாடத்தக்க தென்னும் உண்மையை வெளிப்படுத்துகின்றது. இக்கோவை பெரும்பாலும் அரசர்மேற் பாடப்பட வேண்டுமென்றும் திணை முதலிய பன்னிரண்டு உறுப்பையும் பெற்றிருக்க வேண்டுமென்றும் இதற்குரிய பரிசு இரண்டாயிரம் பொன்னென்றும் பிரபந்தத் திரட்டென்னும் இலக்கண நூலொன்று கூறும்.

கலைசைக் கோவை யென்னும் இந்நூல் தொண்டை நாட்டில் உள்ள +தொட்டிக்கலை யென்னும் தலத்தில் எழுந்தருளியுள்ள ஸ்ரீ சிதம்பரேசரைப் பாட்டுடைத் தலைவராக வைத்து, திருவாவடுதுறை யாதீனத்து வித்துவான் ஸ்ரீ சுப்பிரமணிய முனிவரால் இயற்றப்பெற்றது. கலைசை யென்பது தொட்டிக்கலை யென்பதன் மரூஉவாகும்.

---

* இதன் விரிவை, சிவக்கொழுந்து தேசிகர் பிரபந்தங்களில் ஒன்றாகிய கோடீச்சுரக் கோவைக்கு எழுதப்பட்டுள்ள பொருட்டொடர்பிற் காணலாம்.

+ சென்னபட்டணத்துக்குச் சமீபமாயுள்ள ஆவடி ஸ்டேஷனில் இறங்கி இவ்வூர்க்குச் செல்லவேண்டும்.

இத்தலம் கலைசை, கலைசாபுரி, கோவிருந்தபுர மென்னும் பெயர்களால் வழங்கப்பெறும். இங்கே பண்டைக்காலத்தில் பசுக் கொட்டில்கள் மிகுதியாக இருந்தன வென்றும் அதனால் தொட்டிக்கலை யென்னும் பெயர் உண்டாயிற் றென்றும் கூறுவர்; தொட்டி — பசுத்தொழுவிலுள்ள கழுநீர்த் தொட்டி. இங்கே இருந்த பழைய கோயிலானது இந்நூலிற் கூறப்படும் கேசவ முதலியார் வேதாசல முதலியா ரென்பவர்களுடைய முன்னோர்களால் மிகப் பெரிதாக அமைத்து நித்திய நைமித்திகங்கள் சிறப்புற நடத்தப்பெற்றுவரலாயின. இக்காலத்தும் அவர்களுடைய பரம்பரையினரது மேற்பார்வையில் இக்கோயில் இருந்துவருகின்றது.

இங்கே எழுந்தருளியுள்ள விநாயகர் திருநாமம் செங்கழுநீர் விநாயக ரென்பது. சிவபிரான் திருநாமம் சிதம்பரேச ரென்பது. அம்பிகையின் திருநாமம் சிவகாமியம்மை யென்பது. இங்கே தியாகேசப் பெருமான் ஸந்நிதியும் உண்டு. இத்தலத்தில் பிரமதேவர் சிவபெருமானை வழிபட்டு அமிர்தகலசத்தைப் பெற்றனர். அதனால் அப்பெருமானுக்குக் கலசத் தியாகரென்னும் திருநாமம் வழங்கலாயிற்று. சிவபெருமான் ஒருகால் இங்கே நடனஞ் செய்தருளியதாக ஐதிஹ்யமுண்டு. சிவகங்கை யென்னும் தீர்த்தமொன்றும் திருவொற்றியூரி லுள்ளதைப்போல நந்தியோடை யென்னும் நீர்நிலை யொன்றும் இங்கே உள்ளன. திருவொற்றியூரில் தியாகேசப் பெருமானுக்கு நடந்துவரும் விசேடங்களைப் போன்ற சிறப்புக்கள் இங்குள்ள மூர்த்திக்கும் நடைபெற்றன; வஸந்தோத்ஸவம் சிறப்பாக நடைபெற்று வந்தது. இந்த ஸ்தல சம்பந்தமான செய்திகள் கர்ணபரம்பரையில் வந்தனவாகத் தெரிகின்றனவேயன்றி வேறுவகையாக அறியப்படவில்லை.

இந்நூலாசிரியராகிய ஸ்ரீ சுப்பிரமணிய முனிவரால் இத்தல சம்பந்தமாக இயற்றப்பெற்ற பிரபந்தங்கள் பல உண்டு. அவற்றையன்றி ஸ்ரீ சிவஞான முனிவரால் இத்தலத்து விநாயகர்மீது இயற்றப்பெற்றதாகிய செங்கழுநீர் விநாயகர் பிள்ளைத் தமிழென்னும் பிரபந்தம் ஒன்றும், சிவபிரான்மீது இயற்றப்பெற்றதாகிய சிதம்பரேசர் பதிற்றுப் பத்தந்தாதி யென்பதொன்றும், ஸ்ரீ மீனாட்சிசுந்தரம் பிள்ளை யவர்கள் இயற்றிய சிதம்பரேசர் மாலை யென்பதொன்றும் தமிழ் நயந்தெரிந்து இன்புறு வோர்களுக்கு விருந்தாக விளங்குகின்றன.

கலைசைக் கோவையாகிய இது காப்புச் செய்யுளுட்பட 458 செய்யுட்கள் உடையது.

சற்றேறக்குறைய ஐம்பது வருஷங்களுக்கு முன்பு இந்நூற் பிரதி யொன்று திருவாவடுதுறை யாதீனத்து புத்தகசாலை யிலிருந்து எனக்குக் கிடைத்தது. உடனே இதைப் படித்து இன்புற்றுப் பிரதிசெய்து வைத்துக்கொண்டேன். பிறகு சோடசாவதானம் சுப்பராய செட்டியா ரவர்களிடமிருந்த பிரதியோடும், திரிசிரபுரம் சி. தியாகராச செட்டியா ரவர்களிடமிருந்த பிரதியோடும் ஒப்பிட்டேன். பிற்காலத்தில் வேறு பிரதிகளின் உதவியும் கிடைத்தது.

என்னுடைய நண்பரும் வித்தியாவிநோதரும் தொட்டிக்கலை கேசவ முதலியாருடைய பரம்பரையினருக்கு உறவினருமான ராய்பகதூர் பூண்டி அரங்கநாத முதலியா ரவர்களிடம் ஒருமுறை இந்நூலைப்பற்றிக் கூறிச் சில செய்யுட்களையும் சொல்லிக்காட்டினேன். அவர்கள் இதனைப் பதிப்பித்து வெளியிட வேண்டுமென்று விரும்பினார்கள். அவர்களுக்கு அவ்விருப்பம் இருந்தமை 1888ஆம் ௵ ஜனவரி ௴ 26ஆம் ௳ அவர்கள், கும்பகோணம் காலேஜ் புரொபஸராக

இருந்த ஸ்ரீ சாது சேஷையா அவர்களுக்கு ஆங்கிலத்தில் எழுதியுள்ள ஒரு கடிதப் பகுதியாலும் வெளியாகின்றது; அதன் கருத்து வருமாறு:

*"....பண்டிதர் சாமிநாதையர் தம்மிடம் கலைசைக் கோவையின் பிரதி ஒன்று இருந்ததாகக் கூறினார். அந்நூல் அச்சில் வரும்படி செய்வதற்கும் அதை வெளியிடுதற்குரிய செலவை ஏற்றுக் கொள்ளுதற்கும் ஸித்தனாக இருக்கிறே னென்பதைத் தயைசெய்து அவருக்குச் சொல்ல வேண்டும்."

அக்காலத்தில் இந்நூலை வெளிப்படுத்தக்கூடவில்லை. இறைவன் திருவருளால் இப்பொழுதேனும் நிறைவேறியது குறித்து மகிழ்கின்றேன்.

இதனைச் செந்தமிழ்ப் பத்திரிகையின் வாயிலாக வெளிவரச்செய்த அப் பத்திரிகையின் ஆசிரியர்பாலும், இதனை ஆராயும் போதும் பதிப்பிக்கும் போதும் உடனிருந்து உதவிபுரிந்த சிரஞ்சீவி வித்துவான் கி.வா. ஜகந்நாதையர் முதலிய அன்பர்கள்பாலும் நன்றியறிவுடையேன்.

இங்ஙனம்,
வே. சாமிநாதையர்

"தியாகராஜ விலாஸம்"
திருவேட்டீசுவரன் பேட்டை
12-5-35

*....Pandit Swaminatha Aiyer mentioned to me that he had a manuscript copy of கலைசைக் கோவை. Please tell him that I am ready to see it through the press and bear the cost of publishing it. . . . . .

உ

கடவுள் துணை

சிராமலைக் கோவை

இது
மஹாமஹோபாத்யாய - திராவிடவித்யாபூஷண -
தாக்ஷிணாத்யகலாநிதி - டாக்டர்
உ.வே. சாமிநாதையரவர்களால்
பரிசோதித்துத்
தாம் நூதனமாக எழுதிய குறிப்புரை முதலியவற்றுடன்
பதிப்பிக்கப்பெற்றது.

செந்தமிழ்ப் பிரசுரம்-௯௪

மதுரைத் தமிழ்ச்சங்க முத்திராசாலை
மதுரை

1937

விலை அணா 12

உ

கடவுள் துணை

சிராமலைக்கோவை

இது

மஹாமஹோபாத்யாய-திராவிடவித்யாபூஷண-
தாக்ஷிணாத்யகலாநிதி-டாக்டர்

உ. வே. சாமிநாதையரவர்களால்

பரிசோதித்துத்
தாம் நூதனமாக எழுதிய குறிப்புரை முதலியவற்றுடன்
பதிப்பிக்கப்பெற்றது.

மதுரைத்தமிழ்ச்சங்கம் ✳ THE MADURA TAMIL SANGAM ✳

செந்தமிழ்ப் பிரசுரம்—௯௪

மதுரைத்தமிழ்ச்சங்க முத்திராசாலை

1937

—

விலை அணா 12

உ

கணபதி துணை

முகவுரை

(திருஞானசம்பந்த மூர்த்தி நாயனார் தேவாரம்)

திருச்சிற்றம்பலம்

நன்றுடை யானைத் தீயதி லானை நரைவெள்ளே
றொன்றுடை யானை யுமையொரு பாக முடையானைச்
சென்றடை யாத திருவுடை யானைச் சிராப்பள்ளிக்
குன்றுடை யானைக் கூறவென் னுள்ளங் குளிரும்மே.

கோவையின் இயல்பு

கோவை யென்பது தமிழிலக்கணங்களுட் சிறந்த அகப்பொருளுக்கு இலக்கியமாகப் பிற்காலத்துப் புலவர் பெருமக்களாற் பாடப்பெற்றுவரும் பிரபந்தம்; சங்க நூல்களிற் காணப்படும் அகப்பொருட் செய்யுட்களைப் போலன்றித் தொடர்ந்த பொருள் அமையும்படி துறைகள் கோக்கப்பெற்றமையின் இப்பெயர் பெற்றது. இதனைப் பொருட்டொடர்நிலைச் செய்யுட்களுள் ஒருவகையாகிய சிறு காப்பியத்தின்பாற்படுத்துவர் தண்டியலங்கார உரையாசிரியர்.

எழுத்து முதலிய ஐந்திலக்கணப் பகுதிகளின் அமைதியும் அவற்றுட் சிறப்பாக அகப்பொரு ளமைதியும் கோவைகளில் இருத்தலின், இவ்வகைப் பிரபந்தங்களை இயற்றுவதற்கு நற்புலமை வேண்டும். "யாவையும் பாடிக் கோவை பாடு" என்று வழங்கும் பழமொழியால், பிற பிரபந்தங்களைப் பாடிக் கைவந்த புலவர்களே கோவையை இயற்றும் தகுதி யுடையாரென்பது தெளியப்படும்.

யாப்பருங்கல விருத்தியுரைகாரர் வித்தாரகவியின் இலக்கணத்தை,

> வித்தார கவியாவான் மும்மணிக் கோவையும் பன்மணி மாலையும்
> மறமும் கலிவெண்பாவும் மடலூர்ச்சியும் முதலாகிய நெடும்பாட்டும்,
> கோவையும், பாசண்டமும், கூத்தும், விருத்தமும், கதை
> முதலாகிய செய்யுளும் இயலிசை நாடகங்களோடும் கலைநூல்க
> ளோடும் பொருந்தப் பாடும் பெருங்கவி யெனக் கொள்க.

இப்பொழுது தெரியவரும் கோவைகளுள் மாணிக்கவாசகர் இயற்றிய திருச்சிற்றம்பலக் கோவையாரும், பாண்டிக் கோவையும், தமிழ் முத்தரையர் கோவையும், குமரசேனாசிரியர் கோவையும் பழமையுடையன. இவற்றுள் பாண்டிக் கோவையிற் பல செய்யுட்கள் இறையனாரகப்பொருள், களவியற்காரிகை,

யாப்பருங்கல விருத்தி, இலக்கண விளக்கம் என்பவற்றின் உரைகளில் மேற்கோளாக வந்துள்ளன. அங்ஙனம் வந்துள்ள செய்யுட்களை யன்றி நூல்முழுவதும் இப்பொழுது கிடைக்கவில்லை. பின்னவை இரண்டன் பெயர்கள் மட்டும் வழங்குவதன்றிச் செய்யுட்கள் கிடைத்தில.

கோவை யென்னும் பிரபந்தம் நானூற்றின் மிக்க கலித்துறைகளால் இயற்றப் பெறுவது. திருக்கோவையார் நானூறே செய்யுட்களா லாகியது. முதற் கோவையாகிய அதிலுள்ள செய்யுட்களின் தொகையை நினைந்து கோவைகள் எல்லாவற்றிற்கும் நானூற்றுக் கோவை யென்னும் பெயர் பிரபந்தத் திரட்டு என்னும் நூலொன்றிற் சொல்லப்படுகிறது. நின்றசீர் நெடுமாற நாயனாராகிய நெல்வேலி வென்ற மாறனைப் பாட்டுடைத் தலைவராகக் கொண்டதெனக் கருதப்படும் பாண்டிக் கோவையில் ஒருதுறைக்கே பல செய்யுட்கள் இருக்கின்றன. ஆதலின் அதன்கண் ஆயிரத்தின் மிக்க செய்யுட்கள் இருத்தல் வேண்டுமென்று தோற்றுகின்றது. கவிச்சக்கரவர்த்தி யாகிய ஒட்டக்கூத்தர் இயற்றியதாக அறியப்படும் காங்கேயன் நாலாயிரக் கோவை யென்பது நாலாயிரஞ் செய்யுட்களை உடையதென்று அப்பெயரால் ஊகிக்கப்படுகிறது. துறைக்குப் பப்பத்தாக, நானூறு துறைக்கும் நாலாயிரம் செய்யுள் பாடியிருத்தல்கூடும்.

கோவை நூல்கள் கட்டளைக் கலித்துறையால் இயற்றப்படும் வரையறை யுடைமைபற்றி அச்செய்யுளுக்குக் கோவைக் கலித்துறை யென்னும் பெயர் வழங்கலாயிற்று (வீரசோழியம், யாப்புப். 17, உரை). அக்கலித்துறைகளைத் தொல்காப்பிய உரையிற் பேராசிரியரும் நச்சினார்க்கினியரும் கொச்சகத்தின் பாற்படுத்துவர்; யாப்பருங்கல விருத்தியுடையார் கலிப்பாவின் இனமாக்குவர்; சந்தப் பாவகையில் ஒன்றாகவும் பகுப்பர்;

> குமரசேனாசிரியர் கோவையும், தமிழ்முத்தரையர் கோவையும்,
> யாப்பருங்கலக் காரிகையும் போன்ற சந்தத்தால் வருவனவற்றின்
> முதற்கண் நிரையசைவரின் ஓரடி பதினேழெழுத்தாம்;
> முதற்கண் நேரசைவரின் ஓரடி பதினாறெழுத்தாம். (ப. 486)

அகப்பொருளமைதி யுடைமையின் அகப்பொருட் கோவை யெனவும், ஐந்திணை நெறியளாவுதலின் ஐந்திணைக் கோவை யெனவும் இவ்வகை நூல் பெயர்பெறும். குறிஞ்சி முதலிய அகனைந்திணை ஒழுக்கங்களையும் முறையாக இது கூறாவிடினும் ஒரு கதைபோலத் தொடர்புபெறும் பயனோக்கி இம்முறை இறையனார் களவியலிற் குறிப்பாகவும், நாற்கவிராசநம்பியார் இயற்றிய அகப்பொருள் விளக்கத்தில் விளக்கமாகவும் அமைக்கப்பட்டது போலும். ஐந்திணையேயன்றிக் கைக்கிளையும் பெருந்திணையும் இவ்வகை நூலிற் காணப்படும். அகனைந்திணைக்கு முன்னர் நிகழ்வதாகிய இக்கைக்கிளைக்கும் பிற கைக்கிளைக்கும் வேறுபாடு உண்டு. இதிலுள்ளது ஆண்பாற் கைக்கிளையே. இதைப்பற்றிப் பேராசிரியர்,

> அகத்திணையின்கண் கைக்கிளை வருதல் திணைமயக்காம். பிறவெனின், கைக்கிளை முதற் பெருந்திணை யிறுவாய் எழு திணையினுள்ளும் கைக்கிளையும் பெருந்திணையும் அகத்தைச் சார்ந்த புறமாயினும், களவிக்கோவையின் எடுத்துக்கோடற்கண் காட்சி முதலாயின சொல்லுதல் வனப்புடைமை நோக்கிக் கைக்கிளை தழீஇயினார். பெருந்திணை தழுவுதல் சிறப்பின்மையின் நீக்கினார்.
>
> (சிற். 4, உரை)

என்று எழுதியவை இங்கே அறிதற்குறியன.

நாற்கவிராசநம்பி நற்காமத்துக்கு முன் நிகழும் கைக்கிளையை அகப்பொருட் கைக்கிளை யெனவும், காமஞ்சாலா இளமையோள் வயிற் காமுறல் முதலியனவற்றை அகப்புறக் கைக்கிளை யெனவும், பாட்டுடைத் தலைவனையே கிளவித் தலைவனாகக் கூறும் கைக்கிளையைப் புறப்பொருட் கைக்கிளை யெனவும் வகுப்பர். இங்ஙனமே பெருந்திணையையும் அகப்பொருட் பெருந்திணை முதலியனவாகப் பகுத்துக் கூறுவர்.

திருக்கோவையாருக்குப்பின் எழுந்த கோவைகளிற் பெரும்பாலன அகப்பொருள் விளக்க இலக்கணத்தைப் பின்பற்றி யமைந்தன. இவற்றிற் கூறப்படும் கிளவிகள் கைக்கிளை முதல் பொருள்வயிற் பிரிவு இறுதியாக 33 ஆகும். ஒவ்வொரு கிளவியிலும் பல துறைகள் உள்ளன. சிலர் சில துறைகளை விரித்து இரண்டும் பலவும் ஆக்குவர். சிலர் பலவற்றைச் சுருக்கி ஒன்றாக்குவர். பாங்கி, நாற்றம் தோற்றம் முதலிய எழுவகையானும் ஐயுறுதலை ஒருதுறையாக்கிச் சிலர் ஒரு பாட்டிற் கூறுவதும், அதனையே விரித்து ஏழு பாட்டாற் சிலர் கூறுவதும் போன்றன இதற்கு உதாரணமாகும். இக்கிளவிகள் முப்பத்து மூன்றனுள் தெளிவென்பதும் வரைவென்பதும் ஒவ்வொரு துறையையே உடைய கிளவிகள். இயற்கைப் புணர்ச்சியின்கண் உள்ள 'வறிது நகைத்தோற்றல்' என்ற துறையைக் கவியினது கூற்றாக அமைப்பதே பெரும்பான்மையான மரபென்று என்னுடைய ஆசிரியராகிய மகாவித்துவான் மீனாட்சிசுந்தரம் பிள்ளை யவர்கள் சொல்லியிருக்கிறார்கள். அம்மரபினின்றும் மாறுபட்ட கோவைகளும் உண்டு.

கோவையில் வரும் அகத்துறைகளிற் பல அந்தாதி, கலம்பகம் முதலிய வேறுவகைப் பிரபந்தங்களின் இடையிடையே காணப்படும். கலம்பகத்தில் அமைக்கப்பட வேண்டுமென்று வரையறுக்கப்பெற்ற உறுப்புக்களில் பாண், இரங்கல், தூது, வண்டு, தழை யென்பன அகப்பொருட் டுறைகளேயாம். இங்ஙனம் அமைந்த இடங்களில் அத்துறைகளுக்குரிய பெயர்களிற் சில வேறாகவும் வழங்கும். இடையூறு கிளத்தலை நாணிக்கண்புதைத்த லெனவும், பாங்கி தலைமகள் அவயவத் தருமைசாற்ற லென்பதை, எழுதரி தென்ன ஏந்தலை விலக்க லெனவும் வழங்குவது காண்க.

இத்துறைகளில் ஒன்றையே பொருளாகக் கொண்ட நூறு கலித்துறைகளேனும், நானூறு கலித்துறைகளேனும் பாடப்பெற்ற நூல்கள் சில ஒருதுறைக் கோவை யென்னும் பெயர்பெற்று வழங்கிவருகின்றன. இரகுநாத சேதுபதி ஒருதுறைக் கோவை, சசிவர்ணன் கோவை, தியாகேசர் கோவை முதலியன இவ்வகையைச் சார்ந்தன. இவை முறையே நாணிக்கண்புதைத்தல், வண்டோச்சி மருங்கணைதல், வெறிவிலக் கென்னும் துறைகளை யுடையன.

மொழிக்கு முதலாகும் எழுத்துக்களுள் ஒவ்வொன்றையும் முதலாக உடைய ஒவ்வொரு செய்யுளுக்கும் ஒவ்வொரு துறையை அமைத்துக் கட்டளைக் கலித்துறையாற் பாடப்படும் வருக்கக் கோவையென ஒருவகைப் பிரபந்தம் உண்டு. நெல்லை வருக்கக் கோவை, பாம்பலங்காரர் வருக்கக் கோவை முதலியன அவ்வகையைச் சார்ந்தவை.

பிரபந்த வகைகளில் தூது, மடல் முதலியன அகப்பொருட் டுறையையே பின்பற்றி விரிவாகச் செய்யப்படுவனவாம்.

அகப்பொருளமைதியினால் இயலும், சந்தவகையைச் சார்ந்த செய்யுட்களை யுடைமையினால் இசையும், கூற்றுவகை யுடைமையினால் நாடகமும் ஒருங்கே பொருந்திய கோவை முத்தமி ழிலக்கியமாகவும் சிறப்பிக்கத்தகும் பெருமை வாய்ந்தது. அத்தகுதி பற்றியே பேராசிரியர் திருக்கோவையாருக்கு உரை இயற்றினார்; சொக்கப்ப நாவலரென்ற புலவர் தஞ்சைவாணன் கோவைக்கு உரை யெழுதினார்.

நன்றியறிவின் திறத்தினால் தம்மை ஆதரித்த பிரபுக்கள் மீதும் பக்திச்சிறப்பால் தெய்வங்களின் மீதும் பாடப்பெற்ற கோவைகள் பல. தலங்களிற் பற்றுடைய புலவர்கள் அவ்வத் தல மூர்த்திகளின் விஷயமாகப் பாடிய கோவைகள் பல. திருச்சிற்றம்பலக் கோவையார் தில்லைத் தலத்திற்குரிய கோவையாதல் காண்க. இப்படியே மதுரை முதலிய சிவ ஸ்தலங்களுக்கும் பழனி முதலிய சுப்பிரமணிய ஸ்தலங்களுக்கும் ஸ்ரீரங்கம் முதலிய விஷ்ணு ஸ்தலங்களுக்கும் கோவைகள் உண்டு. ஒரேவகையான பொருளமைப்பின்மேல் இவ்வளவு கோவைகளையும் தனித்தனிச் சிறப்பியல்கள் பொருந்த இயற்றிய புலவர்களின் திறமையை நினைக்கையில் விம்மித முண்டாகின்றது. ஒரேவகை உறுப்புக்களால் அமைந்தனவாயினும் மக்களின் முகங்களில் ஒன்றைப்போல மற்றொன்று இராமல் அமைந்த கடவுளின் படைப்பையே இக்கவிஞர்களின் படைப்புக்கு உவமை கூறவேண்டும்.*

சிராமலைக் கோவை

சிராமலைக் கோவை யென்பது தட்சிண கைலாயமென்னும் சிறப்புடைய திருச்சிராப்பள்ளியிலுள்ள மலையிற் கோயில்கொண்டெழுந்தருளியுள்ள தாயான செல்வரைப் பாட்டுடைத் தலைவராகக் கொண்டு இற்றைக்குச் சற்றேறக்குறைய 150 வருஷங்களுக்கு முன் பாடப்பெற்றது. இதனை இயற்றிய ஆசிரியர் பெயர் தெரியவில்லை. இந்நூல் காப்பு, வாழ்த்தாகிய இரண்டும் உட்பட 458 செய்யுட்களை யுடையது. இது சிரகிரிக் கோவை யென்றும் வழங்கும்.

ஏட்டுப் பிரதி

இக்கோவையின் ஏட்டுப் பிரதி யொன்று இளமையில் எனக்குத் திருவாவடுதுறை யாதீனத்தி லிருந்து கிடைத்தது. அப்பால் திருநெல்வேலி, சாலிவாடீசுவர ஓதுவாரவர்கள் வீட்டிலிருந்து வேறொன்று கிடைத்தது. திருவாவடுதுறைப் பிரதியின் முடிவில்,

"காலயுக்தி ஞு மாசி மீ உகூ - சனி வாரமும் ரேவதி நக்ஷத்திரமும் திரிதியையும் கூடின சுபதினத்தில் சிரகிரிக் கோவை எழுதி நிறைந்தது; தெட்சிண கைலாஸபதி ஸ்ரீமாதுரு பூதேசுவர ஸ்வாமி பாதாரவிந்தமே துணை; குமரகுருபரன் துணை"

என்பன எழுதப்பட்டிருந்தன. திருநெல்வேலிப் பிரதியின் ஒரேட்டில் இதன் பின் உள்ள ஆசிரியர் வரலாற்றிற் காணப்படும் நிருபம் எழுதப்பட்டிருந்தது; அப்பிரதியின் இறுதியில்,

"சார்வரி ஞு தை மீ கரு உ சிரகிரிக் கோவை எழுதி நிறைந்தன"

என்ற வாக்கியம் காணப்பட்டது.

* கோவையைப் பற்றிய வேறுசில செய்திகளையும், கோவைப் பொருட்டொடர்பையும் சிவக்கொழுந்து தேசிகர் பிரபந்தங்களிலுள்ள கோடீச்சுரக் கோவையின் நூன்முக முதலியவற்றால் அறியலாகும்.

இந்நூலைச் சிறப்பித்துச் சாமிநாத கவிராய ரென்னும் ஒருவர் பாடிய இரண்டு செய்யுட்கள் உண்டு. அவை இந்நூலைப் பலபடப் பாராட்டுகின்றனவே யன்றி, இந்நூலாசிரியர் இன்னா ரென்பதைப் புலப்படுத்தவில்லை.

தாயானசெல்வத்தின் திருவருளால் இப்பொழுது குறிப்புரை முதலியவற்றுடன் இந்நூல் வெளியிடப்படுகின்றது. படிப்பவர்களுக்குப் பயன்படும் பொருட்டுச் சிராமலைச் சிறப்பும், நூலாசிரியர் முதலியோர் வரலாறும், நூலாராய்ச்சியும் விரிவாக எழுதப்பட்டிருக்கின்றன.

இக்கோவையை வெளியிடவேண்டுமென்று பன்முறை வற்புறுத்தி ஊக்கியவரும் திரிசிரகிரி சம்பந்தமான பல செய்திகளைத் தெரிந்து எனக்கு அறிவித்து உதவியவருமாகிய திருச்சிராப்பள்ளி ஸெயிண்ட் ஜோஸப் கல்லூரித் தமிழாசிரியர் ஸ்ரீமான் மு. நடேச முதலியா ரவர்களுக்கு என் நன்றி உரியதாகும்.

நான் பிரதி செய்து ஆராய்ந்து வைத்திருக்கும் பிரபந்தங்களை வெளியிடுதற்கு வேறுவழி யின்மையின் செந்தமிழ், கலைமகள், சிவநேசன் ஆகிய பத்திரிகைகளில் சில பிரபந்தங்களை வெளியிடலானேன். இந்நூலைச் செந்தமிழ்ப் பத்திரிகையில் வெளியிட்டு உதவிய அதிபர்களுடைய ஆதரவு எனக்கு ஊக்கமளிக்கின்றது.

இந்நூலை ஆராயும் பொழுதும் பதிப்பிக்கும் பொழுதும் உடனிருந்து உதவி செய்தவர்கள் சென்னைக் கிறிஸ்டியன் காலேஜ் தமிழ்ப் பண்டிதர் சிரஞ்சீவி வித்துவான் வி.மு. சுப்பிரமணிய ஐயரும், சிரஞ்சீவி வித்துவான் கி.வா. ஜகந்நாதையரும் ஆவர்.

இங்ஙனம்,
வே. சாமிநாதையர்

"தியாகராஜ விலாஸம்"
திருவேட்டீசுவரன் பேட்டை
14-1-37

தியாகராஜ விலாச மாத வெளியீடு

௨

திருவாரூர்க் கோவை

எல்லப்ப நயினார் இயற்றியது

இது
குறிப்புரை முதலியவற்றுடன்

மகாமகோபாத்தியாய தாக்ஷிணாத்ய கலாநிதி
டாக்டர் உ. வே. சாமிநாதையரால்

சென்னை:
கேஸரி அச்சுக்கூடத்திற் பதிப்பிக்கப்பெற்றது

ஈசுவர ௵ ஆனி ௴

Copyright Registered]

 [விலை ரூ. 1 — 4 — 0

[1937]

தியாகராஜ விலாச மாத வெளியீடு

உ

திருவாரூர்க் கோவை

எல்லப்ப நயினர் இயற்றியது

இது

குறிப்புரை முதலியவற்றுடன்

மகாமகோபாத்தியாய தாக்ஷிணாத்ய கலாநிதி

டாக்டர் உ. வே. சாமிநாதையரால்

சென்னை :

கேஸரி அச்சுக்கூடத்திற் பதிப்பிக்கப்பெற்றது.

 ஈசுவர ஆனிமீ [விலை ரூ. 1-4-0

உ
கணபதி துணை

முகவுரை

சுந்தர மூர்த்தி நாயனார் தேவாரம்

திருச்சிற்றம்பலம்

பொன்னு மெய்ப்பொரு ளுந்தரு வானைப்
போக முந்திரு வும்புணர்ப் பானைப்
பின்னை யென்பிழை யைப்பொறுப் பானைப்
பிழையெ லாந்தவி ரப்பணிப் பானை
இன்ன தன்மைய னென்றறி வொண்ணா
எம்மா னையெளி வந்த பிரானை
அன்னம் வைகும் வயற்பழ னத்தணி
ஆரூ ரானை மறக்கலு மாமே.

திருச்சிற்றம்பலம்

தமிழின் பகுதிகளுட் சிறந்ததென்று தொன்றுதொட்டுப் பாராட்டப்பெற்று வருவது பொருளிலக்கணம். அப்பொருள் அகம், புறமென்னும் இரண்டு பகுதிகளை யுடையது. அவற்றுள்ளும் சிறந்தது அகப்பொருள். அதனைப் பரிபாடல், "தள்ளாப் பொருளியல்பிற் றண்டமிழ்" என கூ -ஆம் பாடலிற் சிறப்பிக்கின்றது.

தொல்காப்பியப் பொருளதிகாரத்தில் அகப்பொருளைப் பற்றிய இயல்களே பெரும்பாலன. பிற்காலத்தெழுந்த இலக்கண நூல்களுள் புறப்பொருளிலக்கண நூல்களினும் அகப்பொருளிலக்கண நூல்களே மிகுதியாக உள்ளன. ஆலவாய் இறைவனியற்றிய இலக்கண மொன்றையுமுடைய பெருமை இவ்வகப் பொருளைச் சார்ந்துள்ளது.

இலக்கியங்களுள்ளும் எட்டுத்தொகை நூல்களில் நற்றிணை, குறுந்தொகை, ஐங்குறுநூறு, கலித்தொகை, அகநானூறு என்னும் ஐந்தும் முற்றும் அகப்பொருட் செய்யுட்களாலேயே அமைந்தன; பரிபாடலிலும் பல பாடல்கள் அகப்பொரு ளமைதியை யுடையன. பிற்காலத்தில் இயற்றப்பெற்ற பிரபந்தச் செய்யுட்களில் அகப்பொருட்டுறை அமைந்தவை பல. பல பிரபந்தங்கள் அகப்பொருட் டுறையையே பொருளாகவுடையன. அவற்றுள் தலைமையை யுடையது கோவை. அகப்பொரு ளிலக்கணத்திற்கு இலக்கியமாதற் பொருட்டே இவ்வகைப் பிரபந்தங்கள் இயற்றப்பெற்றனவென்று தோற்றுகின்றது. இறையனாரகப்பொருளுரையில் அந்நூலுட் கூறப்படும் இலக்கணங்களுக்கு இலக்கியமாகப் பாண்டிக் கோவை

யென்னும் நூலிலுள்ள செய்யுட்களும், நாற்கவிராசநம்பி இயற்றிய அகப்பொருள் விளக்கவுரையில் தஞ்சைவாணன் கோவை முழுவதும் காட்டப்பெற்றிருத்தலும், களவியற்காரிகை யென்னும் புனைபெயரையுடைய நூலின் உரையில் திருக்கோவையார், பாண்டிக் கோவை யென்னும் இரண்டிலுமுள்ள செய்யுட்கள் காட்டப்பெற்றிருத்தலும் இக்கருத்தை வலியுறுத்தும்.

அகத்துறைச் செய்யுட்களை இயற்றுவதில் கவிஞர்களுக்குப் பேரார்வம் உண்டென்பதை, அவர்கள் இயற்றிய நூல்களுள் எங்ஙனமேனும் அவ்வகைச் செய்யுட்களை அமைத்திருத்தலாலும் அகத்துறை யமைதியுள்ள தனிப்பாடல்கள் பலவற்றை இயற்றியிருத்தலாலும் உணரலாம். தேவாரத்திலும் பிற சைவத் திருமுறைகளிலும் திவ்யப்பிரபந்தத்திலும் இத்தகைய செய்யுட்கள் பல உண்டு.

அகப்பொருட் டுறைகளைப் பொருட்டொடர்பு அமையும்படி கோவையாக்கி அவற்றிற்குரிய செய்யுட்களைப் பாடி அமைத்தலின் இவ்வகை நூலுக்குக் கோவை யென்னும் பெயர் அமைந்தது. பொருட்டொடர்புடைய தாதலின் இது பொருட் டொடர்நிலைச் செய்யுளாகும். பொருள்பற்றிக் கோக்கப்பெற்ற நூலைக் கோவை யென்று வழங்கும் மரபு, பதினெண் கீழ்க்கணக்கினுள் ஒன்றன் பெயராகிய ஆசாரக் கோவை யென்பதனாற் புலப்படும். தமிழ்ச் செய்யுட்களை நிரல்பட அமைத்தலைக் கோத்தலென்று வழங்குதல், “கோக்குந் தமிழ்க்கொத் தனைத்தும் வாழியே” (தக்கயாகப் பரணி) என்பதனால் அறியப்படுதலின் கோவை யென்னும் பெயர் நூலுக்கு ஏற்புடைய தாகின்றது.

இக்கோவை நூல்களைச் சமயாசிரியரும், பெருங்கவிஞரும் இயற்றி யிருக்கின்றனர். மாணிக்கவாசகர் திருச்சிற்றம்பலக் கோவையாரை அருளியதும், கலைமகளின் திருவவதாரமாகக் கருதப்படும் ஔவையார் அசதிக் கோவையையும், கவிச்சக்கரவர்த்தியாகிய ஒட்டக்கூத்தர் காங்கேயன் நாலாயிரக் கோவையையும் பாடியதும் இதற்கு உதாரணங்களாம்.

தமிழிற் கோவை நூல்கள் அளவிறந்தனவாகக் காணப்படுகின்றன. இப்பொழுது தெரிவனவற்றுட் பழமையானவை திருச்சிற்றம்பலக் கோவையும், பாண்டிக் கோவையுமாகும். அவற்றின் பின்னே தலங்களைப் பற்றியும் உபகாரிகளைப் பற்றியும் எழுந்த கோவைகள் பல. தமிழ் நாட்டிலுள்ள பெரிய சிவதலங்களிற் பெரும்பாலனவற்றிற்குக் கோவை நூல்கள் உண்டு. பழங்கோவைகளிற் பொருட்சிறப்பும் சங்க நூற் பொருளமைதியும் காணப்படும். பிற்காலத்துக் கோவைகளிற் சொற்பொரு ளணிகளும் சாஸ்திரக் கருத்துக்களும் தல விசேடங்களும் மிகுதியாக உண்டு. ஒரே பொருளமையப் பாடவேண்டியிருத்தலின் இவ்வகை நூற்செயுட்களில் வேறுபாட்டு நயம் தோற்றுதற்காகச் சிலேடை, மடக்கு, தொனி முதலிய அணிகளைப் பிற்காலப் புலவர் அமைக்கத் தொடங்கினர் போலும்.

எல்லாத் துறைகளும் அமையப் பாடிய கோவைகள் ஐந்திணைக் கோவை யென்றும், ஒரே துறையிற் பல செய்யுட்கள் அமைந்திருப்பவை ஒருதுறைக் கோவை யென்றும், மொழிக்கு முதலாகும் உயிர் வருக்கத்தும் மெய் வருக்கத்தும் ஒவ்வோரெழுத்திற்கும் ஒவ்வொரு செய்யுள் அமைந்திருப்பவை வருக்கக் கோவை யெனவும் கூறப்படும். ஒருதுறைக் கோவைகளில் இதுவரை வண்டோச்சி மருங்கணைதல், நாணிக் கண்புதைத்தல், வெறிவிலக் கென்னும் துறைகளில் அமைந்தனவே உள்ளன.

கோவைப் பிரபந்தம் கட்டளைக் கலித்துறையால் இயற்றப்பட வேண்டும். அதில் அமைந்த தமிழ் நூல்களுட் பெரும்பாலன கோவை நூல்களே; ஆதலின் அவ்வகைச் செய்யுளைக் கோவைக் கலித்துறை யென்றே வழங்கலாயினர் (வீரசோழியம், யாப்புப். 17, உரை). இப்பிரபந்தம் நானூற்றின் மிக்க செய்யுட்களை உடையது. பிற்காலத்துக் கோவைகளிற் பெரும்பாலன நாற்கவிராசநம்பி இயற்றிய அகப்பொரு ளிலக்கணத்தின்படி அமைந்த துறைகளை யுடையன. அவ்விலக்கண நூற் சூத்திரப் பகுதிகளையே துறைப் பெயர்களாக அமைத்திருப்பதனால் இது விளங்கும். ஒரே துறையை இரண்டு முதற் பலவாகப் பிரித்தும், சிலவற்றை ஒன்றாக்கியும் அமைத்துச் செய்யுட்கள் இயற்றுதலின் இவ்வகைப் பிரபந்தங்களில் ஒன்றனுக்கொன்று செய்யுட் டொகையில் வேறுபடும். ஒரே துறைக்கு ஒன்றுக்கு மேற்பட்ட செய்யுட்களை யமைத்தலும் இவ்வேறுபாட்டுக்கு ஒரு காரணமாகும்.

கோவைகள் கைக்கிளை, களவு, கற்பு என்னும் மூன்று பெரும் பிரிவுகளையும் கைக்கிளை முதற் பொருள்வயிற் பிரிவு இறுதியாகவுள்ள 33 கிளவிகளையும் உடையன. இவற்றில் வறிது நகைதோற்ற லென்னுந் துறைக்குரிய செய்யுளை யன்றிப் பிற செய்யுட்கள் அகப்பொருளிற் கூற்றுக்குடையவர்களாகச் சொல்லப்பட்ட தலைவன் முதலியோர் கூற்றுக்களாக இருக்கும். வறிது நகைதோற்றலைக் கவியின் கூற்றாகச் சிலர் அமைப்பர்; சிலர் தலைவன் கூற்றாக்குவர். இக்கூற்றுக்களில் தலைமையை யுடையன தலைவன், தலைவி, பாங்கி யென்னும் மூவர் கூற்றுக்களே. இவைகளே கோவையிற் பெரும்பகுதியாக அமையும். இவற்றின் தலைமையை யறிந்தே திருவள்ளுவர் தமது திருக்குறட் காமத்துப்பாலில் இம்மூவர் கூற்றுக்களையே அமைத்தனர்.

கோவைகளிற் பாட்டுடைத் தலைவன் கிளவித் தலைவனென இரு தலைவர்கள் கூறப்படுவார்கள். பாட்டுடைத் தலைவன் நூலாற் புகழப்படுபவன்; அவன் பெயர், வரலாறு முதலியன செய்யுட்களிற் சார்த்து வகையாற் சொல்லப்படும். கிளவித் தலைவன் கோவையின் பொருட் டொடர்பாகிய வரலாற்றுக்குத் தலைவன்; இவனது இயற்பெயர் கூறல் மரபன்று; வெற்பன், நாடன், விடலை, ஊரன், சேர்ப்பன் முதலிய திணை நிலைப் பெயர்களால் இவன் குறிக்கப்படுவான்.

திருவாரூர்க் கோவை யென்பது திருவாரூரில் திருக்கோயில் கொண்டெழுந்தருளிய ஸ்ரீ தியாகராசப் பெருமானைப் பாட்டுடைத் தலைவராகக் கொண்டு உண்ணாமுலை எல்லப்ப நயினாரென்னும் புலவர்திலகராற் பாடப்பெற்றது. இது காப்பு, அவையடக்கம் என்பவற்றோடு 517 செய்யுட்களை யுடையது; தியாகப்பெருமானுடைய சிறப்பையும் திருவாரூர்த் தலத்தின் பெருமையையும் பலபடப் பாராட்டுவது; சொற்சுவை பொருட்சுவை நிரம்பியது.

இந்நூலின் சிறப்பை நான் 60 வருடங்களுக்கு முன்பே அறிந்தேன். நான் மகாவித்துவான் ஸ்ரீ மீனாட்சிசுந்தரம் பிள்ளை யவர்களிடம் பாடங்கேட்டுவந்த காலத்தில் அக்கவிஞர் பெருமான் இதன் செய்யுட்களிற் சிலவற்றைச் சொல்லிச் சொல்லி மனமுருகிப் பாராட்டுவார்கள்.* பல கோவைகளைப் பாடிய அவர்களே பாராட்டத்தக்க நயம் இதன்கண் அமைந்ததெனின் பிறர் பாராட்டுதற்கு என்ன தடை ?

---

* ஸ்ரீ மீனாட்சிசுந்தரம் பிள்ளை யவர்கள் சரித்திரம், 2ஆம் பாகம், பக்கம் 240, பார்க்க.

நான் பாடங்கேட்டுவந்த காலத்தில் திருவாவடுதுறையி லிருந்த ஒரு தவசிப் பிள்ளை யிடமிருந்து கிடைத்த சுவடி யொன்றைப் படித்து வந்தேன். பிறகு ஏட்டுச் சுவடிகளைத் தேடியபோது இந்நூற் பிரதிகள் பல கிடைத்தன. அவை வருமாறு:

1. திரிசிரபுரம் வித்துவான் ஸ்ரீ சி. தியாகராச செட்டியா ரவர்கள் பிரதி: இதில் ஒவ்வொரு கிளவியின் முன்னும் நம்பியகப்பொருட் சூத்திரமும், ஒவ்வொரு செய்யுளின் முன்னர்க் கொளுவும் காணப்படுகின்றன. இதில் 502 செய்யுட்கள் உள்ளன.

2. ஷையார் எழுதிய பிரதி ஒன்று: அபூர்த்தியானது.

3. பின்னத்தூர் ஸ்ரீ அ. நாராயணசாமி ஐயரவர்கள் பிரதி ஒன்று: இது மிகப் பழையது.

4. பண்டிதர் ஸ்ரீ சந்தானமையங்கா ரவர்கள் உபகரித்த பிரதி ஒன்று: இதில் ஒவ்வொரு செய்யுளின் முன்பும் கொளு எழுதப்பட்டுள்ளது; இதிலுள்ள செய்யுட் டொகை 449.

5. ஜாம்பவானோடைப் பக்கத்தில் 150 வருஷங்களுக்கு முன் இருந்த அம்பலவாண முனிவ ரென்பவரது பிரதி: மிகப் பழையதாகவும் சிதிலமாகவும் உள்ளது.

6. சேலம் சபாபதி முதலியா ரவர்கள் பிரதி: சிதிலமானது.

இவற்றை யன்றி அவ்வப்போது கிடைத்த வேறுசில பிரதிகளையும் பார்த்துப் பாடபேதங்களைக் குறித்து அதிகமாக இருந்த செய்யுட்களையும் எழுதிக்கொண்டேன். ஒவ்வொரு துறைக்கும் பல கோவைகளிலுள்ள செய்யுட்கள் தொகுத்தெழுதப்பட்டுள்ள கோவைக் கொத்தென்னும் ஏட்டுச் சுவடியில் திருவாரூர்க் கோவைச் செய்யுட்களும் உள்ளன. அவற்றையும் பார்த்துப் பாடபேதம் குறித்துக்கொண்டேன். இங்ஙனம் பல பிரதிகளிலும் காணப்பட்ட செய்யுட்களைத் தொகுத்துப் பார்த்ததில் 514 செய்யுட்கள் இருந்தன.

இந்நூல் மூலமட்டும் பல வருடங்களுக்கு முன், ஸ்ரீமான் ஆ.மே. சென்னகேசவலு நாயுடு என்பவரால் அச்சிடப்பெற்றது; அதில் 496 செய்யுட்களே காணப்படுகின்றன. பல பாடல்களில் திருத்தமான பாடம் இல்லை. அதில் விநாயகர் காப்பாக,

ஆரூர்த் தியாகர்க் கணிகோவை நீமகிழ்ந்து
சீருருஞ் சொல்லதனாற் செப்பவே – காரூர்
கரிமுகத்து மோதகக்கைக் கன்றானை பாதம்
பரிவதுற்றுக் காக்குநெஞ்சே பார்

என்னும் செய்யுலொன்று அதிகமாக உள்ளது.

ஸ்ரீ தியாகேசப் பெருமான் திருவருளால் இந்நூல் குறிப்புரை முதலியவற்றோடு இப்பொழுது பதிப்பித்து வெளிவரலாயிற்று. இப்பதிப்பில் திருவாரூர்த் தலச் செய்திகள், நூலாசிரியர் வரலாறு, நூலாராய்ச்சி என்பன சேர்க்கப்பட்டுள்ளன. கோவையின் பொருட்டொடர்பை அறிந்துகொள்ள வேண்டுவார் கோடீச்சுரக் கோவைப் பதிப்பில் நான் எழுதியுள்ள பொருட்டொடர்பினால் அறியலாகும்.

எனக்குக் கிடைத்த ஏட்டுச் சுவடிகளில் இரண்டில் மட்டும் காணப்பட்ட கொளுக்கள் தனியே இந்நூலின் பின்னே பதிப்பிக்கப்பட்டுள்ளன. அவற்றின்

உதவியினாற் சில செய்யுட்களின் பொருள்கள் விளங்கின. அவற்றுள் குறிப்புரையில் எழுதப்படாத சில செய்யுட்பொருள் வருமாறு:

57. "கருத்தக லாதமின் கண்ணாகு மாவிடங் காவிடமே":— கண் மா இடம் ஆகும்; மா இடம் — திருமகளின் உறைவிடமாகிய கடல்.

66. "வளமார் தளிரு மதுவார் கனியும் வடுவுங் கொண்டோர், இளமா வென நின்றதால்":— கனி யென்றது அதரத்தினை.

99. "மாதின் குவிமுலைக் கண்ணா கியதிந்த மன்னர் கண்ணே":— இத்தலைவரின் கண் தலைவியின் நகிலிற் பதிந்து அதன் கண்ணைப் போலாகியது.

129. "மாலாகு மென்னை யயனாகு மென்று மகிழ்ந்திடுமே":— காம மயக்கத்தை யுடைய என்னைத் தலைவனாவா னென்று மகிழ்வீராக; அயன் = ஐயன் — தலைவன்; போலி. திருமாலாகிய என்னைப் பிரமனென் றெண்ணி மகிழ்வீராக வென்பது வேறுபொருள்.

கொளுவில்லாத செய்யுட்கள் 34 (11, 26, 33, 44, 94, 188, 194, 195, 214, 285, 311-2, 336, 344-5, 352, 380, 393, 413, 428-9, 434, 448, 454, 457, 459, 463, 466-8, 470, 485, 487, 494). இக் கொளுக்கள் திருச்சிற்றம்பலக் கோவையார்ச் செய்யுட்களுக்குக் கொளுக்கள் இருத்தலை நினைந்து ஒருவரால் இயற்றப் பெற்றன வென்று தோற்றுகின்றது. இங்ஙனமே திருவம்பலக் கோவை யென்றதொரு நூலிலும் கொளுக்கள் காணப்படுகின்றன.

பல வருஷங்களாக நான் தேடித் தொகுத்துப் பிரதிசெய்து ஆராய்ந்து பதிப்பிக்கும் நிலையில் வைத்துள்ள நூல்களை மாதம் ஒவ்வொன்றாகத் தியாகராஜ விலாச மாத வெளியீ டென்னும் பெயரோடு வெளியிட்டால் நலமாக இருக்குமென்று பல அன்பர்கள் தெரிவித்தார்கள். அவற்றுள் முதலாவதாகும் இந்நூல். சென்ற சித்திரை மாதத்திலேயே வெளிவந்திருக்க வேண்டிய இது சில நிர்ப்பந்தமான வேலைகளால் உரிய காலத்தில் வெளிவரவில்லை. இதனை அன்பர்கள் பொறுத்துக் கொள்ளும்படி வேண்டுகிறேன்.

பலபட்டடைச் சொக்கநாதப் பிள்ளை யவர்கள் இயற்றிய அழகர் கிள்ளைவிடு தூது என்னும் நூல் அடுத்த வெளியீடாக வரும்.

இந்நூலை ஆராயும் பொழுதும் பதிப்பிக்கும் பொழுதும் உடனிருந்து வழக்கம்போல் உதவிபுரிந்து வந்தவர்கள் சென்னை, கிறிஸ்டியன் காலேஜ் ஹைஸ்கூல் தமிழ்ப் பண்டிதர் சிரஞ்சீவி வித்துவான் வி. மு. சுப்பிரமணிய ஐயரும், சிரஞ்சீவி வித்துவான் கி. வா. ஜகந்நாதையரும் ஆவர்.

இனி யான் வெளியிட எண்ணியிருக்கும் பிரபந்தங்களும் பிற நூல்களும் இனிது நிறைவேறுதற்குரிய ஆதரவு கிடைக்கும்படி செய்வித்தருளும் வண்ணம் ஸ்ரீ தியாகப்பெருமான் திருவடி மலர்களைச் சிந்தித்து வந்திக்கின்றேன்.

இங்ஙனம்,

வே. சாமிநாதையர்

"தியாகராஜ விலாஸம்"
திருவேட்டீசுவரன் பேட்டை
2-7-1937

திருவாரூர்க் கோவை

எல்லப்ப நயினார் இயற்றியது

இது
குறிப்புரை முதலியவற்றுடன்

மகாமகோபாத்தியாய தாக்ஷிணாத்ய கலாநிதி
டாக்டர் உ.வே. சாமிநாதையரால்

சென்னை:
கேஸரி அச்சுக்கூடத்திற் பதிப்பிக்கப்பெற்றது

[இரண்டாம் பதிப்பு]

விஷு ஹூ சித்திரை மீ

Copyright Registered]

 [விலை ரூ. 1—4—0

[1941]

திருவாரூர்க் கோவை

எல்லப்ப நயினர் இயற்றியது.

இது

குறிப்புரை முதலியவற்றுடன்

மகாமகோபாத்தியாய தாக்ஷிணாத்ய கலாநிதி
டாக்டர் உ. வே. சாமிநாதையரால்

சென்னை :
கேஸரி அச்சுக்கூடத்திற் பதிப்பிக்கப்பெற்றது.

(இரண்டாம் பதிப்பு)

விஷு - வரு சித்திரை மீ

Copyright Registered]   [விலை ரூ. 1-4-0

உ
கணபதி துணை

முகவுரை

சுந்தர மூர்த்தி நாயனார் தேவாரம்
திருச்சிற்றம்பலம்
பொன்னு மெய்ப்பொரு ளுந்தரு வானைப்
போக முந்திரு வும்புணர்ப் பானைப்
பின்னை யென்பிழை யைப்பொறுப் பானைப்
பிழையெ லாந்தவி ரப்பணிப் பானை
இன்ன தன்மைய னென்றறி வொண்ணா
எம்மா னையெளி வந்த பிரானை
அன்னம் வைகும் வயற்பழ னத்தணி
ஆரூ ரானை மறக்கலு மாமே.
திருச்சிற்றம்பலம்

தமிழின் பகுதிகளுட் சிறந்ததென்று தொன்றுதொட்டுப் பாராட்டப்பெற்று வருவது பொருளிலக்கணம். அப்பொருள் அகம், புறமென்னும் இரண்டு பகுதிகளை யுடையது. அவற்றுள்ளும் சிறந்தது அகப்பொருள். அதனைப் பரிபாடல், "தள்ளாப் பொருளியல்பிற் றண்டமிழ்" என கூ -ஆம் பாடலிற் சிறப்பிக்கின்றது.

தொல்காப்பியப் பொருளதிகாரத்தில் அகப்பொருளைப் பற்றிய இயல்களே பெரும்பாலன. பிற்காலத்தெழுந்த இலக்கண நூல்களுள் புறப்பொருளிலக்கண நூல்களினும் அகப்பொருளிலக்கண நூல்களே மிகுதியாக உள்ளன. ஆலவாய் இறைவனியற்றிய இலக்கண மொன்றையுடைய பெருமை இவ்வகப் பொருளைச் சார்ந்துள்ளது.

இலக்கியங்களுள்ளும் எட்டுத்தொகை நூல்களில் நற்றிணை, குறுந்தொகை, ஐங்குறுநூறு, கலித்தொகை, அகநானூறு என்னும் ஐந்தும் முற்றும் அகப்பொருட் செய்யுட்களாலேயே அமைந்தன; பரிபாடலிலும் பல பாடல்கள் அகப்பொரு ளமைதியை யுடையன. பிற்காலத்தில் இயற்றப்பெற்ற பிரபந்தச் செய்யுட்களில் அகப்பொருட்டுறை அமைந்தவை பல. பல பிரபந்தங்கள் அகப்பொருட் டுறையையே பொருளாகவுடையன. அவற்றுள் தலைமையை யுடையது கோவை. அகப்பொரு ளிலக்கணத்திற்கு இலக்கியமாதற் பொருட்டே இவ்வகைப் பிரபந்தங்கள் இயற்றப்பெற்றனவென்று தோற்றுகின்றது. இறையனா ரகப்பொருளுரையில் அந்நூலுட் கூறப்படும் இலக்கணங்களுக்கு இலக்கியமாகப் பாண்டிக் கோவை யென்னும் நூலிலுள்ள செய்யுட்களும், நாற்கவிராசநம்பி இயற்றிய அகப்பொருள் விளக்கவுரையில் தஞ்சைவாணன் கோவை முழுவதும் காட்டப்பெற்றிருத்தலும்,

களவியற்காரிகை யென்னும் புனைபெயரையுடைய நூலின் உரையில் திருக்கோவையார், பாண்டிக் கோவை யென்னும் இரண்டிலுமுள்ள செய்யுட்கள் காட்டப்பெற்றிருத்தலும் இக்கருத்தை வலியுறுத்தும்.

அகத்துறைச் செய்யுட்களை இயற்றுவதில் கவிஞர்களுக்குப் பேரார்வம் உண்டென்பதை, அவர்கள் தம் நூல்களுள் எங்ஙனமேனும் அவ்வகைச் செய்யுட்களை அமைத்திருத்தலாலும் அகத்துறை யமைந்த தனிப்பாடல்கள் பல இயற்றி யிருத்தலாலும் உணரலாம். தேவாரத்திலும் பிற சைவத் திருமுறைகளிலும் திவ்யப் பிரபந்தத்திலும் இத்தகைய செய்யுட்கள் பல உண்டு.

அகத்துறைகளைப் பொருட்டொடர்பு அமையும்படி கோவையாக்கி அவற்றிற்குரிய செய்யுட்களை அமைத்தலின் கோவையென்னும் பெயர் அமைந்தது. பொருட்டொடர்புடைய தாதலின் இது பொருட்டொடர்நிலைச் செய்யுளாகும். பொருள்பற்றிக் கோக்கப்பெற்றதை கோவை யென்று வழங்கும் மரபு, பதினெண் கீழ்க்கணக்கினுள் ஒன்றன் பெயராகிய ஆசாரக் கோவை யென்பதனாற் புலப்படும். தமிழ்ச் செய்யுட்களை நிரல்பட அமைத்தலைக் கோத்தலென்று வழங்குதல், “கோக்குந் தமிழ்க்கொத் தனைத்தும் வாழியே” (தக்கயாகப் பரணி) என்பதனால் அறியப்படுதலின் கோவை யென்னும் பெயர் நூலுக்கு ஏற்புடைய தாகின்றது.

இக்கோவை நூல்களைச் சமயாசிரியரும், பெருங்கவிஞரும் இயற்றி யிருக்கின்றனர். மாணிக்கவாசகர் திருக்கோவையாரை அருளியதும், கலைமகளின் திருவவதாரமாகக் கருதப்படும் ஔவையார் அசதிக் கோவையையும், கவிச்சக்கரவர்த்தியாகிய ஒட்டக்கூத்தர் காங்கேயன் நாலாயிரக் கோவையையும் பாடியதும் இதற்கு உதாரணங்களாம்.

தமிழிற் கோவை நூல்கள் அளவிறந்தனவாகக் காணப்படுகின்றன. இப்பொழுது தெரிவனவற்றுட் பழமையானவை திருச்சிற்றம்பலக் கோவையும், பாண்டிக் கோவையுமாகும். அவற்றின் பின்னே தலங்களைப் பற்றியும் உபகாரிகளைப் பற்றியும் எழுந்த கோவைகள் பல. தமிழ் நாட்டிலுள்ள பெரிய சிவதலங்களிற் பெரும்பாலனவற்றிற்குக் கோவை நூல்கள் உண்டு. பழங்கோவைகளிற் பொருட்சிறப்பும் சங்கநூற் பொருளமைதியும் காணப்படும். பிற்காலத்துக் கோவைகளிற் சொற்பொரு ளணிகளும் சாஸ்திரக் கருத்துக்களும் தல விசேடங்களும் மிகுதியாக உண்டு. ஒரே பொருளமையப் பாடவேண்டியிருத்தலின் இவ்வகை நூற்செயுட்களில் வேறுபாட்டு நயம் தோற்றுதற்காகச் சிலேடை, மடக்கு, தொனி முதலிய அணிகளைப் பிற்காலப் புலவர் அமைக்கத் தொடங்கினர் போலும்.

எல்லாத் துறைகளும் அமையப் பாடிய கோவைகள் ஐந்திணைக் கோவை யென்றும், ஒரே துறையிற் பல செய்யுட்கள் அமைந்திருப்பவை ஒருதுறைக் கோவை யென்றும், மொழிக்கு முதலாகும் உயிர் வருக்கத்தும் மெய் வருக்கத்தும் ஒவ்வோரெழுத்திற்கும் ஒவ்வொரு செய்யுள் அமைந்திருப்பவை வருக்கக் கோவை யெனவும் கூறப்படும். ஒருதுறைக் கோவைகளில் இதுவரை வண்டோச்சி மருங்கணைதல், நாணிக் கண்புதைத்தல், வெறிவிலக் கென்னும் துறைகளில் அமைந்தனவே உள்ளன.

கோவைப் பிரபந்தம் கட்டளைக் கலித்துறையால் இயற்றப்பட வேண்டும். அதில் அமைந்த தமிழ் நூல்களுட் பெரும்பாலன கோவை நூல்களே; ஆதலின்

அவ்வகைச் செய்யுளைக் கோவைக் கலித்துறை யென்றே வழங்கலாயினர் (வீரசோழியம், யாப்புப். 17, உரை). இப்பிரபந்தம் நானூறுக்கு மேற்பட்ட செய்யுட்களை உடையது. பிற்காலத்துக் கோவைகளிற் பெரும்பாலன நாற்கவிராசநம்பி இயற்றிய அகப்பொரு ளிலக்கணத்தின்படி அமைந்த துறைகளை யுடையன. அவ்விலக்கண நூற் சூத்திரப் பகுதிகளையே துறைப் பெயர்களாக அமைத்திருப்பதனால் இது விளங்கும். ஒரே துறையை இரண்டு முதற் பலவாகப் பிரித்தும், சிலவற்றை ஒன்றாக்கியும் அமைத்துச் செய்யுட்கள் இயற்றுதலினாலும் ஒரே துறைக்குப் பல செய்யுட்களை யமைத்தலாலும் இவ்வகைப் பிரபந்தங்களில் ஒன்றனுக்கொன்று செய்யுட் டொகையில் வேறுபடும்.

கோவைகள் கைக்கிளை, களவு, கற்பு என்னும் மூன்று பெரும் பிரிவுகளையும் கைக்கிளை முதற் பொருள்வயிற் பிரிவு இறுதியாகவுள்ள 33 கிளவிகளையும் உடையன. இவற்றில் வறிது நகைதோற்ற லென்னுந் துறைக்குரிய செய்யுளை யன்றிப் பிற செய்யுட்கள் அகப்பொருளிற் கூற்றுக்குடையவர்களாகச் சொல்லப்பட்ட தலைவன் முதலியோர் கூற்றுக்களாக இருக்கும். வறிது நகைதோற்றலைக் கவியின் கூற்றாகச் சிலர் அமைப்பர்; சிலர் தலைவன் கூற்றாக்குவர். இக்கூற்றுக்களில் தலைமையை யுடையன தலைவன், தலைவி, பாங்கி யென்னும் மூவர் கூற்றுக்களே. இவைகளே கோவையிற் பெரும்பகுதியாக அமையும். இவற்றின் தலைமையை யறிந்தே திருவள்ளுவர் தமது திருக்குறட் காமத்துப்பாலில் இம்மூவர் கூற்றுக்களையே அமைத்தனர்.

கோவைகளிற் பாட்டுடைத் தலைவன் கிளவித் தலைவனென இரு தலைவர்கள் கூறப்படுவார்கள். பாட்டுடைத் தலைவன் நூலாற் புகழப்படுபவன்; அவன் பெயர், வரலாறு முதலியன செய்யுட்களிற் சார்த்து வகையாற் சொல்லப்படும். கிளவித் தலைவன் கோவையின் பொருட் டொடர்பாகிய வரலாற்றுக்குத் தலைவன்; இவனது இயற்பெயர் கூறல் மரபன்று; வெற்பன், நாடன், விடலை, ஊரன், சேர்ப்பன் முதலிய திணைநிலைப் பெயர்களால் இவன் குறிக்கப்படுவான்.

திருவாரூர்க் கோவை யென்பது திருவாரூரில் திருக்கோயில் கொண்டெழுந்தருளிய ஸ்ரீ தியாகராசப் பெருமானைப் பாட்டுடைத் தலைவராகக் கொண்டு உண்ணாமுலை எல்லப்ப நயினாரென்னும் புலவர்திலகராற் பாடப்பெற்றது. இது காப்பு, அவையடக்கம் என்பவற்றோடு 517 செய்யுட்களை யுடையது; தியாகப்பெருமானுடைய சிறப்பையும் திருவாரூர்த் தலத்தின் பெருமையையும் பலபடப் பாராட்டுவது; சொற்சுவை பொருட்சுவை நிரம்பியது.

இந்நூலின் சிறப்பை நான் பல வருஷங்களுக்கு முன்பே அறிந்தேன். மகாவித்துவான் ஸ்ரீ மீனாட்சிசுந்தரம் பிள்ளை யவர்களிடம் பாடங்கேட்டுவந்த காலத்தில் அக்கவிஞர் பெருமான் இதன் செய்யுட்களிற் சிலவற்றைச் சொல்லிச் சொல்லி மனமுருகிப் பாராட்டுவார்கள்.*

நான் பாடங்கேட்டுவந்த காலத்தில் திருவாவடுதுறையி லிருந்த ஒரு தவசிப் பிள்ளையிடமிருந்து கிடைத்த சுவடி யொன்றைப் படித்து வந்தேன். பிறகு ஏட்டுச் சுவடிகளைத் தேடியபோது இந்நூற் பிரதிகள் பல கிடைத்தன. அவை வருமாறு:

* ஸ்ரீ மீனாட்சிசுந்தரம் பிள்ளை யவர்கள் சரித்திரம், 2ஆம் பாகம், பக்கம் 240, பார்க்க.

1. திரிசிரபுரம் வித்துவான் ஸ்ரீ சி. தியாகராச செட்டியா ரவர்கள் பிரதி: இதில் ஒவ்வொரு கிளவியின் முன்னும் நம்பியகப்பொருட் சூத்திரமும், ஒவ்வொரு செய்யுளின் முன்னர்க் கொளுவும் காணப்படுகின்றன. இதில் 502 செய்யுட்கள் உள்ளன.

2. ஷெயார் எழுதிய பிரதி ஒன்று: அபூர்த்தியானது.

3. பின்னத்தூர் ஸ்ரீ அ. நாராயணசாமி ஐயரவர்கள் பிரதி ஒன்று: இது மிகப் பழையது.

4. பண்டித ஸ்ரீ சந்தானமையங்கா ரவர்கள் உபகரித்த பிரதி ஒன்று: இதில் ஒவ்வொரு செய்யுளின் முன்பும் கொளு எழுதப்பட்டுள்ளது; இதிலுள்ள செய்யுட் டொகை 449.

5. ஜாம்பவானோடைப் பக்கத்தில் 150 வருஷங்களுக்கு முன் இருந்த அம்பலவாண முனிவ ரென்பவரது பிரதி: மிகப் பழையதாகவும் சிதிலமாகவும் உள்ளது.

6. சேலம் சபாபதி முதலியா ரவர்கள் பிரதி: சிதிலமானது.

இவற்றையன்றி அவ்வப்போது கிடைத்த வேறுசில பிரதிகளையும் பார்த்துப் பாடபேதங்களைக் குறித்து அதிகமாக இருந்த செய்யுட்களையும் எழுதிக்கொண்டேன். ஒவ்வோரு துறைக்கும் பல கோவைகளிலுள்ள செய்யுட்கள் தொகுத்தெழுதப்பட்டுள்ள கோவைக்கொத் தென்னும் ஏட்டுச் சுவடியில் திருவாரூர்க் கோவைச் செய்யுட்களும் உள்ளன. அவற்றையும் பார்த்துப் பாடபேதம் குறித்துக்கொண்டேன். இங்ஙனம் பல பிரதிகளிலும் காணப்பட்ட செய்யுட்களைத் தொகுத்துப் பார்த்ததில் 514 செய்யுட்கள் இருந்தன.

இந்நூல் மூலமட்டும் பல வருஷங்களுக்கு முன், ஸ்ரீமான் ஆ.மே. சென்னகேசவலு நாயுடு என்பவரால் அச்சிடப்பெற்றது; அதில் 496 செய்யுட்களே காணப்படுகின்றன. பல பாடல்களில் திருத்தமான பாடம் இல்லை. அதில் விநாயகர் காப்பாக,

ஆரூர்த் தியாகர்க் கணிகோவை நீமகிழ்ந்து
சீரூருஞ் சொல்லதனாற் செப்பவே – காரூர்
கரிமுகத்து மோதகக்கைக் கன்றானை பாதம்
பரிவுதுற்றுக் காக்குநெஞ்சே பார்

என்னும் செய்யுலொன்று அதிகமாக உள்ளது.

ஸ்ரீ தியாகேசப் பெருமான் திருவருளால் இந்நூல் குறிப்புரை முதலியவற்றோடு 1937ஆம் ௵ ஜூலை மாதம் என்னால் முதன் முறையாக வெளியிடப்பெற்றது. கோவையின் பொருட்டொடர்பை அறிந்துகொள்ளவேண்டுவார் கோடீச்சுரக் கோவைக்கு நான் எழுதியுள்ள பொருட்டொடர்பினால் அறியலாகும்.

எனக்குக் கிடைத்த ஏட்டுச் சுவடிகளில் இரண்டில் மட்டும் காணப்பட்ட கொளுக்கள் தனியே இந்நூலின் பின்னே பதிப்பிக்கப்பட்டுள்ளன. அவற்றின் உதவியினாற் சில செய்யுட்களின் பொருள்கள் விளங்கின. அவற்றுள் குறிப்புரையில் எழுதப்படாத சிலசெய்யுட் பொருள் வருமாறு:

57. "கருத்தக லாதமின் கண்ணாகு மாவிடங் காவிடமே":— கண் மா இடம் ஆகும்; மா இடம் — திருமகளின் உறைவிடமாகிய கடல்.

66. "வளமார் தளிரு மதுவார் கனியும் வடுவுங் கொண்டோர், இளமா வென நின்றதால்":— கனி யென்றது அதரத்தினை.

99. "மாதின் குவிமுலைக் கண்ணா கியதிந்த மன்னர் கண்ணே":— இத்தலைவரின் கண் தலைவியின் நகிலிற் பதிந்து அதன் கண்ணைப் போலாகியது.

கொளுவில்லாத செய்யுட்கள் 34 (11, 26, 33, 44, 94, 188, 194, 195, 214, 285, 311-2, 336, 344-5, 352, 380, 393, 413, 428-9, 434, 448, 454, 457, 459, 463, 466-8, 470, 485, 487, 494). இக்கொளுக்கள் திருச்சிற்றம்பலக் கோவையார்ச் செய்யுட்களுக்குக் கொளுக்கள் இருத்தலை நினைந்து ஒருவரால் இயற்றப்பெற்றனவென்று தோற்றுகின்றது. இங்ஙனமே திருவம்பலக் கோவை யென்றதொரு நூலிலும் கொளுக்கள் காணப்படுகின்றன.

இந்நூலை ஆராயும் பொழுதும் பதிப்பிக்கும் பொழுதும் உடனிருந்து வழக்கம்போல் உதவிபுரிந்து வந்தவர்கள் சென்னை, கிறிஸ்டியன் காலேஜ் ஹைஸ்கூல் தமிழ்ப் பண்டிதர் சிரஞ்சீவி வித்துவான் வி.மு. சுப்பிரமணிய ஐயரும், சிரஞ்சீவி வித்துவான் கி.வா. ஜகந்நாதையரும் ஆவர்.

இங்ஙனம்,
வே. சாமிநாதையர்

"தியாகராஜ விலாஸம்"
திருவேட்டீசுவரன் பேட்டை
2-7-1941

உ
கணபதி துணை

திருப்பூவனம்
கந்தசாமிப்புலவரியற்றிய

திருப்பூவணநாதருலா

இது
வடக்குப்பட்டு
ம-ரா-ரா-ஸ்ரீ
த. சுப்பிரமணிய பிள்ளையவர்கள்
விருப்பத்தின்படி
சென்னைப் பிரஸிடென்ஸி காலேஜ் தமிழ்ப்பண்டிதராகிய
உத்தமதானபுரம்

வே. சாமிநாதையரால்

கையெழுத்துப் பிரதிகளைக்கொண்டு பரிசோதித்து
தாம் நூதனமாக இயற்றிய அரும்பதவுரை முதலியவற்றுடன்
சென்னப்பட்டணம்:
பிரஸிடென்ஸி அச்சுக்கூடத்திற்
பதிப்பிக்கப்பட்டது.

குரோதி ஹூ கார்த்திகை மீ
1904
விலை அணா-ச
[Copyright Registered]

உ

கணபதிதுணை.

திருப்பூவணம்

கந்தசாமிப்புலவரியற்றிய

திருப்பூவணநாதருலா.

இது,

வடக்குப்பட்டு

ம-ா-ா-ஸ்ரீ

த. சுப்பிரமணியபிள்ளையவர்கள்

விருப்பத்தின்படி,

சென்னைப் பிரஸிடென்ஸிகாலேஜ் தமிழ்ப்பண்டிதராகிய

உத்தமதானபுரம்

வே. சாமிநாதையரால்,

கையெழுத்துப் பிரதிகளைக்கொண்டு பரிசோதித்து,

தாம் நூதனமாக இயற்றிய அரும்பதவுரைமுதலியவற்றுடன்

சென்னபட்டணம் :

பிரஸிடென்ஸி அச்சுக்கூடத்திற்

பதிப்பிக்கப்பட்டது.

குரோதி௵ கார்த்திகை௴

1904.

விலை அணா. ௪.

உ
கணபதி துணை

முகவுரை

திருவாசகம்

பூவண மகளிற் பொலிந்தினி தருளித்
தூவண மேனி காட்டிய தொன்மையும்

திருவிளையாடல்

பருங்கை மால்வரைப் பூழியன் பைந்தமிழ் நாட்டி
லிரங்கு தெண்டிரைக் கரங்களா லீர்ம்புனல் வையை
மருங்கி னந்தன மலர்ந்தபன் மலர்கடூய்ப் பணியப்
புரங்க டந்தவ னிருப்பது பூவண நகரம்.

திருப்பூவணநாதருலா வென்பது, திருப்பூவணத்திற் கோயில் கொண்டெழுந்தருளிய சிவபெருமான்மீது கவிஞர் பெருமானாகிய திருப்பூவணம் கந்தசாமிப் புலவ ரியற்றியது; இதிலுள்ள கண்ணிகள் - ௪௬௯.

திருப்பூவண மென்பது, பாண்டி நாட்டுள்ள தேவாரம் பெற்ற சிவஸ்தலங்கள் பதினான்கனுள் ஒன்று; இதற்குரிய தேவாரப் பதிகம் - ௪; (திருஞா. பதி. ௨; திருநா. பதி. க; சுந்தர. பதி. க.) கருவூர்த் தேவர் திருவிசைப்பா- க. வடமொழி தென்மொழி இரண்டிலும் இதற்குப் புராணங்களுள்ளன.

ஸ்தல விநாயகர்கள்: கற்பக விநாயகர், மணிமந்திர விநாயகர், ஒட்டுக்கல் வெள்ளை விநாயகர்.

ஸ்வாமியின் திருநாமங்கள்: புஷ்பவனநாதர், பாஸ்கரபுரீசர், மிதிர்மோக்ஷ புரீசர், பிரஹ்மபுரீசர், ரகஸ்ய சிதம்பரேசர், திருப்பூவணேசர், அடைவார் வினைதீர்ப்பவ ரென்பன; ஸந்நிதி கிழக்கு.

அம்பிகையின் திருநாமங்கள்: சுந்தரநாயகி, தடிதம்பை, ஸுவர்ணவல்லி, அன்னபூரணி, அழகியநாயகி, அழகியமின், மின்னனையாள், மின்னம்மை, மின்னாளென்பன. அம்பிகையின் திருக்கோயில், ஸ்வாமியின் வலப்பக்கத்துள்ளது.

நாயகர் திருநாமங்கள்: ஸௌந்தரநாயகர், அழகியநாயகர், அழகுக்கு ஆருமொவ்வாதவ ரென்பன; பொன்னனையாளுடைய நகத் தழும்பைப் பெற்றருளியவர் இவரே; அத்தழும்மை இன்றும் காணலாகும்.

ஸ்தலத்தின் திருநாமங்கள்: புஷ்பவனம், புஷ்பவனகாசி, புஷ்பபுரம், பாஸ்கர க்ஷேத்திரம், பிதிர்மோக்ஷபுரி, பிரஹ்மபுரி, ரஹஸ்ய சிதம்பரம், திருப்பூவணம், திருப்பூவணக்காசி யென்பன; பூவை யெனவும் திருப்புவன மெனவும் இதன் பெயர் வழங்கும்.

தீர்த்தங்கள்: மணிகர்ணிகை அல்லது மணிகுண்டம், தேவிகுண்டம், வையை, பாபநாசம், பிரஹ்ம தீர்த்தம், லக்ஷ்மி தீர்த்தம், மார்க்கண்டேய தீர்த்தம், நள தீர்த்தம், விஷ்ணு தீர்த்தம், வஸிஷ்ட தீர்த்த முதலியன.

ஸ்தலவிருக்ஷம்: பலா.

வழிபட்டுப் பேறுபெற்றோர்கள்: விநாயகர், உமாதேவியார், திருமால், திருமகள், பிரஹ்மதேவர், அகஸ்தியர், காளி, ஸூரியன், திரணாசனர், தருமஞ்ஞர், ஸுஜ்ஜோதி மஹாராஜா, மார்க்கண்டேயர், வஸிஷ்டர், இந்திரன், சந்திரன், நளன், சாகாசனர், பொன்னனையாள் முதலியோர்கள்.

இந்த ஸ்தலத்தில் என்பு, மலர் அல்லது சிலையாகு மென்பது ஐதிஹ்யம். வையை நதியிலுள்ள மணல்கள் சிவலிங்கங்களாகத் தமக்குத் தோற்றினமையின், அவற்றை மிதித்தற்கு அஞ்சி, தரிசித்தற்கு அக்கரையிலேயே நின்ற திருஞானசம்பந்த மூர்த்தி நாயனார் முதலியோர்கள் பொருட்டுச் சிவபெருமான் திருநந்திதேவரைச் சிறிது சாய்ந்திருக்கும்படி கட்டளையிட, அவர் அப்படியே சாய்ந்திருந்தனரென்று பெரியோர் சொல்லுகின்றனர்; அந்தத் தோற்றத்தை இன்றுங் காணலாகும். இதனை, "செப்பு மூவர்சொற்ற மிழ்த்துதிக்க விருப்பொடு வந்துவையை மணற்சிவ லிங்கமென மனத்தெணி முன்புவட கரைக்கவர் நின்று தமிழ் பாடுபொழு தேயிடப மாமுதுகு சாயும்வகை யேசெய்து முன் மூவர்தரி சிக்கமகிழ் நேசர்" (புஷ்பவனநாதர் வண்ணம்) என்பதனாலுமுணர்க. பொன்னனையாள் மடமென்றும், பொன்னனையாள் மண்டபமென்றும் இரண்டு கட்டிடங்கள் இத்தலத்திலுள்ளன; அவற்றுள் முன்னது பொன்னனையாள் சிவனடியார்களை அமுதுசெய்வித்த இடமென்றும் பின்னது அவள்பொருட்டு மதுரைச் சோமசுந்தரக் கடவுள் வந்து ரஸவாதம் செய்தருளிய இடமென்றும் சொல்லுகின்றனர். கோரக்க ஸித்தருடைய ஆலய மொன்று இத்தலத்தில் இருக்கின்றது. இதுநிற்க.

உலா வென்பது தமிழிலுள்ள தொண்ணூற்றாறுவகைப் பிரபந்தங்களுள் ஒருவகை நூல்; ஒரு தலைவன் பேதை முதற் பேரிளம்பெண் ஈறாகிய ஏழு பருவ மாதர்களும் தன்னைக் கண்டு காதல்கூர வீதியிற் பவனி போந்தானென்று கலிவெண்பாவாற் கூறப்படவேண்டுமென்பது அந்நூலுக்குரிய விதி. இங்கே பாட்டுடைத் தலைவர் திருப்பூவணநாதர்; மாதர்களென்றது, ஈண்டு உருத்திர கணிகையரை; ஏழு பருவங்களாவன: (ஐந்தாம் ஆண்டு முதல் ஏழாம் ஆண்டளவும்) பேதை; (அ - கக) பெதும்பை; (கஉ-கங) மங்கை; (கச-கரு) மடந்தை; (உ0-உரு) அரிவை ; (உசு-ஙக) தெரிவை; (ஙஉ-ச0) பேரிளம்பெண். இவற்றுள் ஒவ்வொரு பருவத்தையும் வேறுபடுத்தி வருணிப்பது முதலியன கஷ்டமாகவிருந்தாலும் பெதும்பைப் பருவத்தை வருணித்தல் மிகவும் கஷ்டமென்பர்; "பேசு முலாவிற் பெதும்பை புலி" என்பது ஔவையார் திருவாக்கு.

இந்தவுலா, திருப்பூவையுலா வெனவும் வழங்கும்.

திருப்பூவணத் தலவிசேடங்களும் பிற சிவஸ்தலங்களின் விசேடங்கள் முதலியனவும் பழைய தமிழ் நூல்களின் அருமைப் பிரயோகங்களும் இந்நூலில் ஆங்காங்கு காணப்படுவதன்றி, அக்காலத்திலிருந்த சிவகங்கை அரசராகிய முத்துவடுகநாத துரையவர்களின் சிவநேசமும் திருக்கண்ண தேவர், பூவனலிங்கம் பிள்ளை, ஈசுவரமூர்த்தியா பிள்ளை என்பவர்கள் இத்தலத்தில் இன்ன இன்ன திருப்பணிகள் செய்தார்களென்பதும் அறியலாகும்; இந்நூலில் சசுூ, கூஎ, க00, க0சு-ம் கண்ணிகளைப் பார்க்க.

கஅ-வருடங்களுக்குமுன், மேலகரம் ம-ா-ா-ஸ்ரீ திரிகூடராசப்பக் கவிராயரவர்கள், திருநெல்வேலியில் இந்நூல் ஏட்டுப்பிரதி யொன்று கொடுத்தார்கள்; ஷை பிரதியில் முதற்பகுதி யில்லை; பெதும்பைப் பருவ முதலிய பாகமே யிருந்தது; நடையின் இனிமையைநோக்கி முற்றும் படித்துப்பார்க்க விரும்பி, மதுரை முதலிய இடங்களிற் பலமுறை முயன்றும் பிரதி கிடைக்கவில்லை; இப்போது மதுரையில், ஸேதுபதி ஹைஸ்கூலில் உபாத்தியாயராக இருக்கும் ம-ா-ா-ஸ்ரீ யஸ். சாமிநாதையரவர்கள் மிகமுயன்று பிரமனூர் ம-ா-ா-ஸ்ரீ வில்லியப்பப் பிள்ளை யவர்களிடமிருந்து முழுவதுமுள்ள ஏட்டுப்பிரதி யொன்று பெற்றுச் சில வருடங்களுக்கு முன்பு அனுப்பினார்கள். இந்நூற் பரிசோதனைக்குக் கிடைத்தவை இந்த இரண்டுமே.

இந்நூலிலிருந்த சில ஐயங்களை நீக்கியவர்கள், திருப்பூவணம் பிரஹ்மஸ்ரீ வெங்கு சாஸ்திரிகள் முதலியோர்கள்.

அடிமடக்குக்களிலும் சிலேடைகளிலும் பேதமில்லாமல் ந கர ன கரங்களும் எதுகைகளிற் பன்மை வரவேண்டியவிடத்து ஒருமையும் ஒருமை வரவேண்டிய விடத்துப் பன்மையும் இந்நூலுட் சிலவிடத்து வந்திருக்கின்றன; மாற்றக்கூடாமையால் அவைகள் இருந்தவாறே பதிப்பிக்கப்பட்டன.

இந்நூலுள் ஒவ்வொரு கண்ணியும் நயமாக இருப்பினும்
பின்னர்ச் சுட்டியவைகள் மிகப் பாராட்டற்பாலன:

		கண்ணியின் எண்கள்
க.	திருத்தேருடன் வருவோர்	அங - கஉஅ
உ.	குழாத்தினர் கூற்று	கசஉ - கருசு
ங.	பேதை வருணனை	கருஅ - கஎசு
ச.	கைத்தாய் பேதையைக் கற்பித்தல் முதலியன	கஅக - ககூக
ரு.	திருப்பூவணநாதரைத் தெய்வப் பலாப்பழமென்று கூறும் சிலேடை	ககூரு - உ0உ
சு.	மூவர் முதலியோரைக் கூறுதல்	உஉச - உங0
எ.	ஸ்வாமியின் கபோலத் தழும்பைப் பாராட்டல்	உஙசு - உச0
அ.	மங்கையைப் புட்பவனமென்றல்	உருஉ - உருஎ
கூ.	சொல்லின்பம்	உஅரு - உகூங
க0.	பாண்டிநாட்டுள்ள கச - தலங்கள்	உகூஅ - ஙகக

சிற்றிலக்கியம் | திருப்பூவணநாதர் உலா 619

கக. அரிவை தன் துயரைப் போக்கிக்
கொள்ள முயன்றமை ... ... ருரு - ருகூ

கஉ. தெரிவை, பொன்னனையா ளுடைய
நித்தநியம முதலியவற்றைச் சித்திரத்தில்,
முறையே பார்த்து உவத்தல் ... ... ருஎ - ருகூ

கரு. தெரிவை ஸ்வாமியைத் தரிசித்தலும்
கூறுதலும் ... ... சOஅ - சகஉ

கச. பேரிளம்பெண் துதித்தலும், தன்னைக்
கொன்றையாகக் கூறுதலும் ... ... சருஅ - சகூச

இங்ஙனம்,
வே. சாமிநாதையன்

உ
கணபதி துணை

திருப்பூவனம்
கந்தசாமிப்புலவரியற்றிய
திருப்பூவணநாதருலா

இஃது
உத்தமதானபுரம்
வே. சாமிநாதையரால்
கையெழுத்துப் பிரதிகளைக்கொண்டு பரிசோதித்து
தாம் நூதனமாக எழுதிய அரும்பதவுரை முதலியவற்றுடன்
சென்னபட்டணம்
கமர்ஷியல் அச்சுக்கூடத்திற்
பதிப்பிக்கப்பெற்றது.

ருத்திரோற்காரி ஸு சித்திரை மீ

1923

[இரண்டாம் பதிப்பு]

விலை அணா 5

[Copyright Registered]

உ

கணபதிதுணை

திருப்பூவணம்.

கந்தசாமிப்புலவரியற்றிய

திருப்பூவணநாதருலா.

இஃது

உத்தமதானபுரம்

மஹாமஹோபாத்தியாய

வே. சாமிநாதையரால்

கையெழுத்துப் பிரதிகளைக்கொண்டு பரிசோதித்து

தாம் நூதனமாக எழுதிய அரும்பதவுரைமுதலியவற்றுடன்

சென்னபட்டணம்

கமர்ஷியல் அச்சுக்கூடத்திற்

பதிப்பிக்கப்பெற்றது.

ருத்திரோத்காரி௵ சித்திரை௴

1923.

இரண்டாம் பதிப்பு.

விலை அணா 5.

Copyright Registered.

உ
கணபதி துணை

முகவுரை

திருவாசகம்

பூவண மகளிற் பொலிந்தினி தருளித்
தூவண மேனி காட்டிய தொன்மையும்

திருவிளையாடல்

பருங்கை மால்வரைப் பூழியன் பைந்தமிழ் நாட்டி
லிரங்கு தெண்டிரைக் கரங்களா லீர்ம்புனல் வையை
மருங்கி னந்தன மலர்ந்தபன் மலர்கடூய்ப் பணியப்
புரங்க டந்தவ னிருப்பது பூவண நகரம்.

திருப்பூவணநாதருலா வென்பது, திருப்பூவணத்திற் கோயில் கொண்டெழுந்தருளிய சிவபெருமான்மீது கவிஞர் பெருமானாகிய திருப்பூவணம் கந்தசாமிப் புலவரியற்றியது; இதிலுள்ள கண்ணிகள் - சசூகூ.

திருப்பூவண மென்பது, பாண்டி நாட்டுள்ள தேவாரம்பெற்ற சிவஸ்தலங்கள் பதினான்கனுள் ஒன்று; இதற்குரிய தேவாரப் பதிகம் - ச; (திருஞா. பதி. உ; திருநா. பதி. க; சுந்தர. பதி. க.) கருவூர்த்தேவர் திருவிசைப்பா - க. வடமொழி தென்மொழி இரண்டிலும் இதற்குப் புராணங்களுள்ளன.

ஸ்தலவிநாயகர்கள்: கற்பக விநாயகர், மணிமந்திர விநாயகர், ஒட்டுக்கல் வெள்ளை விநாயகர்.

ஸ்வாமியின் திருநாமங்கள்: புஷ்பவனநாதர், பாஸ்கரபுரீசர், மிதிர்மோக்ஷபுரீசர், பிரஹ்மபுரீசர், ரகஸ்ய சிதம்பரேசர், திருப்பூவணேசர், அடைவார் வினைதீர்ப்பவ ரென்பன; ஸந்நிதி கிழக்கு.

அம்பிகையின் திருநாமங்கள்: சுந்தரநாயகி, தடிதம்பை, ஸௌவர்ணவல்லி, அன்னபூரணி, அழகியநாயகி, அழகியமின், மின்னனையாள், மின்னம்மை, மின்னா ளென்பன. அம்பிகையின் திருக்கோயில், ஸ்வாமியின் திருக்கோயிலுக்கு வலப்பக்கத்துள்ளது.

நாயகர் திருநாமங்கள்: ஸௌந்தரநாயகர், அழகியநாயகர், அழகுக்கு ஆருமொவ்வாதவ ரென்பன; பொன்னனையாளுடைய நகத் தழும்பைப் பெற்றருளியவர் இவரே; அத்தழும்மை இன்றும் காணலாகும்.

ஸ்தலத்தின் திருநாமங்கள்: *புஷ்பவனம், புஷ்பவனகாசி, புஷ்பபுரம், பாஸ்கர க்ஷேத்திரம், பிதிர்மோக்ஷபுரி, பிரஹ்மபுரி, ரஹஸ்ய சிதம்பரம், திருப்பூவணம், திருப்பூவணக் காசி யென்பன; பூவை யெனவும் திருப்புவன மெனவும் இதன் பெயர் வழங்கும்.*

தீர்த்தங்கள்: *வையை மணிகர்ணிகை அல்லது மணிகுண்டம், தேவிகுண்டம், வையை, பாபநாசம், பிரஹ்ம தீர்த்தம், லக்ஷ்மி தீர்த்தம், மார்க்கண்டேய தீர்த்தம், நள தீர்த்தம், விஷ்ணு தீர்த்தம், வஸிஷ்ட தீர்த்த முதலியன.*

ஸ்தலவிருக்ஷம்: *பலா.*

வழிபட்டுப் பேறுபெற்றோர்கள்: *விநாயகர், உமாதேவியார், திருமால், திருமகள், பிரஹ்மதேவர், அகஸ்தியர், காளி, ஸூரியன், திரணாசனர், தருமஞ்ஞர், ஸுஜ்ஜோதி மஹாராஜா, மார்க்கண்டேயர், வஸிஷ்டர், இந்திரன், சந்திரன், நளன், சாகாசனர், பொன்னனையாள் முதலியோர்கள்.*

இந்த ஸ்தலத்தில் என்பு, மலர் அல்லது சிலையாகு மென்பது ஐதிஹ்யம். வையை நதியிலுள்ள மணல்கள் சிவலிங்கங்களாகத் தமக்குத் தோற்றினமையின், அவற்றை மிதித்தற்கு அஞ்சி, தரிசித்தற்கு அக்கரையிலேயே நின்ற திருஞானசம்பந்த மூர்த்தி நாயனார் முதலியோர்கள் பொருட்டுச் சிவபெருமான் திருநந்திதேவரைச் சிறிது சாய்ந்திருக்கும்படி கட்டளையிட, அவர் அப்படியே சாய்ந்திருந்தன ரென்று பெரியோர் சொல்லுகின்றனர்; அந்தத் தோற்றத்தை இன்றுங் காணலாகும். இதனை, "செப்பு மூவர்சொற்ற மிழ்த்துதிக்க விருப்பொடு வந்துவையை மணற்சிவ லிங்கமென மனத்தெணி முன்புவட கரைக்கவர் நின்று தமிழ் பாடுபொழு தேயிடப மாமுதுகு சாயும்வகை யேசெய்து முன் மூவர்தரி சிக்கமகிழ் நேசர்" (புஷ்பவனநாதர் வண்ணம்) என்பதனாலுமுணர்க. பொன்னனையாள் மடமென்றும், பொன்னனையாள் மண்டபமென்றும் இரண்டு கட்டிடங்கள் இத்தலத்திலுள்ளன; அவற்றுள் முன்னது பொன்னனையாள் சிவனடியார்களை அமுதுசெய்வித்த இடமென்றும் பின்னது அவள்பொருட்டு மதுரைச் சோமசுந்தரக் கடவுள்வந்து ரஸவாதம் செய்தருளிய இடமென்றும் சொல்லுகின்றனர். கோரக்க ஸித்தருடைய ஆலய மொன்று இத்தலத்தில் இருக்கின்றது. இதுநிற்க.

உலாவென்பது தமிழிலுள்ள தொண்ணூற்றாறுவகைப் பிரபந்தங்களுள் ஒருவகை நூல்; ஒரு தலைவன் பேதை முதற் பேரிளம்பெண் ஈறாகிய ஏழு பருவ மாதர்களும் தன்னைக் கண்டு காதல்கூர வீதியிற் பவனி போந்தானென்று கலிவெண்பாவாற் கூறப்படவேண்டுமென்பது அந்நூலுக்குரிய விதி. இங்கே பாட்டுடைத் தலைவர் திருப்பூவணநாதர்; மாதர்க ளென்றது, ஈண்டு உருத்திர கணிகையரை; ஏழு பருவங்களாவன: (ஐந்தாம் ஆண்டு முதல் ஏழாம் ஆண்டளவும்) பேதை; (அ - கக) பெதும்பை; (கஉ-கரு) மங்கை; (கச-ககூ) மடந்தை; (உ0-உரு) அரிவை ; (உசூ-ருக) தெரிவை; (ருஉ-சு0) பேரிளம்பெண். இவற்றுள் ஒவ்வொரு பருவத்தையும் வேறுபடுத்தி வருணிப்பது முதலியன கஷ்டமாகவிருந்தாலும் பெதும்பைப் பருவத்தை வருணித்தல் மிகவும் கஷ்டமென்பர்; "பேசு முலாவிற் பெதும்பை புலி" என்பது ஔவையார் திருவாக்கு.

இந்தவுலா, திருப்பூவையுலா வெனவும் வழங்கும்.

திருப்பூவணத் தலவிசேடங்களும் பிற சிவஸ்தலங்களின் விசேடங்கள்

முதலியனவும் பழைய தமிழ் நூல்களின் அருமைப் பிரயோகங்களும் இந்நூலில் ஆங்காங்கு காணப்படுவதன்றி, அக்காலத்திலிருந்த சிவகங்கை அரசராகிய முத்துவடுகநாத துரையவர்களின் சிவநேசமும் திருக்கண்ண தேவர், பூவனலிங்கம் பிள்ளை, ஈசுவரமூர்த்தியா பிள்ளை என்பவர்கள் இத்தலத்தில் இன்ன இன்ன திருப்பணிகள் செய்தார்களென்பதும் அறியலாகும்; இந்நூலில் ௬௬, ௯௭, ௧௦௦, ௧௦௬-ம் கண்ணிகளைப் பார்க்க.

௩௭-வருடங்களுக்குமுன், மேலகரம் ம-ா-ா-ஸ்ரீ திரிகூடராசப்பக் கவிராயரவர்கள், திருநெல்வேலியில் இந்நூல் ஏட்டுப்பிரதி யொன்று கொடுத்தார்கள்; ஷ பிரதியில் முதற்பகுதி யில்லை; பெதும்பைப் பருவ முதலிய பாகமே யிருந்தது; நடையின் இனிமையைநோக்கி முற்றும் படித்துப்பார்க்க விரும்பி, மதுரை முதலிய இடங்களிற் பலமுறை முயன்றும் பிரதி கிடைக்கவில்லை; அப்பால் மதுரையில், ஸேதுபதி ஹைஸ்கூலில் உபாத்தியாயராக இருந்த அரியூர் ஸ்ரீ எஸ். சாமிநாதைய ரவர்கள் மிகமுயன்று பிரமனூர் ம-ா-ா-ஸ்ரீ வில்லியப்பப் பிள்ளை யவர்களிடமிருந்து முழுவதுமுள்ள ஏட்டுப்பிரதி யொன்றை வாங்கி அனுப்பினார்கள். இந்நூற் பரிசோதனைக்குக் கிடைத்தவை இந்த இரண்டுமே.

இந்நூலிலிருந்த சில ஐயங்களை நீக்கியவர்கள், திருப்பூவணம் பிரஹ்மஸ்ரீ வெங்கு சாஸ்திரிகள் முதலியோர்கள்.

அடிமடக்குக்களிலும் சிலேடைகளிலும் பேதமில்லாமல் ந கர ன கரங்களும் எதுகைகளிற் பன்மை வரவேண்டியவிடத்து ஒருமையும் ஒருமை வரவேண்டிய விடத்துப் பன்மையும் இந்நூலுட் சிலவிடத்து வந்திருக்கின்றன; மாற்றக்கூடாமையால் அவைகள் இருந்தவாறே பதிப்பிக்கப்பட்டன.

இந்நூலுள் ஒவ்வொரு கண்ணியும் நயமாக இருப்பினும்
பின்னர்ச் சுட்டியவைகள் மிகப் பாராட்டற்பாலன:

திருத்தேருடன் வருவோர் — அ௩ - ௧௨அ; குழாத்தினர் கூற்று — ௧௪௨ - ௧௫௬; பேதை வருணனை — ௧௫அ - ௧௭௬; கைத்தாய் பேதையைக் கற்பித்தல் முதலியன — ௧அ௧ - ௧௧௧; திருப்பூவணநாதரைத் தெய்வப் பலாப்பழமென்று கூறும் சிலேடை — ௧௯௫ - ௨௦௨; மூவர் முதலியோரைக் கூறுதல் — ௨௨௪ - ௨௩௦; ஸ்வாமியின் கபோலத் தழும்பைப் பாராட்டல் — ௨௩௬ - ௨௪௦; மங்கையைப் புட்பவனமென்றல் — ௨௫௨ - ௨௫௭; சொல்லின்பம் — ௨அ௫ - ௨௯௩; பாண்டி நாட்டுள்ள ௧௪ — தலங்கள் — ௨௯அ - ௩௧௧; அரிவை தன் துயரைப் போக்கிக் கொள்ள முயன்றமை — ௩௫௫ - ௩௫௯; தெரிவை, பொன்னனையாளுடைய நித்தநியம முதலியவற்றைச் சித்திரத்தில், முறையே பார்த்து உவத்தல் — ௩௭௭ - ௩௯௯; தெரிவை ஸ்வாமியைத் தரிசித்தலும் கூறுதலும் — ௪௦அ - ௪௧௯; பேரிளம்பெண் துதித்தலும், தன்னைக் கொன்றையாகக் கூறுதலும் — ௪௫அ - ௪௬௪.

இந்நூல் முதலில் 1904ஆம் வருஷத்திற் பதிப்பிக்கப்பெற்றது. இப்பதிப்பில், அரும்பதவுரை முதலியன அப்பதிப்பைக் காட்டிலும் பெருக்கத்தை யடைந்திருப்பதோடு படிப்பவர்களுக்கு உபயோகமாக இருத்தலைக் கருதி அவை மூலமுள்ள பக்கங்களில் அடிக்குறிப்பாக இப்போது அமைக்கப்பட்டுள்ளன.

இங்ஙனம்,
வே. சாமிநாதையன்

சென்னை
7-5-1923

உ
கணபதி துணை

சேறைக்கவிராசபிள்ளை
இயற்றிய
திருக்காளத்திநாதருலா

இஃது
ஆலங்காடு
ம-ரா-ரா-ஸ்ரீ
ராம. சிதம்பரசெட்டியாரவர்கள்
விருப்பத்தின்படி
சென்னைப் பிரஸிடென்ஸி காலேஜ் தமிழ்ப்பண்டிதராகிய
உத்தமதானபுரம்
வே. சாமிநாதையரால்
பலபிரதிருபங்களைக்கொண்டு பரிசோதித்துத்
தாம் நூதனமாக எழுதிய அரும்பதவுரை முதலியவற்றுடன்
சென்னபட்டணம்:
வைஜயந்தி அச்சுக்கூடத்திற்
பதிப்பிக்கப்பட்டது.

குரோதி ஸு புரட்டாசி மீ

1904

விலை அணா-சு

[Copyright Registered]

கணபதி துணை.

சேறைக்கவிராசபிள்ளை

இயற்றிய

திருக்காளத்திநாதருலா

இஃது,

ஆலங்காடு

ம-ா-ா-ஸ்ரீ

ராம. சிதம்பரசெட்டியாரவர்கள்

விருப்பத்தின்படி,

சென்னைப் பிரஸிடென்ஸி காலேஜ் தமிழ்ப்பண்டிதராகிய

உத்தமதானபுரம்

வே. சாமிநாதையரால்

பலபிரதிருபங்களைக்கொண்டு பரிசோதித்துத்

தாம் நூதனமாக எழுதிய அரும்பதவுரை முதலியவற்றுடன்

சென்னபட்டணம்:

வைஜயந்தி அச்சுக்கூடத்திற்

பதிப்பிக்கப்பட்டது.

குரோதிஸு புரட்டாசிமீ.

1904

விலை அணா. ௩.

Copyright Registered.

உ

கணபதி துணை

முகவுரை

காளத்தி காணப் பெற்ற கண்களே கண்க ளென்றுங்
காளத்தி நகருக் கேகுங் கால்களே கால்க ளென்றுங்
காளத்தி புகுங்க ருத்தே கருத்தென்றுங் கைலை நாமக்
காளத்தி புகழு நாவே நாவென்றுங் கற்றோர் சொல்வர்.

உலாவென்பது, தமிழ்பாஷைக்குரிய தொண்ணூற்றாறுவகைப் பிரபந்தங்களுள் ஒருவகை நூல்; ஒரு தலைவன், *பேதை முதற் பேரிளம் பெண் ஈறாகிய எழுபருவ மகளிர்களும் தன்னைக் கண்டு காதல்கூரும்படி +வீதியிற் பவனிபோந்தா னென்று கலிவெண்பாவாற் கூறல் வேண்டுமென்பது அந்நூலுக்குரிய விதி. இதனை, "திறந்தெரிந்த பேதை முதலெழுவர் செய்கை, மறந்தயர வந்தான் மறுகென் றறைந்தகலி, வெண்பா வுலாவாம்" என்னும் வச்சணந்திமாலையால் உணர்க. இப்பிரபந்தத்தின் இலக்கண விரிவு, பன்னிருபாட்டியல் முதலிய பழைய பாட்டியல்களில் விளங்கக் காணப்படும்.

தாம் வழிபடுதற்குரிய கடவுளர்மீதும் தம்மை ஆதரித்த தலைவர்கள் மீதும் பண்டைக்காலந் தொடங்கிப் பெரியோர்கள் செய்துபோந்த பற்பல உலாக்கள் இத்தமிழ்நாட்டில் வழங்கிவருகின்றன. ஆதியுலா முதலியவைகளும், மூவருலா முதலியவைகளும் மேற்கூறிய இரு பகுதிகளுக்கும் முறையே உதாரணங்களாகும்; அவற்றுள்,

திருக்காளத்திநாதருலா வென்பது, திருக்காளத்தியிற் கோயில்கொண் டெழுந்தருளியிருக்கும் சிவபெருமான்மீது சேறைக் கவிராசபிள்ளை யென்னும் கவிஞர்பெருமான் இயற்றியது; இதில், ருளஅ-கண்ணிகளுள்ளன.

பாட்டுடைத் தலைவராகிய திருக்காளத்திநாதருடைய பெருங்கருணைத் திறமும், இத் தலவிசேடமும், தீர்த்த விசேடங்களும், இங்கே வழிபட்டுப் பேறுபெற்ற மெய்யன்பர்களுடைய அருமை பெருமைகளும், வேறு தலங்களின் விசேடங்களும், பழைய சிவபுராணங்களிலுள்ள விசேட சரித்திரங்களும், தேவார திருவாசக முதலிய அருட்பாக்களிலுள்ள அருமைப் பிரயோகங்களும், பொருளை வருத்தமின்றி இனிது விளக்கும் பலவகையான மடக்கணிகள், சிலேடைகள், கேட்டோர்

---

* பேதை முதல் ஏழுபருவ மாதர்களாவார்: பேதை, பெதும்பை, மங்கை, மடந்தை, அரிவை, தெரிவை, பேரிளம்பெண் என்பவர்கள்.

+ வீதியென்றது, இங்கே உருத்திரகணிகையர் வீதியை; கருரு - கருசு.

வியத்தற்குரிய தொனிகள் முதலியனவும், அக்காலத்தில் இத்தலத்திலிருந்த மடங்கள் இன்னவென்பதும், இத்திருக்கோயிற்குரிய பலவகையான திருத்தொண்டு செய்து போந்தவர்கள் இன்ன இன்ன வகையா ரென்பதும், பிறவும் இந்நூலிற் காணலாகும்.

கிடைத்த கையெழுத்துப் பிரதிகளிற் பாடபேதங்கள் பலவாறு வேறுபட்டு மிகுதியாகக் காணப்பட்டமையின், அவற்றைத் தனியே தொகுத்துப் புலப்படுத்தும்படி நேர்ந்தது. இந்நூல் பதிப்பித்தான பின்பு கிடைத்த இரண்டு கையெழுத்துப் பிரதிகளிற் கண்ட வேறு பாடங்களுள் பொருட்சிறப்புள்ளவற்றிற்கு முன்னே (*) இவ்வடையாளம் அமைக்கப்பட்டிருக்கிறது.

எனக்குத் தோற்றியவளவு ஏதோ ஒருவாறு குறித்திருக்கும் அரும்பதவுரையை அறிஞர்கள் க்ஷமித்து அங்கீகரிப்பார்க ளென்று நம்புகிறேன்; சில கண்ணிகளின் கருத்து விளங்காமையால், அவற்றிற்குப் பொருளெழுதவில்லை. ௩௧-ஆம் கண்ணியிற் சிவபெருமான் இத்தலத்தில் ஆகாயவடிவாக எழுந்தருளியிருக்கின்றன ரென்று கூறியிருப்பதற்குத் தக்க ஆதாரம் கிடைக்கவில்லை.

கையெழுத்துப் பிரதிகளுள் ஒன்றன் தலைப்பில் மட்டும் இந்நூல் இரட்டையர்க ளியற்றிய தென்று எழுதப்பட்டிருந்தது; சேறைக் கவிராசப்பிள்ளை இயற்றியதாகத் தக்க ஆதாரங்கள் கிடைத்தமையாலும் அவரியற்றிய வேறு உலாக்களுக்கும் இதற்குமுள்ள (பிம்பப் பிரதிபிம்பம் போன்ற) நடை யொற்றுமையாலும் இரட்டையர் களுடைய செய்யுணடைக்கும் இதற்குமுள்ள நடை வேறுபாட்டினாலும் இஃது இவர் இயற்றியதென்றே நிச்சயிக்கலாயிற்று.

இந்நூல் ஸம்பந்தமாக அறியவேண்டியவற்றை அறிந்துகொள்ளுதற்குச் சில வருடங்களுக்கு முன்னர்த் திருக்காளத்திக்குப் போயிருந்தேன்; அப்போது அங்கே மானேசராக இருந்த ம-ா-ா-ஸ்ரீ, ஏ.எஸ். பொன்னுஸாமி ஐயரவர்கள் வேண்டிய சகாயம் செய்தார்கள்.

இந்நூற் பரிசோதனை முதலியவற்றிற்கு உடனிருந்தவர்களுள், சென்னை நியூயிங்டன் ஸ்கூல் தமிழ்ப் பண்டிதராகிய ப்ரஹ்மஸ்ரீ திரு. கிருஷ்ணைய ரவர்கள் மிக்க அன்புடன் செய்துவந்த பேருதவி மறக்கற்பாலதன்று.

கிடைத்த கையெழுத்துப் பிரதிகள்

திருக்கைலாய பரம்பரைத் திருவாவடுதுறை யாதீனத்துப்		பிரதி	க
திருநெல்வேலி மேலைரதவீதி, ஸ்ரீ அம்பலவாண கவிராய ரவர்கள் வீட்டுப் ...	...	”	க
மேலகரம், ஸ்ரீ சண்பகக் குற்றாலக் கவிராய ரவர்கள் ...	...	”	க
சென்னை, சூளை, ம-ா-ா-ஸ்ரீ அப்பன் செட்டியா ரவர்கள் ...	...	”	க
மன்னார்கோயில் தாலுகா, நொச்சியூர், ம-ா-ா-ஸ்ரீ வைத்தியலிங்க சேர்வைகார ரவர்கள் வீட்டுப் ...		”	க

ம-ா-ா-ஸ்ரீ கனகசபைச் சேர்வைகார ரவர்கள் வீட்டுப் ... பிரதி க

சென்னை,

ம-ா-ா-ஸ்ரீ தொ.வே. திருநாகேசுவர முதலியா ரவர்கள் ... "* க

ம-ா-ா-ஸ்ரீ முத்துக்குமாரசாமி முதலியா ரவர்கள் ... "* க

ஆகப் பிரதிகள் அ

நொச்சியூர்ப் பிரதிக ளிரண்டும், பின்னத்தூர், ப்ரஹ்மஸ்ரீ நாராயணசாமி ஐயரவர்களாற் கிடைத்தன.

*இந்த அடையாள முள்ளவைகள் இந்நூலைப் பதிப்பித்த பின்பு கிடைத்த பிரதிகள்.

மேலே காட்டிய உபகாரிகளுக்கு நான்செய்யும் கைம்மாறு யாதுளது; திருவருள் துணை செய்யவேண்டும்.

இங்ஙனம்,

வே. சாமிநாதையன்

உ
கணபதி துணை

சேறைக்கவிராசபிள்ளை
இயற்றிய
திருக்காளத்திநாதருலா

இஃது
சிதம்பரம் ஸ்ரீ மீனாகூழி தமிழ்க் காலேஜ் பிரின்ஸ்பாலாகிய
உத்தமதானபுரம்
மஹாமஹோபாத்தியாய
வே. சாமிநாதையரால்
பல பிரதி ரூபங்களைக்கொண்டு பரிசோதித்துத்
தாம் நூதனமாக எழுதிய அரும்பதவுரை முதலியவற்றுடன்
சென்னை:
கமர்ஷியல் அச்சுயந்திரசாலையிற்
பதிப்பிக்கப்பெற்றது.

குரோதன ஹு ஆனி மீ

1925

[இரண்டாம் பதிப்பு]

விலை அணா 5

(Copyright Registered)

கணபதி துணை.

சேறைக்கவிராசபிள்ளை

இயற்றிய

திருக்காளத்திநாதருலா.

இதை

சிதம்பரம் ஸ்ரீ மீனாக்ஷி தமிழ்க் காலேஜ் பிரின்ஸ்பாலாகிய

உத்தமதானபுரம்

மஹா மஹோபாத்தியாய

வே. சாமிநாதையரால்

பலபிரதிரூபங்களைக்கொண்டு பரிசோதித்துத்
தாம் நூதனமாக எழுதிய அரும்பதவுரை முதலியவற்றுடன்

சென்னை:

கமர்ஷியல் அச்சுயந்திரசாலையிற்
பதிப்பிக்கப்பெற்றது.

சுரோதனருடு ஆனிபீ
1925.

இரண்டாம் பதிப்பு.

விலை அணா 5.
(Copyright Registered.)

உ
கணபதி துணை

முகவுரை

காளத்தி காணப் பெற்ற கண்களே கண்க ளென்றுங்
காளத்தி நகருக் கேருங் கால்களே கால்க ளென்றுங்
காளத்தி புகுங்க ருத்தே கருத்தென்றுங் கைலை நாமக்
காளத்தி புகழு நாவே நாவென்றுங் கற்றோர் சொல்வர்.

உலாவென்பது, தமிழ்ப்பாஷைக்குரிய தொண்ணூற்றாறுவகைப் பிரபந்தங்களுள் ஒருவகை நூல்; ஒரு தலைவன், *பேதை முதற் பேரிளம் பெண் ஈறாகிய எழுபவருவ மகளிர்களும் தன்னைக்கண்டு காதல்கூரும்படி +வீதியிற் பவனிபோந்தா னென்று கலிவெண்பாவாற் கூறல்வேண்டு மென்பது அந்நூலுக்குரிய விதி. இதனை, "திறந்தெரிந்த பேதை முதலெழுவர் செய்கை, மறந்தயர வந்தான் மறுகென்—றறைந்தகலி, வெண்பா வுலாவாம்" என்னும் வச்சணந்திமாலையால் உணர்க. இப்பிரபந்தத்தின் இலக்கண விரிவு, பன்னிருபாட்டியல் முதலிய பழைய பாட்டியல்களில் விளங்கக் காணப்படும்.

தாம் வழிபடுதற்குரிய கடவுளர்மீதும் தம்மை ஆதரித்த தலைவர்கள்மீதும் பண்டைக்காலந் தொடங்கிப் பெரியோர்கள் செய்துபோந்த பற்பல உலாக்கள் இத்தமிழ்நாட்டில் வழங்கிவருகின்றன. ஆதியுலா முதலியவைகளும், மூவருலா முதலியவைகளும் மேற்கூறிய இரு பகுதிகளுக்கும் முறையே உதாரணங்களாகும்; அவற்றுள்,

திருக்காளத்திநாதருலா வென்பது, திருக்காளத்தியிற் கோயில்கொண் டெழுந்தருளியிருக்கும் சிவபெருமான்மீது சேறைக் கவிராசபிள்ளை யென்னும் கவிஞர்பெருமான் இயற்றியது; இதில்-ருஎஅ கண்ணிகளுள்ளன.

பாட்டுடைத் தலைவராகிய திருக்காளத்திநாதருடைய பெருங்கருணைத் திறமும், இத் தலவிசேடமும், தீர்த்த விசேடங்களும், இங்கே வழிபட்டுப் பேறுபெற்ற மெய்யன்பர்களுடைய அருமைபெருமைகளும், வேறு தலங்களின் விசேடங்களும், பழைய சிவபுராணங்களிலுள்ள விசேட சரித்திரங்களும், தேவார திருவாசக முதலிய அருட்பாக்களிலுள்ள அருமைப் பிரயோகங்களும், பொருளை வருத்தமின்றி

* பேதை முதல் ஏழுபருவ மாதர்களாவர்: பேதை, பெதும்பை, மங்கை, மடந்தை, அரிவை, தெரிவை, பேரிளம்பெண் என்பவர்கள்.

+ வீதியென்றது, இங்கே உருத்திரகணிகையர் வீதியை: கருரு - சு

இனிது விளக்கும் பலவகையான மடக்கணிகள், சிலேடைகள், கேட்டோர் வியத்தற்குரிய தொனிகள் முதலியனவும், அக்காலத்தில் இத்தலத்திலிருந்த மடங்கள் இன்னவென்பதும், இத்திருக்கோயிற்குரிய பலவகையான திருத்தொண்டு செய்து போந்தவர்கள் இன்ன இன்ன வகையா ரென்பதும், பிறவும் இந்நூலிற் காணலாகும்.

எனக்குத் தோற்றியவளவு ஏதோ ஒருவாறு குறித்திருக்கும் அரும்பதவுரையை அறிஞர்கள் பொறுத்து அங்கீகரிப்பார்க ளென்று நம்புகிறேன்; சில கண்ணிகளின் கருத்து விளங்காமையால், அவற்றிற்குப் பொருளெழுதவில்லை. ௬௪-ஆம் கண்ணியிற் சிவபெருமான் இத்தலத்தில் ஆகாயவடிவாக எழுந்தருளியிருக்கின்றன ரென்று கூறியிருப்பதற்குத் தக்க ஆதாரம் கிடைக்கவில்லை.

கையெழுத்துப் பிரதிகளுள் ஒன்றன் தலைப்பில் மட்டும் இந்நூல் இரட்டையர் களியற்றியதென்று எழுதப்பட்டிருந்தது; சேறைக் கவிராசபிள்ளை இயற்றியதாகத் தக்க ஆதாரங்கள் கிடைத்தமையாலும் அவரியற்றிய வேறு உலாக்களுக்கும் இதற்குமுள்ள (பிம்பப் பிரதிபிம்பம் போன்ற) நடையொற்றுமையாலும் இரட்டையர்களுடைய செய்யுணடைக்கும் இதற்குமுள்ள வேறுபாட்டினாலும் இஃது இவரியற்றிய தென்றே நிச்சயிக்கலாயிற்று.

இந்நூல் ஸம்பந்தமாக அறியவேண்டியவற்றை அறிந்து கொள்ளுதற்கு நான் முன்பு திருக்காளத்திக்குப் போயிருந்தபொழுது அங்கே மானேசராக இருந்த ம-ா-ா-ஸ்ரீ, ஏ.எஸ். பொன்னுஸாமி ஐயரவர்கள் வேண்டிய சகாயம் செய்தார்கள்.

இந்நூற் பரிசோதனை முதலியவற்றிற்கு அக்காலத்தில் உடனிருந்தவர்களுள், சென்னை நியூயிங்டன் ஸ்கூல் தமிழ்ப் பண்டிதராக இருந்த ப்ரஹ்ம ஸ்ரீ திரு. கிருஷ்ணைய ரவர்கள் மிக்க அன்புடன் செய்துவந்த பேருதவி மறக்கற்பாலதன்று.

அரும்பதவுரையும் பாடபேதங்களும் படிப்பவர்களுக்கு உபயோகமாக இருக்குமென்று கருதி இந்தப் பதிப்பில் மூலபாகமுள்ள அந்த அந்தப் பக்கங்களில் அடிக்குறிப்பாகப் பதிப்பிக்கப்பெற்றுள்ளன.

இப்பதிப்பின் பரிசோதனைக்குத் திருக்கைலாய பரம்பரைத் திருவாவடுதுறை யாதீனத்துப் பிரதி க-ம், திருநெல்வேலி மேலைரத வீதி ஸ்ரீ அம்பலவாண கவிராய ரவர்கள் வீட்டுப் பிரதி க-ம், மேலகரம், ஸ்ரீ சண்பகக் குற்றாலக் கவிராய ரவர்கள் வீட்டுப் பிரதி க-ம், சென்னை, சூளை, ஸ்ரீ அப்பன் செட்டியா ரவர்கள் வீட்டுப் பிரதி க-ம், மன்னார்கோயில் தாலுகா, நொச்சியூர், ஸ்ரீ வைத்தியலிங்க சேர்வைகார ரவர்கள் வீட்டுப் பிரதி க-ம், ஸ்ரீ கனகசபைச் சேர்வைகார ரவர்கள் வீட்டுப் பிரதி க-ம், சென்னை, ஸ்ரீ தொ.வே. திருநாகேசுவர முதலியா ரவர்கள் வீட்டுப் பிரதி க-ம், சென்னை, ஸ்ரீ முத்துக்குமாரசாமி முதலியா ரவர்கள் வீட்டுப் பிரதி க-ம் கிடைத்தன.

மேலேகாட்டிய உபகாரிகளை நான் எப்போதும் ஞாபகத்தில் வைத்திருப்பதையன்றி அவர்களுக்கு யான் செய்யக்கூடியது யாது?

இங்ஙனம்,
வே. சாமிநாதையன்

சென்னை
20-6-25

உ
கணபதி துணை

அந்தகக்கவி வீரராகவமுதலியார்
இயற்றிய

திருவாரூருலா*

இஃது
உத்தமதானபுரம்
வே. சாமிநாதையரால்
பலபிரதிரூபங்களைக்கொண்டு பரிசோதித்து
தாம் நூதனமாக எழுதிய அரும்பதவுரையுடன்
பதிப்பிக்கப்பட்டது.

செந்தமிழ்ப் பிரசுரம்-கசூ

மதுரை:
தமிழ்ச்சங்க முத்திராசாலைப்
பதிப்பு

1905

---

* முகவுரை இல்லை

உ

கணபதி துணை.

அந்தகக்கவி வீரராகவமுதலியார்

இயற்றிய

திருவாரூருலா

இஃது

உத்தமதானபுரம்

வே. சாமிநாதையரால்

பலபிரதிரூபங்களைக்கொண்டு பரிசோதித்து

தாம் நூதனமாக எழுதிய அரும்பதவுரையுடன்

பதிப்பிக்கப்பட்டது.

"செந்தமிழ்"ப் பிரசுரம்—கசு.

மதுரை:

தமிழ்ச்சங்க முத்திராசாலைப்

பதிப்பு.

1905

உ
கணபதி துணை

அந்தகக்கவி வீரராகவமுதலியார்
இயற்றிய

திருவாரூருலா*

இஃது
உத்தமதானபுரம்
வே. சாமிநாதையரால்
பலபிரதிரூபங்களைக்கொண்டு பரிசோதித்து
தாம் நூதனமாக எழுதிய அரும்பதவுரையுடன்
பதிப்பிக்கப்பட்டது.

செந்தமிழ்ப் பிரசுரம்-கசூ

மதுரை:
தமிழ்ச்சங்க முத்திராசாலைப்
பதிப்பு

1910

விலை அணா 4

* முகவுரை இல்லை

உ

கணபதி துணை.

அந்தகக்கவி வீரராகவமுதலியார்

இயற்றிய

திருவாரூருலா.

இஃது

உத்தமதானபுரம்

வே. சாமிநாதையரால்

பலபிரதிரூபங்களைக்கொண்டு பரிசோதித்து
தாம் நூதனமாக எழுதிய அரும்பதவுரையுடன்
பதிப்பிக்கப்பட்டது.

"செந்தமிழ்"ப் பிரசுரம்—க௫.

மதுரை:

தமிழ்ச்சங்க முத்திராசாலைப்

பதிப்பு.

1910.

விலை அணா 4.

உ
கணபதி துணை

அந்தகக்கவி வீரராகவமுதலியார்
இயற்றிய

திருவாரூருலா

இஃது
உத்தமதானபுரம்
வே. சாமிநாதையரால்
பலபிரதிரூபங்களைக்கொண்டு பரிசோதித்து
தாம் நூதனமாக எழுதிய அரும்பதவுரையுடன்
பதிப்பிக்கப்பட்டது.

செந்தமிழ்ப் பிரசுரம்-கசு

[இரண்டாம் பதிப்பு]*

தமிழ்ச்சங்க முத்திராசாலை
மதுரை

1925

* 3ஆம் பதிப்பு என இருக்கவேண்டும். 2ஆம் பதிப்பு எனத் தவறாக உள்ளது. [ப. ஆ.]

உ

கணபதி துணை.

அந்தகக்கவி வீரராகவமுதலியார்

இயற்றிய

திருவாரூருலா.

இஃது

உத்தமதானபுரம்

வே. சாமிநாதையரால்

பலபிரதிருபங்களைக்கொண்டு பரிசோதித்துத்
தாம் நூதனமாக எழுதிய அரும்பதவுரையுடன்
பதிப்பிக்கப்பட்டது.

மதுரைத் தமிழ்ச் சங்கம் * THE MADURA TAMIL SANGAM *

செந்தமிழ்'' ப் பிரசுரம்—௧௯

[இரண்டாம் பதிப்பு]

தமிழச்சங்க முத்திராசாலை
மதுரை.
1925

உ
கணபதி துணை

முகவுரை

தேவாரம்
திருச்சிற்றம்பலம்

சித்தந் தெளிவீர்கள், அத்த னாரூரைப்,
பத்தி மலர்தூவ, முத்தி யாகுமே.

உலாவென்பது, தமிழ்ப் பாஷைக்குரிய தொண்ணூற்றாறுவகைப் பிரபந்தங்களுள் ஒருவகை நூல்; ஒரு தலைவன், பேதை முதற் பேரிளம்பெண் ஈறாகிய எழுபருவ மகளிர்களும், தன்னைக் கண்டு காதல்கூரும்படி வீதியிற் பவனி போந்தானென்று கலிவெண்பாவாற் கூறல்வேண்டு மென்பது அந்நூலுக்குரிய விதி, (வீதியென்றது இங்கே உருத்திர கணிகையருடைய தெருக்களை). இதனை, “திறந்தெரிந்த பேதை முதலெழுவர் செய்கை, மறந்தயர வந்தான் மறுகென்—றறைந்தகலி வெண்பா வுலாவாம்” என்னும் வச்சணந்திமாலையால் உணர்க. இப்பிரபந்தத்தின் இலக்கண விரிவு பன்னிருபாட்டியல் முதலிய பழைய பாட்டியல்களில் விளங்கக் காணப்படும்.

தாம் வழிபடுதற்குரிய கடவுளர்மீதும் தம்மை ஆதரித்த தலைவர்மீதும் பண்டைக்காலந் தொடங்கிப் பெரியோர்கள் செய்துபோந்த பற்பல உலாக்கள் இத்தமிழ்நாட்டில் வழங்கி வருகின்றன. ஆதியுலா முதலியவைகளும் மூவருலா முதலியவைகளும் மேற்கூறிய இரு பகுதிகளுக்கும் முறையே உதாரணங்களாகும்; அவற்றுள்,

திருவாரூருலா வென்பது திருவாரூரிற் கோயில்கொண்டெழுந்தருளியிருக்கும் சிவபெருமான்மீது அந்தகக்கவி வீரராகவ முதலியா ரென்னும் கவிஞர்பெருமான் இயற்றியது. இதிலுள்ள கண்ணிகள்-ரு௨அ.

பாட்டுடைத் தலைவராகிய திருவாரூர்ப் புற்றிடங்கொண்ட பெருமானுடைய பெருங்கருணைத் திறமும் ஸ்ரீ தியாகேசரது அருமைத் திருவிளையாடல்களும் தீர்த்த விசேடங்களும், இங்கே வழிபட்டுப் பேறுபெற்ற சிவகணங்கள், பெருந்தேவர், இந்திரன் முதலிய திக்குப்பாலகர்கள், பிற தேவர்கள், முனிவரர்கள், முசுகுந்த சக்கரவர்த்தி முதலிய அரசர்கள், ஏனைய அடியார்க ளென்னும் இவர்களாற் பிரதிட்டிக்கப்பெற்ற மூர்த்திகளின் விசேடங்களும், வேறு தலபுராணங்களிலும் பிற நூல்களிலும் கூறப்பட்ட இத் தலசரிதங்களும் தேவார திருவாசக முதலிய அருட்பாக்களிலுள்ள அருமைப் பிரயோகங்களும் வேறுள்ள தமிழ்நூற்

பிரயோகங்களும், நாயன்மார்களுடைய அருமைச் செயல்களும், பலவகையான மடக்கணிகள் சிலேடைகள் கேட்டோர் வியத்தற்குரிய தொனி முதலியவைகளும், பண்டைக் காலத்தில் இத்தலத்திலிருந்த பரிகரவகையார் இன்னா ரின்னா ரென்பதும், பலவிதமான பணிகளைச்செய்தோர் இன்னா ரின்னா ரென்பதும், இன்னும் எத்தனையோ பல அரியவைகளும் இந்நூலிற் காணலாகும்.

கையெழுத்துப் பிரதிகளிற் கிடைத்த பாடபேதங்கள் அவ்வப் பக்கத்தில் அடிக்குறிப்பாக இப்புத்தகத்திற் காட்டப்பட்டுள்ளன.

எனக்குத் தோற்றியவளவு ஏதோ ஒருவாறு குறித்திருக்கும் அரும்பதவுரையை அறிஞர்கள் பொறுத்து அங்கீகரிப்பார்க ளென்று நம்புகிறேன்.

இந்நூல் சம்பந்தமாக அறியவேண்டியவற்றை அறிந்து கொள்ளுதற்குச் சற்றேறக்குறைய முப்பது வருடங்களுக்குமுன் நான் முயற்சித்தபோது என்னுடைய விருப்பத்திற்கிணங்கிச் செல்லவேண்டிய இடங்களுக்குப் பலமுறை சென்று, அறியவேண்டியவற்றைத் தக்கவர்களிடமாக அறிந்து அப்போதப்போது எழுதியனுப்பியும், இதற்குக் கருவியாகவுள்ள சில தமிழ் நூல்களைப் பிரதி செய்தனுப்பியும் சலிப்பின்றி உதவிபுரிந்துவந்த பண்டிதர் பின்னத்தூர் ஸ்ரீ அ. நாராயணசாமி ஐயரிடத்தும், திருவையாறு, ஸம்ஸ்கிருத காலேஜ் தமிழ்ப்பண்டிதரான ஸ்ரீமத் உ.வே. சந்தானமையங்காரிடத்தும் மிக்க நன்றியறி வுடையேன்.

கிடைத்த இந்நூற்கையெழுத்துப் பிரதிகள்

திருவாடுவதுறை யாதீனத்துப்	பிரதி	க
ஷை ஆதீனத்து மஹாவித்வான் ஸ்ரீ மீனாட்சிசுந்தரம் பிள்ளை யவர்கள்	”	க
கொட்டையூர் ஸ்ரீ சிவக்கொழுந்து தேசிக ரவர்கள் வீட்டுப்	”	க
காஞ்சீபுரம் ஸ்ரீ குமரகோட்டத்துத் தருமகருத்தா ஸ்ரீ வாமதேவ தேசிக ரவர்கள்	”	க

மதுரைத் தமிழ்ச்சங்கத்து அக்கிராசனாதிபதியாக விளங்கிய ஸ்ரீமான் பொ. பாண்டித்துரை ஸாமித் தேவரவர்கள் விருப்பத்தின்படி செந்தமிழப் பிரசுரம் பதினாறாவதாக இந்நூல், 1910ம் வருஷத்தில் பதிப்பித்து வெளியிடப்பட்டது.

வெண்பா

பெருமான் றமிழ்க்கமலைப் பெம்மான்கைம் மானும்
கருமா னுரியதளுங் கச்சும் – ஒருமானும்
சங்கத் தடங்காதுந் தார்மார்புங் கண்டக்கால்
அங்கத் தடங்கா தவா. (திருவாரூர் நான்மணிமாலை)

இங்ஙனம்,
வே. சாமிநாதையன்

உ

கணபதி துணை

பலபட்டடைச் சொக்கநாதக் கவிராயர்
இயற்றிய

தேவையுலா

இஃது
உத்தமதானபுரம்
வே. சாமிநாதையரால்
பல பிரதிரூபங்களைக் கொண்டு பரிசோதித்துத்
தாம் நூதனமாக எழுதிய அரும்பதவுரையுடன்
பதிப்பிக்கப்பட்டது.

செந்தமிழ்ப் பிரசுரம்-கக

மதுரை:
தமிழ்ச் சங்க முத்திராசாலைப்
பதிப்பு.

1907*

விலை அணா 3

* 1911 எனத் தலைப்பேட்டில் தவறாக உள்ளது. [ப. ஆ.]

உ

கணபதி துணை.

பலபட்டடைச் சொக்கநாதக்கவிராயர்

இயற்றிய

தேவையுலா.

இஃது

உத்தமதானபுரம்

வே. சாமிநாதையரால்

பல பிரதிரூபங்களைக்கொண்டு பரிசோதித்துத்

தாம் நூதனமாக எழுதிய அரும்பதவுரையுடன்

பதிப்பிக்கப்பட்டது.

"செந்தமிழ்"ப்பிரசுரம்—௧௯.

மதுரை:

தமிழ்ச்சங்க முத்திராசாலைப்

பதிப்பு.

1911.

விலை-அணா 3.

உ

முகவுரை

தேவாரம்
திருநாவுக்கரசுநாயனார்
திருநேரிசை
திருச்சிற்றம்பலம்

கடலிடை மலைக டம்மா லடைத்துமால் கரும முற்றித்
திடலிடைச் செய்த கோயி றிருவிரா மேச்சு ரத்தைத்
தொடலிடை வைத்து நாவிற் சுழல்கின்றேன் றூய்மை யின்றி
யுடலிடை நின்றும் பேரா வைவராட் டுண்டு நானே.

தேவையுலா என்பது, இராமேசுவரத்துத் திருக்கோயில் கொண்டெழுந்தருளிய ஸ்ரீ: இராமநாதர்மீது பலபட்டடைச் சொக்கநாத பிள்ளையால் இயற்றப்பெற்றது; தேவை — இராமேசுவரம்; இது பாண்டி நாட்டிலுள்ள பாடல்பெற்ற பதினான்கு சிவஸ்தலங்களுள் ஒன்று.

உலாவென்பது தமிழ்ப் பாஷைக்குரிய தொண்ணூற்றாறு வகை பிரபந்தங்களுள் ஒன்று; பேதை முதலிய எழுவகைப் பருவ மகளிர்களும் தன்னைக்கண்டு காதல் கூரும்படி ஒரு தலைவன் வீதியிற் பவனி போந்தா னென்று அவனுடைய அரிய செயல்களைப் பலவகையாகப் புலப்படுத்திக் கலிவெண்பாவாற் பாடவேண்டு மென்பது அந்நூலுக்குரிய விதி; வீதியென்றது இங்கே உருத்திரகணிகையருடைய தெருக்களை.

இந்நூலால், ஸ்ரீ இராமநாதருடைய பெருங்கருணைத் திறமும் இராமேசுவரத் தலவிசேடங்களும் தீர்த்த விசேடங்கள் முதலியனவும் வேறு தலபுராண கதைகளும் பழைய சிவபுராணங்களிற் காணப்படும் அரிய சரித்திரங்களும் நாயன்மார்களுடைய அருமைச் செயல்களும் பலமுகமாக அவ்வவ்விடத்து அறியலாகும். இன்னும், பொருளை எளிதில் விளக்கும் மடக்கு, சிலேடை முதலிய சொல்லணிகளும், முக்கியமான பொருளணிகளும் கேட்டோர்களை விரைவில் வியப்பிக்கும் தொனிகளும் இதிற் பரக்கக் காணலாம். அன்றியும் இத்தலத்தில் உள்ள ஆரியர் ஐந்நூற்றுப் பன்னிருவர் என்பது ௬௪ - ம் கண்ணியாலும், பண்டைக்காலத்தில் இத்தலத்தில் இன்ன இன்ன திருப்பணிகள் இன்னா ரின்னாராற் செய்விக்கப் பெற்றன வென்பது ௬௭-ம் கண்ணி முதலியவற்றாலும், இரகுநாத ஸேதுபதி கட்டுவித்த மண்டபம் ஒன்றில் உத்ஸவ காலத்தில் இராமநாத ரெழுந்தருளின ரென்பது ௬௩-ம் கண்ணியாலும், திருத்தேர் சேதுபதிகளாற் செய்விக்கப் பெற்றதென்பது ௧௦அ-ம் கண்ணியாலும், இராமநாதருக்குச் சாத்திய திருவாடை

விஜயரகுநாத ஸேதுபதியால் அளிக்கப் பெற்றதென்பது சுஎ-ம் கண்ணியாலும், அவர் திருத்தேர்வடமுகூர்த்தம் செய்தன ரென்பது கடு௮-ம் கண்ணியாலும் விளங்குகின்றன. இன்னும் இங்ஙனம் விளங்குவன பல.

இந்நூலாசிரியர், கவிராயரென்றும் புலவரென்றும் வழங்கப்பெறுவர். இவருடைய வாக்கின் பெருமை இத்தமிழ்நாட்டில் யாவருக்குந் தெரிந்த தாதலால், அதைப்பற்றி இங்கே ஒன்றும் எழுதத் துணிந்திலேன்.

திருத்தேர்வடமுகூர்த்தம் செய்தவர் விசயரகுநாத ஸேதுபதி என்று கூறியிருத்தலால் அவர் காலமும் இந்நூலாசிரியர் காலமும் ஒன்றென்பதும் இந்நூலை இயற்றுவித்தவர் அவரென்பதும் விளங்குகின்றன.

பண்டைத் தமிழ் நூல்களிற் காணப்படாத ஒருவகைச் சொற்கள் இந்நூலிற் சிலவிடத்து வந்துள்ளன; இடத்துக்கேற்ற சிறப்புள்ளன வென்றுகருதி அவை பெரியவர்களால் அக்காலத்து அங்கீகரிக்கப் பெற்றனபோலும்.

இற்றைக்குச் சற்றேறக்குறைய ௩உ-வருடங்களுக்கு முன்பு அன்பர்களுடன் நான் சேதுபுராணத்திற் பாலோடைச் சருக்கத்திற்குப் பொருள் கேட்டுக் கொண்டிருந்தபொழுது திருவாவடுதுறை ஆதீனத்து மஹாவித்துவான் ஸ்ரீ மீனாட்சிசுந்தரம் பிள்ளை யவர்கள், "மேலான கத்துருவின் வீழ்சலதோ டந்தணிக்கப், பாலாவி யாகியபா லோடையும்" (கண்ணி - ௩க) என்பதைக் கூறி, அதிலுள்ள 'சலதோடம்', 'பாலாவி' என்பவற்றைப் பலபடப் பாராட்டி, "இது தேவையுலா" என்றும், "இதில் உச-தீர்த்தங்களும் இப்படியே ஒவ்வொரு நயம்படக் கூறப்பெற்றுள்ளன" என்றும் சொன்னார்கள். அதுவே இந்நூலைத் தேடி ஆராய்ச்சி செய்யும்படி பண்ணுவித்தது.

கிடைத்த இந்நூற் கையெழுத்துப் பிரதிகள்

திருவாவடுதுறை யாதீனத் தலைவர்களாகிய
ஸ்ரீமத்-அம்பலவாண தேசிக ரவர்கள் அளித்த பிரதி ... ... க

ஸ்ரீ மீனாட்சிசுந்தரம் பிள்ளை யவர்கள் பிரதி ... ... க

திருநெல்வேலி, தெற்குப் புதுத்தெரு, வக்கீல் சுப்பையா
பிள்ளை யவர்கள் வீட்டிலிருந்து, மேலகரம் ம-ா-ா-ஸ்ரீ
திரிகூட ராசப்பக் கவிராய ரவர்கள் வாங்கித் தந்த பிரதி ... ... க

ஆகப் பிரதி ௩

மதுரைத் தமிழ்ச்சங்கத்து அக்கிராஸனாதிபதியும், பாலவனத்தம் ஜமீந்தாருமாகிய இராமநாதபுரம் மகா-ா-ா-ஸ்ரீ பொ. பாண்டித்துரை ஸாமித் தேவரவர்கள் செந்தமிழ்ப் பத்திரிகையில் மாதந்தோறும் வெளிப்படுத்தும்படி ஏதாவது தமிழ் நூலொன்றை அனுப்பிவர வேண்டுமென்று வற்புறுத்திக் கூறினமையால் அவ்வண்ணம் செய்யத் துணிந்து இம்முறை இதனை வெளிப்படுத்தலானேன். எண்ணியதை நிறைவேற்றும்படி திருவருளைச் சிந்திக்கின்றனன்.

இங்ஙனம்,
வே. சாமிநாதையன்

சென்னபட்டணம்
24-2-07

உ
கணபதி துணை

பலபட்டடைச் சொக்கநாதபிள்ளை
இயற்றிய
தேவையுலா

———

இது
சிதம்பரம் ஸ்ரீ மீனாக்ஷி தமிழ்க் காலேஜ் பிரின்ஸ்பாலாகிய
மஹாமஹோபாத்தியாய
உ.வே. சாமிநாதையரால்
பல பிரதிரூபங்களைக் கொண்டு பரிசோதித்துத்
தாம் நூதனமாக எழுதிய அரும்பதவுரையுடன்

சென்னை:
கமர்ஷியல் அச்சுயந்திரசாலையிற்
பதிப்பிக்கப்பெற்றது.

குரோதன ஸ் ஆனி மீ

1925

[இரண்டாம் பதிப்பு]

விலை அணா 4

(*Copyright Registered*)

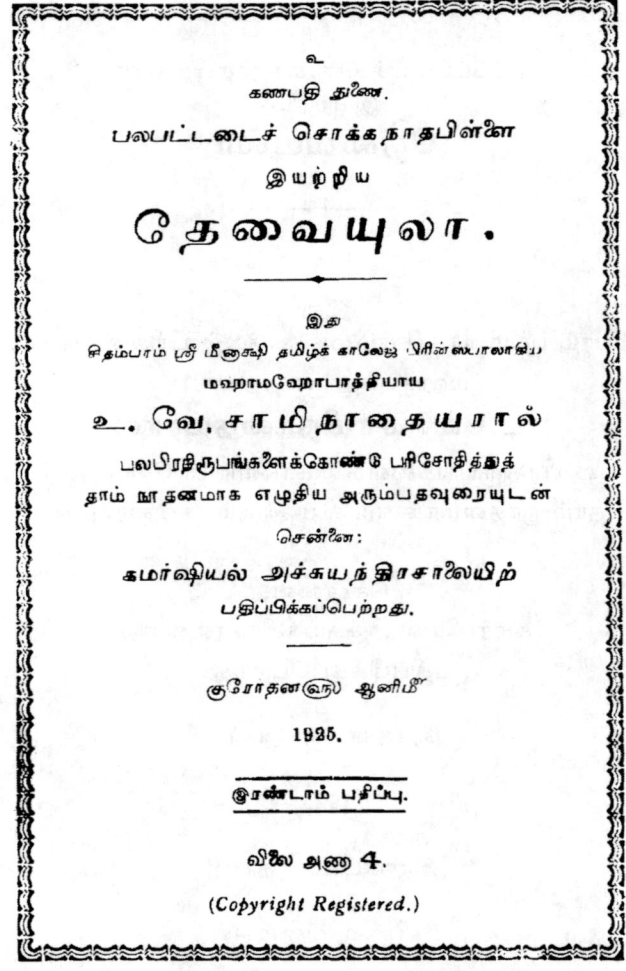

உ

கணபதி துணை.

பலபட்டடைச் சொக்கநாதபிள்ளை

இயற்றிய

தேவையுலா.

இது

சிதம்பரம் ஸ்ரீ மீனாக்ஷி தமிழ்க் காலேஜ் பிரின்ஸ்பாலாகிய

மஹாமஹோபாத்தியாய

உ. வே. சாமிநாதையரால்

பலபிரதிரூபங்களைக்கொண்டு பரிசோதித்துத்

தாம் நூதனமாக எழுதிய அரும்பதவுரையுடன்

சென்னை:

கமர்ஷியல் அச்சுயந்திரசாலையிற்

பதிப்பிக்கப்பெற்றது.

குரோதன ௵ ஆனி ௴

1925.

இரண்டாம் பதிப்பு.

விலை அணா 4.

முகவுரை

தேவாரம்
திருநாவுக்கரசுநாயனார்
திருநேரிசை
திருச்சிற்றம்பலம்

கடலிடை மலை கடம்மா லடைத்துமால் கரும முற்றித்
திடலிடைச் செய்த கோயி றிருவிரா மேச்சு ரத்தைத்
தொடலிடை வைத்து நாவிற் சுழல்கின்றேன் றூய்மை யின்றி
யுடலிடை நின்றும் பேரா வைவராட் டுண்டு நானே.

தேவையுலா என்பது, இராமேசுவரத்துத் திருக்கோயில் கொண்டெழுந்தருளிய ஸ்ரீ இராமநாதர்மீது பலபட்டடைச் சொக்கநாத பிள்ளையால் இயற்றப்பெற்றது; தேவை — இராமேசுவரம்; இது பாண்டி நாட்டிலுள்ள பாடல்பெற்ற பதினான்கு சிவஸ்தலங்களுள் ஒன்று.

உலாவென்பது தமிழ்ப் பாஷைக்குரிய தொண்ணூற்றாறுவகை பிரபந்தங்களுள் ஒன்று; பேதை முதலிய எழுவகைப் பருவ மகளிர்களும் தன்னைக்கண்டு காதல் கூரும்படி ஒரு தலைவன் வீதியிற் பவனி போந்தானென்று அவனுடைய அரிய செயல்களைப் பலவகையாகப் புலப்படுத்திக் கலிவெண்பாவாற் பாடவேண்டுமென்பது அந்நூலுக்குரிய விதி; வீதியென்றது இங்கே உருத்திர கணிகையருடைய தெருக்களை.

இந்நூலால், ஸ்ரீ இராமநாதருடைய பெருங்கருணைத் திறமும் இராமேசுவரத் தலவிசேடங்களும் தீர்த்த விசேடங்கள் முதலியனவும் வேறு தலபுராண கதைகளும் பழைய சிவபுராணங்களிற் காணப்படும் அரிய சரித்திரங்களும் நாயன்மார்களுடைய அருமைச் செயல்களும் பலமுகமாக அவ்வவ்விடத்து அறியலாகும். பொருளை எளிதில் விளக்கும் மடக்கு, சிலேடை முதலிய சொல்லணிகளும், முக்கியமான பொருளணிகளும் கேட்போர்களை விரைவில் வியப்பிக்கும் தொனிகளும் இதிற் பரக்கக் காணலாம். அன்றியும் இத்தலத்தில் உள்ள ஆரியர் ஐந்நூற்றுப் பன்னிருவர் என்பது கூச-ம் கண்ணியாலும், பண்டைக் காலத்தில் இத்தலத்தில் இன்ன இன்ன திருப்பணிகள் இன்னா ரின்னாராற் செய்விக்கப் பெற்றனவென்பது கூஎ-ம் கண்ணி முதலியவற்றாலும், இரகுநாத ஸேதுபதி கட்டுவித்த மண்டபம் ஒன்றில் உத்ஸவ காலத்தில் இராமநாத ரெழுந்தருளின ரென்பது சூரு-ம் கண்ணியாலும், திருத்தேர் சேதுபதிகளாற் செய்விக்கப் பெற்றதென்பது க0அ-ம் கண்ணியாலும், இராமநாதருக்குச் சாத்திய திருவாடை விஜயரகுநாத

ஸேதுபதியால் அளிக்கப்பெற்ற தென்பது சூஅ-ம் கண்ணியாலும், அவர் திருத்தேர்வடமுகூர்த்தம் செய்தன ரென்பது கஙஅ-ம் கண்ணியாலும் விளங்குகின்றன. இன்னும் இங்ஙனம் விளங்குவன பல.

இந்நூலாசிரியர், கவிராயரென்றும் புலவரென்றும் வழங்கப்பெறுவர். இவருடைய வாக்கின் பெருமை இத்தமிழ்நாட்டில் யாவருக்குந் தெரிந்ததாதலால், அதைப்பற்றி இங்கே ஒன்றும் எழுதத் துணிந்திலேன்.

திருத்தேர்வடமுகூர்த்தம் செய்தவர் விசயரகுநாத ஸேதுபதி என்று கூறியிருத்தலால் அவர் காலமும் இந்நூலாசிரியர் காலமும் ஒன்றென்பதும் இந்நூலை இயற்றுவித்தவர் அவரென்பதும் விளங்குகின்றன.

பண்டைத் தமிழ் நூல்களிற் காணப்படாத ஒருவகைச் சொற்கள் இந்நூலிற் சிலவிடத்து வந்துள்ளன; இடத்துக்கேற்ற சிறப்புள்ளன வென்று கருதி அவை பெரியவர்களால் அக்காலத்து அங்கீகரிக்கப் பெற்றனபோலும்.

இற்றைக்குச் சற்றேறக்குறைய ரு௦-வருடங்களுக்கு முன்பு அன்பர்களுடன் நான் சேதுபுராணத்திற் பாலோடைச் சருக்கத்திற்குப் பொருள் கேட்டுக் கொண்டிருந்த பொழுது திருவாவடுதுறை ஆதீனத்து மஹாவித்துவான் ஸ்ரீ மீனாட்சிசுந்தரம் பிள்ளை யவர்கள், "மேலான கத்துருவின் வீழ்சலதோ டந்தணிக்கப், பாலாவி யாகிய பாலோடையும்" (கண்ணி-ருக) என்பதைக்கூறி, அதிலுள்ள 'சலதோடம்', 'பாலாவி' என்பவற்றைப் பலபடப் பாராட்டி, "இது தேவையுலா" என்றும், "இதில் உசு-தீர்த்தங்களும் இப்படியே ஒவ்வொரு நயம்படக் கூறப்பெற்றுள்ளன" என்றும் சொன்னார்கள். அதுவே இந்நூலைத் தேடி ஆராய்ச்சி செய்யும்படி பண்ணுவித்தது.

இந்நூலின் முதற் பதிப்புக்குத் திருவாவடுதுறை யாதீனத் தலைவர்களாகிய ஸ்ரீமத் அம்பலவாண தேசிக ரவர்கள் அளித்த பிரதியும், ஸ்ரீ மீனாட்சிசுந்தரம் பிள்ளை யவர்கள் பிரதியும், மேலகரம் ஸ்ரீ திரிகூட ராசப்பக் கவிராய ரவர்கள் வாங்கித் தந்த பிரதியும், இரண்டாம் பதிப்புக்கு வேறு சில பிரதிகளும் உபயோகமாக இருந்தன.

மதுரைத் தமிழ்ச்சங்கத்து அக்கிராஸனாதிபதியாக விளங்கிய ஸ்ரீமான் பொ. பாண்டித்துரை ஸாமித் தேவரவர்கள் விரும்பியபடி இதனைச் செந்தமிழ்ப் பிரசுரம், கக-ஆவதாக முதன்முறை 1907ஆம் வருஷத்தில் வெளியிடலானேன்.

அச்சுப்பிரதிகள் இப்போது இல்லாமையாலும் மறுபடி வெளியிட வேண்டுமென்று சில அன்பர்கள் தூண்டினமையாலும், மதுரைத் தமிழ்ச் சங்கத்தாரின் அனுமதிபெற்று இப்போது இரண்டாமுறை பதிப்பிக்கலானேன்.

இப்பதிப்பில், சில இடங்களில், மூலம் சிற்சில திருத்தங்களை யடைந்திருப்பதன்றி, குறிப்புரைகளும் ஆங்காங்கு அதிகமாகச் சேர்க்கப்பெற்றுள்ளன.

இங்ஙனம்,
வே. சாமிநாதையன்

சிதம்பரம்
10-7-25

உ
ஸ்ரீ மீனாட்சிசுந்தரேசர் துணை

புராணத் திருமலைநாதர்
இயற்றிய

மதுரைச் சொக்கநாதருலா

இது
திருப்பனந்தாள் ஸ்ரீ காசிமடத்துத் தலைவர்களாகிய
கௌரவம் பொருந்திய
ஸ்ரீலஸ்ரீ காசிவாசி ஸ்வாமிநாத ஸ்வாமிகளவர்கள்
விருப்பத்தின்படி
மகாமகோபாத்தியாய தாக்ஷிணாத்ய கலாநிதி
உத்தமதானபுரம்
வே. சாமிநாதையரால்
நூதனமாக எழுதிய குறிப்புரை முதலியவற்றுடன்

சென்னை:
கேஸரி அச்சுக்கூடத்திற் பதிப்பிக்கப்பெற்றது.

[முதற் பதிப்பு]

பிரமோதூத ஞு பங்குனி மீ

1931

Copyright Registered]

 [விலை அணா 6

உ

ஸ்ரீ மீனாட்சிசுந்தரேசர் துணை.

புராணத் திருமலைநாதர்

இயற்றிய

மதுரைச் சொக்கநாதருலா.

இது

திருப்பனந்தாள் ஸ்ரீ காசிமடத்துத் தலைவர்களாகிய
கௌரவம் பொருந்திய
ஸ்ரீலஸ்ரீ காசிவாசி ஸ்வாமிநாத ஸ்வாமிகளவர்கள்
விருப்பத்தின்படி

மகாமகோபாத்தியாய தாக்ஷிணாத்ய கலாநிதி
உத்தமதானபுரம்
வே. சாமிநாதையரால்
நூதனமாக எழுதிய குறிப்புரை முதலியவற்றுடன்

சென்னை:
கேஸரி அச்சுக்கூடத்திற் பதிப்பிக்கப்பெற்றது.

[முதற் பதிப்பு.]

பிரமோதூத௵ பங்குனி௴

1931

Copyright Registered.]

 [விலை அணா 6.

உ

கணபதி துணை

முகவுரை

திருநாவுக்கரசு நாயனார் தேவாரம்

திருச்சிற்றம்பலம்

முளைத்தானை யெல்லார்க்கு முன்னே தோன்றி
முதிருஞ் சடைமுடிமேன் முகிழ்வெண் டிங்கள்
வளைத்தானை வல்லசுரர் புரங்கண் மூன்றும்
வரைசிலையா வாசுகிமா நாணாக் கோத்துத்
துளைத்தானைச் சுடுசரத்தாற் றுவள நீறாத்
தூமுத்த வெண்முறுவ லுமையோ டாடித்
திளைத்தானைத் தென்கூடற் றிருவால வாய்ச்
சிவனடியே சிந்திக்கப் பெற்றே னானே.

திருச்சிற்றம்பலம்

தமிழ்மொழிக்கு உரியனவாகக் கூறப்படும் 96 வகைப் பிரபந்தங்களுள் உலாவென்பது ஒன்று. இஃது உலாப்புற மெனவும் வழங்கும். பேதை முதற் பேரிளம்பெண் ஈறாகவுள்ள ஏழு பருவ மாதர்களும் மால்கொள்ளும் வண்ணம் தலைவன் வீதியிற் பவனி போந்தானென்று கலிவெண்பாவாற் பாடப்படுவது இது. இதன் இலக்கணம் பன்னிருபாட்டியல் முதலியவற்றால் விளங்கும். "ஊரொடு தோற்றமு முரித்தென மொழிப" (தொல். புறத். சூ. 30) என்பதன் உரையில், 'பக்கு நின்ற காமம் ஊரிற் பொது மகளிரோடு கூடிவந்த விளக்கமும் பாடாண் டிணைக்கு உரித்தென்று கூறுவர் ஆசிரியர்; அது பின்னுள்ளோர் ஏழு பருவமாகப் பகுத்துக் கலிவெண்பாட்டாகச் செய்யும் உலாச் செய்யுளாம்' என்று நச்சினார்க்கினியர் எழுதியிருத்தலால், இது பாடாண் டிணையின்பாற்படு மென்பதும் இவ்வேழு பருவ மகளிரும் பொதுமகளிரென்பதும் பெறப்படும். இந்நூல் போன்ற சைவப் பிரபந்தங்களிற் கூறப்பட்டுள்ள இம்மாதர்கள் உருத்திர கணிகையராவர். இவர்கள் தளிப்பெண்டுக ளெனவும் வழங்கப்பெறுவர். சில பழைய சிவஸ்தலங்களில் உருத்திரகணிகையர் இறைவன் திருமுன்னர் அவற்றிற்குரிய திருவுலாப் பகுதியைப் பாடி வருதல் இந்நூல் அவ்வகையாரோடு பொருத்தமுடைய தென்பதைப் புலப்படுத்தும்.

"பேதைமுத லேழ்பருவப் பெண்கண் மயக்கமுற, ஓதுமறுகுற்றா னொள் வேலோனென் — றேதம், அறக்கலி வெண்பாவி னாக்கலு லாவாம், புறத்தசாங்

கந்தாங்கிப் போற்று” (பிரபந்தத் திரட்டு) என்பதனால் உலாக்களில் தலைவனுடைய தசாங்கங்கள் கூறப்பட வேண்டுமென்பதும், பன்னிருபாட்டியல், 234ஆம் சூத்திரத்தில் சிற்றில், பாவை, கழங்கு, அம்மானை, ஊசல், கிளி, யாழ், புனலாட்டு, பொழில் விளையாட்டு முதலியன இவ்வேழு பருவ மாதர்களின் செயல்களென்று கூறப்படுவதால் அவற்றைப் பற்றிய செய்திகளும் அமைய வேண்டுமென்பதும் அறியப்படுகின்றன.

சொக்கநாதருலா வென்பது மதுரையிற் கோயில் கொண்டெழுந்தருளிய ஸ்ரீ சொக்கநாதக் கடவுள் விஷயமாக இற்றைக்கு ஏறக்குறைய 400 வருஷங்களுக்கு முன்பிருந்த புராணத் திருமலைநாத ரென்னுங் கவிஞர் பெருமானால் மதுரையில் அக்காலத்தில் அரசாட்சி செய்துவந்த வீரமாற னென்னும் அரசனது விருப்பத்தின்படி இயற்றப்பெற்றது. இது மதுரையுலா வெனவும் வழங்கும்.

இந்நூலிலுள்ள கண்ணிகள், 516.

ஸ்ரீ சோமசுந்தரக் கடவுளுடைய திருநாமங்கள் பலவற்றுள், சொக்கர் அல்லது சொக்கநாத ரென்னும் திருநாமம் பண்டைக் காலத்தில் திருஞானசம்பந்தமூர்த்தி நாயனார் முதலியவர்களாலும் தமிழ்ப்புலவர் பலராலும் பெரும்பான்மையாக எடுத்தாளப்பெற்றுள்ளது. திருமுறைகள், திருவாலவாயுடையார் திருவிளையாடற் புராணம், திருவிளையாடற் பயகரமாலை, மீனாட்சியம்மை பிள்ளைத் தமிழ், மதுரைக் கலம்பகம் முதலிய நூல்களிலுள்ள பிரயோகங்களும் சொக்கரப்பம் முதலிய வழக்குச்சொற்களும் இதனை வலியுறுத்தும். அவ்வாறே இந்நூலுள்ளும் அத்திருநாமம், ‘சொக்கன்’, ‘அழகிய சொக்கன்’, ‘அபிடேகச் சொக்கன்’, ‘பழியஞ்சிச் சொக்கன்’ எனத் தனித்தும் அடையெடுத்தும் வந்துள்ளது. “திருவாலவாய்ச் சொக்கநாதர்க்குலாப் பாடினான்” என்று இந்நூற் சிறப்புப்பாயிரச் செய்யுளும் இத் திருநாமத்தையே கூறும்.

பிற சிவஸ்தல உலாக்களில், ‘சிவபெருமான் திருவிழாவில் ஒருநாள் தேரில் உலா வந்தனர்; அன்றே ஏழு பருவ மாதர்களும் முறையே அக்காட்சியைக் கண்டு மால்கொண்டார்கள்’ என்று கூறப்பட்டுள்ளது. இவ்வுலாவோ, ‘ஸ்ரீ சொக்கநாதர் ஏழு நாட்கள் பவனி போந்தனர்; ஒவ்வொரு நாளும் வேறு வேறான ஊர்தியில் எழுந்தருளினர்; ஒவ்வொரு நாளிலும் ஒவ்வொரு பருவப்பெண் முறையே தரிசித்தனள்’ என்று கூறும். மதுரையிற் பண்டைக் காலத்தே ஏழுநாளில் ஒரு திருவிழா நடந்ததென்று, “கழுநீர் கொண்ட வெழுநா ளந்தி” (427) என்ற மதுரைக் காஞ்சிப் பகுதியால் தெரிகின்றது. இவ்வாறே திருக்குறுக்கை வீரட்டத்திலும் ஏழுநாளில் ஒரு திருவிழா நடைபெற்றதை, “ஆத்தமா மயனுமாலு மன்றிமற் றொழிந்த தேவர், சோத்தமென் பெருமானென்று தொழுதுதோத் திரங்கள் சொல்லத் தீர்த்தமா மட்ட மீமுன் சீருடை யேழு நாளுங், கூத்தராய் வீதி போந்தார் குறுக்கைவீரட்ட னாரே” (தே. திருநா.) என்ற தேவாரத்தா லறியலாகும். இங்ஙனம் நடைபெறும் திருவிழா, பவுநம் எனப்படும்; “சவுரஞ்சாந் திரஞ்சா வித்திரங் கவுமா ரந்தைவீ கந்தழை பவுநம், பவுதிகங் கணஞ்சை வம்மென முறையே யிருபத்தேழ் பதினேழு பதினைந், துவமையில் பதின்மூன் றொன்பதே ழைந்தாமொரு மூன்றொன் றியற்றுநா ளென்னுந், தவமுளார் புகழு மாகமஞ் சிறந்த தவுமிய முனிவன்மா ணாக்க” (திருப்பெருந்துறைப் புராணம், புரூரவன் திருவிழாச் செய்த படலம், 50).

இந்நூலுள், சொக்கநாதர் இயற்றிய 64 திருவிளையாடல்களும் ஒன்பது பகுதிகளாகப் பிரிக்கப்பட்டு முதல் மூன்று திருவிளையாடல்கள் முதற் பகுதியிலும், அடுத்த ஐந்து திருவிளையாடல்கள் குழாங்களின் கூற்றிலும், ஏனையவை பின்னர் எவ்வெட்டாக ஒவ்வொரு பருவத்திலும் அமைக்கப்பெற்றிருக்கின்றன. இவ்வாறமைந்த திருவிளையாடல்களின் முறை, பரஞ்சோதி முனிவரியற்றிய திருவிளையாடற் புராணத்தி லுள்ளதை ஒத்துள்ளது. அம்முனிவர் இந் நூலாசிரியருக்குப் பிற்காலத்தவ ரென்று தெரிகின்றமையின் அவருடைய புராணத்திற்கு முதனூலாகிய வடமொழி நூலிலிருந்தோ அன்றி வேறொன்றி லிருந்தோ இம்முறை இந் நூலாசிரியரால் அறிந்து அமைக்கப்பெற்றதெனக் கொள்ளவேண்டும். ஆனாலும், "தென்பாற், குலவு வடபாற் குடபாற் — கலையூரும், சூலிக்குங் காளிக்குந் துய்ய சுடராழி, மாலுக்குங் கோயில் வகுத்தமைத்து" (கண்ணி, 26-7), "பதஞ்சலிக்குச் சீர்க்கூத் தருள்வார்" (119-20), "நல்லபணி, நிற்கவெள்ளி மன்றாடு நித்தர்" (165-6) என வருவனவும், "செந்தமிழை யூமை தெரிவித்ததும்" (411) என்பது முதலிய இடங்களில் திருவிளையாடல்களைக் குறிப்பிக்கும் தொடர்மொழிகளும், "அபிடேகச் சொக்கன்" என்பது முதலியவையும் இவ்வாசிரியர், திருவாலவாயுடையார் திருவிளையாடற் புராணத்தை அறிந்து அதிலிருந்து சில செய்திகளையும் சொல்வழக்காறுகளையும் அமைத்துள்ளாரென்று சொல்ல இடந்தருகின்றன.

இதனுள் ஏழுவகைப் பருவங்கட்கேற்ப மாதர்களுடைய செயல்களையும் மனநிலைகளையும் ஆசிரியர் கூறிச்செல்லும் முறையும் உவமைகளும், சிவபெருமானுடைய ஏற்றத்தைக் கூறும் பகுதிகளும் படிப்போர்க்கு மிக்க இன்பத்தை அளிக்கும்.

ஏழு பருவ மகளிருடைய உணர்ச்சிகளின் நிலையைப் புலப்படுத்தும் பகுதிகள் ஆதியுலா, மூவருலா என்பவற்றைப் பின்பற்றியும், தலவிருட்சங்களைப் பற்றிக் கூறும் பகுதி திருவானைக்கா வுலாவைப் பின்பற்றியும் அமைந்துள்ளன.

மேலேகாட்டிய உலாவின் இலக்கணங்களுள், தசாங்கம் 7ஆம் கண்ணி முதலியவற்றிலும், சிற்றில் பாவை கழங்கு முதலியன 145 முதலியவற்றிலும், ஊசல் 25 முதலியவற்றிலும், கிளியைத் தூதுவிடுதல் 302 முதலியவற்றிலும், யாழ் 477 முதலியவற்றிலும், புனலாட்டு 198 முதலியவற்றிலும், பொழில் விளையாட்டு 354 முதலியவற்றிலும் கூறப்பட்டுள்ளன.

இந்நூலில் வந்துள்ள மதுரைத்தல சம்பந்தமான குறிப்புகளும் பிறவும்

விநாயகர்: கற்பகவிநாயகர், கண்ணி, 97.

ஸ்ரீ சொக்கநாதர் திருநாமங்கள்: அட்டாலைச் சேவகன், 276; அபிடேகச்சொக்கன், 157; அழகிய சொக்கர், 19, 21, 244; எண்ணெண் டிருவிளையாட் டண்ணல், 163-4; கடம்ப வனத்தான், 473; கான்மாறி யாடுகின்ற காரணன், 434; கூடலமலர், 424-5; சித்தர், 334; சுந்தரமாறன், 516; செந்தமிழாகரன், 496; சேவிக்க வாழ்விக்குந் தெய்வப்பெருமான், 245; சொக்கன், 210, 334, 362; திருவாலவாயான், 215, 231, 301, 352; பழியஞ்சிச் சொக்கன், 275; பாண்டித் திருநாடன், 9; பொதியப் பொருப்பன், 7; மணாளன், 379, 438; மதுராபுரிவேந்தன், 10; மதுராபுரேசன், 32, 195, 438, 494; மதுரேசன், 381, 516; மாணிக்கவல்லி மணவாளன்,

130; வெள்ளிமணி மன்றுடையான், 447; வெள்ளிமன்றாடு நித்தர், 166; வைகைத் துறைவன், 8, 157.

அம்பிகையின் திருநாமங்கள்: அங்கயற்கண்மை, 6, 23, 39, 243, 516; அருட்பெண், 149—50; தமிழறியும் பேராட்டி, 5; மரகதவல்லி, 5; மாணிக்கவல்லி, 5, 130.

ஆலயத்தின் திருநாமம்: திருவாலவாய், 71, 362.

மதுரையின் திருநாமங்கள்: ஆலவாய், 334, 362, 407; கடம்பவனம், 210, 232, 414, 473; கூடல், 424; திருவாலவாய், 126, 215, 231, 301, 352; நான்மாடக் கூடல், 204, 434; மதுராபுரி, 10, 30, 110, 362; வாலவாய், 408.

தீர்த்தங்கள்: எழுகடல், 186; பொற்றாமரை, 414; வைகை, 8, 85, 248, 269.

தலவிருட்சம்: கடம்பு, 361.

விமானம்: இந்திர விமானம், 18, 195, 506.

மன்றம்: வெள்ளிமன்று, 166, 447.

மண்டபம்: மண்டபங்கணாயன், 48.

வாயில்: முத்தளக்குந் திருவாயில், 144.

ஸ்ரீ சொக்கநாதர் தசாங்கம்: (1) மலை — பொதியில், (2) ஆறு — வைகை, (3) நாடு — பாண்டிநாடு, (4) நகர் — மதுரை, (5) மாலை — கொன்றை, (6) குதிரை — இடபம், (7) யானை — இடபம், (8) கொடி — இடபம், (9) முரசு — மறை, (10) செங்கோல் — கருணை.

தெய்வங்கள்: அரம்பையர், 114; இந்திரன், 18ஆம் கண்ணி முதலியன; இரதி, 452; கலைமகள், 426, 431; காமன், 120 முதலியன; காலன், 178 முதலியன; காளி 27; சூரியர் முதலானோர், 100; சூலி, 27; திருமகள், திருமால், 1 முதலியன; நந்திதேவர், 66; பதினெண் கணம், 101; பிரமன், 1 முதலியன; முருகக்கடவுள், 98.

வேறு தலங்களும் தலங்களில் நிகழ்ந்த அருட்செயல்களும்: அருணாசலம், 314; காஞ்சியில் இறைவன் உமாதேவியார் தழுவக் குழைந்தது, 356-8; சிதம்பரம், 92; திருவாரூரில் இறைவன் செம்பொற்றி யாகம் அளித்தது, 507-8.

பிற தல விருட்சங்கள்: ஆத்தி, ஆல், கடம்பு, குரா, கொன்றை, தில்லை, பலா, பாடலம், பாலை, மகிழ், மருது, மா, வெண்ணாவல், 356-61.

சிவபெருமானுடைய வீரச் செயல்கள்: அந்தகாசுர வதம், 259; இராவணனை நெரித்தது, 261, 436; காம தகனம், 262; காலசங்காரம், 260, 437; சரபாவதாரம், 16; தக்கயாக சங்காரம், 502; திரிபுரசங்காரம், 17, 143, 260-61; பிரமன் சிரங்கொய்தது, 260; யானையை உரித்தது, 260-62.

நாயன்மார்களும் ஏனையடியார்களும்: கண்ணப்ப நாயனார், 380-81; குலச்சிறை நாயனார், 95; சண்டீசர், 91; சுந்தரமூர்த்தி நாயனார், 89, 93; சேரமான் பெருமாணாயனார், 93; திருஞானசம்பந்த மூர்த்தி நாயனார், 87, 94; திருநாவுக்கரசு நாயனார், 88; திருநீற்றுச் சோழர், 92; நின்றசீர் நெடுமார நாயனார், 94; மாணிக்கவாசகர், 90, 478.

சற்றேறக்குறைய 40 வருஷங்களுக்கு முன்பு இந்நூலின் ஏட்டுப்பிரதி ஒன்று திருநெல்வேலி யிலிருந்த வித்வான் ஸ்ரீ சாலிவாடீசுவர ஓதுவாரவர்கள் வீட்டிற் கிடைத்தது. அப்பிரதி மிகவும் பழமையானது. அதன் முதலில் ஏகாம்பரநாத ருலாவும் அப்பால் இந்த உலாவும், இதற்குப் பின் திரிசிரகிரி யுலாவின் இறுதிப் பகுதியுள்ள ஒரேடும் இருந்தன. அவ்வொற்றை யேட்டிற் காணப்பட்ட கண்ணிகள் வருமாறு:

....மட்டு வார்குழலாம்
நல்லாளோ டின்ப நகைமேவிச் – சொல்லார்ந்த
மூவர் முதலோர் முழுத்தமிழு மன்புடையார்
யாவர் தமிழு மணிந்தருள்வோன் – ஆவியாய்
அத்தனு மாவதன்றி யன்னையுந்தா னாயபிரான்
சித்த மகிழ்தென் சிரகிரியான் – சுத்த
நிலாவும் பகிரதியு நீண்ட சடைமேல்
உலாவவே போந்தா னுலா.

இந்நூலின் முதற் பகுதி கிடைக்கவில்லை.

இந்தச் சொக்கநாதருலாப் பிரதிகள் வேறு கிடைக்குமோவென்று இதுகாறும் தேடிப்பார்த்தும் அகப்படாமையால், இதுவும் வீணாய்விடுமே யென்னும் அச்சத்தாலும், இது தக்கவர்கள் வீட்டிலிருந்து கிடைத்த பிரதியென்னும் துணிவாலும் இப்பொழுது இதனை ஆராய்ந்து வெளியிடலானேன்.

இப்போது திருப்பனந்தாட் காசிமடத்துத் தலைவர்களாக விளங்கும் கௌரவம் பொருந்திய ஸ்ரீலஸ்ரீ காசிவாசி ஸ்வாமிநாத ஸ்வாமிக ளவர்கள் தமிழ்க் கல்விகேள்விகளிற் சிறந்தவர்க ளென்பதும், முத்தமிழ்ப் புலமை வாய்ந்து பிரசித்தி பெற்று விளங்கிய கொட்டையூர் ஸ்ரீ சிவக்கொழுந்து தேசிகரவர்களுடைய மரபில் உதித்தவர்க ளென்பதும், தமிழ்க்கல்வி பரவவேண்டு மென்னும் நோக்கத்துடன் பல நற்காரியங்களைச் செய்துவருகிறார்க ளென்பதும் அநேகருக்குத் தெரிந்திருக்கலாம்; ஷை மடத்து மூல புருஷர்களாகிய ஸ்ரீலஸ்ரீ ஆதி குமரகுருபர ஸ்வாமிகளவர்கள் இயற்றிய பிரபந்தங்களைக் குறிப்புரையுடன் வெளியிட்டு யாவருக்கும் இலவசமாக வழங்கச் செய்யவேண்டுமென்று எண்ணிச் சில மாதங்களுக்கு முன், கந்தர் கலிவெண்பாவை முதலில் வெளியிடச் செய்தார்கள்.

சொற்சுவை பொருட்சுவை நிறைந்த மதுரைச் சொக்கநாதர் தமிழ் விடுதூது என்னும் பிரபந்தத்தை முன்பு நான் வெளியிட்டபோது அதுவிஷயத்தில் பொருட்கவலை சிறிதும் உண்டாகாதபடி செய்வித்து இந்த இராசதானியிலுள்ள கலாசாலைகளுக்கும் புத்தகசாலைகளுக்கும் வேறு வகையான கல்வி நிலையங்களுக்கும் ஷை பிரபந்தத்தின் பிரதிகளை இலவசமாக வழங்கி உபசரித்தார்கள். அதே நோக்கத்துடன் இந்தச் சொக்கநாதருலாவை வெளியிடும் விஷயத்திலும் எனக்குச் சிறிதும் பொருட்கவலை உண்டாகாதபடி செய்து ஊக்கமளித்தார்கள். இவ்விஷயமாக அவர்களுக்கு எனது மனமார்ந்த நன்றியைச் செலுத்துகின்றேன். நான் பரிசோதித்து வெளியிடக் கருதியிருக்கும் மற்றப் பிரபந்தங்களும் இத்தகைய ஆதரவினால் முறையே ஒவ்வொன்றாக வெளிவருமென்று எண்ணுகிறேன்.

சென்னை ஸர்வகலா சங்கத்தாரால் நடத்தப்பெறும் ஓரியண்டல் டைடில் என்னும் வித்வான் பரீக்ஷை ஸம்பந்தமாக ஷை ஸ்வாமிக ளவர்கள் ஏற்படுத்தியிருக்கும்

பரிசின் விவரத்தை யாவரும் தெரிந்துகொள்ளும்படி இங்கே தெரிவிக்கிறேன். ஷ பரீட்சையில் வருடந்தோறும் தமிழில் முதல்வகுப்பில் முதல்வராகத் தேர்ச்சிபெறும் மாணாக்கருக்கு ஆயிரம் ரூபாய்ப் பரிசு சென்ற இரண்டு வருஷங்களாக அளித்துவருகிறார்கள். இந்தப் பரிசை 1929ஆம் வருஷத்தில், சென்னைக் கிறிஸ்டியன் காலேஜில் தமிழப் பண்டிதராகவுள்ள வித்வான் சிரஞ்சீவி வி.மு. சுப்பிரமணிய ஐயரும், 1930ஆம் வருஷத்தில் சிதம்பரம் அண்ணாமலை ஸர்வகலாசாலையில் தமிழ்ப் பண்டிதராகவுள்ள வித்வான் சிரஞ்சீவி ஆ. பூவராக பிள்ளையும் முறையே பெற்றார்கள். இந்தப் பரிசளிப்பு சாசுவதமாக நடைபெறும் பொருட்டு ஷ காசி மடத்துத் தலைவரவர்கள் 1928ஆம் வருஷம் ஆகஸ்டு மாதத்தில் அமெரிக்கா கண்டத்து டாரண்டோ என்னும் நகரத்திலுள்ள "தி மானுபாச்சரர்ஸ் லைப் இன்ஷ்யூரன்ஸ் கம்பெனி" (The Manufacturers Life Insurance Company)யில் தங்கள் ஆயுளை ரூபாய் நாற்பதினாயிரத்துக்கு இன்ஷ்யூர் செய்து, 4,46,416 என்னும் எண்ணுள்ள பாலிஸியை எடுத்துக் கொண்டிருக்கிறார்கள். இந்த மூலதனம் 15 வருஷங்களில் நிறைவடையும். அது வரையில் இப்பரிசை வேறு வரும்படியிலிருந்தே வருடந்தோறும் அவர்கள் தவறாமல் அளித்துவர நிச்சயித்திருக்கிறார்கள். தமிழ் படித்தவர்களுக்கு ஆயிரம் ரூபாயை ஒரே காலத்தில் பெறும்படியான அதிர்ஷ்டம் பெரும்பாலும் இருந்ததில்லை. ஆதலின் இதனைக் கண்ணுறும் தமிழ் மாணாக்கர்கள் விசேடமான ஊக்கத்துடன் தமிழை நன்றாகப் படித்து இப்பரிசைப் பெறுவதற்குரிய வழியைத் தேடிக்கொள்ளுவார்க ளென்று நம்புகிறேன்.

தமிழின் வளர்ச்சியின் பொருட்டு அருங்கலை விநோதர்களாகிய ஷ ஸ்வாமிகளவர்கள் செய்யக் கருதியிருக்கும் நற்காரியங்கள் இன்னும் பல. வித்தியா பரிபாலனத்தை அவர்கள் செய்துகொண்டு அரோக திடகாத்திரத்துடன் நெடுங்காலம் விளங்கும்படி செய்வித்தருளும் வண்ணம் ஸ்ரீ சொக்கலிங்கப் பெருமானைப் பிரார்த்திக்கின்றேன்.

இந்நூலை ஆராயுங்காலத்தும் பதிப்பிக்குங்காலத்தும் உடனிருந்து உதவி செய்தவர்கள் சென்னை விமன்ஸ் கிறிஸ்டியன் காலேஜ் தமிழ்ப்பண்டிதர் சிரஞ்சீவி வித்துவான், சு. கோதண்டராமையரும், மேலே கூறிய வித்துவான் சிரஞ்சீவி வி.மு. சுப்பிரமணிய ஐயரும், மோகனூர்த் தமிழ்ப் பண்டிதர் சிரஞ்சீவி கி.வா. ஜகந்நாதையரும் ஆவர்.

இங்ஙனம்,
வே. சாமிநாதையர்

திருவேட்டீசுவரன் பேட்டை
27-3-1931

உ
கணபதி துணை

கடம்பர் கோயில் உலா

இது
மஹாமஹோபாத்யாய - தாக்ஷிணாத்யகலாநிதி
Dr. உ.வே.சாமிநாதையரவர்களால்
பரிசோதித்துத்
தாம் நூதனமாக எழுதிய குறிப்புரையுடன்
பதிப்பிக்கப்பெற்றது.

செந்தமிழ்ப் பிரசுரம்-ருகூ

மதுரைத் தமிழ்ச்சங்க முத்திராசாலை
மதுரை.

1932

விலை அணா 6

உ

கணபதிதுணை.

கடம்பர்கோயில் உலா

இது

மஹாமஹோபாத்யாய - தாக்ஷிணாத்யகலாநிதி

Dr. உ.வே. சாமிநாதையரவர்களால்

பரிசோதித்துத்

தாம் நூதனமாக எழுதிய குறிப்புரையுடன்

பதிப்பிக்கப்பெற்றது.

செந்தமிழ்ப்பிரசுரம் — ௫௬.

மதுரைத் தமிழ்ச்சங்க முத்திராசாலை,

மதுரை.

1932.

விலை அணா 6.

உ

கணபதி துணை

முகவுரை

திருநாவுக்கரசு நாயனார் தேவாரம்

திருச்சிற்றம்பலம்

ஆரியந்தமி ழோடிசை யானவன்
கூரியகுணத் தார்குறி நின்றவன்
காரிகையுடை யான்கடம் பந்துறைச்
சீரியல்பத்தர் சென்றடை மின்களே.

தேவார வைப்பு

காவிரிசூழ் கடம்பந்துறை யுறைவார் காப்புக்களே

கடைமுடிகானூர் கடம்பந்துறை கயிலாய நாதனையே காணலாமே

மயிலாடுதுறை கடம்பந்துறை யாவடுதுறை
மற்றுந்துறை யனைத்தும் வணங்குவோமே. – திருநா.

பாங்கூ ரெங்கள் பிரானுறையுங் கடம்பந்துறை. – சுந்தர.

காடவர்கோன் திருவெண்பா

அழுகு திரிகுரம்பை யாங்கதுவிட் டாவி
ஒழுகும் பொழுதறிய வொண்ணா – கழுகு
கழித்துண் டலையாமுன் காவிரியின் றென்பாற்
குழித்தண் டலையானைக் கூறு.

திருச்சிற்றம்பலம்

உலாவென்னும் தமிழ்ப் பிரபந்தம் பாட்டுடைத் தலைவனது பவனியைச் சிறப்பித்துப் பாடப்படுவதால் இப்பெயர் பெற்றது; உலா = பவனி. தலைவன் வீதியிற் பவனிவருகையில் அவ்வீதியின் கணுள்ள பேதை முதற் பேரிளம் பெண் ஈறாகிய ஏழு பருவமகளிரும் அவனைக் கண்டு காதல் கூர்ந்ததாகக் கலிவெண்பாவாற் பாடப்படுவது இது. இதன்கண் பாட்டுடைத் தலைவனது பலவகைப் பெருமைகள், ஏழு பருவமகளிர்களின் இயல்பு, அவர்களடைந்த மெய்ப்பாட்டு வகைகள் முதலியன காணப்படும். தத்தம் புலமைத் திறத்திற்கேற்பக் கருத்துக்களைத் தொடர்புபெற அமைத்து விரித்துத் தாம் வழிபடு தெய்வங்கள்மீதும், தம் ஆசிரியர்மீதும் தம்மை ஆதரித்த உபகாரிகள்மீதும் பல புலவர்கள் உலாக்களைப் பாடியிருக்கின்றனர்.

சேரமான் பெருமாணாயனாரால் இயற்றப்பட்ட ஆதியுலாவும், தத்துவராயரால் இயற்றப்பெற்ற ஞானவிநோதன் உலாவும், கவிச்சக்கரவர்த்தியாகிய

ஒட்டக்கூத்தரால் இயற்றப்பெற்ற மூவருலாவும் ஆகிய பழைய நூல்கள் முறையே இம்மூன்று வகைக்கும் உதாரணங்களாக உள்ளவை.

தலங்களிலுள்ள மூர்த்திகளைத் தலைவராகக் கொண்டு பாடப்பட்ட தமிழ்ப் பிரபந்தங்கள் பிற்காலத்து மலிந்தன. அவ்வகையில் உலாக்களும் இயற்றப்பட்டன. "நன்னெடு வீதியின், மதகளிறூர்தன் முதனிலை யாகும்" (பன்னிருபாட்டியல், சூ. 216) என்ற சூத்திரத்தோடு இயையப் பாட்டுடைத் தலைவர்களாகிய அரசர்கள் களிற்றின்மீது பவனிவந்தனரென மூவருலாவிற் காணப்படுகின்றது. ஆதியுலாவிற் சிவபெருமான் இடப வாகனத்தின்மீது எழுந்தருளியதாகச் சொல்லப்பட்டுள்ளது. தலசம்பந்தமாகப் பிற்காலத்து இயற்றப்பெற்ற உலாக்களில் அவ்வத் தலத்திலுள்ள நாயகர் (ஸோமாஸ்கந்தர்) திருத்தேரில் எழுந்தருளியதாக அமைக்கப்பட்டுள்ளது. சொக்கநாத ருலாவில் மட்டும் தேர் முதலிய ஏழு வாகனங்களிற் சொக்கநாதர் ஏழு நாள் உலாப் போந்ததாகக் காணப்படுகின்றது.

*தலசம்பந்தமான உலாக்கள் அவ்வத் தலத்துக்குரிய கணிகையர்களால், தொன்றுதொட்டுப் பாடப்பெற்றுவந்தன. உலாக்களிற் கூறப்படும் +ஏழு பருவ மகளிரும் பொதுமகளிராதலின் இப்பிரபந்தம் அவர்களோடு தொடர்புடைய தாயிற்று.

மகளிர்க்குரிய ஏழு பருவங்களின் இயல்புகள் ஒவ்வோ ருலாவிலும் வருணிக்கப்படுமேனும் ஒவ்வொன்றும் தனித்தனியான சிறப்புக்களோடு விளங்கும். பெருங்கதையில் 'நீராட்டரவம்' என்னும் பகுதியில் இவ்வேழு பருவ மகளிருடைய இயல்புகள் கூறப்பட்டுள்ளன. நிற்க.

தலவரலாறு

கடம்பர்கோயிலுலா வென்பது சோழநாட்டிற் காவிரியின் தென்கரை யிலுள்ளதும் தேவாரம் முதலியவற்றைப் பெற்றதுமாகிய கடம்பர் கோயிலென்னும் தலத்தில் எழுந்தருளியுள்ள சிவபெருமானைத் தலைவராகக் கொண்டு பாடப்பெற்றது. இதனை இயற்றிய ஆசிரியர் இன்னாரென்பது தெரியவில்லை. ஆனாலும் திருத்தேரை, "திருவாவடுதுறையி, லெம்பிரா னன்ப ரிதயமோ" (கண்ணி, *84*) என்பதனால் அவர் திருவாவடுதுறை யாதீனத்து அடியவராகிய ஒரு பெரியவரென்று கருதப்படுகிறார்.

இத்தலத்து மூர்த்தி கடம்பவனநாதர், சுந்தரேசர், ஸௌந்தரரென வழங்கப்பெறுவர்.

அம்பிகையின் திருநாமம் முற்றாமுலையம்மை யென்பது *(29, 57, 74, 179)*; இது வடமொழியில் பாலகுசாம்பிகை என வழங்கும்.

தலவிருட்சம்: கடம்பமரம், *13, 25, 41*.

தீர்த்தம்: காவிரியாறு; *16, 34, 46, 58, 361*. பிரமதீர்த்தமென்ற ஒரு தீர்த்தமும் உண்டு; கோவையாரில், "தண்கடம் பைந்தடம் போற் கடுங் கானகந் தண்ணெனவே" *(220)* என்று சொல்லப்படும் கடம்பைத்தடம் இதுவாக இருத்தல்கூடுமென்று தோற்றுகிறது.

---

* இப்பொழுது இந்த வழக்கம் பல தலங்களில் அருகிவிட்டது.

\+ சொக்கநாதருலா, முகவுரையைப் பார்க்க.

இத்தலம் கடம்பை, கடம்பந்துறை, கடம்பவனம், தட்சிணகாசி, குழித்தண்டலை யெனவும் வழங்கும். பிரமதேவர் வழிபட்டுத் திருக்கோயில் முதலியன அமைத்துத் திருத்தேர் விழாவும் நடத்தினமையாற் பிரமபுரமென்றும் (19), சோமகாசுரனிடத்தி லிருந்து திருமால் வேதங்களை மீட்டற்குக் காரணமாகிய திருவருளைப்பெற்ற இடமாதலிற் சதுர்வேதபுரி யென்றும் (33-6), முருகவேள் பூசித்துப் பேறுபெற்றமையிற் கந்தபுர மென்றும் (37) இது பெயர்பெறும். இத்தலத்திற் சத்தகன்னியர் பூசித்து, தம்மைப்பற்றி வருத்திய பிரமகத்தியினின்றும் நீங்கினர் (21-6); வேதசன்மா வென்னும் ஒரந்தணர் தவம்புரிந்து மதுரையில் நிகழ்ந்த திருமணக்கோலத்தை இங்கே தரிசித்தனர் (27-31); அகத்திய முனிவர் பூசித்துப் பேறுபெற்றனர் (32).

இத்தலத்துத் திருக்கோயிலில், பிரமதேவர், சத்தமாதர்கள், அகத்தியமுனிவர் முதலியவர்களுடைய திருவுருவங்கள் தனித்தனியே உள்ளன. *இப்பொழுது கடம்பர் கோயிலைச் சார்ந்ததும், குழித்தலை என வழங்குவதுமாகிய ஊரின்கண் உள்ள ஆலயத்தில் எழுந்தருளியிருக்கும் ஸ்வாமியின் திருநாமம் ஸ்ரீசுந்தரேசுவர ரென்பது. அம்பிகையின் திருநாமம் ஸ்ரீமீனாட்சி யென்பது. இவற்றை நோக்கும்பொழுது கடம்பர் கோயிலிற் சிவபெருமான் திருமணக்கோலம் காட்டியதன் அறிகுறியாக இவ்வாலயம் பண்டைக் காலத்தில் அமைக்கப் பெற்றதென்று கருதப்படுகின்றது.

இத்தலத்திற்குத் திருநாவுக்கரசு நாயனார் அருளிய தேவாரப் பதிகம் ஒன்றும், ஐயடிகள் காடவர்கோன் நாயனார் அருளிய திருவெண்பா ஒன்றும், ஸ்ரீ அருணகிரிநாதர் அருளிச்செய்த திருப்புகழும் உண்டு.

120ஆம் கண்ணியால் காளத்தி யென்பவரால் இயற்றப்பெற்ற அந்தாதி ஒன்று உண்டென்று தெரிகின்றது. மதுரைத் திருப்பணி மாலையால், பாகையென்னும் ஊரிலிருந்த காளத்தியப்ப முதலியா ரென்பவர் ஒருவர் மதுரையிற் சில திருப்பணிகள் செய்தாரென்று புலப்படுகின்றது. அவர் இவ்வந்தாதி செய்தவராகக் கருதப்படுகிறார்.

இவையன்றி வடமொழியில் ஒரு புராணம் உண்டு. திருவாரூர் ஸ்ரீ முத்துஸாமி தீக்ஷிதரென்னும் சங்கீத வித்வானால் கேதார கௌள ராகத்தில் இயற்றப்பெற்ற மிகச் செவ்விதாகிய, “நீலகண்டம் பஜே” என்னும் வடமொழிக் கீர்த்தனம் ஒன்றும் இத்தலத்திற்கு உண்டு.

“சேர்தொண்டை மண்டலத்தோர் செய்தபெரும் புண்ணிமோ, ஈதென்னும் பொற்றடந்தே” (85) என்னுங் கண்ணியால் இத்தலத்தில் அக்காலத்தில் இருந்த சிவபக்திச் செல்வர்களாகிய தொண்டைமண்டல வேளாளர்களால் திருத்தேர் இயற்றப்பெற்ற தென்பதும், 86-7ஆம் கண்ணிகளால் பாகையென்னும் ஊரிலிருந்த சரவணையென்னும் ஒரு செல்வர் இத்தலத்துச் சிவபெருமானுக்குத் திருவாபரணங்கள் செய்து சாத்தினரென்பதும் தெரியவருகின்றன.

பாகை யென்பது தொண்டை நாட்டில் திருக்கூவ மென்னுந் தலத்துக்கு அருகிலுள்ள பாகசாலை யென்னும் ஊர். அவ்வூரினராகிய சரவண முதலியா

* இச்செய்தியையும் வேறுசிலவற்றையும் எனக்குத் தெரிவித்தவர், குளித்தலை போர்டு ஹைஸ்கூல் ஸம்ஸ்கிருத பண்டிதர் ப்ரம்மஸ்ரீ அருணாசல சாஸ்திரிகள்.

ரென்பவர் இற்றைக்குச் சற்றேறக்குறைய 200 வருடங்களுக்கு முன்பு திரிசிராப்பள்ளி நவாபினிடம் மந்திரியாக இருந்தவர். அவர் இத்தலத்தில் இருந்த திருவாவடுதுறை ஆதீனத்து மடத்தில் மடபதியாக இருந்தவர்பால் நேசம் உடையவராக இருந்தார். அவ்விருவர்களும் சேர்ந்து கடம்பந்துறைக் கோயிலைப் புதுப்பித்துத் திருத்தேர், திருவாபரணம் முதலியவை செய்து வைத்திருக்கிறார்கள். மதுரைக் கோயிலிலும், அக்காலத்திலிருந்த மாணிக்கவாசக தம்பிரா னென்பவர் மூலமாக இவர் சில கட்டளைகளை நடத்திவந்தார். கலியப்தம், 4790 இல் பல ஜமீன்தார்கள் இவரது சிவபக்தி முதலியவற்றை உணர்ந்து இவருக்குப் பல கிராமங்களைச் செப்புச் சாஸனம் மூலமாக அளித்திருக்கிறார்கள். இவருடைய உருவம் கடம்பந்துறைக் கோயில் தூணில் அமைக்கப்பட்டுள்ளது. கலி. 4890இல் இவரது பௌத்திரராகிய சரவண முதலியா ரென்பவர் காலத்தும் சில நிலங்கள் அவர்களால் கொடுக்கப்பட் டிருக்கின்றன வென்று தெரியவருகின்றது.

நூலாராய்ச்சி

ஏழு பருவ மாதர்களுடைய இயல்புகளும் விளையாட்டுக்களும் மரபு வழூவாமல் இந்நூலிற் கூறப்படுகின்றன.

பேதை

ஆசிரியர் பேதையை வருணிக்கையில் மன்மதன் விற்குணத்தைக் கண்டறியா மெல்லரும்பு, தான்உரைக்கும் சொற்குணத்தை ஓராச் சுகப்பிள்ளை யென்று உருவகம் செய்கின்றார். இத்தலத் தொடர்பமைய, "பொற்கை, உழையார் கடம்பலர்மட் டுண்டறியா வண்டு" (144-5) என்கின்றார். "கம்ப ருறையுங் கடவுளிளஞ் சூதத்தின், கொம்பி லுறையாக் குயிற்பிள்ளை" (ஏகாம்பரநாதருலா), "என்னானைக் கன்றா ரிமயத் தராதரத்து, மன்னாத சஞ்சீ வனக்கன்று" (திருவானைக்காவுலா) "மைதிகழு நீலகண்டன் வாழ்கின்ற புட்பவன, மெய்திவிளை யாடா விளஞ்சுரும்பு" (திருப்பூவணநாதருலா) எனப் பிறரும் இங்ஙனமே கூறுதல் காண்க. பின்னும் இவர், "நீணிலத்து மன்னுங் கலைபொருந்தா மான்கன்று", "நீர் பின்னஞ் செயலறியாப் பிள்ளையன்னம்" எனச் சிலேடை நயம்பட உருவகம் செய்கின்றார். அவளுடைய முடிக்கப்படாத கூந்தலுக்கு எழுவாய்ப் பயனிலை யின்றி முடிக்கப்படாம லிருக்கும் புன்கவிஞருடைய செய்யுளை உவமிக்கின்றார். அவளுடைய இனிய மழலைமொழிக்கு உவமையாகத் தொண்டர்கள் பக்திபரவசர்களாகி இறைவன்முன் நாத் தழுதழுத்துக் கூறும் துதியைச் சொல்லுதல் அறிந்து மகிழ்தற்குரியது. அவள் பாவையொடு பயிலல் சிற்றிலியற்றிச் சிறுசோறட்டு விளையாடல் முதலிய பேதைப் பருவத்திற்குரிய செயல்களை மரபு வழூவாமல் அமைக்கின்றார். சிறுசோற்றை, "அரனார்க் கிட்டமுறும், அன்பருலகத் தருந்தா தருந்திடுசிற், றின்பமென" அவளுண்டா ளென்பதனால், அன்பர்களுடைய இயல்பைப் புலப்படுத்துகின்றார். அவள் கடம்பவன நாதரைக் கண்டு இவர் யாரென்று செவிலியரைக் கேட்ப அவர்கள் விடைகூறும் பகுதியில் அவள் பருவத்துக்கேற்ப, "அண்டங்களைச் சிற்றிலாகச் சமைத்து விளையாடும் பாலன்" என்னும் பொருள்தோன்றக் கூறிப் பின் பலமுறை பாலனென்னும் பெயர் தொனிக்குமாறு இறைவனுடைய தன்மைகளை அவர்கள் எடுத்துச் சொல்லுவதாக அமைத்திருக்கின்றார்.

பெதும்பை

பெதும்பை, அன்பு அரும்பினும் அது முற்றாப் பருவத்தினள்; இப்பருவம் புனைவதற் கரியதென்பதை, "பேசு முலாவிற் பெதும்பை புலி" என்னும் செய்யுட்பகுதியால் அறியலாம். இப்பருவத்தினளை, "பேதை குணம் பாதிமங்கைப் பெண்குணத்திற் பாதிகலந், தோது பருவமுறு பெதும்பை" (172) எனத் தகுதிபெற இவ்வாசிரியர் கூறியிருப்பது பாராட்டத்தக்கது. இங்ஙனம் வேறு யாரும் கூறியதாகத் தெரியவில்லை. காதலென்னும் வித்து முளைத்து நெஞ்சைக் கொழு கொம்பாகக் கொண்டு வளருந் தன்மையினளென அவளியல்பைப் புலப்படுத்துகின்றார். அவளது முடிக்கப்பட்ட கூந்தலுக்குத் தவங்கள் பல செய்தும் முடிவுபெறாமல் ஈசனரு ளெய்துங் காலத்திலே நிறைவேறி முடியுஞ் செயலை உவமையாக்குகின்றார். அவள் நீலம், முத்து, பச்சை, மாணிக்கம், கோமேதகம், வைரம், பவளமென்னும் ஏழுவகை மணிகளாலாகிய ஏழு கழங்குகளை எடுத்து ஆடத்தொடங்கியதாக ஒரு செய்தியை அமைக்கின்றார். இப்பகுதியில் அவ்வேழு கழங்கிற்கும் சிவபெருமானோடு தொடர்புடைய பொருள்களையே உவமை கூறுகின்றார். பெதும்பைப் பருவப் பெண்கள் ஏழு கற்களையேனும் ஏழு கழற்சிக்காய்களையேனும் ஒருவகைப் பாட்டுப்பாடி ஆடுதல் தமிழ்நாட்டு வழக்கு. அப்பாட்டில் ஒன்று முதல் ஏழு எண்வரை யுள்ள பொருள்கள் முறையே கூறப்படும். இம்முறையைப் பின்பற்றி இங்கே ஆசிரியர் ஒன்று முதல் ஏழு வரையிலுள்ள எண்கள் அமையத் தலப்பெயரையேனும் தலங்களின் செய்திகளையேனும் எடுத்துக்காட்டுகின்றார். அவ்வகையில் ஒன்றுக்கு ஏகாம்பரமும், இரண்டுக்கு இருவர்தேடும் மலையும், மூன்றுக்குத் திரிசிராப்பள்ளியும், நான்குக்கு நான்மாடக்கூடலும், ஐந்துக்குப் பஞ்சநதியும், ஆறுக்கு ஆறுபெண்கள் அட்டமாசித்தி பெற்ற பட்டமங்கையும், ஏழுக்கு ஏழுலகத் தலங்களும் அமைக்கப்படுகின்றன. இவ்வாறு ஏழு கழங்குகளுக்குரிய பாடற் பொருளாகத் தலச்செய்திகள் அமைக்கப்பெற்றிருத்தலைத் திருவானைக்காவுலா, ஏகாம்பரநாதருலா, திருக்காளத்திநாதருலா, இரத்தினகிரி (வாட்போக்கி) யுலா, திருவேங்கடவுலா என்பவற்றிற் காணலாம்.

பெதும்பை, கடம்பவனநாதரைத் தரிசித்ததை, "மாலளந்து காணாமலையை யிருவிழிக்கோ லாலளந்தாள்" என்கின்றார். அவள் நிலையைக் கண்ட தாய்மார், "தன்னை யறியும் தருணம் வந்ததாற் றலைவன், றன்னை மனக்குறிப்பிற் றானறிந்தாள்" என்று கூறுகின்றனர். இதன்கண், பெதும்பை மங்கைப் பருவத் தன்மை வாய்ந்தன ளென்பது குறிப்பிக்கப்படுகின்றது; "நன்றறிவார் சொன்ன நலந்தோற்று நாண்டோற்று, நின்றறிவு தோற்று நிறைதோற்று — நன்றாகக், கைவண்டும் கண்வண்டு மோடக் கலையோட, நெய்விண்ட பூங்குழலா ணின்றொழிந்தாள்" (பெதும்பை) என ஆதியுலாவும், "மல்கு முவகைக் கலுழி வரவரப், பில்கு.....கொங்கைப் புதுவரவும் தோளும் குறைநிரம்ப, மங்கைப் பருவத்தே வாங்கினாள்" (பெதும்பை) என இராசராச சோழனுலாவும், "உருவமிகப் பாரித் தொளிபடைத்து மற்றைப், பருவ மெனப்புளகம் பாரித் — தொருவாத, பேரழகு நந்தம் பெருமாட்டிக் கெய்தியது" எனச் சொக்கநாத ருலாவும் கூறுகின்றன. பெதும்பையின் நிலைகண்ட செவிலியர் இறைவனை நோக்கி, "மேற்பசப்புக், காட்டுமான் காட்டியிசைக் கானமறி யாத வெங்கள், வீட்டுமான் கைக்கொளவோ வீதிவந்தீர்" என்று கூறும் சொற்களில் சிலேடையும், மானைக் காட்டி மானைப் பிடிப்பதென்னும் வழக்கமும் அமைந்துள்ளன.

மங்கை

மங்கைப் பருவத்தினளை, "காலை யரும்பிப் பகலெல்லாம் போதாகி, மாலை மலருமிந் நோய்" என்றாற் போலவே, "பேதை யரும்பிப் பெதும்பை யந்தப் போதாகி, மாது மலர்ந்த வனப்பினாள்" என்கின்றார். இக்கருத்து முற்பருவத்து நிலைமையையும் இப்பருவ நிலைமையையும் புலப்படுத்துகின்றது. 'நாணம், மடம், அச்சம், பயிர்ப்பு என்னும் மந்திரிமார்கள் சூழ நகிலாகிய மகுடத்தைச் சூட்டிப் பெண்கள் மன்மதனுக்குரிய மந்திரங்களை யுரைக்க மனமாகிய சிங்காதனத்திலேற்றிச் சிவபெருமானுடைய புகழாகிய அபிஷேகத்தைச் செய்து மூர்த்திகர முண்டாக்கி மோகமாகிய அரசனுக்குப் பட்டந் தரித்தாள்' என்பதில் அவளது காதல் முற்றிய தன்மையை விளக்குகின்றார். அவள் சிவபெருமான் புகழைப்பாடி அம்மானை யாடினா ளென்பதை, "அம்மானை யாடிவந்த வம்மானைப் பாடியே, யம்மானை யாடு மளவிலே" என்று சொற்பின்வருநிலை யணிபடச் சொல்லுகின்றார். திருவானைக்கா வுலாவில் அரிவைப் பருவத்தில் அம்மானை கூறப்படுகின்றது. திருக்காளத்திநாத ருலாவில் மங்கைப் பருவத்தில், "தன்னைமறந் தாட்டுத் தலைபடைத்த வம்மானை, அன்னைதனை யீன்றமலை யம்மானை — முன்னைநாட், கொங்கையொரு முன்றுடைய கொம்பையரு ளம்மானை, யங்கையிலே வீற்றிருக்கு மம்மானைக் — கங்கையெனும், அம்மானைப் பெற்ற சடையம்மானைப் பாடியவ, ளம்மானையாடு மளவிலே" என வருவதும், இரத்தினகிரி யுலாவில் மங்கைப் பருவத்திலும் திருப்பூவணநாத ருலாவில் மங்கைப் பருவத்திலும் அம்மானை கூறப்படும் பகுதிகளும் இதனோடு ஒப்புமை உடையன.

மடந்தை

மடந்தைப் பருவத்திற் பின்னுள்ள செய்தி கூறப்படுகின்றது: மடந்தைப் பருவப் பெண் தன் பாங்கி ஒருத்தியை விளித்து, "ஓர் ஓவியனை அழைத்துவந்து கடம்பவனநாதர் திருவுருவத்தை எழுதும்படி கூறுவாயாக" என்றாள். அதற்குப் பாங்கி, "அப்பெருமானை யாரெழுதவல்லார்? அவரது திருமுடியை எழுதினாலும் அதிலே கங்கையை எவ்வாறு அமைத்தல்கூடும்? திருநெற்றியை வரைந்தாலும் அதிலுள்ள அக்கினிக் கண்ணை எங்ஙனம் எழுதுவான்? மற்ற இரண்டு கண்களைத் தீட்டினாலும் அவற்றில் அருட்பார்வையை எப்படிப் பொருத்தமுடியும்? திருச்செவியில் தோடுகளை எழுதினாலும் அத்தோட்டு வடிவமாகவுள்ள கம்பளாசுவதரர்க ளென்னும் இசைவல்லார்களின் பாடலைப் புலப்படுத்த முடியுமோ? திருக்கழுத்தை எழுதினாலும் அது வேதத்தை முழங்கும்படி செய்ய முடியுமோ? திருக்கரங்களை எழுதினாலும் அவை உன்னைத் தழுவிக்கொள்ளும்படி செய்வானோ? திருவடிகளை எழுதினாலும் கால்மாறி யாடலைக் காட்ட முடியுமோ? அவனை அறிஞர்களே அறிவார்கள். இப்படிய னிவ்வுருவ னிவ்வண்ணத்தன் — ஒப்புடையன, ஆமென் றெழுதவல்லா ரியாரே" என்று விடை கூறினாள்.

ஓவியத்திற் கடவுளின் திருவுருவை எழுதுவித்துக் கண்டு மகிழும் விருப்பம் மடந்தைக்கு இருந்தமையை இவ்வாசிரியர் கூறுதலைப் போலவே சிலசில வேறுபாடுகளுடன் வெவ்வேறு பருவப்பெண்கள் அங்ஙனம் விரும்பவுதைச் சில உலாக்கள் கூறுகின்றன. ஏகாம்பரநாத ருலாவில் அரிவைப் பருவத்தினள் ஒரு சித்திரசாலையிற் சென்று காஞ்சித் தலசம்பந்தமான வரலாறுகளைப் புலப்படுத்தும் ஓவியங்களைக் கண்டு மகிழ்ந்தா ளென்றும், திருப்பூவணநாத ருலாவில் தெரிவைப் பருவத்தினள் ஓர் ஓவியனை அழைத்துத் திருப்பூவணநாதர் திருவிளையாட்டு

முதலியவற்றை எழுதுமாறு செய்து கண்டுகளித்தா ளென்றும், சங்கரலிங்க உலாவில் பேரிளம்பெண் பருவத்தினள் சித்திரசாலையிற் சென்று அங்கே எழுதியிருந்த சங்கரலிங்கத்தின் திருவிளையாடல்களின் உருவத்தைப் பிறருக்குக் காட்டினா ளென்றும், தஞ்சைப் பெருவுடையா ருலாவிற் பெதும்பைப் பருவத்தினள் ஓவியன் ஒருவனைக் கண்டு சோமாஸ்கந்த மூர்த்தியின் திருவுருவத்தைத் தீட்டித்தரச்செய்து கண்டாளென்றும் கூறப்பட்ட செய்திகளால் இவ்வழக்கத்தை அறியலாம்.

அரிவை

அரிவையின் வருணனையில் சிலேடையொடு கூடிய தற்குறிப்பேற்ற அணி அமைந்துள்ளது. அவளுடைய கண் மானை மருட்டி வண்டைச் சிறைப்படுத்தி மீனைப் பயமுறுத்தி வனசத்தைப் பங்கமுறச்செய்து குவளையை வனத்தில் ஏற்றி வாரிதியை அதோகதியாகப் பண்ணி விஷத்திற்கு நித்யகண்டமேவும் நிலைகொடுத்து வேல்முனையைச் சத்தியிலையெனவும் கத்தியை உறையிடக் காணாதெனவும் சொல்லச்செய்து கொலைக் குணத்தில் தன்னை நோக்க யமன் தருமனென்னும் பெயரால் வழங்கச் செய்ததென்று புனையும் பகுதியில் அவ்வப் பொருள்களின் இயற்கைத் தன்மையையும் தொழிலையும் பெயரையும் வேறு பொருள்படும்படி தோற்றச்செய்து அமைத்துள்ளார். அவள்குழல், "சூரியன் வந்தாலும் நீர் என்று வந்தீர்? என்று அஞ்சாமற் கேட்கும் இருளைப் போன்றது" என்று சொல்வதில் நகைச்சுவை காணப்படுகின்றது.

அவள் ஒரு விறலியை அழைத்துத் தேவர்களுக்குள்ளே வீரம் கருணை அழகு என்னும் மூன்றினாலும் மிக்கவர் யார் என்று கேட்ப அவ்விறலி காமதகனம், திரிபுர சங்காரம், தக்கயாக சங்காரம், பிரமன் தலையைக் கொய்தது, அந்தகாசுர சங்காரம், காலசங்காரம் முதலிய வீரச்செயல்களைச் சொல்லிச் சிவபெருமானது வீரத்தையும்; யானை, வண்டு, சிலந்தி, பாம்பு, கரிக்குருவி, பன்றிக்குட்டிகள், எறும்பு முதலிய விலங்கினங்கட்கும் திருவருள் செய்ததைச் சொல்லி அவரது பெருங்கருணையையும்; முனிவர்களும் பெண்மையை அவாவிய பேரழகையுடைய திருமாலே பெண்ணாகி அவாவும் அழகுடையவ ரென்றுசொல்லி அவரது அழகையும் புலப்படுத்தி, "வீரப் பெருக்கழகன் மென் கருணைச் சீரழகன், ஆரத் திருமேனி யாரழகன்" (309) ஆகிய அவரே யாவற்றிலும் மிக்கவரென்று வீணை வாசித்தல் முகமாகக் கூறினாளென்ற ஒரு செய்தி காணப்படுகின்றது. இவ்வாறு பாட்டுடைத் தலைவருடைய ஏற்றத்தைப் புலப்படுத்தும் வழக்கு வேறுசில உலாக்களிலும் உண்டு. ஏகாம்பரநாத ருலாவில் பேரிளம்பெண் அந்தண ரொருவரை நோக்கி, "சிவபெருமான் நிலைக்கும் ஏனைத் தேவர் நிலைக்கும் வாசி கூறுக" எனக் கேட்க, அவர் சிவபெருமான் பெருமையைப் புலப்படுத்தியதாக அமைத்த செய்தியும்; திருக்காளத்திநாத ருலாவில் அரிவை விறலி யொருத்தியை அழைத்துப் பெண்களை ஆட்கொண்ட அழகுடைய நாயகர்களுக்குள்ளே சிறந்தவர் யாரென்று கேட்ப அவள் ஒவ்வொருவர்க்கும் ஒவ்வொரு குற்றம் கூறிச் சிவபெருமானே சிறந்தவரென நிறுவுவதாக உள்ள செய்தியும், இரத்தினகிரி யுலாவில் மடந்தை பாங்கியர்களைப் பார்த்து, "விண்ணுக்கு மண்ணுக்கும் வேறா முலகுக்குங், கண்ணுக் கினியவராங் காவலரை எண்ணித்தான், சொல்லுவீர்" என்ன அவர்கள் சிவபெருமானே அத்தகையவரெனக் காரணங்காட்டிப் புலப்படுத்தியதாகக் கூறப்படும் செய்தியும் இவ்வகையைச் சார்ந்தனவே.

தெரிவை

தெரிவைப் பருவத்தில் குறத்தியின் செய்தி ஒன்று சொல்லப்படுகிறது. அது வருமாறு:

தெரிவை மணிமேடையில் வீற்றிருக்கையில் குறிசொல்லும் குறத்தி ஒருத்தி அங்கே வந்தாள். அவளைக் கண்ட தெரிவை, "என் மனக்குறிப்பை யறிந்து சொல்வாயாக" என்றாள். அவள், "ஒரு வருடம் சொல்வாயாக" என்றாள். "பதினோராவது வருடம்" என்றாள் தெரிவை. அவ்வருடம் 'ஈசுவர' ஆதலின், "ஈசுவரன்பால் உனக்கு விருப்பம் இருக்கின்றது" என்றாள். பின் ஒரு மாதத்தைச் சொல் என்று அவள் கூற, தெரிவை, "நான்காவது மாதம்" என்றாள். அம்மாதம் ஆடியாதலின், "மன்றாடிமீதில் விருப்பம் உனக்கு இருக்கிறது" என்றாள். பின்னும் குறத்தி ஒரு வாரத்தைக் கேட்க இரண்டாவது வாரமென்றாள். அது சோமவாரமாதலின், "நீ சோமசேகரனை விரும்புகின்றாய்" என்றாள் குறத்தி. அவர் வருவாரோ எனத் தெரிவை கேட்ப, "வந்து அவர் அருள்செய்வார்" என்று குறத்தி கூறிப் பரிசுபெற்றுச் சென்றாளென்பது.

இவ்வாறு குறத்திபாற் குறிகேட்கும் வழக்கம், உலா நூல்களுள் சங்கரசோழ னுலாவில் பெதும்பைப் பருவத்தில், "தூற்று, விசும்பின் மழைகடுப்ப மெய்க்குறஞ்சொன னாட்குப், பசும்பொன் மழைபொழியப் பார்த்தும்" எனச் சுருக்கமாகவும், தஞ்சைப் பெருவுடையா ருலாவில் மடந்தைப் பருவத்தில் குறத்தி தலைவியின் கைரேகையைப் பார்த்துக் குறி சொன்னாள் என்னும் பகுதியில் விரிவாகவும் காணப்படுகின்றது.

பேரிளம்பெண்

பேரிளம்பெண் வருணனையில் அவள் குழலைப், பிராயத்திற்கேற்ப, "இருட்டறையுட் பல்கணியி லெய்துநிலாக்கூடும், இருட்டனைநே ரூடுநரை யெய்தும் — திருக்குழல்" என்பார். பூணணிதலையும் மையிடுதலையும் அவள் நீத்தவ ளென்பார். இவ்வாறே பிற உலாக்களிலும் காணப்படுகின்றது.

அவள் ஒரு பூங்காவை அடைந்து அங்கே உள்ள ஒவ்வொரு மரத்தையும் கண்டு அவ்வம்மரம் தலவிருட்சமாக உள்ள தலத்தை நினைந்து பரவினா ளென்கின்றனர். இம்முறை, திருவானைக்கா உலாவில் பேரிளம்பெண் பருவத்திலும், சொக்கநாதருலாவில் அரிவைப் பருவத்திலும் காணப்படுகின்றது.

பேரிளம்பெண் இறைவரது சேவையையே செய்துகொண்டிருப்ப ளென்பது பல உலாக்களிற் கூறப்படும். இவர், "பரன்சேவை யன்றிப், புதுமை விழிக்குப் பொருந்தாள்" என்பதில் அக்கருத்தைச் சிலேடையில் நன்கு அமைத்துக் காட்டுகின்றார்.

பிற தலங்கள்

இந்நூலில் பல தலங்களைப் பற்றிய செய்திகள் இடையிடையே கூறப்படுகின்றன.

கடம்பவனநாதர் எழுந்தருளுகையில் இன்ன இன்ன தலத்தை யுடையவர் வந்தாரென்று திருச்சின்னம் முழங்கின எனக் கூறப்படும் பகுதியில் பல தலங்களின் பெயர்கள் வேறு தொனிப்பொருள் தோற்றுகின்ற அடைமொழிகளோடு

ஆளப்படுகின்றன. இதனை, ‘அங்கயற்கண்ணிசார் கூடலான், ஆட்டைவிடாப் புலியூரான், சண்மதத்து மேலான தந்திவனத்தான், மண்பரவு புற்றிடத்தான், ஆவணத்து முற்றும் விலையா மென்றவன், பூவணத்து வாசப்பொருள், துன்பக்கடல் கடத்துந் தோணிபுரத்தான், இன்ப வெள்ளத்து ஐயாற்றிறை, தேவி மருங்கமரும் காஞ்சிபுரன், துதிக்கை பெற்ற வாரண வாசியான், பைக்குளடங்காத மாணிக்க மலையான், ஆனந்தத்தேனை அன்பர்க் கூட்டிவைக்கும் ஈங்கோய் மலையெம் பிரான்’ என்பவற்றா லறியலாகும். இப்பகுதியிற் சொல்லப்பட்ட தலங்கள் முறையே மதுரை, தில்லை, திருவானைக்கா, திருவாரூர், திருவெண்ணெய்நல்லூர், திருப்பூவணம், சீகாழி, திருவையாறு, காஞ்சீபுரம், காசி, இரத்தினகிரி, திருவீங்கோய்மலை என்பன (112-9). பெதும்பை கழங்காடுகையிற் பாடுவதாக அமைந்துள்ள தலங்கள் திருவேகம்பம், திருவண்ணாமலை, திரிசிராப்பள்ளி, மதுரை, திருவையாறு, பட்டமங்கை என்பன. பின்னும் விறலி யொருத்தி இறைவர் கருணையைப் புலப்படுத்தற்காக அவரை வழிபட்டு அருள்பெற்ற விலங்கு முதலியவற்றைக் கூறும் வாயிலாகச் சில தலங்கள் குறிப்பிக்கப்படுகின்றன. அவை, திருக்காளத்தி, திருவானைக்கா, ஸ்ரீசைலம், திருவண்டுறை, திருக்குடந்தைக் கீழ்க்கோட்டம், திருநாகேச்சுரம், திருநாகைக் காரோணம், திருப்பாம்புரம், திருப்பாம்பணி, திருக்கேதீசகரம், திருவாலவாய், திருக்குற்றாலம், திருவெறும்பீச்சுரம் (303-5) முதலியன.

பேரிளம்பெண் பூங்காவை அடைந்து ஒவ்வொரு மரத்தையுங் கண்டு அவ்வம் மரத்தைத் தமக்குரிய விருட்சமாகப் பெற்ற தலங்களை நினைந்து வழிபட்டதாகக் கூறும்பகுதியில் வந்துள்ளவை: திருப்பைஞ்ஞீலி, திருக்குற்றாலம், திருநெல்வேலி, திருமுல்லைவாயில், திருவேகம்பம், திருவாட்போக்கி, திருவீங்கோய்மலை, திருவாலீசம் (அயிலூர்) என்பன. அவள் இன்பத்தைப் பயிரின் விளைவாக உருவகம் செய்யும் பகுதியில், “காட்சிக்கதிர் தோன்ற, ஏமமுறு நெல்வேலி யீசரே” எனத் திருநெல்வேலி அதற்கு இயைபுற எடுத்தாளப்படுகின்றது.

கடம்பவிருட்சம், திருமணக் கோலக் காட்சி, சுந்தர ரென்னும் திருநாம மென்பவற்றால், இத்தலம் மதுரையோடு ஒப்புமையுடைய தாதலின், அத்தலச் செய்திகள் பல இதன்கண் எடுத்தாளப்படுகின்றன; “செல்லாருஞ் சோலைத் திருவால வாயதனில், வில்லாரு மிந்திரவி மானத்துட் — கல்லானை, சித்தாரு ளாற்கரும்பு தின்னுமந்நாட் டென்னனணி, முத்துவடம் போலுமிள மூரலாள்” (150-51) என்பதில் திருவாலவாயென்னும் திருநாமமும் இந்திர விமானமும் கல்லானைக்குக் கரும்பருத்திய திருவிளையாடலும், “மையேந்து சோலை மதுரை நகர்க்கவுரி, கையேந்து பாலன்” (167) என்பதில் விருத்தகுமார பாலரான திருவிளையாடலும், “மீனக் கொடியன் விரைவிற் பயந்ததால்” (238) என்பதில் தடாதகைப் பிராட்டி திருவவதாரமும், “தாண்மாறி ஆட்டுவிக்கப் பாண்டியனா ரல்லவே” (260) என்பதில் கான்மாறியாடிய திருவிளையாடலும், “முன்னானிசைவாது சாய்ந்திடவே எம்பிரான் கூடலிறைவனரு ளாற்செயித்த, கும்பமுலை மாமயிலே” (292-3) என்பதில் இசைவாதுவென்ற திருவிளையாடலும், “வல்லமையில் லாதகய வாய்தமக்கும் — வெல்லமரில், அன்னை யிழந்த வடலேனக் குட்டிகட்கும். . . . . அன்புதவி” (303-5) என்பதில் கரிக்குருவிக்கு உபதேசம் செய்த திருவிளையாடலும், பன்றிக் குட்டிக்குப் பால்கொடுத்த திருவிளையாடலும் குறிக்கப்படுகின்றன.

கடம்பவன நாதருக்குரிய தசாங்கங்கள் 369ஆங் கண்ணி முதலியவற்றில் மடக்கணி அமையச் சொல்லப்படுகின்றன. அவை வருமாறு: (1) மலை: கயிலைமலை, (2) ஆறு: காவிரி, (3) நாடு: சோழநாடு, 4. நகர்: கடம்பர்கோயில், (5) மாலை: கொன்றை, (6) குதிரை: வேதம், (7) யானை: அயிராவணம், (8) கொடி: இடபம், (9) முரசு: ஓங்காரம், (10) ஆணை: சந்திரன் முதலியவற்றை நிலைபெயராது ஒழுகச்செய்யும் ஆணை.

இன்னும் சிவபெருமானது பெருமைகளைப் பலவாற்றானும் எடுத்துப்பாராட்டுவார். 'சத்தியாகவும் சிவமாகவும் அருள்புரியும் தன்மையான்' (1) என்பர். மணமாகவும் மலராகவும் உள்ளவன் (3) என்று இவர் கூறுதல், "வாச மலரெலா மானாய் நீயே" என்னும் திருவாக்கையும், "உள்ளத்தி லுள்ளன் புடையார் கருத்தறியும், வள்ளல்" என்பது, "மனத்து ணின்ற கருத்தானைக் கருத்தறிந்து முடிப்பான் றன்னை" என்பதையும் நினைப்பிக்கின்றன. "பட்டிமையில் லாருளத்தின் பாக்கியமே" (268) என்பதில் வஞ்சகமில்லாருடைய உள்ளத்தில் வீற்றிருக்குந் தன்மையைப் புலப்படுத்துகின்றார். "மெய்யடியான், திங்கட் சுதையெனவே செய்யுமொரு முப்பாலுஞ், சங்கத்தி னூட்டுந் தமிழ்ப்பாலன்" (167-8) என்பதனாலும், "தெள்ளுதமிழ்ச் சொல்லே, பொருளே" (380—81) என்பதனாலும் இறைவருக்குத் தமிழோடுள்ள தொடர்பைக் கூறுகின்றார்.

பொருளணிகள்

கடம்பவனநாதர் திருவுலாப் போவதற்குமுன் திருவாடை முதலியன அணிந்து கொள்வதாகக் கூறியுள்ள பகுதியில் (59—68) சிலேடையொடு கூடிய தற்குறிப்பேற்ற அணி அமைந்துள்ளது. திலகம் தீட்டியதை, தேவியோடு சேர்ந்திருக்கச் செய்யும் மன்மதனைக் கோபித்த அக்கினி யிருக்கும் வீட்டின் கதவைப் பூட்டி ஒரு முத்திரை யிட்டதுபோல இருந்ததென்கிறார். திருக்குடைநிழற்றல் முதலியவற்றைச் சொல்லும பகுதியிலும் (77-82) அவ்வணி அமைந்துள்ளது. மங்கையர்கள் சாமரை இரட்டியது சிவபிரான் திருமுடியிலுள்ள கங்கை கிரீடத்தால் மறைக்கப்பட்டமையால் அதிற் சென்று விளையாட எண்ணிய அன்னங்கள் அதனைக் காணாமற் சுழல்வது போன்றிருந்தது என்கின்றார். சூரியோதயத்தைச் சொல்லுகையிலும், அரிவையின் வருணனையிலும் (274-85) அவ்வணியி னமைதி காணப்படுகின்றது.

137, 147, 203, 346-7ஆம் கண்ணிகளில் சிலேடையணி அமைந்துள்ளது. 237-9ஆம் கண்ணிகளில் கடம்பவனநாதருக்கும் அம்பிகைக்கும் மங்கைக்கும் சிலேடையும், 337-9ஆங் கண்ணிகளில் மன்மதனுக்கும் வேடனுக்கும் சிலேடையும் காணப்படுகின்றன. சொற்பொருட் பின்வருநிலை (73), சொற்பின்வருநிலை (125, 166-70, 225), நிரனிறை (296-8, 318-21), என்னும் அணிகளும் இடையிடையே உள்ளன.

44-5ஆங் கண்ணிகளில் இரதம் முதலிய நாற்படைகளின் பெயர்களும், 46ஆம் கண்ணி முதலியவற்றில் அரசன், மந்திரி, தளகர்த்தன், ஸ்தானாபதி, ராயசத்தன், அதிகாரி, காரணிகன், கற்பித்தோன், மகாஜனன், பிரவர்த்தகன் என்னும் உத்தியோகப் பெயர்களும், 112ஆம் கண்ணி முதலியவற்றில் வேறுசில பெயர்களும், 205ஆம் கண்ணியில் காட்டுமான் என்பதும் தொனியில் அமைந்துள்ளன.

பலவகையான மடக்கணிகளும் (38, 40-42, 126-7, 141, 235, 247, 258, 269-71, 360-67), திரிபும் (காப்பு, 13, 32, 41, 43, 256), சந்தமும் (195-7, 226-7), இன்றியமையாத இடங்களில் வகையுளியும் (34-5, 106, 146), இந்நூலிற் காணப்படும்.

சொல்லாட்சி

மந்த்ரி (46), விக்ரமன், ப்ரபை, சக்ரம் (196), அனுக்ரகம் (197), மந்த்ரம் (217), சித்ரமணி (291) என வருவனபோன்ற ஸம்யுக்தாக்ஷரங்க ளமைந்த வடசொற்களையும்; தீனப்ரவர்த்தகன் (49-50), அங்குரார்ப்பணம் (52), சொர்க்க மத்ய பாதலம் (101), பாதாதிகேச பரியந்தம் (129), சீதள சோம திவாகர லோசன, வேத சொரூப வினோத புராதன, மாருத பாவக மாதவ சாயக, மேரு சராசன வீர சரோருக பாதன் (226-8), வீரப்ரதாபவிசயம் (322) என வருவனபோன்ற வடசொற்றொடர்களையும்; வத்திரம், வர்ச்சித்து (59), தெக்கணம் (12), பிரமவத்தி (24), கெங்காதரன் (62), நாதிக்க (162) முதலிய வடசொற் றிரிபுகளையும் ஆளுகின்றார்.

வச்சு (35), ஆச்சுது (206), தணிச்சு (283) என்பனபோன்ற மரூஉமொழிகள் உரிய இடங்களில் அமைந்துள்ளன. இவர் எடுத்தாண்ட சில அரும்பதங்கள்: திண்டு (88), கும்பு தெம்பு, (141), பாணினி (விறலி) (295), சரி (346), தெரியலர் (பகைவர்) (282), உச்சிதம் (323); பொருந்த என்னும் பொருளில் ஏல என்பதனையும் (104, 177), ஒருங்கே என்னும் பொருளில் ஒருமிக்க என்பதனையும் (106, 191), நன்கமைத்த லென்னும் பொருளில் பாணித்த லென்பதனையும் (118, 252), யானை யென்னும் பொருளில் ஓர்கை யென்பதையும் (364) இவர் வழங்குகின்றார்.

ஆசிரியர் இயல்பு

இத்தகைய அரியநூலை இயற்றிய இவ்வாசிரியர் சிவபக்திச் செல்வமும், சிவபெருமானது கருணையை வியந்து பாராட்டும் தன்மையும், சிவனடியார் பக்தியும், சிவதலங்களில் அன்பும், பல நூலாராய்ச்சியும், ஆசிரிய பக்தியும் உடையவரென்று தெரியவருகின்றது.

இவ்வுலாவின் ஈற்றிற் காணப்படும், 'விருப்பிருக்கும்' என்னும் செய்யுளால் அக்காலத்து அடியார்கள் செய்யும் திருப்பணிகளுக்குச் சிலர் இடையூறு செய்து வந்தார்க ளென்றும் அதுகண்டு இவர் மிக வருந்தினாரென்றும் தோற்றுகின்றது.

இந்நூல் ஏட்டுப்பிரதி ஒன்று ஏறக்குறைய 50 வருடங்களுக்கு முன்பு திருவாவடுதுறை ஆதீனத்துப் புத்தகசாலையிற் கிடைத்தது; அதனைப் பிரதிசெய்து கொண்டேன். அதுமுதல் இன்றுவரை தேடியும் வேறுபிரதி கிடைக்கவில்லை. ஸ்ரீ கடம்பவனேசருடைய திருவருள் கூட்டுவித்ததனால் இப்பொழுது குறிப்புரையுடன் வெளியிடலாயிற்று.

கடம்பர்கோயில் சம்பந்தமான அரிய சில செய்திகளை அவ்வூர் ஆயுர்வேத வைத்தியர் மகா-ள-ள-ஸ்ரீ எஸ். குருசாமி முதலியா ரவர்கள் அன்புடன் விசாரித்து விளங்கச்செய்தார்கள்.

இதனைப் பதிப்பிக்குங் காலத்து உடனிருந்து பலவகையான உதவிபுரிந்து வந்த உபகாரிகளின் அன்புடைமை மறக்கற்பாலதன்று.

பல வருஷங்களாகத் தேடிச் சேகரித்துப் பரிசோதித்து வைத்திருந்தும் பலவிதமான காரணங்களால் வெளிப்படுத்தாமலிருக்கும் இதைப்போன்ற பிரபந்தங்கள் பல உண்டு. தனித்தனியே வெளிப்படுத்தினால் காலம் நீட்டிக்குமென்றும் வேறு காரணங்களைக் கருதியும் சிலகாலமாக மாதப் பத்திரிகைகள்மூலம் அவை வெளியிடப்பெற்று வருகின்றன. அவ்விதம் செந்தமிழ்ப் பத்திரிகையில் இக்காலத்து வெளிவரும் நூல்களில் இது மூன்றாவதாகும்.

இங்ஙனம்,
வே. சாமிநாதையர்

சென்னை
4-11-1932

உ
கணபதி துணை

சங்கர நயினார் கோயிற் சங்கரலிங்க உலா

இது
மகாமகோபாத்யாய-தாக்ஷிணாத்ய கலாநிதி
டாக்ட்டர் உ.வே. சாமிநாதையரால்
பரிசோதித்துத்
தாம் நூதனமாக எழுதிய குறிப்புரை முதலியவற்றுடன்
பதிப்பிக்கப்பெற்றது.

பலவான்குடி 'சிவநேசன்' அச்சியந்திரசாலை

ஸ்ரீமுக ௵ சித்திரை ீ

1933

All rights Reserved]

[விலை அணா—6

உ

கணபதி துணை

சங்கர நயினார் கோயிற்

சங்கரலிங்க உலா.

இது

மகாமகோபாத்யாய—தாக்ஷிணாத்ய கலாநிதி

டாக்ட்டர் உ. வே. சாமிநாதையரால்

ப ரி சோ தி த் து த்

தாம் நூதனமாக எழுதிய குறிப்புரை முதலியவற்றுடன்

பதிப்பிக்கப்பெற்றது.

பலவான்குடி 'சிவநேசன்' அச்சியந்திரசாலை.

ஸ்ரீமுக௵ சித்திரை௴

1933

All rights Reserved]

[விலை அணா - 6

உ

கணபதி துணை

முகவுரை

திருநாவுக்கரசு நாயனார் தேவாரம்

திருச்சிற்றம்பலம்

காரேறு நெடுங்குடுமிக் கயிலா யன்காண்
 கறைக்கண்டன் காண்கண்ணார் நெற்றி யான்காண்
போரேறு நெடுங்கொடிமே லுயர்த்தி னான்காண்
 புண்ணியன்கா ணெண்ணரும்பல் குணத்தி னான்காண்
நீரேறு சுடர்ச்சூலப் படையி னான்காண்
 நின்மலன்கா ணிகரேது மில்லா தான்காண்
சீரேறு திருமாலோர் பாகத் தான்காண்
 திருவாரூ ரான்காணென் சிந்தை யானே.

திருச்சிற்றம்பலம்

தெய்வங்களையும் அரசர்களையும் உபகாரிகளையும் ஆசிரியர்களையும் புகழ்ந்து புலவர்கள் பாடும் தமிழ்ப் பிரபந்தங்கள் பலவற்றுள் உலா என்பது ஒன்று. இது பாட்டுடைத் தலைவனது பவனியைச் சிறப்பித்துப் பாடுதலின் இப்பெயர் பெற்றது. தலைவன் உலா வருகையில், பேதை முதற் பேரிளம்பெண் ஈறாக உள்ள ஏழு பருவத்துப் பொதுமகளிர் அவனை நயந்தாரென்னும் பொருளமையக் கலிவெண்பாவால் இயற்றப்பட வேண்டுமென்பது இதற்குரிய இலக்கணம்.

சங்கரலிங்க உலா என்பது பாண்டி நாட்டுச் சிவஸ்தலங்களுள் ஒன்றாகிய சங்கரநயினார் கோயிலில் எழுந்தருளியுள்ள சங்கரலிங்க மென்னும் திருநாமமுள்ள சிவபெருமான்மீது இயற்றப்பெற்றது. இது ‘வரராசை உலா’ எனவும் வழங்கும். இதனை இயற்றிய ஆசிரியர் இன்னா ரென்று தெரியவில்லை; இதன்கண் காவை வடமலையப்பப் பிள்ளையன் செய்த திருப்பணிகளைப் பற்றிய செய்திகள் கூறப்படுதலால், அப்பிள்ளையன் காலத்துக்குப் பிற்பட்டவர் என்பது மட்டும் பெறப்படுகிறது. இந்நூல் 312 கண்ணிகளை உடையது.

இத்தலத்தில் சிவபெருமான்,

ஒருபாற் புலித்தோ லுடைதயங்க மற்றை
ஒருபாற்பொன் னாடை யொளிர – ஒருபால்
மழுவு மொருபால் வளையுந் துலங்கத்
தழுவு முருவமைந்து. . . . . (கண்ணி, 13–4)

சங்கர நாராயணராக எழுந்தருளியிருக்கின்றார். அவருக்குரிய அறுபத்து நான்கு மூர்த்தங்களில் சங்கர நாராயண மூர்த்தம் ஒன்று. அம்பிகையின் வேண்டுகோளுக்கிரங்கி அவர் இத்திருவுருவத்தோடு இத்தலத்தில் எழுந்தருளினர் என்பது புராண வரலாறு. இஃது இந்நூலிலுள்ள நான்காங் கண்ணி முதலியவற்றால் விளங்கும்.

கங்கா யமுனைச் சங்கமம் போலவும்
சங்கர நாரணர் சட்டகம் போலவும்
வெண்பாவு மாசி ரியமுமாய் விராஅய்ப்
பண்பார் புறநிலை............................ (யா. வி. சூ. 2, மேற்.)

என்னும் பழைய உதாரணச் செய்யுளில் மருட்பாவுக்கு இம்மூர்த்தம் உவமையாகக் கூறப்பெறுதல் இங்கே அறிதற்குரியது.

இத்தலத்திற்கு இந்நூலையன்றித் தமிழ்ப் புராணம் ஒன்றும், *அந்தாதி ஒன்றும் உள்ளன.

இந்நூலின்கண் இத்தலவரலாறுகள் பல அமைந்திருக்கின்றன. கௌரி பூசித்த செய்தி முற்பகுதியில் (4-16) விரிவாகச் சொல்லப்படுவதோடு, பின்னும், "நேசிக்கு மன்பா னிறைகருணை யாவுடைத்தேன், பூசிக்கும் புன்னைவனப் பூங்கனியே" (143) எனவும் அமைக்கப்பட்டுள்ளது. இவ்வரலாறு இத்தலத்திலுள்ள சித்திர சாலையில் ஓவியமாகக் காட்டப்பெற்றி ருந்ததென்பதை, "நீடுபுன்னைக் காவைநே சித்துவந்த கண்ணுதலை யாவுடைய, பாவை பூசித்த படிபாரீர்" (234) என்பது தெரிவிக்கின்றது.

சங்கன், பதுமன் என்னும் மகாநாகர் இருவருள் ஒருவர் உண்மைப் பொருள் சிவபெருமானென்றும், மற்றொருவர் திருமாலென்றும் வாதித்துக்கொண்டிருந்து பின்னர் வியாழ பகவானது ஏவலால் வந்து இத்தலத்தில் தவஞ்செய்ய, இருவரும் ஒருவரென்பது அவர்களுக்குப் புலப்படச் செய்தற்கு இறைவர் சங்கரநாராயணத் திருவுருவத்தைக் காட்டியருளினர். இவ்வரலாறு முற்பகுதியிற் (17-9) சொல்லப்பட்டிருப்பதன்றி, "சங்கபற்ப, நாகம் பரவவந்த நாதனார்" (33) எனவும், குழாங்களின் கூற்றில், "பூத்த மதிவெதுப்பும் போதுசங்க பற்பரென, வாய்த்த வரவை வழுத்துமென்பார்" (140) எனவும், சித்திரசாலைக் காட்சியைப் பற்றிய செய்தியில், "இவ்வுலகிற் சங்கபற்ப ரென்னு மரவரசர்க், கவ்வுருவந் தந்த வருள்பாரீர்" (286) எனவும் அமைந்துள்ளது.

உக்கிரபாண்டியர் திருக்கோயி லமைத்தது (22-3, 287), ஓரந்தணனது பெண் பிறவியை இறைவர் மாற்றி முத்தியளித்தது (24), அகத்திய முனிவர்க்குப் பஞ்சாட்சர உபதேசம் செய்தது (26, 288), இந்திர குமாரனாகிய சயந்தனுக்குக் காக்கை வடிவம் நீக்கியது (27), நாகசுனையில் வீழ்ந்திறந்த ஒரு வேடனுக்கு முத்தி அளித்தது (28), ஓரந்தணன் செய்த கோஹத்திப் பாவத்தைத் தீர்த்தது (29) முதலிய வரலாறுகளும் இந்நூலின் இடையிடையே காணப்படுகின்றன.

சிரார்த்தத்திற்காக அந்தண னொருவன் வைத்திருந்த பழத்தை உண்டதனாற் சோழனொருவன் உற்றநோயை இறைவர் புற்றுமண்ணாகிய மருந்தை அளித்து நீக்கினார் (25). இக்காலத்தும் இத்தலத்திற் புற்றுமண்ணை மருந்தாக உண்டு

---

* இவ்வந்தாதி என்னால் அச்சிடப்பட்டுவருகிறது.

பிணி தீர்ந்து காணிக்கை அளித்துச் செல்வோர் பலர். இச்செய்தி இந்நூலில், "பூவலயம், வெம்பும் பிணிக்கு மெலியாது காணிக்கைச், செம்பொன் குவிக்குந் திருநாளில்" (37-8), "பொருந்தும் பெரும்பிணிக்கோர் புற்றீனிடத்து, மருந்து தரவந்தான் வந்தான்" (111), "கூருநோய், ஆற்று மருந்தளிப்பான்" (135-6), "புற்றீடத்து மண்மருந்தா லெப்பிணியும், போமருந்து மென்றான்" (182) என்று பலபடியாகப் பாராட்டப் படுகின்றது.

இத்தலத்து மூர்த்தியின் திருநாமங்களுள் சங்கரர் (30, 180, 238, 246), வன்மீகநாதனார் (32), சங்கர நாராயணர் (34) என்பன இந்நூலில் வந்துள்ளன. அம்பிகையின் திருநாமம் கோமதியென வடமொழியிலும் ஆவுடைநாயகி யெனத் தென்மொழியிலும் வழங்கும். ஆவுடை நாயகியென்பது 'ஆவுடைத் தேன்' (30, 143), 'ஆவுடைய செந்தேன்' (104), 'ஆவுடைய வஞ்சி' (43), 'ஆவுடைய, பூங்கொம் பனையாள்' (163) என இந்நூலிற் பாராட்டப்பெற்றுள்ளது. இத்தலத்தின் வேறு பெயர்களாகிய ராசை (34), சீராசை (87, 246, 262), வரராசை (184, 204, 296), கூழை (306) என்பவை இதன்கண் ஆளப்படுகின்றன. இராசை யென்பது ஸ்ரீராஜபுரம் என்பதன் மரூஉவென்று தெரியவருகின்றது. இத்தலத்து விருட்சம் புன்னையாதலின் இது புன்னைவனம், *நாகவன மெனவும் வழங்கப்பெறும். இத்தலத்திலுள்ள தீர்த்தங்கள் பல. அவற்றுள் இதன்கண் தேவர்கள் திருத்தியமைத்த தேவதீர்த்தமும் (11), சங்கபற்பராற் காணப்பெற்ற நாகசுனையும் (28, 138, 151) +கூறப்படுகின்றன.

இந்நூலாசிரியர் சைவசமயாசாரியர் நால்வரிடத்தும் பேரன்பு பூண்டவர். திருஞானசம்பந்த மூர்த்தி நாயனாரை, "பொன்னிசைய மேவும் புகலியர் கோன்" (269), "தென்புகலி வேந்து" (278) என்பர். அவருடைய அருட்செயல்களுள் என்பைப் பெண்ணாக்கியதையும் (79, 154-5), பாண்டியனது கூனை நிமிர்த்ததையும் (278) எடுத்தாளுவார். அவர் அருளிச்செய்த தேவாரத்தை, "சிந்தைமகிழ், தேம்பா கனையவிசைச் செந்தமிழ்" (78-9), "செஞ்சொன் முதுதமிழ்" (278) எனப் பாராட்டுவார். திருநாவுக்கரசு நாயனாரை, "வேம்படிக்குக், கூடிப்பறிதலைவன் குண்டரிட்ட நீற்றறையைப், பாடிக் குளிர்வித்த பாவலன்" (79-80), "வன்புலையர், கற்றுணையாச் சேர்த்துக் கடற்படுத்த வஞ்செழுத்தும், நற்றுணையென் றோதினோன்" (278-9) என்பர். சுந்தரமூர்த்தி நாயனாரை, "ஏடவிழ்ந்து, புள்ளையழைக்கும் புனலின் முதலைவாய்ப், பிள்ளை யழைக்கும் பெருமான்" (80-81), "முற்றுலகும், அண்டத் தொகையு மருமறையும் போற்றுதிருத், தொண்டத் தொகைவகுத்தோன்" (279-80) என்பர். தேவாரங்களை, "தமிழ்மூவர் செஞ்சொலமுதம்" (55), "மதுரம், பழுத்ததமிழ் மூவரிசைப் பாட்டு" (74) என்று சிறப்பிப்பார். மாணிக்கவாசகரை, "வாதவூராளி" (75), "தெள்ளியசொற், செம்பாவை நாவாற் றெளித்து வடித்ததிரு, அம்பாவை பாடியபே ரன்பினன்" (81-2), "பண்டுமன்றி, லாடினோன் பூண்டெழுத வாய்ந்ததுறை நானூறு, பாடினோன்" (280-81) என்று கூறுவர். திருவாசகத்தை, "இன்செஞ்சொல்" (75) என்றும், "பைந்தமிழ்" (281) என்றும் பாராட்டுவார். நாயன்மார்களுள், சேரமான் பெருமாணாயனாரை, "கூடலின் முக்கட் குழகன் வரவிட்ட, பாட விசைபுனைந்த பார்த்திவன்" (83) என்பர். "மண்ணிடந்த மாலும் வனசரனும் மெய்யன்பாற், கண்ணிடந்து சாத்தவருள் கண்ணுதலோன்"

---

* நாகம் – புன்னைமரம்.

+ இத்தலத்தைப்பற்றிய பிற வரலாறுகளைச் சங்கர நயினார் கோயிலந்தாதியின் முகவுரையிற் காணலாம்.

(203) என்றவிடத்துக் கண்ணப்ப நாயனார் செயலைப் புலப்படுத்தி யிருக்கின்றனர்.

பிற தலச் செய்திகளிற் சில இதன்கண் வந்துள்ளன: "காவேந்தளித்த வந்தக் கண்ணுதலைத் தென்கமலைப், பூவேந்த வைத்த புகழோனும்" (84) என்று முசுகுந்த சக்கரவர்த்தியைக் கூறுமுகத்தால் திருவாரூர்த் தலச்செய்தியும், "நெல் வேலிவரை, மாமுத்தை வேண்டி வளர்த்தோனும்" (85) என்று முழுதுகண்ட ராமபாண்டியனைக் கூறுமுகத்தால் திருநெல்வேலித் தலவரலாறொன்றும் இதன்கண் எடுத்தாளப்படுகின்றன. மதுரைப் பெருமான் திருவிளையாடல்களுள் திருமுகங் கொடுத்தது, "கூடலின் முக்கட் குழகன் வரவிட்ட, பாடலிசை" (83) என்றவிடத்தும், வளையல் விற்றது, "செங்கைவளை, அன்றணிந்தநீர்" (121-2) என்றவிடத்தும், கல்லானைக்குக் கரும்பருத்தியது, "மதன் விற்கரும்பைக் கல்லானைக், கன்றுபோ லின்றளித்தா லாகாதோ" (309) என்றவிடத்தும் குறிப்பிக்கப்பட்டுள்ளன.

"ஆவுடைத்தேன், பூசிக்கும் புன்னைவனப் பூங்கனியே" (143) என்றவிடத்துப் புன்னைவன மென்றதற் கேற்ப இறைவரைக் கனியாக உருவகம் செய்த இந்நூலாசிரியர் பின் அவரைத் தேனாக உருவகம் செய்து, "முக்கட் பசுந்தேறல், வந்திருக்கும் புன்னைவனம்" (214) என்று நயம்பெறக் கூறுகின்றார். மன்மதனுடைய ஆற்றலைப் புலப்படுத்துவதற் கெண்ணிய இவர், "அஞ்செழுத்தோன், பாதித் திருவுருவம் பச்சை கலந்துருகப் பேதித்தோன்" (118) என்று அவனைச் சொல்லியிருத்தல் பொருட் பொலிவோடு அமைந்துள்ளது.

இறைவருடைய தசாங்கங்கள் இந்நூலில் 261ஆம் கண்ணி முதலியவற்றிற் கூறப்பட்டுள்ளன.

இந்நூலிற் சொல்லப்படும் ஏழுபருவ மகளிரும் பொதுமகளிரென்பதை, "மன்னர், இனம்போ லுதவமனத் தெண்ணிப் புதைத்த, தனம்போ லமைந்த தனத்தாள்" (155—6) எனப் பேதையையும், "முரசளிக்கும் வேலைமதன் மூவுலகும் வெல்ல, அரசளிக்க வந்தமட வன்னம்" (190) என மங்கையையும், "எழுவாரி வையத் தெவர்க்கு மதனூல், வழுவாம லோது மடந்தை" (208), "பூவலருங், கொத்துத் தொடையல் குவலயத்தோ ராவியொடு, வைத்துச் செருகு மலர்க்குழலாள்" (211) என மடந்தையையும், "இளைஞ ருயிரனைத்து முண்ணாமல், வெட்டியுடன் மீளும் விழியினாள்" (250), "கனியிருந்த சொல்லியர்க்குக் காமா கமநூல், இனிதிருந்து கற்பிக்குமெல்லை" (260) எனத் தெரிவையையும் கூறுமுகத்தால் உய்த்துணர வைத்திருக்கின்றனர். அப்பருவ மகளிரது இயல்புகளை உரிய இடங்களில் ஏற்றவாறு புனைந்துள்ளார். அவர்களது பருவத்துக்கேற்ற விளையாடல்கள் பலவற்றை இதனுட் காணலாம். "தழைத்த கதிரெறிக்குந் தண்டரள வண்டல், இழைத்துவிளை யாட்டயரு மெல்லை" (161) எனப் பேதைப் பருவத்தில் சிற்றில் விளையாட்டும், பெதும்பைப் பருவத்தில் கழங்காடலும், மங்கைப் பருவத்தில் ஊசலாட்டும், மடந்தைப் பருவத்தில் யாழ் வாசித்தலும், அரிவைப் பருவத்தில் பொழில் விளையாட்டும், தெரிவைப் பருவத்திற் புனல் விளையாட்டும், பேரிளம்பெண் பருவத்தில் அம்மானையாடலும் சொல்லப்பட்டுள்ளன. ஏழு பருவ மகளிரின் பிராயஅளவு நூல்களிற் பலவாறாகக் கூறப்படும். இந்த உலாப் பிரதியின் பின்னர் எழுதியிருந்த *கட்டளைக் கலித்துறை ஒன்றிற் சொல்லப்பட்ட பிராய அளவு வருமாறு: ஏழு வரையிற் பேதை, ஒன்பது வரையிற் பெதும்பை, பன்னிரண்டு

* இதனை இப்புத்தகத்தில் 46ஆம் பக்கத்திற் காணலாம்.

வரையில் மங்கை, பதினான்கு வரையில் மடந்தை, பதினெட்டு வரையில் அரிவை, இருபத்தொன்று வரையில் தெரிவை, முப்பத்திரண்டு வரையிற் பேரிளம்பெண்.

மாதர்களால் தலைவனிடத்தே தூதாக விடுக்கப்படுவனவாகப் புலனெறி வழக்கிற் பயிலும் பொருள்களுள், "ஏற்றமயல், விண்டுபசுந் தார்வாங்கி மீண்டுவரப் புன்னைவன, வண்டு களையழைத்து வம்மென்பார்" (136—7), "சுரும்பை யழைத்திதழி வாங்கிவரச், சொன்னாள் விடுத்தாள்" (239) என்று வண்டும், "உண்டசுவை, அன்னத்தை நஞ்சென் றயராதே நாகசுனை, அன்னத்தைத் தூதுக் கழையு மென்பார்" (137—8) என்று அன்னமும் எடுத்தாளப்பட்டுள்ளன.

பிற தமிழ்நூல்களிற் காணப்படுதல் போலவே இதன்கண்ணும் தற்குறிப்பேற்ற அணி அமைந்த பலபகுதிகள் உள்ளன. இவ்வகையில் ஆசிரியர், சூரியன் உதயமானதை, "'என் இறைவராகிய சிவபெருமான்மேல் அம்பெய்த மன்மதனை அவருடைய நெற்றிவிழியில் உள்ள எனது இனமாகிய அக்கினி அழித்தது; அதற்கிணங்க அம்மன்மதன் யானையாகிய இருளை நான் அழிக்கின்றேன்' என்றது போல உதயமானான்" (41—2) என்று சொல்லுகிறார்.

இறைவர் திருவாபரணங்களைப் புனைந்ததாக உள்ள பகுதியில், 'தன் விடம் சிவபெருமானது ஓருறுப்பாகிய திருக்கழுத்திற் றங்கி அழகு செய்வதை எண்ணிப் பாம்பானது தானும் ஓருறுப்பிற் பொருந்தி அழகு செய்தது போலத் திருக்கரத்தில் திருக்காப்பணிந்தார்', 'இரண்டு பாம்புகள் தாம் விடத்தோடுள்ள பழியை நீக்குதற்கெண்ணி இறைவர் திருச்செவியில் இருப்பின் தேவாரங்களாகிய இனிய அமுதத்தைக் கவர்ந்து கொள்ளலா மென்று குழையாக வந்தது போலத் தோன்றத் திருக்குழை புனைந்தார்' (51—6), 'தங்களுடைய தலைவனாகிய சந்திரனை இறைவர் அணிந்த அன்புகண்டு அம்முறைபற்றி, எம்மையும் அணிந்தருள்க வென்று நட்சத்திரங்கள் ஒழுங்காக வந்தனவென்று சொல்லும் வண்ணம் முத்துமாலையைப் பூண்டார்' (61—3), 'சந்திர சூரியர்களாகிய எங்களைக் கண்ணாகக் கொண்டீர்; ஆயினும் சந்திரனை மட்டும் முடியின்மீது அமைத்தீர்; என்னை மறந்தீர்; என்னையும் அவனைப்போலத் திருமுடிமேற் புனைந்தருளவேண்டு மென்று சூரியன் திருவடியைப் பிடித்து வேண்டுவதுபோலத் திருச்சிலம்பை அணிந்தார்' (66—8), 'முன்னொருகால் புரங்களை வெல்வதற்காக இறைவர் நம்மை வளைத்து வில்லாகக் கொண்டும் அவற்றை நகைத்தெரித்து விட்டமையால் நாம் பயனின்றி யொழிந்தேம்; இனி வேறொரு வகையிலேனும் உதவுவேமென மேருமலை நினைந்து அவ்வளைந்த உருவத்தோடே பணிசெய்ய வந்ததென்று சொல்லும்படியுள்ள திருவாசிகையைச் சேர்த்தினார்' (69-71) என வரும் பகுதிகள் முதலியனவும், 'உமக்குள்ள இரு தேவியாருள் கங்கையை மட்டும் சடையில் ஏந்தினீர்; என்னுடைய மகளாகிய உமையையும் அவ்வாறு செய்தருள்க வென்று வேண்டி ஏத்துதற்கு இமயமலை போந்தது போன்றது தேர்' (91-2), "'நாம் ஓரன்னமாகப் போயினமையாற் காணமுடியாத திருமுடியை இரண்டன்னமாக எழுந்து சென்றாற் காணலாம்' என்று பிரமன் நினைந்து அவ்வாறே வந்து முயல்வதுபோல இரண்டு சாமரைகள் இரட்டப்பெற்றன" (93-5), 'தலைவரைப் பிரிந்தவிடத்துச் சுடும் சந்திரனைக் கடியும் வண்ணம், மாதர்கள் இறைவர் சடைமேல் சந்திரனோடு இருந்த பாம்பிற்கு உணவாகக் காற்றை அளித்து விருந்தளிப்பதுபோல ஆலவட்டம் பணிமாறினர் (95-7) என்பனவும் பிறவும் இவ்வகையைச் சார்ந்தனவே.

தெளிவு என்னும் பொருளில் தெள் (3) என்பதை இவர் அமைப்பர். தயவு (62), பகுந்த (180, 243), படியெடுப்பு (188), அருந்துபடி (308), செடாடவி (39) என ஒருமொழி தொடர்மொழிப் பிரயோகங்கள் சில இதில் வந்துள்ளன.

பலவகைச் சொற்பொருள் நயங்களும் அணியமைதிகளும் அமைய, 'ஓரேழ் பருவத் தொளிவளையார் — நேர்போதக், கண்ணுதலான் புன்னைநறுங் காவுடையா னோர்பாகத், தொண்ணுதலான் போந்த' உலாவைச் சிறப்பித்துப் பாடப்பெற்ற இந்நூல் எழுதியிருந்த சுவடி ஒன்று ஏறக்குறைய 40 வருடங்களுக்கு முன்பு திருநெல்வேலிப் பக்கத்துள்ள ஓரூரிலிருந்துவந்த ஸ்ரீ முத்துக்குமாரசாமி பிள்ளை என்பவர் மூலமாக எனக்குக் கிடைத்தது. வேறு பிரதி இதுகாறும் கிடைக்கவில்லை. ஆதலின் உள்ள பிரதியை வைத்துக்கொண்டு எழுதுவோரால் நேர்ந்த பிழையென்று தெரிந்தவற்றை நீக்கி ஆராய்ந்து இப்பொழுது, 'புன்னைப் பொதும்பரின்கீழ்ப் புற்றூடினிதமர்ந்த, முன்னைப் பொருளாம் முழுமுதல்வன்' திருவருளைத் துணைக்கொண்டு இந்நூல் வெளியிடப்பெற்றது.

இத் தலசம்பந்தமாக யானறிந்த இரண்டு வரலாறுகள் உண்டு. அவை வருமாறு:

(1.) *ஆறை அழகப்ப முதலியார் என்பவர் திருநெல்வேலியில் இருந்து ஆட்சிபுரிந்துவருகையில், சங்கரநயினார் கோயிலிலுள்ள நாயகரைச் செண்பகக்கண் பட்டரென்பவர் களவுசெய்து கொண்டு போய்த் திருவுத்தரகோச மங்கையில் அடகுவைத்துப் பொருள் வாங்கிக்கொண்டு சென்றுவிட்டனர். அம்மூர்த்தி அத்தலத்தில் இருப்பதனை அறிந்து, அக்காலத்து இராமநாதபுரத்தில் அரசாண்ட விஜயரகுநாத சேதுபதி மன்னர் அம்மூர்த்தியை அத்தலத்துக் கோயிலில் எழுந்தருளுவித்துப் பூசை முதலியன நடத்திவரும்படி கட்டளையிட்டனர். சங்கரநயினார் கோயிலில் மூர்த்தி களவுபோன செய்தி ஆறை அழகப்ப முதலியாருக்கு அறிவிக்கப்பட்டது. அவர் அதனை அறிந்து அம்மூர்த்தியை மீண்டும் இத்தலத்திற்குக் கொணரும்வரையிற் பாற்கஞ்சியையன்றி வேறுண்பதில்லை யென்ற நியமத்தோ டிருந்தார். பின் உத்தரகோச மங்கையில் அம்மூர்த்தி இருப்பதையறிந்து அவரை எங்ஙனம் கொணர்வதென்று ஆலோசித்து வந்தார். வருகையில் வடகரை ஸமஸ்தானத்தில் அப்பொழுது ஸ்தானாதிபதியாக இருந்தவரும், மிக்க புத்திவன்மையும் செந்தமிழ்ப் புலமையும் உடையவருமாகிய பொன்னம்பலம் பிள்ளை யென்பவர் அச்செயலை முடிக்கும் ஆற்றலை யுடையவரென்று பலராலறிந்து அவரை வரவழைத்து, விக்கிரகத்தைக் கொணரவேண்டுமென்று இராமநாதபுரத்திற்கு அனுப்பினர். அவர் அங்கே சென்றும் சிலநாள் வரையிற் சேதுபதி மன்னரைக் காணமுடியவில்லை; காவடி யெடுத்து வருபவர்களைத் தடையின்றிப் பார்க்கும் வழக்கம் அம்மன்னர்க்கு உண்டென்பதை யறிந்து, தாமும் ஒரு காவடியை எடுத்துக்கொண்டு, உடன்வந்தவரை வாத்தியகாரர் முதலியவர்களாக வேடம் புனைவித்து அரண்மனை வாயிலில் நிற்கையில் சேதுபதிமன்னர் வந்தனர். அவரைக் கண்டவுடனே பொன்னம்பலம் பிள்ளை விநயத்துடன் அவரைப் புகழ்ந்து சில செய்யுட்களைச் சொல்லி மகிழ்வித்துத் தம்மை இன்னாரென்று புலப்படுத்தி அவரால் உபசரிக்கப்பெற்று அங்கே சிலநாள் இருதனர். பின்னர், உத்தரகோச மங்கைக்குச் சென்று ஸ்வாமி தரிசனம் செய்துவரவேண்டு மென்று அம்மன்னரிடம்

* இவ்வரலாறு சொக்கம்பட்டிப் பாளையப்பட்டுச் சரித்திரம்– இரண்டாம் பாகத்திற காணப்பட்டதாகும்.

விடைபெற்றுச் சென்று அங்கே சங்கரநயினார் கோயில் நாயகர் இருப்பதையும், அவர் அங்கே வந்த வரலாற்றையும் அறிந்து, தாம் அவரை வினாவியதாக, *'புற்றெங்கே' என்னும் வெண்பாவையும், அவர் விடைகூறியதாக, +'விள்ளுவமோ' என்னும் வெண்பாவையும் பாடிவைத்துக்கொண்டு மீண்டும் இராமநாதபுரம் சென்று சேதுபதி வேந்தர்முன் அவ்விரண்டு வெண்பாக்களையும் கூறினர். அவற்றைக் கேட்ட மன்னர் பொன்னம்பலம் பிள்ளையி னுடைய குறிப்பை அறிந்து உத்தரகோச மங்கையிலிருந்த விக்கிரகத்தைச் சங்கரநயினார் கோயிலுக்கு எழுந்தருளச் செய்வித்தனர். அவரிடம் விடைபெற்றுப் பொன்னம்பலம் பிள்ளை ஸ்வாமியுடன் புறப்பட்டார். அவர் சென்ற காரியத்தை நிறைவேற்றிக்கொண்டு வருவதையறிந்த ஆறை அழகப்ப முதலியார் திருமங்கலத்திற்கே வந்து நாயகரைத் தரிசித்து சங்கரநயினார் கோயிலுக்கு எழுந்தருளுவித்தார்.

(2.) தஞ்சை மாநகரில் மேலைவீதியில் சங்கர நாராயணர் கோயிலொன்று உளது. ஒருகாலத்தில் அந்நகரில் அரசாண்டிருந்த மகாராஷ்டிர மன்னர்களுள் ஒருவருடைய பெருந்தேவியார் இந்தச் சங்கரநயினார் கோயிலின் மகிமையையும், இத்தலமூர்த்தியைத் தரிசித்தோர் பிணிநீக்கம், மகப்பேறு முதலியன அடைதலையும் அறிந்து தாமும் இவரைத் தரிசிக்க வேண்டுமென் றெண்ணினார். அதனை யறிந்த மன்னர் தக்க சிற்பிகளை இத்தலத்துக்கு அனுப்பி இங்குள்ள மூர்த்தியின் அமைப்பு முதலியவற்றை அறிந்துவரச் செய்து அங்ஙனமே ஒரு கோயில் தஞ்சையில் எடுக்கச்செய்து, அதில் மூர்த்தியைப் பிரதிஷ்டை செய்வித்து, இங்கே நடப்பது போலவே நித்திய நைமித்திகங்கள் நடப்பித்து வந்தனர்.

இந்த உலாவைத் தமது 'சிவநேசன்' பத்திரிகையில் வெளியிட்டுப் பல சிவநேசர்களும் தமிழன்பர்களும் படித்து இன்புறச் செய்வித்த பத்திராதிபர் ஸ்ரீமான் ராம. கு. ராம. இராமசாமி செட்டியா ரவர்களது அன்புடைமை ஒருபொழுதும் மறக்கற்பாலதன்று.

இதனைப் பதிப்பிக்குங் காலத்து உடனிருந்து உதவியவர்கள் சென்னை, கிறிஸ்டியன் காலேஜ் தமிழ்ப் பண்டிதர் சிரஞ்சீவி வித்துவான் வி.மு. சுப்பிரமணிய ஐயரும், மோகனூர்த் தமிழ்ப் பண்டிதர் சிரஞ்சீவி கி.வா. ஜகந்நாதையரும் ஆவர்.

இங்ஙனம்,
வே. சாமிநாதையர்

"தியாகராஜ விலாஸம்"
திருவேட்டீசுவரன் பேட்டை
சென்னை, 1-5-1933

* இதனை 45ஆம் பக்கத்திற் காண்க.
+ இதனை 46ஆம் பக்கத்திற் காணலாம்.

கலைமகள் வெளியீடு-ச

உ
முருகக்கடவுள் துணை

மேலகரம் பண்டாரக்கவிராயர் இயற்றிய

திரு இலஞ்சி முருகன் உலா

(குறிப்புரையுடன்)

பதிப்பாசிரியர்
மகாமகோபாத்தியாய தாக்ஷிணாத்ய கலாநிதி
டாக்டர் உ.வே. சாமிநாதையர்

சென்னை லா ஜர்னல் அச்சுக்கூடம்
மயிலாப்பூர்.

பவ ஹு தை மீ

1935

All Rights Reserved]

 [விலை அணா 5

கலைமகள் வெளியீடு - ச

உ
முருகக்கடவுள் துணை

மேலகரம் பண்டாரக்கவிராயர் இயற்றிய

திரு இலஞ்சி முருகன் உலா

(குறிப்புரையுடன்)

—:o:—

பதிப்பாசிரியர்:

மகாமகோபாத்தியாய தாக்ஷிணாத்ய கலாநிதி
டாக்டர் உ. வே. சாமிநாதையர்

சென்னை லா ஜர்னல் அச்சுக்கூடம்
மயிலாப்பூர்.

பவ ஹரி தை மீ
1935

[All Rights Reserved.]　　　　　　[விலை அணா 5,

உ
கணபதி துணை

முகவுரை

விழிக்குத் துணைதிரு மென்மலர்ப் பாதங்கண் மெய்ம்மைகுன்றா
மொழிக்குத் துணைமுருகாவெனு நாமங்கண் முன்புசெய்த
பழிக்குத் துணையவன் பன்னிரு தோளும் பயந்ததனி
வழிக்குத் துணைவடி வேலுஞ்செங் கோடன் மயூரமுமே.
– கந்தரலங்காரம்

பாட்டுடைத் தலைவன் வீதியிற் பவனி வருகையில் ஏழு பருவத்தை யுடைய பொதுமகளிர் அவனைக் கண்டு மயங்கியதாகப் புலவராற் புனைந்து கலிவெண்பாவாற் பாடப்பெறும் தமிழ்ப் பிரபந்தம் உலாவாகும். இஃது உலாப்புற மெனவும் வழங்கும்; புறவுலா வென்பது அங்ஙனம் மாறி வந்ததென்பர் சங்கரநமச்சிவாயர்; நன்னூல், சூ. 267, உரை.

தலைவன் பவனிவருதல் காப்பியங்களிலும் சிறப்பித்துப் பாராட்டப்பெறும். பெருங்கதையில், 'நகர்வலங் கொண்டது' என்னும் பகுதியிலும், சீவகசிந்தாமணியிலும், கம்பராமாயணத்தில் உலாவியற் படலத்திலும் அவ்வக் காப்பியத் தலைவர்களுடைய பவனிச் சிறப்புக்கள் கூறப்பட்டுள்ளன.

உலாவிற் கூறப்படும் ஏழு பருவமகளிரும் பொதுமகளி ரென்பதை, 'பக்குநின்ற காமம் ஊரிற் பொதுமகளிரொடு கூடிவந்த விளக்கமும் பாடாண் டிணைக்கு உரித்தென்று கூறுவர் ஆசிரியர். அது பின்னுள்ளோர் ஏழு பருவமாகப் பகுத்துக் கலிவெண்பாட்டாகச் செய்கின்ற உலாச் செய்யுளாம்', 'இனிஊரொடு தோற்றமும் பரத்தையர்க்கன்றிக் குலமகளிர்க்குக் கூறப்படாது' (தொல். புறத். சூ. 30—31, உரை) என்னும் பகுதிகளால் நச்சினார்க்கினியர் வற்புறுத்தி யிருக்கின்றனர். கற்புடைய மகளிர் பிறரைக் கண்டு காமுறுதல் அறமன்றாதலின் இவ்வரையறை அமைந்ததென்று தோற்றுகின்றது. உதயணன் உலாவந்த காலத்தில் கற்புடை மகளிரல்லாத ஏனையோர் அவனைக் கண்டு காமுற்றன ரென்பதைப் புலப்படுத்தி,

ஞாலந் திரியா நன்னிறைத் திண்தோள்
உத்தம மகளி ரொழிய மற்றைக்
கன்னிய ரெல்லாங் காமன் றுரந்த
கணையுளங் கழியக் கவினழி வெய்தி
இறைவளை நில்லார் நிறைவளை நெகிழ (பெருங்கதை, உ. 7: 53–7)

எனக் கவிஞர் பெருமானாகிய கொங்குவேளிர் அமைத்திருக்கும் பகுதியும், சீவகன் உலாவருகையில் ஆசிகூறிய மாதரைக் கற்புடை மகளிரென்றும் மயங்கிய

மாதரைக் கற்புடை மகளிரொழிந்தோ ரென்றும் (சீவகசிந்தாமணி, 456—7) நச்சினார்க்கினியர் விளக்கி எழுதியிருக்கும் உரையும் இவ்வரையறையைப் புலப்படுத்தி நிற்றல் இங்கே அறிதற்குரியது.

*உலாப் பிரபந்தத்தில் ஏழு மகளிருடைய பருவங்களுக்கேற்ற செயல்களாகிய சிற்றிலிழைத்தல், சிறுசோறடுதல், கழங்கு பந்து அம்மானையாடுதல், கிளி பூவை முதலியவற்றோடு குலவுதல், யாழ் வாசித்தல், பொழிலாட்டு, புனல்விளையாட்டு, மலர்விழா வெடுத்தல், ஊசல் முதலியனவும் பாட்டுடைத் தலைவனது சிறப்புக்களும் தசாங்க முதலியனவு மாகியவற்றிற் சில குறைந்தும் குறையாமலும் வரும்.

திரு இலஞ்சி முருகனுலா வென்பது இலஞ்சி யென்னும் தலத்தில் எழுந்தருளியுள்ள முருகக் கடவுளைப் பாட்டுடைத் தலைவராகக் கொண்டு பாடப்பெற்றது. இலஞ்சி யென்பது திருநெல்வேலியைச் சார்ந்த திருக்குற்றாலத்துக்கு வடக்கே உள்ளதாகிய பழைய சுப்பிரமணிய ஸ்தலம்; திருக்குற்றாலத்துக்குரிய பரிவார ஸ்தலங்களுள் ஒன்றாக விளங்குவது. இங்கே அகத்திய முனிவராற் பிரதிஷ்டை செய்யப்பட்ட இருவாலுகேச ரென்னும் திருநாமத்தை யுடைய சிவலிங்கப் பெருமான் எழுந்தருளியிருக்கின்றனர்; இங்கே பிரமதேவர் முதலியோர் பூசித்துப் பேறுபெற்றுள்ளார். இதற்குரிய ஸ்தலவிருட்சம் மகிழ். (இலஞ்சி—மகிழ்.) இத்தல விஷயமாக ஸ்ரீ அருணகிரிநாதரால் இயற்றப்பெற்ற திருப்புகழ் சில உண்டு.

இந்நூலாசிரியர் திருக்குற்றாலத் தலபுராணம் முதலியவற்றை இயற்றிய கவிஞர் பெருமானாகிய மேலகரம் திரிகூடராசப்பக் கவிராயருடைய முதற் புதல்வராகிய பண்டாரக் கவிராய ரென்பவர். பண்டார மென்பது முருகக்கடவுள் திருநாமங்களுள் ஒன்று. இந்நூலில், "செய்யதிரு நாமஞ் சீரடியேற் கன்றளித்த, மெய்யன்றிரு மலைமேல் வீற்றிருப்போன்" (400) என்று உள்ள குறிப்பால் இந்நூலாசிரியர் முருகக் கடவுளுக்குரிய திருநாமங்களுள் ஒன்றை யுடையவ ரென்பது தெரிகிறது. இவர் செய்தனவாக வேறு நூல் ஒன்றும் காணப்படவில்லை. இந்நூலினால், இவர் முருகவேளிடத்துப் பேரன்புடையா ரென்பதும் திருக்குற்றாலத் தலத்தில் ஈடுபாடுடையவ ரென்பதும் தெரியவருகின்றன. பிற உலாக்களிற் புலவர் பலர் அமைத்துள்ள பலவகை மரபுகளை அறிந்து அவற்றிற் சிலவற்றை இதில் அங்கங்கே அமைத்திருக்கின்றார். இதன் நடையைப் பார்க்கும்போது இளமைப் பிராயத்தில் இந்நூல் இவரால் இயற்றப்பெற்றிருக்க வேண்டுமென்று தோற்றுகின்றது. இந்நூலில் உள்ள கண்ணிகள் 460; காப்புச் செய்யுள் 2; வாழ்த்துச் செய்யுள் 1.

இந்நூலால், இத்தலம் மிகப் பழமையுடையது என்பதும் (9, 14), முருகவேளாற் படைக்கப்பட்ட தென்பதும் (18-25), பிரமதேவர் (11) இந்திரன் (12) முதலியவர்கள் இங்கே பூசித்துப் பேறுபெற்றனரென்பதும், அகத்தியர் திருக்குற்றாலத்துக்குப் போகும் வழியில் இங்கே முருகக் கடவுளை வழிபட்டு இருவாலு கேசமூர்த்தியைப் பிரதிஷ்டை செய்தன ரென்பதும் (37-48), இத்தலம் தென்னாரிய நாட்டைச் சார்ந்த தென்பதும் (387), சித்திராநதி இதற்கு முரியதென்பதும் (389), இங்கே கந்தஷஷ்டியில் திருத்தேர்விழா நடைபெறு மென்பதும் (83) தெரியவருகின்றன.

---

* உலாக்களின் இலக்கணங்களும் பிறவும் இதற்குமுன் என்னாற் பதிப்பிக்கப்பெற்ற உலாக்களின் முகவுரைகளால் அறியலாகும்.

இங்கே திருக்கோயிலில் சரவண மண்டபம் (91) என்னும் பெயரையுடைய மண்டபம் ஒன்று உண்டு; இங்குள்ள நந்தவனம், "உய்யானம் பாடி" (317), "உய்யானஞ் சென்றே" (424) என்பவற்றிற் கூறப்பட்டுள்ளது. இந்நூலாசிரியருடைய காலத்தில் திருத்தேர்விழா தொண்டை வேளாளரும் வண்டு ரென்னும் ஊரினருமாகிய சாமிநாதர் என்பவரால் நடத்தப்பெற்றது (81-2). இக்கோயிற் பணிக்கொத்தைச் சார்ந்த புன்னைவனக் குருக்கள், மண்டலிகன் ஆண்டான், ஸ்தானீகன் முத்தையன் என்பார் இதிற் கூறப்படுகின்றனர். திருவிழாக்காலத்தில் முருகக் கடவுள், முதல்நாள் பிரமதேவராகவும் இரண்டாம் நாள் திருமாலாகவும் மூன்றாம் நாள் உருத்திர மூர்த்தியாகவும் நான்காம் நாள் மகேசுவரராகவும் ஐந்தாம் நாள் சதாசிவ மூர்த்தியாகவும் ஆறாம் நாள் வெள்ளிமயில் வாகனாரூடராகவும் திருக்கோலங்கொண்டு உலாவந்து ஏழாம் நாள் திருத்தேரிற் பவனிவருவது வழக்கம் (84-8).

அகத்திய முனிவர் இத்தலத்தில் சிவலிங்கப் பிரதிஷ்டை செய்து வழிபட்ட பின்னர்த் திருக்குற்றாலஞ் சென்று திருமாலைச் சிவபிரானாகச் செய்து வழிபட்டுத் துதித்ததாக உள்ள பகுதியில் திருக்குற்றாலப் புராணத்திலுள்ள வரலாறுகள் பல சுருக்கிக் கூறப்பட்டுள்ளன. இந்தத் தலம் திருக்குற்றாலத்தோடு தொடர்புடைய தென்பது இப்பகுதியால் விளங்குவதோடு, "சித்திரமா மன்றத் திருநடனத் தானருள்வி, சித்திரமா மன்" (198), "திரிகூடத்தோன்ற லொருமகனை" (284), "திரிகூடத் தைம்முகனார் வேண்ட வரும், ஆறுமுகன்" (401-2), "திரிகூடத்தேவன்—நயமாகத், தந்தபிள்ளை" (419-20), "வற்றா வடவருவி யான்மைந்தன்" (436) என்பவற்றாலும் புலப்படுகின்றது. கந்தபுராணத்திலுள்ள செய்திகளாகிய முருகக்கடவுள் திருவவதாரம் முதலியன இந்நூலின் முதலிலும், அரிவைப் பருவத்தில் அரிவை சித்திர மெழுதிக் காட்டுவதாக அமைந்துள்ள பகுதியிலும் சொல்லப்பட்டுள்ளன. இதிற் கூறப்பட்டுள்ள சுப்பிரமணிய ஸ்தலங்கள்: கதிர் காமம், கந்தமாதனம், குன்றுதோறாடல், சோலைமலை, திருச்செந்தூர், திருத்தணிகை, திருப்பரங்குன்று, திருமலை, திருவாவினன்குடி, திருவேரகம், வள்ளியூர், வேள்விமலை என்பன.

முருகக்கடவுளே திருஞானசம்பந்த மூர்த்தி நாயனாராக அவதரித்தா ரென்னுங் கொள்கையினர் இவ்வாசிரிய ரென்பது, "பாவனைத்தும், வாசிதீர் காசுபெற மண்டலத்திற் சொன்னவனை" (151-2), "பெண்ணைப்பெண் ணாக்கிவிடப் பேதலித்த தாகாமல்" (167), "கோலுசமண், ஆற்றை யொழியவைத்தா யல்லையோ" (168-9), "வாசிபெறக் காசுமுன்னாள் வாங்கினோன்" (237) என்பவற்றால் அறியப்படுகிறது. "திருமுருகாற்றுப்படையைச் செப்பிய நக்கீரன், வெருவு பயந்தவிர்த்த வீரன்" (66), "அற்புறுநக், கீரன் புகண்மாலை யேந்தினீர்" (165-6), "கீரன் மெய்யாமொழி" (227) என்பவற்றில் நக்கீர தேவரையும், "பாடுந் திருப்புகழைப் பன்னிரண்டு நற்புயமும், சூடுங் கருணைச் சுவாமி" (68), "திருப்புகழும், சேந்தசெவிக் கொண்டருளிச் செய்தபின்னர்" (113) என்பவற்றில் திருப்புகழையும், "ஆசிலாப், பாவி லருணகிரி பைந்தமிழின் மாரிபெய்ய, நாவிற் றிருப்பெயரை நட்டோனை" (152-3), "கந்த ரனுபூதி சொன்னகிளி" (205), "போத வருணகிரி" (227) என்பவற்றில் அருணகிரிநாதரையும், 113ஆம் கண்ணியில் கந்தபுராணத்தையும், 227ஆம் கண்ணியில் பொய்யாமொழிப் புலவரையும் பற்றிய செய்திகள் வந்துள்ளன. முருகவேளுக்குரிய கார்த்திகைத் திருநாளும் (427) கந்தஷஷ்டி விரதமும் (437) இதிற் கூறப்படுகின்றன.

இந்நூலாசிரியர் பேதையைப்பற்றிக் கூறுகையில் அப்பருவத்திற்குரிய சிற்றிலிழைக்கும் செய்தியை அமைக்கின்றார். அவள் குதலைச் சொல்லை, "பன்னியுரைக்கும் பதினெட்டுப் பாஷையன்றி, இன்னமொரு பாஷை யெனுமொழியாள்" (178) என்று வருணித்திருத்தல் இன்பத்தை ஊட்டுகிறது. "குஞ்சரத்தை யிந்தக் குடத்தடைத்துத் தாருமென்றே, பஞ்சரிக்கு மந்தப் பருவத்தாள்" (183) என்பதில் பேதைப் பருவ மனப்பான்மையைத் தெளிவாகப் புலப்படுத்துகிறார்.

பெதும்பைப் பருவத்தில் அப்பருவத்துக்குரிய கழங்காடலும் மங்கைப் பருவத்தில் மங்கை பந்தாடுதலும் சொல்லப்படுகின்றன. பந்தாட்டத்தைப்பற்றிக் கூறியுள்ள பகுதியில் அமைந்துள்ள சந்தம் இடத்துக்கு ஏற்றதாக விளங்குகின்றது.

மடந்தைப் பருவத்தில் மடந்தை முருகவேளைத் துதித்து யாழ் வாசித்தாளென்ற செய்தி காணப்படுகிறது. அப்பகுதியில் இசை நூற்செய்திகள் சிலவும், காந்தாரி, காம்போதி, கல்யாணி, தேவகாந்தாரி, மாளவி, தோடி, வராளி, மலகரி, வராடி, நாட்டை, பயிரவி, பூபாளம், மோகனம், முகாரி, செயசாட்சி என்னும் இராகப் பெயர்களும் சொல்லப்படுகின்றன.

அரிவைப் பருவத்தில் அரிவை முருகவேள் திருவிளையாடல்களை ஓவியத்தில் எழுதிப் பிறருக்கு எடுத்துக் கூறுவதாக ஒரு செய்தி உள்ளது. தெரிவைப் பருவத்தில் முருகவேளுக்குரிய தசாங்கங்கள் கூறப்படுகின்றன. அவை வருமாறு: (1) மலை: கந்தமாதனம், (2) நாடு: தென்னாரியநாடு, (3) நகர்: இலஞ்சி, (4) ஆறு: சித்திராநதி, (5) யானை: ஐராவணம், (6) படை: வேல், (7) கொடி: சேவல், (8) முரசு: மும்முரசு, (9) மாலை: கடம்பு, (10) ஆணை: குமரன்றுணை யென்னும் ஆணை.

பேரிளம்பெண் பருவத்தில் பேரிளம்பெண் யாவரினும் இளமையை யுடையவர் யாரென்று வேதியர்களைக் கேட்க, அவர்கள் ஒவ்வொருவராக எடுத்துக்கூறிப் பிறகு முருகவேளே என்றும் இளமை யுடையவ ரென்னும் முடிவுக்கு வருவதாக ஒருசெய்தி கூறப்படுகிறது. அன்றி, இப்பருவத்தினள் ஒரு கடப்பங்கன்றைக் கொண்டு அதற்கு முருகக் கடவுள் திருநாமத்தை இட்டு வளர்த்து அது மலர்ந்த காலத்தில் அதன் மலரை முருகவேளுக்கு அணிய எண்ணினா ளென்ற வரலாறு காணப்படுகிறது. திருவாரூருலாவில், பெதுபைப் பருவப் பெண் ஏழு செவ்வந்திச் செடிகளை ஆதிவிடங்கர் முதலிய ஸப்தவிடங்கருடைய திருநாமமிட்டு வளர்த்துவந்து வீதிவிடங்க ரென்னும் பெயரையுடைய செடி மலர அதன் மலரைத் திருவாரூர்த் தியாகராசப் பெருமானுக்குச் சூட்ட எண்ணினா ளென்றுள்ள பகுதியைப் பின்பற்றி இஃது அமைக்கப்பெற்றது போலும்.

யமகம், திரிபு, சந்தம், மடக்கு, சிலேடை, உவமை முதலியவற்றை இந்நூலில் அங்கங்கே காணலாம். "பாந்தத் தயவென்றும் பாரவவ்வில் ரண்டென்றும், மாந்தர்களை யேவு மதர்விழியாள்" (372), "ஒற்றின், தொடையாம் பதினெட்டிற் சொன்னபதின் மூன்றே, இடையா யுடைய விடையாள்" (375-6) என்பவற்றில் நெடுங்கணக்கைப் பற்றிய செய்திகளாற் சில பொருள்களை இந்நூலாசிரியர் அமைக்கின்றார். பச்சம் (179), குமிந்து (266), ரண்டு (306), போச்சுது, வாச்சுது (443) முதலிய மரூஉ மொழிகளும், "உனதுசித்தம்" (16), "காரியமோ வீரியமோ" (453) என்னும் உலகவழக்குக்களும்; அளகை (132), கொஞ்சம் (449, 451), கதம்பு (269), கோரித்து (299), சரப்பளி (268), சாலுவை (422), செக்கணி (270), சொம்பு (371), பஞ்சரித்தல் (183), பாந்தம் (113), பிசிப்பு (265), பெண்டுவைத்தல் (365, 451),

பேதலித்தல் *(167)* மூப்பியர் *(211)*, வங்கணம் *(455)* முதலிய பதங்களும் இதில் இடம்பெற்றுள்ளன.

இந்நூலின் ஏட்டுப்பிரதி யொன்று பல வருஷங்களுக்கு முன் திருவாவடுதுறை யாதீனத்தில் திருமுகப் பணிவிடை இயற்றிவந்த ஸ்ரீ முத்துக்குமாரசாமி பிள்ளை யவர்களிடமிருந்து கிடைத்தது. இஃது எளிய நடையில் அமைந்திருத்தலின் மிகச் சுருக்கமாகவே குறிப்புரை எழுதப்பட்டது.

இதனைக் கலைமகளில் வெளியிடுவித்த இப்பத்திரிகையின் அதிபரும் நிர்வாகப் பத்திரிகாசிரியருமான ஸ்ரீமான் ரா. நாராயணஸாமி ஐயர், பி.ஏ., பி.எல். அவர்களுக்கு இதன்முகமாக எனது நன்றியறிவைத் தெரிவித்துக்கொள்கிறேன்.

இங்ஙனம்,
வே. சாமிநாதையர்

"தியாகராஜ விலாஸம்"
திருவேட்டீசுவரன் பேட்டை
12-1-35

உ
கணபதி துணை

அந்தகக்கவி வீரராகவ முதலியார்
இயற்றிய

திருக்கழுக்குன்றத்து உலா

மகாமகோபாத்தியாய தாக்ஷிணாத்ய கலாநிதி
டாக்டர் உ.வே. சாமிநாதையரால்
தாம் எழுதிய குறிப்புரை முதலியவற்றுடன்
'ரிடையர்டு டிஸ்ட்ரிக்ட் முன்சீப்'
ஸ்ரீமான் வ.சு. சண்முகம் பிள்ளையவர்கள்
பொருளுதவியினால்

சென்னை:
கேஸரி அச்சுக்கூடத்திற்
பதிப்பிக்கப்பெற்றது.

வெகுதான்ய ஸ்ரீ

1938

Copyright Registered]

[விலை அணா எட்டு

உ
கணபதி துணை

அந்தகக்கவி வீரராகவ முதலியார்
இயற்றிய

திருக்கழுக்குன்றத்து உலா

மகாமகோபாத்தியாய தாக்ஷிணாத்யகலாநிதி
டாக்டர் உ. வே. சாமிநாதையரால்
தாம் எழுதிய குறிப்புரை முதலியவற்றுடன்

'ரிடையர்டு டிஸ்ட்ரிக்ட் முன்சீப்'
ஸ்ரீமான் வ. சு. சண்முகம் பிள்ளையவர்கள்
பொருளுதவியினால்

சென்னை :
கேஸரி அச்சுக்கூடத்திற்
பதிப்பிக்கப்பெற்றது
வெகுதான்யவரு

 1938 [விலை அணா எட்டு

உ
கணபதி துணை

முகவுரை

திருச்சிற்றம்பலம்

வெள்ள மெல்லாம் விரிசடை மேலோர் விரிகொன்றை
கொள்ள வல்லான் குரைகழ லேத்துஞ் சிறுத்தொண்டர்
உள்ள மெல்லா முள்கிநின் றாங்கே யுடனாடும்
கள்ளம் வல்லான் காதல்செய் கோயில் கழுக்குன்றே.
(திருஞானசம்பந்த மூர்த்தி நாயனார்)

திருச்சிற்றம்பலம்

மலங்கி னேன்கண்ணி னீரை மாற்றி
மலங்கெ டுத்த பெருந்துறை
விலங்கி னேன்வினைக் கேட னேனினி
மேல்வி ளைவ தறிந்திலேன்
இலங்கு கின்றநின் சேவடிக
ளிரண்டும் வைப்பிட மின்றியே
கலங்கி னேன்கலங் காம லேவந்து
காட்டி னாய்கழுக் குன்றிலே. (திருவாசகம்)

திருச்சிற்றம்பலம்

தொண்டை நாட்டில் தேவாரம் பெற்ற முப்பத்திரண்டு சிவஸ்தலங்களுள் ஒன்றாகிய திருக்கழுக்குன்றத்தில் எழுந்தருளியிருக்கும் ஸ்ரீ வேதகிரீசர் திருத்தேரிற் பவனி வரும்போது பேதை முதற் பேரிளம்பெண் ணீறாகிய ஏழு பருவ மகளிரும் அவரைக் கண்டு காமுற்றதாக அந்தகக்கவி வீரராகவ முதலியா ரென்னும் கவிஞர் பெருமானால் இயற்றப்பெற்றது இவ்வுலா. பலகாலமாகத் தமிழ்நாட்டில் கவிஞர்கள் தலங்களின் பெருமைகளை வெளிப்படுத்துவதற்கு உரிய கருவியாக மேற்கொண்ட பிரபந்தங்களுள் உலா ஒன்று. திருத்தேர் விழாவோடு தொடர்புபடுத்தி இயற்றப்பெறுதலின் பெரிய தலங்களிற் பெரும்பாலனவற்றிற்கு உலாக்கள் உள்ளன.

பாட்டுடைத் தலைவன் உலா வருதலைச் சிறப்பித்துப் பாடுதலின் இவ்வகைப் பிரபந்தங்களுக்கு உலாவென்னும் பெயர் அமைந்தது; உலாவைப் பவனியென்றும் கூறுவர்; இவை இந்நூலில்,

திருவுலாக் காண்பேமை (142),
பவனித் திருத்தேரைப் பாரீர் (129)

எனத் தனித்தனியாகவும்,

பொற்கழுக்குன் றீசர் பவனித் திருவுலாப் பாட (காப்பு)

எனச் சேர்ந்தும் வந்திருத்தல் காண்க.

காப்பியங்களில் அவற்றின் தலைவர்கள் உலாவரும் காட்சிகளைப் புனைந்து அமைத்தல் கவி மரபு. முடி புனைந்தும், மணம்புரிந்தும், வெற்றி பெற்றும் அத் தலைவர்கள் உலாவரும் செய்தியைப் பெருங்கதை, சீவகசிந்தாமணி, கம்பராமாயணம் முதலிய தமிழ்க் காப்பியங்கள் அழகுபெறக் கூறுகின்றன. வடமொழிக் காப்பியங்களிலும் இத்தகைய செய்திகளைக் காணலாகும். பெருங்கதையில், ‘நகர் வலங் கொண்டது’ என்னுங் காதையில் உதயணன் உலா வந்ததும், மகளிரும் மைந்தரும் தொகைகொண்டு ஈண்டியதும், மகளிர் அலங்காரங்களுடன் வந்து கண்டு மகிழ்ந்ததும், அவருள்,

உத்தம மகளி ரொழிய மற்றைக்
கன்னிய ரெல்லாங் காமன் றுரந்த
கணையுளங் கழியக் கவினழி வெய்தி

வருந்தியதும் கூறப்படுகின்றன.

சீவகசிந்தாமணியில், கோவிந்தையா ரிலம்பகத்தில், சீவன் பசுக்களை மீட்டு வீதியில் வரும்போது மகளிர் கண்டு காமுற்ற செய்தி 14 பாடல்களாற் (457-70) சொல்லப்படுகின்றது.

வார்செலச் செல்ல விம்மும் வனமுலை மகளிர் நோக்கி
ஏர்செலச் செல்ல வேத்தித் தொழுதுதோ ரூக்க விப்பாற்
பார்செலச் செல்லச் சிந்திப் பைந்தொடி சொரிந்த நம்பன்
தேர்செலச் செல்லும் வீதி பீர்செலச் செல்லு மன்றே (469)

என்பதில் அவன் தேர்மீது உலாப்போந்த காலத்து மகளிரது நிலையைச் சுவைபடப் பாடினர் திருத்தக்க தேவர்.

கவிச்சக்கரவர்த்தியாகிய கம்பர் இராமாயணத்தில் இராமபிரான் திருவுலா வந்ததை ‘உலாவியற் படலம்’ என்னும் பகுதியில் விரிவாகப் பாடியுள்ளார்.

பேதைமார் முதல்கடைப் பேரிளம் பெண்கடாம்
ஏதியார் மாரவே ளேவலந் தெய்தினார்
ஆதிவா னவர்பிரா னனுகலா லணிகொள்கார்
ஓதியார் வீதிவா யுற்றவா றுரைசெய்வாம்
(எதிர்கோட் படலம், 34)

என்பதில் பேதை முதற் பேரிளம்பெண் வரையில் உள்ள ஏழு பருவ மகளிரும் மால்கொள்ளுவதாக உரைக்கும் மரபு புலப்படுத்தப்படுகின்றது.

இங்ஙனம், தலைவன் உலாவருவதாகக் காப்பியங்களிற் சுருக்கமாக அமைக்கப்படும் செய்தியையே தமக்குரிய பொருளாகக் கொண்டு விரிவுபெற அமைத்த பிரபந்தமே உலாவாகும். தலைவன் பெயர் கூறப்படுதலாலும் அவனைக் கண்டு மகளிர் மாத்திரம் காமுறும் செய்தி உரைப்பதாலும் இது புறப்பொருளைச் சார்ந்த பெண்பாற் கைக்கிளையுள் அடங்கும்; பாடாண்டிணைக் குரியதுமாம். அதனால் உலாப்புறம் என்னும் பெயரும் இப்பிரபந்தத்திற்கு உரியதாயிற்று. புறத்தே உலாவரும் செய்தியைக் கூறுதலின் புறவுலா என்றது உலாப்புறமென வந்ததாகச் சிலர் கூறுவர்.

உலாப் பிரபந்தம் கலிவெண்பாவாகிய யாப்பினால் இயற்றப்படுவது. தலைவனைக் காமுறும் ஏழு பருவமகளிரும் *பொதுமகளிராவர். இதனை இலக்கண உரையாசிரியர்களும் பிறரும் புலப்படுத்தி யிருக்கின்றனர்.

தலைவர்கள் தத்தமக்குரிய வாகனங்களில் வந்ததாகக் கூறுதல் பண்டை மரபு. ஆதியுலா, மூவருலா என்பவற்றில் இதனைக் காணலாம். ஏழு பருவ மடந்தையருக்கேற்ப ஏழு நாட்களில் ஏழுவகை வாகனங்களில் வந்ததாகச் சொக்கநாதருலா உரைக்கும். தலசம்பந்தமான உலாக்களிற் பெரும்பாலன திருத்தேரில் உலா வந்ததாகவும் ஒரே நாளில் ஏழு பருவ மகளிரும் தரிசித்ததாகவும் கூறுகின்றன.

தலமூர்த்தியின் வரலாறு, பெருமை, அம்மூர்த்திக்கு நடைபெறும் அபிடேக ஆராதனைகள், அப்பால் திருத்தேருக்கு எழுந்தருளுதல், பலவகை மகளிர் குழாங்கள் அவரைத் தரிசிக்கக் காத்திருந்து தரிசனம் செய்து காமுறுதல் ஆகிய இச்செய்திகள் உலாவின் முற்பகுதியாக அமையும். அதன்பின் முறையே பேதை, பெதும்பை, மங்கை, மடந்தை, அரிவை, தெரிவை, பேரிளம்பெண் என்னும் ஏழு பருவமகளிரின் இயல்புகளும் செயல்களும் அவர்கள் மூர்த்தியைத் தரிசித்தலும் அதனால் உண்டான விளைவுகளும் கூறப்படும்.

இந்த அமைப்பு எல்லா உலாக்களுக்கும் பொதுவாயினும், தல சம்பந்தமான செய்திகளை இடையிடையே பிணைத்து இயைபுபெறக் கூறுதலிலும், அவ்வந் நூலாசிரியருக்கே உரிய நடையின் அமைதியிலும், காலப்போக்கில் உண்டான கருத்துக்களிலும் வேறுபாட்டைக் காணலாகும். இவ்வேறுபாட்டு நயமே எத்தனை உலாக்களைப் படித்தாலும் சோர்வின்றி யிருப்பதற்குக் காரணமாகின்றது.

தனித்தனியே உள்ள பல்வேறுபட்ட பொருள்களையுடைய செய்யுட்களாலாகிய தொகுதிபோல் அல்லாமல் தொடர்ந்த பொருளுடையதாய் நெடும்பாட்டால் இயலுதலின் இதனைத் தொடர்நிலைச் செய்யுளுள் ஒன்றாகவே கருதல் தகும். சிறுகாப்பிய வரிசைகளில் ஒன்றாவதற்குரிய இயல்புகள் இதன்பால் உள்ளன.

பன்னிருபாட்டியல் முதலிய பாட்டியல் நூல்களில் உலாவின் இலக்கணம் கூறப்பட்டுள்ளது. மகளிருக்குரிய பருவங்களை ஏழாக வகுத்தல் தமிழ் மரபு. பெருங்கதையில் உள்ள நீராட்டரவம் என்னும் பகுதியில் இவ்வேழு பிரிவினரையும் பற்றிய செய்திகள் வருகின்றன. இப் பருவங்களுக்குரிய காலவரையறை பலவிதமாகக் காணப்படுகின்றது. ஆயினும், உலகியலை அறியாத இளம்பருவம் பேதைப் பருவமென்றும், உலகியலை ஒருவாறு உணர்ந்தும் உணராமலும் உள்ள நிலை பெதும்பைப் பருவமென்றும், காமநுகர்ச்சிக்கு ஏற்புடையது மங்கைப் பருவமென்றும், அந்நுகர்ச்சியில் பயின்றது மடந்தைப் பருவமென்றும், முதிர்ந்தது அரிவைப் பருவமென்றும், மகப்பேற்றையுடைய நிலை தெரிவைப் பருவமென்றும், காமவுணர்ச்சி தளரும் நிலை பேரிளம்பெண் பருவமென்றும் ஒருவாறு அவற்றின் இயல்புகளைக் கூறலாகும். இவ்வேழனுள் உலகியலை உணர்ந்தும் உணராத நிலையை வருணித்தல் அரிதாதலின், "பேசு முலாவிற் பெதும்பைபுலி" என்று ஒருவர் கூறுவர்.

திருக்கழுக்குன்றத்து உலாவாகிய இந்நூல் காப்புச் செய்யுளாகிய வெண்பா

* மதுரைச் சொக்கநாதருலாவின் முகவுரையையும் திருஇலஞ்சி முருகன் உலா முகவுரையையும் பார்க்க.

ஒன்றையும், ௨௦௧௯- கண்ணிகளையும் உடையது. கலிவெண்பாவில் ஓரெதுகை அமைந்த இரண்டடிகளை ஒரு கண்ணியென்றல் மரபு;

முன்னா யகரிலவன் மூதுலாக் கண்ணிதொறும்
பொன்னா யிரஞ்சொரிந்த பூபதியும் (சங்கரசோழனுலா)

நராதிபன் கூத்தனெதிர் கண்ணியோர் கண்ணிக்
கொராயிரம்பொ னீந்த வுலாவும் (தமிழ்விடு தூது)

என்பவற்றால் கண்ணி யென்னும் பெயர் பண்டைக் காலந்தொட்டே வழக்கிலிருந்து வந்ததென்பது பெறப்படும்.

இந்நூலாசிரியர் அந்தகராயினும், "ஏடாயி ரங்கோடி யெழுதாமற் றன்மனத் தெழுதிப் படித்தது" போலவே புறக்கண்ணாற் காணாத காட்சிகளை யெல்லாம் அகக்கண்ணாற் கண்டு கண்ணுடையார் கண்டுரைத்தது போலவே இவ்வுலாவிற் காட்சிகளை அமைத்துள்ளார். கவித்துவம் என்னும் கண்ணே அவருக்கு இக்காட்சிகளைக் காண உதவியது. 'ரவியறியாததைக் கவியறிவான்' என்பது இக்கருத்தை வலியுறுத்தும்.

இவ்வுலா எழுதிய பிரதி யொன்று பல வருஷங்களுக்கு முன் திருநெல்வேலி ஸ்ரீ அம்பலவாண கவிராயரவர்கள் வீட்டிற் கிடைத்தது. அது மிகவும் பிழைபட்டும் குறைந்தும் இருந்தது. அப்பால் வேறு பிரதிகள் கிடைத்தன. திருவாவடுதுறை யாதீனத்தில் கிடைத்த பிரதி ஒன்றே பூர்த்தியாகவும், சுத்த பாடமுள்ளதாகவும் இருந்தது. அவற்றை ஆராய்ந்து குறிப்புரை முதலியன எழுதி இப்பொழுது வெளியிடலானேன்.

குறிப்புரையில் தல சம்பந்தமான விஷயங்களுக்கு ஆதாரமாகத் தல புராணத்திலிருந்து மேற்கோள்கள் காட்டப்பட்டிருக்கின்றன. அவற்றிற்கு நூற்பெயர் குறியாமல் சருக்கப் பெயர்கள் மாத்திரம் காட்டப்பட்டுள்ளன.

தலசம்பந்தமான செய்திகளை அறிந்துகொள்வதற்காகச் சமீபகாலத்தில் ஒருமுறை நான் திருக்கழுக்குன்றத்திற்குப் போய்ப் பலரைக் கண்டு விசாரித்தேன். பல அன்பர்கள் பல செய்திகளைக் கூறினார்கள். அவர்களுள் பிருஹ்மஸ்ரீ யக்ஞேசுவர தீக்ஷிதரவர்களும், பிருஹ்மஸ்ரீ வேதாசல குருக்களவர்களும், ஸ்ரீமான் கன்னியப்ப முதலியாரவர்களும் கூறிய அரிய செய்திகள் எனக்கு மிகவும் உபயோகமாக இருந்தன. அன்றியும் அவ்வூரில் உள்ள ஆயுர்வேத வைத்தியராகிய ஸ்ரீமான் நமசிவாய ராஜயோகி யவர்கள் வெளியிட்டுள்ள "திருக்கழுக்குன்றம் என்னும் உருத்திரகோடித் தலமான்மியம்" என்ற புத்தகத்தினாலும் பல செய்திகளை அறிந்து கொண்டேன்.

திருப்புகழை முதன் முறையாகத் தொகுத்துப் பரிசோதித்து அச்சிற் பதிப்பித்து வெளியிட்டுத் தமிழுலகத்திற்கு உதவிய ஸ்ரீமான் வடக்குப்பட்டு த. சுப்பிரமணிய பிள்ளை யவர்களுடைய அருந்தவப் புதல்வர்களும், கலியுக வரதராகிய ஷண்முகப் பெருமானிடத்துப் பக்தி யுடையவர்களும், தமிழ்ப் பாஷாபிமான முள்ளவர்களுமாகிய 'ரிடையர்டு டிஸ்ட்ரிக்ட் முன்ஸீப்' ஸ்ரீமான் வ. சு. சண்முகம் பிள்ளை யவர்கள் இந்நூலைப் பதிப்பித்தலில் எனக்குச் சிறிதும் பொருட்கவலை யில்லாதபடி உதவிபுரிந்தார்கள். அவர்களிடத்து மிக்க நன்றியறிவுடையேன்.

வழக்கம்போல் இப்புத்தகப் பதிப்பு விஷயத்திலும் ஆராய்தல் ஒப்புநோக்குதல் முதலிய உதவிகளை, சென்னைக் கிறிஸ்டியன் காலேஜ் ஹைஸ்கூல் தமிழ்ப்பண்டிதர் சிரஞ்சீவி வித்துவான் வி.மு. சுப்பிரமணிய ஐயரும், 'கலைமகள்' துணையாசிரியர் சிரஞ்சீவி வித்துவான் கி.வா. ஜகந்நாதையரும் செய்தனர். அவர்களுக்கு எல்லா நன்மைகளும் உண்டாகும் வண்ணம் இறைவன் திருவருளைச் சிந்திக்கின்றேன்.

இங்ஙனம்,
வே. சாமிநாதையர்

"தியாகராஜ விலாஸம்"
திருவேட்டீசுவரன் பேட்டை
27-6-38

உ
கணபதி துணை
திருச்சிற்றம்பலம்

கச்சி ஆனந்த ருத்திரேசர்

வண்டு விடு தூது*

திருக்கைலாயபரம்பரைத்
திருவாவடுதுறையாதீனத்து
ஸ்ரீ கச்சியப்பசுவாமிகள்
அருளிச்செய்தது

இது
யாழ்ப்பாணம், கொழும்புத்துறை
ம-ள-ள-ஸ்ரீ
தி. குமாரசாமிசெட்டியாரவர்கள்
விருப்பத்தின்படி
கும்பகோணம் காலேஜ் தமிழ்ப்பண்டிதராகிய
உத்தமதானபுரம்
வே. சாமிநாதையரால்
பலபிரதிரூபங்களைக் கொண்டு பரிசோதித்து

சென்னை:
திராவிட ரத்நாகர அச்சுக்கூடத்தில்
பதிப்பிக்கப்பட்டது

சர்வசித்து ஹூ பங்குனி மீ

இதன் விலை அணா-உ

* முகவுரை இல்லை

உ

கணபதிதுணை

திருச்சிற்றம்பலம்.

கச்சிஆனந்தருத்திரேசர்

வண்டுவிடுதூது.

திருக்கைலாயபரம்பரைத்
திருவாவடுதுறையாதீனத்து

ஸ்ரீ கச்சியப்பசுவாமிகள்

அருளிச்செய்தது

இது,
யாழ்ப்பாணம், கொழம்புத்துறை
ம-ள-ள-ஸ்ரீ
தி. குமாரசாமிசெட்டியாரவர்கள்
விருப்பத்தின்படி,
கும்பகோணம் காலேஜ் தமிழ்ப்பண்டிதராகிய
உத்தமதானபுரம்
வே. சாமிநாதையரால்
பலபிரதிரூபங்களைக்கொண்டு பரிசோதித்து,

சென்னை:
திராவிட ரத்நாகர அச்சுக்கூடத்தில்
பதிப்பிக்கப்பட்டது.

சர்வசித்துளு பங்குனிமீ.

இதன்விலை அணா உ.

உ
சிவமயம்

கச்சி ஆனந்த ருத்திரேசர்

வண்டு விடு தூது

திருக்கைலாயபரம்பரைத் திருவாவடுதுறையாதீனத்து
மகாவித்துவான்
ஸ்ரீ கச்சியப்பமுனிவர் இயற்றியது

இது
ஷை ஆதீனத்துத் தலைவர்களாகிய
ஸ்ரீலஸ்ரீ வைத்தியலிங்க தேசிகரவர்களுடைய விருப்பத்தின்படி
ஷை ஆதீனத்து மகாவித்துவான்
ஸ்ரீ மீனாட்சிசுந்தரம் பிள்ளையவர்களுடைய மாணாக்கராகிய
மகாமகோபாத்தியாய தாக்ஷிணாத்தியகலாநிதி

உத்தமதானபுரம் வே. சாமிநாதையரால்

பரிசோதிக்கப்பெற்று
நூதனமாக எழுதிய குறிப்புரை முதலியவற்றுடன்

சென்னை:
கேசரி அச்சுக்கூடத்திற் பதிப்பிக்கப்பட்டது

[இரண்டாம் பதிப்பு]

பிரமோதூத ஞு தை மீ

1931

Copyright Registered]

 [விலை அணா 8

உ
சிவமயம்.
கச்சி ஆனந்த ருத்திரேசர்
வண்டுவிடுதூது.

திருக்கைலாய பரம்பரைத் திருவாவடுதுறை யாதீனத்து
மகா வித்வான்
ஸ்ரீ கச்சியப்ப முனிவர் இயற்றியது.

இது
ஷ ஆதீனத்துத் தலைவர்களாகிய
ஸ்ரீலஸ்ரீ வைத்தியலிங்க தேசிகரவர்களுடைய விருப்பத்தின்படி
ஷ ஆதீனத்து மகாவித்வான்
ஸ்ரீ மீனாட்சி சுந்தரம் பிள்ளையவர்களுடைய மாணக்கராகிய
மகாமகோபாத்தியாய தாக்ஷிணாத்யகலாநிதி
உத்தமதானபுரம், வே. சாமிநாதையரால்
பரிசோதிக்கப்பெற்று

நூதனமாக எழுதிய குறிப்புரை முதலியவற்றுடன்

சென்னை :
கேஸரி அச்சுக்கூடத்திற் பதிப்பிக்கப்பெற்றது.
[இரண்டாம் பதிப்பு]
பிரமோதூதஞ் தைமீ
1931.
Copyright Registered.]

உ
கணபதி துணை

முகவுரை

தேவாரம்
திருச்சிற்றம்பலம்

தாயவன்கா ணுலகிற்குத் தன்னொப் பில்லாத்
 தத்துவன்காண் மலைமங்கை பங்கா வென்பார்
வாயவன்காண் வரும்பிறவி நோய்தீர்ப் பான்காண்
 வானவர்க்குந் தானவர்கு மண்ணு ளோர்க்கும்
சேயவன்கா ணினைவார்க்குச் சித்த மாரத்
 திருவடியே யுள்கிநினைந் தெழுவா ருள்ளம்
ஏயவன்கா ணெழிலாரும் பொழிலார் கச்சி
 ஏகம்பன் காணவனென் னெண்ணத் தானே.

திருச்சிற்றம்பலம்

தமிழ்மொழிக்கு உரியனவாகக் கூறப்படும் பிரபந்தங்கள் தொண்ணூற்றாறு வகைப்படும். அவற்றுள் தூதென்பது ஒன்று. அது தலைவன் தலைவியர்களுள் ஒருவர் மற்றொருவர்பால் தமது வேணவாவைப் புலப்படுத்தித் தம்முடைய கருத்திற்கு உடம்பட்டமைக்கு அறிகுறியாக மாலையை வாங்கிவருமாறு அன்ன முதல் வண்டீராகவுள்ள பத்தையும் பிறவற்றையும் தூதுவிடுவதாகக் கலிவெண்பாவால் இயற்றப்படுவது. அதன் இலக்கணம், “எகினமயில் கிள்ளை யெழிலியொடு பூவை, சகிகுயிநெஞ் சந்தென்றல் வண்டு—தொகைப்பத்தை வேறுவே றாப் பிரித்து வித்தரித்து மாலைகொண்டான், பூரிவா வென்ற தூது” (பிரபந்தத் திரட்டு) என்பதனாலும், இலக்கண விளக்கம், 874ஆம் சூத்திரத்தாலும் அதன் உரையாலும் அறியலாகும்.

ஸ்ரீ காஞ்சீபுரத்தில் உள்ள சிவஸ்தலங்கள் பல. அவற்றுள் ஆனந்த ருத்திரேசம் என்பதும் ஒன்று. அஃது உருத்திரர் நூற்றுப் பதினெண்மருள் முதல்வராகிய ஆனந்த உருத்திரராற் பூசிக்கப்பெற்றது. அத்தலத்திற் கோயில்கொண்டிருக்கும் ஸ்ரீ ஆனந்த ருத்திரேசர் என்னும் மூர்த்தியின் திறத்தில் இந்தக் கச்சி ஆனந்த ருத்திரேசர் வண்டுவிடுதூ தென்னும் நூல் திருக்கைலாய பரம்பரைத் திருவாவடுதுறை யாதீனத்து மகாவித்துவான் ஸ்ரீ கச்சியப்ப முனிவரால் இயற்றப் பெற்றது. ஆனந்த ருத்திரேசர் விஷயமாக இந்நூலையன்றி இந்நூலாசிரியர் பதிற்றுப்பத் தந்தாதி யொன்றும், கழிநெடி லொன்றும் இயற்றியுள்ளார். திராவிட மகா பாஷிய கர்த்தரும் இந்நூலாசிரியருடைய தமிழாசிரியருமான ஸ்ரீ சிவஞானயோகிகளால் இயற்றப்பெற்ற பதிகம் ஒன்றும் உண்டு. இவற்றையன்றி இவ்விருவராலும்

வேறுசிலராலும் இம்மூர்த்தி சம்பந்தமாக அவ்வப்போது பாடப்பட்ட பல தனிச்செய்யுட்களும் உள்ளன.

கவிஞர் பெருமானென்றும் *கவிராட்சஸரென்றும் பெரும் புகழ்பெற்று விளங்கிய கச்சியப்ப முனிவர் இதன் ஆசிரிய ரென்பதனாலேயே இதன் பெருமை கூறாமல் விளங்கும். இஃது ஒரு சிறுநூலாக இருப்பினும், இதனுட் பொதிந்துள்ள உயர்ந்த கருத்துக்களும் சரித்திரங்களும் சொற்பொருட் பிரயோகங்களும் அணிவகைகளும் நடைநயமும் மிகப் பெரிய நூலில் அமைந்தன போலவே விளங்குகின்றன. சிறிய கிழியிற் பெரிய பொருள்களை அமைத்துக் காட்டிய ஓவியமும், பல்வகைப் பொருளையும் சில்வகை யுருவிற் செவ்வன் செறித்து இனிது விளக்கும் கண்ணாடியும், வல்லவன் தைஇய பாவையும் இதற்கு உவமையாம் எனல் மிகையாகாது. கடுகைத் துளைத்தேழ் கடலைப் புகட்டிக் குறுகத் தரித்ததென்றல் இதற்கும் அமையும்.

இந்நூலிலுள்ள கண்ணிகள் - ரூ0சு.

சங்கச் செய்யுட் கருத்துக்களும் தேவார முதலிய திருமுறைப் பிரயோகங்களும் இதில் ஆங்காங்கே அமைந்துள்ளன. அவை இதன் குறிப்புரையால் விளங்கும்.

இந்நூலுள், இத் தலசம்பந்தமான பற்பல சரித்திரங்களையும் ஆசிரியர் எடுத்துக்காட்டியிருத்தல் அறிந்து இன்புறுதற்குரியது. இதன் முற்பகுதியிலும் இறுதிப் பகுதியிலும் இடையிடையே சில இடங்களிலும் சைவசித்தாந்த உண்மைக் கருத்துக்களை அமைத்துள்ளார். சிவபெருமான் திருவிழாச் சிறப்பையும் பூசை முதலியவற்றையும் சைவாகம முறைக்கேற்ப ஒழுங்குபட அமைத்து விளக்கியிருக்கின்றார். பாட்டுடைத் தலைவரைத் தனிச்சிறப்பு வாய்ந்தவராகப் புகழ்தல் கவிமரபாதலின், இவரும் ஆனந்த ருத்திரேசரைப் பலபடியாகச் சிறப்பித்துள்ளார்.

ஆனந்த ருத்திரேசர் காஞ்சியிலுள்ள ஏனைய சிவஸ்தலங்களிலுள்ள மூர்த்திகளிற் சிறந்தவ ரென்பதற்கும் வண்டு தூதிற்குரிய ஏனைய பொருள்களிற் சிறந்த தென்பதற்கும், பெண்ணிற்காக அவர்பால் தூது செல்லல் பயன் தருமென்பதற்கும் தக்க காரணங்களைக் காட்டும் பகுதிகளும், அவர் தம்மைப் பூசித்து வரம்பெற்ற காமன் முதலியவர்களைக் கடிவாரோ வென்றெழுந்த வினாவிற்கு விடையாகக் குற்றஞ்செய்யின் தம்மைப் பூசித்தவர்களையும் கடிவாரெனக் கூறும் பகுதியும், குற்றஞ்செய்த எனக்கு அருள்வாரோ வென்னுந் தலைவியின் ஐயவினாவிற்கு விடையாகத் தக்கன் முதலியோர்கள் செய்த பிழைபொறுத்து ஆண்டுகொண்டருளினா ரெனக்கூறும் பகுதியும், தூது சென்று வருமளவும் எவ்வாறு உயிர்தாங்கி ஆற்றியிருப்பா யென்ற வண்டின் வினாவிற்கு விடையாகப் பல அடியாருக்கு உடலும் உயிரும் கொடுத்தருளினா ராதலின் யான் இறப்பினும் உயிர் தந்தருள்வா ரென்று கூறும் பகுதியும் ஆசிரியருடைய அறிவின் வண்மையைப் புலப்படுத்தும்.

வண்டைச் சிறப்பிப்பாராய், அதன் உருவம், செயல், பெயர்வகை முதலியவற்றைப் பெற்றமையினாலேயே பல பொருள்கள் சிறப்புற்றன வென்று கற்பித்துக் கூறியுள்ள பகுதி மிக்க சுவையுடையதாகும்.

---

* கவிச்சக்கரவர்த்தியாகிய ஒட்டக்கூத்தர் கவிராட்சஸரென வழங்கப் பெறுவர்; தக்கயாகப் பரணியின் முகவுரையைப் பார்க்க.

வண்டின் பெயராகிய மிஞிறென்பது ஞிமிறென்று மாறி வழங்குகின்றமையின் எழுத்திலக்கணம் முதல் அணியிலக்கண மிறுதியாக வுள்ளவற்றில், வைசாகி என்பது வைகாசி யென மாறுதல் முதலிய நிலைமாற்றங்கள் உண்டாயினவென்று கூறும் இலக்கண வகையும், தலைவி இறைவனைக் கண்டபொழுது உண்டான மெய்ப்பாடுகளை விளக்குதல், "பாலை யுரிப்பொருளைப் பாற்றுவார்", "குறிஞ்சி யுரிப்பொருளுட் கொள்வார்" எனக் குறிப்பித்தல் முதலிய அகப்பொருட் செய்திகளும், இறைவன் திருவுலாவை வருணிக்கையில் இடத்திற்கேற்ற சந்தங்களை அமைத்திருத்தலும், காஞ்சியிலுள்ள விம்மிதங்கள் முதலியவற்றை எண்ணணி படச் சொல்லுதல், வண்டின் பலபெயரைச் சொல்லி விளிக்கையில் *வெளிப்படை யென்னும் இலக்கணம் அமையக் கூறுதல், இறைவனுக்கு அலங்காரம் செய்வதைப் பற்றிக் கூறுகையில் ஒவ்வோ ராபரணத்தைப் பற்றியும் தற்குறிப்பேற்ற அணிபடச் சொல்லுதல், வண்டின் இயல்பை விளக்குகையில் சிலேடையணி யமையச் சொல்லுதல் முதலிய பொருளணி யமைதியும், வண்டின் பெயர்கள் பலவற்றைத் திரிபிலும் காந்தார முதலிய பண்களின் பெயர்களை யமகத்திலும் அமைத்திருக்கும் சொல்லணி யமைதியும் இந்நூலாசிரியர் ஐந்திலக்கணங்களையும் நன்கறிந்து அவற்றை ஏற்ற இடங்களிற் செவ்வனே அமைத்து விளக்கும் பேராற்றலை யுடையவ ரென்பதைப் புலப்படுத்தும்.

தூதிற்குரிய பொருள்களாக இவர் இடையே குறிப்பிட்டவை அன்றில், அன்னம், கிளி, குயில், தமிழ், தென்றல், நெஞ்சு, பாங்கி, புறவு, பூவை, பொன், மேகம் முதலியன.

இவர் ஆண்ட சிலவகைச் சொற்பிரயோகங்கள்: ஒற்றிப்ப, கதிய — கதுவிய (85), கலவி — கலந்து (173, 215), சஞ்சாயகம், புயக்க (293), மிறுகம் — மிருகம் (400), மீளி — மீளுதல் (355), முகிழ்ந்து (235), மேவித்தார் — மேவுவித்தார் (294).

இந்நூலை ஆராய்ச்சி செய்வதற்கு, பெரியபுராணத்திலுள்ள திருக்குறிப்புத் தொண்ட நாயனார் புராணமும், கந்தபுராணத்துள்ள திருநகரப் படலமும், ஸ்ரீ ஏகாம்பரநாத ருலாவும், பழைய காஞ்சிப் புராணமும், காஞ்சிக் கட்டளைக்கலித்துறைப் புராணமும், ஸ்ரீ சிவஞான யோகிகளும் இந்நூலாசிரியராகிய ஸ்ரீ கச்சியப்ப முனிவரும் இயற்றிய காஞ்சிப் புராணம் முதலிய நூல்களும் உதவியாக இருந்தன.

திருவாவடுதுறை யாதீனத்து மகாவித்துவானும் என்னுடைய தமிழாசிரியருமான திரிசிரபுரம் ஸ்ரீ மீனாட்சிசுந்தரம் பிள்ளை யவர்கள் இந் நூலாசிரியராகிய கச்சியப்ப முனிவரிடத்திலும் இவர் இயற்றிய நூல்களிலும் மிகுந்த ஈடுபாடுடையவர்கள். அவர்கள் திரிசிரபுரத்தில் சிறந்த தமிழ்ப் பயிற்சி யுற்று வித்வானென்னும் பட்டம் பெற்று விளங்கியபொழுது ஒரு நண்பர் மூலமாகக் கிடைத்த திருவானைக்காப் புராணத்தை வாசித்து அதன் சொன்னயம் பொருணயங்களை அறிந்து மகிழ்ந்து அந்நூலின் ஆசிரியராகிய இம்முனிவரிடத்தும் அவர் வழிபட்டொழுகிய திருவாவடுதுறை யாதீனத்திடத்தும் பேரன்பு பூண்டார்கள். அதுமுதல் கச்சியப்ப முனிவரியற்றிய வேறு நூல்களை அவாவோடு தேடிப் பெற்றுப் படித்தலையும் ஷை ஆதீனத்துச் சம்பந்தம் பெற முயலுதலையும் மேற்கொண்டதன்றி ஸ்ரீ கச்சியப்ப முனிவரையே தம்முடைய வித்யாகுருவாகவும்

* இதனை விபாவனை யணியுள் அடக்குவர் தண்டியாசிரியர்.

வழிபடு தெய்வமாகவும் எண்ணி ஒழுகிவந்தார்கள். நூல்கள் இயற்றும் பொழுதும் பாடஞ் சொல்லுகையிற் பொருள் கூறும் பொழுதும் முட்டுப்பாடு நேர்ந்தால் இம்முனிவர்பிரானைத் தியானித்தல் வழக்கமென்றும் உடனே அது தமக்கு நீங்குமென்றும் அவர்கள் சொல்ல உடன்கற்ற அன்பர்களும் நானும் கேட்டிருக்கிறோம்.

இரண்டாவது முறை அவர்கள் சென்னைக்கு வந்திருந்தபொழுது இந்த ஆனந்த ருத்திரேசர் வண்டு விடுதூது காஞ்சீபுரம் மகாவித்துவான் ஸ்ரீ சபாபதி முதலியா ரவர்களிடம் இருப்பதை யறிந்து அதை வாங்கிக் கடிதத்தில் ஒரு பிரதி செய்துகொண்டு பாடமும் கேட்டார்கள். அவ்வாறு கேட்கையில் அங்கங்கே சில குறிப்புக்களையும் எழுதியிருந்தார்கள்; "தீதிரண்டு — புத்திபூர்வம், அபுத்திபூர்வம். ஈட்டம் — சகுனம்" என்பன அவற்றிற் சில. அப்பிரதி மிகச் சிதைந்திருந்தமையின் குறிப்புக்க ளெல்லாவற்றையும் பார்க்க இயலவில்லை. அவர்கள் பாடஞ்சொல்லி வருகையில், சில சமயங்களில் இந்நூலிலுள்ள, "முன்னின்ப நின்னின்ப முற்றிய வென்னின்பம் பின்னின்ப மன்றிப் பிறிதுண்டே — அன்னை நீ, ஆதற் குரிமை யடுத்தலா னிற்றூது, போதற்க ணாக்கப் புகன்றனேன்" (௩௬௦ - ௬௧) என்னும் பகுதியை எடுத்துப் பாராட்டுவதுண்டு.

இந்நூலாசிரியர் இயற்றிய வேறு நூல்களாவன: (1) விநாயக புராணம், (2) திருத்தணிகைப் புராணம், (3) திருத்தணிகை யாற்றுப்படை, (4) திருத்தணிகைப் பதிற்றுப் பத்தந்தாதி, (5) காஞ்சிப் புராணத்தில் இரண்டாம் காண்டம், (6) ஆனந்த ருத்திரேசர் பதிற்றுப் பத்தந்தாதி, (7) ஆனந்த ருத்திரேசர் கழிநெடில், (8) பிரமீசர் பதிற்றுப் பத்தந்தாதி, (9) திருவானைக்காப் புராணம், (10) பூவாளூர்ப் புராணம், (11) பேரூர்ப் புராணம். இவையன்றி, பல தனிப்பாடல்களும் உண்டு.

இந்நூல் மூலமட்டும் ஸர்வஜித்து ௵ பங்குனி ௴ (1888 மார்ச்சு ௴) என்னால் அச்சிடப்பெற்றது.

இதற்கு ஒரு குறிப்புரை எழுதிச் சேர்த்து வெளியிட வேண்டுமென்னும் எண்ணம் நெடுநாட்களாக இருந்துவந்தது. வேறுபல நூலாராய்ச்சியினால் அவ்வெண்ணம் நிறைவேறவில்லை. இப்பொழுது சில அன்பர்கள் வற்புறுத்தினமையால் குறிப்புரையுடன் இப்பதிப்பு வெளியிடப்பெற்றது.

மற்றப் பிரபந்தங்களுக்கு எழுதியது போலக் கடினமான சொற்களுக்குப் பொருளும் இன்றியமையாத இடங்களிற் சொன்முடிபு பொருண்முடிபுகளும் காட்டிப் பழைய நூல்களிலும் பிற்காலத்து நூல்களிலும் காணப்படும் ஒத்த பகுதிகளை உரிய இடங்களில் அமைத்தும், காஞ்சித் தலசம்பந்தமான கதைகளில் விளங்கியவற்றை இயன்றவரையில் அங்கங்கே சுருக்கிக் காட்டியும், இந்தக் குறிப்புரை எழுதப்பெற்றது. இந் நூலாசிரியருடைய கருத்து இன்னதென்று தெளிவதற்குத் தக்க ஆதாரங்கள் அகப்படாமையின் சில இடங்களிற் குறிப்புரை துணிந்து எழுதவில்லை. இந்நூலாசிரியர் விஷயமாக இவர் மாணாக்கர் ஒருவரால் இயற்றப்பட்ட நெஞ்சு விடு தூது ஒன்றுண்டு. அதனுள் இவர் இயற்றிய நூல்களைப் புலப்படுத்தும் பகுதி இந்நூலின் பின்னர்ச் சேர்த்துப் பதிப்பிக்கப்பட்டுள்ளது.

இந்நூற் பதிப்புக்கு உபயோகமாக இருந்த மூலப் பிரதிகள்

1. திருவாவடுதுறை யாதீனப் புத்தகசாலை ஏட்டுச் சுவடி ... ... க

2. ஷ ஆதீனத்து மகாவித்துவான் ஸ்ரீ மீனாட்சிசுந்தரம் பிள்ளை யவர்கள் கடிதப் பிரதி ... ... க

3. மதுரை இராமசாமிப் பிள்ளையென வழங்கும் திருஞானசம்பந்தப் பிள்ளை யவர்கள் கடிதப் பிரதி ... ... க

4. காஞ்சீபுரம் ஸ்ரீமான் தெய்வசிகாமணி முதலியா ரவர்கள் தந்த ஏட்டுப் பிரதி ... ... க

5. காஞ்சீபுரம் ஸ்ரீமான் கங்காதர முதலியா ரவர்கள் ஏட்டுப் பிரதி ... ... க

திருவாவடுதுறை யாதீனத்தில், சிவக்ஷேத்திர குருக்ஷேத்திர பரிபாலனங்களும் தர்மபரிபாலனமும், வித்யாபரிபாலனமும் செய்துகொண்டு சிவபுண்ணியச் செல்வர்களாய் ககூ-ஆம் பட்டத்தில் ஆதீனகர்த்தர்களாக இப்பொழுது எழுந்தருளியிருக்கும் ஸ்ரீலஸ்ரீ வைத்தியலிங்க தேசிக ரவர்களின் பேருதவியால் இப்பதிப்பு வெளியிடப்பெற்றது. இந்நூலாசிரியருக்கு ஞானாசிரிய ஸ்தானமாக வுள்ள இவ்வாதீனத்தின் ஆதரவு இந்நூற் பதிப்பு விஷயத்திலும் அமைந்தது மிகவும் பாராட்டத்தக்கது. இன்னும் இவ்வாதீனத்தில் முன்பு விளங்கியவர்கள் இயற்றியுள்ள நூல்களை யெல்லாம் ஒவ்வொன்றாகக் குறிப்புரையுடன் வெளியிடச் செய்யவேண்டு மென்ற நோக்கம் ஷ ஆதீனகர்த்த ரவர்களுக்கு இருந்துவருகிறது. இந்த ஆதீனத்தின் சம்பந்தம் எனக்கு ஏற்பட்டு 60 வருடங்களாகின்றன. ஆரம்பமுதல் இவ்வாதீனத்தின் ஆதரவு வரவரப் பெருகிவருதல் என் மனத்திற்கு ஊக்கத்தை விளைவிக்கின்றது.

ஸ்ரீ கச்சியப்ப முனிவ ரியற்றிய பிரபந்தங்க ளெல்லாவற்றையும் சேர்த்து ஒரு தொகுதியாகக் குறிப்புரை, நூலாசிரியர் சரித்திரம் முதலியவற்றுடன் வெளியிட எண்ணியுள்ளேன். அதனை நிறைவேற்றி வைக்கும்வண்ணம் தமிழ்த் தெய்வத்தை இறைஞ்சுகின்றேன்.

இந்நூலைப் பதிப்பிக்கும் போதும் ஆராயுங் காலத்தும் வழக்கம்போல் உடனிருந்து உதவிசெய்தவர்கள் என்னுடைய சகோதரர் சிரஞ்சீவி வே. சுந்தரேச ஐயரும், சென்னை விமன்ஸ் கிறிஸ்டியன் காலேஜ் தமிழ்ப் பண்டிதர் சிரஞ்சீவி வித்துவான் சு. கோதண்டராம ஐயரும், கிறிஸ்டியன் காலேஜ் தமிழ்ப்பண்டிதர் சிரஞ்சீவி வித்துவான் வி.மு. சுப்பிரமணிய ஐயரும், மோகனூர்த் தமிழ்ப்பண்டிதர் சிரஞ்சீவி கி.வா. ஜகந்நாத ஐயரும் ஆவர்.

இங்ஙனம்,
வே. சாமிநாதையர்

"தியாகராஜ விலாஸம்"
திருவேட்டீசுவரன் பேட்டை
20-1-1931

உ
ஸ்ரீ மீனாட்சி சுந்தரேசர் துணை

மதுரைச் சொக்கநாதர்

தமிழ் விடு தூது

இது
சென்னை
மகாமகோபாத்தியாய தாக்ஷிணாத்யகலாநிதி
டாக்டர் உ.வே. சாமிநாதையர்

பரிசோதிக்கப்பெற்று
நூதனமாக எழுதிய குறிப்புரை முதலியவற்றுடன்

சென்னை:
கமர்ஷியல் அச்சுக்கூடத்திற் பதிப்பிக்கப் பெற்றது

[முதற் பதிப்பு]

பிரமோதூத ஹூ ஆடி மீ

1930

Copy Right Registered]

 [விலை அணா 5

உ

ஸ்ரீமீனாட்சி சுந்தரேசர் துணை.

மதுரைச்சொக்கநாதர்

தமிழ்விடுதூது.

இது

சென்னை

மகாமகோபாத்தியாய தாக்ஷிணாத்ய கலாநிதி

டாக்டர் உ. வே. சாமிநாதையர்

பரிசோதிக்கப்பெற்று

நூதனமாக எழுதிய குறிப்புரை முதலியவற்றுடன்

சென்னை:

கமர்ஷியல் அச்சுக்கூடத்திற் பதிப்பிக்கப் பெற்றது.

முதற் பதிப்பு

பிரமோதூத வருஷம் ஆடிமீ

1930.

Copy Right Registered.]

 [விலை அணா 5.

உ
கணபதி துணை

முகவுரை

திருச்சிற்றம்பலம்
திருவாலவாய்த் திருத்தாண்டகம்

வாயானை மனத்தானை மனத்து ணின்ற
கருத்தானைக் கருத்தறிந்து முடிப்பான் றன்னைத்
தூயானைத் தூவெள்ளை யேற்றான் றன்னைச்
சுடர்த்திங்கட் சடையானைத் தொடர்ந்து நின்ற
தாயானைத் தவமாய தன்மை யானைத்
தலையாய தேவாதி தேவர்க் கென்றும்
சேயானைத் தென்கூடற் றிருவா லவாய்ச்
சிவனடியே சிந்திக்கப் பெற்றே னானே.

திருச்சிற்றம்பலம்

தமிழ் மொழியிலுள்ள பிரபந்தங்கள் தொண்ணூற்றாறு வகைப்படும். அவற்றுள் தூதென்பது ஒன்று. அது, தலைவன் தலைவிகளுள் விரகத்தால் துன்புற்ற ஒருவர் மற்றொருவர்பால் தம்முடைய வருத்தத்தைத் தெரிவிக்கும்படி உயர்திணைப் பொருள்களையேனும் அஃறிணைப் பொருள்களையேனும் விடுப்பதாகக் கல்வியில் வல்லுநராற் பாடப்படுவது. மேக ஸந்தேசம், ஹம்ஸ ஸந்தேசம் முதலியவற்றாலும், ஸ்ரீ பாகவதத்திற் பத்தாங் கந்தத்தில் ஒரு வண்டைக் கண்டு கண்ணபிரான் விடுத்த தூதாக நினைந்து அதனை நோக்கிக் கோவியர்கள் விரக வேதனையாற் பலபடக் கூறியதாக அமைந்துள்ள பகுதியாலும் வடமொழியிலும் இவ்வழக்குண்மை அறியலாம்.

இது தமிழிற் கலிவெண்பாவாற் செய்யப்பட வேண்டும்; இதன் இலக்கணம், "பயிறருங் கலிவெண் பாவினாலே, உயர்திணைப் பொருளையு மஃறிணைப் பொருளையுஞ், சந்தியின் விடுத்தல் முந்துறு தூதெனப், பாட்டியற் புலவர் நாட்டினர் தெளிந்தே" (இ-வி. சூ. 874) என்னும் சூத்திரத்தாலும், அதன் உரையாலும் உணரப்படும்.

அஃறிணைப் பொருள்கள், ஒருவர் சொல்வனவற்றைக் கேட்டறிந்து தூது சென்று ஒருவரிடம் தெரிவித்து அவர் கூறும் விடையை யறிந்துவரும் அறிவுடையன வல்லவேனும் அங்ஙனம் அவற்றை விளித்துத் தூதுபோகச் செய்தற்குத் தலைவன் தலைவிகளுடைய மனமயக்கமே காரணமென்பர். இதன்பாற்பட்டதே காமம் மிக்க கழிபடர் கிளவி யென்னும் அகத்திணைத் துறையும். இதுபோன்ற நிகழ்ச்சிகளை

நோக்கியே, "கேட்குந போலவுங் கிளக்குந போலவும், இயங்குந போலவு மியற்றுந போலவும், அஃறிணை மருங்கினு மறையப் படுமே" (நன். சூ. 409) என்னும் சூத்திரம் எழுந்தது போலும்.

தூதாகச் செல்லற்குரிய பொருள்கள் இன்னவை யென்பதை,

இயம்புகின்ற காலத் தெகினமயில் கிள்ளை
பயம்பெறுமே கம்பூவை பாங்கி – நயந்தகுயில்
பேதைநெஞ்சந் தென்றல் பிரமரமீ ரைந்துமே
தூதுரைத்து வாங்குந் தொடை (7)

என்னும் இரத்தினச் சுருக்கச் செய்யுள் புலப்படுத்தும். இப்பொருள்களுள் ஒவ்வொன்றைத் தூது போக்கியதாகப் பெரியோர்களாற் பண்டைக்காலந் தொடங்கித் தனித்தனியே தமிழிற் செய்யப்பட்டுள்ள நூல்கள் ஒவ்வொரு வகையிலும் பல உண்டு.

அன்றி, அவ்வக் காலத்தில் கவிஞர்களால் காலத்திற்கும் இடத்திற்கும் ஏற்ப, மேற்காட்டிய இரத்தினச் சுருக்கச் செய்யுளிற் கூறப்படாத பொருள்கள் சிலவற்றைத் தூதுவிட்டதாகப் பாடிய பிரபந்தங்களும் பல உள்ளன. அவை வனச விடுதூது, நெல் விடுதூது, துகில் விடுதூது, முதலியன; பின்னும் அன்றில், இருள்வாசி (இருவாட்சி), குவளை, சண்பகம், பாரிசாதம், பிச்சி முதலியவற்றின் மலர்கள், நாகணவாய்ப்புள், புறவு, பொன் முதலியனவும் தூதுக்குரியனவாகத் தத்தம் நூல்களிற் கவிஞர்கள் புலப்படுத்தி யிருக்கின்றனர். புகையிலை விடுதூது என்னும் ஒரு பிரபந்தம் பிற்காலத்ததாகக் காணப்படுகின்றது.

இவை இயற்றிய ஆசிரியர்களுடைய அறிவாற்றல்களைப் புலப்படுத்துவதன்றிப் பாட்டுடைத் தலைவர்கள் வரலாறுகளையும் தூதிற்குரிய பொருள்களின் பெருமையையும் பலவகையாகப் பாராட்டிச் சொல்லணி பொருளணிகளை ஆங்காங்குடையனவாய்த் தமிழ்ப் பயிற்சி யுடையவர்கள் மனத்தை வேறொன்றிற் செல்லாதபடி கவர்ந்து தமிழ்ச் சுவையை ஊட்டாநிற்கும்.

இத்தூதுகள் கலம்பகம் அந்தாதி முதலியவற்றில் இடையிடையே அமைக்கப் பெற்றிருத்தலும் உண்டு.

தேவார முதலிய திருமுறைகளிலும் திவ்யப்பிரபந்த முதலியவற்றிலும் தூதின் வகைகள் பல ஆங்காங்கு அமைந்துள்ளன.

குணமாலை யென்பவள் கிளியைச் சீவகனிடத்தில் தூது விடுத்ததாகச் சீவகசிந்தாமணியிற் கூறப்பட்டிருக்கும் பகுதியும், வாசவதத்தையின் பிரிவாற்றாமையினால் வருந்திய உதயணன் மான் முதலியவற்றை நோக்கிக் கூறியதாக உள்ள பெருங்கதைப் பகுதியும் (ரூ. 2:143-206) இங்கே அறியற்பாலன.

இவற்றை ஊன்றிப் பார்க்கையில் தமிழ்ச் சுவைகளைத் தாமே நுகர்ந்தவர்களும் நுகர்வித்தவர்களுமாய்ப் பண்டைக் காலத்திருந்த அருங்கலை விநோதர்களுடைய உபகாரச் செயல்கள் வெளியாகும்.

தமிழைத் தூது விடுத்ததாக ஒரு பிரபந்தமும் இதுகாறும் காணப்படாவிடினும் அங்ஙனம் கூறுதலும் மரபென்பது, கவிஞர்பெருமானாக விளங்கிய திருவாவடுதுறை யாதீனத்து ஸ்ரீ கச்சியப்ப முனிவர் இயற்றிய கச்சி ஆனந்த ருத்திரேசர் வண்டு

விடுதூதில், "செந்தமிழைச் செம்பொன்னைச் சேர்ப்பினவை தாஞ்செல்லா" என்று கூறியிருப்பதால் அறியலாகும். நிற்க.

தமிழ் விடுதூதென்பது, மதுரைச் சோமசுந்தரக் கடவுள்பாற் காதல் கொண்ட ஒரு தலைவி விரகத்தால் துன்புற்றுத் தமிழை அவர்பால் தூது விடுத்ததாக இயற்றப்பெற்றது.

இது புறத்திணைத் துறைகளுள், கடவுண்மாட்டு மானிடப் பெண்டிர் நயந்த பக்கத்தின்பாற்படும்.

இதனை இயற்றிய ஆசிரியர் இன்னாரென்று விளங்கவில்லை. ஆனாலும் இந்நூலின் அமைப்பைப் பார்க்கையில் அவர், தமிழ்மொழியில் மிக்க பயிற்சி யுள்ளவ ரென்றும், பரந்த கேள்வியுடையவ ரென்றும், சிவபெருமானிடத்தும் நாயன்மார்களிடத்தும் அன்புவாய்ந்தவ ரென்றும், ஸ்ரீ சோமசுந்தரக் கடவுளுடைய திருவிளையாடல்களில் ஈடுபட்டு இடைவிடாது அவற்றை எண்ணி மனமுருகுபவ ரென்றும், வடமொழிச் சொற்களையும் சொற்றொடர்களையும் இடத்திற்கேற்ப அமைக்கும் இயல்புடையவ ரென்றும், தாம் அறிந்தின்புறுவதைத் தமிழுலகும் அறிந்து இன்புறச் செய்ய வேண்டுமென்னும் நோக்க முடையவ ரென்றும் தெரிகின்றன. அவர்பால் அமைந்துள்ள அன்பின் மிகுதியே இச்செய்யுளாக வெளிப்பட்ட தென்று சொல்லுதல் மிகையாகாது. பிரபந்தம் செய்பவர்களுடைய நோக்கம் இதுதானென்பதை யாவரும் அறிந்திருத்தல்கூடும்.

இந்நூல் உசூஅ-கண்ணிகளை யுடையது.

முதல் நான்கு கண்ணிகளில், சிவபெருமான், தடாதகைப் பிராட்டியார், விநாயகக் கடவுள், முருகவே ளென்னும் தெய்வங்களையும், ரு-ஆவது கண்ணி முதலியவற்றில் சைவசமயாசிரியர்கள் நால்வரையும், கூ-ஆவது முதலியவற்றில் அகத்தியர், தொல்காப்பியர் முதலியவர்களையும் ஆசிரியர் எடுத்துக்கூறி, "எல்லாரும் நீயாயிருந்தமையால் உன் பொன்னடிகளே புகலாப் போற்றினேன்" என்று தமிழை நோக்கித் தலைவி கூறுவதாகத் தொடங்கி, "பஞ்சுபடா நூலே, பலர் நெருடாப் பாவே, அழுக்கேறாக் கலையே, நிறம் தோயாத செந்தமிழே, சொல் விளையும் செய்யுளே" எனத் தமிழை விளித்து, உ௦ - ஆங் கண்ணி முதல் தமிழை அரசனாக உருவகஞ் செய்யப் புகுந்து அதன் பிறப்பு முதலியவற்றைக் கூறுவாராய் எழுத்திலக்கணங் கூறுதல் வாயிலாகப் பிள்ளைப் பருவங் கூறி, உஅ- ஆவது முதலியவற்றில் தமிழுக்குரிய இயற்கையழகாகச் சொல், பொருள், யாப்பு, அணி யென்னும் இயற்றமி ழிலக்கணங்களை உருவகித்து, ங௦-ஆவது முதல் ஏனை இசையையும் நாடகத்தையும் தேவியர்களாகவும் ஒன்பது சுவைகளையும் பிள்ளைகளாகவும் கூறி, எல்லாரோடும், "நாடகமாம் பெண் கொலுவில் வீற்றிருக்கப் பெற்றாயே" என்று தமிழின் இலக்கணங்க ளெல்லாம் முற்றிய நிலையை எடுத்துரைத்து, அரசாட்சிக்குரிய செங்கோல், குறுமன்ன ரியல்பு, நாட்டெல்லை, அரண்மனை யெல்லை என்பவற்றையும் முறையே விளக்குகின்றார்.

பின்னர் வடமொழி நூல்களைத் தமிழரசிற்குரிய உறுதிச்சுற்றங்களாக அமைப்பாராய், வேதாகமங்களைப் புரோகிதராகவும் காவிய நாடகங்களைத் தோழர்களாகவும் சாத்திரங்களைச் சேனாதிபதிகளாகவும் இதிகாசப் புராணங்களைச் சேனைகளாகவும் உருவகம் செய்திருக்கின்றார்.

அதன்பின், பல படைகளோடு (ஆயுதங்கள், சேனைகளோடு) எழுந்து, தமிழரசு பல இடங்களைக் கடந்து சங்கப்பலகையாகிய சிங்காதனத்தில் வீற்றிருந்ததாகச் சொல்லுகிறார். இப்பகுதியில், பல சித்திரகவிகளின் பெயர்கள் சிலேடையாக அமைக்கப்பெற்றுள்ளன.

ரு௦-ஆவது கண்ணி முதலியவற்றில், தேவார திருவாசகங்களையும், பிற திருமுறைகளையும், தமிழ்க் காப்பியங்களையும், பத்துப்பாட்டு, எட்டுத்தொகை, பதினெண் கீழ்க்கணக்கு ஆகிய சங்க நூல்களையும், கலம்பகம் பரணி உலா பிள்ளைத் தமிழ் முதலிய பிரபந்தங்களையும் தமிழரசின் மெய்க்காப்பாளராக உருவகஞ் செய்து இத்துணை உறுப்புக்களும் அமைய, "வீரியஞ் செய்து வினை யொழியவே ராச, காரியஞ் செய்யுங் கவிதையே" என்கிறார்.

இப்பகுதியில் தேவாரம் முதலியவற்றைச் சங்க நூல்கட்கு முற்கூறியமையின் ஆசிரியர் சைவாபிமானம் உடையவ ரென்பதும், இந்நூல்களை மெய்க்காப்பாளராகக் கூறினமையின் இவற்றாலேயே கன்னித் தமிழ் என்பதற்கேற்பத் தமிழ்மொழி யாதொரு சிதைவுமின்றி நின்று நிலவுகின்றதென்ற கருத்துள்ளவ ரென்பதும் புலனாகின்றன.

அப்பால் தமிழை இனிய கனியாக உருவகம் செய்யத் தொடங்கி, பாவாகிய வரம்பும் இனங்களாகிய மடைகளுமுள்ள பரப்பில் நாற்கரணமாகிய ஏரைப் பூட்டிச் சொல்லேருழவர் நான்கு நெறியாகிய விதையை விதைத்து வளர்க்கையில் இடையூறு செய்ய எழுந்த கல்வியில்லாத வறுங்கோட்டி யாளர்களாகிய களைகளைச் சிலர் பறித்தெறிய வளர்ந்து, பால் முந்திரிகை கரும்பு தேங்கா யென்னும் பாகங்களோடு அமுதச் சுவையைப் பெற்றுப் பழுத்த, "முத்திக்கனியே" என விளித்து, "உன்னோ டுவந்துரைக்கும் விண்ணப்ப மொன்று விளம்பக் கேள்" என்று தூது விடும் தலைவி சொல்லுவதாகக் கூறியுள்ளார்.

அதன்மேல், தமிழைப் பாராட்டுகையில், "சிந்தாமணி யென்றிருந்த வுன்னைச் சிந்தென்று சொல்லிய நாச்சிந்துமே" என்றும், எல்லாப் பொருள்களிலும் தமிழ் உயர்வுடைய தென்பதைப் புலப்படுத்துவாராய், "மும்மூர்த்திகளும் முக்குணமே யுடையார்; நீயோ பத்துக் குணம் (குணவணி) உடையாய்; உலகில் ஐந்து வண்ணங்களே (நிறம்) உள்ளன; உனக்கோ நூறு வண்ணங்கள் உண்டு. உணவுக்குரிய சுவைகள் ஆறே; அவையும் ஊனமுடையன; உனக்குரிய சுவைகளோ ஒன்பது; அவை அழிவற்றன. மானிடர்க்கு வனப்பு ஒன்றே; உனக்குரிய வனப்போ எட்டு. அரசர்க்குரிய பொருள்கோள்கள் மூன்றே; உனக்குரிய பொருள்கோள்களோ எட்டு. உலகிலுள்ள சீர்கள் (ஐசுவரியம்) எட்டே; உனக்குரிய சீரோ முப்பது" எனப் பாராட்டுகிறார்.

எகூ-முதல் தமிழின் பகுதிகளாகிய பாக்கள் பாவினுறுப்புக்கள் சிலவற்றிற்கு வேறு பொருள் தொனிக்கும்படி குறிப்பிட்டு அவ்வாறு கூறுதல் நன்றோவென வினவுவாராய், "சேரமான் அடித்தளையை (விலங்கு) நீக்கிய உன்னடிக்கு ஏழு தளை உண்டென்பதும், செந்தமிழாகிய உன்னை வெண்பா வென்பதும், எல்லா யுகங்களிலும் இருந்து விளங்கிய உன்னைக் கலிப்பா வென்பதும், மருளை மாற்றி யருளும் உன்னை மருட்பா வென்பதும், பத்துப் பொருத்தமுடைய உன்னை விருத்தம் (பொருத்தமற்றது) என்று சொல்லுவதும் முறையோ" என்கிறார்.

அரு-முதல் பொருட் செல்வத்தினும் தமிழ் உயர்ந்த தென்பதை விளக்கக்

கருதி, "சிந்தாமணி யென்னும் இரத்தினம் உன் பெயரைப் பெற்றதனாலேயே கொடையில் மிக்கதாக விளங்குகின்றது. ஆபரணங்கள் முதலிய அலங்காரங்க ளெல்லாம் உனக்குள்ள அலங்காரங்களை (அணியிலக்கணங்களை)ப் போலாகுமோ பொன் உரைத்தாலும் கன்னமிட்டுக் கவர்ந்தாலும் குறையுமே; நீயோ உரைத்தாலும் அரசர்கள் கன்னமிட்டு (செவியில் ஏற்று)க் கவர்ந்தாலும் குறையாமல் வளருவாய்" என்கிறார்.

கூக-முதல் தெய்வங்கள் தமிழினிடத்து ஆர்வமுடையன வென்பதை விளக்குவாராய், சிவபெருமான் சங்கத்திருந்தது, அகப்பொரு ளிலக்கணம் இயற்றியது, கலைமகள் புத்தகத்தைக் கையில் ஏந்தியிருப்பது, திருமால் காஞ்சியில் ஒரு தமிழ்ப் புலவரைத் தொடர்ந்து சென்றது, முருகவேள் தமிழை அகத்திய முனிவருக்கு அறிவுறுத்தியது முதலியவற்றை எடுத்துக்காட்டுகிறார்.

கூசுா-முதல், "இவ்வளவு பெருந்தகைமை யுடையா யாதலால், என் செய்தி நீ கண்டு இரக்குவது நீதியன்றோ" என இரந்தும், "கற்க கசடறக் கற்பவை கற்றபின், நிற்க வதற்குத் தக வென்ற, சொற்குள்ளே, எல்லார்க்கும் புத்தி யியம்பிக் கரையேற்ற வல்லாயாகிய உனக்கு யானோ அறிவுறுத்த வல்லேன்? ஸ்ரீ தியாகராசப் பெருமானையே ஆரூரில் தூது சொல்லப் போக்கினை யென்பதை நன்றாக அறிந்திருந்தும் எனது ஆற்றாமையினாலேயே தூது சொல்லி வாவென்பேன்" என்று தலைவி தன் உள்ளக்கிடக்கையை வெளியிடத் துணிவதைக் குறிப்பிக்கின்றார்.

க0உ-முதலியவற்றில், "தமிழே! ஆண் பனையைப் பெண் பனையாக ஆக்கியும், காரைக்கா லம்மையாரும் ஔவையாருமாகத் தோன்றியும், திலதவதியாருடன் அவதரித்தும், மங்கையர்க் கரசியாருக்கு ஆசிரியராக எழுந்தருளியும், இசைஞானியார்க்கு மகவாகத் தோன்றிச் சிங்கடியார்க்கும் வனப்பகையார்க்கும் தந்தையாக விளங்கியும் நீ பெண்களெலாம் வாழப் பிறந்தமையால் என் மனத்திற் புண்களெலாம் மாறப் புரிகண்டாய்" என்று தலைவி வேண்டுவதாகக் கூறுகின்றார்.

க0எ-முதல், "தூதுவிடற்குரிய பொருள்களாகிய அன்னம், வண்டு, மான், குயில், மனம் முதலியன இன்ன இன்ன காரணங்களால் போதற்குரியனவல்ல; ஆகையினால் அவற்றைத் தூது விடுக்கத் துணிந்திலே னாதலால் உன்னுடனே துணிந்து கூறுவேன்" என்று சொல்லத் தொடங்கி, ககரு-ஆவது முதல், எத்தனையோ தொடைகளை யுடைய நீ ஒரு தொடை வாங்கி வந்துதவும் ஆற்றலுடையா யல்லையோ வென்று தலைவி தன்னுடைய நோக்கத்தைக் குறிப்பிப்பதாகக் கூறுகிறார்.

ககரு-முதலியவற்றில், சோமசுந்தரக் கடவுளுக்கும் தமிழுக்கும் உள்ள சம்பந்தத்தை எடுத்துக்காட்டுவாராய் அவர் செய்த திருவிளையாடல்களாகிய தருமிக்குப் பொற்கிழி யளித்தது, நக்கீரரோடு வாதம் புரிந்தது, பாணபத்திரருக்குத் திருமுகங் கொடுத்தது, அகப்பொருளிலக்கண நூலியற்றியது, இடைக்காடனார்க்குப் பின்னே வடமதுரைக்கு எழுந்தருளியது, காரியார் நாரியார்க்குப் பாப் பகுந்தளித்தது, விறகு விற்றது, இசைவாது வென்றது முதலியவற்றை கூறி, "இந்நிகழ்ச்சிகளால் தென்மதுரைக் குள்ளிருந்த சொக்கர் உனக்கு வயமானவரன்றோ?" என வினாவி கஉச-முதல், "வேதத்தோடு ஒத்த பெருமையை யுடையாய் நீ" என்று பலவகையால் தமிழின் மேம்பாட்டைத் தெரிவிக்கின்றார்.

பின்பு சோமசுந்தரக் கடவுளுடைய பெருமைகள் கூறப்படுகின்றன.

கஙௌ-முதல், திருவாலவாய், மதுரை, சீவன்முத்திபுரம், கடம்பவன மென்னும் மதுரையின் திருநாமங்களையும் சோமசுந்தரக் கடவுளையும் பாராட்டி, கௌ0 - முதல், பூசலார் சமைத்த கோயில், கண்ணப்பர் உமிழ்ந்த திருமஞ்சனம், திருக்குறிப்புத் தொண்டர் அளித்த பரிவட்டம், மானக்கஞ் சாறனார் சாத்திய பஞ்சவடி, மூர்த்தியார் சேர்த்த சந்தனம், இளையான்குடி மாறர் படைத்த அமுது, சிறுத்தொண்டர் இட்ட பிள்ளைக்கறி, அரிவாட்டாய நாயனார் தந்த மாவடு, கணம்புல்லர் ஏற்றிய தீபம் முதலிய செயற்கருஞ் செயல்களால் நாயன்மார்கள் சிவபெருமானுக்கு அமைத்த பூசைக்குரிய பொருள்களைத் தொகுத்துக் கூறி, அவை ஆரால் அமைத்தல் கூடுமென வியந்து, அங்ஙனம் செய்தல் தன்னால் இயலுவதன்றென்ற தலைவியின் கருத்தைப் புலப்படுத்துகின்றார்.

கருக-முதல், "இருந்தமிழே யுன்னா லிருந்தே னிமையோர், விருந்தமிழ்த மென்றாலும் வேண்டேன்" எனத் தமிழால் தான் வாழ்ந்திருத்தலைக் குறிப்பித்துத் தலைவி, தன்னுடைய வருத்தங்களைச் சொல்லி, "திருக் கொள்ளம்பூதூர் வெள்ளத்தைக் கடந்த நீ உன்னை வழிபட்டொழுகும் யான் காம வெள்ளத்தைக் கடக்குமாறு செய்ய வேண்டாவோ? சைனர்களைக் கழுவேறச் செய்த நீ மன்மதனை அவ்வாறு செய்யாயோ? பாண்டியனுடைய கூனை ஒழித்த நீ கரும்பு வில்லின் கூனை நீக்காயோ? அப்பாண்டியனுக்கு வெப்பு நோயைத் தீர்த்த நீ என் காமவெப்பத்தை தீராயோ? சைனரிட்ட நஞ்சை அமுதாக்கின நீ எனக்குத் தரப்படும் உணவாகிய நஞ்சை அமுதாக்காயோ? தீயிலிருந்தும் வேவாதிருந்த நீ என்னைக் காமத்தீச் சுடாமற் செய்யாயோ? திருச்செங்கோட்டிற் பனி வருத்தாமற் காத்தாய்; என்னைப் பனி வருத்தலைத் தவிர்க்க மாட்டோயோ? வாகீசரைக் கடலில் அழுந்தாதபடி பாதுகாத்தாய்; என்னை அக்கடல் வருத்தாமற் செய்யாயோ? திருவோத்தோரிற் பனையின் வடிவத்தை மாற்றிய நீ அப்பனையில் வாழும் அன்றிலை வேறொரு பறவையாக ஆக்காயோ? பொதியின் மலையில் சந்தனத்தோடும் தென்றலோடும் நட்புற்று வீற்றிருக்கும் நீ அவை யிரண்டையும் எனக்கு உறவாக்காயோ? முத்துச் சிவிகை, பந்தர் முதலியவற்றைத் திருவரத்துறையிற் பெற்ற நீ நான் அணியுங்கால் அம்முத்துக்கள் சுடாதிருக்கச் செய்யாயோ? இறந்தவள் எலும்பைப் பூம்பாவை யாக்கினாய்; பொலிவிழந்த என்னையும் அழகுடையேனாகச் செய்யாயோ?" எனக் கூறுமுகத்தாற் சமயாசிரியர் மூவருடைய அரும்பெருஞ் செயல்களை எடுத்துப்பாராட்டுகிறார்.

களO-முதல், திருஞானசம்பந்தர், அப்பர், சுந்தரமூர்த்தி நாயனார், நக்கீரர் முதலியவர்களாக விளங்கிச் சிவபெருமானுடைய அருள் பெற்றதும், காரைக்கா லம்மையார், சுந்தரமூர்த்தி நாயனார், சேரமான் பெருமாணாயனாராகக் கைலை சென்றதுமாகிய அதன் அரிய செயல்களை விளக்கி, "உன்கையி லாகாத தொன்றுண்டோ?" என்கிறார்.

பின்பு தூது செல்லற்குரிய வழி, முறை முதலியவற்றைச் சொல்லத் தொடங்குகிறார்.

தூது செல்லும் பொழுது இடையூறுகளை மாற்றுதற்கும் உதவிகள் பெறுதற்கும் தமிழ் வல்லதென்பதை மூவர் பெருஞ் செயல்கள் வாயிலாய் விளக்க எண்ணி, "தமிழே, 'வேயுறுதோளி' என்னும் பதிகத்தை ஓதிச் சென்றால் செல்லுங் காரியம் சித்திக்குமே. நீ திருவையாற்றிற் காவிரி நதியை வழிவிடச் செய்தாயன்றோ? அன்றியும் பாலை நிலத்தை நெய்தலாகச் செய்தாய். சிவபெருமானே உனக்கு

வழியிளைப்பு நீக்கப் பொதிசோறு கொண்டு வந்தாரே!" என்று சொல்லிவிட்டு, "கற்றும் பொருள் காணாதவர், கற்றவர்களை மதியாதவர், முறையறிந்து படியாதவர், பேதையருக்கு அறிவுறுத்துபவர், அவையஞ்சுபவர் முதலியவர்கள்பால் ஏகாதே" என்றும், "பொருள் வேண்டுமெனில் அஃது உனக்கரியதன்றே? கேடில் விழுச்செல்வ மென்றே நீ பாராட்டப் பட்டிருக்கின்றா யன்றோ? அஃதன்றித் திருவாவடுதுறையில் பொற்கிழி பெற்றாய். திருப்புகலூரிற் செங்கல்லைப் பொன்னாக்கினை. பட்டினப்பாலை யெனும் வஞ்சிநெடும் பாட்டாற் பதினாறு கோடி பொன் பெற்றாய். நல்லார் வறுமையினும் கல்லாதார் செல்வம் இன்னாதன்றோ?" என்றும், "அன்பிலா ரிந்திரன்போல் வாழ்ந்தாலும் போகாதே; அங்கே புசியாதே" என்றும் அறிவுறுத்துகின்றார்.

பின், மதுரை சென்று செய்ய வேண்டியவற்றைச் சொல்லத் தொடங்கி, "வையையில் நீராடி அகழியையும் மதிலையும் கடந்து வீதிகளைச் சூழ்வந்து திருக்கோயிலுட் புகுந்து வணங்கிப் பின் அபிடேக முனி செய்வித்த தளவரிசையையும், கோபுரம் மண்டபம் மாளிகைப் பத்தி முதலியவற்றையும் கண்டுகளித்துச் சோமசுந்தரக் கடவுள் அங்கயற் கணம்மையோடு வீற்றிருக்கும் திருவோலக்கத்தை அடைவாய்" என்று ஆற்றுப்படுத்துகிறார்.

உகக-முதல், "அங்ஙனம் சென்று இடைக்காடன் பின்போக சோமசுந்தரக் கடவுளின் திருவடிகளும், ஒரு பாண்டியனுக்காக மாறித் திருப்பிய திருத்துடையும், தம் அன்பனுடைய விரோதியாகிய பணிக்கனோடு போர்செய்தற்குக் கச்சுக் கட்டிய திருஇடையும், வந்தி தரும் பிட்டுண்டு பசிதீர்ந்த திருவுதரமும், பன்றிக் குட்டிகளுக்குப் பாலருத்திய திருமார்பும், ஒரு வழுதிக்காக மாணிக்கம் விற்ற திருக்கரங்களும், பாண்டிய அரசராகி வேம்பணிந்த திருப்புயமும், கரிக்குருவிக்கு உபதேசித்த திருவாயும், நீ (தமிழ்) வாழும்படி தந்த திருச்செவியும், மாமனாக வந்து வழக்குரைக்கையில் வணிகப் பெண்ணைத் தழுவிக் கண்ணீர் விட்டுத் துயராற்றிய திருவிழிகளும், மண்சுமந்த திருமுடியும் கண்டு களிகூர்ந்து கசிந்து கசிந்துள்ளுருகுவாயாக" என்று சோமசுந்தரக் கடவுளுடைய பாதாதிகேச வருணனை கூறுகின்றார். இந்தப் பகுதி அன்புடையார்க்குத் தெவிட்டாத அமுதமேயாகும். இப்பகுதியால், தெய்வங்களைப் பாதாதிகேசமாகவும் மானிடரைக் கேசாதிபாதமாகவும் வருணிக்க வேண்டுமென்னும் விதிமுறையை ஆசிரியர் அறிந்தவரென்று தெரிகின்றது.

பின்பு, பூசாகாலங்களில் நிகழும் சிறப்புக்களை விரித்துரைக்கின்றார்.

உஙக-முதல், அடுக்குத் தீபம், தங்கத் தீபம், முத்தத் தீபம், ரிஷப தீபம், புருடாமிருக தீபம், தட்டம், அட்சராரத்தி, கும்ப தீபம், கற்பூர தீபம் ஆகிய தீபங்களும், கண்ணாடி, குடை, சாமரை, ஆலவட்டம், விசிறி முதலிய உபசாரப் பொருள்களும் கூறப்படுகின்றன.

இப்பகுதியில், ஒவ்வொரு பொருளும் அங்கே வருதற்கு ஒவ்வொரு காரணம் கற்பித்துக் கூறப்படுகின்றது.

பின்பு, தரிசன காலத்திற் சென்று உரிய பொருள்களை ஈந்து தரிசனஞ் செய்து தோத்திரஞ் செய்யுமாறு உரைத்தபின் தலைவி தன் துயரைத் தீர்த்தருளும் வண்ணம் முறையிடும்படி கூறுவதாகச் சோமசுந்தரக் கடவுள் திருவிளையாடல்களைப் பலவகையாக அமைத்துக் காட்டுகின்றார். அம்முறையீடு,

"ஸ்வாமி, பழிக்கஞ்சி யென்னும் பெயர் உமக்கு இனி வேண்டாவோ? வந்தவர்கள்மேற் பொடி போட்டு மயக்கினாற் சொக்கலிங்க மென்னும் பெயர் வேறு பொருள்படுமே. கங்கையைச் சிறு திவலையாக அடக்கிய நீர் அவ்வெள்ளம் இவள் கண்ணூடு வருமாறு செய்வீராயின் உம்மை எல்லாம் வல்ல சித்தரென்று அழைக்கத் துணிவாளோ? இவளுடைய வளையைக் கவர்ந்த நீர் பிற மங்கையர்க்கு வளை விற்றது முறையோ? உம்முடைய தோள்மாலை வேம்பென்றால் உம்மைத் தொடர்ந்து அம்மாலையை விரும்பின பெண்களும் உமக்கு வேம்பாகி விட்டார்களோ? மன்மதனை எரித்த உமக்குப் பெண்கள் கலைகளைக் கவருதலும் இயல்போ? அவ்வியல்பைக் கண்ணனிடமிருந்து கற்றுக் கொண்டீரோ? விருத்த குமார பாலராகக் கௌரி வீட்டிலும், எல்லாம் வல்ல சித்தராகப் பொன்னனையாள் மாளிகையிலும் இருந்த நீர் இவள் வீட்டில் எழுந்தருளி இருக்கலாகாதோ?" என்பது.

பின், "இந்த மொழி யெல்லாந் திருச்செவியி லேறும்படி யுரைக்க உன்போல் எவர்க்கு வாய்க்கும்?" எனத் தமிழைப் புகழ்ந்து, "சொக்கநாதக் கடவுள் நின் சொற்படியே வந்து எனக்கு மகிழ்வை யளிக்கும்வண்ணம் நீ சென்று தூது சொல்லி வருவாயாக" என்று பூர்த்தி செய்கிறார்.

இத்தகைய அரிய நூலுள்ளே, பெரும்பாலும் நாயன்மார்களுடைய செயல்களும் சோமசுந்தரக் கடவுளின் திருவிளையாடல்களும் பலவகையில் அழகுபெற அமைக்கப் பெற்றிருக்கின்றன. இடையிடையே காணப்படும் சிலேடை தொனி திரிபு முதலிய சொன்னயங்களும், பொருணயங்களும் அறிந்து இன்புறற்பாலன.

"முன்னோர் மொழி பொருளே யன்றி யவர்மொழியும் பொன்னேபோற் போற்றுவம்" என்பதற்கிணங்க ஆசிரியர் பல ஆன்றோர் சொல்லிப் போந்த கருத்துக்களை இடமறிந்து எடுத்தாண்டிருப்பதன்றி மொழிகளையும் முழுச் செய்யுட்களையும் இடையிடையே விளங்க அமைத்திருக்கின்றார். அவற்றுள், திருக்குறட் பாக்களைப் பல இடங்களில் நயம்பட அமைத்திருத்தல் அறியத்தக்கது.

இவர் தாம் எடுத்தாண்ட திருவிளையாடற் செய்திகளுக்குத் திருவாலவாயுடையார் திருவிளையாடற் புராணத்தைப் பெரும்பாலும் மேற்கோளாகக் கொண்டவ ரென்று தோற்றுகின்றமையால் அந்நூலாசிரியர் காலத்திற்கு இந்நூலாசிரியர் காலம் பிற்பட்ட தென்று தெரிகிறது.

இதனுட் பயின்றுள்ள கருத்துக்களினால் ஆசிரியர் கற்றடங்கினவ ரென்பதும் கல்லாதவரையும் தமிழருமை யறியாதவரையும் மதியாதவரென்பதும் பல செல்வரிடத்திற் சென்று சென்று அவர்களுடைய ஆதரவு தேட முயன்று பயனொன்றுங் காணாராகி, "உன்பற்றொழிய வொருபற்று மில்லை யுடையவனே" என்று சிவபெருமானைப் பற்றுவதே பெரும் பற்றாக எண்ணிக் காலங்கழித்து வாழ்ந்து வந்தவ ரென்பதும் விளங்குகின்றன.

பிற தூது நூல்களில் பெரும்பாலும், தலைவன் பவனி போதுங்கால் தலைவி கண்டு காமுற்றுப் பின் தூதுவிடத் துணிந்ததாகக் கூறப்படும் செய்திகளையும் பிறவற்றையும் இவர் மேற்கொள்ளாமல் அவற்றை உய்த்துணர வைத்திருத்தல் தமிழையும் சிவபெருமானையும் பாராட்டுதலையே முதன்மையான நோக்கமாகக் கொண்டிருந்தா ரென்பதைப் புலப்படுத்துகின்றது. எனினும் பிற பாஷைகளை யேனும் பிற தெய்வங்களையேனும் பிற சமயங்களையேனும் குறைகூறாது செல்வது

இவருடைய பெருந்தகைமையைக் காட்டும். வடமொழி நூல்களைத் தமிழின் உறுதிச்சுற்றமாகக் கூறியதும் வடநூற் கருத்துக்களையும் வடமொழிச் சொற்களையும் தொடர் மொழிகளையும் இடையிடையே அமைத்திருப்பதும் ஆசிரியர் வடமொழி தமிழோடு விரவுதலில் விருப்ப முள்ளவரென்பதைத் தெரிவிக்கின்றன. இந்நூலின் பெருமைகள் இன்னுல் பல.

இந்நூலின் மூலப்பிரதி எனக்கு கிடைத்தது ஒன்றே. நான் கும்பகோணம் காலேஜில் வேலையாக இருந்தபோது மாணவராக இருந்த ம-ா-ா-ஸ்ரீ சாம்பசிவ செட்டியாரவர்கள் (இப்போது மாயூரத்தில் அட்வொகேட்டாக இருப்பவர்கள்) 1900ஆம் ௵ மே ௴ 2ஆம் தேதியில் தாம் சாப்பிடும் விடுதியில் அயலூரா ரொருவர் சில ஏட்டுச் சுவடிகளுடன் வந்திருக்கிறா ரென்றும் அவற்றை என்னிடம் சேர்ப்பிக்க எண்ணியிருக்கிறா ரென்றும்சொல்லி, அன்று பிற்பகலிலேயே அவற்றை யெல்லாம் என்னிடம் சேர்ப்பித்தார்கள். அவற்றுள் பெரும்பாலன அச்சிட்ட நூல்களாகவே யிருந்தன. ஏதோ ஒரு பழஞ்சுவடியின் இறுதியில் இந்த நூல் காணப்பட்டது. ஷை செட்டியாரவர்களுடைய அன்புடைமையும் புத்தகத்தின் சொந்தக்காரருடைய அன்புடைமையும் என் மனத்திற் குடிகொண்டிருக்கின்றன.

பிறகு அந்தச் சுவடியைப் படித்துப்பார்த்துவிட்டுப் பொருள் நயத்தை யறிந்து எழுதுவித்தேன். பின் அதைப் பன்முறை படித்து வேறு பிரதி எங்கேனும் கிடைக்குமோ வென்று அக்காலம் தொடங்கி இதுகாறும் பல இடங்களில் தேடிப்பார்த்தும் எங்கும் கிடைக்கவில்லை. ஆதலாற் இனி தாமதிப்பதிற் பயனில்லை யென்று நினைத்து இப்போது குறிப்புரையுடன் பதிப்பிக்கலானேன்.

அந்த ஏட்டுச் சுவடியி னிறுதியில், "பச்சைமுத்து உபாத்தியாயர் லிகிதம் சீரணமாயிருந்து கர வருஷம் மாசி ௴ ௨௨ புதவாரமும் சதுர்த்தசியும் கூடிய திருவோண நக்ஷத்திரத்தில் ஷையார் பேரன் சுந்தரேசன் லிகிதம் நிறைவேறிற்று" என்று எழுதப்பட்டுள்ளது.

இந்த நூலால் அறியக்கூடிய செய்திகள் பல இருத்தலால் தமிழ்ச் சுவையை அறிந்து இன்புறும் அன்பர்களுக்கு இது மிகவும் பயன்படு மென்பது எனது கருத்து.

திருப்பனந்தாட் காசிமடாலயத் தலைவர்களும் அருங்கலை விநோதர்களுமாக விளங்கும் கௌரவம் பொருந்திய ஸ்ரீலஸ்ரீ காசிவாசி ஸ்வாமிநாத ஸ்வாமிகளவர்கள் தமிழ்ப் பாஷையின் அபிவிருத்தியைக் குறித்து இக்காலத்துச் செய்து வரும் முயற்சிகள் பலவென்பதை யாவரும் அறிவார். அவர்கள் இந்நூலின் சொற்சுவை பொருட்சுவைகளையும் இது தங்களுடைய வழிபடு தெய்வமாகிய மதுரை ஸ்ரீ சொக்கநாதப் பெருமானுடைய கருணைத் திறத்தைப் புலப்படுத்திக் கொண்டிருத்தலையும் அறிந்து இன்புற்று இந்நூற்பதிப்பு விஷயத்தில் யான் சிறிதும் பொருட்கவலை அடையாதபடி உதவிபுரிந்தார்கள். இது விஷயத்தில் அவர்களுக்கு என் மனமார்ந்த நன்றியைச் செலுத்துகிறேன்.

வாங்குங் கவளத் தொருசிறிது வாய்தப்பிற்
றூங்குங் களிறோ துயருறா – ஆங்கது கொண்
டூரு மெறும்பிங் கொருகோடி யுய்யுமால்
ஆருங் கிளையோ டயின்று (நீதிநெறி விளக்கம்)

என்பது அவர்களுடைய முன்னோர்கள் திருவாக்கன்றோ ?

இந்நூலைப் பதிப்பிக்கும் விஷயத்தில் உடனிருந்து ஆராய்தல் ஒப்புநோக்குதல் முதலிய உதவிகளைச் செய்தவர்கள், சென்னை விமன்ஸ் கிறிஸ்டியன் காலேஜ் தமிழ்ப் பண்டிதர் சிரஞ்சீவி வித்துவான், சு. கோதண்டராம ஐயரும், கிறிஸ்டியன் காலேஜ் தமிழ்ப் பண்டிதர் சிரஞ்சீவி வித்துவான் வி.மு. சுப்பிரமணிய ஐயரும், மோகனூர்த் தமிழ்ப் பண்டிதர் சிரஞ்சீவி கி.வா. ஜகந்நாத ஐயரும் ஆவர்.

இங்ஙனம்,
உ.வே. சாமிநாதையர்

திருவேட்டீசுவரன் பேட்டை
9-8-30

உ

ஸ்ரீ மீனாட்சி சுந்தரேசர் துணை

மதுரைச் சொக்கநாதர்

தமிழ் விடு தூது

இது

சென்னை

மகாமகோபாத்தியாய தாக்ஷிணாத்யகலாநிதி

Dr. உ.வே. சாமிநாதையரால்

பரிசோதிக்கப்பெற்றுத்

தாம் நூதனமாக எழுதிய குறிப்புரை முதலியவற்றுடன்

சென்னை:

கேசரி அச்சுக்கூடத்திற் பதிப்பிக்கப் பெற்றது

[இரண்டாம் பதிப்பு]

ஆங்கீரச ஞூ ஆவணி மீ

1932

Copy Right Registered]

[விலை அணா 5

உ

ஸ்ரீமீனாட்சி சுந்தரேசர் துணை.

மதுரைச்சொக்கநாதர்

தமிழ்விடு தூது.

இது

சென்னை,

மகாமகோபாத்தியாய தாக்ஷிணாத்யகலாநிதி

Dr. உ. வே. சாமிநாதையரால்

பரிசோதிக்கப்பெற்றுத்

தாம் நூதனமாக எழுதிய குறிப்புரை முதலியவற்றுடன்

சென்னை :

கேசரி அச்சுக்கூடத்திற் பதிப்பிக்கப் பெற்றது.

இரண்டாம் பதிப்பு.

ஆங்கிரஸஹு ஆவணிமீ

1932

Copyright Registered.]

[விலை அணா 5.

உ
கணபதி துணை

முகவுரை

திருச்சிற்றம்பலம்
திருவாலவாய்த் திருத்தாண்டகம்

வாயானை மனத்தானை மனத்து ணின்ற
  கருத்தானைக் கருத்தறிந்து முடிப்பான் றன்னைத்
தூயானைத் தூவெள்ளை யேற்றான் றன்னைச்
  சுடர்த்திங்கட் சடையானைத் தொடர்ந்து நின்ற
தாயானைத் தவமாய தன்மை யானைத்
  தலையாய தேவாதி தேவர்க் கென்றும்
சேயானைத் தென்கூடற் றிருவா லவாய்ச்
  சிவனடியே சிந்திக்கப் பெற்றே னானே.

திருச்சிற்றம்பலம்

தமிழ் மொழியிலுள்ள பிரபந்தங்கள் தொண்ணூற்றாறு வகைப்படும். அவற்றுள் தூதென்பது ஒன்று. அது, தலைவன் தலைவிகளுள் விரகத்தால் துன்புற்ற ஒருவர் மற்றொருவர்பால் தம்முடைய வருத்தத்தைத் தெரிவிக்கும்படி உயர்திணைப் பொருள்களையேனும் அஃறிணைப் பொருள்களையேனும் விடுப்பதாகக் கல்வியில் வல்லுநராற் பாடப்படுவது. மேக ஸந்தேசம், ஹம்ஸ ஸந்தேசம் முதலியவற்றாலும், ஸ்ரீ பாகவதத்திற் பத்தாங் கந்தத்தில் ஒரு வண்டைக் கண்டு கண்ணபிரான் விடுத்த தூதாக நினைந்து அதனை நோக்கிக் கோவியர்கள் விரக வேதனையாற் பலபடக் கூறியதாக அமைந்துள்ள பகுதியாலும் வடமொழியிலும் இவ்வழக்குண்மை அறியலாம்.

இது தமிழிற் கலிவெண்பாவாற் செய்யப்பட வேண்டும்; இதன் இலக்கணம், "பயிறருங் கலிவெண் பாவினாலே, உயர்திணைப் பொருளையு மஃறிணைப் பொருளையுஞ், சந்தியின் விடுத்தல் முந்துறு தூதெனப், பாட்டியற் புலவர் நாட்டினர் தெளிந்தே" (இ-வி. சூ. 874) என்னும் சூத்திரத்தாலும், அதன் உரையாலும் உணரப்படும்.

*அஃறிணைப் பொருள்கள், ஒருவர் சொல்வனவற்றைக் கேட்டறிந்து தூது சென்று ஒருவரிடம் தெரிவித்து அவர் கூறும் விடையை யறிந்துவரும் அறிவுடையன வல்லவேனும் அங்ஙனம் அவற்றை விளித்துத் தூதுபோகச் செய்தற்குத் தலைவன்

* தொல். பொருளியில் சூ. 2; செய். சூ. 202 பார்க்க.

தலைவிகளுடைய மனமயக்கமே காரணமென்பர். இதன்பாற்பட்டதே காமம் மிக்க கழிபடர் கிளவி யென்னும் அகத்திணைத் துறையும். இதுபோன்ற நிகழ்ச்சிகளை நோக்கியே, "கேட்குந போலவுங் கிளக்குந போலவும், இயங்குந போலவு மியற்றுந போலவும், அஃறிணை மருங்கினு மறையப் படுமே" (நன். சூ. 409) என்னும் சூத்திரம் எழுந்தது போலும்.

தூதாகச் செல்லற்குரிய பொருள்கள் இன்னவை யென்பதை,

இயம்புகின்ற காலத் தெகினமயில் கிள்ளை
பயம்பெறுமே கம்பூவை பாங்கி – நயந்தகுயில்
பேதைநெஞ்சந் தென்றல் பிரமரமீ ரைந்துமே
தூதுரைத்து வாங்குந் தொடை (7)

என்னும் இரத்தினச் சுருக்கச் செய்யுள் புலப்படுத்தும். இப்பொருள்களுள் ஒவ்வொன்றைத் தூது போக்கியதாகப் பெரியோர்களாற் பண்டைக்காலந் தொடங்கித் தனித்தனியே தமிழிற் செய்யப்பட்டுள்ள நூல்கள் ஒவ்வொரு வகையிலும் பல உண்டு.

அன்றி, அவ்வக் காலத்தில் கவிஞர்களால் காலத்திற்கும் இடத்திற்கும் ஏற்ப, மேற்காட்டிய இரத்தினச் சுருக்கச் செய்யுளிற் கூறப்படாத பொருள்கள் சிலவற்றைத் தூதுவிட்டதாகப் பாடிய பிரபந்தங்களும் பல உள்ளன. அவை வனச விடுதூது, நெல் விடுதூது, துகில் விடுதூது முதலியன; பின்னும் அன்றில், இருள்வாசி (இருவாட்சி), குவளை, சண்பகம், பாரிசாதம், பிச்சி முதலியவற்றின் மலர்கள், நாகணவாய்ப்புள், புறவு, பொன் முதலியனவும் தூதுக்குரியனவாகத் தத்தம் நூல்களிற் கவிஞர்கள் புலப்படுத்தி யிருக்கின்றனர். புகையிலை விடுதூது என்னும் ஒரு பிரபந்தம் பிற்காலத்ததாகக் காணப்படுகின்றது.

இவை இயற்றிய ஆசிரியர்களுடைய அறிவாற்றல்களைப் புலப்படுத்துவதன்றிப் பாட்டுடைத் தலைவர்கள் வரலாறுகளையும் தூதிற்குரிய பொருள்களின் பெருமையையும் பலவகையாகப் பாராட்டிச் சொல்லணி பொருளணிகளை ஆங்காங்குடையனவாய்த் தமிழ்ப் பயிற்சி யுடையவர்கள் மனத்தை வேறொன்றிற் செல்லாதபடி கவர்ந்து தமிழ்ச் சுவையை ஊட்டாநிற்கும்.

இத்தூதுகள் கலம்பகம் அந்தாதி முதலியவற்றில் இடையிடையே அமைக்கப் பெற்றிருத்தலும் உண்டு.

தேவார முதலிய திருமுறைகளிலும் திவ்யப்பிரபந்த முதலியவற்றிலும் தூதின் வகைகள் பல ஆங்காங்கு அமைந்துள்ளன.

குணமாலை யென்பவள் கிளியைச் சீவகனிடத்தில் தூது விடுத்ததாகச் சீவகசிந்தாமணியிற் கூறப்பட்டிருக்கும் பகுதியும், வாசவதத்தையின் பிரிவாற்றாமையினால் வருந்திய உதயணன் மான் முதலியவற்றை நோக்கிக் கூறியதாக உள்ள பெருங்கதைப் பகுதியும் (ரு.2:143—206) இங்கே அறியற்பாலன.

இவற்றை ஊன்றிப் பார்க்கையில் தமிழ்ச் சுவைகளைத் தாமே நுகர்ந்தவர்களும் நுகர்வித்தவர்களுமாய்ப் பண்டைக் காலத்திருந்த அருங்கலை விநோதர்களுடைய உபகாரச் செயல்கள் வெளியாகும்.

தமிழைத் தூது விடுத்ததாக ஒரு பிரபந்தமும் இதுகாறும் காணப்படாவிடினும் அங்ஙனம் கூறுதலும் மரபென்பது, கவிஞர்பெருமானாக விளங்கிய திருவாவடுதுறை

யாதீனத்து ஸ்ரீ கச்சியப்ப முனிவர் இயற்றிய கச்சி ஆனந்த ருத்திரேசர் வண்டு விடுதூதில், "செந்தமிழைச் செம்பொன்னைச் சேர்ப்பினவை தாஞ்செல்லா" என்று கூறியிருப்பதால் அறியலாகும். நிற்க.

தமிழ் விடுதூதென்பது, மதுரைச் சோமசுந்தரக் கடவுள்பாற் காதல்கொண்ட ஒரு தலைவி விரகத்தால் துன்புற்றுத் தமிழை அவர்பால் தூது விடுத்ததாக இயற்றப்பெற்றது.

இது புறத்திணைத் துறைகளுள், கடவுண்மாட்டு மானிடப் பெண்டிர் நயந்த பக்கத்தின்பாற்படும்.

இதனை இயற்றிய ஆசிரியர் இன்னாரென்று விளங்கவில்லை. ஆனாலும் இந்நூலின் அமைப்பைப் பார்க்கையில் அவர், தமிழ்மொழியில் மிக்க பயிற்சி யுள்ளவ ரென்றும், பரந்த கேள்வியுள்ளவ ரென்றும், சிவபெருமானிடத்தும் நாயன்மார்களிடத்தும் அன்புவாய்ந்தவ ரென்றும், ஸ்ரீ சோமசுந்தரக் கடவுளுடைய திருவிளையாடல்களில் ஈடுபட்டு இடைவிடாது அவற்றை எண்ணி மனமுருகுபவ ரென்றும், வடமொழிச் சொற்களையும் சொற்றொடர்களையும் இடத்திற்கேற்ப அமைக்கும் இயல்புடையவ ரென்றும், தாம் அறிந்தின்புறுவதைத் தமிழுலகும் அறிந்து இன்புறச் செய்ய வேண்டுமென்னும் கொள்கை யுடையவ ரென்றும் தெரிகின்றன. பிரபந்தம் செய்பவர்களுடைய நோக்கம் இதுதானென்பதை யாவரும் அறிந்திருத்தல் கூடும். சொக்கநாதக் கடவுள்பால் அமைந்துள்ள அன்பின் மிகுதியே இச்செய்யுளாக வெளிப்பட்ட தென்று சொல்லுதல் மிகையாகாது.

இந்நூல் 268 கண்ணிகளை யுடையது.

முதல் நான்கு கண்ணிகளில், சிவபெருமான், தடாதகைப் பிராட்டியார், விநாயகக் கடவுள், முருகவே ளென்னும் தெய்வங்களையும், ரு-ஆவது கண்ணி முதலியவற்றில் சைவசமயாசிரியர்கள் நால்வரையும், கூ-ஆவது முதலியவற்றில் அகத்தியர், தொல்காப்பியர் முதலியவர்களையும் ஆசிரியர் எடுத்துக்கூறி, "எல்லாரும் நீயாயிருந்தமையால் உன் பொன்னடிகளே புகலாப் போற்றினேன்" என்று தமிழை நோக்கித் தலைவி கூறுவதாகத் தொடங்கி, "பஞ்சுபடா நூலே, பலர் நெருடாப் பாவே, அழுக்கேறாக் கலையே, நிறம் தோயாத செந்தமிழே, சொல் விளையும் செய்யுளே" எனத் தமிழை விளித்து, உ௦ - ஆங் கண்ணி முதல் தமிழை அரசனாக உருவகஞ் செய்யப் புகுந்து அதன் பிறப்பு முதலியவற்றைக் கூறுவாராய் எழுத்திலக்கணங் கூறுதல் வாயிலாகப் பிள்ளைப் பருவங் கூறி, உஅ - ஆவது முதலியவற்றில் தமிழுக்குரிய இயற்கையழகாகச் சொல், பொருள், யாப்பு, அணி யென்னும் இயற்றமி ழிலக்கணங்களை உருவகித்து, ௩௦ - ஆவது முதல் ஏனை இசையையும் நாடகத்தையும் தேவியர்களாகவும் ஒன்பது சுவைகளையும் பிள்ளைகளாகவும் கூறி, எல்லாரோடும், "நாடகமாம் பெண் கொலுவில் வீற்றிருக்கப் பெற்றாயே" என்று தமிழின் இலக்கணங்க ளெல்லாம் முற்றிய நிலையை எடுத்துரைத்து, அரசாட்சிக்குரிய செங்கோல், குறுமன்ன ரியல்பு, நாட்டெல்லை, அரண்மனை யெல்லை என்பவற்றையும் முறையே விளக்குகின்றார்.

பின்னர் வடமொழி நூல்களைத் தமிழரசிற்குரிய உறுதிச்சுற்றங்களாக அமைப்பாராய், வேதாகமங்களைப் புரோகிதராகவும் காவிய நாடகங்களைத் தோழர்களாகவும் சாத்திரங்களைச் சேனாதிபதிகளாகவும் இதிகாசப் புராணங்களைச் சேனைகளாகவும் உருவகம் செய்திருக்கிறார்.

அதன்பின், பல படைகளோடு (படை — ஆயுதங்கள், சேனைகள்) எழுந்து, தமிழரசு பல இடங்களைக் கடந்து சங்கப்பலகையாகிய சிங்காதனத்தில் வீற்றிருந்ததாகச் சொல்லுகிறார். இப்பகுதியில், பல சித்திரகவிகளின் பெயர்கள் சிலேடையாக அமைக்கப்பெற்றுள்ளன.

ரூ0-ஆவது கண்ணி முதலியவற்றில், தேவார திருவாசகங்களையும், பிற திருமுறைகளையும், தமிழ்க் காப்பியங்களையும், பத்துப் பாட்டு, எட்டுத்தொகை, பதினெண் கீழ்க்கணக்கு ஆகிய சங்க நூல்களையும், கலம்பகம் பரணி உலா பிள்ளைத் தமிழ் முதலிய பிரபந்தங்களையும் தமிழரசின் மெய்க்காப்பாளராக உருவகஞ் செய்து இத்துணை உறுப்புக்களும் அமைய, "வீரியஞ் செய்து வினை யொழியவே ராச, காரியஞ் செய்யுங் கவிதையே" என்கிறார்.

இப்பகுதியில் தேவாரம் முதலியவற்றைச் சங்க நூல்கட்கு முற்கூறினமையின் ஆசிரியர் சைவாபிமானம் உடையவ ரென்பதும், இந்நூல்களை மெய்க்காப்பாளராகக் கூறினமையின் இவற்றாலேயே கன்னித் தமிழ் என்பதற்கேற்பத் தமிழ்மொழி யாதொரு சிதைவுமின்றி நின்று நிலவுகின்றதென்ற கருத்துள்ளவ ரென்பதும் புலனாகின்றன.

அப்பால் தமிழை இனிய கனியாக உருவகம் செய்யத் தொடங்கி, பாவாகிய வரம்பும் இனங்களாகிய மடைகளுமுள்ள பரப்பில் நாற்கரணமாகிய ஏரைப் பூட்டிச் சொல்லேருழவர் நான்கு நெறியாகிய விதையை விதைத்து வளர்க்கையில் இடையூறு செய்ய எழுந்த கல்வியில்லாத வறுங்கோட்டி யாளர்களாகிய களைகளைச் சிலர் பறித்தெறிய வளர்ந்து, பால் முந்திரிகை கரும்பு தேங்கா யென்னும் பாகங்களோடு அமுதச் சுவையைப் பெற்றுப் பழுத்த, "முத்திக்கனியே" என விளித்து, "உன்னோ டுவந்துரைக்கும் விண்ணப்ப மொன்று விளம்பக் கேள்" என்று தூது விடும் தலைவி சொல்லுவதாகக் கூறியுள்ளார்.

அதன்மேல், தமிழைப் பாராட்டுகையில், "சிந்தாமணி யென்றிருந்த வுன்னைச் சிந்தென்று சொல்லிய நாச்சிந்துமே" என்றும், எல்லாப் பொருள்களிலும் தமிழ் உயர்வுடைய தென்பதைப் புலப்படுத்துவாராய், "மும்மூர்த்திகளும் முக்குணமே யுடையார்; நீயோ பத்துக் குணம் (குணவணி) உடையாய்; உலகில் ஐந்து வண்ணங்களே (நிறம்) உள்ளன; உனக்கோ நூறு வண்ணங்கள் உண்டு. உணவுக்குரிய சுவைகள் ஆறே; அவையும் ஊனமுடையன; உனக்குரிய சுவைகளோ ஒன்பது; அவை அழிவற்றன. மானிடர்க்கு வனப்பு ஒன்றே; உனக்குரிய வனப்போ எட்டு. அரசர்க்குரிய பொருள்கோள்கள் மூன்றே; உனக்குரிய பொருள்கோள்களோ எட்டு. உலகிலுள்ள சீர்கள் (ஐசுவரியம்) எட்டே; உனக்குரிய சீரோ முப்பது" எனப் பாராட்டுகிறார்.

எகூ-முதல் தமிழின் பகுதிகளாகிய பாக்கள் பாவினுறுப்புக்கள் சிலவற்றிற்கு வேறு பொருள் தொனிக்கும்படி குறிப்பிட்டு அவ்வாறு கூறுதல் நன்றோவென வினவுவாராய், "சேரமான் அடித்தளையை (விலங்கு) நீக்கிய உன்னடிக்கு ஏழு தளை உண்டென்பதும், செந்தமிழாகிய உன்னை வெண்பா வென்பதும், எல்லா யுகங்களிலும் இருந்து விளங்கிய உன்னைக் கலிப்பா வென்பதும், மருளை மாற்றி யருளும் உன்னை மருட்பா வென்பதும், பத்துப் பொருத்தமுடைய உன்னை விருத்தம் (பொருத்தமற்றது) என்று சொல்வதும் முறையோ?" என்கிறார்.

அ௫-முதல் பொருட் செல்வத்தினும் தமிழ் உயர்ந்த தென்பதை விளக்கக் கருதி, "சிந்தாமணி யென்னும் இரத்தினம் உன் பெயரைப் பெற்றதனாலேயே கொடையில் மிக்கதாக விளங்குகின்றது. ஆபரணங்கள் முதலிய அலங்காரங்க ளெல்லாம் உனக்குள்ள அலங்காரங்களை (அணியிலக்கணங்களை)ப் போலாகுமோ? பொன் உரைத்தாலும் கன்னமிட்டுக் கவர்ந்தாலும் குறையுமே; நீயோ உரைத்தாலும் அரசர்கள் கன்னமிட்டு (செவியில் ஏற்று)க் கவர்ந்தாலும் குறையாமல் வளருவாய்" என்கிறார்.

கூக-முதல் தெய்வங்கள் தமிழினிடத்து ஆர்வமுடையன வென்பதை விளக்குவாராய், சிவபெருமான் சங்கத்திருந்தது, அகப்பொரு ளிலக்கணம் இயற்றியது, கலைமகள் புத்தகத்தைக் கையில் ஏந்தியிருப்பது, திருமால் காஞ்சியில் ஒரு தமிழ்ப் புலவரைத் தொடர்ந்து சென்றது, முருகவேள் தமிழை அகத்திய முனிவருக்கு அறிவுறுத்தியது முதலியவற்றை எடுத்துக்காட்டுகிறார்.

கூசா-முதல், "இவ்வளவு பெருந்தகைமை யுடையா யாதலால், என் செய்தி நீ கண்டு இரக்குவது நீதியன்றோ?" என இரந்தும், "கற்க கசடறக் கற்பவை கற்றபின், நிற்க வதற்குத் தக வென்ற, சொற்களுள்ளே, எல்லார்க்கும் புத்தி யியம்பிக் கரையேற்ற வல்லாயாகிய உனக்கு யானோ அறிவுறுத்த வல்லேன்? ஸ்ரீ தியாகராசப் பெருமானையே ஆரூரில் தூது சொல்லப் போக்கினை யென்பதை நன்றாக அறிந்திருந்தும் எனது ஆற்றாமையினாலே தூது சொல்லி வாவென்பேன்" என்று தலைவி தன் உள்ளக்கிடக்கையை வெளியிடத் துணிவதைக் குறிப்பிக்கின்றார்.

க0உ-முதலியவற்றில், "தமிழே! ஆண் பனையைப் பெண் பனையாக ஆக்கியும், காரைக்கா லம்மையாரும் ஔவையாருமாகத் தோன்றியும், திலதவதியாருடன் அவதரித்தும், மங்கையர்க் கரசியாருக்கு ஆசிரியராக எழுந்தருளியும், இசைஞானியார்க்கு மகவாகத் தோன்றிச் சிங்கடியார்க்கும் வனப்பகையார்க்கும் தந்தையாக விளங்கியும் நீ பெண்களெலாம் வாழப் பிறந்தமையால் என் மனத்திற் புண்களெலாம் மாறப் புரிகண்டாய்" என்று தலைவி வேண்டுவதாகக் கூறுகின்றார்.

க0எ-முதல், "தூதுவிடற்குரிய பொருள்களாகிய அன்னம், வண்டு, மான், குயில், மனம் முதலியன இன்ன இன்ன காரணங்களால் போதற்குரியனவல்ல; ஆகையினால் அவற்றைத் தூது விடுக்கத் துணிந்திலே னாதலால் உன்னுடனே துணிந்து கூறுவேன்" என்று சொல்லத் தொடங்கி, ககஙு-ஆவது முதல், எத்தனையோ தொடைகளை யுடைய நீ ஒரு தொடை வாங்கி வந்துதவும் ஆற்றலுடையா யல்லையோ வென்று தலைவி தன்னுடைய நோக்கத்தைக் குறிப்பிப்பதாகக் கூறுகிறார்.

கக௫-முதலியவற்றில், சோமசுந்தரக் கடவுளுக்கும் தமிழுக்கும் உள்ள சம்பந்தத்தை எடுத்துக்காட்டுவாராய் அவர் செய்த திருவிளையாடல்களாகிய தருமிக்குப் பொற்கிழி யளித்தது, நக்கீரரோடு வாதம் புரிந்தது, பாணபத்திரருக்குத் திருமுகங் கொடுத்தது, அகப்பொருளிலக்கண நூலியற்றியது, இடைக்காடனார்க்குப் பின்னே வடமதுரைக்கு எழுந்தருளியது, காரியார் நாரியார்க்குப் பாப் பகுந்தளித்தது, விறகு விற்றது, இசைவாது வென்றது முதலியவற்றை கூறி, "இந்நிகழ்ச்சிகளால் தென்மதுரைக் குள்ளிருந்த சொக்கர் உனக்கு வயமானவரன்றோ" என வினாவி கஉச-முதல், "வேதத்தோடு ஒத்த பெருமையை யுடையாய் நீ" என்று பலவகையால் தமிழின் மேம்பாட்டைத் தெரிவிக்கின்றார்.

பின்பு சோமசுந்தரக் கடவுளுடைய பெருமைகள் கூறப்படுகின்றன.

கஙச-முதல், திருவாலவாய், மதுரை, சிவன்முத்திபுரம், கடம்பவன மென்னும் மதுரையின் திருநாமங்களையும் சோமசுந்தரக் கடவுளையும் பாராட்டி, கசுo-முதல், பூசலார் சமைத்த கோயில், கண்ணப்பர் உமிழ்ந்த திருமஞ்சனம், திருக்குறிப்புத் தொண்டர் அளித்த பரிவட்டம், மானக்கஞ் சாறனார் சாத்திய பஞ்சவடி, மூர்த்தியார் சேர்த்த சந்தனம், இளையான்குடி மாறர் படைத்த அமுது, சிறுத்தொண்டர் இட்ட பிள்ளைக்கறி, அரிவாட்டாய நாயனார் தந்த மாவடு, கணம்புல்லர் ஏற்றிய தீபம் முதலிய செயற்கருஞ் செயல்களால் நாயன்மார்கள் சிவபெருமானுக்கு அமைத்த பூசைக்குரிய பொருள்களைத் தொகுத்துக் கூறி, அவை ஆரால் அமைத்தல் கூடுமென வியந்து, அங்ஙனம் செய்தல் தன்னால் இயலுவ தன்றென்ற தலைவியின் கருத்தைப் புலப்படுத்துகின்றார்.

கருக-முதல், "இருந்தமிழே யுன்னா லிருந்தே னிமையோர், விருந்தமிழ்த மென்றாலும் வேண்டேன்" எனத் தமிழால் தான் வாழ்ந்திருத்தலைக் குறிப்பித்துத் தலைவி, தன்னுடைய வருத்தங்களைச் சொல்லி, "திருக் கொள்ளம்பூதூர் வெள்ளத்தைக் கடந்த நீ உன்னை வழிபட்டொழுகும் யான் காம வெள்ளத்தைக் கடக்குமாறு செய்ய வேண்டாவோ? சைனர்களைக் கழுவேறச் செய்த நீ மன்மதனை அவ்வாறு செய்யாயோ? பாண்டியனுடைய கூனை ஒழித்த நீ கரும்பு வில்லின் கூனை நீக்காயோ அப்பாண்டியனுக்கு வெப்பு நோயைத் தீர்த்த நீ என் காமவெப்பத்தை தீராயோ? சைனரிட்ட நஞ்சை அமுதாக்கின நீ எனக்குத் தரப்படும் உணவாகிய நஞ்சை அமுதாக்காயோ? தீயிலிருந்தும் வேவாதிருந்த நீ என்னைக் காமத்தீச் சுடாமற் செய்யாயோ? திருச்செங்கோட்டிற் பனி வருத்தாமற் காத்தாய்; என்னைப் பனி வருத்தலைத் தவிர்க்க மாட்டோயோ? வாகீசரைக் கடலில் அழுந்தாதபடி பாதுகாத்தாய்; என்னை அக்கடல் வருத்தாமற் செய்யாயோ? திருவோத்தோரிற் பனையின் வடிவத்தை மாற்றிய நீ அப்பனையில் வாழும் அன்றிலை வேறொரு பறவையாக ஆக்காயோ? பொதியின் மலையில் சந்தனத்தோடும் தென்றலோடும் நட்புற்று வீற்றிருக்கும் நீ அவை யிரண்டையும் எனக்கு உறவாக்காயோ? முத்துச் சிவிகை, பந்தர் முதலியவற்றைத் திருவரத்துறையிற் பெற்ற நீ நான் அணியுங்கால் அம்முத்துக்கள் சுடாதிருக்கச் செய்யாயோ? இறந்தவள் எலும்பைப் பூம்பாவை யாக்கினாய்; பொலிவிழந்த என்னையும் அழகுடையேனாகச் செய்யாயோ?" எனக் கூறுமுகத்தாற் சமயாசிரியர் மூவருடைய அரும்பெருஞ் செயல்களை எடுத்துப்பாராட்டுகின்றார்.

களo-முதல், திருஞானசம்பந்தர், அப்பர், சுந்தரமூர்த்தி நாயனார், நக்கீரர் முதலியவர்களாக விளங்கிச் சிவபெருமானுடைய அருள் பெற்றதும், காரைக்கா லம்மையார், சுந்தரமூர்த்தி நாயனார், சேரமான் பெருமாணாயனாராகக் கைலை சென்றதுமாகிய அரிய செயல்களை விளக்கி, "உன்கையி லாகாத தொன்றுண்டோ?" என்கிறார்.

பின்பு தூது செல்லற்குரிய வழி, முறை முதலியவற்றைச் சொல்லத் தொடங்குகிறார்.

தூது செல்லும் பொழுது இடையூறுகளை மாற்றுதற்கும் உதவிகள் பெறுதற்கும் தமிழ் வல்லதென்பதை மூவர் பெருஞ் செயல்கள் வாயிலாக விளக்க எண்ணி, "தமிழே, 'வேயுறுதோளி' என்னும் பதிகத்தை ஓதிச் சென்றால் செல்லுங் காரியம்

சித்திக்குமே. நீ திருவையாற்றிற் காவிரி நதியை வழிவிடச் செய்தாயன்றோ? அன்றியும் பாலை நிலத்தை நெய்தலாகச் செய்தாய். சிவபெருமானே உனக்கு வழியிளைப்பு நீக்கப் பொதிசோறு கொண்டு வந்தாரே!" என்று சொல்லிவிட்டு, "கற்றும் பொருள் காணாதவர், கற்றவர்களை மதியாதவர், முறையறிந்து படியாதவர், பேதையருக்கு அறிவுறுத்துபவர், அவையஞ்சுபவர் முதலியவர்கள்பால் ஏகாதே" என்றும், "பொருள் வேண்டுமெனில் அஃது உனக்கரியதன்றே? கேடில் விழுச்செல்வ மென்றே நீ பாராட்டப் பட்டிருக்கின்றா யன்றோ? அஃதன்றித் திருவாவடுதுறையில் பொற்கிழி பெற்றாய். திருப்புகலூரிற் செங்கல்லைப் பொன்னாக்கினை. பட்டினப்பாலை யெனும் வஞ்சிநெடும் பாட்டாற் பதினாறு கோடி பொன் பெற்றாய். நல்லார் வறுமையினும் கல்லாதார் செல்வம் இன்னாதன்றோ?" என்றும், "அன்பிலா ரிந்திரன்போல் வாழ்ந்தாலும் போகாதே; அங்கே புசியாதே" என்றும் அறிவுறுத்துகின்றார்.

பின், மதுரை சென்று செய்ய வேண்டியவற்றைச் சொல்லத் தொடங்கி, "வையையில் நீராடி அகழியையும் மதிலையும் கடந்து வீதிகளைச் சூழ்வந்து திருக்கோயிலுட் புகுந்து வணங்கிப் பின் அபிடேக முனி செய்வித்த தளவரிசையையும், கோபுரம் மண்டபம் மாளிகைப் பத்தி முதலியவற்றையும் கண்டுகளித்துச் சோமசுந்தரக் கடவுள் அங்கயற் கணம்மையோடு வீற்றிருக்கும் திருவோலக்கத்தை அடைவாய்" என்று ஆற்றுப்படுத்துகிறார்.

உகசுஅ-முதல், "அங்ஙனம் சென்று இடைக்காடன் பின்போன சோமசுந்தரக் கடவுளின் திருவடிகளும், ஒரு பாண்டியனுக்காக மாறித் திரும்பிய திருத்துடையும், தம் அன்பனுடைய விரோதியாகிய பணிக்கனோடு போர்செய்தற்குக் கச்சுக் கட்டிய திருஇடையும், வந்தி தரும் பிட்டுண்டு பசிதீர்ந்த திருவுதரமும், பன்றிக் குட்டிகளுக்குப் பாலருத்திய திருமார்பும், ஒரு வழுதிக்காக மாணிக்கம் விற்ற திருக்கரங்களும், பாண்டிய அரசராகி வேம்பணிந்த திருப்புயமும், கரிக்குருவிக்கு உபதேசித்த திருவாயும், நீ (தமிழ்) வாழும்படி தந்த திருச்செவியும், மாமனாக வந்து வழக்குரைக்கையில் வணிகப் பெண்ணைத் தழுவிக் கண்ணீர் விட்டுத் துயராற்றிய திருவிழிகளும், மண்சுமந்த திருமுடியும் கண்டு களிகூர்ந்து கசிந்து கசிந்துள்ளுருகுவாயாக" என்று சோமசுந்தரக் கடவுளுடைய பாதாதிகேச வருணனை கூறுகின்றார். இந்தப் பகுதி அன்புடையார்க்குத் தெவிட்டாத அமுதமேயாகும். இப்பகுதியால், தெய்வங்களைப் பாதாதிகேசமாகவும் மானிடரைக் கேசாதிபாதமாகவும் வருணிக்க வேண்டு மென்னும் விதிமுறையை ஆசிரியர் அறிந்தவரென்று தெரிகின்றது.

பின்பு, பூசாகாலங்களில் நிகழும் சிறப்புக்களை விரித்துரைக்கின்றார்.

உஙக-முதல், அடுக்குத் தீபம், தங்கத் தீபம், முத்தத் தீபம், ரிஷப தீபம், புருடாமிருக தீபம், தட்டம், அட்சராரத்தி, கும்ப தீபம், கற்பூர தீபம் ஆகிய தீபங்களும், கண்ணாடி, குடை, சாமரை, ஆலவட்டம், விசிறி முதலிய உபசாரப் பொருள்களும் கூறப்படுகின்றன.

இப்பகுதியில், ஒவ்வொரு பொருளும் அங்கே வருதற்கு ஒவ்வொரு காரணம் கற்பித்துக் கூறப்படுகின்றது.

பின்பு, தரிசன காலத்திற் சென்று உரிய பொருள்களைச் சேர்ப்பித்துத் தரிசனஞ் செய்து தோத்திரஞ் செய்யுமாறு உரைத்தபின் தலைவி தன் துயரைத்

தீர்த்தருளும் வண்ணம் முறையிடும்படி கூறுவதாகச் சோமசுந்தரக் கடவுள் திருவிளையாடல்களைப் பலவகையாக அமைத்துக் காட்டுகின்றார். அம்முறையீடு, "ஸ்வாமி, பழிக்கஞ்சி யென்னும் பெயர் உமக்கு இனி வேண்டாவோ? வந்தவர்கள்மேற் பொடி போட்டு மயக்கினாற் சொக்கலிங்க மென்னும் பெயர் வேறு பொருள்படுமே. கங்கையைச் சிறு திவலையாக அடக்கிய நீர் அவ்வெள்ளம் இவள் கண்ணூடு வருமாறு செய்வீராயின் உம்மை எல்லாம் வல்ல சித்தரென்று அழைக்கத் துணிவாளோ? இவளுடைய வளையைக் கவர்ந்த நீர் பிற மங்கையர்க்கு வளை விற்றது முறையோ? உம்முடைய தோள்மாலை வேம்பென்றால் உம்மைத் தொடர்ந்து அம்மாலையை விரும்பின பெண்களும் உமக்கு வேம்பாகி விட்டார்களோ? மன்மதனை எரித்த உமக்குப் பெண்கள் கலைகளைக் கவருதலும் இயல்போ? அவ்வியல்பைக் கண்ணனிடமிருந்து கற்றுக் கொண்டீரோ? விருத்த குமார பாலராகக் கௌரி வீட்டிலும், எல்லாம் வல்ல சித்தராகப் பொன்னனையாள் மாளிகையிலும் இருந்த நீர் இவள் வீட்டில் எழுந்தருளி இருக்கலாகாதோ?" என்பது.

பின், "இந்த மொழி யெல்லாந் திருச்செவியி லேறும்படி யுரைக்க உன்போல் எவர்க்கு வாய்க்கும்?" எனத் தமிழைப் புகழ்ந்து, "சொக்கநாதக் கடவுள் நின் சொற்படியே வந்து எனக்கு மகிழ்வை யளிக்கும்வண்ணம் நீ சென்று தூது சொல்லி வருவாயாக" என்று பூர்த்தி செய்கிறார்.

இத்தகைய அரிய நூலுள்ளே, பெரும்பாலும் நாயன்மார்களுடைய செயல்களும் சோமசுந்தரக் கடவுளின் திருவிளையாடல்களும் பலவகையில் அழகுபெற அமைக்கப் பெற்றிருக்கின்றன. இடையிடையே காணப்படும் சிலேடை தொனி திரிபு முதலிய சொன்னயங்களும், பொருணயங்களும் அறிந்து இன்புறற்பாலன.

"முன்னோர் மொழி பொருளே யன்றி யவர்மொழியும் பொன்னேபோற் போற்றுவம்" என்பதற்கிணங்க ஆசிரியர் பல ஆன்றோர் சொல்லிப் போந்த கருத்துக்களை இடமறிந்து எடுத்தாண்டிருப்பதன்றி மொழிகளையும் முழுச் செய்யுட்களையும் இடையிடையே விளங்க அமைத்திருக்கின்றார். அவற்றுள், திருக்குறட் பாக்களைப் பல இடங்களில் நயம்பட அமைத்திருத்தல் அறியத்தக்கது.

இவர் தாம் எடுத்தாண்ட திருவிளையாடற் செய்திகளுக்குத் திருவாலவாயுடையார் திருவிளையாடற் புராணத்தைப் பெரும்பாலும் மேற்கோளாகக் கொண்டவ ரென்று தோற்றுகின்றமையால் அந்நூலாசிரியர் காலத்திற்கு இந்நூலாசிரியர் காலம் பிற்பட்ட தென்று தெரிகிறது.

இதனுட் பயின்றுள்ள கருத்துக்களினால் ஆசிரியர் கற்றடங்கினவ ரென்பதும் கல்லாதவரையும் தமிழருமை யறியாதவரையும் மதியாதவரென்பதும் பல செல்வரிடத்திற் சென்று சென்று அவர்களுடைய ஆதரவு தேட முயன்று பயனொன்றுங் காணாராகி, "உன்பற்றொழிய வொருபற்று மில்லை யுடையவனே" என்று சிவபெருமானைப் பற்றுவதே பெரும் பற்றாக எண்ணிக் காலங்கழித்து வாழ்ந்து வந்தவ ரென்பதும் விளங்குகின்றன.

பிற தூது நூல்களில் பெரும்பாலும், தலைவன் பவனி போதுங்கால் தலைவி கண்டு காமுற்றுப் பின் தூதுவிடத் துணிந்ததாகக் கூறப்படும் செய்திகளையும் பிறவற்றையும் இவர் மேற்கொள்ளாமல் அவற்றை உய்த்துணர வைத்திருத்தல் தமிழையும் சிவபெருமானையும் பாராட்டுதலையே முதன்மையான நோக்கமாகக்

கொண்டிருந்தா ரென்பதைப் புலப்படுத்துகின்றது. எனினும் பிற பாஷைகளை யேனும் பிற தெய்வங்களையேனும் பிற சமயங்களையேனும் குறைகூறாது செல்வது இவருடைய பெருந்தகைமையைக் காட்டும். வடமொழி நூல்களைத் தமிழின் உறுதிச்சுற்றமாகக் கூறியதும் வடநூற் கருத்துக்களையும் வடமொழிச் சொற்களையும் தொடர் மொழிகளையும் இடையிடையே அமைத்திருப்பதும் ஆசிரியர் வடமொழி தமிழோடு விரவுதலில் விருப்ப முள்ளவரென்பதைத் தெரிவிக்கின்றன. இந்நூலின் பெருமைகள் இன்னும் பல.

இந்நூலின் மூலப்பிரதி எனக்கு கிடைத்தது ஒன்றே. நான் கும்பகோணம் காலேஜில் வேலையாக இருந்தபோது மாணவராக இருந்த ம-ா-ா-ஸ்ரீ சாம்பசிவ செட்டியாரவர்கள் (இப்போது மாயூரத்தில் அட்வொகேட்டாக இருப்பவர்கள்) 1900ஆம் ஞூ மே மீ 2ஆம் தேதியில் தாம் சாப்பிடும் விடுதியில் அயலூரா ரொருவர் சில ஏட்டுச் சுவடிகளுடன் வந்திருக்கிறா ரென்றும் அவற்றை என்னிடம் சேர்ப்பிக்க எண்ணியிருக்கிறா ரென்றும்சொல்லி, அன்று பிற்பகலிலேயே அவற்றை யெல்லாம் என்னிடம் சேர்ப்பித்தார்கள். அவற்றுள் பெரும்பாலன அச்சிட்ட நூல்களாகவே யிருந்தன. ஏதோ ஒரு பழஞ்சுவடியின் இறுதியில் இந்நூல் காணப்பட்டது. ஷ செட்டியா ரவர்களுடைய அன்புடைமையும் புத்தகத்தின் சொந்தக்காரருடைய அன்புடைமையும் என் மனத்திற் குடிகொண்டிருக்கின்றன.

பிறகு அந்தச் சுவடியைப் படித்துப் பார்த்துவிட்டுப் பொருள் நயத்தை யறிந்து எழுதுவித்தேன். பின் அதைப் பன்முறை படித்து வேறு பிரதி எங்கேனும் கிடைக்குமோ வென்று அக்காலம் தொடங்கி இதுகாறும் பல இடங்களில் தேடிப்பார்த்தும் எங்கும் கிடைக்கவில்லை. ஆதலாற் இனி தாமதிப்பதிற் பயனில்லை யென்று நினைத்து இப்போது குறிப்புரையுடன் பதிப்பிக்கலானேன்.

அந்த ஏட்டுச் சுவடியி னிறுதியில், “பச்சைமுத்து உபாத்தியாயர் லிகிதம் சீரணமாயிருந்து கர வருஷம் மாசி மீ சூ-உ புதவாரமும் சதுர்த்தசியும் கூடிய திருவோண நக்ஷத்திரத்தில் ஷ யார் பேரன் சுந்தரேசன் லிகிதம் நிறைவேறிற்று” என்று எழுதப்பட்டுள்ளது.

இந்த நூலால் அறியக்கூடிய செய்திகள் பல இருத்தலால் தமிழ்ச் சுவையை அறிந்து இன்புறும் அன்பர்களுக்கு இது மிகவும் பயன்படு மென்பது எனது கருத்து.

திருப்பனந்தாட் காசிமடாலயத் தலைவர்களும் அருங்கலை விநோதர்களுமாக விளங்கும் கௌரவம் பொருந்திய ஸ்ரீலஸ்ரீ காசிவாசி ஸ்வாமிநாத ஸ்வாமிகளவர்கள் தமிழ்ப் பாஷையின் அபிவிருத்தியைக் குறித்து இக்காலத்துச் செய்துவரும் முயற்சிகள் பலவென்பதை யாவரும் அறிவார். அவர்கள் இந்நூலின் சொற்சுவை பொருட்சுவைகளையும் இது தங்களுடைய வழிபடு தெய்வமாகிய மதுரை ஸ்ரீ சொக்கநாதப் பெருமானுடைய கருணைத் திறத்தைப் புலப்படுத்திக் கொண்டி ருத்தலையும் அறிந்து இன்புற்று இந்நூல் முதன்முறை பதிப்பிக்கப்பெறும் போது யான் சிறிதும் பொருட்கவலை அடையாதபடி உதவிபுரிந்தார்கள். இது விஷயத்தில் அவர்களுக்கு என் மனமார்ந்த நன்றியைச் செலுத்துகிறேன்.

வாங்குங் கவளத் தொருசிறிது வாய்தப்பிற்
றூங்குங் களிறோ துயருறா – ஆங்கது கொண்
டூரு மெறும்பிங் கொருகோடி யுய்யுமால்
ஆருங் கிளையோ டயின்று (நீதிநெறி விளக்கம்)

என்பது அவர்களுடைய முன்னோர்கள் திருவாக்கன்றோ?

இந்நூலைப் பதிப்பிக்கும் விஷயத்தில் உடனிருந்து ஆராய்தல் ஒப்புநோக்குதல் முதலிய உதவிகளைச் செய்தவர்கள், சென்னை விமன்ஸ் கிறிஸ்டியன் காலேஜ் தமிழ்ப் பண்டிதர் சிரஞ்சீவி வித்துவான், சு. கோதண்டராம ஐயரும், கிறிஸ்டியன் காலேஜ் தமிழ்ப் பண்டிதர் சிரஞ்சீவி வித்துவான் வி.மு. சுப்பிரமணிய ஐயரும், மோகனூர்த் தமிழ்ப் பண்டிதர் சிரஞ்சீவி கி.வா. ஜகந்நாத ஐயரும் ஆவர்.

இங்ஙனம்,
உ.வே. சாமிநாதையர்

திருவேட்டீசுவரன் பேட்டை
16-9-32

உ

ஶ்ரீ மீனாட்சி சுந்தரேசர் துணை

மதுரைச் சொக்கநாதர்

தமிழ் விடு தூது

இது

சென்னை

மகாமகோபாத்தியாய தாக்ஷிணாத்யகலாநிதி

டாக்டர் உ.வே. சாமிநாதையரால்

பரிசோதிக்கப்பெற்றுத்

தாம் நூதனமாக எழுதிய குறிப்புரை முதலியவற்றுடன்

சென்னை:

கேசரி அச்சுக்கூடத்திற் பதிப்பிக்கப் பெற்றது

[மூன்றாம் பதிப்பு]

விஷு ஞு சித்திரை மீ

1941

Copy Right Registered]

[விலை அணா 5

உ

ஸ்ரீமீனாட்சி சுந்தரேசர் துணை

மதுரைச் சொக்கநாதர்

தமிழ் விடு தூது

இது

சென்னை

மகாமகோபாத்தியாய தாக்ஷிணாத்யகலாநிதி

டாக்டர் உ. வே. சாமிநாதையரால்

பரிசோதிக்கப்பெற்றுத்

தாம் நூதனமாக எழுதிய குறிப்புரை முதலியவற்றுடன்

சென்னை:

கேசரி அச்சுக்கூடத்திற் பதிப்பிக்கப் பெற்ற

மூன்றாம் பதிப்பு

விஷு ௵ சித்திரை ௴

1941

Copyright Registered.]

[விலை அணா **5.**

உ
கணபதி துணை

முகவுரை

திருச்சிற்றம்பலம்
திருவாலவாய்த் திருத்தாண்டகம்

வாயானை மனத்தானை மனத்து ணின்ற
  கருத்தானைக் கருத்தறிந்து முடிப்பான் றன்னைத்
தூயானைத் தூவெள்ளை யேற்றான் றன்னைச்
  சுடர்த்திங்கட் சடையானைத் தொடர்ந்து நின்ற
தாயானைத் தவமாய தன்மை யானைத்
  தலையாய தேவாதி தேவர்க் கென்றும்
சேயானைத் தென்கூடற் றிருவா லவாய்ச்
  சிவனடியே சிந்திக்கப் பெற்றே னானே.

திருச்சிற்றம்பலம்

தமிழ் மொழியிலுள்ள பிரபந்தங்கள் பலவற்றுள் தூதென்பது ஒன்று. அது, தலைவன் தலைவிகளுள் விரகத்தால் துன்புற்ற ஒருவர் மற்றொருவர்பால் தம் வருத்தத்தைத் தெரிவிக்கும்படி உயர்திணைப் பொருள்களையேனும் அஃறிணைப் பொருள்களையேனும் விடுப்பதாகக் கல்வியில் வல்லுநராற் பாடப்படுவது. மேக ஸந்தேசம், ஹம்ஸ ஸந்தேசம் முதலியவற்றாலும், ஸ்ரீ பாகவதத்திற் பத்தாங் கந்தத்தில் ஒரு வண்டைக் கண்டு கண்ணபிரான் விடுத்த தூதாக நினைந்து அதனை நோக்கிக் கோவியர்கள் விரக வேதனையாற் பலபடக் கூறியதாக அமைந்துள்ள பகுதியாலும் வடமொழியிலும் இவ்வழக்குண்மை அறியலாகும்.

இது தமிழிற் கலிவெண்பாவாற் செய்யப்பட வேண்டும்; இதன் இலக்கணம், "பயிறருங் கலிவெண் பாவினாலே, உயர்திணைப் பொருளையு மஃறிணைப் பொருளையுஞ், சந்தியின் விடுத்தல் முந்துறு தூதெனப், பாட்டியற் புலவர் நாட்டினர் தெளிந்தே" (இ-வி. சூ. 874) என்னும் சூத்திரத்தாலும், அதன் உரையாலும் உணரப்படும்.

**அஃறிணைப் பொருள்கள், ஒருவர் சொல்வனவற்றைக் கேட்டறிந்து தூது சென்று ஒருவரிடம் தெரிவித்து அவர் கூறும் விடையை யறிந்துவரும் அறிவுடையன வல்லவேனும் அங்ஙனம் அவற்றை விளித்துத் தூதுபோகச் செய்தற்குத் தலைவன் தலைவிகளுடைய மனமயக்கமே காரணமென்பர். இதன்பாற்பட்டதே காமம் மிக்க கழிபடர் கிளவி யென்னும் அகத்திணைத் துறையும். இதுபோன்ற நிகழ்ச்சிகளை*

* தொல்.பொருளியல் சூ. 2; செய். சூ. 202 பார்க்க.

நோக்கியே, "கேட்குந போலவுங் கிளக்குந போலவும், இயங்குந போலவு மியற்றுந போலவும், அஃறிணை மருங்கினு மறையப் படுமே" (நன். சூ. 409) என்னும் சூத்திரம் எழுந்தது போலும்.

தூதாகச் செல்லற்குரிய பொருள்கள் இன்னவை யென்பதை,

இயம்புகின்ற காலத் தெகினமயில் கிள்ளை
பயம்பெறுமே கம்பூவை பாங்கி – நயந்தகுயில்
பேதைநெஞ்சந் தென்றல் பிரமரமீ ரைந்துமே
தூதுரைத்து வாங்குந் தொடை (7)

என்னும் இரத்தினச் சுருக்கச் செய்யுள் புலப்படுத்தும். இப்பொருள்களுள் ஒவ்வொன்றைத் தூது போக்கியதாகப் பெரியோர்களாற் பண்டைக்காலந் தொடங்கித் தனித்தனியே தமிழிற் செய்யப்பட்டுள்ள நூல்கள் ஒவ்வொரு வகையிலும் பல உண்டு.

அன்றி, அவ்வக் காலத்தில் கவிஞர்களால் காலத்திற்கும் இடத்திற்கும் ஏற்ப, மேற்காட்டிய இரத்தினச் சுருக்கச் செய்யுளிற் கூறப்படாத பொருள்கள் சிலவற்றைத் தூதுவிட்டதாகப் பாடிய பிரபந்தங்களும் பல உள்ளன. அவை வனச விடுதூது, நெல் விடுதூது, துகில் விடுதூது, முதலியன; பின்னும் அன்றில், இருள்வாசி (இருவாட்சி), குவளை, சண்பகம், பாரிசாதம், பிச்சி முதலியவற்றின் மலர்களும், புறவு, பொன் முதலியனவும் தூதுக்குரியனவாகத் தத்தம் நூல்களிற் கவிஞர்கள் புலப்படுத்தி யிருக்கின்றனர். *புகையிலை விடுதூது என்னும் ஒரு பிரபந்தம் பிற்காலத்ததாகக் காணப்படுகின்றது.

இவை இயற்றிய ஆசிரியர்களுடைய அறிவாற்றல்களைப் புலப்படுத்துவதன்றிப் பாட்டுடைத் தலைவர்கள் வரலாறுகளையும் தூதிற்குரிய பொருள்களின் பெருமையையும் பலவகையாகப் பாராட்டிச் சொல்லணி பொருளணிகளை ஆங்காங்குடையனவாய்த் தமிழில் பயிற்சி யுடையவர்கள் மனத்தை வேறொன்றிற் செல்லாதபடி கவர்ந்து தமிழ்ச் சுவையை ஊட்டாநிற்கும்.

இத்தூதுகள் கலம்பகம் அந்தாதி முதலியவற்றில் இடையிடையே அமைக்கப் பெற்றிருத்தலும் உண்டு.

தேவார முதலிய திருமுறைகளிலும் திவ்யப்பிரபந்த முதலிய வற்றிலும் தூதின் வகைகள் பல ஆங்காங்கு அமைந்துள்ளன.

குணமாலை யென்பவள் கிளியைச் சீவகனிடத்தில் தூது விடுத்ததாகச் சீவகசிந்தாமணியிற் கூறப்பட்டிருக்கும் பகுதியும், வாசவதத்தையின் பிரிவாற்றாமையினால் வருந்திய உதயணன் மான் முதலியவற்றை நோக்கிக் கூறியதாக உள்ள பெருங்கதைப் பகுதியும் (ரு. 2:143—206) இங்கே அறியற்பாலன.

தமிழைத் தூது விடுத்ததாக ஒரு பிரபந்தமும் இதுகாறும் காணப்படாவிடினும் அங்ஙனம் கூறுதலும் மரபென்பது, கவிஞர் பெருமானாக விளங்கிய திருவாவடுதுறை யாதீனத்து ஸ்ரீ கச்சியப்ப முனிவர் இயற்றிய *கச்சி ஆனந்த ருத்திரேசர் வண்டு விடுதூதில், "செந்தமிழைச் செம்பொன்னைச் சேர்ப்பினவை தாஞ்செல்லா" என்று கூறியிருப்பதால் அறியலாகும். நிற்க.

---

* என்னால் அச்சிடப்பெற்றுள்ளது.

தமிழ் விடுதூதென்பது, மதுரைச் சோமசுந்தரக் கடவுள்பாற் காதல்கொண்ட ஒரு தலைவி விரகத்தால் துன்புற்றுத் தமிழை அவர்பால் தூது விடுத்ததாக இயற்றப்பெற்றது.

இது புறத்திணைத் துறைகளுள், கடவுண்மாட்டு மானிடப் பெண்டிர் நயந்த பக்கத்தின்பாற் படும்.

இதனை இயற்றிய ஆசிரியர் இன்னாரென்று விளங்கவில்லை. இந்நூலின் அமைப்பைப் பார்க்கையில் அவர், தமிழ்மொழியில் மிக்க பயிற்சியுள்ளவ ரென்றும், பரந்த கேள்வியுள்ளவ ரென்றும், சிவபெருமானிடத்தும் நாயன்மார்களிடத்தும் அன்புவாய்ந்தவ ரென்றும், ஸ்ரீ சோமசுந்தரக் கடவுளுடைய திருவிளையாடல்களில் ஈடுபட்டு இடைவிடாது அவற்றை எண்ணி மனமுருகுபவ ரென்றும், வடமொழிச் சொற்களையும் சொற்றொடர்களையும் இடத்திற்கேற்ப அமைக்கும் இயல்புடையவ ரென்றும், தாம் அறிந்தின்புறுவதைத் தமிழுலகும் அறிந்து இன்புறச் செய்ய வேண்டுமென்னும் கொள்கை யுடையவ ரென்றும் தெரிகின்றன. சொக்கநாதக் கடவுள்பால் அவருக்கு அமைந்துள்ள அன்பின் மிகுதியே இச் செய்யுளாக வெளிப்பட்ட தென்று சொல்லுதல் மிகையாகாது.

இந்நூல் 268 கண்ணிகளை யுடையது.

முதல் நான்கு கண்ணிகளில், சிவபெருமான், தடாதகைப் பிராட்டியார், விநாயகக் கடவுள், முருகவே ளென்னும் தெய்வங்களையும், ரு-ஆவது கண்ணி முதலியவற்றில் சைவசமயாசிரியர்கள் நால்வரையும், கூ-ஆவது முதலியவற்றில் அகத்தியர், தொல்காப்பியர் முதலியவர்களையும் ஆசிரியர் எடுத்துக்கூறி, “எல்லாரும் நீயாயிருந்தமையால் உன் பொன்னடிகளே புகலாப் போற்றினேன்” என்று தமிழை நோக்கித் தலைவி கூறுவதாகத் தொடங்கி, “பஞ்சுபடா நூலே, பலர் நெருடாப் பாவே, அழுக்கேறாக் கலையே, நிறம் தோயாத செந்தமிழே, சொல் விளையும் செய்யுளே” என்று தமிழை விளித்து, உ௦-ஆங் கண்ணி முதல் தமிழை அரசனாக உருவகஞ் செய்யப் புகுந்து அதன் பிறப்பு முதலியவற்றைக் கூறுவாராய் எழுத்திலக்கணங் கூறுதல் வாயிலாகப் பிள்ளைப் பருவங் கூறி, உஅ-ஆவது முதலியவற்றில் தமிழுக்குரிய இயற்கையழகாகச் சொல், பொருள், யாப்பு, அணி யென்னும் இயற்றமி ழிலக்கணங்களை உருவகித்து, ௩௦-ஆவது முதல் ஏனை இசையையும் நாடகத்தையும் தேவியர்களாகவும் ஒன்பது சுவைகளையும் பிள்ளைகளாகவும் கூறி, எல்லாரோடும், “நாடகமாம் பெண் கொலுவில் வீற்றிருக்கப் பெற்றாயே” என்று தமிழின் இலக்கணங்க ளெல்லாம் முற்றிய நிலையை எடுத்துரைத்து, அரசாட்சிக்குரிய செங்கோல், குறுமன்ன ரியல்பு, நாட்டெல்லை, அரண்மனை யெல்லை என்பவற்றையும் முறையே விளக்குகின்றார்.

பின்னர் வடமொழி நூல்களைத் தமிழரசிற்குரிய உறுதிச்சுற்றங்களாக அமைப்பாராய், வேதாகமங்களைப் புரோகிதராகவும் காவிய நாடகங்களைத் தோழர்களாகவும் சாத்திரங்களைச் சேனாதிபதிகளாகவும் இதிகாசப் புராணங்களைச் சேனைகளாகவும் உருவகம் செய்கிறார்.

அதன்பின், பல படைகளோடு (படை — ஆயுதங்கள், சேனைகள்) எழுந்து, தமிழரசு பல இடங்களைக் கடந்து சங்கப்பலகையாகிய சிங்காதனத்தில் வீற்றிருந்ததாகச் சொல்லுகிறார். இப்பகுதியில், பல சித்திரகவிகளின் பெயர்கள் சிலேடையாக அமைக்கப்பெற்றுள்ளன.

ருo-ஆவது கண்ணி முதலியவற்றில், தேவார திருவாசகங்களையும், பிற திருமுறைகளையும், தமிழ்க் காப்பியங்களையும், பத்துப்பாட்டு, எட்டுத்தொகை, பதினெண் கீழ்க்கணக்கு ஆகிய சங்க நூல்களையும், கலம்பகம் பரணி உலா பிள்ளைத் தமிழ் முதலிய பிரபந்தங்களையும் தமிழரசின் மெய்க்காப்பாளராக உருவகஞ் செய்து இத்துணை உறுப்புக்களும் அமைய, "வீரியஞ் செய்து வினை யொழியவே ராச, காரியஞ் செய்யுங் கவிதையே" என்கிறார்.

இப்பகுதியில் தேவாரம் முதலியவற்றைச் சங்க நூல்கட்கு முற்கூறியமையின் ஆசிரியர் சைவாபிமானம் உடையவ ரென்பதும், இந்நூல்களை மெய்க்காப்பாளராகக் கூறினமையின் இவற்றாலேயே கன்னித் தமிழ் என்பதற்கேற்பத் தமிழ்மொழி யாதொரு சிதைவுமின்றி நின்று நிலவுகின்றதென்ற கருத்துள்ளவ ரென்பதும் புலனாகின்றன.

அப்பால் தமிழை இனிய கனியாக உருவகம் செய்யத் தொடங்கி, பாவாகிய வரம்பும் இனங்களாகிய மடைகளுமுள்ள பரப்பில் நாற்கரணமாகிய ஏரைப் பூட்டிச் சொல்லேருழவர் நான்கு நெறியாகிய விதையை விதைத்து வளர்க்கையில் இடையூறு செய்ய எழுந்த கல்வியில்லாத வறுங்கோட்டி யாளர்களாகிய களைகளைச் சிலர் பறித்தெறிய வளர்ந்து, பால் முந்திரிகை கரும்பு தேங்கா யென்னும் பாகங்களோடு அமுதச் சுவையைப் பெற்றுப் பழுத்த, "முத்திக்கனியே" என விளித்து, "உன்னோ டுவந்துரைக்கும் விண்ணப்ப மொன்று விளம்பக் கேள்" என்று தூது விடும் தலைவி சொல்லுவதாகக் கூறியுள்ளார்.

அதன்மேல், தமிழைப் பாராட்டுகையில், "சிந்தாமணியா யிருந்த வுன்னைச் சிந்தென்று சொல்லிய நாச்சிந்துமே" என்றும், எல்லாப் பொருள்களிலும் தமிழ் உயர்வுடைய தென்பதைப் புலப்படுத்துவாராய், "மும்மூர்த்திகளும் முக்குணமே யுடையார்; நீயோ பத்துக் குணம் (குணவணி) உடையாய்; உலகில் ஐந்து வண்ணங்களே (நிறம்) உள்ளன; உனக்கோ நூறு வண்ணங்கள் உண்டு. உணவுக்குரிய சுவைகள் ஆறே; அவையும் ஊனமுடையன; உனக்குரிய சுவைகளோ ஒன்பது; அவை அழிவற்றன. மானிடர்க்கு வனப்பு ஒன்றே; உனக்குரிய வனப்போ எட்டு. அரசர்க்குரிய பொருள்கோள்கள் மூன்றே; உனக்குரிய பொருள்கோள்களோ எட்டு. உலகிலுள்ள சீர்கள் (ஐசுவரியம்) எட்டே; உனக்குரிய சீரோ முப்பது" எனப் பாராட்டுகிறார்.

எசு-முதல் தமிழின் பகுதிகளாகிய பாக்கள் பாவினுறுப்புக்கள் சிலவற்றிற்கு வேறு பொருள் தொனிக்கும்படி குறிப்பிட்டு அவ்வாறு கூறுதல் நன்றோவென வினவுவாராய், "சேரமான் அடித்தளையை (விலங்கு) நீக்கிய உன்னடிக்கு ஏழு தளை உண்டென்பதும், செந்தமிழாகிய உன்னை வெண்பா வென்பதும், எல்லா யுகங்களிலும் இருந்து விளங்கிய உன்னைக் கலிப்பா வென்பதும், மருளை மாற்றி யருளும் உன்னை மருட்பா வென்பதும், பத்துப் பொருத்தமுடைய உன்னை விருத்தம் (பொருத்தமற்றது) என்று சொல்லுவதும் முறையோ?" என்கிறார்.

அரு-முதல் பொருட் செல்வத்தினும் தமிழ் உயர்ந்த தென்பதை விளக்கக் கருதி, "சிந்தாமணி யென்னும் இரத்தினம் உன் பெயரைப் பெற்றதனாலேயே கொடையில் மிக்கதாக விளங்குகின்றது. ஆபரணங்கள் முதலிய அலங்காரங்க ளெல்லாம் உனக்குள்ள அலங்காரங்களை (அணியிலக்கணங்களை)ப் போலாகுமோ? பொன் உரைத்தாலும் கன்னமிட்டுக் கவர்ந்தாலும் குறையுமே; நீயோ உரைத்தாலும்

அரசர்கள் கன்னமிட்டு (செவியில் ஏற்று)க் கவர்ந்தாலும் குறையாமல் வளருவாய்" என்கிறார்.

கூகை-முதல் தெய்வங்கள் தமிழினிடத்து ஆர்வமுடையன வென்பதை விளக்குவாராய், சிவபெருமான் சங்கத்திருந்தது, அகப்பொரு ளிலக்கணம் இயற்றியது, கலைமகள் புத்தகத்தைக் கையில் ஏந்தியிருப்பது, திருமால் காஞ்சியில் ஒரு தமிழ்ப் புலவரைத் தொடர்ந்து சென்றது, முருகவேள் தமிழை அகத்திய முனிவருக்கு அறிவுறுத்தியது முதலியவற்றை எடுத்துக்காட்டுகிறார்.

கூசூ-முதல், "இவ்வளவு பெருந்தகைமை யுடையா யாதலால், என் செய்தி நீ கண்டு இரக்குவது நீதியன்றோ?" என இரந்து, "கற்க கசடறக் கற்பவை கற்றபின், நிற்க வதற்குத் தக வென்ற, சொற்களுள்ளே, எல்லார்க்கும் புத்தி யியம்பிக் கரையேற்ற வல்லாயாகிய உனக்கு யானோ அறிவுறுத்த வல்லேன்? ஸ்ரீ தியாகராசப் பெருமானையே ஆரூரில் தூது சொல்லப் போக்கினை யென்பதை நன்றாக அறிந்திருந்தும் எனது ஆற்றாமை யினாலேயே தூது சொல்லி வாவென்பேன்" என்று தலைவி தன் உள்ளக்கிடக்கையை வெளியிடத் துணிவதைக் குறிப்பிக்கின்றார்.

க0உ-முதலியவற்றில், "தமிழே! ஆண் பனையைப் பெண் பனையாக ஆக்கியும், காரைக்கா லம்மையாரும் ஔவையாருமாகத் தோன்றியும், திலதவதியாருடன் அவதரித்தும், மங்கையர்க் கரசியாருக்கு ஆசிரியராக எழுந்தருளியும், இசைஞானியார்க்கு மகவாகத் தோன்றிச் சிங்கடியார்க்கும் வனப்பகையார்க்கும் தந்தையாக விளங்கியும் நீ பெண்களெலாம் வாழப் பிறந்தமையால் என் மனத்திற் புண்களெலாம் மாறப் புரிகண்டாய்" என்று தலைவி வேண்டுவதாகக் கூறுகின்றார்.

க0எ-முதல், "தூதுவிடற்குரிய பொருள்களாகிய அன்னம், வண்டு, மான், குயில், மனம் முதலியன இன்ன இன்ன காரணங்களால் போதற்குரியனவல்ல; ஆகையினால் அவற்றைத் தூது விடுக்கத் துணிந்திலே னாதலால் உன்னுடனே துணிந்து கூறுவேன்" என்று சொல்லத் தொடங்கி, ககரு-ஆவது முதல், எத்தனையோ தொடைகளை யுடைய நீ ஒரு தொடை வாங்கி வந்துதவும் ஆற்றலுடையா யல்லையோ? வென்று தலைவி தன்னுடைய நோக்கத்தைக் குறிப்பிப்பதாகக் கூறுகின்றார்.

ககரு-முதலியவற்றில், சோமசுந்தரக் கடவுளுக்கும் தமிழுக்கும் உள்ள சம்பந்தத்தை எடுத்துக்காட்டுவாராய் அவர் செய்த திருவிளையாடல்களாகிய தருமிக்குப் பொற்கிழி யளித்தது, நக்கீரரோடு வாதம் புரிந்தது, பாணபத்திரருக்குத் திருமுகங் கொடுத்தது, அகப்பொரு ளிலக்கண நூலியற்றியது, இடைக்காடனார்க்குப் பின்னே வடமதுரைக்கு எழுந்தருளியது, காரியார் நாரியார்க்குப் பாப் பகுந்தளித்தது, விறகு விற்றது, இசைவாது வென்றது முதலியவற்றை கூறி, "இந்நிகழ்ச்சிகளால் தென்மதுரைக் குள்ளிருந்த சொக்கர் உனக்கு வயமானவரன்றோ?" என வினாவி கஉச-முதல், "வேதத்தோடு ஒத்த பெருமையை யுடையாய் நீ" என்று பலவகையால் தமிழின் மேம்பாட்டைத் தெரிவிக்கின்றார்.

பின்பு சோமசுந்தரக் கடவுளுடைய பெருமைகள் கூறப்படுகின்றன.

கஙச-முதல், திருவாலவாய், மதுரை, சீவன்முத்திபுரம், கடம்பவன மென்னும் மதுரையின் திருநாமங்களையும் சோமசுந்தரக் கடவுளையும் பாராட்டி, கசo-முதல், பூசலார் சமைத்த கோயில், கண்ணப்பர் உமிழ்ந்த திருமஞ்சனம், திருக்குறிப்புத்

தொண்டர் அளித்த பரிவட்டம், மானக்கஞ் சாறனார் சாத்திய பஞ்சவடி, மூர்த்தியார் சேர்த்த சந்தனம், இளையான்குடி மாறர் படைத்த அமுது, சிறுத்தொண்டர் இட்ட பிள்ளைக்கறி, அரிவாட்டாய நாயனார் தந்த மாவடு, கணம்புல்லர் ஏற்றிய தீபம் முதலிய செயற்கருஞ் செயல்களால் நாயன்மார்கள் சிவபெருமானுக்கு அமைத்த பூசைக்குரிய பொருள்களைத் தொகுத்துக் கூறி, அவை ஆரால் அமைத்தல் கூடுமென வியந்து, அங்ஙனம் செய்தல் தன்னால் இயலுவதன்றென்ற தலைவியின் கருத்தைப் புலப்படுத்துகின்றார்.

கருக-முதல், "இருந்தமிழே யுன்னா லிருந்தே னிமையோர், விருந்தமிழ்த மென்றாலும் வேண்டேன்" என்று தமிழால் தான் வாழ்ந்திருத்தலைக் குறிப்பித்த தலைவி, தன்னுடைய வருத்தங்களைச் சொல்லி, "திருக் கொள்ளம்பூதூர் வெள்ளத்தைக் கடந்த நீ உன்னை வழிபட்டொழுகும் யான் காம வெள்ளத்தைக் கடக்குமாறு செய்ய வேண்டாவோ? சைனர்களைக் கழுவேறச் செய்த நீ மன்மதனை அவ்வாறு செய்யாயோ? பாண்டியனுடைய கூனை ஒழித்த நீ கரும்பு வில்லின் கூனை நீக்காயோ? அப்பாண்டியனுக்கு வெப்பு நோயைத் தீர்த்த நீ என் காமவெப்பத்தை தீராயோ? சைனரிட்ட நஞ்சை அமுதாக்கின நீ எனக்குத் தரப்படும் உணவாகிய நஞ்சை அமுதாக்காயோ? தீயிலிருந்தும் வேவாதிருந்த நீ என்னைக் காமத்தீச் சுடாமற் செய்யாயோ? திருச்செங்கோட்டிற் பனி வருத்தாமற் காத்தாய்; என்னைப் பனி வருத்தலைத் தவிர்க்க மாட்டோயோ? வாகீசரைக் கடலில் அழுந்தாதபடி பாதுகாத்தாய்; என்னை அக்கடல் வருத்தாமற் செய்யாயோ? திருவோத்தோரிற் பனையின் வடிவத்தை மாற்றிய நீ அப்பனையில் வாழும் அன்றிலை வேறொரு பறவையாக ஆக்காயோ? பொதியின் மலையில் சந்தனத்தோடும் தென்றலோடும் நட்புற்று வீற்றிருக்கும் நீ அவை யிரண்டையும் எனக்கு உறவாக்காயோ? முத்துச் சிவிகை, முதலியவற்றைத் திருவரத்துறையிற் பெற்ற நீ நான் அணியுங்கால் அம்முத்துக்கள் சுடாதிருக்கச் செய்யாயோ? இறந்தவள் எலும்பைப் பூம்பாவை யாக்கினாய்; பொலிவிழந்த என்னையும் அழகுடையேனாகச் செய்யாயோ?" எனக் கூறுமுகத்தாற் சமயாசிரியர் மூவருடைய அரும்பெருஞ் செயல்களை எடுத்துப்பாராட்டுகிறார்.

கஎ௦-முதல், திருஞானசம்பந்தர், அப்பர், சுந்தரமூர்த்தி நாயனார், நக்கீரர் முதலியவர்களாக விளங்கிச் சிவபெருமானுடைய அருள் பெற்றதும், காரைக்கா லம்மையார், சுந்தரமூர்த்தி நாயனார், சேரமான் பெருமாணாயனாராகக் கைலை சென்றதுமாகிய அதன் அரிய செயல்களை விளக்கி, "உன்கையி லாகாத தொன்றுண்டோ" என்கிறார்.

பின்பு தூது செல்லற்குரிய வழி, முறை முதலியவற்றைச் சொல்லத் தொடங்குகிறார்.

தூது செல்லும் பொழுது இடையூறுகளை மாற்றுதற்கும் உதவிகள் பெறுதற்கும் தமிழ் வல்லதென்பதை மூவர் பெருஞ் செயல்கள் வாயிலாக விளக்க எண்ணி, "தமிழே, 'வேயுறுதோளி' என்னும் பதிகத்தை ஓதிச் சென்றால் செல்லுங் காரியம் சித்திக்குமே. நீ திருவையாற்றிற் காவிரி நதியை வழிவிடச் செய்தாயன்றோ அன்றியும் பாலை நிலத்தை நெய்தலாகச் செய்தாய். சிவபெருமானே உனக்கு வழியிளைப்பு நீக்கப் பொதிசோறு கொண்டு வந்தாரே!" என்று சொல்லிவிட்டு, "கற்றும் பொருள் காணாதவர், கற்றவர்களை மதியாதவர், முறையறிந்து படியாதவர், பேதையருக்கு அறிவுறுத்துபவர், அவையஞ்சுபவர் முதலியவர்கள்பால் ஏகாதே"

என்றும், “பொருள் வேண்டுமெனில் அஃது உனக்கரியதன்றே? கேடில் விழுச்செல்வ மென்றே நீ பாராட்டப் பட்டிருக்கின்றா யன்றோ? அன்றியும் திருவாவடுதுறையில் பொற்கிழி பெற்றாய். திருப்புகலூர்ரிற் செங்கல்லைப் பொன்னாக்கினை. பட்டினப்பாலை யெனும் வஞ்சிநெடும் பாட்டாற் பதினாறு கோடி பொன் பெற்றாய். நல்லார் வறுமையினும் கல்லாதார் செல்வம் இன்னாததன்றோ?” என்றும், “அன்பிலா ரிந்திரன்போல் வாழ்ந்தாலும் போகாதே; அங்கே புசியாதே” என்றும் அறிவுறுத்துகின்றார்.

பின், மதுரை சென்று செய்ய வேண்டியவற்றைச் சொல்லத் தொடங்கி, “வையையில் நீராடி அகழியையும் மதிலையும் கடந்து வீதிகளைச் சூழ்வந்து திருக்கோயிலுட் புகுந்து வணங்கிப் பின் அபிடேக முனி செய்வித்த தளவரிசையையும், கோபுரம் மண்டபம் மாளிகைப் பத்தி முதலியவற்றையும் கண்டுகளித்துச் சோமசுந்தரக் கடவுள் அங்கயற் கணம்மையோடு வீற்றிருக்கும் திருவோலக்கத்தை அடைவாய்” என்று ஆற்றுப்படுத்துகிறார்.

உ௧௯-முதல், “அங்ஙனம் சென்று இடைக்காடன் பின்போக சோமசுந்தரக் கடவுளின் திருவடிகளும், ஒரு பாண்டியனுக்காக மாறித் திருப்பிய திருத்துடையும், தம் அன்பனுடைய விரோதியாகிய பணிக்கனோடு போர்செய்தற்குக் கச்சுக் கட்டிய திருஇடையும், வந்தி தரும் பிட்டுண்டு பசிதீர்ந்த திருவுதரமும், பன்றிக் குட்டிகளுக்குப் பாலருத்திய திருமார்பும், ஒரு வழுதிக்காக மாணிக்கம் விற்ற திருக்கரங்களும், பாண்டிய அரசராகி வேம்பணிந்த திருப்புயமும், கரிக்குருவிக்கு உபதேசித்த திருவாயும், நீ (தமிழ்) வாழும்படி தந்த திருச்செவியும், மாமனாக வந்து வழக்குரைக்கையில் வணிகப் பெண்ணைத் தழுவிக் கண்ணீர் விட்டுத் துயராற்றிய திருவிழிகளும், மண்சுமந்த திருமுடியும் கண்டு களிகூர்ந்து கசிந்து கசிந்துள்ளுருகு வாயாக” என்று சோமசுந்தரக் கடவுளுடைய பாதாதிகேச வருணனை கூறுகின்றார். இந்தப் பகுதி அன்புடையார்க்குத் தெவிட்டாத அமுதமேயாகும். இப்பகுதியால், தெய்வங்களைப் பாதாதிகேசமாகவும் மானிடரைக் கேசாதிபாதமாகவும் வருணிக்க வேண்டு மென்னும் விதிமுறையை ஆசிரியர் அறிந்தவரென்று தெரிகின்றது.

பின்பு, பூசாகாலங்களில் நிகழும் சிறப்புக்களை விரித்துரைக்கின்றார்.

உ௩௧-முதல், அடுக்குத் தீபம், தங்கத் தீபம், முத்தத் தீபம், ரிஷப தீபம், புருடாமிருக தீபம், தட்டம், அட்சராரத்தி, கும்ப தீபம், கற்பூர தீபம் ஆகிய தீபங்களும், கண்ணாடி, குடை, சாமரை, ஆலவட்டம், விசிறி முதலிய உபசாரப் பொருள்களும் கூறப்படுகின்றன.

இப்பகுதியில், ஒவ்வொரு பொருளும் அங்கே வருதற்கு ஒவ்வொரு காரணம் கற்பித்துக் கூறப்படுகின்றது.

அப்பால், தரிசன காலத்திற் சென்று உரிய பொருள்களைச் சேர்ப்பித்துத் தரிசனஞ் செய்து தோத்திரஞ் செய்யுமாறு உரைத்தபின் தலைவி தன் துயரைத் தீர்த்தருளும்வண்ணம் முறையிடும்படி கூறுவதாகச் சோமசுந்தரக் கடவுள் திருவிளையாடல்களைப் பலவகையாக அமைத்துக் காட்டுகின்றார். அம்முறையீடு, “ஸ்வாமி, பழிக்கஞ்சி யென்னும் பெயர் உமக்கு இனி வேண்டாவோ? வந்தவர்கள்மேற் பொடி போட்டு மயக்கினாற் சொக்கலிங்க மென்னும் பெயர் வேறு பொருள்படுமே. கங்கையைச் சிறு திவலையாக அடக்கிய நீர் அவ்வெள்ளம் இவள் கண்ணூடு

வருமாறு செய்வீராயின் உம்மை எல்லாம் வல்ல சித்தரென்று அழைக்கத் துணிவாளோ? இவளுடைய வளையைக் கவர்ந்த நீர் பிற மங்கையர்க்கு வளை விற்றது முறையோ? உம்முடைய தோள்மாலை வேம்பென்றால் உம்மைத் தொடர்ந்து அம்மாலையை விரும்பின பெண்களும் உமக்கு வேம்பாகி விட்டார்களோ? மன்மதனை எரித்த உமக்குப் பெண்கள் கலைகளைக் கவருதலும் இயல்போ அவ்வியல்பைக் கண்ணனிடமிருந்து கற்றுக் கொண்டீரோ? விருத்த குமார பாலராகக் கௌரி வீட்டிலும், எல்லாம் வல்ல சித்தராகப் பொன்னனையாள் மாளிகையிலும் இருந்த நீர் இவள் வீட்டில் எழுந்தருளி இருக்கலாகாதோ?" என்பது.

பின், "இந்த மொழி யெல்லாந் திருச்செவியி லேறும்படி யுரைக்க உன்போல் எவர்க்கு வாய்க்கும்?" எனத் தமிழைப் புகழ்ந்து, "சொக்கநாதக் கடவுள் நின் சொற்படியே வந்து எனக்கு மகிழ்வை யளிக்கும்வண்ணம் நீ சென்று தூது சொல்லி வருவாயாக" என்று பூர்த்தி செய்கிறார்.

இத்தகைய அரிய நூலுள்ளே, பெரும்பாலும் நாயன்மார்களுடைய செயல்களும் சோமசுந்தரக் கடவுளின் திருவிளையாடல்களும் பலவகையில் அழகுபெற அமைக்கப் பெற்றிருக்கின்றன. இடையிடையே காணப்படும் சிலேடை தொனி திரிபு முதலிய சொன்னயங்களும், பொருணயங்களும் அறிந்து இன்புறற்பாலன.

"முன்னோர் மொழி பொருளே யன்றி யவர்மொழியும் பொன்னேபோற் போற்றுவம்" என்பதற்கிணங்க ஆசிரியர், ஆன்றோர் சொல்லிப் போந்த கருத்துக்களை இடமறிந்து எடுத்தாண்டிருப்பதன்றி மொழிகளையும் முழுச் செய்யுட்களையும் இடையிடையே விளங்க அமைத்திருக்கின்றார். அவற்றுள், திருக்குறட் பாக்களைப் பல இடங்களில் நயம்பட அமைத்திருத்தல் அறியத்தக்கது.

இவர் தாம் எடுத்தாண்ட திருவிளையாடற் செய்திகளுக்குத் திருவாலவாயுடையார் திருவிளையாடற் புராணத்தைப் பெரும்பாலும் மேற்கோளாகக் கொண்டவ ரென்று தோற்றுகின்றமையால் அந்நூலாசிரியர் காலத்திற்கு இந்நூலாசிரியர் காலம் பிற்பட்ட தென்று தெரிகிறது.

இதனுட் பயின்றுள்ள கருத்துக்களினால் ஆசிரியர் கற்றடங்கினவ ரென்பதும் கல்லாதவரையும் தமிழருமை யறியாதவரையும் மதியாதவரென்பதும் பல செல்வரிடத்திற் சென்று சென்று அவர்களுடைய ஆதரவு தேட முயன்று பயனொன்றுங் காணாராகி, "உன்பற்றொழிய வொருபற்று மில்லை யுடையவனே" என்று சிவபெருமானைப் பற்றுவதே பெரும் பற்றாக எண்ணிக் காலங்கழித்து வாழ்ந்து வந்தவ ரென்பதும் விளங்குகின்றன.

பிற தூது நூல்களில் பெரும்பாலும், தலைவன் பவனி போதுங்கால் தலைவி கண்டு காமுற்றுப் பின் தூதுவிடத் துணிந்ததாகக் கூறப்படும் செய்திகளையும் பிறவற்றையும் இவர் மேற்கொள்ளாமல் அவற்றை உய்த்துணர வைத்திருத்தல் தமிழையும் சிவபெருமானையும் பாராட்டுதலையே முதன்மையான நோக்கமாகக் கொண்டிருந்தா ரென்பதைப் புலப்படுத்துகின்றது. எனினும் பிற பாஷைகளை யேனும் பிற தெய்வங்களையேனும் பிற சமயங்களையேனும் குறைகூறாது செல்வது இவருடைய பெருந்தகைமையைக் காட்டும். வடமொழி நூல்களைத் தமிழின் உறுதிச்சுற்றமாகக் கூறியதும் வடநூற் கருத்துக்களையும் வடமொழிச் சொற்களையும் தொடர் மொழிகளையும் இடையிடையே அமைத்திருப்பதும் ஆசிரியர் தமிழோடு

வடமொழி விரவுதலில் விருப்ப முள்ளவரென்பதைத் தெரிவிக்கின்றன. இந்நூலின் பெருமைகள் இன்னும் பல.

இந்நூலின் மூலப்பிரதி எனக்கு கிடைத்தது ஒன்றே. நான் கும்பகோணம் காலேஜில் வேலையாக இருந்தபோது மாணவராக இருந்த ம-ா-ா-ஸ்ரீ சாம்பசிவ செட்டியாரவர்கள் (இப்போது மாயூரத்தில் அட்வொகேட்டாக இருப்பவர்கள்) 1900ஆம் ௵ மே ௴ 2ஆம் தேதியில் தாம் சாப்பிடும் விடுதியில் அயலூரா ரொருவர் சில ஏட்டுச் சுவடிகளுடன் வந்துள்ளா ரென்றும் அவற்றை என்னிடம் சேர்ப்பிக்க எண்ணியுள்ளா ரென்றும்சொல்லி, அன்று பிற்பகலிலேயே அவற்றை யெல்லாம் என்னிடம் சேர்ப்பித்தார்கள். அவற்றுள் பெரும்பாலன அச்சிட்ட நூல்களாகவே யிருந்தன. ஏதோ ஒரு பழஞ்சுவடியின் இறுதியில் இந்நூல் காணப்பட்டது. ஷை செட்டியார வர்களுடைய அன்புடைமையும் புத்தகத்தின் சொந்தக்காரருடைய அன்புடைமையும் என் மனத்திற் குடிகொண்டிருக்கின்றன.*

பிறகு அந்தச் சுவடியைப் படித்துப் பார்த்துவிட்டுப் பொருள் நயத்தை யறிந்து எழுதுவித்தேன். அப்பால் அதைப் பன்முறை படித்து வேறு பிரதி எங்கேனும் கிடைக்குமோ வென்று அக்காலம் தொடங்கி பல இடங்களில் தேடிப்பார்த்தும் எங்கும் கிடைக்கவில்லை. ஆதலாற் பின்னும் தாமதிப்பதிற் பயனில்லை யென்று நினைத்துக் குறிப்புரையுடன் பதிப்பிக்கலானேன்.

அந்த ஏட்டுச் சுவடியி னிறுதியில், "பச்சைமுத்து உபாத்தியாயர் லிகிதம் சீரணமாயிருந்து கர வருஷம் மாசி ௴ ௨௰-௨ புதவாரமும் சதுர்த்தசியும் கூடிய திருவோண நக்ஷத்திரத்தில் ஷை யார் பேரன் சுந்தரேசன் லிகிதம் நிறைவேறிற்று" என்பது எழுதப்பட்டுள்ளது.

இந்த நூலால் அறியக்கூடிய செய்திகள் பல இருத்தலால் தமிழ்ச் சுவையை அறிந்து இன்புறும் அன்பர்களுக்கு இது மிகவும் பயன்படு மென்பது எனது கருத்து.

திருப்பனந்தாட் காசிமடாலயத் தலைவர்களும் அருங்கலை விநோதர்களுமாக விளங்கும் கௌரவம் பொருந்திய ஸ்ரீலஸ்ரீ காசிவாசி ஸ்வாமிநாத ஸ்வாமிக ளவர்கள் தமிழ்ப் பாஷையின் அபிவிருத்தியைக் குறித்து இக்காலத்துச் செய்து வரும் முயற்சிகள் பலவென்பதை யாவரும் அறிவார். அவர்கள் இந்நூலின் சொற்சுவை பொருட்சுவைகளையும் இது தங்களுடைய வழிபடு தெய்வமாகிய மதுரை ஸ்ரீ சொக்கநாதப் பெருமானுடைய கருணைத் திறத்தைப் புலப்படுத்திக் கொண்டிருத்தலையும் அறிந்து இன்புற்று இந் நூலை முதன் முறை 1930ல் பதிப்பிக்கச் செய்து யான் சிறிதும் பொருட்கவலை அடையாதபடி உதவிபுரிந்தார்கள். இது விஷயத்தில் அவர்களுக்கு என் மனமார்ந்த நன்றியைச் செலுத்துகிறேன்.

வாங்குங் கவளத் தொருசிறிது வாய்தப்பிற்
றூங்குங் களிறோ துயருறா – ஆங்கது கொண்
டூரு மெறும்பிங் கொருகோடி யுய்யுமால்
ஆருங் கிளையோ டயின்று (நீதிநெறி விளக்கம்)

என்பது அவர்களுடைய முன்னோர்கள் திருவாக்கன்றோ? இதன் இரண்டாம் பதிப்பு 1932ஆம் ௵ வெளியாயிற்று.

* இவ்வரலாற்றின் விரிவை நான் எழுதிய 'இன்னும் அறியேன்' (நல்லுரைக் கோவை, 3ஆம் பாகம்) என்னும் கட்டுரையிற் காணலாம்.

இப்பதிப்பு விஷயத்தில் உடனிருந்து ஒப்புநோக்குதல் முதலிய உதவிகளைச் செய்தவர்கள், சென்னைக் கிறிஸ்டியன் காலேஜ் ஹைஸ்கூல் தமிழ்ப் பண்டிதர் சிரஞ்சீவி வித்துவான் வி.மு. சுப்பிரமணிய ஐயரும், கலைமகள் ஆசிரியர் சிரஞ்சீவி கி.வா. ஜகந்நாத ஐயரும் ஆவர்.

இங்ஙனம்,
வே. சாமிநாதையர்

திருவேட்டீசுவரன் பேட்டை
24-4-41

கலைமகள் வெளியீடு-க

உ
கணபதி துணை

பலபட்டடை சொக்கநாத பிள்ளை
இயற்றிய

ஸ்ரீ பத்மகிரிநாதர் தென்றல் விடு தூது

பதிப்பாசிரியர்:
மகாமகோபாத்தியாய தாக்ஷிணாத்யகலாநிதி
டாக்டர் உ.வே. சாமிநாதையர்

மதராஸ் லா ஜர்னல் பிரஸ், மயிலாப்பூர்

ஆங்கிரஸ ஹூ ஆனி மீ

1932

Copy Right Registered]

 [விலை அணா 4

கலைமகள் வெளியீடு, க.

உ

கணபதி துணை.

பலபட்டடைச் சொக்கநாத பிள்ளை

இயற்றிய

ஸ்ரீ பத்மகிரி நாதர் தென்றல்விடு தூது

——:o:——

பதிப்பாசிரியர்:

மகாமகோபாத்தியாய தாக்ஷிணாத்ய கலாநிதி

உ. வே. சாமிநாதையர்

மதராஸ் லா ஜர்னல் பிரேஸ், மயிலாப்பூர்.

ஆங்கிரஸ ஆனி மீ

1932

Registered Copyright]

 [விலை அணா 4.

உ
கணபதி துணை

முகவுரை

தேவாரம்
திருச்சிற்றம்பலம்

பொடியார் மேனியனே புரிநூலொரு பாற்பொருந்த
வடியார் மூவிலைவேல் வளர்கங்கையின் மங்கையொடும்
கடியார் கொன்றையனே கடவூர்த்தனுள் வீரட்டத்தெம்
அடிகே ளென்னமுதே யெனக் கார்துணை நீயலதே.

திருச்சிற்றம்பலம்

தமிழிலுள்ள தொண்ணூற்றாறுவகைப் பிரபந்தங்களுள் தூதென்பதும் ஒன்று. ஒரு தலைவி தான் காதலித்த தலைவ னொருவன்பால் ஒரு பொருளைத் தூதுவிடுவதாகக் கலிவெண்பாவாற் பாடுதல் வேண்டுமென்பது இப்பிரபந்தத்தின் இலக்கணம். சிறுபான்மை தலைவன் தலைவிக்குத் தூதனுப்பியதாக இயற்றப்படுதலும் உண்டு. இது கடவுளர் ஆசிரியர்கள் உபகாரிகள் முதலியவர்களைப் பாட்டுடைத் தலைவர்களாகக் கொண்டு அவர்களுடைய பலவகைச் சிறப்புக்கள் புலப்படப் பாடப்படும்.

தூதிற்குரிய பொருள்களாக அன்னம், மயில், கிள்ளை, மேகம், நாகணவாய்ப்புள், பாங்கி, குயில், நெஞ்சு, தென்றல், வண்டு என்னும் பத்தும் இரத்தினச் சுருக்கம் முதலிய இலக்கண நூல்களுள் கூறப்பட்டுள்ளன. இவற்றை யன்றித் தத்தம் கற்பனைத் திறனுக்கேற்பப் புலவர்கள் தூதிற்குரிய பொருள்களாக அமைத்துக்கொண்டவை நெல், துகில், பணம், பொன், மான், மதங்கி, மாலை, விறலி, புறா, வெள்ளாங் குருகு, தமிழ், இருள்வாசிப் பூ (இருவாட்சி), வனசம், குவளை, பாரிசாதம், பிச்சி, சண்பகம், புகையிலை முதலிய பலவாம். முற்கூறிய பத்துப் பொருள்களுள்ளும் பிறவற்றுள்ளும் உள்ள ஒவ்வொரு பொருளைத் தனித்தனியே தூதுவிட்டதாகப் பாடப்பட்டுள்ள நூல்கள் பல உண்டு. இவற்றுள் சில பொருள்களில் ஒவ்வொன்றன் சம்பந்தமாகப் பல ஆசிரியர்கள் இயற்றிய பல தூதுக்கள் உண்டு. பணவிடுதூது, விறலிவிடுதூது, நெஞ்சுவிடுதூது முதலிய வகைகளில் ஒவ்வொன்றிலும் பல இருத்தல் இதனை அறிவிக்கும்.

அஃறிணைப் பொருள்கள் தூது போதற்கும் சொல்லுதற்கும் உரியன வல்லவேனும் அவற்றை விளித்துக் கூறுதலுக்குத் தலைவன் தலைவிகளின் மனமயக்கமே காரணமென்பர். இங்ஙனம் வரும் செய்திகள் அகத்திணையிற் காமம் மிக்கக் கழிபடர் கிளவியின்பாற்படும்.

தூதுச் செய்திகளைக் கூறும் பல தனிப்பாடல்களும் உண்டு. இரட்டை மணிமாலை, மும்மணிக் கோவை, நான்மணி மாலை, கலம்பகம், அந்தாதி முதலிய பிற பிரபந்தங்களுள்ளும், தேவாரம், திருவாசகம் முதலிய திருமுறைகளுள்ளும், திவ்யப்பிரபந்தப் பதிகங்களிலுள்ள சில செய்யுட்களிலும், கீர்த்தனம் முதலிய இசைப்பாட்டுக்களிலும் தூதுச் செய்திகள் வந்துள்ளன.

வடமொழி முதலிய பிற மொழிகளிலும் தூதுப்பிரபந்தங்கள் உள்ளன. மகாகவி காளிதாஸரால் இயற்றப்பெற்ற *மேக ஸந்தேஸமும், ஸ்ரீ வேதாந்த தேசிகரால் இயற்றப்பெற்ற ஹம்ஸ ஸந்தேஸமும், பிக ஸந்தேஸம் மயூர ஸந்தேஸம், சுக ஸந்தேஸம், காக ஸந்தேஸம், பிரமர ஸந்தேஸம், மனஸ் ஸந்தேஸம், பவனதூதம் முதலியனவும் வடமொழியிலுள்ள ஸந்தேஸங்கள். இவ்வாறே தெலுங்கு, கன்னடம், மலையாளம் முதலிய திராவிட மொழிகளிலும் பல ஸந்தேஸங்கள் உள்ளன வென்றும் அவற்றுள் மலையாள மொழியில் வழங்கும் மயூர ஸந்தேஸம் என்னும் நூலொன்று மிக்க சுவையுடையதாக உள்ளதென்றும் கூறுவர். சிங்கள மொழியில் சேவல் ஸந்தேஸம், சேலாலிஹினி ஸந்தேஸம், என்பன போன்ற நூல்கள் உள்ளன வென்றும் கேட்டிருக்கின்றேன். பாலி பாஷையிற் பௌத்த மத சம்பந்தமான தூதுக்கள் சில உள்ளன வென்பர். எனவே, தூதினைக் கூறும் நூல்கள் அறிஞர்களால் இயற்றப்பெற்றும் பெரிதும் பாராட்டப்பெற்றும் வந்தனவென்பது முற்கூறிய பலவகை நூல்களுண்மையால் பெறப்படுகின்றது.

பத்மகிரிநாதர் தென்றல் விடு தூது என்பது பத்மகிரி (திண்டுக்கல்) என்னும் தலத்தில் திருக்கோயில் கொண்டு எழுந்தருளியுள்ள ஸ்ரீ பத்மகிரிநாதர் பவனி வரும்பொழுது அவரைத் தரிசித்து அவர்பால் அன்புற்று மையல் கொண்ட தலைவி ஒருத்தி, தென்றலை அவர்பால் தூதுவிட்டதாகப் பலபட்டடை சொக்கநாத பிள்ளை என்னும் புலவர் பெருமானால் இயற்றப்பெற்றது. இதிலுள்ள கண்ணிகள் 123. இந்நூல் பாடாண் டிணையிற் கடவுள் மாட்டு மானிடப் பெண்டிர் நயந்தப் பக்கத்தின் பாற்படும்.

தென்றலைத் தூதுவிடுவதாகச் சொல்லப்படும் நூல் இதனையன்றி இப்பொழுது வேறு கிடைக்கவில்லை. தூது விடும் பொருள்களுள் தென்றல் ஒன்றென்பது முற்கூறிய இலக்கண நூல்களா லன்றியும், "அன்றில் குயில் தென்ற லவைவிடின் மாறாப் பகையாய், ஒன்றுவன தூதா யுதவுமே" (*கச்சி. ஆனந்த. வண்டு. 338*), "துன்று தென்ற லெதிர் சென்றிடிற் கடிது தோள்கொள் பூணிரை யெனக்கொளும்" (*வாட்போக்கிக் கலம்பகம், 26*) என வருவனவற்றாலும் அறியப்படுகின்றது.

பத்மகிரி என்பது திண்டுக்கல்லின் திருநாமம். படைப்பின் தொடக்கத்தில் இத்தலத்தில் பத்மதீர்த்தமென ஒன்று உண்டாக, அதன் நடுவில் ஒரு தாமரை யரும்பு தோன்றிற்று; அவ்வரும்பே பின்பு மலையாயிற்று; தாமரை யரும்பின் வடிவாயிருத்தலின் இம்மலை பத்மகிரி யென்னும் பெயர் பெற்றதென இத்தல மகாத்மியம் கூறும். இதற்குத் +திண்டீச்சுரம் என்னும் திருநாமமுமுண்டு. திண்டி யென்னும் ஓர் அசுரன் அம்பிகையால் சங்காரம் செய்யப் பெற்ற பொழுது தன்பெயரால் இந்நகரம் வழங்க வேண்டுமென்று கேட்டுக்கொண்டபடி அமைந்தது இத்திருநாம மென்பர். இத்தல விருட்சம் நெல்லி. அதனால் இது நெல்லிவன மென்றும் வழங்கும்.

---

* இது தலைவன் தலைவிபால் மேகத்தைத் தூதாக அனுப்பிய காவியம்; ஸந்தேஸம் – தூது.

\+ திண்டிவனத்தையும் திண்டீச்சுர மென்பர் சிலர்.

இது தேவார வைப்பு ஸ்தலங்களுள் ஒன்று.

தெள்ளும் புனற்கெடில வீரட்டமும்
திண்டீச் சரமும்திரு புகலூர் (திருநா. தே. காப்புத்.8)

திண்டீச்சரஞ் சேய்ஞலூர் செம்பொன் பள்ளி,
தேவூர் சிரபுறஞ்சிற் றேமஞ் சேறை (திருநா. தே. ஷேத்திரக்.9)

கோடீச் சுரங் கொண்டீச் சுரந் திண்டீச்
சுரங்குக்கு டேச்சுர மக்கீச் சுரம் (திருநா. தே.அடைவு.8)

இத் தலத்திலுள்ள சிவபெருமான் திருநாமம் *ஸ்ரீ பத்மகிரிநாதர் என்பது. அம்பிகையின் திருநாமம் அபிராமவல்லி என்பது. இத்தலத்தில் பதும தீர்த்தம் முதலிய பல தீர்த்தங்கள் உள்ளன.

ஆசிரியர் இந்நூலுள் இந்தத் தலவரலாறுகளையும் பலவகைச் சொல்லணி பொருளணிகளையும் எதுகை மோனை நயங்களையும் அமைத்திருத் திருக்கின்றார். தூதுவிடப்படும் பொருளாகிய தென்றலைப் பலவகையாகச் சிறப்பித்துப் பாராட்டுகின்றார்.

தென்றல் தமிழோடு மிக்க தொடர்புடைய தென்பதைப் புலப்படுத்தி முதலில், "செந்தமிழின் பின்னுதித்த தென்றலே" *(4)* என விளித்தல் அறிந்து இன்புறற்பாலது; "தண்டமிழ்த் தென்றல்" *(கம்ப. அயோமுகி. 6)*, "தென்னந்தமிழி னுடன்பிறந்த சிறுகால்" *(மீனாட்சி. பிள்ளை. தாலப். 1)*, "சந்தனா சலத்தினின்றுந் தமிழுட னளைந்து வந்த, மந்த மாருதம்" *(திருவிரிஞ்சைப் புராணம், கௌளரீபுரச். 26)* எனப் பிறரும் இத்தொடர்பைக் கூறியுள்ளார்.

இந்நூலில் காற்றைப் பற்றிய பலவகைச் செய்திகள் அழகாக அங்கங்கே அமைத்துச் சொல்லப்பட்டுள்ளன. ஆசிரியர் பல நூல்களில் பயிற்சியுடையா ரென்பதை அவை காட்டுகின்றன. தென்றலானது மன்மதனது தேர் என்பதை நினைந்து கூறும் பின்வரும் செய்திகள் மன்மதனது பிற படைகளுக்கும் தென்றலாகிய தேர்ப்படைக்கும் உள்ள வேற்றுமைகளைக் காட்டுகின்றன: 'தென்றலே, மன்மதனது மூன்று படைக்கும் முதற்படையே, அவனது யானையாகிய இருள் சூரியனைக் கண்டால் ஓடிவிடும்; அவனுடைய குதிரையாகிய கிளி பூனையைக் கண்டால் பறந்து போய்விடும்; அவனுடைய சேனையாகிய பெண்கள் யானைப் படையாகிய இருளைக் கண்டால் தூங்கிவிடுவார்கள். அவனது நாற்படைகளுள்ளே நீயே சிறப்புடையை' *(5-8)*, அர்த்தரதம் முதலிய மூன்றுவகை இரதங்களையும் வென்ற மகாரதம் என்றற்குரிய மாரனது இரதமே' *(67)*.

வாயு பஞ்சபூதங்களில் ஒன்றென்னும் செய்தியை நினைந்து ஏனைய பூதங்களுக்கும் இதற்கும் உள்ள வேறுபாட்டை எடுத்துக்கூறிச் சிறப்பிக்கின்றார்: 'காற்றே உன்னுடைய வடிவமானது அப்பு, தேயு என்பனபோல் கட்புலனாவதோ? அன்றி ஆகாயத்தைப் போல் ஒளித்து விடுவதோ?' *(10)*

இன்னும், காற்றுப் பத்துவகை யென்னும் செய்தியை நினைந்து திருமாலுக்குரிய பத்து அவதாரங்களும் வாயுவின் பத்துவகையைப்போற் சிறந்தனவல்ல *(9)* என்று கூறுகிறார். மூச்சுக் காற்றை நினைந்து, 'உன்னுடைய ஓட்டம் இல்லாவிடில் உயிருக்கும் உடலுக்கும் சஞ்சாரம் ஏது? திருமூலர் எழுபது கோடியுகம் இருந்தது

---

* பத்மகிரீசுவரர் எனவும் வழங்கும். (Ins.,S.Dts., p.72.No.8)

யாரால்?' (12-3) என்பதையும், 'கும்பகம் செய்கின்ற மூக்கில் நீ உறைவாய்' என்னும் பொருள்பட, "கோரங் கொளாதுகும்ப கோணத் துறைவாய் நீ (35) என்பதையும் அமைக்கின்றார். ஒலி காற்றினாற் பரப்பப்படுவது என்னும் உண்மையை, "உற்றறியுஞ் சத்தமெல்லா முன்குணமென் னார்விசும்பு, பெற்றகுண மென்பரது பேய்க்குணங்காண்" (23), "கருங்குயிலின், காலத் தொனிநீ கடத்திவிடா யேற்சக்ர, வாளத்தை யெல்லாம்போய் மண்டுமோ (64-5) என்பவற்றிற் புலப்படுத்துகின்றார். பறத்தலுக்குக் காற்று இன்றியமையாதது என்பதை மன்மதன் எய்கின்ற அம்பு ஓடுவதும் (64) கிளி தேரை இழுத்துச் செல்வதும் (66) காற்றினாலே எனக் கூறி குறிப்பிக்கின்றார். காற்று, மணத்தைப் பலவிடங்களிலும் பரப்பும் தன்மையை, "வாசனையை நீவளரா விட்டான் மலரேது, பூசனயே தீசனை யார் போற்றுவார்" (32-4) என்பன முதலியவற்றிலும், "தென்மதுரை ஐயனை நம்புமோ ரந்தணன் கல்யாணம், செய்ய வுபாயமொன்று சிந்தித்தாய் (58-9) என்பதிலும் சொல்லிப் பாராட்டுகின்றார்.

இவற்றையன்றி, காற்று விராட்புருடனது மனத்துக்கு அதிட்டான தேவதை (14-5) என்பதையும், பாம்புக்கு உணவு (19) என்பதையும், மேகத்தைப் பலவிடங்களிற் பரப்பும் தன்மையுடையது (21) என்பதையும், கப்பல் ஓடுவதற்கு உதவுவது (26-8) என்பதையும் ஒரு திசைக்கு அரசுரிமை வாய்ந்தது (28-9) என்பதையும், மூன்று நாடிகளிற் முதல் நாடிக்குரியது (30) என்பதையும் அங்கங்கே அமைத்துள்ளார்.

ஆஞ்சநேயரும் வீமசேனனும் மிக்க பலத்தை யடைந்ததற்குக் காரணம் அவர்கள் வாயு புத்திரர்க ளாயினமையே (16-7) என்பது, வாயு மேருகிரியை முறித்தது (20), சிவபிரானது அக்கினிக் கண்ணின் பொறியைத் தாங்கி வந்தது (31), குசநாபன் மகளிர் முதுகை ஒடித்தது (24-5) முதலிய புராண இதிகாசச் செய்திகளின் முகத்தாலும் காற்றின் பெருமையைத் தெரிவிக்கின்றார்.

திருப்பூவணம், திருவேங்கடம், திருப்பூந்துருத்தி, திருவரங்கம் என்பவற்றோடு காற்று தொடர்புடைய தென்பதும், திருக்காளத்தியில் இறைவர் காற்றுருவாக எழுந்தருளியிருக்கின்றா ரென்பதும், காற்றுத் திருவாரூர் சாளரத்திற் புகுந்து தியாகேசருக்கு இன்பம் செய்வதென்பதும், காஞ்சீபுரக் கோயிற் செப்புவாசல் வழியே வந்து இன்பம் பயப்ப இயங்குவ தென்பதும், மதுரையில் ஸ்ரீ சொக்கநாதக் கடவுள் தருமிக்குப் பொற்கிழி யளித்ததற்குக் காரணமாக இயற்கை மணத்தைப் பரப்பிய தென்பதுமாகிய பிற தலச் செய்திகளையும் இதிற் காணலாம்.

கண்ணபிரான் 'ஆறு இருதுக்களுள் வசந்த ருது நான்' என்று பகவத்கீதையில் திருவாய்மலர்ந்தருளிய செய்தியை எடுத்துக் கூறி அவ்வாறு அவர் கூறத்தக்கச் சிறப்பை வசந்தருது அடைந்தது அவ்விருது தென்றலின் துணை பெற்றமையி னாலேயே (61-2) எனக் காரணங் காட்டுகின்றார்.

தென்றலை ஒரு யுவராசனாக உருவகம் செய்து அஃது உலாவரும் கோலத்தைத் தொடர்புபெற அமைப்பதும் (38-48), அதனை ஒரு குழந்தையாக உருவகம் செய்தலும் (52-5, 112) அறிதற்குரியன.

'வெம்புலியை வாலுருவி விடுதல்' (45), 'பழம்நழுவி பாலில் விழுதல்' (46) என்னும் பழமொழிகளை உரிய இடத்தில் எடுத்தாளுகின்றார்.

இத்தலத்துச் சிவபெருமானைப் பற்றிய செய்திகள் கூறப்படும் பகுதியால் (73-93) பத்மதீர்த்த வரலாறு நெல்லிவன மென்னும் பெயர், இதன்பால் தூண்டா

விளக்கு ஒன்றுண் டென்பது, திண்டீச்சுர மென்னும் திருநாமம், வருணனும் அகத்தியரும் இத்தலத்திற் பூசித்தது, அம்பிகையின் திருநாமம் அபிராமவல்லி யென்பது, திருவிழாவின் சிறப்பு, திருத்தேர் எட்டாந் திருநாளில் நடைபெறுதல் முதலியவை அறியப்படுகின்றன.

தலைவி ஸ்ரீ பதுமகிரிநாதரைக் கண்டு மயக்கங் கொண்டு முறையிடுவதாகச் சொல்லும் பகுதியில் (95-105), "ஒரு செவ்வந்திப் போதால் உறையூரை அழித்த நீர் அப்பொழுது இந்தச் செவ்வந்திப் போதால் (அந்திப்பொழுது) அழித்திருக்கலாமே"(103) எனத் திரிசிரகிரித் தலச் செய்தியையும், "என்னுடைய விழியிரண்டும் இராமேசருக்குரிய தனுஷ்கோடியைப்போல நீர்ப்பெருக் குடையனவாயின" (108-9) எனத் தனுக்கோடி என்னும் தீர்த்தத்தையும் ஆசிரியர் கூறுகின்றார்.

பிற தூதுப் பொருள்களை அனுப்பாமைக்குத் தலைவி கூறும் காரணங்கள் (112-7) சிலேடை முதலிய அணிகளும் தொனியும் அமையச் சொல்லப்படுகின்றன. இங்ஙனம் விலக்கப்பட்ட தூதுப் பொருள்கள் வண்டு, மயில், அன்னம், கிளி, மேகம் என்பனவும் பாங்கியும்.

யமகம் (97-8), திரிபு (21, 38-9, 53, 56, 68, 72, 95, 99, 104, 106-7, 109-11, 117-8, 120-21) என்பவற்றை இந்நூலில் இடையிடையே காணலாம்.

இந்நூலின் ஏட்டுப் பிரதி ஒன்று இற்றைக்கு 47 வருஷங்களுக்கு முன்பு திருநெல்வேலித் தெற்குப் புதுத் தெரு வக்கீல் ஸ்ரீ சுப்பையா பிள்ளை யவர்கள் வீட்டிற் கிடைத்தது. அப்பிரதி ஊர்காட்டுச் சாமிநாத வாத்தியார் என்பவருடையது. அதன்பின் இதுவரையில் வேறு பிரதி ஒன்றும் கிடைக்கவில்லை. இந்நூலுடன் அழகர் கிள்ளை விடு தூதும் சேர்ந்து இருந்தது. கிடைத்த பிரதி சிதையாததாக இருந்தமையின் அவ்வாறே பதிப்பிக்கலாயிற்று.

திண்டுக்கல் சம்பந்தமான சில செய்திகளை அவ்வூர் வக்கீல் ம-ள-ள-ஸ்ரீ எல்.ஏ. வெங்குசாமி ஐயரவர்கள் எனக்கு அன்புடன் தெரிவித்தார்கள்.

இந்நூலைக் கலைமகள் என்னும் பத்திரிகையில் வெளியிடும்படி என்னைத் தூண்டி அங்ஙனமே செய்வித்துதவிய அப்பத்திரிகையின் அதிபர் ம-ள-ள-ஸ்ரீ ஆர். நாராயணசாமி ஐயரவர்களுக்கும் பத்திரிகாசிரியர்களுக்கும் என் நன்றி உரியதாகுக.

தேவாரம்

திருச்சிற்றம்பலம்

முன்றில்வாய் மடற்பெண்ணைக் குரம்பைவாழ் முயங்குசிறை
அன்றில்காள் பிரிவுறுநோ யறியாதீர் மிகவல்லீர்
தென்றலார் புகுந்துலவு திருத்தோணி புரத்துறையுங்
கொன்றைவார் சடையார்க்கென் கூர்பசலை கூறீரே.

திருச்சிற்றம்பலம்

இங்ஙனம்,

உ.வே. சாமிநாதையர்

"தியாகராஜ விலாஸம்"
திருவேட்டீசுவரன் பேட்டை
10-6-1932

கலைமகள் வெளியீடு-௬௱

உ
சிவமயம்

மிதிலைப்பட்டிக் குழந்தைக்கவிராயர்
இயற்றிய

மான் விடு தூது

(குறிப்புரையுடன்)

பதிப்பாசிரியர்
மகாமகோபாத்தியாய தாக்ஷிணாத்யகலாநிதி
டாக்டர் உ.வே. சாமிநாதையர்

சென்னை லா ஜர்னல் அச்சுக்கூடம்
மயிலாப்பூர்

யுவ ஹூ பங்குனி மீ

1936

All Rights Reserved]

 [விலை 6 அணா

கலைமகள் வெளியீடு—௪.

உ

சிவமயம்

மிதிலைப்பட்டிக் குழந்தைக்கவிராயர்

இயற்றிய

மான் விடு தூது

(குறிப்புரையுடன்)

——:o:——

பதிப்பாசிரியர்:

மகாமகோபாத்தியாய தாக்ஷிணாத்யகலாநிதி

டாக்டர் உ. வே. சாமிநாதையர்

சென்னை லா ஜர்னல் அச்சுக்கூடம், மயிலாப்பூர்

யுவ௵ பங்குனி௴

1936

All Rights Reserved]

 [விலை 6 அணா

முகவுரை

தூதென்பது ஒருவர் தம்முடைய கருத்தை வேறொருவருக்கு இடைநின்ற ஒருவர் வாயிலாகக் கூறி விடுப்பது. அரசர்கள் பகையரசர்கள்பாலும், புலவர்கள் உபகாரிகளின்பாலும், தலைவி தலைவன்பாலும், தலைவன் மணத்தின் பொருட்டுத் தலைவியைச் சார்ந்தோர்பாலும், ஊடலை நீக்கும் பொருட்டுத் தலைவியின்பாலும் தூதுகளை அனுப்புதல் மரபு.

இராமாயணத்தில் வரும் அங்கதன் தூது முதலியனவும், பாரதத்திலுள்ள உலூகன் தூது, சஞ்சயன் தூது, கிருஷ்ணன் தூது என்பனவும் பகையரசர்கள்பால் விடுத்த தூதுகளாகும். கோவை நூல்களில் தூதிற் பிரிவென்னும் கிளவியிற் சொல்லப்படும் தூதும் இதனைச் சார்ந்ததே. திருக்குறளில் தூதென்னும் அதிகாரத்தில் இவ்வகைத் தூதுசெல்வாருடைய இலக்கணங்கள் கூறப்பட்டுள்ளன. பிசிராந்தையார் கோப்பெருஞ் சோழன்பால் அன்னச் சேவலை விடுத்ததாகப் புறநானூற்றிற் கூறப்படும் தூது புலவர் உபகாரியின்பால் விடுத்ததற்கு உதாரணமாகும். குணமாலை சீவகனுக்குக் கிளியை விடுத்தது போன்றவை தலைவி தலைவனுக்குத் தூதுவிட்டனவாம். தலைவன் மணப்பொருட்டாகத் தூதுவிடுதல் கோவை நூல்களாற் புலனாம். சுந்தரமூர்த்தி நாயனார் சிவபிரானைத் தூதுவிட்டதும் பிறவும் தலைவியின் ஊடலை நீக்கத் தலைவன் தூது விட்டனவாம்.

இவற்றுள், தலைவி தலைவன்பால் விடும் தூதும், தலைவன் தலைவியின்பால் விடும் தூதும் பொருளாகத் தனியே அமைந்த பிரபந்தங்கள் பல தூதென்னும் பெயருடனே தமிழிலும் பிற மொழிகளிலும் வழங்குகின்றன. இப்பெயர்கள் தூதுவிடப்படும் பொருள்களின் பெயர்களைச் சார்ந்தே வழங்கும். இவை இரண்டனுள் முன்னது களவுக்காலத்தும், பின்னது கற்புக்காலத்தும் பெரும்பாலும் நிகழ்வனவாம். தமிழிலுள்ள தூதுப் பிரபந்தங்களில் தலைவி தலைவன்பால் தூதுவிட்டனவே மிகுதியாக உள்ளன.

தலைவனைப் பிரிந்த காமமயக்கத்தால் தலைவி அஃறிணைப் பொருளையும் உயர்திணைப் பொருளையும் தூது விடுப்பதாகச் செய்தல் கவிமரபு. அஃறிணைப் பொருள்களை அங்ஙனம் விளித்துக் கூறுதல் 'காமம் மிக்க கழிபடர் கிளவி' யென்று சொல்லப்படும். "சொல்லா மரபி னவற்றொடு கெழீஇச், செய்யா மரபிற் றொழிற் படுத் தடக்கியும்" (தொல். பொரு. சூ.2) என்பது இதற்குரிய விதி. இங்ஙனம் தலைவி தூதுவிட முயலுதலை வரைந் தெய்துங் கூட்டத்திற்கு ஏதுவாகிய எட்டுவகை மெய்ப்பாடுகளுள் தூது முனிவின்மை என்பதனுள்

அடக்குவர் (தொல். மெய்ப். சூ. 23) 'தூது முனிவின்மை — புள்ளும் மேகமும் போல்வன கண்டு சொல்லுமின் அவர்க்கென்று தூதிரந்து பன்முறையானும் சொல்லுதல்' என்பது பேராசிரியர் உரை.

இவ்வாறு விடப்படும் தூதைப் பொருளாக வுடைய செய்யுட்கள் முற்காலத்து நூல்களிலும் பிற்காலத்து நூல்களிலும் உள்ளன. அகநானூற்றுள், "கானலுங் கழறாது" (176) என்னும் செய்யுளில் ஒரு தலைவி நண்டைத் தூது விட்ட செய்தியும், ஐங்குறுநூற்றில், "சூழ்கம் வம்மோ" (317) என்னும் செய்யுளில் நெஞ்சைத் தூதுவிட்ட செய்தியும் காணப்படுகின்றன. பரிபாடலிலுள்ள, "தூதேய வண்டின் தொழுதி" என்னும் பகுதி வண்டைத் தூதுவிடும் மரபையும், நற்றிணையில் உள்ள "சிறுவெள்ளாங் குருகே" (70) என்பது வெள்ளாங் குருகைத் தூதுவிடுவதையும் புலப்படுத்துகின்றன. தேவாரத்திலும், திவ்யப் பிரபந்தங்களிலும், அந்தாதி, கலம்பகம் முதலிய பலவகைப் பிரபந்தங்களிலும் பல செய்யுட்கள் தூதாக அமைந்துள்ளன.

தூது விடுதற்குரிய பொருள் இவைதாமென்ற வரையறை யில்லை. இரத்தினச் சுருக்கத்துச் செய்யுள் ஒன்று, அன்னம், மயில், கிள்ளை, மேகம், நாகணவாய்ப் புள், பாங்கி, குயில், நெஞ்சு, தென்றல், வண்டு என்னும் பத்துப் பொருள்களைக் கூறுகின்றது. இவற்றுள் ஒவ்வொன்றற்கும் தனித்தனியே இலக்கியமாக அமைந்த நூல்கள் முன்பு இருந்தன போலும். இப்பொழுது அன்னம், நாகணவாய்ப் புள், குயில் என்பவற்றைத் தூதுவிட்டதாக அமைந்த நூல்கள் தமிழிற் காணப்படவில்லை. மேற்கூறிய பத்தையும் தூதுவிட்டதாகத் தானப்பாசாரியா ரென்னும் ஒரு பகாரிமீது திரிசிரபுரம் மகாவித்துவான் மீனாட்சிசுந்தரம் பிள்ளை யவர்களால் இயற்றப்பட்ட *தசவிடுதூது என்னும் நூலொன்றுண்டு. இந்தப் பத்தையும் அல்லாத வேறுபல பொருள்களைத் தூதுவிட்டதாக அமைந்த தமிழ்நூல்கள் பல. ஒருவகையிலேயே ஒன்றுக்கு மேற்பட்ட நூல்களை வெவ்வேறு புலவர்கள் இயற்றியிருக்கிறார்கள். தூதுப் பிரபந்தங்கள் கலிவெண்பாவிற் செய்யப்படுதல் வேண்டுமென்பது இலக்கணம்.

தத்தம் கற்பனைத் திறத்துக்கு எவ்வெப்பொருள் ஏற்புடையனவாக இருக்கின்றனவோ அவ்வப் பொருள்களைத் தூதுவிடுத்ததாகப் புலவர்கள் பிரபந்தங்களை இயற்றியிருக்கின்றனர். அவற்றுள் இந்த மான் விடு தூதும் ஒன்றாகும்.

இந்நூல் மிதிலைப்பட்டியில் வாழ்ந்த குழந்தைக் கவிராயர் என்பவரால் அவர் காலத்தே சிவகங்கை ஸம்ஸ்தானத்தில் பிரதானியாக இருந்த முல்லையூர்த் தாண்டவராய பிள்ளை யென்னும் வேளாளகுலதிலகர் மீது இயற்றப்பெற்றது. "குழந்தை சொன்ன தென்றோ" என்று இந்நூலில் வரும் பகுதி இந்நூலாசிரியரின் பெயரைப் புலப்படுத்துகின்றது.

மானின் பெருமையை இது விரிவாக முதலில் விளக்குகின்றது. பின்பு முற்காலத்துத் தூது சென்றார் இன்னார் இன்னார் என்பதையும், தூதுக்குரிய பத்துப் பொருள்களை விடாமைக்குக் காரணத்தையும் தெரிவிக்கின்றது. அப்பால் சிவகங்கை ஸம்ஸ்தானதிபதியாக விருந்த வடுகநாத துரையின் பெருமையையும், பாட்டுடைத் தலைவராகிய தாண்டவராய பிள்ளையின் சிறப்பையும், அவர்

---

* இப்போது அது கிடைக்கவில்லை.

செய்த தர்மங்களையும், அவருடைய அவயவச் சிறப்பையும், அவருடைய தந்தை தமையன்மார் தம்பியர் பிள்ளைகள் முதலியோர்பற்றிய செய்திகளையும் விளக்குகின்றது. பிறகு அவர் பவனிவந்த சிறப்பும், அப்போது பல மகளிர் அவரைக் கண்டு மயல்கொண்டு வருந்தியதும், தலைவி சென்று பவனி கண்டு ஆசைகொண்டு வருந்தியதும் கூறப்படுகின்றன. அவற்றின்பின் தலைவி தூதனுப்பப்படும் மானுக்கு இன்ன இன்ன வேளைகளிற் போதல் கூடா தென்பதையும் இன்ன சமயத்திற்போய் மாலை வாங்கி வரவேண்டு மென்பதையும் அறிவுறுத்தும் பகுதி அமைந்துள்ளது.

தலைவன், தலைவியின் விருப்பத்திற்கு உடன்பட்டா னென்பதை அறிவிக்கும் அடையாளம் மாலையாதலின், இத்தகைய தூதுப் பிரபந்தங்கள் பெரும்பாலனவற்றில் தலைவனிடம் சென்று மாலை வாங்கிவரும்படி தலைவி கூறுவதாக உள்ள செய்தி அமைந்திருக்கும்.

இந்த நூல், முதலிற் காப்புச் செய்யுளான வெண்பா வொன்றையும் இறுதியில் வாழ்த்துச் செய்யு ளொன்றையும் பெற்று 301 கண்ணிகளால் ஆகியது.

சொன்னயம் பொருணயம் செறிந்த இத்தூதின் ஏட்டுப் பிரதி யொன்று சற்றேறக்குறைய 50 வருஷங்களுக்கு முன்பு மிதிலைப்பட்டி அழகிய சிற்றம்பலக் கவிராய ரவர்கள் வீட்டிலிருந்து எனக்குக் கிடைத்தது. அதன் இறுதியில், ‘குழந்தையன் மானை விடுதூது முற்றும்’ என்று எழுதப் பெற்றிருந்தது.

இறைவன் திருவருளால் இன்றியமையாத பகுதிகளுக்குக் குறிப்புரை எழுதப் பெற்று இந்நூல் இப்பொழுது பதிப்பிக்கலாயிற்று. இதனுள் வந்துள்ள மான்றேயம், புல்வாய்மாது முதலியவற்றைப் பற்றிய செய்திகள் விளங்காமையால் குறிப்புரை எழுதக்கூடவில்லை. நாளடைவில் விளங்குமென் றெண்ணுகின்றேன்.

தமது கலைமகள் பத்திரிகையின் வாயிலாக இதனை வெளிவரச் செய்த அப்பத்திரிகையின் ஆசிரியர் ம-ா-ா-ஸ்ரீ ரா. நாராயணசாமி ஐயரவர்கள்பால் மிக்க நன்றியறிவுடையேன். இவர்கள் இவ்வாறு செய்விப்பது பல பிரபந்தங்களை நான் வெளிப்படுத்தற்கு ஒரு தூண்டுகோலாகின்றது.

இந்த நூலை ஆராயும் போதும் ஒப்புநோக்கும் போதும் உடனிருந்து உதவிசெய்தவர்கள், சிரஞ்சீவி வித்துவான் வி. மு. சுப்பிரமணிய ஐயரும், சிரஞ்சீவி வித்துவான் கி. வா. ஜகந்நாதையரும், சிரஞ்சீவி வித்துவான் ச. கு. கணபதி ஐயரும் ஆவர்.

இங்ஙனம்,
உ.வே. சாமிநாதையர்

‘‘தியாகராஜ விலாஸம்’’
திருவேட்டீசுவரன் பேட்டை
12-2-1936

உ
கணபதி துணை

பலபட்டடைச் சொக்கநாத பிள்ளை இயற்றிய
திருமாலிருஞ் சோலைமலை

அழகர் கிள்ளை விடு தூது

மகாமகோபாத்தியாய தாக்ஷிணாத்யகலாநிதி
டாக்டர் உ.வே. சாமிநாதையர்
தாம் நூதனமாக எழுதிய குறிப்புரை முதலியவற்றுடன்

வடபாதிமங்கலம்
ஸ்ரீமான் வ.சோ. தியாகராஜ முதலியாரவர்கள்
பொருளுதவியால்

சென்னை:
கேஸரி அச்சுக்கூடத்திற் பதிப்பிக்கப்பெற்றது

1938

Copy Right Registered]   [விலை அணா எட்டு

உ

கணபதி துணை

பலபட்டடைச் சொக்கநாத பிள்ளை இயற்றிய

திருமாலிருஞ் சோலைமலை

அழகர் கிள்ளைவிடு தூது

மஹாமஹோபாத்தியாய தாக்ஷிணாத்யகலாநிதி

டாக்டர் உ. வே. சாமிநாதையர்

நூதனமாக எழுதிய குறிப்புரை முதலியவற்றுடன்

வடபாதிமங்கலம்

ஸ்ரீமான் வ. சோ. தியாகராஜ முதலியாரவர்கள்

பொருளுதவியால்

சென்னை :

கேஸரி அச்சுக்கூடத்திற் பதிப்பிக்கப்பெற்றது.

1938

[விலை அணா எட்டு

உ
கணபதி துணை

முகவுரை

அழகர் கிள்ளை விடு தூதென்பது, திருமாலிருஞ் சோலைமலையில் திருக்கோயில் கொண்டு எழுந்தருளியிருக்கும் ஸ்ரீ சௌந்தர்ராஜப் பெருமாளை காமுற்ற தலைவி ஒருத்தி அவர்பால் ஒரு கிளியைத் தூதுவிடுத்ததாகப் பலபட்டடை சொக்கநாத பிள்ளை என்னும் புலவர் இயற்றியது. இது காப்பு வெண்பா ஒன்றையும், 239 கண்ணிகளையும் உடையது.

இந்நூல், மூலம் மட்டும் 1905 ஆம் வருஷம் மு. வேணுகோபாலசாமி நாயுடு என்பவரால் அச்சிடப்பெற்றது. அதிற் பல கண்ணிகள் வேறுபட்ட பாடமும் பிழையும் உள்ளனவாக இருந்தன. இற்றைக்கு 53 வருஷங்களுக்கு முன்பு திருநெல்வேலித் தெற்குப் புதுத் தெரு வக்கீல் ஸ்ரீ சுப்பையா பிள்ளை யவர்கள் வீட்டில் இந்நூலின் ஏட்டுப் பிரதி ஒன்று எனக்குக் கிடைத்தது. அதன் இறுதியில்,

> அழகர் பேரில் கிள்ளை விடுதூது பலபட்டடைச் சொக்கநாத பிள்ளை பாடல், எழுதி முடிந்தது. கண்ணி உ௩௩௯, தேவிசகாயம்

என்பன எழுதப்பட்டிருந்தன. இந்நூலுடன் பத்மகிரிநாதர் தென்றல் விடு தூதும் இருந்தது. பிறகு எனக்குக் கிடைத்த பிரதிகள் வருமாறு:

1. திருவாவடுதுறை யாதீனத்துப் பிரதி ஒன்று.
2. களக்காடு ஸ்ரீ சாமிநாத தேசிகர் பிரதி ஒன்று.
3. மேலகரம் திரிகூட ராசப்பக் கவிராய ரவர்கள் வீட்டுப் பிரதி ஒன்று.

இவற்றின் உதவியினால் இப்பொழுது இந்நூல் செப்பஞ் செய்யப்பெற்று குறிப்புரையுடன் வெளிவரலாயிற்று. அழகர் கோயில் சம்பந்தமான சில செய்திகளை நான் அறிய விரும்பியபோது மதுரைத் தமிழ்ச்சங்கத்து உதவிக் காரியதரிசியும் அட்வொகேட்டுமாகிய ஸ்ரீமான் என். ஆர். கிருஷ்ணசாமி ஐயங்காரவர்களும், செந்தமிழ்ப் பத்திரிகையின் உதவியாசிரியராகிய ஸ்ரீமான் கி. இராமாநுஜை யங்காரவர்களும் விசாரித்து எழுதி யனுப்பினார்கள்.

நூலின் அளவு சிறிதாயினும் பொருளமைதி பெரிதாதலின் நூலாராய்ச்சி விரிவாக அமைந்தது. அதனைத் தமிழன்பர்கள் மிகையென்று கருதாமற் படித்து இன்புறுவார்க ளென்றே நம்புகின்றேன்.

இந்தப் புத்தகப் பதிப்பு விஷயமாக வடபாதிமங்கலம் ஸ்ரீமான் வா. சோ. தியாகராஜ முதலியா ரவர்கள் செய்த பொருளுதவி மிகவும் பாராட்டற்குரியது. தியாகராச விலாச மாத வெளியீடு என்ற பெயருடன் திருவாரூர்க் கோவையை முதலாவதாக யான் வெளியிட்டதும், போதிய ஆதரவு கிடைக்காமையால் அக்கருத்தை நிறுத்திக் கொண்டதும் தமிழன்பர்களுக்குத் தெரிந்திருக்கலாம். மேலே வெளியிடவேண்டிய பல பிரபந்தங்களை எப்படி வெளியிடலாமென்ற கவலையுடனிருந்த எனக்கு ஷை முதலியா ரவர்களுடைய உதவி கிடைத்ததை ஸ்ரீ தியாகேசப் பெருமானின் திருவிளையாட லென்றே எண்ணுகிறேன்.

இந்த நூலை ஆராய்ந்த போதும் பதிப்பிக்கும் போதும் உடனிருந்து உதவிசெய்தோர் சென்னைக் கிறிஸ்டியன் காலேஜ் ஹைஸ்கூல் தமிழ்ப்பண்டிதர் சிரஞ்சீவி வித்துவான் வி.மு. சுப்பிரமணிய ஐயரும், கலைமகள் துணையாசிரியர் சிரஞ்சீவி வித்துவான் கி.வா. ஜகந்நாதையரும் ஆவர்.

அடுத்தாற்போல் திருக்கழுக்குன்ற உலா குறிப்புரை முதலியவற்றுடன் வெளிவரும்.

இங்ஙனம்,

உ.வே. சாமிநாதையர்

"தியாகராஜ விலாஸம்"
திருவேட்டீசுவரன் பேட்டை
24-1-1938

உ
கணபதி துணை

பலபட்டடைச் சொக்கநாத பிள்ளை இயற்றிய
திருமாலிருஞ் சோலைமலை
அழகர் கிள்ளை விடுதூது

மகாமகோபாத்தியாய தாக்ஷிணாத்யகலாநிதி
டாக்டர் உ.வே. சாமிநாதையரால்
தாம் நூதனமாக எழுதிய குறிப்புரை முதலியவற்றுடன்

சென்னை:
கேசரி அச்சுக்கூடத்திற் பதிப்பிக்கப்பெற்றது

[இரண்டாம் பதிப்பு]

1941

Copy Right Registered]   [விலை அணா எட்டு

உ

கணபதி துணை

பலபட்டடைச் சொக்கநாத பிள்ளை இயற்றிய

திருமாலிருஞ் சோலைமலை

அழகர் கிள்ளைவிடு தூது

மகாமகோபாத்தியாய தாக்ஷிணாத்ய கலாநிதி

டாக்டர் உ. வே. சாமிநாதையரால்

தாம் நூதனமாக எழுதிய குறிப்புரை முதலியவற்றுடன்

சென்னை :

கேசரி அச்சுக்கூடத்திற் பதிப்பிக்கப்பெற்றது.

[இரண்டாம் பதிப்பு]

1941

Copyright Registered]

[விலை அணா எட்டு

உ

கணபதி துணை

முகவுரை

அழகர் கிள்ளை விடு தூதென்பது, திருமாலிருஞ் சோலைமலையில் திருக்கோயில் கொண்டு எழுந்தருளியிருக்கும் ஸ்ரீ சௌந்தர்ராஜப் பெருமாளை காமுற்ற தலைவி ஒருத்தி அவர்பால் ஒரு கிளியைத் தூதுவிடுத்ததாகப் பலபட்டடை சொக்கநாத பிள்ளை என்னும் புலவர் இயற்றியது. இது காப்பு வெண்பா ஒன்றையும், 239 கண்ணிகளையும் உடையது.

இந்நூல், மூலம் மட்டும் 1905 ஆம் வருஷம் மு. வேணுகோபாலசாமி நாயுடு என்பவரால் அச்சிடப்பெற்றது. அதிற் பல கண்ணிகளில் வேறுபட்ட பாடமும் பிழையும் இருந்தன. இற்றைக்கு 56 வருஷங்களுக்கு முன்பு திருநெல்வேலித் தெற்குப் புதுத் தெரு வக்கீல் ஸ்ரீ சுப்பையா பிள்ளை யவர்கள் வீட்டில் இந்நூலின் ஏட்டுப் பிரதி ஒன்று எனக்குக் கிடைத்தது. அதன் இறுதியில்,

> அழகர் பேரில் கிள்ளை விடுதூது பலபட்டடை சொக்கநாத பிள்ளை பாடல், எழுதி முடிந்தது. கண்ணி உளஙகூ, தேவிசகாயம்

என்பன எழுதப்பட்டிருந்தன. இந்நூலுடன் பத்மகிரிநாதர் தென்றல் விடு தூதும் இருந்தது. பிறகு எனக்குக் கிடைத்த பிரதிகள் வருமாறு:

1. திருவாவடுதுறை யாதீனத்துப் பிரதி ஒன்று.
2. களக்காடு ஸ்ரீ சாமிநாத தேசிகர் பிரதி ஒன்று.
3. மேலகரம் திரிகூட ராசப்பக் கவிராயரவர்கள் வீட்டுப் பிரதி ஒன்று.

இவற்றின் உதவியினால் இப்பொழுது இந்நூல் செப்பஞ் செய்யப்பெற்று குறிப்புரையுடன் வெளிவரலாயிற்று. அழகர் கோயில் சம்பந்தமான சில செய்திகளை நான் அறிய விரும்பியபோது மதுரைத் தமிழ்ச்சங்கத்து உதவிக் காரியதரிசியும் அட்வொகேட்டுமாகிய ஸ்ரீமான் என். ஆர். கிருஷ்ணசாமி ஐயங்கா ரவர்களும், செந்தமிழ்ப் பத்திரிகையின் உதவியாசிரியராகிய ஸ்ரீமான் கி. இராமாநுஜை யங்காரவர்களும் விசாரித்து எழுதி யனுப்பினார்கள்.

இந்நூலின் முதற்பதிப்பு 1938ஆம் வருஷம் வெளியாயிற்று.

இவ்வெளியீடு சம்பந்தமான மற்ற விஷயங்களை முதற்பதிப்பின் முகவுரையில் காணலாம்.

இந்நூலை ஆராய்ந்த போதும் பதிப்பித்த போதும் உடனிருந்து உதவிசெய்தோர் சென்னைக் கிறிஸ்டியன் காலேஜ் ஹைஸ்கூல் தமிழ்ப்பண்டிதர் சிரஞ்சீவி வித்துவான் வி.மு. சுப்பிரமணிய ஐயரும், கலைமகள் ஆசிரியர் சிரஞ்சீவி வித்துவான் கி.வா. ஜகந்நாதையரும் ஆவர்.

இங்ஙனம்,
உ.வே. சாமிநாதையர்

"தியாகராஜ விலாஸம்"
திருவேட்டீசுவரன் பேட்டை
20-7-1941

உ
கணபதி துணை

சீனிச்சர்க்கரைப் புலவர்
இயற்றிய
புகையிலை விடு தூது

பதிப்பாசிரியர்
மகாமகோபாத்தியாய தாக்ஷிணாத்யகலாநிதி
டாக்டர் உ.வே. சாமிநாதையர்

[1939]

உ

கணபதி துணை

சீனிச்சர்க்கரைப் புலவர்

இயற்றிய

புகையிலை விடு தூது

பதிப்பாசிரியர்:

மகாமகோபாத்தியாய தாக்ஷிணாத்திய கலாநிதி

டாக்டர் உ. வே. சாமிநாதையர்

முகவுரை

தூதுப் பிரபந்தங்கள் இந்த நாட்டிலுள்ள இலக்கியமொழிகள் எல்லாவற்றிலும் உண்டு. தமிழ்ப் பிரபந்தங்களில் ஏனையவை பெரும்பாலும் தமிழுக்கே உரியனவாயிருப்பத் தூதைமாத்திரம் எல்லா மொழிப் புலவர்களும் தம் செய்யுட்டிறத்தைக் காட்டுவதற்குரிய களனாக மேற்கொண்டமை அப்பிரபந்தத்தின் சிறப்பைப் புலப்படுத்தும். காளிதாஸ மகாகவி பாடிய மேகஸந்தேசம் ஒரு மேக விடுதூதே. அதனைப் பின்பற்றி நூற்றுக்கணக்கான காவியங்கள் வடமொழியில் எழுந்துள்ளன.

தூது நூல்கள் இரு வகைப்படும். தலைவியைப் பிரிந்து சென்ற தலைவன் அவள்பால் விடுப்பது ஒருவகை. தலைவனது அருள் வேண்டி தலைவி விடுப்பது ஒருவகை. தமிழில் இவையிரண்டும் கலிவெண்பாவால் அமைக்கப்படும்.

புலவர்கள் கடவுளர் மீதும், ஆசிரியர் மீதும், உபகாரிகள் மீதும், பாடிய தூதுப் பிரபந்தங்கள் பலவாகும். தூதாகச் செலுத்தப்படும் பொருள் உயர்திணையாகவும் அஃறிணையாகவும் இருக்கும். அஃறிணைப் பொருட்கள் தூது சென்றுவரும் ஆற்றலுடையன வல்லவாயினும் காமமயக்கத்தால் அவற்றிற்கு அவ்வாற்றல் இருப்பது போலப் பாவித்து உரைப்பதாகச் செய்யுள் செய்வது புலவர் மரபு.

இவ்வாறு பொருள்களைத் தூதுவிடும் செய்தியைச் சொல்லும் செய்யுட்கள் தமிழில் தொன்றுதொட்டு வித்துவான்களாற் பாடப்பெற்றுள்ளன. தனிப் பிரபந்தமாக வழங்குதல் பிற்காலத்தில் உண்டானதென்றே தோற்றுகின்றது.

தூதுப் பொருள்கள் பத்தென்பது பழைய வரையறை.

> இயம்புகின்ற காலத் தெகினமயில் கிள்ளை
> பயம்பெறுமே கம்பூவை பாங்கி – நயந்தகுயில்
> பேதைநெஞ்சந் தென்றல் பிரமரமீ ரைந்துமே
> தூதுரைத்து வாங்குந் தொடை

என்னும் இரத்தினச் சுருக்கச் செய்யுளில் அப்பத்தையும் காணலாம். புலவர்கள் இயற்றியுள்ள தூதுப் பிரபந்தங்களை ஆராயின் இவ்வரையறைக்கு மிஞ்சிய பல பொருள்கள் தூதுப் பொருள்களாகச் செய்யுட்கு உதவுவதைக் காணலாம். வித்துவான்கள் தத்தம் கருத்துக்கும் கற்பனைக்கும் ஏற்றப் பொருள்களைத் தூதுவிடுவதாக அமைப்பதே வழக்கமாக இருக்கின்றது.

ஒருவரைப் புகழ்ந்து பாடுவதற்குத் தூதுப் பிரபந்தங்களைப் புலவர்கள் பயன்படுத்துவதைப் போல், இகழ்ந்து பாடுவதற்கும் இப்பிரபந்தம் ஒரு கருவியாவதுண்டு. மிதிலைப்பட்டிக் கவிராயர்களுள் ஒருவர் தமக்கு இடையூறு செய்த ஒருவர்மீது கழுதை விடுதூது என்று ஒரு பிரபந்தம் இயற்றியுள்ளார். அத்தூது ஒரு வசைப் பிரபந்தம்.

பாட்டுடைத் தலைவருக்கு ஏற்ற பொருளைத் தூதுவிடுதலும், புலவர் தம் விருப்பத்திற்குரிய பொருளைத் தூது விடுவதாக அமைத்தலும் வழக்கம்.

புகையிலை விடு தூது என்னும் இது சீனிசர்க்கரைப் புலவரென்பவரால் பழனிமலையிற் கோயில்கொண் டெழுந்தருளியுள்ள ஸ்ரீ பாலசுப்பிரமணியக் கடவுள்மீது இயற்றப்பெற்றது. ஒரு தலைவி புகையிலையை அக்கடவுள்பால் தூதனுப்புவதாக அமைந்தது. இது 59 கண்ணிகளை யுடையது. இத்தூதில் புகையிலையின் பெருமைகளே முதல் 53 கண்ணிகளில் சொல்லப்படுகின்றன. தூது விடும் செய்தி ஏனைய ஆறு கண்ணிகளிற் சுருக்கமாக அமைந்துள்ளது. இதனால் இதைப் பாடிய புலவர் புகையிலையைச் சிறப்பிப்பதற்காகவே இதனைப் பாடியிருக்க வேண்டுமென்று தெரிகின்றது.

பாட்டுடைத் தலைவரான பழனியாண்டவருக்குப் புகையிலைச் சுருட்டு நிவேதன முண்டென்று சிலர் சொல்லக் கேட்டதுண்டு. விராலிமலையில் அத்தகைய நிவேதன முண்டென்று தெரிகின்றது. இந்தப் புலவருக்கும் புகையிலைபோடும் வழக்கம் இருக்கலாம். இந்த இயைபுகளே இந்தப் பிரபந்ததைப் பாடுவதற்குக் காரணமாக இருந்தன போலும். புகையிலை மிகுதியாகப் பயிரிடப்படுகின்ற இடங்கள் சூழ்ந்த பழனிக்கு அருகில் வசித்த உபகாரி ஒருவர் கேட்டுக்கொள்ள இயற்றியதாகக் கூறுவதும் உண்டு.

இதன் ஆசிரியராகிய சீனிசர்க்கரைப் புலவரென்பவர் பரம்பரைப் புலமைவாய்ந்த குடும்பத்தில் உதித்தவர். இராமநாதபுரம் ஸம்ஸ்தான வித்துவானாக விளங்கிய சர்க்கரைப் புலவரின் குமாரர், மயூரகிரிக் கோவை இயற்றிய சாந்துப் புலவரின் தம்பியார். இவருடைய காலம் 18 ஆம் நூற்றாண்டின் பிற்பகுதியும் 19 ஆம் நூற்றாண்டின் முற்பகுதியுமாகும். இவர் திருச்செந்தூர்ப் பரணி யென வேறொரு பிரபந்தமும் இயற்றினரென்று கூறுவர்.

இப்பிரபந்தத்தில் புகையிலையின் பெருமையும், புகையிலையினால் செய்யப்படும் சுருட்டு, சாராயம், பொடி என்னும் பொருள்களைப் பற்றிய பாராட்டும் காணப்படும். புகையிலைக்குத் திருமாலும், சிவபெருமானும், பிரமதேவரும், தமிழும், முருகக் கடவுளும் சிலேடை வகையிற் உவமை கூறப்படுகின்றனர். புகையிலையின் காரமும் பித்தந்தரும் இயல்பும் மலர் வித்து என்பவற்றை யுடைமையும், பாடஞ்செய்யப்படுதலும், தாகத்தைத் தீர்க்க உதவுதலும், வியாபாரத்தால் லாபம் உண்டாக்குதலும் அங்கங்கே சொல்லப்படும்.

தமிழுக்கும் புகையிலைக்கும் சிலேடை அமைந்த பகுதியில் கோவை, வளமடல், சந்தப்பா, பரணி என்பன குறிக்கப்பெறுகின்றன.

புகையிலையின் வரலாறாக இப்பிரபந்தத்திலே கூறப்படும் கற்பனைக் கதை வருமாறு:

ஒருமுறை மும்மூர்த்திகளுள்ளே ஒரு வழக்கு உண்டாயிற்று. அதனைத் தீர்த்துக் கொள்ளும்பொருட்டு அவர்கள் தேவர்கள் கூடியுள்ள சபைக்குச் சென்று தம் வழக்கை எடுத்துரைத்தனர். தேவர்கள் அவற்றைக் கேட்டபின், "உங்கள்

வியவகாரத்தைப் பிறகு கவனித்துக் கொள்வோம்” என்று சொல்லி அம் மூவர்களிடத்தும் வில்வம், திருத்துழாய், புகையிலை என்னும் இவற்றைக் கொடுத்து இவற்றை மறுநாள் கொண்டுவரச் சொல்லி யனுப்பினர்.

அவர்கள் மூவரும் அங்ஙனமே சென்றனர். சிவபெருமான்பாற் கொடுத்த பத்திரமாகிய வில்வத்தைக் கங்கையின் அலை கொண்டுபோயிற்று; திருமாலிடம் கொடுத்த திருத்துழாயை பாற்கடலி லுள்ள அலை கொண்டுபோயிற்று; பிரம்மதேவர் தாம்பெற்ற புகையிலையைத் தம் நாவிலுள்ள கலைமகளிடத்திற் கொடுத்து வைத்திருந்தார்.

மறுநாள் மூவரும் விண்ணவர் சபைக்கு வந்தபோது தேவர்கள், “முன்னே நாம் கொடுத்த பத்திரங்களைக் கொடுங்கள்” என்று கூறவே சிவபெருமானும் திருமாலும் விழித்தனர். “எங்கள் பத்திரங்கள் போயின” என்று அவர்கள் கூறினர். அதுகண்டு மகிழ்ச்சியுற்ற பிரம்மதேவர் கலைமகளிடத்தி லிருந்து புகையிலையை வாங்கி, “இதோ, எனக்கு அளித்த பத்திரம்” என்று முன்வைத்து, “மற்றவர்கள் பத்திரங்கள் போயின; என்னுடையது போகையிலை” என்று கூறினார். அவர் கூற்றில் புகையிலை என்பதன் மரூஉவாகிய போகையிலை என்னும் பெயர் தோற்றியது. பிரம்மதேவரிடமிருந்து நழுவாமல் அவருக்கு உரியதானமையின் அதனைப் ‘பிரம்ம பத்திரம்’ என்று யாவரும் அன்று முதல் வழங்கலாயினர். பிரம்மதேவர் தாம் கூறிய வழக்கில் வெற்றிபெற்றனர். ஏனை இருவரும் தம் வழக்கிழந்தனர்.

புகையிலையைப் பற்றி நம் நாட்டில் பல்வேறு கற்பனைக் கதைகள் வழங்கிவருகின்றன. அவற்றுள் ஒன்றை இப்புலவர் இப்பிரபந்தத்தில் அமைத்தார்.

புகையிலைச் சுருட்டைப் பற்றிய செய்திகளாக இதில் வருவன: புகையுடையது, தம்பம் போல்வது, அனலேந்துவது, நுனியிற் சாம்பலையுடையது, ஆகாயம் சுருட்டுப் புகை போல இருப்பதால் இறைவர் ஆகாயமே தம் திருமேனியாக ஆனாரென்பர்.

கற்றுத் தெளிந்த கனப்ரபல வான்களுமுன்
சுற்றுக்கு ளாவதென்ன சூழ்ச்சியோ

என்பது சுருட்டை நினைந்து பாராட்டியது.

புகையிலைக் காம்பு என்பது வழக்கு; அதனை யமைத்து,

தாம்பூல நாவுக்குச் சாரமது தானுமுன்றன்
காம்பி லடக்கமன்றோ கட்டழகா

என்று இவ்வாசிரியர் புகழ்கின்றார்.

புகையிலையினால் செய்யப்படும் பொடியின் மகிமை,

வாடைப் பொடிகதம்ப மானவெல்லா முன்னுடைய
சாடிப் பொடிக்குச் சரியுண்டோ

என்ற கண்ணியிலே சொல்லப்பெறுகின்றது.

ஒரு சிட்டிகைப் பொடிக்காகத் தம் நிலையையும் மறந்து பிறரைக் கெஞ்சும் மனிதர் பலரை நாம் பார்க்கிறோம். இப்புலவரும் அத்தகையோரைப் பார்த்திருக்கிறார்;

சொற்காட்டு நல்ல துடிகார ராரையும்போய்ப்
பற்காட்ட விட்ட பழிகாரா

என்ற கண்ணியே அதற்கு அடையாளம்.

புகையிலை விளையும் இடங்களாகக் காங்கேயம், யாழ்ப்பாணம், அழகன்குளம், பரத்தைவயல் என்பனவும், கானக் கறுப்ப னென்னும் புகையிலைச் சாதியும் இவரால் உணர்த்தப் பெறுகின்றன. எல்லாவற்றிலும் பரத்தைவயலில் விளையும் புகையிலையே சிறந்ததென்று இவர் கூறுகின்றார்.

புகையிலைக்கு இவ்வளவு சிறப்புக் கூறும் இப்புலவருக்கு அது 'தமிழ்போல நாவில் விளையாடியது' என்று கொள்வதில் பிழையொன்றுமில்லை.

புகையிலை இந்த நாட்டிற்கு வந்த புதிய பொருள். ஆயினும் அதனைப் பாராட்டிய புலவர்கள் இவரை யன்றி வேறுசிலரும் உண்டு; அதனைப்பற்றிய தனிப்பாடல் ஒன்று வருமாறு:

நாலெழுத்துப் பூடு நடுவே நரம்பிருக்கும்
காலுந் தலையுங் கடைச்சாதி – மேலாக
ஓட்டு முதலெழுத்து மோதுமூன் றாமெழுத்தும்
விட்டாற் பரமனுக்கு வீடு.

[நாலெழுத்துப் பூடென்றது புகையிலையை; காலுந் தலையும் என்றது அப்பெயரிலுள்ள முதலும் கடையுமாகிய எழுத்துக்களை; அவை புலை யென்பன; புலை — கடைச்சாதி; முதலெழுத்தும் மூன்றா மெழுத்தும் விட்டால் எஞ்சி நிற்பன, கைலை என்னும் இரண்டெழுத்துக்கள்; கைலை — சிவபெருமான் இருப்பிடம்.]

பொடியைப் பற்றி வழங்கும் தனிப்பாடல் ஒன்று வருமாறு:

ஊசிக் கழகு முனைமழுங் காமை யுயர்ந்தபர
தேசிக் கழகிந் திரிய மடக்க றெரிகலன்சேர்
வேசிக் கழகின் னிசைபல நூல்கற்ற வித்வசனர்
நாசிக் கழகு பொடியெனக் கூறுவர் நாவலரே.

மகாவித்துவான் ஸ்ரீ மீனாட்சிசுந்தரம் பிள்ளை யவர்களுடைய மாணாக்கரும் கும்பகோணம் காலேஜில் தமிழாசிரியராக இருந்தவருமாகிய வித்துவான் சி. தியாகராஜ செட்டியார் திருவானைக்காவில் பொடி வியாபாரம் செய்யும் சோமசுந்தரம் பிள்ளை என்பவரையும் அவர் விற்கும் பொடியையும் சிறப்பித்து ஒரு சமயம் ஒரு செய்யுள் இயற்றினார்; அது வருமாறு:

கொடியணி மாட மோங்கிக் குலவுசீ ரானைக் காவிற்
படியினி லுள்ளார் செய்த பாக்கிய மனையான் செங்கைத்
தொடியினர் மதனன் சோம சுந்தரன் கடையிற் செய்த
பொடியினைப் போடா மூக்குப் புண்ணியஞ் செய்யா மூக்கே.

இவற்றைப் போல வேறுசில செய்யுள்களும் உண்டு. அவை இப்போது கிடைக்க வில்லை.

இந்தச் சிறு பிரபந்தத்தைக் கலைமகள் வாயிலாக வெளியிடுவதற்கு இடமளித்த ஸ்ரீமான் ரா. நாராயண ஸ்வாமி ஐயரவர்களுடைய அன்பு பாராட்டுதற்குரியது.

இங்ஙனம்,
வே. சாமிநாதையர்

"தியாகராஜ விலாஸம்"
திருவேட்டீசுவரன் பேட்டை
14-8-39

உ
கணபதி துணை

சின்னப்ப நாயக்கர் இயற்றிய

பழனிப் பிள்ளைத் தமிழ்

இது
மஹாமஹோபாத்யாய தாக்ஷிணாத்ய கலாநிதி
Dr. **உ.வே. சாமிநாதையரவர்களால்**
பரிசோதித்துத்
தாம் நூதனமாக எழுதிய குறிப்புரையுடன்
பதிப்பிக்கப்பெற்றது

செந்தமிழ்ப் பிரசுரம்-ருஅ

மதுரைத் தமிழ்ச்சங்க முத்திராசாலை
மதுரை

1932

Copy Right Registered]

 [விலை அணா - 8

உ

கணபதி துணை.

சின்னப்ப நாயக்கர் இயற்றிய

பழனிப்பிள்ளைத்தமிழ்.

இது

மஹாமஹோபாத்யாய - தாக்ஷிணாத்யகலாநிதி

Dr. உ.வே. சாமிநாதையரவர்களால்

பரிசோதித்துத்

தாம் நூதனமாக எழுதிய குறிப்புரையுடன்

பதிப்பிக்கப்பெற்றது.

மதுரைத்தமிழ்ச்சங்கம்

THE MADURA TAMIL SANGAM

செந்தமிழ்ப்பிரசுரம் — ருஅ.

மதுரைத் தமிழ்ச்சங்க முத்திராசாலை,

மதுரை

1932.

விலை அணா 8.

உ

முகவுரை

கந்தரலங்காரம்

மொய்தா ரணிகுழல் வள்ளியை வேட்டவன் முத்தமிழால்
வைதா ரையுமங்கு வாழவைப் போன்வெய்ய வாரணம்போற்
கைதா னிருப துடையான் றலைபத்துங் கத்தரிக்க
எய்தான் மருக னுமையாள் பயந்த விலஞ்சியமே.

பிள்ளைத் தமிழென்னும் தமிழ்ப் பிரபந்தம், பாட்டுடைத் தலைவரைக் குழந்தையாகப் பாவித்துச் செவிலித்தாய் முதலியோர் அக்குழந்தையின் காப்பு முதலிய பத்துப் பருவங்களுக்கு ஏற்ற செயல்களைக் கூறிப் பாராட்டுவதாக ஆசிரிய விருத்தத்தினாற் பாடப்படுவது. இஃது ஆண்பாற் பிள்ளைத் தமிழென்றும் பெண்பாற் பிள்ளைத் தமிழென்றும் இரு வகைப்படும். காப்புப் பருவம் முதல் சிறுதேர்ப் பருவம் இறுதியாக வுள்ள பத்துப் பருவங்க ளமைந்தது ஆண்பாற் பிள்ளைத் தமிழ்; பெண்பாற் பிள்ளைத் தமிழ் இவற்றிற் சில பருவங்களைப் பெறாமல் வேறு சிலவற்றைப் பெறும்.

இந்தப் பழனிப் பிள்ளைத் தமிழ், பழனியில் திருக்கோயில் கொண்டெழுந் தருளியுள்ள முருகக் கடவுளைப் பாட்டுடைத் தலைவராகக் கொண்டு சின்னப்ப நாயக்க ரென்பவரால் இயற்றப்பெற்றது. காப்புச் செய்யுளோடு முப்பத்தொரு செய்யுட்களை யுடையது. ஒவ்வொரு பருவத்திலும் மும்மூன்று செய்யுட்களே உள்ளன. பத்துப் பத்துப் பாடல்கள் இருத்தல் வேண்டு மென்பது விதியெனினும், சில கவிஞர்கள் அத்தொகையிற் குறைத்தும் பாடியுள்ளார்கள். ஒவ்வொரு பருவத்திற்கும் எவ்வேழு பாடல்களை யுடைய சிவந்தெழுந்த பல்லவராயன் பிள்ளைத் தமிழும், ஐவைந்து பாடல்களை யுடைய கலைசைச் செங்கழுநீர் விநாயகர் பிள்ளைத் தமிழும் அம்முறையிற் இயற்றப்பெற்றவை.

இதன் ஆசிரியரைப் பற்றி வேறொரு செய்தியும் அறியக்கூடவில்லை. "விசயகோபாலர் வரவிட்ட சிறுதேர்" (31) என இந்நூலில் இவர் கூறியிருத்தலால், பழனிக்கு அருகிலுள்ள பாலசமுத்திர மென்னும் ஊரிலிருந்த ஜமீந்தாராகிய விஜயகோபால துரை யென்பவரால் இவர் ஆதரிக்கப்பெற்றவ ரென்பது ஊகிக்கப்படுகிறது. இவருடைய வாக்கினால் இவர் முருகக் கடவுளிடத்து உண்மையான அன்புடையவ ரென்று தோற்றுகின்றது.

இத்தலத்திற்கு வேறொரு பிள்ளைத் தமிழ் உண்டென்று கேள்வியுற் றிருப்பதாகவும், "தப்பாத பழனிமலை யப்பாவெ னப்பநீ சப்பாணி கொட்டி

யருளே” என்பது அதிலுள்ள ஒரு செய்யுட் பகுதி யென்றும் திண்டுக்கல் வக்கீல் ம-ா-ா-ஸ்ரீ எல்.ஏ. வெங்குஸாமி ஐயரவர்கள் சொன்னார்கள்.

இந்நூலில் பழனி சம்பந்தமான பலவகைச் செய்திகள் அமைந்துள்ளன. பழனித்தலம் வைகாவூர் நாட்டிலுள்ள தென்பதும், அதற்கு ஆவினன்குடி, வைகாவூ ரென்னும் பெயர்க ளுண்டென்பதும், பழனிமலை சிவகிரி யெனவும் வழங்கப்படு மென்பதும் பழனியைச் சார்ந்த ஊர்களாக எட்டு மங்கலங்களும், பன்னிரண்டு பள்ளிகளும், நூறூர்களும் உள்ளன என்பதும் அறியப்படுகின்றன. அன்றியும், பன்றிமலை, பூம்புரை, இடம்பன்மலை, ஷண்முகநதி என்பனவும் இதிற் கூறப்படுகின்றன. பழனியிற் கோயில்கொண் டெழுந்தருளியுள்ள பிருகந் நாயகியைப் பெரிய நாயகி, பெரியவளென ஆசிரியர் பாடுகின்றார். முருகக் கடவுள் சிவபெருமானுக்கு உபதேசித்தது, அவர் அகத்தியருக்கு உபதேசித்தது, அவர் சங்கத் தலைவராக இருந்தது, அவருக்கு யானைவாகன முண்டென்பது, அவர் ஆட்டுக்கிடாயை ஊர்ந்தது, வெட்சியும் கடம்பும் அவர் மாலைக ளென்பது, மயில் பிரணவ உருவ மென்பது முதலிய செய்திகள் இதில் அமைந்துள்ளன. முருகக் கடவுள் சிவபெருமானை வலம் வந்து கனியைப் பெற்றனறென்ற வரலாறு ஓரிடத்திற் குறிக்கப்பட்டுள்ளது. அதற்குரிய ஆதாரம் கிடைக்கவில்லை. முருகக் கடவுளை முத்தைய னென்றும் தேவயானையைக் கயவனிதை யென்றும் கூறுவர். அல்லோல கல்லோலம், இலை(வெற்றிலை), கன்னங்கறுத்த, சம்மதி, சரிசமானம், சின்னஞ்சிறிய, சுசந்திரன், சுதிசேதி, தயவு, துசம், துரை, பிளவு, புதம்(அறிவு), மத்தளி, மந்தாரம், மனது, மாமனார், முதலாளி, மெட்டி, ராவுத்தன், வசியாதார், விதரணம், வேணும் முதலிய அரும்பதங்களும் நெறுநெறென, குடகுடென என வரும் அனுகரண ஓசைச் சொற்களும் இதில் ஆளப்பட்டுள்ளன. செவிலியர் தாலாட்டுதலைக் கூற வந்த இவர் அப்பொழுது கூறப்படும் ‘ஆரார்’ என்னும் குறிப்புத் தொடரை ’யார்யார்’ என்னும் பொருள்படப் பொருத்தி,

> சீரார் நலஞ்சேர் பூவுலகிற் றேவா சுரரின் மற்றையரிற்
> றினமு முனது கொலுக்காணச் செல்லா தாரார் திறைவளங்கள்
> தாரா தாரா ருனதுபதந் தனையே வணங்கித் தொழவேண்டித்
> தழுவா தாரா ரெவ்வேளை சமயங் கிடைக்கு மெனநினைந்து
> வாரா தாரா ருனதருளை வாழ்த்திப் புகழ்ந்து துதிக்கமனம்
> வசியா தாரார் பணிவிடைகள் வரிசைப் படியே நடந்தாதார்
> ஆரா ரெனத்தா லாட்டுகின்ற அரசே.....

என அமைத்துள்ள பகுதி மிக்க நயம் பொருந்தி விளங்குகின்றது. இந்நூ லெழுதிய ஏட்டுப் பிரதி யொன்றும் கடிதப் பிரதி யொன்றும் 25 வருடங்களுக்கு முன் மேற்கூறிய எல். ஏ. வெங்குஸாமி ஐயரவர்களால் உதவப்பட்டன. அவ்வேட்டுப் பிரதியில் ‘சின்னப்ப நாயக்கர் இயற்றியது’ என்ற ஒரு குறிப்பு எழுதப்பட்டிருந்தது. இந்நூல் எளிய நடையில் அமைந்திருத்தலின் சில இடங்களுக்கு மட்டும் குறிப்புரை எழுதி இப்பொழுது பதிப்பிக்கலாயிற்று. இதனைச் செந்தமிழில் வெளியிட் டுதவிய பத்திராதிபர்களுடைய அன்பு பாராட்டற்பாலது.

இங்ஙனம்,
வே. சாமிநாதையர்

சென்னை
18-8-1932

உ
கணபதி துணை
திருச்சிற்றம்பலம்

திருச்சிற்றம்பல வெண்பாவந்தாதி*

திருவாரூர் பாதி திருவொற்றியூர் பாதி வெண்பாவந்தாதி, திருவாரூர் மருந்து வெண்பாமாலை

இவை
திரிசிரபுரம், வித்துவசிரோமணியாகிய
ம-ள-ள-ஸ்ரீ
சி. தியாகராஜசெட்டியாரவர்களால்
இயற்றப்பட்டு

கும்பகோணம்
கவர்ன்மெண்டு காலேஜ் தமிழ்ப்பண்டிதராகிய
உத்தமதானபுரம்
வே. சாமிநாதையரால்

சென்னை சூளை
தொண்டை மண்டலம் அச்சியந்திரசாலையிற்
பதிப்பிக்கப்பட்டது.

1888

* முகவுரை இல்லை

உ

கணபதிதுணை.

திருச்சிற்றம்பலம்

திருச்சிற்றம்பல வெண்பாவந்தாதி,
திருவாரூர் பாதி திருவொற்றியூர் பாதி வெண்பாவந்தாதி,
திருவாரூர் மருந்து வெண்பாமாலை.

இவை

திரிசிரபுரம், வித்துவசிரோமணியாகிய

ம-ா-ா-ஸ்ரீ,

சி - தியாகராஜசெட்டியா

ரவர்களால்

இயற்றப்பட்டு,

கும்பகோணம்

கவரன்மெண்டு காலேஜ் தமிழ்ப்பண்டிதராகிய

உத்தமதானபுரம்

வே - சாமிநாதையரால்

சென்னை சூளை

தொண்டைமண்டலம் அச்சிட்டு

பதிப்பிக்கப்பட்டது.

1888.

உ
கணபதி துணை

கௌரிமாயூரமென்று வழங்கும்

திருமயிலைத் திரிபந்தாதி*

ஷ கௌரிமாயூரம்
இராமையர்
அருளிச்செய்தது.

இது
சோழமாளிகை ம-ா-ா-ஸ்ரீ
இரத்தினம்பிள்ளையவர்கள்
விருப்பத்தின்படி
கும்பகோணம் காலேஜ் தமிழ்ப்பண்டிதராகிய
உத்தமதானபுரம்
வே. சாமிநாதையரால்
பலபிரதிரூபங்களைக்கொண்டு பரிசோதித்து

கும்பகோணம்
லார்ட் ரிப்பன் அச்சுக்கூடத்தில்
பதிப்பிக்கப்பட்டது.

சருவசித்து ௵ பங்குனி ௴

[1888]

* முகவுரை இல்லை

உ

கணபதிதுணை

கௌரிமாயூரமென்று வழங்கும்

திருமயிலைத்திரிபந்தாதி.

ஷை கௌரிமாயூரம்

இ ரா மை ய ர்

அ ரு ளி ச் செ ய் த து.

இது

சோழமாளிகை ம-ா-ா-ஸ்ரீ

இரத்தினம்பிள்ளையவர்கள்

விருப்பத்தின்படி

கும்பகோணம் காலேஜ் தமிழ்ப்பண்டிதராகிய

உ த் த ம தா ன பு ர ம்

வே. சாமிநாதையரால்

பலபிரதிரூபங்களைக்கொண்டு பரிசோதித்து

கு ம் ப கோ ண ம்:

"லார்ட் ரிப்பன் அச்சுக்கூடத்தில்"

பதிப்பிக்கப்பட்டது.

சருவசித்து ஞு பங்குனி மீ.

1888

உ

ஸ்ரீ மாயூரநாதர் துணை

மாயூரமென்று வழங்குகிற

திருமயிலைத் திரிபந்தாதி

ஷை மாயூரத்திலிருந்த

இராமையர் இயற்றியது

இது

சென்னை

மகாமகோபாத்தியாய தாக்ஷிணாத்ய கலாநிதி

உ.வே. சாமிநாதையரால்

பரிசோதிக்கப்பெற்று

நூதனமாக எழுதிய குறிப்புரை முதலியவற்றுடன்

சென்னை:

கமர்ஷியல் அச்சுக்கூடத்திற் பதிப்பிக்கப்பெற்றது.

[இரண்டாம் பதிப்பு]

பிரமோதூத ஞு வைகாசி மீ

1930

உ

ஸ்ரீ மாயூரநாதர் துணை.

மாயூரமென்றுவழங்குகிற

திருமயிலைத் திரிபந்தாதி

ஷை மாயூரத்திலிருந்த

இராமையர் இயற்றியது.

இது

சென்னை

மகாமகோபாத்தியாய தாக்ஷிணாத்யகலாநிதி

உ. வே. சாமிநாதையரால்

பரிசோதிக்கப்பெற்று

நூதனமாக எழுதிய குறிப்புரை முதலியவற்றுடன்

சென்னை:

கமர்ஷியல் அச்சுக்கூடத்திற் பதிப்பிக்கப் பெற்றது.

இரண்டாம் பதிப்பு.

பிரமோதூத வைகாசி மீ

1930.

உ

கணபதி துணை

முகவுரை

தேவாரம்

திருநாவுக்கரசு நாயனார்

திருச்சிற்றம்பலம்

வெஞ்சி னக்கடுங் காலன் விரைகிலா
னஞ்சி றப்பும் பிறப்பு மறுக்கலா
மஞ்சன் மாமயி லாடு துறையுறை
அஞ்ச ளாளுமை பல்க னருளிலே.

கவிஞர்கள் தாம் பிறந்த இடங்களிலும் பழகிய வேறிடங்களிலும் உள்ள தெய்வங்களையும் தம்மை ஆதரித்தோர்களையும் பாராட்டி முறையே பக்தியாலும் செய்ந்நன்றியறிவாலும் தங்கள் உள்ள கருத்தை அமைத்துப் பிரபந்தங்கள், தனிப்பாடல்கள் முதலியவற்றை இயற்றுதல் இயல்பு. அவற்றால் அவர்களுடைய மனநிலைகளும் கொள்கைகளும் சரித்திரங்களும் கால இயற்கையும் பல நீதிகளும் புலப்படும். பெருங்காப்பியங்களைப் படித்து அறிந்துகொள்ள வேண்டிய செய்திகளைப் பிரபந்தங்களால் எளிதில் அறிந்து கொள்ளலா மென்று அறிஞர் கூறுவர். பழைய காலத்தில் தமிழ்ப் பள்ளிக்கூடங்களில் பிரபந்த வகைகளும் இன்றியமையாத பாடங்களாகக் கற்பிக்கப்பெற்று வந்தன. அம்முறையால் நாளடைவில் உண்டான பயன் மிக அதிகம்.

அத்தகைய பிரபந்தங்கள் தமிழில் 99 வகைப்படும். அவற்றுள் ஒவ்வொரு வகையிலும் அவ்வக் காலங்களுக்கேற்பப் பலராற் செய்யப்பட்ட நூல்கள் பல. அந்தாதி என்பது அப்பிரபந்த வகைகளுள் ஒன்று. அது முதற் செய்யுளின் ஈற்றடியிலுள்ள இறுதிச் சீர் முதலியவற்றை அடுத்த செய்யுளின் ஆதியாகக் கொண்டு மண்டலித்து வருவது. அது வெண்பாக்களாலேனும் விருத்தங்களாலேனும் கட்டளைக் கலித்துறைகளாலேனும் நூறு செய்யுட்களால் இயற்றப்படும்;

இந்த அளவிற் குறைந்து வருவனவும் உண்டு. கலம்பகம் முதலியனவும் அந்தாதியாகச் செய்யப்படுமேனும் அந்தாதியாக வருதலொன்றையே சிறப்பிலக்கணமாகக் கொண்டமையால் அஃது அப்பெயர் பெற்றது. மனப்பாடஞ் செய்வதற்கு அனுகூலமாக இருத்தற்கும் அப்பிரபந்தம் ஏற்பட்டிருக்கலாமென்று தோற்றுகிறது. நிற்க.

திருமயிலைத் திரிபந்தாதியென்னும் இந்நூல் நூறு கட்டளைக் கலித்துறைகளாலாகியது. சொல்லணியாகிய திரிபு இதனுள் அமையப்

பெற்றிருத்தலின் இஃது இப்பெயர் பெற்றது. ஒவ்வோரடியின் முதலெழுத்தொழிந்த எழுத்துக்கள் சிலவும் பலவும் ஒத்துப் பொருள் வேறுபட்டு வருவது திரிபாகும். திரிபு திருகலென்றும் வழங்கும்.

இதனை இயற்றியவர் இராமைய ரென்பவர்; இவர் அந்தண குலதிலகர். இவருடைய ஊர் மாயூரம். இவர் தமிழிலக்கணங்கள் ஐந்தையும் கற்றுத்தேர்ந்தவர். இவை, “கயிலையொன் றீசன்” என்னும் இந்நூற் சிறப்புப் பாயிரத்தால் விளங்கும். இவர் இயற்றிய வேறு நூல் திருநாகைக் காரோணத்தைச் சார்ந்த நாகூரின் தலபுராணம். அஃது இவருடைய இளமைப் பிராயத்தில் இயற்றப்பெற்றிருத்தல் வேண்டுமென்று அதன் நடையால் தோற்றுகின்றது. அதனாற் சில வழக்கங்களும் ஆலயவழிபாட்டு முறையும் விழாக்களின் நிகழ்ச்சி முறையும் பிற அரிய விஷயங்களும் விளங்கும்.

குலோத்துங்க சோழனுலாவின் உரையில் எடுத்தாளப்பட்டிருக்கும் சேறாடியென்பது விருதாவளியைச் சேர்ந்ததென்று அந்நூலிலுள்ள பிரயோகத்தால் விளங்கிற்று.

இதன் ஆசிரியர் சிவபக்தி மிக்கவரென்பதும் செய்யுட்களை வருத்தமின்றிப் பாடும் இயல்பின ரென்பதும் இயற்கை வளத்தை அறிந்து அனுபவித்தவ ரென்பதும் இவ்வந்தாதியால் விளங்குகின்றன.

மயிலையென்பது சோழநாட்டின்கண் காவிரிக்குத் தென்பாலுள்ளதும் தேவாரம் பெற்றதுமாகிய ஒரு சிவஸ்தலம்; மாயூர மென்று இப்பொழுது வழங்கப்பெறும். மயிலை யென்னும் பெயர் இத்தலத்தின் மற்றொரு பெயராகிய மயிலாடுதுறை யென்பதன் மரூஉ வாகும். தொண்டை நாட்டிலுள்ள மயிலாப்பூரென்னும் சிவஸ்தலத்திற்கும் மயிலையென்னும் பெயருண்மையின், அது வடமயிலை யென்றும் இது தென்மயிலை யென்றும் வழங்கும் (இந்நூல், 8, 37, 70, 86, 88ஆம் செய்யுட்களைப் பார்க்க.) முருகக் கடவுளின் தலமாகிய மயிலாசலத்திற்கும் மயிலை யென்னும் பெயருண்டு.

இந்த மாயூரம் நாவலந்தீவில் மிகப்புகழ் பெற்றதாதலின் இதன் விசேடங்களைச் சுருக்கமாக இங்கே எழுதலானேன்.

ஸ்காந்தம் முதலிய மகா புராணங்களிலும், மகேதிகாசமாகிய சிவரகஸ்யத்திலும், துலாகாவேரி மாகாத்மியத்திலும், ஸ்ரீ சிதம்பர புராணம் முதலிய தலபுராணங்கள் பலவற்றிலும் இத்தலம் பலபடச் சிறப்பித்துப் பாராட்டப்பெற்றுள்ளது. வடமொழியில் ஸ்ரீமாயூர புராணம் ஸ்ரீ ரிஷபதீர்த்த மாகாத்மியம் முதலிய நான்கு புராணங்களும், அவற்றின் மொழிபெயர்ப்பாகப் பொன்விளைந்த களத்தூர் ஆதியப்ப நாவலரென்பவர் சற்றேறக்குறைய 350 வருடங்களுக்கு முன்பு இயற்றிய புராணமொன்றும், என்னுடைய ஆசிரியரும் திருவாவடுதுறை யாதீனத்து மகாவித்துவானுமாகிய திரிசிரபுரம் ஸ்ரீ மீனாட்சிசுந்தரம் பிள்ளை யவர்களால் 60 வருடங்களுக்கு முன்பு இயற்றப்பட்ட புராணமொன்றும், இந்த அந்தாதியையன்றி ஸ்ரீ அபயாம்பிகை பிள்ளைத் தமிழ் முதலிய பிரபந்தங்களும், தென்மொழி வடமொழிகளிற் சிறந்த ஸங்கீத வித்துவான்களால் இயற்றப்பட்ட பல கீர்த்தனங்களும், பல ஸ்தோத்திரங்களும், தனிப்பாடல்களும் இத்தலத்திற்கு அமைந்திருக்கின்றன.

பிரமதேவர் பூசித்தமையின் பிரமலிங்கமெனவும், தேவர் முதலியோர் எண்ணியவற்றை வரையாதருளிச் செய்தமையின் ஸ்ரீவதானீசுவரர் அல்லது வள்ளலா ரெனவும், தட்சன் புத்திரியாக அவதரித்தமைபற்றி வந்த திருநாமமாகிய தாட்சாயணி யென்பதை அவன்பாலுள்ள வெறுப்பினால் நீக்கிக்கொள்ள நினைந்து மயில் வடிவம்பெற்றுப் பூசித்து வழிபட்ட அம்பிகைக்கு ஆண் மயிலாக ஆடியருளிக் காட்சியளித்துப் பின்பு தாண்டவமாடி அனுக்கிரகம் செய்தமையின் கௌரீ மாயூரநாதர், கௌரீ தாண்டவேசுவரர் அல்லது மாயூரநாதர் எனவும் ஸ்வாமியின் திருநாமங்கள் இங்கே வழங்கும்; இன்னும் வெவ்வேறு காரணங்களால் வந்த விருத்தர் (கிழவர்) முதலிய பல பெயர்களுமுண்டு.

மிகவும் அச்சமுற்றுத் தன்னைச் சரணடைந்த ஒருமயிலுக்கு அபயமளித்துப் பாதுகாத்தமையின், அபயப்பிரதாம்பிகை, அபயாம்பிகை, அஞ்சல்நாயகி, அஞ்சலை யென்னும் திருநாமங்கள் அம்பிகைக்கு இங்கே வழங்கலாயின.

இந்த ஸ்தலவிருட்சம் - மா.

இத்தலத்தின் திருநாமங்கள்: பிரமபுரம், பிரமவனம், கௌரீ மாயூரம், மாயூரம், மயிலாடுதுறை, மயிலை, சூதவனம் முதலியன. துறையென்பது தீர்த்த விசேடமுள்ள இடத்தைப் புலப்படுத்தும் ஒரு பெயர்.

தீர்த்தங்கள்: அகஸ்திய தீர்த்தம், அநவித்யாஸரஸ், விருஷப தீர்த்தம், கணேச தீர்த்தம், காசியப தீர்த்தம், இந்திரன் முதலிய திக்பாலகர் தீர்த்தங்கள், பாபநாச தீர்த்தம், பிரம தீர்த்தம் முதலிய 86 தீர்த்தங்களுள்ளன.

வருஷந்தோறும் ஐப்பசி மாதத்தில் ஒவ்வொரு தினத்தும் ஸ்ரீ மாயூரநாதர் ஸ்ரீ அபயாம்பிகையுடன் காவேரிக்கு எழுந்தருளிக் காலையில் விருஷப தீர்த்தத்தில் தீர்த்தம் கொடுத்தருளும் மகிமை வாய்ந்த ஸ்தலமாதலின், ஐப்பசிமாதம் முப்பது தினங்களிலும் ஸ்ரீ காசி முதல் கன்னியாகுமரி வரையிலுள்ள இடங்களிலிருந்து வந்து ஸ்நானஞ் செய்துவிட்டுச் செல்லும் லட்சக்கணக்கான பக்த ஜனங்களின் தொகுதி யாவருடைய உள்ளத்தையும் கனியச் செய்யும். அக்காட்சி பக்தியில்லாதவர்களுக்குப் பக்தியை யுண்டுபண்ணும்; தெய்வமில்லை யென்பவர்களுக்கும் புநர்ஜனனமில்லை யென்பவர்களுக்கும் அவை உண்டென்னுங் கருத்தைப் பிறப்பிக்கு மென்பதிற் சிறிதும் ஐயமில்லை.

விருஷப தீர்த்தத்தில் கங்கைவந்து நீராடுவதற்கு அறிகுறியாக ஐப்பசி மாதத்தில் அமாவாசையில் பகல் பதினைந்து நாழிகை வேளையில் இந்த விருஷப தீர்த்தத்தி லிருந்து எடுத்து ஒரு பாத்திரத்தில் வைக்குந் தீர்த்தம் மிகுந்த தூய்மையோடு பல வருடங்க ளிருத்தலை நேரே அறிந்து பார்த்தோர் பலர்.

இந்த ஸ்தல தரிசனத்திற்கு எழுந்தருளிய திருஞானசம்பந்த மூர்த்தி நாயனாருக்குக் காவேரிப் பிரவாகத்தை வடியச் செய்து துறையைக் காட்டி அவரை இங்கே வரவிடுத்தமையின், கிழக்கேயுள்ள திருவிளநகரில் (1) துறைகாட்டும் வள்ளலெனவும், நல்ல வாக்கை விரும்பித் தவஞ்செய்த ஸ்ரீ பிருகஸ்பதி பகவானுக்கு அதனை யருளிச் செய்தமையின் இதன் தெற்கேயுள்ள தாருகாவனத்தில் (பெருஞ்சேரியில்) (2) வாக்குக்காட்டும் வள்ளல் (வாகீசர்) எனவும், ஒரு சமயத்தில் வழிதெரியாமல் மயங்கிய தேவர்களுக்கு வழிகாட்டி யருளினமையின் மேற்கேயுள்ள மூவலூரில் (3) வழிகாட்டும் வள்ளல் (மார்க்கஸகாயர்) எனவும், சிவஞானத்தை

விரும்பித் தவஞ்செய்த ஸ்ரீ விருஷபதேவருக்கும் ஏனையோர் பலருக்கும் ஸ்ரீ தட்சிணாமூர்த்தியாக எழுந்தருளி மோன முத்திரை காட்டிச் சிவஞானத்தை உபதேசித் தருளினமையின் உத்தர மாயூரத்தில் (வள்ளலார் கோயிலில்) (4) கைகாட்டும் வள்ளலெனவும் திருநாமங்கொண்டு வள்ளலாகிய ஸ்ரீ மாயூரநாதர் வீற்றிருக்கின்றனர்:

(1) "காவிரித்துறை காட்டினார்" (திருவிளநகர்த் தேவாரம்); "துறைகாட்டும் வள்ள லோவென் றிறைஞ்சினர்"; (2) "வாக்கருள் வள்ளலென்று, பெருக்கவெவ் வுலகுமேத்தப் பிறங்கினா னனைய மூர்த்தி"; (3) "வழிகாட்டும் வள்ளலோ வென்றுரைத்தனர்"; (4) "இடபமுன் பெற்றாற் போல வெண்ணிலார்க் கருளுநீரா, லுடனம ரவன்கை காட்டும் வள்ளலென் றொருபேர் பெற்றான்" (மாயூரப் புராணம், மாயூரவள்ளல் நாற்றிசை வள்ளலாகிய படலம்.)

இதன் எல்லை ஒரு யோசனை யென்றும், எட்டு வீரகட்டத்துள் காலஸம்ஹார க்ஷேத்திரமாகிய திருக்கடவூரும் தட்சயாகஸம் ஹார க்ஷேத்திரமாகிய திருப்பறியலூரும் கஜஸம்ஹார க்ஷேத்திரமாகிய வழுவூரும் காமதகன க்ஷேத்திரமாகிய திருக்குறுக்கையும் இதனெல்லைக்குள் உள்ளனவென்றும் இத் தலபுராணங்கள் கூறாநிற்கும். இது, "பார வாவுமா, யூர வெல்லையுட், சார வானர்வா, யாரவேத்திட", "இட்ட மாயவீ, ரட்ட நான்கெனிற், பட்ட மான்மியம், சட்ட யார்சொல்வார்" (மாயூரப்புராணம், காமன்பூசைப் படலம், 17- 8) என்பவற்றால் அறியப்படும்.

ஸ்ரீ மாயூரநாதரை வழிபட்டுப் பேறுபெற்ற ஸப்தமாதாக்கள் தனித்தனியே பூசித்துத் தவஞ் செய்துகொண்டிருந்த ஏழு சிவ ஸ்தலங்கள் இதன்பக்கத்தே யுள்ளன. அவற்றுள், (1) பிராமி பூசித்த ஸ்தலம் திருத்தான் றோன்றீசம் (சுயம்புநாதர் கோவில்); (2) மாகேசுவரி பூசித்தது கருணாபுரி (கருணாம்பேட்டை); (3) கௌமாரி பூசித்தது கஞ்சாறு (ஆநந்த தாண்டவபுரம்); (4) வைஷ்ணவி பூசித்தது பருபதீசுவரம் (வள்ளலார் கோவிலுக்கும் தருமபுரத்திற்கும் இடையிலுள்ளது); (5) வாராகி பூசித்தது சக்திபுரி (கழுக்காணிமட்டம்); (6) இந்திராணி பூசித்தது தருமபுரம்; (7) சாமுண்டி பூசித்தது வள்ளலார் கோயில். இது ஷை புராணத்திலுள்ள சத்தபுரப் படலத்தால் அறியலாகும்.

ஸ்ரீ மாயூரநாதரை வழிபட்டுப் பேறுபெற்ற இந்திரன் முதலிய திக்பாலர்களும் மற்றைத் தேவர்களும் அகத்தியர் முதலிய பல முனிவர்களும் ஏனையோர் பலரும் தத்தம் பெயரால் பிரதிட்டித்துப் பூசித்த சிவலிங்கங்களும் தீர்த்தங்களும் இத்தலத்தைச் சூழப் பல உள்ளன.

மேற்கூறிய தேவர் முதலியோர்களை யன்றிக் கழுகு, கிளி, குதிரை, நரி, பூனை, யானை, வானரம், கரம் முதலிய அஃறிணைகளும் ஸ்ரீ மாயூரநாதரை வழிபட்டுப் பேறுபெற்றனவென்றும் அந்தப் புராணங்கள் தெரிவிக்கின்றன.

மயில்வடிவம் நீங்கி இயற்கையான திருவுருவமுற்ற அம்பிகையின் பிரார்த்தனைப்படி சபையொன்றை நிருமித்து அதில் ஸ்ரீ மாயூரநாதர் தாண்டவமாடியருளி விஷ்ணு முதலிய தேவர்களின் பிரார்த்தனையின்படி அம்பிகையை இங்கே திருமணஞ் செய்தருளினர். அந்தச் சபைக்கு ஆதிசபை யென்பதும் அத்தாண்டவத்திற்குக் கௌரீ தாண்டவ மென்பதும் திருநாமங்கள், மேற்கூறிய திருமணம் வருஷந்தோறும் துலாமாஸ உத்ஸவத்தில் ஏழாவது திருநாளின்

மாலையில் நடைபெற்று வருகின்றது. "மயிலாடு துறையுறையு மணாளனாரும்" என்னுந் தேவாரமும் இதனை நன்கு புலப்படுத்தும்.

கங்கையின் பிறிவாற்றாமையினால் ஸ்ரீ காசி விசுவநாதர் தம்முடைய பரிவாரங்களுடன் இங்கே எழுந்தருளி விருஷப தீர்த்தத்தின் தென்பக்கத்திற் கோயில் கொண்டிருக்கின்றனர்.

முக்தியை விரும்பிப் பல சிவஸ்தலங்களுக்குச் சென்று தவஞ்செய்துவந்த தம்பதிகளாகிய நாதசன்மா அநவித்தை யென்பவர்கள் முடிவில் திருவையாற்றை யடைந்து தவஞ்செய்து ஸ்ரீ ஐயாறப்பர் கட்டளையின்படி இத்தலத்திற்கு வந்து தவஞ்செய்ய, ஸ்ரீ மாயூரநாதர் அவர்களுடைய விருப்பத்தைப் பூர்த்தி செய்ததன்றி எம்மைத் தரிசித்த பலனை உங்களைத் தரிசித்த பின்பே யாவரும் அடையக் கடவரென்றும் அருளிச்செய்ய, கேட்ட அவர்கள் பேரானந்தமுற்றுத் தாம் இங்கே பிரதிட்டித்துப் பூசித்த சிவ லிங்கங்களில் ஐக்கியமாயினர்; அவர்கள் பிரதிட்டித்த சிவலிங்கங்கள் அவர்கள் பெயராலேயே வழங்கப்பெற்று வருகின்றன. அவற்றுள் அநவித்தை ஐக்கியமான லிங்கமென்பதற்கு அறிகுறியாக அதற்கு இக்காலத்தும் புடைவையே சாத்தப்பட்டு வருகின்றது. ஸ்ரீ மாயூரநாதரையும் ஸ்ரீ அபயாம்பிகையையும் தரிசிப்போர் ஸ்ரீ சண்டிகேசுவர சண்டிகேசுவரிகளைத் தரிசித்தபின்பு இவ்விரு மூர்த்திகளையும் தரிசிப்பது இத்தவத்தில் வழக்கமாக இன்றும் நடைபெற்று வருகின்றது. இஃது இத்தல புராணத்திலுள்ள நாதசன்மா அநவித்தை முக்தியடைந்த படலத்தால் அறியலாகும்; "சண்டீசர்ப் போற்றியடி தாழ்ந்த பின்பும் வேறிருவர்க், கண்டாய்விற் போற்றவருள் காலூரும்" (திருவிடைமருதூ ருலா.)

நாதசன்மா அநவித்தை யென்பவர்களுடன் இத்தலத்திற்கு எழுந்தருளிய ஸ்ரீ ஐயாறப்பர் இங்கே ஸ்ரீ மாயூரநாதர் கோயிலின் மேலைரதவீதியின் மேற்கே பரிவாரங்களுடன் கோயில்கொண் டெழுந்தருளி ஸப்தஸ்தான உத்ஸவமும் கொண்டருளுகின்றனர். அந்த உத்ஸவம் இக்காலத்தும் சித்திரை மாதத்தில் நடைபெற்று வருகின்றது; அந்த ஸ்தானங்களின் பெயர்கள் வருமாறு: (1) புழுகீசுவரம் (தனியூர்), (2) ஸித்தவனம் (சித்தக்காடு), (3) மூவலூர், (4) சோழம்பேட்டை (இது புருஷாமிருகம் பூசித்த விசேஷமுடைய ஸ்தலம்), (5) வள்ளலார் கோயில், (6) காசி விசுவநாதர் கோயில், (7) ஸ்ரீ மாயூரநாதர் கோயில்.

அகத்திய விநாயகரைக் காப்பிலும், ஸ்வாமியின் திருநாமங்களுள் வள்ளலென்பதை, "மயிலையுறை வள்ளல்", "பிறை மோலிதிகழ் வள்ளல்", "செய்சூழ் மயிலையில் வள்ளல்" (காப்பு, 16, 35, 40, 41, 44, 70, 100) என்பன முதலியவற்றாலும் மணாளனென்பதை, "தனியந கைக்கு மணாளா", "சிலையமலைக்கு மணாளா" (24, 40) என்பவற்றாலும், மாயூரநாத ரென்பதை, "மாயூர நாத மயிலையி லீச" (11) என்பதனாலும், விருத்தரென்பதை, "மயிலைப் பதிய கலாமுதியன்" (51) என்பதனாலும், அம்பிகையின் பெயர் அஞ்ச லென்பதை, "பொருமயி லைப்பதி கண்ணஞ்சன் மாதும்" (16) என்பதனாலும், காவிரியின் பெருமையை, "உத்தர கங்கையி னோங்கிய பொன்னி", "பொன்னித்துறை", "தூயகமான கனகாவிரிநதி", "நித்திலங்க டீரம்பரவுந் திருக்காவிரி" (7, 23, 59, 88) என்பவற்றாலும், சிவபெருமான் நடனஞ் செய்ததை, "அரங்கந்தண் மயிலையி லொன்று கொண்டாடுமையர்", "மயிலைப் பானன்று மன்றுட் கோதினடந்தக வாடினன்", "நடனஞ் சமுகந்தருக் குறச் செய்திடு நாதனும்" (9, 67.8) என்பவற்றாலும், அகத்தியர் பூசித்ததை, "இலைய

மலைக்கு மனமுற யோகத்திருக்கவல்ல, மலைய மலைக்குறு மெய்த்தவன் போற்று மயிலை வள்ளல்”, “அன்புடைக் கும்பமுனி பூசைகொண்டவர்” *(40, 86)* என்பவற்றாலும், இந்திரன் வழிபட்டதை, “அங்குலிசன்றாழ் மயிலை யிலீசர்” *(99)* என்பதனாலும், உமை மயிலாகப் பூசித்ததை, “கவுரி யெழின் மயிலாய் முன்பரவத்தர்” *(65)* என்பதனாலும், உமாதேவிக்கு மயிலுருவத்தை நீக்கி மாயூரநாதர் பழைய உருவத்தை அருளியதை, “மயிற்காயமாய வுருத்தீர்த் துமைக்கு வடிவளித்தோன்” *(95)* என்பதனாலும், திருமால் பூசித்ததை, “பலதரங் கந்தமலர் கொண்டரி பணிபாதர்”, “பணிப்பா யலையக லான்றாழ் மயிலைப் பரமன்” *(9, 53)* என்பவற்றாலும், நாதசன்மா பூசித்ததை, “நாதசன்மா வணங்கற்புத” *(11)* என்பதனாலும், பிரமதேவர் பூசித்ததை, “பிரமன் பணிமயிலைத் தலசங்கர்” *(22)* என்பதனாலும், இத்தலத்தைச் சேர்ந்த வீரட்டானங்களுள், பறியலில் நிகழ்ந்த தக்கயாக சங்காரத்தை, “தனைத் தள்ளிச் செய்த மகத்தினந் தத்துவருந் தினமாக்கினன் மாமனுக்கே”, “தமையன்றித் தக்கன்செய்த பொங்குமகந்த கர்த்தார்” *(10, 37)* என்பவற்றாலும், வழுவூரில் நிகழ்ந்த கஜசங்காரத்தை, “முகிலொத்துருமத்தி யன்றீர்ந்தாய்”, “மதமுகத்தினந் தத்துவக் கன்றுரித்தோன்” *(6, 10, 18, 25, 63, 83, 86, 96)* என்பன முதலியவற்றாலும், குறுக்கையில் நிகழ்ந்த காமசங்காரத்தை, “இக்குமதனை வென்றோர்”, “காமனைக் காய்ந்தவனும்” *(22, 68)* என்பவற்றாலும், கடவூரில் நிகழ்ந்த காலசங்காரத்தை, “கொடுங்காலனுங் குன்றமோதினர்”, “அந்தகன் வீழ மோதினன்”, “முன்பந்தனைய முனிந்தோன்” *(55, 84, 97)* என்பவற்றாலும் இந்நூலுள் ஆசிரியர் புலப்படுத்தியிருக்கிறார்.

இதன்பாலுள்ள செய்யுட்களிற் சில அகப்பொருளிலக்கண அமைதியையும் சில புறப்பொருளிலக்கண அமைதியையும் பெற்றுள்ளன. ஸ்ரீ மாயூரநாதரைக் கிளவித் தலைவராகக்கொண்டு கூறப்படுவன புறப்பொரு ளிலக்கணத்துட் பாடாண் டிணையிலுள்ள கடவுண்மாட்டு மானிடப் பெண்டிர் நயந்தபக்கம் (புறப்பொருள் வெண்பாமாலை, 236) என்னும் துறையின்பாற் படுவனவாகும். கருத்து விளங்க வேண்டி அச்செய்யுட்களுக்குக் குறிப்புரையில் அகப்பொருட் கிளவித் துறைகளே காட்டப் பெற்றிருக்கின்றன. இம்முறை ஆன்றோர்கள் உரையில் முன்பு கண்டதே.

அகத்துறை பயின்ற செய்யுட்கள்: *4, 9, 15, 18-9, 23, 25-8, 31, 34, 36-9, 42, 44, 46-9, 52, 55-6, 60-63, 65-7, 69-75, 79, 82-6, 92, 94, 96-9.*

புறத்துறை பயின்றவை: *5, 8, 17, 24, 29, 32-3, 35, 41, 43, 57-8, 76, 80, 87, 89, 93, 95.*

*78*ஆம் செய்யுள் யமகமாகவும், *12, 72*ஆம் செய்யுட்கள் இரண்டடி மடக்குகளாகவும் அமைந்துள்ளன.

சில செய்யுட்களில் ஒரே சரித்திரத்தை நான்கு அடிகளிலும் திரிபில் தொடர்ந்து அமையுமாறு இவர் பாடியிருத்தல் அறிந்து மகிழத்தக்கது; இந்த ஆற்றல் கவிஞர்களிற் சிலர்பாலே அமைந்திருக்கும்.

தூதுக்குரியவற்றுள், அன்னப் பறவை *8, 57*ஆம் செய்யுட்களிலும், வண்டு *32, 93*ஆம் செய்யுட்களிலும், பாங்கி விடுதூது *89*ஆவதிலும் வந்துள்ளன.

இதில் இடையே கூறப்பட்ட வேறு தலங்கள்: தில்லை, *9*; கூடல், ஐயாறு, *80*.

இந்த ஸ்தலத்தைப்பற்றிக் கூறப்படும் வேறு விசேடங்கள்: நீர்வளம், 7, 23, 46, 50, 59, 77, 87; நிலவளம், 25, 31, 35, 39, 56, 62, 64, 68, 73—4, 76, 89, 98; சோலைவளம், 10, 17, 20, 29, 44, 49, 61, 66, 73—4, 81, 91, 100; கிடங்கு, 3; மதில், 4; ஆவணம், 5, 14; கோபுரம், 4, 58.

"மனையிற் பழுகுகிள்ளை தாங்கா வியம்புகன் மாமயிலை" (32) என்பதனால் இத்தலம் கல்வி மிகுதியாக நிறைந்திருந்த இடமென்பதும், "மெய்யர்மகச் சடங்கிடை யாகுதி பெய்யுமயிலை" (85) என்பதனால் வேள்விபுரிபவர் இங்கிருந்தன ரென்பதும் குறிப்பிக்கப்படுகின்றன.

இந்நூலிற் பயின்ற பழமொழிகள்: வெடிப்பிற் கவிழ்ந்த நீர்போல (26); ஏரி உடைந்தாற்போல (32); இலவுகாத்த கிள்ளைபோல 73.

வேறு சில விஷயங்கள்: மணஞ் செய்கையில் அறுகணிதல், 70; துயரக்கண்ணீர் சுடுதல், 60; தேயம் பதினெட்டு, 16; பஞ்சாக்கினி மத்தியில் தவஞ்செய்தல், 34.

இதனுள், ஆதங்கம், சித்தம், நீடம் முதலிய வடசொல் ஒரு மொழிகளும், அதிகாந்திச் சிகரம், தனுபங்குரம் முதலிய பல தொடர்மொழிகளும் காணப்படுகின்றன. இதனால் ஆசிரியர் வட சொற்களை ஏற்றவாறு அமைத்துப் பாடும் இயல்புடையா ரென்பது அறியப்படும். சில வடசொற்கள் திரித்தும் வழங்கப்பட்டுள்ளன. அவற்றிற் சில வருமாறு: அவத்தர், 65; அவராதி, 13; இரமை, 31; இலாவம், 17; கணிகம், 87; கந்தர்ப்ப வேள்வி, 52; சருமந்தர, 43; சிரசு, 54; பத்தசனம், 15; பறுவத நந்தனை, 71; மனது, 96; வாதை, 75.

சில சொற்களும் சொற்பிரயோகங்களும்: ஆட்டி, 96; ஆயல், 66; உரும், 6; ஒடிச்சு, 56; ஒயில், 95; கண்ணிவாய்க்கால், 87; கமைந்து, 60; கெஞ்ச, 3; சனியன், 24; சினை—கர்ப்பம், 62; தத்து, 10; தனம், 30, 46; தூரி—தூரிகை, 85; தெறுகுது, 87; படவு, 72; படுகை, 76; லக்கு, 42.

இவர் சிலசிலவிடங்களில் ஒன்றன்பாற் படர்க்கை யினைமுற்றை இறுதி குறைத்தும் வழங்குவர்.

இந்நூற் செய்யுட்களுள், சிலவற்றில் தந்நகரம் வரவேண்டிய விடத்தில் றன்னகரமும் றன்னகரம் வரவேண்டிய விடத்தில் தந்நகரமும் திரிபலங்காரம் நோக்கி வந்தனவெனக் கொள்க. பிற வேறுபாடுகளுக்கும் அவ்வலங்காரமே காரணமாகும்.

இந்நூலாசிரியர் வாக்காகிய நாகூர்ப் புராணத்தில் இந்நூலிற் கண்ட சில சொல்வழக்கும் கருத்தும் காணப்படுகின்றன. அவற்றுட் சில வருமாறு:

மயிலையந்தாதி.

காப்பு. பிதாமகன்பால் வரு கும்பமாமுனி: *"தந்தையா கியநாந் தனையனா நின்னிற் றன்னிலெய் துவததி சயமோ" நாகூர்ப்புராணம், சமுத்திரராசன் பூசித்த. 32.

ஒருகோட் டிருகும்ப மும்மத நால்வாய்க் களபம்: "ஒருமருப் பிரண்டு கும்பத், தருவிமும் மதத்து நால்வா யைங்கர னடிகள் போற்றி" ஷ கடவுள். 4.

---

* இது பிரமன் அகத்தியரை நோக்கிக் கூறியது.

2. தத்துவந் தனை யாய்ந்தே. . . . . .பிறவாமை பெறுதி நெஞ்சே: "தத்துவங்க ளாய்ந்துசிவ ஞானமெய்திச் சார்வர்முத்தி" ஷ சந்திரதீர்த்த. 51.

16. பதிதன்: "பவமுறு பதிதரே" ஷ புன்னாக. 63.

34. அஞ்சாரலின் மெய்த்தவஞ் செய்யினும்: "பஞ்சாக்கினியி னாப்பண மானவர் தவமுயன்றால்" ஷ புன்னாகவன. 71.

42. லக்கிட்ட. . . . . .அம்பு: "அம்பிலக்கை நோக்கி யெய்யின்" ஷ நாகராசன், 58.

52. கந்தர்ப்ப வேள்வி: "கந்தர்ப்பர் சங்கீதம்பாட" ஷ இந்திரன் பூசித்த. 50.

54. சிரசு: "சிரசின் மீது கொடு" ஷ நாகராசன் பூசித்த. 66.

61. மலினம்- கருமை: 'விடஞ்சேர் மலின கந்தரம்' ஷ சமுத்திர. 38.

76. மிக்கென் றோதப் படுகை வலிய மன்பர்க் கருளுத்தமனே: "நற்கை வல்லிய, முத்தியைக் கொடுக்கு மீச" ஷ நாகராச. 56.

இந்நூல் சம்பந்தமாக இரண்டு நிகழ்ச்சிகள் உண்டு. அவற்றுள் ஒன்று:

ஸ்ரீ மீனாட்சிசுந்தரம் பிள்ளை யவர்கள் தமது இளம்பிராயத்தில் பல ஐயங்களைத் தீர்த்துக்கொள்ளும் பொருட்டுத் திருவாவடுதுறை ஆதீனத்தில் 14 ஆம் பட்டத்தில் எழுந்தருளியிருந்த ஸ்ரீ வேலூர்ச் சுப்பிரமணிய தேசிக ரவர்களைத் தரிசிக்கப்போகும் வழியிற் பட்டீச்சரத்தில் தங்கிய காலத்து அவ்வூரார் பசுபதி பண்டார மென்னும் ஒரு தமிழ் வித்துவானைக் கொண்டு பரீட்சித்தபொழுது அவர் இந்நூலிலுள்ள, "நன்கொடிச்சிக்கை" (56) என்னும் செய்யுளைக் கூறிப் பொருள் வினாவினார். பிள்ளையவர்கள் இந்நூலை அதுவரையிற் பாராம லிருந்தும் உடனே அச்செய்யுளின் பொருளைத் துறையுடன் விரைவில் நன்கு விளக்கவே, அதைக் கேட்டவர்கள் பலரும் அவர்களுடைய கல்விப் பெருமையை அறிந்து பாராட்டுவாராயினர். அதன்பின்புதான் அவர்கள் புகழ் கும்பகோணம் முதலிய இடங்களிற் பரவியது. இது, பட்டீச்சரத்திலிருந்த வெள்ளைவாரணம் பிள்ளை யென்பவராலும் பிள்ளை யவர்களாலும் கூறப்பட்ட செய்தி.

மற்றொன்று:

யாழ்ப்பாணத்து நல்லூர் ஸ்ரீ ஆறுமுக நாவலரவர்கள் சிதம்பரத்தில் இருக்கும்பொழுது பிள்ளை யவர்களுடைய மாணாக்கர்களில் ஒருவராகிய தேவிகோட்டை வன்றொண்டச் செட்டியா ரென்பவர் அவர்களிடம் இந்நூற் சுவடியைக் காட்டினார். நாவலரவர்கள் அதைப் பிரித்துப் பார்க்கையில், "வலவருமைக்கு" (30) என்னும் செய்யுள் அகப்பட்டது. அதைப் படித்துப் பார்த்து நடையின் நயம் முதலியவற்றை உணர்ந்து மகிழ்ந்து வேறு சில செய்யுட்களையும் படித்து இன்புற்று, "இந்நூலை அச்சிட்டால் தமிழ் படிப்பவர்களுக்கு நல்ல பயனை அளிக்கும்" என்றார்களாம். இச்செய்தியை அச்செட்டியா ரவர்கள் வாயிலாய் அறிந்தேன்.

இந்த இரண்டு செய்திகளுமே இந்நூலை யான் தேடுவதற்கும் படித்ததற்கும் காரணமாயின.

இந்நூலின் மூலத்தை மட்டும் சென்ற சருவசித்து ௵ பங்குனி ௴ (1888) கும்பகோணத்தில் அச்சிட்டு வெளிப்படுத்தினேன். பிள்ளை யவர்களிடத்தில் படிக்கப்போய் முதலிற் சிலமாதம் இருந்து பாடங்கேட்ட இடம் மாயூரமாதலால் அத்தலசம்பந்தமான இந்நூலைப் பதிப்பிக்க நேர்ந்ததைக் குறித்து மிகவும் இன்புறுகின்றேன்.

இந்நூலின் ஏட்டுச் சுவடிகளைக் கொடுத் துதவியவர்கள்: (1) சோழன்மாளிகை ஸ்ரீ இரத்தினம் பிள்ளையவர்கள், (2) மாயூரம் கீழை வீதி ஸ்ரீ வைத்தியலிங்கம் பிள்ளை யவர்கள், (3) ஸ்ரீ முத்துச்சாமி பிள்ளை யவர்கள், (4) பட்டீச்சரம் ஸ்ரீ வெள்ளைவாரணம் பிள்ளை யவர்கள். முத்துச்சாமி பிள்ளை யவர்களின் ஏட்டுப்பிரதி மிகப் பழையதாக இருந்தது. அதிற் சில சொற்களுக்குப் பொருளும் வரையப்பட்டிருந்தன. அவை இந்நூலாசிரியரால் எழுதப்பட்டனவோ அன்றி அவரிடம் பாடங்கேட்டவரால் எழுதப்பட்டனவோ தெரியவில்லை.

இக்காலத்திற் படிப்பவர்களுக்கு உபயோகமாக இருக்கும் பொருட்டு இந்நூல் குறிப்புரையுடனும் ஸ்தல விசேஷம் முதலிய செய்திகளுடனும் இப்பொழுது பதிப்பிக்கலாயிற்று.

இதனை ஆராயுங் காலத்தும் பதிப்பிக்கும் காலத்தும் உடனிருந்து ஸஹாயஞ் செய்தவர் மோகனூர்த் தமிழ்ப்பண்டிதர் சிரஞ்சீவி கி.வா. ஜகந்நாதையர்.

இப்படியே நான் பாடங் கேட்டனவும் ஆராய்ந்து வைத்திருப்பனவுமாகிய பல பிரபந்தங்கள் முதலியவற்றைக் குறிப்புரைகளுடன் முறையே பதிப்பித்து வெளிப்படுத்த எண்ணியிருக்கிறேன். திருவருள் நிறைவேற்றவேண்டும்.

இங்ஙனம்,
வே. சாமிநாதையர்

சென்னை
29-5-30

உ
கணபதி துணை

சங்கரநயினார் கோயில் அந்தாதி

இது
மஹாமஹோபாத்யாய-தாக்ஷிணாத்யகலாநிதி
Dr. உ.வே. சாமிநாதையரவர்களால்
பரிசோதித்துத்
தாம் நூதனமாக எழுதிய குறிப்புரையுடன்
பதிப்பிக்கப்பெற்றது.

செந்தமிழ்ப் பிரசுரம்-சூ0

மதுரைத் தமிழ்ச்சங்க முத்திராசாலை
மதுரை

1934

விலை அணா 6

உ

கணபதி துணை.

சங்கர நயினார்கோயில் அந்தாதி.

இது

மஹாமஹோபாத்யாய—தாக்ஷிணாத்யகலாநிதி

Dr. உ. வே. சாமிநாதையரவர்களால்

பரிசோதித்துத்

தாம் நூதனமாக எழுதிய குறிப்புரையுடன்

பதிப்பிக்கப்பெற்றது.

மதுரைத் தமிழ்ச்சங்கம் ✶ THE MADURA TAMIL SANGAM

செந்தமிழ்ப்பிரசுரம்—௯௦.

மதுரைத் தமிழ்ச்சங்க முத்திராசாலை,

மதுரை.

1934.

விலை அணா 6.

உ

கணபதி துணை

முகவுரை

திருச்சிற்றம்பலம்

காரேறு நெடுங்குடுமிக் கயிலா யன்காண்
  கறைக்கண்டன் காண்கண்ணார் நெற்றி யான்காண்
போரேறு நெடுங்கொடிமே லுயர்த்தி னான்காண்
  புண்ணியன்கா ணெண்ணரும்பல் குணத்தி னான்காண்
நீரேறு சுடர்ச்சூலப் படையி னான்காண்
  நின்மலன்கா ணிகரேது மில்லா தான்காண்
சீரேறு திருமாலோர் பாகத் தான்காண்
  திருவாரூ ரான்காணென் சிந்தை யானே. (திருநா. தே.)

திருச்சிற்றம்பலம்.

அந்தாதி

*தமிழ்ப் பிரபந்தங்களுள் அந்தாதி யென்பது ஒன்று. அது முதற் செய்யுளின் ஈற்றிலுள்ள எழுத்து அசை சொல் சீர் அடி முதலியவற்றில் ஏதேனும் ஒன்று அடுத்த செய்யுளின் முதலில் அமையவும், *நூலின் இறுதிச் செய்யுளில் உள்ளது முதற்பாட்டின் முதலாக அமையவும் பாடப்படுவது. அவ்வந்தாதி யாப்பு வகையாற் பலவாகும். அவை, கலித்துறை யந்தாதி வெண்பா வந்தாதி பதிற்றுப்பத் தந்தாதி முதலியனவாம்; அவற்றுள் திரிபாகவும் யமகமாகவும் அமைந்தவை முறையே +திரிபந்தாதி யெனவும் யமகவந்தாதி யெனவும் வழங்கப்படும். திரிபைத் திருகலென்றும் திருக்கென்றும் கூறுவர். திரிபும் யமகமும் ஒரே அந்தாதியிற் கலந்துவருதலும் உண்டு. இவ்வகை நூல்கள் சொற்றொடர்நிலைச் செய்யுளின்பாற் படும்.*

படிப்பவர்களுக்குச் சொற்றொடரைப் பிரிக்கும் முறை, ஒரு சொல்லின் பலபொருள்கள், பழைய வரலாறு முதலியவற்றை எளிதில் அறிந்து கொள்ளவும், ஞாபகசக்தியை அதிகப்படுத்தவும் தக்க கருவிகளாக இருத்தலின், பண்டைக் காலத்தில் தமிழ்நாட்டில் இவ்வந்தாதிகள் ஆங்காங்குத் தமிழ் பயின்றுவரும் மாணாக்கர்களுக்குப் பள்ளிக்கூடத்திலே ஆரம்பத்தில் கருவி நூல்களாகக் கற்பிக்கப் பெற்றுவந்தன. திரிபுவகையிற் புகலூரந்தாதி, திருவேங்கடத்தந்தாதி

* இப்படி வருதல் மண்டலித்தலென்று வழங்கப்படும்.

+ "குடந்தையந் தாதிதிரிபா வொருசதங் கூறிடுவன்" என்றார் ஒரு பெரியார்.

முதலியவைகளும், யமகத்தில் திருவரங்கத்தந்தாதி முதலியனவும் தமிழ் மாணாக்கர்களால் அங்ஙனம் தொன்றுதொட்டுப் பயிலப்பட்டு வருகின்றன. நிற்க.

சங்கரநயினார் கோயில் அந்தாதி

சங்கரநயினார் கோயிலந்தாதி என்பது பாண்டி நாட்டிலுள்ளதாகிய சங்கரநயினார் கோயிலில் எழுந்தருளியுள்ள ஸ்ரீசங்கரநாராயணப் பெருமான் விஷயமாகப் பாடப்பெற்றது. இது கூழை யந்தாதி, வரராசை யந்தாதி எனவும் வழங்கும். கூழை யென்பதும் வரராசை யென்பதும் சங்கரநயினார் கோயிலின் திருநாமங்கள். இத்தலத்தில் ஒரு புற்றிற் பாம்பின் திருவுருவங்கொண்டு எழுந்தருளியிருந்த கருணைக் கடலாகிய சிவபெருமான் இங்கே இருந்த காட்டைச் செப்பஞ் செய்யவந்த மணிக்கிரீவன் என்பவனால் வெட்டப்பெற்று வாலற்றுக் கூழை யுருவத்தோடு அவனுக்குக் காட்சியளித்தமையின் கூழைப்பிரான் என்னும் திருநாமம் அவருக்குஆகிப் பின்பு கூழை யென்பது இத்தலத்திற்கும் ஆயிற்று. இதற்கு அருகில் ஓடும் ஆறு கூழையாறென்று வழங்கப்படு மென்பர்.

*ஸ்ரீராசபுரம் என்னும் வடமொழிப்பெயர் ராசையென மருவிற்று; இராசவில்லிபுரத்தின் மரூஉவாகிய ராசை யென்பதினின்றும் வேறுபாடு புலப்பட வரராசையென வழங்கப்பெற்ற தென்று தோற்றுகிறது.

இத்தலம் பாண்டி நாட்டிலுள்ள பஞ்சபூத ஸ்தலங்களுள் பிருதுவி ஸ்தலமென்றும், சிவபெருமானுக்குரிய சூசு-மூர்த்தங்களுள் ஒன்றாகிய ஸ்ரீசங்கரநாராயண மூர்த்தத்திற்குரிய ஸ்தலமென்றும் நூல்கள் கூறும்.

என்னுடைய தமிழாசிரியராகிய மகாவித்துவான் ஸ்ரீ மீனாட்சிசுந்தரம் பிள்ளை யவர்கள் இலக்கிய பாடஞ் சொல்லிவருகையில் ஒரு முறை இந்நூலிலுள்ள,

இளந்தென் றலைவட வானல மென்னு மிகன்மதன்கா
களந்தென் றலையமன் காணென வேங்குங் கடலகடு
பிளந்தென் றலைவந் தழிப்பதெந் நாளெனும் பேதையிவ்வா
றளந்தென் றலையி லெழுத்தெனுங் கூழை யரும்பொருளே (கூ)

என்ற [+]செய்யுளை ஒன்றற்கு மேற்கோளாகச் சொல்லி, இது கூழையென்னும் ஒரு தலத்துக்குரிய அந்தாதியி லுள்ளதென்றும் அந்நூல் கிடைக்கவில்லை யென்றும் எங்களுக்குச் சொன்னதன்றி இதன் சொல் நயம் பொருள் நயங்களை மிகவும் பாராட்டினார்கள்; 'அளந்தென் தலையில் எழுத்தெனும்' என்ற பகுதி மிகவும் அருமையாக அமைந்து இச்செய்யுளின் சுவையை அதிகரிக்கச் செய்கின்றதென்றும் சொன்னார்கள். அக்காலத்தில் கூழையென்பது இன்னதலம் என்று தெரியவில்லை. அப்பால், வருபவர்களிடம் இந்த நூல் கிடைக்குமாவென்று அவர்கள் விசாரித்தும் வந்தார்கள்; கிடைத்திலது. கிடைக்கவில்லையே என்ற வருத்தம் அவர்களுக்கு இருந்துவந்தது.

---

* இப்பெயர் இத்தலத்திற்கு உண்மை இந்தத் தலத்திற்குரிய சாஸனத்திலுள்ள ஒரு சுலோகத்தால் தெரியவருகிறது (திருவாங்கூர்ச் சிலாசாஸனங்கள், VI, ப.90.)

[+] அன்பர் தில்லையம்பூர்ச் சந்திரசேகர கவிராசபண்டிதர் தாம் பதிப்பித்த தனிப்பாடற்றிரட்டை இரண்டாமுறை (1978ஷ) பதிப்பித்தபொழுது அவருடைய விருப்பத்தின்படி பல தனிப்பாடல்களை எழுதி அனுப்பினேன். அவற்றுள் இந்தச் செய்யுளும் ஒன்று.

பின்பு நானும் விசாரித்துவந்தேன். *கூழையென்பது இன்ன தல மென்பதும், இவ்வந்தாதியின் ஆசிரியர் இன்னாரென்பதும் தெரியவில்லை.

இந்நூலைப் பெற்றுப் படிக்கவேண்டுமென்ற விருப்பம் எனக்கு மிகுதியாக இருந்துவந்தது. பலவகையில் முயன்றும் கிடைக்கவில்லை. சில மாதங்களுக்கு முன்பு என்னிடமுள்ள பழஞ்சுவடிகளைப் பிரித்துப் பார்த்துவருகையில் தென்றிருப்பேரை ஏட்டுச்சுவடி ஒன்றன்மேல் 'கருடத்துதி' என்ற பெயர் எழுதப்பட்டிருந்தமை தெரிந்தது. 'அஃது இவ்வளவு பெரியதாயிராதே!' என்ற ஐயத்தால் வேண்டிய பக்குவம் செய்து ஒவ்வோரேடாகப் பிரித்துப் பார்த்தேன்; பல ஏடுகள் பின்னர் ஒட்டிக்கொண்டிருந்தன. அவற்றிலுள்ள சில ஏடுகளிலிருந்த பாடல்களில் கூழை என்ற பெயர் காணப்பட்டது. உடனே எனக்கு உண்டான ஆனந்தத்திற்கு அளவில்லை. வேறொரு புதிய சுவடியும் அதில் இருந்தது. வரராசையந்தாதி என்ற பெயர் அதிற் காணப்பட்டது. இரண்டையும் பார்த்தபோது இரண்டும் ஒரு நூலாகத் தோற்றின. பின்னது பெரும்பாலும் முன் உள்ள பழைய பிரதியைப் பார்த்துப் பிரதிபண்ணப்பட்ட தென்று தெரியவந்தது; அதிற் சில வேறுபாடுகளும் இருந்தன.

இவ்வந்தாதி நூறு செய்யுட்க ளுள்ளதேனும் கிடைத்தவை *98* செய்யுட்களும் *99*ஆவது செய்யுளின் முதலடியுமே. கூழைப் பெருமானுடைய அந்தாதியாதலின் கூழையாகவே கிடைக்கும்படி திருவருள் செய்வித்தது போலும்! முற்றும் கிடைப்பின் அநுகூலமாக விருக்கும்.

இரண்டு பிரதிகள் கிடைத்தமையின் ஒன்றிற் சிதைந்திருந்த செய்யுட்பகுதிகள் மற்றதன் உதவியால் உண்மை வடிவமறிந்து ஒழுங்குபடுத்தப்பெற்றன. புதிய பிரதியில் *96* செய்யுட்களும் *97*ஆவது செய்யுளின் முதலடியும் இருந்தன. அப் பிரதியின் இறுதியில்,'அக்ஷய ௵ ஆவணி ௴ உரு உ சனிக்கிழமையும் அசுபதியிலேயு மெழுதி முற்றியது. முற்றிலும் இந்தச் சுவடி எழுதின பிறகு ரோகந் தீர்ந்தது . . . . சுப்பிரமணியக் கடவுள் துணை. குழைக்காதர் திருவடிகளே சரணம். கூஉஅமுசூ அற்பிசி ௴ மைக்காப்புச் சாத்தியதென் றறியத்தக்கது' என்பது எழுதப்பட்டிருந்தது. இதனால் அப்பிரதி எழுதப்பட்ட காலம் இற்றைக்கு *123* வருடங்களுக்கு முன்பென்பதும் இந்நூல் அதற்கு முன்பே இயற்றப்பட்ட தென்பதும் தெரியவந்தன.

இதற்குக் கூழையந்தாதி வரராசை யந்தாதி என்ற பெயர்கள் பிரதிகளிற் காணப்பட்டாலும் தமிழ்நாட்டில் கூழை, வரராசை என்ற பெயர்கள் அதிகமாக வழக்கில் இல்லாமையால் எல்லோருக்கும் விளங்கவேண்டிச் சங்கரநயினார் கோயிலந்தாதி என்னும் பெயர் புதிதாக அமைக்கப்பட்டது.

இத்தலத்திற்கு ஓருலா உண்டு. அது குறிப்புரையுடன் சில மாதங்களுக்குமுன் என்னால் 'சிவநேசன்' என்னும் பத்திரிகை மூலமாக வெளியிடப் பெற்றுள்ளது.

நூலாராய்ச்சி

இந்நூலிற் பதினொரு செய்யுட்கள் *(65—74,98)* யமகமாக அமைந்துள்ளன;

---

* ஏறக்குறைய 55 வருஷங்களுக்கு முன்பு திருவாவடுதுறையில் நான் இருந்தகாலத்தில் அங்கே ஒருசமயம் பாடங் கேட்கவந்த ஏழாயிரம் பண்ணை, தாமோதரம் பிள்ளை யென்பவர் கூழையென்பது பசவந்தனை யென்னும் ஸ்தலமென்றும், இந்நூலை இயற்றியவர் கடிகைமுத்துப் புலவரென்றும் கூறினர்.

மற்றவை திரிபு; எளிதிற் பிரித்துப் பொருள்காணும்படி செய்யுட்கள் அமைந்திருக்கின்றன. இந்நூலாசிரியர் இன்னாரென்று தெரியவில்லை; ஆனாலும், இவர் படிப்பவர்கள் எளிதிற் பொருள் அறிந்து கொள்ளும்படி சொற்களையும் சொற்றொடர்களையும் திரிபு யமகங்களில் அமைத்துப் பாடும் சிறந்த கவிஞர்கள் வரிசையிற் சேர்த்து எண்ணத்தக்கவ ரென்பது மட்டும் தெரிகிறது. இவருடைய வாக்கிலிருந்து இவர் வருத்தமின்றிச் செய்யுள் இயற்றும் திறமையுடையவ ரென்றும், அகப்பொருட் டுறைகளைச் செவ்வனே அமைத்துப் பாடுவதில் வல்லவரென்றும், சிவபெருமானுடைய திருவருள் ஒன்றனையே பற்றுக்கோடாக உடையவ ரென்றும், உலக வழக்கிற் பயிலும் சொற்களையும் கருத்துக்களையும் அமைத்துப்பாடும் இயல்பின ரென்றும் தெரியவருகின்றது.

1. தல விஷயங்கள்

இத்தலத்திற் கோயில்கொண் டெழுந்தருளியுள்ள மூர்த்தி கூழைப்பிரான், சங்கரர், சங்கரேசர், சங்கரநாராயணர், சிவசங்கரேசர், ஆவுடைநாயகர் என்ற பல திருநாமங்களை உடையவர். இந்த நூலில் அங்கங்கே அவற்றைக் காணலாம். சங்கர நாராயணராகச் சிவபெருமான் இத்தலத்து எழுந்தருளியிருப்பதை, "கமழுந்துளவக் கண்ணிக் கரும்புய லோர் பாகர்" (70), "மாமனை யாவுடை மாதிடம் வைத்தவனே" (77) என்று கூறியிருப்பதன்றி, 56ஆவது செய்யுளில், 'பாம்பை அணிந்த சடையை உடையாய், கவுத்துவமணியை அணிந்த மார்பை யுடையாய், பூமியிலும் வானுலகத்திலும் சோதியாக நிற்பாய், அழகிய ஆகாயத்தை அளந்தாய், சிவப்பான திருமேனியை உடையாய், பச்சை நிறத்தை யுடையாய், கூழையிலுள்ள சங்கரநாராயணனே!' என்று அவருடைய திருவுருவ வருணனையாலும் ஆசிரியர் விளக்கியிருக்கிறார். சங்கரநாரணர் என்ற திருநாமம் 98ஆவது செய்யுளில் அமைந்துள்ளது.

அம்பிகையின் திருநாமம் ஆவுடைநாயகி யென்பது. அது வடமொழியிற் கோமதி என்று வழங்கும். இந்நூலில் ஆவுடை, ஆவுடை நாயகி, ஆவுடைத் தோகை, ஆவுடை மாது, ஆவுடையம்மை என்று அத்திருநாமம் பலவகையாகக் காணப்படுகிறது.

இந்தத் தலத்தின் பெயர்களாகிய கூழை, சீராசை, ராசை, வரராசை என்பவை இந்நூலில் அங்கங்கே வந்துள்ளன. அவற்றுள் வரராசை யென்பது 23ஆம் செய்யுளில் எதுகையில் அமைந்திருக்கின்றது.

தலவிருட்சம் புன்னை. அதனால் இதற்கு நாகவனம், புன்னைவனம் என்னும் திருநாமங்கள் உண்டு. அவையும் இந்நூலின்கண் காணப்படும். சிவபெருமான் புன்னை விருட்சத்தி னடியில் எழுந்தருளியிருத்தல், "நினைவாரிதயம் நிறைந்திருப்பார் புன்னை நீழலுற்றோர்" (54) என்பதிற் சொல்லப்படுகிறது.

ஆசிரியர் இத்தல வளங்களைப் பலபடியாகப் பாராட்டுகின்றார்: "பைம்போதருந்திக், கோவிக்கு மாவி புடைசூழுங் கூழை" (5) "மலங்கு தலைப்படும் வாவிகள்சூழ் வரராசை" (8) என்பவை முதலியவற்றால் வாவி வளத்தையும், "பொழில்மாகத் தளவுயர் சீராசை" (30), "படரும் பலவு புடைசூழுங் கூழை" (39), "காவில் வண்டுகள் தந்தன மென்றிசை பாடுங் கூழை" (68), "பூங்கமு காரஞ் சொரி கூழை" (76) என்பவை முதலியவற்றாற் பொழில் வளத்தையும், "செய்யல ருந்தண் கமல முத்தீனுந்தென் கூழை" (52), "கமலவயற் கண்ணிக்கரும்பு" (70),

“கண்ணின்மணி, காலங் கனலங் கழனியி ராசை” (72) என்பவை முதலியவற்றால் நிலவளத்தையும், “நவமணி மாளிகை சூழ் கூழை” (56), “கூழை யணிநகர்சூழ் வயலரு காவணங்காண்” (63) என்பவற்றால் நகரத்தின் செல்வச் சிறப்பையும், “அறந்திருந்தாநின்ற ராசை” (95) என்பதனால் அத்தலத்திலுள்ளார் அறம் செய்வா ரென்பதனையும், “இன்றே னனைய தமிழ் வரராசை” (19), “தென்மலையத் தமிழ்தேர் வரராசை” (37) என்பவற்றால் அவர்கள் தமிழாராய்ச்சி செய்பவர்க ளென்பதையும் புலப்படுத்துகின்றார்.

2. சிவபெருமான் பெருமை

சிவபெருமானுடைய பெருமைகளையும் திருவிளையாடல்களையும் திருவுருவத்தையும் பலவகையில் அமைத்துப் பாராட்டுகின்றார். அவர் அன்பர்க்கெளியவ ரென்பதை, “கங், காளாவாச மலர்ப்பதத் தோரெனக் கற்றவரை, யாளர” (28), “என்றும், இருந்தந் தியான மியற்றுநல் லோரித யாரவிந்தம், திருந்தந்தி யாகன்” (31), “வந்தியா நின்ற பேர்க்கருள் கூழை யமலன்” (47), “நினைவாரிதய நிறைந்திருப்பார்” (54), “நறை, பெயலருகாவணங் கன்பர்க்குள்ளார்” (63) என்பவை முதலியவற்றாலும், அவர் அன்பில்லார்க்கு அரியவ ரென்பதை, “கழல், மேனலங் கண்ணியுருகார். . . . . கலங்குவரே” (7), “இந்தப்பெற்றி செய்யார்க் கயலர்” (63), “பொற்றாளின்மலர், ஆங்கமுகாரகஞ் செல்லார்” (76), “அசேதனர்க் கெய்தார்” (89) என்பவற்றாலும் தெரிவிக்கிறார். அவரை வணங்குவார்க்கு யமபயம் இராதென்பதனை, “மலர்த்தாட் பணிசேர், பித்துரு மத்தனை யோலிட் டியமன் பிடிப்பதின்றே” (13), “கூழை பரவு பிறை, அடரும்பல் அதுக்கியமனம் மேல்வர வஞ்சுவனே” (39), “கைதொழுமேற், கைக்க யமன்றொடர் காலமெக் காலமக் காலமருள், கைக்கயமன்று” (73), “இயமபடர்க்கு மஞ்சேம்” (90) என்று புலப்படுத்துகிறார். அன்றி அவருடைய தரிசனத்தால் இகபரவாழ்வு வருமென்பதனையும் (14), குற்றங்க ளெல்லாம் நீங்குமென்பதனையும் (23), அவர் பிறப்பை நீக்குவா ரென்பதனையும் (45), வரந்தருவா ரென்பதனையும் (94) பயன்களாகக் கூறுகின்றார்.

3. நெஞ்சறிவுறுத்தல்

நெஞ்சை விளித்துச் சொல்லுவதாக இதிற் பல செய்யுட்கள் உள்ளன. அவற்றில், ‘நெஞ்சமே, நீ உலகில் உள்ள ஆசையை ஒழித்துக் கூழைத் தலத்திற் சென்று சிவபெருமானைப் பரவி அவருடைய திருநாமங்களைச் சொல்லிக் கைகூப்பிப் பணிய நினைப்பாயாக. அதனால் நற்பயன் உண்டாகும்’ (39, 41) என்று சொல்லுகின்றார். “முத்தமிழ்கொண், டியங்கத் தராதவர்பா னெஞ்சமே யென்கொ லேற்பதுவே” (42) என்பதில் உலோபியரைச் சென்று பாடுதல் பயனின்றென்று எடுத்துக்காட்டுகின்றார். அத்தகைய துன்பம் வராமல் தம் அடியார்களைச் சங்கரேசர் காப்பா ரென்பதனை, “வரந்தருவார். . . . . . ஒண், கரந்தருவா வென்று லோபரையேத்துங் கருத்தறவே” (94) என்பதனால் விளக்குகின்றார். அவரைப் பணித லொன்றனையே பெரும்பணியாகக் கொண்ட இவ்வாசிரியர் தம் கொள்கையை, “நெஞ்சே! வரராசைக் கதிரவன் நிகரும் அங்க, அலை நதி சூடி, என்று கைகூப்புவதே கருமம்; கவலை இனிவேறு வைக்கக்கடவது இன்றே” (67) என்று கூறுகின்றார்.

“கதி வீடருள, வரும் பாதகஞ்சமும் வாய்க்குங்கொலோ” (10), “நினதருள் மாரித் திவலைபட, நின்றே னனைய வெனக்கெந்த நாள்வந்து நேர்படுமே” (19),

"சீராசை நாதர் மலர்ப்பதத்திற், போகத்தளவுள மெந்நா ளெனக்குப் பொருந்துவதே" (30), "எந்நா ளடைவனின் பாதத்தையே" (34), "என் னெஞ்சகம் வீற்றிருக்க .... என்று காண்பதுவே" (59), "வரப்புரந் தென்னையங் காள மதிப்பதென்றே" (83), "திகம்பரர்க்கன், பிலக மெழுகி னுருகேம் வெவ்வேறெய்து மைம்புலனை, விலகம் எழுபவ மெவ்வாறிங் கோயும்" (96), "உள்ள முருக வொழியாத பாவி யுள்ளத்திலுள்ள, கள்ள முருக வருள்வதென்றோ" (97) என்பவற்றால் ஆசிரியர் சிவபெருமானுடைய திருவருளைப் பெறவேண்டுமென்ற ஆவல் மிக்கவரென்பது அறியப்படுகின்றது.

4. பிற தலச் செய்திகள்

"கடுங்கலியானை கரும்புணக் கண்டவன்" (45), "வந்திக் கமலங் கவிர்சடை மேல்வையை மண்சுமந்தோர்" (48) என்பவற்றில் மதுரைத் திருவிளையாடல்களையும், "இயலருகாவணம் சங்கத்திலேறு மிறைவர்" (63) என்பதில் சங்கப் புலவராக இருந்து அத்தலத்தில் தமிழைப் பாதுகாத்ததையும் கூறியிருக்கிறார். "கநகசபை வரணா" (60) என்பதில் சிதம்பர தலத்திலுள்ள பொன்னம்பலத்தைச் சொல்லி யிருக்கின்றார்.

92ஆம் செய்யுளில் "என்பரிவைத் தனுவாக்கி தன்தந்தை" என்பதனால் ஞானசம்பந்தர் முருகக்கடவு ளவதாரம் என்னும் கொள்கையை இவ்வாசிரியர் உடையவரென்று தெரிகின்றது.

5. பொருளிலக்கண அமைதி

இந்நூலின்கண் அகப்பொருட் டுறைகளாகவும் புறப்பொருட் டுறைகளாகவும் அமைந்துள்ள செய்யுட்கள் பல. கூழைப் பிரானைக் கிளவித் தலைவராகக் கொண்டு பாடப்பெற்றவை யாவும் புறப்பொருட் கிளவிகளுள் கடவுண்மாட்டு மானிடப் பெண்டிர் நயந்த பக்கத்தின் வகையினவாகும். இவ்விருவகையிலும், தலைவன் தலைவி பாங்கி செவிலி கண்டோர் என்பவர்களின் கூற்றாகப் பல துறைகள் இருக்கின்றன.

தலைவன் கூற்றுக்களுள் வண்டோச்சி மருங்கணைதல் (66), மடலேறத் துணிதல் (72), ஐயம்(84), இடையூறு கிளத்தல் (89) முதலிய துறைகளும், தலைவி கூற்றுக்களுள் சந்திரோபாலம்பணம் (17), கிளிவிடு தூது (43), இரவு நீடுபருவரல் (68), காமமிக்க கழிபடர் கிளவி (82) முதலிய துறைகளும், பாங்கி கூற்றுக்களுள் இரவுக்குறி விலக்கல் (6), நாரைவிடு தூது (21), வெறிவிலக்கு (49, 93), உலகியலுரைத்தல் (64), தலைவனை நகுதல் (86) முதலியனவும், செவிலி கூற்றுக்களுள் உடன்போக்கின் கண் இரங்கல் (38), தலைவியின் நிலைக்கிரங்கல் (4,15,95) முதலியனவும், மிக்கோர் ஏதுக்காட்டலாகிய கண்டோர் கூற்றும் (40) வந்துள்ளன. 50ஆவது செய்யுளிற் கூடற் சுழியைப்பற்றிய செய்தி சொல்லப்படுகிறது.

6. தமிழ்

இவ்வாசிரியர் தமிழை, 'இன்றேனனைய தமிழ்' (19) 'தென்மலையத் தமிழ்' (37), 'முத்தமிழ்' (42) என்று பாராட்டுவார்.

7. அணி அமைதி

இதன்பால், நிரனிறை பரிவர்த்தனை தன்மைநவிற்சி உவமை உருவகம் சொற்பின்வருநிலை முதலிய அணிகள் அங்கங்கே அமைந்துள்ளன.

8. உவமைகள்

உலக வழக்கில் மிக்கு வழங்கும் உவமைகள் சிலவற்றை இவர் எடுத்தாளுகின்றார். சிவபெருமானுக்கு ஆமலகக் கனியை உவமிக்கின்றார் (1). "அகங்கனலிற், றானா கரக்கு நிகரா யுருகுவர்" (3), "அனலதன்மேன் மெழுகான தென்னங்கம்" (69), "அக மெழுகினுருகேம்" (96) என்பவற்றில் அனலால் உருகும் அரக்கும் மெழுகும், "கானலங் கண்ணி யழன்மா னெனவுட் கலங்குவரே" (7) என்பதில் கானலை நீரென எண்ணும் மானும், "உலக மெழுமென் குமிழியென்பார்" (96) என்பதில் நீர்க்குமிழியும் எடுத்தாளப்படுகின்றன. "வெங்கணை படுபுண், காரங் கடுக்க யமவாதை யுற்றிடுங் காலத்திலே" (71) என்பதில் யமவாதைக்குப் புண்ணுக்கு இடும் காரம் உவமை கூறப்படுகின்றது.

9. உலக வழக்கு

சாதாரணமாக உலக வழக்கத்தில் உள்ள சொற்களும், சொற்றொடர்களும், கருத்துக்களும் இதில் வந்துள்ளன. வருத்தப்படுபவர்கள் தங்களைப் பாவி என்று நொந்துகொள்வதுண்டு. அந்த வழக்கத்தை இதில், "ஒரு பாவிபெற்ற அஞ்சம்" (4) என்று செவிலியும், "இனி அந்திபட்டாற் பாவிக்கு மாவிற் குயில்பகை" (5) என்று தலைவியும், "உள்ள முருகவொழியாத பாவி" (97) என்று கவியும் தம்மைக் கூறிக்கொள்ளும் பகுதிகளிற் காணலாம். வருத்தத்துக்குக் காரணமானவர்களையும் பாவி என்று வைவது இயல்பு; அவ்வியல்பு, "படுபாவிமகன்" (57), "பாவிக்கருங் கங்குல்" (68) என்பவற்றில் காணப்படுகிறது. வருத்தமுறுகின்றவர்கள், "இது தலையி லெழுத்து" என்று சொல்லும் வழக்கு, "என் தலையி லெழுத்தெனும்" (9), "வம்பு லிபித்தா னயனிந்த வொண்டொடிக்கே" (11), "அனத்தன் விதித்த திவ்வாறு" (16) என்பவற்றிற் குறிப்பிக்கப்பட் டிருக்கின்றது. சொல்பவருடைய தைரிய முதலியவற்றைப் புலப்படுத்தும் 'அட' என்ற சொல்லை "அடவா ரணமதனா" (29) என்றும், வியப்பைத் தெரிவிக்கும் 'அம்மா' என்ற சொல்லை, "மாவை அமா தழையா லிவர்தா மெய்தவாறு நன்றே" (86) என்றும், மிக்க வருத்தத்தைக் குறிக்கச் சொல்லும் 'சிவசிவ' என்பதை, "சிவசிவ நச்சராவு மிலையோ" (36) என்றும் உலக வழக்கோடு பொருந்த இவ்வாசிரியர் எடுத்தாண்டிருக்கிறார். "சென்றுதான் பெறலே தென்னில், அங்கே. . . . . வில்வேடன்கை யேவைந்துமே" (15) என்பதில் வினா விடையாக ஒரு கருத்தைச் சொல்லும் உலக இயல்பு புலப்படுகின்றது. "என் செய்தா னோடினானே" (வி.பா.) என்பதில் வில்லிபுத்தூராரும், பிறரும் இங்ஙனம் ஆண்டிருக்கிறார்கள். பலமுறை பேசுவதைக் குறிக்க 'அளத்தல்' (9) என்னும் சொல்லையும், விரும்பி மேற்கொண்ட காரியம் என்னும் பொருளில் 'பிடிப்பது' (14) என்பதனையும், நேரமில்லாத என்ற பொருளில் 'ஒழியாத' (97) என்பதனையும் இதனுட் காணலாம். அருமந்த, நஞ்சு (நைந்து) முதலிய மரூஉமொழிகள் இதில் இடையிடையே வந்துள்ளன.

10. வடசொற்களும் சொற்றொடர்களும்

இடையிடையே வடசொற்களும் சொற்றொடர்களும் பயின்று வந்திருக்கின்றன. அஞ்சம், அபிராவணம், அநத்தம், நித்தம், பிரசங்கம், வித்துருமம் முதலிய வடசொற் றிரிபுகளும், வடவானலம், வேலாவலையம், பாதாரவிந்தம், விரகானலம், தராதலம், முகாரவிந்தம், சந்த்ரோதயம், மகராலபம் முதலிய வடசொற்றொடர்களும் இதன்கண் காணப்படுகின்றன. கோகிலம் என்ற சொல்லைக் கோகுலம் (8) என்று ஆண்டுள்ளார். இந்த ஆட்சி பரிபாடல் முதலிய பழந்தமிழ் நூல்களிலும் கண்டதாகும். லிபி

என்பதிலிருந்து லிபித்தான் (11) என்னும் வினைமுற்றை ஆக்கிக்கொண் டிருக்கின்றனர். கிருபை என்பது கிறுபை என ஓரிடத்தில் வந்துள்ளது (43); இங்ஙனம் வரும் வடசொற் றிரிபுமொழிகளில் வல்லின றகரத்தைக் கோடல் பழைய நூல்களில் எதுகையிலும் பிறவிடங்களிலும் பயின்றுவந்த வழக்காதலின் பிரதியிலுள்ள அச்சொல் அங்ஙனமே பதிப்பிக்கப்பெற்றது.

11. அரும்பதங்கள்

குருக்கும் (32) ஊர்வர், கூர்வர் (44) முகாரவிசை (76) முதலிய புதுப் பிரயோகங்களும் சற்பனை, கற்பனை, இடுவந்தி, முருகல் முதலிய அரும்பதங்களும் இதிற் காணப்படும்.

12. போலிகளும் விகாரங்களும்

திரிபையும் யமகத்தையும் நோக்கிப் போலிகளும் விகாரங்களும் மற்ற அந்தாதிகளில் இருப்பதுபோல இதிலும் வந்துள்ளன. "போனகனஞ்சு" (18), "காலங்கனலம்" (72) என்பவைபோன்ற இடங்களில் தந் நகரத்திற்கு றன் னகரம் வந்திருத்தலும், அதுபோலவே றன் னகரத்திற்குத் தந் நகரம் வந்திருத்தலும், 'தியைக்கக்' (73), 'உவமயிலாய' (77) என்பவை போன்ற இடங்களில் ஐகாரத்திற்கு அகரமும் யகரமும் வந்திருத்தலும், 'மாலை யிராவணப் பாகன்' (38), 'அல்லையரும்' (79) என்பவை போன்ற இடங்களில் யகரத்திற்கு முன்னுள்ள அகரத்திற்கு ஐகாரம் வந்திருத்தலும், அமா (அம்மா), அளி (அள்ளி), அலை (அல்லை), புலி (புல்லி), புனை (புன்னை) என்பனபோன்ற இடைக்குறைச் சொற்கள் வந்திருத்தலும் காண்க. இவைகளெல்லாம் திரிபு யமகங்களை நோக்கி வந்தன என்று கொள்ளற்பாலன.

13. பிற நூற் கருத்துக்கள்

சங்கமருவிய நூற் பிரயோகங்களும் தேவாரம், திருவாசகம் முதலிய திருமுறைப் பிரயோகங்களும் பிற தமிழ்நூற் பிரயோகங்களும் இந்நூலின்கண் அங்கங்கே அமைந்திருப்பதைக் குறிப்புரையினால் அறியலாம். அவற்றால் ஆசிரியர் பல நூலறிவுடையவர் என்பது விளங்கும்.

இத்தகைய அரிய நூலைக் குறிப்புரையுடன் வெளியிடச் செய்வித்த திருவருளை நினைந்து வழுத்துகின்றேன். இந்நூல், தமிழ்ப் பிரபந்தங்களை விரும்பிப் படிக்கும் அன்பர்களுக்கு மிகவும் இனியதாகத் தோற்றும் என்பதில் ஐயமில்லை.

இந்நூலை முற்றும் பெற்றுப் படிக்கவேண்டுமென்ற ஆர்வத்தோடுமிருந்த என்னுடைய தமிழாசிரியர் மகாவித்துவான் ஸ்ரீ மீனாட்சிசுந்தரம் பிள்ளை யவர்கள் இதனைப் பார்க்கவில்லையே யென்ற வருத்தம் உண்டாகி என்னை வருத்துகின்றது.

இதனை ஆராய்ச்சி செய்யும் பொழுதும் பதிப்பிக்கும் பொழுதும் உதவியாக இருந்த அன்பர்களுடைய க்ஷேமத்தைக் குறித்து ஸ்ரீ ஆவுடைநாயகியையும் கூழைப்பிரானையும் பிரார்த்திக்கின்றேன்.

இப்பதிப்பைச் செந்தமிழ்ப் பத்திரிகை வாயிலாக வெளியிடச் செய்வித்த மதுரைத் தமிழ்ச் சங்கத்தாரது அன்புடைமை பாராட்டற்பாலது.

இங்ஙனம்,
வே. சாமிநாதையர்

சென்னை
10-3-1934

உ
கணபதி துணை

தாண்டவராய கவிராயர் இயற்றிய
திருமயிலை யமக அந்தாதி
மூலமும் பழைய உரையும்

பதிப்பாசிரியர்:
மஹாமஹோபாத்யாய தாக்ஷிணாத்திய கலாநிதி
டாக்டர் உ.வே. சாமிநாதையர்

பலவான்குடி
சிவநேசன் அச்சுக்கூடத்திற்
பதிப்பிக்கப்பெற்றது.

1936

Copyright Registered] [விலை அணா 6

உ

கணபதி துணை

தாண்டவராய கவிராயர் இயற்றிய

திருமயிலை யமக அந்தாதி

மூலமும் பழைய உரையும்

பதிப்பாசிரியர்:

மகாமகோபாத்தியாய தாக்ஷிணாத்திய கலாநிதி

டாக்டர் உ. வே. சாமிநாதையர்

பலவான்குடி

சிவநேசன் அச்சுக்கூடத்திற்

பதிப்பிக்கப்பெற்றது.

1936

Copyright Registered]

 [விலை அணா 6

உ
கணபதி துணை

முகவுரை

திருச்சிற்றம்பலம்

மட்டிட்ட புன்னையங் கானன் மடமயிலைக்
கட்டிட் டிடங்கொண்டான் கபாலீச் சரமமர்ந்தான்
ஓட்டிட்ட பண்பி னுருத்திரப் பல்கணத்தார்க்
கட்டிட்டல் காணாதே போதியோ பூம்பாவாய்.

கானமர் சோலைக் கபாலீச் சரமமர்ந்தான்
தேனமர் பூம்பாவைப் பாட்டாகச் செந்தமிழான்
ஞானசம் பந்த னலம்புகழ்ந்த பத்தும்வல்லார்
வானசம் பந்தத் தவரொடும் வாழ்வாரே.

திருச்சிற்றம்பலம்

சிலகாலத்துக்கு முன்வரையில் இத்தமிழ்நாட்டில் இருந்துவந்த தமிழ்ப் பள்ளிக் கூடங்களில் தமிழ் கற்கும் மாணவர்களுக்கு முதன் முதலில் நீதிநூல்களும் பிரபந்தங்களும் கற்பிக்கப்பட்டுவந்தன. அவற்றுள் அந்தாதி நூல்கள் அம் மாணாக்கர்களுடைய ஞாபகசக்தியை விருத்தி செய்து, பல புதிய சொற்களையும், பதங்களைப் பிரித்துப் பொருள் கொள்ளும் முறையையும், பிறவற்றையும் கற்பிப்பதற்கு உரிய கருவிகளாக இருந்தன. ஆதலின் சென்ற சில நூற்றாண்டுகளில் பல அந்தாதிகள் இயற்றப்பட்டன. தமிழ்ச் செய்யுள் இயற்றும் பழக்கத்தை மேற்கொண்டவர்கள் ஆரம்பத்தில் இத்தகைய பிரபந்தங்களையே இயற்றுவது வழக்கம். தமிழ் பயிலும் மாணாக்கர்களுடைய ஆற்றலை அளப்பதற்கு இப்பயிற்சி ஒரு சாதனமாக இருந்தது; தம்முடைய மாணாக்கர்களைக் குறித்துப் பேசுகையில் இவன் இத்தனை எழுத்துக்களைத் திரித்துப் பாடுவானென்று என் இளமைக் காலத்தில் சில முதிய கவிஞர்கள் சொல்லக் கேட்டிருக்கிறேன்.

தமிழ் நூல்வகைகளில் இவ்வந்தாதிகள் தொடர்நிலைச் செய்யுட்களில் ஒன்றாகிய சொற்றொடர் நிலையின்பாற்படும்; "செய்யுளந்தாதி சொற்றொடர் நிலையே" (தண்டியலங்காரம்). அந்தாதி யென்பது இரண்டு அடிகளுக்கும், இரண்டு செய்யுட்களுக்கும் இடையே காணப்படும்; இவற்றுள் இரண்டு அடிகளுக்கிடையில் அமைவதை அந்தாதித் தொடை யென்றும், இரண்டு செய்யுட்களின் இடையில் அமைவதைச் செய்யுளந்தாதி யென்றும் கூறுவர். ஒன்றன் அந்தம் அடுத்ததன் ஆதியாக வருதலின் இப்பெயர் பெற்றது; இது வடசொற் புணர்ச்சி.

செய்யுளந்தாதி ஒரு செய்யுளின் ஈற்றிலுள்ள எழுத்தேனும் அசையேனும் சீரேனும் சொல்லேனும் அடியேனும் அடுத்த செய்யுளின் முதலில் வருவது; நூலினது ஈற்றுச் செய்யுளின் இறுதி முதற் செய்யுளின் முதலோடு ஒன்றிவரும். இதனை மண்டலித்த லென்பர். இவ்வந்தாதி யமைப்பு இரட்டைமணி மாலை, இணைமணி மாலை, மும்மணி மாலை, மும்மணிக் கோவை, நான்மணி மாலை, பல்சந்த மாலை, கலம்பகம் முதலிய வேறுபல பிரபந்த வகைகளிலும் காணப்படுமேனும், இதனைச் சிறப்பியல்பாகப் பெற்றமைபற்றி இவை அந்தாதி யென்றே வழங்கப்படும். இவை விருந்தென்னும் வனப்பை யுடையன வென்பது பேராசிரியர் கொள்கை. (தொல். செய். 239.)

அந்தாதி யமைப்பு, பதிற்றுப்பத்து நான்காம் பத்திலும் பழம் பெருங் காப்பியங்களில் ஒன்றாகிய பெருங்கதையிலும் காணப்படும். திருவாசகத்திலுள்ள திருச்சதகம், நீத்தல் விண்ணப்பம் முதலியவற்றிலும், திருவிசைப்பாவிலுள்ள சில பதிகங்களிலும் இம்முறை அமைந்திருக்கின்றது. பதினோராந் திருமுறையில், (1) காரைக்காலம்மையார் அற்புதத் திருவந்தாதி, (2) சேரமான் பெருமாணாயனார் அருளிச்செய்த பொன்வண்ணத்தந்தாதி (3) நக்கீரதேவ நாயனார் அருளிச் செய்த கைலைபாதி காளத்திபாதி யந்தாதி, (4) கபிலதேவ நாயனார் அருளிச் செய்த சிவபெருமான் திருவந்தாதி, (5) பரணதேவ நாயனார் அருளிச் செய்த சிவபெருமான் திருவந்தாதி, (6) பட்டினத்துப் பிள்ளையார் அருளிச்செய்த திருவேகம்பமுடையார் திருவந்தாதி, (7) நம்பியாண்டார் நம்பி அருளிச்செய்த திருத்தொண்டர் திருவந்தாதி, (8) ஆளுடையப் பிள்ளையார் திருவந்தாதி என்னும் எட்டு அந்தாதிகளும் உள்ளன. திவ்யப்பிரபந்தத்தில் முதலாழ்வாரால் இயற்றப்பட்ட மூன்று அந்தாதிகளும், திருமழிசை யாழ்வார் அருளிய நான்முகன் திருவந்தாதி, நம்மாழ்வார் அருளிய பெரிய திருவந்தாதி என்பனவும் உள்ளன. அன்றியும், திருவாய்மொழியின் ஆயிரத்து நூற்றிரண்டு செய்யுட்களும் அந்தாதியாகவே அமைந்திருக்கின்றன. திருநூற்றந்தாதி யென்னும் பழைய சைன நூலொன்றுண்டு. கல்வியிற் பெரிய கம்பரும் சரசுவதியந்தாதி, சடகோபரந்தாதி யென இரண்டு அந்தாதிகளை இயற்றியுள்ளார். இவற்றையன்றி அகப்பொரு ளிலக்கணத்தைக் கூறும் *ஒரு நூல் அந்தாதி முறையமைந்ததாகக் காணப்படுகிறது. இங்ஙனம் சிறந்த பல பெரியோர்கள் அந்தாதி நூல்களைப் பாடியிருத்தலும், அந்தாதி முறையை மேற்கொண்டிருத்தலும் இவ்வகைப் பிரபந்தங்களின் சிறப்பைப் புலப்படுத்தும்.

வெண்பாவாலேனும், விருத்தத்தாலேனும், கட்டளைக் கலித்துறையாலேனும் இவ்வந்தாதிகள் இயற்றப்படும். பத்துப் பத்துப் பாட்டுக்கு ஓர் யாப்பாகப் பத்துவகைச் செய்யுட்களால் இயற்றப்படுவதாகிய ஒருவகை அந்தாதி, பதிற்றுப்பத்தந்தாதி யென்று வழங்கும். அந்தாதி நூல்களிற் பெரும்பாலானவை நூறு செய்யுட்களை உடையன; அத்தொகையிற் குறைந்த செய்யுட்களை யுடைய நூல்களும் சில உண்டு.

செய்யுட்களில் அமைந்த எதுகை பற்றிய இரண்டு வகை அந்தாதிகள் உண்டு. அவை திரிபந்தாதி, யமக வந்தாதி யென்பன. இவற்றுள் நான்கடிகளிலும் முதலில் முதலெழுத்தை யொழிந்த ஏனைய எழுத்துக்கள் பல ஒன்றிவரின் அது

* இது 'களவியற் காரிகை' என்னும் பெயருடன் ஸ்ரீமான் எஸ். வையாபுரிப் பிள்ளை, பி.ஏ., பி.எல். அவர்களால் பதிப்பிக்கப்பெற்றிருக்கின்றது.

திரிபந்தாதியாகும்; அம்முதலெழுத்தும் ஒன்றிவரின் யமக அந்தாதியாகும். இங்ஙனம் வரும் யமகம், சொல்லணிகளுள் இடையிட்டு வந்த ஆதிமடக்கின் பாற்படும்.

திருமயிலை யமக அந்தாதியாகிய இது தொண்டை நாட்டிலுள்ள தேவாரம் பெற்ற சிவஸ்தலங்களுள் ஒன்றாகிய மயிலாப்பூரில் கோயில்கொண் டெழுந் தருளியுள்ள ஸ்ரீகபாலீசுவரர் மீது தாண்டவராய கவிராயரென்ற புலவரால் இற்றைக்குச் சற்றேறக்குறைய 200 வருஷங்களுக்கு முன் இயற்றப்பெற்றது. இது காப்புச் செய்யு ளொன்றும் வாழ்த்தொன்றும் உட்பட நூற்றிரண்டு செய்யுட்களை யுடையது.

மயிலாப்பூ ரென்பது மயிலாப்பு என்று முற்காலத்தில் வழங்கப்பெற்றது; 'மயிலாப்பிற் கொற்றன்' (தொல். குற்றியலுகரப். 12, ந. மேற்.) இத்தலம் திருஞானசம்பந்த மூர்த்தி நாயனார் அருளிச் செய்த ஒரு பதிகத்தை உடையது. திருநாவுக்கரசு நாயனார் வேறு தலங்களைப் பற்றி அருளிச்செய்த திருப்பதிகங்களில் மூன்று இடங்களில் இத்தலத்தைப் பற்றிக் கூறியுள்ளார்; அப்பகுதிகள் வருமாறு:

மங்குன் மதிதவழு மாட வீதி மயிலாப்பி லுள்ளார் (புக்க திருத்தாண்டகம், 1)

மயிலாப்பின் மன்னினார் (காப்புத் திருத்தாண்டகம், 12)

மயிலாப்புள்ளே, செடிபடு வெண்டலையொன் றேந்திவந்து
(திருவொற்றியூர்த் திருத்தாண்டகம், 6.)

இத்தலத்தின் வரலாற்றை விளக்கும் புராணங்கள் வடமொழியிலும் தென்மொழியிலும் உண்டு. *திரிசிரபுரம் மகாவித்துவான் ஸ்ரீ மீனாட்சிசுந்தரம் பிள்ளை யவர்களைச் சில அன்பர்கள் காப்பிய இலக்கணம் அமைய ஒருபுராணம் இத்தலத்துக்குப் பாடவேண்டுமென்று விரும்பியபடி அவர்கள் ஒரு புராணம் இயற்றத் தொடங்கிச் சில பகுதிகளை இயற்றினார்கள்; நூல் முற்றும் நிறைவேறவில்லை; இயற்றிய பகுதிகளும் இப்பொழுது கிடைக்கவில்லை. இத் தலசம்பந்தமாக இவ்வந்தாதியை யன்றி வேறுள்ள பழைய தமிழ்ப் பிரபந்தங்களுள் இப்பொழுது தெரிந்தவை, (1) திருமயிலை யுலா, (2) திருமயிலைக் கலம்பகம் (3) தொட்டிக்கலை நாராயணசாமி முதலியார் இயற்றிய திருமயிலை வெண்பாமாலை, (4) கபாலீசர் பஞ்சரத்தினம், (5) கற்பகவல்லி மாலை, (6) அம்பலவாண கவிராயர் இயற்றிய சிங்காரவேலர் கோவை, (7) தாண்டவராய கவிராயர் இயற்றிய சிங்காரவேலர் பிள்ளைத் தமிழ், (8) ஷெயார் இயற்றிய சிங்கார வேலர் வெண்பா என்பன. கருவம்பாக்கம் ஆறுமுக முதலியா ரென்பவர் இயற்றிய பூம்பாவையார் விலாசம் என்ற ஒரு நாடகமும் இத்தலசம்பந்தமாக உள்ளது.

உமாதேவியார் மயிலுருவத்தைப் பெற்றுப் பூசித்தமையின் இத்தலம் மயிலாப்பு, மயிலாப்பூ ரென்னும் பெயர்களைப் பெற்றது; அவற்றின் மரூஉவே மயிலை யென்பது. அம்பிகை பூசித்த இச்செய்தியைத் திருஞானசம்பந்த மூர்த்தி நாயனார், "மட்டிட்ட புன்னையங் கானன் மடமயிலைக், கட்டிட் டிடங்கொண்டான் கபாலீச்சர மமர்ந்தான்" என்று புலப்படுத்தி யருளினார்.

இத்தலத்து விநாயகர் திருநாமம் ஸ்ரீ நடன விநாயக ரென்பது; அது கூத்தாடும் பிள்ளையா ரெனத் தமிழில் வழங்கும். சிவபெருமான் திருநாமம் கபாலீசுவர

* இங்கேயுள்ள செய்தியின் விரிவை ஸ்ரீ மீனாட்சிசுந்தரம் பிள்ளை யவர்கள் சரித்திரம், முதற்பாகம், 162ஆம் பக்கம் முதலியவற்றிற் காணலாம்.

ரென்பது. உமாதேவியாருக்குப் பரமசிவன் கபாலியாகக் காட்சி கொடுத் தருளினமையின் இத்திருநாமம் வழங்கலாயிற்று; இத்திருக்கோலத்தைத் திருநாவுக்கரசு நாயனார், "மயிலாப்புள்ளே, செடிபடு வெண்டலையொன் றேந்திவந்த" என்று பாராட்டுகின்றார். கபாலீசுவரர் வீற்றிருத்தலின் இத்தலத்திலுள்ள திருக்கோயில் கபாலீச்சர மென்னும் திருநாமம் பெற்றது. இங்கே உள்ள அம்பிகையின் திருநாமம் கற்பகவல்லி யென்பது. முருகக் கடவுள் திருநாமம் சிங்காரவேலர் என்பது.

சிவநேசச் செட்டியா ரென்னும் வணிகச் செல்வர் தம் மகளாகிய பூம்பாவை யென்பவள் இறந்தபின்பு சேமித்து வைத்திருந்த அவளுடலின் என்பை அம் மகளாகுமாறு திருஞானசம்பந்தர் திருப்பதிகம் பாடியருளிய பெருமையை யுடையது இத்தலம்; இவ்வரலாறு பற்றி இறைவர் பூம்பாவையீசுவர ரென்னும் ஒரு திருநாமத்தை இத்தலத்தில் உடையரானார்.

இந்தத் தலத்திற்குரிய விருட்சம் புன்னை; ஆதலின் இதற்குப் புன்னைவன மென்ற திருப்பெயரும் உண்டு; வேதங்கள் பூசித்தமையால் வேதபுரி யென்றும், சுக்கிரன் பூசித்தமையால் சுக்கிரபுரி யென்றும் பெயர்பெறும். இங்கே இறைவனைப் பூசித்துப் பேறுபெற்றோர் உமாதேவியார், முருகக் கடவுள், இராமர், வாலி, சுக்கிரன், வேதங்கள், முனிவர்கள், வாயிலார் நாயனார், ஏலேல சிங்கன் முதலியோர். இங்குள்ள தீர்த்தங்கள் சத்திகங்கை யென்னும் கபாலி தீர்த்தம், வேத தீர்த்தம், சுக்கிர தீர்த்தம், இராம தீர்த்தம், வாலி தீர்த்தம், கந்த தீர்த்தம் முதலியன.

இந்த நூலில் இத்தலத்தைப் பற்றிய செய்திகளிற் பல அங்கங்கே அமைக்கப்பட்டுள்ளன: கூத்தாடும் பிள்ளையார் காப்புச் செய்யுளில் துதிக்கப்படுகிறார். கபாலீசுவரர் திருநாமம் 30, 34, 46ஆம் செய்யுட்களில் வந்துள்ளது. அவர் கபாலத்தை யேந்திய செய்தி 10, 35, 43, 56, 77, 86, 96ஆம் செய்யுட்களிற் காணப்படுகின்றது. ஓரிடத்தில் அவர் 'மயிலேசன்' (23) என்றும் வழங்கப்பெறுகிறார். கற்பகவல்லியின் திருநாமம் 4ஆம் செய்யுளில் யமகத்திலும், 95ஆம் செய்யுளிலும் வந்துள்ளது. இத்தலத்தின் பெயர் மயிலையென்றே பெரும்பாலும் ஆளப்படுகின்றது; இரண்டிடங்களில் மயிலைப்புரி (27, 28) என்றும், ஓரிடத்தில் கேகை (97) என்றும் இந்நூலாசிரியர் வழங்குகின்றார். மயிலாப்பூ ரென்பதன் வடமொழி யுருவாகிய கேகயபுரி யென்பதன் சிதைவே கேகையாகும். இத்தலத்தில் அம்பிகை தவம் செய்தது (10), மயிலாயது (34, 95), பூசித்தது (37, 57, 64, 86), முருகக் கடவுள் பூசித்தது (3, 4, 86, 97), அவர் வேலாயுதம் பெற்றது (2), திருஞானசம்பந்தர் துதித்தது (5, 37, 78, 98), அவர் என்பைப் பெண்ணாக்கியது (8, 38), இராமர் பூசித்தது (39, 71), வேதம் பூசித்தது (95), வாயிலார் நாயனார் வழிபட்டது (80), ஏலேல சிங்கர் வழிபட்டது (98), இத்தலம் யுகமுடிவிலும் அழிவில்லாத தென்பது (31), பாலியாற்றுக்கு வடக்கே யுள்ளதென்பது (30), கடற்கரையி லுள்ளதென்பது (42, 60) முதலிய செய்திகள் அங்கங்கே காணப்படும். சத்திகங்கை (73), கபாலி தீர்த்தம் (81), வாலி தீர்த்தம் (93) என்னும் தீர்த்தப் பெயர்களும் வந்துள்ளன. இத் தலவிருட்சம் புன்னை யென்பது 53ஆம் செய்யுளிற் குறிப்பிக்கப்பட்டிருக்கின்றது.

இத்தல வரலாறுகளை யன்றி, வேறு தலவரலாறுகள், மதுரைப் பெருமான் திருவிளையாடல்கள், நாயன்மார் வரலாறுக ளென்பவற்றைப் பற்றிய குறிப்புக்களையும் இந்நூலிற் காணலாம். இந்நூலாசிரியர், கயிலையையும் (47, 70, 93), தில்லை மன்றையும் (62) ஞானகாசமாகிய அம் மன்றிற் சிவபிரான்

நடனஞ் செய்தலையும் (67) பாராட்டுகின்றார். திருவானைக்காவிலுள்ள ஸ்ரீ சம்புகேசுவரரைச் சம்பத்தர் (சம்பு அத்தர், 65) என்று கூறுகின்றார். திருக்கழுக்குன்றைக் கங்குக்கோ (கங்குகோ: கங்கு — கழுகு, கோ—மலை; 97) என்றும், அங்கே கோயில் கொண்டெழுந்தருளிய கள்ளம் வல்லா னென்னும் திருநாம முடைய சிவபெருமானைக் கரவா (66) என்றும் வழங்குகின்றார். வேயீன்ற முத்தராகிய திருநெல்வேலிப் பெருமானைக் கிளைச் சேய் (கிளை — மூங்கில், 86) என்று புகழ்கின்றார். திருவாலங்காட்டிற் சிவபிரான் ஊர்த்துவ தாண்டவம் புரிந்ததையும் (41), மதுரைப் பெருமான் திருநாமம் சொக்க ரென்பதையும் (71) உணர்த்துகின்றார். அம்மதுரையின்கண் சிவபெருமான் சங்கத்தில் வீற்றிருந்தது (62, 65), தருமிக்குப் பொற்கிழி யளித்தது (53), நக்கீரரோடு வாது செய்தது (66, 71), மாணிக்கவாசகருக்கு அருள் செய்தது (64), நரி பரியாக்கியது (82), வலைஞரானது (90) முதலிய திருவிளையாடல்களைப் பற்றிய செய்திகள் இதன்பால் உள்ளன.

பின்னும், மூவர், சோமாசிமாறர், சிறுத்தொண்டர், அரிவாட்டாயர், நமிநந்தி, இயற்பகையார், கண்ணப்பர், மூர்க்கர், காரைக்காலம்மையா ரென்னும் நாயன்மார்களைப் பற்றிய செய்திகளும் இடையிடையே வருகின்றன.

இதிலுள்ள செய்யுட்களில் கபாலீசுவரரைக் கிளவித் தலைவராகக் கொண்டு கடவுண்மாட்டு மானிடப் பெண்டிர் நயந்த பக்கமாகிய புறத்துறை யிலக்கணம் அமைந்த செய்யுட்கள் பதினொன்று (5, 9, 18, 22, 26, 37, 62, 63, 69, 76, 92); அகப்பொருட் கிளவிகளாக அமைந்த செய்யுட்கள் பதினேழு (6, 10, 17, 31, 38, 42, 45, 46, 59, 60, 76, 79, 82, 84, 85, 88, 89).

யமக அந்தாதி யாதலின் இந்நூலின் நடை கடினமாகவே அமைந்துள்ளது; 'செறிவுந் தெளிவும் இன்பமும் இலாதவாறு ஓர்ந்துணர்க' (1, உரை) என்று இதன் உரையிற் கூறப்படுதல் காண்க. புறநடைகளாகிய இலக்கண விதிகள் பலவற்றிற்கு இலக்கியமாகிய பகுதிகளை இதிற் காணலாம். யமகம் நோக்கிப் பலவகையான வேறுபாடுகள் இதில் அமைக்கப்பட்டுள்ளன; அவற்றுள் இதன் உரையிலே காட்டப்பட்டன வருமாறு: ஒற்று மிக்கது (3), ஒற்று உள்வழிக் குறைந்தது (7), தந் நகரம் சிறப்பு னகரமானது (20), மிக வேண்டிய இடத்து இயல்பானது (35).

97ஆம் செய்யுள் ககரவரிப் பாட்டு; அப்பாட்டில் ககர ஒற்றும், ககர வர்க்கத்து உயிர் மெய்களுள், கெ, கௌ என்னும் இரண்டு மொழிந்த பத்துமே வந்துள்ளன. காப்பென்னும் பொருளை யுடைய திதி யென்பதை **இருதி** என்றும் (24), மகரமீனைத் **தை** என்றும் (41), ஒன்றென்னும் எண்ணைக் **கவெண்** என்றும் (72) இந் நூலாசிரியர் கூறுவர்; இவை குறிப்புமொழி யென்று உரை கூறும்.

இந்நூலுக்கு உள்ள உரை இந்நூலாசிரியராலேயே இயற்றப்பட்ட தென்று தோற்றுகின்றது. இவ்வுரை இல்லையேல் நூற்பொருள் விளங்குவது அருமையிலும் அருமை யென்பதில் ஐயமில்லை. முதற் செய்யுளுக்கு மாத்திரம் கட்டுரைச் சுவைபட விரிவான உரை எழுதப்பட்டுள்ளது. மற்றவற்றிற்கு அன்னுவயம் செய்து, வேண்டிய சொற்களைப் பெய்து எழுதிய பதவுரையும் சில சில இடங்களில் இலக்கணக் குறிப்புக்களும் உள்ளன. சில பாடல்களைத் தவிர மற்ற எல்லாப் பாடல்களுக்கும் எழுவாய் பயனிலை எடுத்துக்காட்டப்பட்டுள்ளன. இவ்வுரையில் வந்துள்ள மேற்கோள் நூல்கள்: தொல்காப்பியம், குறுந்தொகை, தேவாரம், சீவகசிந்தாமணி, யாப்பருங்கலக்காரிகை, கந்தபுராணம், நன்னூல் என்பன; "செக்கி

னிடைத் திரித்துந் தீவாயி லிட்டெரித்தும், தக்கநெருப்புத் தூண்டழுவுவித்தும் — மிக்கோங்கு, நாராசங் காய்ச்சிச் செவிமடுத்தும்" (67, மேற்), "குரவை யென்பது. . . . . . . இயல்பிற் றன்றே" (79, மேற்) என்னும் இரண்டும் இன்ன நூல்களிலுள்ள பகுதிகளென்று இப்போது தெரியவில்லை; இவற்றுட் பின்னது அடியார்க்கு நல்லாராலும் நச்சினார்க்கினியராலும் மேற்கோளாக எடுத்தாளப்படுவது.

மயிலாப்பூரில் இருந்த சிறந்த தமிழ் வித்துவானாகிய திருவம்பலத் தின்னமுதம் பிள்ளை யவர்களுக்குரிய இவ்வந்தாதியின் மூலமும் உரையும் அடங்கிய ஏட்டுச் சுவடிகள் இரண்டு இற்றைக்கு 50 வருடங்களுக்குமுன், அவருடைய மாணாக்கராகிய அண்ணாசாமி உபாத்தியாய ரென்பவரிட மிருந்து கிடைத்தன. பின்பு ஓரன்ப ரிடமிருந்து மூலம் மட்டும் உள்ள பிரதியொன்று கிடைத்தது; அதன் இறுதியில்,

தனந்தந்த மாவி னிசைகாட்டுங் காவிரி தண்மயிலை
தனந்தந்த மாகிரி முத்துமை பாகா் சரணபரவு
தனந்தந்த மாப்பரி தந்திந்த வையகந் தாங்குஞ்சிங்கா
தனந்தந்த மாதவன் போற்றுமெய்ச் சீருந் தருந்திரமே

என்னும் செய்யுளொன்று அதிகமாகக் காணப்பட்டது.

இப்பொழுது இது ஸ்ரீகபாலீசுவரர் திருவருளால் 'சிவநேசன்' பத்திரிகையில் வெளியிடப்பெற்றது. இதனைத் தம் பத்திரிகையில் வெளியிட்ட சிவபக்திச் செல்வர்களும் சிவஸ்தல பரிபாலகர்களுமாகிய ஸ்ரீமான் ராம. கு. ராம. இராமசாமி செட்டியா ரவர்களுடைய தமிழன்பும் சைவப்பற்றும் பாராட்டற்பாலன.

இந்நூலை ஆராயும் பொழுதும் பதிப்பிக்கும் பொழுதும் உடனிருந்து உதவி செய்தவர்கள் சென்னை, கிறிஸ்டியன் காலேஜ் தமிழ்ப் பண்டிதர் சிரஞ்சீவி வித்துவான் வி.மு. சுப்பிரமணிய ஐயரும், சிரஞ்சீவி வித்துவான் கி.வா. ஜகந்நாதையரும் ஆவர்.

இங்ஙனம்,
வே. சாமிநாதையர்

"தியாகராஜ விலாஸம்"
திருவேட்டீசுவரன் பேட்டை
15-4-36

உ

தொல்காப்பியத் தேவர்
இயற்றிய
திருப்பாதிரிப்புலியூர்க் கலம்பகம்

இது
இராமசந்திரபுரம்
ம-ரா-ரா-ஸ்ரீ
தீ.சோ. முருகப்பசெட்டியாரவர்கள்
பொருளுதவியால்
சென்னைப் பிரஸிடென்ஸி காலெஜ் தமிழ்ப்பண்டிதராகிய
உத்தமதானபுரம்
வே. சாமிநாதையரால்
பழைய பிரதிகளைக் கொண்டு பரிசோதித்து

சென்னபட்டணம்
பிரஸிடென்ஸி அச்சுக்கூடத்திற்
பதிப்பிக்கப்பட்டது.

பிலவங்க ஸு தை மீ

1908

விலை அணா-உ

[Copyright Registered]

உ

தொல்காப்பியத்தேவர்

இயற்றிய

திருப்பாதிரிப்புலியூர்க் கலம்பகம்.

இஃது

இராமசந்திரபுரம்

ம-ள-ள-ஸ்ரீ

ஸ்ரீ. சோ. முருகப்பசெட்டியாரவர்கள்

பொருளுதவியால்

சென்னைப் பிரஸிடென்ஸி காலேஜ் தமிழ்ப்பண்டிதராகிய

உத்தமதானபுரம்

வே. சாமிநாதையரால்

பழையபிரதிகளைக்கொண்டுபரிசோதித்து

சென்னபட்டணம்

பிரஸிடென்ஸி அச்சுக்கூடத்திற்

பதிப்பிக்கப்பட்டது.

பிலவங்க௵ தை௴

1908.

விலை அணா - உ.

உ

கணபதி துணை

முகவுரை

தேவாரம்

ஈன்றாளு மாயெனக் கெந்தையு மாயுடன் றோன்றினராய்
மூன்றா முலகம் படைத்துகந் தான்மனத் துள்ளிருக்க
வேன்றா னிமையவர்க் கன்பன் றிருப்பா திரிப்புலியூர்த்
தோன்றாத் துணையா யிருந்தனன் றன்னடி யோங்களுக்கே.

திருப்பாதிரிப் புலியூர்க் கலம்பக மென்பது, திருப்பாதிரிப் புலியூரிற் கோயில் கொண்டெழுந்தருளிய சிவபெருமான்மீது தொல்காப்பியத் தேவரென்னும் பெரியோரால் இயற்றப்பெற்றது; இதிலுள்ள செய்யுட்டொகை-க0ரு (பாயிரம்-ரு; நூல்-க00).

திருப்பாதிரிப் புலியூரென்னும் தலம், நடுநாட்டிலுள்ள தேவாரம் பெற்ற சிவஸ்தலங்கள் இருபத்திரண்டனுள் ஒன்று; இத்தலத்திற்குரிய பதிகம்-உ (திருஞா. பதி. க; திருநா. பதி. க). வடமொழி தென்மொழி யிரண்டிலும் இதற்குப் புராணங்க ளுள்ளன; இப்போது அச்சிடப்பெற்று வழங்கும் தமிழ்ப்புராணம், திருவாவடுதுறை யாதீன வித்வானும் சற்றேறக்குறைய நூறு வருஷங்களுக்கு முன்பிருந்தவருமாகிய இலக்கணம், ஸ்ரீ சிதம்பரநாத முனிவரா லியற்றப்பெற்றது. விசாரித்தபொழுது, இத்தலத்துத் திருக்கோயிற் கருப்பக்கிருகத்தின் மேல்புறச் சுவர்ச் சிலாசாஸனத்துள்ள, "தழைத்த திருப்பாதிரிப் புலியூர்" என்பது முதலிய இரண்டு செய்யுட்களால், *கன்னிவனப் புராணம், புலியூர் நாடக மென்னும் இரண்டு நூல்கள் ஒரே புலவரா லியற்றப்பெற்று இத்தலத்திற்குரியனவா யிருந்தமை வெளியாகின்ற தென்றும் சிலாசாஸனங்களில் ஸ்வாமி திருநாமம் கடைஞாழல் மஹாதேவ ரென்றே வழங்கப்படுகின்ற தென்றும் சிலாசாஸன பரிசோதகராகிய நண்பர் ம-ா-ா-ஸ்ரீ து. அ. கோபிநாதராவ் அவர்கள், M.A., சொன்னார்கள். அந்நூல்கள் இக்காலத்து யாண்டுள்ளனவோ சிறிதும் விளங்கவில்லை; நிற்க.

கலம்பகமாவது, தமிழ்ப் பாஷையிலுள்ள தொண்ணூற்றாறு வகைப் பிரபந்தங்களுள் ஒன்று; இதன் இலக்கணத்தைப் பன்னிருபாட்டியல் முதலியவற்றா லுணர்க.

* இப்புராணமே இக்கலம்பகத்துள்ள சில வரலாறுகளுக்கு ஆதாரமாக இருத்தல் வேண்டும்.

இனி இக்கலம்பகம் பாடப்பெற்ற சரித்திரம் வருமாறு:

இந்நூலாசிரியராகிய தொல்காப்பியத் தேவரென்பவர், சினாலய மொன்றற்காகச் செங்கல் அறுக்கச் சொன்னபொழுது, திருப்பாதிரிப் புலியூர்க் கோயில் விசாரணைக்காரர் கோபங்கொண்டு இவரை நோக்கி, 'நீர் இங்ஙனஞ் செய்வித்தல் முறையோ' என்று கேட்டனர். உடனே இவர், *"வேத மொழிவிசும்பு மேனி" என்னும் ஒரு வெண்பாவைக் கூறி, அதன் முகமாகத் தம்முடைய கருத்தை வெளிப்படுத்தினர். கேட்டவர்கள், இவருடைய கருத்தை அறிந்து ஆறுதலுற்று, இவருடைய பரிபக்குவத்தையும் பக்தி மிகுதியையும் கல்வி வன்மை முதலியவற்றையும் இவர் சிறந்த பிரபந்தவாக்கியா யிருத்தலையு மறிந்து விம்மிதமுற்று இவரை நோக்கி, 'தேவரீர் இவ்வெண்பாவை இடையே அமைத்து திருப்பாதிரிப் புலியூர்ச் சிவபெருமான் மீது கலம்பக மொன்று பாடியருளுக' என்று வற்புறுத்தி வேண்டிக் கொண்டனர். அவர்களுடைய வேண்டுகோளுக் கிரங்கி அங்ஙனமே இந்நூலைப் பாடி முடித்தனர். அப்பால் இக்கலம்பகம் சிறந்த கவிஞர்களாற் பாராட்டிப் படிக்கப்பெற்றுத் தமிழ்நாடெங்கும் பரவி வழங்கலாயிற்று. அக்காலத்தில், சிதம்பரத்துள்ள அடியார் குழாங்கள், அங்கே தரிசனத்திற்கு வந்த இரட்டையர்களை நோக்கி, 'திருப்பாதிரிப் புலியூர்க்குத் தொல்காப்பியத் தேவரியற்றியது போலச் சிதம்பரத்திற்கு நீங்கள் ஒரு கலம்பக மியற்றியருள வேண்டும்' என்று வேண்டினர். இரட்டையர்கள்,

கொச்சகக்கலிப்பா

+தொல்காப் பியத்தேவர் சொன்னதமிழ்ப் பாடலன்றி
நல்காத் திருச்செவிக்கு நானுரைப்ப தேறுமோ
மல்காப் புனறதும்ப மாநிலத்திற் கணபிசைந்து
பல்காற் பொருமினர்க்குப் பாற்கடலொன் றீந்தார்க்கே

என்னும் செய்யுளைக் கூறி, 'சிவபெருமான்மீது கலம்பகம் பாடுவதற்கு யாம் வல்லேமல்லேம்' என்றார்கள். கேட்டவர்கள், அதனால் தடைப்படலின்றி, அங்ஙனங் கூறினமை பற்றியே நன்கு மதித்துக் கலம்பகம் பாடும்படி பின்னும் வற்புறுத்த, அவர்கள் அப்பொழுதும் துணிவின்றி இக்கலம்பகப் புத்தகத்திற் கயிறுசார்த்திப் பார்த்தார்கள். பார்த்த பொழுது, "பாடுவார்பாடும்" (கசூ-ம் செய்யுள்) என்னும் பாடல் அகப்பட்டது. அதனைக் கண்ணுற்ற இரட்டையர்கள் அச்செய்யுளின் பின்னிரண்டடியின் பொருளை யறிந்து மனமுருகி, தம்மைப் பாடும்படி ஸ்ரீ ஆநந்த நடராஜர் கட்டளையிட் டருளியதாகவே நினைந்து துணிந்து செய்யத் தொடங்கிச் சில தினங்களில் தில்லைக் கலம்பகத்தைப் பாடி முடித்தார்கள். இவ்வரலாறு **தமிழ் நாவலர் சரிதையிலிருந்து ஊகித்தறிந்து எழுதப்பெற்றது.

தில்லைக் கலம்பகம், தெய்வீகவுலா முதலியவற்றைப் பாடியருளியவர்களும் சிவபக்திச் செல்வம் வாய்ந்தவர்களும் பல சிவஸ்தலங்களின் பண்டைச் சரிதங்களையும் உண்மை நாயன்மார்களுடைய அருமைச் செயல்களையும் சிவபுராண கதைகள் பலவற்றையும் மிகப் புராதனமான நூல்களின் கருத்துக்களையும்

* இஃது இந்நூலில் 2வது செய்யுள்.

+ இச்செய்யுள் தமிழ் நாவலர் சரிதையிலும் திருவாமாத்தூர்க் கலம்பக ஏட்டுப் பிரதிகளிலும் காணப்படுகின்றது; 'நானுரைத்தது' எனவும் பாடம்.

** இப்புத்தகம் இன்னும் பதிப்பிக்கப்படவில்லை.

தம்முடைய நூல்களுள் மிக அழகாக அமைத்துப் பாடிப் பிற்காலத்தார்க்கு வழிகாட்டிப் பெரும்புகழ்ப் பெற்ற மஹோபகாரிகளும், "கலம்பகத்திற் கிரட்டையர்கள்", *"தங்கமு மணியு மிடைக்கிடைக் கொண்டு தனைநிகர் தபதியாற் சமைத்த, சிங்கமா முகப்புத் தண்டிகை யேறித் திரியினுஞ் சித்தியில் புலவோர், பங்கனுங் குருடன் றானுமா +நிகழப் பாவலர் பதத்துகள் புரையார்" என்று அறிஞர்களாற் புகழப் பெற்றவர்களுமாகிய இரட்டைவாணர்களே பாராட்டிப் புகழ்ந்தன ரென்றால், இந்நூலாசிரியரின் பெருமையும் இந்நூலின் பெருமையும் என்னுடைய சொல்லில் அடங்குவனவோ!

இரட்டையர்களுடைய காலத்திற்கு முற்பட்டவ ரென்று தெரிதலால், இந்நூலாசிரியர், அவர்களாற் பாடப்பெற்ற வரபதியாட்கொண்டா னென்னும் பிரபுவுக்கும் அவன் விருப்பத்தின்படி பாரதம் பாடிய ஸ்ரீ வில்லிபுத்தூ ராழ்வாருக்கும் அவர் காலத்தவர்களாகிய ஸ்ரீ அருணகிரியார் முதலியவர்களுக்கும் முற்பட்டவராக எண்ணப்படுகிறார்.

திருவாமாத்தூர்க் கலம்பக முதலியவற்றில் இந்நூலின் கருத்துக்களைப் பரக்கக் காணலாம்.

கெடிலநதி இத்தலத்திற்குத் தெற்கே ஓடிக்கொண்டிருந்த தென்பது முதலிய பண்டை வரலாறுகளும் பிறவும் இந்நூலால் அறியலாகும்.

மேற்கூறிய தமிழ் நாவலர் சரிதையால் இந்நூலுண் டென்பதை யறிந்து யான் பலவிடத்துந் தேடிக்கொண்டிருக்கையில், வளவனூர் ம-া-া-ஸ்ரீ தேசிக சடகோப பிள்ளை யவர்கள் இந்நூல் ஏட்டுப் பிரதிகள் இரண்டு அனுப்பினார்கள். முன்னர்ப் பழக்கமில்லாம லிருந்தும் வலிந்து பிரதிகளை அனுப்பிய அவர்களுடைய தமிழ்ப் பாஷாபிமானமும் அன்பும் மிகப் பாராட்டற்பாலன.

இந்நூலை இன்னும் சில பிரதிகளைக் கொண்டு பரிசோதிக்க வேண்டுமென்று எண்ணியிருந்தும் இந்தத் தை மீ உச-ம் தேதியில் நடத்தப்பெறும் ஸ்ரீ பிரஹந்நாயகி யம்மையின் மஹா கும்பாபிஷேகத்துக்குள் எப்படியாவது இதைப் பதிப்பித்துப் பலர்க்கும் பயன்படும்படி வெளிப்படுத்த வேண்டுமென்று திருப்பாதிரிப் புலியூர் ஞானியார் மடத்துத் தலைவர்களும் வித்தியா பரிபாலகர்களுமாகிய ஸ்ரீமத் சிவஷண்முக மெய்ஞ்ஞான தேசிகரவர்கள் பலமுறை வற்புறுத்தி எழுதினமையால், விரைவில் இதனைப் பதிப்பிக்கலானேன்.

திருப்பாதிரிப் புலியூர்க் கோயில் தர்மகர்த்தாவும் செவ்வனே திருப்பணி செய்துவருபவர்களுமாகிய (புதுக்கோட்டையைச் சார்ந்த இராமசந்திரபுரம்) ம-া-া-ஸ்ரீ தீ. சோ. முருகப்ப செட்டியா ரவர்கள், இவ்வரிய நூலைப் பதிப்பித்தற்குப் பொருளுதவி செய்தார்கள்.

இதனை ஆராய்ச்சி செய்த பொழுதும் பதிப்பிக்கும் பொழுதும் உடனிருந்து உதவிசெய்தவர், மைலாப்பூர் P. S. ஹைஸ்கூல் தமிழ்ப் பண்டிதராகிய ம-া-া-ஸ்ரீ இ.வை. அநந்தராமைய ரவர்கள்.

---

* திருவாமாத்தூர்ப் புராணம், இரட்டைப்புலவர் வந்த படலம், உச.

+ நிகழ் அப்பாவலர்.

இந் நூலாசிரியர் தெய்வத்தன்மை உள்ளவ ராதலாலும் வேறு பிரதிகளின் ஸகாய மில்லாமையாலும் எழுதுவோராற் பிழைபட்டு விளங்காத சிலவற்றைத் திருத்துவதற்கு அஞ்சி, பிரதிகளில் இருந்தவண்ணமே பதிப்பிக்கும்படி நேர்ந்தது.

நேரிசை வெண்பா

நாவுக் கரசு நரலையமுழுந் தாதெடுத்த
சேவுக் கரசு சிவக்கொழுந்து – யாவுக்குஞ்
சான்றாத் துலங்குமுதல் சம்புகடை ஞாழலில்வாழ்
தோன்றாத் துணையே துணை.

இங்ஙனம்,
வே. சாமிநாதையன்

பிலவங்க ஞூ
தை மீ கக உ

உ

தொல்காப்பியத் தேவர்
இயற்றிய
திருப்பாதிரிப்புலியூர்க் கலம்பகம்

இஃது

இராமசந்திரபுரம்
ஸ்ரீமான்
தீ.நா. நாச்சியப்ப செட்டியாரவர்களும்
ஸ்ரீமான்
தீ.சோ. முருகப்பசெட்டியாரவர்களும்
செய்த பொருளுதவியால்
சென்னைப் பிரஸிடென்ஸி காலேஜ் தமிழ்ப்பண்டிதராகிய
உ.வே. சாமிநாதையரால்
பரிசோதிக்கப்பெற்று

சென்னை
கமர்ஷியல் அச்சுக்கூடத்திற்
பதிப்பிக்கப்பெற்றது.

[இரண்டாம் பதிப்பு]

காளயுக்தி ஹு மாசி மீ

1919

Copyright Registered] [விலை அணா 4

உ

தொல்காப்பியத்தேவர்

இயற்றிய

திருப்பாதிரிப்புலியூர்க் கலம்பகம்.

இஃது

இராமசந்திரபுரம்,

ஸ்ரீமான்

தீ. நா. நாச்சியப்ப செட்டியாரவர்களும்

ஸ்ரீமான்

தீ. சோ. முருகப்ப செட்டியாரவர்களும்

செய்த பொருளுதவியால்

சென்னைப்பிரஸிடென்ஸிகாலேஜ் தமிழ்ப்பண்டிதராகிய

உ. வே. சாமிநாதையரால்

பரிசோதிக்கப்பெற்று

சென்னை:

கமர்ஷியல் அச்சுக்கூடத்திற்

பதிப்பிக்கப் பெற்றது.

இரண்டாம் பதிப்பு.

காளயுக்திஞு மாசிமீ

1919.

விலை அணா 4.] [C right Registered.

உ

முகவுரை

திருப்பாதிரிப் புலியூர்க் கலம்பக மென்பது, திருப்பாதிரிப் புலியூரென்னுந் தலத்திற் கோயில் கொண்டெழுந்தருளிய சிவபெருமான்மீது தொல்காப்பியத் தேவரென்னும் பெரியோரால் இயற்றப்பெற்றது; இதிலுள்ள செய்யுட்டொகை -க0ரு (பாயிரம் ரு; நூல் க00). இந்தத் தலம், நடுநாட்டிலுள்ள தேவாரம்பெற்ற சிவஸ்தலங்களுள் ஒன்று; இதற்குரிய பதிகம்-உ (திருஞா. பதி. க; திருநா. பதி. க). வடமொழி தென்மொழி யிரண்டிலும் இதற்குப் புராணங்களுள்ளன; இப்போது அச்சிடப்பெற்று வழங்கும் தமிழ்ப் புராணம், திருவாவடுதுறை யாதீன வித்வானும் சற்றேறக்குறைய நூறு வருஷங்களுக்கு முன்பிருந்தவருமாகிய இலக்கணம், ஸ்ரீ சிதம்பரநாத முனிவரா லியற்றப் பெற்றது. விசாரித்த பொழுது, இத்தலத்துத் திருக்கோயிற் கருப்பக்கிருகத்தின் மேல்புறச் சுவர்ச் சிலாசாஸனத்துள்ள, "தழைத்த திருப்பாதிரிப் புலியூர்" என்பது முதலிய இரண்டு செய்யுட்களால், *கன்னிவனப் புராணம், புலியூர் நாடக மென்னும் இரண்டு நூல்கள் ஒரே புலவரால் இயற்றப்பெற்று இத்தலத்திற்கு உரியனவாயிருந்தமை வெளியாகின்ற தென்றும் சிலாசாஸனங்களில் ஸ்வாமி திருநாமம் கடைஞாழல் மஹாதேவ ரென்றே வழங்கப்படுகின்ற தென்றும் திருவனந்தபுரம் சிலாசாஸன பரிசோதனைத் தலைவராயிருந்த அன்பர் ஸ்ரீ து.அ. கோபிநாதராவ் அவர்கள், M.A., சொன்னார்கள். அந்நூல்கள் இக்காலத்து யாண்டுள்ளனவோ? சிறிதும் விளங்கவில்லை; நிற்க.

கலம்பகமாவது, தமிழ்ப் பாஷையிலுள்ள தொண்ணூற்றாறு வகைப் பிரபந்தங்களுள் ஒன்று; இதன் இலக்கணம் பன்னிருபாட்டியல் முதலியவற்றால் விளங்கும்.

இந்நூலாசிரியராகிய தொல்காப்பியத் தேவரென்பவர், சினாலய மொன்றைக் கட்டுதற்காகச் செங்கல் அறுக்கச் சொன்னபொழுது, திருப்பாதிரிப் புலியூர்க் கோயில் விசாரணைக்காரர்கள் கோபங்கொண்டு இவரை நோக்கி, "நீர் இங்ஙனஞ் செய்வித்தல் முறையோ" என்று கேட்டனர். உடனே இவர், "வேத மொழி விசும்பு மேனி" (உ-ஆம் பாடல்) என்னும் ஒரு வெண்பாவைக் கூறி, அதன்முகமாகத் தமது கருத்தை வெளிப்படுத்தினர். அவர்கள், இவரது கருத்தை நன்குணர்ந்து ஆறுதலுற்று இவருடைய பக்தி மிகுதியையும் கல்விவன்மை முதலியவற்றையும்

* இப்புராணமே இக்கலம்பகத்துள்ள சில வரலாறுகளுக்கு ஆதாரமாக இருத்தல் வேண்டும்.

இவர் சிறந்த பிரபந்தவாக்கியா யிருத்தலையும் அறிந்து விம்மிதமுற்று இவரை நோக்கி, "தேவரீர் இவ்வெண்பாவை இடையே அமைத்துத் திருப்பாதிரிப் புலியூர்ச் சிவபெருமான்மீது கலம்பக மொன்று பாடியருளுக" என்று வற்புறுத்தி வேண்டிக் கொள்ள, அங்ஙனமே தேவர் இந்நூலைப் பாடி முடித்தனர். அப்பால் இது சிறந்த கவிஞர்களாற் பாராட்டிப் படிக்கப்பெற்றுத் தமிழ்நாடெங்கும் பரவி வழங்கலாயிற்று. அக்காலத்தில், சிதம்பரத்துள்ள அடியார் குழாங்கள், அங்கே தரிசனத்திற்கு வந்த இரட்டையர்களை நோக்கி, "திருப்பாதிரிப் புலியூர்க்குத் தொல்காப்பியத் தேவர் இயற்றியது போல நீங்கள் இத்தலத்திற்கு ஒரு கலம்பக மியற்றியருளவேண்டும்" என்று வேண்டினர். இரட்டையர்கள்,

*தொல்காப் பியத்தேவர் சொன்னதமிழ்ப் பாடலன்றி
நல்காத் திருச்செவிக்கு நானுரைப்ப தேறுமோ
மல்காப் புனறதும்ப மாநிலத்திற் கண்பிசைந்து
பல்காற் பொருமினர்க்குப் பாற்கடலொன் றீந்தார்க்கே

என்னும் செய்யுளைக் கூறி, "சிவபெருமான்மீது கலம்பகம் பாடுவதற்கு யாம் வல்லேமல்லேம்" என்றார்கள். கேட்டவர்கள், அதனால் தடைப்படலின்றிப் பின்னும் வற்புறுத்த, அவர்கள் அப்பொழுதும் துணிவின்றி இக்கலம்பகச் சுவடியிற் கயிறுசார்த்திப் பார்த்தார்கள். அப்பொழுது, "பாடுவார்பாடும்" (கசு) என்னும் இந்நூற் பாடல் அகப்பட்டது. அதனைக் கண்ணுற்று அப்புலவர்கள் அதன் பின்னிரண்டடியின் பொருளையறிந்து மனமுருகி, தம்மைப் பாடும்படி ஸ்ரீ ஆநந்த நடராஜரே கட்டளையிட்டருளியதாகவே நினைந்து தில்லைக் கலம்பகத்தை இயற்றி முடித்தார்கள். இவ்வரலாறு தமிழ் நாவலர் சரிதையி லிருந்து ஊகித்தறிந்து எழுதப்பெற்றது.

தில்லைக் கலம்பகம், தெய்வீகவுலா முதலியவற்றைப் பாடியருளியவர்களும் சிவபக்திச் செல்வம் வாய்ந்தவர்களும் "கலம்பகத்திற் கிரட்டையர்கள்" எனப் புகழ்பெற்றவர்களுமாகிய அப்பெரியோர்களே பாராட்டிப் புகழ்ந்தன ரென்றால், இந்நூலாசிரியரின் மேன்மையும் இந்நூலின் பெருமையும் என்னுடைய சொல்லி லடங்குவனவோ!

இரட்டையர்களுடைய காலத்திற்கு முற்பட்டவ ரென்று தெரிதலால், இந்நூலாசிரியர், அவர்களாற் பாடப்பெற்ற வரபதியாட்கொண்டா னென்னும் பிரபுவுக்கும் அவன் விருப்பத்தின்படி பாரதம் பாடிய ஸ்ரீ வில்லிபுத்தூ ராழ்வாருக்கும் அவர் காலத்தவர்களாகிய ஸ்ரீ அருணகிரியார் முதலிய பெரியோர்களுக்கும் முன்பிருந்தவராக எண்ணப்படுகிறார்.

திருவாமாத்தூர்க் கலம்பக முதலியவற்றில் இந்நூலின் கருத்துக்களைப் பரக்கக் காணலாம். கெடிலநதி இத்தலத்திற்குத் தெற்கே ஓடிக்கொண்டிருந்த தென்பதும், தில்லை மூவாயிரவர் போன்ற குழாத்தினராகிய முந்நூற்றறுபது அந்தணர்கள் ஒரு நாளைக்கு ஒருவராகப் பூசித்து வந்தன ரென்பதும் முதலிய பண்டை வரலாறுகள் இந்நூலால் அறியலாகும்.

மேற்கூறிய தமிழ் நாவலர் சரிதையால் இந்நூலுண் டென்பதை யறிந்து யான் பலவிடத்தும் தேடிக்கொண்டிருக்கையில் வளவனூர் ம-ள-ள-ஸ்ரீ தேசிக

* இச்செய்யுள் தமிழ் நாவலர் சரிதையிலும் திருவாமாத்தூர்க் கலம்பக ஏட்டுப் பிரதிகளிலும் காணப்படுகின்றது.

சடகோப பிள்ளை யவர்கள் இந்நூல் ஏட்டுப் பிரதிகள் இரண்டை அனுப்பினார்கள். முன்னர்ப் பழக்கமில்லாம லிருந்தும் தாமாகவே பிரதிகளை அனுப்பி யுதவிய அவர்களுடைய தமிழ்ப் பாஷாபிமானமும் அன்பும் மிகப் பாராட்டற்பாலன.

பின்னும் சில பிரதிகளைத் தேடி ஆராய்ந்து பதிப்பிக்க நான் எண்ணி யிருந்ததுண்டு; ஆயினும், சென்ற பிலவங்க வருஷம் தை மாசத்தில் நடந்த ஸ்ரீபிரஹந் நாயகி யம்மையின் மஹா கும்பாபிஷேகத்துக்குள் வெளியானால் இது பலர்க்கும் பயன்படுமென்று திருப்பாதிரிப் புலியூர் ஸ்ரீ ஞானியார் மடத்துத் தலைவர்களும் வித்தியா பரிபாலகர்களுமாகிய ஸ்ரீமத் சிவஷண்முக மெய்ஞ்ஞான தேசிக ரவர்கள் வற்புறுத்தி எழுதினமையால், இதன் முதற் பதிப்பை ஷை கும்பாபிஷேக காலத்துக்குள் வெளியிடலானேன்.

பின்பு செய்துவந்த ஆராய்ச்சியால், ஊகித்தறிந்த சில திருத்தங்கள் இவ்விரண்டாம் பதிப்பில் அமைக்கப்பெற்றன.

திருப்பாதிரிப் புலியூர்க் கோயில் தருமகர்த்தாவும் அத்தலத்தில் லக்ஷக்கணக்கான பொருளைச் செலவிட்டுச் செவ்வனே பலவகைத் திருப்பணி செய்வதர்களும் செய்துவருபவர்களுமாகிய புதுக்கோட்டையைச் சார்ந்த இராமசந்திரபுரம் ஸ்ரீமான் தீ.நா. நாச்சியப்ப செட்டியா ரவர்களும் ஸ்ரீமான் தீ.சோ. முருகப்ப செட்டியா ரவர்களும் இவ்வரிய நூலின் முதற் பதிப்பிற்கும் இப்பதிப்பிற்கும் பொருளுதவி செய்தார்கள். இக்காலத்தில் இவர்கள் செய்த இவ்வுதவி மிகப் பாராட்டற்பாலது.

இதனை ஆராய்ந்த பொழுதும் பதிப்பித்த பொழுதும் மயிலாப்பூர் P.S. ஹைஸ்கூல் முதற் தமிழ்ப் பண்டிதராகிய ம-ள-ள-ஸ்ரீ இ.வை. அநந்தராமைய ரவர்கள் உடனிருந்து அன்புடன் உதவி செய்தார்கள்.

இந்நூலாசிரியர் தெய்வத்தன்மை உள்ளவராதலாலும் வேறு பிரதிகளின் உதவியின்மையாலும் எழுதுவோராற் பிழைபட்டுப் பொருள் விளங்காத சிலவற்றைத் திருத்துவதற்கு அஞ்சிப் பிரதிகளில் இருந்தவாறே பதிப்பிக்கலானேன்.

நாவுக் கரசு நரலையழுந் தாதெடுத்த
சேவுக் கரசு சிவக்கொழுந்து – யாவுக்குஞ்
சான்றாத் துலங்குமுதல் சம்புகடை ஞாழலில்வாழ்
தோன்றாத் துணையே துணை.

இங்ஙனம்,
வே. சாமிநாதையன்
10-3-19

திருவேட்டீசுவரன் பேட்டை
காளயுக்தி ஹூ மாசி மீ 27 வ

உ
கணபதி துணை

திருப்பாதிரிப்புலியூர்க் கலம்பகம்

தொல்காப்பியத் தேவர் இயற்றியது

இது
மகாமகோபாத்தியாய தாஷிணாத்யகலாநிதி
டாக்டர் உ.வே. சாமிநாதையரால்
பரிசோதித்து
நூதனமாக எழுதிய
குறிப்புரை முதலியவற்றுடன்

சென்னை
லிபர்ட்டி அச்சுக்கூடத்திற் பதிப்பிக்கப்பெற்றது.

[மூன்றாம் பதிப்பு]

பிரமாதி ௵

1940

Copyright Registered]

 [விலை அணா 5

உ
கணபதி துணை

திருப்பாதிரிப்புலியூர்க் கலம்பகம்

தொல்காப்பியத்தேவர் இயற்றியது

இது
மகாமகோபாத்தியாய தாக்ஷிணாத்யகலாநிதி
டாக்டர் உ. வே. சாமிநாதையரால்
பரிசோதித்து
நூதனமாக எழுதிய
குறிப்புரை முதலியவற்றுடன்

சென்னை
லிபர்ட்டி அச்சுக்கூடத்திற் பதிப்பிக்கப்பெற்றது.

(மூன்றும் பதிப்பு)

பிரமாதிஉ
Copyright Registered]   1940   [விலை அணா 5

உ

கணபதி துணை

முகவுரை

திருச்சிற்றம்பலம்

ஈன்றாளு மாயெனக் கெந்தையு மாயுடன் றோன்றினராய்
மூன்றா யுலகம் படைத்துகந் தான்மனத் துள்ளிருக்க
வேன்றா னிமையவர்க் கன்பன் றிருப்பா திரிப்புலியூர்த்
தோன்றாத் துணையா யிருந்தனன் றன்னடி யோங்களுக்கே. (தேவாரம்)

திருச்சிற்றம்பலம்

கலம்பக மென்பது தமிழ்ப் பிரபந்த வகைகளுள் ஒன்று, இதன் இலக்கணம் பன்னிருபாட்டியல் முதலிய பிரபந்த இலக்கண நூல்களிற் காணப்படும். கலம்பக மென்பதற்குப் பலவகையான பொருள்கள் கூறப்படினும் பலவகை மலர்களும் கலந்து அமைத்த கலம்பக மாலை யென்று பொருள்கொண்டு, பொருளாலும் யாப்பாலும் பலவகைப்பட்ட செய்யுட்களை யுடைமையின் இவ்வகை நூலுக்குப் பெயராயிற் றென்று கொள்வதே பொருத்தமாகத் தோற்றுகின்றது. "களிவண்டு மிழற்றிய கலம்பகம் புனைந்த, அலங்கலந் தொடையல்" (திவ். திருப்பள்ளி, 5), "பலபூக்கள் கலந்து நெருங்கிய கலம்பகமாகிய மாலை" (பெரும்பாண். 174, ந.) என்பவற்றால் கலம்பக மென்பது ஒருவகை மாலையைக் குறித்தல் தெளிவாகும். இரட்டை மணி மாலை, மும்மணி மாலை, மாலை என்னும் பலவகை மாலைகளின் பெயர்கள் பிரபந்தங்களுக்குரிய பெயர்களாகி வழங்குதல்போல இப்பெயரும் வழங்கலுற்றதுபோலும், கலம்பகத்துள் அகத்துறைச் செய்யுட்களும் புறத்துறைச் செய்யுட்களும், பாக்களும் பாவினங்களும் விரவி அந்தாதித் தொடையாக அமையும்; இறுதியும் முதலும் மண்டலித்து நிற்கும்; கொச்சக ஒருபோகு முதலில் வரும். சிலவகை மகளிரைக் கண்டு காமுற்ற இளைஞர்கள் தம் காமக்குறிப்புத் தோன்ற அவர்களோடு பேசும் உலகியல்பைத் தழுவி மதங்கியார், பிச்சியார், கொற்றியார் முதலிய உறுப்புக்களும், இரசவாதம் செய்வதாகவும் பலவகையான செயற்கரிய செயல்கள் செய்வதாகவும் கூறி ஏமாற்றுவோர் இயல்பை நினைந்து சித்து, சம்பிரதம் என்பனவும், கள்ளுண்போன் இயல்பை விளக்கும் களியும், தவஞ் செய்வதாற் பலனில்லை யெனக் கூறும் தவமும், வேறு பிறவும் கலம்பகங்களில் உறுப்புக்களாக அமையும்.

திருப்பாதிரிப் புலியூர்க் கலம்பக மென்பது திருப்பாதிரிப் புலியூ ரென்னுந் தலத்திற் கோயில்கொண் டெழுந்தருளிய சிவபெருமான்மீது தொல்காப்பியத்

தேவ ரென்னும் பெரியாரால் இயற்றப்பெற்றது. இதிலுள்ள செய்யுட்டொகை *103 (பாயிரம் 3; நூல் 100).*

திருப்பாதிரிப் புலியூரென்னும் தலம், நடுநாட்டிலுள்ள தேவாரம் பெற்ற சிவஸ்தலங்களுள் ஒன்று; இதற்குரிய பதிகம் 2 (திருஞா. 1; திருநா. 1). வடமொழி தென்மொழி யிரண்டிலும் இதற்குப் புராணங்கள் உள்ளன.

பல வருஷங்களுக்கு முன் அச்சிடப்பெற்ற தமிழ்ப் புராணம் திருவாவடுதுறை யாதீன வித்துவானும் சற்றேறக்குறைய நூற்றிருபத்தைந்து வருஷங்களுக்கு முன் இருந்தவரும், திராவிட மாபாடியக் கர்த்தராகிய சிவஞான முனிவரின் மாணாக்கருமாகிய இலக்கணம் ஸ்ரீ சிதம்பரநாத முனிவ ரென்பவரால் இயற்றப்பெற்றது.

இத்தலத்துத் திருக்கோயிற் கருப்பக்கிருகத்தின் மேல்புறச் சுவர்ச் சிலாசாஸனத்திலுள்ள, "தழைத்த திருப்பாதிரிப் புலியூர்" என்பது முதலிய இரண்டு செய்யுட்களால், கன்னிவனப் புராணம், புலியூர் நாடக மென்னும் இரண்டு நூல்கள் ஒரே புலவரால் இயற்றப்பெற்று இத்தலத்திற்கு உரியனவா யிருந்தமை வெளியாகின்ற தென்றும் சிலாசாஸனங்களில் ஸ்வாமி திருநாமம் கடைஞாழல் மகாதேவ ரென்றே வழங்கப்படுகின்ற தென்றும், திருவனந்தபுரம் சமஸ்தானத்திற் சிலாசாஸன பரிசோதகராக இருந்த ஸ்ரீ து.அ. கோபிநாதராவ் அவர்கள் எம்.ஏ., சொன்னார்கள். அந்நூல்கள் இப்போது கிடைக்கவில்லை.

சினாலய மொன்றை இந் நூலாசிரியராகிய தொல்காப்பியத் தேவர் கட்டுதற்காக ஓரிடத்தில் செங்கல் அறுக்கச் சொன்னபொழுது, திருப்பாதிரிப் புலியூர்க் கோயில் விசாரணைக்காரர்கள் கோபங்கொண்டு இவரை நோக்கி, "எங்கள் தோன்றாத் துணைப் பெருமானுக்குரிய இந்த எல்லையில் நீர் இது செய்வது முறையோ?" என்று கேட்டனர். உடனே இவர்,

> வேத மொழிவிசும்பு மேனி சுடர்விழிமண்
> பாதந் திருப்பா திரிப்புலியூர் – நாதர்
> பரமாம் பரமாம் படுகடலெண் டிக்கும்
> கரமா மவர்க்குயிர்ப்பாங் கால்

என்னும் செய்யுளைக் கூறி, "உலகமெல்லாம் சிவபெருமானுக் குரியதாக இருப்ப அவருக்குரியதெனச் சிறுபகுதியை எல்லை கோலுதல் முறையோ" என்ற தமது கருத்தை வெளிப்படுத்தினர். அவர்கள் இவருடைய சமரச ஞானத்தையும் வாக்கு வன்மையையும் உணர்ந்து, "இந்த வெண்பா மிகவும் நன்றாக இருக்கின்றது. இத்தலத்துப் பெருமான்மீது ஒரு கலம்பகம் பாடித்தரவேண்டும்" என்று வற்புறுத்தி வேண்டிக்கொள்ள இவர் இந்நூலைப் பாடி அரங்கேற்றினர். தாம் முன்னர்ப் பாடிய செய்யுளை இரண்டாம் பாடலாக அமைத்துக்கொண்டனர்.

இந்தக் கலம்பகம் தமிழ்நாட்டில் எங்கும் பரவிப் புலவர்களது உள்ளத்தைக் கவர்ந்தது. இரட்டையர்கள் இதில் மிக்க ஈடுபாடுடையவர்கள். அவர்கள் தில்லைத் தலத்திற்கு வந்து ஸ்ரீ நடராஜ மூர்த்தியைத் தரிசித்து ஒரு கலம்பகம் பாடினர். பிறகு அதனை அரங்கேற்றியபோது ஏதோ ஒரு காரணத்தால் மனவருத்தம் உண்டாக, "நாம் இக்கலம்பகம் பாடியது எம்பெருமான் திருவுள்ளத்துக்கு ஏற்புடையதன்றோ!" என்ற ஐயம் எழுந்தது. உடனே தாம் மிக்க அன்போடு போற்றிப் படித்துவந்த திருப்பாதிரிப் புலியூர்க் கலம்பக சுவடியிற் கயிறுசார்த்திப் பார்த்தனர். அப்போது,

பாடுவார் பாடும் பரிசில் வரிசையெல்லாம்
ஆடுவா ரன்றி யயலா ரறிவாரோ
தோடுவார் காதன்றே தோன்றாத் துணையையர்
பாடுவா ரோரிருவர்க் கிட்ட படைவீடே

என்ற 19ஆம் செய்யுள் கிடைத்தது. அச்செய்யுட் கருத்து அவர்களுடைய புண்பட்ட உள்ளத்துக்கு மருந்துபோல உதவியது, "நம் பாடலை நன்கு உணர்ந்து இன்புறாமல் தடை செய்பவர்களும் உள்ளாரே" என்ற வருத்தமும் அவர்களுக்கு முன்பு இருந்தது. இச்செய்யுளில், "ஆடுவா ரன்றி யயலா ரறிவாரோ" என்றுள்ள அடி நடராஜப் பெருமானைச் சுட்டி நிற்றலால் அவர்களுடைய உள்ளம் ஆறுதலடைவதற்கு ஏதுவாயிற்று. அப்பால் கலம்பக அரங்கேற்றம் இனிது நிறைவேறியது.

பிறகு அவர்கள் திருவாமாத்தூருக்குச் சென்ற காலத்தில் அங்குள்ளாரிற் சில அன்பர்கள், "இத்தலத்துக்கு ஒரு கலம்பகம் பாடவேண்டும்" என்று வேண்டிக்கொண்டனர். தில்லைக் கலம்பகம் பாடி அரங்கேற்றிய காலத்தில் உலகியலை நோக்கி வருந்தியவர்க ளாதலின், "தொல்காப்பியத் தேவரைப் போன்றவர்கள் பாடலாமே யன்றி நாம் பாடும் தகுதி யுடையவர்க ளல்லோம்" என்று கூறி,

தொல்காப் பியத்தேவர் சொன்னதமிழ்ப் பாடலன்றி
நல்காத் திருச்செவிக்கு நானுரைப்ப தேறுமோ
மல்காப் புனறதும்ப மாநிலத்திற் கண்பிசைந்து
பல்காற் பொருமினர்க்குப் பாற்கடலொன் றீந்தார்க்கே

என்னும் பாடலையும் கூறினர்; அப்பால் அவ்வன்பர்கள் வற்புறுத்தவே திருவாமாத்தூர்க் கலம்பகத்தைப் பாடி முடித்தனர்.*

இவ்வரலாறுகள் இரட்டையருக்கு இந்நூலிலும் இந்நூலாசிரியரிடத்தும் உள்ள பெருமதிப்பைப் புலப்படுத்தும்.

தொல்காப்பியத் தேவரென்னும் பெயரைக் கொண்டு இவர் சைனரென்றேனும் சைவரென்றேனும் துணியக்கூடவில்லை. தமிழ் நாவலர் சரிதையிலுள்ள குறிப்பு இவரைச் சைனரென்று கருத இடந்தருகின்றது. ஆயினும் இந்நூலிலுள்ள செய்திகள் இவரைப் பரம சைவரென்றே நினைக்கச் செய்கின்றன.

எம்முடைய பவமுனியுங் கயமுனியும் (1)

என்று விநாயகக் கடவுளையும்,

என்னையா ளுடைய வீசன் (காப்பு, 1)
எஞ்சிவன் (55)
பாதகந் தேனுக் கருளுமா ரமுதை (94)

என்று சிவபெருமானையும் கூறும் பகுதிகளும்,

தன்னையா னினைப்பத் தந்து தலையளிப் பதற்கு நாயேன்
பின்னையான் செய்யுங் கைம்மா றறிகிலேன் பெருமை யாலே
முன்னையா ரணங்க ளோதும் பாதிரிப் புலியூர் மூர்த்திக்
கென்னையாட் கொடுப்ப தன்றி யேழையே னென்செய் கேனே (35)

---

* தொல்காப்பியத் தேவரைப் பற்றியும், இரட்டையரைப் பற்றியும் இங்கேயுள்ள வரலாறுகள் தமிழ் நாவலர் சரிதையிற் கண்ட குறிப்புரைகளை ஆதாரமாகக் கொண்டு ஊகித்தறிந்து எழுதப்பட்டன; முற்பதிப்புகளில் ஒருவகையாக எழுதியிருந்த வரலாறு இப்போது மாற்றப்பட்டது.

என்னும் செய்யுளும் இவர் முதலிற் சைனராக இருந்து பிறகு சைவராயின ரென்று ஊகிக்கச் செய்கின்றன.

களியென்னும் உறுப்பில்,

துள்ளித் துடித்துவரு கின்றவரு கந்தமுனி
கோசார நின்று கொளுவ (22)

எனவும், 48ஆம் செய்யுளில்,

சொல்லொன்று கவிக்கரசைத் துகில்புனையா தவர்கடலிற்
றொடுத்துவிட்ட கல்லொன்று புணையாக்கி

எனவும் வரும் பகுதிகள் சைனர்களிடத்தில் இவருக்கிருந்த பற்று நீங்கியதைக் காட்டுகின்றன.

தேவரென வழங்குதலின் இவர் முதலில் சைனத் துறவியாக இருந்தவரென்று கொள்ள இடமுண்டு; திருத்தக்க தேவர், தோலாமொழித் தேவரென்னும் பெயர் வழக்காறுகளைக் காண்க. இல்லறத்தை வெறுத்து இவர் துறவறத்திலே பற்றுடையவ ரென்பதை,

பானலம் பொருந்துங் கண்ணார் பயிலினந் துறந்து விட்டு
.... எம்மானை யிறைஞ்சுவார் மே, லானவர் (64)

என்னும் செய்யுள் புலப்படுத்துகின்றது.

இரட்டையர்களது காலத்திற்கு முற்பட்டவரென்று தெரிதலால், இந்நூலாசிரியர் அவர்களாற் பாடப்பெற்ற வரபதியாட்கொண்டா னென்னும் பிரபுவுக்கும், அவன் விருப்பத்தின்படி பாரதம் பாடிய ஸ்ரீ வில்லிபுத்தூ ராழ்வாருக்கும், அவர் காலத்தவர்களாகிய ஸ்ரீ அருணகிரிநாதர் முதலிய பெரியோர்களுக்கும் முன்பு இருந்தவராக எண்ணப்படுகின்றார். திருவாமாத்தூர்க் கலம்பக முதலியவற்றில் இந்நூலின் கருத்துக்களைப் பரக்கக் காணலாம்.

இக்கலம்பகத்தில் உள்ள இத்தல சம்பந்தமான செய்திகள் வருமாறு:

தலவிநாயகர்கள் இருவர்: (1) சொன்னவாறறியும் விநாயகர் (பாயிரம், 1), (2) மேற்குமதில் விநாயகர் (பாயிரம், 2).

சிவபெருமான் திருநாமங்கள்: கரையேற்றும் பிரான், கன்னிவன நாதன், சிவக்கொழுந்து, தோன்றாத்துணை முதலியன. இவற்றுள் கரையேற்றும் பிரானென்பது கரையேறவிட்டவ ரெனவும் வழங்கும். சமணர்களால் கடலுள் வீழ்த்தப்பட்ட திருநாவுக்கரசு நாயனார் கரையேறும்படி அருள்புரிந்தமையின் இத்திருநாமம் வந்தது. தோன்றாத் துணை யென்னும் திருநாமம் தேவாரத்துள்ளும் வருகின்றது. சிவக்கொழுந்தென்னும் திருநாமம் இத்தலத்து மூர்த்திக்குரிய தென்பது இக்கலம்பகத்தால் அறியப்படும் செய்தி;

திருக்கடை ஞாழலிற் சிவக்கொழுந்து (56)

சிவக்கொழுந்தை நினைந்துருகி (57)

கல்லாதார் மனத்தணுகாக் கடைஞாழற் சிவக்கொழுந்தை (68)

என மூன்று இடங்களில் அத்திருநாமத்தை இந்நூலாசிரியர் அமைத்தனர்.

இவற்றுள்ளும் *57*ஆம் செய்யுளில் இத்தலத்திற்குரிய அடையாளமாக வேறொன்றையும் கூறாமல் இத்திருநாமத்தை மட்டும் கூறியிருத்தல் இத்தல மூர்த்தயின் திருநாமம் இஃது என்பதைத் தெளிவுறுத்துகின்றது. இப்போது பாடலேசுவரர் என்னும் திருநாமம் ஒன்று வழங்கிவருகின்றது.

அம்பிகையின் திருநாமங்கள்: பெரிய நாயகி, தோகை நாயகி யென்பன; இவற்றுள், தோகைநாயகி யென்னும் திருநாமம்

தோற்றுவார் சுகிகுழற் றோகை பாகரே (58)

என்பதிற் குறிப்பிக்கப்படுகின்றது. இங்கே உமாதேவியார் பாதிரி மரத்தின் கீழிருந்து தவம் புரிந்தன ரென்பது புராண வரலாறு; அருந்தவ நாயகி யெனத் தனியே ஓரம்பிகையின் திருக்கோயில் இங்கு உண்டு. இந்நூல் எட்டு இடங்களில் *(பாயிரம், 2, 3; நூல், 56, 87, 97, 99, 100)** அம்பிகை தவஞ்செய்த செய்தியைக் கூறுகின்றது.

இத்தலத்தின் திருநாமங்கள் பல. அவற்றுள் இந்நூலிற் பயில்வன கடைஞாழல், கன்னிகாப்பு, கன்னிகாவனம், கன்னி வளம்பதி, கன்னிவனம், திருப்பாதிரிப்புலியூர், பாதிரிப்புளிசை யென்பனவாம்.

தலவிருட்சம்: பாதிரி; அது பல மலர்களை ஒரு காலத்திற் பூத்ததென்னும் செய்தி இதில் அங்கங்கே *(பாயிரம், 3; நூல், 39, 41)* காணப்படும்.

தீர்த்தம்: இத்தலம் கடற்கரையி லுள்ளது. இதில் உள்ள நதி கெடில மென்பது; அது கடிலமெனவும் வழங்கும் *(45)*; இப்போது திருக்கோயிலுக்கு வடபால் ஓடும் அந்நதி இந்நூலாசிரியர் காலத்தே தென்பால் ஓடியதென்பது,

......................................கடிலமா நதியதன் வடபால்
செய்த்தலைக் குவளை மகளிர்கண் காட்டுந்
திருக்கடை ஞாழல் (45)

மெத்திவரு கின்றகெடி லத்துவட பாலே
மெல்லிய றலஞ்செய்கடை ஞாழல் (100)

என்பவற்றால் உணரப்படும். பிற்காலத்தில் இயற்றப்பட்ட தலபுராணம் மாணிக்கவாசகர் பொருட்டு இந்நதி இவ்வாறு மாறியோடியதென்று கூறுகின்றது. மாணிக்கவாசகர் காலத்திற்குப் பிற்பட்ட இக்கலம்பக நூலாசிரியரது காலம் வரையில் இது மாறவில்லையென்று தெரிதலின் அப்புராணத்திற் கண்ட செய்தி பொருத்தமுடையதாகத் தோற்றவில்லை.

இத்தலத்து வரலாறுகள் பல இந்நூல் *56*ஆம் செய்யுளில் தொகுத்துக் கூறப்பட்டுள்ளன.

பூசித்துப் பேறுபெற்றோர்: கரத்திற் கண்ணுடையவர், காலிற் கண்ணுடையவர், வியாக்கிரபாதர், உபமன்னியு முனிவர், பதஞ்சலி முனிவர், மாதிராசன், முந்நூற்றறுபது அந்தணர் என்போர்; இவர்களுட் பலர் வரலாறுகள் புதிய புராணத்தினால் அறிய முடியவில்லை. ஆதலின் இந்நூலாரியருக்குத் துணையாக இருந்த நூல், சிலாசாஸனத்திற் குறிப்பிட்ட கன்னிவனப் புராணமென்றே தோற்றுகின்றது.

---

* மூலத்தில் ஏழு இடங்கள் மட்டுமே குறிக்கப்பட்டுள்ளது. (ப.ஆ.)

மாதிராச னென்று இக்கலம்பகத்திற் கூறப்பெறும் சோழனை ஆதிராசனெனப் புதிய புராணம் கூறும்.

திருஞானசம்பந்த மூர்த்தியும் திருநாவுக்கரசரும் இங்கே எழுந்தருளித் தரிசித்துத் தேவாரப் பதிகம் பாடினர் *(11, 55, 56)*; திருநாவுக்கரசர் கரையேறிய செய்தியையும் இந்நூலாசிரியர் குறிக்கின்றனர் *(48)*.

இத்தலத்தின் ஆலய முரசமும் *(31)*, இத்தலத்து விழாவும் *(69)* இவ்வாசிரியராற் பாராட்டப்பெறுகின்றன.

இந்நூலாசிரியர் மெய்ஞ்ஞானச் செல்வ ரென்பதும் *(1, 9)*, சிவபெருமானது விசுவரூபத்தைப் பாராட்டும் இயல்பின ரென்பதும் *(21, 40, 44, 75)*, திருநீறு *(5, 11, 32, 40)*, ஸ்ரீ பஞ்சாட்சரம் *(5)* என்பவற்றில் அன்புடையவ ரென்பதும், நாயன்மார்களிடத்தில் பக்தியுடையவ ரென்பதும் *(1, 22)* ஆங்காங்குள்ள செய்யுட்களிற் கண்ட செய்திகளால் அறியலாகும்.

சற்றேறக்குறைய 50 வருஷங்களுக்கு முன்பு தமிழ் நாவலர் சரிதையை ஆராய்ந்தபோது 'திருப்பாதிரிப் புலியூர்க் கலம்பகம்' என்ற நூலொன்று தொல்காப்பியத் தேவரென்னும் பெரியாரால் இயற்றப்பெற்றுள்ள தென்னும் செய்தியை அறிந்தேன்; அதுமுதல் இந்நூலின் ஏட்டுப் பிரதிகளைப் பலவிடத்தும் தேடிக்கொண்டிருக்கையில் வளவனூர் ஸ்ரீ தேசிக சடகோப பிள்ளை யவர்கள் இந்நூலின் ஏட்டுப் பிரதிகள் இரண்டை அனுப்பினார்கள். முன்னர்ப் பழக்கமில்லாம லிருந்தாலும் தாமாகவே பிரதிகளை அனுப்பியுதவிய அவர்களுடைய தமிழன்பை மிகவும் பாராட்டுகின்றேன்.

இதன் முதற்பதிப்பு 1908ஆம் வருஷத்திலும் இரண்டாம் பதிப்பு 1919ஆம் வருஷத்திலும் வெளியாயின. அப்பதிப்புக்களிற் காணப்படாத சில திருத்தங்கள் இப்பதிப்பில் ஊகித்தறிந்து அமைக்கப்பட்டன. படிப்பவர்களுக்கு உபயோகமாக இருக்கும்பொருட்டு இதில் குறிப்புரை விரிவாக எழுதப்பெற்றது. பொருள் தெளிவாக விளங்காத சில செய்யுட்களின் முதலில் உடுக்குறி யிடப்பெற்றுள்ளது.

இப்பதிப்புக்கு வழக்கம்போல் உதவிசெய்தவர்கள் சென்னைக் கிறிஸ்டியன் காலேஜ் ஹைஸ்கூல் தலைமைத் தமிழ்ப் பண்டிதர் சிரஞ்சீவி வித்துவான் வி.மு. சுப்பிரமணிய ஐயரும், கலைமகள் துணையாசிரியர் சிரஞ்சீவி வித்துவான் கி.வா. ஜகந்நாதையரும் ஆவர்.

வெண்பா

நாவுக் கரசு நரலையமுந் தாதெடுத்த
சேவுக் கரசு சிவக்கொழுந்து – யாவுக்கும்
சான்றாத் துலங்குமுதல் சம்புகடை ஞாழலில்வாழ்
தோன்றாத் துணையே துணை.

இங்ஙனம்,
வே. சாமிநாதையர்

"தியகாராஜ விலாஸம்"
திருவேட்டீசுவரன் பேட்டை
4-1-1940

கலைமகள் வெளியீடு-கூ

உ
கணபதி துணை

திருமலையாண்டவர் குறவஞ்சி

(குறிப்புரையுடன்)

பதிப்பாசிரியர்:
மகாமகோபாத்தியாய தாக்ஷிணாத்ய கலாநிதி
டாக்டர் உ.வே. சாமிநாதையர்

சென்னை லா ஜர்னல் அச்சுக்கூடம்
மயிலாப்பூர்

வெகுதான்ய ஹு புரட்டாசி மீ

1938

All Rights Reserved]

[விலை ஆறு அணா

கலைமகள் வெளியீடு — ௯.

உ

கணபதி துணை

திருமலையாண்டவர் குறவஞ்சி

(குறிப்புரையுடன்)

பதிப்பாசிரியர்:

மகாமகோபாத்தியாய தாக்ஷிணாத்ய கலாநிதி

டாக்டர் உ. வே. சாமிநாதையர்

சென்னை லா ஜர்னல் அச்சுக்கூடம், மயிலாப்பூர்

வெகுதான்ய ௵ புரட்டாசி ௴

1938

All Rights Reserved]

 [விலை ஆறு அணா

உ

கணபதி துணை

முகவுரை

குறவஞ்சி யென்பது பிற்காலத்தில் எழுந்த பிரபந்த வகைகளில் ஒன்று. இசை, நாடக மென்பவற்றின் தொடர்பும் இவ்வகைப் பிரபதங்களில் இருக்கும். 'குறவஞ்சி நாடகம்' என்றே இதைக் கூறுவதும் உண்டு. ஒரு குறத்தி குறி கூறுவதும் குறவனுடன் பேசி அளவளாவுவதுமாகிய செய்திகள் இதில் தலைமை பெறுதலின் 'குறவஞ்சி' என்னும் பெயர் உண்டாயிற்றென்று தோற்றுகிறது. குறவஞ்சி — குறமகள்.

இப்பொழுதுள்ள குறவஞ்சிகளில் மிகவும் சிறந்தது திருக்குற்றாலக் குறவஞ்சியாகும். அதனைப் பின்பற்றிப் பல குறவஞ்சிகள் தமிழில் இயற்றப்பட்டுள்ளன. ஸ்தலமூர்த்திகள் சம்பந்தமாகவும், அரசர்கள் சம்பந்தமாகவும், ஏனையோர் சம்பந்தமாகவும் குறவஞ்சிகள் இருக்கின்றன.*

திருமலை யாண்டவர் குறவஞ்சி யென்னும் இது, திருநெல்வேலி ஜில்லாவில் உள்ள பண்புளிப் பட்டணத்தில் திருமலை யென்னும் குன்றில் எழுந்தருளியிருக்கும் முருகக் கடவுள் விஷயமாக இயற்றப்பெற்றது. இதனை இயற்றிய ஆசிரியர் பெயர் தெரியவில்லை. இதில் சிந்துகளும் விருத்தம் முதலிய செய்யுட்களும் அமைந்துள்ளன.

இதிலுள்ள பாட்டுக்களில் வழக்குச் சொற்கள் பல பயின்று வருதலைக் காணலாம். இவ்வாசிரியர் குற்றாலத்திற்குக் குறவஞ்சி இருப்பதை நினைந்து அதனைச் சார்ந்த திருமலைக்கும் குறவஞ்சி பாடினரென்று தோற்றுகின்றது. இது முருகக் கடவுள்பாலுள்ள பக்தியினால் உந்தப்பெற்றுச் செய்தது போலும்! இந்நூலிற் சில இடங்களில் சிலவகையான குறைகள் உள்ளன. குறவஞ்சியைப் போன்ற நூல்களில் சேரி வழக்கு அமைவது இயல்பு. அதனை இதில் மிகுதியாகக் காணலாம்.

இதன் ஏட்டுப் பிரதியொன்று பல வருடங்களுக்கு முன் மேலகரம் திரிகூட ராசப்பக் கவிராயர் வீட்டிலிருந்து கிடைத்தது. அதில் நூல் முற்றும் இல்லை. வேறு பிரதி தேடியும் கிடைக்கவில்லை. சிங்கனும் சிங்கியும் உரையாடும் 90ஆம்

---

* குறவஞ்சியைப் பற்றிய இலக்கணமும் பிறவும் என்னாற் பதிப்பிக்கப்பெற்ற 'ஸ்ரீ சிவக்கொழுந்து தேசிகர் பிரபந்தங்கள்' என்னும் புஸ்தகத்திலுள்ள 'சரபேந்திர பூபால குறவஞ்சி நாடகம்' என்பதன் நூன்முகத்தில் விரிவாகக் காணப்படும்.

பாட்டின் முற்பகுதி வரையில் இந்நூற் பகுதிகள் உள்ளன. 90ஆம் பாட்டின் இறுதிப் பகுதியும் அதற்குமேல் சிங்கனும் சிங்கியும் ஒருங்கே திருமலை யாண்டவரை வாழ்த்துவதாக உள்ள பகுதியும் கிடைக்கவில்லை. அப்பகுதியில் ஒன்று அல்லது இரண்டு பாட்டுக்கள் இருக்கலாமென்று தோற்றுகின்றது.

இதனைத் தமது பத்திரிகையில் வெளியிடுவித்த கலைமகள் ஆசிரியர் ஸ்ரீமான் நாராயணசாமி ஐயரவர்களுக்கு நன்றி செலுத்துகின்றேன்.

இங்ஙனம்,
வே. சாமிநாதையர்

"தியாகராஜ விலாஸம்"
திருவேட்டீசுவரன் பேட்டை
15-9-38

உ
கணபதி துணை

கவிச்சக்கரவர்த்தியாகிய ஒட்டக்கூத்தர்
இயற்றிய

தக்கயாகப் பரணி

மூலமும் உரையும்

இவை
சென்னை
மகாமகோபாத்தியாய தாக்ஷிணாத்யகலாநிதி

உ.வே. சாமிநாதையரால்

பல பிரதிகளைக்கொண்டு பரிசோதித்து நூதனமாக
எழுதிய பலவகைக் குறிப்புக்களுடன்

சென்னை
கேஸரி அச்சுக்கூடத்திற் பதிப்பிக்கப்பெற்றன

சுக்கில ஸ்ரீ தை மீ

1930

Copyright Registered]

 [விலை ரூ. 4 - 0 - 0

உ
கணபதி துணை.

கவிச்சக்கரவர்த்தியாகிய ஒட்டக்கூத்தர்

இயற்றிய

தக்கயாகப்பரணி

மூலமும் உரையும்.

இவை

சென்னை

மகாமகோபாத்தியாய தாக்ஷிணாத்யகலாநிதி

உ. வே. சாமிநாதையரால்

பல பிரதிகளைக்கொண்டு பரிசோதித்து நூதனமாக

எழுதிய பலவகைக் குறிப்புக்களுடன்

சென்னை

கேஸரி அச்சுக்கூடத்திற் பதிப்பிக்கப்பெற்றன

சுக்கில௵ தை௴

 1930 [விலை ரூ. 4—0—0

உ
கணபதி துணை

முகவுரை

தேவாரம்
கீழ்வேளூர்த் திருத்தாண்டகம்
திருச்சிற்றம்பலம்

சொற்பாவும் பொருடெரிந்து தூய்மை நோக்கித்
தூங்காதார் மனத்திருளை வாங்கா தானை
நற்பான்மை யறியாத நாயி னேனை
நன்னெறிக்கே செல்லும்வண நல்கி னானைப்
பற்பாவும் வாயாரப் பாடி யாடிப்
பணிந்தெழுந்து குறைந்தடைந்தார் பாவம் போக்க
கிற்பானைக் கீழ்வேளூ ராளுங் கோவைக்
கேடிலியை நாடுமவர் கேடி லாரே.

சகலகலாவல்லிமாலை

அளிக்குஞ் செழுந்தமிழ்த் தெள்ளமு தார்ந்துன் னருட்கடலிற்
குளிக்கும் படிக்கென்று கூடுங்கொ லோவுளங் கொண்டுதெள்ளித
தெளிக்கும் பனுவற் புலவோர் கவிமழை சிந்தக்கண்டு
களிக்குங் கலாப மயிலே சகல கலாவல்லியே.

தமிழ்த் தெய்வ வணக்கம்

இருந்தமிழே யுன்னா லிருந்தே னிமையோர்
விருந்தமிழ்த மென்றாலும் வேண்டேன் – திருந்த
உதிப்பித்த பன்னூ லொளிர வடியேன்
பதிப்பிக்க வேகடைக்கண் பார்.

புதிய புதிய செயல்களும் பொருள்களும் பற்பல இடங்களிலும் ஒவ்வொரு தினத்தும் தோன்றித்தோன்றி யாவருக்கும் விம்மிதத்தை விளைவித்துவரும் இக்காலத்தில் வழக்கமற்றுப் போயினவும் பாராட்டப்படாதனவுமான ஒரு நூலையும் உரையையும் வெளியிடுதலா லுண்டாகும் பயன் என்னவென்று சிலர் நினைத்தல் கூடும், சொல்லவுங் கூடும், அதனை நினைந்து சில அபிப்பிராயங்களை இங்கே தெரிவிக்கிறேன்.

ஒரு தேசத்தின் ஏற்றத்திற்கு அத்தேச பாஷையிலுள்ள பழைய காப்பியங்களைப் படித்தறிதலும் ஒரு முக்கியமான சாதனமாகு மென்பது ஆன்றோர் கொள்கை. ஒரு பழைய நூலால் அதனை இயற்றிய கவியின் பாஷாஞான நிலையும், அம்மொழியி னிடத்துள்ள அன்பினால் இயல்பாகவே அவர் அதனை வளர்த்து வந்த விதமும், அவரால் மதிப்புற்ற புலவர்கள் பிரபுக்கள் அரசர்கள் முதலியோருடைய இயல்பும்,

அவர்களை நல்வழிப்படுத்தி அவர்களால் அப்பெரியோர் அடைந்த நன்மதிப்பும், அவர்களுடைய காலப்போக்கும், அக்காலத்திலிருந்த தெய்வபக்தி இராசபக்தி முதலியனவும், ஒழுக்க வழக்கங்களும், தேச இயற்கையும் படிப்பவர்களுக்குப் புலனாகும். அந்த நூலைப் படித்து அறிந்து அனுபவிப்பவர்களுக்கு அவற்றுட் சிலசில நேரிற் கண்டாற்போலத் தோன்றியும் இன்புறுத்தும். அதனால் சிலர் திருத்தமடைந்து ஒழுகவுங்கூடும். அதன் உரையினால் அவ்வுரையாசிரியருடைய கல்விப்பரப்பும், நூலாசிரியருடைய உண்மைக் கருத்துக்களும் பல ஆசிரியர்கள் பெயர்களும், இக்காலத்து வழங்காத அரிய விஷயங்களும், பல நூற்பெயர்களும், அக்காலத்து வழங்கிய சொற்பிரயோகங்களும், இவைபோல்வன பிறவும் விளங்கும். சரித்திர ஆராய்ச்சியாளர்கள் முதலியவர்களுள் ஒவ்வொரு வகுப்பினரும் யாதொரு வருத்தமுமின்றி அவற்றிலிருந்து தத்தமக் குரியவற்றை எளிதிற்பெற்றுப் பயனடையவும்கூடும். நிற்க.

பரணி யென்பது தமிழ்மொழியிலுள்ள ௯௬-வகைப் பிரபந்தங்களுள் ஒன்று; போர்முகத்தில் ஆயிரம் யானைகளை வென்ற வீரன்மேற் கடவுள் வாழ்த்து, கடைதிறப்பு முதலிய உறுப்புக்களை அமைத்து அவனுடைய பலவகைச் சிறப்புக்களையும் பலமுகமாகப் புறப்பொருளமைதி தோன்ற ஆங்காங்கு விளக்கிக் கலித்தாழிசையாற் பாடப்படுவ தென்பர், பெரும்போர் புரிந்து வெற்றிபெற்ற வீரனைச் சிறப்பித்துப் பாடுவதையும் பரணியென்று கூறுவர். இவை முறையே பன்னிருபாட்டியல் முதலிய பிரபந்த இலக்கண நூல்களாலும், கலிங்கத்துப் பரணி முதலிய பரணிகளிலும் விக்கிரம சோழனுலா முதலிய உலாக்களிலும் குலோத்துங்கன் பிள்ளைத் தமிழிலுமுள்ள பிரயோக அமைப்பாலும், "பதாதி யோடமரி லைவரும்பட மலைந்தி டப்பரணி பாடவே" (வில்லிபாரதம், கிருட்டினன் றூதுச் சருக்கம், ௧௩௪) என்பதனாலும் விளங்குகின்றன, இப்பிரபந்தமானது தொல்காப்பியச் செய்யுளியலில் தொடர்நிலைச் செய்யுட்களின் இலக்கணமாகக் கூறப்படுகின்ற அம்மை முதலிய வனப்புக்கள் எட்டினுள் விருந்து என்பதன் பாற்படும்.

இஃது அரசர் முதலியோர்மேற் செய்யப்படுவதன்றித் தெய்வங்கண்மேலும் தத்தம் ஆசிரியர்மேலும் அறிஞர்களால் இயற்றப்பெற்று வழங்கும்; கலிங்கத்துப் பரணி, தக்கயாகப் பரணி, இரணியவதைப் பரணி, கஞ்சவதைப் பரணி, அஞ்ஞவதைப் பரணி, மோகவதைப் பரணி, பாசவதைப் பரணி யென்பன இவற்றிற்கு உதாரணங்கள்.

சிவபெருமானுடைய வீரச்செயல்களைப் புலப்படுத்தும் சில தாழிசைகளின் தொகுதி பரணி யென்னும் பெயருடன் பல தலங்களில் திருவந்திக் காப்புக் காலத்தில் உரியவர்களால் தொன்றுதொட்டு ஓதப்படுவதுண்டு.

ஏனைப் பிரபந்தங்கள் போலப் பாட்டுடைத் தலைவன் பெயருடன் வழங்காமல் தோல்வியுற்றோருடைய பெயருடன் சார்ந்தே இப்பிரபந்தம் வழங்கும்.

பரணி யென்னும் பெயர்க்காரணம் பலவாறாகக் கூறப்படினும் காளியையும் யமனையும் தன் தெய்வமாகப் பெற்ற பரணி யென்னும் நாண்மீனால் வந்த பெயரென்பதே பொருத்தமுடையதாகத் தோற்றுகின்றது. இது, *"காடு கிழவோள்

* பரணி நூலுட் கூறப்படும் பொருள்களின் பெயர்கள் பரணி நாளின் பெயர்களாக அமைந்திருத்தல் இங்கே ஆராய்தற்பாலது.

பூத மடுப்பே, தாழி பெருஞ்சோறு தருமனாள் போதமெனப், பாகு பட்டது பரணி நாட் பெயரே” என்னும் திவாகர முதலியவற்றால் விளங்கும். மேலே கூறப்பட்டதற் கேற்பப் பரணிகளிற் காளியின் சிறப்பும் பகைவருடைய உயிர் நீக்கமும் கூறப்படுதல் காண்க.

பரணிநாளிற் கூழ் சமைத்துக் கூளிகள் காளிக்குப் படைப்பது மரபென்பர்; இது, “களப்பரணிக் கூழ்”, “பண்டுமிகுமோர் பரணிக்கூழ் பாரதத்தி லறியேமோ”, “மணலூரிற் கீழ்நா ளட்ட பரணிக்கூழ்” (கலிங்க),‘காடுகெழு செல்விக்குப் பரணிநாளிற் கூழும் துணங்கையுங் கொடுத்து வழிபடுவதோர் வழக்கு’ (தொல் செய். சூ. கசகூ-பேர்) என்பவற்றாலும் விளங்கும்.

‘பரணி பிறந்தான் தரணி யாள்வான்’ என்னும் பழமொழியும், ‘பரணியான் பாரவன்’ (நன். சூ. கரு௦-மயிலை) என்னும் மேற்கோளும், “பரணிநாட் பிறந்தான்” (சீவக. 1813) என்பதற்கு, ‘பரணி யானை பிறந்த நாளாதலின் அதுபோலப் பகையை இவன் மதியான்’ என்று நச்சினார்க்கினியர் எழுதிய விசேடவுரையும் பரணி நாள் வெற்றியின் சம்பந்தமுடைய தென்பதைத் தெரிவிக்கின்றன.

தக்கயாகப் பரணி யென்பது தக்கன் சிவபெருமானை அவமதித்துச் செய்யப்புகுந்த யாகத்தை ஸ்ரீ வீரபத்திரக் கடவுள் அழித்து அவனுக்கு உதவிபுரிய வந்த தேவர்களை யெல்லாம் வென்று அவனுடைய தலையையும் தடிந்த வரலாற்றைப் பொருளாக அமைத்துக் கவிச்சக்கரவர்த்தியான ஒட்டக்கூத்த ரென்னும் புலவர் பெருமானால் இயற்றப்பட்டது. விக்கிரமசோழன் முதலிய மூவருடைய அவைக்களத்தை அலங்கரித்து விளங்கியவராயினும் இக்கவிஞர் பெருமான் அம்மூவருள் மூன்றாமவனாகிய இரண்டாம் இராசராச சோழனுடைய வீரச்செயல் முதவியவற்றை உவமை முகத்தாலும் வேறு வகையாலும் ஆங்காங்குப் பலபடப் பாராட்டிச் செல்லுதலால் இந்நூல் அவன் விருப்பத்தின்படியே செய்யப்பட்டிருத்தல் வேண்டுமென்று தோற்றுகின்றது. இந்நூலை இவர் இயற்றியதற்குக் காரணமாக வீரசிங்காதன புராண முதலியவற்றிற் கூறப்படும் வரலாறு இந்நூலிலிருந்தேனும் உரையாசிரியருடைய வாக்காலேனும் வேறு பழைய தக்க ஆதாரத்தாலேனும் விளங்கவில்லை.

இதில் *வைரவக் கடவுள் காப்பும் உமாபாகர் வாழ்த்தும் ஆளுடைய பிள்ளையார் வாழ்த்தும் அவர் சமணரை வாதில்வென்ற வரலாறும் கூறப்பெற் றிருத்தலின், சீகாழியில் இந்நூலாசிரியர் சில காலம் இருந்தன ரென்றும் அப்பொழுது இந்நூலைச் செய்திருக்க வேண்டுமென்றும் ஊகித்தற்கு இடமுண்டு. “கம்பனென்றும்” என்ற தனிப்பாடலில் “கம்பனென்றுந் தாதனென்றுங் +காழியொட்டக் கூத்தனென்றும்” என்று ஏட்டிற்கண்ட பழைய பாடம் ஒட்டக்கூத்தர் காழியி லிருந்தமையைப் புலப்படுத்துகின்றது.

காலத்தால் முந்திய கலிங்கத்துப் பரணியினின்றும் வேறுபட்டுள்ள இதன் அமைப்பைப் பார்க்கையில் அப்பரணிக்கு முன்னரே சில பரணிகள் இருந்திருக்க

* வைரவ மூர்த்தியாகிய சட்டைநாதருடைய திருக்கோயிலும் தோணியப்பராகிய உமாபாகர் சந்நிதியும் சீகாழிப் பிரமபுரேசர் திருத்தளியில் தனித்தனியே மிக்கச் சிறப்புடன் அமைந்திருத்தல் யாவருக்கும் தெரிந்ததே.

+ இதிலுள்ள எண்ணிடைச் சொல்லும் எண்ணும்மையும் காளி யென்ற பாடத்தினும் காழி யென்ற பாடம் சிறந்த தென்பதை விளக்குகின்றன.

வேண்டு மென்றும் அவற்றின் வழியையும், "பின்னோன் வேண்டும் விகற்பங் கூறி" என்பதையும் பின்பற்றி இந்நூல் இயற்றப்பெற்றிருத்தல் வேண்டு மென்றும் தோற்றுகின்றன.

இந்நூல் வைரவக் கடவுள் காப்பை முதலிற் பெற்றுக் கடவுள் வாழ்த்து முதல், வாழ்த்து ஈறாகவுள்ள பதினோ ருறுப்புக்களால் முடிகின்றது; அவற்றுள்,

(க) கடவுள் வாழ்த்தில், நூலாசிரியர் முதலில் உமாபாகரையும் பின்பு முறையே விநாயகக் கடவுள் முருகக் கடவுள் ஆளுடைய பிள்ளையா ரென்பவர்களையும் சோழனுக்கு வெற்றியுண்டாக வேண்டுமென்று வாழ்த்தி ஒன்பதாந் தாழிசையிற் பொதுவியல் வாழ்த்துக் கூறியிருக்கிறார்.

(உ) கடைதிறப்பில், வீரபத்திர தேவருடைய வெற்றியைப் பாடுதற்குப் பலவகை மகளிரைக் கதவு திறக்கும்படி விளித்தல் கூறப்படுகின்றது; அம்மகளிராவார் தேவியின் அடியார்களாகிய பெண்கள், தேவமங்கையர் உருத்திர கணிகையர், இராசராசபுரத்து வீதிமாதர், அங்கே வந்து குடிபுகுந்த மகளிர், வித்தியாதர மகளிர், நீரர மகளிர், நாக கன்யர், சக்கர வளாகம் பொதியில் மேரு இமயம் உதயகிரி யென்பவற்றிலுள்ள அரமகளி ரென்பவர்கள். இப்பகுதியில் தேவி, இராசராசபுரீசர், அகத்தியர், தெய்வ மகளிர், சோழவரசன் முதலியவர்களுடைய பெருமையும், நதிகள், மேரு முதலியவற்றின் உயர்வும் புலப்படுகினறன. இதன் ஈற்றிலுள்ள நான்கு தாழிசைகளால் தக்கயாக சங்காரத்தில் தேவர்கள் தோற்றச் செய்தியைப் பாடுவதற்காகக் கடைதிறமி னென்று கூறுமுகத்தால் கடைதிறப்பு இத்தன்மைய தென்பதை ஆசிரியர் விளக்கியிருக்கிறார்.

(ங) காடு பாடியதில், தேவி கோயில்கொண் டெழுந்தருளியிருக்கும் பாலைவனத்தின் வெம்மை, வாம மார்க்கத்தா ருடைய செயல்கள், காளியின் கோயிலைச் சூழ்ந்த சோலைகளின் பெருமை, யோகினிகள் முதலியோருடைய பெருமை , பைரவர்களின் செயல்கள் முதலியன கூறப்படுகின்றன.

(ச) தேவியைப் பாடியதில், காளியின் பெருமையும் பூசைக்குரிய திரவியங்களும் விரித்துச் சொல்லப்படுகின்றன.

(ரு) பேய்களைப் பாடியதில், பேய்களின் உருவ வருணனையும் அவற்றின் பசிமிகுதியும் விளங்கக் கூறப்படுகின்றன.

(சா) கோயிலைப் பாடியதில், காளிக்குரியனவாகிய கோயில் ஆலமரம், ஆதிசேடன், பஞ்சாயுதங்கள் முதலியவற்றின் பெருமைகள் முதலிற் பாராட்டப்படுகின்றன. பின்பு காளி நாமகளை விளித்து முருகக் கடவுள் ஆளுடைய பிள்ளையாராகி வந்து சமணரை வாதில் வென்ற கதையைக் கூறும்படி கட்டளையிட அவ்வாறே கலைமகள் கூறுவதாக ஆளுடைய பிள்ளையாருடைய சரித்திரப் பகுதி கூறப்படுகின்றது. ஆசிரியர் இங்கே கூறியுள்ள கதையின் சுருக்கம் வருமாறு:

ஆளுடைய பிள்ளையார் மதுரையை யடைந்து மதிற்புறத்தே ஒரு மடத்தில் எழுந்தருளியிருந்தார். அதனை யறிந்த சமணர்கள் அம்மடத்தில் தீவைப்ப, அவர் பாண்டியனை வெதுப்புமாறு அத்தீயை ஏவினார். அக்கனல் வெப்பு நோயாகப் பாண்டியனைச் சார்ந்து வருத்தியது. சமணர்கள் தங்கள் மந்திர எந்திரங்களைக் கொண்டு நீக்க மிகமுயன்றும் தணியாமல் அது மிகுவதாயிற்று. அதனக் கண்டு அஞ்சிய மங்கையர்க்கரசியார் மந்திரியாரை அனுப்ப, அவர் பிள்ளையார்பாற் சென்று அரசன் படுந் துன்பத்தை விண்ணப்பித்தலும் அவர்

842 சாமிநாதம்

உடனே அரண்மனைக்கு எழுந்தருளக்கண்ட மங்கையர்க்கரசியார் வணங்கி முறையிட அவர் அஞ்சற்க வென்று கூறிப் பாண்டியனுக்கு அருகிலிடப்பட்ட பீடத்தில் வீற்றிருந்தனர். அதுகண்டு பொறாமை கொண்ட சமணர், "விரோதியாகிய சோழனது நாட்டிலுள்ள ஓர் அந்தணச் சிறுவன் இங்கேவந்து எங்கள் பாண்டியனைத் தொடலாமோ? எங்களால் நீக்க முடியாத வெப்பு நோயை இவன் நீக்குவானோ!" என்று இகழ்ந்து பேசினர். குலச்சிறையார் சமணரைச் சும்மா இருக்கச் செய்துவிட்டுத் திருநீறிட்டுப் பாண்டியனது வெப்பை நீக்கியருளும்படி வேண்டினர். பிள்ளையார் அவ்வாறே செய்தருள வெப்பு நீங்கிய பாண்டியன் எழுந்து வியந்து அவரை வணங்கினன். அந்நிகழ்ச்சியைக் கண்ட சமணர் சினந்து, "எங்களால் நீக்கப்படாத வெப்பு நோயை இச்சிறுவன்றான் நீக்கினனோ? நாங்கள் ஒன்றும் செய்யவில்லையோ? எதுபற்றி இவனைப் பணிந்து அரசன் நீறணிந்தனன்" என்று கூறப் பாண்டியன், "இவர் எளியரோ? உங்கள் கோபத்தை விடுமின்; நீங்கள் தொடத்தொட வெப்பு மிகுந்த என்னுடல் இவர் தொடத்தொட குளிர்ந்தது" என்றான். உடனே சமண ரெண்ணாயிரவரும், "அரச, நீ ஒரு பிரமசாரியின் நீற்றால் உய்ந்ததாகக் கூறுவாயேல் இனி இருவேமுடைய மந்திர யந்திரங்களின் ஆற்றல்களையும் நீராலும் நெருப்பாலும் அறியலாம்; மந்திரங்க ளெழுதப்பெற்ற ஏடுகளைத் தீயிலிடும்போதும் வைகைநீரி லிடும்போதும் முறையே எரிந்து போகாதனவும் எதிரோடுவனவு மாகியவற்றை உடையாரே வென்றவராவர்; தோற்பவரை கழுவில் ஏற்றுக" என்று சொல்லி வஞ்சினமுங் கூறினர். அவர்களுடைய கூற்றைக் கேட்ட மங்கையர்க்கரசியார் மிக அஞ்சிப் பிள்ளையாரை நோக்கி, "ஸ்வாமீ! இவர்கள் மந்திரவாத சத்தியாற் பல பெருங் காரியங்களை முன்பு செய்திருக்கின்றனர்; இவர்களோடு வாதஞ் செய்யாமல் சீகாழிக்கு எழுந்தருள்க" என வேண்டித் தடுக்கவே பிள்ளையார், "கவலாதொழிக; திருவருளால் வெற்றியுண்டாகும்" என்றனர்; சமணர்கள் வீரம் பேசினர்; பின்னர் அவ்விருதிறத்தாரும் ஏடுகளை நெருப்பிலும் வைகைநீரிலு மிட்டனர்; சமணர் நெருப்பிலிட்ட ஏடுகள் எரிந்து கரிந்து போயின; வைகைநீரி லிட்டவை கடலிற் புகுந்தன; பிள்ளையார் அவற்றிலிட்ட ஏடுகள் முறையே வேவாமற் பசுமையுற்றும் ஆற்றை எதிர்த்துச் சென்றும் விளங்கின. இந்நிகழ்ச்சியைக் கண்ட யாவரும் மகிழ்ந்து ஆரவாரித்தனர்.

அப்பாற் பிள்ளையார் பாண்டியனுடைய உடம்பில் திருக்கையை வைத்தவுடன் அவனுக்கு இருந்த கூன் நீங்கி உடம்பு பொன்னிறம் பெற்றது. பின்பு சமணர்களை அரசன் கழுவேற்றப் புகுகையில், "ஈது ஆகாது" என்று பிள்ளையார் விலக்கி யருளச் சமணர் தாம் கூறிய சபதம் தவறலாகா தென்று சொல்லி வலிந்து தாமே கழுவிலேறினர்; பிறகு பிள்ளையார் சீகாழிக்கு எழுந்தருளினர்.

இக்கதையைக் கூறிய நாமகளைத் தன்முன் இருக்கும்படி துர்காபரமேசுவரி அருளின ளென்னு முகத்தால் நாமகளின் பெருமையையும் தமக்கு நாமகள்பாலுள்ள அன்பையும் ஆசிரியர் புலப்படுத்தியிருக்கிறார்.

(எ) *பேய் முறைப்பாட்டில், நாமகளுக்கு அருள் கூர்ந்து உவகையுடன் காளி இருத்தலைக் கண்ட பேய்கள் தம்முடைய குறைகளைக் கூறி முறையிடுதற்கு அதுதான் நல்ல சமய மென்றெண்ணிப் புகுந்து நின்று, "அம்மே, உணவளிப்ப

* "வெண்டிரைப் பரப்பிற் கடுஞ்சூர் கொன்ற, பைம்பூட் சேஎய் பயந்தமா மோட்டுத், துணங்கையஞ் செல்விக் கணங்குநொடித் தாங்கு" (பெரும்பாண். சருஎ-கூ) என்பதனாலும், 'காடுகெழு செல்விக்குப் பேய்கூறும் அல்லல்போல வழக்கினுள்ளார் கூறுவன' (தொல். மெய். சூ. கஉ-பேர்) என்பதனாலும் பேய்கள் காளியிடத்து முறையிடும் வழக்குண்மை அறியலாகும்.

வாய்த்த சமயங்களி லெல்லாம் உன்னுடைய கணவர் எங்களை ஏமாற்றிவிட்டனர்; நீ வேண்டிய பொருள்களை உன் பிள்ளைகளுக்கு மட்டும் தடையின்றி அவ்வப் பொழுது அருளுகின்றாய். பண்டைக் காலத்தில் நடந்த பெரும் போரில் யாங்கள் பசிதீர வுண்டு வாழ்ந்தோம்; பின்னர்ப் பசியால் வருந்திப் புலர்ந்தோம்" என்று முறையிட்டுத் தாம் கண்ட கனாக்களைக் கூறிக்கொண்டிருக்கையில், தக்கன் யாகத்தை அழித்தற்குப் படைபோன பூதகணங்களோடு முன்பு சென்றிருந்த பேயொன்று ஓடிவந்து, "பசிமிக்க பேய்கள் என் பின் விரைந்து வருக" என்றுரைத்துவிட்டு மீண்டு உணவின் நசையால் யாகசாலைக்கு மிக விரைந்தோடக் காளி அதனைப் பிடித்துவரச் செய்து தேவர்கள் தக்கன் யாகத்தில் அழிந்த வரலாற்றைக் கூறும்படி கட்டளையிட அவ்வாறே அது சொல்லத் தொடங்கிய தென்பது கூறப்படுகின்றது.

(அ) காளிக்குக் கூளி கூறியதில், தக்கன் சிவபெருமானை மதியாமல் வேத விதிக்கு மாறாக யாகஞ் செய்யத் தொடங்கியதும், அதற்கு வந்த தாக்ஷாயணி தக்கன் முதலியோரால் அவமதிக்கப்பெற்றதும் தேவி சினந்து சென்றதும் அது தெரிந்த சிவபெருமான் வீரபத்திரக் கடவுளை வருவித்து அவ்வேள்வியை அழிக்கும்படி அனுப்பியதும், அவர் அங்ஙனமே பூதகணங்களுடன் சென்று தக்கனுக்கு உதவி செய்வதற்கு வந்த தேவர்களுடன் போர்செய்து கொன்று யாகத்தைச் சிதைத்ததும், இறந்த தேவர்கள் பேயானதும் மிக விரிவாகக் கூறப்படுகின்றன.

(கூ) கூழடுதலும் இடுதலும்: இப்பகுதியில் கதையைக் கேட்ட காளி யாகசாலை சென்று கூழடும்படி பேய்களுக்குக் கட்டளை யிடுதலும், அவ்வாறே பேய்கள் அக்களத்தில் இறந்தவர்களுடைய தசை முதலியவற்றைக் கொண்டு கூழ் சமைத்துக் காளிக்குப் படைத்துப் பிற பேய்களுக்கு இட்டுத் தாமும் உண்ணுதலும், பின்பு களித்து இரண்டாம் இராசராசனுடைய முன்னோர்களையும் அவனையும் வாழ்த்துதலும் கூறப்படுகின்றன.

(க0) களங் காட்டலில், சிவபெருமான் அம்பிகையோடு யெழுந்தருளிப் போர்க்களத் திருந்த பேய்களைச் சுட்டிக்காட்டி இவற்றுள் இறந்த இன்ன தேவர் இன்ன பேயாக ஆயின ரென்று புலப்படுத்த தேவி அவர்கள்பால் தான் கொண்டிருந்த முனிவாறிய தன்றிச் சினம் தணிந்தருள வேண்டுமென்று சிவபெருமானை வேண்டுதலும், அவர் இரங்கித் தம்மை இகழ்ந்த தக்கனுக்கு ஆட்டுக்கிடாய்த் தலையையும் உயிரையும் ஏனை வானவர்களுக்கு உயிரையும் உரிய பதவிகளையும் அளித்தருளுதலும், அவர்கள் அவற்றைப் பெற்று வலம் வந்து வணங்கி வீரபத்திர தேவரை வாழ்த்தித் தத்தம் இடஞ் செல்லுதலும் கூறப்படுகின்றன.

(கக) வாழ்த்து: இதில் நூலாசிரியர் தம்மை ஆதரித்தவர்களுள் ஒருவனும் இந்நூலைச் செய்வித்தோனுமாகிய இராசராச சோழனையும் பிறரையும் வாழ்த்துதல் காணப்படுகின்றது. இப்பகுதியின் ஈற்றிலுள்ள மூன்று தாழிசைகளால் உறையூரையும் காவிரியையும் திருமகள் கலைமகள் முதலியோரையும் தமிழையும் ஆசிரியர் வாழ்த்துகின்றார்.

மகாபுராணங்களிலும் வேறு நூல்களிலும் கூறப்பட்டிருக்கும் தக்கயாக சங்காரக் கதையினினும் இதிலுள்ள கதைப்போக்கு வேறுபட்டிருத்தலின் இந்த முறைக்கு ஆதாரமாக உள்ள முதல் நூல் இன்னதென்று இப்பொழுது விளங்கவில்லை.

ஆளுடைய பிள்ளையார் சமணரை வாதில்வென்ற வரலாற்றிற் காணப்படுவனவாய் இதன்பாலுள்ள சில செய்திகள் பெரியபுராணத்திற் காணப்படவில்லை; இஃது ஆராய்ச்சி செய்யற்பாலது.

இப்பரணியிலுள்ள தாழிசைகள் - அகரு ; இவை உரைப் பிரதியில் உள்ளவை; மூலமட்டுமுள்ள சுவடிகளில் அதிகமாக அங்கங்கே காணப்பட்ட ௬ - தாழிசைகள் உரைப்பிரதியிற் காணப்படாமையாலும் சந்தர்ப்பத்திற்குப் பொருத்த மின்றியும் பிழை மலிந்தும் இருந்தமையாலும் அவை இப்புத்தகத்தி னிறுதியிற் சேர்க்கப் பட்டிருக்கின்றன.

இதனுரையாசிரியர் பெயர் தெரியவில்லை. ஆயினும் உரையானது மிகப் பழையதாகக் காணுப்படுவதன்றி இக்காலத்து வழங்காத அரிய சொற்களையும் சொற்றொடர்களையும் பல அரிய கருத்துக்களையும் மேற்கோள்களையும் தன்பாற் கொண்டு பொருள்களை அங்கங்கே நன்கு விளக்கிச் செல்லுதலின் இவ் வுரையாசிரியர் ஒட்டக்கூத்தருடைய மாணாக்கரோ அன்றி அவர்பால் இந்நூற் பொருளை முறையே நன்கு அறிந்து கொண்டவரோ வேறு யாரோவென்று நினைக்கப்படுகிறார். இக்காலத்துக் காணப்படாத தமிழ் நூல்களி லிருந்தும் பல வடநூல்களி லிருந்தும் மேற்கோள்களை எடுத்துக்காட்டுதலால் இவர் ஒட்டக்கூத்தரைப் போலவே தமிழிலும் வட மொழியிலும் மிக்க பயிற்சியுள்ளவ ரென்று தெரிகின்றது; தமிழில் இவருக்கு அபிமான மதிகமென்று உரையிலுள்ள சில குறிப்புக்கள் தெரிவிக்கின்றன.

அறுவர்தந் நூலு மறிந்துணர்வு பற்றி
மறுவரவு மாறான நீக்கி – மறுவரவின்
மாசா ரியனாய் மறுதலைச்சொன் மாற்றுதலே
ஆசா ரியன தமைவு (ஏலாதி, எசு)

என்பதிற் கூறப்படும் உரையாசிரியருக்குரிய இலக்கணங்கள் இவர்பால் நன்கமைந்துள்ளன. பல இயல்பினால் அடியார்க்கு நல்லாரை யொத்தும் சில வகையால் அவருக்கு மேற்பட்டும் இவர் விளங்குகிறார்; இவரைப் பற்றிய வேறு வரலாறுகளை இப்புத்தகத்தில் உரையாசிரியர் வரலாறு என்னும் பகுதியிற் கண்டுகொள்க.

இவ்வுரை ஒரேபடித்தாக இராமற் சில இடங்களிற் சுருங்கியும் சில இடங்களில் விரிந்தும் சில இடங்களில் தொடர்ச்சி யின்றியு மிருத்தலைப் பார்க்கையில், இது பின்பு விரிவாக எழுதக்கருதி முற்பட உரையாசிரியர் குறித்த குறிப்போவென்று எண்ணும்படிக்கும் செய்தது.

கிடைத்த பிரதியில் ஓரிடத்திலிருக்க வேண்டிய சொற்களும் வாக்கியங்களும் வேறிடத்தி லெழுதப்பட்டும் அறிந்து கொள்ளக்கூடாத நிலையில் மிகப் பிழைபட்டும் பூர்த்தியாக வாக்கியங்கள் எழுதப்படாமலும் சில சொற்களும் வாக்கியங்களும் கிரந்த லிபியிற் பிழையாக எழுதப்பட்டும் எழுத்துக்கள் மாறியு மிருந்தமையாலும் சுவடியிலுள்ள ஏடுகள் சிலவிடங்களில் தேய்வுற்றும் முறிந்தும் எழுத்துக்களின் உருவங்கள் புலப்படாமலும் இராமபாணங்கள் ஊடுருவிச் செல்லப்பட்டும் இருந்தமையாலும் இந்நூலைப் பரிசோதனை செய்வது மிக்க வருத்தத்தை விளைவித்தது, ஆனாலும் இந்தப் பிரதி இல்லையேல் இப்பரணியின் ஒழுங்கான பொருளையும் பிற விசேடங்களையும் காணுதல் அருமையிலும் அருமையாகும்.

இற்றைக்கு நாற்பத்து நான்கு வருடங்களுக்குமுன் பத்துப்பாட்டுப் பிரதியைத்

தேடுதற்கு யான் சென்றபோது திருக்கைலாய பரம்பரைத் தருமபுர ஆதீனமடத்துப் புத்தகசாலையிலுள்ள பல புத்தகங்களுள் இவ்வுரைப் பிரதியைப் பார்த்துவிட்டு வந்தேன். அப்பாற் சில மாதங்களுக்குப் பின்பு என் வேண்டுகோளுக்கிணங்கி அப்போது ஷ ஆதீனத்தின் தலைவர்களாக விளங்கிய ஸ்ரீ மாணிக்கவாசக தேசிக ரவர்கள் என் நண்பர்கள் முகமாக ஷ பிரதியைக் கொடுத்தனுப்பி யுதவினார்கள். அவர்கள் செய்த இப்பேருதவிக்குச் செய்தற்குரிய கைம்மாறு யாதுளது?

பின்பு சென்னைத் தங்கசாலைத் தெருவிலிருந்த திருத்தணிகைச் சரவணப் பெருமா ளையருடைய பரம்பரையினராகிய குருசாமி ஐயரென்பவ ருடைய வீட்டிலிருந்த சுவடிகளில் இவ்வுரைப் பிரதியின் சில பகுதிகள் காணப்பட்டன. அவற்றைப் பார்த்து ஒப்புநோக்கிக் கொண்டேன். அதுவும் பிழைமலிந்த பிரதியே. அவ்வுரைப் பிரதியின் எஞ்சிய பகுதிகளைப் பற்றி அவரை விசாரிக்கையில் ஒருவரிடம் கொடுத்ததாகச் சொல்ல அவரைத் தேடிப்பிடித்துக் கேட்குங்கால் அவர் மற்றொருவரைச் சுட்ட அன்னவரும் அவ்வாறே செய்ய இவ்வாறே பலரிடம் சென்று கேட்டும் அம்முயற்சி பயனிலதாயிற்று.

சென்னைக்கு நான் வந்தபிறகு ஒருநாள் பிற்பகலிற் சில அன்பர்களுடன் கடற்கரைக்குச் சென்ற பொழுது ஓரன்பர் பக்கிங்ஹாம் கால்வாய் ஓரத்திற் கிடந்தன வென்று எழுதப்பட்ட பல ஒற்றை யேடுகளைக் கொணர்ந்து கொடுத்தனர். அவற்றை வாங்கிவந்து சோதித்தபோது இந்நூலின் இரண்டு ஒற்றை யேடுகளே கிடைத்தன. படித்துப் பார்க்கையில் கோயில் பாடியதில் ஆளுடைய பிள்ளையார் கதையைக் கூறும் பகுதியிற் சில தாழிசைகளும் அவற்றினுரையுமே பிழைகளுடன் காணப்பட்டன. அவற்றையும் வைத்து ஒப்புநோக்கிக் கொண்டேன்.

பின்பு கிடைத்த சில மூலப்பிரதிகளும் ஒப்புநோக்கப்பட்டன. உரைப் பிரதியிற் சில இடங்களில் உரைக்கு மாறாக மூலங்களிருந்தன; சில இடங்களில் உரைக்குரிய தாழிசைகள் காணப்படவில்லை. இவ்விருவகைக் குறைகளையும் மூலமட்டு முள்ள பிரதிகள் நீக்கி யுதவின.

இந்நூற் றாழிசைகள் குறட்டாழிசை யென்றும் இந்நூலின் பெயர் வீரபத்திரப் பரணி யென்றும் சில மூலப் பிரதிகளிற் காணப்பட்டன.

இந்த உரைப்பிரதி கிடைத்தது முதல் இதுகாறும் செல்லுமிடங்களி லெல்லாம் தேடிப்பார்த்தும் உரையுள்ள பிரதியாக வேறொன்றும் கிடைக்கவில்லை. சொன்னால் என் மனங்கனியுமென்று பல உரைப் பிரதிகளை வருவித்துக் கொடுப்பதாகக் கூறித் தங்கள் காரியத்தை மட்டும் நிறைவேற்றிக் கொண்டு சென்ற புண்ணியவான்கள் சிலர்.

கிடைத்த பூர்த்தியான கையெழுத்துப் பிரதிகள்

(உரைப் பிரதி)

தருமபுர ஆதீனத்துப் பிரதி ... ... க

(மூலப் பிரதி)

காஞ்சீபுரம் ஸ்ரீ கங்காதர முதலியார் தந்த பிரதி ... ... க

சீகாழி ஸ்ரீ சிதம்பர வாத்தியார் தந்த பிரதி ... ... க

சிதம்பரம் ஸ்ரீ தில்லைநாயக முதலியார் தந்த பிரதி ... ... க

சென்னை இராசாங்கத்துக் கையெழுத்துப் புத்தகசாலைப் பிரதி க

இந்நூலும் உரையும் மிகப் பிழைபட்டுக் காணப்பட்டமையாலும் வேறு நல்ல பிரதிகள் அகப்படாமையாலும் எழுதுவோரால் நேர்ந்த பிழைகள் இன்னவை யென்று நிச்சயமாகத் தெரிந்தவற்றை மட்டும் திருத்தி யமைத்தும் அங்ஙனம் நிச்சயிக்க முடியாதவற்றை வேறு பிரதி கிடைத்தால் செப்பஞ் செய்து கொள்ளலாமென வெண்ணி அங்ஙனமே அமைத்தும் பதிப்பிக்கப்பெற்றன. விளங்காத மேற்கோள்களின் ஆகரங்களை விளக்கியும் கடினமான விஷயங்களை அடிக்குறிப்பாற் புலப்படுத்தியும் மூலத்திலும் உரையிலும் கடினமாகவுள்ள பகுதிகளை இயன்றவரையில் விளக்கிப் பழைய நூல்களிலும் பிற்காலத்து நூல்களிலும் இந்நூலோடு ஒத்துள்ள பகுதிகளை எடுத்துக்காட்டி எழுதுவித்த விசேடக் குறிப்பையும் அரும்பத முதலியவற்றின் அகராதியையும் பாடபேதத்தையும் உரையிற்கண்ட இலக்கண விசேடங்களையும் விளங்கா மேற்கோ ளகராதியையும் பிறவற்றையும் வழக்கம்போலவே சேர்த்தும் இப்புத்தகத்தை வெளியிடலானேன். இவை வித்தியா விநோதர்களுக்கு மிகப் பயன்படுமென்று என்னுகிறேன்.

இதனால் தெரியவருவனவும் பல நூற்றாண்டுகளுக்கு முன்பு நிகழ்ந்தனவுமாகிய முதல் இராசராசன் முதற் குலோத்துங்கன் விக்கிரம சோழன் முதலிய மூவர் நம்பிப்பிள்ளை முதலியோர்களின் சரித்திரப் பகுதிகளும், அவர்கள் பகைவரை வென்று நாடு காத்தமையும், ஸ்ரீ சிதம்பரம் முதலிய ஸ்தலங்களில் திருப்பணி செய்தமையும், பிற தருமங்கள் புரிந்தமையும், அவர் காலத்து நிகழ்ந்த பிற நிகழ்ச்சிகளும், சில சொற்பிரயோகங்களும், பிறவும் சிலாசாஸனங்களின் உதவியால் தெளியப்பெற்று வலியுறுவனவாயின.

இந்நூல் ஆராயப்பெற்று வந்தகாலத்தும் பதிப்பிக்கப்பெற்று வந்தகாலத்தும் சென்னைச் சிலாசாஸன ஆபீஸிலுள்ள சில அறிக்கைகளும் புத்தகங்களும், சென்னை இராசாங்கத்துக் கையெழுத்துப் புத்தகசாலையிலும் சென்னை ஸர்வகலாசாலைப் புத்தகசாலையிலும் உள்ள சில புத்தகங்களும் மிக்க உதவியாக இருந்தன.

ஸ்ரீ காஞ்சி காமகோடி பீடாதிபதிகளாக விளங்கும் கும்பகோணம் ஜகத்குரு ஸ்ரீமத் சங்கராசாரிய ஸ்வாமிக ளவர்களை யான் தரிசிக்குங் காலங்களிற் பழந்தமிழ் நூலாராய்ச்சியைப் பற்றிப் பெருங்கருணையுடன் விசாரிப்பதுண்டு. அது மிக்க ஊக்கத்தையும் தைரியத்தையும் எனக்கு அளித்துவருகின்றது.

அவ்வப்போது நிகழ்ந்த ஐயங்களை நீக்கிய மைஸூர் ஸர்வகலாசாலை திராவிட பாஷா ஸபைத் தலைவரான ஸ்ரீமான் பிரகடன விமர்ச விசக்ஷண கர்னாடகாசார்ய வித்யா வைபவ ராவ்பகதூர் ஆர். நரசிம்மாசாரிய ரவர்களையும், பங்களூர்த் தண்டிலுள்ள தேவி உபாஸகராகிய பண்டிதர் பிரம்மஸ்ரீ ராமதாஸ சாஸ்திரிக ளவர்களையும் சென்னையிலிருக்கும் ஸ்ரீனிவாஸ நல்லூர் பிரம்மஸ்ரீ ராமசந்திர சாஸ்திரிக ளவர்களையும் ஒருபொழுதும் மறவேன்.

திருக்கைலாய பரம்பரைத் திருவாவடுதுறை யாதீனத்துத் தலைவர்களாகிய ஸ்ரீலஸ்ரீ வைத்தியலிங்க தேசிக ரவர்களும், திருப்பனந்தாட் காசிமடத்துத் தலைவர்களாகிய ஸ்ரீலஸ்ரீ காசிவாசி சொக்கலிங்க ஸ்வாமிக ளவர்களும், மதுரை அட்வோகேட் ஸ்ரீமான் டி.ஸி. ஸ்ரீனிவாஸையங்கார் M.L.C. அவர்களும், பெரும்பன்றியூர் ஸ்ரீமான் ஏ.எம். பெரியசாமி முத்தைய உடையா ரவர்களும், கொழும்பு நகரத்துள்ள ஸ்ரீமான் டாக்டர் கு. ஸ்ரீகாந்த முதலியா ரவர்களும் தமிழ்ப் பாஷையின்கண் உள்ள பேரபிமானத்தினால் நூற்பதிப்பு விஷயத்தில்

இயன்ற உதவிகளை அவ்வப்போது செய்து தமிழை அன்புடன் ஆதரித்து வருவதை இதுமுகமாகத் தெரிவித்துக் கொள்ளுகிறேன்.

இந்த நூலை ஆக்குவித்தோனாகிய இராசராச னுடைய செயல்களையும் ஒட்டக்கூத்தர் முதலிய தமிழ்ப் புலவர்களை அவன் ஆதரித்து விளங்கியதையும் நினைக்கும் பொழுதெல்லாம் ஸ்ரீ ஸேதுஸமஸ்தானாதிபதிகளும் தமிழ்ச் சுவையை நன்கறிந்து தமிழ்ப் புலவர்களை மிக்க அன்போடு ஆதரித்து வந்தவர்களுமான காலஞ் சென்ற மகா ராஜராஜ ஸ்ரீ பா. இராஜராஜேஸ்வர ஸேதுபதி மகாராஜா அவர்களுடைய ஞாபகம் உண்டாகி மேன்மேலும் வருத்தியது. அவர்களுடைய செல்வப் புதல்வர்களும் இப்பொழுது ஸேது ஸமஸ்தானாதிபதிகளாக விளங்குபவர்களும் தந்தையா ரவர்களைப் போலவே தமிழ்ச் சுவையை யறிந்து இன்புறுபவர்களும் தமிழ்ப் புலவர்களை ஆதரித்து வருபவர்களும், "மகன்றந்தைக் காற்று முதவி யிவன்றந்தை, யென்னோற்றான் கொல்லென்னுஞ் சொல்" என்னும் பெரியார் வாக்கிற்கு இலக்கியமாக உள்ளவர்களுமாகிய கௌரவம் பொருந்திய மகா ராஜராஜ ஸ்ரீ ஷண்முக ராஜேஸ்வர நாகநாத ஸேதுபதி மகாராஜா அவர்கள், நூற் பரிசோதனைக் காலத்தில் உடனிருந்து உதவிசெய்து வருபவர்கள் விஷயத்தில் நான் பொருட்கவலை யடையாதபடி வழக்கம்போலவே கவனித்து உதவி செய்து வருதல் மிகப் போற்றற்பாலது.

என்னுடைய பதிப்புகள் வெளிவருவதை மிக்க ஆவலுடன் எதிர்நோக்கி அடிக்கடி உண்மை அன்பர்கள் கடிதம் எழுதி வருவது எனக்கு மிக்க ஊக்கத்தை விளைவிக்கின்றது.

இந்நூலைப் பரிசோதித்துப் பதிப்பித்து வருங் காலங்களில் உடனிருந்து எழுதுதல், ஆராய்தல், ஒப்புநோக்குதல் முதலிய உதவிகளை அன்புடன் செய்தவர்கள் என் இளைய சகோதரர் சிரஞ்சீவி, வே. சுந்தரேச ஐயரும், சென்னை விமன்ஸ் கிறிஸ்டியன் காலேஜ் தமிழ்ப் பண்டிதர் வித்துவான், சிரஞ்சீவி சு. கோதண்டராம ஐயரும், சென்னைக் கிறிஸ்டியன் காலேஜ் தமிழ்ப் பண்டிதர் வித்துவான் சிரஞ்சீவி, வி.மு. சுப்பிரமணிய ஐயரும் , மோகனூர் தமிழ்ப் பண்டிதர் சிரஞ்சீவி, கி.வா. ஜகந்நாத ஐயரும் ஆவர். இவர்களுள் ஜகந்நாதையர் எடுத்துக் கொண்ட உழைப்பு பாராட்டத்தக்கது.

இப்புத்தகத்தில் எதிர்பாராத பிழைகள் பல காரணங்களால் அங்கங்கே நேர்ந்திருத்தல் கூடும். அவற்றைப் பொறுத்துக் கொள்ளும்படி இதனைப் படிக்கும் அறிஞர்களைக் கேட்டுக் கொள்ளுகிறேன்.

என்னை இம்முயற்சியிற் புகுத்தி நடத்திப் பாதுகாத்தருளும் தோன்றாத் துணையை அனவரதமும் சிந்தித்து வந்திக்கின்றேன்.

திருவாசகம்

அன்றே யென்ற னாவியு முடலு முடைமை யெல்லாமுங்
குன்றே யனையா யென்னையாட் கொண்ட போதே கொண்டிலையோ
வின்றோ ரிடையூ றெனக்குண்டோ வெண்டோண் முக்க ணெம்மானே
நன்றே செய்வாய் பிழைசெய்வாய் நானோ விதற்கு நாயகமே.

இங்ஙனம்,

வே. சாமிநாதையர்

"தியாகராஜ விலாஸம்"
திருவேட்டீசுவரன் பேட்டை
20-1-1930

கலைமகள் வெளியீடு-உ

உ
கணபதி துணை

பாசவதைப் பரணி

(குறிப்புரையுடன்)

பதிப்பாசிரியர்:
மகாமகோபாத்தியாய தாக்ஷிணாத்ய கலாநிதி
டாக்டர் உ.வே. சாமிநாதையர்

சென்னை லா ஜர்னல் அச்சுக்கூடம்
மயிலாப்பூர்

ஸ்ரீமுக ஷு மார்கழி மீ

1933

All rights reserved]

[விலை அணா 12

கலைமகள் வெளியீடு—உ

உ

கணபதி துணை

பாசவதைப் பரணி

(குறிப்புரையுடன்)

பதிப்பாசிரியர்:

மகா மகோபாத்தியாய தாக்ஷிணாத்ய கலாநிதி

டாக்டர் உ. வே. சாமிநாதையர்

சென்னை லா ஜர்னல் அச்சுக்கூடம்

மயிலாப்பூர்.

ஸ்ரீமுக ௵ மார்கழி ௴

1933

All rights reserved]

 [விலை அணா **12.**

உ

கணபதி துணை

முகவுரை

திருஞானசம்பந்த மூர்த்தி நாயனார் தேவாரம்

பண் — காந்தாரம்

திருச்சிற்றம்பலம்

பாச மான களைவார் பரிவார்க் கமுதம் அனையார்
ஆசை தீரக் கொடுப்பார் அலங்கல் விடைமேல் வருவார்
காசை மலர்போன் மிடற்றார் கடவூர் மயான மமர்ந்தார்
பேச வருவா ரொருவர் அவரெம் பெருமா னடிகளே.

திருச்சிற்றம்பலம்

பரணியின் இலக்கணம்

தமிழில் உள்ள பிரபந்தங்கள் பெரும்பாலும் தலைவர்களுடைய வெற்றிச் சிறப்பு கொடைச் சிறப்பு முதலியவற்றைப் பாராட்டிக் கூறுவனவாகும். அவற்றுள், அகப்பொருளமைதி உள்ளவை தலைவன் புகழைச் [1]சார்த்துவகையாற் பெயரொடு சுட்டிப் புகழும். புறப்பொருளமைதி யுள்ளவற்றிற் பெரும்பாலன பாட்டுடைத் தலைவரையே நூலின் தலைவராக அமைத்துப் புகழுவதன்றித் தலைவர்களுடைய வீரத்தைப் பலபடப் பாராட்டிக் கூறும்.

அங்ஙனம் வீரத்தைச் சிறப்பித்துப் புறப்பொருளமைதி தோன்றப் பாடப்படுவனவற்றுட் சிறந்தது பரணி யென்னும் பிரபந்தமாகும். புறத்திணைத் துறைகளுட் பலவற்றிற்கு இலக்கியம் பரணி நூல்களுட் காணலாம். "மற்றுப் பரணியுட் புறத்திணை பலவும் விராய்வருதலின்" (தொல். அகத். சூ. 149, உரை) என்பர் பேராசிரியர்.

பாட்டியல் நூல்களில் 'ஆயிரம் யானையைக் கொன்ற வீரனைப் பாராட்டிக் கடவுள் வாழ்த்து, கடைதிறப்பு முதலிய உறுப்புக்கள் அமையப் பாடப்படுவது' என்று பரணியின் இலக்கணம் சொல்லப்பட் டுள்ளதாயினும் இலக்கியங்களை ஆராயும் பொழுது, பகைவரை வென்று களவேள்வி செய்த தலைவனது வீரத்தையும் வெற்றியையும் சிறப்பித்துப் பாடப்படுவது இந்நூலென்று தோற்றுகின்றது.

விரும்பரணில் வெங்களத்தீ வேட்டுக் கலிங்கப்
பெரும்பரணி கொண்ட பெருமான் (குலோத்துங்க சோழனுலா)

---

1. "அகத்திணைக்கட் சார்த்துவகையான் வந்தன அன்றித் தலைமை வகையான் வந்தில என்பது" (தொல். அகத். சூ. 54, ந).

என்ற ஒட்டக்கூத்தர் வாக்கில் இக்குறிப்புக் காணப்படுதல் இங்கே அறிதற்குரியது. யானைகளைக் கொல்லுதல் இணையற்ற வீரச்செயலாதலின் முற்கூறிய விதி, பரணி பெருவீரனைப் பாராட்டியே பாடப்படுவ தென்பதையும், சாமானியனான வீரனைச் சிறப்பித்துப் பாடப்படுவதன் றென்பதையும் தெரிவிக்கும் கருத்துடைய தென்று தோற்றுகிறது.

பரணியென்னும் பெயர்க்காரணம்

பரணி யென்னும் இப்பிரபந்தப் பெயர் பரணி யென்னும் நட்சத்திரம் காரணமாக எழுந்தது.

> களப்பரணிக் கூழ்
>
> பண்டு மிகுமோர் பரணிக்கூழ் பாரதத்தி லறியோமோ

என்ற கலிங்கத்துப் பரணி அடிகளாலும்,

> காடுகெழு செல்விக்குப் பரணிநாளிற் கூழும் துணங்கையும்
> கொடுத்து வழிபடுவதோர் வழக்கு (தொல். செய். சூ. 149, உரை)

என்ற பேராசிரியர் உரையாலும், போர்க்களத்தில் ஒரு தலைவன் வெற்றிகொள்ள அப்போரில் வீழ்ந்தோர் உடலுறுப்புக்களாலும் பிறவற்றாலும் பேய்கள் கூழ் சமைத்துப் பரணி நாளில் காளிக்குப் பலியிட்டு, வென்றோனை வாழ்த்தும் வழக்கினைச் சிறப்பித்தலின் இப்பெயர் வந்ததென்பது பெறப்படும். இங்கே கூறிய செய்திகள் பரணி நூல்களில் வரும் களங்காட்டல், கூழ் என்னும் உறுப்புக்களில் விரிவாகக் காணப்படும்.

பரணியில்வரும் புறத்துறைகள்

புறத்திணைத் துறைகளாகிய களவேள்வி முதலியன பரணிகளில் விரவிவரும்.

> அடுதிற லணங்கார, விடுதிறலான் களம்வேட்டன்று (பு. வெ. 160)

என்பது களவேள்வியின் இலக்கணம்.

> கொல்லும் வலியினை யுடைய பேய் வயிறார உண்ணப் பரந்தவலி யுடையான் களவேள்வி வேட்டது

என்பது அதன் உரை.

> "நெற்கதிரைக் கொன்று களத்திற் குவித்துப் போர் அழித்து அதரிதிரித்துச் சுற்றத்தொடு நுகர்வதற்கு முன்னே கடவுட் பலிகொடுத்துப் பின்னர்ப் பரிசிலாளர் முகர்ந்து கொள்ள வரிசையின் அளிக்குமாறு போல, அரசனும் நாற்படையையும் கொன்று களத்திற் குவித்துக் களிறு எருதாக வாண்மடலோச்சி அதரிதிரித்துப் பிணக்குவையை நிணச் சேற்றொடு உதிரப் பேருலைக்கண் ஏற்றி ஈனா வேண்மான் இடந்துழந்து அட்ட கூழைப் பலியாகக் கொடுத்து எஞ்சி நின்ற யானை குதிரைகளையும் ஆண்டுப் பெற்றன பலவற்றையும் பரிசிலர் முகந்து கொள்ளக் கொடுத்தலாம்"
>
> *(தொல். புறத். சூ. 21, உரை)*

என நச்சினார்க்கினியர் இத்துறையை விரித்துக் கூறுவர். இங்ஙனம் களவேள்வியிற் கூழுண்ட கூளிகள் மனமகிழ்ச்சியால் குரவை யாடுதல் மரபு; அச்செயல்

[1]பின்றேர்க் குரவை யென்னும் துறையுள் அடங்கும்;

ஒன்றிய மரபிற் பின்றேர்க் குரவையும் (புறத்திணை.சூ. 21)

என்ற தொல்காப்பியச் சூத்திரப் பகுதிக்கு,

தேரோசை வென்ற கோமாற்கே பொருந்திய இலக்கணத்தானே தேரின் பின்னே கூழுண்ட கொற்றவை கூளிச் சுற்றம் ஆடுங்குரவை

என நச்சினார்க்கினியர் எழுதிய உரையால் இது புலப்படும். அங்ஙனம் குரவை யாடும் கூளிகள் வெற்றிபெற்ற தலைவனைப் புகழும்; அச்செயல் மாணார்ச் சுட்டிய வாண்மங்கலம் என்னும் துறையின்பாற்படும்;

பகைவரைக் குறித்த வாள்வென்றியாற் பசிப்பிணி தீர்ந்த பேய்ச் சுற்றமும் பிறரும் வாளினை வாழ்த்தும் வாண்மங்கலம். . . . . . இது பரணியிற் பயின்று வரும் *(தொல். புறத். சூ. 36, உரை)*

என்ற நச்சினார்க்கினியர் உரையும்,

ஆளி மதுகை யடல்வெய்யோன் வாள்பாடிக்
கூளிகள் வம்மினோ கூத்தாடக் – காளிக்குத்
தீராத வெம்பசி தீர்த்துநாம் செங்குருதி
நீராடி யுண்டு நிணம்

என்ற மேற்கோட் செய்யுளும் அத்துறையை விளக்கும்.

முற்கூறிய புறத்திணைச் செய்திகள் பரணிகளில் வருவதன்றி [2]மதுரைக்காஞ்சி, [3]புறநானூறு, [4]சிலப்பதிகாரம் முதலிய பழைய நூல்களிலும் காணப்படும்.

[5]பரணி யானை பிறந்த நாளாதலாலும், [6]காளிக்கும் யமதருமனுக்கும் உரியதாதலாலும், [7]தன்கட் பிறந்தானைப் பெருவீரனாக்கும் தன்மையதாதலாலும், தலைவ னொருவன் பல யானைகளைக் கொன்று, காலன் பல உயிரைக் கொள்ளச்

---

1. முன்றேர்க் குரவை யென்பர் புறப்பொருள் வெண்பாமாலை யுடையார்.

2. "பிணக்கோட்ட களிற்றுக் குழும்பின், நிணம்வாய்ப் பெய்த பேய்மகளிர், இணையொலியிமிழ் துணங்கைச்சீர்ப், பிணையூபம் எழுந்தாட, அஞ்சுவந்த போர்க்களத்தான், ஆண்டலை யணங்கடுப்பின், வயவேந்த ரொண்குருதி, சினத்தீயிற் பெயர்புபொங்கத், தெறலருங் கடுந்துப்பின், விறல்விளங்கிய விழுச்சூர்ப்பின், தொடித்தோட்கை துடுப்பாக, ஆடுற்ற வூன்சோறு, நெறியறிந்த கடிவாலுவன், அடியொதுங்கிப் பிற்பெயராப், படையோர்க்கு முருகயர". 24–38.

3. "முடித்தலை யடுப்பாகப், புனற்குருதி யுலைக்கொளீஇத், தொடிதோட் டுடுப்பிற் றுழந்த வல்சியின், அடுகளம் வேட்ட வடுபோர்ச் செழிய", "களிற்றுக்கோட் டன்ன வாலெயி றழுத்தி, விழுக்கொடு விரைஇய வெண்ணிணச் சுவையினள், குடர்த்தலை துயல்வர சூடி யுணத்தின, ஆனாப் பெருவளஞ் செய்தோன் வானத்து, வயங்குபன் மீனினும் வாழியர் பலவென, உருகெழு பேய்மக ளயரக், குருதித்துக ளாடிய களங்கிழ வோயே". 26, 371.

4. "கோட்டுமாப் பூட்டி வாட்கோ லாக, ஆளழி வாங்கி யதரி திரித்த, வாளே ருழவன் மறக்களம் வாழ்த்தி. . . . . . . .முன்றேர்க் குரவை முதல்வனை வாழ்த்திப், பின்றேர்க் குரவைப் பேயாடு பறந்தலை, முடித்தலை யடுப்பிற் பிடர்த்தலைத் தாழித், தொடித்தோட் டுடுப்பிற் றுழைஇயவூன் சோறு, மறப்பேய் வாலுவன் வயினறிந் தூட்டச், சிறப்பூண் கடியினஞ் செங்கோற் கொற்றத், தறக்களஞ் செய்தோ னூழி வாழ்கென". 26: 232–46.

5. "பரணிநாட் பிறந்தான்" (சீவக. 1813) என்பதற்கு, 'பரணி யானை பிறந்த நாளாதலின் அதுபோலப் பகையை இவன் மதியான்' என்று நச்சினார்க்கினியர் எழுதிய விசேட வுரையைப் பார்க்க.

6. "காடுகிழவோள். . . . . . . .தருமனாள். . . . . . . .எனப், பாகுபட்டது பரணிப் பெயரே". திவாகரம்.

7. "பரணி பிறந்தான் தரணியாள்வான்" என்ற பழமொழியும், "பரணியான் பாரவன்" (நன். சூ. 150, மயிலை) என்னும் மேற்கோளும் இங்கே அறிதற்குரியன.

செய்து பெருவீரத்தைப் புலப்படுத்திய களவேள்வியில் காளிக்கு உவப்புண்டாகக் கூழ் சமைப்பதற்குரிய நாளாயிற் றென்று ஊகித்தறியப்படுகின்றது.

பரணி நூல்களிற் கூறிய செய்திகள் சங்க மருவிய நூல்களிற் காணப்படுதலாலும் தொல்காப்பிய உரையிற் பல இடங்களிற் பரணி நூல் எடுத்துக் காட்டப்படுதலாலும் இவ்வகைப் பிரபந்தமானது மிகப் பழைய காலந்தொட்டே தலைவர்களைச் சிறப்பித்துப் பாடப்பெற்று வந்ததென்பது கொள்ளக்கிடக்கின்றது. பொருநர்களுள் [1]'பரணிபாடும் பொருநர்' என ஒரு வகையார் இருந்தனரென்று கூறப்படுவதனால் இவ்வகைப் பிரபந்தத்தின் சிறப்பும், பழமையும், சிறப்பாக ஒருவகையார் தனியே பயின்று பாடும் பெருமையுடைய தென்பதும் புலப்படும். அங்ஙனம் பண்டைக் காலத்திற் பாடப்பெற்ற பரணி நூல்களில் ஒன்றும் இப்பொழுது கிடைக்கவில்லை. முதற் குலோத்துங்க சோழனைத் தலைவனாக உடையதும் செயங்கொண்டாரால் இயற்றப்பெற்றதுமாகிய கலிங்கத்துப் பரணியே இப்பொழுது கிடைக்கும் பரணிகளுட் பழமையும் தலைமையும் உடையதாகும். மூவருலாக்களில் வரும் [2]சில கண்ணிகளால் குலோத்துங்கனுடைய முன்னோர்களாகிய சோழவரசர்களைச் சிறப்பிக்கும் பரணி நூல்கள் சில வழங்கியிருத்தல் கூடுமென்று தோற்றுகின்றது. எவ்வகைப் பிரபந்தமும் புலவர்களாற் பாடப்பெற்று வரவரச் செவ்விய அமைப்புற்றுத் திகழ்வது இயல்பு. கலிங்கத்துப் பரணியின் செப்பத்தைப் பார்க்கும்பொழுது அது பல புலவர்கள் பாடிய பரணிகளிற் பயின்றதனால் உண்டான பயனென்றே எண்ணவேண்டி யிருக்கின்றது.

கலிங்கத்துப் பரணிக்குப் பின்பு அக்கலிங்கப் போர்ச் செய்தியையே பாராட்டி முதற் குலோத்துங்கன் குமாரனாகிய விக்கிரம சோழனைப் பாட்டுடைத் தலைவனாகக் கொண்டு கவிச்சக்கரவர்த்தியாகிய ஒட்டக்கூத்தர் ஒரு பரணி பாடியுள்ளார். [3]தென்றமிழ்த் தெய்வப் பரணி என்று அவராலேயே அது சிறப்பிக்கப் பெறுகிறது. அந்நூல் இப்பொழுது கிடைக்கவில்லை. இவ்விரண்டும் அரசரைப் பாடியன. பின்னர், இரண்டாம் ராசராச சோழனைச் சார்த்துவகையாற் சிறப்பித்து, தக்கன் செய்த யாகத்தை வீரபத்திரர் அழித்த வெற்றியைப் பாராட்டி தக்கயாகப் பரணி என்னும் ஒரு நூல் அந்தக் கவிச்சக்கரவர்த்தியாலேயே பாடப் பெற்றது. இம்மூன்றும் தம்மை ஆதரித்த தலைவர்கள்பாலுள்ள செய்ந்நன்றியறிவு காரணமாகப் பாடப்பெற்றன.

பிற்காலத்தில், தத்தம் வழிபடு கடவுள்பாலுள்ள அன்பினாற் புலவர்கள் அவ்வத் தெய்வங்களின் மீது பிரபந்தங்களை இயற்றும்பொழுது பரணிப் பிரபந்தங்களையும் பாடினர். கஞ்சவதைப் பரணி, இரணியவதைப் பரணி, சூரன்வதைப் பரணி என்பன இவ்வகையைச் சார்ந்தவை. இவை பக்தி காரணமாக

---

1. "பொருநரும் ஏர்க்களம் பாடுநரும் போர்க்களம் பாடுநரும் பரணி பாடுநருமெனப் பலராம்". (தொல்.புறத்.சூ. 36, ந.)

2. "கூடல், சங்கமத்துக் கொள்ளுந் தனிப் பரணிக் கெண்ணிறந்த, துங்கமத யானை துணித்தோனும்" (விக்கிரம சோழனுலா), "கொலையானை, பப்பத் தொருபசிப் பேய் பற்ற வொருபரணி, கொப்பத் தொருகளிற்றாற் கொண்ட கோன் – ஒப்பொருவர், பாடலரிய பரணி பகட்டணிவீழ், கூடல சங்கமத்துக் கொண்ட கோன்" (இராசராச சோழனுலா)

3. "செருத்தந் தரித்துக் கலிங்கரோடத் – தென்றமிழ்த் தெய்வப் பரணி கொண்டு, வருத்தந் தவிர்த்துல காண்டபிரான் – மைந்தர்க்கு மைந்தனை வாழ்த்தினவே" (தக்கயாகப் பரணி, 776); 'இப்பரணி பாடினார் ஒட்டக்கூத்தரான கவிச்சக்கரவர்த்திகள். இப்பரணிப் பாட்டுண்டார் விக்கிரம சோழ தேவர்' ஷை, உரை.

எழுந்தவை. சிவபெருமானை வேண்டிக்கொள்ளும் கருத்தமைந்த சில தாழிசைகளின் தொகுதி பரணி யென்னும் பெயருடன் [1]பல தலங்களில் திருவந்திக் காப்புக் காலத்தில் உரியவர்களால் தொன்றுதொட்டு ஓதப்பட்டு வருகின்றது. அவை மேற்கூறிய பிரபந்தங்களைச் சார்ந்தனவல்ல. வேறு சிலர் தம் ஞானாசிரியர்களைப் பாராட்டிப் பரணிகளை இயற்றினர். அவ்வகையில் அஞ்ஞவதைப் பரணி, மோகவதைப் பரணி, பாசவதைப் பரணி என்பவை அடங்கும். இவை ஞானம் காரணமாக எழுந்தவை.

பரணிப் பிரபந்தம் ஏனைப் பிரபந்தங்களைப் போலப் பாட்டுடைத் தலைவன் பெயருடன் வழங்காமல் தோல்வி யுற்றோருடைய பெயருடன் சார்ந்தே வழங்கும்.

பரணிக்குரிய யாப்பு

இப்பிரபந்தம் கலித்தாழிசைகளாற் பாடப்பட வேண்டும். அம்மை முதலிய வனப்பு எட்டனுள் இது விருந் தென்பதன் பாற்படும்; புறத்திணைகளுள் பாடாண் திணையுள் அடங்கும். இது முழுவதும் தேவபாணி யென்பதும், இதன்கண் உள்ள தாழிசைகள் கொச்சக ஒருபோகின் வகையின வென்பதும் பின்வரும் தொல்காப்பிய உரைப் பகுதிகளால் விளங்கும்:

"தரவின்றாகித் தாழிசை பெற்றுமென்பது, தனக்கு இனமாகிய வண்ணகத்திற்கு ஓதிய தரவின்றித் தாழிசை பெற்றுமென்றவாறு, அவை பரணிப் பாட்டாகிய தேவபாணி முதலாயின எனக் கொள்க . . . .

"அஃதேல் இரண்டடியான் வருந் தாழிசை பேரெண்ணாகாவோ வெனின் அதுவன்றே முதற் றொடை பெருகினன்றி எண்ணென லாகாமையா னென்பது. இவை வருமாறு: 'உளையாழி யோரேழு மொருசெலுவி னடங்குதலான், விளையாட நீர்பெறா மீனுருவம் பரவுதுமே' என்றாற் போலப் பரணிச் செய்யுளுட் பயின்று வருமென்பது. . . . .

"மற்றுப் பரணியுட் புறத்திணை பலவும் விராய் வருதலின் அது தேவபாணியா மென்றது என்னையெனின், அவை யெல்லாம் காடுகெழு செல்விக்குப் பரணிநாட் கூழுந் துணங்கையும் கொடுத்து வழிபடுவதோர் வழக்குப் பற்றி, அதனுட் பாட்டுடைத் தலைவனைப் பெய்து சொல்லப்படுவன வாதலான் அவை யெல்லாவாற்றானுந் தேவபாணியே யாமென்பது".

(தொல். செய். சூ. 149, பேர்.)

"தாழிசைக் கொச்சகமாகிய பரணிச் செய்யுளும் தரவுக் கொச்சகமாகிய தொடர்நிலைச் செய்யுளும்"

(தொல். செய். சூ. 156, பேர்.)

பரணியில் வரும் தாழிசைகளில் சந்தமும் விரவிவரும்:

"பரணியு ளெல்லாம் இரண்டடியானே தாழம்பட்ட ஓசை விராய் வருதலும் முடுகி வருதலும் பெறுதும்"

(தொல். செய். சூ. 149, பேர்.)

என்பதனால் இது பெறப்படும்.

---

[1] தொட்டிக்கலை சுப்பிரமணிய முனிவரால் இயற்றப் பெற்ற 'கலைசைச் சிதம்பரேசுவரர் பரணி' முதலியன இவ்வகையைச் சார்ந்தவை. அப்பரணியிலுள்ள தாழிசைகளில் ஒன்று வருமாறு: "கவின்கைக் கமலங் குவித்துவிழி காவி மலர்த்தி வழிபார்க்கும், அவள்பாற் கலைசைச் சிதம்பரநல் அழகரேவந் தருளுமினோ".

பரணியின் உறுப்புக்கள்

பரணியின்கண், முதலிற் கடவுள் வாழ்த்துக் கூறப்படும். பின் கடைதிறப்பு என்பது சொல்லப்படும். நூலுட் கூறப்படும் வீரச் செயலைப் பாடுதற்குப் [1]பகைவர் நாட்டிலிருந்து கொணர்ந்த மகளிரையும் [2]வேறு மகளிரையும் வாயிற் கதவைத் திறந்து வரும் வண்ணம் அழைப்பதாக இப்பகுதி அமைக்கப்படும். இங்ஙனம் அழைக்குங் காலம் நூலுட் கூறப்படும் வீரச் செயல் நிகழ்ந்த காலத்தை அடுத்ததெனச் சிலர் கொள்வர்; [3]தக்கயாகப் பரணி முதலியவற்றில் உள்ள அமைப்பால், முன்னர் நடைபெற்ற வரலாற்றைப் பின்பு பாட அழைப்பதே மரபு என்று தெரியவருகின்றது; அன்றியும்,

தெரிக்குஞ் சீர்த்திச் சிவஞான தேசி கன்றாள் சிரத்தணிந்து
பரிக்கும் பாச வதைப்பரணி பாடக் கபாடந் திறமினோ

என்ற தாழிசையில் 'பாசவதைப் பரணி பாடக்' கடைதிறக்க வேண்டு மென்றிருப்பதை நோக்குகையில் கடைதிறப்பு, கடவுள் வாழ்த்தைப் போலப் புற உறுப்பென்பது பெறப்படுகிறது. கடைதிறப்பிற்குப் பின்வரும் காடுபாடியது என்னும் உறுப்பில் தேவியின் திருக்கோயி லமைந்துள்ளதும் பேய்களுக்கு வாழ்க்கை இடமும் ஆகிய புறங்காட்டைப் பற்றிய வருணனை காணப்படும். [4]காடுவாழ்த்து என்னும் புறத்துறையின் வகையாக இதனைச் சொல்லலாம். பின், பேய்களைப் பாடியது என்னும் உறுப்புக் காணப்படும்; இது கூளி நிலை யெனவும் வழங்கும்; இதன்கண் பேய்களின் இயல்பு கூறப்படும். பின்னர் வருவதாகிய கோயிலைப் பாடியது என்பதில் காளியின் திருக்கோயில் வருணனையும் தேவியைப் பாடியது என்னும் உறுப்பில் காளியின் திருமேனி, திருவருட் பெருமை முதலியனவும் சொல்லப்படும்; பின்னது காளிநிலை யெனவும் வழங்கும். பேய்முறைப்பாடு என்னும் உறுப்புப் பின் அமைக்கப்படும்; இதன்கண் பசியால் வருந்திய பேய்கள் தங்கள் பசிக்கொடுமை முதலியவற்றைக் காளியின்பால் முறையிடுதல் கூறப்படும். [5]போர்க்களத்தே யன்றிப் பிறவிடங்களில் உணவு முதலியன பெறுதல் கூடாதென்று வைரவக் கடவுளால் ஆனை இடப்பட்டிருத்தலின் பேய்கள் போரில்லாத காலத்திற் பசியால் வாடுமென்பர். அப்பசித் துன்பத்தையும் பிறவற்றையும் காளிக்குக் கூறும் வழக்கு,

துணங்கையஞ் செல்விக் கணங்குநொடித் தாங்கு (பெரும்பாண். 459)

---

1. "மீனம்புகு கொடிமீனவர் விழிஞம்புக வோடிக், கானம்புக வேளம்புகு மடவீர்கடை திறமின்", "அலைநாடிய புனனாடுடை யபயற்கிடு திறையா, மலைநாடியர் துளுநாடியர் மனையிற்கடை திறமின்", "மழலைத்திரு மொழியிற்சில வடுகுஞ்சில தமிழுங் குழறிதரு கருநாடியர் குறுகிக்கடை திறமின்" (கலிங்கத்துப் பரணி) என்பவற்றிற் பகைவர் நாட்டு மகளிர் கூறப்படுதல் காண்க.

2. தக்கயாகப் பரணி முதலியவற்றைப் பார்க்க.

3. தாழிசை, 44 – 7.

4. தொல். புறத். சூ.24.

5. "தற்பர வடுக னாணைத் தன்மையா லலகை யீட்டம், நற்புன னீழல் பெற்றும் நணுகருந் தன்மை யேபோல்" (கந்த. மேருப். 21.); "தெருள்சேர் முனிவ புனன்முதல தீண்டிப் பேயி னுடனடுங்க, ஒருவா துடற்றும் வயிரவன்ற னாணை யெனத்தாழ்ந் துரைத்ததுவே" (காசிகாண்டம். அலகைதேவனாகிய. 10.); "குருதி யீர்ம்புனல் கணங்களுக் களித்தனன் குடிப்புழிச் சிலவேனும், பருகு தற்குப்போ தாமைகண் டவனிமேற் பறந்தலைப் பெருவேந்தர், செருவி லேற்றுயிர் மடிந்தவர் விண்மிசை திகழவங் கவர்செந்நீர், இரண மண்டல வயிரவன் கணங்களுக் கினிதமைத் தருள்செய்தான்" (காஞ்சிப். வயிரலீசப். 37.)

பெருங்காட்டுக் கொற்றிக்குப் பேய்நொடித் தாங்கு (கலித். 89:8)

"அரற்ரென்பது அழுகை யன்றிப் பலவுஞ் சொல்லித் தன் குறை கூறுதல்; அது காடுகெழு செல்விக்குப் பேய் கூறும் அல்லல்போல வழக்கினுள்ளோர் கூறுவன"

(தொல்.மெய்ப்.சூ. 11, பேர்.)

என்பவற்றாலும் அறியப்படும். இவ்வுறுப்பின் இறுதியில் நூலுட் கூறப்படும் போருக்குச் சென்ற பேயொன்று வந்து மகிழ்ச்சியோடு யாவரையும் உணவுகொள்ள அழைப்பதும், காளி நடந்த வரலாற்றைக் கூறும்படி கட்டளையிடுவதும் காணப்படும். பின்பு அமையும் உறுப்பாகிய காளிக்குக் கூளிகூறியது என்பதில் போர்வரலாறும் வெற்றியும் சொல்லப்படும். அதன்பின் வரும் களங்காட்டலில் காளி போர்க்களஞ் சென்று பேய்களுக்கு அங்குள்ளவற்றைக் காட்டுதலும், கூழ் என்னும் உறுப்பில் பேய்கள் பரணிக் கூழ் சமைத்து இட்டு உண்டு வாழ்த்துதலும் அமைக்கப்படும். இவ்வுறுப்புக்கள் இங்கே கூறப்பட்ட முறையாக அன்றி முன்னும் பின்னும் பிறழ்ந்து அமைந்திருத்தலும் உண்டு. கூளி கூறியது என்னும் ஒன்றையன்றி ஏனையன எல்லாப் பரணிகட்கும் பொதுவாகிய உறுப்புக்களாகும்.

பாசவதைப் பரணி

பாசவதைப் பரணி யென்பது சிவஞானபாலைய தேசிகர் சார்ந்தார் பாசத்தைப் போக்கி சிவஞானம் அருளிய செயலை உருவக வகையில் அமைத்துப் பாசமன்னனொடு பொருது வென்றதாகப் பாடப்பெற்றது.

தேசம் பறித்த சிவஞான தேசி கன்பார் வந்தெமது
பாசம் பறித்த திறம்பாடப் பைம்பொற் கபாடந் திறமினோ (தாழிசை, 57)

என்பதில் இது குறிப்பிக்கப் பட்டிருக்கின்றது.

இந்நூல் பாசத்தைப் பாசமன்னனாகவும் புல்லறிவைத் துன்மதி யென்னும் மந்திரியாகவும், காமம், கோபம், உலோபம், மோகம், அகங்காரம், மாற்சரியம் என்னும் உட்பகை ஆறையும் பாசமன்னன் படைத் தலைவர்களாகவும், ஞானத்தைச் சிவஞான தேசிகருடைய தண்ட நாயகராகவும், நிருபகம், பொறை, சந்தோட, விவகார பராமுகம், சாந்தம், சீலம் முதலியவற்றை அந்தத் தண்ட நாயகருக்கு அடங்கிய படைத் தலைவர்களாகவும், ஞானத்தால் பாசம் நீங்கியதை ஞான விநோதன் சேனைகளால் பாசமன்னன் அழிந்ததாகவும் உருவகம் செய்து அதற்கேற்ப வரலாற்றைத் தொடர்புபடுத்தி அமைக்கப்பட்டுள்ளது. இங்ஙனம் குணங்களை உருவகஞ் செய்தல் வடமொழியிலும் உண்டென்பதைப் பிரபோத சந்திரோதயம் முதலிய நூல்களால் அறியலாம்;

"அழுக்கா றெனஒரு பாவி", "இன்மை யெனஒரு பாவி", "நாணென்னு நல்லாள்" எனத் திருக்குறளிலும் குணங்களை உருவகப்படுத்தி யிருத்தல் காண்க.

புறப்பகையை வெல்லுதலிலும் அகப்பகையை வெல்லுதல் அரிது. அப்பகையை வென்று ஞானமுடி சூடுதல் சிறப்புடையது; அச்செயல் உயர்ந்த வீரமாகவே கருதப்படும்;

ஐம்புலனும் வென்றான்றன் வீரமே வீரம்

என்னும் பழைய பாடல் இதனை வலியுறுத்தும். ஆதலின் வீரத்தைப் பாராட்டும்

பரணிப் பிரபந்தங்கள் ஞானத்தின் வெற்றியையும் பாராட்டுதல் பொருத்த முடையதே யாகும்.

பாசவதைப் பரணி, காப்பை முதலிற் பெற்றுக் கடவுள் வாழ்த்து முதலிய பத்து உறுப்புக்களையும் 737 தாழிசைகளையும் உடையது.

இந்நூலிற் சொல்லப்படும் சிவஞான தேசிகர் என்பவர் அம்மவை யம்மையா ரென்பவரின் திருப்புதல்வராக அவதரித்து மயிலத்தில் எழுந்தருளியிருந்தவரும், முருகக் கடவுள் திருவருள் பெற்றவருமாகிய பாலசித்த ரென்னும் சித்த புருஷர்பால் ஞானோபதேசம் பெற்று, அவரது கட்டளையின்படியே பொம்மைய பாளையமென வழங்கும் பொம்மபுரத்தில் வீரசைவ ஞானாசிரியராக எழுந்தருளி இருந்தவர். அவருக்குரிய மடங்கள் பொம்மபுரம், மயிலம், காஞ்சீபுரம், செய்யூர், சிதம்பரம் என்னும் இடங்களில் உள்ளன.

இந்நூலுள் அவர் அம்மவைக்குப் புதல்வராக அவதரித்தமை 220-21 ஆம் தாழிசைகளிலிலும், அவருக்குரிய பொம்மபுரம் முதலியன காப்பிலும், 16-7, 300, 736ஆம் தாழிசைகளிலிலும் அவர் வீரசைவமத ஆசிரிய ரென்பது 737ஆம் தாழிசையிலும் சொல்லப்பட்டுள்ளன.

சிவஞானபாலைய தேசிக ரெனவும் அவர் வழங்கப் பெறுவர்; அவர் மீது துறைமங்கலம் சிவப்பிரகாச ஸ்வாமிகள் பாடிய தாலாட்டு, நெஞ்சு விடுதூது, பிள்ளைத் தமிழ், திருப்பள்ளி யெழுச்சி, கலம்பகம் ஆகிய பிரபந்தங்கள் உண்டு.

இந் நூலில் கடவுள் வாழ்த்தில் நிட்கள சிவம், சகள சிவம், திருமால், பிரமதேவர், விநாயகர், முருகக் கடவுள், சூரிய னென்பவர்கள் வாழ்த்தப்படுகின்றனர்.

கடைதிறப்பில், பலவகையான ஞானபக்குவிகள் மகளிராகச் சொல்லப்படுகின்றார்கள். ஏனைப் பரணி நூல்களில் பல நாட்டு மகளிரைக் கடைதிறக்கும்படி கூறும் மரபைத் தழுவி இப்பகுதியில் சில நாட்டின் பெயர்கள் தொனிக்கும்படி ஆசிரியர் அமைத்திருக்கின்றனர்; அங்கம், வங்கம், கொல்லம், சிந்து, சோனகம், சாவகம், கன்னட மென்னும் நாட்டின் பெயர்கள் அவ்வகையில் அமைந்துள்ளன. மகளிர் இயல்புக்கும் ஞான அநுபவிகள் இயல்புக்கும் ஒப்புமை அமையும்படி சிலேடையாகச் சில தாழிசைகள் இப்பகுதியில் உள்ளன.

காடு பாடியதில் அஞ்ஞானிகள் வாழும் இடமே சுடுகாடாகவும், அவர்களே விலங்குகளாகவும், கோபம் முதலியன முள் முதலியனவாக வும் சொல்லப்படுகின்றன.

பேய்களைப் பாடியதில், அறிவற்றவர்கள் பேய்களாகச் சொல்லப் படுகின்றனர். பலவைச் சமயக் கொள்கைகள் இதிற் காணப்படும். உலகத்தில் உள்ள பலவகை வஞ்சகச் செயல்களை மிக அழகாக ஆசிரியர் இதில் அமைத்திருக்கின்றனர்.

கோயிலைப் பாடியதில், தேவியின் கோயிலுள்ள சோலை, திருக்கோயில் முதலியவற்றின் பெருமை காணப்படும்.

தேவியைப் பாடியதில், தேவியின் பெருமையும் அவள் பரிசனத்தின் இயல்பும் காணப்படுகின்றன. ஞானநிலையை உடையவர்களே இடாகினி முதலிய பரிசனங்களாக அமைக்கப் படுகின்றனர். இப்பகுதியால் ஞானியர்களுடைய நிலை நன்றாகத் தெரியவருகின்றது.

கலிங்கத்துப் பரணி முதலிய பரணிகள் சிலவற்றில் 'இந்திரசாலம்' என்னும் ஒரு பகுதி சொல்லப்படுவதுண்டு. அதனைப் பேய் முறைப்பாட்டின் தொடக்கத்தில்,

> இறப்பதும் பிறப்புமாய இந்த்ரசால வித்தையைச்
> சிறப்பொடுங் குறிக்கொளென்று தேவிமுன்பு காட்டியே

என்னும் தாழிசையில் ஆசிரியர் அடக்கியுள்ளார்.

கூளி கூறியதில், பாசமன்னனை ஞானவிநோதர் வென்ற வரலாறு சொல்லப்படுகிறது. அதன் சுருக்கம் வருமாறு:

சங்கற்பமாகிய மதில் முதலியவைகளாற் சூழப்பெற்ற மாயாபுரத்தில் பாசனென்றும் அஞ்சனென்றும் வழங்கப்படும் மன்னன் ஒருவன் பலவகைத் தீய குணங்களுக்கு இருப்பிடமாகித் துன்மதி யென்பவனை மந்திரியாகக் கொண்டு நீதியற்ற அரசாட்சியை நடத்திவந்தான். அந்தப் பாசமன்னனது பழிமாசு உலகெலாம் படர்ந்து மூடும் தன்மையைச் சிவபெருமான் அறிந்து சிவஞான தேசிகராக மயிலத்தில் அவதரித்து ஞானக்கோலம் பூண்டு ஞான முடிசூடி யோகாசனத்தில் வீற்றிருந்தருளினார்.

இங்ஙனம் அவர் வீற்றிருந்த பொழுது பாசமன்னனுடைய ஒற்றர்கள் அவன்பால் ஓடிச்சென்று அவர் அவதரித்த செய்தியைக் கூறினர். அதனைக் கேட்டும் பிறரால் அறிந்தும் பாசமன்னன் துன்மதி யென்னும் மந்திரியோடு ஆலோசித்துச் சிவஞான தேசிகரோடு பொருவதற்கு எண்ணும் பொழுது, அவனுடைய படைத் தலைவர்களுள் ஒருவனாகிய காமன் எழுந்து தன்னுடைய பெருவீரத்தை எடுத்துக் கூறினான்; பின்பு கோபன் தனது வெற்றிச் சிறப்பைக் கூறினான். கேட்ட பாசமன்னன், "கோபன் காமனைப் போன்ற வண்மையுடையவனே" என்று பாராட்டினான். 'காமனைப் போன்றவன்' என்று கூறியதனால் நாணமடைந்த கோபன் மீண்டும் தான் காமனாலும் செய்ய முடியாத பல செயல்களைச் செய்ததாகத் தெரிவித்தான். பிறகு உலோபன், மோகன், அகங்காரன், மற்சரன் என்பவர்கள் தத்தம் பெருமைகளையும் வலியையும் எடுத்து உரைத்தனர். உடனே துன்மதி மந்திரி, "நம்முடைய படையின் ஊக்கத்தை எவர் உரைக்க வல்லார்?" எனப் பாராட்டினான். பாசமன்னன் தருக்குடன் இருந்தான்.

அம்மன்னன் அங்ஙனம் இருக்க, அவனால் விளையும் துன்பங்களை சிவஞான தேசிகரிடம் அவருடைய தண்ட நாயகராகிய ஞானவிநோதர் போய்த் தெரிவித்தார். கேட்ட சிவஞான தேசிகர் பாசமன்னனோடு பொருது வெல்லும்படி ஞானவிநோதருக்குக் கட்டளையிட்டு அவரை விடுத்தார்.

பலவகை ஞானபக்குவங்கள் பூண்டவர்களை யெல்லாம் துணைக்கொண்டு ஞானவிநோதர் போருக்குப் புறப்பட்டனர். அப்பொழுது, அவர் தம்முடைய படைத் தலைவர்களை நோக்கி, "நீங்கள் எந்த முறையை மேற்கொண்டு பாசமன்னன் படையினை அழிப்பீர்?" என்று வினவ அவர்களில் நிருபகன் காமனையும், பொறையன் கோபனையும், சந்தோடன் உலோபனையும், விவகார பராமுகன் மோகனையும், சாந்தன் அகங்காரனையும், அமுதசீலன் மற்சரனையும் அழிப்பதாகத் தத்தம் ஆற்றலை எடுத்துச் சொன்னார்கள்.

ஞானவிநோதருடைய படை போருக்கு எழுந்ததைப் பாசமன்னனுடைய வாயில்காவலர் அறிவிக்க அறிந்த அவன் படைவீரர்களிற் பலர் தங்கள் அரசன்

அழிவானென்று அஞ்சினர்; பின்பு அவர்கள் அச்செய்தியை அவனுக்கு அறிவித்தனர். அவன் மிக்க தருக்குடன், "எதிர்த்து வந்தவரை வெல்லாமல் நான் மீண்டால் என்னை அஞ்ஞனென்று சொல்லாமல் வேறு பெயரிட்டு அழையுங்கள்" என்று வஞ்சினங் கூறிப் போர்புரியும்படி தன் படையை ஏவினன். போருக்கு அஞ்சி அப்படையிற் பலர் ஓடி மறைந்தனர். அப்பொழுது ஞானவிநோதர், ஓடாமல் எஞ்சி நின்றவர்களை மாய்க்கும்படி தம் படைவீரர்களுக்கு கட்டளையிட அவர்கள் அவரை நோக்கி, "நம்மவ ரென்றும் பகைஞ ரென்றும் வேறுபாடு காண்பது எவ்வாறு?" என வினவினர். அதனைக் கேட்ட ஞானவிநோதர் தம்மவர்களாகிய உண்மை ஞானியர் இயல்புகளை எடுத்துக் கூறி அவருக்கும் அஞ்ஞன்படை வீரராகிய அஞ்ஞானியருக்கும் பலவகையிற் ஒப்புமை இருப்பது போலத் தோற்றினும், அவர்களிடையே உள்ள வேற்றுமைகள் இத்தகையன வென்று அறிவுறுத்தினர்.

பின்னர் போர் மூண்டது; காமன் முதலியோர் நிருபகன் முதலியவர்களால் அழிக்கப்பட்டனர். பாசமன்னன் ஒருவனையன்றி ஏனையோ ரெல்லாம் மாய்ந்த பின்பு அவனை நோக்கி ஞானவிநோதர் படையிலுள்ள ஞானவீரர்கள், "ஞானவிநோதரை வணங்கு" என்று சொல்ல, அவன் அப்பொழுதும் பணியாமல் நின்றான்.

அப்பொழுது சிவஞான தேசிகருடைய பெருமையை அவனுக்கு ஞானவீரர்கள் எடுத்துக் கூறினார்கள். அதனைக் கேட்ட பாசன் மிகச் சீறி, "ஞானவிநோதன் என் முன் வந்தால் அப்பொழுது நான் காட்டும் வீரத்தைப் பாருங்கள்" என்று கூறினான்.

அச்சொற்களைச் செவியேற்ற ஞானவிநோதர் அவன் முன்பு வந்து அவன் தலையின்மீது தம் திருவடியை வைத்தனர். உடனே பாசன் தன் பழையநிலை மாறி ஞானரூபம் பெற்றனன். அவனுடைய படைகளும் ஞானநிலையை அடைந்தன. அதனை அறிந்த யாவரும் ஞானவிநோதரைப் புகழ்ந்தனர்.

பின்பு ஞானவிநோதர் சிவஞான தேசிகர்பாற் சென்று பணிய, தேசிகர் அவருக்கு முடிசூட்டி, "ஞானசக்கரத்தை நீ செலுத்துவாயாக" என்று அருளினார். அவ்வாறே அவர் ஞான அரசாட்சியை நடத்தி வந்தார்; அவர் ஆட்சியில் யாவரும் இன்பத்தைப் பெற்று வாழ்ந்தனர்.

இப்பகுதியில் உண்மை ஞானிகளுடைய இயல்புகளும் அறிவற்றவர்களுடைய இயல்புகளும் அங்கங்கே மிக அழகாகச் சொல்லப் படுகின்றன. காமன் முதலியவர்கள் கூற்றுக்களில் புராண இதிகாசங்களிலுள்ள செய்திகள் காணப்படுகின்றன. இருவகைப் படைவீரர்களுடைய கூற்றுக்களிலும், திருக்குறளிலுள்ள கருத்துக்களும் சொற்றொடர்களும் அமைந்திருக்கின்றன. இடையிடையே மடக்குக்கள் உள்ளன.

கூளி கூறியதற்குப் பின்பு உள்ள களங்காட்ட லென்னும் பகுதியில் தேவி மோகினிகளுடன் களஞ்சென்று அஞ்ஞானிகள் ஞானம்பெற்ற வரலாற்றைக் கூறி அவர்களைக் காட்டுதல் சொல்லப்படுகிறது.

கூழென்னும் பகுதியில் சாந்தி முதலிய மோகினிகள் கூழ் சமைத்துத் தேவிக்குப் படைத்துத் தாமும் உண்டு அங்கே உணவுபெற வந்திருக்கும் பலபேய்களுக்கு இடுதலும் அவை உண்டு ஞானவிநோதரையும் பிறரையும் வாழ்த்துதலும் காணப்படும். பலசமயத்தினர் கொள்கைகள் இப்பகுதியால் தெரியவருகின்றன.

இந் நூலமைப்பு, அஞ்ஞவதைப் பரணி, மோகவதைப் பரணி, தமிழ்ப் பிரபோத சந்திரோதயம் என்பவற்றைப் பின்பற்றியதாகக் காணப்படுகின்றது. அவற்றுள்ளும் அஞ்ஞவதைப் பரணியிலுள்ள சொல்லும் பொருளும் பெரும்பாலும் அப்படி அப்படியே இதில் எடுத்தாளப்பட்டுள்ளன. இவற்றை நோக்கும் பொழுது,

முன்னோர் மொழிபொருளே யன்றி யவர்மொழியும்
பொன்னேபோற் போற்றுவம் என்பதற்கும் – முன்னோரின்
வேறுநூல் செய்துமெனும் மேற்கோளில் என்பதற்கும்
கூறுபழஞ் சூத்திரத்தின் கோள்

என்னும் பழைய இலக்கணத்தை மேற்கொண்டவர்களில் இந்நூலாசிரியரினும் சிறந்தவர் வேறொருவரிரா ரென்று தோற்றுகிறது.

இந்நூலாசிரியர் இலக்கண விளக்கம் இயற்றியவரும் திருவாரூரில் திருக்கூட்டத்தில் தமிழுக்கு இலக்காய் விளங்கியவருமான ஸ்ரீ வைத்தியநாத தேசிகரென்றும் இதனை இயற்றியதற்காக அவர் சில மானியங்களைப் பெற்றன ரென்றுங் கூறுவர். இந்த விவரம் எனக்குக் கிடைத்த கையெழுத்துப் பிரதிகளாலும் வேறுவகையாலுந் தெரியாமையால் இதைப் பற்றி நான் ஒன்றும் நிச்சயமாகச் சொல்ல முடியவில்லை.

இந்நூலிலுள்ள சுவையுள்ள பகுதிகள் வருமாறு:

தாழிசை, *3-16, 81-5, 108-138, 163, 183-200, 255, 282-95, 346-447, 469, 475-540, 571-89, 629-37, 642-52, 657-63, 670-76.*

இற்றைக்குச் சற்றேறக்குறைய முப்பது வருஷங்களுக்கு முன்பு இந்நூலெழுதிய ஏட்டுச் சுவடி யொன்று திரிசிரபுரத்தில் தென்னிந்திய ரெயில்வேயில் பெரிய உத்தியோகத்தி லிருந்த ஸ்ரீமான் காஞ்சீபுரம் கங்காதர முதலியா ரவர்களிடமிருந்து எனக்குக் கிடைத்தது. அப்பிரதியின் இறுதியில் பின்வருவன எழுதப்பட்டிருந்தன:

“நன்றாக, குருவாழ்க, குருவே துணை. சிவஞான தேசிகனார் திருவடிகளே சரணம். வெற்றிவே லுற்ற துணை. திருச்சிற்றம்பலம். சாலிவாகன சகாப்தம் ௲௭௱௪௰௪ (1744)க்கு மேலே செல்லாநின்ற சுபானு ஷு பங்குனி மீ ௨ ஆதிவாரம் சதுர்த்தசி திதி பதினெட்டரை, பூர நட்சத்திரம் ௪ ௲; இந்த சுபதினத்தில் சற்குரு சிவலிங்க தேசிகேந்திர சுவாமியாருடைய கிருபா கடாக்ஷத்தினாலே காஞ்சீபுரம் பிள்ளைபாளையம் கிருஷ்ணாரராயர் தெருவிலிருக்கும் குருசாந்தையர் மடம் ஏகாம்பர அய்யர் பேரனாகிய அண்ணாமலை பாசவதைப் பரணி எழுதி நிறைவேறினது முற்றும்; அண்ணாமலை சொஸ்தலிகிதம், சிவமயம்”.

வேறிடங்களி லிருந்து இந்நூலின் வேறு இரண்டு ஏட்டுப் பிரதிகள் கிடைத்தன. அவற்றை வைத்துக்கொண்டு ஆராய்ந்து இந்நூலின் நயத்தை யறிந்து, இன்றியமையாத இடங்களில் சுருக்கமாகக் குறிப்புரை எழுதி இப்பொழுது வெளியிடலானேன்.

இதனைக் கலைமகள் பத்திரிகையில் வெளியிடுதற்குக் காரணமாக இருந்த அப்பத்திரிகையின் அதிபர் ஸ்ரீமான் ஆர். நாராயணசாமி ஐயரவர்களுக்கும் பத்திரிகாசிரியர்களுக்கும் என்னுடைய நன்றி உரியதாகும்.

இதனை ஆராயுங் காலத்தும் பதிப்பிக்கும் காலத்தும் உடனிருந்து உதவி செய்தவர்களாகிய, சென்னைக் கிறிஸ்டியன் காலேஜ் தமிழ்ப் பண்டிதர் சிரஞ்சீவி வித்துவான் வி. மு. சுப்பிரமணிய ஐயருக்கும், கலைமகள் உதவிப் பத்திரிகாசிரியர் சிரஞ்சீவி வித்துவான் கி.வா. ஜகந்நாத ஐயருக்கும் கலைமகளின் திருவருள் மேன்மேலும் பெருகுக.

இங்ஙனம்,
வே. சாமிநாதையர்

"தியாகராஜ விலாஸம்"
திருவேட்டீசுவரன் பேட்டை
15-12-33

உ
கணபதி துணை

யாழ்ப்பாணம் கொழும்புத்துறை
இலந்தைநகர்

ஸ்ரீதண்டபாணி விருத்தம்*

ஸ்ரீ முத்துக்குமாரர் ஊசல் முதலியன

இவை
ஷ கொழும்புத்துறை
ம-ா-ா-ஸ்ரீ தி. குமாரசாமிச் செட்டியாரவர்கள்
விரும்பிய வண்ணம்
கும்பகோணம் காலெஜ் தமிழ்ப்பண்டிதராகிய
உத்தமதானபுரம்

சாமிநாதையரால்

இயற்றப்பட்டு

கும்பகோணம்
லார்ட் ரிப்பன் அச்சுக்கூடத்தில்
பதிப்பிக்கப்பட்டன.

1891

* முகவுரை இல்லை

உ

கணபதிதுணை.

யாழ்ப்பாணம் கொழும்புத்துறை

இலந்தைநகர்

ஸ்ரீ தண்டபாணி விருத்தம்

ஸ்ரீ முத்துக்குமாரர்ஊசல்முதலியன.

இவை

ஷை கொழும்புத்துறை

ம-ா-ா-ஸ்ரீ

நி. குமாரசாமிச் செட்டியாரவர்கள்

விரும்பிய வண்ணம்,

கும்பகோணம் காலேஜ் தமிழ்ப்பண்டிதராகிய

உத்தமதானபுரம்

சாமிநாதையரால்

இயற்றப்பட்டு,

கும்பகோணம்

லார்ட் ரிப்பன் அச்சுக்கூடத்தில்

பதிப்பிக்கப்பட்டன.

1891.

உ
கணபதி துணை

தொட்டிக்கலை
ஸ்ரீ சுப்பிரமணியமுனிவர்
இயற்றிய

திருத்தணிகைத் திருவிருத்தம்

இஃது
உத்தமதானபுரம்

வே. சாமிநாதையரால்

பரிசோதிக்கப்பெற்றது.

செந்தமிழ்ப் பிரசுரம்-உசு

மதுரை
தமிழ்ச்சங்கமுத்திராசாலையிற்
பதிப்பிக்கப்பெற்றது.

1914

இதன் விலை அணா 1

உ

கணபதிதுணை

தொட்டிக்கலை

ஸ்ரீ சுப்பிரமணியமுனிவர்

இயற்றிய

திருத்தணிகைத் திருவிருத்தம்.

இஃது,

உத்தமதானபுரம்

வே. சாமிநாதையரால்

பரிசோதிக்கப்பெற்றது.

செந்தமிழ்ப்பிரசுரம் - ௨௯.

மதுரை:

தமிழ்ச்சங்கமுத்திராசாலையிற்

பதிப்பிக்கப்பெற்றது.

1914.

இதன் விலை அணா 1.

உ
கணபதி துணை

முகவுரை

இற்றைக்கு கககரு-வருஷங்களுக்கு முன்பிருந்தவரும் திருவாவடுதுறை ஆதீனத்து ஸ்ரீ சிவஞான யோகிகளுடைய அருமை மாணாக்கர்கள் பன்னிருவருள் ஒருவரும் மதுரகவி யென்று சிறப்புப் பெயர் பெற்றவரும் இயற்றமிழ் இசைத்தமிழ் நூல்களில் மிக்க பயிற்சி யுடையவரும் திருவாவடுதுறைக் கோவை முதலிய நூல்கள் இயற்றியவரும் முருகக் கடவுளுடைய திருவடிக்கண் மெய்யன்புபூண்டு ஒழுகியவரும் ஷை ஆதீன வித்துவானுமாகிய தொட்டிக்கலை ஸ்ரீசுப்பிரமணிய முனிவரால் இந்நூல் இயற்றப்பெற்றது. மிக்க நோயால் வருந்தித் தம்மைச் சரணடைந்த ஒருவருடைய வேண்டுகோளின்படி, திருத்தணிகை முருகக் கடவுளைத் தியானித்து நாள்தோறும் அவர் பாராயணஞ் செய்து வரும்பொருட்டு இவரால் இயற்றப்பெற்ற தென்பதும் அங்ஙனமே நியமத்துடன் பாராயணஞ் செய்து வந்தமையின், நோய் நீங்கப்பெற்று அவர் இன்புற்று வாழ்ந்திருந்தன ரென்பதும் கர்ணபரம்பரைச் செய்திகள். அவர் முதலில் நோயால் வருந்தினமை இந்நூல் சு-ம் திருவிருத்தம் முதலியவற்றால் நன்கு விளங்கும். முருகக் கடவுளுடைய மெய்யன்பர்களால் இன்றும் அவ்வாறே பாராயணஞ் செய்யப்பெற்று வருகின்றமையாலும் ‘செந்தமிழ்’ வாயிலாக வெளிப்படுத்த வேண்டுமென்று சில நண்பர்கள் தூண்டினமையாலும் செந்தமிழ்ப் பரமாசாரியராக விளங்கும் ஸ்ரீ முருகக் கடவுளுடைய அருமைத் துதியாகிய இந்நூல் இப்போது வெளிப்படுத்தலாயிற்று.

இந்நூலாசிரியருடைய சரித்திரம் திருவாவடுதுறைக் கோவை அச்சுப் புத்தகத்தால் விளங்கும்.

இங்ஙனம்,
வே. சாமிநாதையன்

உ
கணபதி துணை

காஞ்சீபுரம் மகாவித்வான்
சபாபதி முதலியார் இயற்றிய

திருக்கழுக்குன்றச் சிலேடை வெண்பா

இது
சென்னை
மகாமகோபாத்தியாய தாக்ஷிணாத்யகலாநிதி
டாக்டர் உ.வே. சாமிநாதையரால்
பரிசோதிக்கப்பெற்று
நூதனமாக எழுதிய குறிப்புரை முதலியவற்றுடன்

பலவான்குடி
சிவநேசன் அச்சியந்திரசாலையிற்
பதிப்பிக்கப்பெற்றது

ஸ்ரீமுக ஹூ ஐப்பசி மீ

1933

Copyright Registered]

 [விலை அணா 4

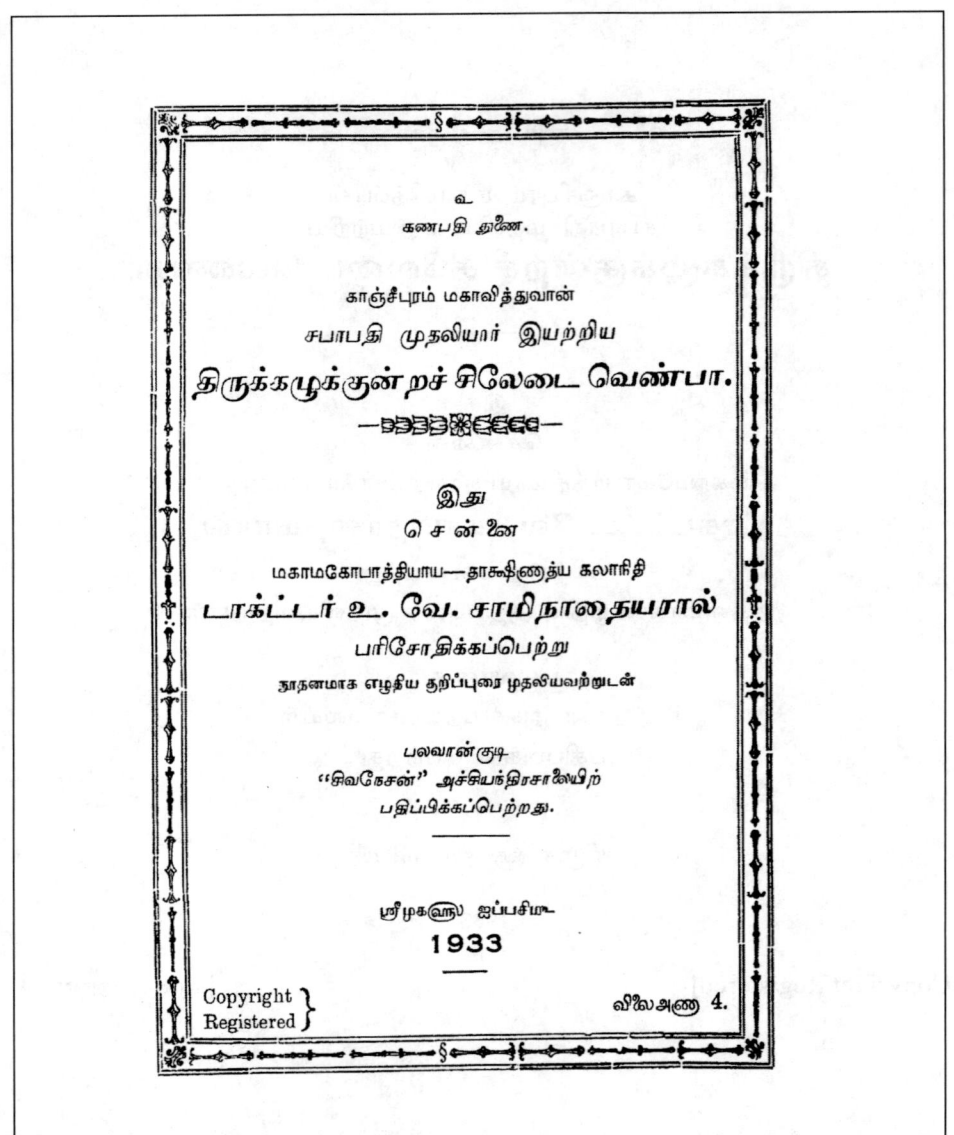

உ

கணபதி துணை.

காஞ்சீபுரம் மகாவித்துவான்

சபாபதி முதலியார் இயற்றிய

திருக்கழுக்குன்றச் சிலேடை வெண்பா.

இது

சென்னை

மகாமகோபாத்தியாய—தாக்ஷிணாத்ய கலாநிதி

டாக்டர் உ. வே. சாமிநாதையரால்

பரிசோதிக்கப்பெற்று

நூதனமாக எழுதிய குறிப்புரை முதலியவற்றுடன்

பலவான்குடி

"சிவநேசன்" அச்சியந்திரசாலையிற்

பதிப்பிக்கப்பெற்றது.

ஸ்ரீமுக௵ ஐப்பசி௴

1933

Copyright Registered

விலை அணா 4.

உ

கணபதி துணை

முகவுரை

திருவாசகம்

திருச்சிற்றம்பலம்

பூணொ ணாததொ ரன்பு பூண்டு பொருந்தி நாடொறும் போற்றவும்
நாணொ ணாததோர் நாண மெய்தி நடுக்க டலுள ழுந்திநான்
பேணொ ணாதபெருந்து றைப்பெருந் தோணி பற்றி யுகைத்தலும்
காணொ ணாத்திருக் கோலநீ வந்து காட்டி னாய்கழுக் குன்றிலே.

திருச்சிற்றம்பலம்

தமிழ்ப் பிரபந்தங்களுள் வெண்பாவா லமைந்த நூல்கள் பல. பாட்டுடைத் தலைவருடைய நாடு முதலிய பத்து அங்கங்களைச் சிறப்பித்து வெண்பாவாற் பாடப்படுவனவாகத் தசாங்கம், சின்னப்பூ என்னும் இரண்டு பிரபந்தங்கள் உண்டு. அவ்வங்கங்களுள் ஏதேனும் ஒன்றனைத் தனியே சிறப்பித்து நூறு வெண்பாக்களாற் பாடுவதும் மரபு. அவை அவ்வப் பெயராலேயே வழங்கும். ஊரைச் சிறப்பித்துப் பாடுவது 'ஊர்வெண்பா' எனப்படும். தலைவர்களுடைய ஊர்களைச் சிறப்பித்துப் பாடப்பெற்ற பழைய தனிச் செய்யுட்கள் பல உண்டு. கலம்பகத்திற்கு உறுப்பாகவும் அத்தகைய செய்யுள் வரும்.

பிற்காலத்தில் தலங்களைச் சிறப்பித்துப் பாடிய வித்துவான்கள் பலர் தாம் நூல்செய்யப் புகும் தலத்தின் பெயரை இரண்டாமடி மூன்றாஞ் சீரில் வைத்து முன் இரண்டடிகளிற் சிலேடையையும் பின் னிரண்டடிகளிற் திரிபையேனும் மடக்கையேனும் அமைத்து இயற்றிய பிரபந்தங்கள் பல. அவை ஊர்வெண்பாக்களேயாம். முதல் ஐம்பது பாடல்கள் சிலேடையின்றியும் பின் ஐம்பது சிலேடையுடனும் அமைந்துள்ள நூல்கள் சில. இவ்வகையிற் பின்னும் வேறுபாடுள்ள நூல்கள் பல உண்டு.

திருக்கழுக்குன்றச் சிலேடை வெண்பா என்பது காஞ்சீபுரம் மஹாவித்துவான் சபாபதி முதலியார் திருக்கழுக்குன்றத்தைச் சிறப்பித்துப் பாடிய பிரபந்தமாகும்.

திருக்கழுக்குன்ற மென்பது தொண்டை நாட்டிலுள்ள தேவாரம் பெற்ற தலங்கள் முப்பத்தி ரண்டனுள் ஒன்று. சைவசமயாசாரியர்கள் நால்வராலும் பாடப்பெற்ற திருப்பதிகங்களை உடையது. அந்தகக்கவி வீரராகவ முதலியா ரென்னும் கவிஞர் கோமானால் தமிழ்க் காப்பிய இலக்கண மமைந்து சொற்சுவை பொருட்சுவை மலிந்து விளங்கும்படி இயற்றப்பெற்ற புராணமொன்று இதற்கு

உண்டு. அவராலும் பிற கவிஞர்களாலும் இயற்றப்பெற்ற பிரபந்தங்கள் சில இத்தல விஷயமாக உள்ளன. பல புலவர்களாற் பல சமயங்களிற் பாடப்பெற்ற தனிப்பாடல்களும் பல உண்டு. இந்தத் தலத்தின் பெருமை மகாபுராணங்களிலும் பிற தலபுராணங்கள் பலவற்றிலும் வேறு பல நூல்களிலும் இடையிடையே காணப்படும்.

இன்றும் சம்பு ஆதி என்னும் பெயருடைய முனிவ ரிருவர் கழுகு வடிவமாக நாடோறும் வந்து தரிசித்துப் பிரசாதம் உண்டு தெய்வ நம்பிக்கை யற்றவர்கட்கும் தெய்வ பக்தியை உண்டாக்கும் அருமைத் திருக்காட்சியினால் உலகமெல்லாம் புகழப்பெறுவதும், அந்த மகிமையினால் பட்சி தீர்த்தம் என்று வழங்கப் பெறுவதும், பிரபல யாத்திரை ஸ்தலங்களுள் ஒன்றாக விளங்குவதும் கிரிப் பிரதட்சிணம் செய்வதனால் தீராப் பிணிகளெல்லாம் தீரச் செய்யும் அற்புதம் வாய்ந்திருப்பதும் யாவரும் அறிந்தனவே. இத்தலத்தில் மாணிக்கவாசகருக்குச் சிவபெருமான் குருதரிசனம் காட்டியருளினார். நந்திதேவர், இந்திரன் முதலியோர் வழிபட்டுப் பேறுபெற்றனர். இத்தலத்தில் எழுந்தருளியுள்ள விநாயகர் திருநாமம் வண்டுவனப் பிள்ளையா ரென்பது. சிவபெருமான் திருநாமம் வேதகிரீச ரென்பது. அம்பிகையின் திருநாமம் பெண்ணினல்லா ளென்பது. நான்கு வேதங்களும் நான்கு மலை வடிவமாக இருத்தலால் இத்தலம் வேதகிரி யெனவும் வழங்கப்பெறும். இங்ஙனம் ஒவ்வொரு காரணத்தால் இதற்கமைந்த நாமங்கள் பல. இங்கே சங்கதீர்த்தம் முதலிய பல தீர்த்தங்கள் உண்டு.

இந்நூல் திருக்கழுக்குன்றத்து வெண்பா மாலை (காப்பு), கழுக்குன்ற மாலை யெனவும் வழங்கும்.

காப்புச் செய்யுட்கள் இரண்டும், வாழ்த்துச் செய்யுள் ஒன்றும் முன்பு அமையப் பின் சிலேடையின்றி ஐம்பது செய்யுட்களும் அவற்றின்பின் சிலேடையாக ஐம்பதும் இதில் உள்ளன. *51, 53* முதல் *89* ஆம் செய்யுட்களில் இருபொருட் சிலேடையும், *52, 90* முதல் *95* ஆம் செய்யுட்களில் முப்பொருட் சிலேடையும், *96* முதல் *100* ஆம் செய்யுட்களில் நாற்பொருட் சிலேடையும் அமைந்துள்ளன. செம்மொழிச் சிலேடை, பிரிமொழிச் சிலேடை என்னும் இரண்டு வகையும் இதில் விரவி வந்துள்ளன. பின் அடியிரண்டும் மடக்காக உள்ள செய்யுட்கள்: *17, 19.* முன் அடியிரண்டும் பின் அடியிரண்டும் மடக்காக உள்ளவை: *45 — 9.* ஏனையவை பின்னிரண்டடிகளும் திரிபாக உள்ளவை.

இந்நூலின் ஆசிரியரான கா. சபாபதி முதலியார் காஞ்சீபுரத்திற் பிறந்தவர். அந்த ஊரிலிருந்த தமிழ்வித்துவான்க ளிடத்திலும் பின் திருவாரூர் சென்று அங்கேயிருந்த சைவப் பெரியா ரொருவரிடத்தும் தமிழ் இலக்கண இலக்கியங்களை முறையே அவர் கற்றார். பின்பு சென்னையிலும் சில வித்துவான்களிடத்திற் பாடங் கேட்டனர். சென்னைப் பச்சையப்பன் கலாசாலையில் தமிழாசிரியராகப் பல வருடங்கள் இருந்துவந்தனர். பல சைவ நூல்களையும் பிரபந்தங்களையும் பதிப்பித்தனர். சில நூல்களுக்கு உரை யெழுதினர். பல பிரபந்தங்களும், சில ஸ்தல புராணங்களும் இயற்றினர். பலர் வேண்டுகோளின்படி வாரந்தோறும் ஸ்ரீ ஏகாம்பரேசுவரர் கோயிலிற் சைவப் பிரசங்கம் செய்து வந்தனர். சென்ற நூற்றாண்டில் சென்னையில் தமிழ் நூல்களைப் பலருக்கும் முறையே பாடஞ்சொல்லித் தமிழறிவைப் பரப்பிய பெரியார்களுள் அவரும் ஒருவர். அவரிடம் பாடங்கேட்ட மாணவர்கள் புரசை அஷ்டாவதானம் சபாபதி முதலியார் முதலிய

பலர். என்னுடைய ஆசிரியராகிய ஸ்ரீ திரிசிரபுரம் மகாவித்துவான் மீனாட்சிசுந்தரம் பிள்ளை யவர்களுக்குப் பாடஞ் சொன்னவர்களுள் அவரும் ஒருவர். அவரிடத்தில் பிரபுக்கள் பலர் நன்மதிப்பு வைத்து அவரை ஆதரித்து வந்தனர்.

பல வருடங்களுக்கு முன்பு இந்நூல் எழுதிய ஏட்டுச் சுவடி யொன்று திரிசிரபுரம் வித்துவான் சி. தியாகராஜ செட்டியாரிடத்தி லிருந்து கிடைத்தது. தம்முடைய ஆசிரியருக்குப் பாடஞ் சொன்னவர் இயற்றிய நூலென்ற அன்பினால் அவர் இதனைத் தாமே எழுதி வைத்திருந்தார். இந்நூல் இப்பொழுது படிப்பவர்களுக்கு உபயோகமாக இருக்கும்படி சுருக்கமான குறிப்புரையுடன் வெளியிடப்பெற்றது. இந்நூலில் அங்கங்கே வந்துள்ள தலவரலாறுகள் குறிப்புரையில் விளக்கப்பட்டுள்ளன. இதன்கண் அமைந்துள்ள செய்திகள் தொகுத்து வகுக்கப்பெற்று ஆராய்ச்சிக்குறிப்பு என்னும் தலைப்பின்கீழ் எழுதிச் சேர்க்கப்பெற்றிருக்கின்றன.

இதனைத் தமது சிவநேசன் பத்திரிகையில் வெளியிட் டுதவிய ஸ்ரீமான் ராம. கு. ராம. இராமசாமி செட்டியாரவர்களது அன்புடைமை ஒருபொழுதும் மறக்கற்பாலது அன்று.

இதனை ஆராயும்பொழுதும் பதிப்பிக்கும்பொழுதும் உடனிருந்து உதவி செய்தவர்கள் சென்னை கிறிஸ்டியன் காலேஜ் தமிழ்ப் பண்டிதர் சிரஞ்சீவி வித்துவான் வி.மு. சுப்பிரமணிய ஐயரும் கலைமகள் உதவிப் பத்திரிகாசிரியர் சிரஞ்சீவி வித்துவான் கி.வா. ஜகந்நாத ஐயரும் ஆவர்.

இங்ஙனம்,
வே. சாமிநாதையர்

"தியாகராஜ விலாஸம்"
திருவேட்டீசுவரன் பேட்டை
17-10-33

உ
கணபதி துணை

காஞ்சீபுரம் மகாவித்துவான்
சபாபதி முதலியார் இயற்றிய

திருக்கழுக்குன்றச் சிலேடை வெண்பா

இது
சென்னை
மகாமகோபாத்தியாய தாக்ஷிணாத்யகலாநிதி

டாக்டர் உ.வே. சாமிநாதையரால்

பரிசோதிக்கப்பெற்று
நூதனமாக எழுதிய குறிப்புரை முதலியவற்றுடன்

சென்னை:
லிபர்ட்டி அச்சியந்திர சாலையிற் பதிப்பிக்கப்பெற்றது

[இரண்டாம் பதிப்பு]

பிரமாதி ஞு ஆடி மீ

1939

Copyright Registered]

[விலை அணா 4

உ
கணபதி துணை

காஞ்சீபுரம் மகாவித்துவான்

சபாபதி முதலியார் இயற்றிய

திருக்கழுக்குன்றச் சிலேடை வெண்பா

இது
சென்னை
மகாமகோபாத்தியாய தாக்ஷிணாத்ய கலாநிதி

டாக்டர் - உ. வே. சாமிநாதையரால்

பரிசோதிக்கப்பெற்று

நூதனமாக எழுதிய குறிப்புரை முதலியவற்றுடன்

சென்னை
லிபர்ட்டி அச்சியந்திரசாலையிற் பதிப்பிக்கப்பெற்றது.

[இரண்டாம் பதிப்பு]

பிரமாதி ௵ ஆடி ௴

1939

Copyright Registered

[விலை அணா 4

உ
கணபதி துணை

முகவுரை

திருவாசகம்
திருச்சிற்றம்பலம்

பூணொ ணாததொ ரன்பு பூண்டு பொருந்தி நாடொறும் போற்றவும்
நாணொ ணாததொர் நாண மெய்தி நடுக்க டலுள ழுந்திநான்
பேணொ ணாதபெருந்து றைப்பெருந் தோணி பற்றி யுகைத்தலும்
காணொ ணாத்திருக் கோலநீ வந்து காட்டி னாய்கழுக் குன்றிலே.

திருச்சிற்றம்பலம்

தமிழ்ப் பிரபந்தங்களுள் வெண்பாவா லமைந்த நூல்கள் பல. பாட்டுடைத் தலைவருடைய நாடு முதலிய பத்து அங்கங்களைச் சிறப்பித்து வெண்பாவாற் பாடப்படுவனவாகத் தசாங்கம், சின்னப்பூ என்னும் இரண்டு பிரபந்தங்கள் உண்டு. அவ்வங்கங்களுள் ஏதேனும் ஒன்றனைத் தனியே சிறப்பித்து நூறு வெண்பாக்கலாற் பாடுவதும் மரபு. அவை அவ்வப் பெயராலேயே வழங்கும். ஊரைச் சிறப்பித்துப் பாடுவது 'ஊர்வெண்பா' எனப்படும். தலைவர்களுடைய ஊர்களைச் சிறப்பித்துப் பாடப்பெற்ற பழைய தனிச் செய்யுட்கள் பல உண்டு. கலம்பகத்திற்கு உறுப்பாகவும் அத்தகைய செய்யுள் வரும்.

பிற்காலத்தில் தலங்களைச் சிறப்பித்துப் பாடிய வித்துவான்கள் பலர் தாம் நூல்செய்யப் புகும் தலத்தின் பெயரை இரண்டாமடி மூன்றாஞ் சீரில் வைத்து முன் இரண்டடிகளிற் சிலேடையையும் பின் னிரண்டடிகளிற் திரிபையேனும் மடக்கையேனும் அமைத்து இயற்றிய பிரபந்தங்கள் பல. அவை ஊர்வெண்பாக்களேயாம். முதல் ஐம்பது பாடல்கள் சிலேடையின்றியும் பின் ஐம்பது சிலேடையுடனும் அமைந்துள்ள நூல்கள் சில. இவ்வகையிற் பின்னும் வேறுபாடுள்ள நூல்கள் பல உண்டு. திருக்கழுக்குன்றச் சிலேடை வெண்பா என்பது காஞ்சீபுரம் மகாவித்துவான் சபாபதி முதலியார் திருக்கழுக்குன்றத்தைச் சிறப்பித்துப் பாடிய பிரபந்தமாகும்.

திருக்கழுக்குன்ற மென்பது தொண்டை நாட்டிலுள்ள தேவாரம் பெற்ற தலங்கள் முப்பத்தி ரண்டனுள் ஒன்று. சைவசமயாசாரியர்கள் நால்வராலும் பாடப்பெற்ற திருப்பதிகங்களை உடையது. அந்தகக்கவி வீரராகவ முதலியா ரென்னும் கவிஞர் கோமானால் தமிழ்க் காப்பிய இலக்கண மமைந்து சொற்சுவை பொருட்சுவை மலிந்து விளங்கும்படி இயற்றப்பெற்ற புராணமும், அவராலும்

பிற கவிஞர்களாலும் இயற்றப்பெற்ற சில பிரபந்தங்களும் இத்தல விஷயமாக உள்ளன. பல புலவர்களாற் பல சமயங்களிற் பாடப்பட்ட தனிப்பாடல்களும் பல உண்டு. இந்தத் தலத்தின் பெருமை மகாபுராணங்களிலும் பிற தலபுராணங்கள் பலவற்றிலும் வேறு பல நூல்களிலும் இடையிடையே காணப்படும்.

இன்றும் இத்தலம் சம்பு, ஆதி என்னும் பெயருடைய முனிவ ரிருவர் கழுகு வடிவமாக நாடோறும் வந்து தரிசித்துப் பிரசாதம் உண்டு தெய்வ நம்பிக்கை யற்றவர்கட்கும் தெய்வ பக்தியை உண்டாக்கும் அருமைத் திருக்காட்சியினால் உலகமெல்லாம் புகழப்பெறுவதும், அந்த மகிமையினால் பட்சி தீர்த்தம் என்று வழங்கப் பெறுவதும், பிரபல யாத்திரை ஸ்தலங்களுள் ஒன்றாக விளங்குவதும் கிரிப் பிரதட்சிணம் செய்வதனால் தீராப் பிணிகளெல்லாம் தீரச் செய்யும் அற்புதம் வாய்ந்திருப்பதும் யாவரும் அறிந்தனவே. இத்தலத்தில் மாணிக்கவாசகருக்குச் சிவபெருமான் குருதரிசனம் காட்டியருளினார். நந்திதேவர், இந்திரன் முதலியோர் இங்கே வழிபட்டுப் பேறுபெற்றனர். இத்தலத்தில் எழுந்தருளியுள்ள விநாயகர் திருநாமம் வண்டுவனப் பிள்ளையா ரென்பது. சிவபெருமான் திருநாமம் வேதகிரீச ரென்பது. அம்பிகையின் திருநாமம் பெண்ணினல்லா ளென்பது. நான்கு வேதங்களும் நான்கு மலை வடிவமாக இருத்தலால் இத்தலம் வேதகிரி யெனவும் வழங்கப்பெறும். இங்ஙனம் ஒவ்வொரு காரணத்தால் இதற்கமைந்த நாமங்கள் பல. இங்கே சங்கதீர்த்தம் முதலிய பல தீர்த்தங்கள் உண்டு.

இத்தலத்தைப் பற்றிய விரிவான வரலாறுகளைத் 'திருக்கழுக் குன்றத்து உலா' முகவுரையிற் காணலாம்.

இந்நூல் திருக்கழுக்குன்றத்து வெண்பாமாலை (காப்பு), கழுக்குன்ற மாலை யெனவும் வழங்கும்.

காப்புச் செய்யுட்கள் இரண்டும், வாழ்த்துச் செய்யுள் ஒன்றும் முன்பு அமையப் பின் சிலேடையின்றி ஐம்பது செய்யுட்களும் அவற்றின்பின் சிலேடையாக ஐம்பதும் இதில் உள்ளன. *51, 58* முதல் *89* ஆம் செய்யுட்களில் இருபொருட் சிலேடையும், *52, 90* முதல் *95* ஆம் செய்யுட்களில் முப்பொருட் சிலேடையும், *96* முதல் *100* ஆம் செய்யுட்களில் நாற்பொருட் சிலேடையும் அமைந்துள்ளன. செம்மொழிச் சிலேடை, பிறிமொழிச் சிலேடை என்னும் இரண்டு வகையும் இதில் விரவி வந்துள்ளன. பின் அடியிரண்டும் மடக்காக உள்ள செய்யுட்கள்: *17, 19.* முன் அடியிரண்டும் பின் அடியிரண்டும் மடக்காக உள்ளவை: *45 — 9.* ஏனையவை பின்னிரண்டடிகளும் திரிபாக உள்ளவை.

இந்நூலின் ஆசிரியரான கா. சபாபதி முதலியார் காஞ்சீபுரத்திற் பிறந்தவர். அந்த ஊரிலிருந்த தமிழ்வித்துவான்க ளிடத்திலும் பின் திருவாரூர் சென்று அங்கேயிருந்த சைவப் பெரியா ரொருவரிடத்தும் தமிழ் இலக்கண இலக்கியங்களை முறையே அவர் கற்றார். அப்பால் சென்னையிலும் சில வித்துவான்களிடத்திற் பாடங் கேட்டனர். சென்னைப் பச்சையப்பன் கலாசாலையில் தமிழாசிரியராகப் பல வருடங்கள் இருந்துவந்தனர். பல சைவ நூல்களையும் பிரபந்தங்களையும் பதிப்பித்தனர். சில நூல்களுக்கு உரை யெழுதினர். பல பிரபந்தங்களும், சில ஸ்தல புராணங்களும் இயற்றினர். பலர் வேண்டுகோளின்படி வாரந்தோறும் ஸ்ரீ ஏகாம்பரேசுவரர் கோயிலிற் சைவப் பிரசங்கம் செய்து வந்தனர். சென்ற

நூற்றாண்டில் சென்னையில் தமிழ் நூல்களைப் பலருக்கும் முறையே பாடஞ்சொல்லித் தமிழறிவைப் பரப்பிய பெரியார்களுள் அவரும் ஒருவர். அவரிடம் பாடங்கேட்ட மாணவர்கள் புரசை அஷ்டாவதானம் சபாபதி முதலியார் முதலிய பலர். என்னுடைய ஆசிரியராகிய திரிசிரபுரம் மகாவித்துவான் ஸ்ரீ மீனாட்சிசுந்தரம் பிள்ளை யவர்களுக்குப் பாடஞ் சொன்னவர்களுள் அவரும் ஒருவர். அவரிடத்தில் பிரபுக்கள் பலர் நன்மதிப்பு வைத்து அவரை ஆதரித்து வந்தனர்.

இந்நூலால் அறிந்த விசேஷ செய்திகள்

1. சிவசின்னங்கள் முதலியன: அக்கம், 4, 40; அஞ்செழுத்து, 3, 35; திருநீறு, 3, 4, 40, 60; மறைச் சைவநெறி, 3; வில்வம், 16, 79.

2. சிவபெருமான் அங்கங்கள்: ஆறுமுகம், 73; இடபக்கொடி, 91; இருசுடர்க் கண், 69; ஐராவணம், 9; கச்சணிந்த அரை, 78; கொங்கைத் தழும்பு, 95; கொன்றை மாலை, 68; சூலப்படை, 42, 72; தமருகக் கை, 45; தலையோடு, 88, 93; திருமால்விடை, 6, 94; நெற்றிக்கண், 46, 72, 91; பஞ்சமுகம், 15; பாசுபதம், 34; பினாக வில், 92; பூதப்படை, 55, 57; மறைப்பரி, 14; மேருமலை வில், 66.

3. சிவபெருமான் அருட்செயல்கள்: அற்பொழுதில் ஆடியது, 60; ஆனைந்துமாடுதல், 71; இருபத்தெட் டாகமங்களை அருளிச்செய்தது, 23, 60; உமைக்குப் பாகம் அளித்தது, 47, 76, 82, 87; கங்கையை ஏற்றருளியது, 39; காளிக்குத் தோல்வியுறாத நடஞ் செய்தது, 94; திருமால் கண்ணா லருச்சித்தது, 27, 82; பிரமனையும் திருமாலையும் இரண்டு பக்கத்திற் பெற்றிருத்தல், 31; புலிக்குட்டிக்குப் பாலாழி யளித்தது, 70; மதி, அரவு, கங்கை இவற்றைத் தாங்கியது, 19; வேடவுருவம் பூண்டது, 12, 23.

4. சிவபெருமான் பராக்கிரமக் குறிப்புக்கள்: ஆமையோட்டை அணிந்தது, 21; ஆலமுண்டது, 8, 10, 48, 98; இராவணன் தோள்களைத் துவைத்தது, 7; காலசங்காரம், 3; சூரியன் பல்லைத் தகர்த்தது, 89; தக்கயாக சங்காரம், 23; புவித்தேரூர்ந்தது, 87; மதியினைத் தேய்த்தது, 83; மானை ஏந்தியது, 52; முப்புரத்தை எரித்தது, 2, 86; யானையை உரித்தது, 57, 67, 84, 86, 93.

5. சிவபெருமான் பெருமை: அன்னத்தா லறியப்படாதவர், 25; சந்திரசேகரர், 63; சமயத்தலைவர், 30; சாமவேதத்தினான், 43; திருமால் பன்றிவடிவங் கொண்டு தேடியது, 27; நீலகண்டர், 63; மயானத்தில் ஆடுபவர், 63; மலைக்கு மருகன், 18.

6. தலவரலாறுகள்: இந்திரன் பூசித்தது, 37; கதிரவர் போற்றியது, 47; கழுகு தொழல், 29, 49; கோடி உருத்திரர்கள் பூசித்தது, 34; சம்பாதி கழுகாகிப் பூசித்தல், 43; திருமால் பூசித்தது, 38; நந்தி கருடனைச் சீறியது, 32; நந்தி தவம் செய்தது, 35; பன்றியும் பசுவும் முன்னையுருப் பெற்றது, 44; பிரமதேவர் பூசித்தது, 39; மாணிக்கவாசகர் குருவடிவம் கண்டது, 20; மார்க்கண்டர் மாயீகனைச் சபித்தது, 36; முனிவர் பாணினியப் பொருள் தெரிந்தது, 42; மூவர் பாடியது, 15; வசுக்கள் பூசித்தது, 40; வண்டுவனப் பிள்ளையார் காப்பு, 1; வேதம் மலையானது, 33.

7. மதுரைத் திருவிளையாடல்கள்: கல்லானைக்குக் கரும் பருத்தியது, 47; குண்டோதரற்கு அன்னக்குழி அளித்தது, 81; சுந்தரப் பேரம்பெய்தது, 39; தருமிக்குப் பொற்கிழி அளித்தது, 38; நரியைக் குதிரையாக்கியது, 92; நான்கு வேதங்களையும் அருளிச் செய்தது, 81; மண் சுமந்தது, 4, 37.

8. நாயன்மாரும் பிறரும்: அப்பர், 15, 48; இளையான்குடி மாறர், 65; ஏனாதிநாதர், 61; ஐயடிகள், 89; கலிக்கம்பர், 17; சாக்கிய நாயனார், 96; சிறுத்தொண்டர், 13; சுந்தரமூர்த்தி நாயனார், 54, 75; சேக்கிழார், 1, 30; சேரமான் பெருமாள், 59, 64; சோமாசிமாறர், 58; திருஞானசம்பந்தர், 15, 26, 49; திருநீலகண்ட யாழ்ப்பாணர், 29, 100; பூசலார், 28; மூவர், 62; வாயிலார், 51.

9. பிற தலங்கள்: ஆலவாய், 24, 37, 38, 47, 49, 77, 81, 92; கடவூர், 6; கல்லாலடி(திருக்காளத்தி), 96; குருக்கேத்திரம், 42; சிராப்பள்ளி, 36; தஞ்சாக்கை, 11; தலையாலங்காடு, 8; திருத்தலையூர், 32; திருவக்கரை, 62; திருவிற்கோலம், 41; நாகைக் காரோணம், 98; நெல்லை, 97; பருப்பதம், 83; பாசூர், 27; புன்கூர், 85; பொதியமலை, 44; மறைக்காடு, 27; மாவடி(காஞ்சி), 56, 95, 99; வெள்ளிமலை, 3, 80.

பல வருடங்களுக்கு முன்பு இந்நூல் எழுதிய ஏட்டுச் சுவடி யொன்று திரிசிரபுரம் வித்துவான் சி. தியாகராஜ செட்டியாரிடத்தி லிருந்து கிடைத்தது. தம்முடைய ஆசிரியருக்குப் பாடஞ் சொன்னவர் இயற்றிய நூலென்ற அன்பினால் அவர் இதனைத் தாமே எழுதி வைத்திருந்தார். சுருக்கமான குறிப்புரையுடன் இந்நூல் முதன்முறையாக ஸ்ரீமுக வருஷம் பலவான்குடி ஸ்ரீமான் ராம. கு. ராம. இராமசாமி செட்டியா ரவர்களுடைய பேருதவியால் சிவநேசன் பத்திரிகை வாயிலாக வெளியிடப்பெற்றது.

இங்ஙனம்,
வே. சாமிநாதையர்

"தியாகராஜ விலாஸம்"
திருவேட்டீசுவரன் பேட்டை
16-7-39

கலைமகள் வெளியீடு-அ

உ

கணபதி துணை

ஸ்ரீ சென்னமல்லையர் இயற்றிய

சிவ சிவ வெண்பா

மூலமும் உரையும்

பதிப்பாசிரியர்:

மகாமகோபாத்தியாய தாக்ஷிணாத்யகலாநிதி

டாக்டர் உ.வே. சாமிநாதையர்

சென்னை லா ஜர்னல் அச்சுக்கூடம்
மயிலாப்பூர்

ஈசுவர ௵ மாசி ௴

1938

All Rights Reserved]

 [விலை அணா பத்து

கலைமகள் வெளியீடு—அ.

உ
கணபதி துணை

ஸ்ரீ சென்னமல்லையர் இயற்றிய

சிவ சிவ வெண்பா

மூலமும் உரையும்

பதிப்பாசிரியர்:
மகாமகோபாத்தியாய தாக்ஷிணாத்ய கலாநிதி
டாக்டர் உ. வே. சாமிநாதையர்

சென்னை லா ஜர்னல் அச்சுக்கூடம், மயிலாப்பூர்
ஈசுவர ஞு மாசி மீ
1938

All Rights Reserved]

 [விலை அணா பத்து.

உ

கணபதி துணை

முகவுரை

தமிழ்நாட்டில் பழையகால முதல் எழுந்த இலக்கிய நூல்களுள்ளே பலவகையாலும் சிறப்பெய்தியது திருக்குறளாகும். தமிழ் நூலாசிரியர்கள் யாவராலும் போற்றப்பெறுவது அது. சமய வேறுபாடின்றித் தமிழாசிரியர் பலரும் அந்நூலைப் பாராட்டுகின்றனர். திருக்குறள் கருத்துக்களையும் சொல்லமைதியையும் பெரும்பாலும் எல்லாத் தமிழ் நூல்களிலும் காணலாம்.

சிறந்த நீதிநூலாகிய அக்குறளைச் சார்ந்து பிற்காலத்தில் பலவகையான நூல்கள் உண்டாயின. அந் நூற்பாக்களைச் செய்யுட்களின் இடையிலும், இறுதியிலும் அமைத்துச் சில நூல்கள் இயற்றப்பெற்றுள்ளன. இங்ஙனம் ஒரு நூலின் பகுதிகளைச் செய்யுளில் அமைத்துப் பாடுதல் வடமொழியிலும் உண்டு. வேதபாதஸ்தவம் போன்ற நூல்கள் அத்தகையனவே.

திருக்குறட் பாக்களுக்கு உதாரணமோ விளக்கமோ கூறி அதனோடு குறளையும் கொண்டு அமைந்த செய்யுட்களை யுடைய நூல்களுள் சிவசிவ வெண்பா ஒன்றாகும். இதனைப் போன்ற சில நூல்கள் இதற்கு முன்னும் உண்டு; பின்னும் உண்டு. அவற்றுள் இப்பொழுது தெரிந்தவை வருமாறு:

(1) சினேந்திர வெண்பா: இந்நூல் இரண்டாமடியின் மூன்றாஞ்சீர் சினேந்திரனே என்னும் விளியமைந்த வெண்பாக்களாலானது. இதனை இயற்றியவர் ஒரு சைனர் என்பது சொல்லாமலே விளங்கும். ஒவ்வொரு குறளையும் ஈற்றடி இரண்டாகப் பெற்ற 1330 வெண்பாக்கள் இந்நூலில் உண்டென்று பல வருஷங்களுக்குமுன் வேதாரண்யத்தி லிருந்த சைன நண்பர் ஒருவர் கூறினர்; இந்நூலிலிருந்து சில வெண்பாக்களையும் சொல்லிக் காட்டினர். இப்பொழுது இது கிடைத்தற்கரிது.

(2) இரங்கேச வெண்பா: பிறைசைச் சாந்தகவிராய ரென்பவர் இயற்றியது. இரங்கேசா என்னும் விளியமைந்தது. ஒவ்வோ ரதிகாரத்தி னின்றும் ஒவ்வொரு குறளை யெடுத்தமைத்த வெண்பாக்களை உடையது. இது நீதிசூடாமணி யென்றும் பெயர் பெறும்; உரையோடு அச்சிடப்பட்டுள்ளது.

(3) தினகர வெண்பா: இது பதினாறாம் நூற்றாண்டின் இறுதியில் தொண்டை நாட்டிலுள்ள கோவூரென்னும் ஊரில் வாழ்ந்திருந்த தினகர ரென்ற சீர்கருணீகச் செல்வர் ஒருவரை முன்னிலைப்படுத்தி அதிகாரத்துக்கு ஒரு குறளாக எடுத்து வெண்பாவில் அமைத்துப் பாடப்பெற்ற நூல். இது சென்னைச் சருவகலாசாலைத்

தமிழ் ஆராய்ச்சித் துறைத் தலைவர் ஸ்ரீமான் எஸ். வையாபுரிப் பிள்ளை அவர்களால் பதிப்பிக்கப்பெற்றது.

(4) வடமலை வெண்பா: காவை வடமலையப்பப் பிள்ளையை முன்னிலைப்படுத்தி ஒவ்வோ ரதிகாரத்தி லிருந்து ஒவ்வொரு குறளை யெடுத் தமைத்த வெண்பாக்களை உடையது; அச்சிடப்பெற்றுள்ளது. இதனை இயற்றியவர் பாகை அழகப்ப னென்னும் புலவர்.

(5) திருமலை வெண்பா: திருமலைக் கொழுந்து பிள்ளை யென்பவரை முன்னிலைப்படுத்தியது. ஓர் அதிகாரத்திற்கு ஒரு வெண்பா அமைந்தது.

(6) முதுமொழிமேல் வைப்பு: அறத்துப்பால், பொருட்பால், காமத்துப்பால் என்னும் மூன்றுக்கும் திருக்குறட் பாக்களையும், வீட்டுப்பால் என்ற பகுதிக்குச் சித்தாந்த சாத்திரமாகிய திருவருட் பயனிலுள்ள குறள் வெண்பாக்களையும் மேற்கோளாக உடையது; வெண்பாக்களா லானது. இது பதிப்பிக்கப்பட வில்லை.

(7) திருப்புல்லாணி மாலை: திருப்புல்லாணியிற் (தர்ப்ப சயனத்திற்) கோயில்கொண் டெழுந்தருளிய திருமாலை முன்னிலைப்படுத்தி அதிகாரத்திற்கு ஒரு செய்யுளாகக் கொண்டு பாடப்பெற்றது. இது கட்டளைக்கலித்துறையில் அமைந்தது. மதுரைத் தமிழ்ச் சங்கத்துப் பிரசுரமாக ஸ்ரீமான் திரு. நாராயணையங்கா ரவர்களால் வெளியிடப் பட்டுள்ளது.

(8) ஒவ்வொரு திருக்குறட் பாவையும் ஒவ்வொரு விருத்தத்தில் அமைத்து 1330 செய்யுட்களால் இயற்றப்பெற்ற நூல் ஒன்று உள்ளதென ஸ்ரீமான் வையாபுரிப் பிள்ளை யவர்கள் தினகர வெண்பா முகவுரையிலே எழுதியிருக்கின்றனர்.

(9) சோமேசர் முதுமொழி வெண்பா: தொண்டை நாட்டிலுள்ள குளத்தூரில் எழுந்தருளியுள்ள ஸ்ரீ சோமேசரை முன்னிலைப்படுத்தித் திருவாவடுதுறை யாதீனத்து வித்துவான் ஸ்ரீ சிவஞான சுவாமிகள் இயற்றியது. இது 133 வெண்பாக்களால் ஆகியது.

(10) திருத்தொண்டர் மாலை: இது திருத்தொண்டர் வெண்பாவென்றும் சொல்லப்படும்; குமார பாரதி யென்பவரால் இயற்றப்பெற்றது. இதில், குறளிலுள்ள வரிசைப்படி வெண்பாக்கள் அமையவில்லை. பெரியபுராணத்திற் கூறப்படும் நாயன்மார்களுடைய வரலாலாற்றின் நீதியாக ஒவ்வொரு குறளை இணைத்து அந்நாயனார் சரித வரிசையிலே பாடப்பெற்ற 100 வெண்பாக்களை உடையது; அச்சிடப்பெற்றுள்ளது.

(11) வள்ளுவர் நேரிசை: காலஞ்சென்ற அரசஞ் சண்முகனார் இயற்றியது; நேரிசை வெண்பாக்களா லானது.

(12) முருகேசர் முதுநெறி வெண்பா: சிதம்பரம் ஈசானிய மடத்து இராமலிங்க சுவாமிகள் இயற்றியது; 133 வெண்பாவால் அமைந்தது; உரையுடன் பதிப்பிக்கப் பட்டுள்ளது.

(13) திருக்குறட் குமரேச வெண்பா: தூத்துக்குடியிலுள்ள ஸ்ரீமான் ஜெகவீரபாண்டிய னவர்கள். ஒவ்வொரு குறளுக்கும் ஒவ்வொரு வெண்பாவாகக் குமரேசரை முன்னிலைப்படுத்திச் செய்யப்பெற்ற நூல். ஆசிரியரால் விரிவான உரையுடன் வெளியிடப்பட்டு வருகின்றது.

சிவசிவ வெண்பா வென்பது சிதம்பரம் பச்சைக் கந்தையர் மடத்து சென்னமல்லைய ரென்பவரால் இயற்றப்பெற்றது. இதனை அரங்கேற்றிய காலம் சகம் 1690 (கி.பி. 1767—8) என்று சிறப்புப் பாயிரம் தெரிவிக்கின்றது.

காப்பு, அவையடக்கம், உதாரணங்கள் கூறவேண்டு மென்பது என்னும் தலைப்போடுள்ள வெண்பாக்கள் மூன்றும், திருக்குறளில் அதிகாரத்துக்கு ஒன்றாக எடுத்த 133 செய்யுட்களை யமைத்த 133 வெண்பாக்களும் உடையது இந்நூல். சிவசிவா என்ற முன்னிலை உடைமையின் இது, 'சிவசிவ வெண்பா' என்னும் பெயருடைய தாயிற்று. இதனை இயற்றியவர் வீரசைவ ராதலின் இம்முன்னிலையை அமைத்தார். இதற்கு ஓர் உரையும் உண்டு. 98 ஆம் செய்யுளுக்குமேல் இந்த உரை எனக்குக் கிடைக்கவில்லை.

இந்நூலாசிரியர் பல நூல்பயிற்சி யுடையவர். இந்த நூலில் 13 வெண்பாக்களில் (7, 13, 15, 32, 43, 46, 50, 52, 63, 78, 80, 81, 106) தளை பிறழ்ந்திருக்கின்றது. கருவிள மென்னும் வாய்பாட்டை யுடைய சிவசிவா வென்பதை இரண்டாம் அடியில் மூன்றாஞ் சீரில் அமைப்பதை நியமமாகக் கொண்ட இவர், அதற்கு ஏற்றபடி வெண்பாக்க ளெல்லாவற்றையும் நேரசையாகவே தொடங்கியிருப்பின் இவ்வழு நேர்ந்திராது. நூலியற்றும் ஆர்வமட்டும் உடையவர் இவரென்றும் அதற்கேற்ற பயிற்சியை இவர் மிகுதியாகப் பெற்றவ ரல்லரென்றும் தோற்றுகிறது. இவர் குறளுக்கு உதாரணமாகக் காட்டும் வரலாறுகள் இராமாயணம், பாரதம் முதலிய இதிகாசங்களி லிருந்தும் பல தலபுராணங்களி லிருந்தும் எடுத்துக்கொண்டவை. அவ்வுதாரணங்களிற் சிலவற்றிற்கும் குறட் கருத்துக்கும் உள்ள பொருத்தம் தெளிவாகப் புலப்படவில்லை. இவர் பல சைவ புராண வரலாறுகளை உதாரணமாகக் காட்டியுள்ளாராயினும் பாரத பாகவத இராமாயண வரலாறுகளே அதிகமாகக் காணப்படுகின்றன. ஆதலின் வீரசைவராயினும் இவர்,

> எப்பொரு ளெத்தன்மைத் தாயினு மப்பொருள்
> மெய்ப்பொருள் காண்ப தறிவு

என்னும் குறளின்படி ஒழுகுபவ ரென்று தெரிகிறது.

இதன் உரையாசிரியர் இன்னா ரென்றும் இன்ன காலத்தவ ரென்றும் விளங்கவில்லை. இவர் சிவசிவ வெண்பாவிற் பொருத்தப் பெற்ற திருக்குறளுக்கு மாத்திரம் பரிமேலழகர் உரையை எடுத் தெழுதிவிட்டு, இன்னதற்குப் பிரமாணம் இன்னதென்று மேற்கோட் செய்யுளைக் காட்டுகின்றார். சிவசிவ வெண்பாவிலுள்ள வரலாற்றுக்கும் குறளுக்கும் உள்ள இயைபை விளக்கியிருந்தால் நலமாக இருக்கும்.

இவ்வுரையாசிரியர் மேற்கோளாகக் காட்டும் நூல்கள் வருமாறு:

அரிச்சந்திர புராணம், அருணாசல புராணம், இராமாயணம், உத்தரகாண்டம், உபதேச காண்டம், கந்தபுராணம், கம்பராமாயணம், கலிங்கத்துப் பரணி, காசிகாண்டம், கூவப் புராணம், சதகண்ட சரித்திரம், சிதம்பர புராணம், சிவபுண்ணியத் தெளிவு, செவ்வந்திப் புராணம், ஞானவாசிட்டம், தண்டகாரணிய மகிமை, திருவாதவூரர் புராணம், திருவாலவாயுடையார் திருவிளையாடற் புராணம், தீர்த்தகிரிப் புராணம், தேவாரம், நீதிவெண்பா, நைடதம், பாகவதம், பிரமோத்தர காண்டம், புதுமொழி, பெரியபுராணம், யாளிசரித்திரம், விருத்தாசல புராணம், வில்லிபுத்தூரரார் பாரதம் என்பன.

இவற்றுள் சதகண்ட சரித்திரம், தண்டகாரணிய மகிமை, புதுமொழி, யாளிசரித்திர மென்பன இப்பொழுது காணப்படாத நூல்கள். சதகண்ட ராவணன் கதையென ஒன்று தமிழ் வசன நடையில் இருக்கின்றது. இக்கதையைச் சொல்லும் செய்யுள் நூலே சதகண்ட சரித்திர மென்று தோற்றுகின்றது. நீதி வெண்பாவை நீதிசாரமென்று இவ்வுரையாசிரியர் குறிக்கின்றார். புதுமொழி என்ற பெயரோடுள்ள செய்யுட்கள் இந்நூற் கருத்தை விளக்கும் பொருட்டு நூலாசிரியராலோ, அவரோடு பழகிய வேறொருவராலோ, அன்றி இவ்வுரையாசிரியராலோ இயற்றப்பட்டனவென்று கொள்ள இடமுண்டு.

உரையாசிரியர் குறளுக்கு உரையாக எழுதும் பரிமேலழகர் உரைப் பகுதியிலும், மேற்கோளாக எடுத்துக்காட்டும் பழைய செய்யுட்களிலும் சில பாடபேதங்கள் உள்ளன. அவை ஏட்டில் உள்ளவாறே பதிப்பிக்கப்பெற்றன. அவற்றிற் சில இப்பொழுதுள்ள பாடங்களிலும் சிறந்தனவாகக் காணப்படுகின்றன.

இந்நூல் மூலமட்டும் சோமேசர் முதுமொழி வெண்பாவோடு சேர்த்து 1901ஆம் ஸ்ரீ சிதம்பரம் அ. இரத்தினசபாபதி முதலியா ரென்பவராற் பதிப்பிக்கப்பட்டது.

பல வருஷங்களுக்குமுன் இந்நூலும் உரையும் அடங்கிய ஏட்டுப் பிரதிகள் இரண்டு திருமழிசைச் சிவப்பிரகாசைய ரென்பவரிடமிருந்து எனக்குக் கிடைத்தன. அவ்விரண்டும் குறைப் பிரதிகளே. அவற்றுள் ஒன்று மிகப் பழையது. அதில் 50 செய்யுட்களும் உரையுமே இருந்தன. மேற்கோட் செய்யுட்களுக்குத் தனியே தொகை அதிற் காணப்படுகின்றது. மற்றோர் ஏட்டில் 98 செய்யுட்களும் உரையும் இருந்தன. அதன் இறுதியில் 'சித்திரபானு ஸ்ரீ அற்பிசி மீ ச உ சிவசிவ வெண்பா எழுதி நிறைவேறினது' என்ற வாக்கியம் காணப்படுகின்றது. இவற்றை யன்றி வேறுசில மூலப்பிரதிகளையும் அவ்வப்போது பார்த்துப் பாடபேதம் குறித்துக் கொண்டதுண்டு.

பல பழைய செய்யுட்களின் நல்லபாடம் வெளியாதல் கருதியும், சில புதிய செய்யுட்கள் தெரிதலை எண்ணியும் திருக்குறளின்பால் சிறந்த புலமை யுடையாருக்கும் இல்லாதாருக்கும் உள்ள பேரன்பு இதனால் வெளியாகும் என்பதை நினைந்தும் இந்நூல் இப்பொழுது பதிப்பிக்கப்பெற்றது. உரையில்லாத வெண்பாக்களுக்குச் சுருக்கமான குறிப்புரை மட்டும் எழுதி யமைத்திருக்கின்றேன்.

கலைமகளில் இதனை வெளியிட்டுதவிய அப்பத்திரிகையின் அதிபர் ஸ்ரீமான் ரா. நாராயணசாமி ஐயரவர்கள் திறத்தில் நன்றியறிவுடையேன். அவர்களுடைய தமிழன்பு பலவகையாக வெளிப்படுவதை யறிந்து பாராட்டுகின்றேன்.

இதனை ஆராயும்போதும் பதிப்பிக்கும் போதும் வழக்கப்படி உடனிருந்து உதவிசெய்தவர்கள் சென்னைக் கிறிஸ்டியன் காலேஜ் ஹைஸ்கூல் தமிழ்ப்பண்டிதர் சிரஞ்சீவி வித்துவான் வி. மு. சுப்பிரமணிய ஐயரும், கலைமகள் துணையாசிரியர் சிரஞ்சீவி வித்துவான் கி.வா. ஜகந்நாத ஐயரும் ஆவார்கள்.

இங்ஙனம்,
வே. சாமிநாதையர்

"தியாகராஜ விலாஸம்"
திருவேட்டீசுவரன் பேட்டை
12-2-1938

மேலகரம்
திரிகூட ராசப்பக் கவிராயர்
இயற்றிய
திருக்குற்றாலச் சிலேடை வெண்பா
(குறிப்புரையுடன்)

பதிப்பாசிரியர்:
மகாமகோபாத்தியாய தாக்ஷிணாத்யகலாநிதி
டாக்டர் உ.வே. சாமிநாதையர்

[1940]

மேலகரம் திரிகூட ராசப்பக் கவிராயர்
இயற்றிய

திருக்குற்றாலச் சிலேடை வெண்பா

(குறிப்புரையுடன்)

பதிப்பாசிரியர் :

மகாமகோபாத்தியாய தாக்ஷிணாத்ய கலா நிதி
டாக்டர் உ. வே. சாமிநாதையர்

உ
கணபதி துணை

முகவுரை

தமிழில் பிரபந்தங்களின் இலக்கணத்தை வரையறுத்துக் கூறும் நூல்களுக்குப் பாட்டியல் என்னும் பெயர் வழங்கிவருகின்றது. இப்போதுள்ள பாட்டியல்களுள் பழமையாகக் கருதப்படுவது பன்னிருபாட்டியல் என்பதாகும். அதன்பின்னர் அவ்வப்போது எழுந்த பாட்டியல் நூல்கள் பல. அவற்றில் இலக்கணம் கூறப்பெறும் பிரபந்தங்கள் எல்லாவற்றிற்கும் இலக்கியம் இப்போது கிடைப்பது அரிது. அந் நூல்களிற் சொல்லப்படாத பல புதிய பிரபந்தங்களும் நாளடைவில் புலவர்களால் இயற்றப்பெற்றன. தூது என்னும் பிரபந்த வகைக்குப் பன்னிரு பாட்டியலைப் போன்ற பழைய பாட்டியல்களில் இலக்கணம் சொல்லப்படவில்லை. பின்னர் இயற்றப்பெற்ற இலக்கண விளக்கப் பாட்டியலிலும் பிரபந்தத் திரட்டென்னும் பாட்டியல் நூலிலும் அதன் இலக்கணத்தைக் காணலாம். ஆதலின் முந்தைய பாட்டியல்களுக்குப் பின் புதியனவாகத் தூது நூல்கள் எழுந்தன வென்றும் அவ்விலக்கியம் கண்டு பிற்காலத்தினர் இலக்கணம் அமைத்தன ரென்றும் கருத நேர்கின்றது.

இவ்வாறு புதியனவாகத் தோற்றிய பிரபந்த வகைகளுள் சிலேடை வெண்பாவும் ஒன்று. இவ்வகைப் பிரபந்தங்கள் சிலேடை யமைதியாலும் வெண்பா யாப்பாலும் இப்பெயர் பெற்றன. இவை மாலை யென்னும் பிரபந்த வகையில் அடங்கும். அன்றி ஊர்வெண்பா என்னும் வகையிலும் அடக்கிக் கூறலாம்.

அஷ்டப் பிரபந்தங்களுள் சிலேடைகளமைந்த பிரபந்தமாகிய திருவேங்கட மாலையின் பெயரும்,

சீலமறை யோர்வாழ் திருக்கழுக்குன் றத்துவெண்பா
மாலையொரு நூறு மகிழ்ந்துரைக்க

என்ற திருக்கழுக்குன்றச் சிலேடை வெண்பாச் செய்யுளும், "குற்றால மா மாலைக்கு" என்ற இந்நூற் செய்யுளும் இவ்வகைப் பிரபந்தங்களை மாலை யென்று வழங்கும் மரபை உணர்த்துகின்றன.

என் ஆசிரியராகிய திரிசிரபுரம் மகாவித்துவான் ஸ்ரீ மீனாட்சிசுந்தரம் பிள்ளை யவர்கள் திருவாவடுதுறைச் சிலேடை வெண்பா என்ற நூலொன்றை இயற்றத் தொடங்கினார்கள். அது முற்றுப்பெறவில்லை.* அதன் முதற்பாட்டின் முதல் இரண்டு அடிகள்,

* ஸ்ரீ மீனாட்சிசுந்தரம் பிள்ளை யவர்கள் சரித்திரம், இரண்டாம் பாகம், பக்கம்-உ௬௩.

சீர்வெண்பா மாலைத் திருவா வடுதுறையார்க்
கூர்வெண்பா மாலை யுரைப்பவே

என்பன. இச்செய்யுட் பகுதியில் "ஊர்வெண்பா மாலை" என்று சிலேடை வெண்பாவைக் குறித்திருத்தல் அறிதற்குரியது.

கலைசைச் சிலேடை வெண்பா, சிங்கைச் சிலேடை வெண்பா, திருநீர்மலைச் சிலேடை வெண்பா, திருமழிசைச் சிலேடை வெண்பா, புலியூர்ச் சிலேடை வெண்பா, திருக்கழுக்குன்றச் சிலேடை வெண்பா, எனப் பல சிலேடை வெண்பாக்கள் தமிழில் உண்டு.

சிலேடை வெண்பாக்களில் ஊரின் பெயரை இரண்டாமடி மூன்றாஞ் சீரில் வைத்து முன் இரண்டடிகளிற் சிலேடையையும் பின் இரண்டடிகளிற் திரிபையேனும் மடக்கையேனும் அமைப்பது புலவர் மரபு. சில பிரபந்தங்களில் முதல் ஐம்பது பாடல்கள் சிலேடையின்றியும் பின் ஐம்பது சிலேடையுடனும் அமைந்திருக்கும்.

தென்பாண்டி நாட்டிற் சிறப்புற்று விளங்கும் திருக்குற்றாலத்தின் பெருமையையும் திருக்குற்றால நாதரின் திருவருட் சிறப்பு முதலியவற்றையும் பாராட்டும் திருக்குற்றாலச் சிலேடை வெண்பா என்னும் இந்நூல் பதினேழாம் நூற்றாண்டின் இறுதியிலும் பதினெட்டாம் நூற்றாண்டின் முதலிலும் விளங்கிய மேலகரம் திரிகூட ராசப்பக் கவிராய ரென்னும் புலவர் திலகரால் இயற்றப்பெற்றது. திருக்கோயிற் கொத்தில்* ஒருவராகிய அக்கவிராயர் இத்தல விஷயமாகப் பதினான்கு பிரபந்தங்களும் ஒரு புராணமும் பாடியிருக்கின்றனர். அவற்றுள் புகழ்பெற்று விளங்குவன குறவஞ்சியும் புராணமுமேயாம்.

குற்றாலத் தலத்திற்கு இந்நூலாசிரியர் இயற்றிய நூல்களை யன்றி, இரண்டு கோவைகளும், ஓர் அந்தாதியும், ஒரு கலம்பகமும், வேறு ஒரு சிலேடை வெண்பாவும் பிற பிரபந்தங்கள் சிலவும் உண்டென்று இப்போது தெரியவருகின்றது. அவ்வந்தாதி பிச்சைப் பிள்ளை யென்பவரால் இயற்றப்பெற்றது:

மன்னன் கிளுவையிற் சின்னணைஞ் சேந்திரன்
  வடகரை வீட்டுக்கு மந்திரி யாகவும்
செந்நெல் மருதூர்க்கு நாயக மாகவும்
  தென்காசி யூருக்குத் தாயக மாகவும்
தன்னை வளர்க்கின்ற குற்றால நாதர்
  தலத்தை வளர்க்கின்ற தானிக னாகவும்
நன்னகர்க் குற்றாலத் தந்தாதி சொன்னவன்
  நள்ளார் தொழும் பிச்சைப் பிள்ளை

என்று இந்நூலாசிரியர் அவரைத் திருக்குற்றாலக் குறவஞ்சியிற் பாராட்டி யிருக்கின்றார்.

கலம்பகம், செங்கோட்டைக் கவிராச பண்டாரத்தால் இயற்றப்பெற்றது. அதனைப் பல வருஷகளுக்குமுன் நான் திருநெல்வேலியை அடுத்த ஊர்களில் ஏடுதேடச் சென்றபொழுது களக்காட்டில் சாமிநாத தேசிக ரென்பவர் வீட்டில் கண்டேன். மறுமுறை அங்கே சென்று பார்த்தபோது அப்பிரதியைக் காணவில்லை. தொட்டிக்கலைச் சுப்பிரமணிய முனிவர் இயற்றிய சித்திர சபைத் திருவிருத்தம் என்னும் பிரபந்தம் இத்தலத்துக்குரியதே.

* திருக்கோயிற் பணி புரிவோர்.

இத்தலத்துக்குரிய மற்றொரு சிலேடை வெண்பாவின் பெயர் நன்னகர்ச் சிலேடை வெண்பா என்பது.

ஸ்ரீ மீனாட்சிசுந்தரம் பிள்ளை யவர்களிடம் நான் பாடம் கேட்டுவந்த காலத்தில் இந்தச் சிலேடை வெண்பாவின் பிரதி ஒன்று அவர்களுக்குக் கிடைத்தது. அதனை அவர்கள் ஆராய்ந்து பாடம் சொன்னார்கள். இந்நூலாசிரியரின் பரம்பரையினரும் திருவாவடுதுறை யாதீனத் தலைவர்களாக விளங்கிய மேலகரம் ஸ்ரீ சுப்பிரமணிய தேசிகருக்குப் பூர்வாசிரமத்தில் இளவலுமாகிய சண்பகக் குற்றாலக் கவிராய ரென்பவர் பிள்ளை யவர்களிடம் பாடம் கேட்டுக் கொண்டிருந்தார். பிள்ளை யவர்கள் காலத்திற்குப்பின் அவர்தம் வீட்டிலிருந்து மேற்கூறிய பதினான்கு பிரபந்தங்களும் தனித்தனியே எழுதியிருந்த ஏட்டுப்பிரதிகளைக் கொணர்ந்தார். அவை பிழை பல உடையனவாக இருந்தன. நானும் அவரும் சேர்ந்து அவற்றை ஆராய்ந்து பொருள்வரையறை செய்து கடிதத்தில் சுத்தப் பிரதி ஒன்று பண்ணி வைத்துக்கொண்டோம். தில்லைவிடங்கன் வெண்பாப்புலி வேலுச்சாமி பிள்ளை யென்பவர் அந்தப் பிரதியைச் செய்து கொடுத்தார். அந்தப் பிரதி சண்பகக் குற்றாலக் கவிராயரிடம் இருந்தது. அவர் காலத்திற்குப் பின் அது திருநெல்வேலி ஹிந்து காலேஜில் தமிழாசிரியராக இருந்த ஸ்ரீ மே. சொ. சுப்பிரமணிய கவிராயரிட மிருந்தது. அப்பால் கடையம் ஸ்ரீ கே. எஸ். வைத்தியலிங்கம் பிள்ளை யர்களிடம் சென்றதாகக் கேள்வியுற்றேன். இப்போது அது சென்றவிடமே தெரியவில்லை.

நானும் சண்பகக் குற்றாலக் கவிராயரும் அப்பிரபந்தங்களை ஆராய்ந்தபோது இந்தச் சிலேடை வெண்பாவையும் யமக அந்தாதியையும் பிரதி செய்வித்து வைத்துக் கொண்டேன். எனக்காக அப்பிரதியைச் ஸித்தம் செய்து தந்தவர் தென்காசி முத்துக்குமாரசாமி பிள்ளை யென்னும் அன்பர். சில காலத்திற்குப் பின் ஓரிடத்தில் எனக்கு இத்தலத்து உலாவின் பிரதி கிடைத்தது.

இந்நூல் காப்பு முதல் அவையடக்கம் இறுதியாக உள்ள ஐந்து வெண்பாக்களோடு 105 வெண்பாக்களை யுடையது. 10, 20, 30, 40, 50, 60, 70, 80, 90 ஆம் செய்யுட்களில் சிலேடை இல்லை.

இதன்கண் இத்தலத்தின் சிறப்புக்களும் பிறதலப் பெயர்களும் செய்திகளும் நாயன்மார் பெருமையும் அங்கங்கே காணப்படும். ஆசிரியர் தாம் கோயிற் கொத்தைச் சார்ந்தவ ரென்பதை அவையடக்கத்தில், “கொத்தடியேன் புன்சொல்” என்பதனாற் குறிப்பித்தார்.

இத்தலத்தின் பெருமைகள் பல நூல்களில் விரிவாக உள்ளன. அவற்றுள் இப்பிரபந்தத்தில் வந்த செய்திகள் வருமாறு:

திருக்குற்றாலம் அமைந்த நாடு தென்னாரிய நாடென வழங்கிவந்தது; “சுவர்க்கநா டும்பணிதென் னாரியனாட்டத்தன்” (7).

இங்குள்ள மலை மூன்று சிகரங்களை உடையது (84); அதனால் திரிகூடாசல மென்னும் திருநாமத்தைப் பெற்றது (74); இத்தலத்திற்கு நன்னகரென்பது ஒரு பெயர் (காப்பு. 3); இத்தலத்தைச் சார்ந்த பூஞ்சோலைக்குச் செண்பகாரணிய மென்று பெயர் வழங்கும் (35, 40, 88). இங்குள்ள வடவருவியும் (10, 30, 47, 50, 60, 69, 80, 81, 86), தேனருவியென்னும் சிவமது கங்கையும் (26, 35, 40, 59, 66, 83) சிறப்புடையவை. வடவருவியில் மூழ்கினாரது பாவம் கழுநீராகப் பிரிந்து

ஓடுமென்பது இத்தல ஐதிஹ்யம் (47). இத்தலத்தின் திருக்கோயிலுக்குச் சங்கக் கோயிலென்ற பெயர் வழங்கும் (14). சிவபெருமான் இங்கே குறும்பலா மரத்தினடியிலும் எழுந்தருளியிருக்கின்றார் (62, 70, 90). இங்கே எழுந்தருளியுள்ள அம்பிகையின் திருநாமம் குழல்வாய்மொழி யென்பது (46, 49). ஐவகைச் சபைகளுள் ஒன்றாகிய சித்திர சபை (17) இங்கே அமைந்துள்ளது. இக்கோயிலில் மும்முரச மண்டப மென்ற ஒன்றுண்டு (71) . சிவபெருமான் இங்கே பிரமதேவராகவும் திருமாலாகாவும் இருந்து விளங்கினார் (காப்பு. 1, நூல். 11, 42, 58, 66, 73); அகத்தியர் வழிபட்டுப் பேறுபெற்றார் (31, 79, 94).

இப்பிரபந்தத்துள் இடையிடையே திருவண்ணாமலை, திருவாடானை, திருவாரூர், திருவாலங்காடு, திருவானைக்கா, இராமேசுவரம், கயிலை, காசி, காஞ்சீபுரம், திருகாளத்தி, கூடலையாற்றூர், கேதாரம், கோகருணம், சாய்க்காடு, சிதம்பரம், திருத்தூங்கானை மாடம், திருநெல்வேலி, திருப்பரங்குன்றம், திருப்பாசூர், புத்தூர், திருப்பூவணம், மதுரை, திருமறைக்காடு, திருவாய்மூர், திருவெண்காடு முதலிய தலங்கள் சொல்லப்படுகின்றன. அமர்நீதி நாயனார், ஆனாய நாயனார், கண்ணப்ப நாயனார், காரைக்காலம்மையார், சண்டீசர், சாக்கிய நாயனார், சிறுத்தொண்ட நாயனார், சுந்தரமூர்த்தி நாயனார், திருஞானசம்பந்த மூர்த்தி நாயனார், மானக்கஞ்சார நாயனார், மூர்த்தி நாயனார் என்போர் பெருமைகள் பாராட்டப்படுகின்றன.

39ஆம் பாடலில் ஐம்பொருட் சிலேடை வந்தது. மூன்று செய்யுட்களில் (10, 27, 92) முன் இரண்டடிகளில் யமகமும் ஆறு செய்யுட்களில் (9, 25, 31, 38, 82, 86) பின் இரண்டடிகளில் யமகமும், நான்கு செய்யுட்களில் (6, 44, 66, 97) பின் இரண்டடிகளில் மடக்கும் அமைந்துள்ளன.

செக்கச் சிவந்திருப்பார் (22) என்னும் உலகவழக்கை இதிற் காணலாம். இளைத்தல் என்னும் பொருளில் சடைத்தல் (8) என்னும் சொல்லும், மாடி என்னும் பொருளில் மேடை (25) என்னும் சொல்லும் வந்தன; இவை தென்பாண்டிநாட்டு வழக்கு.

திருக்குற்றால நாதர் திருவருளால் இப்போது குறிப்புரையுடன் இப்பிரபந்தம் வெளியிடப்பெற்றது. இதனைக் கலைமகள் பத்திரிகையில் வெளியிட்டுதவிய ஸ்ரீமான் ரா. நாராயணசாமி ஐயரவர்களுக்கும் இதனை ஆராயும்போதும் வெளியிடும்போதும் உதவிபுரிந்த அன்பர்களுக்கும் எனது நன்றி உரியதாகும்.

இங்ஙனம்,
வே. சாமிநாதையர்

"தியாகராஜ விலாஸம்"
14-6-40

Reprinted by Kalaimgal

உ
கணபதி துணை

களக்காட்டுச் சத்தியவாசகர் இரட்டை மணிமாலை

பதிப்பாசிரியர்:
மகாமகோபாத்தியாய தாக்ஷிணாத்திய கலாநிதி
டாக்டர் உ.வே. சாமிநாதையர்

[1932]

Reprinted by Kalaimagal,

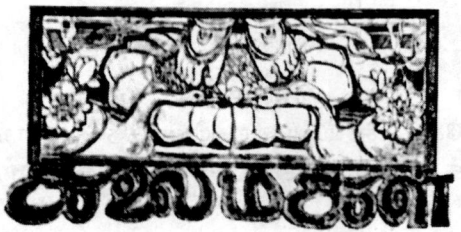

சாமிநாதம்

உ
கணபதி துணை

முகவுரை

களக்கா டென்னும் தலம் நாங்குநேரி (நான்கூனேரி)த் தாலூகாவி லுள்ளது. சோராரணிய மென்றும் புன்னைவன மென்றும் இது வழங்கும். இங்கே எழுந்தருளியுள்ள ஸ்வாமியின் திருநாமம் சத்திய வாசக ரென்று வடமொழியிலும், பொய்யா மொழியா ரென்று தமிழிலும் வழங்கும். அம்பிகையின் திருநாமம் ஆவுடைநாயகி யென்பது.

இவ்விரட்டை மணிமாலையை இயற்றியவர் இன்னாரென்று தெரியவில்லை. ஆனாலும் முற்காலத்தில் களக்காட்டுத் தெற்கு மடத்தில் புகழ்பெற்று விளங்கியிருந்த சிறந்த கவியாகிய ஸ்ரீ கைலாசநாத தேசிகரோ அன்றி அவர் மரபினரோ இதனை இயற்றியிருக்கலா மென்று நினைக்கின்றார்கள். இதிலுள்ள பாடல்கள் கற்பனை நயங்களையும், சிறந்த கருத்துக்களையும் பெற்றிருத்தலின் பக்திமான்களும், அறிஞர்களும் அறிந்து இன்புறற்பாலன. இதன்கணுள்ள செய்யுட்கள் பழைய புலவர்களால் பரம்பரையாக மனப்பாடஞ் செய்யப்பெற்று அங்கங்கே வழங்கி வந்தன. ஏறக்குறைய ஐம்பது வருடங்களுக்கு முன்பு ஸ்ரீ சந்திரசேகர கவிராஜ பண்டிதரால் அச்சிடப்பெற்ற தனிப்பாடற் றிரட்டில் இதிலுள்ள ஐந்து பாடல்கள் உள்ளன. அதனால் இந்நூலின் பெருமை விளங்கும். இஃது எழுதப்பட்டிருந்த ஏட்டுச் சுவடி கும்பகோணம் காலேஜில் முன்பு தமிழ்ப் பண்டிதராக இருந்த திரிசிரபுரம் ஸ்ரீ சி. தியாகராச செட்டியா ரவர்களிடமிருந்து கிடைத்தது.

இங்ஙனம்,
உ.வே. சாமிநாதையர்

Reprint from Kalaimgal

உ
கணபதி துணை

பழனி இரட்டை மணிமாலை

பதிப்பாசிரியர்:
மகாமகோபாத்தியாய தாக்ஷிணாத்திய கலாநிதி
டாக்டர் உ.வே. சாமிநாதையர்

[1932]

Reprint from Kalaimagal

சாமிநாதம்

உ
கணபதி துணை

முகவுரை

இரட்டை மணிமாலை யென்பது தமிழிலுள்ள 96 வகைப் பிரபந்தங்களுள் ஒன்று. நிறத்தால் வேறுபட்ட மணியும் பவளமும் கோத்து அமைக்கப்படுவது போல யாப்பால் வேறுபட்ட வெண்பாவையும் கட்டளைக் கலித்துறையையும் அந்தாதியாகத் தொடுத்து அமைக்கப்படுவது இப்பிரபந்தம். இந்த வகையில் நூற்றுக்கணக்கான நூல்கள் உள்ளன.

ஆறுபடை வீடுகளுள் ஒன்றும் திருவாவினன்குடி யென்று கூறப்படுவதுமாகிய பழனியில் திருக்கோயில் கொண்டெழுந்தருளியுள்ள முருகக்கடவுள் திறத்தில் இஃது இயற்றப்பெற்றது. இதனை இயற்றியவர் பெயர் தெரியவில்லை. இது தெள்ளிய இனிய நடை வாய்ந்து அன்பை ஊட்டுவதாக அமைந்துள்ளது. இதிலுள்ள செய்யுட் போக்கினால் இதனை இயற்றியவர் சிறந்த புலவரென்றும் முருகக் கடவுள்பால் மிக்க அன்புடையவ ரென்றும் அருமையறியாத பல செல்வர்கள்பால் அலைந்து அலைந்து வெறுப்புற்றவ ரென்றும் தெரிகிறது.

இந்த இரட்டை மணிமாலை எழுதிய ஏட்டுச்சுவடி யொன்று இற்றைக்கு 53 வருஷங்களுக்கு முன்பு கும்பகோணம் காலேஜில் தமிழ்ப் பண்டிதராக இருந்து விளங்கிய அன்பர், திரிசிரபுரம் சி. தியாகராச செட்டியா ரவர்களிட மிருந்து எனக்குக் கிடைத்தது. அதன் பழமை, சற்றேறக்குறைய 200 வருடங்களுக்கு முன்பு அஃது எழுதப்பட்டிருக்க வேண்டு மென்பதைப் புலப்படுத்தியது.

அன்பர்கள் பாராயணஞ் செய்வதற்கு அனுகூலமாக இருக்கு மென்பதையும் நூல் இறவாது உலாவுதலையும் நினைந்து இதனை இங்கே பதிப்பிக்கலானேன்.

இங்ஙனம்,
உ.வே. சாமிநாதையர்

கலைமகள் வெளியீடு-கo

உ
கணபதி துணை

திருக்காளத்தி இட்டகாமிய மாலை

(குறிப்புரையுடன்)

பதிப்பாசிரியர்:
மகாமகோபாத்தியாய தாஷிணாத்யகலாநிதி
டாக்டர் உ.வே. சாமிநாதையர்

சென்னை லா ஜர்னல் அச்சுக்கூடம்
மயிலாப்பூர்

வெகுதான்ய ஷூ மார்கழி மீ

1938

All Rights Reserved]

 [விலை இரண்டணா

கலைமகள் வெளியீடு—௧௦

உ
கணபதி துணை

திருக்காளத்தி
இட்டகாமிய மாலை

(குறிப்புரையுடன்)

பதிப்பாசிரியர்:
மகாமகோபாத்தியாய தாக்ஷிணாத்யகலாநிதி
டாக்டர் உ. வே. சாமிநாதையர்

சென்னை லா ஜர்னல் அச்சுக்கூடம், மயிலாப்பூர்
வெகுதான்யஹூ மார்கழிமீ
1938

All Rights Reserved]

 [விலை இரண்டணா

உ

கணபதி துணை

முகவுரை

இறைவனைப் பாமாலையால் வழிபடுதல் நம் தமிழ்நாட்டில் தொன்றுதொட்டுப் பயின்று வரும் வழக்கம். கவி இயற்றும் ஆற்றலுடையார் தம்முடைய குறைகளைப் பாக்களால் இறைவனுக்கு விண்ணப்பம் செய்தல் இயல்பு.

திருக்காளத்தி இட்டகாமிய மாலையாகிய இது நோய்வாய்ப்பட்ட பக்தர் ஒருவர் திருக்காளத்தி யப்பரிடம் தம் குறைகளைக் களைந்தருளவேண்டுமென்று வேண்டிப் பாடிய செய்யுட்டொகுதி. இட்டகாமிய மென்பது விரும்பப் பெற்ற பொருளென்னும் பொருளினது. தாம் விரும்பிய பொருள் இன்னதென்று குறையிரந்து பாடியமையின் இந்நூல் இப்பெயர் பெற்றது;

என் மனத்துக்கிட்ட காமியந் தந்தருள்
வாய்கயி லாபுரிக் காளத்தியே (39)

என்று இந்நூலில் வருதல் காண்க.

இவ்வாசிரியர் இளமையிலே பெண்மயலிற் சிக்கி உழந்ததன் பயனாக நோயுற்று அதனாலும் வறுமையாலும் துன்புற்றவரென்று இந்நூலால் தெரிகின்றது. அவற்றால் மிகவருந்தி உலகிலுள்ள பிற மருந்துகளாற் பயனில்லையென்று கண்டு,

அருந்தவ மில்லாத வன்மெய் தனிற்பிணியை
மாற்று மருந்துதென் கைலாய மேய மலைமருந்தே

என்று உறுதிபூண்டு அத்தலத்தை அடைந்து வழிபட்டவர்.

இவருடைய வாக்கு அன்பு கனிந்து எளிய நடையில் விளங்குகின்றது. திருக்காளத்தி நாதர் பெருமையை இவர் பலபடியாகப் பாராட்டுகிறார். கண்ணப்பரைப் பலவிடங்களிற் சிறப்பிக்கின்றார். அவற்றுள்,

தருமந் தவஞ்சற் றறியாத வேடுவன் றன்செருப்பு
மருழந்து வேணிக் கணிமா மலரவன் வாயுதகத்
திருமஞ்ச னக்குடம் புல்லா லவன்மென்று தின்றதசை
அருமந்த போனக மன்றோநங் காளத்தி யப்பருக்கே (3)

என்னும் செய்யுள் மிகச்சிறந்தது.

இவ்வாசிரியர் பெயர் இன்னதென்று இப்போது விளங்கவில்லை. இந்நூல் இத்தனை செய்யுளுடைய தென்றும் விளங்கவில்லை. பல வருஷங்களுக்குமுன் இந்நூலின் ஏட்டுப் பிரதி ஒன்று காளத்தியிலிருந்த சைவர் ஒருவரிடமிருந்து எனக்குக் கிடைத்தது. இதில் காப்புச் செய்யுளும் அதன்பின் 49ஆம் செய்யுள்வரையுள்ள செய்யுட்களும் காணப்பட்டன. அவற்றுள்ளும் 32, 33, 34 என்னும் மூன்று செய்யுட்கள் உள்ள ஏடு கிடைக்கவில்லை. பழந்தமிழ்ச் செய்யுட்களைக் கிடைத்தவரையிலேனும் வெளிப்படுத்த வேண்டும் என்னும் எண்ணத்தினால் இந்நூலைக் 'கலைமகள்' வாயிலாக வெளியிடலானேன்.

இதனைத் தம் பத்திரிகையிற் பிரசுரம் செய்வித்த ஸ்ரீமான் ரா. நாராயணசாமி ஐயரவர்களுடைய அன்பை நான் பாராட்டுகின்றேன்.

இங்ஙனம்,
வே. சாமிநாதையர்

"தியாகராஜ விலாஸம்"
திருவேட்டீசுவரன் பேட்டை
16-12-38

கலைமகள் வெளியீடு-கக

உ
கணபதி துணை

நாராயண தீக்ஷிதர் இயற்றிய
தென்திருப்பேரை

மகரநெடுங் குழைக்காதர் பாமாலை

(குறிப்புரையுடன்)

பதிப்பாசிரியர்:
மகாமகோபாத்தியாய திராவிடவித்யாபூஷணம் தாஷிணாத்யகலாநிதி
டாக்டர் உ.வே. சாமிநாதையர்

சென்னை லா ஜர்னல் அச்சுக்கூடம்
மயிலாப்பூர்

பிரமாதி ஹு வைகாசி மீ

1939

கலைமகள் வெளியீடு—கக

உ

கணபதி துணை

நாராயண தீக்ஷிதர் இயற்றிய

தென்திருப்பேரை

மகரநெடுங் குழைக்காதர் பாமாலை

(குறிப்புரையுடன்)

பதிப்பாசிரியர்:

மகாமகோபாத்தியாய திராவிடவித்யாபூஷணம் தாக்ஷிணாத்யகலாநிதி

டாக்டர் உ. வே. சாமிநாதையர்

சென்னை லா ஜர்னல் அச்சுக்கூடம், மயிலாப்பூர்

பிரமாதி ஸு வைகாசி மீ

1939

உ
கணபதி துணை

முகவுரை

திருமாலுக்குரிய திருப்பதிகள் நூற்றெட்டு; அவற்றுள் ஒன்றாகிய தென்திருப்பேரை யென்பது தென்பாண்டி நாட்டிலுள்ள நவதிருப்பதிகளுள் ஒன்றாகவும் விளங்குகின்றது. அங்கே எழுந்தருளியிருக்கும் எம்பெருமான் திருநாமம் மகரபூஷணப் பெருமா ளென்பது; தமிழில் மகரநெடுங் குழைக்காத ரென வழங்கும். அப்பெருமான் விஷயமாக நாராயண தீக்ஷிதரென்னும் ஸ்ரீவைஷ்ணவப் பெரியாரால் இயற்றப்பெற்றது இப்பாமாலை.

இது நம்மாழ்வார் காப்புச் செய்யுள் ஒன்றும், பெரிய திருவடிகளின் வணக்கச் செய்யுள் ஒன்றும், வாழ்த்து ஒன்றும் சேர்ந்து நூற்றுமூன்று கட்டளைக் கலித்துறைகளால் ஆகியது. இப்பாமாலை பாடப்பெற்ற வரலாறு வருமாறு:

திருச்சிராப்பள்ளியில் சொக்கநாத நாயக்கருடைய அரசாட்சியில் அவருடைய பிரதிநிதியாகத் திருநெல்வேலிச் சீமையை வடமலையப்பப் பிள்ளையென்பவர் ஆண்டு வந்தார். அவரைப் பிள்ளையனென்றே பெரும்பாலும் வழங்குவர். அவர் கார்காத்த வேளாளர் வகுப்பில் உதித்தவர்; நல்ல கல்வியறிவும், தெய்வ பக்தியும், ஒரு செயலை முற்பட ஆராய்ந்து முடிக்கவல்ல திறனும் வாய்ந்தவர். அவருடைய ஆட்சியில் குடிகள் யாவரும் நன்மை அடைந்தனர். அவர் தமிழறிவும் நிரம்பியவர்; மச்சபுராணம், நீடூர்த் தலபுராணம் என்பவற்றை இயற்றியிருக்கிறார். இவற்றையன்றி ஒரு கோவையும் வண்ணமும் கலம்பகமும் அவர் இயற்றியுள்ளா ரென்று தெரியவருகின்றது. அவர் இயற்றிய அறச்செயல்களும், தேவாலயத் திருப்பணிகளும் பல. அவரைப் பாராட்டிப் புலவர்கள் பாடிய தனிப்பாடல்கள் பல இப்பொழுதும் தமிழ் நாட்டில் வழங்குகின்றன.

தமிழ்ப் புலவர்களிடத்தில் வடமலையப்பப் பிள்ளையனுக்கு அதிக அன்பு உண்டு. அவருடைய ஆதரவில் பல வித்துவான்கள் தம் தமிழறிவை வளர்த்து இன்புற்று வாழ்ந்தார்கள். அவரிடம் பணிபுரிந்து வந்த அதிகாரிகளும் அவருடைய தண்டமி ழறிவையும் தமிழ் வித்துவான்கள்பாலுள்ள பேரன்பையும் அறிந்து தாமும் தமிழபிமானமும் தமிழ்ப் புலவர்பாலன்பும் உடையவராக முற்பட்டனர்.

அக்காலத்தில் தென்திருப்பேரையில் நாராயண தீக்ஷிதர் என்பவர் வாழ்ந்து வந்தார். அவர் தலவகார சாமவேதிகளாகிய ஸ்ரீ வைஷ்ணவர் குடியில் பிள்ளை மங்கலத்தா ரென்ற குடும்பத்திலே பிறந்தவர். பல வருஷங்களுக்குமுன் சுந்தர

பாண்டிய ரென்னும் அரசர் பல ஊர்களில் வசித்த நூற்றெட்டுத் தலவகார ஸாமவேதிகளாகிய ஸ்ரீவைஷ்ணவர்கள் குடும்பத்தைத் தென்றிருப்பேரையில் அமைத்து அக்குடும்பத்தினருக்கு வீடுகளும் நிலங்களும் வழங்கினா ரென்பர்; அந்நூற்றெட்டுக் குடும்பத்தின் வழி வந்தவர்கள் இன்னும் அவ்வூரில் வாழ்ந்து வருகின்றனர். தலவகார மென்றது சாம வேதத்தின் சாகைகளுள் ஒன்று.

நாராயண தீக்ஷிதர் தமிழ்நூற் பயிற்சியும் மகரநெடுங் குழைக்காதரிடத்தில் பக்தியும் உடையவர். நம்மாழ்வாரிடத்தில் அளவற்ற அன்பினர். தென்றிருப்பேரைக்கு அருகிலுள்ள ஆழ்வார் திருநகரிக்குத் தினந்தோறும் சென்று அங்கே எழுந்தருளியிருக்கும் நம்மாழ்வாரைத் தரிசித்து வருவார். அவருக்கு நம்மாழ்வார் தாசரென்றும் ஒரு பெயர் வழங்கும். தீக்ஷிதருக்கு நிலம் வீடு முதலியன இருந்தன. அவற்றை வைத்துக்கொண்டு மகரநெடுங் குழைக்காதரைத் தரிசிப்பதும் தமிழ் நூல்களைப் படித்து இன்புறுவதுமாகிய நற்காரியங்களில் பொழுதுபோக்கி வாழ்ந்து வந்தார்.

பயிர் செவ்வையாகப் பயன்தராமையின் ஒரு வருஷம் நாராயண தீக்ஷிதராலும் அவர் இனத்தவர்கள் சிலராலும் அரசிறையைச் செலுத்த முடியவில்லை. அக்காலத்தில் அவ்வரியை வசூல் செய்வதற்கென்று ஓர் அதிகாரியை வடமலையப்பப் பிள்ளையன் நியமித்திருந்தார். அவர் ஒரு வன்னெஞ்சர்; அதிகாரத்துக்கு அழகு பிறர்பால் அதனைச் செலுத்தி அவர்களை நடுங்கவைப்பதே யென்னும் கொள்கையை யுடையவர்; தெய்வபக்தி, தமிழ்ப்பற்று என்பவற்றைச் சிறிதும் அறியாதவர். தமிழ்ப் புலவர்கள், தெய்வ பக்தர்கள் என்பவர்களுடைய பெருமை இன்னதென்பதை அவர்களோடு பழகித்தானே அறியவேண்டும்? தமது அதிகாரமிடுக்கில் பிறரை மதியாமல் வாழ்பவருக்கு இந்த நல்லோர்களின் உறவு எங்ஙனம் கிடைக்கும்?

நாராயண தீக்ஷிதரும் பிறரும் தாம் வரி செலுத்த இயலாத நிலையில் இருப்பதைப் பணிவாக அவரிடம் தெரிவித்து, இயலுங் காலத்திற் செலுத்தி விடுவதாக நயந்து கேட்டுக்கொண்டனர். ஆனால் அவ்வதிகாரி அதற்கு இணங்காமற் சிறிதேனும் இரக்கமின்றி அவர்களைத் திருநெல்வேலி நகரத்திற்குக் கொணர்ந்து சிறையில் இடுவித்தார். அச்சிறைக்கூடம் இருந்த தெரு இப்போதும் காவற்புரைத் தெரு என்னும் பெயரால் வழங்கி வருகிறதென்று சொல்லுகிறார்கள்.

சிறைப்பட்ட தீக்ஷிதரும் பிறரும் தம்முடைய வினையை நினைந்து நொந்து வருந்தினர். அவர்கள் சிறைப்பட்டதனால் தமக்கு இழிவு உண்டாயிற்றென்று வருந்தவில்லை; குழைக்காதரைப் பிரியும் காலம் நேர்ந்ததே என்பதை நினைந்தே மிகவும் இரங்கி நைந்தனர்.

ஒவ்வொரு நாளும் நாராயண தீக்ஷிதர் குழைக்காதரையும், நம்மாழ்வாரையும் சேவிக்கும் இயல்பினர். ஊணும் உறக்கமும் ஒழிந்தாலும் இந்தச் சேவையைத் தவறாமற் புரிந்துவந்தார். அத்தகையவருக்குச் சிறைவாசம் பெருந்துன்பத்தை அளித்தது. 'நாம் செய்த பழவினைப் பயனே இங்ஙனம் வந்து சேர்ந்தது. குழைக்காதர் நமக்கு விதித்த தண்டனை இது போலும். மனிதர்களுடைய மனத்தைக் குழைக்கும் வகை நாம் அறியோம். அதை அப்பெருமான் அறிவார். அதனால் அவரை நோக்கிக் கதறி முறையிடுதலே தகுதியான செயல். எங்கும் செவியுடைய அவர் நம் முறையீட்டைக் கேட்பார். சூரியன் வானத்திலிருந்தாலும் பூமியிலுள்ள

தாமரையை மலர்த்துகின்றான். வானிலுள்ள சந்திரன் பூவுலகிலுள்ள குமுத மலரை மலர்த்துகின்றான். அவ்வாறே நாம் எங்கே இருந்தாலும் மகரநெடுங் குழைக்காதர் நம்மை இரட்சிப்பர்.* 'இனிப் பாமாலை சூட்டி அவரை நோக்கி உருகி வழிபடுதல்தான் வழி' எனத் துணிந்தார்.

இங்ஙனம் துணிந்து குழைக்காதர் விஷயமாக ஒரு நூல் செய்யத் தொடங்கினார். ஒவ்வொரு நாளும் சில செய்யுட்களைப் பாடித் திருப்பித் திருப்பி அவற்றைச் சொல்லி உருகிப் பிரார்த்திக்க ஆரம்பித்தார். அந்த நூலே இப்பாமாலை ஆகும். அவருடன் இருந்தவர்களும் சில செய்யுட்களை இயற்றத் தொடங்கினார்கள்.

தீக்ஷிதர், நூலைத் தொடங்கும்போது வழக்கம்போல நம்மாழ்வாருக்குக் காப்புக் கூறினார். அக்காப்பிலேயே, "அடியேங்க டுன்ப மகல்வதற்கா வந்த நான்மறையின், முடியே பரவுங் குழைக்காதர் மீது முதுதமிழாற், படியேழு மோங்கிய பாமாலை யீரைம்பது" என்று ஸங்கற்பம் செய்து கொண்டார். அடுத்தபடி கருடனைத் துதிக்கையில், "என் சிறை நீக்குவித்தா யில்லையே" என்று இரங்கினார்.

"நாங்கள் பசுவைப் பிரிந்த கன்றைப்போல வருந்துகிறோம். எங்கள் குழைக்காதருக்கு எப்போது கருணை உண்டாகுமோ! வாயில்லாத பசுக்களைக் காப்பாற்றுவதற்காகக் கோவர்த்தனகிரியைக் குடையாகப் பிடித்த கருணையாள ரல்லவோ அவர்? அவரைப் பிரிந்திருக்கும் நாங்கள் மீட்டும் அவரை எப்பொழுது சென்று தொழுவோம்! எங்களை அவரிடமிருந்து பிரித்து வைத்திருக்கும் பாவம் எப்போது தீரும்!" என்று முதற் பாட்டிலேயே அவர் மனம் நைந்து பாடினார்.

"எந்தக் காலத்திலும் உம்மை நினைந்து நாங்கள் வாழ்கின்றோம். எங்கள் உடல் சிறையில் இருந்தாலும் உள்ளம் உம் திருவடியி லல்லவோ இருக்கும்? நூற்றெண்மருக்கு இடர் வந்தால் அதைப் போக்கி அருள்பவர் தேவரீரல்லவா? எந்தச் சமயத்தில் நாங்கள் துயருற்றாலும் அந்தச் சமயத்தில் எங்கள் துன்பத்தை நீக்கியருளும் தயாநிதியாகிய தேவரீர் இப்போது இவ்வளவு தாமதம் செய்வதற்குக் காரணம் என்ன?" என்று அவர் செய்யுளால் முறையிட்டார்.

தினந்தோறும் தென்திருப்பேரைத் திருக்கோயிலில் மறை முழக்கும் தமிழ் முழக்கும் செவியாரப் பருகிய அவருக்குச் சிறைக்கூடத்திலுள்ள கொசுவின் ஒலியும், அதிகாரிகளின் அதட்டற் குரலும், காவற்பட்டார் வருந்தி அழுங்குரலும் மிக்க மனவருத்தத்தை உண்டாக்கின. "இசை நான்மறையின் சங்கமுங் கீதத் தமிழ்ப் பாடலுஞ் சத்த சாகரம்போற், பொங்கு தென்பேரைப் புனிதா" என்று அவற்றை நினைந்து உருகினார்.

அவருக்கு ஒரு குழந்தை இருந்தது. தாம் குழைக்காதர் தரிசனத்துக்குப் போகும்போது சிலமுறை அக்குழந்தையையும் உடன் அழைத்துச் செல்வது வழக்கம். அவருக்கு அப்போது அக்குழந்தையின் ஞாபகம் வந்து துன்புறுத்தியது. "தேவரீரைக் குழந்தையோடு வந்து மீண்டும் தொழுவது எந்நாள்!"+ என்று புலம்பினார்.

ஒவ்வொரு நாளும் இங்ஙனம் கதறிய அவருடைய நெஞ்சம் கலங்கியது. "பித்தனைப் போன்மன மேங்காம லிந்தப் பிணியகல, எத்தனை நாட்செல்லு மோவறியேன்", "எண்ணாத வெண்ணி யிடைந்திடைந் தேங்கி யிருந்துமனம்,

* செய்யுள், 34.

+ "நின்னை யெந்நாள், கொஞ்சுங் குழந்தையுங் கூடத் தொழுவது" (9)

புண்ணாய் மெலிந்து புலம்பாம னீயிப் புலைதவிர்ப்பாய்" என அழுங்கினார். இவ்வாறு ஒவ்வொரு நாளும் ஒவ்வொரு யுகத்தைப்போலப் போய்க்கொண்டிருந்தது. ஒருமாத காலம் ஆயிற்று. "இந்த ஒரு மாதமாக நாங்கள் கதறுகிறோமே. எங்களுடைய சிறையை அகற்றுவிக்கவில்லையே!" என்று ஏங்கித் துடித்தார்:

திங்களொன் றாகச் சிறையிருந் தோமிச் சிறையகற்றி
எங்கடம் பாலிரங் காததென் னோ ? (21)

'திருப்பேரை மாதவன் நாமஞ் சொன்னால் கவலையும் துன்பமும் தீரும்' *(17)* என்ற உறுதியான நம்பிக்கை அவருக்கு இருந்தது. "இன்றைக்கு நமக்கு அநுகூலம் உண்டாகும்; நாளைக்குள் எப்படியேனும் குழைக்காதர் திருவருள் புரிவார்" என்று அவருடைய ஏங்கிப்போன நெஞ்சம் நினைந்து ஆவலுற்று நின்றது. ஒன்றும் எதிர்பார்த்தபடி நடைபெறவில்லை.

இன்றாகும் நாளைக்கு ணன்றாகு மென்றிங் கிருப்பதல்லால்
ஒன்றா கிலும்வழி காண்கில மேயுன் னுதவியுண்டேல்
பொன்றாம னாங்கள் பிழைப்போங் கருணை புரிந்தளிப்பாய்
அன்றா ரணந்தொழ நின்றாய்தென் பேரைக் கதிபதியே

என்று பாடினார்.

இங்ஙனம் தம்முடைய குலதெய்வத்தை நினைந்து நினைந்து நைந்து உருகி அழுது புலம்பிய புலவர் "இனி என் செய்வது!" என்ற ஏக்கத்தை அடைந்தார். பிறகு தம்மை இந்த நிலைக்குக் கொணர்வதற்குக் காரணமான அதிகாரிக்குத் தம்மை விடுவிக்கும்படி யார் கூறுவார்க ளென்று ஆலோசித்தார். அவருக்கு மேல் அதிகாரியும் திருநெல்வேலிச் சீமைக்குத் தலைவருமாகிய வடமலையப்பப் பிள்ளையன் தமிழ்வாணர்களிடத்தில் பேரபிமானம் உடையவ ரென்பதை அவர் அறிந்திருந்தார். அவருடைய சிறந்த இயல்புகளையும் தமிழன்பையும் பற்றிப் பலர் கூறிப் புகழ்வதையும் கேட்டிருந்தார். "நாமும் தமிழ்ப்புலமை யுடையோ மென்பதை அவர் அறிந்தால் ஏதாவது அநுகூல முண்டாகுமே. ஆனால் நம்முடைய தகுதியைப் பிள்ளையனுக்கு யார் அறிவிப்பார்கள்!" என்று நினைந்தார்.

வள்வார் முரசதிர் கோமான் வடமலை யப்பன்முன்னே
விள்வாரு மில்லை யினியெங்கள் காரியம் வெண்டயிர்பாற்
கள்வா வருட்சடைக் கண்பார் கருணைக் களிறழைத்த
புள்வாக னாவன்பர் வாழ்வேதென் பேரைப் புராதனனே

என்னும் செய்யுளுருவத்தில் அவருடைய கருத்து வெளிப்பட்டது.

நாள்தோறும் குழைக்காதரைப் பாடிப் புலம்புவதும் முன்பாடிய செய்யுட்களை மீட்டும் மீட்டும் பாடுவதும் சிறைப்பட்ட அன்பர்களின் வழக்கமாக இருந்தது. ஒருநாள் தீக்ஷிதர், "வள்வார் முரசதிர்" என்னும் செய்யுளைக் கூறி அரற்றியபோது அந்தச் சிறைக் காவலாளியின் காதில் பட்டது. அச்செய்யுளில் தன்னுடைய தலைவர் பெயர் வருவதை அவன் கவனித்தான். அவன் சிறிது தமிழறிவு உடையவன்; "நம்முடைய எசமான் பெயர் இந்தப் பாட்டில் அமைந்திருக்கிறதே; உள்ளே இருப்பவர்கள் தமிழ் வித்துவான்க ளென்று தோற்றுகின்றது" என்று அவன் எண்ணினான். பிள்ளையன் தமிழ்ப் புலவர்களைப் பாதுகாக்கும் செயலை முதற்கடமையாகக் கொண்டவ ரென்பதை அவன் அறிவான். ஆதலின் இத்தகைய புலவர் சிறையில் வாடிக் கிடப்பதை நேரே அவருக்கு அறிவிப்பதே நலம் என்று துணிந்தான். அன்றியும் சிறையில் அவர்களை இட்ட அதிகாரியின் கொடுமை

எல்லோரிடத்திலும் வியாபித்திருந்தது. அவர்பால் யாவருக்குமே வெறுப்பு இருந்தது. நாள்தோறும் நாராயண தீக்ஷிதரும் பிறரும் பெருமாளைத் துதித்து உருகுவதை அக்காவலாளி கவனித்து வந்தவன். அவனுடைய நெஞ்சம் இளகிற்று. 'இவர்களை விடுதலை செய்யும் அதிகாரம் நமக்கில்லையே' என்ற கவலையும் அவனுக்கு உண்டாயிற்று.

இங்ஙனம் இருக்குங்கால் தன்னுடைய தலைவருடைய பெயர் பாட்டில் வரவே, "இந்தச் செய்தியை முன்னிட்டுக் கொண்டு பிள்ளையனிடம் இவர்களுடைய நிலையைச் சொல்லுவோம்" என்று அவன் எண்ணினான். உடனே வடமலையப்பப் பிள்ளையனிடம் சென்று சிறையிலுள்ளவர்கள் நாள்தோறும் தமிழ்ச் செய்யுட்கள் பாடுவதையும், அத்தலைவருடைய விஷயமாகச் செய்யுள் கூறுவதையும் எடுத்துரைத்தான்.

தண்டமிழ்வாணர் துயரத்தைக் கேட்கப் பொறாத வடமலையப்பப் பிள்ளையன் இதனைக் கேட்டவுடன் எல்லாக் காரியங்களையும் விட்டுக் குதிரையின் மீதேறிக்கொண்டார்; சிறைக்கூடத்தை நோக்கி விரைந்து வரலானார்.

சிறிது நேரத்திற்குள் குதிரை சிறைவாயிலில் வந்துநின்றது. சிறைக்கூடத்தைத் திறக்கும்படி பிள்ளையன் உத்தரவிட்டு உட்புகுந்தார். அப்பொழுதும் நாராயண தீக்ஷிதரும் அவருடன் இருந்தவர்களும் குழைக்காதரை நினைந்து கண்ணுங் கண்ணீருமாய் இருந்தனர். தீக்ஷிதர், "முன்பெல்லாம் எந்த வேளையிலும் எங்கள் துயரத்தை உடனுக்குடன் தீர்த்து நாங்கள் அஞ்சாமற் பாதுகாத்தீரே; இப்போது இதுகாறும் படாத துன்பத்தை நாங்கள் படுகின்றோம். தேவரீர் இரக்கம் கொள்ளாத காரணம் யாதோ!" என்று கூறி அக்கருத்தை யமைத்து,

அக்கணஞ் சாதெந்த வேளையென் றாலு மளித்தனைநீ
இக்கணஞ் சால வருந்துமெம் பாலிரங் காததென்னோ
மைக்கணஞ் சாயன் மடமாதுக் காக வளர்மிதிலை
முக்கணன் சாப மிறுத்தாய்தென் பேரை முகில்வண்ணனே

என்று பாடினார்.

அவருடைய நிலையும் அவர் பாடிய செய்யுளும் பிள்ளையனுடைய உள்ளத்தை உருக்கின; 'இவர் தமிழ்ப் புலமையோடு எம்பெருமானிடத்தில் இணையற்ற பக்தியும் உடையவ ரென்று தோற்றுகின்றது. இத்தகைய பெரியாரும் இவரைச் சேர்ந்த அன்பர்களும் படும் துயரத்தை இதுகாறும் நாம் அறிந்திலமே! இவர்கள் எவ்வளவு நாட்களாக இவ்வாறு கஷ்டப்பட்டுக் கொண்டிருக்கிறார்களோ! நம்முடைய ஆட்சியில் இத்தகைய கொடுமை நடைபெறும்படி நாம் இடங்கொடுத்தது பெரும் பிழையல்லவோ?' என்று நெஞ்சந் துணுக்குற்றார். தீக்ஷிதரது வாய்மொழியால் அவர்களுடைய வரலாற்றையும் அதிகாரியின் கொடுமையையும் உணர்ந்தார்.

பிள்ளையன் கட்டளையினால் பல வண்டிகள் சிறைவாயிலில் வந்து நின்றன. நாராயண தீக்ஷிதரும் அவருடன் இருந்தவர்களும் அவற்றில் ஏறிக்கொண்டனர். பிள்ளையன் அவர்களைத் தம் அரண்மனைக்கு அழைத்துச் சென்றார். தக்க உபசாரங்கள் செய்தார்; அவர்கள் கொடுக்கவேண்டிய வரியை நீக்கினார்; தீக்ஷிதருடைய நிலங்களை என்றும் வரியில்லாத இனாம் நிலங்களாகச் செய்துவிட்டார்.

அப்பால், 'இத்தகைய சாதுக்களைச் சிறையிலிட்டு வருத்திய அதிகாரியை நம்முடைய ஆட்சியின் கீழ் வைத்திருந்தால் தேளுக்கு மணியம் கொடுத்தது போலாகும். இன்னும் பல கொடுமைகளைப் புரிந்து தம் தலையிற் பாவ மூட்டையை ஏற்றிவிடுவான்' என்று எண்ணி அவனை வேலையினின்றும் நீக்கிவிட்டார்.

தீக்ஷிதரிடம் அவர் பாடிய செய்யுட்களைப் பிள்ளையன் கேட்டார். அவை தீக்ஷிதருடைய உள்ளக்கருத்தைத் தெளிவாகக் காட்டின. ஒவ்வொரு செய்யுளும் அவர் சிறையிலிருந்தபோது பட்ட வேதனையைக் குறிப்பித்தது. அவற்றைக் கேட்கக் கேட்கப் பிள்ளையனுடைய உள்ளம் மறுகியது. அதுகாறும் 65 பாடல்களைத் தீக்ஷிதர் பாடியிருந்தார். அவர் மனம் வருந்திப் பாடிய பாடல்களைக் கேட்ட பிள்ளையன் அவர் மனமகிழ்ந்து பாடும் செய்யுட்களையும் கேட்டால்தான் தம் மனம் ஆறுதலடையு மென்று உணர்ந்தார். ஆதலின் அவர் தீக்ஷிதரை நோக்கி, "நீங்கள் முதலில் நூறு செய்யுட்கள் பாடுவதாக ஸங்கற்பம் செய்திருக்கிறீர்கள். அந்த ஸங்கற்பத்தை நிறைவேற்ற வேண்டும். குழைக்காதர் அருள் செய்யவில்லையே யென்று வருந்திப்பாடிய இந்த 65 செய்யுட்களும் கேட்போர் மனத்தை உருக்குகின்றன. அவை உங்களுடைய தமிழ் அறிவையும், குழைக்காதர்பால் உள்ள பேரன்பையும் விளக்குகின்றன. எல்லாவற்றிற்கும் மேலாக என்னுடைய அபராதத்தை வெளிப்படுத்தும் அடையாளமாக இருக்கின்றன. அப்படியே விட்டுவிட்டால் உங்கள் ஸங்கற்பமும் அரைகுறையாகவே இருக்கும்; எனக்கு வந்த பழியும் மாறாது. அவற்றை நீக்க மேலே 35 செய்யுட்களையும் பாடி நிறைவேற்ற வேண்டும்" என்று வேண்டிக்கொண்டார்.

அப்படியே தீக்ஷிதர் பாடத் தொடங்கும்போது, பிள்ளையன், "மற்றொரு விண்ணப்பம்; உங்களுடைய நிலையை இதுகாறும் அறிந்து கொள்ளாமல் இருந்த பெரும் பிழையைச் செய்தவன் நான். குழைக்காதரே உங்கள் நிலை எனக்குத் தெரியும்வண்ணம் செய்தார். நான் அதற்குக் காரணமாக நிற்கவில்லை. இந்த அபசாரத்தைச் செய்ய வொட்டாமல் தடுக்கும் கடமையை மறந்த குற்றந்தான் நான் செய்தேன். அக்குற்றம் நீட்டிக்காமல் செய்தவர் குழைக்காதர். ஆதலால் இனிப் பாடும் பாடல்களில் என்னைப்பற்றிக் கூறுதல் வேண்டாம்" என்று இரந்தனர். நன்றியறிவு மிக்க தீக்ஷிதருடைய மனத்துக்கு அவ்வேண்டுகோள் துன்பத்தை அளித்தது. ஆயினும் பிள்ளையன் தம் கருத்தை வற்புறுத்தவே, அங்ஙனமே செய்ய உடம்பட்டு மேலே முப்பத்தைந்து செய்யுட்களையும் ஒரு வாழ்த்துப் பாடலையும் பாடிப் பிரபந்தத்தை முடித்தார்.

இங்ஙனம், விடுதலை பெற்ற பின்னர்ப் பாடிய பகுதியில் குழைக்காத ரருளால் தாம் துன்பம் நீங்கியதையும், தம்மைத் துன்புறுத்திய கொடியவர் உத்தியோகத்தினின்று விலக்கப்பட்டு ஓடியதையும் பலவிடங்களிற் குறிப்பித்துள்ளார். முதற் பாட்டிலேயே,

> ஆடகச் சேவடி யாலெம தாவி யளித்தனைகார்க்
> கோடகப் பாவிகள்* வாராமற் காத்தனை (66)

என்று பாடினார்.

> இடைந்தோ ரிருப்பிட மில்லாத வஞ்சக னேங்கிமனம்
> உடைந்தோட நோக்கி யெமைக் காத்தனை

என்றும்,

---

* பாவிகளென்றது அதிகாரியையும் அவரைச் சார்ந்தவர்களையும்.

அருங்கொடிக் கோர்கொழு கொம்பென வெம்மை யளிப்பதுஞ்செய்
திருங்கொடி யோனையு மாற்றிவிட்டாய்

என்றும் தம்மைத் துன்புறுத்திய அதிகாரி பட்ட தண்டனையைக் குறிக்கின்றார்.

இறுதிப் பாட்டில், "சொற்சுவை பொருட்சுவை அமையப் பாடும் பயிற்சியில்லே னெனினும் தேவரீர் வியந்து அருள் செய்தீர்" என்று துதிசெய்தார்.

பாமாலை முழுவதையும் ஆராய்ந்தால் நாராயண தீஷிதர் குழைக்காதர்பாற் கொண்ட அன்பும், தென்திருப்பேரைத் தலத்தில் வைத்த அபிமானமும், நம்மாழ்வார்பாற் கொண்ட பக்தியும், தம்மைச் சிறையிட்ட அதிகாரியின்பால் அடைந்த வெறுப்பும் புலப்படும்.

'குழைக்காத, மகரக்குழைக் கொண்டலே, மகரக்குழையாய்' என்று எம்பெருமானை விளித்துப் பாடுகின்றார். கிருஷ்ணாவதாரத்திலும், இராமாவதாரத்திலும் அவருக்கு ஈடுபாடு அதிகமென்று தெரிகின்றது.

வழுதி வளநாட (96)

என்று பாண்டி நாட்டையும்,

எந்தாய் பொருநைத் துறைவா (30)

தெண்டிரைநீர், எறியும் பொருநைத் துறைவா (39)

எறிநீர்ப் பொருநைத், துறையவன் (64)

வேரிமடற், பொதிபாளை மீற நெடுவாளை யாளைப் பொருதுவரால்
குதிபாய் பொருநைக் கதிபா (71)

என்று தாம்பிரபர்ணி நதியையும் பாராட்டுகின்றார்.

நன்னயஞ் சேருந் தமிழ்ப்பேரை (7)

பண்ணார் மதுரத் தமிழ்ப்பா வலரும் பழமறையும்
விண்ணாடருந்தொழு மெந்தாய்தென் பேரையில் வித்தகனே (19)

நான் மறையின்,
சங்கமுங் கீதத் தமிழ்ப் பாடலுஞ் சத்த சாகரம்போற்
பொங்கு தென் பேரை (21)

தடங்காத் திகழுந் தமிழ்ப் பேரை (33)

தமிழ்ப் பேரை (60, 88)

தண்டமிழ்ப் பேரை (76, 83)

என்று தென்திருப்பேரையில் வடமொழியும் தென்மொழியும் சிறப்பான நிலையி லிருந்ததைக் குறிப்பிக்கின்றார். தம் இனத்தாராகிய தலவகார சாமவேதிகள் நூற்றெண்மரை,

நூற்றெண் மருக்கிடர் வந்தாலு மவ்விடர் நோயகற்றி
மாற்றும் பரஞ்சுடர் நீயல்லவோ (3)

என்றும்,

நூற்றெண்மர் போற்றும் பிரான் (91)

என்றும்,

மறை, பாராய ணம்பயி னூற்றெண்மர் நாளும் பரிந்துதொழும் நாராயணன் (99)

என்றும்,

நூற்றெண்மர் நீடூழி வாழி (வாழ்த்து)

என்றும் பாராட்டுகின்றார்.

கடியே நிலஞ்சித் தொடைஞான முத்திரைக் கைத்தலனே
நிறைந்ததமிழ்ப் பாயிரமாறன் கவிகேட் டுருகும் பரம (13)

குருகூரன் விரித்ததமிழ்ப் பண்ணுக் கிரங்கும் பரமா (46)

மாறன் பனுவலியற் சீர்வாழி

என்பவற்றில் நம்மாழ்வாரையும் அவருடைய அருளிச்செயல்களையும் புகழ்கின்றார்.

தம்மைச் சிறையில் வைத்த அதிகாரியை,

கண்டோ மிலைமுனங் கேட்டோ மிலையவன் கைப்பொருளால்
உண்டோ மிலையிவ் வினைவரக் காரணம் ஒன்றுளதோ (26)

உரகதங் கொண்ட கொடியோன் (29)

விடனட வாது கருமஞ்செய் தான் (36)

சத்துரு (47)

இரும்பான கன்னெஞ்ச வஞ்சகனார்க்கு மிடர்விளைப்போன் (48)

ஆலமென் னோருருக் கொண்டான் (51)

நிம்ப வளக்கனி போற்கசப் பாகிய நீசன் (53)

முன்னம் பழகி யறியோ மவனை முகமறியோம் (56)

ஆக நகைக்கும் படிதிரிவோன் (57)

பொய்யா னிறைந்த கொடியவெம் பாதகன் (58)

இகலிட மான புலையன் (59)

கலகக் கொடிய புலையன் (61)

கைச்ச கடைத்தொழில் கொண்டே திரியுங் கபடன் (61)

மரியாதை யறியாத வஞ்சன் (69)

வஞ்சகன் (74)

இருங் கொடியோன் (92)

கழகா ரணத்தின் பயனறி யாத கபடனெம்மைப்
பழகாத வஞ்சன் (96)

என்று குறிக்கும் பகுதிகளிலிருந்து அவனை அவர் எங்ஙனம் வெறுத்தா ரென்பது புலப்படுகின்றது.

தாம் குழைக்காதர் அருளால் விடுதலைபெற்ற செய்தியை ஒரு செய்யுளில்,

வஞ்ச னதட்டவெமைப்
பொராமர ணாதிகள் வாராமற் காத்தனை (69)

என்று கூறுகின்றார். இதனால் தமக்கு ஏதேனும் உய்தி கிடையாவிடின் உயிர் விடவும் அவர் துணிந்திருந்தாரென்று தெரிகின்றது.

நாராயண தீக்ஷிதர் சிறையில் இருந்த காலத்தில் உடன் இருந்தவர்கள் பாடிய செய்யுட்களிற் சில வருமாறு:

(வெண்பா)

1. கன்றும் பசுவுங் கதறாமற் காத்துநெடுங்
குன்றைக் கவித்த குழைக்காதா – இன்றுமுதல்
நாளைக்கு ளெங்களுக்கு நன்மையுறக் காத்தருளிவ்
வேளைக் கிரங்குவதே மெய்.

2. இந்தவினை நீக்கி [1]யிரங்கிக் கடைக்கண்பார்
கொந்தவிழுந் தாமக் குழைக்காதா – [2]இந்துமுக
மண்டலத்தாய் நூற்றெண்மர் வாழ்வே மணிமகர
[3]குண்டலத்தா யெங்களையாட் கொண்டு.

3. தென்றிருப்பே ரைப்பதிக்குத் தீங்கொன்றும் வாராமல்
உன்றிருப்பே ரைப்பலகா லோதினேன் – மன்றிருப்பேர்
ஆயிரம் பெற்ற வழகா குழைக்காதா
நீயிரங்கிக் காப்பாய் நிதம்.

4. நெல்லைதனில் வந்த நெடும்பா தகன்விளைத்த
அல்ல றவிர்த்தெம்மை யாண்டருள்வாய் – நல்லோர்கள்
போற்றுந் திருப்பேரைப் புங்கவா வெவ்வினையும்
மாற்றும் படிக்கருள்செய் வாய்.

5. உற்றசம யத்தி லுதவுந் திருப்பேரைக்
கொற்றவா செம்பொற் குழைக்காதா – முற்றுமெமைக்
காத்திரட் சிப்பாய் கலங்காம லெவ்வினையும்
தீர்த்திரட் சிப்பாய் தினம்.

6. நம்பினோந் தென்பேரை நாதகுழைக் காதநின்பொற்
செம்பதுமம் போலுந் திருப்பதத்தை – எம்பெருமான்
எங்கள்பா லோர்தீங்கு மெய்திடா வண்ணமளித்
தங்கணுல கிற்காத் தருள்.

(கட்டளைக்கலித்துறை)

7. தென்பேரை வாழுங் குழைக்காத நின்பொற் றிருவடிக்கீழ்ப்
புன்பே யனைய தமியன்விண் ணப்பமெய்ப் போதந்தந்து
வன்பே யிடர்தவிர்த் தெஞ்ஞான்று மிக்கநல் வாழ்வருளி
உன்பே ரருட்குரித் தாகவைத் தாண்டரு ளுத்தமனே.

நாராயண தீக்ஷிதர் குழைக்காதர் பாமாலையைப் பாடிய செய்தியை ஸ்ரீராமபாவல ரென்பவர் தாம் பாடிய சந்தானப்பத்தில்,

---

(பிரதி பேதம்) 1. யிரங்கிக்கண் பாரையா 2. சந்த்ரமுக. 3. குண்டலத்தா யாயர்கோவே.

பாகார்ந்த செந்தமிழ்ப் பாமாலை பாடிய பாவலர்க்குப்
போகாத வல்வினை போக்குவித் தாயிந்தப் பூதலத்தில்
வாகார் மகரக் குழையா யடியன் மனமகிழச்
சாகாத சந்ததி தந்தருள் பேரைத் தயாநிதியே

என்னும் செய்யுளிற் குறித்திருக்கின்றார்.

பாமாலை பாடியபின் நாராயண தீக்ஷிதரும் பிறரும் வடமலையப்பப் பிள்ளையனிடம் விடை பெற்றுக்கொண்டு தென்திருப் பேரைக்குப் போய் மகரநெடுங் குழைக்காதரைச் சேவித்து இன்புற்று வாழ்ந்து வந்தனர்.

நாராயண தீக்ஷிதருடைய இறுதிக்கால நிகழ்ச்சியென்று பின்வரும் செய்தி கர்ணபரம்பரையாக வழங்கி வருகின்றது:

தீக்ஷிதர் நாள்தோறும் காலையிற் குழைக்காதரைத் தரிசனம் செய்துவிட்டு அப்படியே ஆழ்வார் திருநகரி சென்று நம்மாழ்வாரையும் தரிசித்து வருவார். அங்குள்ள பட்டாசாரியாருக்குத் தக்க பொருளுதவி செய்து தாம் வருவதற்குச் சிறிது நேரமானாலும் காத்திருக்கும்படி சொல்லியிருந்தார். அங்ஙனமே பட்டாசாரியார் செய்துவந்தார். ஒருநாள் பூஜை முதலியன ஆனபிறகு பட்டாசாரியார் தீக்ஷிதர் வரவுக்காகக் காத்திருந்தார். வழக்கம்போல வரும் நேரத்தில் அவர் வரவில்லை. அப்போது அங்கே வந்து ஒருவரிடம் பேசிக்கொண்டிருந்த போது தீக்ஷிதர் உள்ளேசென்றதாகத் தெரிந்தது. உடனே பட்டாசாரியர் தம்முடன் பேசிக்கொண்டிருந்தவரிடம், “உள்ளே தீக்ஷிதர் போயிருக்கிறார். பிரஸாதம் கொடுத்துவிட்டு வருகிறேன்” என்று சொல்லி உள்ளே சென்றார். தீஷிதரை அங்கே காணவில்லை. பிறகு கோயில் முழுவதும் தேடியும் காணவில்லை. அப்பால் விசாரித்ததில் அன்றுதான் தீக்ஷிதர் பரமபதமடைந்தா ரென்பதை அறிந்து வியப்படைந்தார். அவர் நம்மாழ்வாரோடு ஐக்கியமாயினர் என்றே கருதி இவ்வற்புதத்தை யாவருக்கும் தெரிவித்தனர்.

பாமாலை எளிய நடையில் பக்திச்சுவை செறிந்ததாகி விளங்குகின்றது. தென்திருப்பேரை முதலிய இடங்களிலுள்ளோர் இதனைப் பக்தியுடன் பாராயணம் செய்துவருகின்றனர். அங்ஙனம் செய்வதனாற் சில துன்பங்கள் நீங்கி இன்பம் உண்டாவதாகக் கூறுவர். திருப்பதி யாத்திரை, சேது யாத்திரைகளில் இதனை நாள்தோறும் பாராயணம் செய்வார்களாம்.

நான் கும்பகோணம் காலேஜில் இருந்தபோது தென்திருப்பேரைக் கிராம முன்ஸீபின் குமாரராகிய ஸ்ரீநிவாஸையங்கா ரென்பவர் படித்துவந்தார். அவர் மிக்க செல்வர். அவருடைய பரிசாரகராகிய நாராயணையங்கா ரென்பவர் ஒருநாள் வழக்கம் போல் இரண்டாம் வேளை உணவுகொண்டுவந்து அவருக்காகக் காத்திருந்தார். அப்போது அவர் தம் கையில் ஒரு புத்தகத்தை வைத்துக்கொண்டு மிகவும் கவனமாகப் படித்துக்கொண்டிருந்தார். அவ்வளவு கவனத்தோடு அவர் படிப்பதைப் பார்த்து ஏதாவது கதைப்புத்தகமாக இருக்கலா மென்று எண்ணினேன்; “என்ன புத்தகம்?” என்று கேட்டேன். அவர் “குழைக்காதர் பாமாலை; மிகவும் சிறந்த புத்தகம்; தெய்விக சக்தியுடையது” என்றார். அதிலிருந்து சில பாடல்களைச் சொல்லச்செய்து கேட்டேன். அவர் சொல்லிவிட்டு இந்நூல் உண்டான வரலாற்றையும் கூறினார். அந்த வரலாற்றைக் கேட்கும்போது என் உள்ளம் உருகியது. அக்காலத்திலேயே இப்பாமாலையை ஒருவர் அச்சிட்டிருந்தார்.

அவ்வச்சுப் பிரதியொன்றை அவர் எனக்கு அளித்தார். அது திருத்தமாக இல்லாமையால் நான் விரும்பியபடியே பிறகு இப்புத்தகத்தின் ஏட்டுப் பிரதிகள் சிலவற்றையும் வருவித்தளித்தார். அவற்றைக்கொண்டு என்னிடம் உள்ள அச்சுப் பிரதியிலே திருத்தம் செய்துகொண்டேன்.

சில வருஷங்களுக்குமுன் இப்பாமாலை சம்பந்தமாக, என்னுடைய அன்பரும் பல தமிழ்ப் பிரபந்தங்களை இயற்றியவரும் ஆசுகவியும் வானமாமலை மடம் ஆஸ்தான வித்துவானுமாகிய தென்றிருப்பேரை அபிநவ காளமேகம் ஸ்ரீமத் அனந்தகிருஷ்ணையங்கா ரவர்களுக்குக் கடிதம் எழுதி விசாரித்தேன். அவர்கள் பல செய்திகளைத் தெரிவித்ததோடு பாமாலையைக் காகிதத்திற் பிரதி பண்ணுவித்தும் அனுப்பினார்கள். நான் முன்பு கேள்வியுற்றிருந்த செய்திகளையும், அவர்கள் அன்புகூர்ந்து அறிவித்த செய்திகளையும், இந்தப் பிரபந்தத்திற் காணப்படும் குறிப்புக்களையும் ஆதாரமாகக் கொண்டு இவ்வரலாறு முதலியன எழுதப்பெற்றன.

இதை ஆராயுங் காலத்தும் பதிப்பிக்கும் காலத்தும் உதவி செய்தவர்கள் சென்னைக் கிறிஸ்டியன் காலேஜ் தலைமைத் தமிழ்ப் பண்டிதர் சிரஞ்சீவி வித்துவான் வி.மு. சுப்பிரமணிய ஐயரும், சிரஞ்சீவி வித்துவான் கி.வா. ஜகந்நாதையரும் ஆவர்.

இதனைத் தம் "கலைமகள்" பத்திரிகையில் வெளியிடுவித்த ஸ்ரீமான் ரா. நாராயணசாமி ஐயரவர்களுக்கு என் நன்றியறிவைச் செலுத்துகின்றேன்.

இங்ஙனம்,
வே. சாமிநாதையர்

Reprint from Kalaimgal

உ
கணபதி துணை

திருமயிலைக் கபாலீசர் பஞ்சரத்தினம்

பதிப்பாசிரியர்:
மகாமகோபாத்தியாய தாக்ஷிணாத்திய கலாநிதி
டாக்டர் உ.வே. சாமிநாதையர்

[1932]

Reprint from Kalaimagal

உ
கணபதி துணை

முகவுரை

இப்பிரபந்தம் உள்ள ஏட்டுப்பிரதி யொன்றை, இப்பொழுது புரசபாக்கம் இ.எம்.எல்.எப். ஹைஸ்கூலில் தமிழ்ப் பண்டிதராக இருக்கும் சிரஞ்சீவி, ச.கு. கணபதி ஐயர், சேலம் ஜில்லா வேலூரில் தாமிருந்த பொழுது ஒரு வருஷம் பதினெட்டாம் பெருக்கிற் காவிரியில் நீராடுகையில் அவ்வாற்றில் மிதந்துவந்த ஒற்றை யேடுகளிலிருந்து எடுத்துவந்ததாகச் சொல்லிச் சில மாதங்களுக்கு முன் என்பாற் சேர்ப்பித்தனர். சுவடியின் பழமையை நோக்குகையில் அது நூறு வருஷத்திற்கு மேற்பட்டிருக்க வேண்டு மென்று தோற்றியது.

இதனை இயற்றியவர் பெயர் தெரியவில்லை. இச்செய்யுட்களின் நடை எளிதாக இருத்தலின் ஸ்ரீ கபாலீசரைத் துதிக்கும் அன்பர்களுக்குப் பயன்படுமென் றெண்ணுகிறேன்.

இங்ஙனம்,
உ.வே. சாமிநாதையர்

உ
கணபதி துணை

திருக்கைலாயபரம்பரை
திருவாவடுதுறையாதீனத்தைச்சேர்ந்த
செவந்திபுரத்தில்
ஷ ஆதீனம் பெரியகாறுபாறு
வேணுவனலிங்கசுவாமிகள்
இயற்றுவித்த

சுப்பிரமணிய தேசிகவிலாசச் சிறப்பு

ஷ திருவாவடுதுறையில்
ஷ சுவாமிகளியற்றுவித்த
கொலுமண்டபமென்னும்

வேணுவனலிங்க விலாசச் சிறப்பு

இவை
பலவித்வான்களாற்பாடப்பட்டு
ஷ ஆதீன அடியார்குழாங்களினொருவராகிய
ஆறுமுகச்சுவாமிகளாலும்
ஷ திருவாவடுதுறை
வேங்கடசுப்ப ஐயரவர்கள் புத்திரராகிய
சாமிநாத ஐயரவர்களாலும்
பார்வையிடப்பட்டு

திருநெல்வேலி
முத்தமிழாகர அச்சுக்கூடத்திற்
பதிப்பிக்கப்பட்டன.

வெகுதான்ய ஹூ ஆனி மீ

[1878]

உ

கணபதிதுணை.

திருக்கைலாயபரம்பரை,

திருவாவடுதுறையாதீனத்தைச்சேர்ந்த

செவந்திபுரத்தில்

ஸ்ரீஆதீனப்பெரியகாறுபாறு

வேணுவனலிங்கசுவாமிகள்

இயற்றுவித்த

சுப்பிரமணியதேசிகவிலாசச்

சிறப்பு.

ஸ்ரீதிருவாவடுதுறையில்

ஸ்ரீசுவாமிகளியற்றுவித்த

கொலுமண்டபமென்னும்

வேணுவனலிங்கவிலாசச்சிறப்பு.

இவை

பலவித்வான்களாற்பாடப்பட்டு

ஸ்ரீஆதீன அடியார்குழாங்களிலொருவராகிய

ஆறுமுகச்சுவாமிகளாலும்

ஸ்ரீதிருவாவடுதுறை

வேங்கடசுப்ப ஐயரவர்கள் புத்திரராகிய

சாமிநாத ஐயரவர்களாலும்

பார்வையிடப்பட்டு,

திருநெல்வேலி

முத்தமிழாகர அச்சுக்கூடத்திற்

பதிப்பிக்கப்பட்டன.

வெகுதான்ய௵ ஆனி௴

உ

கணபதி துணை

வேணுவனலிங்க சுவாமிகள் சரித்திரச் சுருக்கம்

இந்த வேணுவனலிங்க சுவாமிகள் பாண்டி வளநாட்டிலே விக்கிரமசிங்கபுரத்திலே பரம்பரைச் சைவ வேளாளர் குலத்திலே திருவவதாரஞ் செய்து, இளமைப்பருவத்தே திருக்கைலாய பரம்பரை வேதாகம சித்தாந்த சைவசமயாசாரிய பீடமாய் விளங்காநின்ற திருவாவடுதுறை யாதீனத்தைச் சார்ந்து, அக்காலத்தில் அவ்வாதீனத்தில் மஹாசந்நிதானமா எழுந்தருளியிருந்த ஸ்ரீலஸ்ரீ அம்பலவாண தேசிக சுவாமிகளிடத்தே சமய தீக்ஷையும் விசேஷ தீக்ஷையும் பெற்று, சிவாச்சிரமத்திற்குரிய துறவறத்தை யடைந்து, அன்பின் முதியராய் விளங்கி, பின்னர் நிருவாண தீக்ஷையும் பெற்று, அவ்வறத்திற்குரிய ஞானநூல்களை ஓதியுணர்ந்து, அவ்வாறொழுகித் தவத்தான் மனந்தூயராய்த் திருவடித் தொண்டு செய்துகொண்டு வந்தனர்.

பின்பு, ஞானதேசிகரது அனுஞை பெற்று, அதிசிரத்தையோடு ஸ்ரீ கங்காநதி முதலிய புண்ணிய தீர்த்த ஸ்நாநமும் ஸ்ரீகாசி முதலிய சிவக்ஷேத்திர தரிசனமுஞ் செய்துவந்து, ஞானதேசிகரைத் தரிசித்து, அத்தேசிகரது அருமைத் திருவடிகளை விட்டுநீங்காது, அருட் பணிவிடைகளை உள்ளன்போடு செய்துகொண்டு, திருவணுக்கத் தொண்டராய் அமர்ந்திருந்தனர்.

அங்ஙனமிருந்தவரது மனத்தூய்மை உள்ளன்பு வாய்மை அடக்கம் குருக்ஷேத்திர சிவக்ஷேத்திர பரிபாலன சக்தி முதலிய நற்குணங்களை மேற்கூறிய ஞானதேசிகர் கண்டு, ஆதீனத் தலங் காறுபாறு அதிகாரங் கட்டளையிட்டருளப்பெற்று, குருக்ஷேத்திர பரிபாலனம் நன்குசெய்து வருநாளில், "முன்னர், மேற்கூறிய விக்கிரம சிங்கபுரத்திலே பரம்பரைச் சைவவேளாளர் குலத்திலே அகத்தியமுனிவர் வரத்தால் அவதரித்து, இளமைப் பருவத்தே இவ்வாதீனத்தைச் சார்ந்து, வடநூற் கடலுந் தென்றமிழ்க் கடலும் முழுதொருங்குணர்ந்து, காஞ்சிப்புராண முதலிய இலக்கியமுந் தொல்காப்பியச் சூத்திரவிருத்தி முதலிய இலக்கணமும், ஞானநூலுள் சிவஞானபோதப் பேருரையாகிய திராவிடபாடிய முதலிய உரைகளுஞ் செய்தருளி ஆதீனத்திற்குக் கல்விச் செல்வத்தைக் குறைவற நிரப்பி, திராவிடபாடிய முனிவர் என்றும் ஆதீனகுலதெய்வம் என்றும், பேர்பெற்று விளங்கினர், சிவஞான முனிவர் என்பது அறியாதாரியாவர்? அவ்வாறு கல்விச் செல்வங் குறைவறுத்த சிவஞான முனிவர்போல், இம்முனிவரும் ஆதீனத்திற்கு, பொருட்செல்வங் குறைவறுப்பான்,

அவரது பரிணமித்தல்போல், அந்நகரத்தே தோன்றின ராதலின், அங்ஙனங் குறைவறுத்தல் கருதி, இவ்வாதீனத்திற்கு, ஆண்டு முள்ளுகுடி புழுதிகுடி நாட்டுகாலை முதலிய சில கிராமங்கள் வாங்கியும், மத்தியார்ச்சுனம் மாயூரம் முதலிய சிவக்ஷேத்திரங்களைச் சேர்த்தும், இன்னோரன்ன பணிகள் பார்த்துக் கூடுதல் செய்து, ஞானதேசிகரது திருவருட் குறிப்பின் வழியொழுகி, திருவருட் பிரசாதம் பெற்றிருந்தனர். அவ்வாறு ஆதீனத்திற்குக் கல்விச் செல்வங் குறைவறுத்த சிவஞான முனிவர்போல், பொருட்செல்வங் குறைவறுத்தவர் இவ்வேணுவனலிங்க முனிவர், என்பது இவ்வாதீன வித்வான் குமாரசாமிச் சுவாமிகள் இம்முனிவரைத் துதித்த செய்யுட்களில் "நிலமலியுஞ் செல்வம்" என்னுஞ் செய்யுளான், இனிது விளங்கும்.

பின்னர், அம்முனிவரது நன்மைப் பகுதிகளை, ஞானதேசிக ருணர்ந்து ஆதீனத்திற்குரிய சிவக்ஷேத்திரங்களின் முதன்மையாகிய திருப்பெருந்துறை மஹக்ஷேத்திர பரிபாலனக் கட்டளை யதிகாரத்துடன், அந்தப் பிரதேசத்துள இராமநாதபுரம் முதலிய குருக்ஷேத்திர பரிபாலனக் காறுபாறு அதிகாரமும், ஒருங்குகட்டளையிட் டருளப்பெற்று, திருப்பெருந்துறைக்கட் போந்து, அச்சிவாலய பரிபாலனமும் குருக்ஷேத்திர பரிபாலனமுங் குறைவற நடத்தியதன்றி, அவ்வாலயத்திற்கு வெள்ளி வாகனாதி திருப்பணிகளும் குருக்ஷேத்திரங்கட்கு மிக்க கூடுதலுஞ்செய்து, பெரும்புகழ் படைத்து, ஞானதேசிகரது திருவடித்தாமரைகளைக் கனவினு மறவாது சிந்தித்திருந்தனர்.

அங்ஙனம் போந்த நன்மைப் பகுதிகளையும், ஞானதேசிகர் திருவுளத்திற் கொண்டருளி, தென்னாட்டுள்ள குருக்ஷேத்திரங்க ளெல்லாவற்றையும், பரிபாலனஞ் செய்தற்பொருட்டு பெரியகாறுபாறு அதிகாரங் கட்டளையிட் டனுப்பி யருளப்பெற்று, அவ்வனுஞை சிரமேற்கொண்டு, ஆண்டுச்சென்று, அந்நாட்டுள்ள குருக்ஷேத்திரங்கள் பலவற்றுள் ஒன்றாகிய செவந்திபுரத்தில் அமர்ந்து, குருக்ஷேத்திர பரிபாலனங்களை நன்றாக நடத்தி, ஊதியம் விளைவித்து வருதலோடு, கம்பனேரி புதுக்குடி யென்னும் ஜமீன் கிராம மொன்று வாங்கி, அதற்கு, "அம்பலவாண தேசிகபுரம்" என்று தமது ஞானதேசிகரது பெயரிட்டு, இன்னோரன்ன பணிவிடைகள் செய்து, அந்த ஞானதேசிகரது திருவுளத்திற்கு மிக்க மகிழச்சி விளைவித்திருந்தனர்.

அவ்வாறிருந்த சிவாநுபூதிப் பெருஞ்செல்வர் இக்காலத்து, மஹா சந்நிதானமா வெழுந்தருளியிருக்கும் ஸ்ரீலஸ்ரீ சுப்பிரமணிய தேசிக சுவாமிகளது திருவடித் தாமரைகளிடத்தே விசேட சிரத்தையோடு, திருவருட் குறிப்பின்வழி யொழுகி, ஞானதேசிகர் திருவுளத்திற் றோன்றும் யாதானு மொன்றினை, கட்டளையிட் டருளுமுன்பே தாங் குறிப்பிற் றெரிந்து, அதனை அப்பொழுதே சூழ்ச்சியினன்கு முடிப்பவராய் திருவரு ணிரம்பப்பெற்று, "எப் பணிவிடைக ளியற்றினும் அப் பணிவிடைக ளெல்லாம் தமது ஞான தேசிகரது திருவருட் பிரசாதமே" என்று யாவர்க்குந் தெரித்தல் கடைப்பிடித்தவராய், தம்மால் வாங்கப்பட்ட 'கோடாரங்குளம்' முதலிய கிராமங்கள் பலவற்றிற்கும், வேறுபா டறிதற்குரிய ஒவ்வொரு விசேடணங் கொடுத்து, "சுப்பிரமணிய தேசிகபுரம்" என்று ஞானதேசிகரது திருநாமத்தையே யிட்டு வழங்குவாராயினார்.

அன்றியும் கேரள தேசத்திற் சென்று, ஆங்குள்ள அரசரால் நன்கு மதிக்கப்படுதலோடு, முன்னர், ஒருவரும் பெறாத சிவிகை முதலிய விருதுகள் பெற்றதற்கேற்ப ஞானதேசிகராலும், முன்னர், ஒருவரும் பெறாத ஆசாரிய சின்னமாகிய ஆறுகட்டி கொத்துத் தாழ்வடம் முதலிய சின்னங்களும் பெற்றனர்.

அல்லாமலும், மேற்கூறிய விக்கிரம சிங்கபுரத்தில், ஆதீன குலதெய்வமாகிய சிவஞான சுவாமிகளது திருவுருவைப் பிரதிட்டை செய்து பூசித்து, உலக முழுவதுந் தமது புகேழே பரவ, தமக்குநிகர் வேறின்றி விளங்கினர்.

பின்னர், தமது ஞானதேசிகராகிய சுப்பிரமணிய தேசிக சுவாமிகள் அடியார் குழங்களோடும், எழுந்தருளுதல் குறித்து, தாம் வந்திருக்கும் செவந்திபுரத்தில், மிக்க அலங்காரமுள்ள பலவகை இடங்களும் அமைந்த மடாலய மொன்றினை, அதிசுலபமாக விரைவி னியற்றுவித்து அம்மடாலயத்திற்கும் முற்கூறியபடி "சுப்பிரமணிய தேசிக விலாசம்" என்று ஞானதேசிகரது திருநாமத்தை யிட்டு, அதில், தமது ஞானதேசிகரை நிரந்தரம் பூசித்தல் குறித்து, அத்தேசிகரது திருவுரு ஒன்று பிரதிட்டைசெய்து, பூசித்துவருங்கால், தாங் குறித்தவாறே அம் மஹாசந்நிதானமும், அடியார் குழாங்களோடு அச்செவந்திபுரத்திற்கு எழுந்தருளி, அம்மடாலயத்தின் சிறப்பு முழுமையுந் திருக்கண்சாத்தி, திருவுள்ளத்தின் மிக்க மகிழ்ச்சிகொண்டு, சிலநா ளம்மடாலயத்தி லெழுந்தருளியிருந்து, காட்சி கொடுத்தருள, தரிசித்து பேரானநதப் பெருமகிழச்சி பெற்றனர். அதன்றியும், இன்னோரன்ன அற்புதச் செயல்களையே நாடோறுஞ் செய்து தமது ஞானதேசிகர்க்கு மகிழ்ச்சி விளைவிப்பா ராயினார்.

அப்பொழுது, மஹாசந்நிதானத்தின் றிருவுள்ள மகிழ்ச்சிபற்றி, ஆதீன மஹாவித்துவான் மீனாட்சிசுந்தரம் பிள்ளை யவர்க ளிடத்துக் கல்வி பயின்றவரும் ஆதீன அடியார் குழாத்தவரும், ஆகிய வித்வான்கள் பலரும், அம்மடாலயத்தைச் சிறப்பித்துத், தனித்தனி பாடல்கள் இயற்றி, அரங்கேற்றினார்கள். அவ்வவர் பெயரும் பாடல்களுந் தனித்தனி இப்புத்தகத்துட் காட்டப்படும்.

அங்ஙனங் காட்டுதலோடு, மேற்கூறிய சுப்பிரமணிய தேசிக சுவாமிகள் கொலுவீற்றிருந் தருளும்படி, திருவாவடுதுறையில் ஸ்ரீலஸ்ரீ பஞசாக்கர தேசிக சுவாமிகள் சந்நிதியில் மிகுந்த அலங்கார முள்ளதாகிய கொலுமண்டபம் ஒன்றினை இந்த வேணுவனலிங்க சுவாமிகள் செய்விக்க, அதுகண்டருளிய ஞானதேசிகர் நமது திருநாமத்தைக் கிராமம் மடாலயம் முதலியவற்றிற்கு இட்டுவழங்கும் இவர் செயற்குப் பெருங்கருணை கூர்ந்து, அச்செயற்குப் பிரதிபோல அதற்கு, "வேணுவனலிங்க விலாசம்" என்று இவர் பெயரிட்டருளினார்.

அதுபற்றியும் மேற்கூறிய வித்துவான்கள் அதனைச் சிறப்பித்துத் தனித்தனி பாடல்கள் இயற்றி அரங்கேற்றினார்கள். இப்பாடல்கள் அவற்றின் பின்னரும், மேற்கூறிய செவந்திபுர மடாலயத்தில் பிரதிட்டை செய்திருக்கிற தமது ஞானதேசிகரது திருவுருவை நாடோறும் பூசாகாலங்களிற் றுதிசெய்ய வேணுவனலிங்க சுவாமிகள் கேட்டுக்கொள்ள வித்துவான் குமாரசாமிச் சுவாமிகள் இயற்றிய சுப்பிரமணிய தேசிகர் மாலை ஒன்றும், அவர்கள் இப்பொழுது சின்னச் சந்நிதானமாக வெழுந்தருளியிருக்கும் ஸ்ரீலஸ்ரீ நமச்சிவாய தேசிக சுவாமிகளைத் துதித்த பாடல் நான்கும், அவர்கள் வேணுவனலிங்க சுவாமிகளைத் துதித்த பாடல் இரண்டும், அவர்களா லியற்றிச் செவந்திபுர மடாலயத்திற் சிலாசாசனம் பண்ணப்பட்டிருக்கிற பாடல் ஒன்றும், ஆகிய இவைகள் அவற்றின் முன்னருமாகக் காட்டப்படும்.

சா. பிரபந்தத் திரட்டு

1.	மீனாட்சிசுந்தரம் பிள்ளையவர்கள் பிரபந்தத் திரட்டு	931 - 940
2.	சிவக்கொழுந்து தேசிகர் பிரபந்தத் திரட்டு	941 - 945
3.	குமரகுருபரசுவாமிகள் பிரபந்தத் திரட்டு	947 - 954

உ

கணபதி துணை

திருக்கைலாயபரம்பரைத்
திருவாவடுதுறை யாதீனத்து மஹாவித்துவான்
திரிசிரபுரம்

ஸ்ரீ மீனாட்சிசுந்தரம் பிள்ளையவர்கள் பிரபந்தத் திரட்டு

இது
ஷை ஆதீனத்துத் தலைவர்களாகிய
ஸ்ரீமத்
அம்பலவாணதேசிகரவர்கள்
விருப்பத்தின்படி

ஷை பிள்ளையவர்கள் மாணாக்கரும்
சென்னை, பிரஸிடென்ஸி காலேஜ் தமிழ்ப்பண்டிதருமாகிய
உத்தமதானபுரம்

வே. சாமிநாதையரால்

சென்னபட்டணம்
வைஜயந்தி அச்சுக்கூடத்திற்
பதிப்பிக்கப்பெற்றது.

சாதாரண ஹு

1910

விலை ரூ. 2-8-0

Copy Right Registered

உ

கணபதிதுணை.

திருக்கைலாயபரம்பரைத்

திருவாவடுதுறையாதீனத்து மஹாவித்துவான்

திரிசிரபுரம்

ஸ்ரீ மீனாட்சிசுந்தரம்பிள்ளையவர்கள்

பிரபந்தத்திரட்டு.

இது

ஷடி ஆதீனத்துத்தலைவர்களாகிய

ஸ்ரீமத்

அம்பலவாணதேசிகரவர்கள்

விருப்பத்தின்படி

ஷடி பிள்ளையவர்கள் மாணாக்கரும்

சென்னை, பிரஸிடென்ஸிகாலேஜ் தமிழ்ப்பண்டிதருமாகிய

உத்தமதானபுரம்

வே. சாமிநாதையரால்

சென்னபட்டணம்

வைஜயந்தி அச்சுக்கூடத்திற்

பதிப்பிக்கப்பெற்றது.

சாதாரணஹு.

1910.

விலை

முகவுரை

கலைமகள் வாழ்க்கை முகத்த தெனினு
மலரவன் வண்டமிழோர்க் கொவ்வான் – மலரவன்செய்
வெற்றுடம்பு மாய்வனபோன் மாயா புகழ்கொண்டு
மற்றிவர் செய்யு முடம்பு.

கவிஞர் பெருமானாக விளங்கிய ஸ்ரீ மீனாட்சிசுந்தரம் பிள்ளை யவர்கள் இயற்றிய தமிழ் நூல்களுட் பிரபந்தங்கள் பல. அவற்றுட் சில கும்பகோணம் காலேஜில் தமிழ்ப் பண்டிதராக இருந்த ஸ்ரீ சி. தியாகராஜ செட்டியா ரவர்கள் முதலியவர்களால் முன்பு அச்சிற் பதிப்பிக்கப்பெற்று வழங்கிவந்தன. ஆயினும், அவை இப்போது கிடைப்பது அருமையாக இருத்தலின், அவற்றையும் மற்றைப் பிரபந்தங்களையும் அவற்றைப் போலவே சொல்லினிமை பொருளினிமைகளிற் சிறப்புற்று விளங்குவனவும், பிள்ளை யவர்களாற் இயற்றப் பெற்றனவுமாகிய சிறப்புப் பாயிரங்களையும் ஒருங்கே சேர்த்துப் பதிப்பித்து வெளியிடக் கருதி, இயல்பாகவே நான் எழுதியும் தொகுத்தும் வைத்திருந்த சிலவற்றையன்றி மற்றவற்றைப் பெறுதற்கு முயன்றுவருகையில், திருவாவடுதுறை மடத்துப் புஸ்தகசாலையி லிருந்து சில பிரதிகளும், திருப்பனந்தாள் மடத்துப் புஸ்தகசாலையி லிருந்தும், மதுரைப் பாண்டியன் புஸ்தகசாலையி லிருந்தும் ஸ்ரீ குமரகுருபர சுவாமிகள் சரித்திரப் பிரதிகளும் உரிய தலைவர்களுடைய பேருதவியாற் கிடைத்தன.

திரிசிரபுரம் யமகவந்தாதிப் பிரதியைக் குன்றக்குடி ஸ்ரீ அப்பாப் பிள்ளை யவர்களும், பிள்ளையவர்கள் கையாலேயே எழுதிய திருப்பைஞ்ஞீலித் திரிபந்தாதிப் பிரதியைச் சேலம் ஜில்லாவைச் சார்ந்த செந்தாரப்பட்டி ஸ்ரீ சிவசுப்ரமணிய ஐயரும், திருக்கற்குடி மாமலை மாலைப் பிரதிகளைத் திரிசிரபுரம் எஸ்.பி.ஜி. காலேஜ் தமிழ்ப் பண்டிதர் ம-ா-ா-ஸ்ரீ வெ. சதாசிவ செட்டியா ரவர்களும், உறையூர் ஸ்ரீ பஞ்சவர்ணேசுவர ஸ்வாமி கோயில் தருமகர்த்தா ம-ா-ா-ஸ்ரீ சொக்கலிங்க முதலியா ரவர்களும் குளத்தூர்க் கோவைப் பிரதியை வரகனேரி ம-ா-ா-ஸ்ரீ சவரிமுத்துப் பிள்ளை யவர்களும் அன்புடன் கொடுத்தார்கள்.

இவற்றுள் திருப்பனந்தாள் மடத்துப் பிரதியில் மட்டுமே இரண்டாம் முறை இவர்கள் இயற்றியதாகிய பட்டீச்சுரப் புராணமும் திருவரன் குளப் புராணமும் இருந்தன. (முதன் முறை, ௬௦ - செய்யுட்கள் வரையில் இவர்களாற் பாடப் பெற்ற பட்டீச்சுரப் புராணப் பிரதி எப்படியோ கைதவறிப் போயிற்று.)

முழுப் புத்தகங்கள் அகப்படாமையால், பழசைப் பதிற்றுப்பத்தந்தாதிச் செய்யுட்கள் இரண்டைப் பட்டீச்சுரம் ம-ா-ா-ஸ்ரீ ந. ஆறுமுகம் பிள்ளை யவர்களும், பூவாளூர்ப் பதிற்றுப்பத்தந்தாதியில் உரு - செய்யுட்களை ஷியூர்க் கோயில் தருமகருத்தாவாகிய ம-ா-ா-ஸ்ரீ அணணாமலைச் செட்டியாரவர்கள் முதலியவர்களும் மனப்பாடத்தாற் சொல்ல எழுதிக் கொண்டேன்.

பிள்ளை யவர்கள் பாடி அரங்கேற்றிய வேறு சில பூர்த்தியான பிரபந்தங்களையும் அபூர்த்தியான சிலவற்றையும் இயன்றமட்டில் பல இடங்களில் தேடிப் பார்த்தும் அவை கிடைக்கவில்லை.

இவர்கள் இயற்றிய திருவாவடுதுறைச் சிலேடை வெண்பாவின் விநாயகர் காப்புச் செய்யுளின் பாதி மட்டும் என் ஞாபகத்தில் உள்ளது. அது வருமாறு:

சீர்வெண்பா மாலைத் திருவா வடுதுறையார்க்
கூர்வெண்பா மாலை யுரைப்பவே

என்பது.

இதிலடங்கிய பிரபந்தங்களுள் முன்னமே அச்சிடப்பெற்றவை இன்னவை என்பது அவ்வவற்றின் பின்னேயுள்ள சிறப்புப் பாயிரங்கள் முதலியவற்றால் விளங்கும்.

சீகாழிக் கோவையும் வியாசைக் கோவையும், தனித்தனியே பதிப்பிக்கப் பெற்று அகப்படக்கூடிய நிலைமையில் இருத்தலின் அவை இதிற் சேர்க்கப் படவில்லை.

இவர்கள் ஒவ்வொரு காலத்திற் சமயோசிதமாகப் பாடிய தனிச்செய்யுட்களை இவர்கள் சரித்திரம் எழுதும்போது சந்தர்ப்பத்தைப் புலப்படுத்தி வெளியிடக் கருதி இதிற் சேர்க்காமல் வைத்திருக்கிறேன்.

பிள்ளை யவர்களோடு மிகப் பழகி அவர்க ளருமைபெருமைகளை நன்றாக அறிந்தவர்களும் அவர்களுடைய நூல்களைப் படித்தவர்களும் இக்காலத்திற் பலரிருத்தலால், அவர்களுடைய குண விசேடங்களும் இப்பிரபந்தங்களின் சிறப்புக்களும் இங்கே எழுதப்பெற்றில.

உரிய காலங்களிற் பிரதிகள் முதலியன அகப்படாமையினால் நூல்களைக் காலமுறையாகவும் பிரபந்த முறையாகவும் சேர்க்கக்கூடவில்லை.

தொடங்கிப் பலகாலமாக ஆராயப்பெற்றிருக்கும் சில புஸ்தகங்களை விரைவில் முடிக்கவேண்டி யிருத்தலாலும் வேறு சில அஸௌகரியங்களாலும் இப் பிரபந்தங்களுக்கு இப்போது அரும்பதவுரை எழுதிப் பதிப்பிக்கக் கூடாதவனாக விருக்கிறேன்.

இப்பதிப்பிற்காகப் பிரதிகளைக் கொடுத்து உதவியவர்களுடைய பெருந்தகைமையும், பதிப்பிக்குங் காலத்தில் வழக்கம்போலவே உடனிருந்து சகாயம் செய்து வந்த திருமயிலை பி.எஸ். ஹைஸ்கூல் தமிழ்ப் பண்டிதர் ம-ா-ா-ஸ்ரீ இ.வை. அனந்தராமைய ரவர்கள் முதலியோருடைய அன்புடைமையும் மிகப் பாராட்டற்பாலன.

தியாகராச செட்டியாரவர்கள் வாக்கு

கட்டளைக்கலித்துறை

பெற்றாரு ணின்னைப்பெற் றார்போற்பெற் றார்களும் பேண்பிறப்பை
யுற்றாரு ணின்றனைப் போலவுற் றார்களு முன்னருளை
நற்றா ரணியு ளெனைப்போற்பெற் றார்களு நாடுறினு
மற்றார்முற் றோர்தரு மீனாட்சி சுந்தர மாமணியே.

இங்ஙனம்,
வே. சாமிநாதையன்

சென்னை
16-5-1910

உ
கணபதி துணை

திருக்கைலாயபரம்பரைத்
திருவாவடுதுறை யாதீனத்து மஹாவித்துவான்
திரிசிரபுரம்

ஸ்ரீ மீனாட்சிசுந்தரம் பிள்ளையவர்கள் பிரபந்தத் திரட்டு

இது
ஷை ஆதீனத்துத் தலைவர்களாகிய
ஸ்ரீலஸ்ரீ
வைத்தியலிங்க தேசிகரவர்கள்
உதவியைக்கொண்டு

ஷை பிள்ளையவர்கள் மாணாக்கரும்
சிதம்பரம் ஸ்ரீ மீனாட்சி தமிழ்க்காலேஜ் பிரின்ஸிபாலுமாகிய
மஹாமஹோபாத்தியாய தாக்ஷிணாத்ய கலாநிதி
உ.வே. சாமிநாதையரால்

சென்னபட்டணம்
கமர்ஷியல் அச்சுக்கூடத்திற்
பதிப்பிக்கப்பெற்றது.

[இரண்டாம் பதிப்பு]

அக்ஷய ஞு ஆனி மீ

1926

விலை ரூ. 5-10-0

Copy Right Registered

உ

கணபதிதுணை.

திருக்கைலாயபரம்பரைத்

திருவாவடுதுறையாதீனத்து மஹாவித்துவான்

திரிசிரபுரம்

ஸ்ரீ மீனாட்சிசுந்தரம்பிள்ளையவர்கள்

பிரபந்தத்திரட்டு.

இது

ஷை ஆதீனத்துத்தலைவர்களாகிய

ஸ்ரீலஸ்ரீ

வைத்தியலிங்க தேசிகரவர்கள்

உதவியைக்கொண்டு

ஷை பிள்ளையவர்கள் மாணாக்கரும்

சிதம்பரம்

ஸ்ரீ மீனாட்சி தமிழ்க்காலேஜ் பிரின்ஸிபாலுமாகிய

மஹாமஹோபாத்தியாய தாக்ஷிணாத்யகலாநிதி

உ. வே. சாமிநாதையரால்

சென்னபட்டணம்

கமர்ஷியல் அச்சுக்கூடத்திற்

பதிப்பிக்கப்பெற்றது.

இரண்டாம் பதிப்பு.

அக்ஷய௵, ஆனிமீ

1926

விலை ரூபா 5-10-0.

Copyright Registered.

முகவுரை

கலைமகள் வாழ்க்கை முகத்த தெனினு
மலரவன் வண்டமிழோர்க் கொவ்வான் – மலரவன்செய்
வெற்றுடம்பு மாய்வனபோன் மாயா புகழ்கொண்டு
மற்றிவர் செய்யு முடம்பு.

கவிஞர் பெருமானாக விளங்கிய திருவாவடுதுறை யாதீனத்து மஹாவித்துவான் திரிசிரபுரம் ஸ்ரீ மீனாட்சிசுந்தரம் பிள்ளை யவர்கள் இயற்றிய தமிழ் நூல்களுட் பிரபந்தங்கள் பல. அவற்றுட் சில கும்பகோணம் காலேஜில் தமிழ்ப் பண்டிதராக இருந்த ஸ்ரீ. சி. தியாகராஜ செட்டியா ரவர்கள் முதலியவர்களால் முன்பு அச்சிற் பதிப்பிக்கப்பெற்று வழங்கிவந்தன. ஆயினும், அவை கிடைப்பது அருமையாக இருந்தமையின், அவையும் மற்றப் பிரபந்தங்களும் அவற்றைப் போலவே சொல்லினிமை பொருளினிமைகளிற் சிறப்புற்று விளங்குவனவும், பிள்ளை யவர்களாற் இயற்றப் பெற்றனவுமாகிய சிறப்புப் பாயிரங்களும் ஒருங்கே சேர்த்து 1910 ஆம் வருஷத்தில் முதன் முறையாகப் பதிப்பிக்கப்பெற்றன. முற்பதிப்பில் அபூர்த்தியாக இருந்த பழசைப் பதிற்றுப்பத்தந்தாதி பட்டீச்சுரம் ஸ்ரீ ஆறுமுகம் பிள்ளை யவர்களால் சில வருடங்களுக்கு முன் முற்றுங் கிடைத்தமையின் இப்போது அது பூர்த்தியாகப் பதிப்பிக்கப் பெற்றுள்ளது.

பிள்ளை யவர்கள் பாடி அரங்கேற்றிய வேறு சில பூர்த்தியான பிரபந்தங்களையும் அபூர்த்தியான சிலவற்றையும் இயனறமட்டில் பல இடங்களில் தேடிப் பார்த்தும் அவைகள் கிடைக்கவில்லை இவர்கள் இயற்றிய திருவாவடுதுறைச் சிலேடை வெண்பாவின் விநாயகர் காப்புச் செய்யுளின் பாதி மட்டும் என் ஞாபகத்தில் உள்ளது. அது வருமாறு:

சீர்வெண்பா மாலைத் திருவா வடுதுறையார்க்
கூர்வெண்பா மாலை யுரைப்பவே.

இதிலடங்கிய பிரபந்தங்களுள் முன்னமே அச்சிடப்பெற்றவை இன்னவை என்பது அவ்வவற்றின் பின்னேயுள்ள சிறப்புப் பாயிரங்கள் முதலியவற்றால் விளங்கும்.

சீகாழிக் கோவையும், வியாசைக் கோவையும், திருவூறைப் பதிற்றுப் பத்தந்தாதியும், பொன்னூசல் முதலியனவும் இப்பதிப்பிற் சேர்க்கப்பட்டுள்ளன.

இதிலுள்ள நூல்கள் இயன்றவரை பிரபந்த வரிசை முதலியவற்றைத் தழுவி தொகுக்கப்பட்டுள்ளன.

பிள்ளையவர்கள் ஒவ்வொரு காலத்திற் சமயோசிதமாகப் பாடிய தனிச்செய்யுட்கள் பலவுண்டு. அவற்றை இவர்கள் சரித்திரம் எழுதும்போது சந்தர்ப்பத்தைப் புலப்படுத்தி வெளியிடக் கருதியிருத்தலால் அவை இங்கே சேர்க்கப்படவில்லை.

இவர்களுடைய அருமைபெருமைகளை நன்றாக அறிந்தவர்களும் இவர்களுடைய நூல்களைப் படித்தவர்களும் இக்காலத்திற் பலர் இருத்தலால், இவர்களுடைய குண விசேடங்களும், இப்பிரபந்தங்களின் சிறப்புக்களும் இங்கே எழுதப்பெற்றில.

இப்பிரபந்தங்களுக்கு எழுதிவரும் குறிப்புரை பூர்த்தியாகாமையால் இதனுடன் இப்போது சேர்க்கவில்லை. பின்பு தனியே வெளியிடப்படும்.

பழைய தமிழ்நூல்களை வெளியிடும் விஷயத்தில் திருப்பனந்தாள் காசிமடத்துத் தலைவர்களும் அருங்கலை விநோதர்களுமான ஸ்ரீலஸ்ரீ சொக்கலிங்கத் தம்பிரா னவர்களும் அவர்கள் பிற்றோன்றலாகிய ஸ்ரீலஸ்ரீ சாமிநாத தம்பிரா னவர்களும் பேரன்புடன் செய்துவரும் ஆதரவையும், உடனிருந்து ஒப்புநோக்குபவர்கள் முதலியோர் விஷயத்தில் எனக்குச் சிறிதும் பொருட்கவலை யுண்டாகாதபடி பல வருஷங்களாக ஆதரித்துவரும், ஸ்ரீ ஸேது ஸம்ஸ்தானாதிபதிகளும், மதுரைத் தமிழ்ச் சங்கத் தலைவர்களும், சென்னைச் சட்ட நிரூபண சபை யங்கத்தினர்களுமான கௌரவம் பொருந்திய மஹா ராஜ ராஜ ஸ்ரீ B. ராஜ ராஜேசுவர சேதுபதி மஹாராஜா அவர்களுடைய தமிழ்ப் பாஷாபிமானத்தையும் தமிழ் மக்களுக்கு இப்போதும் மிக்க நன்றியறிவுடன் தெரிவிக்கிறேன்.

கட்டளைக்கலித்துறை

பெற்றாரு ணின்னைப்பெற் றார்போற்பெற் றார்களும் பேண்பிறப்பை
யுற்றாரு ணின்றனைப் போலவுற் றார்களு முன்னருளை
நற்றா ரணியு ளெனைப்போற்பெற் றார்களு நாடுறினு
மற்றார்முற் றோர்தரு மீனாட்சி சுந்தர மாமணியே.

(ஸ்ரீ தியாகராச செட்டியாரவர்கள் வாக்கு.)

இங்ஙனம்,

வே. சாமிநாதையன்

சென்னை
21-6-26

உ
கணபதி துணை

கொட்டையூர்

ஸ்ரீ சிவக்கொழுந்து தேசிகர்

இயற்றிய

பிரபந்தங்கள்

இவை

திருப்பனந்தாள் ஸ்ரீ காசிமடத்து அதிபர்களாகிய

ஸ்ரீலஸ்ரீ காசிவாசி

ஸ்வாமிநாத ஸ்வாமிகளவர்களுடைய

பொருளுதவியைக் கொண்டு

மஹாமஹோபாத்தியாய தாக்ஷிணாத்ய கலாநிதி

டாக்ட்டர் உ.வே. சாமிநாதையரால்

தாம் நூதனமாக எழுதிய

குறிப்புரை ஆராய்ச்சி முதலியவற்றுடன்

சென்னபட்டணம்

கேஸரி அச்சுக்கூடத்திற் பதிப்பிக்கப்பெற்றன.

ஆங்கிரஸ ஞு ஆடி மீ

1932

Copyright Registered]

உ

கணபதிதுணை.

கொட்டையூர்

ஸ்ரீ சிவக்கொழுந்து தேசிகர்

இயற்றிய

பிரபந்தங்கள்.

இவை

திருப்பனந்தாள் ஸ்ரீ காசி மடத்து அதிபர்களாகிய

ஸ்ரீலஸ்ரீ காசிவாசி

ஸ்வாமிநாத ஸ்வாமிகளவர்களுடைய

பொருளுதவியைக்கொண்டு

மஹாமஹோபாத்தியாய தாக்ஷிணாத்ய கலாநிதி

டாக்ட்டர் உ. வே. சாமிநாதையரால்

தாம் நூதனமாக எழுதிய

குறிப்புரை ஆராய்ச்சி முதலியவற்றுடன்

சென்னபட்டணம்

கேஸரி அச்சுக்கூடத்திற் பதிப்பிக்கப்பெற்றன.

ஆங்கிரஸ ௵ ஆடி ௴

1932

Copyright Registered]

உ
கணபதி துணை

முகவுரை

திருவாசகம்
திருச்சிற்றம்பலம்
உடையா ளுன்ற னடுவிருக்கும் உடையா ணடுவுணீ யிருத்தி
அடியே னடுவு ளிருவீரும் இருப்ப தானா லடியேனுன்
அடியார் நடுவு ளிருக்குமரு ளைபுரி யாய்பொன் னம்பலத்தெம்
முடியா முதலே யென்கருத்து முடியும் வண்ணம் முன்னின்றே.
திருச்சிற்றம்பலம்

கவிஞர்கள் தாம் பிறந்த இடங்களிலும் பழகிய இடங்களிலும் உள்ள தெய்வங்களையும் தம்மை ஆதரித்தோர்களையும் பாராட்டி முறையே பக்தியாலும் செய்நன்றியறிவாலும் தம் உள்ளக்கருத்தை அமைத்துப் பிரபந்தங்களையும் தனிப்பாடல்களையும் இயற்றுதல் இயல்பு. பெருங்காப்பியங்களைப் படித்து அறிந்துகொள்ளவேண்டிய செய்திகளைப் பிரபந்தங்களால் எளிதில் அறிந்துகொள்ளலாமென்று அறிஞர் கூறுவர்.

இப்புத்தகத்தில் கொட்டையூர் ஸ்ரீ சிவக்கொழுந்து தேசிகர் இயற்றிய கோடீச்சுரக் கோவை, தஞ்சைப் பெருவுடையாருலா, சரபேந்திர பூபால குறவஞ்சி நாடகமென்ற மூன்று பிரபந்தங்கள் அடங்கியுள்ளன. முன்னரே இவற்றின் மூலங்கள் மட்டும் அச்சிடப்பெற்று வழங்கி வந்தன. ஆனாலும், இவை நாளடைவில் அடைந்திருந்த பிழைகளைப் பார்த்தபொழுது இவற்றை நன்றாக ஆராய்ந்து குறிப்புரை முதலியவற்றுடன் வெளிப்படுத்த வேண்டுமென்ற எண்ணம் எனக்கு முன்னமே இருந்துவந்தது. ஸ்ரீ சிவக்கொழுந்து தேசிகருடைய பரம்பரையில் உதித்தவர்களும் இப்பொழுது திருப்பனந்தாள் ஸ்ரீ காசி மடத்தின் தலைவர்களாக வீற்றிருப்பவர்களும் தமிழ் நூலாராய்ச்சியிற் சிறந்தவர்களுமாகிய ஸ்ரீலஸ்ரீ காசிவாசி ஸ்வாமிநாத ஸ்வாமிக ளவர்கள்பால் இப்பிரபந்தகளைப்பற்றிப் பேசிக் கொண்டிருந்தபொழுது இவற்றைக் குறிப்புரை முதலியவற்றுடன் பதிப்பித்து வெளியிடுதல் நலமென்று கூறி அப்பதிப்பிற்குரிய பொருட்செலவை மடத்திலிருந்தே கொடுப்பதாக வாக்களித்துக் கோடீச்சுரக் கோவையைத் தாம் படித்துவந்தபொழுது குறித்து வைத்திருந்த ஆராய்ச்சிக் குறிப்புக்களையும் அக்கோவையின் முதற் பதிப்பிலிருந்த

சிறப்புப் பாயிரப்பாடல் ஒன்றையும் கொடுத்துதவினார்கள். அவர்கள் செய்த பொருளுதவியைக் கொண்டே இம்மூன்று பிரபந்தங்களும் ஒருங்கே இப்பொழுது பதிப்பிக்கப்பெற்றன. இவ்வாறே இவர்கள் தமிழ்ப் பாஷாபிவிருத்தி விஷயமாக ஆராய்ந்து செய்துவரும் நற்காரியங்கள் பல; அவை தமிழ் நாட்டார் யாவராலும் பாராட்டற்குரியன. இப்புத்தகத்தின் அனுபந்தமாகத் தனியே பதிப்பிக்கப் பெற்றிருக்கும் 'ஆயிரம் ரூபாய்த் தமிழ்ப்பரிசு' என்பதைப் பற்றிய அறிவிப்பாலும் இவ்விஷயம் நன்கு விளங்கும்.

கோடீச்சுரக் கோவையில், கிளவி, துறை, மூலத்திலுள்ள கடினமான சொற்கள் ஆகிய இவற்றிற்குப் பொருளும் முடிபும் நயங்களும் தஞ்சைப் பெருவுடையா ருலாவிற் கடினமான சொற்களுக்குப் பொருளும் முடிபும் நயங்களும் எழுதப்பட்டுள்ளன. இவ்விரண்டு நூல்களுக்கும் உரிய ஏட்டுப் பிரதிகள் கிடைக்கவில்லை. கிடைத்த அச்சுப் பிரதிகளில் வழுவென்று தெரிந்தவற்றைக் களைந்து திருத்தமான பாடல்கள் ஊகித்து நிச்சயிக்கப்பட்டன.

என்னுடைய இளமைப் பிராயத்தில் சரபேந்திர பூபால குறவஞ்சி நாடகத்திலுள்ள, "வாசலிது வாசலிது" என்னும் கீர்த்தனத்தை என்னுடைய சிறிய தந்தையார் எனக்குக் கற்பித்தார். அதன் சுவையிலும் மெட்டிலும் ஈடுபட்டு அடிக்கடி அதை நான் பாடிவருவதுண்டு. அந்நாடக அச்சுப்பிரதி பலவாறு முயன்றும் முதலில் அகப்படவில்லை. தமிழ் நாடகங்கள் பலவற்றை எழுதி உபகரித்து வரும் ம-ா-ா-ஸ்ரீ ராவ்பகதூர் ப. சம்பந்த முதலியா ரவர்களிடமிருந்து அதன் அச்சுப்பிரதி யொன்று இரண்டு வருஷங்களுக்குமுன் கிடைத்தது. அது தஞ்சாவூர் ஸரஸ்வதி மஹால் புத்தகசாலையிலுள்ள ஏட்டுப் பிரதியொடு ஒப்பு நோக்கப்பட்டது; பதிப்பித்தோரால் அதிற் புதியனவாகச் சேர்க்கப் பெற்றனவென்று தெரிந்தனவும் ஏட்டுப் பிரதியிற் காணப்படாதனவும் ஆகிய சில பிழையான பகுதிகள் இப்பதிப்பில் விலக்கப்பட்டன. இக் குறவஞ்சி பெரும்பாலும் எளிய நடையில் அமைந்திருந்தலின் இன்றியமையாத சொற்களுக்கு மட்டும் பொருளும், நயங்களும் வேறு பல குறவஞ்சிகளிலிருந்து ஒப்புமைப் பகுதிகளும் எழுதப்பட்டுள்ளன.

ஒவ்வொரு பிரபந்தத்திற்குரிய நூன்முகத்தில் அவ்வப் பிரபந்தத்தைப் பற்றிய ஆராய்ச்சி காணப்படும். கோடீச்சுரக் கோவைக்கு மட்டும் தனியே நூன்முகமும் பொருட்டொடர்பும் ஆராய்ச்சியும் எழுதப்பட்டிருக்கின்றன. நூலாசிரியர் வரலாறும் *சரபோஜி மன்னர் சரித்திரமும், இம் மூன்று பிரபந்தங்களின் மூலத்திலும் குறிப்புரை முதலியவற்றிலும் உள்ள அரும்பதங்கள் தெய்வங்கள் தலங்கள் உவமைகள் அணிகள் முதலியவற்றின் அகராதியும் ஆராய்ச்சி செய்வார்க்குப் பயன்படுமென்று கருதி எழுதி இப்புத்தகத்தின் அங்கமாகச் சேர்க்கப்பட்டுள்ளன.

கொட்டையூர் சம்பந்தமான செய்திகளையும், தஞ்சை சம்பந்தமான செய்திகள் முதலியவற்றையும் தெரிவித்து உதவிய அன்பர்கள்பால் நன்றி பாராட்டுகின்றேன்.

இப்பதிப்பு விஷயத்தில் உடனிருந்து பலவகையான உதவிகளைச் செய்தவர்கள், சென்னைக் கிறிஸ்டியன் காலேஜ் தமிழ்ப் பண்டிதர் சிரஞ்சீவி, வித்துவான்

---

* இச்சரித்திரம் எழுதுவதற்கு உதவியாக இருந்தவை சாஸனங்கள், தஞ்சை மகாராஷ்டிரர் சரித்திரம் முதலியன.

வி.மு. சுப்பிரமணிய ஐயரும், மோகனூர்த் தமிழ்ப்பண்டிதர் சிரஞ்சீவி கி.வா. ஜகந்நாதையரும் ஆவர்.

இப்பதிப்பில் எதிர்பாராத பிழைகள் அங்கங்கே வந்திருத்தல் கூடும். அவற்றைப் பொறுத்துக் கொள்ளும்படி அன்பர்களைக் கேட்டுக்கொள்ளுகிறேன்.

இங்ஙனம்,
வே. சாமிநாதையர்

"தியாகராஜ விலாஸம்"
திருவேட்டீசுவரன் பேட்டை
25-7-1932

உ
கணபதி துணை

ஸ்ரீ
குமரகுருபர சுவாமிகள் பிரபந்தங்கள்

இவை
திருப்பனந்தாள் ஸ்ரீ காசிமடத்து அதிபர்களாகிய
ஸ்ரீலஸ்ரீ
காசிவாசி சாமிநாத ஸ்வாமிகளவர்களுடைய
பொருளுதவியைக் கொண்டு

மகாமகோபாத்தியாய தாக்ஷிணாத்ய கலாநிதி
டாக்டர் உ.வே. சாமிநாதையரால்
தாம் நூதனமாக எழுதிய குறிப்புரை ஆராய்ச்சி முதலியவற்றுடன்

சென்னபட்டணம்
கேசரி அச்சுக்கூடத்திற் பதிப்பிக்கப்பெற்றன.

பிரமாதி ஹூ ஆவணி மீ

1939

Copyright Registered]

 [விலை ரூ.4—0—0

உ

கணபதி துணை

ஸ்ரீ

குமரகுருபர சுவாமிகள் பிரபந்தங்கள்

இவை

திருப்பனந்தாள் ஸ்ரீ காசிமடத்து அதிபர்களாகிய

ஸ்ரீலஸ்ரீ

காசிவாசி சாமிநாத ஸ்வாமிகளவர்களுடைய

பொருளுதவியைக் கொண்டு

மகாமகோபாத்தியாய தாக்ஷிணாத்ய கலாநிதி

டாக்டர். உ. வே. சாமிநாதையரால்

தாம் நூதனமாக எழுதிய குறிப்புரை ஆராய்ச்சி முதலியவற்றுடன்

சென்னபட்டணம்

கேசரி அச்சுக்கூடத்திற் பதிப்பிக்கப்பெற்றன.

பிரமாதி௵ ஆவணிமீ

1939 [விலை ரூ. 4—0—0

முகவுரை

திருத்தாண்டகம்

திருச்சிற்றம்பலம்

கல்பதத்தார் நற்பதமே ஞான மூர்த்தி
 நலஞ்சுடரே நால்வேதத் தப்பா னின்ற
சொற்பதத்தார் சொற்பதமுங் கடந்து நின்ற
 சொலற்கரிய குழலா யீதுவுன் றன்மை
நிற்பதொத்து நிலையீலா நெஞ்சந் தன்னுள்
 நிலாவாத புலாலுடம்பே புகுந்து நின்ற
கற்பகமே யானுன்னை விடுவே னல்லேன்
 கனகமா மணிநிறத்தெங் கடவு ளானே.

திருச்சிற்றம்பலம்

தமிழ்நாட்டில் பண்டைக்காலந் தொடங்கித் தமிழ்பயிலும் மாணாக்கர்கள் முதலில் சிறுநூல்களைக் கற்றல் வழக்கமாக இருந்தது. அந்தாதி, சிலேடை, வெண்பா, மாலை, கலம்பகம், கோவை, மடல், பரணி என்பவற்றை ஒன்றன்பின் ஒன்றாகப் படித்து வருவார்கள். தமிழில் அடிப்படையான உணர்ச்சி வருதற்குப் பிரபந்தங்கள் உதவியாக இருத்தலின் அவற்றை வித்துவான்கள் கருவிநூல்கள் என்று வழங்குவர்.

அவ்வக் காலங்களில் தமிழ்மொழியில் புலவர் பெருமக்களால் இயற்றப்பெற்ற பிரபந்தங்கள் பல இருப்பினும் சில பிரபந்தங்களே பயிலப் பெற்றுவந்தன. எவ்வளவோ அந்தாதிகள் இருப்பினும் திருப்புகலூரந்தாதி, திருவரங்கத்தந்தாதி முதலிய சிலவற்றையே தமிழ் மாணவர்கள் மிகுதியாகப் படித்து வந்தனர். இவ்வாறு தமிழ் பயில்வாரிற் பெரும்பாலோர் தவறாமற் படித்துப் பயன்பெறும் பிரபந்தத் தொகுதிகளுள் முன்வரிசையிலே நிற்பது குமரகுருபர சுவாமிகளின் பிரபந்தத் தொகுதி. அஷ்டப் பிரபந்தம், சிவப்பிரகாச சுவாமிகளின் பிரபந்தத் தொகுதி, சிவஞான சுவாமிகள் பிரபந்தங்க ளென்பவையும் அந்த வரிசையிலே அடங்கும்.

பிள்ளைத்தமி ழென்றவளவிலே தமிழ் பயில்வார் யாவருக்கும் மீனாட்சியம்மை பிள்ளைத் தமிழ் முதலில் நினைவுக்கு வரும். அப்படியே நீதிநெறி விளக்கமும், மதுரைக் கலம்பகமும் மிக்க சிறப்புப் பெற்றவை. நீதிநெறி விளக்கம் பள்ளிக்கூடங்களில் இன்றும் பாடமாக வைக்கப் பெறுகின்றது. சமயச் சார்பின்றி

நீதிகளை உரைக்கும் அதனைச் சிலர் ஆங்கிலத்திலும் மொழிபெயர்த்துள்ளனர். "திருக்குறள் பருவத்திலே பெற்ற பிள்ளை" என்று திரிசிரபுரம் வித்துவான் சி. தியாகராச செட்டியார் அந்நூலைப் பாராட்டுவர். கந்தர் கலிவெண்பாவும், முத்துக்குமாரசுவாமி பிள்ளைத் தமிழும் பாராயண நூல்களாக வழங்குகின்றன. அவற்றைப் பக்தியோடு பலர் பாராயணம் செய்து, விரும்பியவற்றையும் முருகன் திருவருளையும் பெற்றுவருகின்றனர். சகலகலாவல்லி மாலையைப்போல இனிய எளிய நடையிலுள்ள சரசுவதி தோத்திரம் வேறு இன்மையின் அது மிகவும் சிறப்பாகப் போற்றப்பெற்று வருகின்றது.

குமரகுருபரர் இயற்றிய பிரபந்தங்களாக இப்போது தெரிந்தவை: (1) கந்தர் கலிவெண்பா, (2) மீனாட்சியம்மை பிள்ளைத் தமிழ், (3) மதுரைக் கலம்பகம், (4) நீதிநெறி விளக்கம், (5) திருவாரூர் நான்மணி மாலை, (6) முத்துக்குமாரசுவாமி பிள்ளைத் தமிழ், (7) சிதம்பர மும்மணிக் கோவை, (8) சிதம்பரச் செய்யுட் கோவை, (9) பண்டார மும்மணிக் கோவை, (10) காசிக் கலம்பகம், (11) சகலகலாவல்லி மாலை, (12) கைலைக் கலம்பகம், (13) காசித் துண்டிவிநாயகர் பதிகம் என்னும் பதின்மூன்றாகும்.

இவற்றுள் கைலைக் கலம்பகத்திற் சில செய்யுட்களே கிடைக்கின்றன; காசித் துண்டிவிநாயகர் பதிகம் கிடைக்கவில்லை; சென்ற நூற்றாண்டில் தேவர்பிரான் கவிராய ரென்பவரால் இயற்றப்பெற்ற சிறப்புப் பாயிரம் ஒன்றில் இவர் இயற்றிய பிரபந்தங்கள் பதினான்கு என்ற குறிப்புக் காணப்படுகின்றது. மீனாட்சியம்மை இரட்டைமணி மாலை, மீனாட்சியம்மை குறம், சிவகாமி யம்மை யிரட்டை மணிமாலை என்னும் மூன்று பிரபந்தங்களும் குமரகுருபர சுவாமிகள் இயற்றியனவாக அச்சுப் பிரதிகளிற் காணப்படுகின்றன. ஆயினும் திருப்பனந்தாள் காசிமடத்திலுள்ள பழமையான ஏட்டுப் பிரதிகளிலும் வேறு பழைய ஏட்டுப் பிரதிகளிலும் இம்மூன்றும் காணப்படவில்லை. பரம்பரையாகப் பாடம் சொல்லுபவர்கள் இம்மூன்றையும் குமரகுருபர சுவாமிகள் நூல்களோடு சேர்த்துச் சொல்வதில்லை. என்னுடைய தமிழாசிரியராகிய மகாவித்துவான் ஸ்ரீ மீனாட்சிசுந்தரம் பிள்ளை யவர்களும் வேறு பல வித்துவான்களும் இவற்றைக் குமரகுருபர முனிவர் வாக்காகக் கருதுவதில்லை. இவற்றின் சொற்பொரு ளமைதிகளை ஆராய்ந்தாலும் இவற்றிற்கும் இம்முனிவர் இயற்றிய பிரபந்தங்களுக்கும் உள்ள வேறுபாடு தெளிவாகப் புலப்படும். இதற்குமுன் வெளிவந்துள்ள பதிப்புக்களில் இவையும் சேர்க்கப்பட்டுள்ளதை எண்ணி யானும் இவற்றைத் தனியே பின்னால் இப்பதிப்பில் சேர்த்திருக்கிறேன்.

எனது இளைமை முதலே எனக்குக் குமரகுருபர முனிவர் வாக்கில் ஈடுபாடு மிகுதியாக இருந்துவந்தது. முத்துக்குமாரசுவாமி பிள்ளைத் தமிழ் முழுவதையும் அப்போது பாராயணம் செய்துவந்ததுண்டு. தமிழ் நாட்டிலிருந்த வித்துவான்கள் சிலவகையான கற்பனைச் செய்யுட்களைப் பாடம் செய்துகொண்டு அவற்றைக் கூறிப் பொருள் விரிவாகச் சொல்லி அவ்வப்போது தம்மிடம் வருவோர்களையும் தாம் செல்லுமிடங்களில் உள்ளோரையும் மகிழ்வித்து வருதலைக் கண்டிருக்கிறேன். அங்ஙனம் அவர்கள் கூறும் செய்யுட்களில் குமரகுருபரர் செய்யுட்களும் இருக்கும்.

பிள்ளையவர்களிடம் பாடங்கேட்டுவந்த காலத்தில் திருவாவடுதுறை யாதீன மடத்திலுள்ள ஏட்டுப் பிரதிகளை வைத்து நானும் பிறரும் படித்துவந்தோம்.

அக்காலத்தில் குமரகுருபரர் பிரபந்தங்களிற் சில தனித்தனியே அச்சிடப்பெற்று வழங்கிவந்தன. அப்பால் சென்ற விரோதி (1889) வருஷத்தில் என்னுடைய நண்பரும் சிதம்பரம் ஈசானிய மடத்தைச் சார்ந்தவருமான ஸ்ரீ இராமலிங்க சுவாமிகள் குமரகுருபர சுவாமிகள் பிரபந்தத் திரட்டை ஸ்ரீமான் பூண்டி அரங்கநாத முதலியார் பொருளுதவியால் வெளியிட்டனர். அக்காலத்தில் என்னிடமிருந்த சில ஏட்டுச் சுவடிகளிற் கண்ட பாடங்களை அப்பதிப்பில் உபயோகப்படுத்திக் கொள்ளும்படி கொடுத்தேன்.

அதன்பிறகு தமிழ்நாட்டில் யான் யாத்திரை செய்துவந்த காலத்தில் அங்கங்கே கண்ட குமரகுருபரர் பிரபந்த ஏட்டுச் சுவடிகளிலுள்ள பாடங்களை என் கைப்பிரதியிற் குறித்துக்கொண்டு வந்தேன். அவற்றாற் பல திருத்தங்கள் கிடைத்தன. நாளடைவில் குமரகுருபரர் பிரபந்தங்கள் தனித்தனியாகவும் ஒரே தொகுதியாகவும் உரையுடனும் உரையின்றியும் பலராற் பதிப்பிக்கப்பெற்றன. திருநெல்வேலி, தென்னிந்திய சைவசித்தாந்த நூற்பதிப்புக் கழகத்தார் இப்பிரபந்தத் திரட்டின் பதிப்பொன்றைக் குறிப்புரையோடு வெளியிட்டிருக்கின்றனர். அதில் கைலைக் கலம்பகச் செய்யுட்கள் சில காணப்படுகின்றன.

திருப்பனந்தாட் காசிமடத்தில் இப்போது 19 ஆம் பட்டத்தில் தலைவர்களாக விளங்கும் ஸ்ரீலஸ்ரீ காசிவாசி சாமிநாத ஸ்வாமிக ளவர்கள் இயற்கையிலேயே கல்விச்செல்வம் வாய்ந்திருப்பதோடு, கோடீச்சுரக் கோவை முதலிய நூல்களை இயற்றியும் தஞ்சை ஸம்ஸ்தானத்தில் தமிழ் வித்துவானாக இருந்தும் சென்னை இராசதானிக் கல்லூரியில் தமிழ் ஆசிரியராக இருந்தும் புகழோடு விளங்கிய கொட்டையூர் ஸ்ரீ சிவக்கொழுந்து தேசிகரவர்களது பரம்பரையில் உதித்தவர்க ளாதலால் தமிழ் நூல்களின்பாலும் தமிழ்க்கல்வி யுடையாரிடத்தும் பேரன்பு காட்டிவருகிறார்கள். இவர்கள் 1930ஆம் வருஷத்தில் இப்பிரபந்தங்களுள் முதலாவதான கந்தர் கலிவெண்பாவைக் குறிப்புரையுடன் ஷை மடத்து ஆயிரம் ரூபாய்த் தமிழ்ப்பரிசை முதன்முறையாகப் பெற்றவரும் சென்னைக் கிறிஸ்டியன் காலேஜ் ஹைஸ்கூல் தமிழ்ப் பண்டிதருமாகிய சிரஞ்சீவி வித்துவான் வி.மு. சுப்பிரமணிய ஐயரைக் கொண்டும், அதே வருஷத்தில் தமிழ் விடு தூதையும் 1931 ஆம் வருஷத்தில் சொக்கநாத ருலாவையும் 1932 ஆம் வருஷத்தில் கொட்டையூர் ஸ்ரீ சிவக்கொழுந்து தேசிகர் பிரபந்தங்களையும் என்னைக் கொண்டும் குறிப்புரை முதலியவற்றுடன் அச்சிடுவித்துத் தமிழ் படித்தவர்களுக் கெல்லாம் நன்கொடையாக வழங்கி உபசரித்தார்கள்.

தாம் பிறந்த குலத்துப் பெரியாராகிய ஸ்ரீ சிவக்கொழுந்து தேசிகருடைய பிரபந்தங்களை வெளியிட் டுதவியதுபோலப் புகுந்தவிடத்துப் பெரியாராகிய ஸ்ரீ குமரகுருபர ஸ்வாமிக ளுடைய பிரபந்தங்களையும் குறிப்புரையுடன் வெளியிட வேண்டுமென்று அவர்கள் சில வருஷங்களுக்கு முன் என்னிடம் சொன்னார்கள். அவர்கள் விரும்பியபடியே ஆராய்ந்து சென்ற வருஷம் பதிப்பிக்கத் தொடங்கி இப்போது இப்பிரபந்தங்களை வெளியிடலானேன். இப்பதிப்பில் ஸ்ரீ குமரகுருபர சுவாமிகள் சரித்திரச் சுருக்கமும், ஆராய்ச்சியும், மூலமும் குறிப்புரையும், அரும்பத முதலியவற்றின் அகராதியும் காணப்படும்.

பிரபந்தங்களைப் படிப்பாரும் பாராட்டுவாரும் அருகிவரும் இக்காலத்தில் அவற்றின் அருமையைப் பலரும் அறியவேண்டு மென்று எண்ணியும் காசிமடாலயத்து அதிபர்கள் விருப்பத்தை யுணர்ந்தும் ஆராய்ச்சி விரிவாக

எழுதப்பட்டிருக்கிறது, அதனால் குமரகுருபரருடைய தமிழ்ப் புலமையின் விரிவையும் உலகிய லறிவையும் சமய வுணர்ச்சியையும் தெய்வ பக்தியையும் பிற சிறப்பியல்களையும் அறியலாம்.

குமரகுருபர சுவாமிகளுடைய சரித்திரம் காசிமடத்தின் ஆதரவில் பின்பு விரிவாக வரக்கூடுமாதலின் இதிற் சுருக்கமாக எழுதிச் சேர்க்கப்பெற்றது.

இப்பதிப்பில் பிரபந்தச் செய்யுட்கள் அனைத்திற்கும் தொடர்ச்சியான எண் கொடுக்கப்பட்டுள்ளது. வழங்கிவரும் அச்சுப் பிரதிகளில் செய்யுட்களின் தலைப்பிற் காணப்படும் யாப்புக் குறிப்புக்கள் சில பிழைபடவுள்ளன; அவை இப்பதிப்பில் மாற்றப்பட்டன. சந்தச் செய்யுட்களுக்குரிய குழிப்புக்களை அடிக்குறிப்பிலே காணலாம். பல ஏட்டுச் சுவடிகளின் உதவியால் அறிந்த பல திருத்தங்களுள் பொருத்தமானவற்றை மூலத்திலே யமைத்தும், பிறவற்றையும் இப்பொழுது அச்சுப் பிரதிகளிலே காணப்படும் சில வேறுபாடுகளையும் பிரதிபேதங்களாக அடிக்குறிப்பிலே கொடுத்தும் இருக்கிறேன்.

இப்பதிப்பிலே திருந்திய பாடங்களுள் முக்கியமானவை வருமாறு:

செய்யுள்	**பழைய பாடம்**	**இப்பதிப்பிற் காணும் பாடம்**
1 : 52	சிறுதுடி சேர்	சிறு தொடிசேர்
1 : 89	செங்கட் கடாவதனைச்	செங்கட் கிடாயதனைச்
30	சிலையிற் றடமுடி தேரிற் கொடி யொடு சிந்தச் சிந்தியிடும்	சிலையிற்றிடமுடி தேரிற்கொடியொடு சிந்தச் சீந்தியிடும்
91	வாரிச் சுமந்தோர்க் கம்மை துணை . . . பூந்துறை மண் போலொருத்தி	வாரிச் சுமந்தோ ரம்மைதுணை . . . பூந்துறை மண்பெறி னொருத்தி
99	காமானலங்கான்ற சிகையென	காமானலங்கனற் சிகையென
161	பொன்வேய்ந்திடச் செய்தேம்	பொன்னேய்ந்திடச் செய்தேம்
180	மாடக்கூடற்... சமரி லாற்றா...உரையாய் தூதா...வார்த்தை சொன்னாய்	மாடமலி கூடற்...சமரினிடை யாற்றா...உரைத்திடுவாய் தூதா... வார்த்தையது சொன்னாய்
203	உறவான வேய் வசை	உறவானவாய் வசை
476	கவலையு ற்றழிவதூங் காண்டு மதாஅன்று, விறகெடுத் தூர்தொ றுஞ் சுமந்து விற்றுக், கூவிகொண்டு	கவலை யுற்றழிவதூஉங் காண்டும் விறகெடுத், தூர்தொறுஞ் சுமந்து விற்றுக் கூவிகொண்டு
546	குயினேங்க	குயிலேங்க

636	இருப்பை	இரும்பை
709	பதாம்புயத்தாளே	பதாம்புயத்தாயே

குறிப்புரையில் கடினமான சொற்களுக்குப் பொருளும் முடிபும், சில கருத்துக்களுக்குப் பிற புலவர் வாக்கிலிருந்து மேற்கோளும் காட்டப்பட்டன. பிள்ளையவர்கள் முதலியோரிடத்துக் கேட்ட பல அரிய உரைக் குறிப்புக்களையும் இப்போதுள்ள ஸ்ரீ காசிமடாலயத் தலைவர்கள் ஆராய்ந்தும் கேட்டறிந்தும் உதவிய குறிப்புக்களையும் இக்குறிப்புரையில் உபயோகப்படுத்தி யுள்ளேன்.

இப்பதிப்புக்கு உதவியாக இருந்த ஏட்டுச் சுவடிகள் வருமாறு:

பிரபந்தத் தொகுதி முழுதும் உள்ளவை

1. திருக்கைலாய பரம்பரைத் திருவாவாவடுதுறை யாதீனத்துப் பிரதி.
2. திருப்பனந்தாட் காசிமடத்துப் பிரதி.
3. ஸ்ரீ சி. தியாகராச செட்டியா ரவர்கள் பிரதி.

தனிப் பிரபந்தங்களின் பிரதிகள்

கந்தர் கலி வெண்பா : பாண்டித்துரைத் தேவரவர்கள் பிரதி.

மீனாட்சியம்மை பிள்ளைத் தமிழ் : (1) சோடசாவதானம் சுப்ராய செட்டியா ரவர்கள் பிரதி, (2) கவுண்டன் பாளையம் நரிப்புலவ ரவர்கள் பிரதி, (3) திருநெல்வேலி ஈசுவரமூர்த்திக் கவிராய ரவர்கள் பிரதி, (4) தலையநல்லூர் குமாரசாமிக் கவிராசர் குமாரர் பிரதி.

நீதிநெறி விளக்கம் : மதுரை இராமசாமிப் பிள்ளை யவர்கள் பிரதி.

பண்டார மும்மணிக் கோவை : திருக்கைலாய பரம்பரைத் திருவாவடுதுறை யாதீனத்துப் பிரதி.

முத்துக்குமாரசுவாமி பிள்ளைத் தமிழ் : மதுரை ஸ்ரீ திருஞான சம்பந்த ராதீனத்துப் பிரதி.

சிதம்பரச் செய்யுட்கோவை : ஸ்ரீ தியாகராச செட்டியா ரவர்கள் பிரதி.

காசிக் கலம்பகம் : திருநெல்வேலி திருவம்பலத் தின்னமுதம் பிள்ளை யவர்கள் பிரதி.

ஸ்ரீ காசிமடம் எனக்கு ஏறக்குறைய 60 வருஷங்களாகப் பழக்கமுள்ள இடம். இப்போதுள்ள தலைவர்கள் விசேஷ அன்புகாட்டி வருவதோடு என்னுடைய வேறு நூற்பதிப்புக்களுக்கும் அவ்வப்போது பொருளுதவி செய்து வருதலைக் குறித்தும் இப்பதிப்பின் விஷயத்தில் எனக்கு உண்டான பொருட்செலவு முழுவதையும் உதவியது குறித்தும் நான் மிகவும் நன்றி பாராட்டுகின்றேன். எனது நூலாராய்ச்சி விஷயத்தில் எழுதுதல், ஒப்புநோக்குதல் முதலிய உதவி செய்பவர்களின் பொருட்டு எனக்கு ஏற்படும் செலவையும் சில மாதங்களாக இவர்கள் உதவி வருவது பின்னும் எனக்கு ஊக்கத்தை யளிக்கின்றது.

இவர்களுடய பொருளுதவியாற் பலர்வாயிலாகப் பலவகைத் தமிழ்நூல்கள் வெளிவந்திருத்தலைத் தமிழுலகம் நன்கு அறியும். தமிழ்மொழிப் பயிற்சியின்

அபிவிருத்தி ஒன்றனையே கருதி வருஷந்தோறும் சென்னைச் சருவகலாசாலைத் தனித்தமிழ் வித்துவான் பரீட்சையில் முதல் வகுப்பில் முதல்வராகத் தேர்ச்சி பெறுபவருக்கு ஆயிரம் ரூபாய் பரிசாக அளிக்கும்படி நிலையான ஏற்பாடொன்றை இவர்கள் செய்து பெரும்புகழைப் பெற்று விளங்குவது தமிழ்நாட்டார் பலரும் அறிந்ததே. இத்தகைய பேருதவியை இதுவரையில் ஒருவரும் செய்யவில்லை. இப்பரிசு அளிக்கத் தொடங்கியபின் வித்துவான் பரீட்சைக்குப் படிப்பவர்களுடைய தொகை அதிகரித்துக் கொண்டே வருகின்றது. இதன் சம்பந்தமான விளம்பரம் ஒன்றை யாவரும் தெரிந்துகொள்ளும்படி இப்புத்தகத்திற் சேர்த்திருக்கிறேன்.

வழக்கம் போலவே இப் பதிப்பு விஷயத்தில் உடனிருந்து பலவகையான உதவிகளைச் செய்தவர்கள் என் இளைய சகோதரராகிய சிரஞ்சீவி வே. சுந்தரேசையரும், மேற்கூறிய சிரஞ்சீவி வி. மு. சுப்பிரமணிய ஐயரும், காசி மடத்து ஆயிரம் ரூபாய்த் தமிழ்ப் பரிசை *1933* ஆம் வருஷம் அடைந்தவரும் சென்னைக் கலைமகள் துணையாசிரியருமான வித்துவான் சிரஞ்சீவி கி.வா. ஜகந்நாதையரும் ஆவர்.

இளமை முதல் தமிழ்த் தொண்டிலே பொழுதுபோக்கி வரும் எனக்குச் சில வருஷங்களாக உள்ள முதுமைத் தளர்ச்சியால் நான் எண்ணியவற்றை எண்ணியபடியே என்னாற் செய்ய இயலவில்லை, ஆயினும், சுவையுள்ள தமிழ்நூல்கள் வெளிவர வேண்டுமென்னும் ஆவல்மட்டும் இருந்து வருகிறது. இந்நிலைமையில், இப்பதிப்பு விஷயத்தில் என் கருத்தையும் குறிப்பையும் தெரிந்து உதவிபுரிந்தவர் மேற்கூறிய ஜகந்நாதையர். அவருடைய பேருழைப்பே இப்பதிப்பிலுள்ள ஆராய்ச்சியும் குறிப்புரையும் இம்முறையில் அமைந்திருப்பதற்குக் காரணமென்பதை இதன் முகமாகத் தமிழன்பர்களுக்குத் தெரிவித்துக் கொள்கின்றேன்.

இங்ஙனம்,
வே. சாமிநாதையர்

"தியாகராஜ விலாஸம்"
திருவேட்டீசுவரன் பேட்டை
16-9-1939

பகுதி - II

எழுதியவை

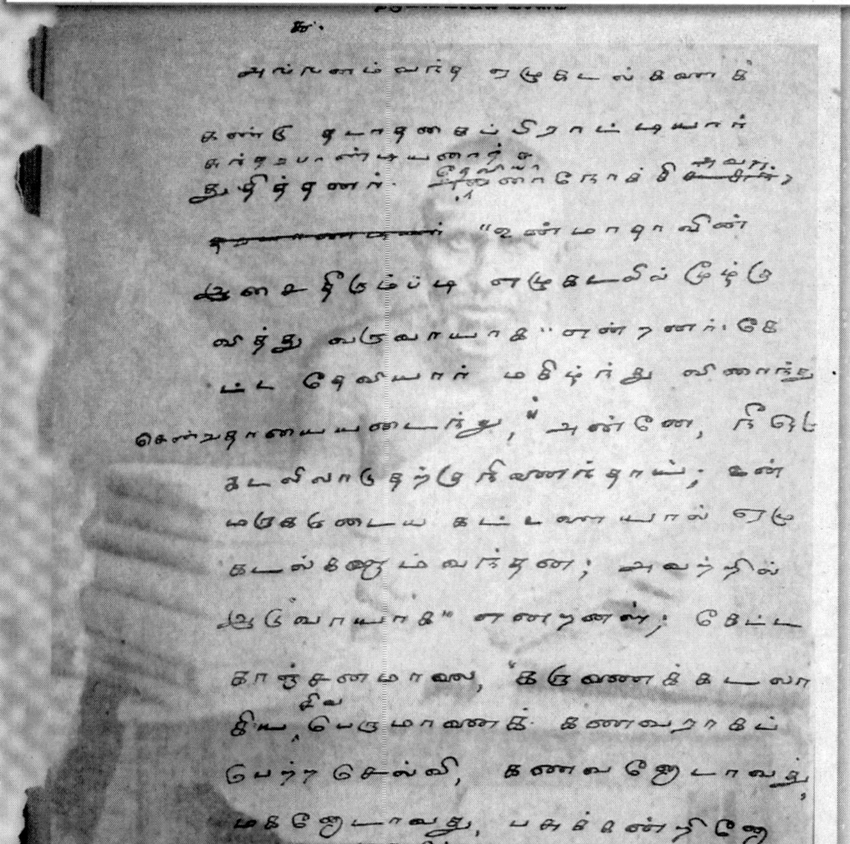

அவ்வளம்வாய்ந்த எழுகடல்களைக்
கண்டு தடாதகைப்பிராட்டியார்
சுந்தரபாண்டியனைத்
துதித்தனர். தேவியின் முகத்தை நோக்கி அவர்
"உன்மாதாவின்
ஆசைதீரும்படி எழுகடலில் மூழ்கு
வித்து வருவாயாக" என்றனர்; கே
ட்ட தேவியார் மகிழ்ந்து விரைந்து
சென்றதாயையடைந்து, "அன்னே, நீ
கடலாடுதற்கு நினைந்தாய்; என்
மணவாளருடைய கட்டளையால் எழு
கடல்களும் வந்தன; அவற்றில்
ஆடுவாயாக" என்றனள்; கேட்ட
காஞ்சனமாலை, "கருணைக்கடலா
கிய சிவபெருமானைக் கணவராகப்
பெற்ற செல்வி, கணவனோடாவது,
மகனோடாவது, பசுக்கன்றினோ
டாவது மகளிர் கடலில் ஆடவேண்டும்;
தனியே சென்று ஆடுதல்
ஆடுதல் விதியன்றென்பர் பெரி
யோர்; அஃது உனக்குத்தெரி
யாததன்றே" என்றனள். கேட்ட
தடாதகை தாயின்வார்த்தை

வே. சாமிநாதையர்

உரைநடை

1.	மத்தியார்ச்சுன மான்மியம்	959 - 960
2.	புத்த சரித்திரம்	961 - 975
3.	மணிமேகலை கதைச் சுருக்கம்	977 - 981
4.	உதயணன் சரித்திரச் சுருக்கம்	983 - 988
5.	சங்கத் தமிழும் பிற்காலத் தமிழும்	989 - 995
6.	ஸ்ரீ மீனாட்சிசுந்தரம் பிள்ளையவர்கள் சரித்திரம் (பாகம் 1, 2)	997 - 1028
7.	நான் கண்டதும் கேட்டதும்	1029 - 1036
8.	புதியதும் பழையதும்	1037 - 1043
9.	திருவள்ளுவரும் திருக்குறளும்	1045 - 1047
10.	கனம் கிருஷ்ணையர்	1049 - 1054
11.	கோபாலகிருஷ்ண பாரதியார்	1055 - 1058
12.	மகா வைத்தியநாதையர்	1059 - 1061
13.	நல்லுரைக் கோவை (பாகம்-1)	1063 - 1069
14.	நல்லுரைக் கோவை (பாகம்-2)	1071 - 1073
15.	நல்லுரைக் கோவை (பாகம்-3)	1075 - 1077
16.	நல்லுரைக் கோவை (பாகம்-4)	1079 - 1081
17.	நினைவு மஞ்சரி (பாகம்-1)	1083 - 1085
18.	திருநீலகண்ட நாயனார் சரித்திரம்	1087 - 1089

உ
கணபதி துணை
திருச்சிற்றம்பலம்

ஸ்ரீமத்தியார்ச்சுன மான்மியம்*
ஸ்ரீஏகநாயகரூசல்
ஸ்ரீஏகநாயகர் தாலாட்டு

இவை
திருக்கைலாய பரம்பரைத்
திருவாவடுதுறை யாதீனத்து
ஸ்ரீலஸ்ரீ சுப்பிரமணியதேசிக சுவாமிகள்
ஷ ஆதீன வித்வான்
மீனாட்சிசுந்தரம் பிள்ளை யவர்கள்
மாணாக்கராகிய
கும்பகோணம் காலேஜ் தமிழ்ப்பண்டிதர்
வே. சாமிநாதையரால்
ஷ ஆதீனத்துக் காறுபாறு
சுப்பிரமணிய சுவாமிகளுத்தரவின்படி
செய்யப்பட்டு

சென்னை
ஜீவரக்ஷாமிர்த அச்சுக்கூடத்திற்
பதிப்பிக்கப்பட்டன.

பார்த்திப ஹூ வைகாசி மீ

[1885]

* முகவுரை இல்லை

உ
கணபதிதுணை
திருச்சிற்றம்பலம்.

ஸ்ரீமத்தியார்ச்சுன மான்மியம்.
ஸ்ரீஏகநாயகரூசல்.
ஸ்ரீஏகநாயகர் தாலாட்டு.

இவை
திருக்கைலாய பரம்பரைத்
திருவாவடுதுறை யாதீனத்து
ஸ்ரீலஸ்ரீ சுப்பிரமணியதேசிக சுவாமிகள்
ஷ்ஆதீன வித்வான்
மீனாட்சிசுந்தரம்பிள்ளை யவர்கள்
மாணாக்கராகிய
கும்பகோணம் காலேஜ் தமிழ்ப்பண்டிதர்
வே. சாமிநாதையரால்
ஷ்ஆதீனத்துக்காறுபாறு
சுப்பிரமணிய சுவாமிகளுத்தரவின்படி
செய்யப்பட்டு,
சென்னை:
ஜீவரக்ஷாமிர்த அச்சுக்கூடத்திற்
பதிப்பிக்கப்பட்டன
பார்த்திபஹு வைகாசிமீ

உ

மணிமேகலைப் பதிப்பைச் சார்ந்த

புத்த சரித்திரம்,
பௌத்த தருமம், பௌத்த சங்கம்

இவை

Acting Professor of Physics, Presidency College,

மளூர், ஸ்ரீமத், உ.வே. [M. A.]

அரங்காசாரியரவர்களுடைய

பேருதவியால் இயற்றி,

கும்பகோணம் கவர்ன்மெண்ட் காலெஜ்

தமிழ்ப்பண்டிதராகிய

உத்தமதானபுரம்

வே. சாமிநாதையரால்

சென்னை:

வெ.நா. ஜூபிலி அச்சுக்கூடத்திற்

பதிப்பிக்கப்பட்டன.

1898

விலை அணா - கஉ

மணிமேகலைப்பதிப்பைச்சார்ந்த

புத்தசரித்திரம்,

பௌத்ததருமம், பௌத்தசங்கம்.

இவை

Acting Professor of Physics, Presidency College,

மஹா, ஸ்ரீமத், உ. வே. [*M. A.*]

அ. ரங்காசாரியரவர்களுடைய

பேருதவியால் இயற்றி,

கும்பகோணம் கவர்ன்மேண்ட் காலேஜ்

தமிழ்ப்பண்டிதராகிய

உத்தமதானபுரம்

வே. சாமிநாதையரால்

சென்னை:

வே. நா. ஜூபிலி அச்சுக்கூடத்திற்

பதிப்பிக்கப்பட்டன.

1898.

விலை அணா - கஉ.

உ
முகவுரை

மணிமேகலை பௌத்த சமயக் காப்பியமாதலின், படிப்பவர்களுக்கு விளங்கும்வண்ணம், அச்சமயக் கொள்கைகளை விரிவாகவெழுதி அதனுடன் சேர்க்க வேண்டுமென்று சில கனவான்கள் வற்புறுத்திக் கூறினமையால், பௌத்தர்களால் மும்மணிகளென்று பாராட்டப்படும் புத்த தர்ம சங்கங்களின் விவரணங்களாகப் புத்த சரித்திரமும் பௌத்த தருமமும் பௌத்த சங்கமும் ஆகிய இவற்றை, மளூர் ஸ்ரீமத் உ.வே. அரங்காசாரிய ரவர்களுடைய பேருதவியா லெழுதுவித்து மணிமேகலைக்கு அங்கமாகப் பதிப்பித்தேன். சில அன்பர்கள், அவற்றை வேறாகவுங் கட்டுவித்து வெளிப்படுத்த வேண்டுமென்று சொன்னமையால் அவ்வாறுஞ் செய்தேன்.

வே. சாமிநாதையன்

உ
கணபதி துணை

பௌத்த மதத்துள்
மும்மணிகள்
என்று வழங்குகிற

புத்த சரித்திரம்,
பௌத்த தருமம், பௌத்த சங்கம்

இவை
சென்னை
ராஜதானிக்கலாசாலை
ஸம்ஸ்கிருத போதகாசிரியராக இருந்த
ஸ்ரீமத், உ.வே. ராவ்பகதூர், மளூர் அரங்காசாரியர்
அவர்களுடைய பேருதவியால் இயற்றி
ஷை கலாசாலைத்தமிழ்ப்பண்டிதராகிய
உத்தமதானபுரம்

வே. சாமிநாதையரால்

சென்னை :
பிரஸிடென்ஸி அச்சுக்கூடத்திற்
பதிப்பிக்கப்பெற்றன.

நான்காம் பதிப்பு

1916

விலை - அணா அ

Copyright Registered

உ

கணபதிதுணை.

பௌத்தமதத்துள்

மும்மணிகள்

என்றுவழங்குகிற

புத்தசரித்திரம், பௌத்ததருமம்,

பௌத்தசங்கம்.

இவை

சென்னை

ராஜதானிக்கலாசாலை

ஸம்ஸ்கிருத போதகாசிரியராக இருந்த

ஸ்ரீமத். உ. வே. ராவ்பகதூர், மளூர் அரங்காசாரியர்

அவர்களுடைய பெருதவியால் இயற்றி,

ஷை கலாசாலைத்தமிழ்ப்பண்டிதராகிய

உத்தமதானபுரம்

வே. சாமிநாதையரால்

சென்னை :

பிரஸிடென்ஸி அச்சுக்கூடத்திற்

பதிப்பிக்கப்பெற்றன.

நான்காம்பதிப்பு.

1916.

விலை - அணா 8.

உ
முகவுரை

மணிமேகலை பௌத்த சமயக் காப்பியமாதலின், படிப்பவர்களுக்கு விளங்கும்வண்ணம், அச்சமயக் கொள்கைகளை விரிவாகவெழுதி அதனுடன் சேர்க்க வேண்டுமென்று சில கனவான்கள் வற்புறுத்திக் கூறினமையால், பௌத்தர்களால் மும்மணிகளென்று பாராட்டப்படும் புத்த தர்ம சங்கங்களின் விவரணங்களாகப் புத்த சரித்திரமும் பௌத்த தருமமும் பௌத்த சங்கமும் ஆகிய இவற்றை, மளூர் ஸ்ரீமத் உ.வே. அரங்காசாரிய ரவர்களுடைய பேருதவியா லெழுதுவித்து மணிமேகலைக்கு அங்கமாக முன்பதிப்பித்தேன். சில அன்பர்கள் அவற்றை வேறாகவும் பதிப்பித்து வெளிப்படுத்த வேண்டுமென்று சொன்னமையால், இங்ஙனம் செய்யலானேன்.

வே. சாமிநாதையன்

உ
கணபதி துணை

பௌத்த மதத்துள்
மும்மணிகள் என்று வழங்குகிற

புத்த சரித்திரம், பௌத்த தருமம், பௌத்த சங்கம்

இவை
சென்னை இராஜதானி கலாசாலை
ஸம்ஸ்கிருத போதகாசிரியராயிருந்த
ஸ்ரீமத். உ. வே. ராவ்பகதூர், மளூர் அரங்காசாரியார்
அவர்களுடைய பேருதவியைக் கொண்டு,
சிதம்பரம் மீனாக்ஷி தமிழ்க் காலேஜ் பிரின்ஸ்பால்
மஹாமஹோபாத்தியாய தாக்ஷிணாத்யகலாநிதி
உ.வே. சாமிநாதையரால்
இயற்றப்பெற்று
அரும்பதவுரை முதலியவற்றுடன்

சென்னை :
கமர்ஷியல் அச்சுயந்திரசாலையிற்
பதிப்பிக்கப்பெற்றன.

[ஐந்தாம் பதிப்பு]

1925

விலை அணா 12

Copy Right Registered

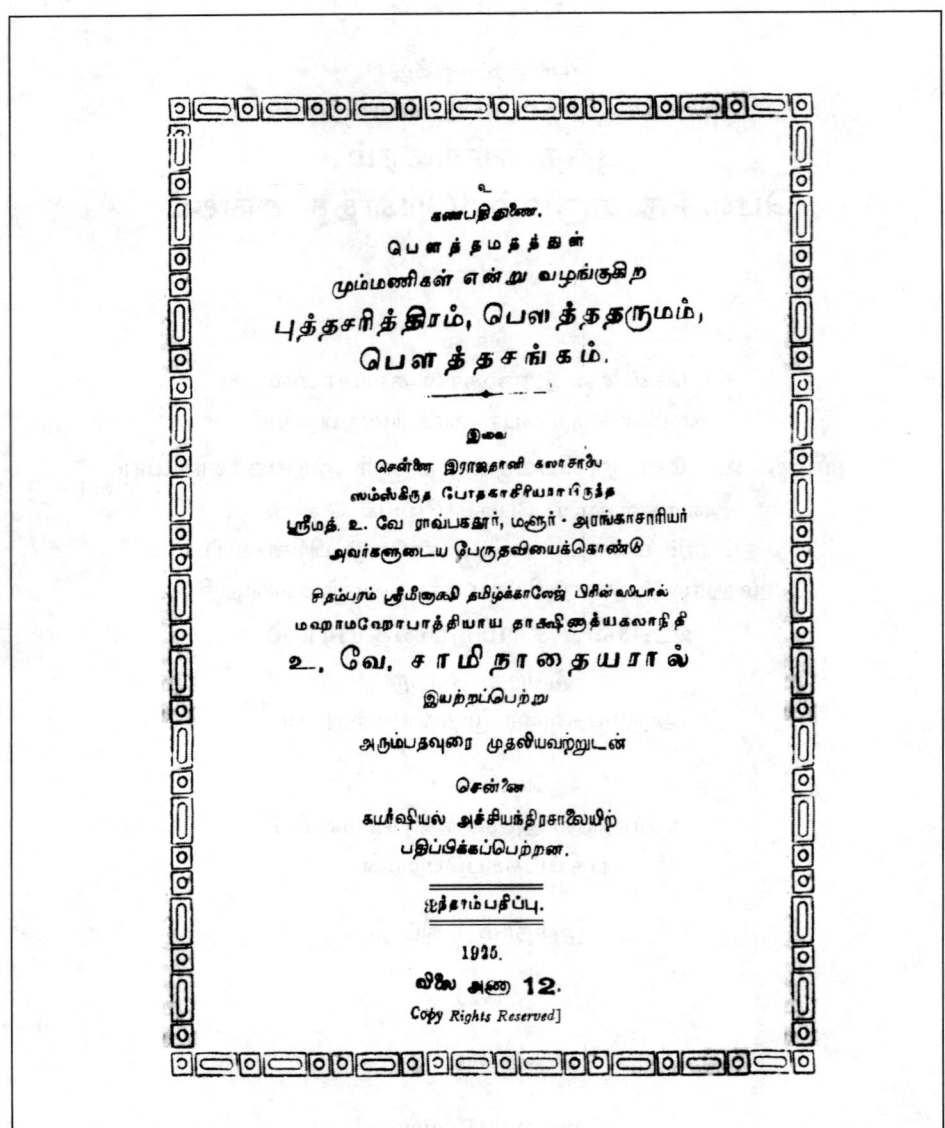

உ

கணபதிதுணை.

பௌத்தமதத்தின்

மும்மணிகள் என்று வழங்குகிற

புத்தசரித்திரம், பௌத்ததருமம், பௌத்தசங்கம்.

இவை

சென்னை இராஜதானி கலாசாலை

ஸம்ஸ்கிருத போதகாசிரியராயிருந்த

ஸ்ரீமத். உ. வே ராவ்பகதூர், மஹாஹூர் · அரங்காசாரியர்

அவர்களுடைய பேருதவியைக்கொண்டு

சிதம்பரம் ஸ்ரீமீநாக்ஷி தமிழ்க்காலேஜ் பிரின்ஸிபால்

மஹாமஹோபாத்தியாய தாக்ஷிணாத்யகலாநிதி

உ. வே. சாமிநாதையரால்

இயற்றப்பெற்று

அரும்பதவுரை முதலியவற்றுடன்

சென்னை

கமர்ஷியல் அச்சியந்திரசாலையிற்

பதிப்பிக்கப்பெற்றன.

மூன்றாம்பதிப்பு.

1925.

விலை அணா 12.

Copy Rights Reserved]

முகவுரை

தமிழ்மொழியிற் சிறந்து விளங்கும் பழைய காப்பியங்கள் ஐந்தனுள், மூன்றாவதாக வழங்குவதும் சீத்தலைச் சாத்தனா ரென்னும் கவிஞர் பெருமானால் இயற்றப்பெற்றதுமான மணிமேகலையில் பௌத்த சமயக் கொள்கைகள் மிகுதியாக இருத்தலின் அந்நூலை முதன்முறை யச்சிட்டபொழுது, அதற்கு அங்கமாக, பௌத்தர்களுள் மும்மணியாக வழங்கப்படும் புத்த தர்ம சங்கம் என்னும் இப்பகுதி சென்னைப் பிரஸிடென்ஸி காலேஜ், ஸம்ஸ்கிருத போதகாசிரியராக விளங்கிய ராவ்பகதூர் மஃஸ்ரீ. ரங்காசாரிய ரவர்களுடைய பேருதவியைக் கொண்டு வசனமாக எழுதிச் சேர்த்துப் பதிப்பிக்கப்பெற்றது. சில அன்பர்களுடைய விருப்பத்தின்படி தனியாகவும் வெளியிட லாயிற்று.

புத்தர் பிறந்ததுமுதல் அவர் நிர்வாண மடைந்ததீறாக வுள்ள அவருடைய சரித்திரமும், பௌத்த தருமத்தின் பாகுபாடுகளும், பௌத்த சங்கத்தின் இயல்புகளும் இதிற் சுருக்கமாகக் கூறப்பட்டுள்ளன.

மணிமேகலை முதலிய நூல்களிலிருந்து நல்ல வாக்கியங்கள் இவ்வசனத்தின் இடையிடையே உரிய இடங்களில் அமைக்கப்பெற்றுள்ளன.

படிப்பவர்களுக்கு உபயோகமாக இருக்குமென்று எண்ணி, அரும்பதவுரையும், அபிதான விளக்கமும் இதிற் சேர்க்கப்பெற்றுள்ளன.

இங்ஙனம்,
வே. சாமிநாதையன்

சிதம்பரம்
3-4-25

உ
கணபதி துணை

பௌத்த மதத்துள்
மும்மணிகள் என்று வழங்குகிற
புத்த சரித்திரம்,
பௌத்த தருமம், பௌத்த சங்கம்

இவை
சென்னை இராஜதானி கலாசாலை
ஸம்ஸ்கிருத போதகாசிரியராயிருந்த
ஸ்ரீமத். உ.வே. ராவ்பகதூர், மஞூர்-அரங்காசாரியார்
அவர்களுடைய பேருதவியைக் கொண்டு,
சிதம்பரம் ஸ்ரீ மீனாகூஷி தமிழ்க் காலேஜ் பிரின்ஸிபால்
மஹாமஹோபாத்தியாய தாகூஷிணாத்யகலாநிதி
உ.வே. சாமிநாதையரால்
இயற்றப்பெற்று
அரும்பதவுரை முதலியவற்றுடன்

சென்னை
கமர்ஷியல் அச்சியந்திரசாலையிற்
பதிப்பிக்கப்பெற்றன.

[ஆறாம் பதிப்பு]

1926

விலை அணா 12

*(*Copyright Registered*)*

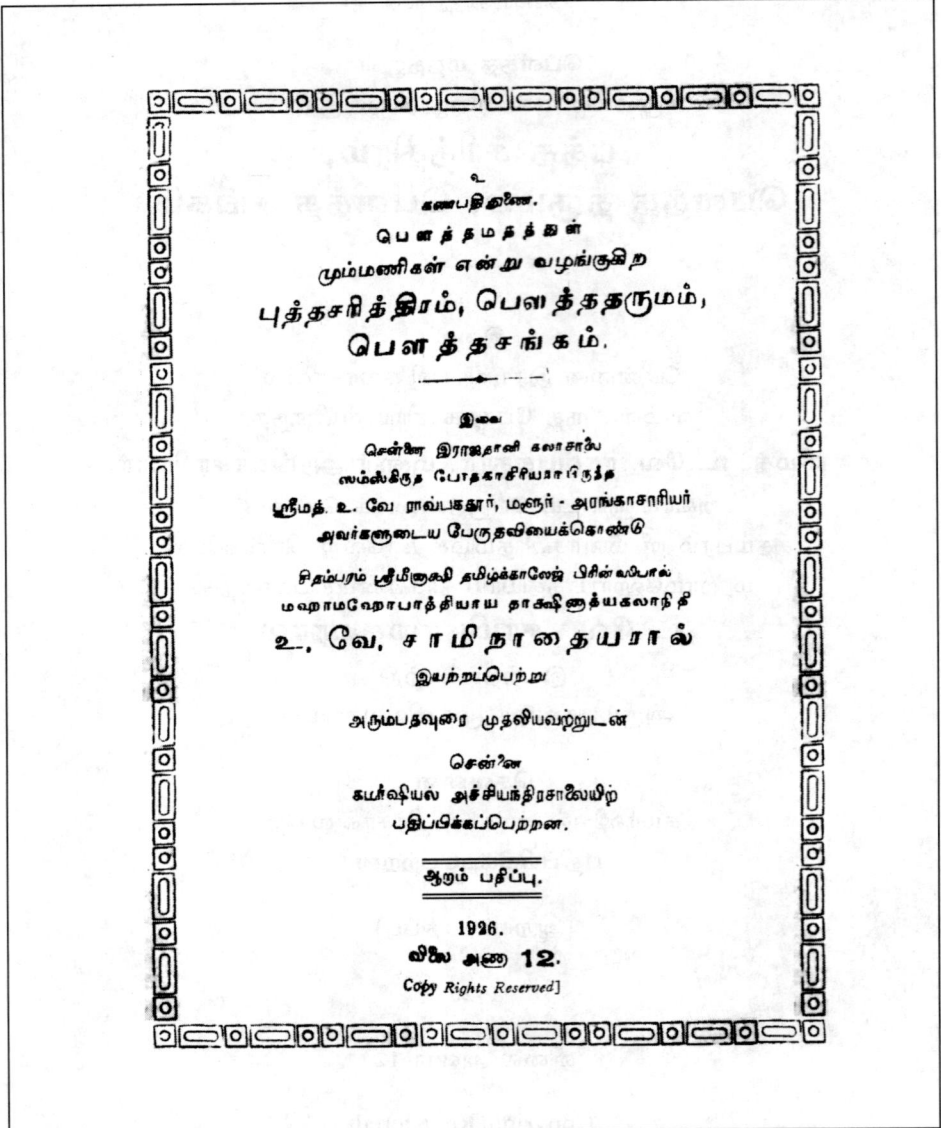

உ

முகவுரை

தமிழ் மொழியிற் சிறந்து விளங்கும் பழைய காப்பியங்கள் ஐந்தனுள், மூன்றாவதாக வழங்குவதும் சீத்தலைச் சாத்தனா ரென்னும் கவிஞர் பெருமானால் இயற்றப்பெற்றுமான மணிமேகலையில் பௌத்த சமயக் கொள்கைகள் மிகுதியாக இருத்தலின் அந்நூலை முதன்முறை யச்சிட்டபொழுது, அதற்கு அங்கமாக, பௌத்தர்களுள் மும்மணியாக வழங்கப்படும் புத்த தர்ம சங்கம் என்னும் இப்பகுதி சென்னைப் பிரஸிடென்ஸி காலேஜ், ஸம்ஸ்கிருத போதகாசிரியராக விளங்கிய ஸ்ரீமத் உ.வே. ராவ்பகதூர் மளூர்—ரங்காசாரிய ரவர்களுடைய பேருதவியைக்கொண்டு வசனமாக எழுதிச் சேர்த்துப் பதிப்பிக்கப்பெற்றது. சில அன்பர்களுடைய விருப்பத்தின்படி தனியாகவும் வெளியிடலாயிற்று.

புத்தர் பிறந்ததுமுதல் அவர் நிர்வாண மடைந்ததிறாக வுள்ள அவருடைய சரித்திரமும், பௌத்த தருமத்தின் பாகுபாடுகளும், பௌத்த சங்கத்தின் இயல்புகளும் இதிற் சுருக்கமாகக் கூறப்பட்டுள்ளன.

மணிமேகலை முதலிய நூல்களிலிருந்து நல்ல வாக்கியங்கள் இவ்வசனத்தின் இடையிடையே உரிய இடங்களில் அமைக்கப்பெற்றுள்ளன.

படிப்பவர்களுக்கு உபயோகமாக இருக்குமென்று எண்ணி, அரும்பதவுரையும், அபிதான விளக்கமும் இதிற் சேர்க்கப்பெற்றுள்ளன.

இங்ஙனம்,
வே. சாமிநாதையன்

சிதம்பரம்
29-7-26

கணபதி துணை

மணிமேகலைப் பதிப்பைச் சார்ந்த

மணிமேகலைக் கதைச் சுருக்கம்*

இது
கும்பகோணம் கவர்ன்மெண்ட் காலேஜ்
தமிழ்ப்பண்டிதராகிய
உத்தமதானபுரம்

வே. சாமிநாதையரால்

எழுதி,

சென்னை:
வெ.நா. ஜூபிலி அச்சுக்கூடத்திற்
பதிப்பிக்கப்பட்டது.

1898

விலை அணா-அ

* முகவுரை இல்லை

கணபதி துணை.

மணிமேகலையாம் பாட்டைச் சார்ந்த

மணிமேகலைக்கதைச்

சுருக்கம்.

இது

கும்பகோணம் கவர்ன்மெண்ட் காலேஜ்

தமிழ்ப்பண்டிதராகிய

உத்தமதானபுரம்

வே. சாமிநாதையரால்

எழுதி,

சென்னை:

வே. நா. ஜுபிலி அச்சுக்கூடத்திற்

பதிப்பிக்கப்பட்டது.

1898.

விலை அணா - ௮.

உ
கணபதி துணை

மணிமேகலைக் கதைச் சுருக்கம்

இது
மஹாமஹோபாத்தியாய தாக்ஷிணாத்யகலாநிதி
டாக்டர் உ.வே. சாமிநாதையர்
எழுதியது

[ஒன்பதாம் பதிப்பு]

வெகுதான்ய ௵ பங்குனி ௴

சென்னை, லிபர்ட்டி அச்சுக்கூடம்

1939

Copyright Registered]

[விலை அணா எட்டு

உ
கணபதி துணை

மணிமேகலைக் கதைச் சுருக்கம்

இது
மகாமகோபாத்தியாய தாக்ஷிணாத்ய கலாநிதி
டாக்டர் உ. வே. சாமிநாதையர்
எழுதியது

ஒன்பதாம் பதிப்பு

வெகுதான்யவருஷ பங்குனிமீ
சென்னை : லிபர்ட்டி அச்சுக்கூடம்
1939
Copyright Registered] [விலை அணா எட்டு

உ
கணபதி துணை

முகவுரை

மணிமேகலை யென்பது தமிழ் மொழியிற் புகழ்பெற்று விளங்கும் பழைய காப்பியங்கள் ஐந்தனுள் ஒன்று. சிலப்பதிகாரக் கதாநாயகனான கோவல னென்னும் வணிகனுடைய காதற் பரத்தையாகிய மாதவியின் புத்திரியாவாள் மணிமேகலை யென்பவள். துறவுபூண்ட இவளுடைய சரித்திரமாகிய மணிமேகலை யென்னும் நூல் மதுரைச் சீத்தலைச் சாத்தனா ரென்னும் கவிஞர் பெருமானால் அகவற்பாக்களால் ௩0-காதைகளாக இயற்றப்பெற்றது. அதனை ஆதாரமாகக் கொண்டு 'மணிமேகலைக் கதைச் சுருக்கம்' என்னும் இவ்வசன நூலை எழுதலானேன்.

பௌத்த சமயக் கொள்கைகள் பல இதிற் காணப்படும். அக்காலத்து வழிபடப்பெற்று வந்த தெய்வங்கள் இன்னவை யென்பதும், தமிழ்நாட்டின் பழைய இராசதானிகளாகிய காவிரிப்பூம்பட்டினம் மதுரை வஞ்சி காஞ்சி முதலிய நகரங்களின் அமைப்பும், அவற்றை யாண்ட அரசர்களின் செங்கோல் முறையும், பல சாதியார்களின் இயல்பும், கைத்தொழில் வகையும், கற்பின் மேம்பாடும், பலவகையான தருமங்களும், அன்னதானத்தின் பெருமையும், இவை போல்வன பிறவும் இதனால் அறியலாகும்.

முதனூலிலிருந்து சுவை பயப்பனவும் எளிய நடையாக வுள்ளனவுமான நல்ல பாகங்களை உரிய இடங்களில் இக்கதைச் சுருக்கத்தி னிடையே அமைத்திருக்கிறேன். எல்லோரும் எளிதில் படித்தறிந்து இன்புறும்படி இப்பதிப்பில் வசன நடை இயன்றவரை மாற்றி முன்பிருந்ததைக் காட்டிலும் சுலபமாக எழுதப்பட்டுள்ளது.

படிப்பவர்களுக்கு உபயோகமாக இருக்கும் பொருட்டு அரும்பதம் முதலியவற்றின் அகராதியையும் சிறப்புப் பெயர்களின் விளக்கத்தையும் எழுதிச் சேர்த்திருக்கிறேன்.

இங்ஙனம்,
வே. சாமிநாதையர்

சென்னை
24-3-39

கணபதி துணை

உதயணன் சரித்திரச் சுருக்கம்*

உத்தமதானபுரம்
மஹாமஹோபாத்தியாய
வே. சாமிநாதையரால்
பெருங்கதையென்னுந் தமிழ்நூலிலிருந்து வசனமாக
இயற்றப்பெற்றது.

இஃது
அரும்பதவுரை, அபிதான விளக்கங்களுடன்

சென்னை
கமர்ஷியல் அச்சுக்கூடத்திற்
பதிப்பிக்கப்பெற்றது.

ருத்ரோத்காரி ஞு பங்குனி மீ

1924

Copyright registered]

 [விலை ரூ. 1—4—0

* முகவுரை இல்லை

கணபதி துணை.

உதயணன் சரித்திரச் சுருக்கம்.

உத்தமதானபுரம்

மஹாமஹோபாத்தியாய

வே. சாமிநாதையரால்

பெருங்கதையென்னுந் தமிழ்நூலிலிருந்து வசனமாக

இயற்றப்பெற்றது.

இஃது

அரும்பதவுரை, அபிதானவிளக்கங்களுடன்

சென்னை

கமர்ஷியல் அச்சுக்கூடத்திற்

பதிப்பிக்கப்பெற்றது.

ருத்ரோத்காரிஹு பங்குனியீ

1924.

Copyright registered.]

 [விலை ரூ: 1— I—

உ
கணபதி துணை

உதயணன் சரித்திரச் சுருக்கம்

சிதம்பரம்
ஸ்ரீ மீனாக்ஷி தமிழ்க் காலேஜ் பிரின்ஸிபாலாகிய மஹாமஹோபாத்தியாய
தாக்ஷிணாத்ய கலாநிதி

உ.வே. சாமிநாதையரால்

பெருங்கதையென்னுந் தமிழ்நூலிலிருந்து வசனமாக
இயற்றப்பெற்றது.

இஃது
அரும்பதவுரை, அபிதான விளக்கங்களுடன்

சென்னை
கேஸரி அச்சுக்கூடத்திற்
பதிப்பிக்கப்பெற்றது.

[இரண்டாம் பதிப்பு]

அக்ஷய ஹூ ஆவணி மீ

1926

Copyright registered]

[விலை ரூ. 1—4—0

உ

கணபதி துணை.

உதயணன் சரித்திரச் சுருக்கம்.

சிதம்பரம்

ஸ்ரீமீனாக்ஷி தமிழ்க்காலேஜ்பிரின்ஸிபாலாகிய

மஹாமஹோபாத்தியாய தாக்ஷிணாத்யகலாநிதி

உ. வே. சாமிநாதையரால்

பெருங்கதை யென்னும் தமிழ்நூலிலிருந்து வசனமாக இயற்றப்பெற்றது.

இஃது

அரும்பதவுரை, அபிதான விளக்கங்களுடன்

சென்னை

கேஸரி அச்சுக்கூடத்திற் பதிப்பிக்கப்பெற்றது.

இரண்டாம் பதிப்பு

அக்ஷய வருஷம் ஆவணி மீ

1926.

Copyright Registered]

 [விலை ரூ. 1—4—0

முகவுரை

கொங்குநாட்டிலிருந்த வேளிர்களுள் ஒருவரான கொங்குவேளி ரென்பவராற் பல நூற்றாண்டுகளுக்கு முன்பு தமிழில் அகவற்பாக்களால் இயற்றப்பெற்ற பெருங்கதை யென்னும் நூலின் கதைப் போக்கைத் தழுவி எழுதி அதற்கு அங்கமாக அதனோடு சேர்த்துப் பதிப்பிக்கப்பெற்ற இவ்வசனநூல் சில அன்பர்கள் விரும்பியபடி தனியாகவும் வெளியிடலாயிற்று.

குருகுலத்திற் பிறந்தவனும் கௌசாம்பி நகரத்து அரசனும் சதானிகனுடைய புதல்வனுமான உதயண னென்பவன் பிறந்தது முதல் அவன் துறவுபூண்டமை இறுதியாகவுள்ள வரலாறுகள் இதன்பால் விரிவாகக் காணலாகும்.

பண்டைக் காலத்து அரசாட்சி முறையையும், நாடு நகரங்களின் அமைதிகளையும், நீதிகளையும், சிற்ப முதலிய பலவகைக் கலைகளின் நுட்பங்களையும் இதுகாறும் அறியப்படாத இன்னும் எத்தனையோ அரியபெரிய விஷயங்களையும் அறிந்துகொள்வதற்குத் தக்க கருவியாகும் இது.

இக்கதையின் சம்பந்தமாக வடமொழி முதலியவற்றில் இயற்றப்பட்டுள்ள நூல்கள் பல வழங்கப்படினும் குணாட்டிய ரென்னும் மஹாகவியாற் பைசாச பாஷையில் முதலில் இயற்றப்பெற்ற பிருஹத் கதையை முதனூலாகக் கொண்டு கங்கநாட்டு அரசனாகிய துர்விநீதன் இயற்றியதாகத் தெரியவரும் ஒரு வடநூலே கொங்குவேளி ரியற்றிய பெருங்கதைக்கு முதனூலாக இருத்தல் வேண்டுமென்பது சில அறிஞர்களின் கருத்து.

இந்நூல் உஞ்சைக் காண்டம், இலாவாண காண்டம், மகத காண்டம், வத்தவ காண்டம், நரவாண காண்டம், துறவுக் காண்ட மென்னும் ஆறு பகுதிகளை யுடையது. படிப்பவர்கள் மூலத்தின் இனிமையை ஒருவாறு அறிந்து இன்புறும் பொருட்டு முக்கியமான இடங்களில் சிலசில மூலப்பகுதிகள் அங்கங்கே சேர்க்கப்பட்டுள்ளன.

கிடைத்த பெருங்கதைக் கையெழுத்துப் பிரதியில், உஞ்சைக் காண்டத்தின் முற்பகுதியும், நரவாண காண்டத்தின் பிற்பகுதியும், துறவுக் காண்டமும்

இல்லாமையால் அந்தப் பகுதிகளுக்குரிய கதையை உதிதோதய காவ்ய முதலிய வேறு நூல்களிலிருந்து அறிந்து எழுதி இது பூர்த்தி செய்யப்பெற்றது.

அரும்பதங்களுக்கு உரையும், அபிதான விளக்கமும் படிப்பவர்களுக்கு உபயோகமாக இருக்குமென் றெண்ணி இதன்பாற் சேர்க்கப்பெற்றுள்ளன.

இங்ஙனம்,
வே. சாமிநாதையர்

சிதம்பரம்
20-8-26

உ

சங்கத் தமிழும் பிற்காலத் தமிழும்

சென்னை
மஹாமஹோபாத்தியாய
உ.வே. சாமிநாதையரவர்கள்
சென்னை ஸர்வகலா சங்கத்தார் விரும்பியபடி செய்த
உபந்யாசம்

இது
சென்னை
ஆனந்தா அச்சுக்கூடத்திற்
பதிப்பிக்கப்பெற்றது.

1929

All rights reserved]   [விலை ரூபாய் 1

[முதல் பதிப்பு]

சங்கத்தமிழும்
பிற்காலத்தமிழும்

சென்னை

மஹாமஹோபாத்தியாய

உ. வே. சாமிநாதையரவர்கள்

சென்னை ஸர்வகலாசங்கத்தார் விரும்பியபடி செய்த

உபந்யாசம்.

இது
சென்னை
ஆனந்தா அச்சுக்கூடத்திற்
பதிப்பிக்கப் பெற்றது.

1929

(All rights reserved)

விலை ரூபாய் 1.

முகவுரை

சங்க நூல்கள் முகமாகத் தெரியக்கூடிய சில விஷயங்களைப் பற்றிப் பத்து உபந்யாசங்கள் செய்யவேண்டு மென்று சென்னை ஸர்வகலா சங்கத்தார் 1926ஆம் வருஷத்தில் எனக்குத் தெரிவித்தார்கள். தேக அஸௌக்யம் முதலிய காரணங்களால் அதனை ஏற்றுக்கொள்ள எனக்கு அப்போது தைரியம் உண்டாகவில்லை; ஆனால் அவர்கள் பேரன்புடன் வற்புறுத்தினமையால் மறுத்தற்கு அஞ்சித் தெரிந்த சில விஷயங்களைச் சொல்ல ஒப்புக்கொண்டேன். உபந்யசிக்கப்படும் போது உபந்யாசங்கள் பின்பு புத்தக ரூபமாக வெளிவருமென்பது எனக்குத் தெரியாது. அவை முடிந்த பின்புதான் அஃது எனக்கு தெரியவந்தது. பத்தும் 7-11-1927 முதல் 21-12-1927 வரையில் பத்துத் தினங்களிற் செய்யப்பட்டன.

இக்காலத்திலுள்ள நூலாராய்ச்சியாளர்களுக்கும் நுண்ணறிவாளர்களுக்கும் தெரியாத விஷயங்கள் இவ்வுபந்யாசங்களிற் பெரும்பாலும் இரா. இளமை தொடங்கி நான் ஆராய்ந்துவந்த சங்க நூல்களாலும் பிற நூல்களாலும் கேள்வியாலும் அனுபவத்தாலும் தெரிந்துகொண்ட சில விஷயங்கள் இவற்றிற் காணப்படுமே யல்லாமல் நூதனமான விஷயமொன்றும் இராது. உபந்யாசத்துக்காகக் குறிப்பிட்ட காலம் போதியதாக இல்லாமையாற் சொல்லவேண்டிய முக்கியமான விஷயங்கள் சொல்லப்படாமலும் சில விஷயங்கள் முன்பின்னாக மாறியும் இருத்தல் கூடும். உபந்யாசங்கள் ஒன்றோடொன்று சம்பந்த முள்ளவைகளாக இருத்தலால் ஒன்றிற் சொல்லப்பட வேண்டியவை மற்றொன்றில் வந்திருக்கலாம். ஓரிடத்திற் கண்ட சில வரலாறுகள் சில பயன் கருதி மற்றோரிடத்திலும் சொல்லப்பட்டிருக்கும். அவ்வப்போது சுதேசமித்திரனில் வெளிவந்த பகுதிகளையும் என் கையிலிருந்த உபந்யாசக் குறிப்புக்களையும் ஆதாரமாக வைத்துக் கொண்டு இப்புத்தகம் சித்தம் செய்யப்பட்டது. சில விஷயங்கள் விரிவாகவும் சில சுருக்கமாகவும் காணப்படலாம். அவற்றை விவேகிகள் பொறுத்துக்கொள்வார்க ளென்று நம்புகிறேன்.

என்னை ஒரு பொருட்படுத்தி உபந்யசிக்கும்படி செய்த ஸர்வகலாசாலை உப அத்யக்ஷகருக்கும் மற்ற அங்கத்தினர்களுக்கும் நான் உபந்யாசங்கள் செய்தபோது மிக்க பொறுமையோடும் அன்போடும் வந்திருந்து கேட்டு எனக்கு ஊக்கமளித்த கனவான்களுக்கும் பண்டிதர்களுக்கும் நன்றியைச் செலுத்துகின்றேன்.

இங்ஙனம்,
வே. சாமிநாதையர்

சென்னை
16-12-29

உ

சங்கத் தமிழும் பிற்காலத் தமிழும்

சென்னை
மஹாமஹோபாத்தியாய
டாக்டர்
உ.வே. சாமிநாதையரவர்கள்
சென்னை ஸர்வகலா சங்கத்தார் விரும்பியபடி செய்த
உபந்யாசம்

இது
சென்னை
"தாம்சன்" அச்சுக்கூடத்திற்
பதிப்பிக்கப் பெற்றது.

1934

[இரண்டாம் பதிப்பு] [விலை ரூபாய் 1

உ

சங்கத்தமிழும்

பிற்காலத்தமிழும்

சென்னை

மஹாமஹோபாத்தியாய

டாக்டர்

உ. வே. சாமிநாதையரவர்கள்

சென்னை ஸர்வ கலாசங்கத்தார் விரும்பியபடி செய்த

உபந்யாசம்

இது

சென்னை

"தாம்சன்" அச்சுக்கூடத்திற்

பதிப்பிக்கப் பெற்றது.

1934

இரண்டாம் பதிப்பு] [விலை ரூபாய் 1.

முகவுரை

சங்க நூல்கள் முகமாகத் தெரியக்கூடிய சில விஷயங்களைப் பற்றிப் பத்து உபந்யாசங்கள் செய்யவேண்டு மென்று சென்னை ஸர்வகலா சங்கத்தார் எனக்குத் தெரிவித்தார்கள். தேக அஸௌக்யம் முதலிய காரணங்களால் அதனை ஏற்றுக்கொள்ள எனக்குத் தைரியம் உண்டாகவில்லை; ஆனாலும் அவர்கள் பேரன்புடன் வற்புறுத்தினமையால் மறுத்தற்கு அஞ்சித் தெரிந்த சில விஷயங்களைச் சொல்ல ஒப்புக்கொண்டேன். உபந்யசிக்கப்படும்போது உபந்யாசங்கள் பின்பு புத்தக ரூபமாக வெளிவருமென்பது எனக்குத் தெரியாது. அவை முடிந்த பின்புதான் எனக்கு அது தெரியவந்தது. பத்தும் 7-11-1927 முதல் 21-12-1927 வரையில் பத்துத் தினங்களிற் செய்யப்பட்டன.

இக்காலத்திலுள்ள நூலாராய்ச்சியாளர்களுக்கும் நுண்ணறிவாளர்களுக்கும் தெரியாத விஷயங்கள் இவ்வுபந்யாசங்களிற் பெரும்பாலும் இரா. இளமை தொடங்கி நான் ஆராய்ந்துவந்த சங்க நூல்களாலும் பிற நூல்களாலும் கேள்வியாலும் அனுபவத்தாலும் தெரிந்துகொண்ட சில விஷயங்கள் இவற்றிற் காணப்படுமே யல்லாமல் நூதனமான விஷயமொன்றும் இராது. உபந்யாசத்துக்காகக் குறிப்பிட்ட காலம் போதியதாக இல்லாமையாற் சொல்லவேண்டிய முக்கியமான விஷயங்கள் சொல்லப்படாமலும் சில விஷயங்கள் முன்பின்னாக மாறியும் இருத்தல் கூடும். உபந்யாசங்கள் ஒன்றோடொன்று சம்பந்த முள்ளவைகளாக இருத்தலால் ஒன்றிற் சொல்லப்பட வேண்டியவை மற்றொன்றில் வந்திருக்கலாம். ஓரிடத்திற் கண்ட சில வரலாறுகள் சில பயன் கருதி மற்றோரிடத்திலும் சொல்லப்பட்டிருக்கும். அவ்வப்போது சுதேசமித்திரனில் வெளிவந்த பகுதிகளையும் என் கையிலிருந்த உபந்யாசக் குறிப்புக்களையும் ஆதாரமாக வைத்துக்கொண்டு இப்புத்தகம் சித்தம் செய்யப்பட்டு 1929ஆம் வருஷம் டிசம்பர் மாதம் முதற்பதிப்பாக வெளியிடப்பெற்றது. சில விஷயங்கள் விரிவாகவும் சில சுருக்கமாகவும் இதிற் காணப்படலாம். அவற்றை விவேகிகள் பொறுத்துக்கொள்வார்க ளென்று நம்புகிறேன்.

என்னை ஒரு பொருட்படுத்தி உபந்யசிக்கும்படி செய்த ஸர்வகலாசாலை உப அத்யக்ஷகருக்கும் மற்ற அங்கத்தினர்களுக்கும் நான் உபந்யாசங்கள் செய்தபோது வந்திருந்து மிக்க பொறுமையோடும் அன்போடும் கேட்டு எனக்கு ஊக்கமளித்த கனவான்களுக்கும் பண்டிதர்களுக்கும் நன்றியைச் செலுத்துகின்றேன்.

இங்ஙனம்,
வே. சாமிநாதையர்

சென்னை
10-8-34

உ

ஸ்ரீ தாயுமானவர் துணை

திருவாவடுதுறை யாதீனத்து மகாவித்துவான்
திரிசிரபுரம்

ஸ்ரீ மீனாட்சிசுந்தரம் பிள்ளையவர்கள் சரித்திரம்

(முதற் பாகம்)

இது
ஷை பிள்ளையவர்கள் மாணாக்கர்
மகாமகோபாத்தியாய தாக்ஷிணாத்ய கலாநிதி

டாக்டர் உ.வே. சாமிநாதையரால்

எழுதப்பெற்று

சென்னபட்டணம்
கேஸரி அச்சுக்கூடத்திற் பதிப்பிக்கப்பெற்றது.

ஸ்ரீமுக ஞூ கார்த்திகை மீ

1933

Copyright Registered]

[விலை ரூபா *2—0—0*

உ

ஸ்ரீதாயுமானவர் துணை

திருவாவடுதுறை யாதீனத்து மகாவித்துவான்

திரிசிரபுரம்

ஸ்ரீ மீனாட்சிசுந்தரம் பிள்ளையவர்கள் சரித்திரம்.

முதற் பாகம்

இது

ஷை பிள்ளையவர்கள் மாணாக்கர்

மகாமகோபாத்தியாய தாக்ஷிணாத்ய கலாநிதி

டாக்டர்-உ. வே. சாமிநாதையரால்

எழுதப்பெற்று,

சென்னபட்டணம்

கேஸரி அச்சுக்கூடத்திற் பதிப்பிக்கப்பெற்றது.

ஸ்ரீமுக ௵ கார்த்திகை ௴

1933

Copyright Registered.]

 [விலை ரூபா 2-0-0.

உ

கணபதி துணை

முகவுரை

திருத்தாண்டகம்

திருச்சிற்றம்பலம்

ஒருமணியை யுலகுக்கோ ருறுதி தன்னை
உதயத்தி னுச்சியை யுருமா னானைப்
பருமணியைப் பாலோடஞ் சாடி னானைப்
பவித்திரனைப் பசுபதியைப் பவளக் குன்றைத்
திருமணியைத் தித்திப்பைத் தேன தாகித்
தீங்கரும்பி னின்சுவையைத் திகழுஞ் சோதி
அருமணியை யாவடுதண் டுறையுண் மேய
அரனடியே யடிநாயே னடைந்துய்ந் தேனே.

திருச்சிற்றம்பலம்

தமிழ் நூல்களை நன்றாகப் பயின்றும் வேறு பாஷைகளில் உள்ள நூற்கருத்துக்களை அறிந்தும் அவற்றின்பாலுள்ள பலவகைச் சுவைகளையும் நுகர்ந்து பிறரும் நுகரவேண்டு மென்னும் அவாவினால் பலவகை நூல்களையும், உரை முதலியவற்றையும் இயற்றியும் பாடஞ் சொல்லியும் பேருதவி புரிந்த தமிழ்ப் புலவர்கள் பலர் பல்லாயிர வருஷங்களாக இத்தமிழ் நாட்டில் விளங்கி வந்து தங்கள் தங்கள் புகழை நிலைநாட்டி இருக்கின்றனர். தோலாநாவின் மேலோராகிய அவர்களுடைய கைம்மாறில்லாத பேருதவியினால் தமிழ்மொழி அடைந்த பெருமையும் தமிழரசர்களும் தமிழ்நாட்டினரும் பெற்ற பயனும் அளவில் அடங்குவனவல்ல.

பலர் ஒருங்கு கூடியும் தனித்தனியே இருந்தும் அரசர்களாலும் பிரபுக்களாலும் ஆதரிக்கப்பட்டும் செல்வத்திற் சிறந்தும் வறுமையில் வாடியும் இன்பத்தில் இருந்தும் துன்பத்தில் துளைந்தும் தமிழை மறவாமல், "இருந்தமிழே உன்னால் இருந்தேன் இமையோர், விருந்தமிழ்த மென்றாலும் வேண்டேன்" என்ற வீரத்துடன் விளங்கிய புலவர்களின் பெயர்கள் பல தெரியவருகின்றன. இக்காலத்தில் பல துறைகளிலும் உழைத்து ஆராய்ச்சி செய்து பயனடைவோர்களுக் கெல்லாம் அந்தப் புலவர்கள் இயற்றிவைத்துள்ள நூல்களே முககிய சாதனங்களாக உள்ளன.

ஆயினும், அவர்களுள்ளே பல புலவர்களின் உண்மை வரலாறுகளை நன்றாகத் தெரிந்துகொள்ள முடியவில்லை. சிலருடைய வரலாற்றிற் சிலசில பகுதிகள்

மட்டும் ஒருவாறு தெரிகின்றன. அவர்களை மிகச் சிறந்தவர்களாக எண்ணிப் பாராட்டி வருகின்றோம். அவர்களுக்கு முன்பு இருந்து விளங்கி அவர்களுடைய அறிவைப் பண்படுத்திய நூல்களை இயற்றிய புலவர்களின் நிலைகள் இன்னும் பலமடங்கு உயர்ந்தனவாக இருக்கவேண்டு மென்பதை நினைக்கும் பொழுது அவற்றை யெல்லாம் அறியமுடியவில்லையே என்ற வருத்தம் அடிக்கடி உண்டாகிறது.

தமிழ்ப் புலவர்களின் வரலாறுகள் தமிழகத்தில் ஒரு வரையறையின்றி வழங்குகின்றன. கர்ணபரம்பரைச் செய்திகள் முழுவதையும் நம்ப முடியவில்லை. எந்தப் புலவர்பாலும் தெய்விக அம்சத்தை ஏற்றிப் புகழும் நம் நாட்டினரில் ஒரு சாரார் புலவர்களைப்பற்றிக் கூறும் செய்திகளிற் சில நடந்தனவாகத் தோற்றவில்லை. அங்ஙனம் கூறுபவர்கள் அப்புலவர்களுக்கு மிக்க பெருமையை உண்டாக்க வேண்டு மென்பதொன்றனை மட்டும் கருதுகிறார்களே யல்லாமல் நடந்த விஷயங்களை நடந்தபடியே சொல்லுவதை விரும்புவதில்லை. கம்பர் முதலிய சில புலவர்களை வரகவிக ளென்றும் கல்லாமலே பாடிவிட்டன ரென்றும் ஸரஸ்வதிதேவியின் திருவருளால் அங்ஙனமாயின ரென்றும் கூறுவதுதான் பெருமை யெனவும், அவர்கள் பழம்பிறப்பிற் செய்த புண்ணியத்தாலும் திருவருளாலும் கிடைத்த நல்லறிவைத் துணைக்கொண்டு பல நூல்களைப் பயின்று செயற்கை யறிவும் வாய்க்கப் பெற்று நூல் முதலியன இயற்றினார்க ளென்பது சிறுமையெனவும் சிலர் எண்ணுகின்றார்கள். மிகவும் புகழ்பெற்ற ஒரு புலவர் செய்தனவாகத் தெரிவித்தால் அவற்றிற்கு மதிப்புண்டாகு மென்று தாமாகவே கருதி அவருடைய தலையில் பிழைமலிந்த நூல்களையும் உரைகளையும் தனிப்பாடல்களையும் ஏற்றிவிடுகின்றனர்; சரித்திரங்களையும் அவற்றிற்கு ஏற்ப அமைத்துவிடுகின்றனர். ஒருவருடைய வரலாறும் அவர் செய்த நூல் முதலியனவும் வேறொருவருடைய வரலாறாகவும் வேறொருவர் செய்தனவாகவும் வழங்குகின்றன. தங்கள் தங்கள் அபிமானம் காரணமாகப் புலவர்களின் சாதி, மதம், தொழில், ஊர் முதலியவற்றை மாறுபாடாகக் கூறி அவற்றிற்கு உரியவற்றைக் கற்பித்தவர்களும் உண்டு. ஆண்பாலாரைப் பெண்பாலாராகவும் பெண்பாலாரை ஆண்பாலாராகவும் மயங்கிக் கூறுவதும், ஒருகாலத்தில் இருந்தவரை வேறொரு காலத்தவராகக் கூறுவதும் பிறவுமாகிய தடுமாற்றங்கள் புலவர் வரலாறுகளில் மலிந்திருக்கின்றன. மிகவும் சமீபகாலத்தில் இருந்த புலவர்களுடைய வரலாறுகளிற்கூட இத்தகைய செய்திகள் இருக்கின்றன.

பண்டைக் காலத்தில் முறையாகப் பாடஞ் சொல்லிவந்த வித்துவான்கள் நூலாசிரியர்களுடைய வரலாற்றை மாணாக்கர்களுக்கு முதலிற் சொல்லிவிட்டு அப்பால் நூலை அறிவுறுத்தி வந்தனர்; அதனால்தான் புலவர்களுடைய சரித்திரத்தை எழுதிவைக்கும் வழக்கம் இலதாயிற்றென்று தோற்றுகின்றது. இங்ஙனம் அவ்வரலாறுகள் வழிவழியே வழங்கிவந்தன. முறையாகப் பாடஞ் சொல்லுதலும் கேட்டலும் தவறிய பிற்காலத்தில் ஆசிரியர் வரலாறுகள் பலபடியாக வழங்கத் தலைப்பட்டன. ஒரு புலவர்பால் பாடங்கேட்டவரேனும் பழகினவரேனும் அவருடைய பரம்பரையினரேனும் அவரது சரித்திரத்தை எழுதிவைப்பது தமிழ்நாட்டில் இல்லாமற் போயிற்று. இஃது ஒரு பெருங்குறையே.

தமிழ்ப்புலவர் சரித்திரங்கள் இங்ஙனம் இருத்தலை எண்ணியபொழுது சங்ககாலம் முதல் சமீபகாலம் வரையில் இருந்து விளங்கிய வித்துவான்களைப்பற்றி ஆராய்ந்து தெரிந்தவற்றைத் தொகுத்து எழுதவேண்டு மென்னும் அவா எனக்கு

உண்டாயிற்று. ஆதலின் நூல்களை ஆராயும் பொழுதெல்லாம் ஆசிரியர்கள் வரலாற்றைப்பற்றித் தெரியவந்தனவற்றை யெல்லாம் குறித்துக்கொள்ளும் வழக்கத்தை மேற்கொண்டேன். வெளியூர்களுக்கு யாத்திரையாகச் சென்றபோது கிடைத்த சிலருடைய வரலாறுகளையும் குறித்துவைத்துக் கொண்டேன். தக்க உதவியும் திருவருளும் இருக்குமாயின் அவற்றை முறையே வெளியிடும் விருப்பம் உண்டு. நிற்க.

எனக்குத் தமிழை அறிவுறுத்தி அதன்பாலுள்ள பலவகை நயங்களையும் எடுத்துக்காட்டி மகோபகாரம் செய்த ஆசிரியராகிய திருவாவடுதுறை யாதீனத்து மகாவித்துவான் திரிசிரபுரம் ஸ்ரீ மீனாட்சிசுந்தரம் பிள்ளை யவர்களைப் பற்றி நான் கண்டும் கேட்டும் அறிந்தவைகளிற் சிலவற்றை நண்பர்களிடம் பேசும்பொழுதும் வேறு சில காலங்களிலும் சொல்லி வந்ததன்றி, நான் ஆராய்ச்சி செய்து பதிப்பித்த சில நூல்களின் முகவுரைகளிலும் தொடர்புடைய சில சரித்திரப் பகுதிகளை எழுதியிருப்பதுண்டு. அவற்றை யெல்லாம் அறிந்த தமிழன்பர்கள் பலர் பிள்ளை யவர்களுடைய சரித்திரம் முழுவதையும் எழுதி வெளியிட வேண்டுமென்று விரும்பினர்; நேரிற் பழகிப் பாடங்கேட்டும் பிறர்பால் அறிந்தும் நூல்களை ஆராய்ந்தும் பிள்ளை யவர்களைப்பற்றி நான் அறிந்தவற்றை எழுதினால் இக்கவிஞர் பெருமானுடைய ஆற்றலை யாவரும் ஒருவாறு அறிந்து கொள்வார்களென்றும் வற்புறுத்தினர். அதனாலும் பிள்ளையவர்கள் திறத்தில் நான் செய்யத்தக்க பணி இதனினும் சிறந்ததொன்றில்லை யென்னும் எண்ணத்தினாலும் சற்றேறக்குறைய 45 வருஷங்களுக்கு முன்பு இந்த முயற்சியைச் செய்யத் தொடங்கினேன்.

'செய்வன திருந்தச் செய்' என்பது அமுத வாக்காதலின் தொடங்கிய முயற்சியை இயன்றவரையில் ஒழுங்காக நிறைவேற்ற வேண்டுமென்னும் அவாவினால், நான் அறிந்தனபோக வேறு செய்திகள் கிடைக்கலாமென எண்ணிப் பிள்ளை யவர்களோடு பழகிய பலர்பாற் சென்றுசென்று விசாரித்தேன்; இவருடைய கடிதங்கள், தனிப்பாடல்கள், நூல்கள் முதலியன கிடைக்குமென்று அறிந்த இடங்களுக் கெல்லாம் சென்று சென்று தேடினேன்; நான் பார்த்துவந்த வேலைக்கும் நூலாராய்ச்சிகளுக்கும் இடையூறு வாராமல், ஒழிந்த காலங்களி லெல்லாம் பலவகையாக முயன்று செய்திகளைத் தொகுத்துவந்தேன். பிள்ளை யவர்கள்பால் நான் பாடங்கேட்ட காலத்திலேனும் அதன் பின்பு திருவாவடுதுறை மடத்தில் நான் இருந்த காலத்திலேனும் இவருடைய இளம்பிராய முதற்கொண்டு பழகிய தியாகராச செட்டியார், சோடசாவதானம் சுப்பராய செட்டியார் முதலிய பெரியோர்கள் இருந்த காலத்திலேனும் இந்த முயற்சியை மேற்கொண்டிருப்பேனாயின் இன்னும் எவ்வளவோ அரிய செய்திகளும் செய்யுட்கள் முதலியனவும் கிடைத்திருக்கும்.

இக்கவிஞர் சிகாமணியோடு நெருங்கிப்பழகி இவருடைய பலவகை ஆற்றல்களையும் நேரிற்கண்டு இன்புற்றவர்களுள் ஒருவரேனும் இவருடைய சரித்திரத்தை எழுத முயன்றதில்லை. சீவகசிந்தாமணிப் பதிப்பில் திருத்தக்கதேவர் வரலாற்றை நான் எழுதிச் சேர்த்ததைக் கண்ட சோடசாவதானம் சுப்பராய செட்டியார், "ஐயா அவர்களுடைய சரித்திரத்தை எழுதினால் நலமாயிருக்கும்" என்று சொன்னார்.

இப்புலவர் பெருமான்பாற் பாடங்கேட்ட பொழுது இவர் மூலமாகவும் வேறுவகையாகவும் நான் அறிந்த செய்திகளையும் விசாரித்துத் தெரிந்து

கொண்டவற்றையும் துணைக்கொண்டு, தொடங்கிய இம்முயற்சியை ஒருவாறு நிறைவேற்றலா மென்னும் எண்ணத்தால் அவ்வப்பொழுது குறிப்புகளை எழுதித் தொகுத்து வந்தேன். 1900ஆம் வருஷம் அக்டோபர் மாதம் 8ஆம் தேதி வெளிவந்த சுதேசமித்திரனில், இச்சரித்திரத்தை நான் எழுதத் தொடங்கி யிருப்பதையும் தமிழ் நாட்டினர் தங்கள் தங்களுக்குத் தெரிந்தவற்றை அறிவிக்க வேண்டு மென்பதையும் குறித்து ஒரு விரிவான வேண்டுகோளை வெளியிட்டேன். அதனைப் பார்த்தபின் அன்பர்கள் பலர் பல செய்திகளை அனுப்பக்கூடுமென நான் எதிர்பார்த்திருந்தும் சிலரே சில செய்திகளைத் தெரிவித்தனர். பிள்ளை யவர்களுடைய மாணவரும் புதுச்சேரியில் இருந்தவருமாகிய செ. சவராயலு நாயக ரென்பவர் தம் விஷயமாகப் பலர் பாடிய சிறப்புக் கவிகள் முதலியவற்றைத் தொகுத்து அச்சிட்ட புத்தக மொன்றை அனுப்பி ஒரு கடிதமும் எழுதினர். அது வருமாறு:

"✝

புதுவை,
22-10-1900

"ம-ா-ா-ஸ்ரீ வே. சாமிநாத ஐயர் அவர்கள் சமூகத்துக்கு.

"தாங்கள் திரிசிரபுரம் மகாவித்துவான் மீனாட்சிசுந்தரம் பிள்ளை யவர்கள் சரித்திரத்தை எழுத எத்தனித்திருக்கிறதாக இம்மாதம் 8உ திங்கட்கிழமை வெளிப்பட்ட 146 நெம்பர் சுதேசமித்திரன் பத்திரிகையால் அறிந்து நான் மெத்தவுஞ் சந்துஷ்டி யடைந்தேன்.

"தியாகராச செட்டியார் என்பேரில் பாடியிருக்கும் இரட்டை மணி மாலையில் குரு வணக்கமாகக் கூறியிருக்கும் வெண்பாவை அப்பத்திரிகையில் தாங்கள் எடுத்தெழுதி யிருப்பதையும் பார்த்து மகிழ்ந்தேன். ஏறக்குறைய நாற்பத்தைந்து வருஷத்திற்குமுன் நானும் ஷ தியாகராச செட்டியாரும் வேறு சிலரும் அந்த மகானிடத்தில் வாசித்தோம். அவருக்கு என்மட்டிலிருந்த பக்ஷத்தையும் மதிப்பையும் தாங்கள் அறியும்படிக்கும் பல சமயத்தில் அவரும் ஷ தியாகராச செட்டியாரும் வல்லூர்த் தேவராச பிள்ளை முதலியவர்களும் என்பேரில் பாடியிருக்கும் பாடல்களைத் தாங்கள் காணும்படிக்கும் நான் கஅசுகூ-இல் அச்சிட்டிருக்கும் பாடற்றிரட்டு என்னும் ஓர் புத்தகத்தை இன்று தங்களுக்கு இனாமாகத் தபால் மார்க்கமாக அனுப்பியிருக்கிறேன்.

"இப்புத்தகத்திற் பற்பல இடத்தில் பிள்ளையவர்கள் பெயர் இருப்பதால் ஆங்காங்குக் குறிப்பிட்டிருக்கிறேன். ஆகையால் முதல் ஏடு தொடங்கிக் கடைசி ஏடு வரையில் பார்வையிடும்படி தங்களைக் கோருகிறேன். இதனால் அவருடைய மாணாக்கர்களில் அநேகரைத் தாங்கள் தெரிந்து கொள்ளவும்கூடும்.

"தாங்கள் எழுதும் அவர் சரித்திரத்தில் நான் அவர்பேரில் பாடியிருக்கும் பாடல்களையும் பல சமயத்தில் அவருக்கு நான் செய்த தோத்திரங்களையும் அவர் என்பேரில் கூறியிருக்கும் தமிழ்மாலை முதலிய பற்பல பாடல்களையும் நன்றாக எடுத்துக் காண்பிக்கும்படி தங்களை நிரம்பவும் பிரார்த்திக்கின்றேன்.

"வேதநாயக விற்பன்னர் சரித்திரம் என்று அச்சிடப்பட்டிருக்கும் ஓர் சிறு புத்தகத்தில் பிள்ளையவர்களுடைய நல்ல பாடல்களும் அவர் பேரில் அநேகம் பாடல்களும் இருக்கின்றன.

"மிகவுஞ் சிறந்த இந்த ஆசிரியரின் சரித்திரத்தைத் தாங்கள் எழுதி அச்சிட்டால் தங்களைப் பற்பல வித்துவான்களும் மேலோர்களும் நெடுங்காலம் வாழ்த்துவார்கள் என்பதற்குச் சந்தேகமில்லை.

"நான் முன்னதாகவே பிரியத்தோடே என் வாழ்த்துதல்களைத் தங்களுக்குக் கூறுகின்றேன்.

"தாங்கள் ஆரம்பித்த இச்சிறந்த வேலை இடையூறின்றி நிறைவேறும்படி கடவுளை மெத்தவும் பிரார்த்திக்கின்றேன்.

இங்ஙனம்,
தங்கள் அன்பை விரும்புகின்ற
செ. சவராயலு."

பின்பு 1902ஆம் வருஷத்தில் பல அன்பர்கள் விரும்பியபடி கும்பகோணம் போர்ட்டர் டவுன்ஹாலில் இரண்டு நாளும் கும்பகோணம் காலேஜில் ஒரு நாளுமாக மூன்று நாள் தொடர்ந்து பிள்ளை யவர்களுடைய சரித்திரத்தைப் பிரசங்கம் செய்தேன். அப்பொழுது காலேஜ் பிரின்ஸிபாலாக இருந்த அன்பர் ஸ்ரீமான் ஜே. எம். ஹென்ஸ்மன் முதலியவர்கள் கேட்டு மகிழ்ந்து விரைவில் இவர் சரித்திரத்தை எழுதி அச்சிட்டு வெளியிடவேண்டுமென்று வற்புறுத்தினார்கள்.

முன்பே பிள்ளை யவர்களுடைய நூல்கள் சிலவற்றைத் தியாகராச செட்டியார், சுப்பராய செட்டியார் முதலியவர்களிடமிருந்தும் வேறு சிலரிடத்திலிருந்தும் சேகரித்து வைத்திருந்ததுண்டு; பின்பும் அவற்றை முயன்று தேடித் தொகுத்தேன். அவற்றை வெளியிட வேண்டு மென்னும் விருப்பமும் எனக்கு இருந்தது. ஆயினும், நூல்களெல்லாவற்றையும் வெளியிடுவதாயின் மிக்க பொருட்செலவும் உழைப்பும் வேண்டுமாதலின் பிள்ளை யவர்களுடைய பிரபந்தங்களையேனும் தொகுத்து வெளியிடலா மென்றெண்ணினேன். எவ்வளவோ முயன்று பார்த்தும் இவருடைய *பிரபந்தங்களுள்ளும் சில கிடைக்கவில்லை. கிடைத்தவற்றைத் திருவருளின் துணையால் 1910ஆம் வருஷம் மே மாதம் +முதன்முறை வெளியிட்டேன். அப்புத்தகத்தின் முகவுரையில், "இவர்கள் ஒவ்வொரு காலத்திற் சமயோசிதமாகப் பாடிய தனிச்செய்யுட்களை இவர்கள் சரித்திரம் எழுதும்போது சந்தர்ப்பத்தைப் புலப்படுத்தி வெளியிடக் கருதி இதிற் சேர்க்காமல் வைத்திருக்கிறேன்" என்று இவருடைய சரித்திரத்தை வெளியிடும் எண்ணம் இருந்ததைப் புலப்படுத்தியதுண்டு.

தாம் இளமையில் இயற்றிய செய்யுட்களையும் நூல்களையும் சிறப்புடையனவாகக் கருதவில்லை யாதலின் அவற்றைப் பிள்ளையவர்கள் பாதுகாத்து வைக்கவில்லை. அந்தப் பாடல்களையும் நூல்களையும் பல இடங்களில் மிகவும் முயன்று தேடியபொழுது கிடைத்தவை சிலவே.

இவரைப்பற்றி நான் கேட்டறிந்த வரலாறுகளிற் பொய்யானவையும் பல இருந்தன. அவற்றை உண்மை யல்லவெனப் பலவகையால் தெரிந்துகொண்டேன்:

ஒரு சமயம் சென்னையில் என்னைச் சந்தித்த கனவானொருவர், "நீங்கள் அச்சிட்டு வெளிப்படுத்தியுள்ள மீனாட்சிசுந்தரம் பிள்ளை யவர்கள் பிரபந்தத்

---

* கிடைத்த பிரபந்தங்கள் இன்னார் இன்னாரிடமிருந்து கிடைத்தன வென்பதைப் பிள்ளை யவர்கள் பிரபந்தத் திரட்டு முதற் பதிப்பின் முகவுரையில் தெரிவித்திருக்கிறேன்.

+ இதன் இரண்டாம் பதிப்பு 1926ஆம் வருஷம் வெளியிடப்பெற்றது. முதற் பதிப்பில் இல்லாத பிரபந்தங்கள் சில அதன்பாற் சேர்க்கப்பட்டுள்ளன.

திரட்டில் அவர்கள் இயற்றியுள்ள திட்டகுடி அசனாம்பிகை பதிகத்தைச் சேர்க்காமல் விட்டுவிட்டீர்களே" என்று சொன்னார். அப்போது நான், "எனக்குப் பிரதி கிடைத்திருந்தால் சேர்த்திருப்பேன்; தாங்கள் கொடுத்தால் அதனை அடுத்த பதிப்பில் உபயோகிப்பேன்" என்று சொல்லி மறுநாட் காலையில் அவர் வீடுசென்று அதனைக் கேட்டேன்; அவர் அதனைக் கொடுத்தனர். அதைப் படித்துப் பார்த்ததில் அது வேறொருவரால் இயற்றப்பெற்றதாகத் தெரியவந்தது. அன்றியும் பிள்ளை யவர்களுடைய செய்யுள் நடைக்கும் அந்நூற் செய்யுள் நடைக்கும் வேறுபாடுகள் இருந்தன. ஆனால் திட்டகுடி ஸ்வாமி விஷயமாகப் பிள்ளை யவர்களால் ஒரு பதிகம் இயற்றப்பெற்றதுண்டு. அதுவே இம்மாறுபாடான செய்திக்குக் காரணமாக இருக்கலாம்.

இக்கவிஞர்பிரானிடம் நான் படிக்க வருவதற்கு முன்பும் இவரைப்பற்றிப் பல வரலாறுகளைக் கேள்வியுற்றதுண்டு. நான் குன்னம் (குன்றம்) என்னும் ஊரில் இருக்கையில் அங்கே வந்த *அரும்பாவூர் நாட்டா ரென்னும் ஒரு கனவான், "பிள்ளை யவர்கள் நாகபட்டின புராணம் அரங்கேற்றியபோது நான் போயிருந்தேன். அப்பொழுது ஒருநாள் 'குறிப்பறிந் தீதலே கொடை' என்பதற்கு ஐம்பது வகையாகப் பொருள் கூறி 'இன்னும் சொல்லலாம்' என்று முடித்தார்கள்" என்று சொன்னனர். நான் படிக்கவந்த பின்பு இக்கவிநாயகரிடமே அச்செய்தியைக் கூறினேன். கேட்ட இவர் சிரித்துவிட்டு, "அதுபொய்; ஒரு பாட்டுக்குப் பல பொருள் சொல்லுதல் பெருமை யென்ற கருத்துச் சொன்னவருக்கு இருக்கலாம்" என்று சொன்னார்.

இங்ஙனம் நான் கேட்ட பொய் வரலாறுகள் பல.

பிள்ளை யவர்களுடைய வாழ்க்கை வரலாற்றுக்குரிய செய்திகளைத் தொகுத்த பிறகு, கடிதங்கள், நூற் சிறப்புப் பாயிரங்கள் முதலியவற்றோடு பொருத்திக் காலமுறை பிறழாதபடி அமைப்பது மிகவும் கஷ்டமாக இருந்தது. பல சாதனங்களை வைத்துக்கொண்டு ஒன்றுக்கொன்று முரண்படாதவாறு தெரிந்தவரையில் கால அடைவை வகுத்துக் கொண்டேன். எழுத எழுத அவ்வப்பொழுது நினைவுக்கு வந்தவற்றையும் சேர்க்கவேண்டி யிருந்தது. ஒருவகையாகச் சரித்திரத்தை எழுதிப் பூர்த்திசெய்த பின்பும், தனிப்பாடல்கள், கடிதங்கள் முதலியன கிடைக்கலா மென்னும் எண்ணத்தால் வெளியிடாமல் வைத்திருந்தேன். சில நண்பர்கள் இச்சரித்திரத்தை விரைவில் வெளியிடவேண்டுமென்று அடிக்கடி வற்புறுத்தினார்கள். அதனால், தமிழ் நாட்டினருக்கு மீண்டும் வேண்டுகோ ளொன்றை 30-12-31இல் சுதேசமித்திரன் பத்திரிகையில் வெளியிட்டேன். அவ் வேண்டுகோளுக்கு விசேஷமான விடை ஒன்றும் கிடைக்கவில்லை. இனித் தாமதிப்பதிற் பயனில்லை யென்று எண்ணி, தமிழ்த் தெய்வத்தின் திருவருளையும் என்னுடைய ஆசிரியரது பேரன்பையும் துணையாகக் கொண்டு இப்பொழுது வெளியிடலானேன்.

இதனை எழுதிவருகையிலும் பதிப்பித்து வருகையிலும் எனக்கு உண்டான மகிழ்ச்சிக்கும் ஊக்கத்துக்கும் அளவில்லை; இத்தகைய கவிஞர்பிரானைப்பற்றி எழுதும் பேறு கிடைத்ததை எண்ணி எண்ணி இன்புறுகின்றேன்.

இவர் 1815 முதல் 1876 வரையில் 61 வருஷங்கள் வாழ்ந்திருந்தனர். அக்கால முழுவதும் நிகழ்ந்தவற்றை யெல்லாம் ஒரே புத்தகமாக வெளியிடலாமென

---

* இவ்வூர் பெரும்புலியூர்த் தாலுகாவிலுள்ளது.

எண்ணிப் பதிப்பிக்கத் தொடங்கினேன். அங்ஙனம் செய்வதால் புத்தகம் மிகப் பெரிதாகுமென்று அறிந்து பிள்ளை யவர்களிடம் நான் பாடங்கேட்கத் தொடங்கியதற்கு முன்புள்ளவற்றை முதற் பாகமாகவும், பின்புள்ள நிகழ்ச்சிகளை இரண்டாம் பாகமாகவும் அமைத்துக் கொண்டேன். அவற்றுள் இது முதற்பாக மாகும்; இரண்டாம் பாகம் இன்னும் சில வாரங்களில் வெளிவரும்.

இச்சரித்திரத்தில் சிலருடைய பெயர்கள் முதலியவை அவை வழங்கியபடியே உபயோகிக்கப்பட்டுள்ளன. சமீப காலத்து நிகழ்ச்சிக ளாதலின் சில வரலாறுகளிற் சிலருடைய பெயர்களைச் சில காரணம்பற்றி எழுதவில்லை. பிள்ளை யவர்களைக் குறிப்பிடும் பொழுது பலவிடங்களில் 'இவர்' என்றே எழுதி வந்திருக்கிறேன். இவருடைய நூல்களில் ஏதேனும் ஒன்றை எடுத்து ஆராய்ந்து எழுதுவதானால் அவ்வாராய்ச்சியே மிக விரியுமாதலின், நூல்களைப் பற்றிய செய்திகள் வரும் இடங்களில் சிலவற்றிற்குச் சிறிய ஆராய்ச்சி எழுதிச் சேர்த்தும் பெரும்பாலனவற்றி லிருந்து சில செய்யுட்களை மட்டும் எடுத்துக்காட்டியும், இன்றியமையாதவற்றிற்குச் சுருக்கமாகக் குறிப்புரை எழுதியும் இருக்கிறேன். இச்சரித்திரத்திற் கூறப்பட்ட சிலரைப்பற்றி எனக்குத் தெரிந்தவற்றுள் உரிய இடங்களிற் குறிப்பிட்டவை போக எஞ்சியவற்றைச் சுருக்கமாக எழுதிப் பின்னே 'சிறப்புப் பெயர் முதலியவற்றின் அகராதி' என்னும் பகுதியிற் சேர்த்திருக்கிறேன்.

உரிய இடங்களில் எழுதாமல் விடுபட்ட செய்திகள், கடிதங்கள், தனிப்பாடல்கள் முதலியன இரண்டாம் பாகத்தின் இறுதியில் அனுபந்தமாகச் சேர்க்கப்பட் டிருக்கின்றன.

இச்சரித்திரத் தலைவர் பலவகையான சிறப்பை உடையவர்; ஆசுகவி முதலிய நால்வகைக் கவிஞராகவும், நூலாசிரியர், உரையாசிரியர், போதகாசிரியர் என்னும் மூவகை ஆசிரியராகவும், வித்தியா வீரராகவும் இருந்தனர். இந்தச் சரித்திரத்தால் இவர் பாடஞ்சொல்லுதலையே விரதமாக உடையவ ரென்பதும், மாணாக்கர்கள்பால் தாயினும் அன்புடையவ ரென்பதும், வடமொழி வித்துவான்களிடத்தில் மிக்க மதிப்புடையவ ரென்பதும், யாவரிடத்தும் எளியராகப் பழகும் இயல்புடையவ ரென்பதும், பொருளை மதியாமல் கலவி அறிவையே மதிக்கும் கொள்கை யுடையவ ரென்பதும், பரோபகார குணம் மிகுதியாக வாய்ந்தவ ரென்பதும், செய்ந்நன்றி மறவாதவ ரென்பதும், திருவாவடுதுறை தருமபுரம் மதுரை குன்றக்குடி திருப்பனந்தாள் முதலிய இடங்களிலுள்ள மடங்களில் சிறந்த மதிப்புப் பெற்றவ ரென்பதும், அக்காலத்தில் ஜனங்கள் படித்தவர்களையும் வித்துவான்களையும் அவமதியாமல் அவர்கள்பால் விசேஷ அன்பையும் ஆதரவையும் செலுத்தி வந்தார்க ளென்பதும், பிறவும் வெளிப்படும். இவர் காலத்திற்குப் பின்பு இவரைப் போன்றவர்களைக் காணுதல் மிக அரிதாக இருக்கின்றது.

இவர் காலத்தில் படம் எடுக்கும் கருவிகள் இருந்தும் இவரோடு பழகியவர்களுள் ஒருவரேனும் இவருடைய படத்தை எடுத்து வைக்க முயலாதது வருத்தத்தை விளைவிக்கிறது. என்னுடைய மனத்தில் இவருடைய வடிவம் இருந்து அவ்வப்பொழுது ஊக்கம் அளித்து வருகிறது; ஆயினும் பிறருக்கு அதனைக் காட்டும் ஆற்றல் இல்லாமைக்கு என்செய்வேன்! இக்கவிச்சக்கரவர்த்தியி னுடைய பூதஉடம்பின் படம் இல்லையே என்னும் வருத்தம் இருந்தாலும் இவருடைய புகழுடம்பின் படமாக நூல்களும் செய்யுட்கள் முதலியனவும் இருக்கின்றன வென்றெண்ணி ஒரு வகையாக ஆறுதல் அடைகின்றேன்.

திரிசிரபுரம் மலைக்கோட்டையின் தெற்கு வீதியில் இவருக்குச் சொந்தமாக இருந்த வீடு இவர் குடும்பத்தில் உண்டான பொருள் முட்டுப்பாட்டினால் இவருக்குப் பிற்காலத்தில் இவருடைய குமாரராகிய சிதம்பரம் பிள்ளையினால் விற்கப்பட்டுப்போயிற்று. இக்கவிஞர் கோமானுடைய பெருமையை அறிந்துள்ள திரிசிரபுரவாசிகள் பலர் அந்த இடத்தை மீட்டும் பெற்று இவர் பெயராலே ஒரு ஸ்தாபனம் அமைக்கவேண்டுமென எண்ணியிருக்கிறார்கள். உண்மைத் தமிழபிமானிகளாகிய அவர்களுடைய எண்ணம் ஸ்ரீ தாயுமானவர் திருவருளால் நிறைவேறுமென்று நம்புகிறேன்.

இந்த வருஷத்தில் இச்சரித்திரத்தை நான் எழுதிவரும் காலத்தில் திரிசிரபுரத்திலும் தஞ்சையிலும் உள்ள சில அன்பர்கள் இப்புலவர் சிகாமணியினுடைய பிறந்தநாட் கொண்டாட்டமாகிய பெருமங்கல விழாவைச் சிறப்பாக நடத்த வேண்டுமென்று சில மாதங்களுக்கு முன்பு எனக்குத் தெரிவித்தார்கள். அவர்கள் தெரிவித்தபடி கொண்டாட வேண்டிய பிறந்தநாள் வருகிற பங்குனி மாதத்தில் வருவதால் அதற்கு முன்னதாக இச்சரித்திரம் வெளியிடும்படி அமைந்ததைக் குறித்து மிகவும் மகிழ்ச்சியுறுகின்றேன்.

“நல்லார் குணங்க ளுரைப்ப துவும்நன்றே” என்பதை எண்ணி இந்த மகாவித்துவானுடைய வாழ்க்கை வரலாற்றை எழுதியுள்ளேன். இதன்கண் காணப்படுவனவற்றில் மாறுபாடு தோன்றினாலும், இதிற் காணப்படாத செய்திகள், செய்யுட்கள் முதலியன தெரிந்தாலும் அவற்றை அன்பர்கள் தெரிவிப்பார்க ளாயின் அடுத்த பதிப்பில் அமைத்துக் கொள்வதற்கு அநுகூலமாக இருக்கும். இதன்பாலுள்ள குறைகளை நீக்கி மற்றவற்றைக் கொள்ளும் வண்ணம் அறிஞர்களை வேண்டுகின்றேன்.

இச்சரித்திரத்தை எழுதிவருங் காலத்திலும், பதிப்பித்துவருங் காலத்திலும் வேண்டிய உதவிகள் புரிந்துவந்த சென்னைக் கிறிஸ்டியன் காலேஜ் தமிழ்ப்பண்டிதர் சிரஞ்சீவி வித்துவான் வி.மு. சுப்பிரமணிய ஐயருக்கும், சென்னை, ‘கலைமகள்’ உதவிப் பத்திரிகாசிரியர் சிரஞ்சீவி வித்துவான் கி.வா. ஜகந்நாத ஐயருக்கும் அவர்களுடைய நல்லுழைப்பிற்கு ஏற்றபடி தமிழ்த்தெய்வம் தக்க பயனை அளிக்கு மென்று கருதுகின்றேன்.

என்னுடைய வேணவாவுள் ஒன்றாகிய இந்தப் பணியை ஒருவாறு நிறைவேற்றிய ஸ்ரீ மீனாட்சி சுந்தரேசப் பெருமான் திருவருளைச் சிந்தித்து வந்திக்கின்றேன்.

(வெண்பா)

மன்னும் அறிவுடையோர் வைகுமவைக் கண்ணெனையும்
துன்னுவித்த மீனாட்சி சுந்தரமான் – தன்னை
நினையேனென் னாது நினைப்பேனென் பேனேல்
எனையா ரிகழாதா ரீண்டு. (தியாகராச செட்டியார் வாக்கு)

இங்ஙனம்,
வே. சாமிநாதையர்

“தியாகராஜ விலாஸம்”
திருவேட்டீசுவரன் பேட்டை
12-12-1933

உ

ஸ்ரீ தாயுமானவர் துணை

திருவாவடுதுறை யாதீனத்து மகாவித்துவான்

திரிசிரபுரம்

ஸ்ரீ மீனாட்சிசுந்தரம் பிள்ளையவர்கள் சரித்திரம்

(முதற் பாகம்)

இது

ஷை பிள்ளையவர்கள் மாணாக்கர்

மகாமகோபாத்தியாய தாக்ஷிணாத்ய கலாநிதி

டாக்டர் உ.வே. சாமிநாதையரால்

எழுதப்பெற்று

சென்னபட்டணம்

லிபர்ட்டி அச்சுக்கூடத்திற் பதிப்பிக்கப்பெற்றது.

வெகுதான்ய ஹு ஆடி மீ

1938

[இரண்டாம் பதிப்பு]

Copyright Registered]

[*விலை ரூபா 2—0—0*

உ

ஸ்ரீ தாயுமானவர் துணை

திருவாவடுதுறை யாதீனத்து மகாவித்துவான்

திரிசிரபுரம்

ஸ்ரீ மீனாட்சிசுந்தரம் பிள்ளையவர்கள்

சரித்திரம்

முதற் பாகம்

இது

ஷை பிள்ளையவர்கள் மாணாக்கர்

மகாமகோபாத்தியாய தாக்ஷிணாத்ய கலாநிதி

டாக்டர்-உ. வே. சாமிநாதையரால்

எழுதப்பெற்று,

சென்னபட்டணம்

லிபர்ட்டி அச்சுக்கூடத்திற் பதிப்பிக்கப்பெற்றது.

வெகுதான்ய ௵ ஆடி ௴

1938

[இரண்டாம் பதிப்பு]

 [விலை ரூபா 2-0-0

உ
கணபதி துணை

முகவுரை

திருத்தாண்டகம்

திருச்சிற்றம்பலம்

ஒருமணியை யுலகுக்கோ ருறுதி தன்னை
உதயத்தி னுச்சியை யுருமா னானைப்
பருமணியைப் பாலோடஞ் சாடி னானைப்
பவித்திரனைப் பசுபதியைப் பவளக் குன்றைத்
திருமணியைத் தித்திப்பைத் தேன தாகித்
தீங்கரும்பி னின்சுவையைத் திகழுஞ் சோதி
அருமணியை யாவடுதண் டுறையுண் மேய
அரனடியே யடிநாயே னடைந்துய்ந் தேனே.

திருச்சிற்றம்பலம்

தமிழ் நூல்களை நன்றாகப் பயின்றும் வேறு பாஷைகளில் உள்ள நூற்கருத்துக்களை அறிந்தும் அவற்றின்பாலுள்ள பலவகைச் சுவைகளையும் நுகர்ந்து பிறரும் நுகரவேண்டு மென்னும் அவாவினால் பலவகை நூல்களையும், உரை முதலியவற்றையும் இயற்றியும் பாடஞ் சொல்லியும் பேருதவி புரிந்த தமிழ்ப் புலவர்கள் பலர் பல்லாயிர வருஷங்களாக இத் தமிழ் நாட்டில் விளங்கி வந்து தங்கள் தங்கள் புகழை நிலைநாட்டி இருக்கின்றனர். தோலாநாவின் மேலோராகிய அவர்களுடைய கைம்மாறில்லாத பேருதவியினால் தமிழ்மொழி அடைந்த பெருமையும் தமிழரசர்களும் தமிழ்நாட்டினரும் பெற்ற பயனும் அளவில் அடங்குவனவல்ல.

பலர் ஒருங்கு கூடியும் தனித்தனியே இருந்தும் அரசர்களாலும் பிரபுக்களாலும் ஆதரிக்கப்பட்டும் செல்வத்திற் சிறந்தும் வறுமையில் வாடியும் இன்பத்தில் இருந்தும் துன்பத்தில் துளைந்தும் தமிழை மறவாமல், "இருந்தமிழே உன்னால் இருந்தேன் இமையோர், விருந்தமிழ்த மென்றாலும் வேண்டேன்" என்ற வீரத்துடன் விளங்கிய புலவர்களின் பெயர்கள் பல தெரியவருகின்றன. இக்காலத்தில் பல துறைகளிலும் உழைத்து ஆராய்ச்சி செய்து பயனடைவோர்களுக் கெல்லாம் அந்தப் புலவர்கள் இயற்றிவைத்துள்ள நூல்களே முக்கிய சாதனங்களாக உள்ளன.

ஆயினும், அவர்களுள்ளே பல புலவர்களின் உண்மை வரலாறுகளை நன்றாகத் தெரிந்துகொள்ள முடியவில்லை. சிலருடைய வரலாற்றிற் சிலசில பகுதிகள்

மட்டும் ஒருவாறு தெரிகின்றன. அவர்களை மிகச் சிறந்தவர்களாக எண்ணிப் பாராட்டி வருகின்றோம். அவர்களுக்கு முன்பு இருந்து விளங்கி அவர்களுடைய அறிவைப் பண்படுத்திய நூல்களை இயற்றிய புலவர்களின் நிலைகள் இன்னும் பலமடங்கு உயர்ந்தனவாக இருக்கவேண்டு மென்பதை நினைக்கும் பொழுது அவற்றை யெல்லாம் அறியமுடியவில்லையே என்ற வருத்தம் அடிக்கடி உண்டாகிறது.

தமிழ்ப் புலவர்களின் வரலாறுகள் தமிழகத்தில் ஒரு வரையறையின்றி வழங்குகின்றன. கர்ணபரம்பரைச் செய்திகள் முழுவதையும் நம்ப முடியவில்லை. எந்தப் புலவர்பாலும் தெய்விக அம்சத்தை ஏற்றிப் புகழும் நம் நாட்டினரில் ஒரு சாரார் புலவர்களைப்பற்றிக் கூறும் செய்திகளிற் சில நடந்தனவாகத் தோற்றவில்லை. அங்ஙனம் கூறுபவர்கள் அப்புலவர்களுக்கு மிக்க பெருமையை உண்டாக்க வேண்டு மென்பதொன்றனை மட்டும் கருதுகிறார்களே யல்லாமல் நடந்த விஷயங்களை நடந்தபடியே சொல்லுவதை விரும்புவதில்லை. கம்பர் முதலிய சில புலவர்களை வரகவிக ளென்றும் கல்லாமலே பாடிவிட்டன ரென்றும் ஸரஸ்வதிதேவியின் திருவருளால் அங்ஙனமாயின ரென்றும் கூறுவதுதான் பெருமை யெனவும், அவர்கள் பழம்பிறப்பிற் செய்த புண்ணியத்தாலும் திருவருளாலும் கிடைத்த நல்லறிவைத் துணைக்கொண்டு பல நூல்களைப் பயின்று செயற்கை யறிவும் வாய்க்கப் பெற்று நூல் முதலியன இயற்றினார்க ளென்பது சிறுமையெனவும் சிலர் எண்ணுகின்றார்கள். மிகவும் புகழ்பெற்ற ஒரு புலவர் செய்தனவாகத் தெரிவித்தால் அவற்றிற்கு மதிப்புண்டாகு மென்று தாமாகவே கருதி அவருடைய தலையில் பிழைமலிந்த நூல்களையும் உரைகளையும் தனிப்பாடல்களையும் ஏற்றிவிடுகின்றனர்; சரித்திரங்களையும் அவற்றிற்கு ஏற்ப அமைத்துவிடுகின்றனர். ஒருவருடைய வரலாறும் அவர் செய்த நூல் முதலியனவும் வேறொருவருடைய வரலாறாகவும் வேறொருவர் செய்தனவாகவும் வழங்குகின்றன. தங்கள் தங்கள் அபிமானம் காரணமாகப் புலவர்களின் சாதி, மதம், தொழில், ஊர் முதலியவற்றை மாறுபாடாகக் கூறி அவற்றிற்கு உரியவற்றைக் கற்பித்தவர்களும் உண்டு. ஆண்பாலாரைப் பெண்பாலாராகவும் பெண்பாலாரை ஆண்பாலாராகவும் மயங்கிக் கூறுவதும், ஒருகாலத்தில் இருந்தவரை வேறொரு காலத்தவராகக் கூறுவதும் பிறவுமாகிய தடுமாற்றங்கள் புலவர் வரலாறுகளில் மலிந்திருக்கின்றன. மிகவும் சமீபகாலத்தில் இருந்த புலவர்களுடைய வரலாறுகளிற்கூட இத்தகைய செய்திகள் இருக்கின்றன.

பண்டைக் காலத்தில் முறையாகப் பாடஞ்சொல்லிவந்த வித்துவான்கள் நூலாசிரியர்களுடைய வரலாற்றை மாணாக்கர்களுக்கு முதலிற் சொல்லிவிட்டு அப்பால் நூலை அறிவுறுத்தி வந்தனர்; அதனால்தான் புலவர்களுடைய சரித்திரத்தை எழுதிவைக்கும் வழக்கம் இலதாயிற்றென்று தோற்றுகின்றது. இங்ஙனம் அவ்வரலாறுகள் வழிவழியே வழங்கிவந்தன. முறையாகப் பாடஞ் சொல்லுதலும் கேட்டலும் தவறிய பிற்காலத்தில் ஆசிரியர் வரலாறுகள் பலபடியாக வழங்கத் தலைப்பட்டன. ஒருபுலவர்பால் பாடங்கேட்டவரேனும் பழகினவரேனும் அவருடைய பரம்பரையினரேனும் அவரது சரித்திரத்தை எழுதிவைப்பது தமிழ்நாட்டில் இல்லாமற்போயிற்று. இஃது ஒரு பெருங்குறையே.

தமிழ்ப்புலவர் சரித்திரங்கள் இங்ஙனம் இருத்தலை எண்ணியபொழுது சங்ககாலம் முதல் சமீபகாலம் வரையில் இருந்து விளங்கிய வித்துவான்களைப்பற்றி ஆராய்ந்து தெரிந்தவற்றைத் தொகுத்து எழுதவேண்டு மென்னும் அவா எனக்கு

உண்டாயிற்று. ஆதலின் நூல்களை ஆராயும் பொழுதெல்லாம் ஆசிரியர்கள் வரலாற்றைப்பற்றித் தெரியவந்தனவற்றை யெல்லாம் குறித்துக்கொள்ளும் வழக்கத்தை மேற்கொண்டேன். வெளியூர்களுக்கு யாத்திரையாகச் சென்றபோது கிடைத்த சிலருடைய வரலாறுகளையும் குறித்துவைத்துக் கொண்டேன். தக்க உதவியும் திருவருளும் இருக்குமாயின் அவற்றை முறையே வெளியிடும் விருப்பம் உண்டு. நிற்க.

எனக்குத் தமிழை அறிவுறுத்தி அதன்பாலுள்ள பலவகை நயங்களையும் எடுத்துக்காட்டி மகோபகாரம் செய்த ஆசிரியராகிய திருவாவடுதுறை யாதீனத்து மகாவித்துவான் திரிசிரபுரம் ஸ்ரீ மீனாட்சிசுந்தரம் பிள்ளை யவர்களைப் பற்றி நான் கண்டும் கேட்டும் அறிந்தவைகளிற் சிலவற்றை நண்பர்களிடம் பேசும்பொழுதும் வேறு சில காலங்களிலும் சொல்லி வந்ததன்றி, நான் ஆராய்ச்சிசெய்து பதிப்பித்த சில நூல்களின் முகவுரைகளிலும் தொடர்புடைய சில சரித்திரப் பகுதிகளை எழுதியிருப்பதுண்டு. அவற்றையெல்லாம் அறிந்த தமிழன்பர்கள் பலர் பிள்ளையவர்களுடைய சரித்திரம் முழுவதையும் எழுதி வெளியிட வேண்டுமென்று விரும்பினர்; நேரிற் பழகிப் பாடங் கேட்டும் பிறர்பால் அறிந்தும் நூல்களை ஆராய்ந்தும் பிள்ளை யவர்களைப்பற்றி நான் அறிந்தவற்றை எழுதினால் இக்கவிஞர் பெருமானுடைய ஆற்றலை யாவரும் ஒருவாறு அறிந்து கொள்வார்க ளென்றும் வற்புறுத்தினர். அதனாலும் பிள்ளையவர்கள் திறத்தில் நான் செய்யத்தக்க பணி இதனினும் சிறந்ததொன்றில்லை யென்னும் எண்ணத்தினாலும் சற்றேறக்குறைய 50 வருஷங்களுக்கு முன்பு இந்த முயற்சியை மேற்கொள்ளத் தொடங்கினேன்.

'செய்வன திருந்தச் செய்' என்பது அமுத வாக்காதலின் தொடங்கிய முயற்சியை இயன்றவரையில் ஒழுங்காக நிறைவேற்ற வேண்டுமென்னும் அவாவினால், நான் அறிந்தனபோக வேறு செய்திகள் கிடைக்கலாமென எண்ணிப் பிள்ளை யவர்களோடு பழகிய பலர்பாற் சென்றுசென்று விசாரித்தேன்; இவருடைய கடிதங்கள், தனிப்பாடல்கள்,நூல்கள் முதலியன கிடைக்குமென்று அறிந்த இடங்களுக் கெல்லாம் சென்று சென்று தேடினேன்; நான் பார்த்துவந்த வேலைக்கும் நூலாராய்ச்சிகளுக்கும் இடையூறு வாராமல், ஒழிந்த காலங்களி லெல்லாம் பலவகையாக முயன்று செய்திகளைத் தொகுத்துவந்தேன். பிள்ளையவர்கள்பால் நான் பாடங்கேட்ட காலத்திலேனும் அதன் பின்பு திருவாவடுதுறை மடத்தில் நான் இருந்த காலத்திலேனும் இவருடைய இளம்பிராய முதற்கொண்டு பழகிய தியாகராச செட்டியார், சோடசாவதானம் சுப்பராய செட்டியார் முதலிய பெரியார்கள் இருந்த காலத்திலேனும் இந்த முயற்சியை மேற்கொண்டிருப்பேனாயின் இன்னும் எவ்வளவோ அரிய செய்திகளும் செய்யுட்கள் முதலியனவும் கிடைத்திருக்கும்.

இக்கவிஞர் சிகாமணியோடு நெருங்கிப்பழகி இவருடைய பலவகை ஆற்றல்களையும் நேரிற்கண்டு இன்புற்றவர்களுள் ஒருவரேனும் இவருடைய சரித்திரத்தை எழுத முயன்றதில்லை. சீவக சிந்தாமணிப் பதிப்பில் திருத்தக்கதேவர் வரலாற்றை நான் எழுதிச் சேர்த்ததைக் கண்ட சோடசாவதானம் சுப்பராய செட்டியார், "ஐயா அவர்களுடைய சரித்திரத்தை எழுதினால் நலமாயிருக்கும்" என்று சொன்னார்.

இப்புலவர் பெருமான்பாற் பாடங்கேட்டபொழுது இவர் மூலமாகவும் வேறுவகையாகவும் நான் அறிந்த செய்திகளையும் விசாரித்துத் தெரிந்து

கொண்டவற்றையும் துணைக்கொண்டு, தொடங்கிய இம்முயற்சியை ஒருவாறு நிறைவேற்றலாமென்னும் எண்ணத்தால் அவ்வப்பொழுது குறிப்புகளை எழுதித் தொகுத்து வந்தேன். *1900*ஆம் வருஷம் அக்டோபர் மாதம் *8*ஆம் தேதி வெளிவந்த சுதேசமித்திரனில், இச்சரித்திரத்தை நான் எழுதத் தொடங்கி யிருப்பதையும் தமிழ் நாட்டினர் தங்கள் தங்களுக்குத் தெரிந்தவற்றை அறிவிக்க வேண்டுமென்பதையும் குறித்து ஒரு விரிவான வேண்டுகோளை வெளியிட்டேன். அதனைப் பார்த்தபின் அன்பர்கள் பலர் பல செய்திகளை அனுப்பக்கூடுமென நான் எதிர்பார்த்திருந்தும் சிலரே சில செய்திகளைத் தெரிவித்தனர். பிள்ளை யவர்களுடைய மாணவரும் புதுச்சேரியில் இருந்தவருமாகிய செ. சவராயலு நாயக ரென்பவர் தம் விஷயமாகப் பலர் பாடிய சிறப்புக்கவிகள் முதலியவற்றைத் தொகுத்து அச்சிட்ட புத்தகமொன்றை அனுப்பி ஒரு கடிதமும் எழுதினர். அது வருமாறு:

“ †

புதுவை,
22-10-1900

“ம-ா-ா-ஸ்ரீ வே. சாமிநாத ஐயர் அவர்கள் சமூகத்துக்கு.

“தாங்கள் திரிசிரபுரம் மகாவித்துவான் மீனாட்சிசுந்தரம் பிள்ளையவர்கள் சரித்திரத்தை எழுத எத்தனித்திருக்கிறதாக இம்மாதம் 8உ திங்கட்கிழமை வெளிப்பட்ட *146* நெம்பர் சுதேசமித்திரன் பத்திரிகையால் அறிந்து நான் மெத்தவுஞ் சந்துஷ்டி யடைந்தேன்.

“தியாகராச செட்டியார் என்பேரில் பாடியிருக்கும் இரட்டை மணி மாலையில் குரு வணக்கமாகக் கூறியிருக்கும் வெண்பாவை அப்பத்திரிகையில் தாங்கள் எடுத்தெழுதி யிருப்பதையும் பார்த்து மகிழ்ந்தேன். ஏறக்குறைய நாற்பத்தைந்து வருஷத்திற்குமுன் நானும் ஷ தியாகராச செட்டியாரும் வேறு சிலரும் அந்த மகானிடத்தில் வாசித்தோம். அவருக்கு என்மட்டிலிருந்த பக்ஷத்தையும் மதிப்பையும் தாங்கள் அறியும்படிக்கும் பல சமயத்தில் அவரும் ஷ தியாகராச செட்டியாரும் வல்லூர்த் தேவராச பிள்ளை முதலியவர்களும் என் பேரில் பாடியிருக்கும் பாடல்களைத் தாங்கள் காணும்படிக்கும் நான் கஅசுகூ - இல் அச்சிட்டிருக்கும் பாடற்றிரட்டு என்னும் ஓர் புத்தகத்தை இன்று தங்களுக்கு இனாமாகத் தபால் மார்க்கமாக அனுப்பியிருக்கிறேன்.

“இப்புத்தகத்திற் பற்பல இடத்தில் பிள்ளையவர்கள் பெயர் இருப்பதால் ஆங்காங்குக் குறிப்பிட்டிருக்கிறேன். ஆகையால் முதல் ஏடு தொடங்கிக் கடைசி ஏடு வரையில் பார்வையிடும்படி தங்களைக் கோருகிறேன். இதனால் அவருடைய மாணாக்கர்களில் அநேகரைத் தாங்கள் தெரிந்து கொள்ளவும்கூடும்.

“தாங்கள் எழுதும் அவர் சரித்திரத்தில் நான் அவர்பேரில் பாடியிருக்கும் பாடல்களையும் பல சமயத்தில் அவருக்கு நான் செய்த தோத்திரங்களையும் அவர் என்பேரில் கூறியிருக்கும் தமிழ்மாலை முதலிய பற்பல பாடல்களையும் நன்றாக எடுத்துக் காண்பிக்கும்படி தங்களை நிரம்பவும் பிரார்த்திக்கிறேன்.

“வேதநாயக விற்பன்னர் சரித்திரம் என்று அச்சிடப்பட்டிருக்கும் ஓர் சிறு புத்தகத்தில் பிள்ளையவர்களுடைய நல்ல பாடல்களும் அவர் பேரில் அநேகம் பாடல்களும் இருக்கின்றன.

"மிகவுஞ் சிறந்த இந்த ஆசிரியரின் சரித்திரத்தைத் தாங்கள் எழுதி அச்சிட்டால் தங்களைப் பற்பல வித்துவான்களும் மேலோர்களும் நெடுங்காலம் வாழ்த்துவார்கள் என்பதற்குச் சந்தேகமில்லை.

"நான் முன்னதாகவே பிரியத்தோடே என் வாழ்த்துதல்களைத் தங்களுக்குக் கூறுகின்றேன்.

"தாங்கள் ஆரம்பித்த இச் சிறந்த வேலை இடையூறின்றி நிறைவேறும்படி கடவுளை மெத்தவும் பிரார்த்திக்கின்றேன்.

இங்ஙனம்,
தங்கள் அன்பை விரும்புகின்ற
செ. சவராயலு."

பின்பு 1902 ஆம் வருஷத்தில் பல அன்பர்கள் விரும்பியபடி கும்பகோணம் போர்ட்டர் டவுன்ஹாலில் இரண்டு நாளும் கும்பகோணம் காலேஜில் ஒரு நாளுமாக மூன்று நாள் தொடர்ந்து பிள்ளை யவர்களுடைய சரித்திரத்தைப் பிரசங்கம் செய்தேன். அப்பொழுது காலேஜ் பிரின்ஸிபாலாக இருந்த அன்பர் ஸ்ரீமான் ஜே. எம். ஹென்ஸ்மன் முதலியவர்கள் கேட்டு மகிழ்ந்து விரைவில் இவர் சரித்திரத்தை எழுதி அச்சிட்டு வெளியிடவேண்டுமென்று வற்புறுத்தினார்கள்.

முன்பே பிள்ளை யவர்களுடைய நூல்கள் சிலவற்றைத் தியாகராச செட்டியார், சுப்பராய செட்டியார் முதலியவர்களிடமிருந்தும் வேறு சிலரிடத்திலிருந்தும் சேகரித்து வைத்திருந்ததுண்டு; பின்பும் அவற்றை முயன்று தேடித் தொகுத்தேன். அவற்றை வெளியிட வேண்டுமென்னும் விருப்பமும் எனக்கு இருந்தது. ஆயினும், நூல்களெல்லாவற்றையும் வெளியிடுவதாயின் மிக்க பொருட்செலவும் உழைப்பும் வேண்டுமாதலின் பிள்ளை யவர்களுடைய பிரபந்தங்களையேனும் தொகுத்து வெளியிடலாமென்றெண்ணினேன். எவ்வளவோ முயன்று பார்த்தும் இவருடைய *பிரபந்தங்களுள்ளும் சில கிடைக்கவில்லை. கிடைத்தவற்றைத் திருவருளின் துணையால் 1910 ஆம் வருஷம் மே மாதம் +முதன்முறை வெளியிட்டேன். அப்புத்தகத்தின் முகவுரையில், "இவர்கள் ஒவ்வொரு காலத்திற் சமயோசிதமாகப் பாடிய தனிச்செய்யுட்களை இவர்கள் சரித்திரம் எழுதும்போது சந்தர்ப்பத்தைப் புலப்படுத்தி வெளியிடக் கருதி இதிற் சேர்க்காமல் வைத்திருக்கிறேன்" என்று இவருடைய சரித்திரத்தை வெளியிடும் எண்ணம் இருந்ததைப் புலப்படுத்தியதுண்டு.

தாம் இளமையில் இயற்றிய செய்யுட்களையும் நூல்களையும் சிறப்புடையனவாகக் கருதவில்லை யாதலின் அவற்றைப் பிள்ளையவர்கள் பாதுகாத்து வைக்கவில்லை. அந்தப் பாடல்களையும் நூல்களையும் பல இடங்களில் மிகவும் முயன்று தேடியபொழுது கிடைத்தவை சிலவே.

இவரைப்பற்றி நான் கேட்டறிந்த வரலாறுகளிற் பொய்யானவையும் பல இருந்தன. அவற்றை உண்மை யல்லவெனப் பலவகையால் தெரிந்துகொண்டேன்:

ஒரு சமயம் சென்னையில் என்னைச் சந்தித்த கனவானொருவர், "நீங்கள் அச்சிட்டு வெளிப்படுத்தியுள்ள மீனாட்சிசுந்தரம் பிள்ளை யவர்கள் பிரபந்தத்

* கிடைத்த பிரபந்தங்கள் இன்னார் இன்னாரிடமிருந்து கிடைத்தன வென்பதைப் பிள்ளை யவர்கள் பிரபந்தத் திரட்டு முதற் பதிப்பின் முகவுரையில் தெரிவித்திருக்கிறேன்.

+ இதன் இரண்டாம் பதிப்பு 1926ஆம் வருஷம் வெளியிடப்பெற்றது. முதற் பதிப்பில் இல்லாத பிரபந்தங்கள் சில இரண்டாம் பதிப்பிற் சேர்க்கப்பட்டுள்ளன.

திரட்டில் அவர்கள் இயற்றியுள்ள திட்டகுடி அசனாம்பிகை பதிகத்தைச் சேர்க்காமல் விட்டுவிட்டீர்களே" என்று சொன்னார். அப்போது நான், "எனக்குப் பிரதி கிடைத்திருந்தால் சேர்த்திருப்பேன்; தாங்கள் கொடுத்தால் அதனை அடுத்த பதிப்பில் உபயோகிப்பேன்" என்று சொல்லி மறுநாட் காலையில் அவர் வீடுசென்று அதனைக் கேட்டேன்; அவர் அதனைக் கொடுத்தனர். அதைப் படித்துப் பார்த்ததில் அது வேறொருவரால் இயற்றப்பெற்றதாகத் தெரியவந்தது. அன்றியும் பிள்ளை யவர்களுடைய செய்யுள் நடைக்கும் அந்நூற் செய்யுள் நடைக்கும் வேறுபாடுகள் இருந்தன. ஆனால் திட்டகுடி ஸ்வாமி விஷயமாகப் பிள்ளை யவர்களால் ஒரு பதிகம் இயற்றப்பெற்றதுண்டு. அதுவே இம் மாறுபாடான செய்திக்குக் காரணமாக இருக்கலாம்.

இக்கவிஞர்பிரானிடம் நான் படிக்க வருவதற்கு முன்பும் இவரைப்பற்றிப் பல வரலாறுகளைக் கேள்வியுற்றதுண்டு. நான் குன்னம் (குன்றம்) என்னும் ஊரில் இருக்கையில் அங்கே வந்த *அரும்பாவூர் நாட்டா ரென்னும் ஒரு கனவான், "பிள்ளை யவர்கள் நாகபட்டின புராணம் அரங்கேற்றியபோது நான் போயிருந்தேன். அப்பொழுது ஒருநாள் 'குறிப்பறிந் தீதலே கொடை' என்பதற்கு 'இலனென்னு மெவ்வ முரையாமை யீதல், குலனுடையான் கண்ணே யுள' என்ற குறளை மேற்கோள்காட்டி அதற்கு ஐம்பது வகையாகப் பொருள் கூறி 'இன்னும் சொல்லலாம்' என்று முடித்தார்கள்" என்று சொன்னனர். நான் படிக்கவந்த பின்பு இக் கவிநாயகரிடமே அச்செய்தியைக் கூறினேன். கேட்ட இவர் சிரித்துவிட்டு, "அது பொய்; ஒரு பாட்டுக்குப் பல பொருள் சொல்லுதல் பெருமை யென்ற கருத்தே சொன்னவருக்கு இருக்கலாம்" என்று சொன்னார்.

இங்ஙனம் நான் கேட்ட பொய் வரலாறுகள் பல.

பிள்ளை யவர்களுடைய வாழ்க்கை வரலாற்றுக்குரிய செய்திகளைத் தொகுத்த பிறகு, கடிதங்கள், நூற் சிறப்புப் பாயிரங்கள் முதலியவற்றோடு பொருத்திக் காலமுறை பிறழாதபடி அமைப்பது மிகவும் கஷ்டமாக இருந்தது. பல சாதனங்களை வைத்துக்கொண்டு ஒன்றுக்கொன்று முரண்படாதவாறு தெரிந்தவரையில் கால அடைவை வகுத்துக் கொண்டேன். எழுத எழுத அவ்வப்பொழுது நினைவுக்கு வந்தவற்றையும் சேர்க்கவேண்டி யிருந்தது. ஒருவகையாகச் சரித்திரத்தை எழுதிப் பூர்த்திசெய்த பின்பும், தனிப்பாடல்கள், கடிதங்கள் முதலியன கிடைக்கலா மென்னும் எண்ணத்தால் வெளியிடாமல் வைத்திருந்தேன். சில நண்பர்கள் இச்சரித்திரத்தை விரைவில் வெளியிடவேண்டுமென்று அடிக்கடி வற்புறுத்தினார்கள். அதனால், தமிழ் நாட்டினருக்கு மீண்டும் வேண்டுகோ ளொன்றை 30-12-31இல் சுதேசமித்திரன் பத்திரிகையில் வெளியிட்டேன். அவ் வேண்டுகோளுக்கு விசேஷமான விடை ஒன்றும் கிடைக்கவில்லை. அப்பால் தாமதிப்பதிற் பயனில்லை யென்று எண்ணி, தமிழ்த் தெய்வத்தின் திருவருளையும் என்னுடைய ஆசிரியரது பேரன்பையும் துணையாகக் கொண்டு வெளியிடலானேன்.

இதனை எழுதிவருகையிலும் பதிப்பித்து வருகையிலும் எனக்கு உண்டான மகிழ்ச்சிக்கும் ஊக்கத்துக்கும் அளவில்லை; இத்தகைய கவிஞர்பிரானைப்பற்றி எழுதும் பேறு கிடைத்ததை எண்ணி எண்ணி இன்புறுகின்றேன்.

இவர் 1815 முதல் 1876 வரையில் 61 வருஷங்கள் வாழ்ந்திருந்தனர். அக்கால முழுவதும் நிகழ்ந்தவற்றை யெல்லாம் ஒரே புத்தகமாக வெளியிடலாமென

* இவ்வூர் பெரும்புலியூர்த் தாலுகாவிலுள்ளது.

எண்ணிப் பதிப்பிக்கத் தொடங்கினேன். அங்ஙனம் செய்வதால் புத்தகம் மிகப் பெரிதாகுமென்று அறிந்து பிள்ளை யவர்களிடம் நான் பாடங்கேட்கத் தொடங்கியதற்கு முன்புள்ளவற்றை முதற் பாகமாகவும், பின்புள்ள நிகழ்ச்சிகளை இரண்டாம் பாகமாகவும் அமைத்துக் கொண்டேன். அவற்றுள் இது முதற் பாகமாகும்; இரண்டாம் பாகம் தனிப் புத்தகமாக வெளியிடப்பெற்றுள்ளது.

இச்சரித்திரத்தில் சிலருடைய பெயர்கள் முதலியவை அவை வழங்கியபடியே உபயோகிக்கப்பட்டுள்ளன. சமீப காலத்து நிகழ்ச்சிக ளாதலின் சில வரலாறுகளிற் சிலருடைய பெயர்களைச் சில காரணம்பற்றி எழுதவில்லை. பிள்ளை யவர்களைக் குறிப்பிடும் பொழுது பலவிடங்களில் 'இவர்' என்றே எழுதி வந்திருக்கிறேன். இவருடைய நூல்களில் ஏதேனும் ஒன்றை எடுத்து ஆராய்ந்து எழுதுவதானால் அவ்வாராய்ச்சியே மிக விரியுமாதலின், நூல்களைப் பற்றிய செய்திகள் வரும் இடங்களில் சிலவற்றிற்குச் சிறிய ஆராய்ச்சி எழுதிச் சேர்த்தும் பெரும்பாலனவற்றி லிருந்து சில செய்யுட்களை மட்டும் எடுத்துக்காட்டியும், இன்றியமையாதவற்றிற்குச் சுருக்கமாகக் குறிப்புரை எழுதியும் இருக்கிறேன். இச் சரித்திரத்திற் கூறப்பட்ட சிலரைப்பற்றி எனக்குத் தெரிந்தவற்றுள் உரிய இடங்களிற் குறிப்பிட்டவை போக எஞ்சியவற்றைச் சுருக்கமாக எழுதிப் பின்னே 'சிறப்புப் பெயர் முதலியவற்றின் அகராதி' என்னும் பகுதியிற் சேர்த்திருக்கிறேன்.

உரிய இடங்களில் எழுதாமல் விடுபட்ட செய்திகள், கடிதங்கள், தனிப்பாடல்கள் முதலியன இரண்டாம் பாகத்தின் இறுதியில் அனுபந்தமாகச் சேர்க்கப் பட்டிருக்கின்றன.

இச்சரித்திரத் தலைவர் பலவகையான சிறப்பை உடையவர்; ஆசுகவி முதலிய நால்வகைக் கவிஞராகவும், நூலாசிரியர், உரையாசிரியர், போதகாசிரியர் என்னும் மூவகை ஆசிரியராகவும், வித்தியா வீரராகவும் இருந்தனர். இந்தச் சரித்திரத்தால் இவர் பாடஞ் சொல்லுதலையே விரதமாக உடையவ ரென்பதும், மாணாக்கர்கள்பால் தாயினும் அன்புடையவ ரென்பதும், வடமொழி வித்துவான்களிடத்தில் மிக்க மதிப்புடையவ ரென்பதும், யாவரிடத்தும் எளியராகப் பழகும் இயல்புடையவ ரென்பதும், பொருளை மதியாமல் கல்வி அறிவையே மதிக்கும் கொள்கையுடையவ ரென்பதும், பரோபகார குணம் மிகுதியாக வாய்ந்தவ ரென்பதும், செய்ந்நன்றி மறவாதவ ரென்பதும், திருவாவடுதுறை தருமபுரம் மதுரை குன்றக்குடி திருப்பனந்தாள் முதலிய இடங்களிலுள்ள மடங்களில் சிறந்த மதிப்புப் பெற்றவரென்பதும், அக்காலத்தில் ஜனங்கள் படித்தவர்களையும் வித்துவான்களையும் அவமதியாமல் அவர்கள்பால் விசேஷ அன்பையும் ஆதரவையும் செலுத்திவந்தார்க ளென்பதும், பிறவும் வெளிப்படும். இவர் காலத்திற்குப் பின்பு இவரைப் போன்றவர்களைக் காணுதல் மிக அரிதாக இருக்கின்றது.

இவர் காலத்தில் படம் எடுக்கும் கருவிகள் இருந்தும் இவரோடு பழகியவர்களுள் ஒருவரேனும் இவருடைய படத்தை எடுத்து வைக்க முயலாதது வருத்தத்தை விளைவிக்கிறது. என்னுடைய மனத்தில் இவருடைய வடிவம் இருந்து அவ்வப்பொழுது ஊக்கம் அளித்து வருகிறது; ஆயினும் பிறருக்கு அதனைக் காட்டும் ஆற்றல் இல்லாமைக்கு என் செய்வேன்! இக்கவிச்சக்கரவர்த்தியினுடைய பூதஉடம்பின் படம் இல்லையே என்னும் வருத்தம் இருந்தாலும் இவருடைய புகழுடம்பின் படமாக நூல்களும் செய்யுட்கள் முதலியனவும் இருக்கின்றன வென்றெண்ணி ஒரு வகையாக ஆறுதல் அடைகின்றேன்.

திரிசிரபுரம் மலைக்கோட்டையின் தெற்கு வீதியில் இவருக்குச் சொந்தமாக இருந்த வீடு இவர் குடும்பத்தில் உண்டான பொருள் முட்டுப்பாட்டினால் இவருக்குப் பிற்காலத்தில் இவருடைய குமாரராகிய சிதம்பரம் பிள்ளையினால் விற்கப்பட்டுப்போயிற்று. இக்கவிஞர் கோமானுடைய பெருமையை அறிந்துள்ள திரிசிரபுரவாசிகள் பலர் அந்த இடத்தை மீட்டும் பெற்று இவர் பெயராலே ஒரு தர்ம ஸ்தாபனம் அமைக்கவேண்டுமென எண்ணியிருக்கிறார்கள். உண்மைத் தமிழபிமானிகளாகிய அவர்களுடைய எண்ணம் ஸ்ரீ தாயுமானவர் திருவருளால் நிறைவேறுமென்று நம்புகிறேன்.

இச்சரித்திரத்தை நான் எழுதிவரும் காலத்தில் திரிசிரபுரத்திலும் தஞ்சையிலும் உள்ள சில அன்பர்கள் இப்புலவர் சிகாமணியினுடைய பிறந்தநாட் கொண்டாட்டமாகிய பெருமங்கல விழாவைச் சிறப்பாக நடத்தினார்கள். பிறகும் அங்கங்கே சிலர் நடத்திவருகிறார்கள்.

"நல்லார் குணங்க ளுரைப்ப துவும்நன்றே" என்பதை எண்ணி இந்த மகாவித்துவானுடைய வாழ்க்கை வரலாற்றை எழுதியுள்ளேன். இதன்கண் காணப்படுவனவற்றில் மாறுபாடு தோன்றினாலும், இதிற் காணப்படாத செய்திகள், செய்யுட்கள் முதலியன தெரிந்தாலும் அவற்றை அன்பர்கள் தெரிவிப்பார்களாயின் அடுத்த பதிப்பில் அமைத்துக் கொள்வதற்கு அநுகூலமாக இருக்கும். இதன்பாலுள்ள குறைகளை நீக்கி மற்றவற்றைக் கொள்ளும் வண்ணம் அறிஞர்களை வேண்டுகின்றேன்.

இச்சரித்திரத்தை எழுதிவருங் காலத்திலும், பதிப்பித்துவருங் காலத்திலும் வேண்டிய உதவிகள் புரிந்துவந்த சென்னைக் கிறிஸ்டியன் காலேஜ் தமிழ்ப்பண்டிதர் சிரஞ்சீவி வித்துவான் வி.மு. சுப்பிரமணிய ஐயருக்கும், சென்னை, 'கலைமகள்' உதவிப் பத்திரிகாசிரியர் சிரஞ்சீவி வித்துவான் கி.வா. ஜகந்நாத ஐயருக்கும் அவர்களுடைய நல்லுழைப்பிற்கு ஏற்றபடி தமிழ்த்தெய்வம் தக்க பயனை அளிக்குமென்று கருதுகின்றேன்.

இதன் முதற்பதிப்பு 1933ஆம் ஹூ வெளியாயிற்று. இந்நாட்டிலும் அயல் நாட்டிலும் உள்ள தமிழன்பர்கள் இச்சரித்திரம் வெளியானதில் அடைந்த மகிழ்ச்சியைப் பலவாறு தெரிவித்து எனக்கு மிக்க ஊக்கமளித்தார்கள்.

இந்தப் பாகத்தில் உள்ள வரலாறுகள் பிள்ளையவர்களோடு நேரிற் பழகியவர்களையும் பிள்ளையவர்களையும் கேட்டுத் தெரிந்து கொண்ட செய்திகளேயன்றி நானாகவே கற்பனை செய்து எழுதியவையல்ல.

என்னுடைய வேணவாவுள் ஒன்றாகிய இந்தப் பணியை ஒருவாறு நிறைவேற்றிய ஸ்ரீ மீனாட்சி சுந்தரேசப் பெருமான் திருவருளைச் சிந்தித்து வந்திக்கின்றேன்.

(வெண்பா)

மன்னும் அறிவுடையோர் வைகுமவைக் கண்ணெனையும்
துன்னுவித்த மீனாட்சி சுந்தரமான் – தன்னை
நினையேனென் னாது நினைப்பேனென் பேனேல்
எனையா ரிகழாதா ரீண்டு. (தியாகராச செட்டியார் வாக்கு)

இங்ஙனம்,

வே. சாமிநாதையர்

"தியாகராஜ விலாஸம்"
திருவேட்டீசுவரன் பேட்டை
16-8-1938

உ

ஸ்ரீ தாயுமானவர் துணை

திருவாவடுதுறை யாதீனத்து மகாவித்துவான்

திரிசிரபுரம்

ஸ்ரீ மீனாட்சிசுந்தரம் பிள்ளையவர்கள் சரித்திரம்

(இரண்டாம் பாகம்)

இது

ஷை பிள்ளையவர்கள் மாணாக்கர்

மகாமகோபாத்தியாய தாக்ஷிணாத்ய கலாநிதி

டாக்டர் உ.வே. சாமிநாதையரால்

எழுதப்பெற்று

சென்னபட்டணம்

கேஸரி அச்சுக்கூடத்திற் பதிப்பிக்கப்பெற்றது.

ஸ்ரீமுக ஞு மாசி மீ

1934

Copyright Registered]

 [*விலை ரூபா 2—0—0*

உ

ஸ்ரீதாயுமானவர் துணை.

திருவாவடுதுறை யாதீனத்து மகாவித்துவான்

திரிசிரபுரம்

ஸ்ரீ மீனாட்சிசுந்தரம் பிள்ளையவர்கள் சரித்திரம்.

இரண்டாம் பாகம்

இது

ஷை பிள்ளையவர்கள் மாணாக்கர்

மகாமகோபாத்தியாய தாக்ஷிணாத்ய கலாநிதி

டாக்டர்-உ. வே. சாமிநாதையரால்

எழுதப்பெற்று,

சென்னபட்டணம்

கேஸரி அச்சுக்கூடத்திற் பதிப்பிக்கப்பெற்றது.

ஸ்ரீமுகஷூ மாசிமீ

1934

 [விலை ரூபா 2-0-0.

உ
கணபதி துணை

முகவுரை

தேவாரம்
திருஞானசம்பந்த மூர்த்தி நாயனார்
திருச்சிற்றம்பலம்

நன்றுடை யானைத் தீயதி லானை நரைவெள்ளே
றொன்றுடை யானை யுமையொரு பாக முடையானைச்
சென்றடை யாத திருவுடை யானைச் சிராப்பள்ளிக்
குன்றுடை யானைக் கூறவென் னுள்ளங் குளிரும்மே.

திருச்சிற்றம்பலம்

  உடலை வளர்த்தற்குரிய பலவகையான பொருள்களை வழங்கும் அறங்களிலும் உள்ளத்தின் உணர்வு வளர்ச்சிக்குக் காரணமான கல்வியை வழங்கும் வள்ளன்மை சிறந்ததாக ஆன்றோர்களால் எக்காலத்தும் மதிக்கப்படுகின்றது. ஒருமைக்கண் கற்ற கல்வி எழுமையும் பயன் தருதலால் அதனை வழங்கும் பெரியோர்கள் உலகில் உயர்ந்தவர்களாகவும் பேருபகாரிகளாகவும் எண்ணப்படுகின்றனர். அவர்கள் செய்த பேரறத்தின் பயனாகவே கலைவளம் சிறந்து விளங்குகின்றது. மக்களுடைய மன உணர்வைப் பண்படுத்தும் அப்பெரியோர்கள் செய்த அருஞ்செயல்களும் இயற்றிய நூல்களும் எல்லோராலும் போற்றப்பட்டுவருவது யாவரும் அறிந்ததேயாகும். கால தேச வர்த்தமானங்கள் எங்ஙனம் மாறினும் அத்தகைய புலவர்களுடைய புகழ் குன்றாமல் ஒரே நிலைமையில் நிலவிவருகின்றது. சிலருடைய புகழ் வளர்ச்சியுற்றும் வருகின்றது.

  இங்ஙனம் புகழ்பெற்றுத் தமிழ்நாட்டில் விளங்கியவர்களுள் திருவாவடுதுறை ஆதீனத்து மகாவித்துவானும் என்னுடைய தமிழாசிரியருமாகிய ஸ்ரீ மீனாட்சிசுந்தரம் பிள்ளை யவர்களும் ஒருவராவர். இவர்கள் 19ஆம் நூற்றாண்டில் 1815ஆம் வருஷம் முதல் 1876ஆம் வருஷம் வரையில் இருந்து விளங்கியவர்கள். இவர்களுடைய சரித்திரத்தை எழுதிப் பதிப்பித்து வந்ததில் நான் பாடங்கேட்கப் போகுமுன் நிகழ்ந்த வரலாறுகள் (1815 முதல் 1870 வரையில் உள்ளவை) சில மாதங்களுக்கு முன்பு முதல் பாகமாக வெளியிடப்பெற்றன. ஏனைய வரலாறுகளே இரண்டாம் பாகமாகிய இப்புத்தகத்தில் உள்ளவை.

  தமிழ்ப் புலவர்கள் வரலாற்றின் நிலைமையைப் பற்றி நான் சொல்லவேண்டிய விஷயங்களை யெல்லாம் முதற்பாகத்திற் சொல்லி விட்டமையால் அவற்றை மீட்டும் இங்கே தெரிவிக்கவில்லை.

பிரஜோற்பத்தி வருஷம் சித்திரை மாதம் (1870 ஏப்ரில்) இப்புலவர்பிரானிடம் நான் பாடங்கேட்க வந்து சேர்ந்தேன். அது முதல் இவர்கள் சிவபதமடைந்த காலம் வரையில், இடையே சிலமாதங்கள் நீங்கலாக, இவர்களுடனே இருக்கும் பெரும் பேறுபெற்றேன்.

இச்சரித்திரத்தை எழுதி வரும்பொழுது என்னுடைய மனம் பழைய காட்சிகளை மீண்டும் கண்டு கனிந்துகொண்டே யிருந்தது. இக்கவிஞர்பிரான் என்பால் வைத்திருந்த பேரன்பு இவர்களுடைய செயல் ஒவ்வொன்றையும் என் நெஞ்சிற் பதித்துவிட்டது. அந்த நினைவே இப்பாகத்திற் காணப்படும் செய்திகளை எழுதுவதற்குத் துணையாக இருந்தது. முதற் பாகத்தின் முகவுரையிற் குறிப்பித்துள்ளபடி பல இடங்களிற் சென்றுசென்று தேடிய முயற்சியினால் கிடைத்த செய்திகளுள் சில இந்தப் பாகத்திற்கும் உதவியாக இருந்தன. இவர்கள் சொல்லச் சொல்ல என் கையினாலே எழுதிய தனிப்பாடல்கள் அளவிறந்தன; அக்காலத்தில் அவற்றைப் பாதுகாக்க வேண்டுமென்னும் நோக்கம் இல்லாமையால் அவற்றை நான் தொகுத்து வைக்கவில்லை. என்னுடைய நினைவிலுள்ளவைகளும் வேறுவகையிற் கிடைத்தவைகளுமான செய்யுட்கள் இதன்கண் அமைந்துள்ளன. அவற்றிற்கு இன்றியமையாத இடங்களிற் குறிப்புரைகளும் எழுதப்பட்டிருக்கின்றன.

இந்தப் புத்தகத்தால், இக்கவிஞர் கோமான் திருவாவடுதுறை யாதீனத்து ஸ்ரீ சுப்பிரமணிய தேசிகரால் நன்கு மதிக்கப்பெற்று விளங்கியமையும், தம்பால்வந்து விரும்பினவர்களுக்குச் செய்யுள் இயற்றிக்கொடுத்துப் பயன்பெறும்படி செய்தமையும், யாரிடத்தும் எளிதிற் பழகி வந்தமையும், மாணாக்கர்களிடத்தில் அளவற்ற அன்பு காட்டி வந்ததும், எந்த வகையிலும் அவர்களை ஆதரித்துப் பாடஞ் சொல்வது இவர்களுடைய பெருநோக்கமாக இருந்தமையும், இவர்கள் ஒப்புயர்வற்ற குணங்களுடன் சிறப்புற்று விளங்கினதும், இவர்களுடைய காலப்போக்கும், பல செல்வர்கள் இவர்களை அன்போடு ஆதரித்துப் போற்றிய திறமும், பலவகையான உபகாரிகளுடைய தன்மைகளும், அக்காலத்தில் தமிழ் வித்துவான்களிடத்தில் தமிழ் மக்கள் வைத்திருந்த பேரன்பும், வடமொழி தென்மொழி வித்துவான்கள் ஒருவரோடொருவர் மனங்கலந்து பழகியமையும், தமிழ்நாடு இப்புலவர் சிகாமணியால் இன்ன இன்ன வகையில் பயனுற்ற தென்பதும், பிறவும் விளங்கும்.

ஸ்ரீ சிவஞான முனிவர் காஞ்சிப் புராணம் அரங்கேற்றிய வரலாறு, ஒரு போலிப் புலவருடைய வரலாறு, ஆவூர்ப் பசுபதி பண்டாரம் முதலியவர்களுக்குப் பாடல் அளித்த செய்தி, உடுக்கையும் பம்பையும் இல்லாததுதான் குறை, சுப்பையா பண்டாரம் மாம்பழம் வாங்கி வந்தது, சூரியனார் கோயில் அம்பலவாண தேசிகர் தொடுத்த வழக்கு, வண்டானம் முத்துசாமி ஐயரது இயற்கை முதலிய செய்திகளும், இவர்களுடைய பொதுவியல்புகளும், புலமைத் திறமும் அன்பர்களுக்கு இன்பத்தை அளிக்குமென்று நம்புகிறேன்.

இருபத்தெட்டுக் காப்பியங்களும் நாற்பத்தைந்து பிரபந்தங்களும் இவர்கள் இயற்றியனவாக இப்பொழுது தெரியவருகின்றன. இவர்கள் இயற்றிய தனிப்பாடல்களோ அளவுகடந்தன. இவ்வளவு மிகுதியான நூல்களை இயற்றியவர்கள் தமிழ்ப் புலவர்களில் வேறு யாருமில்லை.

இப்பெரியாருடைய சரித்திரத்தில் அங்கங்கே எழுதப்படாமல் விடுபட்ட சில வரலாறுகளும், இவர்கள் அவ்வப்பொழுது பாடிய கடவுள் வணக்கங்கள்

அன்பர்களைப் பாராட்டிய செய்யுட்கள் முதலிய தனிச்செய்யுட்களும், இவர்களுக்குப் பிறர் வரைந்து அனுப்பிய சில கடிதங்களும், சிலவற்றின் பகுதிகளும், மாணாக்கர்கள் முதலியவர்கள் இவர்களுடைய நூல்களுக்கு அளித்த சிறப்புப் பாயிரங்களின் பகுதிகளும் முறையே இப்புத்தகத்தின் அநுபந்தங்களாகச் சேர்க்கப் பெற்றுள்ளன.

இவர்களைப் பற்றிய வேறு செய்திகள் எவற்றையேனும் தெரிந்தவர்கள் அன்புகூர்ந்து தெரிவிப்பின் அவற்றை அடுத்த பதிப்பில் சேர்த்துக்கொள்வேன்.

இம்மகாகவியினுடைய உருவப்படம் எடுக்கப்படவில்லையென்பதை முதற்பாகத்தின் முகவுரையிலேயே தெரிவித்திருக்கிறேன். கடிதங்களில் இவர்கள் போடும் கையெழுத்தின் மாதிரியும் இவர்கள் எழுதிய ஏட்டுசுவடிகளுள் ஓர் ஏட்டில் ஒரு பக்கத்தின் படமும் அன்பர்கள் அறிந்துகொள்ளுமாறு இதில் சேர்க்கப்பட்டிருக்கின்றன. இவர்களுடைய புலமையை அறிந்து ஆதரித்தவரும் இவர்களைப் போலவே என்னிடம் அளவற்ற அன்புபூண்டவரும் இந்தப் பாகத்தில் உள்ள வரலாறுகளிற் பல இடங்கிற் கூறப்படுபவரும் திருவாவடுதுறையில் 16ஆம் பட்டத்தில் வீற்றிருந்தவருமாகிய மேலகரம் ஸ்ரீ சுப்பிரமணிய தேசிகரவர்களுடைய படம் இப்புத்தகத்தின் முதலில் சேர்க்கப்பெற்றுள்ளது.

இந்த வரலாற்றை எழுதுவதற்குக் கடிதங்கள், நூல்கள், ஏட்டுச் சுவடிகள் முதலியவற்றை அளித்தும் தமக்குத் தெரிந்த செய்திகளைச் சொல்லியும் எனக்கு உதவிபுரிந்த அன்பர்களை நான் ஒருபோதும் மறவேன்.

இச்சரித்திரத் தலைவர்களாகிய கவிஞர் கோமானைப் பற்றி நினைக்கும்பொழுதெல்லாம் இவர்களுடைய தளர்ந்த வடிவமும், மாணாக்கர் கூட்டத்திற்கு இடையில் வீற்றிருந்து தமிழப்பாடம் சொல்லும் காட்சியும், தமிழ்ச் செய்யுட்களை எளிதிற்புனையும் தோற்றமும் என் அகத்தே தோன்றுகின்றன. இனி அத்தகைய காட்சிகளையும், இவர்களைப்போல அருங்குணமும் பெரும்புலமையும் வாய்ந்தவரையும் எங்கே பார்க்கப்போகிறோமென்ற ஆராமை மீதூருகின்றது. 'இவர்கள்பாற் கல்விபயன்ற காலத்திலேயே இன்னும் பல விஷயங்களைத் தெரிந்து கொண்டிருக்கலாமே!' என்றும் இரங்குகின்றேன். காலத்தின் போக்கை நோக்கும்போது இவர்களுடைய பெருமை மேன்மேலும் உயர்ந்து தோன்றிக்கொண்டே இருக்கிறது.

பெருங்கவிஞராகிய இவர்களுடைய புலமைத்திறத்தை நாம் அறிந்து மகிழவேண்டுமென்றால் இவர்களுடைய நூல்களைப் படிக்க வேண்டும். பழம் புலவர்களுடைய வரலாற்றை அறிந்து, "அவர்கள் பெருங் கவிஞர்கள்" என்று பாராட்டும் அளவிலே நின்றுவிடாமல் அத்தகையவர்களுடைய நூல்களைப் படித்தலும், படிப்பித்தலுமே அவர்கள் திறத்திற் செய்யும் கைம்மாறாகும். இவர்களுடைய நூல்களிற் சில அச்சிடப்படவில்லை. பல அச்சிடப்பட்டும் இப்போது கிடைக்கவில்லை. ஆதலால் அவற்றையெல்லாம் ஒவ்வொன்றாக அச்சிட்டு வெளிவரச்செய்தல் தமிழ்மக்களின் கடமையாகும்.

தமிழ்மொழியறிவின் வளர்ச்சியைக் குறித்துப் பலவேறுவகையில் தம் உடல், பொருள், ஆவி யனைத்தையும் ஈடுபடுத்திப் புகழுடம்புடன் விளங்குகின்ற இக்கவிச்சக்கரவர்த்தியின் திருநாளைத் தஞ்சையில் சில அன்பர்கள் கரந்தைத் தமிழ்ச் சங்கத்தின் ஆதரவில் முதன்முதலாக இவ்வருஷம் கொண்டாட எண்ணி

யிருக்கிறார்களென்று தெரிகிறது. அத்திருநாளுக்கு முன்பே இவ்விரண்டாம் பாகமும் வெளிவந்ததுபற்றி மிக்க மகிழ்ச்சி யடைகின்றேன்.

முதற்பாகத்தை எழுதும்பொழுதும் பதிப்பிக்கும்பொழுதும் உடனிருந்து எழுதுதல் முதலிய உதவிகளைப் புரிந்த சென்னை, கிறிஸ்டியன் காலேஜ் தமிழ்ப்பண்டிதர் சிரஞ்சீவி வித்துவான் வி.மு. சுப்பிரமணிய ஐயரும், 'கலைமகள்' துணையாசிரியர் சிரஞ்சீவி வித்துவான் கி.வா. ஜகந்நாதையரும் இந்தப் பாகத்திற்கும் அங்ஙனமே உதவிபுரிந்தார்கள். அவர்களுக்கு எல்லா நலங்களையும் அளித்தருளும் வண்ணம் தமிழ்த் தெய்வத்தைப் பிரார்த்திக்கின்றேன்.

என்னுடைய அயர்ச்சி மறதி முதலியன காரணமாக இப்பதிப்பிற் காணப்படும் பிழைகளைப் பொறுத்துக்கொள்ளும்படி அறிஞர்களை வேண்டுகின்றேன்.

தமிழ்மகளின் திருவழகைக் காவியங்களாகிய ஓவியங்களில் அமைத்து மகிழ்ந்த வித்தகரும், மாணாக்கருடைய அறிவாகிய நிலத்தில் அன்பு நீர் பாய்ச்சித் தமிழாகிய வித்திட்டுத் தமிழ்ப்பெரும் பயிரை வளர்த்த சொல்லேருழவரும், காலம் இடம் நிகழ்ச்சி என்பவற்றால் வரும் துன்பங்களால் சோர்வுறாமலும் தம்முடைய மானமும் பெருமையும் குறையாமலும்நின்ற குணமலையும் ஆகிய பிள்ளையவர்களுடைய பெரும்புகழும், அரியநூல்களும் தமிழ் மக்களால் நன்கு உணரப்பெற்று மேன்மேலும் விளக்கமுற்று வாழ்வனவாக!

சங்ககாலம் முதல் தமிழ்மொழியை வளம்படுத்திய புலவர் பெருமக்களின் வரலாறுகளை முறையாக வெளியிட வேண்டுமென்னும் எண்ணம் நெடுங்காலமாக எனக்குண்டு. இச்சரித்திரத்தை நிறைவேற்றிவைத்த இறைவன் திருவருள் அவ்வெண்ணத்தையும் நிறைவுறச் செய்யுமென்று நம்புகின்றேன்.

இங்ஙனம்,

வே. சாமிநாதையர்

"தியாகராஜ விலாஸம்"
திருவேட்டீசுவரன் பேட்டை
24-2-1934

உ

ஸ்ரீ தாயுமானவர் துணை

திருவாவடுதுறை யாதீனத்து மகாவித்துவான்
திரிசிரபுரம்

ஸ்ரீ மீனாட்சிசுந்தரம் பிள்ளையவர்கள் சரித்திரம்

(இரண்டாம் பாகம்)

இது
ஸ்ரீ பிள்ளையவர்கள் மாணாக்கர்
மகாமகோபாத்தியாய தாக்ஷிணாத்ய கலாநிதி

டாக்டர் உ.வே. சாமிநாதையரால்

எழுதப்பெற்று

சென்னபட்டணம்
லிபர்ட்டி அச்சுக்கூடத்திற் பதிப்பிக்கப்பெற்றது.

விக்கிரம ஹு வைகாசி மீ

1940

[இரண்டாம் பதிப்பு]

Copyright Registered]

[*விலை ரூபா 2—0—0*

உ
ஸ்ரீ தாயுமானவர் துணை

திருவாவடுதுறையாதீனத்து மகாவித்துவான்
திரிசிரபுரம்
ஸ்ரீ மீனாட்சிசுந்தரம் பிள்ளையவர்கள் சரித்திரம்

இரண்டாம் பாகம்

இது
ஸ்ரீ பிள்ளையவர்கள் மாணாக்கர்
மகாமகோபாத்தியாய தாக்ஷிணாத்ய கலாநிதி
டாக்டர் உ. வே. சாமிநாதையரால்
எழுதப்பெற்று,

சென்னபட்டணம்
லிபர்ட்டி அச்சுக்கூடத்திற் பதிப்பிக்கப்பெற்றது
விக்கிரமவஹு வைகாசி
1940
[இரண்டாம் பதிப்பு]

[Copyright Registered]   [விலை ரூபா 2-0-0]

உ

கணபதி துணை

முகவுரை

தேவாரம்

திருஞானசம்பந்த மூர்த்தி நாயனார்

திருச்சிற்றம்பலம்

நன்றுடை யானைத் தீயதி லானை நரைவெள்ளே
றொன்றுடை யானை யுமையொரு பாக முடையானைச்
சென்றடை யாத திருவுடை யானைச் சிராப்பள்ளிக்
குன்றுடை யானைக் கூறவென் னுள்ளங் குளிரும்மே.

திருச்சிற்றம்பலம்

உடலை வளர்த்தற்குரிய பலவகையான பொருள்களை வழங்கும் அறங்களிலும் உள்ளத்தின் உணர்வு வளர்ச்சிக்குக் காரணமான கல்வியை வழங்கும் வள்ளன்மை சிறந்ததாக ஆன்றோர்களால் எக்காலத்தும் மதிக்கப்படுகின்றது. ஒருமைக்கண் கற்ற கல்வி எழுமையும் பயன் தருதலால் அதனை வழங்கும் பெரியோர்கள் உலகில் உயர்ந்தவர்களாகவும் பேருபகாரிகளாகவும் எண்ணப்படுகின்றனர். அவர்கள் செய்த பேரறத்தின் பயனாகவே கலைவளம் சிறந்து விளங்குகின்றது. மக்களுடைய மன உணர்வைப் பண்படுத்தும் அப்பெரியோர்கள் செய்த அருஞ்செயல்களும் இயற்றிய நூல்களும் எல்லோராலும் போற்றப்பட்டுவருவது யாவரும் அறிந்ததேயாகும். கால தேச வர்த்தமானங்கள் எங்ஙனம் மாறினும் அத்தகைய புலவர்களுடைய புகழ் குன்றாமல் ஒரே நிலைமையில் நிலவிவருகின்றது. சிலருடைய புகழ் வளர்ச்சியுற்றும் வருகின்றது.

இங்ஙனம் புகழ்பெற்றுத் தமிழ் நாட்டில் விளங்கியவர்களுள் திருவாவடுதுறை ஆதீனத்து மகாவித்துவானும் என்னுடைய தமிழாசிரியருமாகிய ஸ்ரீ மீனாட்சிசுந்தரம் பிள்ளை யவர்களும் ஒருவராவர். இவர்கள் 19ஆம் நூற்றாண்டில் 1815ஆம் வருஷம் முதல் 1876ஆம் வருஷம் வரையில் இருந்து விளங்கியவர்கள். இவர்களுடைய சரித்திரத்தை எழுதிப் பதிப்பித்து வந்ததில் நான் பாடங்கேட்கப் போகுமுன் நிகழ்ந்த வரலாறுகள் (1815 முதல் 1870 வரையில் உள்ளவை) சில மாதங்களுக்கு முன்பு முதல் பாகமாக வெளியிடப்பெற்றன. ஏனைய வரலாறுகளே இரண்டாம் பாகமாகிய இப்புத்தகத்தில் உள்ளவை.

தமிழ்ப் புலவர்கள் வரலாற்றின் நிலைமையைப் பற்றி நான் சொல்லவேண்டிய விஷயங்களை யெல்லாம் முதற் பாகத்திற் சொல்லி விட்டமையால் அவற்றை மீட்டும் இங்கே தெரிவிக்கவில்லை.

பிரஜோற்பத்தி வருஷம் சித்திரை மாதம் (1870 ஏப்ரில்) இப் புலவர்பிரானிடம் நான் பாடங்கேட்க வந்து சேர்ந்தேன். அது முதல் இவர்கள் சிவபதமடைந்த காலம் வரையில், இடையே சிலமாதங்கள் நீங்கலாக, இவர்களுடனே இருக்கும் பெரும் பேறுபெற்றேன்.

இச்சரித்திரத்தை எழுதி வரும்பொழுது என்னுடைய மனம் பழைய காட்சிகளை மீண்டும் கண்டு கனிந்துகொண்டே யிருந்தது. இக் கவிஞர்பிரான் என்பால் வைத்திருந்த பேரன்பு இவர்களுடைய செயல் ஒவ்வொன்றையும் என் நெஞ்சிற் பதித்துவிட்டது. அந்த நினைவே இப்பாகத்திற் காணப்படும் செய்திகளை எழுதுவதற்குத் துணையாக இருந்தது. முதற் பாகத்தின் முகவுரையிற் குறிப்பித்துள்ளபடி பல இடங்களிற் சென்று சென்று தேடிய முயற்சியினால் கிடைத்த செய்திகளுள் சில இந்தப் பாகத்திற்கும் உதவியாக இருந்தன. இவர்கள் சொல்லச் சொல்ல என் கையினாலே எழுதிய தனிப்பாடல்கள் அளவிறந்தன; அக்காலத்தில் அவற்றைப் பாதுகாக்க வேண்டு மென்னும் நோக்கம் இல்லாமையால் அவற்றை நான் தொகுத்து வைக்கவில்லை. என்னுடைய நினைவிலுள்ளவைகளும் வேறுவகையிற் கிடைத்தவைகளுமான செய்யுட்கள் இதன்கண் அமைந்துள்ளன. அவற்றிற்கு இன்றியமையாத இடங்களிற் குறிப்புரைகளும் எழுதப்பட்டிருக்கின்றன.

இந்தப் புத்தகத்தால், இக்கவிஞர் கோமான் திருவாவடுதுறை யாதீனத்து ஸ்ரீ சுப்பிரமணிய தேசிகரால் நன்கு மதிக்கப்பெற்று விளங்கியமையும், தம்பால்வந்து விரும்பினவர்களுக்குச் செய்யுள் இயற்றிக்கொடுத்துப் பயன்பெறும்படி செய்தமையும், யாரிடத்தும் எளிதிற் பழகி வந்தமையும், மாணாக்கர்களிடத்தில் அளவற்ற அன்பு காட்டி வந்தமையும், எந்த வகையிலும் அவர்களை ஆதரித்துப் பாடஞ் சொல்வது இவர்களுடைய பெருநோக்கமாக இருந்தமையும், இவர்கள் ஒப்புயர்வற்ற குணங்களுடன் சிறப்புற்று விளங்கினமையும், இவர்களுடைய காலப்போக்கும், பல செல்வர்கள் இவர்களை அன்போடு ஆதரித்துப் போற்றிய திறமும், பலவகையான உபகாரிகளுடைய தன்மைகளும், அக்காலத்தில் தமிழ் வித்துவான்களிடத்தில் தமிழ் மக்கள் வைத்திருந்த பேரன்பும், வடமொழி தென்மொழி வித்துவான்கள் ஒருவரோடொருவர் மனங்கலந்து பழகியமையும், தமிழ்நாடு இப்புலவர் சிகாமணியால் இன்ன இன்ன வகையில் பயனுற்ற தென்பதும், பிறவும் விளங்கும்.

ஸ்ரீ சிவஞான முனிவர் காஞ்சிப் புராணம் அரங்கேற்றிய வரலாறு, ஒரு போலிப் புலவருடைய வரலாறு, ஆவூர்ப் பசுபதி பண்டாரம் முதலியவர்களுக்குப் பாடல் அளித்த செய்தி, உடுக்கையும் பம்பையும் இல்லாததுதான் குறை, சுப்பையா பண்டாரம் மாம்பழம் வாங்கி வந்தது, சூரியனார் கோயில் அம்பலவாண தேசிகர் தொடுத்த வழக்கு, வண்டானம் முத்துசாமி ஐயரது இயற்கை முதலிய செய்திகளும், இவர்களுடைய பொதுவியல்புகளும், புலமைத்திறமும் அன்பர்களுக்கு இன்பத்தை அளிக்குமென்று நம்புகின்றேன்.

இருபத்தெட்டுக் காப்பியங்களும் நாற்பத்தைந்து பிரபந்தங்களும் இவர்கள் இயற்றியனவாக இப்பொழுது தெரியவருகின்றன. இவர்கள் இயற்றிய தனிப்பாடல்களோ அளவுகடந்தன. இவ்வளவு மிகுதியான நூல்களை இயற்றியவர்கள் தமிழ்ப் புலவர்களில் வேறு யாருமில்லை.

இப்பெரியாருடைய சரித்திரத்தில் அங்கங்கே எழுதப்படாமல் விடுபட்ட சில வரலாறுகளும், இவர்கள் அவ்வப்பொழுது பாடிய கடவுள் வணக்கங்கள்

அன்பர்களைப் பாராட்டிய செய்யுட்கள் முதலிய தனிச்செய்யுட்களும், இவர்களுக்குப் பிறர் வரைந்து அனுப்பிய சில கடிதங்களும், சிலவற்றின் பகுதிகளும், மாணாக்கர்கள் முதலியவர்கள் இவர்களுடைய நூல்களுக்கு அளித்த சிறப்புப் பாயிரங்களின் பகுதிகளும் முறையே இப்புத்தகத்தின் அநுபந்தங்களாகச் சேர்க்கப் பெற் றுள்ளன.

இம் மகாகவியி னுடைய உருவப்படம் எடுக்கப்படவில்லை யென்பதை முதற்பாகத்தின் முகவுரையிலேயே தெரிவித்திருக்கிறேன். கடிதங்களில் இவர்கள் போடும் கையெழுத்தின் மாதிரியும் இவர்கள் எழுதிய ஏட்டுச் சுவடிகளுள் ஓர் ஏட்டின் ஒரு பக்கத்தின் படமும் அன்பர்கள் அறிந்துகொள்ளுமாறு இதில் சேர்க்கப்பட்டிருக்கின்றன. இவர்களுடைய புலமையை அறிந்து ஆதரித்தவரும் இவர்களைப் போலவே என்னிடம் அளவற்ற அன்புபூண்டவரும் இந்தப் பாகத்தில் உள்ள வரலாறுகளிற் பல இடங்களிற் கூறப்படுபவரும் திருவாவடுதுறையில் 16ஆம் பட்டத்தில் வீற்றிருந்தவருமாகிய மேலகரம் ஸ்ரீ சுப்பிரமணிய தேசிக ரவர்களுடைய படம் இப்புத்தகத்தின் முதலில் சேர்க்கப்பெற்றுள்ளது.

இந்த வரலாற்றை எழுதுவதற்குக் கடிதங்கள், நூல்கள், ஏட்டுச் சுவடிகள் முதலியவற்றை அளித்தும் தமக்குத் தெரிந்த செய்திகளைச் சொல்லியும் எனக்கு உதவிபுரிந்த அன்பர்களை நான் ஒருபோதும் மறவேன்.

இச்சரித்திரத் தலைவர்களாகிய கவிஞர் கோமானைப் பற்றி நினைக்கும்பொழு தெல்லாம் இவர்களுடைய தளர்ந்த வடிவமும், மாணாக்கர் கூட்டத்திற்கு இடையில் வீற்றிருந்து தமிழ்ப்பாடம் சொல்லும் காட்சியும், தமிழ்ச் செய்யுட்களை எளிதிற் புனையும் தோற்றமும் என் அகத்தே தோன்றுகின்றன. இனி அத்தகைய காட்சிகளையும், இவர்களைப்போல அருங்குணமும் பெரும் புலமையும் வாய்ந்தவரையும் எங்கே பார்க்கப் போகிறோமென்ற ஆராமை மீதூருகின்றது. 'இவர்கள்பாற் கல்விபயின்ற காலத்திலேயே இன்னும் பல விஷயங்களைத் தெரிந்து கொண்டிருக்கலாமே!' என்றும் இரங்குகின்றேன். காலத்தின் போக்கை நோக்கும் போது இவர்களுடைய பெருமை மேன்மேலும் உயர்ந்து தோன்றிக் கொண்டே இருக்கிறது.

பெருங் கவிஞராகிய இவர்களுடைய புலமைத் திறத்தை நாம் அறிந்து மகிழவேண்டு மென்றால் இவர்களுடைய நூல்களைப் படிக்க வேண்டும். பழம் புலவர்களுடைய வரலாற்றை அறிந்து, "அவர்கள் பெருங் கவிஞர்கள்" என்று பாராட்டும் அளவிலே நின்றுவிடாமல் அத்தகையவர்களுடைய நூல்களைப் படித்தலும், படிப்பித்தலுமே அவர்கள் திறத்திற் செய்யும் கைம்மாறாகும். இவர்களுடைய நூல்களிற் சில அச்சிடப்படவில்லை. பல அச்சிடப்பட்டும் இப்போது கிடைக்கவில்லை. ஆதலால் அவற்றை யெல்லாம் ஒவ்வொன்றாக அச்சிட்டு வெளிவரச்செய்தல் தமிழ்மக்களின் கடமையாகும்.*

தமிழ்மொழி யறிவின் வளர்ச்சியைக் குறித்துப் பல்வேறு வகையில் தம் உடல், பொருள், ஆவி யனைத்தையும் ஈடுபடுத்திப் புகழுடம்புடன் விளங்குகின்ற இக் கவிச்சக்கரவர்த்தியின் திருநாளைத் தமிழ்நாட்டில் சில அன்பர்கள் கொண்டாடி வருவது மிக்க மகிழ்ச்சியை அளிக்கின்றது.

* இதனைக் கண்ணுற்ற ஆற்றூர் ஸ்ரீமான் இரத்தினசபாபதி முதலியா ரவர்களும், விளத்தொட்டி ஸ்ரீமான் இராமலிங்கம் பிள்ளை யவர்களும் முறையே ஆற்றூர் புராணத்தையும் விளத்தொட்டிப் புராணத்தையும் அச்சிடும்படி செய்தார்கள்.

முதற் பாகத்தை எழுதும் பொழுதும் பதிப்பிக்கும் பொழுதும் உடனிருந்து எழுதுதல் முதலிய உதவிகளைப் புரிந்த சென்னை, கிறிஸ்டியன் காலேஜ் ஹைஸ்கூல் தமிழ்ப்பண்டிதர் சிரஞ்சீவி வித்துவான் வி.மு. சுப்பிரமணிய ஐயரும், 'கலைமகள்' துணையாசிரியர் சிரஞ்சீவி வித்துவான் கி.வா. ஜகந்நாதையரும் இந்தப் பாகத்திற்கும் அங்ஙனமே உதவி புரிந்தார்கள். அவர்களுக்கு எல்லா நலங்களையும் அளித்தருளும் வண்ணம் தமிழ்த் தெய்வத்தைப் பிரார்த்திக்கின்றேன்.

இதன் முதற்பதிப்பு 1934ஆம் ஙூ வெளிவந்தது. தமிழ்நாட்டார் இச்சரித்திரத்தை விரும்பிப் படித்துப் பாராட்டி எனக்கு ஊக்கமளித்தனர். தம்முடைய மகிழ்ச்சியைக் கடிதங்களாலும், வாழ்த்துரைகளாலும் வெளியிட்ட அன்பர்கள் பலர்.

இதனைச் சில பரீக்ஷைகளுக்குப் பாடமாக வைத்த சென்னை ஸர்வகலாசாலையா ரிடத்தும் அண்ணாமலை ஸர்வகலாசாலையா ரிடத்தும், திருவாங்கூர் ஸர்வகலாசாலையா ரிடத்தும் மிக்க நன்றி பாராட்டுகின்றேன்.

இச்சரித்திரத்திலுள்ள சில வரலாறுகளைச் சில அன்பர்கள் என் அனுமதி பெற்றுத் தாங்கள் வெளியிட்ட பாடப் புத்தகங்களிற் சேர்த்துக் கொண்டிருக்கிறார்கள்.

தமிழ் மகளின் திருவழகைக் காவியங்களாகிய ஓவியங்களில் அமைத்து மகிழ்ந்த வித்தகரும், மாணாக்கருடைய அறிவாகிய நிலத்தில் அன்பு நீர் பாய்ச்சித் தமிழாகிய வித்திட்டுத் தமிழ் பெரும்பயிரை வளர்த்த சொல்லே ருழவரும், காலம் இடம் நிகழ்ச்சி என்பவற்றால் வரும் துன்பங்களால் சோர்வுறாமலும் தம்முடைய மானமும் பெருமையும் குறையாமலும்நின்ற குணமலையும் ஆகிய பிள்ளை யவர்களுடைய பெரும்புகழும், அரியநூல்களும் தமிழ் மக்களால் நன்கு உணரப்பெற்று மேன்மேலும் விளக்கமுற்று வாழ்வனவாக!

சங்ககாலம் முதல் தமிழ்மொழியை வளம்படுத்திய புலவர் பெருமக்களின் வரலாறுகளை முறையாக வெளியிட வேண்டு மென்னும் எண்ணம் நெடுங்காலமாக எனக்குண்டு. இச் சரித்திரத்தை நிறைவேற்றிவைத்த இறைவன்திருவருள் அவ் வெண்ணத்தையும் நிறைவுறச் செய்யுமென்று நம்புகின்றேன்.

இங்ஙனம்,
வே. சாமிநாதையர்

"தியாகராஜ விலாஸம்"
திருவேட்டீசுவரன் பேட்டை
16-6-1940

உ
கணபதி துணை

நான் கண்டதும் கேட்டதும்

ஆசிரியர்:
மகாமகோபாத்தியாய தாக்ஷிணாத்ய கலாநிதி
டாக்டர் உ.வே. சாமிநாதையர்

[முதற் பதிப்பு]

சென்னை, கேஸரி அச்சுக்கூடத்திற்
பதிப்பிக்கப்பெற்றது.

யுவ ஞு மாசி மீ

1936

Copyright Registered]

 [விலை அணா 6

உ
கணபதி துணை

நான் கண்டதும் கேட்டதும்

ஆசிரியர் :
மகாமகோபாத்தியாய தாக்ஷிணாத்ய கலாநிதி
டாக்டர் உ. வே. சாமிநாதையர்

முதற்பதிப்பு

சென்னை : கேஸரி அச்சுக்கூடத்திற்
பதிப்பிக்கப்பெற்றது.
யுவ மாசி
1986
[Copyright Registered]   [விலை அணா 6.

கவிகதா புஸ்தகசாலை, இரங்கூன்.

உ
முகவுரை

இளமைக்காலந் தொடங்கி நான் கண்டும் கேட்டும் அறிந்த வரலாறுகளை எழுதவேண்டுமென்று பல அன்பர்களும் பத்திரிகாசிரியர்களும் அடிக்கடி என்னிடம் வற்புறுத்திக் கூறுவதுண்டு. தமிழ் நூலாராய்ச்சியிலேயே பொழுது போக்கிவரும் எனக்கு அவர்களுடைய விருப்பத்தை முற்றிலும் நிறைவேற்ற இயலாதாயினும் அவ்வப்போது என்னுடைய நினைவுக்கு வருவனவற்றை எழுதிச் சிலசில தமிழ்ப் பத்திரிகைகளில் வெளியிட்டுவரத் தொடங்கினேன். அங்ஙனம் வெளியிட்டவற்றைத் தமிழ் நாட்டினர் விரும்பிப் படிக்கிறார்க ளென்றும், மேலும் மேலும் அத்தகைய வரலாறுகளை வெளியிட வேண்டுமென்றும் அன்பர்கள் கூறி ஊக்கமளித்தார்கள். அங்ஙனம் ஒரு பத்திரிகையில் வெளிவந்த கட்டுரைகளே வேறு பத்திரிகைகளிலும் அப்படியே வெளியிடப்பட்டன. பள்ளிக்கூட மாணவர்கள் பொருட்டு வசன புத்தகங்களை எழுதுபவர்கள் அக்கட்டுரைகளிற் பலவற்றைத் தங்களுடைய புத்தகங்களில் சேர்த்துக்கொள்ள விரும்பி என்னுடைய உடம்பாடுபெற்றுப் பதிப்பித்தனர். இதனால் அக்கட்டுரைகளில் அநேகருக்கு விருப்பம் இருப்பதை யறிந்தேன்.

இவ்வாறு வெளியிடப்படும் கட்டுரைகளைத் தொகுத்து வகைப்படுத்திச் சில புத்தகங்களாக வெளியிட்டால் தமிழ் நாட்டார் அவற்றை ஒருங்கே படித்து மகிழ்வதற்கு அனுகூலமாக இருக்குமென்று என்னுடைய மெய்யன்பர்கள் பலர் தெரிவித்தார்கள். அவர்களுடைய விருப்பத்தின்படியே கட்டுரைத் தொகுதிகளில் முதலாவதாகிய 'நான் கண்டதும் கேட்டதும்' என்னும் இப்புத்தகம் இப்பொழுது வெளியிடலாயிற்று.

இதன்கண் பன்னிரண்டு சிறிய வரலாறுகள் அடங்கியுள்ளன. தனிப்பாடல்கள் சிலவற்றைப்பற்றிய வரலாறுகள் சில; சரித்திர சம்பந்தமானவை சில. இங்ஙனமே ஸங்கீத வித்துவான்களைப் பற்றிய வரலாறுகளையும், ஆராய்ச்சிக் கட்டுரைகளையும், உபந்யாஸங்களையும், பெரியார் வரலாறுகளையும், பிறவற்றையும் புத்தக உருவத்தில் வெளியிட எண்ணியிருக்கிறேன். அவ்வப்போது தனித்தனியே வெளிவந்த விஷயங்க ளாதலின் இவற்றுள் ஒன்றிற் காணப்படும் சில செய்திகள் வேறொன்றிலும் காணப்படலாம்.

இத்தொகுதியி லுள்ளவற்றில் 'பரிவட்டத் தியானம்' என்பது சுதேசமித்திரன் வருஷ அனுபந்தத்திலும், 'பரம்பரைக் குணம்', 'டிங்கினானே' என்னும் இரண்டும்

ஆனந்த விகடன் தீபாவளி மலர்களிலும், 'முள்ளால் எழுதிய ஓலை' என்பது தினமணி பாரதி மலரிலும், மற்ற எட்டும் கலைமகளிலும் வெளிவந்தவை.

மேற்கண்ட பத்திரிகைகளின் ஆசிரியர்கள் தங்கள் பத்திரிகைகளுக்குக் கட்டுரை எழுதவேண்டு மென்று விரும்பியதே இம்முயற்சிக்குத் தூண்டுகோலாயிற்று. ஆதலின் அவர்கள்பால் மிக்க நன்றியறி வுடையேன்.

தமிழ் மக்கள் இவற்றைப் படித்து இன்புறுவார்களானால் அதுவே எனக்கு ஒரு பெரிய ஊதியமாகும்.

இங்ஙனம்,
வே. சாமிநாதையர்

"தியாகராஜ விலாஸம்"
திருவேட்டீசுவரன் பேட்டை
6-3-1936

உ
கணபதி துணை

நான் கண்டதும் கேட்டதும்

ஆசிரியர்:
மகாமகோபாத்தியாய தாக்ஷிணாத்ய கலாநிதி
டாக்டர் உ.வே. சாமிநாதையர்

[இரண்டாம் பதிப்பு]

சென்னை, கேஸரி அச்சுக்கூடத்திற்
பதிப்பிக்கப்பெற்றது.

வெகுதான்ய ஸ்ரீ ஆனி மீ

1938

Copyright Registered]

 [விலை *அணா 6*

உ

கணபதி துணை

நான் கண்டதும் கேட்டதும்

ஆசிரியர் :

மகாமகோபாத்தியாய தாக்ஷிணாத்ய கலாநிதி

டாக்டர் உ. வே. சாமிநாதையர்

இரண்டாம் பதிப்பு

சென்னை : கேஸரி அச்சுக்கூடத்திற்
பதிப்பிக்கப்பெற்றது.

வெகுதான்ய ௵ ஆனி ௴

1938

Copyright Registered]

 [**விலை அணா 6**

உ
கணபதி துணை

முகவுரை

இளமைக்காலந் தொடங்கி நான் கண்டும் கேட்டும் அறிந்த வரலாறுகளை எழுதவேண்டுமென்று பல அன்பர்களும் அடிக்கடி என்னிடம் வற்புறுத்திக் கூறுவதுண்டு. தமிழ் நூலாராய்ச்சியிலேயே பொழுது போக்கிவரும் எனக்கு அவர்களுடைய விருப்பத்தை முற்றிலும் நிறைவேற்ற இயலாதாயினும் அவ்வப்போது என்னுடைய நினைவுக்கு வருவனவற்றை எழுதிச் சிலசில தமிழ்ப் பத்திரிகைகளில் வெளியிட்டுவரத் தொடங்கினேன். அங்ஙனம் வெளியிட்டவற்றைத் தமிழ் நாட்டினர் விரும்பிப் படிக்கிறார்களென்றும், மேலும் அத்தகைய வரலாறுகளை வெளியிட வேண்டுமென்றும் அன்பர்கள் கூறி ஊக்கமளித்தார்கள். அங்ஙனம் ஒரு பத்திரிகையில் வெளிவந்த கட்டுரைகளே வேறு பத்திரிகைகளிலும் அப்படியே வெளியிடப்பட்டன. பள்ளிக்கூட மாணவர்கள் பொருட்டு வசன புத்தகங்களை எழுதுபவர்கள் அக்கட்டுரைகளிற பலவற்றைத் தங்களுடைய புத்தகங்களில் சேர்த்துக்கொள்ள விரும்பி என்னுடைய உடம்பாடுபெற்றுப் பதிப்பித்தனர். இதனால் அக்கட்டுரைகளில் அநேகருக்கு விருப்பம் இருப்பதை அறிந்தேன்.

இவ்வாறு வெளியிடப்படும் கட்டுரைகளைத் தொகுத்து வகைப்படுத்திச் சில புத்தகங்களாக வெளியிட்டாலதமிழ்நாட்டார் அவற்றை ஒருங்கே படித்து மகிழ்வதற்கு அனுகூலமாக இருக்குமென்று என்னுடைய மெய்யன்பர்கள் பலர் தெரிவித்தார்கள். அவர்கள் விரும்பியபடியே வெளியிட்ட கட்டுரைத்தொகுதிகளில் முதலாவதாகும் “நான் கண்டதும் கேட்டதும்” என்னும் இப்புத்தகம்.

இதன்கண் பன்னிரண்டு சிறிய வரலாறுகள் அடங்கியுள்ளன. தனிப்பாடல்கள் சிலவற்றைப்பற்றிய வரலாறுகள் சில; சரித்திர சம்பந்தமானவை சில. இங்ஙனமே சங்கீத வித்துவான்களைப் பற்றிய வரலாறுகளையும், ஆராய்ச்சிக் கட்டுரைகளையும், உபன்யாஸங்களையும், பெரியார் வரலாறுகளையும், பிறவற்றையும் புத்தக உருவங்களில் வெளியிட்டிருக்கிறேன். அவ்வப்போது தனித்தனியே வெளிவந்த விஷயங்களாதலின் இவற்றுள் ஒன்றிற் காணப்படும் சில செய்திகளை வேறொன்றிலும் காணலாம்.

இத்தொகுதியிலுள்ளவற்றில் ‘பரிவட்டத்தியானம்’ என்பது சுதேசமித்திரன் வருஷ அனுபந்தத்திலும், ‘பரம்பரைக்குணம்’, ‘டிங்கினானே’ என்னும் இரண்டும் ஆனந்த விகடன் தீபாவளி மலர்களிலும், ‘முள்ளால் எழுதிய ஓலை’ என்பது தினமணி பாரதி மலரிலும், மற்ற எட்டும் கலைமகளிலும் வெளிவந்தவை.

மேற்கண்ட பத்திரிகைகளின் ஆசிரியர்கள் தங்கள் பத்திரிகைகளுக்குக் கட்டுரை எழுதவேண்டுமென்று விரும்பியதே இம்முயற்சிக்குத் தூண்டுகோலாயிற்று. ஆதலின், அவர்கள்பால் மிக்க நன்றியறிவுடையேன்.

தமிழ் மக்கள் இவற்றைப் படித்து இன்புறுவார்களானால் அதுவே எனக்கு ஒரு பெரிய ஊதியமாகும்.

இங்ஙனம்,
வே. சாமிநாதையர்

"தியாகராஜ விலாஸம்"
திருவேட்டீசுவரன் பேட்டை
8-7-1938

உ
கணபதி துணை

புதியதும் பழையதும்

மகாமகோபாத்தியாய தாக்ஷிணாத்ய கலாநிதி
டாக்டர் உ.வே. சாமிநாதையர்
எழுதியது

சென்னை: கேசரி அச்சுக்கூடம்

1936

Copyright Registered]   [விலை அணா ஒன்பது

[முதற் பதிப்பு]

உ

கணபதி துணை

புதியதும் பழையதும்

மகாமகோபாத்தியாய தாக்ஷிணாத்ய கலாநிதி

டாக்டர் உ. வே. சாமிநாதையர்

எழுதியது

சென்னை : கேசரி அச்சுக்கூடம்

Copyright Registered]   1936   [விலை அணா ஒன்பது

உ
கணபதி துணை

முகவுரை

    பத்திரிகைகளில் நான் வெளியிட்டுவந்த வரலாறுகளுட் சிலவற்றைத் தொகுத்து, "நான் கண்டதும் கேட்டதும்" என்னும் பெயருடன் சில மாதங்களுக்கு முன் சில அன்பர்கள் விரும்பியபடி வெளியிட்டேன். அப்புத்தகம் தமிழன்பர் பலருக்கு உவப்பைத் தந்ததென்பதை அறிந்து அதைப்போன்ற மற்றொரு தொகுதியாகிய இதனை இப்போது வெளியிட முன்வந்தேன். இதில் இருபது வரலாறுகள் அடங்கியுள்ளன. இவற்றுள் முதல் ஐந்து வரலாறுகளும் 'கலைமகள்' என்னும் தமிழ்ப் பத்திரிகையில் வெளிவந்தவை; சிறந்த குருபக்தி, ஏழையின் தமிழன்பு, தருக்கடங்கின எழுத்தாளர், தர்மசங்கடம், மாம்பழப் பாட்டு என்னும் ஐந்தும் திருவாவடுதுறை யாதீனத்து மகாவித்துவான் மீனாட்சிசுந்தரம் பிள்ளை யவர்கள் சரித்திரத்தில் உள்ளவை. இவை பழையன; ஏனைய பத்தும் புதியனவாக எழுதப் பட்டவை. இங்ஙனம் இப்புத்தகத்திலுள்ள வரலாறுகளின் தொகுதி புதியதென்றும் பழையதென்றும் இரண்டு வகையாகும். ஆதலின் "புதியதும் பழையதும்" என்னும் பெயர் இதற்கு வைக்கப்பட்டது.

    என்னுடைய நினைவிலுள்ள பல வரலாறுகளை இங்ஙனமே எழுதி வெளியிட எண்ணியுள்ளேன். திருவருள் நிறைவேற்றி வைக்கவேண்டும்.

இங்ஙனம்,
வே. சாமிநாதையர்

"தியாகராஜ விலாஸம்"
திருவேட்டீசுவரன் பேட்டை
10-7-36

உ
கணபதி துணை

புதியதும் பழையதும்

மகாமகோபாத்தியாய தாக்ஷிணாத்ய கலாநிதி
டாக்டர் உ.வே. சாமிநாதையர்
எழுதியது

[இரண்டாம் பதிப்பு]

சென்னை: கேசரி அச்சுக்கூடம்

1939

Copyright Registered]   [விலை அணா ஒன்பது

உ

கணபதி துணை

புதியதும் பழையதும்

மகாமகோபாத்தியாய தாக்ஷிணாத்ய கலாநிதி

டாக்டர் உ. வே. சாமிநாதையர்

எழுதியது

(இரண்டாம் பதிப்பு)

சென்னை கேசரிஅச்சுக்கூடம்

1939 [விலை அணா ஒன்பது

உ
கணபதி துணை

முகவுரை

பத்திரிகைகளில் நான் வெளியிட்டுவந்த வரலாறுகளுட் சிலவற்றைத் தொகுத்து, "நான் கண்டதும் கேட்டதும்" என்னும் பெயருடன் சில அன்பர்கள் விரும்பியபடி முதலில் வெளியிட்டேன். அப்புத்தகம் தமிழன்பர் பலருக்கு உவப்பைத் தந்ததென்பதை அறிந்து அதைப்போன்ற மற்றொரு தொகுதியாகிய இதனை 1936இல் முதல்முறையாக வெளியிட்டேன். இதில் இருபது வரலாறுகள் அடங்கியுள்ளன. இவற்றுள் முதல் ஐந்து வரலாறுகளும் 'கலைமகள்' என்னும் தமிழ்ப் பத்திரிகையில் வெளிவந்தவை; 'சிறந்த குருபக்தி', 'ஏழையின் தமிழன்பு', 'தருக்கடங்கின எழுத்தாளர்', 'தர்மசங்கடம்', 'மாம்பழப் பாட்டு' என்னும் ஐந்தும் திருவாவடுதுறை யாதீனத்து மகாவித்துவான் ஸ்ரீ மீனாட்சிசுந்தரம் பிள்ளை யவர்கள் சரித்திரத்தில் உள்ளவை; இவை பழையன; ஏனைய பத்தும் புதியனவாக எழுதப்பட்டவை. இங்ஙனம் இப்புத்தகத்திலுள்ள வரலாறுகளின் தொகுதி புதியதென்றும் பழையதென்றும் இரண்டு வகையாகும். ஆதலின் "புதியதும் பழையதும்" என்னும் பெயர் இதற்கு வைக்கப்பட்டது.

பல கலாசாலைத் தலைவர்களும் பிறரும் இப்புத்தகத்தைத் தங்கள் தங்கள் கலாசாலைகளிற் பாடமாக வைத்து எனக்கு ஊக்கமளித்து வருவதை மிகவும் பாராட்டுகின்றேன்.

என்னுடைய நினைவிலுள்ள பல வரலாறுகளை இங்ஙனமே 'நல்லுரைக் கோவை' என்னும் பெயருடன் நான்கு பாகங்களாக வெளியிட்டிருக்கின்றேன்.

இங்ஙனம்,
வே. சாமிநாதையர்

"தியாகராஜ விலாஸம்"
திருவேட்டீசுவரன் பேட்டை
21-7-39

திருவள்ளுவரும் திருக்குறளும்

மகாமகோபாத்தியாய தாக்ஷிணாத்ய கலாநிதி
டாக்டர் உ.வே. சாமிநாதையர்

விலை ரூ.1-00

[முதற் பதிப்பு]
1936

திருவள்ளுவரும் திருக்குறளும்

ஆசிரியர் :
மகாமகோபாத்தியாய தாக்ஷிணாத்ய கலாநிதி
டாக்டர். உ. வே. சாமிநாதையர்

சென்னை :
கார்டியன் அச்சுக்கூடத்திற்
பதிப்பிக்கப்பெற்றது

Copyright Registered] 1936 [விலை அணா மூன்று.

முகவுரை

இந்த வருஷம் ஜூன் மீ 4ஆம் தேதி வியாழக்கிழமை மாலை சென்னையிலுள்ள பச்சையப்பன் கலாசாலை மண்டபத்தில் நடைபெற்ற திருவள்ளுவர் திருநாட் கொண்டாட்டத்தின் சம்பந்தமான சபையில், யான் பல அன்பர்களுடைய விருப்பத்தின்படி தலைமை வகித்தபோது செய்த பிரசங்கமே இப்புத்தக உருவத்தில் அமைந்துள்ளது. இப்பிரசங்கத்தை நேரில் கேட்ட அன்பர்களிற் பலரும் பத்திரிகை வாயிலாகக் கண்டவர்களும் இது புத்தக உருவில் வெளிவரின் யாவருக்கும் பயன்படுமென்று சொன்னமையால் இங்ஙனம் வெளியிடலாயிற்று.

செயற்கரிய செய்த பெரியார்கள் திருநாட்களைக் கொண்டாடும் வழக்கம் நமது நாட்டில் தொன்றுதொட்டே இருந்து வந்தது. ஆனால் அங்ஙனம் செய்வதில் இக்காலத்தில் நம்நாட்டாருக்கு ஊக்கமில்லை. மேனாட்டார் தம்நாட்டுப் பெரியாரைப் போற்றுவதிற் சிறந்தவர்கள். நம்முடைய நாட்டில் இப்பொழுது தான் சில காலமாகப் புலவர் பெருமக்களின் திருநாட்களைக் கொண்டாடும் முயற்சி மலிந்துவருகின்றது.

முதற் பாவலராகிய திருவள்ளுவர் திருநாளைக் கொண்டாட வேண்டு மென்னும் நல்லுணர்ச்சி தமிழ் நாட்டில் தோன்றியிருப்பதை அறிந்து எனது உள்ளம் குளிர்கின்றது. அவ்வூக்கத்தை உண்டாக்குதற்குக் காரணராக இருந்த சென்னைத் திருவள்ளுவர் திருநாட் கொண்டாட்டக் கழகத்தாரின் முயற்சியைப் பாராட்டுகிறேன். இவ்வருஷம் இத்திருநாள் கொண்டாடப்பட்ட தினம் வைசாக சுத்த பௌர்ணமியாகும். கௌதம புத்தர் அவதரித்ததும் ஞானோதயம் அடைந்ததும் ஆகிய அத்தினத்தைப் பௌத்தர்கள் மிகச்சிறப்பாகக் கொண்டாடுகின்றனர். தமக்கென வாழாப் பிறர்க்குரியாளராகிய அப்பெரியாருடைய நாளும் தெய்வப் புலவராகிய திருவள்ளுவர் திருநாளும் ஒரே நாளில் அமைந்தமை அத்திருநாளுக்கு ஒரு தனிச் சிறப்பை அளித்தது.

இப்பிரசங்கத்தைக் கேட்டும் படித்தும் இன்புற்றுப் பாராட்டி ஊக்கமளித்த அன்பர்களுக்கு இதன் முகமாக என் நன்றியறிவைத் தெரிவித்துக்கொள்கிறேன்.

இங்ஙனம்,
வே. சாமிநாதையர்

சென்னை
12-8-36

உ
கணபதி துணை

கனம் கிருஷ்ணையர்
(கீர்த்தனங்களுடன்)

மகாமகோபாத்தியாய தாக்ஷிணாத்ய கலாநிதி
டாக்டர் உ.வே. சாமிநாதையர்
எழுதியது

சென்னை, கேசரி அச்சுக்கூடம்

1936

Copyright Registered] [விலை அணா எட்டு

[முதற் பதிப்பு]

உ

கணபதி துணை

கனம் கிருஷ்ணையர்

(கீர்த்தனங்களுடன்)

மகாமகோபாத்தியாய தாக்ஷிணாத்ய கலாநிதி

டாக்டர் உ. வே. சாமிநாதையர்

எழுதியது

சென்னை : கேசரி அச்சுக்கூடம்

Copyright Registered]

 1936 [விலை அணா எட்டு

முகவுரை

தமிழ்நாட்டில் கர்நாடக சங்கீதத்தை நிலைநிறுத்துவதற்குக் காரணராக இருந்த பெரியார்கள் பலர். அவர்களுள்ளே சிலருடைய வரலாறுகள் சிலரால் எழுதி வெளியிடப்பட்டிருக்கின்றன. இக்காலத்தில் சங்கீத சம்பந்தமான ஆராய்ச்சியும், சங்கீத கலாசாலைகளும், சங்கீதப் பரீக்ஷைகளும் நாடெங்கும் அதிகரித்து வருகின்றன. சங்கீத வித்துவான்களுடைய வரலாற்றை அறிவதிற் பலர் விருப்பத்தோடு முயன்றுவருகிறார்கள்.

என் முன்னோர்கள் சங்கீதத் தொடர்புடையவர்க ளாதலினாலும், என்னுடைய தந்தையாரும் சிறிய தந்தையாரும் சங்கீதத்திலேயே தங்கள் வாழ்நாளை ஈடுபடுத்தினவர்க ளாதலினாலும் இளமையிலிருந்து சங்கீத சம்பந்தமான விஷயங்களையும், சங்கீத வித்துவான்களைப் பற்றிய செய்திகளையும் நான் அறிவதற்கு வாய்ப்பு இருந்தது. நானும் இளமையிற் சங்கீதப் பயிற்சி பெற்றவ னாதலின் தமிழ்த் தெய்வத்தை வழிபாடு செய்துவரும் காலத்திலும் சங்கீதத்தை மறந்தேனல்லன். திருவாவடுதுறை யாதீனம், திருவண்ணாமலை யாதீனம், திருப்பனந்தாள் மடம், இராமநாதபுரம், உடையார் பாளையம், ஊற்றுமலை முதலிய இடங்களிலுள்ள பழக்கத்தினால் அங்கங்கே நிகழும் விசேஷ காலங்களிற் சென்று பல சங்கீத வித்துவான்களோடு பழகி அவர்களுடைய இசைவிருந்தை நுகரும் பேறு எனக்குக் கிடைத்ததுண்டு. இவ்வளவும் சங்கீதத் தொடர்பு என்பால் விடாது அமைவதற்குக் காரணங்களாயின.

நான் பிரசங்கம் செய்யுங் காலங்களிலும், பாடஞ் சொல்லுங் காலங்களிலும், அன்பர்களோடு பேசும் காலங்களி லும் இடையிடையே சங்கீத வித்துவான்களைப் பற்றிய செய்திகளைச் சொல்ல நேரும். அவற்றைக் கேட்ட அன்பர்கள் பலர் அவற்றைத் தொகுத்து வெளியிட்டால் யாவருக்கும் பயன்படுமென்று கூறினார்கள். ஆதலின் சில இசைப் புலவர்கள் வரலாறுகளை, 'கலைமகள்' என்னும் தமிழ்ப் பத்திரிகையின் வாயிலாக வெளியிட்டுவந்தேன். அவ்வரலாறுகளுள் ஒன்றே இப்பொழுது தனியே இப்புத்தகவடிவிற் பதிப்பிக்கப்பட் டிருக்கின்றது.

இச்சரித்திரத் தலைவரான கனம் கிருஷ்ணைய ரவர்கள் என் தகப்பனா ரவர்களுடைய தாயாரின் அம்மானாவர். அவரைப்பற்றி என் தந்தையாரவர்கள் பலபடப் பாராட்டிப் பேசுவார்கள். அவருடைய கீர்த்தனங்களைப் பாடி மனம் உருகுவார்கள். அவர்கள்பால் அக்கீர்த்தனங்களைக் கேட்டு மனனம் செய்து

பாடிய பலரை எனக்குத் தெரியும். இந்த வரலாற்றை எழுதியதற்குத் துணையாக இருப்பவை எந்தையா ரவர்கள் அவ்வப்போது கூறிவந்த செய்திகளும் என் சிறிய தந்தையார் குறித்துவைத்த சில குறிப்புக்களுமே யாகும்.

கனம் கிருஷ்ணையருடைய கீர்த்தனங்களில் சில இப்போது வழங்கிவருகின்றன. அவற்றிற்கு அக்காலத்தில் இருந்த மதிப்பு அதிகம்; இப்பொழுதும் சிலர் தெரிந்து கொள்ள ஆவலுள்ளவர்களாக இருக்கிறார்கள். தஞ்சாவூர் ஆதிமூர்த்தி ஐயர் போன்ற பலர் அக்கீர்த்தனங்களைப் பாடி இன்புறுவதை நான் நேரிற் கேட்டிருக்கிறேன்.

என் சிறிய தந்தையார் தம்முடைய கீர்த்தன புஸ்தகத்தில் எழுதி வைத்திருந்த கனம் கிருஷ்ணையர் கீர்த்தனங்களை இச்சரித்திரத்தோடு சேர்த்து வெளியிட்டிருக்கின்றேன். என் தந்தையார் இருந்த காலத்தில் இக்கீர்த்தனங்களைத் தொகுப்பதில் எனக்கு விருப்பம் இருந்திருப்பின், இன்னும் பலவற்றைச் சேர்த்திருக்கலாம். அக்காலத்தில் இவற்றின்பால் என் கருத்து செல்லவில்லை. முதுமை மிகமிகப் பழம் பொருள்களினிடத்தே மதிப்பு அதிகரிக்கின்றது.

பழம்பொருளைப் பழைய உருவத்திலே வெளியிடல் என் நோக்கமாதலின் இக்கீர்த்தனங்களை உள்ளவாறு வெளியிட்டேன். தமிழ்க் கீர்த்தனங்களின் வரலாற்றை ஆய்பவர்களுக்குச் சில செய்திகளை உதவுமளவிலாயினும் இவை பயன்படுமென்பது எனது கருத்து. இவற்றை நான் பாடும்பொழுதும், பிறர் பாடக் கேட்கும்பொழுதும், பொருள் தெரியாத வேறு பாஷைக் கீர்த்தனங்களைப் போலவே எண்ணிக்கொள்வேன். பொருளிற் கருத்துச் செல்லின் இவை ஒன்றுக்கும் உதவாதன வென்பதை அறிவேனாயினும் மெட்டின் அமைப்புமுறை சங்கீத அளவில் ஒரு மேல்வரிச் சட்டமாக இருத்தலின் முற்றிலும் புறக்கணிக்கக் கூடவில்லை.

இக்கீர்த்தனங்களிற் சிலவற்றை முன்பு கலைமகளில் வெளியிட்டபோது முன்னுரைகளாகச் சில எழுதியிருந்தேன். அவை வருமாறு:

> "தமிழ்க் கீர்த்தனங்களிற் பெரும்பாலன இயற்றமிழ் இலக்கண அமைதியில்லாதனவாக இருக்கின்றன. சங்கீதப் பயிற்சியில் தேர்ச்சிபெற்ற பெரியோர்களிற் பலர் தம்முடைய முழு நோக்கத்தையும் சங்கீதத்திலேயே நிறுத்திவிடுவதால் அவர்களுடைய இயற்றமி ழறிவு சுருங்கியதாக அமைகின்றது. தாமே கீர்த்தனங்களை இயற்றும் பல சங்கீத வித்துவான்கள் எதுகையும் மோனையும் பொருத்தமாக இருந்தால் போதுமென்ற அளவிலே தங்கள் கீர்த்தனங்களை அமைத்திருக்கின்றனர். சிலரே இயற்றமி ழறிவும் நன்குபெற்று நன் மணம் பெற்ற பொன்மலர் போன்ற கீர்த்தனங்களை இயற்றியுள்ளார்கள்.
>
> "கனம் கிருஷ்ணையருடைய கீர்த்தனங்களில் இலக்கணப் பிழைகள் உள்ளன. வாக்கிய முடிபுகள் சரியாக இரா. ஒருமை பன்மைகள் மயங்கிவரும். இவ்வளவு குறைபாடுகள் உடையனவாக இருப்பினும் அவற்றின் வர்ணமெட்டுக்கள் அருமையான அமைப்பை உடையன; சங்கீத வித்துவான்களால் பெரிதும் பாராட்டப்படுவன. ஆதலால், இக்கீர்த்தனங்களைச் சங்கீதக் கண்கொண்டு பார்ப்பதோடு நிற்றல் நலம். தமிழ்ச்

சாகித்தியங்களில் இவற்றைப் போன்ற சங்கீதப் பொருத்தமுள்ள கீர்த்தனங்கள் மிகச் சிலவே.

* * * * * * * * *

"கனம் கிருஷ்ணையர் கீர்த்தனங்களில் உலக வழக்குச் சொற்களும் பழமொழிகளும் பயின்றுவரும். 'சூத்திரமும் குடிலமென்றும் தன்தலையில் எழுத்தென்றும் குமுறிக்குமுறி உருகுறாள் மிகவாடி' என்பது இலக்கண அமைதியில்லாவிடினும் பெண்பாலர் தங்களுக்குள் பேசும் பேச்சுக்களை அந்த அந்த உருவத்திலேயே வெளியிடும் ஆற்றல் இவருக்குண் டென்பதைக் காட்டுகின்றது. 'வாட்டுதே லூட்டி கோட்டி கொள்ளுதே' என்பதிலுள்ள 'லூட்டி' என்ற சொல்லையும், 'வல்லே வல்லே யென்று பார்க்க' என்பதிலுள்ள 'வல்லே வல்லே' என்ற தொடரையும் உலகவழக்கிலேதான் காணலாம்.*

"ஸ்தல சம்பந்தமான கீர்த்தனங்களில் அந்த அந்த ஸ்தல விஷயங்களை அமைக்கும் இயல்பு இவர்பால் இருந்ததை, 'பாரசகலமும்' என்ற கீர்த்தனம் வெளியிடுகிறது. சாரநாதர், சாரவிமானம், சாரபுஷ்கரிணி, சாரநாயகி, சாரக்ஷேத்திர மென்னும் பஞ்ச சாரங்களும் திருச்சேறைக்குரியவை; இவற்றை அக்கீர்த்தனத்திற் காணலாம்.

"சங்கீதத்துக்குரிய சாஹித்தியங்களில் தெலுங்குக் கீர்த்தனங்களே பிற்காலத்தில் அதிகமாகத் தமிழ்நாட்டிலே பரவின. தமிழ்பேசும் குடும்பத்திற் பிறந்த சங்கீத வித்துவான்கள்கூடத் தெலுங்கிலே கீர்த்தனம் செய்வதை ஒரு பெருமையாகக் கருதிவந்தார்கள். இதற்குச் சாமாசாஸ்திரிகள், பட்டணம் சுப்பிரமணிய ஐயர் முதலியவர்களே சாக்ஷி. பாபநாச முதலியாருக்கும் தெலுங்கினிடத்திற் பிரியமிருந்ததை அவர் இயற்றிய கும்பேசர் குறவஞ்சியால் அறியலாம். அந்தக் குறவஞ்சியிற் பல பாட்டுக்கள் ஒரு பகுதி தமிழும், ஒரு பகுதி தெலுங்கும் உடையனவாக இருக்கின்றன.

"தமிழிலே கீர்த்தனங்கள் இயற்றியவர்கள்கூடத் தெலுங்குக் கீர்த்தனங்களிலே அதிகமாகப் பயிலும் சொற்களையும் சொற்றொடர்களையும் தங்கள் பாட்டுக்களில் அமைத்து வந்தார்கள். சொந்தமாக, சொகுசாய்+ என்பன போன்ற சொற்களைப் பின்வரும் கீர்த்தனங்களிலே இவர் அமைத்திருத்தல் இந்த வழக்கத்தை ஒட்டியதே யென்று தோற்றுகிறது."

'தமிழ் நாட்டு இசைப்புலவர்கள் தமிழில் கீர்த்தனங்களைப் பாடுவதில்லை, பயிலுவிப்பதுமில்லை' என்று சில அன்பர்கள் என்னிடம் அடிக்கடி சொல்வதுண்டு. இக்குறையை இக்கீர்த்தனங்கள் ஒருவாறு நீக்கலாமென்ற நோக்கமே கனம் கிருஷ்ணையருடைய சரித்திரத்தை அவருடைய கீர்த்தனங்களுடன் இப்போது வெளியிட்டதற்கு ஒரு காரணமாகும். சங்கீதம் பயிலும் மாணவர்களும் மாணவிகளும் இக்கீர்த்தனங்களைப் பயின்று பயனுறுவார்களானால் எனக்கு மிகவும் திருப்தியாக இருக்கும்.

---

* செறுக்கி, கிட்டே, ஏகாடம், சக்கந்தம், சின்னையா, உடந்தை, ஓயில், வாடிக்கை, என்னமோ, வரட்டும், பெரட்டு, தோதகம், ஆணிக்கை, வருகுமோ, மேடி, தாரிபாரி, மேட்டிமை என்பனவும் இவ்வகையைச் சார்ந்தனவே.

+ கோரும், புன்னமாசந்திரன், மரியாதை யென்பவற்றையும் பார்க்க.

இதைப் போலவே, நந்தன் சரித்திர ஆசிரியரான கோபாலகிருஷ்ண பாரதியாருடைய சரித்திரத்தையும் அவர் இயற்றிய சில கீர்த்தனங்களோடு வெளியிட்டுள்ளேன்; மகா வைத்தியநாதையர் சரித்திரமும் தனியே வெளிவரும். வேறு சிலருடைய வரலாறுகளையும் எழுத எண்ணியிருக்கின்றேன்; இறைவன் திருவருள் துணையிருந்து நிறைவேற்றுவதாகுக.

இங்ஙனம்,
வே. சாமிநாதையர்

"தியாகராஜ விலாஸம்"
திருவேட்டீசுவரன் பேட்டை
16-6-36

உ
கணபதி துணை

கோபாலகிருஷ்ண பாரதியார்
(கீர்த்தனங்களுடன்)

மகாமகோபாத்தியாய தாக்ஷிணாத்ய கலாநிதி
டாக்டர் உ.வே. சாமிநாதையர்
எழுதியது

சென்னை, கேசரி அச்சுக்கூடம்

1936

Copyright Registered] [விலை அணா எட்டு

[முதற் பதிப்பு]

உ

கணபதி துணை

கோபாலகிருஷ்ண பாரதியார்

(கீர்த்தனங்களுடன்)

மகாமகோபாத்தியாய தாக்ஷிணாத்ய கலாநிதி

டாக்டர் உ. வே. சாமிநாதையர்

எழுதியது

சென்னை : கேசரி அச்சுக்கூடம்

Copyright Registered] 1936 [விலை அணா எட்டு

முகவுரை

ஸ்ரீ சிதம்பர ஸபாநாதர் திருவருளால், தமிழ் நாட்டில் இருந்து புகழ்பெற்று விளங்கிய ஸ்ரீ கோபாலகிருஷ்ண பாரதியா ரவர்களுடைய சரித்திரமாகிய இதனை இப்பொழுது வெளியிடலானேன். இதற்குமுன் சங்கீத வித்துவானாகிய கனம் கிருஷ்ணையருடைய சரித்திரம் வெளியிடப்பெற்றது.

இவருடைய சரித்திரத்தை வேறு சிலர் எழுதியிருக்கின்றனர்.

பாரதியாரிடம் நான் இளமையிலே சங்கீதப் பயிற்சி பெற்றவன். ஆதலின் என்னுடைய மனத்தில் அவருடைய கோலமும், பேச்சும், இயல்புகளும் பதிந்திருக்கின்றன. அவரிடத்தில் எனக்கு இருந்த பெருமதிப்பு நாளாக நாளாக வளர்ந்து வந்தது. அவர் இயற்றிய நந்தனார் சரித்திரக் கீர்த்தனையானது தமிழுலகத்துக்கு ஒரு புதிய கிளர்ச்சியை உண்டுபண்ணிய அக்காலத்தில் அதற்கிருந்த மதிப்பை நான் அறிவேன்; எங்கே பார்த்தாலும் நாடகங்களும், சினிமாக் காட்சிகளும் மிகுந்துள்ள இக்காலத்திலும் நந்தனார் சரித்திரக் கீர்த்தனம் பக்திச் சுவையால் தனக்கு இணையாக ஒன்றின்றி விளங்குவதையும் அறிகின்றேன். இத்தகைய சிறந்த கீர்த்தனக் களஞ்சியத்தை நமக்கு அளித்த பெரியாரைப் பற்றித் தெரிந்ததை வெளியிடுவதில் எனக்கு ஒருவகை மகிழ்ச்சி உண்டு; அதனை யறிவதில் தமிழ்நாட்டாருக்கும் உவப்பு உண்டென்றே கருதுகின்றேன்.

இந்தச் சரித்திரம் முதல் முதலில், ‘கலைமகள்’ என்னும் பத்திரிகையில் வெளியிடப்பெற்றது. இப்பொழுது, பாரதியார் இயற்றிய கீர்த்தனங்களுள் நந்தனார் சரித்திரக் கீர்த்தனங்க ளல்லாதனவும் எனக்குக் கிடைத்தனவுமாகிய சிலவற்றையும் சேர்த்துத் தனிப் புத்தகமாக வெளியிடலானேன்.

பாரதியாருடன் நான் பழகிய காலத்தில் நான் அறிந்தனவும், என் தந்தையார், மகாவித்துவான் ஸ்ரீ மீனாட்சிசுந்தரம் பிள்ளை யவர்கள் முதலியோர் வாயிலாக நான் தெரிந்து கொண்டனவுமாகிய செய்திகளையும், பாரதியாருடைய மாணாக்கர்களுள் ஒருவரும் தில்லைவாழந்தணர் மூவாயிரவர் மரபினரும் சிதம்பரம் கிழக்கு ஸந்நிதியில் இருந்துவருபவருமாகிய பிருஹ்மஸ்ரீ ராஜரத்தின தீக்ஷிதரவர்கள்பால் அறிந்த செய்திகளையும் தொடர்புபடுத்தி இவ்வரலாறு எழுதப்பட்டது. மேலே கூறிய தீக்ஷிதரவர்கள் பல அரிய நிகழ்ச்சிகளைத் தெரிவித்ததோடு, பாரதியாருடைய கீர்த்தனங்களையும் பாடிக்காட்டினார்கள்.

அவர்கள்திறத்து நான் என்றுங் குன்றாத நன்றியறிவு பாராட்டுங் கடப்பாடுடையேன். பாரதியாருடைய நந்தனார் சரித்திரக் கீர்த்தனங்கள் மற்றக் கீர்த்தனங்க ளாகியவற்றின் வர்ண மெட்டை அறிய விரும்புகிறவர்கள் அவர்களிடம் எளிதில் தெரிந்துகொள்ளலாம்.

இதனை முதன்முதலில் வெளிவரச் செய்த 'கலைமகள்' ஆசிரியர் ஸ்ரீமான் ரா. நாராயணசாமி ஐயரவர்களுக்கும் வேறுவகையில் உதவிபுரிந்த அன்பர்களுக்கும் இதன்முகமாக என் நன்றியறிவைத் தெரிவித்துக் கொள்கின்றேன்.

இங்ஙனம்,
வே. சாமிநாதையர்

"தியாகராஜ விலாஸம்"
திருவேட்டீசுவரன் பேட்டை
25-6-36

உ
கணபதி துணை

மகா வைத்தியநாதையர்

மகாமகோபாத்தியாய தாக்ஷிணாத்ய கலாநிதி
டாக்டர் உ.வே. சாமிநாதையர்
எழுதியது

கேஸரி அச்சுக்கூடம்
சென்னை

1936

Copyright Registered] [விலை அணா ஆறு

[முதற் பதிப்பு]

உ
கணபதி துணை

மகா வைத்தியநாதையர்

மகாமகோபாத்தியாய தாக்ஷிணாத்ய கலாநிதி
டாக்டர் உ. வே. சாமிநாதையர்
எழுதியது

கேஸரி அச்சுக்கூடம்
சென்னை
1936

Copyright Registered]   [விலை அணா ஆறு

உ

முகவுரை

அவ்வப்பொழுது நான் எழுதி வெளியிட்டுவந்த சங்கீத வித்துவான்க ளுடைய சரித்திரங்களில் இது மூன்றாவதாகும். மகா வைத்தியநாதையரோடு பல வருஷங்கள் நான் நெருங்கிப் பழகியிருக்கிறேன். அதனால் அறிந்த பல செய்திகள் இதன்கண் தொகுத்துக் காட்டப்பட்டுள்ளன. இது முதலில் 'கலைமகள்' என்ற பத்திரிகையில் வெளியிடப்பட்டது.

மகா வைத்தியநாதருடைய சரித்திரச் சுருக்கமொன்றை அவர் தமையனாராகிய ஸ்ரீ இராமஸ்வாமி ஐயர் 'மகா வைத்தியநாத விஜயஸங்கிரகம்' என்ற பெயரிட்டு வெளியிட்டிருக்கின்றார். தம்முடைய இளவலின் மீதுள்ள அளவற்ற அன்பினால் அவர் எழுதியிருக்கும் விஷயங்களிற் சில இக்காலத்தில் மிகைபோலத் தோற்றும். ஆயினும் அப் புஸ்தகத்திலிருந்து பல விஷயங்களை நான் அறிந்து கொண்டேன்.

மகா வைத்தியநாதருடைய தந்தையாரது முதற் பெயர் பஞ்சநதையரென்பது; துரைசாமி ஐயரென்றும் வழங்கப்பட்டார். இச்செய்தியை முதலிற் குறிக்க மறந்துவிட்டேன்.

சில வகைகளில் எனக்குக் குருவாகச் சொல்லத்தக்கவரும் சில விஷயங்களில் என்பால் மிக்க அன்பராக நினைக்கத்தக்கவருமாகிய மகா வைத்தியநாதையரைப் பற்றி என் ஞாபகத்திலேயே சுருண்டு கிடந்த இச்செய்திகளை இந்த உருவத்தில் வெளிப்படுத்தச் செய்த இறைவன் திருவருளைச் சிந்தித்து வந்திக்கின்றேன்.

இங்ஙனம்,
வே. சாமிநாதையர்

சென்னை
24-12-36

உ
கணபதி துணை

நல்லுரைக் கோவை
(முதற் பாகம்)

மகாமகோபாத்தியாய தாக்ஷிணாத்ய கலாநிதி
டாக்டர் உ.வே. சாமிநாதையர்
எழுதியது

கார்டியன் அச்சுக்கூடம்
சென்னை

1937

Copyright Registered]   [விலை 12 அணா

உ
கணபதிதுணை

நல்லுரைக் கோவை
[முதற்பாகம்]

மகாமகோபாத்தியாய தாக்ஷிணாத்யகலாநிதி
டாக்டர் உ. வே. சாமிநாதையர்
எழுதியது.

ஸ்ரீ

கார்டியன் அச்சுக்கூடம்
சென்னை
Copyright Registered] 1937 [விலை 12 அணா

உ

முகவுரை

அவ்வப்பொழுது பத்திரிகைகளில் நான் எழுதிவந்த வரலாறுகளையும், நூதனமாக எழுதியவற்றையும் தொகுத்து, 'நான் கண்டதும் கேட்டதும்,' 'புதியதும் பழையதும்' என்னும் இரண்டு புத்தகங்களாகச் சில மாதங்களுக்கு முன் வெளியிட்டேன். அவற்றைப் படித்த தமிழன்பர்கள் பலர், "இப்படியே நீங்கள் எழுதிய பிறவற்றையும் ஞாபகத்திலுள்ளவற்றையும் சேர்த்து வெளியிட வேண்டும்" என்று கூறி ஊக்கம் அளித்தார்கள். சில அன்பர்கள் அவற்றிற் சிலவற்றை ஆங்கிலத்திலும், ஹிந்தியிலும் மொழிபெயர்த்துப் பத்திரிகைகளில் வெளியிட்டனர். என்னுடைய பழைய ஞாபகங்கள் எனக்கு இன்பம் தருவது போலவே பிறருக்கும் இன்பந் தருவனவாகவுள்ளன வென்பதை யறிந்து இறைவன் திருவருளை வாழ்த்துகின்றேன்.

இதுவரை எழுதிவந்த வரலாறுகளில் மேலே குறிப்பிட்ட இரண்டு புத்தகங்களிலும் சேர்க்கப்படாதவற்றையும், அவ்வப்பொழுது எழுதிய கட்டுரைகளையும், செய்த பிரசங்கங்களையும் தொகுத்து "நல்லுரைக் கோவை" என்னும் பெயரோடு இப்போது வெளியிடத் தொடங்கினேன். அங்ஙனம் தொடங்கியவற்றில் இது முதற் பாகம். இதனுள் எட்டு விஷயங்கள் அடங்கியுள்ளன. "தருமம் தலைகாக்கும், அரியிலூர், பூண்டி அரங்கநாத முதலியார், அப்படிச் சொல்லலாமா?" என்பவை கலைமகளிலும், வன்றொண்ட ரென்பது இரங்கூன் தனவணிகன் பொங்கல் மலரிலும், ஆடல் பாடலென்பது ஆடல் பாடலென்னும் பத்திரிகையின் முதல் ஆண்டு மலரிலும், பொன்காத்த கிழவி யென்பது ஆனந்தவிகடன் தீபாவளி மலரிலும் வெளிவந்தவை. பண்டைக் காலத்துப் பள்ளிக்கூடங்க ளென்பது புரசபாக்கம் ஸர். எம். ஸி. டி. முத்தைய செட்டியா ரவர்கள் உயர்தரப் பள்ளிக்கூடத்திற் செய்த பிரசங்கம்.

இப்புத்தகத்தைப் பதிப்பிப்பதற்கு ஊக்கமுண்டாக்கிய அன்பர்களுக்கும், பத்திரிகாசிரியர்களுக்கும், இதன் பதிப்பிற் பலவகையான உதவி செய்தவர்களுக்கும் என் நன்றி உரியதாகும்.

இந்நூலின் பிற பாகங்கள் தொடர்ந்து வெளிவரும்.

இங்ஙனம்,
வே. சாமிநாதையர்

சென்னை
12-2-1937

உ
கணபதி துணை

நல்லுரைக் கோவை
(முதற் பாகம்)

மகாமகோபாத்தியாய தாக்ஷிணாத்ய கலாநிதி
டாக்டர் உ.வே. சாமிநாதையர்
எழுதியது

[இரண்டாம் பதிப்பு]

கேசரி அச்சுக்கூடம்
சென்னை

1941

Copyright Registered] [விலை 12 அணா

உ
கணபதி துணை

நல்லுரைக் கோவை

[முதற்பாகம்]

மகாமகோபாத்தியாய தாக்ஷிணாத்யகலாநிதி
டாக்டர் உ. வே. சாமிநாதையர்
எழுதியது.

[இரண்டாம் பதிப்பு]

கேசரி அச்சுக்கூடம்
சென்னை

Copyright Registered]   1941   [விலை **12** அணா

முகவுரை

அவ்வப்பொழுது பத்திரிகைகளில் நான் எழுதிவந்த வரலாறுகளையும், நூதனமாக எழுதியவற்றையும் தொகுத்து, 'நான் கண்டதும் கேட்டதும், 'புதியதும் பழையதும்' என்னும் இரண்டு புத்தகங்களாகச் சில மாதங்களுக்கு முன் வெளியிட்டேன். அவற்றைப் படித்த தமிழன்பர்கள் பலர், "இப்படியே நீங்கள் எழுதிய பிறவற்றையும் ஞாபகத்தி லுள்ளவற்றையும் சேர்த்து வெளியிட வேண்டும்" என்று கூறி ஊக்கம் அளித்தார்கள். சில அன்பர்கள் அவற்றிற் சிலவற்றை ஆங்கிலத்திலும், ஹிந்தியிலும் மொழிபெயர்த்துப் பத்திரிகைகளில் வெளியிட்டனர். என்னுடைய பழைய ஞாபகங்கள் எனக்கு இன்பம் தருவது போலவே பிறருக்கும் இன்பந் தருவனவாக வுள்ளன வென்பதை யறிந்து இறைவன் திருவருளை வாழ்த்துகின்றேன்.

நான் எழுதிவந்த வரலாறுகளில் மேலே குறிப்பிட்ட இரண்டு புத்தகங்களிலும் சேர்க்கப்படாதவற்றையும், அவ்வப்போது எழுதிய கட்டுரைகளையும், செய்த பிரசங்கங்களையும் தொகுத்து "நல்லுரைக் கோவை" என்னும் பெயரோடு நான்கு பாகங்களாகத் தொடங்கினேன். அவற்றுள் இது முதற்பாகம். இதன் முதற் பதிப்பு 12-2-37ல் வெளியாகியது.

இதனுள் எட்டு விஷயங்கள் அடங்கியுள்ளன. "தருமம் தலைகாக்கும், அரியிலூர், பூண்டி அரங்கநாத முதலியார், அப்படிச் சொல்லலாமா?" என்பவை கலைமகளிலும், வன்றொண்டரென்பது இரங்கூன் தனவணிகன் பொங்கல் மலரிலும், ஆடல் பாடலென்பது ஆடல் பாடலென்னும் பத்திரிகையின் முதல் ஆண்டு மலரிலும், பொன்காத்த கிழவி யென்பது ஆனந்தவிகடன் தீபாவளி மலரிலும் வெளிவந்தவை. பண்டைக்காலத்துப் பள்ளிக்கூடங்க ளென்பது புரசபாக்கம் ஸர். எம். ஸி. டி. முத்தைய செட்டியா ரவர்கள் உயர்தரப் பள்ளிக்கூடத்திற் செய்த பிரசங்கம்.

இப்புத்தகத்தைப் பதிப்பிப்பதற்கு ஊக்கமுண்டாக்கிய அன்பர்களுக்கும், பத்திரிகாசிரியர்களுக்கும், இதன் பதிப்பிற்குப் பலவகையான உதவி செய்தவர்களுக்கும் என் நன்றியைச் செலுத்துகின்றேன்.

இங்ஙனம்,
வே. சாமிநாதையர்

"தியாகராச விலாஸம்"
திருவேட்டீசுவரன் பேட்டை
சென்னை, 15-2-'41

உ
கணபதி துணை

நல்லுரைக் கோவை
(இரண்டாம் பாகம்)

மகாமகோபாத்தியாய தாக்ஷிணாத்ய கலாநிதி
டாக்டர் உ.வே. சாமிநாதையர்
எழுதியது

கார்டியன் அச்சுக்கூடம்
சென்னை

1937

Copyright Registered] [விலை 12 அணா

[முதற் பதிப்பு]

உ

கணபதி துணை

நல்லுரைக் கோவை

(இரண்டாம் பாகம்)

மகாமகோபாத்தியாய தாக்ஷிணாத்யகலாநிதி

டாக்டர் உ. வே. சாமிநாதையர்

எழுதியது

கார்டியன் அச்சுக்கூடம்

சென்னை

Copyright Registered]

 1937 [விலை **12** அணா

உ

முகவுரை

சிலகாலமாக நான் பத்திரிகைகளுக்கு எழுதிவரும் கட்டுரைகளையும், செய்த உபந்யாசங்களையும், கேள்வியால் அறிந்தவற்றையும் தொகுத்துப் புத்தகமாக வெளியிட்டு வருவதைத் தமிழன்பர்கள் அறிந்திருக்கலாம். அவ்வகை வெளியீடுகளுள் 'நல்லுரைக் கோவை'யின் இரண்டாம் பாகமாகிய இதில் பதினான்கு விஷயங்கள் அடங்கியுள்ளன. இவற்றுள் என்னுடைய தமிழாராய்ச்சியினால் அறிந்த செய்திகளும் பல பெரியோர் வாயிலாகக் கேட்ட பல அரிய சரித்திரப் பகுதிகளும் காணப்படும். ஆராய்ச்சி, சரித்திரம், சிறுவரலாறு முதலிய பலவகை விஷயங்களும் சில பயன் கருதி இதில் விரவத் தொகுக்கப்பட்டுள்ளன.

இதிற் கண்டவற்றுள் தமிழ்நாட்டு வணிகர், தொண்டைமான் சத்திரம் என்பவை தனவணிகன் பொங்கல் மலரிலும், பெரிய வைத்தியநாதைய ரென்பது தினமணி ஆண்டு மலரிலும், இராவுத்த ரென்பது தாருல் இஸ்லாம் ஆண்டு மலரிலும், குமரகுருபர ரென்பது சுதேசமித்திரனிலும், முத்துசாமி ஐயர் பழமை பாராட்டிய தென்பது ஜயபாரதி ஆண்டு மலரிலும், ராஜ வைத்திய மென்பது ஆனந்த விகடனிலும் வெளிவந்தவை. தமிழ் வளர்ச்சி யென்பது தமிழன்பர் மகாநாட்டிற் செய்த வரவேற்புப் பிரசங்கம். மற்றவை கலைமகளில் வெளிவந்தவை. இவற்றில் இப்போது அங்கங்கே சில சிறு மாறுதல்கள் செய்யப்பட்டிருக்கின்றன.

இதற்குமுன் வெளிவந்த வசன புத்தகங்களைத் தமிழ்நாட்டார் ஆதரித்து வருவதுபோலவே இதனையும் ஆதரிப்பார்க ளென்று நம்புகிறேன்.

இங்ஙனம்,
வே. சாமிநாதையர்

"தியாகராஜ விலாஸம்"
திருவேட்டீசுவரன் பேட்டை
சென்னை, 20-7-37

உ
கணபதி துணை

நல்லுரைக் கோவை
(மூன்றாம் பாகம்)

மகாமகோபாத்தியாய தாக்ஷிணாத்ய கலாநிதி
டாக்டர் உ.வே. சாமிநாதையர்
எழுதியது

கார்டியன் அச்சுக்கூடம்
சென்னை

1938

Copyright Registered] [*விலை 12 அணா*

[முதற் பதிப்பு]

உ
கணபதி துணை

நல்லுரைக் கோவை

[மூன்றாம் பாகம்]

மகாமகோபாத்தியாய தாக்ஷிணாத்ய கலாநிதி
டாக்டர் உ. வே. சாமிநாதையர்
எழுதியது.

கார்டியன் அச்சுக்கூடம்
சென்னை
Copyright Registered]   1938   [விலை **12** அணா

முகவுரை

நல்லுரைக் கோவையின் மூன்றாம் பாகமாகிய இதில், முன்னரே வெளிவந்த இரண்டு பாகங்களைப் போலவே கலைகள், சரித்திரம், பழைய வரலாறுகள் சம்பந்தமான பதினைந்து கட்டுரைகள் விரவத் தொகுக்கப்பட்டுள்ளன. அவற்றுள் திவான் ஸர். ஏ. சேஷையா சாஸ்திரியார், கச்சியப்பனை யுதைத்த கால் என்னும் இரண்டும் சுதேசமித்திரன் விஜயதசமி மலர்களிலும், மூப்பனார் தேசத்து ராஜா வென்பது ஜயபாரதி வாரப் பத்திரிகையிலும், அபசாரத்திற்கு உபசார மென்பது ஜோதியிலும், பெண்கள் கடமையென்பது சாரதா ஸ்திரீகள் சங்க மலரிலும், ஒரு குமரன் என்பது ஆனந்த விகடன் தீபாவளி மலரிலும் வெளிவந்தவை. 'பண்டைத்தமிழர் இசையும் இசைக் கருவிகளும்' என்பது கோடைக் காலச் சங்கீதப் பள்ளிக் கூடத்திலும், 'இந்திய இலக்கியக் கழகம்' என்பது பாரதீய ஸாஹித்ய பரிஷத்திலும் செய்த உபந்யாஸங்கள். ஏனையவை கலைமகளில் வெளிவந்தவை.

வசன நூல்களிலும் பழைய வரலாறுகளிலும் தமிழ் மக்களுக்கு இப்பொழுது விருப்பம் அதிகமாகிக்கொண்டு வருகின்றது. இதனை யறிந்த அன்பர்கள் சிலர் வற்புறுத்தியபடி இத்தகைய வசனத் தொகுதிகள் வெளியிடப்படுகின்றன. தமிழ்நாட்டாருடைய ஆதரவு இவற்றிற்குக் கிடைக்கு மென்பதே எனது நம்பிக்கை.

இங்ஙனம்,
வே. சாமிநாதையர்

"தியாகராஜ விலாஸம்"
திருவேட்டீசுவரன் பேட்டை
1-4-38

உ
கணபதி துணை

நல்லுரைக் கோவை
(நாலாம் பாகம்)

மகாமகோபாத்தியாய தாக்ஷிணாத்ய கலாநிதி
டாக்டர் உ.வே. சாமிநாதையர்
எழுதியது

கார்டியன் அச்சுக்கூடம்
சென்னை

1939

Copyright Registered]   [விலை அணா 12

[முதற் பதிப்பு]

உ
கணபதி துணை

நல்லுரைக் கோவை
[நாலாம் பாகம்]

மகாமகோபாத்தியாய தாக்ஷிணாத்ய கலாநிதி
டாக்டர் உ. வே. சாமிநாதையர்
எழுதியது.

கார்டியன் அச்சுக்கூடம்
சென்னை

Copyright Registered]   1939   [விலை அணா 12

முகவுரை

நல்லுரைக் கோவையின் நாலாம் பாகமாகிய இது முன் வெளியிடப் பெற்றவற்றைப் போலவே கட்டுரைகளும் சிறு வரலாறுகளும் அடங்கிய தொகுதியாகும். வசன நடையிலுள்ள புத்தகங்களைப் படிப்பதில் தமிழ் நாட்டாருக்குள்ள விருப்பத்தை அறிந்து இவற்றை வெளியிடலானேன். அவ்வப்போது பல அன்பர்கள் இவ்வெளியீடுகளைப் பாராட்டிக் கூறும் வார்த்தைகளும் எழுதிவரும் கடிதங்களும் எனக்கு ஊக்கத்தை விளைவிக்கின்றன.

இத்தொகுதியிலுள்ள 20 விஷயங்களில் பண்டைத் தமிழரென்பது மன்னார்குடிக் கௌமார குருகுலத்தில் செய்த பிரசங்கம்; யானையின் கண்ணீரென்பது அய்மென் ஷண்முகானந்த சங்கத்தார் வெளியிட்ட திங்கள் மலரிலும், சிவசிதம்பர மென்பது ஒரு பாடபுத்தகத்திலும், அபூர்வ தண்டனை யென்பது தாருல் இஸ்லாம் ஆண்டு மலரிலும், வித்துவான் தியாகராச செட்டியா ரென்பது கரந்தைக் கட்டுரையிலும், பொறாமைத் தீ யென்பது சுதேசமித்திரன் 1938ஆம் வருஷம் விஜயதசமி மலரிலும், கும்மாய மென்பது தினமணி (1937) வருஷ மலரிலும், திருடனைப் பிடித்த விநோத மென்பது ஆனந்த விகடன் (1938) தீபாவளி மலரிலும் வெளிவந்தவை. ஏனையவை கலைமகளில் வெளியானவை.

வழக்கம் போலவே தமிழ் நாட்டார் இவ்வெளியீட்டை ஆதரித்து உதவுவார்க ளென்று நம்புகிறேன்.

இங்ஙனம்,
வே. சாமிநாதையர்

"தியாகராஜ விலாஸம்"
திருவேட்டீசுவரன் பேட்டை
24-4-39

உ
கணபதி துணை

நினைவு மஞ்சரி
(முதற் பாகம்)

மகாமகோபாத்தியாய தாக்ஷிணாத்ய கலாநிதி
டாக்டர் உ.வே. சாமிநாதையர்
எழுதியது

கேசரி அச்சுக்கூடம்
சென்னை

1940

Copyright Registered]   [விலை ரூபா ஒன்று

[முதற் பதிப்பு]

உ

கணபதி துணை

நினைவு மஞ்சரி

(முதற் பாகம்)

மகாமகோபாத்தியாய தாக்ஷிணாத்ய கலாநிதி

டாக்டர் உ. வே. சாமிநாதையர்

எழுதியது.

கேசரி அச்சுக்கூடம்,

சென்னை.

Copyright Registered]

 1940 [விலை ரூபா ஒன்று

முகவுரை

காலத்திற்கும் நாகரிகத்துக்கும் பழக்க வழக்கங்களுக்கும் ஏற்றபடி ஜனங்களுடைய கருத்துக்களும் விருப்பங்களும் மாறிவருகின்றன. செய்யுள் நூல்களே எங்கும் பரவி வசனநடை நூல்கள் அருகி வழங்கிய காலம் ஒன்று. இப்பொழுது செய்யுள் நூல்கள் குறைந்தும் வசன நூல்கள் அதிகமாகவும் வழங்கி வருகின்றன. காரணம் செய்யுளைக் காட்டிலும் வசன மூலமாக ஜனங்கள் விஷயங்களை மிகவும் சுலபமாகத் தெரிந்துகொள்ள இயல்வதுதான்.

ஆண்டுதோறும் நூற்றுக்கணக்கான வசன நூல்கள் பல துறைகளிலும் இயற்றப்பெற்று வெளியாகிவருகின்றன. என் இளமைமுதல் என் ஞாபகம் முழுவதும் செய்யுள் நூல்களிலேயே ஊன்றியிருந்தமையால் வசன நூல்களில் என் கருத்து அதிகமாகச் செல்லவில்லை. ஆயினும் சில வருஷங்களாகப் பல பத்திரிகைக்காரர்கள் தூண்டவே என் அனுபவத்தில் கண்ட விஷயங்களையும் நான் அவ்வப்போது தெரிந்து கொண்டவற்றையும் என் ஞாபகத்தி லுள்ளவற்றையும் கட்டுரைகளாக எழுதிவரத் தொடங்கினேன். அவற்றைப் படித்த அன்பர்கள் மிகவும் பாராட்டிக் கடிதமெழுதினார்கள். அதனால் மேலும் மேலும் எழுத எனக்கு ஊக்கமுண்டாயிற்று. வசன நூல்களை ஜனங்கள் மிக்க ஆவலுடன் படிக்கிறார்க ளென்பதையும் அறிந்துகொண்டேன். அதனால் நான் அவ்வப்பொழுது எழுதிவந்த கட்டுரைகளை யெல்லாம் சிதறிப் போகாம லிருப்பதற்காகத் தொகுத்து 'நான் கண்டதும் கேட்டதும்', 'புதியதும் பழையதும்', 'நல்லுரைக் கோவை' என்ற பெயர்களையமைத்துத் தனிப் புத்தகங்களாக வெளியிட்டேன். "நினைவு மஞ்சரி" என்ற இத்தொகுதியும் அவற்றைப் போன்ற ஒன்றாகும். இதில் 24 விஷயங்கள் அடங்கியுள்ளன. அவற்றுள் மணிமேகலையும் மும்மணியுமென்பது தினமணி வருஷமலரிலும், ஆவலும் அதிர்ஷ்டமும், கிர்ர்ரனி என்பவை ஹநுமான் ஆண்டு மலர்களிலும், பெற்ற மனம் என்பது மணிக்கொடியிலும், பெரிய திருக்குன்றம் சுப்பராமைய ரென்பது சில்பஸ்ரீயிலும், தாய்நாடு என்பது ஆனந்த போதினி வெள்ளி விழா மலரிலும் வெளிவந்தவை; ஏனையவை கலைமகளில் வெளிவந்தவை.

தமிழ்நாட்டார் இவ்வெளியீட்டையும் ஆதரித்து உதவுவார்களென்று நம்புகிறேன்.

இங்ஙனம்,
வே. சாமிநாதையர்

"தியாகராஜ விலாஸம்"
திருவேட்டீசுவரன் பேட்டை
15-8-1940

Reprint from Kalaimagal

உ
கணபதி துணை

திருநீலகண்ட நாயனார் சரித்திரம்

பதிப்பாசிரியர்:
மகாமகோபாத்தியாய தாக்ஷிணாத்திய கலாநிதி
டாக்டர் உ.வே. சாமிநாதையர்

[1941]

Reprint from Kalaimagal

சாமிநாதம்

உ

முகவுரை

ஸ்ரீ கோபாலகிருஷ்ண பாரதியார் இயற்றிய திருநீலகண்ட நாயனார் சரித்திரக் கீர்த்தனைகளையும் இயற்பகை நாயனார் சரித்திரக் கீர்த்தனைகளையும் வெளியிட வேண்டுமென்று 'கலைமகள்' அதிபர் ஸ்ரீமான் ரா. நாராயணசாமி ஐயரவர்களும் சென்னை ஸங்கீத வித்வத் ஸபையினரும் என்னைத் தூண்டினார்கள். ஸ்ரீமான் ராவ்பகதூர் கே.வி. கிருஷ்ணசாமி ஐயரவர்கள் எப்படியாவது இவை அச்சில் வெளிவர வேண்டுமென்று பலமுறை வற்புறுத்தினார்கள். இந்த இரண்டு சரித்திரக் கீர்த்தனைகளிற் கிடைத்தவற்றையும் வேறு சில கீர்த்தனைகளையும் தம்முடைய பெரிய தகப்பனார் நல்லமாங்குடி கணேசய்யர் ஒரு குறிப்புப் புஸ்தகத்தில் எழுதி வைத்திருப்பதாகத் தெரிவித்து அப் புஸ்தகத்திலுள்ள பாட்டுக்களை பிரதி செய்து கொள்ளும்படி அனுப்பி உதவியவர் இப்போது பங்களூர் நகரத்தின்கண் கவிபுரத்திலிருக்கும் ஸ்ரீமான் B. மீனாட்சி சுந்தரைய ராவர். என் வேண்டுகோளுக் கிணங்கி சென்னை ஸங்கீத வித்வ ஸபையார் இயற்பகை நாயனார் சரித்திரக் கீர்த்தனங்களிற் சிலவற்றைத் திருப்பழனம் பஞ்சாபகேச சாஸ்த்திரிகள் குமாரராகிய ஸ்ரீமான் தி.ப. கல்யாணராம சாஸ்த்திரியாரிடமிருந்து வருவித்துக் கொடுத்தனர். இவ்வெல்லோரிடத்தும் நான் மிக்க நன்றி பாராட்டுகின்றேன்.

பகுதி - III
பின்னிணைப்பு

அவ்வளவில் அந்த ஏழு கடல்களையும்
கண்டு தடாதகைப்பிராட்டியார்
சுந்தரபாண்டியனைத்
தழுவினர். ... நோக்கி அவர்,
"உன் மாதாவின்
ஆசைதீரும்படி ஏழுகடலில் நீராடி
வருவாயாக" என்றனர். கே
ட்ட தேவியார் மகிழ்ந்து விரைந்து
சென்று தாயையடைந்து, "அன்னே, நீ ஏழு
கடலாடுதற்கு நினைந்தாய்; என்
மருகனுடைய கட்டளையால் ஏழு
கடல்களும் வந்தன; அவற்றில்
ஆடுவாயாக" என்றனள்; கேட்ட
காஞ்சனமாலை, "கருணைக்கடலா
கிய சிவபெருமானைக் கணவராகப்
பெற்ற செல்வி, கணவனோடாவது,
மகனோடாவது, பசுக்கன்றினோ
டாவது மகளிர் கடலில் ஆடவேண்டும்;
தனியே சென்று
ஆடுதல் விதியன்றென்பர் பெரி
யோர்; அஃது உனக்குத் தெரி
யாததன்றே" என்றுள். கேட்ட
தடாதகை தாயின்வார்த்தை

வே. சாமிநாதையர்

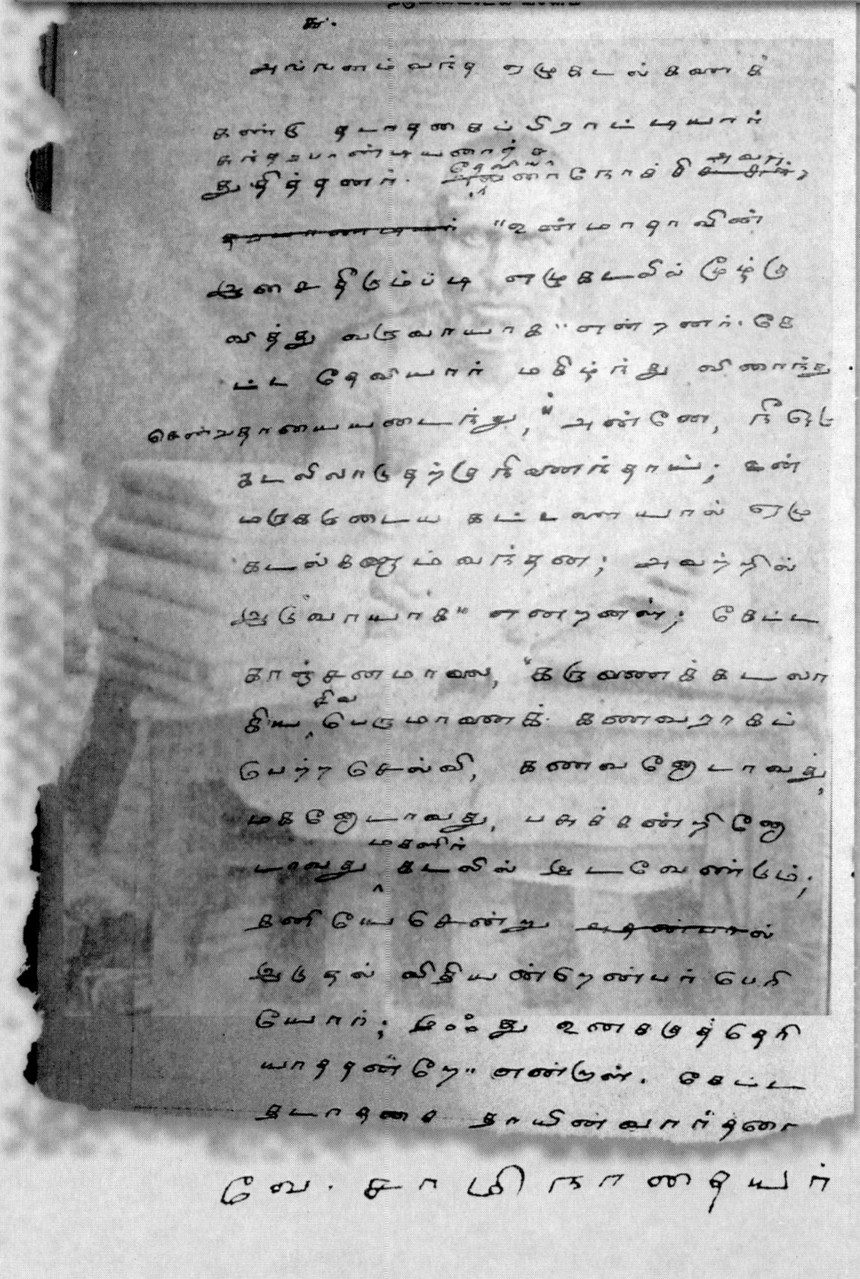

அ. மறைவுக்குப் பின் வெளிவந்தவை

1	நினைவு மஞ்சரி (பாகம்-2)	1095 - 1098
2.	வித்துவான் தியாகராச செட்டியார்	1099 - 1102
3.	திருநீலகண்ட நாயனார் சரித்திரமும் இயற்பகை நாயனார் சரித்திரமும்	1103 - 1105
4.	செவ்வைச் சூடுவார் பாகவதம் (பாகம் 1, 2)	1107 - 1117
5.	என் சரித்திரம்	1119 - 1124
6.	கயற்கண்ணி மாலை	1125 - 1134
7.	துறைசை மாசிலாமணி ஈசர் அந்தாதி	1135 - 1141

ஆ. தொகுப்பு நூலில் இடம்பெற்றவை

8.	நீலி இரட்டை மணி மாலை	1143 - 1145
9.	கும்பேசர் வெண்பா அந்தாதி	1146 - 1147

இ. பாட நூலுக்கு எழுதிய முகவுரை

B.A. Examination of 1896 : Silappadhikaram   1149 - 1153

ஈ. பிறர் நூல்களுக்கு எழுதிய முகவுரை   1155 - 1174

•

பல்வேறு நிலைகளில் உதவியோர்	1175 - 1182
முதல் பதிப்பு வெளியீட்டு விவரம்	1183 - 1186
நூல் பட்டியல்	1187 - 1191
வாழ்க்கைக் குறிப்பு	1193 - 1198

அ. மறைவுக்குப் பின் வெளிவந்தவை

உ
கணபதி துணை

நினைவு மஞ்சரி

(இரண்டாம் பாகம்)

மகாமகோபாத்தியாய தாக்ஷிணாத்ய கலாநிதி

டாக்டர் உ.வே. சாமிநாதையர்

எழுதியது

இது

ஷை ஐயரவர்கள் குமாரர்

எஸ். கலியாணசுந்தர ஐயரால்

பதிப்பிக்கப்பெற்றது.

கபீர் அச்சுக்கூடம், திருவல்லிக்கேணி, சென்னை.

1942

Copyright Registered]

[விலை ரூ. 1—4—0

உ

கணபதி துணை

நினைவு மஞ்சரி

(இரண்டாம் பாகம்)

மகாமகோபாத்தியாய தாக்ஷிணாத்ய கலாநிதி

டாக்டர் உ. வே. சாமிநாதையரவர்கள்

எழுதியது.

இது

ஷை ஐயரவர்கள் குமாரர்

எஸ். கலியாணசுந்தர ஐயரால்

பதிப்பிக்கப்பெற்றது.

கபீர் அச்சுக்கூடம், திருவல்லிக்கேணி, சென்னை.

Copyright Registered]

 1942 [விலை ரூ. 1—4—0

உ

முகவுரை

என்னுடைய தந்தையாராகிய மகாமகோபாத்தியாய டாக்டர் ஐயரவர்கள் பழந்தமிழிலக்கியங்களைத் தேடி ஆராய்ந்து வெளியிடும் பணியையே தம்முடைய வாழ்க்கை நோக்கமாகக் கொண்டிருந்தமையை அன்பர்கள் அறிவார்கள்.

மணிமேகலைப் பதிப்புக்கு அங்கமாக மணிமேகலைக் கதைச் சுருக்கத்தையும், புத்த சரித்திரத்தையும் எழுதிச் சேர்த்தார்கள். அவ்வாறே பெருங்கதைக்கு அங்கமாக உதயணன் கதைச் சுருக்கம் சேர்க்கப்பெற்றது. அப்பால், தனியே ஸ்ரீ மீனாட்சிசுந்தரம் பிள்ளை யவர்கள் சரித்திரத்தை விரிவாக எழுதி வெளிப்படுத்தினார்கள்.

மயிலாப்பூரில் 'கலைமகள்' என்னும் பத்திரிகை தொடங்கியது முதல் ஐயரவர்கள் தனியே கட்டுரைகள் எழுதும் தொண்டில் ஈடுபட்டார்கள். அப்பத்திரிகையில் வெளியானவற்றைத் தமிழ் நாட்டார் படித்து இன்புற்றுப் பாராட்டலானார்கள். வேறு பத்திரிகை யாசிரியர்கள் தங்கள் தங்கள் பத்திரிகைகளின் ஆண்டு மலர்களுக்கும், பல சபைகள், சங்கங்கள் இவற்றின் தலைவர்கள் தங்கள் விசேஷ வெளியீடுகளுக்கும் எழுதும்படி கேட்கவே ஐயரவர்கள் அங்ஙனமே எழுதி வந்தார்கள்.

இவ்வாறு பல பத்திரிகைகளின் ஆசிரியர்களின் தூண்டுதலும் தமிழன்பர்களுடைய பாராட்டுக்களும் ஐயரவர்களுடைய ஞாபகத்திலிருந்த பல செய்திகள் கட்டுரைகளாக மலர்வதற்குக் காரணங்களாயின. பாடப்புத்தகங்கள் வெளியிடுபவர்கள் ஐயரவர்களுடைய கட்டுரைகளைத் தங்கள் புத்தகங்களில் சேர்த்துப் பயன்படுத்தலாயினர்.

அன்பர்கள் பலரின் வேண்டுகோளின்படி ஐயரவர்கள் பத்திரிகைகளில் வெளியிட்டுவந்த கட்டுரைகளைத் தொகுத்து "நான் கண்டதும் கேட்டதும்", "புதியதும் பழையதும்", "நல்லுரைக் கோவை" முதலிய தனிப் புத்தகங்களாக வெளியிட்டார்கள். அங்ஙனம் அமைந்த தொகுதிகளில் இது நினைவு மஞ்சரி என்ற வரிசையில் இரண்டாம் பாகமாகும். இதில் ஐயரவர்கள் எழுதியனவும் செய்த பிரசங்கங்களுமாக இருபத்தைந்து கட்டுரைகள் உள்ளன. புத்தக வடிவத்தில் அமையக்கூடிய இன்னும் பல கட்டுரைகள் உள்ளன. காகிதம் கிடைப்பது அருமையாகவுள்ள இக்காலத்தில் அவை அனைத்தையும் தொகுத்து வெளியிட இயலவில்லை. நல்ல நிலைமை அமையும்போது அவை வெளியாகும்.

இந்த வசனத் தொகுதிகளிலுள்ள கட்டுரைகள் எழுதுவதற்கு முக்கியமான காரணமாயிருந்த 'கலைமகள்' முதலிய பத்திரிகைகளின் ஆசிரியர்கள் முதலியோருடைய அன்பு மிகவும் பாராட்டுதற்குரியது.

இதிற் சேர்த்தற்குரிய படங்களை உதவிய அன்பர்களுக்கு என் நன்றியைச் செலுத்துகின்றேன்.

இங்ஙனம்,
S. கலியாணசுந்தர ஐயர்

திருவேட்டீசுவரன் பேட்டை
20-11-42

உ
கணபதி துணை

வித்துவான் தியாகராச செட்டியார்

மகாமகோபாத்தியாய தாக்ஷிணாத்யகலாநிதி

டாக்டர் உ.வே. சாமிநாதையர் அவர்கள்

எழுதியது

இது

ஷை ஐயரவர்கள் குமாரர்

S. கலியாண சுந்தரையரால்

மதராஸ் லா ஜர்னல் அச்சுக்கூடத்திற்
பதிப்பிக்கப்பெற்றது.

1942

Copyright Registered]

[விலை ரூ.1-8-0

உ
கணபதி துணை

வித்துவான் தியாகராச செட்டியார்

மகாமகோபாத்தியாய தாக்ஷிணாத்யகலாநிதி

டாக்டர் உ. வே. சாமிநாதையர் அவர்கள்

எழுதியது

இது
ஷை ஐயரவர்கள் குமாரர்
S. கலியாண சுந்தரையரால்

மதராஸ் லா ஜர்னல் அச்சுக்கூடத்திற்
பதிப்பிக்கப்பெற்றது

Copyright Registered.]

 1942 [விலை ரூ. **2/-**

முகவுரை

கலைமகளென்னும் பத்திரிகையின் தொடக்கத்திலிருந்து மாதந்தோறும் என் தந்தையாரான மகாமகோபாத்தியாய டாக்டர் ஐயரவர்கள் முதற் கட்டுரையை எழுதிவந்தார்கள். அவர்கள் சொந்த அனுபவத்தாலும் கேள்வியாலும் பழக்கத்தாலும் அறிந்த பல அரிய செய்திகளையும், நன்னீதியைப் புகட்டும் சிறந்த நிகழ்ச்சிகளையும், புலவர்கள் மேதாவிகள் பெருந்தகையாளர்கள் உபகாரிகள் இவர்களுடைய வாழ்க்கைச் சிறப்பியல்களையும் தெரிவிப்பனவாக அமைந்தன அக்கட்டுரைகள். இதுவரையில் வெளிவாராத சில தமிழ் நூல்களையும் குறிப்புரையுடன் இப்பத்திரிகையின் அனுபந்தமாக வெளியிட்டு வந்தார்கள். பிரபல சங்கீத வித்வான்களாக விளங்கிய கனம் கிருஷ்ணையர், கோபாலகிருஷ்ண பாரதியார், மகா வைத்தியநாதையர் இவர்களுடைய சரித்திரங்கள் பகுதிபகுதியாக அவ்வப்போது பத்திரிகையில் எழுதப் பெற்று வந்து இப்போது தனிப் புத்தகங்களாக நிலவுகின்றன.

தமிழ் உலகில் பிள்ளை யவர்களென்றால் மகாவித்துவான் ஸ்ரீ மீனாட்சிசுந்தரம் பிள்ளையவர்களைத் தெரிந்து கொள்வது போலவே செட்டியா ரவர்களென்றால் இன்னா ரென்று சுலபமாகத் தெரிந்து கொள்ளக்கூடிய பெருமை வாய்ந்த ஸ்ரீமான் தியாகராச செட்டியா ரவர்களுடைய ஜீவிய சரித்திரத்தை ஐயரவர்கள் கலைமகளில் விக்கிரம ௵ மாசி மாதம் முதல் தொடர்ச்சியாக எழுதிவந்தார்கள். இந்த வருஷம் கார்த்திகை இதழில் சரித்திரம் பூர்த்தியாயிற்று. படிப்பவர்கள் படித்து இன்புறும்படி ஒரு தனிப்புத்தகமாக இப்போது இது வெளியிடப்பட்டுள்ளது.

நன்மாணாக்கர், நல்லாசிரியர், நற்கவிஞர் என்னும் முத்திறத்திலும் செட்டியா ரவர்கள் ஒப்புயர்வற்று விளங்கினார்கள். நல்லாசிரியரையடுத்து முறையாகப் பாடங்கேட்டுச் சிறப்புற்றவர் அவர்; பிள்ளை யவர்களிடம் படித்த அவர் கும்பகோணம் காலேஜில் தாம் வகித்துவந்த தமிழ்ப் பண்டிதர் வேலையை என் தந்தையாருக்குச் செய்வித்து எங்கள் குடும்பத்தை நிலைநாட்டிய மகோபகாரியாவர். அவருடைய கபடமில்லா இயற்கையும், அறிவாற்றலும், அஞ்சா நெஞ்சும், குருபக்தியும், பரோபகார சிந்தையும் இன்னோரன்ன சிறப்பியல்புகளும் இச்சரித்திரத்தால் நன்கு விளங்கும்.

அவருடைய சில சிறந்த பாடல்கள் இதில் இடையிடையே ஆங்காங்குச் சேர்க்கப்பெற்றுள்ளன.

செட்டியா ரவர்களுடைய கல்வி யாற்றல் முதலியவற்றைப் பற்றி எடுத்துரைக்க எனக்குச் சிறிதும் தகுதியில்லை. அவருடைய சரித்திரத்திற் சில பகுதிகளை ஸ்ரீ மீனாட்சிசுந்தரம் பிள்ளை யவர்கள் சரித்திரத்திலும் காணலாம்.

இச்சரித்திரத்தைத் தமது பத்திரிகையில் வெளியிடச் செய்ததோடு தனிப் புத்தகமாகவும் அமைத்துக் கொடுத்தவரும் என் தந்தையாரிடம் அன்பு பாராட்டி வந்தது போலவே என்னிடமும் அன்பு காட்டி வருபவருமாகிய கலைமகள் அதிபர் ஸ்ரீமான் ரா. நாராயணசாமி ஐயரவர்களுக்கு என் மனமார்ந்த நன்றியைச் செலுத்துகின்றேன்.

இங்ஙனம்,
S. கலியாணசுந்தர ஐயர்

திருவேட்டீசுவரன் பேட்டை
20-12-42

உ

ஸ்ரீ கோபாலகிருஷ்ண பாரதியார்
இயற்றிய
திருநீலகண்ட நாயனார் சரித்திரமும்
இயற்பகை நாயனார் சரித்திரமும்

இவை
மகாமகோபாத்தியாய
டாக்டர் உ.வே. சாமிநாதையர்
எழுதிய சரித்திரத் தொடர்ச்சி, குறிப்புக்கள்
முதலியவற்றுடன்

மதராஸ் லா ஜர்னல் அச்சுக்கூடத்திற்
பதிப்பிக்கப்பெற்றன.

1944

Copyright Registered] [விலை ரூ.1

உ

ஸ்ரீ கோபாலகிருஷ்ண பாரதியார்

இயற்றிய

திருநீலகண்ட நாயனார் சரித்திரமும் இயற்பகை நாயனார் சரித்திரமும்

இவை

மகாமகோபாத்தியாய

டாக்டர் உ. வே. சாமிநாதையரவர்கள்

எழுதிய சரித்திரத் தொடர்ச்சி, குறிப்புக்கள்
முதலியவற்றுடன்

மதராஸ் லா ஜர்னல் அச்சுக்கூடத்திற்
பதிப்பிக்கப்பெற்றன.

Copyright Registered

1944 [விலை ரூ. 1/-

உ
கணபதி துணை

முகவுரை

என் தந்தையாராகிய மகாமகோபாத்தியாய டாக்டர் ஐயரவர்கள் அவ்வப்போது 'கலைமகளி'ல் கோபாலகிருஷ்ண பாரதியார் சரித்திரத்தை எழுதிவந்து பின்பு சில கீர்த்தனங்களுடனும், திருநீலகண்ட நாயனார் சரித்திரம், இயற்பகை நாயனார் சரித்திரம் இவற்றின் பகுதிகளுடனும், 1936இல் தனிப்புத்தகமாக வெளியிட்டிருப்பது அன்பர்களுக்குத் தெரிந்திருக்கலாம்.

திருநீலகண்ட நாயனார் சரித்திரம், இயற்பகை நாயனார் சரித்திரம் இந்த இரண்டையும் கலைமகளிலேயே அப்பால் பிரசுரித்து வந்தார்கள். இவை சம்பந்தமாக ஐயரவர்கள் எழுதியுள்ள குறிப்பை, இப்புத்தகம் 70ஆம் பக்கத்திற் பார்க்கலாம்.

முன் போலவே இப்போதும் 'கலைமகள்' அதிபராகிய ஸ்ரீமான் ரா. நாராயண ஸ்வாமி ஐயரவர்கள் இவற்றை ஒரு தனிப்புத்தகமாக வெளியிடுவதில் எனக்கு ஒருவிதமான கவலையுமில்லாமல் வேண்டிய உதவிகளைப் புரிந்துள்ளார்கள். அவ்வியாஜமாக அவர்கள் இத்தகைய உதவி புரிவதற்கு அவர்கள் திறத்தில் நான் மிக்க கடப்பாடுடையேன்.

என் தந்தையாரவர்கள் பல காலமாகத் தொகுத்து வைத்துள்ள இசைத்தமிழ் நூல்களும், பல வித்துவான்கள் இயற்றிய தனி உருப்படிகளும் நல்லிசைப் புலவர்கள் பலருடைய வரலாற்றுக் குறிப்புக்களும் உள்ளன. அவை இறைவன் திருவருளாலும் அன்பர்களுடைய ஆதரவாலும் வெளிவருவதற்குரிய நற்காலத்தை எதிர்பார்க்கிறேன்.

இங்ஙனம்,
S. கலியாண சுந்தரையர்

தியாகராஜ விலாஸம்,
திருவேட்டீசுவரன் பேட்டை
28-4-'44

திருமலை — திருப்பதி தேவஸ்தான வெளியீடு

ஸ்ரீ வேங்கடேசுவரர் துணை

செவ்வைச் சூடுவார் இயற்றிய

பாகவதம்

முதற்பாகம் (முதல் ஒன்பது ஸ்கந்தங்கள்)

இது
மகாமகோபாத்தியாய தாக்ஷிணாத்ய கலாநிதி

டாக்டர் உ.வே. சாமிநாதையரவர்கள்

பரிசோதித்து எழுதிய குறிப்புரை முதலியவற்றுடன்

அவர்கள் குமாரர்
S. கலியாண சுந்தர ஐயரால்

திருமலை - திருப்பதி தேவஸ்தான அச்சுக்கூடத்திற்
பதிப்பிக்கப்பெற்றது.

ஸர்வதாரி ஷு தை மீ

1949

உரிமைப் பதிவு

திருமலை - திருப்பதி தேவஸ்தான வெளியீடு.

ஸ்ரீ வேங்கடேசுவரர் துணை

செவ்வைச்சூடுவார் இயற்றிய

பாகவதம்

மூதற்பாகம் (முதல் ஒன்பது ஸ்கந்தங்கள்.)

இது
மகாமகோபாத்தியாய தாக்ஷிணாத்ய கலாநிதி
டாக்டர் உ. வே. சாமிநாதையரவர்கள்
பரிசோதித்து எழுதிய குறிப்புரை முதலியவற்றுடன்

அவர்கள் குமாரர்
S. கலியாண சுந்தர ஐயரால்

திருமலை - திருப்பதி தேவஸ்தான அச்சுக்கூடத்திற்
பதிப்பிக்கப்பெற்றது.

ஸர்வதாரி௵ தைமீ
1949

உரிமைப் பதிவு.

உ

ஸ்ரீ கண்ணன் துணை

முகவுரை

சேய னணியனென சிந்தையுள் நின்ற
மாயன் மணிவா ளொளிவெண் டரளங்கள்
வேய்விண் டுதிர்வேங் கடமா மலைமேய
ஆய னடியல் லதுமற் றறியேனே.

(தி.பெ.திருமொழி க. 10:8)

பாகவதமென்பது வடமொழியில் ஸ்ரீ வேதவியாச முனிவர் அருளிய பதினெண் புராணங்களுள் ஒன்றாகும்; இது திருமாலுக்குரிய புராணங்கள் நான்கனுள் ஒன்று. ஏனைய மூன்றும் கருட புராணம், நாரதீய புராணம், விஷ்ணு புராணம் என்பன. பாகவதம் என்பது பகவான் சம்பந்தமானது என்று பொருள்படும்.

தமிழிலுள்ள இந்தப் பாகவதம் வடமொழிப் புராணத்தை முதனூலாகக் கொண்டு மொழிபெயர்த்துச் செய்யப்பெற்றது. இதன் ஆசிரியர் செவ்வைச் சூடுவார் என்பவர். இவர் வேம்பத்தூர்ச் சோழியப் பிராமண வகுப்பைச் சேர்ந்தவர். வேம்பத்தூரென்பது பாண்டிய நாட்டில் மதுரைக்கு வடகிழக்கே இரண்டு காத தூரத்தில் வைகை நதியின் வடகரையில் உள்ளது. இவ்வூர் பழைய காலத்தில் வேம்பற்றூரென வழங்கப் பெற்றதாகத் தெரிகிறது. சங்கப் புலவர்களுள் ஒருவரான வேம்பற்றூர்க் குமரனா ரென்பவர் இவ்வூரினராகவே கருதப்படுகின்றார். இவ்வூரிலுள்ள வித்துவான்கள் பற்பல நூல்களை இயற்றித் தமிழன்னைக்கு அணிவித்து வந்தமை பின்வரும் பகுதியால் விளங்கும்:

“பாடுதுறை முதலிய பற்பல நூல்களை இயற்றிய தத்துவராயரும், வரதுங்க ராம பாண்டியருடைய ஆசிரியராகிய ஈசான முனிவரும், ஆனந்த லகரி சௌந்தரிய லகரி முதலிய நூல்கள் இயற்றிய வீரைக் கவிராச பண்டிதரும், ஞானவாசிட்ட நூலாசிரியரான ஆளவந்தான் அல்லது ஆளவந்தான் மாதவ பட்டரென்பவரும், பகவத்கீதை இயற்றிய ஸ்ரீ பட்டரும், பராபரைமாலை பாடிய அம்பிகாபதியும், நெல்லை வருக்கக் கோவை பாடிய திருநெல்வேலிப் பெருமாளையரும், ஐயாயிரம் பாடலுள்ள பாகவதம் இயற்றிய செவ்வைச் சூடுவாரும், அழகர் கலம்பகம் இயற்றிய கவிகுஞ்சரமையரும், அழகர் பிள்ளைத் தமிழ் இயற்றிய சாமிகவி காளருத்திரரும், பிரபந்த தீபிகை இயற்றிய முத்து வேங்கட சுப்பையரும் இந்த வேம்பத்தூர்ச் சோழிய வகுப்பினரே.” (திருவாலவாயுடையார் திருவிளையாடற் புராணத்தின் முகவுரை.)

பாகவதம் செவ்வைச் சூடுவாரே இயற்றிய தென்பது கர்ண பரம்பரையாக வழங்கிவரும் பாடலொன்றாலும் அறியப்படும்:

[1]திருமருவு பஞ்சலக் கணவேலை பொங்கிச்
செழிக்கு மிருநிதி கொழிக்கும்
தென்னிம்பை [2]நகரமதில் வாழுமந் தணரிற்
சிறந்த செவ்வைச் சூடுவார்
சுருதிபுகழ் பாகவத பௌராண மோதினர்
துளங்கும் வாசிட்ட மதனைச்
சொல்லினா ராளவந்தான் மாதவப் பட்டர்
சொன்ன திருவிளை யாடலும்
.... புகழ் சவுந்தரிய லகரி
பெருமைமிகு கவிராச பண்டிதர் புகன்றனர்
ப்ரதாபமிகு திருநெல் வேலிப்
பெருமாளையன் சொனா னெல்லையின் கோவை
பிரபந்த வகை பெருகவே.

இவருக்கு மாதவ பண்டிதரென்னும் மற்றொரு பெயருண்டு. இது,

கதிக்குமறு பிறப்பொழித்துக் கதிகொடுக்கும் பாகவத கதையை முன்னம்
மதிக்குமுயர் வடமொழியாற் புனைந்தருளவ் வியாதமுனி வரனே மீள
உதிக்குநிம்பை மாதவப்பண் டிதச்செவ்வைச் சூடியென உலகு போற்ற
விதிக்குமறை யவர்குலத்திற் றோன்றியிருந் தமிழாலும் விளம்பி னானே

என்னும் மதுரைத் தமிழ்ச் சங்கத்துப் பாகவத ஏட்டுப் பிரதிகளிற் காணப்படும் சிறப்புப் பாயிரச் செய்யுளால் அறியப்படும்.

இவர் கௌண்டின்னிய கோத்திரத்தவ ரென்பதும் இவர் வமிசத்தவர் இப்போது திருநெல்வேலி ஜில்லா தென்காசியில் வாழ்ந்து வருகின்றன ரென்பதும் தெரிய வருகின்றன. (தமிழரசு, மலர் I. இதழ் 2, பக்கம். 67.)

இவருடைய காலம் முதலியன இப்போது தெரியவில்லை.

கோயம்புத்தூரிலுள்ள பிரபு சிகாமணியாகிய ஸ்ரீமான் T.A.இராமலிங்க செட்டியா ரவர்கள் B.A., B.L., M.L.C., தமிழ் மொழியின் ஆக்கத்தில் விசேஷமான ஊக்கங் கொண்டவர்க ளென்பதைத் தமிழுலகம் நன்கறியும். எந்தையா ரவர்களிடம் அவர்கள் வெகு காலமாகவே அன்புடையவர்கள்.

ஏறக்குறைய எட்டு வருஷங்களுக்கு முன்பு ஒரு நாள் செட்டியா ரவர்கள் எந்தையா ரவர்களிடம் சிறிது நேரம் சம்பாஷித்துக் கொண்டிருந்த போது அவர்கள், 'திருமலை—திருப்பதி தேவஸ்தானத்தாரைக் கொண்டு நல்ல தமிழ் நூல்களை அச்சிட ஏற்பாடு செய்யலாம். தங்களிடம் வைஷ்ணவ சம்பந்தமான நூல் ஏதேனும் பதிப்பிக்கக் கூடிய நிலையில் இருந்தால் அங்கே அச்சிடச் செய்யலாம்' என்று சொன்னார்கள். உடனே என் தகப்பனாரவர்கள் மிக்க சந்தோஷமடைந்து, 'தங்களுடைய அன்புடைமையை மிகவும் பாராட்டுகிறேன். செவ்வைச் சூடுவாரென்னும் வித்துவான் செய்யுள் நடையில் இயற்றிய பாகவதம் இருக்கிறது. நல்ல வாக்கு. அவர் சங்கப் புலவரைப் போன்றவர். இப்போது நல்ல பதிப்பாக இல்லை. ஏறக்குறைய 5,000 செய்யுட்களை யுடையது. சிந்தாமணியைக் காட்டிலும்

[1] செந்தமிழ், தொகுதி IV, பகுதி 8, செவ்வைச் சூடுவாரும் அநதாரியும்.

[2] நிம்பை யென்பது வேம்பற்றூரைக் குறிக்கும்.

பெரியது. கடிதப் பிரதி என்னிடமுள்ளது. பல ஏட்டுச் சுவடிகளோடு ஒப்பிட்டுச் சோதித்து வைத்திருக்கிறேன். குறிப்புரை முதலியவற்றோடு சேர்த்துப் பதிப்பித்தால் படிப்பவர்களுக்கு மிகவும் உபயோகமாக இருக்கும். இன்று சனிக்கிழமை, வேங்கடாசலபதி எங்கள் குலதெய்வம். நல்ல குறிப்பாக இருக்கிறது' என்று விடை பகர்ந்தார்கள். அப்பால் செட்டியாரவர்கள் விரும்பியபடி எந்தையா ரவர்கள் திருமலை—திருப்பதி தேவஸ்தானம் கமிட்டியாருக்குப் பாகவதம் பதிப்பிக்க வேண்டிய விஷயமாக ஒரு கடிதம் எழுதியனுப்பினார்கள். பிறகு ஒரு நல்ல தினத்தில் எந்தையார் பாகவதத்துக்குக் குறிப்புரை முதலியன எழுதத் தொடங்கிச் சென்னை, கிறிஸ்டியன் காலேஜ் ஹைஸ்கூல் தமிழாசிரியர் ம-ா-ா-ஸ்ரீ, வி.மு. சுப்பிரமணிய ஐயர் B.O.L., அவர்களையும், திருவல்லிக்கேணி தேசீயப் பெண்கள் உயர்தரக் கலாசாலைத் தமிழாசிரியர் ம-ா-ா-ஸ்ரீ, வித்வான் அ. வைத்தியநாதைய ரவர்களையும் உதவிக்கு வைத்துக் கொண்டு சில மாதங்களில் எழுதி முடித்தார்கள்.

சில வாரங்களுக்குப் பிறகு, தேவஸ்தானம் கமிட்டியாரிடமிருந்து பாகவதத்தை அச்சிட ஏற்பாடு செய்திருப்பதாக ஒரு கடிதம் வந்தது.

இவ்விஷயத்தில் மதுரை அட்வொகேட் ஸ்ரீ T.C. ஸ்ரீநிவாசையங்கார் B.A. B.L., M.L.C. அவர்களுடைய ஆதரவும் உண்டு.

கமிட்டியார் தெரிவித்தபடி 1941 நவம்பரில் முதல் இரண்டு ஸ்கந்தங்களின் மூலமும் குறிப்புரை முதலியனவும் சென்னையிலிருந்த திருமலை—திருப்பதி தேவஸ்தான அச்சுக்கூடத்தாருக்குக் கையெழுத்துப் பிரதியாக அச்சுக்கு அனுப்பப் பெற்றன. பின்னரும் அவ்வப்போது கையெழுத்துப் பிரதி அனுப்பப் பெற்று வந்தது.

1942ஆம் வருஷம் ஆரம்பத்தில் யுத்த காரணமாக அச்சுக்கூடம் சென்னையிலிருந்து திருப்பதிக்கு மாற்றப்பெற்று அதுமுதல் அங்கேயே நடந்து வருகிறது.

1942 ஏப்பிரல் மாத இறுதியில் என் தந்தையாரவர்கள் காலமானார்கள். அவர்கள் இருந்தபோது 600 பாடலகள் வரையில் குறிப்புரை முதலியவற்றுடன் அச்சாயின. பிறகு புத்தகப் பதிப்பு வேலையை நான் தொடர்ந்து நடத்தி வந்தேன். 1943 பாடல்கள் வரையில் அச்சிடப் பெற்றன. 1944 ஆகஸ்டில் அச்சடிக்கும் காகிதம் கிடைப்பது அருமையாக இருந்ததால் சில காலம் பாகவத அச்சு வேலையை நிறுத்தி வைக்கும்படி தேவஸ்தானம் கமிஷனரிடமிருந்து எனக்குக் கடிதம் வந்தது. மத்தியில் இரண்டு மூன்று வருஷங்களுக்கு மேலாக அச்சுவேலை நடக்கவில்லை.

1948ஆம் வருஷம் ஆரம்பத்திலே தான் காகித நிலைமை சௌகரியப்பட்டது.

புத்தகம் அச்சிடத் தொடங்கிப் பல ஆண்டுகள் ஆனமையாலும் காகிதம் கிடைத்திருப்பதாலும் 9ஆவது ஸ்கந்தம் முடியக் குறிப்புரையுடன் அச்சிட்டு நிறைவேற்றி முதல் 9 ஸ்கந்தங்களையும் பாகவதத்தின் முதற் பாகமாகவும், எஞ்சிய மூன்று ஸ்கந்தங்களையும் குறிப்புரையுடன் தொடர்ந்து அச்சிட்டு முடித்துப் பாகவதத்தின் இரண்டாம் பாகமாகவும் வெளியிடலாமென்று தேவஸ்தானம் அச்சுக்கூடத்து மாநேசர் ஸ்ரீ T.R. நரஸிம்மாசாரியர் B.A. அவர்கள் ஓர் அன்பர் வாயிலாகத் தெரிவித்தார்கள். இவ்விஷயத்தை ஏற்றுக் கொண்டு நான் தேவஸ்தான

அச்சுக்கூடத்தாருக்குத் தெரிவித்தேன். அதனை அவர்கள் அங்கீகரித்துக் கொண்டு சென்ற சில மாதங்களாக 1944ஆம் செய்யுள் முதல் அச்சிட ஆரம்பித்து 9ஆம் ஸ்கந்தம் முடிய விரைவில் அச்சிட்டு முடித்துக் கொடுத்தார்கள். அவர்களுக்கு என் நன்றி உரியதாகும்.

இரண்டாம் பாகம் முடிந்தவுடன் அந்தப் பாகத்தின் செய்யுள் முதற் குறிப்பகராதியும், பாகவதம் முழுவதற்குமுரிய அரும்பத முதலியவற்றின் அகராதியும், அபிதான விளக்கமும், நூலாராய்ச்சியும் எழுதிச் சேர்க்க எண்ணியிருக்கிறேன்.

பாகவதம் ஒப்பிடுவதற்குப் பல ஏட்டுச் சுவடிகள் உதவின. அவற்றுள் ஒன்றன் இறுதியில், "இப்படிப்பட்ட பாகவதம் கலியும் 4892க்குச் சாலிவாகன சகாப்தம் 1713க்கு மேல் செல்லாநின்ற விரோதிகிருது வருஷம் கார்த்திகை உஎ-ம் ௳ சுக்கிரவாரம், சதுர்த்தசி, ரோகிணி நக்ஷத்திரம் சித்தகாம யோகமும் வணிகர்ணமு மத்தமன புண்ணிய தினத்திலே மகர லக்கினத்தில் செஞ்சி நகரத்தில் வேளாளர்களில் துளுவ வேளாளர்களில் ஸ்ரீமன் நாராயண சுவாமி கோத்திரத்தில் வீரராகவபிள்ளை சற்புத்திரரான ராமசுவாமி அவர்களுக்குக் கூடலூரிலிருக்கும் வேளாளரில் குருவப்பிள்ளை எழுதிக் கொடுத்த ஸ்ரீபரம பாகவதம் முடிந்தது. மார்க்கண்டாயுசு பெற்றிருக்க வேண்டியது" என்னும் வாக்கியங்கள் எழுதப் பெற்றுள்ளன. இதனால் இச்சுவடி 157 ஆண்டுகளுக்கு முன் எழுதப் பெற்றதென்று தெரிகிறது.

இப்பாகம் அச்சாகி வருகையில் ஒப்புநோக்குதல் முதலிய உதவிகள் புரிந்த மேற்கூறிய ம-ள-ள-ஸ்ரீ வி.மு. சுப்பிரமணிய ஐயர் B.O.L. அவர்களுக்கும், ம-ள-ள-ஸ்ரீ வித்துவான் அ. வைத்தியநாதைய ரவர்களுக்கும் என் மனமார்ந்த நன்றியைச் செலுத்துகின்றேன்.

பாகவதப் பதிப்பு வேலையை விரைவில் நிறைவேற்ற முக்கிய தூண்டுகோலாக இருந்ததோடு சென்ற சில மாதங்களாக அச்சிடும் பகுதிகளை அவ்வப்போது ஒப்பிட்டு அனுப்பியுதவிய திருப்பதி ஸ்ரீ வேங்கடேசுவர ஆராய்ச்சிக் கழகத்தின் தமிழ் ரீடராகவுள்ள ம-ள-ள-ஸ்ரீ T.P. பழனியப்ப பிள்ளை B.O.L. அவர்களுடைய பேரன்பை மிகவும் பாராட்டுகின்றேன்.

இதிற் காணும் தவறுகளைப் பொறுத்துக் கொள்ளும்படி அறிஞர்களை வேண்டுகிறேன்.

அருமையான இந்நூலைத் தேவஸ்தான வெளியீடாகப் பதிப்பிக்க முன்வந்த திருமலை—திருப்பதி தேவஸ்தானக் கமிட்டியா ரவர்களுக்கும், ஸ்ரீமான் T.A. இராமலிங்க செட்டியாரவர்கள் முதலியோருக்கும் என் மனமார்ந்த நன்றியை வணக்கத்துடன் தெரிவித்துக் கொள்ளுகிறேன்.

இந்த முதற் பாகத்தை நிறைவேற்றியருளியது போலவே இரண்டாம் பாகத்தையும் நிறைவேற்றியருள வேண்டுமென்று ஸ்ரீ திருவேங்கட முடையானுடைய திருவடியை வணங்குகின்றேன்.

இங்ஙனம்,
S. **கலியாணசுந்தரம்**
14-1-49

திருமலை — திருப்பதி தேவஸ்தான வெளியீடு

ஸ்ரீ:
ஸ்ரீ வேங்கடேசுவரர் துணை

செவ்வைச் சூடுவார் இயற்றிய

பாகவதம்

இரண்டாம் பாகம் (10, 11, 12 ஸ்கந்தங்கள்)

இது
மகாமகோபாத்தியாய தாக்ஷிணாத்ய கலாநிதி
டாக்டர் உ.வே. சாமிநாதையரவர்கள்
பரிசோதித்து எழுதிய குறிப்புரை முதலியவற்றுடன்

திருமலை - திருப்பதி தேவஸ்தான அச்சுக்கூடத்திற்
பதிப்பிக்கப்பட்டது.

விஜய ஹூ ஆனி மீ

1953

திருமலை - திருப்பதி தேவஸ்தான வெளியீடு.

ஸ்ரீ:

ஸ்ரீ வேங்கடேசுவரர் துணை

செவ்வைச் சூடுவார் இயற்றிய

பாகவதம்

இரண்டாம் பாகம் (10, 11, 12 ஸ்கந்தங்கள்.)

இது

மகாமகோபாத்தியாய தாக்ஷிணாத்ய கலாநிதி

டாக்டர் உ. வே. சாமிநாதையரவர்கள்

பரிசோதித்து எழுதிய குறிப்புரை முதலியவற்றுடன்

திருமலை - திருப்பதி தேவஸ்தான அச்சுக்கூடத்திற்

பதிப்பிக்கப்பட்டது.

விஜய வருஷ ஆனி மீ

1953

உ

ஸ்ரீ கண்ணன் துணை

முகவுரை

நீரார் கடலும் நிலனும் முழுதுண்டு
ஏரால மிளந்தளிர் மேல் துயி லெந்தாய்!
சீரார் திருவேங்கட மாமலை மேய
ஆரா வமுதே! அடியேற் கருளாயே.

(தி.பெ. திருமொழி 1, 10:3)

செவ்வைச் சூடுவார் இயற்றிய பாகவதத்தில் 1-9 ஸ்கந்தங்கள் செய்யுள் முதற் குறிப்பகராதியோடு 1949ஆம் வருஷம் முதற் பகுதியாக மகாமகோபாத்தியாய டாக்டர் உ.வே. சாமிநாதைய ரவர்களுடைய குமாரர் ஸ்ரீ கலியாணசுந்தர ஐயரவர்களால் வெளியிடப் பெற்றது. இப்பொழுது 10-12ஆம் ஸ்கந்தங்கள் இரண்டாம் பகுதியாகத் திருவேங்கடமுடையான் திருவருளால் இனிது நிறைவேறி வெளிவருகின்றது.

ஸ்ரீமத் ஐயரவர்களுடைய சரித்திரத்தால் அவர்களுக்கு இளமை முதலே பாகவதத்தின் தொடர்பு இருந்ததாகத் தெரியவருகின்றது. தம்முடைய விவாகத்திற்காக வாங்கிய கடனைத் தீர்க்கும் பொருட்டுப் பொருள்தேடத் திருவிளையாடற் புராணத்தைக் காரை என்னும் ஊரில் பிரசங்கம் செய்து முடித்த காலத்தில் கிருஷ்ணசாமி ரெட்டியா ரென்னும் அன்பர், பாகவதத்தைப் பரிசோதித்து அச்சிட்டால், உதவி செய்வதாகக் கூறியதாகக் குறிப்பிடப்பட்டுள்ளது.

சீவகசிந்தாமணியை அச்சிடும் பொருட்டு ஐயரவர்கள் வந்திருந்த காலத்தில் சென்னையிலுள்ள தமிழ் வித்வான்களைப் பார்க்கச் சென்றார்கள். அதைப்பற்றி ஐயரவர்கள் கூறியுள்ளவற்றைப் பின்னே கொடுக்கின்றேன்.

"பாகவதம் முழுவதையும் இராசகோபால பிள்ளை அச்சிட்டிருந்தார். அதிற் சில பகுதிகள் ஒரு வருஷம் பீ.ஏ. பரீட்சைக்குப் பாடமாக இருந்தன. மீனாட்சிசுந்தரம் பிள்ளை யவர்களிடம் நான் படிக்க வருவதற்கு முன்பிருந்தே பாகவதத்தில் எனக்குப் பழக்கம் இருந்தது. பாகவத ஏட்டுச் சுவடிகள் பலவற்றை நான் பார்த்திருக்கிறேன். இராசகோபால பிள்ளையின் பதிப்பில் நூலாசிரியரின் பெயர் 'ஆரியப்புலவர்' என்று இருந்தது. 'சிந்தகத்துக் கீழமர்ந்த' என்ற சடகோபர் வணக்கச் செய்யு ளொன்றும் இருந்தது. இவ்விரண்டையும் ஏட்டுப் பிரதிகளில் நான் கண்டதில்லை. அதனால், இராசகோபால பிள்ளையிடம் நான் பார்த்த பிரதிகளி லெல்லாம் ஆசிரியர் பெயரே காணப்படவில்லை. இந்தச் செய்யுளும்

காணப்படவில்லையே. இவற்றை நீங்கள் எங்கே கண்டுபிடித்தீர்கள்?" என்று கேட்டேன். அவர் 'அந்நூலை நான் பதிப்பிக்கவில்லை. சில பாகம் மாத்திரம் பார்த்ததுண்டு. என் பெயரைப்போட்டு யாரோ அச்சிட்டுவிட்டார்கள். ஆதலால் இந்த விஷயத்துக்கு நான் பொறுப்பாளியல்ல' என்று சொல்லவே நான் வியந்தேன். பிற்காலத்தில் பாகவதத்தின் ஆசிரியர் வேம்பத்தூர்ப் புலவர்களுள் ஒருவரான செவ்வைச் சூடுவா ரென்பதும், 'சிந்தகத்து' என்னும் முதலையுடைய செய்யுள் அச்சிட்டவர்ளால் சேர்க்கப்பட்ட தென்பதும் எனக்குத் தெரியவந்தன."[1]

அப்பதிப்பிலும் அதற்குப் பிந்திய பதிப்பிலும் ஆரியப்புலவர் பாகவதம் இயற்றியவ ரென்பதற்கு ஆதாரமாக,

கம்பனென்றுங் கும்பனென்றுங் காளியொட்டக் கூத்தனென்றும்
கும்பமுனி யென்றும்பேர் சொல்வரோ – அம்புவியில்
மன்னா வர்புடைசூழ் வாழ்குடந்தை யாரியப்பன்
அந்நாளிலே யிருந்தக் கால்

என்ற ஒருவெண்பாவும் சேர்த்து அச்சிடப்பட்டது. பிற்காலத்து ஆராய்ச்சியால் அப்பாடல் பிழை யென்பதும், மதுரையின் தல வரலாறுகளைத் தெரிவிக்கும் புராணங்களுள் ஒன்றாகிய சுந்தர பாண்டியமென்னும் நூலை இயற்றிய வாயற்பதியில் வாழ்ந்த அனதாரி யென்பவரைப் பற்றியதே அச்செய்யுள் என்பதும், அதன் பின் இரண்டடிகள் திரித்து அச்சிடப்பட்ட தென்பதும் வெள்ளிடை மலைபோல் விளங்கலாயின. இவற்றைத்தவிர பலவிடங்களில் பிழையான பாடங்களும் மூலத்திற்கு ஒவ்வாத பல பகுதிகளும் அச்சிட்ட பாகவதத்தில் காணப்பட்டன. 10ஆம் ஸ்கந்தத்தை சேர்ந்த பிருகுமுனி சென்ற அத்தியாயத்திற் காணப்படும் சில செய்யுட்கள் ஏட்டுச் சுவடிகளிலும் காணப்படவில்லை. அவை முதனூலுக்கு ஏற்பவும் இல்லை.

ஐயரவர்கள் சிதம்பரம் மீனாட்சி தமிழ்க்காலேஜ் பிரின்ஸ்பாலாக இருந்தபொழுது பாகவதத்தின் அச்சுப்பிரதிகளைத் தம்மிடமுள்ள ஏட்டுச்சுவடிகளைக் கொண்டு திருத்திப் பாடம்சொல்லி வந்தார்கள். அது முதலே பாட பேதங்களும், திருத்தங்களும் குறிக்கப்பெற்றுவந்தன.

அதற்குப் பிறகு இந்த நூல் அச்சிடப்பட்ட விவரமும் பிறவும் இதன் முதற் பகுதியிலுள்ள முகவுரையால் நன்கு விளங்கும். 10-12ஆம் ஸ்கந்தங்கள் அடங்கிய இரண்டாம் பகுதி குறிப்புரையோடும், செய்யுள் முதற் குறிப்பகராதியோடும், அரும்பத வகராதியோடும், நூல் முழுவதிலும் காணப்படும் அபிதான விளக்கத்தோடும் வெளிவருகின்றது.

முதற்பகுதி வெளிவந்ததைக் கண்டு மகிழ்ச்சியுற்ற ஸ்ரீ கலியாணசுந்தர ஐயரவர்கள் நூல் முற்றுப்பெற்றதைக் காணுவதற்கு முன் சிவபதம் அடைந்தது மிக்க வருத்தத்தைத் தருகின்றது.

இந்நூல் அச்சாகி வருங்காலத்தில் சந்தேகம் வரக்கூடிய இடங்களில் ஒப்பிட்டுப்பார்க்கும் பொருட்டுப் பாகவதத்தின் ஏட்டுச்சுவடியை அடையாறு ஸ்ரீமத் ஐயரவர்கள் நூல் நிலையத்திலிருந்து கொடுத்துதவிய நூல்நிலைய கௌரவ அமைச்சர் ஸ்ரீ R.விசுவநாதைய ரவர்களுக்கும், ஒப்புநோக்குதல் முதலிய உதவிகளைப்

[1] என் சரித்திரம், ப.831.

புரிந்த திருவல்லிக்கேணி நேஷனல் பெண்கள் உயர்நிலைப் பள்ளித் தமிழாசிரியர் ஸ்ரீ பாலசாரநாதனுக்கும் என் நன்றியைத் தெரிவித்துக் கொள்கிறேன்.

ஐயரவர்கள் பேரர் ஸ்ரீ க. சுப்பிரமணிய ஐயர் முன்னோர்கள் செய்துவந்த தமிழ்ப்பணி நன்கு நிலவவேண்டும் என்று ஊக்கங்கொண்டு இப்பதிப்பும் இனிது நிறைவேற ஆவனசெய்தது குறிப்பிடத்தக்கது. இவ்வரிய பணியில் எனக்குத் தொடர்புண்டாக்கிய ஸ்ரீ திருவேங்கட முடையான் திருவருளைப் போற்றுகின்றேன்.

இப்பதிப்பில் வேறு சில எதிர்பாராத காரணங்களால் அச்சுப் பிழைகள் மிகுதியாக வுள்ளன. 'பிழையும் திருத்தமும்' என்ற பகுதியில் உள்ள திருத்தங்களை உரிய இடங்களில் திருத்திக் கொள்ளுமாறு அறிஞர்களை வேண்டிக்கொள்கின்றேன்.

முதற்பாகத்தைப்போல் இரண்டாம் பாகத்தையும் நன்கு அச்சிட்டு வெளிவரச்செய்த திருமலை—திருபபதி தேவஸ்தானத்தாரின் சீரிய பணி மிகவும் பாராட்டற்பாலது.

இங்ஙனம்,
வி.மு. சுப்பிரமணிய ஐயர்
(வித்துவான் வி.மு. சுப்பிரமணியஐயர் M.A.,
சென்னைக் கிறித்துவக் கலாசாலை)

சென்னை
10-5-53

உ
சிவமயம்

என் சரித்திரம்

மகாமகோபாத்தியாய தாக்ஷிணாத்ய கலாநிதி

டாக்டர் உ.வே. சாமிநாதையரவர்கள்

ஐயரவர்கள் குமாரர்

S. கலியாணசுந்தரையரால்

சென்னை, கபீர் அச்சுக்கூடத்திற்
பதிப்பிக்கப்பெற்றது.

விரோதி ஞூ பங்குனி மீ

1950

உரிமைப் பதிவு]

[விலை ரூ.8

உ

சிவமயம்

என் சரித்திரம்

மகாமகோபாத்தியாய தாக்ஷிணாத்ய கலாநிதி
டாக்டர் உ. வே. சாமிநாதையரவர்கள்

ஐயரவர்கள் குமாரர்
S. கலியாணசுந்தரையரால்

சென்னை, கபீர் அச்சுக்கூடத்திற்
பதிப்பிக்கப்பெற்றது.

விரோதி ௵ பங்குனி ௴

உரிமைப் பதிவு] 1950 [விலை ரூ. 8

உ

சிவமயம்

முகவுரை

திருத்தாண்டகம்

திருச்சிற்றம்பலம்

திருவேயென் செல்வமே தேனே வானோர்
செழுஞ்சுடரே செழுஞ்சுடர்நற் சோதீமிக்க
உருவேயென் னுறவேயென் னூனே யூனி
னுள்ளமே யுள்ளத்தி னுள்ளே நின்ற
கருவேயென் கற்பகமே கண்ணே கண்ணிற்
கருமணியே மணியாடு பாவாய் காவாய்
அருவாய வல்வினை நோயடையா வண்ணம்
ஆவடுதண் டுறையுறையு மமரரேறே.

திருச்சிற்றம்பலம்

சீவகசிந்தாமணி, சிலப்பதிகாரம், பத்துப்பாட்டு முதலிய நூல்களை அச்சிட்டு வெளியிட்டபிறகு தமிழன்பர் பலர் பாராட்டிவரும்போது எந்தையாரவர்கள் தம் ஆசிரியராகிய மகாவித்துவான ஸ்ரீ மீனாட்சிசுந்தரம் பிள்ளை யவர்களை அடிக்கடி நினைந்து, தம்மிடம் வருவோர்களிடம் பிள்ளை யவர்களுடைய கல்விப் பெருமை, போதனா சக்தி, செய்யுளியற்றுவதில் இருந்த ஒப்புயர்வற்ற திறமை முதலியவற்றைக் கூறித் தமக்கு ஏற்பட்டுவரும் பெருமைக்கெல்லாம் அவர்களிடம் முறையாகப் பல வருடம் பாடங்கேட்டு இடைவிடாது பழகியதே காரணம் என்று சொல்லுவார்கள். அவர்களுடைய வாழ்க்கை வரலாற்றில் தாம் தெரிந்து கொண்ட சில அரிய செய்திகளைச் சொல்லுவார். கேட்பவர்கள் திருப்தியுற்றுச் செல்லுவார்கள். இப்படியிருக்கையில் அவர்களுடைய வாழ்க்கை வரலாறு வெளிவந்தால் தமிழ்நாட்டினர் அறிந்து இன்புறுவதற்கு அனுகூலமா யிருக்கு மென்று தந்தையார் எண்ணினர். கும்பகோணத்தல் இரண்டு முறை பெரிய சபை கூட்டி, காலேஜ் பிரின்ஸிபாலாக இருந்த ஸ்ரீ J.M.ஹென்ஸ்மான் முதலியவர்கள் அக்கிராசனத்தன்கீழ் ஸ்ரீ பிள்ளையவர்களைப் பற்றி அவர்கள் உபந்நியாசம் செய்தார்கள். கேட்ட அன்பர்கள் பலர் பிள்ளையவர்களுடைய பெருமையை வரவர அதிகமாகப் பாராட்டினார்கள். அதுமுதல் எந்தையாருக்குத் தம் ஆசிரியர் அவர்களுடைய சரித்திரத்தை விரிவாக எழுதி அச்சிட்டு வெளியிட வேண்டுமென்ற வேகம் உண்டாயிற்று. குடந்தையிலிருந்து சென்னைக்கு வந்தபின்பு ஒழிந்த

காலங்களில் தம் கருத்தை அவ்வேலையிலே செலுத்திப் பலவகையான குறிப்புக்களை எழுதிச் சேர்த்தார்கள். இதன்பயனாக ஆசிரியரவர்களது சரித்திரத்தை இரண்டு பாகங்களாக 1933-34ஆம் ஆண்டுகளில் பதிப்பித்து வெளியிட்டார்கள். அக்காலத்தில் தமிழ் ஆசிரியர்களைப் பற்றிய வரலாறுகளே பெரும்பாலும் காணப்படாமையால் பிள்ளை யவர்களுடைய சரித்திரத்திற்கு மிக்க மதிப்பு ஏற்பட்டது. பிள்ளை யவர்கள் சரித்திரத்தால் பல அருமையான நிகழ்ச்சிகளைத் தெரிந்து கொண்ட தமிழ் அன்பர்கள் பலருடைய பாராட்டு என் தந்தையாருக்குக் கிடைத்தது. சரித்திரம் வெளிவந்த பின் பல பத்திரிகாசிரியர்கள் வேண்டுகோளின்படி சிறு கட்டுரைகள் எந்தையா ரவர்களால் தமிழ் மாதப் பத்திரிகைகளிலும் விசேஷ மலர்களிலும் எழுதப்பெற்று வந்தன. அவற்றின் வசன நடைக்கு மதிப்பு வரவர அதிகமாயிற்று.

1935ஆம் வருஷம் மார்ச்சு மாதம் 6ஆம் உ எந்தையா ரவர்களின் சதாபிஷேகம் (எண்பதாம் ஆண்டு பூர்த்தி விழா) நடைபெற்றது. அன்று K.V. ராவ்பகதூர் கிருஷ்ணசாமி ஐயரவர்கள் முதலிய அன்பர்கள் சேர்ந்து ஸெனேட் மண்டபத்தில் மிகவும் சிறப்பான முறையில் ஒரு வாழ்த்துக்கூட்டம் நடத்தினார்கள். பிள்ளையவர்கள் சரித்திரத்தைப் படித்துப் பார்த்து இன்புற்ற ஒரு தமிழன்பர், "பிள்ளையவர்கள் சரித்திரமே இவ்வளவு ரசமாயிருக்கிறதே. ஐயரவர்கள் சரித்திரம் வெளிவந்தால் தமிழ் நாட்டினர்க்கு மிக்க பயன்படுமே" என்று தம் கருதை மட்டும் தெரிவித்துப் பெயரை வெளியிடாமல் ஐயரவர்கள் சுய சரித்திரப் பதிப்புக்காக ரூ.501 அந்தச் சபையில் அளிக்கச் செய்தார்.

சதாபிஷேகம் ஆனபிறகு சுயசரிதம் எழுதவேண்டுமென்ற கருத்து எந்தையா ரவர்களுக்கு ஏற்பட்டும் சர்வகலாசாலையார் விரும்பியபடி குறுந்தொகையைப் பதிப்பிக்க வேண்டுமென்ற வேகம் உண்டாகவே இடைவிடாது அவ்வேலையைக் கவனித்து வந்தார்.

ரஸிகமணி ஸ்ரீமான் டி.கே. சிதம்பரநாத முதலியா ரவர்கள், ஸ்ரீ ரா. கிருஷ்ணமூர்த்தி ஐயர் அவர்கள் போன்ற அன்பர்கள் சந்தித்த காலங்களி லெல்லாம் சரித்திரம் எழுதவேண்டும் என்று தந்தையாருக்கு நினைவூட்டி வந்தனர். சரித்திரம் முழுவதையும் எழுதி முடித்து ஒரு புஸ்தமாக வெளியிடலாம் என்று நினைத்தாலும் அவ்வாறு செய்வதில் அதிக நாட்களாகலாம். அதைக் காட்டிலும் ஆரம்பத்திலிருந்து வரலாறுகளைப் பத்திரிகை மூலமாக வெளியிட்டு வந்தால் படிப்பவர்களுக்கு அனுகூலமாக இருக்குமென்ற கருத்து ஏற்பட்டது. அப்பொழுது "ஆனந்த விகடன்" பத்திரிகையின் பிரதம ஆசிரியராக இருந்த ஸ்ரீ ரா. கிருஷ்ணமூர்த்தி ஐயரவர்கள் ஸ்ரீ S.S. வாசன் அவர்களுடன் இரண்டொரு முறை வந்து எந்தையா ரவர்களுடன் சம்பாஷித்து, சுயசரிதத்தை ஆனந்த விகடனில் வாரந்தோறும் ஒவ்வோர் அத்தியாயமாக வெளியிடலாமென்று அதற்குரிய ஏற்பாட்டைச் செய்தனர். அவர்கள் விரும்பிய வண்ணமே, 1940ஆம் ஆண்டு முதல் சரித்திரம் எழுதி வெளியிடுவதென்று நிச்சயமாயிற்று. அச்சமயம் புத்தகப் பதிப்பு வேலைகளில் உடனிருந்து கவனித்து வந்த ஸ்ரீ கி.வா. ஜகந்நாதையர் B.O.L., என் தந்தையாரவர்கள் அவ்வப்போது சரித்திர சம்பந்தமான நிகழ்ச்சிகளைக் கூற அவைகளை எழுதிவரலானார். முதல் அத்தியாயம் 6-1-1940ல் ஆனந்த விகடனில் வெளிவந்தது. ஆறு அத்தியாயங்கள் முதலில் ஆனந்த விகடன் காரியலாயத்தில் சேர்ப்பிக்கப் பெற்றன. சில அன்பர்கள் விரும்பியபடி சரித்திர சம்பந்தமான படங்கள் அங்கங்கே

அமைக்கப்பெற்றன. பிறகு அவ்வப்பொழுது அவ்வப்பகுதிக்குரிய விஷயங்கள் பத்திரிகாலயத்திற்கு எழுதி அனுப்பப்பெற்றுவந்தன. அக்காலங்களில் உடனிருந்து ஸ்ரீ ஜகந்நாதையர் எந்தையாரவர்கள் விருப்பப்படி சொல்லியவற்றை எழுதித் தவறாது பத்திரிகையில் வெளிவருவதற்கு மிக்க உதவி புரிந்தார். சரித்திரம் வெளிவரவேண்டுமென்ற ஊக்கத்துடனிருந்து அதற்குரிய வேலைகளையும் எந்தையாருடன் இருந்து கவனித்து உதவியது மிகவும் பாராட்டற் குரியதாகும். அவ்வுதவியை என்றும் மறவேன்.

சரித்திரத்தில் படங்கள் வெளிவருவதன் பொருட்டு வெளியூர் அன்பர்கள் புகைப்படங்கள் எடுத்து எங்கள் விருப்பத்தின்படி அனுப்பி உதவினார்கள். இப்பொழுது துறைசை ஆதீன கர்த்தர்களாக விளங்கும் ஸ்ரீலஸ்ரீ அம்பலவாண தேசிகர் அவர்கள் திருவாவடுதுறை, மாயூரம், திருவிடைமருதூர், திருப்பெருந்துறை இவைகள் சம்பந்தமான படங்களை அனுப்பச் செய்து உதவினார்கள்.

1940ஆம் வருஷம் முதல் வாரந்தோறும் ஓர் அத்தியாயமாக 1942 மே மாதம் வரையில் 'சுயசரிதம்' ஆனந்த விகடனில் வெளிவந்தது. என் தந்தையாரவர்கள் சரித்திரப் பகுதியை அவ்வப்பொழுதே எழுதிவரச் செய்யும் பழக்கத்தை மேற்கொண்டனராதலால் ஆனந்த விகடனில் அவர்கள் காலஞ்சென்றபின்பு தொடர்ச்சியாகச் சரிதப்பகுதி வெளிவரவில்லை. சரித்திர சம்பந்தமான பலவகைக் குறிப்புக்களை அவர்கள் தொகுத்து வைத்துள்ளார்கள். 122 அத்தியாயங்கள் வரை சுயசரிதமாக வந்த பகுதியே இப்பதிப்பில் வெளியிடப் பெற்றுள்ளது. தமிழன்பர்கள் அடிக்கடி சரித்திரப் பதிப்பைப்பற்றி நேரிலும் கடிதம் மூலமாகவும் வினவி வந்தனர். காகிதக் கட்டுப்பாடு முதலிய காரணங்களால் புத்தக வடிவத்தில் பதிப்பு வெளிவரத் தாமதமாயிற்று.

இப்பொழுது ஸ்ரீ காசிமடதது அதிபர்களாக விளங்கும் அருங்கலை வினோதர்களும் பேரறச் செயல்கள் புரிந்து வருபவர்களுமாகிய ஸ்ரீலஸ்ரீ காசிவாசி அருணந்தித் தம்பிரான் ஸ்வாமிகள் அவர்கள் ஐயரவர்கள் சரித்திரம் வெளிவர வேண்டுமென்று அடிக்கடி என்னை நினைவுபடுத்தி வந்ததோடு நன்கொடையும் அளித்து உதவினார்கள். அவர்களுக்கு என் மனமார்ந்த நன்றியை இதன் மூலம் தெரிவித்துக் கொள்ளுகிறேன்.

சுயசரிதத்தை ஆனந்த விகடனில் பதிப்பிக்கச் செய்தும், புத்தக வடிவில் வெளிவருதற்கு உடன்பட்டுப் படங்கள் ஸம்பந்தமான 'ப்ளாக்குகள்' முதலியவற்றை முன்னரே அனுப்பச் செய்தும் உதவிய "ஆனந்த விகடன்" உரிமையாளராகிய ஸ்ரீமான் S.S.வாசன் அவர்களுக்கு என் மனமார்ந்த நன்றியறிவைச் செலுத்துகின்றேன்.

வழக்கம்போல் ஊக்கத்துடன் இப்புத்தகத்தைத் திறம்பட அச்சிட்டுக் கொடுத்த கபீர் அச்சுக்கூடத்தார் பாராட்டுக்குரியர்.

இச்சுயசரிதப் பகுதியில் ஆசிரியர்கள், தமிழ்ப் புலவர்கள், ஊர்ப் பெயர்கள், முதலியன மிகுதியாக வந்துள்ளன. முக்கியமான நிகழ்ச்சிகளையும் சிறப்புப் பெயர்களையும் வரிசைப்படுத்தி அமைத்து அவை அகராதியாகச் சேர்க்கப் பெற்றுள்ளன.

ஐயரவர்கள் எழுதிய சுயசரிதம் மணிமேகலைப் பதிப்பு வெளிவந்த வரலாற்றோடு (1898) முடிவடைகிறது.

பின் நிகழ்ச்சிகள் சம்பந்தமான குறிப்புக்கள் ஒழுங்குபடுத்தி வைக்கப் பெற்றுள்ளன. திருவருள் துணைகொண்டும் அன்பர்கள் உதவிகொண்டும் "என் சரித்திரத்"தின் தொடர்ச்சியாக ஐயரவர்கள் வரலாற்றைப் பூர்த்தி செய்து வெளியிடலாமென்று கருதியுள்ளேன்.

இங்ஙனம்,
S. கலியாணசுந்தர ஐயர்

"தியாகராஜ விலாஸம்"
திருவேட்டீசுவரன் பேட்டை
4-4-50

கயற்கண்ணி மாலை

[அங்கயற்கண்ணி மாலை, கடம்பவனவல்லி பதிகம்,
ஸ்ரீ சுந்தரேசுவரர் துதி என்பவற்றுடன்]

மகாமகோபாத்தியாய
டாக்டர் உ.வே. சாமிநாத ஐயரவர்கள்

மகாமகோபாத்தியாய டாக்டர் உ.வே. சாமிநாதையர்
நூல் நிலையம்
திருவான்மியூர் சென்னை-41

1970

கயற்கண்ணி மாலை

[அங்கயற்கண்ணி மாலை, கடம்பவனவல்லி பதிகம்,
ஸ்ரீ சுந்தரேசுவரர் துதி என்பவற்றுடன்]

மகாமகோபாத்தியாய
டாக்டர் உ. வே. சாமிநாத ஐயரவர்கள்

**மகாமகோபாத்தியாய டாக்டர் உ. வே. சாமிநாதையர்
நூல் நிலையம்**

திருவான்மியூர் — சென்னை-41

1970

முன்னுரை

பழங்காலத்தில் தமிழ் பயிலும் மாணாக்கர்கள் முறையே ஐந்து வகை இலக்கணங்களையும் தெரிந்து கொள்வார்கள். பல பாடல்களைப் பயின்ற ஊக்கத்தால் செய்யுள் இயற்றும் ஆர்வம் அவர்களுக்கு உண்டாகும். இலக்கியத் தொடர்பினால் சொற்களை ஆளும் வகையும், பொருள்களை அமைக்கும் திறனும், இலக்கணங்களின் பழக்கத்தால் பிழையின்றிப் பாடல் பாடும் ஆற்றலும் அமையும். இளம் பருவத்தில் பலவகை இலக்கியங்களைப் படித்த ஆற்றலைக் கொண்டு தனிப்பாடல்களை முதலில் பாடுவார்கள்; பின்பு சிறுசிறு பிரபந்தங்களைப் பாடுவார்கள். படிக்கும்போதுகூட முதலில் கருவி நூல்களாகிய அந்தாதி, தூது, உலா, கோவை முதலிய பிரபந்தங்களைப் படிப்பது வழக்கம். அவ்வாறே செய்யுள் இயற்றுகின்றபோதும் அந்தாதி முதலிய சிறு பிரபந்தங்களைப் பாடுவது வழக்கம். பெரிய புலவர்கள்கூடத் தொடர்நிலைச் செய்யுளை இயற்றுவதற்கு முன்னால் சிறிய பிரபந்தங்களை இயற்றினார்கள் என்பது வரலாற்றால் தெரிகிறது. கவிச்சக்கரவர்த்தியாகிய கம்பர் இராமாயணம் பாடுவதற்கு முன்பு சில சிறு பிரபந்தங்களை இயற்றியிருக்கிறார். இப்படியே வேறு புலவர்களும் செய்திருக்கிறார்கள்.

திரிசிரபுரம் மகாவித்துவான் மீனாட்சிசுந்தரம் பிள்ளை யவர்கள் பல பிரபந்தங்களையும் புராணங்களையும் இயற்றிய பெரும் புலவர். அவருடைய வரலாற்றைப் பார்த்தால் சின்னஞ்சிறு பருவத்திலிருந்தே அவருடைய கவியாற்றல் எவ்வாறு வளர்ந்தது என்பது புலனாகும். சிறிய பிரபந்தங்களைச் செய்து அப்பால் புராணங்களைப் பாடும் ஆற்றல் அவருக்கு உண்டாயிற்று. பெரிய நூல்களை இயற்றும்போதும் பிரபந்தங்களைச் செய்ததுண்டு. எனினும் செய்யுள் பாடப் புகும்போது முதலில் தனிப்பாடல்களையும் சிறிய சிறிய பிரபந்தங்களையும் இயற்றுவது புலவர்களுடைய வழக்கம்.

தமிழ் நாட்டில் பலகாலமாக மங்கி மறைந்திருந்த சங்க நூல்களை வெளிப்படுத்தித் தண்டமிழ்த் தாய் பல அணிகலன்களைப் பூண்டு களிநடம் புரியச் செய்த வள்ளலாகிய ஐயரவர்கள் தம் இளமைக் காலத்தில் பல ஆசிரியர்களை அண்டிப் 'பருகுவன் அன்ன ஆர்வ'த்தோடு நூல்களைப் பயின்றார். இவருடைய பெருந் தாகத்தை மகாவித்துவான் மீனாட்சிசுந்தரம் பிள்ளை அவர்களே போக்கினார்கள். பிள்ளை யவர்களிடம் பயில்வதற்கு முன்பே ஐயரவர்களுக்குத் தமிழில் ஓரளவு புலமை இருந்தது. இலக்கண இலக்கியச் செறிவோடு செய்யுள் பாடும் திறனும் இவரிடத்தில் முகிழ்த்தது. அந்தக் காலத்தில் இவர் சிறிய பாடல்களையும், தனிப் பிரபந்தங்களையும் பாடியிருக்கிறார். பிள்ளை யவர்களிடம்

வந்து பயின்றபோதும் பல பிரபந்தங்களைப் பாடியதுண்டு. பிற்காலத்திலும் பல செய்யுளைப் பாடிவந்தார். மகாகவியினுடைய மாணாக்கராக இருந்த இந்தப் பெருமானுக்குக் கவிபாடுவ தென்பது எளிய செயல்.

ஆனால், பழம்பெரும் புலவர்களுடைய பாடல்களில் ஈடுபட்ட இவர் தம்முடைய கவிகளை விளம்பரப்படுத்திக் கொள்வதை விரும்பவில்லை. ஆயினும் உள்ளுணர்ச்சி உந்தும்போதெல்லாம் பாடி வருவார். சில சிறப்பான நிகழ்ச்சிகளில் இவர் பாடிய தனிப்பாடல்களை என் சரித்திரத்திலும் பிற கட்டுரைகளிலும் காணலாம். இவர் இரவு நேரத்தில் படுத்துக்கொண்ட பிறகு சிவபெருமானைப் பற்றிப் பல பாடல்களை வாய்மொழியாகச் சொல்லிக்கொண்டுவருவார். அருகில் யாரேனும் படுத்திருந்தால் பழம் பாடலை இவர் சொல்லிக் கொண்டிருக்கிறார் என்றே தோற்றும். ஓய்வு கொள்ளும் போதெல்லாம் சிவ நாமத்தைச் சொல்வதும், உறங்குவதற்கு முன்பு பல பாடல்களைப் பாடுவதும் இவருக்கு உரிய இயல்பு. மகாகவியின் மாணாக்கராக இருந்தமையினாலும், இயல்பாக செய்யுள் இயற்றும் அறிவாற்றல் அமைந்தமையினாலும் இவர் தங்கு தடங்கலின்றிப் பேசுவதைப் போலவே பாடல்களைப் பாடிக்கொண்டு வருவார். சிவபெருமானை மனத்தில் தியானித்துக் கொண்டு நூற்றுக்கணக்கான பாடல்களை அப்படிப் பல இரவுகளில் பாடியது உண்டு. அவற்றை எல்லாம் எழுதுவதற்கு அப்போது அருகில் யார் இருக்க முடியும்? இவ்வாறு இவர் பாடிய பாடல்கள் எல்லாவற்றையும் தொகுத்தால் ஆயிரக்கணக்கில் கிடைக்கும். அவற்றை இவர் எழுதிவைக்கவில்லை. சின்னஞ்சிறு பிராயத்தில் இவர் பாடிய பல சிறு நூல்களும் இவரால் பாதுகாத்து வைக்கப் பெறவில்லை.

இவர் இளமைக் காலத்தில் பல பிரபந்தங்களைப் பாடினார் என்பதை "என் சரித்திரம்" கூறும். கல்வி வளர்ச்சியைப் பற்றிச் சொல்லும்போது, சிதம்பரம் பிள்ளையிடம் பல ஏட்டுச் சுவடிகள் இருந்தன, அவற்றைத் தனியே ஓர் அறையில் தொகுத்து வைத்துக் கருத்துடன் அவர் பாதுகாத்து வந்தார். அச்சுவடிகளில் சிலவற்றை நான் சில சமயங்களில் படித்துப் பார்ப்பேன். சதகங்கள், மாலைகள் முதலிய நூல்களைப் படித்துப் படித்து உண்டான பழக்கத்தால் அவற்றின் ஓசையைப் பின்பற்றி நான் செய்யுள் இயற்றத் தொடங்கினேன். எதுகை மோனைகள் அமைய வேண்டும் என்பது பழக்கத்தால் ஒருவாறு தெரிய வந்தது. ஆனால் அசை, சீர், தளை, தொடை முதலிய பாகுபாடுகளோ வேறு வகையான யாப்பிலக்கண விதியோ எனக்குத் தெரியவில்லை. சதகப் பாட்டுக்களைப் போன்ற விருத்தங்களைப் பாடலானேன். குன்னத்தில் ஆதிகும்பேசுவரர் விஷயமாகவும் மங்களாம்பிகை விஷயமாகவும் சில பாடல்கள் இயற்றினேன். தாயுமானவர் பாடல், பட்டினத்துப் பிள்ளையார் பாடல் முதலியவற்றிலே கண்ட கருத்துக்களை அப்படியே அமைத்தேன். "நான் பெண்கள் அழகிலே ஈடுபட்டு காலத்தைக் கடத்தி விட்டேன். அவர்கள் மயக்கத்திற் பட்டு வாழ்க்கையை வீணாக்கினேன்" என்றும், "செல்வரைப் புகழ்ந்து பாடி அலைந்து துன்புற்றேன்" என்றும் கருத்துக்களை அமைத்துச் செய்யுட்களை இயற்றினேன். பழம் பாடல்களின் ஓசையை மாதிரியாக வைத்துக்கொண்டு அதைப் போலவே அவற்றின் கருத்துக்களை அப்படியே அமைத்துக்கொள்வதைப் பெருமையாக நான் கருதினேன் என்று எழுதியிருக்கிறார்.

வேறோரிடத்தில், 'ஆசிரியர்' சில அன்பர்களுடைய வேண்டுகோளின்படி தஞ்சைக்குச் சென்று ஒரு மாதம் இருந்தார். அப்போது நான் உத்தமதானபுரம்

சென்று என் தாய் தந்தையருடன் இருந்து வரலானேன். திருப்பெருந்துறைப் புராணத்தை என் ஆசிரியர் இயற்றிக்கொண்டு வந்த சந்தர்ப்பமாதலின் என் மனம் அவர் கவித்துவத்தில் ஒன்றிப்போயிருந்தது. நானும் செய்யுள் இயற்றும் முயற்சியில் ஈடுபடலானேன். உத்தமதானபுரத்தில் தங்கியபோது ஓய்வு இருந்தமையால் அம்முயற்சி அதிகமாயிற்று. தனிப்பாடல்கள் பல இயற்றினேன். முதலில் கலைமகள் விஷயமாகச் செய்யுட்களை இயற்றத் தொடங்கினேன். நான் சொல்லச் சொல்ல என் சிறிய தந்தையார் எழுதி வந்தார். சில வெண்பாக்களையும் சில கட்டளைக் கலித்துறைகளையும் இயற்றினேன். இவ்வாறு பாடல்களை இயற்றி வந்தபொழுது என் மனத்துள்ளே ஒரு பெருமிதம் உண்டாகும்' என்று எழுதியிருக்கிறார்.

பிறிதோரிடத்தில், 'அவ்வப்போது சில சிறு பிரபந்தங்களைப் பாடினேன். இவ்விதம் பலவகையிலும் பாடும் பணியில் ஈடுபட்டதால் என் செய்யுள் முயற்சி விருத்தியாகி வந்தது. அதனால் மற்றவர்களுக்குச் சந்தோஷமும் எனக்கு மேன்மேலும் ஊக்கமும் விளைந்தன. சுப்பிரமணிய தேசிகர், "பிள்ளை யவர்களுடைய போக்கை நன்றாகக் கற்றுக் கொண்டிருக்கிறீர். உம்முடைய செய்யுட்கள் அவர்களுடைய ஞாபகத்தை உண்டாக்குகின்றன" என்று அடிக்கடி சொல்லுவார். பிள்ளையவர்கள் இட்ட பிச்சையே எனது தமிழறிவு என்று வாழ்ந்து வந்த என் உள்ளத்தை அவ்வார்த்தைகள் மிகவும் குளிர்விக்கும்' என்று எழுதியிருக்கிறார்.

இவற்றால் ஐயரவர்களுடைய புலமை ஏற ஏற, செய்யுள் பாடும் பழக்கம் மிகுதியாகி வந்தது என்பதை அறிந்து கொள்ளலாம்.

இவர் பாடிய தனிப்பாடல்கள் இரண்டு தொகுதிகளாக முன்பே இந்த நூல் நிலைய வெளியீடாக வந்திருக்கின்றன. தேவார பாராயணம் செய்த போது பாடிய பாடல்களும், தலங்களுக்குச் சென்றபோது பாடிய செய்யுட்களும், வெவ்வேறு சந்தர்ப்பங்களில் பாடிய தனிப்பாடல்களும் அந்தத் தொகுதிகளில் இருக்கின்றன. இவர் சின்னஞ்சிறு பிராயத்தில் பாடிய பல பிரபந்தங்கள் இப்போது கிடைக்கவில்லை.

இவர் சேகரித்து வைத்திருந்த குறிப்புக்களை எல்லாம் அண்மையில் ஆராய்ந்து பார்த்தபோது சில சிறிய பிரபந்தங்கள் கிடைத்தன. அவற்றின் நடையையும், உள்ளுறையையும் பார்க்கையில் அவை ஐயரவர்கள் பாடிய நூல்கள் என்றே தோற்றுகின்றன. இப்போது கிடைத்தவற்றைத் தொகுத்து இந்தப் புத்தகத்தில் வெளியிட்டிருக்கிறோம். இவற்றில் 'கயற் கண்ணிமாலை', 'அங்கயற் கண்ணிமாலை', 'கடம்பவன வல்லி பதிகம்', 'ஸ்ரீ சுந்தரேசுவரர் துதி' என்னும் நான்கு பிரபந்தங்கள் இருக்கின்றன. இவற்றுள் முதலில் இரண்டும் இளமைக் காலத்தில் பாடியனவாகத் தோற்றுகின்றன. பின் இரண்டும் பிற்காலத்தில் இயற்றியிருத்தல் வேண்டும். அவற்றில் கடம்பவனவல்லி பதிகம் எழுதிய குறிப்புப் புத்தகத்தில், 'மகாமகோபாத்தியாய டாக்டர் ஐயரவர்கள், ஸ்ரீ குமரகுருபர சுவாமிகள் இயற்றிய சகலகலாவல்லி மாலைபோல, அம்பிகை, கலைமகள், திருமகள் மீது திருப்பனந்தாள் மடாதிபதி விரும்பிய வண்ணம் பாடியன' என்ற குறிப்பு இருந்தது. அந்தக் குறிப்பிலிருந்து இவர் கலைமகள் மீதும், திருமகள் மீதும் வேறு இரண்டு பதிகங்கள் பாடியிருக்க வேண்டுமென்று தோற்றுகிறது. இத்தகைய நூல்களைத் தாம் செய்ததாக இவர் சொல்லிக் கொள்ளவில்லை. அதனால் அவைபற்றிய விவரங்கள் இவரோடு பழகினவர்களுக்கும் தெரியவில்லை.

முதலில் உள்ள இரண்டு நூல்களும் இளமைப் பருவத்தில் பாடியன ஆதலின் ஐயரவர்கள் 'என் சரித்திரத்தில்' குறித்துள்ளபடி பழைய புலவர்கள் தங்களுடைய குறைகளை எடுத்துச் சொல்வது போன்ற அமைப்புக்களை இந்த நூல்களிலுள்ள செய்யுட்களில் பார்க்கலாம். மங்கையர்பால் மனம் மயங்கியது முதலிய பருவத்திற்கு அப்பாற்பட்ட குற்றங்களைச் சொன்னவை, முந்தையோர் பாடல்களை அடியொற்றிப் பாடினவை.

இப்பெரும் பேராசிரியர் திருவிளையாடல் புராணத்தில் மிக்க ஈடுபாடு உடையவர். இவரே பல சமயங்களில் திருவிளையாடல் புராணச் சொற்பொழிவு ஆற்றியிருக்கிறார். ஆகையால் மதுரையை ஒட்டியே இந்தப் பிரபந்தங்கள் இவர் திருவாக்கில் எழுந்தன. இவற்றில் பல திருவிளையாடற் கதைகளைக் குறித்திருக்கிறார்.

கயற்கண்ணி மாலையில் மீனாட்சியம்மையின் பெருமைகளைப் பலவாறு பாடியிருக்கிறார். அந்த நூலின் 96ஆவது பாடலிலிருந்து தொடர்ச்சியாகத் திருவிளையாடல் வரலாறுகளை அமைக்கிறார். அவற்றின் தொடர்பாக இரண்டாவது பிரபந்தமாகிய அங்கயற்கண்ணி மாலையில் எஞ்சிய திருவிளையாடற் கதைகள் வருகின்றன. ஆனால் அந்த நூல் முழுவதும் கிடைக்கவில்லை. 57 செய்யுட்களும், 58ஆவது செய்யுளின் ஒரு பகுதியும் கிடைத்துள்ளன. அவற்றின் அமைப்பைப் பார்க்கும்போது திருவிளையாடல் வரலாறு முழுவதும் சொல்லி, வேறு கருத்துகளையும் அமைத்து நூறு செய்யுட்களால் பிரபந்தத்தை நிறைவேற்றியிருக்க வேண்டுமென்று தோற்றுகிறது.

தலங்களைப் பற்றிய செய்திகளை யார் சொன்னாலும் தொகுப்பது இப்புலவர் பெருமானுக்கு இயல்பாக இருந்தது. இவர் குறித்துள்ள குறிப்புக்களில் எத்தனையோ தலங்களைப் பற்றிய நுட்பங்களைக் காணலாம். ஆகவே, இவர் பாடிய பாடல்களில் ஒரு தலத்தைப் பற்றிய நூலாக இருந்தாலும் வேறு பல தலங்களைப் பற்றிய செய்திகள் இடையில் வருதல் வியப்பன்று. அந்த வகையில் கயற்கண்ணி மாலையில் காஞ்சீபுரம், திருவாஞ்சியம், இன்னம்பர் ஆகிய தலச்செய்திகள் வருகின்றன. பின்னுள்ள நூல்களில் வேணுபுரத்தையும், திருவக்கரையையும் குறிக்கிறார்.

அந்தக் காலத்தில் ஐயரவர்களுக்குத் தண்டமிழ்ப் புலமையில் எத்தனை ஆசை இருந்தது என்பதனைப் பல குறிப்புக்கள் காட்டுகின்றன.

குவியாதென் புத்தி குசைநுனி போல்மிகக் கூர்ந்திடவும் (18)

....................................கல்வி விதமனைத்தும்
வடியாது நித்தம் பெருகவும் (89)

என்பவற்றில் இவ்வேட்கையைக் காணுகின்றோம். 'மறதி இல்லாமலும் கலக்கம் இல்லாமலும் தெளிவுடன் தமிழறிவு சிறக்க வேண்டும்' என்ற விருப்பம் இவர் உள்ளத்தில் இருந்தது.

பொருத்த முறுதமிழ்ப் பன்னூலும் ஆய்ந்தென்ஓர் போதும்நில்லாது
உருத்த மறவிக் கடற்படித் தேயல்லல் உற்றுமிக வருத்தம் அடைந்தனன் (67)

திடனார் தமிழ்மொழிப் பன்னூல்கள் ஆய்ந்தும் தெளிவின்றிஉள்
மடனார்ந்த என்னை..... (68)

சீரினை மேவிய செந்தமிழ் கற்றும் தெளிதலின்றிப்
போரினை மேவிய வீணனை..... (8)

என்பவற்றைக் காண்க. அங்கயற்கண்ணி மாலையிலும்,

பாடியலுந் தமிழ்நூல்கள் பலபடித்தும் அறிவின்றி (13)

தேன்தோல் சுவைத்தமிழைத் தெள்ளித் தெளியாது (44)

என வருவனவற்றையும் காண்க.

பேரவைகளில் சொற்பொழிவு ஆற்றும் திறன் வேண்டும் என்பதை இறைவியிடம் விண்ணப்பித்துக் கொள்கிறார்:

படித்தவை சொல்லும் திறமை படைத்தலின்றித் துடித்தேன் (5)

அவையிடை மேவுதற்கும்.......எய்யாது (12)

புவிபாலர் முன்னம் பொருந்தியஞ் சாது புகன்றிடவும் அவ்வளக்கவியை (18)

ஏய்ந்த புலவர் இடைப்பிர சங்கம் இயற்றவும் (66)

என்பவற்றில் இந்த விழைவு பொலிவதைக் காணலாம். இனிய கவிபாடவேண்டும் என்னும் வேட்கையைப் பல பாடல்களில் புலப்படுத்துகின்றார்.

செம்பொருட் பாஓதுதற்கும் (12)

நாற்கவி பாடவும் (18)

நீட்சிபெறும் இன்புறு கவிபாட (33)

நாற்கவி பாடச்செய்வாய் (47)

முதலியவற்றைக் காண்க. இவற்றையன்றி 47, 49, 64, 66, 67, 68, 71, 73, 84, 89, 98ஆம் பாடல்களிலும், அங்கயற்கண்ணி மாலையில், 14, 17, 22, 42ஆம் பாடல்களிலும் இக்கருத்தைக் காணலாம்.

இத்தமிழ் வள்ளல் சைவத்தில் ஊற்றமுடையவர். தேவாரத்தில் பற்றுடையவர். பிற்காலத்தில் நாடோறும் தேவார பாராயணம் செய்து வந்தார். சிவபூசையையும் மேற்கொண்டு வந்தார். இவருடைய தந்தையார் சிவபூசா தூந்தார். ஆதலின் இளமைப் பருவத்திலே சிவபக்தி இப்புலவர் பெருமானுடைய உள்ளத்தில் முளைவிட்டு வளரலாயிற்று.

தேவார பாராயணத்திலும் பிற பாராயணத்திலும் இவருக்கிருந்த ஆர்வம்,

சைவநல் ஆரியர்சொல், தேவார பாரணஞ் செய்யாது (கயற். 3)

நின்சீரை அடிக்கடியான் பாராயணஞ்செயச் செய்வாய் (47)

என்பவற்றில் புலனாகிறது. சிவ பூசையில் உள்ள பற்று,

சிவபூசை செய்யாதே திரியெனை (4)

பூசனைபண்ணிப், பின்னர் உண்ணேனெனினும் (9)

என்பவற்றால் தெரியவரும்.

இந்தப் பெரும்புலவருக்கு இளமையிலேயே பல நூல்களில் பயிற்சி இருந்தமையை அவ்வந் நூல்களில் உள்ள சொல்லையும் பொருளையும் அங்கங்கு ஆளுதலால் உணரலாம்.

பந்தனைப் பாவியை மக்கட் பதடியை (8)

என்பதில் வரும் மக்கட்பதடி என்பது திருக்குறளில் வரும் சொற்றொடர் ஆட்சி.

ஏரி நிறைந்தனைய செல்வன் கண்டாய் என்பதைப் படித்த நினைவில் எழுந்தது.

ஏரிப் புனலன்ன பொன்னே (கடம்ப. 8)

என்னும் பகுதி, கம்பராமாயணத்தில் வரும் சாதுகை என்னும் சொல்லை,

சாதுகை மாந்தர்தம் சங்கமுற (79)

என்னும் இடத்தில் ஆளுகிறார்.

பம்புதிரைக் கடலதனைப் பசுபதிவே ணியிலுறுநான்
கம்புதமார் தருகூடல் அங்கயற்க ணாயகியே (11)

என்பதில் அம்புதம் என்ற அரிய சொல்லை ஆள்கிறார். அது மேகத்தைக் குறிப்பது. அது, "அம்புதம் நால்களால் நீடு கூடல்" என்ற தேவாரத்தைக் கண்டு அமைத்தது. குமரகுருபரர் மீனாட்சியம்மை பிள்ளைத் தமிழில், "ஆணிப்பொன் வில்லிபுணர் மாணிக்க வல்லியுடன் அம்புலீ யாடவாவே" என்பதில் இறைவனை 'ஆணிப்பொன் வில்லி' என்கிறார். அத்தொடரை இக்கவிஞர்.

ஆணிப்பொன் வில்லி தனக்கமிழ்தே (கடம்ப. 10)

என்பதில் அமைத்துள்ளார்.

எல்லாஞ்செய் சித்த ரெனவேயக் காலத் தெழுந்தருளும்
அல்லார் களத்தர்க்கிப் பொல்லானை யாளுமென் றன்னவரோ
டுல்லாச மாக விருக்கும் பொழுதி லுரை த்தருள்வாய்
நல்லார் தமையும் புரப்பாய்தென் கூடற் கயற்கண்ணியே (35)

என்பது

ஆய்முத்துப் பந்தரின் மெல்லணை மீதுன் அருகிருந்து
நீமுத்தத் தாவென் றவர்கொஞ்சும் வேளையில் நித்தநித்தம்
வேய்முத்த ரோடென் குறைகளெல் லாமெல்ல மெல்லச்சொன்னால்
வாய்முத்தஞ் சிந்தி விடுமோநெல் வேலி வடிவம்மையே

என்னும் பழம் பாடலை ஒட்டிப் பாடியதாகும்.

விந்தா டவிக்கன்றி நின்பாத தாமரை மேவுறலென்
சிந்தா டவிக்கியை யாதுகொ லோசெக மீன்றவன்னே
சந்தா டவிசண்ப காடவி கற்ப தருவடவி
வந்தா ரடவி பலசூழ் கடம்ப வனவல்லியே (கடம்ப. 3)

என்னும் பாடல், 'வெண்டாமரைக்கன்றி' என்னும் சகலகலாவல்லி மாலைப் பாடலை அடியொற்றியதாகும்.

சிலேடை நயம் அமைந்த சில வினாக்களைச் சில பாடல்களிற் பார்க்கலாம்.

மருவழி யாத்தளிர் மாநில லூடென்றும் வாழ்பவன்சொல்
இருபடி முன்ன மளித்தா னெனின்மற் றியைபறச்சொல்
ஒருபடி நீயளித் திட்டதென்னே (15)

என்பதில் அளக்கும்படி, பூமி என்ற இரண்டு பொருள்களில் படி என்னும் சொல்லை வைத்து வினாவுகின்ற நயம் அறிந்து இன்புறற்குரியது. இப்படியே வன்னி என்னும் சொல்லுக்கு நெருப்பு, கிளி என்றுள்ள இரண்டு பொருளையும் எண்ணி,

சென்னி யிடைவிண் ணதிசூடு மண்ணல் திருக்கரத்து
வன்னிவைத் தானென்ன வோநீயுஞ் செங்கையில் வன்னிகொண்டாய் (23)

என்ற நயமான வினா எழுகிறது. இவற்றை யன்றி வேறு வகையில் நயமான சில வினாக்கள் கயற்கண்ணி மாலையில் அமைந்திருக்கின்றன.

'நீ அறப்பெருஞ் செல்வியாக இருந்தும் நின்' கணவருக்குப் பிட்சாடனர் என்னும் பேர் இருப்பதை ஏன் நீககவில்லை? (14) என்பது ஒரு கேள்வி.

'எல்லா உலகையும் பாதுகாக்கும் நீ பாண்டி நாட்டுக்கு மாத்திரம் அரசியாக இருந்து ஆண்டது ஏன்?' (16) என்பது மற்றொரு நயமான வினா. 'மலையத்துவச பாண்டியனுக்குப் பின்பு நாட்டை நீ ஆண்டதறிந்தும் உன்னை அபலை என்பது நியாயமா?' (17) என்பது ஒரு சுவையான கேள்வி. 'சிவபெருமானுடைய இடப்பாகத்தில் எப்பொழுதும் தங்கி இருக்கும் நீ இமய அரசன் மகளாவும், பாண்டியன் மகளாகவும் வந்தது எப்படி?' (19) என்பது பிறிதொரு வினா.

'பாம்புகள் உன்னுடைய மயில் போன்ற சாயலுக்கு அஞ்சி ஒரு துன்பம் விளைவிக்காமல் இருக்கும் என்று எண்ணியோ அவற்றைச் சிவபெருமான் அணிகலனாக அணிந்தான்?' (26) என்பதிலும், 'விழிகளுக்கு எத்தனையோ உவமை இருக்கவும், கயற்கண்ணியாகிய உன் கண்ணிற்கு உவமை ஆகும் பொருட்டுக் கயல்மீன் என்ன புண்ணியம் செய்ததுவோ?' (27) என்பதிலும், 'சிவபெருமானோடு உன்னை அபேதமென்று சொல்பவர்கள் நாணம் அடையும்படி நீ தனியே கன்னிகையாய் நெடுங்காலம் உலகை ஆண்டது ஏன்?' (30) என்பதிலும், 'நீ மதுரையில் அரசியாக ஆண்டதைச் சற்றும் எண்ணாமல் உன் கணவர் அதே நகர வீதியில் திருவடி வருந்த வளையையும் விறகையும் விற்றுத் திரிந்தது முறையா?' (34) என்பதிலும், 'வெள்ளி மலையை இல்லாகவும், தங்கமலையை வில்லாகவும் கொண்ட சிவபெருமான் வீடுதோறும பிச்சை வாங்குவது முறையா?' (37) என்பதிலும் உள்ள நயம் அறிந்து மகிழ்வதற்குரியது.

வடக்கே இமாசலத்தில் பார்வதி திருமணம் நிகழ்ந்தபோது கூட்ட மிகுதியால் அம்மலை தாழ்ந்தது. அப்போது நிலத்தைச் சமப்படுத்துவதற்காக இறைவன் அகத்திய முனிவரைத் தென்னாட்டுக்கு அனுப்பினான். அவர் பொதியில் மலையிற் சென்று தங்க, நிலம் சமநிலை பெற்றது. திருமணம் நிறைவேறிய பின் மீண்டும் திருக்கைலைக்குப் போக வேண்டியவர் அகத்தியர். ஆயினும் பாண்டி நாடும், பொதியிலும், தென்றலும், தமிழும் அவர் உள்ளத்தைக் கொள்ளை கொண்டன வாதலின் அவர் இங்கே தங்கிவிட்டார். இதனால் பாண்டி நாடு முதலியவற்றின் சிறப்புப் புலனாகிறது. இது குறிப்பாகப் புலப்படும்படி,

முன்ன மதனின் மணக்கோலங் கண்டிட முப்புவனம்
மன்னு மனைவரும் வந்து மகத்திய மாதவன்றான்
என்னந்த வுத்தரத் தேகா திருந்தன ளென்றெய்வமே
கன்னங் கறுத்த குழலாய்தென் கூடற் கயற்கண்ணியே (31)

என்ற வினாவை எழுப்புகிறார்.

முன்னுள்ள இரண்டு நூல்களுக்கும் பின்னுள்ள இரண்டு நூல்களுக்கும் நடையிலும் பொருளமைதியிலும் வேறுபாடு இருப்பது தெளிவாகத் தெரிகிறது. முன்னுள்ளவற்றில் தமிழறிவு, கவிபாடும் ஆற்றல் முதலியவற்றை இளைய உள்ளம் அவாவிப் பாடுவதைக் காண்கிறோம்; பின்னுள்ளவற்றில் அவை இல்லை.

முன்னுள்ளவற்றில் தம்முடைய குறைகளாகப் பலவற்றைக் கூறுகிறார். பழம்புலவர்கள் கூறுவனபோல மங்கையர் மயலில் உழந்தேனென்றும், புல்லரைப் பாடி வருந்தினே னென்றும், புறச்சமயம் புக்குக் குலைந்தேனென்றும் இளம்புலவர் பாடுகிறார். அவர் புறச்சமயம் புக்கு வருத்துவதற்கு இடமே இல்லை. ஆயினும் அங்கயற்கண்ணி மாலையில், "பாழ்த்த புறச்சமயப் பாழை அடைந்துபிறர், தாழ்த்த வருந்தும் தமியேனை" (30) என்கிறார். இத்தகையவை அநுபவத்தை உரைக்காமல், பழம்பாடல்களைப் பின்பற்றிப் பாடியவை என்பது தெள்ளத் தெளியத் தெரிகிறது. 'என் சரித்திர'த்தில் இதைப்பற்றி இப்புலவர்பிரான் கூறியிருப்பதை முன்பு பார்த்தோம்.

இளம்பருவத்தில் முளைவிட்ட கவிப்புலமை, மாபெருங் கவிஞர் ஒருவர்பால் கற்கும்போது தளிர்விட்டு அரும்பி மலர்ந்து, முதிர்ந்த பருவத்தில் இப்பெருமானிடம் கனிந்து நின்றது.

இவர் இயற்றிய செய்யுட்கள் முழுவதும் கிடைக்காவிட்டாலும் கிடைத்தவற்றையேனும் தொகுத்து வெளியிடும் பேறு கிடைத்ததற்கு முருகன் திருவருளை வழுத்துகிறேன். இனியும் பாடல்கள் கிடைக்குமானால் அவற்றையும் வெளியிடும் வாய்ப்பு நேரும் என்று எண்ணுகிறேன்.

இந்த நூலை வெளியிடுவதற்குத் திருமயிலை ஆரியமத சபையினர் பொருளுதவி புரிந்தனர். அவர்களுக்கு இந்த நூல் நிலையத்தின் சார்பில் நன்றியறிவைத் தெரிவித்துக் கொள்கிறேன்.

இதை ஆராய்ந்து குறிப்புரை எழுதி வெளியிடும்போது சிரஞ்சீவி பாலகவி மு.கோ. இராமனும், சிரஞ்சீவி வித்துவான் ஜி.எஸ். அனந்த நாராயணனும் உதவி புரிந்தார்கள். அவர்களுக்கு என் நன்றியறிவு உரியது.

கி.வா. ஜகந்நாதன்
7-11-1970

'காந்தமலை'
சென்னை-28

மகாமகோபாத்தியாய, தாக்ஷிணாத்ய கலாநிதி
டாக்டர் உ.வே. சாமிநாதையர் அவர்கள் இயற்றிய

துறைசை மாசிலாமணி
ஈசர் அந்தாதி

பதிப்பாசிரியர்
வித்துவான் சு. பாலசாரநாதன்

மகாமகோபாத்தியாய
டாக்டர் உ.வே. சாமிநாதையர் நூல்நிலையம்
பெசன்ட் நகர், சென்னை-90

1995

மகாமகோபாத்தியாய, தாக்ஷிணாத்ய கலாநிதி
டாக்டர் உ.வே. சாமிநாதையர் அவர்கள்
இயற்றிய

துறைசை மாசிலாமணி
ஈசர் அந்தாதி

பதிப்பாசிரியர்
வித்துவான் சு. பாலசாரநாதன்

மகாமகோபாத்தியாய
டாக்டர் உ.வே. சாமிநாதையர் நூல்நிலையம்
பெசன்ட் நகர், சென்னை-90

1995

முன்னுரை

திருவாவடுதுறை, நரசிங்கன்பேட்டை புகைவண்டி நிலையத்திலிருந்து கிழக்கே ஒருகல் தொலைவில் உள்ளது. திருமூல நாயனார் திருமந்திரம் அருளிய தலம். சம்பந்தர் தமது தந்தையார் வேள்வி செய்யும் பொருட்டு இறைவனைப் பாடி ஆயிரம் பொற்காசு பெற்றுக் கொடுத்ததைத் தேவாரம் கூறுகின்றது.

திருவிசைப்பா பாடிய திருமாளிகைத் தேவர் தொடர்பும் இத்தலத்துக்கு உண்டு. பசு வடிவுடன் உமை பூசித்ததால் ஆவடுதுறை என்று வழங்கப்பெறுகிறது. தரும தேவதை பூசித்த தலம்.

இறைவன் பெயர் மாசிலாமணியீசர். இறைவியின் பெயர் ஒப்பிலா முலையம்மை. தலவிருட்சம் படரரசு. ஆதலால் இத்தலத்திற்குப் பிப்பலாரணியம் எனப் பெயருண்டு.

இங்குள்ள தியாகேசருக்குப் புத்திரத் தியாகர் என்ற பெயரும் உண்டு. இவர் ஆசனம் வீரசிங்காசனம்; நடனம் சுந்தர நடனம். திருமாளிகைத்தேவர் திருக்கோயில் ஆதீன மடத்தில் ஸ்ரீ நமச்சிவாய மூர்த்திகளுக்குப் பக்கத்தில் விளங்குகிறது. கோயில் உட்பிராகாரத்து வடமேற்கு மூலையில் திருமூலர் திருக்கோயில் இருக்கிறது. தை மாதத்தில் திருமூலர் உற்சவம் நடைபெறுகின்றது. தரும தேவதையைப் பெருமான் வாகனமாகக் கொண்டதோடு தம் சந்நிதியில் இருக்கும்படி வரமும் அளித்தார். மாணிக்கவாசகருக்கு இறைவன் குரு வடிவில் காட்சி கொடுத்ததும் இந்தத் தலத்திலேதான். சபை — போதி அம்பலம். தாண்டவம் — மகாதாண்டவம். தீர்த்தம் — கோமுக்தி தீர்த்தம்.

திருக்கயிலையில் அம்மை இறைவனோடு பொழுதுபோக்காகச் சூதாடியபோது, இறைவன் வெற்றி அடைவதைக் கண்டு சிறிது மனம் வேறுபட இறைவன் 'மாடே போ' என்று கூற அதனால் அம்மை பசு வடிவம் கொண்டார். அந்த வடிவை இறைவன் ஆணையின் வண்ணம் இத்தலத்திற்கு வந்து வழிபட்டுப் போக்கிக் கொண்டார்.

திருஞானசம்பந்தர், அப்பர், சுந்தரர் இம்மூவரும் பாடி அருளிய திருப்பதிகங்களை உடையது. சேந்தனார் பாடிய திருவிசைப்பாவும், ஸ்ரீ சாமிநாத முனிவர் இயற்றிய தல புராணமும், மகாவித்துவான் பிள்ளையவர்கள் இயற்றிய யமக அந்தாதியும், தொட்டிக்கலை சுப்பிரமணிய முனிவர் இயற்றிய திருவாவடுதுறைக் கோவையும், துறைசை வெண்பா அந்தாதியும் இத்தலத்திற்கு உள்ளன.

ஸ்தல விசேடம்

திருவாவடுதுறையிலுள்ள மடம் மிகச் சிறப்புடையதாயிருப்பது அவ்வூருக்கு முக்கியமான பெருமை. அதனோடு இயல்பாகவே அது தேவாரம் பெற்ற தலம். திருஞானசம்பந்தர், தம் தந்தையார் செய்த வேள்விக்காக ஆயிரம் பொன் சிவபெருமானிடமிருந்து அத்தலத்தில் பெற்றனர். அதனால் அங்கே உள்ள தியாகராச மூர்த்திக்குச் சுவர்ணத் தியாகர் என்ற பெயர் வழங்கும்.

சுவாமியின் திருநாமம் மாசிலாமணியீசர். அம்பிகையின் திருநாமம் அதுல்ய குசநாயகி என்பது. ஒருமுறை அம்பிகை சிவஆக்ஞையால் அங்கே பசு வடிவத்துடன் வந்து அங்குள்ள தீர்த்தத்தில் நீராட, அப்பசு வடிவம் நீங்கப் பெற்றமையின் அத்தலத்திற்குக் கோமுக்தி, கோகழி என்னும் பெயர்கள் வழங்கும். அம்பிகை தன் சுயரூபம் பெற்ற காலத்து அப்பிராட்டியைச் சிவபெருமான் அணைத்து எழுந்தார் என்பது புராண வரலாறு. அதற்கு அடையாளமாக அணைத்து எழுந்த நாயகர் என்ற திருநாமத்தோடு ஒரு மூர்த்தி அங்கே எழுந்தருளியிருக்கிறார். உற்சவத்தில் தீர்த்தம் கொடுக்க எழுந்தருளுபவர் அம்மூர்த்தியே.

அத்தலத்தின் ஆலயத்தில் பல அரச மரங்கள் உள்ளன. அவை படரும் அரசு. மண்டபத்தின் மேலும் மதிலின் மேலும் படர்ந்திருக்கும் தல விருட்சம் அந்த அரசே. அதனால் அதற்கு அரசவனம் என்ற காரணப் பெயர் உண்டாயிற்று. சிறந்த சித்தரும் நாயன்மார்களுள் ஒருவருமாகிய திருமூலர் இத்தலத்தில் தவம் புரிந்து திருமந்திரத்தை அருளிச் செய்தனர். ஆலயத்தினுள் அவர் எழுந்தருளியிருக்கும் கோயில் ஒரு குகையைப் போன்ற தோற்றமுடையது.

மடத்தைச் சார்ந்த ஓரிடத்தில் திருமாளிகைத்தேவர் என்னும் சித்தருடைய ஆலயம் உண்டு. போகரின் சிஷ்யரும் திருவிசைப்பா பாடியவர்களுள் ஒருவருமாகிய அவர் ஒரு சமயம் அக்கோயில் மதில்களின் மேலுள்ள நந்தி உருவங்களையெல்லாம் உயிர்பெறச் செய்து ஒருபகையரசனோடு போர்புரிய அனுப்பினாரென்பது பழைய வரலாறு. அதுமுதல் அவ்வாலய மதிலின் மேல் நந்திகளே இல்லாமற் போயினவாம்.

அங்கே சுவாமி சந்நிதியிலுள்ள இடபம் மிகப் பெரிது. "படர்ந்த அரசு வளர்ந்த இடபம்" என்று ஒரு பழமொழி அப்பக்கங்களில் வழங்குகிறது.

அவ்வாலயம் திருவாவடுதுறை மடத்தின் நிர்வாகத்துக்கு உட்பட்டது. இயல்பாகவே சிறப்புள்ள அவ்வாலயம் ஆதீன சம்பந்தத்தால் பின்னும் சிறப்புடையதாக விளங்குகிறது.

திருவாவடுதுறை மடத்தில் குருபூஜை நடைபெறும் காலத்தில் இவ்வாலயத்திலும் ரதோற்சவம் நடைபெறும். உற்சவம் பத்துநாள் மிகவும் விமரிசையாக நிகழும். ரதசப்தமி அன்று தீர்த்தம். பெரும்பாலும் ரதசப்தமியும் குருபூஜையும் ஒன்றையொன்று அடுத்தே வரும். சில வருஷங்களில் இரண்டும் ஒரேநாளில் வருவதும் உண்டு. ஒவ்வொரு நாளும் காலையிலும், மாலையிலும் ஸ்ரீ கோமுக்தீசர் வீதியில் திருவுலா வருவார். அப்பொழுது ஆதீனகர்த்தர் பரிவாரங்களுடன் வந்து உற்சவம் ஒழுங்காக நடைபெறும்படி செய்விப்பார். தியாகரச மூர்த்தியின் நடனமும் உண்டு. அதற்குப் பந்தர்க் காட்சி என்று பெயர்.

தல விநாயகர் இருவர்

1. துணை வந்த விநாயகர். இவர் அம்பிகை பசுவடிவம் கொண்டு வந்தபொழுது துணையாக வந்தவர். 2. அழகிய விநாயகர். இவர் அகத்திய முனிவருக்குப் பஞ்சாட்சர உபதேசம் செய்தவர்.

சுவாமியின் திருநாமங்கள்

ஸ்ரீ ஸ்வயம் வியக்தேசுவரர், பிரகாச மணிநாதர், மாசிலாமணியீசர், கோமுக்தீசர், கோகழிநாதர், அணைத்தெழுந்த நாயகர், பூகைலாஸ ஈசுவரர், புத்திரத்தியாகர், போதிவன நாதர், போதியம்பலவாணர், மகா தாண்டவேசுரர், அர்த்தத் தியாகர், முக்தித்தியாகர், சிவலோகநாயகர் என்பனவும் இவற்றின் வேறு பரியாய நாமங்களும் உண்டு.

தேவியாரின் திருநாமங்கள்

அதுல்யகுசநாயகி, ஒப்பிலாமுலையம்மை, ஒப்பிலாள்.

தலத்தின் திருநாமங்கள்

கோமுக்தி, கோகழி, திருவாவடுதுறை, பூகைலாசம், நந்திநகர், தியாகபுரம், போதிவனம், அரசவனம், மகாதாண்டவபுரம், வேதபுரம், சித்தபுரம், நவகோடி சித்தபுரம், முக்திக்ஷேத்திரம், சிவபுரம்.

தீர்த்தங்கள் மூன்று

1. முக்தி தீர்த்தம் அல்லது கோமுக்தி தீர்த்தம், 2. கைவல்ய தீர்த்தம், 3. பத்ம தீர்த்தம் என்பன. இவை முறையே திருக்கோயிலின் எதிரிலும், திருக்காவிரியிலும், ஸ்ரீ கொங்கணேசுவரர் கோயிலின் பக்கத்திலுமுள்ளன.

விருட்சம்

திருவரசுகள் படர்ந்து விளங்குதலால் இவை படர்ந்த அரசுகள் என்றும் நிலவரசுகள் என்றும் வழங்கப்படும்.

சபை: போதியம்பலம் அல்லது அரசம்பலம்.

நந்தி: தருமநந்தி தேவர்.

இத்தலத்தில் சிவபெருமான் நிகழ்த்தியருளிய விசேடங்கள்

1. லீலார்த்தமாக நேர்ந்த பசுவடிவத்தை உமாதேவியார்க்கு நீக்கி அணைத்து எழுந்து நின்று இத்தலத்தைக் கைலையங்கிரியாகக் காட்டினார்.

2. தமது கட்டளைப்படி தேவர்கள் படர்ந்த அரச விருட்சங்களாகத் தோன்றி விளங்க அவற்றின் நிழலில் எழுந்தருளியிருந்தனர்.

3. மகப்பேறு கருதிவந்த முசுகுந்த சக்கரவர்த்திக்கு இந்தத் தலத்தைத் திருவாரூராகவும், தம்மைத் தியாகேசராகவும் காட்டிப் புத்திரப்பேறும் அளித்தனர்.

4. தம்மைப்போற்றிய தருமதேவதையை இடப வாகனமாகக் கொண்டதன்றிச் சந்நிதியில் அரச விருட்சத்தின் நிழலில் கோயில் கொண்டிருக்கும் படிக்கும் வரமளித்தனர்.

பாடல் | துறைசை மாசிலாமணி ஈசர் அந்தாதி

5. தேவர்களும் முனிவர்களும் செய்த பிரார்த்தனைக்கு இரங்கி அரச விருட்சத்தின் நிழலில் அமைந்த அம்பலத்தில் மகாதாண்டவம் புரிந்தனர்.

6. திருமூல நாயனாரைத் தடுத்தாட்கொண்டு ஆகமசாரமாகிய திருமந்திரத்தை வெளிப்படுத்தத் திருவருள் புரிந்தனர்.

7. திருஞானசம்பந்த மூர்த்தி நாயனாருக்குப் பொற்கிழி அளித்தனர்.

8. சில முனிவர்களுக்குச் சிவஞானோபதேசம் செய்தருளினர்.

9. சில அந்தணர்களுக்கு வேதத்தை ஓதியருளினர்.

10. போகர் முதலிய சித்தர்களுக்கும், நவகோடி சித்தர்களுக்கும் அவர்கள் விரும்பிய வண்ணம் அட்டமாசித்திகளையும் பிறவற்றையும் அருளினர்.

இத்தலத்தில் கோச்செங்கோட் சோழ நாயனார் திருப்பணி செய்து பேறு பெற்றாரென்றும், சித்தர்கள் பலர் எப்பொழுதுமே தங்கியிருக்கின்றார்களென்றும் புராணங் கூறும்.

ஸ்ரீ அணைத்தெழுந்த நாயகர்: இவர் உமாதேவியாரை அணைத்து எழுந்த கோலமாக எழுந்தளியிருப்பவர். உற்சவ முடிவில் கோமுக்தி தீர்த்தத்தில் தீர்த்தம் கொடுப்பவர் இவரே.

ஸ்ரீ தியாகேசர்: முசுகுந்தருக்குச் சிவபெருமான் திருவாரூர்த் தியாகேசராகக் காட்சி கொடுத்தது தொடங்கி இவர் சந்நதி இங்கே உளதாயிற்று. இவர் வீரசிங்காதனமுடையார். இவருடைய நடனம் சுந்தர நடனம். உற்சவத்தில் திருத்தேர் ஊர்ந்து அருள்பவர் இவரே. இவரது பந்தர்க் காட்சி மிக அற்புதமானது. திருவாரூரில் ஸ்ரீ தியாகராசர்க்குள்ள சிறப்புக்கள் இங்கும் உள்ளன. மூவராலும் பாடப்பெற்ற தலம்.

ஆவடு துறைமா சிலாமணி ஞானத்
தியாகர் ஓப்பிலா முலைதிகழ்கோ முக்தி

என்பது சிவக்ஷேத்திர விளக்கம்.

கல்வெட்டுக்கள்: இத்திருக்கோயிலில் பிற்காலச் சோழ மன்னர்களாகிய முதலாம் பராந்தகன், முதலாம் இராசராசன், முதலாம் இராசேந்திரன், அவனது மகனாகிய விசய ராசேந்திரன், முதற் குலோத்துங்கன், விக்கிரம சோழன், திரிபுவனச் சக்கரவர்த்தி ராஜராஜதேவன் முதலானோர் காலக் கல்வெட்டுக்களும் பாண்டியர்களுள் மாறவர்மன் விக்கிரம பாண்டியன் காலத்துக் கல்வெட்டு ஒன்றும் இருக்கின்றன. இக்கோயிலில் ஒன்பது கல்வெட்டுக்களுக்கு மேல் உள்ளன.

இருபதாம் நூற்றாண்டில் தமிழ்த் தாத்தா என்று எல்லோராலும் போற்றப்படுகின்ற மகாமகோபாத்தியாய டாக்டர் உ.வே. சாமிநாதையர் அவர்களைத் தமிழ் உலகம் நன்கு அறியும். அவர்களுடைய அரும்பெரும் முயற்சியால் பல சங்ககால நூல்களும், ஐம்பெரும் காப்பியங்களுள் மூன்றும், பிரபந்த நூல்களும், புராணங்களும் தமிழுலகில் பீடுநடை போடுகின்றன.

ஐயரவர்கள் பிறந்த ஊர் உத்தமதானபுரம். தந்தையார் பெயர் வேங்கட சுப்பிரமணிய ஐயர். இளமையில் தந்தையாரிடம் கல்வி பயின்றார். பின்பு அரியலூர் சடகோப ஐயங்கார் முதலிய பலரிடம் தமிழ் நூல்களைக் கற்றார்.

அதற்குப் பிறகு மகாவித்துவான் மீனாட்சிசுந்தரம் பிள்ளையவர்களிடம் திருவாவடுதுறை ஆதீனத்திலேயே இருந்துகொண்டு 1871 முதல் 1876 வரை ஆறு ஆண்டுகள் இலக்கிய இலக்கண நூல்களைப் பாடம் கேட்டார். பிள்ளையவர்கள் காலமான பின்பு ஸ்ரீ சுப்பிரமணிய தேசிகர்பால் 1880 வரை பல நூல்களைப் பாடம் கேட்டார். ஐயரவர்களுக்கு உடல், உணர்வு, கல்வி முதலிய எல்லாவற்றாலும் தாம் உருவாயினமை திருவாவடுதுறை ஆதீனத்தாலேயே என்ற எண்ணம் வாழ்நாள் பூராவும் நிலைத்திருந்தது. பின்பு கும்பகோணம் அரசியலார் கல்லூரியில் வித்துவான் தியாகராச செட்டியார் அவர்களால் தமிழாசிரியர் பதவி கிடைத்தது. சங்க நூல்களை எல்லாம் நன்கு ஆராய்ந்து திருத்தமுறப் பதிப்பித்தார்கள். வெளிநாட்டு அறிஞர்களும் போற்ற வாழ்ந்தவர். திருவாவடுதுறையில் இருந்த காலத்தில் தினந்தோறும் ஸ்ரீகோமுத்தீசுவரர் விஷயமாக ஒவ்வொரு செய்யுள் இயற்றி வந்தார்கள். அதுவே மாசிலாமணியீசர் அந்தாதியாக அமைந்தது. இதற்குச் சான்று 57ஆவது பாடலும், 83ஆவது பாடலும். இந்நூலில் தேவார, திருவாசகக் கருத்துக்கள் மிளிர்கின்றன. பதிப்பு இலக்கிய கர்த்தாவாகிய ஐயரவர்கள் இந்நூலைப் பாடியதன் வாயிலாகப் படைப்பு இலக்கிய கர்த்தாவாகவும் விளங்குகிறார் என்பது குறிப்பிடத்தக்கது. இந்நூலிற்கு அடியேன் சிறு குறிப்புரை எழுதிச் சேர்த்துள்ளேன். இந்நூல் வெளியிட திருவாவடுதுறை ஆதீன ஸ்ரீலஸ்ரீ மகாசந்நிதானம் அவர்கள் மிகச்சிறிய தொகையை அன்பளிப்பாக அளித்துள்ளார்கள்.

இதுவரை அச்சாகாமல் இருந்த இந்நூலினை அன்னாரது திருஉருவச் சிலை திறப்புவிழாவின் போது அச்சிட்டுத் தமிழ் அன்பர்களுக்கு நூல்நிலையம் அளிக்கின்றது.

இந்நூல் அச்சாகும்போது உடனிருந்து ஒப்புநோக்குதல் முதலிய பணிகளைச் செய்தவர் திரு. சாயிராமன்.

இந்நூலை நன்கு அச்சிட்டுக் கொடுத்த ஸ்ரீ விக்னேஷ் பிரிண்டர் அச்சக உரிமையாளர் திரு கார்த்திகேயன் அவர்களுக்கு நன்றி.

வித்துவான் சு. பாலசாரநாதன்
(ஆராய்ச்சித்துறை,
டாக்டர் உ.வே. சாமிநாதையர் நூல்நிலையம்)

பெசன்ட் நகர்
சென்னை-90
15.6.1995

ஆ. தொகுப்பு நூலில் இடம்பெற்றவை

உ

தமிழ்ப்பா மஞ்சரி

அருளுறை நீலியம்மன் இரட்டைமணி மாலை

காப்பு
(வெண்பா)

காமே வருளுறைவாழ் கன்னிமலர்த் தாளிணைமேல்
மாமே விரட்டை மணிமாலை – ஏமேவ
யாம்பாட ஈச னருள்யானை மாமுகன்றாள்
தாம்பாது காக்குமே தான்.

காப்பு – முருகன்

நாவார் அருளுறைவாழ் நாரணியின் தாளிணைமேல்
மாவார் இரட்டை மணிமாலை – தாவா
தடியேன் புகல அறுமா முகன்றன்
அடியே நினைப்பன் அறிந்து.

நூல்
(வெண்பா)

சீரேறு சண்டிகையைத் தேவியைநா ராயணியைக்
கூரேறு வாட்கணியைக் கொற்றவையைத் – தாரேறு
சூலியைவே தாகமங்கள் சொற்ற அருளுறைவாழ்
நீலியைவன் னெஞ்சே நினை. (1)

(கட்டளைக் கலித்துறை)

நின்றன் பொருட்டன் பெனக்கணு காத நிமித்தமென்கொல்
தென்றல் மறுகுல வுஞ்சீ ருருளுறைத் தேவிமிகக்
கன்றன் பரையருள் நீலிநின் சேவடிக் கஞ்சத்தினை
அன்றன் மகிடன் றலைமீது சேர்த்த அதுகண்டுமே. (2)

(வெண்பா)

கண்டவருங் கேட்டவருங் கண்ணு மறமொழிய
அண்டருல கொவ்வா வருளுறையே – சண்டிகைஎண்
தோளிசிவை நீலியருட் சுந்தரிகாத் யாயனிகங்
காளிகலை யானத்தி காட்பு. (3)

(கட்டளைக் கலித்துறை)

புயல்மேவு சோலை பொழிதேன் பெருகிப் புடைபரந்து
வயல்மே வருளுறை மாதங்கி நீலி மருவியஎற்
கியல்மே வியவருள் ஈயா விடினிதி னேனிருந்தாய்
செயல்மேவ நீயென வேபல காலுரை செய்குவனே. (4)

(வெண்பா)

செய்யார் வரம்பைத் திகழ்கரும்பின் சாறுடைக்கும்
ஐயார் வனத்தின் அருளுறையே – வையாரும்
சூலத்தாள் சீலத்தாள் தூலத்தாள் சுந்தரிக
பாலத்தாள் நீலி பதி. (5)

(கட்டளைக் கலித்துறை)

பதியிற் சிறந்த அருளுறை மேய பகவதிஅம்
புதியிற் சிறந்த வடிவுடை நீலி புராதனியான்
மதியிற் சிறந்த மதிப்பே றடைய வழங்கிடநீ
ததியிற் சிறந்த ததியிது கோமள சாமளையே (6)

(வெண்பா)

சாகரத்திற் கண்வளர்தா மோதரன்தங் கைகருணை
யாகரத்திற் கோட்டத் தமர்நீலி–ஏகரத்தம்
துன்னியொளிர் வாட்கைச் சுராதிபைத ராதிபைசீர்க்
கன்னிமலர்த் தாளே கதி. (7)

(கட்டளைக் கலித்துறை)

கடல்வாய் வருமமு தாசனர் போற்றக் கவின்திகழும்
மடல்வாய் சலச மடந்தையர் வாழ்த்த மணித்தவிசின்
அடல்வாய் அருளுறை மேவிய நீலி அடிபணிந்தோர்
கெடல்வாய் பிணியினைப் போழ்ந்தே சதாஇதங் கிட்டுவரே. (8)

(வெண்பா)

கிட்டிச் சமர்புரியும் கேடில்மயி டாசுரனை
வெட்டிச் சிரத்திவர்ந்த வித்தகியே – எட்டியோ
மங்கடக்கும் மாடத் தருளுறைவாழ் நீலிமனச்
சங்கடத்தை நீக்கியருள் தா. (9)

(கட்டளைக் கலித்துறை)

தாவா மறையின் சிரமோ அடியவர் தம்நெஞ்சமோ
நாவார் பெரும்புகழ் ஓவா அருளுறை நன்னகரோ
தீவாய் மகிடன் தலையாது சேர்த்தனை சேவடியை
நீவாய் திறந்து புகல்நீலி யேஅருள் நின்மலையே. (10)

(வெண்பா)

மலையாவும் இந்திரன்கை வச்சிரத்திற் கஞ்சி
நிலையா வதிந்தெனநீள் மாடம் – குலையா
அருளுறைவாழ் நீலி அரிவா கனியாள்
மருளுறையா தின்பருளு வாய். (11)

(கட்டளைக் கலித்துறை)

வாயார நின்னை வழுத்தா தவர்நின் மலர்ப்பதத்தை
ஏயாரென் பாரது பொய்யாக மேதி இழிதலையின்
நீயா தரித்து விரைந்தூர்ந் தனைஎன் நினைந்துகொலோ
தாயாய் அருளுறை வாழ்நீலி முக்கட் டயாபரியே. (12)

1144 சாமிநாதம்

(வெண்பா)

பரிந்தமரர் போற்றும் பதபங் கயத்தாள்
விரிந்த அருளுறையின் மேவி – அருந்த
அருந்தத் தெவிட்டா அமுதன்னாள் நீலி
திருந்தற் புதத்தாளைச் செப்பு. (13)

(கட்டளைக் கலித்துறை)

செப்பும் தமிழின் இயலுண ராத சிறியவன்சொல்
இப்புன் கவியின் வழுக்களைந் தேற்றின் பினிதளிப்பாய்
தப்புங் கயவர் தமைத்தெறும் நீலி தலைவிஎன்றும்
ஒப்பும் உயர்வுமில் லாதாய் அருளுறை உத்தமியே. (14)

(வெண்பா)

தஞ்சமெனச் சார்ந்தோர்கள் தந்துயர்முன் னாயவொழித்
தஞ்சலிரென் றாரருள்செய தாதரிப்பாள் – துஞ்சலிலா
ஆதவன்சூழ் கோட்டத் தருளுறைவா ழம்பிகைஅஞ்
சாத விகல் நீலியென்றுந் தான். (15)

(கட்டளைக் கலித்துறை)

தானே தனக்கிணை யாயே அருளுறைத் தண்டளிவாழ்
மானே கபாலி திரிசூலி நீலி மறையளிசூழ்
தேனே நினது சரணாம் புயமென்றுஞ் சிந்தைவைத்த
நானேய் வதுகொல் துயரக் தோவ நயந்தருளே. (16)

(வெண்பா)

நயந்த அடி யாருளத்தில் நண்ணியநின் தாளை
அயர்ந்தவடி யேனுளத்தும் அண்ணாய் – வியந்தமரர்
பன்ன அருளுறையிற் பாலையினும் வாழ்நீலி
இன்னல் அறவே இனி. (17)

(கட்டளைக் கலித்துறை)

இனிக்கும் தமிழை அறியாத மூட ரிடத்தலைந்து
பனிக்குந் தமியற் கினியாவ தாண்டருள் பங்கயன்வந்
தனிக்குந் தனியரு ளாகர நீலி தகைக்கரத்தில்
தொனிக்குந் துடியும் மலர்க்கணை யும்வைத்த சுந்தரியே (18)

(வெண்பா)

தரியலர்கட் கஞ்சாம் தவிர்மறலிக் கஞ்சாம்
விரியலர்செய் வெம்பிணிகட் கஞ்சாம் – சொரியலர்பைங்
காச்சூழ் அருளுறைமுக் கண்ணியெமை ஆள்நீலி
மாச்சூலி ஈந்தாள் வரம். (19)

(கட்டளைக் கலித்துறை)

வரத்திற் பொலியய னாதியர் போற்றி வணங்கருளா
கரத்திற் பொலியருள் நீலியைக் கண்டு கவலையொழித்
துரத்திற் பொலிய அருள்வா யெனப்பணிந் தோதினன்யான்
திரத்திற் பொலிய அளித்தாள் நலமிகு சீரினையே. (20)

கும்பேசர் வெண்பா அந்தாதி

(வெண்பா)

நின்புகழை ஆய்ந்து நினைநினைந்து நின்தாளில்
என்புருக வீழ்ந்திறைஞ்சி ஏத்துகின்றேன் – துன்பு
துடையாய் திருக்குடந்தைச் சோதீ அழற்கை
உடையாய்இஃ தென்னோ உரை. (1)

உரையாமுன் அன்பரிடத் தோடிவந்து காப்பாய்
விரையாத தென்னோ விளம்பு – திரையாரும்
மந்தா கினிச்சடையாய் வான்குடந்தை யூருடையாய்
நந்தா மணியினையன் னாய். (2)

நாயிற் சிறியேன் நலியஇரங் காதிருத்தல்
ஆயிற் சிறந்தாய்க் கடுக்குமோ – வேயிற
றிரள்தோள் உமையிடத்துத் தேவா குடந்தை
அரனே விரைந்தென்னை ஆள். (3)

ஆளா தெனைநீ அகற்றின் எவர்குடந்தைச்
சூளா மணியே சுடர்க்கொழுந்தே – தாளால்
மறலிதனைச் செற்று மறைச்சிறுவற் காத்த
விறலுடையாய் காப்பார் விளம்பு. (4)

விளம்பஇனிக் குந்தேனே விள்ளா அடியேன்
உளம்புகுந்து வாழும் ஒளியே – களங்கனிநேர்
கண்டா திருக்குடந்தைக் கண்ணுதலே வண்ணநிலாத்
துண்டா ஒருமாற்றம் சொல். (5)

சொல்லா முனமளிக்குந் தூயோர் மனிதரிலும்
நல்லாருண் டென்று நவிலுவரால் – எல்லா
வருத்தம் உனக்குரைத்தும் வான்குடந்தை வாழும்
நிருத்தஅரு ளாதவென் நீ. (6)

நீயே மறைகள் நிகழ்த்தும் பசுபதிஎன்
றாயேன் பனுவ லவைதெளியேன் – தாயே
அனையாய் குடந்தை அதிபா முளரி
வனையாய் அருள்புரிகு வாய். (7)

வாயார நின்னை வழுத்தேன் வலஞ்செய்யேன்
தாயாய நின்னைச் சரண்அடையேன் – நோயால்
கவரப்பட டேன்குடந்தைக் கண்ணுதலே நின்னன்
புவரப்பட் டேனாப் புரி. (8)

புரிசடையாய் புன்முப் புரம்பொடித்தாய் என்றும்
கரிசடையாய் சீர்க்குடந்தைக் கண்ணே – விரிசுந்
தரமுடையாய் மான்மழுக்கள் தாங்கும் கமலக்
கரமுடையாய் நாயேனைக் கா. (9)

காதலொடு கண்டேன் கவின்குடந்தை மாநகரில்
ஓத லொடுநினைப்ப ஒண்ணானைச் – சாதல்
பிறப்பியல் பிற்றவிர்ந்த பெம்மானை என்றும்
இறப்பும் பிறப்புமுடை யேன். (10)

ஏனையர்கள் நின்போல் இறைஞ்சற் குரியாரோ
மானை அணிகரத்து வள்ளலே – வானை
அளக்கும் புகழ்க்குடந்தை அத்தா வணங்க
வளக்குஞ் சிதத்தாள் வழங்கு. (11)

வழுத்தாது நின்னை வறிதே பொழுது
கழித்தேன் இழிந்த கடையேன் – பழுத்த
சுவையமுதே தென்குடந்தைத் தூண்டா விளக்கே
அவையம் உனக்கியா னருள். (12)

அருள்பெருகு கண்ணா அவிர்குடந்தைக் கண்ணாய்
தெருள்பெருகு சிந்தையுற்ற தேவே – மருள்பெருகு
நெஞ்சத்தி னேன்வழுத்தேன் நின்புகழை நித்தஞ்செய்
வஞ்சத்தி னேன்பிணியை மாற்று. (13)

மாற்றுயர்ந்த பொன்னே மணிவிளக்கே வானமுதே
சாற்றுயர்ந்த தென்குடந்தைச் சங்கரா – போற்றும்
அடியார்க் கருள்வாயென் றாதரித்து வந்த
கொடியேனை நீக்காது கொள். (14)

கொண்டார் பெருந்தவமே கோதில்லாத் தெள்ளமுதே
வண்டார் கடுக்கைமலர் மாலிகையாய் – தண்டாத
செல்வக் குடந்தைச் சிவபரனே வேணிகொளும்
வில்வத்தாய் என்னை விரும்பு. (15)

இ. பாட நூலுக்கு எழுதிய முகவுரை

University of Madras

B.A. EXAMINATION OF 1896
SILAPPADHIKARAM

PUKAR KANDAM

10. NADUKAN KATHAI
WITH
THE COMMENTARY
OF
ADIARKKUNALLAR
EDITED WITH NOTES
By
V. SAMINATHA AIYER
TAMIL PANDIT, GOVERNMENT COLLEGE, KUMBAKONUM

Madras:
Printed at the Memorial Press
1894

Price per copy As.8

University of Madras.

B. A. EXAMINATION OF 1896.

SILAPPADHIKARAM.

PUKARKANDAM.

10. NADUKANKATHAI

with

THE COMMENTARY

OF

ADIARKKUNALLAR

Edited with Notes

BY

V. SAMINATHA AIYER,

TAMIL PANDIT, GOVERNMENT COLLEGE, KUMBAKONUM.

Madras:

PRINTED AT THE MEMORIAL PRESS.

1894.

Price per copy—[illegible]

முகவுரை

சந்தனப் பொதிபத் தடவரைச் செந்தமிழ்ப்
பரமா சாரியன் பதங்கள்
சிரமேற் கொள்ளுதுந் திகழ்தரற் பொருட்டே.

தமிழ்ப் பாஷையிலுள்ள பழைய காப்பியமைந்தனுள் ஒன்றாகிய சிலப்பதிகாரமென்பது சேரமுனியாகிய இளங்கோவடிகளா லியற்றப்பட்டது; களவியற்பொருள் கண்ட கணக்காயனார் மகனார் நக்கீரனார் முதலிய உரையாசிரியர்களால் எடுத்துக்காட்டப்படும் பிரமாண நூல்களுளொன்று; சொற்சுவை பொருட்சுவைகளிற் சிறந்துள்ளது; எவ்வெப்பொருளைச் சொல்லினும் அவ்வப்பொருளை நேரிற் கண்டாற்போல மனத்திற்குத் தோற்றும்வண்ணம் நன்கு புலப்படுத்துந் தெள்ளிய இனிய நன்னடையுடையது; கணவனும் மனைவியுமாகிய கோவலன் கண்ணகி என்பவருடைய சரித்திரத்தை விரித்துக் கூறுவது; தமிழ்நாட்டரசர் மூவருடைய இராஜதானிகளாகிய புகார் (-காவிரிப்பூம் படடினம்), மதுரை, வஞ்சியென்னும் மூன்றன் பெருமைகளையும் விளக்குவது; பண்டைக்காலத்திருந்த பலவகை மாந்தருடைய ஒழுக்க முதலியவற்றை இக்காலத்தார் எளிதில் தெரிந்துகொள்ளுதற்குச் சிறந்த கருவியாகவுள்ளது; அரசர் நீதியிற் சிறிது பிழைப்பினும் அவரை அறக்கடவுள் கூற்றாய்நின்று கொல்லு மென்பதும், கற்புடை மகளிரை மக்களேயன்றித் தேவரும் முனிவருந் துதித்தல் இயல்பென்பதும், இருவினையும் செய்தமுறையே செய்தோனை நாடிவந்து தம்பயனை நுகர்விக்குமென்பதுமாகிய இம்மூன்றினையும் இவ்வுலகத்தார்க்குத் தெரிவித்தற் பொருட்டே இளங்கோவடிகளாற் செய்யப்பட்டது; மேற்கூறிய மூன்று பகுதியையும் சிலம்புகாரணமாகத் தெரிவித்தலின் இந்நூல் சிலப்பதிகாரமென்னும் பெயர்பெற்றது.

இன்னும் இந்நூல், முத்தமிழும் விரவப்பெற்றதாதலின் இயலிசை நாடகப் பொருட்டொடர் நிலைச் செய்யுளென்றும், நாடகவுறுப்புக்களை உடைத்தாதலின் நாடகக் காப்பியமென்றும், உரைப்பாட்டும் இசைப்பாட்டும் இடையிடையே விரவப்பெற்றதாதலின் உரையிடையிட்ட பாட்டுடைச் செய்யுளென்றும் பெயர் பெறும்.

இக்கதை நடந்த காலமும் இளங்கோவடிகள் காலமும் ஒன்றென்றும் இது முதலில் தமிழிலேதான் அவராற் செய்யப்பட்ட தென்றும் இந்நூற் பதிகச் செய்யுளாலும், வரந்தருகாதையாலும் விளங்குகின்றமையின், இச்சரித்திரம் வேறுபாஷையிலிருந்து வந்ததென்று சொல்வதற்கிடமில்லை.

இச்சிலப்பதிகாரம், இளங்கோவடிகளால் தான் செய்யப்பட்டதற்குக் காரணமும் கதைச்சுருக்கமு மமைந்துள்ள பதிகச்செய்யுளை முதலிற்பெற்று, மங்கலவாழ்த்துப் பாடல் முதலிய பத்துறுப்புக்களை யுடைய புகார் காண்டமும், காடுகாண் காதை முதலிய பதின்மூன்று றுப்புக்களை யுடைய மதுரைக் காண்டமும், குன்றக்குரவை முதலிய ஏழுறுப்புக்களை யுடைய வஞ்சிக் காண்டமுமாகப் பிரிக்கப்பட்டுள்ளது. இதில் இயற்றமிழின் பாகுபாடான வெண்பா அகவற்பா கலிப்பா என்பவைகளும், இசைத் தமிழின் பாகுபாடான ஆற்றுவரி முதலிய பாக்களும், நாடகத் தமிழின் பாகுபாடான உரைப்பாட்டுக்களும் வந்துள்ளன. இவற்றுள் மிகுதியாகவுள்ளது அகவற்பாவே.

இந்நூற்கு அரும்பதவுரை யென்றும், அடியார்க்கு நல்லாருரை யென்றும் இரண்டுரைகளுண்டு. அவற்றுள், அடியார்க்கு நல்லாருரையிலுள்ள சில குறிப்புக்களால் அரும்பதவுரை முதியதென்று தெரிகிறது. இப்படியே அரும்பதவுரையிலுள்ள சில குறிப்புக்களால் அவ்வுரைக்கு முன்பு இந்நூற்குப் பழையவுரை யொன்றிருந்ததாகவுந் தெரிகிறது. அவ்வுரை இக்காலத் தகப்படவில்லை. இந்நூலிற் சிலசில இடங்களில் அரும்பதவுரையாசிரியர் கொண்ட பாடம் வேறாகவும், அடியார்க்குநல்லார் கொண்ட பாடம் வேறாகவுமுள்ளன. அவை அவ்வவ்விடத்துள்ள உரைவேறுபாடுகளால் நன்குபுலப்படும்.

அரும்பதவுரை, ஆங்காங்குள்ள திரிசொற்களின் பொருள் மட்டுமே ஒருவாறு புலப்படுத்திச் சிற்சிலவிடத்து மேற்கோள்களையுடையதாய் மிகச்சுருக்கமாக இந்நூல் முழுமைக்கும் எழுதப்பட்டுள்ளது. அவ்வுரையாசிரியர் பெயரும் அவரிருந்தவிடமும் அவர்கால முதலியனவும் ஒருவாற்றானுந் தெரிந்துகொள்ளக் கூடவில்லை.

அடியார்க்கு நல்லாருரை, அவ்வரும்பதவுரையைப் பெரும்பாலுந் தழுவியும், சிறுபான்மை மறுத்தும், சிலவிடத்துப் பதவுரையாயும், சிலவிடத்துப் பொழிப்புரையாயு மெழுதப்பட்டு, ஆங்காங்குச் சொன்னயம் பொருணயங்களை இனிது புலப்படுத்தி உரியவிடங்களில் இயற்றமிழ்ப் பகுதியாகிய ஐந்திலக்கணங்களையும், இசைத்தமிழ் நாடகத்தமிழின் பகுதிகளையும் பலநூல் மேற்கோண்முகமாக நன்குவிளக்கும் விசேடவுரையோடுகூடி இயன்றமட்டில் ஒவ்வொன்றையும் நன்குதெரிவித்து மிகவிரிவாக அமைந்துள்ளது. இவ்வுரையாசிரியரிடமும் கால முதலியனவும் நன்குவிளங்கவில்லை. ஆயினும் இவ்வுரையாசிரியர்க்கு நிரம்பையர் காவலரென்று ஒரு பெயருண்டென்பதும், இவ்வுரை அக்காலத்திருந்த பொப்பண்ண காங்கெயர்கோ னென்ற ஒரு பிரபுவாற் செய்விக்கப்பட்டதென்பதும் பின்புள்ள பழைய உரைச்சிறப்புப் பாயிரச் செய்யுட்களால் தெரிகின்றன.

நேரிசை வெண்பா

1. பருந்து நிழலுமெனப் பாட்டு மெழாலும்
பொருந்துநெறி யெல்லாப் பொருளுந் – தெரிந்திப்
படியார்க்கு நல்லமிர்தம் பாலித்தா னன்னூ
லடியார்க்கு நல்லானென் பான்.

கட்டளைக் கலித்துறை

2. ஓருந் தமிழொரு மூன்று முலகின் புறவகுத்துச்
சேரன் றெரிந்த சிலப்பதி காரத்திற் சேர்ந்தபொரு

ளாருந் தெரிய விரித்துரைத் தானடி யார்க்குநல்லான்
காருந் தருவு மனைபா னிரம்பையர் காவலனே.

3. காற்றைப் பிடித்துக் கடத்தி லடைத்துக் கடியபெருங்
காற்றைக் குரம்பைசெய் வார்செய்கை போலுமக் காலமெனுங்
கூற்றைத் தவிர்த்தருள் பொப்பண்ண காங்கெயர் கோனளித்த
சோற்றுச் செருக்கல்ல வோதமிழ் மூன்றுரை சொல்வித்ததே.

அடியார்க்கு நல்லாருரையில் சிலவிடத்திருந்த கடினமான சொற்களை மாற்றி அவ்வவ்விடத்தில் வேறு சொற்களை யமைத்தும், ஒருவாற்றாலும் விளங்காதனவும் இடக்கர்ப் பொருளை யுடையனவுமாகிய சிலவற்றை நீக்கியும், மாணாக்கர்களுக்கு விளங்குதற்பொருட்டு நூதனமாக எழுதப்பட்ட குறிப்புக்களைச் சிலவிடத்து அடியார்க்கு நல்லாருரையின் பின்னர்ச் சேர்த்திருப்பதன்றிப் பழைய அரும்பதவுரையில் வேண்டிய பாகங்களையும் அவ்வவ்விடங்களில் அவற்றின் பின்னே சேர்த்தும் பதிப்பித்திருக்கிறேன்.

இங்ஙனம்,
உத்தமதானபுரம்
வே. சாமிநாதன்

ஈ. பிறர் நூல்களுக்கு எழுதிய முகவுரை

தேவோபாசனா தீபம்

உ

சிறப்புப் பாயிரம்

விருதை ஸ்ரீ சிவஞான யோகிகள் இயற்றிய "தேவோபாசனா தீபம்" என்னும் புஸ்தகத்தைப் படித்துப்பார்த்து மிகுந்த சந்தோஷ மடைந்தேன்.

இது பெயருக்குத் தக்கவண்ணம் பலவகைப் பொருள்களையும் எளிதாகக் காட்டும் பெருமை வாய்ந்துள்ளது. விக்கிரஹாராதனம் வேண்டுவதில்லை யென்பவர்கள் இப்புஸ்தகத்திற் சில பக்கங்களை ஊன்றிப் படிப்பார்களாயின் அங்ஙனங் கூறுதல் தவறென் றெண்ணுவார்க ளென்பது ஒருதலை. இதிலுள்ள விஷய அமைப்பும் அழகான வாக்கியங்களும் சிறந்த மேற்கோள்களும் நூலாசிரியரது கல்விவன்மையை நன்கு புலப்படுத்துகின்றன.

இங்ஙனம்,
வே. சாமிநாதையன்
(மஹாமஹோபாத்தியாயர்)

சென்னை
பிரசிடென்ஸி காலேஜ்
28-7-07

[**தேவோபாசனா தீபம்** (The Light of Divine Worship) – முதற்பாகம், தமிழ்ப் பிரம சூத்தராசிரியராகிய சுவாமி விருதை சிவஞானயோகிகள், இஃது, எட்டையபுரம் ம-ள-ள-ஸ்ரீ மேலரண்மனை குமாரெட்டுப் பாண்டியனவர்களால் .... பதிப்பிக்கப்பெற்றது. ஸ்ரீவித்யா விநோதினி அச்சகக்கூடம், தஞ்சாவூர், 1907]

உதயன சரிதம்

அபிப்பிராய பத்திரம்

மகிபாலன்பட்டி வித்துவான் மகா-ா-ா-ஸ்ரீ கதிரேசன் செட்டியாரவர்களியற்றிய 'உதயன சரிதம்' என்னும் வசன நூலை முற்றும் படித்துப் பார்த்து இன்புற்றேன்.

வடமொழியில் மிக விரிவாகப் பரந்து கிடக்கும் இச்சரிதத்தை யாவரும் எளிதிலுணரும்படி சுருக்கமாகத் தெள்ளிய இனிய நன்னடையிற் பலவகையான சுவைகளை அங்கங்கே அமைத்துப் பழைய தமிழ்ச் செய்யுட்களிலும், பண்டை உரைகளிலும், காணப்படும் இனிய வாக்கியங்களை உரிய இடங்களிற் சேர்த்துத் தமிழர்க்கு ஒரு நல்விருந்தாக இவர்கள் இயற்றியிருத்தல் மிகப் பாராட்டற்பாலது. இதில், இடையிடையே வாய்த்த இடங்களில் உலகத்தவரை நோக்கிப் புலப்படுத்தும் நீதி வாக்கியங்களும், ஒவ்வொரு பகுதியின் இறுதியிற் கதையின் சாரத்தைச் சுருக்கித் தெரிவிக்கும் வெண்பாக்களும் உரிய இடங்களிற் சிவபெருமானுடைய திருவருளின் பெருமையைப் புலப்படுத்திய பகுதிகளும் அறிந்து இன்புறற்பாலன.

செய்யுள் நடையாகவே நூல்களியற்றும் ஆற்றலிருந்தும் வசன நடையாக இச்சரிதத்தை இவர்கள் இயற்றியதற்குக் காரணம் எல்லோரிடத்துமுள்ள அன்பின் மிகுதியென்றே சொல்லவேண்டும்.

கல்வியறிவொழுக்கங்களாற் சிறந்த இவர்கள் இதுபோன்ற இன்னும் பற்பலவாகிய சொற்பணிகளைச் செய்து கொண்டு பல காலம் மிக்க புழுடன் இந்நிலவுலகில் வாழ்ந்து விளங்கும்படி செய்வித்தருளும் வண்ணம் இறைவன் திருவடிகளைச் சிந்திக்கின்றேன்.

இதனை யிதனா லிவன்முடிக்கு மென்றாய்ந்
ததனை யவன்கண் விடல்

என்னும் பெரியோர் திருவாக்கிற்கிலக்காக இவ்வரிய காரியத்தைச் செய்து நிறைவேற்றும்படி தேர்ந்தெடுத்து இவர்களைத் தூண்டிய மேலைச்சிவபுரிச் சன்மார்க்க சபைத் தலைவர்களுடைய தமிழபிமானமும் வண்மையும் மிகப் பாராட்டற்பாலன.

இங்ஙனம்,
வே. சாமிநாதையர்

"தியாகராஜ விலாசம்"
திருவேட்டீசுவரன் பேட்டை
28-3-24

[**உதயன சரிதம்**, மு. கதிரேசச் செட்டியார், (மொ.ஆ.) பூர்ணாநந்த அச்சுக்கூடம், தஞ்சை, இரண்டாம் பதிப்பு, 1925]

கலித்தொகை

உ

முதற்சம்புடத்தின் அபிப்பிராயம்

சென்னைப் பிரஸிடென்ஸி காலேஜ் தமிழ்ப் பண்டிதராகிய பிரஹ்மஸ்ரீ, இ.வை. அநந்தராமையரவர்கள் பலவருடங்களாக மிக முயன்று நன்கு பரிசோதித்துப் பதிப்பித்துச் சில மாதங்களுக்கு முன்பு வெளிப்படுத்திய கலித்தொகையின் முதற்பகுதிப் புத்தகத்தைப் படித்துப் பார்த்துப் பரிசோதனைமுறை முதலியவற்றை யறிந்து மிக்க ஆநந்தமடைந்தேன். இருபது வருடங்களுக்குக் குறையாமற்பழகி இவர்களுடைய ஆற்றல்களை ஒருவகையாக யான் அறிந்திருப்பினும் இதுகாறும் இவர்கள்பாற் கண்டறியப்படாமலிருந்த விசேட ஆற்றல்கள் பலவற்றை இப்பதிப்பால் நன்கு அறிந்தேன். சிறந்த ஒரு நூல் எத்தனை வகையாக ஆராய்ச்சிசெய்து பதிப்பிக்கப்பட வேண்டுமோ அத்தனை வகையிலும் சிறிதும் குறைவின்றி ஆராய்ச்சி செய்யப்பெற்று இப்புத்தகம் விளங்குகின்றது. இப்பதிப்பிலுள்ள விசேடங்களெல்லாம் இதன் முகவுரையைப் படிப்பவர்களுக்கு நன்கு விளங்குமாதலின், இங்கே அவற்றை எழுதவில்லை.

அருந்தமிழ்ப் புலவர்கள், புதுமொழிகளும் புதிய பொருள்களுமாகிய அமுதப் பெருக்கத்தைக் கூட்டுண்ணுதற்கு நல்விருந்தென்றும் செந்தமிழ்ச் செல்வர்களுக்கு வாய்த்த ஒரு கருவூலமென்றும் இப்புத்தகத்தைச் சொல்லலாம்.

தமிழ்ப் பாஷாபிமானிகள் இதனை வாங்கிப் படித்து, இந்நன் முயற்சியிற் சிறிதும் சலிப்படையாதபடி இப்பதிப்பாசிரியர்க்குப் பொருளுதவிசெய்து ஊக்கமளிப்பார்களாயின், அவ்வுதவி தமிழ்ப் பாஷைக்கே செய்த பெரியதோ ருதவியாகு மென்பதிற் சந்தேகமில்லை. எந்தக் காரியத்திற்கும் பொருள் இன்றியமையாததென்பது யாவரும் அறிந்ததன்றோ!

இங்ஙனம்,
வே. சாமிநாதையர்

“தியாகராஜ விலாஸம்”
திருவேட்டீசுவரம் பேட்டை
சென்னை, 5-4-25

[**கலித்தொகை** (மருதக்கலி, முல்லைக்கலி) மூலமும் மதுரையாசிரியர் பாரத்துவாசி நச்சினார்க்கினிய ருரையும், இ.வை. அனந்தராமையர், நோபில் அச்சுக்கூடம், சென்னை, 1925]

ஆசார ஒழுக்க முறை

அணிந்துரை

இந்நூலிற் சில பகுதிகளைப் படித்துப் பார்த்தேன்.

சைவர்கள் தினந்தோறும் நடந்துகொள்ள வேண்டிய முறையை இது நன்றாகத் தெரிவிக்கின்றது. புண்ணியம், பாவம், ஜீவகாருணியம், தேகாரோக்கியம், சுகாதாரம், ஆலயவழிபாடு, விரதானுஷ்டான முதலியவைகள் தக்க ஆதாரத்துடன் விளங்குவதுடன் பாராயணத்துக்குரிய நூல்கள் இன்னவை யென்பதும் இதனாற் புலப்படுகின்றன. அங்கங்கே தேவாரம், திருமந்திரம், திருக்குறள் முதலிய நூல்களிலிருந்து மேற்கோள் காட்டியிருப்பது மிகவும் பொருத்தமாக இருக்கிறது. பல நூல்களைப் படித்து அறிதற்குரிய விஷயங்கள் இதில் ஒருங்கே சுருக்கமாக அமைந்திருத்தலால் சைவசமயிகள் இதைப் படித்து ஆதரிப்பார்களென்று எண்ணுகிறேன்.

இக்காலத்துக்கு இப்புத்தகம் இன்றியமையாததென்று நான் எழுதுவது மிகை.

வே. சாமிநாதையர்

[**ஆசார ஒழுக்க முறை**, திருநெல்வேலி பரமசிவன்பிள்ளை, ஹிந்திப் பிரசார அச்சியந்திரசாலை, திருவல்லிக்கேணி, சென்னை, பிரபவ ஹு ஆனி மீ 24 உ, விலை அணா ஐந்து]

திருக்குறட் சாரம்

பாராட்டுரை

திருநெல்வேலி ம-ா-ா-ஸ்ரீ பரமசிவன் பிள்ளையவர்கள் எழுதியுள்ள திருக்குறட்சார மென்னும் புத்தகததிற் சில பகுதிகளைப் படித்துப் பார்த்தேன்.

திருக்குறளின் வசனமாகப் பல நூல்கள் இக்காலத்தில் வெளிப்போந்து உலாவிவரினும் இப்புத்தகம் ஒரு புதிய அமைப்பைப் பெற்று விளங்குகின்றதென்று சொல்லலாம். ஒவ்வொர் அதிகாரத்தும் உள்ள சிறந்த குறள் ஒன்றை எடுத்துக்காட்டி அதன் பொருளையும் தெளிவாக எழுதி அவ்வதிகாரத்திலுள்ள ஏனைப் பாக்களின் கருத்துக்களையும் தொடர்புபடுத்தி நல்ல நடையிற் செவ்வனே விளக்கி உரிய இடங்களிற் சிறந்த சைவநூற் கருத்துக்களை இதன் ஆசிரியர் பிரமாணங்களாகக் கொடுத்திருப்பது யாவராலும் பாராட்டத்தக்கது. இதனைப் படிப்பவர்கள் திருக்குறளிற் கூறப்பட்ட நீதிகளையும் சிவபக்தி மார்க்கத்தையும் எளிதில் அறிந்து கொள்வார்களென்பது என்கருத்து.

[**திருக்குறட் சாரம்,** திருநெல்வேலி பரமசிவன் பிள்ளை, திரிபுரசுந்தரி அச்சியந்திரசாலை, திருவல்லிக்கேணி, சென்னை, சுக்கில வ ஆவணி மீ கஉ, விலை ரூ.1-4-0]

திருக்குறள் தீபாலங்காரம்

முகவுரை

திருக்குறளுக்குச் சமானமான நீதி நூல் வேறு இல்லையென்பது ஆன்றோர்கருத்து. அது பலவேறு பாஷைகளிலும் பல பலவாறாக மொழி பெயர்க்கப் பெற்றிருத்தலே அதன் பெருமையை நன்கு தெரிவிக்கும். திருக்குறளையே ஆதாரமாகக் கொண்டு எழுதப்பெற்றுள்ள செய்யுள் நூல்களும் வசன நூல்களும் பல இக்காலத்தில் வழங்கி வருகின்றன. அவற்றுள்ளே கௌரவம் பொருந்திய மருங்காபுரி ஜமீன்தாரிணி யவர்களால் சமீபத்தில் எழுதி வெளியிடப்பெற்ற "திருக்குறள் தீபாலங்கார" மென்னும் வசனநூலைப் படித்துப்பார்த்து மிக்க மகிழ்ச்சியடைந்தேன். அதன்கண் அமைந்துள்ள பலவகைக் குறிப்புக்களும், மேற்கோள்களும், வசனநடையும் ஜமீன்தாரிணி யவர்களுடைய கல்வியறிவையும், நூலாராய்ச்சி வன்மையையும், தமிழ்ப் பாஷையிலுள்ள அன்பையும் செவ்வனே எடுத்துக் காட்டுகின்றன. பொருட் செல்வத்தோடு கல்விச் செல்வமும் அவர்கள் பால் அமைந்திருப்பது யாவரும் பாராட்டத்தக்கது. இவ்வசன நூலை யாவரும் வாங்கிப் படித்துப் பயனடைவார்களென்று நம்புகிறேன்.

இங்ஙனம்,
வே. சாமிநாதையர்

[திருக்குறள் தீபாலங்காரம், ஸ்ரீமதி கி.சு.வி. இலட்சுமி அம்மணி, சாது அச்சுக்கூடம், சென்னை, 1929, விலை ரூ.3]

சேக்கிழார்

பாராட்டுரை

கோயம்புத்தூர் வக்கீல் ம-௱-௱-ஸ்ரீ ஸி.கே. சுப்பிரமணிய முதலியாரவர்கள் அச்சிட்டு வெளிப்படுத்தியுள்ள 'சேக்கிழார்' என்னும் வசனநூற் பிரதி யொன்றைச் சில வாரங்களுக்கு முன் அவர்களிடமிருந்து வரப்பெற்று அதனைப் படித்துப் பார்த்தேன்.

சேக்கிழாருடைய கால ஆராய்ச்சியும், பெரியபுராணத்திலிருந்து அறிந்துகொள்ளக் கூடிய கலை வகைகளும், போர் முறையும், வழக்கிடு முறைகளும், காலப்போக்கு வகைகளும், வழிபாட்டின் பெருமையும், அணி விசேடங்களும், இன்னன பிறவும் இதில் முறையாக ஆராய்ந்து கூறப்பெற்றுள்ளன.

திருக்குறள், தேவாரம், திருவாசகம் முதலிய நூல்களிலிருந்து சேக்கிழார் எடுத்தாண்ட சொற்களையும் பொருள் வகைகளையும் எடுத்துக் காட்டியிருப்பது முதலியா ரவர்களுடைய தமிழாராய்ச்சித் திறனை நன்கு புலப்படுத்தும்.

பெரியபுராணத்தைப் படித்து ஆராய்ச்சி செய்பவர்களுக்கு இந்நூல் பேருதவியாக இருக்குமென்று எண்ணுகிறேன்.

வே. சாமிநாதையர்

[**சேக்கிழார்**, சி.கே. சுப்பிரமணிய முதலியார், சாது அச்சுக்கூடம், சென்னை, 1933, விலை 1–8–0]

தாமோதரம் பிள்ளை சரித்திரம்

முன்னுரை

ஒவ்வொரு வகையில் நற்காரியங்களைச் செய்து புகழ்பெற்ற லோகோபகாரிகளுடைய சரித்திரங்களைப் படித்தலால் நாம் அடையும் பயன்கள் மிகப் பல.

ஏறக்குறைய நாற்பது வருஷங்களுக்கு முன் சென்னையிலும் புதுக்கோட்டையிலும் கும்பகோணத்திலும் வெவ்வேறு லௌகிகத் துறைகளில் அமர்ந்தவரும், சென்னை ஸர்வகலாசாலையில் தமிழ்ப் பாஷா சம்பந்தமான சங்கங்களில் அங்கத்தினராக நெடுங்காலம் இருந்தவருமான யாழ்ப்பாணம் ராவ்பகதூர் சி.வை. தாமோதரம் பிள்ளை யவர்களைப் பற்றித் தமிழறிஞர்கள் பலர் கேள்வியுற்றிருக்கலாம்.

இவரைப்போல் ஆங்கில பாஷையில் விசேஷமான பாண்டித்தியமடைந்து தமிழிலும் நல்ல பயிற்சியைப் பெற்றிருப்போர் இக்காலத்தில் மிகச் சிலரே யாவர். இவருடன் நான் நெருங்கிப் பழகியிருக்கிறேன்.

தமது ஓய்வு நேரத்தைத் தமிழாராய்ச்சியிற் பெரும்பாலும் செலவிட்டு வீரசோழியம், தொல்காப்பியச் சொல்லதிகாரம், தொல்காப்பியப் பொருளதிகாரம், இறையனாரகப்பொருள், இலக்கண விளக்கம், கலித்தொகை என்பவற்றின் மூலங்களையும் உரைகளையும், திருத்தணிகைப் புராணம், சூளாமணி என்பவற்றின் மூலங்களையும் பல ஏட்டுச் சுவடிகளைக் கொண்டு பரிசோதித்து முதன்முறை அச்சிற் பதிப்பித்து வெளியிட்டவர் இவரே.

இக்காலத்தில் தமிழில் பல துறைகளில் ஆராய்ச்சி செய்வோருக்குப் பெருந் துணையாக இருப்பன இவர் வெளியிட்ட புத்தகங்களாகும்.

இவருடைய சரித்திரத்தை விரிவாக வசன நடையில், ஸ்ரீமான் டி.ஏ. ராஜரத்தினம் பிள்ளை யவர்கள் எழுதி அச்சிட்டிருக்கிறார்கள். இப்புத்தகத்தின் சில பகுதிகளை நான் படித்துப் பார்த்ததில், ஸ்ரீ தாமோதரம் பிள்ளை யவர்களின் முக்கிய வரலாறுகளெல்லாம் நன்றாகச் சேர்க்கப்பெற்றுள்ளன வென்று தெரியவந்தது. யாவரும் நன்றாக அறிந்து கொள்ளும்படி கூடிய வரையில் நல்ல நடையில் இவ்வசன நூல் எழுதப்பெற்றுள்ளது.

தமிழ்ப் பயிற்சி யுள்ளவர்கள் இப்புத்தகத்தை வாங்கிப் படித்து இன்புறுவார்களென்று நம்புகிறேன்.

இங்ஙனம்,
வே. சாமிநாதையர்

[**The Life of Rao Bahadur C.W.Thamotharam Pillai**, T.A. Rajaruthnam Pillai, Published by N. Munisawmy Mudaliar, Proprietor: "Ananda Bhodhini" Madras, 1934]

திருவள்ளுவர்

மதிப்புரை

சென்னைச் சர்வகலாசாலையார் விரும்பியபடி மதுரை ஸ்ரீமான் சோமசுந்தர பாரதியாரவர்கள் எம்.ஏ., பி.எல்., 1929ஆம் ௵ மார்ச்சு ௴ 11ஆம் ௳ பச்சையப்பன் கலாசாலையில் "திருவள்ளுவர்" என்னும் விஷயத்தைப் பற்றிப் பேசியதைக்கேட்டு இன்புற்றவர்களுள் யானுமொருவன்.

குழறுபடையாகவும் முன்னுக்குப்பின் முரணாகவும் பண்டைக்கால வரலாற்றிற்கு மாறாகவும் இக்காலத்தில் வழங்கும் திருவள்ளுவருடைய சரித்திரப் பகுதிகளுள், கொள்ளத்தக்கவை யிவை, தள்ளத்தக்கவை யிவை யென்பதையும், அவருடைய கல்விப் பெருமையையும், பழைய புலவர்கள் அவர்திறத்தும் அவர் நூலினிடத்தும் கொண்டிருந்த மதிப்பையும், அவர் இன்னநிலையில் இருந்தாரென்பதையும் தடைவிடைகளை நிகழ்த்தித் தக்க ஆதாரங்களுடன் எடுத்துக்காட்டிக் கேட்போருடைய மனத்தில் நன்றாகப் பதியும்படி பேசியது பாரதியா ரவர்களுக்குள்ள தமிழார்வத்தையும், தமிழ்நூற் பயிற்சியையும், சொல்லாற்றலையும், ஞாபகசக்தியையும் புலப்படுத்திக் கேட்டோர் மனத்தைக் குளிர்வித்தது. வியப்பையும் விளைவித்தது.

இவ்வரிய பிரசங்கம், கேளார்க்கும் பயன்படும்படி பதிப்பிக்கப்பெற்றுப் புத்தக உருவமாக வெளிவந்ததைக் கண்டு மகிழ்ந்தேன். இப்புத்தகம் தமிழ்ப் பண்டிதர்களுக்கும் அவர்களில் ஆராய்ச்சியாளர்களுக்கும் ஒரு புதுவிருந்தாக இருக்குமென் றெண்ணுகிறேன்.

இங்ஙனம்,
வே. சாமிநாதையர்

திருவேட்டீசுவரன் பேட்டை
சென்னை
21-5-1929

[**திருவள்ளுவர்,** செந்தமிழ்ப் பிரசுரம் – 53, ச. சோமசுந்தர பாரதியார், மதுரைத் தமிழ்ச்சங்க முத்திராசாலை, மதுரை, 1934]

ஸ்வயம்ப்ரகாச விஜயம்

சிறப்புரை

பெரியோர்களுடைய வரலாறுகளும் நல்லுபதேசங்களும் ஒருவரை நல்வழிப் படுத்துமென்பது யாவரும் அறிந்ததே. அவர்கள் தமக்கென வாழாப் பிறர்க்குரியாளர்கள். சிறந்த அனுபவத்தின் பயனாக அவர்கள் வாக்கிலிருந்து வெளிவரும் ஒவ்வொரு விஷயமும் யாவரும் பின்பற்றிப் பயனடைதற்கு ஏற்றதாகும்.

சேலம் ஜில்லா, நாமக்கல் தாலுகா, சேந்த மங்கலத்தில் ஸ்ரீ தத்தகிரி குகாலயத்தில் எழுந்தருளியிருக்கும் ஸ்ரீமத் ஸ்வயம்ப்ரகாசப் பிரம்மேந்திர ஸரஸ்வதி ஸ்வாமிக ளவர்களைப்பற்றி என்னுடைய நண்பர்கள் மூலமாகக் கேள்வியுற்றிருக்கிறேன். இக்கலியுகத்தில் இவர்களைப் போன்ற மகான்களைக் காணுதல் மிக அருமை. இவர்களுடைய சரித்திரமும் இவர்களுடைய நல்லுபதேசங்களும் அடங்கிய "ஸ்வயம்ப்ரகாச விஜயம்" என்னும் தமிழ் வசன நூலைப் படித்துப் பார்த்ததில் எனக்கு உண்டான ஸந்தோஷத்திற்கு எல்லையில்லை. மனித வாழ்க்கையின் பயனைப் பெறுவதற்கு இன்றியமையாத பல அரிய விஷயங்கள் இப்புத்தகத்தில் நிரம்பி யிருக்கின்றன. ஆஸ்திகர்களுக்கும் சமயப் பற்றுடையவர்களுக்கும் இப்புத்தகம் ஒரு நல்விருந்தாக இருக்குமாதலால், இதனை யாவரும் வாங்கிப் படித்துப் பார்த்து இஷ்ட ஸித்திகளைப் பெறுவார்களென்று நம்புகிறேன்.

இங்ஙனம்,
வே. சாமிநாதையர்

[**ஸ்வயம்ப்ரகாச விஜயம்**, வரகவி திரு. அ. சுப்ரமண்ய பாரதி, ஸ்வாமிகளின் சிஷ்யர் ஸ்ரீ துரியானந்த ஸ்வாமிகளால் வெளியிடப்பெற்றது. 1935, விலை ரூ.2–8–0]

திருப்பேரைக் கலம்பகம்

மதிப்புரை

ஸ்ரீ வானமாமலை மடம் ஆஸ்தான வித்வானும், தென்திருப்பேரைத் தலவாசியுமாகிய ஸ்ரீமான் அநந்தகிருஷ்ண ஐயங்கா ரவர்களுடைய செய்யுள் நூல்கள் சில காலமாக அச்சு வாகனமேறித் தமிழ்நாட்டார் படித்து இன்புறும் நிலையை அடைவது கண்டு மிக்க மகிழ்ச்சியடைகின்றேன். தமிழ்ச்செய்யுள் இயற்றுந் திறமையில் இவர்கள் காளமேகம் முதலிய கவிகளை நினைக்கச் செய்கிறார்கள். நினைத்த காலத்தில் அமைத்துக் கொடுக்கும் வரையறைகள் பொருந்த யமகம், திரிபு, சிலேடை முதலியவைகளை அமைத்து எளிதிற் பாடும் இவர்களுடைய ஆசுகவித் தன்மை தமிழ்நாட்டுக்கும் தென்திருப்பேரைக்கும் பழைய காலந் தொடங்கி இருந்து வரும் பெருமையை நிலைநிறுத்துகின்றது. இவர்கள் வட மொழியிலும் புலமையுடையவர்கள்.

இப்பொழுது வெளியிடப்பெறும் "திருப்பேரைக் கலம்பகம்" இவர்கள் பிறந்த திவ்ய தேசத்தில் எழுந்தருளியிருக்கும் குழைக்காதர் விஷயமாக இயற்றப் பெற்றது. இதனைப் பல வருடங்களுக்கு முன் இவர்கள் இயற்றினார்கள். பலபல சமயங்களில் தனித்தனியே இயற்றப்பட்ட பல தனிப்பாடல்களில் இவர்கள் காட்டியிருக்கும் விசித்திர அமைப்புக்களை ஒருங்கே இந்நூலிற் காணலாம். தமிழ்ப் புலமை பழைய நிலையில் குறைந்துவிட்ட இக்காலத்தில் இத்தகைய கவித்வ சக்தியுடைய ஒருவரைக் காணுதல் அருமையிலும் அருமை.

தமிழ்நாட்டினர் இவர்களுடைய நூல்களைப் படித்து இன்பங் கண்டு, மேன்மேலும் இவர்கள் இயற்றிய நூல்கள் வெளிவரும்படி ஊக்கமளிப்பார்களென்று நம்புகிறேன்.

இங்ஙனம்,
(ஒப்பம்) **வே. சாமிநாதையர்**

"தியாகராஜ விலாஸம்"
திருவேட்டீசுவரன் பேட்டை
சென்னை, 25-12-1936

[**திருப்பேரைக் கலம்பகம்,** ஸ்ரீ அநந்தகிருஷ்ணையங்கார், எஸ்.பி. பிரஸ், விருதுநகர், 1937, விலை அணா 8]

கம்பராமாயண சாரம்

முகவுரை

தமிழ்நாட்டில் தமிழறிவுடைய யாவரும் தெரிந்து படித்தற்கு இன்றியமையாத நூல்களுள் கம்பராமாயணம் ஒன்று. இந்நாட்டினர் கம்பராமாயணப் பிரசங்கத்தை மிகச் சிறப்பாக மதிக்கின்றனர். இது சுவையினால் தமிழுலகைத் தன்வசப் படுத்தியிருக்கின்றது. இதனை எத்தனை வகையில் ஆராய்ந்து பார்த்தாலும் சலிப்பு உண்டாவதில்லை. அப்படியே கம்பராமாயணத்தின் தொடர்புடைய நூல்கள் எத்தனை வெளிவந்தாலும் அத்தனையும் தமிழ் நாட்டாருடைய ஆதரவுக்கு உரியனவாகும்.

இப்பொழுது நண்பர் ராவ்ஸாஹிப் மகா-ா-ா-ஸ்ரீ வெ.ப. சுப்பிரமணிய முதலியாரவர்கள், ஜி.பி.வி.ஸி., வெளிப்படுத்தி வருகின்ற கம்பராமாயண சாரம் தமிழ் நாட்டாரராற் போற்றிப் படித்து இன்புறற்குரிய சிறந்த நூலாகும். முதலியாரவர்களை நான் பல வருஷங்களாக அறிவேன். தமிழ்க் காப்பியங்களிலும் பிரபந்தங்களிலும் ஆங்கில நூல்களிலும் இவர்கள் சிறந்த பயிற்சியுள்ளவர்கள். தமிழில் இனிய வசன நூல்களும் அழகிய கவிகளும் இயற்றும் ஆற்றலுடையவர்கள். பழகுங்காலத்தில் இவர்களுடைய சம்பாஷணைகளினால் எனக்கு உண்டாகும் இன்பம் ஒரு தனி இயல்புடையதாக இருக்கும். தமிழ் நூல்களையும் ஆங்கில நூல்களையும் இடைவிடாமற் படித்துப் படித்து அவற்றிலுள்ள சாரத்தை அறிந்து தெளிவாக்கி இவர்கள் சொல்லுவதைக் கேட்கும் ஒவ்வொருவருக்கும், நூல்களில் பேரார்வமும் சுவை கண்டின்புறும் ஆற்றலும் இவர்களுக்கு மிகவுண்டென்பது நன்றாகப் புலப்படும்.

இங்ஙனம் மதிநுட்பமும் பரந்த நூலறிவும் உடைய இவர்கள் இளமை தொடங்கியே கம்பராமாயணத்தைப் படித்துப் படித்து இன்புற்று வருகிறார்கள். அந்நூலை எத்தனையோ முறை ஆழ்ந்து ஆராய்ந்து படித்திருத்தலின் அப்பொழுதப் பொழுது கண்ட அரிய பொருள்களைத் தொகுத்து இப்புத்தகப் பகுதிகளில் வெளியிட்டிருக்கிறார்கள்.

கம்பராமாயணம் முழுவதையும் படித்து இன்புறுவதென்பது யாவருக்கும் இயலாத காரியம். முதலியாரவர்களுடைய கம்பராமாயண சாரமோ எல்லோருக்கும் பயன்படும் முறையில் அமைந்திருக்கிறது. தாம் தேர்ந்தெடுத்துள்ள கவிகளுக்குப் பொழிப்புரையும், கருத்தும், விசேடவுரையும் இந்நூலில் முதலியாரவர்கள் அமைத்திருக்கிறார்கள். கம்பராமாயணப் பாடல் முழுவதும் இல்லாவிடினும் கதைத் தொடர்பு அறாதபடி இடையிடையே உள்ள வரலாறுகளை எளிய அழகிய வசன நடையில் எழுதியிருப்பதால் இதனைப் படிப்பவர்களுக்கு ஒருவாறு கம்பராமாயணம் முழுவதிலுமுள்ள அமைப்பு விளங்கும்.

பலகாலம் தேர்ந்துதேர்ந்து இன்புற்று வெளியிடப்படுவதாதலின் இப்புத்தகம் முதலியாரவர்களுடைய பலவகை ஆற்றல்களையும் ஆராய்ச்சி முறைகளையும் தெரிவிக்கின்றது.

இதனைத் தமிழ்நாட்டார் படித்து இன்புற்றுப் பார்ப்பார்களாயின் முதலியாரவர்களுடைய பேருழைப்பின் சிறப்பு நன்றாகப் புலப்படுமென்பது திண்ணம். முதலியாரவர்கள் இன்னும் நீண்டகாலம் எல்லா நலங்களோடும் வாழ்ந்து பின்னும் இம்முறையே கம்பராமாயண சாரத்தின் பிறபகுதிகளையும் வேறு பல நூற்பொருள்களின் சாரத்தையும் வெளியிட்டுத் தமிழ் நாட்டினரை மகிழ்விக்கும்படி செய்தருளும் வண்ணம் அலகிலா விளையாட்டுடைய இறைவன் திருவருளைச் சிந்திக்கின்றேன்.

இங்ஙனம்,
வே. சாமிநாதையர்

“தியாகராஜ விலாஸம்”
திருவேட்டீசுவரன் பேட்டை
சென்னை, 28-6-36

[**கம்பராமாயண சாரம்,** ராவ் ஸாஹிப் வெ.ப. சுப்பிரமணிய முதலியார்G.B.V.C., தென்னிந்திய சைவசித்தாந்த நூற்பதிப்புக் கழகம் லிமிட்டெட், சென்னை, 1937, விலை ரூ.1-00]

காதலா கடமையா

மதிப்புரை

இப்போது சில காலமாக ஆண்பாலாரைப் போலவே பெண்பாலரும் கல்வி விஷயத்தில் இந்நாட்டில் முன்னேற்றமடைந்து வருகிறார்களென்பதை யாவரும் அறிவர். பெண்பாலாரில் சில சாதியினர் மட்டும் கல்வியில் மிக்க மேம்பாடுற்று விளங்குகின்றனர். தமிழ் சம்பந்தப்பட்ட மட்டில், மகம்மதியப் பெண்மணிகளில் நன்றாகப் படித்தவர்கள் இருப்பதாகத் தெரியவில்லை. ஆண் பாலாரில் அந்த வகையிற் பல வித்துவான்கள் உண்டு.

சமீப காலத்தில் நாகூர் சித்தி ஜுனைதா பேகம் என்ற பெண்மணி எழுதிய 'காதலா கடமையா' என்ற தலைப்புடன் கூடிய அபிநவ கதையை நான் பார்த்தபோது எனக்கு மிக்க மகிழ்ச்சியும் வியப்பும் உண்டாயின. மகம்மதியர்களுள்ளும் தமிழ் நூல்களை பயின்றுள்ள பெண் மக்கள் இருக்கிறார்கள் என்பதை இப்புத்தகம் நன்கு விளக்குகிறது. எல்லாவற்றிலும் மேலானது கடமையே என்பதும், பரோபகாரச் செயல் ஒவ்வொருவருக்கும் இன்றியமையாததென்பதும், பொருளாசை மேலிட்டவர்கள் எதுவும் செய்யத் துணிவர் என்பதும் இப்புத்தகத்திற்கண்ட முக்கிய விஷயங்கள். இதன் நடை யாவரும் படித்தறிந்து மகிழும்படி அமைந்திருக்கிறது. கதைப் போக்கும் நன்றாக உள்ளது. இடையிடையே பழைய நூல்களிலிருந்து மேற்கோள்கள் கொடுத்திருப்பது இந்நூலை எழுதியவருக்குத் தமிழ் இலக்கிய நூல்களில் நல்ல பயிற்சியுண்டென்பதைக் காட்டுகின்றது. பொது மக்கள் இதனை வாங்கிப் படித்து இன்புறுவார்களென்று எண்ணுகிறேன்.

ஆங்காங்குச் சில எழுத்துப் பிழைகளும் இலக்கணப் பிழைகளும் உள்ளன. அவை அடுத்த பதிப்பில் நீக்கப்படுமென்று நம்புகிறேன்.

இங்ஙனம்,
வே. சாமிநாதையர்

[காதலா கடமையா, சித்தி ஜுனைதா பேகம், சென்னை லிபர்ட்டி அச்சுக்கூடம், 1938, விலை அணா 6]

சகுந்தலா நாடகம்

முன்னுரை

உ

சென்னை, கிறிஸ்டியன் காலேஜ் ஹைஸ்கூல் தமிழ்ப் பண்டிதராகிய சிரஞ்சீவி வித்துவான் அ. குமரகுருபர ஆதித்தர் எழுதிய 'சகுந்தலா நாடகம்' என்னும் புஸ்தகத்திற் சில பகுதிகளைப் படித்துப் பார்த்தேன். இது பெரும்பாலும் வட மொழியிலுள்ள சாகுந்தலத்தைப் பின்பற்றி எழுதப்பட்டதென்று தெரிகின்றது.

இந்தக் காலத்துக்கேற்ற எளிய நடையில் இவர் இதனை எழுதியிருக்கின்றார். தமிழில் பல வகையான நூல்கள் வெளிவரவேண்டுமென்னும் விருப்பம் இக்காலத்தில் மிகுதியாக இருக்கிறது. அவற்றிலும் வசனநடை நூல்களை மக்கள் அதிகமாக விரும்புகிறார்கள். கதைகள் நாடகங்கள் என்பவை அவற்றுள்ளும் சிறப்பாகப் படிக்கப் பெறுகின்றன. இதனை உணர்ந்தே இந்நாடகத்தை இவர் எழுதி நன்றாக அச்சிட்டு வெளிபபடுத்தி யிருக்கிறாரென்று நினைக்கிறேன். இவருடைய தமிழன்பும் நன்முயற்சியும் பாரட்டற்குரியன. தமிழ்நாட்டினர் இப்புத்தகத்தை வாங்கிப் படித்து இவருக்கு ஊக்கமளிப்பார்க ளென்று நம்புகிறேன்.

இங்ஙனம்,
வே. சாமிநாதையர்

"தியாகராஜ விலாஸம்"
திருவேட்டீசுவரன் பேட்டை
சென்னை, 23-12-1938

[**சகுந்தலா நாடகம்**, வித்துவான் அ.கு. ஆதித்தர், வித்துவ பீடம், மயிலாப்பூர், சென்னை, 1938, விலை 1–4–0]

யோக சித்தி

முன்னுரை

வாழ்க்கையில் தூய இன்பம் நிறைந்து விளங்கும் வண்ணம் வாழ்தலை யோக வாழ்க்கை யென்று கூறலாம். யோக மென்பது ஒரு சாராருக்கே உரிய ஒருவகைப் பயிற்சி அன்று. பற்றற்றான் பற்றினையுடைய பக்தர்களும், வையத்தில் வாழ்வாங்கு வாழும் கர்ம வீரர்களும், மருணீங்கி, மாசறு காட்சியையுடைய ஞானியரும் சிறந்த யோகிகளே ஆவார்கள். இவர்களுள்ளும், வையத்தில் வாழ்வாங்கு வாழ்வோர் வாழ்க்கை இக்காலத்தில் மிகவும் அவசியமானது. இவ்வாழ்க்கை நெறியையும், பிற அரிய உண்மைகளையும், அழகாகவும் இன்சுவையோடும் கூறுவது இந்த "யோக சித்தி" என்னும் நூல்.

இதன் ஆசிரியராகிய ஸ்ரீ சுத்தானந்த பாரதியவர்கள், தூய வாழ்க்கையும், யோக சித்தியும், மதி நுட்பமும், பரந்த நூலறிவும் வாய்ந்தவர்களென்பது தமிழுலகம் நன்கறிந்ததே. இவர்களைப் போன்ற ஒருவரே இத்தகைய நூலை எழுதும் தகுதி உடையவராவர். இவர்கள் தமிழ் நாட்டுக்குப் பயன்படுமாறு தமிழில் எழுதிவரும் நூல்கள் இவர்களுடைய மகோபகாரத்தைத் தெரிவிக்கும்.

ஒவ்வோ ரியலிலும் ஐவைந்து குறள் வெண்பாக்களைக் கொண்ட நூலின் விரிவுரையாக இது விளங்குகின்றது. பாரதியாரவர்கள் தம்முடைய பரந்த நூலறிவால் உணர்ந்தவைகளையும், அநுபவத்தால் அறிந்தவைகளையும், படிப்போர் உள்ளத்திற் பதியும் வண்ணம் இந்நூலில் எழுதியிருக்கிறார்கள். பல சமயத்தினருடைய கொள்கைகளில் உள்ள சிறந்த பொருள்களை வேற்றுமை யின்றி எடுத்துக்காட்டும் இயல்பும், ஞாபக சக்தியும் மிகவும் போற்றற்குரியன.

இப்புத்தகத்தைப் படிக்கும்போது, ஒரு மலையிலிருந்து வரும் பேராற்று வெள்ளம் புரண்டோடுவது போலச் சில சமயம் தோற்றுகிறது; சில சமயம், வாழ்க்கையிலுள்ள குப்பைகளைத் தன் வேகத்தில் போக்கும் பிரசண்ட மாருதத்தின் நினைவு உண்டாகின்றது. அநுபவத்தில் உணர்ந்த உண்மைகளைப் பாரதியார் விளக்கும்போது, நம்முடைய ஹிருதயத்தைத் தொட்டுக்கொண்டு மெல்லென்ற தென்றல் தவழ்வது போன்ற உணர்ச்சி உண்டாகின்றது.

இந்நூலிலிருந்து பாரதியார் ஒரு வற்றாத இனிய ஊற்றென்பது புலப்படும். தமிழ் நாட்டினருடைய அறிவை மலரச் செய்வதற்கும், வாழ்க்கையைப் பயன்படும்படி செய்வதற்கும் அமைந்த இப்புத்தகம் யாவரும் வாங்கிப் படித்து இன்புறுதற்குரியது.

இங்ஙனம்,
வே. சாமிநாதையர்

[யோக சித்தி, சுவாமி சுத்தானந்த பாரதியார், அன்பு நிலையம், திரிச்சி, 1938]

ஸ்ரீ அரவிந்தரும் அவரது யோகமும்

நூன்முகம்

ஸ்ரீமான் பி. கோதண்டராமைய ரவர்கள் எழுதிய "ஸ்ரீ அரவிந்தரும் அவரது யோகமும்" என்னும் புத்தகத்தைப் படித்துப் பார்த்தேன். இப்புத்தகத்தில் அரவிந்தரது வாழ்க்கை வரலாறு, அவரது யோகமுறை, அவருடைய முயற்சியால் உலகத்துக்கு உண்டாகும் பயன் முதலிய விஷயங்கள் காணப்படுகின்றன. நம் நாட்டில் எந்தக் காலத்தும் மஹான்கள் இருந்துகொண்டே இருக்கிறார்கள். பரம்பொருளின் உண்மையை உணர்ந்து முத்தியை அடையும் சாதனங்களை உயிர்கள் மேற்கொள்ளவேண்டு மென்னும் கருணையினால் அவ்வப்போது பல பெரியோர்கள் தங்கள் அனுபவங்களை வெளிப்படுத்தியும் பலருக்கு உபதேசம் செய்து திருவருட் பேறடையச் செய்தும் வருகிறார்கள். அத்தகைய பெரியார்களுடைய சரித்திரம் வாழ்க்கையை ஒழுங்குபடுத்திக்கொள்வதற்கும் நம்முடைய தலைமையான கடமை இன்னதென்பதை அறிந்து கொள்வதற்கும் தூண்டுகோலாக உதவும்.

மஹான் அரவிந்தரது வாழ்க்கை வரலாறு மிக்க ஆச்சரியமும் சிறப்பும் உடையதாக விளங்குகின்றது. அதனை எளிய நடையில் இவ்வாசிரியர் எழுதியிருக்கின்றார். அரவிந்தருடைய யோகமுறைகளையும் உபதேசங்களையும் வெளியிடும் அதிகாரம் ஒன்று தனியே இப்புத்தகத்தில் உள்ளது. அதிற் கண்ட விஷயங்கள் பன்முறை படித்து மனங்கொளற்குரியனவாகும்.

இதனை எழுதியவருடைய முயற்சியும், அரவிந்தரது வாழ்க்கையையும் உபதேசங்களையும் இவர் நன்கு அறிந்து வெளியிடும் திறமையும் பாராட்டற்குரியவை.

இங்ஙனம்,
வே. சாமிநாதையர்

"தியாகராஜ விலாஸம்"
திருவேட்டீசுவரன் பேட்டை
19-6-1939

[**ஸ்ரீ அரவிந்தரும் அவரது யோகமும்**, பி. கோதண்டராமன், பி.ஜி. பால் அண்டு கம்பெனி, ஜார்ஜ டவுன், சென்னை, 1939, விலை அணா 9]

தமிழ்க் காப்பியங்கள்: இலக்கணமும் இலக்கியமும்

முன்னுரை

வித்வான் ஸ்ரீ கி.வா. ஜகந்நாதையர், சென்னை ஸர்வகலாசாலையில் ஆராய்ச்சி மாணவராக இருந்த காலத்தில் அவருடைய வேலையைக் கவனிக்கும் பொறுப்பு எனக்கு இருந்தது. அவருடைய பேருழைப்பின் பயனாக வெளிவந்துள்ள "தமிழ்க் காப்பியங்கள்" என்னும் இக்கட்டுரை பல துறைகளில் சிறப்புற்று விளங்குகின்றது.

அவ்வப்போது விஷயங்களைக் கேட்டுவந்த எனக்கு எல்லாவற்றையும் ஒருங்கே இவ்வடிவத்திற் பார்க்கையில் மிக்க மகிழ்ச்சி உண்டாகிறது.

வடமொழி யலங்கார சாஸ்திரங்களிலும் ஆங்கில நூல்களிலும் உள்ள அருமையான விஷயங்கள் இந்நூலில் ஆங்காங்கு ஒப்புமையாகக் காட்டப்பட்டுள்ளன.

தொல்காப்பியம், யாப்பருங்கல விருத்தி, வீரசோழியம் முதலிய அனேக நூல்களில் காப்பிய இலக்கணங்களைப் பற்றி ஒவ்வோரிடத்தில் காணப்படும் விஷயங்களையெல்லாம் நன்காராய்ந்து ஒழுங்குபடுத்தி இக்கட்டுரையில் தொகுத்தமைத்திருப்பது புலவர் பெருமக்களால் மிகவும் பாராட்டத்தக்கது.

இப்புத்தகத்தைப் படித்துப் பார்த்தால், ஜகந்நாதையருடைய பலதிறப்பட்ட பேராற்றலும், நூலாராய்ச்சி வன்மையும், தமிழ் இலக்கண இலக்கிய நூல்களில் அவருக்குள்ள பரந்த ஞானமும், ஞாபக சக்தியும் நன்கு புலனாகும்.

இவ்வகையான நூல் இதுவரை தமிழில் ஒருவராலும் எழுதப்படாததால் தமிழ்நூல் பயில்வோருக்கும் ஆராய்ச்சியாளர்க்கும் இது பெரிதும் பயன்படுமென்பதில் ஐயமில்லை.

இங்ஙனம்,
வே. சாமிநாதையர்

"தியாகராஜ விலாசம்"
திருவேட்டீசுவரன் பேட்டை
சென்னை, 4-4-40

[**தமிழ்க் காப்பியங்கள்: இலக்கணமும் இலக்கியமும்**, வித்வான் கி.வா. ஜகந்நாதன், சென்னை ஸர்வகலாசாலை, சென்னை, 1940, விலை ரூ.1–4–0]

கலிங்கத்துப் பரணி மூலமும்
ஆ.வீ. கன்னைய நாயுடு உரையும்

முன்னுரை

சரித்திர சம்பந்தமானதும் ஆராய்ச்சியாளர்களுக்கு உபயோகமாக வுள்ளதுமான "கலிங்கத்துப் பரணி"யென்னும் நூல் இப்போது பதவுரையோடும் விளக்க வுரையோடும் பச்சையப்ப முதலியார் கல்லூரியில் தமிழாசிரியராகவுள்ள ஸ்ரீமான் கன்னைய நாயுடு அவர்களால் அச்சிடப்பெற்று வெளிவந்துள்ளது. இந்நூலின் சில பாகங்களைப் படித்துப் பார்த்தபோது பதிப்பாசிரியருடைய பேருழைப்பு நன்கு வெளியாயிற்று. தமிழ் மக்கள் தக்க ஊக்கமளிப்பார்களென்று நம்புகிறேன்.

இங்ஙனம்,
(கை-ஒ) **வே. சாமிநாதையர்**

"தியாகராஜ விலாஸ்"
6-1-41

[கலிங்கத்துப் பரணி மூலமும் ஆ.வீ. கன்னைய நாயுடு உரையும், டெக்கான் அச்சுக்கூடம், சென்னை, 1941, விலை ரூ. 2]

ஸ்ரீமத் வால்மீகி ராமாயண மொழிபெயர்ப்பு

மதிப்புரை

மஹாகவியாகிய ஸ்ரீ வான்மீகி முனிவர் இயற்றியுள்ள ஸ்ரீமத் இராமாயணம் மிகச் சிறந்த காவியமாக யாவராலும் கொண்டாடப்படுகிறது. வடமொழிப் பயிற்சியில்லாதவர்கள் அதன் பெருமையை அறிந்துகொள்ள முடியாமையால் அது பலரால் தமிழில் வசனரூபமாக மொழிபெயர்க்கப் பெற்றுள்ளது. ஒவ்வொன்றும் ஒவ்வொரு வகையாக அமைந்திருக்கிறது.

சமீபத்தில் காஞ்சீபுரம் உபய வேதாந்த மகாவித்துவான் ஸ்ரீமத் பிரதிவாதி பயங்கரம்-அண்ணங்கராசாரிய ஸ்வாமிகளவர்கள் இவ்வரிய காவியத்தைத் தமிழில் மொழி பெயர்த்து வெளியிட்டிருக்கிறார்கள். இராமாயணத்தைப் பலவாறு ஆராய்ச்சி செய்திருக்கும் அவர்களுடைய இம்மொழிபெயர்ப்பு எல்லா வகையிலும் மிகச் சிறப்புற்று விளங்குகிறதென்பதை நான் சொல்வது மிகையாகும். இம்மொழி பெயர்ப்பு நூலில் உள்ள சிலசில பகுதிகளைப் படிக்கச் சொல்லிக் கேட்டேன். சரித்திரப்பகுதி வேறு விஷயங்கள் கலவாமல் தனியே அமைந்திருப்பதும், யாவரும் சுலபமாகப் படித்தறிந்து கொள்ளுமாறு வசனநடை சிறுசிறு வாக்கியங்களாக இருப்பதும், அர்த்தபுஷ்டியுள்ள பதங்களை அங்கங்கே அமைந்திருப்பதும், பக்தி ரசம் தோற்றும்படி விஷயங்களைப் பொருத்தி யிருப்பதும் மிகவும் பாராட்டற்குரியன. வான்மீகி ராமாயணத்துக்கும் வேறு இராமாயணங்களுக்கும் உள்ள ஒற்றுமை வேற்றுமைகளை நன்கு அறிந்து கொள்வதற்கு இம்மொழிபெயர்ப்பு மிக்க சாதனமாக இருக்கும். ஆதலின் தமிழ் மக்கள் அருமையான இம் மொழிபெயர்ப்பை வாங்கிப் படித்துப் பயனடைவார்கள் என்று நம்புகிறேன்.

[**ஸ்ரீமத் வால்மீகி ராமாயண மொழிபெயர்ப்பு** (முதற் பகுதி), காஞ்சீபுரம் மகாவித்வான் பிரதிவாதி பயங்கரம்-அண்ணங்கராசாரியார் சுவாமிகள், குமரன் அச்சுக்கூடம், காஞ்சீபுரம், 1941, விலை ரூ. 4]

பல்வேறு நிலைகளில் உதவியோர்

(முன்னுரைகள் வழி)

சுவடி உதவியோர்

திருக்கைலாய பரம்பரை திருவாவடுதுறை ஆதினம் (மேலகரம்) ஸ்ரீலஸ்ரீ **சுப்பிரமணிய தேசிக மூர்த்திகள்.**

ஷ ஆதீனம் **ஸ்ரீலஸ்ரீ அம்பலவாண தேசிகரவர்கள்.**

ஷ ஆதீனத்து மகாவித்துவான் திரிசிரபுரம் **மீனாட்சிசுந்தரம் பிள்ளை.**

ஷ (ஆதீனத்தில் திருமுகப் பணிவிடை இயற்றிவந்த) ஸ்ரீ **முத்துக்குமாரசாமி பிள்ளை.**

தருமபுரம் ஆதீனம் ஸ்ரீலஸ்ரீ **மாணிக்கவாசக தேசிகரவர்கள்.**

திரிசிரபுரம் ஸ்ரீ **சி. தியாகராஜ செட்டியார்.**

திரிசிரபுரம் ஸ்ரீ **அன்னாசாமி பிள்ளை.**

திரிசிரபுரம் நேஷனல் ஹைஸ்கூல் வித்துவான் ஸ்ரீமத் உ.வே. **ஏ.எம். அப்பு சடகோப ராமாநுஜாசாரியார்.**

திரிசிரபுரம் எஸ்.பி.ஜி. காலேஜ் தமிழ்ப் பண்டிதர் ஸ்ரீ **வெ. சதாசிவ செட்டியார்.**

திருநெல்வேலி ஸ்ரீ **சாலிவாடீசுவர ஓதுவார்.**

திருநெல்வேலி ஸ்ரீ **அம்பலவாண கவிராயர்.**

திருநெல்வேலி ஸ்ரீ **கவிராஜ நெல்லையப்ப பிள்ளை.**

திருநெல்வேலி ஸ்ரீ **கவிராஜ ஈஸ்வரமூர்த்தி பிள்ளை.**

திருநெல்வேலி வித்வசிரோமணி ஸ்ரீ **திருவம்பலத்தின்னமுதம் பிள்ளை.**

திருநெல்வேலி வண்ணார்பேட்டை ஸ்ரீ **திருப்பாற்கடநாதன் கவிராயர்.**

திருநெல்வேலி களக்காடு ஸ்ரீமத் **சாமிநாத தேசிகர்.**

திருநெல்வேலி ஹிந்துகாலேஜ் தமிழ்ப்பண்டிதர் ஸ்ரீ **சுவர்ணம் பிள்ளை.**

திருநெல்வேலி தெற்குப் புதுத்தெரு வக்கீல் ஸ்ரீ **சுப்பையா பிள்ளை.**

ஆழ்வார் திருநகரி (திருமேனி கவிராயர் பரம்பரை) ஸ்ரீ **தேவர்பிரான் கவிராயர்.**

ஆழ்வார் திருநகரி ஸ்ரீ **தே. லக்ஷ்மண கவிராயர்.**

ஆழ்வார் திருநகரி ஸ்ரீ **பெரியதிருவடிக் கவிராயர்.**

ஆழ்வார் திருநகரி சப்ரிஜிஸ்ட்டார் ஸ்ரீ **இராமசாமி ஐயர்.**

ஆழ்வார் திருநகரி ஸ்ரீ **ஜே.எம். வேலுப்பிள்ளை** F.M.U.

ஸ்ரீவைகுண்டம் (ஸ்கூல் சப் அஸிஸ்டென்ட் இன்ஸ்பெக்டர்) ஸ்ரீ **ஆர். சிவராம ஐயர்.**

ஸ்ரீவைகுண்டம் (வக்கீல்) ஸ்ரீ **ஈ. சுப்பராய முதலியார்.**

நாங்குநேரி ஸ்ரீ **வானமாமலைத் தாதர்.**

ஆறுமுக மங்கலம் ஸ்ரீ **இராமசாமி பிள்ளை.**

ஆறுமுக மங்கலம் ஸ்ரீ **ஏ. சுந்தரமூர்த்தியா பிள்ளை.**

மிதிலைப்பட்டி ஸ்ரீ **அழகிய சிற்றம்பலக் கவிராயர்.**

திருக்குற்றாலம் (மேலகரம்) ஸ்ரீ **திரிகூட ராசப்பக் கவிராயர்.**

மந்தித்தோப்பு சங்கரசுவாமி ஆதீனகர்த்தர் மஹந்து ஸ்ரீமத் **சங்கரசுப்பிரமணிய தத்த சுவாமிகள்.**

தூத்துக்குடி ஸ்ரீ **குமாரசாமி பிள்ளை.**

தஞ்சாவூர் ஸ்ரீ **மருதமுத்து உபாத்தியாயர்.**

தஞ்சாவூர் ஸ்ரீ **விருஷபதாச முதலியார்.**

மாயூரம் (அட்வகேட்) ஸ்ரீ **சாம்பசிவ செட்டியார்.**

மாயூரம் கீழைவீதி ஸ்ரீ **வயித்திய லிங்கம் பிள்ளை.**

மாயூரம் ஸ்ரீ **முத்துசாமி பிள்ளை.**

பட்டீச்சுரம் ஸ்ரீ **வெள்ளைவாரணம் பிள்ளை.**

சோழன் மாளிகை ஸ்ரீ **இரத்தினம் பிள்ளை.**

மணலூர் ஸ்ரீ **வீ. இராமாநுஜாசாரியார்.**

உறையூர் (ஸ்ரீ பஞ்சவர்ணேஸ்வர ஸ்வாமி கோயில் தருமகர்த்தர்) ஸ்ரீ **சொக்கலிங்க முதலியார்.**

மதுரை சேதுபதி ஹைஸ்கூல் உபாத்தியாயர் ஸ்ரீ **எஸ். சாமிநாதையர்.**

திருமழிசை ஸ்ரீ **சிவப்பிரகாச ஐயர்.**

ஜாம்பவானோடை ஸ்ரீ **அம்பலவாண முனிவர்.**

திண்டுக்கல் (வக்கீல்) ஸ்ரீ **எல்.ஏ. வெங்குசாமி ஐயர்.**

சேது சமஸ்தான மகாவித்துவான் ஸ்ரீ **ரா. ராகவையங்கார்.**

தேரழுந்தூர் ஸ்ரீ **சக்கரவர்த்தி ராஜகோபாலாசாரியார்.**

குன்றக்குடி ஸ்ரீ **அப்பாய் பிள்ளை.**

சிதம்பரம் ஸ்ரீ **தருமலிங்க செட்டியார்.**

சிதம்பரம் ஸ்ரீ **சாமி ஐயங்கார்.**

சிதம்பரம் (சைவப் பிரகாச வித்யாசாலைத் தருமபரிபாலகர்) **ஸ்ரீ பொன்னம்பலம் பிள்ளை.**

சேலம் ஸ்ரீ **இராமசாமி முதலியார்.**

சேலம் ஸ்ரீ **குருசாமி பிள்ளை.**

சேலம் ஸ்ரீ **சபாபதி முதலியார்.**

சேலம் செந்தாரப்பட்டி ஸ்ரீ **சிவசுப்பிரமணிய ஐயர்.**

உடையூர் ஸ்ரீ **சுப்பிரமணிய பிள்ளை.**

பவானி போர்டு ஹைஸ்கூல் தமிழ்ப் பண்டிதர் ஸ்ரீ **குமாரசாமிப் பிள்ளை.**

பொள்ளாச்சி வித்துவான் ஸ்ரீ **சிவன் பிள்ளை.**

சென்னை ஸ்ரீ **ம. மகாலிங்கையர்.**

சென்னை அஷ்டாவதானம் ஸ்ரீ **சபாபதி முதலியார்.**

சென்னை ஸ்ரீ **சின்னசாமி பிள்ளை.**

சென்னை சோடசாவதானம் ஸ்ரீ **சுப்பராய செட்டியார்.**

சென்னை தொழுவூர் ஸ்ரீ **வேலாயுத முதலியார்.**

சென்னை ஸ்ரீ **தி. முத்துக்குமாரசாமி முதலியார்.**

சென்னை ஸ்ரீ **சூ. அப்பன் செட்டியார்.**

சென்னை (சைவவித்தியாநுபாலன அச்சுயந்திரசாலைத் தலைவர்) ஸ்ரீ **சாமிநாத பண்டிதர்.**

திருத்தணிகை விசாகப் பெருமாளையர் மருகர் வேலூர் ஸ்ரீ **குமாரசாமி ஐயர்.**

திருத்தணிகை சரவணப் பெருமாளையர் பேரர் ஸ்ரீ **குருசாமி ஐயர்.**

திருமயிலை ஸ்ரீ **அண்ணாசாமி உபாத்தியாயர்.**

திருவல்லிக்கேணி ஸ்ரீ **வி. விஸ்வநாத சாஸ்திரி.**

இராயபேட்டை ஸ்ரீ **பார்சுவநாத நயினார்.**

புரசபாக்கம் இ.எம்.எல்.எப். ஹைஸ்கூல் தமிழ்ப்பண்டிதர் ஸ்ரீ **ச.கு. கணபதி ஐயர்.**

காஞ்சீபுரம் ஸ்ரீ **ம. தெய்வசிகாமணி முதலியார்.**

காஞ்சீபுரம் ஸ்ரீ **கங்காதர முதலியார்.**

வளவனூர் ஸ்ரீ **தேசிக சடகோபப் பிள்ளை.**

வீடூர் ஸ்ரீ **சந்திரநாத செட்டியார்.**

வீடூர் ஸ்ரீ **அப்பாசாமி நயினார்.**

கூடலூர் ஸ்ரீ **விசயபால நயினார்.**

அரியூர் ஸ்ரீ **எஸ். சாமிநாத ஐயர்.**

வரகனேரி ஸ்ரீ **சவரிமுத்துப் பிள்ளை.**

திருவனந்தபுரம் ஸ்ரீ **பி. சுந்தரம் பிள்ளை.**

யாழ்ப்பாணம் ஸ்ரீ **சி.வை. தாமோதரம் பிள்ளை.**

யாழ்ப்பாணம் ஸ்ரீ **வீ. கனகசபைப் பிள்ளை.**

யாழ்ப்பாணம் வண்ணைநகர் ஸ்ரீ **சுவாமிநாத பண்டிதர்.**

கொழும்புத்துறை ஸ்ரீ **தி. குமாரசாமி செட்டியார்.**

கடிதப்பிரதி உதவியோர்

மதுரை ஸ்ரீ **இராமசாமிப் பிள்ளை** (எ) **திருஞானசம்பந்தப் பிள்ளை.**

புதுக்கோட்டை ஸ்ரீ **இராதாகிருஷ்ணையர்.**

தஞ்சை அவளிவணல்லூர் கர்ணம் ஸ்ரீ **ஏ. ஐயாசாமி ஐயர்.**

சென்னை ஸ்ரீ **எஸ். வையாபுரிப் பிள்ளை.**

திருமயிலை வித்துவான் ஸ்ரீ **சண்முகம் பிள்ளை.**

திருக்கோணமலை **த. கனகசுந்தரம் பிள்ளை.**

பாரீஸ் புரபொஸர் ஸ்ரீ **ஜூலியன் வின்சன்.**

கையெழுத்துப் பிரதி உதவியோர்

சென்னை ஸ்ரீ **தொ.வே. திருநாகேஸ்வர முதலியார்.**

காஞ்சீபுரம் ஸ்ரீ **நாகலிங்க முதலியார்.**

காஞ்சீபுரம் ஸ்ரீ குமரக்கோட்டம் தருமகர்த்தா **வாமதேவ தேசிகர்.**

சிதம்பரம் ஸ்ரீ **தில்லை நாயக முதலியார்.**

சீகாழி ஸ்ரீ **சிதம்பர வாத்தியார்.**

கும்பகோணம் மகாதளம்பேட்டை ஸ்ரீ **இராமலிங்க தேசிகர்.**

கும்பகோணம் டவுன் ஹைஸ்கூல் முதல் தமிழ்ப் பண்டிதர் (பின்னத்தூர்) ஸ்ரீ **அ. நாராயணசாமி ஐயர்.**

மேலகரம் ஸ்ரீ **சண்பகக் குற்றாலக் கவிராயர்.**

மதுரை (விவேகபாநு பத்திராதிபர்) ஸ்ரீ **மு.ரா. கந்தசாமி கவிராயர்.**

பட்டுக்கோட்டை, சிதம்பரவிடுதி ஸ்ரீ **கோவிந்த ஐயர்.**

மன்னார்கோயில், நொச்சியூர் ஸ்ரீ **வைத்தியலிங்க சேர்வைக்காரர்.**

மன்னார்கோயில், நொச்சியூர் ஸ்ரீ **கனகசபை சேர்வைக்காரர்.**

கொட்டையூர் ஸ்ரீ **சிவக்கொழுந்து தேசிகர்** வீட்டினர்.

வேம்பத்தூர் ஸ்ரீ **பிச்சுவையர்.**

வேம்பத்தூர் ஸ்ரீ **சாமாவையர்** (எ) **ஆண்டி ஐயர்.**

அச்சுப்பிரதி உதவியோர்

தென்திருப்பேரை (கிராம முன்சீப்பின் பணியாளராகிய) ஸ்ரீ **நாராயண ஐயங்கார்.**

வில்வநல்லூர் ஸ்ரீ **லக்ஷ்மி நாராயண ஐயர்.**

சென்னை ராவ்பகதூர் ஸ்ரீ **ப. சம்பந்த முதலியார்.**

வடமொழி கையெழுத்துப் பிரதி உதவியோர்

ஸ்ரீ காளஹஸ்தி, ஸ்ரீமத் **குமார காளஹஸ்தி சிவாசாரியார்**

ஸ்ரீ காளஹஸ்தி, ஸ்ரீமத் **முத்துக்குமார காளஹஸ்தி சிவாசாரியார்**

ஸ்ரீ காளஹஸ்தி, ஸ்ரீமத் **சாமி வாத்தியார்**

பொருள் உதவியோர்

திருக்கைலாய பரம்பரை திருவாவடுதுறை ஆதீனம் ஸ்ரீலஸ்ரீ (மேலகரம்) **சுப்பிரமணிய தேசிக ரவர்கள்.**

ஷை ஆதீனத்து ஸ்ரீலஸ்ரீ **அம்பலவாண தேசிக ரவர்கள்.**

ஷை ஆதீனத்து ஸ்ரீலஸ்ரீ **வைத்தியலிங்க தேசிக ரவர்கள்.**

திருப்பனந்தாள் காசிமடம் ஸ்ரீலஸ்ரீ **சொக்கலிங்கத் தம்பிரா னவர்கள்.**

ஷை ஆதீனத்து ஸ்ரீலஸ்ரீ **ஸ்வாமிநாத ஸ்வாமிக ளவர்கள்.**

திருவண்ணாமலை ஆதீனம் ஸ்ரீலஸ்ரீ **ஆறுமுக தேசிக ரவர்கள்.**

ஸேது சமஸ்தானாதிபதி ஸ்ரீ **பா. இராஜராஜ சேதுபதி மகாராஜா.**

ஷை ஸ்ரீ ஷண்முக ராஜராஜேஸ்வர **நாகநாத சேதுபதி மகாராஜா.**

இராமநாதபுரம் பாலவநத்தம் ஜமீந்தாரும் மதுரைத் தமிழ்ச்சங்கத்து அக்கிராசனாதிபதியுமான ஸ்ரீ **பொ. பாண்டித்துரை தேவர்.**

புதுக்கோட்டை ஸ்ரீ **பாலசுப்பிரமணிய ரகுநாத தொண்டைமான்.**

சிவகங்கை (சப்டிவிஷன் சிறுவயல் ஜமீந்தார்) ஸ்ரீ **முத்துராமலிங்கத் தேவர்.**

சோழன் மாளிகை (மிராசு) ஸ்ரீ **இரத்தினம் பிள்ளை.**

பெரும்பன்றியூர் ஸ்ரீ **ஏ.எம். பெரியசாமி முத்தைய உடையார்.**

தேவிகோட்டை ஸ்ரீ **வீர.லெ. இராமநாத செட்டியார்.**

தேவிகோட்டை ஸ்ரீ **வீர.லெ. சிந்தயஞ் செட்டியார்.**

தேவிகோட்டை ஸ்ரீ **அழ.அரு. இராமசாமி செட்டியார்.**

தேவிகோட்டை ஸ்ரீ **அழ.சுப. சுப்பிரமணிய செட்டியார்.**

தேவிகோட்டை ஸ்ரீ **மெ.அரு.நா. இராமநாதன் செட்டியார்.**

தேவிகோட்டை ஸ்ரீ **மெ.அரு.அரு. அருணாசல செட்டியார்.**

தேவிகோட்டை ஸ்ரீ **ராம.மெ.சித. சிதம்பர செட்டியார்.**

இராமச்சந்திரபுரம் ஸ்ரீ **தீ. சோ. முருகப்பச் செட்டியார்.**

இராமச்சந்திரபுரம் ஸ்ரீ **தீ.நா. நாச்சியப்பச் செட்டியார்.**

அறுபத்துமூவர் மடம் ஸ்ரீ **ராம.சொ. சொக்கலிங்கச் செட்டியார்.**

மதுரை (டிப்டி கலெக்டர்) ஸ்ரீ **ம. தில்லைநாயகம் பிள்ளை.**

மதுரை (அட்வகேட்) ஸ்ரீ **டி.ஸி. ஸ்ரீநிவாச ஐயங்கார்** M.L.C.

கும்பகோணம் காலேஜ் சரித்திரப் பேராசிரியர் ஸ்ரீ **கே. சுந்தரராமையர்** M.A.

விளத்தொட்டி (பிரமபுரீசுவரர் கோயில் தருமகர்த்தா) ஸ்ரீ **இராமலிங்கம் பிள்ளை.**

ஆற்றூர் (கலியாண சோழபுரம்) ஸ்ரீ **இரத்தினசபாபதிப் பிள்ளை.**

இடமணல் ஸ்ரீ **எம்.ஆர். விஜயராகவலு நாயடு.**

வடபாதி மங்கலம் ஸ்ரீ **வா.சோ. தியாகராஜ முதலியார்.**

தஞ்சாவூர் (ஜில்லா கோர்ட் வக்கீல், ஸ்ரீ **கீ.சீ. ஸ்ரீநிவாச பிள்ளை.**

தஞ்சாவூர் ஸ்ரீ **கே. கல்யாணசுந்தர ஐயர்.**

திருப்பாதிரிப்புலியூர் ஸ்ரீ **சாது சேஷையர்.**

வடக்குப்பட்டு ஸ்ரீ **த. சுப்பிரமணியப் பிள்ளை.**

வடக்குப்பட்டு ஸ்ரீ **சு. செங்கல்வராயப் பிள்ளை.**

வடக்குப்பட்டு ஸ்ரீ **சு. சண்முகம் பிள்ளை.**

சென்னை சர்வகலாசாலை தமிழ்ப்பாடப் புத்தகசபைத் தலைவர் ஸ்ரீ **டி. சிவராம சேதுப்பிள்ளை.**

வீடூர் ஸ்ரீ **உலோ. சந்திரநாத செட்டியார்.**

பாலைக்காடு ஸ்ரீ **பா.ஐ. சின்னசாமி பிள்ளை.**

கொழும்பு ஸ்ரீ **பொ. குமாரசாமி முதலியார்.**

ஷையார் மகன் ஸ்ரீ **கு. ஸ்ரீகாந்த முதலியார்.**

ஸ்ரீ அ. இராமநாதன் செட்டியார்.

ஸ்ரீ உமாம்பிகா ஸமேத **ஸ்ரீ வீரசேகரநாத பக்தஜன சபை.**

[குறிப்பு: இவர்களோடு பொற்கிழி வழங்கியவர்கள் பட்டியலையும் (இந்நூல் பக்.403-405) சேர்த்துக் கொள்க].

பிற நிலைகளில் உதவியோர்

தேரழுந்தூர் ஸ்ரீ **சக்கரவர்த்தி இராஜகோபாலாசாரியார்** *(ஒப்புநோக்குதல்).*

திருமானூர் ஸ்ரீ **கிருஷ்ணையர்** *(ஒப்புநோக்குதல், பரிசோதித்தல்).*

திருமானூர் ஸ்ரீ **கே. அருணாசல ஐயர்** *(ஒப்புநோக்குதல்).*

ஸ்ரீ இ.வை. அநந்தராமையர் *(ஒப்புநோக்குதல், பரிசோதித்தல், குறிப்புகள் சில வழங்குதல்).*

பின்னத்தூர் ஸ்ரீ **அ. நாராயணசாமி ஐயர்** *(ஒப்புநோக்குதல், பிரதி செய்தல், நூல் தேடல்).*

சென்னை ராசாங்கத்துப் புத்தகசாலைத் தமிழ்ப் பண்டிதர்கள் ஸ்ரீ **ம.வே. துரைசாமி ஐயர்** மற்றும் ஸ்ரீ **ஜி. சேஷாத்தரி ஐயர்** *(ஒப்புநோக்குதல்).*

சென்னை உ.வே.சா.வின் இளவல் ஸ்ரீ **வே. சுந்தரேசையர்** *(படியெடுத்தல், குறிப்புகள் சில வழங்குதல்).*

சிகந்தராபாத் மாபூப் காலேஜ் தமிழ்ப் பண்டிதர் வித்துவான் **சு. கோதண்டராமையர்** *(ஒப்புநோக்குதல்).*

சென்னை கிறிஸ்டியன் காலேஜ் ஸ்கூல் தமிழப் பண்டிதர் வித்துவான் **வி.மு. சுப்பிரமணிய ஐயர்** *(ஒப்புநோக்குதல்).*

கலைமகள் ஆசிரியர் ஸ்ரீ **கி.வா.ஜகந்நாத ஐயர்** *(ஒப்புநோக்குதல், குறிப்பெடுத்தல் போன்ற பல).*

திருவல்லிக்கேணி ஸ்ரீ **வை.மு. சடகோப ராமாநுஜாசாரியார்** *(ஒப்புநோக்குதல்).*

சென்னை நியூயிங்க்டன் ஸ்கூல் மதபோதகாசிரியர் ஸ்ரீ **தி.அ. கிருஷ்ணையர்** *(ஒப்பு நோக்குதல்).*

சென்னை இராமகிருஷ்ணா மிஷன் ஹைஸ்கூல் தமிழ்ப்பண்டிதர் ஸ்ரீ **கோ. சேஷாத்திரி** *(ஒப்புநோக்குதல்).*

மணலூர் ஸ்ரீ **வீ. இராமாநுஜாசாரியார்** *(ஒப்புநோக்குதல், பரிசோதித்தல்).*

மணலூர் ஸ்ரீ **சொக்கலிங்கத் தம்பிரான்** *(ஒப்புநோக்குதல், பரிசோதித்தல்).*

திருவாரூர் போர்டு ஹைஸ்கூல் தமிழ்ப் பண்டிதர் ஸ்ரீ **சந்தானமையங்கார்** *(ஒப்பு நோக்குதல், பரிசோதித்தல், சரித்திரச் செய்திகள் சிலவற்றை விசாரித்து எழுதியனுப்பல்).*

கும்பகோணம் பேட்டைத் தெரு ஸ்ரீ **தியாகராச பண்டாரம்** *(ஒப்புநோக்குதல்).*

தஞ்சாவூர் அவளிவணல்லூர் கர்ணம் ஸ்ரீ **ஏ. ஐயாசாமி ஐயர்** *(கடிதப் பிரதி செய்தல்)*

திருப்பெருந்துறை ஏம்பல் ஸ்ரீ **அ. பொன்னுசாமி பிள்ளை** *(ஒப்புநோக்குதல், பரிசோதித்தல், பிரதிசெய்தல்).*

சமூகரங்கபுரம் வித்துவான் **வே. வேங்கடராஜுலு ரெட்டியார்** *(உடனிருந்து எழுதுதல்).*

ஸ்ரீ **ஸ௵. கோபாலசாமி ஐயர்** *(உடனிருந்து எழுதுதல்).*

தென்காசி ஸ்ரீ **முத்துக்குமாரசாமி பிள்ளை** *(பிரதிகள் சில சித்தம் செய்தல்).*

சென்னை வித்துவான் **ச.கு. கணபதி ஐயர்** *(பதிப்பில் உதவி).*

சுந்தரபாண்டியம் ஸ்ரீ **எஸ். கோதண்டராமையர்** *(பதிப்பில் உதவி).*

ஸ்ரீ **வெ.ப. சுப்பிரமணிய முதலியார்** *(குறிப்புகள் அளித்தல்).*

தில்லையம்பூர் ஸ்ரீ **வேங்கடராம ஐயங்கார்** *(நூல் உதவி).*

செஞ்சி விளாத்தி கிராமம் கணிதம் ஸ்ரீ **சின்னத்தம்பி சாஸ்திரி** *(உதிதோதய காவியம் நூல் பெற்றுத் தந்தவர்).*

மதுரை ஹைகோர்ட் வக்கீல் ஸ்ரீ மு. வேங்கடராமையர் குமாரர் ஸ்ரீ **முத்துராமலிங்க ஐயர்** *(வாதபுர மஹாத்மியம் நூலை வருவித்துதவியவர்).*

புதுச்சேரி வில்வநல்லூர் ஸ்ரீ **சி.பி. வேங்கடராமையர்** *(வில்லைப் புராணம் நூல் கொணர்ந்து சேர்த்தவர்).*

புதுவை ஸ்ரீ **செ. சவராயலு நாயகர்** *(மீனாட்சிசுந்தரம் பிள்ளை வாழ்க்கை வரலாறு எழுதும்போது அச்சுப்புத்தகம் அனுப்பியவர்).*

யாழ்ப்பாணம் ஸ்ரீ **சிற். கைலாச பிள்ளை** *(மணிமேகலை கையாலெழுதிய மூலப்பிரதியைக் கொண்டுவந்து சேர்த்தவர்).*

பிரமனூர் ஸ்ரீ **வில்லியப்பப் பிள்ளை** *(திருப்பூவணநாதர் உலா நூலைப் பிறர் மூலம் கொடுத்தனுப்பியவர்).*

திருவல்லிக்கேணி ஸ்ரீ **வை. விசுவநாத சாஸ்திரி** *(பிரதி கிடைக்கப் பரிந்துரைத்தவர்).*

திருப்பெருந்துறை கட்டளை பரிபாலகர் ஸ்ரீமத் **சுந்தரலிங்க சுவாமிகள்** மற்றும் **ஆத்மநாத நம்பியார்** *(திருப்பெருந்துறை புராணத்திற்குச் செய்தியளித்தவர்).*

மதுரை **பரமேஸ்வர பட்டர்** *(திருவாலவாயுடையார் புராணத்திற்கு ஸ்தல விஷயம் கூறியவர்).*

திருச்சிற்றம்பலம் ஸ்ரீ **மு. அருணாசலம் பிள்ளை** *(ஆற்றூர் ஸ்தல விஷயத்திற்கு உதவியவர்).*

வலிவலம் ஸ்ரீ **மணத்துணைநாத தேசிகர்** *(வலிவலம் ஸ்தல விஷயம் கூறியவர்).*

திருச்சி செயின்ட் ஜோசப் கல்லூரி தமிழாசிரியர் ஸ்ரீ **மு. நடேச முதலியார்** *(திரிசிரகிரி ஸ்தல விஷயம் கூறியவர்).*

திருக்காளத்தி கோயில் மானேஜர் ஸ்ரீ **ஏ.எஸ். பொன்னுசாமி ஐயர்** *(திருக்காளத்தி ஸ்தல விஷயம் கூறியவர்).*

கடம்பர் கோயில் ஸ்ரீ **எஸ். குருசாமி முதலியார்** மற்றும் குளித்தலை போர்டு ஹைஸ்கூல் ஸம்ஸ்கிருத பண்டிதர் ஸ்ரீ **அருணாசல சாஸ்திரி** *(கடம்பர் கோயில் ஸ்தல விஷயம் கூறியவர்கள்).*

திருக்கழுக்குன்றம் ஸ்ரீ **யக்ஞேசுவர தீக்ஷிதர்**, ஸ்ரீ **வேதாசல குருக்கள்**, ஸ்ரீ **நமச்சிவாய ராஜயோகி**, ஸ்ரீ **கன்னியப்ப முதலியார்** *(திருக்கழுக்குன்றம் ஸ்தல விஷயம் கூறியவர்கள்).*

திண்டுக்கல் வக்கீல் ஸ்ரீ **எல்.ஏ. வெங்குசாமி ஐயர்** *(பத்மகிரி ஸ்தல விஷயம் தந்தவர்).*

மதுரைத் தமிழ்ச் சங்கத்து காரியதரிசி ஸ்ரீ **என்.ஆர். கிருஷ்ணசாமி ஐயங்கார்** மற்றும் 'செந்தமிழ்' உதவியாசிரியர் ஸ்ரீ **கி. இராமாநுஜ ஐயங்கார்** *(அழகர் கோயில் ஸ்தல விஷயம் கூறியவர்கள்).*

வானமாமலை மடம் ஆஸ்தான வித்துவான் அபிநவ காளமேகம் ஸ்ரீமத் **அநந்த கிருஷ்ண ஐயங்கார்** *(தென்திருப்பேரை ஸ்தல வரலாறு கூறியவர்).*

பட்டீச்சுரம் ஸ்ரீ **ந. ஆறுமுகம் பிள்ளை** மற்றும் ஸ்ரீ **அண்ணாமலை செட்டியார்** *(மீனாட்சிசுந்தரம் பிள்ளை யவர்களின் செய்யுட்கள் சிலவற்றை மனப்பாடமாக அளித்தவர்கள்).*

சிதம்பரம் ஸ்ரீ **ராஜரத்தின தீக்ஷிதர்** *(கோபாலகிருஷ்ண பாரதியார் பற்றிச் செய்தி கூறியவர்).*

பங்களூர் கவிபுரம் ஸ்ரீ **பி. மீனாட்சிசுந்தர ஐயர்** *(கோபாலகிருஷ்ண பாரதியார் கீர்த்தனைகள் கிடைக்க உதவியவர்).*

திருப்பழனம் ஸ்ரீ **ப. கல்யாண ராமசாஸ்திரி** *(இயற்பகை நாயனார் கீர்த்தனைகள் சில அனுப்பி உதவியவர்).*

வீடூர் ஸ்ரீ **சந்திரநாத செட்டியார்**, ஸ்ரீ **அப்பாசாமி நயினார்** *(ஆருகமதக் கோட்பாட்டை விளக்கியவர்கள்).*

மஞூர் ஸ்ரீமத் **உ.வே. அரங்காசாரியார்** *(பௌத்தமதக் கருத்துக்களை விளக்கியவர்).*

இலங்கை பௌத்த வித்தியோதய பாடசாலைத் தலைவர் ஸ்ரீ **ஸுமங்களர்** *(பௌத்த கோட்பாடுகளை விளக்கியவர்).*

பெருகவாழ்ந்தான் ஸ்ரீமத் **உ.வே. அரங்காசாரியார்**, ஈச்சாம்பாடி ஸ்ரீமத் **உ.வே. ஸ்ரீநிவாசாசாரியார்**, ஸ்ரீநிவாச நல்லூர் ஸ்ரீ **எஸ். ராமச்சந்திர சாஸ்திரி** *(சமஸ்கிருத ஐயங்கள் போக்கியவர்கள்).*

தேதியூர் சாஸ்திர ரத்தினம் ஸ்ரீ **சுப்பிரமணிய சாஸ்திரி** மற்றும் மயிலாப்பூர் ஆயுர்வேத கலாசாலை ஆசிரியர் ஸ்ரீ **நடேச சாஸ்திரி** *(தணிகாசல புராணம் வடமொழி செய்திகளைக் கூறியவர்கள்).*

திருப்பூவணம் ஸ்ரீ **வெங்கு சாஸ்திரி** *(திருப்பூவணநாதர் உலா நூல் ஐயம் தீர்த்தவர்).*

மைசூர் சர்வகலாசாலை திராவிட பாஷா சபைத்தலைவர் ஸ்ரீ **ஆர். நரசிம்மாசாரியார்** மற்றும் பங்களூர் ஸ்ரீ **ராமதாஸ சாஸ்திரி** (நூல் ஐயம் தீர்த்தவர்கள்).

ஸ்ரீ **வீ. கனகசபை பிள்ளை**, ஸ்ரீ **து.அ. கோபிநாத ராவ்**, ஸ்ரீ **வி. வெங்கையர்** (கல்வெட்டு சிலாசாஸனக் குறிப்பளித்தவர்கள்).

ஸ்ரீ **வி.பி. சுப்பிரமணிய முதலியார்**, ஸ்ரீ **எஸ். கிருஷ்ணசாமி ஐயர்**, ஸ்ரீ **கே.பி. சோமசுந்தர ஐயர்**, ஸ்ரீ **வி. சுப்பிரமணிய ஐயர்**, ஸ்ரீ **எம்.எஸ். நடேச ஐயர்** (புத்த சரித்திரத்தை ஆங்கிலத்திலிருந்து தமிழுக்கு மொழிபெயர்த்துத் தந்தவர்கள்)

தியாகராஜபுரம் ஸ்ரீ **நரஸிஹ்மாசாரியார்** (உதிதோதய காவ்யத்தை வடமொழியிலிருந்து மொழிபெயர்த்துத் தந்தவர்)

ராவ்பகதூர் ஸ்ரீ **பா.ஐ. சின்னசாமி பிள்ளை** (நூல்கள் சில வெளிவரத் தூண்டுகோலாக இருந்தவர்).

திருப்பாதிரிப்புலியூர் ஞானியார் மடத் தலைவர் ஸ்ரீமத் **சிவசண்முக மெய்ஞ்ஞான தேசிகர்** (நூல் வெளிவரத் தூண்டியவர்).

திருச்சிற்றம்பலம் நடனபுரீசுவரர் கோயில் தருமகர்த்தரும் தமிழ்ப் பண்டிதருமான ஸ்ரீ **சி. பொன்னுசாமி பிள்ளை** (விளத்தொட்டி புராணம் வெளிவர முயன்றவர்).

ராவ்பகதூர் பூண்டி ஸ்ரீ **அரங்கநாத முதலியார்** (கலசைக்கோவை நூல் வெளியிடத் தூண்டியவர்).

கும்பகோணம் காலேஜ் பிரின்ஸ்பால் ஸ்ரீ **ஜே.எம். ஹென்ஸ்மன்** (மீனாட்சிசுந்தரம் பிள்ளையின் வாழ்க்கை வரலாற்றை வெளியிடத் தூண்டியவர்).

ராவ்பகதூர் ஸ்ரீ **கே.வி. கிருஷ்ணசாமி ஐயர்** (கோபாலகிருஷ்ணபாரதி நூல் வெளிவரத் தூண்டியவர்).

ஸ்ரீ **ஜி.யு. போப்** (கடிதம் எழுதியும் மொழிபெயர்த்து அனுப்பியும் உற்சாகப்படுத்தியவர்).

ஸ்ரீ **ரா. நாராயணசாமி** (கலைமகளில் நூல்கள் சில வெளியிட்டவர்).

பலவான்குடி ஸ்ரீ **ராம.கு. ராம. இராமசாமி செட்டியார்** (சிவநேசன் பத்திரிகையில் நூல்கள் சில வெளியிட்டவர்).

(ஹைகோர்ட் வக்கீல்) எழும்பூர் ஸ்ரீமத் **உ.வே.கே. இராஜகோபாலாசாரியார்** (தம் வீட்டில் தங்க வைத்து உபசரித்தவர்).

உதவிய புத்தகசாலைகள்

திருவாவடுதுறை ஆதீனத்துப் புத்தகசாலை.

தருமபுர ஆதீனத்துப் புத்தகசாலை.

கோயில்பட்டி - மந்தித்தோப்பு மடத்துப் புத்தகசாலை.

செங்கோல் மடத்துப் புத்தகசாலை.

திருவண்ணாமலை ஆதீனத்துப் புத்தகசாலை.

சென்னை பழைய கையெழுத்துப் புத்தகசாலை.

தஞ்சை பழைய கையெழுத்துப் புத்தகசாலை.

மதுரைத் தமிழ்ச் சங்கத்து பாண்டியன் புத்தகசாலை.

எட்டையபுரம் பெரிய அரண்மனைப் புத்தகசாலை.

திருப்பெருந்துறை ஆலயத்துப் புத்தகசாலை.

செப்பறை, இராஜவல்லிபுரம் ஸ்ரீ பொன்னம்பல தேசிகர் மடாலயம்.

இங்கிலாந்து - பாரீஸ் தமிழ்க் கையெழுத்துப் புத்தகசாலை.

முதல் பதிப்பு வெளியீட்டு விவரம்
(ஆண்டு வரிசையில்)

வ. எண்	நூல்கள்	முதல் பதிப்பு	அச்சுக்கூடம்
1	சுப்பிரமணிய தேசிக விலாசச் சிறப்பும் வேணுவன லிங்க விலாசச் சிறப்பும்	1878	முத்தமிழாகரம், திருநெல்வேலி
2	திருக்குடந்தைப் புராணம்	1883	மிமோரியல், சென்னை
3	மத்தியார்ச்சுன மான்மியம்	1885	ஜீவரக்ஷாமிர்தம், சென்னை
4	சீவக சிந்தாமணி	1887	திராவிடரத்நாகரம், சென்னை
5	கச்சி ஆனந்த ருத்திரேசர் வண்டு விடு தூது	1888	திராவிட ரத்நாகரம், சென்னை
6	திருச்சிறம்பல வெண்பா அந்தாதி	1888	தொண்டை மண்டலம், சென்னை
7	திருமயிலைத் திரிபந்தாதி	1888	லார்ட் ரிப்பன், கும்பகோணம்
8	பத்துப்பாட்டு	1889	திராவிடரத்நாகரம், சென்னை
9	இலந்தை நகர் தண்டபாணி விருத்தம்	1891	லார்ட் ரிப்பன், கும்பகோணம்
10	சிலப்பதிகாரம்	1892	வெ.நா. ஜூபிலி, சென்னை
11	சிலப்பதிகாரம் அரும்பதவுரை	1892	வெ.நா. ஜூபிலி, சென்னை
12	திருப்பெருந்துறைப் புராணம்	1892	வெ.நா. ஜூபிலி, சென்னை
13	புறநானூறு	1894	வெ.நா. ஜூபிலி, சென்னை
14	புறப்பொருள் வெண்பாமாலை	1895	வெ.நா. ஜூபிலி, சென்னை
15	மணிமேகலை	1898	வெ.நா. ஜூபிலி, சென்னை
16	புத்த சரித்திரம்	1898	வெ.நா. ஜூபிலி, சென்னை
17	மணிமேகலை கதைச்சுருக்கம்	1898	வெ.நா. ஜூபிலி, சென்னை
18	ஐங்குறுநூறு	1903	வைஜயந்தி, சென்னை
19	வீரவனப் புராணம்	1903	வைஜயந்தி, சென்னை
20	சீகாழிக் கோவை	1903	வைஜயந்தி, சென்னை
21	திருவாவடுதுறைக் கோவை	1903	வைஜயந்தி, சென்னை
22	பதிற்றுப்பத்து	1904	வைஜயந்தி, சென்னை
23	சூரைமாநகர்ப் புராணம்	1904	பிரஸிடென்ஸி, சென்னை
24	திருப்பூவணநாதர் உலா	1904	பிரஸிடென்ஸி, சென்னை
25	திருக்காளத்திநாதர் உலா	1904	வைஜயந்தி, சென்னை
26	திருவாரூர்த் தியாகராச லீலை	1905	பிரஸிடென்ஸி, சென்னை

வ. எண்	நூல்கள்	முதல் பதிப்பு	அச்சுக்கூடம்
27	திருவாரூர் உலா	1905	தமிழ்ச்சங்க முத்திராசாலை, மதுரை
28	திருவாலவாயுடையார் திருவிளையாடற் புராணம்	1906	பிரஸிடென்ஸி, சென்னை
29	தனியூர்ப் புராணம்	1907	பிரஸிடென்ஸி, சென்னை
30	மண்ணிப் படிக்கரைப் புராணம்	1907	பிரஸிடென்ஸி, சென்னை
31	தேவை உலா	1907	தமிழ்ச்சங்க முத்திராசாலை, மதுரை
32	திருப்பாதிரிப்புலியூர்க் கலம்பகம்	1908	பிரஸிடென்ஸி, சென்னை
33	மீனாட்சிசுந்தரம் பிள்ளையவர்கள் பிரபந்தத் திரட்டு	1910	வைஜயந்தி, சென்னை
34	திருக்காளத்திப் புராணம்	1912	வைஜயந்தி, சென்னை
35	திருத்தணிகைத் திருவிருத்தம்	1914	தமிழ்ச்சங்க முத்திராசாலை, மதுரை
36	பரிபாடல்	1918	கமர்ஷியல், சென்னை
37	நன்னூல் – மயிலைநாதர் உரை	1918	வைஜயந்தி, சென்னை
38	பெருங்கதை	1924	கமர்ஷியல், சென்னை
39	உதயணன் சரித்திரச்சுருக்கம்	1924	கமர்ஷியல், சென்னை
40	நன்னூல் – சங்கர நமச்சிவாயர் உரை	1925	கமர்ஷியல், சென்னை
41	சங்கத் தமிழும் பிற்காலத் தமிழும்	1929	ஆனந்தா, சென்னை
42	தமிழ் விடு தூது	1930	கமர்ஷியல், சென்னை
43	தக்கயாகப் பரணி	1930	கேசரி, சென்னை
44	பத்துப்பாட்டு மூலம்	1931	கேசரி, சென்னை
45	மதுரைச் சொக்கநாதர் உலா	1931	கேசரி, சென்னை
46	மதுரை மும்மணிக் கோவை	1932	தமிழ்ச்சங்க முத்திராசாலை, மதுரை
47	கடம்பர் கோயில் உலா	1932	தமிழ்ச்சங்க முத்திராசாலை, மதுரை
48	பத்மகிரிநாதர் தென்றல் விடு தூது	1932	லா ஜர்னல், சென்னை
49	பழனி பிள்ளைத் தமிழ்	1932	தமிழ்ச்சங்கம், மதுரை
50	பழனி இரட்டை மணிமாலை	1932	லா ஜர்னல், சென்னை
51	திருமயிலைக் கபாலீசர் பஞ்சரத்தினம்	1932	லா ஜர்னல், சென்னை
52	சிவக்கொழுந்துதேசிகர் பிரபந்தத் திரட்டு	1932	கேசரி, சென்னை
53	க.ச.வாசகர் இரட்டை மணிமாலை	1932	லா ஜர்னல், சென்னை
54	சங்கரலிங்க உலா	1933	சிவநேசன், பலவான்குடி
55	பாசவதைப் பரணி	1933	லா ஜர்னல், சென்னை
56	திருக்கழுக்குன்ற சிலேடை வெண்பா	1933	சிவநேசன், பலவான்குடி
57	ஸ்ரீ மீனாட்சிசுந்தரம் பிள்ளையவர்கள் சரித்திரம் முதல் பாகம்	1933	கேசரி, சென்னை

வ. எண்	நூல்கள்	முதல் பதிப்பு	அச்சுக்கூடம்
58	விளத்தொட்டிப் புராணம்	1934	கேசரி, சென்னை
59	வலிவல மும்மணிக் கோவை	1934	லா ஜர்னல், சென்னை
60	சங்கரநயினார் கோயில் அந்தாதி	1934	தமிழ்ச்சங்க முத்திராசாலை, மதுரை
61	ஸ்ரீ மீனாட்சிசுந்தரம் பிள்ளையவர்கள் சரித்திரம் 2ஆம் பாகம்	1934	கேசரி, சென்னை
62	பெருங்கதை மூலம்	1935	கேசரி, சென்னை
63	இலாவாண காண்டம்	1935	கேசரி, சென்னை
64	உதயணகுமார காவியம்	1935	லாஜர்னல், சென்னை
65	ஆற்றூர்ப் புராணம்	1935	கேசரி, சென்னை
66	பழமலைக் கோவை	1935	சிவநேசன், பலான்குடி
67	கலைசைக் கோவை	1935	தமிழ்ச்சங்க முத்திராசாலை, மதுரை
68	திரு இலஞ்சி முருகன் உலா	1935	லா ஜர்னல், சென்னை
69	புறநானூறு மூலம்	1936	லா ஜர்னல், சென்னை
70	மான் விடு தூது	1936	லா ஜர்னல், சென்னை
71	திருமயிலை யமக அந்தாதி	1936	சிவநேசன், பலவான்குடி
72	நான் கண்டதும் கேட்டதும்	1936	கேசரி, சென்னை
73	புதியதும் பழையதும்	1936	கேசரி, சென்னை
74	திருவள்ளுவரும் திருக்குறளும்	1936	—
75	கனம் கிருஷ்ணையர்	1936	கேசரி, சென்னை
76	கோபாலகிருஷ்ண பாரதியார்	1936	கேசரி, சென்னை
77	மகா வைத்தியநாதையர்	1936	கேசரி, சென்னை
78	குறுந்தொகை	1937	கேசரி, சென்னை
79	தமிழ்நெறி விளக்கம்	1937	லா ஜர்னல், சென்னை
80	சிராமலைக் கோவை	1937	தமிழ்ச்சங்க முத்திராசாலை, மதுரை
81	திருவாரூர்க் கோவை	1937	கேசரி, சென்னை
82	நல்லுரைக் கோவை (பாகம்-1)	1937	கார்டியன், சென்னை
83	நல்லுரைக் கோவை (பாகம்-2)	1937	கார்டியன், சென்னை
84	திருக்கழுக்குன்றத்து உலா	1938	கேசரி, சென்னை
85	அழகர் கிள்ளை விடு தூது	1938	கேசரி, சென்னை
86	திருமலையாண்டவர் குறவஞ்சி	1938	லா ஜர்னல், சென்னை
87	சிவசிவ வெண்பா	1938	லா ஜர்னல், சென்னை
88	திருக்காளத்தி இட்டகாமிய மாலை	1938	லா ஜர்னல், சென்னை
89	நல்லுரைக் கோவை (பாகம்-3)	1938	கார்டியன், சென்னை

வ. எண்	நூல்கள்	முதல் பதிப்பு	அச்சுக்கூடம்
90	தணிகாசலப் புராணம்	1939	லிபர்ட்டி, சென்னை
91	புகையிலை விடு தூது	1939	லா ஜர்னல், சென்னை
92	மகரநெடுங் குழைக்காதர் பாமாலை	1939	லா ஜர்னல், சென்னை
93	குமரகுருபரசுவாமிகள் பிரபந்தத் திரட்டு	1939	கேசரி, சென்னை
94	நல்லுரைக் கோவை (பாகம்-4)	1939	கார்டியன், சென்னை
95	வில்லைப் புராணம்	1940	கேசரி, சென்னை
96	திருக்குற்றாலச் சிலேடை வெண்பா	1940	லா ஜர்னல், சென்னை
97	நினைவு மஞ்சரி (பாகம்-1)	1940	கேசரி, சென்னை
98	திருநீலகண்ட நாயனார் சரித்திரம்	1941	லா ஜர்னல், சென்னை

உ.வே.சா.: பதிப்பித்த நூல்களும் எழுதிய நூல்களும்
(பொருண்மை அடிப்படையில்)

வ.எண்.	நூல்கள்	பதிப்புகள்			குறிப்புகள்
		முதல்	இரண்டு	மூன்று	
	I. பதிப்பித்த நூல்கள்				
	க. சங்க நூல்கள்				
1	பத்துப்பாட்டு	1889	1918	1931	சிறுபாணாற்றுப்படை, முல்லைப்பாட்டு போன்றவை குறிப்புரையுடன் தனித் தனியே பதிப்பிக்கப்பட்டுள்ளன.
2	பத்துப்பாட்டு மூலம்	1931	-	-	
3	புறநானூறு	1894	1923	1935	
4	புறநானூறு மூலம்	1936	-	-	
5	ஐங்குறுநூறு	1903	1920	-	
6	பதிற்றுப்பத்து	1904	1920	1941	
7	பரிபாடல்	1918	1935	-	
8	குறுந்தொகை	1937	-	-	
	உ. காப்பியங்கள்				
9	சீவக சிந்தாமணி	1887	1907	1922	கோவிந்தையார் இலம்பகம் மட்டும் பி.ஏ. மாணவர்களுக்காக 1928ல் தனியே பதிப்பிக்கப்பட்டுள்ளது.
10	சிலப்பதிகாரம்	1892	1920	1927	இந்திர., கடலாடு., நாடுகாண்., புறஞ்சேரி., ஊர்காண்., அடைக்கல., போன்ற காதைகள் உரையுடன் பல்கலைக்கழக மாணவர்களுக்காகத் தனித்தனியே பதிப்பிக்கப்பட்டுள்ளது.
11	சிலப்பதிகாரம் அரும்பதவுரை	1892	-	-	
12	மணிமேகலை	1898	1921	1931	
13	பெருங்கதை	1924	1935	-	இதை, வசதி கருதி 4 தொகுதிகளாக உ.வே.சா. நூலகம் வெளியிட்டுள்ளது.
14	பெருங்கதை மூலம்	1935	-	-	
15	இலாவாண காண்டம்	1935	-	-	
16	உதயணகுமார காவியம்	1935	-	-	கலைமகள் (தொ. 7&8; ப.37-48)ல் அனுபந்தமாக வெளிவந்தது.
	ங. இலக்கணம்				
17	புறப்பொருள் வெண்பாமாலை	1895	1915	1924	1934ஆம் ஆண்டு 4வது பதிப்பு வந்தது. பல்கலைக்கழக மாணவர்களுக்கான பாட நூலாகக் குறிப்புரையுடன் சில பகுதிகளும் வெளிவந்துள்ளன.
18	நன்னூல்-மயிலைநாதர் உரை	1918	-	-	
19	நன்னூல்-சங்கர நமச்சிவாயர் உரை	1925	1935	-	

வ.எண்	நூல்கள்	பதிப்புகள்			குறிப்புகள்
		முதல்	இரண்டு	மூன்று	
20	தமிழ்நெறி விளக்கம்	1937	-	-	கலைமகள் (தொ. 10&11; ப.55-66)ல் அனுபந்தமாக வெளிவந்தது.
	ச. தலபுராணங்கள்				
21	திருக்குடந்தைப் புராணம்	1883	-	-	முகவுரை இல்லை. ஐயர் பதிப்பித்த இரண்டாவது நூல்.
22	திருப்பெருந்துறைப் புராணம்	1892	1913	-	முதல் பதிப்பிற்கு முகவுரை இல்லை.
23	வீரவனப் புராணம்	1903	-	-	
24	சூரைமா நகர்ப் புராணம்	1904	-	-	
25	திருவாரூர்த் தியாகராச லீலை	1905	1928	-	
26	திருவாலவாயுடையார் திருவிளையாடற் புராணம்	1906	1927	-	
27	தனியூர்ப் புராணம்	1907	-	-	
28	மண்ணிப் படிக்கரைப் புராணம்	1907	-	-	
29	திருக்காளத்திப் புராணம்	1912	-	-	
30	விளத்தொட்டிப் புராணம்	1934	-	-	
31	ஆற்றூர்ப் புராணம்	1935	-	-	
32	தணிகாசலப் புராணம்	1939	-	-	
33	வில்லைப் புராணம்	1940	-	-	
	ரு. சிற்றிலக்கியங்கள்				
	கோவை				
34	சீகாழிக் கோவை	1903	-	-	
35	திருவாவடுதுறைக் கோவை	1903	1926	-	
36	மதுரை மும்மணிக் கோவை	1932	-	-	
37	வலிவல மும்மணிக் கோவை	1934	-	-	கலைமகள் (தொ.4; ப.25-30)ல் அனுபந்தமாக வெளிவந்தது.
38	பழமலைக் கோவை	1935	-	-	
39	கலைசைக் கோவை	1935	-	-	
40	சிராமலைக் கோவை	1937	-	-	
41	திருவாரூர்க் கோவை	1937	1941	-	
	உலா				
42	திருப்பூவணநாதர் உலா	1904	1923	-	
43	திருக்காளத்திநாதர் உலா	1904	1925	-	
44	திருவாரூர் உலா	1905	1910	1925	முதல் இரண்டு பதிப்பிற்கு முகவுரை இல்லை. 1925ல் 2ஆம் பதிப்பு என்று தவறாக உள்ளது.
45	தேவை உலா	1907	1925	-	முதல் பதிப்பு 1907இல் வெளிவந்தது. ஆனால் தலைப்பு ஏட்டில் 1911 எனத் தவறாக உள்ளது
46	மதுரைச் சொக்கநாதர் உலா	1931	-	-	
47	கடம்பர் கோயில் உலா	1932	-	-	செந்தமிழ் வெளியீடாக வந்த ஐயரது மூன்றாவது நூல்
48	சங்கரலிங்க உலா	1933	-	-	

வ.எண்.	நூல்கள்	பதிப்புகள்			குறிப்புகள்
		முதல்	இரண்டு	மூன்று	
49	திரு இலஞ்சி முருகன் உலா	1935	-	-	கலைமகள் (தொ. 6&7; ப.31-42)ல் அனுபந்தமாக வெளிவந்தது.
50	திருக்கழுக்குன்றத்து உலா	1938	-	-	
	தூது				
51	கச்சி ஆனந்த ருத்திரேசர் வண்டு விடு தூது	1888	1931	-	முதல் பதிப்பிற்கு முகவுரை இல்லை.
52	தமிழ் விடு தூது	1930	1932	1941	
53	பத்மகிரிநாதர் தென்றல் விடு தூது	1932	-	-	கலைமகள் (தொ.1; ப.1-6)ல் அனுபந்தமாக வெளிவந்தது.
54	மான் விடு தூது	1936	-	-	கலைமகள் (தொ.8&9; ப.43-54)ல் அனுபந்தமாக வெளிவந்தது.
55	அழகர் கிள்ளை விடு தூது	1938	1941	-	
56	புகையிலை விடு தூது	1939	-	-	கலைமகள் (தொ.16; ப.91-96)ல் அனுபந்தமாக வெளிவந்தது.
	பிள்ளைத் தமிழ்				
57	பழனி பிள்ளைத் தமிழ்	1932	-	-	
	அந்தாதி				
58	திருச்சிறம்பல வெண்பா அந்தாதி	1888	-	-	முகவுரை இல்லை.
59	திருமயிலைத் திரிபந்தாதி	1888	1930	-	முதல் பதிப்பிற்கு முகவுரை இல்லை.
60	சங்கரநயினார் கோயில் அந்தாதி	1934	-	-	
61	திருமயிலை யமக அந்தாதி	1936	-	-	
	கலம்பகம்				
62	திருப்பாதிரிப்புலியூர்க் கலம்பகம்	1908	1919	1940	
	குறவஞ்சி				
63	திருமலையாண்டவர் குறவஞ்சி	1938	-	-	கலைமகள் (தொ.13&14; ப.73-84)ல் அனுபந்தமாக வெளிவந்தது.
	பரணி				
64	தக்கயாகப் பரணி	1930	-	-	
65	பாசவதைப் பரணி	1933	-	-	கலைமகள் (தொ.2&3; ப.7-18)ல் அனுபந்தமாக வெளிவந்தது.
	விருத்தம்				
66	இலந்தை நகர் தண்டபாணி விருத்தம்	1891	-	-	முகவுரை இல்லை.
67	திருத்தணிகைத் திருவிருத்தம்	1914	-	-	1946இல் ஐயரின் குமாரர் இதை இலவச வெளியீடாக வெளியிட்டுள்ளார்.
	வெண்பா				
68	திருக்கழுக்குன்ற சிலேடை வெண்பா	1933	1939	-	
69	சிவசிவ வெண்பா	1938	-	-	கலைமகள் (தொ.11, 12&13; ப.61-78)ல் அனுபந்தமாக வெளிவந்தது.
70	திருக்குற்றாலச் சிலேடை வெண்பா	1940	-	-	கலைமகள் (தொ.16&17; ப.91-102)ல் அனுபந்தமாக வெளிவந்தது.

வ.எண்.	நூல்கள்	பதிப்புகள்			குறிப்புகள்
		முதல்	இரண்டு	மூன்று	
	மாலை				
71	களக்காட்டுச் சத்திய வாசகர் இரட்டை மணிமாலை	1932	-	-	ஆறுபக்கங்கள் மட்டுமே உள்ள துண்டுப் பிரசுரம்; கலைமகள் (தொ. 2; ப.7-12)ல் அனுபந்தமாக வெளிவந்தது.
72	பழனி இரட்டை மணிமாலை	1932	-	-	கலைமகள் (தொ.2; ப.7-12)ல் வந்தது.
73	திருக்காளத்தி இட்டகாமிய மாலை	1938	-	-	கலைமகள் (தொ.14; ப.84)ல் வந்தது.
74	மகரநெடுங் குழைக்காதர் பாமாலை	1939	-	-	கலைமகள் (தொ.15; ப.85-90)ல் வந்தது.
	பஞ்சரத்தினம்				
75	திருமயிலைக் கபாலீசர் பஞ்ச ரத்தினம்	1932	-	-	5 பாடல்கள் 4 பக்கங்கள் கொண்ட சிறு பிரசுரம். கலைமகளில் (தொ.1; ப.1-6) ஐயர் முதன் முதலில் எழுதியது. [1940ல் செந்தமிழிலும் வெளியானது என்பர்.]
	விலாசம்				
76	சுப்பிரமணிய தேசிக விலாசச் சிறப்பும் வேணுவன லிங்க விலாசச் சிறப்பும்	1878	-	-	ஐயர் பதிப்பித்த முதல் நூல்.
	சூ. பிரபந்தத் திரட்டு				
77	மீனாட்சிசுந்தரம் பிள்ளையவர்கள் பிரபந்தத் திரட்டு	1910	1926	-	
78	சிவக்கொழுந்துதேசிகர் பிரபந்தத் திரட்டு	1932	-	-	
79	குமரகுருபரசுவாமிகள் பிரபந்தத் திரட்டு	1939	-	-	
	II. எழுதிய நூல்கள்				
80	மத்தியார்ச்சுன மான்மியம்	1885	-	-	முகவுரை இல்லை. 1943ல் 2ம் பதிப்பு வெளிவந்தது.
81	புத்த சரித்திரம்	1898	-	-	1925ல் 5ம் பதிப்பும், 1926ல் 6ம் பதிப்பும் வெளிவந்தது. இடைப்பட்ட பதிப்புகளைக் காணமுடியவில்லை.
82	மணிமேகலை கதைச்சுருக்கம்	1898	-	-	முதல் பதிப்பிற்கு முகவுரை இல்லை. 9ம் பதிப்பு 1939ல் வெளிவந்தது. இடைப் பதிப்புகளைக் காணமுடியவில்லை.
83	உதயணன் சரித்திரச்சுருக்கம்	1924	1926	-	முதல் பதிப்பிற்கு முகவுரை இல்லை. 1952ல் 3ம் பதிப்பு வெளிவந்தது.
84	சங்கத் தமிழும் பிற்காலத் தமிழும்	1929	1934	-	
85	ஸ்ரீ மீனாட்சி சுந்தரம் பிள்ளை யவர்கள் சரித்திரம் முதல் பாகம்	1933	1938	-	
	” இரண்டாம் பாகம்	1934	1940	-	
86	நான் கண்டதும் கேட்டதும்	1936	1938	-	
87	புதியதும் பழையதும்	1936	1939	-	
88	திருவள்ளுவரும் திருக்குறளும்	1936	-	-	
89	கனம் கிருஷ்ணையர்	1936	-	-	பவ ஞூ (1934) ஐப்பசி மீ கலைமகள் தனி நூலாக வெளியிட்டுள்ளது.

வ.எண்.	நூல்கள்	பதிப்புகள்			குறிப்புகள்
		முதல்	இரண்டு	மூன்று	
90	கோபாலகிருஷ்ண பாரதியார்	1936	-	-	கலைமகளில் (தொ.8; ப.43-48) தொடராக வந்தது; 2ஆம் பதிப்பு 1964ல் வெளிவந்தது. [1953ல் கலைமகள் வெளியீடாக கீர்த்தனங்களின்றி வெளிவந்தது]
91	மகா வைத்தியநாதையர்	1936	-	-	1945ல் 2ஆம் பதிப்பு வெளிவந்தது.
92	நல்லுரைக் கோவை (பாகம்-1)	1937	1941	-	
93	நல்லுரைக் கோவை (பாகம்-2)	1937	-	-	ஐயரின் மறைவுக்குப்பின் 2ஆம் பதிப்பு (1942) வெளிவந்தது.
94	நல்லுரைக் கோவை (பாகம்-3)	1938	-	-	
95	நல்லுரைக் கோவை (பாகம்-4)	1939	-	-	
96	நினைவு மஞ்சரி (பாகம்-1)	1940	-	-	1945ல் 2ஆம் பதிப்பும், 1954இல் 3ஆம் பதிப்பும் வெளிவந்தது.
97	திருநீலகண்ட நாயனார் சரித்திரம்	1941	-	-	கலைமகள் (தொ.20, ப.115-125)ல் தொடராக வந்தது.
	III. மறைவுக்குப் பின் வெளிவந்தவை				
98	நினைவு மஞ்சரி (பாகம்-2)	1942	-	-	2ஆவது பதிப்பு 1944லும், 3ஆம் பதிப்பு 1953லும் வந்தது.
99	வித்துவான் தியாகராச செட்டியார்	1942	-	-	கலைமகள் இதழில் விக்கிரம ௵ தை ௴ முதல் சித்ரபானு ௵ ஐப்பசி ௴ (1940-1942) வரை தொடராக வந்தது.
100	திருநீலகண்ட நாயனார் சரித்திரமும் இயற்பகை நாயனார் சரித்திரமும்	1944	-	-	திருநீலகண்டநாயனார் சரித்திரம் கலைமகள் (தொ.20, ப.115-125)ல் தொடராக வந்தது. பின்பு இது தனி நூலாக ஐயரின் குறிப்புரையுடன் விஷு வருஷம் (1941) கலைமகள் வெளியீடாக வெளிவந்தது. இயற்பகை நாயனார் சரித்திரக் கீர்த்தனை 1942இல் கலைமகளில் ஐயரின் மறைவுக்குப் பின் தொடராக வெளிவந்தது. இரண்டும் சேர்ந்து ஒரே நூலாக 1944இல் ஐயரின் மறைவுக்குப் பின் அவரது குமாரரால் பதிப்பிக்கப்பட்டது.
101	செவ்வைச் சூடுவார் பாகவதம்				
	1ஆம் பாகம்	1949	-	-	
	2ஆம் பாகம்	1953			
102	என் சரித்திரம்	1950	-	-	1940 ஜனவரி முதல் வாரம் தொடங்கி 1942 மே மாதம் வரை ஆனந்த விகடனில் 122 அத்தியாயங்கள் தொடராக வந்தது.
103	கயற்கண்ணி மாலை	1970	-	-	
104	துறைசை மாசிலாமணி ஈசர்அந்தாதி	1990	-	-	
105	நீலி இரட்டை மணி மாலை	1874	-	-	ஐயர் முதன் முதலில் பாடியது. தனி நூலாக வெளிவரவில்லை. கி.வா.ஜ. இதனை 'தமிழ்ப்பா மஞ்சரி' பாகம்1-ல் பதிப்பித்துள்ளார்.
106	கும்பேசர் வெண்பா அந்தாதி	-	-	-	ஐயரின் கையெழுத்துப் பிரதியிலேயே உள்ள இது, இதுவரை நூல் வடிவம் பெறவில்லை. தமிழ்ப்பா மஞ்சரி பாகம்-1இல் 15 பாடல்கள் மட்டும் வெளிவந்துள்ளன.

வாழ்க்கைக் குறிப்பு

19.02.1855	–	திங்கட்கிழமை தஞ்சை மாவட்டத்திலுள்ள சூரியமூலை என்னும் ஊரில் பிறந்தார். தாய்: சரஸ்வதி அம்மாள், தந்தை: வேங்கட சுப்பையர்.
1861	–	அரியலூர் சடகோப ஐயங்காரிடம் பாடங் கேட்கத் தொடங்கியது.
1862	–	உபநயனம் - பெயர்: வேங்கடராமன்.
16.06.1868	–	திருமணம் - மனைவி மதுராம்பாள்.
1869	–	செங்கணம் விருத்தாசல ரெட்டியாரிடம் யாப்பருங்கலக்காரிகை பாடம் கேட்டது.
1871	–	மாயூரத்தில் திரிசிரபுரம் மகாவித்துவான் ஸ்ரீ மீனாட்சிசுந்தரம் பிள்ளையவர்களிடம் மாணவனாகச் சேர்ந்தது; ஆசிரியர் இட்ட பெயர் சாமிநாதன்.
		ஸ்ரீ கோபாலகிருஷ்ண பாரதியாரைச் சந்தித்தது.
		திருவாவடுதுறை ஆதீனகர்த்தர் மேலகரம் ஸ்ரீ சுப்பிரமணியதேசிகர், வித்துவான் தியாகராச செட்டியார் இவர்களுடைய தொடர்பும் ஆதரவும்.
1872	–	ஸ்ரீ மீனாட்சிசுந்தரம் பிள்ளை அவர்களுடன் திருவாவடுதுறை சென்றது.
1873	–	உத்தமதானபுரத்தில் கவி இயற்றியது. ஆவுடையார் கோயிலில் புராணப் பிரசங்கம்.
1874	–	செங்கணத்தில் முதன் முதல் நூல் இயற்ற ஆரம்பித்தல் - நூலின் பெயர் 'நீலி இரட்டை மணிமாலை'; திருவிளையாடற் புராணப் பிரசங்கம் செய்தல்.
31.01.1876	–	ஸ்ரீ மீனாட்சிசுந்தரம் பிள்ளை அவர்கள் மறைவு.
		வேதநாயகம் பிள்ளை சந்திப்பு. திருவாவடுதுறை மடத்தில் ஆசிரியராகவும், மாணாக்கராகவும் பணியாற்றல்.

1877 – ஆதீனகர்த்தர் ஸ்ரீ சுப்பிரமணிய தேசிகரை ஐயரவர்களின் தந்தையார் கண்டு உரையாடியது. ஐயரவர்கள் வசிப்பதற்குத் தேசிகர் இல்லம் அமைத்துக் கொடுத்தது. மாத வேதனம் அளித்தமை.

1878 – சுப்பிரமணிய தேசிக விலாசச் சிறப்பும் வேணுவன லிங்க விலாசச் சிறப்பும் என்னும் முதல் நூல் பரிசோதித்து வெளியிட்டது.

– மதுரை, திருநெல்வேலிப் பயணம். ஆதீனகர்த்தர் ஸ்ரீ சுப்பிரமணிய தேசிகர் ஐயரவர்களுக்குச் சன்மானம் அளித்தது.

1880 – வித்துவான் தியாகராச செட்டியார் அவர்களின் விடாமுயற்சியால், கும்பகோணம் கல்லூரியில் தமிழாசிரியராக வேலை பெற்றது.

சேலம் இராமசாமி முதலியார் சந்திப்பு. சீவகசிந்தாமணி பதிப்பு ஆரம்பம். சமண நண்பர்கள் தொடர்பு.

– கலியாண சுந்தரையர் பிறப்பு

1883 – திருக்குடந்தைப் புராணப் பதிப்பு.

1884 – பரம்பரைச் சொத்தாகிய நிலத்தை குத்தகையிலிருந்து மீட்டது. முதற் தடவை சென்னை வருகை.

1885 – கும்பகோணம் மகாமகம். திருவாவடுதுறை ஆதீனகர்த்தர் ஸ்ரீ சுப்பிரமணிய தேசிகர் ஐயரவர்கள் தந்தையாருக்கும் ஐயரவர்களுக்கும் பீதாம்பரம் அளித்ததுடன், குமாரர் கலியாண சுந்தரையருக்கும் சந்திரஹாரம் என்னும் பொன்னாபரணம் அளித்தது.

– மத்தியார்ச்சுன மான்மியம் நூல் வெளியீடு.

1887 – சீவகசிந்தாமணி பதிப்பித்து வெளியிடல்.

1888 – திருவாவடுதுறை ஆதீனகர்த்தர் பரிபூரணம் எய்தியது.

தியாகராச செட்டியார் மறைவு.

நெல்லை மாவட்டத்தில் ஏடுதேடத் தொடங்கியது.

1889 – பத்துப்பாட்டு அச்சிட்டு நிறைவேறியது. சிலப்பதிகாரப் பதிப்பு ஆரம்பம்.

சென்னைக்கு வந்து பூண்டி அரங்கநாத முதலியார் இயற்றிய 'கச்சிக்கலம்பகம்' அரங்கேற்றத்தில் கலந்து கொண்டது.

1891 – சீவகசிந்தாமணி புத்தகத்தைக் கண்டு பாரிஸ் பேராசிரியர் ஜூலியன் வின்ஸோன் அவர்கள் பாராட்டி எழுதியது.

– பக்தபுரி அக்கிரகாரத்தில் ரூ. 6க்கு வாடகை வீட்டில் குடியேறல்.

– கலியாண சுந்தரையர் உபநயணம்

1892 – சேலம் இராமசாமி முதலியார் மறைவு. சிலப்பதிகாரம் பதிப்பித்து முடிந்தது.

		பாஸ்கர சேதுபதி அவர்களின் அழைப்பின் பேரில் இராமநாதபுரம் சென்று நவராத்திரி விழாவில் கலந்து கொண்டது.
27.01.1893	–	மகாவைத்தியநாதையர் மறைவு.
7.10.1893	–	தந்தையார் மறைவு.
10.12.1893	–	பூண்டி அரங்கநாத முதலியார் மறைவு.
1894	–	புறநானூறு பதிப்பு வெளியீடு.
		பாண்டித்துரைத் தேவர் சந்திப்பு. கும்பகோணத்தில் வீடு வாங்கியது.
1895	–	ஜி.யு. போப் அவர்களுடன் கடிதத் தொடர்பு.
		புறப்பொருள் வெண்பாமாலை பதிப்பு வெளியீடு.
1898	–	மணிமேகலை பதிப்பு நிறைவேறியது.
	–	இராமநாதபுரம் சேதுபதி மன்னர் அளித்த கிராமத்தை பெருந்தன்மையுடன் மறுத்தது.
19.08.1898	–	கும்பகோணம் கல்லூரிக்கு வருகைதந்த சென்னை மாநிலக் கவர்னர் ஹாவ்லக் துரைக்கு தமிழில் வரவேற்புப் பத்திரம் வாசித்து அளித்தல்.
20.06.1901	–	திருச்சி எஸ்.பி.ஜி. ஹைஸ்கூலில் செந்தமிழ்ச் சங்கத்தின் ஆண்டு விழாவில் தமிழ்த்தாயின் பெருமை குறித்தும் தமிழ் நூல்களெல்லாம் அவை அணிகலன்களாக விளங்கியதையும் எடுத்துக்கூறல். (*ஞானபோதினி* பத்திரிகை பாராட்டி எழுதுதல்).
01.01.1903	–	தஞ்சையில் நடந்த ஏழாம் எட்வர்ட் மன்னர் முடிசூட்டு விழாக் கொண்டாட்டத்தில் தமிழ் நூல்களின் பெருமையை உலகறியச் செய்தமையைப் பாராட்டி ஆங்கில அரசு பாராட்டுச் சான்றிதழ் அளித்தல்.
1903	–	சென்னை மாநிலக் கல்லூரிக்குக் குடந்தையிலிருந்து மாற்றப் பெற்றது.
1904	–	திருவேட்டீசுவரன் பேட்டை பிள்ளையார் கோயில் தெருவில் மாதம் இருபது ரூபாய்க்கு வாடகை வீட்டில் குடியேறல்.
24.03.1905	–	தாயார் சரஸ்வதியம்மாள் மறைவு.
01.01.1906	–	'மகாமகோபாத்தியாய' பட்டம் பெற்றது.
		சென்னை கவர்னர் லார்டு கார்மிகேல் பிரபுவோடு உரையாடிப் பாராட்டப் பெற்றது.
		திருவாலவாயுடையார் திருவிளையாடற் புராணப் பதிப்பு நிறைவேறியது.
17.03.1906	–	'மகாமகோபாத்தியாய' பட்டம் பெற்றமைக்காக சென்னை மாநிலக் கல்லூரியில் நடந்த பாராட்டுக் கூட்டத்தில் மகாகவி பாரதியார் கலந்துகொண்டு அங்கேயே மூன்று பாடல்கள் புனைந்து பாடியது.

1908	–	திருக்குறள் தொடர்பான ஐயங்களைக் கேட்டு வ.உ.சி. கோயம்புத்தூர் சிறையிலிருந்து கடிதம் எழுதுதல்; ஐயர் பதில் எழுதுதல்.
05.08.1909	–	புத்தக ஆராய்ச்சி செலவிற்காக அரசு கல்வி இலாகா ரூ.1000 வழங்க உத்தரவு பிறப்பித்தது.
1909	–	சென்னையில் வீடு வாங்கி "தியாகராஜ விலாசம்" என்று பெயரிடப் பட்டது. (இவ்வீடு வேறொருவருக்கு விற்கப்பட்டு 13.12.2014 அன்று இடித்துத் தரைமட்டமாக்கப்பட்டது).
12.12.1911	–	ஜார்ஜ் மன்னர் முடிசூட்டு விழாவினையொட்டி ரூ.100/- 'காரனேஷன் பென்ஷன்' ஆண்டுக்கொருமுறை வழங்கப் பெற்றது.
1912	–	திருமானூர் கிருஷ்ணையர் மறைவு (வயது 55).
24.01.1912	–	கவர்னர் துரை தமிழ் வகுப்பிற்கு வந்து 1/2 மணி நேரம் இருந்தது. தமிழ்ச் சுவடிகளைக் காட்டி வாழ்த்துப்பா அளித்தது.
23.12.1912	–	முதல் பௌத்திரி சரஸ்வதியின் திருமணம் தியாகராச விலாஸத்தில் சிறப்புடன் நடந்தது. (திருமணத்திற்கு வேண்டிய பண்டங்கள் அனைத்தும் திருவாவடுதுறை ஆதீனத்திலிருந்து அனுப்பப் பெற்றது).
1913	–	சென்னைப் பல்கலைக்கழகத் தமிழ்ப் பேரகராதிக் குழு உறுப்பினராக நியமனம். (பாண்டித்துரைத் தேவரவர்களின் மறைவுக்குப் பின்.)
20.02.1915	–	திருக்காளத்தியில் சஷ்டியப்தப் பூர்த்தி நடைபெற்றது.
1916	–	மைசூர்ப் பல்கலைக்கழகத் திராவிடியன் போர்டில் உறுப்பினராக நியமனம்.
31.12.1916	–	மளூர் ரங்காசாரியார் மறைவு.
31.01.1917	–	காசி பாரத தர்ம மகாமண்டலத்தாரால் 'திராவிட வித்யா பூஷணம்' பட்டம் பெற்றது.
01.03.1917	–	காசி பல்கலைக்கழக உறுப்பினர், தேர்வாளராக நியமனம்.
08.05.1917	–	மனைவியார் மறைவு.
15.05.1918	–	புதுச்சேரி சங்கர ஜெயந்தி விழாவில் பாரதியார், திலகர் சந்திப்பு
01.04.1919	–	வேலையிலிருந்து ஓய்வு பெற்றது. (39 வருட உழைப்புக்குப் பின்) டாக்டர் ரவீந்திரநாத் தாகூர் வீட்டிற்கு வந்து அளவளாவியது.
14.04.1920	–	சிதம்பரம் கோயில் வழக்கில் தீட்சிதர்களுக்குச் சார்பாய் சாட்சியம் அளித்தது.
13.01.1922	–	மேன்மை தங்கிய வேல்ஸ் இளவரசர் சென்னைக்கு வந்தபோது 'கில்லத்து'ப் பெற்றது.
12.02.1924	–	பெருங்கதை பதிப்பு வெளியீடு.

1924-1927 – சிதம்பரம் மீனாட்சி தமிழ் கல்லூரிப் பிரின்ஸ்பாலாகப் பதவி ஏற்றுப் பல நன்மாணாக்கர்களுக்குப் பாடம் சொல்லியது.

8.06.1925 – மதுரைத் தமிழ்ச் சங்கத்து 24ஆம் ஆண்டு விழாவில் சர் சி.பி. இராமசாமி ஐயர் தலைமையில் பொற்கிழி பெற்றது.

இதே விழாவில் காமகோடி பீடாதிபதி ஜகத்குரு ஸ்ரீ சங்கராசாரிய ஸ்வாமிகள் அவர்களால் 'தாக்ஷிணாத்ய கலாநிதி' என்ற பட்டம் சூட்டப்பெற்றது.

1927 – சென்னைப் பல்கலைக்கழக ஆதரவில் 'சங்க காலத் தமிழும் பிற்காலத் தமிழும்' என்ற தலைப்பில் 10 தினங்கள் சொற்பொழிவு ஆற்றியது (பின் நூலாக வெளிவந்தது).

– கி.வா.ஜ. மாணவராக வந்து சேர்ந்தது.

01.01.1932 – *கலைமகள்* முதல் இதழில் 'கலைமகள்' என்னும் கட்டுரை எழுதியது. (முதல் சில மாதங்கள் தவிர இறுதிக்காலம் வரை இவ்விதழில் தொடர்ந்து எழுதுதல்).

21.03.1932 – சென்னைப் பல்கலைக் கழகத்தாரால் 'டாக்டர்' பட்டம் அளிக்கப் பெற்றது.

1932 – தமிழன்பர் மகாநாட்டு வரவேற்புத் தலைவராக இருந்தது.

04.03.1933 – ஆந்திரப் பல்கலைக்கழகத் தமிழ்ப் பாடத்திட்டக்குழு உறுப்பினராக ஒப்புக் கொண்டது.

– ஸ்ரீ மீனாட்சிசுந்தரம் பிள்ளையவர்கள் சரித்திரத்தை எழுதி வெளியிட்டது.

18.03.1934 – கரந்தை தமிழ்ச் சங்கத்து 23ஆம் ஆண்டு விழாவும் மகாவித்துவான் பிள்ளையவர்கள் விழாவும் சேர்ந்து நடைபெற்றதில் தலைமை தாங்குதல்.

1935 – எண்பதாவது ஆண்டு நிறைவு விழா நாடு முழுவதும் கொண்டாடப் பெற்றது.

1937 – குறுந்தொகைப் பதிப்பு வெளியீடு.

16.01.1937 – குடந்தை, கோபாலராவ் நூல் நிலையத்தில் ஐயரவர்கள் படத்திறப்பு.

06.02.1937 – சநாதன தர்ம மகாநாட்டில் கலந்து கொண்டது.

27.03.1937 – பாரதீய சாஹித்ய பரிஷத் - மகாத்மா காந்தி தலைமை வரவேற்புரை நிகழ்த்தியது. மகாத்மா காந்தியுடன் உரையாடல்.

11.01.1938 – சென்னையில் வைஸ்ராய் நடத்திய விருந்தில் கலந்து கொண்டது.

15.03.1938 – ஆக்ஸ்போர்டு சமஸ்கிருத ஆசிரியர் பிரசங்கத்திற்குச் சென்றது. மணிமேகலையைப் பற்றிப் பாராட்டிப் பேசினார்கள்.

01.06.1939	–	கொப்பனாப்பட்டிக் 'கலைமகள் கல்லூரி' என்னும் பெண்கள் உயர் நிலைப்பள்ளித் திறப்பு விழாவில் பேசியது.
25.11.1939	–	செவ்வைச் சூடுவார் பாகவதம் குறிப்புரை எழுத ஆரம்பித்தது.
28.11.1939	–	டி.கே.சி. அவர்களும், கல்கி அவர்களும் வீட்டிற்கு வந்து உரையாடினார்கள்.
07.12.1939	–	ஹிந்து பத்திரிகை வைரவிழா வாழ்த்து.
15.12.1939	–	கல்கி அவர்களிடம் ஆனந்த விகடன் பத்திரிகையில் வெளியிட 'என் சரித்திரம்' முதல் அத்தியாயம் எழுதிக் கொடுத்தது.
21.01.1940	–	புற்றுநோய் அறுவைச் சிகிச்சைக்காக இராயபுரம் மருத்துவமனையில் அனுமதித்தது.
02.03.1940	–	மருத்துவமனையிலிருந்து தியாகராச விலாசத்திற்கு திரும்பியது.
12.06.1940	–	கூத்தனூர் கலைமகள் தொடர்பாகப் பாடல்கள் எழுதி அனுப்பியது.
05.08.1941	–	தமிழிசையைப் பற்றி டைகர் வரதாசாரியாருக்குத் தன் கருத்தை எழுதியனுப்பியது.
29.09.1941	–	திருச்சி வானொலியில் 'எதுதமிழ்' என்பது குறித்துப் பேசியது.
07.12.1941	–	கனகாபிஷேகம்.
13.01.1942	–	இரவு மாடிப்படியில் தவறி விழுந்தது.
29.01.1942	–	டாக்டர் திருமூர்த்தி அவர்கள் வந்து பார்த்து, அவரது ஆலோசனையின்படி சிவராம கிருஷ்ணையரைக் கொண்டு நிழற்படம் எடுக்கப்பட்டது.
11.04.1942	–	இரண்டாம் உலகப்போர் காரணமாகத் திருக்கழுக்குன்றம் சென்றது.
27.04.1942	–	மாலை குளிர் காய்ச்சல் கண்டது.
28.04.1942	–	மாலை 3:35 மணியளவில் இறைவனடி சேர்ந்தது.
05.07.1943	–	திருமதி ருக்மணி அருண்டேல் அவர்களின் ஆதரவில் சென்னை பெசன்ட் நகரில் 'டாக்டர் உ.வே. சாமிநாதையர் நூல் நிலையம்' தொடக்க விழா.
1948	–	சென்னை மாநிலக் கல்லூரியில் திருஉருவச்சிலை திறக்கப்பெற்றது.
1.10.1950	–	கலியாண சுந்தரையர் மறைவு
1950	–	'என் சரித்திரம்' முதல் பதிப்பு வெளியீடு
1955	–	நூற்றாண்டு விழா.